മലയാളം-മലയാളം-ഇംഗ്ലീഷ്

നിഘണ്ടു

malayalam malayalam english
nikhandu

•

p k shivadas

•

first edition
june 2018

•

typesetting & publishing
chintha publishers, thiruvananthapuram

•

cover
ambeesh

വിതരണം

ദേശാഭിമാനി ബുക്ക് ഹൗസ്

H O തിരുവനന്തപുരം-695 035
phone: 0471-2303026, 6063026
www.chinthapublishers.com
chinthapublishers@gmail.com

ബ്രാഞ്ചുകൾ

ഹെഡ്ഡാഫീസ് ബ്രാഞ്ച് കുന്നുകുഴി • സ്റ്റാച്യു തിരുവനന്തപുരം • കെ എസ് ആർ ടി സി ബസ് സ്റ്റേഷൻ ആലപ്പുഴ • കെ എസ് ആർ ടി സി ബസ് സ്റ്റേഷൻ എറണാകുളം • മച്ചിങ്ങൽ ലെയ്ൻ തൃശൂർ • ഐ ജി റോഡ് കോഴിക്കോട് • മാവൂർ റോഡ് കോഴിക്കോട് • എൻ ജി ഒ യൂണിയൻ ബിൽഡിങ് കണ്ണൂർ • സെൻട്രൽ ബസ് ടെർമിനൽ കോംപ്ലക്സ് താവക്കര കണ്ണൂർ

CO - 2187 / 3658
ISBN - 978-93-87842-48-9

മലയാളം-മലയാളം-ഇംഗ്ലീഷ്
നിഘണ്ടു

പി കെ ശിവദാസ്

ചിന്ത പബ്ലിഷേഴ്സ്
തിരുവനന്തപുരം-695 035

പി കെ ശിവദാസ്

ഒറ്റപ്പാലം താലൂക്കിലെ മടങ്ങർളി മനയ്ക്കൽ വിഷ്ണു നമ്പൂതിരിയുടെയും കോഴിക്കോട് സാമൂതിരി കോവിലകം തിരുവണ്ണൂർ ശാഖയിലെ ശ്രീദേവിത്തമ്പുരാട്ടിയുടെയും മകനായി 1960 മാർച്ച് 16 ന് കോഴിക്കോട്ട് ജനിച്ചു.

കോഴിക്കോട് സെയ്ന്റ് ജോസഫ്സ് ബോയ്സ് ഹൈസ്കൂൾ, തിരുവനന്തപുരം മാർ ഇവാനിയോസ് കോളേജ്, പട്ടാമ്പി ഗവ. സംസ്കൃത കോളേജ്, ഒറ്റപ്പാലം എൻ എസ് എസ് കോളേജ്, ബറോഡ എം എസ് യൂണിവേഴ്സിറ്റി എന്നിവിടങ്ങളിലായി ഔപചാരിക വിദ്യാഭ്യാസം. 25 വയസ്സുമുതൽ 15 വർഷത്തോളം *ഫ്രീപ്രസ് ജേർണൽ* (മുംബൈ), *ടൈംസ് ഓഫ് ഡെക്കാൻ* (ബാംഗ്ലൂർ), *ന്യൂസ് ടുഡെ* (ചെന്നൈ), *ഇന്ത്യൻ കമ്യൂണിക്കേറ്റർ* (കൊച്ചി), *ഇന്ത്യൻ എക്സ്പ്രസ്* (അഹമ്മദാബാദ്, ബറോഡ, ചണ്ഡിഗഢ്), ചിന്ത പബ്ലിഷേഴ്സ് (തിരുവനന്തപുരം), കേരളശാസ്ത്രസാഹിത്യപരിഷത്ത് (തിരുവനന്തപുരം), പുസ്തകപ്രസാധകസംഘം (മാങ്ങാനം) എന്നീ സ്ഥാപനങ്ങൾക്കുവേണ്ടി പത്രപ്രവർത്തകൻ, വിവർത്തകൻ, രേഖാ ചിത്രകാരൻ, എഴുത്തുകാരൻ എന്നീ നിലകളിൽ സേവനമനുഷ്ഠിച്ചു.

ആർതർ സി ക്ലർക്, ഐസക് എസിമോവ്, റിച്ചാർഡ് ബ്ലോഹ് തുടങ്ങിയ പ്രഗത്ഭരുടെ ശാസ്ത്രകഥകളുടെ വിവർത്തനം, ഇ എം എസ് നമ്പൂതിരിപ്പാടിന്റെ *ഇന്ത്യൻ സ്വാതന്ത്ര്യസമരചരിത്രം* (മൂന്നാം വാല്യം) ഇംഗ്ലീഷ് വിവർത്തനം, വൈശാഖന്റെ *ബൊമ്മിഡിപ്പുണ്ടിയിലെ പാലം* എന്ന ചെറുനോവലിന്റെ ഇംഗ്ലീഷ് വിവർത്തനം, ഡി ഡി കൊസാംബിയുടെ *Exasperating Essays,* റെനെ ദ്യൂബോ, ബാർബറാ വാർഡ് എന്നിവരുടെ *Only One Earth,* ഗോർഡൻ ചൈൽഡിന്റെ *What happened in History*, പൗലോ ഫ്രെയറിന്റെ *Pedagogy of the Oppressed,* റൊമില ഥാപ്പറുടെ *History of Ancient India*, ബിപൻ ചന്ദ്രയുടെ *India's Struggle for Independence* തുടങ്ങി എറിക് ഹോബ്സ്ബോമിന്റെ *How to Change the World*, രാമചന്ദ്ര ഗുഹയുടെ *India After Gandhi, Makers of Modern India* എന്നിവ വരെ നിരവധി മഹദ്ഗ്രന്ഥങ്ങളുടെ മലയാള വിവർത്തനം, ഡോ. എം പി പരമേശ്വരന്റെ *പ്രപഞ്ചരേഖ* എന്ന വിജ്ഞാനഗ്രന്ഥത്തിലെ ചിത്രീകരണം എന്നിവയൊക്കെ ഇദ്ദേഹത്തിന്റേതായിട്ടുണ്ട്. ഇതിനുപുറമെ ദൂരദർശൻ, സി ഡിറ്റ് എന്നിവയ്ക്കുവേണ്ടി വാർത്താചിത്രങ്ങൾക്ക് ഗവേഷണവും തിരക്കഥാരചനയും സംവിധാനവും നിർവഹിച്ചിട്ടുണ്ട്. ശ്രീ. ശിവദാസിന്റെ ഒരു പതിറ്റാണ്ട് നീണ്ട തപസ്യയുടെ ഫലമാണ് മലയാളത്തിലെതന്നെ ആദ്യത്തെ ഈ റിവേഴ്സ് ഡിക്ഷണറി.

സഹയാത്രിക	:	കെ രമടീച്ചർ
മക്കൾ	:	അനുരാധ, ജയദേവൻ (അപ്പു), ഐശ്വര്യ, അനശ്വര
വിലാസം	:	സ്രാമ്പിമഠം, മാമ്പ്ര പി ഒ, വെസ്റ്റ് കൊരട്ടി, തൃശൂർ - 680308
email	:	shivas60@gmail.com

ഉള്ളടക്കം

പ്രസാധകക്കുറിപ്പ് 7
മുഖവുര 9
അവതാരിക
ഭാഷാഗതിവിശേഷം 11
പണ്ഡിതരത്നം കെ പി നാരായണ പിഷാരോടി
സംക്ഷിപ്തസംജ്ഞകൾ 20
നിഘണ്ടു
സ്വരാക്ഷരങ്ങൾ 22
വ്യഞ്ജനാക്ഷരങ്ങൾ 254
പര്യായപദങ്ങൾ 672
വിപരീതപദങ്ങൾ 711
നാനാർഥപദങ്ങൾ 723

സമർപ്പണം

മാതൃഭാഷാ സ്നേഹികൾക്ക്

പ്രസാധകക്കുറിപ്പ്

ചിന്ത പബ്ലിഷേഴ്സ് മലയാളികളുടെ മുൻപിൽ ഒരു നിഘണ്ടു അവതരിപ്പിക്കുകയാണ്. മലയാളപദങ്ങൾക്ക് മലയാളം അർഥങ്ങളും അവയുടെ ഇംഗ്ലീഷ് അർഥങ്ങളുമാണ് ഈ നിഘണ്ടുവിൽ നല്കുന്നത്. ഇംഗ്ലീഷ് - ഇംഗ്ലീഷ് നിഘണ്ടുക്കളിലും ഇംഗ്ലീഷ്-മലയാളം നിഘണ്ടുക്കളിലും മലയാളത്തെ ഇംഗ്ലീഷിലേക്ക് ആവാഹിക്കുന്ന ഒരു ഭാഷാധിനിവേശപ്രക്രിയ നടക്കുന്നുണ്ട്. ഇതു നേർപദ നിഘണ്ടുവാണ്. ഈ ക്രമത്തെ നേരേമറിച്ചിട്ട് ഇംഗ്ലീഷിനെ മലയാളത്തിലേക്ക് ആവാഹിക്കുന്ന പ്രക്രിയയാണ് മലയാളം-മലയാളം-ഇംഗ്ലീഷ് നിഘണ്ടുവിൽ നടക്കുന്നത്. ഇത് ഒരു എതിർ പ്രക്രിയയാണ്. അതുകൊണ്ട് ഇതൊരു സാംസ്കാരികപ്രവർത്തനമെന്ന നിലയിൽ എതിർനിഘണ്ടു അഥവാ 'റിവേഴ്സ് ഡിക്ഷണറി' ആയിരിക്കുന്നു.

വിപുലമായ രണ്ടു ഭാഷകളാണ് ഇതിൽ കൈകാര്യം ചെയ്തിരിക്കുന്നത്. മലയാളത്തിൽ സാധാരണ പ്രയോഗിച്ചുവരുന്ന പദങ്ങൾക്ക് വേണ്ടത്ര പ്രാമുഖ്യം ഇതിൽ കൊടുത്തിട്ടുണ്ട്. അതേസമയം ശാസ്ത്ര സംജ്ഞകൾക്ക് സാമാന്യം വിശദമായ അർഥം തന്നെ കൊടുത്തിട്ടുമുണ്ട്. പത്രപ്രവർത്തകൻ, വിവർത്തകൻ, എഴുത്തുകാരൻ എന്നീ നിലകളിൽ മലയാളികൾക്ക് സുപരിചിതനായ ശ്രീ. പി കെ ശിവദാസ് ആണ് ഈ നിഘണ്ടു തയ്യാറാക്കിയിരിക്കുന്നത്. തെറ്റുകളും കുറവുകളും വരാതിരിക്കാൻ ഞങ്ങൾ പരമാവധി ശ്രമിച്ചിട്ടുണ്ട്. എങ്കിലും ക്രിയാത്മകമായ വിമർശനത്തിലൂടെ ലഭിക്കുന്ന നിർദേശങ്ങൾ ഉൾക്കൊണ്ട് വരുംപതിപ്പുകൾ കൂടുതൽ സ്വീകാര്യമാക്കും എന്ന് ഞങ്ങൾ ഉറപ്പു തരുന്നു.

ചിന്ത പബ്ലിഷേഴ്സ്

മുഖവുര

അനുഭവങ്ങളുടെ മൂർത്തചിത്രമാണ് ഭാഷ. ആഫ്രിക്കയിലെ പ്രാചീനഗുഹകളിൽ ഏതേതു ഗുഹ ഏതേതാവശ്യത്തിനാണ് ഉപയോഗിക്കുന്നത് എന്ന് വ്യക്തമാക്കുന്ന ചിത്രങ്ങളുണ്ടായിരുന്നു. ഇപ്രകാരം ഈ ഗുഹ സൂതികാഗൃഹം, ഈ ഗുഹ ആയുധപ്പുര, ഈ ഗുഹ മൈഥുനഗേഹം, ഈ ഗുഹ വേട്ടത്തലേന്നത്തെ കിടപ്പിന് എന്നൊക്കെ വ്യവച്ഛേദിക്കുന്ന നിരവധി ചിത്രങ്ങൾ ആദ്രിയൻ ബോഷിയർ എന്ന സായ്‌വ് കണ്ടെത്തിയതിന്റെ കഥയാണ് ലിയാൽ വാട്സൻ *മിന്നൽപ്പക്ഷി* (*Lightning Bird*)യിൽ പറയുന്നത്. ഈ ചിത്രരൂപങ്ങൾ ക്രമേണ മാറുന്നുണ്ട്. ഏതായാലും അനുഭവസംവേദനത്തിനും ആശയവിനിമയത്തിനും വാഹനമാകുന്നു ഭാഷ എന്നതിൽ തർക്കമില്ല.

അധിനിവേശത്തിന്റെ വിവിധഘട്ടങ്ങളിലായി ഇംഗ്ലീഷ് ഭാഷയ്ക്ക് പ്രാമാണ്യം സിദ്ധിച്ചത് ഒരു ചരിത്രയാഥാർഥ്യമാണ്. തനതുഭാഷകളെ ഹൃദയത്തോടു ചേർക്കുമ്പോഴും ഒപ്പം ഒരു ഇംഗ്ലീഷ് മിടിപ്പും കേൾക്കുമാറാകുന്നു. അധിനിവേശപ്രദേശത്തുനിന്ന് കൊള്ളയടിക്കപ്പെട്ട മലയാളത്തെ ഇംഗ്ലീഷിലേക്ക് ആവാഹിക്കുന്ന ഒരു ഭാഷാധിനിവേശപ്രക്രിയയും നടക്കുന്നുണ്ട്. ഈ നേർപദ നിഘണ്ടു ഒരു പ്രതിനിഘണ്ടു അഥവാ counter-dictionary ആകുന്നത് ഇതിലെ പ്രക്രിയ നേരെ മറിച്ച് ഇംഗ്ലീഷിനെ മലയാളത്തിലേക്ക് ആവാഹിക്കലാണ് എന്നതിനാലാണ്. ഇംഗ്ലീഷിൽനിന്ന് മലയാളത്തിലേക്കല്ല, മലയാളത്തിൽനിന്ന് ഇംഗ്ലീഷിലേക്കാണ് ഇവിടെ പാലം. അതുകൊണ്ടാണ്, ഒരു സാംസ്കാരികപ്രവർത്തനമെന്ന നിലയ്ക്ക് ഇത് ഒരു എതിർനിഘണ്ടുവാകുന്നത്.

ഇതിൽ ഇംഗ്ലീഷ് വാക്കുകളുടെ മലയാളം ഉച്ചാരണങ്ങൾ ചേർക്കുമ്പോൾ നിയമ (law)ങ്ങളേക്കാൾ ഉപയുക്തത (utility)യ്ക്കാണ് മുൻതൂക്കം കൊടുത്തത്. അന്താരാഷ്ട്ര ലിപ്യന്തരണചിഹ്നങ്ങൾ പല

പ്പോഴും കണ്ണിൽ കരടാണ്; നിഘണ്ടു ഉപയോഗിക്കുന്നവരുടെ വായനയ്ക്ക് ഇവ തടസ്സമാണ്, സൗകര്യമല്ല എന്ന് ടി ജെ എസ് ജോർജ് എന്ന പ്രശസ്ത പത്രപ്രവർത്തകൻ തന്റെ *ദ എൻക്വയർ* ഡിക്ഷണറിക്കെഴുതിയ മുഖക്കുറിപ്പിൽ പറഞ്ഞതാണ് ഞാനും പ്രമാണമാക്കിയിരിക്കുന്നത്.

ഈ നിഘണ്ടുനിർമാണത്തിനു വേണ്ട ഉപദേശനിർദേശങ്ങൾ നല്കുകയും പ്രൗഢമായ ഒരു അവതാരിക എഴുതിത്തന്ന് അനുഗ്രഹിക്കുകയും ചെയ്ത പണ്ഡിതരത്നം ശ്രീ. കെ പി നാരായണപിഷാരോടി, പ്രൊഫ. ആർ നരേന്ദ്രപ്രസാദ്, (രണ്ടുപേരും ഇപ്പോൾ ഇല്ല), ഡോ. എം സ്നേഹപ്രഭ, പ്രൊഫ. കെ ഗോവിന്ദൻകുട്ടി കർത്താ എന്നിവരോട് എനിക്കുള്ള ബഹുമാനം നിറഞ്ഞ കടപ്പാട് ഇവിടെ രേഖപ്പെടുത്തട്ടെ.

ഇതിൽ കുറവുകളുണ്ടാകാം. തെറ്റുകൾ വരാതിരിക്കാൻ പരമാവധി ശ്രദ്ധിച്ചിട്ടുണ്ട്. കുറവുകൾ പരിഹരിക്കാൻ ക്രിയാത്മകമായ വിമർശനങ്ങൾ ഇതിന്റെ ഉപയോഗക്കാരിൽനിന്ന് പ്രതീക്ഷിക്കുന്നു.

പി കെ ശിവദാസ്
പടിഞ്ഞാറെ കൊരട്ടി

ഭാഷാഗതിവിശേഷങ്ങൾ

പണ്ഡിതരത്നം

കെ പി നാരായണപിഷാരോടി

ഗദ്യപ്രബന്ധമായാലും പദ്യപ്രബന്ധമായാലും ശബ്ദങ്ങൾ ശരിയായി പ്രയോഗിക്കാൻ പദപദാർഥജ്ഞാനം അത്യാവശ്യമാണ്. അതിൽ പദജ്ഞാനം ബഹുഗ്രന്ഥ പരിചയം കൊണ്ട് സമ്പാദിക്കേണ്ടതാണ്. സാധുക്കളും അസാധുക്കളുമായ ശബ്ദങ്ങൾ ഇന്നിന്നവയാണെന്ന് തീർച്ചപ്പെടുത്തുന്നതിന് വ്യാകരണശാസ്ത്രം ഉപയോഗപ്പെടുന്നു. നിഘണ്ടുവിൽ നിന്നും നിരുക്തത്തിൽനിന്നും വേണം പദാർഥജ്ഞാനം നേടുവാൻ. നിഘണ്ടുക്കൾ പ്രായേണ പദങ്ങളുടെ ദൃഢാർഥത്തെയാണ് പ്രതിപാദിക്കുന്നത്. യോഗാർഥം കാണിക്കുന്ന ശാസ്ത്രം നിരുക്തമാണ്. പല പദങ്ങളുടേയും യോഗാർഥം ഈ പദം കേൾക്കുന്നതോടുകൂടി തന്നെ മനസിലുദിക്കും. വേറെ ചില പദങ്ങൾ യോഗാർഥപ്രകാശനത്തിൽ വ്യാകരണശാസ്ത്രത്തിന്റെ സഹായം ആവശ്യപ്പെടുന്നു. ഈ രണ്ടിനത്തിലും ഉൾപ്പെടാത്ത പദങ്ങളും ഒട്ടേറെയുണ്ട്. അവയുടെ അവയവാർഥം നിരുക്തകാരന്റെ ഉപദേശം കൂടാതെ മനസിലാക്കുവാൻ കഴിയുന്നില്ല. മലയാളപദത്തിന്ന് മല ആളുന്ന രാജ്യമെന്നോ മലയുടെയോ ആഴത്തിന്റെയും അതായത് സഹ്യപർവതത്തിന്റെയും സമുദ്രത്തിന്റെയും മധ്യത്തിലുള്ള ഭൂഭാഗമെന്നോ മലയത്തിന്റെ അളം - താഴെയുള്ള പ്രദേശം എന്നോ ആണ് അർഥമെന്ന് ഒരു നിരുക്തകാരൻ നിർവചിക്കാതെ എങ്ങനെ നാം മനസിലാക്കും? തൻമൊഴിയെന്നോ തെൻമൊഴിയെന്നോ തേൻമൊഴിയെന്നോ ഉള്ള ശബ്ദത്തിന്റെ തത്ഭവമാണ് തമിഴ് എന്ന പദമെന്ന് ഒരു സാധാരണക്കാരനു ധരിക്കാൻ സാധിക്കുമോ? ചേരൻ എന്ന രാജാവിന്റെ വംശത്തിൽ ജനിച്ചവർ എന്നാണ് ചേരലശബ്ദത്തിന്റെ അർഥം; ചേരലന്റെ രാജ്യമാണ് ചേരലം; ആ ശബ്ദമാണ് കാലാന്തരത്തിൽ കേരളമായിപ്പരിണമിച്ചത് എന്നും മറ്റും ഉപദേശം കൂടാതെ എല്ലാവർക്കും മനസിലാകുന്നതാണോ? ചിലപ്പോൾ യഥാശ്രുതമായ അവയവാർഥ

ത്തിനും ആഗമസിദ്ധമായ താദൃശാർഥത്തിനും യാതൊരു ബന്ധവുമില്ലാതെ വരുന്നതുപോലും ദുർല്ലഭമല്ല. ചെമ്പോത്ത് എന്ന ശബ്ദം നോക്കുക. ചുവന്ന പോത്ത് എന്നല്ലേ കേട്ടാൽ ഉടൻ തോന്നുന്ന അർഥം? ചെന്നിറം പൂണ്ട വത്ത് ചെംവത്ത് എന്നുണ്ടായിരുന്ന ശബ്ദം ക്രമേണ ചെമ്പത്ത്, ചെമ്പൊത്ത്, ചെമ്പോത്ത് എന്നായി മാറിയതായിരിക്കുമെന്ന് ആഗമജ്ഞനായ ആചാര്യൻ പറയുമ്പോഴല്ലേ നമുക്ക് തോന്നുന്നുള്ളൂ? അത്തരത്തിലുള്ള അർഥം കൂടി അറിഞ്ഞു പ്രയോഗിക്കുന്ന ശബ്ദം വ്യംഗ്യാർഥപ്രധാനമായ സാഹിത്യമാർഗത്തിലും മറ്റും എത്രമാത്രം ശോഭാവഹമാകുമെന്ന് പ്രത്യേകം പ്രസ്താവിക്കേണ്ടതുമില്ലല്ലോ.

ഭാഷാപ്രയോഗത്തിൽ പലരും പല തരക്കാരാണ്. ചിലർ ശബ്ദത്തിന്റെ നാനാവശങ്ങളും നല്ലപോലെ ആലോചിച്ചേ അത് പ്രയോഗിക്കൂ. വേറെ ചിലർ ശബ്ദപ്രയോഗാനന്തരം അതിനെക്കുറിച്ച് നിഷ്കൃഷ്ടമായി ചർച്ച ചെയ്തു പരിഷ്കരിക്കുന്നവരാണ്. തോന്നിയതു പറയുക അല്ലെങ്കിൽ എഴുതുക എന്നതല്ലാതെ മുമ്പും പിമ്പും തത്സംബന്ധമായി ഒന്നും ആലോചിക്കുവാൻ ശീലമില്ലാത്തവരാണ് പലരും. ശബ്ദശക്തി ശരിക്കറിഞ്ഞു പ്രയോഗിക്കുന്നവരും അതിനെ പുനർവിചാരണ ചെയ്യുന്നവരുമായ വിവേകികൾ തീരെ ഇല്ലായ്കയില്ല. പക്ഷേ, അവരുടെ സംഖ്യ മറ്റുള്ളവരുടെ അപേക്ഷിച്ച് ചുരുക്കമായിരിക്കുമെന്നു മാത്രം. എന്നാൽ ഓരോ ശബ്ദത്തിന്റെയും സർവശക്തികളും അറിഞ്ഞുപ്രയോഗിക്കുന്നരുടെ വാക്യരത്നങ്ങളാകട്ടെ അമൂല്യങ്ങളും ഭാസ്വരങ്ങളും ശാശ്വതങ്ങളും ആയിരിക്കയും ചെയ്യും. ശബ്ദപ്രയോഗത്തിലുള്ള ഈ വൈലക്ഷണ്യം കണ്ടറിഞ്ഞിട്ടാണ് വാമനൻ കവികളെ അരോചകികളെന്നും സതൃണാഭ്യവഹാരികളെന്നും രണ്ടുവകയായിത്തിരിച്ച് ആദ്യത്തെക്കൂട്ടരെ നേരെയാക്കാമെന്നും മറ്റുള്ളവർ എന്തുചെയ്താലും നേരെയാവില്ലെന്നും പറഞ്ഞിട്ടുള്ളത്.

ശബ്ദശുദ്ധിയും അർഥപുഷ്ടിയും സമ്പാദിക്കുവാൻ ഉപകരിക്കുന്ന ശാസ്ത്രങ്ങളാണ് വ്യാകരണമെന്നും നിരുക്തം എന്നു പറഞ്ഞുവല്ലോ. അതിൽ നിരുക്തം ഓരോ പദങ്ങളുടേയും അവയവാർഥവും അർഥാന്തരങ്ങളിലേക്കു മാറിവരുന്ന സമ്പ്രദായവും കാലാന്തരത്തിൽ അവയ്ക്കു വരുന്ന പരിണാമ വിശേഷങ്ങളും പ്രതിപാദിക്കുന്നു. വ്യാകരണത്തിന് പ്രമാണം പ്രയോഗവും നിരുക്തത്തിന് ആലംബം ആഗമവുമാണ്. അർവാചീനങ്ങളായ വ്യാകരണഗ്രന്ഥങ്ങളിൽ പ്രകൃതിപ്രത്യയാദികളുടെ ആഗമത്തിനും അപ്രധാനമല്ലാത്ത സ്ഥാനം കൽപ്പിച്ചുകൊടുത്തിട്ടുണ്ട്. ആഗമത്തെപ്പറ്റി ചിന്തിക്കാതെ വ്യാകരണം അപൂർണമാണെന്നത്രെ ഇപ്പോഴത്തെ വെപ്പ്.

ശബ്ദാർഥനിർവചനം ചെയ്യുവാൻ തുടങ്ങുന്ന ആൾക്ക് അവശ്യം അറിഞ്ഞിരിക്കേണ്ടതായിട്ട് പല സംഗതികളും ഉണ്ട്. അതിൽ ശബ്ദം എന്തു രൂപത്തിലാണ് ആവിർഭവിച്ചത് എന്ന്, ഇതിന് അർഥമെന്തായിരുന്നു, ഇത് പിന്നെ എന്തെല്ലാം രൂപത്തിൽ പരിണമിച്ചിട്ടുണ്ട് അക്കാലത്ത് അർഥത്തിന് എന്തെല്ലാം പരിണാമങ്ങൾ സംഭവിച്ചിട്ടുണ്ട്, ഇപ്പോൾ ഏതുനിലയിൽ ഇരിക്കുന്നു ഇത്യാദികളായ പല വിഷയങ്ങളും ഒരു ശബ്ദത്തിന്റെ

ആഗമം കണ്ടുപിടിക്കുവാൻ അവശ്യവിജ്ഞേയങ്ങളായിട്ടാണിരിക്കുന്നത്. ഭാഷോൽപ്പത്തി മുതൽ ഇന്നേവരെയുണ്ടായിട്ടുള്ള ഗദ്യമയങ്ങളും പദ്യമയങ്ങളുമായ എല്ലാ ഗ്രന്ഥങ്ങളും കണ്ടുകിട്ടുകയും അവയിൽ ഓരോന്നിന്റെയും കാലം പ്രമാണാന്തരങ്ങളാൽ നിർണീതമാക്കുകയും വേണം. ഭാഷയെന്നുണ്ടായി എന്ന് എങ്ങനെ തീർച്ചപ്പെടുത്തും? അതിനുശേഷം ആരെല്ലാം ഗ്രന്ഥമെഴുതിയിട്ടുണ്ടെന്ന് എങ്ങനെ മനസിലാക്കും? അവരുടെയെല്ലാം കാലം എങ്ങനെ നിർധാരണം ചെയ്യും? അതിനാൽ ഏതൊരു ശബ്ദത്തിനും സർവഥാ നിസ്സന്ദേഹമായ ആഗമം കണ്ടുപിടിക്കാൻ കഴികയില്ലെന്ന് തീർച്ചയാണ്. ഒരു ശബ്ദത്തിന്റെ ആഗമത്തെക്കുറിച്ച് പലരും പല പക്ഷക്കാരായി വന്നേക്കാവുന്നതുമാണ്. യുക്തികളുടെയും പ്രമാണങ്ങളുടെയും ബലാബലങ്ങളനുസരിച്ചാണ് ഓരോ അഭിപ്രായത്തിലും ദാർഢ്യവും ശൈഥില്യവും വന്നുകൂടുന്നത്.

ഈശ്വരന്റെ യഥാർഥസ്വരൂപം തേടിപ്പിടിക്കുവാൻ എത്ര മഹർഷിമാർ എത്ര സന്ന്യാസിമാർ എത്ര പ്രവാചകന്മാർ എത്ര ഭക്തന്മാർ പരിശ്രമിച്ചിട്ടുണ്ട്! എന്നാൽ ഏതെങ്കിലും ഒരു മതത്തിന് അദ്യാവധി ശാശ്വതമായ പ്രതിഷ്ഠ കിട്ടിയിട്ടുണ്ടോ? എല്ലാവരും ഓരോ അഭിപ്രായം രൂപവൽക്കരിച്ചിട്ടുണ്ട്. സർവതും സംയുക്തികങ്ങളുമാണ്. ആ അഭിപ്രായങ്ങൾ മുഴുവനും അനുസരിക്കുവാനും പ്രചരിപ്പിക്കുവാനും പരസ്സഹസ്രം ജനങ്ങൾ ഉണ്ടായിട്ടും ഉണ്ട്. നിർമത്സരന്മാരായ ചിന്തകന്മാർ അവയിലെല്ലാം ആദരമുള്ളവരുമാണ്. ഏതൊരഭിപ്രായരത്നവും അതു പരിശുദ്ധവും അഗാധവുമായ ഹൃദയത്തിന്റെ അടിത്തട്ടിൽ നിന്നു സമുൽഗമിച്ചിട്ടുള്ളതും വിചാരണശാണഘർഷണത്താൽ പ്രശോഭമാനമായിട്ടുള്ളതും ആണെങ്കിൽ, അമൂല്യവും ആദേയവുമാണെന്നതിന് സംശയമില്ല. ശബ്ദങ്ങളുടെ ആദിമരൂപവും പരിമാണവിശേഷവും കണ്ടുപിടിക്കാൻ ചെയ്യുന്ന യത്നവും ഈശ്വരാന്വേഷണം പോലെത്തന്നെ പര്യവസാനിക്കുന്നതാണ്. ഇന്നു പ്രയോഗത്തിലിരിക്കുന്ന അധികം ശബ്ദങ്ങളും ക്ലിപ്തമായ ഒരു ആദിയോടും അപരിമിതങ്ങളായ പരിണാമങ്ങളോടും കൂടിയവയാണെങ്കിലും ഇപ്പോൾ നടപ്പിലുള്ള ഒരു രൂപം മാത്രമേ നമുക്ക് പ്രത്യക്ഷമായിട്ടുള്ളൂ. ദുർല്ലഭം ചില ശബ്ദങ്ങൾക്കു മാത്രം രണ്ടോ മൂന്നോ തലമുറയ്ക്കു മുമ്പെയുള്ള രൂപവിശേഷങ്ങൾകൂടി പഴയ ഗ്രന്ഥങ്ങൾ മുഖേന കണ്ടെത്തുവാൻ കഴിഞ്ഞേക്കാം. പോകവേണ്ടും എന്ന രൂപത്തിൽ ആദിയിലുണ്ടായിരുന്ന ശബ്ദമായിരിക്കണം പിന്നീട് ക്രമേണ പോകവേണും, പോകവേണം, പോകേണം, പോകെണം, പോകണം എന്നിപ്രകാരം പല ദശാവിശേഷങ്ങളേയും അതിലംഘിച്ച് ഇപ്പോൾ 'പോണ'മെന്ന അവസ്ഥയിൽ എത്തിച്ചേർന്നിട്ടുള്ളത്. ഇവയിൽ മിക്കതും പ്രയോഗിച്ചുകണ്ടിട്ടുള്ളതുകൊണ്ടാണ് നമുക്ക് ഈ വിധമുള്ള പരിണാമക്രമം കണ്ടുപിടിപ്പാൻ സാധ്യമാകുന്നത്. ഇതെല്ലാം ഇങ്ങനെയാണെങ്കിൽത്തന്നെയും വേണ്ടും എന്നുള്ളത് ഏതൊരു ആദിമശബ്ദത്തിന്റെ പരിണത രൂപമാണെന്ന് അറിവാൻ യാതൊരു വഴിയും കാണുന്നില്ല. 'പോക' എന്നുതന്നെയോ അതോ 'പോവ' എന്നോ വേണ്ടും എന്നതിന്റെ ആദ്യത്തിൽ പ്രയോഗിച്ചിരുന്ന

തെന്നും അജ്ഞേയമായിത്തന്നെയിരിക്കുന്നു. പോണമെന്ന ഇപ്പോഴത്തെ സങ്കുചിതരൂപത്തിനു മേലാൽ എന്തെല്ലാം പരിണാമങ്ങളുണ്ടാകാൻ പോകുന്നുവെന്നും ഇപ്പോൾ തീർച്ചപ്പെടുത്താവുന്നതല്ല. ഒരുപക്ഷേ ഈ ശബ്ദം ഇതേനിലയിൽത്തന്നെ അനേകം നൂറ്റാണ്ടുകാലം നിലനിന്നുവെന്നുവരാം. അല്ലെങ്കിൽ പറയത്തക്ക പല പരിണാമങ്ങളും ഇതിനുവന്നു ചേർന്നേക്കാം. ഒന്നുംകൂടാതെ അടുത്തഘട്ടത്തിൽത്തന്നെ ഇതു ലുപ്തപ്രചാരമായെന്ന് വരാനും വിരോധമില്ല. ഇപ്പോഴത്തെ സ്ഥിതി പ്രത്യക്ഷമായി കണ്ടു നിർണയിക്കുവാനും ഏതാനും ചില പ്രാചീനരൂപങ്ങൾ പ്രത്യക്ഷം കൊണ്ടോ അനുമാനം കൊണ്ടോ മനസിലാക്കുവാനും സാധിച്ചേക്കാമെന്നല്ലാതെ ശബ്ദങ്ങളുടെ ആദ്യന്തങ്ങൾ അറിയുവാനും ആർക്കും സാധിക്കുകയില്ലെന്ന് ചുരുക്കം. മുത്തച്ഛന്റെ അച്ഛനെയും മുത്തശ്ശിയുടെ അമ്മയെയും അറിയാത്തവരാണ് മിക്കവരും. മുത്തച്ഛനെയും മുത്തശ്ശിയേയും തന്നെ അറിയാത്തവരാണ് ചിലർ. ദുർല്ലഭം ചിലരുടെ അച്ഛനമ്മമാർ മക്കൾക്കു ബുദ്ധിവെക്കുന്നതിനുമുമ്പുതന്നെ ചരമഗതിയടഞ്ഞിരിക്കും. അമ്മ അമ്മയാണെന്നോ അച്ഛൻ അച്ഛനാണെന്നോ തന്നെ മറ്റുള്ളവർ പറഞ്ഞിട്ടാണ് നാം മനസിലാക്കുന്നത്. സ്വന്തം അനുഭവം കൊണ്ടല്ല. ആ സ്ഥിതിക്ക് ശബ്ദങ്ങളെ സംബന്ധിച്ച പ്രസ്തുത നിലയെപ്പറ്റി വിചാരപ്പെടേണ്ടതില്ലല്ലോ.

"അവ്യക്താദീന ഭൂതാനി വ്യക്തമദ്ധ്യാനി ഭാരത!
അവ്യക്തനിധനാന്യേവ തത്രകാപരിദേവനാ"

എന്നാണ് ഭഗവദ്‌വചനം. നാമരൂപാത്മാക്കളായ ഈ ഭൂതങ്ങളെല്ലാം തന്നെ അവ്യക്താദികളാണ്. മധ്യഭാഗം മാത്രമേ വ്യക്തമായിട്ടുള്ളൂ. അവയുടെ അവസാനവും അവ്യക്തമാണ്. അതിലെന്താണ് ആവലാതിപ്പെടാനുള്ളത് എന്നാണല്ലോ അതിന്റെ താൽപ്പര്യം. അതു മാത്രമാണ് ഈ വിഷയത്തിൽ നമ്മെ ആശ്വസിപ്പിക്കുവാനുള്ളത്.

ഭാഷയിലെ നിരുക്തമാർഗത്തിൽ ചിലരെല്ലാം പരിശ്രമിച്ചിട്ടുണ്ട്. പക്ഷെ മലയാളം, തമിഴ്, കേരളം, ദ്രാവിഡം മുതലായ ചില ശബ്ദങ്ങളെ മാത്രമേ നിർവചിച്ചുകഴിഞ്ഞിട്ടുള്ളൂ. അതുതന്നെ പ്രസംഗവശാൽ വന്നുചേർന്നിട്ടുള്ളതുമാണ്. അതിൽത്തന്നെ ചിലതെല്ലാം യഥാശ്രുതത്തിൽ ബാലിശമായിത്തോന്നുന്നവയുമാകാം. എന്നിരുന്നാലും ശബ്ദങ്ങളുടെ ശരിയായ അർഥം നിർവചിക്കുവാനുള്ള ഉദ്യമം തീരെ പരിത്യാജ്യമായിട്ടുള്ളതല്ല. ശുദ്ധഭാഷാ ശബ്ദങ്ങൾ പലതും തേടിപ്പിടിച്ചു ക്രമപ്പെടുത്തി അവയുടെ അർഥവും ആഗമവും വിവരിക്കുന്ന ഒരു നിരുക്തഗ്രന്ഥം നിർമിക്കുന്നത് ഭാഷാസംരക്ഷണത്തിനു ചെയ്യേണ്ടുന്ന അവശ്യകർത്തവ്യങ്ങളിൽ ഒന്നാണ്.

ഒരു ശബ്ദം കേട്ടാൽ ഉടനെ അതിന്റെ യഥാശ്രുതമായിത്തോന്നുന്ന അവയവാർഥത്തിനും ആ ശബ്ദം കുറിക്കുന്ന വ്യക്തിക്കും തമ്മിൽ വല്ല ബന്ധവും പറഞ്ഞുണ്ടാക്കുവാൻ ചിലർക്കു വലിയ വാസനയാണ്. ആ വ്യക്തിയുടെ ധർമങ്ങൾക്കനുഗുണമായ ഒരു യോഗാർഥം കണ്ടുപിടിച്ചു

കഴിഞ്ഞാൽ അവർക്ക് എന്തെന്നില്ലാത്ത ഒരു ആഹ്ലാദവും ഉണ്ടാകുന്നു. കൊച്ചുസീതയിലെ 'വൃദ്ധക്കുലട ചാരിത്ര'മെന്ന പദത്തിന് അർഥമെന്തെന്നാലോചിക്കുകയും 'ചാരാത്രേ' (ചാരമത്രേ) എന്നതിൽനിന്നു നിക്ഷ്പന്നമായ ശബ്ദമാണതെന്നു തന്റെ വീക്ഷണകോണത്തിനനുഗുണമായി സങ്കൽപ്പിച്ചുറയ്ക്കുകയും യഥാവസരം അത് തന്റെ പ്രിയപൗത്രിയായ ചമ്പകവല്ലിക്ക് ഉപദേശിക്കുകയും ചെയ്യുന്നു.

"ചാരിത്രമോമനേ! കാമൻ ദഹിച്ചതിൻ
ചാരമെന്നത്രേ ഗണിപ്പൂ ഗണികന്മാർ"

എന്ന ദേവദാസീപദത്തിന്റെ അർഥം തന്നിൽ പിഴയ്ക്കുന്നതുകണ്ട് സങ്കടപ്പെടുന്നു. ചിലപ്പോൾ ഇങ്ങനെയുള്ള ശബ്ദാർഥനിർവചനത്തിനും അതിന്റെ ശരിയായ ആഗമനത്തിനും യാതൊരു ബന്ധവുമുണ്ടാവില്ലെന്ന് വരാം. എന്നാലും അതാതുകാലത്ത് ആ വക ശബ്ദങ്ങൾക്ക് എന്തായിരുന്നു അർഥമെന്നും ഏതു വിധത്തിലാണ് ജനങ്ങൾ അതിനെ വീക്ഷിച്ചിരുന്നതെന്നും മനസിലാക്കുവാൻ ഈ വിധം നിരുക്തം സഹായിക്കുമെന്നുള്ളത് നിസ്സന്ദേഹമായ സംഗതിയാണ്. ക്ഷേത്രങ്ങളിലെ പൂജകന്നു ശാന്തിക്കാരൻ എന്നുപറയാറുണ്ടല്ലോ. ഇതിലെ ശാന്തിയെന്ന പദം ഏറ്റവും ഉൽകൃഷ്ടമായ ഒരർഥവിശേഷത്തിലാണ് പണ്ട് പ്രയോഗിച്ചിരുന്നതെങ്കിലും കാലക്രമേണ ശാന്തിക്കാരനു വന്നു ചേർന്നിട്ടുള്ള നികൃഷ്ടതയെ

"ശാന്തിദ്വിജഃ പ്രകുരുതേ ബഹുദീപശാന്തിം
മദ്ധ്വാജ്യപായസഗുളൈർജ്ജം രാഗ്നിശാന്തിം
തത്രത്യബാലവനിതാമദനാഗ്നിശാന്തിം
കാലക്രമേണ പരമേശ്വരശക്തി ശാന്തിം"

എന്ന ശ്ലോകം വിളിച്ചു പറയുന്നുണ്ട്.

"വർണാഗമോ വർണവിപര്യയശ്ച
ദ്വൗചാപരൗ വർണവികാരനാശൗ
ധാതോസ്തദർത്ഥതിശയേന യോഗ
സ്തദുച്യതേ പഞ്ചവിധം നിരുക്തം"

എന്നാണ് സംസ്കൃതശബ്ദങ്ങളുടെ നിരുക്തത്തെ സംബന്ധിച്ചു പ്രാചീനാചാര്യന്മാർ പറഞ്ഞിട്ടുള്ളത്. വർണാഗമം, വർണവിപര്യയം, വർണവികാരം, വർണനാശം, ധാത്വാർഥതിശയയോഗം എന്നിങ്ങനെ നിരുക്തം അഞ്ചുവിധമാണ് എന്നത്രേ ഇതിന്റെ അർഥം. ഭാഷയിലേയും നിരുക്തസ്വഭാവം ഇങ്ങനെ അഞ്ചുവിധം തന്നെയാണ്. വർണാഗമമെന്നാൽ പുതിയ വർണം അതിഥിയായി വന്നു ചേരുകയാണ്. കായ് എന്ന യകാരാന്തശബ്ദത്തിൽ അ എന്ന വർണം ആഗമമായി വന്ന് കായ എന്നായിരിക്കുന്നു. നായ് നായയായതും ഇപ്രകാരം തന്നെയാണ്. വർണവിപര്യയമെന്നതിന് വർണങ്ങളുടെ പൂർവാപരഭാവത്തിന് മാറ്റം വരികയാണെ

ന്നർഥം. ചിറക്-ചികറ്, മലര്-മരല്, തുടര്-തുരട്, കുടൽമാല-കെരടുമാല, അലരി-അറളി, വാമട-മാവട ഇത്യാദികൾ അതിന് ഉദാഹരണങ്ങൾ. വർണവികാരമെന്നാൽ ഒരു വർണത്തിന്റെ സ്ഥാനത്ത് മറ്റൊരു വർണം വന്നുചേരുകയാകുന്നു. ഇതിനെയാണ് ആദേശമെന്നും പറഞ്ഞുവരുന്നത്. വർണനാശമെന്നത് വർണലോപമാണ്. ഇതുരണ്ടും മുമ്പറിഞ്ഞ വർണാഗമവിപര്യയങ്ങളേക്കാൾ വ്യാപ്തി കൂടുന്നവയാണ്. ഇവയുടെ വിവിധങ്ങളായ വിലാസവിശേഷങ്ങളാണ് നിരുക്തമാർഗത്തെ വിചിത്രമാക്കിയിട്ടുള്ളത്. പോകവേണ്ടും എന്ന ശബ്ദം ഈ ആദേശലോപങ്ങളുടെ മേൽക്കൂമേലെയുള്ള പ്രവർത്തനം നിമിത്തമാണ് പോണമെന്നായിത്തീർന്നതെന്നു നാം കണ്ടുവല്ലോ. ധാത്വർത്ഥാതിശയയോഗമെന്നാൽ ധാതുവിന്റെ അർഥം വിശേഷേണ അതാതു നാമങ്ങളാൽ നിർദേശിക്കപ്പെടുന്ന അർഥത്തിൽ യോജിച്ചിരിക്കയാണ്. കാണുന്നത് - കണ്ണ്, ശ്രവിക്കുന്നത് - ചെവി, ചെകിട്; മുകരുന്നത് -മുകറ്, മൂക്ക്, വിരിയുന്നത് - വിരല്, മിന്നുന്നത് - മീൻ, മിന്നൽ; വെളുത്തത് - വെള്ളി, വെള്ളം ഇത്യാദി ശബ്ദങ്ങളാണതിനുദാഹരണം.

ഇങ്ങനെയുള്ള നിരുക്തമാർഗത്തിൽക്കൂടിചെയ്യുന്ന ശബ്ദാഗമാന്വേഷണം ചിലപ്പോൾ വളരെ വിനോദാവഹവും ഭാഷാവിപരിണാമസംബന്ധികളായ ചില സിദ്ധാന്തങ്ങളെ ആവിഷ്കരിക്കുന്നതും ആകാറുണ്ട്. മന്ദഹാസം എന്നർഥമായ മറുവൽ എന്ന ശബ്ദത്തിന്റെ ആഗമത്തെപ്പറ്റി നമുക്ക് ഒരു ഗവേഷണം നടത്തിനോക്കുക. നാമെവിടെയെല്ലാം ചെന്നു ചേരുന്നുണ്ടെന്നും എന്തെല്ലാം തത്വങ്ങൾ നമ്മുടെ ആലോചനയ്ക്കു വിഷയങ്ങളാവുന്നുണ്ടെന്നും ശ്രദ്ധിച്ചു നോക്കുക.

'മറുവൽ' എന്ന ശബ്ദം ഏതു ശബ്ദത്തിൽ നിന്നു വന്നതായിരിക്കും? ഇതിനു മന്ദഹാസമാണെന്നർഥം പറഞ്ഞുവരുന്നത്. മറുവലിനും മന്ദഹാസത്തിനും തമ്മിൽ നേരിട്ട് വല്ല ബന്ധവുമുണ്ടോ? അതോ ആദ്യം വേറെ വല്ല അർഥത്തിലും പ്രയോഗിച്ചിരുന്ന ഈ ശബ്ദം ക്രമേണ മന്ദഹാസം എന്നർഥത്തിൽ വന്നു ചേർന്നതായിരിക്കുമോ? ഏതായാലും ആദ്യത്തിൽ ശബ്ദം മറുവൽ എന്നായിരിക്കയില്ല. തീർച്ചതന്നെ. പക്ഷെ, മന്ദഹാസം എങ്ങനെ ആച്ഛാദനമാകും? അല്ലെങ്കിൽ പിന്നെ പ്രാചീനഗ്രന്ഥങ്ങളിൽ മുറുവൽ എന്നും എഴുതിക്കണ്ടിട്ടുണ്ടല്ലോ. അതായിരിക്കുമോ ശബ്ദത്തിന്റെ ശരിയായ രൂപം? മുറുവൽ എന്നായാലും അതിന്റെ അർഥം മനസിലാകുന്നില്ല. ഇതിലെ വൽ എന്ന ശബ്ദം പല്ലിനെകുറിക്കുന്നതും കാലക്രമത്തിൽ ഉച്ചാരണം മാറിവന്നതുമായിരിക്കുമോ? പല്ലിനും മന്ദഹാസത്തിനും തമ്മിൽ അടുത്ത ബന്ധമുണ്ടല്ലോ? ഇങ്ങനെ ദീർഘദീർഘമായ ഒരു പരിചിന്തനം ചെയ്യുന്നപക്ഷം താഴെ പറയുന്ന വിധം ഒരു ശബ്ദപരിണാമപദ്ധതി തെളിഞ്ഞുവരാം. ആദികാലത്തു മിൻപിൻ എന്ന് രണ്ട് ശബ്ദങ്ങളുണ്ടായിരുന്നു. അതിൽ ആദ്യത്തേതിന് അഗ്രഭാഗമെന്നും പിന്നത്തേതിന് പൃഷ്ഠഭാഗമെന്നുമായിരുന്നു അർഥം. ഇന്നും അർഥത്തിനു മാറ്റമൊന്നും വന്നിട്ടില്ലെങ്കിലും ശബ്ദത്തിൽ കുറഞ്ഞൊരു മാറ്റം സംഭവിച്ചിട്ടുണ്ട്. മിനയാന്ന്

എന്ന പദത്തിലോ മറ്റോ മാത്രമേ ഇപ്പോൾ മിൻ എന്ന ആദിരൂപം കാണുന്നുള്ളൂ. ശേഷമെല്ലാം മുൻ എന്നായിട്ടാണ് മലയാളികൾ വളരെക്കാലം മുമ്പുമുതൽക്കുതന്നെ പ്രയോഗിക്ക പതിവ്. തമിഴർ ഇപ്പോഴും മിൻ എന്നു തന്നെ പ്രയോഗിക്കാറുണ്ട്.

സ്വരങ്ങൾക്കു തമ്മിൽത്തമ്മിൽ ഇങ്ങനെ വെച്ചുമാറ്റം വരുന്നതിന്റെ തത്വത്തെപ്പറ്റി ഈ അവസരത്തിൽ അൽപ്പമൊന്ന് വിവരിക്കുന്നത് അസ്ഥാനത്തിലാകയില്ല. ഏതു സ്വരത്തിനും ഉച്ചാരണത്തിൽ സംവൃതമായി ഒരു പരിണാമമുണ്ട്. സംവൃതത്തിനു പ്രത്യേകം ലിപിയില്ലാതിരുന്നതുകൊണ്ട് സകല സംവൃതസ്വരങ്ങൾക്കും തിരികെച്ചെന്നു വിവൃതം തന്നെയായിപ്പരിണമിക്കലുമുണ്ട്. ഈ സംഗതി ദൃഷ്ടാന്തം വഴി വെളിപ്പെടുത്താം. പലാശമെന്നൊരു ശബ്ദം അത് ഒരു ഉദാസീനഭാവത്തിൽ ഉച്ചരിക്കുമ്പോൾ പ്ലാശ് എന്നായിത്തീരുന്നു. പിന്നീടതു പ്ലാശ് എന്നായും പരിണമിക്കുന്നു. സംവൃതം ചേർന്ന പ്ലാശ് എന്ന ശബ്ദം പലാശ ശബ്ദത്തിന്റെ തത്ഭാവമാണെന്നറിയാത്ത ഒരു ലേഖകന് അത് എഴുതുമ്പോൾ ആകാരമോ തുകാരമോ ഇതിലെ സ്വരം, അതോ ഇതൊരു കൂട്ടക്ഷരം തന്നെയോ എന്ന് സംശയിക്കുകയും ഒടുവിൽ സ്വന്തം തോന്നലിനനുസരിച്ച് പിലാശെന്നോ പുലാശെന്നോ പ്ലാശെന്നുതന്നെയോ എഴുതുകയും ചെയ്യുന്നു. ഇവയിൽ ഒന്നും മൂന്നും ശബ്ദങ്ങൾ ഇപ്പോൾ നടപ്പിലുള്ളവയാണ്. പലാശത്തിലെ അകാരം ഇങ്ങനെ സംവൃതത്തിലൂടെയാണ് ഇകാരമായതും ലോപിച്ചുപോയതും. 'പോകിന്നു', 'വരിന്നു' എന്നും മറ്റും വർത്തമാനപ്രത്യയത്തിൽ പണ്ടുണ്ടായിരുന്ന ഇകാരം ഇപ്പോൾ ഉകാരമായിത്തീർന്നിട്ടുണ്ട്. അതും സംവൃതം വഴിക്കുതന്നെയാണ്. ഒരു സ്വരത്തിന്റെ സ്ഥാനത്ത് മറ്റൊരു സ്വരം ആദേശമായി വരുന്നതിൽ അധികവും ഇപ്രകാരമാണ്. സംവൃതം മിക്ക സ്വരത്തിന്റെയും പ്രകൃതിയാവും. സർവസ്വരങ്ങളും അശ്രദ്ധയോടുകൂടി പത്തുവട്ടം ഉച്ചരിക്കുമ്പോഴും അത് സംവൃതവുമാകും. പദാന്തത്തിൽപ്പോലും സംവൃതത്തിനു ചിഹ്നമൊന്നും കുറച്ചുകാലം മുമ്പുവരെ ഉപയോഗിച്ചിരുന്നിട്ടില്ലാത്ത സ്ഥിതിക്കു പദമധ്യത്തിലെ സംവൃതോച്ചാരണം മുഴുവനും ഏതെങ്കിലും ഒരു വിവൃതസ്വരമാക്കിയെഴുതി വന്നതിൽ അത്ഭുതപ്പെടാനുമില്ലല്ലോ. ഈ മട്ടിലുള്ള സ്വരവിപരിണാമനയപ്രകാരം മിൻ പിൻ ശബ്ദങ്ങൾ മുൻ പിൻ എന്നായി പര്യവസാനിച്ചു. ഇതിൽ പുൻ എന്നത് പുറം എന്നോ മറ്റോ ദുർല്ലഭമായേ ഇപ്പോഴും പ്രയോഗമുള്ളൂ. പിൻ എന്ന പ്രാചീന ശബ്ദം തന്നെയാണ് സാർവത്രികമായി പ്രയോഗിച്ചു വരുന്നത്.

പിൻ എന്നോ പുൻ എന്നോ ഉള്ള ശബ്ദങ്ങളിലെ 'ൻ' എന്ന നകാരം ഏതു വിധമാണ് പുറം, പുറകെ ഇത്യാദി ശബ്ദങ്ങളിൽ റകാരമായി ത്തീർന്നതെന്ന് ഇവിടെ ഒരു ചോദ്യം വരാവുന്നതാണ്. സംസ്കൃതത്തിലുള്ള അഞ്ചു വർഗങ്ങൾക്കു പുറമെ ദ്രാവിഡത്തിൽ (തമിഴു മലയാളത്തിൽ) റ, ന ചേർത്തു റവർഗം എന്നൊരു വർഗമുണ്ട്. അതിൽ റകാരം തനിയെ പ്രയോഗിക്ക പതിവില്ല. ങ കാരമെന്ന പോലെ ഇരട്ടിപ്പിച്ചോ

വേറെ വ്യഞ്ജനം ചേർത്തിട്ടോ മാത്രമേ റകാരം പ്രയോഗിക്കാറുള്ളൂ. റകാരവും നകാരവും ഇരട്ടിക്കുമ്പോൾ ററ എന്നാകുന്നതിനാൽ ന്റ എന്ന കൂട്ടക്ഷരത്തിലും റകാരലിപി തന്നെ മതിയെന്നു വെച്ചു. റകാരം ഒറ്റയ്ക്കു വാക്കിൽ പാടില്ലാത്തതുകൊണ്ട് അവിടെ നകാരമായി മാറി. പിൻ എന്ന തിലെ നകാരത്തിന് ആദ്യമായി ഖരാദേശം വന്ന് പിറ് എന്നായപ്പോൾ അതിന്റെ ഉച്ചാരണം പിറ് എന്നു മാറി. പിറ്റേന്നു മുതലായ ശബ്ദങ്ങളിൽ റകാരം തന്നെ ഉച്ചാരണത്തിൽ കേൾക്കുന്നുണ്ട്. ഇങ്ങനെ പല ദിക്കിലും നകാരം റകാരം വഴിക്ക് റകാരമായിക്കാണാവുന്നതാണ്.

പ്രകൃതമനുസരിക്കാം. മുൻ എന്ന പ്രസ്തുത ശബ്ദത്തിൽ പൽ എന്ന പദം ചേർത്തു സമാസിച്ചു. അപ്പോൾ മുൻ+പൽ എന്ന ശബ്ദങ്ങൾ ചേർത്തു സന്ധി ചെയ്യേണ്ടതായി വന്നു. നകാരത്തിനു പകാരം പരമായാൽ റകാരം ആദേശമായി വരുമെന്നു തമിഴ് വ്യാകരണങ്ങളിലും *ലീലാതിലക*ത്തിലും പറഞ്ഞിട്ടുണ്ട്. ആ സന്ധിനിയമം പ്രവർത്തിച്ചപ്പോൾ മുറ്പൽ എന്നായീ ശബ്ദം. തമിഴരെപ്പോലെതന്നെ ദ്രാവിഡഗോത്രത്തിലുൾപ്പെട്ട മലയാളികളും കൂട്ടക്ഷരങ്ങൾ ഇഷ്ടപ്പെടുന്നവരല്ല; മൃഗശീർഷത്തെ മകയിരവും ആർദ്രയെ ആതിരയും മറ്റും ആക്കിയിട്ടുള്ളവരാണിവർ. എന്നാൽ ചിലപ്പോൾ സംസ്കൃതഭ്രമം കേറിമറിഞ്ഞ് ഉത്തരയെ ഉത്രമാക്കുകയും പതിവുണ്ടെന്നുള്ള സംഗതി വിസ്മരിക്കുന്നില്ല. പ്രായേണ തമിഴു മലയാളങ്ങളിൽ കൂട്ടക്ഷരം പ്രയോഗിക്കേണ്ടതായി വന്നാൽ അതിലെ വ്യഞ്ജനങ്ങളെ വേർതിരിച്ച് നടുവിൽ ഒരു സ്വരം ചേർക്കുകയാണ് സമ്പ്രദായം. ശ്രീ ഹ്രീ ക്ലേശ പത്മാദി ശബ്ദങ്ങൾക്ക് സിരീ, ഹിരീ, കിളേശം, പദുമം എന്നവിധം വിശ്ലേഷവും സ്വരപ്രയോഗവും വരുമെന്നു പ്രാകൃതപ്രകാരത്തിൽ പറഞ്ഞിട്ടുള്ള നിയമം തന്നെയാണ് ആ വിഷയത്തിൽ ദ്രാവിഡർ പൊതുവായി ചെയ്തുവരാറുള്ളത്. മുർപൽ എന്നതിലും അതേ പ്രക്രിയ ചെയ്തു. ശബ്ദം മുറുപൽ എന്നായിത്തീർന്നു.

ഇനി പകരം വകാരമാവുകയല്ലേ വേണ്ടൂ? അതിനു പ്രയാസമില്ല. ഇരുപത് ഇരുവതും അറുപത് അറുവതും ആവുംപോലെ മറുപൽ മുറുവലായിക്കൊള്ളും. ആ മുറുവലിനെ മുറുവലാക്കിത്തീർത്തതാകട്ടെ, എഴുത്തുകാരോ അച്ചടിക്കാരോ ആയിരിക്കും.

മന്ദഹസിച്ചു സംസാരിച്ചു എന്നോ മറ്റോ പറയേണ്ടുന്ന അവസരങ്ങളിൽ മുൻപല്ല് കാണിച്ചു സംസാരിച്ചുവെന്നു പറഞ്ഞാലും വിവക്ഷിതാർഥം കിട്ടുന്നതുകൊണ്ട് അർഥത്തിനും യോജിപ്പില്ലായ്കയില്ല.

മുൻപൽ എന്ന ശബ്ദം ഇങ്ങനെ പല ദശാവിശേഷങ്ങളും അനുഭവിച്ച് ഇപ്പോൾ മറുവൽ എന്ന രൂപത്തിലെത്തിച്ചേർന്നിരിക്കുന്നുവെന്ന് ഇത്രയും പറഞ്ഞതിൽനിന്നു കിട്ടുമല്ലോ. ഈ വിധം നിലവിട്ടു കാടുകയറിയിട്ടു പല ശബ്ദങ്ങളും വന്നുചേർന്നിട്ടുണ്ടായിരിക്കും. അതെല്ലാം കണ്ടുപിടിക്കാൻ വളരെ പ്രയാസവുമായിരിക്കും.

ഭാഷാപദങ്ങളുടെയും അവയുടെ അർഥങ്ങളുടെയും ആഗമമാർഗം

കണ്ടുപിടിക്കാൻ കേവലം മലയാളഭാഷയുടെ ജ്ഞാനവും നിശിതമായ ഒരു ബുദ്ധിയും ഉണ്ടായാലും പോരാ, ഏതെല്ലാം ഭാഷകളിൽനിന്ന് മലയാളത്തിലേക്കു പദങ്ങൾ സ്വീകരിച്ചിട്ടുണ്ടോ ആ ഭാഷകളുടെയെല്ലാം സവിശേഷമായ ജ്ഞാനവും അതിന് അത്യാവശ്യമാണ്. ഭാഷയിലാണെങ്കിൽ സ്വന്തം സ്വത്ത് കുറച്ചു മാത്രമേ ഉള്ളൂ. അധികം പദങ്ങളും അന്യ ഭാഷകളിൽ നിന്നും വന്നുചേർന്നിട്ടുള്ളവയാണ്. തമിഴ്, തെലുങ്ക്, കർണാടകം, തുളു, കുടക് മുതലായ ദ്രാവിഡ ഗോത്രങ്ങളിലുൾപ്പെട്ട എല്ലാ ഭാഷകൾക്കും അന്യോന്യ ഭാഷപോഷകത്വം കാണാവുന്നതാണ്. സംസ്കൃതത്തിൽ നിന്നും പ്രാകൃതങ്ങളിൽ നിന്നും അനേകം പദങ്ങൾ നമ്മുടെ ഭാഷയിൽ കടന്നുകൂടിയിട്ടുണ്ട്. അറബി ഭാഷയിൽ നിന്നു സിദ്ധിച്ചിട്ടുള്ള പദങ്ങളും ഒട്ടുവളരെയുണ്ട്. പോർച്ചുഗീസുകാരുടെയും ഡച്ചുകാരുടെയും ഭാഷകളോട് കൈരളിക്ക് ഏറെ കടപ്പാടുണ്ട്. അടുത്ത കാലത്ത് ഇംഗ്ലീഷിൽനിന്നും ഭാഷയ്ക്ക് കിട്ടിക്കൊണ്ടിരിക്കുന്ന പദങ്ങളുടെ സംഖ്യയും ചെറുതൊന്നുമല്ല. ഏതാനും കൊല്ലങ്ങളായിട്ട് ഹിന്ദിയും പല പദങ്ങളും ഭാഷയ്ക്കു സംഭാവന ചെയ്യുവാൻ തുടങ്ങിയിട്ടുണ്ട്.

ഇപ്പറഞ്ഞ ഭാഷകളിൽനിന്നെല്ലാം തത്ഭവപ്രക്രിയചെയ്തും തത്സമരീതിയിലും ഭാഷയ്ക്കു ലഭിച്ചിട്ടുള്ള പദങ്ങളുടെയെല്ലാം ആഗമസ്വഭാവവും അർഥ വിപരിണാമവും വിവരിക്കുന്ന ഒരു നിരുക്തഗ്രന്ഥം നിർമിക്കാൻ ഇപ്പോൾ പുതുതായി ശ്രമിക്കുന്നവർ ഗുണ്ടർട്ട്, കാൽഡ്വൽ മുതലായ ഭാഷാ ഗവേഷകന്മാരിൽനിന്നും കാര്യമായ നവീകരണങ്ങൾ ചെയ്യുന്ന കാര്യത്തിൽ സവിശേഷം ശ്രദ്ധിക്കേണ്ടതുണ്ടെന്നു ഓർമപ്പെടുത്താൻ വേണ്ടിയാണ് ഭാഷാപരിണാമപ്രക്രിയയെപ്പറ്റി ഇവിടെ ഇത്രയും പ്രസ്താവിച്ചത്. ഇതിലെ ശ്രീ പി കെ ശിവദാസിന്റെ നവീകരണ പ്രക്രിയ വേണ്ടുംവിധം പുരോഗമിച്ചിട്ടുണ്ടെന്നു കാണുന്നതിൽ വളരെ സന്തോഷവുമുണ്ട്. നിരന്തരമായ പഠന-മനനങ്ങളിലൂടെ മാത്രം സാധ്യമാകുന്ന ഈ നിഘണ്ടുനിർമാണം അവധാനതയോടെ ഏറ്റെടുത്തു പൂർത്തിയാക്കിയ ശിവദാസ് കൈരളിയെ സ്നേഹിക്കുന്ന ഏവരുടെയും അഭിനന്ദനങ്ങൾ അർഹിക്കുന്നു.

സജീവവും വിപുലവുമായ രണ്ടു ഭാഷകളാണ് ഒരേ സമയം കൈകാര്യം ചെയ്യുന്നത്. അതിനാൽ എത്ര പരിഷ്കരിച്ചാലും പൂർണമാകാത്ത ഒരു യജ്ഞവുമാണ് ഇത്. മലയാളത്തിൽ സാധാരണ പ്രയോഗിച്ചു വരുന്ന പദങ്ങൾക്ക് വേണ്ടത്ര പ്രാമുഖ്യം കൊടുത്തുകാണുന്ന ഈ നിഘണ്ടുവിൽ ശാസ്ത്രസംജ്ഞകൾക്ക് സാമാന്യം വിശദമായിത്തന്നെ അർഥം കൊടുത്തിരിക്കുന്നു.

ഗവേഷണം മുറയ്ക്കു പുരോഗമിക്കട്ടെ.

സഹൃദയ വിധേയൻ

തൃശൂർ

കെ പി നാരായണപിഷാരോടി

സംക്ഷിപ്തസംജ്ഞകൾ

സംക്ഷിപ്തസംജ്ഞ	പൂർണരൂപം
വി.	വിശേഷണം
ക്രി. വി.	ക്രിയാവിശേഷണം
നാ.	നാമം
ക്രി.	ക്രിയ
അ. ക്രി.	അകർമകക്രിയ
സ. ക്രി.	സകർമകക്രിയ

സ്വരാക്ഷരങ്ങൾ

അ

അ - അക്ഷരമാലയിലെ ആദ്യസ്വരം. the first vowel in the alphabet.

അ(നാ) - നിഷേധാർഥം കുറിക്കുന്ന ഉപസർഗം. prefix to nouns and adjectives to get negative meaning.

അ ഉപ -(നിഷേധാർഥത്തിൽ) ഉദാ: അധർമ്മം. denoting negation.

അ(നാ) - ശിവൻ,വിഷ്ണു, ബ്രഹ്മാവ്, പാർവ്വതി, ആഭരണം, അങ്കണം, യുദ്ധം, ആമ, കാല്, ഞാൺ, അന്തഃപുരം, ഹേതു, ഗൗരവം. Siva, Vishnu, Brahma, Parvati, ornament, courtyard, battle, tortoise, leg, string of the bow, zenana, reason, seriousness.

അ ചു - ദൂരത്തുള്ളതിനെ ചൂണ്ടിക്കാണിക്കാൻ ഉപയോഗിക്കുന്ന സർവ്വനാമം. ഉദാ: അവൻ, അക്കാര്യം, അക്കരെ. an adjective to denote distant objects just like that,those.

അംശം(നാ) - ഭാഗം, പങ്ക്, ഭിന്നസംഖ്യയിലെ ഛേദം. part, portion, numerator.

അംശബന്ധം(നാ) - രണ്ടുസംഖ്യകൾ തമ്മിലുള്ള ബന്ധം, അ. ratio, relation between two amounts.

അംശാവതാരം(നാ) - അപൂർണാവതാരം. partial incarnation.

അംശകൻ(നാ)- ബന്ധു. relative.

അംശഭുക്ക്(നാ)- പങ്കാളി. partner.

അംശു(നാ)- രശ്മി, കിരണം, പ്രകാശം, നൂൽ, നേരിയ ഇഴ, സൂര്യൻ. ray, light, thread, strand, sun.

അംശുകം(നാ) - നേരിയ മിനുസമുള്ള വസ്ത്രം, ഇല. fine cloth, leaf.

അംശുമാൻ(നാ) - ഒരു പർവതം, സൂര്യൻ, ചന്ദ്രൻ, സൂര്യവംശത്തിലെ ഒരു രാജാവ്. a mountain, sun, moon, a king belonging to the Sun dynasty.

അംശുമാലി(നാ) - സൂര്യൻ. sun.

അംശുഹസ്തൻ(നാ) - സൂര്യൻ. sun.

അംസം(നാ)- തോൾ, ഭാഗം, പങ്ക്, യുദ്ധം. shoulder, share, war, one of the two corners of a sacrificial altar.

അംഹസ്സ്(നാ)- പാപം, ദുഷ്കൃതം, കഷ്ടത, ദുഃഖം. sin, distress.

അംഹ്രി, അംഘ്രി(നാ) - പാദം, വൃക്ഷാദികളുടെ വേര്. foot, root of plants.

അഋണി(നാ) -കടമില്ലാത്തവൻ. debt free.

അകം(നാ) - വീട്, അന്തഃപുരം, അമ്പലം, സ്ഥലം, ജലം ഇല്ലായ്മ, സുഖമില്ലായ്മ,

വേദന, ദുഃഖം, ഭാഗ്യക്കേട്. house, zenana, temple, place, lack of water, pain, sorrow, misfortune.

അകം(നാ) - പാപം. sin.

അകം(നാ)- ഉൾവശം, മനസ്സ്, ഉള്ള്, ഹൃദയം. inner region, mind, interior, heart.

അകകുലം(നാ)- ശംഖൊലി. sound of a conch.

അകക്കടൽ(നാ) - ഉൾക്കടൽ. bay, firth.

അകക്കണ്ണ്(നാ)- ജ്ഞാനദൃഷ്ടി, ഉൾക്കണ്ണ്. knowledge, inner eye.

അകക്കരൾ(നാ)- ഹൃദയാന്തർഭാഗം, ഉള്ളിന്റെ ഉള്ള്. innermost part of the heart, heart of hearts.

അകക്കാമ്പ്(നാ)-മനസ്സിന്റെ ഉള്ള്, ഹൃദയം, ഭൂമിയുടെ ഉള്ള്. inner mind, heart, core.

അകച്ചുറ്റ്(നാ) - അകത്തുള്ള ചുറ്റുമതിൽ, ക്ഷേത്രത്തിനകത്തെ ചുറ്റുമതിൽ. inner wall, wall surrounding the inner portion of a temple.

അകട്(നാ) - അകിട്. udder, the baglike organ between the hind legs of a cow, she-goat, etc., which produces milk.

അകക്കുരുന്ന്(നാ) - ഹൃദയം, മനസ്സ്. heart, mind.

അകക്കോട്ട(നാ) - അകത്തെ കോട്ട, ദുർഗം. inner fort.

അകങ്കാല്(നാ) - പാദത്തിന്റെ കീഴ്ഭാഗം, ഉള്ളങ്കാല്. sole of the foot.

അകക്കൈ(നാ) - ഉള്ളംകൈ. palm.

അകങ്കോയിൽ(നാ) - അന്തഃപുരം. zenana.

അകച (വി) - കഷണ്ടിയായ, രോമമില്ലാത്ത. having no hair, bald.

അകണ്ടക (വി) - ഉപദ്രവമില്ലാത്ത, മുള്ളില്ലാത്ത, തടസ്സമില്ലാത്ത, ശത്രുവില്ലാത്ത. harmless, thornless, unhindered, free from enemies.

അകതളിർ(നാ) - മനസ്സ്. mind.

അകതാർ(നാ) - മനസ്സ്. mind.

അകത്തമ്മ(നാ)-നമ്പൂതിരി സ്ത്രീ, അന്തർജ്ജനം. Namboothiri woman.

അകത്തളം(നാ) - ഉള്ളിലുള്ള സ്ഥലം. inner verandah of a house.

അകത്ത്(ക്രി.വി)-നിശ്ചിതസമയത്തിനുള്ളിൽ, ഉള്ളിൽ, മനസ്സിൽ. within a fixed time, inside, in the mind.

അകത്തി(നാ) - ഒരിനം വൃക്ഷം. the tree Sesbania Grandiflora.

അകത്തുക (സ.ക്രി) - ദൂരത്താക്കുക, ഇല്ലാതാക്കുക. to banish, to eradicate.

അകത്തോൻ(നാ) - വീട്ടുവേലക്കാരൻ. domestic servant.

അകത്തോൾ(നാ) - ഭാര്യ, അകത്തമ്മ, അന്തർജ്ജനം. wife, woman of the Nampoothiri caste.

അകഥനം(നാ) - പറയാതിരിക്കൽ. not saying.

അകഥനീയ (വി) - പറയരുതാത്ത. unmentionable.

അകനാനൂറ്(നാ) - നാനൂറ് പാട്ടുകൾ അടങ്ങിയ ഒരു പ്രാചീന തമിഴ് കാവ്യം. an ancient Tamil poem containing four hundred songs.

അകനാഴിക(നാ)- ശ്രീകോവിൽ. sanctum sanctorum.

അകനിന്ദ(നാ) - ധിക്കാരം, പരിഹാസം, പുച്ഛം, ഉള്ളിലുള്ള വെറുപ്പ്. arrogance, sarcasm, contempt, hatred of the mind.

അകന്ന(നാ. വി) - അകലത്തായ, വേർപെട്ട. distant, separated.

അകന്യ(നാ) - കന്യകയല്ലാത്തവൾ. woman who is not virgin, non-virgin.

അകപ്പക(നാ) - ഉള്ളിലുള്ള വിരോധം. animosity, feeling of revenge.

അകപ്പാട്(നാ)- അപകടം, കുടുങ്ങൽ, അകപ്പെടൽ. danger, state of being entrapped, involvement.

അകപ്പെടുക(അ.ക്രി)- ഉൾപ്പെടുക, കുരുക്കിൽ വീഴുക, അകത്ത് കടക്കുക, കിട്ടുക. to be included, to be entrapped, to get into, to obtain.

അകപ്പൊരുൾ(നാ)- ദൈവം, ആത്മാവ്, ആന്തരാർത്ഥം, വീട്ടിനകത്തെ സമ്പത്ത്. god, soul, inner meaning, assets of household.

അകബളിത(നാ.വി) - വിഴുങ്ങപ്പെടാത്ത. not swallowed, not devoured.

അകമന (നാ.വി)- ആഗ്രഹിക്കാൻ തോന്നാത്ത, സൗന്ദര്യമില്ലാത്ത. not something worth craving for, not beautiful.

അകമ്പടി(നാ)- കാവൽ സേവ, അംഗരക്ഷ, സേവകവൃത്തിക്ക് ലഭിക്കുന്ന ശമ്പളം. service as bodyguard, allowance paid for service.

അകമ്പുറം(നാ)- അകവും പുറവും, വകതിരിവ്. inside and outside, discrimination.

അകര (വി)- കൈയില്ലാത്ത, നികുതിയില്ലാത്ത. handless, taxless.

അകരം(നാ)- അഗ്രഹാരം, നഗരം. street with Brahmin houses, town.

അകല (വി)- കലകളിൽ നൈപുണ്യമില്ലാത്ത, അംശമല്ലാത്ത, മുഴുവനായ. unskilled in arts, without parts, whole.

അകലം(നാ) - വിസ്താരം, വ്യത്യാസം, വീതി, ദൂരം. surface measure or area, difference, width, distance.

അകലങ്ക (വി) - പാവനമായ, കളങ്കമില്ലാത്ത. sacred, immaculate.

അകലിത (വി)- തിട്ടപ്പെടുത്താത്ത, അറിയപ്പെടാത്ത. not known, not reckoned.

അകലുക (അ.ക്രി) - നീങ്ങുക, വിട്ടുമാറുക, ദൂരെയാവുക. to move, to leave, to get away.

അകലുഷ(വി)- പാപമില്ലാത്ത, കുലുഷാമില്ലാത്ത. sinless, not turbid.

അകലേബരൻ(നാ) - കാമദേവൻ. Cupid.

അകല്ക (വി)- അശുദ്ധിയില്ലാത്ത, പാപമില്ലാത്ത. pure, sinless.

അകൽച(നാ) - അകന്നിരിക്കുന്ന അവസ്ഥ, വേർപാട്, ദൂരം, വിരോധം. separation, departure, distance, enmity.

അകല്യ (വി)- സുഖമില്ലാത്ത, ആരോഗ്യമില്ലാത്ത, ശുഭമല്ലാത്ത, തയ്യാറല്ലാത്ത. not well, sick, inauspicious, unready.

അകവ (വി)- വർണ്ണിക്കാനാകാത്ത, അനിന്ദ്യമായ. indescribable, not contemptible.

അകവച (വി) - കവചം ധരിക്കാത്ത. unshielded.

അകവശം(നാ) - അന്തർഭാഗം, ഉൾഭാഗം. inside, inner portion.

അകവി (വി) - ബുദ്ധിയില്ലാത്ത, ജ്ഞാനമില്ലാത്ത. unintelligent, not learned.

അകവില(നാ) - കൂടിയ വില, നിരക്കുവില. highest price, maximum price, market price.

അകർത്തൃക(നാ.വി) - കർത്താവില്ലാത്ത. without a creator or author.

അകർമ്മം(നാ) - പ്രവൃത്തി ചെയ്യാത്ത അവസ്ഥ, അലസത, അകൃത്യം, പാപം. inaction, indolence, laziness, improper action, sin.

അകർമ്മണ്യ(നാ.വി) - ചെയ്തുകൂടാത്ത, താല്പര്യമില്ലാത്ത ജോലിക്കുകൊള്ളരുതാത്ത. improper, not interested, inefficient, unfit for a job,which should not be done. relaxing.

അകലം(നാ.വി) - ദൂരം, വ്യത്യാസം. distance, space between two points. difference.

അകലിത(നാ.വി) - തിട്ടപ്പെടുത്താത്ത, അറിയപ്പെടാത്ത. not reckoned, not assessed, not known.

അകലുക(അ.ക്രി) - ദൂരത്താകുക, വേർപെടുക. move away, get away, get alienated, depart, quit.

അകലുഷ(നാ.വി) - കലുഷമല്ലാത്ത, പാപമില്ലാത്ത. not turbid, unobscured, lucid, pure.

അകല്പ(നാ.വി) - തുല്യതയില്ലാത്ത, പ്രതിരോധിക്കാനാകാത്ത, ദുർബലമായ.

unequal, that cannot be resisted, incomparable, weak.

അകല്പിത(നാ.വി) - സങ്കൽപ്പിക്കപ്പെട്ടതല്ലാത്ത, അകൃത്രിമമായ, നിശ്ചയിക്കപ്പെട്ടതല്ലാത്ത. not intended, not artificial, not decreed.

അകല്മഷ(നാ.വി) - പാപമില്ലാത്ത, ദുഷ്ടതയില്ലാത്ത. sinless, not wicked, stainless.

അകവലിവ്(നാ) - ഉള്ളൊഴുക്ക്. inflow, undercurrent.

അകവി(നാ.വി) - കവിത്വമില്ലാത്ത, ജ്ഞാനമില്ലാത്ത. unpoetic, having no knowledge, unwise, unintelligent.

അകവേളി(നാ) - അവനവന്റെ സമുദായത്തിനു വെളിയിൽനിന്നും വിവാഹം ചെയ്യുന്നത് വിലക്കുന്ന ആചാരം. endogamy, custom of forbidding marriage from outside one's community.

അകരണ (വി) - അഖണ്ഡമായ, അവയവമില്ലാത്ത, അകൃത്രിമമായ. entire, maimed. natural.

അകരണൻ(നാ)- പരമാത്മാവ്. supreme being.

അകരണി(നാ) - നൈരാശ്യം, തോൽവി. disappointment, failure.

അകരുണം (ക്രി.വി) - കരുണയില്ലാത്ത. merciless.

അകർണ്ണം(നാ) - പാമ്പ്, ചെവിയില്ലാത്തത്. serpent, that which has no ear.

അകർത്താവ്(നാ) - കർത്താവല്ലാത്തവൻ, പ്രവർത്തിക്കാത്തവൻ. one who is not a creator or author, one who doesn't act.

അകർത്തൃക (വി) - സ്രഷ്ടാവില്ലാത്ത, കർത്താവില്ലാത്ത. having no creator or author.

അകർമ്മം(നാ)- പാപം, അലസത. sin, laziness.

അകർമ്മണ്യ (വി) - ചെയ്തുകൂടാത്ത, ജോലിയിൽ താൽപ്പര്യമില്ലാത്ത. improper to be done, indifferent in duties.

അകർമ്മാവ്(നാ)- ഒന്നും ചെയ്യാത്തവൻ, തൊഴിലില്ലാത്തവൻ. an idle person, one with no work.

അകശേരു(വി) - നട്ടെല്ലില്ലാത്ത. invertebrate.

അകറ്റുക(സ.ക്രി) - ദൂരെയാക്കുക, വേർപെടുത്തുക. drive away, remove, alienate.

അകാ(നാ) - ഗൃഹത്തിന്റെ ഉൾഭാഗം. inner part of a house, inner apartment.

അകസാമാനം(നാ) - വീട്ടുസാമാനം. household material.

അകസ്മാൽ (ക്രി.വി) - പെട്ടെന്ന്, യാദൃച്ഛികമായി, കാരണം കൂടാതെ. suddenly, unexpectedly, without cause.

അകളങ്കൻ(നാ)- കളങ്കമില്ലാത്തവൻ. unstained person.

അകളങ്കിത(നാ.വി) - കളങ്കപ്പെടാത്ത. unadulterated, unstained, pure.

അകളങ്കിത (വി) - പരിശുദ്ധമായ. pure.

അകഴ്(നാ) - കിടങ്ങ്, മതിൽ. trench, wall.

അകഴുക (സ.ക്രി) - ഉദ്ധരിക്കുക, കുഴിക്കുക. erect, to excavate.

അകറ്റുക (സ.ക്രി) - നശിപ്പിക്കുക, വേർപ്പെടുത്തുക. eradicate, to remove.

അകാണ്ഡ(നാ.വി)- തടിയില്ലാത്ത, അസമയത്തുള്ള. having no stem, untimely.

അകാതര(നാ.വി)- ഭയമില്ലാത്ത. fearless.

അകാന്ത (വി) - കാന്തനില്ലാത്ത, ഭംഗിയില്ലാത്ത. having no husband, clumsy, ugly.

അകാമ(നാ.വി)- മനഃപൂർവ്വമല്ലാത്ത, ആഗ്രഹമില്ലാത്ത. unintentional, having no desire.

അകാമദ (വി) - ഇഷ്ടമുള്ളതു കൊടുക്കാത്ത. not giving what one yearns for.

അകാമ്യ (വി) - ആഗ്രഹിക്കത്തക്കതല്ലാത്ത. undesirable, not covetable.

അകായൻ(നാ)-ശരീരമില്ലാത്തവൻ. one who has no body.

അകാരണ(നാ.വി)- കാരണമില്ലാത്ത. without reason.

അകാരാദി(നാ) - നിഘണ്ടു. dictionary.

അകാരി(നാ)- പ്രവൃത്തിരഹിതൻ, പരമാത്മാവ്. one who is inactive, supreme soul.

അകാരുണ്യം(നാ) - ദയയില്ലായ്മ. mercilessness.

അകാര്യം(നാ)- ദുഷ്ടകർമ്മം, പാപം. evil action, sin.

അകാല (വി) - വെളുത്ത, കാലം തെറ്റിയ, ശരിയായ കാലത്തിനു മുമ്പുള്ള. white, untimely, premature.

അകാലം(നാ)- അനവസരം, അസമയം, അശുഭകാലം. improper time, late in the night, inauspicious.

അകാലിക (വി) - അസമയത്തുള്ള. untimely.

അകാലജനനം(നാ) - സമയം തെറ്റിയുണ്ടാകുന്ന ജനനം. premature birth.

അകാലമൃത്യു(നാ)- സമയം തെറ്റിയ മരണം. untimely death.

അകാലി(നാ) -ഗുരുനാനാക്കിന്റെ അനുയായികളുടെ വർഗം, വർഗത്തിലെ ഒരംഗം. a sect among Sikhs, a member of it.

അകാല്യ(നാ.വി)- മംഗളമല്ലാത്ത, അനവസരത്തിലുള്ള. inauspicious, not opportune.

അകിഞ്ചന(നാ.വി)- തീരെ ദരിദ്രമായ, ഒന്നും ഇല്ലാത്ത. utterly poor, having nothing.

അകിഞ്ചനത(നാ) - ദാരിദ്ര്യം, സർവ്വസ്വപരിത്യാഗം. poverty, voluntary poverty among Jains.

അകിട്(നാ)- കന്നുകാലികളുടെ മുലത്തടം. udder.

അകിൽ(നാ) - അഗരു, ചന്ദനം പോലെ സുഗന്ധമുള്ള ഒരതരം വൃക്ഷം. a kind of sandalwood, Indian cedar tree.

അകിഷ്ട(നാ.വി)- ക്ലേശരഹിതമായ, ശ്രമരഹിതമായ. not difficult, effortless.

അകിഴ്(നാ) - കയ്യാല, ചിറ, കിടങ്ങ്. earth wall, dam, trench.

അകീർത്തി(നാ)- ദുഷ്കീർത്തി. infamy.

അകീർത്തിത(വി) - അറിയപ്പെടാത്ത, സ്തുതിക്കപ്പെടാത്ത. unknown, not praised.

അകീലിത (വി) - ബന്ധിക്കപ്പെടാത്ത. unbound.

അകുടില (വി) - വളവില്ലാത്ത, വളഞ്ഞുഗമിക്കാത്ത, ചതിയില്ലാത്ത, കള്ളമില്ലാത്ത. straight, that which goes straight, not deceiving, truthful.

അകുടുംബ (വി) - കുടുംബമില്ലാത്ത. not having a family.

അകുണ്ഠ (വി) - തളരാത്ത, മൂർച്ചയുള്ള, ദുഃഖമില്ലാത്ത, തടവില്ലാത്ത, വളയാത്ത. vigorous, sharp-edged, griefless, unobstructed, not bending.

അകുതുകം(നാ) - ഉത്സാഹമില്ലായ്മ, സന്തോഷമില്ലായ്മ, താല്പര്യമില്ലായ്മ. lack of enthusiasm, unhappiness, disinterestedness.

അകുതൂഹലം(നാ) - ശ്രദ്ധയില്ലായ്മ, താല്പര്യമുണ്ടാക്കാത്ത വസ്തു, ആഗ്രഹമില്ലായ്മ. inattention, that which is uninteresting, disinteresting.

അകുതോഭയൻ(നാ)- യാതൊന്നും ഭയപ്പെടാത്തവൻ. fearless person.

അകുത്സനം(നാ) - നിന്ദിക്കാതിരിക്കൽ, ശകാരിക്കാതിരിക്കൽ. absence of scorn, absence of abuse.

അകുത്സിത (വി) - നിന്ദിക്കപ്പെടാത്ത, ദുഷ്ടതയില്ലാത്ത, കുത്സിതമല്ലാത്ത. not condemned, not having cruelty, not contemptible.

അകുപിത (വി) - കോപിക്കാത്ത. wrathless.

അകുബ്ജ (വി) - വളവില്ലാത്ത, കൂനില്ലാത്ത. straight, having no hump.

അകുല (വി) - നീചമായ, കുലമഹിമ യില്ലാത്ത, താണനിലയിലുള്ള. heinous, not belonging to a noble family, of low position.

അകുലൻ(നാ) - ശിവൻ. Siva.

അകുശല(നാ.വി)- ശുഭമല്ലാത്ത, മിടു ക്കില്ലാത്ത, സന്തോഷമില്ലാത്ത. inauspicious, unskillful, unhappy.

അകുശലം(നാ) - ക്ഷേമമില്ലായ്മ, സാമർത്ഥ്യമില്ലായ്മ, സദ്ഗുണമില്ലായ്മ. unhappiness, unskillfulness, lacking virtues.

അകുശലി(നാ) - ഭാഗ്യമില്ലാത്തവൻ, അസന്തുഷ്ടൻ. unfortunate person, unhappy person.

അകുഹക (വി) - സത്യസന്ധനായ, വഞ്ചനയില്ലാത്ത. truthful, non-deceiving.

അകുഹകം(നാ) - സത്യസന്ധത, ചതി യില്ലായ്മ. truthfulness, quality of not deceiving.

അകൂട (വി) - വ്യാജനിർമ്മിതമല്ലാത്ത, ഉറപ്പില്ലാത്ത, കാപട്യമില്ലാത്ത. not counterfeit, unsteady, not fraudulent.

അകൂപാരം(നാ)- ആമ, സമുദ്രം, കല്ല്. tortoise, sea, stone.

അകൂപാരൻ(നാ) - സൂര്യൻ. sun.

അകൂർച്ച (വി) - ചതിയില്ലാത്ത. not deceitful.

അകൃത(നാ.വി)-ചെയ്ത് പൂർത്തിയാ ക്കാത്ത, തെറ്റിച്ചു ചെയ്ത. incomplete, wrongly done.

അകൃതാ(നാ)- വളർത്തുപുത്രി. foster daughter.

അകൃതി (വി) - പ്രവൃത്തിയിൽ സാമർ ത്ഥ്യമില്ലാത്തവൻ, കൃതാർത്ഥനല്ലാത്തവൻ, വിദ്വാനല്ലാത്തവൻ, ഭാഗ്യഹീനൻ. unskillful, one whose object is unaccomplished, not learned, unfortunate, unlucky.

അകൃതേനസ്സ് (വി) - പാപം ഇല്ലാത്ത. having done no sins.

അകൃതോദ്വാഹ (വി) - വിവാഹം കഴി ക്കാത്ത. unmarried.

അകൃത്ത (വി) - കുറയ്ക്കപ്പെടാത്ത, മുറിക്കപ്പെടാത്ത. unimpaired, uncut.

അകൃത്യം(നാ)- ചീത്ത പ്രവൃത്തി, പാപം. improper act, sin.

അകൃത്യകാരി(നാ) - പാപി, കുറ്റക്കാ രൻ. sinner, offender.

അകൃത്രിമ (വി) - സ്വാഭാവികമായ, സഹജമായ. not artificial, genuine.

അകൃത്രിമം(നാ)- സ്വാഭാവികം. naturalness.

അകൃത്സന (വി) - മുഴുവനല്ലാത്ത. incomplete.

അകൃപണ (വി) - ദാരിദ്ര്യമില്ലാത്ത, നീച ത്വമില്ലാത്ത, പിശുക്കില്ലാത്ത. not having poverty, having no atrocity, not miserly.

അകൃപാലു (വി) - കൃപയില്ലാത്ത. unkind.

അകൃശ (വി) - മെലിഞ്ഞതല്ലാത്ത, തടി ച്ച, ക്ഷീണിച്ചതല്ലാത്ത, വലിയ, കടുത്ത. not lean, bulky, not tired, big, large, hard, strong.

അകൃഷ്ട (വി) - കൃഷിചെയ്യപ്പെടാത്ത, കിളയ്ക്കാത്ത, ആകർഷിക്കപ്പെടാത്ത. uncultivated, untilled, unattracted.

അകൃഷ്ണ(നാ.വി)- വെളുത്തത്, ശുദ്ധിയായത്, കറുപ്പല്ലാത്തത്. white, pure, not black.

അകൃഷ്യ (വി) - കൃഷിക്കുപറ്റാത്ത. uncultivable.

അകേതന (വി) - കൊടിയില്ലാത്ത, വീടി ല്ലാത്ത. having no flag, homeless.

അകേതു (വി) - ആകൃതിയില്ലാത്ത, കൊടിയടയാളം ഇല്ലാത്ത. shapeless, without ensign.

അകേരളീയ(നാ) - കേരളീയമല്ലാത്തത്. alien to Kerala.

അകേശ(നാ.വി)- തലമുടിയില്ലാത്ത. having no hair.

അകേശിക (വി) - തലമുടി അധികം ഇല്ലാത്ത. not having much hair.

അകേശിനി (നാ) - തലമുടിയില്ലാത്ത വൾ, അഴകില്ലാത്തവൾ. woman who

has no hairgrowth, woman who is not beautiful.
അകൈതവം (ക്രി.വി)- കാപട്യമില്ലാതെ. sincerely.
അകൈതവം(നാ) - സത്യം, ചതിയില്ലായ്മ, വ്യാജമില്ലായ്മ. truth, non-deception, guilelessness.
അകൈശികം(നാ) - രോമം അധികം ഇല്ലായ്മ. lack of thick hair growth.
അകൈശോരം(നാ) - പതിനഞ്ചു വയസ്സിനു മേലുള്ള പ്രായം. adolescence.
അകൈശ്യം(നാ) - കേശസമൂഹമില്ലായ്മ. lack of thick hair growth.
അകൊലുമ(നാ) - ആഡംബരമില്ലായ്മ, അധികമില്ലായ്മ. lack of luxury, scarcity.
അകോടം(നാ) - കവുങ്ങ്. arecanut palm.
അകോപൻ(നാ) - ദശരഥമഹാരാജാവിന്റെ ഒരു മന്ത്രി. a minster at king Dasaratha's court.
അകോപന (വി) - കോപിക്കാത്ത. not getting angry.
അകോമള (വി) - ഭംഗിയില്ലാത്ത, മാധുര്യമില്ലാത്ത, മൃദുവല്ലാത്ത. not beautiful, not sweet, not soft.
അകോവിദ (വി) - ഭംഗിയില്ലാത്ത, മിടുക്കില്ലാത്ത, പാണ്ഡിത്യമില്ലാത്ത. not beautiful, not clever, not scholarly.
അകൗട (വി) - സ്വഗൃഹത്തിൽ വസിക്കാത്ത, സ്വാതന്ത്ര്യമില്ലാത്ത, ചതിയില്ലാത്ത, മര്യാദയുള്ള. not staying in one's own house, not free, not fraudulent, polite.
അകൗടിക (വി) - മാംസം വില്ക്കാത്ത, പക്ഷികളെ പിടിക്കാത്ത. not selling flesh, not catching birds.
അകൗടില്യം(നാ) - ചതിയില്ലായ്മ, ദുഷ്ടതയില്ലായ്മ, വളവില്ലായ്മ. guilelessness, state of not being wicked, straightforwardness.
അകൗടുംബം(നാ) - ബന്ധുത്വമില്ലായ്മ, കുടുംബമില്ലായ്മ. not having relatives, not having a family.
അകൗതുകം(നാ) - ആഗ്രഹമില്ലായ്മ, സന്തോഷമില്ലായ്മ. not having desire, unhappiness.
അകൗമുദി(നാ) - നിലാവില്ലായ്മ. lack of moonlight.
അകൗല (വി) - കുലത്തെ സംബന്ധിക്കാത്ത, നല്ല കുലത്തിൽ ജനിക്കാത്ത, പാരമ്പര്യത്തിൽ വളർന്നിട്ടില്ലാത്ത. not related to family, not born in a noble family, not come up in a family tradition.
അകൗലീന (വി) - കുലീനതയില്ലാത്ത. not born in noble family.
അകൗല്യ (വി) - നല്ല കുലത്തിൽ പിറക്കാത്ത. not born in noble family.
അകൗശലം(നാ) - സാമർത്ഥ്യമില്ലായ്മ, ഭാഗ്യമില്ലായ്മ, ക്ഷേമമില്ലായ്മ. inefficiency, ill-luck, lack of well-being.
അക്കം(നാ)- സംഖ്യ, സംഖ്യാചിഹ്നം. a numerical figure, a digit.
അക്കച്ചി(നാ.വി) - അലക്കുകാരി, ജ്യേഷ്ഠ സഹോദരി. washerwoman, elder sister.
അക്കടി(നാ) - വിഷമത, ആപത്ത്, അലച്ചിൽ. difficulty, danger, worry.
അക്കൻ(നാ) - ജ്യേഷ്ഠത്തി, മൂത്ത ചേച്ചി. elder sister, wife of elder brother.
അക്കനം(നാ) - അക്ഷരം, ലോകം, ബഹുമാനം, പ്രകൃതി, പരബ്രഹ്മം. letter, world, respect, nature, the supreme being.
അക്കര(നാ)- മറുകര. opposite shore.
അക്കരം(നാ) - വായിലുണ്ടാകുന്ന ഒരു രോഗം, അക്ഷരം, എഴുത്ത്. aphtha, letter, writing.
അക്കല്ദാമ(നാ) - രക്തനിലം, യൂദാ പശ്ചാത്തപിച്ച് ആത്മഹത്യചെയ്ത സ്ഥലം. field of blood, the place where Judas committed suicide, Aceldama.
അക്കൽ(നാ)- മനസ്സ്, ജ്ഞാനം, ബുദ്ധി. mind, knowledge, intelligent.

അക്കശാല(നാ) - കമ്മട്ടം. mint.
അക്കൾ(നാ) - പെൺകുട്ടി, കക്ഷം. girl, armpit.
അക്കാൾ(നാ) - ജ്യേഷ്ഠത്തി, അക്ക. elder sister.
അക്കാദമി(നാ) - കലകളുടെയും ശാസ്ത്രങ്ങളുടെയും അഭിവൃദ്ധിക്കായി പ്രവർത്തിക്കുന്ന പണ്ഡിതസംഘം. academy.
അക്കാനി(നാ)- പനങ്കള്ള്, മധുരക്കള്ള്. palmyra toddy, sweet toddy.
അക്കാരണത്താൽ - so, therefore.
അക്കി(നാ) - ഒരു തരം കരപ്പൻ, കൊടുവേലി, ചുമന്ന ആമ്പൽ. a disease of the children, leadwort, plumbago rosea.
അക്കിടി(നാ) - വിഷമത, ആപത്ത്. difficulty, danger.
അക്കിത്തിരി(നാ) - അഗ്നിഹോത്രി. Namboothiri who has performed the five ritual Agnistoma.
അക്കിത്രാണം(നാ)-ഭക്ഷണത്തോടുള്ള ആർത്തി. excessive desire for food.
അക്കിരം(നാ) - ഊട്ട്, നിവേദ്യം, അഗ്രം. feeding, offering, end point.
അക്കുളം(നാ)- കക്ഷം, ഇക്കിളി. armpit, tickling.
അക്കുറി(നാ) - അത്തവണ. on that occasion.
അക്തം(നാ) - എണ്ണ, കുഴമ്പ്. oil, medicated ointment for massaging.
അക്രതം(നാ) - കവചം. armour.
അക്രമം(നാ) - ക്രമക്കേട്, നീതിയില്ലാത്തത്, അതിക്രമം. irregularity, disorder, injustice, violence.
അക്രമരാഹിത്യം(നാ) - അക്രമം കൂടാതെയുള്ളത്. non-violence.
അക്രമ(നാ.വി) - ക്രമമില്ലാത്ത, വ്യവസ്ഥയില്ലാത്ത. irregular, not orderly, haphazard.
അക്രമി(നാ)- ക്രമം വിട്ട് പ്രവർത്തിക്കുന്നവൻ, അക്രമം ചെയ്യുന്നവൻ. transgressor, criminal.
അക്രമിക (വി) - തുടർച്ചയല്ലാത്ത, മുറയ്ക്കുള്ളതല്ലാത്ത. not in a regular order.
അക്രമിക്കുക (സ.ക്രി) - മുറകേടുകാണിക്കുക, ക്രമമില്ലാതെ ചെയ്യുക. to transgress, to misbehave.
അക്രം(നാ) - കോട്ട. fort.
അക്രതു (വി) - സങ്കല്പരഹിതമായ, ബുദ്ധിയില്ലാത്ത, യാഗം ചെയ്യാത്ത. unimaginative, unintelligent, not doing holy sacrifices.
അക്രതു(നാ) - പരമാത്മാവ്. supreme soul.
അക്രഥനം(നാ) - കൊല്ലാതിരിക്കൽ. not killing.
അക്രന്ദനം(നാ) - കരയാതിരിക്കൽ. state of not crying.
അക്രന്ദിത (വി) - കരയാത്ത. not weeping.
അക്രാന്ത (വി) - ആക്രമിക്കപ്പെടാത്ത, അതിശയിക്കപ്പെടാത്ത, കീഴടക്കപ്പെടാത്ത, വ്യാപ്തമല്ലാത്ത. unattacked, unsurpassed, unconquered, not spread.
അക്രാന്ത(നാ) - ചെറുവഴുതിന. egg plant.
അക്രാസനം(നാ) - മൃദുത്വമില്ലായ്മ. not having softness.
അക്രിയ (വി) - ജോലിചെയ്യാത്ത. inactive.
അക്രിയ(നാ)- പ്രവൃത്തിയില്ലായ്മ, ഉത്സാഹമില്ലായ്മ. inactivity, inattentive to duties.
അക്രിയൻ(നാ) - ഉത്സാഹമില്ലാത്തവൻ, സകലക്രിയകളെയും ഉപേക്ഷിച്ചവൻ. inattentive person, one who rejects all duties.
അക്രിയാകാരൻ(നാ) - വേലചെയ്യാത്തവൻ, മടിയൻ. lazy man.
അക്രീത (വി) - വിലയ്ക്കു വാങ്ങപ്പെടാത്ത. not bought.
അക്രീതദാസൻ(നാ) - ക്രയം ചെയ്യപ്പെടാത്ത, സ്വയം സമർപ്പിച്ച ദാസൻ. per-

son who offers his services, voluntary servant.
അക്രുദ്ധ (വി) - കോപിക്കാത്ത. wrathless.
അക്രുധ(നാ)-കോപമില്ലായ്മ. wrathlessness.
അക്രൂര(നാ)- ക്രൂരതയില്ലാത്ത, ദയ നിറഞ്ഞ. not cruel, merciful.
അക്രൂരൻ(നാ) - ശ്രീകൃഷ്ണഭക്തനായ ഒരു യാദവൻ, ക്രൂരനല്ലാത്തവൻ. a devotee Yadava, paternal uncle of Krishna, one who is not cruel.
അക്രേതവ്യം(നാ) - വാങ്ങാൻ യോഗ്യമല്ലാത്തത്. not fit to buy.
അക്രോധം(നാ) - കോപമില്ലായ്മ. wrathlessness.
അക്ലമം(നാ) - തളർച്ചയില്ലായ്മ. absence of fatigue.
അക്ലാന്ത (വി) - ക്ഷീണിക്കാത്ത. not exhausted.
അക്ലാന്തി(നാ) - തളർച്ചയില്ലായ്മ. absence of exhaustion.
അക്ലിക(നാ) - നീലഅമരി. indigo plant.
അക്ലിന്ന (വി) - നനവുതട്ടിയിട്ടില്ലാത്ത. not moist.
അക്ലിഷ്ട (വി) - ദോഷം ഭവിക്കാത്ത, തളർച്ചയില്ലാത്ത, ക്ലേശിക്കാത്ത. harmless, not heavy, effortless.
അക്ലീബ (വി) - നീചത്വമില്ലാത്ത, ബലക്കുറവില്ലാത്ത, നപുംസകമല്ലാത്ത. not malevolent, strong, not a eunuch.
അക്ലേദം(നാ) - നനവില്ലായ്മ. lack of moisture.
അക്ലേദ്യ (വി) - നനയ്ക്കാനാവാത്ത. not irrigable.
അക്ലേശം (ക്രി.വി) - ക്ലേശമില്ലാത്ത. effortlessly.
അക്ലേശം(നാ) - വേദനയില്ലായ്മ, ക്ലേശമില്ലായ്മ. painlessness, lack of strain.
അക്വാഥനം(നാ) - കൊലചെയ്യാതിരിക്കൽ. unslaughtering.
അക്വേറിയം(നാ) - ജലജീവികളെ പ്രദർശിപ്പിക്കുന്ന മന്ദിരം. aquarium.
അക്ഷം(നാ)- അച്ചുതണ്ട്, വണ്ടി, അക്ഷരേഖ, രുദ്രാക്ഷം, കണ്ണ്, ജപമാലയിലെ മുത്ത്. axis, cart, latitude, seed of eleocarpus ganitrus, eye, rosary bead.
അക്ഷകർണ്ണം(നാ) - സമകോണത്രികോണത്തിൽ സമകോണത്തിന് എതിരെയുള്ള വശം. hypotenuse.
അക്ഷകീലം(നാ) - അച്ചുതണ്ട്, അച്ചുതണ്ടിന്റെ ആണി. linchpin, axle.
അക്ഷകം(നാ) - തേരുമരം. dalbergia.
അക്ഷകുമാരൻ(നാ) - രാവണന്റെ ഇളയ മകൻ. youngest son of Ravana.
അക്ഷകൂടം(നാ) - കണ്ണിലെ കൃഷ്ണമണി. the pupil of the eye.
അക്ഷകൈതവം(നാ) - കള്ളച്ചൂത്. deceitful, gambling.
അക്ഷക്രിയ(നാ)- ചൂതുകളി. gambling.
അക്ഷക്രീഡ(നാ) - ചൂതുകളി. gambling, dice playing.
അക്ഷഗമ്യ(നാ)- ഇന്ദ്രിയഗോചരമായ. perceptible by senses.
അക്ഷഗ്ലഹം(നാ) - ചൂതുകളി. gambling.
അക്ഷഗ്ലഹൻ(നാ) - ചൂതുകളിക്കുന്നവൻ. gambler.
അക്ഷചക്രം(നാ) - വണ്ടിച്ചക്രം. wheel of a cart.
അക്ഷജം(നാ)- പ്രത്യക്ഷജ്ഞാനം, വജ്രം, ഇടിവെട്ട്. direct knowledge, diamond, thunder.
അക്ഷജൻ(നാ)- വിഷ്ണു. Vishnu.
അക്ഷജ്ഞ (വി) - ചൂതുകളി അറിയാവുന്ന. one who knows gambling.
അക്ഷണം (ക്രി.വി)-ഉടനെ. immediately.
അക്ഷണം(നാ)- അനവസരം. improper time.
അക്ഷണിക (വി) - സ്ഥിരതയുള്ള, ദീർഘകാലം നിലനില്ക്കുന്ന. consistent, long-lasting.

അക്ഷത(നാ.വി)- പരിക്കുപറ്റാത്ത, കേടില്ലാത്ത, വിഭജിക്കാത്ത. uninjured, undamaged, undivided.

അക്ഷത(നാ)- കന്യക. virgin.

അക്ഷതം(നാ) - അരി, ബാർലി, മലര്, നപുംസകം, കേടില്ലായ്മ, നന്മ, സുഖം. rice, barley, fried paddy, eunuch, virtue, happiness.

അക്ഷതൻ(നാ) - പരിക്കു പറ്റാത്തവൻ, നപുംസകം, ശിവൻ. one who is not injured, eunuch, Siva.

അക്ഷതികം(നാ)- നൂൽപ്പഞ്ഞി. cotton.

അക്ഷത്ര(നാ)- ശിരസ്സ്, വണ്ടിയുടെ ചക്രം. head, wheel.

അക്ഷത്രം(നാ) - വണ്ടിച്ചക്രം, ചക്രവാകം. wheel of a cart, ruddy goose.

അക്ഷദണ്ഡം(നാ)- അച്ചുതണ്ട്. axis.

അക്ഷദർശകൻ(നാ) - ന്യായാധിപൻ. judge.

അക്ഷദേവനം(നാ) - ചൂതുകളി. gambling.

അക്ഷദേവി(നാ) - ചൂതുകളിക്കാരൻ. gambling.

അക്ഷദ്യൂതം(നാ) - ചൂതുകളി. gambling.

അക്ഷധരം(നാ) - പരുവമരം, വണ്ടിച്ചക്രം, വിഷ്ണുവിന്റെ ചക്രം, ചൂതുപലക. trophis aspera, wheel of a cart, the discuss held by Vishnu, dice board.

അക്ഷധരൻ(നാ) - വിഷ്ണു, ചൂതാട്ടക്കാരൻ. Vishnu, gambler.

അക്ഷധൂർത്തം (നാ) - പരുവമരം. trophis aspera.

അക്ഷധൂർത്തൻ (നാ) - ചൂതാട്ടക്കാരൻ, കള്ളച്ചൂതാളി. gambler, who cheats in gambling.

അക്ഷൻ(നാ)- ഗരുഡൻ, ജന്മനാ അന്ധതയുള്ളവൻ, രാവണപുത്രൻ അക്ഷകുമാരൻ. Garuda, a person born blind, Ravana's son Akshakumaran.

അക്ഷന്തവ്യ (വി) - ക്ഷമിക്കത്തക്കതല്ലാത്ത. unforgivable, unpardonable.

അക്ഷന്തവ്യം(നാ)- ക്ഷമിക്കാനാകാത്തത്. which is unpardonable.

അക്ഷപടലം(നാ) - നീതിന്യായക്കോടതി, വരവുചെലവുകണക്കു സൂക്ഷിക്കുന്ന സ്ഥലം, പ്രമാണരേഖകൾ സൂക്ഷിക്കുന്ന സ്ഥലം. court of law, accounts office, depository of records.

അക്ഷപടലൻ(നാ) - ന്യായാധിപൻ. judge, justice.

അക്ഷപാടം(നാ)-ചൂതുകളി സ്ഥലം. gambling place.

അക്ഷപാടകൻ(നാ)- ന്യായാധിപൻ, നിയമജ്ഞൻ. judge, lawyer.

അക്ഷപിത (വി) - നശിപ്പിക്കപ്പെടാത്ത. not ruined.

അക്ഷഫലം(നാ) - രുദ്രാക്ഷം. seed of eleocarpus ganitrus.

അക്ഷഭാഗം(നാ) - അക്ഷാംശം. a degree of latitude.

അക്ഷഭാരം(നാ) - ഒരു വണ്ടിയിൽ കയറ്റാവുന്ന ഭാരം. cart load.

അക്ഷഭീരു (വി) - ചൂതുകളിയിൽ ഭയമുള്ളവൻ. one who abstains from gambling.

അക്ഷമ (വി) - ക്ഷമയില്ലാത്ത, സഹനശക്തിയില്ലാത്ത, പ്രാപ്തിയില്ലാത്ത, യുക്തമല്ലാത്ത. incapable, impatient, unenduring, inefficient, disordered.

അക്ഷമ(നാ) - ഉത്കണ്ഠ, അസൂയ, കോപം, ക്ഷമയില്ലായ്മ. anxiety, jealousy, anger, impatience.

അക്ഷമനം(നാ.വി)- ക്ഷമയില്ലാത്തത്, ക്ഷമയില്ലായ്മ. intolerant, impatience.

അക്ഷമം(നാ)- അശക്തം, ക്ഷമമല്ലാത്തത്. something weak, something unfit.

അക്ഷമം (ക്രി.വി) - ക്ഷമയില്ലാതെ. impatiently.

അക്ഷമണി(നാ) - രുദ്രാക്ഷം, മാല. seed of eleocarpus ganitrus, garland.

അക്ഷമാത്രം(നാ) - ക്ഷണനേരം, പകിട. moment, dice.
അക്ഷമാല(നാ) - ജപമാല. rosary.
അക്ഷമാലിക(നാ) - ജപമാല. rosary.
അക്ഷമി (വി) - ക്ഷമാശീലമില്ലാത്തവൻ. an impatient person.
അക്ഷമൗനം(നാ) - ഇന്ദ്രിയനിഗ്രഹം. mortification of passions by means of control of the senses.
അക്ഷയ(നാ.വി)- ക്ഷയിക്കാത്ത, നാശമില്ലാത്ത. imperishable, inexhaustible.
അക്ഷയകുമാരൻ (നാ) - രാവണന്റെ ഇളയപുത്രൻ. youngest son of Ravana.
അക്ഷയത്വം(നാ) - ക്ഷയമില്ലായ്മ, കുറവില്ലായ്മ, നാശമില്ലായ്മ. inexhaustibility, imperishability.
അക്ഷയൻ(നാ) - സന്ന്യാസി, ശ്രീപരമേശ്വരൻ. sage, the immortal one, Siva.
അക്ഷയപാത്രം(നാ)-വനവാസകാലത്ത് സൂര്യഭഗവാൻ പാണ്ഡവർക്കു സമ്മാനിച്ച ഒരു വിശിഷ്ട പാത്രം. vessel presented by the Sun-god to the Pandavas and Panchali.
അക്ഷയദീപം(നാ)-കെടാവിളക്ക്. lamp that burns perpetually.
അക്ഷയലോകം(നാ)- സ്വർഗ്ഗലോകം. heaven.
അക്ഷയവടം(നാ) - ഗയാക്ഷേത്രത്തിലുള്ള പേരാൽ. holy banyan tree at Gaya.
അക്ഷയാ(നാ) - പുണ്യം ക്ഷയിക്കാത്ത തിഥി. കറുത്തവാവു വരുന്ന തിങ്കൾ, സപ്തമിവരുന്ന ഞായർ, ചതുർഥിവരുന്ന ചൊവ്വ, അക്ഷയതൃതീയ ഇത്രയും അക്ഷയതിഥികൾ എന്നു പറയപ്പെടുന്നു. date on which the results of good actions performed will never decline such as the coincidence of Monday with the day of the new moon, Sunday with the seventh lunar day, Tuesday with the fourth day after the new or full moon, and the third day in the bright lunar fortnight of the Vaisakha month (so says astrology a pseudo science)
അക്ഷയിണി(നാ)- പാർവ്വതീദേവി. goddess Parvati.
അക്ഷര(നാ.വി)- നശിക്കാത്ത, ഇളക്കമില്ലാത്ത. imperishable, unshakeable.
അക്ഷരി(നാ)- മഴക്കാലം. rainy season.
അക്ഷരം(നാ)- വാക്ക്, അകാരാദിവർണ്ണങ്ങളിലൊന്ന്, എഴുത്ത്, ഓങ്കാരം,പരബ്രഹ്മം, മോക്ഷം. word, a syllable, script, the mantra Om, supreme soul, salvation.
അക്ഷരകം(നാ) - ഒരു അക്ഷരം, ഒരു സ്വരം. letter, vowel.
അക്ഷരക്കരു(നാ) - അച്ചാണി. pin of an axle tree.
അക്ഷരചഞ്ചു(നാ)- പകർത്തിയെഴുതുന്നയാൾ. scribe.
അക്ഷരചണ (വി) - എഴുതാൻ സാമർത്ഥ്യമുള്ള. scribe, writer.
അക്ഷരഛന്ദസ്സ്(നാ) - വർണ്ണവൃത്തം. metre measured by syallables.
അക്ഷരച്യുതി(നാ)- അക്ഷരപ്പിശക്. spelling mistake.
അക്ഷരജനനി(നാ) - പേന. pen.
അക്ഷരജീവൻ(നാ) - എഴുതി ഉപജീവനം നേടുന്നവൻ. one who writes for livelihood.
അക്ഷരജ്ഞാനം(നാ)- വിദ്യാഭ്യാസം, അക്ഷരത്തെക്കുറിച്ചുള്ള അറിവ്. education, literacy.
അക്ഷരതൂലിക(നാ) - എഴുതാനുള്ള തൂവൽ, പേന, ചായമിടാനുള്ള ഉപകരണം. pen, brush.
അക്ഷരത്രയം(നാ) - ഓങ്കാരം (അ+ഉ+മ്). combination of അ, ഉ and മ് creating "om".
അക്ഷരൻ(നാ) - ശിവൻ, വിഷ്ണു, ബ്രഹ്മാവ്, കൂടസ്ഥൻ. Siva, Vishnu, Brahma, the almighty.

അക്ഷരന്യാസം(നാ)- അക്ഷരമാല, അക്ഷരക്രമം. alphabet, order of letters.
അക്ഷരപഞ്ചകം(നാ)- നമഃശിവായ മന്ത്രം. a mantra having five letters (na, ma, si, va,ya).
അക്ഷരപ്പിഴ(നാ) - അക്ഷരപ്പൂട്ട്. letter lock, combination lock.
അക്ഷരമുഖം(നാ) - അക്ഷരങ്ങളുടെ ആരംഭം, അകാരം. the first letter of the alphabet.
അക്ഷരമുഖൻ(നാ)- വിദ്യാർത്ഥി, പണ്ഡിതൻ. student, scholar.
അക്ഷരമുദ്ര(നാ) - അക്ഷരത്തിന്റെ മുദ്ര, അച്ചാണി. a letter type, pin in the axle tree.
അക്ഷരലക്ഷം(നാ) - ഒരു സമ്മാനം. an award of a lakh coins for each letter of a stanza.
അക്ഷരലേഖ(നാ) - ടൈപ്പ്റൈറ്റർ. typewriter, keyboard.
അക്ഷരലോപം(നാ) - അക്ഷരം ഉച്ചരിക്കുമ്പോഴോ എഴുതുമ്പോഴോ അക്ഷരം വിട്ടുപോകൽ. omission of a letter while speaking or writing.
അക്ഷരവിദ്യ(നാ)-അക്ഷരാഭ്യാസം, സാഹിത്യവിദ്യ, ബ്രഹ്മവിദ്യ. literacy, literary writing, theosophy.
അക്ഷരവ്യക്തി(നാ)- അക്ഷരങ്ങളുടെ സ്ഫുടത, ഉച്ചാരണസ്ഫുടത. clarity of letters, clarity in pronunciation.
അക്ഷരശാസ്ത്രം(നാ) - linguistic, phonemics.
അക്ഷരശിക്ഷ(നാ) - അക്ഷരശാസ്ത്രം, എഴുത്തു പഠിക്കൽ, വിദ്യാഭ്യാസം. orthography, learning to write, education.
അക്ഷരശുദ്ധി(നാ) - അക്ഷരത്തെറ്റില്ലായ്മ, ഉച്ചാരണശുദ്ധി. lack of spelling error, correctness in pronunciation.
അക്ഷരശൂന്യൻ (വി) - വിദ്യാഭ്യാസമില്ലാത്തവൻ, എഴുത്ത് അറിഞ്ഞുകൂടാത്തവൻ. illiterate, one who does not know to write.
അക്ഷരശൂന്യൻ(നാ.വി) -വിദ്യാഭ്യാസമില്ലാത്തവൻ. uneducated, illiterate.
അക്ഷരശ്ലോകം(നാ) - ഒരാൾ ചൊല്ലിയ ശ്ലോകത്തിന്റെ മൂന്നാം പാദത്തിന്റെ ആദ്യാക്ഷരത്തിൽ തുടങ്ങുന്ന ശ്ലോകം അടുത്ത ആൾ ചൊല്ലുന്ന ഒരു സാഹിത്യവിനോദം. a kind of verse-reciting competition in which a participant should recite a verse beginning with the first letter of the third line of the verse recited by his immediate predecessor.
അക്ഷരസംയുക്ത(നാ)- അറിവാൽ സമ്പന്നമായത്. literate.
അക്ഷരസംയുക്ത(നാ.വി) - വിദ്യാഭ്യാസമുള്ള, എഴുത്തുപഠിച്ച. educated, literate.
അക്ഷരാംഗം(നാ) - ലിപി, അക്ഷരമാല letter, alphabet.
അക്ഷരാഡംബരം(നാ) - കാവ്യരചനയിൽ ആഡംബരത്തിനുവേണ്ടി പ്രയോഗിക്കുന്ന ശബ്ദാലങ്കാരം. use of high-sounding words in a literary work, verbal firework, verbosity.
അക്ഷരാർത്ഥം(നാ) - വാച്യാർഥം, പദങ്ങളുടെ വ്യുൽപത്തിയനുസരിച്ചുള്ള അർഥം. literal meaning, basic or usual meaning, original meaning.
അക്ഷരാംഗം(നാ) - ലിപി, അക്ഷരമാല, അക്ഷരത്തിന്റെ അംശം. letter, alphabet, part of a letter.
അക്ഷരി(നാ) - അക്ഷരത്തോടുകൂടിയത്. having a certain number of letters.
അക്ഷരാത്മിക(നാ)-സരസ്വതീ ദേവി. goddess Sarawathi.
അക്ഷരാഭ്യാസം(നാ) - അക്ഷരം അഭ്യസിപ്പിക്കൽ, എഴുത്തുപഠിക്കൽ. learning the letter, learning to write.
അക്ഷരാരംഭം(നാ)- വിദ്യാരംഭം. starting the study of letter.
അക്ഷരരേഖ(നാ) - ഭൂമിയുടെ അന്തർഭാഗത്തുകൂടി രണ്ടു ധ്രുവങ്ങൾവരെ

എത്തുന്നതായി സങ്കല്പിക്കുന്ന രേഖ, ഭൂമിയുടെ അക്ഷാംശരേഖ. axis, latitude.

അക്ഷലീല(നാ) - ചൂതുകളി. gambling.

അക്ഷവതി(നാ) - ചൂതുകളി, ചൂതാട്ടത്തിനുള്ള സ്ഥലം. gambling, the place of gambling.

അക്ഷവാടം(നാ) - ചൂതുപുര, ചൂതുപലക. gambling hall, dice board.

അക്ഷവൃത്തം(നാ) - ചൂതുകളി സംബന്ധിച്ച വാർത്ത, ചൂതുകളിക്കിടയിലുണ്ടായ സംഭവം, രാശിചക്രം. news about gambling, incident that took place in the course of gambling, zodiac.

അക്ഷശാല(നാ) - കമ്മട്ടം, ചൂതുകളിസ്ഥലം. mint, gambling hall.

അക്ഷസൂത്രം(നാ) - ജപമാലയുടെ ചരട്, രുദ്രാക്ഷമാല. string of a rosary.

അക്ഷഹൃദയം(നാ) - ചൂതുകളിയുടെ നിഗൂഢസമ്പ്രദായങ്ങൾ ഗ്രഹിക്കാനുള്ള വിദ്യ, മന്ത്രം. mantra which may enable one to gain perfect skill in gambling.

അക്ഷാഗ്രം(നാ)- അച്ചുതണ്ടിന്റെ അറ്റം, ചെടിയുടെ തണ്ടിനും ഇലയ്ക്കും മദ്ധ്യേ കാണുന്ന. ഭാഗം. end of an axle, the portion between leaf and stem.

അക്ഷാങ്കുരം(നാ) - ചെടികളുടെ ഇലക്കവട്ടയിൽ ഉണ്ടാകുന്ന പൊടിപ്പ്. auxillary bud.

അക്ഷാന്ത (വി) - ക്ഷമയില്ലാത്ത, അടക്കമില്ലാത്ത. impatient, immodest.

അക്ഷാന്തി(നാ) - ഈർഷ്യ, ക്ഷമയില്ലായ്മ. jealousy, impatience.

അക്ഷാംശം(നാ)- അച്ചുതണ്ടിനെ അംശിക്കുന്നത്. degree of latitude.

അക്ഷാമ (വി) - ക്ഷാമം ഇല്ലാത്ത, ക്ഷീണിക്കാത്ത. abundant, indefatigable.

അക്ഷാരം(നാ) - കലർപ്പില്ലാത്ത ഉപ്പ്, ഇന്തുപ്പ്. pure salt, rock salt.

അക്ഷാര(നാ.വി)- ഉപ്പ് കലരാത്ത. not mixed with salt.

അക്ഷാരലവണം(നാ) -താനേ വിളയുന്ന ഉപ്പ്, ഇന്തുപ്പ്. natural salt, black salt.

അക്ഷാവപനം(നാ)- ചൂതുകളിപ്പലക. dice board.

അക്ഷാവലി(നാ) - ജപമാല. rosary.

അക്ഷി(നാ)-കണ്ണ്, രണ്ട് എന്ന സംഖ്യ. eye, number two.

അക്ഷികം(നാ)- രക്തചന്ദനം, നേത്രത്തിന് ഹിതമായത്. red sandal, something pleasing to eyes.

അക്ഷികമ്പം(നാ)- കണ്ണിമയ്ക്കൽ. twinkling.

അക്ഷികർണ്ണം(നാ)- പാമ്പ്. serpent.

അക്ഷികൂടം(നാ) - കറുത്തമിഴി, കൃഷ്ണമണി, ആനയുടെ നേത്രഗോളം, പുരികത്തിന്റെ സ്ഥാനം. pupil of the eye, eyeball of an elephant, position of eye brow.

അക്ഷികൂപം(നാ) - കൺകുഴി. eye pitch.

അക്ഷികോണം(നാ)- കൺമുന, മിഴിക്കോണ്. corner of the eye.

അക്ഷിഗത(നാ)- കണ്ട, വെറുക്കപ്പെട്ട. seen, hated.

അക്ഷിഗോചര (വി) - കണ്ണിൽപ്പെട്ട, കാണാവുന്ന. visible.

അക്ഷിഗോളം(നാ)- നേത്രഗോളം. eye ball.

അക്ഷിത(നാ)- അഴുകാത്ത, ചീത്തയാത്ത. imperishable.

അക്ഷിതം(നാ)-ജലം, ഒരു വലിയ സംഖ്യ. water, huge number.

അക്ഷിതരം(നാ)- വെള്ളം. water.

അക്ഷിതാര(നാ) - കണ്ണിലെ കൃഷ്ണമണി. pupil of the eye.

അക്ഷിതി(നാ) - നാശമില്ലായ്മ. imperishability.

അക്ഷിദ്വന്ദ്വം(നാ) - കണ്ണിണ. pair of eyes.

അക്ഷിപടലം(നാ) - അക്ഷിഗോളത്തിന്റെ പുറത്തെ തൊലി, അക്ഷിഗോളത്തിന്റെ പുറംതൊലിയിലുണ്ടാകുന്ന രോഗം. cornea, an eye disease.

അക്ഷിപഥം(നാ) - കാഴ്ചപ്പാട്. range of vision.

അക്ഷിപക്ഷ്മം(നാ)- കൺപീലി. eyelash.

അക്ഷിബം(നാ) - കടലുപ്പ്, ഒരിനം മുരിങ്ങ. common salt, a kind of moringa tree.

അക്ഷിഭൂ(നാ.വി)- കണ്ണിൽപ്പെട്ട, പ്രത്യക്ഷമായ. visible.

അക്ഷിമണി(നാ) - കണ്മണി, കൃഷ്ണമണി. pupil of the eye.

അക്ഷിയുഗം(നാ) - കണ്ണിണ. pair of eyes.

അക്ഷിരോമം(നാ) - കൺപീലി. eyelash.

അക്ഷിശ്രവസ്സ്(നാ)- പാമ്പ്. snake.

അക്ഷീകം(നാ) - തൊടുകാര, രക്തചന്ദനം. a tree, dalbergia, red sandal wood.

അക്ഷീണ(നാ.വി)- ക്ഷീണമില്ലാത്ത, ഉന്മേഷമുള്ള. tireless, energetic.

അക്ഷീബ(നാ.വി)-മദിച്ചിട്ടില്ലാത്ത, ലഹരിപിടിച്ചിട്ടില്ലാത്ത. not intoxicated.

അക്ഷീബം(നാ) - മുരിങ്ങ, കടലുപ്പ്. hyperanthera moringa, common salt.

അക്ഷു(നാ)- ഒരുതരം വല. a sort of net.

അക്ഷുണ്ണ(നാ.വി)- പൊടിയാത്ത, പരിശീലിച്ചിട്ടില്ലാത്ത, കീഴടക്കപ്പെടാത്ത. unbroken, inexperienced, unconquered.

അക്ഷുണ്ണത(നാ) - കുറവില്ലാത്ത സ്ഥിതി, പരിചയമില്ലായ്മ. abundance, strangeness.

അക്ഷുത്ത്(നാ) - വിശപ്പില്ലായ്മ, സംതൃപ്തി. state of having no hunger, satisfaction.

അക്ഷുദ്ര(നാ.വി)- ചെറുതല്ലാത്ത, നിസ്സാരമല്ലാത്ത. not low, not insignificant.

അക്ഷുദ്രൻ(നാ) - നിസ്സാരനല്ലാത്തവൻ, ശ്രേഷ്ഠൻ, ശിവൻ. not mean, noble person, Siva.

അക്ഷുബ്ധ(നാ.വി)- ക്ഷോഭമില്ലാത്ത, അക്ഷോഭ്യമായ. unagitated, imperturbable.

അക്ഷുല്ല (വി) - നിസ്സാരമല്ലാത്ത. not mean, useful.

അക്ഷേത്ര(നാ.വി)- വയൽ ഇല്ലാത്ത, കൃഷിയിറക്കാത്ത, ഭാര്യയില്ലാത്ത. having no field, uncultivated, wifeless.

അക്ഷേത്രജ്ഞൻ (വി) - ആത്മജ്ഞാനം ഇല്ലാത്തവൻ. one devoid of spiritual knowledge.

അക്ഷേത്രാജീവൻ (വി) - കൃഷിക്കാരനല്ലാത്തവൻ. not being a cultivator.

അക്ഷേത്രി(നാ)- സ്വന്തമായി കൃഷിഭൂമി ഇല്ലാത്തവൻ. one with no fields.

അക്ഷോഭ(നാ)- ക്ഷോഭമില്ലാത്ത, ശാന്തമായ. unagitated, calmness.

അക്ഷോഭം(നാ)- ക്ഷോഭമില്ലായ്മ. calmness.

അക്ഷോഭ്യ(നാ.വി)- ക്ഷോഭിക്കാത്ത, ഇളകാത്ത. imperturbable.

അക്ഷോഭ്യം(നാ)- ക്ഷോഭിപ്പിക്കാൻ കഴിയാത്തത്, വലിയ സംഖ്യ. something unshakeable, huge number.

അക്ഷോഭ്യൻ(നാ)- ക്ഷോഭിക്കാത്തവൻ, ബുദ്ധൻ. person who is calm, the Buddha.

അക്ഷ്ണ(നാ.വി)- അഖണ്ഡമായ, മുറിക്കപ്പെടാത്ത. entire, whole.

അക്ഷ്ണം(നാ)- തുടർച്ചയായി ഗമിക്കുന്നത്, സമയം, കാലം. that which moves non-stop, time, age.

അഖചിത (വി) - രത്നം പതിച്ചിട്ടില്ലാത്ത, ചേർക്കപ്പെട്ടതല്ലാത്ത. gem not stuck, not joined.

അഖട്ടം(നാ) - ഒരിനം മുള്ളുള്ള മരം. buchanania latifolia.

അഖട്ടി(നാ)-ബാലിശത്വം, ദുർനടപടി. childishness, bad conduct.

അഖണ്ഡ(നാ.വി)- ഛേദിച്ചിട്ടില്ലാത്ത, മുഴുവനായ. unbroken, whole.
അഖണ്ഡം(നാ)- മുഴുവനായിട്ടുള്ളത്, അഖിലം. whole, complete.
അഖണ്ഡൻ(നാ) - പരിപൂർണ്ണൻ, ഈശ്വരൻ, ഒരിനം മൂർഖൻ പാമ്പ്. the absolute, god, a kind of cobra.
അഖണ്ഡനാമജപം(നാ)- നിശ്ചിതകാലത്തേക്ക് മുടങ്ങാതെ നടത്തുന്ന ഈശ്വരനാമജപം. repeating god's name incessantly for a fixed period.
അഖണ്ഡിത(നാ.വി)- ഖണ്ഡിക്കപ്പെടാത്ത, ശാശ്വതമായ. not broken, everlasting.
അഖണ്ഡിതൻ(നാ)- ഈശ്വരൻ. god.
അഖർവ (വി) - ഹ്രസ്വമല്ലാത്ത, ചെറുതല്ലാത്ത, വലിയ. not short, not small, big.
അഖലതി (വി) - കഷണ്ടിയല്ലാത്ത. not bald.
അഖലൻ(നാ) - ദുഷ്ടനല്ലാത്തവൻ, ക്രൂരനല്ലാത്തവൻ, ശിഷ്ടൻ. not wicked, not cruel, virtuous, pious.
അഖാത (വി) - കുഴിക്കപ്പെടാത്ത. not dug.
അഖാതം(നാ)- പ്രകൃതിദത്തമായ കുളം, അമ്പലക്കുളം. natural pool, temple pond.
അഖാദക (വി) - ഭക്ഷിക്കാത്ത. not eating.
അഖാദനം(നാ) - ഭക്ഷിക്കാതിരിക്കൽ. fasting.
അഖാദനീയ (വി) - ഭക്ഷിക്കാൻ യോഗ്യമല്ലാത്ത. not eatable.
അഖാദുക (വി) - ഉപദ്രവം ചെയ്യാത്ത, ദോഷം ചെയ്യാത്ത, ദോഷവിചാരം ഇല്ലാത്ത. unharmful, not evil, not having evil thoughts.
അഖാദ്യ(നാ)- തിന്നാൻ കൊള്ളാത്ത. not edible.
അഖാദ്യം(നാ) - ഭക്ഷണസാധനമല്ലാത്തത്. that which is not edible.
അഖിദിര (വി) - ദരിദ്രനല്ലാത്ത, സ്വത്തു നശിച്ചിട്ടില്ലാത്ത, സന്ന്യസിക്കാത്ത. not poor, not having lost property, not leading a monastic life.
അഖിന്ന (വി) - ഖേദമില്ലാത്ത, ദുഃഖമില്ലാത്ത, ക്ഷീണമില്ലാത്ത. having no regrets, not tired.
അഖില(നാ.വി)- എല്ലാമായ, പൂർണ്ണമായ. entire, complete.
അഖിലാണ്ഡം(നാ)- പ്രപഞ്ചം. universe.
അഖിലാണ്ഡനായകൻ(നാ)- ഈശ്വരൻ, സമസ്തപ്രപഞ്ചത്തിന്റേയും നാഥൻ. god, lord of the whole universe.
അഖിലാത്മാവ്(നാ)- സകലതിന്റേയും ആത്മാവ്, ഈശ്വരൻ. universal spirit, god.
അഖേചര (വി) - ആകാശത്തു സഞ്ചരിക്കാത്ത. not flying in the sky.
അഖേടികം(നാ)-വൃക്ഷം, നായാട്ടുനായ്. tree, hunting dog.
അഖേദ(നാ.വി)- ദുഃഖിക്കാത്ത, തളരാത്ത. not distressed, not tired.
അഖേദം(നാ) - ദുഃഖമില്ലായ്മ, തളർച്ചയില്ലായ്മ. state of having no distress, state of being tireless.
അഖേദി (വി) - തളർച്ചയില്ലാത്ത, ദുഃഖിക്കാത്ത. not tired, not distressed.
അഖേദിത്വം(നാ)- അനർഗ്ഗളമായ സംസാരം. fluency in speech.
അഖ്യാത(നാ.വി)- ദുഷ്കീർത്തിയുള്ള, കീർത്തിയില്ലാത്ത. having bad fame, not famous.
അഖ്യാതി(നാ) - ദുഷ്കീർത്തി. ill- fame.
അഗ(നാ.വി)- ചലിക്കാത്ത. not moving.
അഗം(നാ)- പർവ്വതം, വൃക്ഷം, ഗമിക്കാത്തത്, ഏഴ് എന്ന സംഖ്യ. mountain, tree, that which cannot move, the number 7.
അഗച്ഛം(നാ) - വൃക്ഷം. tree.
അഗജ(നാ) - പാർവ്വതി. goddess Parvati.

അഗജ(നാ.വി)- മലയിൽനിന്നും ഉണ്ടായ, വൃക്ഷത്തിൽ നിന്നും ഉണ്ടായ. produced from a mountain or a tree.
അഗജം(നാ)- കന്മദം. bitumin.
അഗണനം(നാ) - ഗണിക്കാതിരിക്കൽ. not considering.
അഗണനീയ(നാ.വി)- എണ്ണേണ്ടതില്ലാത്ത, നിസ്സാരമായ. countless, insignificant.
അഗണിത(നാ.വി)- പരിഗണിക്കപ്പെടാത്ത. ignored.
അഗണ്യം(നാ) - ഗണ്യമല്ലാത്തത്, ദുഷ്കീർത്തി. that which is incalculable, ill-fame.
അഗത(നാ.വി)- നഷ്ടമായിട്ടില്ലാത്ത. not lost.
അഗതി(നാ)- നിരാശ്രയൻ. destitute.
അഗതിക (വി) - ഗതിമുട്ടിയ, വഴിമുട്ടിയ. having no go, having no way.
അഗതിമന്ദിരം(നാ)- ആശ്രയമില്ലാത്തവരെ സംരക്ഷിക്കുന്ന സ്ഥലം. home for destitutes.
അഗദ(നാ)- രോഗമില്ലാത്ത, സംസാരിക്കാത്ത, കുറ്റം ആരോപിക്കപ്പെട്ടിട്ടില്ലാത്ത. free from disease, speechless, not accused.
അഗദം(നാ)- രോഗത്തെ ഇല്ലാതാക്കുന്നത്, ഔഷധം, മിണ്ടാതിരിക്കൽ. something that cures disease, medicine, speechlessness.
അഗദകരൻ(നാ)- വൈദ്യൻ. physician.
അഗദതന്ത്രം(നാ)- വൈദ്യശാസ്ത്രം, വിഷവൈദ്യം, ഒരു ആയുർവ്വേദമന്ത്രം. science of medicine, toxicology, a mantra in ayurveda.
അഗദരാജം(നാ)- കടുക്ക. terminalia chebula.
അഗദിത(നാ.വി)- പറയപ്പെടാത്ത. untold.
അഗനന്ദിനി(നാ)- പാർവ്വതി. Parvati.
അഗൻ(നാ)- സൂര്യൻ. sun.
അഗപതി(നാ)- പർവ്വതങ്ങളുടെ രാജാവ്, ഹിമവാൻ. the king of mountains, Himalaya.
അഗമ(നാ.വി)- ഗമിക്കാത്ത, പ്രാപിക്കാൻ കഴിയാത്ത. not going, inaccessible.
അഗമം(നാ)- പർവ്വതം, ചലിക്കാത്തത്. mountain, that which will not move.
അഗമ്യ(നാ.വി)- പ്രാപിക്കാൻ കൊള്ളാത്തവൾ, പ്രാപിക്കപ്പെടാൻ കഴിയാത്തവൾ, നീചകുലത്തിൽ പിറന്നവൾ. woman with whom sexual intercourse is forbidden, woman who is inaccessible, woman of a low class.
അഗമ്യഗമനം(നാ) - അഗമ്യനുമായുള്ള സംയോഗം, പരപുരുഷനുമായുള്ള അവിഹിതവേഴ്ച, ജാരസംഗമം. illicit sexual intercourse with a man.
അഗമ്യാഗമനം(നാ) - രക്തബന്ധമുള്ളവർ തമ്മിലുള്ള ലൈംഗികബന്ധം, അഗമ്യയുമായുള്ള സംയോഗം, നീചകുലത്തിൽ പിറന്നുവളുമായുള്ള സംയോഗം. വ്യഭിചാരം. incest, illicit intercourse with a woman, prostitution.
അഗമ്യാഗാമി(നാ) - വ്യഭിചാരം ചെയ്യുന്നവൻ. man who commits illicit intercourse with woman, debauchee.
അഗരം(നാ)- ബ്രാഹ്മണത്തെരുവ്, അഗ്രഹാരം. Brahmin street or house.
അഗരി(നാ)- ദേവതാളി. deodar.
അഗരു(നാ) - അകില്. eaglewood.
അഗരുസാരം(നാ) - അകില്, അകിലെണ്ണ. eaglewood, oil extracted from eaglewood.
അഗർവ്വ (വി) - അഹങ്കാരമില്ലാത്ത, വിനയമുള്ള. not arrogant or haughty, humble.
അഗർഹണീയ (വി) - നിന്ദ്യമല്ലാത്ത. not contemptible.
അഗർഹണം(നാ)- നിന്ദിക്കാതിരിക്കൽ. act of not scorning or blaming.
അഗർഹിത (വി) - നിന്ദിക്കപ്പെട്ടതല്ലാത്ത, ശുദ്ധമായ. not condemned, pure.

അഗർഹ്യ (വി) - നിന്ദ്യമല്ലാത്ത. not contemptible.
അഗശി(നാ) - ചണം, ചണച്ചെടി. hemp.
അഗസുത(നാ) - പാർവ്വതി. goddess Parvati.
അഗസ്തി(നാ) - അഗസ്ത്യമുനി, തെക്കേ ദിക്ക്. Sage Agastya, the south.
അഗസ്തിസത്ത്വം(നാ) - ഗോമേദക രത്നം. topaz.
അഗസ്ത്യൻ(നാ)- അഗസ്ത്യമുനി. Sage Agastya.
അഗസ്ത്യരസായനം(നാ)- ക്ഷയകാസാ ദികൾക്കുള്ള ഒരു ലേഹ്യം. sticky ayurvedic medicine curing tuberculosis and bronchitis.
അഗസ്ത്യമാസങ്ങൾ(നാ) - കന്നി മുതൽ ഇടവം വരെ. the months from kanni to edavam.
അഗാത്മജ(നാ) - പാർവ്വതി. goddess Parvati.
അഗാധ(നാ.വി)- ആഴമേറിയ. deep.
അഗാധം(നാ)- ആഴമേറിയ ഗർത്തം, നിലയില്ലാത്ത കുഴി. chasm, deep pit.
അഗാധജലം(നാ)-ആഴമേറിയ ജലാശയം. deep water.
അഗാധത(നാ)- ആഴം കൂടിയ അവസ്ഥ. depth.
അഗാരം(നാ)- പട്ടണം, ഗൃഹം. town, house.
അഗാരി(നാ)- വീടുള്ളവൻ, ഇന്ദ്രൻ. householder, Indra.
അഗിരം(നാ)- സ്വർഗ്ഗം, അഗ്നി. heaven, fire.
അഗിരൻ(നാ)- സൂര്യൻ. sun.
അഗീർണ്ണ (വി) - വിഴുങ്ങപ്പെടാത്ത, സ്തുതിക്കപ്പെടാത്ത. unswallowed, not praised.
അഗു(നാ.വി)- ഗോവില്ലാത്ത, ധനമില്ലാത്ത, ഇരുണ്ട. withour cattle, poor, dark.
അഗു(നാ)- ഇരുട്ട്, രാഹു. darkness, Rahu.
അഗുണ(നാ.വി)- ഗുണങ്ങളില്ലാത്ത. not virtuous.
അഗുണം(നാ) - ദോഷം, കുറ്റം, ഗുണമില്ലായ്മ. defect, crime, not having good qualities.
അഗുണി(നാ) - ദുഷ്ടൻ, വികലാംഗൻ. wicked man, physically handicapped person.
അഗുപ്ത(നാ.വി)- മറയ്ക്കപ്പെടാത്ത. not hidden, open.
അഗുരു(നാ)- ഗുരു അല്ലാത്തവൻ, ഗുരുവില്ലാത്തവൻ. one who is not a teacher, one who has no teacher.
അഗുരു (വി) - ഘനമില്ലാത്ത, ഭാരമില്ലാത്ത. light, not heavy.
അഗൂഢ(വി)- പ്രത്യക്ഷമായ, വിശദമായ. direct, vivid.
അഗൂഢഗന്ധം(നാ) - പെരുംകായം. asafoetida (whose smell cannot be hidden).
അഗൃഹൻ(നാ)- വാനപ്രസ്ഥൻ. hermit.
അഗൃഹീത (വി)- അറിയപ്പെടാത്ത, ഗ്രഹിക്കപ്പെടാത്ത, പിടിയിൽപ്പെട്ടിട്ടില്ലാത്ത, മനസ്സിലാക്കപ്പെടാത്ത. unknown, not grasped, not come within the grasp, not understood.
അഗൃഹ്യ (വി) - ഗ്രഹിക്കത്തക്കതല്ലാത്ത. not understandable.
അഗേന്ദ്രൻ(നാ)- മഹാമേരു, മാമല. Mahameru, great mountain.
അഗോചര (വി)- ഇന്ദ്രിയങ്ങളെക്കൊണ്ട് അറിയാൻ കഴിയാത്ത. not perceptible through sense organs.
അഗോചരം(നാ)- പരബ്രഹ്മം. the almighty, the supreme being.
അഗോചരത(നാ) - കാണാൻ കഴിയാത്ത അവസ്ഥ, ഇന്ദ്രിയങ്ങളെക്കൊണ്ട് ഗ്രഹിക്കാനാകാത്ത സ്ഥിതി. state of being imperceptible to the senses, imperceptibility, invisibility.
അഗോത്രം(നാ) - കുലമില്ലായ്മ. not having family descent.
അഗോപന (വി)- രക്ഷണമില്ലാത്ത, മറവില്ലാത്ത. having no safety, not closed, open.

അഗോപനീയ (വി) - മറയ്ക്കത്തക്കതല്ലാത്ത, രക്ഷിക്കത്തക്കതല്ലാത്ത. not concealable, not protectable.
അഗോപ്യ (വി)- മറയ്ക്കത്തക്കതല്ലാത്ത, രക്ഷിക്കത്തക്കതല്ലാത്ത. not concealable, not protectable.
അഗൗകസ്സ്(നാ)- കാട്ടാളൻ, ശരഭം, സിംഹം, പക്ഷി. forester, mythological beast with eight legs, lion, bird.
അഗൗരവ (വി) - ഗൗരവമില്ലാത്ത, ഗുരുത്വമില്ലാത്ത, ശ്രേഷ്ഠതയില്ലാത്ത, ബഹുമാനം അർഹിക്കാത്ത. not serious, not having veneration, ignoble, not respectable.
അഗ്നായി(നാ) - അഗ്നിയുടെ ഭാര്യ (സ്വാഹാദേവി), ത്രേതായുഗം. the wife of Agni (goddess Swaha), Thretayuga.
അഗ്നി(നാ)- തീ, നാരകം, അഗ്നിദേവൻ, ജഠരാഗ്നി, പിത്തനീര്, സ്വർണ്ണം, യാഗാഗ്നി, ചേരുമരം, കൊടുവേലി, വെടിയുപ്പ്. fire, lemon tree, the god of fire, digestive power, bile, gold, sacrificial fire, marking nut tree, leadwort, salt-petre.
അഗ്നികം(നാ)- കൊടുവേലി, ഒരിനം സർപ്പം, മിന്നാമിനുങ്ങ്, ചേരുമരം, ഇന്ദ്രഗോപകീടം. leadwort, a kind of serpent, fire-fly, marking nut tree, coccus cacti.
അഗ്നികണം(നാ)- തീപ്പൊരി. spark of fire.
അഗ്നികർമ്മം(നാ)- ശവദാഹം, പൊള്ളിക്കൽ, ഹോമം. cremation, burning, oblation to fire.
അഗ്നികാഷ്ഠം(നാ) - അകിൽ. eagle wood.
അഗ്നികുക്കുടം(നാ) - അഗ്നി ജ്വലിച്ചുകൊണ്ടിരിക്കുന്ന പുൽക്കൂട്ടം, തീക്കൊള്ളി. lighted hay stalk, fire- brand.
അഗ്നികുണ്ഡം(നാ) - അഗ്നിയെ വയ്ക്കാനുള്ള സ്ഥലം. fire-pit for sacrifice.
അഗ്നികുമാരൻ(നാ) - സുബ്രഹ്മണ്യൻ. Subrahmanya.
അഗ്നികേതു(നാ)- പുക, രാവണന്റെ ഇഷ്ടനായ ഒരു രാക്ഷസൻ. smoke, Ravana's favourite demon.
അഗ്നികോണം(നാ) - തെക്കുകിഴക്കേ ദിക്ക്. south-east direction.
അഗ്നിക്കാവടി(നാ) - അഗ്നിയിൽ ആടുന്ന കാവടി. ordeal performed in certain Hindu temples in which the devotee swings on his shoulder an arch bearing sacrificial offerings.
അഗ്നിക്രിയ(നാ) - ശവദാഹം, ചൂടുവയ്ക്കൽ, പൊള്ളിക്കൽ. cremation, branding with fire.
അഗ്നിക്രീഡ(നാ) - കരിമരുന്നുപ്രയോഗം, വെടിക്കെട്ട്. fireworks.
അഗ്നിഗർഭ(നാ)- ചമത. the tree butea frondosa, fuel, chiefly used for sacrifices.
അഗ്നിഗർഭ (വി) - ഉള്ളിൽ തീയുള്ള. having fire inside.
അഗ്നിഗർഭകം(നാ) - സൂര്യകാന്തക്കല്ല്, അരണി, ചമത. sun stone, jasper, Lodoicea sechelliana, the sacrificial stick.
അഗ്നിഗൃഹം(നാ) - ഹോമകർമ്മങ്ങൾക്കുള്ള ഗൃഹം. hall for sacrifice.
അഗ്നിഘൃതം(നാ) - ജഠരാഗ്നിയെ ഉദ്ദീപിപ്പിക്കുന്ന ഔഷധങ്ങൾ ചേർത്തു തയ്യാറാക്കിയ നെയ്യ്. medicinal ghee for stimulating digestion.
അഗ്നിചയം(നാ)- ഒരു മന്ത്രം, തീക്കൂമ്പാരം, അഗ്നി വർദ്ധിക്കുന്നതിനുള്ള വസ്തു. mantra, heap of fire, that which stimulates fire.
അഗ്നിചിത്ത്(നാ)- അഗ്നിഹോത്രം നടത്തുന്ന ഗൃഹസ്ഥൻ. the householder who conducts the 'Agnihotra' yaga.
അഗ്നിചൂർണ്ണം(നാ) - വെടിമരുന്ന്. gun powder.
അഗ്നിജ (വി) - അഗ്നിയിൽനിന്നു ജനിച്ച. born from fire.
അഗ്നിജം(നാ)- സ്വർണ്ണം. gold.

അഗ്നിജൻ(നാ)- വിഷ്ണു, സുബ്രഹ്മണ്യൻ. Vishnu, Subrahmanya.
അഗ്നിജനകം(നാ)- പ്രാണവായു, ജീവവായു. life- breath, oxygen.
അഗ്നിജാത(നാ)- അഗ്നിയിൽ നിന്നു ജനിച്ച. born or produced from fire.
അഗ്നിജാതൻ(നാ)- മഹാവിഷ്ണു, സുബ്രഹ്മണ്യൻ. Lord Vishnu, Subrahmanya.
അഗ്നിജിഹ്വ(നാ)- തീജ്വാല. flame of fire.
അഗ്നിതനയൻ(നാ)-സുബ്രഹ്മണ്യൻ. Subrahmanya.
അഗ്നിതപസ്സ്(നാ) - കഠിനമായ തപസ്സ്, പഞ്ചാഗ്നി മധ്യത്തിലുള്ള തപസ്സ്. severe penance, the ordeal of penance.
അഗ്നിത്രയം(നാ) - മൂന്നുവിധമുള്ള അഗ്നികൾ, (ദക്ഷിണാഗ്നി, ഗാർഹപത്യാഗ്നി, ആഹവനീയാഗ്നി). three sacrificial fires viz. Dakshina, Garhapathya, Ahavaneeya.
അഗ്നിദ (വി) - തീ വയ്ക്കുന്ന, ദീപനശക്തി വർദ്ധിപ്പിക്കുന്ന, അഗ്നിയെ നല്കുന്ന. setting fire to, stimulating digestion, giving fire.
അഗ്നിദഗ്ദ്ധ (വി) - തീയിൽ ദഹിച്ച. burnt in fire.
അഗ്നിദമനി(നാ) - ജഠരാഗ്നിയെ ശമിപ്പിക്കുന്നത്, ചെറിയ കണ്ടകാരിച്ചുണ്ട. that which quenches the digestive fire, medicinal plant salanum jacquini.
അഗ്നിദാതാവ്(നാ)-ശേഷക്രിയ ചെയ്യുന്നവൻ. one who performs funeral rites.
അഗ്നിദാഹം(നാ)- ചുടൽ, കൊള്ളിവയ്പ്. burning, incendiarism.
അഗ്നിദിക്ക്(നാ)- അഗ്നികോണം. south- eastern direction.
അഗ്നിദീപിക (വി) - ദീപനശക്തിയുണ്ടാക്കുന്ന. stimulating digestion.
അഗ്നിദീപ്തി(നാ)- ദഹനശക്തി. digestive power.
അഗ്നിദീപ്ത (വി)- തീ പോലെ പ്രകാശിക്കുന്ന, ദീപനശക്തി വർദ്ധിപ്പിക്കുന്ന. shining as fire, stimulating digestion.
അഗ്നിദൂഷിത (വി) - ചൂടുവച്ച, തീക്കൊള്ളിവച്ച, തീപ്പൊള്ളിയ. canterised, branded, burned.
അഗ്നിദേവൻ(നാ)- അഗ്നിഭഗവാൻ, അഗ്നിയെ പൂജിക്കുന്നവൻ. god of fire, worshipper of fire.
അഗ്നിധമനം(നാ) - വേപ്പുമരം. neem tree.
അഗ്നിധാരണം(നാ)- അഗ്നിയെ സംരക്ഷിക്കൽ. preserving the fire.
അഗ്നിനക്ഷത്രം(നാ) - കാർത്തിക. pleiades, third asterism.
അഗ്നിനിധാനം(നാ)- അടുപ്പ്, നെരുപ്പോട്. fire-place, fire-pot.
അഗ്നിനേത്രൻ(നാ)- തീക്കണ്ണുള്ളവൻ, ശിവൻ. Siva.
അഗ്നിപദം(നാ)- തീ കത്തുന്ന സ്ഥലം, അടുപ്പ്. fire place, oven.
അഗ്നിപരിക്രിയ(നാ)- അഗ്നിപൂജ. worship of fire by sacrifice.
അഗ്നിപരിചരണം(നാ) - യാഗാഗ്നി തയ്യാറാക്കൽ. producing fire for sacrifice.
അഗ്നിപരീക്ഷ(നാ) - തീയിൽച്ചാടി സത്യം തെളിയിക്കൽ. ordeal by fire to test the chastity of woman.
അഗ്നിപർവ്വതം(നാ) - തീമല. volcano.
അഗ്നിപാദപം(നാ)- അരണി. fire drill.
അഗ്നിപുരാണം(നാ)- പതിനെട്ടു മഹാപുരാണങ്ങളിൽ എട്ടാമത്തേത്; ശിവമാഹാത്മ്യം കീർത്തിക്കുന്ന ഈ പുരാണം അഗ്നിയാൽ പ്രോക്തമാണ്. one of the eighteen mahapuranas, the 8th. This praises god Siva. It is recited by Agnideva.
അഗ്നിപുഷ്പം(നാ)- താതിരി. grislea tomentosa.
അഗ്നിപൂരകം(നാ) - മണിപൂരകം. mystical circle on the navel.
അഗ്നിപ്രഭ(നാ) - ഒരിനം മദ്യം. brandy.
അഗ്നിപ്രവേശം(നാ) - തീയിൽച്ചാട്ടം, അഗ്നിപരീക്ഷ. self-immolation, fire ordeal.

അഗ്നിപ്രസ്തരം(നാ)- തീക്കല്ല്. flint.
അഗ്നിബലം(നാ)- ദഹനശക്തി, അഗ്നിയുടെ ശക്തി. power of digestion, power of fire.
അഗ്നിബാധ(നാ)- തീപ്പിടുത്തം. catching power fire.
അഗ്നിബാഹു(നാ) - പുക, സ്വയംഭുവമനുവിന്റെ ഒരു പുത്രൻ, പ്രിയവ്രതന്റെ ഒരു പുത്രൻ, സപ്തർഷികളിൽ ഒരാൾ. smoke, a son of Swayambhuvamanu, a son of Priyavrata, one among the seven sages.
അഗ്നിബീജം(നാ)- സ്വർണ്ണം. gold.
അഗ്നിഭ(നാ) - ചെറുപുന്ന. calopyllum wightanum.
അഗ്നിഭം(നാ) - സ്വർണ്ണം, കാർത്തിക നക്ഷത്രം. gold, third asterism.
അഗ്നിഭവം(നാ) - സ്വർണ്ണം. gold.
അഗ്നിഭാര്യ(നാ) - അഗ്നിയുടെ ഭാര്യ, സ്വാഹാദേവി. wife of the fire god, goddess Swaha.
അഗ്നിഭൂ(നാ)- ജലം, ആറ് എന്ന സംഖ്യ, സ്വർണ്ണം. water, the number six, gold.
അഗ്നിഭൂതി(നാ) - അഗ്നിയുടെ ശക്തി. power of fire.
അഗ്നിഭൂസിതം(നാ) - ഏഴിലംപാല. seven leaved milk plant.
അഗ്നിമണി(നാ)- സൂര്യകാന്തക്കല്ല്, തീക്കല്ല്. sun stone, flint.
അഗ്നിമഥനം(നാ) - തീ കടഞ്ഞെടുക്കൽ, മുഞ്ഞ. churning of the fire, prema integrifolia.
അഗ്നിമന്ഥം(നാ) - തീ കടഞ്ഞെടുക്കൽ, മുഞ്ഞ, അഗ്നിമഥനത്തിനുള്ള മന്ത്രം, ഒരു ഗുഹ്യരോഗം. churning of fire for sacrifice, premnal integrifolia, mantra for churning fire for sacrifice, venereal disease.
അഗ്നിമയ(നാ.വി)- തീയുള്ള. fiery
അഗ്നിമരം(നാ) - ശമീവൃക്ഷം. fire drill.
അഗ്നിമല(നാ)- അഗ്നിപർവ്വതം. volcano.
അഗ്നിമാന്ദ്യം(നാ) - ദഹനക്കേട്, വിശപ്പില്ലായ്മ, അജീർണ്ണം. indigestion, dyspepsia.
അഗ്നിമാരുതി(നാ) - അഗസ്ത്യമുനി. the sage Agastya.
അഗ്നിമാലി(നാ) - കൊടുവേലി, ചെങ്കൊടുവേലി. leadwort, rosy flowered leadwort.
അഗ്നിമുഖം(നാ)- കുങ്കുമം, കൊടുവേലി, മൂട്ട. saffron, leadwort, bed bug.
അഗ്നിമുഖി(നാ) - അടുക്കള, ചേരുമരം, മേത്തോന്നി, ഗായത്രിമന്ത്രം. kitchen, marking nut tree, safflower, Gayatri mantra.
അഗ്നിമൂല(നാ) - തെക്കുകിഴക്കേ കോണ്. south-east corner.
അഗ്നിയജനം(നാ) - അഗ്നിഹോമം. sacrifice in the fire.
അഗ്നിയന്ത്രം(നാ) - തോക്ക്. gun.
അഗ്നിയോജനം(നാ) - ഹോമാഗ്നികൂട്ടൽ. the act of stirring.
അഗ്നിരക്ഷണം(നാ) - ഗാർഹപത്യാഗ്നി സൂക്ഷിക്കൽ. preserving the garhapatya fire.
അഗ്നിരജസ്സ്(നാ)- സ്വർണ്ണം, മിന്നാമിനുങ്ങ്, അഗ്നിയുടെ ശക്തി. gold, fire-fly, power of fire.
അഗ്നിരേതസ്സ്(നാ) - സ്വർണ്ണം. gold.
അഗ്നിലിംഗം(നാ) - തീയുടെ അടയാളം, പുക. sign of fire, smoke.
അഗ്നിവക്ത്ര(നാ) - ഒരിനം എട്ടുകാലി. a kind of spider.
അഗ്നിവധു(നാ) - സ്വാഹാദേവി. wife of fire-god.
അഗ്നിവർച്ചസ്(നാ) - അഗ്നിയുടെ പ്രഭ. light of fire.
അഗ്നിവർണ്ണ(നാ) - ഒരിനം മദ്യം. brandy.
അഗ്നിവർദ്ധക (വി) - ദഹനശക്തിയുണ്ടാക്കുന്ന. stimulating digestion.
അഗ്നിവർദ്ധകം(നാ) - ഒരു ഔഷധം, പഥ്യാഹാരം, അഗ്നിയെ വർദ്ധിപ്പിക്കുന്നത്. a medicine, regimen, a stimulant to fire.

അഗ്നിവല്ലഭം(നാ) - മരുത്. a timber tree, the resin of Pinus dammar.
അഗ്നിവാസരം(നാ)- ചൊവ്വാഴ്ച. Tuesday.
അഗ്നിവാസസ്സ് (വി) - ചുവന്ന വസ്ത്രം ധരിച്ച. having put on red cloth.
അഗ്നിവാഹം(നാ) - പുക, ആട്. smoke, goat.
അഗ്നിവീര്യം(നാ) - സ്വർണ്ണം, അഗ്നിയുടെ ശക്തി. gold, power of fire.
അഗ്നിശമനി(നാ) - തീ കെടുത്താനുള്ള ഉപകരണം. fire-exitinguisher.
അഗ്നിശാല(നാ) - ഗൃഹസ്ഥൻ തന്റെ അഗ്നി സൂക്ഷിക്കുന്ന സ്ഥലം, അടുക്കള. place where householder keeps his fire, kitchen.
അഗ്നിശിഖ(നാ)- തീനാളം, കൊടുവേലി, കണ്ടൽ. flame of fire, leadwort, marsh plant.
അഗ്നിശിഖം(നാ)- ശരം, വിളക്ക്, സ്വർണ്ണം. arrow, lamp, gold.
അഗ്നിശുദ്ധി(നാ) - അഗ്നിപരീക്ഷ കൊണ്ട് ശുദ്ധി തെളിയിക്കൽ. fire- ordeal.
അഗ്നിശേഖരം(നാ) - കുങ്കുമമരം, കുയുമ്പ, സ്വർണ്ണം. saffron tree, kusumba tree, gold.
അഗ്നിശൈലം(നാ) - അഗ്നിപർവ്വതം. volcano.
അഗ്നിഷ്ഠം(നാ) - ഹോമാഗ്നിയുടെ മുൻഭാഗത്തു നിറുത്തുന്ന തൂണ്, ഇരുമ്പുചട്ടി, നെരുപ്പോട്. stake in front of sacrificial fire, fire pan, fire pot, cockle.
അഗ്നിഷ്ഠിക(നാ)-തീച്ചട്ടി, നെരുപ്പോട്. warming pan, cockle.
അഗ്നിസഖൻ(നാ) - വായു, കാട്ടുപ്രാവ്, പുക. wind, wild pigeon, smoke.
അഗ്നിസംഭവം(നാ) - സ്വർണ്ണം, അക്ലാരി, കുയുമ്പ. gold, a medicinal fruit, kusumba tree.
അഗ്നിസഹായം(നാ) - പുക, കാട്ടുപ്രാവ്. smoke, wild pigeon.
അഗ്നിസഹായൻ(നാ) - വായു, കാട്ടുപ്രാവ്. wind, wild pigeon.
അഗ്നിസാക്ഷിക (വി) - അഗ്നിയെ സാക്ഷിയാക്കി വച്ചിട്ടുള്ള. with fire as witness.
അഗ്നിസാക്ഷിണി(നാ) - അഗ്നിയെ സാക്ഷിയാക്കി വിവാഹം ചെയ്യപ്പെട്ടവൾ. woman married with five as witness.
അഗ്നിസ്തംഭം(നാ) - അഗ്നിയുടെ ദാഹകശക്തി കുറയ്ക്കാനുള്ള മന്ത്രം, അഗ്നിയെ സ്തംഭിപ്പിക്കാനുള്ള ഒരൗഷധം. mantra believed to reduce burning power of fire, a medicinal said to be able to make fire powerless.
അഗ്നിസ്തംഭനം(നാ) - അഗ്നിയുടെ ദാഹകശക്തി കുറയ്ക്കാനുള്ള ഒരു വിദ്യ, 64 കലകളിൽ ഒന്ന്. art of reducing burning power of fire.
അഗ്നിസ്തോകം(നാ) - തീപ്പൊരി. spark.
അഗ്നിസ്ഫുലിംഗം(നാ) - തീപ്പൊരി. spark.
അഗ്നിഹേതി(നാ) - തീജ്വാല. flame.
അഗ്നിഹോത്രം(നാ)- ഹോമങ്ങളിലൊന്ന്, യജ്ഞാഗ്നി, അഗ്നിശാല. a kind of sacrifice, sacrificial fire, place where fire is preserved.
അഗ്നിഹോത്രി(നാ) - അഗ്നിഹോത്രം ചെയ്യുന്ന ആൾ, ബ്രാഹ്മണപുത്രൻ, വരരുചിയുടെ മൂത്തപുത്രൻ. the person conducting Agnihotra, Brahmin, the eldest son of Vararuchi.
അഗ്നീന്ധനം(നാ) - യാഗാഗ്നി കത്തിക്കൽ, ഒരു മന്ത്രം. lightning the sacrificial fire, a mantra.
അഗ്നീയൻ(നാ) - ചൊവ്വാ ഗ്രഹം. planet Mars.
അഗ്നിസ്ത്രം(നാ) - ആഗ്നേയാസ്ത്രം, ബോംബ്. fire-arm, a fire missile, bomb.
അഗ്ന്യാഖ്യം(നാ) - കൊടുവേലി. leadwort.

അഗ്ന്യാഗാരം(നാ) - യാഗശാല. sacrificial chamber.
അഗ്ന്യാശയം(നാ) - ജഠരാഗ്നിയുടെ ഇരിപ്പിടം. the pancreas.
അഗ്ന്യാഹുതി(നാ) - അഗ്നിഹോത്രം. oblation to fire.
അഗ്ര(നാ)- ഒന്നാമത്തെ, ശ്രേഷ്ഠമായ, പ്രധാനപ്പെട്ട. first, noble, important.
അഗ്രം(നാ)- അറ്റം, കൊടുമുടി, മുന. end, peak, sharp point.
അഗ്രകരം(നാ) -കൈപ്പത്തി. palm.
അഗ്രകല്പിത(നാ.വി) - മുൻകൂട്ടി തീരുമാനിച്ച. pre-determined.
അഗ്രകായം(നാ) -ചിലന്തിപോലുള്ള ജീവികളുടെ തലയും ശരീരവും ചേർന്ന ഭാഗം. prosoma.
അഗ്രകുലം(നാ) - ഉയർന്ന കുലം. aristocratic family, noble family.
അഗ്രഗണനീയ(നാ) - മുഖ്യമായി പരിഗണിക്കപ്പെടേണ്ട അവസ്ഥ, ഏറ്റവും പ്രധാനമായ സ്ഥാനത്തിനർഹത. state of deserving first, foremost or utmost consideration.
അഗ്രഗണ്യ(നാ.വി) - ഏറ്റവും പ്രധാനമായ. most important, chief.
അഗ്രഗാമി(നാ) - വഴികാട്ടി, സമർഥൻ, മുമ്പേ, ഗമിക്കുന്നവൻ, നേതാവ്. guide. clever person, person who leads, leader.
അഗ്രചരണം(നാ) - കാലിലെ വിരലുകൾ. toes.
അഗ്രചർമം(നാ) - ലിംഗാഗ്രത്തിലെ ചർമം. foreskin, loose skin covering the end of the penis, prepuce.
അഗ്രജ (വി) - മുമ്പേ ജനിച്ച. first-born.
അഗ്രജൻ(നാ) - ജ്യേഷ്ഠൻ, ബ്രാഹ്മണൻ. elder brother, Brahmin.
അഗ്രജന്മാവ്(നാ) - ജ്യേഷ്ഠൻ, ബ്രാഹ്മണൻ. elder brother, Brahmin.
അഗ്രണി(നാ) - പ്രമാണി, ശ്രേഷ്ഠൻ. premier, noble person, leader.
അഗ്രതഃ (ക്രി.വി) - മുമ്പിൽ, ആദ്യമായി, അഗ്രഭാഗത്ത്. in front of, first, at the end.
അഗ്രതാംബൂലം(നാ) - മാന്യസ്ഥാനം, പ്രാധാന്യം. important or honourable place, importance.
അഗ്രദൂതൻ(നാ) - വിവരം ആദ്യമായി അറിയിക്കുന്ന ദൂതൻ. herald.
അഗ്രധാനി(നാ) - മോന്തായം. ridge-beam of a building.
അഗ്രൻ(നാ) - മുഖ്യൻ, മുമ്പൻ, അഗ്രത്തുള്ളവൻ. premier, important person.
അഗ്രനിരൂപണം(നാ) -ദീർഘദർശനം. prognostication.
അഗ്രനഖം(നാ) - നഖത്തിന്റെ അഗ്രഭാഗം. tip of finger- nail.
അഗ്രനിരൂപണം(നാ) - മുൻകൂട്ടി ആലോചിച്ച് ഉറയ്ക്കൽ, ദീർഘദർശനം. pre-determination, progonstication.
അഗ്രപംക്തി(നാ)- മുൻനിര. frontline.
അഗ്രപത്രകം(നാ) - നീല അമരി. indigo plant.
അഗ്രപത്രം(നാ) - അറ്റത്തെ ഇല, പൂക്കുടം വരുന്നതിനുമുമ്പുള്ള ഇല. the short leaf that comes before the flower punches.
അഗ്രപർണ്ണി(നാ) - നായ്ക്കുരുണ. medicinal climber cow-hage.
അഗ്രപാണി(നാ) - കൈത്തലം. palm.
അഗ്രപാദം(നാ) - പാദത്തിന്റെ അഗ്രം, വിരലുകൾ ചേർന്ന ഭാഗം, വിരൽ. toes, toe.
അഗ്രപീഠം(നാ) - അഗ്രസ്ഥാനം, മാന്യസ്ഥാനം. respectable seat, place of honour, seat of a president.
അഗ്രപൂജ(നാ) - പ്രധാനിയെ ഉദ്ദേശിച്ചു ചെയ്യുന്ന പൂജ. highest reverence.
അഗ്രപേയ (വി) - മുൻപേ കുടിക്കാനുള്ള. drinks to be used before meals.
അഗ്രബീജ (വി) - മറ്റുവൃക്ഷങ്ങളുടെ ശാഖയിൽ വളരുന്ന, കമ്പുമുറിച്ചു നട്ടാൽ കിളിർക്കുന്ന. parasitic, propagated by cuttings.

അഗ്രഭാഗം(നാ) - മുഖ്യഭാഗം, ആദ്യഭാഗം, മുൻഭാഗം, മുകൾഭാഗം, അറ്റം, മുന. prime portion, front, pinnacle, top part, end, sharp edge.

അഗ്രഭാഗി(നാ) - ആദ്യമായി അവകാശപ്പെടുന്നവൻ, അഗ്രഭാഗത്തിന്റെ അവകാശി. first to claim, claimant of top share.

അഗ്രഭുക്ക് (വി) - മുൻപേ ഭക്ഷണം കഴിക്കുന്നവൻ. one who eats first.

അഗ്രഭൂ(നാ) - ജ്യേഷ്ഠൻ, അത്യുച്ചസ്ഥാനം, ലക്ഷ്യം. elder brother, pinnacle, aim.

അഗ്രഭോജനം(നാ) - മുൻപേ ഭക്ഷണം കഴിക്കൽ, മുമ്പേ ഭക്ഷണം കഴിക്കാനുള്ള അവകാശം, പൂജ്യസ്ഥാനത്തിരുന്നു ഭക്ഷിക്കൽ, ബ്രാഹ്മണഭോജനം. eating first, claim to eat first, eating, seated at an honourable place, Brahmin feeding.

അഗ്രയാനം(നാ) - മുന്നിൽ നടക്കൽ, മുന്നോട്ട് അടുക്കൽ, മഹായാനം. forewalking, taking lead, going ahead, Mahayanam.

അഗ്രയോധി(നാ) - സേനാനായകൻ. commander of an army.

അഗ്രശാല(നാ) - ഊട്ടുപുര, ബ്രാഹ്മണർക്കുള്ള ഭക്ഷണശാല. choultry for taking meals, eating place for Brahmins.

അഗ്രസന്ധ്യ(നാ)- പുലരി. early dawn.

അഗ്രസരൻ (വി) - മുമ്പേ നടക്കുന്നവൻ, മുഖ്യൻ. chief, one who goes before.

അഗ്രസാര (വി) - കായില്ലാതെ അങ്കുരം മാത്രമുള്ള. sprout, shoot, bud.

അഗ്രസാരം(നാ) - മുള. bamboo.

അഗ്രഹസ്തം(നാ) - കരാഗ്രം, വിരലുകൾ, വലംകൈ, തുമ്പിക്കൈയുടെ അറ്റം. fingers, palm, right hand, fore-part of the trunk of an elephant.

അഗ്രഹായണം(നാ) - ആണ്ടുപിറപ്പ്, ധനുമാസം. new year eve, Dhanu month.

അഗ്രഹാരം(നാ) - രാജാക്കന്മാർ ബ്രാഹ്മണർക്കു ദാനം ചെയ്ത ഭൂമി, ബ്രാഹ്മണത്തെരുവ്. land donated to Brahmins by king, Brahmin's street.

അഗ്രാവരണം(നാ) - ചെടികളുടെ വേരിന്റെ അഗ്രഭാഗത്തെ പൊതിയുന്ന കോശങ്ങൾ. calyptra, cells at the tip of roots.

അഗ്രാംശം(നാ) - ആദ്യത്തെ പങ്ക്, മുഖ്യഭാഗം. the first share, prime share.

അഗ്രാക്ഷി(നാ) - സൂക്ഷിച്ചുള്ള നോട്ടം, കടക്കൺനോട്ടം, കണ്ണിന്റെ അഗ്രഭാഗം. careful, concentrated look, glance through the corner of the eye, the end part of the eye.

അഗ്രാണികം - മുന്നണിയിലുള്ള സൈന്യം. army division in the forefront.

അഗ്രാമ്യ (വി) - നാഗരികമായ, ഗ്രാമ്യമല്ലാത്ത, സഭ്യമായ, ഇണങ്ങാത്ത. civilized, cultured, not vulgar, not uncultured, decent, polite, not tamed.

അഗ്രാസനം(നാ) - പ്രധാനപീഠം, അദ്ധ്യക്ഷസ്ഥാനം. seat of honour, president's seat.

അഗ്രാഹ്യ (വി) - ഗ്രഹിക്കാൻ വയ്യാത്ത, മനസ്സിലാക്കാൻ കഴിയാത്ത, കൈക്കൊള്ളാൻ യോഗ്യമല്ലാത്ത. incomprehensible, unfit to accept, not acceptable.

അഗ്രാഹ്യ(നാ) -ശുദ്ധികർമത്തിന് കൊള്ളരുതാത്ത മണ്ണ്. soil not fit for purification.

അഗ്രിമ (വി) - ശ്രേഷ്ഠമായ, ഒന്നാമതുണ്ടായ, മുമ്പുള്ള. noble, prime, first, in the front, previous.

അഗ്രിമൻ(നാ) - ജ്യേഷ്ഠൻ, ഒന്നാമൻ, ശ്രേഷ്ഠൻ. elder brother, first, prior.

അഗ്രിമാ(നാ) - മൂത്തവൾ. woman who is elder.

അഗ്രിയ (വി) - ശ്രേഷ്ഠമായ, പ്രധാനമായ, ഒന്നാമത്തെ, മൂത്ത. prior, noble, important, first, elder.

അഗ്രിയം(നാ) - ഉത്തമാംഗം, പ്രഥമ ഫലം. head, foremost.
അഗ്രീയൻ (നാ) - ജ്യേഷ്ഠൻ. elder brother.
അഗ്രീവ (വി) - കഴുത്തില്ലാത്ത. neckless.
അഗ്രു(നാ) - വിരൽ, നദി, അവിവാഹിത. finger, river, unmarried woman.
അഗ്രേ(നാ) - മുമ്പിൽ, അഗ്രത്തിൽ, ആരംഭത്തിൽ. in front of, at the top, in the beginning.
അഗ്രേസരൻ (വി) - നേതാവ്, മുമ്പേ നടക്കുന്നവൻ. leader, forewalker.
അഗ്രോപഹാരം(നാ) - ആദ്യമായി കൊടുക്കുന്ന കാഴ്ചദ്രവ്യം. first gift presented to somebody.
അഗ്ര്യജന്മാവ്(നാ) - ജ്യേഷ്ഠൻ, ബ്രാഹ്മണൻ. elder brother, Brahmin.
അഗ്ര്യൻ (വി) - മുഖ്യൻ, മുമ്പൻ, ശ്രേഷ്ഠൻ, ജ്യേഷ്ഠൻ. prime, noble, first, elder brother.
അഗ്ര്യപൂജ(നാ) - ശ്രേഷ്ഠനായ ആളെ ആദരിക്കൽ. respect for the noble.
അഗ്ര്യം(നാ) - വീടിന്റെ മേൽക്കൂര. roof.
അഗ്ര്യസ്ഥാനം(നാ)- പൂജ്യസ്ഥാനം, ഒന്നാം സ്ഥാനം. respectable place, first place.
അഘ(നാ) - പാപദേവത, മകം നക്ഷത്രം. goddess of sins, tenth lunar asterism, Makom.
അഘം(നാ) - പാപം, ദോഷം, വിപത്ത്, ദുഃഖം, വേദന, പുല, കുറ്റം. sin, defect. danger, padaness, pain, pollution, blemish.
അഘകൃത്ത് (വി) - പാപം ചെയ്യുന്ന, ദോഷം ചെയ്യുന്ന, കുറ്റം ചെയ്യുന്ന. sinning, committing crime.
അഘഘ്ന (വി) - പാപത്തെ നശിപ്പിക്കുന്ന. eradicating sin.
അഘഘ്നൻ(നാ) - പാപത്തെ നശിപ്പിക്കുന്നവൻ, ശ്രീകൃഷ്ണൻ. one who eradicates sin, Krishna.
അഘടിത (വി) - ചേരാത്ത, യോജിക്കാത്ത. not fit, not suited.
അഘമാര (വി) - പാപം നശിപ്പിക്കുന്ന. eradicating sin.
അഘമോചനം(നാ) - പാപനിവൃത്തി. sanctification.
അഘരത (വി) - പാപം ചെയ്യുന്ന, പാപത്തിൽ താല്പര്യമുള്ള. sinning, interested in sins.
അഘർമ്മ (വി) - ചൂടില്ലാത്ത, തണുത്ത. not hot, cold.
അഘർമ്മധാമാവ്(നാ) - ചന്ദ്രൻ. moon.
അഘർമ്മാംശു(നാ) - ചന്ദ്രൻ. moon.
അഘല (വി) - പാപം നശിപ്പിക്കുന്ന, ഭീകരമായ. eradicating sins, terrible.
അഘവിഷം(നാ) - കടുത്ത വിഷമുള്ള ഒരിനം പാമ്പ്. a kind of snake with deadly venom.
അഘശംസൻ (വി) - കള്ളനെപ്പോലെയുള്ളവൻ, ദുഷ്ടൻ. robber-like, wicked.
അഘശംസി (വി) - പാപത്തെ അറിയുന്നവൻ, കുറ്റം റിപ്പോർട്ട് ചെയ്യുന്നവൻ, ദുഷ്ടൻ. one who reports a crime or sin, one who reports the crime, wicked.
അഘഹരണം(നാ) - കുറ്റമില്ലാതാക്കൽ. eradicating crime.
അഘഹാരൻ(നാ) - കുപ്രസിദ്ധനായ കൊള്ളക്കാരൻ, പാപം പരിഹരിക്കുന്നവൻ. notorious robber, one who eradicates sins.
അഘാതം(നാ) - കൊലചെയ്യാതിരിക്കൽ. not murdering.
അഘായു (വി) - പാപമുള്ള, ദുർഗുണമുള്ള, നീചകർമ്മം ചെയ്യുന്ന, ഉപദ്രവം ചെയ്യുന്ന. sinful, immoral, doing evil deeds, doing harm.
അഘാരി (വി) - വ്യസനിക്കുന്നവൻ, ആപത്തിൽപ്പെട്ടവൻ, നിർഭാഗ്യവാൻ. grief stricken, distressed, unfortunate, unlucky.

അഘാഹം(നാ) - അശുഭദിവസം. inauspicious day.
അഘൃണ (വി) - ദയയില്ലാത്ത. unkind.
അഘോര (വി) - ഘോരമല്ലാത്ത, ഭയങ്കരമല്ലാത്ത, ക്രൂരതയില്ലാത്ത, ഉഗ്രമായ. not cruel, not furious, gentle, fierce.
അഘോരം(നാ) - ഉഗ്രം, ശിവന്റെ അഞ്ചു മുഖങ്ങളിൽ ഒന്ന്, ഒരു ശൈവമന്ത്രം, ജ്ഞാനം, ഉഷ്ണം, ഒരു ശൈവവിഭാഗം. dreadfulness, one of Siva's five faces, name of Siva mantra, knowledge, heat, sect of Saivas.
അഘോരൻ(നാ) - ശിവൻ, ശിവഭക്തൻ, ദുർഗ്ഗാഭക്തൻ. Siva, devotee of Siva, devotee of Durga.
അഘോരമന്ത്രം(നാ) -ശിവനെ ഭജിക്കുന്ന ഒരു മന്ത്രം, ഒരു ശൈവമന്ത്രം. mantra in worship of Siva.
അഘോരമൂർത്തി(നാ) -ശിവൻ. Siva.
അഘോഷം (വി) - ഘോഷം ഇല്ലാത്ത, ഘോഷാക്ഷരമില്ലാത്ത. without pomp or splendour, without heavily stressed.
അഘ്ന്യ (വി) - കൊല്ലാൻ പാടില്ലാത്ത. not to be murdered.
അഘ്ന്യ(നാ) - പശു. cow.
അഘ്ന്യൻ(നാ) - ബ്രഹ്മാവ്, ഹനിക്കത്തക്കവനല്ലാത്തവൻ, കാള. Brahma, not fit to be killed, bull.
അഘ്രേയം(നാ) -മദ്യം. liquor.
അംഘസ്സ്(നാ)- പാപം, ദുരിതം. sin, misery.
അംഘ്രി(നാ)- പാദം, മരച്ചുവട്, നാല് എന്ന സംഖ്യ. foot, foot of a tree, the digit 4.
അംഘ്രിപം(നാ)- വൃക്ഷം. tree.
അംഘ്രിസ്കന്ധം(നാ)- കാലിന്റെ കുഴ. ankle.
അങ്ക്(ധാ) - അടയാളമിടുക, എണ്ണുക, കളങ്കപ്പെടുത്തുക. to calibrate, to count, to mark, to stain.
അങ്കം(നാ) - അടയാളം, പാട്, മറുക്, തുട, അക്കം, സംഖ്യ, അടുപ്പം, നാടകത്തിലെ ഒരു ഭാഗം, ദശരൂപകങ്ങളിൽ ഒന്ന്, യുദ്ധം, ശരീരം, അവയവം, ഘടകം, ഒമ്പത് എന്ന സംഖ്യ, പൂജ്യം, ആഭരണം, ദുഷ്കർമ്മം, സ്ഥലം, കൊളുത്ത്. mark, scar, stain, spot, thigh, numeral of any number up to 10, proximity, an act of a drama, one among the 10 kinds of dramas, battle, body, organ, factor, number 9, zero, ornament, evil deed, place, hook.
അങ്കക്കലി(നാ) - യുദ്ധം ചെയ്യാനുള്ള ആവേശം. excitement for duel as if possessed by the Lord of Evil.
അങ്കക്കളരി(നാ) - യുദ്ധമുറകൾ പഠിപ്പിക്കുന്ന. സ്ഥലം. training place for duel or battle.
അങ്കക്കാരൻ(നാ) - യോദ്ധാവ്, തിറയാട്ടത്തിലെ ഒരു ദേവത. warrior, goddess in the Thirayattom.
അങ്കക്കിഴി(നാ) - അങ്കത്തിനു സമ്മതിക്കുന്ന യോദ്ധാവിനു നൽകുന്ന പണക്കിഴി. bag of money presented to combatant or duel list.
അങ്കഗണിതം(നാ) - കണക്കുശാസ്ത്രം. arithmetic.
അങ്കഗത (വി) - മടിയിലെത്തിയ. reached in the lap, placed in the lap.
അങ്കചം(നാ) - രോമം, രക്തം. hair, blood.
അങ്കചൻ(നാ) - കാമദേവൻ, പുത്രൻ. Cupid, son.
അങ്കച്ഛദയം(നാ) - പോരിന് അണിയുന്ന വസ്ത്രം. armour.
അങ്കണം(നാ) - മുറ്റം, നാലുകെട്ടിനകത്തെ മുറ്റം, തുറസ്സായ സ്ഥലം. courtyard, yard within the wings of a building, open place.
അങ്കണൻ(നാ) - ശിവൻ. Siva.
അങ്കണി(നാ) - സ്ത്രീ, പാർവതി. woman, Parvati.
അങ്കതം(നാ) - തോൾവള, പാമ്പ്, കള്ളം. armlet for the upper arm, snake, lie.

അങ്കതത്ത്വം (നാ) - കണക്കുശാസ്ത്രം. arithmetic.

അങ്കത്തട്ട്(നാ) - പോരിനുവേണ്ടി മരം കൊണ്ടു പൊക്കിക്കെട്ടിയ തട്ട്, മടി. dais for duel, lap.

അങ്കനം(നാ) - അങ്കമിടൽ, അടയാളപ്പെടുത്തൽ, മുദ്രയടിക്കൽ. numbering, marking, stamping.

അങ്കപ്പണം(നാ) - അങ്കംവെട്ടുന്നതിന് പ്രതിഫലമായി കൊടുക്കുന്ന പണം. remuneration (reward) paid to the combatant.

അങ്കപാലിക(നാ) - മടി, മടിയിൽ ഇരിപ്പ്, ആലിംഗനം, വളർത്തമ്മ, ഒരു സുഗന്ധദ്രവ്യം. lap, sitting in the lap, embrace, foster mother, nurse, perfume.

അങ്കപൂരണം(നാ) - ഗുണനക്രിയ. multiplication.

അങ്കപ്പോര്(നാ) - പരസ്യമായ ദ്വന്ദ്വയുദ്ധം. public duel.

അങ്കപ്രാന്തം(നാ) - മടി. lap.

അങ്കമണി(നാ) - സ്ത്രീധനം. dowry.

അങ്കമാല(നാ) - കവിത, ശിവൻ ധരിക്കുന്ന അസ്ഥിമാല. poetry, necklace of bones worn by Siva.

അങ്കലാപ്പ്(നാ) - ദുഃഖം, വ്യസനം, വേവലാതി, കലക്കം. sorrow, agony, anxiety, flurry.

അങ്കലി (നാ) - വിരൽ, ഒരു വള്ളി. finger, a kind of creeping plant.

അങ്കലോപം(നാ) - കുറയ്ക്കൽ. subtraction.

അങ്കവസ്ത്രം(നാ) - മേൽമുണ്ട്. upper cloth.

അങ്കവാല്(നാ) - പൂവൻ കോഴിയുടെ വാൽത്തൂവൽ. tail-plume of a cock.

അങ്കവിദ്യ(നാ) - കണക്കുശാസ്ത്രം. arithmetic.

അങ്കവൃക്ഷം(നാ) - കടമ്പ്. a tree, eugenia racemosa.

അങ്കശാല(നാ) - നാടകശാല. theatre.

അങ്കസ്സ്(നാ) - അടയാളം, ശരീരം. mark, body.

അങ്കാരകൻ(നാ) - തീ, ചൊവ്വ. fire, Mars.

അങ്കാസ്യം(നാ) - അങ്കമുഖം, അങ്കകഥാസൂചന. reference to the plot in the coming act.

അങ്കി (വി) - അടയാളമുള്ള. marked.

അങ്കി(നാ) -മുഴുക്കുപ്പായം, ചെറിയ ചെണ്ട, വിഗ്രഹത്തിന്മേൽ ചാർത്തുന്ന ഒരുതരം മുടി, തീ, അഗ്നിദേവൻ. gown, jacket, robe, small drum, ornamental frame for idol,fire, god of fire.

അങ്കിത (വി) - അടയാളപ്പെടുത്തപ്പെട്ട, എണ്ണപ്പെട്ട. marked, counted.

അങ്കിതം(നാ) - അടയാളം, തഴമ്പ്, അടയാളപ്പെടുത്തിയിട്ടുള്ളത്. mark, scar, that which is marked.

അങ്കുടം(നാ) - താക്കോൽ. key.

അങ്കുട്ടം(നാ) - പെരുവിരൽ, പെരുവിരലളവ്. thumb, measurement of a thumb.

അങ്കുരം(നാ) - മുള, നാമ്പ്, കിളിന്ന്, കൂമ്പ്, വെള്ളം, പ്രാരംഭാവസ്ഥ, രോമം, രക്തം, പരു, നീര്, ഒരു ഹസ്തമുദ്ര. shoot or bud, shoot, sprout, shoot, tender leaf, water, beginning stage, hair, blood, turmour, swelling, a gesture.

അങ്കുരിക്കുക (അ.ക്രി) - മുളയ്ക്കുക. sprout.

അങ്കുരിത (വി) - മുളച്ച. germinated.

അങ്കുശം(നാ) - ആനത്തോട്ടി, അല്പവിരാമത്തിന്റെ ചിഹ്നം, തടസ്സം. hook weapon to control elephant, coma, obstacle, impediment.

അങ്കുശഗ്രഹൻ(നാ) - ആനക്കാരൻ. mahout.

അങ്കുശധരൻ(നാ) - ഗണപതി, ആനക്കാരൻ. Ganesh, mahout.

അങ്കുശപാണി(നാ) - ഗണപതി, കാളി, ആനപ്പാപ്പാൻ. Ganesh, Kali, mahout.

അങ്കൂർ(നാ) - മുന്തിരിങ്ങ. grapes.

അങ്കൂഷം(നാ) - കീരി, തോട്ടി. mongoose, hook.
അങ്കോലിക(നാ) - ആലിംഗനം. embrace.
അംഗം(നാ)- അവയവം, ശരീരം, മനസ്സ്, ഭാഗം, ആറ് എന്ന സംഖ്യ. part of the body, body, mind, section, number.
അംഗക്രിയ(നാ)- പറ്റുവിന. verbal participle.
അംഗജ(നാ)- പുത്രി. daughter.
അംഗജ(നാ.വി)- ശരീരത്തിൽ നിന്നുണ്ടായ. born from body.
അംഗജനുസ്സ്(നാ)- കാമദേവൻ, പുത്രൻ, രോമം. Kamadeva, son, hair.
അംഗജബാണം(നാ) -കാമദേവന്റെ അമ്പ്. arrow of Cupid.
അംഗജലീല(നാ) - കാമക്രീഡ. game of sex, sexual inter-course.
അംഗജവേദന(നാ) - കാമപീഡ. erotic passion.
അംഗന(നാ) - സുന്ദരി, സ്ത്രീ. beauty, a lady, a woman.
അംഗപതി(നാ) - കർണ്ണൻ. Karna, king of Anga.
അംഗപാലൻ(നാ) - അംഗരക്ഷകൻ. body guard.
അംഗപ്രത്യംഗം(നാ.വി) - ഓരോ അവയവത്തിലും. limb by limb.
അംഗപ്രദക്ഷിണം(നാ) - ശയനപ്രദക്ഷിണം. rolling around temple as penance.
അംഗഭംഗം(നാ) - അവയവനഷ്ടം, അക്ഷരലോപം. mutilation, syncopation.
അംഗഭംഗി(നാ) - ശരീരകാന്തി, സൗന്ദര്യം. beauty of body.
അംഗമർദ്ദം(നാ) - തിരുമ്മൽ, ശരീരത്തിന്റെ വേദന. massage, body pain.
അംഗമർഷം(നാ) - പക്ഷവാതം. rheumatism, paralysis.
അംഗരക്ഷണം(നാ) - ശരീരരക്ഷണം, കുപ്പായം. guarding body, garment.
അംഗരാഗം(നാ) - കുറിക്കൂട്ട്. scented cosmetic.
അംഗലേപം(നാ) - കുറിക്കൂട്ട്, കളഭം, ദേഹത്തിൽ കുറിക്കൂട്ടുപൂശൽ. scented cosmetics, perfumed sandle, application of perfumed cosmetic.
അംഗല്യം(നാ) - വേപ്പ്. neem, margosa tree.
അംഗവികല(നാ.വി) - ശരീരത്തിന് അറ്റകുറ്റമുള്ള. physically handicapped.
അംഗവിക്ഷേപം(നാ)- കൈകൊണ്ടുള്ള ആംഗ്യം കാട്ടൽ. gesture.
അംഗവിദ്യ(നാ) - അവയവ ലക്ഷണ ശാസ്ത്രം. divining by signs on limbs.
അംഗവൈകല്യം(നാ)- ശരീരാവയവങ്ങളുടെ ന്യൂനത. state of having handicapped body.
അംഗവൈകൃതം(നാ)- ശരീരത്തിന്റെയോ അംഗത്തിന്റെയോ വിരൂപത. deformity of body or limbs.
അംഗശോഷം(നാ) -മെലിവ്, ക്ഷയം. emaciation, tuberculosis.
അംഗസംഗം(നാ) - ദേഹസ്പർശം,ആലിംഗനം, സംയോഗം. bodly touch, embrace, copulation.
അംഗസംസ്കൃതി(നാ) - ശരീരം ശുദ്ധമാക്കൽ,സുഗന്ധദ്രവ്യങ്ങൾ പൂശൽ. purification of body, beautification.
അംഗസത്ത്വം(നാ) - ദേഹബലം. physical strength, bodily strength.
അംഗസ്സ്(നാ)-പക്ഷി. bird.
അംഗഹീന(നാ.വി)- ഏതെങ്കിലും അവയവം ഇല്ലാത്ത. not having any one of limbs.
അംഗാരം(നാ)- തീക്കനൽ, ചുവന്ന നിറം, കരിക്കട്ട. burning embers, red colour, charcoal.
അംഗാരകദിനം(നാ)-ചൊവ്വാഴ്ച. Tuesday.
അംഗാരിത(നാ.വി)- പൊരിച്ച, കരിച്ച, വറുത്ത. fried, burnt, roasted.

അംഗി (നാ.വി) -സ്ഥായിയായ, അംഗങ്ങ ളുള്ള. eternal, having components.
അംഗിക്രിയ(നാ) - മുഖ്യക്രിയ, പൂർണ ക്രിയ. finite verb.
അംഗീകാരം(നാ)- കൈക്കൊള്ളൽ, അംഗമാക്കൽ, സമ്മതം. recognition, enrolling as member, consent.
അംഗു(നാ)- പക്ഷി, കൈ. bird, hand.
അംഗുലം(നാ)- കൈവിരൽ, ഒന്നേകാ ലിഞ്ച് നീളം, അരയാൽ. finger, length of 1 $^1/_4$ inches, pipal tree.
അംഗുലി(നാ)- വിരൽ. finger.
അംഗുലിക(നാ)- ഉറുമ്പിലൊരിനം. kind of ant.
അംഗുലിപഞ്ചകം(നാ)- അഞ്ച് വിരലു കൾ. five fingers.
അംഗുലിമുദ്ര(നാ)- അടയാള മോതിരം. signet ring.
അംഗുലീയകം(നാ)- മോതിരം. finger ring.
അംഗുലീസംഭൂതം(നാ)- നഖം. nail.
അംഗുഷ്ഠം(നാ)- പെരുവിരൽ. thumb.
അംഗുഷ്ഠമാത്ര(നാ.വി) - പെരുവിര ലോളം വലുപ്പമുള്ള. thumb-sized.
അംഗുഷ്ഠ്യം (നാ) - പെരുവിരലിലെ നഖം. nail of the thumb.
അംഗുർ (നാ)- മുന്തിരി. grapes.
അംഘ്രസ്സ് (നാ) - ദുരിതം, പാപം. misery, sin.
അംഘ്രി (നാ) - പാദം, വൃക്ഷങ്ങളുടെ വേര്. foot, root of tree (foot of tree).
അംഘ്രിജാ(നാ) - ഗംഗ. Ganges.
അംഘ്രിപം(നാ) - വൃക്ഷം, tree.
അങ്ങങ്ങ് (ക്രി.വി) - അവിടവിടെ. here and there.
അങ്ങത്തെ (വി) - അവിടത്തെ. of that place, yours.
അങ്ങനെ (ക്രി.വി)- ആവിധം, അപ്ര കാരം. likewise, in that way.
അങ്ങനത്തേ (വി) - ആ വിധത്തിലുള്ള. of that kind.
അങ്ങാടി (നാ)- കടത്തെരുവ്, ഉണക്ക മരുന്ന്. bazaar, dried Ayurvedic drugs.
അങ്ങാടിക്കാരൻ(നാ)- വ്യാപാരി. merchant.
അങ്ങാടിവില(നാ)- കമ്പോളവില. market price.
അങ്ങാടിവാണിഭം(നാ) - അങ്ങാടി യിലെ വ്യാപാരം. business in the market.
അങ്ങിങ്ങ് (ക്രി.വി) - അവിടെയും ഇവി ടെയും. here and there.
അങ്ങ് (ക്രി.വി) - താങ്കൾ, ആ സ്ഥലത്ത്, അവിടെ, ദൂരെ. you, there, yonder, at a distance.
അങ്ങുന്ന് (ക്രി.വി) - താങ്കൾ, അവിടെ നിന്ന്. you, from there.
അങ്ങേയറ്റം (ക്രി.വി) - പരമാവധി, ആവുന്നത്ര. maximum, as much as possible.
അചക്ര (നാ.വി) - ചക്രമില്ലാത്ത. without wheel.
അചക്ഷുസ്സ് (നാ.വി) - കണ്ണില്ലാത്ത, കാഴ്ചയില്ലാത്ത, അപ്രത്യക്ഷമായ. without eye, blind, vanished.
അചക്ഷുസ്സ്(നാ) - കേടുപറ്റിയ കണ്ണ്, കാഴ്ചയില്ലാത്തവൻ. diseased eye, blind.
അചഞ്ചല (നാ. വി)- ഇളക്കമില്ലാത്തത്, പതറാത്ത. stationary, firm.
അചണ്ഡ(വി) - ക്രൂരതയില്ലാത്ത, കോപമില്ലാത്ത, ശാന്തമായ. not cruel, not angry, meek.
അചണ്ഡി (നാ) - കോപമില്ലാത്തവൾ, ഇണങ്ങിയ പശു. woman who is not angry, domesticated cow.
അചതുര (നാ.വി)- സാമർത്ഥ്യമില്ലാത്ത. not smart.
അചന്ദ്ര (വി) - ചന്ദ്രനില്ലാത്ത. moonless.
അചര (വി) - സഞ്ചരിക്കാത്ത, സ്ഥിര മായ. not moving, firm, permanent.
അചരമ (വി) - ഒടുവിലത്തേതല്ലാത്ത, മധ്യത്തിലുള്ള. not the last, middle.
അചരരാശി (നാ) - സ്ഥിരരാശി (ഇട വം,ചിങ്ങം, വൃശ്ചികം, കുംഭം). fixed zodiacal signs.

അചല (വി) - ഇളകാത്ത, അനങ്ങാത്ത. firm, immovable, stable.
അചല(നാ.)- ഭൂമി, പാർവ്വതീദേവി. earth, goddess Parvati.
അചലം(നാ)- പർവ്വതം, ഇളക്കമില്ലാത്തത്, കുറ്റി. mountain, that which is immovable, stump.
അചലകന്യ(നാ) - ശ്രീപാർവ്വതി. Sree Parvati.
അചലകീല(നാ) - ഭൂമി. earth.
അചലദ്വേഷി(നാ) - ഇന്ദ്രൻ. Indra.
അചലൻ(നാ) - ഇളകാത്തവൻ, ശിവൻ, ശകുനിയുടെ അനുജൻ, സ്കന്ദന്റെ ഒരു പാർഷദൻ. person of stable mind, Siva, younger brother of Sakuni, escort of Skanda.
അചലപതി(നാ) - ഹിമവാൻ, മേരു, പർവ്വതരാജാവ്. Himalaya, king of mountains, Meru mountains, king of mountains.
അചലമകൾ(നാ) - ശ്രീപാർവതി (അചലപ്പെണ്ണ്, അചലപ്പൈതൽ, അചലമകൾ). Sree Parvati.
അചലാധിപൻ(നാ) - ഹിമവാൻ, രാജാവ്. Himalaya, king.
അചലാനാഥൻ(നാ) - രാജാവ്. king.
അചാപലം(നാ) - ഇളക്കമില്ലായ്മ, ഉറപ്പ്. steadfastness, steadiness, firmness.
അചാരു(നാ)- ഭംഗിയില്ലാത്ത, കൊള്ളരുതാത്ത. ugly, unfit.
അചിത (വി)- പൊയ്പ്പോയ, വിചാരിക്കപ്പെടാത്ത, ശേഖരിക്കപ്പെടാത്ത. lost, gone, unconsidered, not collected.
അചിത്ത (വി)- അഗോചരമായ, വിചാരിച്ചിരിക്കാത്ത. invisible, unexpected.
അചിത്തം (ക്രി.വി)- മനസ്സില്ലാതെ. unwillingly.
അചിത്തി(നാ)- മൂഢത. stupidity.
അചിത്ത് (വി)- ജ്ഞാനം ഇല്ലാത്ത, ഭക്തിയില്ലാത്ത. lacking knowledge, lacking devotion.
അചിത്ത്(നാ)- ആത്മാവല്ലാത്തത്, ജഡപ്രകൃതി. matter (not spirit).
അചിന്തനീയ (വി) - വിചാരിക്കത്തക്കതല്ലാത്ത, വിചാരിക്കപ്പെടുവാൻ കഴിയാത്ത, ഊഹവിഷമല്ലാത്ത. unthinkable, not fit to be thought about, not a subject.
അചിന്തിത (വി) - വിചാരിച്ചിരിക്കാത്ത, പെട്ടെന്നുണ്ടായ. unexpected, happened all on sudden.
അചിന്തിതൻ(നാ)- ഈശ്വരൻ. god.
അചിന്ത്യ (വി)- വിചാരിക്കത്തക്കതല്ലാത്ത, വിചാരിക്കപ്പെടുവാൻ കഴിയാത്ത. unthinkable, inconceivable.
അചിന്ത്യജം(നാ) - രസം. mercury.
അചിര (വി) - നീണാൾ നിലനില്ക്കാത്ത, ക്ഷണികമായ, പുതുതായ. transitory, momentary, new.
അചിരാംശു(നാ)- മിന്നൽ. lightning.
അചിരായ (ക്രി.വി)- താമസം കൂടാതെ, വേഗത്തിൽ. without delay, immediately.
അചുംബിത (വി) - സ്പർശിക്കപ്പെടാത്ത, ചുംബിക്കപ്പെടാത്ത, ഉപയോഗിക്കപ്പെടാത്ത, നവമായ, പുതിയ. untouched, not kissed, unused, fresh, new.
അചേതന (വി)- ജീവനില്ലാത്ത, ചൈതന്യമില്ലാത്ത, ചൊടിയില്ലാത്ത, അറിവില്ലാത്ത. inanimate, lifeless, unconscious, not vigorous, senseless.
അചേതസ്സ്(നാ.വി)- ചൈതന്യമില്ലാത്ത, ജീവനില്ലാത്ത, ബുദ്ധിയില്ലാത്ത. unconscious, lifeless,unintelligent.
അചേലക (വി)- നഗ്നമായ, ചേലയില്ലാത്ത. naked.
അചേലകൻ(നാ) - ദിഗംബരൻ, നഗ്നൻ. naked ascetic, naked man.
അചേഷ്ട (വി)- പ്രവൃത്തിയില്ലാത്ത, ഒന്നുംചെയ്യാത്ത. inactive, not moving.
അചൈതന്യം(നാ)- ബോധമില്ലായ്മ, അജ്ഞാനം, ബുദ്ധിമാന്ദ്യം. unconsciousness, ignorance.
അച്ച(നാ) - അമ്മ, അമ്മയുടെ അനുജത്തി, ഒരിനം വൃക്ഷം. mother, younger sister of the mother, a kind of tree.

അച്ചം(നാ)- ഭയം, സംഭ്രമം. fear, bewilderment.
അച്ചടക്കം(നാ)- വിനയം, ഒതുക്കം. modesty, discipline.
അച്ചടയാളം(നാ) - ആകൃതിസാമ്യം. similarity.
അച്ചടി(നാ)- മുദ്രണം, വാർത്തുണ്ടാക്കിയ രൂപങ്ങളെയോ അക്ഷരങ്ങളെയോ കടലാസ്സിൽ പതിച്ചെടുക്കൽ, ഒരിനം തുണി. printing, printed cloth.
അച്ചടിക്കാരൻ(നാ)- അച്ചടിക്കുന്നവൻ. printer.
അച്ചടിപ്പ്(നാ)- അച്ചടി, പതിപ്പ്, പ്രകാശനം. printing, edition, publication.
അച്ചടിമഷി(നാ)- അച്ചടിക്കാനുള്ള മഷി. printing ink.
അച്ചടിയന്ത്രം(നാ)- അച്ചടിക്കാനുള്ള യന്ത്രം. printing machine.
അച്ചടിശാല(നാ)- അച്ചടിക്കുന്ന സ്ഥാപനം. printing press.
അച്ചടിശ്ശീല(നാ)- രൂപങ്ങൾ പതിച്ച തുണി. printed cloth.
അച്ചട്ട്(നാ) - അച്ചിൽ ഇട്ടപോലെ തുല്യമായ, സൂക്ഷ്മമായ, കണിശമായ, പറ്റിയ. equal in all aspects, minute, accurate, fit, suitable.
അച്ചൻ(നാ)- പിതാവ്, സ്ഥാനമേന്മയുള്ളവൻ, അമ്മയുടെ സഹോദരൻ, ബഹുമാന്യൻ, ശ്രേഷ്ഠൻ. father, venerable person, uncle, respectable person, man of excellence.
അച്ചനാർ(നാ) - കത്തനാർ. priest.
അച്ചപ്പൻ(നാ) - അച്ഛന്റെ അച്ഛൻ, അമ്മയുടെ അച്ഛൻ. paternal grandfather, maternal grandfather.
അച്ചമ്മ(നാ) - അച്ഛന്റെ അമ്മ, അമ്മയുടെ അമ്മ. paternal grandmother, maternal grandmother.
അച്ചളിങ്ങ(നാ) - പയറുവർഗ്ഗത്തിന്റെ ഇളം കായ്. tender pea or bean.
അച്ചാച്ചൻ(നാ) - ജ്യേഷ്ഠൻ, അച്ഛൻ, അപ്പൂപ്പൻ. elder brother, father, grandfather.
അച്ചായി(നാ) - ജ്യേഷ്ഠൻ. elder brother.
അച്ചാരം(നാ) - ഉറപ്പ്, ഈട്. surety, security.
അച്ചാരക്കല്യാണം(നാ) - വിവാഹനിശ്ചയം. ceremony to decide marriage.
അച്ചികി(നാ) - ജമദഗ്നി മഹർഷി. sage Jamadagni.
അച്ചിങ്ങ(നാ) - വിളയാത്ത പയറ്, കൊച്ചങ്ങ, വെള്ളയ്ക്ക. tender beans, tender pea or bean, very young coconut.
അച്ചിട്ട(നാ. വി) - സൂക്ഷ്മമായ, മാറ്റമില്ലാത്ത, അച്ചടിച്ച. minute, not changing, printed.
അച്ചിരി(നാ) - കോപത്തോടുകൂടിയുള്ള ചിരി, അട്ടഹാസം, പൊട്ടിച്ചിരി, ലജ്ജയോടുകൂടിയ ചിരി, പരിഹാസച്ചിരി. laugh with anger, boisterous laughter, bashful laugh, scornful laugh.
അച്ച്(നാ) - അച്ചുതണ്ട്, സ്വരം, അച്ചാണി, അക്ഷരം കൊത്തിയിട്ടുള്ള ആണി, കടച്ചിൽയന്ത്രം, തെറ്റ്, തോല്‌വി, പിശാച്, ഒച്ച്. axis, vowel, pin of axle tree, printing type, lathe, defect, defeat, demon, snail.
അച്ചുകുത്ത്(നാ) - രോഗപ്രതിരോധ കുത്തിവയ്പ്. vaccination.
അച്ചുതണ്ട്(നാ) - അക്ഷരേഖ. latitude.
അച്ഛ(നാ.വി) - പ്രസന്നമായ, തെളിവുള്ള, നിർമ്മലമായ. pleasing, clear, pure.
അച്ഛം(നാ) - നിർമ്മലമായത്, സ്ഫടികം, കരടി. that which is pure, glass, bear.
അച്ഛത(നാ) - നൈർമ്മല്യം. purity.
അച്ഛൻ(നാ) - പിതാവ്, യജമാനൻ, അമ്മയുടെ സഹോദരൻ, ശ്വശുരൻ. father, boss, uncle, father-in- law.
അച്ഛൻ(നാ) - തെളിവുള്ളവൻ, പ്രസന്നൻ, ശുക്രൻ. pleasing person, Venus.

അച്ഛന്ന (നാ.വി) - സ്പഷ്ടമായ, മറയ്ക്കപ്പെടാത്ത, മറവില്ലാത്ത. clear, not hidden, not covered.

അച്ഛഭല്ലം (നാ) - കരടിക്കുരങ്ങ്, ആൾക്കരടി. wild bear.

അച്ഛവാരം(നാ) -വെള്ളിയാഴ്ച. Friday.

അച്ഛാഛൻ (നാ) - അച്ഛന്റെ അച്ഛൻ. grandfather.

അച്ഛായ (വി) - തെളിഞ്ഞ, നിഴലില്ലാത്ത. lucid, shadowless.

അച്ഛിദ്ര (നാ.വി) - കലഹമില്ലാത്ത, നിരന്തരമായ, അറ്റകുറ്റമില്ലാത്ത, ദ്വാരമില്ലാത്ത. not quarrelling, continuous, not defective, unbroken.

അച്ഛിദ്രം (ക്രി.വി)- കേടില്ലാതെ, ഇടതടവില്ലാതെ, ആരോഗ്യത്തോടുകൂടി. without defects, continuously, healthily.

അച്ഛിദ്രം(നാ) - കുറ്റമില്ലായ്മ, ഛിദ്രമില്ലായ്മ. faultlessness, state of being unbroken.

അച്ഛിന്ന(നാ.വി) - മുറിക്കപ്പെടാത്ത, അറ്റകുറ്റമില്ലാത്ത, നിരന്തരമായ. uncut, free from damages, continuous.

അച്ഛേദ്യ (വി) - വിഭജിക്കത്തക്കതല്ലാത്ത, പിളർക്കാൻ പാടില്ലാത്ത, വേർപിരിച്ചുകൂടാത്ത, മുറിച്ചുകൂടാത്ത. indivisible, not to be cleaved, inseparable, not to be cut.

അച്ഛോടനം(നാ) - നായാട്ട്. hunting.

അച്ഛോദ(നാ) - ഒരു നദിയുടെ പേര്. name of a river.

അച്ഛോദം(നാ) - തെളിഞ്ഞ ജലമുള്ളത്, ഹിമാലയത്തിലെ ഒരു തടാകം. that which has clear water, pool in the Himalayas.

അച്യുത(നാ.വി) - നാശമില്ലാത്ത, വീഴാത്ത. imperishable, not fallen.

അച്യുതം(നാ) - ഒരിനം അത്തിമരം, മഞ്ഞണാത്തിമരം. a kind of country fig tree, Morinta tinctoria.

അച്യുതൻ(നാ) - വിഷ്ണു, ശ്രീകൃഷ്ണൻ. Vishnu, Sreekrishna.

അച്യുതപുത്രൻ(നാ)- കാമദേവൻ. Cupid.

അച്യുതപൂർവ്വജൻ(നാ)- ഇന്ദ്രൻ, ബലരാമൻ. Indra the king of devas, Balarama.

അച്യുതസോദരി(നാ)- സുഭദ്ര. Subhadra.

അച്യുതി(നാ) - നിലനില്പ്, സ്ഥിരത. existence, constancy.

അജ(നാ.വി) - ജനിക്കാത്ത, ഉണ്ടാകാത്ത, ശാശ്വതമായ. unborn, not happened, eternal.

അജാ(നാ) - പെണ്ണാട്, മായ, പ്രകൃതി. sheep, illusion, nature.

അജം(നാ) - ആട്, വെളുത്ത ആട്ടിൻകുട്ടി, മേടംരാശി, ഒരു ധാന്യം, സൂര്യന്റെ രഥം, ബ്രഹ്മം. she-goat, young lamb, constellation of Aries, a kind of grain, almighty.

അജകം(നാ) - വരയാട്. a variety of striped goat.

അജകർണ്ണം(നാ) - മരുത്, വേങ്ങ. terminalia panipulata roth, terminalia alata tomentosa.

അജകവം(നാ) - ശിവന്റെ വില്ല്. the bow of Siva.

അജകാവം(നാ) - ശിവന്റെ വില്ല്, ഒരിനം ചീര, ഒരു നേത്രരോഗം, വിഷമുള്ള ഒരിനം തേൾ. bow of Siva, a pot herb, an eye disease, a scorpion.

അജക്ഷീരം(നാ) -ആട്ടിൻ പാൽ. goat-milk.

അജഗം(നാ) - ശിവന്റെ വില്ല്. bow of Siva.

അജഗൻ(നാ) - അഗ്നി, വിഷ്ണു, സുമന്തുവിന്റെ പുത്രൻ. god of fire, son of Sumantu, Vishnu.

അജഗന്ധ(നാ) - അയമോദകം. carum carvi.

അജഗന്ധൻ(നാ) - രുദ്രൻ, ശിവൻ. Rudra, Siva.

അജഗരം(നാ) - മലമ്പാമ്പ്, പെരുമ്പാമ്പ്. huge mountain snake, python.

അജഗർദ്ദം(നാ) -നീർക്കോലി. water-snake.
അജഗവം(നാ) - ശിവന്റെ വില്ല്, പിനാകം. bow of Siva.
അജഗളം(നാ) - കൊഴുത്ത മദ്യം. thick liquor.
അജംഗമ (നാ.വി)- സ്ഥാവരമായ. immovable.
അജജീവൻ(നാ) - ആട്ടിടയൻ. shepherd.
അജട(നാ.വി) - ജടയില്ലാത്ത. without matted hair.
അജഡ(നാ.വി) - മന്ദബുദ്ധിയല്ലാത്ത, ജഡമല്ലാത്ത. not moronic, active.
അജണ്ട(നാ) - കാര്യപരിപാടി. programme.
അജതനയൻ(നാ) - വസിഷ്ഠൻ, ദശരഥൻ, ജാംബവാൻ, നാരദൻ. Vasishta, king Dasaratha, Jambavan, Narada.
അജദേവത(നാ) - പൂരുരുട്ടാതി നക്ഷത്രം, അഗ്നി. 25th lunar asterism, god of fire.
അജൻ(നാ) - ബ്രഹ്മാവ്, വിഷ്ണു, ശിവൻ, സൂര്യവംശത്തിലെ ഒരു രാജാവ്, ഒരു ഋഷിയുടെ പേര്, കാമദേവൻ, നായകൻ, ചന്ദ്രൻ, ഈശ്വരൻ, സൂര്യൻ. Brahma, Vishnu, Siva, a king of Surya dynasty, son of Raghu, name of a sage, Cupid, hero, moon, god, sun.
അജന(നാ. വി) - ജനനമില്ലാത്ത, കുടിപ്പാർപ്പില്ലാത്ത, ജനമില്ലാത്ത. birthless, uninhabited, solitary.
അജനൻ(നാ) - നിന്ദ്യൻ, ഈശ്വരൻ, ബ്രഹ്മാവ്. contemptible person, god, Brahma.
അജനി(നാ) - വഴി. way, path.
അജന്യ(നാ.വി) - ജനിക്കത്തക്കതല്ലാത്ത, ജനങ്ങൾക്കു ഹിതമല്ലാത്ത. improper to be born, unfavourable to mankind.
അജന്യം(നാ) - ഭൂകമ്പം, ധൂമകേതു മുതലായവ, ദുർനിമിത്തം. earthquake, comet, etc., ill-omen.
അജപ(നാ) - ഒരു മന്ത്രം, ഹംസമന്ത്രം. chant, Hamsamanthra.
അജപതി(നാ) - ആട്ടിടയൻ. shepherd.
അജപദൻ(നാ) - രുദ്രൻ. Rudra.
അജപാലൻ(നാ) -ആട്ടിടയൻ. shepherd.
അജപൗത്രൻ(നാ) - ശ്രീരാമൻ. Sree Rama.
അജപൗത്രി(നാ) - ജാംബവതി. Jambavati.
അജബന്ധു (വി) - മൂഢൻ, കഥയില്ലാത്തവൻ. fool, block-head.
അജബലാ(നാ) - കൃഷ്ണതുളസി. black sweet basil.
അജഭുക്തി(നാ) - അല്പഭക്ഷണം, അല്പവും അസ്ഥിരവുമായ പ്രവൃത്തി. light food, temporary light work.
അജമാംസം(നാ) - ആട്ടിറച്ചി. mutton.
അജമാരൻ(നാ) - കശാപ്പുകാരൻ. butcher.
അജമേധം(നാ) - ആടിനെക്കൊണ്ടു ചെയ്യുന്ന യാഗം. goat sacrifice.
അജംഭ (നാ.വി) - പല്ലില്ലാത്ത. toothless.
അജംഭം(നാ) - പല്ലില്ലാത്ത അവസ്ഥ, തവള. state of being toothless, frog.
അജംഭൻ(നാ) - സൂര്യൻ. sun.
അജയ(നാ.വി) - ആർക്കും ജയിക്കാൻ കഴിയാത്ത, ജയമില്ലാത്ത. formidable, not victorious.
അജയ(നാ) - മായ, കഞ്ചാവ്, ദുർഗ്ഗയുടെ ഒരു സഖി. illusion, hasheesh, female friend of Durga.
അജയൻ(നാ) - ജയിക്കപ്പെടാത്തവൻ, വിഷ്ണു, അഗ്നി. invincible person, Vishnu, Agni.
അജയം(നാ) - തോല്വി, അപജയം. failure, defeat.
അജയുദ്ധം(നാ) - ആടുകളുടെ യുദ്ധം. battle of goats.
അജയ്യ(നാ.വി) - ജയിക്കപ്പെടാൻ കഴിയാത്ത. invincible.

അജര(നാ.വി) - ജരയില്ലാത്ത, നിത്യ യൗവ്വനമുള്ള, നശിക്കാത്ത. of perennial youth, not subject to old age, imperishable.
അജര(നാ) - കറ്റവാഴ, സരസ്വതീനദി, ഗൗളി, ചെറിയ മറിക്കുന്നി. Aloe perfoliata, the river Saraswati, lizard, the plant convolvulus pescarpae.
അജരം(നാ) - കുതിര, സ്വർണ്ണം. horse, gold.
അജരൻ(നാ) - പരമാത്മാവ്, ദേവൻ. almighty, god.
അജര്യ(നാ.വി) - ദഹിക്കാത്ത, ജീർണ്ണിക്കാത്ത. undigested, undecaying.
അജര്യം(നാ) - സ്നേഹം, മൈത്രി. affection, friendship.
അജല(നാ.വി) - വെള്ളമില്ലാത്ത. waterless.
അജലോമം(നാ) - നായ്ക്കരുണ, ആട്ടുരോമം. medicinal plant, wool.
അജലോമി(നാ) - വെൺകറുക, നായ്ക്കരുണ. a kind of white grass used for rituals, cowhage plant.
അജവാഹനം(നാ) - അഗ്നി. god of fire.
അജസ്ര (നാ.വി) - എപ്പോഴുമുള്ള, തടവില്ലാത്ത, അവസാനിക്കാത്ത. everlasting, unhindered, never- ending.
അജസ്രം (വി) - എല്ലായ്പ്പോഴും, ഇടവിടാതെ, തുടരെ. always, incessantly, continuously.
അജഹ(നാ.വി) - ഉപേക്ഷിക്കാത്ത. not refusing.
അജഹ(നാ) -നായ്ക്കുരുണ. cowhage plant.
അജാ(നാ) - പെണ്ണാട്. she-goat.
അജാക്ഷീരം(നാ) - ആട്ടിൻപാല്. goat milk.
അജാഗര(നാ) - ശ്രദ്ധയില്ലാത്ത, ഉണർവില്ലാത്ത. inattentive, vigourless.
അജാഗരം(നാ) - ഉണർവ്വില്ലായ്മ, കയ്യോന്നി. state of being vigourless, eclipta prostata.
അജാഗരണം(നാ)-ഉണർവ്വില്ലായ്മ. state of being vigourless.
അജാഗ്രത(നാ) - ഉണർവ്വില്ലായ്മ, ശ്രദ്ധയില്ലായ്മ, ശുഷ്കാന്തിക്കുറവ്. state of being vigourless, carelessness, lack of zeal.
അജാഘൃതം(നാ) - ആട്ടിൻനെയ്യ്. ghee obtained from goat milk.
അജാജി(നാ) - ജീരകം. cumin seed.
അജാജീവൻ(നാ) - ആട്ടിടയൻ. shepherd.
അജാത(നാ.വി) - ജനിച്ചിട്ടില്ലാത്ത. unborn.
അജാതശത്രു(നാ) -ശത്രുക്കളായി ആരും ജനിച്ചിട്ടില്ലാത്തവൻ, ധർമ്മപുത്രൻ, ശിവൻ. one who has no enemies, Dharmaputra, Siva.
അജാദധി(നാ) - ആട്ടിൻ തൈര്. curd from goat milk.
അജാനി(നാ) - ഭാര്യയില്ലാത്തവൻ. man without wife.
അജാനികൻ(നാ) - ആട്ടിടയൻ, ഭാര്യയില്ലാത്തവൻ. shepherd, wifelessman.
അജാപയസ്സ്(നാ) - ആട്ടിൻപാല്. goat milk.
അജാമിളൻ(നാ) - പാപിയായ ബ്രാഹ്മണൻ. sinful Brahmin.
അജാശ്വൻ(നാ) - പൂഷാവ്, സൂര്യൻ. Poosha, sun.
അജി(നാ.വി) - പോകുന്ന, ചരിക്കുന്ന. going, moving.
അജി(നാ) - ഏറ്, ഗതി, ചലനം, നീങ്ങൽ. throw, direction, motion, movement.
അജിത(നാ.വി) - ജയിക്കപ്പെടാത്ത, ജയിച്ചടക്കാത്ത. invincible, unconquered.
അജിതൻ(നാ) - വിഷ്ണു, ശ്രീകൃഷ്ണൻ, ശിവൻ, ബുദ്ധൻ, ജയിക്കപ്പെടാത്തവൻ. Vishnu, Krishna, Siva, the Buddha, the unconquered.
അജിതേന്ദ്രിയൻ (വി) - ഇന്ദ്രിയനിഗ്രഹം ചെയ്തിട്ടില്ലാത്തവൻ. one who has not completely controlled his senses.

അജിനം(നാ) - മാനിന്റെ തോല്. deer skin.
അജിര(നാ.വി) - വേഗമുള്ള. swift.
അജിരം(നാ) - മുറ്റം, യുദ്ധക്കളം, ശരീരം, കാറ്റ്, തവള. courtyard, battlefield, body, air, frog.
അജിഹ്വ(നാ.വി) - നാവില്ലാത്ത. tongueless.
അജിഹ്വം(നാ) - തവള. frog.
അജീഗർത്തം(നാ) - പാമ്പ്. snake.
അജീത(നാ.വി) - തളരാത്ത, വാടാത്ത. untiring, unfading.
അജീതി(നാ) - ക്ഷേമം, അഭിവൃദ്ധി. welfare, progress.
അജീർണ്ണ(നാ.വി) - ദഹിക്കാത്ത. undigested.
അജീർണ്ണം(നാ) - ദഹനമില്ലായ്മ, ദഹനക്കേട്. indigestion.
അജീർണ്ണകം(നാ) - ഉഴുന്ന്. black gram.
അജീർണ്ണി (വി) - അജീർണ്ണം ബാധിച്ചവൻ. dyspeptic.
അജീർത്തി(നാ) - ദഹനമില്ലായ്മ, ദഹനക്കേട്. indigestion.
അജീര്യ (വി) - നാശമില്ലാത്ത, ദഹിക്കാത്ത. immortal, indigestible.
അജീവ (വി) - ജീവനില്ലാത്ത. lifeless.
അജീവം(നാ) - മരണം, നാശം, ജഡവസ്തു. death, ruination, non-living objects.
അജീവനം(നാ) - മരണം, ഉപജീവനമാർഗ്ഗമില്ലായ്മ. death, state of not having livelihood.
അജേയ(നാ.വി) - ജയിക്കാൻ കഴിയാത്ത, ജയിക്കത്തക്കതല്ലാത്ത. invincible, unconquerable.
അജൈകപാത്ത്(നാ) - സൂര്യൻ, വിഷ്ണു. sun, Vishnu.
അജൈത്ര (വി) - ജയശീലമില്ലാത്ത, ജയിക്കാത്ത. not having the habit of winning, not winning.
അജൈവ (വി) - ജീവബന്ധം ഇല്ലാത്ത. devoid of any contact with the living.
അജോഷ(നാ.വി) - സുഖമില്ലാത്ത, തൃപ്തിയുണ്ടാകാത്ത, ഭാഗ്യമില്ലാത്ത. unwell, unfortunate, not satisfying.
അജ്ജുക(നാ) - വേശ്യ. prostitute.
അജ്ഝലം(നാ) - പരിച, തീക്കനൽ, തോല്. round shield, cinder, leather.
അജ്ഞ(നാ.വി) - ജ്ഞാനമില്ലാത്ത, അറിവില്ലാത്ത, പരിചയമില്ലാത്ത, ആത്മജ്ഞാനമില്ലാത്ത. ignorant, inexperienced, devoid of self-knowledge.
അജ്ഞൻ(നാ.വി) - അറിവില്ലാത്തവൻ, മൂഢൻ. ignorant, stupid person.
അജ്ഞഭൂ(നാ) - ചെറുപയറ്. green gram.
അജ്ഞത(നാ) - അറിവില്ലായ്മ, മൂഢത. ignorance, idiocy, stupidity.
അജ്ഞാതവാസം(നാ) - ഒളിസങ്കേതത്തിലുള്ള വാസം, ആളറിയിക്കാതെയുള്ള താമസം. living in rendezvous, living incognito.
അജ്ഞാതി(നാ) - ബന്ധുവല്ലാത്തവൻ. person who is not relative of.
അജ്ഞാനം(നാ) - അറിവില്ലായ്മ, ആത്മജ്ഞാനമില്ലായ്മ, മിഥ്യ. ignorance, state of having no self knowledge, illusion.
അജ്ഞേയ(നാ.വി) - അറിയാൻ കഴിയാത്ത. that which cannot be known.
അജ്ഞേയത്വം(നാ) - അറിയാൻ കഴിയാത്ത സ്ഥിതി. anonymity, incomprehensibility.
അജ്ഞേയവാദം(നാ) -പരമാർത്ഥം കണ്ടെത്താൻ കഴിയുകയില്ല എന്ന വാദം. incomprehensibility, belief that nothing(about god)can be known, agnosticism.
അജ്മാ(നാ) - പശു, ഗതി, വഴി, യുദ്ധം. cow, path, way, battle.
അജ്രം(നാ) - വയൽ, മൈതാനം. field, open space especially for games.
അഞ്ചമ്പൻ(നാ) - കാമദേവൻ. Cupid.
അഞ്ചല്(നാ) - ഭയപ്പാട്, അലസത. fear, laziness.

അഞ്ചൽ (നാ) - ഭയം, സംഭ്രമം,പഴയ നാട്ടുതപാൽ. fear, mental agitation, consternation, old system of postal or mail service.

അഞ്ചൽക്കാരൻ(നാ) - അഞ്ചൽ ശിപായി. postman.

അഞ്ചൽപ്പുര(നാ) - അഞ്ചൽ ഓഫീസ്. post office.

അഞ്ചലം(നാ) - അറ്റം, അഗ്രം, തുമ്പ്. end, edge.

അഞ്ചലമ്പൻ(നാ) - കാമദേവൻ. Cupid.

അഞ്ചാംപത്തി(നാ) - ശത്രുപക്ഷത്തെ അനുകൂലിക്കുന്ന സ്വപക്ഷീയൻ, സ്വരാജ്യദ്രോഹി. fifth column, organized group of traitors, spy, traitor.

അഞ്ചാംപനി(നാ) - പൊങ്ങൻപനി, മണ്ണൻ. measles.

അഞ്ചാംപുര(നാ) - അടുക്കളക്കലവറ, അന്തർജ്ജനത്തിന്റെ കന്യകാത്വം തെളിയിക്കുന്നതുവരെ പാർപ്പിക്കുന്ന പുര. kitchen store house, separate house for confining Namboodiri woman accused of adultery.

അഞ്ചായുധൻ(നാ) - കാമദേവൻ. Cupid.

അഞ്ചാറ്(നാ.വി) - ഏതാനും, അഞ്ചോ ആറോ. a few, five or six.

അഞ്ചിത(നാ.വി) - വളഞ്ഞ, ഭംഗിയുള്ള, പൂജിക്കപ്പെട്ട, തോറ്റുപോയ, പൊയ്പോയ, അലങ്കരിക്കപ്പെട്ട. curved, beautiful, worshipped, failed, gone, decorated.

അഞ്ചിതപത്രം(നാ) - താമര. lotus.

അഞ്ചിതഭ്രൂ(നാ) - വളഞ്ഞ പുരികം, വളഞ്ഞ പുരികമുള്ളവൾ. curved eye brow, woman having curved eye brows.

അഞ്ച്(നാ) - നാലുകഴിഞ്ഞുള്ള അക്കം, കുട്ടിക്കാലം. five, childhood.

അഞ്ചുക (അ.ക്രി) - പിൻവാങ്ങുക, തോല്ക്കുക, ലജ്ജിക്കുക, പേടിക്കുക, ചുളുങ്ങുക. to retreat, to hesitate, to blush, to fear, to shrink.

അഞ്ചുമൊഴി(നാ) - മധുരമായി സംസാരിക്കുന്നവൾ. woman who speaks charmingly, beauty.

അഞ്ജനം(നാ) - കൺമഷി, പല്ലി, ഇരുട്ട്, ഒരു പർവതം, അഗ്നി, കുറിക്കൂട്ട്, ഒരു നേത്രരോഗം, നീലക്കല്ല്. collyrium, lizard, darkness, name of a mountain, fire, cosmetic, an eye disease, a precious blue stone.

അഞ്ജനക്കല്ല്(നാ) - ഒരിനം കറുത്ത ഔഷധക്കല്ല്. antimony.

അഞ്ജനാപുത്രൻ(നാ) - ഹനുമാൻ. Hanuman.

അഞ്ജനാദ്രി(നാ) - അഞ്ജനപർവ്വതം. a mountain.

അഞ്ജനി (വി) - അംഗരാഗം പൂശിയവൾ. perfumed woman.

അഞ്ജലി(നാ) - തൊഴുകൈ, സ്തോത്രം, വെള്ളം എടുക്കാനുപയോഗിക്കുന്ന ഒരു പാത്രം. holding palms together to salute, hymn, a kind of vessel.

അഞ്ജലിക(നാ) - ചുണ്ടെലിക്കുഞ്ഞ്. little mouse.

അഞ്ജലികം(നാ) - അസ്ത്രം, അമ്പ്, ചിലന്തി. mystical weapon, arrow, spider.

അഞ്ജലികരം(നാ) - തൊട്ടാവാടി, മുക്കുറ്റി. touch- me-not, mimosa, sensitive plant.

അഞ്ജലിപുടം(നാ) - കൈക്കുമ്പിൾ. hollow formed when the two palms are held together.

അഞ്ജലിബന്ധം(നാ) - കൈക്കൂപ്പിത്തൊഴൽ. salute by folding hands together.

അഞ്ജസാ (ക്രി.വി) - ഉടനെ, വേഗത്തിൽ. suddenly, quickly.

അഞ്ജസ്സ്(നാ) - വേഗം, ശക്തി, ചേർച്ച, യോഗ്യത, കുറിക്കൂട്ട്. speed, ability, match, fitness, perfumed cosmetic.

അഞ്ജസാര (ക്രി.വി) - വേഗത്തിൽ, ഉടനെ. quickly, suddenly.

അഞ്ജി(നാ) - കുറിക്കൂട്ട്, വർണ്ണം, സേനാപതി, തിരികല്ല്, അനുഗ്രഹം. cosmetic, colour, commander, grindstone, blessing.
അഞ്ജിഷ്ഠൻ(നാ) - സൂര്യൻ. sun.
അഞ്ഞാഴി (വി) - അഞ്ചുനാഴി. measure about one seer.
അഞ്ഞൂറ്(നാ.വി) - അഞ്ച്നൂറ്. five hundred.
അഞ്ഞൂറ്റാൻ(നാ) - ഒരു നായർ വിഭാഗം. sect among Nairs.
അഞ്ഞൂറ്റിക്കാർ(നാ) - ക്രിസ്തുമതത്തിലേക്ക് പരിവർത്തനം ചെയ്തവർ. Christian converts from some backward communities.
അട(നാ) - പൂട്ട്, മൂടി, അടപ്പ്, വിശ്രമം, വിളക്ക്, പിടക്കോഴി, മറ, ഈട്, കൈക്കില, വെറ്റില, അഭയം, തേനറക്കൂട്. lock, cover, lid, rest, lantern, incubation, covering, mortagage, material used to protect the hand from heat or cold, betel leaf, refuge, honey comb.
അടകല്ല്(നാ) - അടയ്ക്കുന്നതിനുള്ള കല്ല്. cover of stone.
അടകുടി(നാ) - കുടികിടപ്പ്, അയൽ കുടുംബം. tenancy, neighbour.
അടകോടൻ(നാ) - അലഞ്ഞുതിരിഞ്ഞു നടക്കുന്നവൻ. tramp, vagabond.
അടക്കം(നാ) - ക്ഷമ, വിനയം, മറവ്, കൈവശപ്പെടുത്തൽ, ബാധയൊഴിക്കൽ, ശവസംസ്കാരം, മുഴുവനും, അവസാനം. patience, calmness, secrecy, seizing, exorcism, funeral, entire, end.
അടക്കമില്ലായ്മ(നാ) - ഒതുക്കമില്ലാത്ത. impatience, immodesty.
അടക്കാവ്(നാ) - അടയ്ക്കാക്കുരുവി. house sparrow.
അടക്കിഭരിക്കുക (സ.ക്രി) - എല്ലാം കീഴ്പ്പെടുത്തി ഭരിക്കുക. rule over everything, keep everything under control.
അടക്ക്(നാ) - ശവസംസ്കാരം. funeral.
അടക്കുക(സ.ക്രി) - ശവം മറവു ചെയ്യുക, നിയന്ത്രിക്കുക, കീഴ്പ്പെടുത്തുക, ഉള്ളിലൊതുക്കുക, അവസാനിപ്പിക്കുക. to bury (a body), to control, to subdue, to suppress, to conclude.
അടങ്കൽ(നാ) - മതിപ്പുചെലവ്. estimate.
അടങ്ങൽ(നാ) - ഒതുങ്ങൽ, ഉൾക്കൊള്ളൽ, അവസാനിക്കൽ. inclusion, subsidence, ceasing, yielding.
അടങ്ങുക (അ.ക്രി) - ഒതുങ്ങുക, ഉള്ളിൽ അമരുക, മറയുക, അന്തർഭവിക്കുക, ക്ഷമിക്കുക, കീഴ്പ്പെടുക, സമാധാനപ്പെടുക. to subside, to be contained, to vanish, to be included, to pardon, to yield, to be appeased.
അടങ്ങുക (അ.ക്രി) - അന്തർഭവിക്കുക, ഒതുങ്ങുക, ഉള്ളിൽ അമരുക, മറയുക, പിന്മാറുക, അവസാനിക്കുക, സമാധാനപ്പെടുക, ക്ഷമിക്കുക, കീഴ്പ്പെടുക, അവകാശത്തിലാകുക, കിട്ടുക. to be included, to subside, to be contained, to vanish, to withdraw, to cease, to be appeased, to pardon, to yield, to get possession of, to obtain.
അടച്ച് (ക്രി.വി) - ആകെ, മുഴുവനും. sum, total, entirely.
അടച്ചുപാറ്റി, അടച്ചുവാറ്റി, അടച്ചൂറ്റി, അടപ്പൂറ്റി,(നാ) - ചോറുവാർത്തെടുക്കുന്നതിനുള്ള പലക. wooden lid used as strainer.
അടനം(നാ)- സഞ്ചാരം, ചുറ്റിത്തിരിയൽ. travel, wandering.
അടനമ്പ്(നാ)- പങ്കായം, തുഴ. rudder.
അടനി(നാ)- വില്ലിന്റെ അറ്റം. notched end of a bow.
അടപതിയൻ(നാ) - ഒരു പച്ചമരുന്ന്. medicinal creeper.
അടപലക(നാ) - അടച്ചുപാറ്റി, അടയ്ക്കാനുള്ള പലക. wooden lid used as strainer, wooden lid to enclose.
അടപ്പം(നാ)- ക്ഷുരകന്റെ പെട്ടി, വെറ്റിലച്ചെല്ലം. razor- case, betel- pouch.

അടപ്പൻ(നാ) - കരണ്ടകം, കന്നുകാലികൾക്കുണ്ടാകുന്ന ഒരു രോഗം, മുറ്റിയ വെറ്റില. lime box, anthrax, ripe betel leaf.

അടപ്പ്(നാ)- അടയ്ക്കാനുള്ള ഉപകരണം, അടയ്ക്കുന്ന പ്രവൃത്തി. lid, closure.

അടപ്രഥമൻ(നാ) - മധുരഭോജ്യം. pudding.

അടമഴ(നാ) - പേമാരി. heavy downpour, continuous rain.

അടമാങ്ങ(നാ) - ഉപ്പിലിട്ട് ഉണക്കി സൂക്ഷിക്കുന്ന മാങ്ങ. dried mango pickle.

അടമാനം(നാ)- ഈട്, അടയ്ക്കുവാൻ ഉപയോഗിക്കുന്ന സാധനം. pledge, screen.

അടമാറി(നാ) - ഞാറ്റടി, നിരപ്പില്ലാത്ത ഭൂമി. paddy nursery, undulated terrain.

അടമ്പ്(നാ) - ഒരു വള്ളി, മുറ്റിയ വെറ്റില. hare leaf, ripe betel leaf.

അടയർ(നാ) - ശത്രുക്കൾ. enemies.

അടയൽ(നാ) - അണ, ചെറ, അടപ്പ്. dam, embankment, stopper.

അടയാണി(നാ) - വയലിൽനിന്നു വെള്ളം ഒഴുകിപ്പോകാനുള്ള ചാൽ. small channel.

അടയാളം(നാ)- ചിഹ്നം, കൈയൊപ്പ്, സൂചന. mark, signature, signal.

അടയുക (അ.ക്രി)- എത്തിച്ചേരുക, നൽകിത്തീരുക, പ്രാപിക്കുക. to come, to be paid, attain.

അടയോല(നാ) - പാട്ടച്ചീട്ട്. deed of lease.

അടയ്ക്ക(നാ) - പാക്ക്. arecanut.

അടയ്ക്കവാതൽ(നാ) - നരിച്ചീർ. bat.

അടയ്ക്കാക്കത്തി(നാ) - പാക്കുവെട്ടി. nutcracker.

അടയ്ക്കാപ്പഴം(നാ) - പേരയ്ക്ക. guava.

അടയ്ക്കാമരം(നാ) - കവുങ്ങ്. areacanut tree.

അടയ്ക്കുക(നാ)- മൂടുക, കൊടുത്തുതീർക്കുക, തടവിലാക്കുക. to cover with lid, to pay up, imprison.

അടരുക (അ.ക്രി) - പൊട്ടിവീഴുക, ഇളകിപ്പോവുക, പിരിയുക, പൊളിയുക. to burst, to get removed from a point, to split, to crack.

അടര്(നാ)- അടർന്നത്, അടുക്ക്. all slice, layer.

അടർ(നാ)- യുദ്ധം. war.

അടർക്കളം(നാ)- യുദ്ധഭൂമി. battle field.

അടർക്കുക (സ.ക്രി)- വേർപ്പെടുത്തിയെടുക്കുക. to separate.

അടർക്കുക (സ.ക്രി) - പൊട്ടിച്ചെടുക്കുക, പൊളിക്കുക, പിളർക്കുക. to pluck, to split, to break.

അടൽ(നാ)- പൊളി, യുദ്ധം. slice, battle.

അടല (വി) - ഇളക്കമില്ലാത്ത, ഉറപ്പുള്ള. firm, sturdy.

അടലാർ(നാ) - ശത്രുക്കൾ, പോരാളികൾ. enemies, warriors.

അടലാംശു(നാ) - ആടലോടകം. medicinal plant.

അടല്(നാ) - യുദ്ധം. battle.

അടൽക്കളം(നാ) - യുദ്ധക്കളം. battlefield.

അടവയ്ക്കുക (ക്രി) - താങ്ങിക്കൊടുക്കുക, കുഞ്ഞു വിരിയിക്കാനായി കോഴിയെ മുട്ടയുടെ മീതെ ഇരുത്തുക. to prop, to sit on eggs for hatching.

അടവി(നാ)- കാട്, വനം, അഭയസ്ഥാനം, കഴുകൻ. jungle, forest, refuge, vulture.

അടവ്(നാ)- മുറ, യുദ്ധമുറ, അടുപ്പം, അടഞ്ഞ തുക. strategy, obstruction, friendship, remitted amount.

അടവുകാരൻ(നാ) - അടവ് ഏൽക്കുന്നവൻ, പറ്റുവരവുകാരൻ. regular customer.

അടവുകേട്(നാ) - മുറയില്ലായ്മ. illegitimacy.

അടി(നാ)- തല്ല്, ലഹള, കിലുക്കം, വെടിപ്പാക്കൽ, കീഴ്ഭാഗം, അടിയളവ്, കാലടി. stroke, quarrel, ringing, sweeping, bottom, measure of a foot, a foot.

അടികൾ(നാ) - തൃപ്പാദങ്ങൾ, ഗുരുശ്രേഷ്ഠൻ. honorific title of kings, priests and ascetics.

അടികൊള്ളി(നാ)- അടിവാങ്ങുന്നവൻ, ഒരുതരം നെല്ല്. one who receives blows, a kind of paddy.

അടിക്കടി (ക്രി.വി) - കൂടെക്കൂടെ, തുടരെത്തുടരെ. often, repeatedly.

അടിക്കല്ല്(നാ)- അടിസ്ഥാനം, അടിസ്ഥാനതത്ത്വം, അടിസ്ഥാനശില. basis, basic principle, foundation stone.

അടിക്കുക (സ.ക്രി)- തല്ലുക, തൂത്തു വൃത്തിയാക്കുക, കൈകൊട്ടുക, മുദ്രണം ചെയ്യുക, പരക്കുക. to beat, to sweep, to clap hands, to stamp, to spread.

അടിക്കുറിപ്പ്(നാ)- പേജിന് താഴെ നൽകുന്ന വിശദീകരണക്കുറിപ്പ്. footnote.

അടിച്ചുതളി(നാ)- തൂത്തുവാരി വെള്ളം തളിച്ച് വൃത്തിയാക്കൽ. sweeping and cleaning by water.

അടിച്ചുതളിക്കാരി(നാ)- ദാസി. maid servant.

അടിച്ചുമാറ്റുക(നാ)- മോഷ്ടിക്കുക. rob.

അടിതട(നാ) - അടിയും തടയും. beating and avoiding blows.

അടിതെറ്റുക (അ.ക്രി) - നിലംപതിക്കുക. stumbled.

അടിതോൽ(നാ) - മുണ്ട്, വസ്ത്രം. dhothy, cloth.

അടിത്തട്ട്(നാ) - താഴത്തെ തട്ട്, കീഴിലുള്ള തട്ടുപലക, ചുവട്ടിലെ ഭാഗം, അഗാധസ്ഥാനം. bottom, bottom plank, lower portion, point very deep.

അടിത്തറ(നാ)- അടിസ്ഥാനം. foundation.

അടിനില(നാ) - മെതിയടി. sandal.

അടിപിടി(നാ)- വഴക്ക്. quarrel.

അടിപ്പാട്(നാ)- കീഴ്വശം, അടി കൊണ്ട പാട്. lower side mark left by blow.

അടിപ്പ്(നാ) - തല്ല്, അടിച്ചുവാരൽ, മുദ്രണം, തയ്യൽ, സ്പന്ദനം. beating, brooming, printing, stitching, heart beat.

അടിപൊളി(നാ.വി) - ബഹളമയമായ, തല്ലിപ്പൊളിയായ. smashing, terrific, superb.

അടിപ്പെടുക (അ.ക്രി) - പരാജയം സമ്മതിക്കുക, വഴങ്ങുക. concede defeat, submit,own defeat.

അടിമ(നാ)- ദാസൻ, ഭൃത്യൻ. slave, servant.

അടിമക്കച്ചവടം(നാ) - അടിമകളെ വില്ക്കുകയും വാങ്ങുകയും ചെയ്യുന്ന ഏർപ്പാട്. slave-trade.

അടിമജന്മം(നാ) - അടിമകൾക്കു കരമൊഴിവായിക്കൊടുക്കുന്ന വസ്തു. the land awarded to slaves tax free.

അടിമണ്ണ്(നാ) - അടിയിലുള്ള മണ്ണ്. bottom soil.

അടിമത്തം(നാ) - അടിയായ്മ, ദാസ്യം. slavery, servitude.

അടിമപ്പണം(നാ) - അടിമയെ വീണ്ടെടുക്കാൻ കൊടുക്കുന്ന പണം. price paid to repossess slave.

അടിമപ്പാട്(നാ) - കാണിക്ക, തിരുമുൽക്കാഴ്ച. offering, gift.

അടിമപ്പെടുക (ക്രി) - കീഴ്പ്പെടുക, വരുതിയിലാവുക. to surrender, to be under one's control.

അടിമരം(നാ) - തായ്മരം. stem.

അടിമലർ(നാ) - പുഷ്പം പോലെ മൃദുവായ പാദം. flower-like soft foot.

അടിമുടി(നാ)- ആപാദചൂഡം, മുഴുവനും. from head to foot, completely.

അടിയൻ(നാ) - ദാസൻ. slave.

അടിയന്തരം(നാ) - ആഘോഷം, മുടക്കുവാൻ വയ്യാത്ത കർമ്മം, നിർബന്ധം, അത്യാവശ്യം. ceremony or festival, unavoidable deed or ceremony, compulsion, emergency.

അടിയന്തരാവസ്ഥ(നാ) - ചിലനടപടികൾ ഉടൻ സ്വീകരിക്കേണ്ടിവരുന്ന സ്ഥിതി. state of emergency, difficult situation.

അടിയളവ്(നാ) - സമയം അറിയാൻ ചുവടുകൊണ്ട് നിഴൽ അളക്കൽ. measuring the shadow with feet to know the time.

അടിയറവ്(നാ)- പരാജയം, ചതുരംഗത്തിലെ പരാജയപ്പെടുത്തുന്ന കരുനീക്കം. defeat, checkmate (chess).

അടിയാധാരം(നാ)- അടിസ്ഥാനപ്രമാണം. original document.

അടിയാൻ(നാ)- ദാസൻ, അടിമപ്പണി ചെയ്യുന്നവൻ. servant, male slave.

അടിയായ്മ(നാ)- അടിമത്തം. slavery.

അടിയാർ(നാ) - അടിമകൾ, താണ ജാതിക്കാർ. slaves, low caste people.

അടിയാൾ(നാ) - അടിമപ്പെണ്ണ്. slave girl.

അടിയിക്കലം(നാ) - ഊണില, ഭക്ഷണം, ഊണ്, ചോറ്റുപാത്രം, അരിവയ്ക്കുന്ന കലം. leaf for meals, meals, meals carrier, tiffin carrier, vessel for cooking rice.

അടിയിടുക (ക്രി) - ആരംഭിക്കുക, തമ്മിൽത്തല്ലുക. to begin, to clash.

അടിയുക(നാ)- അടിയിൽ ഉറഞ്ഞുകൂടുക, താഴ്ന്നുപോകുക, നിലത്തുവീണു കിടക്കുക. to settle as sediment, to sink, to fall to the ground.

അടിയുടുപ്പ്(നാ)-അകത്ത് ധരിക്കുന്ന വസ്ത്രം. under-garment.

അടിയുറവ(നാ) - ഭൂമിക്കടിയിൽനിന്ന് ഊറിവരുന്ന വെള്ളം, ഊറ്റ്. water oozing out from under the earth of soil.

അടിയൊഴുക്ക്(നാ)- ജലാശയത്തിനടിയിലൂടെയുള്ള പ്രവാഹം. under current.

അടിയോടി(നാ) - നായർ ജാതിയിൽ ഒരു വിഭാഗം. class of Nairs in North Malabar.

അടിവയറ്(നാ) - വയറിന്റെ കീഴ്ഭാഗം. lower belly.

അടിവയ്ക്കുക (ക്രി) - പതുക്കെ നടക്കുക, അടികൂടുക. to walk slowly, to clash.

അടിവാനം(നാ) - അടിസ്ഥാനം. base, foundation.

അടിവാരം(നാ)- താഴ്വര, അടിസ്ഥാനം, പർവ്വതങ്ങളുടേയും മറ്റും താഴെയുള്ള ഭാഗം. valley, foundation, foot of a mountain.

അടിവ്(നാ) - അടിഞ്ഞിട്ടുള്ളത്. sediment.

അടിസ്ഥാനം(നാ)- അടിത്തറ, ആധാരം. foundation, reason.

അടിസ്ഥാനതത്ത്വം(നാ)- മൂലതത്ത്വം. the basic principle.

അടുക (അ.ക്രി) - ചീയുക, അഴുകുക, പൊടിയുക. to rot, to decay, to powder.

അടുകുക (സ.ക്രി)- പാകം ചെയ്യുക, വേവിക്കുക, കുടിക്കുക. to cook, to boil, to drink.

അടുക്കം(നാ) - തുറസ്സായ സ്ഥലം, മൈതാനം, വയൽ. open place, an open field for games, etc., paddy field.

അടുക്കൽ(നാ)- അടുക്കിവയ്ക്കൽ, അടുത്തുവരുന്ന പ്രവൃത്തി. arrangement, act of getting near.

അടുക്കള(നാ)- പാചകം ചെയ്യുന്ന സ്ഥലം. kitchen.

അടുക്കളകലഹം(നാ)- സ്ത്രീകൾ തമ്മിലുള്ള കലഹം. quarrel between women.

അടുക്കളക്കാരൻ(നാ) - പാചകക്കാരൻ. cook.

അടുക്ക്(നാ) - മുറയ്ക്കുള്ള ഇരിപ്പ്, നിര, വഴക്കം, നടപടിക്രമം, പാളി, പിച്ചാത്തിപ്പിടി, ഞൊറി. pile, collection, system, custom, stratum, layer, knifefold, pleat.

അടുക്കുക (അ.ക്രി) - സമീപിക്കുക, ഏറ്റുമുട്ടുക, ചേരുക, തുല്യമാവുക,

കൊടുക്കുക. approach, encounter, be proper, merge, equalize, give.
അടുക്കെ (ക്രി.വി) - അടുക്കൽ. near, by the side of.
അടുത്ത(നാ.വി)- സമീപത്തുള്ള, യോജിപ്പുള്ള, അടുപ്പമുള്ള. nearby, suitable, intimate.
അടുത്തവർ(നാ)- ബന്ധുക്കൾ. relatives.
അടുപ്പം(നാ) - സാമീപ്യം, ബന്ധം, സ്നേഹം. proximity, relation, love.
അട്ട (വി) - ചീഞ്ഞ, ദ്രവിച്ച, പാകം ചെയ്ത. rotten, decayed, cooked.
അട്ട(നാ) - ഒരു ചെറിയ ഇഴജന്തു. millipede.
അട്ടം(നാ)- ഗോപുരം, കൊട്ടാരം, തട്ടിൻപുറം, നേർത്ത തുണി, ഭക്ഷണം, തൊഴുകൈ, ചന്ത. tower, palace, ceiling used as a store, fine cloth, food, two palms brought together in salutation, market.
അട്ടകം(നാ)- മാളികമേട. tower.
അട്ടക്കരി(നാ) - പുകക്കറ, ദീപത്തിലെ കങ്ങൽ. soot, grime, lamp black.
അട്ടത്തോടൻ(നാ)- ഒരു തരം സ്വർണ്ണ വള. a kind of gold bracelet.
അട്ടനം(നാ)- ഒരു ആയുധം. a weapon.
അട്ടഹസിക്കുക(ക്രി)- പൊട്ടിച്ചിരിക്കുക, അലറുക. to laugh boisterously.
അട്ടഹാസം(നാ)- ഉറക്കെയുള്ള ചിരി. boisterous laughter.
അട്ടഹാസി(നാ)- അട്ടഹസിക്കുന്നവൻ. one who laughs boisterously.
അട്ടാട്ടം(നാ)- ധിക്കാരം, നിന്ദ, ആധിക്യം. blame, abuse, excessiveness.
അട്ടാലം(നാ)- കോട്ടയ്ക്കു മുകളിലെ കാവൽപ്പുര. watch- tower.
അട്ടി(നാ)- ഗ്രാമം, കൂന, നിര, അടുക്ക്. village, pile, row, layer.
അട്ടിക(നാ)- ഒരുതരം സ്വർണ്ണമാല, അഡ്യൽ. a type of gold necklace.
അട്ടിമറി(നാ)- തകിടം മറിക്കൽ, പാടേ മറിക്കൽ, ചരക്കുകൾ തലച്ചുമടായി ഒരിടത്തു നിന്നു മറ്റൊരിടത്തേയ്ക്കു മാറ്റൽ. upsetting, overthrowing, headload work.
അട്ടിൽ(നാ)- അടുക്കള. kitchen.
അട്ടിമധുരം(നാ) - ഇരട്ടിമധുരം. licorice-root.
അട്ടുക (അ.ക്രി)- കൊടുക്കുക, ചേരുക. give, join.
അട്ടുപ്പ്(നാ) - കാച്ചുപ്പ്, പൊടിയുപ്പ്. table salt, a kind of salt.
അഡ്യൽ(നാ) - ഒരു കണ്ഠാഭരണം. a necklace.
അണ(നാ)- നദിയിലും മറ്റും ജലപ്രവാഹം തടഞ്ഞുനിർത്തുവാൻ കുറുകെ ഉണ്ടാക്കുന്ന സംവിധാനം, ചിറ, തലയണ, മെത്ത. dam, pillow, bed.
അണക(നാ.വി)- നിസ്സാരമായ, നിന്ദ്യമായ. insignificant, mean.
അണകൻ(നാ)- നിസ്സാരൻ, നിന്ദ്യൻ. mean or insignificant fellow.
അണക്കോൽ(നാ) - വാഴയിലത്തണ്ട്, മുണ്ടുതൂക്കിയിടാനുള്ള വടി. mid rib of the plantain leaf, stick used as cloth hanger.
അണച്ചൽ(നാ) - ആശ്ലേഷം, അടുപ്പിക്കൽ, മൂർച്ചകൂട്ടൽ. embrace, act of bringing close together, act of sharpening.
അണപ്പല്ല്(നാ)- അണലിപ്പല്ല്. molar double tooth.
അണപ്പ്(നാ)- ആലിംഗനം, കിതപ്പ്, ചതി. embrace, panting, fraud.
അണയം(നാ)- അടുത്ത സ്ഥലം. neighbourhood.
അണയത്ത് (ക്രി.വി)- അടുത്ത്. near.
അണയുക (സ.ക്രി)- അടുത്തുചെല്ലുക, കെട്ടിപ്പിടിക്കുക, സംയോഗം ചെയ്യുക. to reach, to embrace, to copulate.
അണയുക (അ.ക്രി)- കെട്ടുപോവുക. to go out.
അണയ്ക്കുക(ക്രി)- ചേർത്തു നിർത്തുക, കെടുത്തുക, ആലിംഗനം ചെയ്യുക,

കിതയ്ക്കുക. to connect, to extinguish, to embrace, to pant.
അണല്‌(നാ) - അണ്ണാക്ക്. uvula.
അണലി(നാ)- ഒരു പാമ്പ്. viper.
അണി(നാ)- കൂട്ടം, ആഭരണം, അടുക്ക്, സൗന്ദര്യം. group, ornament, row, beauty.
അണി (വി) - അലങ്കാരമായ, ഭംഗിയുള്ള, ചേർന്ന, ധരിക്കുന്ന. ornamental, beautiful, fit, wearing.
അണിനിരക്കൽ(നാ)- വരിവരിയായി നിൽക്കൽ. lining up.
അണിമ(നാ)-അണുത്ത്വം, ഐശ്വര്യം, ശരീരത്തെ ചെറുതാക്കുവാൻ സഹായിക്കുന്ന സിദ്ധി. minuteness, richness, power to reduce one's body to an atom.
അണിമതി(നാ) - ചന്ദ്രബിംബം. moon.
അണിയം(നാ) - വള്ളത്തിന്റെ തല, കപ്പലിന്റെ മുൻഭാഗം, പൂർവ്വകം, അണിയൽ. prow of a ship, adoming.
അണിയറ(നാ) - വേഷംകെട്ടുന്ന സ്ഥലം, അകത്തെ മുറി. green room, inner room.
അണിയൽ(നാ)- ധരിക്കൽ, ചമയൽ. wearing, adornment.
അണിയുക (സ.ക്രി)- ധരിക്കുക, അലങ്കരിക്കുക. to wear, to dress up.
അണിവിരൽ(നാ)- മോതിരവിരൽ. ring finger.
അണു(നാ)- പദാർത്ഥത്തിന്റെ ഏറ്റവും ചെറിയ അംശം, കണം, കൂവരക്. atom, molecule, ragi.
അണുക (വി) - വളരെ ചെറിയ, സൂക്ഷ്മമായ, മിടുക്കുള്ള. minute, clever.
അണുകം(നാ) - പരമാണു, ഏകാണു ജീവി, ചെറുതരം ധാന്യം. atom, amoeba, a small grain.
അണുകൻ(നാ) - അല്പൻ, സൂക്ഷ്മദൃക്ക്, mean fellow, sharp-sighted person.
അണുകായുധം(നാ) - അണുശക്തി കൊണ്ടു പ്രവർത്തിക്കുന്ന ആയുധം. atomic weapon.
അണുകേന്ദ്രം(നാ)- അണുവിന്റെ കേന്ദ്രം. nucleus.
അണുങ്ങ്(നാ) - ചെറുതരം കൊതുക്, ചെറിയ ഈച്ച, പ്രേതം. small mosquito, small flea, ghost.
അണുത(നാ) - വളരെ ചെറുതായിരിക്കുന്ന സ്ഥിതി, സൂക്ഷ്മത. minuteness, subtlety.
അണുതൈലം(നാ) - നസ്യത്തിനുള്ള തൈലം. medicated oil used as nasal drops.
അണുദർശിനി(നാ)- സൂക്ഷ്മദർശിനി, ഭൂതക്കണ്ണാടി. microscope.
അണുപ്രായ (വി) - അണുവോളമുള്ള, തീരെ ചെറിയ. minute.
അണുബോംബ്(നാ)- അണുശക്തിയാൽ പ്രവർത്തിക്കുന്ന ബോംബ്. atom bomb.
അണുഭ(നാ)- മിന്നൽ. lightning.
അണുഭാരം(നാ)- പരമാണുവിന്റെ ആപേക്ഷികഭാരം. atomic weight.
അണുമതി (വി) - അല്പബുദ്ധി, ബുദ്ധിഹീനൻ. moron, blockhead.
അണുമാത്രം (ക്രി.വി) - വളരെ ചെറിയ അളവിൽ, ലേശം. in a very small quantity.
അണുരേവതി(നാ) - ചെറിയ ദന്തി. a croton plant.
അണുവാദം(നാ) - അണുപരിണാമവാദം. atomic theory.
അണുവീക്ഷണം(നാ) - സൂക്ഷ്മനിരീക്ഷണം, അല്പനേരത്തെ നോട്ടം. subtle observation, momentary glance.
അണുവ്രീഹി(നാ) - ചെറുനെല്ല്. a kind of paddy.
അണുസംയോഗം(നാ)- അണുക്കളുടെ ചേർന്നിരിക്കുവാനുള്ള ആകർഷണം. union of atoms.
അണ്ട(നാ) - വരമ്പ്, സാമീപ്യം, അള, ചപ്പുചവർ, ചെറിയ കൂമ്പാരം, റാന്തലിൽ തിരിയിടുന്ന ഭാഗം, ഗുദമർമ്മം. bund, nearness, hole, rubbish, small

pile, burner of a lantern, mortal spot in the anus.
അണ്ടത്തി(നാ) - കടത്തുകാരി. ferry woman.
അണ്ടൻ(നാ) - തെണ്ടി നടത്തുന്നവൻ. beggar.
അണ്ടർ(നാ) - ദേവന്മാർ, ഇടയന്മാർ, ശത്രുക്കൾ. devas, cowherds, enemies.
അണ്ടർകോൻ(നാ)- ദേവേന്ദ്രൻ. Indra.
അണ്ടലർ(നാ)- താമര, ശത്രുക്കൾ. lotus, enemies.
അണ്ടവർ(നാ) - ദേവന്മാർ. devas.
അണ്ടാവ്(നാ) - വലിയ ചെമ്പുപാത്രം. a big copper vessel.
അണ്ടുക(സ.ക്രി) - അടുക്കുക, കടക്കുക, അഭയം തേടുക. to approach, to cross, to seek refuge.
അണ്ഡം(നാ)- സ്ത്രീബീജം, ബ്രഹ്മാണ്ഡം, മുട്ട. ovum, universe, egg.
അണ്ഡകം(നാ)- വൃഷണം, ചെറിയ അണ്ഡം. testicle, a small egg.
അണ്ഡകടാഹം(നാ)- ബ്രഹ്മാണ്ഡം. universe.
അണ്ഡാകാരം(നാ)- മുട്ടയുടെ ആകൃതി. shape of egg, ellipse.
അണ്ഡകോശം(നാ) - വൃഷണസഞ്ചി, പൂവിലെ വിത്തറ, ഭൂഗോളം. scrotum, ovary, globe.
അണ്ഡജ (വി) - മുട്ടയിൽ നിന്നു ജനിച്ച. born from egg.
അണ്ഡജ(നാ) - കസ്തൂരി. musk.
അണ്ഡജം(നാ) - മുട്ടവിരിഞ്ഞുണ്ടാകുന്ന ജീവി, മത്സ്യം, സർപ്പം, പക്ഷി, ഗൗളി, നക്രം, ഉറുമ്പ്. oviparous being, fish, snake, bird, lizard, crocodile, ant.
അണ്ഡജൻ(നാ) - ബ്രഹ്മാവ്. Brahma.
അണ്ഡജനായകൻ(നാ) - ഗരുഡൻ, കൊക്കും കാലും ചുമന്ന അന്നം. Garuda, red-beaked swan.
അണ്ഡജവാഹനൻ(നാ) - ഗരുഡവാഹനൻ, വിഷ്ണു. Vishnu.
അണ്ഡധരൻ(നാ) - ശിവൻ. Siva.
അണ്ഡഭാണ്ഡം(നാ) - ബ്രഹ്മാണ്ഡം. universe.
അണ്ഡയോനി(നാ) - സൂര്യൻ, വിഷ്ണു. sun, Vishnu.
അണ്ഡാകാര(വി) - മുട്ടയുടെ ആകൃതിയുള്ള, ഗോളാകാരമായ. egg-shaped oval.
അണ്ഡാശയം(നാ)- സ്ത്രീബീജകോശം. ovary.
അണ്ഡുകം(നാ) - ആനച്ചങ്ങല. chain of an elephant.
അണ്ണ(നാ) - അണ്ണാക്ക്, മേൽവായ്, മേൽഭാഗം, വിഡ്ഢി. uvula, uvula plate, palate, upper part, stupid fellow, idiot.
അണ്ണം(നാ)- അണ്ണാക്ക്. uvula.
അണ്ണൻ(നാ)- ജ്യേഷ്ഠൻ, ഉറ്റവൻ, അണ്ണാൻ. elder brother, comrade, squirrel.
അണ്ണൽ(നാ)- ഈശ്വരൻ, രാജാവ്, ശ്രേഷ്ഠത. god, king, glory.
അണ്ണാക്ക്(നാ) - ഉണ്ണാക്ക്. uvula.
അണ്ണാടി(നാ) - ചെകിട്ടിലെ അസ്ഥി, അണപ്പല്ല്. cheek bone, grinding teeth.
അണ്ണാൻ(നാ)- ഒരു ജീവി. squirrel.
അണ്ണാര(നാ) - കൈതച്ചക്ക. pineapple.
അണ്ണാവി(നാ) - ഗുരു, മൂത്തസഹോദരൻ, നാട്യാചാര്യൻ. teacher, elder brother, dance master.
അണ്ണി(നാ) - അണ്ണാൻ. squirrel.
അണ്വായുധം(നാ)- അണുശക്തിയാൽ പ്രവർത്തിക്കുന്ന ആയുധം. atomic weapon.
അതകത(നാ) - ബദ്ധപ്പാട്. flurry.
അതകൻ(നാ)- യാത്രികൻ. traveller.
അതത (വി) - പരന്നതല്ലാത്ത, വിസ്താരമില്ലാത്ത. not flat, narrow.
അതഥാ (ക്രി.വി) - അപ്രകാരമല്ലാത്ത. not so, not thus.
അതഥ്യം(നാ) - സത്യമല്ലാത്തത്, മിഥ്യയായത്. that which is not real, illusion.

അതനു (വി) -ചെറുതല്ലാത്ത, വലുതായ. not small, big.
അതനു(നാ) - കാമദേവൻ. Cupid.
അതന്ത്ര(വി) - കയറില്ലാത്ത, കെട്ടിയിട്ടില്ലാത്ത, തടുത്തിട്ടില്ലാത്ത, സ്വതന്ത്രമായ. unstringed, unrestrained, not prevented, free.
അതന്ദ്രം (വി) - മടികൂടാതെ. without hesitation, willingly.
അകന്ദ്രില (വി) - മടിയില്ലാത്ത, ജാഗ്രതയുള്ള, ക്ഷീണിക്കാത്ത. smart, vigilant, indefatigible.
അതപ (വി) - തണുത്ത, ഡംഭമില്ലാത്ത, പ്രവൃത്തിയൊന്നുമില്ലാത്ത. cold, not proud, off duty.
അതപ്ത (വി) - ചുട്ടുപഴുപ്പിക്കാത്ത, ചൂടില്ലാത്ത, ദുഃഖമില്ലാത്ത. not heated, cold, not sorrowful.
അതയ്ക്കുക (അ.ക്രി) - തടിക്കുക, വീങ്ങുക. to grow fat, to swell.
അതർക്ക(നാ)- തർക്കമില്ലാത്ത, സംശയമില്ലാത്ത. doubtless, indisputable.
അതർക്കിതം(നാ) - വിചാരിക്കപ്പെടാത്തത്. that which is unexpected.
അതർക്കിതം (ക്രി.വി) - ഊഹിച്ചിരിക്കാതെ, സംശയിക്കപ്പെടാതെ. unexpectedly, undoubtedly.
അതർക്ക്യ (വി) - ഊഹിച്ചറിയാൻ കഴിയാത്ത. not inferable.
അതല (വി) - അഗാധമായ, അടിയില്ലാത്ത. deep, fathomless.
അതലം(നാ)- ഏഴ് ലോകങ്ങളിലൊന്ന്. one of the seven worlds.
അതലൻ(നാ) - ശിവൻ. Siva.
അതലാന്തികം(നാ)- അറ്റ്ലാന്റിക് സമുദ്രം. Atlantic ocean.
അതസം(നാ)- വായു, ആത്മാവ്. air, soul.
അതസി(നാ) - ചെറുചണം, കായാമ്പൂ. hemp, the flower, memecylon.
അതാന്ത (വി) - തളരാത്ത, ശക്തിയുള്ള. not tiring, strong.
അതാര്യ(നാ.വി)- പ്രകാശരശ്മികൾക്ക് കടന്നു ചെല്ലാനാകാത്ത. not transparent.
അതാവ്(നാ) - ക്ഷീണം, നിരാശ, മനഃപീഡ, കോപം. fatigue, tiredness, despair, mental agony, anger.
അതികണ്ടക (വി) - വളരെ ഉഗ്രതയുള്ള. formidable, tremendous.
അതികണ്ടകം(നാ) - വെൺകൊടുത്തൂവ. a kind of nettle.
അതികഥ(നാ)- വിശ്വസിക്കാനാകാത്ത കഥ. exaggerated tale.
അതികഥ (വി) - അതിശയോക്തി നിറഞ്ഞ, പറയത്തക്കതല്ലാത്ത. full of exaggerations, not worth telling.
അതികരുണം(ക്രി.വി) - വളരെ ഭയത്തോടു കൂടി, വളരെ ദയനീയമായി. mercifully, very pathetically.
അതികാന്ത (വി) - ഏറ്റവും പ്രിയപ്പെട്ട. dearest.
അതികായ (വി) - വലിയ ശരീരത്തോടുകൂടിയ. having a big body.
അതികായൻ(നാ)- വലിപ്പമേറിയവൻ, രാവണപുത്രൻ. gigantic figure, son of Ravana.
അതികൃച്ഛ്ര (വി) - വളരെ പ്രയാസമുള്ള. very difficult.
അതികൃച്ഛ്രം(നാ) - അസാധാരണമായ കഷ്ടത, വലിയ സങ്കടം. misery, distress.
അതികൃത (വി) - അധികമായി ചെയ്ത, ആവശ്യത്തിൽക്കവിഞ്ഞു ചെയ്ത. overdone.
അതികൃതി(നാ) - ആവശ്യത്തിലധികമായ പ്രവൃത്തി. over-action.
അതികൃശ (വി) - തീരെ മെലിഞ്ഞ, തീരെ ചെറിയ. slim, very lean, very small.
അതികൃഷ്ണ (വി) - വളരെ കറുത്ത. very black.
അതികോപി (വി) - അധികം കോപമുള്ള. very angry, raging.
അതിക്രമം(നാ)- ലംഘനം, അതിരുകവിയൽ, കുറ്റം. transgression, excess, crime.

അതിക്രമക്കാരൻ (വി) - അതിക്രമം പ്രവർത്തിക്കുന്നവൻ. transgressor.
അതിക്രമിക്കുക (സ.ക്രി) - ലംഘിക്കുക, അപ്പുറം കടക്കുക, കവിഞ്ഞു പോകുക, അതിശയിക്കുക, വിട്ടുകളയുക, ആക്രമിക്കുക. to transgress, to cross beyond, to surpass, to excel, to leave off, to attack.
അതിക്രുദ്ധ (വി) - വളരെ കോപിച്ച. wrathful.
അതിക്രൂരൻ (വി) - ക്രൗര്യം കൂടുതലുള്ളവൻ. very cruel.
അതിക്ഷാരം(നാ) - കല്ലുപ്പ്. rock- salt.
അതിക്ഷിപ്ത (വി) - ദൂരെ എറിയപ്പെട്ട. thrown away.
അതിക്ഷുദ്ര (വി) - വലിയ പിശുക്കുള്ള, വളരെ നീചതയുള്ള, അത്യല്പമായ. miserly, base, mean, very little.
അതിഗ (വി) - കവിയുന്ന, അതിശയിക്കുന്ന, മികച്ചുനില്ക്കുന്ന. exceeding, surpassing, dominant.
അതിഗണ്ഡം(നാ) - വലിയ കവിൾത്തടം, ശുഭകർമ്മങ്ങൾക്കു കൊള്ളാത്ത ഒമ്പതു നിത്യയോഗങ്ങളിൽ ആറാമത്തേത്. large cheek, sixth of the inauspicious nityayogas.
അതിഗത(നാ.വി)- കഴിഞ്ഞുപോയ. by gone.
അതിഗന്ധ (വി) - വളരെ മണമുള്ള, ദുസ്സഹമായ ഗന്ധമുള്ള. fragrant, having nasty smell.
അതിഗന്ധം(നാ) - ഗന്ധകം, ചെമ്പകം, ഒരിനം മുല്ല. sulphur, the tree, Michelia champaka, a kind of jasmine.
അതിഗന്ധി (വി) - വളരെ മണമുള്ള. fragrant, having sweet smell.
അതിഗമിക്കുക (സ.ക്രി) - കടന്നുപോവുക, അതിശയിക്കുക, കവിയുക. to go through, to pass, to excel.
അതിഗമിക്കുക (അ.ക്രി) - മരിക്കുക, രക്ഷ പ്രാപിക്കുക. expire, escape.
അതിഗഹന (വി) - വളരെ ആഴമുള്ള, ദുഷ്പ്രവേശമായ, മനസ്സിലാക്കാൻ പ്രയാസമുള്ള. very deep, very difficult to enter, very difficult to understand.
അതിഗുരു (വി) - വളരെ ഘനമുള്ള. very heavy.
അതിഗുരു(നാ) - അത്യധികം പൂജിക്കേണ്ട ആൾ. most respectable person.
അതിഗൂഢ(നാ)- പരമരഹസ്യം. great secret.
അതിഘം(നാ) - ആയുധം, കോപം. weapon, anger, wrath.
അതിഘോര(നാ.വി)- അതീവഭയാനകമായ. very terrible.
അതിഘോഷം(നാ) - വലിയ ഘോഷം, ആർപ്പുവിളി. great festivity, shouting aloud.
അതിചണ്ഡ (വി) - അധികം ക്രൂരതയുള്ള, തീരെ ദയയില്ലാത്ത. very cruel, merciless, ruthless.
അതിചര (വി) - ക്ഷണംപ്രതി മാറിക്കൊണ്ടിരിക്കുന്ന , ക്ഷണികമായ, മറുപുറം കടക്കുന്ന. transient, momentary, that which goes through and beyond.
അതിചര(നാ) - ഓരിലത്താമര, ചീനപ്പരുത്തി. viola saffruticosa, a kind of cotton plant.
അതിചരണം(നാ) - അതിക്രമം, ആവശ്യത്തിൽ കൂടുതൽ ചെയ്ക. transgression, over-doing.
അതിചരിക്കുക (സ.ക്രി) - അതിരുകടന്നുപോവുക. to transgress, to surpass.
അതിചാതുര്യം(നാ)- അതിസാമർത്ഥ്യം. great cleverness.
അതിചാരം(നാ) - ലംഘനം, അക്രമം, വിജയം, അതിവേഗം മറുപുറം കടക്കൽ. transgression, violence, success, trespass.
അതിചാരി (വി) - അതിരുകടക്കുന്നവൻ, ഉല്ലംഘിക്കുന്നവൻ, അതിശയിക്കുന്നവൻ. transgressor, violator, one who excels.

അതിചാരു (വി) - വളരെ മനോഹരമായ. very beautiful.
അതിചാരു(നാ) - രുക്മിണിയിൽ ശ്രീകൃഷ്ണന് ഉണ്ടായ ഒരു പുത്രൻ. son of Sree Krishna and Rukmini.
അതിചാലകം(നാ)- നന്നായി സമന്വയിപ്പിക്കാൻ കഴിവുള്ളത്, ചലിപ്പിക്കാൻ കഴിയുന്ന ശക്തി. super-conductor, moving power.
അതിചിരം (ക്രി.വി) - വളരെക്കാലത്തേക്ക്. for a long time.
അതിച്ഛത്ര(നാ) - ശതകുപ്പ, ആടുതീണ്ടാപ്പാല, കുമിൾ, കരിന്തുമ്പ, വയൽച്ചുള്ളി. fenel seed, aristolochia brateata, mushroom, black phlomis, a kind of shrub.
അതിച്ഛത്രം(നാ) - കുടപ്പുല്ല്, കുടപ്പായൽ. trail grass, water soldier.
അതിജന (വി) - ആൾപ്പാർപ്പില്ലാത്ത, വിജനമായ. uninhabited, lonely, solitary.
അതിജാഗര (വി) - വളരെ ഉണർവുള്ള. very alert, conscious.
അതിജാഗരം(നാ) - അധികം ഉണർവുള്ള സ്ഥിതി, എല്ലായ്പ്പോഴും ഉണർന്നിരിക്കൽ, കരിഞ്ഞാറൽപ്പക്ഷി. vigilance, black stork.
അതിജാത(നാ)- മാതാപിതാക്കളെക്കാൾ ഗുണങ്ങളോടുകൂടിയ. one having qualities superior to parents.
അതിജീവിക്കുക(സ.ക്രി)- തരണം ചെയ്യുക, ശേഷിക്കുക. to survive, to outlive.
അതിതീക്ഷ്ണ(നാ.വി)- വളരെ തീക്ഷ്ണമായ. very severe.
അതിതീക്ഷ്ണം(നാ) - കരിമുരിങ്ങ. black moringa.
അതിതീവ്ര(നാ.വി)- അതീവകഠിനമായ. very hard.
അതിതുംഗ (വി) - വളരെ ഉയർന്ന. very high.
അതിതൃഷ്ണ(നാ) - അത്യാഗ്രഹം, വലിയ ദാഹം. greed, great thirst.
അതിഥി(നാ)- വിരുന്നുകാരൻ, യാദൃച്ഛികമായി എത്തിച്ചേരുന്നയാൾ, കന്മദം. guest, bitumen.
അതിഥിദേവൻ(നാ) - അതിഥിയെ ദേവനായിക്കരുതി പൂജിക്കുന്നവൻ. one who worships his guest as if the latter is a deity.
അതിഥിധർമ്മം(നാ) - അതിഥികളോട് ആചരിക്കേണ്ട ധർമ്മം, അതിഥികളെ സത്കരിക്കേണ്ട രീതി. custom or system of hospitality.
അതിഥിപതി(നാ)- ആതിഥേയൻ. host.
അതിഥിപൂജ(നാ)- അതിഥി സത്ക്കാരം. warm hospitality.
അതിഥിമന്ദിരം(നാ) - അതിഥികളെ പാർപ്പിക്കുന്ന കെട്ടിടം. guest house.
അതിഥിസത്കാരം(നാ) - അതിഥിക്കു നല്കുന്ന സത്കാരം, അതിഥിപൂജ. hospitality.
അതിദഗ്ദ്ധ (വി) - അധികം ദഹിച്ച. over-digested, over-burnt.
അതിദാനം(നാ) - അധികമായ ദാനം ചെയ്യൽ. excessive charity.
അതിദാരുണം(നാ. വി.)- അതിഭീകരം. horrible.
അതിദീപ്യം(നാ) - ചെങ്കൊടുവേലി. rosy flowered leadwort, a medicinal plant.
അതിദുസ്സഹം(നാ. വി.)- സഹിക്കാനാകാത്തത്. unbearable.
അതിദൂരം(നാ) - വളരെ അകലം. long distance.
അതിദേശം(നാ)- സ്ഥലംമാറ്റം. transfer.
അതിദ്രുതം (ക്രി.വി)- വളരെ വേഗത്തിൽ. very quickly.
അതിനാൽ (ക്രി.വി)- അതുകൊണ്ട്. therefore.
അതിനിദ്ര(നാ.വി)- നിദ്രയില്ലാത്ത, അധികം ഉറങ്ങുന്ന, sleepless, excessively sleepy,
അതിനീചം(നാ. വി.) - വളരെ താണത്, വളരെ നിന്ദ്യം, very low, very contemptible.

അതിനീചൻ(നാ)- ഏറ്റവും നീചൻ, somebody very mean.

അതിപത്രം(നാ) - തേക്ക്, മാറാമ്പ്. teak, tectona grandis, a kind of colocasia antiquorum.

അതിപത്രകം(നാ) - തേക്ക്. teak.

അതിപന്ഥാവ്(നാ) - നല്ല വഴി. good way.

അതിപന്ന (വി) - അപ്പുറം പോയ, അതിരു കടന്ന, ലംഘിച്ച, വീഴ്ചവരുത്തിയ. gone beyond, boundless, trespassed, defaulted.

അതിപരൻ(നാ)- ശത്രുവിനെ ജയിച്ചവൻ, പ്രബലശക്തി. conqueror, great enemy.

അതിപരുഷ (വി) - അധികം പാരുഷ്യമുള്ള, സ്വഭാവമാർദ്ദവമില്ലാത്ത. very rude.

അതിപരോക്ഷ (വി) - കാഴ്ചയിൽ നിന്നു വളരെ ദൂരത്തായ, ഒട്ടും കാണാൻ കഴിയാത്ത, പരോക്ഷമല്ലാത്ത, കാണാൻ കഴിയുന്ന. gone too far from sight, invisible, not indirect, visible.

അതിപാതം(നാ)- അതിക്രമം, അഗാധപതനം. outrage, deep fall.

അതിപാതകം(നാ) - കൊടുംപാപം. great sin.

അതിപാതിതം(നാ) - മുറിഞ്ഞു വേർപെടത്തക്കവണ്ണമുള്ള മുറിവ്, എല്ലിന്റെ ഒടിവ്. serious fracture of the bone.

അതിപാത്യ (വി) - മാറ്റിവയ്ക്കാവുന്ന, നീട്ടിവയ്ക്കാവുന്ന. fit to be postponed or extended.

അതിപുരുഷൻ(നാ) - അസാധാരണമായ കഴിവുകളുള്ള പുരുഷൻ. great man, hero.

അതിപ്രയോഗം(നാ)- കഠിനപ്രയത്നം. excessive effort.

അതിപ്രവൃദ്ധ (വി) - വളരെ വർദ്ധിച്ച, ക്രമാധികം വളർന്ന, അത്യന്തം ഉദ്ധതമായ. much increased, overgrown, very haughty.

അതിപ്രശ്നം(നാ) - ബുദ്ധിക്ക് അതീതമായ വിഷയം സംബന്ധിച്ച പ്രയാസമേറിയ ചോദ്യം, മര്യാദവിട്ടുള്ള ചോദ്യം. a very difficult question related to a subject beyond one's comprehension, impolite question.

അതിപ്രസക്തി(നാ) - വലിയ പ്രസക്തി, അധികമായ അടുപ്പം, അതിവ്യാപ്തി. pertinence, too much of proximity, extensiveness.

അതിപ്രസംഗം(നാ) - അതിവ്യാപ്തി, അധികം പറച്ചിൽ. overspreading, overtalking.

അതിപ്രസരം(നാ) - അധികം വ്യാപിക്കൽ, അധികമായ പ്രചാരം, ക്രമാതീതമായ പ്രേരണ, ക്രമാധികമായ പുരോഗതി. overlapping, overspreading, excessive persuasion, excessive progress.

അതിപ്രസിദ്ധി(നാ) - വിശേഷമായ കേൾവി. high reputation.

അതിപ്രിയൻ (വി) - അധികം ഇഷ്ടപ്പെട്ടവൻ. dearest.

അതിപ്രീതി(നാ) - അധികം സന്തോഷം, അധികം തൃപ്തി. great happiness, too much of satisfaction.

അതിപ്രൗഢ (വി) - മുതിർന്ന, പ്രായമായ, അധികം അഹമ്മതിയുള്ള, വളരെ പ്രൗഢിയുള്ള. aged, elderly, very proud, very splendid, luxurious.

അതിപ്രൗഢ(നാ) - വിവാഹപ്രായം കഴിഞ്ഞവൾ. girl who has attained marriageable age and even beyond.

അതിബല (വി) - വളരെ ശക്തിയുള്ള. very strong.

അതിബല(നാ) - ഒരു മന്ത്രം, ദക്ഷന്റെ ഒരു പുത്രിയുടെ പേര്, ആനക്കുറുന്തോട്ടി. mantra which is believed to quench one's thirst and to give him strength, name of a daughter of Daksha, sidonia cordifolia.

അതിബലം(നാ)- അധികമായ കരുത്ത്, പവിഴം. super-strength, coral.

അതിബലൻ (വി) - മഹാരഥൻ, തുല്യ നില്ലാത്ത യോദ്ധാവ്, ശിവന്റെ ഒരു പാർഷദൻ. great hero, unrivalled soldier, an attendant of Siva.
അതിബാന്ധവൻ(നാ) - ഉറ്റബന്ധു, അധികം ഭക്തിവിശ്വാസങ്ങൾ ഉള്ളവൻ. close relative, very pious devotee.
അതിബാല(നാ) - ചെറിയ പെൺകുട്ടി, രണ്ടുവയസ്സായ പശുക്കുട്ടി, ബാല്യാവസ്ഥ കടന്നവൾ. small girl, two year-old calf, girl who has passed her childhood.
അതിബാഹു(നാ) - ഒരു ഗന്ധർവന്റെ പേര്. name of a demigod.
അതിബുദ്ധി(നാ)- കടന്ന ബുദ്ധി. too much cleverness.
അതിബൃഹത്ഫലം(നാ) - പ്ലാവ്, ചക്ക. jack -tree, jack - fruit.
അതിഭക്ഷക (വി) - അധികം ഭക്ഷിക്കുന്ന. overeating.
അതിഭരം(നാ) - വലിയ ചുമട്. heavy load.
അതിഭവം(നാ) - തോല്പിക്കൽ, കടന്നു നില്ക്കൽ. overpowering, surpassing, excelling.
അതിഭാരം(നാ)- വലിയ ചുമട്. heavy weight.
അതിഭാരകം(നാ)- കഴുത. ass.
അതിഭാവുകത(നാ)- അമിതമായ വികാരപ്രകടനം. sentimentalism.
അതിഭീ(നാ)- മിന്നൽ. lightning.
അതിഭൂമി(നാ)- വിസ്താരമേറിയ ഭൂമി, ആധിക്യം, മേന്മ. extensive land, excess, superiority.
അതിഭൗതിക (വി) - ഭൗതികാതീതമായ. spiritual.
അതിഭൗതികത(നാ.വി)- ഭൗതികാതീതമായ അവസ്ഥ. spiritural state.
അതിമംഗല്യ (വി) - അധികം ശുഭമായ. very auspicious.
അതിമംഗല്യം(നാ) - കൂവളം. crateva religiosa.
അതിമണ്ഡലം(നാ) - ചിറ്റീന്തൽ. phoenix farinifera.
അതിമതി(നാ)- അതിരുകടന്ന അഭിമാനം. haughtiness.
അതിമധുരം(നാ)- ഇരട്ടിമധുരം, വർദ്ധിച്ച മധുരം. liquorice plant, excessive sweetness.
അതിമാംസ (വി) - വളരെ തടിച്ച. very bulky, fat.
അതിമാത്ര (വി) - ആവശ്യത്തിൽ അധികമായ. enough and more.
അതിമാത്രം (ക്രി.വി) - അളവിൽക്കവിഞ്ഞ്. very much, immense.
അതിമാനം(നാ) - വലിയ അഭിമാനം, ദുരഭിമാനം, അളവുകടന്നത്, വളരെ വിസ്താരമുള്ളത്. great self-respect, false prestige, false pride, excessiveness, extensiveness.
അതിമാനുഷ (വി)- മനുഷ്യാതീതമായ, ദിവ്യമായ. super human, divine.
അതിമാനുഷൻ(നാ) - അമാനുഷൻ. superman.
അതിമായികൻ(നാ) - ഈശ്വരൻ. almighty.
അതിമാരുതം(നാ) - കൊടുങ്കാറ്റ്. hurricane.
അതിമിത (വി) - അളവുകടന്ന, നനയാത്ത. excessive, dry, not wet.
അതിമിത്രം(നാ) - ഉറ്റസുഹൃത്ത്, ജന്മനക്ഷത്രം മുതൽ ഒമ്പതാമത്തെ നക്ഷത്രം. close friend, ninth star counted from one's birth star.
അതിമുക്ത (വി) - ലോകവ്യാപാരങ്ങൾ വെടിഞ്ഞ, സംസാരബന്ധം നിശ്ശേഷമറ്റ, ഫലശൂന്യമായ. ascetic, futile.
അതിമൃത്യു (വി) - മൃത്യുവിനെ ജയിച്ച. having conquered death.
അതിമൃത്യു(നാ)- മോക്ഷം. salvation.
അതിമോഘ (വി) - വളരെ നിഷ്ഫലമായ. futile.
അതിമോദ(നാ) - അത്യധികമായ സൗരഭ്യം, നവമല്ലിക, തൂശിമുല്ല, ഗണികാരി. excessive fragrance, a kind of jasmine, a tree.

അതിമോഹം(നാ) - അതിരുകടന്ന ആശ, അത്യാഗ്രഹം. greed, avarice.

അതിയാത (വി) - കഴിഞ്ഞുപോയ, അതിവേഗമുള്ള. past, bygone, fastest.

അതിയാൻ(നാ) - അയാൾ. he.

അതിരക്ത(നാ.വി)- ഏറെ അനുരാഗ മുള്ള, ഏറെ ചുവന്ന, അഗ്നി. very loving, very red, fire.

അതിരഭസം(നാ)-വലിയ വേഗം, അതി സാഹസം. high speed, very rash action.

അതിരസ(നാ) - അരത്ത, ഇരട്ടിമധുരം, പെരുങ്കുരുമ്പ. alpinia galanga, lisxorice root, bow- string plant.

അതിരാത്ര(നാ.വി)- ഒറ്റരാത്രിയാൽ നിർവഹിക്കുന്നത്. performed overnight.

അതിരാത്രം(നാ)- സോമയാഗങ്ങളിലൊന്ന്, അർദ്ധരാത്രി. a kind of soma ritual, midnight.

അതിരി(നാ) - കൂന, വൈക്കോൽക്കൂമ്പാരം. heap, heap of straw.

അതിരിക്ത(നാ.വി)- ഒട്ടേറെ വർദ്ധിച്ച, നിശ്ശേഷം ശൂന്യമായ. excessive, vacant.

അതിര്(നാ)- അതിർത്തി, അവസാനം, മര്യാദ, ഔചിത്യം. boundary, end, politeness, propriety.

അതിരുചിര (വി) - വളരെ മനോഹരമായ. very beautiful.

അതിരുചിര(നാ) - ഒരു വരിയിൽ 13 അക്ഷരമുള്ള ഒരു വൃത്തം. a metre of poetry which has 13 letters in a line.

അതിരുച്യ (വി) - വളരെ മനോഹരമായ, ഏറ്റവും സ്വാദുള്ള. very beautiful, delicious.

അതിരുഷിത (വി) - അത്യന്തം കോപിച്ച. very angry.

അതിരൂക്ഷ (വി) - അധികം കഠിനമായ, അധികം ക്രൂരമായ. very pungent, very cruel.

അതിരൂപ (വി) - രൂപമില്ലാത്ത, ആകൃതിയില്ലാത്ത, ഭാഷയില്ലാത്ത, രീതിയില്ലാത്ത. formless, shapeless, expressionless, mannerless.

അതിരൂപൻ(നാ) - ഈശ്വരൻ. god.

അതിരേകം(നാ)-ആധിക്യം, മേന്മ, വ്യത്യാസം. excess, eminence, difference.

അതിർരേഖ(നാ)- അതിർത്തി രേഖ. border line.

അതിരോഗം(നാ) - ക്ഷയം. consumption.

അതിരോമശ (വി) - അധികം രോമമുള്ള. hairy.

അതിരോമശം(നാ) - കരിങ്കുരങ്ങ്, കാട്ടാട്. a species of black ape, a wild goat.

അതിലംഘനം(നാ)- അതിക്രമിക്കൽ. violation.

അതിലംഘി (വി) - അപരാധം ചെയ്യുന്ന, പാപകർമ്മം ചെയ്യുന്ന. criminal, sinner.

അതിലംഘിക്കുക (സ.ക്രി) - മറുപുറം കടക്കുക, ധർമ്മം വിഗണിച്ചു പെരുമാറുക, കവിയുക. go beyond limits, to behave contrary to duty, to exceed.

അതിലംബി(നാ) - ശതകുപ്പ. fenel seed.

അതിലോക (വി) - ലോകോത്തരമായ, അസാധാരണമായ. of universal superiority, extraordinary.

അതിവക്താവ്(നാ) - ആവശ്യത്തിലധികം സംസാരിക്കുന്നവൻ, വാവദൂകൻ. talkative person, one who beats about the bush.

അതിവക്ര (വി) - അധികം വളഞ്ഞ. too much bent, curved.

അതിവക്രൻ (വി) - അതിവക്രഗതിയുള്ള ഗ്രഹം, കുജനും മറ്റും. planet having reverse movement.

അതിവചനം(നാ) - വളരെ ഉച്ചത്തിലുള്ള സംസാരം, കടന്ന വാക്ക്, മര്യാദ വിട്ട സംസാരം. very loud talk, mannerless talking.

അതിവർത്തനം(നാ)- അതിലംഘനം. trespass.

അതിവർത്തിക്കുക (സ.ക്രി) - അതിലംഘിക്കുക, കവിഞ്ഞു നില്ക്കുക. to transgress, to exceed.
അതിവർത്തുള (വി) - വളരെ ഉരുണ്ട, അധികവൃത്താകാരമായ. globular, very much rounded.
അതിവർത്തുളം(നാ) - മലങ്കടല. wild pea.
അതിവർഷം(നാ)- പേമാരി. torrent.
അതിവാതം(നാ)- കൊടുങ്കാറ്റ്. storm.
അതിവാദം(നാ) - മുഷിഞ്ഞു സംസാരിക്കൽ, അധിക്ഷേപം, അതിരുകടന്ന വാക്ക്, അത്യുക്തി. ridicule, improper manner of speech, exaggeration.
അതിവാദി(നാ) - അധികം സംസാരിക്കുന്നവൻ, പരുഷവാക്കു പറയുന്നവൻ, വാദത്തിൽ മികച്ചു നില്ക്കുന്നവൻ. talkative person, one who talks very rudely, one who is superior in argument.
അതിവാസന(നാ) - നല്ല മണം, വലുതായ അഭിരുചി, ഗ്രഹിപ്പാനുള്ള ശക്തി. fragrance, great taste, power of grasping.
അതിവാസം(നാ) - ശ്രാദ്ധത്തിന്റെ തലേന്നാളുള്ള ഉപവാസം, ഒരിക്കൽ. a fast on the eve of yearly ablutions for the departed, religious ceremony in connection with death anniversary.
അതിവാഹം(നാ) - വഹിച്ചുകൊണ്ടുപോകൽ, ആത്മാവിന്റെ ദേഹാന്തരപ്രാപ്തി. carrying, transmigration of the soul.
അതിവാഹനം(നാ) - വലിയ ചുമട്, കഠിനപ്രയത്നം, കാലയാപനം. heavy load, strenuous work, sustenance.
അതിവികട(നാ.വി)- വളരെ ദുശ്ശീലമുള്ള. having bad habbits.
അതിവികടം(നാ) - ദുശ്ശീലമുള്ള ആന, കൊലയാന. mischievous elephant, murderous elephant.
അതിവികൃതം(നാ. വി.) - അധികം വഷളായത്. very bad, very acute.
അതിവിതത (വി) - അധികം പരന്ന. very flat.
അതിവിനയം(നാ) - അധികമായ വണക്കം. excessive modesty.
അതിവിഭവം(നാ) - വലിയ സമ്പത്ത്. great wealth.
അതിവൃത്തി(നാ) - ലംഘനം, ജയിക്കൽ, അതിശയോക്തി, വലിയ പ്രവാഹം, ക്രമാതീതമായ പ്രയത്നം. transgression, conquest, exaggeration, fast flow, strenuous work.
അതിവിഷം(നാ)- കഠിനവിഷമുള്ള. highly poisonous.
അതിവൃഷ്ടി(നാ)- അധികമായ മഴ. excess rain.
അതിവേധം(നാ)- വലിയ അടുപ്പം, ദശമി, ഏകാദശി എന്നിവയുടെ സന്ധി. close contact, confluence of the tenth and first days of the lunar calandar.
അതിവേല (വി) - തീരത്തെ ലംഘിച്ച, അതിരുകവിഞ്ഞ, അത്യധികമായ. gone beyond the shore, exceeding limits, too much.
അതിവേലം (ക്രി.വി) - ഏറ്റവും അതിരുകവിഞ്ഞ്. too much, beyond the limit.
അതിവ്യക്ത (വി) - വളരെ സ്പഷ്ടമായ. very clear.
അതിവ്യഥ(നാ) - വലിയ വേദന. great pain.
അതിവ്യയം(നാ) - ആവശ്യത്തിലധികം ചെലവാക്കൽ. spending more than necessary.
അതിവ്യാപ്തി(നാ) - അധികമായി വ്യാപിക്കുന്ന സ്ഥിതി, ആവശ്യത്തിൽ കൂടുതലായ വ്യാപ്തി, ലാക്കിനു മറുപുറം കടക്കൽ. over expansion, that which goes beyond the proposition.
അതിവ്യായാമം(നാ) - അധികമായ ദേഹാധ്വാനം. over exertion.
അതിശക്ത (വി) - ഏറ്റവും ബലമുള്ള. very strong.
അതിശങ്ക(നാ)- അതിയായ സംശയം. excessive suspicion.

അതിശയം(നാ)- അത്ഭുതം, മേന്മ. surprise, excellence.
അതിശയനം(നാ) - അതിശയിക്കൽ, മഹത്ത്വം, വലിപ്പം, പ്രഭാവം. excelling, greatness, largeness, glory.
അതിശയനീയ (വി) - കവിഞ്ഞു നില്ക്കത്തക്ക, വിസ്മയം ഉളവാക്കുന്ന. surpassing, astonishing.
അതിശയി (വി) - ശ്രേഷ്ഠമായ, അത്യധികമായ. prime, noble, excessive.
അതിശയിക്കുക (സ.ക്രി) - കവിഞ്ഞു നില്ക്കുക. to surpass.
അതിശയിക്കുക (അ.ക്രി) - വിസ്മയിക്കുക, ആശ്ചര്യപ്പെടുക. get surprised, wonder.
അതിശയിത(നാ.വി)- അതിശയിക്കപ്പെട്ട, മികച്ച. surpassed, excelled.
അതിശയോക്തി(നാ)- ഉള്ളതിലേറെയുള്ള സംഭാഷണം. exaggeration.
അതിശസ്ത(നാ)- വളരെ ശ്രേഷ്ഠമായ. very noble.
അതിശസ്തൻ (വി) - അധികം ശ്രേഷ്ഠൻ, ശത്രുവിനാൽ എതിരിടപ്പെടുന്നവൻ. nobler, one who is confronted by the enemy.
അതിശായനം(നാ) - കവിഞ്ഞുള്ള അവസ്ഥ, ആധിക്യം, ഉത്കർഷം, മഹത്ത്വം, പ്രഭാവം, താരതമ്യഭാവം. state of being excelled, excess, progress, greatness, dignity, comparison.
അതിശായി (വി) - കവിഞ്ഞു നില്ക്കുന്ന, അതിശയിക്കുന്ന. surpassing, excelling.
അതിശോഭന (വി) - വളരെ സൗന്ദര്യമുള്ള. very beautiful.
അതിശോഭന(നാ) - പാർവ്വതി. goddess Parvati.
അതിശ്രുത (വി) - വളരെ കീർത്തിപ്പെട്ട. very famous.
അതിസന്ധാനം(നാ)- കബളിപ്പിക്കൽ. deception.
അതിസന്ധ്യ(നാ) - ഉഷസ്സിനുമുമ്പും സായംസന്ധ്യക്കു പിമ്പുമുള്ള അല്പസമയം. a small period of time just before the dawn and just after the dusk.
അതിസമ്പന്നൻ(നാ) - വളരെ സമ്പത്തുള്ളവൻ. very rich.
അതിസംസ്കൃത (വി) - വളരെ പരിഷ്കരിക്കപ്പെട്ട. well reformed, well-cultured.
അതിസര(നാ.വി)- അതിക്രമിക്കുന്ന, നയിക്കുന്ന. going beyond, leading.
അതിസരം(നാ)- പ്രയത്നം. effort.
അതിസർവൻ(നാ) - ഈശ്വരൻ. god.
അതിസാമ്യ(നാ) - ഇരട്ടിമധുരം. licorice root.
അതിസാര(നാ.വി)- അതിശ്രേഷ്ഠമായ, വളരെ ബലമുള്ള. great nobility, to great strength.
അതിസൂക്ഷ്മ(നാ)- ഏറ്റവും ചെറുതായിട്ടുള്ള. very small.
അതിസൂക്ഷ്മം(നാ) - ഏറ്റവും സൂക്ഷ്മമായിട്ടുള്ളത്, കുരികിൽ. very minute, sparrow.
അതിസൗരഭം(നാ)- തേന്മാവ്. sweet mango tree.
അതിസ്ഥിര (വി) - വളരെ ഉറച്ച, ഉറച്ചു നില്ക്കുന്ന. very firm, steady.
അതിസ്നേഹം(നാ)- അതിയായ സ്നേഹം. great love.
അതിഹസിതം(നാ)- അതിയായ ചിരി. excessive laughter.
അതീക്ഷ്ണ(നാ)- മൂർച്ചയില്ലാത്ത, കഠിനമല്ലാത്ത. not sharp, not hard.
അതീത(നാ.വി)-പിൻതള്ളപ്പെട്ട, കഴിഞ്ഞ. left behind, past.
അതീതം(നാ) - കഴിഞ്ഞ കാലം. past.
അതീതത്വം(നാ)-അതീതമായ അവസ്ഥ. transcendence.
അതീതൻ(നാ)- സന്യാസി. ascetic.
അതീതഭാവം(നാ)- വ്യവസ്ഥകൾക്കും നിയമങ്ങൾക്കും വിധേയനല്ലാത്തവൻ എന്ന ഭാവം. feeling that one is above law and rule.
അതീതേന്ദ്രു(നാ) - കഴിഞ്ഞ ദിവസം.

yesterday.
അതീന്ദ്രിയ(നാ)- അതിസൂക്ഷ്മമായ, ഇന്ദ്രിയങ്ങൾക്കപ്പുറത്തുള്ള. very minute, beyond sensory perception.
അതീന്ദ്രിയ (വി) - ഇന്ദ്രിയങ്ങൾക്കു വിഷയമല്ലാത്ത, അതിസൂക്ഷ്മമായ. beyond sensory perception, very minute.
അതീന്ദ്രിയൻ(നാ) - ആത്മാവ്, ജിതേന്ദ്രിയൻ, ഇന്ദ്രിയങ്ങളെ ജയിച്ചവൻ. soul, one who has defeated senses.
അതീന്ദ്രിയം(നാ)- ഇന്ദ്രിയങ്ങൾക്ക് അതീതമായത്. something beyond sensory perception.
അതീന്ദ്രിയധ്യാനം(നാ)- ഇന്ദ്രിയാതീതമായ ധ്യാനം. transcendental meditation.
അതീവ (ക്രി.വി) - വളരെ. very much.
അതീവ്ര(നാ.വി)- കഠിനമല്ലാത്ത. not strong.
അതുക്കുക (സ.ക്രി)- മർദ്ദിക്കുക, കശക്കുക, ഞെക്കുക, അമർത്തുക. to beat, to shuffle, to press, to squeeze.
അതുച്ഛ(നാ.വി)- നിസ്സാരമല്ലാത്ത, വളരെയുള്ള, വലിയ, അധികമായ. significant, too much, big, excessive.
അതുല(നാ.വി)- തുല്യതയില്ലാത്ത. unequalled.
അതുലം(നാ)- തുല്യതയില്ലാത്തത്. something unequalled.
അതുലിത(നാ.വി)- തുല്യതയില്ലാത്ത. matchless.
അതുല്യ (വി) - തുല്യമല്ലാത്ത, കടന്ന, ശ്രേഷ്ഠമായ. unequalled, gone beyond, noble.
അതുഷാര(നാ.വി)-തണുപ്പില്ലാത്ത. not cold.
അതുഷാരകൻ(നാ)- സൂര്യൻ. sun.
അതൃണാദ (വി) - പുല്ലുതിന്നാത്ത. not eating grass.
അതൃപ്ത(നാ.വി)- തൃപ്തിയില്ലാത്ത, അസന്തുഷ്ടമായ. dissatisfied, unhappy.
അതൃപ്തി(നാ)- തൃപ്തിയില്ലായ്മ, അസന്തുഷ്ടി. dissatisfaction, unhappiness.
അതേ(നാ.വി)- അതുതന്നെയായ. same.
അത്കം(നാ)- ശരീരാവയവം, ജലം. limb of the body, water.
അത്തം(നാ)- ഒരു നക്ഷത്രം, കണ്ണാടി. name of a star, mirror.
അത്തപ്പൂവ്(നാ)- ഓണക്കാലത്ത് അത്തംമുതൽ തിരുവോണംവരെ പൂക്കൾകൊണ്ട് വീട്ടുമുറ്റത്തു ചെയ്യുന്ന അലങ്കാരം. floral decoration in the courtyard during Onam festival.
അത്തർ(നാ)- ഒരു സുഗന്ധദ്രവ്യം. a scented oil.
അത്തരം(നാ.വി)- അങ്ങനെയുള്ള. of that kind.
അത്തൽ(നാ)- ദൗർഭാഗ്യം, വേദന, ദുഃഖം. misfortune, pain, grief.
അത്താണി(നാ) - ചുമടുതാങ്ങി. porter's rest.
അത്താൻ(നാ) - അപ്പച്ചിയുടെ /അമ്മാവന്റെ മകൻ. paternal aunt's son, uncle's son.
അത്താഴം(നാ)- ഉറക്കത്തിനുമുമ്പുള്ള ഭക്ഷണം. supper.
അത്താഴപ്പട്ടിണി(നാ)-കടുത്ത ദാരിദ്ര്യം. poverty.
അത്താഴപൂജ(നാ) - രാത്രിയിലെ പൂജ. worship of a deity in the night.
അത്താഴമൂട്ട്(നാ) വിവാഹത്തിന്റെയും മറ്റും തലേന്നാൾ രാത്രിയിലെ സദ്യ. feast served during the night on the eve of a marriage.
അത്താറ്(നാ) ഓടപ്പൊളിപ്പായ്, മുളകൊണ്ടുള്ള ഒരിനം പായ്. bamboo mat.
അത്തി(നാ)- ഒരു ഫലവൃക്ഷം, ആന, എല്ല്. fig elephant, bone.
അത്തിക(നാ)-ജ്യേഷ്ഠത്തി. elder sister.
അത്തിച്ചക്ക(നാ)- അത്തിക്കായ്. custard apple.

അത്തിരം(നാ)- കഴുത, അസ്ത്രം, കുതിര. ass, arrow, horse.
അത്തിരി(നാ)- ഗ്രാമം, ഒട്ടകം, കുതിര, സൂര്യൻ. village, camel, horse, the sun.
അത്ത്(നാ)- ഈഞ്ച. Mimosa lnga.
അത്തുക (അ.ക്രി)- പുരട്ടുക, ചാരുക, തേയ്ക്കുക, പറ്റിപ്പിടിക്കുക, ചേരുക. smear, lean, rub with, adhere, attach.
അത്നം(നാ)- വായു, യുദ്ധം. air, war.
അത്നൻ(നാ)- വായു, സൂര്യൻ. air, sun.
അത്ഭുതൻ(നാ) - ശിവൻ. Siva.
അത്യം(നാ)- കുതിര. horse.
അത്യഗ്നി(നാ) - കഠിനമായ ദഹനം, വയറുകത്തൽ. intense digestion, burning sensation in stomach.
അത്യഗ്ര(നാ)- അഗ്രം ഉയർന്നു നിൽക്കുന്ന, വളരെ അടുത്ത. with point jutting out, close in front.
അത്യങ്കുശ(നാ.വി)-നിയന്ത്രിക്കാനാകാത്ത. uncontrollable.
അത്യദ്ധ്വാവ്(നാ) -ദീർഘയാത്ര. long journey.
അത്യല്പ്തി(നാ.വി)- ഏറ്റവും ചെറിയ. very small.
അത്യദ്ധ്വാനം(നാ)- അതിയായ അദ്ധ്വാനം. hard work.
അത്യന്ത(നാ.വി)- വളരെ അധികമായ, അവസാനമില്ലാത്ത. excessive, endless.
അത്യന്താപേക്ഷിതം(നാ)- ഒഴിച്ചു കൂടാനാകാത്ത. unavoidable.
അത്യന്താഭാവം(നാ)- പരിപൂർണ്ണമായ അഭാവം. absolute non- existence.
അത്യന്തി(നാ)- തന്നിഷ്ടക്കാരൻ. self-willed person.
അത്യന്തികം(നാ) -വലിയ അടുപ്പം, വലിയ ദൂരം. too much closeness, large distance.
അത്യയം(നാ)- കടന്നുപോകൽ, മരണം, ഉല്ലംഘനം, പിഴ. passing beyond, death, transgression, fine.
അത്യശ്ന(നാ.വി)- അധികം ഭക്ഷിക്കുന്ന. gluttonous.
അത്യഷ്ടി(നാ)- ഒരു ഛന്ദസ്സ്, പതിനേഴ്. a metre, number 17.
അത്യാക്രമണം(നാ)- കയ്യേറ്റം. assault.
അത്യാഗ്രഹം(നാ)- അതിരുകവിഞ്ഞ ആശ. greed.
അത്യാഗ്രഹി(നാ)- അത്യാഗ്രഹം ഉള്ളവൻ, അത്യാർത്തി. greedy person.
അത്യാചാരം(നാ)- മര്യാദ വിട്ട പ്രവൃത്തി, അധർമ്മം. immoral act, injustice.
അത്യാദരം(നാ)- കൂടുതലായ ആദരവ്. excessive respect.
അത്യാധാനം(നാ)- വഞ്ചിക്കൽ, അതിക്രമം, ചുമത്തൽ. deception, transgression, imposition.
അത്യാപത്ത്(നാ)- അതിയായ ആപത്ത്. very danger.
അത്യായം(നാ)- അതിക്രമം, ആധിക്യം, വലിയ ലാഭം. violation, excess, excessive profit.
അത്യാരൂഢം(നാ)- വളരെ ഉയർന്ന പദവി. high position.
അത്യാർത്തി(നാ)- അധികമായ ആഗ്രഹം, അതിയായ ദുഃഖം. excessive greed, extreme pain.
അത്യാവശ്യം(നാ)- അതിയായ ആവശ്യം. great necessity.
അത്യാവേശം(നാ)- അതിയായ ആവേശം. over- enthusiasm.
അത്യാസക്തി(നാ)- അതിയായ താല്പര്യം. too much fondness.
അത്യാസന്ന(നാ.വി) -വളരെ അടുത്ത, മരണം അടുത്ത. very close to, nearing death, on the verge of exhaustion.
അത്യാഹിതം(നാ)- അപ്രതീക്ഷിതമായ ആപത്ത്, വലിയ ആപത്ത്. accident, great calamity.
അത്യുക്തി(നാ)- അതിശയോക്തി. exaggeration.
അത്യുഗ്രം(നാ)- വളരെ ഭയങ്കരമായത്, പെരുങ്കായം. something terrible, asafoetida.

അത്യുച്ച(നാ.വി)- ഏറ്റവും ഉയർന്ന, വളരെ ഉറക്കെയുള്ള. very high, very loud.
അത്യുച്ചം(നാ)- ഏറ്റവും ഉയർന്നത്. something very high.
അത്യുത്തമ(നാ.വി) - ഏറ്റവും മെച്ചപ്പെട്ട. most excellent.
അത്യുന്നത(നാ.വി) - വളരെ ഉയർന്ന, ശ്രേഷ്ഠമായ. very high, noble.
അത്യുഷ്ണ(നാ.വി) - വളരെ ചൂടുള്ള. very hot.
അത്യുഷ്ണം(നാ) - അത്യധികമായ ചൂട്. severe heat.
അത്യൂഹം(നാ)- ഗാഢമായ ചിന്ത, മയിൽ. deep thought, peacock.
അത്ര (അവ്യ.)- ഇവിടെ, ഈ വിഷയത്തിൽ, അവിടെ. here, in this matter, there.
അത്രം(നാ)- അന്നം. food.
അത്രക(നാ.വി)- ഈ ലോകത്തെ സംബന്ധിച്ച, ഐഹികമായ. of this world.
അത്രടം (ക്രി.വി)- അവിടെവരെ, അത്രേടം. up to that place, to that extent.
അത്രപ(നാ.വി) - നാണമില്ലാത്ത, ധിക്കാരിയായ. shameless, haughty.
അത്രത്യ(നാ.വി)- ഈ സ്ഥലത്തുള്ള, ഈ സ്ഥലത്തെ സംബന്ധിച്ച. belonging to or connected with this place.
അത്രമാത്രം (ക്രി.വി)- അത്രയും മാത്രം. that's all.
അത്രയും(നാ)- മുഴുവനും. wholly.
അത്രസ്ത(നാ.വി)- ഭയം ഇല്ലാതെ. without fear.
അത്രാന്തരേ(ക്രി.വി) -ഇതിനിടയ്ക്ക്, ആ സമയത്ത്. in the meantime, at the time.
അത്രി(നാ)- രാക്ഷസൻ, സപ്തർഷികളിൽ ഒരാൾ. demon, one of the seven great sages.
അത്രിജൻ(നാ)- ചന്ദ്രൻ, ദുർവ്വാസാവ്. moon, Durvasa.
അത്രിനേത്രപ്രസൂതം(നാ)- കർപ്പൂരം. camphor.
അതിനേത്രപ്രസൂതൻ(നാ)- ചന്ദ്രൻ. the moon.
അത്രേ (ക്രി.വി)- അതെ, തന്നെ, അത്രമാത്രം. yes, sure, definitely so.
അത്രൈവ(ക്രി.വി) - ഇവിടെത്തന്നെ. here itself.
അത്ഭുതം(നാ)- ആശ്ചര്യം, വിസ്മയം. wonder, surprise.
അത്ഭുതൻ(നാ)- ശിവൻ. Siva.
അഥാപി(ക്രി.വി) -എന്നിട്ടും. moreover.
അഥർവ്വം(നാ)- നാലാമത്തെ വേദം. the fourth Veda.
അഥർവ്വണൻ(നാ)- ശിവൻ. Siva.
അഥർവ്വണി(നാ)- കുടുംബപുരോഹിതൻ. family priest.
അഥർവ്വാധിപൻ(നാ)- ബുധൻ. planet Mercury.
അദ(നാ.വി)- ഭക്ഷിക്കുന്ന. eating.
അദഗ്ദ്ധ(നാ.വി) - ദഹിപ്പിക്കപ്പെടാത്ത. unburnt.
അദക്ഷിണ(നാ.വി)- വലത്തേതല്ലാത്ത, തെക്കേ ദിക്കല്ലാത്ത, സാമർത്ഥ്യമില്ലാത്ത, ദക്ഷിണ നൽകാത്ത, അനുകൂലനല്ലാത്ത. not right, not southern, not dexterous, not giving 'dakshina', a person who doesn't favour.
അദണ്ഡ്യ(നാ.വി)- ശിക്ഷയർഹിക്കാത്ത. not deserving punishment.
അദത്ത(നാ)- അവിവാഹിത. unmarried girl.
അദത്ത്(നാ.വി)- പല്ലില്ലാത്ത. without teeth.
അദനം(നാ) - ഭക്ഷണം, തീറ്റി. eating, eatable.
അദന്തം(നാ)- കുളയട്ട. leech.
അദഭ്ര(നാ.വി)- ചെറുതല്ലാത്ത. not small.
അദഭ്രം(നാ)- കടൽ. sea.
അദംഭ(നാ)- സത്യസന്ധമായ, ഗർവ്വില്ലാത്ത. honest, not arrogant.
അദമ്യ(നാ.വി)- അടക്കാൻ കഴിയാത്ത, നിയന്ത്രിക്കാൻ കഴിയാത്ത. untameable, uncontrollable.

അദയ(നാ.വി)- ദയയില്ലാത്ത, നിർദയ. unkind.
അദയം (ക്രി.വി)- ദയയില്ലാതെ. without kindness.
അദർശം(നാ)- കറുത്തവാവ്, കണ്ണാടി, ആദർശം. new moon, mirror, ideal.
അദർശനം(നാ)- കാണാതിരിക്കൽ, കാണാതാകൽ. disappearance.
അദർശനീയ(നാ.വി)- കാണത്തക്കതല്ലാത്ത. unfit to be seen.
അദല(നാ.വി)- ഇതളില്ലാത്ത. without petal.
അദാതാവ്(നാ)- ദാനശീലമില്ലാത്തവൻ, പിശുക്കൻ. one not liberal, miser.
അദാന്ത(നാ.വി) - അടക്കാൻ കഴിയാത്ത. uncontrollable.
അദാബ്(നാ)- വേദന, ശിക്ഷ, കഷ്ടപ്പാട്. suffering. punishment, difficulty.
അദായ(നാ.വി)- ഭാഗം കിട്ടാൻ അവകാശമില്ലാത്ത. not entitled to a share.
അദാരൻ(നാ.വി) -ഭാര്യയില്ലാത്തവൻ. one without a wife.
അദാലത്ത്(നാ) - സിവിൽകോടതി. civil court of justice.
അദിതി(നാ)- ദേവമാതാവ്, പാർവ്വതി, ഭൂമി. mother of gods, Parvati, earth.
അദിതിജൻ(നാ)- സൂര്യൻ, ദേവൻ. sun, god.
അദിനം(നാ)- ദുർദ്ദിനം, ദൗർഭാഗ്യം. bad day, misfortune.
അദിവ്യ(നാ.വി)- ലൗകികമായ. not divine.
അദീന(നാ.വി) - ദീനതയില്ലാത്ത, ഐശ്വര്യമുള്ള. not miserable, prosperous.
അദീപനം(നാ)- ദഹനമില്ലായ്മ. indigestion.
അദീർഘ(നാ.വി)- നീളമില്ലാത്ത, ദീർഘകാലം നിലനിൽക്കാത്ത. short, not lasting long.
അദുർഗ്ഗ(നാ.വി)- പ്രവേശിക്കാവുന്ന, കോട്ടയില്ലാത്ത. accessible, not fortified.
അദുഃഖ(നാ.വി)- സുഖമുള്ള, ദുഃഖമില്ലാത്ത. happy, not sorrowful.
അദൃക്ക്(നാ)- അന്ധൻ. blind person.
അദൃക്ക്(നാ.വി)- അന്ധനായ. blind.
അദൃപ്ത(നാ.വി)- അഹങ്കാരമില്ലാത്ത. humble.
അദൃശ്യ(നാ.വി)- കാണാൻ കഴിയാത്ത. unseen.
അദൃശ്യം(നാ.)- കാണാൻ കഴിയാത്തത്. that which is invisible.
അദൃഷ്ട(നാ.വി)- കാണപ്പെടാത്ത, അവിചാരിതമായി സംഭവിച്ച. unseen, unexpected.
അദൃഷ്ടം(നാ)- കാണപ്പെടാത്തത്, മുൻകൂട്ടി അറിയാൻ കഴിയാതെ വന്നുചേരുന്ന വിപത്ത്, നിർഭാഗ്യം, ഭാഗ്യം, പാപം, ഒരു വിഷവസ്തു. that which is invisible, unforeseen danger, misfortune, luck, sin, venomous substance.
അദൃഷ്ടകർമ്മാ(നാ.വി) -പ്രവൃത്തിയിൽ പരിചയമില്ലാത്തവൻ. inexperienced.
അദൃഷ്ടശാലി(നാ)- ഭാഗ്യശാലി. lucky person.
അദൃഷ്ടി(നാ)- വിപരീതമായ ദൃഷ്ടി, അസൂയയോടു കൂടിയ നോട്ടം. evil look, jealous look.
അദേശം(നാ)- അനുചിതസ്ഥാനം, ചീത്ത ദേശം. bad or improper place.
അദേശ്യ(നാ.വി)- സൂചിപ്പിക്കാൻ അയോഗ്യമായ, സ്ഥലത്ത് ഇല്ലാത്ത. not fit to be indicated, not present on the spot.
അദേഹൻ(നാ)- ദേഹമില്ലാത്തവൻ, കാമദേവൻ. one who has no body, Kamadeva.
അദൈവ(നാ.വി)- ദൈവികമല്ലാത്ത, ഭാഗ്യമില്ലാത്ത. not divine, ill-fated.
അദൈവം(നാ)- ഭാഗ്യദോഷം. misfortune.
അദ്യാപി(ക്രി.വി) - ഇന്നുപോലും, ഇന്നുവരെ. today also, even today.

അദ്യതന(നാ.വി)- ഇന്നുള്ള, ഇക്കാലത്തുള്ള. of today, of these days.
അദ്യശ്വീനം (വി)- ഇന്നോ നാളെയോ സംഭവിക്കുന്ന. which has to happen today or tomorrow.
അദ്യുത്(നാ.വി)- പ്രകാശമില്ലാത്തത്. devoid to brightness.
അദ്രികന്യ(നാ) -പാർവ്വതി. Parvati.
അദ്രികീല(നാ)- ഭൂമി. earth.
അദ്രികുക്ഷി(നാ)- പർവ്വതഗുഹ. mountain cave.
അദ്രിജാതം(നാ)- കാട്ടുതീ, കന്മദം. forest conflagration, bitumen.
അദ്രിജാത(നാ.വി) -പർവ്വതത്തിൽ ഉണ്ടായ. born in mountain.
അദ്രിദ്വിട്ട്(നാ)- ഇന്ദ്രൻ. Indra.
അദ്രിനാഥൻ(നാ)- ഹിമവാൻ, ശിവൻ. the Himalaya, Siva.
അദ്രിവഹ്നി(നാ) -കാട്ടുതീ. wild fire.
അദ്രിശൃംഗം(നാ) - കൊടുമുടി. peak of the mountain.
അദ്രി(നാ)- പർവ്വതം, വൃക്ഷം, സൂര്യൻ, ഇടിവാൾ, മേഘം, ഏഴ് എന്ന സംഖ്യ, കല്ല്, ഒരു അളവ്. mountain, tree, the sun, thunderbolt, cloud, the number 7, stone a measure.
അദ്രിസാരം(നാ)- ഇരുമ്പ്. iron.
അദ്രുതം (ക്രി.വി)- വേഗത്തിൽ അല്ലാതെ, പതുക്കെ. not briskly, slowly.
അദ്വയ(നാ.വി) - ഒന്നുമാത്രമായ, ശത്രുവില്ലാത്ത. unique sole, unrivalled.
അദ്വയം(നാ) - ബ്രഹ്മവും പ്രപഞ്ചവുമായുള്ള ഐക്യം. harmony of the Brahma.
അദ്വയം(നാ)- ഏകീഭാവം. non-duality.
അദ്വയൻ(നാ)- ഈശ്വരൻ. god.
അദ്വയാനന്ദം(നാ) - ബ്രഹ്മാനന്ദം ജീവാത്മാവും പരമാത്മാവും ഒന്നാണെന്നുള്ള ബോധംകൊണ്ട് ഉണ്ടാകുന്ന ആനന്ദം. supreme bliss.
അദ്വിതീയ(നാ.വി) -ഒന്നാംകിടയിലുള്ള. second to none.
അദ്വിതീയം(നാ)- തുല്യമില്ലാത്തത്, പരബ്രഹ്മം. that which is unrivalled, supreme being.
അദ്വൈത(നാ.വി) - നിസ്തുലമായ, സാമ്യമില്ലാത്ത. unique, unrivelled.
അദ്വൈത(നാ.വി)- ഒന്നായ, ഏകഭാവമുള്ള. single, having no duality.
അദ്വൈതം(നാ) - വേദാന്തത്തിലെ പ്രസ്ഥാനത്രയത്തിലൊന്ന്, ഏകാത്മവാദം, ജീവാത്മാവും പരമാത്മാവും അഭിന്നം എന്ന മതം. vedantic doctrine of jeevatma and paramatma being one and the same, monism.
അദ്വൈതവാദി(നാ) - സർവവും ഒന്നാണെന്നു വാദിക്കുന്നവൻ, വേദാന്തി. one who advocates the doctrine of advaita, non-dualist philosopher.
അദ്വൈതി(നാ) -ഏകാത്മവാദി, കപടമായി തത്വവാദം ചെയ്യുന്നവൻ. non-dualist philosopher.
അധന(നാ.വി) - ധനമില്ലാത്ത, ദാരിദ്ര്യമുള്ള. poor.
അധന്യ(നാ.വി) - ഭാഗ്യമില്ലാത്ത. unfortunate.
അധമൻ(നാ.വി) - ഏറ്റവും ഹീനൻ, നീചൻ, നികൃഷ്ടൻ. worst, lowest, heinous.
മ(നാ) - ഏറ്റവും നിന്ദ്യമായ പെരുമാറ്റം. meanest behaviour.
അദ്ധാപുരുഷൻ(നാ)- സത്യവാൻ. honest man.
അദ്ധ്യക്ഷ(നാ.വി)- കണ്ടറിയുന്ന, ഇന്ദ്രിയഗോചരമായ, മേൽനോട്ടം വഹിക്കുന്ന. visible, that can be perceived by the sense, supervisory.
അദ്ധ്യക്ഷം(നാ)- പ്രത്യക്ഷമായിട്ടുള്ളത്. that which is visible.
അദ്ധ്യക്ഷൻ(നാ)- മേൽ നോട്ടം വഹിക്കുന്ന ആൾ, മേലധികാരി, നേതാവ്. superintendent, head of the department, leader.
അദ്ധ്യക്ഷരം(നാ)-പ്രണവം, ഓങ്കാരം. the holy sound ‘Om’.

അദ്ധ്യഗ്നി(നാ)- വിവാഹസമയത്ത് അഗ്നിസമക്ഷം വധുവിനു നൽകുന്ന ധനം. property given to bride at her wedding.

അദ്ധ്യയനം(നാ)- വേദപഠനം, വായന. study (of the Vedas), reading.

അദ്ധ്യയനകാലം(നാ)- വിദ്യാഭ്യാസകാലം, ബ്രഹ്മചര്യകാലം. student days, period of celibacy.

അദ്ധ്യയനവർഷം(നാ)- പഠനവർഷം. academic year.

അദ്ധ്യർധ്വം(നാ)- വായു. air.

അദ്ധ്യാത്മ(നാ.വി)- ആത്മാവിനെ സംബന്ധിച്ച. spiritual.

അദ്ധ്യാത്മം(നാ)- പരമാത്മാവ്. supreme spirit.

അദ്ധ്യാത്മജ്ഞാനം(നാ)- ആത്മീയമായ ജ്ഞാനം, ബ്രഹ്മജ്ഞാനം, divine knowledge,

അദ്ധ്യാത്മവാദി(നാ)- ആത്മീയവാദി. spiritualist.

അദ്ധ്യാത്മവിദ്യ(നാ)- ബ്രഹ്മവിദ്യ, ആത്മജ്ഞാനം. knowledge of Brahmam, knowledge of the soul.

അദ്ധ്യാപകൻ(നാ)-പഠിപ്പിക്കുന്നവൻ, ഗുരു. teacher, instructor.

അദ്ധ്യാപനം(നാ)- പഠിപ്പിക്കൽ. teaching.

അദ്ധ്യായം(നാ)- ഗ്രന്ഥത്തിന്റെ ഒരു ഭാഗം. portion of a book, lesson, chapter.

അദ്ധ്യായി(നാ.വി)- അദ്ധ്യയനം ചെയ്യുന്ന, പഠിക്കുന്ന. learning, studying.

അദ്ധ്വാരൂഢ(നാ.വി)- അധിരോഹണം ചെയ്ത. mounted.

അദ്ധ്യാരോഹണം(നാ)- അധിരോഹണം, കയറ്റം. ascent, mounting.

അദ്ധ്യുഷിത(നാ.വി)- പാർപ്പിടമാക്കിയ, വസിച്ച. inhabited, occupied.

അദ്ധ്യൂഢൻ(നാ)- ശിവൻ. Siva.

അദ്ധ്യേതാവ്(നാ)- പഠിക്കുന്നവൻ, ശിഷ്യൻ. student.

അദ്ധ്വഗ(നാ)- ഗംഗാനദി. river Ganga.

അദ്ധ്വഗ(നാ.വി)- വഴി പോകുന്ന. travelling.

അദ്ധ്വഗം(നാ)- കോവർകഴുത, ഒട്ടകം mule, camel.

അദ്ധ്വഗൻ(നാ)- സൂര്യൻ, വഴിപോക്കൻ. sun, traveller.

അദ്ധ്വനിവേശം(നാ)- വഴിത്താവളം. resting place on the way.

അദ്ധ്വപതി(നാ)- സൂര്യൻ. sun.

അദ്ധ്വരം(നാ)- യാഗം. sacrifice.

അദ്ധ്വരി(നാ)- യാഗം കഴിക്കുന്നവൻ. sacrificer.

അദ്ധ്വശ്രമം(നാ)- മാർഗ്ഗക്ലേശം, വഴിയാത്ര കൊണ്ടുള്ള ക്ഷീണം. fatigue caused by journey, weariness caused by travelling.

അദ്ധ്വാനം(നാ)- പ്രയത്നം, ശബ്ദമില്ലായ്മ. effort, soundlessness.

അദ്ധ്വാനിക്കുക (അ.ക്രി)- പ്രയത്നിക്കുക. to exert, work hard.

അദ്ധ്വാന്തം(നാ)- വഴിയുടെ അവസാനം. end of a way.

അദ്ധ്വാവ്(നാ)- വഴി, മാർഗ്ഗം. path, way.

അധമ(നാ.വി)- ഏറ്റവും താണ, നിന്ദ്യമായ, ഹീനമായ. lowest, worst, mean.

അധമം(നാ)- നിന്ദ്യം, ഹീനം, നികൃഷ്ടം. something base or mean or low.

അധമർണ്ണൻ(നാ)- കടം വാങ്ങിയവൻ. debtor.

അധമാംഗം(നാ)- പാദം. the foot.

അധരം(നാ)- ചുണ്ട്, കീഴ്ച്ചുണ്ട്. lip, lower lip.

അധരകണ്ഠം(നാ) - കഴുത്തിന്റെ കീഴ്ഭാഗം. lowest part of the neck.

അധരകായം(നാ) - ശരീരത്തിന്റെ കീഴ്ഭാഗം. lower part of the body.

അധരപാനം(നാ)- അധരത്തിൽ ചുംബിക്കൽ. kissing the lip.

അധരാനുകമ്പ(നാ) - വാക്കിൽ മാത്രമുള്ള അനുകമ്പ. sympathy merely in words.

അധരാംബരം(നാ)- അടിവസ്ത്രം. under-garment.

അധരിത(നാ.വി)- കീഴാക്കപ്പെട്ട, കുറച്ച. lowered, subdued.
അധരീകരിക്കുക(സ.ക്രി)- താഴ്ത്തുക, കീഴ്പ്പെടുത്തുക. to put down, subdue.
അധരോഷ്ഠം(നാ) - കീഴ്ച്ചുണ്ട്. lower lip.
അധർമ്മം(നാ)- ധർമ്മമല്ലാത്തത്, പാപം. lawlessness, sin.
അധർമ്മൻ(നാ)- അധർമ്മം ചെയ്യുന്നവൻ, പാപി, അധർമ്മി. immoral person, sinner.
അധർമ്മഭീരു(നാ)- പാപത്തെ ഭയക്കുന്നവൻ. one afraid of committing sin.
അധർമ്മാത്മാവ്(നാ)- പാപി. sinner.
അധർമ്മിഷ്ഠം(നാ)- ധർമ്മമനുഷ്ഠിക്കാത്ത, പാപിയായ. most wicked, sinful.
അധർഷിത(നാ)- തോല്പിക്കപ്പെടാത്ത. unconquered.
അധവ(നാ)- ഭർത്താവില്ലാത്തവൾ, വിധവ. widow.
അധഃകരണം(നാ)- താഴ്ത്തൽ, കീഴ്പ്പെടുത്തൽ. degrading, subduing.
അധഃകരിക്കുക (സ.ക്രി)- കീഴ്പ്പെടുത്തുക, താഴ്ത്തുക. subdue, degrade.
അധ:കൃത(നാ.വി) -താഴ്ത്തപ്പെട്ട, മോശപ്പെട്ട. depressed, repressed,inferior.
അധശ്ചരൻ(നാ) -കള്ളൻ, അധ:പതിക്കുന്നവൻ. thief,one who deteriorates.
അധഃസ്തന(നാ.വി)- ഏറ്റവും താഴെയുള്ള. lowest.
അധഃസ്തലം(നാ)- താഴെയുള്ള പ്രദേശം, താണതലം. lower region, lower plane.
അധഃസ്ഥിത(നാ. വി)- താഴെ സ്ഥിതി ചെയ്യുന്ന, താഴെക്കിടയിലുള്ള. of low position, situated below.
അധാർമ്മിക(നാ.വി)- ധർമ്മവിരുദ്ധമായ. unrighteous.
അധിക(നാ.വി)- ധാരാളമായ, കൂടുതലായ. excessive, more.
അധികം (ക്രി.വി)- കൂടുതൽ, വളരെ. more, excessively.
അധികം(നാ)- ശേഷിപ്പ്, പെരുപ്പം. surplus, excess.
അധികത(നാ)- ആധിക്യം, അധികമായിരിക്കുന്ന അവസ്ഥ. excessiveness.
അധികൻ(നാ)- ഉയർന്നവൻ, ശ്രേഷ്ഠൻ. superior person.
അധികപദം(നാ) - അമിതമായ പദപ്രയോഗം. verbosity.
അധികപ്പറ്റ്(നാ)- ആവശ്യത്തിൽ കവിഞ്ഞുള്ളത്, വേണ്ടാത്തത്. excess, unnecessary.
അധികപ്രസംഗം(നാ)- മര്യാദവിട്ട സംസാരം, ധിക്കാരം. impolite talk, impertinence.
അധികരണം(നാ)- മുകളിൽ വയ്പ്, ആധാരം, വിഷയം. placing at the head of, receptacle, topic.
അധികരണി(നാ)- ഇരുമ്പുകൊണ്ടുള്ള പാത്രം, അടകല്ല്. vessel made of iron, anvil.
അധികരണ്യം(നാ)- അധികാരം, ശക്തി. power, strength.
അധികരിക്കുക (സ.ക്രി)- ആധാരമാക്കുക, കീഴടക്കുക. base, subdue.
അധികർമ്മം(നാ)- മേൽനോട്ടം. superintendence.
അധികാരം(നാ)- മേൽനോട്ടം, ചുമതല, അവകാശം, അർഹത, യോഗ്യത, അദ്ധ്യായം. superintendence, responsibility, claim, qualification, chapter.
അധികാരചിഹ്നം(നാ)- അധികാരത്തിന്റെ ചിഹ്നം. symbol of authority.
അധികാരപ്പെടുത്തുക (സ.ക്രി)- അധികാരം നൽകുക. authorize.
അധികാരി(നാ)- അധികാരമുള്ളവൻ, അവകാശി, വില്ലേജ് ഓഫീസർ, ക്ഷേത്രഭരണം നടത്തുന്ന ആൾ. officer, person in authority, village officer, temple manager.
അധികൃത(നാ.വി)- അധികാരം നൽകപ്പെട്ട, അധികാരമുള്ള. having authority, authorized.

അധികൃതൻ(നാ)- ഉദ്യോഗസ്ഥൻ, തലവൻ, ഭരണാധികാരി. superintendent.
അധികൃതി(നാ)- അവകാശം, ഉടമസ്ഥത. right, possession.
അധിക്രമണം(നാ)- കടന്നേറ്റം, ആക്രമണം. invasion.
അധിക്ഷിത്ത്(നാ)- അപചയം, നാശം, അധിപതി, ഭരണകർത്താവ്. decay, ruler.
അധിക്ഷിപ്ത(നാ.വി) -ആക്ഷേപിക്കപ്പെട്ട, നിന്ദിക്കപ്പെട്ട. insulted, despised.
അധിക്ഷേപം(നാ)- ആക്ഷേപം, നിന്ദ, ഏറ്. insult, abuse, throwing.
അധിഗത(നാ.വി) -പ്രാപിച്ച, വശപ്പെടുത്തിയ. acquired,won over by instigation.
അധിഗമിക്കുക (സ.ക്രി)- പ്രാപിക്കുക, സിദ്ധിക്കുക, പഠിക്കുക. to acquire, get study, to approach.
അധിഗവ(നാ.വി)- പശുവിൽനിന്നുണ്ടായ. derived from cow.
അധിതല്പം(ക്രി.വി) -കിടക്കയിൽ. on the bed.
അധിഗുണ(നാ.വി)- സദ്ഗുണ, അധികഗുണമുള്ള. well-strung, having a lot of merits.
അധിദൂതൻ(നാ.വി) - പ്രധാന ദൈവദൂതൻ. archangel.
അധിചർമ്മം(നാ)- അധിതലീയം, പുറംതൊലി. outer skin.
അധിജിഹ്വ(നാ)- അണ്ണാക്ക്. uvula.
അധിത്യക(നാ)- പർവ്വതത്തിന്റെ മുകൾപ്പരപ്പ്. top plane of a mountain.
അധിനയിക്കുക (സ.ക്രി)- അകറ്റിക്കൊണ്ടുപോവുക, വർദ്ധിപ്പിക്കുക. to lead away from, to enhance.
അധിനായം(നാ)- സുഗന്ധം. fragrance.
അധിനിദ്രം(ക്രി.വി) -ഉറക്കത്തിൽ. in sleep.
അധിനിവേശം(നാ)- കുടിയേറിപ്പാർപ്പ്, കുടിയേറ്റം. colonisation.
അധിപതി(നാ)- അധിപൻ. overlord.
അധിപൻ(നാ)- ആധിപത്യം വഹിക്കുന്നവൻ, ഭരണകർത്താവ്, രാജാവ്, തലവൻ. lord, ruler, king, chief.
അധിപുരുഷൻ(നാ)- പരമാത്മാവ്. supreme being.
അധിബലം(നാ)- ശകാരിച്ചുകൊണ്ടുള്ള സംസാരം. abusive argument.
അധിഭർത്താവ്(നാ)- അധീശൻ, പ്രധാന ഭരണാധികാരി. overlord, chief ruler .
അധിഭൂതം(നാ)- പരമാത്മാവ്. supreme being.
അധിമേഹനം(നാ) - ബലാൽസംഗം. rape, ravishment.
അധിയോധൻ(നാ)- മുഖ്യയോദ്ധാവ്. foremost hero.
അധിരാജൻ(നാ)- ചക്രവർത്തി. emperor.
അധിരാജ്യം(നാ)- സാമ്രാജ്യം. empire.
അധിരൂഢ(നാ.വി)- അധിരോഹണം ചെയ്ത, മുകളിൽ കയറിയ, വർദ്ധിച്ച. ascended, increased.
അധിരോഹണം(നാ)- ഉയർത്തൽ, മുകളിലേയ്ക്ക് കയറ്റം. act of ascending, ascent.
അധിരോഹൻ(നാ)- അധിരോഹം ചെയ്യുന്നവൻ, പാപ്പാൻ. one who gets upon, mahout.
അധിരോഹിണി(നാ)- പടവ്, കോവണി. flight of steps, ladder.
അധിവക്താവ്(നാ) - അഭിഭാഷകൻ, വക്കീൽ, പ്രഭാഷക. advocate, pleader, speaker.
അധിവചനം(നാ) - അധികമായ പറച്ചിൽ, വക്കാലത്ത്. over-talking, advocacy.
അധിവസ്ത്ര(നാ.വി)- വസ്ത്രം ധരിച്ച. clothed.
അധിവാകം(നാ) - അധിവചനം, രക്ഷണം. advocacy, protection.
അധിവാസൻ(നാ)- അയൽക്കാരൻ. neighbour.

അധിവാസി(നാ.വി)- അധിവസിക്കുന്നവൻ. inhabitant.
അധിവാസം(നാ) -കുടിപ്പാർപ്പ്, ആവാസസ്ഥാനം, ഇരിപ്പിടം, ഭവനം, settlement, habitation, seat, residence.
അധിവാസം(നാ) - സുഗന്ധമുണ്ടാക്കൽ, വാസനദ്രവ്യം തളിക്കൽ. application of perfumes,putting on perfumed garlands.
അധിവേശനം(നാ)- സമാജം, സംഘം. association, society.
അധിഷ്ഠാനം(നാ)- ആശ്രയം, അടിസ്ഥാനം, സന്നിധി. dependence, foundation, high station.
അധിഷ്ഠാനദേവത(നാ)- അധിദേവത. presiding deity.
അധീത(നാ.വി)- പഠിച്ച. learned.
അധീതി(നാ)- പഠിത്തം, ഓർമ്മ. study, remembrance.
അധീന(നാ.വി)- കീഴ്പ്പെട്ട, വശത്തായ, ആശ്രയത്തിലുള്ള. subject to, depending on.
അധീര(നാ)-ധൈര്യമില്ലാത്തവൾ. timid woman.
അധീശൻ(നാ)- ചക്രവർത്തി, മേൽക്കോയ്മയുള്ളവൻ. emperor, overlord.
അധീഷ്ഠം(നാ)- പ്രതിഫലം പറ്റാതെ വഹിക്കുന്ന ഉദ്യോഗം. honorary service.
അധുനാ(ക്രി.വി) - ഇപ്പോൾ ഇക്കാലത്ത്. now,at this time, now-a-days.
അധുനാതന(നാ.വി) - ഇക്കാലത്തുള്ള, ഇപ്പോഴുള്ള. modern,of today.
അധൂത(നാവി) - ധൈര്യമുള്ള, അവഗണിക്കപ്പെടാത്ത. courageous,not neglected.
അധൂമക(നാ.വി) - പുകയില്ലാത്ത. smokeless.
അധൃത(നാ.വി) - പിടിക്കാത്ത, അടക്കിയിട്ടില്ലാത്ത. not held, unrestrained.
അധൃതൻ(നാ)- വിഷ്ണു. Vishnu.
അധൃതി(നാ)- ധൈര്യമില്ലായ്മ, ക്ഷമയില്ലായ്മ. want of fortitude, impatience.
അധൃഷ്ട(നാ.വി)- ധൈര്യമില്ലാത്ത, ലജ്ജയുള്ള. modest, shy.
അധൃഷ്ടൻ(നാ) - ശാലീനൻ. noble person.
അധൃഷ്യ(നാ.വി) - അഹങ്കാരമുള്ള, ജയിച്ചുകൂടാത്ത, അതിക്രമിച്ചുകൂടാത്ത. arrogant, invincible, not to be trespassed.
അധേനു(നാ)- കറവയില്ലാത്ത പശു. cow not yielding milk.
അധൈര്യം(നാ)- ധൈര്യമില്ലായ്മ. lack of courage.
അധോക്ഷ(നാ.വി) - കുഴിഞ്ഞ കണ്ണുള്ള, ഇന്ദ്രിയങ്ങളെ ജയിച്ച. having hollow eyes, having conquered the senses.
അധോഗതി(നാ)- അധോഗമനം, കീഴോട്ടുള്ള പോക്ക്, അധഃപതനം. downfall, ruin.
അധോഗമനം(നാ) -നാശം, വീഴ്ച, ദുർഗ്ഗതി. ruination,downfall,descent.
അധോഭാഗം(നാ)- കീഴ്ഭാഗം. lower side.
അധോഭുവനം(നാ) -പാതാളം. subterranean world.
അധോമണ്ഡലം(നാ) - താഴത്തെ മണ്ഡലം. lower circle.
അധോമുഖ(നാ.വി)- കുനിഞ്ഞ മുഖത്തോടു കൂടിയ, with downcast face.
അധോമുഖം(നാ)- നരകം. hell.
അധോമുഖൻ(നാ)- മുഖം കുനിച്ചവൻ, വിഷ്ണു. person with downcast face, Vishnu.
അധോലോകം(നാ)- പാതാളം, നിയമത്തിനു കീഴ്പ്പെടാതെ കഴിയുന്നവരുടെ ലോകം. subterranean world, underworld.
അനക്കം(നാ)- കുലുക്കം, ചലനം. shake, movement.
അനക്കുക (സ.ക്രി)- ചലിപ്പിക്കുക, ചൂടാക്കുക. move, become hot.
അനക്ഷര (നാ.വി) -പഠിപ്പില്ലാത്ത, പറയരുതാത്ത, ഊമയായ. illiterate,unfit to be spoken,dumb.

അനഗാരൻ(നാ)- സന്യാസി. mendicant.
അനഘ(നാ.വി)- പാപമില്ലാത്ത, ദൂഷ്യമല്ലാത്ത. sinless, innocent.
അനഘ(നാ)- കുറ്റമറ്റവൾ, പാപമില്ലാത്തവൾ. faultness woman, sinless woman.
അനഘൻ(നാ)- പാപമില്ലാത്തവൻ, വിഷ്ണു, ശിവൻ, ഈശ്വരൻ. sinless man, Vishnu, Siva, God.
അനങ്ങുക(അ.ക്രി) - സ്ഥാനത്തു നിന്നും മാറുക, ഇളകുക, ചലിക്കുക. to disturb the position, to shake, to move.
അനംഗം(നാ)- ആകാശം, കാറ്റ്, മനസ്സ്. sky, air, mind.
അനംഗൻ(നാ)- ശരീരമില്ലാത്തവൻ, കാമദേവൻ. one without body, Kamadeva.
അനംഗശത്രു(നാ)- ശിവൻ. Siva.
അനംഗാർത്തി(നാ) - കാമപീഡ. eroticism.
അനംഗുലി(നാ.വി) - വിരലില്ലാത്ത. fingerless.
അനഞ്ജനം(നാ)- ആകാശം, പരബ്രഹ്മം. sky, God.
അനതി(നാ)- ഗർവ്വ്, അഹങ്കാരം. haughtiness, arrogance.
അനതിക്രമം(നാ)- ഔചിത്യം, മര്യാദ. propriety.
അനതീത(നാ.വി) - കടന്നുപോകാത്ത, കഴിഞ്ഞുപോകാത്ത. not passed, not elapsed.
അനത്തുക (സ.ക്രി)- ചൂടാക്കുക, ആഹാരം പാകം ചെയ്യുക, പ്രഹരിക്കുക. to make warm, to cook, to beat.
അനത്യയ(നാ.വി) - നാശമില്ലാത്ത. immortal.
അനദ്യതന(നാ.വി)- പ്രാചീനമായ. old.
അനധിക(നാ.വി) - അധികമല്ലാത്ത, തികഞ്ഞ. not excessive,complete.
അനധികൃത(നാ.വി)- അധികൃതമല്ലാത്ത. unauthorized.
അനധിഗത(നാ.വി)- ലഭിക്കാത്ത, പഠിക്കാത്ത. not acquired, not studied.
അനധീന(നാ.വി) - ആർക്കും അധീനമല്ലാത്ത, കീഴടങ്ങാത്ത. independent, not submissive.
അനധ്യായ(നാ.വി) - പഠിത്തമില്ലാത്ത ദിവസത്തെക്കുറിക്കുന്നത്. pertaining to a holiday.
അനനം(നാ)- ശ്വസനം. breath.
അനൻ(നാ)- ശ്വാസം, പ്രാണൻ, ജീവൻ. breath, life.
അനന്ത(നാ.വി)- അവസാനമില്ലാത്ത, അതിരറ്റ. endless, limitless.
അനന്ത(നാ)- ഭൂമി, ഒന്ന് എന്ന സംഖ്യ, പാർവ്വതി. earth, the number one, Parvati.
അനന്തം(നാ)- അന്തമില്ലാത്തത്, പരമാത്മാവ്, ആകാശം. that which is endless, supreme soul, sky.
അനന്താ(നാ) - ഭൂമി, സംഖ്യ, അമൃത്. earth, number, heart-leaved moonseed.
അനന്തത(നാ)- അവസാനമില്ലായ്മ, infinity.
അനന്തതലം(നാ)- ആകാശം. sky.
അനന്തദൃഷ്ടി(നാ)- ഇന്ദ്രൻ, ശിവൻ. Indra, Siva.
അനന്തൻ(നാ)- അന്തമില്ലാത്തവൻ, ആദിശേഷൻ, വിഷ്ണു, ശിവൻ, ബലരാമൻ, വാസുകി. infinite one, Adisesha, Vishnu, Siva, Balarama, Vasuki.
അനന്തഗുണ(നാ.വി) - അളവറ്റ ഗുണങ്ങളോടുകൂടിയ. having boundless qualities or merits.
അനന്തജിത്ത്(നാ) - വിഷ്ണു. Vishnu.
അനന്തദൃഷ്ടി(നാ) - ശിവൻ, ഇന്ദ്രൻ. Siva, Indra.
അനന്തദേവൻ(നാ) - ആദിശേഷൻ, വിഷ്ണു. Adisesha, great serpent, Siva.
അനന്തരൂപൻ(നാ) - അനവധി രൂപങ്ങളുള്ളവൻ (വിഷ്ണു). having various forms (Vishnu).

അനന്തര(നാ.വി) - ഇടതടവില്ലാത്ത, അവസാനമില്ലാത്ത. continuous, never-ending.

അനന്തരവൻ(നാ)- ശേഷക്കാരൻ, മരുമകൻ, അനന്തരാവകാശി, പിൻഗാമി. sister's son, next heir, next relation, successor.

അനന്തരായം(നാ) - മുടക്കമില്ലായ്മ. uninterruption.

അനന്തരായം(ക്രി.വി) - വിഘ്നം കൂടാതെ. without obstacle.

അനന്തശയനം(നാ) - തിരുവനന്തപുരം, ശ്രീരംഗം. Thiruvananthapuram, Sreerangam.

അനന്തശായി(നാ)- മഹാവിഷ്ണു. Lord Vishnu.

അനന്ദ(നാ.വി)- സന്തോഷമില്ലാത്ത, ഒരു നരകം. joyless, a hell.

അനന്യ(നാ.വി)- അന്യമല്ലാത്ത, തുല്യമായി മറ്റൊന്നില്ലാത്ത. not another, without an equal.

അനന്യചിത്ത(നാ.വി) - ഒരേ വിഷയത്തിൽത്തന്നെ ഉറപ്പിച്ച മനസ്സോടുകൂടിയ. with mind concentrated on one object only.

അനന്യത(നാ)- അന്യമല്ലാത്ത അവസ്ഥ. state of being identical.

അനന്യപര(നാ.വി)- മറ്റൊന്നിലും താല്പര്യമില്ലാത്ത. exclusively devoted.

അനന്യപൂർവ്വ(നാ.വി)- കന്യകയായ. virgin.

അനന്യസാധാരണ(നാ.വി)- അസാധാരണമായ. uncommon.

അനന്യാർത്ഥ(നാ.വി)- മുഖ്യമായ. prime.

അനന്യാശ്രിത(നാ) - സ്വതന്ത്രമായ. independent.

അനന്വിത(നാ.വി) - പരസ്പരം ബന്ധിപ്പിക്കപ്പെടാത്ത, സന്ദർഭത്തിനു യോജിക്കാത്ത. not interconnected, untimely.

അനപത്യ(നാ.വി) - മക്കളില്ലാത്ത, കുട്ടികൾക്ക് അനുകൂലമല്ലാത്ത. childless, without progeny.

അനപരാധ(നാ.വി) - കുറ്റംചെയ്യാത്ത. innocent.

അനപായം(നാ) - അനശ്വരത. immortality.

അനപേക്ഷ(നാ.വി) - അപേക്ഷയില്ലാത്ത, ഉദാസീനമായ, പ്രതികരണമില്ലാത്ത. irrespective of, indifferent, irresponsive.

അനപ്പ്(നാ) - ചൂട്. heat.

അനഭിലാഷം(നാ)- ആഗ്രഹമില്ലായ്മ. absence of desire.

അനഭിസന്ധാനം(നാ) - ഉദ്ദേശ്യമില്ലായ്മ. aimlessness, lack of purpose.

അനഭ്ര(നാ.വി)- മേഘമില്ലാത്ത. cloudless.

അനമൻ(നാ)- ബ്രാഹ്മണൻ. Brahmin.

അനംബരൻ(നാ)- വസ്ത്രം ധരിക്കാത്തവൻ, ജൈനഭിക്ഷു. naked person, Jain mendicant.

അനമ്ര(നാ.വി) - അഹങ്കാരിയായ, ഉദ്ധതനായ. arrogant, haughty.

അനർഗ്ഗള(നാ.വി) - സാക്ഷയിടാത്ത, തടസ്സമില്ലാത്ത. not bolted, unrestrained.

അനർഘ(നാ.വി)- അമൂല്യമായ, വിലമതിക്കാനാകാത്ത. priceless, invaluable.

അനർത്ഥം(നാ)- ദോഷം, വിപത്ത്, നാശം, അർത്ഥമില്ലായ്മ, തെറ്റായ വഴിയിൽ കൂടി നേടിയ സ്വത്ത്. danger, trouble, harm, that which is meaningless, wealth earned by foul means.

അനർത്ഥൻ(നാ)- മഹാവിഷ്ണു. Lord Vishnu.

അനർഹ(നാ.വി)- അർഹതയില്ലാത്ത, ചേർച്ചയില്ലാത്ത. undeserving, unsuitable.

അനലൻ(നാ)- അഗ്നി, അഗ്നിദേവൻ. fire, Agni Deva.

അനലൻ(നാ)- കേതു, കാറ്റ്, വിഷ്ണു, ദഹനശക്തി. Kethu, air, Vishnu, digestive power.

അനലപ്രഭ(നാ)- തീയുടെ ശോഭ, ചെറുപുന്ന. glow of fire, marking - nut tree.

അനലസ(നാ.വി) - മടിയില്ലാത്ത, ത്രാണിയില്ലാത്ത. unscrupulous, incapable, inefficient.
അനലസാദം(നാ)- അജീർണ്ണം, വിശപ്പില്ലായ്മ. dyspepsia.
അനലാദ്രി(നാ)- അഗ്നിപർവ്വതം. volcano.
അനല്പ(നാ.വി)- വളരെയുള്ള, കുറച്ചല്ലാത്ത. much, not a little.
അനവച്ഛിന്ന(നാ.വി) - വേർതിരിക്കപ്പെടാത്ത, നിർവചിക്കപ്പെടാത്ത. not separated, not defined.
അനവദ്യ(നാ.വി) - നിന്ദ്യമല്ലാത്ത, കുറ്റമറ്റ. not contemptible, faultless.
അനവദ്യം(നാ)- കുങ്കുമം. saffron.
അനവദ്യാ(നാ)- കന്യക. maiden.
അനവധാരിത(നാ.വി) -മനസ്സിലാക്കപ്പെടാത്ത, അറിയപ്പെടാത്ത. not understood, not known.
അനവധി(നാ.വി)- അതിരറ്റ, വളരെ, ധാരാളം, എണ്ണമറ്റ. infinite, several, many, innumerable.
അനവമ(നാ.വി)- ഹീനമല്ലാത്ത. exalted.
അനവരത (വി)- ഇടവിടാതെയുള്ള. incessant.
അനവസര(നാ.വി)- ഉചിതസമയത്തല്ലാത്ത. untimely.
അനവസരം(നാ)- അനുചിതമായ സമയം, അവസരമില്ലായ്മ. inopportune time, want of leisure.
അനവസാന (വി)- അവസാനിക്കാത്ത, അനന്തമായ. endless, unending.
അനവസിത (വിതുര)- അവസാനിച്ചിട്ടില്ലാത്ത, തീരുമാനിച്ചിട്ടില്ലാത്ത. unfinished, not firmly settled.
അനവസ്ഥ(നാ)- സ്ഥിരതയില്ലായ്മ, ദുർവൃത്തി, വ്യഭിചാരം, കുഴപ്പം. instability, prostitution, chaos.
അനശനം(നാ)- നിരാഹാരവ്രതം. going without food, fasting.
അനശ്വര(നാ.വി)- നശിക്കാത്ത, എന്നും നിലനിൽക്കുന്ന. eternal, everlasting.
അനശ്വരത(നാ) - നാശമുണ്ടാകാത്ത അവസ്ഥ. immortality, eternity.
അനസൂയ(നാ)- അസൂയയില്ലായ്മ, ശകുന്തളയുടെ തോഴി, അത്രിയുടെ പത്നി. one without jealousy, a friend of Sakunthala, wife of Sage Atri.
അനസ്സ്(നാ)- വണ്ടി. cart.
അനഹങ്കാരം(നാ)- അഹങ്കാരമില്ലായ്മ. absence of pride, humility.
അനാകുല(നാ.വി) - കുഴങ്ങാത്ത, ശാന്തചിത്തനായ. untroubled, calm with peaceful mind.
അനാക്രാന്ത(നാ.വി) - ആക്രമിക്കപ്പെടാത്ത. not attacked.
അനാഗത(നാ.വി) -വന്നെത്താത്ത, അജ്ഞാതമായ. not reached, unknown.
അനാകർഷക(നാ.വി)- ആകർഷകമല്ലാത്ത. unattractive.
അനാകൃത(നാ.വി)- നിവാരണം ചെയ്യപ്പെടാത്ത, വീണ്ടെടുക്കാത്ത. that cannot be remedied, not redeemed.
അനാക്രമണം(നാ)- ആക്രമിക്കപ്പെടാത്ത. unattacked.
അനാഖ്യ (വി)- പേരില്ലാത്ത. nameless.
അനാഘ്രാത(നാ.വി)- മണപ്പിക്കാത്ത. not smelt.
അനാചാരം(നാ)- ദുരാചാരം, ആചാരമല്ലാത്തത്, ആചാരം അനുഷ്ഠിക്കാതിരിക്കൽ. bad custom, improper behaviour.
അനാതങ്ക(നാ.വി)- ദുഃഖമില്ലാത്ത, അഴലില്ലാത്ത. griefless.
അനാതപം(നാ)- തണൽ, തണുപ്പ്. shade, coldness.
അനാതുര(നാ.വി) - രോഗമില്ലാത്ത, ആദരവില്ലാത്ത. not having any disease, irreverent.
അനാത്മ (വി)- ആത്മാവില്ലാത്ത. soulless.
അനാഥ(നാ.വി)- നാഥനില്ലാത്ത, രക്ഷിതാവില്ലാത്ത, അച്ഛനമ്മമാരില്ലാത്ത, വിധവയായ. having no guardian, orphaned, widowed.

അനാഥമന്ദിരം(നാ)- അഗതിമന്ദിരം, അനാഥരെ സംരക്ഷിക്കുന്ന സ്ഥാപനം. orphanage.

അനാദര(നാ.വി)- ആദരവില്ലാത്ത, ബഹുമാനമില്ലാത്ത. showing disrespect, not honouring.

അനാദരം(നാ)- ആദരവില്ലായ്മ, നിന്ദ, അനാദരവ്. disrespect, contempt.

അനാദി(നാ.വി)- തുടക്കമില്ലാത്ത, ആദിയില്ലാത്ത, ശബ്ദമില്ലാത്ത. beginning less, soundless.

അനാദി(നാ)- ഈശ്വരൻ, ആദിയില്ലാത്തവൻ. god, one without beginning.

അനാദിനിധന(നാ.വി) - ആദിയും അന്തവുമില്ലാത്ത. having no beginning and end, eternal.

അനാദിമധ്യാന്ത(നാ.വി) - ആദി, മധ്യം, അന്തം ഇവയില്ലാത്ത. without beginning middle or end.

അനാദിവിദ്യ(നാ) - ഈശ്വരന്റെ മായാശക്തി. Maya, the miracle of god.

അനാദ്യ(നാ.വി) - ആദ്യമില്ലാത്ത, തിന്നരുതാത്ത. having no beginning, not fit to be eaten.

അനാപ്ത (വി)- ലഭിക്കാത്ത. not attained.

അനാപ്തൻ(നാ)- അപരിചിതൻ. stranger.

അനാപ്തി(നാ) - അലാഭം, അപ്രാപ്തി. state of having not gained or not reached.

അനാമകം (വി)- പേരില്ലാത്ത, കുപ്രസിദ്ധിയുള്ള. nameless, infamous.

അനാമകം(നാ)- മോതിരവിരൽ. ring finger.

അനാമയം(നാ)- രോഗമില്ലായ്മ, ദുഃഖമില്ലായ്മ. state of being without illness, state of being without grief.

അനാമിക(നാ) - അണിവിരൽ, മോതിരവിരൽ. second finger, ring finger.

അനായാസം (ക്രി.വി)- പ്രയാസം കൂടാതെ, എളുപ്പത്തിൽ. without exertion, easily.

അനാരതം(നാ) -തുടർച്ച, അന്ത്യഭാവം. continuity.

അനാരൂഢ(നാ.വി)- കയറാത്ത, മുളയ്ക്കാത്ത. not ascended, not sprouted.

അനാരോഗ്യം(നാ)- ആരോഗ്യമില്ലായ്മ, സുഖക്കേട്. state of being ill, ill-health.

അനാർ(നാ)- മാതളം. pomegranate.

അനാർജ്ജവം(നാ)- നേരല്ലാത്ത സ്വഭാവം, വക്രത. not being straight forward, crookedness.

അനാർത്തവം(നാ) - ഋതുവാകാത്തവൾ, ആർത്തവം നിലച്ചവൾ. girl who has not attained puberty, woman who has ceased to menstruate.

അനാര്യ(നാ.വി)- ശ്രേഷ്ഠമല്ലാത്ത, ഹീനമായ, ഉത്തമോചിതമല്ലാത്ത. not noble, mean, base.

അനാര്യൻ(നാ)- നിന്ദ്യൻ, നീചൻ, ആര്യനല്ലാത്തവൻ. despicable person, not Aryan.

അനാലംബ(നാ) - ആശ്രയമില്ലാത്ത, നൈരാശ്യം. want of support, despair.

അനാലംബി(നാ) - ശിവന്റെ വീണ. lyre of Siva.

അനാലസ്യം(നാ)- ക്ഷീണമില്ലായ്മ, ചൊടി. state of having no tiredness, diligence.

അനാലാപ(നാ.വി) -മിണ്ടാത്ത, മൗനിയായ. silent, reticent.

അനാലോചിത(നാ.വി) -ആലോചിക്കപ്പെടാത്ത, അവിചാരിതമായ, സാഹസികമായ. not thought about, unforeseen, reckless.

അനാവൃത(നാ.വി) -മറയ്ക്കപ്പെടാത്ത, ചുറ്റപ്പെടാത്ത. not veiled, not surrounded.

അനാവൃത്ത(നാ.വി) -ആവർത്തിക്കപ്പെടാത്ത. not repeated.

അനാവൃഷ്ടി(നാ) - മഴയില്ലായ്മ. drought.

അനാശ(നാ.വി) - ആശയില്ലാത്ത, നാശമില്ലാത്ത. hopeless, inderstuctible.

അനാശസ്ത(നാ.വി) - പ്രശംസിക്കപ്പെടാത്ത. not glorified, not praised.
അനാസ്ഥൽ(നാ) - വിശ്വാസഹീനത, അശ്രദ്ധ. lack of belief, inattention, negligence.
അനാഹാര്യ(നാ.വി) - കൃത്രിമമല്ലാത്ത, തിന്നാൻ കൊള്ളരുതാത്ത. natural, not artificial, not able.
അനാഹൂത(നാ.വി) -വിളിക്കപ്പെടാത്ത, ക്ഷണിക്കപ്പെടാത്ത. not called, not invited.
അനികേത(നാ.വി) - വീടില്ലാത്ത, തെണ്ടിത്തിരിയുന്ന. homeless, wandering, nomad.
അനിത്യത(നാ)- അസ്ഥിരത, നശ്വരത. impermanence, mortality.
അനിദ്ര(നാ.വി)- ഉറക്കമില്ലാത്ത, ഉണർന്നിരിക്കുന്ന. without sleep, awakened.
അനിന്ദ്യ(നാ.വി)- നിന്ദിക്കത്തക്കതല്ലാത്ത. not despicable.
അനിന്ദ്രിയം(നാ)- മനസ്സ്. mind.
അനിബാധം(നാ)- സ്വാതന്ത്ര്യം. freedom.
അനിമകം(നാ)- തവള. frog.
അനിമിത്തം(നാ)- ദുർനിമിത്തം. ill-omen.
അനിമിഷം(നാ) - മത്സ്യം. fish.
അനിമിഷൻ(നാ)- വിഷ്ണു, ദേവൻ. Vishnu, demigod.
അനിമേഷ (നാ.വി) - ഇമവെട്ടാത്ത, സൂക്ഷ്മമുള്ള. nictitating, vigilant.
അനിയന്ത്രിത(നാ.വി) - നിയന്ത്രിക്കപ്പെടാത്ത. uncontrolled.
അനിരുക്ത(നാ.വി)- ശരിയായി ഉച്ചരിക്കപ്പെടാത്ത, നിർവ്വചിക്കുവാൻ കഴിയാത്ത. not clearly spoken, not defined properly.
അനിരുക്തഗാനം(നാ)- മൂളിപ്പാട്ട്. humming song.
അനിരുദ്ധ(നാ.വി)- നിരോധിക്കപ്പെടാത്ത. unhindered.
അനിരുദ്ധപഥം(നാ) - തടസ്സമില്ലാത്ത മാർഗം, ആകാശം. unimpeded path, sky.
അനിരുദ്ധൻ(നാ)- ചാരൻ, ശ്രീകൃഷ്ണന്റെ പൗത്രൻ, ശിവൻ, വിഷ്ണു. spy, Krishna's grandson, Siva, Vishnu.
അനിരുദ്ധം(നാ) - കന്നുകാലിയെ കെട്ടുന്നതിനുള്ള കയറ്. rope which keeps cattle within bounds.
അനിർവ്വചനീയ(നാ.വി)- നിർവ്വചിക്കാൻ കഴിയാത്ത, പറഞ്ഞുകൂടാത്ത. undefinable, indescribable.
അനിർവ്വചനീയം(നാ)- മായ. illusion.
അനിർവ്വാണ(നാ.വി) - കഴുകാത്ത, നനയ്ക്കപ്പെടാത്ത. not washed, not soaked.
അനിർവൃതി(നാ)- അസംതൃപ്തി, സുഖക്കേട്, സങ്കടം, ദാരിദ്ര്യം. dissatisfaction, illness, sorrow, poverty.
അനിർവേദം(നാ) - നൈരാശ്യമില്ലായ്മ. having no disappointment.
അനിലം(നാ)- ജനനം, ഭയം, ചോതി നക്ഷത്രം. birth, fear, star Swati.
അനിലൻ(നാ)- കാറ്റ്, വായു, വായുദേവൻ. wind, air, god of wind.
അനിലയ (നാ.വി)- വീടില്ലാത്ത. homeless.
അനിലസുതൻ(നാ) - ഹനുമാൻ, ഭീമൻ. Hanuman, Bheeman.
അനിലാമയം(നാ)- വാതരോഗം, വായുക്ഷോഭം. rheumatism, gas trouble.
അനിലാശനൻ(നാ)- പാമ്പ്. snake.
അനിവാരിത(നാ.വി) - തടയപ്പെടാത്ത. unrestrained.
അനിവാര്യ(നാ.വി)- ഒഴിച്ചുകൂടാൻ പറ്റാത്ത, തടുക്കാൻ കഴിയാത്ത. unavoidable, irresistible.
അനിവാര്യത(നാ)- ഒഴിച്ചുകൂടാൻ പറ്റാത്ത അവസ്ഥ. inevitability.
അനിവൃത്ത(നാ.വി) - പിൻമാറാത്ത. not retreated, not backed out.
അനിശം(നാ.വി) - എല്ലായ്പ്പോഴും. incessantly, continuously.

അനിശ്ചിത(നാ.വി)- തീർച്ചപ്പെടുത്താത്ത, തീർച്ചയില്ലാത്ത. uncertain, indefinite.

അനിഷിദ്ധ(നാ.വി) - നിഷേധിക്കപ്പെടാത്ത. not denied.

അനിഷേധ്യ(നാ.വി) - നിഷേധിക്കാനാവാത്ത. undeniable .

അനിഷ്ടം(നാ)- അപ്രിയം, വിപത്ത്, ഭാഗ്യദോഷം, ദുഃശകുനം, കുറ്റം. dislike, calamity, ill-luck, bad sign, crime.

അനിഷ്ഠുര(നാ.വി) - ക്രൂരതയില്ലാത്ത. not cruel.

അനിഴം(നാ)- പതിനേഴാമത്തെ നക്ഷത്രം. 17th constellation.

അനീച(നാ.വി)- നീചമല്ലാത്ത. not mean.

അനീചൻ(നാ)- അനുകൂലനായ ഭർത്താവ്. favourable husband.

അനീതി (നാ) - അന്യായം, മര്യാദക്കേട്. injustice, improper behaviour.

അനീശ(നാ.വി) -നാഥനില്ലാത്ത, സ്വതന്ത്രനായ. having no master, independent.

അനീഹ(നാ) - അനാസ്ഥ, വിമുഖത. disinterest, reluctance.

അനീഹ(നാ.വി) - ആഗ്രഹമില്ലാത്ത, ഉദാസീനമായ. desireless, indifferent.

അനുകമ്പ(നാ)- ദയ, സഹാനുഭൂതി, കരുണ. pity, sympathy.

അനുകരണം(നാ)- അനുകരിക്കൽ. imitation.

അനുകരൻ(നാ)- സഹായി. helper.

അനുകർഷിക്കുക(സ.ക്രി) - ആകർഷിക്കുക, മന്ത്രംകൊണ്ടുവിളിക്കുക. to attract, to invoke.

അനുകാലം(ക്രി.വി) - കാലത്തിന് അനുസരിച്ച്. opportunely, according to the time.

അനുകീർത്തനം(നാ) - പുകഴ്ത്തൽ. eulogy.

അനുകൂല(നാ.വി)- ഹിതകരമായ. favourable.

അനുക്രമം(നാ)- മുറ, ക്രമം അനുസരിച്ച്, വിഷയവിവരം. order, succession, programme.

അനുക്രോശം(നാ) - അനുകമ്പ. sympathy.

അനുക്ഷണം(ക്രി.വി) - ക്ഷണം തോറും, നിമിഷം തോറും. every moment.

അനുഗമനം(നാ)- അനുകരണം, പിന്തുടരൽ. imitation, following.

അനുഗുണ(നാ.വി) - സദൃശമായ, ചേർച്ചയുള്ള. having similar qualities.

അനുഗ്ര(നാ.വി) - ഉഗ്രമല്ലാത്ത. not dreadful.

അനുഗ്രഹം(നാ)- പ്രസാദം, വരം, ദേവതാദികളുടെ ആവേശം. blessing, boon, possession by spirits.

അനുഗ്രഹിക്കുക (സ.ക്രി)- ആശംസിക്കുക, നന്മനേരുക. bless, wish somebody well.

അനുഗ്രഹ്യ(നാ.വി) - അനുഗ്രഹിക്കത്തക്ക. fit to be blessed, favourable, pitiable.

അനുചര (നാ.വി) - കൂടെപ്പോകുന്ന. one who follows.

അനുചരണം (നാ)- പിന്തുടരൽ. following.

അനുചാരി (നാ)- ഭൃത്യൻ, ശിഷ്യൻ. servant, disciple.

അനുചിത (നാ.വി) - യോഗ്യമല്ലാത്ത, തെറ്റായ. improper,unjust, wrong.

അനുചിന്ത(നാ) - ആവർത്തിച്ചുള്ള ചിന്ത, ധ്യാനം. repeated thought, meditation.

അനുച്ഛേദം(നാ) - വകുപ്പ് നശിപ്പിക്കാതിരിക്കൽ. section, act of not destroying.

അനുജത്തി (നാ)- ഇളയ സഹോദരി. younger sister.

അനുജൻ(നാ)-ഇളയ സഹോദരൻ. younger brother.

അനുജന്മ(നാ.വി) - പിന്നീടുണ്ടായ. born afterwards.

അനുജന്മ നക്ഷത്രങ്ങൾ(നാ) - ഒരു നക്ഷത്രത്തിന്റെ പത്താമത്തേയും പത്തൊൻപതാമത്തേയും. നക്ഷത്രങ്ങൾ the 10th and 19th asterisms from the natal star.

അനുതാപം(നാ) - പശ്ചാത്താപം,സഹതാപം. repentance, compassion.

അനുദാര(നാ.വി)- പിശുക്കുള്ള, ഔദാര്യമില്ലാത്ത. miserly, not generous.

അനുദർശനം(നാ) - പരിശോധന, പരിഗണന inspection. consideration.

അനുദിനം(ക്രി.വി) - ദിവസംപ്രതി. everyday, daily.

അനുദ്യത(നാ.വി) - യത്നിക്കാത്ത. മടിയുള്ള not endeavouring, lazy.

അനുധാവനം(നാ) - പിൻതുടരൽ, തുടർച്ചയായ പരിശ്രമം. following, continuous effort.

അനുനയം(നാ) - വശത്താക്കൽ, സമാധാനപ്പെടുത്തൽ. enticement consolation.

അനുനാദം(നാ)- മാറ്റൊലി. echo.

അനുനാസികം(നാ) - മൂക്കിന്റെ സഹായത്തോടെ ഉച്ചരിക്കപ്പെടുന്ന വർണ്ണം (ങ,ഞ,ണ,ന.) nasal, syllables sounded through nose.

അനുതപിക്കുക(സ.ക്രി) - പശ്ചാത്തപിക്കുക, സഹതപിക്കുക. to repent, to sympathize.

അനുപദി(നാ)- അന്വേഷകൻ. searcher.

അനുപമ (നാ.വി)- തുല്യതയില്ലാത്ത. incomparable.

അനുപാതം(നാ)- മാനദണ്ഡം, പിന്തുടരൽ, ക്രമത്തിലുള്ള പോക്ക്. scale, following, proceeding in order.

അനുപ്രദാനം(നാ)-സമ്മാനം, പാരിതോഷികം. present, gift.

അനുപഥം(ക്രി.വി) - വഴിയിലൂടെ, വഴി നീളെ. through the way, along the path.

അനുപല്ലവി(നാ) - പല്ലവിക്കും ചരണത്തിനും ഇടയ്ക്കുള്ളത്. portion of song next to the chorus.

അനുപൂരക(നാ.വി) - ചേർന്നു പൂരിപ്പിക്കുന്ന, പൂർണ്ണമാക്കുന്ന. supplementary, fulfilling.

അനുപേക്ഷണീയ(നാ.വി) - ഉപേക്ഷിക്കത്തെക്കതെല്ലാത്ത. inevitable, unavoidable.

അനുപ്രയോഗം(നാ) - കൂടെയുള്ള പ്രയോഗം. using or applying along with, doing repeatedly.

അനുപ്രാസം(നാ) - ഒരു ശബ്ദാലങ്കാരം. alliteration monorhyme.

അനുബദ്ധ(നാ.വി)- കൂട്ടിച്ചേർത്ത, സംബന്ധിച്ച. attached, related to.

അനുബന്ധം(നാ)- കൂട്ടിച്ചേർക്കൽ, തടസ്സം, പിന്തുടർച്ച. connection, obstacle, supplement.

അനുബന്ധിക്കുക (സ.ക്രി)- തുടർന്നു വരുക. follow.

അനുബിംബം(നാ) - ഛായ, നിഴൽ. reflection, shadow.

അനുബോധനം(നാ) - ഓർമ്മിപ്പിക്കൽ. reminding.

അനുഭവം(നാ)- നേരിട്ടുണ്ടാകുന്ന ബോധം, പ്രവൃത്തി പരിചയം, പ്രതിഫലം, ആദായം, ഫലം. direct knowledge, experience, remuneration, profit, result.

അനുഭവസ്ഥൻ(നാ.വി) - അനുഭവം കൊണ്ട് അറിഞ്ഞവൻ. experienced, one who has acquired knowledge through experience.

അനുഭാഷണം(നാ) -പറഞ്ഞതുതന്നെ വീണ്ടുംവീണ്ടും പറയൽ, സഹഭാഷണം. repeating what is already said, conversation.

അനുഭൂതി(നാ)-അനുഭവം, പ്രത്യക്ഷജ്ഞാനം, തോന്നൽ. experience, direct knowledge, feeling.

അനുഭോഗം(നാ) - അനുഭവം, ആസ്വാദനം. experience, enjoyment.

അനുമതി(നാ)- സമ്മതം, അനുവാദം, അംഗീകാരം. assent, liked, approval.

അനുമാനം(നാ)- ഊഹം. guess.

അനുമാർഗ്ഗണം(നാ) - അന്വേഷണം. search.

അനുമോദം(നാ)- കൂടെ സന്തോഷിക്കൽ. congratulations.

അനുമോദിക്കുക (അ.ക്രി)- കൂടെ സന്തോഷിപ്പിക്കുക. congratulate.

അനുയായി(നാ)- കൂടെ പോകുന്നവൻ, അനുചരൻ. companion, follower.

അനുയോജ്യൻ(നാ)- അനുരൂപൻ, യോജിക്കുന്നവൻ. suitable person.

അനുരക്ത(നാ)- അനുരാഗമുള്ള, ചുവന്ന, സന്തുഷ്ടിയുള്ള. loving, red, pleased.

അനുരഞ്ജക(നാ.വി) - സന്തോഷിപ്പിക്കുന്ന, പ്രീണിപ്പിക്കുന്ന. pleasing, satisfying.

അനുരഞ്ജിക്കുക(ക്രി.വി) - ഇണങ്ങുക, ചുവക്കുക. to get reconciled, to become red.

അനുരണനം(നാ) - മാറ്റൊലി, മൃദുവായ ശബ്ദം. echo, soft sound following a chime of a bell.

അനുരതൻ(നാ.വി) - താൽപ്പര്യമുള്ളവൻ, ആസക്തൻ. interested, desirous.

അനുരാഗം(നാ) - കാമുകീകാമുകന്മാർ തമ്മിലുള്ള മാനസികബന്ധം, സൗഹൃദം, മമത. sexual passion or desire, endearment, affection.

അനുരാത്രം(ക്രി.വി) - രാത്രി തോറും. every night.

അനുരൂപം(നാ)- രൂപസാദൃശ്യം, ചേർച്ച. likeness, resemblance.

അനുരോദനം(നാ)- കൂടെയുള്ള കരച്ചിൽ. accompanying cry.

അനുലിപ്ത(ക്രി.വി) - അനുലേപനംചെയ്യപ്പെട്ട. anointed, smeared.

അനുലേപനം(നാ) - പൂശൽ, കുറിക്കൂട്ട്. smearing, scented cosmetic.

അനുലോമ(ക്രി.വി) - അനുകൂലമായ, മുറയ്ക്കുള്ള. favourable, regular.

അനുലോമ(നാ) - ഭർത്താവിനേക്കാൾ താണ ജാതിയിലുള്ള ഭാര്യ. wife from caste lower than that of husband.

അനുവദി(നാ)- തത്ത. parrot.

അനുവക്താവ്(നാ.വി) - മറുപടി പറയുന്നവൻ, ആവർത്തിച്ചുപറയുന്നവൻ. one who replies, one who repeats.

അനുവചനം(നാ) - പ്രസംഗം, കാണാപ്പാഠം ചൊല്ലൽ, അദ്ധ്യായം. lecture, recitation, chapter.

അനുവദിക്കുക (സ.ക്രി)- സമ്മതിക്കുക. to permit.

അനുവാദം(നാ)- സമ്മതം, തർജ്ജമ, ആവർത്തിച്ചു പറയൽ. permission, translation, repetition.

അനുവർത്തനം(നാ) - അനുഗമനം, അനുസരണം. action of following, obedience.

അനുവസിത(നാ.വി) - വസ്ത്രം ധരിച്ച, ചേർത്തുകെട്ടിയ. having put on clothes, bound, connected.

അനുവാകം(നാ) - വേദവിഭാഗം, ഗ്രന്ഥവിഭാഗം. a part of the veda, a part of a book.

അനുവാചകൻ(നാ.വി) - വായനക്കാരൻ. reader.

അനുവാദിനി(നാ) - വീണ. veena.

അനുവാരം(ക്രി.വി) - കൂടെക്കൂടെ, ആവർത്തിച്ച്. very often, repeatedly.

അനുവാസരം(ക്രി.വി) - ദിവസം തോറും. daily, every day.

അനുവൃത്തി(നാ)- അനുസരണം, തുടർച്ച. obedience, continuance.

അനുവ്രത(നാ.വി) - ഭക്തിയുള്ള, സ്വകർമ്മം ശരിയായി നിർവഹിക്കുന്ന. devoted, properly performing one's duties.

അനുശയാന(നാ) - സങ്കേതത്തിൽ കാമുകനെ കാണാതെ വിഷമിക്കുന്ന പരകീയ നായിക. (married) heroine who is grief-stricken for failure to meet her lover at the appointed rendezvous.

അനുശയിക്കുക (സ.ക്രി) - ദുഃഖിക്കുക, പശ്ചാത്തപിക്കുക, കൂടെക്കിടക്കുക. to regret, to repent, to lie with.

അനുശാസനം(നാ) - കല്പന, ചട്ടം, ഉപദേശം, ശിക്ഷിക്കൽ, നിർബന്ധ നടപടി. order, rule, advice, punishing, strict procedure.

അനുശാസിക്കുക (സ.ക്രി)- പഠിപ്പിക്കുക, ഉപദേശിക്കുക, കല്പിക്കുക. to instruct, to advise, to order.

അനുശീലനം(നാ) - പരിശീലനം. training.

അനുശോകം(നാ)- പശ്ചാത്താപം, ദുഃഖം. repentance, sorrow.

അനുശോചനം(നാ) - മറ്റൊരാളോടു ചേർന്നു ദുഃഖിക്കൽ. condolence.

അനുഷക്തി(നാ) - കൂറ്, അനുരാഗം, ദയ. affection, love, clemency.

അനുഷംഗം(നാ) - ചേർച്ച, ആസക്തി. connection, addiction.

അനുഷ്ഠാനം(നാ)- ആചാരം, നിർവ്വഹണം, മതകർമ്മാചാരം, വിധിപോലെ കർമ്മം ചെയ്യൽ. practice, performance, observance of religious rites or ceremonies.

അനുഷ്ഠിത(നാ.വി) - അനുഷ്ഠിക്കപ്പെട്ട. observed, practised.

അനുസന്ധാനം(നാ) - അന്വേഷണം, വിചാരണ, കൂട്ടിച്ചേർക്കൽ പദ്ധതി, ലക്ഷ്യമാക്കൽ. inquiry, trial, inquisition, adding, joining, formulating a plan, aiming at.

അനുസരണം(നാ)- അനുസരിക്കൽ, പിന്നാലെ പോകൽ, ആജ്ഞയനുസരിച്ചു പ്രവർത്തിക്കൽ. obedience, following, carrying out an order.

അനുസ്മരണം(നാ)- ഓർമ്മിക്കൽ, ഓർമ്മ പുതുക്കൽ. remembering, recollection.

അനുസ്മരിക്കുക (സ.ക്രി)- ഓർമ്മിക്കുക. remember.

അനുസരൻ(നാ) - കൂട്ടുകാരൻ, ഭൃത്യൻ. friend, servant.

അനുസ്യൂത(നാ.വി) - കൂട്ടിത്തയ്ച്ച, തുടർച്ചയായ. sewn together, continuous.

അനുസ്വാരം(നാ)- മ കാരത്തിന്റെ സ്വരരഹിതധ്വനി അം കൊണ്ടുകുറിക്കുന്നു. the nasal sound m following a vowel.

അനൂഢ(നാ)- കന്യക. virgin.

അനൂദകം(നാ) - ജലമില്ലായ്മ, വരൾച്ച. drought.

അനൂന(നാ.വി) - കുറവില്ലാത്ത, പൂർണ്ണതയുള്ള, not inferior, whole, entire.

അനൂപജം(നാ)- ഇഞ്ചി. ginger.

അനൂർമ്മി(നാ.വി) - തിരയില്ലാത്ത, അലകളിളകാത്ത. waveless, not waving.

അനൃണ(നാ.വി) - കടമില്ലാത്ത, കടം വീട്ടിക്കഴിഞ്ഞ. debtless, having cleared debts.

അനേകം (വി)- ഒന്നിലധികം, ഒട്ടു വളരെ. many, a number of.

അനേകമൂർത്തി(നാ) - വിഷ്ണു. Vishnu.

അനേകലോചനൻ(നാ)- ശിവൻ, ഇന്ദ്രൻ. Siva, Indra.

അനേകശ(ക്രി.വി) - പല തവണയായി, പലപ്പോഴും. in several instalments, often.

അനേകാഗ്ര(നാ.വി) - ഏകാഗ്രതയില്ലാത്ത, അമ്പരന്ന. having no concentration, wavering.

അനൈക്യം(നാ)- യോജിപ്പില്ലായ്മ. disunity.

അനൗചിത്യം(നാ)- ഔചിത്യമില്ലായ്ക. impropriety.

അനൗദ്യോഗിക(നാ.വി) - ഔദ്യോഗികകമല്ലാത്ത. unofficial.

അനൗപചാരിക(നാ.വി)- ഉപചാരപൂർവ്വകമല്ലാത്ത. informal.

അന്ത(നാ) - ആ, അച്ഛൻ, തന്ത. that, father.

അന്തം(നാ)- അവസാനം, മരണം, അതിര്, സമീപം, അടുക്കൽ, നാശം, സ്ഥലം, ഭൂമി, കീഴ്വശം, അകം. end, death, border, near, destruction, space, land, underside, inside.

അന്തകൻ(നാ)- നശിപ്പിക്കുന്നവൻ. destroyer.

അന്തഗമനം(നാ)- പൂർത്തിയാക്കൽ, മരണം. completing, death.
അന്തണൻ(നാ)- ബ്രാഹ്മണൻ. Brahmin.
അന്തർ(നാ) - മദ്ധ്യേ, ഉള്ളിലേക്ക്. inter, in the middle, between, amid, amidst into, within.
അന്തരം(നാ)- ഉൾഭാഗം, വ്യത്യാസം, ദൂരം, ഇട, മദ്ധ്യം, ഉള്ളടക്കം, ആത്മാവ്, മറ്റൊന്ന്. inside, difference, distance, gap, middle, content, soul, another.
അന്തരംഗ(നാ.വി) - ഏറ്റവും പ്രിയപ്പെട്ട രഹസ്യമായ. dearest, secret.
അന്തരംഗം(നാ) -ഹൃദയം, മനസ്സ്, മനോഭാവം, പ്രിയപ്പെട്ടത്. heart, mind, mental attitude, most beloved.
അന്തരാത്മാവ്(നാ)- മനസ്സ്, ജീവാത്മാവ്. mind, Supreme soul.
അന്തരായം(നാ)- തടസ്സം, ആവരണം. obstacle, covering.
അന്തരാളം(നാ) -നടുക്കുള്ള സ്ഥലം, ഇടവേള. middle region,middle part, interval.
അന്തരിക്കുക(അ.ക്രി) -വ്യത്യാസം വരിക, മറയുക, മരിക്കുക. to differ, to vanish, to expire.
അന്തരീക്ഷം(നാ)- ആകാശം, ആകാശത്തിനും ഭൂമിക്കും ഇടയ്ക്കുള്ള ഭാഗം. sky, space between sky and earth.
അന്തരീയം(നാ) - ഉടുവസ്ത്രം, ഉള്ളുടുപ്പ്. cloth worm inside, under-garment.
അന്തർഗ്ഗതം(നാ)- മനോഗതം, ആശയം, ഉദ്ദേശ്യം. thought, idea, intention.
അന്തർഗേഹം(നാ) - അന്തഃപുരം, സ്വകാര്യമുറി. zenana, private room.
അന്തർദ്ദാഹം(നാ) - നെഞ്ചെരിച്ചിൽ, ഉൾച്ചൂട്, കഠിനദാഹം, ഉത്കടാഭിലാഷം. burning sensation in the chest, temperature inside the body, severe thirst, ambition, intense desire.
അന്തർദൃഷ്ടി(നാ) - ഉൾക്കണ്ണ്, ജ്ഞാനദൃഷ്ടി, ആത്മപരിശോധന. insight, intution, introspection.
അന്തർദേശീയ(നാ.വി) - പല രാജ്യങ്ങളെ സംബന്ധിച്ച. international.
അന്തർനാടകം(നാ) -നാടകത്തിനുള്ളിലെ ലഘുനാടകം, രഹസ്യമായ കരുനീക്കം. short drama within a main drama.
അന്തർന്നിഹിത(നാ.വി) - ഉള്ളിൽ മറച്ചുവെച്ച. hidden in the inner (self).
അന്തർഭവിക്കുക (അ.ക്രി)- ഉൾക്കൊള്ളുക, ഉൾപ്പെടുത്തുക, ഉള്ളിലേയ്ക്കു കടക്കുക. to be contained, to be included, to enter.
അന്തർഭാവം(നാ)- ഉൾപ്പെടൽ, ആന്തരഭാവം. involvement, inner state.
അന്തർഭൂതം(നാ)- അന്തരാത്മാവ്. supreme soul.
അന്തർമുഖ(നാ.വി) - ഉള്ളിലേക്ക് മുഖമുള്ള, അകത്തോട്ടു നോക്കുന്ന, ആത്മാവിനെപ്പറ്റി ചിന്തിക്കുന്ന. introverted, introspective, spiritualistic.
അന്തർലംബം(നാ) - ലഘുകോണത്രികോണം. acute-angled triangle.
അന്തർല്ലീന(നാ.വി) - ഉള്ളിൽ ലയിച്ച, സഹജമായ. implicit, natural.
അന്തർവത്നി(നാ) - ഗർഭിണി. pregnant woman.
അന്തർവർത്തി(നാ.വി) - ഉള്ളിലുള്ള. interior.
അന്തർവസ്തു(നാ) - ഉള്ളടക്കം. content.
അന്തർവസ്ത്രം(നാ) - ഉൾക്കുപ്പായം, കൗപീനം. loin cloth.
അന്തർവാണി(നാ) - ശാസ്ത്രജ്ഞൻ, മനസ്സാക്ഷി. scientist, conscience.
അന്തർവാഹിനി(നാ) -മുങ്ങിക്കപ്പൽ. submarine.
അന്തർഹിത(നാ.വി) - മറച്ച, നിഗൂഢമായ, തടവിൽവച്ച. concealed, mysterious, imprisoned.
അന്തശ്ചര(നാ.വി) - ഉള്ളിൽ സഞ്ചരിക്കുന്ന. moving inside.

അന്തഃസ്താപം(നാ) - മനഃസ്താപം. regret.
അന്തസ്സ്(നാ) - മാന്യത. dignity, gentleness, status.
അന്തസ്സാരം(നാ)- അർത്ഥം, ആശയം, ഉൾക്കരുത്ത്, അകത്തെ കാതൽ. meaning, substance, inner strength, core
അന്താരാഷ്ട്ര(നാ.വി) - വിവിധ രാഷ്ട്ര ങ്ങളെ സംബന്ധിച്ച. international.
അന്താളം(നാ) - ഡംഭം. pride.
അന്താഴം(നാ) - സാക്ഷ, തഴുത്. bolt, bar.
അന്തി(നാ) - സന്ധ്യ, സായംകാലം. dusk, sunset.
അന്തിക(നാ) - അടുപ്പ്, ജ്യേഷ്ഠത്തി. fire place, elder sister.
അന്തികം(നാ) - സാമീപ്യം. nearness.
അന്തിക്കുക(അ.ക്രി) - അന്ധാളിക്കുക. to be perplexed.
അന്തിട്ടം(നാ) - അന്യായം. injustice.
അന്തിമ(നാ.വി) - അവസാനത്തേതായ, വളരെ അടുത്ത. final, very close.
അന്തിമം(നാ.) - അവസാനം. end.
അന്തിവിളക്ക്(നാ) - സന്ധ്യക്ക് കൊളു ത്തുന്ന വിളക്ക്. a lamp lit at the dusk as a mark of devotion.
അന്തേവാസി(നാ) - ശിഷ്യൻ. disciple.
അന്തോളം(നാ) - പല്ലക്ക്. palanquin, litter.
അന്തഃകരണം(നാ)- മനസ്സ്, മന സ്സാക്ഷി. mind, conscience.
അന്തഃക്ഷോഭം(നാ) - ഉള്ളിലെ ക്ഷോഭം. inner conflict.
അന്തഃപുരം(നാ) - രാജസ്ത്രീകൾ താമ സിക്കുന്ന സ്ഥലം, രാജസ്ത്രീകൾ. zenana, royal women.
അന്ത്യ(നാ.വി) - ഒടുവിലുള്ള, മോശ പ്പെട്ട, താഴ്ന്ന, last,wicked,inferior.
അന്ത്യം(നാ)- അവസാനം, മരണം, അവസാനത്തേത്. end, death, what is at the end.
അന്ത്യകർമ്മം(നാ) - സംസ്കാര കർമ്മം, ഒടുവിലത്തെ കർമ്മം. funeral rites, the final rite.
അന്ത്യജ(നാ.വി) - ഒടുവിൽ ജനിച്ച, ഏ റ്റവും താണജാതിയിൽപ്പെട്ട. last born,of the lowest caste.
അന്ത്യയാത്ര(നാ)- അവസാനയാത്ര, മരണം. last journey, death.
അന്ത്യശാസനം(നാ) - അവസാനത്തെ അറിയിപ്പ്. ultimatum.
അന്ത്യാശ്രമം(നാ)- സന്യാസം. ascetism.
അന്ത്രം(നാ)- കുടൽ. intestine.
അന്ദിക(നാ) - അടുപ്പ്. fire place.
അന്ദോളം(നാ)- മഞ്ചൽ. litter.
അന്ദോളനം(നാ) - ആട്ടം, ഇളക്കം. swinging, oscillating.
അന്ധ(നാ.വി)- കണ്ണുകാണാത്ത. blind.
അന്ധം(നാ)- ഇരുട്ട്, അജ്ഞാനം. darkness, lack of knowledge.
അന്ധകാരം(നാ)- ഇരുട്ട്. darkness.
അന്ധകൂപം(നാ) - പൊട്ടക്കിണർ, ഇരുട്ടു കുഴി. hidden well, dark pit.
അന്ധത(നാ) - കാഴ്ചയില്ലാത്ത അവ സ്ഥ, അറിവില്ലായ്മ. blindness, ignorance.
അന്ധൻ(നാ)- കുരുടൻ. blind man.
അന്ധവിശ്വാസം(നാ) - മൂഢവിശ്വാസം, superstition.
അന്ധസ്സ്(നാ) - ചോറ്, സോമലത. boiled rice, soma plant.
അന്ധാളിക്കുക(അ.ക്രി) - അന്തിക്കുക, പരിഭ്രമിക്കുക. to be perplexed.
അന്ധിക(നാ) -രാത്രി, ഒരു നേത്ര രോഗം. night, an eye disease.
അന്ന(നാ.വി)- ഭക്ഷിക്കപ്പെട്ട. eaten.
അന്ന(നാ)-അമ്മ,പാർവ്വതി. mother, Parvati.
അന്നം(നാ)- ആഹാരം, ചോറ്, ധാന്യം, ജലം, ഭൂമി, അരയന്നം. food, boiled rice, cereal, water, earth, swan.
അന്നജം(നാ)- ധാന്യകം. starch.
അന്നത്തെ(നാ.വി) - അക്കാലത്തെ, ആ ദിവസത്തെ. of that time, of that day.

അന്നദ(നാ.വി) - അന്നം നൽകുന്ന. gives food.

അന്നദാതാവ്(നാ) - ഭക്ഷണം നൽകുന്നവൻ. രക്ഷകർത്താവ്. one who gives food, guardian.

അന്നദാനം(നാ) - അന്നം നൽകൽ. supply of food.

അന്നനട(നാ) - അരയന്നത്തിന്റേതു പോലുള്ള നടപ്പ്, ഒരു ഭാഷാവൃത്തം. walking just like that of the swan, Dravidian metre.

അന്നനാളം(നാ)- ആഹാരക്കുഴൽ. oesophagus, food pipe.

അന്നന്ന്(ക്രി.വി) - ഓരോ ദിവസവും, അതാത് ദിവസം. day by day, on the same day.

അന്നപാകം(നാ) - അരിവയ്പ്പ്, ആഹാര ദഹനം. cooking rice, digestion.

അന്നപാനം(നാ) - അന്നവും വെള്ളവും. food and drink.

അന്നപൂർണ്ണ(നാ) - ദുർഗാദേവി. goddess Durga.

അന്നപ്രാശം(നാ) - ചോറൂണ്. first feeding ceremony of the child .

അന്നൽ(നാ)- അരയന്നം. swan.

അന്നവാഹനം(നാ)- ബ്രഹ്മാവ്. Brahma.

അന്നവാഹി(നാ) - അന്നനാളം. food pipe.

അന്നശേഷം(നാ) - എച്ചിൽ. offal.

അന്നാദൻ(നാ)- വിഷ്ണു, അഗ്നി, പരമാത്മാവ്. Vishnu, Agni, supreme spirit.

അന്നാൾ(നാ.വി) - ആ ദിവസം. that day.

അന്ന്(നാ.വി) - അക്കാലത്ത്, ആ ദിവസം, അപ്പോൾ. in those days, that day, then.

അൻപ്(നാ) - സ്നേഹം, ദയ, വാത്സല്യം. love, mercy, tenderness of heart.

അന്യൻ(നാ)- മറ്റൊരുവൻ, അപരിചിതൻ. another person, stranger.

അന്യപുഷ്ടം(നാ)- കുയിൽ. cuckoo.

അന്യവ്യക്തി(നാ) - മറ്റൊരാൾ. മൂന്നാമൻ. another person, third person.

അന്യായക്കാരൻ(നാ) - പരാതിക്കാരൻ, വാദി, അന്യായം ചെയ്യുന്നവൻ. plaintiff, offender.

അന്യായം(നാ)- ന്യായമല്ലാത്തത്, അനീതി. injustice, unlawful.

അന്യൂനം(നാ.വി) - കുറവില്ലാത്ത, മുഴുവനായ, വർദ്ധിച്ച, കേടില്ലാത്ത. not deficient,whole, increased, not defective.

അന്യേ(ക്രി.വി) - പുറമെ, കൂടാതെ, അല്ലാതെ. exclusively, without, not only.

അന്യോന്യം (ക്രി.വി)- തമ്മിൽത്തമ്മിൽ, പരസ്പരം. mutually, with each other.

അന്വയം(നാ) - പദങ്ങളുടെ പരസ്പരാകാംക്ഷ, വംശം, സംബന്ധം, അനുഗമനം. prose order, relation, following.

അന്വാധി(നാ) - ജാമ്യം, ഉറപ്പ്, പശ്ചാത്താപം. bail, surety, repentance.

അന്വിത(നാ.വി) - കൂടിച്ചേർന്ന, അന്വയിച്ച, ഉള്ള. connected, having the prose order, having.

അന്വേഷണ(നാ)- തിരയൽ, ആരായൽ. searching after, enquiring.

അന്വേഷിക്കുക (സ.ക്രി)- തേടുക, ആരായുക, മേൽവിചാരം ചെയ്യുക. search for, enquire, supervise.

അൻസാരി(നാ) - സഹായി, കൂട്ടുകാരൻ. helper, friend.

അപകടം(നാ)- ആപത്ത്, യാദൃച്ഛിക വിപത്ത്, ദോഷം, കുഴപ്പം, വൈഷമ്യം, danger, accident, fault, mischief, difficulty.

അപകരണം(നാ)- തെറ്റായി ചെയ്യൽ, ഉപദ്രവിക്കൽ, doing wrong, injuring,

അപകരിക്കുക(സ.ക്രി) - ഉപദ്രവിക്കുക, ദ്രോഹിക്കുക, to hurt, to harm,

അപകർത്താവ്(നാ) - ശത്രു, enemy.

അപകർഷണം(നാ) - വലിച്ചുമാറ്റൽ, ചീത്തയാക്കൽ, dragging away, making worse.
അപകർഷം(നാ)- താഴ്ച, അപമാനം, നിന്ദ. disgracing, dragging down, dishonouring.
അപകർഷബോധം(നാ) - താൻ നിസ്സാരനാണെന്ന ചിന്ത. inferiority complex.
അപകാരം(നാ) - ഉപദ്രവം, അപരാധം. harm, guilt.
അപകിരണം(നാ) - ചിതറൽ. scattering.
അപകീർത്തി(നാ)- ദുഷ്കീർത്തി, ദുഷ്കീർത്തിപ്പെടുത്തൽ. infamy, defamation.
അപകൃത(നാ.വി) - അപകാരം ചെയ്യപ്പെട്ട, അപമാനിക്കപ്പെട്ട. disfavoured, defamed.
അപക്രിയ(നാ) - ഉപേക്ഷ, ദുഷ്പ്രവൃത്തി. negligence, evil deed.
അപക്രോശം(നാ) - ശകാരം, നിന്ദനം, ധിക്കാരം. abuse,contempt, haughtiness.
അപക്വ(നാ.വി) - പാകമാകാത്ത, പച്ചയായ, ദഹിക്കാത്ത, ലോകപരിചയം സിദ്ധിക്കാത്ത, പാകം ചെയ്യാത്ത. immature, unripe, undigested, not experienced, uncooked.
അപക്ഷയം(നാ)- നാശം, കെടുതി, കൃഷ്ണപക്ഷം. ruin, loss, dark fortnight.
അപക്ഷീണ(നാ.വി) - ക്ഷീണിച്ച, ക്ഷയിച്ച. tired, weary, exhausted.
അപഖ്യാതി(നാ)- ദുഷ്കീർത്തി. infamy.
അപഗ(നാ.വി) - വിട്ടുപോകുന്ന. going away.
അപഗ(നാ) - പുഴ, നദി. river.
അപഗതി(നാ)- ദുർഗ്ഗതി. bad end.
അപഗമം(നാ) - യാത്ര, വിരഹം, മരണം. journey, separation, death.
അപഗുണം(നാ) - ദുർഗുണം, ദോഷം, കുറ്റം. vice, defect, crime.
അപഗ്രഥനം(നാ) - അഴിച്ചെടുക്കൽ. analysis.
അപഘനം(നാ)- അവയവം, ശരീരം. organ, body.
അപഘാതം(നാ) - കൊലപാതകം, അകറ്റിനിർത്തൽ. assassination, dissipation.
അപങ്കില(നാ.വി) - പങ്കിലമല്ലാത്ത, ശുദ്ധമായ, തെളിഞ്ഞ. not contaminated, pure,lucid.
അപചയം(നാ) - ക്ഷയം, തോൽവി, അപഹരണം. decline, failure, robbery.
അപചാരം(നാ) - പിഴ, തെറ്റ്, കുറ്റം. wrong deed, fault, crime.
അപചിതം(നാ) -ബഹുമാനിക്കൽ, മർമ്മം. honouring, mortal point.
അപച്യുതി(നാ) - നാശം. destruction.
അപജനം(നാ)- പരാജയം. failure.
അപജയം(നാ)- തോൽവി, ആശാഭംഗം, വൈഷമ്യം, അപായം. failure, disappointment, difficulty, danger.
അപടി(നാ) - തിരശ്ശീല, മറ. curtain, concealment.
അപതർപ്പണം(നാ) - ഉപവാസം. fasting.
അപതി(നാ.വി) - കല്യാണം കഴിക്കാത്ത, യജമാനനില്ലാത്ത. unmarried, without master.
അപത്യം(നാ)- സന്താനം. offspring.
അപത്രം(നാ) - മുളയുടെ തളിർ, ഇല കൊഴിഞ്ഞ വൃക്ഷം. shoot of a bamboo, tree which has shed its leaves.
അപഥം(നാ) - പിഴച്ച വഴി, ദുർമ്മാർഗ്ഗം. immoral way, bad way.
അപഥ്യ(നാ.വി) - കൊള്ളരുതാത്ത, ഹിതമല്ലാത്ത. unsuitable, disagreeable.
അപഥ്യം(നാ)- പഥ്യമല്ലാത്ത. unwholesome.
അപഥ്യകാരി(നാ.വി) - ദ്രോഹി, ശത്രു. venomous, enemy, foe.
അപദ(നാ.വി) - കാലില്ലാത്ത, പദവിയില്ലാത്ത. footless, jobless.

അപദം(നാ) - ഇഴജന്തു, വീടില്ലായ്മ, ദുഷിച്ച സ്ഥലം, അന്തരീക്ഷം. reptile, homelessness, bad place, ether.
അപദയം(നാ.വി) - ദയയില്ലാതെ, ക്രൂരമായി. mercilessly, cruelly.
അപദേവത(നാ) - ദുർദ്ദേവത, ദുർഭൂതം, evil goddess, devil.
അപദേശം(നാ)-വ്യാജം, നാട്യം, വേഷം മാറ്റം, പ്രസിദ്ധി, നിർദ്ദേശം. falsehood, pretence, disguise, fame, suggestion.
അപദ്ധ്വംസം(നാ) - സ്ഥാനഭ്രംശം, അധോഗതി, അപമാനം. deposition, downfall, disgrace.
അപദ്രവ്യം(നാ) - ചീത്ത വസ്തു. bad thing.
അപദ്വാരം(നാ) - അപ്രധാനമായ വാതിൽ. side door.
അപധാവനം(നാ) -ഓടിക്കളയൽ, ഒഴിഞ്ഞുമാറൽ. escape, evasion.
അപധൂമ(നാ.വി) - പുകയില്ലാത്ത. smokeless.
അപധ്യാനം(നാ) - അസൂയ, ദുർവിചാരം. jealousy, evil thought.
അപനയം(നാ) - നീതികേട്, അകറ്റൽ, ഉപദ്രവം. injustice, keeping at a distance, harm.
അപനസ(നാ.വി) - നാസികയില്ലാത്ത. having no nose.
അപനാമം(നാ) - കള്ളപ്പേര്. false name.
അപനീത(നാ.വി) - അകലത്താക്കിയ, ദുസ്സ്വഭാവമുള്ള. keep at a distance, having bad habits.
അപനീതം(നാ) - ദുരാചാരം. malpractice.
അപപാഠം(നാ) - തെറ്റായ പാഠം. wrong lesson.
അപപാദ(നാ.വി) - ചെരിപ്പണിയാത്ത. not wearing slippers.
അപപ്രജാത(നാ.വി) - ഗർഭം അലസിയവൾ. woman who had a miscarriage.
അപപ്രഥ(നാ) - അപഖ്യാതി. infamy.
അപപ്രദാനം(നാ)- കൈക്കൂലി. bribe.
അപബാഹുകം(നാ) -കൈക്കു ബാധിക്കുന്ന ഒരിനം വാതരോഗം. rheumatism which affects hand.
അപഭംഗം(നാ) - ഒടിവ്, ചായ്വ്. fracture, bending.
അപഭയം(നാ) - പേടിയില്ലാത്തത്, നിർഭയം. state of fearlessness, fearless.
അപഭാഷണം(നാ) - ശകാരം, അപവാദം. abuse, slander.
അപഭൂതി(നാ) - തോൽവി, അറ്റകുറ്റം, നഷ്ടം. defeat, damage, loss.
അപഭ്രഷ്ട(നാ.വി) - അധമമായ, ദുഷിച്ച, പതിതമായ. reprobate, rotten, fallen.
അപമ(നാ) -ഏറ്റവും അകന്ന, ഏറ്റവും താണ. most remote, lowest.
അപമർദം(നാ) - അടിച്ചുവാരിയത്, എച്ചിൽ. rubbish, offal.
അപമർശം(നാ) - പരാമർശം, സ്പർശം, reference, touch.
അപമാർഗ്ഗം(നാ) - ചീത്തവഴി, ഇടവഴി, bad way, by lane,
അപമാർജനം(നാ) - തുടച്ചുവൃത്തിയാക്കൽ, ക്ഷൗരകർമം. cleaning, shaving.
അപമാനം(നാ)- മാനക്കേട്, ബഹുമാനമില്ലായ്മ. disgrace, dishonour.
അപമാനിക്കുക (സ.ക്രി)- അവമാനിക്കുക, നിന്ദിക്കുക. dishonour, contempt.
അപമിശ്രണം(നാ) - മായം ചേർക്കൽ. adulteration.
അപമുഖ(നാ.വി) - മുഖം തിരിച്ച, ദുർമ്മുഖനായ. morose,with a dull, displeasing face.
അപമൃത്യു(നാ) - ദുർമ്മരണം, അകാലമരണം. accidental death (suicide, murder, etc.), untimely death.
അപയശസ്സ്(നാ) - ദുഷ്കീർത്തി, കളങ്കം. ill-fame, blot.

അപര(നാ.വി) - ശ്രേഷ്ഠമായ, വിരുദ്ധമായ. excellent, opposite.
അപര(നാ) - പടിഞ്ഞാറേ ദിക്ക്, ഗർഭപാത്രം, ലൗകികവിദ്യ. west, womb, worldly knowledge.
അപരകായം(നാ) - ശരീരത്തിന്റെ പിൻഭാഗം. back portion of the body.
അപരക്ത(നാ.വി) - ചുവപ്പുനിറമില്ലാത്ത, അപ്രീതിയുള്ള. devoid of red colour, displeased.
അപരക്രിയ(നാ) - ശേഷക്രിയ, മരണാനന്തരകർമ്മം. funeral rites.
അപരജ(നാ.വി) - പിന്നീടു ജനിച്ച. born after.
അപരജം(നാ)- പ്രളയാഗ്നി. conflagration at the end of epoch, deluge fire.
അപരത(നാ) - അന്യത്വം, വിപരീതഭാവം, അടുപ്പം. difference, opposition, nearness.
അപരത(നാ.വി) - ആസക്തിയില്ലാത്ത, അവസാനിച്ച. detached, ended, finished.
അപരൻ(നാ) - അന്യൻ, ശത്രു. other person, enemy.
അപരപക്ഷം(നാ) - കൃഷ്ണപക്ഷം, മറുഭാഗം. the. dark lunar fortnight, opposite side.
അപരസം(ക്രി.വി) - രസമില്ലാതെ. interestedly.
അപരാഗ്നി(നാ) - ദക്ഷിണാഗ്നി, ശവദാഹത്തിനുള്ള അഗ്നി. southern fire, of funeral pyre.
അപരാജിത(നാ.വി) - തോൽപ്പിക്കപ്പെടാത്ത. not defeated.
അപരാജിത(നാ) - ദുർഗ്ഗ, വിഷ്ണുക്രാന്തി. goddess Durga, a medicinal creeper.
അപരാജിതൻ(നാ) - ശിവൻ, വിഷ്ണു. Siva, Vishnu.
അപരാദ്ധ(നാ.വി) - പാപം ചെയ്ത, കുറ്റംചെയ്ത. sinned, offended.
അപരാദ്ധം(നാ)- പാപം, കുറ്റം. sin, fault.
അപരാന്തം(നാ) - പടിഞ്ഞാറേ അതിർത്തി, അങ്ങേയറ്റം, മരണം. western frontier, extreme end, death.
അപരാസനം(നാ) -കൊല, ഹിംസ. murder, violence.
അപരാഹ്നം(നാ) - ഉച്ചകഴിഞ്ഞുള്ള സമയം. afternoon, last watch of the day.
അപരിക്രമ(നാ.വി) - ചുറ്റിനടക്കാനാകാത്ത, ചുറ്റിനടക്കാത്ത. unable to wander, not wandering.
അപരിക്ഷത(നാ.വി) - മുറിപ്പെടാത്ത, കേടുപറ്റാത്ത. not injured, not wounded, not damaged.
അപരിഗ്രഹ(നാ.വി) -വസ്തുവകയില്ലാത്ത, വിവാഹം കഴിക്കാത്ത. having no property, unmarried.
അപരിഗ്രഹം(നാ) - ദാനം സ്വീകരിക്കാതിരിക്കൽ, ദാരിദ്ര്യം, നിസ്സ്വത. non-acceptance of gift, poverty, destitution.
അപരിഗ്രഹി(നാ) - സ്വന്തമായി ഒന്നുമില്ലാത്തവൻ, ആരിൽനിന്നും ഒന്നും സ്വീകരിക്കാത്തവൻ. destitute, one who does not accept anything from anybody.
അപരിചിത(നാ.വി)- പരിചയമില്ലാത്ത. unacquainted.
അപരിച്ഛദ(നാ.വി) - അകമ്പടിയില്ലാത്ത, പാവപ്പെട്ട, നിത്യവൃത്തിക്കു വകയില്ലാത്ത. having no escort, poor, pauper.
അപരിണത(നാ.വി) - പക്വമല്ലാത്ത. not fully grown.
അപരിത്യാജ്യ(നാ.വി) - ഉപേക്ഷിക്കാനാവാത്ത, അത്യാവശ്യമായ. not to be abandoned, unavoidable, necessary.
അപരിണാമ(നാ.വി) - അപരിമിത, അളവില്ലാത്ത, അവധിയില്ലാത്ത. immeasurable, unlimited.
അപരിമേയ(നാ.വി) - അളക്കാൻ കഴിയാത്ത. immeasurable, immense.
അപരിഷ്കൃത(നാ.വി)- പരിഷ്കാരമില്ലാത്ത. unrefined.

അപരിഹാര്യ(നാ.വി) - ഉപേക്ഷിക്കാൻ കഴിയാത്ത, നികത്താനാകാത്ത. unable to abandon,unable to bridge the gap.
അപരൂപ(നാ.വി) - വിരൂപമായ, വികൃതമായ. ugly, repulsive, distorted, disfigured.
അപരേദ്യു(നാ.വി) - അടുത്ത നാൾ. next day.
അപരോക്തി(നാ) - അന്യന്റെ വാക്ക്, പിന്നീടു പറഞ്ഞത്. word of an other person,that which is told afterwards.
അപരോക്ഷവിദ്യ(നാ) - ബ്രഹ്മവിദ്യ. suprime knowledge`.
അപരോക്ഷാനുഭൂതി(നാ) - ആത്മസാക്ഷാത്കാരം. self- realization.
അപരോധം(നാ)- ഒഴിവാക്കിനിർത്തൽ, നിരോധം. prohibition.
അപരോപം(നാ) - ഉന്മൂലനം, സിംഹാസനഭ്രംശം. eradication, extermination, deposition, dethronement.
അപർണ്ണ(നാ.വി)- ഇലയില്ലാത്ത. leafless.
അപർണ്ണ(നാ) -പാർവ്വതി. Parvati.
അപർണ്ണം(നാ) - നിന്ദ. rebuke.
അപര്യാപ്ത(നാ.വി) - മതിയാവാത്ത, അസമർത്ഥമായ. not enough, insufficient, incapable.
അപർവ്വം(നാ) - പർവമല്ലാത്ത ദിനം (വാവ്, അഷ്ടമി, ചതുർദ്ദശി ഇവയൊഴികെയുള്ള ദിവസം). day excepting new moon, full moon, fourth and eighth lunar days).
അപല(നാ.വി) - മാംസം ഇല്ലാത്ത. having no flesh.
അപലപിക്കുക(സ.ക്രി) - ആക്ഷേപിക്കുക, നിഷേധിക്കുക. to blame, to deny.
അപലാപം(നാ) - സത്യം മറച്ചുവയ്ക്കൽ,നിഷേധവാക്ക്. concealing truth,word of negation.
അപലാഷി(നാ.വി) - ദാഹമുള്ളവൻ. thirsty.
അപവചനം(നാ) - ചീത്ത പറച്ചിൽ. obscenity.
അപവന(നാ.വി) - വായുവില്ലാത്ത. airless.
അപവർഗ്ഗം(നാ) - മോക്ഷം, ത്യാഗം, ദാനം, അപവാദം. final beatitude, sacrifice, gift,charity.
അപവർജ്ജനം(നാ) - ദാനം, മുക്തി, പരമാനന്ദം പരിത്യാഗം. charity, final beatitude, salvation, bliss, abandonment.
അപവർത്തകം(നാ) - സാധാരണ ഘടകം. common factor.
അപവർത്തനം(നാ) - എടുത്തുനീക്കൽ, സമച്ഛേദീകരണം, റദ്ദാക്കൽ. removal, condensation of fractions into divisible factors, cancellation.
അപവാദം(നാ)- അപകീർത്തി, ദുഷ്പ്രവാദം, നിഷേധം, ആജ്ഞ. defamation, infamy, protest, command.
അപവിത്ര(നാ.വി) - പരിശുദ്ധമല്ലാത്ത. impure,not sacred.
അപവിദ്ധ(നാ.വി) - ഉപേക്ഷിക്കപ്പെട്ട, നികൃഷ്ടമായ, തുളയ്ക്കപ്പെട്ട. relinquished,despicable,pierced perforated, drilled.
അപവിദ്യ(നാ) - അവിദ്യ, മായ. illusion.
അപവൃത്തി(നാ)- അവസാനം. end.
അപവൃദ്ധി(നാ)- ക്ഷയം, നാശം. decline, ruin.
അപവ്യയം(നാ)- ദുർവ്യയം. extravagance.
അപശകുനം(നാ)- ദുർന്നിമിത്തം. bad omen.
അപശങ്കം(നാ.വി) - ശങ്ക കൂടാതെ. undoubtedly.
അപശബ്ദം(നാ) - ചീത്തവാക്ക്, അസാധുവായ ശബ്ദം. vulgar speech, grammatically wrong word.
അപശമം(നാ) - അവസാനം, വിരാമം. end,stop.
അപശോകം(നാ) - ദു:ഖമില്ലാത്തത്, അശോകവൃക്ഷം. having no grief, asoka tree.

അപശ്ചിമ(നാ.വി) - പ്രമുഖമായ, കിഴക്കുള്ള. of prime importance, eastern.
അപശ്രയം(നാ)- തലയിണ. pillow.
അപശ്രീ(നാ.വി) - സൗന്ദര്യമില്ലാത്ത. not beautiful.
അപശ്രുതി(നാ)- അപവാദം, ശരിയല്ലാത്ത ശ്രുതി, അശുഭശബ്ദം. infamy, notoriety, sound out of tune, discord.
അപസംഗം(നാ) - ചേർച്ചയില്ലായ്മ. dissonance.
അപസംഗമനം(നാ) - വിട്ടുമാറൽ, ഉപേക്ഷിക്കൽ. abstention, abandoning.
അപസമം(നാ) - കഴിഞ്ഞ വർഷം, വർഷാവസാനം. last year,year-end.
അപസരം(നാ) - നിർഗ്ഗമനം, പോക്ക്, മതിയായ കാരണം. exit, retreat, sufficient reason.
അപസർജ്ജനം(നാ) - ദാനം, സമ്മാനം, പരിത്യാഗം. gift, prize, presentation, sacrifice.
അപസർപ്പണം(നാ) - മടങ്ങിപ്പോകൽ, ചാരവൃത്തി. return, spy work.
അപസവ്യം(നാ) - വലതുഭാഗം,പെരുവിരലിനും ചൂണ്ടുവിരലിനും ഇടയ്ക്കുള്ള ഭാഗം. right side, part between thumb and fore-finger.
അപസാധ്വസം(ക്രി. വി.) - പേടിയില്ലാതെ. fearlessly.
അപസാരം(നാ) - രക്ഷപ്പെടൽ, അഭയസ്ഥാനം. escape, asylum.
അപസൃത(നാ) - പൊയ്ക്കളഞ്ഞ. retreated,vanished.
അപസ്തംഭം(നാ) - ഉറപ്പിക്കൽ, ബന്ധനം. fixing,binding.
അപസ്നാനം(നാ) - പുലകുളി, മറ്റൊരാൾ കുളിച്ച വെള്ളംകൊണ്ടുള്ള കുളി. ceremonial bath after a fortnight of the death of a relative, bathing in water used by another.
അപസ്പർശ(നാ.വി) - തൊട്ടാലറിയാത്ത, മരിച്ച. having no sensation of touch dead.
അപസ്പശ(നാ.വി) - ചാരനില്ലാത്ത, ആമുഖമില്ലാത്ത. having no spy, having no preface.
അപസ്മരിക്കുക(സ.ക്രി) - മറക്കുക, വിസ്മരിക്കുക. to forget.
അപസ്മാരം(നാ)- ഒരു ഞരമ്പുരോഗം, ഒരു ഭൂതം, ഓർമ്മക്കേട്. epilepsy, devil, loss of memory.
അപസ്മൃതി(നാ) -ഓർമ്മക്കേട്. loss of memory,forgetfulness.
അപസ്യ(നാ) - പ്രയത്നം, ജലം, യജ്ഞവേദി ഉണ്ടാക്കാനുള്ള ഇഷ്ടിക. effort, water, brick used to build a sacrificial dais.
അപസ്യു(നാ.വി) - ഉത്സാഹമുള്ള, ചൊടിയുള്ള. diligent, vigorous.
അപസ്വരം(നാ) - തെറ്റായ സ്വരം, സ്വരച്ചേർച്ചയില്ലായ്മ, തെറ്റായ ഉച്ചാരണം. wrong tune, disharmony, wrong pronunciation.
അപഹത(നാ.വി) - കൊല്ലപ്പെട്ട, നശിപ്പിക്കപ്പെട്ട. murdered, destroyed.
അപഹരണം(നാ)- തട്ടിയെടുക്കൽ, കവർച്ച, മോഷണം. extortion, robbery, theft.
അപഹസനം(നാ)- പരിഹാസം, നിന്ദ. mockery, derision.
അപാംഗം(നാ)- കടക്കണ്ണ്, തിലകം. outer corner of the eye, religious mark made on forehead.
അപഹസ്തം(നാ) - ഗളഹസ്തം (കഴുത്തിന് പിടിച്ചു പുറത്താക്കൽ), മോഷ്ടിക്കൽ. necking out, stealing.
അപഹാരകൻ(നാ) - അപഹരിക്കുന്നവൻ. thief, robber.
അപഹാസം(നാ) - പരിഹാസം(ആക്ഷേപം) അകാരണമായ ചിരി. ridicule, silly laughter.
അപഹിത(നാ.വി) - ഹിതമല്ലാത്ത. unfit, inapt, displeasing.
അപഹൃത്യ(നാ.വി) - അപഹരിച്ചിട്ട്. having robbed.

അപാക(നാ.വി) - പാകമാകാത്ത, പ്രായപൂർത്തിവരാത്ത ദഹിക്കാത്ത. raw, not matured, not digested.
അപാകരിക്കുക(സ.ക്രി) - ഓടിക്കുക, തള്ളിക്കളയുക, നശിപ്പിക്കുക. to drive away, to reject, to destroy.
അപാകശാകം(നാ) - ഇഞ്ചി. ginger.
അപാകൃത(നാ.വി) - അപാകരിക്കപ്പെട്ട. removed.
അപാക്ഷ(നാ.വി) - പ്രത്യക്ഷമായ, സന്നിഹിതമായ, കണ്ണില്ലാത്ത. visible, direct, present, having no eyes,blind.
അപാംഗ(നാ.വി) - അംഗവൈകല്യമുള്ള, മുടന്തുള്ള. deformed, lame.
അപാംഗകൻ(നാ)- കാമദേവൻ. Kamadeva.
അപാംഗകം(നാ) - കടക്കണ്ണ്, പൊട്ട്, തിലകം. outer corner of the eyes, beauty dot in the middle of the forehead.
അപാംഗദർശനം(നാ) - കടാക്ഷം. leer, side glance.
അപാചീന(നാ.വി) - പിറകിലുള്ള, അപ്രത്യക്ഷമായ, വിപരീതമായ. of behind, invisible, disappeard.
അപാടവം(നാ) - സാമർത്ഥ്യമില്ലായ്മ, രോഗം, അവശത. cleverlessness, disease, incapacity.
അപാദ(നാ.വി) - കാലില്ലാത്ത. having no leg.
അപാദാനം(നാ) - നീക്കൽ, എടുത്തുമാറ്റൽ. removal, taking away.
അപാനൻ(നാ) - പഞ്ചവായുക്കളിൽ ഒന്ന്, അധോവായു. one among the five vital airs, flatus.
അപാനം(നാ) - മലദ്വാരം, ഗുദം anus.
അപാനവായു(നാ) - അധോവായു. flatus.
അപാനൃത(നാ.വി) - വാസ്തവമായ, കള്ളമല്ലാത്ത. true, not false.
അപാപ(നാ.വി) - കളങ്കമില്ലാത്ത, കുറ്റമറ്റ, നിർമ്മലമായ. blotless, not defective, pure.
അപാമാർജനം(നാ) - ശുദ്ധീകരണം, തൂത്തുകളയൽ,രോഗനിവാരണം. purification, sweeping away, prevention of disease.
അപാംയോനി(നാ) - സമുദ്രം. sea, ocean.
അപാംസാരം(നാ) - രത്നം. gem.
അപായം(നാ)- അപകടം, ആപത്ത്, നഷ്ടം, മരണം, ദൗർഭാഗ്യം, നാശം, പരുക്ക്, വിയോഗം. danger, calamity, loss, death, misfortune, damage, bruise, separation.
അപാര(നാ.വി) - മറുകരയില്ലാത്ത, കരകാണാത്ത, അതിരില്ലാത്ത, കടക്കാൻ പാടില്ലാത്ത, വളരെ വലിയ. limitless, infinite, immense,vast, endless, not trespassable.
അപാര(നാ) - ഭൂമി. earth.
അപാരത(നാ) - ബ്രഹ്മം, ആകാശം, അനന്തത. Brahma, sky, infinity.
അപാർത്ഥക(നാ.വി) - പ്രയോജനമില്ലാത്ത, ധനമില്ലാത്ത. not useful,futile, not wealthy.
അപാർത്ഥം(നാ) - നിരർത്ഥവാദം, വാക്യാർത്ഥം സ്പഷ്ടമാകാതിരിക്കൽ. meaningless talk or argument, having no clarity of meaning.
അപാർത്ഥിവ(നാ.വി) - ഭൂമിയിലുണ്ടാകാത്ത, രാജാവില്ലാത്ത, രാജയോഗ്യമല്ലാത്ത. non-terrain, having no king, not suitable for kings.
അപാവൃത(നാ.വി) - തുറന്ന, മൂടപ്പെട്ട. opened,unveiled, covered, concealed.
അപാവൃത്തം(നാ) - തറയിൽക്കിടന്നുള്ള, ഉരുൾച്ച. rolling on the floor.
അപാസംഗം(നാ) - ആവനാഴി, സാമീപ്യം. quiver, proximity.
അപാസു(നാ.വി) - ജീവൻപോയ, മരിച്ച. lifeless, dead.
അപാസ്ത(നാ.വി) - ഉപേക്ഷിക്കപ്പെട്ട, നിന്ദിക്കപ്പെട്ട, നശിപ്പിക്കപ്പെട്ട. rejected, condemned, destroyed.

അപിച(നാ.വി) - അത്രയുമല്ല. not only.
അപിജ(നാ.വി) - പിന്നീടുണ്ടായ, വീണ്ടും ജനിച്ച. born after, re-born.
അപിജം(നാ) - മിഥുനമാസം. month of mithunam.
അപിതു(ക്രി.വി) - എന്നാലും, എങ്കിലും. though, even if.
അപിഹിത(നാ.വി) - മറച്ച, മറയ്ക്കാത്ത. concealed, unconcealed.
അപീത(നാ.വി) - കുടിക്കാത്ത, കുടിച്ചിട്ടില്ലാത്ത, മഞ്ഞയല്ലാത്ത. not drinking, not drunk, not yellow.
അപുത്ര(നാ.വി) - സന്താനമില്ലാത്ത. childless.
അപുത്രത്വം(നാ) - പുത്രനില്ലാത്ത അവസ്ഥ. the state of having no offspring.
അപുനർഭവ(നാ.വി) - വീണ്ടും ഉണ്ടാകാത്ത. non-recurring.
അപുനീത(നാ.വി) - അശുദ്ധമായ, ശുദ്ധിചെയ്യാത്ത. impure, not purified.
അപുംസ്ക(നാ) - ഭർത്താവില്ലാത്തവൾ. woman without husband.
അപുഷ്കല(നാ.വി) -ധാരാളം ഇല്ലാത്ത, നിസ്സാരമായ, താണ. not having in plenty, mean,low.
അപുഷ്ട(നാ.വി) - മെലിഞ്ഞ, പോഷണം ലഭിക്കാത്ത, മന്ദമായ. lean, ill-nourished, slow.
അപുഷ്പ(നാ.വി)- പൂക്കളില്ലാത്ത. having no flower.
അപൂപം(നാ.) - അപ്പം, ഗോതമ്പ്, തേനട. cake of flour, wheat, honey-comb.
അപൂർണ്ണ(നാ.വി)- പൂർണ്ണമല്ലാത്ത. incomplete.
അപൂർവ്വം(നാ. വി)- വിരളമായിട്ടുള്ളത്, അസാധാരണം, മുമ്പില്ലാത്തത്. something rare, unnatural, unprecedented.
അപൂർവ്വി(നാ.) - മുൻപു ദാമ്പത്യസുഖം അനുഭവിച്ചിട്ടില്ലാത്തവൻ, അപരിചിതൻ. one who has not enjoyed marital happiness before, stranger.
അപൃക്ത(നാ.വി) - സംയുക്തമല്ലാത്ത, ചേരാത്ത. not a compound, not mixing.
അപേക്ഷ(നാ)- അഭ്യർത്ഥന, പ്രാർത്ഥന, ആഗ്രഹം, ആവശ്യം, ശ്രദ്ധ. request, prayer, desire, need, care.
അപേക്ഷിക്കുക (സ.ക്രി)- താഴ്മയായി ആവശ്യപ്പെടുക, അഭ്യർത്ഥിക്കുക, ആവശ്യപ്പെടുക. request, want.
അപേത(നാ.വി) - നശിച്ച, പോയ, ഇല്ലാത്ത, കൂടാത്ത. perished,destroyed, departed, devoid of, deviating from.
അപേയ(നാ.വി) - കുടിക്കത്തക്കതല്ലാത്ത. not drinkable.
അപോഗണ്ഡൻ(നാ) - ജന്മനാ വികലാംഗൻ, പതിനാറുവയസ്സുകഴിഞ്ഞവൻ, വലിയ ഭീരു. one born with defective limbs, one past 16 years of age, a coward.
അപോഢ(നാ.വി) - വിവാഹം കഴിക്കാത്ത, ഇല്ലാത്ത, ദൂരെ മാറ്റിയ. unmarried, devoid of, removed away.
അപോദക(നാ.വി) - വെള്ളം കയറാത്ത, ദ്രവമല്ലാത്ത. water tight, non-liquid.
അപോദകം(നാ) - വിഷം, വെള്ളമില്ലാത്തത്. poison, waterless.
അപോഹം(നാ) - നീക്കൽ, യുക്തിസഹമായ ചിന്തകൊണ്ടു സംശയം മാറ്റൽ. removal, removing a doubt by reasoning.
അപ്പച്ച(നാ) - അമ്മയുടെ അമ്മ. grandmother.
അപ്പച്ചൻ(നാ) - ഭർത്താവിന്റെ അച്ഛൻ, ഭാര്യയുടെ അച്ഛൻ, അച്ഛൻ. father- in-law, father.
അപ്പച്ചി(നാ) - അച്ഛന്റെ സഹോദരി, അച്ഛന്റെ അമ്മ. father's sister, father's mother.
അപ്പടി(ക്രി.വി) - അതേപ്രകാരം മുഴുവനും. thus,in the same manner, completely.

അപ്പൻ(നാ) - അച്ഛൻ, അച്ഛന്റെ അനുജൻ, അച്ഛന്റെ ജ്യേഷ്ഠൻ, ആൺകുട്ടി, ദേവൻ (ഗുരുവായൂരപ്പൻ). father, father's younger brother, father's elder brother, term of endearment in addressing boys, deity.

അപ്പാച്ചി(നാ) - പായസം. rice pudding.

അപ്പാട്(ക്രി.വി) - അപ്രകാരം, മുഴുവനും. thus, completely.

അപ്പാട്(നാ) - അയൽവീട്. neighbourhood.

അപ്പാപ്പൻ(നാ) - അപ്പൂപ്പൻ, മുത്തച്ഛൻ, ചിറ്റപ്പൻ. grand-father,paternal grandfather, father's younger brother.

അപ്പായി(നാ) - അച്ഛന്റെ അമ്മ, ആ പാവം. father's mother, that poor (person).

അപ്പ്(നാ) - വെള്ളം. water.

അപ്പീൽ(നാ)- അഭ്യർത്ഥന, പുനർവിചാരണയ്ക്കു വേണ്ടി സമർപ്പിക്കുന്ന അപേക്ഷ. request, appeal, request for a trial in higher court.

അപ്പോസ്തലൻ(നാ) - യേശുക്രിസ്തുവിന്റെ നിയോഗപ്രകാരം മതപ്രചരണത്തിനിറങ്ങിയ ശിഷ്യൻ. apostle of Christ.

അപ്പോൾ (ക്രി.വി)- ആ സമയത്ത്, അക്കാലത്ത്, അന്നേരം. at that time, at that period, at that moment

അപ്രം(നാ) - അപ്പുറം. on the other side.

അപ്രകാരം(ക്രി.വി) - അതനുസരിച്ച്, ആ വിധത്തിൽ, അങ്ങനെ. accordingly, thus, so.

അപ്രകാശിത(നാ.വി) - മറച്ചുവയ്ക്കപ്പെട്ട, പരസ്യമാക്കാത്ത, പ്രകാശിപ്പിക്കപ്പെടാത്ത. concealed, not made public, not published.

അപ്രകൃത(നാ.വി) - സന്ദർഭത്തിനുചേരാത്ത, മുഖ്യമല്ലാത്ത, അപ്രസക്തമായ. not pertinent to the context, digressive, irrelevant.

അപ്രകൃതം(നാ)- പ്രസ്തുതം, ഉപമാനം. topic of consideration, comparison.

അപ്രകൃഷ്ടം(നാ) -കാക്ക, നിന്ദ്യം. crow, low mean.

അപ്രചലിത(നാ.വി) - പ്രചാരമില്ലാതായ. unpopular.

അപ്രജാ(നാ.വി) - സന്താനമില്ലാത്ത, ജനങ്ങളില്ലാത്ത. not having child, uninhabited.

അപ്രജാത(നാ) - സന്താനമില്ലാത്തവൾ, മച്ചി. woman who has no child, barren woman.

അപ്രതികര(നാ.വി) - വിശ്വസിക്കത്തക്ക. believable.

അപ്രതികാര(നാ.വി) - പ്രതിവിധിയില്ലാത്ത, നിസ്സാരമായ, പ്രതികാരം ചെയ്യാത്ത. not having a remedy, mean, not revenging.

അപ്രതിഗ്രാഹക(നാ.വി) - ദാനം വാങ്ങാത്ത. not receiving gifts.

അപ്രതിപക്ഷ(നാ.വി) - എതിരില്ലാത്ത. matchless, unopposed.

അപ്രതിപത്തി(നാ) - ഇന്നതുചെയ്യണമെന്ന അറിവില്ലായ്മ, അശ്രദ്ധ, അനുഷ്ഠിക്കാതിരിക്കൽ, ഇഷ്ടക്കേട്. lack of discriminative sense, inattention, non-perfomance, dislike.

അപ്രതിയോഗി(നാ.വി) - എതിരില്ലാത്ത. matchless, not an opponent.

അപ്രതിരഥൻ(നാ) - എതിരാളിയില്ലാത്ത യോദ്ധാവ്, മഹാവിഷ്ണു. unrivalled warrior, Lord Vishnu.

അപ്രതിരോധ്യ(നാ.വി) - പ്രതിരോധിക്കാനാവാത്ത. not defendable, irresistible.

അപ്രതിഹത(നാ.വി) - അടിച്ചമർത്താനാവാത്ത, തടുക്കപ്പെടാത്ത, നിർവിഘ്നമായ. not suppressible, unrestrained, unobstructed.

അപ്രതീക(നാ.വി) - അഖണ്ഡമായ. whole.

അപ്രതീത(നാ.വി) - സന്തോഷിക്കപ്പെടാത്ത, ദുർഗ്രഹമായ, എതിർക്കപ്പെ

ടാത്ത. not pleased, incomprehensible, unopposed.

അപ്രതീതി(നാ) - അസ്പഷ്ടത, അവിശ്വാസം, ambiguity, non-confidence, mistrust.

അപ്രത്യക്ഷ(നാ.വി) - ഇന്ദ്രിയങ്ങൾക്കു വിഷയമല്ലാത്ത, കാണാത്ത, അറിയപ്പെടാത്ത. not perceivable, unseen, unknown.

അപ്രത്യയ(നാ.വി) - വിശ്വാസമില്ലാത്ത, അറിവില്ലാത്ത. not believing, ignorant.

അപ്രത്യയം(നാ) - അവിശ്വാസം. non-confidence.

അപ്രദക്ഷിണം(നാ) - ഇടത്തോട്ടുപോകൽ. going towards left.

അപ്രമ(നാ) - തെറ്റായ ജ്ഞാനം, ഭ്രമം. illusion,confusion of mind.

അപ്രമത്ത(നാ.വി) - ശ്രദ്ധയുള്ള, ഗർവില്ലാത്ത. careful, not proud.

അപ്രമാണ(നാ.വി) - പ്രമാണമല്ലാത്ത,അപ്രധാനമായ. that which is, not evidence, not authoritative, unimportant.

അപ്രമാദം(ക്രി.വി) - ശ്രദ്ധയോടുകൂടി. carefully.

അപ്രമാദി(നാ.വി) - ശ്രദ്ധയുള്ളവൻ. careful,attending.

അപ്രമിത(നാ.വി) - അളക്കപ്പെടാത്ത, തെളിയിക്കപ്പെടാത്ത, സ്ഥാപിക്കപ്പെടാത്ത. not measured, not proved, unfounded.

അപ്രമേയ(നാ.വി) - അളക്കത്തക്കതല്ലാത്ത, അതിരറ്റ. immeasurable, unlimited.

അപ്രമേയൻ(നാ) - ആത്മാവ്, ഈശ്വരൻ. soul, god.

അപ്രമേയം(നാ) - പരബ്രഹ്മം. supreme being,the absolute.

അപ്രമോദം(നാ) - സന്തോഷമില്ലായ്മ. unhappiness.

അപ്രയാസം(ക്രി.വി) - പ്രയാസമില്ലാതെ. effortlessly.

അപ്രയുക്തം(നാ) - പ്രയോഗമില്ലാത്തത്, ഒരു കാവ്യദോഷം. that which is not in use, a defect in poesy.

അപ്രലംബ(നാ.വി) - ചുറുചുറുക്കുള്ള, താമസം കൂടാത്ത. vigorous, not belated.

അപ്രവൃത്തി(നാ) - പ്രവർത്തിക്കാതിരിക്കൽ, മടി, മലബന്ധം. non-functioning, laziness, constipation.

അപ്രസക്ത(നാ.വി) - ചേർച്ചയില്ലാത്ത, സംബന്ധപ്പെടാത്ത, പ്രിയമില്ലാത്ത. irrelevant, unrelated, not favourable, not dear.

അപ്രസന്ന(നാ.വി) - തെളിച്ചമില്ലാത്ത, കലങ്ങിയ, പ്രസാദിക്കാത്ത. not clear, turbid, not pleased.

അപ്രസഹ്യ(നാ.വി) - സഹിക്കാനാവാത്ത, തടയാൻ പാടില്ലാത്ത. intolerable, not restrainable.

അപ്രസൂത(നാ) - പ്രസവിച്ചിട്ടില്ലാത്തവൾ. barren woman.

അപ്രസ്തുത(നാ.വി) - കാലത്തിനോ കാര്യത്തിനോ യോജിക്കാത്ത, പറയപ്പെടാത്ത, നിരർത്ഥകമായ, സ്തുത്യർഹമല്ലാത്ത. unsuitable to the context, untold, senseless,absurd, not praiseworthy.

അപ്രസ്തുതപ്രശംസ(നാ) - ഒരു അലങ്കാരം, പ്രസ്തുതമായ കാര്യത്തിന്റെ ബോധമുണ്ടാകത്തക്കവണ്ണം അപ്രസ്തുതം മാത്രം പറയുക. figure of speech, indirect presentation by implied comparison.

അപ്രഹത(നാ.വി) - അടിക്കപ്പെടാത്ത, ഉപദ്രവിക്കപ്പെടാത്ത,കോടിയായ,പുതുതായ. unbeaten, unharmed, unwashed, new.

അപ്രഹിത(നാ.വി) - പുറത്തേയ്ക്ക് അയയ്ക്കപ്പെടാത്ത, ആക്രമിക്കപ്പെടാത്ത. not despatched, not attacked.

അപ്രാകൃത(നാ.വി) - പ്രാകൃതമല്ലാത്ത, ഹീനമല്ലാത്ത, അസാധാരണമായ. civilized, not base, extraordinary.

അപ്രാകൃതലോകം(നാ) -സ്വർഗ്ഗലോകം. heaven.
അപ്രാജ്ഞ(നാ.വി) - പണ്ഡിതനല്ലാത്ത, പഠിപ്പില്ലാത്ത. not scholar, not learned.
അപ്രാപ്ത(നാ.വി) - കിട്ടാത്ത, വന്നു ചേരാത്ത, പ്രാപ്തിയില്ലാത്ത. not attained, not arrived, inefficient.
അപ്രാപ്യ(നാ.വി) - പ്രാപിക്കാൻ കഴിയാത്ത. unattainable.
അപ്രാമാണിക(നാ.വി) - പ്രമാണമായി സ്വീകാര്യമല്ലാത്ത, വിശ്വാസയോഗ്യമല്ലാത്ത. not authoritative, not documentary, unfaithful.
അപ്രിയ(നാ.വി) - ഇഷ്ടമില്ലാത്ത, കരുണയില്ലാത്ത. not liking, merciless.
അപ്രിയം(നാ)- പ്രിയമല്ലാത്തത്. that which is not pleasing.
അപ്രിയവാദി(നാ.വി) - അപ്രിയം പറയുന്നവൻ. one who speaks unpleasantly.
അപ്രീതി(നാ) - സന്തോഷമില്ലായ്മ, വെറുപ്പ്,വിരോധം. unpleasantness, unhappiness, hatred, enmity.
അപ്സര(നാ) - സ്വർഗവേശ്യ. heavenly nymph, demigoddess.
അപ്സരസ്സ്(നാ)- ജലദേവത, ദേവസ്ത്രീ. heavenly nymph, woman who lives in water.
അപ്സകം(നാ) - ജലജന്തു. aquatic being.
അഫല(നാ.വി) - കായ്ക്കാത്ത, പ്രയോജനമില്ലാത്ത. unfruitful,vain, useless.
അബദ്ധം(നാ)- തെറ്റ്, വിഡ്ഢിത്തം. error, foolishness.
അബല(നാ)- സ്ത്രീ. woman.
അബലൻ(നാ)- ശിവൻ. Siva.
അബോധ(നാ.വി)- ബോധമില്ലാത്ത, അറിവില്ലാത്ത. unconscious, senseless.
അബ്ജ(നാ.വി)- വെള്ളത്തിൽ ഉണ്ടായ. water - born.
അബ്ജ(നാ)- മുത്തുച്ചിപ്പി. pearl oyster.
അബ്ജം(നാ)- താമര, കർപ്പൂരം, വെള്ളാമ്പൽ, ശംഖ്, നൂറുകോടി. lotus, camphor, white water lilly, conch, one hundred crore.
അബ്ജബന്ധു(നാ)- സൂര്യൻ. sun.
അബ്ധിജൻ(നാ)- ചന്ദ്രൻ. moon.
അബ്ധിനഗരി(നാ)- ദ്വാരക. Dwaraka.
അഭക്ഷണം(നാ)- പട്ടിണി. starvation.
അഭംഗം(നാ)- നാശമില്ലായ്മ, തടസ്സമില്ലായ്മ, തിരയില്ലായ്മ. indestructibility, state of having no opposition, state of being without waves.
അഭംഗി(നാ)- ഭംഗികേട്. want of grace beauty.
അഭയ(നാ.വി)- ഭയമില്ലാത്ത. fearless.
അഭയം(നാ)- ആശ്രയം, പേടിയില്ലായ്മ, ധൈര്യം. refuge, shelter, absence of fear, courage.
അഭയൻ(നാ)- ശിവൻ. Siva.
അഭാവം(നാ)- ഇല്ലായ്മ, കുറവ്, നാശം. non- existence, lack, destruction.
അഭികല്പന(നാ)- രൂപകല്പന. design.
അഭികാംക്ഷ(നാ)- ആഗ്രഹം. desire.
അഭിക്ഷേപം(നാ)- നിന്ദ, അധിക്ഷേപം, ഏറ്. insult, throwing.
അഭിഘാതം(നാ)- അടി, തല്ല്, ക്ഷതം, ഉപദ്രവം. beating, scuffle, injury, torment.
അഭിജ്ഞൻ(നാ)- അറിവുള്ളവൻ, പണ്ഡിതൻ. learned man, scholar.
അഭിധാനം(നാ)- പേര്, ശബ്ദാർത്ഥം, നിഘണ്ടു, സൂചന, പ്രസ്താവം. name, word meaning, dictionary, vocabulary, clue, narration.
അഭിധ്യാനം(നാ)- അഭിലാഷം, ആഗ്രഹം, തീവ്രധ്യാനം. desire, longing, subject, matter.
അഭിനയം(നാ)- ഭാവപ്രകടനം, കപടഭാവം, അവസ്ഥാനുകരണം. acting, affectation, playing a role.
അഭിനയിക്കുക (അ.ക്രി)- നടിക്കുക, മിഥ്യാപ്രകടനം നടത്തുക. to act, to pretend.

അഭിനീതി(നാ)- അഭിനയം, ആംഗ്യം. action, gesture.
അഭിനേത്രി(നാ)- നടി. actress.
അഭിപ്രായം(നാ)- മനസ്സിലിരിപ്പ്, ഇഷ്ടം, ലക്ഷ്യം, ഒരലങ്കാരം, അർത്ഥം. idea, preference, aim, figure of speech, meaning.
അഭിഭാഷകൻ(നാ)- വക്കീൽ. advocate.
അഭിഭാഷണം(നാ)-അഭിസംബോധനം, സംഭാഷണം. address, conversation.
അഭിഭൂതി(നാ)- അവമാനം, നിന്ദ, പരാജയം, ഉപദ്രവം, കീഴടക്കൽ. humiliation, contempt, defeat, annoyance, suppression.
അഭിമതം(നാ)- അഭിപ്രായം, സമ്മതം, ആഗ്രഹം, ഇഷ്ടം. opinion, consent, desire, preference, like.
അഭിമതി(നാ)- അഭിമാനം, ഇച്ഛ, ബഹുമാനം. self- respect, desire, wish, respect.
അഭിമാനം(നാ)- ഗർവം, ഹിംസ, അജ്ഞാനം, തെറ്റായ വിചാരം, സ്നേഹം, ബഹുമാനം. pride, violence, ignorance, wrong notion, love.
അഭിരതി(നാ)- ആനന്ദം, താല്പര്യം. delight, interest.
അഭിരാമൻ(നാ.വി)- സുന്ദരൻ. handsome.
അഭിരാമൻ(നാ)- ശിവൻ. Siva.
അഭിരാമി(നാ)- പാർവ്വതി. goddess Parvati.
അഭിരുചി(നാ)- ഇഷ്ടം, പ്രീതി, വാസന, താല്പര്യം. desire, fondness, taste, aptitude.
അഭിരൂപ(നാ.വി)- ചേർച്ചയുള്ള, വിദ്വത്ത്വമുള്ള, മനോഹരമായ. matching, learned, attractive.
അഭിലാഷം(നാ)- വഴിപോലെയുള്ള ആഗ്രഹം, ഇച്ഛ. proper desire, wish.
അഭിവന്ദനം(നാ)- അഭിവാദ്യം. respectful salutation.
അഭിവാദനം(നാ)- നമസ്കാരം, ആദരിക്കൽ. prostration, reverence.
അഭിവൃദ്ധി(നാ)- വലുതാകൽ, ഐശ്വര്യം, വളർച്ച, പുരോഗതി. becoming great, prosperity, growth, progress.
അഭിസന്താപം(നാ)- വലിയ ചൂട്, വ്യസനം, യുദ്ധം. intense heat, grief, battle.
അഭിസന്ധാനം(നാ)- കൂട്ടിച്ചേർപ്പ്, രാജിയാക്കൽ, ചതി, താല്പര്യം, സംഭാഷണം, ചതിക്കൽ, ആസക്തി, പ്രതിജ്ഞ. joining together, reconciliation, deceit, interest, talk, deception, attachment, oath.
അഭിസാരം(നാ)- കുറിസ്ഥലത്തേക്കു പോക്ക്, മത്സ്യം, സന്നാഹം, യുദ്ധം, പടപുറപ്പാട്. going to meet lover at appointed place, fish, equipage, battle, setting out to attack.
അഭിസർഗ്ഗം(നാ)- സൃഷ്ടി. creation.
അഭിഹതി(നാ)- അടി, പ്രഹരം. blow, attack.
അഭിഹിതം(നാ)- പേര്, വാക്ക്, പറയപ്പെട്ടത്. name, word, that which is said.
അഭൂതി(നാ)- അഭാവം, ഐശ്വര്യം, ഇല്ലായ്മ. lack, lack of prosperity.
അഭേദം(നാ)- വ്യത്യാസമില്ലായ്മ, തുല്യത, സാമ്യം. lack of difference, equality, similarity.
അഭേദ്യം(നാ)- വിഭജിക്കാൻ കഴിയാത്തത്, വജ്രം, പരമാണു. something indivisible, diamond, smallest particle.
അഭ്യന്തരം(നാ)- അകം, ഉൾഭാഗം, രണ്ട് വസ്തുക്കളുടെ ഇടയ്ക്കുള്ള സ്ഥലം, ഉള്ള്, മനസ്സ്. space within, space between two objects, heart, mind.
അഭ്യർത്ഥന(നാ)- അപേക്ഷ, പ്രാർത്ഥന. request, prayer.
അഭ്യസിക്കുക (അ.ക്രി)- പരിശീലിക്കുക, പഠിക്കുക. to practise, to educate.
അഭ്യസിപ്പിക്കുക (സ.ക്രി)- പഠിപ്പിക്കുക. to teach.
അഭ്യസൂയ(നാ)- അസൂയ, കോപം. jealousy, anger.

അഭ്യാസം(നാ)- പരിശീലനം, പഠനം, വിദ്യ. training, education, trick.
അഭ്യൂഹം(നാ)- ഊഹം, നിഗമനം. guess, deduction.
അഭ്രം(നാ)- മേഘം, ആകാശം, സ്വർണ്ണം, കർപ്പൂരം.
അഭ്രധാതു (നാ) - മേഘം, ആകാശം, സ്വർണ്ണം, കർപ്പൂരം, തൂത്തനാകം. cloud, sky, gold, camphor, mica.
അഭ്രപാളി(നാ)- മേഘപാളി, അഭ്രധാതുവിന്റെ അടര്. cloud, layer of mica.
അമരം(നാ)- ഒരു നേത്രരോഗം, നൗകയുടെ പിൻഭാഗം. eye disease, stern of a boat or ship.
അമരൻ(നാ)- ദേവൻ, മരണമില്ലാത്തവൻ. god, immortal being.
അമരി(നാ)- ദേവസ്ത്രീ, ഒരു ഔഷധച്ചെടി. heavenly nymph, a medicinal herb.
അമർച്ച(നാ)- അമറൽ, ഗർജ്ജനം. shouting, roaring.
അമല(നാ)- മഹാലക്ഷ്മി. Lakshmi, Hindu goddess of wealth.
അമലി(നാ)- മഹാലക്ഷ്മി, ഐശ്വര്യം. goddess Lakshmi, prosperity.
അമൂർത്തൻ(നാ) - ശിവൻ. Siva.
അമൂർത്തി(നാ)- വിഷ്ണു. Vishnu.
അമൃതൻ(നാ)- മരണമില്ലാത്തവൻ, ദേവൻ, ധന്വന്തരി, ഇന്ദ്രൻ, വിഷ്ണു, ആത്മാവ്, ശിവൻ, സൂര്യൻ. immortal person, god, Dhanvantari, Indra, Vishnu, soul, Siva, sun.
അമൃത്(നാ)- അമൃതം, ഒരു പച്ചമരുന്ന്, മഴ. ambrosia, a medicinal herb, rain.
അമ്പട്ടൻ(നാ)- ക്ഷുരകൻ. barber.
അമ്പരക്കുക (അ.ക്രി)- പരിഭ്രമിക്കുക, വിസ്മയിക്കുക, കുഴങ്ങുക. embarrassed, flurried, confused.
അമ്പലം(നാ)- ഹിന്ദുദേവാലയം, ക്ഷേത്രം, വഴിയാത്രക്കാർക്ക് വിശ്രമിക്കാനുള്ള സ്ഥലം. Hindu temple, road-side inn where travellers rest.
അമ്പാടി(നാ)- ശ്രീകൃഷ്ണൻ വളർന്ന സ്ഥലം, ഗോകുലം, തൊഴുത്ത്. place where Lord Krishna was brought up, cowshed.
അമ്പി(നാ)- അനുജൻ, ബ്രാഹ്മണബാലൻ. younger brother, Brahmin boy.
അമ്പിളി(നാ)- ചന്ദ്രൻ. moon.
അമ്പ്(നാ)- ശരം. arrow.
അംബ(നാ)- അമ്മ, പാർവ്വതി, ദുർഗ്ഗ. mother, Parvati, Durga.
അംബം(നാ)- കണ്ണ്, വെള്ളം, ശബ്ദം. eye, water, noise.
അംബകൻ(നാ)- അച്ഛൻ. father.
അംബരീക്ഷം(നാ)- വറവുചട്ടി, ഒരു മഹാനരകം, യുദ്ധം, പുല്ല്, ആകാശം. frying pan, hell, battle, grass, sky.
അംബുജം(നാ)- താമര. lotus.
അംബുജൻ(നാ)- ചന്ദ്രൻ. moon.
അംബുരാശി(നാ)- കടൽ. sea.
അംഭോജം(നാ)- താമര, ശംഖ്. lotus, conch.
അമ്മ(നാ)- മാതാവ്. mother.
അമ്മി(നാ)- അരകല്ല്. grind- stone.
അമ്ലിക(നാ)- പുളിമരം. tamarind tree.
അയം(നാ)- കുളം, ചേറ്, താഴ്വര, വെള്ളം. pond, mud, valley, water.
അയമോദകം(നാ) - ഓമം, ഇലവിൻ പശ. carum carvi, apium involucratum, the gum of silk cotton tree.
അയസ്സ്(നാ)- ഇരുമ്പ്, ഉരുക്ക്, ലോഹം. iron, steel, metal.
അയിത്തം(നാ)- അശുദ്ധം, തീണ്ടൽ. impurity, untouchability.
അയുക്ത(നാ.വി)- യുക്തമല്ലാത്ത, യോജിക്കാത്ത. unreasonable, unsuitable.
അയുക്തി(നാ)- യുക്തികേട്, യോജിപ്പില്ലായ്മ. illogicality, impropriety.
അയോനി(നാ)- ബ്രഹ്മാവ്, ശിവൻ. Brahma, Siva.
അയോനിജ(നാ)- സീതാദേവി. Sita.
അരങ്ങ്(നാ)- കളിസ്ഥലം, നടനവേദി, രംഗം. platform, stage, theatrical stage.

അരണ(നാ)- പല്ലിവർഗ്ഗത്തിൽപ്പെട്ട ഒരു ജന്തു. a kind of lizard.
അരൻ(നാ)- ശിവൻ. Siva.
അരമന(നാ)- രാജകൊട്ടാരം. king's house.
അരയൻ(നാ)- രാജാവ്, മുക്കുവൻ. king, fisherman.
അരവിന്ദം(നാ)- താമര. lotus.
അരശ്(നാ)- രാജത്വം, രാജാവ്, രാജ്യം. kingship, king, country.
അരളി(നാ)- ഒരു പൂച്ചെടി. a flowering plant.
അരി(നാ)- ഉമികളഞ്ഞ നെല്ല്, ശത്രു, വണ്ടിച്ചക്രം, വാനരൻ, വിഷ്ണു, ഇന്ദ്രൻ, കുതിര, സിംഹം. grain of rice without husk, enemy, monkey, Vishnu, Indra, horse, lion.
അരിക്(നാ)- വക്ക്, വിളുമ്പ്. edge, boundary.
അരിക്കൻ(നാ)- സൂര്യൻ. sun.
അരിപ്രാവ്(നാ)- ഒരിനം പ്രാവ്. spotted dove.
അരിഷ്ടൻ(നാ)- ശത്രു. enemy.
അരുക്(നാ)- വക്ക്. edge.
അരുണം(നാ)- ചുവപ്പ്, കുങ്കുമം, സ്വർണ്ണം. red colour, saffron, gold.
അരുണൻ(നാ)- സൂര്യൻ, സൂര്യന്റെ സാരഥി. sun, charioteer of the sun.
അരുണോദയം(നാ)- പ്രഭാതം. dawn.
അരുമ(നാ)- ഓമന, സ്നേഹം. darling, fondness.
അരുളുക (സ.ക്രി)- കല്പിക്കുക, പറയുക, കൊടുക്കുക. to order, to say, to grant.
അർക്കൻ(നാ)- സൂര്യൻ. sun.
അർഘ്യം(നാ)- മൂല്യം, അഷ്ടാംഗപൂജ. value, worship of god using eight substances.
അർച്ചന(നാ)- പൂജ, ആരാധന. worshipped, offered.
അർണ്ണവം(നാ)- സമുദ്രം. sea.
അർണ്ണവൻ(നാ)- സൂര്യൻ. sun.
അർത്ഥം(നാ)- ആശയം, ധനം. meaning, wealth.
അർത്ഥനം(നാ)- യാചന, അപേക്ഷ, പ്രാർത്ഥന. begging, request, prayer.
അർത്ഥശൂന്യം(നാ)- അർത്ഥമില്ലാത്തത്. meaningless.
അർത്ഥി(നാ)- യാചകൻ, അപേക്ഷകൻ, ധനികൻ. beggar, applicant, wealthy person.
അർത്ഥ്യം(നാ)- കന്മദം. bitumen.
അർദ്ധ(നാ.വി)- പകുതിയായ. half.
അർദ്ധം(നാ)- പകുതി. half.
അർദ്ധരാത്രി(നാ)- രാത്രിയുടെ പകുതി. midnight.
അർദ്ധാംഗി(നാ)- ശിവൻ. Siva.
അർഹം(നാ)- യോഗ്യത, യോഗ്യം. qualification, worthiness.
അർഹത(നാ)- യോഗ്യത, അവകാശം. worthiness, right.
അർഹൻ(നാ)- യോഗ്യൻ, വിഷ്ണു, ഇന്ദ്രൻ. one who deserves, Vishnu, Indra.
അല(നാ)- തിര. wave.
അലക്ഷ്യ(നാ.വി)- ലക്ഷ്യമില്ലാത്ത. aimless.
അലക്ഷ്യം(നാ)- ലക്ഷ്യമില്ലായ്മ. aimlessness.
അലങ്കരണം(നാ)- അലങ്കരിക്കൽ, ആഭരണങ്ങൾ അണിയൽ. decoration, adornment.
അലങ്കൽ(നാ)- പൂമാല, തളിര്. garland, sprout.
അലങ്കോലം(നാ)- ഭംഗികേട്, നാനാവിധം, കുഴപ്പം. ugliness, disorder, confusion.
അലട്ടൽ(നാ)- ശല്യപ്പെടുത്തൽ. troubling, annoyance.
അലർ(നാ)- പൂവ്, പരാതി, നിലവിളി. flower, complaint, roaring.
അലർച്ച(നാ)- ഗർജ്ജനം, അമറൽ, അട്ടഹാസം. roar, crying loud, boisterous laughter.
അലസൻ(നാ)- മടിയൻ. lazy fellow.
അലിംഗൻ(നാ)- പരമാത്മാവ്. supreme being.

അലിവ്(നാ)- കനിവ്, ദയ, ദ്രവാവസ്ഥ. kindness, compassion, meeting.
അല്പൻ(നാ)- നിസ്സാരൻ, നീചൻ. petty fellow, mean fellow.
അല്ലൽ(നാ)- ദുഃഖം, ദുരിതം, ദൗർഭാഗ്യം. sorrow, distress, misfortune.
അല്ലി(നാ)- കേസരം, പൂവിന്റെ ദളം, താമര, ആമ്പൽ. anther, stamen, inner parts of a flower, lotus, water lilly.
അവകാശി(നാ)- അവകാശം ഉള്ളവൻ, അധികാരി. heir, claimant.
അവഗണിക്കുക (സ.ക്രി)- അനാദരിക്കുക, വകവയ്ക്കാതിരിക്കുക. to disregard, ignore.
അവഗ്രാഹം(നാ)- തടസ്സം, വിഘ്നം, ശാപവചനം, വെള്ളം കോരാനുള്ള പാത്രം. impediment, cursing word, bucket.
അവജ്ഞ(നാ)- നിന്ദ, വെറുപ്പ്. contempt, disgrace, hatred.
അവതരിപ്പിക്കുക (സ.ക്രി)- പ്രദർശിപ്പിക്കുക, പ്രകാശിപ്പിക്കുക. exhibit, introduce, present.
അവദംശം(നാ)- കറി. curry.
അവദാഘം(നാ)- വേനൽ, ചൂട്. hot season, heat.
അവധാനം(നാ)- ശ്രദ്ധ. attention.
അവനം(നാ)- രക്ഷ. protection.
അവനി(നാ)- ഭൂമി. earth.
അവനി(നാ)- വിരൽ, നദി. finger, river.
അവബോധം(നാ)- അറിവ്, ഉണർവ്വ്, മനോഭാവം. awareness, knowledge, attitude.
അവമതി(നാ)- അപമാനം. disgrace.
അവമര്യാദ(നാ)- മര്യാദക്കേട്. insult, discourtesy.
അവമാനം(നാ)- അപമാനം, നിന്ദ. contempt, dishonour.
അവയവം(നാ)- അംഗം, ഭാഗം. limb of the body, part or portion.
അവരോധം(നാ)- തടസ്സം, തടവ്, വേലി, അന്തഃപുരം, അധികാരത്തിലേറ്റൽ. block, imprisonment, fence, harem, installation as king, president, etc..,
അവരോധകം(നാ)- വേലി. fence.
അവർണ്ണം(നാ)- അപവാദം, നിന്ദ. scandal, blame.
അവലംബം(നാ)- ആശ്രയം, താങ്ങ്, തൂങ്ങൽ. dependence, support, hanging posture.
അവലോകനം(നാ)- കാഴ്ച, വീക്ഷണം. view, observation.
അവശ(നാ.വി)- സ്വാധീനമില്ലാത്ത, കഴിവില്ലാത്ത, ക്ഷീണിച്ച. incapable, helpless, tired.
അവശിഷ്ടം(നാ)- ബാക്കി, അവശേഷിച്ചത്. remaining, remains.
അവശ്യം (ക്രി.വി)- അത്യാവശ്യമായി, നിശ്ചയമായും. necessarily, certainly.
അവസാനം(നാ)- ഒടുക്കം, അന്തം, സമാപനം, മരണം. end, conclusion, death.
അവസ്കന്ദം(നാ)- ആക്രമണം. attack.
അവസ്ഥ(നാ)- സ്ഥിതി, നിലപാട്, വിശേഷം, വിവരം. position, condition, news.
അവസ്ഥാനം(നാ)- ചുറ്റുപാട്, പാർപ്പ്, നിൽപ്പ്. surrounding, status, standing.
അവായം(നാ)- അവയവം, ദാനം. limb, gift.
അവിചാരം(നാ)- വിചാരമില്ലായ്മ. thoughtlessness.
അവിചാരിതം (ക്രി.വി)- അപ്രതീക്ഷിതമായി. unexpectedly.
അവിച്ഛേദം(നാ)- തുടർച്ച. continuity.
അവിട്ടം(നാ)- ഇരുപത്തിമൂന്നാമത്തെ നക്ഷത്രം. 23rd asterism.
അവിതാവ്(നാ)- രക്ഷിതാവ്. guardian.
അവിദ്യ(നാ)- അജ്ഞാനം, മായ. ignorance, illusion.
അവിരാമം (ക്രി.വി)- വിരാമമില്ലാതെ. continuously.
അവിവേകം(നാ)- വിവേകമില്ലായ്മ. indiscretion.
അവിശേഷം(നാ)- തുല്യത. similarity.
അവിശ്വാസം(നാ)- വിശ്വാസമില്ലായ്മ. mistrust.

അവിശ്വാസി(നാ)- വിശ്വാസമില്ലാത്തവൻ, ദൈവവിശ്വാസമില്ലാത്തവൻ. unbeliever, one who does not believe in god.
അവ്യക്ത(നാ.വി)- അഗോചരമായ, സ്പഷ്ടമല്ലാത്ത. invisible, unclear.
അവ്യക്തം(നാ)- മായ, സ്പഷ്ടമല്ലാത്തത്. illusion, not clear.
അവ്യക്തൻ(നാ)- വിഷ്ണു, ശിവൻ, കാമദേവൻ, പരമാത്മാവ്. Vishnu, Siva, Kamadeva, supreme being.
അവ്യഥ(നാ.വി)- വേദനയില്ലാത്ത, ദുഃഖമില്ലാത്ത. painless, without grief.
അവ്യയം(നാ)- ക്ഷയിക്കാത്തത്. something imperishable.
അവ്യവസ്ഥ(നാ)- ക്രമമില്ലായ്മ. irregularity.
അവ്യാപ്ത(നാ.വി)- വ്യാപിക്കാത്ത. not spread.
അശക്ത(നാ.വി)- ശക്തിയില്ലാത്ത, ക്ഷീണിച്ച. not strong, weak.
അശക്തൻ(നാ)- ശക്തിയില്ലാത്തവൻ. powerless person.
അശങ്ക(നാ)- ഭയമില്ലായ്മ, സംശയമില്ലായ്മ. fearlessness, doubtlessness.
അശബ്ദം(നാ)- പരബ്രഹ്മം. supreme being.
അശരണൻ(നാ)- നിസ്സഹായൻ. helpless person.
അശരീരി(നാ.വി)- ശരീരമില്ലാത്ത, ദിവ്യമായ. bodyless, divine.
അശരീരി(നാ)- ആകാശവാണി, ദേവവാക്ക്, ഈശ്വരൻ. voice coming from heaven or the sky, voice of god, god.
അശുദ്ധ(നാ.വി)- ശുദ്ധമല്ലാത്ത, തെറ്റായ. impure, error.
അശുദ്ധം(നാ)- ശുദ്ധമല്ലാത്തത്. something impure or polluted.
അശുഭം(നാ)- അമംഗളം, പാപം. inauspiciousness, sin.
അശൂന്യം(നാ)- ശൂന്യമല്ലാത്തത്. that which is not empty.
അശോകം(നാ)- ദുഃഖമില്ലായ്മ, ഒരിനം മരം. painlessness, a kind of tree.
അശ്നം(നാ)- മേഘം. cloud.
അശ്രം(നാ)- കണ്ണീർ, രക്തം, മൂല. tear, blood, corner.
അശ്രദ്ധ(നാ.വി)- ശ്രദ്ധയില്ലാത്ത. careless.
അശ്രു(നാ)- കണ്ണുനീർ. tear.
അശ്രുകണം(നാ)-കണ്ണുനീർത്തുള്ളി. tear-drop.
അശ്രുതി(നാ)- കേൾക്കാൻ കഴിയാത്ത, ചെവിയില്ലാത്ത. unable to hear, deaf.
അശ്വം(നാ)- കുതിര, ഏഴ്. horse, the number 7.
അശ്വതരം(നാ)- കോവർകഴുത. mule.
അശ്വൻ(നാ)- ശിവൻ. Siva.
അശ്വസേന(നാ)- കുതിരപ്പട. cavalry.
അശ്വാരി(നാ)- പോത്ത്. buffalo.
അഷ്ട(നാ.വി)- എട്ടാമത്തെ. eighth.
അഷ്ടഗന്ധം(നാ)- എട്ടു സുഗന്ധദ്രവ്യങ്ങൾ ചേർന്നത്. combination of eight fumigating perfumes.
അഷ്ടപാദം(നാ)- ചിലന്തി. spider.
അഷ്ടഭുജ(നാ)- എട്ടുകൈകളുള്ളവൾ, ദുർഗ്ഗാദേവി. woman who has eight hands, goddess Durga.
അഷ്ടമൂർത്തി(നാ)- ശിവൻ. Siva.
അഷ്ടി(നാ)- ഭക്ഷണം. food.
അസക്തി(നാ)- താല്പര്യമില്ലായ്മ, വിരക്തി. disinterestedness, apathy.
അസത്യം(നാ)- സത്യമല്ലാത്തത്, വ്യാജം. untruthfulness, falsehood.
അസന്തുഷ്ട(നാ.വി)- സന്തോഷമില്ലായ്മ, അസംതൃപ്തി. unhappiness, dissatisfaction.
അസന്നിധി(നാ)- അഭാവം, ദൂരം. absence, distance.
അസഭ്യ(നാ.വി)- സഭ്യമല്ലാത്ത, അശ്ലീലമായ. indecent, vulgar.
അസഭ്യം(നാ)- സഭ്യമല്ലാത്തത്, അശ്ലീലമായത്. that which is indecent, that which is vulgar.

അസംബന്ധം(നാ)- ബന്ധപ്പെടാത്തത്, സന്ദർഭത്തിന് യോജിക്കാത്തത്, വിഡ്ഢിത്തരം. not related, irrelevant, rubbish.
അസർ(നാ)- സായാഹ്നം. evening.
അസലം(നാ)- ഇരുമ്പ്, ആയുധം. iron, weapon.
അസഹനൻ(നാ)- ശത്രു. enemy.
അസഹ്യം(നാ)- സഹിക്കാനാകാത്തത്. that which is unbearable.
അസാധാരണം(നാ)- സാധാരണമല്ലാത്തത്. that which is unusual.
അസാധു(നാ.വി)- ന്യായമല്ലാത്ത, തെറ്റായ. unjust, incorrect.
അസാന്നിദ്ധ്യം(നാ)- അഭാവം, ഹാജരില്ലായ്മ. absence, state of being not present.
അസാമർത്ഥ്യം(നാ)- സാമർത്ഥ്യമില്ലായ്മ, കഴിവില്ലായ്മ. lack of skill, inefficiency.
അസിദ്ധം(നാ)- ലഭിക്കാത്തത്. that which is not acquired.
അസിദ്ധി(നാ)- പരാജയം, സാധിക്കാതിരിക്കൽ. failure, non- accomplishment.
അസിരം(നാ)- അമ്പ്, രശ്മി. arrow, ray.
അസുഖം(നാ)- സുഖമില്ലായ്മ, രോഗം. affliction, disease.
അസുര(നാ.വി)- ദിവ്യമായ, ജീവനുള്ള. divine, having life.
അസുര(നാ)- കുലട, രാത്രി. prostitute, night.
അസുരഹൻ(നാ)- വിഷ്ണു, ഇന്ദ്രൻ, അഗ്നി. Vishnu, Indra, Agni.
അസുലഭ(നാ.വി)- സുലഭമല്ലാത്ത, ലഭിക്കാൻ വിഷമമുള്ള. rare, not easily available.
അസൂയ(നാ)- മറ്റുള്ളവരുടെ സുഖത്തിൽ കണ്ണുകടി, കുശുമ്പ്. jealousy.
അസൂയാലു(നാ)- അസൂയയുള്ളവൻ. jealous person.
അസ്തമയം(നാ)- സൂര്യാസ്തമനം, മറയൽ, ഇല്ലാതാകൽ. sunset, disappearance, destruction.
അസ്തിത്വം(നാ)- ഉണ്ട് എന്നുള്ള അവസ്ഥ, ഉണ്മ. state of existing, substance.
അസ്തിവാരം(നാ)- അടിത്തറ, അടിസ്ഥാനം. foundation of building, base.
അസ്ത്രം(നാ)- അമ്പ്. arrow.
അസ്ത്രവിദ്യ(നാ)- ധനുർവ്വേദം. science of archery.
അസ്ഥി(നാ)- എല്ല്. bone.
അസ്ഥിര(നാ.വി)- സ്ഥിരമല്ലാത്ത, ചഞ്ചലമായ. inconstant, unsteady.
അസ്ഥൈര്യം(നാ)- സ്ഥിരതയില്ലായ്മ, ചഞ്ചലത. inconstancy, fickleness.
അസ്മിത(നാ)- അഹങ്കാരം. pride.
അസ്രം(നാ)- ചോര, കണ്ണുനീര്. blood, tear.
അസ്രപ(നാ)- അട്ട. leech.
അസ്വർഗ്ഗം(നാ)- നരകം. hell.
അസ്വാതന്ത്ര്യം(നാ)- സ്വാതന്ത്ര്യമില്ലായ്മ. lack of freedom.
അഹം(നാ)- ഞാൻ, ആത്മാവ്, അഹംഭാവം. I, soul, pride.
അഹങ്കാരം(നാ)- ഞാൻ എന്ന ഭാവം. pride, egoism.
അഹസ്കരൻ(നാ)- സൂര്യൻ. sun.
അഹസ്സ്(നാ)- പകൽ, ദിവസം, ആകാശം. day time, day, sky.
അഹി(നാ)- പാമ്പ്, ആയില്യം നക്ഷത്രം. a serpent, 9th lunar mansion.
അഹിതൻ(നാ)- ശത്രു. enemy.
അഹിംസ(നാ)- കൊല നടത്താതിരിക്കൽ, പരപീഡ ചെയ്യാതിരിക്കൽ. non-violence, harmlessness.
അഹീരൻ(നാ)- ഇടയൻ. cowherd.
അഹൂതം(നാ)- ധ്യാനം, പ്രാർത്ഥന. meditation, prayer.
അഹേതു(നാ.വി)- കാരണമല്ലാത്ത. unreasonable.

അഹോരാത്രം (അവ്യ)- പകലും രാത്രിയും, എല്ലായ്പ്പോഴും. day and night, always.

അളവ്(നാ)- അളക്കൽ, തൂക്കം, വലുപ്പം, വിസ്താരം ഇവ നിർണ്ണയിക്കൽ, വലുപ്പം, എണ്ണം. measurement, measurement of weight, size, area, number, etc,.

അളി(നാ)- സ്നേഹം, കാമം. love, lust.

അഴകൻ(നാ)- സുന്ദരൻ. a handsome.

അഴക്(നാ)- സൗന്ദര്യം. beauty, grace.

അഴിപ്പിക്കുക (സ.ക്രി)- നശിപ്പിക്കുക, കെട്ടുവിടുക. destroy, untie.

അഴിയുക (അ.ക്രി)- കെട്ടുവിടുക, മുറുക്കം പോവുക, ധൈര്യം കെടുക, മനസ്സ് അലിയുക, വിറ്റഴിയുക, മായുക. to be untied, to become loose, to be disheartened, to become tender-hearted, to be sold out, to be erased.

അഴുകുക (അ.ക്രി)- ചീയുക, അളിയുക. to decay, putrefy.

അറപ്പ്(നാ)- വെറുപ്പ്, അറുക്കൽ. hatred, cutting.

അറസ്റ്റ്(നാ)- തടവിലാക്കൽ. imprison.

അറിയിപ്പ്(നാ)- അറിയിക്കൽ, അറിവ് കൊടുക്കൽ. intimation, notice announcement.

അറിവ്(നാ)- വിജ്ഞാനം. knowledge.

അറുത്(നാ)- നാശം. destruction.

അറുത്ത(നാ.വി)- മുറിച്ച, കൊയ്ത. cut, reaped.

അറുമുഖൻ(നാ)- സുബ്രഹ്മണ്യൻ. Subrahmanya.

അറ്റ(നാ.വി)- മുറിഞ്ഞ, അവസാനിച്ച. broken, ended.

അറ്റം(നാ)- അവസാനം, അഗ്രം, വിളുമ്പ്. end, tip, edge.

അറ്റകുറ്റം(നാ)- കേടുപാട്, കുറവ്. damage, defect.

ആ

ആ - അക്ഷരമാലയിലെ രണ്ടാമത്തെ അക്ഷരം. second letter of the alphabet, long vowel, lengthened form of 'a.'

ആ - വരെ. till.

ആ(നാ) - പശു, എരുമ, മഹാലക്ഷ്മി. cow, buffalo, Lakshmi.

ആ (വ്യാ) വ്യാക്ഷേപകം, അനുമതി, ക്രോധം. assent, compassion, anger.

ആ (പ്രാ)- ക്രിയകളോടു ചേർക്കുന്ന ഒരു നിഷേധപ്രത്യയം. negative suffix to verbs.

ആ(പ്രാ) - സംബോധനാ പ്രത്യയം. vocative participle.

ആം - അതെ, ആകാം. is, may be.

ആം - കഴിയും, പ്രാപ്തിയുണ്ടാകും. participle expressing ability, possibility, willingness, etc..

ആം - നല്ലതാണ്, സ്വീകാര്യമാണ്. is good, is acceptable.

ആം - ഒരു ഭാവി പ്രത്യയം. suffix of future tense.

ആം - അനുജ്ഞായിക പ്രത്യയം, അനുമതി. a suffix of permissive mood to denote permission, okay.

ആം - പൂരണിതദ്ധിത പ്രത്യയം - സംഖ്യയോടു ചേർക്കുന്നു. ordinal suffix.

ആക (ക്രി.വി) - മുഴുവനും, ആകപ്പാടെ, ആയി. entirely, completely, comprising.

ആക - പറ്റില്ല, കൊള്ളില്ല, നന്നല്ല. will not be, it is not proper, is not able.

ആകണ്ഠം (ക്രി.വി) - കഴുത്തുവരെ. up to the neck.

ആകത്തുക - ആകെയുള്ള തുക, മൊത്തത്തുക. sum-total.

ആകത്ഥനം(നാ) - പൊങ്ങച്ചം പറച്ചിൽ, വമ്പു പറച്ചിൽ. boasting, swaggering.

ആകനിഷ്ഠം (ക്രി.വി)- ചെറുവിരൽ വരെ. up to little finger.
ആകപ്പാടെ - ആകെക്കൂടി, എല്ലാം ചേർന്ന്. totally, all together.
ആകം(നാ) - ചുരയ്ക്ക. calabash.
ആകം(നാ)- അകം, ഉള്ള്, മനസ്സ് the. inner self, the mind.
ആകമ്പനം(നാ) -ഇളക്കം, ചലനം, വിറയ്ക്കൽ, പതറൽ. trembling, wavering, shaking.
ആകമ്പറ (വി) - ഇളക്കം തട്ടിയ, ഇളകുന്ന. shaken, shaking.
ആകമ്പിത(നാ.വി) - ഇളകുന്ന, ചലിക്കുന്ന, അല്പമായി ഇളക്കപ്പെട്ട, ശോഭിച്ച. slightly shaken, trembling, agitated.
ആകമാനം (ക്രി.വി)- ആകപ്പാടെ. altogether.
ആകമ്ര (വി)- വർദ്ധിച്ച, മനോഹരമായ, ഭംഗിയുള്ള. increased, attractive, beautiful.
ആകർണ്ണനം(നാ)- കേൾക്കൽ, കേൾവി, ശ്രവണം. hearing.
ആകർണ്ണം - ചെവി വരെ. up to the ear.
ആകർണ്ണനിയ (ക്രി.വി) - കേൾക്കാൻ യോഗ്യമായ, കേൾക്കത്തക്ക. fit to be heard,audible.
ആകർണ്യ - കേട്ട്, ശ്രദ്ധിച്ചിട്ട്. having heard, having listened to.
ആകർഷകം(നാ) - വലി, കാന്തം. drawing near, magnet.
ആകർഷകം - ആകർഷിക്കത്തക്കത്. attractive.
ആകർഷണം(നാ)- ആകർഷിക്കൽ. attracting.
ആകർഷിണി(നാ)- തോട്ട, തോട്ടി. long stick with a hook at one end to pluck fruits.
ആകർഷക(വി) -ആകർഷകമായ, മനോഹരമായ. attractive, beautiful.
ആകർഷം(നാ) - ചൂതുകളി, ആകർഷിക്കൽ, കാന്തം. gambling, attraction, magnet.
ആകയാൽ - അതുകൊണ്ട്. therefore.
ആകരം - ഇരിപ്പിടം, രത്നം മുതലായവ വിൽക്കുന്ന സ്ഥലം, ഉറവിടം, കൂട്ടം, ഒരു രാജ്യത്തിന്റെ പേര്. seat, source, a group, multitude, name of a country.
ആകലനം(നാ) - കണക്കു കൂട്ടൽ, മനസ്സിലാക്കൽ, ബന്ധനം, കെട്ടൽ, പരിഗണന. calculation, understanding, narration, binding, preference.
ആകലയ്യ - ചെയ്തിട്ട്. having fastened.
ആകലിത (വി) - ബന്ധിക്കപ്പെട്ട, പിടിക്കപ്പെട്ട, ചെയ്യപ്പെട്ട. fastened, seized, done.
ആകല്പം -(ക്രി.വി) കല്പം വരെ, ലോകാവസാനം വരെ. till the end of the world, till deluge.
ആകല്പം(നാ) - ആഭരണം, അലങ്കരണം, കൃത്രിമസൗന്ദര്യം, ഗണന, അസുഖം. ornament, embellishment, artificial beauty, calculation, illness.
ആകല്പം(നാ) - ആഭരണം, അലങ്കാരം കൊണ്ടുള്ള ശോഭ, വർദ്ധന, ലോകാവസാനം വരെ, പ്രളയം വരെ. ornament, splendour due to decoration, increase, till the end of the world, till deluge.
ആകല്പിത (വി)- ഉണ്ടാക്കിയ. made of.
ആകല്യം(നാ)- രോഗം. sickness.
ആകവെ (ക്രി.വി)- മുഴുവനും, ആകെക്കൂടി. entirely, completely.
ആകല്പനം(നാ) - അലങ്കാരം, അലങ്കരണം. decoration.
ആകസ്മിക (വി) - യാദൃച്ഛികമായ, പെട്ടെന്നുണ്ടായ, അവിചാരിതമായ. accidental, sudden, unforeseen.
ആക്കം - ആയിത്തീരൽ, ആകെയുള്ളത്, ഗതി, വിശ്രമം, ശക്തി, നിഷ്ഠ, ആഗ്രഹം, ഉറപ്പ്, ഭംഗി, സുഖം, പെരുമ, സൗകര്യം. rest,desire,power,will, movement.
ആക്കം കലരുക- ഉറച്ച തീരുമാനം എടുക്കുക. taking a powerful decision.

ആക്കുക (അ.ക്രി) - ഭവിക്കുക, ആയിത്തീരുക, എത്തിച്ചേരുക, നിറയ്ക്കുക, ഏർപ്പെടുത്തുക. to appoint, to employ, to entrust, to do, to bring, to put.

ആക്കത്തൂക്കം(നാ)- വലിപ്പവും തൂക്കവും, ഈട്, ഘനം, പ്രാധാന്യം. weight, value, dignity, importance.

ആക്കറി, ആക്കിറി(നാ)- സാധനങ്ങൾ കൊണ്ടു നടന്ന് വിൽക്കുന്നവൻ. hawker.

ആകാത്തത് - സാധിക്കാത്തത്, യോജിക്കാത്തത് impossible. unsuitable.

ആകായ്മ -(നാ) ആകായ്ക, ആകായ്മ, അരുതാത്ത അവസ്ഥ. incapability, impossibility.

ആകാരം -(നാ) ആകൃതി, 'ആ'കാരം എന്ന അക്ഷരത്തിന്റെ തത്ഭവം, ഭക്ഷണം. shape, the letter aa, food.

ആകാരണം(നാ)- ക്ഷണം, വിളി, വെല്ലുവിളി. invitation, calling, challenge.

ആകാലം(നാ)- തക്ക സമയം, തക്കതല്ലാത്ത സമയം. proper time, wrong time.

ആകാലിക (വി)- സമയത്തിനു മുൻപുള്ള, ക്ഷണികമായ, കാലത്തിന് യോജിക്കാത്ത. untimely, transitory, unexpected.

ആകാലികി(നാ)- മിന്നൽ. lightning.

ആകാശം(നാ)- ഭൂമിയുടെ മുകളിലുള്ള അനന്ത വിസ്തൃതി, സ്വർഗ്ഗം, തുറന്നയിടം. sky, heaven, atmosphere, open space.

ആകാശകുസുമം(നാ) - അസംഭവ്യമായ കാര്യം അല്ലെങ്കിൽ വസ്തു. something which cannot exist.

ആകാശക്കപ്പൽ(നാ)- വിമാനം. airship.

ആകാശക്കോടാലി(നാ)- ഇടിത്തീ, ഉപദ്രവകാരി, ശല്യക്കാരൻ. thunderbolt, bully.

ആകാശക്കോട്ട(നാ) - മനോരാജ്യം. castle in the air.

ആകാശഗ (വി) - ആകാശത്തിലൂടെ പോകുന്ന. moving through sky.

ആകാശഗം(നാ)- പക്ഷി. bird.

ആകാശഗംഗ(നാ) - ദേവഗംഗ, ക്ഷീരപഥം. celestial Ganges, the milky way.

ആകാശചമസൻ(നാ)- ചന്ദ്രൻ. moon.

ആകാശചാരി(വി) - ആകാശത്തിൽ സഞ്ചരിക്കുന്ന. travelling in sky.

ആകാശചൂർണ്ണം, ആകാശധൂളി (നാ)- പുകയറ. soot, coating of smoke on walls of a kitchen.

ആകാശനാവികൻ(നാ) - വൈമാനികൻ. pilot.

ആകാശപ്പൊളി -(നാ) അഭ്രം, മേഘം. mica, cloud.

ആകാശഭാഷിതം(നാ) - ആകാശത്തേക്ക് നോക്കിക്കൊണ്ട് നടൻ ആരോ പറഞ്ഞതു കേട്ടതായി ഭാവിച്ചു കൊണ്ട് ചെയ്യുന്ന സംഭാഷണം, അശരീരി വാക്ക്. speaking off the stage, voice of invisible being, incorporeal voice.

ആകാശമണ്ഡലം(നാ) - മണ്ഡലാകൃതിയിൽ കാണപ്പെടുന്ന ആകാശം. celestial sphere.

ആകാശമാഞ്ചി(നാ) - ആകാശവള്ളി, ഒരു മരുന്നു ചെടി. a medicinal plant.

ആകാശയാനം(നാ) - വിമാനം, ആകാശ സഞ്ചാരം. aeroplane,travel through the sky.

ആകാശവല്ലി(നാ) - മൂടില്ലാത്താളി, അമൃതവല്ലി, അമരവള്ളി. air creeper, cocculus cordifolius, a kind of bean.

ആകാശവാണി(നാ)- അശരീരി വാക്ക്, റേഡിയോ വഴി കേൾക്കുന്ന ശബ്ദം. voice from the heaven, voice heard through radio.

ആകാശസലിലം(നാ)- മഴ, മഞ്ഞുവെള്ളം. rain, dew.

ആകാശസ്ഫടികം(നാ) - ആലിപ്പഴം, ആകാശത്തിൽ ഉണ്ടാകുന്നതായി വിശ്വസിക്കപ്പെടുന്ന സ്ഫടികം, സൂര്യകാന്തവും ചന്ദ്രകാന്തവും. hailstone, a kind of crystal supposed to be formed in the sky and of two kinds, suryakanta and chandrakanta.

ആകാംക്ഷ(നാ)- ആഗ്രഹം, താല്പര്യം. ഉത്കണ്ഠ. desire with expectancy, eagerness, anxiety.

ആകാംക്ഷി(നാ) - ആഗ്രഹമുള്ളവൻ. one who is desirous of.

ആകീർണ്ണ (വി) - ചിതറികിടക്കുന്ന, നിറയപ്പെട്ട, വ്യാപിച്ച. scattered, filled, overspread.

ആകീർണ്ണം(നാ) - അനേകതരത്തിലുള്ളവ ഒന്നുചേർന്നത്. collection of different objects.

ആകുഞ്ജനം(നാ) - കുനിവ്, കുനിയൽ, വളവ്. stoop, stooping, curve, bowing.

ആകുഞ്ചിത(വി)-വളയ്ക്കപ്പെട്ട, സങ്കോചിപ്പിക്കപ്പെട്ട, ചുരുണ്ട. bent, curled.

ആകുല (വി)- കുഴഞ്ഞ, ദുഃഖിച്ച, തളർന്ന, നിറഞ്ഞ. confused, sad, tired, filled, strongly attached.

ആകുലം(നാ) - മനഃക്ഷോഭം, ദുഃഖം, ജനങ്ങൾ കൂടി നിൽക്കുന്ന സ്ഥലം. confusion, grief, difficulty, sorrow.

ആകുലത(നാ)- ദുഃഖം, വിഷമം, കുഴപ്പം, കുഴക്കം. affliction, sorrow, confusion.

ആകുലപ്പെടുക(അ.ക്രി) - ദുഃഖിക്കുക, കുഴങ്ങുക. to be afflicted, to be confused.

ആകുലി(നാ)- ദുഃഖം. distress.

ആകുലിത (വി)- പരിഭ്രമിച്ച, ചെളിയാക്കിയ, പതറിയ. confounded, made muddy.

ആകുലീഭൂത (വി)- ക്ഷോഭിച്ച, ആകുലപ്പെട്ട. distressed, agitated.

ആകൂലിത (വി)- ചുരുങ്ങിയ, സങ്കോചം പ്രാപിച്ച. diminished, contracted.

ആകൂതം(നാ) - ഉദ്ദേശ്യം, ആഗ്രഹം, ഉപയോഗം. intention, will, desire, purpose.

ആകൂതി(നാ)- ഇച്ഛ, തോന്നൽ, അഭിപ്രായം, ഉദ്ദേശ്യം. desire, feeling, opinion, intention.

ആകൃതി(നാ) - രൂപം,വടിവ്, സ്വരൂപം, ആകാരം, രൂപരേഖ. outline, appearance, shape, form.

ആകൃഷ്ട(വി) - ആകർഷിക്കപ്പെട്ട, വലിക്കപ്പെട്ട, വലിച്ചടുപ്പിക്കപ്പെട്ട. attracted, pulled, drawn near.

ആകൃഷ്ടി(നാ)- ആകർഷണം, ആകർഷണ ശക്തി. attraction, attractive power.

ആകെ (ക്രി.വി)- ആകമാനം, മുഴുവനും, എല്ലാം കൂടി. to tally, in full.

ആകോലി, ആവോലി(നാ) - ഒരിനം കടൽ മീൻ. a kind of sea fish.

ആക്രന്ദൻ(നാ)- കരയുന്നവൻ, രക്ഷിതാവ്, സ്നേഹിതൻ, എതിരാളി. weeper, protector, friend.

ആക്രന്ദം, ആക്രന്ദനം(നാ) - മുറവിളി, നിലവിളി, പോരിനു വിളി, ഭയങ്കരമായ യുദ്ധം. lamentation, call for fighting, terrible fighting.

ആക്രമം, ആക്രമണം(നാ)- ക്രമക്കേടായ പ്രവേശം, കയ്യേറ്റം ചെയ്യൽ, ശത്രുരാജ്യം വളയൽ, ഭാരം കയറ്റൽ. irregular entry, attack, surrounding the enemy, loading.

ആക്രമിക്കുക(സ.ക്രി) - അപ്പുറം കടക്കുക, അതിരു കവിയുക, എതിർക്കുക, ബലാത്കാരമായി പ്രവേശിക്കുക. to intrude, to transgress, to oppose, to get in by force.

ആക്രമ്യ (ക്രി.വി)- ആക്രമിച്ചിട്ട്. having attacked.

ആക്രയൻ(നാ) - ആക്കറി. hawker.

ആക്രാന്ത (വി)- ആക്രമിക്കപ്പെട്ട. attacked, overpowered.

ആക്രാന്തം(നാ)- അത്യാർത്തി, കലശലായ, ബുഭുക്ഷ, വിശപ്പടക്കാൻ

നിവൃത്തിയില്ലാത്ത അവസ്ഥ, തീറ്റ ക്കൊതി, ആഗ്രഹം. desire, gluttony.

ആക്രീഡനം(നാ) - കളി, വിനോദം. playing, sporting, amusement.

ആക്രീഡം(നാ)- പൂങ്കാവ്, കളി, വിനോദം. flower-garden, playing, amusement.

ആക്രോശം(നാ)- നിലവിളി, ശാപം, ശകാരം, അപവാദം, ശപഥം. crying out, curse, blame, oath.

ആക്രോശിക്കുക (സ.ക്രി) - ഉച്ചത്തിൽ പറയുക, ശകാരിക്കുക, നിന്ദിക്കുക, ശപിക്കുക. to cry out, vociferate, to scold, to abuse, to curse.

ആക്ലിന്ന (വി)- നനവുള്ള. wet.

ആക്ലേദം(നാ)- നനയ്ക്കൽ. wetting.

ആക്ഷപണം(നാ) - പട്ടിണി, ഉപവാസം. starvation, fasting.

ആക്ഷികം(നാ) - ചൂതുകളിയിൽ കിട്ടിയ പണം, ചൂതിൽ നഷ്ടപ്പെട്ട പണം. money gained in gambling, money lost in gambling.

ആക്ഷിപ്ത (വി) - ആക്ഷേപിക്കപ്പെട്ട. insulted.

ആക്ഷീപം(നാ)- മുരിങ്ങ. moringa tree.

ആക്ഷുരണം(നാ) - പൊടിക്കൽ. pounding.

ആക്ഷുരിത(വി) - പൊടിക്കപ്പെട്ട. powered.

ആക്ഷേപക(വി) - ആക്ഷേപിക്കുന്ന. condemning, insulting.

ആക്ഷേപണം(നാ) - ഏറ്, ശകാരം, നിരസനം. throw, reviling, rejection.

ആക്ഷേപം(നാ)- നിന്ദ, തടസ്സം, എതി രഭിപ്രായം, ഏറ്, പിടിച്ചുവലി, കുറ്റം, ദൂഷ്യം, ചോദ്യം, സൂചന. reproach, objection, opposition, throw, rejection, pulling, defect, fault, hint, figure of speech.

ആക്ഷേപിക്കുക (സ.ക്രി)- എതിരു പറയുക, ഉരിഞ്ഞു കളയുക, പരിഹസി ക്കുക, ദൂരെ എറിയുക. to object to, to throw away, to mock, to insult, to blame, to cast away, to indicate.

ആഖണ്ഡനം(നാ) - പൊട്ടിക്കൽ, പിളർക്കൽ, ഛേദിക്കൽ. splitting, cleaving, cutting.

അഖണ്ഡലൻ(നാ)-ഇന്ദ്രൻ, ശിവൻ, ആഖണ്ഡനം ചെയ്യുന്നവൻ. Indra, Siva.

ആഖം, ആഖനം(നാ) - മൺവെട്ടി. spade.

ആഖനികൻ(നാ) - ഖനിത്തൊഴിലാളി, കള്ളൻ, നിലം കിളയ്ക്കുന്നവൻ, തുരന്ന് വീടിനുള്ളിൽ കടന്ന് മോഷ്ടി ക്കുന്നവൻ, എലി. one who works in a mine, ditcher, burgler, digger, rat.

ആഖനികം(നാ) - തൂമ്പ, എലി, പെരുച്ചാഴി, പന്നി. spade, rat, mouse, bandicoot, hog.

ആഖരം(നാ) - തൂമ്പ. spade.

ആഖാതം(നാ)- കുളം. pond.

ആഖു(നാ)- എലി, ചുണ്ടെലി, പെരു ച്ചാഴി, പന്നി, തൂമ്പ, ലുപ്തൻ, കള്ളൻ. rat, bandicoot, pig, spade, miser, thief.

ആഖുഭുക്ക്, ആഖുഭുജൻ(നാ)- പൂച്ച. cat.

ആഖേടം(നാ)- നായാട്ട്, വേട്ട. hunting.

ആഖേടകൻ(നാ) - നായാട്ടുകാരൻ. hunter.

ആഖേടികം(നാ) - വേട്ടപ്പട്ടി. hound, hunting dog.

ആഖ്യ(നാ)- പേര്, കർത്താവ്, കീർത്തി. name, subject, fame.

ആഖ്യാത (വി)- പറയപ്പെട്ട. told.

ആഖ്യാതം(നാ) - ആഖ്യയെക്കുറിച്ച് എന്തു പറയുന്നുവോ അത്, പറയപ്പെ ട്ടത്, വിളിക്കപ്പെട്ടത്. predicate, that which is told, that which is called.

ആഖ്യാതാ(നാ)- പറയുന്നവൻ, സംഭ വം വിവരിക്കുന്നവൻ, ഗുരു. narrator, reporter, teacher, instructor.

ആഖ്യാതി(നാ)- പറച്ചിൽ, അറിയിക്കൽ, വിളംബരം, കീർത്തി. telling, informing, proclamation, fame.

ആഖ്യാനം(നാ)- ഐതിഹ്യം, കഥ പറച്ചിൽ, വർണ്ണനം, കെട്ടുകഥ, ഉണ്ടായ സംഭവം. legend, story telling, description, reporting.

ആഖ്യാനിക്കുക (സ.ക്രി)- പറയുക, പ്രസ്താവിക്കുക. to tell, to state.

ആഖ്യായകൻ(നാ) - ചാരൻ, ദൂതൻ, വിളിച്ചു പറയുന്നവൻ. spy, courier, herald.

ആഖ്യാനകം(നാ) - പുരാണങ്ങളിലേയും മറ്റും ഉപാഖ്യാനം, ഉപകഥ. episode in epic or puranic story, description.

ആഖ്യായിക(നാ)- കല്പിതം മാത്രമല്ലാത്തതും നടന്നതുമായ കഥ, ദീർഘകഥ, ചരിത്രപരമായ സംഭവത്തെ പരാമർശിക്കുന്ന കഥ. novel, long story, historical romance.

ആഖ്യേയ (വി) - പറയാവുന്ന, പറയേണ്ടുന്ന. fit to be narrated, to be narrated.

ആഗത(വി) - ആഗമിച്ച, എത്തിയ, സംഭവിച്ച, ലഭിച്ച, വന്ന. came, arrived, happened, occurred, received, got.

ആഗതൻ(നാ)- അതിഥി. guest.

ആഗതം(നാ)- വരവ്, സംഭവം, ആഗമനം. incident, arrival.

ആഗതി(നാ)- വരവ്, ലാഭം, തിരിച്ചുവരവ്, ഉല്പത്തി, യാദൃച്ഛികസംഭവം. arrival, profit, return, origin.

ആഗത്യ (ക്രി.വി) - വന്നിട്ട്. having come.

ആഗന്തവ്യ (വി)- വരത്തക്ക, വരാനിരിക്കുന്ന. likely to come.

ആഗന്തു (വി)- വന്നുചേരുന്ന, പുറത്തുള്ള. arriving, external.

ആഗന്തു(നാ)- വിരുന്നുകാരൻ, വഴിപോക്കൻ, അന്യൻ. guest, traveller, stranger.

ആഗന്തുക(വി) - വന്നു ചേരുന്ന, ക്ഷണിക്കാതെ വരുന്ന, വഴിതെറ്റിവരുന്ന, യാദൃച്ഛികമായി വരുന്ന, ഇടയ്ക്കു വന്നു കയറിയ. arriving, coming uninvited, coming astray, incidental.

ആഗന്തുകൻ(നാ) - വിരുന്നുകാരൻ, അനധികൃതമായി കടന്നു വരുന്നവൻ, ക്ഷണിക്കാതെ വന്നവൻ. guest, intruder, stranger.

ആഗമനം(നാ)- വരവ്, പ്രാപ്തി, തിരിച്ചുവരവ്. coming, arriving, returning, reaching.

ആഗമം(നാ)- വരവ്, ഉല്പത്തി, വേദം, ലിഖിത പ്രമാണം, ജനനം, ആപ്തവാക്യം, ശാസ്ത്രം. coming arrival, origin, the sacred scripture, receipt, written document.

ആഗമാപായി (വി)- വന്നും പോയും ഇരിക്കുന്നവൻ, അസ്ഥിരമായ. that which is coming and going.

ആഗമി (വി) - ഭാവിയിലുള്ള, പഠിപ്പുള്ള. relating to the future, learned.

ആഗമിക്കുക(അ.ക്രി) - വന്നുചേരുക, പ്രാപിക്കുക, തിരിച്ചുവരുക. to come, to reach, to approach, to return.

ആഗലിത (വി)- വാടിത്തളർന്ന, വീഴുന്ന. drooping, falling and blowing down.

ആഗസ്തി(നാ)- തെക്കേ ദിക്ക്. southerly direction.

ആഗസ്മി(നാ)- അപരാധി, തെറ്റുകാരൻ, പാപി. sinner, offender.

ആഗസ്സ്(നാ)- പാപം, കുറ്റം, തെറ്റ്, നിയമലംഘനം. sin, offence, transgression.

ആഗളം (ക്രി.വി) - കഴുത്തുവരെ. up to the neck.

ആഗാമി (വി) - ഭാവിയിലെ, പാണ്ഡിത്യമുള്ള, വരാൻ പോകുന്ന, വേദശാസ്ത്രത്തിൽ അറിവുള്ള. coming, related to the future, learned.

ആഗാമിക (വി) - ആസന്നമായ, വരാനിരിക്കുന്ന. relating to the future, coming, just arriving.

ആഗാരം(നാ)- വീട്. house.
ആഗിരണം(നാ)- ഉള്ളിലേക്കു വലിച്ചെടുക്കൽ, സ്വീകരിക്കൽ. absorption.
ആഗൂ(നാ)- അംഗീകാരം, പ്രതിജ്ഞ. recognition, oath.
ആഗ്നേയ (വി)- അഗ്നിയെ സംബന്ധിച്ച, എരിയുന്ന, അഗ്നിയിൽ നിന്നുണ്ടായ, അഗ്നിയെ ജ്വലിപ്പിക്കുന്ന. related to fire, born of fire, kindling the fire.
ആഗ്നേയൻ(നാ) - പാപഗ്രഹം, സുബ്രഹ്മണ്യൻ, അഗസ്ത്യൻ, അഗ്നി പൂജകൻ. sinful planet, Subrahmanya, Agastya, worshipper of fire.
ആഗ്നേയം(നാ) - സ്വർണ്ണം, അഗ്നിപുരാണം, ആഗ്നേയാസ്ത്രം, ഭസ്മം, ചോര, നെയ്യ്, കോലരക്ക്. gold, third or great epic, constellation, name of a Mahapurana missile presided over by Agni, blood, ghee, holy ashes, lac.
ആഗ്നേയി(നാ)- തെക്കുകിഴക്കേ ദിക്ക്, സ്വാഹാദേവി. south-east direction, goddess Swaha.
ആഗ്രഹം(നാ) - പിടിക്കൽ, വലിക്കൽ, എടുക്കൽ, മോഹം, ഗ്രഹിക്കൽ. catching, pulling, seizing, longing wish.
ആഗ്രഹായണം(നാ)- മാർകഴി മാസം, ധനുമാസപൗർണ്ണമി, മാർഗ്ഗശീർഷം. name of the month, full moon day of Agrahayana month.
ആഗ്രഹി(നാ) - ആഗ്രഹമുള്ളവൻ. one who desires.
ആഗ്രഹിക്കുക (സ.ക്രി) - കിട്ടണമെന്ന് മനസ്സുവയ്ക്കുക, ഇച്ഛിക്കുക, കൊതിക്കുക. to yearn, to crave, to wish, to long for.
ആഗ്രഹായണി(നാ) - മകയിരം നക്ഷത്രം, മാർകഴി മാസത്തിലെ വെളുത്ത വാവ്. constellation called Magayiras, full moon in that month.
ആഘട്ടനം(നാ)- കൂട്ടിമുട്ടൽ, ഉരസൽ, അടി. conflict, friction, rubbing, striking.
ആഘർഷണം(നാ)- ഉരസൽ, തേപ്പ്. friction, rubbing.
ആഘാതം(നാ)- അടി, ചുവടുവയ്പ്, ചവിട്ടൽ, വ്രണം, മുറിവ്, കൊല, വീഴ്ച, ദൗർഭാഗ്യം. stroke, stepping, kicking, ulcer, injury, murder, fall, misfortune.
ആഘൂർണ്ണ (വി)- ഇളകിയ, ചുറ്റിത്തിരിയുന്ന. whirling, round.
ആഘൂർണ്ണനം(നാ) - ചുറ്റൽ, ചുഴറ്റൽ. whirling, rolling.
ആഘൂർണ്ണിത (വി)- ചുഴറ്റപ്പെട്ട, ഇളകുന്ന. whirled around, fluctuating.
ആഘൃണി(വി) - ഉജ്ജ്വലിക്കുന്ന, കത്തുന്ന. glowing with heat.
ആഘൃണി(നാ)- സൂര്യൻ. sun.
ആഘോഷണ(നാ) - പ്രഖ്യാപനം, വിളംബരം. public announcement, proclamation.
ആഘോഷം(നാ) - കോലാഹലം, ഉത്സവം, കൊണ്ടാടൽ, ആഡംബരം. loud and confused sound, festival, celebration, splendour, pomp.
ആഘോഷിക്കുക(സ.ക്രി) - കേമമായി നടത്തുക, കൊണ്ടാടുക. to proclaim, announce, celebrate.
ആഘ്രാണ(വി)- മണമുള്ള. fragrant.
ആഘ്രാണനം(നാ) - മണപ്പിക്കൽ, ചുംബനം. act of smelling, kissing.
ആഘ്രാണം(നാ) - മണപ്പിക്കൽ, ചുംബിക്കൽ. smelling, kissing.
ആഘ്രാത (വി)- മണപ്പിക്കപ്പെട്ട, ചുംബിക്കപ്പെട്ട. smelled, kissed.
ആങ്കാരം(നാ) - അഹങ്കാരം. haughtiness.
ആംഗം(നാ) - സുന്ദരമായ ശരീരം, കൃശശരീരം. delicate body, lean body.
ആംഗല (വി)- ഇംഗ്ലണ്ടിനെ സംബന്ധിച്ച. English.
ആംഗലഭാഷ(നാ)- ഇംഗ്ലീഷ്. English.
ആംഗാരം(നാ) - കരിയുടെ കൂട്ടം. heap of charcoal.
ആംഗാരികൻ(നാ) - കരിക്കാരൻ. stoker.

ആംഗിക (വി)- അംഗസംബന്ധിയായ, ശരീരസംബന്ധിയായ, അംഗചലനം കൊണ്ട് പ്രകാശിപ്പിക്കുന്ന. organic, bodily, expressed by gestures.

ആംഗികം(നാ)- ഒരു അഭിനയരീതി. ആംഗ്യം a mode of dramatic expression, gesture.

ആംഗ്യഭാഷ(നാ)- ഹസ്തമുദ്ര, കൈക്രിയ. language of gestures.

ആങ്ങൾ, ആങ്ങള(നാ) - സഹോദരൻ. brother.

ആങ്ഹാ -അങ്ങനെയോ എന്ന അർത്ഥം സൂചിപ്പിക്കുന്ന വ്യാക്ഷേപകം. exclamation denoting wonder, about to be exhausted.

ആചന്ദ്രതാരം(ക്രി.വി) - ചന്ദ്രനും നക്ഷത്രങ്ങളും ഉള്ള കാലം വരെ, ശാശ്വതമായി. as long as the moon and the stars exist, eternally.

ആചന്ദ്രാർക്കം (ക്രി.വി)- ചന്ദ്രനും സൂര്യനും ഉള്ളകാലം വരെ. as long as the moon and the sun exist, forever.

ആചമനം(നാ)- ബ്രാഹ്മണർ സന്ധ്യയ്ക്ക് മന്ത്രപൂർവ്വം ജലം കൊണ്ട് ചെയ്യുന്ന ദേഹശുദ്ധി, ആചമനത്തിനുള്ള ജലം, ആചമിക്കുക. purification of a brahmin's body with water and chant, sipping water, to wash.

ആചയനം(നാ)- ശേഖരിക്കൽ. gathering.

ആചയം(നാ) - ശേഖരിക്കൽ, സമൃദ്ധി. collection, plenty.

ആചരണം(നാ)- അനുഷ്ഠാനം. observance.

ആചരണീയ(വി) - ആചരിക്കത്തക്ക. observable.

ആചരിക്കുക(സ.ക്രി) - പ്രവൃത്തിക്കുക, അനുഷ്ഠിക്കുക, ചെയ്യുക, കൈകൊള്ളുക, ശീലിക്കുക, വണങ്ങുക. to act,to observe, to perform, to do, to accept, to practise, to behave, to respect, to act accordingly.

ആചരിത(വി) - ആചരിക്കപ്പെട്ട. observed.

ആചരിതം(നാ) - ആചരിക്കപ്പെട്ടത്, നടത്ത, നടപടി ക്രമം, പെരുമാറ്റം. perform, observe,conduct, procedure, behaviour.

ആചാമം(നാ) - കഞ്ഞിവെള്ളം, ആചമനം, കുലുക്കുഴിയൽ. gruel, gargling, rinsing the mouth.

ആചാരം(നാ) - നാട്ടുനടപ്പ്, കീഴ്വഴക്കം, മര്യാദ, വിനയം, പ്രവൃത്തി, പതിവു പണം, ധർമ്മാനുഷ്ഠാനം. usage, custom, precedence, established rule of the conduct, humility, action, customary gift, religious or ethical observance.

ആചാരി (വി)- ആചാരങ്ങൾ അനുഷ്ഠിക്കുന്ന, ആശാരി, തട്ടാൻ, അയ്യങ്കാർ. following customary law or practice, carpenter, goldsmith.

ആചാര്യകം(നാ)- പ്രവൃത്തി, അധ്യാപനം, ആചാര്യപദവി. profession, office of precept, position of preceptor.

ആചാര്യൻ(നാ) - ഗുരു, മന്ത്രോപദേഷ്ടാവ്, ശില്പകലാനിപുണൻ, ബൃഹസ്പതി. precept, religious teacher, one who knows the art of sculpture, Brihaspati.

ആചിത (വി)- കൂട്ടിവച്ച, ശേഖരിക്കപ്പെട്ട, കോർക്കപ്പെട്ട, മൂടിയ, നിറയ്ക്കപ്പെട്ട, ഭാരം കയറ്റപ്പെട്ട. accumulated, collected, tied, covered, filled, loaded.

ആച്ചി(നാ)- ഗോപസ്ത്രീ, അമ്മ, അച്ഛന്റെ അമ്മ, ഗുരുപത്നി, മദിനി, ജ്യേഷ്ഠ സഹോദരി. cowherdress, mother, father's mother, grand mother, preceptor's wife, sister-in-law.

ആച്ചിയാർ(നാ)- ഗോപസ്ത്രീ. cow herdess.

ആച്ച്(നാ)- ആശ്വാസം, ശമനം, തഞ്ചം, ആഘാതം, പ്രഹരം. relief, cure, opportunity, stroke, blow.

ആച്ചൻ - അച്ഛൻ. father.
ആച്ചുക (സ.ക്രി)- കനം നോക്കുക, പൊക്കുക, നീട്ടുക, ആറ്റുക. to weigh, to balance, to lift, to lengthen, to cool.
ആച്ഛന്ന (വി)- മറയ്ക്കപ്പെട്ട, മൂടിയ, വസ്ത്രം ധരിച്ച. covered, veiled, dressed, clothed.
ആച്ചാകം(നാ)- താന്നിമരം. terminalia bellerica.
ആച്ഛാദക(വി) - മറയ്ക്കുന്ന, മൂടുന്ന. covering, veiling.
ആച്ഛാദനം(നാ) - മറയ്ക്കൽ, മൂടൽ, മറ, മൂടി, ഉറ, വസ്ത്രം. concealling, covering, curtain, lid, sheath, cloth, garment .
ആച്ഛാദനി(നാ) - മറ, വസ്ത്രം. curtain, cloth.
ആച്ഛാദിക്കുക (സ.ക്രി)- മറയ്ക്കുക, മൂടുക. to cover, to veil.
ആച്ഛിന്ന(വി) - ഛേദിച്ചു കളഞ്ഞ, നശിപ്പിച്ച. cut off, destroyed.
ആച്ഛോടനം(നാ)- ഞൊട്ടയൊടിക്കൽ. cracking the fingers.
ആച്ഛോദനം(നാ)- നായാട്ട്. hunting.
ആജ (വി) - അജത്തെ സംബന്ധിച്ച, ആട്ടിൻ പാൽ, ഉരുക്കുനെയ്യ്. related to goat, goat's milk, ghee.
ആജ(നാ)- പെണ്ണാട്. sheep.
ആജകം(നാ)- ആട്ടിൻപറ്റം. flock of goats.
ആജനനം(ക്രി.വി) - ജനനം മുതൽക്ക്. from birth, ever since birth.
ആജന്മം (ക്രി.വി)- ജനിച്ച നാൾ മുതൽ. from the date of the birth.
ആജം(നാ)- ആട്ടിൻ പാൽ, ഉരുക്കു നെയ്യ്, കമ്പിളി. goat's milk, clarified butter, ghee, woollen cloth.
ആജം(നാ)- കഴുകൻ. vulture.
ആജാനം(നാ)- ജന്മഭൂമി, ജനനം, ദേവലോകം. motherland, birth place, birth, divine world.
ആജി(നാ)- യുദ്ധം. fight, battle, war.
ആജി(നാ)- മെക്കയിൽ തീർത്ഥയാത്രയ്ക്കു പോയ ആൾ. haji (Musilm), pilgrim of Mecca.
ആജിഗീഷു (വി)- കീഴടക്കാൻ ആഗ്രഹിക്കുന്ന, ജയേച്ഛയുള്ള. desiring to win, willing to over come.
ആജീവനം(നാ)- ഉപജീവനം. livelihood.
ആജീവനാന്തം(ക്രി.വി) - ജീവാവസാനം വരെ. until death.
ആജീവം(ക്രി.വി) - ജീവനുള്ള കാലം വരെ. as long as one live.
ആജീവം, ആജീവിക(നാ) - ഉപജീവനം, ജീവനോപായം. livelihood, profession .
ആജ്ഞ(നാ)- കല്പന, ശിക്ഷ, തള്ളവിരൽ, പത്താംഭാവം, പുരികങ്ങളുടെ ഇടയ്ക്കുള്ള ഒരു ചക്രം. order, command, punishment, thumb, mystical circle between the eyebrows.
ആജ്ഞാപ്തി(നാ)- കല്പന, നിർദ്ദേശം. command, direction.
ആജ്ഞാപിയ്ക്കുക(സ.ക്രി) -കല്പിക്കുക, ഉത്തരവാകുക. to order, to command.
ആജ്ഞാകരൻ,ആജ്ഞാകാരി (നാ)- ഭൃത്യൻ. servant.
ആജന്ത്യം(നാ)- ലക്ഷ്യം, യുദ്ധാവസാനം. aim, end of battle.
ആജ്യം(നാ)- നെയ്യ്, ഉരുക്കിയ വെണ്ണ, പഴകിയ നെയ്യ്, എണ്ണ, പാൽ, അഗ്നി. ghee, clarified butter, old ghee, oil, milk, fire.
ആഞ്ചുക (അ.ക്രി) - മുൻപോട്ടു ചായുക, ആയുക, ഓങ്ങുക, വന്ദിക്കുക. to bend forward, to incline, to bow.
ആഞ്ജനം(നാ) - കൺമഷി, കുറിക്കൂട്ട്. collyrium for eyes, perfumery or sandal paste.
ആഞ്ജനേയൻ(നാ) - ഹനുമാൻ. Hanuman.
ആഞ്ഞ (വി)- നീണ്ട, കുനിഞ്ഞ, ചാഞ്ഞ. long, bowed, inclined.

ആട(നാ) - ഉടയാട, പാൽപ്പാട, തേനറ, മുളയുടെയുള്ളിലുള്ള നേരിയ പാട. cloth, dress, cream, scum,honeycomb, thin membrane that covers the cotyledon in seed.

ആടകം(നാ)- സ്വർണ്ണം. gold.

ആടരവം(നാ)- ആടുന്ന പാമ്പ്. dancing serpent.

ആടൽ(നാ) - മനസ്സിന്റെ ഇളക്കം, ഉത്കണ്ഠ, ദുഃഖം, ആട്ടം, നൃത്തം, കുളി, യുദ്ധം, ജയം. agitation, anxiety, affliction, grief, shaking, dancing, bath, battle, success.

ആടലോടകം(നാ) - ഒരു ഔഷധ ചെടി. justicia adhatoda.

ആടല്പ്പെടുക(അ.ക്രി) - ദുഃഖിക്കുക, കുണ്ഠിതപ്പെടുക. to be in distress.

ആടവാണിയൻ(നാ) - തുണിക്കച്ചവടക്കാരൻ. clothier.

ആടി(നാ)- കർക്കടകമാസം. July-August, the month of Ashada.

ആടിക്കാലം(നാ)- മഴക്കാലം. rainy season.

ആടിയറുതി(നാ) - ആടി മാസത്തിന്റെ അവസാനം, കൊല്ലാവസാനം. end of the month 'Adi', year-end.

ആട്(നാ)- പാല് നൽകുന്ന ഒരു നാൽക്കാലി മൃഗം, മേടം രാശി. goat, sheep,one of the zodiac.

ആടുക (അ.ക്രി)- വീശുക, തുടിക്കുക, ആഘോഷിക്കുക, നൃത്തം വയ്ക്കുക, മുഴുകുക, സഞ്ചരിക്കുക, അങ്ങോട്ടു മിങ്ങോട്ടും ചലിക്കുക. to blow, to dance, to involve, to travel, to swing.

ആടുക (സ.ക്രി)- ജയിക്കുക, പാകം ചെയ്യുക, കൊല്ലുക. to win, to cook, to kill.

ആടുതൻ(നാ)- കളിച്ചീട്ടിൽ ഒരിനം. a kind of playing-cards.

ആടുതൽ, ആടുതലി(നാ)- മേലുദ്യോഗസ്ഥരെ അകമ്പടി സേവിക്കുന്ന താണജീവനക്കാരൻ, പാറാവുകാരൻ. orderly, guard.

ആടോപം(നാ) - ഗർവം, ദുരഭിമാനം, ആഡംബരം, ഊതിവീർക്കൽ. self-conceit, pride, pomp, puffing.

ആട്ട(വി)- ആണ്ടു തോറുമുള്ള. annual, yearly.

ആട്ട(നാ) - ഗോതമ്പുമാവ്. wheat flour, any grain ground to powder.

ആട്ടകം(നാ) - കുളിമുറി. bathroom.

ആട്ടക്കഥ(നാ) - ആടാൻ തക്ക വണ്ണം എഴുതിയുണ്ടാക്കിയ കഥ. classical dramatic composition in Malayalam for use in Kathakali.

ആട്ടം(നാ) - ഇളക്കം, നൃത്തം, കഥകളി, തവണ, വിറയൽ, കുലുക്കം, ചാഞ്ചാട്ടം, ചതയ്ക്കൽ, സംശയം. swinging, dance, play, sport, game, Kathakali dance, term instalment, shivering, shaking, oscillation, crushing, grinding, doubt.

ആട്ടവിശേഷം - കൊല്ലംതോറും വരുന്ന വിശേഷ ദിവസം, ഉത്സവം, പെരുനാൾ. the annual festival or feast.

ആട്ടിക്കടിയൻ(നാ) - കുറുക്കൻ. fox.

ആട്ടിൻകല്ല്(നാ)- ഗോരോചന. bezor.

ആട്ടിടയൻ(നാ) - ആടുമേക്കുന്നവൻ. shepherd.

ആട്ടിൻ കിട(നാ)- ആട്ടിൻ പറ്റം. sheep flock.

ആട്ട്(നാ) - ആടൽ, കുളി, ഉച്ചാടനം, നായാട്ടിനുള്ള കാടിളക്കൽ. rocking in cradle, bathing, exorcism, expulsion, loud sounds raised to rouse the animals for hunting.

ആട്ട്(നാ) - ആട്ടൽ, അഭിഷേകം, കുളി. pressing out, anointing, bathing.

ആട്ടുക (സ.ക്രി) - അങ്ങോട്ടുമിങ്ങോട്ടും ഉലയ്ക്കുക, ഇളക്കുക, ചക്കിലിട്ട് എണ്ണയെടുക്കുക, ദുഷിക്കുക, ശകാരിക്കുക, അലക്ഷ്യമാക്കുക, മേയ്ക്കുക, അകറ്റിയോടിക്കുക. to rock, to ossicilate, to shake, to press out, to abuse, to scold, to disregard, to graze cattle, to cause to flee.

ആട്ടുകൊറ്റൽ(നാ)- ആണാട്. ram.
ആട്ടെ (ക്രി) - ആകട്ടെ, ആയികൊള്ളട്ടെ, ഇരിക്കട്ടെ, ആവാം, ശരി. let it be.
ആഡംബരം(നാ) - അലങ്കാരം, കോലാഹലം, യുദ്ധഭേരി, ഉദാരത, അഹംഭാവം, ആനയുടെ അലർച്ച. pomp, show, ostentation, splendour, great noise, war-drum, generosity, pride, egoism, immensity.
ആഢ്യ (വി)- ധനമുള്ള, ശ്രേഷ്ഠമായ, കലർന്ന, ധാരാളമുള്ള, ആഭിജാത്യമുള്ള. rich, wealthy, excellent, noble, richly endowed, filled or mixed.
ആഢ്യത(നാ) - ധനികത, ശ്രേഷ്ഠത, പ്രഭുത്വം. wealth, nobility, opulence.
ആഢ്യൻ(നാ) - ധനവാൻ, ശ്രേഷ്ഠൻ, അഭിജാതൻ, നമ്പൂതിരി വർഗ്ഗത്തിലെ ഏറ്റവും ഉയർന്ന ഉപവിഭാഗം. wealthy person, excellent person, noble person, aristocrat, title of a class of Namboodiri Brahmins.
ആൺ(നാ)- പുരുഷൻ, മിടുക്കൻ, വീര്യമുള്ളവൻ, മേന്മയുള്ളവൻ. male, smart person, brave/ heroic man, superior person.
ആണ(നാ)- ശപഥം, ആജ്ഞ, വിജയം. oath, vow, swearing, order, command, victory, adjuration.
ആണത്തം(നാ) - ആണിന്റെ സ്വഭാവം, പുരുഷത്തം, ചുണ, ധീരത. manliness, masculinity, ability, bravery.
ആണം (ന) - താങ്ങ്. support.
ആണം(നാ) - മത്സ്യക്കറിയുടെ ചാറ്, സൂപ്പ്, കുഴമ്പ്. brith, soup, cream, gravy.
ആണവ (നാ.വി) - അണുവിനെ സംബന്ധിച്ച, വളരെ ചെറുതായ, ദുഃഖമയമായ. pertaining to an atom, atomic, very minute, sorrowful.
ആണവം(നാ) - അണുത്വം, പൗരുഷം, അഹങ്കാരം. minuteness, masculinity, pride.
ആണറബിൾ (നാ.വി) - ബഹുമാനപ്പെട്ട. honourable.
ആണററി (നാ.വി) - സൗജന്യമായി ജോലി ചെയ്യുന്ന. honorary.
ആണാൾ(നാ) - പുരുഷൻ. male, man.
ആണി(നാ) - കൂർത്ത പദാർത്ഥം, സ്വർണ്ണത്തിന്റെ മാറ്റുരച്ച് നോക്കുവാനുള്ള ഒരു ഉപകരണം, ആപ്പ്, അതിര്, ആണിരോഗം, ആധാരം, ഒരു തരം മുഖക്കുരു, ഉള്ളങ്കാലിൻമേലുണ്ടാകുന്ന പുണ്ണ്. nail, pin, spike, peg, pin of gold to test fitness of gold, core of boil, support, peg on which all depend, corner of house, small door, gutter, kind of hard growth or ulcer on foot, corn.
ആണിക്കല്ല്(നാ) - അടിസ്ഥാനം, മുഖ്യൻ, മൂലക്കല്ല്, മുഖ്യമായത്. the basis, prime, key stone, of prime importance.
ആണിവേര്(നാ) - തായ്‌വേര്. tap root.
ആണ്, ആൺ(നാ) - പുരുഷൻ, മിടുക്കൻ. male, man, efficient man, honourable man, brave man.
ആണ് (ക്രി)- ആകുന്നു. is, are, am, art.
ആണ്ട (വി) - ഭരിച്ച, ഉള്ള, ആവേശിച്ച, പുരണ്ട, ധരിച്ച. having ruled, having controlled, having possessed, smeard with, put on bearing.
ആണ്ടവൻ(നാ) - ഈശ്വരൻ, ധരിച്ചവൻ, ഉള്ളവൻ, രാജാവ്. god, one who bears and supports, one who is having.
ആണ്ടറുതി(നാ) - വർഷാവസാനം, ഓണം, വിഷു മുതലായ വിശേഷ ദിവസങ്ങൾ. end of the year, festive days.
ആണ്ട്(നാ)- വർഷം, കൊല്ലം, മുസ്ലീങ്ങളുടെ ചരമവാർഷികം. year, for muslims death anniversary.
ആണ്ടുപിറപ്പ്(നാ) - വർഷാരംഭം. new year.

ആണ്ഡജം(നാ) - പക്ഷി, സർപ്പം. bird, serpent.
ആണ്ഡം(നാ) - മുട്ട. egg.
ആൺപിറന്നവൻ(നാ)- പുരുഷൻ, മിടുക്കൻ. man, clever man.
ആൺപിള്ള(നാ) - ആൺകുട്ടി, മിടുക്കൻ. boy, capable man.
ആണ്മ(നാ) - ആണത്തം, ധീരത, പ്രൗഢി, നായകത്വം. masculinity, bravery, splendour, heroism, leadership.
ആതങ്കം(നാ) - രോഗം, ദുഃഖം, ഭയം, സംശയം, മുരജധ്വനി. disease, affliction, fear, doubt, uncertainity, sound of drum.
ആതത (വി) - വിസ്താരമുള്ള, വ്യാപിച്ച, വലിച്ചുനിൽക്കുന്ന, പരന്ന, നീണ്ട. broad, spread, stretched, flat, long.
ആതതായി(നാ) - കൊല്ലാൻ ഒരുമ്പെട്ടവൻ, മഹാപാപം ചെയ്യുന്നവൻ. one who is prepared to murder, one who commits sin.
ആതപ (വി) - തപിപ്പിക്കുന്ന, ദുഃഖിപ്പിക്കുന്ന. causing heat, causing affliction.
ആതപത്രം, ആതപത്രകം(നാ) - കുട, വെൺകൊറ്റക്കുട. umbrella, parasol.
ആതപൻ(നാ) - സൂര്യൻ. sun.
ആതപനൻ(നാ) -ശിവൻ. Siva.
ആതപം(നാ)- ചൂട്, വെയിൽ, പ്രകാശം. heat, sunlight, sunshine.
ആതപവാരണം(നാ) - കുട. umbrella.
ആതപാഘാതം(നാ) - സൂര്യതാപമേറ്റുള്ള മരണം. death due to sunstroke.
ആതപീയ (വി) - വെയിലുള്ള. sunny.
ആതപോദകം(നാ) - കാനൽജലം. mirage.
ആതം(നാ) - കഴുമരം. gibbet, gallows.
ആതരം(നാ) - അക്കരെ, കടത്തുകൂലി, ജലമാർഗ്ഗസഞ്ചാരത്തിനുള്ള കൂലി. crossing over, freight charges, charges for water-transport.
ആതർദ്ദനം(നാ) - തള്ളിത്തുറക്കൽ. opening by push.
ആതർപ്പണം(നാ) - തൃപ്തിപ്പെടുത്തൽ. satiating, gratifying.
ആതാനം(നാ) - വലിച്ചുനീട്ടൽ, വിസ്തൃതി. strain, tension, extension.
ആതാമ്ര (വി) - കുറച്ച് ചുവന്ന, ചെമ്പിച്ച. reddish, copper-coloured.
ആതാര്യ (വി) - തരണം ചെയ്യത്തക്ക. which can be overcome.
ആതാളിക്കുക (അ.ക്രി) - ബഹളം കൂട്ടുക. to bustle, to roar.
ആതിച്ചൻ(നാ) - ആദിത്യൻ. sun.
ആതിഥേയ (വി) - അതിഥിസത്കാരം ചെയ്യുന്ന, ആതിഥേയൻ. hospitable, host.
ആതിഥ്യൻ(നാ) - വിരുന്നുകാരൻ. guest.
ആതിഥ്യം(നാ) - അതിഥിസത്കാരം, വിദേശത്തുനിന്നും കൊണ്ടുവരുന്ന സാധനം. hospitality, commodity imported from foreign country.
ആതിര(നാ) - തിരുവാതിര. sixth lunar mansion.
ആതു(നാ) - പൊങ്ങുതടി, ചങ്ങാടം. raft.
ആതുംഗ (വി) - ഉയർന്ന. high, lofty.
ആതുര (വി) - രോഗമുള്ള, പാരവശ്യമുള്ള, ദുഃഖമുള്ള, മുറിവേറ്റ, ഔത്സുക്യമുള്ള. sick, tired, distressed, afflicted, eager, diligent, wounded, grief stricken.
ആതുരശാല(നാ) - ആശുപത്രി. hospital.
ആതുളി(നാ) - ശബ്ദം, മുഴക്കം, ബഹളം. noise, sound, reverberating sound, bustle.
ആത്ത് - അകത്ത്. inside.
ആത്ത (വി) - പ്രാപിച്ച, എടുക്കപ്പെട്ട, സ്വീകരിക്കപ്പെട്ട, ചേർന്ന, കൂടെയുള്ള. reached, taken, received, accepted, joined, accompanying.
ആത്തമോദം (ക്രി.വി) - സന്തോഷത്തോടെ. gladly.

ആത്തവധാനം (ക്രി.വി) - ശ്രദ്ധയോടെ. attentively.
ആത്മക (വി) - ചേർന്ന, ഉള്ള, യുക്തമായ, സ്വരൂപത്തിലുള്ള. consisting, suitable, composed of.
ആത്മകഥ(നാ) - സ്വന്തം ജീവചരിത്രം. autobiography.
ആത്മകീയ (വി) - തനിക്കുള്ള, തന്നെ സംബന്ധിച്ച. one's own, relating to one's self.
ആത്മകൃത (വി) - തന്നെത്താൻ ചെയ്ത. done by oneself.
ആത്മഗതം(നാ) - സ്വഗതം, വിചാരം. thought, soliloquy.
ആത്മഗുപ്തി(നാ) - ഗുഹ, അടക്കം. den, modesty.
ആത്മഗ്രാഹി (വി) - സ്വാർത്ഥതയുള്ള, കൊതിയുള്ള. one who is selfish, selfish, desirous.
ആത്മഘാതകൻ(നാ) - ആത്മഹത്യ ചെയ്യുന്നവൻ. one who commits suicide.
ആത്മഘാതം(നാ) - ആത്മഹത്യ. suicide, nihilism.
ആത്മഘോഷൻ(നാ) കാക്ക, പൂവൻ കോഴി, ആത്മപ്രശംസ ചെയ്യുന്നവൻ. crow, cock, boastful person, one who boasts.
ആത്മജ (വി) - തനിക്കുണ്ടായ, പുത്രി. born from one's self, daughter.
ആത്മജൻ(നാ) - പുത്രൻ, കാമദേവൻ. son, Cupid.
ആത്മജ്ഞൻ(നാ) - ജ്ഞാനി. one who has self knowledge or spiritual knowledge.
ആത്മജാ(നാ) - പുത്രി. daughter.
ആത്മജാതൻ(നാ) - ആത്മജൻ. son.
ആത്മജയൻ(നാ) - സ്വന്തം ജയം, ഇന്ദ്രിയനിഗ്രഹം. one's own victory, continence, self-control.
ആത്മജ്ഞാനം(നാ) - തന്നെപ്പറ്റിയുള്ള അറിവ്, മോക്ഷജ്ഞാനം, ജീവാത്മ പരാത്മാക്കളെ പറ്റിയുള്ള അറിവ്. self knowledge, spiritual knowledge, knowledge about individual and supreme soul.
ആത്മതത്ത്വം(നാ) - തന്റെ പരമാർത്ഥം, പരമാത്മസ്വരൂപം. truth about self, truth about supreme soul.
ആത്മത്യാഗം(നാ) - അന്യനുവേണ്ടി തന്റെ താല്പര്യങ്ങൾ ഉപേക്ഷിക്കൽ, ആത്മഹത്യ. self-sacrifice, suicide.
ആത്മദർശം(നാ) - മുഖക്കണ്ണാടി. mirror.
ആത്മനാ (ക്രി.വി) - തന്നെത്താനെ. oneself, mentally, by one's self.
ആത്മനി (ക്രി.വി) - മനസ്സിൽ. in the mind.
ആത്മനിന്ദ(നാ) - തന്നെത്താൻ നിന്ദിക്കൽ, തന്നത്താൻ വെറുക്കൽ. self-reproach.
ആത്മനിയന്ത്രണം(നാ)- തന്നെത്താൻ നിയന്ത്രിക്കൽ. self-control, temperance.
ആത്മനിഷ്ഠ (വി) - തന്നിൽത്തന്നെ സ്ഥിതി ചെയ്യുന്ന, ആത്മജ്ഞാനത്തിലുള്ള നിഷ്ഠ. subjective, devoted to divine knowledge.
ആത്മനീതൻ(നാ) - പുത്രൻ, വിദൂഷകൻ, ഭാര്യാസഹോദരൻ. son, chief actor in a play, brother-in-law.
ആത്മനീനൻ(നാ) - പുത്രൻ. son.
ആത്മപരിത്യാഗം(നാ) - തന്നെക്കൂടെ ഉപേക്ഷിക്കൽ, self-rejection, self-sacrifice.
ആത്മപരിശോധന(നാ)- തന്നെപ്പറ്റി സ്വയം നടത്തുന്ന പരിശോധന. self-criticism, introspection.
ആത്മപ്രശംസ(നാ) - തന്നെത്താൻ പുകഴ്ത്തൽ, തന്നത്താൻ ചെയ്യുന്ന പ്രശംസ. boasting, self praise.
ആത്മബോധം(നാ) - ആത്മജ്ഞാനം. self-knowledge.
ആത്മഭവാ (വി) - ആത്മജ. daughter.

ആത്മഭവൻ(നാ) - ആത്മജൻ. son.
ആത്മഭൂ(നാ) - തന്നെത്താനുണ്ടായത്, സ്വയംഭൂ, ബ്രഹ്മാവ്, കാമദേവൻ, പുത്രൻ, പുത്രി, വിഷ്ണു, ശിവൻ, ബുദ്ധി. Brahma, cupid, son, daughter, Vishnu, Siva.
ആത്മമിത്രം(നാ) - ഉറ്റച്ചങ്ങാതി. bosom friend.
ആത്മമൂർത്തി(നാ) - സഹോദരൻ, ആത്മാവ്. brother, soul.
ആത്മംഭരി(നാ) - സ്വാർത്ഥൻ, പരമാത്മാവ്. one who is selfish, supreme being.
ആത്മരക്ഷ(നാ) - സ്വരക്ഷ. self-protection.
ആത്മരതി(നാ) -ബ്രഹ്മജ്ഞാനം, ബ്രഹ്മാനന്ദം, ബ്രഹ്മജ്ഞാനംകൊണ്ടുള്ള ആനന്ദം. knowledge of supreme soul, highest joy derived by meditation of supreme soul.
ആത്മരുചി(നാ) - തന്റെ ശോഭ. one's beauty.
ആത്മലാഭം(നാ) - സ്വന്തം നേട്ടം, ആത്മസാക്ഷാത്കാരം. personal gain, selfrealization.
ആത്മവഞ്ചന(നാ)- തന്നെത്തന്നെ വഞ്ചിക്കൽ. self-deception.
ആത്മവത് (ക്രി.വി) - തന്നെപ്പോലെ. like oneself.
ആത്മവത്ത് (വി) - അടക്കമുള്ള, ആത്മനിയന്ത്രണമുള്ള. self-controlled.
ആത്മവധം, ആത്മവധ്യ(നാ) - ആത്മഹത്യ. suicide.
ആത്മവിത്ത്(നാ) - ആത്മജ്ഞാനി, യോഗി, ശിവൻ. one who knows as one's own self (person of spiritual), yogin, name of Siva.
ആത്മവിദ്യ(നാ) - ആത്മജ്ഞാനം, സ്വയം സമർത്ഥിക്കൽ. spiritual knowledge.
ആത്മവിശ്വാസം(നാ) - സ്വന്തം കഴിവിലുള്ള വിശ്വാസം. self-confidence.
ആത്മവീരൻ(നാ) - ശക്തൻ, പുത്രൻ, ഭാര്യാസഹോദരൻ, വിദൂഷകൻ. mighty man, son, brother-in-law, chief actor in a play.
ആത്മവീര്യം(നാ) - തന്റേടം. will-power.
ആത്മവൃത്തം, ആത്മവൃത്താന്തം(നാ) - ആത്മകഥ, താൻതന്നെ എഴുതിയ തന്റെ കഥ. autobiography.
ആത്മശുദ്ധി(നാ)- മനഃശുദ്ധി. purity of mind, self purification.
ആത്മസമൻ(നാ) - തന്നോടു തുല്യൻ. equal to oneself.
ആത്മസമർപ്പണം(നാ) - തന്നെയും തനിക്കുള്ളതിനെയും (ഈശ്വരന്) സമർപ്പിക്കൽ. self-dedication (to god), offering one's self.
ആത്മസംയമം, ആത്മസംയമനം(നാ) - ഇന്ദ്രിയനിഗ്രഹം. self restraint.
ആത്മസാത്കരിക്കുക (ക്രി) - സ്വന്തമാക്കുക. to make one's own.
ആത്മസുഹൃത്ത്(നാ)- ഉറ്റച്ചങ്ങാതി. bosom friend.
ആത്മസ്തുതി(നാ) - തന്നെത്താൻ പുകഴ്ത്തൽ. boasting, self-praise.
ആത്മഹത്യ(നാ) - തന്നെത്താൻ കൊല്ലൽ. suicide, immolation.
ആത്മധീന (വി) - പരാശ്രയമില്ലാത്ത. self-dependent.
ആത്മാനുഭൂതി(നാ) - ആത്മസാക്ഷാത്കാരം. self- realization, self-experience.
ആത്മാനുരൂപൻ(നാ) - തനിക്കു ചേർന്നവൻ. suitable to one's ownself.
ആത്മാഭിമാനം(നാ) - തന്നെക്കുറിച്ചുള്ള മതിപ്പ്. self respect, pride.
ആത്മാരാമം(നാ) - ബ്രഹ്മം, ജീവൻ, തത്ത. absolute, life-breath, parrot.
ആത്മാർത്ഥം (ക്രി.വി) - തനിക്കുവേണ്ടി, അകമഴിഞ്ഞ്. for the sake of oneself, intimately.
ആത്മാർത്ഥത (നാ) - സ്വാർത്ഥത, തനിക്കു വേണ്ടിയുള്ളത്, ഹൃദയംഗമമായത്. selfishness, for one's self, sincerity.

ആത്മാർത്ഥത(നാ) - പരിശുദ്ധ സ്നേഹവും വിശ്വസ്തതയും. sincerity.
ആത്മാവബോധം(നാ) - ആത്മജ്ഞാനം. self knowledge.
ആത്മാവിഷ്കരണം, ആത്മാവിഷ്കാരം(നാ) - ആത്മാവിനെ ആവിഷ്കരിക്കൽ. self expression.
ആത്മാവ്(നാ) - ജീവാത്മാവ്, പരമാത്മാവ്, പ്രാണി, ബ്രഹ്മം, പുത്രൻ, സാരം, പ്രയത്നം, സ്വഭാവം, ശരീരം, വായു, മനസ്സ്, ബുദ്ധി, അറിവ്, ധൈര്യം, സൂര്യൻ, അഗ്നി. individual soul, the supreme soul, creature, absolute, son, inner essence, effort, nature, habit, body, wind, mind, intelligence, knowledge, courage, sun, fire.
ആത്മാഹുതി(നാ) - തന്നെത്തന്നെ ഹോമിക്കൽ. self-sacrifice, suicide.
ആത്മീയം(നാ)- ആത്മാവിനെ സംബന്ധിച്ചത്, തന്നെസംബന്ധിച്ചത്, തനിക്കുള്ളത്. related to oneself, related to soul, one's own.
ആത്മോചിത (വി) - തനിക്കുചേരുന്ന. suitable to oneself.
ആത്മോദ്ധാരം(നാ)- ആത്മാവിനെ ഉദ്ധരിക്കൽ. redeeming to soul.
ആത്മോപജീവി(നാ) - അന്നന്നുവേല ചെയ്ത് ജീവിക്കുന്നവൻ. നടൻ. daily labour, actor.
ആത്യന്തിക (വി) - അവസാനമില്ലാത്ത, അത്യന്തമായ, ഏറ്റവും ഒടുവിലത്തേതായ, വലുതായ, തുടർച്ചയായ, അമിതമായ, പൂർണ്ണമായ, ശ്രേഷ്ഠമായ, അങ്ങേയറ്റത്തെ. infinite, endless, long lasting, abundant, continuous, excessive, absolute, supreme, final.
ആത്യയിക (വി) - നാശം, ദുഃഖമുണ്ടാക്കുന്ന, അത്യാവശ്യമായ, അടിയന്തരമായ. disastrous, causing grief, urgent, emergent.
ആത്രേയി(നാ) - അത്രിമഹർഷിയുടെ പത്നി, അനസൂയ, രജസ്വല, ഗർഭിണി, ബ്രാഹ്മണസ്ത്രീ. wife of sage Athri, woman in menstruation, pregnant woman.
ആത്രേയിക(നാ)- രജസ്വല. woman in menstruation.
ആദംശം(നാ) - കടി, മുറിവ്, പല്ല്. bite, wound caused by biting, tooth.
ആദരകം(നാ) - ഇഞ്ചി. ginger.
ആദരണം(നാ) - ആദരിക്കൽ, ആദരവ്. reverence, honour, regard.
ആദരണീയ (വി) - ആദരിക്കത്തക്ക. honourable, venerable, respectable.
ആദരം, ആദരവ്(നാ) -വണക്കം, സ്നേഹം, ബഹുമാനിക്കൽ. reverence, respect, regard, honour, affection.
ആദരിക്കുക (സ.ക്രി) - ബഹുമാനിക്കുക, അനുസരിക്കുക, ശ്രദ്ധിക്കുക, സ്വീകരിക്കുക. to respect, to obey, to regard with attention, to receive, care for.
ആദരേണ (ക്രി.വി) - ആദരവോടെ, ശ്രദ്ധാപൂർവ്വം. with due regard, attentively.
ആദർശകം(നാ) - കണ്ണാടി. mirror.
ആദർശനം(നാ) - കണ്ണാടി, കാണിക്കൽ. mirror, showing, displaying.
ആദർശം(നാ) - കണ്ണാടി, മൂലമാതൃക, കയ്യെഴുത്തു പ്രതി, ഉത്കൃഷ്ടലക്ഷ്യം. mirror, original model, original (manuscript), ideal aim.
ആദർശവാദി(നാ) - ആദർശത്തെ മുറുകെ പിടിക്കുന്നവൻ, ആദർശത്തിനുവേണ്ടി വാദിക്കുന്നവൻ. idealist, impractical person.
ആദഹനം(നാ) - ദഹിപ്പിക്കൽ, ശ്മശാനഭൂമി, കൊല. cremation, burial-ground, murder.
ആദാതാവ്(നാ) - സ്വീകരിക്കുന്നവൻ. recepient.
ആദാനം(നാ) - സ്വീകരിക്കൽ, എടുക്കൽ. receiving, taking.
ആദാനം(നാ) - ബന്ധിക്കൽ, കുതിരയുടെ അലങ്കരണക്കോപ്പ്. binding, materials for decorating horse.

ആദാം(നാ) - ബൈബിൾ പ്രകാരം മനുഷ്യവർഗ്ഗത്തിന്റെ ആദിപിതാവ്. According to the Bible, the first man.
ആദായ (ക്രി.വി) - സ്വീകരിച്ചിട്ട്. having taken.
ആദായം(നാ) - വരുമാനം, ലാഭം, സ്വീകാരം, വരവ്. income, profit, acceptance.
ആദി (വി) - ആദ്യത്തെ, ഒന്നാമത്തെ, മുൻപുള്ള, മുഖ്യമായ, മുതലായ. primary, first, foregoing, prime, and others, beginning from.
ആദി(നാ) - ആരംഭം, ആദ്യഭാഗം, കാരണം, അധിഷ്ഠാനം, പഴമ, ദൈവം, സൂര്യൻ, അധിപൻ. commencement, beginning, beginning portion, prime cause, basement, antiquity, god, sun, owner.
ആദി (വി) - തിന്നുന്ന. one who eats.
ആദിക (വി) - ആദിയായ, തുടങ്ങിയുള്ള. beginning with, commencing from.
ആദികവി(നാ) - വാല്മീകി, ബ്രഹ്മാവ്. Valmeeki, Brahma.
ആദികാരണം(നാ)- നിദാനം, ബ്രഹ്മം, പരമാണു. first or primary cause, absolute, prime atom.
ആദികാവ്യം(നാ) - വാല്മീകീ രാമായണം. Ramayana of Valmeeki.
ആദിത(നാ) -പ്രാധാന്യം. importance.
ആദിതാളം(നാ) - എട്ടക്ഷരകാലമുള്ള ഒരു താളം. a kind of musical measure.
ആദിതേയൻ(നാ) - ദേവൻ, സൂര്യൻ, ശിവൻ, വിഷ്ണു. demigod, sun, Indra, Siva, Vishnu.
ആദിത്യൻ(നാ) - സൂര്യൻ, ദേവൻ, ഇന്ദ്രൻ, 12 ആദിത്യന്മാരിൽ ഒരാൾ, വാമനൻ, വസു. sun, demigod, Indra, one among twelve Adityas, Vamana, Vasu.
ആദിത്യം(നാ) - പുണർതം, എരിക്ക്. seventh Lunar mansion, plant Calotropis gigantia.
ആദിത്യഹൃദയം(നാ) - അഗസ്ത്യൻ, ശ്രീരാമന് ഉപദേശിച്ച സൂര്യനെ സ്തുതിക്കുന്ന ഒരു മന്ത്രം. name of chant praising sun god, given to Sree Rama by Agastya.
ആദിദേവൻ(നാ) - ശിവൻ, വിഷ്ണു, സൂര്യൻ. Siva, Vishnu, sun.
ആദിദൈത്യൻ(നാ) - ഹിരണ്യകശിപു. Hiranyakasipu.
ആദിനായകൻ, ആദിനാഥൻ(നാ) - വിഷ്ണു. Vishnu.
ആദിപുരാണം(നാ) - ബ്രഹ്മപുരാണം. Brahma Purana.
ആദിപുരാൻ, ആദിപുരുഷൻ(നാ) - വിഷ്ണു. Vishnu.
ആദിപ്രാസം(നാ) - അടുത്തടുത്തുള്ള പദങ്ങൾ ഒരേ വർണ്ണത്തിൽ ആരംഭിക്കുന്ന ഒരു ശബ്ദാലങ്കാരം. kind of alliteration.
ആദിഭൂതൻ(നാ)- ആദ്യമുണ്ടായവൻ, ബ്രഹ്മാവ്, വിഷ്ണു, ശിവൻ, ജ്യേഷ്ഠ സഹോദരൻ. first born, Brahma, Vishnu, Siva, elder brother.
ആദിപത്രം(നാ)- ആദ്യമുണ്ടാകുന്ന ഇല. Cotyledon.
ആദിമ (വി) - ഒന്നാമത്തെ, ആദ്യമുള്ള, ആദ്യകാലത്തെ. first, of the beginning, primitive.
ആദിമല(നാ)- ഹിമാലയം. Himalayas.
ആദിരസം(നാ) - ശൃംഗാരരസം. romance.
ആദിരാജൻ(നാ) - മനു, പൃഥു ചക്രവർത്തി. Manu.
ആദിവരാഹം(നാ)- വരാഹമായി അവതരിച്ച വിഷ്ണു. Vishnu's incarnation as a boar.
ആദിവാരം(നാ) - ആദിത്യവാരം, ഞായറാഴ്ച. Sunday.
ആദിവാസികൾ (നാ) - പൂർവ്വനിവാസികൾ. aborigines.
ആദിവിദ്വാൻ (നാ)- കപിലൻ. Kapilan.
ആദിവൈദ്യൻ (നാ) - ധന്വന്തരി മൂർത്തി. Dhanwanthari.

ആദിശക്തി(നാ) - ദുർഗ്ഗ, മായ. goddess Durga, Maya.
ആദിശേഷൻ(നാ) - അനന്തൻ. Ananta.
ആദിഷ്ട (വി) - ഉപദേശിക്കപ്പെട്ട. directed, commended, advised.
ആദിഷ്ടം(നാ) - ആജ്ഞ, ഉപദേശം, ഉച്ഛിഷ്ടം, ഭക്ഷിച്ചതിന്റെ ബാക്കി. command, advice, left-over of meal.
ആദിഷ്ടി(നാ)- ആജ്ഞ നൽകുന്നവൻ, ഉപദേഷ്ടാവ്, ആചാര്യൻ, ബ്രഹ്മചാരി, വിദ്യാർത്ഥി. commander, adviser, preceptor, Brahmin student of the Vedas, student.
ആദിസർഗ്ഗം(നാ) - ആദ്യസൃഷ്ടി, ആദ്യത്തെ സർഗ്ഗം. primitive creation, (poetry) first canto.
ആദീനവം(നാ) - ക്ലേശം, കുറ്റം, ഭാഗ്യദോഷം, ദുർമരണം. distress, fault, misfortune, accidental death.
ആദീപനം(നാ) - തീവയ്പ്, വെള്ള പൂശൽ, പ്രേരണ. setting on fire, white washing, stimulating.
ആദീപ്ത (വി)- കത്തി എരിഞ്ഞ. inflamed, set on fire.
ആദൃത (വി) - ആദരിക്കപ്പെട്ട, ശ്രദ്ധയുള്ള. respected, attentive, interested, sincere, devoted.
ആദൃശം (വി) - തുല്യം, സദൃശം. equal, similar.
ആദേയ (വി) - സ്വീകരിക്കത്തക്ക, ദാനം ചെയ്യപ്പെടത്തക്ക. acceptable, fit to be taken or received.
ആദേവകൻ(നാ) - ചൂതുകളിക്കുന്നവൻ. gambler.
ആദേവനം(നാ) - ചൂതുകളി, ചൂതിന്റെ കരു, ചൂതുപടം, ചൂതുകളി സ്ഥലം. gambling, dice for gambling, dice board, gambling place.
ആദേശം(നാ) - നിർദേശം, ഉപദേശം, ആജ്ഞ, കല്പന, ഉത്തരവ്, സന്ധിയിൽ ഒരു വർണ്ണത്തിനു പകരം മറ്റൊന്നുവരിക. command, order, substitution, displacement, advice, result of the confluence of stars.
ആദേശി(നാ) - കല്പന കൊടുക്കുന്നവൻ, നായകൻ, ജ്യോത്സ്യൻ. commander, hero, astrologer.
ആദേശിക്കുക (സ.ക്രി) - നിർദ്ദേശിക്കുക, ചൂണ്ടിക്കാണിക്കുക, കല്പിക്കുക, നിയോഗിക്കുക, ആജ്ഞാപിക്കുക. to direct, to point out, to entrust, to command.
ആദേഷ്ടാവ്(നാ) - കല്പിക്കുന്നവൻ, ഉപദേഷ്ടാവ്, ആചാര്യൻ, നേതാവ്, യാഗം ചെയ്യിക്കുന്നവൻ. commander, adviser, preceptor, leader, one who performs yagas.
ആദ്ധ്യക്ഷം(നാ) - അഗ്രാസനത്വം, മേൽനോട്ടം, അദ്ധ്യക്ഷന്റെ സ്ഥിതി. presidentship, supervision, chairmanship, supremacy.
ആദ്ധ്യാത്മിക (വി) - ആത്മീയമായ, പരമാത്മാവിനെ സംബന്ധിച്ച, പരിശുദ്ധമായ. relating to the soul, spiritual, metaphysical, relating to the supreme spirit, pure, holy.
ആദ്ധ്യാത്മികം(നാ) - താപത്രയത്തിൽ ഒന്ന്, തന്നിൽ നിന്നുള്ള ദുഃഖം. one of three sorrows, sorrow caused by one's own mind.
ആദ്ധ്യായിക (വി) - അദ്ധ്യയനത്തെ സംബന്ധിച്ച. pertaining to instruction or teaching.
ആദ്ധ്വനിക (വി) - സഞ്ചരിക്കുന്ന, അദ്ധ്വഗമനത്തിൽപ്പെട്ട. being on journey.
ആദ്ധ്വരിക (വി) - യാഗത്തെ സംബന്ധിച്ച. pertaining to yaga, holy sacrifice.
ആദ്യ(നാ) - ദുർഗ്ഗ, ഭൂമി, ആദ്യത്തെ, ഒന്നാമത്തെ. Durga, earth, first, primitive, beginning.
ആദ്യ (വി) - തിന്നാൻ കൊള്ളാവുന്ന. eatable, edible.

ആദ്യൻ(നാ) - ഒന്നാമൻ, ഈശ്വരൻ. one who is first, god, first or foremost person.
ആദ്യന്തം - ആദി മുതൽ അന്തം വരെ. from beginning to end.
ആദ്യപുമാൻ(നാ) - ബ്രഹ്മാവ്. Brahma.
ആദ്യം(നാ)- ഒന്നാമത്തേത്. first.
ആദ്യം(നാ) - ധാന്യം. grain.
ആദ്യർത്തു(നാ) - ഗ്രീഷ്മം. first of six seasons, summer season.
ആദ്യശക്തി(നാ) - പരാശക്തി. Parasakthi.
ആദ്യാശ്രമം(നാ) - ബ്രഹ്മചര്യം. brahmacharya, celibacy.
ആദ്യോതം(നാ) - പ്രകാശം, പ്രഭ, ശോഭ. light, brilliance, shining, beautiful.
ആധമനം(നാ) - നിക്ഷേപം, പണയം. deposit, investment.
ആധമർണ്യം(നാ) - കഷ്ടപ്പാട്, കടപ്പാട്. obligation, indebtedness.
ആധർഷം(നാ) - നിന്ദനം, കയ്യേറ്റം, പീഡനം, പ്രതിഷേധം. insulting, despisement, assailing, intrusion.
ആധർഷിത (വി) - ശിക്ഷിക്കപ്പെട്ട. punished, convicted.
ആധവം, ആധവനം - കൂട്ടിക്കലർത്തൽ, കുലുക്കൽ. mixing, stirring, shaking, throw.
ആധാനം(നാ)- ഉത്പാദനം, നിക്ഷേപം, നിർവഹണം, പണയം, സജ്ജമാക്കൽ, നിക്ഷേപസ്ഥാനം. producing, depositing, conducting, preparing, pledge, place for deposit, enclosure, mortgage.
ആധായ (ക്രി.വി)- വച്ചിട്ട്. having placed, deposited.
ആധാരകം(നാ) - അടിസ്ഥാനം. basis.
ആധാരകൻ(നാ) - താങ്ങുന്നവൻ. supporter.
ആധാരണം(നാ) - താങ്ങൽ. support.
ആധാരം(നാ) - താങ്ങ്, ആശ്രയം, പ്രമാണം, വസ്തു കൈമാറ്റത്തിന്റെ രേഖ, ആസ്പദം, ജലാശയം, പാത്രം, ആധാരശക്തി, അടിക്കല്ല്. support, document, deed, record in evidence of transaction basis, location, tank, vessel, one of the mystical circles in the body.
ആധാരിക(നാ) - 'ൽ' പ്രത്യയം ചേരുന്ന ഏഴാമത്തെ വിഭക്തി. locative case.
ആധാര്യ (വി)- ധരിക്കത്തക്ക, ഉള്ളിൽ വഹിക്കത്തക്ക. to be born, to be born internally.
ആധി(നാ) - മനഃപീഡ, ഉത്കണ്ഠ, ദുഃഖഹേതു, ആപത്ത്. mental pain, anguish, anxiety, cause for affliction, danger.
ആധി(നാ) - പണയം, ഒറ്റി, നിക്ഷേപം. pledge, mortgage, deposit.
ആധികാരിക (വി) - അധികാരപൂർവ്വമായ. authoritative, official.
ആധിക്യം(നാ) - സമൃദ്ധി, അധികത, മഹത്വം, കോയ്മ, അധികമായ അവസ്ഥ. excess, abundance, superiority, greatness, authority, supremacy.
ആധിദൈവികം(നാ) - താപത്രയത്തിൽ ഒന്ന്, ദൈവഹത്യ വരുന്ന ദുഃഖം. one of the three sorrows, grief imposed by the five elements.
ആധിപത്യം(നാ) - അധിപതിഭാവം, മേൽക്കോയ്മ, അധികാരം. superiority, supremacy.
ആധിഭൗതികം(നാ) - താപത്രയത്തിൽ ഒന്ന്, പഞ്ചഭൂതങ്ങളിൽ നിന്നുണ്ടാകുന്ന ദുഃഖം. one of the three sorrows, grief imposed by the five elements.
ആധിരഥി(നാ) - അധിരഥപുത്രൻ-കർണ്ണൻ. son of Adhiratha, Karna.
ആധീനം(നാ)- അധീനത, കീഴടങ്ങിയ സ്ഥിതി, ഉടമ. custody, subservience, owner.

ആധുനിക (വി) - നവീന, ഇപ്പോഴുള്ള, പുതിയ, അടുത്ത കാലത്തുള്ള. modern, recent, new.

ആധൂത (വി) - തെല്ല് ഇളക്കപ്പെട്ട. shaken, disturbed.

ആധൂസര (വി) - ചാരനിറമുള്ള. grey-coloured.

ആധൃത (വി) - ധരിക്കപ്പെട്ട, വഹിക്കപ്പെട്ട, പൊക്കിപ്പിടിച്ച, താങ്ങപ്പെട്ട. borne, carried, held up, lifted.

ആധൃഷ്ട (വി) - തുടയ്ക്കപ്പെട്ട, ജയിച്ചടക്കിയ. restrained, conquered.

ആധേയ (വി) - വഹിക്കാവുന്ന, ഉൾക്കൊള്ളുന്ന, വയ്ക്കാവുന്ന. that can be borne, inclusive, that can be mortgaged.

ആധേയം(നാ) - ഏതിനെയെങ്കിലും ആശ്രയിച്ച് സ്ഥിതി ചെയ്യുന്നത്. dependent on anything.

ആധോരണൻ(നാ) - ആനക്കാരൻ, പാപ്പാൻ. mahout.

ആധൗത (വി) - വെളുപ്പിച്ച, കഴുകിയ. whitened by washing, washed.

ആധ്മാനം(നാ) - വയറുവീർപ്പ്, മഹോദരം, തുരുത്തി, പൊങ്ങച്ചം, നാണയത്തിന്റെ വിലക്കയറ്റം, ഊതി വീർപ്പിക്കൽ. flatulence, swelling of the belly, bellows, boasting, inflation.

ആൻ(നാ) - കാള, പശു. ox, cow.

ആന(നാ) - കരയിൽ ജീവിക്കുന്ന ഏറ്റവും വലിയ സസ്തനമൃഗം, കുട്ടിയും കോലും കളിയിൽ ഒരളവ്, വളരെ വലിയ വസ്തു. elephant, measurement in a game, very big object.

ആനകം(നാ) - പെരുമ്പറ, മൃദംഗം, ഇടി വെട്ടുന്ന മേഘം. large drum beaten at one end, mridanga, thunderous lightning

ആനക്കാരൻ(നാ) - ആനയെ നോക്കി നടത്തുന്ന പാപ്പാൻ. mahout.

ആനക്കാര്യം(നാ) - വലിയ കാര്യം, ആനയുടെ കാര്യം, പ്രധാനസംഗതി. important affair, matter related to an elephant.

ആനക്കാൽ(നാ) - ആനയുടെ കാൽ, റോഡ് നന്നാക്കുവാനുള്ള ഒരു ഉപകരണം, മന്തുകാൽ. leg of elephant, leg affected by elephantiasis, instrument for repairing roads.

ആനക്കുഴി(നാ) - വാരിക്കുഴി, ആനകളെ പിടിക്കാൻ വേണ്ടി കാട്ടിൽ വലിയ കുഴി കുഴിച്ച് മീതെ മണ്ണും ചരലും ഇലയും മറ്റുമിട്ട് മൂടുന്ന കള്ളക്കുഴി. pit for entrapping and capturing elephants.

ആനച്ചന്തം(നാ) - ആകെക്കൂടിയുള്ള ഭംഗി. impressiveness as a whole, 'prima facie', grace, overall beauty.

ആനക്കൊട്ടിൽ(നാ) - ക്ഷേത്രത്തിനു മുമ്പിൽ ആനകളെ എഴുന്നള്ളിച്ചു നിർത്തുവാനുള്ള പുര, ആനപ്പന്തി. elephant shed, large shed in front of temple or place where decorated elephants stand on festive occasions.

ആനക്കോപ്പ്(നാ) - ആനയുടെ നെറ്റിപ്പട്ടം, കുടകൾ, ആലവട്ടം, വെൺചാമരം തുടങ്ങി എഴുന്നള്ളത്തിന് ഉപയോഗിക്കുന്ന കോപ്പുകൾ. trappings of an elephant.

ആനക്കോൽ(നാ) - നാലുകോൽ നീളമുള്ള ഒരളവ്. stick for driving elephants, linear measure equal to four or five kols.

ആനത്തലയൻ - ഗജമുഖനായ ഗണപതി. elephant faced Ganapathi.

ആനത (വി) - താഴ്ത്തിയ, അധോമുഖമായ, വിനീതമായ. bent, curved, bent down, humble, submissive.

ആനതി(നാ) - നമസ്കാരം, വിനയം. bow or salutation.

ആനദ്ധ (വി) - കെട്ടപ്പെട്ട, മലബന്ധമുള്ള. bound, tied, costive.

ആനദ്ധം(നാ) - ചെണ്ട, വസ്ത്രധാരണം. drum, putting on clothes.

ആനൻ(നാ) - ശിവൻ. Siva.

ആനനം(നാ)- മുഖം, വായ്. face, mouth.

ആനന്ത്യ (വി) - അവസാനമില്ലാത്ത. infinite, eternal.

ആനന്ത്യം(നാ) - നാശമില്ലായ്മ, സ്വർഗ്ഗം, പാരത്രികസുഖം. eternity, heaven, heavenly bliss.

ആനന്ദൻ(നാ) - വിഷ്ണു, ശ്രീകൃഷ്ണൻ, ശിവൻ, ബലരാമൻ, ബുദ്ധശിഷ്യൻ. Vishnu, Sree Krishna, Balarama, name of a disciple of the Buddha.

ആനന്ദം(നാ) - സന്തോഷം, ഒരുതാളം. joy, delight, pleasure, bliss, name of a beat.

ആനന്ദമാസം(നാ) - മധുവിധു. honey-moon.

ആനന്ദിക്കുക (അ.ക്രി) - സന്തോഷിക്കുക. to be glad, to rejoice.

ആനപ്പന്തി(നാ) - ആനപ്പുര, വാരിക്കുഴി, ആനയെ തളയ്ക്കാനുള്ള ആല, ആനയെ പിടിക്കാനുള്ള കള്ളക്കുഴി. stable for elephants, elephant pit.

ആനപ്പാപ്പാൻ,ആനപ്പാവാൻ, ആനപ്പാവൻ(നാ) - ആനക്കാരൻ. mahout.

ആനപ്പാവ്(നാ) - ആനയെ പഴക്കൽ, ആനയെ ഇണക്കുന്ന രീതി. training of elephants.

ആനപ്പിണ്ടം, ആനപ്പിണ്ടി, ആനപ്പിണ്ഡം(നാ) - ആനയുടെ മലം. elephant dung.

ആനപ്പുര(നാ)- ആനക്കൊട്ടിൽ. elephant shed.

ആനം(നാ) - അകത്തേക്കു വലിച്ച വായു, മൂക്ക്. air inhaled, nose.

ആനം(നാ) - ചങ്ങാടം. raft.

ആനമടയൻ(നാ) - വലിയ വിഡ്ഢി. great fool.

ആനമനം(നാ) - നമസ്കാരം, വണക്കം. prostration, respect, bowing.

ആനമിക്കുക (സ.ക്രി) - നമസ്കരിക്കുക, വണങ്ങുക, താഴുക. to prostrate, to bow respectfully, to bend.

ആനമിത (വി) - കുനിക്കപ്പെട്ട. bent, bowed.

ആനമുഖൻ(നാ) - ഗണപതി, ഗജമുഖമുള്ള ഒരസുരൻ. Ganapathi, name of an Asura.

ആനമുട്ട(നാ) - പൂജ്യം, ഇല്ലാത്തത്, പഠിപ്പിൽ മോശക്കാരൻ, അലഭ്യവസ്തു. zero, non-existing thing.

ആനമ്ര (വി)- അല്പം വളഞ്ഞ, കുനിഞ്ഞ. bent a little, bent.

ആനയ (വി) - കൊണ്ടുവന്നാലും. please bring.

ആനയം, ആനയനം (നാ) - കൂട്ടിക്കൊണ്ടു വരൽ, ഉപനയനം. bringing near, investiture with the brahminical thread.

ആനയിക്കുക (സ.ക്രി) - കൊണ്ടുവരിക, ഹാജരാക്കുക, പ്രാപിക്കുക. to bring, to be present, to lead towards.

ആനയിറണ്ടം(നാ) - ആനപ്പിണ്ടം. dung of an elephant.

ആനർത്തം, ആനർത്തകം(നാ) - നാടകശാല, നൃത്തരംഗം, നൃത്തം, യുദ്ധം, ദ്വാരക, ജലം. theatre, dancing hall, dancing, fighting, Dwaraka, water.

ആനർത്തനഗരി, ആനർത്തപുരം(നാ) - ദ്വാരക. Dwaraka.

ആനവം(നാ) - മനുഷ്യവംശം. human race.

ആനവളർ(നാ) - ആനയെ അടിക്കാനുള്ള വടി. stick to beat elephant.

ആനവാതിൽ(നാ) - വലിയ വാതിൽ. big gate.

ആനവാൾ(നാ) - ക്ഷേത്രത്തിലെ ഒരു ഉദ്യോഗസ്ഥൻ. manager of a temple.

ആനറാഞ്ചി, ആനറായപ്പക്ഷി(നാ)- ഒരിനം പരുന്ത്. a kind of bird, falcon.

ആനാകം (ക്രി.വി) - സ്വർഗ്ഗത്തോളം, ആകാശത്തോളം. up to the heaven, up to the sky.

ആനാംവെള്ളം(നാ) - പുരോഹിതൻ ആശീർവദിച്ച വെള്ളം. water - 'blessed' by priest.

ആനായനം(നാ) - വലവീശൽ. sweeping net (for fish).
ആനായൻ(നാ) - ഇടയൻ. cowherd.
ആനായപ്പൈതൽ(നാ) - ഇടയക്കുട്ടി, ഉണ്ണിക്കൃഷ്ണൻ. shepherd child, Krishna kid.
ആനായം(നാ) - വല, വായു സഞ്ചാരത്തിനുള്ള ദ്വാരം. fishing net, air hole.
ആനായി(നാ) - മുക്കുവൻ. fisherman.
ആനായ്യ (വി) - കൊണ്ടുവരത്തക്ക. fit to be brought.
ആനാവ്(നാ) - പശുക്കിടാവ്. calf.
ആനാസം (വി) - മൂക്കുമുട്ടെ. up to the nose.
ആനാഹം(നാ) - ബന്ധനം, മലമൂത്രബന്ധം, നീളം. binding, suppression of urine, constipation, length (cloth).
ആനി(നാ) - മിഥുന മാസം. June-July.
ആനിന്ദനം(നാ) - അധിക്ഷേപം. reproof.
ആനിയം(നാ) - ദിവസപ്പടി. daily wages.
ആനീത (വി) - കൊണ്ടുവന്ന. brought near.
ആനീയ (ക്രി.വി) - കൊണ്ടുവന്നിട്ട്. having brought near.
ആനീല (വി) - അല്പം കറുത്ത, നീലച്ച. slightly dark, blue.
ആനുകാലിക (വി) - നിശ്ചിതകാലം അനുസരിച്ചുള്ള. periodical.
ആനുകൂല്യം(നാ)- അനുകൂലമായ ഭാവം. favour, favourable stance.
ആനുക്രമിക (വി) - അനുക്രമമായ. successive.
ആനുഗതിക (വി) - അനുഗമിക്കുന്ന. following.
ആനുഗത്യം(നാ) - പരിചയം. familiarity.
ആനുപാതിക (വി) - അനുവാദം അനുസരിച്ചുള്ള. proportionate.
അനുപൂർവ്വി, അനുപൂർവ്യം(നാ)- ക്രമം. order.
ആനുഭവിക (വി)- അനുഭവസിദ്ധമായ. learned from experience.
ആനുമാനിക (വി) - അനുമാനിക്കത്തക്ക. inferable.
ആനുയാത്രികൻ(നാ) - അനുയാത്ര ചെയ്യുന്നവൻ. follower, attendant.
ആനുഷംഗിക (വി)- ബന്ധപ്പെട്ട, പറ്റിച്ചേർന്ന, തുടരെയുള്ള, അപ്രധാനമായ. connected with, closely adherent, continuous, unimportant.
ആനൂകം (ക്രി.വി) - ധാരാളമായി. in plenty.
ആനൂപ (വി)- ഈർപ്പമുള്ള. humid, marshy.
ആനൃണ്യം(നാ)- കടമില്ലായ്മ. acquittance of debt or obligation.
ആനൃത (വി)- കള്ളം പറയുന്ന ശീലമുള്ള. untruthful, lying.
ആനൃശംസ (വി)- ശാന്തമായ, ദയവുള്ള. mild, merciful.
ആനൃശംസ്യം(നാ) - സൗമ്യത, കൃപ. mildness, kindness.
ആനേതവ്യ (വി) - കൊണ്ടുവരത്തക്ക. fit to be brought.
ആന്ത(നാ)- ഓന്ത്, മൂങ്ങ. chameleon, owl.
ആന്ത(വി)-അവസാനത്തെ. final.
ആന്തം(നാ) - വലിയ ഇരുമ്പാണി. large iron nail.
ആന്തം (ക്രി.വി) - അവസാനം വരെ. till the end.
ആന്തര (വി) -അകത്തുള്ള, നടുവിലുള്ള, രഹസ്യമായ, സ്വദേശത്തുള്ള. internal, of the middle, private, native.
ആന്തരം(നാ) - ഹൃദയം, രഹസ്യം, മനോഗതം, ഗൂഢമായ ഉദ്ദേശ്യം. heart, secrecy, thought, hidden motive.
ആന്തരംഗം (നാ)- രഹസ്യം, മനസ്സിലിരുപ്പ്, ഉറ്റ സ്നേഹം. secrecy, thought, intimacy.
ആന്തരാൽ (ക്രി.വി)- ഉള്ളുകൊണ്ട്, മനസ്സുകൊണ്ട്, ഉള്ളിൽ. in mind, mentally.

ആന്തരാളികൻ(നാ)- മദ്ധ്യസ്ഥൻ. intermediary.
ആന്തരിക (വി)- ആഭ്യന്തരമായ. internal.
ആന്തരോദ്ദേശ്യം(നാ)- മനോഗതം. thought.
ആന്തൽ(നാ) - താഴൽ. lowering.
ആന്താൻ(നാ) - നാഥൻ. protector, master, lord.
ആന്തിക(നാ) - ജ്യേഷ്ഠത്തി. elder sister.
ആന്തുക (അ.ക്രി) - കാളുക, തീ കത്തുക, ആളുക. blaze forth.
ആന്തോളം(നാ)- പല്ലക്ക്, മേനാവ്. palanquin, litter.
ആന്ത്രം(നാ) - കുടൽ, വൃഷണം, ഒരു മർമ്മം. intestine, scrotum, testicle, mortal spot above the anus.
ആന്ത്രവൃദ്ധി(നാ)- വൃഷണത്തിലുണ്ടാകുന്ന നീര്. hydrocele.
ആന്ദോലനം, ആന്ദോളനം(നാ) - ഊഞ്ഞാലാട്ടം, പ്രക്ഷോഭണം. swinging, agitation.
ആന്ദോളകൻ(നാ) - അമാലൻ. palanquin-bearer.
ആന്ദോലം, ആന്ദോളം(നാ) - ഊഞ്ഞാൽ, പല്ലക്ക്, ആട്ടം. swing, palan-quin, oscillation.
ആന്ദോളിക(നാ)- പല്ലക്ക്, മഞ്ചൽ. palaquin, litter.
ആന്ദോളിത (വി) - ആന്ദോളനം ചെയ്യപ്പെട്ട, ഇളക്കപ്പെട്ട. swung, shaken, agitated.
ആന്ധസം(നാ)- ചോറ്. boiled rice.
ആന്ധസികൻ(നാ) - പാചകക്കാരൻ. cook.
ആന്ധ്യം(നാ) - കണ്ണില്ലായ്മ, അജ്ഞാനം, ഇരുട്ട്, കഥയില്ലായ്മ. blindness, ignorance, darkness.
ആന്നു (ക്രി) - ആകുന്നു. is, am, are, yes.
ആന്യ (വി)- അന്യനുള്ള. belonging to another.
ആന്യം(നാ)-ദിവസക്കൂലി. daily wages, bata.
ആന്മാഹിക (വി)- ദിവസം പ്രതിയുള്ള. daily.
ആൻറ (വി)- കൂർത്ത, നല്ല, വളർന്ന, വിശാലമായ. sharp, grown, excellent, wide.
ആപ, ആപക (വി)- പ്രാപിക്കുന്ന, ലഭിക്കുന്ന. reaching, obtaining.
ആപക്വ (വി) - നല്ലവണ്ണം പഴുക്കാത്ത, പകുതി വെന്ത. not quite ripe, half baked.
ആപഗ(നാ) - നദി, ഒഴുക്ക്. ഗംഗ. river, stream, flow of water, the Ganges.
ആപഗേയൻ(നാ)-ഭീഷ്മർ. Bhishma of the epic 'Mahabharat'.
ആപണം, ആപണകം(നാ) - ചിന്ത, അങ്ങാടി, കട, കച്ചവടസ്ഥലം, കമ്പോളം. market, bazaar, shop, place for sales.
ആപണിക(നാ)- ചെറിയ കട. small shop.
ആപണികൻ(നാ)- കച്ചവടക്കാരൻ. merchant, dealer.
ആപണികം(നാ)- ചന്തക്കരം. market tax.
ആപതിക (വി)- യാദൃച്ഛികമായ, ആനുഷംഗികമായി സംഭവിക്കുന്ന. accidental, incidental, fatal.
ആപതിക്കുക (അ.ക്രി) - സംഭവിക്കുക, വന്നുചേരുക, കയ്യേറുക, അനുഭവിക്കുക, ഇറങ്ങിവരുക, ചാടിവീഴുക. to happen, to approach, to assail, to experience, to come down, to fall on.
ആപതിത (വി)- വീണുപോയ, യദൃച്ഛയാ ഉണ്ടായ, സംഭവിച്ച, നേരിട്ട. be fallen, accidentally, happened.
ആപത്കര (വി)- ആപത്തുണ്ടാക്കുന്ന. dangerous.
ആപത്തി(നാ)- ആപത്ത്, സംഭവിക്കൽ, നേരിടൽ, ഭാവപ്പകർച്ച, ലാഭം. calamity, occurring, facing, encounter, change of expression, gain, profit.

ആപത്ത് (നാ)- അനർത്ഥം, അപകടം, അനിഷ്ടസംഭവം. adversity, distress, accident.
ആപത്യ (വി) - അപത്യത്തെ സംബ ന്ധിച്ച. pertaining to offspring.
ആപദ(നാ)- ദുഃഖം, ആപത്ത്. sorrow, affliction, calamity.
ആപദം (ക്രി.വി) - പാദം വരെ. up to the foot.
ആപദി - ആപത്തിൽ. in danger.
ആപദിക്കുക (ക്രി) - പ്രാപിക്കുക, സിദ്ധിക്കുക, അടുത്തു ചെല്ലുക. to attain, to approach, to obtain.
ആപനം(നാ)- പ്രാപ്തി, ലാഭം, കുരുമുളക്. getting, obtaining, gain.
ആപനസം(നാ) - കൈതച്ചക്ക. pineapple.
ആപനികൻ(നാ) - കിരാതൻ. barbarian.
ആപനികം(നാ) - മരതകം. emerald.
ആപന്ന (വി)- പ്രാപിച്ച, ആപത്തിൽ പ്പെട്ട, ലഭിച്ച. caught in danger or peril, obtained, entered, got in.
ആപന്നസത്ത്വ(നാ)- ഗർഭിണി. pregnant women.
ആപന്മിത്രം(നാ)- ആപത്തിൽ സഹായിക്കുന്ന മിത്രം. friend in need.
ആപന്മേഖല(നാ)- അപകടസ്ഥലം. accidental area.
ആപം(നാ)- ജലം, ജലപ്രവാഹം, വെളുത്തീയം. water, flow of water, white lead.
ആപരീത (വി)- ചുറ്റപ്പെട്ട, ചുറ്റുമുള്ള. surrounded, encircling.
ആപവാദിക (വി)- അപവാദ സംബന്ധമായ. related to scandal.
ആപസ്സ്(നാ)- വെള്ളം, പാപം. water, sin.
ആപാകം(നാ) - ചൂളം. oven.
ആപാടല (വി)- അല്പം ചെമപ്പുള്ള. reddish.
ആപാണ്ഡു(വി)-വിളറിയ. pale.
ആപാത (വി) - ചാടിവീഴുന്ന. falling on.
ആപാതം(നാ)- വീഴ്ച. fall.
ആപാതി (വി)- ആപതിക്കുന്ന, സംഭവിക്കുന്ന. falling on, happening.
ആപാത്യൻ(നാ)- ചാടി വീഴുന്നവൻ. assailant.
ആപാതകേശം (ക്രി.വി)- അടി മുതൽ മുടി വരെ. from head to foot.
ആപാദനം(നാ)- സമ്പാദനം, നേട്ടം. attaining, achievement.
ആപാദം (ക്രി.വി) - പാദം വരെ. up to the foot.
ആപാദിത (ക്രി.വി) - സമ്പാദിക്കപ്പെട്ട, നേടിയ. earned, attained.
ആപാനം, ആപാനകം(നാ) - മദ്യപാനത്തിനായി കൂടുന്ന സഭ, മദ്യം വിൽക്കുന്ന സ്ഥലം. drinking party, liquor shop.
ആപായി(നാ) - കുടിയൻ. drunkard.
ആപാലി, ആപാളി(നാ) - പേൻ, കൂറ. louse, cockroach
ആപി (വി)- തടിച്ച. bulky.
ആപി(നാ) - പൂരാടം നക്ഷത്രം. twentieth lunar asterism.
ആപിക്കുക (അ.ക്രി) - പ്രാപിക്കുക, ചെന്നു ചേരുക, സാധിക്കുക. to get in, to reach, to attain.
ആപിംഗ (വി) - തവിട്ടു നിറമുള്ള. reddish brown.
ആപിഞ്ജര (വി)- ഇളം ചുവപ്പായ. reddish.
ആപിഞ്ജരം (വി) - സ്വർണ്ണം. gold.
ആപീഡനം(നാ)- ഞെരുക്കൽ, മർദ്ദനം, ആലിംഗനം, വേദനിപ്പിക്കൽ, ഉപദ്രവിക്കൽ. squeezing, compressing, embracing, giving pain, hurting.
ആപീഡം(നാ) - ശിരോലങ്കാരം, ചൂഡാമണി. hair-adornment.
ആപീത (വി)- അല്പം കുടിച്ച, ഇളം മഞ്ഞയായ, ചുറ്റും മഞ്ഞയായ. a bit drunk, yellowish, encircled in yellow.
ആപീതം(നാ)- മാക്കീരക്കല്ല്, ഇളം മഞ്ഞനിറം. a pyritic mineral, light yellow colour.

ആപീന (വി)- തടിച്ച. fat, stout.
ആപീനം(നാ) - അകിട്. udder.
ആപൂപികൻ(നാ)- അപ്പം വില്ക്കുന്നവൻ, അപ്പം ഉണ്ടാക്കുന്നവൻ. confectioner, baker.
ആപൂപികം(നാ) - അപ്പക്കൂട്ടം. multitude of cakes.
ആപൂപ്യം(നാ) - മാവ്. flour for making bread or cake, meal.
ആപൂരണം(നാ)- നിറയ്ക്കൽ. filling up, making full.
ആപൂരം(നാ) - നിറയ്ക്കൽ, പൂർണ്ണത, വെള്ളപ്പൊക്കം, ആധിക്യം. abundance, totality, perfection, filling up, flood, excess.
ആപൂഷം(നാ)- തകരം. tin.
ആപച്ഛനം(നാ) - ചോദിക്കൽ, അന്വേഷിക്കൽ, സംഭാഷണം, വിടവാങ്ങൽ. asking, enquiring, bidding farewell, taking leave, conversation.
ആപേക്ഷിക (വി) - മറ്റൊന്നിനെ അപേക്ഷിച്ചുള്ള, പ്രത്യാശ ജനിപ്പിക്കുന്ന, താരതമ്യേനയുള്ള. relative, in comparison, relating to the other subject, giving way to expectation.
ആപോക്ലിമം(നാ) - ലഗ്നത്തിൽനിന്ന് 3,6,9,12 രാശികളിൽ ഒന്ന്. third, sixth, ninth and twelfth zodiac signs.
ആപോമയ (വി)- ജലമയമായ. watery, wet, consisting of water.
ആപോശാനം(നാ) - വെള്ളംകുടിക്കൽ. sipping water, sipping water before and after eating.
ആപ്ത (വി) - വിശ്വസിക്കപ്പെട്ട, ഇഷ്ടപ്പെട്ട, ലഭിച്ച, പ്രാപിക്കപ്പെട്ട, ഉറ്റ, സാമർത്ഥ്യമുള്ള, തക്കതായ. trusted, liked, intimate, attained, reached, clever, confidential apt.
ആപ്ത(നാ) - വിശ്വസിക്കത്തക്കവൾ, പിന്നിക്കെട്ടിയ തലമുടി, പിരിച്ച തലമുടി. trustworthy woman, intertwined hair, scattered hair.
ആപ്തകാമ (വി) - ആഗ്രഹം സാധിച്ച. one who has obtained one's desire, satisfied.
ആപ്തകാരി(നാ) - വിശ്വസ്തഭൃത്യൻ. faithful servant.
ആപ്തഗർഭ(നാ) - ഗർഭിണി. pregnant women.
ആപ്തൻ(നാ) - ഉറ്റ സ്നേഹിതൻ, വിശ്വസ്തൻ, ബന്ധു, പ്രാപ്തൻ, കുശലൻ, സമർത്ഥൻ, ഋഷി, പ്രാമാണികൻ. intimate friend, confident, authoritative person, fit person, relative, one who is clever and skilful, trustworthy, saint, warranter, guarantee.
ആപ്തബന്ധു(നാ) - ഉറ്റ സ്നേഹിതൻ. intimate friend.
ആപ്തം(നാ) - ശബ്ദപ്രമാണം, ഹരണഫലം. proof of sound, quotient.
ആപ്തമിത്രം(നാ) - വിശ്വസ്തമിത്രം. an intimate friend.
ആപ്തവാക്ക്, ആത്മവചനം,ആത്മവാക്യം - ശ്രുതി, മഹാന്മാരുടെ വാക്യം. maxim, authority, speech or word of authoritative person.
ആപ്തി(നാ) - എത്തിച്ചേരൽ, കണ്ടുമുട്ടൽ, ലബ്ധി, ഇഷ്ടലാഭം, ഹരണഫലം, ലൈംഗികവേഴ്ച, വിശ്വാസം, സ്നേഹം, ഔചിത്യം, ഭാവികാലം, പതിനൊന്നാംഭാവം. reaching, meeting with, getting, gaining, quotient, sexual union, confidence, affection, propriety, future, eleventh house from the ascendant.
ആപ്പ(നാ) - കരണ്ടി, തവി, കയിൽ. spoon, ladle.
ആപ്പം(നാ) - ഒരു പലഹാരം, അരിമാവും നാളികേരപ്പാലും മുട്ടയും കലർത്തിയുണ്ടാക്കുന്ന ഒരു പലഹാരം. kind of cake prepared by mixing rice flour coconut milk.
ആപ്പ്(നാ) - മരപ്പൂള്, അടുപ്പ്, അപകടം, സാക്ഷ, പകുതി. wedge, oven, danger, bolt.

ആപ്യ (വി) - ജലത്തിലുണ്ടായ. born in water, belonging or relating to water.
ആപ്യ (വി) - പ്രാപിക്കത്തക്ക. obtainable, attainable.
ആപ്യ (ക്രി.വി) - കിട്ടിയിട്ട്. having obtained.
ആപ്യാനം(നാ) - സ്നേഹം, പുഷ്ടി. love, affection, fertility, nourishment.
ആപ്യായനം(നാ) - തൃപ്തിപ്പെടുത്തൽ, പുഷ്ടിപ്പെടുത്തൽ, ഒരു സ്ഥിതിയിൽ നിന്ന് മറ്റൊരു സ്ഥിതിയെ പ്രാപിക്കൽ. satiating, causing to thrive, change of condition or state.
ആപ്യായിത (വി) - തൃപ്തിപ്പെട്ട, വർദ്ധിച്ച, തടിച്ച. satisfied, increased, fat, stout.
ആപ്രപദം (ക്രി.വി) - പാദം വരെ. to the end or fore-part of the foot.
ആപ്ലവം, ആപ്ലവനം(നാ) - കുളി, മുങ്ങിക്കുളി, വെള്ളപ്പൊക്കം, വെള്ളം തളിക്കൽ. bathing, immersing, flood, sprinkling with water.
ആപ്ലാവിത (ക്രി.വി) - മുങ്ങിയ, മുഴുകിയ. immersed.
ആപ്ലുത (വി) - മുങ്ങിയ, കുളിച്ച, നനഞ്ഞ. immersed, bathed, wet.
ആപ്ലുതം(നാ) - മുങ്ങൽ, കുളിക്കൽ, ചാട്ടം. immersing, bathing, jumping.
ആപ്ലുത്യ (ക്രി.വി) - മുങ്ങിയിട്ട്. having immersed, having bathed.
ആഫിയത്ത്(നാ) - ആരോഗ്യം, ക്ഷേമം. good health, welfare.
ആഫീനം, ആഫൂകം(നാ) - അവീൻ. opium.
ആബദ്ധ (വി) - ബന്ധിക്കപ്പെട്ട. tied, having bound, fixed on.
ആബദ്ധം(നാ) - ഇറുക്കിക്കെട്ടൽ, കെട്ട്, അമിക്കയർ, നുകം, വിലങ്ങ്, ആഭരണം, മുണ്ട്. binding fast, binding, yoke-string, yoke, handcuff, ornament, cloth.
ആബന്ധനം (ക്രി.വി) - അമിക്കയറ്, കെട്ട്, അലങ്കാരം, ആഭരണം, സ്നേഹബന്ധം. yoke string, tying or binding round, decoration, ornament, friendship.
ആബർഹ, ആബർഹണം(നാ) - കീറൽ, കൊല. tearing off, murder.
ആബല്യം(നാ) - അബലത, ക്ഷീണം. weakness.
ആബാധ(നാ)- നരകദുഃഖം, ദുഃഖം. misery (of hell), pain, distress.
ആബാലവൃദ്ധം (ക്രി.വി) - കുട്ടികൾ മുതൽ വൃദ്ധന്മാർ വരെ. from children up to old persons.
ആബാല്യാൽ - ബാല്യം മുതൽക്കേ. from childhood.
ആബില, ആവില (വി) - കലങ്ങിയ. stirred, mixed.
ആബ്ദിക (വി) - ആണ്ടുതോറുമുള്ള. annual, yearly.
ആബ്ദികം(നാ) - ആട്ടബലി. annual sacrifice, death anniversary.
ആഭ(നാ) - ശോഭ, പ്രതിബിംബം, ഛായ, നിറം. splendour, beauty, reflection, image, shadow, colour.
ആഭഗൻ(നാ) - പങ്കാളി. partner.
ആഭരണം(നാ) - ശരീരം അലങ്കരിക്കുന്നതിനുള്ള വസ്തു. ornament, jewels.
ആഭാതി(നാ) - തേജസ്സ്, ശോഭ, പ്രകാശം. lustre, splendour, light.
ആഭാണകം(നാ) - പഴഞ്ചൊല്ല്. saying, proverb.
ആഭാഷണം(നാ) - നേരിട്ടുള്ള ഭാഷണം, സംസാരം. direct address, conversation, talk.
ആഭാഷം(നാ) - മുഖവുര, സംഭാഷണം. preface, conversation, talking.
ആഭാസ (വി) - വഷളായ, അസഭ്യമായ, ശോഭയുള്ള, അസലല്ലാത്ത. wicked, immoral, vulgar, shining, not original.
ആഭാസത്തരം, ആഭാസത്തം(നാ) - വഷളത്തരം. rowdyism, vulgarity, obscenity.

ആഭാസത്വം(നാ) - പ്രകാശം. light.
ആഭാസൻ(നാ) - വഷളൻ. ribald, corrupt or vulgar person, immoral person.
ആഭാസനം(നാ) - തോന്നിപ്പിക്കൽ, വിശദീകരണം, പ്രശോഭിപ്പിക്കൽ. resemblance, clarification, explanation, illumination.
ആഭാസം(നാ) - ശോഭ, പ്രതിഛായ, തോന്നൽ, മിഥ്യാജ്ഞാനം, ഒരു കാവ്യദോഷം, അസ്സലല്ലാത്തത്, അസഭ്യം. splendour, reflection, feeling, fallacy, illusion, defect in a poetic composition, not the original, obscenity.
ആഭിചാരം(നാ) - ദുർമ്മന്ത്രവാദം. sorcery, black art, witchcraft.
ആഭിചാരകൻ(നാ) - ദുർമ്മന്ത്രവാദം ചെയ്യുന്നവൻ. sorcerer, wizard, incantor.
ആഭിജനം, ആഭിജാത്യം(നാ) - കുലീനത. nobility, loftiness of birth.
ആഭിധ(നാ) - അഭിധ, പേര്. appellation, sound name.
ആഭിമുഖ്യം(നാ) - അഭിമുഖമായ അവസ്ഥ, നേരെനോട്ടം, ആനുകൂല്യം, സാന്നിധ്യം, രക്ഷാധികാരം. being face to face, straight forward look, favour, presence, auspices.
ആഭിരാമ്യം(നാ) - സൗന്ദര്യം, ഭംഗി. beauty, charm.
ആഭീരൻ(നാ) - പശുക്കളെ മേയ്ക്കുന്നവൻ. cowherd.
ആഭീരം(നാ) - ഇടയത്തെരുവ്. street of cowherds.
ആഭീരി(നാ) - ആഭീരസ്ത്രീ, ആഭീരഭാഷ. woman of the Abhira tribe, the language of the Abhira tribe.
ആഭീല (വി) - ഭയങ്കരമായ, വേദനയനുഭവിക്കുന്ന. distressed, fearful, formidable, painful, suffering pain.
ആഭീലം(നാ) - നരകദുഃഖം, ദുഃഖം, കഠിനവേദന, ശരീരപീഡ, ഭയം. misery in hell, distress, severe pain, bodily pain.
ആഭു (വി) - വ്യാപിക്കുന്ന, ശൂന്യമായ. spreading, empty.
ആഭുഗ്ന (വി) - അല്പം വളഞ്ഞ, വളയ്ക്കപ്പെട്ട. a little curved or bent, bent slightly.
ആഭൂതി(നാ) - അമാനുഷശക്തി, വ്യാപ്തി, ഐശ്വര്യം. superhuman power or strength, expansion, extension, prosperity.
ആഭൂഷണം(നാ) - ആഭരണം. ornament.
ആഭോഗം(നാ) - പരിപൂർണ്ണത, പാമ്പിന്റെ പത്തി, പ്രയത്നം, വരുണന്റെ കുട, സുഖാനുഭവം, തൃപ്തി, വിസ്താരം. fullness, completion, expanded hood of cobra, effort, umbrella of Varuna, enjoyment, satiety, extenstion.
ആഭ്യന്തര (വി) - ഉള്ളിലുള്ള. interior, inner, internal.
ആഭ്രമണം, ആഭ്രാമണം(നാ)- ചുഴറ്റൽ. whirling round, brandishing.
ആഭ്രികൻ(നാ) - തൂമ്പാപ്പണിക്കാരൻ. one who digs with a hoe.
ആമ(നാ) - ഇഴയുന്ന ഒരു ഉഭയജീവി. tortoise, turtle.
ആമ (വി) - വേവിക്കാത്ത, പച്ചയായ, പുതിയ, ചുടാത്ത. uncooked, raw, fresh, unbaked, new.
ആമം(നാ) - വിലങ്ങ്. shackle.
ആമഗന്ധം(നാ) - പച്ചമാംസത്തിന്റെ നാറ്റം. smell of raw flesh.
ആമഗ്ന (വി) - മുങ്ങിയ. immersed, sunk or submerged.
ആമജ്ജിക്കുക (സ.ക്രി) - മുഴുകുക, കുളിക്കുക. to submerge, to bathe.
ആമണക്ക്, ആമണ്ഡം(നാ) - ആവണക്ക്. castor oil plant.
ആമത, ആമത്വം(നാ) - പച്ചയായിരിക്കൽ. state of being uncooked or unbaked.
ആമനസ്യം(നാ) - ദുഃഖം. grief.
ആമന്ത്രണം(നാ) - യാത്രപറച്ചിൽ, ആനന്ദനം, ചോദ്യം, സ്വാഗതം, ക്ഷണി

ക്കൽ, കൂടിയാലോചന, ക്ഷണിക്കുക, ആലോചിക്കുക. bidding adieu, pleasing, interrogation, welcome, invitation, deliberation.

ആമന്ത്രിത (വി) - ക്ഷണിക്കപ്പെട്ട, യാത്ര പറഞ്ഞ. invited, summoned, bidden farewell.

ആമന്ത്ര്യ (വി) - ക്ഷണിക്കത്തക്ക, ക്ഷണിക്കാനുള്ള. having invited.

ആമന്ത്ര്യ (ക്രി.വി) - ക്ഷണിച്ചിട്ട്, ആമന്ദൻ. fit to be invited, to be invited.

ആമന്ദം (ക്രി.വി) - പതുക്കെപ്പതുക്കെ. slowly.

ആമന്ദ്ര (വി) - അല്പം, ഗംഭീരസ്വരത്തിലുള്ള, താണസ്വരത്തിൽ പറയുന്ന, മുഴങ്ങുന്ന. having a slightly deep tone, making low muttering sound, echoing.

ആമന്ദ്രം(നാ) - മുഴങ്ങൽ. reflection of sound, echoing.

ആമപിത്തം(നാ) - ആമാശയത്തിലുണ്ടാകുന്ന രസം. gastric juice.

ആമപ്പലക(നാ) - ആമയുടെ ആകൃതിയിലുണ്ടാക്കിയ പീഠം. low wooden seat shaped like a tortoise

ആമം(നാ) - തടിവിലങ്ങ്. wooden shackle.

ആമം(നാ) - പാകമാകാത്തത്, അജീർണ്ണം. that which is not ripe, indigestion.

ആമമധു(നാ) - ഇളംതേൻ. fresh honey.

ആമമാംസം(നാ) - പച്ചയിറച്ചി, ആമയിറച്ചി. raw flesh, flesh of tortoise.

ആമയം(നാ)- വ്യാധി, അസ്വാസ്ഥ്യം, ദുഃഖം, കൊട്ടം, ആധി, പീഡ. disease, sickness, sorrow, pain, worry, plant Costus speciosus.

ആമയം(നാ) - ചാണകം. cow dung.

ആമയാവി (വി) - ദഹനക്കേടുള്ള. suffering from indigestion.

ആമയാവി(നാ) - ദുഃഖിതൻ, രോഗി. patient, one who is distressed.

ആമരക്തം(നാ) - വയറുകടി. dysentery.

ആമരണം (ക്രി.വി) - മരണം വരെ. till death.

ആമലകം, ആമലകി(നാ) -നെല്ലിക്ക. Emblic. myrobalan, gooseberry tree, fruit of gooseberry tree.

ആമലകീഫലം(നാ) നെല്ലിക്ക. gooseberry.

ആമസ്സഞ്ചി(നാ) - മുറുക്കാൻ സഞ്ചി. bag of beetle leaves etc..

ആമാവാസ്യം(നാ) - വാവുബലി. new moon oblation.

ആമാശയം(നാ) - മേൽവയറ്, ഭക്ഷണം ആദ്യമായി ചെന്നെത്തുന്ന ദഹനേന്ദ്രിയഭാഗം. upper part of the belly, stomach.

ആമാറ് (ക്രി.വി)- ആകുംവണ്ണം. to the extent possible.

ആമിക്ഷ(നാ) - ചൂടുപാലിൽ തൈർ ചേർത്തത്. mixture of boiled and coagulated milk, curd.

ആമിത്ര (വി) - ശത്രുവായ. having enmity.

ആമിശ്ര (വി) - കൂടിക്കലർന്ന. mixed, mingled.

ആമിഷം(നാ) - മാംസം, ഭോഗ്യവസ്തു, ഇര, ഭക്ഷ്യപദാർത്ഥം. flesh, consumable article, prey, food.

ആമിഷാശി(നാ) - രാക്ഷസൻ. flesh eater-demon, rakshasa.

ആമീലനം(നാ) - കണ്ണടയ്ക്കൽ. act of closing the eyes.

ആമീലിത (വി) - അടഞ്ഞ, കണ്ണടച്ച. closed, shut.

ആമുക്ത (വി) - അഴിച്ചുവിട്ട, ധരിക്കപ്പെട്ട, എയ്ത. loosened, released, put on, discharged (as arrow).

ആമുക്തി(നാ) - മോചനം, മോക്ഷം, ധരിക്കൽ. liberation, final beatitude, putting on, wearing.

ആമുഖം (വി) - മുഖം നോക്കിയിട്ട്. having looked on the face.

ആമുഖം(നാ) - പ്രസ്താവന, മുഖവുര, ആരംഭം. prologue in drama, preface, commencement.
ആമുഗ്ദ്ധ (വി) - സുന്ദരമായ, മനോഹരമായ. beautiful, charming.
ആമുഷ്മിക (വി) - പരലോകസംബന്ധിയായ. belonging to the other world.
ആമൂലം (വി) - മുഴുവനും, വേരുവരെ. entirely, to the root, completely, from beginning.
ആമൃഷ്ട (വി) - തുടയ്ക്കപ്പെട്ട, സ്പർശിക്കപ്പെട്ട. wiped off, touched, rubbed, purified.
ആമേൻ - അങ്ങനെയാകട്ടെ, സത്യമായി. so it be, truly, Christ as faithful one.
ആമേളനം(നാ) - കൂടിച്ചേരൽ. joining together, blending.
ആമോ (ക്രി) -ആകുമോ? is it possible?
ആമോചനം(നാ) - ധരിക്കൽ, സ്വതന്ത്രമാക്കൽ. putting on, liberating, releasing, emitting.
ആമോച്ചികൾ (നാ.സർ) - ചാവേറ്റുകാർ. members of a suicide squad.
ആമോടനം(നാ) - ഞെക്കൽ, മർദ്ദനം, ഞെരുക്കൽ. pressing, grinding, massaging, crushing.
ആമോദനം(നാ) - സന്തോഷിപ്പിക്കൽ, സുഗന്ധമുള്ളതാക്കൽ. rejoicing, delighting, make to emit fragrance, making happy.
ആമോദം(നാ) - ശതാവലി, സന്തോഷം, സുഗന്ധം. asparagus racemosus, joy, delight, pleasure, perfume.
ആമോദി (വി) - പരിമളമുള്ള, സന്തോഷമുണ്ടാക്കുന്ന. fragrant, spreading joy, pleasure, delighting.
ആമോദി(നാ) - മദ്യം, കർപ്പൂരം, താംബൂലം. liquor, camphor, perfume for the mouth (such as betel).
ആമോദിത (വി) - സന്തോഷിപ്പിക്കപ്പെട്ട, സുഗന്ധിതമായ. delighted, pleased, perfumed.
ആമോഷം(നാ) - കളവ്, കവർച്ച. theft, robbing.
ആമോഷി(നാ) - കള്ളൻ. thief.
ആമ്നായം(നാ) - വേദം. Veda or scripture, tradition.
ആമ്പൽ(നാ) - ഒരു വലിയ സംഖ്യ, വെള്ളത്തിലുണ്ടാകുന്ന ചെടി. large number, nymphaea lotus, water lilly.
ആമ്പലം(നാ) - ആമ്പൽ. water lilly.
ആമ്പാടി(നാ) - ഗോകുലം, ഇടയഗ്രാമം. village of cowherds (where Sree Krishna is supposed to have been brought up).
ആമ്പിച്ച(നാ) - പിച്ചക്കാരൻ. beggar.
ആമ്പിറന്നോൻ(നാ) - പുരുഷൻ, ഭർത്താവ്.
ആംഭസ (വി) - ജലമയമായ, വെള്ളമുള്ള. consisting of water, watery.
ആമ്രം, ആമ്രകം(നാ) - മാങ്ങ, മാവ്. mango fruit, mango tree.
ആമ്രം(നാ) - പുളിപ്പ്. sourness.
ആമ്രാവണം(നാ) - മാന്തോട്ടം. grove of mango trees.
ആമ്രാതം, ആമ്രാതകം(നാ) - ഒരു പർവ്വതം, മാമ്പഴത്തിര, അമ്പഴം. name of a mountain, dried mango juice, hog plum.
ആമ്രാസ്ഥി(നാ) - മാങ്ങയണ്ടി. seed of the mango tree.
ആമ്രേഡനം(നാ) - പുനരുക്തി. repetition.
ആമ്രേഡിക്കുക (സ.ക്രി) ആവർത്തിക്കുക. to repeat, to reiterate.
ആമ്രേഡിതം(നാ) - രണ്ടുമൂന്നു പ്രാവശ്യം പറയപ്പെടുന്നത്. that which is repeated twice or thrice.
ആമ്ലം(നാ) - പുളിരസം, പുളിമരം. sourness, acidity, the tamarind tree.
ആമ്ലാനം(നാ)- മുഷിഞ്ഞത്, വാടിയത്. soiled, withered.
ആംവണ്ണം (ക്രി.വി) - ആവുംവിധം. as far as possible.

ആംശികം (വി) - ഭാഗികം. partial.
ആയ (വി) - ഭവിച്ച, കഴിഞ്ഞ. happened, past.
ആയ(നാ) - പരിചാരക, ശുശ്രൂഷക, വളർത്തമ്മ, മുത്തശ്ശി, രോഗികളെയോ കുഞ്ഞുങ്ങളെയോ പരിചരിക്കുന്ന സ്ത്രീ. foster-mother, nurse, grand mother, waiting women.
ആയക്കുഴൽ(നാ) - ഓടക്കുഴൽ. cowherd's flute.
ആയത (വി) - പരന്ന, വലിയ, നീണ്ട. wide, big, spacious, long.
ആയതനം(നാ) - രോഗഹേതു, ഇന്ദ്രിയം, നെൽപ്പുര, പുരയിടം, യജ്ഞസ്ഥലം, വീട്, ബൗദ്ധാലയം, ഘനമാനം, ദേവാലയം, വിശിഷ്ടമായ വൃക്ഷം. cause of disease, senses, barn, abode, place of sacrifice, home, house, Buddist centre of Buddhists, volume, sanctuary, sacred tree.
ആയതാക്ഷി(നാ) - നീണ്ട കണ്ണുകൾ ഉള്ളവൾ, സുന്ദരി. beauty.
ആയതി(നാ) - സ്വീകാരം, ബന്ധം, നീളം, കർമ്മം, വിസ്തൃതി, ഭാവികാലം, സംയമം, പ്രഭുത്വം. acceptance, relation, length, a doing, action, extension, future, continence, lordship, ownership.
ആയത്ത (വി) - തയ്യാറായ, കൈക്കലായ, അധീനമായ. prepared, in one's possession, being at the disposition of.
ആയത്ത് - ഖുർആനിലെ സൂക്തം. hymn in Qur'an.
ആയൻ(നാ) - ഇടയൻ. cowherd.
ആയനി(നാ) - ദുർഗ്ഗ. Durga.
ആയനി(നാ)-ആഞ്ഞിലി. tree artocarpus hirsuta.
ആയന്ത്രിത (വി) - ക്ലിപ്തപ്പെടുത്തിയ. limited.
ആയം(നാ) - മുമ്പോട്ടുള്ള ഉന്നം, ലാക്ക്, ആച്ചിൽ, മെയ്‌വഴക്കം, ഗതിവേഗം, ഊക്ക്. aim, target, suppleness, momentum.
ആയം (നാ.സം) - ചുങ്കം, ലാഭം, വരുമാനം, സ്വർണ്ണം, ചൂതുകരു, പതിനൊന്നാമെടം. toll, tax, profit, gain, income, dice in gambling, eleventh house.
ആയമനം(നാ) - നിരോധനം, നിയമനം, നീട്ടൽ, നീളം. prohibition, appointment, stretching, length.
ആയമനീയ (വി) - നീട്ടാവുന്ന. extensible.
ആയമ്പാടി(നാ) - അമ്പാടി. village of cowherds.
ആയമ്മ(നാ) - ആ സ്ത്രീ, ബ്രാഹ്മണ സ്ത്രീ, അമ്മ്യാർ, വളർത്തമ്മ. that woman, Brahmin woman, foster-mother.
ആയർ(നാ) - ഇടയർ. cowherds.
ആയവണ്ണം (ക്രി.വി) - കഴിവു പോലെ. to the best of one's ability.
ആയവസം(നാ) - മേച്ചിൽ സ്ഥലം. pasture ground, grazing ground.
ആയവ്യയം(നാ)- വരവുചെലവ്. income and expenditure.
ആയസം(നാ) - പടച്ചട്ട, ആയുധം, ഇരുമ്പ്, ഇരുമ്പുകൊണ്ടുണ്ടാക്കിയത്. armour, weapon, made of iron, iron.
ആയസി(നാ) - പടച്ചട്ട, ഇരുമ്പു കവചം. armour of iron, armour nail.
ആയാചിത (വി) - യാചിക്കപ്പെട്ട. begged, requested or asked for.
ആയാത (വി) - വന്ന, സമീപിച്ച. arrived, come, approached.
ആയാതം(നാ) - വന്നത്, ഇറക്കുമതി ചെയ്തത്. that which is imported, that which has come.
ആയാതി(നാ) - വന്നുചേരൽ. coming near, arrival.
ആയാനം(നാ) - വരവ്. coming, arrival.
ആയാപനം(നാ) - ക്ഷണം, വരുത്തൽ. invitation, making to come.
ആയാമം(നാ) - നിരോധം, വ്യാപ്തി, നീളം, വലിച്ചു നീട്ടൽ, അകലം. stopping, prohibition, extension, length, stretching, distance.

ആയാമി(നാ) - നീണ്ടത്, അടക്കമുള്ളവൻ. that which is long, one who controls oneself.

ആയാസം(നാ) - പ്രയാസം, പ്രയത്നം. difficulty, trouble, effort, labour.

ആയാസിക്കുക (അ.ക്രി) - പ്രയാസപ്പെടുക, അദ്ധ്വാനിക്കുക. to exert, to feel difficulty, to strive, to work hard.

ആയി - ആവുക എന്ന ക്രിയയുടെ ഭൂതകാലം. past tense of verb become.

ആയി - വേണ്ടി. for, for the sake of.

ആയി(നാ) - അമ്മ, പോറ്റമ്മ, ധാത്രി. mother, woman.

ആയിക്കൊണ്ട് - വേണ്ടി. for the sake of.

ആയിട - അക്കാലത്ത്. then, at that time, meanwhile.

ആയിനി(നാ)- ആഞ്ഞിലി. tree artocarpus hirsuta.

ആയിന്യം(നാ)- ആന്യം. daily wages.

ആയിമ്മ - അമ്മ്യാർ, തമിഴ് ബ്രാഹ്മണസ്ത്രീ. Brahmin woman.

ആയിരം(നാ) - പത്തുനൂറു കൂടിയ സംഖ്യ. one thousand.

ആയിൽ(നാ) - എണ്ണ, തൈലം. oil.

ആയില്യം(നാ) - ഒൻപതാമത്തെ നക്ഷത്രം. ninth asterism.

ആയിഴ(നാ) - ആഭരണം, അരിവാൾ മുന, ഭാര്യ, സ്ത്രീ. ornament, sharp edge of a sickle, wife, woman.

ആയു(നാ) - ആയുസ്സ്. life time.

ആയുക (അ.ക്രി) - ഊന്നുക, ഓങ്ങുക, ലാക്കുനോക്കുക, ബലം, മുമ്പോട്ടു കുതിക്കുക, ശക്തി പ്രയോഗിക്കുക, തുനിയുക, ഊന്നുക, തിരഞ്ഞെടുക്കുക, തിരയുക, അടുക്കുക. to bend for an extertion, to venture, to leap forward, to gallop, to search, to stretch, to begin, prepare, to use force, exert, to select.

ആയുക്ത (വി)- ലഭിക്കപ്പെട്ട, യോജിപ്പിക്കപ്പെട്ട, നിയോഗിക്കപ്പെട്ട. obtained, united, joined, appointed, charged with.

ആയുക്തൻ(നാ) - മന്ത്രി, കാര്യസ്ഥൻ, പ്രതിനിധി, വകുപ്പധ്യക്ഷൻ. minister, deputy, agent, head of the department.

ആയുത(വി) - ഉരുക്കിയ, കൂടിക്കലർത്തപ്പെട്ട. melted, mixed, mingled.

ആയുതം(നാ) - പകുതി ഉരുക്കിയ വെണ്ണ. half- melted butter.

ആയുധജീവി(നാ)-ഭടൻ. soldier.

ആയുധം(നാ) - യുദ്ധത്തിനുള്ള ഉപകരണം, ഉപകരണം. weapon, instrument.

ആയുധാഭ്യാസം(നാ) - ആയുധപരിശീലനം. practising the use of weapon.

ആയുരന്തം(നാ) - മരണം. demise, death.

ആയുർബലം(നാ) - ആയുസ്സിന്റെ ശക്തി. stability of life.

ആയുർഭാവം(നാ) - എട്ടാമെടം. eighth house in the zodiac.

ആയുർയോഗം(നാ) - ആയുസ്സുണ്ടാക്കുന്ന ഗ്രഹയോഗം. conjunction of planets, believed to result in long life.

ആയുർവേദം(നാ) - വൈദ്യവിദ്യ, Indian science of health, Ayurveda.

ആയുശ്ചോരം(നാ) - ആയുസ്സിനെ ഹനിക്കുന്നത്. that which ruins life, that which destroys life-span.

ആയുശ്ശിഷ്ടം,ആയുശ്ശേഷം(നാ) - ശേഷിച്ച ആയുസ്സ്. the remaining life-span.

ആയുഷ്കര (വി) - ആയുസ്സുണ്ടാക്കുന്ന. creating long life.

ആയുഷ്കാമ (വി) - ദീർഘായുസ്സ് മോഹിക്കുന്ന. desirous of long life,

ആയുഷ്കാരകൻ(നാ) - ശനി. Saturn.

ആയുഷ്കാലം(നാ) - ജീവിതകാലം. life-time.

ആയുഷ്പരിമാണം(നാ)- ആയുസ്സിന്റെ അളവ്. life-span.

ആയുഷ്മം(നാ) - ജീവിതകാലം. life time.

ആയുഷ്യ (വി) - ആയുസ്സ് വർദ്ധിപ്പിക്കുന്ന. promoting long life.

ആയുഷ്യം(നാ) - ആയുസ്സിന്റെ വൃദ്ധി. longevity, vital power.

ആയുസ്സ്(നാ) -ജീവിതം, ജീവിതകാലം, പ്രാണശക്തി, ഉർവശിയുടെയും പൂരൂരവസ്സിന്റെയും പുത്രൻ. life, life time, vital power, son of Urvasi and Pururavas.

ആയോഗം(നാ) - അലങ്കാരം, ചേർച്ച, പുഷ്പാഞ്ജലി, കര, വള്ളക്കടവ്, പ്രവൃത്തി, ഏർപ്പെടുത്തൽ, നിയമനം. decoration, offering of flowers to deity, fitness, good match, jetty, bank, shore, action, entrusting, appointment.

ആയോജനം(നാ) - യോജിപ്പിക്കൽ, പ്രയത്നം, ശേഖരിക്കൽ, സംഘടിപ്പിക്കൽ. joining, effort, collection, gathering, conducting, organising.

ആയോജിത (വി)- ആയോജനം ചെയ്യപ്പെട്ട. conducted.

ആയ്പ്പാടി(നാ)-ആമ്പാടി. hamlet of cowherds.

ആയ്യതിര്(നാ) - നിറയ്ക്കാനായ് ചേർത്തു കെട്ടിയ കതിര്. sheaf of ears of paddy.

ആർ (സർ)-ആര്, ഏതാൾ. who, which person.

ആർ (വി) -അരുമയായ, പ്രകാശമുള്ള, ശ്രേഷ്ഠമായ, വിലപ്പെട്ട, പ്രിയപ്പെട്ട, അപൂർവ്വമായ, സൂക്ഷ്മമായ. bright, noble, valuable, dear, rare, minute, beloved.

ആർ(നാ) - അലക്, മുന, മൂർച്ച. blade, sharp point, sharpness.

ആര (വി) - വിലക്കപ്പെട്ട, വലിയ, ഐശ്വര്യമുള്ള, വിലപിടിച്ചത്, ശ്രീമത്ത്. valuable, great, prosperous.

ആര(നാ) - തോലുളി, വണ്ടിച്ചക്രം, കത്തി. awl, wheel, knife.

ആര (ക്രി.വി) - നിറയെ. fully, entirely.

ആരകൻ(നാ) - കള്ളൻ. thief.

ആരകൂടം(നാ)- പിച്ചള. brass.

ആരക്കാൽ(നാ) - വണ്ടിച്ചക്രത്തിന്റെ മധ്യത്തിൽനിന്നു പരിധിയിലേക്ക് ഘടിപ്പിച്ചിട്ടുള്ള തടി. spoke of a wheel.

ആരക്കോൽ(നാ) - പാരക്കോൽ. stake.

ആരക്ത (വി) - അല്പം ചുവന്ന. having slight red colour.

ആരക്തം(നാ) - അല്പം ചുവന്നത്, അനുരാഗമുള്ളത്. that which is slightly red in colour, one who is in love.

ആരക്ഷകൻ(നാ) - കാവൽക്കാരൻ. watchman, guard.

ആരക്ഷിതവനം(നാ) - സംരക്ഷിത കാട്. reserve forest.

ആരഗ്വധം(നാ) - കൊന്ന. tree cassia.

ആരഘട്ടം(നാ) - കിണറ്. well.

ആരങ്ങ്(നാ) - ഒരു തരം പുല്ല്. a kind of grass, weed.

ആരചിക്കുക (സ.ക്രി) - തയ്യാറാക്കുക, നിർമ്മിക്കുക, ആക്കി വയ്ക്കുക, ചെയ്യുക. to prepare, to create, to put on, to do, to perform.

ആരഞ്ജിത (വി) - നിറം ചേർത്ത. coloured.

ആരടൻ(നാ) - നടൻ, കളിക്കാരൻ. actor, player.

ആരടം(നാ) - തറവാട്, കുലം. family.

ആരണൻ(നാ) - ബ്രഹ്മാവ്, ബ്രാഹ്മണൻ. Brahmin, Lord Brahma.

ആരണം(നാ) - വേദം, ആഴം, കീഴ്ക്കാംതൂക്ക്. Veda, depth, precipice.

ആരണി(നാ) - നീർച്ചുഴി. eddy.

ആരണി(നാ)- പാർവ്വതി. Parvati.

ആരണ്യകൻ(നാ) - വനത്തിൽ തപസ്സു ചെയ്യുന്നവൻ, കിരാതൻ, വനപാലകൻ. inhabitant of woods, savage, one who observes penance in the woods, forester.

ആരണ്യകം(നാ) - കാട്, ബ്രാഹ്മണങ്ങളുടെ അന്ത്യഭാഗം. forest, the final portion of relgious literature called Brahmanas.

ആരണ്യം(നാ) - കാട്, സാഹിത്യത്തിന്റെ ഒരംശം, രാമായണത്തിലെ മൂന്നാം കാണ്ഡം, ഭാരതത്തിലെ മൂന്നാം പർവം, ചാണകം, വിത്തുവിതയ്ക്കാതെ മുളയ്ക്കുന്ന ധാന്യം. forest, part of literarture, third canto of Ramayana, third chapter of Mahabharatha, grain that sprouts unsown, cow dung.

ആരണ്യരാശി(നാ) - മേടം, ഇടവം, ചിങ്ങം എന്നിവ. house of Mesha, Rishabha and Simha of the zodiac.

ആരത (വി) - നിലച്ച, ശമിച്ച, ശാന്തമായ. ceased, cured, stopped, quiet.

ആരതി(നാ) - നിവൃത്തി, നിറുത്ത്, വിരക്തി, ദീപാരാധന. cessation, stopping, detachment, worship by waving lamps before image of a deity.

ആരഥം(നാ)- ഒറ്റക്കാളവണ്ടി, ഒറ്റക്കുതിരയുള്ള വണ്ടി. carriage drawn by single ox or horse.

ആരൻ(നാ) - ശനി, ചൊവ്വ. Saturn, Mars.

ആരനാളം, ആരനാളകം(നാ) - പുളിച്ച കഞ്ഞി, വയ്പുകാടി. sour gruel made from the fermentation of boiled rice.

ആരപ്പാൻ(നാ) - നെല്ല്. paddy.

ആരബ്ധം(നാ)- തുടങ്ങിയത്. begun, commenced.

ആരഭടൻ(നാ) - മഹോത്സാഹി, ധീരൻ. courageous or enterprising man, zealous.

ആരഭടം(നാ) - ധൈര്യം, ആത്മവിശ്വാസം. courage, self-confidence.

ആരഭി(നാ) - ഒരു രാഗം. raga, tone (music).

ആരഭ്യ (ക്രി.വി) - ആരംഭിച്ചിട്ട്. having begun.

ആരം(നാ) - മുത്തുമാല. garland of pearls.

ആരം (നാ.സം)- അറ്റം, ആരക്കാൽ, പിച്ചള, മൂല, വ്യാസാർദ്ധം, ഭസ്മം, ചാട്ട. end, spoke of a wheel, brass, corner, radius, ash (medicine), whip.

ആരമണം(നാ) - സന്തോഷിക്കൽ, ആനന്ദം, നിറുത്തൽ, വിശ്രമസ്ഥലം. enjoyment, delight, stooping, pause, resting place.

ആരമിക്കുക (അ.ക്രി) - സന്തോഷിക്കുക. to delight in.

ആരമ്പം(നാ) - ആരംഭം. commencement.

ആരമ്പം(വി) - ഓമന. darling.

ആരംഭണം(നാ) - കൈക്കലാക്കൽ, കൈപ്പിടി, തുടക്കം. seizing, handle, beginning.

ആരംഭം(നാ) - തുടക്കം, ഒരുക്കം, മുഖവുര, നാടകത്തിന്റെ അഞ്ച് അവസ്ഥകളിൽ ഒന്ന്. beginning, commencement, commencement of the action to awaken an interest in the progress of the main plot , preparation, effort, preface.

ആരംഭശൂരൻ(നാ) - തുടക്കത്തിൽ മാത്രം ഉത്സാഹമുള്ളവൻ. one who is overzealous in the beginning.

ആരംഭി (വി) - താല്പര്യമുള്ള, ഉദ്യമിയായ. one who is enterprising, one who is clever, beginner.

ആരംഭിക്കുക (സ.ക്രി) - തുടങ്ങുക, ഏർപ്പെടുക. to begin, to start, to commence, to undertake, to indulge in.

ആരംഭിത (വി)- ആരംഭിക്കപ്പെട്ട. started, begun.

ആരമ്യ (വി) - മനോഹരമായ. beautiful.

ആരല്, ആരൽ - ഒരു തരം മത്സ്യം, ഒരു തരം ചെടി(ശംഖുപുഷ്പചെടി), ഒരു തരം നെല്ല്, ചൊവ്വാഗ്രഹം, തീ,

കാർത്തിക, പുളിയാരൽ, കുജൻ, മതിൽ. a kind of sea fish, medicinal herb (marsilea quadri folia mussel-shell creeper), a kind of paddy, third constellation, Mars, oxalis corniculata plant, fire, compound wall.

ആരവം(നാ) - ശബ്ദം, ബഹളം. sound, uproar.

ആരവാൽ (വി)- വലുതും ഭംഗി യുള്ളതുമായ. big and beautiful.

ആരവാരം(നാ) - ഉച്ചത്തിൽ ബഹളം കൂട്ടുന്ന ആൾക്കൂട്ടം, ഘോഷം, കൊതി, ശബ്ദകോലാഹലം, അലർച്ചയുള്ള പുരുഷാരം. bustling crowd, loud noise, shouting, clamorous crowd, retinue.

ആരവാരം(നാ) - ചൊവ്വാഴ്ച. Tuesday.

ആരസ്യം(നാ) - രസമില്ലായ്മ. inspidity, boredom, flavourlessness.

ആരഴൽ(നാ) - വലിയ ദുഃഖം. immense grief.

ആരായുക (സ.ക്രി) - അന്വേഷിക്കുക, ഗവേഷണം ചെയ്യുക, പരിശോധിക്കുക. to enquire, to research, to examine.

ആരാച്ച, ആരാച്ചി(നാ) - അന്വേഷണം, മേൽനോട്ടം. enquiry, supervision.

ആരാച്ചാർ(നാ) - വധശിക്ഷ നടത്തുന്ന ഉദ്യോഗസ്ഥൻ. executioner.

ആരാടിക്കുക (ക്രി) - ആരാട്ടുക. to lull child to sleep.

ആരാട്ടം, ആരാട്ട്(നാ) - താരാട്ട്. lullaby.

ആരാ (സ.ക്രി) - താരാട്ടുക, ഉറക്കുക. to lull a child to sleep, to make one sleep.

ആരാണ്ട് - ഏതോ ഒരാൾ, ഏതെങ്കിലു മൊരാൾ, ആരോ. somebody, someone, certain person.

ആരാൽ (ക്രി.വി) - അടുക്കൽ, അകലെ, ഏതു വ്യക്തി മൂലം. near, far, by whom.

ആരാധകൻ(നാ) - ഭജിക്കുന്നവൻ, ആരാധിക്കുന്നവൻ, സേവിക്കുന്നവൻ. devotee, worshipper, servant.

ആരാധന(നാ) - പൂജ, സേവ. worship, service.

ആരാധനം(നാ) - പൂജനം, സേവനം, നിർമ്മാണം, സിദ്ധി, പാകംചെയ്യൽ, പ്രാപ്തി. worship, homage, adoration, to please, to make satiated.

ആരാധനീയ, ആരാധ്യ (വി) - ആരാ ധിക്കത്തക്ക. adorable.

ആരാധിക്കുക (സ.ക്രി) - പൂജിക്കുക, ഉപചരിക്കുക, പ്രീതിപ്പെടുത്തുക. to worship, adoration, servoice, construction, attainment, gain, cooking, pleasing, fulfilling.

ആരാധിത(വി) - ആരാധിക്കപ്പെട്ട. worshipped, honoured, adored, pleased.

ആരാൽ - ഏതോ ഒരാൾ, അന്യൻ. someone, anyone.

ആരാമ (വി) - സന്തോഷിപ്പിക്കുന്ന. delighting, pleasing.

ആരാമം(നാ) - പൂങ്കാവ്, മലഞ്ചോല, സന്തോഷം, നെല്ലി. flower garden, hill stream, delight, joy, gooseberry.

ആരാമികൻ(നാ) - തോട്ടക്കാരൻ. gardener.

ആരാമീനം(നാ) - ഒരിനം മത്സ്യം. kind of sea fish.

ആരായ്ച്ചി(നാ) - സിവിൽ കോടതിയി ലെ നാസിർ, കണക്കു പരിശോധകൻ, വധശിക്ഷ നടത്തുന്നവൻ. Civil court Nazir, auditor, executioner.

ആരാർ(നാ)- ശത്രുക്കൾ. foes, enemies.

ആരാരും - ആരുംതന്നെ. nonesoever.

ആരാവം(നാ) - ശബ്ദം, കോലാഹ ലശബ്ദം, ആർത്തനാദം. sound, niose, uproar, loud cry.

ആരാളികൻ(നാ) - പാചകക്കാരൻ. cook.

ആരാഴ്ച(നാ) - അന്വേഷണം, മേൽ നോട്ടം, സംശയിക്കത്തക്കത്. enquiry, investigation, supervision, suspicious.

ആരി(നാ) - വാതിൽ. door.
ആരിയ (വി) - ചെറിയ. small.
ആരിരുൾ(നാ) - കൂരിരുൾ. darkness.
ആരിഷം(നാ) - ഋഷിപ്രോക്തം. told by saints.
ആര് - ഏതാൾ. who.
ആര്(നാ) - അലകുചീളി. splinter.
ആരു(നാ) - പന്നി, ഞണ്ട്, പൂമരുത്, കുടം. hog, crab, the tree lagerstroemia regina, water bowl.
ആരുക (അ.ക്രി) - നിറയുക, പ്രാപിക്കുക, ധരിക്കുക, ചേരുക, തിങ്ങിയിരിക്കുക, വ്യാപിക്കുക, ലഭിക്കുക. to be full, to reach, to put on, to join.
ആരുണ്യം(നാ)- ചുവപ്പു നിറം. redness.
ആരുദ്ധ (വി) - തടയപ്പെട്ട, തടവിൽ പാർപ്പിച്ച. obstructed, imprisoned.
ആരുന്ന (വി) - ഉള്ള. having, possessing.
ആരും - ഒരാൾ പോലും. no one, nobody.
ആരുമില്ലാത്തവൻ - അനാഥൻ. orphan.
ആരുയിർ(നാ)- ഏറ്റവും പ്രിയപ്പെട്ടവൻ, പ്രിയപ്പെട്ടവൾ, ശ്രേഷ്ഠമായ ജീവൻ. beloved, darling, precious life, most beloved person.
ആരുവാൻ - ആരായിരിക്കാം. who can it be.
ആരുഹ (വി)- കയറുന്ന. ascending, climbing, mounting.
ആരുഹ്യ (ക്രി.വി) - കയറിയിട്ട്. having ascended or mounted.
ആരൂഢ(നാ)- ദൃഢമായ, ഉള്ള, തയ്യാറായ, വളർന്ന, ഉയർന്ന, ഉയർത്തിയ. firm, possessing, having, high, raised up, grown up, mounted, elevated.
ആരേചക (വി) - വയറൊഴിക്കുന്ന. purgative.
ആരേലും - ആരെങ്കിലും, ഏതെങ്കിലുമൊരാൾ. anyone, someone.
ആരേവതം(നാ) - കൊന്നമരം. Cassia fistula tree.
ആരേഹണം(നാ) - ചുംബനം, നക്കൽ. kiss licking.
ആരോ - ഏതോ ഒരാൾ. somebody, some unknown person.
ആരോൻ(നാ) - ആരൽ മത്സ്യം. a kind of fish, eel.
ആരോഗ്യം(നാ)- രോഗമില്ലായ്മ, ദോഷസാമ്യം, ശക്തി. freedom from disease, health, balanced state of defects, vigour, strength.
ആരോഗ്യശാല(നാ) - ആശുപത്രി. hospital.
ആരോപകൻ(നാ) - ആരോപണം നടത്തുന്നവൻ. one who accuses, one who ascends, one who plants, planter.
ആരോപം, ആരോപണം(നാ) - മുകളിൽ കയറ്റൽ, ചുമത്തൽ, ഏൽപിക്കൽ, ഏറ്റിവയ്പ്, വില്ലിൽ ഞാൺ തൊടുക്കൽ. causing to ascend, accusation, assigning, causing to mount, stringing of a bow, to accuse.
ആരോമൽ (വി) - അരുമ, ഓമന, പ്രിയപ്പെട്ടത്, ഒരുതരം പയറ്. favourite, darling, pet, beloved lovely, exquisite.
ആരോഹകൻ(നാ) - കുതിര സവാരിക്കാരൻ, മേലോട്ട് കയറുന്നവൻ. rider, climber.
ആരോഹകം(നാ) - വൃക്ഷം. tree.
ആരോഹണം(നാ)- കയറൽ, കല്പട, ഏണിപ്പടി, മുളച്ചുണ്ടാകൽ, മുൻവാതിൽ, കഴുമരം, ഒരു ഗമകം, സപ്തസ്വരങ്ങളുടെ ക്രമമായ കയറ്റം, കുതിരസ്സവാരി, നൃത്തമണ്ഡപം. ascending, staircase, ladder, sprouting, main front door, gibbet, singing of the gamut in ascending order of pitch, horse-riding, elevated stage for dancing.

ആരോഹി (വി) - കയറുന്ന, നീചം വിട്ട് ഉച്ചത്തിലേക്കു പോകുന്ന. ascending, ascending of (planet) from low point to high.

ആരോഹിക്കുക (അ.ക്രി) - മേൽ കയറുക. to mount, to ascend.

ആർക്കം(നാ) - രക്തം, ചന്ദനം, പിച്ചള. blood, sandal wood, brass.

ആർക്കലി - സമുദ്രം, ജലം. sea, water.

ആർക്കൽ(നാ) - ആർപ്പുവിളി, ആർപ്പ്. to shout, shouting.

ആർക്ക്(നാ) - കമാനം. arch.

ആർക്കുക (അ.ക്രി) - ആഹ്ലാദത്താൽ ഉറക്കെ ശബ്ദിക്കുക, ആർപ്പു വിളിക്കുക, കൂക്കുവിളിക്കുക, അത്യുച്ചത്തിൽ ശബ്ദിക്കുക. to shout joyfully, to produce an uproarious sound, to roar out of joy.

ആർക്ഷ (വി) - നക്ഷത്രത്തെ സംബന്ധിച്ച. relating to star.

ആർഗ്ഗളം, ആർഗ്ഗളി(നാ) - സാക്ഷ, കുറ്റി. bar, bolt.

ആർഗ്വധം(നാ) - കൊന്ന. tree cassia fistula.

ആർഘ(നാ) - മഞ്ഞനിറമുള്ള തേനീച്ച. a kind of yellow bee.

ആർഘ്യം(നാ) - കാട്ടുതേൻ. wild honey.

ആർച്ച (വി)-അർച്ചിക്കുന്ന. offering.

ആർച്ചിക (വി) - ഋഗ്വേദം സംബന്ധിച്ച. relating to Rig Veda.

ആർച്ചികം(നാ)- സാമവേദം. name of the Sama Veda.

ആർച്ച്(നാ) - കമാനം. arch.

ആർജ്ജക (വി) - സമ്പാദിക്കുന്ന. earning.

ആർജ്ജനം(നാ) - നേട്ടം, സമ്പാദ്യം. earnings, achievements.

ആർത്ത (വി) - ദുഃഖമുള്ള, രോഗമുള്ള. sad, diseased.

ആർത്തധ്വനി, ആർത്തനാദം(നാ) - ദീനസ്വരം, കരച്ചിൽ. cry of distress, cry.

ആർത്തബന്ധു(നാ) - ദീനാനുകമ്പി. friend of the distressed.

ആർത്തവ (വി) - ഋതുസംബന്ധിയായ, തീണ്ടാരിയെ സംബന്ധിച്ചുള്ള. seasonal, menstrual.

ആർത്തവബാണൻ(നാ) - കാമദേവൻ. Cupid.

ആർത്തവം(നാ) - തീണ്ടാരി, പൂവ്. menstrual discharge, a flower.

ആർത്തവി(നാ) - പെൺകുതിര. mare.

ആർത്തവേയി(നാ) - തീണ്ടാതിരിക്കുന്നവൾ. woman during her menses.

ആർത്തസ്വരം(നാ) - ആർത്തനാദം. cry of pain or distress.

ആർത്തി(നാ) - രോഗം, വ്യസനം, ദുഃഖം, പീഡ, വേദന, നാശം, വിൽത്തല. disease, distress, grief, pain, ruination, end of a bow.

ആർത്തി(നാ) - ആഹാരത്തിനുള്ള വലിയ ആഗ്രഹം, കൊതി, വലിയ വിശപ്പ്. gluttony, desire(food), voracity, hunger, greed.

ആർത്ഥക (വി) - ധനമുള്ള, ബുദ്ധിയുള്ള. rich, intelligent.

ആർത്ഥിക (വി)- ധനസംബന്ധമായ, അർത്ഥപൂർണ്ണമായ, ഉൾക്കട്ടിയുള്ള. economical, related to money, sensible, significant, substantial.

ആർത്ഥികം(നാ) - ആർത്ഥികളുടെ കൂട്ടം. set of beggars.

ആർദ്ധ (വി) - പകുതിയായ. half, pertaining to half.

ആർദ്ധികൻ(നാ)- പകുതിക്കവകാശി, പാതിവാരക്കാരൻ. equal partner, sharing half, one entitled to one half.

ആർദ്ര (വി) - നനഞ്ഞ, നനവുള്ള, വിയർത്ത, പാകം വന്ന, അലിഞ്ഞ, ദയ

വുള്ള, അയഞ്ഞ. wet, moist, sweaty, ripe, soft, kind, loose.

ആർദ്ര(നാ) - ആതിര, തിരുവാതിര. sixth lunar mansion.

ആർദ്രകം(നാ) - ഇഞ്ചി. fresh ginger.

ആർദ്രകാഷ്ഠം(നാ) - പച്ചവിറക്. damp firewood.

ആർദ്രജനകം(നാ) - ഒരു വാതകം, അബ്ജനകം. hydrogen.

ആർദ്രത, ആർദ്രത്വം, ആർദ്രഭാവം (നാ) - അലിവ്, നനവ്, ദയവ്. moisture, wetness, kindness.

ആർദ്രപാകം(നാ) - നന്നെ പഴുത്ത പഴം. mellow fruit.

ആർദ്രബുദ്ധി(നാ) - അലിവുള്ള മനസ്സ്. gracious mind, kind heart.

ആർദ്രശാകം(നാ) - ഇഞ്ചി. fresh ginger.

ആർദ്രാലുബ്ധകം(നാ) - തിരുവാതിരയ്ക്ക് തെക്കു കാണുന്ന നക്ഷത്രം, കേതു. Sirius, Ketu,the dragon's tail/ descending mode.

ആർദ്രി(നാ) - ഇഞ്ചി, ഉള്ളി. fresh ginger, onion.

ആർദ്രിക(നാ) - ഇഞ്ചി, പച്ചക്കൊത്തമല്ലി. fresh ginger, green corriander.

ആർദ്രിതം(നാ) - നനയ്ക്കപ്പെട്ടത്, അലിയിക്കപ്പെട്ടത്. that which is dissolved, that which is damped.

ആർന്ന (വി) - ഉള്ള, പൂണ്ട, കൂടിയ, ചേർന്ന, പ്രാപിച്ച, ഒത്ത, വർത്തിച്ച, നിറഞ്ഞ, നേരിയ. having, mingled, possessed, joined, reached, acquired, filled with, remaining with, apt, suitable.

ആർപ്പ്(നാ) - ഉച്ചത്തിലുള്ള ശബ്ദം, സന്തോഷപൂർവ്വമായ കൂക്കിവിളി, ആഹ്ലാദസൂചകമായ ഉച്ചത്തിലുള്ള ശബ്ദം, നിലവിളി. shouting, uproar, loud cry.

ആർപ്പുവിളി(നാ) - ആർപ്പുകൂട്ടൽ, പലരും ചേർന്ന് സന്തോഷിച്ചുള്ള വിളി. collective shout of joy.

ആർഭടി(നാ) - നൃത്തം. dance.

ആർഭാടം(നാ) - ബഹളം, ആഡംബരം, പകിട്ട്, ഒച്ചപ്പാട്. bustle, boisterous behaviour, great show, ostentation, display, loud cry.

ആര്യ (വി) - ശ്രേഷ്ഠതയുള്ള, നല്ല, ധർമ്മാസക്തിയുള്ള, ആര്യവർഗ്ഗത്തിൽപ്പെട്ട. excellent, respectable, highly esteemed, religious minded, belonging to Aryan race.

ആര്യ - മാന്യ, പാർവ്വതി, ദുർഗ്ഗ, ആചാര്യാനി, ശ്വശ്രു, പിതാമഹി, ഒരു മാത്രാവൃത്തം. respectable lady, Parvati, Durga, wife of a preceptor, mother-in-law, grandmother, name of a Sanskrit metre.

ആര്യാ-എഴുത്ത്(നാ) - മലയാളലിപി. old name of modern Malayalam script.

ആര്യക(നാ) - മാന്യസ്ത്രീ. respectable lady.

ആര്യകം(നാ) - പിതൃക്രിയ. ceremony performed to the manes.

ആര്യൻ (നാ) - ആര്യവർഗ്ഗത്തിൽപ്പെട്ടവൻ, ശ്രേഷ്ഠൻ, മാന്യൻ, കുലീനൻ, ജ്യേഷ്ഠൻ, വിദ്വാൻ, ഗുരു, ശാസ്താവ്, കർഷകൻ, ശ്വശുരൻ, ആര്യാവർത്തത്തിൽ വസിക്കുന്നവൻ. one belonging to Aryan race, excellent person, respectable man, noble man, elder brother, scholar, precept, Sastha, farmer, father-in-law, one who lives in Aryavarta.

ആര്യപടി(നാ) - കോട്ടവാതിൽ. gate of a fort.

ആര്യപുത്രൻ(നാ) - ഉത്കൃഷ്ടപുരുഷന്റെ പുത്രൻ. son of an honourable man, husband, son of a precept, son of an elder brother.

ആര്യഭടീയം(നാ) - ആര്യഭടൻ രചിച്ച ജ്യോതിഷഗ്രന്ഥം. name of an astronomical work by Aryabhata.

ആര്യഭാഷ(നാ) - ആര്യവർഗ്ഗക്കാരുടെ ഭാഷ. Aryan language.
ആര്യം(നാ) - പുണ്യം, ശ്രേഷ്ഠം. blessedness, nobility.
ആര്യമാൻ(നാ) - ഒരിനം കാള. Gayal ox.
ആര്യാചാരം(നാ) - ശ്രേഷ്ഠമായ ആചാരം. noble custom.
ആര്യാവർത്തം(നാ) - ഉത്തരഭാരതം. North India.
ആർഷ (വി) - ഋഷിയെ സംബന്ധിച്ച, വൈദികമായ, പരിശുദ്ധമായ, ഋഷിമാർ പ്രയോഗിച്ചിട്ടുള്ള. related to seer, related to Veda,vedic, pure, used by the seers.
ആർഷഗാഥ(നാ) - ഋഷികളുടെ പാട്ട്. the song of the seers.
ആർഷഭൂ, ആർഷഭൂവ്(നാ) - ഭാരതം. Bharat.
ആർഷം(നാ) - ഋഷിപ്രോക്തം, വേദം, പാണിനീയനിയമങ്ങളിൽനിന്ന് വ്യത്യസ്തമായ പ്രയോഗം, ഒരു പ്രാചീന വിവാഹരീതി. sagely words, Veda, archaic words and usages found in puranic works in Sanskrit, one of the eight forms of marriage.
അർഹതൻ(നാ) - ജൈനൻ, ബുദ്ധമതക്കാരൻ. Jaina, Buddhist.
അർഹതം(നാ) - ജൈനമതം. Jainism.
ആൽ - പ്രയോജകവിഭക്തിയുടെ പ്രത്യയം. suffix of the ablative case.
ആൽ(നാ) - വൃക്ഷം. tree.
ആൽ(നാ) - ജലം, തെങ്ങിന്റെ ആര്. water, tiny splinter (of coconut tree).
ആല(നാ) - കൊല്ലന്റെ പണിപ്പുര, ആടുമാടുകളെ സൂക്ഷിക്കുന്നസ്ഥലം, ചക്കുപുര, ചൂള, കളപ്പുര. workshop of a blacksmith, goat shed, cow shed, shed of oilpress, kiln, farm house.
ആല(നാ) - മദ്യം. liquor.
ആലകണ്ഠൻ(നാ) - ശിവൻ. Siva.
ആലക്തിക (വി) - വിദ്യുച്ഛക്തി കൊണ്ടുള്ള. electric.
ആലക്ഷണ്യം(നാ) - ദൗർഭാഗ്യം, കുറ്റം. ill-luck, crime.
ആലക്ഷ്യ (വി) - കാണാവുന്ന. visible.
ആലക്ഷ്യ (ക്രി.വി) - കണ്ടിട്ട്. having seen.
ആലങ(നാ) - കളിയടയ്ക്ക, ചീട. a kind of small globular cake fried in oil.
ആലപനം(നാ) - ആലാപനം. singing.
ആലപിക്കുക(നാ) - പാടുക, രാഗം വിസ്തരിക്കുക, പറയുക, സംഭാഷണം ചെയ്യുക. to sing, singing a raga in detail, conversation, displying.
ആലപിതം(നാ) - ആലപിക്കപ്പെട്ടത്. what is spoken or sung.
ആലബ്ധ (വി) - ലഭിച്ച, കൊല്ലപ്പെട്ട, ബലി കഴിക്കപ്പെട്ട. gained, killed, sacrificed.
ആലഭനം(നാ) - സ്പർശം, ഗ്രഹണം, വധം. touching, seizing, killing, sacrifice.
ആലം(നാ) - വിസ്താരം, വിശാലത. expanse, spaciousness.
ആലം(നാ) - ജലം, കടൽ, മഴ. water, the sea, rain.
ആലം(നാ) - വിഷം, അരിതാരം. poison, orpiment.
ആലം(നാ) - ലോകം, ഭൂമി. the world, the earth.
ആലം(നാ) - ചീനക്കാരം. alum.
ആലമാനം(നാ) - ഒരുക്കം. preparation.
ആലമീൻ(നാ) - ലോകം. universe.
ആലംബം(നാ) - ആശ്രയം, രക്ഷ, താങ്ങ്, തൂങ്ങിക്കിടപ്പ്. support, shelter, refuge, prop, hanging down.
ആലംബനവിഭാവം(നാ)- രസത്തെ ജനിപ്പിക്കുന്നത്. attribute or property of matter (treated) in a work of art, giving rise to rasa or enjoyment.

ആലംബിക്കുക (ക്രി) - ആശ്രയിക്കുക, തൂങ്ങിക്കിടക്കുക. to depend upon, to hang on.
ആലംബ്യ (വി) - ആശ്രയിക്കത്തക്ക. dependable, reliable.
ആലംബ്യ (ക്രി) - ആശ്രയിച്ചിട്ട്. having depended.
ആലംഭം, ആലംഭനം(നാ) - പിടിച്ചെടുക്കൽ, സ്പർശനം, വധം, യാഗത്തിലെ മൃഗബലി, വേരോടെ പറിക്കൽ, ചീന്തൽ. taking hold of, touching, killing, animal sacrifice in yaga, rooting out, tearing.
ആലയം(നാ) - വീട്, ക്ഷേത്രം. house, a temple.
ആലവട്ടം(നാ) - താലവൃന്ദം, മയിൽപ്പീലി, വിശറി. an ornamental fan made of peacock's feathers etc.
ആലവണ്യം(നാ) - വിരൂപത, അരുചി. ugliness, distaste.
ആലവാലം(നാ) - വൃക്ഷലതാദികളുടെ ചുവട്ടിൽ വയ്ക്കുന്ന തടം. basin for water round the root of a plant or tree.
ആലവാലം(നാ) - തുറുവിൽ തൂങ്ങിക്കിടക്കുന്ന വൈക്കോൽ. straw loosely hanging from a haystack.
ആലശീലം(നാ) -അസഹ്യത, വൈഷമ്യം. intolerance, uneasiness, disquietitude.
ആലസ (വി) - മടിയുള്ള. lazy.
ആലസിക്കുക (സ.ക്രി) - ശോഭിക്കുക. to shine.
ആലസ്യൻ(നാ) - മടിയൻ. lazy fellow.
ആലസ്യം(നാ) - മടി, ഉത്സാഹമില്ലായ്മ, ക്ഷീണം, മൂർച്ഛ, രോഗം, തളർച്ച. laziness, idleness, sloth, fatigue, fainting, disease, one of the sanchari bhavas.
ആലാതം(നാ) - തീക്കൊള്ളി. fire-wood.
ആലാത്ത്(നാ) - വടം. large and very strong rope.
ആലാത്തുക (അ.ക്രി) - ആർത്തുവിളിക്കുക, കുരവയിടുക, അലറുക. to shout, to make melodious chorus (by women) on festive or auspicious occasions, to roar.
ആലാനം(നാ) - ആനയെ തളയ്ക്കുന്ന കുറ്റി. stake to bind elephant.
ആലാപനം(നാ) - രാഗവിസ്താരം, നർമ്മസംഭാഷണം. singing raga in detail, light conversation.
ആലാപം(നാ) - സംഭാഷണം, കളിവാക്ക്, രാഗവിസ്താരം. conversation, light talk, singing raga in detail.
ആലാപിനി(നാ) - ഒരിനം വീണ. a kind of lyre(veena).
ആലാവർത്തനം(നാ) - ആലവട്ടം. fan made of peacock's feathers.
ആലാസ്യം(നാ) - മുതല. crocodile.
ആലാഹലം(നാ) - വിഷം. poison.
ആലി(നാ) - മഴത്തുള്ളി, ആലിപ്പഴം, കാററ്. raindrop, hail stone, wind.
ആലി(നാ) - തേൾ, വണ്ട്. scorpion, a beetle.
ആലി(നാ) - മുസ്ലീം പ്രഭു. Muslim lord.
ആലി(നാ) - കള്ള്. toddy.
ആലി(നാ) - വരമ്പ്, ചെറ. balk, dike.
ആലി(നാ) - മുത്തുച്ചിപ്പി, കക്ക. oyster.
ആലിംഗം, ആലിംഗനം(നാ) - കെട്ടിപ്പിടിക്കൽ, തഴുതാമ. embrace, plant Boverhavia diffusa.
ആലിംഗിത (വി) - ആലിംഗനം ചെയ്യപ്പെട്ട. embraced.
ആലിംഗ്യ (ക്രി.വി) - ആലിംഗനം ചെയ്തിട്ട്. having embraced.
ആലിഞ്ജരം(നാ) - വലിയ മൺകുടം. big earthen pot.
ആലിപ്പഴം(നാ) - ആകാശത്ത്നിന്ന് കല്ലു പോലെ കട്ടിയായി വീഴുന്ന ജലകണം. rain's fruit, hail-stone.
ആലിം(നാ) - വിദ്വാൻ. man of learning.

ആലിമ്പനം(നാ) - വെള്ളപൂശൽ. white washing.
ആലീഢ (വി) - നക്കപ്പെട്ട, മുറിവേല്പിക്കപ്പെട്ട, നുറുക്കിയ, ചുറ്റിക്കെട്ടിയ. licked, wound, cut in to pieces, wound up.
ആലീന (വി) - നല്ലവണ്ണം ലയിച്ച. dissolved well.
ആല്, ആൽ(നാ) - പേരാൽ, മരം. banyan tree, a tree.
ആലു(നാ) - കിണ്ടി, മൂങ്ങ, ചങ്ങാടം. pitcher, owl, raft float.
ആലു(നാ) - ഉരുളക്കിഴങ്ങ്. potato.
ആലുക (അ.ക്രി) - അനങ്ങുക, വ്യാപിക്കുക, വറ്റുക, ചെലവാക്കുക, തൂങ്ങിക്കിടക്കുക. to move, to spread, to dry, to spend, to dangle.
ആലുകൻ(നാ) - അനന്തൻ. Anantha.
ആലുഞ്ചനം(നാ) - കീറൽ, ചീന്തൽ. tearing in pieces.
ആലുണ്ടനം(നാ) - കവർച്ച. robbery.
ആലുല, ആലൂല (വി)- അനക്കമുള്ള, വിറയ്ക്കുന്ന, ഉറപ്പില്ലാത്ത. moving, shaking, shivering, unsteady.
ആലുലിത, ആലുളിത (വി) - ഇളക്കപ്പെട്ട, ചലിപ്പിക്കപ്പെട്ട. agitated, shaken.
ആലുഴി(നാ) - പേരാലിന്റെ താങ്ങുവേര്. prop root of a banayan tree.
ആലൂകം(നാ) - ചേമ്പ്. a kind of esculent root.
ആലൂന (വി) - മുറിക്കപ്പെട്ട. cut off.
ആലേഖം, ആലേഖനം(നാ) - എഴുത്ത്, രേഖ. writing letter, document.
ആലേഖനി(നാ) - തൂലിക. brush, pen.
ആലേഖ്യം(നാ) -ചിത്രരചന, ചിത്രം. painting, picture.
ആലേപം, ആലേപനം(നാ) - സുഗന്ധം പൂശൽ, മരുന്നുപുരട്ടൽ, കുറിക്കൂട്ട്. anointing, smearing of medicine, cosmetic of sandalwood paste with other perfumes.
ആലോകനം(നാ) - നോട്ടം. looking.
ആലോകനീയ (വി) - നോക്കത്തക്ക. to be looked or seen.
ആലോകം(നാ) - അദ്ധ്യായം, കാഴ്ച, നോട്ടം. sight, vision, chapter
ആലോകമാർഗ്ഗം(നാ) - ജന്നൽ, കിളിവാതിൽ. window, fenenstella.
ആലോകിക്കുക (ക്രി) - നോക്കുക, കാണുക. to look, to see.
ആലോക്യ (വി) - കാണത്തക്ക. visible.
ആലോക്യ (ക്രി.വി) - കണ്ടിട്ട്. having seen, having locked.
ആലോചക (വി) - കാണിക്കുന്ന, ചിന്തിപ്പിക്കുന്ന, വിമർശിക്കുന്ന. showing, causing to think, criticising.
ആലോചന(നാ) - വിചാരം, ഗുണദോഷപരിശോധന, പലർ കൂടിയിരുന്നുള്ള കാര്യവിചാരം, വിവാഹചർച്ച. thought, reflection, discussion on poetry, consultation, counsel for marriage.
ആലോചനീയ (വി) - ആലോചിക്കത്തക്ക. thinkable.
ആലോചിക്കുക (സ.ക്രി) - ചിന്തിക്കുക, പരിഗണിക്കുക, ഗുണദോഷവിചാരം ചെയ്യുക, പലരുംകൂടി ചർച്ച ചെയ്യുക. to think, to consider, to reflect upon, to consult, to discuss.
ആലോചിത (വി) - ആലോചിക്കപ്പെട്ട. considered.
ആലോഡനം(നാ) - കലർത്തൽ, ഇളക്കൽ. mixing, shaking.
ആലോല(നാ) - വിറകൊള്ളുന്ന, ഇളകുന്ന, മന്ദമായി ചലിക്കുന്ന. trembling, moving, moving gently.
ആലോലം(നാ)-ചാഞ്ചല്യം. tremor.
ആലോലിക്കുക (സ.ക്രി) - ആട്ടുക, തലോലിക്കുക. to swing, to fondle.
ആലോളിത (വി) - അല്പമായി ഇളക്കപ്പെട്ട. moved gently.
ആവക (വി) -രക്ഷിക്കുന്ന. protecting.
ആവക്രം(നാ) - അല്പം വളഞ്ഞത്. slightly curved.

ആവണക്ക്(നാ) - ഒരു ചെടി. castor plant.
ആവണപ്പലക(നാ) - ആമപ്പലക. low wooden seat shaped like a tortoise.
ആവണം(നാ)- ചന്ത, കട, അങ്ങാടി, കച്ചവടസ്ഥലം. market, shop, bazaar, place for sales.
ആവണി(നാ) - ചിങ്ങമാസം. month Simha corresponding to August - September.
ആവതി, ആവതിപ്പ്(നാ) - ചൂട്, ആവി. heat, steam.
ആവത് - കഴിവുള്ളത്, ഇത്രാമത്തേത്, ഏതെന്നാൽ. able, denoting grade or number, that is to say.
ആവനാഴി(നാ)- അമ്പുറ. quiver.
ആവപനം(നാ) - പാത്രം, വിതയ്ക്കൽ, ക്ഷൗരം. vessel, sowing, shaving.
ആവം(നാ) - അമ്പുറ, വില്ലിന്റെ ഞാൺ. quiver, string of the bow.
ആവരണചിഹ്നം(നാ) - കോഷ്ഠകം (), bracket.
ആവരണം(നാ) - മറ, മൂടി, ഒരു അസ്ത്രം, മായയുടെ ഒരു ശക്തി, ആവരണചിഹ്നം, കവചം, തടവ്, കോട്ട, ഉടുപ്പ്, വസ്ത്രം. screen, covering, arrow, power of maya or illusion, bracket, armour, imprisonment, fort, garment, cloth, veil.
ആവർജ്ജിക്കുക (സ.ക്രി) - വശീകരിക്കുക, ആകർഷിക്കുക, ഒഴിക്കുക, ശേഖരിക്കുക. to enchant, to attract, to pour out, to gather.
ആവർത്തക (വി) - ചുറ്റിത്തിരിയുന്ന. revolving.
ആവർത്തകം(നാ) - ഒരു മേഘം, തലമുടിച്ചുരുൾ, ചുഴി, നീർച്ചുഴി. name of a cloud, curl of hair, whirlpool, eddy.
ആവർത്തനം(നാ) - വീണ്ടും വീണ്ടുമുള്ള പ്രവർത്തനം, കറക്കം. repetition, rolling.
ആവർത്തനി(നാ) - കരണ്ടി, മൂശ. spoon, crucible.
ആവർത്തം(നാ) - വർഷിക്കാത്ത മേഘം, ഒരിനം രത്നം, ഒരു പ്രളയമേഘം, പുരികങ്ങൾക്ക് മുകളിലുള്ള ഒരു മർമ്മം, ഉരുൾച്ച, ചുരുണ്ട തലമുടി, രോമച്ചുഴി, നീർച്ചുഴി. barren cloud, a jewel, name of a cloud, two mortal spots above the eye brows, rolling, curled hair, round hairy spot, eddy.
ആവർത്തി (വി) - ആവർത്തിക്കുന്ന. repeating.
ആവർത്തിക (സ.ക്രി) - ഒരേ ക്രിയ വീണ്ടും വീണ്ടും ചെയ്യുക. to repeat.
ആവർത്തിനി(നാ)-നീർച്ചുഴി. eddy.
ആവലം(നാ) - തോട്ടം. garden.
ആവലാതി(നാ) - സങ്കടം, പരാതി. grievance, complaint.
ആവലി(നാ) - കൂട്ടം, നിര, വംശാവലി, ഇടതൂർന്നതല്ലാത്ത മരക്കൂട്ടം. collection, range, lineage, set of trees not densely crowded.
ആവൽ(നാ) - ആവിമരം, വാവൽ. Holoptelia integrifolia, large bat.
ആവൽ(നാ) - ആഗ്രഹം, കൊതി, ദുഃഖം. wish, desire, sorrow.
ആവശ്യക (വി) - ആവശ്യമുള്ള. necessary.
ആവശ്യകത(നാ) - വേണമെന്നുള്ള സ്ഥിതി. necessity.
ആവശ്യപ്പെടുക (ക്രി) - വേണ്ടിവരിക, ചോദിക്കുക. to be in need, to demand.
ആവശ്യം(നാ) - പ്രയോജനം, വേണ്ടത്. benefit, need.
ആവസ(നാ) - കൊഴുപ്പ്. fat.
ആവസതി(നാ) - കിടപ്പാടം, രാത്രി വിശ്രമിക്കുന്ന സ്ഥലം. shelter, night's lodging.
ആവസത്ഥ്യം(നാ) - വീട്. house.
ആവസഥം(നാ) - വീട്, വിശ്രമസ്ഥലം. house, dwelling place.
ആവസഥികൻ(നാ) - ഗൃഹസ്ഥൻ. householder.

ആവസിക്കുക (അ.ക്രി) - പാർക്കുക. to dwell.
ആവസിത (വി) - പാർക്കുന്ന, അറയിലാക്കപ്പെട്ട, പഴുത്ത, അവസാനിപ്പിച്ച. dwelling, placed in apartment, ripe, completed.
ആവസിതം(നാ) - പൊലി, വിളഞ്ഞ ധാന്യം. heap of corn, ripe grain.
ആവഹ (വി) - കൊണ്ടുവരുന്ന, ജനിപ്പിക്കുന്ന. bringing, producing.
ആവഹനം(നാ) - ആവാഹിക്കൽ, കൊണ്ടുവരൽ. bringing near.
ആവഹിക്കുക (സ.ക്രി) - കൊണ്ടുവരിക, ധരിക്കുക, ഉല്പാദിപ്പിക്കുക. to bring, to put on, to produce.
ആവാപകം(നാ) - വള, കാപ്പ്. bangle, bracelet.
ആവാപനം(നാ) - തറി, നൂൽചുറ്റുന്ന റാട്ട്,ക്ഷൗരം, കൊയ്ത്ത്. loom, reel for winding thread, shaving, reaping.
ആവാപം(നാ)- വള, തടം, വിതയ്ക്കൽ, വിതറൽ, ഒരു പാനീയം, പാത്തി, കല്ക്കം, സൈന്യം ശക്തിപ്പെടുത്തൽ, ഏറ്, പാത്രം, വിദേശനയം, കൂട്ടിക്കലർത്തൽ. bracelet, basin for water around the root of a tree, sowing, scattering, kind of drink, line for planting, sediment, fortification, throw, vessel, foreign policy, mixing.
ആവാരം(നാ) - വേലി, മറ, മൂടി, രക്ഷാസ്ഥാനം. fence, covering, enclosing shelter.
ആവാരാ(നാ) - തെണ്ടി. beggar.
ആവാരി(നാ) - പീടിക. shop.
ആവാലം(നാ) - തടം. basin around the root of a plant or tree.
ആവാസം(നാ) - വീട്, ആവേശം. house, possession.
ആവാഹനം(നാ) - ആവാഹിക്കൽ. invocation.
ആവാഹം(നാ)-വിവാഹം. marriage.
ആവാഹി (വി) - വഹിച്ചുകൊണ്ടുപോകുന്ന. carrying.
ആവാഹിക്കുക (സ.ക്രി) - മന്ത്രം ജപിച്ചു വിളിക്കുക, ക്ഷണിക്കുക, സമീപത്തു വരുത്തുക. to invoke, to invite, to cause to come near.
ആവാഹ്യ (ക്രി.വി) - ആവാഹിച്ചിട്ട്. having invoked.
ആവി(നാ)- പുകയില, നെടുവീർപ്പ്, മൂടൽമഞ്ഞ്, പുക, ചൂട്, വെള്ളത്തിന്റെ ബാഷ്പരൂപം, കോട്ടുവാ, പ്രാണൻ. tobacco, sighing, mist, smoke, heat, steam, yawn, life- breath.
ആവികം(നാ) - ആട്ടിൻതോൽ, കമ്പിളി. sheepskin, blanket.
ആവിഗ്ന (വി)- ഉപദ്രവിക്കപ്പെട്ട. distressed.
ആവിദ്ധ (വി) - കള്ളമായ, വളഞ്ഞ, പ്രേരിപ്പിക്കപ്പെട്ട, മുറിക്കപ്പെട്ട, തുളയ്ക്കപ്പെട്ട, നീക്കപ്പെട്ട. false, crooked, incited, cut off, pierced,removed.
ആവിധം (ക്രി.വി) -അപ്രകാരം. in that manner.
ആവിപത്രം(നാ) -പുകയില. tobacco.
ആവിർഭവിക്കുക (ക്രി) - പ്രത്യക്ഷപ്പെടുക, കാണാറാകുക. to appear, to become visible.
ആവിർഭാവം(നാ) - ആവേശം, പ്രത്യക്ഷമാകൽ, സാന്നിദ്ധ്യം. possession, manifestation, presence.
ആവിർഭൂത (വി) - പ്രത്യക്ഷമായ. appeared.
ആവിർമുദ, ആവിർമോദം (ക്രി.വി)- സന്തോഷത്തോടുകൂടി. gladly.
ആവില (ക്രി.വി) - കലങ്ങിയ, കുഴങ്ങിയ. turbid, confused.
ആവിലത, ആവിലത്വം(നാ) - ദുഃഖം, കാലുഷ്യം. sorrow, turbidity.
ആവിലം(നാ) - കലങ്ങിയത്, കലങ്ങിയ വെള്ളം. that which is turbid, turbid water.
ആവിവണ്ടി(നാ) - തീവണ്ടി. train.
ആവിഷ്കരിക്കുക(സ.ക്രി) - പ്രകാശിപ്പിക്കുക, വെളിപ്പെടുത്തുക. to express, to bring out.

ആവിഷ്ട(വി) - ലയിച്ച, കഴുകിയ, നിറഞ്ഞ, ബാധിക്കപ്പെട്ട, പ്രവേശിച്ച, കീഴടക്കപ്പെട്ട. occupied in, engrossed, filled with, possessed by an evil spirit, engrossed, overpowered by.

ആവീത (വി) - ചുറ്റപ്പെട്ട, ധരിക്കപ്പെട്ട. surrounded, put on.

ആവ്(നാ) - പശു. cow.

ആവുന്നത്ര (ക്രി.വി) - ആകുന്നിടത്തോളം. as far as possible.

ആവൂ (വ്യാ) - വേദന, ക്ഷീണം, ആശ്വാസം, ഇവയെ കുറിക്കുന്നു. interjection indicating pain, fatigue, etc..

ആവൃത (വി) - ആവരണം ചെയ്യപ്പെട്ട. covered.

ആവൃതം(നാ) - ദ്വീപ്, ചുറ്റപ്പെട്ടത്, മറയ്ക്കപ്പെട്ടത്. island, surrounded, concealed.

ആവൃതി(നാ) - വേലി, മറ, മതിൽ, ചുറ്റ്. fence, covering, wall, enclosure.

ആവൃത്ത (വി) - ഉരുവിട്ട, പിന്തിരിപ്പിക്കപ്പെട്ട, ചുറ്റിത്തിരിഞ്ഞ, ആവർത്തിക്കപ്പെട്ട, ചുറ്റപ്പെട്ട. chanted repeatedly, reverted, wandered, repeated, whirled.

ആവൃത്തി(നാ) - തവണ, ആവർത്തനം, ചുറ്റിത്തിരിയൽ, പിൻവാങ്ങൽ. turn, repetition, turn, whirling, retreat.

ആവൃഷ്ടി(നാ) - മഴ, മഴച്ചാറ്റൽ. rain, shower of rain.

ആവേഗം(നാ) - കോപം, ഒരു സഞ്ചാരീഭാവം, തിടുക്കം, സംഭ്രമം. anger, subordinate feeling, hurry, flurry.

ആവേദകൻ(നാ) - വാദി, അറിയിക്കുന്നവൻ, അന്യായക്കാരൻ. plaintiff, informer, suitor.

ആവേദനം(നാ) - അറിയിപ്പ്, നിവേദനം, പരാതി, അപേക്ഷ. informing, petition, complaint, application.

ആവേധം(നാ) - തുളയ്ക്കൽ. piercing.

ആവേധിക്കുക (സ.ക്രി) - തുളയ്ക്കുക. to pierce.

ആവേശനം(നാ) - ആല, പണിപ്പുര, ഭൂതബാധ, ഗൃഹം. smithy, workshop, possession by evil spirit.

ആവേശം(നാ)- പ്രവേശം, ബാധ, കോപം, പ്രചോദനം, മോഹാലസ്യം, അമിതോത്സാഹം, അത്യാഗ്രഹം. entrance, possession by a deity or a demon, wrath, inspiration, fainting, zeal, gluttony.

ആവേശികൻ(നാ) - അതിഥി, സന്ദർശകൻ, വഴിപോക്കൻ. guest, visitor, traveller.

ആവേശിക്കുക (സ.ക്രി) - വയ്ക്കുക, ബാധിക്കുക, സ്ഥാനം പിടിക്കുക, പ്രവേശിക്കുക. to place, to be possessed, to take place, to enter.

ആവേഷ്ടകം(നാ) -വളവ്, മതിൽ. വേലി curve, wall, fence.

ആവേഷ്ടനം(നാ) -വേലി, കെട്ടൽ, മറയ്ക്കൽ, വളപ്പ്, തലപ്പാവ്, പൊതിയൽ, മതിൽ. fence, tying, covering, enclosure, turban, wrapping round, wall.

ആവേഷ്ടിക്കുക (സ.ക്രി) - പൊതിയുക, മറയ്ക്കുക, മൂടുക. to wrap, to conceal, to cover.

ആവോ (ക്രി.വി) - അറിഞ്ഞുകൂടാ. don't know.

ആവോലി(നാ) - ഒരിനം മത്സ്യം. a kind of fish.

ആവോളം (ക്രി.വി) - കഴിയുന്നത്ര. as far as possible.

ആശ(നാ) - ദിക്ക്, കാമം, ആഗ്രഹം, സ്വർണ്ണം, പ്രതീക്ഷ. direction, sexual desire, desire, gold, expectation.

ആശങ്ക(നാ) - ഭയം, സംശയം. fear, doubt.

ആശങ്കിക്കുക (അ.ക്രി) - സങ്കല്പിക്കുക, ഭയപ്പെടുക, സംശയിക്കുക. to imagine, to fear, to doubt.

ആശയനം(നാ) - ഇടിവാൾ. thunder -bolt.

ആശംസ(നാ)- ഇച്ഛ, നന്മനേരൽ. wish, blessing.

ആശംസിക്കുക (സ.ക്രി) - നന്മനേരുക, ശുഭം വരട്ടെയെന്ന് പ്രാർത്ഥിക്കുക, ഇഷ്ടം നേടാൻ ആശിക്കുക. to bless, to pray for one's good, to wish well.

ആശയം(നാ) -മനസ്സ്, പ്ലാവ്, വയറ്, അഭിപ്രായം, വിചാരം, അർത്ഥം, വിശ്രമസ്ഥാനം, ഇരിപ്പിടം, ഉറക്കറ, കർമ്മവാസന, സഞ്ചി, മൃഗങ്ങളെ പിടിക്കുവാനുള്ള കുഴി. mind, jack tree, belly, opinion, thought, meaning, seat, sleeping place, karmic tendency, bag, pit for catching wild animals.

ആശരൻ(നാ) - വായു, അഗ്നി, രാക്ഷസൻ. air, fire, demon.

ആശസനം(നാ) - നുറുക്കൽ, ഹിംസിക്കൽ. cutting into pieces, killing.

ആശാൻ(നാ) - ഗുരു, അദ്ധ്യാപകൻ, കളരിയുടെ നാഥൻ, കരപ്രമാണി, പുരോഹിതൻ. preceptor, teacher, master in gymnasium, leader of a village, priest.

ആശാബന്ധം(നാ) - ആഗ്രഹം, ചിലന്തിവല, വിശ്വാസം. wish, web, confidence.

ആശാഭംഗം(നാ)-നിരാശ. disappointment.

ആശായ്മ (നാ) - പ്രമാണിത്തം. leadership.

ആശാവാൻ(നാ) - ശുഭാപ്തിവിശ്വാസി. optimist.

ആശാസ്യ (വി) - യോഗ്യതയുള്ള, ആശംസിക്കത്തക്ക, ആഗ്രഹിക്കത്തക്ക. suitable, fit to be blessed, desirable.

ആശി(നാ) - അനുഗ്രഹം, വിഷപ്പല്ല്. blessing, serpent's fang.

ആശിക്ക്(നാ) - സ്നേഹിതൻ, കാമുകൻ. friend, lover.

ആശിക്കുക (സ.ക്രി) - ആഗ്രഹിക്കുക. to desire.

ആശിഞ്ജിതം(നാ) - ആഭരണങ്ങളുടെ കിലുക്കം. tinkling of ornaments.

ആശിത (വി) - ഭക്ഷിക്കപ്പെട്ട. eaten.

ആശിതം(നാ) - ആഹാരം. food.

ആശിരം(നാ) - പിശാച്, അഗ്നി, സോമരസം ചേർന്ന പാൽ. evil spirit, fire, milk mixed with soma juice.

ആശിസ്സ്(നാ) - അനുഗ്രഹം, ആശിർവാദം, വിഷപ്പല്ല്. benediction, blessing, serpent's fang.

ആശിർവദിക്കുക (സ.ക്രി) - അനുഗ്രഹിക്കുക, നന്മ നേരുക. to bless, to wish well.

ആശിവിഷം(നാ) - പാമ്പ്, അശുഭയോഗം. serpent, inauspicious conjunction of planets.

ആശു (ക്രി.വി) - വേഗത്തിൽ. quickly.

ആശു (വി) - വേഗമുള്ള. speedy.

ആശു(നാ) - കുതിര. horse.

ആശുകോപി(നാ) - ക്ഷിപ്രകോപി. one who gets angry quickly.

ആശുഗൻ(നാ)- സൂര്യൻ, വായു. sun, wind.

ആശുഗം(നാ) - പക്ഷി, വായു, അമ്പ്. bird, wind, arrow.

ആശുപത്രി(നാ) - ആതുരശാല. hospital.

ആശുലിപി(നാ) - ചുരുക്കെഴുത്ത്. shorthand.

ആശുശുക്ഷണി(നാ) - അഗ്നി, കൊടുവേലി, വായു. fire, leadwort, air.

ആശൂന (വി) - വീർത്ത. swollen.

ആശൂലം(നാ) - പുല, വാലായ്മ. defilement caused by the birth or death of a relative.

ആശേകുടി(നാ)-പർവ്വതം. mountain.

ആശേശൻ(നാ) - ദിക്പാലകൻ. guardian of the eight angles or points of the world.

ആശോഷണം(നാ) - ഉണക്കൽ. drying.

ആശൗചം(നാ) - അശുദ്ധി. impurity due to birth or death of a relative.

ആശ്ചര്യപ്പെടുക (അ.ക്രി) - അത്ഭുതപ്പെടുക. to wonder.

ആശ്ചര്യം(നാ) - വിസ്മയം, അത്ഭുത രസത്തിന്റെ സ്ഥായീഭാവം. wonder, lasting or permanent feeling of wonder etc..
ആശ്മ (വി) - കല്ലുകൊണ്ടുണ്ടാക്കിയ, കല്ലുള്ള. made of stone, stony.
ആശ്മനൻ(നാ) - അരുണൻ. name of Aruna.
ആശ്യാന (വി) - അല്പം ഉണങ്ങിയ. partially dried.
ആശ്രണ(നാ) - ആദരവ്. regard.
ആശ്രപണം(നാ) - പാചകം. cooking.
ആശ്രം(നാ) - കണ്ണുനീര്. tears.
ആശ്രമം(നാ) - പർണ്ണശാല, തപോവനം, ബ്രഹ്മചര്യം, ഗാർഹസ്ഥ്യം, വാനപ്രസ്ഥം, സന്യാസം ഇവയിൽ ഓരോന്നും, മഠം, വിദ്യാലയം. ashrama, hermitage, each one of the four stages in the life of a Brahmin, mutt, school, college.
ആശ്രയണം(നാ) - ആശ്രയിക്കൽ. depending upon.
ആശ്രയണീയ (വി) - ആശ്രയിക്കത്തക്ക. dependable.
ആശ്രയം(നാ) - ഇരിപ്പിടം, രക്ഷാസങ്കേതം, ചേർച്ച, പാത്രം, പരബ്രഹ്മം, ശരണം, പ്രീതി, താങ്ങ്, ഊന്ന്, രക്ഷ, സഹായം. seat, place of refuge, good match, vessel, the Absolute, refuge, favour, support, prop, protection, help.
ആശ്രയാശൻ(നാ) - അഗ്നി, രക്ഷാസ്ഥാനം നശിപ്പിച്ചവൻ. fire, one who has ruined own refuge.
ആശ്രയിക്കുക (സ.ക്രി) - സേവിക്കുക, അനുസരിക്കുക, ശരണം പ്രാപിക്കുക, സഹായം അപേക്ഷിക്കുക. to serve, to obey, to take refuge, to request help.
ആശ്രവ (വി) - അനുസരണയുള്ള. obedient.
ആശ്രവം(നാ)-ഉടമ്പടി, അംഗീകാരം, പ്രതിജ്ഞ. pact, recognition, promise.
ആശ്രിത (വി) - ആശ്രയിക്കപ്പെട്ട. dependent.
ആശ്രിതൻ(നാ) -ആശ്രയിക്കുന്നവൻ, ഭക്തൻ, ഭൃത്യൻ, ശരണാർത്ഥി. dependent, devotee, servant, refugee.
ആശ്രിത്യ (ക്രി.വി) - ആശ്രയിച്ചിട്ട്. having depended.
ആശ്രുത (വി) - കേൾക്കപ്പെട്ട, വാഗ്ദാനം ചെയ്യപ്പെട്ട. heard, promised.
ആശ്രുതം(നാ)-വാഗ്ദാനം. promise.
ആശ്രുതി(നാ) - കേൾക്കൽ, വാഗ്ദാനം ചെയ്യൽ. hearing, promising.
ആശ്ലിഷ്ട (വി) - ആശ്ലേഷിക്കപ്പെട്ട. embraced.
ആശ്ലിഷ്യ (ക്രി.വി) - ആശ്ലേഷിച്ചിട്ട്. having embraced.
ആശ്ലേഷം, ആശ്ലേഷണം(നാ) - ആലിംഗനം, ഉറ്റ സമ്പർക്കം. embrace, close contact.
ആശ്ലേഷിക്കുക (സ.ക്രി) - ആലിംഗനം ചെയ്യുക, പറ്റിച്ചേരുക. to embrace, to adhere.
ആശ്വം(നാ) - കുതിരക്കൂട്ടം, കുതിരവണ്ടി. herd of horses, cart horse.
ആശ്വസനം(നാ) - ആശ്വസിക്കൽ. consolation.
ആശ്വസിക്കുക (അ.ക്രി) - സമാധാനിക്കുക, മനഃശാന്തിയുണ്ടാവുക. to calm, to be in peace of mind.
ആശ്വസ്ത (വി) - ആശ്വസിച്ച. consoled.
ആശ്വസ്യ (ക്രി.വി) - ആശ്വസിച്ചിട്ട്. having consoled.
ആശ്വാസകം(നാ) - ഉടുപ്പ്, വസ്ത്രം. garment, cloth.
ആശ്വാസം(നാ) - ദുഃഖമോചനം, സമാധാനിക്കൽ. relief, consolation.
ആശ്വാസ്യ (ക്രി.വി) - ആശ്വസിപ്പിക്കത്തക്ക. consolable.
ആശ്വികൻ(നാ) - കുതിരക്കാരൻ, കുതിരപ്പടയാളി. horseman, cavalier.

ആശ്വിനം(നാ) - ഏഴാമത് ചന്ദ്രമാസം, തുലാമാസം, അശ്വതി. name of a month in which full moon comes near to the constellation Aswati, first lunar asterism.

ആശ്വിനി(നാ)- കൂമ്പാരം, ഒരിനം ഇഷ്ടിക. pile, name of a kind of brick.

ആശ്വിനേയർ(നാ) - നകുല സഹദേവന്മാർ, അശ്വിനീദേവന്മാർ. Nakula and Sahadeva, two Aswins.

ആശ്വീയം(നാ) - കുതിരക്കൂട്ടം. a number of horses.

ആഷാഢം(നാ) - പ്ലാശുവടി, മലയ പർവ്വതം, ആടിമാസം, മിഥുനം പകുതി മുതൽ കർക്കിടകം പകുതി വരെ വരുന്ന ഒരു മാസം. staff of palase, Malaya mountain, lunar month corresponding to part of June and July.

ആഷാഢൻ(നാ)- ശിവൻ. Siva.

ആഷാഢുഭൂതി(നാ) - കള്ളസന്യാസി, വഞ്ചകൻ. false ascetic, hypocrite.

ആസം(നാ) - ഇരിപ്പിടം, പൃഷ്ഠഭാഗം, വില്ല്. seat, posteriors, bow.

ആസകലം (ക്രി.വി) - മുഴുവനും, എല്ലാം. completely, all.

ആസക്ത(വി) - ലയിച്ച, അനുരാഗമുള്ള, പറ്റിച്ചേർന്ന, വളരെ ആഗ്രഹമുള്ള, അധികം താല്പര്യമുള്ള. absorbed, loving, addicted to, strongly desirous, strongly attached.

ആസക്തി(നാ) - താല്പര്യം, വലിയ ആഗ്രഹം, ഗാഢബന്ധം, അനുരാഗം, ശ്രദ്ധ. deep interest, strong desire, attachment, romance, interest.

ആസംഗത്യം(നാ) - വേർപിരിയൽ, ചേരായ്ക, ഭിന്നത. separation, unfitness, difference.

ആസംഗം(നാ) - ആസക്തി, ചേർച്ച, ബന്ധം. attachment, association, connection.

ആസംഗിനി(നാ) - ചുഴലിക്കാറ്റ്. whirlwind.

ആസഞ്ചിത (വി) - ശേഖരിച്ച. collected, gathered.

ആസഞ്ജനം(നാ) - ശ്രദ്ധ, ഭക്തി, ചേർച്ച, സംബന്ധം, ഉറപ്പിക്കൽ, പറ്റിപ്പിടിക്കൽ. attention, devotion, fitness, relation, fixing, the act of clinging to.

ആസത്തി(നാ) - സാമീപ്യം, ചേർച്ച, അധികമായ അടുപ്പം. proximity, association, intimate connection.

ആസദനം(നാ)- ചേർച്ച, അടുപ്പം, ലാഭം, ഇരിപ്പിടം, ഇരിപ്പ്. association, proximity, gain, seat, sitting down.

ആസന(നാ) - പീഠം, ഇരിപ്പ്, ഒരിടത്തുതന്നെ സ്ഥിരമായി ഇരിക്കൽ. seat, sitting, abiding.

ആസനം(നാ) - പൃഷ്ഠം, ഇരിപ്പിടം, വേങ്ങ, പീഠം, കസേര, പായ് മുതലായവ, ആനയുടെ തോൾ, ഇരിപ്പ്, യോഗാസനം. buttocks, seat, Indian kino tree, chair, matetc., shoulder of elephant, sitting, yogic asana.

ആസനി(നാ) - പീടിക, പീഠം, വസിക്കൽ. shop, seat, dwelling.

ആസന്ദൻ(നാ) - വിഷ്ണു. Vishnu.

ആസന്ദി(നാ) - സന്യാസിമാർ ഇരിക്കുന്ന പീഠം, കൈയുള്ള കസേര. seat of the sage, arm chair.

ആസന്ന (വി) - സമീപമുള്ള, അടുത്ത, അസ്തമിക്കാറായ. at hand, proximate, about to set.

ആസന്നകാലം(നാ) - മരണകാലം. period or stage of death.

ആസമുദ്രം (ക്രി.വി) - സമുദ്രം വരെ. up to the sea.

ആസവദ്രു(നാ) - പന. palmyra tree.

ആസവനം(നാ) - വാറ്റ്. distillation.

ആസവം(നാ) - മദ്യം. liquor.

ആസാദനം(നാ) - പ്രാപിക്കൽ, ചെന്നെത്തൽ, വയ്ക്കൽ. attaining, reaching, placing.

ആസാദിക്കുക (വി) - നേടുക, പ്രാപിക്കുക. to attain, to obtain.
ആസാധനം(നാ) - നിവൃത്തി, പ്രാപ്തി, സമ്പാദനം. reaching, obtaining, earning.
ആസാമി(നാ) - ആൾ, കക്ഷി, സൂത്രശാലി, മിടുക്കൻ. man, person, cunning man, clever person.
ആസാരം(നാ) - ഭക്ഷണം, പടപ്പുറപ്പാട്, ശത്രുവിനെ വളയൽ, വെളുത്തുള്ളി, പെരുമഴ, വ്യാപനം. food, setting out for battle, surrounding an enemy, garlic, heavy down pour, spreading.
ആസിക(നാ) - ഇരിപ്പ്. sitting.
ആസികൻ(നാ) - വാൾക്കാരൻ. swordsman.
ആസിക്കുക (അ.ക്രി) - ഇരിക്കുക. to sit.
ആസിക്ത (വി) - നനയ്ക്കപ്പെട്ട. watered.
ആസീന(വി) - ഇരിക്കുന്ന. seated, sitting.
ആസുതി(നാ) - വാറ്റ്, പ്രസവം. distillation, delivery.
ആസുര (വി) - ദുഷ്ടമായ, അസുരനെ സംബന്ധിച്ച. wicked, pertaining to Asuras.
ആസുരം(നാ) - ദുഷ്ടത, കാഠിന്യം, ഒരു വിവാഹരീതി. wicked, pertaining to Asuras.
ആസുരം(നാ) - രക്തം, കാരുപ്പ്. blood, black salt.
ആസുരവൈദ്യം(നാ) - ശസ്ത്രക്രിയ. surgery.
ആസുരി(നാ) - കരിങ്കടുക്, ശസ്ത്രപ്രയോഗം, ആസുരസ്ത്രീ, ഉപസ്ഥം. plant Sinapis romosa, plant Sinapis, female demon, vulva.
ആസൂത്രണം(നാ)- പദ്ധതി. planning.
ആസൂത്രിത (വി) - ആസൂത്രണം ചെയ്യപ്പെട്ട. planned.
ആസേകം(നാ) - തളിക്കൽ, നനപ്പ്. sprinkling, wetting.
ആസേചനക(വി)-തളിക്കുന്ന, സന്തോഷിപ്പിക്കുന്ന. sprinkling, pleasing.
ആസേചനി(നാ) - ചെറിയ പാത്രം. small vessel.
ആസേതുഹിമാചലം (ക്രി.വി) - കന്യാകുമാരി മുതൽ ഹിമാചലം വരെ. from cape of Himalaya.
ആസേദിവാൻ(നാ) - പ്രാപിച്ചവൻ, ഇരുന്നവൻ. one who has reached, one who is seated.
ആസേവിതം(നാ) - പ്രവൃത്തി, അനുഷ്ഠാനം. practice, performance.
ആസ്കന്ദനം(നാ) - കൈയേറ്റം, സംശോഷണം, യുദ്ധം, ആക്ഷേപം, തിരസ്കാരം, ആക്രമണം. assault, drying, fight, insult, rejection, attack.
ആസ്ഖലിത (വി) - ഇടറി വീണ. slipped, dropped down.
ആസ്തംബം (ക്രി.വി) - പുല്ക്കൊടി വരെ. up to a clump of grass.
ആസ്തരകൻ(നാ) -കിടക്ക വിരിക്കുന്നവൻ. one who spreads bed clothes.
ആസ്തരണം(നാ) - വിരിപ്പ്, പരവതാനി, ശയ്യ, ചിതറൽ, കമ്പിളി, ആനപ്പുറത്ത് വിരിക്കുന്ന തുണി. covering, carpet, bed, scattering, woollen cloth, cloth spread on the back of an elephant.
ആസ്തരം(നാ) - പായ്, വിരിപ്പ്, പരവതാനി, പുതപ്പ്. mat, bed cloth, carpet, blanket.
ആസ്താരം(നാ) - വിരിക്കൽ, ചിതറൽ. spreading, scattering.
ആസ്താവം(നാ)- യാഗത്തിന് സങ്കീർത്തനം ചൊല്ലുന്ന സ്ഥലം, സങ്കീർത്തനം, സ്തോത്രം. place where a particular hymn is sung in sacrifice, hymn.
ആസ്തി(നാ) - സ്വത്ത്, സമ്പത്ത്, മുതൽ. assets.
ആസ്തികൻ(നാ) - പരലോകത്തിലും ഈശ്വരനിലും വിശ്വാസമുള്ളവൻ, വാസുകിയുടെ ഭാഗിനേയൻ, ഒരു മുനി. theist, name of a saint.

ആസ്തിക്യം(നാ) - ദയ, ആസ്തികത, വിശ്വാസം. pity, theism, faithfulness.
ആസ്തീർണ്ണ(വി) - വിരിക്കപ്പെട്ട, വിതറപ്പെട്ട. spread, scattered.
ആസ്ത്മ(നാ) - കാസം, ഇഴുപ്പ്. asthma.
ആസ്ഥ(നാ) - ആസ്ഥാനമണ്ഡപം, അപേക്ഷ, ഒരുക്കം, ഇരിപ്പിടം, പ്രയത്നം, ആദരവ്, ആലംബനം, ആഗ്രഹം, ശ്രദ്ധ. durbar- hall, request, preparation, seat, effort, respect, support, desire, care.
ആസ്ഥപ്പാട്(നാ) - ഒരുക്കം, താല്പര്യം. preparation, interest.
ആസ്ഥാനഗൃഹം(നാ) - രാജസഭാ ഗൃഹം. durbar hall.
ആസ്ഥാനം(നാ) - സഭ, ഇരിപ്പിടം, വാസസ്ഥാനം, വിശ്രമസ്ഥാനം, ശ്രദ്ധ. assembly, seat, residence, resting place, care.
ആസ്ഥാപനം(നാ) - സ്ഥാപിക്കൽ, സ്നേഹവസ്തി, താമസത്തിനിടയാക്കൽ. fixing, enema of oil, causing delay.
ആസ്ഥിത (വി) - വസിച്ച, ഇരുന്ന, സ്ഥിതിചെയ്യുന്ന, ലഭിച്ച, ശ്രദ്ധയോടെ പ്രയോഗിച്ച, കയറിയിരുന്ന. dwelt, seated, situated, obtained, used with care, seated upon.
ആസ്ഥിതി(നാ) - അവസ്ഥ, ഇരിപ്പ്. condition, sitting.
ആസ്പത്രി(നാ) - ആശുപത്രി. hospital.
ആസ്പദം(നാ) - കാരണം, അധികാരം, കാര്യം, വംശം, സ്ഥാനം, ഇരിപ്പിടം, വാസസ്ഥലം, ആശ്രയം. cause, authority, affair,lineage, place, seat, dwelling place, support.
ആസ്പന്ദനം(നാ) -തുടിപ്പ്, സ്പന്ദിക്കൽ, ഇളക്കം, വിറയൽ. beating, vibrating, shaking, quivering.
ആസ്ഫാലം(നാ) - തട്ടൽ, ഉരസൽ, അടിക്കൽ. flapping, rubbing, striking.
ആസ്ഫാലിത (വി) - അടിക്കപ്പെട്ട. struck.
ആസ്ഫുരണം(നാ) - ശോഭ, പ്രകാശം. shining, brightness.
ആസ്ഫുരിത (വി) - ശോഭിക്കപ്പെട്ട. shined.
ആസ്ഫോതം(നാ)-എരിക്ക്. madar plant.
ആസ്മ(നാ) - കാസം. asthma.
ആസ്യ(നാ) - ഇരിപ്പ്, സ്ഥിതി. sitting, state of rest.
ആസ്യന്ദനം(നാ) - ഒഴുക്ക്, ഊറ്റ്. flowing, oozing.
ആസ്യപത്രം(നാ) - താമര. lotus.
ആസ്യം(നാ) - വായ്, മുഖം. mouth, face.
ആസ്യാലാംഗലം(നാ) - നായ്, കാട്ടുപന്നി. dog, wild boar.
ആസ്യലോമ(നാ) - കരടി, മീശ. bear, moustache.
ആസ്യാസഖം(നാ) - ഉമിനീർ. saliva.
ആസ്രപൻ(നാ)- രാക്ഷസൻ. demon.
ആസ്രം(നാ) - രക്തം, കണ്ണുനീർ. blood, tears.
ആസ്രവം(നാ) - ഒഴുക്ക്, അരി തിളയ്ക്കുമ്പോൾ വരുന്ന പത, വേദന, ദുഃഖം, അപരാധം. flow, foam on boiling rice, pain, distress, offence.
ആസ്രാവം(നാ) - രോഗം, മുറിവ്, വേദന, ഗതി, ഉമിനീർ, നീരൊഴുക്ക്. disease, wound, pain, movement, saliva, discharge.
ആസ്വദിക്കുക (സ.ക്രി) - രുചിക്കുക, രസം അനുഭവിക്കുക. to taste, to enjoy.
ആസ്വാദനം(നാ)- ആസ്വദിക്കൽ, കലാസൃഷ്ടി രസിക്കൽ. enjoyment, appreciation of a work of art.
ആസ്വാദം(നാ) - സ്വാദ്, രുചി, രുചി നോക്കൽ. taste, flavour, tasting.
ആസ്വാപക (വി) - ഉറക്കമുണ്ടാക്കുന്ന. causing sleep.
ആഹ (വ്യാ) - അത്ഭുതാദി ദ്യോതകം. indicator of surprise, etc,.
ആഹ (ക്രി) - പറഞ്ഞു. said.

ആഹത(വി) -അടിക്കപ്പെട്ട, ഹിംസിക്കപ്പെട്ട, അറിയപ്പെട്ട. beaten, murdered, known.

ആഹതം(നാ) -അസത്യം, അലക്കിയ വസ്ത്രം, ചെണ്ട, ഗുണനഫലം, പഴന്തുണി, അടിച്ചുണ്ടാക്കിയത്, അർത്ഥമില്ലാത്ത വാക്ക്. falsehood, washed cloth, drum, product, old garment, that which made by beating, meaningless speech.

ആഹതി(നാ) - അടി, തട്ട്, ഗുണനം, ഗുണനഫലം. blow, hitting, multiplicating, product.

ആഹനനം(നാ) - അടി, ചെണ്ടക്കോൽ. act of striking, stick for beating drum.

ആഹനിക്കുക (സ.ക്രി) - അടിക്കുക, തല്ലുക. to beat, to strike.

ആഹന്ത (വ്യാ) - ആശ്ചര്യം, കഷ്ടം എന്നിവയെ സൂചിപ്പിക്കുന്നു. indicator of surprise distress, etc,.

ആഹരണം(നാ) - കൊണ്ടുവരൽ, നീക്കം ചെയ്യൽ, സ്ത്രീധനം, തട്ടിക്കൊണ്ടുപോകൽ, മോഷണം. bringing, removal, dowry, taking away, robbery.

ആഹരം(നാ) - പിടിക്കൽ, അപഹരിക്കൽ, ധൈര്യം, ഉൾക്കൊണ്ട വായു. catching, robbing, courage, air breathed.

ആഹരിക്കുക (സ.ക്രി) - ഭക്ഷിക്കുക, നിർവഹിക്കുക, നടത്തുക, കൈക്കലാക്കുക, കൊണ്ടുവരിക. to eat, to perform, to conduct, to take possession, to bring.

ആഹവനം(നാ) - യാഗം, ബലി. sacrifice, offering an oblation.

ആഹവനീയം(നാ) - അഗ്നിത്രയത്തിൽ ഒന്ന്. eastern of the three fires burning at a sacrifice.

ആഹവഭൂമി(നാ) - പടനിലം. battle - field.

ആഹവം(നാ) - യാഗം. sacrifice.

ആഹവം(നാ) -യുദ്ധം, വെല്ലുവിളി. battle, challenge.

ആഹാ (വ്യാ) - അത്ഭുതം, സന്തോഷം മുതലായവയെ സൂചിപ്പിക്കുന്നു. interjection indicating surprise, joy, etc,.

ആഹാരം(നാ) - ഭക്ഷണം, ഊണ്, ഭക്ഷണപദാർത്ഥം. food, meals, food article, edibles.

ആഹാര്യ (വി) - പിടിച്ചെടുക്കത്തക്ക, കൃത്രിമമായ, ഭക്ഷിക്കാൻ യോഗ്യമായ. to be taken possession of, artificial, eatable.

ആഹാര്യം(നാ) - പിടിച്ചെടുക്കൽ, പാത്രം, അനുഭവങ്ങളിലൊന്ന്, നായികാനായകന്മാർ പരസ്പരം വേഷം മാറൽ, വേഷഭൂഷാദിരൂപത്തിലുള്ള അഭിനയം. taking possession of, vessel, changing the attire between hero and heroin, decorative part of a drama.

ആഹാവം(നാ) - യുദ്ധം, ആഹ്വാനം, വിളി. battle, war, calling.

ആഹാവം(നാ) -അഗ്നി, കൽത്തൊട്ടി. fire, a trough (of stone) near a wall.

ആഹികജ്വരം(നാ) - ഇടയ്ക്കിടെയുള്ള പനി. intermittent fever.

ആഹികൻ(നാ) - കേതു, പാണിനി. the descending node, Panini.

ആഹിത (വി) - വയ്ക്കപ്പെട്ട, ഗർഭാധാനം ചെയ്യപ്പെട്ട, നിക്ഷേപിക്കപ്പെട്ട. placed, conceived, deposited.

ആഹിതൻ(നാ) - അടിമ, പണയപ്പെടുത്തപ്പെട്ടവൻ. slave, hireling.

ആഹീരണി(നാ) - ഇരുതലമൂരി. two-headed snake.

ആഹുത (വി) - ഹോമിക്കപ്പെട്ട. sacrificed.

ആഹുതം(നാ) -ആതിഥ്യം. hospitality.

ആഹുതി(നാ) - ഹോമം. sacrifice.

ആഹുതി(നാ) - വിളി, പോരിനുവിളി. call, challenge.

ആഹൂത(വി)-ക്ഷണിക്കപ്പെട്ട, വിളിക്കപ്പെട്ട. invited, called.

ആഹൂതി(നാ) ആഹ്വാനം, വിളി, വെല്ലുവിളി. exhortation, call, challenge.

ആഹൂയ (ക്രി.വി) - വിളിച്ചിട്ട്. having called.
ആഹൃത (വി) - ആഹരിക്കപ്പെട്ട. eaten.
ആഹേയ(വി) - സർപ്പത്തെ സംബന്ധിച്ച. related to a snake.
ആഹേയം(നാ)- പാമ്പിന്റെ അസ്ഥി/ വിഷം, വള. skeleton/ poison, skin of a snake.
ആഹേളനം(നാ) - അവഹേളനം. insult, disgrace.
ആഹോരവം(നാ) - വീരവാദം. boasting.
ആഹ്നിക (വി) - പകലിനെ സംബന്ധിച്ച, ദിവസം തോറുമുള്ള. relating to day time, daily.
ആഹ്നികം(നാ) - നിത്യച്ചെലവ്, ഗ്രന്ഥവിഭാഗം, നിത്യകർമ്മം. daily expense, part of a book, religious ceremony.
ആഹ്രസിത (വി) - കുറയ്ക്കപ്പെട്ട. deducted.
ആഹ്ലാദനം(നാ) - സന്തോഷിപ്പിക്കൽ. making (one) happy.
ആഹ്ലാദം(നാ) - വലിയ സന്തോഷം. joy, delight.
ആഹ്ലാദി(നാ) - സന്തോഷമുള്ളവൻ. one who is glad.
ആഹ്ലാദിക്കുക (അ.ക്രി) - സന്തോഷിക്കുക. delighted.
ആഹ്വാ(നാ) - പേര്. name.
ആഹ്വയം, ആഹ്വയനം(നാ) - പേര്, പ്രാണിദ്യൂതം. name, game with animals.
ആഹ്വാനദർശനം(നാ) - വിചാരണയ്ക്കു ഹാജരാകൽ, വിചാരണദിവസം. presenting for a trial, a day of trial.
ആഹ്വാനം(നാ) - വിളി, യാഗത്തിൽ മന്ത്രം കൊണ്ട് ദേവതകളെ വിളിക്കൽ, കക്ഷികളെ വരുത്താൻ കോടതിയിൽ നയിക്കുന്ന ഉത്തരവ്. call, invocation, legal summons.
ആഹ്വായകൻ(നാ) - ദൂതൻ, സമൻസ് ശിപായി. messenger.
ആഹ്വായം (നാ) - പേര്, കക്ഷിയെ കോടതിയിലേക്ക് വിളിക്കുന്ന ഉത്തരവ്. name, legal summons.
ആൾ(നാ) - വ്യക്തി, ചുമതലക്കാരൻ, സമർത്ഥൻ, ഭൃത്യൻ, ശേഷിയുള്ളവൻ, ആശ്രിതൻ, മനുഷ്യൻ, പ്രതിനിധി, ഒരാൾക്കൊപ്പം, ചതുരംഗത്തിലെ ഒരു കരു. individual, responsible person, clever person, servant, efficient person, dependent, man, agent, man's height, dice in gambling.
ആളങ്കം(നാ) - ദ്വന്ദ്വയുദ്ധം. duel.
ആളന്തരം(നാ) - മരണം. death.
ആളരി(നാ) - നരസിംഹം. half man and half lion.
ആളാനം(നാ) - ആനയെ കെട്ടുന്ന കുറ്റി. post to which an elephant is chained.
ആളി - വഹിക്കുന്നവൻ, ഉള്ളവൻ, ഭരിക്കുന്നവൻ. bearer, ruler, holder.
ആളി(നാ) - നിര, കൂട്ടം. a row, range.
ആളി(നാ) - സഖി, തോഴി. anbigail.
ആളി(നാ) - ഒരു സാങ്കല്പിക മൃഗം. fabulous animal.
ആളി(നാ) - തേൾ, വണ്ട്. scorpion, beetle.
ആളിന്ദം(നാ) - പുറന്തിണ്ണ, മട്ടുപ്പാവ്. raised bank adjacent to the verandah, terrace.
ആളുക(സ.ക്രി) -ഭരിക്കുക, വഹിക്കുക, പടർന്നു കയറുക, അനുഭവിക്കുക, വാഴുക, നിയന്ത്രിക്കുക, ഉയരുക, പ്രാപിക്കുക, വസിക്കുക. to rule, to reign over, to be, to enjoy, to reign, to control, to rise, to reach, to live.
ആളുക (അ.ക്രി) - കത്തുക, ജ്വലിക്കുക. to burn, to blaze.
ആളുന്തിരാഗം(നാ) - മഞ്ജരിവൃത്തം. Dravidian metre called Manjari.
ആളുരു(നാ) - അമ്പലത്തിൽ നേർച്ച ഇടുന്ന ആൾരൂപം. effigy.
ആൾക്കരടി (നാ) - കരടിക്കുരങ്ങ്. bear.

ആൾക്കാരൻ(നാ) - സേവകൻ, ആശ്രിതൻ. attendant, dependent.
ആൾക്കാർ(നാ) - ബന്ധുക്കൾ, സേവകർ. relatives, attendants.
ആൾക്കുരങ്ങ്(നാ) - മനുഷ്യനോട് സാദൃശ്യമുള്ള കുരങ്ങ്. ape.
ആൾത്തിരക്ക്(നാ) - ആൾക്കൂട്ടം. crowd of people.
ആൾപ്പേർ(നാ) - പ്രതിനിധി. agent.
ആൾബാ(നാ) - കുർബാനയ്ക്ക് വൈദികൻ ധരിക്കുന്ന വസ്ത്രം. alb.
ആൾമറ(നാ) - കിണറ്റിനു ചുറ്റുമുള്ള മതിൽ, കുളക്കടവിലുള്ള പുര. stone-wall surrounding a well, bath-house adjacent to the bathing ghat.
ആൾമാറാട്ടം(നാ) - മറ്റൊരാളുടെ വേഷം ധരിച്ച് വഞ്ചിക്കൽ. impersonation, disguise.
ആൾവരി(നാ) - തലവരി. poll tax.
ആഴം(നാ) - താഴ്ച, കുഴി. depth, pit.
ആഴി(നാ) - ചക്രായുധം, മോതിരം, ആജ്ഞാചക്രം, തീക്കുഴി, എരിയുന്ന തീ, കല്പന, സമുദ്രം. discus, ring, one of the six mystical circles, fire-pit, blazing fire, command, ocean.
ആഴിപ്പെണ്ണ്, ആഴിമകൾ, ആഴിമാതാവ്(നാ) - ലക്ഷ്മീദേവി. goddess Lakshmi.
ആഴിയാൻ(നാ) - വിഷ്ണു, രാജാവ്. Vishnu, king.
ആഴിവർണ്ണൻ(നാ) - മഹാവിഷ്ണു. Lord Vishnu.
ആഴുക (അ.ക്രി) - ദ്രവവസ്തുവിൽ താഴുക, മുങ്ങുക, താണുകിടക്കുക. to sink in fluid, to be immersed, to dip.
ആഴ്ച(നാ) - വാരം (ഏഴ് ദിവസം ചേർന്ന കാലം), ദിവസം. week, day.
ആറ്(നാ) - നദി, വഴി. a river, a way.
ആറ്(നാ) - അഞ്ച് കഴിഞ്ഞുള്ള സംഖ്യ. six.
ആറ് (ക്രി.വി) - വിധത്തിൽ, പ്രകാരത്തിൽ. in the manner.
ആറുക (അ.ക്രി) - ഉണങ്ങുക, കുളിക്കുക ചൂടില്ലാതാവുക, തണുക്കുക. to become dry, to bathe, to diminish the heat, to grow cold.
ആറുകാല്ക്കട്ടിൽ(നാ) - ശവമഞ്ചം. bier.
ആറുമുഖൻ(നാ) - സുബ്രഹ്മണ്യൻ. Subramanya.
ആറുവാ(നാ) - ആർപ്പുവിളി. shouting.
ആറെ (ക്രി.വി) - അപ്പോൾ. at that time.
ആറ്റ (ക്രി.വി) - വലുതായി, മുഴുവനുമായി. to a large extent, wholly.
ആറ്റ (വി) - ഓമനയായ. darling.
ആറ്റ -ജ്യേഷ്ഠസഹോദരൻ, കുരുവി. elder brother, sparrow.
ആറ്റം (വി)- വളരെ, വല്ലതും, ഏതാനും. much, something, a few.
ആറ്റം(നാ) - പരമാണു. an atom.
ആറ്റൽ(നാ)- വളർച്ച, തഴപ്പ്, ജയം, സത്യം, ഓമനത്തം, ശ്രദ്ധ, ചൊടി, ശുഷ്കാന്തി, താല്പര്യം. growth, magnificent growth, victory, truth, prettiness, care, vigour, zeal, interest.
ആറ്റൽ(നാ) -വിശ്രമം, തണുപ്പിക്കൽ, തൃപ്തിപ്പെടുത്തൽ, ഉണക്കൽ, ശമിപ്പിക്കൽ. rest, cooling, satiation, drying, alleviation.
ആറ്റുകാൽ(നാ) - ആറ്റിൽ നിന്നുണ്ടായ തോട്, തിരുവനന്തപുരത്തുള്ള ഒരു സ്ഥലം. channel from a river, name of a place in Thiruvananthapuram.
ആറ്റുദർഭ(നാ) - ഒരിനം ദർഭപ്പുല്ല്. species of medicinal grass - Poa cynosuroides.
ആറ്റുവാ(നാ) - നദീമുഖം. river mouth.
ആറ്റുവെപ്പ്(നാ)- തുരുത്ത്, നദീതീരത്ത് എക്കൽ അടിഞ്ഞുണ്ടാകുന്ന സ്ഥലം. delta, new land left by river.

ഇ

ഇ - അക്ഷരമാലയിലെ മൂന്നാമത്തെ അക്ഷരം, ഹ്രസ്വം, താലവ്യം. പദാദിയിൽ ചിലെടത്ത് 'എ' ആയി ഉച്ചരിക്കപ്പെടുന്നു. third letter of alphabet, short vowel, palatal. In the beginning of certain words, it is pronounced as 'e'.

ഇ(നാ) - കാമദേവൻ. Cupid.

ഇകയ്ക്കുക (സ.ക്രി) - കീഴടക്കുക, ലംഘിക്കുക. to conquer, to transgress.

ഇകൽ(നാ)-യുദ്ധം. battle, war.

ഇകലുക (അ.ക്രി) - മത്സരിക്കുക, പിണങ്ങുക, ചേരുക, ഒപ്പമാവുക. to complete, to quarrel with, to join, to be equal.

ഇകലോൻ(നാ) - ശത്രു. enemy.

ഇകൽക്കളം(നാ) - പോർക്കളം. battle -field.

ഇകഴുക (സ.ക്രി) - ഉപേക്ഷിക്കുക, നിന്ദിക്കുക, വെറുക്കുക. to abandon, to condemn, to hate.

ഇകാരം(നാ) - 'ഇ' എന്ന അക്ഷരം. the letter 'ഇ'.

ഇക്കച്ചക്ക(നാ) - കലഹം, വഴക്ക്, ശണ്ഠ. quarrel, dispute.

ഇക്കട്ട്(നാ) - ഉപദ്രവം, പ്രയാസം. trouble, difficulty.

ഇക്കണക്ക് (ക്രി.വി) - ഇങ്ങനെ. in this way.

ഇക്കരി(നാ) - പുകയറ. soot.

ഇക്കിളി(നാ) - കിക്കിളി. tickling.

ഇക്ക - അമ്മാവൻ, ജ്യേഷ്ഠൻ. uncle, elder brother.

ഇകുലാസ്സ് - സ്നേഹം, ബഹുമാനം. love, respect.

ഇക്കാക്ക(നാ) - മൂത്തസഹോദരൻ. eldest brother.

ഇക്കിൾ(നാ) - ഒരു ശ്വാസവികൃതി, ഇക്കിട്ട എന്ന രോഗം. hiccup.

ഇക്കിളി(നാ) - കിക്കിളി. tickling.

ഇക്കിയാർ - ഇഷ്ടം, ഇച്ഛ. love, desire.

ഇക്കു - ആപത്ത്, മദ്ധ്യഭാഗം, തടസ്സം. danger, centre, trouble.

ഇക്കുമത്തു(നാ) - സാമർത്ഥ്യം. skill.

ഇക്കുറി - ഈ തവണ, ഈ പ്രാവശ്യം. this time.

ഇക്ബാൽ(നാ) - ഭാഗ്യം, സമ്പത്ത്. fortune, wealth.

ഇക്ഷ - വളരെ, ധാരാളം. plenty, very.

ഇക്ഷു, ഇക്ഷുകം(നാ) - കരിമ്പ്. sugarcane.

ഇക്ഷുദം(നാ) - കരിമ്പിൻ നീര്, സപ്തസമുദ്രങ്ങളിൽ ഒന്ന്. juice of sugarcane, one among seven oceans.

ഇക്ഷുനിര്യാസം(നാ) - കരിമ്പിൻ നീര്. juice of sugarcane.

ഇക്ഷുപീഡനി(നാ) - പഞ്ചസാര മിൽ. sugar mill.

ഇക്ഷുരസം(നാ) - കരിമ്പിൻനീര്. juice of sugarcane.

ഇക്ഷുവികാരം(നാ) - പഞ്ചസാര, ശർക്കര. sugar, molasses.

ഇക്ഷ്വാകു(നാ) - അയോധ്യ വാണിരുന്ന ഒരു രാജാവ്, വൈവസ്വതമനുവിന്റെ പുത്രൻ. ഇക്ഷ്വാകു വംശജൻ. first king of solar dynasty, son of Vaivaswatha manu, descendant of Ikshwaku.

ഇങ്ക്(നാ) - ഉണ്ണാറാകാത്ത കുഞ്ഞുങ്ങൾക്കുള്ള ഭക്ഷണം, ശിശുക്കൾ കുടിക്കുന്ന കുറുക്കിയ ഭക്ഷണം. baby food.

ഇങ്കരിയസ് - ആംഗലേയഭാഷ. English.

ഇങ്കിലാബ്(നാ) - വിപ്ലവം, പ്രക്ഷോഭം. revolution, agitation.

ഇംഗണം (നാ) - തീപ്പൊരി. spark of fire.

ഇംഗനം (നാ) - അറിവ്, ഇളക്കം, ചലനം, അപഗ്രഥിക്കൽ, വിഗ്രഹിക്കൽ.

knowledge, shaking, movement, analysis, separating compound words.
ഇംഗം(നാ) - ജംഗമവസ്തു, ആംഗ്യം, സൂചന, അടയാളം. movable object, gesture, hint, indication.
ഇംഗാലം(നാ) - കരി. carbon.
ഇംഗാലാമ്ലം(നാ)-ഒരുവാതകം, കാർബൺ ഡൈഓക്സൈഡ്. carbon dioxide, charcoal.
ഇംഗിതം(നാ) - മനോഭാവം, അഭിപ്രായത്തിന് യോജിച്ച ചേഷ്ട, അഭിപ്രായം, ഗൂഢോദ്ദേശ്യം. intention, gesture or motion, opinion, secret intention.
ഇംഗു(നാ) - കായം. asafoetida.
ഇംഗുതം(നാ) - ഓടൽമരം. Terminalia catappa.
ഇംഗ്ലീഷ്(നാ) - ഇംഗ്ലണ്ടിനെ സംബന്ധിച്ച. pertaining to England.
ഇംഗ്ലീഷ്(നാ)-ഇംഗ്ലീഷുകാർ, ഇംഗ്ലീഷുഭാഷ. the English, the English language.
ഇങ്ങട്ട് - ഇവിടേക്ക്. to this place.
ഇങ്ങനെ (ക്രി.വി) - ഇപ്രകാരം, ഇത്തരത്തിൽ. in this manner, thus.
ഇങ്ങൾ (സർ) - നിങ്ങൾ. you.
ഇങ്ങ് (ക്രി.വി) - ഇവിടെ, ഇപ്പുറത്ത്. here, in this side.
ഇങ്ങ്(സർ) - നാം, ഞങ്ങൾ. we.
ഇങ്ങുന്ന് (ക്രി.വി) - ഇവിടെ നിന്ന്, എന്നിൽ നിന്ന്, ഞങ്ങളിൽ നിന്ന്. from this place, from me, from us.
ഇങ്ങുന്ന് (സർ) - താങ്കൾ. you.
ഇങ്ങൂട്ട്(നാ) - അയൽപക്കം, ഇങ്ങേടം. neighbouring house, this place.
ഇങ്ങേ (വി) - ഈ വശത്തെ, ഇവിടത്തെ, എന്നെ സംബന്ധിച്ച, ഇവിടെത്തന്നെ. of this side, of this place, related to me, here itself.
ഇങ്ങേടം - ഈ സ്ഥലം. this place.
ഇങ്ങേത് - അടുത്ത വീട്. neighbouring house.
ഇങ്ങേര് - ഇദ്ദേഹം, ഈ ആൾ. this man.
ഇങ്ങോട്, ഇങ്ങോട്ട് - തന്നോട്, ഇവിടേയ്ക്ക്. to oneself, to this place.
ഇച്ചപ്പാട്(നാ) - വിവാഹത്തിന്റെ തലേന്ന് വരന് മധുരം നൽകൽ. presenting sweets to the bridegroom on marriage eve.
ഇച്ചക്കൻ(നാ) - ദുസ്സാമർത്ഥ്യക്കാരൻ, വലിയ പിശുക്കൻ. miser.
ഇച്ചാച്ചൻ(നാ) - അപ്പൂപ്പൻ, ജ്യേഷ്ഠൻ അടുത്ത ബന്ധു. grandfather, elder brother.
ഇച്ചിരി - കുറച്ച്. a little.
ഇച്ചിൽ - ഉച്ഛിഷ്ടം, അശുദ്ധം, ഉമിനീര്. food left over after one's eating, anything defiled, saliva.
ഇച്ചുളി(നാ) - തുരുമ്പ്, ചൊറി, ഇത്തിൾ, മീൻ ചെതുമ്പൽ. rust, skin eruptions, oyster-shell, scale of fish.
ഇച്ഛ(നാ) - ആഗ്രഹം. desire, wish.
ഇച്ഛുക (വി) - ആഗ്രഹിക്കുന്ന. desirous, wishful.
ഇച്ഛുകം(നാ)- മുഖസ്തുതി, വള്ളിനാരകം, ഇഷ്ടസംഖ്യ. flattery, the tree Citrus medica, desired number.
ഇച്ഛാവസു(നാ)-കുബേരൻ. Kubera.
ഇച്ഛിക്കുക (സ.ക്രി) - ആഗ്രഹിക്കുക. to desire, to wish.
ഇച്ഛിത (വി) - ആഗ്രഹിക്കപ്പെട്ട. desired.
ഇച്ഛു (വി) - ഇച്ഛിക്കുന്ന. desirous, wishful.
ഇജ്ജ് (സർ) - നീ. you.
ഇജ്ജനം - ഈ ആൾ, ഞാൻ. this person, I.
ഇജ്യ (വി) - പൂജ്യനായ, യജിക്കുവാൻ അർഹനായ. honourable, one who is eligible to do sacrifice.
ഇജ്യ(നാ) - യാഗം, പൂജ, പശു, ദാനം, പ്രതിച്ഛായ, സംഗം. sacrifice, worship, cow, gift, image, meeting.
ഇജ്യൻ(നാ) - ഗുരു, വിഷ്ണു, വ്യാഴം. teacher, Vishnu, planet Jupiter.

ഇഞ്ച(നാ) - ഒരു മുൾച്ചെടി. the climber Acacia Intsia.

ഇഞ്ചാകം(നാ) - കൊഞ്ച്, ചെമ്മീൻ. shrimp, prawn.

ഇഞ്ചാല(നാ) - ഊഞ്ഞാൽ. swing.

ഇഞ്ചി(നാ) - കോപം, കോപശീലൻ, എരിവുള്ള ഒരിനം കിഴങ്ങ്. anger, hot-tempered person, ginger.

ഇഞ്ചിളിപ്പ്(നാ) -ശക്തി, മര്യാദ, ഭയം, കൂസൽ. strength, politeness, fear, care.

ഇഞ്ച്(നാ) - അടിയുടെ 1/12 ഭാഗം. inch, 1/12th of a foot.

ഇഞ്ചീൽ, ഇഞ്ജീല്(നാ) - സുവിശേഷം, ക്രിസ്ത്യാനികളുടെ വേദപുസ്തകത്തിലെ പുതിയ നിയമം. the gospel, New Testament.

ഇഞ്ഞനെ, ഇഞ്ഞിനെ - ഇപ്രകാരം. in this manner.

ഇട(നാ)-അകലം, നടുവ്, സമയം, മധ്യകാലം, സന്ദർഭം, രണ്ടെണ്ണത്തിന്റെ ഇടയിലുള്ള സ്ഥലം, ഇടവഴി, വീതി, തൂക്കം, അളവ്, കാരണം, സാധ്യത, ഇടതു ഭാഗം. distance, waist, time, mid-time, opportunity, space in the middle, lane, width, measure of weight, measure, reason, possibility, left side.

ഇട (വി)- ഇടയന്മാരുടെ. of cowherds.

ഇടകലരുക -(ക്രി) കൂടിച്ചേരുക. to intermingle.

ഇടകേട്(നാ) - ഉപദ്രവം, പ്രയാസം. annoyance, difficulty.

ഇടക്കണ്ണ്(നാ) -കടക്കണ്ണ്, ചരിഞ്ഞു നോട്ടം. corner of the eye, side glance.

ഇടക്കാഴി(നാ) - നദിയുടെ കൈവഴി. tributory of a river.

ഇടക്കെട്ട്(നാ) - അരപ്പട്ട, ഇടയ്ക്കു കെട്ടുന്ന കെട്ട്, നാലുകെട്ട്, ഇടനാഴി. belt, waist band, quadrangular building with inner court-yard, corridor.

ഇടക്കേട്(നാ) - അസൗകര്യം, ഉപദ്രവം, വിരോധം. inconvenience, annoyance, enmity.

ഇടക്കോഴ(നാ) - കൈക്കൂലി, ഇടത്തട്ട്. bribe, brokerage.

ഇടങ്കണ്ണ്(നാ) - ഇടത്തേ കണ്ണ്, ഇടക്കണ്ണ്. left eye, side glance.

ഇടങ്കേട്(നാ) - ദാരിദ്ര്യം, ഉപദ്രവം, കുറ്റം, വിരോധം, ദോഷം, പ്രയാസം, തടസ്സം, തകരാറ്, വേണ്ടാതനം. poverty, annoyance, crime, enmity, defect, difficulty, obstacle, trouble, mischief.

ഇടങ്കോല്(നാ) - തടസ്സം, എതിർപ്പ്. obstacle, opposition.

ഇടങ്ങഴി(നാ) - ചങ്ങാഴി, നാനാഴി. measure of four nazhis.

ഇടങ്ങാറ്(നാ)- പ്രയാസം, വൈരുദ്ധ്യം, എതിർപ്പ്, തടസ്സം, പിണക്കം. difficulty, conflict, opposition, obstacle, quarrel.

ഇടച്ചങ്ങല(നാ) - ആനയുടെ ഉടലും പിൻകാലും തമ്മിൽ ചേർത്ത് ഇടുന്ന ചങ്ങല. chain, binding the hindlegs and the trunk of an elephant.

ഇടച്ചാണി(നാ) - ഇടയിലെ ആഴമുള്ള ചാൽ. deep ravine.

ഇടച്ചി(നാ) - ഇടയന്റെ സ്ത്രീ. crowherdess.

ഇടച്ചിൽ(നാ) - മത്സരം, വഴക്ക്, എതിർപ്പ്, കൂട്ടിമുട്ടൽ, ഞെരുക്കം. competition, quarrel, rivalry, clash, pressure.

ഇടച്ചുരിക(നാ) - അരയിൽ തിരുകുന്ന ചുരിക. dagger suspended from the girdle.

ഇടഞ്ചാടി(നാ) - രണ്ടു തിണ്ണകളുടെ ഇടയിലുള്ള താണ വഴി. narrow corridor.

ഇടതടവ്(നാ) - ഇടയ്ക്കുള്ള തടസ്സം. interruption, impediment.

ഇടതുപക്ഷം(നാ) -എതിർകക്ഷി, വാമപക്ഷം. opposition party, left wing.

ഇടതൂരുക (അ.ക്രി) - ഇടതിങ്ങുക, നിറയുക. to be thick or dense, to become full.

ഇടത്തട്ട്(നാ) - ദല്ലാൾപ്പണം, ചതിച്ചെടുക്കൽ, ഇടയ്ക്കുനിന്ന് രണ്ടു ഭാഗക്കാരേയും ചൂഷണം ചെയ്യൽ. brokerage, seizing by deceit, swindling by a middleman.

ഇടത്തട്ട്(നാ) - മച്ച്, ഇടയ്ക്കുള്ള തട്ട്. ceiling of a house.

ഇടത്തൻ(നാ) - ഇടങ്കൈ വാക്കുള്ളവൻ, ഇടതുപക്ഷക്കാരൻ. left-handed person, leftist.

ഇടത്തരം (വി) - ഇടയിലുള്ളത്, അധികം വലുതോ തീരെ ചെറുതോ അല്ലാത്തത്, ഉത്തമമോ അധമമോ അല്ലാത്തത്. of the middle, neither big or small, medium quality.

ഇടത്തളം(നാ) - രണ്ടു പുരകൾക്കോ മുറികൾക്കോ ഇടയ്ക്കുള്ളത്. middle hall.

ഇടത്ത്(നാ)- ഇടതുഭാഗത്ത്. of the left side.

ഇടത്ത് (വി) - ഇടതുഭാഗത്തുള്ള. of the left side.

ഇടനാട്(നാ) - നാട്ടിൻപുറം, കേവലം കാടും നാടുമല്ലാത്ത പ്രദേശം. country-side, middle -region.

ഇടനാഴി(നാ) - രണ്ടു മുറികൾക്കോ എടുപ്പുകൾക്കോ ഇടയിലുള്ള വഴി, ക്ഷേത്രത്തിൽ അർദ്ധമണ്ഡപത്തിനും മുഖമണ്ഡപത്തിനും ഇടയ്ക്കുള്ള വഴി. corridor, passage between ardhamandapa and mahamandapa of a temple.

ഇടനില(നാ) - തടസ്സം, സംശയം, മാധ്യസ്ഥ്യം. obstacle, doubt, mediation.

ഇടനില(നാ) - ഉല്കണ്ഠ, ആപത്ത്, വല്ലായ്മ. anxiety, sorrow, distress.

ഇടനെഞ്ച്(നാ) - ഹൃദയം. heart.

ഇടനേരം(നാ)-അല്പനേരം, ഉച്ചകഴിഞ്ഞ സമയം, ഇടയ്ക്കുള്ള സമയം. a little time, noon, interval.

ഇടന്തുക (അ.ക്രി) - മുടന്തുക. to limp.

ഇടന്തേറ്(നാ) - എതിര്, തെറി. opposition, obscene talk.

ഇടപഴകുക (അ.ക്രി) - അടുത്ത് പരിചയിക്കുക, അല്പം പരിചയിക്കുക. to get acquainted with, to be slightly.

ഇടപാട്(നാ) - ഏർപ്പാട്, പതിവ്, രീതി, വ്യാപാരം, ജോലി, വ്യവഹാരം, വഴക്ക്, സ്ത്രീപുരുഷന്മാരുടെ അനാശാസ്യ ബന്ധം. custom, practice, usage, transaction, job, dealings, clash, illicit relation between a man and a woman.

ഇടപെടുക (അ.ക്രി) - ഏർപ്പെടുക, മറ്റൊരാളുടെ കാര്യത്തിൽ തലയിടുക. to be engaged, to interfere.

ഇടപെട്ട (വി) - ഉൾപ്പെട്ട, ബന്ധപ്പെട്ട, സംബന്ധിച്ച. involved, related, concerned.

ഇടപ്രായക്കാരൻ(നാ)- മദ്ധ്യവയസ്കൻ. middle aged man.

ഇടം(നാ) -സംഗതി, കാര്യം, സ്ഥലം, സന്ദർഭം, സൗകര്യം, സ്ഥാനം, വശം, വീട്, വീതി, വിസ്താരം, വലുപ്പം. matter, affair, place, convenience, position, side, house, breadth, extensiveness.

ഇടം (വി) - ഇടതുവശത്തുള്ള. of the left side.

ഇടമന(നാ)- അഹങ്കാരം. pride.

ഇടമിടർ(നാ) - ഗദ്ഗദം. stuttering.

ഇടമ്പല്ല്(നാ) - കോന്ത്രമ്പല്ല്. malposed tooth.

ഇടമ്പാട്(നാ) - വലുപ്പം, വിസ്തൃതി, പരപ്പ്. size, area, expanse.

ഇടമ്പ്(നാ) - നിന്ദ. reproach.

ഇടമ്പെട്ട (വി) - വിസ്താരമുള്ള. expanded.

ഇടമ്പേര്(നാ) - ഇരട്ടപ്പേര്. nickname.

ഇടയൻ(നാ) - കന്നുകാലി മേയ്ക്കുന്നവൻ, ക്രിസ്തുമത വൈദികൻ. shepherd or cowherd, pastor, bishop.

ഇടയലേഖനം(നാ) - പുരോഹിതൻ സഭാംഗങ്ങൾക്ക് അയയ്ക്കുന്ന കത്ത്. pastoral letter.

ഇടയാട്ടം(നാ) - സംശയം. doubt, suspicion.

ഇടയാവുക (ക്രി) - യാദൃച്ഛികമായി സംഭവിക്കുക, സംഗതിയാവുക. to happen accidentally, to come about.

ഇടയാൾ(നാ) - മധ്യസ്ഥൻ, mediator.

ഇടയിടെ(ക്രി.വി) - കൂടെക്കൂടെ, ഇടയ്ക്കിടെ. frequently, often.

ഇടയുക (അ.ക്രി) - പിണങ്ങുക, മത്സരിക്കുക, എതിർക്കുക, ചികഞ്ഞു വേർതിരിക്കുക, കൂട്ടിമുട്ടുക. to quarrel, to contest, to confront, to separate, to meet.

ഇടയൂറ്(നാ) - തടസ്സം, ആപത്ത്. obstacle, distress.

ഇടയ്ക്ക(നാ) - ഒരു മംഗളവാദ്യം. double drum.

ഇടയ്ക്കിടെ (ക്രി.വി) - ഇടവിട്ടിടവിട്ട്, കൂടെക്കൂടെ. frequently, at times.

ഇടയ്ക്ക് (ക്രി.വി) - മധ്യത്തിൽ. in the middle.

ഇടർ(നാ) - വിപത്ത്, തെറ്റ്, ദുഃഖം, തടവ്, യുദ്ധം, ദാരിദ്ര്യം, കഷ്ടത. distress, error, grief, imprisonment, battle, poverty, difficulty.

ഇടരുക (അ.ക്രി) - തെറ്റുക, പതറുക, സംശയം തോന്നുക. to error, to falter, to doubt.

ഇടർച്ച(നാ) - വഴക്ക്, ഉപദ്രവം, പരിഭ്രമം, പതറൽ, തടസ്സം, തെറ്റ്, വഴുതൽ. quarrel, trouble, perturbation, faltering, obstacle, error, slip.

ഇടൽ(നാ) - ദുഃഖം, വേദന, യുദ്ധം, ഇടീൽ. grief, pain, battle, act of putting down or placing.

ഇടലാഭം(നാ) - ഇടയ്ക്ക് (വാങ്ങുന്നതിനും വിൽക്കുന്നതിനും ഇടയിൽ) കിട്ടുന്ന ലാഭം. profit gained by way of purchase and sales.

ഇടവ(നാ) - സ്ഥലപരിജ്ഞാനം, വഴി. topographical knowledge, way.

ഇടവക(നാ) - ക്രിസ്തീയപുരോഹിതന്റെ ആദ്ധ്യാത്മിക ഭരണത്തിലുള്ള പ്രദേശം. diocese.

ഇടവൻ(നാ) - ഇടതുകൈ സ്വാധീനമുള്ളവൻ, നുകത്തിന്റെ ഇടതുവശത്ത് കെട്ടിയ കാള. left- handed person, bullock yoked on the left side.

ഇടവപ്പാതി(നാ) - ഇടവമാസത്തിന്റെ മദ്ധ്യം, കാലവർഷം. middle of Edavam month, south-west monsoon.

ഇടവം(നാ)- മലയാളമാസങ്ങളിൽ പത്താമത്തെ മാസം, രാശി ചക്രത്തിലെ രണ്ടാംരാശി, കാള. tenth month of Malabar calendar,Taurus- the second house in the zodiac, bullock.

ഇടവൽ(നാ)- ചിത്രശലഭം. butterfly.

ഇടംവലം(നാ) - ഇടവും വലവും. left and right sides.

ഇടവഴി(നാ) - ഇടുങ്ങിയ വഴി, മുടുക്ക്. narrow path, lane.

ഇടവിടാതെ (ക്രി. വി) - എല്ലായ്പ്പോഴും, തുടരെത്തുടരെ. always, frequently.

ഇടവിടുക (ക്രി) - സ്ഥലംവിടുക, വേർപെടുക, മുറിയുക. to leave, to be separated, to be cut off.

ഇടവേറ്(നാ) - ഒഴിവ്, അകൽച്ച, ഇട. leisure, distance, gap.

ഇടശരി (ക്രി.വി) - ഒന്നിട വിട്ട്. alternately.

ഇടശ്ലോകം(നാ) - ആട്ടക്കഥയിൽ പദങ്ങൾക്ക് ഇടയിലുള്ള ശ്ലോകം. stanza in between padas in Kathakali.

ഇടറൽ(നാ) - വഴുതൽ, ഇടർച്ച, തടസ്സം. slipping, faltering in speech, obstacle.

ഇടറ്(നാ)- ശല്യം, തടസ്സം, ദുഃഖം. trouble, obstacle, distress.

ഇടറുക (അ.ക്രി) - തെറ്റുക, പതറുക, സംശയിക്കുക, വഴുതുക. to stumble, to falter, to doubt, to slip.

ഇടി(നാ) - പൊടിക്കൽ, ചതയ്ക്കൽ, കുത്ത്, മേഘങ്ങളിൽനിന്ന് വൈദ്യുതി പ്രവാഹം ഉണ്ടാകുമ്പോൾ കേൾക്കുന്ന ശബ്ദം, കൈചുരുട്ടിയോ കനമുള്ള പദാർത്ഥം ഉപയോഗിച്ചോ പ്രഹരിക്കൽ.

pounding, crushing, attack with horns, thunder, beating or hitting with fist.

ഇടിക്കല്ല്(നാ) - വെറ്റിലയും പാക്കും ചതയ്ക്കാനുള്ള കല്ല്. betel- pestle.

ഇടിക്കട്ട(നാ) - ഇടിക്കാനുപയോഗിക്കുന്ന ആയുധം. weapon used in boxing.

ഇടിക്കുക (സ.ക്രി) - കൈ മുറുക്കി പ്രഹരിക്കുക, നശിപ്പിക്കുക, കുത്തുക, തുടിക്കുക, താഴ്ത്തുക, ക്ഷീണിപ്പിക്കുക, ചതയ്ക്കുക, പൊടിക്കുക, കൂട്ടിമുട്ടുക. to beat, to strike with fist, to ruin, to attack with horns or head, to palpitate, to lessen, to defame, to bray, to pound in a mortar, to hit against.

ഇടിക്കുരലൻ(നാ) - മേഘനാദൻ. Meghanada, son of Ravana.

ഇടിക്കൊടിയോൻ(നാ) - ഇന്ദ്രൻ. Indra.

ഇടിച്ചിൽ(നാ) - വീഴ്ച, താഴ്ച, അധഃപതനം, തോൽവി, വ്യസനം. fall, depth, downfall, failure, sorrow.

ഇടിഞ്ഞിൽ(നാ) - ചെറിയ മൺവിളക്ക്. small earthen lamp.

ഇടിതടി(നാ) - ഇടിച്ചുറപ്പിക്കാനുള്ള ഉപകരണം. rammer.

ഇടിത്തീ(നാ) - മിന്നൽ, മിന്നലിൽ നിന്നുള്ള തീ, അവിചാരിതമായ അത്യാപത്ത്. lightning, thunderbolt, accident.

ഇടിപൊടി(നാ) - കോലാഹലം, നേർമ്മയായ പൊടി. bustle, nice powder.

ഇടിമരം(നാ) - ഉലക്ക, തോക്കിന്റെ അച്ചുകോൽ. rammer, ramrod.

ഇടിമിന്നൽ(നാ) - കൊള്ളിയാൻ. lightning.

ഇടിമുഴക്കം(നാ) - മേഘത്തിന്റെ ശബ്ദം. thunder.

ഇടിയൻ(നാ) - ഇടിതടി, ഇടിച്ചക്ക, ഇടിക്കല്ല്. rammer, tender jack fruit, betel - pestle.

ഇടിയപ്പം(നാ) - ഒരിനം അപ്പം. a kind of steamed cake.

ഇടിയുക (അ.ക്രി) - പൊടിയുക, ചതയുക, വിലകുറയുക, തകരുക, ദുഃഖിക്കുക, ക്ഷീണിക്കുക, ഉറപ്പുവിട്ട് വീഴുക. to be powdered, to be crushed, to fall in value, to fall into ruins, to feel sorrow, to get tired, to fall down.

ഇടിവാൾ(നാ) - മിന്നൽ, ഇടിത്തീ. lightning, thunderbolt.

ഇടിവ്(നാ)-ഇടിഞ്ഞ സ്ഥിതി, ക്ഷയം, കുറവ്, ക്ഷീണം, അവശത, നൈരാശ്യം, താഴ്ച. dilapidation, decay, loss, fatigue, misery, dejection, depth.

ഇടുക (സ.ക്രി) - എറിയുക, കൊടുക്കുക, താഴേക്കു വീഴിക്കുക, വയ്ക്കുക, ധരിക്കുക, വിതയ്ക്കുക. to throw, to give, to cause to fall down, to place, to wear, to put on.

ഇടുകാട്(നാ) - ചുടുകാട്, ശ്മശാനം. burial ground, cemetery.

ഇടുകുറി(നാ) - രസീത്. receipt.

ഇടുക്കം(നാ)- ഞെരുക്കം, വിസ്തീർണ്ണക്കുറവ്, ദുഃഖം പ്രയാസം, ദാരിദ്ര്യം. pressure, narrowness, sorrow, difficulty, poverty.

ഇടുക്കി(നാ) - ചവണ, കൊടിൽ, കട്ടമുറുക്കി. pincers, tongs, spanner.

ഇടുക്ക്(നാ) - വിള്ളൽ, ലുബ്ധ്, വിഷമം, വീതി കുറഞ്ഞ സ്ഥലം, മുടുക്ക്, മൂല, ദാരിദ്ര്യം. ravine, niggardliness, difficulty, narrow place, narrow lane, corner, poverty.

ഇടുക്കുക (സ.ക്രി) - ചുരുക്കുക, അണയ്ക്കുക, ഞെരുക്കുക, ഞെരുക്കി വയ്ക്കുക. to cause to shrink, to hold tightly, to press, to insert.

ഇടുക്കുകോൽ(നാ) -കിട്ടി, ഞെക്കുകോൽ. lever, squeezer.

ഇടുക്കുവഴി(നാ) - വീതി കുറഞ്ഞ വഴി. narrow path.

ഇടുപ്പ്(നാ) - ഇളി, അരക്കെട്ട്. waist, hip.

ഇടുമ്പൻ(നാ) - സാക്ഷ. bolt.
ഇടുമ്പ്(നാ) - മലയിടുക്ക്. passage in the hills.
ഇടുവ(നാ) - ഇടവഴി, ഇടുങ്ങിയ വഴി. narrow path, lane.
ഇടെ (ക്രി.വി) - ഇടയിൽ. between.
ഇട്ട(നാ) - മലം. excrement.
ഇട്ടപ്പുറം(നാ) - വീടിനു ചുറ്റുമുള്ള ഉയർന്ന പറമ്പ്, വളപ്പ്, മൺകുന്ന്. terraced portion of the compound around the house, enclosure, heap of sand.
ഇട്ടാണി(നാ) - ഏണി, കോവണി. ladder, staircase.
ഇട്ടിക(നാ) - ചുടുകല്ല്. brick.
ഇട്ടുരുട്ടുക(സ.ക്രി)-കളിപ്പിക്കുക, ശരിയായ ഉത്തരം നൽകാതെ ഒഴിഞ്ഞു മാറുക. to deceive by evasive tactics, to evade without giving a direct answer.
ഇഡ(നാ) - ഹോമദ്രവ്യം, വായുവിന്റെ ഒരു പുത്രി, അന്നം, പശു, പാർവ്വതി, സപ്ത നാഡികളിൽ ഒന്ന്, മനുവിന് ശ്രദ്ധയിൽ ജനിച്ച പുത്രി, ലഘുപാനം, ആഹാരം, ഭൂമി, ദുർഗ, നാഡീ ത്രയത്തി ലൊന്ന്, സംഭാഷണം, വാക്ക്, സ്തുതി. material to be used in a Yaga, a daughter of Vayu, meals, cow, Sree Parvati, one of the seven nerves, a daughter of Manu from Sraddha, soft drink, food, earth, Sree Durga, one of the three nerves, talk, word, praise.
ഇഡികം(നാ) - ഭൂമി. earth.
ഇഡ്ഡലി(നാ) - ഒരു പലഹാരം. idly.
ഇണ (വി) - കൂടെയുള്ള. associate, mate.
ഇണ(നാ) - ഭർത്താവ്, ഭാര്യ, ഇരട്ട, ജോഡി, കൂട്ടുകാരൻ, കൂട്ടുകാരി. husband, wife, twins, pair, couple, friend, female companion.
ഇണക്കം(നാ) - ഇഷ്ടം, ഒരുമിപ്പ്, ചേർച്ച, സമ്മതം, മെരുക്കം, ഭംഗി, സാദൃശ്യം, പൊരുത്തം, സ്നേഹം, സാധുത്വം, അനുസരണം. friendship, amity, union, assent, tameness, beauty, similarity, harmony, love, fitness, obedience.
ഇണക്കുക (സ.ക്രി) - സ്നേഹിച്ചു പഴക്കുക, യോജിപ്പിക്കുക, സന്തോഷിപ്പിക്കുക. to tame, to unite, to please.
ഇണങ്ങൻ(നാ) - സ്വജനം, ബന്ധു, സ്നേഹിതൻ. kinsman, relative, friend.
ഇണങ്ങ്(നാ) - ചങ്ങാത്തം, ബന്ധുത്വം, സ്വജാതി. friendship, relationship, one's own community.
ഇണങ്ങുക (അ.ക്രി) - ചേരുക, അനുസരിക്കുക, പഴകുക, സ്നേഹമാകുക. to join, to obey, to be tamed, to become friendly and intimate.
ഇണയുക (അ.ക്രി) - ചേരുക, ജോഡിയാകുക. to unite, to join together.
ഇണർ(നാ) - മീൻമുട്ട, പൂങ്കുല, കുരുമുളകു വള്ളിയുടെ തല, പൂമ്പൊടി, തുടർച്ച. spawn of fish, bunch of flowers, shoot of pepper vine, pollen, continuation.
ഇണുക്ക്(നാ) - ക്ഷണം, ശകലം. piece, bit.
ഇണുക്കുക(സ.ക്രി) - അടർത്തിയെടുക്കുക, തുണ്ടുതുണ്ടാക്കുക. to pluck, to cut to pieces.
ഇണ്ട(നാ) - തേനീച്ച, പൂമാല, താമര, കൂട്ടം, നിര, കെട്ട്. honey -bee, flower garland, lotus, group, row, bundle.
ഇണ്ടാസ്(നാ) - അനുമതി, സമ്മതം. permission, endorsement.
ഇതഃ (ക്രി.വി) - ഇവിടെ നിന്ന്, ഇതുനിമിത്തം, ഇപ്പോൾ. from here, from this reason, at this time.
ഇത(നാ) - മുള, ചെറിയ വേലി, എലുക, തളിര്. sprout, small fence, boundary, tender leaf.
ഇത - ഇതാ. look here.

ഇതം(നാ) - ഇഷ്ടം, സുഖം, സന്തോഷം. liking, desire, happiness, pleasure.
ഇതയ്ക്കുക (അ.ക്രി) - മുളയ്ക്കുക. to sprout.
ഇതര (വി) - അന്യമായ, മറ്റ്. another, other.
ഇതരൻ - അന്യൻ. the other person.
ഇതരൻ(നാ) - നീചൻ. wicked (person).
ഇതർക്കുക (സ.ക്രി) - ഇറുക്കുക. to pluck.
ഇതവ്(നാ) -ഇഷ്ടം, പ്രീതി, പ്രിയം. liking, love, pleasantness.
ഇതൾ(നാ) - പൂവിന്റെ ദളം. petal.
ഇതാ - ഇവിടെക്കാണുന്ന, ഇപ്പോൾത്തന്നെ. here, behold, now itself.
ഇതി (ക്രി.വി) -എന്ന്, ഇങ്ങനെ, ഇപ്രകാരം. in this manner, thus.
ഇതി(നാ) - അവസാനം. the end.
ഇതിവൃത്തം(നാ) - കഥാവസ്തു, സംഭവം. plot of a story, incident.
ഇതിഹാസം(നാ) - ഐതിഹ്യം, പുരാവൃത്തം, പുരാതനചരിതം. legend, legendary story, epic.
ഇത്- ഈ കാണുന്നത്. this.
ഇത്ത(നാ) - ഈന്ത, ചേച്ചി. date palm, elder sister.
ഇത്തരം - ഇതു പോലെയുള്ള. of this kind.
ഇത്തർ(നാ) - അത്തർ. a kind of perfume.
ഇത്തല്(നാ) - കക്ക. oyster.
ഇത്തവ്വ് - ഈ അവസരം. this occasion.
ഇത്താത്ത(നാ) - ജ്യേഷ്ഠത്തി. elder sister.
ഇത്താത്തൻ(നാ) - ജ്യേഷ്ഠൻ. elder brother.
ഇത്തി(നാ) - ഒരു വൃക്ഷം. ficus infectoria.
ഇത്തിൾക്കണ്ണി(നാ) - മരക്കൊമ്പുകളിൽ പറ്റി വളരുന്ന പാഴ്ച്ചെടി. loranthus.
ഇത്തിപ്പോരം - അല്പം, കുറച്ച്. a little, very little.
ഇത്തിരി - കുറച്ച്. a little.
ഇത്തിൾ(നാ) - മരക്കൊമ്പുകളിൽ പറ്റി വളരുന്ന പാഴ്ച്ചെടി, ഒരിനം കക്ക, പല്ലിൽ പറ്റുന്ന അഴുക്കുകട്ടി. loranthus, oyster found sticking to rocks, tartar.
ഇത്ഥം(ക്രി.വി)- ഇപ്രകാരം. in this manner, thus.
ഇത്ഥസി(നാ) - മീനം രാശി. zodiac sign Pisces.
ഇത്യാദി (വി) - എന്നു തുടങ്ങിയ. so on.
ഇത്യുക്തം(നാ) - അറിയിപ്പ്, നിവേദനം. information, petition.
ഇത്ര (ക്രി.വി) - ഇതിനോളം, അല്പം, കുറച്ച്, വളരെ. this much, a little, so much, so many.
ഇത്രടം (ക്രി.വി) - ഇവിടം വരെ. up to this place.
ഇത്രത്തോളം (ക്രി.വി) - ഇത്രമാത്രം, ഇവിടേക്ക്, ഇവിടം വരെ. so much, to this place, up to this place.
ഇത്രമാത്രം (ക്രി.വി) - ഇത്രതന്നെ, ഇത്രത്തോളം. only so much, to such an extend.
ഇത്രയും (ക്രി.വി) - ഇത്രയധികം, ഇത്രത്തോളം. so much, to such an extend.
ഇത്രയ്ക്ക് (ക്രി.വി) - ഇത്രത്തോളം. to such an extend.
ഇദം - ഇത്. this.
ഇദാനീം (ക്രി.വി) - ഇപ്പോൾ, ഇക്കാലത്ത്. now, nowadays.
ഇദ്ദേഹം - ഈ മനുഷ്യൻ. this person.
ഇദ്ധ (വി) - ജ്വലിക്കുന്ന, വർദ്ധിതമായ, കത്തിക്കപ്പെട്ട, പ്രകാശിക്കുന്ന. blazing, increased, kindled, shining.
ഇദ്ധമം(നാ) - വിറക്, ചമത. firewood, fuel used for the sacred fire.
ഇനകാന്തം(നാ) - സൂര്യകാന്തം. jasper.

ഇനൻ(നാ) - യജമാനൻ, ശ്രേഷ്ഠൻ, രാജാവ്, സൂര്യൻ, പ്രഭു. master, excellent person, king, sun, lord.
ഇനം(നാ) - കൂട്ടം, വർഗ്ഗം, ജാതി, തരം. group, class, species, kind.
ഇനം(നാ) - അത്തം നക്ഷത്രം. lunar mansion Hasta.
ഇനാം(നാ) - ദാനം, സമ്മാനം. gift, prize.
ഇനാമൽ(നാ) - പല്ലിന്റെ മിനുസമുള്ള ആവരണം. enamel, glossy coating of the teeth.
ഇനിക്കുക (സ.ക്രി) - ഇഷ്ടപ്പെടുക, മധുരിക്കുക, രുചിക്കുക. to like, to be sweet, to taste well.
ഇനി (ക്രി.വി) -വീണ്ടും, അടുത്ത്, അതിനുശേഷം, മേലിൽ, വരുംകാലത്ത്, ഇപ്പോൾ. again, nearby, after this, here after, in future, now.
ഇനിയ (വി) - മധുരമായ, ഹൃദ്യമായ, മനോഹരമായ, നല്ല, ഉത്കൃഷ്ടമായ, ഹിതമുള്ള. sweet, enjoyable, beautiful, good, noble, liking.
ഇനിയും (ക്രി.വി) - ഇനി മേലും, വീണ്ടും. even after this, again.
ഇനുത്(നാ) - ഇമ്പം, ഭംഗി, സുഖം. sweetness, beauty, happiness.
ഇൻഡ്യ(നാ) - ഭാരതം. India.
ഇന്തി(നാ) - പൂച്ച. cat.
ഇന്തിരൻ(നാ) - ഇന്ദ്രൻ. Indra.
ഇന്തു(നാ)- ഹിന്ദു. Hindu.
ഇന്തുക (അ.ക്രി) - പ്രയോജനപ്പെടുക. to be of use.
ഇന്തുപ്പ്(നാ) - കല്ലുപ്പ്. rock salt.
ഇന്ത്യ(നാ) - ഭാരതം. India.
ഇന്ദം(നാ) - ഒരു ലോഹം. a metal.
ഇന്ദംവരം(നാ) - നീലോത്പലം. the blue lotus.
ഇന്ദിക്കുക (അ.ക്രി) - ശോഭിക്കുക, ഐശ്വര്യമുണ്ടായിരിക്കുക. to shine, to be prosperous.
ഇന്ദിന്ദിരം(നാ)- വണ്ട്. beetle.
ഇന്ദിര(നാ) - ലക്ഷ്മീദേവി. goddess Lakshmi.
ഇന്ദിരാകാന്തൻ, ഇന്ദിരാകാമുകൻ, ഇന്ദിരാനാഥൻ, ഇന്ദിരാപതി, ഇന്ദിരാമന്ദിരൻ, ഇന്ദിരാലയൻ, ഇന്ദിരാവരൻ(നാ) - മഹാവിഷ്ണു. Lord Vishnu
ഇന്ദിവാരം(നാ) -കരിങ്കൂവളം. blue lotus.
ഇന്ദിശ(നാ) - ഒരു രാഗം. a raga.
ഇന്ദീവരം, ഇന്ദീവാരം(നാ) - കരിങ്കൂവളം. blue lotus.
ഇന്ദീവരി(നാ) - ശതാവരി. plant of Aspaeragus racemosus.
ഇന്ദു(നാ) - കർപ്പൂരം, ചന്ദ്രൻ, ഒരു വാസ്തു ദേവത, ഒന്ന് എന്ന അക്കം, മകയീരം നക്ഷത്രം. camphor, the moon, name of Vastudevata, number one, constellation named Mrugashirsha.
ഇന്ദുകമലം(നാ) - വെള്ളത്താമര. white lotus.
ഇന്ദുകരം(നാ) - ചന്ദ്രരശ്മി. moon - ray.
ഇന്ദുകല(നാ) - ചന്ദ്രക്കല. crescent.
ഇന്ദുകലാധരൻ, ഇന്ദു കലാഭരണൻ (നാ) -ശിവൻ. Siva.
ഇന്ദുകലിക(നാ)-ചന്ദ്രക്കല, പൂക്കൈത. crescent, ketaki plant.
ഇന്ദുകാന്ത(നാ) - രാത്രി, പൂക്കൈത. night, ketaki plant.
ഇന്ദുകാന്തം(നാ) -ഒരു ഔഷധഘൃതം, ഒരു തരം മണ്ഡപം, ചന്ദ്രകാന്തക്കല്ല്. medicated ghee, a kind of pavillion, moon stone.
ഇന്ദുക്ഷയം(നാ) - കറുത്തവാവ്. new moon.
ഇന്ദുഖണ്ഡം(നാ) - ചന്ദ്രക്കല. crescent.
ഇന്ദുഗോപം(നാ) - മിന്നാമിനുങ്ങ്, ഒരിനം ചുവന്ന പുഴു. firefly, coccus casti.
ഇന്ദുചൂഡൻ(നാ) - ശിവൻ. Siva.
ഇന്ദുചൂർണ്ണം(നാ) - കർപ്പൂരപ്പൊടി. camphor- powder.
ഇന്ദുജൻ(നാ) - ബുധൻ. planet Mercury.

ഇന്ദുജനകൻ(നാ)-സമുദ്രം, അത്രി മഹർഷി. ocean, sage Atri.
ഇന്ദുധരൻ(നാ) - ശിവൻ. Siva.
ഇന്ദുപുത്രൻ(നാ) -ബുധൻ. planet Mercury.
ഇന്ദുബിംബം(നാ) - ചന്ദ്രബിംബം. lunar globe.
ഇന്ദുഭ(നാ) - ആമ്പൽ, ആമ്പൽപ്പൊയ്ക. a kind of water lily, pond with water lily plants.
ഇന്ദുഭം(നാ) - കർക്കിടകം രാശി, മകയീരം. sign of zodiac called Cancer, fifth constellation.
ഇന്ദുമണി(നാ) - ചന്ദ്രകാന്തക്കല്ല്, മുത്ത്. moon stone, a pearl.
ഇന്ദുമതി(നാ) -ദശരഥന്റെ അമ്മ, പൗർണ്ണമി. mother of Dasaratha, full moon night.
ഇന്ദുമുഖി(നാ) - സുന്ദരി. beautiful woman.
ഇന്ദുമൗലി(നാ) - ശിവൻ. Siva.
ഇന്ദുലേഖ(നാ) - ചിറ്റമൃത്, ചന്ദ്രക്കല, കുറാശാണി, സോമലത, ചന്തുമേനോൻ എഴുതിയ ഒരു ആഖ്യായിക. the plant Cocculus cordifolius, crescent, Bishop's weed seed, soma plant, name of a novel by O. Chanthumenon.
ഇന്ദുലോഹകം(നാ) - വെള്ളി. silver.
ഇന്ദുവദന(നാ) - സുന്ദരി, ഒരു വൃത്തം. beauty, a metre of 14 syllables in a line.
ഇന്ദുവാരം, ഇന്ദുവാസരം(നാ) - തിങ്കളാഴ്ച. Monday.
ഇന്ദുശകലം(നാ)- ചന്ദ്രക്കല. crescent.
ഇന്ദൂപലം(നാ) - ചന്ദ്രകാന്തക്കല്ല്. moon- stone.
ഇന്ദൂരം(നാ) - ചുണ്ടെലി, എലി. mouse, rat.
ഇന്ദ്രകീലം(നാ) - പാറ, പന്തിയുത്തരം, ഇന്ദ്രന്റെ കൊടിക്കൂറ, മന്ഥരപർവ്വതം, കതകിലെ തഴുത്. rock, cross-beam, ensign or banner of Indra, the mountain called Manthara, bolt, nail.
ഇന്ദ്രകൂടം(നാ) - ഒരു പർവ്വതം. a mountain.
ഇന്ദ്രകേതു(നാ) - ഇന്ദ്രന്റെ കൊടിക്കൂറ. ensign or banner of Indra.
ഇന്ദ്രഗോപം(നാ)- ഒരിനം പുഴു, മിന്നാമിനുങ്ങ്. coccus casti, a firefly.
ഇന്ദ്രചാപം(നാ) - മഴവില്ല്. rain bow.
ഇന്ദ്രജാലക്കാരൻ(നാ)- ക്ഷുദ്രക്കാരൻ, വഞ്ചകൻ, മായാപ്രയോഗം വശമുള്ളവൻ. sorcerer, deceiver, magician.
ഇന്ദ്രജാലം(നാ) - അർജ്ജുനന്റെ ഒരു ആയുധം, ചെപ്പടി വിദ്യ. weapon used by Arjuna, magic.
ഇന്ദ്രജാലികൻ(നാ) - മായാ പ്രയോഗം വശമുള്ളവൻ. magician.
ഇന്ദ്രജിത്ത്(നാ) - രാവണന്റെ മൂത്ത മകൻ, മേഘനാദൻ. eldest son of Ravana.
ഇന്ദ്രതന്ത്രം(നാ)-ചെപ്പടിവിദ്യ. magic.
ഇന്ദ്രതൂലം(നാ) - പഞ്ഞിക്കൂട്ടം, അപ്പൂപ്പൻതാടി. flock of cotton, floculant seed blown about in the air.
ഇന്ദ്രദാരു(നാ) - ദേവതാരം. deodar tree.
ഇന്ദ്രദിക്ക്(നാ) - കിഴക്കേ ദിക്ക്. east.
ഇന്ദ്രദ്യുമ്നൻ(നാ) - ഭാല്ലവിയുടെ പുത്രനായ ഒരു ഋഷി, ഭരതന്റെ പൗത്രൻ, അഗസ്ത്യശാപത്താൽ ഗജേന്ദ്രനായിത്തീർന്ന ഒരു പാണ്ഡ്യരാജാവ്. name of a sage, grandson of Bharata, mythical Pandya king cursed by sage Agastya to be an elephant.
ഇന്ദ്രധനുസ്സ്(നാ) - മഴവില്ല്. rainbow.
ഇന്ദ്രൻ(നാ) - ഒരു വാസ്തുദേവത, അധിപൻ, ദേവരാജൻ, പരമാത്മാവ്, ശ്രേഷ്ഠൻ, കിഴക്കേ ദിക്കിന്റെ നാഥൻ, ആത്മാവ്, സൂര്യൻ, ദ്വാദശാദിത്യന്മാരിൽ ഒരാൾ. god of the art of the building, noble person, king of devas, supreme

sprit, excellent person, the lord of east, soul, sun, one among the 12 adityas.

ഇന്ദ്രനീലം(നാ) - നവരത്നങ്ങളിലൊന്ന്, നീലമണി. sapphire.

ഇന്ദ്രപത്നി(നാ) - ശചി. Sachi, wife of Indra.

ഇന്ദ്രപദം(നാ) -കിഴക്കേ ദിക്ക്, ഇന്ദ്രലോകം, ഇന്ദ്രന്റെ പദവി. east, heaven, power and dignity of Indra.

ഇന്ദ്രപുരി(നാ) - അമരാവതി. Amaravati.

ഇന്ദ്രപ്രസ്ഥം(നാ) - പാണ്ഡവ രാജധാനിയായിരുന്ന ഒരു നഗരം (പഴയ ഡൽഹി). name of the capital city of Pandavas (old Delhi).

ഇന്ദ്രഭം(നാ) - തൃക്കേട്ട നക്ഷത്രം. 18th constellation.

ഇന്ദ്രമദം(നാ) - മീനിനും അട്ടയ്ക്കും മറ്റുമുണ്ടാകുന്ന ഒരു രോഗം. a disease affecting fish and leeches.

ഇന്ദ്രയവം(നാ) - കുടകപ്പാലയരി. seed of Holarrhena.

ഇന്ദ്രലത(നാ) - സോമലത, ഉഴിഞ്ഞ. soma plant, plant Cardios-permum halicaca- bum.

ഇന്ദ്രലുപ്തം(നാ) - കഷണ്ടി, പുഴുക്കടി രോഗം. baldness, ringworm, tinea.

ഇന്ദ്രലോകം(നാ) - സ്വർഗ്ഗം. heaven.

ഇന്ദ്രലോഹ(നാ)- വെള്ളി. silver.

ഇന്ദ്രവജ്ര(നാ) - ഒരു വരിയിൽ പതിനൊന്ന് അക്ഷരമുള്ള വൃത്തം. metre of 11 letters in a line (Indravajra).

ഇന്ദ്രവംശ(നാ) - ഒരു വരിയിൽ 12 അക്ഷരമുള്ള വൃത്തം. metre of 12 letters in a line (Indravamsa).

ഇന്ദ്രവിദ്ധ(നാ) - താമരമുള്ള് എന്ന രോഗം. a kind of abscess.

ഇന്ദ്രവൃക്ഷം(നാ)-ദേവദാരു. deodar tree.

ഇന്ദ്രശില(നാ) - നവരത്നങ്ങളിൽ ഒന്ന്. saphire.

ഇന്ദ്രസാരഥി(നാ) - മാതലി, വായു. Matali, the charioteer of Indra, wind.

ഇന്ദ്രാണി(നാ) - ദുർഗ്ഗ, കരിനൊച്ചി, ഇന്ദ്രന്റെ ഭാര്യ, ഇന്ദ്രന്റെ ശരീരത്തിൽ നിന്നുണ്ടായ ശക്തി. Sree Durga, three leaved chaste tree, spouse of Indra, divine power from Indra's body.

ഇന്ദ്രായുധം(നാ) - മഴവില്ല്, വജ്രായുധം. rainbow, divine weapon of Indra.

ഇന്ദ്രാശനി(നാ) - ഇടിവെട്ട്. thunder bolt.

ഇന്ദ്രാശ്മം(നാ)- നവരത്നങ്ങളിലൊന്ന്. sapphire.

ഇന്ദ്രാശ്വം(നാ) - ഉച്ചൈഃശ്രവസ്സ്. Indra's horse.

ഇന്ദ്രിയനിഗ്രഹം(നാ) - ആത്മസംയമം. control of the senses.

ഇന്ദ്രിയം(നാ) - ആത്മാവിന്റെ അടയാളം, ശുക്ലം, അഞ്ച് എന്ന സംഖ്യ. sense organ, semen, number five.

ഇന്ദ്രോപലം(നാ) - നവരത്നങ്ങളിലൊന്ന്. sapphire.

ഇന്ധനൻ(നാ)- ഈശ്വരൻ. God.

ഇന്ധനം(നാ) - വിറക്. firewood.

ഇന്ധം(നാ) - തീ കത്തിക്കാനുള്ള വസ്തു, തീകത്തിക്കൽ. firewood, blazing the fire.

ഇന്ധാന(വി) - തിളങ്ങുന്ന, ജ്വലിക്കുന്ന. glowing, flaming.

ഇന്ന (സർ) - ഏതെന്നുള്ള (നിർദ്ദിഷ്ട വിഭാഗത്തിൽപ്പെട്ട). such, such as this.

ഇന്നത്തെ (വി) - ഈ ദിവസത്തെ. of this day, today's.

ഇന്നലെ(ക്രി.വി) - കഴിഞ്ഞ ദിവസം. yesterday.

ഇന്നവൻ (സർ) - ഇന്ന ആൾ. particular person, person indicated.

ഇന്നാ - ഇതാ. behold.

ഇന്നാർ, ഇന്നാര് - ഇന്ന ആൾ. such person, person indicated.

ഇന്നാൾ - ഇന്ന ആൾ. such a person.

ഇന്നാൾ - ഈ ദിവസം, ഇന്ന്, കഴിഞ്ഞ നാൾ, അടുത്ത കാലത്ത്, അല്പ കാലം മുൻപ്. today, this day, yesterday, some days back, some time back.

ഇന്നി - ഇനി, ഇനി മുതൽക്ക്, ഇന്ന് മുതൽ. henceforth, hereafter, from this day.

ഇന്നി - ഇല്ലാതെ, കൂടാതെ. except, without.

ഇന്നിശ(നാ) - ഒരു രാഗം. a raga.

ഇന്ന് (ക്രി.വി) -ഇക്കാലം, ഈ ദിവസം. recently, today.

ഇന്നും - ഇനിയും. hence, after this.

ഇന്നും - ഈ ദിവസവും. even this day.

ഇന്നേ (വി) - ഇന്നത്തെ. of this day.

ഇന്നേ (ക്രി.വി) - ഇന്നു തന്നെ. today itself.

ഇന്നേടം - ഇന്ന സ്ഥലം, ഈ ദിവസം. particular place, this day.

ഇമ്പൻ(നാ)- ഭർത്താവ്, പ്രിയൻ, ഇഷ്ടൻ. husband, lover, friend.

ഇമ്പം(നാ) - സന്തോഷം, ഇഷ്ടം, മാധുര്യം. pleasure, desire, sweetness.

ഇൻസാൻ(നാ) - മനുഷ്യൻ. man.

ഇൻസാഫ്(നാ) - ന്യായം, നീതി. right, justice.

ഇൻസ്പെക്ടർ(നാ) - പരിശോധകൻ. inspector.

ഇൻസ്പെക്ഷൻ(നാ) - പരിശോധന. inspection.

ഇപ്പടി (വി) - ഇപ്രകാരം. in this manner.

ഇപ്പാപ്പൻ(നാ) - അപ്പന്റെ അനുജൻ. step father, father's younger brother.

ഇപ്പാൽ (ക്രി.വി) - അടുത്ത്, ഇപ്പുറത്ത്, ഇവിടെ. nearby, on this side, here.

ഇപ്പി(നാ) - ചിപ്പി. oyster shell.

ഇപ്പിപ്പുട്ടിൽ(നാ) - മുത്തുച്ചിപ്പി. pearl-oyster.

ഇപ്പുറം (ക്രി.വി) - ഈ വശത്ത്, ഉള്ളിൽ. on this side, inside.

ഇപ്പേർപ്പെട്ട (ക്രി.വി) - ഇമ്മാതിരിയുള്ള, ഈ പേരുള്ള. of this kind, of this name.

ഇപ്പൊഴുത്(ക്രി.വി)- ഇപ്പോൾ. now.

ഇപ്പോഴേ(ക്രി.വി)- ഇപ്പോൾതന്നെ. now itself.

ഇപ്പോലെ (ക്രി.വി) - ഇതുപോലെ. in this manner.

ഇപ്പോൾ (ക്രി.വി) - ഈ സമയത്ത്. at this time.

ഇപ്പോഴും(ക്രി.വി)-ഇപ്പോൾ പോലും, ഇക്കാലത്തും. even now, even at this time.

ഇപ്രകാരം (ക്രി.വി) - ഈ വിധത്തിൽ, ഇങ്ങനെ. in this manner, thus.

ഇഫ്രീത്ത്(നാ) - ചെകുത്താൻ, പിശാച്. devil, demon.

ഇഭ(നാ) - പിടിയാന. female elephant.

ഇഭം(നാ) - ആന, എട്ട് എന്ന സംഖ്യ. elephant, number eight.

ഇഭി(നാ) - പിടിയാന. female elephant.

ഇഭു (വി) - ധനമുള്ള, പുഷ്ടിയുള്ള, ധാരാളമായ. wealthy, flourished thriving, abundant.

ഇഭ്യ (വി) -ധാരാളമായ, പുഷ്ടിയുള്ള, ധനമുള്ള. abundant, flourished, wealthy.

ഇഭ്യാ(നാ) - പിടിയാന. female elephant.

ഇഭ്യൻ(നാ) - രാജാവ്, ധനവാൻ, ആനക്കാരൻ, ശത്രു. king, rich man, mahout, enemy.

ഇഭ്യം(നാ) - ധനം, പുഷ്ടി. wealth, abundance.

ഇമ(നാ) - കൺപീലി, കൺപോളയിലെ രോമം. eyelash.

ഇമം(നാ) - ചന്ദനം, മഞ്ഞ്, തണുപ്പ്. sandalwood, snow, coidness.

ഇമയം(നാ) - മഹാമേരു, പൊന്ന്, മന്ഥര പർവ്വതം, ഹിമാലയം. mythical Mahameru mountain, gold, mythical mountain Manthara, the Himalayas.

ഇമയവർ(നാ) - ദേവന്മാർ. devas or demigods.

ഇമയുക(അ ക്രി)-കണ്ണടയുക. to wink, to blink.

ഇമയ്ക്കുക (അ.ക്രി) - ഇമവെട്ടുക. to twinkle.

ഇമരുക (അ.ക്രി) - ഞരങ്ങുക, കടുത്ത വേദന കൊണ്ട് ശബ്ദിക്കുക. to groan, to grieve.
ഇമാൻ(നാ) - വിശ്വാസം, ഭക്തി. belief, devotion.
ഇമാമത്ത്(നാ) - നേതൃത്വം. leadership.
ഇമാം(നാ) - നേതാവ്, മാർഗ്ഗദർശകൻ, ആത്മീയഗുരു, ഇസ്ലാമിക പുരോഹിതൻ. leader, spiritual guide, spiritual precept, Islamic priest.
ഇമിറ്റേഷൻ(നാ) - പകർപ്പ്, അനുകരണം. imitation.
ഇമ്പിടി(വി)- ചെറിയ, കുറച്ച്. small, a little.
ഇമ്പിരി(നാ) - കണ്ണീച്ച. eye-fly.
ഇമ്മട്ട് (ക്രി.വി) - ഇപ്രകാരം, ഇങ്ങനെ. likewise, thus.
ഇമ്മാനുവേൽ(നാ) - യേശു. Jesus.
ഇമ്മി (വി)- ലേശം, അല്പം. a little, a bit.
ഇമ്മിണി (വി) - ഇത്തിരി, വളരെ. a very small quantity, much.
ഇയക്കം(നാ) - ആചാരം, നിത്യവൃത്തി, നന്മ, മേന്മ, കീഴ്‌വഴക്കം, രീതി, പതിവ്,. custom, livelihood, goodness, dreatness, precedent, nature, usual practice.
ഇയഞ്ഞ (വി) - ഏഞ്ഞ, യോജിച്ച, ചേർച്ചയുള്ള. agreeable, united, suitable.
ഇയത്ത് (ക്രി.വി) - ഇത്ര മാത്രം, ഇത്രത്തോളം. only to such an extent, so much.
ഇയം - ഇവൾ. she.
ഇയമ്പുക (സ.ക്രി) - ശബ്ദിക്കുക, മുഴക്കുക, ഉച്ചരിക്കുക. to utter, to sound, to pronounce.
ഇയല്(നാ) - മേന്മ, കവിത, ശക്തി, കാവ്യം, സദാചാരം, എതിർപ്പ്, ഭംഗി, മത്സരം. greatness, poetry, power, poem, good conduct, rivalry, beauty, competition.
ഇയലുക(അ.ക്രി)- ചേരുക, ധരിക്കുക, കൈക്കൊള്ളുക, ഉണ്ടായിരിക്കുക. to be joined, to put on, to join, to have.
ഇയാൾ - ഈ ആൾ, നീ. this man, you.
ഇയ്യം(നാ) - ഭ്രാന്ത്, ഒരു ലോഹം. madness, lead.
ഇയ്യിട (ക്രി.വി) - അടുത്ത കാലത്ത്. recently.
ഇര(നാ)-തീറ്റി, വിര, എര, ചൂണ്ടയിൽ കോർത്തു വയ്ക്കുന്ന തീറ്റി, തീറ്റിക്കായി പക്ഷിമൃഗാദികൾ പിടിക്കുന്ന ജന്തു. prey, worm, earthworm, bait, the creatures caught by birds and animals for food.
ഇര(നാ) - രാത്രി. night.
ഇര(നാ) - സരസ്വതീ, ജലം, ഭക്ഷണം, സൗഖ്യം, ഇരുവേലി, കശ്യപന്റെ ഒരു ഭാര്യ, മദ്യം, ഭൂമി, വാക്ക്, ഒരു അപ്സര സ്ത്രീ. Saraswati, water, food, happiness, Andropogon muricatum, a wife of Kasyapa, intoxicating liquor, earth, word, an Apsara.
ഇരകടി(നാ) - വളംകടി. affectation of worms in the sole.
ഇരക്കം(നാ) - ദയ. sympathy.
ഇരക്കുക (സ.ക്രി) - തെണ്ടുക, ദാനമായി ആവശ്യപ്പെടുക. to beg, to solicit.
ഇരച്ചൽ, ഇരച്ചിൽ(നാ) - ശബ്ദം, കടലിന്റെ ശബ്ദം, വലിയ മുഴക്കം. sound, roaring of the ocean, echo.
ഇരടുക (അ.ക്രി) - തപ്പുക, തടവുക, ഇടറുക, വഴുതുക. to grope, to pat, to falter, to slip.
ഇരട്ട(നാ) -രണ്ടു കൂടിയത്, ഒറ്റയല്ലാത്ത സംഖ്യ. pair, twins, even number.
ഇരട്ടപ്പേര്(നാ) - സ്വന്തം പേരിനോട് ചേർക്കുന്ന മറ്റൊരു പേര്, പരിഹാസ പ്പേര്. surname, nickname
ഇരട്ടവാലൻ, ഇരട്ടവാലി (നാ) - ഒരു പക്ഷി, പുസ്തകവും മറ്റും തുളയ്ക്കുന്ന ഒരു പ്രാണി. a kind of bird, silver - fish.

ഇരട്ടി (വി) - രണ്ടുമടങ്ങ്. twice as much.
ഇരട്ടിക്കുക (അ.ക്രി) - രണ്ടു മടങ്ങാക്കുക, വർദ്ധിപ്പിക്കുക. to double, to increase.
ഇരട്ടിമധുരം(നാ) - ഒരു അങ്ങാടി മരുന്ന്. licorice.
ഇരണം(നാ) - ഉവർനിലം, വനം, മണലാരണ്യം, നിരാശ്രയദേശം. salted soil, forest, desert, barren soil.
ഇരണ്ട(നാ) - താറാവിന്റെ ആകൃതിയിലുള്ള ഒരു പക്ഷി. wild duck, teal.
ഇരണ്ടം(നാ) - ആനപ്പിണ്ടം. the dung of elephants.
ഇരപ്പത്തനം(നാ) - തെണ്ടിത്തരം. beggarliness.
ഇരപ്പൻ(നാ) -ദരിദ്രൻ, ഇരപ്പാളി, യാചകൻ. poor man, beggar, vagabond.
ഇരപ്പാളി(നാ) - യാചകൻ, ചീത്തയാൾ. beggar, bad fellow.
ഇരപ്പ്(നാ) - യാചന. begging.
ഇരം(നാ) - വെള്ളം. water.
ഇരമ്പക്കം(നാ) - മുഴക്കം. humming.
ഇരമ്പുക (അ.ക്രി) - മുഴങ്ങുക, ഗർജ്ജിക്കുക. to sound, to roar.
ഇരമ്മദം(നാ)-ബഡവാഗ്നി, ഇടിത്തീ. submarine fire, flash of lightning.
ഇരയ്ക്കുക (അ.ക്രി) - മുഴങ്ങുക, കിതയ്ക്കുക, ശബ്ദിക്കുക. to rustle, to pant, to sound.
ഇരവലർ(നാ) - യാചകർ. beggars.
ഇരവൽ, ഇരവല്(നാ) - കടം വാങ്ങൽ, വായ്പ, മറ്റൊരുവന്റെ വസ്തു വാങ്ങി ഉപയോഗിക്കുക, തൽക്കാലാവശ്യത്തിന് കടമായി വാങ്ങിയ സാധനം. borrowing, loan, act of borrowing, thing borrowed for temporary use.
ഇരവി(നാ) - സൂര്യൻ. sun.
ഇരവ്(നാ)- രാത്രി, മഞ്ഞൾ. night, turmeric.
ഇരാവാൻ(നാ) -സമുദ്രം, മേഘം, അർജ്ജുനന് ഉലൂപിയിൽ ജനിച്ച. പുത്രൻ ocean, cloud, a son of Arjuna born in Ulupi.
ഇരാവ്(നാ) - രാത്രി. night.
ഇരിക്ക(നാ) - ഇരിപ്പിടം. seat.
ഇരിക്കക്കട്ടിൽ(നാ) - സോഫ. sofa.
ഇരിക്കണമ്മ(നാ) - പരിചാരിക. servant maid.
ഇരിക്കപ്പൊറുതി(നാ) - സമാധാനം, സൈ്വരം, സ്വസ്ഥത. peace of mind.
ഇരിക്കാടം(നാ) - വീട്, ഇരിപ്പിടം. house, seat.
ഇരിയുക (അ.ക്രി) - താഴുക, ജീവിക്കുക, വിശ്രമിക്കുക, പൃഷ്ഠം ഉറപ്പിച്ചു സ്ഥിതി ചെയ്യുക, ഏർപ്പെടുക. to sink, to live, to take rest, to sit, to engage in.
ഇരിക്കുക (സ.ക്രി) - ഉരിയുക, ഇരിയുക. to tie together as coconut.
ഇരിച്ചിൽ(നാ) - നാശം, തോൽവി. destruction, failure.
ഇരുന്നൽ(നാ) - പുകയറ, കരി. soot, charcoal.
ഇരിപ്പ(നാ) - ഒരു വൃക്ഷം. Bassia latifolia.
ഇരിപ്പിടം(നാ) - പീഠം, ഭവനം, വാസസ്ഥലം. seat, house, residence.
ഇരിപ്പ്(നാ) - അവസ്ഥ, ശേഷിപ്പ്, വാസം, സ്ഥിതി, വെപ്പ്, ജീവിത രീതി. condition, saving, residence, sitting, placing, mode of living.
ഇരിമ്പകം(നാ) - ഇരുമ്പ്, ഒരിനം വൃക്ഷം. iron, iron wood.
ഇരിമ്പങ്കി(നാ) - കവചം, ഇരുമ്പു ചട്ട. armour.
ഇരിമ്പാല(നാ) - കൊല്ലന്റെ ആല. smithy.
ഇരിമ്പിച്ചി(നാ) - ചെറുനാരങ്ങ. lemon.
ഇരിമ്പ്(നാ) - കറിക്കത്തി, നങ്കൂരം, ഒരു ലോഹം. knife, anchor, iron.

ഇരിമ്പ്താഴ്ത്തി(നാ) - നങ്കൂരം. anchor.
ഇരിയുക(അ.ക്രി)-അടരുക, താനെ പൊളിഞ്ഞുപോവുക. to separate, to fall down, to wither.
ഇരിവേലി - ഇരുവേലി. Andropogon muricatum.
ഇരിശരണം - സൈ്വരം, സ്വസ്ഥത. peace of mind.
ഇരു (വി) - രണ്ടു കൂടിയ. two, both.
ഇരുക്കൂറ്(നാ) -എതിര്, വിരോധം, രണ്ടു പങ്ക്. opposition, enmity, two shares.
ഇരുട്ട്(നാ) - അജ്ഞത, വെളിച്ചമില്ലായ്മ. ignorance, darkness.
ഇരുട്ടുക (അ.ക്രി) - രാത്രിയാവുക, ഇരുളാകുക മയങ്ങുക, കറുക്കുക. to become night, to grow dark, to drowse, to become black.
ഇരുത്തം(നാ) - സ്വസ്ഥത, സ്ഥിതി, സ്ഥിരത. rest, position, steadiness.
ഇരുത്തി(നാ) - ദാസി, ബഞ്ച്, ഇരിക്കുന്നവൾ, ഇരിപ്പിടം. maid servant, bench, sitting woman, seat.
ഇരുത്തുക (സ.ക്രി) - തോൽപ്പിക്കുക, നടയ്ക്കു വയ്ക്കുക പാർപ്പിക്കുക, വച്ചുറപ്പിക്കുക. to defeat, to offer an animal to deity, to cause to dwell, to place.
ഇരുനിറം(നാ) - മാനിറം, കറുപ്പും വെളുപ്പും അല്ലാത്ത നിറം. complexion that is neither dark nor fair.
ഇരുനൂറ് (വി) - രണ്ടു നൂറു കൂടിയത്. two hundred.
ഇരുപത് (വി) - രണ്ടു പത്തു കൂടിയത്. twenty.
ഇരുപ്പ(നാ) - ഒരു വൃക്ഷം. Bassia latifolia.
ഇരുപ്പൂ(നാ) - ആണ്ടിൽ രണ്ടു തവണ വിളവെടുക്കുന്ന നിലം. field cultivated twice a year.
ഇരുമല്(നാ) - ചുമ. cough.
ഇരുമുടി(നാ) - ഇരട്ടച്ചുമട്. to double package.
ഇരുമുള്ള്(നാ) - അകിൽ. Aquilaria agallocha.
ഇരുമ്പൽ(നാ) - വലിയ കള്ളൻ. thief.
ഇരുമ്പ്(നാ) - കറിക്കത്തി, നങ്കൂരം, ഒരു ലോഹം. knife, anchor, iron.
ഇരുവാച്ചി(നാ) - ഒരിനം മുല്ല. Tuskan, jasmine.
ഇരുവേലി(നാ) - സുഗന്ധമുള്ള ഒരു ചെടി. Andropogon muricatum.
ഇരുൾ(നാ) - അജ്ഞത, ഇരുട്ട്, പ്രകാശമില്ലായ്മ. ignorance, darkness.
ഇരുളുക (അ.ക്രി) -മങ്ങുക, ഇരുട്ടാകുക, കറുക്കുക. to become black, to darken, to grow dim.
ഇരുൾമയക്കം(നാ) - മൂടൽ, സന്ധ്യ. gloom, twilight.
ഇരേശൻ(നാ) - വിഷ്ണു, ഗണേശൻ, വരുണൻ. Vishnu, Ganesa, Varuna.
ഇർവാരി(നാ) - വെള്ളരി. a species of cucumber.
ഇല്(നാ) - ഭാര്യ, വീട്, കുടുംബം. wife, house, family.
ഇൽ - ആധാരികാപ്രത്യയം. suffix of locative case.
ഇല(നാ) - വാഴയില, കടലാസ്, വെറ്റില, സസ്യങ്ങളുടെ ഒരംശം, സ്ത്രീകളുടെ ഗുഹ്യഭാഗം, തേവാനുള്ള ചക്രത്തിന്റെ പലക, അലക് (വാളിന്റെ). plantain leaf, paper, betel leaf, a leaf, private parts of women, spoke of a wheel, blade (of a sword).
ഇലകുക (അ.ക്രി) - ശോഭിക്കുക, ഉണ്ടായിരിക്കുക. to shine, to exist.
ഇലക്കണം(നാ) - അടയാളം, തമിഴ് വ്യാകരണം. mark, sign, Tamil grammar.
ഇലങ്കം(നാ) - കൂട്ടം, കളരി, ദൈവങ്ങളെ കുടി വയ്ക്കുന്ന സ്ഥലം. crowd, fencing school, place for worshipping of ancestral spirits or tutelary deities.
ഇലഞ്ഞി(നാ) - ഒരു തരം വൃക്ഷം. Mimusops elengi.
ഇലണ്ടം (നാ) - ആനപ്പിണ്ടം. dung of elephants.

ഇലത്താളം(നാ) - ഒരു വാദ്യം, കൈമണി. a kind of musical instrument, (esp.) used in Kathakali.

ഇലന്ത(നാ) - ഒരു മുൾ മരം. Zisyphus jujuba.

ഇലന്ത(നാ) - ഹോളണ്ട്. Holland.

ഇലവം(നാ) - പഞ്ഞിമരം. silk cotton tree.

ഇലവംഗം(നാ) - കറുവാ മരം. Laurus cassia.

ഇലവടി(നാ) - കൊയ്തെടുത്ത കറ്റ അടിച്ചു പൊഴിക്കൽ. threshing out corn from sheaves.

ഇലവാങ്ക്(നാ) - ഇരുമ്പു പാര. iron bar.

ഇലവ്(നാ) - പഞ്ഞി മരം. silk cotton tree.

ഇലാഹ്(നാ) - ഈശ്വരൻ. god.

ഇലി(നാ) - ഒരു ഡിഗ്രിയുടെ 1/60 ഭാഗം, വിനാഴിക. one-sixtieth of a degree, fraction of a moment.

ഇലിപ്പ്(നാ) - ഒരു വൃക്ഷം. Bassia latifolia.

ഇലിയ (വി) -ശോഷിച്ച, നിസ്സാരമായ. emaciated, insignificant.

ഇലിയം(നാ) - എലി. rat.

ഇല്മ്(നാ) - പഠിപ്പ്, വിദ്യ, അറിവ്. learning, technique, knowledge.

ഇല്ല (ക്രി) - നിഷേധം, തിരസ്കാരം എന്നിവയെ കുറിക്കുന്നു. no, not, does not.

ഇല്ലക്കം(നാ) - ഇല്ലായ്മ. destitution.

ഇല്ലട്ടക്കരി(നാ) - പുകയറ. soot.

ഇല്ലട്ടം(നാ) - മേൽപ്പുര. roof.

ഇല്ലത്തമ്മ(നാ) - ഗൃഹ നായിക. house wife, lady of the house.

ഇല്ലം(നാ) - വീട്. house.

ഇല്ലരി(നാ) - വീട്ടുകരം. house-tax.

ഇല്ലല്ലീ - ഇല്ലേ? is it not indeed?

ഇല്ലറക്കരി(നാ) - പുകയറ. grime.

ഇല്ലായുക (അ.ക്രി) - ഇല്ലാതാകുക. not to exist.

ഇല്ലായ്മ(നാ) - അഭാവം, ദാരിദ്ര്യം. destitution, poverty.

ഇല്ലി(നാ) - ചീളി (കുടയുടെ), ഒരു ദേവത, കല്ലൻമുള, ചെറിയ ദ്വാരം, ചെറു ചില്ല, ശരപ്പുല്ല്. the ribs of an umbrella, a deity, bamboo, small hole, twig, reed.

ഇല്ലെങ്കിൽ (ക്രി) - ഇല്ലാത്ത പക്ഷം. if not.

ഇവ - ഇതുകൾ. these.

ഇവ - പോലെ. like, as if.

ഇവണ്ണം (ക്രി.വി) - ഇപ്രകാരം. thus.

ഇവൻ - ഈ മനുഷ്യൻ. this man.

ഇവരം(നാ)- ഉയരം. height.

ഇവറ്റ - ഇതുകൾ. these (things).

ഇവിടം - ഈ കാര്യം, ഈ കാലം, ഈ സ്ഥലം. this matter, this time, this place.

ഇവിടുത്തെ - ഇദ്ദേഹത്തിന്റെ, ഈ പ്രദേശത്തെ, ഈ ഭാഗത്തെ. of this person, of this place, of this portion.

ഇവിടുന്ന് - ഈ സ്ഥലത്തു നിന്ന്, അങ്ങുന്ന്. from this place, you.

ഇവിടെ - അങ്ങുന്ന്, ഈ സന്ദർഭത്തിൽ, ഇപ്പോൾ, ഈ സ്ഥലത്ത്. your honour, in this context, now, at this place.

ഇവ്വണ്ണം - ഇപ്രകാരം. thus.

ഇവ്വളവ് - ഇത്രത്തോളം. so much.

ഇശ(നാ) - ചേർപ്പ്, ശബ്ദം, ഗീതം. joint, sound, song.

ഇശക്കി(നാ) - യക്ഷി. goblin, fairy.

ഇശയുക (അ.ക്രി) - ചേരുക. to join together.

ഇശ്ശി (വി) -അല്പം, വളരെ. a little, very much.

ഇഷിക(നാ) - ഒരിനം പുല്ല്, തീപ്പെട്ടിക്കോൽ, ആനയുടെ കൺമിഴി. reed, match-stick, the eyeball of an elephant.

ഇഷു(നാ) - അമ്പ്, അഞ്ച് എന്ന സംഖ്യ. arrow, number five.

ഇഷുകൻ(നാ) - വില്ലാളി. archer.

ഇഷ്ട (വി) - ഇച്ഛിക്കപ്പെട്ട, പ്രിയപ്പെട്ട. desired, dear.

ഇഷ്ടക(നാ) - ചുടുകല്ല്. brick.

ഇഷ്ടകാപഥം(നാ) - രാമച്ചം. root of the cuscus grass.

ഇഷ്ടൻ(നാ)- സ്നേഹിതൻ, ഇഷ്ടദേവൻ. friend, tutelary deity.

ഇഷ്ടം(നാ) -സ്നേഹം, യാഗം, ആഗ്രഹം, പ്രിയം, യാഗത്തിൽ ചെയ്യപ്പെടുന്ന ദാനം love. sacrifice, desire, intimacy, act of charity associated with yaga.

ഇഷ്ടസംഖ്യ(നാ) - കണ്ടുപിടിക്കാനുള്ള സംഖ്യ. number to be found out.

ഇഷ്ടി(നാ) - യാഗം, യജ്ഞം. yaga, sacrifice.

ഇഷ്ടി(നാ) - ഒരു ആയുധം. a kind of weapon.

ഇഷ്ടിക(നാ) - ചുടുകല്ല്. brick.

ഇഷ്വാസം(നാ) - വില്ല്. bow.

ഇസം(നാ) -പ്രസ്ഥാനം, സിദ്ധാന്തം, തത്ത്വസരണി, തത്ത്വം. movement, doctrine, philosophical stream, theory.

ഇസ്കുക (സ.ക്രി) - സംയോഗം ചെയ്യുക, വഞ്ചിച്ചെടുക്കുക. to copulate, to cheat to deceive.

ഇസ്തിരി(നാ) - തേപ്പുപെട്ടി. iron.

ഇസ്പേട്(നാ)- നാലു ജാതി ചീട്ടുകളിൽ ഒന്ന്. spade card.

ഇസ്ലാം, ഇസ്ലലാം(നാ) - മുഹമ്മദു നബി പ്രചരിപ്പിച്ച മതം, സമാധാനം, ശാന്തി, ഇസ്ലാം മതക്കാരൻ. Islamic religion, peace, tranquility, Muslim.

ഇഹ (ക്രി.വി) - ഇവിടെ, ഈ ലോകത്ത്, ഇപ്പോൾ. here, in this world, at this time.

ഇഹം(നാ) - ഈ ലോകം. this world.

ഇള(നാ) - ഭൂമി, മേഘം, ശബ്ദം, പശു, ബുധന്റെ ഭാര്യ, ദക്ഷന്റെ പുത്രി, ഒരു നദി. the earth, cloud, sound, cow, wife of the Buddha, name of a daughter of Daksha, name of a river.

ഇള (വി) - ഇളയ, പ്രായം കുറഞ്ഞ. young, young in age.

ഇളകുക (അ.ക്രി)-സ്ഥാനം വിടുക, ക്ഷോഭിക്കുക, ചലിക്കുക, അനങ്ങുക, മുറുക്കം കുറയുക. to go from one place to another, to agitate, to move, to shake, to get loose, to shake.

ഇളക്കം(നാ) - കുലുക്കം, ക്ഷോഭം, വയറ്റിളക്കം, ചലനം, മനസ്സുമാറ്റം. shake, agitation, loose motion from bowels, movement, change of opinion.

ഇളം (വി) - ഇളയ, പാകമാകാത്ത, ലഘുവായ, അലിവുള്ള, മൂക്കാത്ത. young, not ripe, simple, soft, not matured.

ഇളനീർ(നാ) - കരിക്ക്. tender coconut.

ഇളപ്പം(നാ) -മാർദ്ദവം, ചെറുപ്പം, ഇടിവ്, താഴ്മ, കുറവ്, പ്രാവശ്യം, അപമാനം, ചീത്തത്തം, പ്രായക്കുറവ്, പക്വമാകാത്ത സ്ഥിതി. softness, youth, slightness, owliness, deficiency, time, disgrace, badness, juvenility, tenderness.

ഇളപ്പ്(നാ) - ക്ഷീണം, വിശ്രമം. assitude, rest.

ഇളപ്പെടുക (അ.ക്രി) - ക്ഷീണിക്കുക, തോൽക്കുക, താഴുക, കുറയുക. to become weak, to fail, to come down, to diminish.

ഇളമതി(നാ) - ചന്ദ്രക്കല. crescent.

ഇളമനസ്സ്(നാ) - ധൈര്യമില്ലായ്മ. timidity.

ഇളമരം(നാ) - മെത്താണം, ചുമടുതാങ്ങി. raised portion of the floor at one end of the verandah, porter's rest.

ഇളമുറ(നാ) - യുവരാജാവ്. heir-apparent (of a king).

ഇളമ്പനി(നാ) - നേരിയ പനി. slight fever.

ഇളമ്പിറ(നാ) - ബാലചന്ദ്രൻ. crescent moon.

ഇളംപ്രായം(നാ)- ചെറുപ്പം. juvenility.

ഇളം ബുദ്ധി(നാ) - ബുദ്ധിക്കുറവ്. feeble- mindedness.

ഇളയ (വി) - മെലിഞ്ഞ, മൃദുവായ, ആർദ്രതയുള്ള, ചെറിയ, മൂക്കാത്ത, പ്രായമാകാത്ത, കുറഞ്ഞ. lean, soft, merciful, small, unripe, young, deficient.

ഇളയച്ഛൻ(നാ) - അച്ഛന്റെ അനുജൻ. father's younger brother.

ഇളയമ്മ(നാ) - അമ്മയുടെ അനുജത്തി, ചിറ്റപ്പന്റെ ഭാര്യ, അച്ഛന്റെ രണ്ടാംഭാര്യ. mother's younger sister, the wife of stepfather, stepmother.

ഇളയവൻ(നാ) - അനുജൻ, പ്രായം കുറഞ്ഞവൻ. younger brother, younger person.

ഇളയ്ക്കുക (സ.ക്രി) - ഒഴിവാക്കുക, ത്യജിക്കുക, ക്ഷമിക്കുക, കുറയ്ക്കുക, വിട്ടുകൊടുക്കുക, മതിയാക്കുക. to do without, to forego, to pardon, to lessen, to give up, to finish.

ഇളവൻ(നാ) - ഒരിനം കുമ്പളങ്ങ, മൂക്കാത്ത കായ്. a kind of pumpkin.

ഇളി(നാ) - കുറുവടി, ചെറിയ വാൾ, അരക്കെട്ട്. stick, small sword, waist.

ഇളിക്കുക (അ.ക്രി) - ലജ്ജിച്ചോ നിന്ദിച്ചോ പല്ലു കാട്ടിചിരിക്കുക, ലജ്ജിക്കുക, കുതിര കരയുക. to grin, to show the teeth, to be shy.

ഇളിബിളി(നാ) - കുബേരന്റെ അമ്മ. name of the mother of Kubera.

ഇളിഭ്യൻ(നാ) - ഇളിപ്പു പറ്റിയവൻ, വിഡ്ഢി. fool, idiot.

ഇളിഭ്യം(നാ) - വിഡ്ഢിത്തം, ഇളിഭ്യനായ അവസ്ഥ. idiocy, foolishness.

ഇളിയൻ(നാ) - തകരാറുകാരൻ. cross person.

ഇളിയുക (അ.ക്രി) - ഇറങ്ങുക, നാണിക്കുക, ഉന്തിനിൽക്കുക, പുറത്താവുക. to get down, to be ashamed, to thrust forward, to be out.

ഇളുക്കുക (സ.ക്രി) - ഇഴുക്കുക, ഉള്ളിലേക്കു വലിക്കുക, വലിച്ചു കുടിക്കുക. to gasp for breath, to draw, to drink with avidity.

ഇളുമ്പ്(നാ) -വക്ക്, അറ്റം, വിടവ്, വിളുമ്പ്, ഇട, ദ്വാരം edge. border, crevice, brink, fissure, hole.

ഇള്ള(വി) - ഓമനയായ. darling.

ഇഴ(നാ) - തലനാര്, ആഭരണം, നൂല്, നീളമുള്ള നൂല്, പായ നെയ്യുന്ന ഓല, മാലയുടെ ഒറ്റമടക്ക്. single hair, ornament, thread, long thread, palm leaf to weave mat, a single string of necklace.

ഇഴക്കുക (സ.ക്രി) - നഷ്ടപ്പെടുക. to lose, to forfeit.

ഇഴയുക (അ.ക്രി) - നീട്ടി വലിച്ച് ശ്വാസം വിടുക, നിലത്തു ദേഹം മുട്ടിച്ചു കൊണ്ട് പതുക്കെ നീങ്ങുക, പതുക്കെപ്പോവുക. to breathe hard as a dying person, to creep, to move slowly.

ഇഴയ്ക്കുക (സ.ക്രി) - വലിക്കുക, തേച്ചു പിടിപ്പിക്കുക, പ്രയാസപ്പെട്ട് ശ്വാസം വിടുക, കല്ലും മറ്റും പതിക്കുക. to drag, to besmear, to breathe hard, to stick stone, etc,.

ഇഴവ്(നാ) - മരണം, മരണം സംബന്ധിച്ചുള്ള ദുഃഖാചരണം. death, mourning.

ഇഴിക്കുക (സ.ക്രി) - ഇറക്കുക, അവതരിപ്പിക്കുക, താഴെ കൊണ്ടുവരുക, കീഴോട്ടു വലിക്കുക. to cause to descend, to present, to bring down, to pull downwards.

ഇഴിയുക (അ.ക്രി) - അവതരിക്കുക, ഒഴുകുക, താഴുക, ഇറ്റിറ്റുവീഴുക, ഇറങ്ങുക, കുറയുക. incarnate, flow, lower, fall drop by drop, descend, decrease.

ഇഴുകൽ(നാ) - വഴുക്കൽ. slipping.

ഇഴുകുക (സ.ക്രി) - പറ്റുക, നഷ്ടപ്പെടുക, വഴുതുക, പുരളുക, പൂശുക, പൊടിപറ്റുക. to stick, to lose, to slip, to smear, to paint, to be soiled.

ഇഴുക്കം(നാ) - നിരപ്പ്, തെറ്റൽ, തേപ്പ്, മിനുസ്സം, വഴുവഴുപ്പ്. evenness, slipping, painting, polish, slipperiness.

ഇഴുക്ക്(നാ) - വിഴുപ്പ്.

ഇഴുക്കുക (സ.ക്രി) - ഇഴയ്ക്കുക, ആകർഷിക്കുക, ശ്വാസം വലിക്കുക. to draw, to attract, to gasp for breath.

ഇഴുങ്ങുക (അ.ക്രി) - അഴുക്കു പറ്റുക. to get soiled.

ഇഴുപ്പ്(നാ) - വലിവ്, കിതപ്പ്. asthma, gasping.

ഇഴുവലി(നാ) - ശ്വാസംമുട്ടൽ, അമാന്തം. suffocation, delay.

ഇറ (വി) - ഉയർന്ന, ശ്രേഷ്ഠമായ. high, excellent.

ഇറ(നാ) -അല്പനേരം, കൺപോള, കെട്ടിടത്തിന്റെ ഇറമ്പ്. moment, eyelid, eaves of house.

ഇറ(നാ) - മിച്ചവാരം, കരം, കാട്ടു മൃഗങ്ങളുടെ പതിവു വഴി. the annual payment made by a mortgage to the mortgager of land, tax, track of beasts in a jungle.

ഇറക്(നാ) - ചിറക്, തൂവൽ, മയിൽ പ്പീലി. wing, feather, peacock's feather.

ഇറക്കടം(നാ) - ഭൂനികുതി. land- tax.

ഇറക്കം(നാ) -ചരിവ്, അലിവ്, കുറവ് (രോഗം), കീഴ്പ്പോട്ടുള്ള ഗതി, താഴ്ച, കീഴ്പ്പോട്ടുള്ള നീളം, സമുദ്രത്തിലേ ക്കുള്ള ജലത്തിന്റെ വലിവ്, ചന്ദ്രന്റെ ക്ഷയം, slope, kindness, abatement, downward movement, depth, downward length, ebb-tide, waning of moon.

ഇറക്ക്(നാ) - ഇറക്കൽ, ഒരു കവിൾ ദ്രാവകം, പുരയിടവും ജലാശയവും സന്ധിക്കുന്ന ഇടം. swallowing act of unloading, one mouthful of liquid, slope.

ഇറക്കുക (അ.ക്രി) - മരിക്കുക, കൃശ മാവുക, വിടരുക. to die, to be lean, to flower.

ഇറക്കുക (സ.ക്രി) - വിഴുങ്ങുക, കര യിൽ നിന്ന് വെള്ളത്തിലാക്കുക, താഴോട്ടാക്കുക, വിതയ്ക്കുക, വ്യവസാ യത്തിന് പണം മുടക്കുക. to swallow, to launch, to make downwards, to sow, to invest.

ഇറക്കുമതി(നാ) - അന്യരാജ്യങ്ങളിൽ നിന്ന് സാധനങ്ങൾ കൊണ്ടുവരൽ, അങ്ങനെ കൊണ്ടുവരുന്ന സാധനം. import, imported article.

ഇറങ്ങുക (അ.ക്രി) - ചെലവാകുക, താഴത്തു വരിക, കരയ്ക്കടുക്കുക, വയ റ്റിലേക്ക് ചെല്ലുക, വിഷം ഇല്ലാതാവുക. to become spent, to get down, to disembark, to get into stomach, to abate.

ഇറച്ചി(നാ) - മാംസം. flesh, meat.

ഇറപ്പ്(നാ) -വാസസ്ഥാനം. dwelling place, house.

ഇറപ്പ്(നാ) - മരണം. death.

ഇറമ്പ്(നാ) - അരിക്, മലയുടെ അരിക്, വരാന്ത, മേൽക്കൂരയുടെ താഴത്തെ അറ്റം, വൃക്ഷത്തിന്റെ ചുവട്ടിലുള്ള സ്ഥലം. edge, brow of a mountain, verandah, lower edge of a roof, shady place below a tree.

ഇറമ്പുകാലി(നാ) - പഴുതാര. centipede.

ഇറയം(നാ) - തിണ്ണ. outer verandah.

ഇറയ്ക്കുക (സ.ക്രി)- തേകുക, വെള്ളം കോരിക്കളയുക. to draw out water.

ഇറവൻ(നാ) - ഈശ്വരൻ. god.

ഇറവരി(നാ) - നികുതി. tax.

ഇറവ്(നാ) - ഇറക്കം, മരണം, പൊങ്ങിയ കര. slope, death, watershed.

ഇറി(നാ) - ഒരിനം പട്ടുനൂൽപ്പുഴു. a kind of silkworm.

ഇറിച്ചിൽ(നാ) - നരിച്ചീൽ. small bat.

ഇറുക (അ.ക്രി) - മരിക്കുക, അടരുക, തുള്ളിത്തുള്ളിയായി വീഴുക. to die, to snap, to drip.

ഇറുകുക(അ.ക്രി)-പതറുക, മുറുകുക, കുടുങ്ങുക. confound, become tight, be entangled.

ഇറുക്കം(നാ) -ഞെരുക്കം, ദംശനം, മുറുക്കം. straits, bite, tightness.

ഇറുക്കൻ(നാ) - ചതിയൻ, പിശുക്കൻ. cheat, miser.
ഇറുക്കീസ്(നാ)- പിശുക്കൻ. miser.
ഇറുക്കുക (സ.ക്രി) - ഒടിക്കുക, പറിക്കുക, പൊട്ടിക്കുക. to break, to pluck, to break.
ഇറുക്കുക (സ.ക്രി) - കൊമ്പുകൊണ്ട് കുത്തുക, മുറുക്കുക, ഞെക്കുക, അകപ്പെടുത്തുക. to pinch/bite (in the case of a crab), to tight, to press hard, to entrap.
ഇറുക്കുകോൽ(നാ) - കൊടിൽ, ചവണ. pincers, forceps.
ഇറുതി(നാ) - അവസാനം, അതിര്. end, border.
ഇറുമ്പ്(നാ) - ഉറുമ്പ്. ant.
ഇറുമ്പുക (സ.ക്രി) - ഉറുഞ്ചിക്കുടിക്കുക. to suck in.
ഇറുമ്മുക (സ.ക്രി) - വായ് തുറക്കാതെ പല്ലുകൾ കൂട്ടിയുരുമ്മി ശബ്ദമുണ്ടാക്കുക. to gnash the teeth.
ഇറ്റൽ(നാ) - പിശുക്കൻ. miser.
ഇറ്റിക്കുക (സ.ക്രി) - തുള്ളിത്തുള്ളിയായി വീഴ്ത്തുക. to cause to fall in drops.
ഇറ്റിറ്റ് (ക്രി.വി) - തുള്ളിതുള്ളിയായി. drop by drop.
ഇറ്റ്(നാ) - ബിന്ദു, അല്പം. drop, a little.
ഇറ്റുക (അ.ക്രി) - തുള്ളിതുള്ളിയായി വീഴുക. to fall in drops.

ഈ

ഈ - അക്ഷരമാലയിലെ നാലാമത്തെ അക്ഷരം. the fourth letter of the alphabet.
ഈ (സർ) - അടുത്തുള്ള വസ്തുവിനെ ചൂണ്ടികാണിക്കാനുള്ള ചുട്ടെഴുത്ത്. pronominal adjective to point what is near.
ഈ(നാ) - രതീദേവി, ലക്ഷ്മീദേവി, കാമദേവൻ. Rati, wife of Kama, goddess Lakshmi, Kamadeva.
ഈ(നാ) - ഈച്ച, തേനീച്ച, ചിറക്. fly, bee, wing.
ഈക്കി(നാ) - തെങ്ങ്, പന മുതലായവയുടെ ഇല ഞരമ്പായി കാണുന്ന നേർത്ത കടുപ്പമുള്ള വസ്തു. midrib of a leaflet of coconut/ palm tree.
ഈക്ക്(നാ) - ഇഴുക്ക്, മുഷിഞ്ഞ വസ്ത്രം. soiled, dirty clothes.
ഈക്ഷ(നാ) - കാഴ്ച, ദർശനം, വിചാരം. sight, view, thought.
ഈക്ഷകൻ(നാ) - കാണുന്നവൻ, കാഴ്ചക്കാരൻ, നോട്ടക്കാരൻ. one who sees, spectator.
ഈക്ഷണം(നാ) - കണ്ണ്, കാഴ്ച, നോട്ടം. eye, sight, look, view.
ഈക്ഷണികൻ(നാ) - കൈനോട്ടക്കാരൻ. palmist.
ഈക്ഷിക(നാ) - കണ്ണ്, പുരികത്തിന്റെ കീഴ്ഭാഗം, വിചാരം, നോട്ടം, കാഴ്ച. eye, the part below the eyebrow, sight, glance, thought.
ഈക്ഷിക്കുക (സ.ക്രി) - കാണുക, ആലോചിക്കുക, വിചാരിക്കുക, നോക്കുക. to see, to think, to look at.
ഈക്ഷിതം(നാ) - കണ്ണ്, നോട്ടം, കാഴ്ച. eye, look, sight, view.
ഈച്ച(നാ) - പറക്കുന്ന ഒരിനം ചെറിയ പ്രാണി, ഒരു മരം, നീലമ്പാല. a fly, common house-fly, the tree Wrightia.
ഈച്ചമണി(നാ) - ഈച്ചയുടെ മുട്ട. egg of the fly.
ഈച്ചയാട്ടി(നാ)-ലുബ്ധൻ. miser.
ഈച്ചരൻ(നാ) - ഈശ്വരൻ. god.
ഈച്ചംപുല്ല്(നാ)-മുഖരോമം. beard.
ഈച്ചാടി(നാ) - വേണ്ടത്ര ഉണങ്ങാതെ കുത്തിയെടുക്കുന്ന അരി. a variety of rice not properly dried.
ഈച്ചാട്ടി(നാ) - ലുബ്ധൻ. miser.
ഈടറവ്(നാ) - മാനക്കേട്. defamation.

ഈടറ്റ (വി) - തുല്യമില്ലാത്ത, ബലം നശിച്ച. incomparable, weak.
ഈടാകുക - വസൂലാകുക. to be realized.
ഈടാക്കുക - കിട്ടാനുള്ള പണം നേടിയെടുക്കുക. to collect.
ഈടാരുക(ക്രി)-നന്നാക്കുക, ബലമുള്ളതാക്കുക. to make good, to strengthen.
ഈടാർന്ന (വി) - നല്ല, ബലമുള്ള. good, strong.
ഈടിയ (വി) -വലിയ, ബലമുള്ള, ശാശ്വതമായ, ഉണ്ടായ, ഈടുനിൽക്കുന്ന, അധികമായ, ചേർന്ന, വർദ്ധിച്ച, തിങ്ങി വളർന്ന, തഴച്ചു വളർന്ന. big, strong, eternal, happened, durable, excessive, united, increased, grown densely, flourished.
ഈടിരിപ്പ്(നാ)-നിക്ഷേപം. deposit.
ഈട്(നാ) - കുസൃതി, തടം, കനം, തുല്യത, അതിര്, അടവ്, നാളികേരം അടക്കുന്ന തവണ, (ചതുരംഗം), വർദ്ധന, പഴക്കം, വയസ്സ്, ജാമ്യം, മതിൽ, അഹംഭാവം, വരമ്പ്, പുഷ്ടി, പണയം, കൈയാല, ഉറപ്പ്, നില നിൽപ്പ്. mischief, basin around a plant, weight, equality, check mate, crop as a coconut, increase, oldness, age, security, boundary wall, pride, ridge, prosperity, pledge, mud wall, firmness, durability.
ഈടുക (അ.ക്രി) - തഴച്ചുവളരുക, ചേരുക, ഉണ്ടായിരിക്കുക, ഒരുമിച്ചു കൂടുക, വർദ്ധിക്കുക. to flourish, to join, to be, to assemble, to increase.
ഈടുമാട്(നാ) - തടം, കൈയാല, അതിര്, വരമ്പ്, മതിൽ. basin around a plant, mudwall, boundary, cause way, compund wall.
ഈടുമുട്ട്(നാ) - കൂട്ടിമുട്ടൽ, വിരോധം, എതിർപ്പ്. confrontation, obstruction, enmity.
ഈടുവെപ്പ്(നാ) - നിക്ഷേപം, സമ്പാദ്യം ഭണ്ഡാരം, ഖജനാവ്. deposit, savings, a treasury.
ഈടുറ്റ (വി) - ശക്തിയുള്ള, ശാശ്വതമായ. strong, everlasting.
ഈടേറുക(അ.ക്രി) - കനക്കുക, സന്തോഷിക്കുക, ശക്തി വർദ്ധിക്കുക. to become heavy, to be pleased, to grow strong.
ഈട്ടം(നാ) - കൂട്ടം, ആധിക്യം, വർദ്ധന, ഈട്, കനം. heap, abundance, increase, weight.
ഈട്ടി(നാ) - ഒരു വൃക്ഷം, വീട്ടി. blackwood.
ഈട്ടി(നാ) - കുന്തം പോലുള്ള ഒരു ആയുധം. pike, spear.
ഈട്ട്(നാ) - നേട്ടം, ലാഭം. gain, profit.
ഈട്ടുക (സ.ക്രി) - കൂട്ടിവയ്ക്കുക, സംഭരിക്കുക, വർദ്ധിപ്പിക്കുക. to heap up, to collect, to increase.
ഈഡ(നാ) - സ്തുതി, സ്തോത്രം. praise.
ഈഡ്യൻ(നാ) - സ്തുത്യർഹൻ, പൂജ്യൻ, ബൃഹസ്പതി. one deserving praise, one deserving worship, Brihaspati.
ഈണം(നാ) - മൂളൽ, മധുരസ്വരം, ക്രമം. prolongation of a musical tone, melodious tone, regularity, order.
ഈതി(നാ) - നാട്ടിനു പൊതുവേ നേരിടുന്ന ആപത്ത് (വരൾച്ച, വെള്ളപ്പൊക്കം മുതലായവ), ശണ്ഠ, കലഹം, പിശാച്, നാശം, നാടുവിട്ടു പോകൽ, പകർച്ച വ്യാധി. calamity, distress/affecting public/state, quarrel, revolt, demon, ruination, leaving one's place, country, infectious disease.
ഈത് (ക്രി.വി) - വീതം. at the rate of.
ഈത്ത(നാ) - ഈന്തപ്പന. date palm.
ഈത്താ(നാ) - വായിലെ വെള്ളം. saliva.
ഈദ്(നാ) - മുസ്ലീങ്ങളുടെ പെരുന്നാൾ. Mohammedan festival.
ഈദൃശ (വി) - ഇപ്രകാരമുള്ള. such, of this kind.

ഈനം(നാ) - പെൺമൃഗത്തിന്റെ യോനി. the generative organ of female animals.

ഈനാം പക്കി(നാ) - ഒരു ദുർബാധ. name of an evil spirit.

ഈന്ത(നാ) - ഈത്ത. date palm.

ഈന്നി (ക്രി.വി) - കൂടാതെ. without.

ഈപ്സ(നാ)-ലഭിക്കാനുള്ള ആഗ്രഹം. desire to obtain.

ഈപ്സിതം(നാ) - അഭിലാഷം. desire.

ഈപ്സു(നാ) അഭിലാഷമുള്ളവൻ. one who desires.

ഈമാൻ(നാ) വിശ്വാസം, മതവിശ്വാസം. belief, religious faith.

ഈമ്പി(നാ) - ലുബ്ധൻ. miser.

ഈമ്പിളി (വി) - നേർത്ത, കൃശമായ. thin, lean.

ഈമ്പുക (സ.ക്രി) - ഉറുഞ്ചുക, വലിച്ചു കുടിക്കുക. to suck, to drink by sucking.

ഈയം(നാ) - ഒരു ലോഹം. lead.

ഈയൽ(നാ) - മഴപ്പാറ്റ, തമ്പലപ്പൂച്ചി. winged white ant, Termess bellicosus.

ഈയാൾ - ഇയ്യാൾ. this man, you.

ഈയിടെ - സമീപകാലത്ത്. recently.

ഈർ(നാ) - തണുപ്പ്, ഈർപ്പം. coldness, wetness.

ഈർ (വി) - ഇരു. double, twin.

ഈര(വി)- ഈർപ്പമുള്ള, ചുവന്ന, നനഞ്ഞ. wet, reddish, damp.

ഈരങ്കി(നാ) - വാദം കേൾക്കൽ. hearing.

ഈരടി(നാ) - രണ്ട് വരികളുള്ള ഭാഷാവൃത്തം. Dravidian metre of two lines, couplet, two feet.

ഈരണം(നാ) - ഉച്ചരിക്കൽ, വാക്ക്. pronouncing, word.

ഈരണ്ട് (വി) - രണ്ട്വീതം. two each.

ഈരല്(നാ)- കുടൽ,കരൾ. intestine, liver.

ഈരവുള്ളി(നാ) - ചുവന്നുള്ളി. onion.

ഈരായി(നാ) - ഈർച്ചപ്പണിക്കാരൻ. a sawer.

ഈരിക്കുക (സ.ക്രി) - നനയ്ക്കുക, ഈറനാക്കുക. to wet, to moisten.

ഈരിത (വി) - പറയപ്പെട്ട, പ്രേരിപ്പിക്കപ്പെട്ട, ശബ്ദിക്കപ്പെട്ട. told, persuaded, uttered.

ഈരിതം(നാ) - പറച്ചിൽ. saying.

ഈര്(നാ) - പേൻമുട്ട. nit.

ഈരുക (സ.ക്രി) - ചീകുക, അറുക്കുക, മുറിക്കുക. to comb, to saw, to cut.

ഈരുളി(നാ)- ചുവന്നുള്ളി. onion.

ഈർക്കിലി(നാ) - ചൂൽ, ഈർക്കിൽ. broom, midrib of a fraund.

ഈർച്ച(നാ) - അറുപ്പ്, ഒരിനം മുള. sawing, cutting, a kind of bamboo.

ഈർച്ചപ്പൊടി(നാ) - അറുപ്പു പൊടി. sawdust.

ഈർച്ചവാൾ(നാ) -അറുപ്പുവാൾ. saw.

ഈർപ്പം(നാ) - നനവ്. wetness.

ഈർമ്മം(നാ) - ഈറൻ മുണ്ട്. wet cloth.

ഈർമ്മം(നാ) - വ്രണം, കൈ. sore, arm.

ഈർഷ്യ(നാ) - കോപം, അന്യന്റെ ഉത്കർഷം കണ്ട് സഹിക്കാൻ പാടില്ലായ്ക. anger, envy.

ഈർഷ്യാലു (വി) - ഈർഷ്യയുള്ള. envious.

ഈവണ്ണം (ക്രി.വി) - ഇപ്രകാരം. thus, in this manner.

ഈശ(നാ) - ദുർഗ, ധനവതി. Durga, rich woman.

ഈശകോണ് - വടക്കുകിഴക്കേ മൂല. north-east quarter.

ഈശത (നാ) - പ്രഭുത്വം. lordship, supremacy.

ഈശൻ(നാ) - ബ്രഹ്മാവ്, ശിവൻ, നാഥൻ, പിതാവ്, രുദ്രൻ, ശക്തൻ, രാജാവ്, ഭർത്താവ്. Brahma, Siva, lord, father, Rudra, strong person, king, husband.

ഈശനഗരി(നാ) - വാരണാസി. Benares.

ഈശനം(നാ) - ഭരണം, പ്രകാശം, ആധിപത്യം, ശാല്മലീവൃക്ഷം, തിരുവാതിര നക്ഷത്രം. reigning, light, domination, silk cotton tree, name of sixth lunar mansion.

ഈശബലം(നാ) - പാശുപതാസ്ത്രം, ഈശ്വര ശക്തി. mythical missile called Pasupata, power of god.

ഈശാന (വി) - ഭരിക്കുന്ന, ധനമുള്ള. ruling, wealthy.

ഈശാനകോണം(നാ) - വടക്കുകിഴക്കേ മൂല. north-east quarter.

ഈശാനൻ(നാ) - ശിവൻ, വിഷ്ണു, സൂര്യൻ, രുദ്രൻ, പ്രഭു, ഭരണകർത്താവ്, അഷ്ടദിക്പാലരിൽ ഒരാൾ. Siva, Vishnu, sun, Rudra, lord, ruler, one of the eight regents of the cardinal.

ഈശാനം(നാ) - പ്രകാശം, ഒരു പർവ്വതം, വടക്കു കിഴക്കേ ദിക്ക്, പതിനൊന്ന് എന്ന സംഖ്യ, ശാല്മലീവൃക്ഷം, ശിവന്റെ അഞ്ചുമുഖങ്ങളിൽ ഒന്ന്, ഒരു ശൈവ മന്ത്രം. light, name of a mountain, north-east direction, number 11, silk cotton tree, one of the five faces of Siva, name of a Saiva mantra.

ഈശാവാസ്യം(നാ) - ഒരു ഉപനിഷത്ത്. name of an Upanishad.

ഈശോ(നാ) - യേശു, രക്ഷകൻ. Jesus Christ.

ഈശ്വര (വി) - ധനമുള്ള, ശക്തിയുള്ള. wealthy, strong.

ഈശ്വരാ(നാ) - പാർവ്വതി, ഐശ്വര്യവതി, തെച്ചി, ദുർഗ്ഗ. Sree Parvati, prosperous woman, lxora, Sree Durga.

ഈശ്വരൻ(നാ) - ശിവൻ, വിഷ്ണു, കാമദേവൻ, പ്രഭു, പരമാത്മാവ്, ധനികൻ, നാഥൻ, ദേവൻ, രാജാവ്, രക്ഷിതാവ്, ഭർത്താവ്. Siva, Vishnu, Cupid, a lord, supreme being, rich man, master, god, king, protector, husband.

ഈശ്വരമൂലി(നാ) - നെയ്യുണ്ണി. Aristolochia indica.

ഈശ്വരി(നാ) - പാർവ്വതി, ഐശ്വര്യവതി, നെയ്യുണ്ണി, കുണ്ഡലിനീ ശക്തി. Sree Parvati, rich woman, Aristo-lochia indica, Kundalini power.

ഈഷ(നാ) - കലപ്പത്തണ്ട്, രഥചക്രത്തിന്റെ തണ്ട്. pole/ shaft of a plough, shaft of a chariot.

ഈഷണ(നാ) - തിടുക്കം, ബദ്ധപ്പാട്. haste.

ഈഷം(നാ) -തുലാമാസം. month of Tulam.

ഈഷൽ (വി) - അല്പം, കുറച്ച്. a little, very little.

ഈഷൽ(നാ) - അമാന്തം, സംശയം. delay, doubt.

ഈഷലിക്കുക (ക്രി) - സംശയിക്കുക. to doubt.

ഈഷിക(നാ) - ആനയുടെ നേത്രഗോളം, ശരപ്പുല്ല്, തൂലിക, അമ്പ്. eye-ball of an elephant, reed, painter's brush, arrow.

ഈസാ - യേശുദേവൻ. Jesus Christ.

ഈഹ(നാ) - അധ്വാനം, ഇച്ഛ, ഉത്സാഹം, പ്രയത്നം. exertion, desire, vigour, effort.

ഈഹാമൃഗം(നാ)- ചെന്നായ്, ദശരൂപകങ്ങളിൽ ഒന്ന്, കൊത്തുപണി ചെയ്തുണ്ടാക്കിയ മാൻ wolf, one of the ten kinds of dramas, artificial deer.

ഈഹിക്കുക (സ.ക്രി) - ആഗ്രഹിക്കുക, യത്നിക്കുക. to desire, to attempt.

ഈഹിതം(നാ) -ഇഷ്ടം, ആഗ്രഹം. desire, wish, like.

ഈള(നാ) - സ്തുതി, പ്രശംസ. praise, eulogy.

ഈളം(നാ) -സ്നേഹം, അടുപ്പം. love, intimacy.

ഈളി(നാ) - ചെറിയ വാൾ, വടിവാൾ. small sword, sword-cane.
ഈഴം(നാ) - സിലോൺ, ലങ്ക, ഈഴവൻ, പൊന്ന്, കള്ള്, കള്ളിച്ചെടി. Ceylon, Ezhava, gold, toddy, milk-hedge plant, spurga plant.
ഈഴ്ക്കുക (സ.ക്രി) - നശിപ്പിക്കുക, വലിച്ചിഴയ്ക്കുക. to destory, to drag down.
ഈഴ്ക്കുക (സ.ക്രി) - വിഴുപ്പാക്കുക. to soil clothes.
ഈറ(നാ) - കോപം. anger.
ഈറ(നാ) - മുള, വേയ്. reed.
ഈറങ്കാൽ(നാ) - വളങ്കടി. itching bite of the earthworms on the sole.
ഈറൻ (വി) - നനഞ്ഞ. wet.
ഈറം(നാ) - നനവ്. dampness.
ഈറമ്പന(നാ) - ഉലട്ടിപ്പന. a kind of palm tree, bastard sago palm.
ഈറമ്പനി(നാ)-ശീതജ്വരം. typhoid.
ഈറ്(നാ) - അതിര്, അറ്റം. boundary, end.
ഈറ്(നാ) - മോണ, കോപം. gum, anger.
ഈറുക (അ.ക്രി) - കോപിക്കുക, മോണകാട്ടുക. to get angry, to show the gum.
ഈറുക (സ.ക്രി) - അറുക്കുക, ഇല്ലാതാക്കുക, പിളർക്കുക, നശിപ്പിക്കുക. to saw, to ruin, to split, to destroy.
ഈറ്റ(നാ) - പിശുക്ക്. stinginess.
ഈറ്റ(നാ) - വേയ്, മുള. reed.
ഈറ്റൽ(നാ) - പിശുക്കൻ. miser.
ഈറ്റിക്കുക (അ.ക്രി) - ലുബ്ധുപിടിക്കുക. to be miserly.
ഈറ്റില്ലം(നാ) - പ്രസവമുറി. labour room.
ഈറ്റ്(നാ) - പ്രസവം. delivery.
ഈറ്റുനോവ്(നാ) - പ്രസവവേദന. labour pain.
ഈറ്റൊലി(നാ) - മാറ്റൊലി. echo.

ഉ

ഉ - അക്ഷരമാലയിലെ അഞ്ചാമത്തെ അക്ഷരം, ഓഷ്ഠ്യസ്വരം, ഹ്രസ്വം. fifth letter of alphabet, labial short vowel .
ഉ (വി) - മദ്ധ്യവർത്തിയായ, ദൂരെയുള്ള, മുകളിലുള്ള. intermediate, distant, which is above, over.
ഉ(നാ) - ശിവൻ, ബ്രഹ്മാവ്, ചന്ദ്രൻ, തപസ്സ്. Siva, Brahma, moon, penance.
ഉ (വ്യാ) - അനുകമ്പ, കോപം എന്നിവയെ സൂചിപ്പിക്കുന്നു. used to indicate sympathy, anger, etc.
ഉക(നാ) - ഒരു വൃക്ഷം. tooth brush tree.
ഉകയുക (അ.ക്രി) - ചെല്ലുക, നടക്കുക. go, walk.
ഉകയ്ക്കുക (സ.ക്രി) - നടത്തുക, ഓടിക്കുക, ഇഷ്ടപ്പെടുക. to make (someone) walk, to make (someone) run, to like.
ഉകലം(നാ) - പട്ടിണി. starvation.
ഉകാരം(നാ) - 'ഉ' എന്ന അക്ഷരം, ശിവരൂപം, പ്രാണൻ. the letter 'U', the form or appearance of Lord Siva, vital air.
ഉകിർ(നാ) - നഖം, നഖത്തോടു ചേർന്നുള്ള മാംസം. finger nail, the flesh beneath the finger nail.
ഉകുണ(നാ) - മൂട്ട. bug.
ഉക്ക(നാ) - ഹുക്ക. hookah.
ഉക്കച്ചൊറി(നാ)-മുഖക്കുരു. pimple.
ഉക്കടി(നാ)- തിണ്ണ, വരാന്ത. verandah.
ഉക്കൻ(നാ) - ചെമ്പോത്ത് (പക്ഷി). snake bird.
ഉക്കണ്ടം(നാ) - തായ്ത്തടി. tree trunk.
ഉക്കം(നാ) - വശം, ഇറയം, മധ്യം, അരക്കെട്ട്, ഇളി. side, verandah, waist, side, loin.
ഉക്കം(നാ) - മുഖം, തല. face, head.

ഉക്കം - കാള. bullock, ox.
ഉക്കല്, ഉക്കൽ(നാ) -വശം, മദ്ധ്യം, ഇളി. side, waist, loin.
ഉക്കറ്റ (വി)-തുണയറ്റ, ശക്തിയില്ലാത്ത. helpless, weak.
ഉക്കാലി(നാ) - ആവിയിൽ വേവിച്ചെടുക്കുന്ന പലഹാരം. cake baked in steam.
ഉക്ക്(നാ) - ഊക്ക്. strength.
ഉക്ക്(നാ) - ഇളി, വിക്ക്. hip, stammering.
ഉക്കുക(അ.ക്രി)-കുതിക്കുക, ചായുക, വേഗത്തിൽ ചാടുക, തെറിക്കുക. to leap, to lean to one side as one falling, to jump, to rebound.
ഉക്കുക (അ.ക്രി) - ചീയുക, ചെതുമ്പിക്കുക. to rot, to moulder.
ഉക്കുമത്ത്(നാ) - ശാഠ്യം. obstinacy.
ഉക്കൂരം (വി) - ഭയങ്കരമായ. terrible.
ഉക്കൂരം(നാ) - ചങ്കൂറ്റം, ശാഠ്യം. courage, obstinacy, sturdy determination.
ഉക്കെല്ല്(നാ) - നട്ടെല്ല്. back bone.
ഉക്ത (വി) - പറയപ്പെട്ട. uttered, spoken.
ഉക്ത(നാ) - ഒരു വരിയിൽ ഒരു അക്ഷരം മാത്രമുള്ള ഛന്ദസ്സ്. metre in prosody consisting of a single letter in each line.
ഉക്തം(നാ)-വാക്ക്, വാക്യം. word, sentence.
ഉക്തി(നാ) - വാക്ക്, പറച്ചിൽ, ചമത്കാര പൂർണ്ണമായ കഥനം. word, saying, poetical narration.
ഉക്തിപ്രത്യുക്തി(നാ) - വാദപ്രതിവാദം. debate, argument.
ഉക്രാണം(നാ) - കോപം കൊണ്ടുള്ള അലർച്ച, അഹങ്കാരപൂർവ്വകമായ ശബ്ദം, നെടുവീർപ്പ്. angry roar, bawling, sigh.
ഉക്ഷണം(നാ) - നനപ്പ്, തളിപ്പ്. wetting, sprinkiling.
ഉക്ഷം, ഉക്ഷാവ്(നാ) - കാള. ox.
ഉക്ഷാല (വി) - വലിയ, ഭയങ്കരമായ, വേഗമുള്ള. large, terrible, swift.
ഉക്ഷാലൻ(നാ) - കുരങ്ങ്. monkey.
ഉക്ഷിത (വി) - നനച്ച, തളിക്കപ്പെട്ട, പഴകിയ, ശുദ്ധിയാക്കപ്പെട്ട, ശക്തിയുള്ള, വളർച്ച ചെന്ന. moistened, sprinkled, old, purified, strong, adult.
ഉഖ(നാ) - സൂര്യരശ്മി, അവയവം, കലം, കുടം. ray of the sun, organ, pot, pitcher.
ഉഖം(നാ) - കലം, പാത്രം. pot, vessel.
ഉഗ്ര (വി) - ശക്തിയുള്ള, കഠിനമായ, ഭയങ്കരമായ, ക്രൂരമായ, മഹത്തായ, കോപമുള്ള, ഉത്കടമായ. mighty, hard, terrible, cruel, great, wrathful, formidable.
ഉഗ്ര(നാ) - ക്രൂരയായ സ്ത്രീ, വയമ്പ്. cruel woman, sweet flag root.
ഉഗ്രഗന്ധ(നാ) - വയമ്പ്, അയമോദകം. sweet flag root, common caraway.
ഉഗ്രഗന്ധം(നാ) - കായം, വേപ്പ്, അയമോദകം, ചമ്പകം, വെളുത്തുള്ളി. asafoetida, neem tree, common caraway, Michelia champaca, garlic.
ഉഗ്രത, ഉഗ്രത്വം(നാ) - ഭയങ്കരത, കോപം. dreadfulness, anger.
ഉഗ്രൻ(നാ) - ശിവൻ, വിഷ്ണു, സൂര്യൻ, കൗരവന്മാരിൽ ഒരുവൻ, ബ്രഹ്മപുത്രനായ കവിയുടെ പുത്രൻ, വീരഭദ്രൻ. Siva, Vishnu, sun, name of one among Kauravas, name of a son of Kavi and grandson of Brahma, Virabhadra.
ഉഗ്രം(നാ) - രൗദ്രരസം, കരിമുരിങ്ങ, വായു, ഒരു വിഷം, കേരളം. the sentiment called Roudra, depicting wrath, the tree Hyperanthera moringa, air, poison, the country (Kerala).
ഉഗ്രരേതസ്സ്(നാ) - ശിവൻ, രുദ്രൻ. Siva, Rudra.
ഉഗ്രശേഖര(നാ) - ഗംഗ. Ganges.
ഉഗ്രാണം(നാ) - കലവറ, ഔന്നത്യം, ഭണ്ഡാരം, അഹങ്കാരം, ധാന്യപ്പുര. store house, loftiness, treasury, pride, granary.

ഉങ്കൻ(നാ) - ബലവാൻ. mighty person.
ഉങ്ക്(നാ) -ഊക്ക്, ബലം, ഹുങ്ക്, അഹങ്കാരം. strength, might, pride, haughtiness.
ഉങ്കണം(നാ) - മൂട്ട, ചെള്ള്, പേൻ. bug, a kind of flea, louse.
ഉങ്ങ്(നാ) - ചുവന്ന മന്ദാരം, കോവിദാരം. red flower tree, Bauhinia variegata.
ഉചഥം(നാ) - സ്തോത്രം. praise.
ഉചിത (വി) - അറിയപ്പെട്ട, ചേർച്ചയുള്ള, യോഗ്യമായ, സ്തുത്യർഹമായ, സ്വീകരിക്കത്തക്ക. known, matching, proper, praiseworthy, acceptable.
ഉചിതം(നാ) - നന്ദി. gratitude.
ഉച്ച (വി) - ഉയർന്ന, പൊക്കമുള്ള, ഉന്നതസ്ഥിതിയിലുള്ള, തീവ്രമായ, ഉച്ചരാശിയെ പ്രാപിച്ച. high, tall, situated in a high position, intense, on the ascendant.
ഉച്ച(നാ) - മധ്യാഹ്നം. mid-day, noon.
ഉച്ചൈ (ക്രി.വി) - ഉച്ചത്തിൽ. loudly.
ഉച്ചട(നാ) -അഹങ്കാരം, ശീലം, മുത്തങ്ങ കീഴാനെല്ലി. arrogance, habit, a species of cyperus grass, the plant Phyllanthus niruri.
ഉച്ചണ്ഡ (വി) - വലിയ, കടുത്ത, ഊക്കേറിയ, ക്രൂരമായ, ബദ്ധപ്പാടുള്ള. huge, hard, mighty, cruel, having burdens.
ഉച്ചതരു(നാ) - തെങ്ങ്. coconut tree.
ഉച്ചൻ(നാ) - ബുദ്ധിഭ്രമമുള്ളവൻ. crack.
ഉച്ചൻ(നാ) - ഉയരമുള്ളവൻ, ഉച്ചരാശിയിൽ നിൽക്കുന്ന ഗ്രഹം. tall person, planet in its zenith.
ഉച്ചൻ(നാ) - ഒരിനം കീടം. a kind of worm.
ഉച്ചനീച (വി) - ഉയർന്നതും താണതുമായ. high and low.
ഉച്ചന്തല(നാ) - ഉച്ചി. crown of the head.
ഉച്ചബ്ഭ്രാന്ത്(നാ) - വലിയ കിറുക്ക്. midsummer madness.
ഉച്ചഭാഷിണി(നാ)-ശബ്ദത്തെ ഉച്ചത്തിലാക്കുന്ന യന്ത്രം. loud speaker.
ഉച്ചം(നാ) - ഉച്ചരാശി, ആകാശമധ്യം, ഉയരം, ഉന്നതാവസ്ഥ, ഉയർന്നത്. apex of the orbit of a planet, zenith, position overhead, height, exaltedness, that which is elevated.
ഉച്ചമലരി(നാ)-അമ്പരത്തി, നാലുമണിപ്പൂവ്. flowering plant Pent-apetes, plant Mirabilis jalappa.
ഉച്ചയം(നാ) -മടിക്കുത്ത്, നീവി, സമൂഹം, കൂട്ടിവയ്ക്കൽ, സമ്പാദിക്കൽ, അഭിവൃദ്ധി. knot of cloth in the waist, collection, accumulation, saving, prosperity.
ഉച്ചയിക്കുക (സ.ക്രി) - ഒന്നിച്ചു ചേർക്കുക, കൂട്ടിവയ്ക്കുക, സംഭരിക്കുക. to collect and keep together, to accumulate, to collect.
ഉച്ചരം(നാ) - ഉച്ചറം, തേങ്ങയുടെ പരിപ്പിനുള്ള കട്ടി. the thickness of the kernel of a coconut.
ഉച്ചരണം(നാ) - വാക്ക്, ഉച്ചരിക്കൽ. word, pronouncing.
ഉച്ചരിക്കുക(സ.ക്രി) - പറയുക, കയറുക, മന്ത്രം ചൊല്ലുക, മുന്നോട്ടു നീങ്ങുക, ശബ്ദിക്കുക. to say, to ascend, to recite or utter, to go forth, to pronounce.
ഉച്ചരിത (വി) - ഉച്ചരിക്കപ്പെട്ട. pronounced.
ഉച്ചലനം(നാ) - യാത്ര, പുറപ്പാട്. journey, setting out.
ഉച്ചലിക്കുക (സ.ക്രി) - ഉയർന്നു വരിക, പൊട്ടിപ്പുറപ്പെടുക. to spring up, to burst out.
ഉച്ചലിപ്പിക്കുക (സ.ക്രി) - ഉയർത്തിവിടുക. to make to spring up.
ഉച്ചസ്ഥ (വി) - ഉച്ചരാശിയിൽ നിൽക്കുന്ന. ascendant.
ഉച്ചസ്ഥലി(നാ) - പീഠഭൂമി. plateau.

ഉച്ചാടനം(നാ)- ഒഴിക്കൽ (ബാധ), അയയ്ക്കൽ, ഓടിക്കൽ, ആട്ടിപ്പായിക്കൽ. exorcism, expelling evil spirit, sending, driving out, driving away.

ഉച്ചാടിത (വി) - ഓടിക്കപ്പെട്ട, പുറന്തള്ളപ്പെട്ട. driven out, expelled.

ഉച്ചാണി(നാ) - ഉച്ചസ്ഥാനം, മുകളറ്റം. top, highest point.

ഉച്ചാരണം(നാ) - വാക്ക്, ഉച്ചരിക്കൽ, ഉച്ചരിക്കുന്ന രീതി. word, pronunciation, mode of articulation.

ഉച്ചാരം(നാ) - ഉച്ചാരണം, വാക്ക്, ഗ്രഹങ്ങളുടെ രാശി സംക്രമം. pronunciation, word, transit of planet from one sign to another.

ഉച്ചാരിത (വി) - ഉച്ചരിക്കപ്പെട്ട. pronounced.

ഉച്ചാര്യ (വി) - ഉച്ചരിക്കാൻ യോഗ്യമായ. fit to be spoken.

ഉച്ചാവച (വി) - പല വിധത്തിലുള്ള, ഏറ്റകുറച്ചിലുള്ള, പൊങ്ങിയും താണുമുള്ള. of various kinds, high and low, irregular, uneven.

ഉച്ചി(നാ) - നെറുക, തല, മധ്യാഹ്നം. crown of the head, head, mid-day.

ഉച്ചുക (അ.ക്രി) - വഴുതുക, പേപിടിക്കുക. to slip, to go mad.

ഉച്ചൈ (ക്രി.വി) - ശക്തി മത്തായി, വളരെ അധികമായി, ഉറക്കെ, ഗാഢമായി, മുകളിലേക്ക്. powerfully, abundantly, loudly, intensely, upwards.

ഉച്ചൈ (വി) - ഉയർന്ന, നീണ്ട, മഹത്തായ, വലിയ. high, long, great, large.

ഉച്ചൈസ്തരം (ക്രി.വി) - വളരെയുറക്കെ. very loudly.

ഉച്ഛിത്തി(നാ) - ഉന്മൂലനാശം. extirpation.

ഉച്ഛിന്ന (വി) -നീചമായ, പൊട്ടിച്ച, നശിപ്പിക്കപ്പെട്ട, വേരോടെ അറുക്കപ്പെട്ട. base, broken, extirpated, eradicated.

ഉച്ഛിരസ്സ് (വി) - തല ഉയർത്തിപ്പിടിച്ച, തലയെടുപ്പുള്ള. with upraised head, with head held high.

ഉച്ഛിഷ്ട (വി) - എച്ചിലായ, ഉപേക്ഷിക്കപ്പെട്ട. left as remainder, rejected.

ഉച്ഛിഷ്ടം(നാ) - ശേഷിപ്പ് (ഭക്ഷിച്ചതിന്റെ), എച്ചിൽ, തേൻ. offal, honey.

ഉച്ഛീർഷകം(നാ) - തല, തലയണ. head, pillow.

ഉച്ഛൂന (വി) - വീർത്ത, വിങ്ങിയ, വർദ്ധിച്ച. bloated, swollen, fat, increased.

ഉച്ഛൃംഖല (വി) - ചിട്ടയില്ലാത്ത, അടക്കമില്ലാത്ത, പിടിയിലൊതുങ്ങാത്ത, ചങ്ങല പൊട്ടിച്ച, തടവില്ലാത്ത. irregular, immodest, unbridled, which has broken chains, unrestrained.

ഉച്ഛേദം(നാ) - ഖണ്ഡിക്കൽ, നശിപ്പിക്കൽ. cutting off, extirpation.

ഉച്ഛേദവാദി(നാ) - നാസ്തികൻ. atheist.

ഉച്ഛേഷം(നാ) - എച്ചിൽ. offal.

ഉച്ഛോഫം(നാ) - നീര്, പരു. swelling, a boil.

ഉച്ഛ്രയണം(നാ) - നാട്ടൽ, ഉയർത്തൽ. erecting, lifting.

ഉച്ഛ്രിത (വി) - ജനിച്ച, ഉയർത്തപ്പെട്ട, വർദ്ധിച്ച, അഹംഭാവമുള്ള. born, raised, increased, arrogant.

ഉച്ഛ്രിതി(നാ) - ഉയർത്തൽ, അഹംഭാവം. raising, arrogance.

ഉച്ഛ്വസനം(നാ) - നെടുവീർപ്പ്. sigh.

ഉച്ഛ്വസിക്കുക (സ.ക്രി) - ശ്വാസം അകത്തേക്ക് വലിക്കുക, ശ്വാസം പുറത്തേക്കു വിടുക. to breathe in and out.

ഉച്ഛ്വസിക്കുക (അ.ക്രി) - ആശ്വസിക്കുക, നെടുവീർ നപ്പിടുക, വിടരുക, ഊതുക, ധൈര്യമവലംബിക്കുക, വിശ്രമിക്കുക, ജീവിക്കുക, തുടിക്കുക. to be consoled, to sigh, to bloom, to blow, to take heart, to rest, to live, to palpitate.

ഉച്ഛ്വസിത (വി) - ഉച്ഛ്വസിക്കപ്പെട്ട. sighed.

ഉച്ഛ്വസിതം(നാ) - ശ്വാസം, തുടിപ്പ്, വികാസം, ഉച്ഛ്വാസം, നെടുവീർപ്പ്, വിസ്താരം, പരപ്പ്, ഉത്സാഹം, പുസ്തകത്തിന്റെ ഒരു ഭാഗം. respiration, palpitation, expansion, breathing out, sigh, extensiveness, wide range, vigour, a part of a book.

ഉച്ഛ്വാസം(നാ) -മരണം, അധ്യായം, നെടുവീർപ്പ്, ആശ്വാസം, ശ്വാസം, പ്രാണൻ. death, chapter, sigh, consolation, breath, vital air.

ഉജാർ(നാ) - ശക്തി, ചൊടി, ഉത്സാഹം. strength, zeal, vigour.

ഉജ്ജാസനം(നാ) - വധം, കൊല. killing, slaughter.

ഉജ്ജീവിക്കുക (അ.ക്രി) - വീണ്ടും ജീവൻ വരിക, ജനിക്കുക, പോഷിക്കുക. to return to life, to take birth, to flourish.

ഉജ്ജീവിത (വി) - പുതുജീവൻ നൽകപ്പെട്ട. brought back to life.

ഉജ്ജീവിപ്പിക്കുക - പുതു ജീവൻ നൽകുക. to bring back to life.

ഉജ്ജൃംഭണം(നാ) - കോട്ടുവാ, വികാസം, മുന്നോട്ടു വരൽ. yawning, expansion, coming forth.

ഉജ്ജൃംഭിക്കുക (അ.ക്രി) - കോട്ടുവായിടുക, കാണത്തക്കതാവുക, വികസിക്കുക, ചാടിപ്പുറപ്പെടുക. to yawn, to become visible, to expand, to break forth.

ഉജ്ജൃംഭിത (വി) - വികസിച്ച, കാണപ്പെട്ട. expanded, become visible.

ഉജ്ജൃംഭിതം(നാ) - കോട്ടുവായ്. yawning.

ഉജ്ജ്വല (വി) - നല്ലവണ്ണം പ്രകാശിക്കുന്ന, വിടർന്ന, കത്തിക്കാളുന്ന, വിശദമായ, മനോഹരമായ. brightly luminous, blossomed, blazing up, detailed, beautiful.

ഉജ്ജ്വല(നാ) - പ്രകാശം, തെളിച്ചം, കപ്പൽ മുളക്. light, clarity, chilly.

ഉജ്ജ്വലത്ത് (വി) - പ്രകാശമുള്ള, എരിയുന്ന, മിന്നിത്തിളങ്ങുന്ന, ഭംഗിയുള്ള. bright, burning, brilliant, beautiful.

ഉജ്ജ്വലനം(നാ) - ശോഭ, പ്രകാശിക്കൽ, എരിയൽ, തീയ്, സ്വർണ്ണം. beauty, shinning, burning, fire, gold.

ഉജ്ജ്വലം(നാ) - ആശ, വെണ്മ, ശൃംഗാരരസം, സ്വർണ്ണം, സ്നേഹം, അധികം പ്രകാശിക്കുന്നത്. desire, whiteness, romance, gold, love, well shinning.

ഉജ്ജ്വലരസം(നാ) - ശൃംഗാരരസം. romance.

ഉജ്ജ്വലിക്കുക (അ.ക്രി) - കത്തിക്കാളുക, നല്ലവണ്ണം പ്രകാശിക്കുക, ശോഭിക്കുക. to blaze up, to be luminous, to shine.

ഉജ്ജ്വലിപ്പിക്കുക - പ്രകാശിപ്പിക്കുക. to make (something) shine bright.

ഉജ്ഝിത (വി) - തള്ളിക്കളഞ്ഞ, വർഷിക്കപ്പെട്ട, മുക്തമായ, ഒഴുകുന്ന. rejected, showered, free from, flowing.

ഉഞ്ഛവൃത്തി(നാ) - ഉതിർമണികൾ പെറുക്കിയെടുത്തുള്ള ഉപജീവനം. livelihood by gleaning abandoned grain.

ഉട (വി) - സ്വന്തമായ, സംബന്ധിച്ച, ഉൾപ്പെട്ട, ഉള്ള, കൂടെയുള്ള. own, related, included, having, along with.

ഉട(നാ) - ധനം, സ്വത്ത്. wealth, riches.

ഉട(നാ) - ഉടുക്കൽ, അര മുണ്ട്, അലങ്കരണം, വേഷം. dressing, loins, cloth, ornamentation, dress.

ഉട(നാ) - വസ്തി പ്രദേശം. lap, loins.

ഉടക്ക്(നാ) - പിടിത്തം, തർക്കം, ഏറ്റുമുട്ടൽ, തടസ്സം. catch, dispute, quarrel, obstruction.

ഉടക്കുക (അ.ക്രി) - മല്ലിടുക, തൊടുക്കുക, മുള്ളും മറ്റും കൊണ്ട് തടയുക, പിടിക്കുക, തുനിയുക, ഏർപ്പെടുക, കൊളുത്തി പിടിക്കുക, തർക്കിക്കുക, ഉളുക്കുക. to contest, to tuck in, to defend or obstruct, to catch, to begin, to be engaged in, to become tangled, to dispute, to dislocate.

ഉടങ്കട്ട(നാ) - ഉടന്തടി, സതി. ordeal of Sati.
ഉടജം(നാ) - പർണ്ണശാല, ഒരിനം മുള. hermitage, a kind of bamboo.
ഉടഞ്ഞാൺ(നാ) - അരഞ്ഞാൺ. chain worn round the loins.
ഉടൻ (ക്രി.വി) - അപ്പോൾത്തന്നെ, കൂടെ, ഒപ്പം. at once, together with, with.
ഉടനടി (ക്രി.വി) - അപ്പോൾത്തന്നെ, ഇപ്പോൾത്തന്നെ. at once, now itself.
ഉടനീളം(നാ) - ശരീരത്തിന്റെ നീളം. the full height of a person.
ഉടനീളം (ക്രി.വി) - ആദ്യന്തം. throughout.
ഉടനുടൻ (ക്രി.വി) - തുടരെത്തുടരെ. in quick succession.
ഉടനേ (ക്രി.വി) - ഉടൻ തന്നെ, താമസം കൂടാതെ, വേഗത്തിൽ. at that very moment, without delay, quickly.
ഉടന്തടി(നാ) - സതി. ordeal of Sati.
ഉടപ്പം(നാ) -ഉടമ, സംബന്ധം. ownership, connection.
ഉടപ്പിറന്നവൻ(നാ) - സഹോദരൻ. brother.
ഉടപ്പിറപ്പ്(നാ) - കൂടെപ്പിറപ്പ്, സാഹോദര്യം. brother or sister, brotherhood.
ഉടപ്പ്(നാ) - ഉടയ്ക്കൽ, ഉടഞ്ഞ ഭാഗം. breaking, act of breaking, broken part.
ഉട - ഇല, പുല്ല്. leaf, grass.
ഉടമ(നാ) - ഉടമസ്ഥൻ, ഔചിത്യം, ഉടമസ്ഥത, ധനം, ശമ്പളം, ആഭരണം, ബന്ധുത്വം, വീറ്, വണ്ണം. owner, propriety, ownership, wealth, salary, ornament, relationship, prowess, thickness.
ഉടമക്കാരൻ(നാ) - ഉടമസ്ഥൻ, ശമ്പളക്കാരൻ. owner, paid servant.
ഉടമസ്ഥൻ(നാ) - ജന്മി, ഉടയക്കാരൻ. landlord, proprietor.
ഉടമുറി(നാ) - മുണ്ടുകൊട എന്ന വിവാഹരീതി. customary offering of clothes to bride by bridegroom at Hindu marriage.
ഉടമ്പടി(നാ) - കരാറ്. contract.
ഉടമ്പറ(നാ) - ഉള്ളറ. inner apartment.
ഉടമ്പാട്(നാ) - കരാറ്, ഉഭയസമ്മതം, കർത്തവ്യം. contract, mutual agreement, duty.
ഉടമ്പിക്കുക (സ.ക്രി) - സ്വരൂപിക്കുക, ശേഖരിക്കുക. to gather, to collect.
ഉടമ്പിടി(നാ) - ഉടമ്പടി. contract.
ഉടമ്പ്(നാ) - ഉടൽ, വ്യഞ്ജനാക്ഷരം. the body, consonant.
ഉടയ (വി) - സ്വന്തമായ, ആധിപത്യമുള്ള. one's own, dominant.
ഉടയക്കാരൻ(നാ) - യജമാനൻ, ബന്ധു, ഉടമസ്ഥൻ, യഥാർത്ഥാവകാശി. master, relative, owner, rightful claimant.
ഉടയതമ്പുരാൻ(നാ) - ദൈവം. god.
ഉടയത്(നാ) - ഈശ്വരൻ, യജമാനൻ, ഉടമപ്പെട്ടത്, ഉടമസ്ഥൻ. god, master, that which belongs to a person, owner proprietor.
ഉടയാട(നാ) - ഉടുതുണി. loin cloth.
ഉടയുക (അ.ക്രി) -തകരുക, ശോഷിക്കുക, പൊട്ടുക, ക്ഷീണിക്കുക, ഇല്ലാതാവുക. to fall into pieces, to be emaciated, to break, to be tired, to become null.
ഉടയോൻ(നാ) - ബന്ധു, യജമാനൻ, ഉടമസ്ഥൻ, യഥാർത്ഥാവകാശി. relative, master, owner, rightful claimant.
ഉടയ്ക്കുക (സ.ക്രി) - കടയുക, കശക്കുക, ഇല്ലാതാക്കുക, തകർക്കുക, പൊട്ടിക്കുക, കാളയുടെ വരിപൊട്ടിക്കുക. to churn, to squash, to destroy, to break to pieces, to break, to castrate.
ഉടൽ(നാ) - ശരീരം, ധനം, ദാനവ്യവസ്ഥ, പൊന്ന്. body, wealth, an endowment, gold.
ഉടലം(നാ) - ശരീരം. body.
ഉടവാൾ(നാ) - അരയിൽ ധരിക്കുന്ന വാൾ. sword usually hung from the girdle.

ഉടവ്(നാ) -പരാജയം, കേട്, ഒടിവ്, മെലിച്ചിൽ, ക്ഷീണത, ഉടഞ്ഞ മട്ട്, പൊട്ടൽ, തകർച്ച. failure, damage, a fracture, emaciation, weakness, breakage, breaking, devastation.

ഉടുക്ക്(നാ) - ബട്ടൺ. button.

ഉടുക്ക് - ഡമരു. a kind of tabor.

ഉടുക്കുക(സ.ക്രി)-അരയിൽ വസ്ത്രം ധരിക്കുക. to wear cloth around waist.

ഉടുപ്പ്(നാ) - ഉടുക്കൽ, കുപ്പായം, വസ്ത്രം. dressing, garment, cloth.

ഉടുമ്പിക്കുക (സ.ക്രി) - കോരിത്തരിക്കുക. to horripilate.

ഉടുമ്പ്(നാ) - വാലി എന്ന ജന്തു. Varamus bengalensis.

ഉടുവസ്ത്രം(നാ) - ഉടുക്കുന്ന തുണി. cloth to wear, dress.

ഉഡാൻസ്(നാ) - കൗശലം, ഡാവ്, മിരട്ട്. artifice, prank, trickery.

ഉഡു(നാ) - ജലം, പക്ഷി, നക്ഷത്രം. water, bird, star.

ഉഡുക്കോൻ(നാ) - ചന്ദ്രൻ. moon.

ഉഡുചക്രം(നാ) - നക്ഷത്രസമൂഹം. zodiac circle.

ഉഡുപതി(നാ) - ചന്ദ്രൻ, വരുണൻ. moon, Varuna.

ഉഡുപഥം(നാ) - നക്ഷത്ര മണ്ഡലം, ആകാശം. firmament, sky.

ഉഡുപൻ(നാ) - ചന്ദ്രൻ, വരുണൻ. moon, Varuna.

ഉഡുപം(നാ) -വള്ളം, പൊങ്ങുതടി, ചങ്ങാടം, മകയിരം നക്ഷത്രം, കർപ്പൂരം. boat, floating wood, raft, fifth constellation, camphor.

ഉഡുപുഷ്പം(നാ) - ചെമ്പരത്തിപ്പൂവ്. shoe flower.

ഉഡുംബരൻ(നാ) - നപുംസകൻ. eunuch.

ഉഡുംബരം(നാ) - ചെമ്പ്, ഒരിനം കൃമി, ഒരിനം കുഷ്ഠം, അത്തിമരം, വീട്ടിലെ ഉമ്മറം, രണ്ടു തോല തൂക്കം. copper, a kind of worm, a kind of leprosy, Ficus glomerate, threshold of house, weight of two tolas.

ഉഡൂഖലം(നാ) - ഉരൽ. wooden pestle.

ഉഡ്ഡലനം(നാ) - മേലോട്ട് പറക്കൽ. flying up.

ഉഡ്ഡീശൻ(നാ) - ശിവൻ. Siva.

ഉണക്ക (വി) - ഉണങ്ങിയ, ഉണക്കിയ. dry, dried.

ഉണക്കം(നാ) - വരൾച്ച, വാട്ടം, കഠിനമായ വേനൽ, ശോഷിപ്പ്, ചടപ്പ്. drought, state of being withered, severe summer, withering, emaciation.

ഉണക്കൽ(നാ) - വാട്ടം, വരൾച്ച, ശോഷിപ്പ്, പച്ചരി. state of being withered, drought, withering, raw rice.

ഉണക്കരി(നാ) - പച്ചരി. raw rice.

ഉണക്ക്(നാ) - വരൾച്ച, ചടപ്പ് drought, emaciation.

ഉണക്കുക (സ.ക്രി) - ഉലർത്തുക, വരട്ടുക, ജലാംശം ഇല്ലാതാക്കുക. to remove dampness, to emaciate, to dry.

ഉണങ്ങുക (അ.ക്രി) - ഉലരുക, ശോഷിക്കുക, വരളുക, കരിയുക, വാടുക. to lose moisture, to emaciate, to dry, to be blighted, to wither.

ഉണരുക (അ.ക്രി) - ഉദിക്കുക, കാത്തിരിക്കുക, അറിയുക, ഉറക്കത്തിൽ നിന്ന് വേർപ്പെടുക. to rise, to wait, to understand, to wake up.

ഉണർവ്(നാ) - ജാഗ്രത, പ്രകാശം, പ്രബോധം, ഉത്സാഹം, ഉണർന്നിരിക്കുന്ന അവസ്ഥ, ആത്മജ്ഞാനം. watchfulness, light, wisdom, smartness, weakfulness, spiritual knowledge.

ഉണ്ട (വി) - ഉരുണ്ട, പൊക്കം കുറഞ്ഞ് വണ്ണം കൂടിയ. round, spherical, short and stout.

ഉണ്ട(നാ) - ഉരുള, മുഴ, ഒരു പലഹാരം, ഉരുട്ടിയെടുത്ത ഭക്ഷണം, മുങ്ങിക്കുളി, വെടിയുണ്ട, വൈക്കോൽത്തുറു, ഗുളിക, കട്ട. ball, tumour, globular sweet meat, ball, morsel of food, bath involving immersion of body in water, bullet, haystack, tablet, clot.

ഉണ്ടത്തക്കിടി(നാ) - മുണ്ടൻ. stout dwarfish man.
ഉണ്ടവില്ല്(നാ) - കവണ. pellet bow.
ഉണ്ടാകുക (അ.ക്രി) - ജനിക്കുക, മുളയ്ക്കുക, വിളയുക, വർത്തിക്കുക, തോന്നുക, സംഭവിക്കുക. to be born, to sprout, to grow and yield fruit to make, to be present, to come in to mind, to happen.
ഉണ്ട് (അ.ക്രി) - ഭവിക്കുന്നു, സ്ഥിതി ചെയ്യുന്നു. is, are, am, has, have.
ഉണ്ണാക്ക്(നാ) - ചെറുനാക്ക്. uvula.
ഉണ്ണാമൻ(നാ) - ശാപ്പാട്ടുരാമൻ, വിഡ്ഢി. glutton, fool.
ഉണ്ണി (വി) - ചെറിയ, പിഞ്ചായ. small, tender, young.
ഉണ്ണി(നാ) - ചെറുപൈതൽ, ആൺകുട്ടി, പിഞ്ച്, പാലുണ്ണി, മുട്ടയുടെ മഞ്ഞക്കരു, കന്നുകാലികളുടെ ശരീരത്തിൽ പറ്റി വളരുന്ന ഒരു ചെറു പ്രാണി, ഉണ്ണുന്നവൻ. infant, boy, tender, tick, yolk, tick on cows, one who eats.
ഉണ്ണിമാങ്ങ(നാ) - കണ്ണിമാങ്ങ. tender mango.
ഉണ്ണിവാതിൽ(നാ) - നരിച്ചീർ. small bat.
ഉണ്ണുക(സ.ക്രി)-സഹിക്കുക, അനുഭവിക്കുക, ഏൽക്കുക, ശ്വസിക്കുക, ഭക്ഷിക്കുക, കുടിക്കുക. to endure, to enjoy, to suffer, to inhale, to eat, to drink.
ഉണ്മ(നാ) - സത്യം, സത്ത, സ്നേഹം, തത്ത്വം, ഉറപ്പായ വിശ്വാസം, കാരുണ്യം, പദാർത്ഥം. reality, being, love, rule, firm belief, mercy, an object.
ഉന്മദം(നാ) - ഭ്രാന്ത്, ഭ്രമം, മദ്യലഹരി, അഹങ്കാരം, ഒരു സഞ്ചാരീ ഭാവം. insanity, illusion, intoxication, arrogance, one of the 33 subordinate feelings.
ഉണ്മലം(നാ) - മനസ്സിന്റെ അശുദ്ധി. impurity of the mind.
ഉണ്മിഴി(നാ) - അന്തർനേത്രം. inner eye.
ഉത (വി) - തയ്ക്കപ്പെട്ട. sewn.
ഉത(നാ) - ഊന്ന്, തോക്കിന്റെ ഇടിപ്പ്, തൊഴി, കുതിപ്പ്. support, rebound of a gun, kick, leap.
ഉത - വികല്പാർത്ഥം കുറിക്കുന്നത്. particle expressing doubt.
ഉതകുക (അ.ക്രി) - ഉപകരിക്കുക, പ്രയോജനപ്പെടുക, സഹായകരമായിരിക്കുക, വർദ്ധിക്കുക, വലുതാകുക. to be of help, to be useful, to be helpful, to increase, to prosper.
ഉതട്ട്(നാ) - ചതി. deceit.
ഉതപ്പ്(നാ) - ചവിട്ട്, ഇടർച്ച, എതിർപ്പ്. kicking, offence, opposition.
ഉതയ്ക്കുക (സ.ക്രി) - പിറകോട്ട് അടിക്കുക, തിരിച്ചടിക്കുക, ചവിട്ടുക, അടിക്കുക. to rebound, to recoil, to kick, to beat.
ഉതവൽ(നാ) - പുല്ല്. grass.
ഉതവി(നാ) - സഹായം. help.
ഉതൾ(നാ)- ആട്, മുട്ടാട്, മേടം രാശി, ഒരു വൃക്ഷം, ഉതളം. goat, ram, zodiac sign Aries, tree Cerbera odollam.
ഉതളിക(നാ) - തോൽപ്പാത്രം, മൂത്രാശയം. leather vessel, urinary bladder.
ഉതളിക്കുക (അ.ക്രി) - കാറ്റു കയറി വീർക്കുക. to be puffed up.
ഉതളിപ്പ്(നാ) - വീർക്കൽ. puffiness.
ഉതറുക (സ.ക്രി) - ഉപേക്ഷിക്കുക, കുതറുക, കുടഞ്ഞു വിടുവിക്കുക, തട്ടി വിടുവിക്കുക. to renounce, to struggle, to shake off, to throw off.
ഉതി(നാ) - വയറ്, തുരുത്തി, പാത്തി, കനം കുറഞ്ഞ തടിയുള്ള ഒരു വൃക്ഷം. stomach, (metal workers') bellows, garden bed, goompain tree.
ഉതി(നാ) - ഉദയം. dawning.
ഉതിക്കുക (അ.ക്രി) - ചീറ്റുക, ഉദിക്കുക. to hiss (as snakes) to dawn.
ഉതിപ്പ്(നാ) - ഉദയം. dawning.
ഉതിർ(നാ) - കതിർ. ear of corn.

ഉതിരം(നാ) - ചോര. blood.
ഉതിര്(നാ) - കുലയിൽ നിന്നുള്ള പൊഴിച്ചിൽ, ഉതിർമണി. falling or dropping of grain from a bunch, fallen grain.
ഉതിരുക (അ.ക്രി) - പൊഴിയുക (കുലയിൽ നിന്നു), അടർന്നു വീഴുക, ശബ്ദം പുറപ്പെടുക. to drop or fall (as fruits or leaves), to fall from bunch, to emerge(sound).
ഉതിർക്കുക (സ.ക്രി) - പൊഴിക്കുക, വീഴിക്കുക (കുലുക്കി), വാർക്കുക (കണ്ണീർ)ശബ്ദമുണ്ടാക്കുക. to cause to drop or fall, to cause to fall, to produce sound, to shed (tears).
ഉതിർമണി(നാ) - പൊഴിഞ്ഞു വീണ നെന്മണി. fallen grain.
ഉതുക്ക്(നാ) - കടമ്പ, ഭീഷണി, അരക്കെട്ട്. difficult entrance, threat, loins.
ഉത്ക (വി) - ഒഴിഞ്ഞ, ദുഃഖമുള്ള, ആഗ്രഹമുള്ള, ശ്രദ്ധയില്ലാത്ത. empty, sad, desirous of, careless.
ഉത്കട (വി) - ഭ്രാന്തുള്ള, ശക്തിയേറിയ, വർദ്ധിച്ച, അധികമായ, അഹങ്കാരമുള്ള, ഭയങ്കരമായ, നിരപ്പില്ലാത്ത. mad, powerful, increased, excessive, haughty, fierce, uneven.
ഉത്കടൻ(നാ) -മദ്യത്താൽ മത്തൻ, ശക്തൻ, മദയാന. intoxicated person, mighty person, elephant in rut.
ഉത്കടം(നാ) - മദം, കോപം, മദജലം, ചുവന്ന കരിമ്പ്, ഇലവർങ്ങത്തൊലി. intoxication, anger, fluid dropping from the temples of an elephant in rut, red sugarcane, bark of Laurus cassia.
ഉത്കണ്ഠ (വി) - കഴുത്തുയർത്തിയ, താല്പര്യമുള്ള, ഉദ്ഗതമായ മനസ്സുള്ള. having neck uplifted, anxious, ready (on the point of doing).
ഉത്കണ്ഠ(നാ)-ആധി, പ്രിയവൃത്താന്തം ശ്രവിക്കാനുള്ള അത്യാസക്തി, ആകാംക്ഷ, ഇഷ്ടപ്രാപ്തിക്കുള്ള താമസത്തിൽ വിചാരം. anguish, intense desire to hear news of the beloved, anxiety, anxity in delay in getting to beloved.
ഉത്കണ്ഠിത (വി) - ഉത്കണ്ഠയുള്ള. anxious.
ഉത്ക്കത(നാ) - ആഗ്രഹം, ഉത്കണ്ഠ. wish, anxiety.
ഉത്ക്കം(നാ) - അവസരം, ആഗ്രഹം. chance, wish.
ഉത്ക്കമ്പനം(നാ)-ഇളക്കം, വെമ്പൽ, വിറയൽ. shake, over-anxiousness, shivering.
ഉത്ക്കര (വി) - ഉയർത്തിയ, വാരിക്കൂട്ടിയ. raised, heaped up.
ഉത്ക്കരം(നാ) - കൂമ്പാരം, കൂട്ടം, ധാന്യാദി സമൂഹം, ചവറ്റിൻകൂട്ടം. pile, collection, stack, rubbish-heap.
ഉത്ക്കർഷണം(നാ) - ഉയർത്തൽ, ശ്രേഷ്ഠമാക്കൽ, മേൽപ്പോട്ട് വലിക്കൽ. raising, improving, act of drawing upwards.
ഉത്ക്കർഷം(നാ)- ഉയർച്ച, വർദ്ധന, ശ്രേഷ്ഠത, ആധിക്യം, മേൽപ്പോട്ട് വലിക്കൽ. elevation, prosperity, eminence, abundance, dragging upwards.
ഉത്ക്കല(നാ) - അധികമായ, ദയനീയമായ. excessive, piteous.
ഉത്ക്കലിക(നാ) - ആധി, ഉത്കണ്ഠ, പൂമൊട്ട്. anguish, anxiety, flowerbud.
ഉത്ക്കലിത (വി) - കൊഴിഞ്ഞ, അയഞ്ഞ, വിടർന്ന, കെട്ടഴിഞ്ഞ. dropped, loose, blossomed, unbound.
ഉത്ക്കാരൻ(നാ) - കൊയ് ത്തുകാരൻ, വിതയ്ക്കുന്നവൻ. reaper, sower.
ഉത്ക്കാശനം(നാ) - ആജ്ഞാപിക്കൽ. commanding.
ഉത്ക്കിരണം(നാ) - കൊത്തുപണി. carving.
ഉത്ക്കീർണ്ണ (വി) - വിതച്ച, ചിതറിയ, കൊത്തിവച്ച. sown, scattered, engraved.

ഉത്ക്കീർത്തനം(നാ) - പുകഴ്ത്തൽ. praising.
ഉത്ക്കീലിത (വി) - ആണി തറച്ച, സാക്ഷ മാറ്റിയ. nailed up, unfastened.
ഉത്ക്കുണം(നാ) - മൂട്ട, പേൻ. bug, louse.
ഉത്ക്കൂല(വി)-കര കവിഞ്ഞ. overflowing.
ഉത്ക്കൂലിത (വി) - കരയ്ക്കടിഞ്ഞ. reached on the bank.
ഉത്കൃഷ്ട (വി) - ഉയർന്ന, ആകർഷിക്കപ്പെട്ട, ശ്രേഷ്ഠമായ. highest, attracted, eminent.
ഉത്കോചകൻ(നാ) - കൈക്കൂലി വാങ്ങുന്നവൻ. one who receives bribe.
ഉത്ക്കോചം(നാ) - കാഴ്ചദ്രവ്യം, കൈക്കൂലി. tribute, bribe.
ഉത്ക്രമണം(നാ) - മരണം, ലംഘനം, അഭിവൃദ്ധി, ക്രമക്കേട്. dying, violation, progressive increase, disorder.
ഉത്ക്രമിക്കുക (അ.ക്രി) - കയറുക, കടന്നു കളയുക, മരിക്കുക. to ascend, to go away, to pass away.
ഉത്ക്രമിക്കുക (സ.ക്രി) - ഉപേക്ഷിക്കുക, അതിക്രമിക്കുക. to reject, to trespass.
ഉത്ക്രാന്ത (വി) - മരിച്ച, വിട്ടുപിരിഞ്ഞ, പൊയ്പോയ, വിട്ടുമാറിയ. dead, departed, gone out, gone beyond.
ഉത്ക്രാന്തി(നാ) - മരണം, ലംഘനം, അഭിവൃദ്ധി, ക്രമക്കേട്. dying, violation, progressive increase, disorder.
ഉത്ക്രോശം(നാ) - നിലവിളി. loud noise.
ഉത്ക്ഷേപകൻ(നാ) - അയയ്ക്കുന്നവൻ, വസ്ത്രാദികൾ മോഷ്ടിക്കുന്നവൻ, ആജ്ഞാപിക്കുന്നവൻ, ഉയർത്തുന്നവൻ, എറിയുന്നവൻ. one who sends, one who steals clothes, one who orders, one who raises, one who throws.
ഉത്ക്ഷേപണം(നാ) -മുറം, മേൽപ്പോട്ടുള്ള ഏറ്, ഛർദ്ദി, വിശറി, ഉയർത്തൽ, പുറത്തു കളയൽ. bowl used for cleaning corn, tossing up, vomiting, fan, uplifting, throwing out.
ഉത്ക്ഷേപം(നാ) - ഛർദ്ദി, മേൽപ്പോട്ടുള്ള ഏറ്, വെഞ്ചാമരം, ഉയർത്തൽ, മുറം. vomiting, tossing up, whisk of yaktail, uplifting, bowl used for cleaning corn.
ഉത്ഖനനം(നാ) - നശിപ്പിക്കൽ, പിഴുതെടുക്കൽ, കുഴിച്ചെടുക്കൽ. eradicating, uprooting, excavating.
ഉത്ഖാത (വി) - പിഴുതെടുത്ത, കുഴിച്ചെടുത്ത. uprooted, excavated.
ഉത്ഖാതം(നാ) - കുഴി, വങ്ക്, ദ്വാരം. cavity, hollow, hole.
ഉത്ത (വി) - നനഞ്ഞ. wet.
ഉത്തട (വി) - കരകവിഞ്ഞ. overflowing the bank.
ഉത്തടം (വി) - പൊങ്ങിയ തടം. elevated bank.
ഉത്ത്പത (വി) - ഉണക്കിയ, ചുട്ടുപഴുപ്പിച്ച. dried, madered hot.
ഉത്ത്പതം(നാ) - വലിയ ചൂട്, ചുട്ടുപഴുപ്പിച്ചത്, ഉണക്കമാംസം. high temperature, that which is made red hot, dried meat.
ഉത്തമ (വി) - ഏറ്റവും ഉത്കൃഷ്ടമായ, ഒടുവിലത്തെ, ശ്രേഷ്ഠമായ, ഒന്നാമത്തെ. excellent, last, noble, first.
ഉത്തമ(നാ) - കീഴാനെല്ലി, ത്രിഫല, ഉത്തമസ്ത്രീ, മുഖക്കുരു. plant of Phyllanthus niruri, three medicinal fruits, excellent woman, a kind of pimple.
ഉത്തമൻ(നാ) - വിഷ്ണു, ശിവഭക്തനായ ഒരു മുനി, ഉത്താനപാദന് സുരുചിയിലുണ്ടായ പുത്രൻ, ശ്രേഷ്ഠൻ, മൂന്നാം മനു. Vishnu, a saint, devotee to Siva, son of Uthanapada and Suruchi, noble man, third Manu.
ഉത്തമനം(നാ) - അക്ഷമ, അധൈര്യം. impatience, timidity.

ഉത്തമ പുരുഷൻ(നാ) - വിഷ്ണു, നല്ല മനുഷ്യൻ, വക്താവിനെ കുറിക്കുന്ന സർവ്വനാമം. Vishnu, gentle man, the first person (pronoun).
ഉത്തമം(നാ) - ശ്രേഷ്ഠം. that which is noble.
ഉത്തമർണ്ണൻ(നാ) - കടം കൊടുത്തവൻ. creditor.
ഉത്തമാംഗം(നാ) - ശിരസ്സ്. head.
ഉത്തമോത്തമം(നാ) - അത്യുത്തമം. best among best.
ഉത്തമൗജസ്സ്(നാ) - ധീരൻ. brave man.
ഉത്തംസം(നാ) - കർണ്ണാലങ്കാരം, ശിരോ ഭൂഷണം. ear-ring, crest.
ഉത്തര (വി) - വർദ്ധിച്ച, കവിഞ്ഞ, മുകളിലുള്ള, പിന്നീടുള്ള, ശ്രേഷ്ഠമായ, വടക്കുള്ള. exceeding, surpassing, higher, later, excellent, northern.
ഉത്തര(നാ) - വടക്കുദിക്ക്, ഉത്രം നക്ഷത്രം, വിരാടരാജാവിന്റെ പുത്രി. north direction, twelfth asterism, name of the daughter of Virata king.
ഉത്തരകാര്യം(നാ) - ശേഷക്രിയ. obsequies.
ഉത്തരകാലം(നാ) - ഭാവികാലം, ഒരു പൗർണ്ണമി മുതൽ അടുത്ത പൗർണ്ണമി വരെയുള്ള കാലം. future time, time reckoned from full moon to full moon.
ഉത്തരക്രിയ - ശേഷക്രിയ. obsequies.
ഉത്തരംഗ (വി) - വർദ്ധിച്ച, പൊങ്ങുന്ന, വിറയ്ക്കുന്ന, ജലം കൊണ്ട് മൂടപ്പെട്ട, തിരയടിക്കുന്ന. increased, bouncing, trembling, inundated, with surging waves.
ഉത്തരംഗം(നാ) - വാതിലിന്റെ ചട്ടക്കൂടിന് മുകളിൽ വളച്ചു വയ്ക്കുന്ന തടിക്കൂട്. wooden arch.
ഉത്തരച്ഛദം(നാ) -മൂടി, കിടക്കവിരിപ്പ്, ഉത്തരീയം. covering, bedcover, upper cloth.
ഉത്തരണം(നാ) - അക്കരകടക്കൽ. crossing.
ഉത്തരത്ര (ക്രി.വി) - പിന്നീട്. later.
ഉത്തരദിക്ക്(നാ) - വടക്കേ ദിക്ക്. north direction.
ഉത്തരധ്രുവം(നാ) - ഭൂമിയുടെ വടക്കേ ധ്രുവം. north pole.
ഉത്തരൻ(നാ) - വിഷ്ണു, ശിവൻ, വിരാട രാജാവിന്റെ മകൻ. Vishnu, Siva, son of Virata king.
ഉത്തരപക്ഷം(നാ)-എതിർഭാഗം, വടക്കു വശം, കറുത്തപക്ഷം, ഒടുവിൽ പറഞ്ഞ അഭിപ്രായം, തീരുമാനം. defence, northern side, dark half of a lunar month, latter argument, decision.
ഉത്തരപടം(നാ) - ഉത്തീരയം. upper-cloth.
ഉത്തരപഥിക(നാ) - നീല മുന്തിരി. blue grapes.
ഉത്തരഫാല്ഗുനി(നാ) - ഉത്രം നക്ഷത്രം. twelfth lunar mansion.
ഉത്തരഭദ്ര(നാ) ഉത്രട്ടാതി നക്ഷത്രം. the 26th lunar mansion.
ഉത്തഭാഗം(നാ) - വടക്കു വശം, രണ്ടാം ഭാഗം. northern side, second part.
ഉത്തരം(നാ) - ശ്രേഷ്ഠം, ഒരു അലങ്കാരം, ഉത്തരവ്, മറുപടി, വീട്ടിന്റെ ഭിത്തിക്കു മുകളിൽ കഴുക്കോലുകളെ താങ്ങുന്ന തടി, മേൽഭാഗം, വടക്കുള്ളത്, പിന്നീടുള്ളത്, പ്രായശ്ചിത്തം. that which is excellent, name of a figure of speech, order, answer, beam, upper part, that which is in the north, that which comes, penalty.
ഉത്തരം(നാ) - ഉത്രം നക്ഷത്രം. twelfth lunar mansion.
ഉത്തരലോകം(നാ) - സ്വർഗ്ഗലോകം. heaven.
ഉത്തരവസ്ത്രം(നാ) - ഉത്തരീയം. upper cloth.
ഉത്തരവാദം(നാ) - ഈട്, ജാമ്യം, എതിർവാദം, ഉത്തരം പറയേണ്ട ചുമതല, ഉത്തരം പറയൽ. mortgage, security, defence, responsibility, giving reply or explanation.

ഉത്തരവാദി(നാ) - ഉത്തരം പറയേണ്ടവൻ, ചുമതലക്കാരൻ, ജാമ്യക്കാരൻ. one who is responsible, responsible person, bail.

ഉത്തരവ്(നാ) - മറുപടി, അനുമതി, കല്പന, ആജ്ഞ. reply, permission, order, command.

ഉത്തരള (വി) - വളരെ ഇളകിയ. trembling.

ഉത്തരാക്കം(നാ) - രുദ്രാക്ഷം. Bastard cedar tree.

ഉത്തരാധര (വി) - ഉയർന്നും താണുമുള്ള. high and low, uneven.

ഉത്തരാധരം(നാ) - മേൽച്ചുണ്ട്. upper lip.

ഉത്തരാധികാരി(നാ) - അനന്തരാവകാശി. successor.

ഉത്തരാപഥം(നാ) - വിന്ധ്യനുവടക്കുള്ള പ്രദേശം. northern part of Vindhyas.

ഉത്തരായണപ്പക്ഷി(നാ) - ചക്രവാകം. ruddy goose.

ഉത്തരായണം(നാ) - സൂര്യന്റെ വടക്കോട്ടുള്ള ഗതി, മകരസംക്രമം മുതൽ കർക്കടക സംക്രമം വരെയുള്ള കാലം. progress of the sun to the north, summer solstice.

ഉത്തരാർദ്ധം(നാ) - രണ്ടാമത്തെ പാതി, ശരീരത്തിന്റെ മുകൾഭാഗം, വടക്കേ പകുതി, ശ്ലോകത്തിന്റെ മൂന്നും നാലും പാദങ്ങൾ. second half, upper part of the body, northern half, third and fourth lines of a stanza of four lines.

ഉത്തരാശ(നാ) - വടക്കേ ദിക്ക്. northern direction.

ഉത്തരാസംഗം(നാ) - ഉത്തരീയം, വടക്കു ദിക്കുമായുള്ള സമ്പർക്കം. upper cloth, contact with the north.

ഉത്തരാഹം(നാ) - അടുത്ത ദിവസം. next day.

ഉത്തരീയ (വി) - ഉത്തരദിക്കിലുള്ള, മുകളിലുള്ള. northern, upper.

ഉത്തരീയം(നാ) - മേല്മുണ്ട്. upper garment.

ഉത്തരേതര(നാ) - തെക്കേ ദിക്ക്. southern direction.

ഉത്തരേദ്യു (ക്രി.വി) - അടുത്ത ദിവസം. next day.

ഉത്തരേശൻ(നാ) - അഭിമന്യു, കുബേരൻ. Abhimanyu, son of Arjuna, Kubera, regent of the north.

ഉത്തരോക്ത (വി) - പിന്നീട് പറയപ്പെട്ട. narrated afterwards.

ഉത്തരോത്തരം (ക്രി.വി) - മേൽക്കുമേൽ, ഒന്നിനുമേലൊന്നായി. more and more, over and over.

ഉത്തരോഷ്ഠം(നാ) - മേൽച്ചുണ്ട്. upper lip.

ഉത്തലം(നാ) - മട്ടുപ്പാവ്. terrace.

ഉത്താന (വി) - തുറന്നു പറയുന്ന, ആഴമില്ലാത്ത വിസ്താരമില്ലാത്ത, തുറന്നുവച്ച, മലർന്നു കിടക്കുന്ന. frank, shallow, narrow, open, supine.

ഉത്താനബുദ്ധി(നാ) - മന്ദബുദ്ധി. shallow person.

ഉത്താനം(നാ) - ഉയർന്ന സ്ഥലം, ആഴമില്ലാത്ത പ്രദേശം, ഉദാസീനത, മലർന്നുകിടപ്പ്, ഒരു വാതരോഗം. elevated place, shallow place, indolence, lying on the back, rheumatic disease.

ഉത്താപം(നാ) - വലിയ ചൂട്, കഠിന ദുഃഖം. great heat, affliction.

ഉത്താരകൻ(നാ) - ശിവൻ, മുക്തി നൽകുന്നവൻ. Siva, saviour.

ഉത്താരണൻ(നാ) - വിഷ്ണു, മുക്തി നൽകുന്നവൻ. Vishnu, saviour.

ഉത്താരണം(നാ) - മുക്തി, മോചനം, മറുകര കടത്തൽ. deliverence, salvation, ferrying.

ഉത്താരിത (വി) - മറുകര കടത്തപ്പെട്ട, മോചിപ്പിക്കപ്പെട്ട. delivered, liberated.

ഉത്താല (വി) - വളർച്ച പ്രാപിച്ച, ഭയങ്കരമായ, വലിയ, പ്രയാസമുള്ള, വേഗമുള്ള, ശക്തമായ, മഹത്തായ, പൊക്കമുള്ള, ആഞ്ഞടിക്കുന്ന. grown up,

fierce, large, difficult, speedy, strong, great, elevated, imperious.
ഉത്താലൻ(നാ) - ആൾക്കുരങ്ങ്. ape.
ഉത്താള (വി) - വേഗമുള്ള, തടവില്ലാത്ത. speedy, unrestrained.
ഉത്തിരി (വി) - അല്പം. a little.
ഉത്തിഷ്ഠമാന (വി) - വർദ്ധിച്ചു വരുന്ന, ഉയർന്നു വരുന്ന. increasing, rising.
ഉത്തീർണ്ണ (വി) - മോക്ഷം പ്രാപിച്ച, പരീക്ഷയിൽ ജയിച്ച, ഉയർന്നു വന്ന, മറുകര കടന്ന. liberated, passed (the examination), risen from, crossed.
ഉത്തുംഗ(വി) - ഉന്നതമായ. high, tall.
ഉത്തുഷം(നാ) - ഉമി കളഞ്ഞ ധാന്യം. grain freed from husks.
ഉത്തേജക (വി) - പ്രേരിപ്പിക്കുന്ന, വേഗങ്ങളെ തീവ്രമാക്കുന്ന, ഉണർത്തുന്ന, ഉത്സാഹിപ്പിക്കുന്ന. instigating, stimulating, awakening, making zealous.
ഉത്തേജനം(നാ) - മൂർച്ച കൂട്ടൽ, ജ്വലിപ്പിക്കൽ, പ്രോത്സാഹിപ്പിക്കൽ. sharpening, brightening, encouragement.
ഉത്തേജിപ്പിക്കുക(സ.ക്രി)- പ്രേരിപ്പിക്കുക, ഊർജ്ജിതപ്പെടുത്തുക, മൂർച്ച കൂട്ടുക, ജ്വലിപ്പിക്കുക, ഉണർത്തുക. to instigate, to stimulate, to sharpen, to brighten, to awaken.
ഉത്തോലകം(നാ) - ഭാരം അറിയുന്നതിനോ ഉയർത്തുന്നതിനോ ഉള്ള യന്ത്രം. lever.
ഉത്തോലനം(നാ) - തൂക്കം നോക്കൽ. weighing.
ഉത്ഥ (വി) - ജനിച്ച, എഴുന്ന, പുറപ്പെട്ട. born, risen, started.
ഉത്ഥാനം(നാ) - ഉദയം, ഉണർച്ച, മുറ്റം, ഉദ്യോഗം, തന്ത്രം, എഴുന്നേൽപ്പ്, പുരുഷത്വം, ശാസ്ത്രം, സേന, രോഗനിദാനം, സമാപ്തി, സന്തോഷം. rise, awakening, courtyard, occupation, tactics, standing up, manliness, science, army, cause of a disease, conclusion, joy.
ഉത്ഥാപക(വി)- പൊക്കുന്ന, ഉണർത്തുന്ന, എഴുന്നേൽപ്പിച്ചുനിർത്തുന്ന, ഉയർത്തുന്ന. raising up, awakening, causing to stand up or get up, lifting.
ഉത്ഥാപനം(നാ) - ഛർദ്ദി, ഉയർത്തൽ, എഴുന്നേൽപ്പിക്കൽ, വീട്ടിൽ നിന്നു പിരിയാൻ ഇടയാക്കൽ, സാധിക്കൽ, പ്രസവം, അഭിവൃദ്ധിപ്പെടുത്തൽ, ഉണർത്തൽ, പൂർത്തിയാക്കൽ. vomiting, elevating, get up, causing to leave a house, achieving, delivery, making prosperous, awakening, completing.
ഉത്ഥിത (വി) - വർദ്ധിച്ച, എഴുന്നേറ്റ, പുറപ്പെട്ട, ജ്വലിച്ച, ഉത്സാഹത്തോടുകൂടിയ, പൊന്തിവന്ന, ഉയർത്തപ്പെട്ട, ജനിച്ച. increased, risen, started, burst into flame, diligent, emerged, lifted, born.
ഉത്പക്ഷ (വി) - ചിറക് ഉയർത്തിയ. with raised wing.
ഉത്പതനം(നാ) - ജനനം, പറക്കൽ, ഏറ്, മേലോട്ടുള്ള ചാട്ടം, ഘനവസ്തു വാതകമാകൽ, കയറ്റം. birth, flying up, throwing up, leaping up, sublimation, ascending.
ഉത്പതം(നാ) - പക്ഷി. bird.
ഉത്പതിക്കുക (അ.ക്രി) - ആവിർഭവിക്കുക, കുതിക്കുക, പറന്നു പൊങ്ങുക, മേൽപ്പോട്ടു ചാടുക. to emerge, to leap on, to fly up, to jump up.
ഉത്പതിഷ്ണു(നാ) - ദേശകാലാനുരൂപമായ പരിഷ്കാരം ഇച്ഛിക്കുന്നവൻ, മുകളിലേക്കുപോകാൻ ആഗ്രഹിക്കുന്നവൻ. liberal, one who wishes to go up.
ഉത്പത്തി(നാ) - ചരിത്രം, സൃഷ്ടി, ജനനം, ആരംഭം, നിലംപുരയിടങ്ങൾ. history, creation, birth, beginning, paddy-land.
ഉത്പഥം(നാ) - തെറ്റായ വഴി, ദുർമ്മാർഗ്ഗം. wrong path, bad way.
ഉത്പന്ന (വി) - നേടിയ, എണീറ്റ, ലഭിച്ച, ഉണ്ടായ, ജനിച്ച, ഉത്പാദിപ്പിച്ച.

achieved, risen, got, taken place, born, produced.
ഉത്പന്നം(നാ) - വിളവ്, വിഭവം. crop, resource.
ഉത്പന്നമതി(നാ) - ബുദ്ധിയുള്ളവൻ. intelligent man.
ഉത്പല (വി) - നേർത്ത, മാംസശൂന്യമായ, ശോഷിച്ച. soft, fleshness, emaciated.
ഉത്പലദളം(നാ) - ഉത്പലത്തിന്റെ ദളം, നഖക്ഷതം. petal of Nymphea, wound caused by the scratch of a finger nail.
ഉത്പലദൃക്ക്(നാ) - സുന്ദരി. beauty.
ഉത്പലപത്രം(നാ) - നഖം കൊണ്ടുണ്ടായ മുറിവ്, കരിങ്കൂവളത്തിലെ ഇല, നെറ്റിയിലെ ചന്ദനക്കുറി. wound caused by the scratch of a finger, leaf petal of Nymphea, a mark of sandal paste on the forehead.
ഉത്പലം(നാ) - താമര, കരിങ്കൂവളം, ഒരിനം മീൻ, കൊട്ടം, ചെങ്ങഴിനീർ പൂവ്, നൈതൽ പുഷ്പം, ഒരു വലിയ സംഖ്യ. lotus, Pontendera vaginalis, a kind of fish, plant Costus speciosus, Nympheaea caerulea, water-lily, name of a large number.
ഉത്പലമകൾ(നാ) - ലക്ഷ്മീദേവി. goddess Lakshmi.
ഉത്പലരിപു(നാ) - ചന്ദ്രൻ. moon.
ഉത്പലസംഭവൻ(നാ) - ബ്രഹ്മാവ്. Brahma.
ഉത്പലാക്ഷൻ(നാ)- വിഷ്ണു. Vishnu.
ഉത്പലാക്ഷി(നാ) - സുന്ദരി. beauty.
ഉത്പലാസ്ത്രൻ(നാ) - കാമദേവൻ. Cupid.
ഉത്പലിനി(നാ) - താമരപ്പൊയ്ക. lotus pond.
ഉത്പവനം(നാ) - പുണ്യാഹകർമ്മം, ഹോമാഗ്നിയിൽ നെയ്യുവീഴ്ത്തൽ, ശുദ്ധിയാക്കൽ, ശോധനയന്ത്രം. act of purifying, offering ghee in the sacrificial fire, purifying, any instrument for cleaning.
ഉത്പാടനം(നാ) - പിളർപ്പ്, പൊളിച്ചു കളയൽ, വേരോടെ പറിക്കൽ. split, tearing out, uprooting.
ഉത്പാതകൻ(നാ) - പ്രക്ഷോഭകാരി. revolter.
ഉത്പാതം(നാ)- ചാട്ടം, ആപത്ത്, പ്രക്ഷോഭം, ദുർനിമിത്തം, ആപത് സൂചകമായ അസാധാരണ സംഭവം, (അഗ്നി) ബാധ. jump, calamity, uprising, bad omen, portent, attack (of fire).
ഉത്പാതവാതം(നാ) - കൊടുങ്കാറ്റ്, ചുഴലിക്കാറ്റ്. tempest, vortex.
ഉത്പാദ (വി) - പാദം ഉയർത്തിയ. with the feet uplifted.
ഉത്പാദകൻ(നാ) - പിതാവ്, നിർമ്മാതാവ്. father, producer.
ഉത്പാദനം(നാ) - ഉത്പാദിപ്പിക്കൽ, നിർമ്മാണം. generating, production.
ഉത്പാദം(നാ)- നിർമ്മിതി, ആവിർഭാവം, ജനനം. production, appearance, birth.
ഉത്പാദ്യം(നാ) - കവികല്പിതമായ കഥാവസ്തു. imaginary plot.
ഉത്പാലി(നാ) - ആരോഗ്യം, സമ്പത്ത്. health, wealth.
ഉത്പിഷ്ട (വി) - പൊടിച്ച, പൊട്ടിച്ച, മർദ്ദിക്കപ്പെട്ട. broken, crushed, beaten.
ഉത്പീഡനം(നാ) - ഉരസൽ, കഷ്ടപ്പെടുത്തൽ, ഉപദ്രവിക്കൽ, ഞെക്കൽ. rubbing, tormenting, troubling, pressing.
ഉത്പുളക (വി) - രോമാഞ്ചമുണ്ടായ, ആനന്ദത്തോടു കൂടിയ. horripilant, delighted.
ഉത്പ്രജ്ഞൻ(നാ) - ബുദ്ധിമാൻ. highly intelligent person.
ഉത്പ്രസവം(നാ) - ഗർഭം അലസൽ. abortion.
ഉത്പ്രേക്ഷ(നാ) - ഊഹം, സ്മരണം, മേൽപ്പോട്ടു നോക്കൽ, ഉദ്ഭാവന, ഒരു അലങ്കാരം. guess, remembering, look-

ing upwards, fancy, a figure of speech.

ഉത്പ്രേക്ഷണം(നാ) - ഊഹം, തുലനം, മേൽപ്പോട്ടു നോക്കൽ. guess, comparison, looking upwards.

ഉത്പ്ലവ(നാ) - കപ്പൽ, ചങ്ങാടം, വള്ളം, ബോട്ട്. ship, raft, country boat, a boat.

ഉത്പ്ലവം(നാ) - ചാട്ടം, കുതിപ്പ്. jump, leaping up.

ഉത്പ്ലാവം(നാ) - കവിഞ്ഞൊഴുകൽ. overflow.

ഉത്പ്ലുത (വി) - കുതിച്ചു ചാടിയ. jumped up.

ഉത്ഫുല്ല (വി) - മലർന്ന, വികസിച്ച, വീർത്തു വലുതായ, നല്ലതുപോലെ തുറന്ന. wide open, fully blossomed, swollen, fully opened.

ഉത്ഫുല്ലം(നാ) - വിടർന്ന പൂക്കളുള്ള മരം, വിരിഞ്ഞത്. tree with full blown flowers, blown up.

ഉത്രട്ടാതി(നാ) - ഇരുപത്തിയാറാമത്തെ നക്ഷത്രം. 26 th asterism.

ഉത്രത്രയം(നാ) - ഉത്രം, ഉത്രാടം, ഉതൃട്ടാതി ഇവ മൂന്നും. 12th, 21st and 26th asterisms.

ഉത്രം(നാ) - പന്ത്രണ്ടാമത്തെ നക്ഷത്രം. twelfth asterism.

ഉത്രാടം(നാ) - ഇരുപത്തിയൊന്നാമത്തെ നക്ഷത്രം. 21st asterism.

ഉത്സം(നാ) - അരുവി, കുന്നിൽ നിന്നു ജലം പുറപ്പെടുന്ന സ്ഥലം. spring, fountain.

ഉത്സംഗ (വി) - വിരക്തനായ. indifferent.

ഉത്സംഗൻ(നാ) - സന്യാസി. sage.

ഉത്സംഗം(നാ) - ഇറക്കം, മടി, ചരിവ്, ആലിംഗനം, സംയോഗം, കൊടുമുടി, ഉള്ള്, മുകൾഭാഗം. descent, lap, slope, embrace, union, peak, interior, top.

ഉത്സത്തൻ(നാ) - ശ്രേഷ്ഠൻ. noble person.

ഉത്സന്ന (വി) - തീർന്ന, ഉപേക്ഷിച്ച, ഉയർന്ന, നശിച്ച, ക്ഷീണിച്ച, വർദ്ധിച്ച. finished, left off, risen, ruined, wearied, increased.

ഉത്സർഗ്ഗം(നാ) - ദാനം കൊടുക്കൽ, വിടുതൽ, ഉപേക്ഷിക്കൽ, ചെലവഴിക്കൽ. donating, leaving off, abandoning, spending.

ഉത്സർജ്ജനം(നാ) -ദാനം, അയപ്പ്, ത്യാഗം. donation, sending, sacrifice.

ഉത്സർജ്ജിക്കുക (സ.ക്രി)- അയയ്ക്കുക, വെളിയിൽ വിടുക, ഉപേക്ഷിക്കുക, പുറത്തേക്കു കളയുക, നിയോഗിക്കുക, തൊടുത്തു വിടുക. to send, to leave out, to reject, to pour out, to appoint, to discharge.

ഉത്സർപ്പം(നാ) - കയറ്റം, ഇഴഞ്ഞു കയറൽ, പൊങ്ങുകയും താഴുകയും ചെയ്യുക (നെഞ്ച്), തിരമറിച്ചിൽ, ഉല്ലംഘനം, വീക്കം. ascending, gliding upwards, heaving, movement of waves, trespassing, transgression, swelling.

ഉത്സർപ്പി (വി)-പൊങ്ങുന്ന, ഉയരുന്ന. going high, rising.

ഉത്സവം(നാ) - കോപം, കൊടിയേറ്റ്, അഹംഭാവം, ആഘോഷം, സന്തോഷാവസരം. wrath, annual festival in a temple, egoism, festival, joyous occasion.

ഉത്സാദക (വി) - നശിപ്പിക്കുന്ന. destroying.

ഉത്സാദനം(നാ) - കയറ്റം, ഉയർത്തൽ, നശിപ്പിക്കൽ, സുഗന്ധം പൂശൽ, അഴുക്കുകളയൽ, നിലമൊരുക്കൽ, തിരുമ്മൽ. ascending, elevating, destroying, anointing body with perfumes, cleaning body, preparing field for sowing, chafing limbs.

ഉത്സാരകൻ(നാ)- കാവൽക്കാരൻ. guard, door keeper.

ഉത്സാരണം(നാ) - അകറ്റി നിറുത്തൽ, ദ്വാരപാലനം, സ്വീകരണം. keeping at a distance, work of a door keeper, reception of a guest.

ഉത്സാഹക (വി) - ഉത്സാഹമുള്ള, പരിശ്രമിക്കുന്ന. persevering, striving.
ഉത്സാഹനം(നാ)-പ്രയത്നം, ഉത്സാഹിപ്പിക്കൽ. effort, encouraging.
ഉത്സാഹം(നാ) - ഉദ്യമം, പ്രയത്നം, സന്തോഷം, ജാഗ്രത, കാര്യനിർവഹണത്തിനുള്ള താല്പര്യം, സ്ഥിരനിശ്ചയം. effort, exertion, joy, happiness, vigilance, perseverance, determination.
ഉത്സാഹി(നാ) - ഉത്സാഹമുള്ളവൻ, പ്രയത്നശാലി. persevering person, industrious person.
ഉത്സാഹിക്കുക (അ.ക്രി) - ഉദ്യോഗിക്കുക, ഉദ്യമിക്കുക. to venture, to act with zeal.
ഉത്സിക്ത (വി) - ഇഷ്ട കാര്യപ്രാപ്തിയ്ക്കു വേണ്ടി പ്രയത്നിക്കുന്ന, ശ്രദ്ധയുള്ള, സ്നേഹമുള്ള, താല്പര്യമുള്ള, വാത്സല്യമുള്ള. striving for a desired object, attending, loving, interested, affectionate.
ഉത്സുക്ത(നാ) - ദുഃഖം, അതിയായ അഭിലാഷം, താല്പര്യം, ഇഷ്ടസാധ്യത്തിനുള്ള ഉത്സാഹം, അസ്വാസ്ഥ്യം, സ്നേഹം, ഔത്സുക്യം. sorrow, ardent desire, attachment, diligent effort to achieve the desired object, uneasiness, love, zeal.
ഉത്സുകം(നാ) - ആഗ്രഹം, ഉത്കണ്ഠ, അഭിരുചി. desire, anxiety, taste.
ഉത്സൂരം(നാ) - വൈകുന്നേരം. evening.
ഉത്സേകം(നാ) - തളിപ്പ്, തേകൽ, മദം, ഗർവ്വം. sprinkling, pouring out, haughtiness, insolence.
ഉത്സേചനം(നാ) - തളിപ്പ്, ഒഴിക്കൽ, വെള്ളം തേകൽ. sprinkling, showering, pouring out water.
ഉത്സമയം(നാ) - പുഞ്ചിരി. smile.
ഉത്സ്വനം(നാ) - ഉച്ചത്തിലുള്ള ശബ്ദം. loud sound.
ഉദക് (ക്രി.വി) - വടക്ക്. north.
ഉദകകർമ്മം(നാ) - പിതൃകർമ്മം. funeral rites.
ഉദകഗാഹം(നാ) - കുളി. bathing.
ഉദകധരം(നാ) - മേഘം. cloud.
ഉദകനിധി(നാ) - സമുദ്രം. the sea.
ഉദകപിണ്ഡം(നാ) - പിതൃകർമ്മം. libation of water to manes.
ഉദകപ്പോള(നാ) - നീർക്കുമിള. bubble.
ഉദകം(നാ) - ജലം. water.
ഉദകമണ്ഡലു(നാ) - ജലപാത്രം. water pot.
ഉദകമനഥം(നാ) - ഉമി കളഞ്ഞ ധാന്യം. grain without husk.
ഉദകശാന്തി(നാ) - രോഗശാന്തിക്ക് ജലം ജപിച്ചൊഴിക്കൽ. sprinkling consecrated water over a sick person.
ഉദകാധാരം(നാ) - തൊട്ടി, കിണർ. bucket, a well.
ഉദകേചരം(നാ) -ജലജീവി. amphibian.
ഉദകോദനം(നാ) - കഞ്ഞി. gruel.
ഉദകോദരം(നാ)-മഹോദരം. dropsy.
ഉദഗയനം(നാ) - ഉത്തരായണം. sun's progress to north of equator.
ഉദഗ്ര (വി) - ഉന്നതമായ, ഉത്കൃഷ്ടമായ, വർദ്ധിച്ച, ക്രൂരമായ, കൂർത്തമുനയുള്ള, മുന്നിട്ടു നിൽക്കുന്ന. tall, exalted, increased, cruel, pointed, predominent.
ഉദജം(നാ) - താമര. lotus.
ഉദഞ്ചനം(നാ) - അടപ്പ്, മൂടി, തൊട്ടി, കുടം. lid, cover, bucket, pail.
ഉദഞ്ചിക്കുക (സ.ക്രി) - ഉയർത്തുക, വർദ്ധിപ്പിക്കുക. to uplift, to enhance.
ഉദഞ്ചിത (വി) - പറഞ്ഞ, ഉയർത്തപ്പെട്ട, മുഴക്കിയ. uttered, elevated, caused to resound or reverberate.
ഉദധി(നാ) - സമുദ്രം, മേഘം, കായൽ. the sea, cloud, lake.
ഉദധികന്യ(നാ) - ലക്ഷ്മീദേവി. goddess Lakshmi.
ഉദധിഭാരം(നാ) - മേഘം. cloud.
ഉദധിമലം(നാ) - കടൽനാക്ക്, കടൽനുര. cuttle fish bone, lather of sea waves.

ഉദധിമേഖല(നാ) - ഭൂമി. earth.
ഉദധിരാജൻ(നാ) - വരുണൻ. Varuna.
ഉദധിവജ്രം(നാ) - ഇടിയോടുകൂടിയ മഴ. thunder shower.
ഉദധിവാഹം(നാ) - മേഘം. cloud.
ഉദധിസുത(നാ) - മഹാലക്ഷ്മി. goddess Lakshmi.
ഉദധിസുതൻ(നാ) - ചന്ദ്രൻ. moon.
ഉദധിസുതം(നാ) - ശംഖം, അമൃത്. conch, nectar.
ഉദന്ത (വി) - അറ്റം വരെ എത്തുന്ന. extending up to the end.
ഉദന്തം(നാ) - വൃത്താന്തം, വർത്തമാനം, കഥ. news, account, story.
ഉദന്തിക(നാ) - തൃപ്തി, അലംഭാവം. satisfaction, indifference.
ഉദന്യ(നാ) - ദാഹം, തേജസ്സ്. thirst, brilliance.
ഉദന്വത് (വി) - വെള്ളമുള്ള. watery.
ഉദന്വാൻ(നാ) - സമുദ്രം. ocean.
ഉദപാത്രം(നാ) - കുടം, തൊട്ടി. water pot, bucket.
ഉദപാനം(നാ) - കിണറ്, തൊട്ടി. well, bucket.
ഉദബിന്ദു(നാ) - ജലകണം. drop of water.
ഉദമേഘം(നാ) - കാർമേഘം. dark cloud.
ഉദയകാലം(നാ) - പ്രഭാതം. dawn.
ഉദയഗിരി(നാ) - ഉദയപർവ്വതം. eastern mountain.
ഉദയനക്ഷത്രം(നാ) - ശുക്രൻ. Venus.
ഉദയനം(നാ) - ഉദിക്കൽ. rising.
ഉദയപർവ്വതം(നാ) - പൂർവ്വപർവ്വതം. eastern mountain behind which sun is supposed to rise.
ഉദയം(നാ) - ഉഷസ്സ്, ജനനം, ലാഭം, ക്ഷേമം, ഉത്പത്തി, ഉത്സവം, സൗഭാഗ്യം, അഭിവൃദ്ധി, പ്രതിഫലം, ആവിർഭാവം, ആരംഭം, ശുഭവൃത്തി, പലിശ, ഉദയപർവ്വതം. dawn, birth, profit, welfare, genesis, festival, fortune, prosperity, reward, appearance, beginning, well being, interest, eastern mountain.
ഉദയശൈലം(നാ) - ഉദയപർവ്വതം. eastern mountain behind which the sun is supposed to rise.
ഉദകര (വി) - ഉദരത്തിലുള്ള. abdominal.
ഉദരഗാമി(നാ) - ഇഴജന്തു. reptile.
ഉദരത്രാണം(നാ) - ചട്ട, ബെൽറ്റ്. garment, belt.
ഉദരധി(നാ) - സമുദ്രം, സൂര്യൻ. ocean, sun.
ഉദരപിശാചൻ(നാ) - ഏറെ ഭക്ഷിക്കുന്നവൻ. glutton.
ഉദരപൂജ(നാ) - ഭക്ഷണം കഴിക്കൽ. eating.
ഉദരപൂരണം(നാ) - വയറു നിറയ്ക്കൽ. filling one's stomach.
ഉദരം(നാ) - വയറ്, ഗർഭപാത്രം, മഹോദരം, ഉദരരോഗം, അന്തർഭാഗം. stomach, womb, morbid abdominal affectation, interior.
ഉദരംഭരി (വി) - തന്നെ മാത്രം പോറ്റുന്നവൻ, സ്വാർത്ഥമതിയായ. glutton, selfish person.
ഉദരവ്യാധി(നാ) - ഉദരരോഗം. disease of stomach.
ഉദരശായ (വി) - കമിഴ്ന്നു കിടക്കുന്ന. lying on the belly.
ഉദരശയം(നാ) -ഭ്രൂണം, ഗർഭപാത്രം. foetus, uterus.
ഉദരശൂല(നാ) - വയറ്റു വേദന. abdominal disease.
ഉദരാഗ്നി(നാ) - ജഠരാഗ്നി. digestive fire.
ഉദരാവർത്തം(നാ) - പൊക്കിൾ. navel.
ഉദരിണി(നാ) - ഗർഭിണി. pregnant woman.
ഉദർക്കം(നാ) -ഭാവി ഫലം, ഉയർച്ച, ഒരു വൃക്ഷം, അവസാനം. consequence, elevation, vanguiera, end.
ഉദർച്ചിസ്സ്(നാ) - അഗ്നി, കാമദേവൻ, ശിവൻ. fire, cupid, Siva.

ഉദവസിതം(നാ) - വീട്. house.
ഉദവാസം(നാ) - വെള്ളത്തിൽ നിൽക്കൽ, ആറ്റുവക്കിലുള്ള വീട്. standing in water, house situated on a river- bank.
ഉദശ്രു (വി) - കരയുന്ന. crying.
ഉദസനം(നാ) - മേൽപ്പോട്ട് എറിയൽ, പൊക്കി നിർത്തൽ, ഉയർത്തൽ, പുറത്താക്കൽ. throwing upwards, raising, lifting, expelling.
ഉദസ്ര (വി) - കണ്ണീർ പൊഴിക്കുന്ന. shedding tears.
ഉദഹാരം(നാ) - മേഘം, വെള്ളം കോരുന്ന പാത്രം. cloud, vessel to fetch water.
ഉദാത്ത (വി) - ഉയർന്ന, ഉത്കൃഷ്ടമായ, ഔദാര്യമുള്ള, ഉച്ചസ്വരത്തിലുള്ള. high, exalted, generous, of a high pitch.
ഉദാത്തം(നാ) - സ്വരഭേദം, ദാനം, പെരുമ്പറ, ഒരു അലങ്കാരം. high or sharp tone, gift, large drum, figure of speech.
ഉദാനൻ(നാ) - അഞ്ചു വായുക്കളിൽ ഒന്ന്, കണ്ഠദേശത്ത് സ്ഥിതി ചെയ്യുന്നു. one of the five vital airs which rises up the throat.
ഉദായുധ (വി) - അധികം ഉയർത്തിയ, ആയുധത്തോടു കൂടിയ. with uplifted weapon.
ഉദാര (വി) - സുന്ദരമായ, ദാനശീലമുള്ള, ശ്രേഷ്ഠമായ, സത്യനിഷ്ഠയുള്ള, വിസ്താരമേറിയ. charming, generous, noble, honest, extensive.
ഉദാരത(നാ) - ദാനശീലം, ദയ, ശ്രേഷ്ഠത, മാന്യത, ഉദാസീനത. generosity, kindness, nobility, exaltedness, negligence.
ഉദാരധീ(നാ) -മഹാമനസ്കൻ, മഹാവിഷ്ണു. generous person, Vishnu.
ഉദാരമതി (വി) - ഉദാരബുദ്ധിയുള്ള, ദാനശീലമുള്ള. generous, magnanimous.
ഉദാവർത്തനം(നാ) - ഒരു കുടൽ രോഗം. bowel disease.
ഉദാസൻ(നാ) - വൈരാഗി. religious medicant who is detached.
ഉദാസീന (വി) - നിഷ്പക്ഷമായ, മടിയുള്ള, ജാഗ്രതയില്ലാത്ത. impartial, lazy, inert.
ഉദാസീനത(നാ) - ഉപേക്ഷ, നിഷ്പക്ഷത, മടി. താല്പര്യമില്ലായ്മ negligence, impartiality, laziness, indifference.
ഉദാഹരണം(നാ) - ദൃഷ്ടാന്തം, വർണ്ണനം, കഥനം. example, description, saying.
ഉദാഹരിക്കുക (ക്രി) - ഉദാഹരണം കാണിക്കുക, പറയുക. to cite an example, to say.
ഉദാഹാരം(നാ) - മുഖവുര, ദൃഷ്ടാന്തം. preface, example.
ഉദാഹിത (വി) - ഉയർത്തപ്പെട്ട. uplifted.
ഉദാഹൃത (വി) - പറയപ്പെട്ട, ഉദാഹരിക്കപ്പെട്ട. uttered, illustrated.
ഉദാഹൃതി(നാ) - ഉദാഹരണം. example.
ഉദിക്കുക (അ.ക്രി) - ഉയർന്നുവരിക, ഉണ്ടാവുക, ജനിക്കുക, തോന്നുക. to rise, to occur, to rise above the horizon, to feel.
ഉദിത (വി) - പറയപ്പെട്ട. uttered.
ഉദിത (വി) - ഉദിച്ച, ഉണ്ടായ, അനുഭവപ്പെട്ട, ഉയർന്ന, വർദ്ധിച്ച. risen, occurred, experienced, high, increased.
ഉദിതി(നാ) - പറയപ്പെട്ടത്, വാക്ക്. speech, word.
ഉദിതി(നാ) - ഉദയം, കയറൽ, ഒരു വാസ്തുദേവത. rising, ascending, name of an architechtural deity.
ഉദിത്വര(വി) - ഉയർന്നു കൊണ്ടിരിക്കുന്ന, കവിഞ്ഞു നിൽക്കുന്ന. rising, surpassing.
ഉദീക്ഷ(നാ)-പ്രതീക്ഷിക്കൽ, മുകളിലോട്ട് നോക്കൽ. expectation, looking up.
ഉദീക്ഷിക്കുക (ക്രി) - പ്രതീക്ഷിക്കുക. to expect.

ഉദീചി(നാ) - വടക്കേ ദിക്ക്. northern direction.
ഉദീചീന (വി) - വടക്കുള്ള. northern.
ഉദീച്യം(നാ) - വടക്കൻ പ്രദേശം, രാമച്ചം, ഇരുവേലി, തലമുടി. northern region, cuscus grass, the plant of andropogon muricatum, hair.
ഉദീപം(നാ) - വെള്ളപ്പൊക്കം. flood.
ഉദീരണം(നാ) - പറച്ചിൽ, ഉച്ചാരണം, വിസർജ്ജിക്കൽ, ഏറ്. speaking, utterance, excretion, throw.
ഉദീരിതം(നാ) - പറച്ചിൽ. saying.
ഉദീർണ്ണ (വി) - ഉണ്ടായ, ഔദാര്യമുള്ള, കടുത്ത, വർദ്ധിച്ച, പ്രേരിതമായ, മദിച്ച, ശ്രേഷ്ഠമായ. produced, generous, severe, increased, compelled, proud, excellent.
ഉദീർണ്ണൻ(നാ) - വിഷ്ണു, ശ്രേഷ്ഠൻ. Vishnu, exalted person.
ഉദീഷിത (വി) - ഉയർന്ന. elevated.
ഉദുംബരൻ(നാ) - നപുംസകൻ. eunuch.
ഉദുംബരം(നാ) -ചെമ്പ്, അത്തിമരം, ഉമ്മറം, ചെംകുഷ്ഠം, രണ്ടുതോല തൂക്കം. copper, fig tree, threshold, a kind of leprosy, weight of two tolas.
ഉദുംബല (വി) - ശക്തിയുള്ള. strong.
ഉദൂഖലം(നാ) - ഗുൽഗുലു, ഉരൽ. Indian bdellium, mortar.
ഉദൂഢ (വി) - വിവാഹം കഴിച്ച, വർദ്ധിച്ച, ലഭിച്ച, തടിച്ച. married, increased, obtained, fat.
ഉദൂഢ(നാ) - വിവാഹിത. married woman.
ഉദ്ഗത (വി) - ഉദിച്ചുയർന്ന, ഉണ്ടായ, വർദ്ധിച്ച, ഛർദ്ദിക്കപ്പെട്ട, പുറപ്പെട്ട. risen, occurred, increased, vomited, proceeded from.
ഉദ്ഗതി(നാ) - ഉയർച്ച. prosperity.
ഉദ്ഗമനം(നാ) - ഉയർച്ച, അഭിവൃദ്ധി. elevation, prosperity.
ഉദ്ഗമനീയം(നാ) - അലക്കിയ ഇണപ്പുടവ, വസ്ത്രവും ഉത്തരീയവും. pair of bleached/washed cloths, pair of cloth and upper cloth.
ഉദ്ഗമം(നാ) - ഉയരൽ, പുറപ്പാട്, ജനനം, സൃഷ്ടി, അങ്കുരം, ഛർദ്ദി, ഉദ്ഭവസ്ഥാനം. going up, setting out, birth, creation, sprout, vomiting, origin.
ഉദ്ഗമിക്കുക (അ.ക്രി) - മേൽപ്പോട്ട് ഗമിക്കുക, പൊങ്ങുക, പറക്കുക, എഴുന്നേൽക്കുക, കരേറുക, പ്രത്യക്ഷപ്പെടുക. to go up, to rise, to fly, to get up, to reach the shore, to appear.
ഉദ്ഗളിക്കുക (അ.ക്രി) - ഉയരുക, പൊട്ടിപ്പുറപ്പെടുക, ഇറ്റിറ്റുവീഴുക, ഊറിവരുക, പുറത്തേക്കൊഴുകുക. to rise, to burst out, to fall by drops, to ooze out, to flow out.
ഉദ്ഗാഢ (വി) - അധികമായ, തീവ്രമായ. excessive, intense.
ഉദ്ഗാഢം (ക്രി.വി) - ഏറ്റവും ഗാഢമായി. very deeply.
ഉദ്ഗാനം(നാ) - ഉച്ചത്തിലുള്ള പാട്ട്. loud song.
ഉദ്ഗാരം(നാ) - തേട്ടൽ, ഉച്ചരിക്കൽ, ഏമ്പക്കം, ഛർദ്ദി, തുപ്പൽ, ചീറ്റൽ, വാർന്നൊഴികൽ, പ്രവഹിക്കൽ. belching, utterance, eructation, vomiting, spittle, hissing, oozing, flowing.
ഉദ്ഗിരണം(നാ) - തേട്ടൽ, ഏമ്പക്കം, ഛർദ്ദി, തുപ്പിക്കളയൽ. belching, eructation, vomiting, spitting out.
ഉദ്ഗീതി(നാ) - ഉച്ചത്തിൽ ഗാനം ചെയ്യൽ, സാമഗാനം ചൊല്ലൽ. singing aloud, reciting Sama Veda hymn.
ഉദ്ഗ്രഥനം(നാ) - കൂട്ടി കെട്ടൽ, ആരോഹക്രമത്തിലാക്കൽ, അഴിക്കൽ. act of binding round, making in ascending order, unbinding.
ഉദ്ഗ്രന്ഥം(നാ) - കെട്ടഴിഞ്ഞത്, അധ്യായം, ഉപരിഗ്രന്ഥം. that which is unbound, chapter, advanced treatise.
ഉദ്ഗ്രന്ഥി (വി) - വിരക്തനായ. free from worldliness.

ഉദ്ഗ്രാഹം(നാ) - മേലോട്ടെടുക്കൽ, മറുപടി, സ്വീകരിക്കൽ, സമാധാനം, ആക്ഷേപം. lifting up, reply, reception, reply in argument, objection.

ഉദ്ഗ്രീവ (വി) - കഴുത്തുയർത്തിയ. with neck uplifted.

ഉദ്ഘടിതം(നാ) - സൂചന. hint.

ഉദ്ഘട്ടനം(നാ) - കൂട്ടിമുട്ടൽ. striking against.

ഉദ്ഘസം (നാ) - ഇറച്ചി. flesh.

ഉദ്ഘാടകം(നാ) - താക്കോൽ, വെള്ളം കോരാനുള്ള തൊട്ടി. key, bucket to fetch water.

ഉദ്ഘാടകൻ(നാ) - ഉദ്ഘാടനം ചെയ്യുന്നവൻ. inaugurator.

ഉദ്ഘാടനം(നാ) - തുറക്കൽ, തുടക്കം, പ്രകാശനം, കിണറ്റിൽ നിന്ന് വെള്ളം കോരാനുള്ള തുകൽപ്പാത്രം. opening, beginning, revealing, leather bucket for drawing up water.

ഉദ്ഘാടം(നാ) - കാവൽപ്പുര. guard house.

ഉദ്ഘാടിത (വി) - ഉദ്ഘാടനം ചെയ്യപ്പെട്ട, തുറക്കപ്പെട്ട, ആരംഭിച്ച, ശ്രമം കൊണ്ട് സാധിച്ച. inaugurated, opened, begun, exerted.

ഉദ്ഘാതം(നാ) - ആരംഭം, ആയുധം, അടി, വ്രണപ്പെടുത്തൽ, മുറിവ്, അധ്യായം. commencement, weapon, stroke, inflicting an injury, wound, chapter.

ഉദ്ഘുഷ്ട (വി) - ഉദ്ഘോഷിക്കപ്പെട്ട, പ്രശംസിക്കപ്പെട്ട. proclaimed, praised aloud.

ഉദ്ഘോഷം(നാ) - ഉറക്കെപ്പറയൽ, പരസ്യപ്പെടുത്തൽ, വിളംബരം, പൊതുജന സംസാരം, സ്തുതി. announcing, declaring aloud, proclamation, popular talk, praise.

ഉദ്ദണ്ഡത(നാ) - ബലം, അഹങ്കാരം, ക്രൂരത. strength, pride, cruelty.

ഉദ്ദണ്ഡൻ(നാ) - ബലവാൻ, ദുരഹങ്കാരി, ക്രൂരൻ, ദുഷ്ടൻ, വിദ്വാൻ, പാണ്ഡിത്യഗർവ്വുള്ളവൻ. mighty man, haughty person, cruel man, wicked man, scholar, one who is proud of one's scholarship.

ഉദ്ദണ്ണം(നാ) - നിർബന്ധം, പ്രേരണം. compulsion, pressure.

ഉദ്ദന്തം(നാ) - നീണ്ട പല്ല്, കൊമ്പ്. long tooth, horn.

ഉദ്ദമം(നാ) - അടിച്ചമർത്തൽ. suppression.

ഉദ്ദംശം(നാ) - മൂട്ട, പേൻ, കൊതുക്. bug, louse, mosquito.

ഉദ്ദാനം(നാ) - ബന്ധനം, കെട്ടുകുറ്റി, ബഡവാഗ്നി, മടി (അരക്കെട്ട്). bondage, post, submarine fire, middle.

ഉദ്ദാന്ത(നാ) - ഊർജ്ജസ്വലതയുള്ള, വിനയമുള്ള. energetic, humble.

ഉദ്ദാമ (വി) - മോചിക്കപ്പെട്ട, മഹത്തായ, ശക്തിയേറിയ, തഴച്ച, താന്തോന്നിയായ, സ്വതന്ത്രമായ. liberated, lofty, mighty, luxuriant, self-willed, free.

ഉദ്ദാമൻ(നാ) - വരുണൻ, യമൻ. Varuna, Yama.

ഉദ്ദിനം(നാ) - ഉച്ചസമയം. noon.

ഉദ്ദിശ്യ (ക്രി.വി) - ഉദ്ദേശിച്ച്, വേണ്ടി. aiming at, for the sake of.

ഉദ്ദിഷ്ട (വി) - ലക്ഷ്യമാക്കിയ, ഉദ്ദേശിക്കപ്പെട്ട. intended, aimed at.

ഉദ്ദിഷ്ടം(നാ) - ലക്ഷ്യം. aim.

ഉദ്ദീപകം(നാ) - ഉദ്ദീപിപ്പിക്കുന്നത്, ചുട്ടുറുമ്പ്. stimulating, a kind of ant.

ഉദ്ദീപനം(നാ) - ജ്വലിപ്പിക്കൽ, ശവദാഹം, പ്രകാശിപ്പിക്കൽ, സോദ്ദീപകമായ വിഭാവം, വികാരോത്തേജനം. inflaming, cremation, illuminating, that which excites sentiment, inflaming.

ഉദ്ദീപിക്കുക (അ.ക്രി) - ജ്വലിക്കുക, എരിയുക, പ്രകാശിക്കുക, വർദ്ധിക്കുക. to blaze, to burn, to light, to increase.

ഉദ്ദീപ്തി(നാ) - ജ്വലിക്കൽ, ഉജ്ജ്വലപ്രഭ. getting inflamed, brightness.

ഉദ്ദേശകം(നാ) - ദൃഷ്ടാന്തം, ചോദ്യം. example, question.

ഉദ്ദേശം(നാ) - ഊഹിച്ചുള്ള നിശ്ചയം, ലക്ഷ്യം, സംശയം, ചൂണ്ടികാണിക്കൽ, ഉയർന്ന സ്ഥലം. decision inferred, motive, doubt, pointing out, elevated place.

ഉദ്ദേശം (ക്രി.വി) - ഏകദേശം, സുമാർ. approximately, nearly.

ഉദ്ദേശിക(നാ) - നാലാമത്തെ വിഭക്തി, ക്ക്, ന്, എന്നീ പ്രത്യയങ്ങൾ. dative case.

ഉദ്ദേശിക്കുക (സ.ക്രി) - ഊഹിച്ചു നിശ്ചയിക്കുക, ലക്ഷ്യമാക്കുക, സങ്കൽപ്പിക്കുക. to have in mind, to intend, to imagine.

ഉദ്ദേശ്യം(നാ) - ഉന്നം, ലക്ഷ്യം, മുഖ്യ വിഷയം. end in view, aim, subject of assertion.

ഉദ്ദേഹിക(നാ) - ചിതല്. white ant.

ഉദ്ധത (വി) -ഉയർത്തപ്പെട്ട, പൊക്കിയ, അത്യധികമായ, അഹങ്കരിക്കുന്ന, മുഴങ്ങുന്ന ശബ്ദമുള്ള, ഗംഭീരമായ. raised, lifted up, excessive, haughty, high sounding, magnificent.

ഉദ്ധതൻ(നാ)- അഹങ്കാരി. haughty person.

ഉദ്ധതം(നാ) - ഇളക്കി ഉയർത്തപ്പെട്ടത്, അഭിമാനം, അഹങ്കാരം, ഒരു ഭാഷാ പ്രയോഗ രീതി. that which is uplifted, pride, haughtiness, high sounding alliteration.

ഉദ്ധതി(നാ) - അഹങ്കാരം, അഭിമാനം, മുട്ടാളത്തം, ഉയർച്ച. haughtiness, pride, rudeness, elevation.

ഉദ്ധരണം(നാ) - പൊക്കിയെടുക്കൽ, എടുത്തു ചേർക്കുന്ന ഭാഗം, അപകടത്തിൽ നിന്ന് രക്ഷിക്കൽ, മോക്ഷം, കടം വീട്ടൽ, വേരോടെ പറിക്കൽ. lifting, quotation, redeeming, final emancipation, clearing debt, eradication.

ഉദ്ധരണി(നാ) - ചെറിയ തവി, കരണ്ടി. small spoon.

ഉദ്ധരിക്കുക (സ.ക്രി) - മോചിപ്പിക്കുക, കടംവീട്ടുക, പൊക്കുക, എടുത്തു ചേർക്കുക, എടുത്തു പറയുക, പറിക്കുക, വീണ്ടെടുക്കുക, രക്ഷിക്കുക. to liberate, to clear the debt, to raise, to quote, to cite, to pluck, to recover, to protect.

ഉദ്ധർമ്മം(നാ) - നാസ്തികത. heresy.

ഉദ്ധർഷം(നാ) - ഉത്സവം. festival.

ഉദ്ധർഷണം(നാ) - ചൊടിപ്പിക്കൽ, രോമാഞ്ചം. encouraging, horripilation.

ഉദ്ധവം(നാ) - ഉത്സവം, യാഗാഗ്നി, സന്തോഷം, ആഹ്ലാദം. festival, sacrificial fire, joy.

ഉദ്ധസ്ത (വി) - കൈയുയർത്തിയ. having uplifted hands.

ഉദ്ധാന (വി)- ഛർദ്ദിച്ച, വീണുപോയ, തടിച്ച, ഉയർന്ന, കയറിയ. vomited, fallen, fat, risen, ascended.

ഉദ്ധാനം(നാ) - ഒരു സേനാവിന്യാസ രീതി, തേട്ടൽ, അടുപ്പ്, ഛർദ്ദി. a particular array of soldiers in battle field, belching, fire place, vomiting.

ഉദ്ധാരണം(നാ) - ഉദ്ധരിക്കൽ. quoting.

ഉദ്ധാരം(നാ) - കടം, വിഭജനം, ക്ഷേമം, മോക്ഷം, തുകയിൽ കുറവു ചെയ്യുക, ജ്യേഷ്ഠാംശം, അടുപ്പ്. debt, partition, welfare, liberation, deduction, surplus given to the eldest son in addition to his share, fire place.

ഉദ്ധൂത (വി) - പിഴുതെടുത്ത, ഇളക്കിയ, ഉയർത്തിയ, ഉയർന്ന. uprooted, shaken, uplifted, high.

ഉദ്ധൂതം(നാ) - ചവിട്ട്, മേൽപ്പോട്ടെറിയൽ. stamping, throwing up.

ഉദ്ധൂപനം(നാ)- പുകയേൽപ്പിക്കൽ, പുകഴ്ത്തൽ. fumigation, praising.

ഉദ്ധൂഷണം(നാ) - രോമാഞ്ചം, തുരപ്പണം. horripilation, drill.

ഉദ്ബലക (വി) - ബലപ്പെടുത്തുന്ന. strengthening.

ഉദ്ബാഷ്പ (വി) - കണ്ണീർ നിറഞ്ഞ. filled with tears.

ഉദ്ബാഹു (വി) - കൈയുയർത്തിയ having the arms raised

ഉദ്ബുദ്ധ (വി) - ഉണർത്തപ്പെട്ട, വികസിച്ച, പ്രബുദ്ധതയുള്ള. aroused, full-blown, enlightened.

ഉദ്ബോധകൻ(നാ) - സൂര്യൻ, ഉണർത്തുന്നവൻ, ഉദ്ബോധിപ്പിക്കുന്നവൻ. the sun, one who awakens, one who enlightens.

ഉദ്ബോധനം(നാ) - ഉദ്ബോധിപ്പിക്കൽ. awakening.

ഉദ്ബോധിപ്പിക്കുക (സ.ക്രി) - ഉണർത്തുക, അറിയിക്കുക, ഓർമ്മിപ്പിക്കുക, ഉപദേശിക്കുക, ഉത്തേജനം നൽകുക. to awaken, to inform, to remind, to advise, to arouse.

ഉദ്ഭട (വി) - ശ്രേഷ്ഠമായ, മഹിമയുള്ള, സാമർത്ഥ്യമുള്ള, ഊക്കേറിയ, ബലമുള്ള. excellent, eminent, clever, mighty, strong.

ഉദ്ഭടൻ(നാ) - സമർത്ഥൻ, സൂര്യൻ. dexterous person, sun.

ഉദ്ഭടം(നാ) - മുറം, എരുക്ക്, ആമ. winnowing fan, madar plant, tortoise.

ഉദ്ഭവം(നാ) - ജനനം, ഉത്പത്തി, ആരംഭം. birth, origin, commencement.

ഉദ്ഭവിക്കുക (അ.ക്രി) - ഉണ്ടാവുക, ജനിക്കുക. to orginate, to shoot forth.

ഉദ്ഭാവന(നാ) -സൃഷ്ടി, വിചാരിക്കൽ, സങ്കല്പിക്കൽ, ഉദ്പാദനം. creation, thinking, imagination, production.

ഉദ്ഭാസി (വി) - പ്രകാശിക്കുന്ന. shining.

ഉദ്ഭാസിക്കുക (അ.ക്രി) - ശോഭിക്കുക. to shine.

ഉദ്ഭിജ്ജം(നാ) - ചെടി, മരം മുതലായവ, മുള, കൂമ്പ്. sprouting / germinating plant, sprout, shoot.

ഉദ്ഭിത്ത്(നാ) - നീരുറവ, ഊറ്റ്. fountain, spring.

ഉദ്ഭിന്ന (വി) - പൊട്ടിപ്പുറപ്പെട്ട, മുളച്ചുണ്ടായ, കൂമ്പുവന്ന. burst forth, shot forth, sprouted out.

ഉദ്ഭൂത (വി) - ഉദ്ഭവിച്ച, ജനിച്ച, ഉയർന്നുവന്ന, പൊങ്ങിയ, ഉണ്ടായ. originated, born, come forth, risen, occurred.

ഉദ്ഭൂതി(നാ) - ഉത്പത്തി, ജനനം, ഔന്നത്യം, വർദ്ധന. origin, birth, exaltation, increase.

ഉദ്ഭ്രമം(നാ) - പതറൽ, ഭയപ്പെടൽ, ചുറ്റി നടപ്പ്, കുണ്ഠിതം. flurry, fear, turning round, regret.

ഉദ്യത (വി) - തയ്യാറായ, ഒരുങ്ങിയ, ഉത്സാഹിച്ച, ഉയർത്തപ്പെട്ട. ready, prepared, persevering, raised.

ഉദ്യതി(നാ) - ഉയർത്തൽ, പ്രയത്നം. lifting up, effort.

ഉദ്യത്ത് (വി) -പൊങ്ങുന്ന, ഉദിച്ചുയരുന്ന, വർദ്ധിച്ച, പ്രത്യക്ഷപ്പെട്ട, പ്രകാശിക്കുന്ന. going high up, rising, increased, appeared, shining.

ഉദ്യമനം(നാ) - ഒരുങ്ങൽ, ഉത്സാഹം, ഉയർത്തൽ. preparing, diligence, elevation.

ഉദ്യമം(നാ) - ഉത്സാഹം, പരിശ്രമം, പ്രയത്നം, തുടക്കം. diligence, effort, exertion, commencement.

ഉദ്യമി (വി) - ഉദ്യമിക്കുന്ന. industrious.

ഉദ്യമി(നാ) - പരിശ്രമശീലൻ. one who is industrious.

ഉദ്യമിക്കുക (അ.ക്രി) - ഉത്സാഹിക്കുക, ഒരുങ്ങുക, പ്രയത്നിക്കുക, തുടങ്ങുക. to act with zeal, to prepare, to exert, to commence.

ഉദ്യാത (വി) - പുറപ്പെട്ട, പുറത്തു പോയ. started, gone out.

ഉദ്യാനകം(നാ) - പൂന്തോട്ടം. garden.

ഉദ്യാനം(നാ) - പൂങ്കാവ്, പുറത്തേക്കുള്ള ഗമനം, രാജാക്കന്മാരുടെ വനക്രീഡയ്ക്കും നായാട്ടിനുമുള്ള വനം. garden, going out, pleasure grove.

ഉദ്യാപനം(നാ) - പൂർത്തിയാക്കൽ. completing.

ഉദ്യുക്ത (വി) - യത്നിച്ച, ഏർപ്പെട്ട, ഒരുങ്ങിയ. worked, engaged, ready.
ഉദ്യോഗം(നാ) - സർക്കാർ ജീവനം, പ്രയത്നം, തുടക്കം, ഉത്സാഹം, ഏറ്റെടുപ്പ്. government service, effort, commencement, zeal, act of undertaking.
ഉദ്യോഗസ്ഥൻ(നാ) - അധികാരം വഹിക്കുന്നവൻ, സർക്കാർ ജീവനക്കാരൻ. one who has authority, government servant.
ഉദ്യോഗി(നാ) - പ്രയത്നശാലി. energetic.
ഉദ്യോഗിക്കുക (അ.ക്രി) - ഒരുങ്ങുക, പ്രയത്നിക്കുക, ഉത്സാഹിക്കുക. strive, exert, be enthusiastic.
ഉദ്യോത (വി) - പ്രകാശിച്ച. lighted.
ഉദ്യോതം(നാ) - ശോഭ. lustre.
ഉദ്രഥം(നാ) - രഥത്തിന്റെ അച്ചുതണ്ട് ഉറപ്പിക്കുന്ന ആണി, പൂവൻ കോഴി. pin of the axle of a chariot, cock.
ഉദ്രം(നാ) - നീർനായ്. otter.
ഉദ്രസം (ക്രി.വി) - വർദ്ധിച്ച രസത്തോടു കൂടി. with increased pleasure.
ഉദ്രാവം(നാ) - ഉച്ചത്തിലുള്ള ശബ്ദം, കൂക്കിവിളി. loud sound, uproar.
ഉദ്രിക്ത (വി) - വർദ്ധിച്ച, കൂടുതലായ. increased, abundant.
ഉദ്രേകം(നാ) - ആധിക്യം, മേന്മ. abundance, superiority.
ഉദ്വത്സരം(നാ) - ആണ്ട്, സംവത്സരം. year.
ഉദ്വപനം(നാ) - സമ്മാനം, ദാനം, കുലുക്കുഴിയൽ. gift, donation, gargling.
ഉദ്വമനം(നാ) - ഛർദ്ദി, തേട്ടൽ. vomiting, belching.
ഉദ്വമിക്കുക (സ.ക്രി) - ഛർദ്ദിക്കുക, വെളിയിൽ വിടുക. to vomit, to emit.
ഉദ്വർത്ത (വി) -ശേഷിച്ച, അധികമായ. left over as remainder, plentiful.
ഉദ്വർത്തനം(നാ) -ഉയരൽ, അങ്കുരണം, തിരുമ്മൽ, അഭിവൃദ്ധി, കുറിക്കൂട്ട്. act of rising, springing up of plants, massage, grinding, prosperity, unguents.
ഉദ്വർത്തിക്കുക (അ.ക്രി) - ഉയരുക, അഹങ്കരിക്കുക, പുറപ്പെടുക, വിങ്ങുക, നശിച്ചുപോകുക, കവിഞ്ഞൊഴുകുക. go upwards, be puffed up with pride, to proceed from, swell, go to ruin, over flow.
ഉദ്വർദ്ധനം(നാ) - ആധിക്യം, കൗശലത്തിലുള്ള കൊല, കള്ളച്ചിരി. excess, murder by cunningness, deceptive laugh.
ഉദ്വസിക്കുക (സ.ക്രി) - ബഹിഷ്കരിക്കുക, കൊല്ലുക, ഇല്ലാതാക്കുക, ആവാഹിച്ചിരുത്തിയ ദേവതകളെ മന്ത്രപൂർവ്വം പറഞ്ഞയക്കുക. to banish, to kill, to destroy, to send back the invoked deities by chant.
ഉദ്വഹനം(നാ) - ഉയർത്തിപ്പിടിക്കൽ, വിവാഹം കഴിക്കൽ, ചുമക്കൽ. taking, marrying, bearing.
ഉദ്വഹം(നാ) - വിവാഹം. wedding.
ഉദ്വാപം(നാ) - നീക്കിക്കളയൽ, പുറത്താക്കൽ, ക്ഷൗരകർമ്മം, ഉയർത്തൽ. removing, ejection, shaving, raising.
ഉദ്വാസം(നാ) - കൊല, നാടുകടത്തൽ, സ്ഥാനത്യാഗം, പറഞ്ഞയ്റക്കൽ. killing, banishing, abdication, sending off.
ഉദ്വാഹനം(നാ) - താങ്ങി നിറുത്തൽ, രണ്ട് പ്രാവശ്യം നിലം ഉഴൽ, വിവാഹം. supporting, ploughing a field twice, marrage.
ഉദ്വാഹിനി(നാ) - കയർ. rope.
ഉദ്വിഗ്ന (വി) - ദുഃഖിതമായ, ഭയപ്പെട്ട. afflicted, terrified.
ഉദ്വിഗ്നത(നാ) - ഭയം, ആകുലത, വ്യഗ്രത. fear, grief, anxiety.
ഉദ്വീക്ഷണം(നാ) - കണ്ണ്, മേൽപ്പോട്ട് നോക്കൽ, കാഴ്ച. eye, looking upwards, sight.
ഉദ്വീജനം(നാ) - വീശൽ. fanning.

ഉദ്വീജിത (വി) - വീശിയ. blown.
ഉദ്വീരൻ(നാ) - പരാക്രമി. one who possesses great prowess.
ഉദ്വാന്ത (വി) - ഛർദ്ദിക്കപ്പെട്ട, ഉയർത്തിയ, ഉന്തിനിൽക്കുന്ന, ക്ഷുബ്ധമായ, അടക്കമില്ലാത്ത, തുറന്ന, വീർത്ത. vomited, raised, projecting, agitated, immodest, opened, swollen.
ഉദ്വേഗം(നാ) - ഭയപ്പെടൽ, സംഭ്രമം, വ്യാകുലത, വൈരസ്യം, അടയ്ക്ക. fear, excitement, distress, boredom, betel nut.
ഉദ്വേജനം(നാ) - നടുക്കം, ഉത്കണ്ഠ, പീഡനം. shuddering, anxiety, infliction of pain.
ഉദ്വേല (വി) - കരകവിഞ്ഞ, അതിരറ്റ. overflowing, transgressing proper limits.
ഉദ്വേഷ്ടനം(നാ) - ചുറ്റും കെട്ടിയടയ്ക്കൽ. വേലി. the act of enclosing, fence, enclosure.
ഉന്തൽ(നാ) - തള്ള്, ഉന്തിനിൽക്കുന്ന ഭാഗം. a push, the projecting part.
ഉന്തി(നാ) - പൊക്കിൾ, വയർ, കുരുക്ക്. the navel, belly, a knot.
ഉന്ത്(നാ) - തള്ളൽ, കൂന്, വെള്ളത്തിൽ ഉണ്ടാകുന്ന ഒരു തരം അഴുക്ക്. push, hunch, mud.
ഉന്ത്(നാ) - കച്ചോലം. curcuma zerumbet.
ഉന്തുക (സ.ക്രി) - തള്ളുക, നീങ്ങാനിടയാകുക, പ്രേരിപ്പിക്കുക. to push forward, to cause to move, to instigate.
ഉന്ദനം(നാ) - നനയ്ക്കൽ. moistening.
ഉന്ദരം(നാ) - എലി, ചുണ്ടെലി. rat, mouse.
ഉന്ന (വി) - നനഞ്ഞ, അലിവുള്ള, ദയവുള്ള. wet, kind, merciful.
ഉന്നത (വി) - ഉയർന്ന, ഉയർത്തിപ്പിടിച്ച, ശ്രേഷ്ഠമായ. high, raised, noble.
ഉന്നതം(നാ) - ഉയരം, മേന്മ, അണലി. height, greatness, viper.
ഉന്നതി(നാ) - ഉയരം, പൊക്കം, ഉത്കൃഷ്ടത, അഭിവൃദ്ധി, ഗരുഡന്റെ ഭാര്യ, ദക്ഷന്റെ ഒരു പുത്രി. elevation, height, superiority, prosperity, name of the wife of Garuda, name of a daughter of Daksha.
ഉന്നതീശൻ(നാ) - ഗരുഡൻ. Garuda.
ഉന്നദ്ധ (വി) - കൂട്ടികെട്ടിയ, വിങ്ങിയ, കെട്ടഴിച്ച, വളരെ അഹങ്കാരമുള്ള. bound up, swollen, untied, arrogant.
ഉന്നം(നാ) - ലാക്ക്, ലക്ഷ്യം, ധ്യാനം. aim, target, meditation.
ഉന്നം(നാ) - ഇലവിൻ പഞ്ഞി, ഇലവു മരം. silk cotton, silk cotton tree.
ഉന്നമനം(നാ) -ഉയർത്തൽ, ഉയർച്ച. raising up, elevation.
ഉന്നമിക്കുക (അ.ക്രി) - ഉയരുക, ഉന്നതനില പ്രാപിക്കുക. to rise, to get a high position.
ഉന്നമ്ര (വി) - ഉയർന്ന, വർദ്ധിച്ച, വലിയ. lifted up, increased, great.
ഉന്നയനം(നാ) - ഉയർത്തൽ, ജലപാത്രം, വിചിന്തനത്തിന് വിഷയമായി അവതരിപ്പിക്കൽ, വിചാരം, നേരെയാക്കൽ, ഊഹം, വെള്ളം കോരിയെടുക്കൽ. lifting up, water pot, presenting for discussion, thought, making straight, guess, drawing out water.
ഉന്നയം(നാ) - ഉയർത്തൽ, ഊഹം. lifting up, guess.
ഉന്നയിക്കുക (സ.ക്രി)- ഉയർത്തുക, അവതരിപ്പിക്കുക, മുന്നോട്ടു വയ്ക്കുക. to lift up, to present, to place forth.
ഉന്നൽ(നാ) - വിചാരം, ആഗ്രഹം. thought, wish.
ഉന്നിക്കുക (സ.ക്രി) - ചിന്തിക്കുക, നിശ്ചയിക്കുക, ഒരുമിക്കുക, മുളയ്ക്കുക, സംശയിക്കുക, ഊഹിക്കുക. to think, to decide, to heap up, to sprout, to doubt, to infer.
ഉന്നിദ്ര (വി) -വർദ്ധിച്ച, ഉണർന്നിരിക്കുന്ന, വികസിച്ച, ഉറക്കമില്ലാത്ത, ഉന്മേഷമുള്ള. increased, wakeful, full blown, sleepless, enthusiastic.

ഉന്നീത (വി) - ഉന്നയിക്കപ്പെട്ട. raised up.
ഉന്നുക (സ.ക്രി)-സൂക്ഷിച്ചു നോക്കുക, ലാക്കു നോക്കുക, തുനിയുക, ഉയരുക, ഏതിലെങ്കിലും മനസ്സുറപ്പിക്കുക, വർദ്ധിക്കുക. to look intently at, to aim at, to dare, to rise up, to concentrate on.
ഉന്നേയ (വി) - ഉന്നയിക്കത്തക്ക, ഊഹിക്കത്തക്ക. fit to be advanced or brought forward, fit to be guessed.
ഉന്നേയം(നാ) - ലക്ഷ്യം. aim.
ഉന്മം(നാ) - ഉമ്മത്ത്. thorn- apple plant.
ഉന്മജ്ജനം(നാ) - വെള്ളത്തിൽനിന്ന് പൊങ്ങി വരൽ. emerging out of water.
ഉന്മണി(നാ) - അമൂല്യരത്നം. precious gem.
ഉന്മത്ത (വി) - ഭ്രാന്തുള്ള, ലഹരിപ്പിടിച്ച, മദമിളകിയ, ഓർമ്മനശിച്ച. frantic, intoxicated, furious, distracted.
ഉന്മത്തകം(നാ) - ഉമ്മത്ത്. thorn- apple plant.
ഉന്മത്തം(നാ) - ഉമ്മത്ത്, ഉന്മാദം, കാമന്റെ ശരം, ഒരു ആഭരണം. thorn - apple plant, madness, cupid's dart, an ornament.
ഉന്മഥനം(നാ) - ഇളക്കിമറിക്കൽ, കടയൽ, മർദ്ദനം, വധം. disturbing, churning, crushing, slaughter.
ഉന്മദ (വി) - ഭ്രാന്തുള്ള, ലഹരിപിടിച്ച, ഉത്സാഹാധിക്യമുള്ള. mad, intoxicated, zealous.
ഉന്മദം(നാ) - ഭ്രാന്ത്, മദ്യലഹരി, ഭ്രമം, അഹങ്കാരം, ഒരു സഞ്ചാരീഭാവം. insanity, intoxication, illusion, arrogance, one of the 33 subordinate feelings.
ഉന്മധ്യ(നാ) - നടുവുയർന്ന. convex.
ഉന്മന്ഥക (വി) - ഇളക്കുന്ന, തുടിക്കുന്ന. agitating, throbing.
ഉന്മാഥ (വി) - കൊല്ലുന്ന. killing.
ഉന്മാഥം(നാ) - വധം, പീഡനം, കഠിനവേദന, കെണി, കുരുക്ക്. killing, torture, severe pain, trap, snare.
ഉന്മാഥനം(നാ) - പീഡിപ്പിക്കൽ. act of torturing.
ഉന്മാദം(നാ) - ഭ്രാന്ത്, ലഹരി, ഒരു രോഗം, ഒരു കാമബാണം. mania, intoxication, a disease, one of the Cupid's darts.
ഉന്മാദി(നാ) - ഭ്രാന്തുള്ളവൻ. one who is insane.
ഉന്മാനം(നാ) - അളവ്, തൂക്കം, തൂക്കമറിയൽ. measure, weight, weighting.
ഉന്മാർഗ്ഗം(നാ) - ദുർമാർഗ്ഗം. evil course.
ഉന്മാർജ്ജനം(നാ) - തേച്ചു കളയൽ, തുടക്കൽ, നീക്കം ചെയ്യൽ. rubbing off, wiping off, removing.
ഉന്മിഷിതം(നാ) - നോട്ടം, തുറക്കൽ, തോന്നൽ, പ്രകാശിക്കൽ. look, opening, appearance, shining.
ഉന്മീലത്ത് (വി) - വിടർന്നുവരുന്ന. blowing.
ഉന്മീലനം(നാ) - കണ്ണുതുറക്കൽ, ഉണരൽ, വിടരൽ, തുറക്കൽ. act of opening the eyes, awakening, blowing, opening.
ഉന്മുക്ത (വി) - ഉപേക്ഷിക്കപ്പെട്ട, മോചിപ്പിക്കപ്പെട്ട, കെട്ടഴിഞ്ഞ, ഊരിയ. left out, liberated, pulled off, pulled out.
ഉന്മുഖ (വി) - മുഖം ഉയർത്തിയ, മേൽപ്പോട്ട് നോക്കുന്ന, ലക്ഷ്യമാക്കിയ, താല്പര്യമുള്ള, തയ്യാറായ. raising the face, looking up, aimed at, interested, ready.
ഉന്മുഖര (വി) - വലിയ ശബ്ദമുള്ള. with loud sound.
ഉന്മുദ്ര (വി) - മുദ്രവയ്ക്കാത്ത, വിടർന്ന, തുറന്ന. unsealed, blown, opened.
ഉന്മുദ്രിത (വി) - തുറന്ന, വികസിച്ച, തടവില്ലാത്ത, സ്വച്ഛന്ദമായ. opened, expanded, unrestrained, free.

ഉന്മൂലനം(നാ) - വേരോടെ പിഴുതെടുക്കൽ, പൂർണ്ണമായി. നശിപ്പിക്കൽ up-rooting, eradicating.

ഉന്മേഷം(നാ) - ഉണർവ്വ്, സന്തോഷം, വികാസം, പ്രകാശം, കണ്ണുതുറക്കൽ. vigilance, delight, blowing, lustre, act of opening the eyes.

ഉന്മേഷി (വി) - പറന്നുനടക്കുന്ന, മിന്നുന്ന. flying about, glittering.

ഉന്മേഷിക്കുക (അ.ക്രി) - വിടരുക, ഉണരുക, ഉന്മേഷമുണ്ടാകുക. to open, to rise, to get vigorous.

ഉന്മോചനം(നാ) - കെട്ടഴിച്ചുവിടൽ. releasing.

ഉന്മോഹം(നാ) - അജ്ഞാനം. ignorance.

ഉപകണം(നാ) - കറി. relish.

ഉപകണ്ഠം (ക്രി.വി) - സമീപത്ത്. near.

ഉപകണ്ഠം(നാ) - സാമീപ്യം, അയൽപക്കം, പരിസരം. proximity, neighbourhood, contiguous space.

ഉപകഥ(നാ) - പ്രധാന കഥയുടെ അംഗമായ വേറൊരു കഥ, ചെറുകഥ. anecdote, short story.

ഉപകരണം(നാ) - ഉപകരിക്കൽ, പ്രവൃത്തിക്ക് സഹായകമായ വസ്തു, വാദ്യം. helping, instrument, musical instrument.

ഉപകരി(നാ) - പങ്ക്. share.

ഉപകരിക്കുക (സ.ക്രി) - ഉതകുക, ആവശ്യത്തിനു കിട്ടുക, പ്രയോജനപ്പെടുക. to be of use, to be available in need, to be beneficial.

ഉപകർണ്ണനം(നാ) - കേൾവി, കേൾക്കൽ. hearing.

ഉപകർണ്ണയ (ക്രി) - കേട്ടാലും. please hear.

ഉപകർത്താവ്(നാ) - ഉപകാരം ചെയ്തവൻ, നന്മ ചെയ്തവൻ, കർത്താവിനെ സഹായിക്കുന്നവൻ. benefactor, virtuous person, assistant.

ഉപകാരക(വി)-പ്രയോജനമുള്ള, ഉപകരിക്കുന്ന. useful, beneficial.

ഉപകാരം(നാ) - നന്മ, പ്രയോജനം, സഹായം. virtue, benefit, help.

ഉപകാരി(നാ) - ഉപകാരം ചെയ്യുന്നവൻ. benefactor.

ഉപകാരിക(നാ) - ഉപകാരം ചെയ്യുന്നവൾ, രക്ഷാകർത്ത്രി, കൂടാരം. female assistant, protectress, caravan serai.

ഉപകുല്യ(നാ) - തിപ്പലി, കൈത്തോട്. plant piper longum, canal.

ഉപകൂപം(നാ) - ചെറു കിണറ്. small well.

ഉപകൂപം (ക്രി.വി) - കിണറ്റിനടുത്ത്. near a well.

ഉപകൂലം (ക്രി.വി) - കരയ്ക്കടുത്ത്. near the shore.

ഉപകൃത (വി) - ഉപകരിക്കപ്പെട്ട. favoured.

ഉപകൃതി - ഉപകാരം. service.

ഉപക്രന്താവ്(നാ) - ഏറ്റെടുക്കുന്നവൻ. one who undertakes.

ഉപക്രമണം(നാ) - ആരംഭം, സമീപിക്കൽ, ചികിത്സ, മുമ്പോട്ടുപോകൽ. beginning, approach, treatment, moving forward.

ഉപക്രമണിക(നാ) - മുഖവുര, പ്രവേശനത്തിനുള്ള പടി. preface, step.

ഉപക്രമം(നാ) - ആരംഭം, അധ്യക്ഷന്റെ പ്രാരംഭഭാഷണം, സമീപിക്കൽ, ഉപായം, മന്ത്രിമാരുടെ ശീലം പരീക്ഷിക്കൽ. commencement, introductory speech, approach, stratagem, testing fidelity of ministers.

ഉപക്രമിക്കുക (അ.ക്രി) - അടുത്തു ചെല്ലുക, ചെയ്യാനാരംഭിക്കുക, ശുശ്രൂഷിക്കുക. to approach, to commence, to attend.

ഉപക്രിയ(നാ) - നന്മ, സഹായം, പ്രയോജനം. virtue, help, benefit.

ഉപക്രീഡ(നാ) - കളി സ്ഥലം. play ground.

ഉപക്രോശം(നാ) - നിന്ദനം, നിലവിളി, കുറ്റപ്പെടുത്തൽ. reproach, crying aloud, blaming.

ഉപക്ഷയ (വി) - നശിച്ച, ക്ഷീണിച്ച, വീട്ടിനടുത്ത്. destroyed, exhausted, of neighbourhood.

ഉപക്ഷയം(നാ)-അവാന്തരപ്രളയം. secondary destruction of the world.

ഉപക്ഷീണ (വി) - ക്ഷീണിച്ച് അവശനായ, കാണാതായ, നശിച്ചുപോയ. exhausted, vanished, destroyed.

ഉപക്ഷേപണം(നാ) - ഏറ്, കുറ്റപ്പെടുത്തൽ, സൂചന, പരാമർശം, നിർദ്ദേശം. throw, accusing, hint, reference, suggestion.

ഉപക്ഷേപം(നാ) - ഏറ്, പ്രസ്താവം, നിർദ്ദേശം, സൂചന, പ്രാരംഭം, കുറ്റപ്പെടുത്തൽ, നാടകാരംഭത്തിൽ കഥാവസ്തു ചുരുക്കി പറയൽ, പ്രശ്നം, പ്രമേയം. throw, mention, suggestion, hint, commencement, specific mention of charge, introduction of a theme, interpellation.

ഉപഗ (വി) - സമീപിക്കുന്ന, പിൻതുടരുന്ന, ലഭിക്കുന്ന. approaching, following, receiving.

ഉപഗത (വി) - സമീപത്തു വന്ന, അംഗീകരിക്കപ്പെട്ട, നേടിയ, അറിയപ്പെട്ട, പ്രതിജ്ഞ ചെയ്യപ്പെട്ട. approached, recognized, obtained, known, promised.

ഉപഗതം(നാ) - നേട്ടം, സമ്പാദ്യം, രസീത്. wealth acquired, receipt.

ഉപഗതി(നാ) -നേട്ടം, സമീപിക്കൽ, അറിവ്, പരിചയം, സ്വീകരിക്കൽ. attainment, approach, knowledge, experience, acceptance.

ഉപഗന്താവ്(നാ) - സമീപിക്കുന്നവൻ, സ്വീകരിക്കുന്നവൻ, കൈപ്പറ്റുന്നവൻ. one who approaches, receiver, one who receives.

ഉപഗമനം(നാ) -അറിവ്, നേട്ടം, ക്ലേശം, ഉടമ്പടി, സമീപിക്കൽ, പ്രതിജ്ഞ, മൈഥുനം, സമുദായം, സ്വീകരിക്കൽ. knowledge, attainment, suffering, an agreement, going to, promise, sexual intercourse, society, receipt.

ഉപഗമിക്കുക (സ.ക്രി) - സമീപിക്കുക, പ്രാപിക്കുക, കൈപ്പറ്റുക, നേടുക, സമ്മതിക്കുക. to approach, to reach, to accept, to attain, to agree.

ഉപഗൂഢ (വി) - ഒളിക്കപ്പെട്ട, ആലിംഗനം ചെയ്യപ്പെട്ട. concealed, embraced.

ഉപഗൂഢം(നാ)-ആലിംഗനം. embrace.

ഉപഗൃഹം(നാ) - അപ്രധാന ഗൃഹം. outhouse.

ഉപഗ്രഹണം(നാ) - പിടിച്ചെടുക്കൽ, ബന്ധിക്കൽ, പിൻതാങ്ങൽ, വേദാധ്യയനം. capture, binding, supporting, study of Vedas.

ഉപഗ്രഹം(നാ) - അപ്രധാനഗ്രഹം, ദുർദേവത. satellite, evil demigod causing diseases.

ഉപഗ്രാഹം(നാ) - കാണിക്ക, പാരിതോഷികം. present to a superior, complementary gift.

ഉപഗ്രാഹ്യം(നാ) - കാഴ്ചദ്രവ്യം. offering.

ഉപഘാതം(നാ) - അടി, കയ്യേറ്റം, നാശം, ക്ഷതം, അതിക്രമം, അപമാനിക്കൽ, തടസ്സം. blow, assault, destruction, injury, violation, insulting, obstruction.

ഉപഘാതി(നാ) - ഉപദ്രവിക്കുന്നവൻ. harmful person.

ഉപഘാതിനി(നാ) - ഗർഭം അലസിയവൾ. woman who has miscarried.

ഉപഘോഷണം(നാ) - പരസ്യപ്പെടുത്തൽ. publication.

ഉപഘ്നം(നാ) - അടുത്തുള്ള ആശ്രയം. contiguous refuge.

ഉപചക്ഷുസ്സ്(നാ) - മൂക്കുകണ്ണാടി, ദിവ്യചക്ഷുസ്സ്. spectacles, divine eye.

ഉപചയം(നാ) - കൂമ്പാരം, കൂട്ടിവെയ്പ്പ്, ഉയർച്ച, അഭിവൃദ്ധി. heap, accumulation, increase, prosperity.

ഉപചയിക്കുക (സ.ക്രി) - കൂട്ടിവയ്ക്കുക, ശേഖരിക്കുക, കൂമ്പാരമാക്കുക. to gather together, to collect, to heap up.

ഉപചരണം(നാ)-ആചാരം, മര്യാദ, നല്ല നടപ്പ്, ശുശ്രൂഷ. custom, civility, good behaviour, nursing.

ഉപചരിക്കുക (സ.ക്രി) - പരിചരിക്കുക, ആചരിക്കുക, ബഹുമാനിക്കുക, സത്കരിക്കുക, ചികിത്സിക്കുക, ശുശ്രൂഷിക്കുക. to weight upon, to observe, to honour, to entertain with honour, to treat, to nurse.

ഉപചര്യ(നാ) - ചികിത്സ, ശുശ്രൂഷ, പൂജ, ഉപചാരം. treatment, nursing, worship, treating with respect.

ഉപചാരകൻ(നാ) - വേലക്കാരൻ. servant.

ഉപചാരം(നാ) - സേവനം, ആചാരം, മര്യാദ, നല്ല നടപ്പ്, തൊഴിൽ, ചികിത്സ, പൂജാദ്രവ്യം, കൈക്കൂലി, ഭംഗിവാക്ക്. service, practice, courtesy, good behaviour, profession, treatment, the articles for worship, bribe, ceremonial speech.

ഉപചാരിക(നാ) - ഉപചരിക്കുന്നവൾ. female nurse.

ഉപചിതി(നാ) - കൂട്ടി വയ്പ്പ്, ഐശ്വര്യം. accumulation, prosperity.

ഉപച്യവം (നാ) - മുമ്പോട്ട് അടുക്കൽ, അമർത്തൽ. moving towards, pressing.

ഉപച്ഛദം(നാ) - മൂടി, ആവരണം, വിരിപ്പ്. lid, covering, coverlet.

ഉപച്ഛന്ദനം(നാ) - പ്രേരിപ്പിക്കൽ, പ്രലോഭിപ്പിക്കൽ. persuasion, enticing.

ഉപഛായ(നാ) - മങ്ങിയ നിഴൽ. penumbra.

ഉപജ (വി) - വർദ്ധിച്ച, കൂടുതലായ, സഹായകമായ. increased, additional, accessory.

ഉപജ(നാ) - വില്പന നിഷേധിച്ച വസ്തു വിറ്റു കിട്ടിയ തുക. proceeds from the sale of prohibited articles.

ഉപജനകൻ(നാ) - വളർത്തച്ഛൻ. foster father.

ഉപജനം(നാ) - വർദ്ധന, സങ്കലനം, കീഴാൾ, ഉദയം, ഉത്പത്തി. increase, addition, subordinate person, rise, origin.

ഉപജനനം(നാ) - ഉത്പാദനം, വളർച്ച, സന്തത്യുത്പാദനം. generation, growth, procreation.

ഉപജല്പനം(നാ) - സംഭാഷണം. talk.

ഉപജാത (വി) - ജനിച്ച, ഉത്ഭവിച്ച. born, originated.

ഉപജാതി(നാ) - വൃത്തം, ഒരേ ഛന്ദസിലുള്ള ഭിന്നവൃത്തങ്ങൾ ഒരു ശ്ലോകത്തിൽതന്നെ കലർന്നു വരുന്നത്, ജാതിയുടെ ഉൾപ്പിരിവ്. name of a mixed metre of the same, a sub-caste.

ഉപജാപം(നാ)-ചാരവൃത്തി, ദ്രോഹാലോചന. spy work, conspiracy.

ഉപജിഹ്വ(നാ) - അണ്ണാക്ക്, ഒരിനം ഉറുമ്പ്, നാക്കിലുണ്ടാകുന്ന ഒരു രോഗം. epiglottis, a kind of ant, tumor like second tongue.

ഉപജീവകം(നാ) - തൊഴിൽ. subsistence.

ഉപജീവനം(നാ) - നിത്യവൃത്തി, ആഹാരം മുതലായവ, കാലക്ഷേപത്തിന് മറ്റൊരാളെ ആശ്രയിക്കൽ. livelihood, sustenance, dependence on another for livelihood.

ഉപജീവി(നാ) - ഭൃത്യൻ, മറ്റൊരാളെ ആശ്രയിച്ച് ജീവിക്കുന്നവൻ. servant, dependant.

ഉപജീവിക(നാ) - നിത്യവൃത്തി, കലാക്ഷേപമാർഗ്ഗം. livelihood, subsistence.

ഉപജീവിക്കുക (അ.ക്രി) - നിത്യവൃത്തി കഴിക്കുക, ആശ്രയിക്കുക, ഭക്ഷിക്കുക. to subsist, to depend, to eat.

ഉപജീവ്യൻ(നാ) - രക്ഷിതാവ്, മേലാൾ. patron, superior.

ഉപജീവ്യം(നാ) - കാലക്ഷേപമാർഗ്ഗം, പ്രാമാണികഗ്രന്ഥം. means of livelihood, source book or authority.

ഉപജ്ഞ(നാ) - ഉപദേശമില്ലാതെ ഉണ്ടായ അറിവ്, കണ്ടുപിടിത്തം. intuitive knowledge, invention.

ഉപജ്ഞാത (വി) - കണ്ടുപിടിക്കപ്പെട്ട. invented.
ഉപജ്ഞാതാ(നാ) - ആദ്യമായി കണ്ടുപിടിച്ച ആൾ. inventor.
ഉപജ്ഞാനം(നാ) - കണ്ടുപിടിത്തം. invention.
ഉപതടം(നാ) - അരിക്, തീരം. skirt or border, bank, shore.
ഉപതടം (ക്രി.വി) - തീരത്ത്, വക്കിനടുക്കൽ. near the skirt, near the bank.
ഉപതല്പം(നാ) - ചെറുകൊത്തളം, മാളിക മുറി, ചെറുപീഠം. bastion, upper storey, wooden seat or stool.
ഉപതാപം(നാ) - വ്യാധി, ദുഃഖം, ദുരിതം, പീഡനം, ചൂട്. sickness, sorrow, misery, torture, heat.
ഉപതാര(നാ) - അപ്രധാനനക്ഷത്രം. minor star.
ഉപതാരക (വി) - കവിഞ്ഞൊഴുകുന്ന. overflowing.
ഉപതീരം (ക്രി.വി) - തീരത്ത്. on the shore.
ഉപത്യക(നാ) - താഴ്‌വര. valley.
ഉപദ(നാ) - കാണിക്ക, കാഴ്ചദ്രവ്യം, കൈക്കൂലി, സമ്മാനം. offering, present, bribe, gift.
ഉപദംശനം(നാ) - കടി , കറി, മുരിങ്ങ. loins, relish, tree of hyperanthera moringa.
ഉപദർശകൻ(നാ) - വഴികാട്ടി, വാതിൽ കാക്കുന്നവൻ, സാക്ഷി. guide, door keeper, witness.
ഉപദർശനം(നാ) - പ്രദർശിപ്പിക്കൽ, അടുത്തറിയൽ, വ്യാഖ്യാനം. act of exhibiting, close acquaintance, interpretation.
ഉപദാനം(നാ)- കാഴ്ചദ്രവ്യം, അർച്ചന, അർപ്പണം, സമ്മാനം. present, oblation, dedication, gift.
ഉപദിക്ക്(ന ാ) - ഇടദിക്ക്. intermediate quarter.
ഉപദിഷ്ട (വി) - ഉപദേശിക്കപ്പെട്ട, പഠിപ്പിക്കപ്പെട്ട, ആജ്ഞാപിക്കപ്പെട്ട. advised, taught, commended.
ഉപദേവ(നാ) - വസുദേവരുടെ ഒരു പത്നി. the name of a wife of Vasudeva.
ഉപദേശകൻ(നാ) - ഉപദേശിക്കുന്നവൻ. adviser.
ഉപദേശം(നാ) - ഗുരുശാസനം, പഠിപ്പിക്കൽ, ശിക്ഷണം, നല്ലത് ചൊല്ലി കൊടുക്കൽ, ഗ്രന്ഥങ്ങളുടെ വിഭാഗം, മന്ത്രോപദേശം. preaching (by a master), teaching, instruction, giving good advise, a part of a book, initiation.
ഉപദേശി(നാ) - ഉപദേശിക്കുന്നവൻ, ഗുരു, ക്രൈസ്തവ മതതത്വങ്ങൾ പ്രസംഗിച്ചു നടക്കുന്ന അവൈദികൻ. adviser, preceptor, evangelist.
ഉപദേശിക്കുക (സ.ക്രി) - ഗുണദോഷിക്കുക, പഠിപ്പിക്കുക, മന്ത്രോപദേശം ചെയ്യുക. to advise, to teach, to initiate.
ഉപദേഷ്ടാവ്(നാ) - ഗുരു, ഉപദേശി, പട്ടക്കാരൻ. preceptor, evangelist, preacher.
ഉപദ്ധ്വനി(നാ) - മാറ്റൊലി. echo.
ഉപദ്രവം(നാ) - പീഡ, വേദന, ദുഃഖം, അസഹ്യത, ശല്യം, രോഗം, ആപത്ത്, ലഹള, നാശം, കേട്, ഭൂതപ്രേതബാധ. torture, pain, sorrow, trouble, nuisance, sickness, calamity, riot, distruction, defect, possession, evil spirits.
ഉപദ്രവിക്കുക (സ.ക്രി) - പീഡിപ്പിക്കുക, അസഹ്യപ്പെടുത്തുക, ദുഃഖിപ്പിക്കുക. to torment, to trouble, to cause to aggrieve.
ഉപദ്വീപ്(നാ) - മൂന്ന് വശവും വെള്ളം കൊണ്ട് ചുറ്റപ്പെട്ട സ്ഥലം, അടുത്തുള്ള ചെറിയ ദ്വീപ്. peninsula, adjacent island.
ഉപധ(നാ) - ധാർമ്മികപരീക്ഷ, ചതി, കള്ളയൊപ്പ്, അടുത്തു കൂടി സത്യം ഗ്രഹിക്കൽ, ഒരു ശബ്ദത്തിലെ അവസാന വർണ്ണത്തിന് മുൻപുള്ള വർണ്ണം. test of honesty, deceit, forgery, testing by allurements, penultimate letter.

ഉപധാനം(നാ) - തലയണ, സഹായത്തിനുള്ള വസ്തു, ദയ, ഉത്തമഗുണം, മായം, വ്യാജം, വ്രതം, മേന്മ, വിഷം, അസ്ഥിവാരം. pillow, object of support, kindness, excellent quality, adulteration, fraud, religious observance, excellence, poison, foundation.

ഉപധാനി(നാ) - തലയണ, പാദപീഠം. pillow, foot - stool.

ഉപധായി(നാ) - തലയണ. pillow.

ഉപധാരണം(നാ) - ആലോചന, വലിച്ചെടുക്കൽ. consideration, drawing.

ഉപധാവനം(നാ) - പിൻതുടരൽ, ധ്യാനം. following, meditation.

ഉപധി(നാ) - വ്യാജം, ഭയം, സത്യം മറച്ചു വയ്ക്കൽ, രഥചക്രത്തിന്റെ ആരക്കാലുകളുടെ ഭാഗം. fraud, fear, suppression of truth, wheel part between nave and circumference.

ഉപധികൻ(നാ) - ചതിയൻ. cheat.

ഉപധൃതി(നാ) - രശ്മി, പൊക്കിപ്പിടിക്കൽ, താങ്ങൽ. ray of light, holding up, supporting.

ഉപനഖം(നാ) - വിരൽച്ചുറ്റ്. agnail.

ഉപനഗരം(നാ) - നഗരത്തിന്റെ പ്രാന്തപ്രദേശം. suburb.

ഉപനഗരം (ക്രി.വി) - നഗരത്തിന് സമീപം. near the city.

ഉപനത (വി) - വളഞ്ഞ, കുനിഞ്ഞ, നമസ്കരിച്ച, താണ, അടുത്തു കൊണ്ടുവന്ന. bent, bowed, prostrated, humble, brought near.

ഉപനദി(നാ) - പോഷകനദി. tributary.

ഉപനമിക്കുക (സ.ക്രി) - വണങ്ങുക, സമീപം പ്രാപിക്കുക, അനുഭവിക്കുമാറാകുക. to bow, to apporach, to fall to one's share.

ഉപനയനം(നാ) -പൂണൂൽ കല്യാണം, മൂക്കുകണ്ണാടി. investiture with sacred thread, spectacles.

ഉപനയം(നാ) - സമീപത്തു കൊണ്ടു ചെല്ലൽ to bring near.

ഉപനാമം(നാ) - ഇരട്ടപ്പേര്. nickname.

ഉപനായകൻ(നാ) - അപ്രധാന നായകൻ. secondary hero.

ഉപനിവേശം(നാ) - കുടിപാർപ്പ്, കുടിയേറ്റം. settlement, colonisation.

ഉപനിഷത്ത്(നാ) - വേദത്തിന്റെ ജ്ഞാനകണ്ഠം, വിജനസ്ഥലം, ധർമ്മം, ദൈവവചനം, സുകൃതം, രഹസ്യവിദ്യ, ബ്രഹ്മജ്ഞാനം, ബ്രഹ്മചാരികളുടെ ഒരു വ്രതം. name of certain mystical writings which ascertain secret meanings of Vedas, deserted place, religious virture, voice of god, virtuous deed, esoteric doctrine, spiritual knowledge, yoga, meditation, observance of Brahmacharis.

ഉപനേത്രം(നാ) - മൂക്കുകണ്ണാടി. spectacles.

ഉപന്യസിക്കുക (സ.ക്രി) - പ്രസ്താവിക്കുക, പ്രബന്ധം രചിക്കുക, വിസ്തരിക്കുക, പ്രസംഗിക്കുക, ചൂണ്ടി കാണിക്കുക, പണയം വയ്ക്കുക. to state, to prepare a thesis, to describe, to speak of, to point out, to pledge.

ഉപന്യാസം(നാ) - വചനാരംഭം, പ്രസംഗം, യുക്തിയുക്തമായി പ്രതിപാദിക്കുക, പണയം, നിക്ഷേപം, എഴുതി വായിക്കുന്ന പ്രസംഗം, ഗദ്യരൂപമായ ലഘു പ്രബന്ധം. beginning of a talk, speech, essay, pledge, deposit, placing near, speech to be read, small thesis in prose.

ഉപപക്ഷം(നാ) - തോൾ, കക്ഷം. shoulder, armpit.

ഉപപതി(നാ) - ജാരൻ. paramour.

ഉപപത്തനം(നാ) - അടുത്ത നഗരം, അയൽപ്പക്കം. neighbouring city, neighbourhood.

ഉപപത്തി(നാ) - യുക്തി, യുക്തി കൊണ്ട് സാധിക്കൽ, കാരണം, സിദ്ധി, തുണ, താങ്ങ്, അറിവ്, ബന്ധം, സംഭവിക്കൽ, സാഹചര്യം, തെളിവ്, ചേർച്ച, സമാധി, ഔചിത്യം. reasoning, establishing through reasoning, cause, attainment, help, support, knowledge, connection, happening, association, proof, fitness, divine death, propriety.

ഉപപത്നി(നാ) - വെപ്പാട്ടി. concubine.

ഉപപഥം (ക്രി.വി) - വഴിക്കരികിൽ. near road.

ഉപപദം(നാ) - അപ്രധാന പദം, പൂർവ്വ പദം. subordinate word, former word.

ഉപപന്ന (വി) - യോജിപ്പുള്ള, ഉചിതമായ, പ്രസക്തമായ, വന്നു ചേർന്ന, ലബ്ധമായ, തെളിയിക്കപ്പെട്ട, ചേർന്ന. suitable, proper, relevant, arrived at, obtained, proved.

ഉപപാതം(നാ) - ഭാഗ്യക്കേട്, യാദൃച്ഛികമായ വിപത്ത്, ആപത്ത്. misfortune, accident, disaster.

ഉപപാദനം(നാ) - യുക്തിപൂർവ്വം സമർഥിക്കൽ, തെളിയിക്കൽ, സാധിക്കൽ, കൊടുക്കൽ, സമ്മാനിക്കൽ. establishing through reason, proving, accomplishing, giving, presenting.

ഉപപാദിക്കുക (സ.ക്രി) - തെളിയിക്കുക, സാധിക്കുക, പ്രതിപാദിക്കുക, യുക്തിപൂർവ്വം സ്ഥാപിക്കുക. to prove, to accomplish, to narrate, to establish through reason.

ഉപപാദ്യം(നാ) - പ്രതിപാദ്യം, വിഷയം, പ്രമേയം, സിദ്ധാന്തം. subject matter, subject, resolution, doctrine.

ഉപപാർശ്വം(നാ) - വശം, തോൾ, മറുവശം. flank, shoulder, opposite side.

ഉപപീഠം(നാ) - ചെറുതിണ്ണ. lower foundation of house.

ഉപപുരം(നാ) - ഉപനഗരം, അയൽപ്പക്കം. secondary city, neighbourhood.

ഉപപുഷ്പിക(നാ) - കോട്ടുവാ. yawning.

ഉപപ്ലവൻ(നാ) - രാഹു, ശിവൻ. Rahu, Siva.

ഉപപ്ലവം(നാ) - കഷ്ടദശ, ഭാഗ്യദോഷം, നാശം, ദുർന്നിമിത്തം, കലഹം, ഗ്രഹണം, തടസ്സം, രാഹു, അരാജകത്വം, ആക്രമണം, ഉപദ്രവം. adversity, misfortune, destruction, ill-omen, violence, eclipse, impediment, Rahu, anarchy, attack, trouble.

ഉപപ്ലുത (വി) - നനഞ്ഞ, പീഡിപ്പിക്കപ്പെട്ട. wet, tortured.

ഉപബർഹം(നാ) -മെത്ത, തലയണ, മർദ്ദനം. bed, pillow, pressing.

ഉപബോധം(നാ) - അന്തർബോധം, അവ്യക്തബോധം. subconsciousness.

ഉപഭാഷ(നാ) - ഭാഷയുടെ പിരിവ്, പ്രധാനഭാഷയ്ക്കു പുറമേ പഠിക്കേണ്ട ഭാഷ. secondary dialect, second language.

ഉപഭുക്ത (വി) - ഉപയോഗിച്ച, അനുഭവിച്ച, എച്ചിലായ, പ്രയോഗത്തിൽ കൊണ്ടുവന്ന. used, enjoyed, leftover, practised.

ഉപഭോക്താവ്(നാ) - ഉപയോഗിക്കുന്ന ആൾ, അനുഭവിക്കുന്ന ആൾ. consumer, one who experiences.

ഉപഭോഗം(നാ) - ആസ്വദിക്കൽ, അനുഭവം, ഉപയോഗം, സംഭോഗം, സുഖസാമഗ്രി. tasting, enjoyment, consumption, sexual enjoyment, luxury goods.

ഉപമ (വി) - തുല്യമായ. equal.

ഉപമ(നാ) - തുല്യത, ഒരു അലങ്കാരം. equality, a figure of speech.

ഉപമന്ത്രണം(നാ)-ക്ഷണം, പ്രേരണം, മിരട്ടി വശത്താക്കൽ, അഭിസംബോധനം. invitation, persuasion, enticing by verbal jugglery, address.

ഉപമന്ഥനി(നാ) - ഇളക്കാനുള്ള കോൽ. staff for stirring fire.

ഉപമർദ്ദം(നാ) - ശകാരം, തേപ്പ്, ഞെക്കൽ, ഞെരുക്കൽ, കൊല, വേദനിപ്പിക്കൽ, ഉപദ്രവം, നശിപ്പിക്കൽ. reproach, rubbing, pressing, suppression, murder, torture, harm, destruction.

ഉപമാതി(നാ) - സാദൃശ്യം, കൊല. similarity, killing.
ഉപമാദം(നാ)-സന്തോഷം, സുഖാനുഭവം, വിനോദം. pleasure, enjoyment, amusement.
ഉപമാനം(നാ) - തുല്യത, ഉപമേയം ഏതിനോട് തുല്യമെന്ന് പറയുന്നുവോ അത്. similarity, object of comparison.
ഉപമിക്കുക (സ.ക്രി) - സാദൃശ്യപ്പെടുത്തുക, തുല്യമാക്കി കാട്ടുക. to compare.
ഉപമിത (വി) - തുല്യമായ. equal.
ഉപമിതി(നാ) - തുല്യത, സാദൃശ്യത്താലുണ്ടാകുന്ന ജ്ഞാനം. resemblance, knowledge of things from resemblance.
ഉപമേയം(നാ) - ഏതിനെ മറ്റൊന്നിനോട് സാദൃശ്യപ്പെടുത്തുന്നുവോ അത്. that which is compared.
ഉപയമനം(നാ) - വിവാഹം, വിവാഹം കഴിക്കൽ, നിയന്ത്രണം, താങ്ങ്, ആധാരം. marriage, restriction, support, basis.
ഉപയമം(നാ) - വിവാഹം. marriage.
ഉപയമം (ക്രി.വി) - യമന്റെ സമീപം. near the god of death Yama.
ഉപയമിക്കുക (സ.ക്രി) - വിവാഹം കഴിക്കുക, നിയന്ത്രിക്കുക, എടുത്തു സ്വന്തമാക്കുക, സംഗ്രഹിക്കുക. to marry, to restrict, to take for one self, to sum up.
ഉപയാത (വി) - കൂടെപ്പോയ, അടുത്തുചെന്ന, തിരിച്ചുവന്ന. gone with, approached, returned.
ഉപയുക്ത (വി) - ഉപയോഗിക്കപ്പെട്ട, ഭക്ഷിച്ച, ഉപയോഗമുള്ള, യോജിച്ച, കൊള്ളാവുന്ന. used, eaten, useful, suitable.
ഉപയോക്താവ്(നാ) - ഉപയോഗിക്കുന്നവൻ. consumer.
ഉപയോഗം(നാ) - പ്രയോജനം, ആവശ്യത്തിന് ഉതകൽ, ഉപകാരം, ഔഷധസേവ. use, getting in time, service, consumption of medicine.
ഉപയോഗിക്കുക (സ.ക്രി) - പ്രയോജനപ്പെടുത്തുക, ആവശ്യത്തിന് കൈക്കൊള്ളുക, ആസ്വദിക്കുക. to make use of, to employ, to taste.
ഉപയോഗിത(നാ) - യോഗ്യത, പ്രയോജനം, ഉപകാരപ്പെടൽ. fitness, utility, usefulness.
ഉപയോജ്യ (വി) - ഉപയോഗിക്കാവുന്ന, യോഗ്യമായ, പ്രയോജമുള്ള. to be employed, suitable, useful.
ഉപരക്തൻ(നാ) - താപത്രയത്താൽ വ്യാകുലൻ, ഗ്രഹണത്തിൽപ്പെട്ട സൂര്യൻ/ചന്ദ്രൻ, രാഹു. afflicted by the three kinds of sorrows, sun/ moon in eclipse Rahu.
ഉപരക്ഷകൻ(നാ) - അംഗരക്ഷകൻ. body guard.
ഉപരചിത (വി) - ഉണ്ടാക്കപ്പെട്ട. constructed.
ഉപരത (വി) - ശമിച്ച, മരിച്ച, വിരക്തി വന്ന, പിന്തിരിഞ്ഞ, പൊയ്പ്പോയ, ഉപേക്ഷിച്ച. stopped, dead, detached, withdrawn from, non existing, given up.
ഉപരതി(നാ) - വിരാമം, വിരക്തി, മരണം, വലിയ സന്തോഷം. cessation, quietism, death, delight.
ഉപരാഗം(നാ) - ഗ്രഹണം, ചുമപ്പുനിറം, നിറം പിടിപ്പിക്കൽ, ആപത്ത്, വേദന. eclipse, red colour, act of dyeing, distress, pain.
ഉപരാന്തം (ക്രി.വി) - അനന്തരം, പിന്നീട്. later on, afterwards.
ഉപരി (ക്രി.വി) - പറ്റി, ആധാരമാക്കി, ഉദ്ദേശിച്ച്, അധികമായി, പുറത്ത്, മേൽഭാഗത്ത്, മീതേ, മുകളിൽ. with regard to, with reference, more than, on the top of, above, upon, on.
ഉപരിതലം(നാ) - മുകൾഭാഗം, മുകൾത്തട്ട്. upper part, surface.
ഉപരിപ്ലവ (വി) - മുകളിൽ പൊന്തിനിൽക്കുന്ന, അടിയിലേയ്ക്ക് ഇറങ്ങാത്ത. superficial, not going deep into.

ഉപരുദ്ധ (വി) - ഉപരോധിക്കപ്പെട്ട. besieged.
ഉപരോധകം(നാ) - രഹസ്യമുറി, അന്തഃപുരം. private chamber, harem.
ഉപരോധം(നാ) - തടസ്സം, തടങ്ങൽ, കോട്ടവളയൽ, എതിർപ്പ്, ഉപദ്രവം, ആച്ഛാദനം, സംയമനം. obstruction, impediment, blockade, opposition, trouble, cover, restraint.
ഉപരോധിക്കുക (സ.ക്രി) - അകത്തിട്ട് അടയ്ക്കുക, തടയുക, ബന്ധിക്കുക, ഉപദ്രവിക്കുക, മൂടുക, ശത്രു സങ്കേതം വളയുക. to lock in, to obstruct, to bind, to vex, to cover, to besiege.
ഉപര്യുക്ത (വി) - മേൽപ്പറഞ്ഞ. mentioned abve.
ഉപര്യുപരി (ക്രി.വി) - മേൽക്കുമേൽ. more and more.
ഉപല(നാ) - കൽക്കണ്ടം, പഞ്ചസാര, ചരൽ, രത്നം, ചാണകവറളി. sugar candy, sugar, gravel, a gem, dried chips of cow dung.
ഉപലകം(നാ) - കല്ല്. stone.
ഉപലക്ഷണം(നാ) -കാഴ്ച, സംക്ഷേപണം, കുറിപ്പ്, അടയാളപ്പെടുത്തൽ. looking at, summing up, note, marking.
ഉപലക്ഷിക്കുക (സ.ക്രി) - നോക്കുക, സൂചിപ്പിക്കുക. to look at, to imply.
ഉപലക്ഷിത (വി) - കാണപ്പെട്ട, അടയാളമിട്ട, സൂചിപ്പിക്കപ്പെട്ട. perceived, marked, implied.
ഉപലക്ഷ്യം(നാ) - കാണത്തക്കത്, താങ്ങ്, രക്ഷാകേന്ദ്രം, ഊഹം, ചിഹ്നം, ലക്ഷണം നിർദേശിക്കാവുന്നത്. visible, support, shelter, inference, mark, that which may be designated.
ഉപലബ്ധ (വി) - ലഭിച്ച, ഗ്രഹിച്ച, അറിഞ്ഞ. gained, understood, known.
ഉപലബ്ധി(നാ)- നേടൽ, മനസ്സ്, ലഭിക്കൽ, ജ്ഞാനം, ഉണർവ്വ്, സാക്ഷാത്കാരം. acquisition, mind, getting, knowledge, walk fulness, realization.
ഉപലഭ്യ (വി) - ലഭിക്കത്തക്ക, ഗ്രഹിക്കത്തക്ക, പ്രശംസാർഹമായ. obtainable, perceivable, praiseworthy.
ഉപലം(നാ) - കല്ല്, രത്നം, കൽക്കണ്ടം. stone, gem, sugar candy.
ഉപലംഭക (വി) - കാണിക്കുന്ന, ഓർമ്മിപ്പിക്കുന്ന. causing to perceive, reminding.
ഉപലംഭം(നാ) - ബോധം, അനുഭവം. direct, perception, recognition.
ഉപലാളനം(നാ) - വാത്സല്യം കാണിക്കൽ. fondling.
ഉപലാളിക(നാ) - ആശ, ദാഹം. hope, thirst.
ഉപലാളിത (വി)- ഓമനിക്കപ്പെട്ട. fondled.
ഉപലിംഗം(നാ) - ദുശ്ശകുനം. ill- omen.
ഉപലിപ്സ(നാ) - കിട്ടാനുള്ള ആഗ്രഹം. desire to get.
ഉപവകുപ്പ്(നാ) - പ്രധാനവകുപ്പിന്റെ ഒരു ഭാഗം. sub-section.
ഉപവദിക്കുക (സ.ക്രി) - മോശമായി സംസാരിക്കുക, നിന്ദിക്കുക, മിരട്ടി വശത്താക്കുക, സ്തുതിക്കുക. to speak ill of, to abuse, to entice by verbal jugglery, to praise.
ഉപവനം(നാ) - ആരാമം, നട്ടുവളർത്തിയ തോപ്പ്. garden, grove.
ഉപവസഥം(നാ) - വാസസ്ഥാനം, ഉപവാസ ദിനം, സോമയാഗത്തിന് ഒരുക്കുന്ന കാലം. residence, day of fasting, period of preparation for soma sacrifice.
ഉപവസിക്കുക (സ.ക്രി) - തുടങ്ങുക, അനുഷ്ഠിക്കുക. to enter upon, to perform.
ഉപവസ്ത്രം(നാ) - ഉത്തരീയം. upper garment.
ഉപവഹം(നാ) - തലയണ. pillow.
ഉപവാദം(നാ) - കുറ്റപ്പെടുത്തൽ, നിന്ദനം. blaming, censure.
ഉപവാസം(നാ) - പട്ടിണി, നോമ്പ്, വ്രതം, ഭക്ഷിക്കാതിരിക്കൽ, സമീപത്തു

വസിക്കൽ. fasting, observance, abstaining from food, staying near.

ഉപവിഷ്ട (വി) - ഇരുന്ന. seated.

ഉപവീതം(നാ) - പൂണൂൽ. sacred thread.

ഉപവീതി(നാ) - പൂണൂൽ ധരിക്കുന്നവൻ. one who wears the sacred thread.

ഉപവീഥി(നാ) - ഇടവഴി. lane.

ഉപവൃത്തി(നാ) - ഉപതൊഴിൽ. subsidiary job.

ഉപവേദം(നാ) - ആയുർവേദം, ഗാന്ധർവവേദം, ധനുർവേദം, സ്ഥാപത്യവേദം. Ayurveda, Gandharva Veda, Dhanur Veda, Sthapathya Veda.

ഉപവേശം(നാ) - ഇരിപ്പ്, താഴത്തുവയ്ക്കൽ, മനസ്സിരുത്തൽ. sitting, placing down, concentration of mind.

ഉപവേശിക്കുക (അ.ക്രി) - ഇരിക്കുക. to sit down.

ഉപവേഷ്ടനം(നാ) - പൊതിഞ്ഞുകെട്ടൽ, തുണി കൊണ്ട് ചുറ്റി പൊതിയൽ. act of wrapping up, swathing.

ഉപശമനം(നാ) - അടക്കം, ഉപശമിപ്പിക്കൽ, നശിക്കൽ, ക്ഷമ. cessation, calming, becoming extinct, patience.

ഉപശമം(നാ) - ശമിക്കൽ, അടക്കം, ക്ഷമ, ശാന്തത, മനസ്സമാധാനം. becoming quite, cessation, calmness, peace of mind.

ഉപശമിക്കുക (അ.ക്രി) - തീവ്രതയില്ലാതാകുക, വിരമിക്കുക. to become calm, to cease.

ഉപശയ (വി) - അടുത്തുകിടക്കുന്ന. lying near.

ഉപശയ(നാ) - പതം വരുത്തിയ കളിമണ്ണ്. a piece of clay made ready for use.

ഉപശയം(നാ) - അടുത്തുകിടക്കൽ, സന്തോഷം, സുഖം, പതിയിരുപ്പ്, രോഗനിദാനത്തിന്റെ ഒരു വിഭാഗം. lying close by, delight, hole for the hunter to hide himself in, one of the five elements of cause of disease.

ഉപശാഖ(നാ) - ചില്ല, ഉൾപ്പിരിവ്. smaller branch, minor branch.

ഉപശാന്തി(നാ) - അടക്കം, കഴിവ്, പരിഹാരം, മോചനം, ഇണങ്ങിയ ആന, തൃപ്തിപ്പെടുത്തൽ. modesty, efficiency, remedy, liberation, tamed elephant, satiation.

ഉപശായി (വി) - അടുത്തു കിടക്കുന്ന. lying near.

ഉപശാലം(നാ) - മുറ്റം, വീട്ടിന്നരികിൽ. courtyard, near the house.

ഉപശിക്ഷണം(നാ) - പഠിത്തം, പരിശീലനം. learning, training.

ഉപശ്രുത (വി) - വാഗ്ദാനം ചെയ്യപ്പെട്ട, അംഗീകരിക്കപ്പെട്ട, കേൾക്കപ്പെട്ട. promised, agreed, heard.

ഉപസംഗം(നാ) - അടുപ്പം, സ്നേഹം, ചേർച്ച. proximity, affection, contact.

ഉപസദനം(നാ) - അയൽപ്പക്കം, സമീപിക്കൽ, ശിഷ്യനാകൽ, സേവനം. neighbourhood, approaching, becoming a disciple, service.

ഉപസദം(നാ) - സമ്മാനം, സമീപിക്കൽ. present, approaching.

ഉപസമുദ്രം(നാ) - ഉൾക്കടൽ. bay.

ഉപസംവാദം(നാ) - ഉടമ്പടി. contract.

ഉപസംഹരിക്കുക (സ.ക്രി) - സംഹരിക്കുക, അടക്കുക, മൊത്തത്തിൽ പറയുക, പറഞ്ഞു നിർത്തുക, നശിപ്പിക്കുക, പിൻവലിക്കുക. to annihilate, to restrain, to sum up, to conclude, to destroy, to withdraw.

ഉപസംഹാരം(നാ) - പറഞ്ഞു നിർത്തൽ, അവസാനിപ്പിക്കൽ, അടക്കം, ജപിച്ചയച്ച അമ്പു പിൻവലിക്കൽ, മരണം, പിൻവലിക്കൽ. നശിപ്പിക്കൽ summing up, conclusion, withholding an arrow, death, act of withdrawing, destroying.

ഉപസര (വി) - അടുത്തു ചെല്ലുന്ന. approaching.

ഉപസർഗ്ഗം(നാ) - ദുർന്നിമിത്തം, ധാതു പ്രകൃതികൾക്ക് മുന്നിൽ ചേർന്ന് അർത്ഥ ഭേദം വരുത്തുന്ന ശബ്ദം, പിശാചുബാധ, സന്നി, രോഗം, മരണലക്ഷണം, ഗ്രഹ ണം, യോഗിക്ക് ആത്മദർശനത്തിന് നേരിടുന്ന പ്രതിബന്ധങ്ങൾ. portent, prefix, paroxysm, fit, disease, symptom of death, eclipse, obstacles experienced by yogi in self - realization.

ഉപസമർപ്പണം(നാ) - സമീപിക്കൽ. approaching.

ഉപസർപ്പിണി(നാ) - ഒരു ദ്രാവിഡ വൃത്തം. name of a dravidian metre.

ഉപസാന്ത്വനം(നാ) - സമാധാനപ്പെടു ത്തൽ. consolation.

ഉപസീരം(നാ) - കലപ്പ. plough.

ഉപസൂര്യകം(നാ) - സൂര്യന്റെ പരിവേ ഷം, ഒരിനം മിന്നാമിനുങ്ങ്. halo of the sun, a kind of glow- worm.

ഉപസൃഷ്ടം(നാ)-ചേർച്ച, ചേർക്കപ്പെ ട്ടത്, സംയോഗം. contact, that which is joined, coition.

ഉപസേവ(നാ)-ആരാധനം, പ്രാപ്തി, പരിശീലനം. worship, attainment, training.

ഉപസ്കരണം(നാ) - ഉപദ്രവം, ശേഖ രിപ്പ്, കൊല അലങ്കരണം, ദോഷാരോ പണം. injuring, gathering, blame, killing, decoration.

ഉപസ്കരം(നാ) -കുറ്റം, പലവ്യഞ്ജനം, പിഴ, കറി, അലങ്കാരം, ആഭരണം, ഉപകരണം, കളിപ്പാട്ടം. blame, condiment, penalty, curry, decoration, ornament, utensil, toy.

ഉപസ്കരിക്കുക (സ.ക്രി) - പാകം ചെയ്യുക, തേച്ചു മിനുക്കുക, ഒരുക്കുക. to cook, to perfect, to prepare.

ഉപസ്കാരം(നാ) - അടി, ആഭരണം, ശേഖരണം, അനുബന്ധം, കൂട്ടം, പല വ്യഞ്ജനം. stroke, ornament, collection, suppliment, heap, condiment.

ഉപസ്ഥ (വി) - അടുത്തുള്ള. proximate.

ഉപസ്ഥദലം(നാ)-അരയാൽ. Indian fig.

ഉപസ്ഥം(നാ) - മടി. lap.

ഉപസ്ഥാനം(നാ) - ബ്രാഹ്മണരുടെ മധ്യാഹ്നകർമ്മം, ഓർമ്മ, പരിശുദ്ധ സ്ഥലം, സാമീപ്യം, സാന്നിധ്യം, സേവ നം, പരിചരണം, വീട്, മുറി, ഇരിപ്പിടം, സ്വീകരണശാല. brahminic performance of mid-day service, memory, sanctuary, proximity, presence, service, nursing, abode, room, seat, reception room.

ഉപസ്ഥിതി(നാ) - ഓർമ്മ, അടുപ്പം, സാന്നിധ്യം, സേവ, ശുശ്രൂഷ, ലാഭം, പാണ്ഡിത്യം. memory, proximity, presence, service, attendance, getting, scholarship.

ഉപഹത (വി) - ക്ഷീണിപ്പിച്ച, അവഗ ണിക്കപ്പെട്ട, മുറിവേൽപ്പിക്കപ്പെട്ട, അടി ക്കപ്പെട്ട, കൊല്ലപ്പെട്ട, കുഴങ്ങിയ, ദൂഷി തമായ. weakened, neglected, injured, hit, killed, perplexed, polluted.

ഉപഹതക (വി) - ദൗർഭാഗ്യമുള്ള. ill-fated.

ഉപഹതി(നാ) - താഡനം, കൊല, ഉപ ദ്രവം, കേട്. stroke, killing, harm, damage.

ഉപഹത്യ(നാ) - മുറിവ്, കൺമയക്കം. hurt, morbid affection.

ഉപഹസിക്കുക (സ.ക്രി) - പരിഹസി ക്കുക. to ridicule.

ഉപഹാരം(നാ) - കാഴ്ചദ്രവ്യം, പൂജാ ദ്രവ്യം, നിവേദ്യം, കാഴ്ചവയ്ക്കൽ, ബലി, യാഗം, അതിഥികൾക്ക് വിളമ്പു ന്ന ആഹാരം. complimentary gift, materials for worship, offering, (placing before) present, sacrifice, food served to guests.

ഉപഹാസകൻ(നാ) - വിദൂഷകൻ. jester.

ഉപഹാസം(നാ) - ആക്ഷേപം, കളിയാ ക്കൽ, നേരംപോക്ക്, മൈഥുനം. ridicule, derision, fun, sexual intercourse.

ഉപഹൂത (വി) - ക്ഷണിക്കപ്പെട്ട. invited.
ഉപഹൃത (വി) - ഉപഹരിക്കപ്പെട്ട. offered.
ഉപഹൃതി(നാ) - ഉപസംഹാരം. conclusion.
ഉപഹ്രദം(നാ) - നികന്ന പൊയ്ക. shallow pond.
ഉപാകങ്ങൾ(നാ) - രാത്രിയും ഉഷസ്സും, രാപ്പകൽ. epithet of night and morning, night and day.
ഉപാകരിക്കുക (അ.ക്രി) - അടുത്തു കൊണ്ടുവരിക, ക്ഷണിക്കുക, ദാനം ചെയ്യുക, ആരംഭിക്കുക. bring near, invite, offer, commence.
ഉപാകർണ്യ (ക്രി.വി) - കേട്ടിട്ട്. having heard.
ഉപാകർമ്മം(നാ) - ഉപനയനാനന്തരമുള്ള വേദാരംഭം, ആരംഭിക്കൽ. commencement of the study of vedas after the initiation, commencing.
ഉപാകൃത (വി) - അടുക്കൽ ആനയിക്കപ്പെട്ട, സ്വീകരിക്കപ്പെട്ട, ദുർനിമിത്തങ്ങളോടു കൂടിയ. brought or driven near, received, inauspicious.
ഉപാകൃതം(നാ) - ബലിമൃഗം, ദുർന്നിമിത്തം, ആപത്ത്, സ്വീകരിക്കപ്പെട്ടത്, ആരംഭിക്കപ്പെട്ടത്, ആനയിക്കപ്പെട്ടത്. sacrificial animal, portent, calamity, that which is received, that which is commenced, that which is brought.
ഉപാഖ്യാനം(നാ) - ഉപകഥ, പലരും പറഞ്ഞു കേട്ട കഥയുടെ ആവർത്തനം. episode, repetition of what has already been heard from others.
ഉപാഗത (വി) - അടുത്തുവന്ന, സംഭവിച്ച, വാഗ്ദാനം ചെയ്യപ്പെട്ട. apporoached, occurred, promised.
ഉപാഗമം(നാ) - അടുത്തുവരവ്, പ്രതിജ്ഞ, സമ്മതം, സംഭവം, അംഗീകാരം. arrival, promise, agreement, incident, recognition.
ഉപാംഗം(നാ) - ശരീരത്തിനടുക്കൽ. near the body.
ഉപാംഗം(നാ) - ചന്ദനക്കുറി, അപ്രധാനമായ അംഗം, പരിശിഷ്ടം, ഒരു വാദ്യം, വേദാംഗങ്ങളുടെ അംഗമായ ശാസ്ത്രം. sectarian mark on the forehead, minor limb, supplement, particular drum-like instrument, class of writings supplementary to Vedangas.
ഉപാംഗുഷ്ഠം(നാ) - നഖം. nail.
ഉപാചരിത (വി) - അനുസരണയുള്ള. obedient.
ഉപാത്ത (വി) - ലഭിച്ച, ആരംഭിക്കപ്പെട്ട, ധരിക്കപ്പെട്ട, പ്രസ്താവിക്കപ്പെട്ട, ഉപയോഗത്തിൽപ്പെട്ട. obtained, commenced, understood, mentioned, used.
ഉപാത്തൻ(നാ) - മദം തീർന്ന. ആന elephant out of rut.
ഉപാദാനം(നാ) - ഇന്ദ്രിയങ്ങളെ വിഷയങ്ങളിൽനിന്ന് നിവർത്തിപ്പിക്കൽ, ദാനം വാങ്ങൽ, ഭിക്ഷയേൽക്കൽ, ഹേതു, സൂചിപ്പിക്കൽ. redeeming senses from sensual objects, accepting a gift or charity, alms, reason, implying.
ഉപാദേയ (വി) - സ്വീകാര്യമായ, സഹിക്കാവുന്ന, ശ്രേഷ്ഠമായ, സ്തുത്യർഹമായ. acceptable, endurable, excellent, admirable.
ഉപാദ്ധ്യക്ഷൻ(നാ) - അദ്ധ്യക്ഷനു തൊട്ടു താഴെയുള്ള ആൾ. vice-president.
ഉപാദ്ധ്യായൻ(നാ) - അദ്ധ്യാപകൻ, ആചാര്യൻ, പുരോഹിതൻ, ഓതിക്കോൻ. teacher, preceptor, priest, teacher of the Vedas.
ഉപാധാനം(നാ) -സൃഷ്ടി, കൂട്ടിചേർക്കൽ, ധരിക്കൽ അടുത്തു വയ്ക്കൽ. creation, adding, wearing, placing near.
ഉപാധി - അടയാളം, വ്യവസ്ഥ, സ്ഥാനപ്പേര്, വകുപ്പ്, വഞ്ചന, ഉപായം, മാർഗ്ഗദർശനം, നിയമപ്രകാരം കൊടുക്കേണ്ടത്, ന്യായം, തോന്നൽ. distinguishing property, condition, title, divi-

sion, cheat, means, guidance, that which is legally entitled to be paid, justice, seeming.

ഉപാധി(നാ) - ധർമ്മവിചാരം, ആധി, തടങ്ങൽ. virtuous reflection, strain, imprisonment.

ഉപാധിക (വി) - അധികമായുള്ള, കവിഞ്ഞ. excessive, additional.

ഉപാനയിക്കുക (സ.ക്രി) - കൊണ്ടുവരുക, അടുത്തു വരുത്തുക. to bring, to convey near.

ഉപാന്തം(നാ) - അരിക്, കടക്കണ്ണ്, മലഞ്ചെരിവ്. edge, outer corner of the eye, slope of a hill.

ഉപാന്ത്യം(നാ) - കടക്കണ്ണ്, അവസാനത്തേതിന് തൊട്ടു മുൻപുള്ളത്, സമീപസ്ഥലം. outer corner of the eye, last but one, vicinity.

ഉപാംശു(നാ) - രഹസ്യസ്ഥലം. secret place.

ഉപായനം(നാ) - സമീപിക്കൽ, കാഴ്ചദ്രവ്യം, ഒരിനം സ്ത്രീധനം. approaching, present, a type of dowry.

ഉപായനീകരിക്കുക(സ.ക്രി) - കാഴ്ചവയ്ക്കുക. to present.

ഉപായം(നാ) - യുക്തി, തന്ത്രം, കാര്യസിദ്ധിയ്ക്കുള്ള വഴി, കൗശലം, ലക്ഷ്യപ്രാപ്തി, നീക്കുപോക്ക്, ഉപജീവനമാർഗ്ഗം, പോംവഴി. device, trick, means to attain aim, stratagem, attainment of one's aim, concessions, means of livelihood, remedy.

ഉപായാത (വി) - സമീപത്തുവന്ന. approached.

ഉപായാതം(നാ) - വരവ്, വന്നു ചേരൽ, സംഭവം. coming, arrival, event.

ഉപാരത (വി) - വിരമിച്ച, തിരിച്ചുവന്ന, സന്തോഷിച്ച, ഏർപ്പെട്ട, വ്യാപൃതമായ. free from, returned, delighted, engaged in, occupied with.

ഉപാരം (വി) - തെറ്റ്, കുറ്റം, പാപം, സാമീപ്യം. fault, offence, sin, proximity.

ഉപാരംഭം(നാ) - തുടക്കം. commencement.

ഉപാരൂഢ (വി) - വർദ്ധിച്ച, പ്രാപ്തമായ, കയറിയ. increased, attained, mounted.

ഉപാർജ്ജക (വി) - സമ്പാദിക്കുന്ന. earnings.

ഉപാലംഭം(നാ) - ശകാരം, നിന്ദാവാക്ക്, താമസിപ്പിക്കൽ, മാറ്റിവയ്ക്കൽ. reproach, censure, delaying, putting off.

ഉപാവർത്തിക്കുക(അ.ക്രി) - നിലത്തു കിടന്നുരുളുക, തിരിച്ചുവരുക. to roll on the ground, to come back.

ഉപാസ(നാ) - ഭജനം, ധ്യാനം. workship, meditation.

ഉപാസകൻ(നാ) - ഉപാസിക്കുന്നവൻ. devotee.

ഉപാസംഗം(നാ) - ആവനാഴി, സാമീപ്യം. quiver, proximity.

ഉപാസനം(നാ) - പൂജ, ഭജനം, ധ്യാനം, ശരാഭ്യാസം. worship, homage, meditation, practice of archery.

ഉപാസീന (വി) - അടുത്തിരിക്കുന്ന, പരിചരിക്കുന്ന, ശുശ്രൂഷിക്കുന്ന. sitting near, attending on, nursing.

ഉപാസ്തി(നാ) - സേവ, പൂജ. service, worship.

ഉപാഹരിക്കുക (സ.ക്രി) - കൊണ്ടുവരിക, എടുക്കുക, സമർപ്പിക്കുക, ഇല്ലാതാക്കുക. to bring near to, to take, to offer, to overcome.

ഉപാഹാരം(നാ) - ലഘുഭക്ഷണം. light food.

ഉപാഹിതം(നാ)-ആപത്ത്. calamity.

ഉപാഹൃത (വി) - എടുക്കപ്പെട്ട, കൊണ്ടുവരപ്പെട്ട. taken, brought.

ഉപേക്ഷ(നാ) - മടി, നിന്ദ, ഉദാസീനത. laziness, contempt, indifference.

ഉപേക്ഷണം(നാ) - ഉപേക്ഷിക്കൽ. rejection.

ഉപേക്ഷണീയ (വി) - ഉപേക്ഷിക്കത്തക്ക. negligible.

ഉപേക്ഷിക്കുക (സ.ക്രി) - വേണ്ടെന്ന് വയ്ക്കുക, തള്ളിക്കളയുക, പരിത്യജിക്കുക, വിഗണിക്കുക. to overlook, to reject, to abandon, to disregard.
ഉപേക്ഷിത (വി) - ഉപേക്ഷിക്കപ്പെട്ട. rejected.
ഉപേക്ഷിതവ്യ(വി) - ഉപേക്ഷിക്കത്തക്ക. to be overlooked.
ഉപേത (വി) - കൂടിയ, ചേർന്ന, ഉപനയനംകഴിഞ്ഞ. furnished with, arrived, initiated.
ഉപോഢ (വി) - കൊണ്ടുവരപ്പെട്ട, വർദ്ധിച്ച, ആരംഭിച്ച, ശേഖരിക്കപ്പെട്ട. brought near, increased, commenced, accumulated.
ഉപോത്പന്നം(നാ) - അപ്രധാനമായ ഉത്പന്നം. by - product.
ഉപോദ്ഘാതം(നാ) - ആമുഖം, മുഖവുര, ആരംഭം, ഉദാഹരണം. introduction, preface, commencement, illustration.
ഉപോദ്ബലക (വി) - ഉറപ്പു നൽകുന്ന. strengthening.
ഉപ്ത (വി) - വിതയ്ക്കപ്പെട്ട. sown.
ഉപ്പ(നാ) - അച്ഛൻ, അമ്മ. father, mother.
ഉപ്പൻ(നാ)- ചെമ്പോത്ത് (പക്ഷി). snake bird.
ഉപ്പളം(നാ) - ഉപ്പ് വിളയിക്കുന്ന സ്ഥലം. salt pan.
ഉപ്പാട്ടി(നാ) - പരിചാരിക. servant maid.
ഉപ്പാപ്പ(നാ) - മുത്തച്ഛൻ, ഇളയച്ഛൻ, ഉടപ്പിറന്നവൻ. grandfather, father's younger brother, brother.
ഉപ്പാളൻ(നാ) - ഉപ്പുണ്ടാക്കുന്നവൻ. salt maker.
ഉപ്പിളി(നാ) - പാമ്പിൻചട്ട. slough of a snake.
ഉപ്പ്(നാ) - ആറു രസങ്ങളിൽ ഒന്ന്, ലവണം, രുചി. one among six tastes, salt, taste.
ഉപ്പുകുറ്റി(നാ) - ഉപ്പ് അളക്കാനുള്ള പാത്രം. vessel for measuring salt.
ഉപ്പുചുമല്(നാ) - പൂഞ്ഞ്. hump of bull.
ഉപ്പുപ്പാ(നാ) - മുത്തച്ഛൻ. grandfather.
ഉപ്പൂറ്റി(നാ) - കുതികാൽ മടമ്പ്. heel.
ഉഭയ (വി) - രണ്ടും കൂടി. both.
ഉഭയതഃ (ക്രി.വി) - രണ്ടു സ്ഥലത്ത്, രണ്ടു വശത്ത്. in both ways, on both sides.
ഉഭയഥാ (ക്രി.വി) - രണ്ടു പ്രകാരത്തിൽ. in both ways.
ഉഭയം(നാ) - പലിശ, ആദായം, നിലം, വസ്തുവിന്റെ അനുഭവം. interest on money, profit, rice field, produce from landed property.
ഉഭയരാശി(നാ) - മിഥുനം, കന്നി, ധനു, മീനം ഈ രാശികൾ ഓരോന്നും. the 3rd, 6th, 9th, and 12th astrological houses.
ഉമ(നാ) - പാർവ്വതി, പരാശക്തി, മായ, പ്രഭ, പ്രകാശം, കീർത്തി, ശാന്തി, രാത്രി, മഞ്ഞൾ. Parvathy, Name of Parasakti, illusion, splendour, light, fame, quite, night, turmeric.
ഉമ(നാ) - ചുമ. cough.
ഉമം(നാ) - നഗരം, തുറമുഖം. city, port.
ഉമയുക (അ.ക്രി) - ദീർഘമായി ശ്വസിക്കുക. breath heavily.
ഉമാജനകൻ(നാ) - ഹിമവാൻ. the Himalayas.
ഉമാർ(നാ) - ജീവിതകാലം, വയസ്സ്. life time, age.
ഉമാസുതൻ(നാ) - ഗണപതി, സുബ്രഹ്മണ്യൻ. Ganesa, Subrahmanya.
ഉമി(നാ) - ധാന്യങ്ങളുടെ തൊലി. husk.
ഉമിക്കുക (സ.ക്രി) -കവിൾ കൊള്ളുക, ഉറുഞ്ചുക. to gargle, to sip.
ഉമിക്കുക (അ.ക്രി) - പഴകി ചീത്തയാവുക. to become old.
ഉമിനീര്(നാ) - വായിൽ ഊറുന്ന വെള്ളം. saliva.
ഉമിയൽ(നാ) - വയമ്പ്. sweet flag.
ഉമിയുക (സ.ക്രി) - പതിരാവുക, ചാമ്പലാവുക. to become chaff, to be reduced to ashes.

ഉമേശൻ(നാ)- ശിവൻ. Siva.
ഉമ്പർ(നാ) - ദേവന്മാർ. celestials.
ഉമ്പോറ്റി(നാ) - ദൈവം. god.
ഉമ്മ(നാ) - മുഹമ്മദീയസ്ത്രീ, അമ്മ. Muslim woman, mother.
ഉമ്മത്ത്(നാ) - ഔഷധച്ചെടി. thorn apple plant.
ഉമ്മൻ(നാ) - മൂങ്ങ, മരം കൊത്തി. owl, woodpecker.
ഉമ്മം(നാ) - ചുംബനം, തൊങ്ങൽ. kiss, fringe.
ഉമ്മരപ്പടി(നാ) - വാതിൽപ്പടി. door step.
ഉമ്മരപ്പല്ല്(നാ) - മുൻഭാഗത്തെ. പല്ല് foretooth.
ഉമ്മറം(നാ) - ഗൃഹത്തിന്റെ മുൻഭാഗം, വാതിൽപ്പടി. front portion of a house, door step.
ഉമ്മർ(നാ) - പ്രായം, വയസ്സ്. age.
ഉമ്മാണി (ക്രി.വി) - കുറച്ച്, അല്പം. a little.
ഉമ്മാൾ(നാ) - അമ്മ. mother.
ഉമ്മാൾ (ക്രി.വി) - ഇന്നാൾ, അല്പ ദിവസം മുൻപ്. the other day, some days ago.
ഉമ്മിണി (ക്രി.വി) - ഇത്തിരി, ഏറെ, വളരെ. a little, much.
ഉയരം(നാ) - പൊക്കം, ഉയർന്ന സ്ഥലം. height, elevated place.
ഉയരുക (അ.ക്രി) - പൊങ്ങുക, കിളരുക, നികരുക, മുകളിലാവുക, വർദ്ധിക്കുക, ഉയർന്ന സ്ഥാനമുണ്ടാകുക, പ്രബലമാവുക, ശ്രേഷ്ഠമാവുക. to rise, to grow, grow in stature, to get filled, to come on top, to increase, to rise up to a high position, to become strong, to be excellent.
ഉയരെ (ക്രി.വി) - ഉയർന്ന നിലയിൽ, പൊക്കത്തിൽ, മുകളിൽ. on a high level, high up, above.
ഉയർച്ച(നാ)- പൊക്കം, ഉയരം, പൊക്കമുള്ള സ്ഥലം, ഉത്കർഷം. height, elevation, elevated place, prosperity.
ഉയിർ(നാ) - ജീവൻ, ശ്വാസം, ഉശിര്, ചുണ, പ്രാണസ്നേഹം, സ്വരാക്ഷരം. life, breath, vigour, love for life, vowel.
ഉയിർത്തെഴുന്നേല്പ്പ്(നാ) - പുനരുത്ഥാനം. resurrection.
ഉയിൽ(നാ) - മരണപത്രം. will.
ഉര(നാ) - വാക്ക്, കീർത്തി, വ്യാഖ്യാനം. word, fame, commentary.
ഉര(നാ) - ഉരസ്സൽ, മാറ്റ്. rubbing, degree of purity of gold.
ഉരകല്ല്(നാ) - സ്വർണ്ണം ഉരച്ചു മാറ്റു നോക്കുന്ന കല്ല്, കത്തി തേയ്ക്കുന്ന കല്ല്, ഗുളിക ഉരയ്ക്കുന്ന കല്ല്, ഗുണ പരിശോധനയ്ക്കുള്ള ഉപാധി. touch stone, stone for whetting knives, mortar, standard.
ഉരക്കടലാസ്(നാ) - മിനുക്കുകടലാസ്. sand paper.
ഉരക്കളം(നാ) - നെല്ലു കുത്തുപുര. shed to husk paddy.
ഉരക്കുക (അ.ക്രി) - ബലപ്പെടുക, കടുപ്പമാവുക, പരുക്കനാവുക. become strong, become hard, become rough.
ഉരഗം(നാ) - പാമ്പ്, ആയില്യം നക്ഷത്രം, ഈയം. snake, star Aslesha, lead.
ഉരഗരാജൻ(നാ) - അനന്തൻ, വാസുകി, വലിയ പാമ്പ്. Ananta, king of serpents, Vasuki, large snake.
ഉരഗശത്രു(നാ) - മയിൽ, ഗരുഡൻ, കീരി. peacock, Garuda, mongoose.
ഉരഗശായി(നാ) - മഹാവിഷ്ണു. Lord Vishnu.
ഉരഗസ്ഥാനം(നാ) - പാതാളം. abode of snakes.
ഉരഗാഭരണൻ(നാ)- ശിവൻ. Siva.
ഉരഗാശനൻ(നാ) - ഗരുഡൻ, മയിൽ. Garuda, peacock.
ഉരഗി(നാ) - പെൺപാമ്പ്. female serpent.
ഉരഗം(നാ) - പാമ്പ്. snake.

ഉരണകം(നാ) - കുറിയാട്, ആട്, മേഘം, തകര, വെള്ളി. ram, sheep, cloud, cassia alata, silver.
ഉരണകം(നാ) - ഒരു ഗ്രഹം. Uranus.
ഉരതലം(നാ) - മാറിടം. breast, chest.
ഉരത്ത (വി) - ബലമുള്ള, പരുഷമായ, വർദ്ധിച്ച. strong, rough, increased.
ഉരം(നാ) - ശക്തി, ഉറപ്പ്, നിശ്ചയം, വളം. strength, firmness, determination, manure.
ഉരം(നാ) - നെഞ്ച്, തോൾ. chest, shoulder.
ഉരമാനം(നാ) - തേയ്മാനം, ഉരയ്ക്കൽ. wear and tear, rubbing.
ഉരയുക (അ.ക്രി) - തമ്മിൽ ഉരസുക, തേയുക. to rub against one another, to wear away.
ഉരയ്ക്കുക (സ.ക്രി) - തേക്കുക, മത്സരിക്കുക, മാറ്റുനോക്കുക. to rub against, to compete, to test the purity.
ഉരയ്ക്കുക (അ.ക്രി) - പറയുക. to utter.
ഉരവ്(നാ) - തേയ്മാനം, ഉരയൽ, ഉരഞ്ഞുള്ള വ്രണം. wearing away, rubbing, bruise.
ഉരശചർദം(നാ) - ചട്ട, കുപ്പായം, കവചം. shirt, upper garment, armour.
ഉരസ്സൽ(നാ) - ഉരയ്പ്പ്, വാഗ്വാദം, മത്സരം. friction, debate, contest.
ഉരസുക (അ.ക്രി) -ഉരയുക, തൊട്ടുഞെരുങ്ങി നീങ്ങുക, ഉരുമ്മുക, മത്സരിക്കുക, തേക്കുക, അമർത്തി നിരക്കുക. to rub against, to move tightly, to rub, to contest, to rub, to move something with pressure along the surface of.
ഉരസ്തടം(നാ) - മാറിടം. chest.
ഉരസ്ത്രാണം(നാ) - കവചം. armour.
ഉരസ്ഥലം(നാ) -മാറിടം. chest.
ഉരി(നാ) - തോൽ. skin.
ഉരി (വി) - ഒരു അളവ്. a measure.
ഉരിക്കുക (സ. ക്രി) - പറിച്ചെടുക്കുക, തോൽ ഇളക്കുക, വസ്ത്രം അഴിപ്പിക്കുക, നാണിപ്പിക്കുക. to flay, to peel the skin, to strip, to put to shame.
ഉരിയാട്ടം(നാ) -സംസാരം, പറച്ചിൽ. conversation, talk.
ഉരിയുക (അ.ക്രി) - പറിഞ്ഞു പോകുക, കഴലുക. to fall off, to be stripped.
ഉരു (വി)- വർദ്ധിച്ച, വിസ്താരമുള്ള, മഹത്തായ. increased, wide, great.
ഉരു(നാ) - ആകൃതി, ശരീരം, കപ്പൽ, ചെറിയ വള്ളം, കന്നുകാലി, കാള, ആന, മുറിവ്, പാട്. shape, body, ship, schooner, cattle, ox, elephant, injury, sign.
ഉരുകുക (അ.ക്രി) - ചൂട് കൊണ്ട് ദ്രവമാകുക, അയയുക, മനസ്സലിയുക. melt, liquify, be softened.
ഉരുക്കം(നാ) - ഉരുകൽ, അലിവ്, വ്യസനം, ചൂട്. melting, pity, anguish, heat.
ഉരുക്കഴിക്കുക (ക്രി) - ഉരുവിടുക. to chant.
ഉരുക്ക്(നാ) - ഉരുക്കൽ, ഉരുക്കിയ വസ്തു, ഇരുമ്പിന്റെ വകഭേദം. the act of melting, that which is melted, steel.
ഉരുക്കുകൂട്ടുക (സ.ക്രി) - ശേഖരിക്കുക. to gather.
ഉരുട്ടൻ(നാ) - ചതിയൻ. cheat.
ഉരുട്ട് (വി) - ഉരുണ്ട, വൃത്താകാരമായ. globular, round.
ഉരുട്ട്(നാ) - കള്ളസൂത്രം, ചതിവ്, മിരട്ട്. trick, deception, prevarication.
ഉരുട്ടുക (സ.ക്രി) - ഉരുളയാക്കുക, മിരട്ടുക, ചതിക്കുക, മറിക്കുക. to make into globules, to prevaricate, to deceive, to loss.
ഉരുണ്ണി(നാ) - ഉണ്ണിമാങ്ങ. tender mango.
ഉരുണ്ട (വി) - ഉണ്ടയായ, വട്ടം കറങ്ങി നീങ്ങിയ. globular, rolled.
ഉരുണ്ടു വീഴുക - മറിഞ്ഞുവീഴുക. to fall down.
ഉരുത(നാ) - ഭംഗി. beauty.
ഉരുത്തിരിയുക (അ.ക്രി) - രൂപം കൊള്ളുക, വേർതിരിച്ചറിയാറാവുക. to form, to become distinguishable.

ഉരുപ്പടി(നാ) - ആഭരണം, വെങ്കലപ്പാത്രം. ornament, any movable property.
ഉരുമ്മുക (സ.ക്രി) - ഉരസുക, ഉഴിയുക, മിനുസം വരുത്തുക, കടാക്ഷിക്കുക. to rub against, to smoothen, to massage, to glance.
ഉരുവം(നാ) - രൂപം, ആകൃതി, നടയ്ക്കുവയ്ക്കുന്ന ആൾ. form, shape, an effigy offered to a temple.
ഉരുവഴിക്കുക - രൂപം മാറ്റുക, ഉരുവിടുക. to change the shape, to repeat.
ഉരുവഴിയുക - മരിക്കുക, കാണാതാവുക, അലസുക. to die, to disappear, to abort.
ഉരുവാകുക - രൂപപ്പെടുക. to form.
ഉരുവിടുക - ഉരുക്കഴിക്കുക, പല തവണ ചൊല്ലി ഉറപ്പാക്കുക. to repeat, to recite many times, to make it ready for use.
ഉരുൾ (വി)- ഉരുണ്ട. globular.
ഉരുൾ(നാ) - വണ്ടിച്ചക്രം, വണ്ടി, വെള്ളത്തിന്റെ മർദ്ദം കൊണ്ട് പൊട്ടിയടരുന്ന മല, ചെറിയ കൊടുമുടി, വലിയ ഓളം. wheel of a cart, cart, landslide, small peak, rolling wave.
ഉരുള(നാ) - ഉരുട്ടിയെടുത്ത പദാർത്ഥം. ball.
ഉരുളക്കിഴങ്ങ്(നാ) - ഉരുണ്ട ഒരിനം കിഴങ്ങ്. potato.
ഉരുളപ്പലിശ - കൂട്ടുപലിശ. compound interest.
ഉരുളുക (അ.ക്രി) - മറിഞ്ഞുതിരിയുക, ഉണ്ടയാവുക, തടിക്കുക, കുഴങ്ങുക, ഉപായം ആലോചിക്കുക. turn from side to side over, become globular, grow fat, be perplexed, try to evade, cunningly.
ഉരുൾപൊട്ടൽ(നാ) - കരയും മറ്റും ഇടിഞ്ഞ് ഉരുണ്ടു വീഴൽ. landslide.
ഉരോസ്ഥി(നാ) - മാറെല്ല്. sternum.
ഉർദു(നാ) - ഒരു ഭാഷ. Urdu.
ഉർവ്വര (വി) - ഫലപുഷ്ടിയുള്ള. fertile.
ഉർവര(നാ) - വിളഭൂമി, ഭൂമി, ചുരുണ്ട തലമുടി, ഒരു അപ്സരസ്ത്രീ. fertile land, land, curly hair, name of a nymph.
ഉർവശി(നാ) - ഒരു ദേവസ്ത്രീ, ആഗ്രഹം, ഉത്സാഹം, ഒരു വരിയിൽ പതിമൂന്ന് അക്ഷരമുള്ള ഒരു വൃത്തം. name of nymph, desire, vigour, name of a metre of thirteen syllables in a line.
ഉർവി (വി) - മഹത്തായ, വിശാലമായ. great, wide.
ഉർവി(നാ) - ഭൂമി. earth.
ഉർവിതലം(നാ) - ഭൂലോകം. world.
ഉർവിധരൻ(നാ) - ആദിശേഷൻ. Adisesha.
ഉർവീധരം(നാ)- പർവ്വതം. mountain.
ഉർവീപതി(നാ) - രാജാവ്. king.
ഉർവീഭൃത്ത്(നാ) - പർവ്വതം, രാജാവ്. mountain, king.
ഉർവീരുഹം(നാ) - മരം. tree.
ഉർവീസുതൻ(നാ) - കുജൻ, നരകാസുരൻ. planet mars, the demon called Naraka.
ഉല(നാ) - ലോഹങ്ങൾ ഉരുക്കുന്ന തീക്കുഴി, ഉലത്തോൽ, മാംസരസം. forge, broth, soup.
ഉലകം(നാ) - ലോകം. world.
ഉലക്ക(നാ) - ഉരലിൽ നെല്ലുകുത്തുന്നതിനുള്ള ഉപകരണം, ഒരു ആയുധം. pestle, wooden pestle, weapon.
ഉലച്ചൽ(നാ) - ആട്ടം, ഇളക്കം, കുലുക്കം, പതർച്ച, വ്യാകുലത. swaying, movement, shaking, quivering, embarrasment.
ഉലട്ടി(നാ) - ചൂണ്ടപ്പന. malabar sago palm.
ഉലത്തോൽ(നാ)-തുരുത്തി. bellows.
ഉലമാ(നാ) - മതപണ്ഡിതൻ. man of learning.
ഉലമ്പുക (അ.ക്രി)- ഒച്ച വയ്ക്കുക, കരയുക, പുലമ്പുക. to make noise, to cry, to rave.
ഉലയുക (അ.ക്രി) -ആടുക, ഇളകുക, ക്ഷീണിക്കുക, തോൽക്കുക, ഉടവുത

ട്ടുക, ശിഥിലമാവുക, അഴിയുക. swing, move in swinging manner, be tired, fail, become creasy, become slack, become loose, sway.

ഉലരുക (അ.ക്രി) -വാടുക, ഉണങ്ങുക, നീരുവലിയുക, വറ്റുക, പൊരിയുക, ശോഭ നശിക്കുക, മെലിയുക, വികസിക്കുക. become dry, be parched up, dry, be fried, fade, lose splendour.

ഉലശൽ(നാ) - തകരാറ്, തടസ്സം. disorderliness, to obstacles.

ഉലാത്തുക (അ.ക്രി) - പതുക്കെപ്പതുക്കെ നടക്കുക, ഉല്ലാസത്തിനായി ചുറ്റി നടക്കുക. to walk in leisure, to wander for entertainment.

ഉലാവുക (അ.ക്രി) - മെല്ലെ അങ്ങോട്ടുമിങ്ങോട്ടും നടക്കുക, ഇളകുക, ലഭിക്കുക, പ്രാപിക്കുക, പറ്റുക, വ്യാപിക്കുക, ഉണ്ടാവുക, വിലസുക. take walk in leisure, shake, obtain, reach, adhere, spread, occur, shine.

ഉലുന്തൻ(നാ)- ലുബ്ധൻ. miser.

ഉലുമ്പ്(നാ) - ദുർഗ്ഗന്ധം, ദുസ്സ്വാദ്. foul smell, distaste.

ഉലുവാ(നാ) - ഒരു വ്യഞ്ജനം. fenugreek seed.

ഉലൂകം(നാ) - മൂങ്ങ, ആനയുടെ ചുവടു ഭാഗം. owl, foot of an elephant.

ഉലൂഖലം(നാ) - ഉരൽ, ഗുല്ഗുലു. wooden mortar, bodellium.

ഉലൂതം(നാ) - പെരുമ്പാമ്പ്, അണലി. boa, viper.

ഉലേമാ(നാ) - മതപണ്ഡിതൻ. religious scholar.

ഉല്ക്ക(നാ) - തീക്കൊള്ളി, പന്തം, കരി, കൊള്ളിമീൻ, എയ്ത്തുനക്ഷത്രം, പുകയറ, പ്രകാശം. firebrand, torch, charcoal, meteor, fire falling from the sky, soot, lustre.

ഉല്ബണ (വി) - അധികമായ, ശക്തി കൂടിയ, ആഡംബരപൂർണ്ണമായ, സ്പഷ്ടമായ. excessive, very strong, luxurious, clear.

ഉല്ബം(നാ)- മറുപിള്ള, യോനി, ഗർഭപാത്രം, ഗുഹ, മാളം. membrane surrounding the embryo, vagina, womb, cave.

ഉല്മുകം(നാ) - തീക്കൊള്ളി. fire brand.

ഉല്ലംഘിക്കുക (സ.ക്രി) - ചാടിക്കടക്കുക, മറികടക്കുക, അതിശയിക്കുക, കവിഞ്ഞുനിൽക്കുക, കൂട്ടാക്കാതിരിക്കുക. to jump over, to overstep, to surpass, to exceed, to disregard.

ഉല്ലല (വി) - ഇളകുന്ന, വിറയ്ക്കുന്ന, രോമം കൊണ്ട് മൂടിയ, രോഗഗ്രസ്തമായ. shaking, trembling, shaggy, affected by many diseases.

ഉല്ലസനം(നാ) - സന്തോഷിപ്പിക്കൽ, ശോഭിക്കൽ, രോമാഞ്ചം. joy, shining, horripilation.

ഉല്ലസിക്കുക (അ.ക്രി) - ശോഭയുള്ളതായിരിക്കുക, കളിക്കുക, വിടരുക, രോമാഞ്ചമുണ്ടാകുക. shine forth, play, blossom, horripilate.

ഉല്ലാഘം(നാ)- കുരുമുളക്. pepper.

ഉല്ലാസം(നാ) - സന്തോഷം, പുസ്തകത്തിന്റെ ഭാഗം, വികാസം, ശോഭ. rejoicing, a part of a book, blooming, light.

ഉല്ലാസി (വി) - ഉല്ലസിക്കുന്ന. playing, shining.

ഉല്ലീഢ (വി) - മിനുക്കിയ, നിർമ്മലമായ, ഉരയ്ക്കപ്പെട്ട. polished, pure, rubbed.

ഉല്ലുഞ്ചനം(നാ) - പിഴുതെടുക്കൽ. plucking out.

ഉല്ലേഖനം(നാ) - എഴുത്ത്, ചിത്രം വരയ്ക്കൽ, ചുരണ്ടൽ, തേയ്പ്പ്, ഛർദ്ദി, കിളയ്ക്കൽ. writing, drawing, scrapping, rubbing, vomiting, digging.

ഉല്ലേഖനീയ (വി) - രേഖപ്പെടുത്താൻ പറ്റിയ, എടുത്തു പറയത്തക്ക. fit to be recorded, fit to be specified.

ഉല്ലേഖം(നാ) - ഒരു അലങ്കാരം, തേപ്പ്, ഉരപ്പ്, കിളയ്ക്കൽ. a figure of speech, rubbing, smoothening, digging.
ഉല്ലേപിക(നാ) - കുഴമ്പ്. electuary.
ഉല്ലോചം(നാ) - മേൽക്കട്ടി, വിതാനം. awning, canopy.
ഉല്ലോല (വി) - ഇളകി മറിയുന്ന. dangling.
ഉല്ലോലം(നാ) - വലിയ തിര. large wave.
ഉല്ലോളിത (വി) - ആട്ടിയ, ഇളക്കപ്പെട്ട, വീശിയ. shaken, waved, wafted.
ഉവട്ടുക (അ.ക്രി) - മനം മറിക്കുക, ചെടിക്കുക, കവിഞ്ഞൊഴുകുക, വർദ്ധിക്കുക. feel like vomiting, surfeit, overflow, increase.
ഉവപ്പ്(നാ) - സ്നേഹം, സന്തോഷം, ഐശ്വര്യം, മോഹം, ഉയരം. love, happiness, prosperity, desire, height.
ഉവര്(നാ) - ഉപ്പ്, ഉപ്പുരസം, സമുദ്രം. salt, saltishness, sea.
ഉവരി(നാ) - സമുദ്രം, ഉപ്പുവെള്ളം, മൂത്രം. sea, salt water, urine.
ഉവർപ്പ്(നാ) - ഉപ്പുരസം, വെറുപ്പ്. saltishness, hatred.
ഉവവി(നാ) - സ്നേഹം, വാത്സല്യം, ആഹ്ലാദം, ധർമ്മം, ഔദാര്യം. love, fondness, joy, charity, generosity.
ഉവ്വ് (വ്യാ) - ശരി, അതെ. yes, right.
ഉശനസ്സ്(നാ) - ശുക്രമഹർഷി. sage Sukra.
ഉശി(നാ) - രുചി. taste.
ഉശിര്(നാ) - ഉയിര്, ജീവൻ, മിടുക്ക്. life breath, life, smartness.
ഉശീരം(നാ) - രാമച്ചം. cuscus grass.
ഉഷ (വി) - ജ്വലിക്കുന്ന. burning.
ഉഷ(നാ) - പ്രഭാതകാലം, പ്രഭാത നൈവേദ്യം, പ്രഭാതദേവത, രാത്രി, ബാണാ സുരന്റെ പുത്രി, ഗോവ്. morning, the morning offering of a deity, dawn as deity, night, name of the daughter of Banasura, cow.
ഉഷപൻ(നാ) - അഗ്നി, സൂര്യൻ. fire, sun.
ഉഷസ്സന്ധ്യ(നാ) - പുലർകാലം. dawn, morning.
ഉഷസ്സ്(നാ) - രാവിലെ, പ്രഭാതദേവത, സൂര്യന്റെ പത്നി. dawn, dawn as a deity, spouse of sun god.
ഉഷാർ(നാ) - ചുണ, ഉത്സാഹം, ഉണർവ്. smartness, vigour, wakefulness.
ഉഷിത (വി) - പഴകിയ, അധിവസിക്കപ്പെട്ട. stale, occupied, in habited.
ഉഷിതം(നാ) - വാസസ്ഥലം. dwelling place.
ഉഷ്ട്രം(നാ) - ഒട്ടകം, ഒട്ടകപ്പക്ഷി. camel, ostrich.
ഉഷ്ണ (വി) - ചൂടുള്ള. hot.
ഉഷ്ണക (വി) - ചൂടുള്ള, ചുണയുള്ള, ഉർവുള്ള. warm, smart, wakeful.
ഉഷ്ണകം(നാ) - ചൂട്, പനി, വേനൽ, പാക്ക്. heat, fever, summer, betel nut.
ഉഷ്ണകരൻ(നാ)-ആദിത്യൻ. sun.
ഉഷ്ണൻ(നാ) - സമർത്ഥൻ. smart person.
ഉഷ്ണപ്പുണ്ണ്(നാ) - ഗുഹ്യരോഗം. syphilis.
ഉഷ്ണം(നാ) - എരിവ്, ചൂട്, ദേഷ്യം, ചുവന്നുള്ളി, വേനൽക്കാലം, താല്പര്യം, വാശി, ഒരു നരകം. pungency, heat, anger, onion, summer, interest, obstinacy, name of a hell.
ഉഷ്ണമാനി(നാ) - ചൂട് അളക്കാനുള്ള ഉപകരണം. thermometre.
ഉഷ്ണമേഖല(നാ) - മദ്ധ്യരേഖയ്ക്ക് അടുത്തുള്ള ഭാഗം. tropical lands.
ഉഷ്ണരശ്മി(നാ) - സൂര്യൻ. sun.
ഉഷ്ണിക(നാ) - കഞ്ഞി. gruel.
ഉഷ്ണിക്കുക (അ.ക്രി) - ചുടുക, ചൂടു തോന്നുക, കോപിക്കുക. to be hot, to feel heat, to get angry.
ഉഷ്ണേഷം(നാ) - തൊപ്പി, തലപ്പാവ്, ബുദ്ധന്റെ തലക്കെട്ട്. cap, turban, topknot on the head of the Buddha.
ഉഷ്മകം(നാ)- ചൂട്, ഗ്രീഷ്മഋതു, ദേഷ്യം, ഉത്സാഹം. heat, summer season, anger, vigour.

ഉസു(നാ) - നിസ്കാരത്തിന് മുൻപുള്ള ശരീരശുദ്ധി. ceremonial washing before the customary prayer for Muslims.
ഉസൂൽ(നാ) - നിയമങ്ങൾ. general laws.
ഉസ്താദ്(നാ) - അദ്ധ്യാപകൻ. teacher.
ഉസ്ര (വി) - ശോഭിക്കുന്ന. shining, bright.
ഉസ്ര(നാ)- ഗോവ്, പ്രഭാതം, ഭൂമി, പ്രകാശമുള്ള ആകാശം, എലിച്ചെവി. cow, morning, earth, bright sky, the plant salvinia cucullata.
ഉള (വി) - ഉള്ള. having.
ഉളയുക (അ.ക്രി) - വേദനിക്കുക, കുത്തി നോവുക, പ്രകാശിക്കുക. to pain, to have a picking pain, to shine.
ഉളയ്ക്കുക (അ.ക്രി) - ശബ്ദിക്കുക, കൂവുക, പന്തുകളിക്കുക. to sound, to shout, to play football.
ഉളവാകുക (അ.ക്രി) - ഉണ്ടാവുക. to happen, to occur.
ഉളവ്(നാ) - ആരംഭം, ഉപായം, രഹസ്യം. origin, means, secret.
ഉളവ്(നാ) - ഉളച്ചിൽ, വേദനിക്കൽ. intense sensation, pain.
ഉളറുക (അ.ക്രി)- ജല്പിക്കുക, കഥയില്ലാതെ പറയുക. to babble, to clamour without sense.
ഉളി(നാ) - മരപ്പണിക്കുള്ള ആയുധം, ചാട്ടുളി. chisel, chisel-shaped arrow.
ഉളിയുക (അ.ക്രി) - ഉളിക്കുക, മറയുക, പ്രകാശിക്കുക, തിളങ്ങുക. hide, disappear, shine.
ഉളുക്ക്(നാ) - കൊളുത്ത്, മാംസപേശിയുടെ ഇടർച്ച, എല്ലിന്റെ കുഴതിരിയൽ, തകരാറ്. sprain, dislocation, harm.
ഉളുക്കുക(അ.ക്രി) - മരപ്പുഴു തുളച്ചു കേടുപറ്റുക. be eaten by worms.
ഉളുപ്പ്(നാ) - ഉളുത്തു പോകൽ, ദ്രവിക്കൽ. state of being worm - eaten, to be horripilate.
ഉളുപ്പ്(നാ) - ലജ്ജ, നടുക്കം, ശബ്ദം. shame, shock, noise.
ഉളുമ്പ്(നാ) - ധാന്യം തുളയ്ക്കുന്ന ഒരിനം പുഴു, ഒരിനം ഈച്ച. a kind of worn eating out grain, a kind of fly.
ഉള്ള (വി) - ഭവിക്കുന്ന, വർത്തിക്കുന്ന, കൈവശം സ്ഥിതി ചെയ്യുന്ന, ശരിയായ, നേരായ, ചേർന്ന. being, existing, possessing, real, true, suited.
ഉള്ളകം(നാ)-ഹൃദയം, അകത്തേമുറി. heart, interior chamber.
ഉള്ളങ്കാൽ(നാ)- കാൽവെള്ള. sole.
ഉള്ളങ്കൈ(നാ) - കൈപ്പടം. palm.
ഉള്ളടക്കം(നാ) - ഹൃദയത്തിന്റെ/ മനസ്സിന്റെ അടക്കം, ഘനമാനം, ഉള്ളിലുള്ള വസ്തു. self-control, continence, volume, contents.
ഉള്ളടി(നാ)- കാൽവെള്ള. sole.
ഉള്ളം(നാ)- ഉൾഭാഗം, മനസ്സ്. interior, mind.
ഉള്ളവൻ(നാ)- സമ്പന്നൻ. wealthy person.
ഉള്ളി(നാ)- ചുവന്നുള്ളി, വെളുത്തുള്ളി. onion, garlic.
ഉള്ളിട(നാ) - ഉള്ളിലുള്ള അകലം. inner space.
ഉള്ള്(നാ) - അകം, മനസ്സ്, ഹൃദയം, സൂക്ഷ്മസ്ഥിതി, സത്യാവസ്ഥ, വിശ്വസ്തത, ആശയം, രഹസ്യം. inside, mind, heart, exact position, inner truth, loyalty, idea, aim, secret.
ഉള്ളുകളി(നാ) - രഹസ്യം. secret.
ഉള്ളുണർച്ച(നാ) - അറിവ്, ബോധം. knowledge, consciousness.
ഉള്ളുരുക്കം(നാ)- മനോദുഃഖം. affliction.
ഉള്ളൂക്ക്(നാ)- മനഃശക്തി. firmness of mind.
ഉൾക്കടൽ(നാ)- മൂന്ന് വശവും കരയുള്ള കടൽ. bay.
ഉൾക്കട്ടി(നാ) - ധൈര്യം. courage.
ഉൾക്കണ്ണ്(നാ) - ജ്ഞാനദൃഷ്ടി. inner eye.
ഉൾക്കൊമ്പ്(നാ) - മനസ്സ്. mind.
ഉൾക്കാഴ്ച(നാ)- അന്തർദൃഷ്ടി. inner vision.

ഉൾക്കിടിലം(നാ)- പരിഭ്രമം. embarrassment.
ഉൾക്കുതുകം(നാ)- ഉള്ളിലെ സന്തോഷം. zeal.
ഉൾക്കുരുന്ന്(നാ)- മനസ്സ്. mind.
ഉൾക്കുളിർ(നാ) - ആശ്വാസം. relief.
ഉൾക്കൊള്ളുക (ക്രി) - അനുഭവിക്കുക, തിന്നുക, കുടിക്കുക, വിഴുങ്ങുക, പ്രാപിക്കുക, മനസ്സിലാക്കുക, ഉള്ളിലാക്കുക, അടങ്ങുക. to experience, to eat, to drink, to swallow, to reach, to attain, to understand, to take into one's head, to comprise of.
ഉൾച്ചട്ട(നാ)-അകക്കുപ്പായം. inner garment.
ഉൾച്ചിരി(നാ) - കള്ളച്ചിരി. false laughter.
ഉൾച്ചൂട്(നാ) - ഉള്ളിലെ പനി, ദുഃഖം. internal fever, sorrow.
ഉൾത്തടം(നാ)- ഹൃദയം, മനസ്സ്. heart, mind.
ഉൾത്തള്ളൽ(നാ) - അഹങ്കാരം. haughtiness.
ഉൾത്താപം(നാ) - ദുഃഖം. sorrow.
ഉൾനാട്(നാ)- നാട്ടിൻപുറം. inland part, rural area.
ഉൾപ്പക(നാ) - രഹസ്യവൈരം. inner hostility.
ഉൾപ്പിരിവ്(നാ)- ഉപവിഭാഗം. subsection.
ഉൾപ്പൂകുക (ക്രി) - ഉള്ളിൽ പ്രവേശിക്കുക. to enter.
ഉൾപ്പൂ, ഉൾപ്പൂവ്(നാ) - മനസ്സ്, ഹൃദയം. mind, heart.
ഉൾപ്പെടുക (ക്രി) -ഉള്ളിൽ അടങ്ങിയിരിക്കുക, ബന്ധപ്പെടുക, പ്രവേശിക്കുക, ഏർപ്പെടുക, കുടുങ്ങുക. to be comprised of, to contact, to enter, to be engaged, to be trapped.
ഉൾപ്പോര്(നാ) -മത്സരം, ശത്രുത മനസ്സിൽ വച്ചുള്ള പെരുമാറ്റം, പക, അസൂയ, പ്രതികാരം. contest, competition, secret enmity, hatred, jealousy, revenge.
ഉഴപ്പ്(നാ) - തിടുക്കം, കഷ്ടപ്പാട്, അധ്വാനം, ശക്തി. hastiness, misery, toil, might, strength.
ഉഴപ്പുക (അ.ക്രി) - തിടുക്കപ്പെടുക, കുഴങ്ങുക, കള്ളയുക്തി പറയുക, ഉരുളുക, ചെയ്യേണ്ടത് ചെയ്യാതെ ഇട്ടിഴയ്ക്കുക, മോണകൊണ്ട് ചവയ്ക്കുക. to hurry, to confuse, to state false reasons, to shuffle, to work indifferently, to chew with the gums, to munch.
ഉഴലുക (അ.ക്രി) - അലഞ്ഞുതിരിയുക, ചുറ്റി നടക്കുക, കറങ്ങുക, പരുങ്ങുക, വലയുക, ക്ഷീണിക്കുക. to loiter, to wander, to rove, to be perplexed, to be in trouble, to be fatigued.
ഉഴവ്(നാ) - കൃഷി. ploughing.
ഉഴറുക (അ.ക്രി) - ബദ്ധപ്പെടുക, അലയുക, തിടുക്കപ്പെടുക, ചുറ്റി നടക്കുക. to be embarrased, to ramble, to hurry, to roam about.
ഉഴിച്ചിൽ(നാ) - എണ്ണ പുരട്ടി തിരുമ്മൽ. massage.
ഉഴിഞ്ഞ(നാ) - ഒരു വള്ളിച്ചെടി. balloon - vine.
ഉഴിഞ്ഞാൽ(നാ) - ഊഞ്ഞാൽ. swing.
ഉഴിയുക (സ.ക്രി) - തിരുമ്മുക, കൈ തലയ്ക്ക് ചുറ്റും ചുഴറ്റുക, തുടയ്ക്കുക, പൂശുക, ഹോമിക്കുക, നേർന്നുവയ്ക്കുക, കടാക്ഷിക്കുക, പൊതിഞ്ഞുവയ്ക്കുക. to massage, to wave the hand round the head, to wipe, to smear, to put in the sacrificial fire, to set apart, to glance, to wrap.
ഉഴുക (സ.ക്രി) - നിലം പൂട്ടുക. to plough.
ഉഴുന്ന്(നാ) - ഒരു കറുത്ത ധാന്യം. black gram.
ഉഴുവ(നാ) - പുലി, കടുവ, ഒരിനം മത്സ്യം. leopard, tiger, green seal fish.

ഉറ(നാ) - സഞ്ചി, മൂടി, പുറംചട്ട, പുഴുക്കൂട്, ഇരിപ്പിടം, മാളം, നൂറ് എന്ന സംഖ്യ, പറ, പാമ്പിന്റെ ചട്ട. bag, lid, outer cover, capsule, seat, hole, number 100, measure of 20 paras, slough of a snake.

ഉറക്കം(നാ)- ഇന്ദ്രിയങ്ങളുടെ വിശ്രമം. sleep.

ഉറക്കെ (ക്രി.വി) - ഉച്ചത്തിൽ, ഊക്കോടെ. loudly, strongly.

ഉറക്കറ(നാ) - കിടപ്പുമുറി. bedroom.

ഉറങ്ങുക (അ.ക്രി) - ഉണർവില്ലാതാവുക. sleep.

ഉറത്തൈര്(നാ) - കട്ടത്തൈര്. curd.

ഉറപ്പ്(നാ)- ശക്തി, സ്ഥിരത, കടുപ്പം, വീര്യം, ചങ്കൂറ്റം, താങ്ങ്, വാഗ്ദാനം. might, stability, hardness, valour, courage, self-confidence, support, promise.

ഉറയ്ക്കുക (അ.ക്രി) - കട്ടിയാവുക, സ്ഥിരപ്പെടുക, ബലപ്പെടുക, നിശ്ചയമാവുക, മുന്നോട്ട് പോകാതെ നിന്നുപോകുക, മനസ്സിൽ ദൃഢമാകുക, ഉച്ചമാവുക. be settled, be firm, be strong, resolve, be decided, be at stand-still, be impressed (in mind), become intense.

ഉറല്(നാ) - ഉറൾപ്പുഴു. woodworm.

ഉറവ(നാ) - ഊറ്റ്, ഉറവിടം. spring, source.

ഉറവൻ(നാ) - ചെള്ള്. a tick.

ഉറവി(നാ) - ഉറുമ്പ്, ഉയിര്, ഊറ്റ്. ant, life breath, spring.

ഉറവിടം(നാ)- പ്രഭവം. source.

ഉറവ്(നാ) - ഊറ്റ്, സ്നേഹം, ബന്ധുത്വം, ഉണർച്ച, ഉദ്ഭവസ്ഥാനം, വിശ്വാസം, ഉറപ്പ്, ഊറ്റം, ശക്തി. spring, love, relation, wakefulness, source, faith, firmness, might, strength.

ഉറൾ(നാ) - ഒരിനം പുഴു, ഒരിനം ചെള്ള്, തീപ്പൊരി, ഒരു ജലജീവി. woodworm, tick, spark, a kind of fish.

ഉറി(നാ)- തൂക്ക്, ത്രാസിന്റെ തട്ട്. swinging shelf, balance pan.

ഉറുതി(നാ) - വിശ്വാസം, നിശ്ചയം, മികവ്, ഭംഗി, വൃത്തി, നന്മ, വഴക്ക്, ശാഠ്യം, അറിവ്, ധൈര്യപ്പെടുത്തൽ, സദുപദേശം, മന്ത്രം. confidence, firmness, merit, beauty, cleanliness, goodness, quarrel, obstinacy, knowledge, encouragement, good advice, chant.

ഉറുത്ത(നാ) - അണ്ണാൻ. squirrel.

ഉറുത്തുംപുഴു(നാ) - ഒരിനം കീടം. hairy catterpillar.

ഉറുപ്പ്(നാ) - വലിയ സഞ്ചി. big sack.

ഉറുപ്പിക(നാ) - രൂപ, നാണയം. rupee, coin in general.

ഉറുമാപ്പുലി(നാ) - വിഷമുള്ള ചിലന്തി. poisonous spider.

ഉറുമാൽ(നാ)- കൈലേസ്. hand kerchief.

ഉറുമി(നാ) - തുർക്കി, ഒരിനം വാൾ, ഒരു തരം ചെണ്ട. Turk, a kind of sword, a kind of drum.

ഉറുങ്ങുക (അ.ക്രി) - മുറുമുറുക്കുക. to murmer.

ഉറുമ്പ്(നാ) - ഒരു ചെറുപ്രാണി. ant.

ഉറുവടി(നാ) - ബലം. strength.

ഉറുബ് - കാലം, യൗവനം നശിക്കാത്തവൻ. time, one with everlasting youth.

ഉറ്റ (വി) - ഉള്ള, ഉണ്ടായ, ചേർന്ന, അടുത്ത, മികച്ച, ശക്തിയുള്ള, വർദ്ധിച്ച. having, apt, suitable, intimate, excellent, mighty, increased.

ഉറ്റൽ(നാ) - ഇറ്റൽ, ഇറ്റിറ്റുവീഴ്ച, തുള്ളി. dripping, falling by drops, drop.

ഉറ്റവൻ(നാ) - ബന്ധു, അടുത്തവൻ. close relative, intimate friend.

ഊ

ഊ - അക്ഷരമാലയിലെ ആറാമത്തെ അക്ഷരം, ഓഷ്ഠ്യം, ദീർഘസ്വരം. sixth vowel in the alphabet, labial, lengthened form of 'U.'

ഊ - നിയോജകമദ്ധ്യമ പുരുഷൻ, ഏകവചനത്തിൽ ക്രിയയോട് ചേർക്കുന്നു. suffix of the imperative and precative moods.

ഊ(നാ) - ശിവൻ, ചന്ദ്രൻ, രക്ഷിതാവ്. Siva, moon, protector.

ഊ(നാ) - ചത, മാംസം, ഊവ്. flesh, yes, right.

ഊകാരം(നാ) - 'ഊ' എന്ന അക്ഷരം. letter 'ഊ'.

ഊക്കൻ(നാ) - ശക്തൻ. mighty person.

ഊക്കൻ(വി)-വലിയ, ഭീമാകാരമായ. big, gigantic.

ഊക്കം(നാ) - ബലം, ശക്തി, ഉയർച്ച, സത്യം, മനഃശക്തി. strength, rise, truth, will power.

ഊക്ക്(നാ)- ശക്തി, വേഗം. strength, velocity.

ഊക്ക്(നാ) - സന്ധ്യാവന്ദനം. evening worship.

ഊക്ക്(നാ) - ഉടുപ്പിൽ പിടിപ്പിക്കുന്ന കൊളുത്ത്. hook.

ഊക്കുക (അ.ക്രി) - മുന്നോട്ടായുക, ഛർദ്ദിക്കുക, പ്രോത്സാഹിപ്പിക്കുക. to incline forward, vomit, encourage.

ഊക്കുക (അ.ക്രി) - സന്ധ്യാവന്ദനം നടത്തുക, പൊഴിക്കുക, വീഴ്ത്തുക. perform, evening worship, shed, fell.

ഊച്ചാളി(നാ) - ചട്ടമ്പി, മുട്ടാളൻ. rowdy, rough person.

ഊടറിവ്(നാ)- സൂക്ഷ്മജ്ഞാനം. thorough knowledge.

ഊടാടുക (അ.ക്രി)- സഞ്ചരിക്കുക, അലഞ്ഞു തിരിയുക, മദ്ധ്യേകൂടി കടന്നുപോവുക, പരിചരിക്കുക, അയഞ്ഞു കിടക്കുക, മദ്ധ്യം ഇളകിപ്പോവുക, പ്രയത്നിക്കുക. walk about, wander, pass through, be acquainted with, be loose in the middle, hang loosely, exert oneself.

ഊടാളൻ(നാ) - ചാരൻ. spy.

ഊട്(നാ) - ഉള്ള്, മദ്ധ്യം, ഇടം, സാരമായ ഭാഗം, ഊഴം, ശീലം, ആചാരം, തവണ, സൂക്ഷ്മജ്ഞാനം, വസ്ത്രത്തിൽ കുറുകെയുള്ള ഇഴ. inside, the middle, space, vital part, turn, time, frequency, thorough knowledge, habit, custom, wrap.

ഊടുപാട്(നാ) - പരിചയം, ശീലം, അറിവ്. familiarity, habit, knowledge.

ഊടുപാട് (ക്രി.വി) - മുഴുവനും. entirely.

ഊടുപാത(നാ) - ഇടവഴി. lane.

ഊടുവഴി(നാ) - രഹസ്യമാർഗ്ഗം, ദുർഘടമായ വഴി, ഇടുങ്ങിയ വഴി, കുറുക്കുവഴി. secret passage, difficult path, narrow path, short-cut.

ഊടേ (ക്രി.വി) - ഉള്ളിൽ, തവണ, നേരേ, എതിരെ ഇടയ്ക്കിടെ, ഇവിടെ, പിന്നിൽ. inside, time, to, towards, often, here, behind.

ഊട്ടി(നാ) - കണ്ഠം, തൊണ്ട. throat, neck.

ഊട്ടുക (സ.ക്രി) - ഊണു കഴിപ്പിക്കുക, നിറം പിടിപ്പിക്കുക, ഇരുമ്പ് മയം വരുത്തുക, പോഷിപ്പിക്കുക, ആയുധം മൂർച്ച വരുത്തുക. to feed, to dye, to temper iron, to nourish, to sharpen.

ഊട്ടുകാർ(നാ) - അരിവയ്പ്പുകാർ. cooks.

ഊട്ടുപുര(നാ) - ഭക്ഷണശാല, ബ്രാഹ്മണർക്ക് സൗജന്യഭക്ഷണം നൽകുന്ന സ്ഥലം. feeding hall, free feeding home for brahmins attached to a temple.

ഊഢ (വി) - വഹിക്കപ്പെട്ട, വിവാഹം ചെയ്യപ്പെട്ട, ധരിച്ച, വർദ്ധിച്ച. carried, married, worn, increased.

ഊഢ(നാ) - വിവാഹിത, പുനർവിവാഹം ചെയ്തവൾ, ജാരനെ സ്നേഹിക്കുന്നവൾ. married woman, woman who has remarried, woman who loves a person other than her husband.

ഊഢമാന (വി) - അഹങ്കാരമുള്ള. haughty.

ഊഢമോദം (ക്രി.വി) - വലിയ സന്തോഷത്തോടെ. with great pleasure.

ഊണി(നാ) -ഉണ്ണുന്നവൻ, അധികം ഭക്ഷിക്കുന്നവൻ. eater, glutton.

ഊണ്(നാ) - ഭക്ഷണം, സദ്യ, ചോറ്. food, feast, meals.

ഊത (വി) - നെയ്യപ്പെട്ട, രക്ഷിക്കപ്പെട്ട, സ്നേഹിക്കപ്പെട്ട. woven, protected, loved.

ഊത(നാ) - ചുവപ്പു കലർന്ന നീലനിറം. brown colour.

ഊതാരി(നാ) - അശുചി, ചെലവാളി. impurity, prodigal.

ഊതി(നാ) - നെയ്ത്ത്, തയ്യൽക്കൂലി, പാലനം, സുഖം, സന്തോഷം, അനുഭോഗം, അദ്ധ്വാനം, ആയാസം, വിനോദം, സഹായം, ആനുകൂല്യം, കർമ്മവാസന. weaving, sewing charge, protection, comfort, delight, enjoyment, hard work, sport, help, favour, instinctive action.

ഊതുക (അ.ക്രി) - കുഴൽ വിളിക്കുക. to blow.

ഊത്ത(നാ) - അഴുക്ക്, കേട്. dirt, damage.

ഊത്താംപെട്ടി(നാ) - ബലൂൺ. balloon.

ഊത്ത്(നാ) - കുഴൽ വിളിക്കൽ, കാറ്റുണ്ടാകൽ, ചീറ്റൽ, കുഴൽ. blowing an instrument, blowing, hissing, on blow-pipe.

ഊത്ത്(നാ) - സന്ധ്യാവന്ദനം. morning and evening worship.

ഊധന്യം(നാ) - പാൽ. milk.

ഊൻ(നാ) - മോണ, നഖത്തിന്റെ ചുവട്, മുറിവ് ഉണങ്ങുമ്പോൾ നാലുപാടും ഉയർന്നുവരുന്ന മാംസം. gum, root of nail, proud-flesh.

ഊന (വി) - അല്പമായ, കുറഞ്ഞ, ചെറിയ, ഇല്ലാത്ത, അംഗഭംഗം വന്ന, ഗുണം കുറഞ്ഞ, നിന്ദ്യമായ. താണ very little, deficient, small, deformed, of low quality, base, low.

ഊനത(നാ)- ദോഷം, കുറവ്. defect, deficiency.

ഊനപ്പെടുക (അ.ക്രി) - ദോഷപ്പെടുക, ദുഃഖിക്കുക. to be hurt, to grieve.

ഊനം(നാ) - കുറവ്, ദോഷം, പഴുത്. deficiency, defect, chance.

ഊനമാനം(നാ) - കുറവ്, മാനക്കേട്. deficiency, disgrace.

ഊനിക്കുക (അ.ക്രി) - മുളയ്ക്കുക, കിളിർക്കുക. to shoot, to sprout.

ഊന്ന്(നാ)- സഹായം, ആശ്രയം, താങ്ങ്. help, support, prop.

ഊന്നുക (അ.ക്രി) - ഉറപ്പിക്കുക, കുത്തി നിർത്തി ഉറപ്പിക്കുക, കഴുക്കോൽ കൊണ്ട് വള്ളം നയിക്കുക, വേരുറയ്ക്കുക. fix, erect, propel a boat with a pole, fix root.

ഊന്നുവടി(നാ) - കുത്തി നടക്കാനുള്ള വടി. walking stick.

ഊപ്പ(നാ) - പൊടിമീൻ, നിസ്സാരൻ, മോശപ്പെട്ട വസ്തു. a kind of tiny fish, insignificant fellow, inferior thing.

ഊപ്പം(നാ) - ഊർപ്പം. a kind of plant.

ഊപ്പാട്(നാ)- ദുഃഖം, കഷ്ടപ്പാട്, അത്യദ്ധ്വാനം കൊണ്ടുള്ള അവശത. distress, affliction, exhaustion.

ഊപ്പിടി(നാ) - ഭീഷണി. threatening.

ഊപ്പ്(നാ) - വേട്ട, വേട്ടമൃഗത്തിന്റെ മാംസം, മണ്ണ്. hunting, flesh of a hunted animal, soil.

ഊമ(നാ)-മൂകൻ, ഇളയമ്മ, ഒരിനം പോർമുരശ്. dumb person, stepmother, ancient war drum.

ഊമൻ(നാ) - മൂകൻ, മൂങ്ങ, ഊമൻ മലർ. dumb person, owl, grain not fully parched.

ഊർ(നാ) - ഗ്രാമം, നഗരം, സ്വദേശം. village, city, native place.

ഊര്(നാ) - ചന്തി, വരിനെല്ല്, ഒഴുക്ക്. buttocks, wild growing rice, current.

ഊരണ(നാ) - പാമ്പ്. snake.

ഊരഴി(നാ) - സാക്ഷ, ഊരിയെടുക്കാവുന്ന അഴി. bolt, loose rails.

ഊരാളൻ(നാ) - നാടു ഭരിക്കുന്നവൻ, ക്ഷേത്ര ഭരണാധികാരി. ruler, temple trustee.

ഊരാളി(നാ) -അടിമ, പിശാച്, ഊരാളൻ, ഗ്രാമാധികാരി, സ്ഥലവാസി. slave, ghost, temple trustee, village authority, inhabitant of the locality.

ഊരീകരിക്കുക (സ.ക്രി) - സ്വീകരിക്കുക. to accept.

ഊര്(നാ) - കുടിപാർപ്പ്, ഗ്രാമം, നഗരം, ഗ്രാമത്തിൽ വസിക്കുന്നവർ. inhabitated place, village, city, villagers.

ഊര്(നാ)- ഉയിര്, തുട. sprit, thigh.

ഊരുക (സ.ക്രി) - വലിച്ചെടുക്കുക, അഴിക്കുക. to pull out, to untie.

ഊരുക (അ.ക്രി) - അരിച്ചു നടക്കുക, ഇഴയുക, ചൊറിച്ചിൽ തോന്നുക, വഴുതി വീണു പോകുക. to crawl, to creep, to have an itching, to slip off.

ഊരുകാൽ(നാ) - ഒച്ച്, ശംഖ്. snail, conch.

ഊരുമ്പുകം(നാ) - ആവണക്ക്. castor plant.

ഊരുസ്തംഭ(നാ) - വാഴ. plantain.

ഊർക്കുരുകിൽ(നാ)- ചെറിയ ഒരിനം പക്ഷി. house- sparrow.

ഊർജ്ജ(നാ) - സാരം, ബലം, ആഹാരം. sap, strength, food.

ഊർജ്ജതന്ത്രം(നാ) - ബലതന്ത്രം. physics.

ഊർജ്ജം(നാ) - കാർത്തികമാസം, ശക്തി, ബലം, പ്രയത്നം, ജീവൻ, ശ്വാസം, ജലം, ഉത്പാദന ശക്തി. name of the month of Karthika, strength, energy, effort, life breath, breath, water, procreative power.

ഊർജ്ജസ്വല (വി) - ചൊടിയുള്ള, വലിയ, ബലവത്തായ, ഉറപ്പുള്ള, തീക്ഷ്ണമായ, മികച്ച, ശ്രേഷ്ഠമായ, പ്രസരിപ്പുള്ള. active, big, strong, sturdy, pungent, prominent, excellent, vigorous.

ഊർജ്ജസ്സ്(നാ) - ശക്തി. energy, power.

ഊർജ്ജിത (വി) - ബലമുള്ള, ഊക്കുള്ള, ചൊടിയുള്ള, ഉത്കൃഷ്ടമായ. powerful, mighty, vivacious, noble.

ഊർജ്ജിതം(നാ) - ചൊടി, ഉന്മേഷം, പ്രാബല്യം. vigour, zeal, effect.

ഊർണ്ണനാഭം(നാ) - ചിലന്തി, ഒരു ഹസ്തമുദ്ര. spider, particular gesture by the hand.

ഊർണ്ണം(നാ) - ആട്ടിൻ രോമം, കമ്പിളി. wool, woollen cloth.

ഊർദ്ധ്വ (വി) -മുകളിലുള്ള, മേലോട്ടുള്ള, ഉന്നതമായ, മേൽത്തരമായ, നിവർന്ന, കുത്തനെയുള്ള. above, upward, high, superior, erect, upright.

ഊർദ്ധ്വകചൻ(നാ)-കേതു. descending node.

ഊർദ്ധ്വകായം(നാ) - ശരീരത്തിന്റെ മേൽഭാഗം. upper part of the body.

ഊർദ്ധകേശൻ(നാ) - ശിവൻ. Siva.

ഊർദ്ധ്വഗ (വി) - മേലോട്ടു പോകുന്ന. going upwards.

ഊർദ്ധ്വതിലകം(നാ)- ഗോപിക്കുറി. upright sectarian mark on the forehead.

ഊർദ്ധ്വൻ(നാ) - അന്ത്യശ്വാസം. last breath.

ഊർദ്ധ്വഭാക്ക്(നാ) - ബഡവാഗ്നി. submarine fire.

ഊർദ്ധ്വഭൂമി(നാ) - ആധിത്യക, മേൽനില. plateau, upper floor.
ഊർദ്ധ്വം (ക്രി.വി) - മേൽ, മേൽപ്പോട്ട്, അനന്തരം. above, upward, afterwards.
ഊർദ്ധ്വം (ക്രി.വി) - നിഷ്ഫലം. in vain.
ഊർദ്ധ്വലോകം(നാ)- സ്വർഗ്ഗം. heaven.
ഊർദ്ധ്വവായു(നാ) - അന്ത്യശ്വാസം. last breath.
ഊർപ്പന്നി(നാ) - നാട്ടുപന്നി. country pig.
ഊർമ്മി(നാ) - തിര, വസ്ത്രത്തിന്റെ ചുളിവ്, ഞൊറി, ഒഴുക്ക്, പ്രകാശം. wave, fold in the garment, plait in garment, current, light.
ഊർമ്മിക(നാ) - മോതിരം, ചെറിയ തിര, മുണ്ടിലെ ചുളുക്ക്, തേനീച്ചയുടെ മുഴക്കം. finger ring, wave, plait in a garment, humming of bees.
ഊർമ്മിമാലി(നാ) - സമുദ്രം. sea.
ഊർമ്യ(നാ) - രാത്രി. night.
ഊർവ്യംഗം(നാ)- കുമിൾ. mushroom.
ഊർവ്യൻ(നാ) - ശിവൻ. Siva.
ഊർവ്വ (വി) - വലിയ, വർദ്ധിച്ച, വിസ്തൃതമായ. big, increased, extensive.
ഊർവ്വം(നാ) - കടൽ, മേഘം, ബഡവാഗ്നി. sea, cloud, submarine fire.
ഉർവ്വസ്ഥി(നാ)- തുടയെല്ല്. thigh bone.
ഊർവ്വാരു(നാ) - വെള്ളരി. cucumber.
ഊവ് (വ്യാ) - അതേ, ഉണ്ട്, ഉവ്വ്. yes, right.
ഊവ്(നാ)- വേദന, അസുഖം, പരു. pain, disease, a boil.
ഊശി(നാ) - സൂചി. needle.
ഊഷകം(നാ) - പ്രഭാതം, കുരുമുളക്, ഉപ്പ്, ഉവർമണ്ണ്, കന്മദം. morning, pepper, salt, saline soil, bitumen.
ഊഷണ(നാ) - കുരുമുളക്, ഇഞ്ചി. pepper, ginger.
ഊഷണം(നാ) - ചുക്ക്, തിപ്പലി, കുരുമുളക്, കൊടുവേലി. dried ginger, long pepper, pepper, lead wort.
ഊഷൽ(നാ) - മൂഢൻ. a fool.
ഊഷം(നാ) - ഓരുള്ള മണ്ണ്, ശുക്ലം, പുളിപ്പ്, വിടവ്, പ്രഭാതം. saline soil, semen, acidity, cleft, morning.
ഊഷര(നാ) - ഓരുനിലം, ഒന്നും വിളയാത്ത ഭൂമി. saline soil, wasteland.
ഊഷസ്സ്(നാ) - ഉഷസ്സ്. morning.
ഊഷ്മ (വി)- ചൂടുള്ള. hot.
ഊഷ്മ(നാ) - ചൂട്, തീ, വെയിൽ. heat, fire, sunlight.
ഊഷ്മം(നാ) - ചൂട്, വേനൽക്കാലം, ഉത്സാഹം, വികാരാധിക്യം. heat, summer, vigour, excess of passion.
ഊഷ്മത(നാ) - ചൂട്. heat.
ഊഷ്മപം(നാ) - അഗ്നി. fire.
ഊഷ്മമാപകം(നാ) - ചൂട് അളക്കാനുള്ള ഉപകരണം. thermometer.
ഊഷ്മള (വി) - ചൂടുള്ള, സന്താപമുള്ള, നിശിതമായ. warm, sorrowful, pungent.
ഊഷ്മാവ്(നാ) - ചൂട്, ജ്വാലാ, ആവി, അഗ്നിയുടെ പുത്രൻ, വികാരാധിക്യം. heat, flame, steam, son of the fire god, excess of passion.
ഊഹനി(നാ) - ചൂല്. broom.
ഊഹം(നാ)- വിതർക്കം, ഒരു കാര്യത്തിൽനിന്നു മറ്റൊന്ന് അറിയാനുള്ള ശക്തി, വിചാരം, കുറവ് നികത്താനായി അധികപദം ചേർക്കൽ, സങ്കല്പം, അനുമാനം, പരിഗണന. conjecture, inference, thought, supplying an ellipsis, imagination, guess, consideration.
ഊഹിക്കുക (സ.ക്രി) വിചാരിക്കുക, ഉദ്ദേശിക്കുക. to think, to infer.
ഊളൻ(നാ) - കുറുനരി, സൂത്രശാലി. jackal, cunning person.
ഊളിയിടുക (ക്രി) - ഓരിയിടുക,

മുക്കിളിയിടുക, വെള്ളത്തിനടിയിൽ നീന്തുക. to howl, to dive, to swim under water.
ഊഴൻ(നാ) - ഭോഷൻ, ഭൃത്യൻ. idiot, royal servant.
ഊഴം(നാ) - മുറ, തവണ, സമയം, പരിചയം. time, turn, time, experience.
ഊഴി(നാ)- ഭൂമി. the earth.
ഊഴിക്കുക (സ.ക്രി) - ഞെക്കി പുറത്താക്കുക. to squeeze out.
ഊഴിയം(നാ) - ശുശ്രൂഷ, കൂലിയില്ലാത്ത വേല. attendance, service, voluntary work.
ഊഴ്(നാ) - വിധി, ഭാഗ്യം, കർമ്മഫലം, വഴി. fate, fortune, fruit of karma, way.
ഊറ(നാ) - മട്ട്, മട്ടി, ഈറ. sediment, a reed.
ഊറ(നാ) - തോൽ ഉറയ്ക്കുന്നതിനിടയിലുള്ള സാധനം. material tanning.
ഊറാമ്പിലി(നാ) - ഒരു വിഷജന്തു. tarantula.
ഊറ്റക്കാരൻ(നാ) - അഹങ്കാരി, സമർത്ഥൻ, ശക്തൻ, ധനികൻ. arrogant man, clever person, mighty man, wealthy man.
ഊറ്റൻ(നാ) - ഊറ്റമുള്ളവൻ. mighty one.
ഊറ്റുകുഴി(നാ) - ഉറവുകുഴി. spring.

ഋ

ഋ - അക്ഷരമാലയിലെ ഏഴാമത്തെ അക്ഷരം, ഹ്രസ്വസ്വരം, മൂർദ്ധന്യം, ദ്രാവിഡഭാഷകളിൽ ഈ അക്ഷരം ഇല്ല. seventh vowel of the alphabet, shortened, borrowed from Sanskrit.
ഋ(നാ) - അദിതി, നിന്ദ, ശബ്ദം, സ്വർഗ്ഗം. Aditi, contempt, sound, heaven.
ഋക്ക്(നാ) - ഒന്നാം വേദം, അഗ്നിയെ ജ്വലിപ്പിക്കാൻ ചൊല്ലുന്ന ഋഗ്വേദമന്ത്രം, സ്തോത്രം. Rig Veda, sacred verse chanted while blazing sacrificial fire, hymn.
ഋക്ഷ(നാ) - വടക്കേ ദിക്ക്. north.
ഋക്ഷചക്രം(നാ) -നക്ഷത്രചക്രം. lunar mansion.
ഋക്ഷൻ(നാ) - വാനരൻ. monkey.
ഋക്ഷം(നാ) - നക്ഷത്രം, നക്ഷത്രസമൂഹം, കരടി, ഒരു കുലപർവ്വതം, രാശി, ഒരിനം മാൻ. star, constellation, bear, name of a mountain, zodiac, a kind of deer.
ഋക്ഷരം(നാ) - അരുവി, നദി, ഒഴുക്ക്. stream, river, current.
ഋക്ഷരൻ(നാ)- മുള്ള്, മഴ, അരുവി, ഒഴുക്ക്. thorn, rain, stream, current.
ഋഗ്വേദം(നാ) - വേദങ്ങളിൽ ആദ്യത്തേത്. the first of the Vedas.
ഋചീഷം(നാ) - ഒരു നരകം, വറകലം, ദോശകല്ല്. name of hell, frying pan, hot plate.
ഋച്ഛക(നാ) - ആഗ്രഹം. desire.
ഋച്ഛര(നാ) - വേശ്യ. prostitute.
ഋജിക (വി) - മറയ്ക്കപ്പെട്ട. concealed.
ഋജികം(നാ) - പുക, ഉപായം. smoke, means.
ഋജികൻ(നാ) - ഇന്ദ്രൻ. Indra.
ഋജു (വി) - ചൊവ്വുള്ള, സത്യമുള്ള. straight, truthful.
ഋജുകൻ(നാ) - സത്യസന്ധൻ. honest man.
ഋജുഗം(നാ) - അമ്പ്. arrow.
ഋജുത(നാ) - ഋജുവായ സ്ഥിതി, സത്യസന്ധത. straightness, honesty.
ഋജുരേഖ(നാ) - നേർവര. straight line.
ഋണഗ്രഹം(നാ)- കടം വാങ്ങൽ. act of borrowing.
ഋണഗ്രഹൻ(നാ) - കടം വാങ്ങുന്നവൻ. borrower.
ഋണചിഹ്നം(നാ) - ന്യൂനചിഹ്നം. minus sign.
ഋണദാതാവ്(നാ) - കടം കൊടുക്കുന്നവൻ. lender.

ഋണപ്പത്രം(നാ) - കടപ്പത്രം. debenture bond.
ഋണം(നാ) - കടം, കടപ്പാട്, കോട്ട, ജലം, ഭൂമി, കര, ഋണസംഖ്യ. debt, obligation, fort, water, earth, bank, negative quantity.
ഋണമാർഗ്ഗണം(നാ) - ജാമ്യം, ഈട്. bail, security.
ഋണമുക്തി(നാ)- കടം വീട്ടൽ. clearing a debt.
ഋണാന്തകൻ(നാ) - കുജൻ. planet Mars.
ഋണീയ(നാ) - കാരുണ്യം, കൃപ. mercy, kindness.
ഋത (വി) - പോയ, പ്രകാശമുള്ള, വന്ദിക്കപ്പെട്ട, അനുരൂപമായ, സാധുവായ, സത്യമായ, സത്യസന്ധതയുള്ള. gone, bright, honoured, fit, suitable, proper, valid, true, honest.
ഋതം(നാ) - സത്യം, യാഗം, ധർമ്മം, വെള്ളം, ഇരുവേലി, മോക്ഷം, കർമ്മഫലം, നിയമം, ഈശ്വരനിശ്ചയം, ശപഥം, ലോകം, ധനം. truth, sacrifice, good deed, water, Andropogon muriatum, salvation, fruit of an action, law, divine law, oath, world, wealth.
ഋതംഭരൻ(നാ) - ഈശ്വരൻ, വിഷ്ണു. god, Vishnu.
ഋതി(നാ) - ഗതി, പോക്ക്, വഴി, ഐശ്വര്യം, ഭാഗ്യം, സൈന്യം, ശകാരം, ഓർമ്മ, വിപത്ത്, ദുർഭാഗ്യം, രക്ഷ, യുദ്ധം, കൈയേറ്റം. motion, going, direction, way, prosperity, luck, an army, reproach, memory, calamity, ill- luck, misfortune, salvation, battle, assault.
ഋതു(നാ) - യാഗാദികൾക്കുള്ള നിശ്ചിതകാലം, രണ്ടുമാസം വീതമുള്ള പ്രാകൃതിക സമയവിഭാഗം, സ്ത്രീരജസ്സ്, ആറ് എന്ന സംഖ്യ, പ്രകാശം, സന്തോഷം, വിഷ്ണു, ഒരു അഞ്ജനം, ഒരു ഋഷി. fixed time appointed for sacrifice, etc., season of two-month duration, menstrual discharge, number six, light, delight, pleasure, Vishnu, kind of collyrium, name of a saint.
ഋതുപതി(നാ) - വസന്തം, അഗ്നി, ഇന്ദ്രൻ. spring season, fire, Indra.
ഋത്വിക്(നാ)- യാഗത്തിൽ ക്രിയ ചെയ്യുന്ന ആചാര്യൻ. Brahmin priest who performs rituals in yaga.
ഋദ്ധ (വി) - വർദ്ധിച്ച, അഭിവൃദ്ധിപ്പെട്ട, ധനമുള്ള. increased, prosperous, wealthy.
ഋദ്ധൻ(നാ) - വിഷ്ണു, ധനവാൻ. Vishnu, rich man.
ഋദ്ധം(നാ) - (പൊലി)- നെല്ല്, വിസ്തീർണ്ണം, അഭിവൃദ്ധി, പ്രത്യക്ഷഫലം. stored grain, area, direct results, prosperity.
ഋദ്ധി(നാ) - ഇരുത്തി, സമൃദ്ധി, പാർവ്വതി, സമ്പത്ത്, കുബേരന്റെ ഭാര്യ, ലക്ഷ്മീദേവി, പലിശ, വിസ്തീർണ്ണം. a kind of medicinal plant, prosperity, Sree Parvati, wealth, wife of Kubera, goddess Lakshmi, interest, area.
ഋഭു(നാ) - ദേവൻ, ബ്രഹ്മാവിന്റെ നാല് കുമാരന്മാരിൽ ഒരാൾ, കൊല്ലൻ, രഥകാരൻ, ഒരു മനു, ഒരു മുനി. deity, one of the four sons of Brahma, blacksmith, builder of carts, name of a Manu, name of sage.
ഋശ്യം(നാ) - മരമാൻ, ഉപദ്രവം, ലംഘനം. antelope, harm, violation.
ഋഷഭം(നാ) - കാള, ഇടമ്പിരി, സപ്തസ്വരങ്ങളിൽ രണ്ടാമത്തേത്, കർണ്ണരന്ധ്രം, കാളയുടെ ആകൃതിയിലുള്ള ഒരു പർവ്വതം, ശ്രേഷ്ഠമായത്, ജൈനമതക്കാരുടെ ചിഹ്നം, ആൺമൃഗം. bull, kind of medicinal plant, a second of the seven musical notes, name of a bull - shaped mountain, the second house of the zodiac, auditory canal, excellent, religious symbol of the Jains, any male animal.

ഋഷി(നാ)- ആത്മജ്ഞാനി, സന്യാസിശ്രേഷ്ഠൻ, ഒരിക്കലും ഋതുവാകാത്ത സ്ത്രീ, ചന്ദ്രൻ, രശ്മി, മന്ത്രദ്രഷ്ടാവ്, ഏഴ് എന്ന സംഖ്യ, വേദം, മന്ത്രം. Rishi, one who has realised the self, sage, ascetic, sterile woman, moon, ray of light, seer of a chant, number seven, Veda, hymn or mantra.

ഋഷിവാടം(നാ) - ആശ്രമം, പർണ്ണശാല. the dwelling place of a Rishi, Asrama.

ഋഷു(നാ) - തീക്കൊള്ളി, സൂര്യരശ്മി, ഋഷി. firebrand, ray of sun, sage.

ഋഷ്ടിമത്ത് (വി) - കുന്തം ധരിച്ച. furnished with spears.

ഋഷ്യകം, ഋഷ്യം(നാ) - മരമാൻ. antelope.

ഋഷ്വൻ(നാ) - അഗ്നി, ഇന്ദ്രൻ. fire, Indra.

എ

എ - അക്ഷരമാലയിലെ എട്ടാമത്തെ അക്ഷരം, സ്വരം, ആര്യഭാഷകളിൽ ഹ്രസ്വമായ. 'എ' ഇല്ല. eighth letter of alphabet, short vowel.

എ - ചോദ്യ സർവ്വനാമം. base of interrogative pronoun.

എകരം - എകാരം. letter 'എ'.

എകരം(നാ) - പൊക്കം, ഉയരം. height.

എകറ് (എകിറ്)(നാ) - ദംഷ്ട്ര, തേറ്റ, ചിറക്. tooth, fang, wing.

എക്ക(നാ) - വണ്ടിക്കുതിര, എക്കൽ. twowheeled cart drawn by a single horse, alluvial soil.

എക്കച്ചക്കം(നാ) - താറുമാറ്, കുഴപ്പം, നിന്ദ, വഴക്ക്, യാദൃച്ഛികവിപത്ത്. disorder, confusion, contempt, quarrel, accident.

എക്കൽ(നാ) - എത്തിവലിച്ചിൽ, പുഴയുടെ ഒഴുക്കിൽ അടിഞ്ഞുകൂടുന്ന വളം, വയറൊട്ടിക്കൽ. stretching one self, fertile soil cast ashore by rivers during flood, contracting the stomach.

എക്കളിക്കുക (സ.ക്രി) - ഇക്കിളിക്കുക, ഏന്തിവലിയുക, എക്കുക, കലശലായി സന്തോഷിക്കുക. to contract the stomach, to stretch oneself in reaching up for a thing, pile up to, to heap up, to be overjoyed, contracting, stretching.

എക്കാലവും (ക്രി.വി) - എന്നും, ഏതു കാലത്തും. forever.

എക്കീൻ(നാ) - വിശ്വാസം. strong belief.

എക്കുക (അ.ക്രി) - ഉയരുക, ഞെട്ടിപ്പിൻവാങ്ങുക, വയറൊട്ടിക്കുക, കുന്നിക്കുക, ഏന്തിവലിയുക, നാറുക, കടയുക (പഞ്ഞി). to rise, to be startled, to contract the abdominal muscles, to pile up, to stretch, to begin to smell, to card cotton.

എങ്കിൽ (ക്രി.വി) - അങ്ങനെയാകുന്ന പക്ഷം. if, if so, in case.

എങ്ങനെത്തെ (വി) - ഏതുമാതിരിയുള്ള. of what sort.

എങ്ങനെ (ക്രി.വി) - ഏതുവിധത്തിൽ. how, in what way or manner.

എങ്ങനെയെങ്കിലും(ക്രി.വി) - എങ്ങനെയും. somehow or the other.

എങ്ങൾ - ഞങ്ങൾ. we.

എങ്ങാണ്ട് - എവിടെയോ. somewhere.

എങ്ങാൻ, എങ്ങാനും - വല്ല സമയത്തും, വല്ലെടത്തും. at any time, anywhere.

എങ്ങ് - ഉണ്ടോ, എവിടെ, ഏതൊരിടത്ത്. could there be, where, in which place.

എങ്ങുക (അ.ക്രി) - ഒട്ടുക, തട്ടിക്കുക, ചുരുങ്ങുക. to be stuck on, to deceive.

എങ്ങുന്ന്- എവിടെനിന്ന്. wherefrom.

എങ്ങുന്നും - ഒരിടത്തു നിന്നും. from anywhere.

എങ്ങും - എവിടേയും, എല്ലായിടത്തും, ഒരിടത്തും. everywhere.
എങ്ങോട്ട് - എവിടേക്ക്. to which place.
എച്ചം(നാ) - അംഗം. verbal participle.
എച്ച്(നാ) - ഒച്ച്. snail.
എച്ചി(നാ) - എച്ചിൽ, ദാരിദ്ര്യവാസി. offal, wretch.
എച്ചിൽ(നാ) - ഉച്ഛിഷ്ടം. food left over after eating.
എച്ചിത്തരം(നാ) - ചെറ്റത്തരം, അല്പത്വം. meanness.
എജമാൻ - മേലധികാരി, സേനാപതി. master, general.
എഞ്ചുവടി - എൺചുവടി. book of multiplication tables.
എട(നാ) - ഇട, സമയം, ഇടവേള, തൂക്കം, സ്ഥലം, നടുവ്, അവസരം. the place between two things, time, interval, a quantity, place, middle, waist.
എടം(നാ) - സ്ഥലം. place.
എടുക്കുക (സ.ക്രി) - കൈക്കൊള്ളുക, ചുമക്കുക, ചെയ്യുക, വഹിക്കുക, പൊക്കിപ്പിടിക്കുക, ഉദ്ധരിക്കുക, കടമായി വാങ്ങുക, ഉണ്ടാവുക, സംഭവിക്കുക, അനുഭവിക്കുക. to take up, to carry as a headload, to do, to carry, to lift, to raise, to borrow, to occur, to happen, to enjoy.
എടുത്തപടി (ക്രി.വി) - പൊടുന്നനെ. at once.
എടുത്തുകൊട്ടിൽ(നാ) - കലവറ. store - room.
എടുപ്പ്(നാ) - എടുക്കൽ, കെട്ടിടം, നികുതി, തവണ, കുറതീർക്കൽ, ശേഖരിക്കൽ, അംഗീകരിക്കൽ, ലാഭം, പൊക്കിപ്പിടിക്കൽ, പൊക്കം, ശബ്ദമുയർത്തൽ, അന്തസ്സ്, ഡംഭം. taking, building, tax, time, finishing, collecting, recognising, profit, lifting up, height, speaking aloud, dignity, pride.
എട്ടടിമാൻ(നാ) - ശരഭം, ഒരു സങ്കല്പമൃഗം. sarabha, a fabulous animal.
എട്ടുകാലി(നാ) - ചിലന്തി. spider.
എൺ(നാ) - സംഖ്യ, എണ്ണം. calculation, number.
എൺകണ്ണൻ(നാ) - ബ്രഹ്മാവ്. Brahma.
എണ്ണ(നാ) - എള്ള് ആട്ടിയാൽ കിട്ടുന്ന ദ്രാവകം, ഏതിന്റെയെങ്കിലും തൈലാംശം. gingelly oil, oil in general.
എണ്ണക്കാപ്പ്(നാ) - എണ്ണയഭിഷേകം, തേച്ചുകുളി. anointing with oil, bathing after applying oil on the body.
എണ്ണം(നാ) - ഉരുപ്പടി, തുക, സംഖ്യ, വിലമതിപ്പ്, സംഗതി, വിചാരം, വിശ്വാസം. article, amount, number, estimate, affair, thought, belief.
എണ്ണലർ(നാ) - ശത്രുക്കൾ. enemies.
എണ്ണ്(നാ) - എണ്ണം, സംഖ്യ, കണക്ക്, ഗണിതം. number, computation, arithmetic.
എണ്ണീർ(നാ) - എള്ളും നീരും, തിലോദകം. water with sesamum seeds.
എണ്ണുക (സ.ക്രി) - കണക്കു കൂട്ടുക, അക്കമിടുക, കണക്കാക്കുക, വിചാരിക്കുക, കരുതുക, മതിക്കുക, വിശ്വസിക്കുക. to count, to number, to estimate, to think, to assume, to estimate, to believe.
എതം(നാ) - സൗകര്യം, തരം, അവസരം. convenience, chance, opportunity.
എതിരിടുക (സ.ക്രി) - തടുക്കുക, നേരിടുക, അഭിമുഖമാവുക, കിട നിൽക്കുക, ശകുനം വരുക. to resist, to encounter, to meet, to be equal, to face an augury.
എതിർ(നാ) - വിരോധം, വിപരീതം, തുല്യം, മാതൃക. enmity, opposition, equality, model.
എതിരേല്ക്കുക (സ.ക്രി) - നേരിടൽ. to face.
എതിരൊലി(നാ) - മാറ്റൊലി. echo.
എതിർക്കുക (സ.ക്രി) - എതിരിടുക, നേരിടുക, എതിരേറ്റു കൊണ്ടു വരിക, തടുക്കുക. to oppose, to face, to welcome, to encounter.

എതിർവാ(നാ) - എതിർവാക്ക്. replay.
എത്ത്(നാ)- ചെന്നുചേരൽ. reaching.
എത്തീം(നാ) - അനാഥശിശു. orphan.
എത്തുക (അ.ക്രി) - ചെല്ലുക, നീളുക, വരുക, പ്രാപ്തമാവുക, തികയുക, അടുത്തു വരുക, തീരുക. reach, extend as far as, arrive, come about, be enough, come near, end.
എത്തുക (സ.ക്രി) - ചതിക്കുക, തട്ടിയെടുക്കുക, മോഷ്ടിക്കുക. to deceive, to swindle, to steal.
എത്തുവാളി(നാ) - ചതിയൻ, ഇരപ്പാളി. cheat, beggar.
എന്നാൽ(വി) - എങ്കിൽ, അതിനാൽ, നേരേ മറിച്ച്. if, if so, in case, but, on the other hand, therefore, so.
എപ്പേർപ്പെട്ട (വി) - എല്ലാ വിധത്തിലുമുള്ള. of all sorts.
എപ്പൊഴും (ക്രി.വി) - എല്ലാ സമയത്തും, എപ്പോഴും. at all times, at any time.
എപ്പോൾ (ക്രി.വി) - ഏതു സമയത്ത്. when, at what time.
എപ്പോഴും (ക്രി.വി) - ഏതു സമയത്തും, എല്ലായ്പ്പോഴും. at all times, at any time.
എപ്രകാരം (ക്രി.വി) - എങ്ങനെ. how, in what manner.
എമ്പാടും (ക്രി.വി) - എങ്ങും, അധികമായി. everywhere, very much.
എമ്പോക്കി(നാ) - തെണ്ടി. vagabond.
എമ്മട്ട് (ക്രി.വി) - ഏതുപ്രകാരം. in what manner.
എമ്മാനുവേൽ(നാ) - യേശു ക്രിസ്തു. Jesus Christ.
എയ്തുക (അ.ക്രി) - ചെന്നുചേരുക, ലഭിക്കുക, ധരിക്കുക, സംഭവിക്കുക. to reach, to obtain, to wear, to happen.
എയിൽ(നാ) - കോട്ട, മതിൽ, നഗരം. fortress, wall, city.
എയിറ്(നാ) - ദംഷ്ട്ര, തേറ്റ, ചിറക്. tooth, fang, wing.
എയ്യൻ(നാ) - മുള്ളൻ പന്നി. porcupine.
എയ്യുക (സ.ക്രി) - അമ്പ് അയയ്ക്കുക. to shoot.
എര(നാ) - രാത്രി, ഭൂമി, സരസ്വതി, ജലം, ഭക്ഷണം. night, earth, goddess Saraswathi, water, food.
എരക്കം(നാ) - ദയവ്, ദൈന്യം. kindness, pity.
എരി(നാ) - മുളകിന്റെ സ്വാദ്, ചൂട്, കോപം, അഗ്നി, വാശി, വാൽ നക്ഷത്രം. pungency, heat, anger, fire, obstinacy, a comet.
എരികനൽ(നാ) - തീക്കട്ട. glowing coal.
എരികൊള്ളി(നാ) - തീക്കൊള്ളി. fire brand.
എരിക്കിഴങ്ങ്(നാ) -ഇഞ്ചി. ginger.
എരിക്ക്(നാ)- ഒരു ചെടി. madar plant.
എരിക്കുക (അ.ക്രി) - എരിവുണ്ടാകുക, നീറുക. feel pungent, feel acrid.
എരിക്കുക (സ.ക്രി) - കത്തിക്കുക, ദഹിപ്പിക്കുക. to kindle fire, to burn.
എരിച്ചിൽ(നാ) - എരിവ്, തീകത്തൽ, വിശപ്പ്, ഉഷ്ണം, ദേഷ്യം, വെറുപ്പ്. pungency, flaming of fire, hunger, heat, anger, hatred.
എരിതീ(നാ) - കത്തുന്ന തീ. flaming fire.
എരിപൊരി(നാ) - തീപ്പൊരി, കഠിനമായ മനോവേദന, വിശപ്പുകൊണ്ടുള്ള പരവശത. spark of fire, intense heat, burning sensation in the stomach due to hunger.
എരിപ്പ്(നാ)- എരിവ്, തീകത്തിക്കൽ. pungency, burning.
എരിപ്പോട്(നാ) - തീച്ചട്ടി. fire pot.
എരിമല(നാ) - അഗ്നിപർവ്വതം. volcano.
എരിമലർ(നാ) -മുരുക്കിൻ പൂവ്. flower of Indian cural.
എരിമീൻ(നാ) - തിമിംഗലം. whale.
എരിമുഖി(നാ) - ചേർമരം. tree semecarpus anacardium.

എരിയമ്പ്(നാ) - ആഗ്നേയാസ്ത്രം. fiery arrow.
എരിയാടി(നാ) - ശിവൻ, വറ്റൽമുളക്. Siva, dry chilly.
എരിയുക (അ.ക്രി) - തീകത്തുക, നീറുക, എരിവുണ്ടാവുക. to burn, to feel burning sensation, to be pungent.
എരു(നാ) - ചാണകം, വളം. cow - dung, manure.
എരുത്(നാ) - (വരിയുടച്ച) കാള. castrated bull.
എരുതാക്കുക (സ.ക്രി) - വരിയുടയ്ക്കുക. to castrate.
എരുതേ - പ്രഭാതം. very early in the morning.
എരുത്ത്(നാ) - കഴുത്ത്, പിടലി. neck, back of the neck.
എരുത്തിൽ(നാ)-തൊഴുത്ത്. cattle shed.
എരുന്ത്(നാ) - കക്ക. shell fish.
എരുന്ത്(നാ) - ഉരൽ. wooden mortar.
എരുമ(നാ) - പെൺകന്ന്. she buffalo.
എരുവ(നാ) - കഴുത, പരുന്ത്, കഴുകൻ. donkey, kite, eagle.
എരുവ്(നാ) - മുളകിന്റെ സ്വാദ്, ഉഷ്ണം, ജ്വലനം, ദേഷ്യം, അഗ്നി, വാശി, ചാണകവറളി. pungency, heat, burning, anger, fire, obstinacy, dried cow - dung for fuel.
എലക്കണം(നാ) - തമിഴ് വ്യാകരണം. Tamil grammar.
എലി(നാ) - ഒരു ചെറിയ ജന്തു. rat, mouse.
എലിമ്പ്(നാ) - എല്ല്, അസ്ഥി. bone.
എലുക(നാ) - അതിര്. border.
എലുമിച്ച(നാ) - ചെറുനാരകം. lemon.
എലുമ്പൻ(നാ) - ശോഷിച്ചവൻ. emaciated person.
എലുമ്പ്(നാ)- എല്ല്, അസ്ഥി. bone.
എല്ല(നാ)- പ്രകാശം. light.
എല്ല(നാ) - അതിര്, അന്ത്യം, തക്കം. boundary, end, occasion.
എല്ലൽ(നാ) - ശോഷിച്ചവൻ. emaciated person.
എല്ല്(നാ) - അസ്ഥി. bone.
എല്ലാ (വി)- ഒക്കെയും, മുഴുവനും, സകലവും. all, whole.
എല്ലാം (ക്രി.വി) - ഒക്കെയും, മുഴുവനും, സർവ്വവും, സകലവും. entirely, wholly.
എല്ലായ്പ്പോഴും (ക്രി.വി) - എല്ലാ സമയത്തും, എപ്പോഴും, സദാ. always.
എല്ലിക്കുക (അ.ക്രി)- ശോഷിക്കുക. to emaciate.
എല്ലുകാമ്പ്(നാ) - മജ്ജ. marrow.
എല്ലുമിടുക്ക്(നാ) - ശരീരശക്തി. physical strength.
എല്ലുരുകൽ(നാ) - അസ്ഥിസ്രാവം. gonorrhoea.
എവൻ (സർ) - ഏതൊരുവൻ. which person, who.
എവിടം - ഏതു സ്ഥലം. which place.
എവിടെ - ഏതു സ്ഥലത്ത്. where.
എളി (വി) - എളിയ, താഴ്ന്ന. humble, low, mean.
എളിമ(നാ) - താണനില, ദാരിദ്ര്യം, താഴ്മ, വിനയം, അടക്കം. low position, poverty, lowliness, humility, modesty.
എളിയ (വി) -അഗതിയായ, ചീത്ത, താണ, നിസ്സാരനായ, ദുർബലനായ, വിനീതനായ. destitute, wretched, low, insignificant, weak, humble.
എളുപ്പം (ക്രി.വി) - നിഷ്പ്രയാസം, വേഗം ചെയ്യാവുന്നത്. without difficulty, quickly.
എളുപ്പം(നാ) - പ്രയാസക്കുറവ്, കുറുക്കുവഴി, പെരുമാറ്റത്തിൽ അതി സ്വാതന്ത്ര്യം. easiness, shortcut, undue freedom.
എള്ള്(നാ)- എണ്ണയെടുക്കാവുന്ന ഒരു ധാന്യം, ചെറിയ കറുത്ത മറുക്, എള്ളിട. sesame plant, a small black mole, unit of lineal measurement.
എള്ളുനീർ(നാ)- തിലോദകം. sesame seeds with water.

എഴല്(നാ) - പുറപ്പാട്, സന്തോഷാധിക്യം, ഉദയം. starting, excessive joy, rising.

എഴിച്ചം(നാ)- ആദായം, വളർച്ച, അഭിവൃദ്ധി, ഉയരം. income, growth, prosperity, height.

എഴിമല(നാ)- ഉദയപർവ്വതം. eastern mountain behind which sun is supposed to rise.

എഴില്(നാ) - ശോഭ, ഐശ്വര്യം, അഴക്, ബലം, വർണ്ണം, പ്രഭാവം, പൊക്കം. brightness, prosperity, beauty, strength, colour, dignity, height.

എഴീക്കുക (സ.ക്രി) - എഴുന്നേല്ക്കുക. to stand up.

എഴുക (അ.ക്രി) - ഉണ്ടാവുക, ഉള്ളതായിരിക്കുക, എഴുന്നേൽക്കുക, പൊങ്ങുക, വർദ്ധിക്കുക. to come into existence, to be, to have, to stand up, to rise, to increase.

എഴുതുക (സ.ക്രി) - അക്ഷരം കുറിയ്ക്കുക, കത്തയയ്ക്കുക, ഗ്രന്ഥം നിർമ്മിക്കുക, രേഖ ചമയ്ക്കുക. to write, to send a letter, to compose a literary work, to execute a document.

എഴുത്തറ(നാ) - ഉയർന്ന തറ, ഇറയം. raised floor, verandah.

എഴുത്താണി(നാ)- എഴുതാനുള്ള നാരായം, പെൻസിൽ. stylet for writing on palm leaves, pencil.

എഴുത്തീ(നാ) - കാട്ടുതീ. wildfire.

എഴുത്ത്(നാ)- അക്ഷരവിദ്യ, എഴുതൽ, ലിപി, ചിത്രരചന, കത്ത്, ചിത്രം, ചായമിടൽ, കൈപ്പട, ലേഖനം, കുറിമാനം. picture, the act of writing, script, daubing, letter, picture, painting, hand writing, writing, slip.

എഴുത്തുകാരൻ(നാ) - എഴുതുന്ന ആൾ, സാഹിത്യകാരൻ, ആധാരം. എഴുതുന്ന ആൾ. scribe, man of letter, document writer.

എഴുത്തുകുത്ത്(നാ)- കത്തിടപാട്. correspondence.

എഴുത്തുകുറ്റി(നാ) - തപാൽപ്പെട്ടി. post box.

എഴുത്തുപള്ളി(നാ)- പള്ളിക്കൂടം. school.

എഴുത്തോല (നാ) - ഉത്തരവ്, എഴുതാനായി കീറിയെടുത്ത പനയോല. order, palm leaf used for writing on.

എഴുന്ന (വി) - ഉദ്ഭവിച്ച, ഉണ്ടായ, പൊങ്ങി നിൽക്കുന്ന, വർദ്ധിച്ച, വളർന്ന. originated, elevated, increased.

എഴുന്നരുളുക (അ.ക്രി)- തമ്പുരാക്കന്മാർ വരികയോ പോകുകയോ ചെയ്യുക. to come, to proceed.

എഴുന്നള്ളിക്കുക (സ.ക്രി) - ക്ഷേത്രത്തിൽ ദേവവിഗ്രഹം ആനപ്പുറത്തു കയറ്റി വാദ്യഘോഷങ്ങളോടെ കൊണ്ട് നടക്കുന്നത്, വിഡ്ഢിത്തം പറയുക. to carry an idol in procession, to blurt out.

എഴുന്നൂറ് - ഏഴുനൂറുചേർന്നത്. seven hundred.

എഴുന്നേറി(നാ) - എതിർത്തു പറയുന്നവൻ. disobedient fellow.

എഴുന്നേറ്റം(നാ) - അഭിവൃദ്ധി. prosperity.

എഴുപത് - ഏഴു പത്തു കൂടിയത്. seventy.

എഴുപറ(നാ) - ഒരിനം ചെണ്ട. a kind of drum.

എഴും (വി) - ഉള്ള, വർദ്ധിച്ച. possessed, increased.

എഴുമല(നാ) - ഉദയഗിരി, ഏഴുമല. eastern mountain behind which sun supposed to rise, seven principal mountains.

എഴുമീൻ(നാ) - സപ്തർഷിമണ്ഡലം. seven major stars of ursa major.

എറികണ്ണ്(നാ) - ഒളികണ്ണ്, കടാക്ഷം. side glance, flirting glance.

എറികണ്ണൻ - കോപശീലൻ. angry man.

എറിപ്പ്(നാ)- അഹങ്കാരം, ഗർവം. pride, arrogance.

എറിയുക (സ.ക്രി) - ദൂരെക്കളയുക, ദൂരത്താക്കുക, തൊഴിക്കുക, ചാട്ടുക, തള്ളിക്കയറ്റുക, കണ്ണു പതിക്കുക. to cast away, to throw, to kick, to cast, to push in, to cast one's eye.

എറുമ്പ്(നാ) - ഉറുമ്പ്. ant.

എറുൾ(നാ) - വലിപ്പം, ശക്തി. bigness, power.

എറുളാടൻ(നാ) - ഒരിനം പക്ഷി. hawk.

എറ്റ്(നാ) - അലക്ക്, അടി, കെണി, കുരുക്ക്, ഏറ്, വെള്ളം തളിപ്പ്. beating cloths, blow, trap, throwing, sprinkling of water.

എറ്റുക (സ.ക്രി)- അടിക്കുക, അലക്കുക, ചാട്ടുക, ശക്തിയായിതെറിപ്പിക്കുക. to strike, to beat cloths, to splash, to throw as with a sling.

എറ്റുനൂല്(നാ) - തടിയറുക്കുമ്പോൾ അടയാളമിടാനുള്ള നൂല്. carpenter's line for making board.

ഏ

ഏ - അക്ഷരമാലയിലെ ഒൻപതാമത്തെ സ്വരാക്ഷരം, ദീർഘസ്വരം, കണ്ഠതാലവ്യം. ninth letter of alphabet, lengthened.

ഏ (സർ) - ഒരു സർവ്വനാമം. base of the interrogative pronoun.

ഏ - വിഷ്ണു, ദേവി. Vishnu, goddess.

ഏക (വി) - പ്രധാനപ്പെട്ട, ശ്രേഷ്ഠമായ, സത്യമായ, ഒന്നായ, ഒരു, ഒറ്റയായ, ഒന്നു തന്നെയായ. important, eminent, truthful, one, a, single, one and the same.

ഏക(നാ) - ദുർഗ്ഗ, പാർവ്വതി. Name of Durga, Parvati.

ഏകം(നാ) - ഒന്ന്. one.

ഏകകം(നാ) - തോത്. unit.

ഏകകണ്ഠ (വി)- അഭിപ്രായൈക്യമുള്ള. unanimous.

ഏകകുണ്ഠലൻ(നാ) - ആദിശേഷൻ, കുബേരൻ, ബലഭദ്രൻ. Adisesha, Kubera, Balabhadra.

ഏകചക്രൻ(നാ) - സൂര്യൻ. sun.

ഏകചക്രം(നാ)- സൂര്യന്റെ രഥം. chariot of the sun.

ഏകചരം(നാ) - കാണ്ടാമൃഗം. rhinoceros.

ഏകചാരിണി(നാ) - പതിവ്രത. faithful wife.

ഏകജൻ(നാ)- സഹോദരൻ, ഒറ്റമകൻ. brother, only son.

ഏകജാതൻ(നാ) - യേശുക്രിസ്തു. Jesus Christ.

ഏകത(നാ) - ഐക്യം. unity.

ഏകതഃ (ക്രി.വി) - ഒറ്റയ്ക്ക്, ഒരു വശത്ത് നിന്ന്, ഒരിടത്ത്. singly, from one view, on one side.

ഏകതാന (വി) - ഒരു വിഷയത്തിൽ ത്തന്നെ മനസ്സുറപ്പിച്ച, ഒരേതരത്തിലുള്ള. concentrated on one object, harmonious.

ഏകതാനത(നാ) - ഏകാഗ്രത, സ്വരൈക്യം. concentration, a musical harmony.

ഏകതീർത്ഥി(നാ) - സതീർത്ഥ്യൻ. fellow- student.

ഏകത്ര (ക്രി.വി)- ഒരിടത്ത്, ഒന്നുചേർന്ന്, ഒരുവശത്ത്. in one place together, on one side.

ഏകത്രിത (വി)- ഒരിടത്താക്കിയ. gathered together in one place.

ഏകത്വം(നാ)- ഐക്യം. unity.

ഏകദന്തൻ(നാ) - ഗണപതി. Ganapathy.

ഏകദാ (ക്രി.വി) - പെട്ടെന്ന്, അതേ കാലത്ത്, ഒരിക്കൽ. all at once, at the same time, once upon a time.

ഏകദൃഷ്ടി(നാ) - ഒറ്റക്കണ്ണൻ, കാക്ക, ശിവൻ, സമദർശി. one - eyed person, crow, Siva, philosopher.

ഏകദേവൻ(നാ) - ശിവൻ. Siva.

ഏകദേശം (ക്രി.വി) - മിക്കവാറും, ഉദ്ദേശം, കുറച്ച്. almost, about, little.
ഏകദേശം(നാ)- ഒരു സ്ഥലം, ഒരു പക്ഷം. certain place, one side.
ഏകദേഹൻ(നാ) - ബുധൻ. planet mercury.
ഏകധാ (ക്രി.വി) - ഒരേ പ്രകാരത്തിൽ, ഒരുമിച്ച്, ഒറ്റയ്ക്ക്. in same manner, together, singly.
ഏകൻ(നാ) - പരമാത്മാവ്, വിഷ്ണു, നിസ്സഹായൻ, അദ്വയൻ, ശ്രേഷ്ഠൻ, മുഖ്യൻ, ഒറ്റയായുള്ളവൻ, ഒരുവൻ. almighty, Vishnu, helpless person, supreme spirit, chief or pre- eminent person, one who is alone, one man.
ഏകനടൻ(നാ) - സൂത്രധാരൻ. stage-director.
ഏകനയനൻ(നാ) - കുബേരൻ, ശുക്രൻ. name of Kubera, Sukra.
ഏകനയനം(നാ)- കാക്ക. a crow.
ഏകനവതി-തൊണ്ണൂറ്റൊന്ന്. ninety-one.
ഏകനാഥൻ - താൻ മാത്രം നാഥനായിട്ടുള്ളവൻ. sole master.
ഏകപതി(നാ)- പതിവ്രത, ഏകനാഥൻ. faithful wife, sole master.
ഏകൽ(നാ) - വിധി, കല്പന, കൊടുക്കൽ. fate, order, giving.
ഏകവചനം(നാ)- ഒരെണ്ണത്തെക്കുറിക്കുന്ന വചനം. singular number.
ഏകവാരം (ക്രി.വി) - ഒരിക്കൽ മാത്രം. only once.
ഏകവിംശതി - ഇരുപത്തിയൊന്ന്. twenty-one.
ഏകവേണി(നാ) - വിരഹിണി, വിധവ. a woman separated from her husband or lover, widov.
ഏകശഃ (ക്രി.വി)- ഓരോന്നായി. one by one.
ഏകശൃംഗ(നാ)- ശുക്രന്റെ പത്നി. name of the wife of Sukra.
ഏകശൃംഗൻ(നാ) - മഹാവിഷ്ണു. Lord Vishnu.
ഏകശൃംഗം(നാ) - കാണ്ടാമൃഗം. rhinoceros.
ഏകശൃംഗർ(നാ) - ഒരു പിതൃവർഗ്ഗം. a class of manes.
ഏകാകി (വി) - തനിയേ ഇരിക്കുന്ന. one who is alone.
ഏകാക്ഷൻ(നാ) - ശിവൻ, ശുക്രാചാര്യൻ, കാക്ക, ഒറ്റക്കണ്ണൻ. Siva, name of Sukracharya, crow, one- eyed man.
ഏകാക്ഷരം(നാ) - ഓങ്കാരം. sacred monosyllable 'om.'
ഏകാഗ്ര(വി) - ഒരു കാര്യത്തിൽ മനസ്സുറപ്പിച്ച, നിശ്ചയദാർഢ്യമുള്ള, ഒറ്റ മുനയുള്ള. concentrated, determined, singlepointed.
ഏകാങ്കം(നാ) - ഒരങ്കം മാത്രമുള്ള നാടകം. one - act play.
ഏകാംഗ (വി) - ഒരു അംഗം മാത്രമുള്ള. having a single member.
ഏകാംഗൻ(നാ) - അംഗരക്ഷകൻ, കുജൻ, ബുധൻ, വിഷ്ണു. body guard, planet mars, plant venus, Vishnu.
ഏകാംഗം(നാ) - ചന്ദനം, ശിരസ്സ്, ഒരു അവയവം, ഒരു അംഗം. sandalwood, head, single limb, single member.
ഏകാതപത്രം(നാ) - വെൺകൊറ്റക്കുട, ഏകാധിപത്യം. royal umbrella, monocracy.
ഏകാദശം(നാ) - പതിനൊന്ന്. eleventh.
ഏകാന്ത (വി) - അധികമായ, വിജനമായ, കേവലമായ, രഹസ്യമായ, ഒരു വിഷയത്തെ മാത്രം പരാമർശിക്കുന്ന. excessive, lonely, absolute, private, devoted to a single subject.
ഏകാന്തം (ക്രി.വി) - അത്യന്തം, രഹസ്യമായി. very much, too much, secretly.
ഏകാന്തം(നാ) - രഹസ്യസ്ഥലം, വിജനസ്ഥലം, തനിച്ചായിരിക്കൽ, ആധിക്യം, സ്വാതന്ത്ര്യസ്ഥിതി, ഏകാഗ്രത. secret place, lonely place, lone-

liness, abundance, independent position, concentration.

ഏകാന്തര (വി) - ഒന്നിടവിട്ട. alternate.

ഏകാരം(നാ) - 'ഏ' എന്ന അക്ഷരം. the letter 'ഏ'.

ഏകാർണ്ണവം(നാ) - മഹാപ്രളയം. universal deluge.

ഏകാഹം(നാ)- ഒരു ദിവസക്കാലം, ഒരു ദിവസം കൊണ്ട് സമാപിക്കുന്ന യജ്ഞം, മരിച്ചവർക്കു വേണ്ടി പതിനൊന്നാം ദിവസം ചെയ്യുന്ന കർമ്മം. the period or duration of one day, sacrifice of a day's duration, funeral rite performed for the dead on the 11th day of demise.

ഏകീഭൂത (വി) - ഒന്നായിത്തീർന്ന, തനിച്ചായ. blended, solitary.

ഏകുക (സ.ക്രി) - പറയുക, കല്പിയ്ക്കുക, സത്യം ചെയ്യുക, നൽകുക, നിർദ്ദേശിക്കുക, അയയ്ക്കുക, അനുഗ്രഹിക്കുക. to say, to command, to vow, to give, to suggest, to send, to bless.

ഏകൈകം (ക്രി.വി)- ഓരോന്നായി. one by one.

ഏകോന (വി) - ഒന്നു കുറഞ്ഞ. less by one.

ഏക്കനെ (വി) - മുൻകൂട്ടി, നേരത്തെ. before hand, early.

ഏക്കം(നാ) - എങ്ങൽ, വീർപ്പുമുട്ട്, നെടുവീർപ്പ്. hard breathing, sigh.

ഏക്കം(നാ)- കമ്പോളനിലവാരം, വാടക, കൂലി, ദുഃഖം, വിശപ്പ്, കൂടിയ വില. market rate, rent, hire, grief, hunger, increase in price.

ഏക്കർ(നാ)- നൂറ് സെന്റ് അളവ് (ഭൂമി). acre.

ഏങ്ങുക (അ.ക്രി) - കിതയ്ക്കുക, മെലിഞ്ഞിരിക്കുക, നെടുവീർപ്പിടുക, വിങ്ങി വിങ്ങി ശ്വാസം വിടുക. to gasp for breath, to be learn, to sigh, to breath with difficulty.

ഏജക (വി) - വിറയ്ക്കുന്ന, നടുങ്ങുന്ന, ആടുന്ന. shivering, trembling, swinging.

ഏഞ്ഞ (വി) - അനുരൂപമായ. suitable.

ഏട (വി) - മുടന്തുള്ള, വിരിഞ്ഞത്. lame, blown.

ഏടം(നാ) - ഇടം, സ്ഥാനം. place, position.

ഏടകം(നാ) - പന, തെങ്ങ്, പുഷ്പം. palmyra palm, coconut palm, flower.

ഏടലർ(നാ) - താമരപ്പൂവ്. lotus flower.

ഏടാകൂടം(നാ)- ഉപദ്രവം, ഭോഷത്തം, ഭംഗിയില്ലായ്മ, കുഴപ്പം, വൈഷമ്യം, തടസ്സം, അപകടം. trouble, foolishness, ugliness, confusion, difficulty, objection, calamity, danger.

ഏട്(നാ) - ഇതൾ, പൂവ്, പനയോല, പുസ്തകത്തിലെ കടലാസ്സ്, പാൽപ്പാട, പുസ്തകം. petal, flower, palm leaf, page of a book, cream, book.

ഏട്ട(നാ) - അലക്ഷ്മി, ജ്യേഷ്ഠം. goddess of poverty and misfortune.

ഏട്ടത്തി(നാ) - ജ്യേഷ്ഠത്തി. elder sister.

ഏട്ടൻ(നാ) - ജ്യേഷ്ഠൻ. elder brother.

ഏഡ (വി) - ചെവി കേൾക്കാത്ത. deaf.

ഏഡക(നാ) - പെണ്ണാട്. ewe.

ഏണം(നാ) - ഒരു തരം മാൻ, കൃഷ്ണമൃഗം, മകരം രാശി. a species of deer, antilope, zodiacal sign capricorn.

ഏണി(നാ) - മാൻപേട. female deer.

ഏണി(നാ)- അതിര്, കോണി, നാട്, മേൽപോട്ട് ചവിട്ടിക്കയറാൻ വേണ്ടി മുള കൊണ്ടോ മരം കൊണ്ടോ പടികൾ വച്ചുണ്ടാക്കിയ ഉപകരണം, കോണിയായി ഉപയോഗിക്കുന്ന കമ്പുകളുള്ള മുള. boundary, stairs, country, ladder.

ഏണിക്കുക (അ.ക്രി) - നേരെയാവുക. to straighten.

ഏണ്(നാ) - അതിര്, വക്ക്, വളവ്, ഉറപ്പ്, അരക്കെട്ട്, മുഴ, ഉന്തിയഭാഗം. boundary, edge, a curve, stability, hip, waist, projection, swelling.

ഏതം(നാ) - ദുഃഖം, കഷ്ടപ്പാട്, കുറവ്, കുറ്റം. sorrow, misery, defect, fault.

ഏതാണ്ട് (ക്രി.വി)- ഏറെക്കുറെ, ഏകദേശം, എന്തോ ഒന്ന്. approximately, more or less, some what.

ഏതാദൃശ (വി) - ഈ വിധത്തിലുള്ള. of this kind.

ഏതാനും (ക്രി.വി) - കുറെ. a few.

ഏതാവൽ (ക്രി.വി)- ഇത്രത്തോളം. so much.

ഏതു (ക്രി.വി) -അല്പം പോലും. whatever.

ഏത്തക്കാ(നാ)- ഏത്തവാഴയുടെ കായ്, നേന്ത്രക്കായ. banana fruit.

ഏത്തൽ(നാ)- നേന്ത്രവാഴ. banana.

ഏത്തം(നാ) - കുറ്റം ചെയ്തതിനോ തോൽവി പറ്റിയതിനോ കുമ്പിടൽ, സ്തുതി, വന്ദനം. a kind of punishment causing physical strain, praising, bowing.

ഏത്തുക (സ.ക്രി) - സ്തുതിക്കുക. to praise.

ഏധം(നാ)- വിറക്. fire wood.

ഏധനം(നാ) - അഭിവൃദ്ധി. prosperity.

ഏനം(നാ)- ഒരുക്കം, മതിയായിരിക്കൽ, കഴിവ്, തരം, തക്കം, അവസരം, ഭാവം, ഒരുക്കം. preparation, sufficiency, capacity, opportunity.

ഏനസ്സ്(നാ) - പാപം, കുറ്റം. sin, crime.

ഏന്ത്(നാ) -മുടന്ത്. lameness.

ഏന്തുക(സ.ക്രി)-ഏങ്ങുക, ഉയരുക, മുടന്തുക, കൈനീട്ടുക, എഴുന്നുനിൽക്കുക, വഹിക്കുക, പൊക്കിപ്പിടിക്കുക. to sigh, to rise, to limp, to stretch, to protrude, to carry, to hold high.

ഏഭ്യൻ(നാ) - ഭോഷൻ, വിഡ്ഢി. stupid fellow, a fool.

ഏമം(നാ) - ഹേമം, പ്രഹരം, സ്വർണ്ണം. violent stroke, blow, gold.

ഏമാറ്റം(നാ) - ഭക്ഷണക്കൊതി, വഞ്ചന. gluttony, deceit.

ഏമാറ്റുക (സ.ക്രി)- വഞ്ചിക്കുക. to cheat.

ഏമ്പക്കം(നാ) - ആമാശയവായുവിന്റെ മേൽപ്പോട്ടുള്ള ഗതി. belching.

ഏയ്ക്കുക (സ.ക്രി)- കൂട്ടിച്ചേർക്കുക. to join together, joint.

ഏരം(നാ) - ഏരകപ്പുല്ല്. a kind of grass.

ഏരം(നാ) - കൊമ്പ്, ശിഖരം, ഉയരം. branch of a tree, height.

ഏരടിക്കുക (ക്രി)- (നിലം) ഉഴുക. to plough.

ഏരല്(നാ) - ഒച്ച്, നത്തയ്ക്ക. snail, shellfish.

ഏരി(നാ) - വലിയ കുളം, ചിറ, ഒരു തരം മത്സ്യം, കാളയുടെ പൂഞ്ഞ, വരമ്പ്. large pond, a kind of fish, hump of a bull, low earthen ridge.

ഏരോർ(നാ) - കർഷകർ. farmers.

ഏറ്(നാ) - എറിയൽ, ഏറ്. throw.

ഏറ്(നാ)- ഉഴവുമാട്. a pair of bullocks for ploughing.

ഏർപ്പാട്(നാ) - ഒരുക്കം, ക്രമപ്പെടുത്തിയ പദ്ധതി, ചിട്ടയായ നിർദ്ദേശം, ചുമതലപ്പെടുത്തൽ, പതിവ്, വഴക്കം, നടപടി, നാട്ടുനടപ്പ്. arrangements, well- ordered plan, proper direction, authorization, custom, practice, tradition, convention.

ഏർപ്പെടുക (അ.ക്രി) - ഇടപെടുക, ഉത്തരവാദിയാകുക, ചുമതലപ്പെടുക, പ്രവർത്തനങ്ങളിൽ ഉൾപ്പെടുക. to enter upon, to be responsible, to be, engaged in, to be involved in action.

ഏല(നാ) - ഏലച്ചെടി, ഏലത്തരി. cardamom plant, cardamom seed.

ഏല(നാ) - വയൽ, പുരയിടം. field, compound.

ഏലം(നാ) - ഇഞ്ചിയുടെ ഇനത്തിൽപ്പെട്ട. cardamom.

ഏലകം(നാ) - മുട്ടാട്. ram.

ഏലക്കായ്(നാ)- ഏലച്ചെടിയുടെ കായ്. pod of cardamom.

ഏലാപ്പ്(നാ) - അസൗകര്യം, അസഹ്യത, ദുഃഖം. inconvenince, intolerance, distress.

ഏലുക (സ.ക്രി)- ചേരുക, യോജിക്കുക, കിടനിൽക്കുക, പറ്റുക, ഉള്ളതായിരിക്കുക, വഹിക്കുക. to match with, to suit, to be match to, to be fit, to be in possession, to carry.

ഏല്ക്കുക (സ.ക്രി) - എതിർക്കുക, ചെയ്യാമെന്ന് സമ്മതിക്കുക (കുറ്റം), കൈക്കൊള്ളുക, യോജിക്കുക. to encounter, to agree to do, to accept, to match with.

ഏവം (ക്രി.വി) - ഇപ്രകാരം. thus, in this manner.

ഏവ്(നാ)- അമ്പ്, അമ്പയയ്ക്കൽ. arrow, shooting an arrow.

ഏവുകാരൻ(നാ)- വില്ലാളി. archer.

ഏശുക (സ.ക്രി) - ഉണ്ടാവുക, എതിർക്കുക, ഏല്ക്കുക, ഒരുമിയ്ക്കുക, തൊടുക, വന്നുകൊള്ളുക, ഫലപ്പെടുക, പ്രാപിക്കുക, പറ്റുക. to happen, to oppose, to unite, to touch, to hit, to effect, to reach, to stick.

ഏഷ(നാ) - ആഗ്രഹം. desire.

ഏഷണ (വി) - തേടുന്ന, ഇച്ഛിക്കുന്ന. desiring, seeking after.

ഏഷണ(നാ)- യാചന, ആഗ്രഹം. begging, desire.

ഏഷണം(നാ)- ആഗ്രഹം, അന്വേഷണം, പ്രേരണ. wish, enquiry, inducement.

ഏഷണി(നാ) - നുണ. calumny.

ഏഷിക(നാ) - ചിത്രമെഴുതാനുള്ള തൂവൽ. painter's brush.

ഏഷ്ടി(നാ)- ആഗ്രഹം. desire.

ഏഹസ്സ്(നാ) - കോപം, മാത്സര്യം. anger, rivalry.

ഏഴ(നാ)- ദരിദ്രൻ. poor person.

ഏഴ(നാ) - പ്രായശ്ചിത്തം, പിഴ, ശിക്ഷ, കാണിക്ക. penalty, fine, offering.

ഏഴാമിടം - ഏഴാം ഭാവം, ഭാര്യ. seventh house in the zodiac, wife.

ഏഴിലമ്പാല(നാ) - ഒരു വൃക്ഷം. alstonnia scholaris.

ഏറിന (വി) - വർദ്ധിച്ച. increased.

ഏറുക (അ.ക്രി)-കയറുക, വർദ്ധിക്കുക. to ascend, to increase.

ഏറുകണ്ണ്(നാ) - കോങ്കണ്ണ്, കടാക്ഷം. squint - eye, side glance.

ഏറെ (ക്രി.വി) - വളരെ, അധികം. much more, very much.

ഏറ്റ (വി) - സമ്മതിച്ച, എതിരിട്ട, യോജിച്ച. consented, opposed, fit, suitable.

ഏറ്റം (ക്രി.വി)- വളരെ, ഏറ്റവും, വളരെയേറെ. much, very much.

ഏറ്റം(നാ) - ആരോഹണം, അഭിവൃദ്ധി, ആധിക്യം, അതിക്രമം, തുലാദണ്ഡം, വള്ളികൾ പടരാൻ കെട്ടുന്ന കയറ്, കയറ്റം, തേരി, വേലിയേറ്റം. mounting, prosperity, increase, high-handedness, mechanism for lifting water, rope tied as a support to climbing plant, ascent, acclivity, high tide.

ഏറ്റക്കുറച്ചിൽ(നാ) - കൂടിയോ കുറഞ്ഞോ ഇരിക്കുന്ന നില, മേന്മയും താഴ്മയും, വ്യത്യാസം. excess and shortage, superiority and inferiority.

ഏറ്റവും (ക്രി.വി)- വളരെ അധികം. most, utmost.

ഏറ്റ് (ക്രി.വി) - കൊണ്ടിട്ട്, എതിർത്തിട്ട്, എഴുന്നേറ്റ്, സമ്മതിച്ച്. having got, having opposed, having risen, having agreed.

ഏറ്റിറക്കം(നാ)- ഏറ്റവും ഇറക്കവും, കയറ്റുമതിയും ഇറക്കുമതിയും. hill and dale, export and import.

ഏറ്റുമതി(നാ) - കയറ്റുമതി. export.

ഏറ്റുമാറുക (ക്രി) - എഴുന്നേറ്റ് മാറുക. to move aside.

ഏറ്റുമുട്ടൽ(നാ) - നേരിട്ടെതിർക്കൽ. encounter.

ഐ

ഐ - അക്ഷരമാലയിലെ പത്താമത്തെ അക്ഷരം, ദീർഘസ്വരം, കണ്ഠതാലവ്യം. tenth letter, lengthened, diphthong vowel.

ഐ (വി) - അഞ്ച്. five.

ഐ - ഓർമ്മ, വിളി, കോപം നിഷേധം, എന്നിവയെ സൂചിപ്പിക്കുന്നു. to denote, memory, call, wrath, negation.

ഐ(നാ)- യോഗിനി, ശിവൻ. female ascetic, Siva.

ഐകകണ്ഠ്യം(നാ) - അഭിപ്രായൈക്യം. Unanimity.

ഐകമത്യം(നാ) - ഒരുമിപ്പ്, ചേർച്ച. union, unity.

ഐകരൂപ്യം(നാ) - രൂപസാമീപ്യം. uniformity.

ഐകാഗ്ര്യം(നാ) - ഏകാഗ്രത. concentration.

ഐക്യം(നാ) - ഒരുമ, ചേർച്ച. unity.

ഐച്ഛിക (വി) - ഇഷ്ടം പോലെയുള്ള. optional.

ഐതിഹാസിക (വി) - ഇതിഹാസത്തെ സംബന്ധിച്ച. epic.

ഐതിഹ്യം(നാ) - പൗരാണികകഥ. tradition, mythological story.

ഐന്ദവം(നാ) - മകയിരം, ചാന്ദ്രായണവ്രതം, ചാന്ദ്ര മാസം. the fifth lunar asterism, penance called Chandrayana, lunar month.

ഐന്ദ്രജാലികൻ(നാ) - മാന്ത്രികൻ. magician.

ഐന്ദ്രി(നാ) - ദൗർഭാഗ്യം, കിഴക്കേദിക്ക്, ഉഴിഞ്ഞ, കേട്ട നക്ഷത്രം, ശചി, ബാലി, അർജ്ജുനൻ, ജയന്തൻ. misfortune, east, cardiospermum halicacabum, 18th lunar mansion, Indra's wife Sachi, Bali, Arjuna, Jayantha.

ഐന്ധനൻ(നാ) - സൂര്യൻ. sun.

ഐബ്(നാ) - നാണക്കേട്. shame.

ഐമാന്യം(നാ) - അഭിമാനം. self- respect.

ഐരം(നാ) - ശബ്ദം, സമുദ്രം. sound, sea.

ഐരാവതം(നാ) - ഇന്ദ്രന്റെ ആന, മിന്നലുള്ള മേഘം, അയിനി മരം, പാമ്പ്, ഒരുതരം മഴവില്ല്, നാരകം, നീലഞാവൽ, മധുരനാരകം. elephant Indra's, cloud with lightning, artocarpus hirsuta, snake, a kind of rainbow, lemon tree, a kind of tree, rose apple, orange tree.

ഐരി(നാ) - വൈക്കോൽ കൂന. haystack.

ഐരിണം(നാ) - ഇന്തുപ്പ്. rock- salt.

ഐലം(നാ) - അന്നം, ബഹളം, ആധിക്യം. food, hubbub, abundance.

ഐശാനി(നാ) - ദുർഗ്ഗാദേവി, വടക്കുകിഴക്കേ ദിക്ക്. Goddess Durga, north east direction.

ഐശ്വര്യം(നാ) -സമ്പത്ത്, ശുഭം, പ്രഭുത്വം, ഈശ്വരഭാവം. wealth, auspiciousness, nobility, divine power.

ഐഷണികം(നാ) -ത്രാസ്. balance.

ഐഹിക (വി) - ഇഹലോകത്തുള്ള. worldly.

ഐഹികാനന്ദം(നാ) - ഇഹലോകസുഖം. temporal delight.

ഒ

ഒ - അക്ഷരമാലയിലെ പതിനൊന്നാമത്തെ അക്ഷരം, ഹ്രസ്വസ്വരം, കണ്ഠ്യോഷ്ഠ്യം. 11th letter of alphabet, short, labial gutteral.

ഒ - ഓർമ്മ, ദയ, വിളി, അനുസരണം. to indicate memory, pity, regard.

ഒക്കവേ (ക്രി.വി) - എല്ലാം, മുഴുവനും, ആകെ. totally, wholly, entirely.

ഒക്കുക (ക്രി.വി) - ഉണ്ടാവുക, സാധിക്കുക, ശരിയാവുക, തുല്യമാവുക, യോജിക്കുക. to occur, to be possible, to be true, to be equal, to be in agreement.

ഒച്ച(നാ) - കീർത്തി, ശബ്ദം. fame, sound.
ഒച്ചപ്പാട്(നാ) - ബഹളം, ശബ്ദം. hubbub, sound.
ഒച്ചയടപ്പ്(നാ) - ശബ്ദത്തിനുള്ള തടസ്സം. hoarseness of throat.
ഒച്ച്(നാ) - ഒരു ഇഴജന്തു. snail.
ഒടി(നാ) - വശം, ഒടിവ്, ക്ഷുദ്രകർമ്മം, അര, കഴലപ്പാട്, വേട്ടക്കാരന്റെ മാടം, മറപ്പുര, മേലേക്കണ്ടം. side, fracture, sorcery, waist, loins, hunter's hut, privy, a range of rice fields.
ഒടിക്കുക (സ.ക്രി)- പൊട്ടിക്കുക, നശിപ്പിക്കുക, വളയ്ക്കുക, വലിച്ചോ വളച്ചോ മുറിക്കുക, ക്ഷുദ്രം ചെയ്യുക, വിതച്ചു മൂന്നാം നാൾ വീണ്ടും നിലം ഉഴുക. to break, to destroy, to bend, to practise sorcery, to plough the field on the third day of sowing.
ഒടിപ്പുര(നാ) - കക്കൂസ്, മറപ്പുര. latrine, privy.
ഒടിയുക (അ.ക്രി) - ഒടിഞ്ഞു വേർപെടുക, പൊട്ടുക. to be cut off, to break.
ഒടിയുക (സ.ക്രി) - ഒടിക്കുക. to break.
ഒടിയുക(നാ) - ഒടിവ്. break.
ഒടിശില്(നാ) - കവിണ. sling.
ഒടിശില് (വി) - മെലിഞ്ഞ. lean.
ഒടുക്കം(നാ) - അവസാനം. end.
ഒടുക്കം (ക്രി.വി) - അവസാനമായി. finaly.
ഒടുക്കൽ(നാ) - അവസാനിപ്പിക്കൽ, പണമടയ്ക്കൽ. finalising, remittance.
ഒടുക്കുക (സ.ക്രി) - നശിപ്പിക്കുക, അവസാനിപ്പിക്കുക, ചെലവിടുക. to destroy, to end, to spend money.
ഒടുങ്ങുക (അ.ക്രി) - ചെലവാകുക, മരിക്കുക, ഒടുക്കുക, അവസാനിക്കുക, നശിക്കുക, തീർന്നുപോവുക. be spend, die, finish, end, perish, come to an end.
ഒടുവിൽ (ക്രി.വി) - അവസാനമായി. at last.
ഒട്ട (വി)- ഒറ്റ. odd, single.
ഒട്ട(നാ) - ഓട്ട, ദ്വാരം. hole.
ഒട്ടകപ്പക്ഷി(നാ) - പറക്കാൻ കഴിവില്ലാത്ത ഒരിനം വലിയ പക്ഷി. ostrich.
ഒട്ടകം(നാ) - മരുഭൂമിയിലെ ഒരു മൃഗം. camel.
ഒട്ടം(നാ) - പോരാട്ടം, വിവാദം, അതിര്, തോട്, പന്തയം, വശം, ഭാഗം, സന്ധി, അറപ്പുവാളിന്റെ പിടി. fight, dispute, limit, channel, bet, side, waist, the wooden handle of a saw.
ഒട്ടൽ(നാ) - വളവ്, പറ്റിപ്പിടിക്കൽ, മെലിച്ചിൽ, അമരപ്പുല്ല്, ഒട്ടുതൈ ഉണ്ടാക്കൽ, കാഞ്ഞിരക്കമ്പ്. concavity, adhesion, leanness, sacharum sara, grafting, budding, a branch of the strychnine tree.
ഒട്ട് (ക്രി.വി) - അല്പം, ഏതാനും, അധികം. a little, sum, very, very much.
ഒട്ട്(നാ) - ചേർപ്പ്, ഒടിവ്, അരിക്, ഒരിനം പശ, വിളുമ്പ്. joint, breakage, border, a kind of gum, edge.
ഒട്ടുക (അ.ക്രി) - ചുരുങ്ങുക, ഉള്ളിലേക്കു വലിയുക, പറ്റുക, ചേരുക, ഒന്നിക്കുക. shrink, contract, stick, unite, join together.
ഒട്ടുക്ക് (ക്രി.വി) - എല്ലാം കൂടി, മൊത്തത്തിൽ. in all, whole.
ഒട്ടും (ക്രി.വി) - അല്പം പോലും. even a little.
ഒട്ടേറെ (ക്രി.വി) - അധികമായി. very much.
ഒതുക്കം(നാ) - അവസാനം, ശാന്തത, തീരുമാനം, മറയ്ക്കൽ, അടക്കം, ദുർമ്മേദസ്സില്ലായ്മ. end, calmness, decision, concealment, modesty, compactness.
ഒതുക്ക്(നാ) - ഇടവഴി, രക്ഷാകേന്ദ്രം, കല്പട, ഒരു ഭാഗത്തേക്കു മാറ്റൽ. nar-

row lane, shelter, stairs, removing to one side.

ഒതുക്കുക (സ.ക്രി) - ഒരു വശത്തേക്ക് നീക്കുക, കൈവശപ്പെടുത്തുക. to move to one side, to make one's own.

ഒതുങ്ങുക(അ.ക്രി) - ഒരു വശത്തേക്ക് നീങ്ങുക, ശാന്തമായിരിക്കുക, അടങ്ങുക. move to one corner, remain calm and quiet, be suppressed.

ഒത്ത (വി) - തികഞ്ഞ, നിരപ്പുള്ള, ചേർച്ചയുള്ള. fully developed, even, suitable.

ഒത്തിരി (വി) - ധാരാളം, അധികം. good deal, much.

ഒത്ത്(നാ) - ദ്വാരം, പൊത്ത്, മൃഗം. hole, cavity, an animal.

ഒത്ത് (ക്രി.വി) - ഒത്തുചേർന്ന്, ഒരുമിച്ച്. together.

ഒത്തുക (അ.ക്രി) - കുതിച്ചു ചാടുക, ഒഴിഞ്ഞു മാറുക, താളം പിടിക്കുക, പയറ്റുക. to leap, to step aside, to keep time, to fight.

ഒന്നടങ്കം - ഒട്ടാകെ, ഒന്നൊഴിയാതെ. entirely not leaving out anything.

ഒന്നാകെ (ക്രി.വി)- എല്ലാം കൂടി. all together.

ഒന്നാമത്തെ (വി)- പ്രഥമമായ, ഉത്തമമായ. first, excellent.

ഒന്നിക്കുക (അ.ക്രി) - ചേരുക. join.

ഒന്നിക്കുക (സ.ക്രി) - കൂട്ടുക, ചേർക്കുക. to unite, to cause to join.

ഒന്നിക്കുക(നാ) - ഒന്നിപ്പ്. unity.

ഒന്ന് (ക്രി.വി) - അല്പം. a little.

ഒന്നേന്ന് (ക്രി.വി) - പുതിയതായി, ആദ്യമായി. de novo, intiality.

ഒപ്പനം(നാ) - ആഭരണം, അലങ്കരണം, താരതമ്യം ഉപമ, യോജിപ്പ്, ഒപ്പനിരപ്പ്. ornament, decoration, comparison, simile, agreement, evenness.

ഒപ്പന്തം(നാ) - ഉടമ്പടി, വാഗ്ദാനം. contract, promise.

ഒപ്പം(നാ) - നിരപ്പ്, മിനുസം, തുല്യത. evenness, smoothness, equality.

ഒപ്പിക്കുക(സ.ക്രി)-ബോധ്യപ്പെടുത്തുക, തുല്യമാക്കുക, അലങ്കരിക്കുക, ചതിക്കുക, വസ്ത്രം ധരിപ്പിക്കുക, തികയ്ക്കുക, ശരിയാക്കുക. to convince, to equalize, to decorate, to cheat, to make to put on cloths, to complete, to adjust.

ഒപ്പ്(നാ) - സ്വന്തം കൈപ്പടയിൽ എഴുതുന്ന അടയാളം, സാമ്യം, ചേർച്ച. signature, conformity, similarity.

ഒപ്പുക (സ.ക്രി) -മൃദുവായി സ്പർശിക്കുക. to touch softly.

ഒയ്യാരം(നാ) - വലുപ്പം, ആർഭാടം, കൊഞ്ചൽ, നാട്യം, പൊങ്ങച്ചം. ostentation, snobbery, coquetry, show, display, vanity.

ഒരിക്കൽ(നാ)-ഒരുതവണ, ഒരു സമയത്ത്, ചിലപ്പോൾ. once, at one time, some times.

ഒരിക്കലും (ക്രി.വി) - ഒരു കാലത്തും. at no time.

ഒരു (വി) - ഏകദേശം, ഒറ്റയായ. about, single.

ഒരുക്കം(നാ) - പ്രയത്നം, വേഷം അണിയൽ, ആരംഭം, ഉദ്യമം, തുടക്കം. endeavour, putting on dress and ornaments, beginning, attempt, commencement.

ഒരുക്കുക (സ.ക്രി) - തയ്യാറാക്കുക, ചമയിക്കുക. to prepare, to dress.

ഒരുക്കുപടി(നാ) - ഉപകരണം, സാമഗ്രി. tool, accessory.

ഒരുങ്ങുക (അ.ക്രി) -വട്ടം കൂട്ടുക, യത്നിക്കുക, തുടങ്ങുക. to get ready, to attempt, to begin.

ഒരുപാട് - ധാരാളം, ഒരു വശത്ത്. very much, on one side.

ഒരുമ(നാ) - ചേർച്ച, ഐക്യം. harmony, unity.
ഒരുമിക്കുക (അ.ക്രി) - യോജിക്കുക, ചേരുക. unite, join together.
ഒരുമിക്കുക (സ.ക്രി) - ശേഖരിക്കുക, തയ്യാറാക്കുക, ഒന്നിച്ചു ചേർക്കുക. collect, make ready, join.
ഒരുമിക്കുക(നാ) - ഒരുമിപ്പ്. joining.
ഒരുമ്പാട് (നാ) - ഉദ്യമം, സന്നദ്ധത, ഒരുക്കം. attempt, readiness, preparation.
ഒരുമ്പെടുക (അ.ക്രി) - യോജിക്കുക, ആരംഭിക്കുക, ഉദ്യമിക്കുക. agree, begin, attempt.
ഒരുവണ്ണം (ക്രി.വി) - വല്ല വിധത്തിലും. somehow.
ഒരുവൻ(നാ) - ഒരാൾ. a man.
ഒലി(നാ) - പ്രശസ്തി, ശബ്ദം. fame, sound.
ഒലിക്കുക (അ.ക്രി) - ഒഴുകുക. to flow.
ഒല്ലാത്ത (വി) -അരുതാത്ത സാധിക്കാത്ത, നിഷിദ്ധമായ. unbecoming, impossible.
ഒളി(നാ) - ഒളിക്കുന്ന സ്ഥലം, മറവ്, രഹസ്യവ്യാപാരം. hiding place, concealment, secret dealings.
ഒളി (വി) - ഒളിച്ചുള്ള. hidden.
ഒളി(നാ) - കീർത്തി, ചന്ദ്രൻ, കാന്തി, സൂര്യൻ. fame, moon, splendour, sun.
ഒളിക്കുക (അ.ക്രി) - മറയുക, ഒളിയുക, പതുങ്ങുക, ഒളിച്ചു കളിക്കുക. disappear, hide, conceal oneself, play hide-and-seek.
ഒളിക്കുക (സ.ക്രി) - മറയ്ക്കുക. to disappear.
ഒളിക്കുക(നാ) - ഒളിപ്പ്. hide in.
ഒളിയുക (അ.ക്രി) - മറയുക. disappear.
ഒളിവ്(നാ) - പ്രകാശം, തെളിവ്. light, brightness.
ഒഴികെ (ക്രി.വി) - ഒഴിച്ച്, അല്ലാതെ. except.
ഒഴിക്കുക (സ.ക്രി)- മാറ്റുക, നീക്കുക, പകരുക, ഉപേക്ഷിക്കുക. to eliminate, to remove, to pour out, to quit.
ഒഴിച്ച് (ക്രി.വി) - കൂടാതെ. except.
ഒഴിയുക (അ.ക്രി) -തീരുക, ഇല്ലാതാവുക, മാറുക, വിട്ടുപോവുക. end, cease, shift, leave off.
ഒഴിവ്(നാ) - വേർപാട്, അതിസാരം, നിർവാഹം, അവധിനാൾ, ഇളവ്, ഒഴുക്ക്, അവസാനം. separation, diarrhoea, atonement, holiday, exemption, flow, end.
ഒഴുകുക (അ.ക്രി) - പ്രവഹിക്കുക, ഒലിക്കുക. cause to flow, flow.
ഒഴുക്ക്(നാ) - പ്രവൃത്തി, ഒലിപ്പ്, പ്രവാഹം. deed, activity, flow, current.
ഒറ്റ (വി) - കൂട്ടില്ലാത്ത, ഒന്നുമാത്രമായ. solitary, single.
ഒറ്റി(നാ) വസ്തു കൈവശം വച്ച് അനുഭവിക്കുന്നതിനുള്ള ഒരു രീതി. mortgage of a real property.
ഒറ്റ്(നാ) - ചാരവൃത്തി, മീൻപിടിത്തം. spying, fishing.
ഒറ്റുക (അ.ക്രി) - സംഭോഗം ചെയ്യുക, പറ്റിയിരിക്കുക, വ്യാജം അറിഞ്ഞു പറയുക, ഒറ്റൽ കൊണ്ടു മീൻ പിടിക്കുക, ചാരവൃത്തി ചെയ്യുക. copulate, stick on, detect and inform, fish with weel, spy.

ഓ

ഓ - അക്ഷരമാലയിലെ പന്ത്രണ്ടാമത്തെ അക്ഷരം, ദീർഘസ്വരം, കണ്ഠ്യോഷ്ഠ്യം. 12th letter of alphabet, lengthened, labio guttural.
ഓ(നാ) - ബ്രഹ്മാവ്. Brahma.
ഓം - ഓങ്കാരം, പ്രണവം, പരബ്രഹ്മവാചക. Omkara, Pranava, the absolute.

ഓം (ക്രി.വി) - അതേ, അങ്ങനെയാകട്ടെ. yes, let it be so.

ഓകണം(നാ) - മൂട്ട. bed - bug.

ഓകം(നാ) - പക്ഷി, അഭയസ്ഥാനം, ഭവനം. bird, shelter, home.

ഓക്കാനം(നാ) - മനംമറിപ്പ്. nausea.

ഓക്കാനിക്കുക (അ.ക്രി) - ഛർദ്ദിക്കാൻ ഭാവിക്കുക, മനംമറിക്കുക. to feel nausea, to retch.

ഓഘം(നാ) - സമൃദ്ധി, പരമ്പരയായുള്ള ഉപദേശം, ഒരു വലിയ സംഖ്യ, കൂട്ടം, വെള്ളപ്പൊക്കം, ഒഴുക്ക്. abundance, traditional instruction, large number, group, flood, current.

ഓങ്കാരം(നാ) - പ്രണവം, നാദബ്രഹ്മം. sacred and mystical syllable Om, Pranavamantra.

ഓങ്കിൽ(നാ) - വേഴാമ്പൽ. hornbill.

ഓങ്ങൽ(നാ) - ആന, മല, കപ്പൽ, രാജാവ്, മേട്, ഉയർന്ന സ്ഥലം. elephant, mountain, ship, king, elevated place.

ഓച്ഛാനം(നാ) - വണക്കം, ആദരഭാവം. humbleness, reverence.

ഓജരാശി(നാ) - മേടം, മിഥുനം തുടങ്ങിയ ഒറ്റ രാശി. alternate signs of the zodiac as the 1st, 3rd, 5th, etc.

ഓജസ്സ്(നാ) - പ്രകാശം, ശോഭ, ശരീരബലം, ജീവചൈതന്യം. light, lustre, bodily strength, vitality.

ഓട(നാ) - വെള്ളം ഒലിച്ചു പോകുന്ന ചാല്, കിടങ്ങ്, ഒരു ആഭരണം, ആനയുടെ നെറ്റിപ്പട്ടം. gutter, ditch around fortification, ornament, ornamental frontlet of elephant.

ഓടക്കുഴൽ(നാ) - ഊതുന്ന കുഴൽ, തീ ഊതുന്ന കുഴൽ. flute, blow- pipe.

ഓടം(നാ) - തോണി, തോട്ടം, എണ്ണയെടുക്കുന്ന ചെറിയ പാത്രം, നെയ്ത്തിൽ കുറുകേ ഓടിക്കുന്ന ഉപകരണം. boat, garden, small metal cup, weaver's shuttle.

ഓണം(നാ) - തിരുവോണം, ഇരുപത്തിരണ്ടാം നക്ഷത്രം, കേരളീയരുടെ ദേശീയോത്സവം, നല്ലകാലം, ഐശ്വര്യം. Aquila, 22nd lunar asterism, national festival of Malayalees, happiness, prosperity.

ഓതി - ഓഹരി. share.

ഓതിക്കോൻ(നാ) - വേദം ചൊല്ലിക്കൊടുക്കുന്ന ആൾ. preceptor of Vedas.

ഓത്(നാ) - സമുദ്രം. ocean.

ഓതു(നാ) - പൂച്ച. cat.

ഓതുക (സ.ക്രി) - പറയുക, വായിക്കുക, ചൊല്ലിപഠിക്കുക, മന്ത്രം ഉച്ചരിക്കുക, വേദം ചൊല്ലുക. to say, to read, to learn by repeating, to chant mantras, to recite the Vedas.

ഓദനമണ്ഡലം(നാ) - കഞ്ഞിവെള്ളം. rice soup.

ഓദനം(നാ) - ചോറ്, മേഘം. boiled rice, a cloud.

ഓദനി(നാ) - കുറുന്തോട്ടി. plant sida cordifolia.

ഓധസ്സ്(നാ) - അകിട്. udder.

ഓനായി(നാ) - ചെന്നായ്. wolf.

ഓപ്പ(നാ) - സഹോദരി, മൂത്ത സഹോദരൻ. sister, elder brother.

ഓപ്പക്കല്ല്(നാ) - ഉരകല്ല്, ചാണ. touch stone.

ഓപ്പം(നാ) - നിരപ്പ്, ഭംഗി, ശോഭ, മിനുസം. evenness, beauty, lustre, smoothness.

ഓമന (വി) - ഭംഗിയുള്ള, ഇഷ്ടമുള്ള, വാത്സല്യപാത്രമായ. beautiful, dear, affectionate.

ഓമന(നാ) - ഭംഗി, പ്രീതി, വാത്സല്യപാത്രം, പ്രിയ ശിശു. loveliness, fondness, darling, dear child.

ഓമം(നാ) - അയമോദകം. Bishop's weed.
ഓമല് (വി) - അരുമപ്പെട്ട, വൃത്തിയുള്ള, ഭംഗിയുള്ള, ഓമനിക്കത്തക്ക, സാധുത്വമുള്ള. lovely, clean, beautiful, lovable, good, valid.
ഓയുക (അ.ക്രി) - തീരുക, ക്ഷീണിക്കുക. to come to an end.
ഓയ്‌വ്(നാ) - വിശ്രമം, ഒഴിവ്, അവസാനം. rest, leisure, end.
ഓരം(നാ) - തീരം, വക്ക്, വശം, അരിക്. bank, border, side, edge.
ഓരി(നാ) - കുറുനരി, കുറുനരിയുടെ, ശബ്ദം. jackal, howl.
ഓര്(നാ) - ഉപ്പുരസം. saltiness.
ഓരുക (അ.ക്രി) - ഓർക്കുക, ആലോചിക്കുക, വിചാരിക്കുക. remember, consider, turn over in mind.
ഓർക്കുക (സ.ക്രി) - ഓർമ്മിക്കുക, നിനയ്ക്കുക, ആലോചിക്കുക. to remember, to recollect, to think.
ഓർക്കുക(നാ) -ഓർക്കൽ. remembering.
ഓർമ്മ(നാ) - സ്മരണ, നിനവ്. memory, recollection.
ഓല(നാ) - തെങ്ങ്, പന തുടങ്ങിയവയുടെ ഇല, കാതിലിടുന്ന ഒരു ആഭരണം, പനയോലയിൽ എഴുതിയ പ്രമാണം. leaf of palm trees, a kind of ear ornament, document writen on palm leaf.
ഓല (വി) - നനഞ്ഞ. wet.
ഓലക്കം(നാ) - മഹത്ത്വം, പ്രഭാവം, രാജസഭ, മനോഹാരിത. greatness, splendour, durbar hall, beauty.
ഓലച്ചെവിയൻ(നാ) - മുയൽ. hare.
ഓലം(നാ) - കടൽ, ഒച്ച, നിലവിളി. ocean, sound, cry for help.
ഓലം(നാ) - ചേന. arum campanu-latun.
ഓലി(നാ) - ചെറിയ കിണറ്, ഊറ്റുകുഴി. small well, spring.
ഓലി(നാ) - കുറുനരി, കുറുനരിയുടെ ശബ്ദം, നിലവിളി. jackal, howling.
ഓവുപാലം(നാ) - കലുങ്ക്. culvert.
ഓശ(നാ) - ശബ്ദം, കീർത്തി, ഒച്ച, ഒരു വാദ്യം. sound, fame, noise, a musical instrument.
ഓശാന(നാ) - ഒരു വിശുദ്ധദിനം, സ്തുതി ഗീതം, അനുഗ്രഹത്തിനായുള്ള പ്രാർത്ഥന. Palm Sunday, hymn, prayer for blessing.
ഓശാരം(നാ) - ദാനം, സൗജന്യം. gift, concession.
ഓഷധി(നാ) - ചെടി, മരുന്നുചെടി, മരുന്ന്, ഒരു നക്ഷത്രം. plant, medicinal herb, medicine, name of a star.
ഓഷ്ഠകം(നാ) - ചുണ്ട്. lip.
ഓഷ്ഠപാകം(നാ) - ചുണ്ടുവിണ്ടൽ. cracking of lips.
ഓഷ്ഠം(നാ) - ചുണ്ട്, മേൽച്ചുണ്ട്, കോവൽ. lip, upper lip, the plant bryonia grandis.
ഓഷ്ഠ്യ (വി) - ഓഷ്ഠസംബന്ധമായ. labial.
ഓഹരി(നാ) - ഭാഗം, പങ്ക്. share.
ഓളം (ക്രി.വി)- വരെ. till.
ഓളം(നാ) - തിര, അല. wave.
ഓളിയം(നാ) - അസഭ്യവാക്ക്. obscenity.

ഔ

ഔ - അക്ഷരമാലയിലെ പതിമൂന്നാമത്തെ അക്ഷരം, കണ്ഠ്യോഷ്ഠ്യം. 13th letter of the alphabet, labio-guttural.
ഔ(നാ) - ഭൂമി, ശബ്ദം, ആദിശേഷൻ. earth, sound, Adisesha.
ഔകാരം(നാ) - 'ഔ' എന്ന അക്ഷരം. letter 'ഔ'.
ഔക്ഷകം(നാ) - കാളക്കൂട്ടം. herd of bulls.
ഔഗ്ര്യം(നാ) - ഉഗ്രത. dreadfulness.
ഔഘലം(നാ) - ഒഴുക്ക്, വെള്ളപ്പൊക്കം. current, flood.

ഔചിത്യം(നാ) - ചേർച്ച, യോഗ്യത, ഉചിതഭാവം. suitableness, fitness, propriety.
ഔജസം(നാ) സ്വർണ്ണം. gold.
ഔജ്ജ്വല്യം(നാ)- തിളക്കം, പ്രകാശം. brightness, light.
ഔത്കൃഷ്ട്യം(നാ) - ഉത്കൃഷ്ടത. superiority.
ഔത്സുക്യം(നാ) - ഉത്കണ്ഠ, ജിജ്ഞാസ, ഉത്സുകത. anxiety, eagerness, ardent desire.
ഔദാര്യം(നാ) - മഹത്ത്വം, ഒരു നായികാഗുണം, വിനയം, ഉദാരത, ഒരു കാവ്യഗുണം. greatness, grace of a heroine, modesty, generosity, noble style.
ഔദുംബരൻ(നാ) - യമൻ, യമന്റെ ഒരു മന്ത്രി. god of death Yama, name of one of the four ministers of Yama.
ഔദുംബരം(നാ) - അത്തിത്തടി, അത്തിപ്പഴം, ചെമ്പ്, ചെമ്പുപാത്രം, ഒരു തരം കുഷ്ഠം. wood of ficus religiosa, fruit of ficus religiosa, copper, copper vessel, a kind of leprosy.
ഔദ്ധത്യം(നാ) - ഡംഭം, പൊങ്ങച്ചം, ഗാംഭീര്യം, ധൃഷ്ടത. disdain, splendour, vanity.
ഔദ്യോഗിക (വി) - ഉദ്യോഗസംബന്ധമായ. official.
ഔന്നത്യം(നാ) - ഉയർച്ച, മഹത്ത്വം, വലുപ്പം. height, eminence, greatness.
ഔപചാരിക (വി) - ഉപചാരമനുസരിച്ചുള്ള, മുഖ്യമല്ലാത്ത, ആലങ്കാരികമായ, നിയമാനുസൃതമായ. ceremonial, secondary, formal, metaphorical.
ഔപമ്യം(നാ) - തുല്യത, സാമ്യം, സാദൃശ്യം. similitude, similarity, resemblance.
ഔപഹാരികം(നാ) - കാഴ്ചദ്രവ്യം. an offering.
ഔരഭ്രം(നാ) - കരിമ്പടം, ആട്ടിറച്ചി. woollen blanket, mutton.
ഔരസ (വി) - തനിക്കു പിറന്ന, ഉരസ്സിൽ നിന്നുണ്ടായ. legitimately born, born from the breast.
ഔർവം(നാ) - പൊടിയുപ്പ്, ബഡവാഗ്നി. fossil salt, submarine fire.
ഔലാനം(നാ) - താങ്ങ്, രക്ഷ, തൊട്ടി. support, protection, reservoir water.
ഔലൂകം(നാ) - മൂങ്ങക്കൂട്ടം. a number of owls.
ഔവ(നാ) - മാതാവ്, സരസ്വതീ. mother, goddess Saraswaty.
ഔഷണം(നാ) - എരിവ്, കുരുമുളക്. pungency, black pepper.
ഔഷധം(നാ) - മരുന്ന്, സസ്യം, സസ്യസമൂഹം, പ്രതിക്രിയ, പരിഹാര മാർഗ്ഗം. medicinal herb, herbs collectively, remedy.
ഔഷസ (വി) - പ്രഭാതത്തിലുണ്ടായ. created at dawn.
ഔഷ്ട്രകം(നാ) - ഒട്ടകക്കൂട്ടം. herd of camels.
ഔഷ്ട്രം(നാ) -ഒട്ടകപ്പാൽ, ഒട്ടകത്തിന്റെ സ്വഭാവം. milk of camel, habit of camel.
ഔഷ്ണം(നാ) - ചൂട്, ഉഷ്ണം, സാമർത്ഥ്യം. heat, warmth, cleverness.

അം

അംഗം(നാ)- അവയവം, ശരീരം, മനസ്സ്, ഭാഗം, ആറ് എന്ന സംഖ്യ. a part of the body, body, mind, section, the number.
അംഗക്രിയ(നാ)- പറ്റുവിന. verbal participle.
അംഗജ (നാ)- പുത്രി. daughter.
അംഗജ (നാ.വി)- ശരീരത്തിൽ നിന്നുണ്ടായ. born from body.
അംഗജനുസ്സ്(നാ)- കാമദേവൻ, പുത്രൻ, രോമം. Kamadeva, son, hair.

അംഗജൻ(നാ)- കാമദേവൻ, പുത്രൻ. Kamadeva, son.
അംഗരസം(നാ)- ശൃംഗാരം. eroticism.
അംഗജ്വരം(നാ)- ഒരു തരം ക്ഷയ രോഗം. a kind of tuberculosis.
അംഗണം(നാ)- മുറ്റം, വാഹനം. court-yard, vehicle.
അംഗദം (നാ)- തോൾവള. armlet.
അംഗന(നാ)- സ്ത്രീ, സുന്ദരി. woman, beautiful woman.
അംഗപാലൻ(നാ)- അംഗരക്ഷകൻ. bodyguard.
അംഗപ്രകാശം (നാ)- ശരീരസൗന്ദര്യം. beauty of the body.
അംഗപ്രദക്ഷിണം(നാ)- അമ്പലങ്ങളിലും മറ്റും നടത്തുന്ന ശയനപ്രദക്ഷിണം. physically rolling around a temple as a penance.
അംഗഭംഗം(നാ)- അവയവനാശം. mutilation.
അംഗഭൂവ്(നാ)- പുത്രൻ, കാമൻ. son, Kamadeva.
അംഗമർഷം (നാ)- അംഗങ്ങൾക്കുണ്ടാകുന്ന വേദന, വാതം. rheumatism.
അംഗയഷ്ടി (നാ)- മെലിഞ്ഞ ശരീരം. lean body.
അംഗരക്ഷ(നാ)- കവചം, ശരീരരക്ഷ. armour, protection of the body.
അംഗരക്ഷകൻ(നാ)- ശരീരത്തെ രക്ഷിക്കുന്നവൻ. body-guard.
അംഗരുഹം(നാ)- രോമം. hair.
അംഗലേപം (നാ)- ശരീരത്തിൽ പൂശുന്നത്, കുറിക്കൂട്ട്. cosmetics.
അംഗവം(നാ)- ഉണങ്ങിയ കായോ പഴമോ. ripe or dried fruit.
അംഗവസ്ത്രം(നാ)- ഉത്തരീയം, മേൽമുണ്ട്. upper cloth.
അംഗവാക്യം(നാ)- ഒരു വാക്യത്തിന്റെ ഭാഗം. subordinate clause.
അംഗവിക്ഷേപം(നാ)- കൈയാംഗ്യം. gesture.
അംഗവിദ്യ (നാ)- വ്യാകരണശാസ്ത്രം. grammar.
അംഗവൈകല്യം (നാ)- ശരീരാവയവങ്ങളുടെ ന്യൂനത. state of having a handicapped body.
അംഗവൈകൃതം(നാ)- ശരീരത്തിന്റെയോ അംഗത്തിന്റെയോ വിരൂപത. deformity of the body or limbs.
അംഗസ്സ് (നാ)-പക്ഷി. bird.
അംഗഹീന (നാ.വി)- ഏതെങ്കിലും അവയവം ഇല്ലാത്ത. not having any limb.
അംഗാരം(നാ)- തീക്കനൽ, ചുവന്ന നിറം, കരിക്കട്ട. burning charcoal, red colour, charcoal.
അംഗാരകൻ(നാ)- ചൊവ്വാഗ്രഹം. Mars.
അംഗാരകമണി(നാ)- പവിഴം. coral.
അംഗാരലോചനൻ(നാ)- ശിവൻ. Siva.
അംഗാരി(നാ)- നെരിപ്പോട്, കൊല്ലൻ. fire-pan, blacksmith.
അംഗാരിത (നാ.വി)- പൊരിച്ച, കരിച്ച, വറുത്ത. fried, burnt, roasted.
അംഗി(നാ)- പ്രധാനഭാഗം. main part.
അംഗിവാക്യം(നാ)- പ്രധാനവാക്യം. principal clause in a sentence.
അംഗീകരണം(നാ)- സ്വീകരിക്കൽ. approval.
അംഗീകരിക്കുക (സ.ക്രി)- കൈക്കൊള്ളുക, സ്വീകരിക്കുക. accept, approve.
അംഗീകാരം(നാ)- കൈക്കൊള്ളൽ, അംഗമാക്കൽ, സമ്മതം. recognition, enrolling as a member, consent.
അംഗീകാര്യ (നാ.വി)- സ്വീകരിക്കത്തക്ക. acceptable.
അംഗു(നാ)- പക്ഷി, കൈ. bird, hand.
അംഗുർ(നാ)- മുന്തിരി. grapes.
അംഗുലം(നാ)- കൈവിരൽ, ഒന്നേകാലിഞ്ച് നീളം, അരയാൽ. finger, a length of 1 1/4 inches, pipal tree.
അംഗുലി(നാ)- വിരൽ. finger.

അംഗുലിക(നാ)- ഉറുമ്പിലൊരിനം. a kind of ant.
അംഗുലിപഞ്ചകം(നാ)- അഞ്ച് വിരലുകൾ. five fingers.
അംഗുലിമുദ്ര(നാ)- അടയാളമോതിരം. signet ring.
അംഗുലീസംഭൂതം(നാ)- നഖം. nail.
അംഗുലീയകം(നാ)- മോതിരം. finger ring.
അംഗുഷ്ഠം(നാ)- പെരുവിരൽ. thumb.
അംഗുഷ്ഠ്യം(നാ)- പെരുവിരലിലെ നഖം. thumb nail.
അംഗൂഷം(നാ)- അമ്പ്, കീരി, തോട്ടി. arrow, ichneumon, hook.
അംഘസ്സ്(നാ)- പാപം, ദുരിതം. sin, misery.
അംഘ്രി(നാ)- പാദം, മരച്ചുവട്, നാല് എന്ന സംഖ്യ. foot, foot of a tree, the digit 4.
അംഘ്രിപം(നാ)- വൃക്ഷം. tree.
അംഘ്രിസ്കന്ധം(നാ)- കാലിന്റെ കുഴ. ankle.
അംബകൻ(നാ)- അച്ഛൻ. father.
അംബരീക്ഷം(നാ)- വറുപ്പുപാത്രം, ഒരു മഹാനരകം, യുദ്ധം, പുല്ല്, ആകാശം. frying pan, hell, battle, grass, sky.
അംബുജം(നാ)- താമര. lotus.
അംബുജൻ(നാ)- ചന്ദ്രൻ. moon.
അംബുരാശി(നാ)- കടൽ. sea.
അംഭോജം(നാ)- താമര, ശംഖ്. lotus, conch.
അംശം(നാ)- തോൾ, ഭാഗം, പങ്ക്, യുദ്ധം. shoulder, share, war, one of the two corners of a sacrificial altar.
അംശം(നാ) - ഭിന്നസംഖ്യയിലെ ഛേദം, താലൂക്കിന്റെ ഒരു ഭാഗം, പകുതി, പങ്ക്, വിധി. number of a fraction, village, part, fate.
അംശദാനം(നാ)- വീതം കൊടുക്കൽ. giving one's share.
അംശനം(നാ)- അംശിക്കൽ, പങ്കിടൽ. sharing, partition.
അംശപത്രം(നാ)- ഭാഗപത്രം. share deed.
അംശകൻ(നാ)- ബന്ധു. relative.
അംശഭുക്ക്(നാ)- പങ്കാളി. partner.
അംശി(നാ)- പങ്കുള്ളവൻ. share-holder.
അംശിക്കുക (സ.ക്രി)- പങ്കിടുക, വീതിക്കുക. separate, to divide.
അംശു(നാ)- രശ്മി, കിരണം, പ്രകാശം, നൂൽ, നേരിയ ഇഴ, സൂര്യൻ. ray, light, thread, strand, sun.
അംശുകം(നാ)-വസ്ത്രം, ഇല, അല്പമായ പ്രകാശം. cloth, leaf, dim light.
അംശുജാലം(നാ)- രശ്മികളുടെ കൂട്ടം. group of rays.
അംശുനാഥൻ(നാ)- സൂര്യൻ. sun.
അംശുമതി(നാ)- പ്രകാശമുള്ളവൾ, മൂവില. woman who shines, Hedysarum lagopodioides.
അംശുമാൻ(നാ)- സൂര്യൻ, ചന്ദ്രൻ, ഒരു പർവ്വതം. sun, moon, name of a mountain.
അംശുമാലി(നാ)- സൂര്യൻ, പന്ത്രണ്ട്. sun, twelve.
അംശുല (നാ.വി)- ശോഭയുള്ള, കിരണങ്ങളുള്ള, പ്രകാശമുള്ള. glittering, having rays, shining.
അംശുവാഹി(നാ)- സൂര്യൻ. sun.
അംശ്യ (നാ.വി)- ഭാഗിക്കാവുന്ന. dividable.
അംസം(നാ)- തോൾ, ഒരു മർമ്മം, അംശം, വിഭാഗം, യുദ്ധം. shoulder, a mortal part on the shoulder, part, battle.
അംസഫലകം(നാ)- തോൾപ്പലക. shoulder blade.
അംസഭൂഷ(നാ)- തോൾവള. armlet.
അംഹതി(നാ)- സമ്മാനം, രോഗം, കഷ്ടപ്പാട്. present, disease, misery.
അംഹസ്സ്(നാ)- പാപം, ദുഷ്കൃതം, കഷ്ടത, ദുഃഖം. sin, distress.

വ്യഞ്ജനാക്ഷരങ്ങൾ

ക

ക - അക്ഷരമാലയിലെ ഒന്നാമത്തെ വ്യഞ്ജനം (ഖരം, കണ്ഠ്യം). first consonant of the alphabet.

കം (നാ)- ജലം, കെട്ട്, അഗ്നി, മേഘം, ശരീരം, പ്രകാശം, കുയിൽ, ധനം, ശിരസ്സ്, സമയം, വാള്, എരുക്ക്, മയിൽ. water, binding, fire, cloud, body, light, cuckoo, wealth, head, time, sword, calotropis, peacock.

കകന്ദം (നാ) - സ്വർണ്ണം. gold.

കകഞ്ജലം(നാ)-വേഴാമ്പൽ. hornbill.

കകാരം(നാ) - 'ക' എന്ന അക്ഷരം. the letter 'ക'.

കകുത്ത്(നാ) - കാളയുടെ പൂഞ്ഞ്, കൊടുമുടി. hump of bull, peak.

കകുദം(നാ) - കൊടുമുടി, രാജചിഹ്നം, പ്രധാനി, മുഖ്യൻ, ഒരിനം പാമ്പ്. peak or summit, symbol of royalty, chief, a variety of serpent.

കകുപ്പ് (നാ) - ദിക്ക്, കൊടുമുടി, ജീവൻ, ശോഭ. direction, peak, life breath, splendour.

കകുഭം(നാ) - നീർമരുത്, വീണയുടെ അഗ്രത്തിലുള്ള വളഞ്ഞ ഭാഗം, പിശാച്, കുടകപ്പാല. terminalia Arjuna, a part of the Indian lute, called belly, evil spirt, kutaja tree.

കക്ക (നാ) - ചിപ്പി വർഗ്ഗത്തിൽപ്പെട്ട ഒരു ജീവി, അതിന്റെ പുറന്തോട്. oyster, oyster- shell.

കക്കരി (നാ) - ഒരിനം വെള്ളരി. a kind of cucumber.

കക്കൽ (നാ) - ഛർദ്ദി, വിക്കൽ. vomiting, stammering.

കക്കൽ(നാ)- മോഷണം. stealing.

കക്കുക (സ.ക്രി) - ഛർദ്ദിക്കുക. to vomit.

കക്കുക (സ.ക്രി) - മോഷ്ടിക്കുക. to steal.

കക്കൂസ് - മറപ്പുര (മലമൂത്ര വിസർജ്ജനത്തിനുള്ള മറപ്പുര). latrine.

കക്കോട്ടി (നാ) - കൺകുരു. pustule on the eye - lid.

കക്ഷപം (നാ) - ആമ. tortoise.

കക്ഷി (നാ) - ഭാഗം, ചേരി, വാദി, പ്രതി, ആൾ, പുള്ളി, ഒരു വശത്തുള്ള ആൾ. party, party in suit, person, fellow, partisan.

കക്ഷ്യം (നാ) - പിൻഭാഗം, ത്രാസിന്റെ തട്ട്. rear side, the scale of a balance.

കങ്കടം (നാ) - അതിര്, കുപ്പായം, ആനത്തോട്ടി, പടച്ചട്ട. limit, coat, iron hook to goad elephant, armour.

കങ്കടീകൻ (നാ) - ശിവൻ. Siva.

കങ്കണം (നാ) - കൈവള, മുടിയിൽ ചൂടുന്ന ഒരാഭരണം, മുത്തുവള, കാപ്പ് മുതലായവ, വിവാഹത്തിന് മുൻപ് വധൂവരന്മാർ കൈയിൽ കെട്ടുന്ന നാട. bracelet, crest, bangle, band or ribbon tied around the wrist of a bride/ bride groom before marriage.

കങ്കണം (നാ) - ജലകണം. water drop.

കങ്കതം (നാ) - ചീപ്പ്. comb.

കങ്കം (നാ) - കൊക്ക്, കഴുകൻ. stork, an eagle.

കങ്കശായം (നാ) - നായ്. dog.

കങ്കാണി (നാ)- മേൽനോട്ടക്കാരൻ. supervisor.

കങ്കാലയം (നാ) - ശരീരം. human body.

കങ്കാൻ (നാ) - ശിവൻ. Siva.

കങ്കാളം (നാ) - മൃതശരീരം, അസ്ഥികൂടം. corpse skeleton.

കങ്കാരു (നാ) - സഞ്ചിമൃഗം. kangaroo.

കങ്കുരം (നാ) - സ്വർണ്ണം. gold.

കങ്കൂസ് (നാ) - ചൂണ്ടലിൽ കെട്ടാനുള്ള ചരട്. long cord tied to angles to catch the fish.

കങ്കേലി (നാ) - ചീര. greens.

കങ്കേളി (നാ) - അശോകവൃക്ഷം. Asoka tree.

കംഗുലം (നാ) - കൈ, ഒരു ഹസ്തമുദ്ര. hand, a particular and gesture.

കങ്ങൽ (നാ)- കരിച്ചിൽ. drying.

കങ്ങുക (അ.ക്രി) - കരിയുക, തീപ്പൊള്ളുക. to be blighted (in cooking), to be singed.

കചപം (നാ) - പുല്ല്, ഇല. grass, leaf.

കചഭാരം (നാ) - നല്ല തലമുടി. good hair.

കചം (നാ) - തഴമ്പ്, മേഘം, കെട്ട്, തലമുടി, ഇരുവേലി, മറു, ചേലത്തുമ്പ്. dry sore, cloud, band, hair, andropogon muricatum, scar, hem of a garment.

കചമാലം (നാ) - പുക. smoke.

കചാകു (വി) - ദുസ്സഹമായ, ദുസ്സ്വഭാവിയായ. intolerable, ill- natured.

കചാകു (നാ) - സർപ്പം. serpent.

കചാടുരം (നാ) - നത്ത്. owl.

കച്ച (വി) - സാന്ദ്രമായ, കട്ടിയുള്ള. dense, thick.

കച്ച (നാ) - മുറിക്കാത്ത കോടിത്തുണി, ആനയുടെ കച്ചക്കയറ്, അംഗവസ്ത്രം, കട്ടിയുള്ള വസ്ത്രം, നാല്പതു മുഴം നീളമുള്ള തുണി, ആയുധവിദ്യ അഭ്യസിക്കുന്നവർ അരയിൽ മുറുക്കിക്കെട്ടുന്ന തുണി, വിവാഹത്തിന് മുൻപ് വരൻ വധുവിന് നൽകുന്ന പുടവ. coarse fresh cloth, elephant's girth, upper garment, thick cloth, one piece of cloth measuring 20 yards, matrimonial cloth given to the bride.

കച്ചകം (നാ) - കുരങ്ങ്. monkey.

കച്ചട (വി) - മോശപ്പെട്ട. mean.

കച്ചടം (നാ) - കൗപീനം. piece of cloth for covering the privities.

കച്ചത്തോർത്ത് (നാ) - പരുക്കൻ തോർത്ത്. coarse towel.

കച്ചം (നാ) - ഉടമ്പടി, കരാറ്. contract, agreement.

കച്ചരം (നാ) - മോര്. butter - milk.

കച്ചവടക്കാരൻ (നാ) - വ്യാപാരി. merchant.

കച്ചവടം (നാ) - വ്യാപാരം, സാധനങ്ങൾ വാങ്ങുകയും വിൽക്കുകയും ചെയ്യുന്ന പണി. trade.

കച്ചി (നാ) - വൈക്കോൽ, ചവറ്, ഗോലി, മാമ്പഴത്തിര. hay, refuses, playing marble, preserved mango juice.

കച്ചില (നാ) - കരിയില. dry leaf.

കച്ചീട്ട് (നാ) - കൈച്ചീട്ട്. receipt.

കച്ച് (നാ) - അരപ്പട്ട, നാട. broad tape band, belt.

കച്ചേരി (നാ) - കോടതി, സർക്കാർ ഓഫീസ്. court of law, public office.

കച്ചോലം (നാ) - സൗരഭ്യമുള്ള ഒരു ഔഷധ സസ്യം. round zedoary.

കച്ഛ (നാ) - ചീവീട്. cricket.

കച്ഛകോലി (നാ) - നീർക്കടമ്പ്. hijjal tree.

കച്ഛപം (നാ) - ആമ, വാറ്റുയന്ത്രം, ഒരു രോഗം, നവനിധികളിൽ ഒന്ന്. tortoise, apparatus to distil liquors, tumour on palate, one of the nine treasures of Kubera.

കച്ഛപി (നാ) - പെണ്ണാമ, സരസ്വതിയുടെ വീണ, ഒരു ത്വക്‌രോഗം. female tortoise, name of Saraswati's veena, skin desease.

കച്ഛം (നാ) - തീരം, വെള്ളക്കെട്ടുള്ള പാടം, വസ്ത്രത്തിന്റെ ചുളുക്ക്. bank, shore, wet low land, wrinkle or fold on clothes.

കച്ഛു (നാ) - ചിരങ്ങ്, ചൊറി. itch, scab.

കജം (നാ) - താമര, മത്സ്യം. lotus, fish.

കജ്ജലം (നാ) - അഴുക്ക്, കൺമഷി, ചെളി, മേഘം, മുത്തങ്ങ, ഇരുട്ട്, വിളക്കിലെ കരി. dirt, collyrium, mud, cloud, cyperus rotundus, darkness, lamp soot.

കഞ്ചഡം (നാ) - തകര. oval-leaved cassia.
കഞ്ചത്താർ (നാ) - താമരപ്പൂവ്. lotus flower.
കഞ്ചൻ (നാ) - ബ്രഹ്മാവ്. Brahma.
കഞ്ചൻ (നാ) - മുടന്തൻ. lame person.
കഞ്ചൽ (നാ) - ചവറ്. refuses.
കഞ്ചാരൻ (നാ) - സൂര്യൻ. sun.
കഞ്ചാരം (നാ) - എരുക്ക്. arka plant.
കഞ്ചാവ് (നാ) - ലഹരിയുണ്ടാക്കുന്ന ഒരു ചെടി. Indian hemp.
കഞ്ചുകം (നാ) - ഉടുപ്പ്, റൗക്ക, കുപ്പായം, ഉമി, പാമ്പിൻ വള. dress, bodice to confine breast, coat, husk, chaff, slough of snake.
കഞ്ചുകാലു (നാ) - പാമ്പ്. snake.
കഞ്ചുകി (നാ) - പാമ്പ്, യവം, കാമാസക്തൻ, കടല, കൊട്ടാരത്തിലെ രക്ഷാപുരുഷൻ. snake, barley, libidinous person, bengal gram, chamberlain.
കഞ്ചൂസ് (നാ) - ലുബ്ധൻ. miser.
കഞ്ജൻ (നാ) - ബ്രഹ്മാവ്. Brahma.
കഞ്ജം (നാ) - അമൃത്, രോമം, താമര. ambrosia, hair, lotus.
കഞ്ജനൻ (നാ) - മൈന, കാമദേവൻ. mina, cupid.
കഞ്ജബാണൻ (നാ) - കാമദേവൻ. Cupid.
കഞ്ജഭവനൻ (നാ)- ബ്രഹ്മാവ്. Brahma.
കഞ്ജരൻ (നാ) - ആന, സന്ന്യാസി, ബ്രഹ്മാവ്, സൂര്യൻ. elephant, ascetic, Brahma, sun.
കഞ്ജലം (നാ) - മൈന. mina bird.
കഞ്ജസംഭവൻ (നാ) - ബ്രഹ്മാവ്. Brahma.
കഞ്ജിനി (നാ) - ഗണിക, താമരപ്പൊയ്ക. courtesan, lotus pond.
കഞ്ഞി (നാ) - പശ, നിസ്സാരൻ, വേവിച്ചു വെള്ളത്തോടുകൂടിയ അന്നം. starch used by washermen, slothful person, rice gruel.
കഞ്ഞിത്തരം (നാ) - നീചത, നികൃഷ്ടത. meanness.
കഞ്ഞുണ്ണി (നാ) - കൈയോന്നി. eclipta alba.
കട (നാ) - പീടിക, അഗ്രം, പൂർത്തിയാക്കൽ, ചുവട്, പിൻഭാഗം, വശം. shop, end, completing, bottom, back portion, side.
കടകൻ (നാ) - പൊട്ടൻ. deaf person.
കടകം (നാ) - രാജ്യം, നഗരം, മലനാട്, പൊൻവള, കടലുപ്പ്, പർവതത്തിന്റെ മദ്ധ്യഭാഗം, അരഞ്ഞാൺ, പാളയം, പടവീട്, സമൂഹം, നിതംബം, താഴ്വര. country, city, mountain land, bracelet, sea salt, ridge of a mountain, waist girdle, royal camp, society, buttocks, valley.
കടകം (നാ) - കാക്ക, ഊളൻ, കണ്ണാടിപ്പാത്രം. crow, jackal, glass tray.
കടകോൽ (നാ) - മത്ത്. churning rod.
കടക്കണ്ണ് (നാ) - അപാംഗം. outer corner of the eye.
കടക്കാരൻ (നാ)- കച്ചവടക്കാരൻ. trader.
കടക്കാരൻ (നാ) - കട നടത്തുന്നവൻ, കടം വാങ്ങിയവൻ, കടം കൊടുത്തവൻ. shop keeper, debtor, creditor.
കടക്കുക (സ.ക്രി) - താണ്ടുക, പ്രവേശിക്കുക, അപ്പുറം പോകുക, അതിക്രമിക്കുക, സ്ഥലം വിടുക. to overcome, to enter, to cross, to trespass, to leave the place.
കടക്കുഞ്ഞ് (നാ) - അവസാനത്തെ കുഞ്ഞ്. last child.
കടക്കോടി (നാ) - കടൽത്തീരം. beach.
കടങ്കടം (നാ) - അഗ്നി, സ്വർണ്ണം, കൊടുവേലി. fire, gold, plumbago ceylanica.
കടങ്കടേരി (നാ) - മഞ്ഞൾ. turmeric.
കടങ്കഥ (നാ) - അഴിപ്പാൻ കഥ. riddle.
കടച്ചക്ക (നാ) - ശീമച്ചക്ക, പിറുത്തിച്ചക്ക. breadfruit, pineapple.
കടച്ചൽ (നാ) - മൂർച്ച വരുത്തൽ, കടയൽ, കഴപ്പ്, മിനുസപ്പെടുത്തൽ. sharpening, churning, pain, polishing.

കടച്ചി (നാ) - കൈത. screwpine.
കടച്ചീട്ട് (നാ) - കടപ്പത്രം. bond.
കടത്ത് (നാ) -കടത്തുകടവ്, ദൂരത്താക്കൽ, അകത്തേക്കു ചെല്ലൽ, സാധനങ്ങൾ ഒരിടത്തു നിന്നും മറ്റൊരിടത്തു കൊണ്ടു പോകൽ, വള്ളത്തിലോ മറ്റോ കയറ്റി മറുകരയെത്തിക്കൽ. landing place, removal, placing into, transporting, ferrying.
കടത്തുകാരൻ (നാ) - കടത്തുവള്ളം ഊന്നുന്നവൻ. ferryman.
കടന്നൽ (നാ) - കുത്തുന്ന ഒരിനം ഈച്ച. hornet.
കടപ്പത്രം (നാ) - കടം വാങ്ങിയതിനുള്ള പ്രമാണം. bond.
കടപ്പാട് (നാ) - കടമ, ബാദ്ധ്യത, ചുമതല. obligation, indebtedness, responsibility.
കടപ്പുറം (നാ) - കടൽത്തീരം. sea shore.
കടം (നാ) - വായ്പ, കടപ്പാട്, മതപരമായ ബാദ്ധ്യത. loan, obligation, religious duty.
കടം (നാ) - അര, കടി, ശവം, പായ്, ആനയുടെ ചെന്നി, അമ്പ്, ശ്മശാനം, ചിത, പരിച, ഒരിനം പുല്ല്, ശവമഞ്ചം. hips, loins, dead body, mat, temple of elephant, arrow, cemetery, funeral pyre, shield, saccharum sara, bier.
കടമ (നാ) - കടപ്പാട്, കരം, ബാധ്യത. obligation, tax, liability.
കടമ്പൻ (നാ) - കൃഷിക്കാരൻ, കടന്നവൻ, മര്യാദകെട്ടവൻ. farmer, one who has overcome, impolite person.
കടമ്പ് (നാ) - ഒരിനം വൃക്ഷം. kadamba tree.
കടമ്പ് (നാ) - ശിഖരം, കമ്പ്, മുളംചില്ലി. branch, branch of a tree, brach of boamboo.
കടയുക (സ.ക്രി)-കടച്ചിൽ പണിചെയ്യുക, മിനുസം വരുത്തുക, കടകോൽ കൊണ്ടു കലക്കുക. to lathe, to polish, to churn with a churning rod.
കടയുക (അ.ക്രി) - കഴയ്ക്കുക. to feel acute pain.
കടയ്ക്കൽ (ക്രി.വി) - ചുവട്ടിൽ. at foot.
കടൽ (നാ) - സമുദ്രം. sea.
കടല (നാ) - ഒരു ധാന്യം. bengal gram.
കടലാസ് (നാ) - രേഖ, വർത്തമാനപ്പത്രം, എഴുതാനുള്ള സാധനം. document, newspaper, paper.
കടൽനാക്ക് (നാ) - ഒരിനം മത്സ്യത്തിന്റെ അസ്ഥി. cuttle fish bone.
കടൽനുര (നാ) - കടൽപ്പത. foam of the sea- waves.
കടവട്ടി (നാ) - വലിയ വട്ടി. big basket for carrying sundry articles from shops.
കടവാ (നാ) - വായുടെ ഉൾഭാഗം. interior of the mouth.
കടവാതിൽ (നാ) - വവ്വാൽ. bat.
കടവ് (നാ) -അവസാനം, വള്ളം അടുക്കുന്ന സ്ഥലം, കുളിക്കാനിറങ്ങുന്ന സ്ഥലം, പ്രാപ്യസ്ഥാനം. end, landing place in a river, bathing ghat, destination.
കടശി (നാ)- അവസാനം. end.
കടാക്ഷം (നാ)- ദയയോടു കൂടിയ നോട്ടം, കടക്കണ്ണു കൊണ്ടുള്ള നോട്ടം. merciful glance, aside look.
കടായനം (നാ) - രാമച്ചം. cuscus grass.
കടാരൻ (നാ) - പൗരൻ, കാമാസക്തൻ. citizen, lecher.
കടാവുക (സ.ക്രി) - നടത്തുക, പ്രയോഗിക്കുക, ആപ്പടിക്കുക, ലംഘിക്കുക, ചെലുത്തുക. to conduct, to practise, to drive a wedge in, to transgress, to drive in (as a nail).
കടാഹം (നാ) -വലിയ പാത്രം, കൂമ്പാരം, കൂട്ടം, ആമത്തോട്, വറുക്കാനുള്ള കിടാരം, എരുമക്കുട്ടി, നരകം, കിണറ്. pan, heap, turtle's shell, big frying pan, young female buffalo, hell, well.

കടി (നാ)- ആന, അര, തിപ്പലി, ആനയുടെ ചെന്നിത്തടം, കടുകുരോഹിണി. elephant, the hip , long pepper, an elephant's temples, helleborus niger.
കടിക (നാ) - അര, ഇളി. hip, loins.
കടിക്കുക (സ.ക്രി) - ഇറുക്കുക, ദംശിക്കുക, ചൊറിയുക, പല്ലുകൊണ്ടു മുറിക്കുക. to sting, to nibble, to bite.
കടിഞ്ഞാൺ (നാ) - നിയന്ത്രണം, കുതിരയുടെ വായ്ക്കയറ്. control, bridle.
കടിഞ്ഞൂൽ (നാ)- ആദ്യ പ്രസവം. first childbirth.
കടിതം (നാ) - എഴുത്ത്, കടലാസ്സ്. letter, paper.
കടിത്രം (നാ)- അരഞ്ഞാൺ. girdle.
കടിപിടി (നാ) - തമ്മിൽത്തല്ല്. quarrel.
കടിബന്ധം (നാ) - അരപ്പട്ട. belt.
കടു (വി) - ചൂടുള്ള, കോപമുള്ള, മത്സരമുള്ള, എരിവുള്ള, അസഹ്യമായ, ഉഗ്രമായ, ക്രൂരതയുള്ള, ദുർഗന്ധമുള്ള, പരുപരുത്ത, മൂർച്ചയുള്ള, അനിഷ്ടമായ, നീരസമുള്ള. hot, angry, competitive, pungent, unbearable, severe, cruel, having bad smell, rough, sharp, displeasing, uninteresting.
കടു (നാ) - കടുക്, തിപ്പലി, എരിവ്, മത്സരം, ചുക്ക്, കടുകുരോഹിണി, കടുത്ത വാക്ക്, അരുതാത്ത കാര്യം, തീക്ഷ്ണത. mustard seed, long pepper, pungency, contest, dried ginger, helleborus niger, hard word, prohibited affair, sharpness.
കടും (വി) - കടുത്ത. hard.
കടുകന്ദം (നാ) - മുരിങ്ങ, ഇഞ്ചി, വെള്ളുള്ളി. hyperanthera moringa, ginger, garlic.
കടുകരോഹിണി (നാ) - ഒരു അങ്ങാടി മരുന്ന്. christmas rose.
കടുക് (നാ) - ഒരു ധാന്യം. mustard seed.
കടുകോളം (ക്രി.വി) - അല്പം മാത്രം. as small/ little as mustard seed.
കടുക്ക (നാ) - ഒരു അങ്ങാടി മരുന്ന്. gall- nut, ink- nut.
കടുക്കനെ (ക്രി.വി) - വേഗത്തിൽ. quickly.
കടുക്കുക (അ.ക്രി) - മുറുകുക, കടുപ്പമാവുക, വർദ്ധിക്കുക, കോപിക്കുക. to become severe, to grow hard, to increase, to get angry.
കടുക്കെന്ന് (ക്രി.വി) - പെട്ടെന്ന്. quickly.
കടുങ്കണ്ണ് (നാ)-ക്രൂരദൃഷ്ടി. cruel eye.
കടുംകൈ (നാ) - ക്രൂരപ്രവൃത്തി. cruelty.
കടുത്തല (നാ) - വലിയ വാൾ. big sword.
കടുദല (നാ) - വെള്ളരി. cucumber plant.
കടുപ്പം (നാ) - പ്രയാസം, ദയയില്ലായ്മ, കട്ടിയായ അവസ്ഥ, ഉറപ്പ്. difficulty, hard-heartedness, hardness, firmness.
കടുരം (നാ) - മോര്. butter milk.
കടുരവം (നാ) - തവള, പരുഷശബ്ദം. frog, harsh sound.
കടുരസം (നാ) - എരിവ്. pungency.
കടുവ (നാ) - ഒരു വന്യ മൃഗം. tiger.
കടുവാക്ക് (നാ) - ശകാരം, കഠിനമായ വാക്ക്. rebuke, unkind word.
കടൂരം (വി)- ക്രൂരം, കടുപ്പം. cruel, hard.
കടോരം (നാ) - ചഷകം. cup.
കട്ട (വി) - മോഷ്ടിച്ച. stolen.
കട്ട (വി) - ചെറിയ, കൂടിയുറച്ച, പൊക്കം കുറഞ്ഞ. small, coagulated, dwarfish.
കട്ട (നാ) - നീളം കുറഞ്ഞ വസ്തു, വിറക്, ചുടാത്ത ഇഷ്ടിക, ഉറച്ച മണ്ണ്, ചിത, മെതിയടി, കനത്തു കേടു വരാത്ത വസ്തു, ചില ആഭരണങ്ങളിൽ വയ്ക്കുന്ന സ്വർണശകലം. short object, firewood, brick, clod, funeral pyre, wooden shoe, strong and bold object, golden stud.

കട്ടക്കരി (നാ) - അടുപ്പുകരി. charcoal.
കട്ടൻ (വി) - കവർപ്പുള്ള, കടുപ്പമുള്ള, കട്ടുള്ള, പാലു ചേർത്തു കടുപ്പം കുറയ്ക്കാത്ത. having bitter taste, extremely strong, slightly poisonous, not diluted with milk.
കട്ടമരം (നാ)- ചാളത്തടി. catamaran.
കട്ടവണ്ടി (നാ) - ചുമട്ടുവണ്ടി. bullock - cart.
കട്ടള (നാ) - ആജ്ഞ, കതകിന്റെ ചട്ടം. command, door- frame.
കട്ടായം (നാ) -കണിശം, ഉറപ്പ്. definiteness, certainty.
കട്ടി (നാ) ഉറപ്പ്, കാഠിന്യം, ത്രാസിലെ പടി. firmness, hardness, lump used as weight.
കട്ടിക്കാരൻ (നാ) - ഭീരു, സമർത്ഥൻ, വിദൂഷകൻ, സ്തുതിപാഠകൻ. coward, clever man, clown, flatterer.
കട്ടിക്കുക (അ.ക്രി) - കടുപ്പം കൂടുക, ഉറച്ചു പോകുക, കട്ടിയായിത്തീരുക. to be hardened, to be coagulated, to become hard.
കട്ടിൽ (നാ)-കിടക്കാനുള്ള ഉപകരണം. cot.
കട്ട് (നാ) - ചിലയിനം കിഴങ്ങുകളിലെ വിഷാംശം. poison contained in tapioca.
കട്യാവ് (നാ)- ഒരിനം ചുവന്ന തുണി. a kind of red cloth.
കടാരം (നാ) - മോര്. butter milk.
കഠാര (നാ) - കുത്തുവാൻ ഉപയോഗിക്കുന്ന ഒരിനം നീണ്ട കത്തി. dagger.
കഠിക (നാ) - ചോക്ക്, എഴുത്തുകല്ല്. chalk, writing tablet.
കഠിന (വി) - കട്ടിയായ, ഉറച്ച, മൃദുവല്ലാത്ത, കടുപ്പമുള്ള, ദയയില്ലാത്ത, വേദനയുണ്ടാക്കുന്ന, പ്രയാസമുള്ള. coagulated, firm, not soft, hard, hard hearted, causing pain, difficult.
കഠിനകം (നാ) - ആമ. tortoise.
കഠിനത (നാ) - കാഠിന്യം. hardness.
കഠിനം (നാ) - കുറ്റിക്കാട്, കടുപ്പമുള്ളത്. bush, that which is hard.
കഠോര (വി) - ഭയങ്കരമായ, ക്രൂരതയുള്ള, മൂർച്ചയുള്ള, പൂർണ്ണമായ, കടുപ്പമുള്ള, വികസിച്ച, കുത്തിത്തുളയ്ക്കുന്ന. dreadful, cruel, sharp, complete, hard, blown, penetrating.
കഢകം (നാ) - കടലുപ്പ്. sea - salt.
കഢാരം (നാ) - തവിട്ടു നിറം, പിംഗള നിറം. brown colour, yellowish brown colour.
കണ (നാ) - ഇല്ലിക്കമ്പ്, കുട്ടികൾക്കുണ്ടാകുന്ന ഒരു രോഗം, അമ്പ്, വാളിന്റെ പിടി, പൂരം നക്ഷത്രം, നിറവ്, കുറ്റി, മടിക്കുത്ത്, ചക്കുലക്ക, വിരലിന്റെ സന്ധി. tender branch of a bamboo, rickets, arrow, handle of a sword, 11th asterism, satisfaction, stalk, end of cloth tucked in waist, joint of finger.
കണ (നാ) - ഒരിനം ഈച്ച, വെളുത്ത ജീരകം, തിപ്പലി. a kind of fly, cumin seed, long pepper.
കണക്കൻ (നാ) - കണക്കു പഠിച്ചവൻ, കണക്കിൽ മിടുക്കൻ, കണക്കെഴുത്തുകാരൻ, ബുധൻ (ഗ്രഹം). arithmetician, one who is clever in arithmetic, accountant, mercury.
കണക്ക് (നാ) - എണ്ണം, സംഖ്യ, എഴുത്ത്, വരവുചെലവു വിവരണം, വ്യവസ്ഥ, അവസാനം, ഇട, സാദ്ധ്യത, കണക്കെഴുത്തുകാരന്റെ ഉദ്യോഗം. count, number, writing, an account book, condition, end, chance probability, work of an accountant.
കണങ്കാൽ (നാ) - മുഴങ്കാൽ. ankle.
കണപ്പ് (നാ) -സമകോണം, കൊത്തന്മാരുടെ ഒരു ഉപകരണം. right angle, instrument of mason.
കണം (നാ) - തിപ്പലി, തുള്ളി, വളരെ ചെറിയ അംശം, ധാന്യങ്ങളുടെ കണ്ണ്, ഭിക്ഷ, നുറുങ്ങരി. long pepper, par-

ticle or atom, spot of germination, alms, broken rice.

കണം (നാ) - ക്ഷണം. moment.

കണയം (നാ) -കുറ്റി, കുന്തം, ആഗ്നേയഗ്രന്ഥി. post, spear, pancreas.

കണയാരം (നാ) - ആളാനം. post to which an elephant is tied.

കണൽ (നാ) - കനൽ. live coal.

കണവ (നാ - ഒരിനം മത്സ്യം. cuttle fish.

കണവൻ (നാ) - ഭർത്താവ്, രാജാവ്. husband, king.

കണി (നാ) - പക്ഷികളെ പിടിക്കാനുള്ള കുരുക്ക്. trap.

കണി (നാ) - രാവിലെ ഉണർന്നാൽ ഉടനെയുള്ള കാഴ്ച. sight on waking up in the morning.

കണി (നാ) - തുള്ളി, പരമാണു. drop, atom.

കണിക (നാ)- തുള്ളി, ജീരകം, അല്പാംശം, തിപ്പലി. drop, cumin seed, minute particle, long pepper.

കണിക്കുക (അ.ക്രി) - കുരുക്കു വയ്ക്കുക, കണി വയ്ക്കുക, ഓലക്കുടയുടെ ചട്ടം ഉണ്ടാക്കുക. to lay a trap, to lay a snare, to make the framework of an umbrella of palmyra leaves.

കണിക്കൊന്ന (നാ) - കർണ്ണികാരം. Indian laburnum.

കണിപ്പൂവ് (നാ) - കൊന്നപ്പൂവ്. flower of cassia fistula.

കണിശം (നാ) - കട്ടായം, വാക്കുറപ്പ്. definiteness, promise.

കണിശം (നാ) - ധാന്യക്കതിര്. ear of corn.

കണേര (നാ)- പിടിയാന, വേശ്യ, ദാസി. female elephant, prostitute, courtesan.

കൺ (നാ) - കണ്ണ്. eye.

കൺകടി (നാ) - അസൂയ. jealousy.

കൺകാണം (നാ) - മേൽനോട്ടം. supervision.

കൺകുരു (നാ) -കക്കോട്ടി. stye.

കൺകെട്ട് (നാ) - ഇന്ദ്രജാലം. magic.

കൺകേട് (നാ) - കാഴ്ചക്കുറവ്. poor eye- sight.

കണ്ട (നാ) - അഗ്രം, മുകൾ ഭാഗം. the top.

കണ്ട (നാ) - കിഴങ്ങ്. bulbous root.

കണ്ട (വി) - മുള്ളുള്ള, ശത്രുവായ, ഉഗ്രമായ, ഉപദ്രവകരമായ. thorny, being enemy, severe, harmful.

കണ്ടകത (നാ) - മൂഢത്വം, ദുഷ്ടത്വം. foolishness, evil nature.

കണ്ടകൻ (നാ) - ശത്രു, ദുഷ്ടൻ, കള്ളൻ, ഭയങ്കരൻ, ഉപദ്രവകാരി. enemy, wicked person, thief, dreadful person, troublesome person.

കണ്ടകഫലം (നാ) - ചക്ക, പ്ലാവ്, മാങ്ങാനാറി, അയനി. jackfruit, jack tree, medicinal herb, wild jack tree.

കണ്ടകഭുക്ക് (നാ) - ഒട്ടകം. camel.

കണ്ടകം (നാ) - മുള്ള്, സൂചി മുന, മീൻമുള്ള്, പ്രതിബന്ധം, മുള, ഇല്ലി, കടി, ദംശനം, കുറ്റം, മകരമത്സ്യം, രോമാഞ്ചം, രോഗാരംഭം, കൈനഖം, മുഷിപ്പിക്കുന്ന വാക്ക്. thorn, point of a needle, thorn of a fish, obstacle, a type of bamboo, bite, marine monster, horrpilation, beginning of a disease, finger nail, displeasing word.

കണ്ടകാരം (നാ) - ഇലവ്. silk cotton tree.

കണ്ടകാലം (നാ) - പ്ലാവ്. jack tree.

കണ്ടകി (വി)- ഉപദ്രവകരമായ, മുള്ളുള്ള. harmful, thorny.

കണ്ടൻ (നാ) - ആൺജന്തു. male animal.

കണ്ടഫലം (നാ)- കഴഞ്ചി, പ്ലാവ്, വെള്ളുത്താവണക്ക്, ഞെരിഞ്ഞിൽ, ഉമ്മത്തിൻകായ്. bonduc, jack tree, ricinus communis, medicinal herb, thorn- apple fruit.

കണ്ടം (നാ) - വയൽ, കഷണം. paddy field, piece.

കണ്ടമാനം (ക്രി.വി) - തോന്നിയതു പോലെ. indiscriminately.
കണ്ടിക (നാ) - രുദ്രാക്ഷമാല. necklace of Rudraksha beeds.
കണ്ടിക്കാർ (നാ)- കാർമേഘം, കട്ടിയായ മേഘം. black cloud, thick cloud.
കണ്ടിക്കുക (സ.ക്രി) - തുണ്ടുതുണ്ടാക്കുക, മുറിച്ചു വേർതിരിക്കുക. to slice, to cut.
കണ്ടിയപ്പൻ (നാ) - കൊക്ക്. stork.
കണ്ടിലവ് (നാ) - മുള്ളിലവ്. thorny silk cotton tree.
കണ്ടുപിടിത്തം (നാ) - ഏതെങ്കിലും ആദ്യമായി നിർമ്മിക്കൽ, പ്രകാശിപ്പിക്കൽ. discovery, invention.
കണ്ഠോഷ്ഠം (നാ)- മുച്ചുണ്ട്. hare-lip.
കണ്ഠനീഡകം (നാ)- പരുന്ത്. kite.
കണ്ഠപാശം (നാ) - വലിയ തടസ്സം, ആപത്ത്. large obstacle, danger.
കണ്ഠം (നാ) - ശബ്ദം, കഴുത്ത്, അരിക്, ഗർഭദ്വാരം. sound, neck, edge, opening of the uterus.
കണ്ഠശുണ്ഡി (നാ)- തൊണ്ടവീക്കം. tonsillitis.
കണ്ഠസൂത്രം (നാ)- ഒരുതരം ആലിംഗനം, താലിയും ചരടും. particular mode of embracing, nuptial string, 'sacred' pendant.
കണ്ഠസ്ഥ (വി) - മനഃപാഠമാക്കിയ, കഴുത്തിൽ സ്ഥിതി ചെയ്യുന്ന. learnt by heart, being on neck.
കണ്ഠാലം (നാ)- യുദ്ധം, ഒട്ടകം, ചേന, വള്ളം, തൂമ്പ, സഞ്ചി, തൈർക്കലം. war, camel, a kind of yam, boat, spade, bag, vessel for churning curd.
കണ്ഠീരവം (നാ) - മാടപ്രാവ്, സിംഹം. pigeon, lion.
കണ്ഠീരവി (നാ) - ആടലോടകം, പെൺസിംഹം. fusticia adhatoda, lioness.
കണ്ഠീലം (നാ) ഒട്ടകം. camel.
കണ്ഡനം (നാ) - നെല്ലുകുത്തൽ, പാറ്റൽ, ഉമി വേർതിരിക്കൽ. act of threshing, separating chaff from grain.
കണ്ഡനി (നാ) - ഉരൽ, ഉലക്ക. mortar, pestle.
കണ്ഡം (നാ) - ചൊറി, ചിരങ്ങ്. itches on the skin.
കണ്ഡിക (നാ) - വകുപ്പ്, ഖണ്ഡിക. section, paragraph.
കണ്ഡുരം (നാ) -പാവൽ. momordica charantia.
കണ്ഡൂലം (നാ) -ചേന. a kind of yam.
കണ്ഡോലം (നാ)- കുട്ട, കലവറ, പത്തായം, ഒട്ടകം. basket, store-room, large chest for keeping grain, camel.
കണ്ഡോഷം (നാ) - കമ്പിളിപ്പുഴു. hairy caterpillar..
കണ്ണൻ (നാ) - ശ്രീകൃഷ്ണൻ. Krishna.
കണ്ണൻപക്കി (നാ) - ചിത്രശലഭം. a kind of butterfly.
കണ്ണറ (നാ) - ഊറ്റു വരുന്ന ദ്വാരം, ചെറിയ ദ്വാരം. fountain head, small hole.
കണ്ണാടി (നാ) - കാഴ്ചയ്ക്കു വേണ്ടി സ്ഫടികമോ വെള്ളോടോ കൊണ്ടുണ്ടാക്കിയ സാധനം, കണ്ണട, സ്ഫടികം. mirror, pair of spectacles, glass.
കണ്ണാപ്പ (നാ) - ചെറുസുഷിരങ്ങളുള്ള ആപ്പ. perforated ladle.
കണ്ണായം (നാ) - നേർമ്മ, നേർത്ത വസ്ത്രം, നേർമ്മയുള്ളത്. thinness, thin cloth fine cloth, that which is thin.
കണ്ണാരം (നാ) - ഒരിനം പാമ്പ്. a kind of snake.
കണ്ണാർ (നാ) - ശത്രുക്കൾ. enemies.
കണ്ണാളി (നാ) - വിടൻ. lecher.
കണ്ണി (നാ) - വലക്കണ്ണ്, ഒരിനം മത്സ്യം, മാങ്ങയുടെ ഉണ്ണി, ചേർപ്പ്, കുരുക്ക്, ചങ്ങലവളയം, വെറ്റിലക്കൊടിയുടെ ചിനപ്പ്, പയറു വർഗ്ഗത്തിന്റെ പൂങ്കുല. mesh of net, a kind of fish, tender mango, joint, trap, link of a chain, sprout of betel vine, bunch of bean flowers.

കണ്ണിമ (നാ) - കൺപീലി. eyelash.
കണ്ണീർ (നാ) - കണ്ണിലെ വെള്ളം. tears.
കണ്ണ് (നാ) - കാണാനുള്ള ഇന്ദ്രിയം, വലയിലുള്ള ഇട, ദ്വാരം, ഏറ്റവും പ്രധാനപ്പെട്ടത്, നോട്ടം, ശ്രദ്ധ, ഏറ്റവും പ്രിയപ്പെട്ടത്. eye, mesh of a net, hole, most important thing, sight, care, most beloved thing.
കണ്ണുനീർ (നാ) - കണ്ണിലെ വെള്ളം. tears.
കണ്ണേറ് (നാ) - കടാക്ഷം, പാടം, ദൃഷ്ടിദോഷം. side glance, paddy field, evil eye.
കണ്ണേറ്റി (നാ) വീതി കൂടിയ നടവരമ്പ്. broad ridge of a paddy - field.
കൺപീലി (നാ) - കണ്ണിമ. eyelash.
കൺപേറ് (നാ) - ദൃഷ്ടിദോഷം. evil eye.
കൺപോള (നാ) - കണ്ണിന്റെ മൂടി. eye- lid.
കൺമഷി (നാ) - അഞ്ജനം. black collyrium.
കൺമുന (നാ) - കടക്കണ്ണ്. side glance, outer corner of eye.
കതവ് (നാ)-അടയ്ക്കാനും തുറക്കാനുമായി കട്ടളയിൽ തൊടുത്തിയ, പലക. door.
കതം (നാ) - കോപം, ബലം, പഞ്ഞം. anger, strength, famine.
കതമ്പ (നാ) - ഉണക്കത്തൊണ്ട്. dried husk of a coconut.
കതിരവൻ (നാ) - സൂര്യൻ. sun.
കതിര് (നാ) - രശ്മി, പ്രകാശം, സൂര്യൻ, ഒരിനം ഉളി, ധാന്യങ്ങളുടെ കുല, നൂൽ നൂല്പുയന്ത്രം, ഒരിനം ഉളി. ray of light, light, sun, spike of corn, spindle, a kind of chisel.
കതിർക്കുക (അ.ക്രി) - കീറുക, അഹങ്കരിക്കുക, കയർക്കുക, പ്രകാശിക്കുക, കതിരാവുക. split, be arrogant, quarrel, shine, shoot into spike.
കതിർക്കുല (നാ) - നെല്ലിന്റെ കതിർത്തൊത്ത്. a bunch of grain.
കതിർപ്പ് (നാ) - തടസ്സം, ഉണക്കാനായി കീറിയ മത്സ്യം, കയർക്കൽ, പ്രകാശം. resistance, a slice of fish for drying, quarrel, shinning.
കതിർമണ്ഡപം (നാ) - വിവാഹമണ്ഡപം. decorated platform for conducting marriage.
കതിർമ്മ (നാ) - മൂർച്ച, പ്രകാശിക്കൽ. sharpness, shinning.
കതിവിധ (വി) - എത്ര വിധത്തിലുള്ള. of how many kinds.
കത്ത(നാ) - എഴുത്ത്. letter.
കത്തനാർ(നാ)-ക്രിസ്തീയ പുരോഹിതൻ. Christian priest.
കത്തം (നാ) - തോള്, കഥ, ചതി, ചളി. shoulder, story, deceit, mud.
കത്തം (നാ) - ക്രിസ്ത്യാനികളുടെയും മുസ്ലീങ്ങളുടെയും പിതൃകർമ്മം. ceremony in honour of departed souls among Muslims and Christians.
കത്തരി (നാ) - കത്രിക. scissors.
കത്തല് (നാ) - എരിച്ചിൽ, വേവ്, ചൂട്, വലിയ വിശപ്പ്. burning sensation, burning, heat, severe.
കത്തി (നാ) - വാൾ, അറുക്കുന്നതിനും മുറിക്കുന്നതിനുമുള്ള ആയുധം, ക്ഷുരകന്റെ ഉപകരണം, കൊഴുവിലെ ഇരുമ്പുചട്ടം, മുതിരയുടെ കായ്, കൂമ്പു ചെത്താനുള്ള ഉപകരണം. sword, knife, razor, the iron frame in a plough, knife - shaped fruit of horse -gram, toddy - drawer's knife.
കത്തി (നാ) - കഥകളിയിലെ ഒരു വേഷം. a particular kind of make-up for Kathakali to depict evil characters.
കത്തിക്കുക (സ.ക്രി) - തീ പിടിപ്പിക്കുക, ജ്വലിപ്പിക്കുക. to set fire to, to light.
കത്തിടപാട് (നാ) - എഴുത്തുകുത്ത്. correspondence.
കത്തിരി (നാ) - കത്രിക. scissors.
കത്ത് (നാ) - എഴുത്ത്, ചീട്ട്, കല്പന, അധികാരം. letter, playing card, order, authority.

കത്തുക (അ.ക്രി) - തീ പിടിക്കുക, എരിയുക, തപിക്കുക, വേവുക, ജ്വലിക്കുക, വർദ്ധിക്കുക, വിശക്കുക. get kindled, burn, get heated, get cooked, burn with flame, increase, hungry.

കത്ഥനം (നാ) - ആത്മപ്രശംസ. boasting.

കത്രിക (നാ) - കത്തിരി. scissors.

കത്രിക്കുക (സ.ക്രി) - കത്രിക കൊണ്ടു മുറിക്കുക. to cut with scissors.

കഥ (നാ) - വാക്യരചനാവിശേഷം, പ്രസ്താവം, കഥനം, വർത്തമാനം, രഹസ്യം, കല്പിതപാത്രങ്ങളെക്കൊണ്ടു രചിക്കുന്ന പ്രബന്ധം. tale, story, statement, recitation, talk, secret, fiction.

കഥകൻ (നാ) - കഥ പറയുന്നവൻ, സൂത്രധാരൻ, സ്കന്ദന്റെ അനുചരൻ, പ്രധാനനടൻ. story-teller, speaker of prologue in drama, name of attendant of Skanda, chief actor.

കഥകളി (നാ) - കേരളത്തിലെ ഒരു നാട്യകല, കഥയെ അടിസ്ഥാനമാക്കിയുള്ള കളി. classical dramatic art of Kerala.

കഥനം (നാ) - പറച്ചിൽ, വിവരണം. the act of telling, narration.

കഥം (ക്രി.വി) - എങ്ങനെ, എന്ത്. how, what.

കഥംചിൽ (ക്രി.വി) - വല്ല വിധത്തിലും, പണിപ്പെട്ട്, ഏതുവിധമെങ്കിലും. some how or other, with great difficulty, any how.

കഥാതന്തു (നാ)- കഥാവസ്തു. plot of a story.

കഥാനകം (നാ) - കഥ, ചെറുകഥ. story, short story.

കഥാനായകൻ (നാ) - കഥയിലെ പ്രധാന കഥാപാത്രം. central character.

കഥാപാത്രം (നാ) - കഥയിലെ സംഭവങ്ങളിൽ പങ്കുകൊള്ളുന്ന ആൾ. character.

കഥാപ്രസംഗം (നാ) - കൂത്ത്, സംഭാഷണം, ഒരു കഥയ്ക്കിടയിൽ ഉപകഥ പറയൽ, പ്രസംഗരൂപേണ കഥപറയൽ. a kind of religious monodrama based on the puranic stories, conversation, sub- plot narrated during the course of the main plot, narration of a story with music and other stage accompaniments.

കഥാബീജം (നാ) - കഥയുടെ മർമ്മം. plot of a story.

കഥാമുഖം (നാ) - കഥാരംഭം. opening part of a story.

കഥാസാരം (നാ) - കഥയുടെ ചുരുക്കം. gist of a story.

കഥിക (വി) - പറയുന്ന. telling.

കഥിക്കുക (സ.ക്രി) - നിന്ദിക്കുക, വിവരിക്കുക, പറയുക. to condemn, to narrate, to tell.

കഥിത (വി) - പറയപ്പെട്ട. told.

കദനം (നാ) - ദുഃഖം, കർമ്മം, കൊല, പാപം, നാശം, കുഴപ്പം, ദൗർഭാഗ്യം. sorrow, deed, slaughter, sin, destruction.

കദന്നം (നാ) -ചീത്ത ഭക്ഷണം. bad food.

കദംബം(നാ) - കടുക്, കൂട്ടം, കടമ്പ്, മഞ്ഞൾ, കടമ്പിൻ പൂവ്. mustard, mass, anthocephalus cadamba, turmeric, flower of the tree cadamba.

കദർത്ഥ (വി) - ദുരർത്ഥമുള്ള, അർത്ഥമില്ലാത്ത, ഉപയോഗമില്ലാത്ത. having bad meaning, meaningless, useless.

കദര്യ (വി) - പിശുക്കുള്ള. miserly.

കദര്യത (നാ) - പിശുക്ക്. niggardliness.

കദലകം (നാ) - വാഴ. plantain.

കദളി (നാ) - വാഴ, കദളി വാഴ, ഒരിനം മാൻ, ആനപ്പുറത്തു പിടിക്കുന്ന കൊടി, ഒരു പൂച്ചെടി. plantain, a particular variety of plantain, a kind of deer, ceremonial flag carried on an elephant, a kind of flowering plant.

കദലിക (നാ) - കൊടി, വാഴ. flag, plantain.
കദശനം (നാ) - ചീത്ത ഭക്ഷണം. bad food.
കദാ (ക്രി.വി) - എപ്പോൾ, ഏതു സമയത്ത്. when, at which time.
കദാചന (ക്രി.വി) - ഒരു കാലത്ത്, ചിലപ്പോൾ, പണ്ടൊരിക്കൽ. once upon a time, sometimes, long ago.
കദാചരണം (നാ) - അഴിമതി, ദുരാചാരം. corruption, bad custom.
കദാപി (ക്രി.വി)- ഒരു കാലത്ത്, ഒരിക്കലും, ചിലപ്പോൾ. once upon a time, never, sometimes.
കദുഷ്ണം (നാ) - ചെറുചൂട്. tepidness.
കദ്രു (നാ) - സ്വർണ്ണം, പ്ലാശ്, കശ്യപന്റെ ഒരു ഭാര്യ, നാഗമാതാവ്, പിംഗള നിറമുള്ള. gold, butea frondosa tree, name of a wife of Kasyapa, mother of serpents, tawny, of pink colour.
കദ്രുജൻ (നാ) - സർപ്പം. serpent born of Kadru.
കധി (നാ) - കടൽ. sea.
കനക (വി) - സ്വർണ്ണനിർമ്മിതമായ. made of gold.
കനകം (നാ) - ഉമ്മത്ത്, നാഗപ്പൂമരം, ചെമ്പകം, സ്വർണ്ണം, പ്ലാശ്, ഗുഗ്ഗുലു, പീതചന്ദനം, മഹാമേരുവിന്റെ താഴെയുള്ള ഒരു വനം, മഞ്ഞക്കുറിഞ്ഞി. thorn apple, Mesua ferre, Michella champaca, gold, the tree Butea frondosa, a kind of bedellium, jungle below Sumeru mountain, Justicia infundibilil formis.
കനക്ക (ക്രി.വി) - ഏറ്റവും, നല്ലവണ്ണം, വളരെ. most, very well, excessively.
കനക്കുക (സ.ക്രി) - ഭാരം തോന്നുക, പെരുകുക, തടിക്കുക. to be heavy, to increase, to grow fat.
കനക്കേട് (നാ) - കുറച്ചിൽ. loss of prestige.
കനപ്പെട്ട (വി) - വലിയ, ഉയർന്ന, മേലേക്കിടയിലുള്ള. big, high, superior.
കനം (നാ) - ഗൗരവം, കട്ടി, വണ്ണം, ഭാരം. seriousness, hardness, thickness, weight.
കനൽ (നാ) -കൊടുവേലി, തീക്കട്ട, കുജൻ, കാർത്തിക നക്ഷത്രം. leadwort, ember, Mars, third asterism.
കനലുക (അ.ക്രി) - കായുക, ജ്വലിക്കുക, എരിയുക. to be hot, to flame, to burn.
കനല്കാര (നാ) - തീച്ചട്ടി, വറകലം. fire-pot, frying pan.
കനവുക (അ.ക്രി) - സ്വപ്നം കാണുക. to dream.
കനവ് (നാ) - സ്വപ്നം, നിദ്ര. dream, sleep.
കനാൽ (നാ) - തോട്. canal.
കനാവ് (നാ) - കിനാവ്. dream.
കനി (നാ) - പഴം. ripe.
കനി (നാ) - പെൺകുട്ടി, പുത്രി, ഓമന, കന്യ. girl, daughter, darling, virgin.
കനിയുക (അ.ക്രി) - പഴുത്തു പാകമാവുക, മനസ്സ് അലിയുക. ripen, become compassionate.
കനിവ് (നാ) - ഭക്തി, ദയ, ഭംഗി. devotion, kindness, beauty.
കനിഷ്ഠ (വി) - ഹീനമായ, ഏറ്റവും ഇളയ. inferior, youngest.
കനിഷ്ഠാ (നാ) - ഏറ്റവും ഇളയ അനുജത്തി, അനുജന്റെ ഭാര്യ, കൺമണി, ചെറുവിരൽ. youngest sister, wife of younger brother, pupil of eye, little finger.
കനിഷ്ഠൻ (നാ)- ഏറ്റവും ഇളയ അനുജൻ, ഏറ്റവും പ്രായം കുറഞ്ഞവൻ, ശിവൻ, നികൃഷ്ടൻ. youngest brother, youngest one, Siva, mean fellow.
കനിഷ്ഠിക (നാ) കൺമണി, ചെറുവിരൽ, കടുകുരോഹിണി, ഏറ്റവും ഇളയ അനുജത്തി. pupil of eye, little finger, helleborus niger, youngest sister.

കനീനക (നാ) -കൺമിഴി, കന്യ. pupil (of the eye), maiden.
കനീനകൻ (നാ)- യുവാവ്, കുട്ടി. youth, boy.
കനീനി (നാ) - കന്യ, ചെറുവിരൽ, കൃഷ്ണമണി. maiden, little finger, pupil of the eye.
കനീയസം (നാ) - ചെമ്പ്. copper.
കനീയസി (നാ) - അനുജത്തി. younger sister.
കനീയാൻ (നാ) -അനുജൻ, പ്രായം കുറഞ്ഞവൻ, താഴെയുള്ളവൻ, അത്യ ല്പൻ, വിലകുറഞ്ഞവൻ. younger brother, younger one, inferior person, smaller person, mean person.
കനോന (നാ) - നിയമം. canon.
കൻ (നാ) - ബ്രഹ്മാവ്, യമൻ, പ്രജാ പതി. Brahma, Yama, Prajapati.
കന്ഥ (നാ) - നഗരം, ഭിത്തി, നിഗളം, ഇലക്കള്ളി, കാൽ നഖം, കീറിത്തയ്ച്ച തുണി. city, wall, haughtiness, milk hedge plant, nail of the toe, patched cloth.
കന്ഥാധാരി (നാ) - സന്യാസി. ascetic.
കന്ഥാരി (നാ)- ഇലക്കള്ളി. milk hedge plant.
കന്ദകം (നാ) - പല്ലക്ക്. palanquin.
കന്ദടം (നാ) - വെളുത്ത ആമ്പൽ. white water lily.
കന്ദം (നാ) - കിഴങ്ങ്, വേര്, നീര്, മേഘം, കർപ്പൂരം, വെളുത്തുള്ളി. bulbous/ tuberous root, root, swelling, cloud, camphor, garlic.
കന്ദര (നാ) - പൊത്ത്, ഗുഹ. den, cave.
കന്ദരം (നാ) - ചുക്ക്, ഗൃഹതുല്യമായ മട, ഗുഹ, ആനത്തോട്ടി. dry ginger, house like a den, cave, hook for driving elephant.
കന്ദർപ്പൻ (നാ) - കാമദേവൻ. Cupid.
കന്ദലം (നാ) - അങ്കുരം, വാഴ, യുദ്ധം, ചേന, തളിർ, ശകാരം, ശകുനം, തർക്കം, ചെന്നിത്തടം, വാക്സമരം, ഇഞ്ചി, കൂട്ടം, സ്വർണ്ണം, കൂണ്. shoot, plantain tree, war, a kind of yam, tender leaf, abuse, omen, dispute, temples, verbal-warfare, ginger, multitude, gold, mushroom.
കന്ദളി (നാ) - വാഴ, താമരവിത്ത്, കൊടിക്കൂറ, ഒരിനം മാൻ, ചിറകുള്ള അണ്ണാൻ. plantain tree, lotus seed, flying flag, species of deer, winged squirrel.
കന്ദാരം (നാ)- പേരാൽ, താമരക്കിഴങ്ങ്. ficus indica, bulbous root of lotus.
കന്ദാർഹം (നാ) -ചേന. elephant yam.
കന്ദുകം (നാ) - തലയണ, പന്ത്. pillow, ball.
കന്ദുളം (നാ) - പെരുച്ചാഴി. bandicoot.
കന്ധം (നാ) - മുത്തങ്ങ, മേഘം. grass cyperus rotundus, cloud.
കന്ധരം (നാ) - മേഘം, കഴുത്ത്, മുത്തങ്ങ. cloud, neck, grass cyperus rotundus.
കന്ധി (നാ)- കഴുത്ത്, കടൽ. neck, the sea.
കന്നൻ (നാ) - മുട്ടാളൻ, വൃത്തികെട്ട വൻ, അസഭ്യം പറയുന്നവൻ, കൗശ ലക്കാരൻ. barbarian, dirty fellow, one who uses vulgar language, cunning man.
കന്നം (നാ) - ഭവനഭേദനം, കറുപ്പു നിറം, കരിങ്കൂവളപ്പൂവ്. burglary, black colour, blue lotus.
കന്നം (നാ) - പാപം, മോഹാലസ്യം. sin, swooming.
കന്നം (നാ)- ചെവി, കവിൾത്തടം. ear, temple.
കന്നം (നാ)- മുട്ടാളത്തരം, ദുസ്സാമർ ത്ഥ്യം. roguery, cunningness.
കന്നല് (നാ) - ശർക്കര, മത്സ്യം, മധു രം, കരിമ്പ്, കരിങ്കൂവളം, ഒരിനം കുരുവി, കല്ക്കണ്ട്. molasses, fish, sweetness, sugarcane, blue lotus, a kind of sparrow, sugar candy.

കന്നല് (നാ) - നാഴിക. measure of time.
കന്നല്പുര (നാ)- ഈറ്റില്ലം. labour room.
കന്നാല (നാ) - തൊഴുത്ത്. cow-shed.
കന്നാലി (നാ) - കന്നുകാലി. cattle.
കന്നാസ് (നാ) - പിശാച്, ഒരിനം പാത്രം. devil, kind of vessel.
കന്നി (നാ) - കന്യക, കൂനി, മലയാളം കൊല്ലത്തിൽ രണ്ടാം മാസം. maid, hunch-backed, second month of Malabar era.
കന്നിട്ട (നാ) - കൊപ്ര ഉണക്കുന്ന സ്ഥലം. place for drying copra.
കന്നിദിശ (നാ) - തെക്കുപടിഞ്ഞാറേ ദിക്ക്. south-west direction.
കന്ന് (നാ) - വളർത്തുമൃഗങ്ങളുടെ കുട്ടി, എരുമ, പോത്ത്, വാഴയുടെ തൈ. young one of a cow, buffalo, etc., buffalo, sapling of plantain.
കന്നുകാലി (നാ)- കാള, പശു മുതലായവ. cattle.
കന്മഴ (നാ) - ആലിപ്പഴം പൊഴിയൽ. shower of hail- stones.
കന്മഴു (നാ) - കല്ലുവെട്ടാനുള്ള മഴു. axe to cut the stone.
കന്മറ (നാ) - കല്ലുകൊണ്ടുള്ള മതിൽ. stone wall.
കന്മാടം (നാ) - കരിങ്കൽകെട്ടിടം. granite building.
കന്യക (നാ) - പുത്രി, ഒരു വൃത്തം, കന്യാകുമാരി, ദുർഗ്ഗ, പത്തുവയസ്സുള്ള പെൺകുട്ടി, കറ്റുവാഴ. daughter, metre of 12 syllables, Cape Comorin, Durga, girl of 10 years, aloe perfoliata.
കന്യസ (നാ)- ചെറുവിരൽ. little finger.
കന്യാകുമാരി (നാ) - ഇന്ത്യയുടെ തെക്കേ അറ്റത്തെ കോടി. southern-most part of India.
കന്യാടം (നാ) - കന്യകകളുടെ അന്തഃപുരം. virgin's inner apartment.
കന്യാവ് (നാ) - പുത്രി, കന്യ. daughter, virgin.
കന്യാസ്ത്രീ (നാ) - കന്യകയായി ജീവിക്കുന്നവൾ, കന്യകാത്വം വ്രതമാക്കിയവൾ. nun.
കപടം (നാ)- കള്ളം, ചതി. fraud, deceit.
കപടി (വി) - വ്യാജമുള്ള, ചതിയനായ. fraudulent, deceitful.
കപടി (നാ) - ഒരിനം പുല്ല്, ഒരു സുഗന്ധവസ്തു, ചതിയൻ, കള്ളൻ, കൈക്കുമ്പിളിൽക്കൊള്ളുന്ന. a kind of grass, a perfume, fraudulent person, thief, measure equal to the capacity of the hollows of the two hands joined.
കപിടകൻ (നാ) -വഞ്ചകൻ. cheat.
കപണിക (നാ) - കപ്പലിൽ കയറാനുള്ള കയറ്റുകോണി. ladder made of rope for boarding a ship.
കപൻ (നാ) - ഒരു പിശാച്, വരുണൻ. devil, Varuna.
കപർദ്ദം (നാ) - ശിവന്റെ ജടാഭാരം, കവടി. braided hair (of Siva), oyster shell.
കപർദ്ദി (വി) - ജടയുള്ള. wearing braided and knotted hair.
കപർദ്ദിക (നാ) - ചിപ്പി, കവിടി. oyster, a cowrie.
കപർദ്ദിനി (നാ) - ദുർഗ്ഗ. goddess Durga.
കപാടം (നാ) - വാതിൽ, കതക്. leaf of a door, door.
കപാലം (നാ) - തലയോട്, മുട്ടത്തോട്, ഉടഞ്ഞ കലം, ഭിക്ഷയ്ക്കുള്ള മൺപാത്രം, ഭാഗ്യം, കൂട്ടം, പരന്ന അസ്ഥി, ഒരിനം കുഷ്ഠം, പുരോഡാശം പാകം ചെയ്യാനുള്ള പാത്രം. skull, shell of an egg, broken pot, beggar's bowl, fortune, multitude, vessel to prepare the oblation.
കപാലി (നാ) - ഭിക്ഷാപാത്രം. beggar's bowl.
കപാലി (നാ) - ശിവൻ, ചട്ടിയുമായി ഭിക്ഷ തേടി നടക്കുന്നവൻ. Siva, beggar with an earthen vessel.

കപാലിക (നാ) - പിച്ചി, കാളി, ഉടഞ്ഞ കലം, ദന്തശർക്കര. a kind of jasmine, goddess Kali, potsherd, tartar of teeth.

കപി (നാ) - കുരങ്ങ്, പന്നി, നെല്ലി, വിഷ്ണു, സൂര്യൻ, രക്തചന്ദനം. monkey, pig, emblica officinalis, Vishnu, sun, red sandalwood.

കപിക (നാ) -കടിഞ്ഞാൺ, നായ്ക്കുരുണ, കരുനൊച്ചി. bridle, cowhage, vitex negundo.

കപിത്ഥ (നാ) - വ്ളാർമരം, ഏലാവാലുകം. wood apple, big variety of cardamom.

കപില (വി) - ചെമ്പിച്ച, ആർജ്ജവമുള്ള. brown, straight forward.

കപിലാ (നാ) -ഇരുമുള്ള്, അരേണുകം, കറ്റുവാഴ, കുളയട്ട, ഒരു നദി, ഒരു സുഗന്ധദ്രവ്യം, പിച്ചള, ഒരു ദക്ഷപുത്രി, ഉപദ്രവിക്കാത്ത പശു, അത്തിത്തിപ്പലി, അഗ്നികോണിലെ ദിഗ്ഗജത്തിന്റെ പിടി, കുരുക്ഷേത്രത്തിലെ ഒരു പുണ്യസ്ഥലം. dalbergia sisoo, a kind of bitter pungent grain, aloe perfoliata, a kind of leech, a river, a perfume, brass, a daughter of Daksha, gentle cow, a variety of long pepper, name of the female of Pundarika, fabled elephant of the south east, name of a sacred place in Kurukshetra.

കപിലൻ (നാ) - ശിവൻ, സൂര്യൻ, വിഷ്ണു, ഒരു അസുരൻ, ഒരു നാഗം, സാംഖ്യമത സ്ഥാപകനായ മഹർഷി. Siva, sun, Vishnu, name of a demon, name of a serpent, name of a sage, founder of the Samkhya philosophy.

കപിലം (നാ) - പിച്ചള, നായ്, കുന്തിരിക്കം, അഗ്നി, കരാൽനിറം, സംഖ്യാശാസ്ത്രം. brass, dog, frankincense, tawny colour, Samkhya philosophy.

കപിശ (വി) - തവിട്ടു നിറമുള്ള. brown.

കപിശാ (നാ) - മാധവീലത, കശ്യപന്റെ ഒരു പത്നി, ഒരു നദി. madhavi creeper, one of the wives of Kasyapa, a river.

കപിശം (നാ) - ഒരിനം മദ്യം, സാമ്പ്രാണി, കരിവാളിപ്പ്, പാതിരിപ്പൂനിറം, അഫ്ഗാനിസ്ഥാൻ. a kind of liquor, gum or resin, becoming dark out of extreme heat, brown or tawny colour, Afghanistan.

കപീതനം (നാ) - കല്ലാൽ, അമ്പഴം, കവുങ്ങ്, നെൻമേനിവാക, അരയാൽ, പൂവരശ്. ficus mainsorensis, hogplum tree, arecanut tree, sirisha tree, ficus indica, hibiscus populneus.

കപീന്ദ്രൻ (നാ) - ബാലി, സുഗ്രീവൻ, ഹനുമാൻ, ജാംബവാൻ. Bali, Sugriva, Hanuman, Jambavan (all fabled monkey kings).

കപോതകം (നാ) - മാടപ്രാവ്, സൗവീരാഞ്ജനം, പ്രാക്കുഞ്ഞ്. pigeon, ore of antimony, small pigeon.

കപോതം (നാ) - കുരുവി, ക്ഷാരവർണ്ണം, താർതാവൽ, ഒരു ഹസ്തമുദ്ര, മാടപ്രാവ്, തുവർച്ചിലക്കാരം. sparrow, ash colour, spermacoce hispida, hand - gesture, pigeon, nitrate of potash.

കപോതി (നാ) - പേടപ്രാവ്. female pigeon.

കപോലം (നാ) - കവിൾ. cheek.

കപോലി (നാ) - കാൽമുട്ടിലെ ചിരട്ട. knee-cap.

കപ്പ (നാ) - മരച്ചീനി, ഓമ, പപ്പായ, മധുരക്കിഴങ്ങ്. tapioca, carica, papaya, sweet potato.

കപ്പൽ (നാ) - വലിയ ജലവാഹനം. ship.

കപ്പലണ്ടി (നാ) - കശുവണ്ടി, നിലക്കടല. cashew nut, groundnut.

കപ്പലോട്ടം (നാ) - കപ്പൽ യാത്ര. navigation.

കപ്പൽക്കിഴങ്ങ് (നാ) - മരിച്ചീനി, ചീനിക്കിഴങ്ങ്. edible root of tapioca, sweet potato.

കപ്പൽച്ചക്ക (നാ) - കൈതച്ചക്ക. pine-apple.
കപ്പൽച്ചാൽ (നാ) - കപ്പലോടുന്ന വഴി. navigation channel.
കപ്പൽപ്പട (നാ) - നാവികസേന. naval force.
കപ്പൽമാവ് (നാ) - പറങ്കിമാവ്. cashew tree.
കപ്പൽമുളക് (നാ) - ചീനമുളക്. chilli capsicum annuum.
കപ്പളങ്ങ (നാ) - ഓമയ്ക്ക. papaya fruit.
കപ്പളം (നാ) - പപ്പായമരം. papaya tree.
കപ്പി (നാ) - തടിയും മറ്റും മുകളിൽ കയറ്റാനുള്ള യന്ത്രം, അറ്റം. pulley, end.
കപ്പിത്താൻ (നാ) - കപ്പലിലെ നായകൻ. captain of ship.
കപ്പിയം (നാ) - മോഷണം. robbery.
കപ്പിയാര് (നാ) - പള്ളി സൂക്ഷിപ്പുകാരൻ, പള്ളിയിലെ ശ്മശാന സൂക്ഷിപ്പുകാരൻ. servant of church priest, keeper of cemetery.
കപ്പ് (നാ) - കോപ്പ, കിണ്ണം. cup, metal plate.
കപ്പ് (നാ) - തൂണ്, കവരം, നരച്ച മുടി കറുപ്പിക്കുന്ന ചായം. pillar, furcated branch, hair dye.
കപ്പുക (സ.ക്രി) -മൂടുക, ഭക്ഷിക്കുക, കൈതൊടാതെ തിന്നുക, നായയെപ്പോലെ തിന്നുക. to cover, to eat, to gulp, to seize with wide open mouth (as by dogs).
കഫകാചം (നാ) - ഒരു നേത്രരോഗം. eye disease.
കഫകൂച്ചിക (നാ) -ഉമിനീർ. saliva.
കഫണി (നാ) - കൈമുട്ട്. elbow.
കഫൻ (നാ) - ശവക്കച്ച. cloth used for covering corpse.
കബന്ധം (നാ) - ജലം, മേഘം, തല പോയ ഉടൽ, പീപ്പ, വീപ്പ, വയറ്, വാൽ നക്ഷത്രം. water, cloud, headless trunk, big barrel or cask, belly, comet.
കബർ (നാ) - ശ്മശാനം, ശവക്കല്ലറ, ശവക്കുഴി. cemetery, grave, tomb.
കബരി (വി) - പല നിറങ്ങളുള്ള. multi coloured, variegated.
കബരി (നാ) - കെട്ടിവച്ച തലമുടി, കൃത്രിമതലമുടി, ഒരിനം മാൻ, കറിക്കായം. braided hair, wig, a kind of deer, asafoetida.
കബളം (നാ) - ചതി, വ്യാജം. deceit, falsehood.
കബളം (നാ) - ഭക്ഷണം, കുലുക്കുഴിയൽ, വായ് നിറയെയുള്ള വസ്തു. food, gargling, mouthful.
കബളിപ്പിക്കുക (സ.ക്രി) - പറ്റിക്കുക, ചതിക്കുക, കളിപ്പിക്കുക. to deceive, to cheat, to defraud.
കബുകം (നാ) - കവുങ്ങ്. arecanut tree.
കമഠം (നാ) - മുള, ആമ, മുള്ളൻപന്നി, കുടം. bamboo, tortoise, porcupine, water pot.
കമണ്ഡലു (നാ) - വ്രതികളുടെ ജലപാത്രം, ഇത്തിയാല്. water pot carried by ascetics, ficus venosa.
കമനൻ (നാ) - കാമുകൻ, ബ്രഹ്മാവ്, കാമദേവൻ, കാമം വർദ്ധിച്ചവൻ. lover, Brahma, Cupid, lustful person.
കമനം (നാ) - അശോകവൃക്ഷം. asoka tree.
കമനി(നാ)- സുന്ദരി, ഭാര്യ, പ്രണയിനി. beautiful lady, wife, beloved.
കമനീയ (വി) - കാമിക്കത്തക്ക, മനോഹരമായ. to be desired, beautiful.
കമനീയം (നാ) - ചെമ്പകം. chempaka flower.
കമർ (നാ) - ചന്ദ്രൻ. moon.
കമർക്കുക (അ.ക്രി) - ചവർക്കുക. have a bitter taste.
കമല (വി) - ഇളം ചെമപ്പു നിറമുള്ള. having light red colour.
കമല (നാ) - ഉത്തമസ്ത്രീ, സമ്പത്ത്, ഐശ്വര്യം, ലക്ഷ്മീദേവി, ഒരിനം നാരങ്ങ, ദമയന്തിയുടെ ഒരു തോഴി, പ്രഹ്ലാദന്റെ അമ്മ. excellent woman, wealth,

prosperity, Goddess Lakshmi, a kind of lemon, maid of Damayanthi, mother of Prahlada.
കമലജൻ (നാ) - ബ്രഹ്മാവ്. lotus born, Brahma.
കമലൻ (നാ) - ബ്രഹ്മാവ്. Brahma.
കമലബന്ധു (നാ)- എരിക്ക്, സൂര്യൻ. maddar plant, sun.
കമലം (നാ) - താമര, ജലം, ചെമ്പ്, ഒരിനം മാൻ, ഔഷധം, വണ്ടാരംകോഴി. lotus, water, copper, a kind of deer, medicine, Indian crane.
കമലവനം (നാ) - താമരപൊയ്ക. lotus pond.
കമലിനി (നാ) - ചെറിയ താമര, താമരപ്പൊയ്ക, ഒരിനം വന്ധ്യ. small lotus, lotus pond, a kind of barren woman.
കമഴുക (അ.ക്രി) -കമിഴുക, മറിയുക. turn upside down, tumble.
കമി (നാ) - കമ്മി. deficiency.
കമിതാവ് (നാ) - ഭർത്താവ്, കാമുകൻ. husband, lover.
കമീശൻ (നാ) - തരക്, വാശി, ഡിസ്കൗണ്ട്, കിഴിവ്, റിപ്പോർട്ട് ചെയ്യാനായി ചുമതലപ്പെടുത്തുന്ന സംഘം. brokerage, obstinacy, discount, reduction, commission.
കമീസ് (നാ) - ഉള്ളുടുപ്പ്. garment.
കമുക് (നാ) - അടയ്ക്കാമരം. areca palm.
കമ്പ (നാ) - ഇളക്കം, കുലുക്കം, അനക്കം. movement, shaking,tremor.
കമ്പന (വി) - അനങ്ങുന്ന, ഇളകുന്ന, ക്ഷോഭിക്കുന്ന, വിറയ്ക്കുന്ന. shaking, moving, agitating, trembling.
കമ്പനം (നാ) - ഇളക്കം, വിറയൽ, ശിശിരർത്തു, തൊണ്ടയിടർച്ച. movement, trembling, winter season, hoarseness of the throat.
കമ്പം (നാ) - തൂണ്, വെടിക്കെട്ടിനുള്ള കാല്, വിളക്കിൻതണ്ട്. pillar, post erected for fire works, stem of a light.
കമ്പം (നാ) - ഭൂകമ്പം, ഭയം, വിറയൽ, ഇളക്കം. earthquake, fear, tremor, shaking.
കമ്പവിളക്ക് (നാ) - ദീപസ്തംഭം, നാലമ്പലത്തിലെ വലിയ വിളക്ക്. light house, large brass lamp with several oil palms one above the other.
കമ്പളം (നാ) -കരിമ്പടം. woollen blanket.
കമ്പാകം (നാ)- കമ്പി, കാറ്റ്. cable, wind.
കമ്പായം (നാ) -കൈത്തറി വസ്ത്രം. handloom cloth.
കമ്പാസ് (നാ) - വടക്കുനോക്കി. compass.
കമ്പി (നാ) - ചതി, കടുക്കൻ, കമ്പിസന്ദേശം, കമ്പിത്തായം, ലോഹനൂൽ, വീണയുടെ തന്ത്രി, ഇളിഭ്യൻ, ഒരു വാദ്യോപകരണം. deceit, ear-ring, telegram, a kind of dice, a wire of metal, metallic string of a stringed musical instrument, fool, musical instrument.
കമ്പിക്കുക (അ.ക്രി)- സ്തംഭിക്കുക, വിറയ്ക്കുക, അയയുക, പെരുകുക, ഇളകുക. be confounded, tremble, loosen, swell, shake.
കമ്പിത്തപാൽ (നാ) - വൈദ്യുതിയുടെ സഹായത്തോടെ സാങ്കേതികഭാഷയിൽ സന്ദേശമയയ്ക്കാനുള്ള ഉപകരണം. telegraph.
കമ്പിളി (നാ) - കരിമ്പടം, ആട്ടുരോമം, ഭോഷൻ, കുഴപ്പം, ഏടാകൂടം. blanket, wool, fool, confusion, precarious situation.
കമ്പിളിപ്പുഴു (നാ)-ഉടലിൽ നിറയെ രോമമുള്ള പുഴു. hairy caterpillar.
കമ്പ് (നാ) - മരക്കൊമ്പ്, വടി, നുറുക്കരി, മുളയുടെ മുട്ട്, ഗ്രന്ഥത്തിന്റെ പടി, നിലത്തിന്റെ അളവുകോൽ. twig, stick, broken rice, knot of bamboo, wooden binding of cadjan manuscript, measure of ground.

കമ്പ് (നാ) - ഒരു ധാന്യം. a millet.
കമ്പേറ് (നാ) - ദൃഷ്ടിദോഷം. evil-eye.
കമ്പോളം (നാ) - കച്ചവടസ്ഥലം. market.
കംബര (വി) - പലനിറമുള്ള. variegated.
കംബളകം (നാ) - കമ്പിളി. blanket.
കംബലം (നാ)- കമ്പിളി, ഭിത്തി, വെള്ളം, ഉത്തരീയം, പാമ്പ്, ഒരിനം മാൻ, കമ്പിളിപ്പുഴു. blanket, wall, water, upper cloth, snake, a kind of deer, hairy caterpillar.
കംബി (നാ)- അങ്കുരം, ചട്ടുകം, മുളയുടെ മുട്ട്, കരണ്ടി, തവി. shoot, a flat ladle, knot of a bamboo, spoon, ladle.
കംബു (നാ)- കൈവള, ആന, കഴുത്ത്, ശംഖ്, കക്ക, പലനിറം, കച്ചോലം, വേയ്. bracelet, elephant, neck, conch, oyster-shell, variegation, a sort of curcuma, a kind of reed.
കംബു (വി) - പുള്ളിയുള്ള, പലനിറമുള്ള. spotted, variegated.
കംബു (നാ) - കൊള്ളക്കാരൻ. robber.
കംബുക (നാ) -അമുക്കുരം. physalis-flexuosa.
കംബുകണ്ഠി (നാ) - സുന്ദരി. beauty.
കംബുകൻ (നാ) - നിന്ദ്യൻ. mean person.
കംബോജം (നാ) - ശംഖ്, വള, ഒരിനം ആന, ഒരു സ്ഥലനാമം. conch, bangle, a kind of elephant, name of a place.
കംഭു (നാ) - രാമച്ചം. cuscus grass.
കമ്മട്ടം (നാ) - വഞ്ചന, തട്ടിപ്പ്, നാണയം. fraud, deception, coin.
കമ്മൻ (നാ) - പോരാളി, അസുരൻ, ബലവാൻ, പണിക്കാരൻ. warrior, demon, strong person, worker.
കമ്മം (നാ) - ശില്പവേല. sculpture.
കമ്മൽ (നാ) - ഒരു കർണ്ണാഭരണം. ear ring.
കമ്മി (നാ) - നഷ്ടം, കുറവ്. loss, deficiency.
കമ്മീസ് (നാ)- കുപ്പായം. shirt.
കമ്മുക (സ.ക്രി) - കപ്പുക, തിന്നുക. to grasp with mouth, to eat.
കമ്ര (വി)- ആഗ്രഹമുള്ള, കാമമുള്ള, മനോഹരമായ. desirous, lustful, beautiful.
കമ്രൻ (നാ) - കാമുകൻ, സുന്ദരൻ. lover, handsome man.
കമ്രാംഗി (നാ) -സുന്ദരി. beautiful woman.
കംസകം (നാ) - വെള്ളോട്. bell-metal.
കംസൻ (നാ) - ഉഗ്രസേനന്റെ പുത്രൻ, ശ്രീകൃഷ്ണന്റെ മാതുലൻ. son of king Ugrasena, Sreekrishna's uncle.
കംസജിത് (നാ) - ശ്രീകൃഷ്ണൻ. Sreekrishnan.
കംസം (നാ) - ഓട്ടുപാത്രം, കിണ്ണം, വെള്ളോട്. vessel of bell- metal, bronze -plate, bell-metal.
കയങ്ങുക (അ.ക്രി) - കശങ്ങുക, മെലിയുക. to be squeezed, to become lean.
കയം (നാ) - വലിയ ആഴം, കിടങ്ങ്, ആഴമുള്ള വെള്ളക്കുഴി. great depth, trench, deep trench with water.
കയം (നാ) - ഇളമ, കേട്. tenderness, damage.
കയർക്കുക (അ.ക്രി) - മത്സരിക്കുക, ഇടയുക, കലഹിക്കുക, കോപിക്കുക. contest, revile, quarrel, anger.
കയൽ (നാ) - കയറ്, ഒരിനം മത്സ്യം, വേരിൽ നിന്നുള്ള മുള, കൈ പിടിയിൽ കൊള്ളുന്നത്. rope, a kind of fish, a sprout from root, handful.
കയലി (നാ) - കള്ളിമുണ്ട്. chequered cloth.
കയറ് (നാ) - പാശം, ചകിരിയും മറ്റും പിരിച്ച് കെട്ടാനായി ഉണ്ടാക്കുന്ന സാധനം. rope, coir.
കയറുക (അ.ക്രി) - ഏറുക, വർദ്ധിക്കുക, മുകളിലേക്കു പോവുക, അഹങ്കരിക്കുക. climb up, ascend, be arrogant.

കയറ്റം (നാ) - ഏറ്റം, അഹങ്കാരം, വർദ്ധന. ascending, pride, increase.
കയറ്റുമതി (നാ) -ഏറ്റുമതി. export.
കയാധു (നാ)-പ്രഹ്ളാദന്റെ അമ്മ. name of the mother of Prahlada.
കയ്ക്കുക (അ.ക്രി)-വെറുപ്പു തോന്നുക, കൈപ്പുരസം തോന്നുക. to hate, to be bitter.
കയ്പ (നാ) - പേച്ചുര, പാവൽ. bitter bottle gourd, momordica charantia plant.
കയ്യൻ (നാ) - ദുഷ്ടൻ, കള്ളൻ, ശല്യക്കാരൻ, ഭോഷൻ. wicked person, thief, troublesome person, fool.
കയ്യേരി (നാ)- കൈവരി. parapet.
കയ്യോന്നി (നാ) - കൈതോന്നി. eclipta prostata.
കര (നാ) - ചേരി, മുറി, മുണ്ടിന്റെ വിളുമ്പ്, അതിര്, ജലാശയങ്ങളുടെ തീരം, കടലല്ലാത്ത പ്രദേശം. village, part of a village , border line of a cloth, boundary, shore, land.
കരകാ (നാ) - പാവൽ, ആലിപ്പഴം. momordica charantia, hail- stone.
കരകാ (നാ) - തൊഴുത്ത്. stable.
കരകജം (നാ) - ജലം. water.
കരകടം (നാ) - ഞണ്ട്. crab.
കരകണ്ടകം (നാ) - കൈനഖം. finger nail.
കരകം (നാ) - ആലിപ്പഴം, തലമണ്ട, പ്ലാശ്, ഒരിനം പക്ഷി, താളിമാതളം, മലയകത്തി, ജലപാത്രം, കിണ്ടി, മാവ്, ഇലഞ്ഞി, കൈ, ചിരട്ട, കടുക്ക. hail stone-cranium, butea frondosa, a kind of bird, pomegranate tree, bauhinia variegated, water vessel, water jug, mango tree, mimusops elengi, hand, coconut shell, gall nut fruit.
കരകം (നാ) - കളത്തിലെ നെല്ക്കൂന. heap of paddy.
കരകരപ്പ് (നാ) - തൊണ്ടയുറുത്തൽ, ഒച്ചയടപ്പ്. hoarseness of throat, having husky voice.
കരകാംഭസ്സ് (നാ) - തെങ്ങ്. coconut tree.
കരകാമ്ലം (നാ) - അമ്പഴം, മാതളം. hog plum.
കരക്കണ്ടം (നാ) - കന്നിക്കണ്ടം. citrus medicar.
കരഗ്രഹം (നാ) - കരം പിരിവ്, വിവാഹം, കൈ പിടിക്കൽ. collection of tax, marriage, taking the hand.
കരഘർഷണം (നാ) -മത്ത്. churning ladle.
കരങ്കം (നാ) -കരിമ്പ്, ശരീരത്തിലെ എല്ല്, പഞ്ജരം, തലയോട്, കമണ്ഡലു. sugarcane, bone, skeleton, skull, water jug used by ascetics.
കരച്ചിൽ (നാ) - നിലവിളി, വിലാപം, ദുഃഖത്താൽ കണ്ണുനീർ പൊഴിക്കൽ. lamentation, weeping, shower of tears out of grief.
കരജം (നാ) - വിരൽ, നഖം, നാഗുണം, ആവി വൃക്ഷം, പുലിച്ചുവടി, ഒരിനം ആയുധം. finger, finger nail, a kind of perfume, the tree holoptelia integrifolia, lpomoea pestigridis, a kind of weapon.
കരട (നാ) - ആനയുടെ ചെന്നിത്തടം, കറക്കാൻ സമ്മതിക്കാത്ത പശു. temple of elephant, cow difficult to be milched.
കരടകൻ (നാ)- കാക്ക, നിന്ദ്യപ്രവൃത്തി ചെയ്യുന്നവൻ, സൂത്രശാലി. crow, man of low professions, cunning fellow.
കരടകം (നാ) - കാക്ക, കാപട്യം, പൂച്ചെടി. crow, fraud, a flowering plant.
കരടം (നാ)- കാക്ക, കൂവളം, കുങ്കുമപ്പൂവ്, ഒരിനം വാദ്യം, കുയുമ്പമരം, ആനയുടെ കവിൾത്തടം. crow, beel tree, saffron flower, a kind of musical instrument, safflower, temple of elephant.
കരടി (നാ) - ഒരിനം കാട്ടുമൃഗം. bear.
കരടി (നാ) - ആന. elephant.

കരടിക്കുരങ്ങ് (നാ) - ഒരിനം കുരങ്ങ്, ഒരിനം കരടി. a kind of monkey, a kind of bear.

കരടിപ്പുറ്റ് (നാ) - ചിതൽപ്പുറ്റ്. white ant's hill.

കരട് (നാ) - പൊടി, തരി, ദൂഷ്യം, നക്കൽ, ചെറിയ കുറിപ്പ്. powder, grit, defect, draft, short note.

കരേടു (നാ) - കൊക്ക്. crane.

കരട്ടിക്കാ (നാ) - വളരെ ചെറിയ കായ്, ചെറിയ കൊഞ്ച്. small fruit, small prawn.

കരണ (നാ) -വീണത്തണ്ട്, കരിമ്പിൻ മുട്ട്. main body of veena, knot of sugarcane.

കരണം (നാ) - സാധനം, ജ്ഞാനേന്ദ്രിയം, ആധാരം, വയൽ, ശരീരം, പ്രവൃത്തി, സ്ഥാനം, ജോനകനാരകം, ഉപകരണം, പരമാത്മാവ്, യോഗാസനം, മനസ്സ്, ആഗ്രഹം, ആയുധം, രതിബന്ധം, ചെകിട്, തിഥിയുടെ പകുതി. means of action, organ of senses, document, paddy field, body, action, place, variety of orange tree, instrument, supreme soul, yogic posture, mind, desire, weapon, common name for different postures in sexual union, ear and cheek, division of day.

കരണീയ (വി) - ചെയ്യത്തക്ക, ചെയ്യപ്പെടേണ്ട. fit to be done, to be done.

കരണ്ടി (നാ) - ചെറിയ ലോഹത്തവി. metal spoon.

കരണ്ഡം (നാ) - വാൾ, കുട്ട, ഇരണ്ടപ്പക്ഷി, കരൾ, പെട്ടകം, കരണ്ടകം, ഒരിനം അരയന്നം, തേനീച്ചക്കൂട്. sword, basket, wild goose, liver, box, small metal box for keeping chunam, a kind of swan, honey- comb.

കരണ്ഡിക (നാ) -പൂക്കുട. flower basket.

കരതലം (നാ) - ഉള്ളങ്കൈ. palm.

കരദ (വി) - കരം കൊടുക്കുന്ന, അധീനമായ, സഹായിക്കുന്ന. taxpaying, being under influence, helping.

കരദ്രുമം (നാ) -കാഞ്ഞിരം. strychnine tree.

കരപടം (നാ) - കൈലേസ്. hand kerchief.

കരപത്രം (നാ) - അറപ്പുവാൾ, കൈവാൾ, ഒരു നരകം, പാട്ടച്ചീട്ട്. saw, hand saw, hell, document of lease.

കരപർണ്ണം (നാ) - വെണ്ട, ചുവന്ന ആവണക്ക്. plant lady's finger, red castor plant.

കരപാലം (നാ) - വാൾ, ഗദ. sword, club.

കരപീഡനം (നാ) - വിവാഹം. marriage.

കരപുടം (നാ) - കൈക്കുമ്പിൾ. folded hand.

കരപ്പൻ (നാ) - കുട്ടികൾക്കുണ്ടാകുന്ന ഒരിനം രോഗം. erysipelas.

കരപ്പ് (നാ) - മറയ്ക്കൽ, മത്ത്, മീൻകൂട, മോഷണം. covering, churning rod, fishing weel, robbery.

കരഭകം (നാ) - ഒട്ടകം. camel.

കരഭം (നാ) - നാഗുണം, ആനക്കുട്ടി, ഒട്ടകക്കുട്ടി, ശരീരമദ്ധ്യം, തുമ്പിക്കൈ. a kind of perfume, young elephant, young camel, middle part of body, trunk of elephant.

കരഭാദനി (നാ) - കൊടിത്തൂവ. species of nettle.

കരഭീരം (നാ) - സിംഹം. lion.

കരഭൂ (നാ) - കൈനഖം. finger nail.

കരം (നാ) - കൈ, രശ്മി, നികുതി, തുമ്പിക്കൈ, ആലിപ്പഴം. hand, ray, tax, trunk of elephant, hail stone.

കരം (നാ) - അനുഗ്രഹം, കൃപ. blessing, mercy.

കരമാല (നാ) - ജപമാല. rosary.

കരമാലം (നാ) - പുക. smoke.

കരമാലി (നാ) - സൂര്യൻ. sun.

കരമുക്തം (നാ) - വേല്. dart.

കരമുദ്രിക (നാ) - ഹസ്ത മുദ്ര. hand pose.

കരമ്പൽ (നാ)- കല്ക്കം. sediment.

കരംഭം (നാ) - ചെളി, ശതാവരി, ഉമ്മത്ത്, ചെറുതേക്ക്, വറുത്ത ധാന്യം, ഒരിനം പലഹാരം. mud, asparagus racemoses, thorn apple, plant, parched grain, a kind of cake.
കരയാമ്പൂ (നാ) - ഗ്രാമ്പൂ. clove.
കരയുക (അ.ക്രി)-ദുഃഖിച്ചു കണ്ണീരൊലിപ്പിക്കുക. to weep.
കരയോരം (നാ) - തീരപ്രദേശം. shore.
കരരുഹം (നാ)- വാൾ, കൈനഖം. sword, finger.
കരവടം (നാ) - കളവ്, ചതി. fraud, deceit.
കരവം (നാ) - മയിൽ. peacock.
കരവാൾ (നാ)- കൈവാൾ. sword.
കരവാളം (നാ) - കൈവാൾ, നഖം. sword, finger.
കരവാളിക (നാ) -ചെറിയ വാൾ, ഗദ. small sword, club.
കരവി (നാ)- കായം. asafoetida.
കരവീര (നാ)- മനയോല. red arsenic.
കരവീരം (നാ) - കഠാരി, ഒരു വിഷം, പാവൽ, ശ്മശാനം, നീർമരുത്. scimitar, a kind of poison, bitter gourd, terminalia arjuna.
കരശാഖ (നാ) - കൈവിരൽ. finger.
കരശൂകം (നാ) - കൈനഖം. finger nail.
കരസേന (നാ) - കരയിൽ യുദ്ധം ചെയ്യുന്ന സൈന്യം. army.
കരള (നാ) - കരട്. grit.
കരള് (നാ) - മനസ്സ്, ഹൃദയം, യകൃത്ത്. mind, heart, liver.
കരളുക (സ.ക്രി)- അറുത്തു കയറുക, കടിച്ചു തുരക്കുക, കടിച്ചറക്കുക. to cut with teeth so as to enter, to gnaw, to nibble.
കരാംഗണം (നാ) - ചന്ത, നികുതി പിരിക്കുന്ന സ്ഥലം. market, place of tax collection.
കരാർ (നാ) - ഉടമ്പടി, സ്ഥിരത, പ്രതിജ്ഞ, ചട്ടം, കണിശം. agreement, stability, oath, promptness.
കരാള (വി)- ഉയരമുള്ള, വലിയ, കോന്ത്രപ്പല്ലുള്ള, ഭയങ്കരമായ, നിരപ്പില്ലാത്ത, വിരൂപമായ, വാപൊളിച്ച. tall, big, having protruding teeth, dreadful, uneven, ugly, opened wide.
കരാളാ (നാ) - ഒരിനം കടല, നറുനീണ്ടി, ദുർഗ്ഗയുടെ ഒരു ഭീകര രൂപം. a sort of bengal gram, hemidesmus cordatus, dreadful form of Durga.
കരാളകം (നാ) - കരിങ്കല്ല്, കൃഷ്ണ തുളസി. granite, a kind of basil.
കരാളൻ (നാ)- ഭയങ്കരൻ, ഒരു രാക്ഷസൻ, ഒരു ഗന്ധർവൻ, ഒരു പ്രധാനപ്പെട്ട ശിവഭൂതം, ഉയർന്ന പല്ലുള്ളവൻ. terrible person, demon, name of a Gandarva, one of the attendants of Siva, one with protruding teeth.
കരാളം (നാ) - കോപം, കുന്തുരുക്കം, കസ്തൂരിമാൻ, കൃഷ്ണതുളസി, കരിഞ്ജീരകം, ഒരു നരകം, ഒരു ദന്തരോഗം. anger, frankincense, musk-deer, a kind of basil, black cumin seed, name of a hell, a dental disease.
കരാളി (നാ) - ദുഷ്ട, ദുർഗ്ഗ, പാമ്പിന്റെ ഒന്നാമത്തെ വിഷപ്പല്ല്, ഒരു അഗ്നിജിഹ്വ. cruelty, goddess Durga, first of the four fangs of serpent, one of the seven tongues of agni or fire.
കരാളിക(നാ) - ദുർഗ്ഗ. goddess Durga.
കരി (വി) - കറുത്ത, കടുത്ത. black, dark.
കരി (നാ) - ഇംഗാലം, കാറ്, കറുപ്പ്, കരിക്കട്ട, വിഷം, കൺമഷി, ഒരിനം പുല്ല്, കഥകളിയിലെ ഒരു വേഷം. carbon, black cloud, black colour, charcoal, poison, collyrium, a kind of grass, a sort of make up in Kathakali.
കരി (നാ) - ചാൽ, നിലം കൃഷി, കലപ്പ, തരിശുനിലം. minor channel, cultivation of rice fields, plough, waste land.
കരി (നാ) - കൊമ്പനാന, എട്ട് എന്ന സംഖ്യ. elephant, number eight.
കരിക (നാ) - അപ്പക്കാര, കാര, നഖക്ഷതം. a kind of pan for baking cakes

in oil, thorny and prickly shrub, wound caused by a finger nail.
കരികം (നാ) - ആന, പീനാറി. elephant, the tree ailanthus exceisus.
കരിക്കട്ട(നാ)- തീക്കനലിൽ നിന്നു തീ പോയാലുള്ള വസ്തു. charcoal.
കരിക്ക് (നാ)- ഇളനീര്. tender coconut.
കരിക്കുക (സ.ക്രി) - വേവിച്ചു കരിക്കുക, കത്തിച്ചു കറുപ്പിക്കുക, കൊള്ളരുതാതാക്കുക. to reduce to charcoal, to scorch, to singe to make useless.
കരിക്കുലം (നാ) - പാഠപദ്ധതി. curriculum.
കരിക്കോല് (നാ) - കലപ്പത്തണ്ട്. shaft of a plough.
കരിങ്കണ്ണ് (നാ) - കാഴ്ചയില്ലാത്ത കണ്ണ്. blind eye.
കരിങ്കലം (നാ)-കരിക്കലം, മൺകലം. sooty earthen pot, earthen pot.
കരിങ്കല്ല് (നാ) -കറുത്ത പാറക്കല്ല്. granite.
കരിങ്കള്ളൻ (നാ) -പെരുംകള്ളൻ. arch liar.
കരിങ്കാലി (നാ) - ശിവന്റെ വേടരൂപം. Siva in form of hunter.
കരിങ്കാലി (നാ) -വഞ്ചകൻ. cheat.
കരിങ്കുരങ്ങ് (നാ) -കറുത്ത കുരങ്ങ്. black monkey.
കരിങ്കുഴലി (നാ) - സുന്ദരി. beauty.
കരിങ്കൂവളം (നാ) -നീലോല്പലം. blue nelumbo.
കരിങ്ങാണി (നാ) - പഴുതാര. centipede.
കരിഞ്ചന്ത (നാ) - കള്ളക്കച്ചവടം നടത്തുന്ന സ്ഥലം. black market.
കരിണി (നാ) - പിടിയാന, ഗുഹ, സ്ത്രീകളിൽ ഒരിനം. she-elephant, cave, a particular kind of woman.
കരിനാഗം (നാ) - കരിമൂർഖൻ. black cobra.
കരിനാൾ (നാ) - അശുഭദിനം, അവിട്ടം മുതൽ അഞ്ച് നാൾ. inauspicious day, five days from dielphinus.
കരിനിയമം (നാ) -കടുത്ത നിയമം. black law.
കരിപ്പ് (നാ) - മങ്ങൽ, വെറുപ്പ്, താണതരം ചന്ദനം, ഭയം, കാടു ചുട്ടു ചെയ്യുന്ന കൃഷി. dimness, hatred, inferior variety of sandal, fear, burning of under wood for cultivation.
കരിപ്പ് (നാ) - കരിമ്പ്. sugarcane.
കരിപ്പ് (നാ) - കരിക്കൽ. burning to charcoal.
കരിപ്പുകട്ടി(നാ)-കരിമ്പിൻശർക്കര, പനങ്കള്ളിൽ നിന്നെടുക്കുന്ന ചക്കര. palmyra jaggery, candy from palmyra juice.
കരിം (വി) - കറുത്ത. black.
കരിമടല് (നാ) - ചക്കമടൽ. thorny rind of a jackfruit.
കരിമരുന്ന് (നാ) - വെടിക്കെട്ടിനുള്ള രാസമിശ്രിതം. gun powder.
കരിമുകിൽ (നാ) - കാർമേഘം. black cloud.
കരിമുഖൻ(നാ)-ഗണപതി. Ganapathy.
കരിമുട്ടി (നാ) പാതി എരിഞ്ഞ തടി, തെമ്മാടി, ദുഷ്ടൻ, താന്തോന്നി. half burned stick, blackguard, wicked person, vagabond.
കരിമ്പക്ഷി (നാ) - ഉപ്പൻ. Indian pheasant.
കരിമ്പച്ച (നാ) - ഇരുണ്ട പച്ചനിറം, തീരെ പഴുക്കാത്തത്. deep green, raw.
കരിമ്പടം (നാ) - കമ്പിളി. blanket.
കരിമ്പന (നാ)- കരുത്ത ഒരിനം പന. palmyra tree.
കരിമ്പാറ (നാ) - കറുത്ത പാറ. black rock.
കരിമ്പ് (നാ) - ചാരനിറം. grey colour.
കരിമ്പ് (നാ) - തണ്ടിനു മധുരമുള്ള ഒരു ചെടി. sugarcane.
കരിമ്പുറം (നാ) - പോത്ത്. buffalo.
കരിമ്പൂച്ച (നാ) - കറുത്ത പൂച്ച, ദുഷ്ട സ്ത്രീ. black cat, wicked woman.
കരിയില (നാ) - ഉണങ്ങിയ ഇല. dry leaf.

കരിയുക (അ.ക്രി) - കത്തിക്കറുക്കുക, ഉണങ്ങി പച്ച കെട്ടു പോവുക, വാടി പ്പോവുക, വരളുക. to be charred, to be scorched, to fade, to be withered.
കരിവങ്കം(നാ)- കറുത്തീയം. black lead.
കരിവലം (നാ)- ഭണ്ഡാരം. treasury.
കരിവി (നാ) - കലപ്പ, പണിക്കോപ്പ്, കവചം, ആയുധം, ക്ഷൗരക്കത്തി, ഒരിനം വള്ളി. plough, tools of an artisan, armour, weapon, razor.
കരിവേപ്പ്(നാ)- കറിവേപ്പു മരം. curry leaf tree.
കരീരകം (നാ)- യുദ്ധം, വഴക്ക്. war, quarrel.
കരീരം (നാ)- അങ്കുരം, കൂവളം, അഗസ്തിമരം, കുടം, തൂതുവള, കുംഭരാശി. shoot, aegle marmelos, agasti grandiflora, waterpot, thorny tree, zodiacal sign aquarius.
കരീല (നാ)- കരിയില. dried leaf.
കരീഷം (നാ)- ചവറ്, ചാണകവറളി. rubbish, dry cowdung.
കരു (നാ)- അച്ച്, ഗർഭസ്ഥ പ്രജ, ചെറിയ ആയുധം, ഉപകരണം, കലപ്പ, ഒരിനം ചെണ്ട, ഓട്ടുപാത്രം വാർക്കാനുള്ള മൂശ, മുട്ടയ്ക്കകത്തുള്ള വസ്തു, അസ്തിവാരം, ഹൃദയം, ചതുരംഗക്കളിക്കുള്ള ഉപകരണം. matrix, embryo, weapon, a kind of drum, mould, yolk or white of egg, foundation, heart, dice for gambling.
കരുക്ക് (നാ)- അരം, പനമടലിലെ മുള്ള്, പല്ലിന്റെ വക്ക്, ഇളന്തേങ്ങ, ഈർച്ച വാളിന്റെ പല്ല്, നിരപ്പില്ലാത്തിടം. file, jagged edge of a palmyra leaf stalk, edge of a tooth, tender coconut, irregular surface.
കരുക്കുക (അ.ക്രി) - അസ്തമിക്കുക, കറുക്കുക, വേദനയുണ്ടാകുക. set, become black, feel pain.
കരുങ്കടൽ(നാ)- അജ്ഞാനം, കരിങ്കടൽ. ignorance, black sea.
കരുണ (വി)- ദയനീയമായ. pitiable.
കരുണ (നാ)- കൃപ, ദയ, അനുകമ്പ. mercy, pity, compassion.
കരുണം (ക്രി.വി)- ദയനീയമായി. pitiably.
കരുണം (നാ) -കരുണരസം. one of the nine 'rasas.'
കരുണി (വി)- ദയയുള്ള, ദയാർഹനായ. merciful, pitiable.
കരുണിക (നാ) - മുള, മൊട്ട്. sprout, bud.
കരുതൽ (നാ)- ശ്രദ്ധ, മുൻവിചാരം, സൂക്ഷിച്ചുവയ്ക്കൽ, കരുതൽ ധനം, സൂക്ഷിച്ചുവച്ച മുതൽ. carefulness, precaution, savings, reserve money, preserving.
കരുതുക (സ.ക്രി)- എണ്ണുക, മനോരാജ്യം കൊള്ളുക, മുൻകൂട്ടി വിചാരിക്കുക, ആദരിക്കുക, അനുമാനിക്കുക, നിശ്ചയിക്കുക, സൂക്ഷിക്കുക, പില്ക്കാലത്തേക്കു നേടിവയ്ക്കുക. to count, to imagine, to foresee, to regard, to infer, to decide, to be careful, to provide for future.
കരുത്തൻ(നാ)- സമർത്ഥൻ, കരുത്തുള്ളവൻ. capable person, strong man.
കരുത്ത് (നാ)- സാമർത്ഥ്യം, താത്പര്യം, നിശ്ചയം, ശക്തി, ശ്രദ്ധ. efficiency, interest, decision, strength, carefulness.
കരുനായ് (നാ) - ചെന്നായ്. wolf.
കരുനൊച്ചി (നാ) - ഒരു പച്ച മരുന്ന്. medicinal herb.
കരുപ്പട്ടി (നാ) -പനഞ്ചക്കര. palmyra jaggery.
കരുപ്പ് (നാ) - കരിമ്പ്. sugarcane.
കരുപ്പ് (നാ) - സന്ധ്യ. evening.
കരും (വി) - കടുത്ത. hard.
കരുമ (നാ) - കറുപ്പ്, നഞ്ച്. black, poison.
കരുമ (നാ)- ശക്തി, ചുണ, വീറ്, കടുപ്പം, വാളിന്റെ മൂർച്ച. strength, valour, vigour, hardness, sharpness of a sword.

കരുമകൻ (നാ)- ശാസ്താവ്. Sastha.
കരുമൻ (നാ) -കറുത്തവൻ, കരുത്തൻ, ശാസ്താവ്. one of dark complexion, mighty person, Sastha.
കരുമന (നാ)- കരുത്ത്, ഉപദ്രവം, വിലാപം, ചീത്ത പ്രവൃത്തി, നാശം, കാഠിന്യം, ബഹളം, രാജകോപം, ദുഷ്ടത, അപകടം, കരുത്ത്, സങ്കടം. might, annoyance, plaintive cry, evil deed, destruction, hard-heartedness, quarrel, king's displeasure, cruelty, danger, strength.
കരുമം (നാ) - പ്രവൃത്തി, ഇടപാട്, കർമ്മഫലം, കർമ്മം. business, transaction, fruit of an action, action.
കരുമാനി (നാ)- ഉപദ്രവം. harassment.
കരുമാപ്പുര (നാ) - കൊല്ലന്റെ ആല. smithy.
കരുമാരി (നാ)- പ്രസവവേദന. labour pain.
കരുമി (നാ)- കറുത്തവൾ. woman of black complexion.
കരുമിഴി (നാ)- കറുത്ത കണ്ണ്, കൃഷ്ണമണി. black eye, pupil of the eye.
കരുമൊട്ട് (നാ)- ഇളം മൊട്ട്. tender flower bud.
കരുവങ്കം (നാ) - കറുത്തീയം. black lac.
കരുവൻ (നാ) - മണ്ണൻ. measles.
കരുവൻ (നാ)-ഗർവിഷ്ഠൻ. arrogant person.
കരുവാട് (നാ)- ഉണക്കമത്സ്യം. dried fish.
കരുവാൻ (നാ)- ഇരുമ്പുപണിക്കാരൻ. blacksmith.
കരുവാളിക്കുക (സ.ക്രി) - കറുക്കുക, നീലനിറമാവുക, വെയിലുകൊണ്ടും മറ്റും ശരീരം കറുക്കുക. to become black colour, to become blue in colour, to become black due to the sun stroke.
കരേടം (നാ) - കൈനഖം. finger nail.
കരേണു (നാ) -ആന, ചെറുകൊന്ന. elephant, cassia fistula.
കരേണുക (നാ) - പിടിയാന, നകുലന്റെ ഭാര്യ. female elephant, wife of Nakula.
കരേവരം(നാ) - ഗുഗ്ഗുലു, കുന്തുരുക്കം. bdellium, frankincense.
കരേറുക (അ.ക്രി) - കയറുക, കരയ്ക്കു കയറുക, വർദ്ധിക്കുക, കരയേറുക, അകത്തോട്ടോ മേല്പോട്ടോ ചെല്ലുക. climb, get ashore, increase, enter.
കരേറ്റം (നാ) - വർദ്ധന, ഉയർച്ച, കയറ്റം, അഭിവൃദ്ധി. increase, height, ascending, prosperity.
കരോടം (നാ) - കിണ്ണം, തലയോട്ടി. basil, skull.
കർക്ക (വി) - വെളുത്ത, നല്ല, ഉത്തമമായ. white, good,excellent.
കർക്കടകം (നാ) - കൊല്ലവർഷത്തിലെ അവസാനത്തെ മാസം, ഞണ്ട്, കരിമ്പ്, പാൽച്ചുര, കൂവളം, കൊളുത്ത്, നാലാമത്തെ രാശി, മലങ്കാര, മയ്യാരം, താമരക്കിഴങ്ങ്. last month of malabar era, crab, sugarcane, a kind of white gourd, aegle marmalos, hook, fourth sign of the zodiac, vangueria spinosa, pair of compasses, bulbous root of lotus.
കർക്കടകാസ്ഥി (നാ)- ഞണ്ടിന്റെ തോട്. crust of crab.
കർക്കടകി (നാ) - പെൺഞണ്ട്, കർക്കടകശൃംഗി. female crab, tender gall-nut.
കർക്കടി (നാ) - വെള്ളരി, നായ്ക്കൊരുണ, ഇലവ്, പാമ്പ്, ദേവതാളി, ഒരു രാക്ഷസി, പെൺഞണ്ട്, ലന്തമരം. cucumber, cowhage, silk cotton tree, snake, bristly, female demon, female crab, jujuba tree.
കർക്കടിക (നാ)- വെള്ളരി, വെള്ളരിക്ക. cucumber, cucumber.
കൽക്കണ്ട് (നാ)- കല്ക്കണ്ടം. sugar-candy.
കർക്കൻ (നാ)- ചിറ്റപ്പൻ, കൃപണൻ. father's younger brother, niggard.
കർക്കം (നാ)- ഞണ്ട്, കുടം, വെള്ളം ഒഴിച്ചു വയ്ക്കുന്ന ഭരണി, അഗ്നി, മുള്ള്, വെള്ളക്കുതിര, മുഖക്കണ്ണാടി, കർക്ക

ടകരാശി. crab, pitcher, water jar, fire, thorn,white horse, mirror, sign of cancer in the zodiac.

കർക്കരം (നാ)- കണ്ണാടി, ചുറ്റിക, എല്ല്, തലയോട്ടിൻ കഷണം, ഒരിനം പുള്ള്, ചരൽ, തുകൽവാറ്. mirror, harmer, bone, broken piece of skull, a kind of bird, stone, leather strap.

കർക്കരാളം (നാ)- തലമുടിച്ചുരുൾ. curl of hair.

കർക്കരി(നാ)- ഒരിനം വെള്ളരി, അരിപ്പ ക്കുടം. a kind of cucumber, water jar.

കർക്കശ (വി)- ക്രൂരമായ, പരുഷമായ, കഠിനമായ, മുള്ളുള്ള, അപ്രതിരോ ധ്യമായ, കലഹമുണ്ടാക്കുന്ന, കടുപ്പ മുള്ള, ദുർഗ്രഹമായ. cruel, harsh, firm, thorny, irresistible, quarrelsome, hard, incomprehensible.

കർക്കശത്വം (നാ)-കടുപ്പം, പാരുഷ്യം, നിർദ്ദയത്വം. hardness, harshness, unkindness.

കർക്കശൻ (നാ)- ക്രൂരൻ, സാഹ സികൻ. cruel person, rash person.

കർക്കാരു (നാ) - വെള്ളരി, കക്കരിക്ക, നെയ്ക്കുമ്പളം. cucumber, a kind of gourd, small variety of pumpkin gourd.

കർക്കാരുകം (നാ)- കുമ്പളം, തണ്ണി മത്ത. pumpkin gourd, water melon.

കർക്കി (നാ)- ഞണ്ട്, കർക്കടകം രാശി, കർക്കടക മാസം, ചെറിയ കുമ്പളം. crab, the sign of cancer in the zodiac, the month of Karkadaka, a small variety of pumpkin.

കർക്കോടം (നാ) -കൂവളം, ഒരു സർ പ്പം, കരിമ്പ്. aegle marmelos, snake, sugarcane.

കർച്ചീഫ് (നാ)- കൈലേസ്. hand-kerchief.

കർച്ചൂരം (നാ)- സ്വർണ്ണം, മഞ്ഞൾ, അരി താരം, കച്ചോലം. gold, turmeric, orpiment, curcuma zedoaria.

കർണ്ണലത(നാ) - ചോണ, ചെവിവള്ളി. ear lobe.

കർണ്ണികൻ (നാ) - ചുക്കാൻ പിടിക്കു ന്നവൻ. steersman.

കർത്തരി (നാ) - കത്രിക, കത്തി, ചെറിയ വാൾ. scissors, knife, small sword.

കർദ്ദനം(നാ) -ചെളി, താമരക്കിഴങ്ങ്. mud, bulbous root of lotus.

കർദ്ദനി (നാ) - ചിത്രപൂർണ്ണിമ. full moon Chaithra.

കർദ്ദമജം (നാ)- ആമ്പൽ, താമര. water-lily, lotus.

കർദ്ദമം (നാ)- അഴുക്ക്, മാംസം, നിഴൽ, ചെളി. dirt, flesh, shadow, mud.

കർപ്പടം (നാ)- പഴന്തുണി, തൂവാല. old garment, towel.

കർപ്പരം (നാ) - തലയോട്, അത്തിമരം, ആമത്തോട്. skull, ficus glomerata, shell of tortoise.

കർപ്പാസം (നാ) - പഞ്ഞി, പരുത്തി ച്ചെടി. cotton, cotton tree.

കർപ്പ് (നാ)- പാതിവ്രത്യം, മുല്ല, ആ ജ്ഞ, ജ്ഞാനം, ധ്യാനം. chastity, jasmine, command, knowledge, meditation.

കർഫരം (നാ) - കണ്ണാടി. mirror.

കർബുരൻ (നാ) - രാക്ഷസൻ. demon.

കർബുരം (നാ) - സ്വർണ്ണം, വെള്ളം, പാപം, പിശാച്. gold,water, sin, devil.

കർമ്മകരൻ (നാ) - യമൻ, വേലക്കാ രൻ. Yama, servant.

കർമ്മകാരി (നാ) - വേലക്കാരൻ, തൊഴിലാളി. worker, labourer.

കർമ്മക്ഷേത്രം (നാ) - ഭാരതം. Bharath.

കർമ്മഗൃഹം(നാ) - പണിപ്പുര. workshop.

കർമ്മചാരി (നാ)- ഉദ്യോഗസ്ഥൻ. government servant.

കർമ്മജം (നാ)- അരയാൽ, കലിയുഗം, കർമ്മഫലം. ficus religiosa, Kaliyuga, fruit of action.

കർമ്മണാ (ക്രി.വി)- കർമ്മംകൊണ്ട്, പ്രവൃത്തി കൊണ്ട്. by action, by deed.

കർമ്മണി പ്രയോഗം (നാ)- കർത്താ വിനു പ്രാധാന്യമുള്ള പ്രയോഗം. passive voice.

കർമ്മണ്യം (നാ)- മിടുക്ക്, ഉത്സാഹം, ശമ്പളം. excellence, vigour, wages.
കർമ്മം (നാ)- പ്രവൃത്തി, ചലനം, ശേഷക്രിയ, വിധി, യാഗം, ദൗർഭാഗ്യം, പഞ്ചേന്ദ്രിയം. action, movement, funeral rites, fate, sacrifies, misfortune, sense organ.
കർമ്മവാദം (നാ) - കർമ്മയോഗം. karma yoga.
കർമ്മശാല (നാ) - യാഗശാല, പണിപ്പുര. sacrificial hall, workshop.
കർമ്മസാക്ഷി (നാ) - സൂര്യൻ, ദൃക്സാക്ഷി, എരിക്ക്. sun, eyewitness, madar plant.
കർമ്മസ്ഥാനം (നാ) - ജോലിസ്ഥലം. workplace.
കർമ്മൂസ് (നാ)- പപ്പായ. papaya.
കർവ്വം (നാ)- കാമം, എലി, സ്നേഹം. lust, mouse, love.
കർവരൻ (നാ)- രാക്ഷസൻ, ഹിംസാശീലൻ. rakshasa, person of violent nature.
കർവരം (നാ)- പുലി, കടുവ, പാപം, സിന്ദൂരം. cheetah, tiger, sin, red lead.
കർവരി (നാ)- ദുർഗ്ഗ, രാക്ഷസി, കറിക്കായം, പെൺകടുവ, രാത്രി. goddess Durga, demoness, asafoetida, tigress, night.
കർവ്വ (നാ)- നദി. river.
കർവ്വൂരകം (നാ)- കച്ചോലം. curcuma zerumbet.
കർവ്വൂരം(നാ) - ജലം, സ്വർണ്ണം, കച്ചോലം. water, gold, curcuma zerumbe.
കർശന (വി) - കഠിനമായ, നീക്കുപോക്കില്ലാത്ത, മെലിപ്പിക്കുന്ന. hard, rigorous, causing emaciation.
കർശനൻ (നാ)- അഗ്നി. fire.
കർശ്യം (നാ)- കച്ചോലം. curcuma zerumbet.
കർഷകൻ (നാ)- കൃഷിക്കാരൻ. farmer.
കർഷണം (നാ)- ഉഴവ്, ശോഷണം, കൃഷിപ്പണി, പീഡനം, വലിക്കൽ, ഉരയ്ക്കൽ. ploughing, desication, cultivation, tormenting, pulling, rubbing.
കർഷണി (നാ)- വ്യഭിചാരിണി. unchaste woman.
കർഷഫല (നാ)- നെല്ലി. tree emblica officinalis.
കർഷം (നാ)- വലിക്കൽ, ഉഴവ്, ആകർഷിക്കൽ, ഉഴവുചാൽ, പോറൽ, ഉരകല്ല്, താന്നിമരം. pulling, plough, attracting, furrow made by plough, scratch, touchstone, tree.
കല (നാ)- തഴമ്പ്, മറു, ആൺമാൻ, ദമയന്തിയുടെ ഒരു സഖി. scar, mole, stag, abigail of Damayanthi.
കല (നാ)- അംശം, ഭാഗം, ശില്പവേല, പലിശ, ചതി, മരീചിയുടെ പത്നി, ഗർഭപിണ്ഡം, തേജസ്സ്, അണു, കലാവിദ്യ, ചന്ദ്രന്റെ പതിനാറിൽ ഒരു ഭാഗം. a small part, atom, sculpture, interest, deceit, wife of Marichi, embryo, lustre, artistic talents, crescent.
കലകലം (നാ)- പക്ഷികളുടെ ശബ്ദം, ജനക്കൂട്ടത്തിന്റെ ശബ്ദം, ചെഞ്ചല്ല്യം. noise of birds, murmuring of crowd, resinous exudation of shorea robusta.
കലക്കം (നാ)- കുഴപ്പം, ബഹളം, ആഭ്യന്തര കലാപം, തെളിച്ചമില്ലായ്മ. confusion, disquietness, revolt , turbidity.
കലക്കുക (സ.ക്രി)- കടയുക, ഇളക്കുക, അലസിക്കുക, അലിയിക്കുക, കൂട്ടിക്കലർത്തുക, കലക്കലാക്കുക. to churn, to agitate, to abort, to dissolve in a liquid, to mix, to make turbid.
കലക്ക് (നാ) - കലങ്ങിയ വെള്ളം, ചെളി, കലക്കൽ. muddy water, mud, making turbid.
കലങ്കം (നാ)- അടയാളം, കറുപ്പ്, കുറ്റം, മാലിന്യം, കറ, അപവാദം, ചന്ദ്രനിലെ കറുത്ത ചിഹ്നം. mark, blackness, fault, impurity, stain, stigma, stain in moon.
കലങ്കശം (നാ)- സിംഹം. lion.
കലങ്കുരം (നാ)- നീർച്ചുഴി. eddy.

കലങ്കൊമ്പ്(നാ)- കലമാനിന്റെ കൊമ്പ്. staghorn.
കലങ്ങൽ (നാ) - കുഴപ്പം, അലസൽ, തെളിവില്ലായ്മ. confusion, abortion, turbidity.
കലങ്ങുക (അ.ക്രി) - കുഴയുക, അലസുക, തെളിവില്ലാതാകുക, വെള്ളത്തിൽച്ചേരുക, കൂടിക്കലരുക. be confused, abort, become turbid, dissolve, be mixed with.
കലഞ്ജം (നാ)- ഒരിനം പക്ഷി, പുകയില, ചൂരൽ. a kind of bird, tobacco, calamus tree.
കലനടം (നാ)- കുറവ്, ഗ്രഹണം, നിർമ്മാണം. deficiency, eclipse, production.
കലനം (നാ)- കുറ്റം, ചിതറൽ, ഗണിതക്രിയ. offence, scattering, calculation.
കലപിംഗം (നാ)- ഒരിനം കുരുവി. a kind of sparrow.
കലപ്പ (നാ)- നിലം ഉഴാനുള്ള ഉപകരണം. plough.
കലപ്പട്ട് (നാ) - ഉറി. suspended net work in a kitchen for keeping vessels in.
കലമേനി (വി)- ശരാശരി. average.
കലമ്പിക്കുക (സ.ക്രി) - കൂർപ്പിക്കുക. to sharpen.
കലംബകം (നാ) - മയിൽ, അമ്പ്. peacock, arrow.
കലവം (നാ)- തോണി. boat.
കലവി (നാ) ആഘോഷം, ആലിംഗനം, കൂട്ടം. celebration, embrace, crowd.
കലശഭവൻ (നാ)- അഗസ്ത്യൻ. saint Agastiya.
കലശാബ്ധി (നാ) -പാൽക്കടൽ. ocean of milk.
കലശി (നാ)- കുടം. pitcher.
കലഹം (നാ) - യുദ്ധം, മാർഗ്ഗം, ചതി, വഴക്ക്. war, way, deceit, quarrel.
കലാകാരൻ (നാ)- കലാപ്രവർത്തകൻ. artist.
കലാചി (നാ)- കൈത്തണ്ട്. forearm.
കലാചൂഡൻ (നാ)- ശിവൻ. Siva.
കലാധാരൻ (നാ)- ശിവൻ, ചന്ദ്രൻ, വിദ്യാധരൻ, കലാനിപുണൻ. Siva, moon, Vidyadara, one skilled in arts.
കലാധികൻ (നാ) - പൂവൻ കോഴി. cock.
കലാനാഥൻ (നാ)- ചന്ദ്രൻ. moon.
കലാനാഥം (നാ)- കർപ്പൂരം. camphor.
കലാന്തരം (നാ) - പലിശ, ലാഭം, മറ്റൊരു കല. interest, profit, another digit.
കലാപ (നാ)- മയിൽപ്പീലി. peacock's feather.
കലാപൻ (നാ)- ചന്ദ്രൻ, ബുദ്ധിമാൻ, ഒരു മഹർഷി. moon, intelligent person, name of a saint.
കലാപം (നാ)- വഴക്ക്, കലഹം, പടയോട്ടം. quarrel, contention, invaiton.
കലാപം (നാ)- കർപ്പൂരം, ആഭരണം, അരമണി, മയിൽപ്പീലി, അരഞ്ഞാൺ, സമൂഹം, ആവനാഴി. camphor, ornament, girdle, peacock's feather, society, quiver.
കലാപി (നാ)- വിപ്ലവകാരി. revolutionary.
കലാപി (നാ)- ആൺമയിൽ, ഇത്തിയാൽ, കുയിൽ, പേരാൽ, ആവനാഴി ധരിച്ചവൻ. peacock, Indian fig tree, cuckoo, banyan tree, one who bears quiver.
കലാപിനി (നാ)- രാത്രി, പെൺമയിൽ, മുത്തങ്ങ. night, peahen, medicinal plant.
കലാവതാരം (നാ)- അംശാവതാരം. partial incarnation.
കലാവാൻ (നാ)- ചന്ദ്രൻ. moon.
കലാവികം (നാ)- പൂവൻ കോഴി. cock.
കലാവൃദ്ധി (നാ)- കലയുടെ വർദ്ധന, കൂട്ടുപലിശ. progress in art, compound interest.
കലാശം (നാ) - പാട്ടിന്റെ അവസാനം, നൃത്തവും കൊട്ടും ഒരുമിച്ച് അവസാനിക്കൽ. end of a song, end of music and dance together.
കലാശാല (നാ)- ഉന്നതവിദ്യാലയം.

college.
കലാശി (നാ)- കപ്പൽ ജോലിക്കാരൻ. navigator.
കലാശിക്കുക (അ.ക്രി)- അവസാനിക്കുക. to end.
കലാസ് (നാ)- കപ്പൽക്കാരൻ. navigator.
കലി (നാ)- കോപം, ശനി, കലഹം, തിന്മ, കലിദിനം, നാലാമത്തെ യുഗം, പാപി, താന്നിക്ക, യുദ്ധം, കലിപുരുഷൻ, കലിയുഗമൂർത്തി, സൂര്യൻ, ശിവൻ, പൂമൊട്ട്, അമ്പ്, വീരൻ, ദാരിദ്ര്യം, അഹങ്കാരം. anger, saturn, quarrel, Kalidinam, last of four yugas, sinner, terminalia bellerica, war, name of an evil gandarva , sun, Siva, bud, bow, valiant man, poverty, pride.
കലിക (നാ)- പൂമൊട്ട്, പാട്, വര, വീണയുടെ ചുവട്, ചന്ദ്രക്കല, അന്നൽപ്പക്ഷി. bud, scar, line, the peg of a lute, crescent, curlew.
കലികൻ (നാ)-നീർക്കോഴി. waterfowl.
കലിംഗ (വി)- സാമർത്ഥ്യമുള്ള, സൂത്രശാലിയായ. clever, cunning.
കലിംഗം (നാ)- ഒറീസ്സ, ഇത്തിയാൽ, തണ്ണിമത്ത, ആവിമരം, നെൻമേനി വാക, ഊർക്കുരുകിൽ. modern Odisha, ficus infectoria, watermelon, holoptelia integrifolia, acacia sirissa, house sparrow.
കലിഞ്ജം (നാ) - പായ്, തടി, തട്ടി. mat, wood, screen.
കലിത (വി)- കെട്ടിയ, കൂട്ടിയ, എണ്ണപ്പെട്ട, സുന്ദരമായ, മന്ദമായി പറയപ്പെട്ട, അറിയപ്പെട്ട, ഗ്രഹിക്കപ്പെട്ട, പറിക്കപ്പെട്ട. tied, having, attached, counted, beautiful, uttered slowly, known, understood, plucked.
കലിന്ദൻ (നാ)- സൂര്യൻ. sun.
കലിന്ദം (നാ)- പർവതം. mountain.
കലിപിലി (നാ)- ബഹളം, വഴക്ക്. quarrel, hub-bub.
കലിപുരുഷൻ (നാ)- കലി, കലഹമൂർത്തി, ശണ്ഠ കൂട്ടുന്നവൻ, പിശാച്. kaliyuga, deity of evil times, personified as an evil deity, devil.
കലിപ്രിയൻ (നാ)- കുരങ്ങ്, ആൾക്കുരങ്ങ്, നാരദൻ. monkey, ape, name of Narada.
കലിയൻ (നാ)- ശനി, കലിപുരുഷൻ, കോപിഷ്ഠൻ. saturn, Kali, one who is infuriated.
കലിയുഗം (നാ)- നാലാമത്തെ യുഗം. age of vice.
കലിലം (നാ)- കുഴപ്പം, വലിയ കൂമ്പാരം, ദുഷ് പ്രവേശമായിട്ടുള്ളത്. confusion, large heap, that which is impervious.
കലിവ് (നാ)- മനസ്സ്. mind.
കലുക്ക (നാ)- കൊള്ളിമീൻ, ചാരായക്കട. meteor, arrack shop.
കലുഷ (വി)- തെളിവില്ലാത്ത, കലങ്ങിയ, മടിയുള്ള, നിന്ദിതമായ, ശ്വാസംമുട്ടിയ, ഇരുണ്ട, ക്രൂരമായ, പാപമുള്ള, ഒച്ചയടച്ച, വികടബുദ്ധിയായ, ചാഞ്ചല്യമുള്ള. muddy, turbid, idle, contemptible, cruelty, sinful, having husky sound, opposing, wavering.
കലുഷത (നാ)- കലക്കം, വ്യസനം, മനസ്സിലുള്ള വല്ലായ്മ. inturbidity, distress, mental uneasiness.
കലുഷൻ (നാ) - പാപി, പോത്ത്. sinner, buffalo.
കലുഷം (നാ)- കോപം, പാപം, കലങ്ങിയത്, തെളിവില്ലായ്മ, അഴുക്ക്, പോത്ത്. anger, sin, muddiness, turbidity, dirt, buffalo.
കലുഷിത (വി)- കലക്കപ്പെട്ട, അസമർത്ഥമായ, കറുപ്പു പറ്റിയ. turbid, inefficient, darkened.
കലോറി (നാ)- ഊർജ്ജമാത്ര. calorie.
കല്ക്കണ്ടം (നാ) - കരിമ്പിൻനീരുകൊണ്ടുണ്ടാക്കിയ ഒരു മധുരപദാർത്ഥം. sugar candy.
കല്ക്കം (നാ)- പാപം, അഹംഭാവം, ചൂർണ്ണം, വഞ്ചന, അഴുക്ക്, മലം, താന്നി, കുന്തുരുക്കം, ചെവിക്കായം. sin, pride,

powder, deceit, dirt, motion, terminalia bellerica, frankincense, ear wax.

കല്ക്കരി (നാ)- കുഴിച്ചെടുക്കുന്ന കടുപ്പമുള്ള ഇന്ധനം. coal.

കല്ക്കി (വി)- ദുഷ്ടമായ, നിന്ദ്യമായ. wicked, contemptible.

കല്പ (വി)- ഉചിതമായ, സാധ്യമായ, തടയപ്പെടുന്ന, ത്രാണിയുള്ള, നിയമാധീനമായ, ഏതാണ്ടു തുല്യമായ. proper, possible, restrained, able, legal, almost equal to.

കല്പകൻ (നാ)- മുറിക്കുന്നവൻ, നിർമ്മാതാവ്, ഗ്രന്ഥകർത്താവ്, ക്ഷുരകൻ. cutter, producer, author, barber.

കല്പകനാട് (നാ)-സ്വർഗ്ഗം. heaven.

കല്പകം (നാ)- തെങ്ങ്, കച്ചോലം, ശിവന്റെ ഉദ്യാനം, കല്പകവൃക്ഷം. coconut tree, curcuma zerumbet, garden of Siva, wish-yielding tree.

കല്പകതരു (നാ) - കല്പവൃക്ഷം. wish-yielding tree mythical.

കല്പകലത (നാ)- കല്പകവല്ലി. fabled wish-yielding creeper of the celestial garden.

കല്പകവൃക്ഷം (നാ)- തെങ്ങ്, ഉദാരമനസ്കൻ. coconut tree, generous person.

കല്പകാരൻ (നാ)- കല്പം, ക്ഷുരകൻ. the author of kalpasutra, barber.

കല്പകാലം(നാ) - പ്രളയകാലം, സൃഷ്ടി മുതൽ പ്രളയം വരെയുള്ള കാലം. deluge, period between creation and deluge.

കല്പക്ഷയം(നാ)-പ്രളയം. deluge.

കല്പട(നാ) - കല്ലുകൊണ്ടുള്ള ചവിട്ടുപടി. flight of stone steps.

കല്പപാലൻ (നാ)- നിയമപാലകൻ. protector of law.

കല്പം (നാ)- ഉപദേശം, പ്രഭാതം, നിശ്ചയം, കല്പവൃക്ഷം, പ്രളയം, നീതി ന്യായം, രീതി. advice, dawn, decision, mythical wish-yielding tree, deluge, law justice, method.

കല്പലക (നാ)- സ്ലേറ്റ്. slate for writing.

കല്പാന്തം (നാ)- പ്രളയകാലം. deluge.

കല്പിക്കുക (സ.ക്രി)- ഉപദേശിക്കുക, നിശ്ചയിക്കുക, വിചാരിക്കുക, ഏർപ്പെടുത്തുക, ഉണ്ടാക്കുക, ആജ്ഞാപിക്കുക. to advice, to decide, to think, to assign, to make, to command.

കല്പിത (വി) - യോഗ്യമായ, ഉചിതമായ. fit, proper.

കല്പിത (വി)- വിധിക്കപ്പെട്ട, കല്പിക്കപ്പെട്ട. ordained, imagined.

കല്പിതം (നാ)- വിധി, അസത്യം, കല്പിക്കപ്പെട്ടത്. fate, falsehood, order.

കല്ബ് (നാ)- ഹൃദയം, മനസ്സ്. heart, mind.

കല്മഷ (വി) - മലിനമായ, ദുഷ്ടതയുള്ള, കലുഷമായ, പാപമുള്ള. dirty, wicked, turbid, sinful.

കല്മഷം (നാ)- ദുഷ്ടത, അഴുക്ക്, അപരാധം, നരകം, പാപം, ദുഃഖം, മലിനത. wickedness, dirt, fault, hell, sin, sadness, filth.

കല്മാഷ (നാ)- കറുത്ത, പലനിറമുള്ള. black, variegated.

കല്മാഷൻ (നാ)- പിശാച്, അഗ്നി, ഒരു നാഗം. devil, fire, name of a serpant.

കല്മാഷം (നാ)- പാപം, ഒരിനം അരി, നാനാവർണ്ണം. sin, a kind of rice, variegation.

കല്യ (നാ)- ശക്തിയുള്ള, ആരോഗ്യമുള്ള, ശുഭമായ, നല്ല, രോഗം ഭേദമായ, പ്രൗഢമായ, തയ്യാറായ, കലാനൈപുണ്യമുള്ള. strong, healthy, auspicious, good, recovered from sickness, proud, ready, skilled in arts.

കല്യത(നാ)- സാമർത്ഥ്യം, ശക്തി, അരോഗത, ഒരുക്കം. cleverness, strength, health, preparation.

കല്യബ്ദം(നാ) - കലി വർഷം, കലിയുഗം. kali era, kaliyuga.

കല്യം (നാ)- മദ്യം, ശുഭം, നാളെ, അനുമോദനം, ശക്തി, ഉണർച്ച, ഉഷസ്സ്.

liquor, auspiciousness, tomorrow, congratulations, strength, awakening, dawn.

കല്യവർത്തം (നാ)- പ്രാതൽ, നിസ്സാര കാര്യം. breakfast, trivial thing.

കല്യാണ (വി)- നന്മയുള്ള, അനുഗൃഹീതമായ, ശുഭമായ, സുന്ദരമായ. virtuous, blessed, auspicious, beautiful.

കല്യാണദേവത(നാ)- ലക്ഷ്മി, മംഗളദേവത. goddess Lakshmi.

കല്യാണം (നാ)- ശുഭം, വിവാഹം, ആഘോഷം, സ്വർണ്ണം, പയിൻ, വേങ്ങ, സ്വർഗ്ഗം, സദ്ഗുണം, ക്ഷേമം. auspiciousness, marriage, celebration, gold, pine tree, pterocarpus marsupium, heaven, good quality, welfare.

കല്യാണസൗഗന്ധികം (നാ)- ഒരു പുഷ്പം, കല്ഹാരം. white water-lily.

കല്യാണി (വി)- ശുഭമായ, നന്മയുള്ള, അനുഗൃഹീതമായ. auspicious, virtuous, blessed.

കല്യാണിനി (നാ)- കുറുന്തോട്ടി, മംഗല്യവതി. plant sida cordiflora, blessed woman.

കല്യാവർത്തം (നാ)- പ്രാതൽ. breakfast.

കല്ല (വി) - ചെവി കേൾക്കാത്ത. deaf.

കല്ലത്വം (നാ)- കൊഞ്ഞ. lisping.

കല്ലൻ (നാ)- കല്ലുപോലെയുള്ള, ഉള്ളു പൊള്ളയല്ലാത്ത. hard, not hollow.

കല്ലം (നാ)- വ്യാജരത്നം, സ്ഫടികം കൊണ്ടുള്ള കൊന്ത. artificial gem, bead of glass.

കല്ലരി (നാ)- അരി, നല്ല അരി. rice, fine rice.

കല്ലറ(നാ)- പാറയിലെ ഗുഹ, ശവക്കുഴി, കല്ലു കൊണ്ടുണ്ടാക്കിയ മുറി. cave in a rocky place, tomb, stone vault.

കല്ലാട (നാ)- കാവി വസ്ത്രം. ochre robe.

കല്ലാശാരി (നാ)- കല്പണിക്കാരൻ. mason.

കല്ലിക്കുക (അ.ക്രി)- ഉറയ്ക്കുക, കട്ടിയാവുക, കല്ലുപോലെയാകുക. to get hardened, to get solidified, to become stony.

കല്ലിടുക (ക്രി.വി)- അടിസ്ഥാനമിടുക. to lay the foundation.

കല്ല് (നാ)- രത്നം, പാറ, നാഴികക്കല്ല്, മൂത്രാശയ രോഗം, കഠിനവസ്തു. gem, rock, milestone, stone in the bladder, hard substance.

കല്ലുപ്പ് (നാ)- കട്ടയായ ഒരിനം ഉപ്പ്. mineral salt.

കല്ലോലം (നാ) - ആഹ്ലാദം, വലിയ തിര. joy, wave.

കല്ലോലമാലി (നാ)- സമുദ്രം. ocean.

കല്ലോലിനി (നാ)- നദി. river.

കല്ഹാരം (നാ)- സൗഗന്ധികം, വെള്ളാമ്പൽ. black lotus, white water lilly.

കവകം (ക്രി.വി)- വായ് നിറയെ. mouthful.

കവചം (നാ)- പടച്ചട്ട, കല്ലാൽ, ഢക്ക, കുപ്പായം, പർപ്പടകപ്പുല്ല്, മന്ത്രത്തകിടടങ്ങിയ കൂട്. armour, banyan white fig, large drum, jacket, pharnaceum, talisman.

കവടി (നാ)- ജ്യോത്സ്യന്മാർ ഗുണിക്കാൻ ഉപയോഗിക്കുന്ന ഒരിനം കക്ക. cowrie.

കവട്ടുക (സ.ക്രി)- ഛർദ്ദിക്കുക, തികട്ടിച്ചവയ്ക്കുക. to vomit, to chew the cud.

കവണ (നാ)- ഒരിനം പ്രാവ്, വെടിയുണ്ട, കല്ലുവച്ച് എറിയാനുള്ള ഒരിനം വില്ല്. pigeon, bullet, sling.

കവണി (നാ)- കരയുള്ള നേർത്ത വെളുത്ത വസ്ത്രം. nice garment having borders.

കവനം (നാ)- കവിത, ജലം, കവിതാരചന. poem, water, art of composing poem.

കവയ്ക്കുക (അ.ക്രി)- രണ്ടുകാലും അകറ്റുക, മറികടക്കുക, പരസ്പരം അകന്നു നില്ക്കുക. open legs side

ways, to step over, to keep a distance mutually.
കവര (വി)- മിശ്രമായ, നാനാവർണ്ണ മായ. mixed, variegated.
കവരാ (നാ)- ഒരിനം പുല്ല്, കറുത്ത കാട്ടുതുളസി. a kind of grass, a dark variety of wild basil.
കവര (നാ)- കവല. junction.
കവരം (നാ)- രണ്ടായിട്ടുള്ള പിരിവ്, പര സ്പരം പിരിയുന്ന മരക്കൊമ്പ്, മരക്കൊ മ്പുകളുടെ ചുവട്, കോപം. bifurcation, bifurcation of branches of a tree, base of branches, anger.
കവരം (നാ)- ഉപ്പുരസം, ഉപ്പ്, പുളി, പുളിരസം, ഒരിനം പുല്ല്, തൊടുകാര, പിന്നിയ തലമുടി. salineness, salt, acidity, sourness, a kind of grass, dalbergia, plaited hair.
കവരുക (സ.ക്രി)- മോഷ്ടിക്കുക, കൊള്ളയടിക്കുക. to rob, to steal.
കവർ (നാ)- കൂട്, മൂടി, ആവരണം, ലക്കോട്ട്. envelop, lid, cover, packet.
കവർ (നാ)- ശ്രദ്ധ, ഓർമ്മ. attention, memory.
കവർക്കുക (അ.ക്രി)- ചവർക്കുക. taste bitter.
കവല (നാ)- ദുഃഖം, വഴി രണ്ടായിപ്പിരി യുന്നിടം, സാരം, വിചാരം. sorrow, junction, substance, thought.
കവളിക (നാ)- കെട്ട്, വെറ്റിലച്ചുരുൾ, പുസ്തകക്കെട്ട്. knot, pack of betel leaves, bundle of books.
കവാടം (നാ)- കതക്. door.
കവാത്ത് (നാ)- സൈനികപരിശീലനം. military drill.
കവാരം (നാ)- ഒരിനം പക്ഷി, താമര. kind of bird, lotus.
കവാലം (നാ)- ചെള്ള, കപോലം. cheek.
കവി (വി)- ബുദ്ധിമാനായ, സർവജ്ഞ നായ. wise, versatile genius.
കവി (നാ)- ബുദ്ധിമാൻ, ഋഷി, ബ്രഹ്മാ വ്, പക്ഷി, സൂര്യൻ, വാല്മീകി, ആദി കവി, കവിത, കവനം ചെയ്യുന്നവൻ, വിദ്വാൻ, നവയോഗികളിൽ ഒരാൾ. intelligent person, sage, Brahma, bird, sun, name of Valmiki, poetry, poet, one of the navayogins.
കവികം(നാ)-കടിഞ്ഞാൺ, കടിഞ്ഞാ ൺ കടി. bridle, bit.
കവിഞ്ചി (നാ)- ചാട്ട, ചമ്മട്ടി, ചാരു കസേര. whip, chair.
കവിട്ടുക (സ.ക്രി)- തികട്ടുക, ഛർദ്ദി ക്കുക, വെളിയിലേക്ക് ഒഴുക്കുക. to vomit, to flow outside.
കവിത (നാ)- കാവ്യം, കെട്ടുകഥ, നുണ പറച്ചിൽ. poetry, tale, falsehood.
കവിയുക (അ.ക്രി)- നിറഞ്ഞൊഴുകുക, അധികമാവുക, അഹങ്കരിക്കുക, അതി ക്രമിക്കുക. overflow, exceed, surpass.
കവിൾ (നാ)- ചെകിട്. cheek.
കവുങ്ങ് (നാ)- അടയ്ക്കാമരം. arecanut tree.
കവുൽ (നാ)- ഉടമ്പടി, വാഗ്ദാനം, ഏർ പ്പാട്. contract, promise, transaction.
കവൂൾ (നാ)- സമ്മതം. agreement.
കവേലം (നാ)- താമരപ്പൂവ്. lotus flower.
കവ്യം (നാ)- പിതൃക്കൾക്കായി പാകം ചെയ്ത അന്നം. oblation of food to the manes.
കവ്യവാഹൻ (നാ)-അഗ്നി, ശിവൻ. fire, Siva.
കശ (നാ)- തിരക്ക്, കുഴപ്പം, കലശൽ, ധാരാളത. crowd, confusion, wrangle, abudance.
കശ (നാ)- ചമ്മട്ടി, വായ്, കയറ്, മാംസ രോഹിണി, പൃഷ്ഠഭാഗം. whip, mouth, rope, a species of a fragrant plant, anal part of fowl.
കശകശപ്പ് (നാ)- വെറുപ്പ്, കയ്പ്പ്. hate, bitterness.
കശക്കുക (സ.ക്രി)- മർദ്ദിക്കുക, ഞെ ക്കിത്തിരുമ്മുക. to press hard, to rub with fingers.

കശടൻ (നാ)- ലുബ്ധൻ. niggard.
കശപിശ (നാ)- കലശൽ. hub-bub.
കശയ്ക്കുക (അ.ക്രി)- കയ്ക്കുക. to be bitter.
കശവൻ (നാ)- നീചൻ, ദുഷ്ടൻ. mean person, wicked person.
കശസ്സ് (നാ)- വെള്ളം. water.
കശാപ്പുകാരൻ (നാ)- മൃഗങ്ങളെ കൊന്ന് മാംസം വിൽക്കുന്നവൻ. butcher.
കശാപ്പുശാല (നാ)- അറവുശാല. slaughter house.
കശിപു (നാ)- വസ്ത്രം, പായ്, തലയണ, ചോറ്. cloth, mat, pillow, boiled rice.
കശുമാവ് (നാ)- പറങ്കി മാവ്. cashew-nut tree.
കശേരു (നാ)- തണ്ടെല്ല്, നീർമുത്തങ്ങ, ജംബുദ്വീപിന്റെ ഒരു ഭാഗം. backbone, the root of scirpus kysoor, one of the nine divisions of the mythical Bharata Varsha.
കശ്മല (വി)- മുഷിഞ്ഞ, മലിനമായ, നിന്ദ്യനായ, കലുഷമായ, നാണംകെട്ട, ദുഷ്ടനായ. dirty, impure, despicable, disgraceful, wicked.
കശ്മലം(നാ)- മാലിന്യം, പാപം, ലജ്ജാവഹത്വം, വിഷാദം, മോഹാലസ്യം. impurity, sin, shamefulness, dejection, fainting.
കശ്മീരജം (നാ)- കുങ്കുമം. saffron.
കശ്യപ (വി)- കറുത്ത പല്ലുള്ള. having black teeth.
കശ്യപൻ (നാ)- ബ്രഹ്മപുത്രനായ മരീചിയുടെ മകൻ, പ്രജാപതി. sage, son of Marichi, Prajapati.
കശ്യപം (നാ) - ഒരിനം മാൻ, ഒരിനം മത്സ്യം, ആമ, ഒരു നക്ഷത്രം. a kind of deer, a kind of fish, tortoise, a star.
കഷ (വി)- ഉരയ്ക്കുന്ന. rubbing.
കഷ (നാ) - ചാട്ട. whip.
കഷണ (വി)- നശിപ്പിക്കുന്ന, പാകം വരാത്ത, ഉരച്ചു കളയുന്ന. destructive, unripe, rubbing off.
കഷണം (നാ)- നുറുക്ക്, സാരം, തുണ്ട്, പ്രയാസം. essence, piece, essence, difficulty.
കഷണിക്കുക (സ.ക്രി)- അറുക്കുക, നുറുക്കുക, കഷണമാക്കുക, വിഷമിക്കുക. to saw, to cut into pieces, to chop, to suffer.
കഷണ്ടി (നാ)- തലയിൽ രോമമില്ലായ്മ. baldness.
കഷം (നാ)- ഉരകല്ല്, ഉരയ്ക്കൽ, പരീക്ഷണം, കത്തി കടയുന്ന ചാണ. touch stone, experiment, razor sharpner.
കഷായ (വി)- സുഗന്ധമുള്ള, തവിട്ടു നിറമുള്ള, ചവർപ്പുരസമുള്ള, മലിന മായ, ചെമപ്പുനിറമുള്ള. fragrant, brown, having astringent taste, impure, red coloured.
കഷായക്കല്ല് (നാ) - കാവി മണ്ണ്. Indian ruddle.
കഷായഫലം(നാ)-നെല്ലിക്ക. goose-berry.
കഷായം (നാ)- ചവർപ്പുരസം, തവിട്ടു നിറം, ചെമപ്പുനിറം, വൃക്ഷങ്ങളുടെ പശ, കുന്തുരുക്കം, ചതച്ച മരുന്നുകൾ വെള്ളത്തിലിട്ടു കാച്ചികുറുക്കിയ ഔഷധം, മെഴുക്, ബുദ്ധിഹീനത, കലിയുഗം, ലേപനം, പെരുമരുത്. astringent flavour, brown, red, exudation from a tree, frankinscence, a decoction prepared by boiling medicinal plants in water, wax, stupidity, Kaliyuga, smearing, shorea robusta.
കഷായിക്കുക (അ.ക്രി) - ബുദ്ധിമുട്ടുക. be worried.
കഷായിത (വി)- ചുവന്ന, വ്യാപിച്ച, നിറഞ്ഞ, കലങ്ങിയ, മധുരമായിത്തീർന്ന, അടയാളപ്പെട്ട. red, spread, full, turbid, having become sweet, marked.
കഷിക (നാ) - പക്ഷി. bird.
കഷ്ട (വി)- ഹീത്തയായ, പ്രയാസമുള്ള, വിപൽസൂചകമായ, തെറ്റായ, ദുഃഖത്തോടെ സാധിക്കത്തക്ക, ക്ലേശകരമായ. evil, difficult, dangerous, wrong, strenuosly attainable, troublesome.
കഷ്ടത(നാ)- ബുദ്ധിമുട്ട് ദുഃഖം, അദ്ധ്വാനം, ആപത്ത്, പ്രയാസം. difficulty, sorrow, effort, danger, strain.

കഷ്ടപ്പാട് (നാ) - ദുഃഖം, പ്രയാസം, ബുദ്ധിമുട്ട്. sorrow, difficult, strain.
കഷ്ടപ്പെടുക (അ.ക്രി)- ദുഃഖം അനുഭവിക്കുക, പ്രയാസപ്പെടുക, ദാരിദ്ര്യാദി ക്ലേശം അനുഭവിക്കുക. to suffer, to be in difficulty, to suffer from poverty, etc..
കഷ്ടം (നാ)- ക്ലേശം, ദുഃഖം, ദുർഗ്ഗമപ്രദേശം, ശരീരപീഡ. hardship, sorrow, impervious place, bodily affliction.
കഷ്ടി (നാ)- കുറവ്, ദാരിദ്ര്യം. lack, poverty.
കസ (നാ)- കഥ. story.
കസ (നാ)- ചാട്ട. whip.
കസന (നാ)- വിഷമുള്ള എട്ടുകാലി, ഒരിനം പാമ്പ്. poisonous spider, a kind of snake.
കസനം (നാ)- ചുമ. cough.
കസവ് (നാ)- വെള്ളിനൂല്, സ്വർണ്ണനൂല്, സ്വർണ്ണനൂലും മറ്റുംകൊണ്ട് വസ്ത്രത്തിനുണ്ടാക്കുന്ന കര. fine thread of silver, fine thread of gold, cloth's border line made of gold or silver.
കസറത്ത് - വ്യായാമം. exercise.
കസറുക (അ.ക്രി)- വാങ്ങുക, കോപിക്കുക, കേമമായി പ്രവർത്തിക്കുക. to purchase, to shout in anger, to act efficiently.
കസാല (നാ)- കസേര. chair.
കസിവ് (നാ)- ചോറ്. boiled rice.
കസേര (നാ)- ഇരിക്കാനായി തടി, ചൂരൽ കൊണ്ടുണ്ടാക്കിയ ചാരുള്ള പീഠം. chair.
കസ്തൂരി (നാ)- ഒരിനം മാനിന്റെ നാഭിയിൽ നിന്നെടുക്കുന്ന സുഗന്ധദ്രവ്യം. musk.
കസ്തൂരിപ്പിള്ള (നാ)- വെരുക്, കസ്തൂരിമാൻ. civet cat, musk deer.
കസ്തൂരിമഞ്ഞൾ (നാ)- അടവിക്കച്ചോലം. curcuma zedoria.
കസ്തൂരിമാൻ (നാ)- ഒരിനം മാൻ. musk deer.
കസ്രത്ത് (നാ)- വ്യായാമം. exercise.
കഹാഹം (നാ)- പോത്ത്. buffalo.
കള (നാ)- ധാന്യങ്ങളോടൊപ്പം മുളയ്ക്കുന്ന. പാഴ്പുല്ല് weed.
കള (വി)- മൃദുവായ, അസ്പഷ്ടമധുരമായ, ദഹിക്കാത്ത, താണ സ്വരത്തിലുള്ള, ക്ഷീണിച്ച. soft, sweet and indistinct, undigested, low pitched, weak.
കളകണ്ഠം (നാ)- അരയന്നം, മാടപ്രാവ്, ആൺകുയിൽ. swan, dove, Indian cuckoo.
കളകണ്ഠി (നാ)- കുയിൽപ്പേട. female Indian cuckoo.
കളകം (നാ)- ഒരിനം മത്സ്യം, പെരുച്ചാഴി, അരയന്നം. a kind of fish, bandicoot, swan.
കളകളൻ (നാ)- ശിവൻ. Siva.
കളകളം (നാ)- ജനക്കൂട്ടത്തിന്റെ ആരവം. indistinct noise of a crowd.
കളകൂജിക (നാ)- കുയിൽ. Indian cuckoo.
കളങ്കം (നാ)- കറുപ്പ്, കുറ്റം, മാലിന്യം, കറ, അപവാദം, അടയാളം, ചന്ദ്രനിലെ കറുത്ത ചിഹ്നം. black, crime, waste, stigma, mark, stain on moon.
കളങ്കി (വി)- അപവാദമുള്ള, അടയാളമുള്ള. defamed, marked.
കളങ്കി (നാ)- ചന്ദ്രൻ. moon.
കളങ്കിത (വി)- പുള്ളിയുള്ള, കളങ്കമുള്ള, ദോഷമുള്ള. spotted, faulty, stained.
കളഞ്ജം (നാ)- കഞ്ചാവ്, പക്ഷി, വിഷാസ്ത്രമേറ്റ മൃഗം, പുകയില. ganja, bird, animal struck with poisonous arrow, tobacco.
കളത്രം (നാ)- ഭാര്യ, കുറുക്ക്, നിതംബം, പെൺമൃഗം. wife, back of the body, buttocks, female of animal.
കളധൂതം (നാ)- വെള്ളി. silver.
കളധൗതം (നാ)-സ്വർണ്ണം, വെള്ളി, മധുരദ്ധ്വനി, വെള്ള നിറമുള്ളത്. gold, silver, sweet voice, white coloured.
കളപ്പാട് (നാ) - കളപ്പുര, വിളഭൂമി, നെൽപ്പുര. barn, granary, agricultural field.

കളഭം (നാ)- ചാന്ത്, ചന്ദനക്കൂട്ട്, എട്ടു സുഗന്ധദ്രവ്യങ്ങളുടെ കൂട്ട്, ക്ഷേത്രങ്ങളിലെ ഒരു വഴിപാട്. mortar, sandal paste, mixture of eight perfumes, annointing idol with sandal paste.

കളഭാഷിണി (നാ)- മധുരമായി സംസാരിക്കുന്നവൾ. woman who talks sweetly.

കളം (നാ)- ധാന്യം ശേഖരിക്കാനുള്ള സ്ഥലം, യുദ്ധരംഗം, തൊണ്ട, കടലിന്റെ മേട്, സഭ, യാഗശാല, നെല്ലു മെതിക്കുന്ന സ്ഥലം. granary, battlefield, throat, shallow shelf of rocks at sea, assembly, threshing floor.

കളം (നാ)- കളത്രം, ഭാര്യ. wife.

കളമടി (നാ)- ചൂല്. broom.

കളംബകൻ (നാ) - ഊമ. mute person.

കളംബം (നാ)- കഴമ്പ്, കടമ്പ്, അമ്പ്, ചീരത്തണ്ട്. fleshy part of fruits, Kadamba, arrow, stem of spinach.

കളയുക (സ.ക്രി)- കുറയ്ക്കുക, നശിപ്പിക്കുക, ക്ഷൗരം ചെയ്യുക, കൊല്ലുക, ദൂരത്താക്കുക. to reduce, to destruct, to shave, to kill, to something to push a distance.

കളരവം (നാ)- കുയിൽ, കുരുവി, മാടപ്രാവ്, അവ്യക്തമധുരമായ ശബ്ദം. Indian cuckoo, sparrow, indistinct sweet voice.

കളവൻ (നാ)- ഞണ്ട്. crab.

കളവൻ (നാ)- കള്ളൻ. thief.

കളവ് (നാ)- കള്ളം, മോഷണം. lie, stealing.

കളസം (നാ) - കാൽച്ചട്ട. trousers.

കളഹംസം (നാ)- ഇരണ്ട, അരയന്നം, താറാവ്. teal, swan, duck.

കളായം(നാ)- കായാമ്പൂ, കറുത്ത നിറം, കടല. memecylon tinctorium, black, a kind of pea.

കളാലാപം (നാ) - വണ്ട്, മധുരധ്വനി, മധുരഭാഷണം. beetle, sweet voice, sweet talk.

കളാവികലം (നാ) - കുരുകിൽ. sparrow.

കളാവ് (നാ)- ക്ലാവ്. verdigris.

കളി (നാ)- വിനോദം, മദ്യം. entertainment, liquor.

കളി (നാ)- കുഴമ്പ്, ഒരു പലഹാരം, കുമ്മായം കലക്കിയത്, മാമ്പഴച്ചാറ്. paste, a kind of cake, mixed lime, mango juice.

കളിക്കാരൻ (നാ)- ഗൗരവമില്ലാത്തവൻ, കഥകളി നടൻ, നേരമ്പോക്കുകാരൻ. idler, actor in kathakali, joker.

കളിക്കുക (അ.ക്രി)- മദിക്കുക, ആട്ടം ആടുക, നിസ്സാരമായി പെരുമാറുക, ചതിപറ്റുക, വിനോദിക്കുക. to exult, to perform on stage, behave in jolly mood, to be trapped, to play.

കളിന്ദകന്യ (നാ)- കാളിന്ദി. river Kalindi.

കളിന്ദൻ (നാ) - സൂര്യൻ, കലിന്ദപർവ്വതം. sun, mountain Kalinda.

കളിപ്പാട്ടം(നാ)- കളിക്കാനുള്ള ഉപകരണം. toy.

കളിപ്പ് (നാ)- ആനന്ദം, പ്രസാദം, കാന്തി, കളി, ഭോഷത്തം, അഹങ്കാരം. ecstasy, jubilance, splendour, game, folly, arrogance.

കളിമണ്ണ് (നാ)- പശിമമണ്ണ്. clay.

കളിമ്പം (നാ)- കളി, വിനോദം, കുട്ടിക്കളി. game, entertainment, playfulness.

കളിമ്പ് (നാ)- മാലിന്യം, കുറ്റം, ക്ലാവ്. blemish, crime, verdigris.

കളിയാക്കുക - പരിഹസിക്കുക. to ridicule.

കളിവാക്ക് (നാ)- നേരമ്പോക്ക്. joke.

കളിറ് (നാ)- കൊമ്പനാന, അത്തം നക്ഷത്രം. tusker, 12th lunar asterism.

കളേബരം (നാ)- ശരീരം, പിത്തം. body, bile.

കൾ (നാ)- കള്ള്, തേൻ. toddy, honey.

കള്ള (വി)- മോഷ്ടിക്കുന്ന, വ്യാജമായ, രഹസ്യമായ, അസത്യം പറയുന്ന, ചതിക്കുന്ന. stealing, false, uttering falsehood, deceiving.

കള്ളത്തരം (നാ)- വഞ്ചന, കള്ളം കാണിക്കുന്ന സ്വഭാവം. deceit, falsehood.

കള്ളൻ (നാ) - ചതിയൻ, മടിയൻ, കക്കുന്നവൻ. cheat, idler, robber.

കള്ളം (നാ)- മോഷണം, വ്യാജം, മടി. theft, false, idleness.

കള്ളി (നാ) - കക്കുന്നവൾ, രഹസ്യം, സൂത്രക്കാരി, മടിയുള്ളവൾ. female thief, secret, cunning woman, female idler.

കള്ളി (നാ)- ഒരു ചെടി. spurge.

കള്ളി (നാ)- അണി, നിര, വശം, ഭാഗം, സ്ഥലം, തൊഴുത്ത്. row, range, side, place, cowshed.

കഴ (നാ)- കരിമ്പ്, കഴമ്പ്, വണ്ണം കുറഞ്ഞ് നീളം കൂടിയ തടി, വയലിൽ വെള്ളം കടത്തുന്ന തൂമ്പ്, വള്ളം ഊന്നുന്ന കോൽ. sugarcane, pole, opening for water in a field, long pole for propelling boat.

കഴകം (നാ)-ദേശവിഭാഗം, ക്ഷേത്രം, ക്ഷേത്രത്തിലെ സേവനം, ചുങ്കസ്ഥലം, വിദ്വത്സംഘം. area, temple, service in temple, place for tax collection, assembly of scholars.

കഴഞ്ചി (നാ)- ഒരു പച്ചമരുന്ന്. bonduc tree.

കഴത്തുക (സ.ക്രി)- അടർത്തി എടുക്കുക, കഴറ്റുക. to pluck.

കഴനി (നാ)- ചേറ്, തിരശ്ശീല, ഒരു വൃക്ഷം, പാഴ്നിലം, വയൽ. mud, curtain, tree, wasteland, field.

കഴം (നാ)- ജലാശയം, ആഴം, കയം. pond, depth, great depth in water.

കഴമ്പ് (നാ)- അന്തസ്സാരം, സാരമായ ഭാഗം, ചില സസ്യങ്ങളുടെ തണ്ട്, പഴങ്ങളുടെ അകത്തുള്ള ദശ. substance, main portion, stalk of certain plants, pulp of any fruit.

കഴല (നാ)- ഊരുസന്ധി, നാഭിയുടെ രണ്ടുവശവുമുള്ള ഭാഗം, തിരഞ്ഞെടുപ്പ്, നീര്, വീക്കം, മുഴ, ഊരുസന്ധിയിലെ നീർ വീക്കം. groin, both sides of navel, election, cyst, swelling, lump, swelling in the groin.

കഴലുക (അ.ക്രി)- അടരുക, വീങ്ങുക, എഴുന്നുനില്ക്കുക, വഴുതിപ്പോരുക. to be extricated, to swell, to protrude, to slip off.

കഴി (നാ)- ചെളി, ഉപ്പിലെ അഴുക്ക്, തൂമ്പാക്കൈ, ചളി കലങ്ങിയ വെള്ളം, കയറ്, കായൽ, സാക്ഷ. mud, dirt in the salt, the handle of a spade, muddy water, rope, back water.

കഴിക്കുക(സ.ക്രി)- തിന്നുക, ഊരുക, ശുദ്ധി ചെയ്യുക,അഴിക്കുക, പ്രവർത്തിക്കുക, സാധിക്കുക, മാറ്റുക, നിവർത്തിക്കുക, കറ കളയുക. to eat, to undress, to purify, to untie, to act, to accomplish, to remove, to fulfill, to clean metals.

കഴിച്ചൽ (നാ)-വയറിളക്കം, ഉപജീവനം, വലിയ ഭയം. diarrhoea, livelihood, great fear.

കഴിനീർ(നാ)- കാടി വെള്ളം, ഉപ്പുവെള്ളം. rice washings, saline water.

കഴിയുക (അ.ക്രി)- കുറയുക, പൊഴിയുക, ചാവുക, ശേഷിയുണ്ടാവുക, പാർക്കുക, അവസാനിക്കുക, അഴിയുക, കടന്നു പോവുക, നിത്യവൃത്തി നടക്കുക. diminish, drop, die, live, end, be over, have livelihood.

കഴിവ് (നാ)- പ്രാപ്തി, പരിഹാരം, നിർവാഹം, ഒഴികഴിവ്, മിച്ചം, സാദ്ധ്യത, ത്രാണി, നിവൃത്തി. ability, solution, feasibility, an excuse, balance, possibility, strength, sustenance.

കഴു (നാ)- ബുദ്ധിമുട്ട്, ശൂലം, തൂക്കുമരം, കഴുകൻ, മുടിഞ്ഞവൻ, കൂർത്ത വസ്തു. difficulty, pointed weapon, gallows, vulture, evil person, pointed stick.

കഴുകൻ (നാ)- ഒരു വലിയ പക്ഷി, ദുഷ്ടൻ. vulture, evil person.

കഴുകുക (സ.ക്രി)- ജലം കൊണ്ട് ശുദ്ധമാക്കുക. to wash.

കഴുക്കാണി (നാ)- നഗ്നൻ. naked person.
കഴുക്കോൽ (നാ) - വള്ളം ഊന്നാനുള്ള മുളങ്കോൽ, മോന്തായത്തിലും ഉത്തരത്തിലും ചേർത്തു പണിയുന്ന മരം. pole for propelling boat, rafter of roof.
കഴുങ്ങ് (നാ)- അടയ്ക്കാ മരം. arecanut palm.
കഴുത (നാ)- മൂഢൻ, ഒരിനം ചീട്ടുകളി, ഒരു മൃഗം, ചുമട്ടുകാരൻ. fool, a kind of card play, animal, porter.
കഴുതപ്പുലി (നാ)- ഒരു മൃഗം. hyena.
കഴുത് (നാ)- വണ്ട്, കാവൽമാടം, പിശാച്. beetle, devil, watchhouse.
കഴുത്ത് (നാ)- തലയും ഉടലും ചേരുന്ന ഭാഗം, വള്ളികളുടെ തലപ്പ്. neck, tender shoot of plants.
കഴുനായ് (നാ)- നീർനായ്. otter.
കഴുമരം (നാ)- തൂക്കുമരം. gallows.
കഴുവിരൽ (നാ)- നടുവിരൽ. middle finger.
കഴുവേറി (നാ)- ദുഷ്ടൻ, നീചൻ. cruel person, rascal.
കറ (നാ)- അഴുക്ക്, ചളി, കളങ്കം, കുറ്റം, പാപം, ആർത്തവരക്തം, കറുപ്പുനിറം, തുരുമ്പ്, വൃക്ഷങ്ങളുടെ പശ, വിഷം, വിരോധം, പച്ചക്കായ്കളിലെ നീര്. dirt, mud, spot, sin, menstrual discharge, black, rust, sap of trees, poison, enmity, sap of the unripe fruits.
കറകണ്ഠൻ (നാ)- ശിവൻ. Siva.
കറക്കം (നാ)- വൈഷമ്യം, ചുറ്റൽ. difficulty, rotation.
കറക്കൽ (നാ)- ചുറ്റിക്കൽ, പാലു പിഴിഞ്ഞെടുക്കൽ. rotating, milking.
കറക്ക് (നാ)- കളിപ്പാട്ടം. a toy.
കറക്കുക (സ.ക്രി) - ദോഹനം ചെയ്യുക, മൂക്കു പിഴിയുക. to milk, to blow nose.
കറങ്ങുക (അ.ക്രി)- ചുറ്റുക, തല ചുറ്റുക, വട്ടത്തിൽ തിരിയുക. to rotate, to feel giddy, to whirl.
കറട് (നാ)- കരട്, താഴ്ന്ന തരം മുത്ത്. granule, inferior variety of pearl.
കറമ്പുക (സ.ക്രി)- കരളുക, ചുരണ്ടുക. to gnaw, to scrap.
കറവ (നാ)- പാൽ പിഴിഞ്ഞെടുക്കൽ. milking.
കറവ് (നാ)- കറവപ്പശു, കറവ. milch cow, milking.
കറവ് (നാ)- ശ്രേഷ്ഠത. nobility.
കറാൽ (നാ)- ഉറപ്പ്, സ്ഥൈര്യം, കണിശം. firmness, stability, promptness.
കറി (നാ)- മലക്കറി, കൂട്ടാൻ, എരിവ്, കോപം, പിത്തം. vegetable, curry, pungency, anger, bile.
കറിക്കായം (നാ)- കായം. asafoetida.
കറിയുപ്പ് (നാ)- കറിക്കു ചേർക്കുന്ന ഉപ്പ്. common salt.
കറിവേപ്പ് (നാ) - സുഗന്ധമുള്ള ഇലകളോടു കൂടിയ ഒരു മരം. murraya koenegil.
കറുക (നാ)- ഒരിനം പുല്ല്. a kind of grass.
കറുക്കുക (അ.ക്രി)- ഇരുളുക, മങ്ങുക, കറുത്തതാവുക, കോപിക്കുക, മുഷിയുക. to become dark, to fade, to grow black, to be angry, to be soiled.
കറുത്ത (വി)-കരിനിറമായ, കോപിച്ച, കടുത്ത, ഇരുണ്ട. black, angry, severe, dark.
കറുപ്പ് (നാ)- കറുത്ത നിറം, കളങ്കം, കറ, കോപം, രൂക്ഷത, അനിഷ്ടം. black, blemish, stain, anger, rudeness, displeasure.
കറ്റ (വി)- പഠിച്ച. learned.
കറ്റ (വി)- കറുത്ത. black.
കറ്റ (നാ)- ചൂട്ടുകെട്ട്, കെട്ട്, രശ്മി, ചെറുത്, പുൽക്കെട്ട്, വൈക്കോൽക്കെട്ട്, ധാന്യങ്ങൾ കൊയ്തെടുത്തു കെട്ടിയത്, തലമുടിക്കെട്ട്, തെങ്ങോലക്കെട്ട്. a bundle of dried leaves of coconut, knot, ray, small, bundle of grass, bundle of hay, a bundle of sheaves of corns, braided hair, a bundle of coconut leaves.
കറ്റലം (നാ)- കൽത്തളം. slab of stone.

കറ്റാർവാഴ (നാ)- കറ്റാഴ. aloe vera.
കറ്റ് (നാ)- അല്പജ്ഞാനം, ചതി, മുട്ടാപ്പോക്ക്, കൗശലം. inadequate knowledge, deceit, rudeness, cunningness.
കറ്റ് (നാ)- കാള, കന്ന്. ox, calf.
കറ്റുകിടാവ് (നാ)- ചോരക്കുഞ്ഞ്, കാളക്കിടാവ്. infant, calf.
കറ്റുകൂലി(നാ)-ഉഴവുകൂലി. wages for ploughing.
കറ്റുകെട്ട് (നാ)- കെട്ടുകഥ, കാവ്യരചന. fabricated story, literary composition.
കാ (നാ)- കായ്, കാവ്. fruit, grove.
കാ (നാ)- സരസ്വതി. goddess Saraswati.
കാക (വി)- കാക്കയെ സംബന്ധിച്ച. pertaining to crow.
കാകജാതം (നാ)- കുയിൽ. Indian cuckoo.
കാകജ്വരം (നാ)- അപസ്മാരം. epilepsy.
കാകണ്ഡം (നാ)- കാവടി. pole used for carrying burdens.
കാകദൃഷ്ടി (നാ)- കോങ്കണ്ണ്, ഏകാഗ്രദൃഷ്ടി. squinteye, fixing one's eye on one spot.
കാകധ്വജം (നാ)- ബഡവാഗ്നി. submarine fire.
കാകൻ (നാ)- കാക്ക, മുടന്തൻ, ധിക്കാരി, നിന്ദ്യൻ, കറുമ്പൻ. crow, lame man, arrogant person, despicable person.
കാകനി (നാ)- കവടി, നാലിലൊന്ന്. cowrie, one fourth.
കാകനി (നാ)- കായ്കനി. unripe and ripe fruits.
കാകപക്ഷം (നാ) - കാക്കച്ചിറക്, പിറപ്പുമുടി. wing of a crow, hair of child found at birth.
കാകബിന്ദു (നാ)- കറുത്ത പുള്ളി. black spot.
കാകം (നാ) - ഒരു അളവ്, ഒരു ദ്വീപ്, കീരി, കാക്കക്കുളി, കാക്ക, കാക്കക്കൂട്ടം, ഒരിനം വൃക്ഷം, ഈഷജ്ജലം. measure, island, mongoose, bath of a crow, crow, a set of crows, a kind of tree, a little water.
കാകരുക (വി)- ഭീരുവായ, നഗ്നമായ, ദാരിദ്ര്യം പിടിച്ച. cowardly, bare, poor.
കാകരുകൻ (നാ)- സ്ത്രീജിതൻ. henpecked husband.
കാകരുകി (നാ)- മൂങ്ങ. owl.
കാകലം(നാ)-കാവതിക്കാക്ക, ഒരു കണ്ഠാഭരണം. raven, ornament for neck.
കാകലീരവം(നാ)- കുയിൽ. Indian cuckoo.
കാകവാഹനൻ (നാ)- ശനി. saturn.
കാകവൈരി (നാ) - മൂങ്ങ. owl.
കാകസ്വരം (നാ)- പരുഷസ്വരം, കാക്കയുടെ ശബ്ദം. harsh voice, crow's sound.
കാകളി (നാ)- കത്രിക, നേർത്ത മധുരസ്വരം, ഒരു കിളിപ്പാട്ടു വൃത്തം. pair of scissors, sweet low voice, name of a Malayalam metre.
കാകാലൻ (നാ)- കാവതിക്കാക്ക. raven.
കാകി (നാ)- കാക്കപ്പിട, തുവരപ്പയറ്, കാക്കയുടെ വർഗ്ഗം. female crow, pigeon pea, species of crow.
കാകിനി (നാ) - കവിടി. cowrie.
കാകുത്സ്ഥൻ (നാ)- ശ്രീരാമൻ. Srirama.
കാകുദം (നാ)- അണ്ണാക്ക്. palate.
കാകേഷ്ടം (നാ)- വേപ്പ്. neem.
കാകോടി(നാ)- കാഞ്ഞിരം. strychnosnux vomica.
കാകോദരം (നാ)- പാമ്പ്. snake.
കാകോളം (നാ) - പാമ്പ്, വിഷം, കാവതിക്കാക്ക, നരകത്തിന്റെ ഒരു ഭാഗം. serpent, poison, raven, part of hell.
കാകോളി (നാ)- ഒരു പച്ചമരുന്ന്. a medicinal herb.
കാക്ക (നാ)- കറുപ്പൻ, കോങ്കണ്ണൻ, കറുത്ത വസ്തു. man of dark complexion, squint-eyed person, black object.
കാക്കക്കണ്ണ് (നാ)- കോങ്കണ്ണ്. squinteye.

കാക്കത്തമ്പുരാട്ടി (നാ)- ഒരിനം പക്ഷി. a female of the king crow.

കാക്കി (നാ)- അമ്മയുടെ അനുജത്തി. mother's younger sister.

കാക്കുക (സ.ക്രി)- രക്ഷിക്കുക, നോക്കിയിരിക്കുക, കാവൽ നില്ക്കുക, മോഷണം പോകാതേയും മറ്റും സൂക്ഷിക്കുക. to guard, to keep an eye upon, to safe guard.

കാക്ഷം (നാ)- കടാക്ഷം. side glance.

കാക്ഷി (നാ)- ഇരുവേലി, പടിക്കാരം, തുവര. andropogon muricatum, alum, cajanus indicus.

കാക്ഷീവം (നാ)- മുരിങ്ങ. hyperanthera moringa.

കാഗം (നാ)- കാക്ക. crow.

കാഗസ്സ് (നാ)- കടലാസ്സ്. paper.

കാങ്ക (നാ)- വെമ്പൽ, പനി, ചൂട്. perplexity, fever, heat.

കാംക്ഷ (നാ)- കൊതി, ഇച്ഛ, ആഗ്രഹം. greed, desire, wish.

കാംക്ഷി (വി)- ഇച്ഛിക്കുന്ന, കാംക്ഷിക്കുന്ന. to wish, to desire.

കാംക്ഷിതാ (നാ)- അഭിപ്രായം, ആഗ്രഹം. opinion, desire.

കാംഗ (നാ)- കവടി. cowrie.

കാചകം (നാ)- കുപ്പി, ക്ഷാരഭസ്മം. bottle, alkaline ashes.

കാചഭാജനം (നാ)- സ്വർണ്ണപ്പാത്രം, സ്ഫടികപ്പാത്രം. gold vessel, glass vessel.

കാചാക്ഷം (നാ)- കൊക്ക്. crane.

കാചൂകം(നാ)-ചക്രവാകം, പൂവൻകോഴി. ruddy goose, cock.

കാച്ച(വി) - കാഞ്ഞ, കായുണ്ടായ. heated.

കാച്ച (നാ)- കാഴ്ച. eye sight.

കാച്ചിതൽ (നാ)- വലിയ ചിതൽ. large white ant.

കാച്ചിൽ (നാ)- വലിയ കിഴങ്ങുണ്ടാകുന്ന ഒരിനം വള്ളി. a kind of yam.

കാച്ചിൽ (നാ)- ചെറിയ പനി. slight fever.

കാച്ച് (നാ)- തുണി നിറം പിടിപ്പിക്കൽ, വധം, വാറ്റ്, ചൂടാക്കൽ, തിളപ്പിക്കൽ, വസ്ത്രത്തിലെ ചായക്കുറി, ഭക്ഷണം. dying a cloth, slaughter, distillation, heating, boiling, coloured border line of cloth, food.

കാച്ചുക (സ.ക്രി)- എണ്ണ/പാൽ അടുപ്പിൽ വച്ചു പാകപ്പെടുത്തുക, വാറ്റുക, അടിക്കുക, ചൂടുവയ്ക്കുക, നിറം വരുത്തുക, കൊല്ലുക, തുണിയിൽ ചായം പിടിപ്പിക്കുക. to heat or boil, to distil, to beat, to cauterise, to colour, to kill, to dye clothes.

കാജലം (നാ)- അല്പജലം, ചീത്തയായ വെള്ളം. a little water, dirty water.

കാജി (നാ)- ന്യായാധിപതി. judge.

കാഞ്ചന (വി)- പൊൻനിറമുള്ള, സ്വർണ്ണനിർമ്മിതമായ. golden, made of gold.

കാഞ്ചനകാരിണി (നാ)- ശതാവരി. asparagus racemoses.

കാഞ്ചനഗിരി (നാ)- മേരുപർവ്വതം. mountain Meru.

കാഞ്ചനം (നാ)- സ്വർണ്ണം, ധനം, സമ്പത്ത്, കെട്ട്, അത്തിയാൽ, മല്ലിക, മഞ്ഞൾ, താമരയല്ലി, ഒരിനം പക്ഷി. gold, money, wealth, knot, ficus glomerata, jasmine, turmeric, pericap of lotus, a kind of bird.

കാഞ്ചനാഹ്വയം (നാ)- ഉമ്മത്ത്, താമരയല്ലി. datura fastuosa, pericap of lotus.

കാഞ്ചനി (നാ)- മഞ്ഞൾ, സ്വർണ്ണവർണ്ണം, ഗോരോചന. turmeric, golden colour, bezoar.

കാഞ്ചി (നാ)- മഹത്ത്വം, ജ്ഞാനം, കാഞ്ചീപുരം, അരഞ്ഞാൺ. nobility, knowledge, name of a city in Tamil Nadu, girdle.

കാഞ്ചിക (നാ)- വെപ്പുകാടി, പൊൻനൂൽ. sour guel, thread of gold.

കാഞ്ചുകീയൻ (നാ)- ശിപായി, പാറാവുകാരൻ. watcher, guard.

കാഞ്ഞിരം (നാ)- കയ്പ്പുള്ള കായ്കളുള്ള ഒരു വൃക്ഷം. strychnine tree.

കാട (നാ)- വർത്തകപ്പക്ഷി. quail.

കാടത്തം (നാ)- അപരിഷ്കൃതത്വം. barbarism.

കാടൻ (നാ)- കാട്ടുപൂച്ച, കാട്ടുനായ്, കുറുക്കൻ, കാട്ടിൽ പാർക്കുന്നവൻ, അപരിഷ്കൃതൻ, കാട്ടുപന്നി. wild cat, wild dog, forest dweller, boor, wild hog.

കാടം (നാ)- കിണറ്. well.

കാടി (നാ)- അരി കഴുകിയ വെള്ളം, വിനാഗിരി, പാവട്ട. rice water, vinegar, climber pavetta indica.

കാട് (നാ)- വൃക്ഷലതാദികൾ നിറഞ്ഞ സ്ഥലം, തെറ്റ്, നിബിഡത, ജനസഞ്ചാരമില്ലാത്ത ഒഴിഞ്ഞ സ്ഥലം, കറുത്ത നായ്. forest, mistake, denseness, desert place, black dog.

കാടോടി (നാ)- അപരിഷ്കൃതൻ, അലഞ്ഞുതിരിയുന്നവൻ, മൂഢൻ, പഠിക്കാത്തവൻ. savage, vagrant, idiot, one who doesn't learn.

കാട്ടത്തി (നാ)- ഒരു മരം, തേരകം. a tree, bauhinia tomentosa.

കാട്ടം (നാ)- കാഷ്ഠം, വിട്ട. excreta of insects, small animals and birds.

കാട്ടരയാൽ (നാ)- ഒരിനം വൃക്ഷം. kind of trees.

കാട്ടാളൻ (നാ)- ക്രൂരൻ, വേടൻ, അപരിഷ്കൃതൻ. cruel, hunter, uncivilized person.

കാട്ടി (നാ)- കാട്ടെരുമ, ഒരു പക്ഷി, കാട്ടുപോത്ത്. cow bison, a bird, bison.

കാട്ടുക (സ.ക്രി)- ചെയ്യുക, പ്രവർത്തിക്കുക, കാണിച്ചു കൊടുക്കുക, വെളിപ്പെടുത്തുക. to do, to commit, to show, to reveal.

കാഠം (നാ) - കല്ല്, പാറ. stone, rock.

കാണ(വി)- ഉടഞ്ഞുപോയ, ഒറ്റക്കണ്ണുള്ള. broken, one-eyed.

കാണ (നാ)- ഓട, കാന. gutter.

കാണൻ (നാ)- കാക്ക, ഒറ്റക്കണ്ണൻ. crow, one-eyed man.

കാണം (നാ)- ധനം, വസ്തു, വില, കഴിവ്, പ്രതിഫലം, ഒരു സ്വർണ്ണനാണയം. money, property, value, efficiency, remuneration, gold coin.

കാണം (നാ)- മുതിര. horse gram.

കാണം (നാ)- കാക്ക. crow.

കാണി (നാ)- കാണിക്ക, ദാനം, കണ്ണ്, കാണുന്നവൻ. offering, gift, eye, spectator.

കാണിക്ക (നാ)- ക്ഷേത്രനടയിൽ സമർപ്പിക്കുന്ന വഴിപാട്, ആദരണീയരെ കാണാൻ പോകുമ്പോൾ കാഴ്ച വയ്ക്കുന്ന വസ്തു. offering in cash made in a temple, ceremonial gift to a king or preceptor.

കാണിക്കുക (സ.ക്രി)- പ്രതികാരം ചെയ്യുക, പ്രദർശിപ്പിക്കുക, കാണാറാക്കുക. to avenge, to exhibit, to show.

കാണുക (സ.ക്രി)- തോന്നുക, കണക്കാക്കുക, ബോദ്ധ്യപ്പെടുത്തുക, ദൃഷ്ടിയിൽപ്പെടുക, കണ്ണു കൊണ്ടറിയുക, അനുഭവിച്ചറിയുക, വിചാരിച്ചറിയുക, നോക്കിയറിയുക, കണ്ടുപിടിക്കുക, ഉണ്ടാക്കുക, മതിക്കുക, സൂക്ഷിക്കുക. to seem, to calculate, to become visible, to see, to feel, to comprehend, to look, to find out, to make, to estimate, to keep.

കാണ്ടക(വി)-മുള്ളുകളുള്ള. thorny.

കാണ്ടകം (നാ)- കാട്. forest.

കാണ്ടാമൃഗം (നാ)- ഒറ്റക്കൊമ്പുള്ള ഒരു വലിയ മൃഗം. rhinoceros.

കാണ്ഡകാരം (നാ)- കവുങ്ങ്. arecanut tree.

കാണ്ഡൻ (നാ)- നിന്ദ്യൻ, അധമൻ. vile person, mean person.

കാണ്ഡം (നാ)- ഭാഗം, തടിയായ ഭാഗം, ചെടികളുടെയും പൂക്കളുടെയും തണ്ട്, വടി, തായ്ത്തടി, അസ്ത്രം, സ്വകാര്യസ്ഥലം, സ്തുതി, ചൂരൽ, ഒരളവ്, സമയം, കുതിര, കുടം, അവസാനം. portion, trunk portion, stem of plant/ flower, stick, trunk, arrow, private place, praise, cane, a measure, time, horse, pot, end.

കാണ്ഡവാൻ (നാ)- വില്ലാളി. archer.
കാതര(വി)- കുഴങ്ങിയ, ഭീരുവായ, ഭയമുള്ള, പാരവശ്യമുള്ള, ചഞ്ചലമായ. perplexed, cowardly, timid, faint-hearted, tremulous.
കാതരാ (നാ)- ഭയശീല. timid girl.
കാതരൻ (വി) - അധീരൻ. timid.
കാതരം (നാ)- വള്ളം, ചങ്ങാടം, ഒരു വലിയ മത്സ്യം. boat, raft, a big fish.
കാതൽ (നാ)- ഇരിപ്പിടം, കേന്ദ്രം, സത്ത്, കരുത്ത്, ചിരട്ട, മരങ്ങളുടെ അകത്തെ ഉറപ്പുള്ള ഭാഗം. seat, centre, essence, strength, coconut shell, core wood.
കാതൽ (നാ)- പ്രേമം, ഇഷ്ടം, ആഗ്രഹം, സംബന്ധം. love, fondness, desire, relationship.
കാതി (നാ)- ആഗ്രഹം, ഇച്ഛ. desire, wish.
കാത് (നാ)- കർണ്ണപാളി, ചെവി, കുടക്കമ്പിയുടെ അറ്റത്തുള്ള ദ്വാരം, പാത്രങ്ങളുടെ കുഴ, സൂചിയുടെ ദ്വാരം. ear, hole at the end of rib of an umbrella, ear of vessel, eye of needle.
കാത്യൻ (നാ) - ക്ഷുരകൻ. barber.
കാഥികൻ (നാ)- കഥ പറയുന്നവൻ, കഥ എഴുതുന്നവൻ. story-teller, story writer.
കാദംബകം (നാ)- അമ്പ്. arrow.
കാദംബം (നാ) - കടമ്പ്, കരിമ്പ്, കളഹംസം, കടമ്പിൻപൂ, അമ്പ്. nauclea kadamba, sugarcane, a kind of goose with dark grey wings, flower of cadamba, arrow.
കാദംബരി (നാ)- മൈന, മദജലം, മയിൽപ്പേട, ഒരിനം മദ്യം, സരസ്വതി, പെൺപക്ഷി. myna, fluid oozing from temples of elephant in rut, peahen, a kind of liquor, Saraswati, female bird.
കാദംബിനി (നാ)- മേഘക്കൂട്ടം. chain of clouds.
കാദളം (നാ)- കദളിവാഴ, കദളിപ്പഴം. a species of plantain, fruit of kadali.
കാദർ (നാ)- സർവ്വശക്തൻ. almighty.
കാദി (നാ)- ഖാദി khadi.
കാദ്രവം (നാ)- വരക്. paspalum scrobiculatum.
കാദ്രവേയൻ (നാ)-സർപ്പം. serpent.
കാന് (നാ)- പൂവ്, കാറ്റ്, വാസന, വനം. flower, wind, fragrance, forest.
കാന(നാ)- വെള്ളം ഒഴുകിപ്പോകാനുള്ള മാർഗ്ഗം. channel.
കാന (നാ)- ഒരിനം പൂച്ചെടി. canna indica.
കാനകം (നാ)- കാട്, കരിഞ്ജീരകം. forest, black cumin.
കാനകം (നാ)- കാൽനഖം. toe nail.
കാനജലം (നാ)- കാനൽ ജലം. mirage.
കാനനം (നാ)- കാവ്, കാട്, വീട്. grove, forest, house.
കാനനാഗ്നി (നാ)- കാട്ടുതീ. wild fire.
കാനം (നാ) - കാട്, ഒരു വലിയ സംഖ്യ. forest, infinite number.
കാനം (നാ)- വാസന. fragrance.
കാനൽ (നാ)- സൂര്യരശ്മി, ചൂട്, വെളിച്ചം, കാനൽജലം. sun-ray, heat, light, mirage.
കാനൽ (നാ)- മരക്കൂട്ടം, നടക്കാവ്, കാട്, ഉപ്പളം, മരത്തണൽ. grove, avenue, forest, salt pan, shade of trees.
കാനിഷ്ഠികം (നാ)- ചെറു വിരൽ. little finger.
കാനീനൻ (നാ)- വ്യാസൻ, കർണ്ണൻ, കന്യാപുത്രൻ. Vyasa, Karna, son of an unmarried woman.
കാനൂൻ (നാ)-നിയമം, ചട്ടം. canon.
കാനേഷുമാരി (നാ)- ജനസംഖ്യ, ജനഗണന. census.
കാന്ത(വി)- സുന്ദരമായ, ഹൃദ്യമായ, സ്നേഹിച്ച, ഇച്ഛിക്കപ്പെട്ട, മനോഹരമായ. beautiful, hearty, beloved, desired, lovely.
കാന്താ (നാ)- പ്രിയ, ഭാര്യ, പേരേലം, സുന്ദരി, ഞാഴൽ, അരേണുകം, ഭൂമി,

പെരുമുത്തങ്ങ. beloved woman, wife, large cardamom, beautiful maiden, milnea montana, a sort of perfume, earth, a species of cyperus grass.

കാന്തകാരി (നാ)- എരിവുള്ള ചെറിയ ഒരിനം മുളക്. a small variety of pungent chilly.

കാന്തക്കമ്പി (നാ)- ഇടിതാങ്ങി, വൈദ്യുതി പ്രവഹിക്കുന്ന കമ്പി. lightning rod, electric wire.

കാന്തക്കല്ല് (നാ) - സൂര്യകാന്തം, ചന്ദ്രകാന്തം, ആകർഷണശക്തിയുള്ള ഒരു ലോഹം. moon-stone, sun stone, load stone.

കാന്തത (നാ)- സൗന്ദര്യം. beauty.

കാന്തൻ (നാ)- പ്രിയൻ, ഭർത്താവ്, ചന്ദ്രൻ, ശിവൻ, കാമുകൻ, ശ്രീകൃഷ്ണൻ, സുന്ദരൻ. lover, husband, moon, Siva, lover, Srikrishna, handsome man.

കാന്തപ്പക്ഷി (നാ)- മയിൽ. peacock.

കാന്തപ്പെട്ടി (നാ)- വടക്കുനോക്കി യന്ത്രം. compass.

കാന്തം (നാ)- കുങ്കുമം, സൂര്യകാന്തം, ചന്ദ്രകാന്തം, മനോഹരമായ വസ്തു, അയസ്കാന്തം, വസന്തം, മാവ് മരം. saffron, sun-stone, moon-stone, a beautiful object, magnet, spring, mango tree.

കാന്തലൗഹം (നാ)- ഉരുക്ക്. steel.

കാന്തശക്തി (നാ)- കാന്തത്തിന്റെ ശക്തി, ആകർഷണശക്തി. magnetic power, attractive power.

കാന്തശില (നാ) അയസ്കാന്തം. magnet.

കാന്താരം (നാ)- മുള, ഛേദിക്കൽ, കാട്ടുപാത, ദ്വാരം, നടക്കാൻ പ്രയാസമുള്ള വഴി, കൊടുങ്കാട്, താമര, ചിഹ്നം, ഗുഹ, ഒരിനം കരിമ്പ്, ഭയാനകമായ വഴി. bamboo, cutting, forest path, hole, rugged forest path, thick jungle, lotus, sign, cave, a kind of sugarcane, a dreadful path.

കാന്താരി (നാ) - കഠിനഹൃദയ, ഗാന്ധാരി, ഒരു ക്ഷാരം, ഏഴു നാഡികളിൽ ഒന്ന്. hard-hearted woman, Gandhari, a kind of alkaline salt, one of the seven tubular vessels of the human body.

കാന്തി (നാ)- ഭംഗി, ആഗ്രഹം, കിരണം, ചന്ദ്രന്റെ ഭാര്യയുടെ പേര്, അലങ്കാരം, ചൂട്. beauty, desire, ray, name of the wife of moon, embellishment by figure of speech, heat.

കാന്തികം (നാ)- കാന്തത്തെ സംബന്ധിച്ചത്, ഇരുനില മാളിക. pertaining to magnet, a two-storied building.

കാന്തിദം (നാ)- പിത്തരസം, നെയ്യ്. bile, ghee.

കാന്തിദ്രവ്യം (നാ)- കുറിക്കൂട്ട്. fragrant medicinal cream.

കാന്തിമാൻ (നാ)- സുന്ദരപുരുഷൻ, അർക്കൻ, കാമദേവൻ, ചന്ദ്രൻ. handsome person, sun, Cupid, moon.

കാന്തുക (അ.ക്രി)- എരിയുക, ചൂടോ എരിവോ കാരണം നീറ്റലുണ്ടാകുക, കത്തുക, ദേഷ്യപ്പെടുക. burn, feel burning sensation due to pungency or heat, be angry.

കാന്ദിശീക (വി)- ഭയന്നോടിയ, ഓടിക്കപ്പെട്ട. absconded out of fear, driven out.

കാൻവാസ് (നാ)- ഒരു തരം പരുപരുത്ത വസ്ത്രം. canvas.

കാപടികൻ (നാ)- സ്തുതിപാഠകൻ, വഞ്ചകൻ, മോഷ്ടാവ്, വിദ്യാർത്ഥി, ശിഷ്യൻ. flatterer, cheat, thief, student, disciple.

കാപട്യം (നാ)- ദുഷ്ടത, നെറികേട്. wickedness, fraud.

കാപഥം(നാ)- രാമച്ചം, തെറ്റായ മാർഗ്ഗം. cuscus root, wicked way.

കാപാലി (നാ)- തലയോട്ടിമാല, പരമശിവൻ, കഴിവുള്ള സ്ത്രീ. wreath of skulls, Siva, skilful lady.

കാപി (നാ)- ഒരു ജന്യരാഗം. a janya raga.

കാപിലം (നാ)- സാംഖ്യദർശനം, കപിലനിറം, ഒരു ഉപപുരാണം. Samkhya philosophy, tawny colour, name of a sub-epic.

കാപിശേയൻ (നാ)- ഒരു പിശാച്. a devil.
കാപുരുഷൻ (നാ)- നിന്ദിക്കപ്പെട്ടവൻ, ധൈര്യമില്ലാത്തവൻ, പൗരുഷമില്ലാത്തവൻ contemptible fellow, coward.
കാപേയം (നാ)- കുരങ്ങുകളുടെ വർഗ്ഗം. monkey genus of animals.
കാപോതി (നാ)- അന്ധൻ, അജ്ഞൻ. blind person, ignorant person.
കാപ്പി (നാ)- കാപ്പിച്ചെടി, കാപ്പിക്കുരു വറുത്ത് പൊടിച്ച് ഉണ്ടാക്കുന്ന ഒരു പാനീയം, പകർപ്പ്, ഒരു രാഗം. coffee plant, coffee, copy, a janya raga.
കാപ്പിയൻ (നാ)- ശുക്രൻ. Venus.
കാപ്പിയം (നാ) - കാവ്യം. poetry.
കാപ്പിരി (നാ)- നീഗ്രോ വർഗ്ഗക്കാരൻ, അപരിഷ്കൃതൻ, ഇസ്ലാമല്ലാത്തവൻ. negro, uncivilized man, one who is not a Muslim.
കാപ്പ് (നാ)- സ്ത്രീകളുടെ വള, വാതിൽ, തോട്ടം, ഈശ്വരപൂജ, അഭിഷേക ചാർത്ത്, മതിൽക്കെട്ട്, വിഭൂതി. bangle, door, garden, worship of God, anointing idols with sandal paste, wall, holy ashes.
കാപ്യകരം (നാ) - കുമ്പസാരം, അനുതാപം. confession, penitence.
കാഫലം (നാ) - കായ്, പഴം, കായുണ്ടാകൽ, കയ്പ്പൻ കായ്, ചീത്ത ഫലം. fruit, ripe fruit, fruiting, bitter fruit, a bad fruit.
കാഫി (നാ)- ഒത്തിരി, മതി. plenty, enough.
കാഫിർ(നാ)-നാസ്തികൻ, ഇസ്ലാം മതത്തിൽ അവിശ്വാസി. atheist, unbeliever.
കാഫൂർ (നാ)- കർപ്പൂരം. camphor.
കാമഗ (വി)- ഇഷ്ടാനുസരണം പ്രവർത്തിക്കുന്ന. acting as one pleases.
കാമഗാ (നാ)- പെൺകുയിൽ, വ്യഭിചാരിണി. female Indian cuckoo, prostitute.
കാമചാരം (നാ) - തോന്ന്യാസം. wantonness.
കാമചാരി (വി)- തന്നിഷ്ടം പ്രവർത്തിക്കുന്ന, വിഷയലമ്പടത്വമുള്ള, തന്നിഷ്ടം പോലെ സഞ്ചരിക്കുന്ന. acting at pleasure, lustful, moving at pleasure.
കാമചാരി (നാ)- വിഷയാസക്തൻ, ഗരുഡൻ, പ്രണയിതാവ്, കുരികിൽ. lustful person, lover, sparrow.
കാമതരു (നാ)- കല്പവൃക്ഷം, തെങ്ങ്. the tree in heaven, coconut tree.
കാമതാലൻ (നാ)- കുയിൽ. Indian cuckoo.
കാമത (വി)- ഇഷ്ടമുള്ളത് നൽകുന്ന. granting desires.
കാമദമണി (നാ)- ചിന്താമണി. wish-yielding gem.
കാമദഹനൻ (നാ)- പരമശിവൻ. Siva.
കാമദുഘ (നാ)-കാമധേനു. Kamadhenu.
കാമദേവൻ (നാ)-നരനാരീസംഗമത്തിന് പ്രേരിപ്പിക്കുന്ന ദേവൻ, ശിവൻ, വിഷ്ണു. Cupid, Siva, Vishnu.
കാമദേവം (നാ)- ശുക്ലം, സംഭോഗത്തിനുള്ള ആഗ്രഹം. semen, desire for coitus.
കാമധേനു (നാ)- സ്വർഗ്ഗത്തിലെ ഗോവ്. fabulous cow in heaven granting all wishes.
കാമന (വി)- കാമമുള്ള, ആഗ്രഹമുള്ള, അനുരാഗമുള്ള. lustful, desireous, in love.
കാമനാ (നാ)- ആഗ്രഹം, പ്രണയം. desire, love.
കാമനൻ(നാ)-പ്രണയിതാവ്, കാമാസക്തിയുള്ളവൻ. lover, lascivious person.
കാമനീയകം (നാ)- അഴക്, ആകർഷണ ശക്തി. beauty, attractive power.
കാമൻ (നാ) -പരമാത്മാവ്, കാമദേവൻ, ബലരാമൻ. supreme soul, Cupid, Balarama.
കാമപത്നി (നാ)- കാമദേവന്റെ ഭാര്യ, രതീദേവി. wife of Cupid, Indra's wife.
കാമപാദപം (നാ)- ഇത്തിക്കണ്ണി. loranthus.

കാമപാലൻ (നാ)- പരമശിവൻ, ബല ഭദ്രൻ, മഹാവിഷ്ണു. Lord Siva, Balabhadra, Lord Vishnu.

കാമബാണം (നാ)- കാമദേവന്റെ അസ്ത്രം, പ്രണയിതാക്കൾക്ക് ഉണ്ടാകു ന്ന അസ്വസ്ഥത. arrow of Cupid, agony of separation experienced by lovers.

കാമം (ക്രി.വി)- ഇഷ്ടം പോലെ, ധാരാളം, മനസ്സില്ലാതെ വഴങ്ങി കൊടുക്കൽ, അങ്ങനെയിരിക്കട്ടെ. at will, to heart's content, consenting under protest, let it be so.

കാമം (നാ)- ആഗ്രഹം, വിഷയേച്ഛ, പുരുഷാർത്ഥങ്ങളിൽ ഒന്ന്, പ്രേമം, ശുക്ലം, ഫലകാംക്ഷ. desire, desire for sensual enjoyment, third of four subjects of life, love, semen, desire for the result of an action.

കാമമന്ഥ (നാ)- ഉലുവ. fenugreek.

കാമമാലി (നാ)- ഗണപതിയുടെ മറ്റൊരു പേര്. name of Ganapathy.

കാമമോതി(നാ)- കസ്തൂരി. musk.

കാമരം (നാ)- ആൽമരം, അത്തം നക്ഷത്രം, അടുപ്പ്, ഫലവൃക്ഷം, പാട്ട്, വണ്ട്. pipal tree, 13th constellation, fire place, fruit-bearing tree, song, beetle.

കാമരസം (നാ)- വിഷയസുഖം, ശുക്ലം. enjoyment of sexual love, semen.

കാമരൂപി (നാ)- ഇഷ്ടാനുസരണം രൂപം സ്വീകരിക്കുവാൻ കഴിവുള്ളവൻ, പന്നി, വെരുക്. one who assumes any forms at will, pig, civet cat.

കാമരൂപിണി (നാ)- സുന്ദരി, അമുക്കി രം, ദേവി. a beautiful lady, physalis flexuosa, goddess.

കാമരേഖ (നാ)- വ്യഭിചാരിണി, പ്രേമ ലേഖനം, സേവക. prostitute, love letter, maid.

കാമല (നാ) -മഞ്ഞപ്പിത്തം. jaundice.

കാമലം(നാ)-മഞ്ഞപ്പിത്തം, വസന്ത ഋതു, മരുഭൂമി. jaundice, spring, desert.

കാമലി (വി) -മഞ്ഞപ്പിത്തം ബാധിച്ച. suffering from jaundice.

കാമവല്ലഭ (നാ)- നിലാവ്. moon light.

കാമവല്ലഭൻ (നാ)- ചന്ദ്രൻ. moon.

കാമവല്ലഭം (നാ)-തേന്മാവ്, വണ്ടാരം കോഴി, വസന്തം. mango tree, Indian crane, spring.

കാമവീര്യൻ (നാ)- ഗരുഡൻ. Garuda.

കാമവൃക്ഷം (നാ)- ഇത്തിക്കണ്ണി. loranthus.

കാമവൃത്ത (വി)- ദുരാചാരിയായ. licentious.

കാമവൃത്തി (നാ)- തോന്ന്യാസം. insolence.

കാമശഃ (ക്രി.വി)- ആഗ്രഹാനുസരണം. at will.

കാമശരം (നാ)- കാമദേവന്റെ അസ്ത്രം, തേന്മാവ്. arrow of Cupid, mango tree.

കാമശാസ്ത്രം (നാ)- കാമകലയെ ക്കുറിച്ചുള്ള ശാസ്ത്രം. science of love and sex.

കാമസഖൻ (നാ)- വസന്തഋതു. spring season.

കാമസഖം (നാ)- തേന്മാവ്, വസന്തം, ചൈത്രമാസം. mango tree, spring, month of Chaitra.

കാമസിദ്ധി (നാ)- അഭീഷ്ടലാഭം. attainment of desire.

കാമറ (നാ)- ക്യാമറ, ഉള്ളറ, ഛായാ ഗ്രാഹിയന്ത്രം. camera.

കാമാക്ഷി (നാ)- പാർവ്വതീദേവിയുടെ മറ്റൊരു പേര്. goddess Parvati.

കാമാഖ്യ (നാ)- ദുർഗ്ഗ. Durga.

കാമാംഗം (നാ)- തേന്മാവ്. mango tree.

കാമാത്മജൻ (നാ)- അനിരുദ്ധൻ. Aniruddha.

കാമാനന്ദ(നാ)- കസ്തൂരി. musk.

കാമാന്തം (ക്രി.വി)- മനസ്സ് നിറയു വോളം. to one's heart content.

കാമാന്ധം (നാ)- പരുന്ത്, കുയിൽ. eagle, Indian cuckoo.

കാമായു (നാ)- ഗരുഡൻ, കഴുകൻ. Garuda, vulture.

കാമാരി (നാ)- പരമശിവൻ, ദുർഗ്ഗ, മാക്കീരകല്ല്. Lord Siva, Durga, a variety of pyrites.
കാമാല (നാ)- ദുഃഖം. sorrow.
കാമി (വി)- കാമമുള്ള, വിഷയാസക്തിയുള്ള. desirous, lustful.
കാമി (നാ)- പ്രണയിതാവ്, മാടപ്രാവ്, ശിവൻ, ചന്ദ്രൻ, വിഷയലമ്പടൻ. lover, pigeon, Siva, moon, lustful person.
കാമികം (നാ)- കാട്ടുതാറാവ്, കുളക്കോഴി. wild duck, water fowl.
കാമിക്കുക (നാ)- ഇച്ഛിക്കുക, പ്രണയിക്കുക. to desire, to love.
കാമിതം (നാ)- ഇച്ഛ. desire.
കാമിനി (നാ) - സുന്ദരി, കാമാസക്തിയുള്ളവൾ, മദ്യം, അനുരക്ത, മരമഞ്ഞൾ. beautiful lady, sexually passionate woman, liquor, sweet heart, curcuma aromatica.
കാമില (നാ)-മഞ്ഞപ്പിത്തം. jaundice.
കാമിലി (നാ)- മഞ്ഞപ്പിത്തം ബാധിച്ചവൾ. jaundice patient.
കാമിൽ (നാ)- പൂർണ്ണത. perfection.
കാമുക (നാ) - ആഗ്രഹമുള്ള, സ്നേഹമുള്ള, കാമിക്കുന്ന ശീലമുള്ള, വിഷയിയായ. wishing for, loving, libidinous, lustful.
കാമുകകാന്ത (നാ)- കുരുക്കുത്തിമുല്ല. plant gaertnera racemosa.
കാമുകൻ (നാ)- പ്രണയിതാവ്, കാമമുള്ളവൻ, പ്രിയതമൻ. lover, lustful person, husband.
കാമുകം(നാ)- കുരുക്കുത്തി മുല്ല, അശോകം, കാട്ടുപ്രാവ്, വില്ല്. gaertnera racemosa, Asoka, wild pigeon, bow.
കാമുകി (നാ)- കാമമേറെയുള്ളവൾ, പ്രണയിനി, വെള്ളിൽപക്ഷി, നീർക്കോഴി. lustful woman, lover, small crane, water fowl.
കാമ്പ് (നാ)- സാരാംശം, പൂവിന്റെ ഞെട്ട്, പ്രധാന ഭാഗം, അമ്പിന്റെ ചിറക്. essence, stalk of flower, main part, feathered end of arrow.
കാംബോജി(നാ)- ഒരു രാഗം, കാട്ടുഴുന്ന്, കുന്നിക്കുരു, മഞ്ഞൾ, പെരുങ്കായം. a raga, phaseolus maximus, abrus precatorius, a variety of asafoetida.
കാമ്യ (വി)- സുന്ദരമായ, കാമിക്കത്തക്ക, നശ്വരമായ, ഐച്ഛികമായ. lovely, desirable, mortal, optional.
കാമ്യാ (നാ)- ആഗ്രഹം, ഉദ്ദേശം, അപേക്ഷ. desire, intention, request.
കാംശി (നാ)- കിണ്ണം. cup.
കാംസ്യകം (നാ)- പിച്ചള. brass.
കാംസ്യം (നാ)- വെള്ളോട്, ചേങ്ങില, ഓട്ടുപാത്രം. bell metal, a plate of bell metal, a vessel made of bronze.
കായ് (നാ)- വൃക്ഷഫലം, തഴമ്പ്, ചൂതുകരു, ഏത്തക്ക. fruit, callosity, dice, unripe plantain fruit.
കായ (വി)- ചൂടുള്ള. hot.
കായകാ (നാ)- പലിശ. interest.
കായം (നാ)- ശരീരം, തായ്ത്തടി, കൂട്ടം, ലക്ഷ്യം, പ്രകൃതി, സ്വഭാവം, വീണയുടെ തന്ത്രിയൊഴികെയുള്ള ഭാഗം, പ്രധാന നഗരം, വാസസ്ഥലം. body, trunk of a tree, group, natural temperament, principal city, residence.
കായം (നാ)- ഒരു മരത്തിന്റെ കറ, ഔഷധമായും കറികളിൽ രുചികരമായും ഉപയോഗിക്കുന്നു, മുറിവ്, ചതവ്, വടു, തഴമ്പ്, ആകാശം, കാചം. asafoetida, injury, bruise, scar, callosity.
കായൽ (നാ)- ചൂട്, പനി, ചൂടുപിടിപ്പിക്കൽ, വരൾച്ച, നദിയും കടലുമല്ലാത്ത വിസ്തൃതമായ ജലാശയം. heat, fever, getting hot, drought, back waters.
കായവലനം (നാ)- പടച്ചട്ട. armour.
കായസ്ഥ (വി)- ശരീരത്തിലുള്ള. placed within the body.
കായസ്ഥ (നാ)- കടുക്ക, നെല്ലി, തുളസി, ചിറ്റേലം. ink nut, gooseberry, basil, small cardamom.
കായാധവൻ (നാ)- പ്രഹ്ലാദൻ, കയാധുവിന്റെ പുത്രൻ. name of Prahlada.

കായാപുരി (നാ)- ശരീരം. body.
കായിക (വി)- ശരീരസംബന്ധിയായ. pertaining to body.
കായിതം (നാ)- കടലാസ്, കത്ത്. paper, letter.
കായുക (അ.ക്രി)- അനരുക, പനിക്കുക, പ്രകാശിക്കുക, വിശക്കുക, മരിക്കുക, കുളിരുമാറുക, ചെറുചൂടുള്ളതാകുക, വേവുക. warm oneself, be feverish, shine, feel hungry, die, get rid of chillness, become hot, boil.
കായ്കനി (നാ)- പച്ചയും പഴുത്തതുമായ ഫലങ്ങൾ. unripe and ripe fruits.
കായ്കറി (നാ)- മലക്കറി. vegetables.
കായ്ക്കുക (അ.ക്രി)- കായുണ്ടാവുക. bear fruits.
കായ്ദ (നാ)- വഴക്കം, മുറ, വ്യവസ്ഥ. manners, custom, condition.
കാര് (നാ) - ഇരുൾ, മേഘം, കറുപ്പ്, കന്നിപ്പൂനെല്ല്. darkness, cloud, black, yield of grain.
കാര (വി)- നിർമ്മിക്കുന്ന, ചെയ്യുന്ന, ഹേതുവാക്കുന്ന. making, doing, causing.
കാരാ (നാ)- പീഡ, ദൂതി, ശബ്ദം, ബന്ധനഗൃഹം, സ്വർണ്ണപ്പണിക്കാരി. pain, female messenger, sound, prison, female worker in gold.
കാര (നാ)- ഒരു മുൾച്ചെടി, ഒരിനം മത്സ്യം, പന്ത്, ഒരു ത്വഗ്രോഗം, അപ്പം വാർക്കുന്നതിനുള്ള പാത്രം, എരുമ, തോട്ട, ഒരു കണ്ഠാഭരണം. thorny shrub, a kind fish, ball, skin disease, cake pan, she-buffalo, long pole with a hook at the tip to pluck fruits, necklace.
കാരക (വി)- നടത്തുന്ന, ഉണ്ടാക്കുന്ന, ചെയ്യുന്ന. conducting, making, doing.
കാരകം (നാ)- ക്രിയ, പ്രയത്നം, ഒരു വാക്യത്തിലെ നാമങ്ങൾക്കു ക്രിയയോടുള്ള ബന്ധം. action, effort, that which denotes relation between noun and verb.
കാരകിൽ (നാ)- ഒരു സുഗന്ധവൃക്ഷം. cedar tree.
കാരക്കോൽ (നാ)- ആനയെ അടിക്കാനുള്ള കമ്പ്. mahout's whip.
കാരട്ട് (നാ)- ഒരു സസ്യം, സ്വർണ്ണത്തിന്റെ ലോഹശുദ്ധി. plant, unit of proportionate purity of gold.
കാരണ (വി)- ഹേതുവായ. causing.
കാരണ (നാ)- കാരണം, തീവ്രവേദന. cause, severe pain.
കാരണൻ (നാ) - പ്രഭു, പ്രാമാണികൻ, ഈശ്വരൻ, ഹേതുഭൂതൻ, അധികാരസ്ഥൻ. lord, man of authority, god, originator of all things, man of official status.
കാരണപുരുഷൻ (നാ)- വിഷ്ണു. Vishnu.
കാരണം (നാ)- പ്രമാണം, ഹേതു, ശരീരം, ഉപകരണം, ഉദ്ദേശ്യം, വധം, ഹിംസ, ഒരു കാരകം, ഇതിവൃത്തം, ജ്ഞാനേന്ദ്രിയം. document, reason, body, instrument, intention, slaughter, one of the karakas, sense organ.
കാരണവൻ (നാ)- അമ്മാവൻ, വൃദ്ധൻ, അച്ഛൻ, ജ്യേഷ്ഠൻ, കുടുംബത്തിന്റെ ഭരണകർത്താവ്, ഒരു സ്ഥാനപ്പേര്. uncle, old man, head of a familly, title.
കാരണവാരി(നാ)-സൃഷ്ടിയുടെ തുടക്കത്തിൽ ഉണ്ടായ ജലം. premordial water.
കാരണാന്വിത (വി)- കാരണത്തോടു കൂടിയ. having reasons.
കാരണികൻ (നാ)- പരീക്ഷകൻ, ന്യായാധിപൻ, മധ്യസ്ഥൻ, ആചാര്യൻ. examiner, judge, mediator, teacher.
കാരണികം (നാ)- ചരിത്രം. history.
കാരണ്ഡി (നാ)- അട്ട. leech.
കാരം (നാ)- പൊൻകാരം, എരിവ്, ചാരം, കോഴിയുടെ കാഷ്ഠം, തുവർച്ചിലക്കാരം, പടിക്കാരം. borax, pungency, ash, droppings of the fowl, caustic soda, alum.

കാരം (നാ)- സ്വർണ്ണം, ആലിപ്പഴം. gold, hailstone.
കാരവടി (നാ)- കമ്പ്, ഗദ. stick, club.
കാരവം (നാ) -കാക്ക. crow.
കാരവല്ലി (നാ)- പാവൽ, ചങ്ങലം പരണ്ട. a variety of bitterguard, cissus quadrangularis.
കാരവി (നാ)- ഉലുവ, തൃച്ചട, കരി ഞ്ഞ്ജീരകം, കറിക്കായം, കായത്തിന്റെ മരം, കാട്ടുപാവൽ, ശതകുപ്പ, അയമോ ദകം. fenugreek, a kind of medicinal creeper, black cumin, asafoetida, wild momordica, anethum graveolens, caraway seed.
കാരവീജം (നാ)- ഓമം. bishop's weed.
കാരസ്കരം (നാ)- കാഞ്ഞിരം. strychnos nux vomica.
കാരറ്റ് (നാ)- കാരട്ട്. carrot.
കാരാഗൃഹം (നാ)- തടവുകാരെ പാർപ്പിക്കുന്ന സ്ഥലം. prison.
കാരാപാലൻ (നാ)- തടവുസൂക്ഷിപ്പു കാരൻ. jailor.
കാരാപ്പൂന്തി (നാ)- ഒരു പലഹാരം. a kind of fried or roasted pastry.
കാരാളൻ (നാ)- ക്ഷേത്രത്തിലെ പൂ കെട്ടുകാരൻ, കൃഷിക്കാരൻ. garland maker in temple, farmer.
കാരി (വി)- ജനിപ്പിക്കുന്ന, ചെയ്യുന്ന. producing, doing.
കാരി (നാ)- ഒരിനം മത്സ്യം, ഉവർനിലം. a kind of fish, saline field.
കാരിക (നാ)- തീവ്രവേദന, ക്രിയ, നടി, നടന്റെ ഭാര്യ, പലിശ, അഴക്, ഭൂഷണം, സ്ത്രീ, ആഭരണം. severe pain, verb, actress, wife of actor, interest, beauty, lady, ornament.
കാരിണി (വി)- ചെയ്യുന്ന, ജനിപ്പിക്കുന്ന. doing, producing.
കാരിത (വി)- ചെയ്യപ്പെട്ട, നടത്തിക്ക പ്പെട്ട. caused to be done, caused to be effected.
കാരിതാ (നാ)- പലിശ. interest.
കാരിമ (നാ) - കൊടുവേലി. leadwort.
കാരിസ്താൻ (നാ)- കാര്യസ്ഥൻ. manager.
കാരിയം (നാ)-കറുത്തീയം. black lead.
കാരു (വി)- ദാരുണമായ, ഭയങ്കരമായ. gruesome, terrible.
കാരു (നാ)- നെയ്ത്ത്, തോല്പണി, മര പ്പണി, അലക്ക്, ക്ഷൗരം എന്നീ പണി കൾ ചെയ്യുന്നവരുടെ പൊതുവായ പേര്, ശില്പി, ചിത്രപ്പണിക്കാരൻ, വിശ്വകർ മ്മാവ്. common name for artisans, mechanics, cobblers, barbers, washermen, etc., sculptor, artificer, Viswakarma.
കാരുകം (നാ)- നെയ്ത്ത്. weaving.
കാരുജം (നാ)- ചിത്രം, കാട്ടെള്ള്, നാക പ്പൂവ്, കുന്ന്, കാവിമണ്ണ്, പത, നുര. picture, wild sesamum, flower of heritieralittoralis, hill, ochre, froth, froam.
കാരുണിക (വി)- ദയയുള്ള. merciful.
കാരുണികൻ (നാ)- ദയയുള്ളവൻ. kind man.
കാരുണ്ഡി (നാ) കുളയട്ട. leech.
കാരുണ്യം (നാ)- ദയ, കൃപ, കരുണ രസം. kindness, mercy, sentiment of pathos.
കാരുപ്പ് (നാ)- കറുത്ത ഉപ്പ്. black salt.
കാരോത്തമം(നാ)-കിണറ്, തെളിഞ്ഞ മദ്യം. well, liquor.
കാർ (വി)- കടുത്ത, കറുത്ത. hard, black.
കാർ (നാ)- മേഘം, മുത്തങ്ങ, കറുപ്പ്, മോട്ടോർ വണ്ടി. cloud, cyperus rotundus, black, car.
കാർക്കശ്യം (നാ)- കർക്കശത്വം. roughness.
കാർക്കായ് (നാ)- രാഹു. Rahu.
കാർക്കാലം (നാ)- മഴക്കാലം. rainy season.
കാർക്കോടകൻ (നാ)-പരമദുഷ്ടൻ, കഠിനഹൃദയൻ, അഷ്ടനാഗങ്ങളിൽ ഒന്ന്. virulent person, hard-hearted man, one of the eight nagas.

കാർഖാന (നാ) - തൊഴിൽ ശാല, വാണിജ്യപ്രാധാന്യമുള്ള സ്ഥലം. factory, place of commercial importance.
കാർട്ടൂൺ (നാ)- പരിഹാസചിത്രം. cartoon.
കാർഡ് (നാ)- ചീട്ട്, അനുമതി പത്രം, പോസ്റ്റു കാർഡ്. playing card, post card, permit.
കാർത്തഘ്നൃം (നാ)- നന്ദികേട്, കൃതഘ്നത. ingratitude.
കാർത്തസ്വരം (നാ)- ഉമ്മത്ത്, സ്വർണ്ണം. dhutura plant, gold.
കാർത്തിക (നാ)- മൂന്നാമത്തെ നക്ഷത്രം, കാർത്തിക ദീപം. the third lunar asterirk, the lamps lighted on Kartika day.
കാത്തികൻ (നാ) - സുബ്രഹ്മണ്യൻ. Subrahmanya.
കാർത്തികം (നാ)- കാർത്തികമാസം. the Karthika month.
കാർത്തികേയൻ (നാ)- സുബ്രഹ്മണ്യൻ. Subrahmanya.
കാർത്ത്യായനി (നാ)- കാത്യായിനി. epithet of Parvati.
കാർദ്ദമ (വി)- ചെളിയുള്ള, ചെളി പുരണ്ട. muddy, soiled.
കാർപ്പടൻ (നാ)- ഭിക്ഷക്കാരൻ, പരാതിക്കാരൻ, അപേക്ഷകൻ, ജീർണ്ണ വസ്ത്രം ധരിച്ചവൻ. beggar, petitioner, applicant, one dressed in rags.
കാർപ്പടം (നാ)- കോലരക്ക്, പഴന്തുണി. lac, ragged garment.
കാർപ്പടികൻ (നാ)- വഞ്ചകൻ, തീർത്ഥയാത്രക്കാരൻ, ലോകപരിചയമുള്ളവൻ. deceiver, pilgrim, experienced man.
കാർപ്പടികം (നാ)- തീർത്ഥയാത്രക്കാരുടെ സംഘം. caravan of pilgrims.
കാർപ്പണ്യം (നാ)- ദയ, ലുബ്ധ്, ഗൗരവമില്ലായ്മ, ദാരിദ്ര്യം. mercy, parcimony, levity, poverty.
കാർപ്പാസം (നാ) - പഞ്ഞി, പരുത്തി, പരുത്തിവസ്ത്രം, കടലാസ്. cotton, cotton plant, paper.
കാർമ്മികൻ (നാ)- ജോലിക്കാരൻ, ഗുമസ്തൻ, പുരോഹിതൻ. worker, clerk, priest.
കാർമ്മുകം (നാ)- വില്ല്, മഴവില്ല്, പഞ്ഞി കടയാനുള്ള വില്ല്, മുള, വലിയ വേപ്പ്. bow, rainbow, bow used for carding cotton, bamboo, the neem tree.
കാർമ്മുകി (നാ)- വില്ലാളി, പ്രവൃത്തി തികയ്ക്കുന്നവൻ, ജോലിയിൽ സമർത്ഥൻ. archer, one who completes work, adept.
കാർമ്മുകിൽ (നാ)- കാർമേഘം. dark cloud.
കാര്യ (വി) - ചെയ്യേണ്ടുന്ന. to be done.
കാര്യക്രമം (നാ)-പരിപാടി. programme.
കാര്യക്ഷമത (നാ)- കാര്യശേഷി. efficiency.
കാര്യഗൗരവം (നാ)- കാര്യത്തിന്റെ പ്രാധാന്യം. importance of matter.
കാര്യദർശി (നാ)- കാര്യങ്ങൾ നടത്തുന്നവൻ. secretary.
കാര്യം (നാ)- സംഗതി, വസ്തു, ആവശ്യം, ഉദ്യമം, പ്രയോജനം, ഉത്പത്തി, പരിണാമം, നടപടി, ആരോഗ്യം, പ്രവൃത്തി, ജോലി, ഒരു അർത്ഥക്രിയ. issue, matter, need, effort, benefit, genesis, evalution, action, health.
കാര്യലാഭം(നാ)- ലക്ഷ്യം, ഉദ്ദേശ്യം, പ്രയോജനം. aim, intention, benefit.
കാര്യശേഷി (നാ) - കാര്യങ്ങൾ നടത്താനുള്ള സാമർത്ഥ്യം. efficiency.
കാര്യസിദ്ധി (നാ)- വിജയം, കാര്യലാഭം. success, attainment of aim.
കാര്യസ്ഥൻ (നാ)- കാര്യങ്ങൾ നടത്തുന്നവൻ, പ്രതിപുരുഷൻ, പ്രമാണി. manager, agent, leader.
കാര്യാലയം(നാ)-കച്ചേരി, കാര്യങ്ങൾ നടത്തുന്ന സ്ഥലം. office.
കാർവണ്ട് (നാ)- അധികം കറുത്ത വണ്ട്. black beetle.
കാർവ്വർണ്ണൻ (നാ)- ശ്രീകൃഷ്ണൻ. Srikrishna.

കാർവ്വലയം (നാ)-സമുദ്രം. ocean.
കാർവ്വേണി (നാ)- കറുത്ത തലമുടി, കറുത്ത തലമുടിയുള്ളവൾ. black hair, lady with black hair.
കാർശ്യം (നാ)- മെലിവ്, കച്ചോലം, പെരുമരുത്, അയിനി, ദാരിദ്ര്യം, അല്പത്വം. leanness, curcuma zedoaria, shorea robusta, artocarpus hirsuta, poverty, scantiness.
കാർഷി (നാ)- അഗ്നി, ഉഴവ്, ആകർഷണം. fire, ploughing, attraction.
കാർഷികൻ (നാ)- കർഷകൻ. farmer.
കാർഷ്ണ (വി)- കറുത്ത, കൃഷ്ണമൃഗത്തെക്കുറിച്ചുള്ള, കൃഷ്ണസംബന്ധിയായ, വ്യാസനെ സംബന്ധിച്ച. black, pertaining to black antelope, related to Veda Vyasa.
കാർഷ്ണ്യം (നാ)- കറുപ്പു നിറം, ഇരുമ്പിൻകിട്ടം. black colour, iron dirt.
കാർഷ്യം (നാ)- പെരുമരുത്. tree of shorea robusta.
കാൽ (നാ)- പാദം, രശ്മി, ഊന്ന്, കോൽ, പാവുനൂല്, കുറ്റി, സ്ഥലം, ധാന്യങ്ങളുടെ മുള, നാലിലൊന്ന്, നദിയിൽ നിന്ന് വെള്ളമൊഴുകുന്ന ചാൽ. leg, ray of light, prop, measuring rod, weaver's warp, stump, place, quarter, sprout of grain, conduit to let water into a field.
കാല (വി)- ഹിംസിക്കുന്ന, കറുത്ത. violent, black.
കാല (നാ)- കൊയ്ത്തുകഴിഞ്ഞാൽ നിൽക്കുന്ന വൈക്കോൽക്കുറ്റി. stump of straw left after reaping, bolt for carding cotton.
കാലകണ്ഠൻ (നാ)- ശിവൻ. Siva.
കാലകം (നാ)- കരൾ, മറു, ഒരിനം നെല്ല്. liver, mole, a kind of paddy.
കാലകർമ്മം (നാ)- നാശം, മരണം. ruination, death.
കാലകല്പ (വി)- അപായകരമായ. dangerous.
കാലകാലൻ (നാ)- പരമശിവൻ. Lord Siva.
കാലകീലം (നാ)- ശബ്ദം. sound.
കാലകൂടം (നാ)- കാക്ക, കാളകൂടം. crow, a deadly poison.
കാലകൃത (വി)- പണയം വയ്ക്കപ്പെട്ട, കാലം വരുത്തിവച്ച, നിക്ഷേപിക്കപ്പെട്ട, കാലവ്യവസ്ഥ ചെയ്തിട്ടുള്ള. pledged, caused by time, deposited, of a specified period or time.
കാലകൃത്ത് (നാ)- എരിക്ക്, സൂര്യൻ, പരമാത്മാവ്. madar plant, sun, supreme soul.
കാലകേതു (നാ)- ഒരു രാക്ഷസൻ, കശ്യപന്റെയും ദനുവിന്റെയും പുത്രൻ. demon, son of Danu &Kashyapa.
കാലകേയന്മാർ (നാ)- കാലകയുടെയും കശ്യപന്റെയും പുത്രന്മാർ. sons of Kalaka & Kashyapa.
കാലക്കേട് (നാ)- ആപത്ത്, ഭാഗ്യദോഷം. calamity, misfortune.
കാലക്രമം (നാ)- കാലത്തിന്റെ ഗതി. course of time.
കാലഗണിതം (നാ)- ജ്യോതിഷം. astronomy.
കാലഗതി (നാ)- മരണം, സമയത്തിന്റെ പോക്ക്. death, flow of time.
കാലങ്കോഴി (നാ)- ഒരു പക്ഷി. the brown wood owl whose.
കാലചക്രൻ (നാ)- സൂര്യൻ. sun.
കാലചക്രം (നാ)- സൂര്യൻ, ഒരു അസ്ത്രം, ഭാഗ്യചക്രം, ഗ്രഹങ്ങളുടെ ഭ്രമണം, ജനനമരണങ്ങളുടെ ആവർത്തനാത്മകമായ കാലഭ്രമണം. sun, arrow, wheel of fortune, movement of planets along the orbit, circle of birth, existence, death and vice-versa.
കാലജ്ഞൻ (നാ)- പൂവൻ കോഴി, ജ്യോതിശ്ശാസ്ത്രജ്ഞൻ. cock, astrologer.
കാലടി (നാ)- ഉള്ളങ്കാല്, കാൽച്ചുവടു പതിഞ്ഞ അടയാളം. sole of foot, foot print.
കാലടിപ്പാത (നാ)- കാൽ നടയായി മാത്രം സഞ്ചരിക്കുന്ന വഴി. footpath.
കാലത്ത് (ക്രി.വി)- ശരിയായ സമയത്ത്, പ്രഭാതത്തിൽ. at the proper time, at day break.

കാലൻ (നാ)- നാശകൻ, പരമശത്രു, മരണദേവത, മദ്യം വാറ്റുന്നവൻ, യമന്റെ മന്ത്രി, പരമാത്മാവ്, സൂര്യന്റെ ഒരു ഉപഗ്രഹം. agent of destruction, bitter enemy, Yama, god of death, distiller of liquors, minister of Yama, supreme soul, satellite of sun.

കാലനിശ (നാ) - ദീപാളി നാൾ രാത്രി, കൂരിരുട്ടു കൊണ്ടു ഭയങ്കരമായ രാത്രി. night previous to Diwali morn, pitch dark and ominous night.

കാലം (നാ)- അവസരം, മരണം, കറുപ്പ്, സംവത്സരം, താളം, ഇരുമ്പ്, ദുർഭിക്ഷം, ഭൂതവർത്തമാനഭാവി പ്രതീതിയുണ്ടാക്കുന്ന ആപേക്ഷികസത്ത, വിധി, കാരീയം, കൃഷ്ണമണി, ശീതോഷ്ണഭേദം, കുയിൽ. occasion, death, black, year, musical time , iron, famine, time, fate, black lead, apple of the eye, change of the seasons, cuckoo.

കാലംചൊല്ലി (നാ)- പല്ലി, കാക്ക. lizard, crow.

കാലമാടൻ (നാ)- ദുഷ്ടൻ, ഭയങ്കരൻ. wicked man, deadful.

കാലമാലം (നാ)- കൃഷ്ണതുളസി. holy basil plant.

കാലയാപം (നാ)- വിളംബം, നീട്ടിവയ്ക്കൽ, കാലക്ഷേപം. delay, postponement, livelihood.

കാലവർഷം (നാ)- ഇടവപ്പാതി മഴ. south-west monsoon.

കാലവിളംബം (നാ) - കാലതാമസം. delay.

കാലശേയം (നാ)- മോര്. buttermilk.

കാലഹരണം (നാ) - കാലതാമസം, കാലാവധി കഴിയൽ. delay, expiry of time.

കാലാഗാരം (നാ)- യമപുരി. abode of Yama.

കാലാഗ്നി (നാ)- ഒരു ഉപനിഷത്ത്, ഒരു മന്ത്രം, രുദ്രാക്ഷം, പ്രളയാഗ്നി, രുദ്രൻ name, of an Upanishad, a mantra, rudraksha, all consuming fire of deluge, Rudra.

കാലാണ്ഡജം (നാ)- കുയിൽ. cuckoo.

കാലാത്മാവ് (നാ)- പരമാത്മാവ്. supreme soul.

കാലാദ്ധ്യക്ഷൻ (നാ)- സൂര്യൻ, പരമാത്മാവ്. sun, supreme soul.

കാലാന്തരം (നാ)- കാലപ്പഴക്കം, മറ്റൊരു കാലം, ഇടയ്ക്കുള്ള കാലം. lapse of time , another period, interval.

കാലാപൻ (നാ)- പിശാച്. devil.

കാലാപം (നാ)- തലമുടി, പാമ്പിന്റെ പത്തി. hair, serpent's hood.

കാലാപാനി (നാ)- സമുദ്രം. sea.

കാലായസം (നാ)- കാരിരുമ്പ്. black iron.

കാലാവധി (നാ)- നിശ്ചിതകാലപരിധി. fixed time limit.

കാലാവസ്ഥ (നാ) ശീതോഷ്ണസ്ഥിതി. climate.

കാലി (നാ)- പശു, എരുമ, കാള, പോത്ത്. cow, she-bufallo, bullock, bufallo.

കാലിക (വി)- തക്ക കാലത്തുള്ള, സമയോചിതമായ. at apt time, timely.

കാലികം (നാ)- ചന്ദനം, മരമഞ്ഞൾ, അന്നിൽപ്പക്ഷി. sandalwood, curcuma xanthorrhiza, a type of crane.

കാലിംഗം (നാ)- പാമ്പ്, ആന, തണ്ണിമത്തൻചെടി, കുടകപ്പാലയരി, കാട്ടുവെള്ളരി, ഒരിനം ഇരുമ്പ്, ചെറിയ കുമ്പളം. snake, elephant, water melon plant, seed of echites pubescens, wild cucumber, a kind of iron, a kind of pumpkin.

കാലിത (വി)- കാലഗതി പ്രാപിച്ച, നശിപ്പിക്കപ്പെട്ട, അപഹരിക്കപ്പെട്ട. dead, destroyed, stolen.

കാലിന്ദം (നാ) - തണ്ണി മത്തങ്ങ. fruit of water melon.

കാലിന്ദി (നാ)- കാളിന്ദി. river Kalindi.

കാലിയം (നാ)- കലിയുഗം, ഒരു ലോഹം. mythical Kaliyuga, a metal.

കാലീകം (നാ) - ക്രൗഞ്ചപ്പക്ഷി. a kind of curlew.

കാലീയം (നാ)- കുങ്കുമം, പീതചന്ദനം, മരമഞ്ഞൾ. saffron, yellow sandal wood, curcuma xanthorrhiza.

കാല് (നാ)- പാദം, കാറ്റ്, സമയം, തവണ. foot, wind, time, turn.

കാലുക (അ.ക്രി)- ചേരുക, പായുക, ഒലിക്കുക, ഊറുക, കുതിക്കുക, നടക്കുക, വഹിക്കുക, ഛർദ്ദിക്കുക, ചോരുക. to join, to run fast, to flow, to ooze, to gallop, to walk, to carry, to vomit, to leak.

കാലുഷ്യം (നാ)- കലക്കം, മനസ്സിന്റെ അസ്വസ്ഥത, പിണക്കം, പക, മലിനത, ദുഷ്ടത. uneasiness, restlessness, estrangement, indignation, filth, wickedness.

കാലേയകം (നാ)-കുങ്കുമം, വേട്ടനായ്, ചൊവ്വള്ളിക്കൊടി, കൃഷ്ണചന്ദനം, പീതചന്ദനം, മരമഞ്ഞൾ. saffron, hound, a medicinal plant, a sort of sandal wood, yellow sandal wood, curcuma xanthorrhiza.

കാലേയം (നാ)- കുങ്കുമം, മരമഞ്ഞൾ, താമരക്കുരു, കരൾ, കസ്തൂരിമഞ്ഞൾ, കൃഷ്ണചന്ദനം, പീതചന്ദനം. saffron, curcuma xanthorrhiza, lotus seed, liver, curcuma arromatica, a sort of sandal wood, yellow sandal wood.

കാല്പം (നാ)- കച്ചോലം. curcuma zerumbet.

കാല്പടം (നാ)- ഉള്ളങ്കാൽ, കാലിന്റെ പത്തി. sole, forepart of sole.

കാല്പനിക (വി)- കെട്ടിച്ചമച്ച, സങ്കല്പമാത്രമായ, ഭാവനയിൽ രൂപം കൊണ്ട, കല്പനയെ സംബന്ധിച്ച. fictitious, imaginity, fanciful, romantic.

കാല്യ(വി)- ശുഭമായ, പ്രഭാതത്തിലുള്ള, മനോരഞ്ജകമായ, കാലോചിതമായ, തക്ക സമയത്തുള്ള. auspicious, of morning time, pleasant, seasonable, timely.

കാല്യം (നാ)- കച്ചോലം, പ്രഭാതം, ശുഭമായത്, അരോഗത. curcuma zerumbet, morning, that which is auspicious, state of being healthy.

കാല്വരി (നാ)- വർക്കത്ത്, മംഗളം, ഭാഗ്യം. grace, auspiciousness, good fortune.

കാല്വാ (നാ)- അഴിമുഖം. river mouth.

കാവ (നാ)- കാട്ടുമുല്ല. wild jasmine.

കാവക്കാരൻ (നാ)- കാവൽക്കാരൻ, മര്യാദ കെട്ടവൻ. guard, rogue.

കാവടി (നാ)- കാമരം, കാവണ്ട. decorated pole of wood with a wooden arch over it borne on the shoulders by devotees of Subramanya.

കാവട്ട (നാ)- സംഭാരപ്പുല്ല്. citronelly grass.

കാവണം (നാ)- ചോല, തട്ടുപന്തൽ, വധൂവരന്മാർക്കിരിക്കാനായി അലങ്കരിച്ച തട്ട്. shade, flat-roofed, decorated shed with seats for bride and groom for wedding.

കാവതിക്കാക്ക (നാ)- വലിയ കാക്ക, പറക്കാക്ക. raven.

കാവത്ത് (നാ)- കാച്ചിൽ. dioscorea alate.

കാവൻ (നാ)- ചിലന്തി. spider.

കാവൽ (നാ)- തടവ്, സൂക്ഷിപ്പ്, മതിൽ, പാറാവ്, സൂക്ഷിപ്പുകാരൻ. വേലി. imprisonement, watching, wall, keeping guard, watchman, fence.

കാവലൻ (നാ)- രാജാവ്, രാക്ഷസൻ. king, demon.

കാവല്ക്കാരൻ (നാ)- കാവൽ നിൽക്കുന്നവൻ. watcher.

കാവി (നാ)- കാഷായവസ്ത്രം, കാവിമണ്ണ്. ochre rob, ochre.

കാവി (നാ)- കള്ള്. toddy.

കാവിമണ്ണ് (നാ)- ഒരു തരം ചുവന്ന മണ്ണ്. red ochre.

കാവ് (നാ)- മരക്കൂട്ടം, ഉദ്യാനം, തോപ്പ്, ചെറിയ കോവിൽ, മതിൽ, നെറ്റിയിലെ കറുപ്പടയാളം, കാട്, കുട്ടി, പെൺകുട്ടി,

വാളിന്റെ പിടി, ഒരു തൂക്ക അളവ്. dense grove, garden, pleasure grove, wall, dark stain on the forehead, forest, child, girl, the hilt of a sword, a measure of a weight.

കാവുക (സ.ക്രി)- കാവടി, ധരിക്കുക. to carry loads on a pole, to put on.

കാവേരം(നാ)- കുങ്കുമപ്പൂവ്. saffron flower.

കാവേരി (നാ)- ദക്ഷിണേന്ത്യയിലെ ഒരു പുണ്യനദി, മഞ്ഞൾ, വേശ്യ. name of a sacred river of South India, turmeric, harlot.

കാവ്യ (വി)- കവിതയെ സംബന്ധിച്ച, കവിതാവാസനയുള്ള, വർണ്ണിക്കാൻ യോഗ്യമായ, ദീർഘദർശിയായ, കവിതാരൂപമായ. pertaining to a poet, having poetic aptitude, fit for narration, prophetic, poetic.

കാവ്യാ (നാ)- ബുദ്ധി, ഒരു പിശാചിക. intellect, name of a female fiend.

കാവ്യൻ (നാ)- ശുക്രൻ. Sukra.

കാവ്യം (നാ)- കവിത, കവിതയുടെ രചന, ക്ഷേമം, സുഖം, ജ്ഞാനം, പ്രചോദനം. poem, poetry, welfare, happiness, knowledge, inspiration.

കാശം (നാ)- ഒരിനം കരിമ്പ്, ആകൃതി, ആറ്റുദർഭ. a kind of sugarcane, shape, saccharum spontaneum.

കാശവിജ്ഞൻ (നാ)- നയനശാസ്ത്രജ്ഞൻ. optician.

കാശി (നാ)- ഉത്തരേന്ത്യയിലെ ഒരു പുണ്യസ്ഥലം. Benares.

കാശിനാഥൻ (നാ)- പരമശിവൻ. Lord Siva.

കാശ് (നാ)- പണം, ധനം, രൊക്കം, സ്വർണ്ണം. money, wealth, ready cash, gold.

കാശുകം (നാ)- ചീനപ്പട്ടു തുണി. satin silk.

കാശുകാരം (നാ)- കവുങ്ങ്. arecanut palm.

കാശ്മരി (നാ)- കുമിഴ്, കുമ്പിൾ മരം. gmelina arborea tree.

കാശ്മീരാ (നാ)- ഒരിനം വലിയ മുന്തിരി, ഓരിലത്താമര. a kind of grapes, lonidium suffruticosum.

കാശ്മീര (വി)- കാശ്മീരദേശത്തുള്ള. belonging to Kashmir.

കാശ്മീരകം (നാ)- കുങ്കുമം. saffron.

കാശ്മീരം (നാ)- കുങ്കുമം, പുഷ്കരമൂലം, കുമിഴ്, ഓരിലത്താമര, കുമ്പിൾ മരം, ഇന്ത്യയുടെ വടക്കേ അതിർത്തിയിലുള്ള ഒരു സംസ്ഥാനം. saffron, costus speciosus, gmelina arborea tree, Kashmir State.

കാശ്യപൻ (നാ)-കണാദൻ, അരുണൻ, ഒരു മഹർഷി, ഗരുഡൻ. name of Kanada, name of Aruna, name of a sage, name of Garuda.

കാശ്യപം (നാ) - മാംസം. flesh.

കാശ്യപി (നാ)- ഭൂമി, കശ്യപന്റെ പുത്രൻ, അരുണൻ, ഗരുഡൻ, വിഭണ്ഡകൻ. earth, son of Kasyapa , Aruna, Garuda, Vibhandaka.

കാശ്യപീനന്ദനൻ (നാ)- കുജൻ, നരകാസുരൻ. Mars, Narakasura.

കാശ്യപീനാഥൻ (നാ)- രാജാവ്. king.

കാശ്യപേയൻ (നാ)- ആദിത്യൻ, അസുരൻ, ദേവൻ, അരുണൻ, ഗരുഡൻ. sun, demon, demigod, Aruna, Garuda.

കാശ്യം (നാ)- മദ്യം. liquor.

കാഷം (നാ)- ഉരകല്ല്, ഉരയ്ക്കൽ. scratching rubbing.

കാഷായ (വി)- ചുവന്ന, ചെമപ്പുനിറം പിടിപ്പിച്ച. reddish, dyed of reddish colour.

കാഷായം (നാ)- കാവി വസ്ത്രം. cloth dyed in red ochre.

കാഷായവസനാ (നാ)- വിധവ. widow.

കാഷ്ഠ (നാ)- തടി കൊണ്ടുള്ള. wooden.

കാഷ്ഠാ (നാ)- സ്ഥലം, ദിക്ക്, ശ്രേഷ്ഠത, ഭൂവിഭാഗം, പാത, മരമഞ്ഞൾ, പതിനെട്ടു നിമേഷകാലം, ദക്ഷന്റെ ഒരു പുത്രി, വായു, മേഘം എന്നിവയുടെ സഞ്ചാര മാർഗ്ഗം, അടയാളം. place, direction,

excellence, geographical division, path, curcuma zerumbet, measure of time, name of a daughter of Daksha, course of wind and clouds, mark.
കാഷ്ഠദ്രു (നാ)- പ്ലാശ്. butea frondosa tree.
കാഷ്ഠഫലം (നാ)- കുരു, അണ്ടി. nut.
കാഷ്ഠം (നാ)- വിറക്, വടി, ഒരു തരം അളവ്, അളവു കോൽ, മരക്കഷണം, മലം. firewood, stick, measuring rod, a kind of measure, piece of wood, excreta.
കാസ (നാ)- ചുമ, കാസം. cough, asthma.
കാസം(നാ)- ചുമ, കുര, തുമ്മൽ, കരിമുരിങ്ങ, ഏങ്ങൽ, ശോഭ. cough, sneezing, a variety of moringe, asthma, splendour.
കാസരം (നാ)- പോത്ത്, കാട്ടുപോത്ത്, കാട്ടെരുമ. buffalo, wild buffalo,wild she-buffalo.
കാസാരം (നാ)- തടാകം, പൊയ്ക. lake, pond.
കാസൃതി (നാ)- രഹസ്യമാർഗ്ഗം. by way, secret path.
കാസ്തീരം (നാ)- വെളുത്തീയം. tin.
കാഹല (വി)- വരണ്ട, വാടിയ, വലിയ, ഉപദ്രവം ചെയ്യുന്ന, അധികമായ, കുസൃതിയുള്ള. dry, faded, large, annoying, excessive, mischievous.
കാഹല (നാ)- ഭേരി, കാഹളം, ഒരു അപ്സരസ്സ്. large military drum, trumpet, name of a nymph.
കാഹലി (നാ)-പരമശിവൻ, തരുണി, വരുണന്റെ ഭാര്യ. Lord Siva, young woman, wife of Varuna.
കാഹളം(നാ)- ഭേരി, പൂച്ച, കോഴി, ശബ്ദം, കാക്ക, ഒരു വാദ്യം, കുഴൽ. large drum, cat , cock, sound, crow, trumpet.
കാള (വി)- കറുത്ത, ഉപദ്രവിക്കുന്ന, കടും നീലനിറമായ. black, annoying, of dark blue colour.
കാളാ (നാ)- ശ്രീപാർവതി, അമരി, തിപ്പലി, അമുക്കുരം, മഞ്ചട്ടി, പൂപ്പാതിരി, കരിഞ്ജീരകം. Sri Parvathy, Indigo plant, long pepper, the plant physalis flexuosa, rubiya manjishta, thr trumpet flower tree, black cumin.
കാള (നാ)- എരുത്, ഭോഷൻ, അപരിഷ്കൃതൻ. ox, idiot, uncivilized person.
കാളകഞ്ജം (നാ)- നീലത്താമര. blue lotus.
കാളകണ്ടകം (നാ)- നത്ത്, നീർക്കാക്ക. owl, a gallinule.
കാളകണ്ഠൻ(നാ)-ശിവൻ, ആൺ മയിൽ, സ്കന്ദന്റെ ഒരു പാർഷദൻ. Siva, peacock, name of one of Skanda's retinue.
കാളകണ്ഠം (നാ)- നത്ത്, കുയിൽ, ഊർക്കുരുകിൽ, മയിൽ, നീർക്കാക്ക, വാലാട്ടിപ്പക്ഷി. owl, cuckoo, house sparrow, peacock, gallinule.
കാളകം (നാ)- പടവലം, യകൃത്ത്, ചേരുമരം, ജലസർപ്പം, കൃഷ്ണമണി, മറുവ്, കറുത്ത പുള്ളി, കറുപ്പുനിറം. snake-gourd, liver, marking nut tree, water snake, apple of eye, mole, black scar, black colour.
കാളൻ(നാ)- കറുത്തവൻ, കാള, കാലൻ, ശാസ്താവിന്റെ സേനാധിപതി. black man, ox, Yama, commander in chief of Mahasastha.
കാളനിര്യാസം (നാ)- ഗുഗ്ഗുലു. bedellium.
കാളപർണ്ണം (നാ)- തകര. tabernaemontana coronaria tree.
കാളപൃഷ്ഠം (നാ)- വില്ല്, കങ്കപക്ഷി, കൃഷ്ണമൃഗം, ഞാറല്പക്ഷി, കർണ്ണന്റെ വില്ല്. bow, heron, black antelope, pelican, bow of Karna.
കാളം (നാ)- തക്കോലം, സൗവീരാഞ്ജനം, വിഷം, പാമ്പ്, പൊന്നാവീരം, പനച്ചി, കാലം,കൊടുവേലി, ഇരുമ്പ്, കറുപ്പുനിറം, അമരി, കാഞ്ഞിരം. illicium anisatum, a kind of collyrium,

poison, snake, cassia sophora, diospyros embryopteris, time, lead wort , iron, black colour,indigo plant, strychnos nux vomica.

കാളമാല (നാ)- കാട്ടുതുളസി. wild basil plant.

കാളമുഖം (നാ)- കരിങ്കുരങ്ങ്. black monkey.

കാളമുഖി (നാ)- കല്ലുമഴ പെയ്യുന്ന മേഘം, ഒരിനം അപസ്മാരം. cloud that rains stones, a kind of epilepsy.

കാളയ (നാ)- മഞ്ഞൾ. turmeric.

കാളൽ (നാ)- ചൂട്, നിലവിളി, കാമ ജ്വരം, ജ്വാല, പനി, വേവ്, പ്രകാശിക്കൽ, എരിച്ചിൽ. heat, bawling, lust fever, flame, fever, burning sensation, shining, burning.

കാളവൃന്തം (നാ) - മുതിര. horsegram.

കാളരസം (നാ)- പനച്ചി, കൃഷ്ണമൃഗം, പീതചന്ദനം. diospyros embryopteris, black antelope, yellow sandal wood.

കാളസർപ്പം (നാ) - കറുത്ത പാമ്പ്, മഹാദുഷ്ടൻ. black poisonous snake, extremely wicked person.

കാളാംഗം (നാ)- വാൾ. sword.

കാളാഞ്ചി (നാ)- കരണ്ടി, ഒരിനം മത്സ്യം, കോളാമ്പി, പൊടിപ്പ്. spoon, kind of fish, spittoon, gold or silver hanging.

കാളാണ്ഡജം (നാ) - കുയിൽ. cuckoo.

കാളാപാനി (നാ)- മദ്യം, നാടുകട ത്തൽ, ജീവപര്യന്തം തടവ്. liquor, transportation, life imprisonment.

കാളായസം (നാ)- ഉരുക്ക്, കാരിരുമ്പ്. steel, a variety of iron.

കാളാരവിന്ദം (നാ)- നീലത്താമര. blue lotus.

കാളാഹി (നാ)- കൃഷ്ണസർപ്പം. black poisonous snake.

കാളി (നാ)- ഭയങ്കരി, പിശാച്, സത്യ വതി, ദുർഗ്ഗ, തേക്കിട, മഷി, കാർമേഘ നിര, രാത്രി, വേശ്യ, കറുത്ത നിറം, തുവരിമണ്ണ്, പെരുംജീരകം, കരി ഞ്ജീരകം, ഒരിനം വാഴ, അമരി. terrible woman, ghost, Satyavathy. goddess Durga, heliotropium indicum, ink, row of black clouds, night, harlot, black colour, a kind of fragrant earth, black cumin seed, a kind of plantain, indigo plant.

കാളിക (വി)- കറുത്ത. black.

കാളികാ(നാ)-കറുത്തവൾ, ദുർഗ്ഗ, മഴക്കാറ്, കാകോളി, മേഘമാല, ശ്രീപാർ വതി, അമരി, മഷി, തുവരിമണ്ണ്, കരിങ്കു യിൽ, കാലപ്പലിശ, കറുപ്പുനിറം, മാ ഞ്ചി, മദ്യം, അണ്ണാൻ, സ്വർണ്ണത്തിലെ കലർപ്പ്, കർക്കടകശൃംഗി, ഇലവംഗം. black woman, goddess Durga, rain cloud, name of a medicinal plant, chain of clouds, Sree Parvathy, indigo plant, ink, a kind of fragrant earth, Indian cuckoo, periodical interest paid at stipulated times, black colour, rubiya munjista, liquor, squirrel, adulteration in gold, gallnut, cinnamon tree.

കാളികം(നാ)-കറുപ്പുനിറം, കാരകിൽ, മരമഞ്ഞൾ, മഷി, മണിത്തക്കാളി, കറു ത്ത ചന്ദനം, പീതചന്ദനം, കൊക്ക്, വിരോധം. black colour, black agallocham, curcuma xanthorrhiza, ink, solanum nigrum, black sandal, yellow sandal wood, crane, enmity.

കാളിദാസൻ (നാ)- വിക്രമാദിത്യസദ സ്സിലെ നവരത്നങ്ങളിലൊന്ന്, കവികു ലഗുരു. great poet and dramatist, one of the nine poet gems of the court of Vikramaditya.

കാളിന്ദ (വി)- കളിന്ദപർവ്വതത്തെ സംബന്ധിച്ച. pertaining to Kalinda mountain.

കാളിന്ദം (നാ)- ഏലം, പാമ്പ്, തണ്ണി മത്ത. cardamom, snake, water melon.

കാളിന്ദി (നാ)- വാക, ഒരിനം തേക്ക്, യമുനാനദി, ശ്രീകൃഷ്ണന്റെ ഒരു ഭാര്യ, നീർപ്പശു. siris tree, a kind of teak,

River Yamuna, one of the consorts of Sreekrishna, aquatic cow.

കാളിപ്പഴം (നാ)- കദളിപ്പഴം. a kind of plantain tree.

കാളിമ(നാ)-ഇരുട്ട്, കളങ്കം, മഷി, ദ്വേഷം, പുകയറ. darkness, stain, ink, hatred, soot.

കാളിയ (നാ) - കറുത്ത, കത്തിജ്വലിച്ച. black, burned.

കാളിയൻ (നാ)- കറുത്ത പാമ്പ്, ശ്രീരാമന്റെ ഒരു സേവകൻ. black snake, a faithful attendant of Sree Rama.

കാഴ്ച (നാ)- ദർശനം, നോട്ടം, ആഘോഷം, വീണ്ടുവിചാരം, പ്രദർശനം, ഉപഹാരം. sight, look, festival, foresight, exhibition, a present.

കാഴ്ചക്കാരൻ (നാ)- കാണുന്നവൻ, ദീർഘദർശി, സന്ദർശകൻ. spectator, man of foresight, visitor.

കാഴ്ചദ്രവ്യം (നാ)- ഉപഹാരം. present.

കാഴ്ചബംഗ്ലാവ് (നാ) - വസ്തുക്കൾ കാഴ്ചയ്ക്ക് ഒരുക്കിവച്ചിട്ടുള്ള സ്ഥലം. museum.

കാറല് (നാ)- പഴക്കത്താലുണ്ടാകുന്ന കനപ്പ്. rancidity.

കാറ് (വി)- കറുത്ത, പരുപരുത്ത, ഇരുണ്ട. black, rough, dark.

കാറ് (നാ)- കറുപ്പ്, മേഘം, വെള്ളം, മഴ, അഴക്, ഇരുൾ, മോട്ടോർ വാഹനം. black, cloud, water, rain, beauty, dark, motor vehicle.

കാറുക (അ.ക്രി)- നിലവിളിക്കുക, കാർക്കിക്കുക, കനയ്ക്കുക, പഴകി അരുചിയുണ്ടാവുക. to bawl, to hawk, to grow rancid.

കാറ്റാടി (നാ)- കടലാസു കൊണ്ടുള്ള പട്ടം, വിശറി, ശാമ്പ്രാണിമരം, കാറ്റിന്റെ ഗതി അറിയാനുള്ള ഉപകരണം, ഒരു കളിപ്പണ്ടം കാറ്റിൽ കറങ്ങുന്നത്. paper kite, fan, casuarina tree, weather cock, toy that whirls in the wind.

കാറ്റ് (നാ)- പ്രാണൻ, ശ്വാസം, കാത്ത്, ചലിക്കുന്ന വായു, പഞ്ചഭൂതങ്ങളിൽ ഒന്ന്, വായു. life breath, breath, catechu, wind, one among the five elements, air.

കാറ്റുമറ (നാ)- തട്ടി, കാറ്റു കയറാത്ത സ്ഥലം. wind screen, windproof place.

കിഷ (നാ)- കാട്ടുകാക്ക, തെങ്ങ്. blue jay, coconut tree.

കിക്കിലി(നാ)- ഇക്കിളി, ലജ്ജ. shyness.

കിങ്കര (വി)- ദാസഭാവമുള്ള. having servantship.

കിങ്കരൻ (നാ)- ദാസൻ, അടിമ, ഭൃത്യൻ. one who goes on errands, slave, servant.

കിങ്കവി(നാ)- നിന്ദ്യനായ കവി. poetaster.

കിങ്കിണി (നാ)- മുന്തിരി, ചണ, കിങ്ങിണിത്തള, ആറ്റു ഞാവൽ. grapes, hemp, small bells made of silver or gold worn on the leg, ardisia humilis tree.

കിങ്കിര (നാ)- കാമദേവൻ. Cupid.

കിങ്കിരം (നാ)- കുയിൽ, കുതിര, ആനയുടെ കുംഭം, ചെമപ്പുനിറം, വലിയ കാർവണ്ട്. cuckoo, horse, frontal sinus of elephant, red colour, large black beetle.

കിങ്കിരാതം (നാ)- അശോകം, തത്ത, കുയിൽ, വെൾവേലം, മഞ്ഞക്കുറിഞ്ഞി. the tree fonesia asoka, parrot, cuckoo, acasia leucophloea, the plant fusticia infundibilliformis.

കിങ്കു (നാ)- മുലക്കണ്ണ്, മധുരപലഹാരം, അമ്മിഞ്ഞി. nipple, sweetmeat, breast.

കിങ്ങിണി (നാ)- ചെറിയ ഇനം മണി, തരിമണികൾ കെട്ടിയ അരഞ്ഞാൺ. a kind of small bell, girdle of small bells.

കിച്ചടി (നാ)- ഒരിനം കറി, ഒരു പലഹാരം. a curry, a cake.

കിഞ്ചന (ക്രി.വി)- ഒട്ടും തന്നെ, അല്പം. not at all, a little.

കിഞ്ചനൻ(നാ)- അല്പൻ, ദരിദ്രൻ. base, poor man.

കിഞ്ചിത് (ക്രി.വി) -അല്പം. a little.

കിഞ്ചുക (അ.ക്രി)- യാചിക്കുക, താണ പേക്ഷിക്കുക. to beg, to cringe.

കിഞ്ജ്ജം (നാ)- താമരയല്ലി, നാകപ്പൂവ്. filament of a lotus flower, flower of mesua ferrea.

കിട (നാ)- കിടക്ക, ഇരിപ്പിടം, കിടപ്പാടം, കിടപ്പ്, കര, ചെറ, എതിര്, തുല്യം, ആട്ടിൻപറ്റം. bed, seat, abode, act of lying down, bank, shore, bund, equal, flock of sheep.

കിടക്ക (നാ)- മെത്ത. bed.

കിടക്കറ (നാ)- കിടക്കുന്ന മുറി. bed-room.

കിടക്കാരൻ (നാ)- എതിരാളി, മത്സരി ക്കുന്നവൻ. opponent, rival.

കിടക്കുക (അ.ക്രി)- ശയിക്കുക, സ്ഥിതി ചെയ്യുക, ജീവിക്കുക, അധിവ സിക്കുക, രോഗിയാവുക, ചലിക്കാതിരി ക്കുക. to lie, to exist, to live, to dwell, to be sick, not to move.

കിടങ്ങ് (നാ)- ചാല്, കുഴി, തടവുമുറി, ശവക്കല്ലറ, കോട്ടമതിൽ, വെള്ളം നിറ ഞ്ഞുകിടക്കുന്ന കുഴി. drain, ditch, tomb, fortress, ditch filled with water.

കിടപ്പ് (നാ)- അവസ്ഥ, സ്ഥിതി, ഇരിപ്പു മുതൽ, രോഗബാധ, കിടക്കുന്ന രീതി, ശയനം. condition, situation, balance, attack of a disease, lying waste, act of lying down.

കിടയുക (അ.ക്രി)- കിടയാവുക, തൊടുക, കിട്ടുക, ഏർപ്പെടുക, മുട്ടുക, ശണ്ഠകൂടുക, മത്സരിക്കുക, എതിർ ക്കുക. be rival, touch, get, be engaged, knock against, pick up a quarrel, contest, oppose.

കിടയ്ക്കുക (സ.ക്രി)- എതിർക്കുക, പ്രാപിക്കുക, കിട്ടുക, ലഭിക്കുക. to oppose, to reach, to get, to obtain.

കിടി (നാ)- കാട്ടുപന്നി. hog.

കിടിഭം (നാ)- മൂട്ട, പേൻ, ഒരിനം കുഷ്ഠം. bug, louse, a kind of leprosy.

കിടിലം (നാ)- കിടുക്കം, വിറയൽ. shudder, shivering.

കിടുകിടുക്കുക (അ.ക്രി)- നടുങ്ങുക, വിറയ്ക്കുക, വിറച്ചു തുള്ളുക. shudder, shiver, tremble.

കിടുക്കം (നാ)- നടുക്കം, കിലുക്കം. startling, rattling sound.

കിടുക്കുക (സ.ക്രി)- കിലുക്കുക. to make rattling sound.

കിടുതി (നാ)- കെടുതി, സന്ദർഭം. ruin, occasion.

കിടുമൻ (നാ)- സാക്ഷ. bolt.

കിട്ടം (നാ)- ഇരുമ്പുകീടൻ. scoria.

കിട്ടാലം (നാ)- തുരുമ്പ്, കിട്ടം, ചെമ്പു പാത്രം. rust, scoria, copper vessel.

കിട്ടി (നാ)- കൈത്താളം, ഇടുക്കുകോൽ, നുകക്കുഴി, ഒരു കളിപ്പാട്ടം. cymbal, squeezer, toy.

കിട്ടുക (അ.ക്രി)- ലഭിക്കുക, ഇണങ്ങു ക, പ്രാപിക്കുക. to get, to be tamed, to reach.

കിണച്ചിൽ (നാ)- ശണ്ഠ, തർക്കം, വേർ പാട്, കൂട്ടിമുട്ടൽ. quarrel, dispute, separation, clash.

കിണം (നാ)- തഴമ്പ്. scar.

കിണയുക (അ.ക്രി)- മത്സരിക്കുക, എതിർക്കുക, കൂട്ടിമുട്ടുക, കിഴിയുക, താഴുക, ശണ്ഠകൂടുക, വേർപെടുക. contest, oppose, clash, be abased, come down, quarrel, separate.

കിണർ (നാ)- വെള്ളം എടുക്കാൻ ഭൂമിയിൽ കുഴിച്ചുണ്ടാക്കിയ ജലാശയം, കുഴി. well, ditch.

കിണുക്കം (നാ) -കരച്ചിൽ, കിലുക്കം. crying, tinkling.

കിണുക്കുക (സ.ക്രി)- കിലുക്കുക. to rattle.

കിണുക്കുക (അ.ക്രി)- തടിക്കുക, ബല മുണ്ടാവുക, ശക്തിപ്പെടുക. grow fat, become mighty, become strong.

കിണുങ്ങുക (അ.ക്രി)- കിലുങ്ങുക, ശാഠ്യം പിടിച്ചു കരയുക. produce rattling sound, weep.

കിണ്ടൻ (നാ)- പുതപ്പ്, പൊണ്ണൻ, തടിയൻ. coarse cotton cloth, stout man, bulky fellow.

കിണ്ടം (നാ)- ഭോഷത്തം, തോല്‌വി, ദോഷം, ചതി. foolishness, failure, defect, deceit.

കിണ്ടി (നാ)- വാലുള്ള ഒരിനം ഓട്ടു പാത്രം, വാൾമുന, വൃഷണവീക്കം. metal goblet, pointed tip of a sword, swelling of testicle.

കിണ്ടുക (സ.ക്രി)- ഒറ്റുക, തോണ്ടിനോക്കുക, ചികയുക, ഇളക്കുക, കുഴിച്ചെടുക്കുക, സത്യമറിയാനായി വീണ്ടും വീണ്ടും ചോദിക്കുക. to spy out, to scoop, to scratch, to stir with a flat spoon, to dig out.

കിണ്ണൻ (നാ)- നാഴികവട്ട, ഒരിനം ചെറിയ പാത്രം. clepsydra, bronze plate.

കിണ്ണാരം (നാ) - കിന്നാരം, ഒരിനം ഫിഡിൽ. a kind of fiddle.

കിതയ്ക്കുക (അ.ക്രി)- നെഞ്ചു തുടിക്കുക, അണയ്ക്കുക. throb, gasp.

കിതവ (വി)- ചതിക്കുന്ന, ധൂർത്തനായ, ഉപദ്രവിക്കുന്ന. deceiving, prodigal, harmful.

കിതവൻ (നാ)- ചതിയൻ, ധൂർത്തൻ. cheat, rogue.

കിതവം (നാ)- ചതി, ഉമ്മത്ത്, ചൂതുകളി. deceit, dhatura plant, gambling.

കിത്താബ് (നാ)- പുസ്തകം, ഖുറാൻ. book, holy book Koran.

കിനാവള്ളി (നാ)- നീരാളി, ഒരിനം മത്സ്യം. octopus, a kind of fish.

കിനാവ് (നാ)- സ്വപ്നം. dream.

കിനിയുക (അ.ക്രി)- ഊറുക, അലിയുക. ooze out, liquifying.

കിന്നം (നാ)- കഷ്ടത, വിപത്ത്, വൈരൂപ്യം. affliction, distress, deformity.

കിമ്പചൻ (നാ)- ലുബ്ധൻ. miser.

കിയാമം (നാ)- ലോകാവസാനം. end of the world.

കിരകൻ (നാ)- പന്നി. pig.

കിരണൻ (നാ)- സൂര്യൻ. sun.

കിരണം (നാ)- രശ്മി, കടിഞ്ഞാൺ, തരി, ധൂളി. ray of light, rein, particle of dust.

കിരം (നാ)- പന്നി. pig.

കിരാടൻ (നാ)- കച്ചവടക്കാരൻ. trader.

കിരാടിക(നാ)-പഞ്ചവർണ്ണക്കിളി. parrot.

കിരാതൻ (നാ)- കാട്ടാളൻ, ക്രൂരൻ, മുണ്ടൻ, വേടൻ, ഗിരിവാസി, അപരിഷ്കൃതൻ. name of a mountain tribe, cruel man, dwarf, hunter, inhabitant of mountain barbarian.

കിരാതം (നാ)-കാട്ടാളത്തം, ഹിമാലയത്തിന് സമീപമുള്ള ഒരു പ്രദേശം, കിരാതവേഷധാരിയായ ശിവന്റെ കഥ. savagery, name of an ancient country near the Himalayas, story of Siva.

കിരാൽ (നാ)- തവിട്ടുനിറം. brown colour.

കിരി (നാ)- കാട്ടുപന്നി, പന്നി. boar, hog.

കിരിയം (നാ)- കുടുംബം, തറവാട്. family, matriarchal family.

കിരീടം (നാ)- തലയിൽ അണിയുന്ന രത്നങ്ങളുള്ള തൊപ്പി. crown.

കിർമ്മീര (വി)- നാനാവർണ്ണങ്ങളുള്ള, പുള്ളികളുള്ള. variegated, spotted.

കിര്യാണി (നാ)- കാട്ടുപന്നി. wild boar.

കില (ക്രി.വി)- പോൽ, വാസ്തവത്തിൽ. probably, indeed.

കില (വി)- നിസ്സാരമായ. worthless.

കിലാടി (നാ)- മുള. bamboo.

കിലാടി (നാ)- തെമ്മാടി. vagabond.

കിലാസം(നാ)- വെള്ളപ്പാണ്ട്. white spot on the skin.

കിലിമം (നാ)- ദേവതാരം. pinus deodar.

കിലുക്കം (നാ)-കിലുങ്ങൽ. tinkling.

കിലുക്കാംപെട്ടി (നാ)- കിലുങ്ങുന്ന ഒരു കളിപ്പാട്ടം. rattle.
കിലോരം (നാ)- ഒരു വാതകം. chlorine.
കില്ബിഷം (നാ)- കുറ്റം, പാപം, അക്രമം, അന്യായം, അപരാധം. crime, sin, violence, injustice.
കില്ല (നാ)- കർട്ടൻ, കൊതുകുവല, കോട്ട. curtain, mosquito net, fort.
കില്ല് (നാ)- ക്ലേശം, സംശയം. worry, doubt.
കിലധി (നാ)- ആൺകുതിര. male horse.
കിലധിനി (നാ)- പെൺകുതിര. female horse.
കിവി (നാ)- പറക്കാത്ത ഒരിനം പക്ഷി. kiwi.
കിശോരകം (നാ)- കുട്ടി. child.
കിശോരൻ (നാ)- സൂര്യൻ, ബാലൻ, ആൺകുതിരക്കുട്ടി. sun, boy, colt.
കിശോരം (നാ)- കുഞ്ഞ്, കുട്ടിപ്രായം, മൃഗശാബകം. baby, childhood, young one of any animal.
കിശോരി (നാ) ബാലിക, യുവതി. girl, young woman.
കിഷ്കപർവം (നാ)- മുള, വേഴൽ, കരിമ്പ്. bamboo, a kind of reed, sugarcane.
കിഷ്കം (നാ)- മുള. bamboo.
കിഷ്കിന്ധ (നാ)- രാമായണ പരാമർശിത വാനരരാജധാനി. place mentioned in Ramayana as capital of monkey kings.
കിഷ്കു (വി)- ജുഗുപ്സാവഹമായ, ചീത്തയായ. abhorrent, bad.
കിഷ്കു (നാ)- ഒരു ചാൺ, കൈത്തണ്ട്, മുഴം, മുള, കോടാലിയുടെ പിടി, മുഴക്കോൽ. span, fore-arm, linear measure, bamboo, axe handle, measuring rod.
കിസലയം (നാ)- തളിര്. sprout.
കിസാൻ (നാ)- കൃഷിക്കാരൻ. farmer.
കിസ്മത്ത് (നാ)- ഭാഗ്യം, സേവനം, ഓഹരി. fortune, service, share.
കിസ്മിസ് (നാ)- കുരുവില്ലാത്ത മുന്തിരിങ്ങ. dried grape without seeds inside.
കിസ്സ (നാ)- ഐതിഹ്യം, കഥ. legend, story.
കിള (നാ)- മൺചുവര്, കയ്യാല, തൂമ്പാപ്പണി. mud wall, digging.
കിള (നാ)- ശാഖ, കൂട്ടം, മൊട്ട്. branch, crowd, bud.
കിളപ്പ് (നാ)- കിളയൽ, ചുവർവയ്പ്. spade work, construction of mudwall.
കിളയൽ (നാ) - തൂമ്പാപ്പണി. digging.
കിളയ്ക്കുക (സ.ക്രി)-മണ്ണുകുഴച്ചു ചുവരുണ്ടാക്കുക, കിളിർക്കുക. to construct mudwall, to sprout.
കിളർ (വി)- വർദ്ധിച്ച, നിറഞ്ഞ, ഉയർന്ന. increased, full, high.
കിളർ (നാ)- വർദ്ധന, ഉയർച്ച, ക്ലാവ്, പ്രകാശം increase. height, verdigris, light.
കിളരുക (അ.ക്രി)-വളരുക, വെടിക്കുക, നിറയുക, പ്രകാശിക്കുക, അഹങ്കരിക്കുക. grow, break, shine, pride.
കിളർക്കുക (അ.ക്രി)- ക്ലാവു പിടിക്കുക. be coated with verdigris.
കിളാവ് (നാ)- ക്ലാവ്, വലിയ തിര. verdigris, big rising wave.
കിളി (നാ)- തത്ത, പക്ഷി. parrot, bird.
കിളിവാതിൽ (നാ)-ജന്നൽ. small window.
കിളുന്ത് (നാ)- തളിര്, നാമ്പ്, ഇളപ്പമായത്. tender leaf, shoot, that which is tender.
കിള്ളി (നാ)- അരിവാൾ, ഇക്കിളി, നീർമാതളം. sickle, tickling, crataeva religiosa.
കിള്ള് (നാ)- കിള്ളൽ. pinching.
കിള്ള് (വി)- ഒരു നുള്ള്, അല്പം. a pinch, a little.
കിള്ളുക(സ.ക്രി)-നുള്ളുക, പിച്ചുക. to pinch with nails.

കിഴക്ക് (നാ)- പൂർവ്വദിക്ക്, മുൻഭാഗം. east, front side.
കിഴങ്ങ് (നാ)- കന്ദം, സാരാംശം, നാരായവേര്. tuber, essence, tap root.
കിഴപ്പ് (നാ)- കിതപ്പ്. gasping.
കിഴയ്ക്കുക (അ.ക്രി)- കിതയ്ക്കുക, ക്ഷീണിക്കുക. pant, be fatigued.
കിഴലി (നാ)- മാംസം. flesh.
കിഴവൻ (നാ)- വൃദ്ധൻ, ഭൂവുടമ. old man, land lord.
കിഴാനെല്ലി (നാ)- ഒരു പച്ചമരുന്ന്. phyllanthus niruri.
കിഴിക്കുക (സ.ക്രി)- കുറയ്ക്കുക, ഹരിക്കുക, തരംതാഴ്ത്തുക, പരിഹസിക്കുക. to subtract, to devide, to degrade, to make fun of.
കിഴിത്ത (നാ)- ദ്വാരം. hole.
കിഴിയുക (അ.ക്രി)- താഴുക, വണങ്ങുക, പുറപ്പെടുക, ആശ്രയിക്കുക, ക്ഷീണിക്കുക. come down, salute, set out, depend upon, grow thin.
കിഴിവ് (നാ)- കീറൽ, തോല്‌വി, ഇളവു ചെയ്ത തുക. tearing, failure, rebate.
കിഴിശ്ശീല (നാ)- മടിശ്ശീല. bag used as money purse.
കിഴുക്കുക (സ.ക്രി)- കൊട്ടുക. to knuckle.
കിറി (നാ)- ചിരി. laughter.
കിറുകിറുക്കുക (അ.ക്രി)- ഈർഷ്യ കാട്ടുക. show envy.
കിറുകൃത്യം - വളരെ ശരി. exact.
കിറുക്കൻ-കിറുക്കുള്ളവൻ. insane person.
കിറുക്കം (നാ)-ബുദ്ധി ഭ്രമം. insanity.
കിറുക്കുക (സ.ക്രി)- മാച്ചു കളയുക, കുറിക്കുക, എഴുതുക. to erase, to write.
കിറുങ്ങുക (അ.ക്രി)- മയങ്ങുക, ലഹരി പദാർത്ഥം കൊണ്ടു മത്തു പിടിക്കുക. drowse, become intoxicated.
കീകട (വി)- ദരിദ്രനായ, ലുബ്ധനായ. indigent, miserly.
കീകടൻ (നാ)- നാസ്തികൻ, അനാര്യൻ. atheist, not belonging to the 'arya' race.
കീകടി (നാ)- ദരിദ്ര, ലുബ്ധ, പെൺകുതിര. poor woman, niggardly woman, mare.
കീകസ (വി)- ഉറപ്പുള്ള. hard.
കീകസം (നാ)- എല്ല്. bone.
കീചകം (നാ)- തുമ്പി തുളച്ച മുള. hollow bamboo whistling in the wind.
കീചർമ്മ (നാ)- അഴുക്ക്, നാണക്കേട്. dirt, shame.
കീട (വി)- പരുഷമായ, കടുത്ത, കഷ്ടതയുള്ള, സ്നേഹമില്ലാത്ത. harsh, hard, distressful, not loving.
കീടകം (നാ) - കൃമി, പുഴു, നിസ്സാരമായത്. tiny worm, worm, that which is worthless.
കീടഘ്നം (നാ)- ഗന്ധകം, വീഴാലരി. sulphur, erycibe paniculata.
കീടജ (നാ) അരക്ക്. lac.
കീടജം (നാ)- പട്ട്, കോലരക്ക്, പട്ടുനൂല്. silk, lac, silk thread.
കീടഫലം (നാ)- അത്തിയാല്. ficus racemosa.
കീടം (നാ)- പുഴു, ഇരുമ്പു കിട്ടം, വണ്ട്, പല്ലിലെ ഇത്തിൾ, നിന്ദ്യവും നിസ്സാരവുമായ വസ്തു, വൃശ്ചികം രാശി, പറക്കുന്ന ഒരിനം ചെറുപ്രാണി, തേൾ. worm, dross of iron, beetle, tartar of the teeth, worthless object, scorpio, sign of the zodiac, pest, scorpion.
കീടമണി (നാ)- മിന്നാമിനുങ്ങ്. firefly.
കീണം (നാ)- ഗർവം, താഴ്ച, ദുരിതം. haughtiness, lowness, affliction.
കീനം (നാ)- മാംസം. flesh.
കീനാശ (വി)- തുച്ഛമായ, ദാരിദ്ര്യമുള്ള, ദുരാഗ്രഹമുള്ള, കൃഷിചെയ്യുന്ന. small, poor, greeding, cultivating the soil.
കീനാശൻ (നാ)- യമൻ, കൃഷിക്കാരൻ, കുരങ്ങൻ, കശാപ്പുകാരൻ, കൃപണൻ. Lord of Death, Yama, farmer, monkey, butcher, miser.

കീനാശം (നാ)- കുരങ്ങ്. monkey.
കീമ (നാ)- രസതന്ത്രം. chemistry.
കീമത്ത് (നാ)- വില. price.
കീമ്പിളി (വി)- കനം കുറഞ്ഞ. thin.
കീര (നാ)- ചീര. greens.
കിരക്കൻ (നാ)- ബുദ്ധൻ. Buddha.
കീരൻ (നാ)- ഒരിനം മത്സ്യം, ചീര, ചീവീട്, നായാട്ടുകാരൻ. a kind of fish, greens, cricket, hunter.
കീരം (നാ)- കാശ്മീർ, തത്ത, മാംസം. Kashmir, parrot, flesh.
കീരി (നാ)- കാട്ടുജന്തു. mongoose.
കീർണ്ണ (വി)- മൂടിയ, ചിതറിയ, മുറി വേല്പിച്ച, മറച്ച, വ്യാപിച്ച, എറിഞ്ഞു വീഴ്ത്തിയ. covered, strewn, wounded, concealed, felled by throwing.
കീർത്തനം (നാ)- ക്ഷേത്രം, ശില്പം, കെട്ടിടം, വീട്, വർണ്ണനം, യശസ്സ്, സ്തുതി വാക്ക്. temple, sculpture, building, house, description, fame, word of praise.
കീർത്തനീയ (വി)- കീർത്തിക്കത്തക്ക. to be celebrated.
കീർത്തി (നാ)- പ്രസിദ്ധി, ശബ്ദം, പറച്ചിൽ, ചളി, ആഖ്യാനം, അനുകൂലം, അംഗീകാരം, ദക്ഷന്റെ ഒരു മകൾ, ധർമ്മ ന്റെ ഭാര്യ, രാധയുടെ മാതാവ്. fame, sound, saying, mud, narration, favour, recognition, daughter of Daksha, wife of Dharma, mother of Radha.
കീർത്തിക്കുക (സ.ക്രി)- പറയുക, സ്തുതിക്കുക, വർണ്ണിക്കുക. to extol, to praise, to describe.
കീർത്തി (വി)- അറിയപ്പെട്ട, സുവിദി തമായ, കീർത്തിക്കപ്പെട്ട. well-known, praised.
കീർമ്മം (നാ)- വീട്. home.
കീല് (നാ) -ചന്തി, ആണി, ശരീരസന്ധി. buttocks, nail, joints of body.
കീല (നാ)- ജ്വാല, ചെറിയ അംശം, ഭ്രാന്ത്, കൈമുട്ട്, ഒരായുധം, കുറ്റി, ആണി, താക്കോൽ. flame, minute particle, mental, elbow, weapon, stake, nail, key.
കീലകം (നാ)- അരിമ്പാറ, തൂണ്, ഒരു ഉഗ്രമന്ത്രം, ആണി, ആപ്പ്, പശുവിനെ കെട്ടുന്ന കുറ്റി. a kind of tumour in the form of pin, pillar, highly powerful mantra or spell, nail, wedge, stake to which a cow is fastened.
കീലൻ (നാ)- ശിവൻ, ചൂതുകളി ക്കാരൻ. Siva, gambler.
കീലനം (നാ)- ബന്ധനം, തടസ്സം. binding, obstacle.
കീലം (നാ)- ജ്വാല, മരംകൊണ്ടുള്ള കുന്തം, ആണി, തരി, അല്പം, അരി മ്പാറ. flame, wooden lance, nail, grit, little, wart.
കീലം (നാ)- കുന്തുരുക്കം, കറ. frankincense, stain.
കീലരന്ധ്രം (നാ)- ആണിത്തുള, താക്കോൽ ദ്വാരം. nail-hole, key-hole.
കീലാലകം (നാ)- ജലം, രക്തം. water, blood.
കീലാലം (നാ) - രക്തം, തേൻ, മൃഗം, വെള്ളം, കാടി, അമൃതതുല്യമായ ഒരു പാനീയം. blood, honey, animal, water, sour gruel, a sweet beverage.
കീലിത (വി)- ആണിവച്ച, തുളയ്ക്ക പ്പെട്ട, ബന്ധിക്കപ്പെട്ട, തറയ്ക്കപ്പെട്ട. nailed, pierced, bound, staked.
കീശ (വി)- നഗ്നമായ. naked.
കീശ (നാ)- ഉടുപ്പിന്റെ അറ. pocket.
കീശൻ (നാ)- സൂര്യൻ, പക്ഷി, കുടി യാൻ, വാനരൻ. sun, bird, tenant, monkey.
കീശം (നാ)- കുരങ്ങ്, പക്ഷി. monkey, bird.
കീഴ് (ക്രി.വി)- പണ്ട്, മുൻപ്, അനു സരിച്ച്, താഴെ, അധീനത്തിൽ. long ago, formerly, in accordance with, under, under the sway.
കീഴ് (വി)- താഴെയുള്ള, പണ്ടത്തെ. of lower, of past.

കീഴ് (നാ)- കിഴക്ക്, തുരങ്കം. east, tunnel.

കീഴടങ്ങുക (അ.ക്രി) - ശാസനപ്രകാരം നടക്കുക, അന്യന്റെ വരുതിയിലാവുക. to submit, to surrender.

കീഴിൽ (ക്രി.വി)- മുൻപ്, താഴെ, പണ്ട്. before, under, long ago.

കീഴുലക് (നാ)- പാതാളം. nether world.

കീഴ്ത്തരം (വി)- വില കുറഞ്ഞ, താണ തരം, രണ്ടാംതരം. cheap, inferior, of second quality.

കീഴ്നില (നാ)- നിലവറ, താണ സ്ഥിതി. cellar, low status.

കീഴ്മേൽ (ക്രി.വി)- കീഴെയും മേലെയും. topsy-turvy.

കീഴ്വഴക്കം (നാ)- കീഴ്പതിവ്. precedent.

കീറ (വി)- കീറിയ. torn.

കീറൽ (നാ)- പിളർപ്പ്. rent.

കീറ് (നാ) - പിളർപ്പ്, അടി, കഷണം. rent, beat, piece.

കീറ്റ് (നാ)- എഴുത്ത്, വരയ്ക്കൽ, പിളർപ്പ്, തുണ്ട്, കീറി വേർതിരിച്ച ഭാഗം. writing, drawing, break, slice, stripe.

കു (വി)- ചെറുതായ, താണ തരത്തിലുള്ള, കുറവുള്ള, ചീത്തയായ, പാപരൂപമായ. small, inferior, deficient, bad, sinful.

കു (നാ)- ഭൂമി. earth.

കുകഭം (നാ) -മദ്യം. liquor.

കുകർമ്മം (നാ)- ദുഷ്പ്രവൃത്തി. bad deed.

കുകർമ്മി (നാ)- ദുഷ്കർമ്മം ചെയ്യുന്നവൻ. evil-doer.

കുകീർത്തി (നാ)- ദുഷ്കീർത്തി. notoriety.

കുകുരം (നാ) നായ്, തൂണിയാങ്കം, യദുരാജ്യം. dog, ficus racemosa, country of Yadavas.

കുകുരമുത്ത (നാ)- കുമിൾ. mushroom.

കുകൂടി (നാ)- ഇലവ്. silk cotton tree.

കുകൂലം (നാ)- ദ്വാരം, കവചം, ഉമി, ഉമിത്തീ, കുറ്റികൾ നാട്ടിയ കുഴി. hole, armour, chaff, fire produced by burning paddy husk, ditch in which stakes are fixed.

കുക്കുക (അ.ക്രി)- കത്തുക, ചുടുക. flame, burn.

കുക്കുടകൻ (നാ)- പൂവൻകോഴി. cock.

കുക്കുടം (നാ)- മയിൽക്കോഴി, പൂവൻകോഴി, തീക്കൊള്ളി, ചൂട്. peacock, cock, firebrand.

കുക്കുടി (നാ)-പിടക്കോഴി, മായ, പല്ലി, ഇലവ്, കപടഭക്തി. hen, illusion, lizard, silk cotton tree, false devotion.

കുക്കുഭം (നാ)-വാർണിഷ്, കാട്ടുകോഴി. varnish, wild bowl.

കുക്കുരം (നാ)- നായ്, ഒരു വൃക്ഷം, തൂണിയാങ്കം. dog, a tree, blumea lacera, ficus racemosa.

കുക്കുരി (നാ)- പെൺപട്ടി. bitch.

കുക്ഷം (നാ)- വയറ്. stomach.

കുക്ഷി (നാ) - വാളുറ, മഹാബലി, ഉൾക്കടൽ, ഗുഹ, അന്തർഭാഗം, വയറ്, ഗർഭപാത്രം, കോടരം. sheath of a sword, epithet of Mahabali, bay, cave, the interior, stomach, womb, cavity.

കുഖ്യാതി (നാ)- അപകീർത്തി. notoriety.

കുഗ്രഹം (നാ) - പാപഗ്രഹം. unfavourable planet.

കുചന്ദനം (നാ)- രക്തചന്ദനം. red sandal.

കുചഫലം (നാ)- മാതളം, വിളാർ. pomegranate tree, wood apple tree.

കുചരം (നാ)- നക്ഷത്രം. star.

കുചര്യ (നാ)- ദുർവൃത്തി. bad actions.

കുചല് (നാ)- സാമർത്ഥ്യം, സുഖം. skill, joy.

കുചേലൻ (നാ)- ശ്രീകൃഷ്ണന്റെ സഹപാഠിയായിരുന്ന ഒരു ദരിദ്ര ബ്രാഹ്മണൻ. name of a poor Brahmin who was the classmate of Sree Krishna.

കുച്ചോദ്യം (നാ)- പരിഹാസം, തന്ത്രം, അനാവശ്യമായ ചോദ്യം. ridicule, tactics, improper question.
കുച്ചം (നാ)- പൂങ്കുല. a bunch of flowers.
കുച്ഛം (നാ)- വെള്ള ആമ്പൽ. white water lilly.
കുജ (നാ)- തിപ്പലി, ദുർഗ്ഗ, സീത. long pepper, goddess Durga, Sita.
കുജൻ (നാ)- ചൊവ്വാഗ്രഹം, നരകാസുരൻ. planet mars, demon Naraka.
കുജം (നാ) - വൃക്ഷം. tree.
കുഞ്ചനം (നാ)- ചുരുങ്ങൽ, വളവ്. shrinking, curve.
കുഞ്ചരം (നാ)- ആന. elephant.
കുഞ്ചി (വി)- ഇളപ്പമായ, ചെറിയ. young, small.
കുഞ്ചി (നാ)- താക്കോൽ. key.
കുഞ്ചിക (നാ)-താക്കോൽ, ഒരിനം മത്സ്യം, ഉലുവ. key, a kind of fish, fenugreek.
കുഞ്ചിക്കുക (സ.ക്രി)- വളയ്ക്കുക. to bend.
കുഞ്ചിത (വി)- ചുരുണ്ട, ചുരുങ്ങിയ, വളഞ്ഞ. curled, contracted, bent.
കുഞ്ച് (നാ)- കുഞ്ഞ്. child.
കുഞ്ജ്ജം (നാ) - ഗുഹ, ആനക്കൊമ്പ്, താടിയെല്ല്, വള്ളിക്കുടിൽ. cave, tusk of elephant, bone of lower jaw, arbour.
കുഞ്ജ്ജര (നാ)- പിടിയാന. female elephant.
കുഞ്ജ്ജരൻ (നാ)- ശ്രേഷ്ഠൻ. eminent person.
കുഞ്ജ്ജരം (നാ)- ആന, അത്തം നക്ഷത്രം, ശ്രേഷ്ഠമായത്, അത്തിത്തിപ്പലി. elephant, lunar asterism called hasta.
കുഞ്ജ്ജരി (നാ) -പിടിയാന. female elephant.
കുഞ്ജ്ജലം (നാ)- കാടി. sour gruel.
കുഞ്ജ്ജിക (നാ)- ഇഞ്ച. acacia intsia.
കുഞ്ഞച്ചൻ (നാ)- മൂത്ത സഹോദരൻ, മാതുലൻ. elder brother, uncle.
കുടകപ്പാല (നാ) - ഒരു വൃക്ഷം. ovalleaved rosebay.
കുടകം (നാ)- കടകോൽ, പടിഞ്ഞാറ്, കൊഴുവ്. churning rod, west, plough share.
കുടങ്കടം (നാ)- മരമഞ്ഞൾ. coscinium fenestratum plant.
കുടങ്കം (നാ)- മേൽപ്പുര. roof.
കുടജൻ (നാ)- ദ്രോണർ, അഗസ്ത്യർ. Drona, Saint Agastya.
കുടജം (നാ)- കുടകപ്പാല. ovalleaved rosebay.
കുടപ്പന (നാ)- ഒരിനം പന. a kind of palmyra.
കുടം (നാ)- ഒരിനം പാത്രം, കോട്ട, പർവ്വതം, ചുറ്റിക, വൃക്ഷം, ഗൃഹം, വൃഷണം, കൊടുവേലി, നഗരം. a kind of vessel, fort, mountain, hammer, tree, house, testicle, leadwort, city.
കുടംപുളി (നാ)- പിണറൻ പുളി. gambogia gareena tree.
കുടമുല്ല (നാ)- ഒരിനം മുല്ല. a kind of jasmine.
കുടയുക (സ.ക്രി)- കുലുക്കുക, തളിക്കുക. to shake, to sprinkle.
കുടൽ (നാ) - വയറ്റിനുള്ളിൽ ചുരുണ്ടിരിക്കുന്ന നാളി. entrails.
കുടൽനോവ് (നാ)- വയറ്റുവേദന. gripe.
കുടി (നാ)- ശരീരം, വീട്, തറവാട്, ഇരിപ്പിടം, വൃക്ഷം. body, home, maternal family, abode, tree.
കുടിക (നാ)- ചെറുകുടിൽ, പർണ്ണശാല, അമ്പലം. small hut, hermitage, temple.
കുടിക്കുക (സ.ക്രി)- ദ്രാവകം വായിലൊഴിച്ചു വിഴുങ്ങുക, മദ്യപാനം ചെയ്യുക. to drink, to take alcoholic drinks.
കുടിചരം (നാ)- നീർപ്പന്നി. porpoise.
കുടിപ്പക (നാ)- കുടുംബങ്ങൾ തമ്മിലുള്ള വിരോധം. family feud.
കുടിയൻ (നാ)- മദ്യപാനി. drunkard.
കുടിയാൻ (നാ) - പാട്ടക്കാരൻ, വീട്ടുകാരൻ. tenant, one who lives in a house.
കുടിയിരിപ്പ് (നാ)- പാർപ്പ്, കുടിശ്ശിക, വാടക, ഗ്രാമം, പാട്ടം, പാർപ്പിടം. dwell-

ing, arrears, rent, village, mortgage, dwelling place.

കുടിയൊഴിക്കൽ (നാ)- വീട്ടിൽനിന്ന് പുറത്താക്കൽ, ഭാര്യയെ ഉപേക്ഷിക്കൽ. eviction, desertion.

കുടിലത (നാ)- ചതിവ്, വളവ്. deceit, crookedness.

കുടിലം (നാ)- ശംഖ്, ആകാശം. conch, sky.

കുടിൽ (നാ)- ചെറിയ വീട്, മാടപ്പുര. small hut, petty shop.

കുടിവയ്ക്കുക - ഭാര്യയെ സ്വന്തം വീട്ടിൽകൊണ്ടു വന്നു താമസിപ്പിക്കുക, വാസകേന്ദ്രമാക്കുക. to bring wife home and to make dwell, to inhabit.

കുടിശ്ശിക (നാ)- അവധി കഴിഞ്ഞിട്ടും കൊടുക്കാൻ ബാക്കി നില്ക്കുന്ന തുക. arrears.

കുടീരം (നാ)- ഞണ്ട്, സ്ത്രീസംഗം, കുടിൽ, കല്ലറ, പർണ്ണശാല. crab, sexual intercourse, hut, a tomb, hermitage.

കുടുവാ (നാ)- ചെറിയ കലം. small wooden pitcher.

കുടുക്ക (നാ)- തലയോട്, ചെറിയ വായുള്ള പാത്രം. skull, small narrow-mouthed pot.

കുടുക്കം (നാ) - മുഴക്കം. rumbling.

കുടിക്കി (നാ)- ജന്നൽ. window.

കുട്ട (നാ)- കുറുക്കൻ, പെൺപന്നി, മുരടുള്ള തടി, ഒട്ടൽകൊണ്ടുള്ള പാത്രം. jackal, sow, knotty log, basket made of reeds.

കുട്ടി (വി)- ചെറിയ. small.

കുട്ടിയം (നാ) - ചുവര്. wall.

കുട്ടീരം (നാ)- കുന്ന്. hill.

കുട്മളം (നാ)- പൂമൊട്ട്. flower bud.

കുഠം (നാ)- വൃക്ഷം. tree.

കുഠാടങ്കം (നാ)- കോടാലി. axe.

കുഠാരു (നാ)- വൃക്ഷം, കുരങ്ങ്. tree, monkey.

കുഠിമം (നാ) - മാതളനാരകം. pomegranate plant.

കുഠേരകം (നാ)- തുളസി. holy basil.

കുഠേരം (നാ)-അഗ്നി. fire.

കുഡംഗം (നാ) വള്ളിക്കുടിൽ. bower.

കുഡി (നാ)- ശരീരം. body.

കുണക്ക് (നാ)- കിഴക്ക്, വളവ്, എതിർപ്പ്. east, bent, opposition.

കുണപം (നാ)- പിശാച്, ശവം, കുന്തം, ദുർഗന്ധം. devil, corpse, spear, stench.

കുണുക്ക് (നാ)- ഒരു കർണ്ണാഭരണം, വിയർപ്പുനാറ്റം. pendant ornament for the ear, foul odour of sweat.

കുണ്ട (നാ)- മീൻകൊട്ട, വാഴയുടെ മുരട്. fish basket, base of a plantain tree.

കുണ്ഠ (വി)- മടിയുള്ള, മിടുക്കില്ലാത്ത, ഉത്സാഹമില്ലാത്ത, മങ്ങിയ, മടങ്ങിയ, മന്ദബുദ്ധിയായ, ഭോഷത്തമുള്ള. lazy, sluggish, indolent, dim, dull, blunt-headed, foolish.

കുണ്ഠിതം (നാ)- ദുഃഖം, പരവശത. grief, exhaustion.

കുണ്ഡലം (നാ)- കർണ്ണാഭരണം, ആകാശം, വള. ear ornament, sky, bangle.

കുണ്ഡലി (വി)- കുണ്ഡലമുള്ള. wearing ear-ornaments.

കുണ്ഡലി (നാ)- പാമ്പ്, ചിറ്റമൃത്, നാഗതാളി, വൻകൊന്ന, പുള്ളിമാൻ, വരുണൻ, മയിൽ. snake, coculus cordifolia, trichosanthes anguina, a variety of cassia tree, spotted deer, Varuna, peacock.

കുണ്ഡി (നാ)- കുളം, കിണറ്, കുഴി, കമണ്ഡലു. pond, well, ditch, bowl of a mendicant.

കുതനു (വി)- വിരൂപമായ. ugly.

കുതനു (നാ)- കുബേരൻ. kubera.

കുതന്ത്രം (നാ)- തെറ്റായ ഉപായം. petty-foggery.

കുതന്ത്രി (നാ)- ചീത്ത വീണ. defective veena.

കുതപൻ (നാ)- സൂര്യൻ, അതിഥി, ബ്രാഹ്മണൻ, കാള, അഗ്നി, മകളുടെ മകൻ,

ഭാഗിനേയൻ. sun, guest, brahmin, ox, fire, a daughter's son, nephew.
കുതപം (നാ)- വെളുത്ത ദർഭ, കാള, ഒരു തരം വാദ്യം. white kusa grass, bullock, a kind of instrument.
കുതയ്ക്കുക (സ.ക്രി)- പഴുതുണ്ടാക്കുക. to make a notch.
കുതർക്കം (നാ)- നാസ്തി കത്വം, അസംബന്ധമായ തർക്കം. atheism, illogical argument.
കുതറുക (അ.ക്രി)- കുടഞ്ഞു കളയുക, ഉതറുക. shake off, deviate.
കുതികാൽ (നാ)- ഉപ്പൂറ്റി, പാദാഗ്രം. heel, edge of the foot.
കുതിക്കുക (അ.ക്രി)- ചാടുക, കടന്നു പോകുക, ചാടാനായി മേലോട്ടു പൊങ്ങുക. jump, pass, leap.
കുതിച്ചുകയറ്റം (നാ)- പെട്ടെന്നുള്ള കയറ്റം. upheavel.
കുതിര (നാ)- മെതിയടി, വേഗമേറിയ ഒരു നാല്ക്കാലി മൃഗം. sandal, horse.
കുതിരക്കച്ചവടം (നാ)- കുതിരകളുടെ വ്യാപാരം. horse-trading.
കുതിരപ്പന്തയം (നാ)- കുതിരകളുടെ ഓട്ടം അടിസ്ഥാനമാക്കിയുള്ള മത്സരം. horse race.
കുതിരപ്പന്തി (നാ)- കുതിരാലയം. horse stable.
കുതിരുക (അ.ക്രി)- നനഞ്ഞു മൃദുവാകുക, നനഞ്ഞു വീർക്കുക. to become wet and soft, to be soaked.
കുതിർച്ച (നാ)- നനവ്. dampness.
കുതുകം (നാ) - ആഗ്രഹം, താത്പര്യം, സന്തോഷം, ഉത്സാഹം. desire, interest, joy, enthusiasm.
കുതുർമ്മ(നാ)-വെളിച്ചെണ്ണ. coconut oil.
കുതൂഹല(വി)- വിശിഷ്ടമായ, താത്പര്യമുള്ള, പ്രസിദ്ധപ്പെട്ട, ആശ്ചര്യജനകമായ. excellent, curious, celebrated, wonderful.
കുത്തക (നാ)- കച്ചവടത്തിനും മറ്റുമുള്ള ഉടമ്പടി, ഏകാധികാരം. monopoly.
കുത്തകപ്പാട്ടം(നാ)-ഏകാധികാരമായി ഏറ്റെടുക്കുന്ന പാട്ടം. a kind of lease.
കുത്തനെ(ക്രി.വി)-കീഴ്ക്കാംതൂക്കായി. steeply.
കുത്തൽ (നാ)- വേദന, വേദനിപ്പിക്കൽ, നീർച്ചാട്ടം. pain, causing pain, water fall.
കുത്തിക്കുറിക്കുക (ക്രി)- വ്യക്തമല്ലാതെ എഴുതുക. to scribble.
കുത്തിപ്പൊക്കുക (ക്രി)- മറന്ന കാര്യം വീണ്ടും ശ്രദ്ധയിൽപ്പെടുത്തുക. to bring up forgotten things.
കുത്തിയെടുക്കുക (ക്രി)- എടുത്തു പൊക്കുക, തുരന്ന് എടുക്കുക. to lift up, to take up by piercing.
കുത്തിരം (നാ)- സൂത്രം, വഞ്ചന. trick, deceit.
കുത്ത് (നാ)- വേദന, വിരാമചിഹ്നം, നിറകൈ, വെള്ളച്ചാട്ടം, കച്ച. pain, sign of a full-stop, handful, waterfall, loin cloth.
കുത്തുവാക്ക് (നാ)- പരിഹാസവാക്ക്. taunting word.
കുത്തുവിളക്ക് (നാ)-കോൽവിളക്ക്. a kind of lamp with long hand.
കുത്ര (ക്രി.വി)- എവിടെ, ഏതുസ്ഥലത്ത്. where, at which place.
കുത്സ (നാ)- അസഭ്യം പറച്ചിൽ, ശകാരം, നിന്ദ. reviling, reproach, contempt.
കുത്സിക്കുക (സ.ക്രി)- നിന്ദിക്കുക, ശകാരിക്കുക, ആക്ഷേപിക്കുക. to condemn, to abuse, to ridicule.
കുത്സിത (വി)- ദുഷ്ടതയുള്ള, വെറുപ്പിക്കുന്ന, നിന്ദിക്കപ്പെട്ട. wicked, causing hatred, contemptible.
കുദർശന (വി)- വൈരൂപ്യമുള്ള. clumsy.
കുദിനം (നാ)- ദുർദ്ദിനം. bad day.
കുദേഹൻ (നാ)- വിരൂപൻ, കുബേരൻ. an ugly person, Kubera, mythical Lord of Wealth.
കുധ്രം(നാ)- പർവതം. mountain.
കുനകം (നാ)- കാക്ക. crow.

കുനഖം (നാ)- ചീത്ത നഖം, കുഴിനഖം. whitlow.
കുനട്ട് (നാ)- വക്രത, കുശുമ്പ്. crookedness, envy.
കുനാരകം (നാ)- കൊടുത്തൂവ. tragia involucrata plant.
കുനാലിക (നാ)- കുയിൽ. cuckoo.
കുനി (നാ)- വളവ്, വില്ല്, കുനിവ്. an arc, bow, curve.
കുനിയുക (അ.ക്രി)- വളയുക, കുമ്പിടുക, തല താഴ്ത്തുക. to bend, to bend one's body forward.
കുന്തളം (നാ)- സ്ത്രീകളുടെ തലമുടി, സുഗന്ധദ്രവ്യം, കുന്താലി, കലപ്പ, യവം, പാനപാത്രം. hair, perfume, kind of hoe, plough, barley, drinking cup.
കുന്താണി (നാ)- വലിയ ഉരൽ. large mortar.
കുന്ഥിത (വി)- ദുഃഖിതമായ. sorrowful.
കുന്ദകം (നാ)- കണവീരം, കുന്തുരുക്കം, കുരുക്കുത്തി, മുല്ല. nerium odorum, frankincense, a kind of jasmine.
കുന്ദൻ (നാ)- മഹാവിഷ്ണു, ഒരിനം വാഴ. Lord Vishnu, a kind of plantain.
കുന്ദബാണൻ (നാ)- കാമദേവൻ. Cupid.
കുന്ദമം (നാ)- പൂച്ച. cat.
കുന്ദരൻ (നാ)- വിഷ്ണു. Vishnu.
കുന്ദരം (നാ)- ഒരിനം പുല്ല്. a kind of grass.
കുന്ദിനി (നാ)- താമരപ്പൊയ്ക. lotus pond.
കുന്നൻ (നാ)- കണ്ടൻ പൂച്ച, വിഷ്ണു, വിഡ്ഢി, ഒരിനം വാഴ. tom cat, Vishnu, idiot, a kind of plantain.
കുന്നം (നാ)- കുന്ന്. hill.
കുന്നായ്മ (നാ)- കുറവ്, പിശുക്ക്, വഷളത്തം. defect, miserliness, baseness.
കുന്ന് (നാ)- കൂട്ടം, കൂമ്പാരം, കോട്ട, ചെറിയ മല. heap, fortress, hill.
കുന്നുക (അ.ക്രി)- കെടുക, ആടുക, കുറയുക. perish, swing, decrease.
കുന്നുമ്പുറം (നാ)- കുന്നിന്റെ മുകൾ ഭാഗം. brow of a hill.
കുപഥം (നാ)- ദുർമാർഗ്ഗം. evil way.
കുപാകം (നാ)- കാഞ്ഞിരം. strychnos nux vomica.
കുപിത (വി)- കോപിച്ച. angry.
കുപ്പം (നാ)- ഗ്രാമം, കാട്. village, forest.
കുപ്പായം (നാ)- ഉടുപ്പ്. upper garment.
കുപ്യം (നാ)- നീചലോഹം. base metal.
കുബേരകം (നാ)- തെങ്ങ്. coconut tree.
കുബ്ജ (വി)- വളഞ്ഞ, കൂനുള്ള. bent.
കുബ്ജൻ (നാ)- കൂനൻ. hunch-black.
കുബ്ജം (നാ)- കൂന്, വളഞ്ഞ വാൾ. hunchback, scimitar.
കുഭം (നാ)- വെള്ളം. water.
കുമന്ത്രം (നാ)- ദുരുപദേശം. evil counsel.
കുമയ്ക്കുക (സ.ക്രി)- വിഷമിപ്പിക്കുക, കുഴയ്ക്കുക, അടിക്കുക. to trouble, to make into a cream, to beat.
കുമരുക (സ.ക്രി)- ശബ്ദിക്കുക. to make a noise.
കുമള (നാ)- നീർപ്പോള, ആണിത്തലപ്പു പോലുള്ള വസ്തു, ഒരിനം പൊള്ളൽ. bubble, ornamental knob like a bubble, cyst.
കുമാരകൻ (നാ)- പുത്രൻ, ആൺകുട്ടി. son, boy.
കുമാരകം (നാ)- കൃഷ്ണമണി, നീർമാതളം. apple of the eye, capparis trifoliata.
കുമാരൻ (നാ)- പുത്രൻ, യുവാവ്, യുവരാജാവ്, അഗ്നി, ബാലൻ. son, youth, prince, fire, boy.
കുമാരം (നാ)- തത്ത, ശുദ്ധമാക്കിയ സ്വർണ്ണം. parrot, purified gold.
കുമാരസംഭവം (നാ)- കാളിദാസൻ രചിച്ച ഒരു സംസ്കൃത മഹാകാവ്യം. Sanskrit classic by Kalidasa.

കുമാരസൂ (നാ)- ശ്രീപാർവതി, ഗംഗാദേവി. Sree Parvathy, goddess Ganga.
കുമാർഗ്ഗം (നാ)- ചീത്ത വഴി. evil path.
കുമിയുക (അ.ക്രി)- കുമിക്കുക. heap up.
കുമിൾ (നാ)- കൂണ്. mushroom.
കുമുഖം (നാ)- പന്നി, ദുർമ്മുഖം. pig, ugly face.
കുമുദബന്ധു (നാ)-ചന്ദ്രൻ, കർപ്പൂരം. moon, camphor.
കുമുദം (നാ)- വെള്ളി, പാമ്പ്, കർപ്പൂരം, ചെന്താമര, വെളുത്ത ആമ്പൽ, ഒരു പർവതം, കരിങ്കുരങ്ങ്. silver, snake, camphor, red lotus, white water lily, name of a mountain, black monkey.
കുമേരു (നാ)- യമന്റെ വാസസ്ഥലം, പിശാചിന്റെ വാസസ്ഥലം. abode of lord of deathYama, abode of evil spirit.
കുമോദകൻ (നാ)- മഹാവിഷ്ണു. Lord Vishnu.
കുമ്പ (നാ) - വയറ്. stomach.
കുമ്പ (നാ)- ഒരിനം പാത്രം. a kind of vessel.
കുമ്പസാരം (നാ)- പുരോഹിതന്റെ മുന്നിൽ കുറ്റങ്ങൾ ഏറ്റുപറയൽ. confession.
കുമ്പളം (നാ)- ഒരു വള്ളിപ്പച്ചക്കറി. wax gourd.
കുമ്പി (നാ)- മരീചിക, ചൂട്, പുരുഷലിംഗം. mirage, heat, penis.
കുമ്പി (നാ)- ചേറ്. mud.
കുമ്പി (നാ)- വയറ്, ആന, ഒരു നരകം. stomach, elephant, name of a hell.
കുമ്പിൾ (നാ)- കുമിൾ, ഒരു വൃക്ഷം, ഇല കോട്ടിയുണ്ടാക്കുന്ന പാത്രം. mushroom, gmelina arborea tree, container made of stiched leaves.
കുംഭ (നാ)- കുടവയർ, വേശ്യ. potbelly, whore.
കുംഭകാരം (നാ)- സർപ്പം, കാട്ടുകോഴി. serpent, a kind of wild fowl.
കുംഭദാസൻ (നാ)- ഭൃത്യൻ. servant.
കുംഭദാസി (നാ)- വേശ്യ, കുടപ്പായൽ. hariot, pistiastratiotes.
കുംഭി (നാ)- കുടം, ആന. pitcher, elephant.
കുംഭിക (നാ)-കുടപ്പായൽ, പാതിരിമരം, വേശ്യ, ഒരു നേത്രരോഗം. pistiastratiotes, tree of trumpet flower, hariot, eye- disease.
കുംഭിനി (നാ)- ഭൂമി, പിടിയാന. earth, female elephant.
കുംഭിപാകം (നാ)- ഒരു നരകം, ഒരിനം പീനസം, കലത്തിലുള്ള ചോറ്. name of an imaginary hell, disease of the nose, the content of cooking vessel.
കുംഭീബീജം (നാ)- നേർവാളം. croton jamalgota plant.
കുംഭിര (നാ)- കള്ളി, പെൺമുതല. female thief, female crocodile.
കുംഭീരകൻ (നാ)- മുതല, കള്ളൻ. crocodile, thief.
കുംഭീരം (നാ)- സ്രാവ്, പാമ്പ്, മുതല. shark, snake, crocodile.
കുംഭോദ്ഭവൻ (നാ)- അഗസ്ത്യൻ. sage Agastya.
കുംഭോലൂ (നാ)- ഗുഗ്ഗുലു. bdellium.
കുമ്മട്ടം (നാ)- കടലാസുവിളക്ക്. chinese lantern.
കുമ്മൽ (നാ)- പുകച്ചിൽ, ചൂട്. sultriness, heat.
കുമ്മാട്ടി (നാ)- ഒരിനം പുല്ല്, പൊങ്ങൽ, ഭദ്രകാളിയൂട്ട്. a kind of grass, a kind of cooked rice, a feast in honour of Bhadrakali.
കുമ്മായം (നാ)- കക്ക ചുട്ടെടുത്ത പൊടി. slaked lime.
കുമ്മാരം (നാ)- മുള. bamboo.
കുയൽ (നാ) - കരണ്ടി, തവി. spoon, a ladle.
കുയില് (നാ)- മേഘം, തുള, തവി. cloud, hole, ladle.
കുയിലൻ (നാ)- കറുത്ത മനുഷ്യൻ. person of dark complexion.
കുയുമ്പ (നാ)- ഒരു ചെടി. officicinal carthmus.

കുയോഗം(നാ)-ദുര്യോഗം. misfortune.
കുയോഗി (നാ)- കപടസന്ന്യാസി, ആത്മവഞ്ചകൻ. false ascetic, hypocrite.
കുര (നാ)- ചുമ, നായയുടെ ശബ്ദം. cough, bark of a dog.
കുരംഗകം (നാ)- മാൻ, കസ്തൂരിമാൻ, രണഗീഥപ്പക്ഷി. deer, antelope, a kind of heron.
കുരംഗി (നാ)- ചന്ദ്രൻ. moon.
കുരചില്ലം (നാ)- ഞണ്ട്. crab.
കുരട് (നാ)- കടവായ്, മരക്കഷണം. inside of cheek, small piece of wood.
കുരട് (നാ)- കുടിൽ. hut.
കുരട്ടുക (സ.ക്രി)- താറുമാറാക്കുക, ചവിട്ടിത്തേക്കുക, കൊള്ളരുതാതാക്കുക. to throw into disarray, to crush under feet, to make useless.
കുരണ്ടകം (നാ)-നീരാരൽ. marsilea quadrifolia.
കുരരം (നാ)- പെണ്ണാട്, ഞാറപ്പക്ഷി. female osprey, ewe.
കുരൽ (നാ)- ശബ്ദം, കണ്ഠം, സ്വരം. sound, throat, voice.
കുരൽ (നാ)- പൂങ്കുല, തിന, കതിര്. bunch of flowers, a kind of millet, spike.
കുരൽ (നാ)- കുറുനിര, തലമുടിച്ചുരുൾ. curis, curl of hair.
കുരലാരം (നാ)- ഒരു കണ്ഠാഭരണം. a kind of neck ornament.
കുരവള (നാ)- ഊട്ടി, കണ്ഠനാളം. neck, adam's apple.
കുരസം (നാ)- ഒരിനം മദ്യം. a kind of liquor.
കുരാൽ (നാ)- ഒരിനം നെല്ല്, തവിട്ടുനിറം, ഒരിനം മാൻ. a kind of paddy, brown colour, a kind of deer.
കുരികിൽ (നാ)- ഒരു ചെറിയ പക്ഷി. sparrow.
കുരിക് (നാ)- കൊക്ക്. crane.
കുരിശ് (നാ)- യേശു ക്രിസ്തുവിനെ വധിക്കാനുപയോഗിച്ച കഴു. cross.
കുരിശുമാല (നാ)- കുരിശു തൂക്കിയിട്ടുള്ള മാല. a neck chain with a cross attached.
കുരീരം (നാ)- മൈഥുനം, സ്ത്രീകളുടെ ശിരോവസ്ത്രം. copulation, a kind of head dress for woman.
കുരു (നാ)- ചോറ്, പുരോഹിതൻ, ഒരു രാജ്യം. rice, priest, a country.
കുരുക്ക് (നാ)- അപകടം. danger.
കുരുക്ഷേത്രം (നാ)-ഉത്തരഭാരതത്തിലെ ഇതിഹാസ പ്രസിദ്ധമായ സ്ഥലം. epic battle field in the Mahabharata.
കുരുടൻ (നാ)- ശുക്രൻ, കുരിടിപ്പാമ്പ്. Sukracharya, a kind of snake.
കുരുടി (നാ)- അന്ധ, കുതിര. blind woman, horse.
കുരുട് (വി)- ചെറിയ, കാഴ്ചയില്ലാത്ത. small, blind.
കുരുട് (നാ)- അന്ധത, ചെറിയ വസ്തു, കുലയിലെ ഏറ്റവും ചെറിയ കായ്. blindness, small object, smallest fruit of a bunch.
കുരുട്ടുഭക്തി (നാ)- അന്ധമായ ഭക്തി. blind religious faith.
കുരുട്ടുവിദ്യ (നാ)- സൂത്രവിദ്യ. caprice.
കുരുണ്ടി (നാ)- മരപ്പാവ, ഗുരുപത്നി. wooden doll, wife of preceptor.
കുരുത്തോല (നാ)- തളിരോല, കുരുന്നോല. tender palm leaf.
കുരുപ്പ (നാ)- ഇളംചെടി. tender plant.
കുരുപ്പ് (നാ)- പരു, മസൂരി, മുളപ്പ്. pustule, smallpox, sprout.
കുരുമുളക് (നാ)- കറുത്ത മുളക്, ഇളങ്കള്ള്, ഇളന്നീർ, ഇളങ്കരിക്ക്. sweet toddy, tender coconut, pepper.
കുരുംബ (നാ)- തുമ്പ, ശ്രീപാർവതി. phlomis ceylanica , Sree Parvathy.
കുരുവിന്ദം (നാ)- ഉഴുന്ന്, മാണിക്യം, കാരുപ്പ്, മുത്തങ്ങ, കരാൽനെല്ല്. black gram, ruby, black salt, cyperus rotundus, a kind of paddy.
കുരുവില്ലം (നാ)- മാണിക്യക്കല്ല്. ruby.
കുരുൾ (നാ)- കുറുനിര. lock of hair.

കുരൂപ (വി)- വിരൂപമായ. ugly.
കുരൂപ്യം (നാ)- തകരം, വെളുത്തീയം. tin.
കുർത്ത (നാ)- ഉടുപ്പ്. a kind of upper garment.
കുർബാന (നാ)- ബലിദാനം. holy communion.
കുലകന്യ (നാ)- നല്ല കുലത്തിൽ ജനിച്ച കന്യക. aristocratic virgin.
കുലകർമ്മം (നാ)- കുലത്തൊഴിൽ. traditional vocation.
കുലക്ഷയം (നാ)- വംശനാശം. clan destruction.
കുലജ (വി)- ഉന്നതകുടുംബത്തിൽ ജനിച്ചവൾ. woman of noble birth.
കുലടൻ (നാ)- ദത്തുപുത്രൻ. adopted son.
കുലനാരി (നാ)- പതിവ്രത, കുലീനതയുള്ളവൾ. chaste woman, woman of noble qualities.
കുലനാശം (നാ)- ഒട്ടകം, വംശനാശം. camel, ruin of a clan.
കുലപതി (നാ)- വംശനായകൻ. patriarch.
കുലമര്യാദ (നാ)- വംശത്തിന്റെ പരമ്പരാഗതമായ മര്യാദ. traditional family customs or manners.
കുലംഭരൻ (നാ)- കള്ളൻ. robber.
കുലയം (നാ)- പക്ഷിക്കൂട്. nest.
കുലയുക (അ.ക്രി)- വിറയ്ക്കുക, സമനില തെറ്റുക, തളരുക, വളയുക, നടുങ്ങുക, കോപം കാട്ടുക, അഴിഞ്ഞു പോവുക. tremble, be deranged, be tired , shudder, get angry, be dishevelled.
കുലവൻ (നാ)- ശ്രേഷ്ഠൻ, കുലീനൻ, പരദേവത. excellent person, person of noble birth, tutelary deity.
കുലവരി (നാ)- ചന്ദനം, രക്തചന്ദനം. sandal wood, red sandalwood.
കുലവിദ്യ(നാ)- പരമ്പരയാ സിദ്ധിച്ചിട്ടുള്ള വിദ്യ. traditional skill in art.
കുലസ്ത്രീ (നാ)-കുലീനതയുള്ളവൾ, പതിവ്രത. woman of rank, chaste woman.
കുലസ്ഥം (നാ)- ചെങ്കല്ല്, മുതിര, കാവിമണ്ണ്. laterite brick, horse gram, red ochre.
കുലസ്ഥിക (നാ)- കാവിമണ്ണ്. red ochre.
കുലാംഗന (നാ)- പതിവ്രത, കുലസ്ത്രീ. chaste woman, woman of noble family.
കുലായം (നാ)- സ്ഥലം, പാത്രം, ഉറ, പക്ഷിക്കൂട്, ഇഴ. place, vessel, sheath, nest, woven texture.
കുലാലൻ (നാ) - കാട്ടുകോഴി, കുശവൻ. wild fowl, potter.
കുലാഹകം (നാ)- ഓന്ത്, പല്ലി. chameleon, house- lizard.
കുലികൻ (നാ)- ബന്ധു, വംശപ്രധാനി, മുഖ്യശില്പി. relative, chief of a family, chief sculptor.
കുലികം (നാ)- ഇരിപ്പമരം, ചെമപ്പ്, ചായില്യം. bassia longifolia tree, red colour, vermillion.
കുലിംഗം (നാ)- പക്ഷി, കുരുവി, ചുണ്ടെലി. bird, sparrow, mouse.
കുലിനി (നാ)-തൊട്ടാവാടി. touch--me--not plant.
കുലിയം (നാ)- മോതിരം. ring.
കുലിരം (നാ)- ഞണ്ട്. crab.
കുലിശധരൻ (നാ)-ഇന്ദ്രൻ. epithet of Indra.
കുലിശം (നാ)- മുന, വജ്രായുധം. sharp point, thunderbolt.
കുലീനം (നാ)- പവിത്രം, നല്ല കുലത്തിൽപ്പെട്ടത്. sacred, of noble birth.
കുലീനസം (നാ)- വെള്ളം, ഇരുവേലി. water, andropogon muricatum.
കുലീരകം (നാ)- ഞണ്ട്, കർക്കടകമാസം. crab, month of Karkadaka.
കുലുക്കം (നാ)- കൂസൽ, ഇളക്കം. hesitation, shaking.
കുലുങ്ങുക (അ.ക്രി)- ഇളകുക, വിറയ്ക്കുക, ആടുക. move, shiver, swing.
കുലേശ്വരൻ (നാ)- കുടുംബനാഥൻ, പരമശിവൻ. head of a family, Lord Siva.

കുല്യ (നാ)- ചെറിയ നദി, അടപതിയൻ, കൈത്തോട്. small river, creeper asclepias annularia, canal.

കുല്യം (നാ)- മാംസം, മുറം, അസ്ഥി. flesh, winnowing fan, bone.

കുല്ല (നാ)- കഞ്ചാവ്, കാട്ടുതുളസി. hemp, wild basil.

കുല്ലം (നാ)- മുറം. winnowing fan.

കുവം (നാ)- പുഷ്പം, ശകാരം. flower, scolding.

കുവമൻ (നാ)- സൂര്യൻ. sun.

കുവര (നാ)- തുവര. pigeon pea.

കുവലം (നാ)- മുത്ത്, ജലം, കുവലയം. pearl, water, blue water lilly.

കുവാഹുലം (നാ)- ഒട്ടകം. camel.

കുവ (നാ)- മൂങ്ങ. owl.

കുശ (വി)- നീചമായ, നിന്ദ്യമായ. base, contemptible.

കുശയം (നാ)- കൂവളം, പാനപാത്രം. the beel tree, drinking vessel.

കുശല് (നാ)- തന്ത്രം, സുഖം, സാമർത്ഥ്യം, നല്ല വാക്ക്, ശുഭം. artifice, comfort, cleverness, pleasing words, auspiciousness.

കുശല (വി)- ശരിയായ, ശുഭമായ, ക്ഷേമമുള്ള, ഭാഗ്യമുള്ള, പഠിത്തമുള്ള, സാമർത്ഥ്യമുള്ള. യോഗ്യതയുള്ള. right, auspicious, healthy, fortunate, learned, qualified.

കുശലത (നാ)- യോഗ്യത, ഭാഗ്യം, സാമർത്ഥ്യം. proficiency, luck, cleverness.

കുശലം (നാ)- ത്രാണി, തന്ത്രം, യോഗ്യത, സദ്ഗുണം, സൗഖ്യം, ക്ഷേമം, മംഗളം, സുകൃതം. ability, craftiness, eligibility, virtue, well-being, welfare, auspiciousness,benevolence.

കുശലോക്തി (നാ)- അഭിനന്ദനം, അഭിവാദനം. greeting, salutation.

കുശവൻ (നാ)- മൺപാത്രം ഉണ്ടാക്കുന്നവൻ. potter.

കുശാക്ഷം (നാ)- കുരങ്ങ്. monkey.

കുശി (നാ)- വെൺമരുത്, കൊഴുവ്, ഉരുക്ക്, വാല്മീകി. chuncoa tree, plough-share, steel, pithet of Valmiki.

കുശിക (വി)- കോങ്കണ്ണുള്ള. squint-eyed.

കുശിനി (നാ)- അടുക്കള. kitchen.

കുശിദം (നാ)- പലിശ, രക്തചന്ദനം. interest, red sandalwood.

കുശീലൻ (നാ)- ദുശ്ശീലമുള്ളവൻ. wicked person.

കുശുമ്പ് (നാ)- അസൂയ. envy.

കുശേശയം (നാ)- ആമ്പൽ, വണ്ടാരംകോഴി, താമരപ്പൂവ്. water lily, Indian crane, lotus flower.

കുസംഗം (നാ)- ദുർജ്ജനസംസർഗ്ഗം. bad company.

കുസീദ (വി)- മടിയനായ. lazy.

കുസീദം (നാ)- പലിശ, വലിയ പലിശയ്ക്കുള്ള വായ്പ, രക്തചന്ദനം. interest, loan on exorbitant interest, red sandalwood.

കുസുമം (നാ)- പുഷ്പം, ആർത്തവരക്തം, ഒരു നേത്ര രോഗം, കായ്. flower, menstrual discharge, an eye disease, fruit.

കുസുമിത (വി)- പുഷ്പിച്ച. flowered.

കുസുംഭം(നാ)- കുങ്കുമം, സ്വർണ്ണം, കപടസ്നേഹം, കുയുമ്പപ്പൂവ്, മുട്ടാളത്തരം. saffron, gold, false love, safflower, stupidity.

കുസൃതി (നാ)- ശാഠ്യം, കാപട്യം, ദുർമാർഗ്ഗം, മായ. obsteinacy, deceit, an evil path, jugglery.

കുസ്തുഭൻ (നാ)- മഹാവിഷ്ണു. Lord Vishnu.

കുസ്തുഭം (നാ)- കടൽ. sea.

കുഹകൻ (നാ)- ചതിയൻ. cheat.

കുഹനം (നാ)- സർപ്പം, ചുണ്ടെലി, മൺപാത്രം. serpent, mouse, small earthen vessel.

കുഹരം (നാ)- ഗുഹ, പൊത്ത്, സുഷിരം, തൊണ്ട, ചെവി, സാമീപ്യം, കണ്ഠസ്വരം, മൈഥുനം. cave, hollow on a tree, throat, ear, proximity, guttural sound, copulation.

കുഹസ്വരം (നാ)- കോഴി. cock.
കുഹി (നാ)- മൂടൽമഞ്ഞ്. mist.
കുഹു (നാ)- കറുത്ത വാവ്, കുയിലിന്റെയോ മയിലിന്റെയോ ശബ്ദം, പത്തു നാഡികളിൽ ഒന്ന്, ശുക്ലപക്ഷപ്രഥമ. new-moon, sound produced by cuckoo or peacock, one of the 10 vital nerves in the body, first night of the bright lunar fortnight.
കുളകം (നാ)- സമൂഹം, ചിതൽപ്പുറ്റ്, പനച്ചി, കയ്പൻ പടവലം. collection, ant-hill, diospyros tomentosa, bitter snakegourd.
കുളക്കടവ് (നാ)- കുളത്തിലെ പടവ്, കുളത്തിൽ കുളിക്കാനുള്ള സ്ഥലം. steps of a tank, place of bathing.
കുളം (നാ)- കുളിക്കാനുള്ള ജലാശയം. pond.
കുളമാവ് (നാ)- ഒരിനം വൃക്ഷം. a kind of tree.
കുളമ്പ് (നാ)-ജലം ശേഖരിക്കൽ, കൊളമ്പുദേശം. gathering of water, capital of Sri Lanka.
കുളയട്ട (നാ)- നീരട്ട. leech.
കുളിക്കുക (അ.ക്രി)- സ്നാനം ചെയ്യുക, ശരീരം കഴുകുക, വെള്ളത്തിൽ മുങ്ങുക. to get purified with water, to bathe, to be immersed in water.
കുളിർ (നാ) - തണുപ്പ്, ആശ്വാസം, സന്തോഷം, ചന്ദനം. coldness, relief, delight, sandalwood.
കുളിരുക(അ.ക്രി)-തണുപ്പു തട്ടുക. to feel cold.
കുളിർമ്മ(നാ)- ആനന്ദം, പുതുമ, തണുപ്പ്. delight, freshness, coldness.
കുള്ളൻ (നാ)- പൊക്കം കുറഞ്ഞവൻ, കൗശലക്കാരൻ. dwarf, cunning fellow.
കുഴ (നാ)- ദ്വാരം, പാത്രങ്ങളുടെ കാത്, കുണ്ഡലം, കുഴൽ. hole, ring used as the ear of the large vessels, type of ear ring, tube.
കുഴക്ക് (നാ)- കുഴപ്പം, പ്രയാസം, തടസ്സം, കലഹം, വിഘ്നം. confusion, difficulty, obstacle, quarrel, impediment.
കുഴങ്ങുക (അ.ക്രി)- കുഴക്കുനേരിടുക, ക്ഷീണിക്കുക, വിഘ്നമുണ്ടാവുക, കലങ്ങുക. to be confused, to be exhausted, to be hindered, to become turbid.
കുഴഞ്ഞ (വി)- കുഴങ്ങിയ, താറുമാറായ. confused, deranged.
കുഴന്ത (നാ)- ശിശു, കുട്ടി. infant, child.
കുഴപ്പം (നാ)- തിടുക്കം, ക്ഷോഭം, കുഴങ്ങിയ അവസ്ഥ. haste, agitation, confusion.
കുഴയുക(അ.ക്രി)- അവിയുക, ക്ഷീണിക്കുക, കൂടിക്കലരുക, കൊഞ്ചിക്കുഴയുക, കുഴപ്പത്തിലാവുക. to be overboiled, to be exhausted, to get mixed, to be lascivious, to get confused.
കുഴലി (നാ)- നീണ്ട തലമുടിയുള്ളവൾ, പത്തിയുള്ള പാമ്പ്. woman having long beautiful hair, hooded snake.
കുഴൽക്കാരൻ (നാ)- കുഴൽ വിളിക്കുന്നവൻ. trumpeter.
കുഴവി (നാ)- അമ്മിപ്പിള്ള, ശിശു. grinding pestle, infant.
കുഴി (നാ)- ഗർത്തം, കുണ്ട്, അപകടം. pit, cavity, danger.
കുഴികല്ല് (നാ)- കുഴിയമ്മി, മറപ്പുരക്കല്ല്. hollow stone mortar for masecrating medicines, stone slab in a privy.
കുഴിക്കുക (സ.ക്രി)- കുഴിയുണ്ടാക്കുക, ഖനനം നടത്തുക, രഹസ്യമായി ആക്രമിക്കുക. to dig, to excavate, to attack secretly.
കുഴികുത്തി (നാ)- പാര. iron bar.
കുഴിച്ചിടുക - വിത്തുനടുക, ശവശരീരം മറവു ചെയ്യുക. to plant seeds, to bury the dead.
കുഴിനഖം (നാ)- നഖത്തിലുണ്ടാകുന്ന ഒരു രോഗം. whitlow.
കുഴിമടിയൻ (നാ)- വലിയ മടിയൻ. very lazy fellow.

കുഴിമാടം (നാ)- ശവക്കുഴി. tomb.
കുഴിയൻ (നാ)- നീചൻ, ചതിയൻ, കള്ളൻ. despicable person, cheat, thief.
കുഴിയാന (നാ)- പൊടിമണലിൽ കുഴി കുത്തി വസിക്കുന്ന ഒരു പ്രാണി. ant lion.
കുഴിയുക (അ.ക്രി)- പതിയുക, കുഴിയുണ്ടാവുക. to sink, to get deep or hollow.
കുറ (നാ)- അറ്റകുറ്റം, കുറ്റം, ദാരിദ്ര്യം, പോരായ്മ, അവമാനം. damage, offence, poverty, deficiency, disgrace.
കുറച്ചിൽ (നാ)-അപമാനം, പോരായ്മ, കുറവ്. disgrace, deficiency, defect.
കുറച്ച് (ക്രി.വി)- അല്പം. a little.
കുറയുക (അ.ക്രി)- ശമിക്കുക, ചുരുങ്ങുക, താഴുക, അല്പമാവുക, ഹീനമാവുക. end, shrink, come down, decrease, become low.
കുറയ്ക്കുക (സ.ക്രി)- മുറിക്കുക, കിഴിക്കുക, താഴ്ത്തുക, കൊല്ലുക, ഹീനമാക്കുക. to cut, to subtract, to lower, to kill, to make base.
കുറാശാണി (നാ)- അയമോദകം. henbane.
കുറിക്കുക (സ.ക്രി)- വരയ്ക്കുക, അടയാളം വയ്ക്കുക, എഴുതുക, സംബന്ധിക്കുക, ലാക്കു നോക്കുക, നിശ്ചയിക്കുക. to sketch, to mark, to write, to participate, to look for an aim, to decide.
കുറിക്കൂട്ട് (നാ)- ശരീരത്തിൽ പുരട്ടാനായി ചന്ദനാദി സുഗന്ധവസ്തുക്കൾ ചേർത്തു കൂട്ടിയത്. cosmetic made of sandal paste and other perfumes.
കുറിച്ചി (നാ)- ഗ്രാമം, ഒരു മത്സ്യം. hamlet, a kind of fish.
കുറിതൊടുക - ആചാരപ്രകാരമോ അലങ്കാരത്തിനായോ നെറ്റിയിൽ ഭസ്മചന്ദനാദികൾ അണിയുക. to put on caste marks.
കുറുഞ്ഞി (നാ)- ചക്കിപ്പൂച്ച, കാട്ടുപാമ്പ്. female cat, a variety of wild snake.
കുറിപ്പ് (നാ)- കുറിക്കൽ, സംക്ഷിപ്തവിവരണം, ഓർമ്മയ്ക്കായി എഴുതിവച്ചിട്ടുള്ളത്, ചുരുക്കി എഴുതിയ കത്ത്, വർത്തമാനക്കത്ത്. writing, abstract, memorial inscription, short letter, news letter.
കുറിമാനം (നാ)- ലക്ഷ്യം, കുറിപ്പ്, കുറിപ്പടി. aim, note, prescription.
കുറിയ (വി)- നീളം കുറഞ്ഞ, ചുരുണ്ട, ചെറിയ, ചുരുക്കമായ. not long, curly, small, contracted.
കുറുകുക (അ.ക്രി) - അടുക്കുക, ആശ്രയിക്കുക, വിനയം കാട്ടുക, ചെറുതാവുക, കട്ടിയാവുക. to draw near, to depend on, to be humble, to be shortened, to become viscous.
കുറുക്കൻ (നാ)- ഊളൻ, കൗശലക്കാരൻ. jackal, cunning fellow.
കുറുക്കേ (ക്രി.വി)- വേഗത്തിൽ, വിലങ്ങനെ. swiftly, athwart.
കുറുഞ്ഞി (നാ)- ഒരു ഔഷധച്ചെടി, മലങ്കൃഷി, കുന്നുംപുറം. a medicinal plant, cultivation in hilly, hilly place.
കുറുനരി (നാ)- ഊളൻ. jackal.
കുറുനിര (നാ)- അളകം. lock of hair.
കുറുന്തോട്ടി (നാ)- ഒരു ഔഷധി. a medicinal herb.
കുറുമിഴി (നാ)- ഒരിനം മുല്ല. jasminum auriculatum.
കുറുമ്പൻ (നാ)- ദുഷ്ടൻ, ഇടയൻ, കുറുമ്പുള്ളവൻ. wicked man, shepherd, haughty person.
കുറെ (ക്രി.വി)- കുറച്ച്, ഏതാനും, അല്പം. a little, a few, some.
കുറേശ്ശ (ക്രി.വി)- അല്പാല്പം. little by little.
കുറ്റകരമായ (വി)- ദോഷപൂർണ്ണമായ. culpable.
കുറ്റക്കാരൻ (നാ)- കുറ്റം ചെയ്തവൻ. offender.

കൂക്ക് (നാ)- നിലവിളി, കൂകൽ. outcry, shouting.
കൂക്കുക (അ.ക്രി)- ഉറക്കെ ശബ്ദിക്കുക. make a loud voice.
കൂചൽ (നാ)- സങ്കോചം, ലജ്ജ, ഭീതി. bashfulness, shyness, fear.
കൂചികാ (നാ)- താക്കോൽ. key.
കൂജ (നാ)- പിടിമൊന്ത, കാപ്പിപ്പാത്രം. water pot with long narrow neck.
കൂജം (നാ)- കാക്ക. crow.
കൂജനം (നാ)- കൂകൽ, മധുര ശബ്ദം, പക്ഷികളുടെ ശബ്ദം. cooing, sweet sound, cooing of birds.
കൂഞ്ഞാൽ (നാ)- ഊഞ്ഞാൽ. swing.
കൂട (നാ)- കുട്ട. basket.
കൂട (ക്രി.വി)- ഒരുമിച്ച്, ആകെ. together with, totally.
കൂട (വി)- അസത്യമുള്ള, ഉറപ്പുള്ള, ചതിയുള്ള, ജംഗമമല്ലാത്ത. untrue, firm, deceitful, immovable.
കൂടക - ചതിയുള്ള, കള്ളമായ. deceitful, false.
കൂടകം (നാ)- കൊഴു, വഞ്ചന, ഉയരം, പ്രാധാന്യം, തലമുടി. ploughshare, fraud,importance, hair on the rear of head.
കൂടജം (നാ)- കുടകപ്പാല. hollarahena antidysenterica.
കൂടജൻ (നാ)- ദ്രോണാചാര്യൻ. Dronacharya.
കൂടത (നാ)- അസത്യം, കാഠിന്യം. falsehood, hardness.
കൂടൻ (നാ)- അഗസ്ത്യൻ, കപടൻ. epithet of Agastya, cheat.
കൂടപത്രം (നാ)- കള്ളപ്രമാണം, ആഭിചാരം, കൃത്രിമ.മായ ലേഖനം. false document, sorcery, artificial writing.
കൂടപാലൻ (നാ)- കുശവൻ. potter.
കൂടപ്പിറപ്പ്(നാ)- സഹോദരൻ. brother, sister.
കൂടം (നാ)- കൂട്ടം, ഇന്ദ്രജാലം, കൊടുമുടി, മണ്ഡപം, വഞ്ചന, ഗൃഹം, കൂമ്പാരം, ഹേതു, കടംകഥ, കൊമ്പ്, വടിവാൾ, മാനിനെ പിടിക്കാനുള്ള വല, കൊഴുവ്, ഗോപുരം, ചൂത്, ശരീരം, വലിയ ചുറ്റിക, മുഖ്യഭാഗം. collection, magic, peak of a mountain, raised platform, deceit, home, heap, reason, riddle, horn, sword stick, trap for catching deer, plough share, tower, gambling, body, heavy hammer, main portion.
കൂടയന്ത്രം (നാ)- കുരുക്ക്, കെണി. trap.
കൂടയുക്തി (നാ)- കപടയുക്തി. false reason.
കൂടയുദ്ധം (നാ)- ചതിപ്പോര്. warfare.
കൂടല് (നാ)- ചേർച്ച, ആലിംഗനം. match, embrace.
കൂടലർ (നാ)- ശത്രുക്കൾ. foes.
കൂടവേ (ക്രി.വി)- കൂടെ. with.
കൂടസാക്ഷി (നാ)- കള്ളസാക്ഷി. false witness.
കൂടസ്ഥ (വി)- നാശമില്ലാത്ത, സർവ്വവ്യാപിയായ. immoral, omnipresent.
കൂടസ്ഥൻ (നാ)- ഈശ്വരൻ, പ്രധാനി. god, chief.
കൂടസ്ഥം (നാ)- പരമാത്മാവ്. supreme soul.
കൂടാഗാരം (നാ)- തമ്പ്, മട്ടുപ്പാവ്. tent, balcony.
കൂടിക്കാഴ്ച (നാ)- അഭിമുഖം, പരസ്പര സന്ദർശനം. interview, meeting.
കൂടിയാട്ടം(നാ)-ചാക്യാന്മാരുടെ ഒരു നൃത്തവിശേഷം. a kind of dance - drama performed by Chakiars.
കൂട് (നാ)- ആശ്രയസ്ഥലം, ശരീരം, ഉറ, കാരാഗൃഹം, സമൃദ്ധി, തേങ്ങ സൂക്ഷിക്കുന്ന സ്ഥലം. shelter, body, sheath, jail, abundance, room for storing coconut.
കൂടുതൽ (നാ)- വർദ്ധന, മിച്ചം, ആധിക്യം. increase, balance, excess.
കൂടെ - ഒരുമിച്ച്, പോലും, വീണ്ടും. with, also, again.
കൂട്ടൻ (നാ)- ചങ്ങാതി. friend.

കൂട്ടം (നാ)- സമൂഹം, യോജിപ്പ്, വഴക്ക്, കൂമ്പാരം, സമാജം, സംഘം, സംഭാഷണം, ബഹളം, ചിട്ടി. crowd, match, quarrel, heap, society, conversation, hubbub, chit.
കൂട്ടംകൂടുക (നാ)- അനേകം പേർ ഒരുമിച്ചു കൂടുക. to congregate.
കൂട്ടായ്മ (നാ)- ഐക്യം, ചേർച്ച, യോജിപ്പ്. intimacy, confederacy, union.
കൂട്ടാളി (നാ)- കൂട്ടുകാരൻ. friend.
കൂട്ടിമുട്ടുക - പരസ്പരം എതിർക്കുക, തമ്മിൽ യദൃച്ഛയാ കാണുക. to oppose, to come across.
കൂട്ടിവയ്ക്കുക (നാ)- ശേഖരിക്കുക, കൂമ്പാരമാക്കുക. to store up, to heap.
കൂട്ടിവായിക്കുക - ഒത്തുനോക്കുക. to compare copies.
കൂട്ട് (നാ)- സഹവാസം, ഇണ, യോജിപ്പ്, സമ്മതം, കൂട്ടം, സഹായം, സാദൃശ്യം. mixture, mate, fitness, agreement, flock, help, similarity.
കൂട്ടുക (സ.ക്രി)- ശേഖരിക്കുക, ഉൾപ്പെടുത്തുക. to gather, to include.
കൂട്ടുകാരൻ (നാ) - ചങ്ങാതി. friend.
കൂട്ടുകൂടുക (നാ)- സഹകരിക്കുക, കൂട്ടുകാരാവുക. to associate, to form company with.
കൂട്ടുകെട്ട് (നാ)- യോജിപ്പ്, സഹവാസം, സ്നേഹബന്ധം, ഗൂഢാലോചന. unity, contact, companionship, conspiracy.
കൂണ് (നാ)- കുമിൾ. mushroom.
കൂന (നാ)- കൂമ്പാരം. heap.
കൂന്താണി (നാ)- കൂന്താലി, ഉരൽ. a kind of hoe, large mortar.
കൂപം (നാ)- കിണറ്, കുഴി. well, hole.
കൂപാങ്കം (നാ)- രോമാഞ്ചം. horripilation.
കൂപാരം (നാ)- കടൽ. sea.
കൂപി (നാ)- ചെറിയ കിണറ്. small well.
കൂബരി (നാ)- തേര്, കൂനി. chariot, hunch-backed woman.
കൂമൻ (നാ) - മൂങ്ങ. owl.
കൂമം (നാ)- തടാകം. lake.
കൂമ്പൻ (നാ)- കുമ്പിൾ മരം. gmelinaarborea.
കൂമ്പൽ (നാ)- കൂമ്പാരം. heap.
കൂമ്പ് (നാ)- തെങ്ങ്, പന മുതലായവയുടെ പൂങ്കുല വിരിയുന്നതിന് മുമ്പുള്ളത്, വാഴക്കുലയുടെ അഗ്രഭാഗം, കൊടിഞ്ഞി, ഹൃദയം. bud of the palm trees, bud of plantain, a kind of headache, heart.
കൂര് (നാ)- അമ്പ്, അമ്പിന്റെ മുന, മൂർച്ച നാരായത്തിന്റെ മുന. arrow, point of an arrow, sharp end of a style.
കൂര (നാ)- ചെറിയ വീട്, ഇറമ്പ്. small house, edge of the roof.
കൂരം (നാ)- ചോറ്, കൂവരക്. rice, ragi.
കൂരമ്പ് (നാ)- വളരെ കൂർത്ത അമ്പ്, ഒരു നരകം. very sharp arrow, hell.
കൂരാമ്പൽ (നാ)- ചെറിയ കുന്തം, വേൽ, ചാട്ടുളി. javelin, spear, sharp dart.
കൂരിരുട്ട് (നാ)- വലിയ ഇരുട്ട്. pitchy darkness.
കൂർക്കം (നാ)- പാറുവലി. snoring.
കൂർക്കുക (അ.ക്രി)-തിങ്ങുക, വർദ്ധിക്കുക, മുനയുണ്ടാകുക. be crow-ded, increase, be pointed.
കൂർച്ച (വി)- മൂർച്ചയുള്ള, വലിയ, മുനയുള്ള. sharp, large, pointed.
കൂർച്ചകം (നാ)- ജീവകം, താടിമീശ, പല്ലു തേയ്ക്കാനുള്ള ബ്രഷ്. vitamin, beard, tooth brush.
കൂർച്ചനം (നാ)- മുന. pointed tip.
കൂർച്ചശീർഷം (നാ)- ജീവകം, തെങ്ങ്. vitamin, coconut tree.
കൂർത്ത (വി)- മുനയുള്ള, തീക്ഷ്ണമായ, മൂർച്ചയുള്ള. pointed, sharp, pungent.
കൂർപ്പരം (നാ)- കൈമുട്ട്, കാൽമുട്ട്, മുഴംകാൽ. elbow, knee, leg.
കൂലകം (നാ)- തീരം. shore.

കൂലങ്കഷാ (നാ)- നദി. river.
കൂലങ്കഷം (നാ) - കടൽ, ഊക്കേറിയ ഒഴുക്ക്. sea, flow of river breaking all bounds.
കൂലം (നാ)- ധാന്യത്തിന്റെ കൂമ്പാരം, കുന്ന്, അരിക്, ചരിവ്, പൊയ്ക, തീരം. heap of grain, hill, edge, slope, pond, shore.
കൂലവതി (നാ)- നദി. river.
കൂലി (നാ)- ജോലിക്കുള്ള പ്രതിഫലം. wages.
കൂലിപ്പണി (നാ)- കൂലിക്കുവേണ്ടിയുള്ള പണി, ദിവസക്കൂലിക്കു വേണ്ടിയുള്ള പണി. casual labour, work on daily wages.
കൂവം (നാ)- കിണറ്. well.
കൂവര (വി)- ഭംഗിയുള്ള, കൂനുള്ള. beautiful, hunch-baked.
കൂവരക് (നാ)- പഞ്ഞപ്പുല്ല്. ragi.
കൂവളം (നാ)- ഒരു വൃക്ഷം. crateva religiosa.
കൂവാരം (നാ)- സമുദ്രം. sea.
കൂവ് (നാ)- കൂകൽ. act of cooing.
കൂഹാ (നാ)- മൂടൽമഞ്ഞ്. mist.
കൂഹക (വി)- ചതിക്കുന്ന. deceitful.
കൂഹന (നാ)- കപടഭക്തി, ചതി. false devotion, deceit.
കൂഹി (നാ)- മൂടൽമഞ്ഞ്. mist.
കൂളൻ (നാ) - മുണ്ടൻ, പോത്തിൻ കന്ന്, വിട്ടിൽ. dwarf, young male buffalo, grasshopper.
കൂളം (നാ)- പതിര്, ചണം. chaff of corn, jute.
കൂളി (നാ)- പിശാച്, എരുമക്കിടാവ്. devil, young she-buffalo.
കൂഴം (നാ)- പാച്ചോറ്, ആഹാരം, വിളവ്, എള്ള്, ധനം, സ്വർണ്ണം, കൂത്ത്. porridge, food, crop, sesame seed, wealth, gold, dance.
കൂറ് (നാ)- വിശ്വസ്തത, സ്നേഹം, പങ്ക്, അവകാശം, വർഗ്ഗം, സമൂഹം, നന്മ, പങ്കാളിത്തം, സാരം. loyalty, love, share, right, race, society, virtue, partnership, substance.
കൂറുക (സ.ക്രി)- പ്രസിദ്ധപ്പെടുത്തുക, സംസാരിക്കുക, പറയുക, ലേലം വിളിക്കുക, വ്യക്തമായി വിവരിക്കുക, പങ്കിടുക, സ്നേഹിക്കുക. to proclaim, to talk, to say, to auction, to describe, to share, to love.
കൂറ്റത്തം (നാ)- വലിപ്പം. greatness.
കൂറ്റൻ (വി)- വലിയ. big.
കൂറ്റം (നാ) - നിലവിളി, കരച്ചിൽ, വർഗ്ഗം, വാക്ക്, കാലൻ. lamentation, crying, class, word, Yama.
കൂറ്റാൻ (നാ)- പങ്കാളി, ബന്ധു, സ്നേഹിതൻ, പന്നി, കാള. partner, relative, friend, pig, ox.
കൂറ്റ് (നാ)- നിലവിളി, ശബ്ദം, സ്നേഹം, ബന്ധുത്വം, ഇണക്കം, പങ്ക്. lamentation, voice, love, relation, tameness, share.
കൃക്കണൻ (നാ)- പരമശിവൻ. Lord Siva.
കൃകലാശം (നാ)- ഓന്ത്, പല്ലി. chameleon, house lizard.
കൃകാടകം (നാ)- കഴുത്ത്. neck.
കൃച്ഛ്രഗൻ (നാ)- പാപി. sinner.
കൃത (വി)- തയ്യാറായ, സൃഷ്ടിക്കപ്പെട്ട, പ്രാപ്തി വന്ന, മുഴുവൻ തീർന്ന, ശിക്ഷിതമായ, ചെയ്യപ്പെട്ട. prepared, created, matured, completed, trained, done.
കൃതക (വി)- വ്യാജമുള്ള, ദത്തെടുക്കപ്പെട്ട, കൃത്രിമമായ, ഉണ്ടാക്കപ്പെട്ട. false, adopted, artificial, made.
കൃതജ്ഞത (നാ)- നന്ദി. thanks.
കൃതജ്ഞം (നാ)- നായ്. dog.
കൃതാനുസാരം (നാ)- നടപടി, വഴക്കം. procedure, proceedings.
കൃതാന്തൻ (നാ)- യമൻ, ശനി, ദേവൻ. Yama, Saturn, god.
കൃതാന്തം (നാ)- വിധി. fate.
കൃതാർത്ഥ (വി)- ഉദ്ദേശ്യം സാധിച്ച, ഭാഗ്യമുള്ള, തൃപ്തനായ. having accomplished one's aim, fortunate, satisfied.
കൃതാർത്ഥൻ (നാ)- ഉദ്ദേശം സാധിച്ചവൻ. gratified person.

കൃതാലയം (നാ)- തവള. frog.
കൃതി (വി)- സാമർത്ഥ്യമുള്ള. clever.
കൃതി (നാ)- നിഗ്രഹം, കത്തി, വിദ്വാൻ, ക്രിയ, കൃതാർത്ഥൻ, സൃഷ്ടി, പ്രവൃത്തി, കഥ, പ്രതിഷ്ഠ. act of killing, knife, scholar, verb, one who has accomplished, creation, action, story, establishment.
കൃത്തിക (നാ)- ദുർഗ്ഗ, കാർത്തിക, കൃത്യ. goddess Durga, pleiades, malevolent female deity.
കൃത്യ(വി)- ചെയ്യേണ്ടുന്ന, ശരിയായ, ഉചിതമായ. ought to be done, right, proper.
കൃത്യക (നാ)- മന്ത്രവാദിനി. sorceress.
കൃത്യനിർവ്വഹണം (നാ) - ചുമതല നിറവേറ്റൽ. discharge of one's duties.
കൃത്യം (ക്രി.വി)- കണിശമായി, ശരിക്ക്. definitely,exactly.
കൃത്യം (നാ)- നിയമം, നടപ്പ്, പ്രവൃത്തി. rule, custom, action.
കൃത്രിമ (വി)- ദത്തെടുക്കപ്പെട്ട, സഹജമല്ലാത്ത. adopted, not natural.
കൃത്രിമം (നാ)- കാരുപ്പ്, ചീനക്കർപ്പൂരം, രസാഞ്ജനം, കള്ളത്തരം, ഉപായം, സ്വതേയുള്ളതല്ലാത്തത്. black salt, a kind of camphor, copper sulphate, falsehood, trick, something artificial.
കൃത്സം (നാ)- വെള്ളം, സമൂഹം, പാപം. water, society, sin.
കൃത്സ്ന (വി)- മുഴുവനായ. entirely.
കൃദരം (നാ)- വീട്, മടി, പത്തായപ്പുര. house, laziness, granary.
കൃന്തകൻ (നാ)- മുറിക്കുന്നവൻ. cutter.
കൃന്തനം (നാ)- ഛേദനം, മുറിക്കൽ. cutting.
കൃപ (നാ)- ക്ഷമ, കൃപി, ദയ. patience, sister of Kripacharya, mercy.
കൃപണ (വി)- ലുബ്ധുള്ള, നീചനായ, ദാരിദ്ര്യമുള്ള, നിന്ദ്യനായ, വിവേകമില്ലാത്ത, നിസ്സഹായനായ. miserliness, low, poor, vile, not prudent, helpless.
കൃപണൻ (നാ)- ലുബ്ധിച്ചു ജീവിക്കുന്നവൻ. miser.
കൃപാകടാക്ഷം - ദയാപൂർണ്ണമായ നോട്ടം. compassionate look and treatment.
കൃപാണം (നാ)- വാൾ, കട്ടാരി. sword, dagger.
കൃപാണി (നാ)- കത്രിക, കഠാര, ഉടവാൾ. scissors, dagger, sword.
കൃപാലു (വി)- കൃപയുള്ളവൻ. merciful.
കൃപീഡപാലം (നാ)- തുഴ, വായു, സമുദ്രം. rudder, air, sea.
കൃപീടം (നാ)- വയറ്, വിറക്, കാട്, വെള്ളം. stomach, firewood , forest, water.
കൃമി (നാ)- പുഴു, എട്ടുകാലി, കഴുത, അരക്ക്. worm, spider, ass, lac.
കൃമിക്കുക (അ.ക്രി)- പുഴുക്കുക. grow wormy.
കൃമിഘ്നാ (നാ)- മഞ്ഞൾ. turmeric.
കൃമിശുക്തി (നാ)- കക്ക. shell.
കൃമിശൈലം (നാ)- ചിതൽപ്പുറ്റ്. anthill.
കൃശ (വി)- കടുപ്പമില്ലാത്ത, നിസ്സാരമായ, മെലിഞ്ഞ, ചെറിയ. not hard, insignificant, lean.
കൃശഗൻ (നാ)- പരമശിവൻ. Lord Siva.
കൃശത(നാ)- മെലിവ്, ക്ഷീണം, അല്പത്വം, മൃദുത്വം. leanness, weakness, meanness.
കൃശനം (നാ)- സ്വർണ്ണം, ആകൃതി, മുത്ത്. gold, shape, pearl.
കൃശൻ (നാ)- മെലിഞ്ഞവൻ, പാവപ്പെട്ടവൻ. one who is lean, poor person.
കൃശല (നാ)- തലമുടി. hair.
കൃശാക്ഷം (നാ)- എട്ടുകാലി. spider.
കൃശാംഗൻ (നാ)- പരമശിവൻ, മെലിഞ്ഞവൻ. Lord Siva, lean person.
കൃശാംഗി (നാ)- സുന്ദരി, ഞാഴൽ. beautiful woman, plant milnea montana.
കൃശാനു (നാ)- അഗ്നി, അസൂയാലു, കൊടുവേലി. fire, jealous person, leadwort.

കൃശാനുരേതസ്സ് (നാ)- പരമശിവൻ. Lord Siva.
കൃശാശ്വി (നാ)- നടൻ. actor.
കൃശോദരി (നാ)- സുന്ദരി, നറുനീണ്ടി. beautiful woman, periploca indica.
കൃഷക (വി)- ആകർഷിക്കുന്ന, കൃഷി ചെയ്യുന്ന. attractive, cultivating.
കൃഷം (നാ)- ഉരയ്ക്കൽ. rubbing.
കൃഷി (നാ)- ധാന്യാദികൾ നട്ടുവളർത്തൽ. cultivation.
കൃഷികൻ (നാ)- വേലക്കാരൻ, ഉഴവുകാരൻ. servant, ploughman.
കൃഷിക്കാരൻ (നാ)- കൃഷി ചെയ്യുന്നവൻ. farmer.
കൃഷിപ്പണി (നാ)- കൃഷിത്തൊഴിൽ. agriculture.
കൃഷിഭൂമി (നാ)- കൃഷിചെയ്യാനുള്ള ഭൂമി. cultivable land.
കൃഷീവലൻ (നാ)- കൃഷിക്കാരൻ. farmer.
കൃഷ്ണ (നാ)- ദുഷ്ടമായ, ശുദ്ധികേടുള്ള, മനസ്സിനെ ആകർഷിക്കുന്ന, കറുത്ത. wicked, impure, attractive, black.
കൃഷ്ണകന്ദം (നാ)- ശർക്കര, ചെന്താമര. molasses, red lotus.
കൃഷ്ണഗതി (നാ)-അഗ്നി. fire.
കൃഷ്ണഗാഥ (നാ)- കൃഷ്ണനെക്കുറിച്ച് ചെറുശ്ശേരി രചിച്ച ഒരു ഭാഷാകാവ്യം. Malayalam epic on Krishna by Cherussery.
കൃഷ്ണഗ്രീവൻ (നാ)- ശിവൻ. Siva.
കൃഷ്ണചന്ദനം (നാ)- രക്തചന്ദനം. red sandal wood.
കൃഷ്ണചന്ദ്രൻ (നാ) - വാസുദേവൻ. Vasudeva.
കൃഷ്ണചൂർണ്ണം (നാ)- തുരുമ്പ്, ഇരുമ്പുപൊടി, ഇരുമ്പിൻകിട്ടം. rust of iron, iron fillings, iron dross.
കൃഷ്ണജീരകം (നാ)- കരിഞ്ജീരകം. black cumin seed.
കൃഷ്ണത (നാ)- ദുഷ്ടത, മാലിന്യം, കറുപ്പുനിറം. wickedness, dirt, black colour.
കൃഷ്ണതതി (നാ)- അഗ്നി. fire.
കൃഷ്ണതാരം (നാ)- കരിമാൻ. black deer.
കൃഷ്ണതുളസി (നാ)- കറുത്ത തുളസി. ocimum sanctum.
കൃഷ്ണദേഹം (നാ)- കറുത്ത ശരീരം, വണ്ട്. black body, beetle.
കൃഷ്ണദ്വൈപായനൻ (നാ)- വേദവ്യാസൻ. Veda Vyasa.
കൃഷ്ണൻ (നാ)- മഹാവിഷ്ണു. Lord Vishnu.
കൃഷ്ണപല്ലിക (നാ)- കരിങ്കച്ചോലം. a black species of aromatic medicinal herb.
കൃഷ്ണപിംഗള (നാ)- ദുർഗ്ഗ. Durga.
കൃഷ്ണപുഷ്പം (നാ)- കറുത്ത ഉമ്മത്ത്. dhatura plant.
കൃഷ്ണപ്പരുന്ത് (നാ)- ഒരിനം പരുന്ത്. Brahmany kite.
കൃഷ്ണം (നാ)- ഇരുമ്പ്, കാരീയം, കുരുമുളക്, കറുപ്പുനിറം, കുയിൽ, കാക്ക. iron, black-lead, pepper, black colour, cuckoo, crow.
കൃഷ്ണമണി (നാ)- കറുത്ത മിഴി, ഓമന. apple of the eye, darling.
കൃഷ്ണമുഖം (നാ)- കരിങ്കുരങ്ങ്, കറുത്ത മുഖം. black monkey, black face.
കൃഷ്ണമൂലി (നാ)- കറുത്ത തുളസി. ocimum sanctum.
കൃഷ്ണമൃഗം (നാ)- കരിമാൻ. black antelope.
കൃഷ്ണയാമൻ (നാ) - അഗ്നി. fire.
കൃഷ്ണലോഹം (നാ)- അയസ്കാന്തം. loadstone.
കൃഷ്ണവർണ്ണൻ (നാ)- രാഹു. Rahu.
കൃഷ്ണവർത്മാവ് (നാ)- അഗ്നി, നീചൻ, രാഹു. fire, black guard, Rahu.
കൃഷ്ണശകുനി (നാ)- കാക്ക. crow.
കൃഷ്ണശൃംഗം (നാ)- പോത്ത്. male buffalo.
കൃഷ്ണസഖൻ (നാ)- അർജ്ജുനൻ. Arjuna.

കൃഷ്ണസഖം (നാ)- നീർമരുത്. terminalia arjuna tree.
കൃഷ്ണസഖി (നാ)- കൊത്തമല്ലി. coriandrum sativum.
കൃഷ്ണസർപ്പം (നാ)- കാളസർപ്പം. black serpent.
കൃഷ്ണി (നാ)- ഇരുട്ട് അധികമുള്ള രാത്രി. dark night.
കൃസ്ത്യൻ (നാ)- ക്രിസ്തുധർമ്മം അനുഷ്ഠിക്കുന്നവൻ. one who follows Christianity.
കെഞ്ച് (നാ)- ശീമച്ചുണ്ണാമ്പ്. perfumed lime.
കെഞ്ചുക (അ.ക്രി)- താണുവീണ് അപേക്ഷിക്കുക, ഇരക്കുക. supplicate, beg.
കെടാവിളക്ക് (നാ)- അണയാതെ കത്തുന്ന വിളക്ക്. undying fire.
കെടു (വി)- തവണ, ഗഡു. instalment.
കെടുക (അ.ക്രി)- തോല്ക്കുക, കേടു വരുക, ഇല്ലാതാകുക, നശിക്കുക. to fail, to become rotten, to be ruined, to be destroyed.
കെടുകാര്യം (നാ)- നാശം, നഷ്ടം, ഹാനി. ruin, loss, damage.
കെടുതൽ (നാ)- വിപത്ത്, നാശം, നഷ്ടം, രോഗം, ക്ഷീണം. calamity, destruction, loss, disease, weakness.
കെടുമ്പ് (നാ)- അരിമ്പാറ, ദുഷിച്ച അവസ്ഥ, ദുർഗന്ധം, ദുസ്സ്വാദ്, നാശം, ദുർബുദ്ധി, അസൂയ. wart, rotten state, foul smell, unsavouriness, ruin, evil mindedness, jealousy.
കെട്ട (വി)- ഒഴിഞ്ഞ, നശിച്ച, നഷ്ടപ്പെട്ട, കേടുവന്ന. vacated, ruined, lost, putrefied.
കെട്ടിപ്പിടിക്കുക (ക്രി)- ആലിംഗനം ചെയ്യുക. to embrace.
കെട്ടിപ്പിടിത്തം - ആലിംഗനം. embrace.
കെട്ട് (നാ)- ബന്ധനം, തടയൽ, മുറ, വിവാഹം, സമുദായം, മതിൽ, പൊതി, ചുമട്, ചിറ, കെട്ടിടം, ക്ഷുദ്രം. binding, obstructing, order, marriage, society, wall, package, luggage, pond, house, a kind of sorcery.
കെട്ടുകഥ (നാ)- കല്പിതകഥ. concocted story.
കെട്ടുപാട് (നാ)- പ്രതിബന്ധം, ബാദ്ധ്യത, കൂട്ടുകെട്ട്. obstacle, liability, friendship.
കെട്ടുമരം (നാ)- തടിച്ചങ്ങാടം. catamaran.
കെണി (നാ)- മൃഗാദികളെ കുടുക്കുന്നതിനുള്ള യന്ത്രം, കുരുക്ക്, വല. trap, snare, net.
കെലിപ്പ് (നാ)- വിജയം, സന്തോഷം. success, joy.
കെല്പൻ (നാ)- കെല്പുള്ളവൻ. efficient person.
കെല്പ് (നാ)- പ്രഭാവം, ശക്തി, ആരോഗ്യം. influence, strength, health.
കെറുവ് (നാ)- നീരസം, ഡംഭം. displeasure, haughtiness.
കേകയം(നാ)- മയിൽ, വില്ല്. peacock, bow.
കേകരം (നാ)- കോങ്കണ്ണ്. squint-eye.
കേകി (നാ)- മയിൽ. peacock.
കേടകം (നാ)- വിമാനം, പരിച. aeroplane, shield.
കേട് (നാ)- നാശം. ruin.
കേടുപാട് (നാ)- അറ്റകുറ്റം. damage.
കേണി (നാ)- ഖനി, കിടങ്ങ്, കിണറ്, തടാകം, തൊട്ടിൽ. mine, trench, well, lake, cradle.
കേതകം (നാ)- പൂക്കൈത, കൈതപ്പൂവ്, കൊടിക്കൂറ. pandanus odorattissinus, fragrant flower of pandanusa, flag.
കേതനം (നാ)- ക്ഷണം, കൊടിമരം, പാർപ്പിടം. invitation, flag-post, abode.
കേതുമാൻ (നാ)-തേജസ്വി. glorious person.
കേതുരത്നം (നാ)- വൈഡൂര്യം. beryl.
കേദാരകം (നാ)- വിളഭൂമി. fertile land.
കേദാരനാഥൻ (നാ)- പരമശിവൻ. Lord Siva.
കേദാരം (നാ)- മൈതാനം, ആലവാലം, വയൽ, വിളഭൂമി. play ground, basin around a tree, field, fertile land.

കേന്ദ്രം (നാ)- മുഖ്യസ്ഥാനം. pivotal position.
കേന്ദ്രീകരിക്കുക (നാ)- ഏകാഗ്രമാക്കുക. to concentrate.
കേപ്പ (നാ)- കൂവരക്. ragi.
കേമൻ (നാ)- സമർത്ഥൻ, വലിയവൻ. clever man, expert.
കേമം (നാ)- ആരോഗ്യം, ക്ഷേമം, പൊടിപൂരം. health, welfare, something excellent.
കേയൂരം (നാ)- തോൾവള. bracelet worn on the upper arm.
കേരം (നാ)- തെങ്ങ്. coconut tree.
കേരവം (നാ)- അരയന്നം. swan.
കേരളം (നാ)- മലയാളനാട്. Kerala State.
കേരളി (നാ)- ജ്യോതിഷം, കേരളീയ സ്ത്രീ. astrology, Kerala women.
കേരളീയ (വി)- കേരളത്തെ സംബന്ധിച്ച. pertaining to Kerala.
കേവലൻ (നാ)- പരബ്രഹ്മം, ഏകദൈവം, ഏകാകി. absolute being, one god, solitary person.
കേവലം (ക്രി.വി)- മാത്രം, മിക്കവാറും, നിരുപാധികമായി, മുഴുവനും, തികച്ചും. only, probably, unconditionally, absolutely.
കേശബന്ധം (നാ)- തലമുടിക്കെട്ട്. hair-lock.
കേശഭാരം (നാ)- സമൃദ്ധമായ തലമുടി. dense tress of hair.
കേശാദിപാദം (ക്രി.വി)- ശിരസ്സു മുതൽ പാദം വരെ. from head to foot.
കേസരം (നാ)- കുങ്കുമം, ചായില്യം, രോമം, സിംഹത്തിന്റെ സട, താമരയല്ലി, ഇലഞ്ഞിമരം. saffron, vermillion, hair, mane of lion, lotus filament, tree mimusops elengi.
കേസ് (നാ)- പരാതി, വ്യവഹാരം, ഹർജി. complaint, suite of law, petition.
കേളി (നാ)- പ്രസിദ്ധി, ക്രീഡ, വിനോദം, രതിലീല, കടമ്പ്, ഭൂമി. fame, play, amusement, sexual play, nauclea cadamba, earth.
കേളിക (നാ)- കഥകളി. Kathakali.
കേളികദംബം (നാ)- ഒരിനം കടമ്പ്. a species of eugenia.
കേളികം (നാ)- അശോകം. jonesia asoka.
കേളികീർണ്ണം (നാ)- ഒട്ടകം. camel.
കേളിഗൃഹം (നാ)- അന്തഃപുരം, കളിയാടുന്നതിനുള്ള സ്ഥലം. house for amorous entertainments, play-house.
കേളിതം (നാ)- ജനസംസാരം. hear-say.
കേൾക്കുക (സ.ക്രി)- ശ്രവിക്കുക, മണക്കുക, ചോദിക്കുക, അനുസരിക്കുക, അറിയുക. to hear, to smell, to ask, to obey, to know.
കേൾവി (നാ)- പ്രസിദ്ധി, കേൾക്കൽ, പ്രസിദ്ധമായ വാർത്ത. fame, hearing, well-known news.
കേറുക (അ.ക്രി)- മുകളിലേക്കു പോവുക, കയറുക. climb, ascend.
കേറ്റം (നാ)- കയറ്റം. climbing.
കൈ (നാ)- തുമ്പിക്കൈ, വശം, ബലം, അധികാരം, അഭ്യാസം. trunk of elephant, side, strength, authority, exercise.
കൈകളി (നാ)- മോഷണം. theft.
കൈകസൻ (നാ)- ഒരു രാക്ഷസൻ. a demon.
കൈക്കത്തി (നാ)- ചെറിയ കത്തി. small knife.
കൈക്കരുത്ത് (നാ)- കൈയൂക്ക്. phyisical strength.
കൈക്കാരൻ (നാ)- കൈയാൾ, ധനവാൻ, ഭൃത്യൻ. assistant, wealthy man, servant.
കൈക്കുക (അ.ക്രി)- അരുചി തോന്നുക, വെറുക്കുക, കൈപ്പുരസം ഉണ്ടാവുക. to feel distaste, to hate, to taste bitter.
കൈക്കുഞ്ഞ് (നാ) - വളരെ ചെറിയ കുഞ്ഞ്. infant.
കൈക്കൂലി (നാ)- കോഴ, നഷ്ടം, കാഴ്ചദ്രവ്യം. bribe, loss, present.

കൈക്കോട്ട് (നാ)- തൂമ്പ. hoe.
കൈക്കോഴ (നാ)- കൈക്കൂലി. bribe.
കൈച്ചങ്ങല (നാ)- കൈവിലങ്ങ്. hand fetters.
കൈച്ചുമര് (നാ)- മട്ടച്ചുമര്. parapet.
കൈഡര്യ (നാ)- കറിവേപ്പ്. murraya koenigii.
കൈതച്ചക്ക (നാ)- പിറുത്തിച്ചക്ക. pine-apple plant.
കൈതപ്പൂ (നാ)- കൈതയുടെ പൂവ്. sweet smelling flowers of pandanus.
കൈതര്യം (നാ)- കറിവേപ്പ്, കുമ്പിൾ മരം. murraya koenigii, the tree gmelina arborea.
കൈതവം (നാ)- വൈഡൂര്യം, ചതി, കള്ളം. beryl, deceit, falsehood.
കൈത്തണ്ട് (നാ)- മുഴംകൈ. fore-arm.
കൈത്തലം (നാ)- ഉള്ളംകൈ. palm.
കൈത്തറി (നാ)- കൈ കൊണ്ടു നെയ്യാനുള്ള തറി. handloom.
കൈത്തൊഴിൽ (നാ)- കൈ കൊണ്ടു ചെയ്യുന്ന വേല. handicraft.
കൈത്തോക്ക് (നാ)- ചെറിയ തോക്ക്. pistol.
കൈദാരം (നാ)- തത്ത. parrot.
കൈദി (നാ)- ആമം, തടവുകാരൻ. hand-cuffs, prisoner.
കൈനഖം (നാ)- കൈയിലെ നഖം. finger-nail.
കൈനാറി (നാ)- ഗന്ധമുള്ള ഒരു പൂച്ചെടി. a fragrant flower.
കൈനിറയെ (ക്രി.വി)- കൈനിറച്ച്. handful.
കൈനീട്ടം (നാ)- ആദ്യമായിട്ടുള്ള ദാനം, ആദ്യത്തെ വില്പന, കൈക്കൂലി. first gift, first sale, bribe.
കൈനോട്ടക്കാരൻ (നാ)- കൈരേഖ നോക്കി ഫലം പറയുന്നവൻ. palmist.
കൈപ്പ (നാ)- പാവൽ. bittergourd.
കൈപ്പങ്ങ(നാ)- പാവയ്ക്ക. bittergourd.
കൈപ്പട (നാ)- കൈയക്ഷരം, കൈവേല. hand-writing, handiwork.
കൈപ്പടം (നാ)- കൈപ്പത്തി. palm.
കൈപ്പച്ചീര (നാ)- ഒരിനം ചീര. a type of spinach.
കൈപ്പിഴ (നാ)- കൈക്കുറ്റം. mistake.
കൈപ്പീത്ത് (നാ)- പത്രിക, റിപ്പോർട്ട്, മൊഴി. affidavit, report, statement (oral).
കൈപ്പ് (നാ)- അരുചി, നീരസം, വെറുപ്പ്, കയ്പുരസം, പിത്താശയം, പരൽമീൻ. distaste, displeasure, hatred, bitterness, gall bladder, a kind of fish.
കൈമടക്ക് (നാ)- ദാനം, കൈക്കൂലി. charity, bribe.
കൈമിടുക്ക് (നാ)- കൈച്ചുറുക്ക്. dexterity.
കൈമെത്ത (നാ)- തലയണ. pillow.
കൈമോശം (നാ)- കൈക്കുറ്റം, ചതി. accidental mistake.
കൈയടി (നാ)- കൈകൊട്ട്. applause.
കൈയാമം (നാ)- കൈവിലങ്ങ്. hand cuffs.
കൈയാല (നാ)- മൺചുമര്, പുറംപുര. mud wall, outer shed.
കൈയാറ് (നാ)- നദി, നദിയുടെ കൈവഴി. river, tributary.
കൈയുറ (നാ)- കൈ പൊതിയുന്ന, ഉറ glove.
കൈയൂക്ക് (നാ)- കൈയുടെ ബലം, ശരീരബലം. strength of hand, sinew.
കൈയെഴുത്ത് (നാ)- ഒപ്പ്, കൈപ്പട. signature, hand writing.
കൈയേൽക്കുക (നാ)- ചുമതലയേല്ക്കുക, സ്വീകരിക്കുക. to undertake, to accept.
കൈയേറ്റം (നാ)- ആക്രമണം. assault.
കൈയൊപ്പ് (നാ)- സ്വന്തം ഒപ്പ്. signature.
കൈരവൻ (നാ)- ശത്രു, ചതിയൻ, ചൂതാളി. enemy, deceit, gambler.
കൈരവം (നാ)- വെളുത്ത ആമ്പൽ, കൊട്ടം. white waterlilly, costus speciosus.
കൈരവി (നാ)- നിലാവ്, ചന്ദ്രൻ, ഉലുവ. moonlight, moon, fenugreek.

കൈരളി (നാ)- മലയാളം, കേരളീയ വനിത, വിഴാൽ. malayalam language, a woman in Kerala, vermifuge plant.

കൈരേഖ (നാ)- കൈയിൽ തെളിഞ്ഞു കാണുന്ന വര. lines on palms.

കൈലനാഥൻ (നാ)- പരമശിവൻ. Lord Siva.

കൈലം (നാ)- വിലാസം, ലീല. address, sport.

കൈലാസം (നാ)- ശിവന്റെ ഇരിപ്പിടം, ഹിമവാന്റെ ഒരു ശൃംഗം. abode of Siva, one of the peaks of Himalaya.

കൈലി (നാ)- ലുങ്കി. lungi.

കൈലേസ്സ് (നാ)- കൈയും മുഖവും തുടയ്ക്കാനുള്ള തുണിക്കഷണം. hand kerchief.

കൈവണ്ടി (നാ)- മനുഷ്യർ വലിച്ചു കൊണ്ടുപോകുന്ന വണ്ടി. handcart.

കൈവരി (നാ)- അരച്ചുവര്. handrail.

കൈവലം (നാ)- വിഴാൽ. embelia ribes.

കൈവല്യം (നാ)- ശുദ്ധത, മോക്ഷം, ദാരിദ്ര്യം, നിസ്സഹായത, ഒരു ഉപനിഷത്ത്. purity, salvation, poverty, helplessness, an Upanishad.

കൈവശം (നാ)- അനുഭവം, സ്വാധീനം, കൈച്ചുറുക്ക്. experience, actual possession, skill.

കൈവള (നാ)- കൈയിലിടുന്ന ഒരു ആഭരണം. bangle.

കൈവഴി (നാ)- ഉപായം, ഒറ്റയടിപ്പാത, നദിയുടെ ശാഖ, ആൾവശം കൊടുത്തയയ്ക്കൽ. means, footpath, distributary, sending through a person.

കൈവാക്ക് (നാ)- സൗകര്യം. convenience.

കൈവായ്പ (നാ)- കടം. debt.

കൈവാൾ (നാ)- ചെറിയ അറപ്പുവാൾ. small handsaw.

കൈവിടുക - ഉപേക്ഷിക്കുക. to give up.

കൈവില (നാ)- രൊക്കവില. cash price.

കൈവിലങ്ങ് (നാ)- കൈയാമം. hand cuffs.

കൈവേല (നാ)- കൈത്തൊഴിൽ. handicraft.

കൈശികം (നാ)- തലമുടി, കാമം, ശൃംഗാരം. hair, lust, erotic sentiment.

കൈശികി (നാ)- ദുർഗ്ഗ, ശൃംഗാരം. Durga, erotic sentiment.

കൈശോരം (നാ)- ബാല്യം. childhood.

കൈശ്യം (നാ)- കേശസമൂഹം. whole mass of hair on the head.

കൊക്ക (നാ)- കുഴി, കക്ക, കൈപ്പിടി, വളയം, പൂട്ട്. precipice, oyster, handle, clasp, lock.

കൊക്കര (വി)- വളഞ്ഞ. curved.

കൊക്കര (നാ)- വളവ്, പാമ്പ്, വലംപിരിശംഖ്, വല, വില്ല്, ഒരിനം വാദ്യം. bend, snake, conch with clock-wise ridges, net, bow, musical instrument.

കൊക്കി (നാ)- കൊളുത്ത്. hook.

കൊക്ക് (നാ)- ഒരിനം പക്ഷി, പക്ഷിയുടെ ചുണ്ട്, മുന, മൂലംനക്ഷത്രം, പിടക്കോഴിയുടെ ശബ്ദം, മാനിന്റെ നിലവിളി. crane, beak of a bird, point, the ninteenth constellation, cry of a hen, cry of a deer.

കൊക്കുക (അ.ക്രി)- മൂളുക, ശബ്ദിക്കുക, ഊതുക. hum, cackle, blow.

കൊങ്കണാ(നാ)- രേണുക, പരശുരാമന്റെ മാതാവ്. Renuka, name of the mother of Parasurama.

കൊങ്കി (നാ)- അരിവാൾ. sickle.

കൊങ്ങുക (അ.ക്രി)- കുലുങ്ങുക, കൊഞ്ചുക. quake, coquet.

കൊച്ചങ്ങ (നാ)- വെള്ളയ്ക്ക, മച്ചിങ്ങ. undevoloped coconut fruit.

കൊച്ചൻ (നാ)- ചെറിയവൻ, പയ്യൻ. boy, lad.

കൊച്ചം (നാ) - ചകിരികൊണ്ടുള്ള കയറ്. thin coir rope.

കൊഞ്ചുക (അ.ക്രി)- നിറയുക, കൊതിക്കുക, മധുരമായി സംസാരിക്കുക. be filled, desire, prattle sweetly.

കൊട (നാ)- ദാനം. gift.
കൊടി (നാ)- പതാക, കാക്ക, കാറ്റാടിപ്പട്ടം, കയറ്, നീളം, ഇടിവാൾ, പടരുന്ന ചെടി, മുകൾഭാഗം. flag, crow, paper kite, rope, length, thunderbolt, creeper plant, surface.
കൊടിഞ്ഞ (നാ)- കവിൾത്തടം. cheek.
കൊടിഞ്ഞി (നാ)- ഒരിനം തലവേദന. pain in the temples.
കൊടിമരം (നാ)- കൊടി ഉയർത്താൻ നാട്ടുന്ന തൂണ്. flag staff.
കൊടിമുളക് (നാ)- കുരുമുളക്. black pepper.
കൊടിയ (വി)- വലിയ, കടുപ്പമായ, ക്രൂരമായ, ഭയങ്കരമായ. large, hard, cruel, dreadful.
കൊടിയാൾ (നാ)- കഠിനഹൃദയ, സുന്ദരി. cruel woman, beautiful woman.
കൊടുക്കുക (സ.ക്രി)-അടിക്കുക, നല്കുക, ഏല്പിക്കുക. to beat, to give, to bestow.
കൊടുങ്കാറ്റ് (നാ)- ഊക്കൻ കാറ്റ്. tempest.
കൊടുങ്കൂരം (നാ)- വലിയ കോപം, തീക്ഷ്ണത, അതിഭയങ്കരാവസ്ഥ. great wrath, intensity, horror.
കൊടും (വി)- ക്രൂരമായ, വലിയ, ഭയങ്കരമായ. cruel, big , dreadful.
കൊടുമുടി(നാ)- മലയുടെ മുകൾഭാഗം. peak.
കൊടുവാൾ (നാ)- വെട്ടുകത്തി. chopper.
കൊടുവേലി (നാ)- പച്ചമരുന്ന്. leadwort.
കൊട്ട (നാ)- ഉണങ്ങിയ, കായ്, കുരു, ആവണക്ക്, വൃഷണം, തൊഴുത്ത്. dry, fruit, seed, castorplant, testicle, cowshed.
കൊട്ടക (നാ)- തൊഴുത്ത്, പന്തൽ. cowshed, shed.
കൊട്ടകാരം (നാ)- കലവറ, കൊട്ടാരം, നെല്പുര. store room, palace, granary.
കൊട്ടം (നാ)- അങ്ങാടി മരുന്ന്. costus root.
കൊട്ടിയമ്പലം (നാ)- പടിപ്പുര. roofed doorway at the place of a front gate.
കൊട്ടിൽ (നാ)- കുടിൽ, ആല, നെടുമ്പുര, പൂമുഖം, തൊഴുത്ത്. hut, smithy, long shed, portico, cowshed.
കൊട്ട് (നാ)- എല്ല്. bone.
കൊണിച്ചം (നാ)- മൂല, അല്പം, അറ്റം. corner, a bit, end.
കൊണ്ടൽ (നാ)- മേഘം, മഴ, കിഴക്കൻ കാറ്റ്, വാങ്ങൽ. cloud, rain, eastern wind, act of accepting.
കൊണ്ടാടുക (സ.ക്രി)- വാഴ്ത്തുക, ആദരിക്കുക, അഭിനന്ദിക്കുക, ആഘോഷിക്കുക. to praise, to respect, to congratulate, to celebrate.
കൊണ്ട് (ക്രി.വി)- എടുത്ത്, കൂട്ടിച്ചേർന്ന്, ഏറ്റ്. having taken, having joined, having stuck.
കൊണ്ടുവരിക (ക്രി)- എടുത്തു കൊണ്ടുവരിക. to bring.
കൊതി (നാ)- അധികമായ ആഗ്രഹം, ദഹനക്കേട്, കൺപേറ്. greed, indigestion, evil eye.
കൊതിക്കുക (സ.ക്രി)- അധികം ആഗ്രഹിക്കുക. to desire.
കൊതുക് (നാ)- പറക്കുന്ന ഒരു പ്രാണി. mosquito.
കൊതുമ്പുവള്ളം (നാ)- ഒരാൾക്കു മാത്രം സഞ്ചരിക്കുന്ന ചെറിയവള്ളം. small country boat.
കൊത്ത (നാ)- അഴുക്ക്, ചവറ്, അപൂർണ്ണത. dirt, rubbish, incomplete.
കൊത്തം (നാ)- അതിര്. border.
കൊത്തമല്ലി (നാ)- കൊത്തമ്പാലരി. coriander.
കൊത്തളം (നാ)- മരത്തൊട്ടി. wooden trough.
കൊത്ത് (നാ)- പക്ഷികളുടെ ചുണ്ടുകൊണ്ടുള്ള പണി, പാമ്പിന്റെ കടി, കൊത്തുപണി, കിളയ്ക്കൽ, കൂട്ടം, ഒരു പിടി. pecking, snake bite, engraving, digging, multitude, handful.
കൊനഷ്ട് (നാ)- പ്രയാസം, വൈഷമ്യം. difficulty, trouble.

കൊന്ന (വി)- വധിച്ച, അധികം വലുതായിട്ടു കായ്ക്കുന്ന, വളരെ പൊങ്ങി കാഫലമില്ലാത്ത. killed, yielding only on growing tall, tall but unyielding.
കൊന്ന (നാ)- ഒരു വൃക്ഷം, കൊന്ന പ്പൂവ്. cassia fistula, flower of cassia fistula.
കൊന്നി (നാ)- കവിൾത്തടം. cheek.
കൊപ്പരം (നാ) - കൈമുട്ട്. elbow.
കൊപ്പളം (നാ)- കുമിള. bubble.
കൊപ്ര (നാ)- ചിരട്ട ഇളക്കിയ തേങ്ങ. kopra.
കൊമ്പൻ (നാ) - ആണാന, പെരുന്തലമീൻ, പോത്ത്, സമർത്ഥൻ, നടപ്പുദീനം. tusker, sword fish, buffalo, able man, epidemic.
കൊമ്പാസ് (നാ)- വടക്കുനോക്കി. compass.
കൊമ്പിക്കുക (അ.ക്രി)- കോപിക്കുക, ധിക്കാരം കാട്ടുക. get angry, show haughtiness.
കൊമ്പേറി (നാ)- ഒരിനം വിഷപ്പാമ്പ്. arboreal snake.
കൊയ്ത്ത് (നാ)- അറുപ്പ്, സമൃദ്ധി, നല്ല ആദായം. harvest, abundance, abundant yield.
കൊയ്ത്തുകാരൻ (നാ)- വിളവറപ്പുകാരൻ. reaper.
കൊയ്ത്തുകാലം (നാ)- വിളവെടുക്കുന്ന കാലം, നല്ല ആദായമുള്ള കാലം. harvest season.
കൊയ്യുക (സ.ക്രി)- അറുത്തെടുക്കുക, നുള്ളുക. to reap, to pinch.
കൊരവള്ളി (നാ)- ശ്വാസനാളം. throat.
കൊല (നാ)- ശരീരത്തിൽനിന്നും ജീവൻ വേർപ്പെടുത്തൽ. murder.
കൊലപാതകം (നാ)- കൊല, കൊലക്കുറ്റം, വലിയ അപരാധം. murder, grave wrong.
കൊലയാളി (നാ)- കൊലപാതകി. murderer.
കൊലുസ്സ് (നാ)- നൂപുരം. anklet.
കൊല്ല (നാ)- ചിറ, മട, ചെറിയ തോട്, ചോല. water tank, breach in a bund, shade.
കൊല്ലൻ (നാ)- ഇരുമ്പുപണിക്കാരൻ. a blacksmith.
കൊല്ലപ്പണി (നാ)- ഇരുമ്പുപണി. vocation of a blacksmith.
കൊള്ള (നാ)- വലിയ മോഷണം, കവർച്ച, പെരുപ്പം, ആദായം, കൂട്ടം. robbery, plunder, abundance, gain, multitude, acceptance.
കൊള്ളക്കാരൻ (നാ)- കവർച്ചക്കാരൻ. plunderer.
കൊള്ളരുതാത്ത (വി)- ഉപയോഗശൂന്യമായ. unfit.
കൊള്ളാത്ത (വി)- ഉപയോഗശൂന്യമായ. useless.
കൊള്ളി (വി)- മിന്നുന്ന, വേദനയുണ്ടാക്കുന്ന. twinkling, aching.
കൊള്ളി (നാ)- തീ, കമ്പ്, മരിച്ചീനി, കത്തുന്ന വിറക്. fire, a piece of wood, tapioca, firebrand.
കൊള്ളിമീൻ (നാ)- എയ്ത്തുനക്ഷത്രം. meteor.
കൊള്ളിയാൻ (നാ)- മിന്നൽപ്പിണർ. lightning.
കൊള്ളിവയ്പ് (നാ)- തീവയ്പ്. setting fire to.
കൊള്ള് (നാ)- വരമ്പ്, മൺചുവര്, വാങ്ങൽ, മൂല, മുതിര. ridge, mud wall, purchasing, corner, horsegram.
കൊള്ളുക (അ.ക്രി)- പറ്റുക, നടപ്പാവുക, ലക്ഷ്യത്തിൽ ഏല്ക്കുക, യോഗ്യമാവുക, ഒതുങ്ങുക, അടങ്ങുക. get stuck, come into force, reach the aim, be suitable, contain.
കൊഴിച്ചിൽ (നാ)- പൊഴിച്ചിൽ. falling off.
കൊഴിഞ്ഞിൽ (നാ)- ഒരു പച്ചമരുന്ന്. purple tephrotia.
കൊഴു (വി)- തടിച്ച, കട്ടയായ, കട്ടിയായ. fat, solid, clotted.
കൊഴുപ്പ് (നാ)- കൊഴുത്തിരിക്കുന്ന അവസ്ഥ, പുഷ്ടി, ധിക്കാരം. state of being fat, thriving, impertinence.

കൊറ്റക്കുട (നാ)- രാജചിഹ്നമായ കുട. emblem of royalty.
കൊറ്റൻ (നാ)- വലിയ ആണാട്, ആൺപൂച്ച, വൃദ്ധൻ, രാജാവ്, ഒറ്റയാൻ പന്നി. big ram, tom cat, old man, king, boar.
കൊറ്റം (നാ)- പ്രതാപം, വീര്യം, സാമർത്ഥ്യം, ജയം. glory, might, cleverness, victory.
കൊറ്റവൻ (നാ)- രാജാവ്, തലവൻ, നാഥൻ, വിജയശാലി. king, leader, victorious.
കൊറ്റ് (നാ) - ഭക്ഷണം, തൊഴിൽ. food, livelihood.
കൊറ്റ് (നാ)- കല്ലുപണി, കൊത്തൻ. masonry, mason.
കോക്കല (നാ)- കാമകല. the art of sex.
കോകഡം (നാ)- മലയണ്ണാൻ. mountain squirrel.
കോകദേവം (നാ)- പ്രാവ്. pigeon.
കോകനദം (നാ)- ചെന്താമര, ചുവന്ന ആമ്പൽ. red lotus, red water lilly.
കോകൻ (നാ)- മഹാവിഷ്ണു. Lord Vishnu.
കോകബന്ധു (നാ)- സൂര്യൻ. sun.
കോകം (നാ)- തവള, കുയിൽ, കാട്ടീന്ത, ചക്രവാകപ്പക്ഷി, ചെന്നായ്. frog, cuckoo, the wild date palm, ruddy goose, wolf.
കോകശാസ്ത്രം (നാ)- കാമശാസ്ത്രം. science of sex.
കോകാഹം (നാ)- വെള്ളക്കുതിര. white horse.
കോകാഹ്വം (നാ)- ചെന്നായ്. wolf.
കോകി (നാ)- ചക്രവാകപ്പിട. female of the ruddy goose.
കോകിലൻ (നാ)- തീവയ്പുകാരൻ. one who sets fire.
കോകിലം (നാ)- കുയിൽ. Indian cuckoo.
കോക്കാൻ (നാ)- കാട്ടുപൂച്ച. wild cat.
കോക്കിറി (നാ)- കൊഞ്ഞനം, ഗോഷ്ഠി. grimace.
കോങ്കണാസുതൻ (നാ)- പരശുരാമൻ. Parasurama.
കോചം (നാ)- വരൾച്ച. drought.
കോച്ചിൽ (നാ)- വയ് ക്കോൽ, കുരുമുളക് തിരി, പയറിൻ തോട്. hay, black pepper, empty husks of pea plants.
കോട (നാ)- പടിഞ്ഞാറ്, പടിഞ്ഞാറൻകാറ്റ്, മഴക്കാറ്, ഒരു അളവ്. west, western wind , rain cloud, measure.
കോടതി (നാ)- ന്യായാലയം. court of law.
കോടം (നാ)- കൊട്ടാരം, കോട്ടമതിൽ, കോട്ടം, വളവ്, താടി, കുടിൽ, കോട്ട. palace, fort wall, defect, curve, beard, hut, fort.
കോടര (വി)- പൊത്തുള്ള, ദ്വാരമുള്ള. having a hollow, having a hole.
കോടി (വി)- അലക്കാത്ത, പുതുതായ. unbleached, new.
കോടി (നാ)- പുതിയ തുണി. new cloth.
കോടീരം (നാ)- കിരീടം, ജട, വ്രതനിഷ്ഠന്മാരുടെ ശിഖ. crown, matted hair, tuft of hair worn by ascetics on the forehead.
കോടീരൻ (നാ)- ദേവേന്ദ്രൻ. epithet of Indra.
കോട് (നാ)- മൂല, കൊമ്പ്, പ്രദേശം, അവസാനം, പാർശ്വം, കോട്ട, വളവ്, കവിൾത്തടം. corner, top, area, end, side, fort, curve, cheek.
കോടുക (അ.ക്രി)- കുളിരുക, ചെരിയുക, കോട്ടമുണ്ടാവുക, വളയുക. to feel chilly, to incline, to twist, to bend.
കോട്ട (നാ)- വയ്ക്കോൽക്കെട്ട്, അസംഖ്യം, എണ്ണം, ധാന്യങ്ങളുടെ ഒരു അളവ്, നഗരരക്ഷയ്ക്കായി കെട്ടുന്ന വൻമതിൽ. bundle of straw, innumerable, number, a measure of grain, fort.
കോട്ടാ (നാ)- ഓഹരി, പങ്ക്. quota, share.
കോട്ടാരം (നാ)- ചുക്ക്, കുളത്തിന്റെ കല്പടവ്, കിണറ്, പുഷ്കരിണി, രാജധാനി, കോട്ടയ്ക്കകത്തുള്ള നഗരം. dried

ginger, stairs of a pond, well, a pond, capital, fortfied town.
കോട്ടുക (സ.ക്രി)- വളയ്ക്കുക, ഒരു വശം കൊണ്ട് മടക്കുക. to bend, to fold and stitch.
കോട്ടുവാ (നാ)- ദീർഘശ്വാസം. yawning.
കോഡ് (നാ)- നിയമാവലി. code.
കോണി (നാ)- കോവണി, ശവമഞ്ചം. stairs, stretcher to carry dead body.
കോണ് (നാ)- മൂല, വാളിന്റെ മുന. corner, sharp end of sword.
കോദ്രം (നാ)- കൂവരക്. ragi.
കോനാതിരി (നാ)- രാജാവ്. king.
കോൻ (നാ)- രാജാവ്, നാഥൻ, അധിപതി. king, leader, lord.
കോന്ത് (നാ)- പശ. gum.
കോപാകുല (വി)- കോപമുണ്ടായ. agitated out of anger.
കോപി (നാ)- കാട്ടുപ്രാവ്, കോപശീലൻ. water pigeon, one who is habitually angry.
കോപിനി (നാ)- കോപമുള്ളവൾ. enraged woman.
കോപ്പ (നാ)- നീളം കൂടിയ കപ്പ്, കാലുറ. long cup, trousers.
കോപ്പായം (നാ)- നഷ്ടം. loss.
കോപ്പ് (നാ)- ഭംഗി, വിരുന്ന്, തോൾസഞ്ചി, ആധിക്യം. beauty, feast, baggage carried on shoulders, abundance.
കോമരം (നാ)- ആചാര്യൻ, വെളിച്ചപ്പാട്. preceptor, one who represents temple deity.
കോമളം (നാ)- ജലം, മാർദ്ദവം, കളിമണ്ണ്, മാധുര്യം, ഒരു രചനാരീതി. water, softness, clay, sweetness, literary style.
കോമാൻ (നാ)- രാജാവ്, പ്രഭു, ജ്യേഷ്ഠൻ, ആത്മീയഗുരു. king, lord, elder brother, spiritual preceptor.
കോയി (നാ) - രാജാവ്. king.
കോയിക്കൽ (നാ)- കൊട്ടാരം, ക്ഷത്രിയഭവനം, കരം പിരിക്കുന്ന സ്ഥലം. palace, house of Kshatriya, revenue office.
കോയില് (നാ)- ക്ഷേത്രം, കൊട്ടാരം, രാജാവ്, ഭണ്ഡാരം. temple, palace, king, treasury.
കോയിലകം (നാ)- കൊട്ടാരം. palace.
കോരംഗം (നാ) - നെല്ലി. phyllanthus emblica.
കോരംഗി (നാ)- തിപ്പലി, ചിറ്റേലം. long pepper, small cardamom.
കോരം (നാ)- മൊട്ട്. bud.
കോർക്കുക (സ.ക്രി)- ചരടിൽ ഇണക്കുക. to string together.
കോർട്ട് (നാ)- കോടതി, കളിസ്ഥലം. court of law, play ground.
കോല (വി)- നല്ല. good.
കോല (നാ)- വരാന്ത, കവല. verandah, junction.
കോലകം (നാ)- കൊട്ടാരം. palace.
കോലകം (നാ)- നല്ല മുളക്, നറുവരി, അഴിഞ്ഞിൽ. pepper, illicium anisatum, alangium lamarckil.
കോലം (നാ)- വേഷം, നിറം, പാവ, ശരീരം. dress, colour, doll, body.
കോലം (നാ)- പന്നി. pig.
കോലംകെട്ടുക - വേഷം മാറുക, ആഡംബരമുള്ള വേഷം അണിയുക. to put on a disguise, to wear fantastic dress.
കോലാട് (നാ)- ഒരിനം ആട്. goat.
കോലായി (നാ)- വരാന്ത. verandah.
കോലാഹലം (നാ)- അവ്യക്തമായ ശബ്ദബഹളം, ആഡംബരം. loud and confused noise, pomp.
കോലുക (അ.ക്രി)- ധ്യാനിക്കുക, പ്രകാശിക്കുക, വർദ്ധിക്കുക, ഉപയോഗിക്കുക, ചേരുക, ചെയ്യുക, വഹിക്കുക, തുടങ്ങുക. meditate, shine, increase, use, join, do, carry, begin.
കോല്യ (നാ)- തിപ്പലി. long pepper.
കോവ (നാ)- കോർക്കൽ, ഏർപ്പാട്. stringing together, arrangements.

കോവണി (നാ)- തലയണ, കോണി. pillow, stairs.
കോവർകഴുത (നാ)- വെട്ടിക്കുതിര. mule.
കോവിദ (വി)- പഠിപ്പുള്ള, മിടുക്കുള്ള, അറിവുള്ള. learned, clever, experienced.
കോവിലകം (നാ)- കൊട്ടാരം. palace.
കോവേണി (നാ)- ഏണി, കോണി. ladder, stairs.
കോശകം (നാ)- വൃഷണം, മുട്ട. testicle, egg.
കോശകാരം (നാ)- പട്ടുനൂൽപ്പുഴു. silkworm.
കോശം (നാ)- ജീവികളുടെ ഏറ്റവും ചെറിയ ഭാഗം, സമൂഹം, പൂമൊട്ട്, നിധി, വൃഷണം, മുട്ട, ഭണ്ഡാരം, ഗർഭസ്ഥ ശിശുവിന്റെ ഉറ, വാളുറ. cell, collection, bud, treasure, testicle, egg, treasury, membrane covering the embryo, sheath of a sword.
കോശാഗാരം (നാ)- ഖജനാവ്. treasury.
കോശി (നാ)- മൊട്ട്, ചെരിപ്പ്. bud, slippers.
കോശിക (നാ)- പാനപാത്രം. drinking vessel.
കോഷ്ഠ (വി)- സ്വന്തമായ. one's own.
കോഷ്ഠകം (നാ)- ധാന്യപ്പുര, കല്ത്തൊട്ടി. granary, stone trough.
കോഷ്ഠി (നാ)- ജാതകം. horoscope.
കോഷ്ണ (വി)- ഇളം ചൂടുള്ള. lukewarm.
കോഹലം (നാ)- ഒരിനം മദ്യം. a kind of liquor.
കോളകം (നാ)- കുരുമുളക്. pepper
കോളരി (നാ)- സിംഹം. lion.
കോളറ (നാ)- വിഷൂചിക. cholera.
കോളേജ് (നാ)- മഹാപാഠശാല. college.
കോൾകൃഷി (നാ)- കായൽകൃഷി. cultivation on lagoon fields.
കോൾമയിർ (നാ)- രോമാഞ്ചം. horripilation.
കോറ (വി)- കോടിയായ, അലക്കാത്ത, ചായം പിടിപ്പിക്കാത്ത. fresh, unbleached, not dyed.
കൗട (വി)- സ്വന്തഗൃഹത്തിൽ പാർക്കുന്ന, മര്യാദയില്ലാത്ത. living in one's own house, discourteous.
കൗടം (നാ)- കള്ളം, ചതി. falsehood, deception.
കൗടില്യം (നാ) - ചതി, ദുഷ്ടത, വളവ്, വലിയ മുള്ളങ്കി, കൗടില്യന്റെ അർത്ഥശാസ്ത്രം, കപടനീതി. deceit, wickedness, curved, Kautilya's Arthasastra, false justice.
കൗടുംബികൻ (നാ)- പിതാവ്. father.
കൗഡി (നാ)- കവിടി. cowrie.
കൗണപദന്തൻ (നാ)- ഭീഷ്മർ. Bhishma.
കൗണപൻ (നാ)- രാക്ഷസൻ, പിശാച്, പാപി. demon, evil spirit, sinner.
കൗൺസിൽ (നാ)-ആലോചനാസഭ. council.
കൗതുകം (നാ)- ആഗ്രഹം, സന്തോഷം, പ്രദക്ഷിണം, താത്പര്യം, അദ്ഭുതകരമായ വസ്തു, ഉത്സവം, നൃത്തം. desire, joy, reverential circumambulation, interest, object of wonder, festival, dance.
കൗതുകക്രിയ (നാ)- വിവാഹം. marriage.
കൗതുകവേദി (നാ)- കതിർമണ്ഡപം. nuptial dais.
കൗദാലികൻ (നാ)- മുക്കുവൻ. fisherman.
കൗന്തി (നാ)- അരേണുകം. cubeb.
കൗന്തേയൻ (നാ)- കുന്തീപുത്രൻ. son of Kunti.
കൗന്തേയം (നാ)- നീർമരുത്. tree terminalia arjuna.
കൗപം (നാ)- കിണറ്റുവെള്ളം. well water.
കൗമാര (വി)- യൗവ്വനപൂർവ്വകാലം, കോമളമായ. adolescent, beautiful.
കൗമാരം (നാ)- യൗവ്വനപൂർവ്വകാലം. adolescence.

കൗമാരി (നാ) - ശ്രീപാർവതി. Sree Parvathy.
കൗമുദി (നാ)- നിലാവ്, ഉത്സവം, ദീപ ക്കാഴ്ച. moon light, festival, illumination.
കൗർമ്മം (നാ)- ഒരു കല്പം, പതിനെട്ടു പുരാണങ്ങളിൽ ഒന്ന്. period consisting of many yugas, one of the 18 puranas.
കൗലികൻ (നാ)-നെയ്ത്തുകാരൻ. weaver.
കൗശലി (നാ)- സമ്മാനം, കാഴ്ച. prize, present.
കൗശലികം (നാ)- കൈക്കൂലി. bribe.
കൗശല്യം (നാ)- സാമർത്ഥ്യം. cleverness.
കൗശികാരി (നാ)- കാക്ക. crow .
കൗശേയ (വി)- പട്ടുകൊണ്ടുള്ള. silken.
കൗസീദ (വി)- വായ്പ സംബന്ധിച്ച, ആദായത്തിൽ അത്യാശയുള്ള. related to loans, greedy in getting profit.
കൗസുമം (നാ)- പുഷ്പമയമായത്, പൂമ്പൊടി, പിച്ചള ഭസ്മം. floridness, pollen, ashes of brass.
ക്യാബിനെറ്റ് (നാ)- മന്ത്രിസഭ. cabinet.
ക്യാഷ്യർ (നാ)- പണത്തിന്റെ ചുമതല ക്കാരൻ. cashier.
ക്രചകം (നാ)- ഈർച്ചവാൾ, ഒരു നര കം. saw, a hell.
ക്രഡിറ്റ് (നാ)- വിശ്വാസം, നാണയം. trust, coin.
ക്രതു (നാ)- മഹാവിഷ്ണു, സങ്കല്പം, ബുദ്ധി, ശക്തി, നിശ്ചയം, യാഗം, ഇന്ദ്രി യം, സപ്തർഷികളിൽ ഒരാൾ, ആലോ ചന, ഉപാസന, അവയവം, യോഗ്യത. Lord Vishnu, concept, intelligence, power, determination, yaga, sense, one of the Saptharshi, consultation, worship, organ, eligibility.
ക്രഥനം (നാ)- കൊല, ദണ്ഡനം, ഛേദ നം. murder, torture, cutting.
ക്രന്ദനം (നാ)- പൂച്ച, പോരിനുവിളി, കരച്ചിൽ. cat, challenge for battle, cry.
ക്രന്ദം (നാ)- കരച്ചിൽ, ഉച്ചത്തിലുള്ള വിളി. crying out, shouting.
ക്രമക്കേട് (നാ)- മുറയില്ലായ്മ. disorder.
ക്രമണം (നാ)- സഞ്ചാരം, കുതിര, നടപ്പ്. travel, horse, walk.
ക്രമപ്പെടുത്തുക (സ.ക്രി)- ശരിപ്പെടു ത്തുക, ശരിയായി അടുക്കി വയ്ക്കുക, മുറപ്രകാരം ആക്കുക. to regularize, to put in order, to make systematic.
ക്രമം (നാ)- മുറ, നീതി, നടപ്പ്, മര്യാദ, രീതി, ഗതി, ചുവട്, ഭംഗിയുള്ള അവസ്ഥ. order, justice, pace, politeness, method, movement, step, elegance.
ക്രമി (നാ)- അരക്ക്, കഴുത. lac, ass.
ക്രമിക (വി)- മുറയ്ക്കുള്ള, വംശാനു ഗതമായ. serial, ancestral.
ക്രമേണ (ക്രി.വി)- ക്രമമനുസരിച്ച്, കുറച്ചു നാൾ കഴിഞ്ഞ്. in order, after some time.
ക്രയവിക്രയം (നാ)- കച്ചവടം, കൊടു ക്കൽ-വാങ്ങൽ. trade, give and take.
ക്രവ്യാദം (നാ)- സിംഹം, പരുന്ത്, ചിതാഗ്നി. lion, eagle, funeral pyre.
ക്രാന്ത (വി)- വ്യാപ്തമായ, കീഴടക്കിയ, ആക്രമിക്കപ്പെട്ട, അതിശയിക്കപ്പെട്ട, കടന്ന, പോയ. spread, defeated, attacked, surpassed, passed, gone.
ക്രാന്തദർശി (വി)- കടന്നു കാണുന്ന, സർവജ്ഞനായ. far-sighted, omniscient.
ക്രിക്കറ്റ് (നാ)- പന്തുകളി. cricket.
ക്രിമിജ (നാ)- അരക്ക്. lac.
ക്രിമിജം (നാ)- അകിൽ. aquilaria agallocha.
ക്രിമിനൽ (വി)- കുറ്റകരമായ. criminal.
ക്രിയ (നാ)- പ്രവൃത്തി, ചെയ്യൽ, ഉപാ യത്തിലുള്ള പ്രവൃത്തി, ആരംഭം, ശ്രാദ്ധം. act, nice action, beginning, oblation.
ക്രിയാഗണിതം (നാ)- അങ്കഗണിതം. applied mathematics.
ക്രിയാത്മക (വി)- സൃഷ്ടിപരമായ. creative.

ക്രിസ്ത്യൻ (നാ)- ക്രിസ്ത്യാനി. follower of Christian faith.
ക്രിസ്തു (നാ)- യേശുദേവൻ. Jesus Christ.
ക്രീഡ (നാ)- കളി. play.
ക്രീഡകൻ (നാ)- കളിക്കാരൻ. player.
ക്രീഡനകം (നാ)- കളിപ്പാട്ടം. toy.
ക്രീഡനം (നാ)- കളി, കളിപ്പാട്ടം. play, toy.
ക്രീഡാവനം (നാ)- പൂന്തോട്ടം. flower garden.
ക്രീഡിക്കുക (അ.ക്രി)- കളിക്കുക, രതിക്രീഡ ചെയ്യുക. to play, to copulate.
ക്രീണനം (നാ)- വിലയ്ക്കുവാങ്ങൽ. purchasing.
ക്രീണിക്കുക (സ.ക്രി)- വിലയ്ക്കു വാങ്ങുക. to buy.
ക്രീത (വി)- വിലയ്ക്കുവാങ്ങിയ. bought.
ക്രുത്ത് (നാ) - കോപം. anger.
ക്രുമുകം (നാ)- കവുങ്ങ്. arecanut palm tree.
ക്രുശ്വാവ് (നാ)- കുറുക്കൻ. jackal.
ക്രൂര (വി)- പരുപരുത്ത, ദയയില്ലാത്ത, ദ്രോഹിക്കുന്ന. rough, merciless, harmful.
ക്രൂരത (നാ)- നിർദ്ദയത, കാഠിന്യം. pitilessness, cruelty.
ക്രൂശ് (നാ)- കുരിശ്, ക്രിസ്ത്യാനികളുടെ മതചിഹ്നം, കഷ്ടത. cross, the Christian symbol of the holy cross, distress.
ക്രേതാവ്(നാ)- വിലയ്ക്കു വാങ്ങുന്ന ആൾ. purchaser.
ക്രേയം (നാ)- വാങ്ങാവുന്ന പദാർത്ഥം. purchasable article.
ക്രൈസ്തവധർമ്മം (നാ)- ക്രിസ്തുമതം. Christianity.
ക്രൈസ്തവവേദം (നാ)- ബൈബിൾ. Bible.
ക്രോഡം (നാ)- പൊത്ത്, പന്നി, ഗുഹ, ഭുജമദ്ധ്യം, നെഞ്ച്, പന്നിക്കിഴങ്ങ്. hole, pig, cave, part between shoulders, chest, dog yam.
ക്രോഡീകരണം (നാ)- ആലിംഗനം. embrace.
ക്രോധന (വി)- കോപശീലുള്ള. inclined to get angry.
ക്രോധി (നാ)- പോത്ത്, ഒരിനം മാൻ. buffalo, a kind of deer.
ക്രോഷ്ടാവ് (നാ)- ഊളൻ. jackal.
ക്രൗഞ്ചൻ (നാ)- ഒരു പർവതം. mountain.
ക്രൗഞ്ചം (നാ)- ഒരിനം അസ്ത്രം, ഒരു പർവതം, ഒരു തരം വ്യൂഹം, അന്നിൽപ്പക്ഷി, അഴുകുരൽ. a kind of arrow, mountain, particular mode of arranging army in the battle field, a variety of snipe, osprey.
ക്ലമഥം (നാ)- വാട്ടം, ശ്രമം, തളർച്ച, ക്ഷീണം. tiredness, exhaustion, fatigue, weakness.
ക്ലാന്ത(വി)-മെലിഞ്ഞ, തളർന്ന, ക്ഷീണിച്ച. lean, fatigued, tired.
ക്ലാവ് (നാ)- ചെമ്പു പാത്രത്തിലുണ്ടാകുന്ന മാലിന്യം. verdigris.
ക്ലിശിത (വി)- വാടിയ, നിശ്ചയമില്ലാത്ത, ക്ലേശിപ്പിക്കപ്പെട്ട. faded, uncertain, molested.
ക്ലിഷ്ട (വി)- തളർച്ചയുള്ള, ദോഷമുണ്ടായ, ക്ലേശമുള്ള, സുഗമമല്ലാത്ത. tiresome, defective, difficult, not easy to go through.
ക്ലിഷ്ടം(നാ)-ക്ലേശമുള്ളത്, ഒരു രചനാരീതി. that which is difficult, literary style.
ക്ലിഷ്ടി (നാ)- ദുഃഖം, പ്രയാസം, വേദന, ക്ലേശം, സേവനം. sorrow, difficult, pain, torment, service.
ക്ലീതക (നാ)- അമരി. indigo plant.
ക്ലീതകം (നാ)- ഇരട്ടി മധുരം. licorice.
ക്ലീബ (വി)- നീചത്വമുള്ള, ഭീരുവായ, നപുംസകമായ, വീര്യമില്ലാത്ത. mean, cowardly, neuter gender, valour-less.
ക്ലീബം (നാ)- നപുംസകം, ഭീരു. hermaphrodite, coward.
ക്ലേദക (വി)- നനയ്ക്കുന്ന. making wet.

ക്ലേദകം (നാ)- കഫം. phlegm.
ക്ലേദനം (നാ)- നനയ്ക്കൽ, നനവ്, പീഡ, പഴുപ്പ്, കഫം. wetting, moisture, pain, pus, phlegm.
ക്ലേദം (നാ)- വിയർപ്പ്, നനവ്, പഴുപ്പ്, ഉപദ്രവം. sweat, moisture, pus, trouble.
ക്ലേശം(നാ) - പ്രയത്നം, വേദന, ബുദ്ധിമുട്ട്, രോഗം, ദുഃഖം. effort, pain, difficulty, disease, sorrow.
ക്ലേശിക്കുക (അ.ക്രി)- വേദനപ്പെടുക, ദുഃഖിക്കുക, ഞെരുങ്ങുക, ബുദ്ധിമുട്ടുക. to feel pain, to regret, to be dense, to suffer.
ക്ലോമം (നാ)- മൂത്രാശയം, കരൾ. urinary bladder, liver.
ക്ലോറിൻ (നാ)- ഒരു വിഷവാതകം. chlorine.
ക്വചന (ക്രി.വി)- ഒരിടത്ത്, ചിലെടത്ത്, ചില കാര്യങ്ങളിൽ. in a certain place, somewhere, in certain cases.
ക്വണത് (വി)- ശബ്ദിക്കുന്ന. sounding.
ക്വണനം (നാ)- ശബ്ദം. sound.
ക്വണം (നാ)-ആയുധങ്ങൾ കൂട്ടിമുട്ടുന്ന ശബ്ദം, ആഭരണങ്ങളുടെ കിലുക്കം, ശബ്ദം. clashing sound of swords, the tinkling of ornaments, sound.
ക്വഥം (നാ)- വേവിക്കൽ, കഷായം. medicinal decoction, boiling.
ക്വാഥനം (നാ)- കഷായം, കൊല. medicinal decoction, killing.
ക്വാഥം (നാ)- സങ്കടം, വ്യസനം, കഷായം. grief, sorrow, medicinal decoction.
ക്വാപി (ക്രി.വി)- ഒരിടത്തും. where.
ക്ഷണ (വി)- നിമിഷനേരത്തേക്കുള്ള. momentary.
ക്ഷണകം (നാ)- ചെഞ്ചല്യം. resin of pinus dammar.
ക്ഷണദ (നാ)- രാത്രി, മഞ്ഞൾ. night, turmeric.
ക്ഷണദൻ(നാ)- ജ്യോത്സ്യൻ. astrologer.
ക്ഷണദം (നാ)- വെള്ളം, രാത്രിയിലെ അന്ധത. water, night blindness.
ക്ഷണനം (നാ)- വധം. killing.
ക്ഷണപ്രഭ (നാ)- മിന്നൽ. lightning.
ക്ഷണഭംഗുരം (വി)- എളുപ്പത്തിൽ നശിക്കുന്ന. momentary.
ക്ഷണം (നാ)- അല്പസമയം, ഉചിതമായ അവസരം, ആശ്രയം, ദാസ്യം, ഉത്സവം, വിരുന്ന്. small unit of time, proper occasion, dependence, slavery, festival, feast.
ക്ഷണരാമി (നാ)- മാടപ്രാവ്. pigeon.
ക്ഷണാൽ (നാ)- പെട്ടെന്ന്. swiftly.
ക്ഷണി (വി)- അവസരമുള്ള, ക്ഷണികമായ. having opportunity, momentary.
ക്ഷണിക (നാ)- മിന്നൽ. lightning.
ക്ഷണിക്കുക (സ.ക്രി)- വിളിക്കുക. to invite.
ക്ഷണിനി (നാ)- മഞ്ഞൾ, രാത്രി. turmeric, night.
ക്ഷത (വി)- ചതഞ്ഞ, മുറിവേറ്റ, കീറിയ, ഭാഗിച്ച, കേടുപറ്റിയ. broken, wounded, torn, divided, damaged.
ക്ഷതി (നാ)- മുറിവ്, കേട്, വ്രണം, കീറൽ, നഷ്ടം, ക്ഷയം, നാശം. wound, damage, ulcer, loss, decay, destruction.
ക്ഷത്ത് (നാ)- കീറൽ, വധം, മാന്തൽ. tearing, killing, scratching.
ക്ഷത്രധർമ്മം (നാ)- ക്ഷത്രിയന്റെ ധർമ്മം, ധൈര്യം, വീരത്വം. duty of Kshatriya, bravery, valour.
ക്ഷത്രപൻ (നാ)- രാജാവ്, ഗവർണർ. king, governor.
ക്ഷത്രം (നാ)- ബലം, ശരീരം, ആധിപത്യം, രാജ്യഭരണം, രാഷ്ട്രം. strength, body, supremacy, governance of a country, nation.
ക്ഷത്രാന്തകൻ (നാ)- പരശുരാമൻ. Parasurama.
ക്ഷത്രി (നാ)- ധനം, ജലം, ശരീരം, ക്ഷത്രിയസ്ത്രീ. wealth, water, body, Kshatriya woman.

ക്ഷത്രി (നാ)- വിദുരൻ. Vidura.
ക്ഷന്താവ് (നാ)- ക്ഷമയുള്ളവൻ. one who has patience.
ക്ഷപണൻ (നാ)-പാമ്പാട്ടി, മന്ത്രവാദി. snake charmer, sorcerer.
ക്ഷപം (നാ)- ജലം. water.
ക്ഷപിത (വി)- നശിപ്പിക്കപ്പെട്ട, കൊല്ലപ്പെട്ട. destroyed, killed.
ക്ഷമ (നാ)- ഭൂമി, ദുർഗ്ഗ, രാത്രി, സഹനശക്തി, കരിങ്ങാലി, ഒരു വൃത്തം, ദക്ഷന്റെ ഒരു പുത്രി. earth, goddess Durga, night, patience, khadira tree, name of a metre, name of a daughter of Daksha.
ക്ഷമത (നാ)- ശേഷി. efficiency.
ക്ഷമൻ (നാ)- ശിവൻ, സമർത്ഥൻ. Siva, clever fellow.
ക്ഷമം (നാ)- യുദ്ധം, ഔചിത്യം, യോഗ്യത. battle, propriety, fitness.
ക്ഷമാപണം (നാ)- മാപ്പു ചോദിക്കൽ. apology.
ക്ഷമാശക്തി (നാ)-സഹനശക്തി. power of forbearance.
ക്ഷയസ്സ് (നാ)- ഗൃഹം, പാർപ്പിടം. house, abode.
ക്ഷയി (നാ)- ചന്ദ്രൻ. moon.
ക്ഷയിക്കുക (അ.ക്രി)- നശിക്കുക, കുറയുക. decay, decline.
ക്ഷര (വി)- നാശമുള്ള. mortal.
ക്ഷരണം (നാ)- ഒഴുക്ക്, ഒലിപ്പ്, കലഹം, വാറ്റ്, ഊറൽ, പൊഴിച്ചിൽ, ഉഷ്ണം. current, flow, quarrel, distillation, oozing, trickling down, heat.
ക്ഷാന്തി (നാ)- സഹിഷ്ണുത. forebearance.
ക്ഷാമ (വി)- അല്പമായ, ക്ഷീണിച്ച, ദൗർലഭ്യമുള്ള, മെലിഞ്ഞ, ദാരിദ്ര്യമുള്ള. small, emaciated, scarce, slim, poor.
ക്ഷാമൻ(നാ) - വിഷ്ണു. Vishnu.
ക്ഷാമം (നാ)- പഞ്ഞം, ദുർഭിക്ഷം, ഇല്ലായ്മ, ദാരിദ്ര്യം. famine, scarcity, poverty.
ക്ഷാരിക (നാ)- വിശപ്പ്. hunger.
ക്ഷാളനം (നാ)- കഴുകൽ. washing.
ക്ഷാളിക്കുക (സ.ക്രി)- കഴുകുക. to wash.
ക്ഷിത (വി)- നശിച്ച, ക്ഷീണിച്ച, കേടുപറ്റിയ, ദരിദ്രനായ. ruined, tired, damaged, poor.
ക്ഷിതാ (നാ) - ഭൂമി. earth.
ക്ഷിതം (നാ)- വധം. murder.
ക്ഷിതി (നാ)- നാശം, നഷ്ടം, ഭവനം, ഇരിപ്പിടം, ഭൂമി, ഗോരോചനം. ruin, loss, house, seat, earth, bezoar.
ക്ഷിതിജം (നാ)- വൃക്ഷം, ചക്രവാളം, ഞാഞ്ഞൂൽ. tree, horizon, earthworm.
ക്ഷിതിപൻ (നാ)- രാജാവ്. king.
ക്ഷിതിരുഹം (നാ)- വൃക്ഷം. tree.
ക്ഷിദ്രൻ (നാ)- സൂര്യൻ. sun.
ക്ഷിദ്രം (നാ)- കൊമ്പ്, രോഗം. horn, disease.
ക്ഷിപ (വി)- എറിയുന്ന. throwing.
ക്ഷിപാ (നാ)- രാത്രി, ഏറ്. night, throw.
ക്ഷിപണം (നാ)- ഏറ്, ശകാരം, നിന്ദനം, അയപ്പ്. throw, scolding, censure, sending.
ക്ഷിപണി (നാ)- ആയുധം, വല, അമ്പ്, ആചാര്യൻ. weapon, net, arrow, preceptor.
ക്ഷിപ്ത (നാ)- രാത്രി. night.
ക്ഷിപ്ര (വി)- വേഗമുള്ള. quick.
ക്ഷിപ്രം (ക്രി.വി)- ശീഘ്രം. quickly.
ക്ഷീജനം (നാ)- ഓടക്കുഴൽ വിളി. playing a flute.
ക്ഷീബകം (നാ)- വലിയ വേപ്പ്. azadirachta indica tree.
ക്ഷീരജൻ (നാ)- ചന്ദ്രൻ. moon.
ക്ഷീരജം (നാ)- തൈര്. curd.
ക്ഷീരപൻ (നാ)- ശിശു. infant.
ക്ഷീരപർണ്ണം (നാ)- എരിക്ക്. madar plant.
ക്ഷീരം (നാ)- പാൽ, വെള്ളം. milk, water.
ക്ഷീരശരം (നാ)- പാൽപ്പാട. skin of milk.

ക്ഷീരസാഗരം(നാ)-പാൽക്കടൽ. mythical ocean of milk.

ക്ഷീരോദം (നാ)- ഉള്ളി, പാൽക്കടൽ. onion, ocean of milk.

ക്ഷുതം (നാ)- ചുമ, തുമ്മൽ. cough, sneezing.

ക്ഷുത്ത് (നാ)- വിശപ്പ്, തുമ്മൽ. hunger, sneezing.

ക്ഷുദ്ര(വി) - അപ്രധാനമായ, ക്രൂരമായ, ലുബ്ധുള്ള, ചെറിയ, നിസ്സാരമായ. unimportant, cruel, miserly, small, insignificant.

ക്ഷുദ്രൻ (നാ)- നിസ്സാരൻ, പിശുക്കൻ, ക്രൂരൻ. mean fellow, miser, cruel man.

ക്ഷുദ്രബുദ്ധി (വി)- നീചബുദ്ധി. mean person.

ക്ഷുധ (നാ)- ചോറ്, വിശപ്പ്. boiled rice, hunger.

ക്ഷുബ്ധം (നാ)- കടകോൽ, ക്ഷോഭിച്ചത്. churning stick, agitated.

ക്ഷുഭിത (വി)- കോപിച്ച, ഭയപ്പെട്ട, ക്ഷോഭിച്ച. angry, frightened.

ക്ഷുരകൻ (നാ)- ക്ഷൗരം ചെയ്യുന്നവൻ. barber.

ക്ഷുരി (നാ)- കഠാരി, കത്തി. dagger, razor.

ക്ഷുല്ലകം (നാ)-കക്ക, ചെറിയ ശംഖ്. oyster, small conch.

ക്ഷേത്രഗണിതം (നാ)- ഭൂമിയുടെ അളവിനെ സംബന്ധിച്ച. geometry.

ക്ഷേത്രം (നാ)- ശരീരം, ഭാര്യ, പുണ്യസ്ഥലം, സ്ഥാനം, നല്ല വിദ്യാർത്ഥി, വിളഭൂമി, പാർപ്പിടം, ഇരിപ്പിടം, സമതലപ്രദേശം, ദേഹതത്ത്വം, പ്രവർത്തനകേന്ദ്രം. body, wife, sacred place, place, good student, fertile land, plane, the principle of the body, centre of action.

ക്ഷേത്രി (നാ)- ഭർത്താവ്, ആത്മാവ്, കൃഷിക്കാരൻ. husband, soul, farmer.

ക്ഷേപണി (നാ)- വല, തുഴ, പ്രക്ഷേപണി. net, paddle, radio.

ക്ഷേപം (നാ)- വീഴ്ച, ചായം പൂശൽ, ഉതറൽ, ഏറ്, അയപ്പ്, ഡംഭം, പുഷ്പസമൂഹം, താമസം. fall, painting, shaking off, throw, sending, arrogance, collection of flowers, delay.

ക്ഷേമം (നാ)- ഗൃഹം, സുഖം, മുക്തി, നക്ഷത്രം, സമാധാനം, മംഗളം, ആരോഗ്യം. house, happiness, salvation, the star, peace, welfare, health.

ക്ഷോണി (നാ)- ഭൂമി. earth.

ക്ഷോണീന്ദ്രൻ (നാ)- രാജാവ്. king.

ക്ഷോദം (നാ)- പൂഴി, വെള്ളം, ആലോചന, പൊടി. soil, water, thought, dust.

ക്ഷോദസ്സ് (നാ)- വെള്ളം. water.

ക്ഷോഭണൻ (നാ)- പരമശിവൻ, മഹാവിഷ്ണു. Lord Siva, Lord Vishnu.

ക്ഷോഭം (നാ)- മനസ്സിന്റെ ഇളക്കം, കലക്കം, കുലുക്കം, ഭയം. agitation in the mind, turbidity, shaking, fear.

ക്ഷൗണി (നാ)- ഭൂമി. earth.

ക്ഷൗദ്രജം (നാ)- മെഴുക്. candle.

ക്ഷൗദ്രം (നാ)- വെള്ളം, തേൻ. water, honey.

ക്ഷൗരം (നാ)- തലമുടി കളയൽ. hair cutting.

ക്ഷൗരി (നാ)- ക്ഷൗരക്കത്തി. razor.

ക്ഷൗരികൻ (നാ)- ക്ഷുരകൻ. barber.

ക്ഷ്മാജൻ (നാ)- കുജൻ. Mars.

ക്ഷ്മാധാരം (നാ)- പർവതം. mountain.

ക്ഷ്വേഡാ (നാ)- മുള, അലക്, പടവിളി. bamboo, lathe, battle cry.

ക്ഷ്വേഡം (നാ)- എരിക്ക്, ത്യാഗം, ശബ്ദം, വിഷം. madar plant, sacrifice, sound, poison.

ക്ഷ്വേല (നാ)- വിനോദം, കളി, നേരമ്പോക്ക്. amusement, sport, pastime.

ക്ഷ്വേളം (നാ)- ശബ്ദം, വിഷം. sound, poison.

ഖ

ഖ - അക്ഷരമാലയിലെ രണ്ടാമത്തെ വ്യഞ്ജനം. second consonant of the Malayalam alphabet, guttural.

ഖഗംഗ (നാ)- ആകാശഗംഗ. milky way.

ഖഗൻ (നാ)- വായു, സൂര്യൻ, ദേവൻ, ഒരു നാഗം, ആൺപക്ഷി. air, sun, celestial being, name of a demi-serpent, male bird.

ഖഗപതി (നാ)- ഗരുഡൻ, പക്ഷിരാജൻ, സൂര്യൻ. Garuda, king of birds, sun.

ഖഗം (നാ)- നക്ഷത്രം, മേഘം, വിട്ടിൽ, വായു, പക്ഷി, അമ്പ്, ഗ്രഹം, എരിക്ക്. star, cloud, grasshopper, air, bird, arrow, planet, the madar plant.

ഖജനാവ് - ധനം, സർക്കാരിന്റെ ഭണ്ഡാരപ്പുര. wealth, treasury.

ഖജാൻജി (നാ)- കോശാധ്യക്ഷൻ. treasurer.

ഖഞ്ജ (വി)- മുടന്തുള്ള. lameness.

ഖഞ്ജനം (നാ)- മുടന്ത്, ഒരിനം കുതിര, വാലാട്ടിപ്പക്ഷി. lame, a kind of horse, wagtail.

ഖടക്കി (നാ)- ജന്നൽ. window.

ഖടഖാദകൻ (നാ)-വയറൻ, ഊളൻ, കാക്ക. glutton, jackal, crow.

ഖടം (നാ)- ഇടി, കലപ്പ, പൊട്ടക്കിണർ, കഫം. fisticuff, plough, blind well, phlegm.

ഖടിക (നാ)- രാമച്ചം, എഴുത്തുകല്ല്, ചുണ്ണാമ്പ്. cuscus grass, chalk, lime.

ഖടിനി (നാ)- എഴുത്തുകല്ല്. chalk.

ഖട്ടാസം (നാ)- വെരുക്. civet cat.

ഖട്ടി (നാ)- ശവമഞ്ചം. bier.

ഖട്വാക (നാ)- കട്ടിൽ. cot.

ഖഡ്ഗം (നാ)- ഇരുമ്പ്, ഉരുക്ക്, പഞ്ചസാര, വാൾ, കാണ്ടാമൃഗം. iron, steel, sugar, sword, rhinoceros.

ഖണ്ഡക (വി)- കീറുന്ന, നശിപ്പിക്കുന്ന, പൊടിക്കുന്ന. tearing, destroying, pounding.

ഖണ്ഡകം (നാ)- കല്ക്കണ്ടം, കഷണം. sugar candy, piece.

ഖണ്ഡകഥ (നാ)- ചെറുകഥ. short story.

ഖണ്ഡകാവ്യം (നാ)- ലഘുകാവ്യം. short poetic composition.

ഖണ്ഡജം (നാ)- പഞ്ചസാര. sugar.

ഖണ്ഡധാര (നാ)- കത്രിക. scissors.

ഖണ്ഡന (വി)- നിഷേധരൂപമായ, പൂർണമാകാത്ത. negative, incomplete.

ഖണ്ഡനം (നാ)-എതിർപ്പ്, മുറിക്കൽ, കടിച്ചുമുറിക്കൽ. opposition, cutting, cutting with teeth.

ഖണ്ഡം (നാ)- അംശം, വയൽ, കഷണം, ശകലം, സമൂഹം, രത്നത്തിലെ പൊട്ടൽ, പരിപ്പ്, ദേശം, അധ്യായം, കരിമ്പ്. part, field, piece, bit, society, crack in a gem, kernel, country, chapter, sugarcane.

ഖണ്ഡസിത (നാ)- കല്ക്കണ്ടം. sugar candy.

ഖണ്ഡിത (വി)- വേർതിരിക്കപ്പെട്ട, മുടക്കംവന്ന, ഒടിക്കപ്പെട്ട, എതിർക്കപ്പെട്ട, അംശിക്കപ്പെട്ട. separated, defaulted, broken, opposed, sliced.

ഖണ്ഡിനി (നാ)- ഭൂമി. earth.

ഖതം (വി)- അവസാനിച്ച. ended.

ഖതമാലം (നാ)- മേഘം, മുത്തങ്ങ, പുക. cloud, a medicinal plant, smoke.

ഖതർ (നാ)- ഭയം, ശങ്ക. fear, doubt.

ഖത്ത് (നാ)- കയ്യക്ഷരം, കത്ത്. handwriting, letter.

ഖദർ(നാ)- ഖാദിവസ്ത്രം. handspun cloth.

ഖദ്യോതനൻ (നാ)- സൂര്യൻ. sun.

ഖദ്യോതം (നാ)- മിന്നാമിനുങ്ങ്. glow worm.

ഖനകം (നാ)- എലി, ഖനി. rat, mine.

ഖനി (നാ)- വിളഭൂമി, ഗുഹ, രത്നാദി കൾ വിളയുന്ന സ്ഥലം. fertile land, cave, mine.

ഖൻ (നാ)- സൂര്യൻ. sun.

ഖപരാഗം (നാ)- ഇരുട്ട്. darkness.

ഖപോതം (നാ)- മിന്നാമിനുങ്ങ്. firefly.

ഖബാഷ്പം (നാ)- മഞ്ഞ്. snow.

ഖഭം (നാ)- പത്താമിടം, ഗ്രഹം. tenth house in the zodiac, a planet.

ഖം (നാ)- ക്ഷേത്രം, വയൽ, സ്വർഗ്ഗം, ഗുഹ, ദ്വാരം, സുഖം, സന്തോഷം, ഇന്ദ്രിയം, ആകാശം, ജ്ഞാനം, ബ്രഹ്മം, കിണർ, മോക്ഷം, ശബ്ദം, ശൂന്യം. temple, field, heaven, cave, hole, happiness, joy, sense, sky, knowledge, brahmam, well, salvation, sound cypher.

ഖംഭം (നാ)- തൂണ്, വിളക്കുകാൽ. pillar, lamp-post.

ഖരകരൻ (നാ)- സൂര്യൻ. sun.

ഖരകരൻ (നാ)- സൂര്യൻ. sun.

ഖരച്ഛദം (നാ)- തേക്ക്. teak tree.

ഖരത്വം (നാ)- പരുഷത, ക്രൂരത. roughness, cruelty.

ഖരദണ്ഡം (നാ)- താമര. lotus.

ഖരദിനം (നാ)- ചൊവ്വാഴ്ച, ചൂടുള്ള ദിവസം. Tuesday, hot day.

ഖരപ്രിയം (നാ)- പ്രാവ്. pigeon.

ഖരം (നാ) - കഴുത, വലിയ ചൂട്. ass, heat.

ഖരാശ്വ (നാ) കരിഞ്ജീരകം, മയിലോ ശിക. black cumin seed, polycarpaea.

ഖരു (നാ)- ചെലവ്. expense.

ഖർജ്ജൂരം (നാ)- ഈന്ത, തേൾ, അരി താരം, വെള്ളി. date palm, scorpion, yellow orpiment, silver.

ഖർപ്പരൻ (നാ)- ചതിയൻ, കള്ളൻ. cheat, thief.

ഖർപ്പരം (നാ)- ഉടഞ്ഞ കലം, കുട, ഭിക്ഷാപാത്രം, തലയോട്. broken pot, umbrella, begging bowl, skull.

ഖർപ്പരി (നാ)- ഓട്, ഒരു അഞ്ജനം. tile, collyrium.

ഖർബുജം (നാ)- തണ്ണി മത്തങ്ങ. water-melon.

ഖർമ്മം (നാ)- പട്ട്, പൗരുഷം. silk, valour.

ഖർവ്വ (വി)- ചെറിയ, അപൂർണ്ണതയു ള്ള, നീളം കുറഞ്ഞ, അംഗഭംഗം വന്ന. small, incomplete, short, crippled.

ഖർവ്വം (നാ)- ഹ്രസ്വം, മുള്ളുള്ള ചേ മന്തി, നവനിധികളിലൊന്ന്, ആയിരം കോടി. short, rosa moschata, name of one of the nine treasures of Kubera, the mythical icon of wealth, one thousand crores.

ഖർവ്വരം (നാ)- ക്ലാവ്. verdigris.

ഖല (വി)- ദുഷ്ടനായ, ക്രൂരമായ. wicked, cruel.

ഖലത (നാ)- ദുഷ്ടത, നീചത. wickedness, meanness.

ഖലീഫ് (നാ)- വൈദികശ്രേഷ്ഠൻ. disciple of prophet Mohammed.

ഖല്ബ് (നാ)- ഹൃദയം. heart.

ഖല്ലിക (നാ) - ചീനച്ചട്ടി, വറച്ചട്ടി. frying pan.

ഖവാരി (നാ) - മഞ്ഞുവെള്ളം. dew drops.

ഖാക്കി (വി) - കാക്കി നിറമുള്ള. khaki.

ഖാടിക (നാ) - ചാപല്യം, മൂഢത, ശവ ക്കട്ടിൽ. caprice, foolishness, bier.

ഖാണ്ഡവം (നാ)- കുരുക്ഷേത്രത്തിലെ ഒരു വനം. jungle in the Kurukshetra.

ഖാതകം (നാ) - കിടങ്ങ്, കിഴങ്ങ്. moat, tuber.

ഖാത്രം (നാ) - നൂല്, വനം, പൊയ്ക, തൂമ്പ. thread, forest, pond, hoe.

ഖാദ (വി)- വിഴുങ്ങുന്ന, തിന്നുന്ന. swallowing, eating.

ഖാദനം (നാ) - കടി, വളം, ഭക്ഷണം. bite, manure, food.

ഖാദി (നാ) - രക്ഷിക്കുന്നവൻ, ഭക്ഷി ക്കുന്നവൻ. one who protects, one who eats.

ഖാൻ (നാ) - പ്രമാണി, നേതാവ്. chief, leader of a Muslim clan.

ഖിന്ന (വി)- തളർന്ന, ദുഃഖിതനായ. lazy, sorrowful.

ഖിന്നത (നാ) - ക്ലേശം, സങ്കടം, തളർച്ച. hardship, grief, fatigue.

ഖില (വി) - ശൂന്യമായ, വന്യമായ, പൂർണമല്ലാത്ത, തരിശായ. empty, wild, incomplete, barren.

ഖിലം (നാ) - വിടവ്, സംഗ്രഹം, അനുബന്ധം, ശൂന്യസ്ഥലം. gap, abstract, appendix, waste land.

ഖുദാ (നാ) - ഈശ്വരൻ. almighty.

ഖുരപം (നാ) - ലാടം. horse-shoe.

ഖുരം (നാ) ക്ഷൗരക്കത്തി, നാഗുണം, കട്ടില്ക്കാൽ. razor blade, medicinal plant, the leg of a cot.

ഖുർആൻ (നാ)- ഇസ്ലാം വേദഗ്രന്ഥം. the Holy Quran.

ഖേചര (വി)- ആകാശത്തു സഞ്ചരിക്കുന്ന. moving in the sky.

ഖേചരൻ (നാ)- സൂര്യൻ, അസുരൻ, ഗന്ധർവൻ, വിദ്യാധരൻ, ഗ്രഹം, വായു. sun, demon, gandharva, vidyadhara, planet, air.

ഖേചരം (നാ)- മേഘം, കുതിര, പക്ഷി, മുത്തങ്ങ, രസം, ഗ്രഹം. cloud, horse, bird, cyperus rotundus grass, mercury, planet.

ഖേട (വി)- ആകാശത്തു സഞ്ചരിക്കുന്ന, നികൃഷ്ടമായ. moving in the sky, base.

ഖേടി (നാ)- നഗരവാസി, വിടൻ. town dweller, lecher.

ഖേദം (നാ)- രോഗം. disease.

ഖേദിക്കുക (അ.ക്രി)- ദുഃഖിക്കുക, കഷ്ടപ്പെടുക. feel sorrow, suffer.

ഖേയം (നാ)- കിടങ്ങ്. trench.

ഖേല (വി)- കളിക്കുന്ന, ഇളകുന്ന, രസിക്കുന്ന. playing, shaking, enjoying.

ഖേല (നാ)- ക്രീഡ, പ്രേമ പ്രകടനം. play, expression of love.

ഖേലനം (നാ)- ഉല്ലാസം, കളി. pastime, play.

ഖോലം (നാ)- തലപ്പാവ്, തൊപ്പി. turban, cap.

ഖോലി (നാ) - ആവനാഴി. quiver.

ഖ്യാത (വി)- കീർത്തിപ്പെട്ട, വിളിക്കപ്പെട്ട, അറിയപ്പെട്ട, കണ്ടുപിടിക്കപ്പെട്ട. famous, named, well-known, discovered.

ഖ്യാതം (നാ)- വിളംബരം, പ്രസ്താവം, പ്രസിദ്ധമായ ഇതിവൃത്തം. proclamation, statement, well-known story.

ഖ്യാതി (നാ)- കീർത്തി, പ്രസിദ്ധി, സ്ഥാനം. fame, reputation, place.

ഖ്യാപനം (നാ)- പരസ്യം, പ്രസിദ്ധപ്പെടുത്തൽ, വിളംബരം. advertisement, publishing, proclamation.

ഗ

ഗ - അക്ഷരമാലയിലെ മൂന്നാമത്തെ വ്യഞ്ജനം. third consonant in alphabet.

ഗഗനകുസുമം (നാ)- ഇല്ലാത്ത വസ്തു. non- existent object.

ഗഗനചര (വി)- ആകാശത്തിൽ സഞ്ചരിക്കുന്ന. moving about in the sky.

ഗഗനചരം (നാ)- മേഘം, ഗ്രഹം, പക്ഷി, മുത്തങ്ങ. cloud, planet, bird, cyperus rotundus.

ഗഗനധ്വജൻ (നാ)- സൂര്യൻ. sun.

ഗഗനം (നാ)- ആകാശം, അന്തരീക്ഷം, സ്വർഗ്ഗം, ശൂന്യം. sky, atmosphere, heaven, cypher.

ഗംഗാധരം (നാ)- സമുദ്രം. sea.

ഗച്ഛം (നാ)- വൃക്ഷം. tree.

ഗജദന്തൻ - ഗണപതി. Ganapathy.

ഗജദന്തം (നാ)- ആനക്കൊമ്പ്. tusk of an elephant.

ഗജനാസ(നാ)-തുമ്പിക്കൈ. trunk of elephant.

ഗജപതി (നാ)- ആനത്തലവൻ, ആനക്കാരൻ. leading elephant in a herd, mahout.

ഗജം (നാ)- ആന. elephant.
ഗജമുഖൻ (നാ)-ഒരു അസുരൻ, ഗണപതി. demon, Ganapathy.
ഗജവല്ലഭ (നാ) - കാട്ടുവാഴ, ഈന്ത്. wild plantain, gum olibanum tree.
ഗഞ്ജ (നാ)- രത്നഖനി, മദ്യം വിൽക്കുന്ന സ്ഥലം, കുടിൽ, കള്ള്, കഞ്ചാവ്, പാനപാത്രം. mine, liquor shop, hut, toddy, hemp, drinking cup.
ഗഞ്ജിക (നാ)- മദ്യശാല. liquor shop.
ഗഡേരം (നാ)- മേഘം. cloud.
ഗഡ്ഡരം (നാ)- ആട്. goat.
ഗഡ്ഡരികൻ (നാ)- ഇടയൻ. shepherd.
ഗണക (വി)- കണക്കെഴുത്തുകാരൻ, ജ്യോത്സ്യൻ. accountant, astrologer.
ഗണൻ (നാ)- ഗണപതി. Ganapathy.
ഗണപതി (നാ)- ശിവന്റെ പുത്രൻ, ശിവൻ. son of Siva, Siva.
ഗണപർവതം (നാ)- കൈലാസം. mount Kailas.
ഗണപീഠകം (നാ)- നെഞ്ച്. chest.
ഗണരൂപം (നാ)- മന്ദാരം, എരിക്ക്. celestial tree, madar plant.
ഗണി (നാ)- അദ്ധ്യാപകൻ, ശാസ്ത്രജ്ഞൻ. teacher, scientist.
ഗണികൻ(നാ)-ജ്യോത്സ്യൻ. astrologer.
ഗണികാരിക (നാ)- മുഞ്ഞ. tree premnaspinosa.
ഗണിതം (നാ)- കണക്ക്, ജ്യോതിഷം, നൂറുകോടി, ഗണിക്കപ്പെട്ടത്. mathematics, astrology, one hundred crore, calculated.
ഗണേശൻ (നാ)- ശിവൻ, ഗണപതി. Siva, Ganapathy.
ഗണ്ഡകി (നാ)- ഒരു നദി. name of a river.
ഗണ്ഡൻ (നാ)- വീരൻ, യോദ്ധാവ്. valorous person, warrior.
ഗണ്ഡപാളി (നാ)- കവിൾത്തടം. cheek.
ഗണ്ഡമാല (നാ)- ഒരു രോഗം. disease.
ഗണ്ഡലി (നാ)- ശിവൻ. Siva.
ഗണ്ഡശില (നാ)- വലിയ പാറ. big rock.
ഗണ്ഡാംഗം (നാ)- കാണ്ടാമൃഗം. rhinoceros.
ഗണ്ഡിക (നാ)- പാറക്കഷണം. piece of rock.
ഗണ്ഡിനി (നാ)- ദുർഗ്ഗാദേവി. goddess Durga.
ഗണ്ഡീരൻ (നാ)- വീരൻ, യോദ്ധാവ്. valorous person, warrior.
ഗണ്ഡു (നാ)- തലയണ, എണ്ണ, മുഴ. pillow, coconut oil, ganglion.
ഗണ്ഡോലി (നാ)- കടന്നൽ. wasp.
ഗണ്യ (വി)- പ്രതിഷ്ഠ ലഭിച്ച, ഗണിക്കത്തക്ക. established, considerable.
ഗത (വി)- നഷ്ടപ്പെട്ട, കഴിഞ്ഞ. lost, past.
ഗതകാലം (നാ)- കഴിഞ്ഞ കാലം, ഭൂതകാലം. past, period gone by.
ഗതം (നാ)- നടപ്പ്, സംഭവം, ചലനം, നശിച്ചത്. walk, incident, movement, that which is perished.
ഗതി (നാ)- നടപ്പ്, രക്ഷ, ചലനം, സമ്പത്ത്, മോക്ഷം, ആശ്രയം, ഉപായം. walk, movement, wealth, salvation, shelter, means.
ഗതികം (നാ)- ശരണം, ഗതി, അവസ്ഥ. refuge, motion, condition.
ഗദ (നാ)- ഒരു ആയുധം. weapon.
ഗദനം (നാ)- പറച്ചിൽ. saying.
ഗദം(നാ)- ഒരിനം വിഷം, ഇടിമുഴക്കം, ദുഃഖം, കൊട്ടം, രോഗം, വാക്യം. a kind of poison, thunder, sorrow, costus speciosus, disease, sentence.
ഗദാഗ്രജൻ (നാ)- വിഷ്ണു, ശ്രീകൃഷ്ണൻ. Vishnu, Sree Krishna.
ഗദാംബരം (നാ)- മേഘം. cloud.
ഗദാരാതി (നാ)- മരുന്ന്. medicine.
ഗദി (നാ)- വിഷ്ണു, രോഗി. Vishnu, disease.
ഗദ്ഗദം (നാ)- തൊണ്ടയിടർച്ച. stuttering of words due to emotion.
ഗദ്യ (വി)- പറയത്തക്ക. speakable.
ഗന്തവ്യ (വ)-പോകാനുള്ള. passable.
ഗന്താവ് (നാ)- ഗമിക്കുന്നവൻ. one who goes.
ഗന്ധക (വി)- മണമുള്ള. odorous.

ഗന്ധകം (നാ) - ഒരു മൂലകം. sulphur.
ഗന്ധകാഷ്ഠം (നാ)- അകിൽ, ചന്ദനം. aquilaria agallocha, sandalwood.
ഗന്ധകേളിക (നാ)- വെരുക്, കസ്തൂരി, പച്ചപ്പുഴു. civet cat, musk, civet.
ഗന്ധജടില (നാ)- വയമ്പ്. acorus calamus.
ഗന്ധജ്ഞ (നാ)- മൂക്ക്. nose.
ഗന്ധദ്വിപം (നാ)- മദയാന. elephant in rut.
ഗന്ധധാരി (നാ)- ശിവൻ. Siva.
ഗന്ധനകുലം (നാ)- വെരുക്. civet cat.
ഗന്ധനം (നാ)- സൂചന, വിചാരം, ഹിംസ. indication, thought, violence.
ഗന്ധപത്രം (നാ)- മഞ്ഞൾ, നാരകം, കൂവളം, തുളസി. turmeric, lemon tree, bilva tree, basil plant.
ഗന്ധഫലി (നാ)- ഞാഴൽ, ചമ്പകപ്പൂമൊട്ട്. milnia montana, bud of champaka flower.
ഗന്ധം (നാ)- സൗരഭ്യം, മണം, ദുർഗന്ധം, ഗന്ധകം, സംബന്ധം. fragrance, odour smell, bad smell, sulphur, relation.
ഗന്ധമാദനൻ (നാ)- രാവണൻ, രാമായണത്തിൽ പ്രകീർത്തിതനായ ഒരു വാനരൻ. Ravana, a monkey chief, one of the lieutenants of Sri Rama.
ഗന്ധമാദനി (നാ)-മദ്യം. liquor.
ഗന്ധമാദിനി (നാ)- കോലരക്ക്. lac.
ഗന്ധമുഖ്യം (നാ)- കസ്തൂരിമൃഗം. musk deer.
ഗന്ധരാജം (നാ)- ചന്ദനം, പിച്ചി. sandalwood, jasmine.
ഗന്ധർവം (നാ)- കുയിൽ, ജ്ഞാനം, കുതിര, കസ്തൂരിമാൻ, യാതനാശരീരം, വെളുത്താവണക്ക്. cuckoo, knowledge, horse, musk deer, departed soul, variety of castor oil.
ഗന്ധലോലുപ (നാ)- ഈച്ച, കൊതുക്, വണ്ട്. fly, mosquito, beetle.
ഗന്ധവഹൻ (നാ)- വായു, കാറ്റ്. air, wind.
ഗന്ധശേഖരം (നാ)- കസ്തൂരി, പുഴുക്. musk, civet.
ഗന്ധസാരം (നാ)- പിച്ചി, പനിനീർ, കച്ചോലം, തേക്ക്, ചന്ദനം. jasmine, rose-water, kaempferia galanga, teak wood, sandalwood.
ഗന്ധി (വി)- ഗന്ധമുള്ള. fragrant.
ഗന്ധി (നാ)- ജീരകം, മൂട്ട, ഒരു സുഗന്ധദ്രവ്യം. cumin seed, bedbug, a perfume.
ഗന്ധോളി (നാ)- ചുക്ക്, ചെറിയ വാൾ, കടന്നൽ. dried ginger, small sword, wasp.
ഗഭം (നാ)- ഉപസ്ഥം, വിടവ് vulva, crack.
ഗഭസ്തി (നാ)- കിരണം, സൂര്യൻ, വണ്ടിക്കാല്, സ്വാഹ, സൂര്യരശ്മി. ray, sun, beam of a cart, wife of Agni, sun ray.
ഗഭസ്തിമാൻ (നാ)- സൂര്യൻ. sun.
ഗഭീര (വി)- ദുർഗ്രഹമായ, കനമുള്ള, മഹത്ത്വമുള്ള, അഗാധമായ, ഗംഭീരമായ. incomprehensible, heavy, majestic, deep, magnificent.
ഗഭീരം (നാ)- ആഴമുള്ള പ്രദേശം, സാരഗർഭമായത്, മഹത്ത്വമുള്ളത്. deep place, that which is pregnant with meaning, that which is majestic.
ഗമ (നാ)- പ്രാപ്തി, എടുപ്പ്, ശേഷി. capacity, self-conceit, pride.
ഗമക (വി)- തെളിവായ, സൂചിപ്പിക്കുന്ന. proving, indicating.
ഗമഥൻ (നാ)-വഴിപോക്കൻ. traveller.
ഗമഥം (നാ)- വഴി. path.
ഗമിക്കുക (സ.ക്രി)- അനുഷ്ഠിക്കുക, പ്രാപിക്കുക. to perform, to reach.
ഗംഭീര (വി)- ഘോരമായ, ശാന്തമായ, മഹത്ത്വമുള്ള, ബുദ്ധിക്ക് ആഴമുള്ള, ഗഹനമായ, വളരെ ഗൗരവമുള്ള. atrocious, tranquil, majestic, profound in intellect, deep, very serious.
ഗംഭീരത (നാ)- ഗാംഭീര്യം. majesty.
ഗമ്യൻ (നാ)- ജാരൻ, കാമുകൻ. paramour, lover.
ഗയം (നാ)- ധനം, സന്തതി, പ്രാണൻ, ഗയാ തീർത്ഥം, ആകാശം, വീട്, കുടുംബം. wealth, progeny, life breath, gaya, famous centre of pilgrimage, sky, house, family.

ഗര (വി)- വിഴുങ്ങുന്ന. swallowing.
ഗരണം (നാ)- വിഷം, വിഴുങ്ങൽ. poison, swallowing.
ഗരദം (നാ)- വിഷം. poison.
ഗരം (നാ)- പാനീയം, രോഗം, കൂട്ടുവിഷം, നനയ്ക്കൽ, പ്രതിവിഷം. drink, disease, factitious poison, wetting, antidote.
ഗരലാരി (നാ)- മരതകം. emerald.
ഗരളം (നാ) - പുല്ലുകെട്ട്, വിഷം, സർപ്പവിഷം. bundle of grass, poison, venom of serpent.
ഗരി (നാ)- ദേവതാളി. plant bristly luffa.
ഗരിമ (നാ)- മഹത്ത്വം, ആത്മപ്രശംസ, ഗുരുത്വം, പ്രാധാന്യം, കനം. greatness, boast, plentitude, importance, weight.
ഗരീഷ്ഠ(വി)- അത്യധികം കനമുള്ള, ഏറ്റവും ഉറപ്പുള്ള. of maximum weight, extremely firm.
ഗരുത്ത് (നാ)- വിഴുങ്ങൽ, ചിറക്. swallowing, wing.
ഗർഗ്ഗം (നാ)- ഞാഞ്ഞൂൽ, കാള. earthworm, bullock.
ഗർജ്ജനം (നാ)- ശകാരം, കോപം. rebuke, anger.
ഗർത്തം (നാ)- പൊത്ത്, രഥം, ഒരു രോഗം, കുഴി, ഗുഹ, ഒരു നരകം, ഗൃഹം, ശവക്കുഴി. hole, chariot, a disease, pitch, cave, hell, house.
ഗർത്തിക (നാ)- നെയ്ത്തുശാല. weaver's workshop.
ഗർദ്ദഭം (നാ)- കഴുത, വെളുത്ത ആമ്പൽ, വാസന. an ass, white water lilly, fragrance.
ഗർദ്ദഭി (നാ)- പെൺകഴുത, ചാണകപ്പുഴു. female ass, worm that breeds in cow dung.
ഗർദ്ധം (നാ)- താത്പര്യം, കൊതി, അത്യാഗ്രഹം. interest, avarice, greediness.
ഗർഭകോശം (നാ)- ഗർഭപാത്രം. womb.
ഗർഭം (നാ)- ഉള്ളറ, അന്തർഭാഗം, ഭ്രൂണം, വയറ്റിൽ കിടക്കുന്ന ശിശു, അഗ്നി, ദ്വാരം, വയറ്, ആധാനകാലം, ആഹാരം. inner side, foetus, embryo, fire hole, stomach, period of pregnancy, food.
ഗർഭാധാനം (നാ)- ഗർഭം ധരിക്കൽ. impregnation.
ഗർഭാശയം (നാ)- ഗർഭപാത്രം. womb.
ഗർഭിണി (നാ)- ഗർഭമുള്ളവൾ. pregnant female.
ഗർവ്വിക്കുക (അ.ക്രി)- അഹങ്കരിക്കുക. to be arrogant.
ഗർവ്വിഷ്ഠ (വി)- അങ്ങേയറ്റം അഹങ്കരിച്ച. most insolent.
ഗർഹ (നാ)- നിന്ദ. contempt.
ഗർഹിതം (നാ)- പാപ കർമ്മം, നിന്ദ്യകർമ്മം. sinful act, ignoble act.
ഗർഹ്യ (വി)- വെറുക്കത്തക്ക, നിന്ദിക്കത്തക്ക. despicable, censurable.
ഗലനം (നാ)- വീഴ്ച, ഉരുകൽ, ചോർച്ച, ഊറൽ. fall, melting, leaking, oozing.
ഗലം (നാ)- ആറ്റുദർഭ, ഗളം. aquatic grass, neck.
ഗലി (നാ)- തെരുവ്. street.
ഗല്ലം (നാ)- കവിൾത്തടം. cheek.
ഗവാഗ്രം (നാ)- ഗോസമൂഹം. herd cows.
ഗവാമൃതം (നാ)- പശുവിൻപാൽ. cow milk.
ഗവാംപതി (നാ)- കാള, അഗ്നി, സൂര്യൻ, ഇടയൻ. bullock, fire, the sun, shepherd.
ഗവി (നാ) - വാക്ക്. word.
ഗവിനി (നാ)- പശുക്കൂട്ടം. herd of cows.
ഗവിഷ്ഠൻ (നാ) - സൂര്യൻ. sun.
ഗവീന്ദ്രൻ (നാ)- പശുക്കളുടെ ഉടമ. cattle owner.
ഗവേഷ (വി)- അന്വേഷിക്കുന്ന. searching.
ഗവേഷണം (നാ)- അന്വേഷണം. research.
ഗവ്യ (നാ)- പശുക്കൂട്ടം, മഞ്ഞച്ചായം, ഞാണ്, രണ്ടു നാഴിക ദൂരം. herd of cows, yellow colour, string of a bow, distance of two miles.

ഗവ്യം (നാ)- പാൽ, വെണ്ണ, പശുക്കൂട്ടം, മേച്ചിൽസ്ഥലം, മഞ്ഞച്ചായം. milk, butter, pasture of land, yellow colour.
ഗഹനം (നാ)- കാട്, ഗുഹ, പടുകുഴി, വള്ളിക്കുടിൽ, ജലം. forest, cave, abyss, arbour, water.
ഗഹ്വരി (നാ)- ഗുഹ, ഭൂമി. cave, earth.
ഗളകം (നാ)- കണ്ഠം, ഒരിനം മത്സ്യം. throat, a kind of fish.
ഗളഗണ്ഡം (നാ)- കണ്ഠമാല. goitre.
ഗളഗ്രന്ഥി (നാ)- തൊണ്ടയിലെ ഗ്രന്ഥി. tonsil.
ഗളദ്വാരം (നാ)- വായ്. mouth.
ഗളനാളം (നാ)- തൊണ്ട. throat.
ഗളം (നാ)- കയറ്, കഴുത്ത്, ഒരുതരം വാദ്യം. rope, neck, musical instrument.
ഗളാനിലം (നാ)- കൊഞ്ച്. prawn.
ഗാ (നാ)- പാട്ട്, പദ്യം. song, verse.
ഗാംഗ (വി)- ഗംഗയിലുള്ള. pertaining to the Ganges.
ഗാംഗടം (നാ)- ചെമ്മീൻ. prawns.
ഗാംഗം (നാ)- മഴവെള്ളം, സ്വർണ്ണം. rain water, gold.
ഗാംഗി (നാ)- ദുർഗ്ഗാദേവി. goddess Durga.
ഗാംഗേയം (നാ)- സ്വർണ്ണം. gold.
ഗാഞ്ജി (നാ)- കഞ്ചാവ്. hemp.
ഗാട്ട് (നാ)- കാവൽ. guard.
ഗാഢവം (നാ)- മേഘം, കാട്ടുഗോതമ്പ്. cloud, wild wheat.
ഗാഢ (വി)- അമർത്തിയ, ഉറച്ച, കട്ടിയായ, മുങ്ങിയ. suppressed, strong, coagulated, plunged into.
ഗാണ്ഡി (നാ)- ഗ്രന്ഥി, കാണ്ടാമൃഗം. gland, rhinoceros.
ഗാണ്ഡീവൻ (നാ)- അർജ്ജുനൻ. Arjuna.
ഗാണ്ഡീവി (നാ)- നീർമരുത്. terminalia arjuna.
ഗാതാവ്(നാ)- കോപി, ഗായകൻ, ഗന്ധർവൻ. angry person, singer, Gandharva.
ഗാതു(നാ)-ഗാനം, കുയിൽ, അഭിവൃദ്ധി, മാർഗ്ഗം. song, cuckoo, prosperity, way.
ഗാത്ര (നാ)- ഭൂമി. earth.
ഗാത്രകം (നാ)- അംഗം, ശരീരം. organ, body.
ഗാത്രം (നാ)- മുഖ്യം, അവയവം, ശരീരം. that which is important, limb, body.
ഗാധം (നാ)- കാമം, ലോഭം, സ്ഥാനം, ആഴമില്ലാത്ത സ്ഥലം, ജലാശയത്തിന്റെ അടിത്തട്ട്. cupidity, avarice, place, shallow place, bottom of a pool.
ഗാനം (നാ)- പാട്ട്, ശബ്ദം, പാടൽ, സ്തുതി, വാദ്യം. song, sound, singing, praise, instrument.
ഗാന്ദിനി (നാ)- ഗംഗ. the Ganges.
ഗാന്ധാരം (നാ)- സപ്തസ്വരങ്ങളിൽ മൂന്നാമത്തേത്, സിന്ദൂരം, നറുംപശ, ഒരു ദേശം. the third of the seven primary tones of music, saffron, myrrh, Kandhar.
ഗാമിനി (നാ)- ഒരു മന്ത്രം, പോകുന്നവൾ. name of a mantra, woman who goes.
ഗാംഭീര്യം (നാ)- ഗംഭീരത, മഹത്ത്വം, അചഞ്ചലത, വലിപ്പം. grandeur, greatness, imperturbability, dignity.
ഗായകൻ (നാ)- പാട്ടുകാരൻ. singer.
ഗായത്രം (നാ)- പാട്ട്, സ്തോത്രം. song, hymn.
ഗാരുഡികൻ (നാ)- പാമ്പാട്ടി, വിഷവൈദ്യൻ, വശീകരണക്കാരൻ. snake charmer, one who treats snake bites.
ഗാർഡ് (നാ)- രക്ഷകൻ, കാവൽക്കാരൻ. protector, guard.
ഗാർഹപത്യം (നാ) - ഗൃഹസ്ഥധർമ്മം. the duties of a householder.
ഗാർഹിക (വി)- ഗൃഹ സംബന്ധമായ. pertaining to the house.
ഗാലം (നാ)- ഒഴുക്ക്, ദ്രവീകരണം, ഒലിപ്പ്. current, melting, oozing.
ഗാലിത (വി)- ഉരുക്കിയ, വീഴ്ത്തിയ, ചോർത്തിയ. melted, dropped, leaked.
ഗാഹ (വി)- മുങ്ങുന്ന, കുളിക്കുന്ന. sinking, bathing.

ഗാഹകൻ (നാ)- കുളിക്കുന്നവൻ. one who baths.
ഗാഹനം (നാ)- കുളി, പ്രവേശനം, മുങ്ങൽ. bath, entrance, plunging.
ഗാഹം (നാ)- ആഴം, കുളി, മുങ്ങൽ. depth, bath, plunging.
ഗിത്താർ (നാ)- ഒരു സംഗീതോപ കരണം. guitar.
ഗിന്ദുകം (നാ)- ഒരു വൃക്ഷം, കളിപ്പന്ത്. tree, ball to play
ഗിരാ (നാ)- വാക്ക്, നാക്ക്, സരസ്വതി, ഭാഷ. word, tongue, goddess Saraswathy, language.
ഗിരണം (നാ)- വിഴുങ്ങൽ. swallowing.
ഗിരം (നാ)- വാക്ക്. word.
ഗിരാപതി (നാ)- ബ്രഹ്മാവ്. Brahma.
ഗിരി (വി)- വന്ദ്യനായ. respectable.
ഗിരി (നാ)- പർവതം, പന്ത്, മേഘം, സന്ന്യാസി, വലിയ പാറ, ഒരു നേത്ര രോഗം, ചുണ്ടെലി. mountain, ball, cloud, asetic, a big rock, eye disease, mouse.
ഗിരികാ (നാ)- ചെറിയ കുന്ന്, ചുണ്ടെലി. small hill, mouse.
ഗിരികൻ (നാ)-പരമശിവൻ. Lord Siva.
ഗിരികം (നാ)- പന്ത്. ball.
ഗിരിചരൻ (നാ)- കള്ളൻ. robber.
ഗിരിചരം (നാ)- കാട്ടാന. wild elephant.
ഗിരിജാ (നാ)- വള്ളിമുല്ല. a kind of jasmine.
ഗിരിജതു (നാ)- കന്മദം. bitumen.
ഗിരിസുതൻ (നാ)- മൈനാകം. Mainaka, fabled mountain.
ഗിരീന്ദ്രൻ (നാ)- ശിവൻ, കൈലാസം, ഹിമവാൻ. Lord Siva, Kailas, Himalaya.
ഗില (വി)- ഭക്ഷിക്കുന്ന, വിഴുങ്ങുന്ന. eating, swallowing.
ഗിലം (നാ)- സ്രാവ്, മാതളം, ചീങ്കണ്ണി. shark, pomegranate, crocodile.
ഗിൽറ്റ് (നാ)- സ്വർണ്ണം പൂശൽ. gold plating.
ഗീ (നാ)- സരസ്വതി, വാക്ക്. goddess Saraswathy, word.
ഗീത (വി)- കീർത്തിക്കപ്പെട്ട, പറയപ്പെട്ട, ഗാനം ചെയ്യപ്പെട്ട. praised, told, sung.
ഗീതകം (നാ)- പാട്ട്. song.
ഗീതം (നാ)- പാട്ട്. song.
ഗീതമോദി (നാ)- കിന്നരൻ. Kinnara, a demigod.
ഗീതി (നാ)- ഒരു മാത്രാവൃത്തം, പാട്ട്. name of a Sanskrit metre, a song.
ഗീരഥൻ (നാ) - വ്യാഴം. Jupiter.
ഗീര് (നാ)- ഭാഷണം, സ്തുതി, വാക്ക്. talk, praise, word.
ഗീർണ്ണം (നാ)- ശബ്ദിക്കപ്പെട്ടത്, വിഴുങ്ങപ്പെട്ടത്. sounded, swallowed.
ഗീർവാണൻ (നാ)- ദേവൻ. deity.
ഗീഷ്പതി (നാ)- വിദ്വാൻ. scholar.
ഗുഗ്ഗുലു (നാ)- സുഗന്ധമുള്ള ഒരു വൃക്ഷക്കറ. Indian bdellium.
ഗുച്ഛകം (നാ)- മാല, മയിൽപ്പീലി, അദ്ധ്യായം, തൂണിയാങ്കം. garland, peacock's feather, chapter, marjorum.
ഗുച്ഛപത്രം (നാ)- പന. palmyra tree.
ഗുഞ്ജനം (നാ)- മുളക്, വണ്ടുകളുടെ നാദം. chilly, humming of beetles.
ഗുഞ്ജം (നാ)- ചെണ്ട്, പൂങ്കുല, മുരൾച്ച. cluster, a bunch of flowers, humming of beetle.
ഗുഡദാരു (നാ)- കരിമ്പ്. sugarcane.
ഗുഡം (നാ)- പന്ത്, കബളം, ഇലവ്, ഗുളിക, ശർക്കര. ball, morsel, silk cotton tree, pill, molasses.
ഗുഡാക(നാ) - ആലസ്യം, നിദ്ര. laziness, sleep.
ഗുഡാകേശൻ (നാ)- ശിവൻ, അർജ്ജുനൻ. Siva, Arjuna.
ഗുണ (വി)- ഇരട്ടിച്ച. multiplied.
ഗുണത്വം (നാ)- അപ്രധാനത്വം, പെരുക്കം, വിശേഷത, ആശ്രിതത്വം, സുകൃതം. unimportance, multiplication, good quality, dependence, virtue.
ഗുണദോഷങ്ങൾ (നാ)- നന്മയും തിന്മയും. merits and demerits.
ഗുണന (നാ)-ഗുണനഫലം. product.
ഗുണനം (നാ)- വിചാരം, വർണ്ണനം, പെരുക്കൽ. thought, discription, multiplication.

ഗുണനിക(നാ)- പഠിത്തം, മുത്തുമാല, പൂജ്യം, ആട്ടം, നൃത്തവിദ്യ. learning, chain of pearls, zero, dance.
ഗുണപാഠം (നാ)- സാന്മാർഗ്ഗികതത്ത്വം, വൈദ്യ ശാസ്ത്രത്തിന്റെ ഒരു ഭാഗം. moral, materia medica.
ഗുണപ്പെടുക (അ.ക്രി)- ഭേദമാവുക, നന്മയുണ്ടാവുക, നന്നാവുക. cure, become good, improve.
ഗുണം (നാ)- സന്ധി, കയറ്, നന്മ, ഞാൺ, കയറ്റം, സ്വഭാവം, ജാതി, ഔദാര്യം, ശൗര്യം, ഞരമ്പ്, നൂല്, പ്രയോജനം. joint, rope, virtue, string of a bow, ascending, habit, caste, generosity, valour, thread, benefit.
ഗുണി (വി)- നന്മയുള്ള. virtuous.
ഗുണി (നാ)- ഗുണവാൻ, വിളക്ക്. virtuous person, lamp.
ഗുണിക (നാ) - നീര്, പരു, വീക്കം. inflammation, boil on the skin, swelling.
ഗുണിക്കുക (സ.ക്രി)- പെരുക്കുക, കണക്കാക്കുക. to multiply, to calculate.
ഗുണിനി (നാ)- വില്ല്. bow.
ഗുണിഭൂത (വി)- അലങ്കാരമായിത്തീർന്ന, പ്രാധാന്യം നശിച്ച. become a mere decoration, secondary.
ഗുണ്ട് (നാ)- വെടി, വെടിയുണ്ട. shot, cannon ball.
ഗുണ്ഠനം (നാ)- ലേപനം, ഒളിപ്പ്. smearing, concealing.
ഗുണ്ഡകം (നാ)- മധുരസ്വരം, പൊടി, എണ്ണക്കുടം, ചീത്തയായ അരിമാവ്. sweet voice, powder, oil jar, dirty rice flour.
ഗുണ്ഡാ (നാ)- ദുഷ്ടൻ, ഘാതകൻ. wicked person, murderer.
ഗുത്സകം (നാ)- അദ്ധ്യായം, ചാമരം, പൂങ്കുല. chapter, ornamental fan made of yak tail, a bunch of flowers.
ഗുന്ദ്രാലം (നാ)- വേഴാമ്പൽ. hornbill.
ഗുപ്ത (വി)- ചേർക്കപ്പെട്ട, ഗോപനം ചെയ്യപ്പെട്ട, അദൃശ്യമായ, രക്ഷിക്കപ്പെട്ട, രഹസ്യമായി വച്ചിട്ടുള്ള. mixed, concealed, invisible, hidden.
ഗുപ്തകൻ (നാ)- സൂക്ഷിപ്പുകാരൻ. watcher.
ഗുപ്തഗതി (നാ)- ചാരൻ. spy.
ഗുപ്തചരൻ (നാ)- ബലഭദ്രൻ, ചാരൻ. spy, Balabhadra.
ഗുപ്തി (നാ) - രക്ഷണം, ഗോപനം, കുഴി, തടസ്സം, കോട്ട, ഒളിവിടം, നിലവറ. protection, concealment, pit, hindrance, fort, hiding place, cellar.
ഗുമസ്തൻ (നാ)- ലിപികൻ, കാര്യസ്ഥൻ, എഴുത്തുകാരൻ. scribe, manager, writer.
ഗുംഫനം (നാ)- കോപ്പ്, കഥാബന്ധം, കൂട്ടിക്കെട്ട്, ചേർപ്പ്, ഉള്ളടക്കം. ornaments, dress, etc., construction of the a story plot, stringing together, content.
ഗുരു (വി)- വലിയ, മുഖ്യമായ, വിലയേറിയ, ബലമുള്ള, പ്രിയപ്പെട്ട, വന്ദ്യമായ. big, predominant, valuable, strong, dear, venerable.
ഗുരു (നാ)- അച്ഛൻ, വ്യാഴം, ആചാര്യൻ, പരമാത്മാവ്, ദ്രോണാചാര്യൻ, പ്രായം കൂടിയവൻ, പൂർവികൻ, നേതാവ്. father, jupiter, preceptor, elder, forefather, leader.
ഗുരുകുലം (നാ)- ഗുരുവിന്റെ വാസസ്ഥലം. preceptor's abode.
ഗുരുജനം (നാ)- വന്ദ്യൻ, ഗുരു. venerable person, preceptor.
ഗുരുത (നാ)- വലിപ്പം, പ്രയാസം, ആദരം, ഗുരുസ്ഥാനം, ദുർഭരത്വം. greatness, difficulty, respect, position of preceptor, gravitational force.
ഗുരുത്വം (നാ)-പ്രാധാന്യം, വലുപ്പം, കനം, പ്രാബല്യം. importance, greatness, weight, strength.
ഗുരുദക്ഷിണ (നാ)- ഗുരുവിന് നൽകുന്ന സമ്മാനം. offering or gift made by the pupil to the preceptor.
ഗുരുനാഥൻ (നാ)- പിതാവ്, ആചാര്യൻ, സുബ്രഹ്മണ്യൻ. father, preceptor, Subrahmanya.

ഗുരുപത്ര (നാ)- പുളി. tamarind tree.
ഗുരുഭൂതൻ (നാ)- ആചാര്യൻ. preceptor.
ഗുരുരത്നം (നാ)- പുഷ്യരാഗം. topaz.
ഗുലാബ് (നാ)- റോസാപുഷ്പം. rose flower.
ഗുലുമാല് (നാ)- ബഹളം, ഏടാകൂടം. hubbub, trouble.
ഗുല്മം(നാ)- കോട്ട, കുറ്റിച്ചെടി, ഒരു രോഗം, പുല്ക്കട്ട, കുറ്റിക്കാട്, സേനാമുഖം, സേനാവിഭാഗം. fort, shrub, colics, tuft of grass, bush, the front line of an army, a division of an army.
ഗുഹ (നാ)- ഓരില, ഒളിവ്, മൂവില, ബുദ്ധി, ഹൃദയം, പർവതത്തിലെ ദ്വാരം. the plant hemionites cordifolia, hiding place, the plant desmonium gangeticum, intellect, heart, a cave.
ഗുഹം (നാ)- കുതിര, ഗുഹ, ഹൃദയം. horse, cave, heart.
ഗുഹാശയം (നാ)- എലി, പരമാത്മാവ്, കരടി, കടുവ, സിംഹം, വരിയമ്പുലി. rat, supreme soul, bear, tiger, lion, leopard.
ഗുഹിനം (നാ)- കുറ്റിക്കാട്. bush.
ഗുഹിലം (നാ)- സമ്പത്ത്. wealth.
ഗുഹേരൻ (നാ)- രക്ഷകൻ, കൊല്ലൻ. protector, blacksmith.
ഗുഹ്യ (വി)- രഹസ്യമായ. secret.
ഗുഹ്യഗുരു (നാ)- ശിവൻ. Siva.
ഗുഹ്യദീപകം (നാ)- മിന്നാമിനുങ്ങ്. fire fly.
ഗുഹ്യപതി (നാ)- കുബേരൻ. Kubera, the mythical demigod of wealth.
ഗുഹ്യം (നാ)- വഞ്ചന, ഗുദം, രഹസ്യം. deceit, anus, secret.
ഗുളാബം (നാ)- പനിനീർച്ചെടി. rose plant.
ഗുളി (നാ)- മസൂരി, ഗുളിക. small-pox, a pill.
ഗുളികൻ (നാ)- ഒരു ഉപഗ്രഹം, മാന്ദി. evil planet, sun of Saturn.
ഗൂഢ (വി)- മറയ്ക്കപ്പെട്ട, രഹസ്യമായ, കഠിനമായ. hidden, secret, hard.
ഗൂഢകാമി (നാ)- കാക്ക. crow.
ഗൂഢതന്ത്രം (നാ)- രഹസ്യമായ സൂത്രം. enigmatography.
ഗൂഢനാമം (നാ)- രഹസ്യമായ. പേര് cryptonym.
ഗൂഢപുരുഷൻ (നാ)- ചാരൻ, ജാരൻ. spy, paramour.
ഗൂഢസ്ഥൻ (നാ)- ആത്മാവ്. soul.
ഗൂഢാംഗം (നാ)- ആമ. tortoise.
ഗൂർദ്ദം (നാ)- ചാട്ടം, കുതി. jump, leap.
ഗൂർവാകം (നാ)- കവുങ്ങ്. arecanut tree.
ഗൂഹനം (നാ)- ഒളിപ്പ്. hiding.
ഗൃഞ്ജനം (നാ)- കഞ്ചാവ്, വെളുത്തുള്ളി, മുള്ളങ്കി. hemp, garlic, radish.
ഗൃത്സ (വി)- ചതിയുള്ള, സാമർത്ഥ്യമുള്ള, കൗശലമുള്ള, ബുദ്ധിയുള്ള. crafty, skilful, clever, intelligent.
ഗൃത്സൻ (നാ)- ചതിയൻ, സമർത്ഥൻ. cheat, clever person.
ഗോളിക (നാ)- പല്ലി, അരണ. house lizard, garden lizard.
ഗൃഹണി (നാ)- കാടി. water in which rice has been washed.
ഗൃഹനാഥൻ(നാ)-വീടിന്റെ നാഥൻ, രാശ്യധിപൻ. master of the house hold, lord of the house.
ഗൃഹനാശനം (നാ)- കാട്ടുപ്രാവ്. wild dove.
ഗൃഹം (നാ)- പാർപ്പിടം, രാശി, ഗൃഹസ്ഥജീവിതം, പേര്, വംശം, ഭാര്യ. house, house of a planet in the zodiac, family life, name, lineage, wife.
ഗൃഹമൃഗം (നാ)- നായ്. dog.
ഗൃഹവാടിക (നാ)- അടുക്കളത്തോട്ടം. kitchen garden.
ഗൃഹാക്ഷം (നാ)- കിളിവാതിൽ. small window.
ഗൃഹാശ്മം (നാ)- അരക്കല്ല്. grinding stone.
ഗുഹാളിക (നാ)- പല്ലി. house lizard.
ഗൃഹി (വി)- ഭാര്യയുള്ള, ഗൃഹമുള്ള. having a wife, possessing a house.
ഗൃഹിണി (നാ)- ഭാര്യ, ഗൃഹനായിക. wife, mistress of the house.

ഗൃഹീത (വി)- അറിയപ്പെട്ട, ഗ്രഹിക്കപ്പെട്ട. known, understood.
ഗൃഹ്യ (വി)- ഇണക്കമുള്ള, വീട്ടിനുള്ളിലുള്ള. domesticated, belonging to the interior of house.
ഗേന്ദുകം (നാ)- പന്ത്. ball.
ഗേയം (നാ)- ഗാനം ചെയ്യത്തക്കത്. fit to be sung.
ഗേഹം (നാ)- വീട്. house.
ഗേഹി (നാ)- ഗൃഹസ്ഥൻ, ഭർത്താവ്. householder, husband.
ഗേഹിനി (നാ)- ഭാര്യ, ഗൃഹിണി. wife, mistress of the house.
ഗേഹ്യം (നാ)- പണം, ഗൃഹകാര്യം. money, domestic affairs.
ഗേറ്റ് (നാ)- പടിവാതിൽ. gate.
ഗൈരം (നാ)- കാവിമണ്ണ്. ochre.
ഗൈരികം (നാ)- കാവി മണ്ണ്, സ്വർണ്ണം തുടങ്ങിയ ലോഹങ്ങൾ. ochre, metals such as gold.
ഗൈരേയം (നാ)- കാവി മണ്ണ്, കന്മദം. ochre, bitumen.
ഗോ (നാ)- പശു, സ്വർഗ്ഗം, കാള, ആകാശം, കണ്ണ്, ദിക്ക്, വാക്ക്, ശരം, അമ്മ, ചന്ദ്രൻ, ആദിത്യൻ. cow, heaven, bullock, sky, eye, direction, word, arrow, mother, moon, sun.
ഗോകർണ്ണൻ(നാ)-ശിവന്റെ ഒരു അവതാരം. an incarnation of Siva.
ഗോകർണ്ണം (നാ)- സർപ്പം, പശുവിന്റെ ചെവി, പെരും ചെവിമാൻ, ഒരുതരം ശരം, ഒരു പുണ്യക്ഷേത്രം. serpent, the ear of a cow, antelope picta, a kind of arrow, sacred temple.
ഗോകിലം (നാ)- ഉലക്ക, കലപ്പ. pestle, plough.
ഗോകൃതം (നാ)- ചാണകം. cow-dung.
ഗോചര (വി)- ഭൂമിയിൽ സഞ്ചരിക്കുന്ന. moving on the earth.
ഗോചരം (നാ)- ഗ്രാമം, ജില്ല, വിഷയം, ചക്രവാളം, മേച്ചിൽ സ്ഥലം, പ്രവർത്തന പരിധി, താമസസ്ഥലം. hamlet, district, object, horizon, pasture, jurisdiction, abode.
ഗോചാരണം (നാ)- പശു മേയ്ക്കൽ. feeding the cattle.
ഗോജലം (നാ)- ഗോമൂത്രം. cow's urine.
ഗോതുംബ (നാ)- കാട്ടുവെള്ളരി, തണ്ണിമത്തങ്ങ. a variety of cucumis colonynthis, water melon.
ഗോത്ര (നാ)- വയമ്പ്, ഭൂമി, പശുക്കൂട്ടം, അമ്പുറ. sweet flag, earth, a herd of cows, quiver.
ഗോത്രകീല (നാ)- ഭൂമി. earth.
ഗോത്രൻ (നാ)- രാജാവ്, ദിക്പാലകൻ, ഇന്ദ്രൻ, പശുക്കളെ മേയ്ക്കുന്നവൻ. king, the presiding deity of one of directions, Indra, cowherd.
ഗോത്രം (നാ) - വംശം, വഴി, റോഡ്, ഗോസമൂഹം, കിരീടം, ജനവർഗ്ഗം, പേര്, സന്തതി, വെള്ളം, ബലം, വയൽ, പർവ്വതം, വനം, സമ്പത്ത്, കൂട്ടം, വർദ്ധന. dynasty, way, road, a herd of cattle, crown, tribe, name, progeny, water, strength, cornfield, mountain, forest, wealth, group, increase.
ഗോദ (നാ)- ഗോദാവരീ നദി. river Godavari.
ഗോദന്തം (നാ)- പശുവിന്റെ പല്ല്, അരിതാരം. tooth of a cow, yellow orpiment.
ഗോദം (നാ)- തലച്ചോറ്, മൂത്രാശയം. brain, bladder.
ഗോദാനം (നാ)- പശുദാനം. the ritual of offering cows as gift.
ഗോദാരണം (നാ)- തൂമ്പ, കലപ്പ. spade, plough.
ഗോദുഹൻ (നാ)- കറവക്കാരൻ. milchman.
ഗോധ (നാ)- ഞരമ്പ്, മുതല, കൈവാൾ, കൈത്തോൽ, ഉടുമ്പ്. sinew, crocodile, sword, gloves worn by an archer, iguana.
ഗോധരം (നാ)- പർവതം. mountain.
ഗോധി (നാ)- ഉടുമ്പ്, നെറ്റി. iguana, the forehead.
ഗോധുക്ക് (നാ)- ഇടയൻ, കറവക്കാരൻ. cowherd, milchman.
ഗോധുമം (നാ)- നാരകം, ഗോതമ്പ്. lemon tree, wheat.

ഗോനാസം (നാ) - ഒരു രത്നം, പെരുമ്പാമ്പ്. a gem, python.
ഗോനാഥൻ (നാ)- കാള, ജന്മി, രാജാവ്. ox, landlord, king.
ഗോപ (വി)- പശുക്കളെ പാലിക്കുന്ന. rearing cattle.
ഗോപതി (നാ)- രാജാവ്, പരമശിവൻ, ഇന്ദ്രൻ, ആദിത്യൻ, ഒരു രാക്ഷസൻ, ശ്രീകൃഷ്ണൻ, വരുണൻ, ഇടവകം, ചന്ദ്രൻ. king, Paramasiva, Indra, sun, demon, Krishna, Varuna, a medicinal plant, moon.
ഗോപദളം (നാ)- വെറ്റിലക്കൊടി. betel -vine.
ഗോപന (നാ)- രക്ഷണം, ശോഭ. protection, lustre.
ഗോപനം (നാ)- രക്ഷണം, പ്രകാശം, ഭയം, പച്ചില, അസൂയ, ദ്രുതഗതി, ഒളിക്കൽ, സംഭ്രമം. protection, light, fear, the folia malabathy, envy, haste, hiding, nervousness.
ഗോപൻ (നാ)- ഇടയൻ. cowherd.
ഗോപസുത (നാ) - ഗോപസ്ത്രീ, നറുനീണ്ടി. cowherdess, sarasaparilla.
ഗോപായനം (നാ)- രക്ഷണം. protection.
ഗോപായി (വി)- രക്ഷിക്കപ്പെട്ട. protected.
ഗോപാലൻ (നാ)- രാജാവ്, ശിവൻ, ശ്രീകൃഷ്ണൻ, ഇടയൻ. king, Siva, Sree krishna, cowherd.
ഗോപാലി (നാ)- പരമശിവൻ. Lord Siva.
ഗോപാലിക (നാ)- ദുർഗ്ഗ, ഗോപസ്ത്രീ, നറുനീണ്ടി. Durga, cowherdess, sarasaparilla.
ഗോപിക്കുക (സ.ക്രി)- മറയ്ക്കുക, രക്ഷിക്കുക. conceal, protect.
ഗോപുത്രൻ (നാ)- കർണ്ണൻ, പ്രായമാകാത്ത കാള. epithet of Karna, young bull.
ഗോപുത്രി (നാ)- സീത. Sita.
ഗോപ്യ (വി)- പ്രകാശമില്ലാത്ത, രഹസ്യമായ, ഗോപനം ചെയ്യപ്പെട്ട. dark, secret, to be hidden.
ഗോപ്യം (നാ)- രഹസ്യം. secret.
ഗോപ്യാധി (നാ)- പണയം. pledge.
ഗോപ്രവേശം (നാ)- സായംസന്ധ്യ. sunset.
ഗോബരം (നാ)- ചാണകം. cowdung.
ഗോമുഖം (നാ)- ഒരിനം ശംഖ്, പശുവിന്റെ മുഖം, മുതല, സ്രാവ്, ഒരിനം വാദ്യം. a kind of conch, cow's face, crocodile, shark, a kind of musical instrument.
ഗോമൃഗം (നാ)- ആര്യമാൻ. bosgavaeus.
ഗോയാനം (നാ) - കാളവണ്ടി. bullock cart.
ഗോയുക്ത (വി)- കാളകളെ കെട്ടിയ. yoked with oxen.
ഗോരക്ഷ (നാ) -പശുരക്ഷ, മധുരനാരകം. protection of cows, the orange tree.
ഗോരക്ഷകൻ (നാ)- ഇടയൻ, രാജാവ്. cowherd, king.
ഗോരക്ഷൻ (നാ)- ശിവൻ, ഇടയൻ, രാജാവ്. Siva, cowherd, king.
ഗോരണം (നാ)- ഉദ്യമം. effort.
ഗോരവം (നാ) - കുങ്കുമം, കന്നുകാലികളുടെ കരച്ചിൽ. saffron, bellowing of cattle.
ഗോരാജൻ (നാ) - കാള. bull.
ഗോരൂപൻ (നാ)- ശിവൻ. Siva.
ഗോരോചന (നാ) - സുഗന്ധമുള്ള വസ്തു. bezoir.
ഗോർദ്ദം (നാ)- തലച്ചോറ്, വസ. brain, pulp.
ഗോല (നാ) - കവടി, ഗോദാവരി നദി, മനയോല. cowrie, River Godavari, red arsenic.
ഗോലാലു (നാ)- ഉരുളക്കിഴങ്ങ്. potato.
ഗോലാസം (നാ)- കൂണ്, നയനഭംഗി. mushroom, beauty of the eyes.
ഗോലി (നാ)- വെടിയുണ്ട, മിനുസമുള്ള ഉരുണ്ട ഒരിനം കല്ല്. bullet, globular stone.
ഗോലോമി (നാ)- വേശ്യ. harlot.
ഗോവന്ദനി (നാ)- ഞാഴൽ. the tree milnea montana.
ഗോവശാ (നാ)- മച്ചിപ്പശു. barren cow.

ഗോവാടം (നാ)- പശുത്തൊഴുത്ത്. cattle shed.
ഗോവിന്ദൻ (നാ)-മഹാവിഷ്ണു, ശ്രീകൃഷ്ണൻ, ഇടയൻ, തത്ത്വജ്ഞാനി. Vishnu, Sree Krishna, cowherd, philosopher.
ഗോവിഷ്ഠ (നാ)- ചാണകം. cow-dung.
ഗോവിസർഗ്ഗം (നാ)- പ്രഭാതം. morning.
ഗോവ്രജം (നാ)- പശുക്കൂട്ടം, പശുത്തൊഴുത്ത്. herd of cows, cowshed.
ഗോശാല (നാ)- തൊഴുത്ത്. cowshed.
ഗോഷ്ഠി (നാ)- വാക്ക്, സഭ, സംഭാഷണം, ബന്ധുജനം. word, assembly, dialogue, kinsman.
ഗോസർഗ്ഗം (നാ)- പ്രഭാതകാലം. dawn.
ഗോസായി (നാ)- സാധു, ദരിദ്രൻ, സഞ്ചാരി. poorman, poor, traveller.
ഗോസ്വാമി (നാ)- സ്ഥാനപ്പേര്, ജിതേന്ദ്രിയൻ, ഭിക്ഷക്കാരൻ, പശുക്കളുടെ ഉടമസ്ഥൻ. title, one who has controlled one's senses, owner of cows.
ഗോഹം (നാ)- കീശ, വീട്, ഒളിപ്പിടം. pocket, house, hiding place.
ഗോഹല്ലം (നാ)- ചാണകം. cow-dung.
ഗോഹിതൻ (നാ)- മഹാവിഷ്ണു, ശ്രീകൃഷ്ണൻ. Vishnu, Sree Krishna.
ഗോള (നാ)- ദുർഗ്ഗ, മഷി, തോഴി, മനയോല, മരപ്പന്ത്, ഗോദാവരി. Durga, ink, abigail, red arsenic, wooden ball to play with, river Godavary.
ഗോളകം (നാ)-ഉണ്ടശ്ശർക്കര, പന്ത്. molassess, ball.
ഗോളാസം (നാ)- കുമിൾ. mushroom.
ഗോറില്ല (നാ)- മനുഷ്യക്കുരങ്ങ്. gorilla.
ഗൗ (നാ)- പശു, സ്വർഗ്ഗം, കാള, പാക്ക്, കണ്ണ്, ആന, ഇടവം, രശ്മി, വെള്ളം. cow, heaven, bullock, arecanut fruit, eye, elephant, the second house in the zodiac, ray, water.
ഗൗഡികം (നാ)- കരിമ്പ്. sugarcane.
ഗൗതമി (നാ)- ഗോദാവരി, ദുർഗ്ഗ, മഞ്ഞൾ. River Godavari, Durga, turmeric.
ഗൗരം (നാ)- കുങ്കുമം, വെളുപ്പ്, മഞ്ഞനിറം, ചുമന്ന നിറം, സ്വർണ്ണം, കർപ്പൂരം. saffron, white colour, yellow colour, red colour, gold,camphor.
ഗൗരവം (നാ)- ശ്രേഷ്ഠത, അന്തസ്സ്, എരിവ്, ആദരം, എതിരേല്പ്, ഗുരുത്വം, യശസ്, പ്രാധാന്യം. eminence, dignity, acridity, respect, reception, gravity, fame, importance.
ഗൗരി (നാ)- ശ്രീപാർവതി, ഒരു വൃത്തം, ഗംഗ, മഞ്ചട്ടി, കന്യക, ഭൂമി, തുളസി, മരമഞ്ഞൾ, ആകാശമാഞ്ചി, വള്ളിമുല്ല, വരുണന്റെ ഭാര്യ. Sree Parvathy, name of a metre, Ganges, manjista plant, virgin, earth, basil plant, coscinium fenestratum, akasamanci, a variety of jasmine, wife of Varuna.
ഗൗരിക (നാ)- കന്യക. a girl 8 to 10 years old.
ഗൗരിലം (നാ)- വെങ്കടുക്, ഉരുക്കുപൊടി. white mustard, steel fillings.
ഗൗരീപട്ടം(നാ)-ശിവലിംഗം. Phallic idol.
ഗൗല്യം (നാ)- പാനകം, മദ്യം. syrup of molasses, liquor.
ഗൗളി (നാ)- പല്ലി. lizard.
ഗ്രഥനം (നാ)- രചന, ബന്ധനം, കോർക്കൽ, കെട്ട്, കട്ടപിടിക്കൽ. composition, chaining, stringing, binding, clotting.
ഗ്രഥിത (വി) - കോർത്ത. strung together.
ഗ്രന്ഥകാരൻ (നാ)- ഗ്രന്ഥകർത്താവ്, പുസ്തകം രചിക്കുന്ന ആൾ. author of a book.
ഗ്രന്ഥനം (നാ)- ബന്ധനം, കൂട്ടിക്കെട്ടൽ. chaining, binding.
ഗ്രന്ഥപ്പുര (നാ)- ഗ്രന്ഥങ്ങൾ സൂക്ഷിച്ചിട്ടുള്ള സ്ഥലം. store house of books.
ഗ്രന്ഥലിപി (നാ)- ഒരു പുരാതന ലിപി. a script adopted in South India for transliterating.
ഗ്രന്ഥികൻ (നാ)- നകുലൻ, ജ്യോത്സ്യൻ, മാലാകാരൻ. pseudonym assumed by Nakula in the state of Virata, an astrologer, garland-maker.
ഗ്രന്ഥികം (നാ)- മുള, ഗുഗ്ഗുലു, ഒരു കർണ്ണരോഗം, തിപ്പലിവേര്, കരിഞ്ചണ്ണ.

bamboo, bdellium, a disease of the outer ear, root of long pepper, andropogon nymphacifolium.

ഗ്രന്ഥില (നാ)- മുത്തങ്ങ, വയമ്പ്, കറുക. a kind of cyperus grass, sweet flag, durva grass.

ഗ്രന്ഥിലം (നാ)- ഇഞ്ചി, ചെറുചീര, വയ്യങ്കത, ഒരിനം ചേമ്പ്. ginger, a variety of pot-herb, the tree buinchi-flacourtia sapida, a kind of yam.

ഗ്രസനം (നാ)- ഗ്രഹണം. eclipse.

ഗ്രഹനായകൻ (നാ)- ശനി, സൂര്യൻ. Saturn, sun.

ഗ്രഹനായകം (നാ)- എരിക്ക്. the plant calotropis gigantia.

ഗ്രഹനേമി (നാ)- ചന്ദ്രൻ. moon.

ഗ്രഹപതി (നാ)- ചന്ദ്രൻ, എരിക്ക്, സൂര്യൻ, ശനി. moon, the plant calotropis gigantia, sun, Saturn.

ഗ്രഹപ്പിഴ (നാ)- ആപത്ത്, ദൗർഭാഗ്യം. danger, misfortune.

ഗ്രഹം (നാ)- ഗ്രഹണം, പിടി, പിടിക്കൽ, മുതല, നിർബന്ധം, ഇന്ദ്രിയം. eclipse, hold, catching, crocodile, obstinacy, sense organ.

ഗ്രഹരാജൻ (നാ)- ഗുരു, ചന്ദ്രൻ, സൂര്യൻ. jupiter, moon, sun.

ഗ്രഹരാജം (നാ)- കർപ്പൂരം. camphor.

ഗ്രഹശാസ്ത്രം (നാ)- ജ്യോതിഷം. astrology.

ഗ്രാമകൻ (നാ)- ഗ്രാമത്തിലുള്ളവൻ. villager.

ഗ്രാമഘോഷി (നാ)-ഇന്ദ്രൻ. epithet of Indra.

ഗ്രാമണി (നാ)- അധിപൻ, വിടൻ. chief, lecherous person.

ഗ്രാമീണ (വി)- ഗ്രാമത്തെ സംബന്ധിച്ച, സഭ്യമല്ലാത്ത, പരിഷ്കാരമില്ലാത്ത. related to the village, uncultured, uncivilised.

ഗ്രാമീണം (നാ)- കാക്ക, നായ്, നാട്ടു പന്നി. crow, dog, pig.

ഗ്രാമ്യ (വി)- ഗ്രാമത്തിൽ പാർക്കുന്ന, നീചമായ, ഇണങ്ങിയ. ഗ്രാമത്തിലുണ്ടായ. residing in village, indecent, domesticated, produced in village.

ഗ്രാമ്യ (നാ)- അമരി. indigo plant.

ഗ്രാമ്യൻ (നാ)- വിടൻ, അപരിഷ്കൃതൻ. libertine, unsophisticated man.

ഗ്രാമ്യാശ്വം (നാ)- കഴുത. ass.

ഗ്രാവ (വി)- കഠിനമായ. hard.

ഗ്രാവ (നാ)- കല്ല്, പാറ. stone, rock.

ഗ്രാവം (നാ)- മേഘം, പർവതം, പാറ. cloud, mountain, rock.

ഗ്രാസം (നാ)- ഉരുള, കടി, ആഹാരം, ഗ്രഹണം. morsel, bite, food, eclipse.

ഗ്രാഹക(വി)- വിഴുങ്ങുന്ന, വാങ്ങിക്കുന്ന. swallowing, received.

ഗ്രാഹകൻ (നാ)- വിഷവൈദ്യൻ, പുള്ള്, പോലീസ് ഉദ്യോഗസ്ഥൻ. one who cures snake bites, hawk, police officer.

ഗ്രാഹകം (നാ)- പരുന്ത്, പുള്ള്, ചീങ്കണ്ണി, നീരാരൽ. a kind of kite, hawk, crocodile, a water plant.

ഗ്രാഹം (നാ)- ചീങ്കണ്ണി, സ്രാവ്, വാങ്ങൽ, പെരുമ്പാമ്പ്. crocodile, shark, purchase, python.

ഗ്രാഹി (വി) - പിടിക്കുന്ന, കൈക്കൊള്ളുന്ന, ശേഖരിക്കുന്ന. catching, accepting, collecting.

ഗ്രാഹ്യം (നാ)- അറിവ്, സമ്മാനം, സ്വീകാര്യം. knowledge, gift, that which is acceptable.

ഗ്രീക്ക് (നാ)- ഒരു ഭാഷ. Greek language.

ഗ്രീവാ (നാ)- കഴുത്ത്. neck.

ഗ്രീവി (നാ)- ഒട്ടകം. camel.

ഗ്രീവി (വി)- നീണ്ട കഴുത്തുള്ള. long necked.

ഗ്രീഷ്മം (നാ)- വേനൽക്കാലം. summer.

ഗ്രീസ് (നാ)- വഴുവഴുപ്പുള്ള ഒരു ദ്രവ്യം, യവനരാജ്യം. grease, Greece.

ഗ്ലാനി (നാ)- തളർച്ച, വാട്ടം. exhaustion, fading.

ഗ്ലാസ് (നാ)- സ്ഫടികം. crystal.

ഗ്ലോബ് (നാ)- ഭൂഗോളപടം, ഗോളം. terrestrial globe, globe.

ഗ്ലൗ (നാ)- ചന്ദ്രൻ, ഭൂമി, കർപ്പൂരം. moon, earth, camphor.

ഘ

ഘ - അക്ഷരമാലയിലെ നാലാമത്തെ വ്യഞ്ജനം. the fourth consonant in the alphabet.

ഘ - ഹിംസിക്കുന്ന, താഡിക്കുന്ന. killing, striking.

ഘട (നാ)- മേഘസമൂഹം, ചേർച്ച, പ്രയത്നം, കൂട്ടം, ആനകളുടെ നിര, മധുര മാതളനാരകം. array of clouds, matching, effort, collection, array of elephants, citrus medica.

ഘടക (വി)-ഘടിപ്പിക്കുന്ന, അംഗമായ, സാധിപ്പിക്കുന്ന. uniting, being a part, accomplishing.

ഘടകം (നാ)- അവയവവസ്തു, ഭാജക സംഖ്യ, പ്രത്യക്ഷത്തിൽ പൂക്കാതെ കായ്ക്കുന്ന വൃക്ഷം. content, factor, a tree that produces fruit without apparent flowers.

ഘടനം (നാ)- പ്രയത്നം, സാധിപ്പിക്കൽ, രചന, ചേർക്കൽ. effort, accomplishment, composition, connecting.

ഘടമുനി (നാ)- അഗസ്ത്യൻ. sage Agastya.

ഘടം (നാ)- കുടം, അരിക്, ആനക്കൂട്ടം, കുംഭരാശി, പതിനാറിടങ്ങഴി, ശരീരം, ശ്വാസമടക്കൽ. pot, edge, a herd of elephants, the sign aquarius of the zodiac, a measure of liquids, body, mode of pranayama.

ഘടി (നാ)- സ്ഥിതി, അവസ്ഥ, സമയ സൂചക യന്ത്രം, നാഴികവട്ട, കുടം, ചേങ്ങില. condition, clock, water clock, earthen pot, circular metal plate to strike the hours.

ഘടികാരം (നാ)- നാഴികമണി. clock.

ഘടിക്കുക (അ.ക്രി)- സംഭവിക്കുക, ലഭിക്കുക, ചേരുക. to happen, to obtain, to join.

ഘടിഘടൻ (നാ)- ശിവൻ. Siva.

ഘടീകാരൻ (നാ) - കുശവൻ. potter.

ഘട്ടഗ (നാ)- നദി. river.

ഘട്ടനം (നാ)- അവസരം, സന്ദർഭം, കുലുക്കൽ, കടവ്, ചുങ്കസ്ഥലം. opportunity, occassion, shaking, ghat, toll station.

ഘട്ടി (നാ)- സാമർത്ഥ്യം, കനം, ചെറിയ കടവ്. cleverness, weight, small landing place.

ഘോം (നാ)- മോര്. curd.

ഘണ്ട (വി)-പ്രകാശിക്കുന്ന. shining.

ഘണ്ടൻ (നാ)- ശിവൻ. Siva.

ഘണ്ടാഗാരം (നാ)- മണിമാളിക. bell tower.

ഘണ്ടാപഥം (നാ)- വിസ്തൃതമായ രാജമാർഗ്ഗം. main road.

ഘണ്ടാഭയം (നാ)- മരണ ഭയം. fear of death.

ഘണ്ടാമണി(നാ)-ചേങ്ങില. gong.

ഘണ്ടി (നാ)- മണി, ശിവൻ. bell, Siva.

ഘണ്ടിക (നാ)- ചേങ്ങില. gong.

ഘണ്ഢം (നാ)- തേനീച്ച. honeybee.

ഘന (വി)- കഠിനമായ, ശുഭമായ, തടവില്ലാത്ത, കനമുള്ള, ശ്രേഷ്ഠതയുള്ള. hard, auspicious, unrestrained, heavy, excellent

ഘനകഫം (നാ) - ആലിപ്പഴം hailstone.

ഘനകാലം (നാ)- വർഷകാലം. rainy season.

ഘനഗർജ്ജനം (നാ)- ഇടിമുഴക്കം, ഉച്ചത്തിലുള്ള ശബ്ദം. thunder, long sound.

ഘനജ്വാല (നാ) - മിന്നൽ. lightning.

ഘനത്വം (നാ)- സാന്ദ്രത, മഹത്ത്വം. density, greatness.

ഘനതോലം (നാ)- വേഴാമ്പൽ. hornbill.

ഘനനാഭി (നാ)- പുക. smoke.

ഘനനീഹാരം (നാ)- മൂടൽമഞ്ഞ്. mist.

ഘനപദവി (നാ)- ആകാശം. sky.

ഘനപല്ലവം (നാ)- കരിമുരിങ്ങ. hyperanthera moringa.
ഘനപാഷണ്ഡം (നാ)- മയിൽ. peacock.
ഘനഫലം (നാ)- പെരുക്കം. cubic measure.
ഘനം (നാ)- ഭാരം, മേഘം, ബഹുമാനം, മുളക്, ശരീരം, അഭ്രകം, വീതി, അകലം, മരവുരി, ഉരുക്ക്, മുത്തങ്ങ, ഒരു നാട്യരീതി, സമൂഹം, ഇടതൂർന്നത്. weight, cloud, respect, chilly, body, talc, breadth, distance, bark, steel, cyperus rotundus, a mode of dancing, multitude, that which is dense.
ഘനരവം (നാ)- മയിൽ. peacock.
ഘനരസം (നാ)- വെള്ളം, കഷായം, പച്ചക്കർപ്പൂരം. water, a medicinal decoction, camphor.
ഘനരുചി (നാ)- വലിയ പ്രകാശം, മിന്നൽ. great splendour, lightning.
ഘനരവം (നാ)- മുഖം. face.
ഘനവർത്മാവ് (നാ)- ആകാശം. sky.
ഘനവല്ലി (നാ)- മിന്നൽ. lightning.
ഘനവാസം (നാ)- വലിയ കുമ്പളങ്ങ. a large variety of pumpkin.
ഘനവീഥി (നാ)-ആകാശം. sky.
ഘനശ്യാമൻ (നാ)- ശ്രീരാമൻ, ശ്രീകൃഷ്ണൻ. Sree Rama, Sree Krishna.
ഘനശ്യാമം (നാ)- കാർമേഘം. dark cloud.
ഘനസമയം (നാ)- വർഷകാലം. rainy season.
ഘനസാരം (നാ)- വെള്ളം, രസം, കർപ്പൂരം. water, mercury, camphor.
ഘനാഘനൻ (നാ)-ഇന്ദ്രൻ. epithet of Indra.
ഘനാന്തം (നാ)- ശരത് കാലം. autumn.
ഘനാംബു (നാ) - മഴവെള്ളം. rain water.
ഘനിക്കുക (സ.ക്രി)- ഗുണിക്കുക. to multiply.
ഘനിഷ്ഠ (വി)- അത്യന്തം ഘനമായ, സമീപത്തുള്ള. extremely, near.
ഘനീഭൂത (വി)- കട്ടിയായ, കട്ടപിടിച്ച. solidified.
ഘനൗഘം (നാ)- മേഘസമൂഹം. an array of clouds.
ഘം (നാ)- മണി, മുത്തങ്ങ, മണിനാദം. bell, cyperus rotundus, sound of a bell.
ഘരട്ടം (നാ)- തിരുകല്ല്. grinding stone.
ഘരം (നാ)- കുതിര, വീട്. horse, house.
ഘർഘര (വി)- അസ്പഷ്ടമായ, മുറുമുറുക്കുന്ന. indistinct, murmuring.
ഘർഘരാ (നാ)- ഒരിനം വീണ, കിങ്ങിണി, ഗംഗാദേവി. a kind of lute, a set of small bells, the Ganges.
ഘർമ്മ (വി)- ചൂടുള്ള. hot.
ഘർമ്മജലം(നാ)- വിയർപ്പ്. sweat.
ഘർമ്മം (നാ)- ഉഷ്ണം, ചൂട്, ചാറ്, രസം, വെയിൽ. heat, juice, sunshine.
ഘർമ്മരശ്മി (നാ)- സൂര്യൻ, വെയിൽ. sun, sunshine.
ഘർഷണം (നാ)- ഉരയ്ക്കൽ. rubbing.
ഘർഷണി (നാ)- റബ്ബർ, മഞ്ഞൾ. rubber, turmeric.
ഘർഷം (നാ)- ഉരസൽ, പൊടിക്കൽ. rubbing, pounding.
ഘലം (നാ)- മോര്. butter milk.
ഘസനം (നാ)- ആഹാരം. food.
ഘസൻ (നാ)- വിഴുങ്ങുന്നവൻ, ഭക്ഷിക്കുന്നവൻ. one who swallows, one who eats.
ഘസ്ര (വി)- ഉപദ്രവിക്കുന്ന, ഹിംസിക്കുന്ന. hurting, killing.
ഘസ്രം (നാ)- പകൽ, സൂര്യൻ, വെയിൽ, രശ്മി, കുങ്കുമം. day, sun, sunshine, ray, saffron.
ഘാട (നാ)- പിടലി. back of the neck.
ഘാണ്ടികം (നാ)- ഉമ്മത്ത്. thorn apple plant.
ഘാതക (വി)- ഹനിക്കുന്ന, അമംഗളമായ. killing, inauspicious.

ഘാതകൻ (നാ)- നാശകൻ, കൊല്ലുന്നവൻ, ദുഷ്ടൻ, ഉപദ്രവിക്കുന്നവൻ. destroyer, murderer, wicked person, one who hurts.
ഘാതകം (നാ)- പീഡനം, വധം. torture, killing.
ഘാതനം (നാ)- കൊലപാതകം, വധം. killing, murder.
ഘാതപക്ഷി (നാ)- പരുന്ത്. kite.
ഘാതം (നാ)- വധം, ആയുധം, അടി, കായം, മുറിവ്, അമ്പ്. killing, weapon, blow, asafoetida, wound, arrow.
ഘാതി (വി)- ഉപദ്രവിക്കുന്ന. hurting.
ഘാതുക (വി)- ക്രൂരമായ, ഹിംസാശീലമുള്ള. cruel, murderous.
ഘാരം (നാ)- നനയ്ക്കൽ. wetting.
ഘാസം (നാ)- പയറ്, ആഹാരം, വയ്ക്കോൽ. pulses, food, sraw.
ഘാസവനം (നാ)- മൈതാനം. maidan.
ഘുടിക (നാ)- ജപമാല, ഗുളിക, നരിയാണി. rosary, pill, ankle.
ഘുർഘുരം (നാ)- ചീവീട്, ഞാഞ്ഞൂൽ, മുറുമുറുപ്പ്. cricket, earthworm, murmuring.
ഘുർഘുരി (നാ)- ചീവീട്. cricket.
ഘൂകൻ (നാ)- മൂങ്ങ. owl.
ഘൂകാരി (നാ)- കാക്ക. crow.
ഘൂർണ്ണ (വി)- ആടുന്ന, ഇളകുന്ന. swinging, shaking.
ഘൂർണ്ണാ (നാ)- ചുഴലിക്കാറ്റ്. tornado.
ഘൂർണ്ണിത (നാ)- ഭ്രമിച്ച, തിരിയുന്ന. rolling, whirling.
ഘൃണ (നാ)- കൃപ, ദയ, നിന്ദ, കരുണരസം, രോഷം. mercy, contempt, pathos, anger.
ഘൃണം (നാ)- ഉഷ്ണം, പകൽ, വെയിൽ, താത്പര്യം. heat, day time, sunshine, interest.
ഘൃണാഫലം (നാ)- തണ്ണിമത്തൻ. watermelon.
ഘൃണാസ്പദ (വി)- അസഹ്യമായ, അപ്രിയമായ. intolerable, disgusting.
ഘൃണി(വി)- നിന്ദയുള്ള, വെറുക്കുന്ന, പ്രകാശിക്കുന്ന, കൃപയുള്ള. contemptuous, hating, shining, merciful.
ഘൃണി (നാ)- രശ്മി, വെയിൽ, ചൂട്, സൂര്യൻ. ray, sunshine, heat, the sun.
ഘൃണിത (വി) - നിന്ദാർഹമായ. contemptible.
ഘൃതകേശൻ (നാ)- അഗ്നി. fire.
ഘൃതാചി (നാ)- രാത്രി, സരസ്വതി, പേരേലം, ഇന്ദ്രസ്വർഗ്ഗം. night, goddess Saraswati, a variety of cardamom, heaven of Indra.
ഘൃതേളി (നാ)- പാറ്റ. cockroach.
ഘൃഷ്ടി (നാ)- പന്നി, രശ്മി, ഉരയ്ക്കൽ, നിലപ്പന, മലയമുക്കി, ബ്രഹ്മി. pig, ray, rubbing, the plant curculigo ochiodes, the herb hydrocotyle asiatica.
ഘോടകം(നാ)- കുതിര. horse.
ഘോണ (നാ)- മൂക്ക്. nose.
ഘോണി (നാ)- പന്നി. pig.
ഘോരൻ (നാ)- ശിവൻ, ഭയങ്കരൻ. Siva, dreadful person.
ഘോരം (നാ)- വിഷം, കുങ്കുമം, ഭയാനക രസം. poison, saffron, one of the Navarasas.
ഘോഷണ (നാ)- വിളംബരം, കൂക്കിവിളി. proclamation, shouting.
ഘോഷം (നാ)- ഉച്ചത്തിലുള്ള ശബ്ദം, തീരം, പീര, പീച്ചിൽ, വിളംബരം, കൊതുക്. loud sound, shore, luffa foetida, proclamation, mosquito.
ഘോഷവതി (നാ)- വീണ. lute.
ഘോഷിക്കുക (സ.ക്രി) - ഉച്ചത്തിൽ ശബ്ദിക്കുക, അറിയിക്കുക. to make loud sound, to inform.
ഘ്രാണനം (നാ)- മണം, മണപ്പിക്കൽ. smell, smelling.
ഘ്രാണം (നാ)- മൂക്ക്, മണം, സുഗന്ധം, മണക്കൽ. nose, smell, odour, smelling.
ഘ്രാണിക്കുക (സ.ക്രി)- മണക്കുക, മുകരുക. to smell, to kiss.
ഘ്രേയം (നാ)- മണം, സുഗന്ധം. odour, fragrance.

ങ

ങ - അക്ഷരമാലയിലെ അഞ്ചാമത്തെ വ്യഞ്ജനാക്ഷരം. fifth consonant of the alphabet.

ങൻ (നാ)- ഭൈരവൻ. Bhairava.

ങം (നാ)- ആഗ്രഹം, ഇന്ദ്രിയവിഷയം. desire, object of sense.

ച

ച - അക്ഷരമാലയിലെ ആറാമത്തെ വ്യഞ്ജനാക്ഷരം. sixth consonant of the alphabet.

ചകതി (നാ)- ചളി, അഴുക്ക്. mire, dirt.

ചകിത (വി)- ഭയമുള്ള, ഭയപ്പെട്ട. timid, frightened.

ചകിതം (നാ)- വിറയൽ, ഭയം. shivering, fear.

ചകോരം (നാ)- ഉപ്പൻ. snakebird.

ചകോരികാ (നാ)- പെൺചകോരം. female snakebird.

ചക്ര (നാ)- കർക്കടകശൃംഗി, പെരുമുത്തങ്ങ. tender gall-nut, a kind of cyprus grass.

ചക്രക (വി)- വൃത്താകൃതിയുള്ള. circular.

ചക്രക്കാരൻ (നാ)- ധനികൻ. rich man.

ചക്രഗജം (നാ)- തകര. the plant cassia tora.

ചക്രഗതി (നാ)- ചുറ്റൽ, ഭ്രമണം. rotation.

ചക്രധരൻ (നാ)- വിഷ്ണു, രാജാവ്, നാടുവാഴി. Vishnu, king, chief of a province.

ചക്രധരം (നാ)- പാമ്പ്. snake.

ചക്രധാരി (നാ)- പാമ്പ്, വിഷ്ണു. Vishnu, snake.

ചക്രനായകൻ (നാ)- സേനാപതി. commander of an army.

ചക്രൻ (നാ)- മഹാവിഷ്ണു. Vishnu.

ചക്രപാദം (നാ)- വണ്ടി, ആന. cart, elephant.

ചക്രപാലൻ (നാ)- വൃത്തം, ചക്രവാളം. circle, horizon.

ചക്രബന്ധു (നാ)- സൂര്യൻ. sun.

ചക്രബാലധി (നാ)- നായ്. dog.

ചക്രഭേദിനി (നാ)- രാത്രി. night.

ചക്രം (നാ)- വണ്ടിയുടെ ഉരുൾ, ചക്ക്, വണ്ടി, രാജ്യം, ദേശം, ഭൂമി, ചക്രവാളം, സൈന്യം, ആധിപത്യം, ജനനം. wheel of a cart, oil press, cart, country, province, earth, horizon, army, supremacy, birth.

ചക്രമുഖം (നാ)- പന്നി. pig.

ചക്രയാനം (നാ)- വണ്ടി, രഥം. cart, chariot.

ചക്രവല്ലരി (നാ)- ഇലക്കള്ളി. the plant euphorbia nerifolia.

ചക്രവാകം (നാ)- ഒരിനം പക്ഷി. a bird.

ചക്രവാടം (നാ)- അതിര്, ദീപസ്തംഭം. boundary, lamp-stand.

ചക്രവാതം (നാ) - ചുഴലിക്കാറ്റ്. whirlwind.

ചക്രവാളം (നാ)- ക്ഷിതിജം, കൂട്ടം, മണ്ഡലം. horizon, multitude, circle.

ചക്രസംജ്ഞം (നാ)- വെളുത്തീയം, ചക്രവാളം. tin, ruddy goose.

ചക്രഹസ്തൻ (നാ)- മഹാവിഷ്ണു. Vishnu.

ചക്രാകം (നാ)- തകര, തകരം. the plant cassia tora, tin.

ചക്രാംഗം (നാ)- അരയന്നം, തേര്, കുട, ചക്രവാളം. swan, chariot, umbrella, ruddy goose.

ചക്രാനിലൻ (നാ)- ചുഴലിക്കാറ്റ്. whirlwind.

ചക്രായുധൻ (നാ)- മഹാവിഷ്ണു. Vishnu.

ചക്രി (നാ)- പാമ്പ്, അരയന്നം, കഴുത, വിഷ്ണു, കുശവൻ, തകര. snake, swan, ass, Vishnu, potter, cassia tora.

ചക്രീവാൻ (നാ)- കഴുത. ass.
ചക്രേശ്വരൻ (നാ)- വിഷ്ണു, ധനികൻ, ചക്രവർത്തി. Vishnu, rich man, emperor.
ചക്ഷു (നാ) - കണ്ണ്. eye.
ചക്ഷുഃശ്രവണൻ (നാ)- പാമ്പ്. snake.
ചക്ഷുസ്സ് (നാ)- കണ്ണ്, ഗംഗയുടെ ഒരു പോഷകനദി. eye, a tributary of the Ganges.
ചങ്കുരം (നാ)- രഥം, മരം, വണ്ടി. chariot, tree, cart.
ചംക്രമം (നാ)- നടപ്പ്, സഞ്ചാരം, ചാട്ടം, ചുറ്റിത്തിരിയൽ. walk, travel, jump, wandering.
ചംഗ (വി)- ചന്തമുള്ള, സാമർത്ഥ്യമുള്ള, ശോഭയുള്ള. beautiful, clever, shining.
ചങ്ങാടം (നാ)- തടികൾ ചേർത്തുകെട്ടിയ ജലയാനം. ferry boat.
ചങ്ങാതി (നാ)- കൂട്ടുകാരൻ, മറുപിള്ള. friend, placenta.
ചങ്ങാത്തം (നാ)- കൂട്ടുകെട്ട്. friendship.
ചഞ്ചരി (നാ)- വണ്ട്. beetle.
ചഞ്ചല (വി)- ഇളകുന്ന. unsteady.
ചഞ്ചലാ (നാ)- തിപ്പലി, ലക്ഷ്മി, മിന്നൽ. long pepper, goddess Lakshmi, lightning.
ചഞ്ചലത (നാ)- ഇളക്കം, ചാപല്യം, അസ്ഥിരത. vacillation, fickleness, state of being unsteady.
ചഞ്ചലൻ (നാ)- കാമുകൻ, വിടൻ, വായു, ഇളക്കക്കാരൻ. lover, libertine, air, fickle minded person.
ചഞ്ചലപ്പെടുക (അ.ക്രി)- വിറയ്ക്കുക, പരിഭ്രമിക്കുക, കുഴങ്ങുക. to tremble, to be perplexed, to be confused.
ചഞ്ചലം (നാ)- അസ്ഥിരത, സംശയം, വായു, ഇളക്കം. unsteadiness, doubt, air, vacillation.
ചഞ്ചായം (നാ)- കൃഷി. cultivation.
ചഞ്ചു (വി)- സാമർത്ഥ്യമുള്ള, കീർത്തിപ്പെട്ട. clever, famous.
ചഞ്ചുക (നാ)- ചുണ്ട്. beak.
ചഞ്ചുരം (നാ)- നീർച്ചീര. a kind of water plant.
ചടപ്പ് (നാ) - മെലിച്ചിൽ, ക്ഷീണം. leanness, weakness.
ചടയുക (അ.ക്രി)- മുടന്തുക. to limp.
ചടവ് (നാ)- മെലിവ്. leanness.
ചടു (നാ)- പ്രിയവചനം, കൂന്, ഒരു യോഗാസനം, വയറ്. pleasing word, hump, a yogic asana, stomach.
ചടുല (വി)- ഇളകിക്കൊണ്ടിരിക്കുന്ന, സൗന്ദര്യമുള്ള, കൂനുള്ള. moving, beautiful, hunchbacked.
ചട്ട (നാ)- കുപ്പായം, മൂടി, ശരീരം, അംസഫലകം. jackel, lid, body, shoulder blade.
ചട്ട (വി)- അംഗവൈകല്യമുള്ള, മുടന്തുള്ള. physically handicapped, limping.
ചട്ടകം (നാ)- ആകൃതി, ശരീരം, ചട്ടം, പ്രേതം. shape, body, frame, corpse.
ചട്ടക്കാലൻ (നാ) - മുടന്തൻ. lame person.
ചട്ടൻ (നാ)- വിദ്യാർത്ഥിശിഷ്യൻ, ക്ഷേത്രത്തിലെ ഭരണാധിപൻ. student, disciple, manager of a temple.
ചട്ടം (ക്രി.വി)- പതിവായി. usually.
ചട്ടം (നാ)- കല്പന, വൃത്തി, ക്രമം, ന്യായം, വ്യവസ്ഥ, സമയം, തിട്ടം, ഭാഷ, അച്ച്, ഓല, പതിവ്. command, cleanliness, order, justice, law, time, certainty, language, mould, palm leaf used for writing, custom.
ചട്ടമ്പി (നാ)- ആശാൻ, മുട്ടാളൻ, യജമാനൻ, പ്രമാണി. teacher, bully, master, chief.
ചട്ടുക (അ.ക്രി)- നശിക്കുക. to perish.
ചട്ടുകാൽ (നാ)- മുടന്തുകാൽ. lame leg.
ചട്നി (നാ)- ഒരിനം ചമ്മന്തി. chutney.
ചണ (നാ)- വക്ക്, ഒരു ചെടി. edge, jute.
ചണകം (നാ)- കടല. bengal gram.
ചണൻ (നാ)- സമർത്ഥൻ. skilled person.
ചണം (നാ)- നാരെടുക്കാനുള്ള ഒരു ചെടി. jute.
ചണ്ടം (നാ)- കോപം, ഭയം, ക്രൂരത. anger, fear, cruelty.
ചണ്ടി (നാ)- ഒരിനം വണ്ട്, കിട്ടം. a kind of beetle, sediment.

ചണ്ഡ (വി)- ക്രൂരതയുള്ള. insolent.
ചണ്ഡകിരണൻ (നാ)- സൂര്യൻ. sun.
ചണ്ഡത (നാ)- അതികോപം, ഉഗ്രത. irrascability, fierceness.
ചണ്ഡഭാനു (നാ)- സൂര്യൻ. sun.
ചണ്ഡമാരുതൻ (നാ)- കൊടുങ്കാറ്റ്. tempest.
ചണ്ഡമൃഗം (നാ)- കാട്ടുമൃഗം. wild animal.
ചണ്ഡവതി (നാ)- ശ്രീദുർഗ്ഗ. goddess Durga.
ചണ്ഡവിക്രമ (വി)- അതിപരാക്രമിയായ. highly valorous.
ചണ്ഡാ (നാ) - ശ്രേഷ്ഠ, ദുർഗ്ഗ, കോപന, എലിച്ചെവി, ശംഖപുഷ്പി, വലിയ ദന്തി. noble woman, goddess Durga, short-tempered woman, the plant salvinia cucullata, the creeper clitoria ternatia, the plant antericum juberosum.
ചണ്ഡാതം (നാ)- ചുവന്ന അരളി, കരവീരം. red oleander, nerium odorum.
ചണ്ഡാപതി (നാ)- ശിവൻ. Siva.
ചത (നാ)- മാംസം, മർദ്ദനം ഇടി, ചതവ്. flesh, blow, hitting, bruise.
ചതകുപ്പ (നാ)- ഒരു അങ്ങാടി മരുന്ന്. the plant anethum graveolens.
ചതസ്രം (നാ)- നാല്. four.
ചതി (നാ)- കാപട്യം, ആശാഭംഗം, വഞ്ചന. falsehood, desperation, deceit.
ചതുക്കുക (അ.ക്രി)- ചതയ്ക്കുക, മുടന്തുക, ഒടിവുണ്ടാകുക. to bruise, to limp, to cause a fracture.
ചതുങ്ങുക (അ.ക്രി)- ഒടിവുണ്ടാകുക, നിരപ്പു തെറ്റുക, ചളുങ്ങുക. to be fractured, to become uneven, to be dented.
ചതുർ (വി)- നാല്. four.
ചതുര (വി)- സാമർത്ഥ്യമുള്ള, ഭംഗിയുള്ള, നാലു വശങ്ങളുള്ള. clever, charming, having four sides.
ചതുരക്കള്ളി (നാ)- ഒരിനം കള്ളിച്ചെടി. euphorbia antiquorum.
ചതുരംഗ (വി)- നാലംഗങ്ങളുള്ള. having four divisions.
ചതുരത (നാ)-സാമർത്ഥ്യം. cleverness.
ചതുരന്തം (നാ)- പല്ലക്ക്. palanquin.
ചതുരായം (നാ)- സൂത്രം, ചതി. cunningness, cheat.
ചതുർഗ്ഗതി (നാ)- പരമാത്മാവ്, ആമ. supreme soul, turtle.
ചതുർബാഹു (നാ)- മഹാവിഷ്ണു. Vishnu.
ചതുർഭാഗം (നാ)- നാലിലൊന്ന്. one-fourth.
ചതുർഭാവൻ (നാ)- മഹാവിഷ്ണു. Vishnu.
ചതുർഭുജൻ (നാ)- ഗണപതി, മഹാവിഷ്ണു, ഒരു അസുരൻ. Ganapati, Lord Vishnu, demon.
ചതുർമ്മുഖൻ (നാ)- ബ്രഹ്മാവ്. Brahma.
ചതുർവിദ്യ (വി)- നാലു വേദങ്ങളും ഹൃദിസ്ഥമാക്കിയ. wellversed in four Vedas or scriptures.
ചതുർവ്വേദം - ഋക്, യജുസ്സ്, സാമം, അഥർവം എന്നീ വേദങ്ങൾ. the four vedas - Rig, Yajur, Sama and Atharva.
ചതുശ്ശതം (നാ) - നാനൂറ്. four hundred.
ചതുഷ്ക (വി)- നാലായുള്ള, നാലുകൂടിയ. having four forms, consisting.
ചതുഷ്കം (നാ)- നാല് എന്ന സംഖ്യ, നാലുമുക്ക്, ഇടുക്കുവഴി, ചതുരമായ മുറ്റം. number four, junction where four roads meet, narrow lane, quadrangular courtyard.
ചതുഷ്ടയം (നാ)- നാലു വസ്തുക്കളുടെ കൂട്ടം, നാലിരട്ടി, നാലു കൂടിയത്, ചതുരം, വൃത്തത്തിന്റെ മദ്ധ്യം. set of four objects, four-fold, set of four, square figure, centre of a circle.
ചതുഷ്പഞ്ച (വി)- നാലോ അഞ്ചോ. four or five.
ചതുഷ്പദി (നാ)- ശ്ലോകം. stanza having four lines.
ചതുഷ്പാടി (നാ)- നദി. river.
ചതുസ്സമഭുജം (നാ)- നാലുവശവും തുല്യമായ ചതുഷ്കോണം. rhombus.
ചത്ത (വി)- നിർജ്ജീവമായ. dead.

ചത്താം (നാ)- ശബ്ദം. sound.
ചത്വരം (നാ)- മുറ്റം, മെഴുകിയ നിലം. courtyard, levelled and polished spot of ground.
ചദിരം (നാ)-പാമ്പ്, ആന, കർപ്പൂരം. snake, elephant, camphor.
ചൻ (നാ)- ശിവൻ, കള്ളൻ, ചന്ദ്രൻ. Siva, robber, moon.
ചന്ത (നാ)- കച്ചവടസ്ഥലം, കൂട്ടം. market, multitude.
ചന്തൻ (നാ)- അഴകുള്ളവൻ, ചന്ദ്രൻ. handsome person, moon.
ചന്തം (നാ)- ഭംഗി, നിറം. beauty, colour.
ചന്ദൻ (നാ)- ചന്ദ്രൻ. moon.
ചന്ദന (നാ)- നറുനീണ്ടി. sarasaparilla.
ചന്ദനപുഷ്പം(നാ)-ഗ്രാമ്പൂ. clove.
ചന്ദനം (നാ)- തടിക്കുമണമുള്ള ഒരു വൃക്ഷം. sandalwood.
ചന്ദനീയ (നാ) - ഗോരോചന. bezoar.
ചന്ദം (നാ)- കർപ്പൂരം. camphor.
ചന്ദിരൻ (നാ)- ആന, ചന്ദ്രൻ. elephant, moon.
ചന്ദിരം (നാ)- കർപ്പൂരം, ആന. camphor, elephant.
ചന്ദ്രകം (നാ)- പീലിക്കണ്ണ്, പീലി, കർപ്പൂരം, ചന്ദ്രമണ്ഡലം പോലെയുള്ള വൃത്തം, പൊൻവണ്ട്, നഖം, വെളുത്ത മുളക്. eye in a peacock's tail, peacock's tail, camphor, circle shaped like the moon, golden beetle, nail, white pepper.
ചന്ദ്രകലിക (നാ)- ചന്ദ്രക്കല. crescent.
ചന്ദ്രകവാൻ (നാ)- മയിൽ. peacock.
ചന്ദ്രകാന്ത (നാ)- നിലാവ്, രാത്രി, ചന്ദ്രന്റെ പത്നി. moon-light, night, (myth) wife of the moon.
ചന്ദ്രകാന്തം (നാ)- ഒരു രത്നം, വെളുത്താമ്പൽ, ഹരിചന്ദനം, കണ്ണട. gem, white water lilly, a kind of a sandalwood, spectacles.
ചന്ദ്രകാന്തി (നാ)- നിലാവ്, വെള്ളി, ഒരിനം പൂച്ചെടി. moon-light, silver, moon flower.
ചന്ദ്രകി (നാ)- മയിൽ. peacock.
ചന്ദ്രകിരണം - ചന്ദ്രന്റെ രശ്മി, നിലാവ്. moon's ray, moonlight.
ചന്ദ്രചൂഡൻ (നാ)- ശിവൻ. Siva.
ചന്ദ്രനാമകം (നാ)- കർപ്പൂരം. camphor.
ചന്ദ്രൻ (നാ)- ശ്രേഷ്ഠൻ, കുബേരൻ, രാത്രി പ്രകാശിക്കുന്ന ഗ്രഹം. noble person, Kubera, the mythical demigod of wealth, moon.
ചന്ദ്രപാദം (നാ)- ചന്ദ്രകിരണം. moon beam.
ചന്ദ്രപൂരം (നാ)- പച്ചകർപ്പൂരം. camphor.
ചന്ദ്രപ്രഭ (നാ)- നിലാവ്. moon-light.
ചന്ദ്രബാല (നാ)- നിലാവ്, കർപ്പൂരം, ഏലം. moon-light, camphor, cardamom.
ചന്ദ്രഭസ്മം (നാ)- കർപ്പൂരം. camphor.
ചന്ദ്രഭാസം (നാ)- വാൾ. sword.
ചന്ദ്രഭൂതി (നാ)- വെള്ളി, ചന്ദ്രന്റെ പ്രഭാവം. silver, the influence of the moon.
ചന്ദ്രമസ്സ്(നാ)- മാസം, കർപ്പൂരം, ചന്ദ്രൻ. a month,camphor, moon.
ചന്ദ്രമഹം (നാ)- നായ്. dog.
ചന്ദ്രമുഖി (നാ)- സുന്ദരി. beauty.
ചന്ദ്രമൗലി (നാ)- ശിവൻ. Siva.
ചന്ദ്രരശ്മി (നാ)- നിലാവ്. moon-light.
ചന്ദ്രലേഖ (നാ)- ചന്ദ്രക്കല. crescent.
ചന്ദ്രലോഹം(നാ)- വെള്ളി. silver.
ചന്ദ്രവല്ലരി (നാ)- സോമലത. soma plant.
ചന്ദ്രശാല (നാ)- നിലാവ്, മട്ടുപ്പാവ്, നിലാമുറ്റം. moon-light, terrace, moonlit upper room.
ചന്ദ്രശേഖരൻ (നാ)- പരമശിവൻ. Siva.
ചന്ദ്രഹാരം (നാ)- ഒരു കണ്ഠാഭരണം. a kind of necklace.
ചന്ദ്രഹാസം (നാ)- വെള്ളി, വാൾ, രാവണന്റെ വാൾ. silver, sword, sword of Ravana.
ചന്ദ്രാതപം (നാ)- നിലാവ്, വിതാനം. moonlight, canopy.
ചന്ദ്രാനന (നാ)- സുന്ദരി. beautiful woman.

ചന്ദ്രാംശു (നാ)- ചന്ദ്രരശ്മി, മഹാവിഷ്ണു. moon ray, Lord Vishnu.
ചന്ദ്രി (നാ) - ബുധൻ. mercury.
ചന്ദ്രിമ (നാ)- നിലാവ്. moon-light.
ചന്ദ്രിലൻ (നാ)- ശിവൻ, ക്ഷുരകൻ. Siva, barber.
ചന്ദ്രേഷ്ട (നാ)- ആമ്പൽ. water lilly.
ചപല (വി)- ഇളക്കമുള്ള, ക്ഷണികമായ. vacillating, momentary.
ചപല (നാ)- ലക്ഷ്മി, അഗശി, നദി, മദ്യം, നാക്ക്, മിന്നൽ, വേശ്യ, ഒരു മാത്രാവൃത്തം. goddess Lakshmi, common flax, river, liquor, tongue, lightning, harlot, name of a sanskrit metre.
ചപലൻ (നാ)- സ്ഥിരശീലമില്ലാത്തവൻ. man with fickle character.
ചപലപത്രം (നാ)- അരയാൽ. pipal tree.
ചപലം (ക്രി.വി)- താമസം കൂടാതെ. without delay.
ചപലം (നാ)- രസം, വ്യാകുലത, മാൻ, കുരങ്ങ്, അടവിക്കച്ചോലം, പെരുമ്പയറ്, ക്ഷയം, കരിങ്കടുക്. mercury, worry, deer, monkey, curcuma zedoarea, a big variety of beans, consumption, black mustard.
ചപലാംഗം (നാ)- ചീങ്കണ്ണി. crocodile.
ചപ്പ (വി)- പരന്ന, മെലിഞ്ഞ, സ്വാദില്ലാത്ത, മടിയുള്ള, ചീത്തയായ. flat, lean, tasteless, lazy, bad.
ചപ്പട (വി)- പരന്ന. flat.
ചപ്പാത്തി (നാ)- ഒരിനം പലഹാരം. a kind of thin bread.
ചപ്രാസി (നാ)- ശിപായി. sepoy.
ചം (നാ)- ചകോരം, ആമ, ഭക്ഷണം . the chakora bird, tortoise, food.
ചമത (നാ)- വിറക്, പ്ലാശുമരം. firewood, the tree butea frondosa.
ചമയപ്പാട് (നാ)- ഒരുക്കം, ദേഹണ്ഡം. preparation, exertion.
ചമയൽ (നാ)- അണിയിക്കൽ, അലങ്കരണം, ആഭരണം. adorning someone, wearing ornaments, ornaments.
ചമരം (നാ)- ഒരിനം മാൻ, വെഞ്ചാമരം. a kind of deer, bushy tail of a yak.
ചമരി (നാ)- ഒരിനം മാൻ, പൂമൊട്ട്, മുള. a kind of deer, flower bud, sprout.
ചമസം (നാ)- യജ്ഞത്തിനുള്ള ഒരു പാത്രം, തവി. wooden vessel used in sacrifices, ladle.
ചമസി (നാ)- എള്ളുണ്ട, ദോശ, അരിമാവ്. gingelly cake, a kind of cake-dosai, rice flour.
ചമു (നാ)- സേനാവിഭാഗം, പാത്രം, സൈന്യം. a division of an army, army.
ചമൂഹരൻ (നാ)- പരമശിവൻ. Siva.
ചമ്പ (നാ)- ഒരു താളം, മിന്നൽ, ഒരു ജലസസ്യം, മീൻവള്ളം, ഉണക്കമീൻ. time measure in music, lightning, water plant, fishing boat, dried fish.
ചമ്പകം (നാ)- കൂഞ്ഞ്. hump.
ചമ്പകാലു (നാ)- പ്ലാവ്, ശീമപ്ലാവ്. jack tree, breadfruit tree.
ചമ്പടം (നാ)- വൃത്തികെട്ട വസ്ത്രം. dirty cloth.
ചമ്പാ (നാ)- ഒരിനം നെല്ല്, ചമ്പൻ. a kind of paddy, tender arecanuta.
ചമ്പ് (നാ)- ഇറച്ചി, കുറഞ്ഞ ഇനം പുകയില. flesh, inferior variety of tobacco.
ചമ്മന്തി (നാ)- ഒരിനം കറി. a kind of chutney.
ചമ്മൽ (നാ)- പ്രയാസം, വൈഷമ്യമുള്ള സംഗതി, പിച്ചക്കാരന്റെ ചട്ടി, ഉപദ്രവം. difficulty, vexation, beggar's bowl, trouble.
ചമ്മാളിക്കുക (സ.ക്രി)- കണ്ടമാനം ചെയ്യുക. to do in reckless manner.
ചയനം (നാ)- തെരഞ്ഞെടുപ്പ്, അഗ്നിസംസ്കാരം, സഞ്ചയനം, ഒരുമിച്ചുകൂട്ടൽ. selection, preparing the sacred fire, the rite of picking up bones after cremation, gathering.
ചരക്ക് (നാ)-സാമാനം, വാർപ്പ്, മുണ്ടുകെട്ട്, ചാക്ക്. cargo, large metal vessel, bundle of clothes, gunny bag.

ചരണദാസി (നാ)- ഭക്ത, ചെരിപ്പ്, ഭാര്യ. humble female devotee, slippers, wife in a patriarchal society.
ചരണി (നാ)- മനുഷ്യൻ. man.
ചരഥം (നാ)- മാർഗ്ഗം, ഗതി, ജീവൻ. way, direction, life-breath.
ചരൻ (നാ)- ദൂതൻ, കുജൻ, ചാരൻ. messenger, mars, spy.
ചരമ (വി)- ഏറ്റവും കുറഞ്ഞ, പാശ്ചാത്യമായ, പൃഷ്ഠഭാഗത്തുള്ള. least, western, pretaining to posteriors.
ചരമകാലം (നാ)- അവസാനകാലം, സന്ധ്യ. last days, evening.
ചരമഗതി (നാ)- മരണം, നാശം. death, destruction.
ചരമം (നാ)- ഒടുവിലുള്ളത്, അസ്തമയശോഭ, മരണം, പടിഞ്ഞാറുദിക്ക്. that which is final, splendour of sunset, death, west.
ചരൽ (നാ)- ഉരുണ്ട ചെറിയ കല്ല്, വലിയ മണൽ. grit, gravel.
ചരാചരി (നാ)- യുവതി. young woman.
ചരിത്ര (നാ)- പുളിമരം. tamarind tree.
ചരിത്രകാരി/ചരിത്രകാരൻ (നാ)- ചരിത്രമെഴുതുന്നവൾ/ചരിത്രമെഴുതുന്നവൻ. historian.
ചരിത്രം (നാ)- വൃത്തം, നല്ലനടപ്പ്, സ്വഭാവം. circle, good behaviour, character.
ചരിയുക (അ.ക്രി)- ഒരു വശത്തേക്കാവുക, ഒരു വശം കൊണ്ടുകിടക്കുക, ചായുക, വളയുക. to incline, to lie on the side, to bend, to curve.
ചരുവം (നാ)- ഒരിനം പാത്രം. a kind of vessel.
ചർക്ക (നാ)- കൈകൊണ്ടു നൂൽ നൂല്ക്കാനുള്ള ചക്രം. spinning wheel.
ചർച്ചക (വി)- വീണ്ടും വീണ്ടും വായിക്കുന്ന, ചർച്ച ചെയ്യുന്ന, ആവർത്തിച്ചു പറയുന്ന. reading repeatedly, discussing, repeating.
ചർച്ചിക (നാ)- ദുർഗ്ഗ, ശ്രീപാർവതി. Durga, Sree Parvathy.
ചർച്ചിക്കുക (സ.ക്രി)- വിചാരിക്കുക. to think over.
ചർച്ചിത (വി)- പൂശിയ, വ്യാപിക്കപ്പെട്ട, വിചാരണചെയ്യപ്പെട്ട. anointed, spread, tried.
ചർച്ച് (നാ)- ക്രൈസ്തവദേവാലയം. church.
ചർമ്മകാരൻ (നാ)- തോല്പണിക്കാരൻ. cobbler.
ചർമ്മകി (നാ)- വാവൽ. bat.
ചർമ്മചൂഡം (നാ)- കോഴി. fowl.
ചർമ്മജം (നാ)- രോമം, രക്തം. hair, blood.
ചർമ്മണ്യം (നാ)- തോല്പണി. leather work.
ചർമ്മപത്ര (നാ)- നരിച്ചീർ. bat.
ചർമ്മം (നാ)- പരിച, മരപ്പട്ട. shield, bark.
ചർമ്മയഷ്ടി (നാ)- ചമ്മട്ടി. whip.
ചർമ്മസംഭവ (നാ)- ഏലം, cardamom,
ചർമ്മാരൻ (നാ)- തോൽപ്പണിക്കാരൻ, cobbler,
ചർമ്മാരം (നാ)-ഒരിനം ചായില്യം, white cinnabar.
ചര്യ (വി)- ചെയ്യപ്പെടേണ്ട. to be done.
ചര്യ (നാ)- നടപ്പ്, ആഹാരം, നിത്യവൃത്തി, വ്യാപ്തി, ഗതി. walking, food, livelihood, expansion, going about.
ചര്യം (നാ)- നടപ്പ്, ഗതി. walking, going about.
ചർവണ (നാ)- ചെറിയ തേനീച്ച. small honey-bee.
ചലാ (നാ)- വേശ്യ, മിന്നൽ, മഹാലക്ഷ്മി, ഭൂമി. harlot, lightning, goddess Lakshmi, earth.
ചലകം (നാ)- വള്ളം. boat.
ചലച്ചിത്രം (നാ)- സിനിമ. cinema.
ചലച്ചിത്രകഥ - തിരക്കഥ. screenplay.
ചലച്ചിത്രനടൻ - സിനിമയിൽ അഭിനയിക്കുന്ന ആൾ. cine artiste.
ചലച്ചിത്രയവനിക - വെള്ളത്തിര. screen.
ചലച്ചിത്രസംവിധായകൻ-സിനിമ സംവിധാനം ചെയ്യുന്ന ആൾ. film director.
ചലജിഹ്വം (നാ)- നായ്. dog.
ചലട (നാ)- അരിപ്പ്, വലിയ മുറം. sieve, large winnowing pan.

ചലദളം (നാ)- അരയാൽ. the tree fiscus religiosa.
ചലദ്വിഷം (നാ)- കുയിൽ. cuckoo.
ചലനൻ (നാ)- വായു. air.
ചലം (നാ)- ദുഷിച്ച രക്തം, പഴുപ്പ്. foul blood, pus.
ചലയ്ക്കുക (അ.ക്രി)- ശബ്ദിക്കുക. to chatter.
ചലാചലം (നാ)- ഇളകുന്നത്, കാക്ക. that which is moving, crow.
ചലിക്കുക (അ.ക്രി)- ചരിക്കുക, സഞ്ചരിക്കുക, വിറയ്ക്കുക, ക്ഷീണിക്കുക. to walk, to travel, to shiver, to be exhausted.
ചലിത (വി)- ചലിക്കുന്ന, ഇളക്കപ്പെട്ട, മാറ്റിയ, കുലുക്കിയ, ലഭിക്കപ്പെട്ട. moving, moved, shifted, shaken, obtained.
ചാലുകം (നാ)- ഒരു കവിൾ വെള്ളം. a mouthful of water.
ചല്ലം (നാ) - പണപ്പെട്ടി, ചങ്ങാടം, കടത്തുതോണി, വെറ്റിലപ്പെട്ടി. money box, raft, ferry boat, betel box.
ചല്ലി(നാ)- അല്പൻ, ചതിയൻ, കള്ളൻ, കള്ളം, ചരൽ. mean fellow, cheat, thief, lie, small chips.
ചവക്കാരം (നാ)- ഒരു മരുന്ന്, സോപ്പ്. medicine, soap.
ചവയ്ക്കുക (സ.ക്രി)- പല്ലു കൊണ്ട് അരയ്ക്കുക, അർത്ഥമില്ലാതെ സംസാരിക്കുക. to chew, talk nonsense.
ചവർ (നാ)- ഉവർനിലം, കാരം, വിളയാത്ത ഭൂമി, കടൽയാത്ര. saline soil, soda ash, barren land, sea travel.
ചവർക്കാരം (നാ)- ഒരിനം കാരം. nitre.
ചവർക്കുക(അ.ക്രി)-രൂക്ഷമാവുക, കമർക്കുക. to feel, to feel an astringent taste.
ചവർപ്പ് (നാ)- കവർപ്പ്. astringency.
ചവളം (നാ)- വേൽ, ശംഖപാഷാണം. lance, a mineral poison.
ചവളം (നാ)- ഒരിനം മത്സ്യം, ഒരിനം ധാന്യം. a kind of fish, a kind of grain.
ചവളുക (അ.ക്രി)- അഴുക്കാകുക, വളയുക, വിരൂപമാവുക. to become dirty, to bend, to become ugly.
ചവറൻ (നാ)- അയോഗ്യൻ, ഭോഷൻ, ഹീനൻ. worthless person, low person, idiot.
ചവറില (നാ)- വെറ്റില. betel leaf.
ചവറ് (നാ)- കുപ്പ, വളം, വെറ്റക്കൊടി, ചലം, തടിക്കുള്ളിലെ മജ്ജ. sweepings, manure, betel vine, pus, the spich of the trees.
ചവിട്ട് (നാ)- കാലു കൊണ്ട് ഇടിക്കൽ, കാൽവയ്പ്, തൊഴി, കീഴ്വഴക്കം, ചുവടു പതിക്കൽ, നിന്ദ, നൃത്തം. trampling, tread, kick, precedent, contempt, dance.
ചവിട്ടുക (അ.ക്രി)- അടിവയ്ക്കുക, നൃത്തം ചെയ്യുക, ഇണചേരുക (പക്ഷിമൃഗാദികൾ), നടക്കുക, ഉപദ്രവിക്കുക, നശിപ്പിക്കുക, അവഗണിക്കുക. step systematically, to dance, to mate(in the case of animals and birds), to walk, to harm, to destruct, to neglect.
ചവിട്ടുകല്ല് (നാ)- നടക്കല്ല്. stepping stone.
ചവിട്ടുവണ്ടി (നാ)- സൈക്കിൾ. bicycle.
ചവിണ (നാ)- ചെറിയ കൊടിൽ. pincers.
ചവുക്ക് (നാ)- ചമ്മട്ടി, കാറ്റാടിമരം. whip, casuarina tree.
ചവ്യ (നാ)- കാട്ടുമുളക്, കരിങ്കറുക, വയമ്പ്, കാട്ടുതിപ്പലി. piper attenuatum, black variety of durva grass, sweet flag, wild long pepper.
ചവ്വരി (നാ)- ഒരിനം പനയിൽ നിന്നെടുക്കുന്ന അരി. sago.
ചഷകം (നാ)- തേൻ, ഒരിനം മുല്ല. honey, a kind of jasmine.
ചഷം (നാ)- പാനപാത്രം. drinking vessel.
ചളി (നാ) - ചെളി, ചേറ്, അഴുക്ക്. mud, dirt.
ചളിക്കുക (അ.ക്രി)- ചീയുക, മനസ്സു മടിക്കുക, ലജ്ജിക്കുക, കുണ്ഠിതം ഭാവിക്കുക. to decay, to be indolent, to feel ashamed, to feel frustrated.

ചളിച്ച (വി)- പഴകി ചീത്തയായ. putrefied.
ചളുങ്ങുക (അ.ക്രി)- പിതുങ്ങുക, ഞെരുങ്ങുക, പേടിക്കുക, വിറയ്ക്കുക, ചതഞ്ഞു കോടുക. to be squeezed, to be pressed, to fear, to shiver, to be crushed.
ചള്ള് (വി)- പ്രയാസമുള്ള, മൂക്കാത്ത, വെറുപ്പുള്ള, ചീത്ത, നിസ്സാരമായ, ഉപയോഗശൂന്യമായ. difficult, not fully ripe, hated, bad, mean, useless.
ചറുക്കുക (അ.ക്രി)- വഴുക്കുക. to slip.
ചാകചക്യം (നാ)- ശോഭ. splendour.
ചാകന്തി (നാ)- ഓന്ത്. chameleon.
ചാകര (നാ)- കടലിൽ ജലനിരപ്പിന് അടിയിൽ വന്നുകൂടുന്ന മൺതിട്ട, ഒരു പ്രത്യേകകാലത്ത് കടലിൽനിന്ന് ലഭിക്കുന്ന സമൃദ്ധമായ മത്സ്യക്കൊയ്ത്ത്. mud banks appearing on the costal area during monsoon, aseasonal, rich harvest of fish.
ചാകുക (അ.ക്രി)- മരിക്കുക. to die.
ചാക്കാലം (നാ)- മരണകാലം. time of death.
ചാക്കി (നാ)- തീക്കല്ല്. flint.
ചാക്കിരി (നാ)- തൊഴിൽ, ദാസവൃത്തി, പരികർമ്മം. occupation, menial service, subordinate service.
ചാക്ക് (നാ)- മരണം, ചണനാരുകൊണ്ടുള്ള വലിയ സഞ്ചി, കൽച്ചുണ്ണാമ്പ്. death, gunny bag, chalk.
ചാക്രിക(വി)- വൃത്താകാരമായ, ചക്രം സംബന്ധിച്ച. circular, cyclinical.
ചാക്രികൻ (നാ)- ചക്കുകാരൻ, കുശവൻ, കൂട്ടുകാരൻ, ഗായകൻ, വണ്ടിക്കാരൻ, ഘോഷകൻ. one who works an oil press, potter, friend, singer, cartman, proclaimer.
ചാക്ഷുഷ (വി)- കണ്ണിനെ സംബന്ധിച്ച, പ്രത്യക്ഷമായ. pertaining to the eye, visible.
ചാഞ്ചല്യം (നാ)- പാരവശ്യം, ദ്രുതഗതി, അസ്ഥിരത, അനിത്യത, അനക്കം. weariness, rapid motion, unsteadiness, mortality, movement.
ചാഞ്ചാടുക (അ.ക്രി)- ചാഞ്ഞ് ആടുക, നൃത്തം ചെയ്യുക. to swing, to dance.
ചാട (നാ)- ചായ്‌വ്, അല്പം, സമ്മതം. inclination, a bit, agreement.
ചാടി (നാ)- ഭരണി, വസ്ത്രം, ചേല, കട്ടിയുള്ള വലിയ കലം, ഉഴവ് ചാൽ. jar, cloth, large earthen pot, furrow.
ചാട് (നാ)- വണ്ടി, ചുമട്ടുവണ്ടി, കുട്ടികൾ നടക്കാൻ പഠിക്കുന്നതിന് ഉപയോഗിക്കുന്ന ചെറിയ വണ്ടി. cart. walker.
ചാടു (നാ)- ഇഷ്ടവാക്ക്, സ്തുതിവചനം. pleasing words, praising words.
ചാടുക (അ.ക്രി)- അഹങ്കരിക്കുക, ആടുക, പായുക, ഉള്ളിൽ കൊള്ളാതെ പുറത്തു വരിക, ഒഴിഞ്ഞുപോവുക, അകപ്പെടുക, കുതിക്കുക, വീഴുക. to be arrogant, to swing, to rush, to emit, to vacate, to fall into, to fall.
ചാട്ട (നാ)- ചമ്മട്ടി. whip.
ചാടൂക്തി (നാ)- സ്തുതിവാക്ക്, ആത്മപ്രശംസ. flattery, boasting.
ചാട്ടം (നാ)- കുതിപ്പ്, ഒഴിച്ചിൽ, പാച്ചിൽ, കോപം, ഗർവ്വ്, തെറ്റിപോകൽ. leap, escaping, rushing, anger, arrogance, slipping away.
ചാട്ട് (നാ)- ഏറ്, ദുഷ്ടത, പോക്ക്, വാഹനം, ചാട്ടം. throw, wickedness, going, vehicle, jump.
ചാട്ടുക (സ.ക്രി)- ചാണ്ടുക, എറിയുക. to hurt, to throw.
ചാട്ടുവാറ് (നാ)- ചമ്മട്ടി. whip.
ചാട്ടുളി (നാ)- ചാണ്ടാനുള്ള ഉളി. harpoon.
ചാണ (നാ)- തേപ്പുകല്ല്. whetstone.
ചാണകം (നാ)- കന്നുകാലികളുടെ മലം. dung of cattle.
ചാണം (നാ)- ചാണകം, ചാണക്കല്ല്. cow dung, whetstone.
ചാണി (നാ)- ബുദ്ധിമതി, ഗുഹ. sharp-witted person, cave.
ചാണ്ട് (നാ)- ശുക്ലം, ആർത്തവരക്തം, നീട്ടി എറിയൽ. semen, menstrual discharge, throwing.

ചാണുക (സ.ക്രി)- നീട്ടി എറിയുക, ചാടുക. to throw, to jump.
ചാതകം (നാ)- വേഴാമ്പൽ. hornbill.
ചാതം (നാ)- ചോറ്. boiled rice.
ചാതുര (വി)- നാലിനെ സംബന്ധിച്ച, സ്തുതിക്കുന്ന, ചതുരമായി സംസാരിക്കുന്ന, സാമർത്ഥ്യമുള്ള, നേത്രഗോചരമായ. pertaining to four, to praise, talking pleasingly,visible.
ചാതുരി(നാ)-സാമർത്ഥ്യം. cleverness.
ചാതുരികൻ (നാ) - തേരാളി, വണ്ടിക്കാരൻ. charioteer, cart driver.
ചാതുര്യം (നാ)- അഴക്, സാമർത്ഥ്യം, വാചാലത, സൗശീല്യം, സ്നേഹം. beauty, cleverness, eloquence, amiableness, love.
ചാത്തൻ (നാ)- ഭൈരവൻ, ഒരു പക്ഷി, പൂവൻകോഴി, ശാസ്താവ്, ഒരു സേവാമൂർത്തി. Bhairava, bird, cock, Sasta, deity.
ചാത്രൻ (നാ)- വിദ്യാർത്ഥി.
ചാനൽ (നാ)- നീർച്ചാല്.
ചാന്താർ (വി)- ചാന്തുള്ള, കുറിക്കൂട്ടണിഞ്ഞ.
ചാന്ത് (നാ)- ചുണ്ണാമ്പ്, ഒരിനം കുറിക്കൂട്ട്, ചന്ദനം, കെട്ടിടപ്പണിക്കുവേണ്ടി കുമ്മായം/സിമന്റ്, മണൽ തുടങ്ങിയവ കുഴച്ചത്. time-stone powder, a kind of sandal paste, plaster.
ചാന്ദ്ര (വി)- ചന്ദ്രനെ സംബന്ധിച്ച. pertaining to moon.
ചാന്ദ്രകം (നാ)- ചുക്ക്, തേൻ. dried ginger, honey.
ചാന്ദ്രം (നാ)- ചന്ദ്രഗതിയനുസരിച്ചുള്ള മാസം, വെളുത്ത പക്ഷം, മകയീരം നക്ഷത്രം, ഇഞ്ചി. lunar month, bright lunar night, fifth constellation, ginger.
ചാന്ദ്രമസ (വി)- ചന്ദ്രനെ സംബന്ധിച്ച. pertaining to moon.
ചാന്ദ്രമാസം (നാ)- ചന്ദ്രൻ രാശി ചക്രം ഒരിക്കൽ ചുറ്റുന്നതിനെടുക്കുന്ന സമയം. lunar month.
ചാന്ദ്രി (നാ)- നിലാവ്, ബുധൻ. moon light, mercury.
ചാപം (നാ)- മഴവില്ല്, വില്ല്. ധനുരാശി, വൃത്തഖണ്ഡം. rainbow, bow, Sagittarius, curve.
ചാപി (നാ)- വില്ലാളി, ശിവൻ, ധനുരാശി. archer, Siva, Sagittarius.
ചാപ്പ (നാ)- തോക്കിന്റെ കൊത്തി. gun lock.
ചാപ്പ (നാ)- മുദ്ര, അടയാളം. seal, sign.
ചാപ്പിടുക (നാ)- ഉണ്ണുക, ചെലവുചെയ്യുക, തിന്നുമുടിക്കുക. to eat, to spend, to consume by squandering.
ചാമ (നാ)- ഒരുതരം ധാന്യം. a kind of grain.
ചാമത്തല (നാ)- വേലിയേറ്റം. high tide.
ചാമരം (നാ)- ചമരി മൃഗത്തിന്റെ വാൽ, വെഞ്ചാമരം. tail of the yak, chowrie.
ചാമരി (നാ)- വെഞ്ചാമരം, കുതിര. chowrie, horse.
ചാമീകരം (നാ)- സ്വർണ്ണം. gold.
ചാമുണ്ഡ (നാ)- ദുർഗ്ഗ, കാളി, ശ്രീപാർവതി. Durga, Kali, Parvati.
ചാമ്പലാക്കുക - തീ കത്തിച്ചു ഭസ്മമാക്കുക. to reduce to ashes.
ചാമ്പൽ (നാ)- ചാരം. ash.
ചാമ്പേയകം (നാ)- താമരയല്ലി. stalk of lotus.
ചാമ്യം (നാ)- ഭക്ഷണം. food.
ചായ (നാ)- കുടിക്കാനുള്ള ഒരു പാനീയം. tea.
ചായൽ (നാ)- തലമുടി, ചായം, നിറം, നിഴൽ, തുല്യത, പള്ള, പാർശ്വം, മാർദ്ദവം, അഴക്, ആകൃതി. hair, paint, colour, shadow, equality, belly, side, softness, beauty, shape.
ചായിക്കുക (സ.ക്രി)- താഴ്ത്തുക, ചരിക്കുക, ചാരി നിർത്തുക, പഴക്കുക, ഒരു വശത്താക്കുക, കിടക്കുക. to lower, to tilt, to keep leaning to one side, to tame, to make on one side, to lie.
ചായില്യം (നാ)- ഒരു അങ്ങാടി മരുന്ന്. mercuric sulphate.
ചായ്പ് (നാ) - ചായ്ച്ചു കെട്ടിയ മുറി, വരാന്തമുറി. sloping shed attached to a main building.

ചാരകൻ (നാ)- കുതിരക്കാരൻ, കൂട്ടുകാരൻ, ഇടയൻ, ദൂതൻ, ചാരൻ. horseman, friend, herdsman, messenger, spy.
ചാരകം (നാ)- വിലങ്ങ്, വിഷം. fetters, poison.
ചാരടിക (നാ)- അമരി, പവിഴക്കൊടി. indigo plant, vegetable perfume.
ചാരണ (നാ)- തഴുതാമ. boerhavia diffusa.
ചാരത്ത് (ക്രി.വി)- സമീപത്ത്. in the vicinity.
ചാരഭടി (നാ)- ധീരത, ശൗര്യം. courage, heroism.
ചാരം (നാ)- കാരാഗൃഹം, ഗമനം, അനുഷ്ഠാനം, വിലങ്ങ്, ഭസ്മം, ചാമ്പൽ. jail, going, observance, handcuff, holy ashes, ashes.
ചാരം (ക്രി.വി)- ചാരത്ത്. proximity.
ചാരായം (നാ)- ഒരു ലഹരി പാനീയം. arrack.
ചാരി (നാ)- ഭൃത്യൻ, കാലാൾപ്പടയാളി, വഴിയാത്രക്കാരൻ. servant, foot-soldier, traveller.
ചാരിക (നാ)- വേലക്കാരി. maid servant.
ചാരിണി (നാ)- ചാരവൃത്തി നടത്തുന്നവൾ, ദൂതി, വഴിയാത്രക്കാരി. woman who does spy work, female messenger, traveller woman.
ചാരിതം (നാ)- ചാരായം. arrack.
ചാരിതാർത്ഥ്യം (നാ)- കൃതാർത്ഥത. satisfaction.
ചാരിത്രവതി (നാ)- പതിവ്രത. chaste woman.
ചാരിത്ര്യം (നാ)- പാതിവ്രത്യം, നല്ല പേര്, ശീലഗുണം. chastity, good name, good conduct.
ചാര് (നാ)- ഊന്ന്, ചാരുമതിൽ, മധ്യസ്ഥൻ. support, buttress, mediator.
ചാര് (വി)- ചരിച്ചു വച്ചിരിക്കുന്ന, ചാരിയിരിക്കാനുള്ള. reclined on a support, for reclining.
ചാരു (വി)- ഭംഗിയുള്ള, വന്ദ്യമായ. beautiful, respectable.
ചാരുനാളം (നാ)- ചെന്താമര. red lotus.
ചാരുഫല (നാ)- മുന്തിരിങ്ങ. grapes.
ചാരുമതിൽ (നാ) - താങ്ങുമതിൽ. buttress.
ചാരുവർദ്ധന (നാ)- സ്ത്രീ. woman.
ചാരുശില (നാ)- രത്നം. gem.
ചാരേ (ക്രി.വി)- അടുത്ത്. near.
ചാർച്ച (നാ)- അടുപ്പം, ബന്ധം. proximity, relationship.
ചാർത്ത് (നാ)- കുറിമാനം, കണക്കെഴുത്ത്, എഴുത്ത്, കൂട്ടം, സംഘം. note, accounting, letter, collection, caravan.
ചാർവാകമതം (നാ)-നിരീശ്വരമതം. atheism.
ചാർവാകൃതി (നാ)- ഭംഗിയുള്ള രൂപം. handsome form.
ചാല (ക്രി.വി)- അധികം, വളരെ, പൂർണ്ണമായി. much, very, fully.
ചാല (നാ)- മികവ്, പൊതുസ്ഥാപനം, ആല, കൊട്ടാരം. fullness, public institution, smithy, palace.
ചാലം (നാ)- വീട്ടിന്റെ മേല്ക്കൂര, മുകുളകം, കരിംകുയിൽ, അനങ്ങത്തക്കത്. roof of a house, bud, black Indian cuckoo, that which is movable.
ചാലവേ (ക്രി.വി)- നന്നായി, നേരിട്ട്, നല്ലവണ്ണം, പൂർണ്ണമായി. well, directly, very well, fully.
ചാലി (നാ)- നെല്ല്. paddy.
ചാലിയൻ (നാ)- നെയ്ത്തുകാരൻ. weaver.
ചാലിയം (നാ)- ചായില്യം. vermillion.
ചാലേകം (നാ)- ജാലകം. window.
ചാല്യം (നാ)- ചായില്യം. vermillion.
ചാവട്ടം (നാ)- ഒരു രൂപ. one rupee.
ചാവൽ (നാ)- ആൺപക്ഷി, പൂവൻകോഴി, ചക്കയുടെ തിരി, അരി. male bird, cock, bud of the jackfruit, rice.
ചാവി (നാ)- താക്കോൽ, അച്ചാണി. key, pivot of a cart wheel.
ചാവ് (നാ)- പിശാച്, എട്ടാം ഭാവം, മരണം. devil, in astrology, eighth house in astrology, death.
ചാഷം (നാ)- കാട്ടുകാക്ക, റോളർ. wild crow, roller.

ചാസം (നാ)- കാട്ടുകാക്ക. wild crow.
ചാഴി (നാ)- ഒരിനം വണ്ട്, ചെള്ള്. a kind of beetle, canker insect.
ചികയുക (സ.ക്രി)- അല്പാല്പമായി മണ്ണുമാന്തുക, സൂക്ഷിച്ചു നോക്കുക, ചിക്കുക, ആരായുക. to scratch the soil, to scrutinize, to spread corn, etc,. for drying, to investigate.
ചികിത്സകൻ (നാ)- വൈദ്യൻ. doctor.
ചികിത്സാലയം (നാ)- ആശുപത്രി. hospital.
ചികിത്സിക്കുക (സ.ക്രി)- രോഗത്തിനു പ്രതിവിധി ചെയ്യുക. to treat for ailments.
ചികിന (വി)- പതിഞ്ഞ മൂക്കുള്ള. flat nosed.
ചികിലം (നാ) - ചെളി. mud.
ചികുര (വി)- സാഹസപൂർവകമായ, അനങ്ങുന്ന, അസ്ഥിരമായ. rash, moving, unsteady.
ചികുരം (നാ)- തലമുടി, പാമ്പ്, പർവതം, വെരുക്. hair, snake, mountain, civet-cat.
ചിക്കാ (നാ)- ചുണ്ടെലി, പാക്ക്. mouse, arecanut.
ചിക്കണ (നാ)- പാക്ക്, കവുങ്ങ്. arecanut, arecanut palm.
ചിക്കണ (വി)- മിനുസമുള്ള, വഴുതുന്ന, എണ്ണമയമുള്ള. glossy, slippery, oily.
ചിക്കണം (നാ)- കവുങ്ങ്, നെയ്ച്ചോറ്, അടയ്ക്ക, മെഴുകുപാകം. arecanut palm, rice cooked with ghee, arecanut, stage in preparing the medicated oils, viscosity of sediments.
ചിക്കണി (നാ)- കടുക്ക, കവുങ്ങ്, അടയ്ക്ക. ink-nut, arecanut palm, arecanut fruit.
ചിക്കിരം (നാ)- ചുണ്ടെലി. mouse.
ചിങ്കം (നാ)- സിംഹം. lion.
ചിങ്കലം (നാ)- ഒരിനം കുരങ്ങ്, ഒരു ഭാഷ, ഒരു ദേശം, സിംഹളം അഥവാ ശ്രീലങ്ക a kind of monkey, name of a language, name of a country.
ചിങ്കാരം (നാ)- അഴക്, ആഭരണം. beauty, ornament.
ചിങ്കാരി (നാ)- സുന്ദരി. beautiful woman.
ചിങ്ക് (നാ)- പതിര്, ഉമി. chaff, bran.
ചിഞ്ച (നാ)- വാളൻപുളി, പുളിപ്പ്, പുളിമരം, കുന്നി. the fruit of tamarind, sourness, tamarind, abrus precatorius.
ചിട്ട (നാ)- വ്യവസ്ഥ, നിയമം, കൃത്യനിഷ്ഠ, ഭംഗി, മുറ. system, law, punctuality, beauty, order.
ചിണുക്കം (നാ)- കരച്ചിൽ. crying.
ചിത (നാ)- ശവദാഹത്തിനു കൂട്ടുന്ന വിറക്, കൂമ്പാരം, ചുടല. heap of firewood for funeral rites, heap, funeral pyre.
ചിതക്കേട് (നാ)- അയോഗ്യത, രോഗം, ക്ഷീണം, അസുഖം, ചേർച്ചക്കേട്. disqualification, disease, weakness, illness, disharmony.
ചിതം (നാ)- സുഖം, ചേർച്ച, യോഗ്യത, കെട്ടിടം. happiness, suitability, qualification, building.
ചിതൽ (നാ)- മരവും മറ്റും കാർന്നു തിന്നുന്ന ഒരു ചെറുപ്രാണി. white ant.
ചിതൽപ്പുറ്റ് (നാ)- ചിതൽ മണ്ണുകൊണ്ട് ഉണ്ടാക്കുന്ന കൂട്. ant-hill.
ചിതർ (നാ)- ചിതൽ, ഉള്ളി, പൂമ്പൊടി. white ant, onion, pollen grain.
ചിതറുക (അ.ക്രി)- തൂകുക, ചിന്തുക, തകർന്നു പല കഷണങ്ങളായി വീഴുക. to shed, to scatter, to-be broken and shattered.
ചിതിക (നാ)- ചുടല, അരഞ്ഞാണം. funeral pyre, waist band.
ചിത്ത് (നാ)- ജ്ഞാനം. knowledge.
ചിത്ത (വി)- ആഗ്രഹിക്കപ്പെട്ട, ആലോചിക്കപ്പെട്ട, കാണാവുന്ന. longed for, thought about, visible.
ചിത്തം (നാ)- മനസ്സ്, ഉദ്ദേശ്യം, ധാരണാശക്തി, ഹൃദയം, ചിന്ത. mind, aim, power of comprehension, heart, thought.

ചിത്തഭ്രമം (നാ)- ഉന്മാദം, ഭ്രാന്ത്. insanity, madness.
ചിത്ത് (നാ)- ജ്ഞാനം, ബ്രഹ്മാവ്, ബുദ്ധി, ബ്രഹ്മം. knowledge, Brahma, intelligence, supreme soul.
ചിത്പരാ (നാ)- ശ്രീ പാർവതി. Sree Parvathy.
ചിത്പരൻ (നാ)- ശിവൻ. Siva.
ചിത്പുമാൻ (നാ)- ഈശ്വരൻ. almighty.
ചിത്യ (നാ)- ചുടല. funeral pyre.
ചിത്ര (വി) - ഭംഗിയുള്ള, പുള്ളികളുള്ള, പ്രകാശമുള്ള, രസകരമായ, പല നിറമുള്ള, അദ്ഭുതകരമായ. beautiful, spotted, bright, interesting, variegated, wonderful.
ചിത്രക (വി)- ശോഭയുള്ള, മനോഹരമായ. bright, beautiful.
ചിത്രകണ്ഠം (നാ)- മാടപ്രാവ്. pigeon.
ചിത്രകൻ (നാ)- ചിത്രകാരൻ. painter.
ചിത്രകം (നാ)- പുലി, സിംഹം, കാരീയം, ചിത്രം, പൊട്ട്, വെളുത്താവണക്ക്, കൊടുവേലി. leopard, lion, lead, a picture, a mark on the forehead, white castor plant, leadwort.
ചിത്രകല (നാ)- ചിത്രം വരയ്ക്കുന്ന വിദ്യ. art of painting.
ചിത്രകാരൻ (നാ)- ചിത്രം വരയ്ക്കുന്ന ആൾ. painter.
ചിത്രഗന്ധം (നാ)- അരിതാരം. yellow orpiment.
ചിത്രഗർദ്ദഭം (നാ)- വരിക്കുതിര. zebra.
ചിത്രണം (നാ)- വിവരിക്കൽ, കൊത്തുപണി, ചിത്രം വരയ്ക്കൽ. delineation, engraving, picture-painting.
ചിത്രത്തയ്യൽ (നാ)- വിചിത്രമായ തയ്യൽവേല. embroidery.
ചിത്രഭാനു (നാ)- അഗ്നി, ശിവൻ, എരിക്ക്, സൂര്യൻ, ചന്ദ്രൻ. fire, Siva, madar plant, sun, moon.
ചിത്രഭാനുക്കൾ (നാ)- സൂര്യചന്ദ്രന്മാർ, അശ്വിനീദേവന്മാർ. sun and moon, twin demigods Aswinis (myth).
ചിത്രശലഭം (നാ)- കണ്ണൻപക്കി. butterfly.
ചിത്രശാല (നാ)- ചിത്രങ്ങൾ സൂക്ഷിക്കുന്ന സ്ഥലം. picture gallery.
ചിത്രാംഗൻ (നാ)- അർജ്ജുനൻ. Arjuna.
ചിത്രാംഗം (നാ)- അരിതാരം, ചായില്യം, കൊടുവേലി, ഒരിനം പാമ്പ്. yellow orpiment, vermillion, leadwort, a kind of snake.
ചിത്രാംഗി (നാ)- വഞ്ചകി. deceiving woman.
ചിത്രാടീരൻ (നാ)- ചന്ദ്രൻ. moon.
ചിത്രാമഘ (നാ)- പ്രഭാതം. dawn.
ചിത്രീകരണം (നാ)- ചിത്രീകരിക്കൽ. painting.
ചിത്രീകരിക്കുക (സ.ക്രി) - വർണ്ണിക്കുക, അലങ്കരിക്കുക, ചിത്രത്തിലാക്കുക. to describe, to decorate, to paint.
ചിദംബരൻ (നാ)- ശിവൻ. Siva.
ചിദാത്മാവ് (നാ) - പരമാത്മാവ്. supreme soul.
ചിദാനന്ദൻ (നാ)- പരബ്രഹ്മം. supreme being.
ചിദ്രൂപ (വി)- ബുദ്ധിയുള്ള, ഇമ്പമായുള്ള. intelligent, pleasing to the heart.
ചിദ്രൂപം (നാ)- ജ്ഞാനരൂപം. embodiment of knowledge.
ചിനം (നാ)- യുദ്ധം, തീ, മദം, കോപം. battle, fire, arrogance, anger.
ചിന്ത (നാ)- വിചാരം, ധ്യാനം, മനസ്സ്, ഉത്കണ്ഠ. thought, meditation, mind, anxiety.
ചിന്തകൻ (നാ)- ചിന്താശീലൻ, ജ്യോത്സ്യൻ. thinker, astrologer.
ചിന്തനം (നാ)- ധ്യാനം, വിചാരം. meditation, thought.
ചിന്തിതം (നാ)- അഭീഷ്ടം, വിചാരം. desire, thought.
ചിന്തുക (അ.ക്രി)- പരക്കുക, ചൊരിയുക, തൂകുക. to spread, to pour, to spill.
ചിന്ന (വി)- ഇളയ, താണ, ചെറിയ. young, low, small.

ചിന്നുക (അ.ക്രി)- ഭയപ്പെടുക, ചൊരിയുക, തകരുക. to fear, to pour, to be smashed.
ചിന്മയ (വി)- ജ്ഞാനസ്വരൂപമായ. being the embodiment of knowledge.
ചിന്മയൻ (നാ)- ഈശ്വരൻ. god.
ചിന്മയി (നാ)- മഹാമായ. Mahamaya.
ചിപ്പിലി (നാ)- കക്ക, അരി വാർക്കാനുള്ള ഉപകരണം. oyster, colander.
ചിബുകം (നാ)- താടി. chin.
ചിമ (നാ)- കൺപോള. eyelid.
ചിമികം (നാ)- തത്ത. parrot.
ചിമിട്ട് (വി)- ചുണ, ചെറിയ. smartness, small.
ചിമിഴ് (നാ)- ചെറിയ ചെപ്പ് small basket.
ചിമ്മിനി (നാ)- പുകക്കുഴൽ, ഒരിനം വിളക്ക്, മണ്ണെണ്ണ. smoke pipe, kind of lamp, kerosene.
ചിര (നാ)- ശിരസ്സ്, അഗ്രം, കൊമ്പ്. head, top, branch.
ചിരകുക (സ.ക്രി)- തിരുമ്മുക. to grate.
ചിരങ്ങ് (നാ)- ഒരു ത്വഗ്രോഗം. a skin disease.
ചിരഞ്ജീവി (നാ)- മാർക്കണ്ഡേയൻ, ജീവകം, ഇലവ്, അമരൻ, കാക്ക. Markandeya (myth), vitamin, silk-cotton tree, person with eternal life, crow.
ചിരട്ട (നാ)- ഭിക്ഷാപാത്രം, പൊതിച്ച തേങ്ങയുടെ പുറംതോട്. begging bowl, coconut shell.
ചിരന്തന (വി)- പണ്ടേയുള്ള, പുരാതനമായ. longstanding, ancient.
ചിരന്തനൻ (നാ)- ഈശ്വരൻ. god.
ചിരം (നാ)- ദീർഘകാലം. a very long time.
ചിരമിത്രം (നാ)- പഴയ ചങ്ങാതി. old friend.
ചിരമേഹി (നാ)- കഴുത. ass.
ചിരസ്ഥ (വി)- സ്ഥായിയായി നിലനിൽക്കുന്ന. lasting.
ചിരാത് (ക്രി.വി)- വളരെക്കാലമായി. for a long time.
ചിരായുസ്സ് (വി)- വളരെക്കാലം ജീവിക്കുന്ന. longlived.
ചിരായുസ്സ് (നാ)- ഈശ്വരൻ, കാക്ക, കരിമ്പന. god, crow, palmyra tree.
ചിരികം (നാ)- തത്ത. parrot.
ചിരിക്കുക (അ.ക്രി)- സന്തോഷം മുഖത്തു പ്രകടിപ്പിക്കുക, പരിഹസിക്കുക. to smile, to laugh at.
ചില - ഏതാനും, വിശിഷ്ടമായ, കുറെ. something special, a few.
ചിലങ്ക (നാ)- കടൽ വള്ളം. seaboat.
ചിലന്തി (നാ)- എട്ടുകാലി. spider.
ചിലപ്പോൾ (ക്രി.വി)- ചില സമയത്ത്. sometimes.
ചിലമ്പൽ (നാ)- കിലുക്കം, ഒച്ചയടപ്പ്. tinkling sound, hoarseness of voice.
ചിലമ്പ് (നാ)- ശബ്ദം, കിലുങ്ങുന്ന കാൽത്തള. sound, tinkling hollow anklet.
ചിലമ്പുക (അ.ക്രി)- അപസ്വരമുണ്ടാവുക, പ്രതിധ്വനിക്കുക, കിലുങ്ങുക. to sound out of tune, to echo, to tink.
ചില്ലക (നാ) - ചീവീട്. cricket.
ചില്ലൻ (നാ) - ചീങ്കണ്ണൻ. soreeyed person.
ചില്ലി (നാ)- പുരികം, ഒരിനം കുരുവി, ചീവീട്. eyebrow, a kind of sparrow, cricket.
ചില്ലിക (നാ)- ചീവീട്. cricket.
ചില്ല് (നാ)- കണ്ണാടി, വട്ടകണ്ണാടി, ജലകണിക, സ്ഫടികഫലകം, വെടിയുണ്ട. glass, round glass, water drop, glasspane, leaden ball.
ചിവി (നാ)- താടി. chin.
ചിവിടം (നാ)- അവൽ. rice flakes.
ചിഹ്നം (നാ)- അടയാളപ്പെടുത്തൽ, മുദ്ര, പാട്, അടയാളം, പതാക, പുള്ളി, കൊമ്പുവാദ്യം. marking, seal, scar, sign, flag, spot, a kind of trumpet.
ചിറ (നാ)- അണ, മുട്ട്, വലിയ കുളം, തടസ്സം. dam, big pond, obstacle.
ചിറകൻ (നാ)- കൊക്ക്, മയിൽ. crane, peacock.
ചിറകൂടം (നാ)- ജയിൽ. jail.
ചിറക്കുഴി(നാ)-പൊയ്ക, വെള്ളം

തടുത്തുനിറുത്തിയ കുഴി. pond, pool.
ചിറപ്പ് (നാ)- ഉത്സവം, ഐശ്വര്യം, അലങ്കാരം, സമ്മാനം, മോക്ഷം, മഹിമ. festival, prosperity, decoration, reward, final- beatitude, greatness.
ചിറാവ് (നാ)- സ്രാവ്. shark.
ചിറ്റ (വി)- ചെറിയ. small.
ചിറ്റ (നാ)- അമ്മയുടെ അനുജത്തി. mother's younger sister.
ചിറ്റപ്പൻ (നാ)- അച്ഛന്റെ അനുജൻ, അളിയൻ. father's younger brother, brother-in law.
ചിറ്റമൃത് (നാ)- ഒരു മരുന്നുവള്ളി. cocculus cordifolius.
ചിറ്റാട (നാ)- ചെറിയ വസ്ത്രം. small cloth.
ചിറ്റാണി (നാ)- ചെറിയ ആണി. small nail.
ചിറ്റ് (നാ)- കുറിപ്പ്, ചിട്ടി. note, chit.
ചിറ്റ് (നാ)- ചെറുത്. small.
ചിറ്റ് (നാ)- ഒരു കർണ്ണാഭരണം. a kind of ear-ornament.
ചിറ്റോളം (നാ)- ചെറിയ ഓളം. small wave.
ചീ (വി)- ദ്രവിച്ച, ചീഞ്ഞ. putrid, decayed.
ചീക്ക (വി)- ചീഞ്ഞ. rotten.
ചീക്ക (നാ)- ചിരങ്ങ്. itch.
ചീങ്കണ്ണി (നാ)- ഒരു വലിയ ജലജന്തു. alligator.
ചീങ്കണ്ണ് (നാ)- ഒരു നേത്രരോഗം. eye disease.
ചീട് (നാ)- ചീവീട്. cricket.
ചീണ്ടുക(അ.ക്രി)- വലിക്കുക, നുള്ളുക, കലഹിക്കുക, കീറുക, ആംഗ്യം കാണിക്കുക. to pull, to pinch, to quarrel, to tear, to show gesture.
ചീനകം (നാ)- തിന, ചീനക്കർപ്പൂരം. a kind of millet, chinese camphor.
ചീനക്കാരം (നാ)- പടിക്കാരം. alum.
ചീനജം (നാ)- ഉരുക്ക്. steel.
ചീനപീഠം (നാ)- കസേര. chair.
ചീനം (നാ)- നൂല്, കാരീയം, ചൈന, ഒരുതരം മാൻ, കൊടി. thread, lead, China, a kind of deer, flag.
ചീനമുളക് (നാ)- കപ്പൽമുളക്. chilli.
ചീനി (നാ)- ചീനിക്കിഴങ്ങ്, പുല്ലാങ്കുഴൽ, പഞ്ചസാര. sweet potato, a kind of flute, sugar.
ചീനിക്കിഴങ്ങ് (നാ)- മധുരക്കിഴങ്ങ്. sweet potato.
ചീന്തൽ (നാ)- കീറൽ. tearing.
ചീന്ത് (നാ)- തുണ്ട്, കീറ്, നീളമുള്ള പിളർപ്പ്. piece, strip, strap.
ചീമുട്ട (നാ) - ചീഞ്ഞ മുട്ട. rotten egg.
ചീര (നാ)- കീര, തടം. pot-herb, basin.
ചീരകം (നാ) - കടലാസ്, ജീരകം, കാരീയം, ഒരിനം എഴുത്ത്. paper, the cumin seed, lead, a kind of writing.
ചീരണി (നാ)- കാട്, ഒരുതരം നൃത്തം. forest, a kind of dance.
ചീരവാസസ്സ് (നാ)- വല്ക്കലം, കീറത്തുണി, ശിവൻ, മരവുരിയുടുത്തവൻ. bark of a tree, rags, Siva, one who wears bark.
ചിരാപ്പ് (നാ)-ജലദോഷം. cold.
ചീരി (നാ)- കൺമൂടി, ചീവീട്. a veil for the eyes, cricket.
ചീര് (നാ)- സ്വർണ്ണം, ക്രമം, ശബ്ദം, വർദ്ധന, ഭംഗി, വലിപ്പം, കീർത്തി, കാഴ്ചദ്രവ്യം, ത്രാസ്, ഐശ്വര്യം. gold, order, sound, increase, beauty, greatness, fame, gift, common balance, prosperity.
ചീലാന്തി (നാ)- പൂവരശ്. portia tree.
ചീലിക (നാ)- ചീവീട്. cricket.
ചീവ (നാ)- കൂർക്ക. chinese potato.
ചീവീട് (നാ)- രാത്രിയിൽ ശബ്ദിക്കുന്ന ചെറുപ്രാണി. cricket.
ചീള (നാ)- പഴന്തുണി. rugs.
ചീറ്റുക (അ.ക്രി)- കോപിക്കുക. to rage.
ചുകപ്പ് (നാ)- ചെമപ്പ്. red colour.
ചുകിൽ (നാ)- കുങ്കുമപ്പൂവ്. blossom of the planet crocus sativus.
ചുക്ക (നാ)- കാടി, മട്ട്, ബീഡിക്കുള്ളിൽ അടയ്ക്കുന്ന വസ്തു. fermented-rice wash, sediment, a kind of tobacco.

ചുക്കിലി (നാ)- ചിലന്തി, ചിലന്തിവല. spider, cob-web.
ചുങ്കക്കൂലി (നാ)- തീരുവ. excise duty.
ചുങ്കം(നാ)- ചവുക്ക, തീരുവ, മോഷണം. customs-house, duty on goods, theft.
ചുചുകം (നാ)- മുലക്കണ്ണ്. nipple of the breast.
ചുഞ്ചു (വി)- സാമർത്ഥ്യമുള്ള, കീർത്തികേട്ട. clever, famous.
ചുഞ്ചു (നാ)- ധനം, വെരക്, ചുണ്ടെലി, പ്രസിദ്ധപ്പെട്ടത്, ചുണ്ട്. wealth, civet-cat, mouse, that which is famous, beak.
ചുടർ (നാ)- പ്രകാശം, സൂര്യൻ, അഗ്നി, പ്രഭ, വിളക്ക്, തളിര്, ആണ്ട്, ചന്ദ്രൻ. light, sun, fire, lustre, lamp, tender leaf, year, moon.
ചുടല (നാ)- പട്ടട, ചിത. funeral pyre.
ചുടു (വി)- ചൂടുള്ള. hot.
ചുടുകട്ട (നാ)- ചുട്ടെടുത്ത ഇഷ്ടിക. brick.
ചുടുകാട് (നാ)- ശ്മശാനം. burial ground.
ചുട്ട (നാ)- ചെറുപ്പം. smallness.
ചുണ്ട (നാ)- തൊട്ടി, ജലാശയം, കിണറ്. bucket, pool, well.
ചുണ്ടൻ (വി)- കൂർത്ത മുനയുള്ള. sharppointed.
ചുണ്ടൻവള്ളം (നാ)- ഒരിനം കളിവള്ളം. snake boat.
ചുണ്ട് (നാ)- ചിറി, പക്ഷിയുടെ കൊക്ക്, വള്ളത്തിന്റെ തല. lip, beak, peak of a boat.
ചുണ്ടെലി (നാ)- ചെറിയ എലി. mouse.
ചുണ്ണാമ്പ്(നാ)- കക്കയോ കല്ലോ നീറ്റിക്കുഴച്ച സാധനം, മൈഥുനം. slaked lime, coitus.
ചുമക്കുക (അ.ക്രി)- ചെമപ്പുനിറമാവുക. to turn red.
ചുമട് (നാ) - ഭാരം, കാല്പാട്, ചുവട്. load, foot-step.
ചുമതല (നാ)- കർത്തവ്യം, ഉത്തരവാദിത്വം. duty, responsibility.
ചുമന്നുള്ളി (നാ)- ചെമന്നുള്ളി. onion.
ചുമയ്ക്കുക (അ.ക്രി)- കുരയ്ക്കുക. to cough.
ചുമര് (നാ)- ചുവര്. wall.
ചുമല (വി)- ചുവന്ന. red.
ചുമല് (നാ)- തോൾ. shoulder.
ചുംബകം(നാ) - ത്രാസിന്റെ മധ്യം, അയസ്കാന്തം. central part of a balance, magnet.
ചുംബനം (നാ)- മുത്തം. kiss.
ചുംബി (വി)- മെല്ലെ സ്പർശിക്കുന്ന, ചുംബിക്കുന്ന. touching softly, kissing.
ചുംബിക്കുക (സ.ക്രി)- മൃദുവായി സ്പർശിക്കുക, ഉമ്മവയ്ക്കുക. to touch softly, to kiss.
ചുരക്കുക (അ.ക്രി)- നിറയുക, ഊറുക, മുലയിൽ പാൽ വന്നു തിങ്ങുക. to fill, to ooze, to swell with milk.
ചുരങ്കം (നാ)- തുരങ്കം. tunnel.
ചുരങ്ങ (നാ)- വീണയുടെ കുടം, ചുരവള്ളിയുടെ കായ്. shell of the bottle-gourd used in a veena.
ചുരം (നാ)- ഇടുക്കുവഴി, മലയിടുക്ക്, ഉയർന്ന നില, കീഴ്ക്കാംതൂക്കായ കയറ്റം. narrow pass, narrow mountain pass, high place, precipitous ascent.
ചുരി (വി)- ചുരുണ്ടിരിക്കുന്ന. spiral.
ചുരിമുഖം (നാ)- ശംഖ്, ഒച്ച്, തത്ത. conch, snail, parrot.
ചുരുക്ക് (നാ)- കുരുക്ക്, ചുളുക്ക്. noose, wrinkle.
ചുരുക്കെഴുത്ത് (നാ)- ചിഹ്നങ്ങൾകൊണ്ട് വാക്കുകൾ ചുരുക്കി എഴുതുന്ന വിദ്യ. shorthand.
ചുരുക്കൊപ്പ് (നാ) - ഒപ്പടയാളം. initials.
ചുരുട്ട (നാ)- ചേരട്ട, ഒരിനം ചെറിയ പാമ്പ്. millipede, a kind of small snake.
ചുരുട്ട് (നാ)- എഴുത്തുചുരുൾ, ഉരുൾച്ച, ഒരു പലഹാരം, ഉപായം, സൂത്രം, ചുരുട്ടിയ വസ്തു. roll of letters, rolling, churuttappam, trick, anything rolled up.
ചുലാവ് (നാ)- കാറ്റ്. wind.
ചുലുമ്പ (നാ)- പെണ്ണാട്. she-goat.
ചുലുമ്പം (നാ)- ആട്, ലാളനം. goat, fondling.
ചുല്ലകം (നാ)- കൈക്കുഴി. arm pit.

ചുല്ലകി (നാ)- കടൽപ്പന്നി, കുടം. porpoise, pot.
ചുല്ല് (നാ)- വെള്ളി, തുറപ്പ. silver, broom.
ചുവ (നാ)- രുചികേട്, രസം, ഉപദ്രവം, ചിത്തിര നക്ഷത്രം. distaste, taste flavour, trouble, 14th asterism.
ചുവടി (നാ)- പുസ്തകം, ഓലഗ്രന്ഥം. book, palm leaf manuscript.
ചുവപ്പ് (നാ)- ചെമപ്പ്, ചുവന്ന പട്ട്, ചുവന്ന കല്ല്. red colour, red silk, red jewel.
ചുവര് (നാ)- ചുമര്. wall.
ചുവല (വി)- ചുവന്ന. red.
ചുവല് (നാ)- മേട്, തോൾ, കുതിരരോമം. ridge, shoulder, hair of a horse.
ചുളിക്കുക (സ.ക്രി)- മടക്കുക, നീരസഭാവം കാട്ടുക, ചുരുക്കുക, ഞൊറി വീഴ്ത്തുക. to fold, to show displeasure, to cause to contract to cause to shrivel.
ചുളുകം (നാ)- ചെളി, ചെറിയ പാത്രം, ആഴമുള്ള ചെളിക്കെട്ട്. mud, small vessel, deep muddy pit.
ചുളുക്കുക (സ.ക്രി)- ഞൊറിവുണ്ടാക്കുക, ചുളിവുണ്ടാക്കുക. to cause to fold, to cause to wrinkle.
ചുഴന്ന (വി)- ചുറ്റിയ. revolved.
ചുഴലം (ക്രി.വി)- ചുറ്റും, വട്ടത്തിൽ, നാലുവശവും. surrounding, in a circle, all around.
ചുഴലി (നാ)- ചുറ്റൽ, നീർച്ചുഴി, ഒരു രോഗം, ചുറ്റിയടിക്കുന്ന കാറ്റ്. revolving, whirlpool, epilepsy, whirl-wind.
ചുഴലുക (അ.ക്രി)- ചുറ്റുക, തലകറങ്ങുക. to whirl, to feel vertigo.
ചുഴൽ (നാ)- ചുറ്റൽ, വട്ടത്തിൽ വീശുന്ന കാറ്റ്, ചതി, ചുഴി, കാറ്റാടി. revolving, whirl-wind, deceit, whirlpool, casuarina tree.
ചുഴൽക്കാറ്റ് (നാ)- ചുഴലിക്കാറ്റ്. whirlwind.
ചുഴൽച്ച (നാ)- കറക്കം, ചുറ്റൽ. rotation, revolving.
ചുഴറ്റുക (സ.ക്രി)- വട്ടംതിരിക്കുക, തല തിരിക്കുക, കറക്കുക. to cause to whirl, to make giddy, to cause to rotate.
ചുഴി (നാ)- ചെറിയ വൃത്തം, വളച്ചിൽ, ചുഴൽച്ച. small circle, wooden block with socket to receive pivot of the door panel, rotation.
ചുഴിക്കുക (സ.ക്രി)- കറക്കുക, ചുറ്റിക്കുക, ചുഴിയുണ്ടാക്കുക. to rotate, to cause to revolve, to make a whirl.
ചുഴിയൻ (നാ)- ചതിയൻ. cheat.
ചുഴിയം (നാ)- വൃത്തം, വട്ടം. circle, round.
ചുഴിവ് (നാ)- നീർച്ചുഴി, ഒളിവ്. eddy, hiding place.
ചുറുക്ക് (നാ)- വേഗം, ചുണ, ചൊടി. quickness, cleverness, smartness.
ചുറുക്കെ (ക്രി.വി)- ചൊടിയോടെ, വേഗത്തിൽ. smartly, quickly.
ചുറ്റം (ക്രി.വി)- നാലുപാടും. surrounding.
ചുറ്റം (നാ)- സ്നേഹം, സേവ, രഹസ്യവേഴ്ച. love, service, illicit relations.
ചുറ്റൽ (നാ)- വളവ്, ചുറ്റളവ്, ചുറ്റിസഞ്ചാരം, വസ്ത്രധാരണം, വിരോധം, തടവ്. curve, circumference, dressing, enmity, imprisonment.
ചുറ്റിക (നാ)- ഇരുമ്പുകൊട്ടുപിടി. hammer.
ചുറ്റിപ്പ് (നാ)- ചതി, ഉപദ്രവം. deceit, harm.
ചുറ്റിലും (ക്രി.വി)- നാലുപുറവും. all around.
ചുറ്റ് (വി)- വളവുള്ള, ഉരുണ്ട, ചുറ്റുമുള്ള. curved, globular, of the surrounding.
ചുറ്റുക (അ.ക്രി)- അലഞ്ഞു തിരിയുക, സഞ്ചരിക്കുക, കറങ്ങുക, വട്ടത്തിൽ തിരിയുക, കഷ്ടപ്പെടുക, ബുദ്ധിമുട്ടുക. to loiter, to travel, to rotate, to whirl, to suffer, to toil.
ചുറ്റുക (സ.ക്രി)- വസ്ത്രം ധരിക്കുക, ചുറ്റിക്കെട്ടുക, പൊതിയുക. to wear, to fasten by twisting, to pack.

ചുറ്റുകല്ല് (നാ)- തിരുകല്ല്. millstone.
ചുറ്റുപാടും (ക്രി.വി)- നാലുപുറവും. all around.
ചുറ്റുപാട് (നാ) - പരിതഃസ്ഥിതി, അയൽ പക്കം. circumstance, neighbourhood.
ചുറ്റും (ക്രി.വി)- നാലുപാടും. all around.
ചുറ്റുവട്ടം (നാ)- പരിധി. circumference.
ചുറ്റുവിളക്ക് (നാ)- നാലുവശത്തുമുള്ള വിളക്ക്. lights around.
ചൂടം (നാ)- കർപ്പൂരം. camphor.
ചൂടൽ (നാ)- തലയിലണിയൽ, മരത്തണൽ, കുടപിടിക്കൽ. act of wearing on the head, shade of trees, holding an umbrella.
ചൂടി (നാ)- കയറ്, പുടവ. coir, cloth.
ചൂടിക (നാ)- കിരീടം. crown.
ചൂട് (നാ)- ഉഷ്ണം, ഉന്മേഷം വേദന, വൈരാഗ്യം, കത്തൽ, ശുദ്ധി. heat, diligence, pain, detachment, burning, purity.
ചൂട്ട് (നാ)- ഉണങ്ങിയ ഓല, അണിയൽ, ചില നാല്ക്കാലിമൃഗങ്ങളുടെ നെറ്റിയിലുള്ള ചാർത്ത്, അഹംഭാവം. dry leaves of coconut tree, wearing, white spot on the forehead of cattle, egotism.
ചൂട്ടുകളം (നാ)- ചുടല. funeral pyre.
ചൂഡാ (നാ)- കിരീടം, അഗ്രഭാഗം, കിണറ്, കൈവള, ചൗളം, കുടുമ്മ, തലമുടി, മയിലിന്റെ ശിഖ, ഒരു ആഭരണം. crown. top, well, bracelet, ceremony of tonsure, a single lock left on the crown, of the head after tonsure, hair, crest of a peacock, ornament.
ചൂഡകം (നാ)- കിണറ്. well.
ചൂഡാകർമ്മം (നാ)- ചൗളം. ceremony of tonsure.
ചൂഡാപീഡം (നാ)-കിരീടം. crown.
ചൂഡാമണി (നാ) - ശ്രേഷ്ഠൻ. most excellent man.
ചൂഡാരം (നാ)- ശിരസ്സ്. head.
ചൂഡാല (വി)- ചൂഡ ധരിച്ച. having a tuft of hair on the crown of the head.
ചൂഡാല (നാ)- വെളുത്ത കുന്നി, ഒരിനം പുല്ല്. white abrus precatorius, a kind of grass.
ചൂഡാലൻ (നാ)- മയിൽ, പൂവൻകോഴി. peacock, cock.
ചൂഡാലം (നാ)- മയിൽ, തല. peacock, head.
ചൂണ്ടാണി (നാ)- ചൂണ്ടുവിരൽ. index finger.
ചൂതകം (നാ)- മാവ് (മരം), ചെറിയ കിണറ്. mango tree, small well.
ചൂതൻ (നാ)- ചൂതുകളിക്കാരൻ. dicer.
ചൂതൻ (നാ)- ജൂതൻ. jew.
ചൂതം (നാ)- മാങ്ങ, പവിഴമല്ലി, മാവിൻപൂവ്, മാവ്. mango, nightflowering jasmine, flower of the mango tree, mango tree.
ചൂതം (നാ)- ചൂത്. gambling.
ചൂതമ്പൻ (നാ)- കാമദേവൻ. cupid.
ചൂതാടി (നാ)- ചൂതുകളിക്കാരൻ. dicer.
ചൂതാട്ടം(നാ)- ചൂതുകളി. gambling.
ചൂരൽ (നാ)- പിരമ്പ്. reed.
ചൂരൽക്കട്ടിൽ (നാ)- പിരമ്പുകൊണ്ടുള്ള കട്ടിൽ. rattan cot.
ചൂരിക (നാ)- ചെറിയ കിണർ. small well.
ചൂരി (നാ)- ചുരിക. a kind of knife.
ചൂര് (നാ)- ദുർഗന്ധം, പിശാച്, ചെകുത്താൻ, രാക്ഷസൻ, ശത്രു, വസൂരി. bad smell, devil, satan, demon, enemy, small-pox.
ചൂർണ്ണകം (നാ)- ചുണ്ണാമ്പ്, വ്രീഹി, സുഗന്ധപ്പൊടി, ഒരു ഗദ്യരചനാരീതി. lime, a kind of paddy, fragrant powder, a style of prose.
ചൂർണ്ണനം (നാ)- പൊടിക്കൽ. pounding.
ചൂർണ്ണപാരദം (നാ)- ചായില്യം. vermillion.
ചൂർണ്ണപ്രസ്തരം (നാ) - ചുണ്ണാമ്പുകല്ല്. chalk.
ചൂർണ്ണം (നാ)- സുഗന്ധധൂളി, മരുന്നുപൊടി, ചുണ്ണാമ്പ്, മൂക്കുപ്പൊടി. fragrant powder, medicinal powder, lime, snuff.

ചൂർണ്ണിക (നാ)- ലഘുവാക്യം, വറുത്തുപൊടിച്ച ധാന്യം. simple sentence, fried and powdered grain.
ചൂർണ്ണിക്കുക (സ.ക്രി)- പൊടിക്കുക. to powder.
ചൂർണ്ണിത (വി)- ഉടച്ച, പൊടിച്ച. broken, pounded.
ചൂർത്തി (നാ)- ഗതി, പോക്ക്. going.
ചൂർന്ന് (ക്രി.വി)- തുരന്ന്. having scooped out.
ചൂല (നാ)- ഗർഭമുള്ള മൃഗം, വാൽനക്ഷത്രത്തിന്റെ മൂർധാവ്, മുകളിലത്തെ മുറി. pregnant animal, crest of a comet, upper room in a house.
ചൂലൻ (നാ)- അധമൻ, ദുഷ്ടൻ. mean fellow, rogue.
ചൂലം (നാ)- തലമുടി. hair.
ചൂലി (നാ)- ഗർഭിണി. pregnant lady.
ചൂലിക (നാ)- നിലാമുറ്റം, ആനയുടെ ചെവിക്കുറ്റി, ചൂഡാരത്നം, താഴികക്കുടം, കോഴിയുടെ പൂവ്. terrace of building, root of an elephant's ear, ornament worn on the head, cupola, cock's comb.
ചൂല് (നാ)- വിളവ്, ഗർഭം, തുറപ്പ, ചീത്ത ആൾ. produce, pregnancy, broom, bad man.
ചൂഷകൻ (നാ)- ചൂഷണം ചെയ്യുന്നവൻ. exploiter.
ചൂഷപത്രം (നാ)- ഒപ്പുകടലാസ്. blotting paper.
ചൂഷിത (വി)- ചൂഷണം ചെയ്യപ്പെട്ട. exploited.
ചൂള (നാ)- ഒരിനം അടുപ്പ്, ഒരു വൃക്ഷം, ചൂളം, വേശ്യ. furnace, casuarina tree, whistle, hariot.
ചൂളൻ (നാ)- വിടൻ. whore-monger.
ചൂളം (നാ)- ചൂളമടിക്കൽ. whistle.
ചൂളമരം (നാ)- കാറ്റാടി. casuarina tree.
ചൂളുക (അ.ക്രി)-സങ്കോചം ഭാവിക്കുക, ചുളുങ്ങുക. to contract, to shrink.
ചൂഴി (നാ)- മേൽഭാഗം, കുളം, കടൽ, ഉച്ചി. top, pond, ocean, crest.
ചെകിടൻ(നാ)- പൊട്ടൻ. deaf person.
ചെകിത്താൻ (നാ)- ചെകുത്താൻ. devil.
ചെകിറി (നാ)- വവ്വാൽ. a kind of small bat.
ചെകുതി (നാ)- തോല്വി, നാശം. failure, destruction.
ചെകുത്താൻ (നാ)- ദുർദൈവം. satan.
ചെക്കൻ (നാ)- ചെറുക്കൻ. boy.
ചെക്കൽ (നാ)- പുലർകാലം. dawn.
ചെക്ക് (നാ)- ചക്ക്. oil press.
ചെങ്കണ്ണ് (നാ)- ഒരു നേത്രരോഗം, ചെമന്ന കണ്ണ്. eye disease, red eye.
ചെക്ക് (നാ)- പണം കൊടുക്കാനുള്ള രേഖ. cheque.
ചെങ്കതിർ (നാ)- ചുവന്ന കതിർ. red rays.
ചെങ്കനൽ (നാ)- തീക്കട്ട. ember.
ചെങ്കമല (നാ)- ലക്ഷ്മീദേവി. Lakshmi.
ചെങ്കോൽ (നാ)- രാജശക്തി, രാജചിഹ്നം. royal power, sceptre.
ചെങ്ങഴിനീർ (നാ)- ഒരിനം ആമ്പൽ. a kind of water lilly.
ചെഞ്ചമ്മേ (ക്രി.വി)- നേരെ, നല്ലവണ്ണം, ഏറ്റവും, ഭംഗിയോടെ. directly, very well, most, beautifully.
ചെഞ്ചരം (നാ)- നല്ല ശരം, കാമശരം. good arrow, arrow of cupid.
ചെഞ്ചായം (നാ)- ചുവന്ന ചായം. red paint.
ചെഞ്ചീര (നാ)- ചുവന്ന ചീര. spinach.
ചെഞ്ചുടർ (നാ)- സൂര്യൻ, അഗ്നി. sun, fire.
ചെഞ്ചൊടി (നാ)- ചുവന്ന ചുണ്ട്. red lip.
ചെടി (നാ)- ചെറിയ വൃക്ഷം. plant.
ചെടി (നാ)- പാപം, അഴുക്ക്, വളം. sin, dirt, manure.
ചെടിച്ചട്ടി (നാ)- ചെറു സസ്യങ്ങൾ നട്ടുവളർത്താനുള്ള പാത്രം. flower pot.
ചെട്ടി (നാ)- കച്ചവടക്കാരൻ, നെയ്ത്തുകാരൻ. trader, weaver.
ചെട്ട് (നാ)- കച്ചവടം. trade.

ചെണ്ട (നാ)- ഒരു വാദ്യം, ചതി. a type of musical drum, deceit.
ചെണ്ടക്കാരൻ (നാ)- ചെണ്ടകൊട്ടുന്ന വൻ, ശണ്ഠ കൂടുന്നവൻ, ചതിയൻ, ഭോഷൻ. drummer, quarrelsome person, cheat, idiot.
ചെണ്ടത്തം (നാ)- ഭോഷത്തം, ചതി, അബദ്ധം. foolery, cheat, mistake.
ചെണ്ട് (നാ)- കുതിര. horse.
ചെതുക്ക് (വി)- ചീത്തയായ. bad.
ചെതുക്ക് (നാ)- അഴുക്ക്, പിശാച്, കേട്, പെൺകുരങ്ങ്. dirt, devil, damage, female monkey.
ചെതുമ്പ് (നാ)- മത്സ്യത്തിന്റെ പുറത്തു വട്ടത്തിൽ കാണുന്ന മിനുക്കമുള്ള വസ്തു. scales of fish.
ചെതുമ്പൂരം (നാ)- പഴുതാര. centipede.
ചെത്ത (വി)- ഉപയോഗമില്ലാത്ത, ജീർണ്ണിച്ച. useless, decayed.
ചെത്തം (നാ) - ശബ്ദം. sound.
ചെത്തി (നാ)- തെറ്റി. ixora.
ചെത്ത് (നാ)- ഛേദിക്കൽ, കള്ളെടുക്കാനായി കൂമ്പിന്റെ അറ്റം മുറിക്കൽ. cutting, to tap toddy.
ചെത്തുകാരൻ (നാ)- കള്ളെടുക്കുന്ന വൻ. toddy drawer.
ചെന (നാ)- പർവ്വതങ്ങളിലെ അല്പ സരസ്സ്, മലയുറവ്, ചോല. small pool in mountains, stream.
ചെൻ (വി)- നന്മയുള്ള, ചെമപ്പു നിറ മുള്ള. virtuous, red.
ചെന്തമിഴ് (നാ)- ശുദ്ധമായ തമിഴ്. standard Tamil.
ചെന്തഴൽ (നാ)- ചെന്തീ. live coal.
ചെന്താമര (നാ)- ചുവന്ന താമര. red lotus.
ചെന്താമരാക്ഷൻ (നാ)- ശ്രീകൃഷ്ണൻ. Krishna.
ചെന്തി (നാ)- ചൊവ്വ. Mars.
ചെന്നം (നാ)- ചെകിട്. upper part of the cheek.
ചെന്നായ് (നാ)- കാട്ടുനായ്. wolf.
ചെന്നിക്കുത്ത് (നാ)- ഒരിനം തലവേദന. migraine.
ചെന്നിണം (നാ)- ചുവന്ന ചോര. red blood.
ചെന്നീർ (നാ) - രക്തം, രക്തം കലർന്ന ചലം, പുതുമഴയ്ക്കുശേഷം വരുന്ന ചെമണ്ണു കലങ്ങിയ വെള്ളം. blood, bloody pus, impure water appearing after monsoon.
ചെപ്പടി (നാ)- വഞ്ചന, ഉപായം, ഇന്ദ്രജാലം. cheating, trickery, magic.
ചെപ്പം (നാ)- ഭണ്ഡാരം, വഴി, മനപ്പൊരുത്തം, നടുനില, നിക്ഷേപപാത്രം. treasury, road, mental harmony, neutrality, treasure- chest.
ചെപ്പി (നാ)- ചെവി, ചെകിട്. ear, cheek.
ചെപ്പ് (നാ) - ചിമിഴ്, ചെമ്പ്, നിക്ഷേപപാത്രം. small casket, copper, treasure chest.
ചെമപ്പ് (നാ)- ചുവന്ന നിറം, ശിശുക്കൾക്കുണ്ടാകുന്ന ഒരു രോഗം. red colour, erysipelas.
ചെമ്പ (വി)- ചെമ്പുനിറമായ. copper coloured.
ചെമ്പരത്തി (നാ)- ചുവന്ന പൂവുള്ള ഒരു ചെടി. china rose.
ചെമ്പറ (വി)- ചുവന്ന. red.
ചെമ്പാവ് (നാ) - ഒരിനം നെല്ല്. a kind of paddy.
ചെമ്പിക്കുക (അ.ക്രി)- ചെമ്പുനിറമാവുക, ചെമപ്പു നിറമാവുക. to become copper coloured, to become red.
ചെമ്പ് (നാ)- പഞ്ചലോഹങ്ങളിൽ ഒന്ന്, ഒരിനം വലിയ പാത്രം, വഞ്ചന, ചെമ്പു കൊണ്ടുണ്ടാക്കിയ പദാർത്ഥം. copper, large and flat copper vessel, deceit, anything made of copper.
ചെമ്പൊന്ന് (നാ)- ശുദ്ധമായ സ്വർണ്ണം. pure gold.
ചെമ്പോത്ത്(നാ)- ഉപ്പൻ പക്ഷി. snake-bird.
ചെമ്മണ്ണ് (നാ)- ചുവന്ന മണ്ണ്. red soil.
ചെമ്മരിയാട് (നാ)- കമ്പിളിയാട്. a kind of sheep.

ചെമ്മരുത് (നാ)- പൂമരുത്. Indian blood wood.
ചെമ്മാനം (നാ)- ചുവന്ന ആകാശം, അഭ്രം. red sky, talc.
ചെമ്മീൻ (നാ)- കൊഞ്ച്, അരുന്ധതി നക്ഷത്രം. prawn, the star Arundhati.
ചെമ്മ് (നാ)- ഭംഗി, അഴക്, സ്വത്ത്, ശ്രേയസ്സ്, നന്മ, ശ്രേഷ്ഠത, ചെമപ്പുനിറം, ഭാഗ്യം. beauty, wealth, prosperity, virtue, excellence, red colour, fortune.
ചെമ്മുക (അ.ക്രി)- ഭംഗിയാവുക, ഇണങ്ങുക. to be beautiful, to get tamed.
ചെമ്മേ (ക്രി.വി)- നല്ലതുപോലെ, വേണ്ടപോലെ, നേരെ, ഭംഗിയായി, പ്രത്യേകിച്ച്. well, properly, directly, neatly, specially.
ചെയ്യാർ (നാ) - ശത്രുക്കൾ. enemies.
ചെരം (നാ)- മല. mountain.
ചെരിപ്പുകുത്തി (നാ)- ചെരിപ്പുണ്ടാക്കുന്നവൻ. cobbler.
ചെരിയുക (അ.ക്രി)- ചരിയുക. to bend.
ചെരു (നാ) - യുദ്ധം. battle.
ചെരുകുക (സ.ക്രി)- തള്ളിക്കയറ്റുക, തിരുകുക. to insert and fix something in between other things, to insert.
ചെരുക്കം (നാ)- കിറുക്കം. giddiness.
ചെരുതുക (സ.ക്രി)- ഞെരുക്കിയിടുക, തള്ളിക്കയറ്റുക, ചൊരുകുക. to fix something among other things, to insert by pushing, to insert.
ചെൽ (നാ)- ഇടി, മേഘം, ആകാശം. thunderbolt, cloud, sky.
ചെല്ല് (നാ)- യാത്ര, നടപ്പ്. travel, walking.
ചെല്വം (നാ)- പ്രസിദ്ധി, നിക്ഷേപം, സമ്പത്ത്. fame, deposit, riches.
ചെവി (നാ)- കാത്. ear.
ചെവിക്കായം (നാ)- കർണ്ണമലം. earwax.
ചെവിക്കൊള്ളുക (നാ)- കേൾക്കുക, അനുസരിക്കുക. to hear, to obey.
ചെവിട് (നാ)- ചെവി, ചെകിട്, ചെവിയുടെ ഉൾഭാഗം, ചെവികേൾക്കായ്ക. ear, cheek, interior of an ear.
ചെവിയൻ (നാ)- മുയൽ. rabbit.
ചെവ്വ (നാ)- ചൊവ്വ, കുജൻ. Mars.
ചെവ്വള്ളി (നാ)- ഒരിനം കാച്ചിൽ. dioscorea purpurea.
ചെവ്വായ് (നാ)- കുജൻ, അധരം, ചൊവ്വാഴ്ച. Mars, lips, Tuesday.
ചെവ്വേ (ക്രി.വി)- നേരെ. in a straight manner.
ചെള്ളി (നാ)- ചെമ്മീൻ. prawn.
ചെഴിക്കുക (അ.ക്രി)- വലുതാവുക, വിളയുക, വർദ്ധിക്കുക, പൂർണ്ണമാവുക, ക്ഷീണിക്കുക, മറയുക. to become large, to ripen, to increase, to be complete, to be tired, to vanish.
ചെറി (നാ)- നിറവ്, ഞെരുക്കം, ഒരു ഫലവൃക്ഷം. fulness, congestion, cherry.
ചെറിയ (വി)- അല്പമായ, ചെറുതായ. little, small.
ചെറുകിട (വി)- ചെറിയ തരത്തിൽപ്പെട്ട, ഇളം പ്രായമുള്ള. of a small scale, young.
ചെറുകുക (അ.ക്രി)- തടസ്സപ്പെടുക, ചുളുങ്ങുക, ചുരുങ്ങുക, ചെറുതാകുക, കുറയുക. to be obstructed, to shrivel, to shrink, to become small, to diminish.
ചെറുക്കൻ (നാ)- ബാലൻ, ഭൃത്യൻ, ശിഷ്യൻ, വരൻ. boy, servant, disciple, bridegroom.
ചെറുക്കനെ (ക്രി.വി)- അല്പാല്മായി, തുണ്ടുതുണ്ടായി. bit by bit, in small pieces.
ചെറുക്കളം (നാ)- യുദ്ധക്കളം. battle field.
ചെറുത് (നാ)- ചെറിയത്, ഇളയത്. that which is small, that which is young.
ചെറുനാരകം (നാ)- ജോനകനാരകം. lemon tree.
ചെറുനാവ് (നാ)- ഉണ്ണാക്ക്, ഒരു രോഗം, കലപ്പയുടെ ഒരു ഭാഗം. uvula, disease, plough-share.
ചെറുനീർ (നാ)- മൂത്രം. urine.
ചെറുപയർ (നാ)- പച്ചനിറമുള്ള ഒരിനം പയർ. green gram.

ചെറുപ്പകാലം (നാ)- യൗവനം, ബാല്യം. youth, childhood.
ചെറുപ്പം (നാ)- യൗവനം, കുട്ടിക്കളി, ബാല്യം. youth, childish play, childhood.
ചെറുപ്പ് (നാ)- എതിർപ്പ്, തടഞ്ഞുനിറുത്തൽ. opposition, prevention.
ചെറുമുണ്ട് (നാ) - കൗപീനം, ചെറിയ വസ്ത്രം. small strip of cloth for the privities, a towel.
ചെറ്റ (നാ)- ഓല/ വള്ളി മെടഞ്ഞ് ഉണ്ടാക്കുന്ന തട്ടി, മറ, തീക്കൊള്ളി, ചെറിയ വീട്, വൈക്കോൽ, ഹീനൻ. screen of coconut fronds, screen, firebrand, small hut, straw, vile person.
ചെറ്റം (നാ)- എതിർപ്പ്, പക, വെറുപ്പ്. opposition, grudge, hatred.
ചെറ്റ് (ക്രി.വി)- ചുരുക്കി, കുറച്ച്, അല്പം. briefly, a bit, a little.
ചേ (നാ)- ഇടവം രാശി, എരുത്, ചെമപ്പ്. zodiacal sign Taurus, ox, redness.
ചേകം (നാ)- സേവനം, ശമ്പളം, അകമ്പടി, ഭടവൃത്തി. service, salary, escort, service as a soldier.
ചേകിതാനൻ (നാ)- ശിവൻ. Siva.
ചേകു (നാ) - കുറവ്, മറു, അടയാളം. deficiency, mole, sign.
ചേക്ക (നാ)- പക്ഷികൾ ഉറങ്ങുനിന്നിടം, വിശ്രമസ്ഥലം, പട്ടട. roost, resting place, funeral pyre.
ചേക്ക് (നാ)- ഒരുതരം ചൂതുകളി, ഒറ്റച്ചീട്ട്, വിശ്രമസ്ഥലം. a kind of gambling, a single card in a particular kind, a resting place.
ചേങ്ങില (നാ) - ഒരു ഓട്ടുവാദ്യം. gong.
ചേച്ചി (നാ) - ജ്യേഷ്ഠത്തി. elder sister.
ചേടകൻ (നാ)- ജാരൻ, ഭൃത്യൻ. paramour, servant.
ചേടകം (നാ) - ചെപ്പടി വിദ്യ. magic.
ചേടൻ (നാ)- ജാരൻ, യുവാവ്, സേവകൻ. paramour, young man, servant.
ചേട് (നാ)- ചെറുപ്പം, പെരുമ, ഉയരം, അഴക്. youth, greatness, height, beauty.
ചേട്ടം (നാ)- ആകാശം, ഭംഗി, പെരുമ, ബലം. sky, beauty, greatness, strength.
ചേണി (നാ)- കോണി, ഏണി, വിദ്യാധരലോകം. staircase, ladder, world of vidyadharas, the mythical demigods.
ചേണ് (നാ)- സ്ഥിരത, അരിപ്പ്, ഭംഗി, ബലം, ശക്തി, അകലം. firmness, a kind of sieve, beauty, strength, energy, distance.
ചേണുറ്റ (വി)- ഭംഗിയുള്ള, ഉന്നതമായ, ശ്രേഷ്ഠമായ, ബലമുള്ള. beautiful, high, noble, strong.
ചേതക (വി)- ചൈതന്യമുള്ള, ചിന്തിപ്പിക്കുന്ന, വിശേഷജ്ഞാനമുണ്ടാക്കുന്ന. sentient, thought provoking, rousing spiritual knowledge.
ചേതന (വി)- ബോധമുള്ള, ജീവനുള്ള. conscious, animate.
ചേതനാ (നാ)- ജീവൻ, ചിന്ത, ജ്ഞാനം, ബുദ്ധി. life-breath, thought, knowledge, intelligence.
ചേതനം (നാ)- ആത്മാവ്, പ്രാണി, ജ്ഞാനം, മനസ്സ്. soul, living being, knowledge, mind.
ചേതം (നാ)- നാശം, ഹാനി, നഷ്ടം, ആപത്ത്. ruination, damage, loss, mishap.
ചേതസ്സ് (നാ)- മനസ്സ്, ഹൃദയം. mind, heart.
ചേതി (നാ)- അടിത്തറ. foundation.
ചേതിക (നാ)- പിച്ചകം. a kind of jasmine.
ചേതോഗതി (നാ)- വിചാരം, മനോഗതി. thought.
ചേത് (ക്രി.വി)- എങ്കിൽ. if.
ചേന (നാ)- വൃത്താകൃതിയുള്ള ഒരിനം കിഴങ്ങ്. elephant yam.
ചേന്ത് (നാ)- പിളർപ്പ്, അംശം, ചെമപ്പ്, അശോകം, അഗ്നി. slice, part, redness, Asoka tree, fire.
ചേപ്പ് (നാ)- ചെമപ്പ്. redness.
ചേര (നാ) - വിഷമില്ലാത്ത ഒരിനം പാമ്പ്. rat snake.

ചേരി (നാ)- പട്ടണം, അയൽപക്കം, തെരുവ്. city, neighbourhood, street.
ചേരിക്കാർ (നാ)- ബന്ധുജനങ്ങൾ. kinsmen.
ചേരിതിരിയുക (നാ)- ഭിന്നസംഘങ്ങളായി തിരിയുക. to form groups.
ചേര് (നാ)- ഒരു വൃക്ഷം, ഒരു അളവ്. marking nut tree, a measure.
ചേരുമാനം (നാ)- ശേഖരം, മിശ്രണം, കലർപ്പ്, സംബന്ധം. collection, mixing, relation.
ചേരുവ (നാ)- ചേർച്ച, കലർപ്പ്. mixture, compound.
ചേർ (നാ)- അഴുക്ക്, ചേറ്. dirt, mud.
ചേർച്ച (നാ)- പൊരുത്തം, യോജിപ്പ്, സ്നേഹം, അടുപ്പം, യോഗ്യത, സംബന്ധം, ഇണക്കം. concordness, unity, love, proximity, fitness, relationship, harmony.
ചേർച്ചക്കേട് (നാ)- യോജിപ്പില്ലായ്മ, പൊരുത്തമില്ലായ്മ. disunion, disagreement.
ചേർന്ന (വി)- കൂട്ടിയ, യോജിച്ച. combined, joined.
ചേർപ്പടം (നാ)- മുഷിഞ്ഞ വസ്ത്രം. dirty cloth.
ചേല (നാ)- സ്ത്രീകളുടെ കട്ടിയുള്ള വസ്ത്രം, സാരി, പുടവ, ഒരിനം ആൽമരം, ആലിന്റെ തൊലി. women's garment, saree, cloth, fig tree, bark of the fig tree.
ചേല (വി)- നിന്ദ്യമായ. contemptible.
ചേലം (നാ)- വസ്ത്രം. cloth.
ചേലവൻ (നാ)- വിഷ്ണു. Vishnu.
ചേലോലം (നാ)- വെള്ളരിക്ക. cucumber fruit.
ചേലാവ് (നാ)-ചേലാകർമ്മം. circumcision.
ചേവകൻ (നാ)- ശിപായി, ഭടൻ, ഭൃത്യൻ. peon, soldier, servant.
ചേവല (നാ)- കൈക്കുഞ്ഞ്. suckling.
ചേവൽ (നാ)- പൂവൻ കോഴി, ആൺപക്ഷി. cock, male bird.
ചേഷ്ട (നാ)- പ്രവൃത്തി, ഗോഷ്ടി, നടത്ത, പരിശ്രമം, വ്യാപാരം. deed, ridiculous gesture, movement, effort, gesture.
ചേഷ്ടിതം (നാ)- നടത്ത, പ്രവൃത്തി, വ്യാപാരം. movement, action, behavior.
ചേള (നാ)- ചെകിള. gills of a fish.
ചേളൻ (നാ) - ഭൃത്യൻ. servant.
ചേറ് (നാ)- ചെളി, കുഴഞ്ഞു കലങ്ങിയ മണ്ണ്. mud.
ചേറുക (സ.ക്രി)- ചിതറുക, അരിക്കുക. to scatter, to sieve.
ചൈതന്യൻ (നാ) - ഒരു വൈഷ്ണവാചാര്യൻ. name of a reformer of Vaishnava cult.
ചൈതന്യം (നാ)- ജീവശക്തി, ഉണർച്ച, ബോധം, വീര്യം, പരമാത്മാവ്, ഊർജ്ജം. spirit, consciousness, vigour, supreme soul, energy.
ചൈത്തം (നാ)- ഓർമ്മ. memory.
ചൈത്യകം (നാ)- അരയാൽ. tree ficus religiosa.
ചൈത്യം (നാ)- യജ്ഞസ്ഥലം, ബലിപീഠം, ക്ഷേത്രം. sacrificial shed, sacrificial altar, temple.
ചൈത്യമുഖം (നാ)- കമണ്ഡലു. ascetic's water pot.
ചൈത്രകം (നാ)- ചിത്തിരമാസം. the month of Chaitra.
ചൈത്രരഥം (നാ)- കുബേരന്റെ ഉദ്യാനം. name of the garden of Kubera (myth).
ചൈത്രസഖൻ (നാ)- കാമദേവൻ. Cupid.
ചൈത്രാവലി (നാ)- ചൈത്രമാസത്തിലെ വെളുത്ത വാവ്. full- moon day in the month of Chaitra.
ചൈത്രി (നാ)- ചൈത്രപൗർണ്ണമി, ചിത്തിരമാസം. full moon day in the month of Chaitra Pournami.
ചൈത്രികം (നാ)- ചിത്തിരമാസം. month of Chaitra.
ചൊക്കൻ (നാ)- കുരങ്ങ്, കൈയാൾ, മൂഢൻ, നായ്, കാവൽ നായ്, സുന്ദരൻ, ശിവൻ. monkey, helper, idiot, dog, watch dog, handsome man, Siva.

ചൊക്കം (നാ)- സൗന്ദര്യം, ശുദ്ധി, ചിറപ്പ്, ഐശ്വര്യം. beauty, purity, a festival in a temple, prosperity.

ചൊക്ക് (നാ)- മയക്കം, ചോർച്ച, കുരങ്ങൻ, ഭംഗി, സ്വർണ്ണം. drowsiness, leakage, monkey, beauty, gold.

ചൊങ്ക് (നാ)- കുറ്റം, മെലിവ്, ഭംഗി. offence, leanness, beauty.

ചൊടി (നാ)- കടുപ്പം, ഉന്മേഷം, കോപം, ചൂട്, ചുണ്ട്. hardness, briskness, anger, heat, lip.

ചൊടിപ്പ് (നാ)- ചുറുക്ക്, കോപം, ചൂട്. briskness, anger, heat.

ചൊട്ട (വി)- ചെറിയ. small.

ചൊട്ട (നാ)- ദ്വാരം, മുഴ, കഷണ്ടി. hole, swelling, baldness.

ചൊട്ടിക്കുക (സ.ക്രി)- തോല്പിക്കുക, ക്ഷീണിപ്പിക്കുക, അടിക്കുക, നഷ്ടപ്പെടുത്തുക, വഞ്ചിക്കുക. to defeat, to make tired, to beat, to cause to lose, tocheat.

ചൊട്ടുക (അ.ക്രി)- കുറയുക, ഭംഗംവരുക. to diminish, to be broken.

ചൊത്ത (വി)- കെട്ട, ചീത്തയായ, പുഴു അരിച്ച. rotten, bad, worm-eaten.

ചൊത്ത (നാ)- അംഗവൈകല്യം, കുറവ്, ചേറ്, അഴുക്ക്. deformity of the limbs, deficiency, mud, dirt.

ചൊരുക്ക് (നാ)- ലഹരി, ചെടിപ്പ്. toxic effect in the brain, satiety.

ചൊരുക്കുക (അ.ക്രി)-തലചുറ്റുക, ലഹരിപിടിക്കുക. to be dizzy, to be tipsy.

ചൊല്പടി (ക്രി.വി)- വരുതിയനുസരിച്ച്. as per orders.

ചൊല്പടി (നാ)- ഉച്ചാരണം, വാക്ക്. pronunciation, word.

ചൊല്ലപ്പെട്ട (വി)- സ്തുതിച്ച, പറയപ്പെട്ട, കേൾവിപ്പെട്ട. praised, told, famous.

ചൊല്ലുക (സ.ക്രി)- ഉരുക്കഴിക്കുക, പാടുക, വാഗ്ദാനം ചെയ്യുക, അനുസരിക്കുക, ഉപദേശിക്കുക, പറയുക, ആജ്ഞാപിക്കുക. to repeat, to sing, to promise, to obey, to advice, to tell, to command.

ചൊവ്വാ (നാ)- ഒരു ഗ്രഹം - കുജൻ, ചെമപ്പു നിറം, ചൊവ്വ്, ഗ്രഹദോഷം, ചെമപ്പുനിറം. Mars, redness, straightness, mal effect of planet, red colour.

ചൊവ്വോടെ (ക്രി.വി)- വളയാതെ, ചെരിയാതെ, ശരിയായി, നേരെ. without bending, without slope, correctly, straightly.

ചൊറി (വി)- അല്പമായ, ചൊറിയുന്ന. small, itching.

ചൊറി (നാ)- കോപം, ഏടാകൂടം, ചെറിയകുരു, കുറ്റം. anger, precarious situation, itch, offence.

ചൊറിയുക (അ.ക്രി)- മാന്തുക, കടിയുണ്ടാകുക. to scratch by nails, to experience an itching sensation.

ചോക്ക്(നാ) - ശീമച്ചുണ്ണാമ്പ്. chalk.

ചോക്ഷ (വി)- പരിശുദ്ധമായ, ബുദ്ധിയുള്ള, സാമർത്ഥ്യമുള്ള, ഹൃദ്യമായ, എരിയുള്ള. pure, intelligent, clever, hearty, pungent.

ചോങ്ക് (നാ)- ഒരിനം കപ്പൽ. a kind of ship.

ചോചകം (നാ)- മരവുരി. bark.

ചോച്ചി (നാ)- ചോറ്. cooked rice.

ചോടയം (നാ)- ഭംഗി. beauty.

ചോട് (നാ)- ജോടി, ചുവട്. couple, footprint.

ചോട്ട (നാ)- ആഗ്രഹം, ഇഷ്ടം, ചെറിയ വാൾ. desire, wish, small sword.

ചോട്ടാ (വി)- ചെറിയ. small.

ചോണൻ(നാ)- ഒരു തരം ചുവന്ന ഉറുമ്പ്. a kind of red ant.

ചോതനി (നാ) - ചൂല്. broom.

ചോതി (നാ)- പതിനഞ്ചാമത്തെ നക്ഷത്രം, പ്രകാശം. the 15th asterism arcturus, light.

ചോദക (വി)- പ്രേരിപ്പിക്കുന്ന, ഓടിക്കുന്ന. inspiring, causing to run.

ചോദകം (നാ)- നിർദ്ദേശം, ക്ഷണം. direction, invitation.

ചോദന (നാ)- ആജ്ഞ, ഉപദേശം, പ്രേരണ, സൂചന. command, advice, inspiration, hint.

ചോദനം (നാ)- നിർദ്ദേശം, പ്രേരിപ്പിക്കൽ, പ്രചോദനം, ആജ്ഞ, ക്ഷണം, ചമ്മട്ടി. direction, inducement, command, invitation, whip.
ചോദ്യചിഹ്നം (നാ)- ചോദ്യത്തെ കുറിക്കുന്ന അടയാളം. interrogation mark.
ചോദ്യം (നാ)- പ്രശ്നം, ശിക്ഷ, ദൈവശിക്ഷ, വിചാരം, ചോദ്യക്കടലാസ്. question, punishment, divine punishment, thought, question paper.
ചോദ്യോത്തരം (നാ)- ചോദ്യവും ഉത്തരവും. question and answer.
ചോപ്പ് (നാ) - ചുവപ്പ്, ഒരു ശിശുരോഗം. red colour, an infantile disease.
ചോമ്പ് (നാ)- മയക്കം, മടി, മങ്ങൽ, പെരുഞ്ജീരകം. sluggishness, laziness, dimness, sweet fennel.
ചോര (നാ)- രക്തം, ഒരിനം പുല്ല്, ചെമപ്പുനിറം. blood, a kind of grass, red colour.
ചോരകൻ (നാ) - കള്ളൻ. thief.
ചോരണം (നാ)- മോഷണം. theft.
ചോരൻ (നാ) - കള്ളൻ. thief.
ചോരി (നാ)- രക്തം, മഴ. blood, rain.
ചോരിക (നാ)- മോഷണം. theft.
ചോരിവാ (നാ)-ചെഞ്ചുണ്ട്. red lips.
ചോർച്ച (നാ)- ചോരൽ. leakage.
ചോല (നാ)- തണൽ, നിഴൽ, മലയിൽ നിന്നുവരുന്ന ഉറവ. shade, shadow, mountain spring.
ചോലകം (നാ)- റവുക്ക. breast plate.
ചോളം (നാ)- ഒരു ധാന്യം, സ്ത്രീകൾ ധരിക്കുന്ന ഒരു കുപ്പായം. maize.
ചോറ് (നാ)- അരി വേവിച്ചത്. cooked rice.
ചൗക്ക (നാ)- തീരുവസ്ഥലം, കാവൽസ്ഥലം. customs house, guard house.
ചൗക്ക് (നാ)- ചമ്മട്ടി. whip.
ചൗക്ഷ (വി)- ഭംഗിയുള്ള, വൃത്തിയുള്ള. beautiful, clean.
ചൗണ്ഡം (നാ)- കിണറ്. well.
ചൗത്ത് (നാ)- ഒരു നികുതി. a kind of tax.
ചൗരൻ (നാ)- കള്ളൻ. thief.
ചൗരി (നാ)- മോഷണം, മോഷണക്കാരിയായ സ്ത്രീ. robbery, lady thief.
ചൗരികം (നാ)- മോഷണം. robbery.
ചൗരികൻ (നാ)- കള്ളൻ. thief.
ചൗര്യകം (നാ)- രഹസ്യം, മോഷണം. secret, robbery.
ചൗര്യവൃത്തി (നാ)- മോഷണം. robbery.
ച്യവനം (നാ)- നഷ്ടം, ചലനം, ഇറ്റുവീഴൽ. loss, movement, dropping.
ച്യവനൻ (നാ)- ഒരു മഹർഷി. a great sage.
ച്യുത (വി)- നഷ്ടപ്പെട്ട, വീണുപോയ, പൊയ്പ്പോയ. lost, fallen.
ച്യുതം (വി)- നഷ്ടപ്പെട്ടത്, വീണുപോയ. anything fallen or destroyed.
ച്യുതി(നാ)- നഷ്ടം, വീഴ്ച, നാശം. loss,downfall, destruction.
ച്യുപം (നാ)- വായ്, മുഖം. mouth, face.
ച്യൂതം (നാ)- മാവ്. mango tree.

ഛ

ഛ - അക്ഷരമാലയിലെ ഏഴാമത്തെ വ്യഞ്ജനം. seventh consonant of the alphabet.
ഛം (നാ)- വീട്, ഭാഗം. house, part.
ഛകാരം (നാ)- ഛ എന്ന അക്ഷരം. letter 'ഛ'.
ഛഗം (നാ)- ആണാട്. male goat.
ഛഗണം (നാ)- ചാണകം. cowdung.
ഛഗലം (നാ)- നീലവസ്ത്രം, ആട്. blue cloth, goat.
ഛഗലകം (നാ)- ആട്. goat.
ഛഗലൻ (നാ)- അത്രിമുനി. sage Athri.
ഛഗലി (നാ)- പെണ്ണാട്. female goat.
ഛഗി (നാ)- പെണ്ണാട്. female goat.
ഛച്ഛിക (നാ)- ഏറെ വെള്ളം ചേർത്ത മോര്. curdled milk to which water has been added.
ഛട (നാ)- മിന്നൽ, പ്രകാശം, കൂട്ടം. lightning, light, multitude.
ഛടാഭ (നാ)- മിന്നൽ. lightning.

ഛടാഫലം (നാ)- കമുക്. areca palm.
ഛത്ര (നാ)- കൂൺ, കുട. mushroom, umbrella.
ഛത്രപതി (നാ)- ചക്രവർത്തി, രാജാവ്. emperor, king.
ഛത്രപർണ്ണം (നാ)- ഏഴിലംപാല. a kind of tree, palstonia scholaris.
ഛത്രഭംഗം (നാ)- ആശ്രയം, അരാജകത്വം, രാജ്യഭ്രംശം, വൈധവ്യം. dependence, anarchy, loss of an empire, widowhood.
ഛത്രി (നാ)-ക്ഷുരകൻ, കുടയുള്ളവൻ. barber, one who has an umbrella.
ഛത്രിക (നാ)- ശതകുപ്പ, കുമിൾ, ചെറിയ കുട. dill, mushroom, small umbrella.
ഛദം (നാ)- തൊലി, ഇല, ചിറക്, തൂവൽ, ആവരണം, ഇതൾ, ചുണ്ട്. skin, leaf. wing, feather, cover, petal, lip.
ഛദകം (നാ)- ഇല, ഇതൾ. leaf, petal.
ഛദനം (നാ)- ആവരണം, ചിറക്, ഇല. cover, wing, leaf.
ഛദി (നാ)- പുര മേയാനുള്ള വയ്ക്കോൽ, ഓട്, ഓല മുതലായവ, വീടിന്റെ മുകളിലത്തെ നില. roofing material like hay, tile, etc., upper storey of a house.
ഛദിഘാസം (നാ)- പുരമേയാനുള്ള പുല്ല്. grass used for thatching the house.
ഛദിദ്വാരം (നാ)- രഹസ്യവാതിൽ. secret door.
ഛദ്മം (നാ)- കപടവേഷം, ചതി. deceit, disguise.
ഛദ്മത (നാ)- കള്ളത്തരം. falsehood.
ഛദ്മതാപസൻ (നാ)- കപടസന്യാസി. false ascetic.
ഛദ്മി (നാ)- കപടവേഷക്കാരൻ, ചതിയൻ. disguised man, cheat.
ഛന്ദ (നാ.വി)- ആകർഷകമായ, രഹസ്യമായ. charming, secretive.
ഛന്ദം (നാ)- ആകൃതി, ആഗ്രഹം, ലക്ഷ്യം, ആനന്ദം, അഭിപ്രായം, അർത്ഥം. shape, desire, aim, joy, opinion, meaning.
ഛന്ദകൻ (നാ)- ശ്രീകൃഷ്ണൻ, രക്ഷകൻ. Sri Krishna, protector.
ഛന്ദനം (നാ)- ഇല, മറയ്ക്കൽ, ഉറ, ചിറക്. leaf, covering, sheath, wing.
ഛന്ദശാസ്ത്രം (നാ)- വൃത്തശാസ്ത്രം. prosody.
ഛന്ദസ്പതി (നാ)- സൂര്യൻ. sun.
ഛന്ദസ്സ് (നാ)- വൃത്തശാസ്ത്രം, സമൂഹം, ചതി, ഇച്ഛ, ആറുശാസ്ത്രങ്ങളിൽ ഒന്ന്. prosody, community, deceit, desire, one of the six sastras.
ഛന്ദിത (വി)- സന്തോഷിക്കപ്പെട്ട. pleased.
ഛന്ദോഗൻ (നാ)- പരമാത്മാവ്. supreme soul.
ഛന്ദോബദ്ധ (വി)- വൃത്തനിബദ്ധമായ. composed according to the rules of prosody.
ഛന്ദോമയൻ (നാ)- വേദസ്വരൂപൻ. god, according to Indian scriptures.
ഛന്ദോവിചിതി (നാ)- വൃത്തശാസ്ത്രം. prosody.
ഛന്ദോവേദി (നാ)- വേദം അറിയുന്നവൻ. one who knows the Veda.
ഛന്ന (വി)- മറയ്ക്കപ്പെട്ട, വിജനമായ. concealed, desolated.
ഛന്നം (നാ)- രഹസ്യം, ഒളിക്കൽ, വിജനപ്രദേശം. secret, hiding, desolate place.
ഛന്നത (നാ)- നിർജ്ജനത. desolate.
ഛന്നൻ (നാ)- വേഷം മാറിയവൻ. disguised person.
ഛന്നപഥം (നാ)- രഹസ്യവഴി. secret way.
ഛന്നപാപ (വി)- സ്വന്തം പാപത്തെ മറച്ചുവയ്ക്കുന്ന. hiding one's own sin.
ഛന്നാവാസം (നാ)- അജ്ഞാതവാസം. living in some unknown place.
ഛമണ്ഡൻ (നാ)-ഏകാകി. solitary person.
ഛർദ്ദം (നാ)- ഛർദ്ദി. vomiting.

ഛലം (നാ)- വഞ്ചന, കാപട്യം. deceit, falsehood.
ഛലമതി (നാ)- കപടസ്വഭാവം ഉള്ളവൻ. cheat.
ഛലി (നാ)- ചതിയൻ, വഞ്ചകൻ. cheat, deceit.
ഛലിതം (നാ)- ഒരിനം നൃത്തം, ചതി പ്രയോഗം. a kind of dance, cheating.
ഛല്ലി (നാ)- സന്തതി, തൊണ്ട്, മരത്തോൽ, തോൽ. offspring, husk, bark of a tree, skin.
ഛവി (നാ)- പ്രകാശം, ത്വക്ക്, സൗന്ദര്യം, നിറം. light, skin, beauty, colour.
ഛാ (നാ)- രസം, മൂടി, കുട്ടി. mercury, cover, child.
ഛാഗം (നാ)- ആട്ടിൻപാൽ, കോലാട്. goat milk, a kind of goat.
ഛാഗഭോജി (നാ)- ആട്ടിറച്ചി തിന്നുന്നവൻ, ചെന്നായ്. one who eats goat meat, wolf.
ഛാഗമുഖൻ (നാ)- ദക്ഷപ്രജാപതി, ആടിന്റെ മുഖം ഉള്ളവൻ. Dakshaprajapati, person having the face of a goat.
ഛാഗരഥൻ (നാ)- അഗ്നിദേവൻ. god of fire
ഛാഗലം (നാ)- ആട്. goat.
ഛാഗലാന്തം (നാ) - ചെന്നായ്. wolf.
ഛാഗേയം (നാ)- വലിയ മുള്ളങ്കി. a kind of big radish.
ഛാഗോപഹാരം (നാ)- ആടുകളെ ബലി കൊടുക്കൽ. sacrifice of the goats.
ഛാത (വി)- മെലിഞ്ഞ, ഛേദിക്കപ്പെട്ട. lean, cut.
ഛാതൻ (നാ)- മെലിഞ്ഞവൻ. lean person.
ഛാത്രം (നാ)- ഒരു തരം തേൻ. a kind of honey.
ഛാത്രൻ (നാ)- ശിഷ്യൻ, വിദ്യാർത്ഥി. disciple, student.
ഛാത്രിക (നാ)- വിദ്യാർത്ഥിനി. female student.
ഛാദം (നാ)- മേല്ക്കൂര, വസ്ത്രം. roof, cloth.
ഛാദകൻ (നാ)- അംഗരക്ഷകൻ. bodyguard.
ഛാദനം (നാ)- ചിറക്, വസ്ത്രം, മറയ്ക്കൽ, ഇല. wing, cloth, covering, leaf.
ഛാദിനി (നാ)- തൊലി. skin.
ഛാദ്മികൻ (നാ)- വഞ്ചകൻ, ചതിയൻ. deceit, cheat.
ഛാദ്യ (വി) - മറയ്ക്കേണ്ടതായ, ചെയ്യേണ്ടതായ. which should be concealed, which should be done.
ഛാന്ദസ (വി)- ഛന്ദസിനെ സംബന്ധിച്ചത്. pertaining to prosody.
ഛാന്ദസൻ (നാ)- വേദം പഠിച്ചവൻ, വൃത്തശാസ്ത്രം അറിയുന്നവൻ. scholar in the Vedas, scholar in prosody.
ഛാന്ദസി (നാ)- ഒരു സംസ്കൃത വൃത്തം. a Sanskrit metre.
ഛായ (നാ)- പ്രതിബിംബം, സാദൃശ്യം, കാന്തി, കൈക്കൂലി, നിറം, അനുകരണം, നിഴൽ. reflection, similarity, splendour, bribe, colour, imitation, shadow.
ഛായാകൃത (വി)- മറയ്ക്കപ്പെട്ട. covered.
ഛായാഗ്രഹം (നാ)- കണ്ണാടി. mirror.
ഛായാഗ്രഹണം (നാ)- ക്യാമറ ഉപയോഗിച്ച് പടം പിടിക്കൽ. photography.
ഛായാഗ്രഹിണി (നാ)- സിംഹിക എന്നു പേരുള്ള ഒരു രാക്ഷസി. demoness whose name is Simhika.
ഛായാഗ്രാഹി (നാ)- പടം എടുക്കുന്നവൻ. photographer.
ഛായാങ്കൻ (നാ)- ചന്ദ്രൻ. moon.
ഛായാതനയൻ (നാ)- ശനി. saturn.
ഛായാതോഡി - ഒരു രാഗം. a tune.
ഛായാനാഥൻ (നാ)- സൂര്യൻ. sun.
ഛായാപടം(നാ)- ഛായാചിത്രം. photograph.
ഛായാപഥം (നാ)- ആകാശഗംഗ. milky way.
ഛായാപുത്രൻ (നാ)- ശനി. saturn.
ഛായാഭൃത്ത് (നാ)- ചന്ദ്രൻ. moon.
ഛായായന്ത്രം (നാ)- സൂര്യഘടി. sundial.

ഛായാവൃക്ഷം (നാ)- തണൽമരം. shade of avenue tree.

ഛായാശ്ലോകം (നാ)- അനുകരണ ശ്ലോകം. verse in imitation of similar lines in famous poems.

ഛാലം (നാ)- മരവുരി, മരത്തോൽ. cloth made of bark, bark.

ഛിക്ക (നാ)- തുമ്മൽ. sneezing.

ഛിക്കാരം (നാ)- ഒരിനം മാൻ. a kind of deer.

ഛിത്ത (വി)- ഛേദിക്കപ്പെട്ട. cut.

ഛിത്തി (നാ)- ഛേദനം. cutting.

ഛിത്വര (വി)- മൂർച്ചയുള്ള, വഞ്ചിക്കുന്ന, എതിർക്കുന്ന. sharp, deceitful, hostile.

ഛിദ (നാ)- നാശം, ഛേദനം. destruction, cutting.

ഛിദകം (നാ)- വജ്രക്കല്ല്, ഇന്ദ്രന്റെ വജ്രായുധം. diamond, Indra's weapon.

ഛിദി (നാ)- ഇന്ദ്രന്റെ വജ്രായുധം. Indra's weapon.

ഛിദിരം (നാ)- കോടാലി, തീ, കയർ, വാൾ. axe, fire, rope, sword.

ഛിദ്രം (നാ)- ദ്വാരം, ദോഷം, കലഹം. hole, defect, quarrel.

ഛിദ്രിക്കുക (അ.ക്രി)- ഗർഭം അലസുക, കലഹിക്കുക. abort, quarrel.

ഛിദ്രിത (വി)- തുളയ്ക്കപ്പെട്ട, കലഹിച്ച. pierced, quarrelled.

ഛിന്ന (വി)- ചിതറിയ, വിഭജിച്ച. scattered, divided.

ഛിന്നഭിന്നം (നാ)- ചിന്നിച്ചിതറിയത്. scattered in small pieces.

ഛിന്നിക്കുക (അ.ക്രി)- ഭിന്നിക്കുക, വേർപ്പെടുത്തുക. be scattered, be separated.

ഛുപം (നാ)- യുദ്ധം, കുറ്റിക്കാട്, വായു. war, thicket, air.

ഛുര (നാ)- ചുണ്ണാമ്പ്, മാതളനാരകം, ചൂർണ്ണം. lime, pomegranate, powder.

ഛുരണം (നാ)- പൂശൽ. coating.

ഛുരി (നാ)- കത്തി. knife.

ഛുരിക (നാ)- ചെഞ്ചീര, ചുരിക. red amaranthus, dagger.

ഛുരിത (വി)- പതിക്കപ്പെട്ട, പൊതിയപ്പെട്ട. inlaid, covered.

ഛുരിതം (നാ)- മിന്നൽ, വിശാലമായ പരപ്പ്. lightning, expanse.

ഛേകം (നാ)- വീട്ടിൽ വളർത്തിയ പക്ഷിമൃഗാദികൾ, തേനീച്ച. domestic creatures like parrot, dog etc., honeybee.

ഛേകൻ (നാ)- നഗരവാസി, സമർത്ഥൻ. city dweller, efficient man.

ഛേകോക്തി (നാ)- വക്രോക്തി. indirect derogatory reference.

ഛേദനം (നാ)- മുറിക്കൽ, ഹരിക്കൽ. cutting, dividing.

ഛേദി (നാ)- യുദ്ധം, രത്നം, ആശാരി. battle, diamond, carpenter.

ഛേദിക്കുക (സ.ക്രി)- വേർപ്പെടുത്തുക, നശിപ്പിക്കുക, മുറിക്കുക. separate, destroy, cut.

ഛേദ്യ (വി)- ഹരിക്കാൻ കഴിയുന്ന. divisible.

ഛേദ്യം (നാ)- അംശം. numerator.

ഛോടി (നാ)- മുക്കുവൻ. fisherman.

ഛോടിക (നാ)- കൈ ഞൊടിക്കൽ. snaping the fingers.

ഛോരണം (നാ)- ഉപേക്ഷിക്കൽ. abandonment.

ജ

ജ - അക്ഷരമാലയിലെ എട്ടാമത്തെ വ്യഞ്ജനം. eighth consonant of the alphabet.

ജ (വി)- ജനിച്ച, ഉണ്ടായ, വിജയിക്കുന്ന. born, made, victorious.

ജം (നാ)- ജനനം, വിഷം, ആനന്ദം, പ്രകാശം, ജലം, ഗീതം, വേഗം. born, poison, joy, light, water, song, speed.

ജകം (നാ)- പ്രപഞ്ചം. universe.

ജകാരം(നാ)- ജ എന്ന അക്ഷരം. the letter 'ja'.

ജകുടം (നാ)- നായ്, ഇരട്ട, മലയപർവ്വതം. dog, pair, Malaya mountain.
ജക്ഷ (നാ)- ചവയ്ക്കൽ. chewing.
ജക്ഷകൻ (നാ)- വിഴുങ്ങുന്നവൻ. one who swallows.
ജക്ഷണം (നാ)- ഭക്ഷിക്കൽ. eating.
ജക്ഷി (നാ)- ആഹാരം. food.
ജക്ഷ്മാ (നാ)- ക്ഷയരോഗം. tuberculosis.
ജഗച്ചക്ഷുസ്സ്(നാ)-സൂര്യൻ. sun.
ജഗജ്ജഗനി (നാ)- പാർവ്വതി, ദുർഗ്ഗ. Parvathy, goddess Durga.
ജഗജ്ജില്ലി (നാ)- മഹാവീരൻ, കൗശലക്കാരൻ. universal victor, clever person.
ജഗതി (നാ)- ജനം, പശു, ഭൂമി, പ്രപഞ്ചം. people, cow, earth, universe.
ജഗതീകന്ദം (നാ)- ഈശ്വരൻ. god.
ജഗതീചരൻ (നാ)- മനുഷ്യൻ. man.
ജഗതീജാനി (നാ)- രാജാവ്. king.
ജഗതീധരം (നാ)- പർവ്വതം. mountain.
ജഗതീനാഥൻ (നാ)- ഈശ്വരൻ. god.
ജഗത് (നാ)- കാറ്റ്, ലോകം, ജംഗമം, വായു, പ്രപഞ്ചം. wind, world, movable thing, air, universe.
ജഗത്പ്രാണൻ (നാ)- വായു. air.
ജഗത്രയം(നാ)- മൂന്ന് ലോകങ്ങൾ. the three worlds (earth, heaven and hell).
ജഗത്സാക്ഷി (നാ)- പരമാത്മാവ്, സൂര്യൻ. supreme soul, sun.
ജഗദണ്ഡം (നാ)- പ്രപഞ്ചം. universe.
ജഗദൻ (നാ)- സംരക്ഷകൻ. protector.
ജഗദന്തകൻ (വി)- ലോകത്തെ നശിപ്പിക്കുന്നവൻ. destroyer of the world.
ജഗദന്തൻ (നാ)- ഈശ്വരൻ. god.
ജഗദാധാരം (നാ)- വായു, ആകാശം, കാലം. air, sky, time.
ജഗദീശ്വരൻ (നാ)- ജഗന്നാഥൻ, പ്രപഞ്ചത്തിന്റെ ഈശ്വരൻ. god, lord of the universe.
ജഗദ്ഗുരു (നാ)- ഈശ്വരൻ, ലോകഗുരു. god, preceptor of the world.
ജഗദ്ദീപം (നാ)- സൂര്യൻ. sun.
ജഗദ്യോനി (നാ)- ഈശ്വരൻ, ഭൂമി, പരമാത്മാവ്, വിഷ്ണു. god, earth, supreme soul, Vishnu.
ജഗന്നാഥം (നാ)- ഒരുതരം വസ്ത്രം. a kind of dress.
ജഗന്നാഥൻ (നാ)- ഈശ്വരൻ, ലോകനാഥൻ, പരബ്രഹ്മം, വിഷ്ണു. god, lord of the world, supreme soul, Vishnu.
ജഗന്നിയന്താവ് (നാ)- ജഗത്തിനെ നിയന്ത്രിക്കുന്നവൻ. one who controls the world.
ജഗന്മയൻ (നാ)- പ്രപഞ്ചമാകുന്ന രൂപത്തോട് കൂടിയവൻ, ഈശ്വരൻ. one who has the form of universe, god.
ജഗന്മയി (നാ)- ദുർഗ്ഗാദേവി. goddess Durga.
ജഗരം (നാ) - പടച്ചട്ട. armour.
ജഗല (വി)- ഇരുണ്ട, ചതിക്കുന്ന. dark, fraudulent.
ജഗ്ധം (നാ)- ഭക്ഷിക്കൽ, ഭക്ഷണം കഴിക്കുന്ന സ്ഥലം. eating, place where food is served and eaten.
ജഗ്മി (നാ)- വായു. air.
ജഘനം (നാ)- പിന്നണി സൈന്യം, നിതംബം. rear army, buttocks.
ജഘന്യം (നാ)- താണതരം രക്തചന്ദനം, ശിശ്നം. low quality almug, penis or clitoris.
ജഘന്യജനൻ (നാ)- അനുജൻ, ശൂദ്രൻ. youngest brother, sudra.
ജഘ്നി (നാ)- ആയുധം. weapon.
ജംഗമം (നാ) - ചലിക്കുന്ന വസ്തു, സ്ഥാവരം. thing.
ജംഗലം (നാ)- കാട്, മാംസം, മരുഭൂമി. forest, flesh, desert.
ജംഗുലം (നാ)- വിഷം. poison.
ജംഘ (നാ)- കണങ്കാൽ. calf of the leg.
ജംഘം (നാ)- കാൽ, കണങ്കാൽ. leg, ankle.
ജട (നാ)- ശതാവരി, വേര്, ശാഖ, കെട്ടുപിണഞ്ഞ തലമുടി. asparagus, root, branch, matted hair.
ജടാചീരൻ (നാ)- ശിവൻ. Siva.
ജടാജൂടം (നാ)- ജടക്കെട്ട്. tuft of matted hair.
ജടാധരി (നാ)- പാർവ്വതി. Parvathy.
ജടാധാരി (നാ) - ശിവൻ. Siva.
ജടായു (നാ)- അരുണപുത്രനായ ഒരു പക്ഷി ശ്രേഷ്ഠൻ. divine bird born of Aruna.

ജടി (നാ)- താപസൻ, ശിവൻ, ജനക്കൂട്ടം, പേരാൽ. ascetic, Siva, crowd, banyan tree.
ജടിലം (നാ)- സിംഹം, കുതിര, വേര്, എള്ള്. lion, horse, root, sesame.
ജടിലത (നാ)- കുരുക്കിൽപ്പെട്ട അവസ്ഥ, വളച്ചുകെട്ട്. state of being incomprehensible, entanglement.
ജടിലൻ (നാ)- ജടയുള്ളവൻ, താപസൻ, സിംഹം. one who has matted hair, ascetic, lion.
ജട്ടി (നാ)- കടൽപ്പാലം, ജലവാഹനങ്ങൾ അടുപ്പിക്കുന്ന കടവ്. wharf, jetty.
ജഠര (വി)- കഠിനമായ, പഴകിയ. hard, chronic.
ജഠരം (നാ)- ഉൾഭാഗം, വയറ്, ഗർഭപാത്രം. the interior, stomach, womb.
ജഠരജ്വലനം (നാ)- വിശപ്പ്. appetite.
ജഠരജ്വാല (നാ)- വയറുവേദന. stomach ache.
ജഡ (വി) - ചേതനയറ്റ, മന്ദീഭവിച്ച, തണുത്ത. lifeless, dull, cold.
ജഡം (നാ)- ശവം, കാരീയം, മാംസം. deadbody, lead, flesh.
ജഡത്വം (നാ)- മരവിച്ച അവസ്ഥ, നിഷ്ക്രിയത്വം, മൂഢത. inertness, passivity, stupidity.
ജഡിക (വി)- ജഡത്തെ സംബന്ധിച്ച. pertaining to the dead body.
ജതു (നാ)- അരക്ക്, വാവൽ. lac, bat.
ജതുക (നാ) - പാറ്റ, വാവൽ, അരക്ക്. cockroach, bat,lac.
ജതുനി (നാ)- വാവൽ. bat.
ജതുമയം (നാ)- അരക്കു കൊണ്ടുണ്ടായത്. something made of lac.
ജനം (നാ)- ജനങ്ങൾ, സമുദായം, ലോകം. people, community, world.
ജനകജ (നാ)- സീത. Sita.
ജനകൻ (നാ)- പിതാവ്. father.
ജനകീയ (വി)- ജനങ്ങളെ സംബന്ധിച്ച. pertaining to people.
ജനക്കൂട്ടം (നാ)- ആൾക്കൂട്ടം. crowd.
ജനക്ഷേമം (നാ)- ജനങ്ങളുടെ ക്ഷേമം. welfare of the people.
ജനഘടം (നാ)- ആൾക്കൂട്ടം. crowd.
ജനചക്ഷുസ്സ് (നാ)- സൂര്യൻ. sun.
ജനത (നാ)- ജനനം, ജനക്കൂട്ടം. birth, crowd.
ജനതതി (നാ)- ജനസമൂഹം. crowd.
ജനന (വി)- ജനനത്തെ സംബന്ധിച്ച. pertaining to birth.
ജനനം (നാ)- ഉദയം, ജനിക്കൽ. rise, birth.
ജനനഗ്രന്ഥി (നാ)- വൃഷണം, അണ്ഡാശയം. ovary and testicle.
ജനനത്തീയതി(നാ)- ജനിച്ച തീയതി. date of birth.
ജനനനിയന്ത്രണം (നാ)- സന്താനോല്പാദനം കുറക്കൽ. birth control.
ജനനനിരക്ക് (നാ)- ജനനത്തിന്റെ തോത്. birth rate.
ജനനഭൂമി (നാ)- ജനനസ്ഥലം, ജന്മഭൂമി. place of birth, native place.
ജനനാദം (നാ) - പൊതുജനങ്ങളുടെ ശബ്ദം, അഭിപ്രായം. people's voice, openion.
ജനനി (നാ)- മാതാവ്, വാവൽ, കറുത്ത അരക്ക്. mother, bat, black lac.
ജനനേന്ദ്രിയം (നാ)- ജനനത്തിന് നിദാനമായ അവയവം. organ of reproduction.
ജനപതി (നാ)- രാജാവ്. king.
ജനപദം (നാ)- ജനസമുദായം. community.
ജനപതി (നാ)- ഗ്രാമാധിപൻ. head of the village.
ജനപ്പെരുക്കം (നാ)- ജനസംഖ്യയുടെ ആധിക്യം. over-population.
ജനപ്രതിനിധി (നാ)- ജനങ്ങളാൽ തെരഞ്ഞെടുക്കപ്പെടുന്ന പ്രതിനിധി. people's representative.
ജനപ്രവാദം (നാ)- അപവാദം, വാർത്ത. slander, news.
ജനപ്രീതി (നാ)- ജനങ്ങളുടെ പ്രിയം, ജനസമ്മതി. popularity, popular support.
ജനബോധ്യം (നാ)- ജനസമ്മതം. approval of the people.

ജനഭൃത്ത് (നാ)- രാജാവ്. king.
ജനമര്യാദ (നാ)- നാട്ടുനടപ്പ്. popular custom.
ജനയിതാവ് (നാ)- അച്ഛൻ. father.
ജനയിത്രി (നാ)- അമ്മ. mother.
ജനയിഷ്ണു (നാ)- പൂർവികൻ. ancestor.
ജനരഞ്ജകം (നാ)- ജനങ്ങളെ സന്തോഷിപ്പിക്കുന്നത്. conciliation of the people.
ജനരാട്ട് (നാ)- രാജാവ്. king.
ജനൽ (നാ)- ജാലകം, വാതായനം. window, door.
ജനവാദം (നാ)- അപവാദം, വർത്തമാനം. slander, news.
ജനശ്രുത (വി)- പ്രശസ്തമായ. renowned.
ജനശ്രുതി (നാ)- വാർത്ത, കേട്ടുകേൾവി, കിംവദന്തി. news, rumour.
ജനസംഖ്യ (നാ)- ആളുകളുടെ എണ്ണം. population.
ജനസഭ (നാ)- ജനപ്രതിനിധികൾ നിറഞ്ഞിരിക്കുന്ന നിയമസഭ. legislative assembly.
ജനസമൂഹം (നാ)- ആൾക്കൂട്ടം. crowd.
ജനസ്ഥാനം (നാ)- ദണ്ഡകാരണ്യത്തിന്റെ ഒരു ഭാഗം. a part of Dhandaka forest.
ജനസ്വാധീനം (നാ)- ജനങ്ങളുടെ മേലുള്ള പ്രേരണാശക്തി. influence over the people.
ജനഹിതം (നാ)- ജനങ്ങളുടെ അഭിപ്രായം. opinion of the people.
ജനാന (നാ)- അന്തഃപുരം. harem.
ജനാന്തം (നാ)- വിജനസ്ഥലം. desolate place.
ജനാബ് (നാ)- ബഹുമാനസൂചകമായ ഒരു പദം. honorific used before a man's name.
ജനാബത്ത് (നാ)- അശുദ്ധി. impurity.
ജനാർദ്ദനൻ (നാ)- ശ്രീകൃഷ്ണൻ, മഹാവിഷ്ണു. Sri Krishna, Vishnu.
ജനാവലി (നാ)- ജനക്കൂട്ടം. crowd.
ജനാശനൻ (നാ)- ചെന്നായ്. wolf.
ജനാശ്രയം (നാ)- ജനങ്ങൾക്ക് വിശ്രമിക്കുവാനുള്ള സ്ഥലം, കൂടാരം, വഴിയമ്പലം. inn, tent.
ജനാസ (നാ)- ശവപ്പെട്ടി, മയ്യപ്പെട്ടി. coffin.
ജനി (നാ)- മാതാവ്, ജനനം. mother, birth.
ജനിക (നാ)- ജനനം, അമ്മ, പുത്രഭാര്യ, ദാസി, ഭാര്യ. birth, mother, daughter-in-law, female servant, wife.
ജനിത (വി)- ഉണ്ടായ, ജനിച്ച. originated, born.
ജനിതാവ് (നാ)- പിതാവ്. father.
ജനിത്രം (നാ)- ജനിച്ച സ്ഥലം. place of birth.
ജനിത്രർ (നാ)- മാതാപിതാക്കൾ. father and mother.
ജനിത്രി (നാ)- ജനയത്രി. mother.
ജനിത്വ (നാ)- അമ്മ, മാതാവ്. mother.
ജനിത്വൻ (നാ)- പിതാവ്. father.
ജനിപ്പിക്കുക (സ.ക്രി)- ഉണ്ടാക്കുക, ജന്മം നൽകുക. produce, beget.
ജനിമാവ് (നാ)- ജനനം, ജീവി, വർഗ്ഗം, സന്തതി. birth, creature, species, offspring.
ജനു (നാ) - ജനനം. birth.
ജനുസ്സ് (നാ)- വർഗ്ഗം, ജീവി, ജനനം. species, creature, birth.
ജനേന്ദ്രൻ (നാ)- രാജാവ്. king.
ജനൗഘം (നാ)- ജനസമൂഹം. crowd.
ജൻ (നാ)- പിതാവ്, മഹാവിഷ്ണു, പരമശിവൻ. father, Vishnu, Siva.
ജന്തു (നാ)- ജീവി. creature.
ജന്തുക (നാ)- അരക്ക്. lac.
ജന്തുകംബു (നാ)- ഒച്ച്. snail.
ജന്തുഘ്നം (നാ)- ഒച്ച്, പെരുങ്കായം, മാതളനാരകം. snail, asafoetida, pomegranate.
ജന്തുത്വം (നാ)- ജന്തുവിന്റെ അവസ്ഥ, മൃഗസ്വഭാവം. beastliness, animal nature.
ജന്തുധർമ്മം (നാ)- ജന്തുക്കളുടെ സ്വഭാവം. instinctive animal functions.
ജന്തുനാശനം (നാ)- പെരുങ്കായം, വിഴാലരി. asefoetida, wormicide.

ജന്തുമതി (നാ)- ഭൂമി. earth.
ജന്തുഹിംസ (നാ)- ജന്തുക്കളെ നശിപ്പിക്കുന്ന. killing of animals.
ജന്നത്ത് (നാ)- സ്വർഗ്ഗം. heaven.
ജന്നൽ (നാ)- ജാലകം. window.
ജന്മം (നാ)- ജനനം, ജീവിതം. birth, life.
ജന്മകാരകൻ (നാ)- ജന്മത്തിന് ഹേതുഭൂതൻ, അച്ഛൻ. father.
ജന്മകീലൻ (നാ)- മഹാവിഷ്ണു. Vishnu.
ജന്മകൃത്ത് (നാ)- അച്ഛൻ, ജന്മി. father, land lord.
ജന്മകൃത്യം (നാ)- ജീവിതലക്ഷ്യം. aim of the life.
ജന്മജാത (വി)- ജന്മനായുള്ള. by birth.
ജന്മദാതാവ് (നാ)- പിതാവ്. father.
ജന്മദാതൃത്വം (നാ)- പിതൃത്വം. paternity.
ജന്മദിനം (നാ)- പിറന്നാൾ. birthday.
ജന്മദേശം (നാ)- ജനിച്ച സ്ഥലം. place of birth.
ജന്മപത്രം (നാ)- ജാതകം. horoscope.
ജന്മപദം (നാ)- ഉത്ഭവസ്ഥാനം. place of origin.
ജന്മപ്രകൃതി (നാ)- ജന്മസിദ്ധമായ സ്വഭാവം. inborn nature.
ജന്മഭാഷ (നാ)- മാതൃഭാഷ. mother-tongue.
ജന്മയോഗം (നാ)- ജാതകം. horoscope.
ജന്മവാദം (നാ)- വസ്തുവിന്റെ ഉടമസ്ഥാവകാശം സംബന്ധിച്ചുള്ള തർക്കം. dispute regarding property ownership.
ജന്മവിച്ഛേദം (നാ)- മോക്ഷം. salvation.
ജന്മവിനാശം (നാ)- ജനനവും മരണവും, മോക്ഷം. birth and death, salvation.
ജന്മസാഫല്യം (നാ)- ജന്മോദ്ദേശ്യം സാധിക്കൽ. self-gratification.
ജന്മസ്ഥാനം (നാ)- ജന്മഭൂമി, ഗർഭപാത്രം. native place, womb.
ജന്മഹാനി (നാ) - മോക്ഷം. salvation.
ജന്മഹേതു (നാ)- പിതാവ്, മാതാവ്, ജനനകാരണം. father, mother, cause of birth.
ജന്മാധികാരം (നാ)- ജന്മാവകാശം, ജന്മിക്കുള്ള അവകാശം. birth-right, ownership right over the land.
ജന്മാധികാരി (നാ) - തീറവകാശമുള്ളവൻ, ജന്മി. holder of the birth right, land lord.
ജന്മാധിപൻ (നാ)- ശിവൻ. Siva.
ജന്മാന്തം (നാ) - മരണം. death.
ജന്മാന്തരം (നാ)- മറ്റൊരു ജന്മം, അടുത്ത ജന്മം. another birth, next birth.
ജന്മാന്തരീയ (വി)- ജന്മവുമായി ബന്ധപ്പെട്ട. pertaining to birth.
ജന്മാപഹ (വി)- മോക്ഷം തരുന്ന. giving salvation.
ജന്മാസ്പദം (നാ)- ജനിച്ച സ്ഥലം. native place.
ജന്മി (നാ)- ജീവി, പ്രാണി, മനുഷ്യൻ, ഭൂവുടമ. creature, insect, man, land lord.
ജന്മിത്തം (നാ) - ഭൂമിയുടെ ഉടമസ്ഥാവകാശം. landlordism or feudalism.
ജന്മോപദ്ദേശ്യം (നാ)- ജീവിതലക്ഷ്യം. aim in life.
ജന്യ (നാ)- അമ്മ, നവവധു, സ്നേഹം, സന്തോഷം. mother, bride, love, happiness.
ജന്യ (വി)- ജനിച്ച, സാധാരണമായ, ജനത്തെ സംബന്ധിച്ച. born, ordinary, pertaining to people.
ജന്യം (നാ)- ശരീരം, ശ്രുതി, ശകാരം, ചന്ത, യുദ്ധം, ജനനം. body, rumour, abuse, market, war, birth.
ജന്യൻ (നാ)- അച്ഛൻ, മകളുടെ ഭർത്താവ്, സാധാരണക്കാരൻ. father, son-in-law, ordinary man.
ജന്യഭൂമി (നാ)- പടക്കളം. battle field.
ജന്യു (നാ) - പ്രാണി, ജനനം, അഗ്നി, ജീവി, ജനയിതാവ്. insect, birth, fire, creature, creator.
ജപ (വി)- ജപത്തെ സംബന്ധിച്ച, ജപിക്കുന്ന. pertaining to chanting prayers, muttering prayer.
ജപം (നാ)- മന്ത്രോച്ചാരണം. repeating chants.
ജപനം (നാ)- പ്രാർത്ഥന, ജപിക്കൽ, ജപം. chanting of prayers.
ജപനീയ (വി)- ജപിക്കപ്പെടേണ്ടതായ. which has been chanted.

ജപപാരായണ (വി)- ജപത്തിൽ താത്പര്യമുള്ള. absorbed in chanting prayers.
ജപശുദ്ധം (നാ)- മന്ത്രജപം കൊണ്ട് പവിത്രമാക്കിയത്. purified by to chanting of prayers.
ജപിക്കുക (അ.ക്രി)- മന്ത്രമുരുവിടുക, ഈശ്വരനാമം ഉരുവിടുക. chant, repeat god's name.
ജപ്ത (വി)- ജപിക്കപ്പെട്ട. chanted.
ജപ്തിചെയ്ക (സ.ക്രി)- കണ്ടുകെട്ടുക. confiscate.
ജമ (നാ)- ആദായനിർണ്ണയം. assessment.
ജമനം (നാ)- ഭക്ഷിക്കൽ. eating.
ജമാർ (നാ)- അഴക്, സൗന്ദര്യം. beauty, handsome man.
ജമീന്ദാർ (നാ)- ഭൂവുടമ, ജന്മി. land lord.
ജംബം (നാ)- ചെളി. mud.
ജംബീരം (നാ)- ചെറുനാരകം, കാട്ടു തുളസി. lime tree, wild basil.
ജംബീരപാനകം (നാ)- നാരങ്ങാവെള്ളം. lemon juice.
ജംബീരഫലം (നാ)- ചെറുനാരങ്ങ. lemon.
ജംബു (നാ)- കുറുക്കൻ, ഞാവൽപ്പഴം. jackal, plum.
ജംബുകം (നാ)- പൂക്കൈത, കുറുക്കൻ. screwpine, jackal.
ജംബുകൻ (നാ)- വരുണൻ, അധമൻ, കുറുക്കൻ. god Varuna, wicked fellow, jackal.
ജംബുദ്വീപം(നാ)- സപ്തദ്വീപങ്ങളിൽ ഒന്ന്. one of the legendary seven islands.
ജംബുനാഥൻ (നാ) - ശിവൻ. Siva.
ജംബുലം (നാ)- പൂക്കൈത, ഞാവൽ മരം. pandanus tree, rose apple tree.
ജംബൂകം (നാ)- കുറുക്കൻ, ഞാവൽ, ചാമ്പ, പൂക്കൈത. jackal, rose apple tree, jamba tree, pandanus tree.
ജംബൂലം (നാ)- ചാമ്പ, പൂക്കൈത, ഞാവൽ. jamba tree, pandanus tree, roseapple tree.
ജംഭക (വി)- തുറക്കുന്ന, വിവരിക്കുന്ന, നശിപ്പിക്കുന്ന, തിന്നുന്ന. opening, describing, destroying, eating.
ജംഭകവിദ്യ (നാ)- ജാലവിദ്യ. magic.
ജംഭരം (നാ)- ചെറുനാരകം. lime tree.
ജംഭീരം (നാ) - ചെറുനാരകം, കർപ്പൂര തുളസി. lime tree, sweet-smelling basil.
ജയ (നാ)- പാർവതി, പതാക. Parvathy, flag.
ജയം (നാ)- വിജയം, ശത്രുവിനെ കീഴടക്കൽ. victory, defeating the enemy.
ജയക (വി)- ജയശീലമുള്ള. victorious.
ജയഘോഷം (നാ)- ജയസൂചകമായ ആർപ്പ്, ജയപ്രഖ്യാപനം. uproar of victory, declaration of victory.
ജയതി (നാ)- ജയിക്കുന്ന. winning.
ജയതു (സ.ക്രി)- ജയിക്കപ്പെട്ട. won.
ജയനം (നാ)- ജയം. victory.
ജയൻ (നാ)- സൂര്യൻ, വിഷ്ണു, അർജ്ജുനൻ, ഇന്ദ്രന്റെ പുത്രൻ. sun, Vishnu, Arjuna, son of Indra (all mythical).
ജയന്തൻ(നാ)-ഇന്ദ്രന്റെ പുത്രൻ, വിഷ്ണു, ശിവൻ. son of Indra, Vishnu, Siva.
ജയന്തി (നാ)- ദുർഗ്ഗാദേവി, ശ്രീപാർവതി, വിജയം. goddess Durga, Parvathy, victory.
ജയന്തിക (നാ)- മഞ്ഞൾ. turmeric.
ജയപത്രം (നാ)- ജയിച്ചു എന്നതിനുള്ള രേഖ. record of victory.
ജയപാലൻ (നാ) - മഹാവിഷ്ണു, രാജാവ്. Vishnu , king.
ജയഭദ്രൻ (നാ)- ചന്ദ്രൻ, ഗണേശൻ, സൂര്യൻ. moon, Ganapathy, sun.
ജയാവഹ (വി)- ജയം നൽകുന്ന. bringing victory.
ജയി (നാ)- ജയിക്കുന്ന, ജയശീലമുള്ള. winning, victorious.
ജയിക്കുക (അ.ക്രി)- വിജയിക്കുക, എതിരാളിയെ തോൽപ്പിക്കുക. win, to defeat the enemy.
ജയിൽ (നാ)- കാരാഗൃഹം. prison.
ജയിൽപ്പുള്ളി (നാ)- തടവുപുള്ളി. prisoner.

ജയേച്ഛ (നാ)- ജയിക്കാനുള്ള ആഗ്രഹം. desire for success.
ജര (നാ) - വാർദ്ധക്യം, ഒരു രാക്ഷസി, പ്രശംസ, ഭക്ഷിച്ച പദാർത്ഥങ്ങളുടെ ദഹനം. old age, demoness, praise, digestion of eaten food.
ജരാകുമാരി (നാ)- അവിവാഹിതയായ വൃദ്ധ. unmarried old woman.
ജരാൻ (നാ)- വൃദ്ധൻ. old man.
ജരണ്ഡ (വി)- പഴകിയ, വയസ്സായ. worn out, aged.
ജരബാധിക്കുക (അ.ക്രി)- വാർദ്ധക്യത്തിന്റെ ക്ഷീണം ബാധിക്കുക. be affected by weakness of old age.
ജരാഗ്രസ്തൻ (നാ)- ജര ബാധിച്ചവൻ. one affected by old age and its ills.
ജരായു (നാ)- മറുപിള്ള, താമര, പാമ്പിന്റെ ചട്ട, ഗർഭപാത്രം. placenta, lotus, skin of a snake, uterus.
ജരി (നാ)- വയസായ ആൾ. old man.
ജർജ്ജര (വി)- പ്രായം ചെന്ന, ദ്രവിച്ച. old, decayed.
ജർജ്ജരം (നാ)- ജീർണ്ണിച്ചത്, ഇന്ദ്രന്റെ കൊടി, ഒരു സംഗീതോപകരണം. decayed thing, Indra's flag, a musical instrument.
ജർജ്ജിത (വി)- ശിഥിലമായ, വാർദ്ധക്യം ബാധിച്ച. dilapidated, aged.
ജർണ (വി)- നശിച്ച, പ്രായം ചെന്ന. decayed, aged.
ജർണ്ണം (നാ)- വൃക്ഷം, കർപ്പൂരം. tree, camphor.
ജർണ്ണൻ (നാ)- ചന്ദ്രൻ. moon.
ജർണ്ണു (നാ)- ചന്ദ്രൻ. moon.
ജർത്തം (നാ)- യോനി, ആന. vagina, elephant.
ജല (വി)- ദ്രവരൂപമായ, ജലത്തെ സംബന്ധിച്ച. fluid like, pertaining to water.
ജലം (നാ)- വെള്ളം. water.
ജലജ (വി)- ജലത്തിൽനിന്നുണ്ടായ. born from water.
ജലജം (നാ)- ശംഖ്, മുത്ത്, മത്സ്യം, താമര. conch, pearl, fish, lotus.
ജലജകുസുമം (നാ)- താമര. lotus.
ജലജാകാന്തൻ (നാ) - ലക്ഷ്മീപതി, മഹാവിഷ്ണു. husband of goddess Lakshmi, Vishnu.
ജലജാതം (നാ)- ആറ്റുവഞ്ചി, താമര. a kind of tree on the river bank, lotus.
ജലജാതി (നാ)- ജലത്തിൽ ജീവിക്കുന്ന. creature living in the water.
ജലജിഹ്വം (നാ)- ഒട്ടകം, നായ്, മുതല. camel, dog, crocodile.
ജലതരംഗം (നാ)- തിര, ഒരു സംഗീതോപകരണം. wave, a musical instrument.
ജലദ (നാ)- മിന്നൽ. lightning.
ജലദ (വി)- ജലം ദാനം ചെയ്യുന്ന. donating water.
ജലദം (നാ)- മുത്തങ്ങ, കർപ്പൂരം, ഒരു പർവ്വതം, മേഘം. a kind of medicinal grass, camphor, mountain, cloud.
ജലദർദ്ദുരം (നാ)- ജലത്തിലെ തവള. frog in the water.
ജലദോഷം (നാ)- നീർദോഷം എന്ന രോഗം. cold.
ജലധരം (നാ)- ശംഖ്, മേഘം, സമുദ്രം, മുത്തങ്ങ. conch, cloud, sea, a kind of medicinal grass.
ജലധി (നാ)- സമുദ്രം, പത്തുകോടി. sea, ten crore.
ജലധിക (നാ)- നദി. river.
ജലനിധി (നാ) - സമുദ്രം. sea.
ജലപഥം (നാ)- സമുദ്രമാർഗ്ഗം. sea route.
ജലപിത്തം (നാ) - അഗ്നി. fire.
ജലപ്രവാഹം (നാ) - നീരൊഴുക്ക്, വെള്ളപ്പൊക്കം. water current, flood.
ജലപ്രാന്തം (നാ)- ജലസമീപമുള്ള പ്രദേശം. land near water.
ജലപ്രായം (നാ)- വെള്ളം നിറഞ്ഞ പ്രദേശം. water-logged area.
ജലപ്രിയം(നാ)- മത്സ്യം, പന്നി, വേഴാമ്പൽ. fish, pig, hornbill.
ജലബന്ധകം (നാ)- അണക്കെട്ട്. dam.
ജലബാധ (നാ)- വെള്ളക്കെടുതി. ravaged by water.

ജലബിലം (നാ)- ആമ, ഞണ്ട്. tortoise, crab.
ജലഭീതി (നാ)- പേപ്പട്ടി വിഷം ബാധിച്ച അവസ്ഥ. hydrophobia.
ജലഭൂവ് (നാ)- മേഘം, കർപ്പൂരം, മുത്തങ്ങ. cloud, camphor, a medicinal grass.
ജലഭൃത്ത് (നാ)- കർപ്പൂരം, മുത്തങ്ങ, മേഘം, കുടം. camphor, a medicinal grass, cloud, pot.
ജലമുക്ക് (നാ)- മുത്തങ്ങ, മേഘം. a medicinal grass, cloud.
ജലമൂർത്തി (നാ)- പരമശിവൻ. Siva.
ജലമോദം (നാ)- രാമച്ചം. cuscus grass.
ജലയാത്ര (നാ)- സമുദ്രയാത്ര, ജലത്തിൽ കൂടിയുള്ള സഞ്ചാരം. voyage, journey through water.
ജലയാനം (നാ)- ജലത്തിൽ കൂടി സഞ്ചരിക്കാൻ ഉപയോഗിക്കുന്ന വാഹനം. vessel plying on water.
ജലരാശി (നാ)- സമുദ്രം. sea.
ജലരേഖ (നാ)- വെള്ളത്തിലെ വര. water line.
ജലലത (നാ)- തിര. wave.
ജലവാസം (നാ)- രാമച്ചം. cuscus grass.
ജലവാഹിനി (നാ)- നദി, അണക്കെട്ട്. river, dam.
ജലവിതാനം (നാ)- ജലനിരപ്പ്. water level.
ജലശുക്തി (നാ)- കാക്ക. crow.
ജലസന്ധി (നാ)- രണ്ട് കടലുകൾ ചേരുന്ന സ്ഥലം, കടലിടുക്ക്. strait.
ജലസേചനം (നാ)- വെള്ളംകൊണ്ടു നനയ്ക്കൽ. irrigation.
ജലാഞ്ജലി (നാ)- പിതൃതർപ്പണം, ഉദകക്രിയ. funeral rite.
ജലാർക്കങ്ങൾ (നാ)- ജലപ്പരപ്പിൽ പ്രതിബിംബിക്കുന്ന സൂര്യബിംബങ്ങൾ. water reflections of sun.
ജലാൽ (നാ)- മഹത്ത്വം, ശോഭ. greatness, splendour.
ജലാശയം (നാ)- ജലം കെട്ടിനിൽക്കുന്ന സ്ഥലം. reservoir.
ജലാഷം (നാ) - ജലം, ആനന്ദം. water, happiness.
ജലാസ്പദം (നാ)- അന്തരീക്ഷം. atmosphere.
ജലിക (നാ)- കുളയട്ട. leech.
ജലേന്ദ്രൻ (നാ)- ശിവൻ, വരുണൻ. Siva, Varuna.
ജലേന്ധനം (നാ)- ബഡവാഗ്നി. sea fire.
ജലേരുഹം (നാ)- താമര. lotus.
ജലൗക (നാ)- നീരട്ട, ആറ്റുവഞ്ചി. water leech, a kind of tree on the river bank.
ജല്പന (നാ)- വീമ്പുപറച്ചിൽ, വ്യർത്ഥസംഭാഷണം. boasting, meaningless talk.
ജല്പിക്കുക (അ.ക്രി)- അർത്ഥമില്ലാതെ സംസാരിക്കുക, പുലമ്പുക. talk meaninglessly, babble.
ജവ (വി)- വേഗമുള്ള. speedy.
ജവം (നാ)- വേഗത. swiftness.
ജവനകം (നാ)- വേഗത. speed.
ജവനാലം (നാ)-ചോളം. maize.
ജവനിക (നാ)- മറ, യവനിക. curtain, screen.
ജവാധികം (നാ)- കുതിര. horse.
ജവാനിലൻ (നാ)- കൊടുങ്കാറ്റ്. tempest.
ജവാൻ (നാ)- യുവാവ്, ഭടൻ. young man, soldier.
ജവാഹർ (നാ)- അമൂല്യരത്നങ്ങൾ. precious stones.
ജവി (നാ)- കുതിര, ഒട്ടകം, വേഗതയുള്ളവൻ. horse, camel, one who has speed.
ജവീയസം (നാ)- വെള്ളി. silver.
ജസു (നാ)- ക്ഷീണം, ആയുധം. fatigue, weapon.
ജഹക (വി)- ഉപേക്ഷിക്കുന്ന. forsaking.
ജഹകൻ (നാ)-ഉപേക്ഷിക്കുന്നവൻ. one who abandones.
ജഹന്നം (നാ) - നരകം. hell.
ജഹാനകം (നാ)- ലോകനാശം, പ്രളയം. end of the world, flood.

ജഹ്നുകന്യ (നാ)- ഗംഗാനദി. river Ganges.
ജള (വി)- മന്ദബുദ്ധിയായ, വിഡ്ഢിയായ. idiotic, stupid.
ജളൂകം (നാ)- നീരട്ട. water leech.
ജാ (നാ)- ഗംഗാദേവി, മാതാവ്, ഭർത്തൃസഹോദരന്റെ ഭാര്യ, വംശം. river Ganga, mother, wife of husband's brother, tribe.
ജാഗരം (വി)- പടച്ചട്ട. armour.
ജാഗരിക്കുക (അ.ക്രി)- ഉണർന്നിരിക്കുക. remain awake.
ജാഗരിതം (നാ)- ഉറക്കമൊഴിയൽ, ഉണർന്നിരിക്കുന്ന അവസ്ഥ. wakefulness.
ജാഗരൂക (വി)- ഉണർന്നിരിക്കുന്ന, ജാഗ്രതയുള്ള. wakeful, vigilant.
ജാഗ്രത (നാ)- ശ്രദ്ധ, താത്പര്യം, ഉണർന്നിരിക്കൽ. carefulness, interest, vigilance.
ജാഗ്രതപ്പെടുക (അ.ക്രി)- താത്പര്യത്തോടെ ഇരിക്കുക, ശ്രദ്ധയോടെയിരിക്കുക. cautious, be careful.
ജാഗ്രതപ്പെടുത്തുക (സ.ക്രി)- താത്പര്യപ്പെടുത്തുക, ഉണർവ്വുണ്ടാക്കുക. arouse interest, arouse vigilance.
ജാഗ്രത്സ്വപ്നം (നാ)- ദിവാസ്വപ്നം. day dream.
ജാഘനി (നാ)- വാല്, തുട. tail, thigh.
ജാംഗല (വി)- കാടിനെ സംബന്ധിച്ച, തരിശായ. pertaining to a jungle, barrel.
ജാംഗലികൻ (നാ)- പാമ്പിനെ പിടിക്കുന്നവൻ. snake catcher.
ജാംഘലികം (നാ)- കുതിര, ഒട്ടകം. horse, camel.
ജാജി (നാ)- ശത്രു, പടയാളി. enemy, a warrior.
ജാട (നാ)- തട്ടിപ്പ്, വഞ്ചനയോടു കൂടിയ പെരുമാറ്റം. fraud, deceitful behaviour.
ജാഠര (വി)- ഉദരത്തെ സംബന്ധിച്ച. pertaining to the stomach.
ജാഠരം (നാ)- ശിശു, ഭയങ്കരമായ വിശപ്പ്. infant, hunger.
ജാഡ്യം (നാ)- ബുദ്ധിമാന്ദ്യം, മരവിപ്പ്, തണുപ്പ്. idiocy, coldness, numbness.
ജാത (നാ)- മകൾ. daughter.
ജാതകം (നാ)- ജനനസമയത്തെ ഗ്രഹസ്ഥിതി ഗണിച്ചു ജീവിതകാലത്തുള്ള ദശകളും ഓരോ ദശാകാലത്തുമുള്ള ശുഭാശുഭങ്ങളും വിവരിക്കുന്ന ഫലനിർണ്ണയക്കുറിപ്പ്. horoscope.
ജാതകപ്പൊരുത്തം (നാ)- വിവാഹിതരാകാൻ പോകുന്ന സ്ത്രീപുരുഷന്മാരുടെ ജാതകങ്ങൾ തമ്മിലുള്ള പൊരുത്തം. matching of the horoscopes of a man and a woman who are to get married.
ജാതകകർമ്മം (നാ)- ശിശു ജനിക്കുമ്പോൾ ചെയ്യുന്ന കർമ്മം. ceremony performed on the birth of a child.
ജാതകലാപം (നാ)- മയിൽ. peacock.
ജാതകനക്ഷത്രം (നാ)- ജന്മനക്ഷത്രം. birth star.
ജാതമാകുക (അ.ക്രി) - ജനിക്കുക, ഉണ്ടാകുക. be born, originated.
ജാതമൃത (വി)- ജനിച്ച ഉടൻ മരിച്ച. dead soon after birth.
ജാതരൂപ (വി)- നഗ്നമായ, സാമർത്ഥ്യമുള്ള, സൗന്ദര്യമുള്ള. naked, efficient, beautiful.
ജാതരൂപം (നാ)- നഗ്നത, സ്വർണ്ണം. nakedness, gold.
ജാതവേദസ്സ് (നാ)- സൂര്യൻ, അഗ്നി, കൊടുവേലി. sun, fire, a medicinal plant.
ജാതി (നാ)- വർണ്ണം, വർഗ്ഗം, പദവി, ജാതിമരം, മുല്ല, അടുപ്പ്, കുടുംബം. caste, tribe, position, nut-meg tree, jasmine, hearth, family.
ജാതികോശം (നാ)- ജാതിക്കായ്, ജാതിപത്രി. nut-megfruit, mace.
ജാതിക്കാ (നാ)- ജാതിക്കായ്. nutmeg fruit.
ജാതിനാമം (നാ)- ജാതിപ്പേര്. caste name.
ജാതിപുഷ്പം (നാ)- പിച്ചകപ്പൂവ്. a kind of jasmine.
ജാതിഭ്രഷ്ട് (നാ)- ജാതിയിൽ നിന്ന് പുറത്താക്കൽ. excommunication.

ജാതിമല്ലിക (നാ)- പിച്ചിപ്പൂച്ചെടി. a kind of jasmine plant.
ജാതിശ്രേഷ്ഠൻ (നാ)- ഉന്നതകുലജാതൻ. one born in a noble family.
ജാതിഹീനൻ (നാ)- താഴ്ന്ന ജാതിക്കാരൻ. low caste man.
ജാതീയ (വി)- ജാതിയെ സംബന്ധിച്ച. pertaining to caste.
ജാതു (നാ)- ഇടിമിന്നൽ. thunderbolt.
ജാതുക (നാ)- കറിക്കായം. asafoetida.
ജാതുധാനൻ (നാ)- ഒരു രാക്ഷസൻ. a demon.
ജാതുഷ (വി)- അരക്കുകൊണ്ടുണ്ടാക്കിയ. made of lac.
ജാത്യ (വി)- ജന്മസഹജമായ, ഒരേ വംശത്തിൽപ്പെട്ട, ഉത്തമമായ, മനോഹരമായ, കുലീനകുടുംബത്തിൽപ്പെട്ട. inborn, of the same class, noble, beautiful of noble caste.
ജാത്യം (വി)- കുലീനത, സഹജസ്വഭാവം. nobility, inborn quality.
ജാത്യന്ധ(വി)- ജന്മനാ കണ്ണുകാണാത്ത. blind from the birth.
ജാത്യന്ധൻ (നാ)- ജന്മനാ അന്ധനായവൻ. a person born as blind.
ജാത്യരത്നം (നാ)- ഉത്കൃഷ്ടമായ രത്നം. precious stone.
ജാത്യുന്മാദം (നാ)- ജാതിഭ്രാന്ത്. religious fanaticism.
ജാഥ (നാ)- ഒരേ ഉദ്ദേശ്യത്തോടുകൂടി പ്രകടനം നടത്തുന്ന കാൽനടസംഘം. a group of people on foot, taking part in a demonstration for the same cause.
ജാന (വി)- അറിഞ്ഞ. known.
ജാനം (നാ)- ജന്മം, ജന്മസ്ഥലം. birth, native place.
ജാനകി (നാ)- ജനകപുത്രി, സീതാദേവി. daughter of Janaka ,Sita.
ജാനപദം (നാ)- രാജ്യം, ജനത, ഒരു തരം നികുതി. country, people, a kind of tax.
ജാനപദൻ (നാ)- ഗ്രാമീണൻ. villager.
ജാനപദി (നാ)- തൊഴിൽ, ഒരു അപ്സരസ്സ്. occupation, a celestial beauty or mymph.
ജാനു (നാ)- കാൽമുട്ട്. knee.
ജാന്തവ (നാ)- ജന്തുവിനെ സംബന്ധിച്ച. pertaining to creature.
ജാപം (നാ)- മന്ത്രോച്ചാരണം. chanting prayers.
ജാപകം (നാ)- സാമ്പ്രാണി, ഒരു തരം ചന്ദനം. a kind of sandalwood, a kind of incense.
ജാപകൻ (നാ)- ജപിക്കുന്നവൻ, ചതിയൻ. chanter, cheat.
ജാപനം (നാ)- പൂർത്തിയാക്കൽ, തിരസ്കാരം. fulfilment, refusal.
ജാബാലൻ (നാ)- ആട്ടിടയൻ. shepherd.
ജാമ (നാ)- പുത്രി, പുത്രഭാര്യ. daughter, daughter-in-law.
ജാമാതാവ് (നാ)- മകളുടെ ഭർത്താവ്. son-in-law.
ജാമീൻ (നാ)- ജാമ്യക്കാരൻ, ജാമ്യം. one who stands security, bail.
ജാംബവം (നാ)- ഞാവൽക്കായ്, സ്വർണ്ണം. fruit of rose-apple tree, gold.
ജാംബുനദം (നാ)- സ്വർണ്ണം, ഉമ്മത്ത്. gold, thorn apple.
ജാമ്യം (നാ)- ഈട്. bail.
ജാമ്യക്കാരൻ (നാ)- ജാമ്യം നിൽക്കുന്നവൻ. one who stands security.
ജായ (നാ)- ഭാര്യ. wife.
ജായാഘ്നൻ (നാ)- ഭാര്യയെ കൊല്ലുന്നവൻ. one who kills his wife.
ജായാജീവൻ (നാ)- നടൻ, ധനമില്ലാത്തവൻ. actor, poor man.
ജായാപതികൾ (നാ)- ദമ്പതികൾ. couple.
ജാരകർമ്മം (നാ)- വ്യഭിചാരം. prostitution.
ജാരണം (നാ)- ഭസ്മീകരണം. oxidation.
ജാരവൃത്തി (നാ)- വ്യഭിചാരം. adultery.
ജാരിണീപതി (നാ)- ജാരസംസർഗ്ഗമുള്ള സ്ത്രീയുടെ ഭർത്താവ്. cuckold.
ജാലം (നാ)- ജാലവിദ്യ, ചിലന്തിവല, വസ്ത്രം, അഹങ്കാരം, കൂട്ടം, വഞ്ചന, കവചം, പൂമൊട്ട്, വല, വനം. magic, cob web, cloth, pride, crowd, deceit, armour, net, forest.

ജാലക (വി)- ചെപ്പടിവിദ്യയുള്ള, വഞ്ചനയുള്ള, വലയുടെ രൂപത്തിലുള്ള. having jugglery, deceitful, in the form of a net .
ജാലകം (നാ)- കിളിവാതിൽ, കൂട്ടം, വില, അഹങ്കാരം, വാഴ, പൂമൊട്ട്. window, multitude, price, haughtiness, plantain, flower- bud.
ജാലകർമ്മം (നാ)- മീൻപിടുത്തം. fishing.
ജാലകൻ (നാ)- ചിലന്തി, വലനെയ്യുന്നവൻ. spider, one who weaves net.
ജാലകി (നാ)- മേഘം. cloud.
ജാലകിനി (നാ)- പെണ്ണാട്. she-goat.
ജാലക്കാരൻ (നാ)- ഇന്ദ്രജാലക്കാരൻ. magician.
ജാലപാത്ത് (നാ)- അരയന്നം, താറാവ്. swan, duck.
ജാലവിദ്യ (നാ)- ഇന്ദ്രജാലം. magic.
ജാലി (നാ)- പിച്ചകം, വല, പടവലം. jasmine, net, snake-gourd plant.
ജാലിക (നാ)- എട്ടുകാലി, ഇരുമ്പ്, പടച്ചട്ട, അട്ട, വിധവ, വല, മൂടുപടം, വാഴ. spider, iron, armour, leech, widow, net, veil, plantain.
ജാലികം (നാ)- എട്ടുകാലി, കുരങ്ങൻ. spider, monkey.
ജാലിനി (നാ)- അലങ്കരിച്ച മുറി. decorated room.
ജാല്മൻ (നാ)- നീചൻ, ക്രൂരൻ, ശരിയല്ലാതെ വായിക്കുന്നവൻ. mean fellow, cruel person, one who reads badly.
ജാവന്യം (നാ)- വേഗത, തിരക്ക്. speed, haste.
ജാവളി (നാ)- ശൃംഗാരപദം. a form of music which stresses on physical beauty.
ജാസ്തി (നാ)- അധികം കൂടുതൽ. much, excessive.
ജാസ്പതി (നാ)- മകളുടെ ഭർത്താവ്. son-in- law.
ജാഹകം (നാ)- ഓന്ത്, കുളയട്ട, പൂച്ച, കിടക്ക. chameleon, leech, cat, bed.
ജാഹിൽ (നാ)- വിവരമില്ലാത്തവൻ, മൂഢൻ. idiot, fool.
ജാഹ്നവി (നാ) - ഗംഗാനദി. river Ganga.
ജാളിക (നാ)- പണസഞ്ചി, സഞ്ചി. money bag, bag.
ജാള്യത (നാ)- പരുങ്ങൽ, മൂഢത്വം. embarassment, folly.
ജിഗത്നു (നാ)- ആത്മാവ്, ജീവൻ. soul, life.
ജിഗമിഷു (നാ)- പോകാൻ ആഗ്രഹിക്കുന്ന ആൾ. one who wishes to go.
ജിഗീഷ (നാ)- ഉത്സാഹം, മാത്സര്യം, ജയിക്കാനുള്ള ഇച്ഛ. enthusiasm, rivalry, desire to win.
ജിഗീഷു (നാ)- ജയിക്കാൻ ഇച്ഛിക്കുന്ന ആൾ. one who desires to win.
ജിഘത്സ (നാ)- ഭക്ഷിക്കാനുള്ള ആഗ്രഹം. desire to eat.
ജിഘാംസ (നാ)- കൊല്ലാനുള്ള ആഗ്രഹം. wish to kill.
ജിഘ്ര (വി)- മണപ്പിക്കുന്ന, സംശയിക്കുന്ന, ഊഹിക്കുന്ന smelling, doubting, guessing.
ജിജ്ഞാസ (നാ)- അറിയാനുള്ള ആഗ്രഹം. desire to know.
ജിജ്ഞാസു (നാ)- അറിയാൻ ആഗ്രഹമുള്ളവൻ. one who is eager to know.
ജിത (വി)- കീഴടക്കിയ, ജയിക്കപ്പെട്ട. conquered, won.
ജിതം (നാ)- ജയം, ജയിക്കപ്പെട്ടത്. victory, what has been won.
ജിതകാമൻ (നാ)- ശിവൻ, ആഗ്രഹങ്ങളെ നിയന്ത്രിച്ചവൻ. Siva, one who has controlled his desires.
ജിതക്രോധൻ (നാ)- കോപത്തെ അടക്കിയവൻ. one who has conquered his anger.
ജിതൻ (നാ)- ജയിക്കപ്പെട്ടവൻ. one who has won.
ജിതശത്രു (നാ)- ശത്രുക്കളെ ജയിച്ചവൻ. one who is victorious over his enemies.
ജിതി (നാ)- ലാഭം, ജയം. profit, victory.
ജിതേന്ദ്രിയൻ (നാ)- സന്ന്യാസി, ഇന്ദ്രിയങ്ങളെ ജയിച്ചവൻ. ascetic, one who has conquered his passions.

ജിനൻ (നാ) - സൂര്യൻ, വൃദ്ധൻ, വിഷ്ണു, ബുദ്ധൻ, ജൈനമതസ്ഥാപകനായ മഹാവീരൻ. sun, old man, Vishnu, the Buddha, Mahaveera (the founder of Jainism).
ജിപ്രി (നാ)- സമയം, പക്ഷി. time, bird.
ജിമുക്ക (നാ)- ഒരു കർണ്ണാഭരണം. an ear ornament.
ജില്ല (നാ)- പല താലൂക്കുകൾ ചേർന്നുണ്ടാകുന്ന ഒരു ഡിവിഷൻ. district.
ജിഷ്ണു (നാ)- വിഷ്ണു, ദേവേന്ദ്രൻ, അർജ്ജുനൻ. Vishnu, Indra, Arjuna.
ജിഹാനകം (നാ)- ലോഹത്തിന്റെ എന്നെന്നേയ്ക്കുമായുള്ള നാശം. final destruction of the world.
ജിഹ്വ (നാ)- നാക്ക്, വാക്ക്, വാക്യം, അഗ്നിജ്വാല. tongue, word, sentence, flame.
ജിഹ്വകം (നാ) - നാക്ക്. tongue.
ജീമൂതം (നാ)- പിടിയാന, മുത്തങ്ങ, പർവ്വതം, മേഘം. female elephant, a medicinal plant, mountain, cloud.
ജീമൂതകം (നാ)- മുത്തങ്ങ. a medicinal plant.
ജീരകം (നാ)- ഗന്ധദ്രവ്യം, ഒരു അങ്ങാടി മരുന്ന്. cumin seed.
ജീർണ്ണം (നാ)- ജീർണ്ണിച്ചത്, പഴകിയത്. something decayed or old.
ജീർണ്ണകം (നാ)- പുൽത്തകിടി. sod.
ജീർണ്ണൻ (നാ)- വൃദ്ധൻ. old man.
ജീർണ്ണപർണ്ണം (നാ)- കടമ്പ്, കരിയില. a kind of tree, dried leaf.
ജീർണ്ണി (നാ)- ദഹനം, വാർദ്ധക്യം. digestion, old age.
ജീർണ്ണിക്കുക (അ.ക്രി)- ദ്രവിക്കുക, പഴകുക, കേടുവരിക. become rotten, decay.
ജീർവ്വി (നാ)- ശരീരം, ജന്തു, കോടാലി. body, creature, axe.
ജീവ (നാ)- വയമ്പ്, ഞാൺ, ഭൂമി, ജലം. a medicinal root, bow-string, earth, water.
ജീവക (വി)- ജോലി ചെയ്ത് ജീവിക്കുന്ന. earning livelihood.
ജീവകം (വി)- വിറ്റാമിൻ, പ്രാണി, ആയുർവേദമരുന്ന്. vitamin, insect, an ayurvedic medicine.
ജീവകാരുണ്യം (നാ)- ജീവികളോടുള്ള കരുണ. humanitarianism.
ജീവകോശം (നാ)- ശരീരം, ജീവികളുടെ ശരീരത്തിലെ ഏറ്റവും ചെറിയ ജൈവഘടകം. body, body cell.
ജീവചരിത്രം (നാ)- ഒരു വ്യക്തിയുടെ ജീവിതത്തിലെ സംഭവങ്ങൾ ചിത്രീകരിക്കുന്ന ഗ്രന്ഥം. biography.
ജീവചൂർണ്ണം (നാ)- കക്ക, കുമ്മായം. sea shell, lime.
ജീവചൈതന്യം (നാ)- ജീവശക്തി. life force.
ജീവച്ഛവം (നാ)- ചൈതന്യമില്ലാത്ത ആൾ. living dead.
ജീവജന്തു (നാ)- ജന്തു, പ്രാണി. creature, insect.
ജീവത്തായ (വി)- ജീവനുള്ള, സജീവമായ. living.
ജീവിതപ്രശ്നം (നാ)- ജീവനുമായി ബന്ധപ്പെട്ട പ്രശ്നം. problem related to life.
ജീവത്യാഗം (നാ)- ജീവനെ ഉപേക്ഷിക്കൽ. abandoning of life.
ജീവഥം (നാ)- ആമ, മേഘം, മയിൽ, ജീവൻ, നന്മ, സദ്ഗുണം. tortoise, peacock, cloud, life, virtue, good quality.
ജീവദൻ (നാ)- ശത്രു, വൈദ്യൻ. enemy, physician.
ജീവദശ (നാ)- ജീവിതകാലം. life time.
ജീവദീപ്തി (നാ)- ചില ജന്തുക്കളുടെ ഉടലിൽ നിന്ന് പുറപ്പെടുന്ന പ്രകാശം. light produced from the body of certain animals.
ജീവധാത്രി (നാ)- ഭൂമി. earth.
ജീവധാരി (നാ)- ജീവി. creature.
ജീവനം (നാ)- വായു, ജലം, ജീവൻ, തൊഴിൽ. air, water, life, livelihood.
ജീവനക്കാരൻ (നാ)- ഒരു സ്ഥാപനത്തിലെ ജോലിക്കാരൻ. employee.
ജീവനാന്തം (നാ)- മരണം. death.

ജീവനാംശം (നാ)- വിവാഹബന്ധം വേർപ്പെടുമ്പോൾ പുരുഷൻ സ്ത്രീക്ക് ജീവിതച്ചെലവിനുവേണ്ടി നൽകേണ്ട തുക. the amount that is to be given by a man to his divorced wife for her life expenses, alimony.

ജീവനീയം (നാ)- പാൽ, വെള്ളം. milk, water.

ജീവനൗഷധം (നാ)- അമൃതം, സഞ്ജീവനി, ജീവൻ നൽകുന്നതോ നിലനിർത്തുന്നതോ ആയ ഔഷധം. ambrosia, elixir of life, life- giving medicine.

ജീവൻ (നാ)- പ്രാണൻ, പൂയം നക്ഷത്രം, ജീവാത്മാവ്, ജീവി, വിഷ്ണു, കാന്തം, വ്യാഴഗ്രഹം. life, the star pooyam, individual soul, creature, Vishnu, magnet, planet Jupiter.

ജീവന്ത (വി)- ജീവിക്കുന്ന, ജീവനോടിരിക്കുന്ന. living, remaining alive.

ജീവന്തം (നാ)- ഔഷധം, ആയുസ്സ്. medicine, span of life.

ജീവന്തിക (നാ)- കടുക്ക, അമൃത്, ഇത്തിൾക്കണ്ണി. ink nut, ambrosia, loranthus.

ജീവമന്ദിരം (നാ)- ശരീരം. body.

ജീവരത്നം (നാ)- പുഷ്യരാഗം, ഒരിനം രത്നം. topaz, a kind of jewel.

ജീവരാശി (നാ)- ജീവികളുടെ സമൂഹം. host of living creatures.

ജീവലോകം (നാ)- ജീവജാലങ്ങളുടെ സമൂഹം. world of living things.

ജീവശാസ്ത്രം (നാ)- ജീവജാലങ്ങളെക്കുറിച്ച് പഠിക്കുന്ന ശാസ്ത്രം. biology.

ജീവസന്ധാരണം (നാ)- ജീവൻ നിലനിർത്തൽ, ജീവിതം നയിക്കൽ. living, livelihood.

ജീവസാധനം (നാ)- ധാന്യം. grain.

ജീവഹത്യ (നാ)- ജന്തുക്കളെ കൊല്ലൽ, ആത്മഹത്യ. killing of creatures, suicide.

ജീവഹാനി (നാ) - മരണം, ജീവനാശം. death, destruction of life.

ജീവാത്മാവ് (നാ)- പ്രാണൻ, ജീവികളുടെ ചേതനയ്ക്ക് നിദാനമായ ശക്തി, സുഖദുഃഖങ്ങളെ അറിയുന്ന ആത്മാവ്. life, the individual soul , spirit.

ജീവി (നാ)- ജന്തു, ജീവനുള്ളത്. creature, living being.

ജീവിക (നാ)- ജീവിതം, ശമ്പളം. വെള്ളം, കടുക്ക, ഉപജീവനം. life, salary, water, ink-nut, livelihood.

ജീവിക്കുക (അ.ക്രി)- ജീവനോടു കൂടിയിരിക്കുക, നിലനിൽക്കുക, ജീവിതം നയിക്കുക. live, subsist, lead a life.

ജീവിതം (നാ)- ജീവസന്ധാരണം, ആയുസ്സ്. livelihood, life span.

ജീവിതചര്യ (നാ)- ജീവിക്കുന്ന രീതി. way of living.

ജീവിതമൂല്യം (നാ) - ജീവിതത്തിൽ വിലപ്പെട്ടതായി കരുതുന്ന തത്ത്വങ്ങൾ. virtues to be valued in life.

ജീവിതവൃത്തി (നാ)- ജീവിതമാർഗ്ഗം, കാലക്ഷേപം. means of living, subsistence.

ജീവിതസംഗരം (നാ)- ജീവിതസമരം. life struggle.

ജീവിതസാഫല്യം (നാ)- ജീവിതോദ്ദേശ്യം സാധിക്കൽ. gratification of life.

ജീവിതായോധനം (നാ) - ജീവിതസമരം. life struggle.

ജീവിതാവധി (വി)- മരണം വരെ. till death.

ജീവിതേശം (നാ)- മൃതസഞ്ജീവനി. elixir.

ജീവിതേശൻ (നാ)- പരമാത്മാവ്, ഭർത്താവ്, കാലൻ. supreme soul, husband, yama.

ജീവോല്പത്തി (നാ)- ജീവന്റെ ഉത്ഭവം. orgin of life.

ജീവ്യ (നാ)- ജീവിതമാർഗ്ഗം, കടുക്ക. means of livelihood, ink- nut.

ജീവ്യം (നാ)- ജീവൻ. life.

ജുകുടം (നാ)- നായ്. dog.

ജുഗുപ്സ (നാ)- വെറുപ്പ്, നിന്ദ. abhorrence, contempt.

ജുഗുപ്സാവഹം (വി)- നിന്ദയുണ്ടാക്കുന്ന, വെറുപ്പുണ്ടാക്കുന്ന. causing abhorrent, causing contempt.

ജുഗുപ്സിതം (നാ)- നിന്ദിക്കപ്പെട്ടത്. object of contempt.
ജൂടകം (നാ)- പിന്നിക്കെട്ടിയ തലമുടി. plaited hair.
ജുട്ട് (നാ)- സേവകൻ. servant.
ജുതി (നാ)- വേഗത. speed.
ജുതുമം (നാ)- മിഥുനം രാശി. Gemini.
ജുബ്ബാ (നാ)- ഒരിനം മേലുടുപ്പ്. long sleeved shirt without collar.
ജുഷ്ടം (നാ)- ഉച്ഛിഷ്ടം. left- overs, leavings, offal
ജുഷ്യം (നാ)- സേവനം. service.
ജുഹു(നാ)- അഗ്നിജ്വാല, കിഴക്കു ദിക്ക്, ഒരു രാജാവ്, ഒരിനം തവി. fire flame, eastern direction, king a kind of ladle.
ജുഹുരാണം (നാ)- കർപ്പൂരം. camphor.
ജുഹുരാണൻ (നാ)-അഗ്നി, ചന്ദ്രൻ. fire, the moon.
ജൂടം (നാ)- പിന്നിക്കെട്ടിയ മുടി, ജട. plaited hair, matted hair
ജൂടിക (നാ)- കിരീടം, ജട. crown, matted hair.
ജൂതൻ (നാ)- യഹൂദൻ. Jew.
ജൂതി (നാ)- പ്രേരണ, താത്പര്യം, വേഗത. inspiration, interest, speed.
ജൂതിക (നാ)- ഒരിനം കർപ്പൂരം. a kind of camphor.
ജൂർണ്ണ (വി)- പഴയ, നശിച്ച. old, destroyed.
ജീർണ്ണി (നാ)- ശരീരം, സൂര്യൻ, തീജ്വാല, വേഗത, ബ്രഹ്മാവ്. body, sun, fire flame, speed, Brahma.
ജൂർത്തി(നാ)- ചൂട്, ജ്വരം. heat, fever.
ജൂഷം (നാ) - രസം. pepper water.
ജെട്ടി (നാ) - കടൽപ്പാലം, കടവ്.
ജേതാവ് (നാ)- വിഷ്ണു, ഒരു ഋഷി, ജയിച്ചവൻ.
ജൃംഭം (നാ)- കോട്ടുവാ, വികാസം. yawn, expansion.
ജൃംഭിത (വി)- വർദ്ധിച്ച, വികസിച്ച, കോട്ടുവായിട്ട. increased, expanded, yawning.
ജൃംഭിതം (നാ)- വികാസം, കോട്ടുവാ. expansion, yawn.
ജൈത്രം(നാ)- മേന്മ, വിജയം, ധൃതരാഷ്ട്രരുടെ ശംഖ്. superiority victory, conch of Dritharashtra.
ജൈവ (വി)- ജീവനെ സംബന്ധിച്ച. pertaining to life.
ജൈവഘടികാരം (നാ)- ജീവികളുടെ ഉള്ളിൽത്തന്നെയുള്ള സമയബോധം നൽകുന്ന സംവിധാനം. biological clock.
ജൈവതാളം (നാ)- ജീവിഗണങ്ങളുടെ ജീവിതപ്രവാഹത്തിന്റെ ക്രമം, താളാത്മകത. bio-rhythm.
ജൈവമേഖല (നാ)- സസ്യങ്ങളും ജന്തുക്കളുമടങ്ങിയ മേഖല. biome.
ജൈവവളം (നാ)- ജീവജാലങ്ങളുടെ അവശിഷ്ടങ്ങളും വിസർജ്ജ്യങ്ങളും മറ്റും ചേർന്ന് രൂപംകൊണ്ട വളം. manure formed by the decay of organic matter.
ജൈവവാതകം (നാ)- ഓക്സിജന്റെ അഭാവത്തിൽ ജൈവവസ്തുക്കൾ അഴുകുമ്പോൾ സംജാതമാകുന്ന വാതകം. biogas.
ജൈവാതൃക (വി)-ദീർഘായുസ്സുള്ള, മെലിഞ്ഞ. having long life.
ജൈവാതൃകം (നാ)- ഔഷധം, കർപ്പൂരം. medicine, camphor.
ജൈവാതൃകൻ (നാ)- പുത്രൻ, ചന്ദ്രൻ, സന്ന്യാസി, വൈദ്യൻ, കൃഷിക്കാരൻ, ദീർഘായുസ്സുള്ളവൻ. sun, moon, ascetic, physician, farmer, person with a long life.
ജൈഹ്വം (നാ)- സ്വാദ്, രസം. taste.
ജോടി (നാ)- ഇരട്ട, ഇണ. pair, couple.
ജോഡ് (നാ)- ചെരിപ്പ്, ജോടി. a pair of shoes, pair.
ജോത്സ്യൻ (നാ)- ജ്യോതിഷക്കാരൻ. astrologer.
ജോനകനാരകം (നാ)- ചെറുനാരകം. lime tree.
ജോനകൻ (നാ) - തുർക്കി, യവനൻ. turk, greek.
ജോനകപ്പുല്ല് (നാ)- സുഗന്ധമുള്ള ഒരു തരം പുല്ല്. lemon grass.

ജോനൽ (നാ)- ഒരു തരം എറുമ്പ്. a kind of ant.
ജോന്നാല (നാ)- ചോളം. maize.
ജോർ (നാ)- കവർച്ച, ഭംഗി, ജലം. plunder, beauty, water.
ജോലി (നാ)- പ്രയാസമുള്ള പ്രവൃത്തി, തൊഴിൽ. difficult work, work.
ജോലിക്കാരൻ (നാ)- ജോലി ചെയ്യുന്നവൻ. servant.
ജോഷ (നാ)- സ്ത്രീ. woman.
ജോഷം (നാ)- സന്തോഷം, മൗനം, തൃപ്തി. happiness, silence, satisfaction.
ജോഷണ (നാ)- തെരഞ്ഞെടുക്കൽ, തൃപ്തി, ഇഷ്ടം. selection, satisfaction, liking.
ജൗഹർ (നാ)- രത്നം. jewel.
ജൗളി (നാ)- തുണിച്ചരക്ക്. textile goods.
ജ്ഞ (വി)- ജ്ഞാനമുള്ള, അറിവുള്ള. versed in, learned.
ജ്ഞൻ (നാ)- ബ്രഹ്മാവ്, വിദ്വാൻ, അറിയുന്നവൻ. Brahma, scholar, one who knows.
ജ്ഞപിത (വി)- അറിയപ്പെട്ട, അഭ്യസിപ്പിക്കപ്പെട്ട. known, trained.
ജ്ഞപ്തി (നാ)- ബുദ്ധി, ഓർമ്മ, പ്രശംസ, അറിയിപ്പ്, ജ്ഞാനം. intelligence, memory, praise, proclamation.
ജ്ഞാത (വി)- അറിയപ്പെട്ടത്, അറിവ്. what is known, knowledge.
ജ്ഞാതാവ് (നാ)- വിവേകശാലി. wise man.
ജ്ഞാതി (നാ)- ബന്ധു, പിതാവ് വഴിയുള്ള ബന്ധു. relative, relative on the paternal side.
ജ്ഞാതികർമ്മം (നാ)- ബന്ധുമുറ. kinship.
ജ്ഞാതേയം (നാ)- ബന്ധുത്വം. relationship.
ജ്ഞാനം (നാ)- അറിവ്, വേദം, ആത്മജ്ഞാനം. knowledge, Veda, spiritual knowledge.
ജ്ഞാനതൃഷ്ണ (നാ)- ജ്ഞാനം സമ്പാദിക്കാനുള്ള ആഗ്രഹം. thirst for knowledge.
ജ്ഞാനദ (നാ)- സരസ്വതി, ജ്ഞാനം പ്രദാനം ചെയ്യുന്നവൾ. a woman who gives knowledge.
ജ്ഞാനദം (നാ)- ജ്ഞാനം നൽകുന്നത്. something that gives knowledge.
ജ്ഞാനദൃഷ്ടി (നാ)- ദിവ്യദൃഷ്ടി, ജ്ഞാനമാകുന്ന കണ്ണ്. inner eye, divine knowledge.
ജ്ഞാനപതി (നാ)- പരമാത്മാവ്. supreme soul.
ജ്ഞാനപ്രകാശം (നാ)- അറിവിന്റെ പ്രകാശം. the light of knowledge.
ജ്ഞാനമാർഗ്ഗം (നാ)- മോക്ഷത്തിന്റെ വഴി, അറിവിനുള്ള വഴി. path of salvation, path of knowledge.
ജ്ഞാനമൂർത്തി (നാ) - ശിവൻ, സരസ്വതി, ഈശ്വരൻ. Siva, Saras-wathy, god.
ജ്ഞാനസമ്പാദനം (അ.ക്രി) - ജ്ഞാനം നേടുക എന്ന കർമ്മം. acquisition of knowledge.
ജ്ഞാനസ്നാനം (നാ)- മാമോദിസ, ക്രിസ്ത്യാനികളുടെ വിശുദ്ധസ്നാന കർമ്മം. baptism.
ജ്ഞാനസ്വരൂപൻ (നാ)- ഈശ്വരൻ. god.
ജ്ഞാനാന്ധ്യം (നാ)- മൂഢത, അജ്ഞത, അറിവില്ലായ്മ. foolishness, ignorance.
ജ്ഞാനാവരണം (നാ)- അറിവിനെ മറയ്ക്കുന്നത്. hiding knowledge.
ജ്ഞാനി (നാ)- പണ്ഡിതൻ, ആത്മജ്ഞാനം സിദ്ധിച്ചവൻ, ജ്യോതിഷി. scholar, person well-versed in spiritual affairs, astrologer.
ജ്ഞാനേന്ദ്രിയം (നാ)- ജ്ഞാനസമ്പാദനത്തിന് ഉപയോഗിക്കുന്ന അവയവം. the five sense organs.
ജ്ഞാപക (വി)- സൂചിപ്പിക്കുന്ന, പഠിപ്പിക്കുന്ന, അറിയുന്ന. hinting, teaching, knowing.
ജ്ഞാപകം (നാ)- ബുദ്ധി, കുറിമാനം, ഓർമ്മ. intelligence, memory, memorandum.
ജ്ഞേയ (വി)- അറിയപ്പെടേണ്ടതായ, അറിയപ്പെട്ട. deserving to know, knowable.

ജ്യാ (നാ)- ഞാൺ, അമ്മ, ഭൂമി. bow-string, mother earth.
ജ്യാനി (നാ)- നാശം, നദി, പീഡനം, വാർദ്ധക്യം. decline, river, torture, old age.
ജ്യാമിതി (നാ)- ക്ഷേത്രഗണിതം. geometry.
ജ്യായസ്സ് (നാ)- മേൽത്തരമായത്, ശ്രേഷ്ഠമായത്. superior, great.
ജ്യേഷ്ഠ (നാ)- മൂത്ത സഹോദരി, നടുവിരൽ. elder sister, middle finger.
ജ്യേഷ്ഠം (നാ)- ശ്രേഷ്ഠം. great.
ജ്യേഷ്ഠത്തി (നാ)- മൂത്ത സഹോദരി, ജ്യേഷ്ഠന്റെ ഭാര്യ. elder sister, elder brother's wife.
ജ്യേഷ്ഠൻ (നാ)- മൂത്ത സഹോദരൻ, മൂത്തസഹോദരിയുടെ ഭർത്താവ്, പരമാത്മാവ്, വൃദ്ധൻ, ശിവൻ. elder brother, husband of elder sister, supreme soul, old man, Siva.
ജ്യേഷ്ഠപുത്രൻ (നാ)- മൂത്ത പുത്രൻ, ജ്യേഷ്ഠന്റെ പുത്രൻ. eldest son, elder brother's son.
ജ്യേഷ്ഠവർണ്ണൻ (നാ)- ബ്രാഹ്മണൻ. Brahmin.
ജ്യോതി (നാ)- ശോഭ, പ്രകാശം, ജ്യോതിസ്സ്. splendour, light, brilliance.
ജ്യോതിർഗ്ഗണം (നാ)- നക്ഷത്രസമൂഹം. cluster of stars.
ജ്യോതിർബീജം (നാ)- മിന്നാമിനുങ്ങ്. firefly.
ജ്യോതിഷം (നാ)- ജ്യോത്സ്യം. astrology.
ജ്യോതിഷി (നാ)- ജ്യോതിഷവിദഗ്ദ്ധൻ. astrologer.
ജ്യോതിഷ്കം (നാ)- ഒരു മരം, കൊടുവേലി, ഒരു രാഗം, പ്രകാശമുള്ളത്. a tree, a medicinal plant, a kind of tune, something which emanates light.
ജ്യോതിസ്സ് (നാ)- പ്രകാശം, പ്രഭ, ഗ്രഹം, സൂര്യൻ, മിന്നൽ, അഗ്നി, നക്ഷത്രം, മിന്നാമിനുങ്ങ്, ബുദ്ധി, ജ്ഞാനം, പ്രകാശിക്കുന്ന വസ്തു, ചന്ദ്രൻ. light, brilliance, planet, sun, lightning, fire, star, firefly, intelligence, knowledge, shining object, moon.
ജ്യോത്സ്ന (നാ)- പടവലം, നിലാവ്. snake- gourd plant, moonlight.
ജ്യോത്സ്നി (നാ)- നിലാവുള്ള രാത്രി, പടവലം. moonlit night, snakegourd plant.
ജ്യോത്സ്യം (നാ)- ജ്യോതിഷം. astrology.
ജ്യോത്സ്യൻ (നാ)- ജ്യോതിഷക്കാരൻ. astrologer.
ജ്യൗതിഷം (നാ)- ജ്യോതിശ്ശാസ്ത്രസംബന്ധമായ. anything pertaining to astrology.
ജ്യൗതിഷി (നാ) - ജ്യോതിഷി, ജ്യോതിശാസ്ത്രജ്ഞൻ. astrologer, astronomer.
ജ്യൗത്സ്നം (നാ)- വെളുത്ത പക്ഷം. bright lunar fortnight.
ജ്വര (വി)- ചൂടുള്ള, പനിയുള്ള. hot, feverish.
ജ്വരം (നാ)- താപം, കോപം, കടുത്ത പനി. heat, anger, high fever.
ജ്വരമാപിനി (നാ)- ചൂട് അളക്കാനുള്ള ഉപകരണം, ഒരു തരം. ഉഷ്ണമാപിനി thermometer.
ജ്വലക (നാ)- അഗ്നിജ്വാല. fire flame.
ജ്വലനം (നാ)- തിളക്കം, പ്രകാശം, കത്തൽ. blazing, light, burning.
ജ്വലനശിഖ (നാ)- അഗ്നിജ്വാല. fire flame.
ജ്വലനശേഷി (നാ)-കത്തിയെരിയാനുള്ള കഴിവ്. inflammability.
ജ്വലിക്കുക (അ.ക്രി) - പ്രകാശിക്കുക, കോപിക്കുക, കത്തുക. blaze, to be angry, burn.
ജ്വാല (നാ)- നാളം, പ്രകാശം, ചൂട്, വൃത്തം. flame, light, heat, circle.
ജ്വാലാജിഹ്വ (നാ)- നാളം. flame.
ജ്വാലാമാലി (നാ) - അഗ്നി. fire.
ജ്വാലാമുഖൻ (നാ) - ശിവൻ, അഗ്നി. Siva, fire.
ജ്വാലാമുഖി (നാ)- അഗ്നിപർവ്വതം, സതീദേവി ആത്മഹത്യ ചെയ്ത സ്ഥലമെന്ന് വിശ്വസിക്കുന്ന ഹിമാലയത്തിലെ ഒരു പുണ്യസ്ഥലം. volcano, a holy place in the Himalayas were Satidevi is said to have committed self immolation.
ജ്വാലി (നാ)- തിളങ്ങുന്ന, പ്രകാശിക്കുന്ന. shining, glowing.

ഝ

ഝ - അക്ഷരമാലയിലെ ഒൻപതാമത്തെ വ്യഞ്ജനം. the ninth consonant of the alphabet.
ഝ (വി)- ഉറങ്ങിയ, നഷ്ടപ്പെട്ട, നശിപ്പിക്കപ്പെട്ട. slept, lost, destroyed.
ഝങ്കാരം (നാ)- മൂളൽ, വണ്ടിന്റെ മൂളൽ. humming, humming of beetle.
ഝങ്കാരിണി (നാ)- നദി. river.
ഝങ്കൃതി (നാ)- മൂളൽ. humming sound.
ഝടി (നാ)- കുറ്റിച്ചെടി, ചെടി. bush, plant.
ഝടിതി - വേഗത്തിൽ, പെട്ടെന്ന്. quickly, suddenly.
ഝണൽക്കാരം (നാ)- ലോഹാഭരണങ്ങളുടെ ശബ്ദം. jingling sound of metallic ornaments.
ഝണ്ടു (നാ)- ഒരിനം ഔഷധച്ചെടി. a kind of medicinal plant.
ഝൻ (നാ)- വ്യാഴം. jupiter.
ഝംഝ (നാ)- കൊടുങ്കാറ്റിന്റെ ശബ്ദം, മഴയുടെ ശബ്ദം, കളഞ്ഞുപോയ വസ്തു. sound of storm, sound of rain, lost thing.
ഝമ്പ (നാ)- കുതിപ്പ്. leap.
ഝമ്പം (നാ)- കുതിപ്പ്. leap.
ഝമ്പാരു (നാ)- കുരങ്ങ്. monkey.
ഝരം (നാ)- കൂട്ടം, ഉറവ, വെള്ളച്ചാട്ടം. multitude, spring, water fall.
ഝർഝര (നാ)- വേശ്യ. prostitute.
ഝർഝരം (നാ)- ഇരുമ്പ് ചട്ടുകം, ചൂരൽവടി, ഒരു തരം വാദ്യോപകരണം. flat spoon of iron , a kind of musical instrument.
ഝർഝരീകം (നാ)- ദേഹം, ചിത്രം, രാജ്യം. body, picture, country.
ഝല (നാ)- ചീവീട്, സൂര്യപ്രകാശം, പുത്രി. cricket, sunshine, daughter.
ഝല്ലകണ്ഠം (നാ)- മാടപ്രാവ്. pigeon.
ഝഷം (നാ)- മത്സ്യം. fish.
ഝാടം (നാ)- വള്ളിക്കുടിൽ, കാട്. arbour, forest.
ഝാമകം (നാ)- ചുടുകല്ല്, ഇഷ്ടിക. backed brick.
ഝാമരം (നാ)- ഒരിനം ചെറിയ ചാണ. flint for sharpening needles.
ഝാലി (നാ)- കടുമാങ്ങ. pickled mango.
ഝിംഝി (നാ)- ചീവീട്. cricket.
ഝില്ലിക (നാ)- കൈമണി, ചീവീട്. hand-bell, cricket.

ഞ

ഞ - അക്ഷരമാലയിലെ പത്താമത്തെ വ്യഞ്ജനം. tenth consonant of the alphabet.
ഞകാരം (നാ)- ഞ എന്ന അക്ഷരം. the letter.
ഞടുക്കം (നാ)- നടുക്കം, ഞെട്ടൽ. shock, shudder.
ഞണുക്കം (നാ)- സംശയം, മടി, സങ്കോചം, ചളുക്കം, ചതവ്. doubt, laziness, hesitation, dent, bruise.
ഞണ്ട് (നാ)- ഒരു ജലജീവി. crab.
ഞമ (നാ)- ഒരു വലിയ മരം. a kind of big tree.
ഞമലി (നാ)- പട്ടി, കള്ള്, മയിൽ. dog, toddy, peacock.
ഞമുങ്ങുക(അ.ക്രി)-ഞെങ്ങുക, ഉള്ളിലേയ്ക്ക് വലിയുക. shrink, be pressed down.
ഞരക്കം (നാ)- വിലാപം, നെടുവീർപ്പ്. moan, deep breathing.
ഞരങ്ങുക (അ.ക്രി)- അസ്വസ്ഥത കൊണ്ട് ദീനശബ്ദം പുറപ്പെടുവിക്കുക, വിലപിക്കുക. groan, moan.
ഞരട് (നാ)- നൂലിലെ കെട്ട്, വിരൽ കൂട്ടിത്തിരുമ്മൽ. knot of a thread, pressing with the fingers.
ഞരണ്ട (വി)- മെലിഞ്ഞ. lean.
ഞരമ്പിളക്കം (നാ)- ഒരു രോഗം, കോപം. a kind of disease, anger.
ഞരമ്പ് (നാ)- രക്തവാഹിനിക്കുഴൽ, നാഡി. blood vessel, nerve.

ഞരമ്പുവലി (നാ)- ഒരു ഞരമ്പുരോഗം. a kind o f disease affecting nerves.
ഞരമ്പുവീക്കം (നാ) - നാഡികളെ ബാധിക്കുന്ന ഒരു രോഗം. brain-fever.
ഞരവ് (നാ)- ഞരമ്പ്. nerve.
ഞരി (നാ)- നരി. fox.
ഞറുമ്പുക (അ.ക്രി)- പല്ലു കടിക്കുക. grind the teeth.
ഞാഞ്ഞൂൽ (നാ)- മണ്ണിര. earthworm.
ഞാൺ (നാ) - വില്ലിന്റെ ചരട്, കയറ്. bow-string, rope.
ഞാണൂൽ (നാ)- ഞാഞ്ഞൂൽ. earth-worm.
ഞാണേറ്റുക (അ.ക്രി)- വില്ലുകുലയ്ക്കുക. stringing a bow.
ഞാണൊലി (നാ)- വില്ലിന്റെ വലിച്ചി വിടുമ്പോഴുണ്ടാകുന്ന ശബ്ദം. sound produced during stringing a bow.
ഞാത്ത് (നാ)- തൂക്ക്, കാതിലോ മൂക്കിലോ തൂക്കിയിടുന്ന ആഭരണം. pendant.
ഞാത്തുക (സ.ക്രി)- തൂക്കിയിടുക. suspend.
ഞാൻ(നാ)-പറയുന്ന ആൾ. first person.
ഞാന്ന് (ക്രി.വി)- തൂങ്ങിക്കിടന്ന്. in a hanging manner.
ഞായം (നാ)- ന്യായം, പതിവ്. reason, custom.
ഞായൽ (നാ)- ഞാറ്റടി, കോട്ട. group of paddy fields, fort.
ഞായർ (നാ)- ഞായറാഴ്ച, സൂര്യൻ, സൂര്യമാസം. Sunday, sun, a solar month.
ഞായിൽ (നാ)- ഞാറ്റടി. group of paddy fields.
ഞായുക (അ.ക്രി)- തൂങ്ങുക. hang down.
ഞാലം(നാ)- ലോകം, ഭൂമി. the world, earth.
ഞാലി (നാ) - ഒരിനം ആഭരണം. a kind of ornament.
ഞാലുക (അ.ക്രി)- തൂങ്ങിക്കിടക്കുക. hang from.
ഞാവൽ (നാ)- ഞാറമരം, ഭക്ഷ്യയോഗ്യമായ കായുണ്ടാകുന്ന ഒരു വൃക്ഷം. rose apple tree.
ഞാറ (നാ) - ഞാവൽ, ഞാവൽപ്പക്ഷി. a kind of tree with black berries, pelican.
ഞാറ് (നാ)- പറിച്ചുനടാൻ പാകത്തിലായ നെൽച്ചെടി.
ഞാറുനടുക(നാ)-നെല്ലിൻ തൈകൾ നടുക. transplant seedling.
ഞാറ്റടി (നാ)- ഒന്നിച്ചുകിടക്കുന്ന വയലുകൾ ചേർന്ന സ്ഥലം. paddy nursery.
ഞാറ്റുവേല (നാ)- ഞാറുനടുന്നതിന് കൊള്ളാവുന്ന സമയം. the time suitable for transplanting seedlings.
ഞെകിഴി (നാ)- തീ, വിറക്, നൂപുരം. fire, wood, anklet.
ഞെക്കൽ (നാ)- അമർത്തൽ. pressing.
ഞെക്കുക (സ.ക്രി)- അമർത്തുക, ഞെക്കുക. squeeze, press.
ഞെക്കുവിളക്ക് (നാ)- ടോർച്ച്. torch.
ഞെടുക്കം (നാ)- ഞെട്ടൽ, നടുക്കം. shudder, shock.
ഞെട്ടി (നാ)- ഞെട്ട്, തണ്ട്. foot-stalk.
ഞെട്ടിക്കൂവ (നാ)- ചൗവ്വരി. sago.
ഞെട്ടിപ്പന (നാ)- ഒരിനം പന. a kind of palm.
ഞെട്ടുക (അ.ക്രി)- ഞെട്ടലുണ്ടാകുക, നടുങ്ങുക. be shocked, be startled.
ഞെരിക്കുക (സ.ക്രി) - തകർക്കുക. crush, to smash.
ഞെരിഞ്ഞൽ (നാ)- മുള്ളുകളുള്ള ഒരു ഔഷധസസ്യം. a kind of prickly medicinal herb.
ഞെരിപ്പട (നാ)- ഒരു പലഹാരം. a kind of cake.
ഞെരിയാണി (നാ)- നരിയാണി, കണങ്കാൽ. ankle.
ഞെരുക്കം (നാ)- വിഷമസ്ഥിതി, തിങ്ങിയിരിക്കുന്ന അവസ്ഥ. pressure, difficulty.
ഞെരുക്കുക (അ.ക്രി)- അമർത്തുക, ക്ലേശിപ്പിക്കുക. to press, cause to suffer.
ഞെരുങ്ങുക (അ.ക്രി)- വിഷമിക്കുക, അമങ്ങുക, തിങ്ങുക. be crushed, be pressed. be congested.
ഞെളിച്ചിൽ (നാ)- അഹങ്കാരം, ശരീരം പിന്നിലേയ്ക്ക് വളയ്ക്കൽ. haughtiness, bending the body backward.
ഞെള്ളൽ (നാ)- വഴി, ചോർച്ച. leakage, path.

ഞെള്ള് (നാ)- ഞെട്ടൽ. shock.
ഞെഴുക്ക് (നാ)- കുറ്റിക്കാട്, കൈനാറി. sweet-smelling flower plant, bush.
ഞെറി (നാ)- വസ്ത്രത്തിന്റെ ചുരുക്ക്. fold of cloth.
ഞൊടി(നാ)-ക്ഷണനേരം, വിരൽ ഞൊടിക്കൽ. a moment, snap of the fingers.
ഞൊടിയിടയിൽ (ക്രി.വി)- നിമിഷനേരത്തിനുള്ളിൽ. in a moment.
ഞൊണ്ടുക (അ.ക്രി)- മുടന്തുക. limp.
ഞൊറിയിടുക (അ.ക്രി)- വസ്ത്രങ്ങളിലും മറ്റും ചുരുക്ക് ഇടുക. make folds on cloth.

ട

ട - അക്ഷരമാലയിലെ പതിനൊന്നാമത്തെ വ്യഞ്ജനം. eleventh consonant of the alphabet.
ട (നാ)- ശപഥം, ഭൂമി. oath, earth.
ടക്ക് (നാ)- മടക്കിത്തയ്യൽ. tuck.
ടഗ്ഗ് (നാ)- കപ്പലുകളെ വലിച്ചുകൊണ്ടു പോകുന്ന വലിയ കപ്പൽ. tug.
ടങ്കനം (നാ)- ബന്ധനം, പൊൻകാരം. binding, borax.
ടങ്കം (നാ)- കാല്, കോപം, കല്ലുളി, മഴു, പൊൻകാരം, ഡംഭം, വാളുറ, വാൾ, മൺവെട്ടി. leg, anger, stone cutter's chisel, axe, borax, pride, sheath of a sword, sword, spade.
ടങ്കശാല (നാ)- കമ്മട്ടം. mint.
ടങ്കാരം (നാ)- ആശ്ചര്യം, നിലവിളി, കീർത്തി, ഞാണിന്റെ ശബ്ദം. wonder, howl, fame, twang of a bowstring.
ടംഗം (നാ)- പൊൻകാരം, തൂമ്പ. borax, spade.
ടവൽ (നാ)- തൂവാല. towel.
ടാങ്ക് (നാ)- കുളം, തൊട്ടി, ഒരു യുദ്ധ വാഹനം. pond, reservoir, a kind of armoured vehicle.
ടാപ്പ് (നാ)- വെള്ളമെടുക്കാനുള്ള ചെറിയ കുഴൽ. tap.
ടിക്കറ്റ് (നാ)- അനുമതിച്ചീട്ട്. ticket.
ടിട്ടി (നാ)- ചെറുതരം കുരുവി, കുളക്കോഴി. wagtail, water-fowl.
ടിപ്പ് (നാ)- ഇനാം. tip.
ടീ (നാ)- തേയില, ചായ. tea leaf, tea.
ടീപ്പായ് (നാ)- ചെറിയ ചായമേശ. teapoy.
ടെക്സ്റ്റ് (നാ)- പാഠപുസ്തകം, പാഠം. text, lesson.
ടെൻഡർ (നാ)- കരാർ, കരാർപത്രം, ദർഘാസ്. contract, contract form, tender.
ടെലിഗ്രാഫ് (നാ)- കമ്പിത്തപാൽ. telegraph.
ടെലിഗ്രാം (നാ)- കമ്പിസന്ദേശം. telegram.
ടെലിഫോൺ (നാ)- കമ്പി വഴിക്കു ദൂരസ്ഥനോട് സംസാരിക്കാൻ ഉപയോഗിക്കുന്ന യന്ത്രം. telephone.
ടേപ്പ് (നാ)- നീളം കൂടിയ അളക്കാൻ ഉപയോഗിക്കുന്ന ഒരു നാട. tape.
ടൈഫോയ്ഡ് (നാ)- സന്നിപാതജ്വരം. typhoid.
ടോട (വി)- അല്പമായ, ചെറിയ. little, small.
ടോപം (നാ)- ഗർവം. pride.
ടോൾ (നാ)- പഥകരം, വഴിച്ചുങ്കം. tax for using a road, duty.
ടൗൺ (നാ)- പട്ടണം. town.
ട്രഷറി (നാ)- ഖജനാവ്. treasury.

ഠ

ഠ - അക്ഷരമാലയിലെ പന്ത്രണ്ടാമത്തെ വ്യഞ്ജനം. twelfth consonant of the alphabet.
ഠക്കുരം (നാ)- ദേവത, വിഗ്രഹം. deity, idol for worship.
ഠം (നാ) - ചന്ദ്രമണ്ഡലം, ഗോളം, പൂജ്യം, വിഗ്രഹം, വൃത്തം, വലിയ ശബ്ദം. lunar disc, sphere, zero, idol, circle, loud noise.
ഠാണാവ് (നാ)- പോലീസ് സ്റ്റേഷൻ, കാവൽസ്ഥലം, ഇരിപ്പുമുറി. police station, lock-up, sitting room.

ഡ

ഡ - അക്ഷരമാലയിലെ പതിമൂന്നാമത്തെ വ്യഞ്ജനം. the thirteenth consonant of the alphabet.

ഡ (നാ)- പിശാച്. devil.

ഡങ്കാരം (നാ)-ഞാണൊലി. sound of the bow-string.

ഡജൻ (നാ)- ഡസൻ. dozen.

ഡപ്പ (നാ)- പാട്ട. container with a lid.

ഡപ്പി (നാ)- അടപ്പുള്ള ഒരിനം ചെറിയ പാത്രം. small casket.

ഡബിൾ(വി)-ഇരട്ട, ഇരട്ടി. twins, double.

ഡം (നാ)- മുഴക്കം, ഭയം, ശബ്ദം. echo, fear, sound.

ഡമരം (നാ)- കോലാഹലം, നാശം, അമളി, കലഹം. tumult, destruction, folly, quarrel.

ഡമരു (നാ)- ഉടുക്ക്. small drum.

ഡംബര (വി)- കീർത്തിയുള്ള. famous.

ഡംബരം (നാ)- കലഹം, ആഡംബരം, സമൂഹം, വിസ്താരം, അഹംഭാവം, സാദൃശ്യം. quarrel, pomp, society, expansiveness, pride, resemblance.

ഡംഭ് (നാ)- അഹങ്കാരം. pride.

ഡമ്മി (നാ)- പകരക്കാരൻ. dummy.

ഡയനം (നാ)- പറക്കൽ, പല്ലക്ക്. flight, palanquin.

ഡയറി (നാ)- ദിവസക്കുറിപ്പ്. diary.

ഡർബാർ (നാ)- കൂടിക്കാഴ്ച, വലിയ മോടി, രാജസഭ. interview, pomp, the royal court.

ഡസൻ (നാ)- പന്ത്രണ്ടെണ്ണം. dozen.

ഡാകിനി (നാ)-ഒരു പിശാച് female imp.

ഡാക്ക് (നാ)- തപാൽ. postal service.

ഡാക്കൂ (നാ)- കൊള്ളക്കാരൻ, കള്ളൻ. robber, thief.

ഡാപ്പ് (നാ)- മരുന്നുകുറിപ്പ്, കുറിപ്പ്. prescription, list.

ഡാമര (വി)- അഴകുള്ള, ലഹളയുണ്ടാക്കുന്ന, ഭയങ്കരമായ. graceful, revolting, frightening.

ഡാമരം (നാ)- ചമത്കാരം, ലഹള, അദ്ഭുതകരമായ കാഴ്ച. loveliness, riot, any surprising sight.

ഡാവ് (നാ)- മിരട്ട്. trick.

ഡാളർ (നാ)- ഒരു നാണയം. dollar.

ഡിണ്ഡിമം (നാ)- പെരുമ്പറ, ചെണ്ട. beating of drum to proclaim victory, a drum.

ഡിണ്ഡിരം (നാ)- കടൽനാക്ക്, കടൽനുര. sea, tongue, foam.

ഡിപ്പോ (നാ)- വില്പനസ്ഥലം, സാധനങ്ങൾ ശേഖരിച്ചു വയ്ക്കുന്ന സ്ഥലം. shop, depot.

ഡിംബം (നാ) - മുട്ട, പന്ത്, ഗർഭപാത്രം, പ്രളയം, പെരുമഴ, വെളുത്താവണക്ക്, അനർത്ഥം, കലഹം. egg, ball, womb, deluge, heavy rain, white variety of castor oil plant, affray, quarrel.

ഡിംഭൻ (നാ)- മൂഢൻ, പൈതൽ. fool, a male child.

ഡീന (വി)- പറക്കുന്ന. flying.

ഡീനം (നാ)- പറക്കൽ. flight.

ഡുണ്ഡുഭം (നാ)- ചേര. rat snake.

ഡോബി (നാ)- അലക്കുകാരൻ. washerman.

ഡോരം (നാ)- ചരട്. string.

ഡോലക്ക് (നാ)- കർണ്ണാഭരണം, വാദ്യോപകരണം. ear ornament, musical instrument.

ഡോലി (നാ)- പല്ലക്ക്. palanquin.

ഡോള (നാ)- മനയോല, അമരി, ഊഞ്ഞാൽ, പല്ലക്ക്. red arsenic, indigo plant, swing, palanquin.

ഢ

ഢ - അക്ഷരമാലയിലെ പതിന്നാലാമത്തെ വ്യഞ്ജനം. fourteenth consonant of the alphabet.

ഢക്ക (നാ)- ഒരു വാദ്യോപകരണം. large double drum.

ഢക്കനം (നാ)- അടപ്പ്. covering, lid.

ഢം (നാ)- പാമ്പ്, നായ്, ഭേരി, ശബ്ദം. snake, dog, a kind of large double drum, sound.

ഢമാൻ (നാ)- ഒരു വാദ്യം. a kind of drum.

ഢാലം (നാ)- പരിച. shield.

ഢീക്ക് (നാ)- ഡംഭ്, പൊങ്ങച്ചം. haughtiness, vainglory.

ഢുഢ (നാ)- ഒരു രാക്ഷസി. a demoness.

ഢുംഢനം (നാ)- അന്വേഷണം, തിരയൽ. investigation, searching.

ഢുംഢി (നാ)- ഗണേശൻ. mythical Ganesh.

ഢൗകനം (നാ)- സമ്മാനം, കാഴ്ചവയ്പ്പ്, കൈക്കൂലി. prize, present, bribe.

ണ

ണ - അക്ഷരമാലയിലെ പതിനഞ്ചാമത്തെ വ്യഞ്ജനം. fifteenth consonant of the alphabet.

ണ (നാ)- പശു. cow.

ണത്താർ (നാ)- താമര. lotus.

ണൻ (നാ)- ശിവൻ. mythical Siva.

ണം (നാ)- ആഭരണം, സമ്മാനം, ദാനം, നിർണയം, ജ്ഞാനം. ornament, prize, gift, decision, knowledge.

ത

ത - അക്ഷരമാലയിലെ പതിനാറാമത്തെ വ്യഞ്ജനം. sixteeenth consonant of the alphabet.

ത (നാ)- സദ്ഗുണം, ലക്ഷ്മീദേവി. virtue, Goddess Lakshmi.

തക (നാ)- മാല, ഗുണം, അഴക്, പൊരുത്തം, പെരുമ, സ്നേഹം, മേന്മ. garland, virtue, beauty, concord, greatness, love, excellence.

തകടം (നാ)- മറിപ്പ്, തരക്കേട്. turning topsyturvy, defect.

തകടി (നാ)- മൈതാനം, പരപ്പ്, ചതി, ജലം. play ground, plain ground, deception, water.

തകടി (വി)- വിസ്താരമുള്ള. expansive.

തകപ്പൻ (നാ)- അച്ഛൻ. father.

തകം (നാ)- എരിവ്, ചൂട്. pungency, heat.

തകര (നാ)- ഒരു കുറ്റിച്ചെടി. cassia tora.

തകരം (നാ)- വെളുത്തീയം, ഒരു ചെറുവൃക്ഷം, നന്ത്യാർവട്ടം, ഒരു അങ്ങാടിമരുന്ന്. tin, wax flower plant, a medicinal herb.

തകരാറ് (നാ)- തടസ്സം, കുഴപ്പം, തെറ്റ്, കലഹം, പ്രയാസം, വഴക്ക്, വിരോധം, ദോഷം. obstacle, confusion, blunder, dispute, difficulty, quarrel, enmity, defect.

തകരുക (അ.ക്രി)- ചിതറിപ്പോവുക, നശിക്കുക, ഉടയുക, നുറുങ്ങുക, പൊടിയുക. to be scattered, to be destroyed, to be broken, to be broken to pieces, to be pounded.

തകർക്കുക (അ.ക്രി)- അഹങ്കരിക്കുക, കോലാഹലത്തോടെ തുള്ളിച്ചാടുക. to be arrogant, to play boisterously.

തകഴി (നാ)- വലിയ പിഞ്ഞാണം, പൊടിച്ച് അരിക്കുമ്പോൾ വരുന്ന വലിയ തരി. dish, small granules.

തകിടം മറിക്കുക - അപകടത്തിലാക്കുക, ആകപ്പാടെ മാറ്റുക. to throw into confusion, to thwart.

തകിട് (നാ)- ലോഹം അടിച്ചു പരത്തിയത്. thin metal sheet.

തകില് (നാ)- ഒരു മംഗളവാദ്യം. a kind of large kettle-drum.

തകുന്ന (വി)- മേന്മയുള്ള, തക്ക, ഉള്ള, ചേരുന്ന. excellent, suitable, having, fit.

തകൃതി (നാ)- ആധിക്യം, പൊങ്ങച്ചം, ശോഭ, ആർഭാടം, സമ്പൂർണ്ണത. excess, vanity, lustre, pomp, completeness.

തക്ക (വി)- മതിയായ, ചേർച്ചയുള്ള, യോഗ്യമായ. sufficient, fit, suitable.

തക്ക (നാ)- സ്ത്രീകളുടെ ഒരു കർണ്ണാഭരണം. a large, round ear ornament of women.

തക്കം (നാ)- സാമർത്ഥ്യം, സൗകര്യം, യോഗ്യത, തരം, ഉചിതമായ സമയം. cleverness, convenience, fitness, proper chance or occassion, opportunity.

തക്കാളി (നാ)- ഒരു പച്ചക്കറി. tomato.

തക്കിടി (നാ)- കള്ളത്തൂക്കം, വഞ്ചന, വ്യാജം. fraud in weighing, deceit, fraud.

തക്കോലം (നാ)- ഒരു അങ്ങാടി മരുന്ന്. cube pepper.

തക്ബീർ(നാ)- സ്തോത്രം. making the call ' Allahu Akbar.'

തക്രം (നാ)- മോര്. butter milk.

തക്രവാസനം (നാ)- നാരകം. lime tree.

തക്രസാരം (നാ)- വെണ്ണ. butter.

തക്രോടം(നാ)- കടകോൽ. churning stick.

തക്ഷക (വി)- മരം ചെത്തുന്ന. cutting the wood.

തക്ഷകൻ (നാ)- സർപ്പം, ദേവശില്പി, സൂത്രധാരൻ, മരപ്പണിക്കാരൻ, അഷ്ടനാഗങ്ങളിലൊന്ന്. serpent, architect of the gods, chief actor, carpenter, name of a divine serpent.

തക്ഷണി (നാ)- ഉളി. chisel.

തക്ഷൻ (നാ)- സൂത്രധാരൻ, തച്ചൻ. chief actor, carpenter.

തഗണം (നാ)- അന്ത്യലഘുവായ ഗണം. name of a gana.

തങ്ക (നാ)- രാജപുത്രി, അനുജത്തി. a title of the daughters of the kings of travancore, younger sister.

തങ്കക്കുടം (നാ)- വാത്സല്യപാത്രം, പൊൻകുടം. pet, golden pot.

തങ്കം (നാ)- വിശിഷ്ടവസ്തു, വാത്സല്യപാത്രം, സ്നേഹം, മാറ്റേറിയ സ്വർണ്ണം, ദുഃഖജീവിതം, ഭയം, കല്ലുളി, വിരഹദുഃഖം, വസ്ത്രം. valuable object, pet. love, pure gold, distressful life, fear, chisel, grief caused by separation, cloth.

തങ്കശാല (നാ)- കമ്മട്ടപ്പുര. mint.

തങ്കി (നാ)- അനുജത്തി. younger sister.

തങ്കിന (വി)- ചേർന്ന, പറ്റിയിരിക്കുന്ന, ഉള്ള. fit, being stuck with, having.

തങ്ങൾ - താൻ എന്നതിന്റെ ബഹുവചനം. plural form of ' താൻ.'

തങ്ങൾ (നാ)- മുസ്ലിം പുരോഹിതൻ. Muslim cleric.

തങ്ങുക (അ.ക്രി)- തടയുക, പാർക്കുക, അടിയിൽപ്പെടുക, കൈവശമാവുക, മരക്കൊമ്പിലും മറ്റും തടഞ്ഞിരിക്കുക. to get stopped, to stay, to be under, to come into possession, to get obstructed.

തച്ചൻ (നാ)- മരപ്പണിക്കാരൻ. carpenter.

തച്ച് (നാ)- ആശാരിപ്പണി, ഒരു ദിവസത്തെ കൂലി, ഒരു ദിവസത്തെ മരപ്പണി. carpentry, carpenter's daily wages, a day's work of a carpenter.

തച്ചുശാസ്ത്രം (നാ)- ശില്പിശാസ്ത്രം. architecture.

തഞ്ചം (നാ)- സൗകര്യം, ഉചിതമായ സമയം, വിശ്രമം, സഹായം. convenience, opportunity, rest, help.

തട (വി) - വിസ്താരമുള്ള, വലിയ. expansive, big.

തടങ്കൽ (നാ)- തടവ്. imprisonment.

തടങ്ങൽ (നാ)- തടസ്സം, തടങ്കൽ, വിരോധം, മുടക്കം, മറിപ്പ്. obstacle, imprisonment, enmity, hindrance, limiting the freedom.

തടപടൽ (നാ)- ആഡംബരം, ബഹളം. pomp, clamour.
തടം (നാ)- വിസ്താരം, പെരുമ, വലിപ്പം. vastness, greatness, bigness.
തടം (നാ) - തീരം, മലയിടുക്ക്, പാർശ്വങ്ങളോടു കൂടിയ ശരീരഭാഗം, വഴി, ചക്രവാളം. shore, mountain pass, dependent parts of the body, way, horizon.
തടവുക (സ.ക്രി)- ചേരുക, തലോടുക, തിരുമ്മുക, പൂശുക. to join, to move the hand gently over the body, to massage, to smear.
തടവുകാരൻ (നാ)- തടവുന്നവൻ, ബന്ധനസ്ഥൻ. massaeur, prisoner.
തടസ്ഥ (വി)- സമീപത്തുള്ള, കരയ്ക്കു നില്ക്കുന്ന, നിഷ്പക്ഷനായ. situated near, situated on the banks, impartial.
തടസ്സപ്പെടുത്തുക (സ.ക്രി)- വിഘ്നമുണ്ടാക്കുക. to obstruct.
തടസ്സം (നാ)- വിരോധിക്കൽ, വിഘ്നം. hindrance, obstruction.
തടാകം (നാ)- താമരപ്പൊയ്ക, അകൃത്രിമമായ ജലാശയം. lotus pond, lake.
തടി (നാ)- തടം, ചരിവ്, താഴ്വര, തീരം. basin, slope, valley, shore.
തടിച്ച (വി)- വണ്ണമുള്ള. fat.
തടിത്ത് (നാ)- കൊല, മിന്നൽ. murder, lightning.
തടിനി (നാ)- ഒരു വൃത്തം, നദി. a metre of 21 letters, river.
തടിമിടുക്ക് (നാ)- കായബലം. physical strength.
തടിയൻ (നാ)- ഭോഷൻ, വണ്ണമുള്ളവൻ. foolish fellow, fat man.
തടില്ലത (നാ)- മിന്നൽക്കൊടി. streak of lightning.
തടുക്ക് (നാ)- ചെറിയ പായ്. small mat.
തട്ടൻ (നാ)- വിഷൂചിക. cholera.
തട്ടം (നാ)- മുഖംമൂടി, ചെറിയ പരന്ന പാത്രം, ശരീരം മറയ്ക്കുന്ന തുണി, ഉറക്കറ, തടാകം. veil, flat plate, cloth used as a veil by Muslim women, bedroom, lake.
തട്ടാൻ (നാ)- സ്വർണ്ണപ്പണിക്കാരൻ. goldsmith.
തട്ടാരൻ(നാ)-അലക്കുകാരൻ. washerman.
തട്ടി (നാ)- മറ, തൊഴുത്ത്, കുടിലിന്റെ വാതിൽ. screen, cattle shed, door of a hut.
തട്ടിക്കഴിക്കുക - കുറയ്ക്കുക. to deduct.
തട്ടിക്കേറുക - ശാസിക്കുക, കയർക്കുക, ആക്രമിക്കുക, അധികാരം ചെലുത്തുക. to scold, to be angry, to attack, to exercise authority.
തട്ടിക്കുക (സ.ക്രി)- കൈകൊട്ടിക്കുക, അടിപ്പിക്കുക, കൈക്കലാക്കുക, താരതമ്യപ്പെടുത്തുക, മുട്ടിക്കുക, വഞ്ചിക്കുക. to cause, to clap, to hit against, to swindle, to compare, to strike against, to deceive.
തട്ടുക (സ.ക്രി)- എതിർക്കുക, തൊടുക, തലോടുക, കൈക്കലാക്കുക, തല്ലുക, അടിക്കുക, കൊട്ടുക, ഉണർത്തുക, വഹിക്കുക, കൊല്ലുക, ഉപേക്ഷിക്കുക, കൈകൊട്ടുക. to oppose, to touch, to caress, to capture, to beat, to sound percussion instruments, to awaken, to carry, to kill, to abandon, to clap.
തട്ടുകേട് (നാ)- ആപത്ത്, ഭാഗ്യക്കേട്. danger, misfortune.
തഡാകം (നാ)- പൊയ്ക. pond.
തഡിത്ത് (നാ)- മിന്നൽ. lightning.
തഡിത്വാൻ (നാ)- മുത്തങ്ങ, മേഘം. cyperus rotundus, cloud.
തണക്കുക (അ.ക്രി)- തടിക്കുക, നീർക്കെട്ടുളളുക. to become bulky, to swell.
തണങ്ങ് (നാ)- തെങ്ങോല, കമുകോല. leaf of coconut palm, leaf of arecanut palm.
തണർക്കുക (അ.ക്രി)- അടിയേറ്റു തടിക്കുക, തൊലി തടിക്കുക. to swell on getting strokes, to have swellings on the skin.
തണൽ (നാ)- ഛായ, വെയിലിലെ നിഴൽ, അഭയസ്ഥാനം, തുണ. shade, shadow, shelter, help.

തണിയുക (അ.ക്രി)- ശമിക്കുക, തണുക്കുക. to cure, to grow cool.
തണിയുക (സ.ക്രി)- തല്ലി മിനുസം വരുത്തുക. to polish.
തണുക്കുക (അ.ക്രി) - ശീതമാവുക, കുളിരുക, ചൂടാറുക, കുറയുക, കോപമടങ്ങുക. to grow cool, to feel chilly, to lessen, to decrease, to cool down.
തണുപ്പ് (നാ)- കുളിര്, ശൈത്യം, ശാന്തത, ജലദോഷം, ആശ്വാസം. coldness, chilliness, calmness, cold, relief.
തണുവ് (നാ)- തണുപ്പുള്ള സ്ഥലം, തണുപ്പ്. cold place, coldness.
തൺ (വി) - അഴകുള്ള, കുറഞ്ഞ, ക്ഷീണിച്ച, കുളുർമ്മയുള്ള, തണുത്ത. beautiful, diminished, weak, refreshingly cool, cold.
തണ്ടൻ (നാ)- ഒരിനം മത്സ്യം, അഹങ്കാരി. a kind of fish, haughty person.
തണ്ടം(നാ)-പിഴ, ശിക്ഷ. penalty, punishment.
തണ്ടലർ (നാ)- താമരപ്പൂവ്, ശത്രുക്കൾ. lotus flower, enemies.
തണ്ടാരിൽമാത് (നാ)- ലക്ഷ്മീദേവി. goddess Lakshmi.
തണ്ടാർ(നാ)- താമരപ്പൂവ്. lotus flower.
തണ്ടാർമകൾ (നാ)- ലക്ഷ്മീദേവി. goddess Lakshmi.
തണ്ടി (നാ)- സമവയസ്കൻ, തരക്കാരൻ, വീണ, വീണാനാദം. one who is equal to another in age, a kind of lute, sound of a lute.
തണ്ടിക (നാ)- ഒരു കണ്ഠാഭരണം, പല്ലക്ക്. a kind of necklace, palanquin.
തണ്ടെല്ല് (നാ)- നട്ടെല്ല്. spine.
തണ്ഡകൻ (നാ)- ചെപ്പടിവിദ്യക്കാരൻ. magician.
തണ്ഡകം (നാ)- നുര, പത, ഒരിനം കുരുവി, അലങ്കാരം, വിയർപ്പ്, തായ്മരം, ഒരുമ്പാട്. froth, foam, a kind of sparrow, decoration, sweat, trunk, readiness.
തണ്ഡുലം (നാ)- അരി. rice.
തണ്ണി (നാ)- ജലതരംഗം, പൊങ്ങുതടി, പച്ചവെള്ളം, കള്ള്. a kind of musical instrument, raft, cold water, toddy.
തണ്ണിമത്തൻ (നാ)- ഒരു വള്ളിച്ചെടി. water melon.
തണ്ണീർ (നാ)- തണുത്ത വെള്ളം, വെള്ളം. cold water, water.
തത (വി)- വിസ്താരമുള്ള, പരന്ന. expansive, stretched, wind,.
തതകം (നാ)- കാറ്റ്. wind.
തതഃ (ക്രി.വി)- അതുകൊണ്ട്, അവിടെനിന്ന്, അപ്പോൾ, അതിനുശേഷം, അതിൽനിന്ന്, പിന്നെയും. therefore, from that place, then, after that, from that, again.
തതൻ(നാ)-പുത്രൻ, പിതാവ്. son, father.
തതപത്രി (നാ)- വാഴ. plantain tree.
തതം (നാ)- കാറ്റ്, അകലം, പരന്നത്, വിസ്താരം, കമ്പിവാദ്യം, പരപ്പ്, സന്താനം, പിരിവ്. air, distance, that which is flat, area, a stringed instrument, extent, offspring, division.
തതി (നാ)- വിസ്താരം, പരമ്പര, വരി, സമൂഹം, തിര. area, serial, line, multitude, wave.
തത് (ക്രി.വി)- ആ സ്ഥിതിക്ക്, അവിടേക്ക്, അതിനാൽ. in that condition, to that place, so.
തത്കാലം (നാ)- വർത്തമാനകാലം. present time.
തത്ക്ഷണം (ക്രി.വി)- ആ നിമിഷത്തിൽ, അപ്പോൾ. at that moment, then.
തത്സമയം (ക്രി.വി) - ആ സമയത്ത്. at that time.
തത്ത (നാ)- ഒരു വളർത്തുപക്ഷി. parrot.
തത്താദൃക്ക് (വി)- അതുപോലെയുള്ള, അപ്രകാരമുള്ള. like that, of that kind.
തത്തുക (അ.ക്രി)- ഞെളിയുക, തുള്ളുക, കുതിക്കുക, ചാടുക. to strut, to prance, to leap, to jump.
തത്ത്വജ്ഞാനം (നാ)- ആത്മജ്ഞാനം. knowledge of self.
തത്ത്വജ്ഞാനി (നാ)- യഥാർത്ഥജ്ഞാനം നേടിയവൻ. philosopher.
തത്ത്വദർശനം(നാ)-ദർശനശാസ്ത്രം. philosophy.

തത്ത്വദർശി (നാ)- ആധ്യാത്മിക ദർശനം നേടിയവൻ, ദാർശനികൻ. one possessing spiritual knowledge, philosopher.

തത്ത്വപരമായ (വി)- സിദ്ധാന്തങ്ങളെ സംബന്ധിച്ച. theoretical.

തത്ത്വം (നാ)- മനസ്സ്, താളം, സാരം, പരമാർത്ഥം, പഞ്ചഭൂതം, പരമാത്മാവ്, സത്യം, യഥാർത്ഥധർമ്മം. mind, musical time, essence, reality, five basic factors of the universe, supreme being, truth, real property or nature.

തത്ത്വാതീതൻ (നാ)- ഈശ്വരൻ. god.

തത്പത്രി (നാ)- കായമുണ്ടാകുന്ന മരം, വാഴ, കായം. the tree of asafoetida, plantiain tree, asafoetida.

തത്പര (വി)- അതിനെ അനുഗമിക്കുന്ന, ഉത്സാഹമുള്ള. following that, interested.

തത്പരം (ക്രി. വി)- അതിനുശേഷം. after that.

തത്ഫലം(നാ)-അതിന്റെ ഫലം, വെള്ള ആമ്പൽ, അടവിക്കച്ചോലം. result of that, white water-lilly, curcuma zedoaria.

തത്രപ്പാട് (നാ)- ധൃതി, ബദ്ധപ്പാട്. haste, embarrassment.

തത്രപ്പെടുക (അ.ക്രി)-ധൃതിപ്പെടുക. to haste.

തത്രസ്ഥ (വി)- അവിടെ സ്ഥിതി ചെയ്യുന്ന, അവിടെയുള്ള. situated there, belonging to that place.

തഥാഗതൻ (നാ)- ജിനൻ, ബുദ്ധമുനി. Jina, Gautama Buddha.

തദനന്തരം (ക്രി.വി)- അതിനുശേഷം. thereafter.

തദനു (ക്രി.വി)- അപ്പോൾ, പിന്നീട്. then, after that.

തദാ (ക്രി.വി)- അപ്പോൾ. then.

തദീയ (വി)- ആ ആളെ സംബന്ധിച്ച, അയാളുടെ, അവളുടെ, അതിന്റെ. related to that place, his, her, its.

തദ്ദേശീയ (വി)- ആ ദേശത്തുള്ള. of that country.

തദ്വിഷയക (വി)- അതു സംബന്ധിച്ച. related to that.

തനയൻ (നാ)- വംശജൻ, പുത്രൻ. male descendant, son.

തനയം (നാ)- സന്തതി, വംശം, ഐശ്വര്യം, വർദ്ധന. offspring, family, prosperity, increase.

തനി (വി) - തനിച്ചുള്ള, കലർപ്പില്ലാത്ത, ഒറ്റയ്ക്കുനിൽക്കുന്ന, പരിശുദ്ധമായ. singlehanded, unadulterated, standing alone, pure.

തനിക (നാ)- കൊത്തമല്ലി. coriander, Chinese parsley

തനിച്ച് (ക്രിവി)- അന്യരുടെ സഹായം കൂടാതെ, ഏകനായി. singlehanded, alone.

തനിനിറം (നാ)- സ്വതേയുള്ള നിറം, യാഥാർത്ഥ്യം. orginal colour, reality.

തനിയേ (ക്രി.വി)- ഒറ്റയ്ക്ക്, തനിച്ച്. by oneself, alone.

തനു (വി)- നേർത്ത, ആഴമില്ലാത്ത, ചെറിയ, മെലിഞ്ഞ, അല്പമായ. fine, shallow, small, lean, minute.

തനു (നാ)- ശരീരം, തൊലി, അല്പം, കൃശമായത്. body, skin, little, that which is thin.

തനുജ (നാ)- പുത്രി. daughter.

തനുത (നാ)- കൃശത. leanness.

തനുത്രം (നാ)- കവചം. armour.

തനുമധ്യം (നാ)- എളി. waist.

തനുരസം (നാ)- വിയർപ്പ്. sweat.

തനുരുഹം (നാ) - രോമം. hair.

തനുല (വി)- വികസിപ്പിച്ച. expanded.

തനുവാരം (നാ)- പടച്ചട്ട. armour.

തനുസം (നാ)- ശരീരം. body.

തനൂ (നാ)- ശരീരം. body.

തനൂജ (നാ) - പുത്രി. daughter.

തനൂജൻ (നാ)- പുത്രൻ. son.

തനൂനൻ (നാ)- കാമദേവൻ, വായു. Cupid, air.

തനൂനപം (നാ)- വെണ്ണ. butter.

തൻ(നാ)- കള്ളൻ, ബുദ്ധൻ, ഹീനൻ. thief, the Buddha, mean person.

തന്തി (നാ)- വീണക്കമ്പി, പശു, വരി, മുറ, വിസ്തൃതി, കമ്പി. the chord of a stringed musical instrument, cow, row, order, area, telegram.

തന്തിപാലൻ (നാ)- പശുപാലൻ. cow-herd.
തന്തു (നാ)- നൂല്, സന്താനം, മത്സ്യം, താമരവളയം, പരമാത്മാവ്, കമ്പി, വരി, തിര, വിസ്തൃതി, ചിലന്തിവല. thread, offspring, fish, lotus stem, supreme soul, wire, line, wave, area, cob-web.
തന്തുകം (നാ)- കടുക്. mustard seed.
തന്തുകി (നാ)- ചെറിയ രക്തക്കുഴൽ. capillary.
തന്തുകീടം (നാ)- പട്ടുനൂൽപ്പുഴു, ചിലന്തി. silkworm, spider.
തന്തുജാലം (നാ)- കമ്പിവല. wire net.
തന്തുനാഭം (നാ)- ചിലന്തി. spider.
തന്തുപർവം (നാ)- ശ്രാവണമാസത്തിലെ പൗർണ്ണമി. full moon day in the month of Sravana.
തന്തുപാദം (നാ)- ചിലന്തി. spider.
തന്തുലം (നാ)- വിഴാലരി, താമരവളയം. embelia ribes, lotus stem.
തന്തുവാനം(നാ)- നെയ്ത്ത്. weaving.
തന്തുവാപൻ (നാ)- നെയ്ത്തുകാരൻ. weaver.
തന്തുവാപം (നാ)- തറി, നെയ്ത്ത്. loom, weaving.
തന്തുവായൻ(നാ)- ചിലന്തി, നെയ്ത്തുകാരൻ. spider, weaver.
തന്തുവായം (നാ) - ചിലന്തി, നെയ്ത്ത്. spider, weaving.
തന്തുസാരം (നാ)- കവുങ്ങ്. arecanut palm.
തന്ത്ര (വി)- അധീനമായ. dependent.
തന്ത്ര (നാ)- മയക്കം, മടി. lassitude, laziness.
തന്ത്രം (നാ)- സേന, ഭാഗ്യം, സിദ്ധാന്തം, രാജ്യഭാരം, അലങ്കാരം, കൗശലം, സൂത്രം, വഞ്ചന, ഉപായം, കൂട്ടുകെട്ട്, ആശ്രയം, കുടുംബസംരക്ഷണം, ഔഷധം, ശപഥം, സമൂഹം, ധനം, ഭവനം, പൂജാക്രമം, വസ്ത്രം, ആനന്ദം. army, fortune, doctrine, reign of a state, decoration, trick, deceit, idea, friendship, dependence, supporting a family, oath, society, wealth, house, ritual, cloth, ecstacy.
തന്ത്രി (നാ)- വീണക്കമ്പി, സൂത്രശാലി, വീണ, ഞരമ്പ്, വാല്, ഞാൺ, പാട്ടുകാരൻ, ശിപായി. chord of lute, crafty man, lute, vein, tail, string of a bow, singer, army sepoy.
തന്ദു (നാ)- തവി. ladle.
തന്ദുലം (നാ) വിഴാൽ. embelia ribes.
തന്ദ്ര(വി)-മടിയുള്ള, തളർന്ന. lazy, tired.
തന്ദ്ര (നാ)- അലസത, ഒരു രോഗം, ഉറക്കം. laziness, a disease, sleep.
തന്ദ്രിക (നാ)- ആലസ്യം, മയക്കം. laziness, drowsiness.
തന്നിമിത്തം (ക്രി.വി)- അക്കാരണത്താൽ. for that reason.
തന്നിഷ്ടം (നാ)- സ്വന്തം ഇഷ്ടം. selfwill.
തന്നിഷ്ടക്കാരൻ (നാ)- സ്വന്തം ഇഷ്ടമനുസരിച്ച് പ്രവർത്തിക്കുന്നവൻ. wilful person.
തന്നെ (ക്രി.വി) - താനേ, നിങ്ങളെ, തനിച്ച്, തീർച്ചയായും, അതേ. even, you, alone, yes.
തന്നെത്താൻ (ക്രി.വി)- തനിയെ. by oneself.
തന്മ (നാ)- മേന്മ, സത്യം, ഗുണം, സ്വഭാവം. excellence, truth, virtue, nature.
തന്മയത്വം (നാ)- സ്വാഭാവികത, താദാത്മ്യം, അനുഭവരസികത്വം. naturality, identification, enjoyment by experience.
തന്മയീഭാവം (നാ)- താദാത്മ്യം. harmonious blending.
തന്വംഗി(നാ)-സുന്ദരി. beautiful woman.
തന്വി(നാ)- കറിക്കായം, സ്ത്രീ, സുന്ദരി. asafoetida, woman, beautiful lady.
തന്റേടം (നാ)- സ്വബോധം, ഊറ്റം. consciousness, courage.
തപ (വി)- ദഹിക്കുന്ന, വേദനയുണ്ടാക്കുന്ന, കത്തുന്ന. burning, causing pain, blazing.

തപതി (നാ)- സൂര്യന് ഛായയിൽ ഉണ്ടായ പുത്രി, സംവരണന്റെ ഭാര്യ, ഗോദാവരി, തപതി നദി, ചൂട്. name of a daughter of the sun, wife of Samvarana, Godavari, river Thapathi, heat.

തപന (വി)- വേദനയുണ്ടാക്കുന്ന, പ്രകാശിക്കുന്ന, എരിയുന്ന, ചൂടുള്ള. painful, shining, burning, hot.

തപനൻ (നാ)- അഗസ്ത്യൻ, ശിവൻ, അഗ്നി, സൂര്യൻ. Mythical saint Agasthya, Siva, fire, sun.

തപനം (നാ)- ഗ്രീഷ്മം, കൊടുവേലി, ദാഹം, ചൂട്, സ്വർണ്ണം, ചേരുമരം, സൂര്യകാന്തം, എരിക്ക്. summer, lead wort, thirst, heat, gold, marking nut tree, sun stone, madar plant.

തപനീയകം (നാ)- ഒരിനം നെല്ല്, സ്വർണ്ണം. a kind of paddy, gold.

തപസൻ (നാ)- പക്ഷി, സൂര്യൻ, ചന്ദ്രൻ. bird, sun, moon.

തപസം (നാ)- പക്ഷി. bird.

തപസ്ഥലി (നാ)- കാശി, തപോവനം. Benares, place for practising penance.

തപസ്യ (വി)- ചൂടുകൊണ്ടുണ്ടായ, തപസ്സിനു യോജിച്ച. produced by heat, suitable for penance.

തപസ്യ (നാ)- ബ്രഹ്മചര്യം, തപസ്സ്. celibacy, penance.

തപസ്യൻ (നാ)- അർജ്ജുനൻ. Arjuna.

തപസ്യം (നാ)- മുല്ലപ്പൂവ്, മീനമാസം. jasmine flower, the Malayalam month of Meenam.

തപസ്വി (നാ. വി)- ദയനീയമായ, ദരിദ്രമായ, തപസ്സുചെയ്യുന്ന. poor, pitiful, engaged in penance.

തപസ്വി (നാ)- നാരദൻ, കുരികിൽ, ദരിദ്രൻ, താപസൻ. Narada, sparrow, pauper, ascetic.

തപസ്സ് (നാ)- മനസ്സിനെ ഏകാഗ്രമാക്കാൻ വേണ്ടി ദേഹത്തെ ക്ലേശിപ്പിക്കൽ, തപോലോകം, മാഘമാസം, വേനൽ, ഉഷ്ണം, സദ്ഗുണം, വേദന, അഗ്നി, ഒരു ഉപാസനാരീതി, കാമത്യാഗം. penance, selfmortification, one of the 14 worlds, the Tamil month of Magha, summer, heat, virtue, fire, a method of worship, abandonment of desires.

തപാൽ (നാ)- കത്തും പണവും മറ്റും ദൂരസ്ഥലത്തേക്ക് അയയ്ക്കാനുള്ള സർക്കാരിന്റെ സംവിധാനം. postal service.

തപിക്കുക (അ.ക്രി)- തപസ്സുചെയ്യുക, ദുഃഖിക്കുക, ചൂടാകുക, ചുടുക, ഉഷ്ണിക്കുക. to undergo penance, to suffer, to be hot, to burn, to feel burning sensation.

തപോധനൻ (നാ)- മഹർഷി. ascetic.

തപ്ത (വി)- ചുട്ടുപഴുപ്പിച്ച, തപിച്ച, ചൂടുപിടിച്ച, ദുഃഖിച്ച. burnt redhot, hot, heated, distressed.

തപ്പര (നാ)- കള്ളം, തെറ്റ്, ചൂത്, പിഴ. lie, error, gambling.

തപ്പൽ (നാ)- കുഴപ്പം, പിശക്, തെറ്റ്. confusion, mistake, error.

തപ്പ് (നാ)- ഒരിനം വാദ്യം, പെട്ടി, വിടവ്, വ്യത്യാസം, അന്വേഷണം, തെറ്റ്. tabor, box, gap, difference, enquiry, error.

തപ്പുക (സ.ക്രി)- സംശയിക്കുക, തെറ്റുവരുത്തുക, കൈകൊണ്ട് തപ്പി നോക്കുക. to doubt, to make mistake, to grope.

തബല (നാ)- ഒരു വാദ്യം. a kind of drum, tabla.

തം (നാ)- വാൽ, മറുകര കടക്കൽ, സദ്ഗുണം, നെഞ്ച്, ഗർഭപാത്രം, ആഭരണം, രത്നം. tail, crossing, moral virtue, chest, womb, ornament, gem.

തമ (നാ)- ഇരുട്ട്, മഞ്ഞൾ, രാത്രി. darkness, a kind of turmeric, night.

തമകൻ (നാ)- മരണവായുക്കളിൽ ഒന്ന്. one of the five last breaths.

തമകശ്വാസം (നാ)-കാസം. asthma.

തമൻ (നാ)- ഈശ്വരൻ, ബന്ധു. god, relative.

തമൻ (നാ)- രാഹു. epithet of Rahu.

തമം (നാ)- ഇരുട്ട്. darkness.

തമസാ (നാ)- ഒരു നദി. a river.

തമസം (നാ)- കിണറ്, അജ്ഞാനം, പട്ടണം, ഇരുട്ട്, പാപം. well, ignorance, town, darkness, sin.

തമസ്സ് (നാ)- മൂഢത, പാപം, ദുഃഖം, മരണം, ചേറ്, മായ, ഇരുട്ട്, രാഹു, തമോഗുണം, അജ്ഞാനം. foolishness, sin, sorrow, mud, illusion, darkness, Rahu, the evil nature of human beings, ignorance.

തമാലം (നാ)- പച്ചിലമരം, മുളയുടെ പുറന്തൊലി, പീനാറി, ചന്ദനക്കുറി, വാൾ. the tree xanthochymus pictorius, bamboo bark, alianthus excelsus, mark on the forehead with sandal paste, sword.

തമാശ (നാ)- നേരമ്പോക്ക്, വിനോദം, കളിവാക്ക്. fun, entertainment, joke.

തമാശക്കാരൻ (നാ)- നേരമ്പോക്കു പറയുന്നവൻ, വിദൂഷകൻ. droll, wag.

തമി(നാ)-മഞ്ഞൾ, രാത്രി. turmeric, night.

തമിസ്ര (വി)- ഇരുട്ടുള്ള. dark.

തമിസ്രം (നാ)- കോപം, കൃഷ്ണപക്ഷം, അജ്ഞാനം, ഇരുട്ട്. anger, dark lunar fortnight, ignorance, darkness.

തമിഴകം(നാ)- തമിഴ്നാട്. Tamil Nadu.

തമിഴൻ (നാ)- തമിഴ് ഭാഷ സംസാരിക്കുന്നവൻ. one who speaks Tamil.

തമിഴ് (നാ)- ഒരു ദ്രാവിഡ ഭാഷ, മാതൃഭാഷ. a Dravidian language, the mother tongue of Tamils.

തമീചരൻ (നാ) - രാക്ഷസൻ, ഇരുളിൽ സഞ്ചരിക്കുന്നവൻ. demon, one who travels in the dark.

തമുക്കം (നാ)- പോരിലെ ആനകളുടെ താവളം, പള്ളിയിലേക്കുള്ള വഴിപാട്. shelter for war elephants, offering to a church.

തമോഘ്നൻ (നാ)- ബുദ്ധദേവൻ, ശിവൻ, അഗ്നി, വിഷ്ണു, ചന്ദ്രൻ, സൂര്യൻ. the Buddha, Siva, fire, Vishnu, moon, sun.

തമോഘ്നം (നാ)- ജ്ഞാനം, അഗ്നി, ദീപം, കൊടുവേലി. knowledge, fire, lamp, leadwort.

തമോപഹൻ (നാ) - ഈശ്വരൻ, ബുദ്ധൻ, ചന്ദ്രൻ, അഗ്നി, സൂര്യൻ. god, Buddha, moon, fire, sun.

തമോമണി (നാ) - മിന്നാമിനുങ്ങ്, ഗോമേദകം. firefly, topaz.

തമോമയ (വി)- ഇരുട്ടടഞ്ഞ, അജ്ഞാനിയായ. filled with darkness, ignorant.

തമ്പി (നാ)- അനുജൻ, പ്രായം കുറഞ്ഞവൻ. younger brother, younger person.

തമ്പ് (നാ) - കൂടാരം. tent.

തമ്പുരാട്ടി (നാ)- യജമാനത്തി, രാജസ്ത്രീ. mistress, woman of a royal family.

തമ്പ്രാട്ടി (നാ)- ഭദ്രകാളി, തമ്പുരാട്ടി. Bhadrakali, lordess.

തംബിക (നാ)- പശു. cow.

തംബാഖു (നാ)- പുകയില. tobacco.

തംബുരു - ഒരു തന്ത്രിവാദ്യം. a string type musical instrument.

തമ്മിൽ (ക്രി.വി)- അന്യോന്യം. between each other.

തമ്മിൽതമ്മിൽ (ക്രി.വി)- പരസ്പരം. mutually.

തയിർ (നാ)- തൈര്. curd.

തയ്ക്കുക(സ.ക്രി)-അടിക്കുക, തുന്നുക, കുത്തിക്കെട്ടുക. to beat, to stitch, to sew.

തയ്യൽ (നാ)- തുന്നൽ. stitching.

തയ്യൽക്കാരൻ (നാ)- തയ്ക്കുന്നവൻ. tailor.

തയ്യാർ (നാ)- ഒരുക്കം. preparation.

തയ്യാറാക്കുക (നാ)- ഒരുക്കുക, പൂർത്തിയാക്കുക, ചിട്ടപ്പെടുത്തുക. to prepare, to complete, to compose.

തരകൻ (നാ)- ദല്ലാൾ. broker.

തരക് (നാ)- ദല്ലാൾക്കൂലി, കല്പന, ത്രാസ്സ്, ഉണക്കലരി. brokerage, command, balance, dry rice used for pudding.

തരകുക (അ.ക്രി)- നെല്ല് കുത്തുക, പകർന്നു കൊടുക്കുക, കല്പിക്കുക. to husk, to pour out, to command.

തരക്കേട് (നാ)- അസൗകര്യം, നഷ്ടം, കുറവ്, ആപത്ത്, അവസരമില്ലായ്മ. inconvenience, loss, defect, danger, lack of chance.

തരക്ഷു (നാ)- പുള്ളിപ്പുലി. leopard.

തരംഗം (നാ)- തിര, ചാട്ടം, തുണി, ഓളം, സ്വരലഹരി. wave, jump, cloth, billow, modulation in music.

തരംഗവദി (നാ)- നദി. river.

തരംഗി (വി)- കരകവിഞ്ഞൊഴുകുന്ന, വിറയ്ക്കുന്ന, തിരയുള്ള. overflowing, trembling, wavy.

തരംഗിണി (നാ)- വൃത്തം, നദി. Malayalam metre, river.

തരണം (നാ)- പാലം, തുഴ, കീഴടക്കൽ, വള്ളം, കടക്കൽ, സ്വർഗ്ഗം. bridge, oar, conquering, boat, crossing over, heaven.

തരണി (നാ)- സൂര്യൻ, കടൽ, വൈദ്യൻ, കടത്ത്, രശ്മി, എരിക്ക്, നദി, ചങ്ങാടം, തോണി, വെള്ളക്കുറിഞ്ഞി, കറ്റാർവാഴ, ചെമ്പ്. sun, sea, physician, ferry, ray, the plant calotropis gigantea, river, raft, boat, white flowered conehead shrub, aloe vera, copper.

തരണിമണി (നാ)- സൂര്യകാന്തക്കല്ല്, മാണിക്യം. sunstone, ruby.

തരത്ത് (നാ)- വഞ്ചി, കുളക്കോഴി. boat, water-fowl.

തരന്തൻ (നാ)- ഭക്തൻ, രാക്ഷസൻ. devotee, demon.

തരന്തം (നാ)- മഴ, തവള, സമുദ്രം. rain, frog, ocean.

തരന്തരം (ക്രി.വി)- വേറെ വേറെ. separately.

തരപ്പടി (ക്രി.വി)- വക തിരിച്ച്. in a classified way.

തരപ്പടി (വി)- തുല്യതയുള്ള. equal.

തരം (നാ)- മാതിരി, അവസരം, ഗുണം, തുല്യത, ആനുകൂല്യം, ഇനം, ലാഭം, കടത്ത്, മാറ്റം, വഴി, അഗ്നി. sort, occasion, quality, equality, favour, kind, profit, ferry, change, path, fire.

തരംബുജം (നാ)- തണ്ണിമത്തൻ. water-melon.

തരസം (നാ)- ഇറച്ചി. meat.

തരസാ (ക്രി.വി)- ശക്തിയോടുകൂടി, വേഗത്തിൽ. forcefully, speedly.

തരള (വി)- വിലാസത്തോടു കൂടിയ, ക്ഷണഭംഗുരമായ, വ്യാപകമായ, വിസ്താരമുള്ള, പൊള്ളയായ, ദ്രവരൂപമായ, പ്രകാശമുള്ള, ഇളകുന്ന, വിറയലുള്ള. libidinous, transient, extensive, expansive, hollow, in fluid form, shining, moving, trembling.

തരള (നാ)- മദ്യം, കാടി, തേനീച്ച, കഞ്ഞി. liquor, water in which rice has been washed, honey-bee, rice gruel.

തരളത (നാ)- ദ്രവത്വം, പ്രകാശം, വിറയൽ. liquidity, shining, shivering.

തരളം (നാ)- ഇളക്കം, മുത്ത്, അടിത്തട്ട്, ഉമ്മത്ത്, വിറയൽ, പ്രകാശം, മാണിക്യം, സമതലം, ആഴം, ദ്രാവകം, ഇരുമ്പ്, വജ്രം. movement, pearl, bottom, thorn-apple, shivering, glitter, ruby, level surface, depth, liquid, iron, diamond.

തരി (നാ)- മണൽപൊടി, തരിശുഭൂമി, വൃഷണം, കൊയ്തിട്ട നെല്ക്കതിര്, ചെറിയ കഷണം, ആഭരണങ്ങളിൽ കിലുക്കത്തിനായി ഇടുന്ന ലോഹശകലം, ജലത്തിലെ ചെറുകുമിള, അല്പം. small particles of sand, wasteland, scrotum, ears of reaped paddy, small piece, tinkling metal beads enclosed in hollow bracelets etc., small bubble, bit.

തരിക്കുക (അ.ക്രി)- മരവിപ്പുണ്ടാവുക, രോമാഞ്ചമുണ്ടാവുക, വേദനയുണ്ടാവുക. to be benumbed, to be horripilated, to feel pain.

തരിണി (നാ)- കപ്പൽ, തോണി. ship, boat.

തരിതാ (നാ)- ദുർഗ്ഗ, വെളുത്തുള്ളി, ചൂണ്ടുവിരൽ. goddess Durga, garlic, forefinger.

തരിപ്പണം (നാ)- പൊടി, വറുത്തുപൊടിച്ച അരി. powder, rice fried and powdered.

തരിപ്പ് (നാ)- രോമാഞ്ചം, മരവിക്കൽ. horripilation, cramp.
തരിമ്പ് (വി)- കുറെ, അല്പം. a little, a bit.
തരിവള (നാ)- കിലുങ്ങുന്ന വള. tinkling bracelet.
തരിശ് (വി)- കൃഷിചെയ്യാത്ത, പാഴായ, ഒന്നും വിളയാത്ത. uncultivated, waste, barren.
തരിശുനിലം (നാ)- കൃഷി ചെയ്യാത്ത ഭൂമി. wasteland.
തരീഷം (നാ)- തൊഴിൽ, അലങ്കരണം, ആകാശം, ചങ്ങാടം, സമുദ്രം, വള്ളം. occupation, decoration, sky, raft, sea, boat.
തരു (നാ)- വൃക്ഷം, കല്പവൃക്ഷം, അതിവേഗം. tree, celestial tree, quickness.
തരുക (സ.ക്രി)- നല്കുക. to give.
തരുഖണ്ഡം (നാ)- വൃക്ഷസമൂഹം. group of trees.
തരുടം (നാ)- താമരക്കിഴങ്ങ്. lotus root.
തരുണ (വി)- യൗവനമുള്ള, ചെറിയ, പുതിയ, മൃദുവായ, ഉദിച്ച് അധികം ഉയരാത്ത. youthful, small, new, soft, rising.
തരുണൻ (നാ)- യുവാവ്. young man.
തരുണം (നാ)- നൂതനം, മുള, തരുണാസ്ഥി, സദുദ്ദേശ്യം, വെളുത്താവണക്ക്, പെരുഞ്ജീരകം, തക്കസമയം. new, sprout, cartilage, good intention, castor oil plant, a large variety of cumin seed, proper time.
തരുണി (നാ)- സുന്ദരി, കറ്റാർവാഴ, യുവതി, പെരുഞ്ജീരകം. beautiful woman, aloe vera, young woman, large cumin seed.
തരുതൂലിക (നാ)- വാവൽ. flying fox.
തരുനഖം (നാ)- മുള്ള്. thorn.
തരുമൃഗം (നാ)- കുരങ്ങ്. monkey.
തരുരാഗം (നാ)- നാമ്പ്, മൊട്ട്. sprout, bud.
തരുരാജൻ (നാ)- കരിമ്പന, പാരിജാതം. palmyra tree, parijata tree.
തരുരുഹ (നാ)- ഇത്തിൾ. loranthus.
തരുശായി (നാ) - പക്ഷി. bird.
തർക്കം (നാ)- ഊഹം, വിവാദം, വിരോധം, ന്യായവാദം, സംശയം, ആറ് എന്ന സംഖ്യ, തർക്കശാസ്ത്രം. guess, dispute, opposition, logical reasoning, doubt, the number six, science of reasoning.
തർക്കി (വി)- തർക്കിക്കുന്ന, ഊഹിക്കുന്ന. arguing, guessing.
തർക്കിക്കുക (അ.ക്രി)- വിരോധിക്കുക, ഊഹിക്കുക, വാദിക്കുക, സംശയിക്കുക. to oppose, to guess, to dispute, to doubt.
തർജ്ജനം (നാ)- കോപം, കുറ്റപ്പെടുത്തൽ, ഭയപ്പെടുത്തൽ, നിന്ദ. anger, blaming, threatening, contempt.
തർജ്ജിനി (നാ)- ചൂണ്ടുവിരൽ. forefinger.
തർജ്ജിക്കുക (സ.ക്രി)- നിന്ദിക്കുക, ലജ്ജിപ്പിക്കുക, കുറ്റപ്പെടുത്തുക, ഭയപ്പെടുത്തുക. to condemn, to make ashamed, to blame, to threaten.
തർപ്പണ (വി)- തൃപ്തിപ്പെടുത്തുന്ന, പ്രീണിപ്പിക്കുന്ന. satisfying, pleasing.
തർപ്പണം (നാ)- പ്രീണനം, യാഗത്തിനുള്ള വിറക്, തൃപ്തിപ്പെടുത്തൽ, പുഷ്ടി, പിതൃയജ്ഞം. pleasing, fire wood for the sacrificial fire, satisfaction, nourishment, sacrified for the manes.
തർപ്പിക്കുക (അ.ക്രി)- ദാനം ചെയ്യുക, തൃപ്തിപ്പെടുത്തുക, പിതൃയജ്ഞം നടത്തുക, ഊക്കുക. to donate, to satiate, to give libation of water to manes, to worship in morning and evening.
തർപ്പിണി (നാ) - ഓരിലത്താമര. Ionidium suffruticosum.
തർഷണം (നാ)- ഇച്ഛ, ദാഹം. desire, thirst.
തർഷം (നാ)- തോണി, കടൽ, അതിരറ്റ ഇച്ഛ, ദാഹം. boat, sea, ardent desire, thirst.

തർഹി (ക്രി.വി) -എന്നാൽ, എങ്കിൽ, അപ്പോൾ. but, if, at that time.
തല (നാ)- ശിരസ്സ്, ആദി, ആരംഭം, തല മുടി, വ്യക്തി, ആൾ, അതിര്, മേലറ്റം, പ്രധാനി, ബുദ്ധി, തലമുറ. head, origin, commencement, hair, individual, person, boundary, top, important person, intelligence, generation.
തല (വി)- പ്രധാനപ്പെട്ട, ആദ്യത്തെ. chief, first.
തലക്കെട്ട് (നാ)- ശിരോവസ്ത്രം, മുഖ വുര, ശീർഷകം. turban, preface, title.
തലച്ചുറ്റ് (നാ)- തലകറക്കം, തലയ്ക്കു ചുറ്റും ധരിക്കുന്ന കവചം. giddiness, amulet worn round the head.
തലച്ചോറ് (നാ)- തലയ്ക്കകത്തുള്ള വസ്തു. brain.
തലതാലം (നാ)- ഇലത്താളം, കൈ കൊട്ട്. cymbals, clapping of the hands.
തലതിരിവ് (നാ)- തലചുറ്റ്, വകതിരിവ്, ഗർവം. giddiness, discretion, haughtiness.
തലനാര് (നാ)- തലമുടിയിഴ. single hair.
തലം (നാ)- സ്ഥലം, താണ സ്ഥിതി, കുളം, കാട്, വീട്, സ്വരൂപം, കൈമൂടി, അടിത്തട്ട്, ഉള്ളംകൈ, ചുവട്, കരിമ്പ ന, കുഴി. place, low position, pond, forest, house, form, covering of the arm, bottom, palm of the hand, foot, palmyra tree, pita.
തലമുടി (നാ)- തലയിലെ രോമം. hair.
തലമുറ (നാ)- പരമ്പര, പുരുഷാന്തരം, 35 സംവത്സരം. generation, lineage, a period of 35 years.
തലയോട് (നാ)- തലയിലെ അസ്ഥി സമൂഹം. skull.
തലവൻ (നാ)- പ്രമാണി. chief.
തലവരി (നാ)- ആൾവരി. poll tax.
തലവാചകം (നാ) - ശീർഷകം. heading.
തലവിധി (നാ)- തലയിലെഴുത്ത്. fate.
തലസ്ഥാനം (നാ)- രാജധാനിയായ നഗരം. captial.
തലാക്ക് (നാ)- വിവാഹമോചനം. divorce.
തലിതം (നാ)- പൊരിച്ച ഇറച്ചി. fried meat.
തലിനം (നാ)- കിടക്ക, കട്ടിൽ. bed, cot.
തലേ (വി)- കഴിഞ്ഞ. past.
തലോടുക (സ.ക്രി)- മെല്ലെ തടവുക, മൃദുവായി തട്ടുക. to fondle, to pat.
തലോദരി (നാ)- സ്ത്രീ, ഭാര്യ, സുന്ദരി. woman, wife, beautiful woman.
തല്പകീടം (നാ)- മൂട്ട. bedbug.
തല്പനം (നാ)- നട്ടെല്ലിലെ മാംസം, ആനയുടെ മുതുക്. flesh of the backbone, elephant's back.
തല്പം (നാ)- മെത്ത, കിടപ്പുമുറി, ഭാര്യ, വണ്ടിയിലെ ഇരിപ്പിടം, മാളിക, കെട്ടിട ത്തിന്റെ മേൽനില. bed, bedroom, wife, seat in a cart, tower, upper storey.
തല്പശുദ്ധി (നാ)- ചാരിത്രം. chastity.
തല്ലജം (നാ)- താമര, ശ്രേഷ്ഠം, സുഖം, ഭാഗ്യം, പ്രശസ്തം. lotus, that which is excellent, happiness, fortune, famous.
തല്ലം (നാ)- കുഴി, കുളം. pit, pond.
തല്ലി (നാ)- വള്ളം, യുവതി, വരുണ ന്റെ ഭാര്യ, ഒരു വൃക്ഷം. boat, young woman, name of the wife of the sea god of the Hindu myth Varuna, terminalia catappa.
തല്ലിക (നാ)- താക്കോൽ, ഇഞ്ച. key, acacia intsia.
തല്ലീന (വി)- അതിൽ ലയിച്ച. dissolved in it.
തല്ല് (നാ)- മുട്ട്, തട്ട്, ഇടി, അടി. knocking, knocking against, hitting, stroke.
തല്ലുക (സ.ക്രി)- മുട്ടുക, തട്ടുക, അടി ക്കുക. to knock, to strike, to beat.
തവ - നിന്റെ, നിനക്ക്. your, for you.
തവ (നാ)- ഒരിനം പാത്രം, സഭ. a kind of cooking vessel, assembly.
തവക്ക (നാ)- വീട്ടിന്റെ രൂപരേഖ, താമ്പാളം, വടക്കുനോക്കി. plan of a house, plate, compass.
തവണ (നാ)- ഗഡു, മുറ, അവധി. instalment, turn, time limit.
തവല(നാ)-മൊന്ത, തബല. vessel, tabla.

തവള (നാ)- മാക്രി. frog.
തവറുക (അ.ക്രി)- തെറ്റുക, പിഴയ്ക്കുക, അബദ്ധം പിണയുക. to err, to slip, to blunder.
തവി (നാ) - കയിൽ, എണ്ണത്തുടം. ladle, a small ladle t shaped measuring vessel.
തവിട് (നാ)- ധാന്യങ്ങളിൽ പുറം തോടിനുള്ളിലുള്ള നേർത്ത പാട, പൊടി, അരിപ്പൊടി. bran, fine powder (esp. of rice).
തവിയുക (അ.ക്രി)- അണയുക. to be extinguished.
തവിഷം (നാ)- ശക്തി, മോക്ഷം, പൊന്ന്, ആകാശം, സ്വർഗ്ഗം, കടൽ. power, salvation, gold, sky, heaven, sea.
തവിഷി (നാ)- ഇന്ദ്രന്റെ പുത്രി, ശക്തി, ഭൂമി, നദി. name of the daughter of Indra, power, earth, river.
തവുക്ക (നാ)- വടക്കുനോക്കി. compass.
തവ്വ (നാ)- മൂതേവി, ചേട്ടത്തി, അമ്മ. goddess of misfortune, elder sister, mother.
തവ്വ് (നാ)- തക്കത്, തക്കം, ഉത്തരം, സമയം, അവസരം, തർക്കം. that which is suitable, proper time, answer, time, occasion, argument.
തസ്കര (വി)- കള്ളമുള്ള, മോഷ്ടിക്കുന്ന ശീലമുള്ള. false, having the habit of stealing.
തസ്കരത (നാ)- കള്ളം, മോഷണം, കേൾക്കൽ. robbery, theft, hearing.
തസ്കരൻ (നാ)- കള്ളൻ, അധമൻ. thief, a mean fellow.
തസ്കരി (നാ)- കള്ളി, അധികം കാമമുള്ളവൾ, മുൻകോപമുള്ളവൾ. female thief, libidinous woman, hot-tempered woman.
തസ്തിക (നാ)- ലാവണം. post in office or establishment.
തഹസിൽ (നാ)- കരംപിരിവ്. revenue collection.
തഹസീൽദാർ (നാ)- കരംപിരിവ് നടത്തുന്നയാൾ. tahsildar.
തള (നാ)- വിലങ്ങ്, ചങ്ങല, കാരാഗൃഹം, തളപ്പ്, കാലിലിടുന്ന ഒരു ആഭരണം, ബന്ധനം. fetters, shackles, prison, climbing hoop, anklet, imprisonment.
തളപ്പ് (നാ)- തളയ്ക്കൽ. fettering.
തളം (നാ)- വീട്ടിനുള്ളിലെ താണസ്ഥലം, തുറന്ന വിശാലമായ മുറി, ഉച്ചിയിൽ വയ്ക്കുന്ന മരുന്ന്, ഇതൾ. low floor in a house, open and spacious hall, liniment for smearing the head, petal.
തളയ്ക്കുക (സ.ക്രി)-ചങ്ങലയോ കയറോ കൊണ്ട് കെട്ടുക. to fetter.
തളരുക (അ.ക്രി)- കുറയുക, ആറുക, വാടുക, ക്ഷീണിക്കുക. to be abated, to cool, to droop, to grow weary.
തളർച്ച (നാ)- ക്ഷീണം, ആലസ്യം, തണുപ്പ്. tiredness, laziness, coldness.
തളർവാതം (നാ)- ഒരിനം വാതം. holoplexia.
തളി (നാ)- ക്ഷേത്രം, വിളക്കുതണ്ട്, പുരാതന കേരളത്തിലെ സാംസ്കാരികവും ഭരണപരവുമായ ഘടകം. temple in Kerala, lamp stand, each of the four divisions of ancient Kerala.
തളിക (നാ)- തട്ടം. flat plate.
തളിക്കുക (സ.ക്രി)- സേചനം ചെയ്യുക, കൈയിൽ വെള്ളം കോരി ഇറ്റിറ്റു വീഴ്ത്തുക, അശുദ്ധി നീക്കുക, കുടഞ്ഞൊഴിക്കുക. to smear with water, to drip water from the hand, to purify, to sprinkle.
തളിമം (നാ)- മെത്ത, തിണ്ണ, വിതാനം, വലിയ വാള്, കട്ടിൽ, അഴക്. bed, verandah, canopy, sword, cot, beauty.
തളിരം (നാ)- ദർഭ, കട്ടിൽ, വിറക്, മരക്കഷണം, കനത്തിൽ അറുത്ത. പലക poa cynosuroides, cot, fire wood, a piece of wood, a thick plank of wood.
തളിര് (നാ)- കുരുന്ന്. sprout.
തളിർക്കുക (അ.ക്രി)- വളരുക, തളിരുണ്ടാവുക. to grow, to sprout.
തള്ള (നാ)- തൂമ്പയുടെ പിടി, അമ്മ. handle of a spade, mother.

തള്ളൽ (നാ)- നിരസനം, ഞെരുക്കൽ. rejection, pushing.
തള്ളവിരൽ (നാ)- പെരുവിരൽ. thumb.
തള്ളിച്ച (നാ)- അഹങ്കാരം, ഗർവ്വം. pride, arrogance.
തള്ള് (നാ)- ഞെരുക്കം, ഉന്ത്. thrust, push.
തള്ളുക (സ.ക്രി)- നീക്കുക, ഉന്തുക, ഉന്തിക്കേറ്റുക, പുറത്തുകളയുക, മാറ്റി വയ്ക്കുക, അംഗീകരിക്കാതിരിക്കുക, കുറവു ചെയ്യുക, ഉപേക്ഷിക്കുക. to remove, to push, to thrust, to push out, to postpone, to disapprove, to abandon.
തഴ (നാ)- തളിര്, കൈതയുടെ ഇല, വെൺകൊറ്റക്കുട, മയിൽപ്പീലി, കൊടിക്കൂറ. tender leaf, leaf of screwpine, royal umbrella, peacock's feathers, flag banner.
തഴകുക (അ.ക്രി)- പരിചയിക്കുക. to become familiar.
തഴമ്പ് (നാ)- വ്രണത്തിന്റെ പാട്, തീപ്പൊള്ളലിന്റെ പാട്, നല്ല പരിശീലനം, കർക്കശഭാവം. scar, burnt spot, good practice, harsh appearance.
തഴയുക(സ.ക്രി)-ഒഴിവാക്കുക, നിസ്സാരമാക്കിത്തള്ളുക. to avoid, to ignore.
തഴയ്ക്കുക (അ.ക്രി)- തളിർക്കുക, വളരുക, വർദ്ധിക്കുക. to thrive, to grow, to increase.
തഴുകുക (സ.ക്രി)- ആശ്വസിപ്പിക്കുക, കെട്ടിപ്പിടിക്കുക, തലോടുക. to console, to embrace, to caress.
തഴുതണം (നാ)- ഒരു ചർമ്മരോഗം. skin disease.
തഴുത് (നാ)- സാക്ഷ. bolt for fastening doors.
തറ (നാ)- ഭൂമി, സ്ഥലം, ദേശം, നാട്, ഗ്രാമം, കുടിൽ, അസ്തിവാരം, ബലിപീഠം, കര, പോർക്കളം. earth, place, country, village, hut, basement, altar, land, battle field.
തറയുക (അ.ക്രി)- ഉറയ്ക്കുക, തുളച്ചുകേറുക. to be fixed, to be nailed.
തറയ്ക്കുക (സ.ക്രി)- ഉറപ്പിക്കുക, ഉള്ളിലേക്കു കൊണ്ട് കയറിയിരിക്കുക, ആണിയും മറ്റും അടിച്ചു കയറ്റുക. to fix, to rivet, to drive in.
തറവാടി (നാ)- മാന്യകുടുംബത്തിൽ ജനിച്ചവൻ. noble man.
തറവാടിത്തം (നാ)- കുലീനത. gentlemanliness.
തറവാട് (നാ)- നല്ല കുടുംബം, കുടുംബം, ഭവനം, മരുമക്കത്തായ കുടുംബം. noble family, family, house, matriarchal family.
തറവാട്ടമ്മ (നാ)- തറവാട്ടിലെ മൂത്ത സ്ത്രീ. eldest woman of the family.
തറവാട്ടുകാരൻ (നാ)- ഗൃഹസ്ഥൻ, കുലീനൻ. householder, noble man.
തറവില (നാ)- ചുരുങ്ങിയ വില, ഭൂമിയുടെ വില. lowest price, value of the land.
തറി (നാ)- നെയ്ത്തിനുള്ള ഉപകരണം, കാല്, തൂണ്, നുറുക്ക്. loom, post, pillar, piece.
തറുതല (നാ)- മര്യാദകെട്ടവൻ, അവിനയം, ദുസ്തർക്കം. impertinent fellow, impertinence, obstinate argument.
താ (നാ)- പക, കുറ്റം, ദുഃഖം. revenge, crime, sorrow.
താക്കീത് (നാ)- ശാസന, മാപ്പ്, ഉത്തരവ്, കുറ്റം ആവർത്തിക്കാതിരിക്കാൻ നൽകുന്ന മുന്നറിയിപ്പ്. censure, pardoning, an order, warning.
താക്കോൽ (നാ)- ചാവി. key.
താങ്ങ് (നാ)- ഊന്ന്, പിന്തുണ, കുന്തത്തിന്റെ കോല്, തോക്കിന്റെ ഉറ, സഹായം, അടി. prop, support, handle of a spear, wadding of a gun, help, stroke.
താങ്ങുക (സ.ക്രി)- രക്ഷിക്കുക, പിന്താങ്ങുക, വഹിക്കുക, സഹിക്കുക, സഹായിക്കുക, സൂക്ഷിക്കുക, ഊന്നുകൊടുക്കുക, മുട്ടുക. to protect, to support, to carry, to bear, to help, to keep, to prop, to knock.
താച്ചി (നാ)- അമ്മൂമ്മ, വളർത്തമ്മ, ചെറിയമ്മ. grand-mother, foster mother, mother's younger sister.

താജ് (നാ)- മയിൽ, കിരീടം. peacock, crown.

താട (നാ)- കോഴിപ്പൂവ്, പശുവിന്റെ കഴുത്തിനു താഴെ തൂങ്ങുന്ന ഭാഗം. cock's comb, dewlap.

താടക(നാ)- ഭയങ്കരി, രാമായണത്തിലെ ഒരു രാക്ഷസി. terrible woman, demoness figuring in the epic Ramayana.

താടങ്കം (നാ)- ഒരു കർണ്ണാഭരണം. an ornament for the ear.

താടി (നാ)- മുഖത്തിന്റെ കീഴ്ഭാഗം, മുഖരോമം, കഥകളിയിലെ ഒരു വേഷം. chin, beard, make-up in Kathakali.

താടിയെല്ല് (നാ)- താടിയിലെ എല്ല്. jawborn.

താഡനം(നാ)-സ്പർശനം, അടി. touch, blow.

താഡനി (നാ)- ചമ്മട്ടി. whip.

താഡി (നാ)- കുടപ്പന. tailpot palm.

താഡിക്കുക (സ.ക്രി)- അടിക്കുക. to beat.

താണ (വി) - താഴ്മയുള്ള, താഴ്ചയുള്ള. humble, low.

താണുവീണ്(ക്രി.വി)-നമസ്കാരപൂർവ്വം, വിനയത്തോടുകൂടി. prostratingly, in utmost humility.

താണ്ടുക (സ.ക്രി) - വയ്ക്കുക, കടത്തുക, ചാടിക്കടക്കുക, കടക്കുക. to place, to transport across, to pass by jumping, to cross.

താണ്ഡവം (നാ)- ഉഗ്രനൃത്തം. frantic sort of dance.

താണ്ഡവമൂർത്തി (നാ)- പരമശിവൻ. Siva.

താണ്മ (നാ)- വിനയം, വണക്കം. humility, politeness.

താത (വി)- പ്രിയപ്പെട്ട, ബഹുമാനമുള്ള, വന്ദിക്കപ്പെടത്തക്ക. honourable, respectable, dear.

താതൻ (നാ)- അച്ഛൻ, പൂജ്യൻ, ഗുരു, കുഞ്ഞ്, പ്രിയപ്പെട്ടവൻ. father, venerable person, precept, baby, dear person.

താത്കാലിക (വി)- അപ്പോഴുണ്ടായ, തത്കാലത്തേക്കുള്ള. instantaneous, temporary.

താത്ത്വിക (വി)- യഥാർത്ഥമായ, തത്ത്വസംബന്ധമായ. real, theoretical.

താത്ത്വികൻ (നാ) - തത്ത്വജ്ഞാനി. philosopher.

താത്പര്യപ്പെടുക - ശ്രദ്ധിക്കുക, ആഗ്രഹിക്കുക, ശ്രദ്ധിക്കപ്പെടുക. to attend, to desire, to care for.

താത്പര്യം (നാ)- ശ്രദ്ധ, ആസക്തി, ഉത്സാഹം, സാരം, അർത്ഥം, ഉദ്ദേശ്യം. attention, desire, interest, substance. meaning, intention.

താദാത്മ്യം (നാ)- ഐക്യം. union.

താദൃശ (വി)- അതുപോലുള്ള, അപ്രകാരമുള്ള. like that, such like.

താനകം (നാ)- പാവുനൂൽ. weaver's warp.

താനം (നാ)- രാഗം, പാട്ട്, നൂല്, പരപ്പ്. tone a song, thread, expanse.

താനവം (നാ)- കൃശത്വം. leanness.

താനേ (ക്രി.വി)- തനിച്ച്, താൻതന്നെ. alone, by oneself.

താന്ത (വി)- ക്ഷീണിച്ച, വാടിയ. tired, faded.

താന്തത (നാ)- തളർച്ച, ക്ഷീണം. fatigue.

താന്തം (നാ)- ക്ഷീണിച്ചത്. that which is tired.

താന്നി (നാ)- ഒരു വലിയ വൃക്ഷം. Terminalia bellerica.

താപകം (നാ)- ശരീരത്തിലെ ചൂട്, പനി. heat of the body, fever.

താപനൻ (നാ)- സൂര്യൻ. sun.

താപനം (നാ)- വേനൽക്കാലം, ചേരുമരം, കാമബാണം, സ്വർണ്ണം, സൂര്യകാന്തം, പൊള്ളിക്കൽ. summer, marking nut tree, one of the five arrows of Cupid, gold, sun stone, burning.

താപം (നാ)- ഉഷ്ണം, പ്രകാശം, ദുഃഖം. heat, light, sorrow.

താപമാനം (നാ)- ഉഷ്ണമാപകം. thermometer.
താപസ (വി)- ഭക്തിയുള്ള, തപസ്സു സംബന്ധിച്ച. devoted, pertaining to penance.
താപസൻ (നാ)- ഭക്തൻ, മഹർഷി. devotee, saint.
താപസം (നാ) - തപോവാടം, കൊക്ക്. hermitage, crane.
താപ്പാന (നാ)- ശേഷിയുള്ളവൻ, പിടിയിലായ കാട്ടാനയെ പരിശീലിപ്പിക്കുന്ന നാട്ടാന. efficient person, trained elephant used to tame wild elephants.
താപ്പിട (നാ)- കോഴി. hen.
താപ്പ് (നാ)- സുഖം, ഭാഗ്യം, അളവ്, നിശ്ചിതസമയം, നല്ല അവസരം, ലാഭം, കീഴാക്കൽ. well-being, fortune, a measurement, accurate time, good chance, profit, bringing down.
താമര (നാ)- വെള്ളത്തിലുണ്ടാകുന്ന ഒരു ചെടി lotus.
താമരമുള്ള് (നാ)- ചർമ്മകീലം. a kind of skin disease.
താമരസം (നാ)- ചെമ്പ്, സ്വർണ്ണം, ചെന്താമര. copper, gold, red lotus.
താമരസി (നാ)- താമരപ്പൊയ്ക. lotus pond.
താമലകം (നാ)- കിഴാർനെല്ലി. phylianthus niruri.
താമസ (വി)- ദുഷ്ടനായ, തമോഗുണത്തോടു കൂടിയ, ഇരുണ്ട, മൂഢതയുള്ള. wicked, possessing evil character, dark, foolish.
താമസൻ (നാ)- തമോഗുണപ്രധാനൻ, രാഹു, മൂഢൻ. one having evil qualities, Rahu, fool.
താമസം (നാ)- പാർപ്പ്, പാമ്പ്, ഇരുട്ട്, മൂഢത, കാലവിളംബം, തമോഗുണം, മൂങ്ങ. residence, snake, darkness, foolishness, delay, vile character, owl.
താമസി (നാ)- ഇരുട്ട് അധികമുള്ള രാത്രി, നിദ്ര, ദുർഗ്ഗ. dark night, sleep, Durga.
താമസിക്കുക (അ.ക്രി)- സമയം തെറ്റിക്കുക, പാർക്കുക, ചെയ്യാൻ മടിച്ചിരിക്കുക, നേരം കൂടുതലാവുക. to be delayed to dwell, to evade duty, to be late.
താമിസ്രം (നാ)- കോപം, ഇരുട്ടു നിറഞ്ഞ നരകം, കറുത്ത പക്ഷം, കൂരിരുട്ട്. anger, hell, dark half of the lunar month, pitch darkness.
താമ്പാളം (നാ)- പരന്ന പാത്രം. salver.
താംബൂലം (നാ)- മുറുക്കാൻ, വെറ്റില. pan supari, betel leaf.
താംബൂലവല്ലി (നാ)- വെറ്റിലക്കൊടി. betel vine.
താമ്ര (വി)- ചെമ്പുകൊണ്ടുണ്ടാക്കിയ, ചെമ്പുനിറമായ. made of copper, copper coloured.
താമ്രകം (നാ)- ചെമ്പ്. copper.
താമ്രകുടം (നാ)- പുകയില. tobacco.
താമ്രചൂഡൻ (നാ)- പൂവൻകോഴി. cock.
താമ്രചൂഡം (നാ)- കോഴി. cock.
താമ്രദ്രുമം (നാ)- രക്തചന്ദനം. red sandal wood.
താമ്രദ്വീപം (നാ)- ലങ്ക. Sri Lanka.
താമ്രധാതു (നാ)- കാവി. red ochre.
താമ്രപത്രം (നാ)- ചെമ്പുപട്ടയം, ചെമ്പുതകിട്. document on copper plate, sheet of copper.
താമ്രപർണ്ണി (നാ)- കുളം. pond.
താമ്രപല്ലവം (നാ)- അശോകം. Asoka tree.
താമ്രപുഷ്പ (നാ)- പാതിരിമരം. trumpet flower tree.
താമ്രപുഷ്പം (നാ)- കാട്ടുചമ്പകം. wild champaka tree.
താമ്രബീജം (നാ)- മുതിര. horsegram.
താമ്രം (നാ)- ചെമപ്പ്, ചെമ്പ്. red colour, copper.
താമ്രശാസനം (നാ)- ചെമ്പുപട്ടയം, ചെപ്പേട്. document on copper plate, royal edicts recorded on copper plates.
താമ്രശിഖം (നാ)- കോഴി. cock.

താമ്രാക്ഷം (നാ)- കാക്ക, കുയിൽ. crow, cuckoo.
താമ്രാഭം (നാ)- രക്തചന്ദനം. red sandal wood.
താമ്രാർദ്ധം(നാ)- വെള്ളോട്. bellmetal.
താമ്രാശ്മം (നാ)- പത്മരാഗം, മാണിക്യം. ruby.
തായ് (നാ)- ദേവി, മുഖ്യമായത്, രാജപത്നി, ഗുരുപത്നി, അമ്മ. goddess, that which is important, wife of a king, wife of a precept, mother.
തായം (നാ)- ഒരിനം ചൂതുകളി, ചൂതുകരു, നല്ലകാലം. a kind of gambling, dice, favourable time.
തായാട്ട് (നാ)- കളി. game.
തായാട്ട് (നാ)- കുറ്റം, തന്റേടം, കുസൃതി, കള്ളം, ദുഷ്ടത, നിന്ദ. crime, self competency, mischief, falsehood, wickedness, contempt.
തായ്‌വഴി (നാ)- അമ്മവഴിക്കുള്ള കുടുംബപരമ്പര. a branch of matrilineal family.
തായ്‌വേര് (നാ)- നാരായവേര്. tap-root.
താര (വി)- നിർമ്മലമായ, വിശദമായ, അത്യുച്ചമായ. pure, detailed, of high pitch.
താര (നാ)- പെരുമ്പറ, വാളിന്റെ മൂർച്ച, വരി, വഴി, ഒരു ജൈനദേവത, ഗ്രഹം, കണ്ണ്, മുത്ത്, കൃഷ്ണമണി, ബാലിയുടെ ഭാര്യ, ബൃഹസ്പതിയുടെ ഭാര്യ, ഹരിശ്ചന്ദ്രന്റെ ഭാര്യ, നക്ഷത്രം. a large drum, sharpness of a sword, line, path, a deity of Jains, planet, eye, pearl, pupil of the eye, wife of Bali, wife of Bruhaspati, wife of Harischandra, star.
താരകൻ (നാ)- രക്ഷിക്കുന്നവൻ, ഒരു അസുരൻ, ചുക്കാൻ പിടിക്കുന്നവൻ, ശിവൻ. protector, a demon, pilot, Siva.
താരകബ്രഹ്മം (നാ)- പരബ്രഹ്മം. universal soul.
താരകം (നാ)- കണ്ണ്, തോണി, പ്രണവം, നക്ഷത്രം, ഒരു മന്ത്രം, ചങ്ങാടം, കൃഷ്ണമണി. eye, boat, primordial chant aum, star, raft, pupil of the eye.
താരകാന്തകൻ (നാ)- സുബ്രഹ്മണ്യൻ. Subramanya.
താരകിണി (നാ)- നക്ഷത്രങ്ങൾ അധികമുള്ള രാത്രി. starry night.
താരകേശ്വരൻ (നാ)- ശിവൻ, ചന്ദ്രൻ. Siva, moon.
താരജീവനം (നാ)- സ്വർണ്ണം. gold.
താരണ (വി)- മോചിപ്പിക്കുന്ന, രക്ഷിക്കുന്ന, കടത്തുന്ന. liberating, protecting, transporting across.
താരണൻ (നാ)- മഹാവിഷ്ണു, പരമശിവൻ. Vishnu, Siva.
താരണം (നാ)- മറുകര കടത്തൽ, ഉദ്ധാരണം, ജയം, തോണി, ചങ്ങാടം. transporting across, uplifting, victory, boat, raft.
താരണി (നാ)- ബോട്ട്, ചങ്ങാടം. boat, raft.
താരണി (നാ)- യമൻ, പർവതം, ഭൂമി. Yama, mountain, earth.
താരതമ്യം (നാ)- ഏറ്റക്കുറച്ചിൽ. comparison.
താരൻ (നാ)- പരമശിവൻ, മഹാവിഷ്ണു, ബാലിയുടെ ഒരു പുത്രൻ. Siva, Lord Vishnu, a son of Bali.
താരം (നാ)- നക്ഷത്രം, അക്കരെകടക്കൽ, ഒരു നാണയം, പ്രകാശം, വിശദത, അത്യുച്ചമായ ശബ്ദം, നല്ല മുത്ത്, വെള്ളി, രക്ഷ, സിനിമ നടൻ/നടി, കൃഷ്ണമണി, ഓങ്കാരം, കൊള്ളിമീൻ. star, crossing across, coin, light, clarity, loud voice, good pearl, silver, protection, cinema actor/actress, pupil of the eye, aum, lightning.
താരമ്പൻ (നാ)- കാമദേവൻ. Cupid.
താരഹാരം (നാ)- നക്ഷത്രമാല, മുത്തുമാല, ഭംഗിയുള്ള മാല. garland of stars, pearl necklace, beautiful necklace.
താരാട്ട് (നാ)- കുഞ്ഞുങ്ങൾക്കുള്ള ഉറക്കുപാട്ട്, ലാളനം. lullaby, fondling.
താരാപഥം (നാ)-ആകാശം. sky.
താരാപീഡൻ (നാ)- ചന്ദ്രൻ. moon.

താരാഭം (നാ)- രസം, പാരദം. mercury.
താരാഭൂഷ (നാ)- രാത്രി. night.
താരാഭ്രം (നാ)- കർപ്പൂരം. camphor.
താരാമണ്ഡലം (നാ)- നക്ഷത്രസമൂഹം, കൃഷ്ണമണി. multitude of stars, pupil of the eye.
താരാമൃഗം (നാ)- മകയിരം നക്ഷത്രം. the star Makayira of Malayalam almanac.
താരാവണി (നാ)- വായു. air.
താരി (നാ)- മൂർച്ച, താളം, വിധം, വഴി. sharpeness, rhythm, type, path.
താരിക (വി)- കടത്തുന്ന. transporting across.
താരിക (നാ)- ചങ്ങാടം, തോണി. raft, boat.
താരികൻ (നാ)- കടത്തുകാരൻ. ferry man.
താരിണി (നാ)- കപ്പൽ, തോണി, ഇലവ്, ഭൂമി. ship, boat, silk cotton tree, earth.
താരിത്രം (നാ)- ചങ്ങാടം, കപ്പൽ, തോണി. raft, ship, boat.
താരിപ്പ് (നാ)- നിരക്ക്. rate.
താര് (നാ)- സൈന്യം, നൂല്, പുഷ്പം. army, thread, flower.
താരുണി (നാ)- യൗവനം. youth.
താരുണ്യം (നാ)- പുതുമ, യൗവനം. novelty, youth.
താർക്കികൻ (നാ)- തർക്കശാസ്ത്രപണ്ഡിതൻ. logician.
താർക്ഷ്യൻ (നാ)- ശിവൻ, അരുണൻ, ഗരുഡൻ, കുതിര. Siva, Aruna, Garuda, horse.
താർക്ഷ്യം (നാ)- സ്വർണ്ണം, വണ്ടി, രഥം, പാമ്പ്, മരതകക്കല്ല്, കുതിര, പക്ഷി, പരുന്ത്, കഴുകൻ, ഗരുഡൻ. gold, cart, chariot, snake, ruby, horse, bird, eagle, vulture, Garuda.
താർണ്ണ (വി)- തൃണം കൊണ്ടുണ്ടാക്കിയ. made of grass.
താർണ്ണം (നാ)- അഗ്നി. fire.
താർത്തേൻ (നാ)-പൂന്തേൻ. honey from the flower.
താലകന്ദം (നാ)- നിലപ്പന. curculigo orchioides.
താലകം (നാ)- അരിതാരം, പനങ്കള്ള്, താലം, പൂട്ട്. yellow orpiment, toddy from the palm, plate, lock.
താലകി (നാ)- പനങ്കള്ള്. toddy from the palm.
താലപത്രം (നാ)- കാതോല, പനയോല. an ear ornament made of rolling palm leaf, palm leaf.
താലം (നാ)- താളം, പൂട്ട്, വാളിന്റെ പിടി, തേൻ, കൈമണി, കരതലം, ഒരു ചാൺ, അരിതാരം, കരിമ്പന, പരന്ന തട്ടം, ലോകം. rythm, lock, hilt of a sword, honey, cymbals, palm of the hand, span, yellow orpiment, palmyra palm, flat plate, world.
താലവൃക്ഷം (നാ)- പന. palm tree.
താലവൃന്തം (നാ) - ആലവട്ടം, വിശറി. an ornamental fan made of peacock's feather, fan made of palm leaf.
താലാങ്കൻ (നാ)- ഭീഷ്മർ, പരമശിവൻ, ബലരാമൻ. Bhishma, Siva, Balarama.
താലി (നാ)- മംഗല്യസൂത്രം, ഒരു കണ്ഠാഭരണം, താക്കോൽ, മദ്യം, കുടപ്പന. central piece of a neck ornament solemnly tied around the bride's neck as a token of wedlock, necklace worn by the bride in traditional wedding in India, key, liquor, talipot palm.
താലിക (നാ)- നിലപ്പന, കൈകൊട്ട്, പേരുവിവരപ്പട്ടിക. curculigo orchioides, clapping, list of names.
താലികം (നാ)- കൈകൊട്ട്, ഉള്ളംകൈ. clapping, palm of the hand.
താലീം (നാ)- ഉപദേശം, വിദ്യാഭ്യാസം. advice, education.
താലു (നാ)- അണ്ണാക്ക്, തൊണ്ട. palate, throat.

താലുജിഹ്വം (നാ)- ഉണ്ണാക്ക്, മുതല. uvula, crocodile.
താലൂക്ക് (നാ)- ജില്ലയുടെ ഒരു വിഭാഗം. taluk.
താലോലിക്കുക (സ.ക്രി) - ഓമനിക്കുക, ലാളിക്കുക. to fondle, to caress.
താവകീന (വി)- നിന്റെ, അങ്ങയുടെ. your, related to you.
താവത് (ക്രി.വി)-അപ്പോൾ, അത്രയും. at that time, so much.
താവലരി (നാ)- പൊടിയരി. broken rice.
താവളം (നാ)- വണ്ടി നിറുത്തുന്ന സ്ഥലം, ഇരിപ്പിടം, വിശ്രമസ്ഥലം. halting place, seat, resting place.
താവിഷം (നാ)- സ്വർണ്ണം, സമുദ്രം, സ്വർഗ്ഗം. gold, ocean, heaven.
താവീഷി (നാ)- കേട്, ദുഃഖം. damage, sorrow.
താവ് (നാ)- തുറമുഖം, താഴ്. port, lock.
താവുക (അ.ക്രി)- കുതിക്കുക, നുറുങ്ങുക, പരക്കുക, താഴുക, വിശ്രമിക്കുക, ഉണ്ടാവുക, ഉണ്ടായിരിക്കുക, തഴയ്ക്കുക, ചാടിക്കടക്കുക, പിടിക്കുക. to leap, to be sliced, to spread, to come down, to rest, to have, to exist, to grow, to leap over, to catch.
താളക്കേട് (നാ)- നിരാശ, തോല്വി, താളപ്പിഴ. disappoinment, failure, lack of harmony.
താളം (നാ) - നൃത്തഗീതവാദ്യങ്ങളുടെ മാത്രാനിയമം, കൊട്ടൽ, കൈമണി. time measure in dance, music, etc., beating, cymbals.
താളി (നാ)- കുടപ്പന, ഒരു മരം. talipot palm, a tree.
താളിക്കുക (സ.ക്രി)- കടുകുവറക്കുക, ചെറുചൂടിൽ പാകം ചെയ്ക. to season curry with mustard seed, etc., to cook in low temparature.
താളിമാതളം(നാ)-മാതളനാരകം. pomegranate.
താളിയോല (നാ)- പനയോല. palm leaf.
താൾ (നാ)- പൂട്ട്, ചേമ്പിന്റെ തണ്ട്, ഒറ്റക്കടലാസ്സ്, ഇതൾ. lock, leaf stalk of colocasia plant, a sheet of paper, petal.
താഴ (നാ) - പൂക്കൈത. screw pine.
താഴത്ത് (ക്രി.വി)- താഴെ. down.
താഴമ്പൂ (നാ)- കൈതപ്പൂവ്. screw pine flower.
താഴി (നാ)- ഭരണി നക്ഷത്രം, ജലപാത്രം, അരിതാരം, പട്ടട. musca borealis, a kind of vessel made of clay, yellow orpiment, funeral pyre.
താഴികക്കുടം (നാ)- ക്ഷേത്രങ്ങളുടെ മുകളിൽ പണിതുവയ്ക്കുന്ന കുടം. ornamental top dome of a temple.
താഴുക (അ.ക്രി)- കുനിയുക, ഇറങ്ങുക, കീഴ്പെടുക, അടിയുക, തോല്ക്കുക, കുറയുക, ചായുക. to bow, to step down, to be subdued, to sink to the bottom, to fail, to lower, to bend.
താഴെ(ക്രി.വി)- കീഴെ, ചുവട്ടിൽ. down, below.
താഴ്ച (നാ)- ഇടിവ്, കുറവ്, കുണ്ട്, ആഴം, വണക്കം, ഹീനത, തോല്വി. decrease, scarcity, pit, depth, reverence, failure.
താഴ്മ (നാ) - വിനയം. humility.
താഴ്വര (നാ)- പർവതത്തിന്റെ അടിവാരം. valley.
താറാവ് (നാ)- ഒരു വളർത്തുപക്ഷി. duck.
താറ് (നാ)- അങ്കുശം, ക്രമം, തറ്റ്. hook, order, cloth tucked in between the thighs.
താറുമാറ് (നാ)- തുമ്പില്ലായ്മ, കുഴപ്പം, ആപത്ത്, ക്രമക്കേട്. lack of any hint, confusion, distress, disorder.
താറ്റുക (സ.ക്രി)- പരിഹസിക്കുക, നിന്ദിച്ച് അകറ്റുക, ആട്ടി ദൂരത്താക്കുക, കൊഴിക്കുക, ആക്ഷേപിക്കുക, പാറ്റുക, ഉടയ്ക്കുക. to mock at, to keep away be condemning, to drive off with abuse, to sift, to ridicule, to winnow, to break.
തിക (നാ)- ശ്വാസം, ദീർഘശ്വാസം. sigh, breath.

തികയ്ക്കുക (അ.ക്രി)- ശ്വാസം വിടുക, വേവുക, തിളയ്ക്കുക. to breathe, to be cooked, to boil.
തികച്ചിൽ (നാ)- പൂർണ്ണത, അഹങ്കാരം, തൃപ്തി. perfection, pride, satisfaction.
തികത്തുക (സ.ക്രി)- പാകപ്പെടുത്തുക, തിളപ്പിക്കുക. to cook, to boil.
തികയുക (അ.ക്രി)- നിവൃത്തിയുണ്ടാകുക, മുഴുവനാകുക, മതിയാവുക, അവസാനിക്കുക. to make means, to become full, to be enough, to end.
തികഴുക (അ.ക്രി)- പതഞ്ഞുപൊങ്ങുക, തെളിയുക. to bubble up, to get clear or lucid.
തിക്കനെ(ക്രി.വി)-വേഗത്തിൽ. quickly.
തിക്ക്(നാ)-വീർപ്പ്, ശ്വാസം, മത്സരം, ഞെരുക്കം. sigh, breath, rivalry, pressure.
തിക്കുക (സ.ക്രി)- മത്സരിക്കുക, ഞെക്കുക, ഞെരുക്കുക. to compete, to squeeze, to press.
തിക്കുക (അ.ക്രി)- വർദ്ധിക്കുക, വിക്കുക. to increase, to stammer.
തിക്കൂൺ (നാ)- കുമിൾ. mushroom.
തിക്തക (വി)- കടുത്ത, കയ്പുള്ള. hard, bitter.
തിക്തകം (നാ)- കരിങ്ങാലി, വേപ്പ്, നിലവേപ്പ്, കയ്പൻ പടവലം. Mimosa catechu, neem tree, Gentiana chirayita, bitter snake - gourd.
തിക്തഗന്ധ (നാ)- കടുക്. mustard.
തിക്തത (നാ)- കയ്പ്. bitter taste.
തിക്തതണ്ഡുല (നാ)- തിപ്പലി. long pepper.
തിക്തധാതു (നാ)- പിത്തരസം. bile.
തിക്തഫലം (നാ)- തേറ്റാമ്പരൽ. the clearing nut.
തിക്തം (നാ)- നീർമാതളം, പർപ്പടകപ്പുല്ല്, കുടാകപ്പാല, കയ്പുരസം. smooth topia pear, justicia procumbens, oval-leaved rosebay, bitter taste.
തിക്തമരിചം (നാ)- തേറ്റാമ്പരൽ. clearing nut.
തിഗ്മ (വി)- തീക്ഷ്ണമായ, കത്തുന്ന, ചൂടുള്ള. intense, burning, hot.
തിഗ്മം (നാ)- തീക്ഷ്ണത, കടുപ്പം, അത്യുഷ്ണം, തിപ്പലി, മൂർച്ച, വജ്രായുധം. intensity, hardness, intense heat, long pepper, sharpness, thunderbolt.
തിങ്കളാഴ്ച (നാ)- ആഴ്ചയിലെ രണ്ടാം ദിവസം. Monday.
തിങ്കൾ (നാ)- ചന്ദ്രൻ, തിങ്കളാഴ്ച, മാസം, ഒരിനം ചെറുമത്സ്യം. moon, Monday, a month, a kind of fish.
തിങ്ങൾ (നാ)- മാസം. month.
തിങ്ങുക (അ.ക്രി)- മുറുകുക, നിറയുക, ഞെരുങ്ങുക, ഞെങ്ങുക. to be tight, to be full, to be thronged, to be congested.
തിജിലൻ (നാ)- രാക്ഷസൻ, ചന്ദ്രൻ. demon, moon.
തിടപ്പള്ളി (നാ)- ക്ഷേത്രങ്ങളിലെ വയ്പുപുര. cooking hall in a temple.
തിടം (നാ)- പുഷ്ടി, കരുത്ത്, ധൈര്യം, ഉറപ്പ്, ബലം, ശക്തി. vigour, boldness, courage, firmeness, power, strength.
തിടമ്പ് (നാ)- ശരീരം, എഴുന്നള്ളിപ്പിനുള്ള വിഗ്രഹം. body, idol used for processions in a temple.
തിടുക്കപ്പെടുക (അ.ക്രി)- പരിഭ്രമിക്കുക, ത്വര കൂട്ടുക. to be perplexed, to hurry.
തിടുക്കം (നാ)- പരിഭ്രമം, കുഴപ്പം, ത്വര. perplexity, confusion, hurry.
തിട്ട (നാ)- മേട്, തിണ്ണ, ഉയർത്തിക്കെട്ടിയ സ്ഥലം മൺകുന്ന്, തുരുത്ത്. hillock, verandah, raised ridge, sandy hill, island.
തിട്ടതി (നാ)- ആവശ്യം, പരിഭ്രമം. want, perplexity.
തിട്ടം (നാ)- ഭാഗം, ക്രമം, നിശ്ചയം, നേര്. share, order, certainty, actuality.
തിണർക്കുക (അ.ക്രി)- നീരുവരുക, വീങ്ങുക. to form into a tumour, to swell.
തിണറ് (നാ)- നീര്, വീക്കം. swelling.

തിണ്ടാടുക- ബുദ്ധിമുട്ടുക, അലഞ്ഞു നടക്കുക. to suffer, to loiter.

തിണ്ട് (നാ)- ചരക്കുകെട്ട്, വരമ്പ്, വക്ക്, മൺചുവര്. a bale of cloth etc., ridge, judge, mud, wall.

തിണ്ണ (നാ)- തുറന്ന വരാന്ത, ഇറയം. open verandah, small and open raised place.

തിണ്ണം (ക്രി.വി)- തീർച്ചയായി, മുറുകെ, ബലമായി, വേഗത്തിൽ. surely, tightly, strongly, quickly.

തിതിക്ഷ (നാ)- ക്ഷമ. patience.

തിതിക്ഷു (വി)- ക്ഷമയുള്ള. patient.

തിതീർഷ (നാ)- തരണം ചെയ്യാനുള്ള ഇച്ഛ. desire to cross over.

തിതീർഷു (വി)- മറുകരപോകാനിച്ഛ യുള്ള. desiring to overcome.

തിത്തി (നാ)- ഊതാനുള്ള കുഴൽ. a kind of wind instrument.

തിത്തിരം (നാ)-ഒരു പക്ഷി. partridge.

തിഥം (നാ)- സ്നേഹം, സമയം, അഗ്നി, വർഷകാലം. love, time, fire, rainy season.

തിഥി (നാ)- പക്കം, ചാന്ദ്രദിനം. lunar day.

തിഥിക്ഷയം (നാ)- അമാവാസി. day of the new moon.

തിന (നാ)- ഒരു ധാന്യം. panicum italicum.

തിന്തിഡം (നാ)- പുളിമരം. tamarind tree.

തിന്ത്രിഡീകം (നാ)- പുളിങ്ങ, വാളൻ പുളി, പുളിമരം. the fruit of tamarind, tamarind tree.

തിന്ത്രിണി (നാ)- പുളിങ്ങ, പുളിരസം, പുളിമരം. tamarind fruit, sourness, tamarind tree.

തിന്നുക (സ.ക്രി)- ഉണ്ണുക, ഭക്ഷിക്കുക, ചെലവഴിക്കുക, വെറ്റമുറുക്കുക. to take meals, to eat, to spend, to chew.

തിന്മ (നാ)- ചീത്തത്തം, ദ്രോഹം, ദോഷം. vileness, wickedness, evil.

തിന്മാൻ (നാ)- താംബൂലം. pan.

തിപ്പലി (നാ)- ഒരു വള്ളിച്ചെടി. long pepper.

തിമി (നാ)- ഒരിനം വലിയ മത്സ്യം, കടൽ, രാത്രി കാഴ്ചയില്ലായ്മ. a kind of fish of enormous size, sea, night blindness.

തിമിംഗലം (നാ)- വലിയ കടൽമത്സ്യം. whale.

തിമിത (വി)- നനഞ്ഞ, സ്ഥിരമായ, ഇള ക്കമില്ലാത്ത, ശാന്തമായ. wet, steady, motionless, calm.

തിമിര (വി)- ഇരുട്ടു നിറഞ്ഞ. dark.

തിമിരം (നാ)- നേത്രരോഗം, ഇരുട്ട്. eye disease, darkness.

തിമിരുക (അ.ക്രി)- മുഴങ്ങുക, അധി കമാവുക, വിങ്ങുക, വളരുക. to echo, to increase, to swell, to grow.

തിമിർക്കുക (അ.ക്രി)- വർദ്ധിക്കുക, അഹങ്കരിക്കുക, സന്തോഷത്താൽ ചാടി ക്കളിക്കുക. to increase, to be haughty, to leap with joy.

തിമിർക്കുക (സ.ക്രി)- പൂശുക, അടി ക്കുക, കുലുക്കുക. to smear, to beat, to shake.

തിമിർപ്പ് (നാ)- അഹങ്കാരം. arrogance.

തിമില (നാ)- ഒരു വാദ്യം. a kind of drum.

തിമിശം (നാ)- തൊടുകാര, തണ്ണി മത്തങ്ങ. dalbergia ujjeinensis, water melon.

തിമ്മൻ (നാ)- ആൺകുരങ്ങ്. male monkey.

തിമൃത്ത് (വി)- നനവുള്ള. wet.

തിര (നാ)- വെടിക്കോപ്പ്, മയിൽപ്പീലി, ചുരുൾ, കടലിലെ ഓളം, തിരശ്ശീല. bullet, peacock's feather, roll, wave, curtain.

തിരക്കഥ (നാ)- ചലച്ചിത്രമുണ്ടാക്കാൻ പാകത്തിന് എഴുതിയ കഥ. screenplay.

തിരക്ക് (നാ) - ആൾക്കൂട്ടം, ഞെരുക്കം, അന്വേഷണം. crowd, thronging, enquiry.

തിരക്കുക (സ.ക്രി)- നിർബന്ധിക്കുക, ചോദിച്ചറിയുക, അന്വേഷിക്കുക. to compel, to enquire about, to seek.

തിരച്ചി (നാ)- തിരണ്ടി. skate.
തിരഞ്ഞെടുപ്പ് (നാ)- ഒരു സ്ഥാന ത്തേക്കു പല സ്ഥാനാർത്ഥികളിൽ ഒരാളെ നിർദ്ദേശിക്കൽ. election.
തിരടുക (സ.ക്രി)- മോഷ്ടിക്കുക. to steal.
തിരട്ടുക (സ.ക്രി)- ചുരുക്കുക, കുറു ക്കുക, ഉരുട്ടുക. to reduce, to shorten, to roll up.
തിരണ (നാ)- തിട്ട. ridge.
തിരണ്ട (വി)- വലിയ, വളർന്ന, വർദ്ധി ച്ച, പ്രായപൂർത്തിയായ, മുറ്റിയ, ഋതുമതി യായ. big, grown up, increased, matured, ripened, attained puberty.
തിരണ്ടി (നാ)- ഒരുതരം മത്സ്യം. a kind of fish.
തിരപ്പം (നാ)- വള്ളം, ചങ്ങാടം, ഇല ക്കെട്ട്. boat, raft, bundle of leaves.
തിരമാല (നാ)- തിരകളുടെ കൂട്ടം. succession of waves.
തിരയുക (സ.ക്രി)- അന്വേഷിക്കുക. to search.
തിരയുക - ചുരുളുക, അലയടിക്കുക. to roll up, to strike against the shore.
തിരശ്ചീനം (ക്രി.വി)- വിലങ്ങനെ. across.
തിരശ്ശീല (നാ)- വെളിയട. curtain.
തിരസ്കരണം (നാ)- നിരസനം, നിന്ദ, മറയ്ക്കൽ. rejection, insult, concealing.
തിരസ്കരിക്കുക (സ.ക്രി)- അതിശയി ക്കുക, ധിക്കരിക്കുക, മറയ്ക്കുക, കുറ്റ പ്പെടുത്തുക, നിന്ദിക്കുക, ഉപേക്ഷി ക്കുക. to excel, to disavow, to conceal, to blame, to despise, to reject.
തിരസ്കരിണി (നാ) - മൂടുപടം, മറ, കൂടാരത്തിനുചുറ്റുമുള്ള മറ, മറയുന്നതി നുള്ള മന്ത്രവിദ്യ. veil, screen, the curtains around the tent, magical spell that makes the possessor invisible.
തിരസ്സ് (ക്രി.വി)- അകന്ന്, കുറുകെ, വള വായി, രഹസ്യമായി. at a distance, across, crookedly, secretly.
തിരളി (നാ)- ഒരിനം പലഹാരം. a kind of sweetmeat.
തിരളുക (അ.ക്രി)- പ്രകാശിക്കുക, പൂർത്തിയാവുക, ഉണ്ടാകുക, ഋതുമതിയാ കുക, വർദ്ധിക്കുക. to shine, to be completed, to attain puberty, to increase.
തിരൾ (നാ)- കൂട്ടം, ഉരുൾ, പൂങ്കുല. crowd, roll, bunch of flowers.
തിരി (നാ)- വിളക്കിൽ തെറുത്തിടുന്ന തുണി, ചതിവ്, വളവ്, തോക്കിലെ ഫ്യൂസ്, കുരുമുളകിന്റെ പൂവ്, മെഴുകു തിരി. wick camp, deceit, curve, fuse made of threads smeared with gun powder, pepper blossom, candle.
തിരികല്ല് (നാ)- ധാന്യങ്ങൾ പൊടിക്കാ നുള്ള സൂത്രക്കല്ല്. mill stone.
തിരിക്കുക (അ.ക്രി)- മടങ്ങുക, പുറ പ്പെടുക. to return, to start.
തിരിക്കുക (സ.ക്രി)- കഷ്ടപ്പെടുത്തു ക, പിരിക്കുക, വേർപ്പെടുത്തുക, അറി യിക്കുക, തെറുക്കുക, ഗതിമാറ്റുക. to afflict, to twist, to separate, to inform, to make wicks by twisting cloth, to alter the course.
തിരിച്ചറിവ് (നാ)- വിവേകം. faculty of discrimination.
തിരിപ്പൻ (നാ)- കള്ളൻ, പൊയ്മുടി. thief, false hair.
തിരിമാലി (നാ)- കൗശലക്കാരൻ, വഞ്ച കൻ, ഉപായം. cunning fellow, cheat, trick.
തിരിയുക (അ.ക്രി)- വേർപെടുക, അറി യുക, തെണ്ടുക, പിന്നിലേക്കു പോകു ക, ചുറ്റുക, അലയുക, മറിയുക, ഉരു ളുക, മാറുക. to be separated, to know, to beg, to return, to rotate, to wander, to turn, to roll, to change.
തിരിയെ (ക്രി.വി)- വീണ്ടും. again.
തിരു (വി)- ഭംഗിയുള്ള, പുണ്യമുള്ള, ഐശ്വര്യമുള്ള, മാനമുള്ള, പരിശുദ്ധ മായ. beautiful, divine, prosperous, honourable, pure.
തിരു (വി)- തിരിയുന്ന. rotating.
തിരുകുക (സ.ക്രി)- ചുരുട്ടുക, ഇടയിൽ തള്ളിക്കയറ്റുക. to roll, to shove in.

തിരുക്ക് (നാ)- വിളുമ്പ്, അടപ്പ്, പ്രേരിപ്പിക്കൽ, ആഭരണങ്ങളിൽ തിരുകിക്കയറ്റുന്ന ആണി. edge, stopper, instigation, tiny screw for ornaments.

തിരുക്കുക (സ.ക്രി)- തിരുകിക്കയറ്റുക. to screw in.

തിരുടൻ (നാ)- കള്ളൻ. thief.

തിരുടുക (സ.ക്രി)- മോഷ്ടിക്കുക. to steal.

തിരുത്ത് (നാ)- പിഴതീർക്കൽ. correction.

തിരുത്തുക (സ.ക്രി)- കൃഷിക്ക് ഉപയുക്തമാക്കുക, നിരപ്പു വരുത്തുക, പിഴ നീക്കി എഴുതുക, പിഴ നീക്കുക. to make a land suitable for cultivation, to level, to rewrite correctly, to correct.

തിരുനാൾ (നാ)- രാജാക്കന്മാരുടെയും മറ്റും ജന്മദിനം, വിശുദ്ധദിനം. birthday, sacred day.

തിരുമണം (നാ)-വിവാഹം. marriage.

തിരുമണ്ടൻ (നാ)- വെറും ഭോഷൻ. a very stupid person.

തിരുമറു (നാ)- ശ്രീവത്സം. fabled mark Sreevalsa on the chest of Vishnu.

തിരുമുറ്റം (നാ)- ക്ഷേത്രമുറ്റം. temple courtyard.

തിരുമ്പുക (അ.ക്രി)- അലക്കുക, തിരുമ്മുക. to wash cloth, to rub.

തിരുമ്മൽ (നാ)- അലക്ക്, ഉഴിയൽ, തലോടൽ. washing of cloth, massage, fondling.

തിരുമ്മുക (സ.ക്രി)- അലക്കുക, ഉഴിയുക, തലോടുക. to wash cloths, to massage, to pat.

തിരുവത്താഴം (നാ)- സത്യകർമ്മം. Christ's supper, according to Christian faith.

തിരുവാതിര (നാ)- ആറാമത്തെ നക്ഷത്രം, വടക്കൻ കേരളത്തിലെ ഒരു ഉത്സവദിവസം. sixth asterism beteleguse festive day for woman.

തിരുവോണം (നാ)- ഇരുപത്തിരണ്ടാമത്തെ നക്ഷത്രം, ഒരു ദേശീയോത്സവം, സുഭിക്ഷം. 22nd asterism, national festival of Kerala, period of prosperity.

തിരുൾ (നാ)- തളിര്. tender leaf.

തിരോഗത (വി)- മറഞ്ഞ. disappeared.

തിരോധാനം (നാ)- ഉടുപ്പ്, അന്തർദ്ധാനം, തിരശ്ശീല, മൂടി, മറ. cloak, vanishing, curtain, veil, covering.

തിരോഭവിക്കുക (അ.ക്രി) - ഇല്ലാതാവുക, മറയുക. cease to exist, to disappear.

തിരോഭൂത (വി)- മറഞ്ഞ. vanished.

തിരോഹിത (വി)- മറഞ്ഞ, മറയ്ക്കപ്പെട്ട. vanished, concealed.

തിര്യക്ക് (ക്രി.വി)- വിലങ്ങനെ. across.

തിര്യക്ക് (വി)- ചാഞ്ഞ, ചരിഞ്ഞ. oblique.

തിര്യഗക്ഷരം (നാ)- ചരിഞ്ഞ അക്ഷരം. italics.

തിലകൻ (നാ)- പ്രസിദ്ധൻ, പ്രമാണി. famous person, chief.

തിലകം (നാ)- ചന്ദനക്കുറി, ശ്രേഷ്ഠം, കാരുപ്പ്, പല്ലവി, പൊട്ട്, മറു, മയിലെള്ള്, വലത്തെ ശ്വാസകോശം, മഞ്ചാടിമരം, ആഭരണം, കാക്കപ്പുള്ളി, മൂത്രാശയം. sandal paste mark, that which is noble, black salt, burden of a song, ornament for the forehead, black mole on the skin, shrub peacock's pride, lung, tree barteria cristata, ornament, freckle, urinary bladder.

തിലകിത (വി)- മറുകുള്ള, തിലകമണിഞ്ഞ. having a mole, marked on the forehead.

തിലജം (നാ)- എണ്ണ. gingelly oil.

തിലപർണ്ണം (നാ)- ഒരിനം ചന്ദനമരം. a kind of sandal wood.

തിലപർണ്ണി (നാ)- രക്തചന്ദനം, ഒരു നദി. red sandalwood, a river.

തിലപുഷ്പം(നാ)-വ്യാഘ്രനഖം, എള്ളിൻപൂവ്. nail of a tiger, seasame flower.

തിലം (നാ)- അണു, കാക്കപ്പുള്ളി, എള്ള്. atom, sesamoid mark, the plant sesamum indicum.
തിലരസം (നാ)- നല്ലെണ്ണ. gingelly oil.
തിലാഞ്ജലി (നാ)- പിതൃതർപ്പണം. offering of sesame seeds and water in handful to the manes.
തിലോത്തമ (നാ)- ഒരു ദേവസ്ത്രീ. name of celestial nymph.
തില്ലം (നാ)- വനം. forest.
തില്ലരി (നാ)- ആയുധപ്പുര. artillery.
തിഷ്യ (വി)- മംഗളകരമായ, പ്രകാശമുള്ള. auspicious, lustrous.
തിഷ്യകം (നാ)- പുഷ്യമാസം. month of pousa, according to vernacular almanac.
തിഷ്യകേതു (നാ)- ശിവൻ. Siva.
തിഷ്യഫല (നാ)- നെല്ലിമരം. Indian gooseberry tree.
തിഷ്യം (നാ)- പൂയം നക്ഷത്രം, പുഷ്യമാസം, കലിയുഗം. eighth asterism pushya, month of pousa, Kaliyuga, according to Hindu mythology.
തിളക്കം (നാ)- പ്രകാശം, ഒളി. lustre, shining.
തിളക്കുക (സ.ക്രി)- പ്രകാശിപ്പിക്കുക. to cause to shine.
തിളയ്ക്കുക (അ.ക്രി)- അഹങ്കരിക്കുക, പെരുകുക, നിറയുക, ചൂടേറ്റു പതഞ്ഞു പൊങ്ങുക. to be haughty, to increase, to be full, to boil.
തിളാവുക (അ.ക്രി)- ചിതറുക, ഭക്ഷണാരംഭത്തിൽ ഇലയ്ക്കു ചുറ്റും വെള്ളം തളിക്കുക. to scatter, to sprinkle water around the leaf in which rice is served.
തിറ (നാ)- കപ്പം, കരം, ഉത്തരകേരളത്തിലെ ഒരു നൃത്തഘോഷം. tribute, tax, a kind of ritual dance to propitiate local deities in Malabar, in India.
തിറം (നാ) - ബലം, കൂട്ടം, ഐശ്വര്യം, കാരണം, ഉടമസ്ഥത, പ്രത്യേകസാമർത്ഥ്യം, മിടുക്ക്, ദാർഢ്യം, ഭംഗി, ആധിക്യം, മേന്മ, വർദ്ധന, കരം, കപ്പം. strength, multitude, prosperity, reason, ownership, dexterity, smartness, firmness, grace, abundance, superiority, increase, tax, tribute.
തിറമ്പ് (നാ)- ഉളുക്ക്. sprain.
തിറമ്പുക (അ.ക്രി)- ഉളുക്കുക, സന്ധിബന്ധം മാറുക. to be sprained, to be dislocated.
തീ (നാ)- കൊടുവേലി, കഠിനദുഃഖം, അഗ്നി. leadwort, severe grief, fire.
തീ (വി)- പ്രിയപ്പെട്ട, മധുരമായ, ഭംഗിയുള്ള, അധികമായ, കടുത്ത. dear, sweet, beautiful, surplus, hard.
തിക്കട്ട (നാ)- തീക്കനൽ. live coal.
തീക്കണം (നാ)- തീപ്പൊരി. spark.
തീക്കനൽ (നാ)- എരികനൽ. live coal.
തീക്കല (നാ)- പൊള്ളിയ തഴമ്പ്. burn scar.
തീക്കല്ല് (നാ)- തീയുണ്ടാക്കാനുള്ള കല്ല്. flint stone.
തീക്കുഴി (നാ)- അഗ്നികുണ്ഡം, അടുപ്പ്. fire pit, oven.
തീക്കുറി (നാ)- ദീപസ്തംഭം, വിളക്കുമരം. light house, lamp post.
തീക്കുറ്റി (നാ)- തീപ്പെട്ടിക്കോൽ. match stick.
തീക്കൂന (നാ)- തീക്കൂമ്പാരം. heap of fire.
തീക്കൊള്ളി (നാ)- തീപ്പെട്ടിക്കോൽ, എരികൊള്ളി. match stick, firebrand.
തീക്ഷ്ണ (വി)- ബുദ്ധിയുള്ള, ഉഗ്രമായ, ചൂടുള്ള, മൂർച്ചയുള്ള, എരിവുള്ള, ശക്തിയുള്ള, കടുപ്പമുള്ള. intelligent, severe, hot, sharp, pungent, strong, hard.
തീക്ഷ്ണകണ്ടകം (നാ)- ഉമ്മത്ത്, കാര, മുള. thorn apple tree, a tree with sharp thorns, bamboo tree.
തീക്ഷ്ണകന്ദം (നാ)- വെളുത്തുള്ളി, ഉള്ളി. garlic, onion.
തീക്ഷ്ണകരൻ (നാ)- സൂര്യൻ. sun.
തീക്ഷ്ണകരം (നാ)- സൂര്യരശ്മി. ray of the sun.

തീക്ഷ്ണകല്ക്കം (നാ)- കൊത്തമല്ലി. coriander seed.
തീക്ഷ്ണകൃഷ്ണ (നാ) - കുരുമുളക്. pepper.
തീക്ഷ്ണതൈലം (നാ)- ചാരായം. arrack.
തീക്ഷ്ണദംഷ്ട്രൻ (നാ)- പുലി. leopard.
തീക്ഷ്ണദംഷ്ട്രം (നാ)- പുലി, കടുവ. leopard, tiger.
തീക്ഷ്ണധാരം (നാ)- വാൾ. sword.
തീക്ഷ്ണം (നാ)- പീഡ, മരണം, കരിങ്കടുക്, തിപ്പലി, എരിവ്, ലോഹം, വിഷം, ഉഷ്ണം, യുദ്ധം, തിടുക്കം, വെടിയുപ്പ്, ഇരുമ്പ്, വജ്രം, ഇഞ്ചി, ആയുധം, കടലുപ്പ്, കുരുമുളക്. harm, death, black variety of mustard seed, long pepper, pungency, metal, poison, hot, battle, hurry, nitre, iron, diamond, ginger, weapon, common salt, pepper.
തീക്ഷ്ണമഞ്ജരി (നാ)- വെറ്റിലക്കൊടി. betel vine.
തീക്ഷ്ണരശ്മി (നാ)- സൂര്യൻ. sun.
തീക്ഷ്ണരസം (നാ)- വിഷം, വെടിയുപ്പ്. poison, nitre.
തീക്ഷ്ണലൗഹം (നാ)- ഉരുക്ക്. steel.
തീക്ഷ്ണസാരം (നാ)- ഇരുമ്പ്. iron.
തീക്ഷ്ണാംശു (നാ)- ഉരുക്ക്, അഗ്നി, സൂര്യൻ. steel, fire, sun.
തീച്ചട്ടി (നാ)- നെരിപ്പോട്. fire pot.
തീണ്ടാനാഴി (നാ)- മുക്കുറ്റി. a kind of sensitive plant.
തീണ്ടാരി(നാ)-ആർത്തവം. mensus.
തീണ്ടുക (സ.ക്രി)- സ്പർശിക്കുക, അശുദ്ധമാക്കുക, പാമ്പ് കടിക്കുക. to touch, utter a sacrilege, a snake to bite.
തീൻ (നാ)- ഭക്ഷണം. food.
തീൻകഥ (നാ)- കടംകഥ. riddle.
തീപ്പെട്ടി (നാ)- തീക്കുറ്റികൾ നിറച്ച പെട്ടി. match box.
തീപ്പൊരി (നാ)- തീയുടെ കണം. spark.
തീമുറി (നാ)- ഭാവഹം. phosphorous.
തീയതി (നാ)- തിഥി. date.
തീയത് (നാ)- ചീത്തയായത്. that which is rotten.
തീയുക (അ.ക്രി)- നശിക്കുക, ചീയുക, കോപിക്കുക, കരിയുക. to perish, to rot, to get angry, to get charred.
തീരം (നാ)- ഈയം, തകരം, നികടം, കര. lead, tin, proximity, bank.
തീർ (നാ)- ജന്മാവകാശം, പറ്റുചീട്ട്. entire right, receipt.
തീരുക (അ.ക്രി)- ഭവിക്കുക, നിറവേറുക, തീരുമാനമാവുക, നിവർത്തിക്കുക, മരിക്കുക, അവസാനിക്കുക. to happen, to fulfil, to be decided, to perform, to die, to end.
തീരുമാനം (നാ) - തീർപ്പ്, നിശ്ചയം. verdict, decision.
തീരുമാനം(ക്രി.വി)- മുഴുവനേ. wholly.
തീരുവ (നാ)- നിശ്ചയം, പ്രാവശ്യം, ചുങ്കം. decision, time, excise duty.
തീരെ (ക്രി.വി)- തീർത്തും, ഒട്ടും. entirely, a bit.
തീർച്ച (നാ)- നിവൃത്തി, തീരുമാനം, അവസാനം, വിധി. means, decision, end, fate.
തീർണ്ണ (വി)- അതിശയിക്കപ്പെട്ട, വ്യാപിച്ച, തരണം ചെയ്ത. excelled, spread, crossed over.
തീർത്ഥക (വി)- പരിശുദ്ധമായ. pure.
തീർത്ഥകൻ (നാ)- സന്ന്യാസി. sage.
തീർത്ഥകാകൻ (നാ)- അത്യാഗ്രഹി. greedy person.
തീർത്ഥദേവൻ (നാ)- ശിവൻ. Siva.
തീർത്ഥൻ (നാ)- മന്ത്രി, വന്ദ്യൻ, ഗുരു. minister, respectable person, precept.
തീർത്ഥപാത്ത് (നാ)- ശ്രീകൃഷ്ണൻ. Sree Krishna.
തീർത്ഥപാദൻ (നാ)- മഹാവിഷ്ണു, പരമശിവൻ, മഹർഷി, പുണ്യാത്മാവ്, മഹാൻ. Lord Vishnu, Lord Siva, ascetic, sacred person, great man.
തീർത്ഥം(നാ)- ശുദ്ധജലം, തീർത്ഥജലം, യാഗം, അധ്യയനം, ഉപസ്ഥം, പുണ്യജ

ലമുള്ള ജലാശയം, ആർത്തവം, അഗ്നി, കടവ്, ഉപായം. pure water, sacred water, sacrifice, study, loins, pond of sacred water, mensus, fire, jetty, trick.

തീർത്ഥാടനം (നാ)- തീർത്ഥയാത്ര. pilgrimage.

തീർത്ഥികൻ (നാ)- സന്ന്യാസി. sage.

തീർന്ന (വി)- തികഞ്ഞ, ഇല്ലാതായ, കഴിഞ്ഞ. completed, non-existing, past.

തീർപ്പ് (നാ)- തികവ്, നിശ്ചയം, ന്യായവിധി. fullness, decision, verdict.

തീർപ്പടി (നാ)- വിധി, തീർച്ച, നിശ്ചയം. judgment, certainty, decision.

തീവണ്ടി (നാ)- റെയിൽ വണ്ടി. train.

തീവരൻ (നാ)- മുക്കുവൻ, വേടൻ, നായാട്ടുകാരൻ. fisherman, hunter.

തീവില (നാ)- വലിയ വില. high price.

തീവ്ര (വി)- വേഗമുള്ള, കടുപ്പമുള്ള, അധികമായ, ഭയങ്കരമായ, ഉഷ്ണമുള്ള, സഹ്യമല്ലാത്ത. swift, hard, surplus, terrible, hot, intolerable.

തീവ്ര (നാ)- ചെങ്കടുക്, തുളസി, കടുകുരോഹിണി. red variety of mustard seed, basil plant, Christmas rose.

തീവ്രഗന്ധ (നാ)- ജീരകം. cuminseed.

തീവ്രം (ക്രി.വി)- ഏറ്റവും. extremely.

തീവ്രം (നാ)- ഉഷ്ണം, എരിവ്, തകരം, തീരം, കാഠിന്യം, ഇരുമ്പ്. heat, pungency, tin, bank, hardness, iron.

തീറാധാരം (നാ)-വിലയാധാരം. sale deed.

തീറ്റ (നാ)- മൃഗങ്ങളുടെ ഭക്ഷണം. food of animals.

തീറ്റൽ (നാ)- മേയ്ക്കൽ. breeding an animal.

തുക (നാ)- സങ്കലനഫലം, കൂവനൂറ്. sum, arrow root flour.

തുകരുക (അ.ക്രി)- മഴച്ചാറ്റൽ നില്ക്കുക, വരളുക, ഉണങ്ങുക. to cease, to be dehydrated, to dry.

തുകൽ (നാ)- തൊലി, തോല്. skin, leather.

തുകിൽ (നാ)- വസ്ത്രം. cloth.

തുക്കി (നാ)- ഏറ്റവും താണവൻ, യാചകൻ. meanest fellow, beggar.

തുക്കുക (അ.ക്രി)- കീഴ്പെടുക, ഇരന്നു നടക്കുക. to yield, to wander about begging.

തുങ്കം (നാ)- അരിക്, അകലം, പരിശുദ്ധി, പെരുമ, ജയം, മേന്മ, ഉയരം. edge, distance, purity,greatness, victory, excellence, height.

തുംഗ(വി)- പ്രധാനമായ, മുൻകോപമുള്ള, നീളമുള്ള, ശ്രേഷ്ഠതയുള്ള, ഉയരമുള്ള. important, short-tempered, long, magnificent, high.

തുംഗബീജം (നാ)- രസം. mercury.

തുംഗം (നാ)- സിംഹാസനം, പർവതം, പുന്നമരം, ശ്രേഷ്ഠത, ഉയരം, ഉയർന്നത്, വാൾപ്പുലി, താമരയല്ലി, ചൂണ്ടപ്പന, തെങ്ങ്. throne, mountain, the tree rottleria tinctoria, excellence, height, that which is high, rhinoceros, pericap of lotus with filaments, palmyra tree, coconut tree.

തുംഗമുഖം (നാ)- കാണ്ടാമൃഗം. rhinoceros.

തുംഗശേഖരം(നാ)- പർവതനിര. mountain range.

തുംഗി (നാ)- രാത്രി, മഞ്ഞൾ. night, turmeric.

തുച്ചം (നാ)- തുഞ്ചം, അറ്റം. end.

തുച്ഛ (വി)- ദാരിദ്ര്യം പിടിച്ച, ഹീനമായ, വളരെ ചെറിയ, ശൂന്യമായ, നിന്ദ്യമായ, നിസ്സാരമായ. destitute, low, very small, empty, contemptible, mean.

തുച്ഛം (നാ)- ശൂന്യത, പതിര്, ഉമി, അല്പം. emptiness, chaff, husk, a bit.

തുജൻ (നാ) - പിശാച്, രാക്ഷസൻ. ghost, demon.

തുജം (നാ)- ഇടിവാൾ, ആക്രമണം. thunderbolt, attack.

തുഞ്ചം (നാ)- മുകളറ്റം, അറ്റം. topmost point, end.

തുട(നാ)-കാൽമുട്ടിനുമുകളിൽ അറയ്ക്കു കീഴെയുള്ള ഭാഗം, ആരംഭം,

തവണ, നെടിയ ഉത്തരം, തുടർച്ച. thigh, beginning, instalment, long beam, continuity.

തുടക്കം (നാ) - ആരംഭം. beginning.

തുടങ്ങുക (അ.ക്രി)- പ്രവർത്തിക്കുക, ഉദ്യമിക്കുക, ആരംഭിക്കുക. to work, to endeavour, to begin.

തുടപ്പ് (നാ)- തവണ, തുടയ്ക്കൽ. instalment, wiping.

തുടം (നാ)- ഒരു ദ്രാവക അളവ്, ഒരു അളവുപാത്രം. a liquid measure of 1/4 nazhi, a measuring spoon.

തുടം (നാ)- പുഷ്ടി, മുഴുപ്പ്, തടിപ്പ്, വലുപ്പം. stoutness, plumpness, corpulency, size.

തുടൽ (നാ)- ചങ്ങല, വിലങ്ങ്. chain, fetters.

തുടി (നാ)- അല്പകാലം, നെഞ്ചിടിപ്പ്, തെറിപ്പിക്കൽ, കൊട്ടം, സംശയം, ഒരു വാദ്യം, ഏലം. a unit of time, throb, splashing of water, costus speciosus, doubt, a small drum, small cardamom.

തുടിക്കുക (അ.ക്രി)- ശക്തിയായി വെള്ളം തെറിപ്പിക്കുക, കിതയ്ക്കുക, സ്പന്ദിക്കുക, പിടയ്ക്കുക. to splash water with force, to gasp, to palpitate, to wriggle.

തുടുത്ത (ക്രി.വി)- മുഴുത്ത, രക്തപ്രസാദമുള്ള. flushed, flushed sanguin.

തുടുപ്പ് (നാ)- ചെമപ്പ്, തടിപ്പ്, പൂങ്കുല, വാഴക്കൈ, ചട്ടുകം. redness, plumpness, a bunch of flowers, the stalk of a plantain tree, spatula.

തൂട്ട് (നാ)- നാണയം. coin.

തുണ (നാ)- സഹായം, അളവ്, ആദരവ്, ആശ്രയം, രക്ഷ, കൂട്ട്. help, unit, reverence, shelter, salvation, escort.

തുണി (നാ)- വസ്ത്രം, തെളിവ്, പ്രകാശം. cloth, evidence, light.

തുണ്ടം (നാ)- കഷണം, പങ്ക്, മൂക്ക്, ചുണ്ട്, മുഖം, തുമ്പിക്കൈ. piece, share, nose, lip, face, trunk.

തുണ്ട് (നാ)- കഷണം, കുറിമാനം, നഷ്ടം. piece, note, loss.

തുണ്ഡം (നാ)- വായ്, മൂക്ക്, ചുണ്ട്, തുമ്പിക്കൈ, പന്നിയുടെ മൂക്ക്, പക്ഷിയുടെ കൊക്ക്. mouth, nose, lip, trunk, beak.

തുത്ഥ (നാ)- അമരി, ഏലം. indigo plant, cardamom.

തുത്ഥകം (നാ)- നീലത്തുരിശ്. blue vitriol.

തുത്ഥം (നാ)- കല്ല്, അഗ്നി, നീലത്തുരിശ്. stone, fire, blue vitriol.

തുനി (നാ)- നദി. river.

തുന്ദം (നാ)- വയറ്, കുടവയറ്. stomach, pot belly.

തുപ്പൽ (നാ)- ഉമിനീര്. saliva.

തുപ്പാക്കി (നാ)- വലിയ തോക്ക്. gun.

തുമുലം (നാ)- യുദ്ധകോലാഹലം, ഭയങ്കരമായ കലഹം, താന്നിമരം. battle uproar, dreadful quarrel, the tree terminalia bellerica.

തുമ്പി (നാ)- ഒരു ചെറു പ്രാണി, വണ്ട്, ആന. dragon fly, beetle, elephant.

തുമ്പിക്കൈ (നാ)- ആനയുടെ നീണ്ട മൂക്ക്. trunk.

തുമ്പ് (നാ)- തെളിവ്, അറ്റം, വിവേചന, അറിവ്, കയറ്. proof, end, discrimination, knowledge, coir.

തുംബ (നാ) - നെല്ലി, കറവപ്പശു, ചുരവള്ളി, പാൽപ്പാത്രം. gooseberry, milching cow, calabash, milk pot.

തുയരം (നാ)- ആപത്ത്, ദുഃഖം, വേദന. danger, sorrow, pain.

തുയിലുക (അ.ക്രി)- ഉറങ്ങുക. to sleep.

തുയിൽ (നാ)-ആലസ്യം, ദുഃഖം, വസ്ത്രം, ഉറക്കം. laziness, sorrow, cloth, sleep.

തുഷ്യ (വി)- ഉയർന്ന, പരിശുദ്ധമായ. high, pure.

തുഷ്യം (നാ)- ശുചിത്വം, പരിശുദ്ധി, വെണ്മ, നല്ലത്, മുന. cleanliness, purity, whiteness, that which is good, point.

തുരഗ (വി)- വേഗത്തിൽ പോകുന്ന. moving at great speed.

തുരഗം (നാ)- ചിന്ത, ചിത്തം, കുതിര. thought, mind, horse.

തുരഗി (നാ)- പെൺകുതിര, കുതിരക്കാരൻ. female horse, horseman.

തുരങ്കം (നാ)- തുരന്നുണ്ടാക്കുന്ന വലിയ ദ്വാരം, ഖനി. tunnel, mine.

തുരംഗാരി (നാ) - പോത്ത്, എരുമ. buffalo, she-buffalo.

തുരണം (നാ)- വേഗം. speed.

തുരപ്പണം (നാ)- തമര്. drill.

തുരപ്പ് (നാ)- ഓവ്, തുരങ്കം. conduit, tunnel.

തുരാൽ (നാ)- ദുഃഖം. sorrow.

തുരി (നാ)- തറി, കാഹളം, പെൺകുതിര. loom, trumpet, female horse.

തുരീയ (വി)- നാലാമത്തെ. fourth.

തുരുക്കം (നാ) - കസ്തൂരി മൃഗം, കാട്. musk-deer, forest.

തുരുത്തി (നാ)- തുരുത്ത്, ഉല. island, bellows.

തുരുത്ത് (നാ)- ദ്വീപ്. island.

തുരുമ്പ് (നാ)- ചകിരിയുടെ പൊടി. small particles of coconut husk.

തുരുഷ്കം (നാ)- കുന്തുരുക്കം, തിരുവട്ടപ്പശ. frankincense, turpentine.

തുല (നാ) - ത്രാസ്, സാമ്യം. balance, similarity.

തുലനം (നാ) - ഉപമ. simile.

തുലാധരൻ (നാ)- കച്ചവടക്കാരൻ. merchant.

തുലാബീജം (നാ)- കുന്നിക്കുരു. berry of abrus precatorius.

തുലാസ്സ് (നാ)- ത്രാസ്സ്. balance.

തുലിത (വി)- തൂക്കിയ, സാദൃശ്യപ്പെടുത്തിയ, തുല്യമാക്കപ്പെട്ട. weighed, compared, equalised.

തുലിനി (നാ)- ഇലവ്. silk cotton tree.

തുലോം(ക്രി.വി)-ഏറ്റവും, വളരെ. very.

തുല്യ (വി)- സമമായ. equal.

തുല്യത (നാ)- സാദൃശ്യം, സമത്വം. similarity, equality.

തുല്യം (നാ)- ഒപ്പം. parity.

തുല്ല് (നാ)- നാശം, അവസനാം. ruination, end.

തുവര് (നാ)- ചെമപ്പ്, കാവി, പവിഴം. red, ochre, coral.

തുവര (നാ)- ഒരിനം പയറ്. pigeon pea.

തുവര (വി)- ചവർപ്പുള്ള. astringent.

തുവരി (നാ)- സുഗന്ധമുള്ള ഒരിനം മണ്ണ്, പടിക്കാരം. fragrant white clay, alum.

തുവാല (നാ)- തുടയ്ക്കാനുള്ള ചെറിയ വസ്ത്രം. towel.

തുഷം (നാ)- ഉമി, പതിര്, താന്നിമരം. husk of grain, chaff of grain, the tree terminalia bellerica.

തുഷാര (വി)- തണുത്ത, മഞ്ഞുള്ള. cool, snowy.

തുഷാരകം (നാ)-കർപ്പൂരം. camphor.

തുഷാരം (നാ)- ഒരു ദേശനാമം, ചീനക്കർപ്പൂരം, ചാറ്റൽമഴ, തണുപ്പ്, മഞ്ഞ്. name of a place, chinese camphor, drizzling rain, coldness, snow.

തുഷ്ട (വി)- സന്തോഷിച്ച. pleased.

തുഷ്ടത (നാ)- സന്തോഷം, തൃപ്തി. pleasure, satisfaction.

തുഷ്ടൻ (നാ)- സന്തോഷിച്ചവൻ, മഹാവിഷ്ണു. one who is pleased, Vishnu.

തുഷ്ടി (നാ)- സന്തോഷം, തൃപ്തി. joy, satisfaction.

തുഹിന (വി)- തണുത്ത. cool.

തുഹിനകരം (നാ)- കർപ്പൂരം. camphor.

തുഹിനം (നാ)- കർപ്പൂരം, നിലാവ്, തണുപ്പ്, മഞ്ഞ്. camphor, moon light, coldness, snow.

തുളസി (നാ)- ഒരു ദേവി, ഒരു സുഗന്ധച്ചെടി. name of a goddess, the holy basil plant ocimum sanctum.

തുളിക്കുക (സ.ക്രി)- ഓട്ട അടയ്ക്കുക, തുള്ളിയായി വീഴ്ത്തുക. to solder holes, to let fall in drops.

തുളിർ (നാ)- തളിര്. tender leaf.

തുളു (നാ) - ഒരു ദേശനാമം, ഒരു ദ്രാവിഡഭാഷ. name of a region, name of a language of the Dravidian family.
തുള്ളൻ (നാ)- ചീവീട്. cricket.
തുള്ളൽ (നാ)- നൃത്തം, കോപം, ഒരു കലാപ്രസ്ഥാനം. dance, anger, a dance form.
തുള്ളി(നാ)-ഇറ്റ്, ബിന്ദു, മഴ. drop, rain.
തുറ (നാ)- മുക്കുവക്കുടി, കടവ്, തുറമുഖം, സങ്കേതം, മണ്ഡലം, ഗുഹ. fisherman's hut, ferry, port, rendezvous, field, cave.
തുറപ്പ (നാ)- ചൂൽ. broom.
തുറമുഖം (നാ) - കപ്പൽ അടുക്കുന്ന സ്ഥലം, തുറക്കൽ. harbour, opening.
തുറസ്സ് (നാ)- മറവില്ലായ്മ, തുറന്ന സ്ഥലം. the state of being open, open place.
തുറിക്കുക (അ.ക്രി)- പുറത്തേക്ക് തള്ളുക, മിഴിക്കുക. to protrude, to stare.
തുറുങ്ക് (നാ)- പാറാവ്, കാരാഗൃഹം. guard, prison.
തുറുപ്പ് (നാ) - പ്രധാന ചീട്ട്. deception factor in a game of cards.
തുറ്റ (വി)- തിങ്ങിയ, നിറഞ്ഞ. dense, filled.
തൂ (വി)- നല്ല, മധുരമായ, പരിശുദ്ധമായ, വെണ്മയുള്ള, പ്രകാശമുള്ള. good, sweet, pure, white, shining.
തൂക്കക്കാരൻ (നാ)- ആരാച്ചാർ, ഭദ്രകാളീക്ഷേത്രത്തിലെ വില്ലിൽ തൂങ്ങുന്നവൻ, സാധനങ്ങൾ തൂക്കുന്നവൻ. executioner, one who performs the rite of "thookkam," one who weighs articles.
തൂക്കക്കോൽ(നാ)- തുലാസ്സ്. balance.
തൂക്കനേ (ക്രി.വി)- കുത്തനെ. precipitously.
തൂക്കം (നാ)- ഭാരം, തൂക്കുന്ന പടി. weight, weighing stone.
തൂക്കം (നാ) - ഉറക്കം, തൊട്ടിൽ, മലയിറക്കം, തൂങ്ങൽ. sleep, cradle, slope of a hill, hanging.
തൂക്ക് (നാ) - തൂക്കം, തൂങ്ങിക്കിടക്കുന്നത്, കഴുമരം, തൂക്കിലിടൽ, തൂക്കമറിയാനുള്ള യന്ത്രം. weight, that which is hanging down, gallows, a balance.
തൂക്കുമരം (നാ) - കഴുകുമരം. gallows.
തൂങ്ങുക (അ.ക്രി)- ആശ്രയിക്കുക, ഉറങ്ങുക, ഭാരമുണ്ടാവുക, മുന്നോട്ടു ചായുക, ഞാലുക. to depend, to sleep, to have weight, to bend forward, to be suspended.
തൂണം (നാ)- അമ്പുറ, തൂൺ. quiver, pillar.
തൂണി (നാ) - അമ്പുറ, ഒരളവ്, പടുകരണ, അമരി. quiver, measure, the tree cedrela toona, indigo plant.
തൂണിയാങ്കം (നാ)- ഒരിനം കൂവ. marjoram.
തൂണീരം (നാ)- അമ്പുറ. quiver.
തൂൺ (നാ)- ഊന്നുകാൽ. pillar.
തൂത (നാ)- പാൽക്കുടം. milk pail.
തൂതകം (നാ)- തുരിശ്. blue vitriol.
തൂമ (നാ)- നിറവ്, നന്മ, വെണ്മ, ഭംഗി. fullness, virtue, whiteness, beauty.
തൂമ്പാ (നാ)- വായ്, മൺവെട്ടി. mouth, spade.
തൂമ്പ് (നാ)- ഓവ്, വീർത്ത പൊക്കിൾ. sluice, protruded navel.
തൂയ (വി)- നിർമ്മലമായ, നല്ല, പരിശുദ്ധമായ. clear, good, pure.
തൂയ (വി)- ബലമുള്ള, വേഗമുള്ള. strong, swift.
തൂയം (നാ)- ശുദ്ധി, മഹിമ, ജലം, അറ്റം. purity, nobility, water, end.
തൂരി (നാ)- ഒരിനം വാദ്യം, ഉമ്മത്ത്. musical instrument, thorn apple plant.
തൂരുക (അ.ക്രി)- തിങ്ങുക, ഞെരുങ്ങുക, നികരുക. to be dense, to be thronged, to be filled up.
തൂർക്കുക (സ.ക്രി)- നികത്തുക, തൂത്തുവാരുക, ഞെരുക്കുക. to fill up, to sweep, to cause to be congested.

തൂർണ്ണ (വി)- വേഗമുള്ള. speedy.
തൂര്യം (നാ)- പെരുമ്പറ. a kind of drum.
തൂലഫലം (നാ)- ഇലവ്, എരുക്ക്. silk cotton tree, madar plant.
തൂലം (നാ)- പരുത്തി, പഞ്ഞി, ആകാശം, വായു, പുൽക്കൂട്ടം, ഉമ്മത്ത്. cotton plant, cotton, sky, air, tuft of grass, thorn apple plant.
തൂലിക (നാ)- തൂവൽ, പേന, ചിത്രകാരന്റെ ബ്രഷ്, പഞ്ഞിമെത്ത, അമരി, വിളക്കുതിരി, തുരപ്പണം. feather, pen, painter's brush, cotton bed, indigo plant, wick of a lamp, drill.
തൂവര (വി)- ഷണ്ഡത്വമുള്ള. impotent.
തൂവൽ (നാ)- പക്ഷികളുടെ വലിയ തണ്ടുള്ള പൂട. feather.
തൂശൻ (വി)- കൂർത്ത അഗ്രമുള്ള. sharp edged.
തൂശി (നാ)- സൂചി. needle.
തൂഷം (നാ)- ഉമി. husk of paddy.
തൂഷ്ണീക (വി)- മൗനംപൂണ്ട. silent.
തൃഖം (നാ)- ജാതിക്ക. nutmeg.
തൃച്ച്വട (നാ)- ഒരു ഔഷധി. name of a medicinal creeper.
തൃട്ട് (നാ)- ദാഹം, അധികമായ ആഗ്രഹം, കാമദേവന്റെ പുത്രി. thirst, strong desire, name of the daughter of Cupid.
തൃണകം (നാ)- പുല്ല്. grass.
തൃണഗ്രാഹി (നാ)- ഇന്ദ്രനീലക്കല്ല്. sapphire.
തൃണചരം (നാ)- ഗോമേദകം. topaz.
തൃണദ്ധ്വജം (നാ)- കരിമ്പന, മുള. the palmyra tree, bamboo.
തൃണപതി (നാ)- വാഴ. plantain.
തൃണം (നാ)- പുല്ല്, നിസ്സാരവസ്തു. grass, worthless object.
തൃണശൂന്യം (നാ)- വള്ളിമുല്ല, പൂക്കൈത. jasmine, screw-pine.
തൃണസാര (നാ)- വാഴ. plantain tree.
തൃണസിംഹം (നാ)- കോടാലി. axe.
തൃണാഞ്ജനം (നാ)- ഓന്ത്, ഗൗളി. chameleon, house lizard.
തൃണാന്നം (നാ)- വരിനെല്ല്. wild rice.
തൃണാവർത്തം (നാ)- ചുഴലിക്കാറ്റ്. whirl wind.
തൃണാഹ്വം (നാ) - തെങ്ങ്. coconut tree.
തൃണി (നാ)- കച്ചോലം. curcume zerumbet.
തൃണീകരിക്കുക (ക്രി)- പുച്ഛിക്കുക, നിസ്സാരമാക്കുക. to condemn, to look down upon.
തൃണ്യ (നാ)- പുൽത്തകിടി. meadow.
തൃതീയ (വി)- മൂന്നാമത്തെ. third.
തൃതീയ (നാ)- മൂന്നാമത്തെ തിഥി, മൂന്നാമത്തെ വിഭക്തി. the third day of the lunar fortnight, the third case.
തൃത്തുവാ (നാ) - തുളസി. holy basil.
തൃപലം (നാ) - കല്ല്, രത്നം. stone, gem.
തൃപ്ത (വി)- മതിവന്ന, സന്തുഷ്ടനായ, ആഗ്രഹം സാധിച്ച, പൂർണ്ണമായ. satiated, contented, gratified, completed.
തൃഷാഹ (നാ)- ശതകുപ്പ. dill seed.
തൃഷിത (വി)- ദാഹമുള്ള. thirsty.
തൃഷിതം (നാ)- ആഗ്രഹം, ദാഹം. desire, thirst.
തൃഷ്ണ (നാ)- തീവ്രമായ ആഗ്രഹം, ദാഹം, കൊതി. strong desire, thirst, avidity.
തൃഷ്ണാരി (നാ)- പർപ്പടകപുല്ല്. the grass mollugo stricta.
തെക്കൻ (വി)- തെക്കേ ദിക്കിലുള്ളവൻ. southern.
തെക്ക് (നാ)- നാലുദിക്കുകളിൽ ഒന്ന്. south.
തെക്കേ (വി)- തെക്കുള്ള. southern.
തെക്കോട്ട് (ക്രി.വി)- ദക്ഷിണദിക്കിലേക്ക്. southward.
തെങ്ങൻ (നാ)- മലമ്പാമ്പ്. python.
തെങ്ങ് (നാ)- കേരവൃക്ഷം. coconut tree.

തെച്ചി (നാ)- ഒരു പൂച്ചെടി. the plant ixora coccinea.

തെണ്ടൽ (നാ) - അലഞ്ഞു നടപ്പ്, ഇരക്കൽ. loitering, begging.

തെണ്ടി (നാ)- ഹർജിക്കാരൻ, യാചകൻ. petitioner, beggar.

തെണ്ടുക (അ.ക്രി & സ.ക്രി)- യാചിക്കുക, അലഞ്ഞു നടക്കുക, തേടുക, കരം പിരിക്കാൻ വീടു തോറും കയറിയിറങ്ങുക. to beg, to wander about, to search for, to collect tax from hose to house.

തെണ്ണീർ(നാ)- തെളിനീർ. clear water.

തെൻ (വി)- കറുത്ത, ഇളയ, ഭംഗിയുള്ള, മധുരമുള്ള, തെക്കേ. black, young, beautiful, sweet, of the south.

തെന്നൽ (വി)- ചെറിയ. small.

തെന്നൽ (നാ)- തെക്കൻ കാറ്റ്, ഇളം കാറ്റ്. south wind, light wind.

തെന്നുക (അ.ക്രി)- വഴുതുക, ഇടറുക. to slide, to slip.

തെമ്മാടി (നാ)- ആഭാസൻ, ദുർമ്മാർഗ്ഗി. rogue, vagabond.

തെയ്യം (നാ)- ദൈവം, എന്നതിന്റെ പ്രാദേശിക രൂപം, ഭാഗ്യം, വടക്കൻ കേരളത്തിലെ പ്രാചീന കലാരൂപം. local term for god, fortune, folk art form of North Kerala.

തെരച്ചി (നാ)- ഒരിനം മത്സ്യം. a kind of fish.

തെരഞ്ഞെടുക്കുക - പ്രതിനിധിയായി വരിക, നോക്കി നല്ലതിനെ എടുക്കുക. to elect, to select.

തെരഞ്ഞെടുപ്പ് (നാ)- ഒരു സ്ഥാനത്തേക്ക് പല സ്ഥാനാർത്ഥികളിൽ ഒരാളെ നിർണ്ണയിക്കൽ. election.

തെല്ല് (വി)- അല്പം. a bit.

തെല്ല് (നാ)- ഖണ്ഡം, വക്ക്, അറ്റം, മുന, ക്ഷണം. a small fraction, brim, edge, point, moment .

തെളി (നാ) - പരിശുദ്ധി, പ്രസന്നഭാവം, ചാറ്, തേൻ. purity, cheerfulness, juice, honey.

തെളിക്കുക (സ.ക്രി)- പ്രകാശിപ്പിക്കുക, വേട്ടയ്ക്കു വിളിക്കുക, കാടു വെട്ടി നിരപ്പാക്കുക, നിർമ്മലമാക്കുക. to light, to shout for a hunting, to clear the land, to purify.

തെളിച്ചം (നാ)- പ്രകാശം, നിർമ്മലത. light, brightness.

തെളിഞ്ഞ (വി)- നിർമ്മലമായ, പ്രകാശമുള്ള, കലക്കം വിട്ട. transparent, bright, clear.

തെളിയുക (അ.ക്രി)- പ്രകാശിക്കുക, പ്രസാദിക്കുക, നിർമ്മലമാവുക, സ്പഷ്ടമാവുക, സന്തോഷിക്കുക. to shine, to be pleased, to be clear, to become convinced, to be happy.

തെളിവ് (നാ)- പ്രസന്നത, പ്രകാശം, ഉത്സാഹം, അറിവ്. cheerfulness, brightness, diligence, knowledge.

തെള്ളി (നാ)- ഒരിനം മത്സ്യം, കുന്തുരുക്കം. a kind of fish, pine resin.

തെള്ളുക (സ.ക്രി)- പാറ്റുക, കൊഴിക്കുക. to winnow, to sift in winnowing pan.

തെറി (നാ)- ചീത്ത വാക്ക്, നിന്ദ്യമായ പ്രവൃത്തി. obscene language, obscene deed.

തെറുക്കുക (സ.ക്രി)- ചുരുട്ടുക, ഉരുട്ടുക, ചുരുക്കിടുക, തടുത്തു നിറുത്തുക. to twist, to roll up, to wrap up, to prevent.

തെറ്റാടി (നാ)- തെറ്റുവില്ല്. catapult.

തെറ്റി (നാ)- തെച്ചി, തെറ്റിപ്പൂവ്. the plant ixora coccinea, ixora flower.

തെറ്റ് (നാ)- പിഴ, വഴുക്കൽ, കുറ്റം, കുറവ്, ബുദ്ധിമോശം, ഭംഗം, ലക്ഷ്യം പിഴയ്ക്കൽ, പിന്നൽ മുടി. fault, slip, offence, defect, foolishness, break, missing the aim, plaited hair.

തെറ്റുക (അ.ക്രി)- അബദ്ധം പറ്റുക, വഴുക്കുക, പിണങ്ങുക, ഭംഗം വരുക, വിട്ടുമാറുക, കടന്നു കളയുക. to commit a blunder, to slip, to be cross with, to be broken, to go astray, to go away.

തെറ്റെന്ന് (ക്രി.വി)- പെട്ടെന്ന്. suddenly.

തേകുക (സ.ക്രി)- ഇറയ്ക്കുക. to bale out water.

തേക്കം (നാ)- നെടുവീർപ്പ്, തികട്ടൽ, കരയ്ക്കു തിര വന്നടിക്കൽ, മനംമറിച്ചിൽ, അടങ്ങാത്ത കോപം. sigh, belching, dashing of waves against the shore, nausea, unsubdued anger.

തേക്ക് (നാ)- ഒരു വൃക്ഷം, വെള്ളം തേകൽ. teak, baling out water.

തേങ്ങ (നാ)- തെങ്ങിന്റെ കായ്. coconut.

തേങ്ങുക (അ.ക്രി)- കോപിക്കുക, നെടുവീർപ്പിടുക, മനംമറിക്കുക, കരയിൽ തിര വന്നടിക്കുക. to be enraged, to sigh,to feel nausea, to dash against(as waves).

തേജനം (നാ)- മുള, മുഞ്ഞപ്പുല്ല്, മൂർച്ച വരുത്തൽ, പ്രകാശിപ്പിക്കൽ. bamboo, the grass saccharum munja, sharpening, making bright.

തേജനി (നാ)- പെരുംകുരുമ്പ, മഞ്ഞൾ. bowstring hemp, turmeric.

തേജം (നാ)- മൂർച്ച, ശോഭ. sharpness, lustre.

തേജസ്വി (വി)- തേജസ്സുള്ള, കീർത്തിയുള്ള, ശോഭയുള്ള, പ്രതാപമുള്ള. glorious, famous, bright, noble.

തേജസ്വിനി (നാ)-ശോഭയുള്ളവൾ, കീർത്തിയുള്ളവൾ. glorious woman, famous woman.

തേജസ്സ് (നാ)- ഭംഗി, കീർത്തി, പ്രഭാവം, പൊന്ന്, പ്രകാശം, ശുക്ലം, മൂർച്ച, കത്തിയുടെ വായ്ത്തല, അഗ്നി, പിത്തം, ബലം, ചൂട്, നെയ്യ്, തലച്ചോറ്, മജ്ജ, ആത്മീയശക്തി, കുതിരയുടെ വേഗം, അഗ്നിശിഖ. beauty, fame, influence, gold, bright, semen, sharpness, sharp edge of a knife, fire, bile, strength, heat, ghee, brain, marrow, spiritual strength, speed of horse, flame.

തേജോമയ (വി)- ശോഭയുള്ള. glorious.

തേജോമയൻ (നാ)- സൂര്യൻ, അഗ്നി. sun, fire.

തേജോരൂപൻ (നാ)- പരമാത്മാവ്, ദൈവം. supreme soul, god.

തേജോവധം (നാ)- മാനം കെടുത്തൽ, ആക്ഷേപിക്കൽ. wounding another's self-respect, insulting.

തേടുക (സ.ക്രി)- സമ്പാദിക്കുക, അന്വേഷിക്കുക, വേട്ടയാടുക, പ്രാർത്ഥിക്കുക, ഉണ്ടാവുക. to earn, to search, to hunt, to pray, to have.

തേട്ടം (നാ)- അധികമായ ഇച്ഛ, സമ്പാദ്യം, അന്വേഷണം, വേട്ട. eagerness, savings, search, hunting.

തേനീച്ച (നാ)- തേൻ ശേഖരിക്കുന്ന ഈച്ച. honeybee.

തേൻ (നാ)- പൂക്കളിലെ മധുരദ്രവം. honey.

തേന്മാവ് (നാ)- നല്ല മധുരമുള്ള മാങ്ങയുണ്ടാകുന്ന മാവ്. a variety of mango tree yielding very sweet fruits.

തേമൽ (നാ)- ഒരു ത്വക്‌രോഗം. a kind of skin disease.

തേമാനം (നാ)- ഉപയോഗം കൊണ്ട് ഉണ്ടാകുന്ന കുറവ്. wear and tear.

തേമ്പൽ (നാ)- മെലിവ്. emaciation.

തേമ്പുക (അ.ക്രി)- തേയുക, ഉരഞ്ഞു ചേതം വരുക, കുറയുക, മെലിയുക. to wear away, to be reduced due to friction, to lessen, to grow thin.

തേയില (നാ)- ചായയുണ്ടാക്കാനുള്ള പൊടി/ ഇല, ഒരു ചെടി. tea, the plant camelia sinesis.

തേയുക (അ.ക്രി)- ഉരസൽ കൊണ്ടു കുറയുക, തേമാനം വരുക, പഴക്കം വരുക. to be reduced due to friction, to wear away, to get old.

തേയ്ക്കുക (സ.ക്രി)- ഉരച്ചു വെടിപ്പാക്കുക, മിനുസം വരുത്തുക, മൂർച്ചകൂട്ടുക, ഇസ്തിരിയിടുക, പൂശുക, പുരട്ടുക. to rub to clean, to polish by rubbing, to sharpen, to iron, to coat, to smear.

തേരകം (നാ)- ഉറത്ത ഇലകളുള്ള ഒരിനം വൃക്ഷം. sandpaper tree.
തേരട്ട (നാ)- ഒരിനം ചുവന്ന അട്ട. millepede.
തേരാളി (നാ)- തേരു നടത്തുന്ന ആൾ. charioteer.
തേരി (നാ)- ഏറ്റം, കുന്ന്. ascent, hill.
തേര് (നാ) - രാജാക്കന്മാരുടെ ഒരു വാഹനം, തൊടുകാര. chariot, the tree dalbergia ujjeinesis.
തേര് (നാ)- പ്രാവശ്യം. time.
തേരുക (സ.ക്രി)- പിൻതുടരുക, നിശ്ചയിക്കുക, അടുക്കുക, കൂടിച്ചേരുക, അന്വേഷിക്കുക. to follow, to decide, to come close, to join, to enquire.
തേവർ (നാ)- ദൈവം. god.
തേവാങ്കം (നാ) - പട്ടുതുണി, ഒരിനം മേലുടുപ്പ്, ഒരു ജീവി, മടി. silk cloth, a kind of garment, lemur, laziness.
തേവാരം (നാ)- പൂജ, നിത്യപൂജ. worship of a deity in places other than a temple.
തേള (നാ)- നെഞ്ചിടിപ്പ്, നെഞ്ച്, കരള്. throb of the heart, chest, liver.
തേൾ (നാ) - ഒരു വിഷജീവി. scorpion.
തേറൽ (നാ)- വിശ്വാസം, വർദ്ധന, ധാരണ, കള്ള്, അറിവ്, തേൻ, ശിശുക്കളുടെ വായിൽ നിന്നു വീഴുന്ന ഈത്ത. belief, increase, impression, toddy, knowledge, honey, saliva flowing from the mouth of a child.
തേറാർ (നാ)- ശത്രുക്കൾ. enemies.
തേറ് (നാ)- തെളിവ്, തേറ്റമരം, നിശ്ചയം, വിശ്വാസം, ബോധം, കള്ളെടുക്കുന്നവരുടെ കത്തി. evidence, clearing nut tree, decision, belief, consciousness, toddy tapper's knife.
തേറുക (അ.ക്രി)- സുഖമാവുക, വർദ്ധിക്കുക, വണ്ണം വയ്ക്കുക, തുനിയുക, തെളിയുക, ആശ്വസിക്കുക. to get well, to increase, to grow fat, to be ready, to get clear, to console.
തേറുക (സ.ക്രി)- നിശ്ചയിക്കുക, വിചാരിക്കുക, വർദ്ധിക്കുക, അറിയുക, വിശ്വസിക്കുക. to decide, to think, to increase, to know, to belief.
തേറ്റ (നാ)- പന്നിയുടെ പല്ല്, കുട്ടിയാനയുടെ ചെറിയ കൊമ്പ്, വളഞ്ഞു പുറത്തുവരുന്ന പല്ല്. tusk of a boar, tusk of a young elephant, snagged tooth.
തേറ്റ (നാ)- ഒരു വൃക്ഷം. clearing nut tree.
തേറ്റാമ്പരൽ (നാ)- തേറ്റമരത്തിന്റെ വിത്ത്. seed of the clearing nut tree.
തേറ്റുക (സ.ക്രി)- ആശ്വസിപ്പിക്കുക, വിശ്വസിപ്പിക്കുക, ശുദ്ധീകരിക്കുക, ബോധ്യപ്പെടുത്തുക, വെള്ളം തെളിക്കുക, ബലപ്പെടുത്തുക. to console, to make believe, to purify, to convince, to clear (water), to make strong.
തൈ (വി)- അഴകുള്ള, ഇളം, ചെറിയ. beautiful, tender, small.
തൈ (നാ)- അഴകുള്ള വസ്തു, ഇളം പ്രായമുള്ള തെങ്ങ്, പൂത്തു കായ്ക്കുന്നതിനു മുൻപുള്ള വൃക്ഷം. beautiful object, young coconut tree, young plant or tree.
തൈക്കുക (സ.ക്രി)- തല്ലുക, തുന്നുക. to beat, to stitch.
തൈജസ (വി)- തീവ്രമായ, പ്രബലമായ, ലോഹനിർമ്മിതമായ, അഗ്നിയെ സംബന്ധിച്ച, പ്രകാശമുള്ള. powerful, strong, made of a metal, pertaining to fire, shinning.
തൈജസകീടം (നാ)- മിന്നാമിനുങ്ങ്. fire fly.
തൈജസൻ (നാ)- ബലവാൻ, ദൈവം. strong person, god.
തൈജസം (നാ)- നെയ്യ്, ലോഹം, തീവ്രത, പദാർത്ഥങ്ങളുടെ സൂക്ഷ്മാംശം, ആഹാരത്തെ സ്വാംശീകരിക്കുന്ന ശാരീരിക ശക്തി, അഹങ്കാരം ghee, metal, intensity, a minute part of matter, life force that converts food into constituents of the body, pride.

തൈപ്പൊങ്കൽ (നാ)- മകരമാസം ഒന്നിന് നടത്തുന്ന ഒരു തമിഴ് ഉത്സവം. the festival day marking the arrival of Makaram month in Tamil Nadu.
തൈര് (നാ)- പാൽ ഉറകൂടിയത്. curd.
തൈലചോരം (നാ)- പാറ്റ. cockroach.
തൈലം(നാ) - എള്ളെണ്ണ, ഏതെങ്കിലും എണ്ണ. gingely oil, oil in genera.
തൈലാടി (നാ)- കടന്നൽ. wasp.
തൈലിനി (നാ)- വിളക്കിലെ തിരി. the wick of an oil lamp.
തൊകൽ (നാ)- തൊലി, തോൽ. skin, leather.
തൊങ്ങൻ (നാ)- കള്ളൻ, അയോഗ്യൻ. thief, worthless man.
തൊങ്ങുക (അ.ക്രി)-തൂങ്ങി ക്കിടക്കുക, പറ്റിച്ചേർന്നിരിക്കുക. to hang, to be appended.
തൊടി(നാ)- കിണറ്റിൽ ഇറങ്ങുന്നതിനു ള്ള പടി, തോട്ടം. circular projection in wells serving as steps, garden.
തൊടിൽ (നാ)- സ്പർശം. touch.
തൊടുക (സ.ക്രി)- തുടങ്ങുക, ധരിക്കു ക, സംബന്ധിക്കുക, ശുദ്ധം മാറുക, പിടിക്കുക, സ്പർശിക്കുക. to begin, to wear, to participate, to be polluted, to catch, to touch.
തൊടുകാര (നാ)- തേരുമരം. dalbergia tree.
തൊടുകുറി (നാ)- നെറ്റിയിൽ അണി യുന്ന കുറി, ശ്രേഷ്ഠമായത്, പ്രധാനപ്പെട്ട ത്, അലങ്കാരം. a mark on the forehead with sandal etc., that which is excellent, that which is important, decoration.
തൊടുക്കുക (സ.ക്രി)- ഒരുക്കുക, കൂട്ടി ച്ചേർക്കുക, തുടങ്ങുക, ഒന്നിച്ചുവയ്ക്കു ക. to prepare, to join together, to begin, to place together.
തൊടുത്തുക (സ.ക്രി)- കൂട്ടിച്ചേർക്കു ക, കെട്ടിവയ്ക്കുക, ചേർക്കുക. to join together, to bind, to join.
തൊട്ടി (നാ)- കിണറ്റിൽനിന്നു വെള്ളം കോരാനുള്ള പാത്രം, മരമോ കല്ലോ കൊണ്ട് ഉണ്ടാക്കിയ പാത്രം, വേലി, വള പ്പ്, പശുക്കൾക്ക് വെള്ളം കൊടുക്കാ നുള്ള കൽപ്പാത്രം, പുല്ലുകൂട്, തൊട്ടിൽ, നീളം കൂടിയ പറമ്പ്. bucket, wooden /stone vessel, fence, enclosure, trough, manger, cradle, long ground.
തൊട്ടിൽ (നാ)- കൊച്ചുകുട്ടികളെ കിടത്തി ഉറക്കാനുള്ള ഉപകരണം. cradle.
തൊണ്ട (നാ) - ഒച്ച, കഴുത്തിന്റെ അകം. voice, throat.
തൊണ്ടൻ (വി)- കനത്ത തോടുള്ള. thickshelled
തൊണ്ടൻ (നാ)- വൃദ്ധൻ, നീചൻ, ഭോഷൻ. old man, mean fellow, stupid person.
തൊണ്ടലം (നാ)- നിലപ്പന. plant curculigo orchioides.
തൊണ്ടി (നാ)- മോഷ്ടിക്കുന്ന വസ്തു, കോവ. stolen property seized by police, the largeflowered bryonia.
തൊണ്ട് (നാ)- ചകിരി, നാളികേര ത്തിന്റെ തോട്. coconut fibre, fibrous husk of a coconut.
തൊണ്ണൂറ് - പത്തുകുറഞ്ഞ നൂറ്. ninety.
തൊത്ത (വി)- അംഗഭംഗമുള്ള. maimed.
തൊന്തരവ് (നാ)- ഉപദ്രവം, കുഴപ്പം, അല മാറ്. trouble, confusion, nuisance.
തൊപ്പ (നാ)- തൂങ്ങിക്കിടക്കുന്നത്, തടി, മൃഗത്തിന്റെ രോമം, ജട, മുള്ള്. that which is hanging down, wood, the hair of animals, plaited hair, thorn.
തൊപ്പി (നാ)- തലമറയ്ക്കാൻ തച്ചുണ്ടാ ക്കുന്ന വസ്തു, വിത്തുകളുടെ തൊലി, തലയോടിന്റെ മേൽഭാഗം, ചൂതുകളി യിലെ തോല്വി. cap, the husk of seeds, cranium, failure in gambling.
തൊലയുക (അ.ക്രി)- നശിക്കുക, ചാവുക. to be destroyed, to die.
തൊലി (നാ)- തോൽ, തോട്, പട്ട, ശരീ രത്തിന്റെ ആവരണം. leather, husk, bark, skin.

തൊലിക്കുക (സ.ക്രി)- തൊലി നീക്കുക, തോലുരിക്കുക. to peel, to skin.

തൊലിയുക (അ.ക്രി)- തോൽ ഉരിയുക, തൊലി നീങ്ങുക. to be skinned, to be peeled.

തൊല്ല (നാ)- ആപത്ത്, ഉപദ്രവം, വൈഷമ്യം, പ്രയാസം. calamity, trouble, hardship, difficulty.

തൊളി (നാ)- ചളി കെട്ടിയ സ്ഥലം, ചളി. muddy place, mud.

തൊളിക്കുക (സ.ക്രി)- ഉപയോഗശൂന്യമാക്കുക, തൊഴിക്കുക, ചളിയാക്കുക. to make useless, to kick, to make muddy.

തൊഴി (നാ)- നിലവിളി, ചവിട്ട്. outcry, kick.

തൊഴിക്കുക (സ.ക്രി)- പൊഴിക്കുക, ദുഃഖം കൊണ്ട് മാറത്തടിക്കുക, ചവിട്ടുക. to pour down, to beat the breast due to grief, to kick.

തൊഴിയുക (അ.ക്രി)- കൊഴിയുക. to wither.

തൊഴിലാളി (നാ)- പണിക്കാരൻ, കൂലിവേലക്കാരൻ. worker, labourer.

തൊഴിൽ (നാ)- വേല, ജോലി, വ്യാപാരം. work, profession, business.

തൊഴു (നാ)- തൊഴുത്ത്. cow-shed.

തൊഴുക (സ.ക്രി)- ആരാധിക്കുക, കൈകൂപ്പുക, വണങ്ങുക. to worship with folded palms, to salute.

തൊഴൽ (നാ)- വണക്കം, ആരാധന. saluting, worshiping with folded palms.

തൊഴുത്ത്(നാ)- എരുത്തിൽ. cow-shed.

തൊഴുമ്പ് (നാ)- മോശം, നിന്ദ്യകർമ്മം. baseness, mean act.

തോക(വി)- ശിശുവായ, ചെറിയ. childish, small.

തോക (നാ)- വാൽ, മയിൽപ്പീലി, ചിറക്. tail, peacock's tail, wing.

തോകകം (നാ)- ശിശു, വേഴാമ്പൽ. infant, hornbill.

തോകം (ക്രി.വി)- അല്പം. a little.

തോകം (നാ)- ശിശു, പുത്രി, പുത്രൻ, പാൽ. infant, daughter, son, milk.

തോക്ക് (നാ)- തുപ്പാക്കി. gun.

തോട (നാ)- ഒരിനം ചിരങ്ങ്, സ്ത്രീകൾ കാതിലിടുന്ന ഒരു ആഭരണം. a kind of itch, a studshaped ear ornament.

തോട് (നാ)- ഒരു ചെറിയ പുഴ, കൃത്രിമ ജലമാർഗ്ഗം, ഏതിന്റെയെങ്കിലും പുറംതൊലി. small stream, canal, rind.

തോട്ട (നാ)- കുന്തം, അറ്റത്ത് ഉടക്കു പിടിപ്പിച്ച നീണ്ട കമ്പ്. spear, long pole with a hook on one end to pluck fruit etc.

തോട്ടക്കാരൻ (നാ)- തോട്ടം സൂക്ഷിപ്പുകാരൻ. gardener.

തോട്ടം (നാ) - പുരയിടം, പൂങ്കാവ്, വൃക്ഷലതാദികളുടെ പറമ്പ്. compound, orchard, grove.

തോട്ടി (നാ)- അങ്കുശം, കുന്തം, അറ്റത്തു കൊളുത്തുള്ള നീണ്ട കോൽ. elephant goad, spear, long pole with a hook on one end.

തോണി (നാ)- വലിയ വള്ളം, കടത്തുവള്ളം, ധാരപ്പാത്തി, തേകാനുള്ള ഉപകരണം. boat, ferry boat, boat-shaped wooden trough, wooden trough used to lift water for irrigation.

തോണിക്കാരൻ (നാ)- വള്ളക്കാരൻ. boat man.

തോത് (നാ)- അളവ്, നീളം, വീതി അളന്നു കുറിക്കുന്ന കോല്. a unit of measurement, measuring rod.

തോദൻ (നാ)- സൂര്യൻ. sun.

തോന്നൽ (നാ)- വിചാരം, നിരൂപണം, ഊഹം, പ്രതീതി, സൂചന. thought, criticism, inference, appearance, hint.

തോന്നിക്കുക (സ.ക്രി)- കാണാതെ പഠിക്കുക, സൂചിപ്പിക്കുക, പ്രേരിപ്പിക്കുക, പ്രകാശിപ്പിക്കുക. to learn by heart, to suggest, to instigate, to cause to occur to the mind.

തോന്നിയതുപോലെ (ക്രി.വി)- യഥേഷ്ടം, ഇച്ഛാനുസാരം. wantonly, rashly.

തോന്നുക(അ.ക്രി)-വിചാരിക്കുക, ഓർമ്മിക്കുക, ഊഹിക്കുക, പ്രകാശിക്കുക. to think, to remember, to infer, to shine.

തോപ്പ (വി)- തോൽസഞ്ചി പോലെയുള്ള. something like a leather bag.
തോപ്പ് (നാ)- ധാരാളം വൃക്ഷങ്ങൾ നട്ടിട്ടുള്ള പുരയിടം, വലിയ തോക്ക്. garden, big gun.
തോമരം (നാ)- ചാട്ടുകുന്തം, പീലിക്കുന്തം, വേൽ, ഇരുമ്പുഗദ, ഇരുമ്പുപാര. javelin, lance, dart, iron club, iron bar.
തോയ (വി)- ജലരൂപമായ. watery.
തോയകർമ്മം (നാ)- കുളി, തർപ്പണം. bathing, oblation of water.
തോയഗർഭം (നാ)- തേങ്ങ. coconut.
തോയജം (നാ)- താമര, ആമ്പൽ. lotus, water -lily.
തോയദം(നാ)-നെയ്യ്, മുത്തങ്ങ, മേഘം. ghee, cyperus rotundus grass, cloud.
തോയനിധി (നാ)- സമുദ്രം, നാല്. ocean, number four.
തോയം (നാ)- വെള്ളം, ഇരുവേലി, പൂരാടം, കടൽ. water, the plant andropogan muricatum, twentieth constellation, ocean.
തോയസൂചകം (നാ)- തവള. frog.
തോയാകരം (നാ)- കടൽ, കിണറ്, കുളം. ocean, well, pond.
തോയാലയം (നാ)- കടൽ. ocean.
തോയാശയം (നാ)- കിണറ്, കായൽ. well, lake.
തോയാസാരം (നാ)- മഴ. rain.
തോയുക (അ.ക്രി)- വർദ്ധിക്കുക, കൂടിച്ചേരുക, ഉണ്ടായിരിക്കുക, മുങ്ങുക, നനയുക. to increase, to mingle, to exist, to dip, to become wet.
തോരണം (നാ)- വിലങ്ങനെ കെട്ടുന്ന മാല, കമാനം, ഉമ്മറവാതിലിന്റെ ബഹിർഭാഗം, തൊണ്ട, കഴുത്ത്. decorative hangings across the gate posts, the outer portion of the main gate, throat, neck.
തോർത്ത് (നാ)- ചെറിയ വസ്ത്രം. bathing towel.
തോല (നാ)- ഒരു തൂക്കം. a measure of weight.
തോലകൻ (നാ)- ഭാരം നോക്കുന്നവൻ. one who weighs.
തോലനം (നാ) - കനം, തൂക്കം, തൂക്കി നോക്കൽ, ഉയർത്തൽ. weight, weighing, uplifting.
തോല് (നാ)- മരത്തിന്റെ തൊലി, കായ്കളുടെ തൊലി, വളമായി ഇടുന്ന പച്ചില, മൃഗത്തിന്റെ തൊലി. bark of a tree, peal, spray, skin of man or beast.
തോല്ക്കുക (അ.ക്രി)- പരാജയപ്പെടുക. to fail.
തോല്ക്കുക (സ.ക്രി)- തോല്പിക്കുക. to defeat.
തോല്ക്കൊല്ലൻ (നാ)- തോല്പണിക്കാരൻ. leathersmith.
തോഷണ (വി)- തൃപ്തപ്പെടുത്തുന്ന, സന്തോഷിപ്പിക്കുന്ന. satisfying, pleasing.
തോഷം (നാ)- ആനന്ദം, തുഷ്ടി. delight, contentment.
തോൾ (നാ)- ഭുജം, ചുമൽ. shoulder.
തോൾവള (നാ)- തോളിലണിയുന്ന ഒരു ആഭരണം. ornament for the upper arm.
തോഴൻ (നാ) - ചങ്ങാതി. friend.
തോഴി (നാ)- പരിചാരിക, സഖി. maid, female friend.
തോറ്റം (നാ)- തോന്നൽ, വിചാരം, ശക്തി, സൃഷ്ടി, ആവേശം, ഒരിനം ഭദ്രകാളിപ്പാട്ട്, സൗഖ്യമുണ്ടാക്കൽ, കാഴ്ച, രൂപം, പ്രകാശം. feeling, thought, energy, creation, possession, hymn related to Kali, making happy, sight, shape, light.
തോറ്റുക (സ.ക്രി)- സുഖം വരുത്തുക, പുനർജീവിപ്പിക്കുക, സൃഷ്ടിക്കുക, ജനിപ്പിക്കുക, ഉണ്ടാക്കുക, തോന്നിക്കുക. to make happy, to revive, to create, to originate, to make, to cause to form in mind.
തൗലം (നാ)- ത്രാസ്സ്. balance.
തൗലി (നാ)- ത്രാസ്സ്, തുലാംരാശി, തൂക്കം നോക്കുന്നവൻ. balance, the zodiacal sign Libra, one who weighs.

തൗലികൻ (നാ)- തൂക്കം നോക്കുന്നവൻ, എഴുത്തുകാരൻ, ചിത്രമെഴുത്തുകാരൻ. weigher, writer, painter.
തൗല്യം (നാ)- കനം, തുല്യത. weight, equality.
ത്യക്ത (വി)- ഉപേക്ഷിക്കപ്പെട്ട. abandoned.
ത്യജനം (നാ)- ഉപേക്ഷിക്കൽ. abandonment.
ത്യജിക്കുക(സ.ക്രി)-ഒഴിഞ്ഞുകളയുക, കൈവിടുക, ഉപേക്ഷിക്കുക. to evade, to leave, to abandon.
ത്യാഗം (നാ)- ഔദാര്യം, ദാനം, ഉപേക്ഷിക്കൽ. generosity, gift, abondonment.
ത്യാഗി (വി)- ദാനശീലമുള്ള, ത്യാഗശീലമുള്ള. munificent, one ready to sacrifice.
ത്യാഗി (നാ)- നിഷ്കാമകർമ്മം ചെയ്യുന്നവൻ, വിരക്തൻ, ഉദാരൻ. one who renounces the fruits of actions, detached person, donor.
ത്രപ(നാ)-യശസ്സ്, ലജ്ജ. fame, shame.
ത്രപാവതി (നാ)- ലജ്ജയുള്ളവൾ. bashful woman.
ത്രപു (നാ)- വെളുത്തീയം. tin.
ത്രപുകം (നാ)- തകരം. tin.
ത്രപുലം(നാ)-തകരം, വെളുത്തീയം. tin.
ത്രപുഷം (നാ)- വെള്ളരിക്ക, തകരം. a kind of cucumber, tin.
ത്രയം(നാ)- മൂന്ന്, മൂന്നു ചേർന്നത്. three, triple.
ത്രയി (നാ)- മൂന്നു വേദങ്ങൾ, മൂന്നു വസ്തുക്കളുടെ സമൂഹം, ഭർത്താവ് സന്താനങ്ങൾ എന്നിവരോടു കൂടിയവൾ, ബുദ്ധി. three Vedas or Hymns of Invocation, triad, woman whose husband and children are alive, intellect.
ത്രയോദശ (നാ)- പതിമൂന്ന്. thirteen.
ത്രയോദശി (നാ)- പതിമൂന്നാം പക്കം. the thirteenth day of the lunar fortnight.
ത്രസ (വി)- ഇളകുന്ന, തുടിക്കുന്ന. moving, throbbing.
ത്രസനം (നാ)- അസ്വസ്ഥത, ഭയം. uneasiness, throbbing.
ത്രസം (നാ)- കാട്, ഹൃദയം, ജംഗമജീവി. forest, heart, movable being.
ത്രസരം (നാ)- നെയ്ത്തിനുള്ള ഓടം. shuttle.
ത്രസിക്കുക (അ.ക്രി)- ഭയപ്പെടുക, വിറയ്ക്കുക, ഞെട്ടുക, മിടിക്കുക. to fear, to vibrate, to shudder, to palpitate.
ത്രസിത (വി)- ഭയപ്പെട്ട. feared.
ത്രാണ (വി)- രക്ഷിക്കപ്പെട്ട. protected.
ത്രാണം (നാ)- അഭയം, രക്ഷിക്കൽ, രക്ഷ. refuge, act of protecting, protection.
ത്രാണി (നാ)- പ്രാപ്തി, ശേഷി, ശക്തി. ability, competence, strength.
ത്രാതാവ് (നാ)- രക്ഷിക്കുന്നവൻ. saviour.
ത്രാസ (വി)- ചരിക്കുന്ന, തുടിക്കുന്ന. moving, vibrating.
ത്രാസനം (നാ)- മലങ്കടല, ഭയഹേതു, ഭയപ്പെടുത്തൽ, ഭയം, ഞെട്ടൽ. field-pea, cause of fear, frightening, fear, shudder.
ത്രാസം (നാ)- ഭയം, കഷ്ടത, രത്നത്തിന്റെ ന്യൂനത, ഒരു സഞ്ചാരീഭാവം. fear, difficulty, defect in a gem, transient feeling, expression of perturbation.
ത്രികം (നാ)- നട്ടെല്ലിന്റെ കീഴ്ഭാഗം, ഞെരിഞ്ഞിൽ, മൂന്നു വഴികൾ ചേരുന്ന സ്ഥലം, ത്രയം. the lower part of the spine, ruellia longifolia, junction of three roads, triad.
ത്രികരങ്ങൾ (നാ)- മനസ്സ്, വാക്ക്, ശരീരം. mind, word, bpdy.
ത്രികാലജ്ഞൻ (നാ)- ഋഷി, ദേവൻ, ഗൗതമബുദ്ധൻ, ഈശ്വരൻ. sage, deity, the Buddha, god.
ത്രികോണം (നാ)- മുക്കോണ്, ഉപസ്ഥം, ഓരോ രാശിയുടെയും അഞ്ചും ഒമ്പതും രാശികൾ, നാഭിയുടെ കീഴിയുള്ള ഒരു സ്ഥാനം. triangle, female genital or-

gan, the fifth and nineth house, mortal spot below th navel.

ത്രിഗർത്ത (നാ)- സ്ത്രീ, കുലട, മുത്ത്. woman, harlot, pearl.

ത്രിഗുണങ്ങൾ (നാ)- സത്വം, രജസ്സ്, തമസ്സ് എന്നിവ. the three qualities of nature, Satva, Rajas and Tamas.

ത്രിഗുണി (നാ)- കൂവളം. bilva tree.

ത്രിജട (നാ)- വിഭീഷണ പുത്രിയായ ഒരു രാക്ഷസി. name of a demoness, daughter of Vibhishana, a character in the Indian epic Ramayana.

ത്രിജടം (നാ)- കൂവളം. bilva tree.

ത്രിണത (നാ)- വില്ല്. bow.

ത്രിണയനൻ (നാ)- പരമശിവൻ. Siva, a dirty with three eyes.

ത്രിണീത (നാ)- ഭാര്യ. wife.

ത്രിദണ്ഡം (നാ)- സന്ന്യാസിമാരുടെ വടി, സന്ന്യാസം. staff of a sanyasin, asceticism.

ത്രിദളം (നാ)- കൂവളം. bilva tree.

ത്രിദശൻ (നാ)- ദേവൻ. demigod.

ത്രിദശം (നാ)- സ്വർഗ്ഗം. heaven.

ത്രിദശമഞ്ജരി (നാ)- തുളസി. holy basil plant.

ത്രിദശാങ്കുശം (നാ)- വജ്രായുധം. Indra's thunderbolt.

ത്രിദിവം (നാ)- സ്വർഗ്ഗം, ആകാശം, മോക്ഷം. heaven, sky, final beatitude.

ത്രിധാര (നാ)- ഗംഗ, ചതുരക്കള്ളി. the Ganges, a variety of Euphorbia.

ത്രിനേത്രൻ (നാ)- പരമശിവൻ. Siva.

ത്രിനേത്രം (നാ)- രസം, നാളികേരം. mercury, coconut.

ത്രിപടു(നാ)-സ്ഫടികം, കണ്ണാടി. glass.

ത്രിപത്രകം (നാ)- പ്ലാശ്. the tree Butea frondosa.

ത്രിപത്രം (നാ)- കൂവളം. bilva tree.

ത്രിപഥ(നാ)- മഥുര. name of Mathura.

ത്രിപഥഗ (നാ)- ഗംഗ. Ganges.

ത്രിപഥം (നാ)- മുക്കവല, സ്വർഗ്ഗം. junction of three ways, heaven.

ത്രിപാഠി (നാ)- മൂന്നു വേദങ്ങളും പഠിച്ചവൻ. a master of three Vedas.

ത്രിപാത്ത് (നാ)- ജ്വരം, വിഷ്ണു. fever, Vishnu.

ത്രിപാദൻ(നാ)-വിഷ്ണു. Vishnu.

ത്രിപാദി (നാ)- ടീപ്പോയി, മുക്കാലി. teapoy, tripod.

ത്രിപുട (നാ)- ശ്രീപാർവ്വതി, മലങ്കടല, ചിവത, മഴമുല്ല, ചിറ്റേലം. Sree Parvati, field pea, turbitt root, Arabian jasmine, small cardamom.

ത്രിപുടം (നാ)- നദീതീരം, കടൽക്കര, കൈത്തലം, ത്രികോണശരം. river bank, sea-shore, the palm of the hand, arrow.

ത്രിപുര(നാ)-ശ്രീപാർവതി. Sree Parvati.

ത്രിപുരസുന്ദരി(നാ)-ശ്രീപാർവ്വതി. Sree Parvati.

ത്രിപുരഹരൻ (നാ)- ത്രിപുരന്മാരെ നശിപ്പിച്ചവൻ, പരമശിവൻ. the deity who killed the demon Tripuran, Siva.

ത്രിഭുജം (നാ)-ത്രികോണം. triangle.

ത്രിംശ (വി)- മുപ്പതാമത്തെ. thirtieth.

ത്രിമധുരം (നാ)- പഞ്ചസാര, തേൻ, കദളിപ്പഴം ഇവ മൂന്നും ചേർന്നത്. sugar, honey, fruit (offered to deities).

ത്രിമുഖൻ(നാ)- ശ്രീബുദ്ധൻ. the Buddha.

ത്രിമൂർത്തികൾ (നാ)- ബ്രഹ്മാവ്, വിഷ്ണു, ശിവൻ ഇവർ മൂവരും. the trinity of Brahma, Vishnu, and Siva.

ത്രിയാമ (നാ)- മഞ്ഞൾ, യമുന, അമരി, നാല്ക്കോല്പക്കൊന്ന, രാത്രി, നീലക്കല്ല്. turmeric, Yamuna, indigo plant, night, a kind of cassia tree, sapphire.

ത്രിയാമകം (നാ)- പാപം. sin.

ത്രിയുഗൻ (നാ)- ശിവൻ, വിഷ്ണു. Siva, Vishnu.

ത്രിലോകനാഥൻ (നാ)- ഈശ്വരൻ, ശിവൻ. god, Siva.

ത്രിലോകം (നാ)- ഭൂസ്വർഗ്ഗപാതാളങ്ങൾ. the three worlds, i.e., earth, heaven and netherworld.

ത്രിലോകി (നാ)- വിഷ്ണുക്രാന്തി, മൂന്നുലോകം. the plant evolvulus alsinoides, the three worlds.
ത്രിലോചന (നാ)- വേശ്യ, ദുർഗ്ഗ, ശ്രീപാർവ്വതി. prostitute, goddess Durga, Sri Parvati.
ത്രിലോചനം (നാ)- തെങ്ങ്, തേങ്ങ. coconut tree, coconut.
ത്രിവർണ്ണ(വി)-മൂന്നുനിറമുള്ള. tricolour.
ത്രിവിഷ്ടപം (നാ)- മൂവുലകം, സ്വർഗ്ഗം. the three worlds, heaven.
ത്രിവേണി (നാ)- ഗംഗ, (ഗംഗ, യമുന, സരസ്വതി) എന്നിവയുടെ സംഗമസ്ഥലം, ത്രിനാഡികളുടെ സംഗമസ്ഥലം. Ganges, confluence of the three rivers-Ganga, Yamuna and Saraswathi, the place where the three principal nerves come together.
ത്രിശങ്കു (നാ)- ഒരു സൂര്യവംശ രാജാവ്, പൂച്ച, വേഴാമ്പൽ, വിട്ടിൽ, മിന്നാമിനുങ്ങ്. Trisanku, name of a king of solar dynasty, cat, hornbill, fire-fly.
ത്രിശങ്കുസ്വർഗ്ഗം (നാ)- സൂര്യവംശരാജാവായ ത്രിശങ്കുവിനെ പാർപ്പിക്കാനായി വിശ്വാമിത്രമഹർഷി സൃഷ്ടിച്ച സ്വർഗ്ഗം. fabled heaven which was created by sage Viswamitra to accommodate the king Trisanku.
ത്രിശിരസ്സ് (നാ)- കുബേരൻ, രാവണന്റെ ഒരു പുത്രൻ, ഖരന്റെ ഒരു സേനാപതി, ഒരു അസുരൻ. Kubera, a son of Ravana, a colonel of Khara, name of a demon.
ത്രിശൂലം (നാ)-മൂന്നുമുനയുള്ള ഒരായുധം. trident (three-forked lance).
ത്രിസന്ധ്യ (നാ)- ഉഷസ്സന്ധ്യ, മധ്യാഹ്നസന്ധ്യ, സായംസന്ധ്യ എന്നിവ. morning, noon and evening.
ത്രിക്ഷണൻ (നാ)- ശിവൻ. Siva.
ത്രുടനം (നാ)- പൊട്ടിക്കൽ. splitting.
ത്രുടി (നാ)- സംശയം, ഛേദനം, കുറവ്, വാക്കുമാറ്റം, ചിറ്റേലം, കഷണം, നഷ്ടം. doubt, cutting, deficiency, breaking a promise, small cardamom, a piece, loss.
ത്രുടിത (വി)- പിളർക്കപ്പെട്ട, മുറിച്ച, നശിപ്പിച്ച, ഒടിക്കപ്പെട്ട. divided, cut, destroyed, broken.
ത്രേത (നാ)- രണ്ടാമത്തെ യുഗം, അഗ്നിത്രയം, ത്രയം. the second of the four yugas or time-scales, three sacred fires taken together, triplet.
ത്രേധാ (ക്രി.വി)- മൂന്നു വിധത്തിൽ. in three ways.
ത്രൈ (വി)- മൂന്ന്. three.
ത്രൈധ(വി)- മൂന്നിരട്ടിയായ. three-fold.
ത്രൈമാസിക (വി)- മൂന്നുമാസത്തിൽ ഒരിക്കലുള്ള. quartertly, trimonthly.
ത്രൈയംബക (വി) - ശിവനെ സംബന്ധിച്ച. pertaining to Siva.
ത്രൈലോക്യം(നാ)-മൂവുലകം. three worlds, according to Hindu mythology.
ത്രൈവർണ്ണി (നാ)- ബ്രാഹ്മണൻ, ക്ഷത്രിയൻ, വൈശ്യൻ എന്നീ മൂന്നു വർണ്ണങ്ങളിൽപ്പെടുന്നവർ. one belonging to any one of the first three varnas or castes Brahmin, Kshatriya, Vaisya.
ത്രോതം (നാ)- ചമ്മട്ടി. a whip.
ത്ര്യക്ഷൻ(നാ)- പരമശിവൻ. Siva.
ത്ര്യംബക(നാ)-ശ്രീ പാർവ്വതി. Sree Parvati.
ത്ര്യംബകൻ(നാ)-പരമശിവൻ. Siva.
ത്ര്യംബകം(നാ)- ചെമ്പ്, ശിവന്റെ വില്ല്, തേങ്ങ, ഗോദാവരിയുടെ ഉത്ഭവസ്ഥാനമായ ഒരു പർവ്വതം. copper, Siva's bow, coconut, name of a mountain from which river Godavari originates.
ത്വക്ക്(നാ)-മരവുരി, ഇലവർങ്ഗം, തൊലി. bark of a tree, laurus cassia, skin.
ത്വക്പത്രം(നാ)-ഇലവർങ്ഗം. laurus cassia.
ത്വക്പത്രി (നാ)- കായമുണ്ടാകുന്ന മരം, കറിക്കായം. asafoetida tree, asafoetida.
ത്വഗ്ജം (നാ)- രക്തം, രോമം. blood, hair.

ത്വഗ്രോഗം (നാ)- തൊലിയിലുണ്ടാകുന്ന രോഗം. skin disease.
ത്വച (നാ)- ഇലവർങ്ഗം, തോൽ, തൊലി. Laurus cassia, leather, skin.
ത്വദീയ (വി)- നിന്റെ, നിന്നെ സംബന്ധിച്ച. your, related to you.
ത്വര (നാ)- വെമ്പൽ, ബദ്ധപ്പാട്, വേഗം. hurry, haste, speed.
ത്വരമാണൻ (നാ)- വേഗമുള്ളവൻ, ഓടുന്നവൻ. one who is hasty, one who is running.
ത്വരിക്കുക (അ.ക്രി) - വേഗം കൂടുക. to make haste.
ത്വരിതം (ക്രി.വി)- വേഗത്തിൽ. quickly.
ത്വഷ്ട (വി)- ചെറുതാക്കിയ, തൊലിയുരിച്ച. made small, skinned.
ത്വഷ്ടാവ് (നാ) - ആദിത്യൻ, ബ്രഹ്മാവ്, വിശ്വകർമ്മാവ്, മരപ്പണിക്കാരൻ. one of the 12 Adityas, mythical creator Brahma, Viswakarma, the primordial carpenter of the heavens.
ത്വിട്ട് (നാ)- കിരണം, ഭംഗി, ഭാരം, ഭാഷണം, ഇച്ഛ, പ്രഭ, പ്രകാശം, വഴക്കം, അധികാരം. ray, beauty, weight, speech, desire, brilliance, brightness, custom, authority.
ത്വിട്പതി (നാ)- സൂര്യൻ. sun.

ഥ

ഥ - അക്ഷരമാലയിലെ പതിനേഴാമത്തെ വ്യഞ്ജനം. seventeenth consonant of the alphabet.
ഥൻ (നാ)- രക്ഷിക്കുന്നവൻ. protector.
ഥം (നാ)- രക്ഷ, രക്ഷിക്കൽ, പർവതം, ഭയം, ആപത്തിന്റെ ചിഹ്നം. protection, preservation, mountain, fear, sign of a danger.
ഥർവണം (നാ)- പോക്ക്, ഗതി, ഗമനം. motion, gait.
ഥല്ല് (നാ)- സംഗീതം. music.
ഥാനാ (നാ)- പോലീസ് സ്റ്റേഷൻ. police station.
ഥുർവ്വണം (നാ)- പീഡനം, ഹിംസ. torture, killing.
ഥൂത്കാരം (നാ)- തുപ്പുന്ന ശബ്ദം. sound made in spitting.
ഥോഡനം (നാ)- മറവ്, പൊതിയൽ, മൂടൽ. hiding, wrapping, covering.

ദ

ദ - അക്ഷരമാലയിലെ പതിനെട്ടാമത്തെ വ്യഞ്ജനം. eighteenth consonant of the alphabet.
ദ (നാ)- രക്ഷ, ചൂട്, പശ്ചാത്താപം. protection, heat, regret.
ദകം (നാ)- വെള്ളം. water.
ദക്ഷ (വി)- സാമർത്ഥ്യമുള്ള, വലതുഭാഗത്തുള്ള, സത്യമുള്ള. skilful,place on the right side, truthful.
ദക്ഷ (നാ)- ദുർഗ്ഗ, ഗംഗ, ഭൂമി. Durga, Ganges, earth.
ദക്ഷം (നാ)- ശക്തി, പൂവൻകോഴി, മൂഢത, വലതുഭാഗം, സാമർത്ഥ്യം. strength, cock, idiocy, right side, skill.
ദക്ഷകൻ (നാ)- കുടുംബനാഥൻ. head of the family.
ദക്ഷത (നാ)- കാര്യപ്രാപ്തി, നിപുണത, സാമർത്ഥ്യം. efficiency, cleverness, dexterity.
ദക്ഷായ്യൻ (നാ)- കഴുകൻ, ഗരുഡൻ. vulture, Garuda, the mythical divine bird.
ദക്ഷിണ (വി)- വലതുഭാഗത്തുള്ള, സാമർത്ഥ്യമുള്ള, തെക്കുള്ള, സത്യനിഷ്ഠയുള്ള, നിഷ്പക്ഷമായി പെരുമാറുന്ന. place on the right side, skilful, southern, truthful, impartial.
ദക്ഷിണ(നാ)- ഗുരുക്കന്മാർക്ക് കാഴ്ചവയ്ക്കുന്ന ഉപഹാരം. gift given to the preceptor.
ദക്ഷിണം (നാ)- വലതുകൈ, വലതുഭാഗം, തെക്കുഭാഗം. right hand, right side, southern direction.

ദക്ഷിണസ്ഥൻ (നാ)- തേർ തെളിക്കുന്നവൻ, തേരാളി. charioteer, one who sits on the right hand side.
ദക്ഷിണായനം (നാ)- സൂര്യൻ ദക്ഷിണ ദിശയിലേയ്ക്ക് നീങ്ങുന്നതായി കാണപ്പെടുന്ന കാലം, കർക്കടസംക്രമം മുതൽ മകരസംക്രമം വരെയുള്ള കാലം. sun's southward motion for six months from the Tropic of Cancer to the Tropic of Capricon.
ദക്ഷിണാർദ്ധഗോളം(നാ)- ഭൂഗോളത്തിന്റെ തെക്കേ പകുതി. southern hemisphere.
ദക്ഷിണാവർത്തം (നാ)- വലത്തോട്ട് തിരിഞ്ഞത്, വലംപിരി ശംഖ്. something turned to the right side, conch with spirals turned counter-clock-wise.
ദഗ്ദ്ധ (വി)- ദുഃഖിച്ച, നിന്ദ്യമായ, ദഹിച്ച, ഭാഗ്യം കെട്ട. aggrieved, blamed, burnt, unfortunate.
ദഗ്ദ്ധം (നാ)- കരിഞ്ഞ അരി. burnt or charred rice.
ദഗ്ദ്ധകാകം (നാ)- കാവതികാക്ക. raven.
ദഗ്ദ്ധാ (നാ)- ഒരു വൃക്ഷം, പടിഞ്ഞാറുദിക്ക്. tree, west.
ദച്ഛദം (നാ)- അധരം. lip.
ദണ്ഡം (നാ)- സൈന്യം, വടി, വേദന, രോഗം, ശിക്ഷ, ഒരു അളവുകോൽ, ചതുരുപായങ്ങളിൽ നാലാമത്തേത്. army, stick, pain, illness, punishment, measuring rod, the last one of the four tactics.
ദണ്ഡകം (നാ)- തൂൺ, വടി, ഒരു വനപ്രദേശം. pillar, stick, forest.
ദണ്ഡകൻ (നാ)- ദണ്ഡിക്കുന്നവൻ, ശിക്ഷിക്കുന്നവൻ. one who inflicts punishment.
ദണ്ഡക്കാരൻ (നാ)- രോഗി, ദീനക്കാരൻ. patient, sick man.
ദണ്ഡധാരി (നാ)- യമൻ. Yama, the lord of death in Hindu mythology.
ദണ്ഡനമസ്കാരം (നാ)- വടിയുടെ മാതൃകയിലുള്ള നമസ്കാരം. prostrating by falling down at full length.
ദണ്ഡനീതി (നാ)- ശിക്ഷാനിയമം, നീതിശാസ്ത്രം. penal law, jurisprudence.
ദണ്ഡമാണവൻ (നാ)- ബ്രഹ്മചാരി. celibate.
ദണ്ഡവധം (നാ)- മരണശിക്ഷ. capital punishment.
ദണ്ഡാരം (നാ)- വില്ല്, വള്ളം, മദയാന. bow, boat, rutting elephant.
ദണ്ഡാർഹൻ (നാ)- ശിക്ഷാർഹൻ. one who deserves punishment.
ദണ്ഡാലയം (നാ)- നീതിന്യായക്കോടതി. court, judiciary.
ദണ്ഡി (നാ)- യമൻ, ശിവൻ, രാജാവ്, സന്ന്യാസി, കോൽക്കാരൻ. Yama, Siva, king, ascetic, bearer of a stick.
ദണ്ഡിക്കുക (അ.ക്രി)- ശിക്ഷിക്കുക, ദേഹണ്ഡിക്കുക. to punish, to work hard.
ദണ്ഡിത (വി)- ദണ്ഡിക്കപ്പെട്ട. punished.
ദണ്ണം (നാ)- രോഗം, ക്ലേശം, വേദന. disease, grief, pain.
ദത്ത (വി)- ദാനം ചെയ്യപ്പെട്ട. given as a gift.
ദത്തദൃഷ്ടി (വി)- ദൃഷ്ടി ഉറപ്പിച്ച. intently looking on.
ദത്തൻ (നാ)- ദത്തുപുത്രൻ. adopted son.
ദത്താവധാനൻ(നാ)- ശ്രദ്ധാലു. a very attentive person.
ദത്ത് (നാ)- മറ്റൊരാളുടെ പുത്രനെയോ ബന്ധുവിനേയോ തന്റെ അവകാശിയായി എടുക്കൽ. adoption.
ദത്തുപുത്രൻ (നാ)- ദത്തെടുത്ത പുത്രൻ. adopted son.
ദദനം (നാ)- ദാനം കൊടുക്കൽ, സമ്മാനം. gift.
ദദ്രു (നാ)- ആമ, ഒരു തരം ത്വക്ക്രോഗം. tortoise, a kind of skin disease.
ദദ്രുകം (നാ)- കുഷ്ഠം. leprosy.

ദധി (നാ)- വസ്ത്രം, തൈര്. dress, curdled milk.
ദധിചാരം (നാ)- കടകോൽ. churn-drill.
ദധിജം (നാ)- വെണ്ണ. butter.
ദധിമഥനം (നാ)- തൈര് കടയൽ. churning curd.
ദന്തം (നാ)- പല്ല്, ആനക്കൊമ്പ്. tooth, ivory.
ദന്തകോശം (നാ)- പല്ലിന്റെ ഊന്, മോണ. gum of the tooth.
ദന്തക്ഷതം (നാ)- പല്ലുകൊണ്ടുണ്ടാക്കുന്ന മുറിവ്. wound caused by the tooth.
ദന്തഗോപുരം (നാ)- ആനയുടെ ദന്തം കൊണ്ടുണ്ടാക്കിയ ഗോപുരം. ivory tower.
ദന്തഘർഷം (നാ)- പല്ലിറുമ്മൽ, പല്ലുകടി. grinding the teeth.
ദന്തചൂർണ്ണം (നാ)- പൽപ്പൊടി. tooth powder.
ദന്തധാവനം (നാ)- പല്ലുതേയ്ക്കുന്ന ഉപകരണം, പല്ലുതേപ്പ്, ഇലഞ്ഞിമരം. material used for cleaning teeth, cleaning the teeth, elanji tree.
ദന്തമൂലം (നാ)- ഊന്, പല്ലിന്റെ ചുവട്. gum, the root of the teeth.
ദന്തവസനം (നാ)- ചുണ്ട്. lip.
ദന്തവൈദ്യം (നാ)- ദന്തരോഗചികിത്സ. dentistry.
ദന്തശോധനം (നാ)- പല്ലുതേപ്പ്. cleaning, teeth.
ദന്തശോധനി (നാ)- പല്ലു തേയ്ക്കാനുള്ള ബ്രഷ്. tooth brush.
ദന്തായുധൻ (നാ)- ആന, പന്നി. elephant, pig.
ദന്തി (നാ)- ആന, ഒരു ഔഷധച്ചെടി. elephant, a kind of medicinal herb.
ദന്തിപ്രമാഥി (നാ)- സിംഹം. lion.
ദന്തുര (വി)- കോന്ത്രപ്പല്ലുള്ള, നിരപ്പില്ലാത്ത, വിഷമമായ, കോപിക്കുന്ന. having protruding or misplaced teeth, uneven, difficult, angry.
ദന്ദശം (നാ)- പല്ല്. tooth.
ദന്ദശൂകം (നാ)- രാക്ഷസൻ, സർപ്പം. demon, serpent.
ദഫേദാർ (നാ)- ശിപായിത്തലവൻ. chief of sepoys.
ദഭം(നാ)-വഞ്ചന, ചതി. cheating, deceit.
ദമം (നാ)- അടക്കം, ഇന്ദ്രിയനിഗ്രഹം, പ്രായശ്ചിത്തം, ദണ്ഡോപായം. control, self-restraint, penitence, punishment.
ദമക (വി)- അടക്കുന്ന. controlling.
ദമകർത്താവ് (നാ)- ഭരണാധികാരി. ruler.
ദമനം (നാ)- ദണ്ഡനം, വധം, അടക്കൽ, ഇന്ദ്രിയനിഗ്രഹം. punishing, killing, controlling, control of the senses.
ദമൻ (നാ)- വിഷ്ണു, യോദ്ധാവ്, തേരാളി, ദമയന്തിയുടെ സഹോദരൻ. Vishnu, soldier, charioteer, brother of Damayanthi.
ദമയിതാ (നാ)- വിഷ്ണു, ശിവൻ, ശിക്ഷിക്കുന്നവൻ. Vishnu, Siva, one who punishes.
ദമുനസ്സ് (നാ)- അഗ്നി. fire.
ദമ്പതി (നാ)- ഗൃഹനാഥൻ. master of the house.
ദമ്പതികൾ (നാ)- ഭാര്യാഭർത്താക്കന്മാർ. married couples.
ദംഭം (നാ)- പാപം, കപടം, അഹങ്കാരം, ഗർവ്വ്. sin, deceit, haughtiness, pride.
ദംഭനം (നാ)- വഞ്ചന, വ്യാജം. cheat, lie.
ദംഭി (നാ)- അഹങ്കാരി. arrogant person.
ദമ്യ (വി)- അടക്കാവുന്ന, മെരുക്കാവുന്ന. that which can be ramed.
ദംശനം (നാ)- കടിക്കൽ, കടി, കവചം. bite, armour.
ദംശക (വി)- കടിക്കുന്ന. biting.
ദംശകം (നാ)- നായ്, കാട്ടീച്ച. dog, gadfly.
ദംശമൂലം (നാ)- മുരിങ്ങ മരം. hyperanthera moringa.
ദംശിക്കുക (സ.ക്രി)- കടിക്കുക. bite.
ദംശിതൻ (നാ)- കടിക്കപ്പെട്ടവൻ. one who is bitten.

ദംഷ്ട്രം (നാ)- കൂർത്ത് വളഞ്ഞ പല്ല്, ആനയുടെ കൊമ്പ്, പന്നിയുടെ തേറ്റ, സർപ്പത്തിന്റെ വിഷപ്പല്ല്. a longish canine tooth, elephant tusk, tusk of boar, fang.

ദംഷ്ട്രായുധം (നാ)- പന്നി. pig.

ദംസനം (നാ)- കടിക്കൽ, കുപ്പായം, ചട്ട. biting, overcoat.

ദയ (നാ)- കാരുണ്യം. kindness.

ദയനീയ (വി)- ദയ തോന്നിക്കത്തക്ക. pitiable.

ദയവ് (നാ)- കാരുണ്യം. pity.

ദയാകരൻ (നാ)- ദയയുള്ളവൻ, കാരുണ്യവാൻ. merciful person.

ദയാകുടൻ (നാ) - ബുദ്ധൻ. the Buddha.

ദയാലു (നാ)- ദയയുള്ളവൻ. a kind-hearted man.

ദയിത (വി)- പ്രിയപ്പെട്ട. beloved.

ദയിതൻ (നാ)- ഭർത്താവ്, പ്രിയപ്പെട്ടവൻ. husband, beloved.

ദര (വി)- കീറുന്ന, പിളർക്കുന്ന. splitting, tearing.

ദരം (നാ)- വിഷം, കീറൽ, പൊക്കിൾ, ഗുഹ, ശംഖ്, പേടി. poison, tear, navel, cave, conch, fear.

ദരണി (നാ)- നദീതീരം, പർവ്വതം, ഭയം, ഹൃദയം. bank of a river, mountain, fear, heart.

ദരഥം (നാ)- കവർച്ച ചെയ്യൽ, ഭയന്നോടൽ, ഗുഹ. looting, flight, cave.

ദരി (നാ)- ഗുഹ, പർവ്വതശിഖരം. cave, peak of a mountain.

ദരിത (വി)- ചീന്തപ്പെട്ട, ഭയമുള്ള, ഭയപ്പെട്ട. torn, having fear, frightened.

ദരിദ്ര (വി)- സമ്പത്തില്ലാത്ത, പാവപ്പെട്ട. penurious, needy.

ദരിദ്രം (നാ)- സമ്പത്തില്ലാതായത്. one who has become poor.

ദരിദ്രത (നാ)- ദാരിദ്ര്യം. poverty.

ദരിദ്രൻ (നാ)- ദാരിദ്ര്യം അനുഭവിക്കുന്നവൻ. poor person.

ദരിഭൃത്ത് (നാ)- പർവ്വതം. mountain.

ദരോദരം (നാ)- ചൂത് കളിയിൽ പണം വയ്ക്കൽ, ചൂത്. pawn in gambling, gambling.

ദർദ്ദരം (നാ)- പർവ്വതം, ഉടഞ്ഞ കലം, ഉടഞ്ഞത്. mountain,broken pot, that which is broken.

ദർദ്ദുര (നാ)- ദുർഗ്ഗാദേവി. goddess Durga.

ദർദ്ദുരം(നാ)-പുല്ലാങ്കുഴൽ, നറുനെല്ല്, പർവ്വതം, ഭേരീനാദം, തവള. flute, a kind of paddy, mountain, sound of drum, frog.

ദർപ്പം (നാ)- പാപം, ചൂട്, കസ്തൂരി, ഗർവ്വം, അഹങ്കാരം. sin, heat, musk, arrogance, pride.

ദർപ്പക (വി)- അഹങ്കരിപ്പിക്കുന്ന. causing pride.

ദർപ്പണൻ (നാ) - കാമദേവൻ. Cupid.

ദർപ്പണം (നാ)- മുഖക്കണ്ണാടി, കുബേരന്റെ വാസസ്ഥലമായ ഒരു പർവ്വതം. mirror, mountain abode Kubera's.

ദർപ്പി (വി)- അഹങ്കാരമുള്ള. arrogant.

ദർബൻ (നാ)- രാക്ഷസൻ, പിശാച്. demon, devil.

ദർബാർ(നാ)-രാജസഭ. pomp and luxury.

ദർഭ (നാ) - വൈദികകർമ്മങ്ങൾക്ക് ഉപയോഗിക്കുന്ന ഒരിനം പുല്ല്. grass poa cynosuroides used in oblations.

ദർഭടം (നാ)- വിശ്രമ മുറി. drawing room.

ദർമ്മ (വി)- പിളർക്കുന്ന, നശിപ്പിക്കുന്ന. tearing, destroying.

ദർവ്വം (നാ)- തവി, പാമ്പിന്റെ പത്തി. ladle, hood of a snake.

ദർവ്വരീകം (നാ)- ഒരു വാദ്യോപകരണം, വായു, തീ. musical instrument, air, fire.

ദർവ്വരീകൻ (നാ)- ഇന്ദ്രൻ. Indra.

ദർവ്വീകരം (നാ)- മൂർഖൻ പാമ്പ്. cobra.

ദർശ (വി)- നോക്കുന്ന, ദർശിക്കുന്ന. looking, seeing.

ദർശം (നാ)- കാഴ്ച, വീക്ഷണം, കറുത്തവാവ്. view, sight, newmoon.

ദർശകൻ (നാ)- വഴികാട്ടി, ദ്വാരപാലകൻ, പരിശോധകൻ, വിദ്വാൻ. guide, door keeper, examiner, learned man.

ദർശനം (നാ)- കാഴ്ച, കാണൽ, ദിവ്യവീക്ഷണം, തത്ത്വശാസ്ത്രം, കണ്ണാടി,

കണ്ണ്, ദിക്ക്. view, sight, divine sight, philosophy, mirror, eye, direction.
ദർശനകാരൻ (നാ)- തത്ത്വദർശി. philosopher.
ദർശനീയ (വി) - കാണേണ്ടതായ. worthy of sight.
ദർശിത (വി)- കാണപ്പെട്ട. viewed.
ദല (വി) - ദലത്തെ സംബന്ധിച്ച, ഇലയെ സംബന്ധിച്ച. pertaining to leaf.
ദലം (നാ) - ഇല, ഇതൾ, അംശം, കഷ ണം, പകുതി, പട്ടാളക്കാരുടെ സംഘം. leaf, petal, portion, piece, half, division of an army.
ദലജം (നാ) - തേൻ. honey.
ദലപം (നാ)- ആയുധം, സ്വർണ്ണം, ശാസ്ത്രം. weapon, gold, science.
ദലപുഷ്പം (നാ) - പൂക്കൈത. sweet smelling pandanus.
ദലിത (വി)- പിളർക്കപ്പെട്ട, വികസിച്ച, പീഡിപ്പിക്കപ്പെട്ട. split, expanded, tortured.
ദല്ഭ (നാ)- പാപം, ചതി. sin, cheat.
ദല്മി (നാ)- ശിവൻ, ഇന്ദ്രൻ, വജ്രാ യുധം. Siva, Indra, Indra's weapon.
ദല്ലാൾ (നാ)- ഇടനിലക്കാരൻ. commission agent.
ദവം (നാ)- കാട്, ചൂട്, പനി, വേദന, കുതിര, കാട്ടുതീ. forest, heat, fever, pain, horse, wild fire.
ദവാനിലൻ (നാ)- കാട്ടുതീ. wild fire.
ദവിഷ്ഠ (വി)- ഏറ്റവും ദൂരത്തുള്ള. very far.
ദശ (വി)- പത്ത്. ten.
ദശ (നാ)- കാലഘട്ടം, ജീവിതത്തിലെ ഒരു പ്രത്യേകഘട്ടം, മനസ്സിന്റെ അവ സ്ഥ, മാംസം, വൃക്ഷഫലങ്ങളുടെയും മറ്റും മാംസളമായ ഭാഗം. era, stage of life, state of the mind, flesh, pulp.
ദശക (വി)- ദശാംശമായ, പത്ത് സംഖ്യ യുള്ള. one-tenth, having ten.
ദശകം (നാ)- പത്തുവർഷക്കാലം, പത്തെണ്ണം ഉൾക്കൊള്ളുന്നത്. period of ten years, anything having ten factors.
ദശകണ്ഠൻ (നാ)- രാവണൻ. Ravana, fabled to be a ten-headed demon.
ദശഗ്രീവൻ (നാ)- പത്തു കഴുത്തുകളു ള്ളവൻ, രാവണൻ. one having 10 necks, Ravana.
ദശതയ (വി)- പത്ത് ഭാഗങ്ങളുള്ള. having 10 parts.
ദശന (വി)- കടിക്കുന്ന, ദംശിക്കുന്ന. biting.
ദശനം (നാ)- കടി, പല്ല്, കൊടുമുടി. bite, tooth, peak.
ദശനച്ഛദം (നാ)- ചുംബനം, ചുണ്ട്. kiss, lip.
ദശനാങ്കം (നാ)- കടിയേറ്റ പാട്. bitten mark.
ദശപുഷ്പം (നാ)- പത്തുതരം പൂക്കൾ. ten types of flowers.
ദശപ്രയുതം (നാ)- ഒരു കോടി. one crore.
ദശബാഹു (നാ)- ശിവൻ. Siva.
ദശഭുജ (നാ)- ദുർഗ്ഗ. Durga.
ദശവാജി (ന)- പത്ത് കുതിരകളുള്ള വൻ, ചന്ദ്രൻ. one having ten horses, moon.
ദശശതം (നാ)- ആയിരം. thousand.
ദശസഹസ്രം (നാ)- പതിനായിരം. ten thousand.
ദശാനനൻ (നാ)- രാവണൻ, ദശമുഖൻ. Ravana.
ദശാനാഥൻ (നാ)- സൂര്യൻ. sun.
ദശാംശബിന്ദു (നാ)- ദശാംശസ്ഥാനം കാണിക്കാനിടുന്ന കുത്ത്. decimal point.
ദശാവതാരം (നാ)- വിഷ്ണുവിന്റെ പത്ത് അവതാരങ്ങൾ (മത്സ്യം, കൂർമ്മം, വരാഹം, നരസിംഹം, വാമനൻ, പരശു രാമൻ, ശ്രീരാമൻ, ബലരാമൻ, ശ്രീകൃ ഷ്ണൻ, കല്ക്കി). the ten incarnations of Vishnu.

ദഷ്ട (വി)- കടിക്കപ്പെട്ട. bitten.
ദസനം (നാ)- ഉപേക്ഷിക്കൽ, കുറയ്ക്കൽ, ഏറ്. decline, reduction, throw.
ദസ്മൻ (നാ)- അഗ്നി, കള്ളൻ. fire, robber.
ദസ്മ്യ (വി)- ശോഭയുള്ള, അഴകുള്ള. charming, beautiful.
ദസ്യു (നാ)- കള്ളൻ, ശത്രു, അസുരൻ, ക്രൂരൻ. thief, enemy, demon, cruel person.
ദസ്രം (നാ)- അശ്വതി നക്ഷത്രം, തണുപ്പുകാലം, കഴുത. star Aswati, cold season, ass.
ദസ്രസു (നാ)- സൂര്യപത്നി, അശ്വിനീദേവന്മാരുടെ മാതാവ്. wife of sun, mother of the Aswinis.
ദഹന (വി)- നശിപ്പിക്കുന്ന, ദഹിപ്പിക്കുന്ന, കത്തുന്ന. destroying, consuming, burning.
ദഹനം (നാ)- ശവദാഹം, കത്തൽ, കാർത്തിക നക്ഷത്രം, ആമാശയത്തിലുള്ള പ്രക്രിയ. cremation, the star Karthika, digestion.
ദഹനക്കേട് (നാ)- ഭക്ഷിച്ച സാധനം ദഹിക്കാതിരിക്കൽ, അജീർണ്ണം. indigestion, illness caused by indigestion.
ദഹനൻ (നാ)- ദഹിപ്പിക്കുന്നവൻ, ദുഷ്ടൻ, അഗ്നി. one who burns, a wicked person, fire.
ദഹനസാരഥി (നാ)- വായു. air.
ദഹനാരാതി (നാ)- അഗ്നിയുടെ ശത്രു, വെള്ളം. enemy of fire, water.
ദഹനേന്ദ്രിയങ്ങൾ (നാ)- ആഹാരം ദഹിപ്പിക്കുന്ന അവയവങ്ങൾ. digestive organs.
ദഹര (വി)- ചെറിയ, അനുജനായ. small, younger.
ദഹരം (നാ)- അഗ്നി, എലി, ഹൃദയം. fire, rat, heart.
ദഹരൻ (നാ)- ഇളയ സഹോദരൻ, ആൺകുട്ടി, എലി. younger brother, boy, rat.
ദഹിക്കുക (അ.ക്രി)- എരിയുക, കത്തിചാമ്പലാവുക, ഭക്ഷണപദാർത്ഥങ്ങൾ ആമാശയത്തിൽ വച്ച് പാകപ്പെടുക, മനസ്സിലാക്കുക. be burned, be digested, understood.
ദഹ്യ (വി)- ദഹിപ്പിക്കേണ്ടതായ. digested.
ദളം (നാ)- ഇല, ഇതൾ, അംശം. leaf, petal, portion.
ദളപതി (നാ)- സേനാനായകൻ. army chief.
ദളിതൻ (നാ)- തകർക്കപ്പെട്ടവൻ, പീഡിതൻ. down-trodden, oppressed.
ദറസ് (നാ)- പാഠം, പഠനം. text, study.
ദാ (നാ)- സംരക്ഷണം, ദാനം ചെയ്യൽ, ശുദ്ധീകരണം, പശ്ചാത്താപം, ചൂട്. protection, gift, purification, repentance, heat.
ദാക്ഷം (നാ)- കഴുകൻ, തെക്ക്. vulture, south.
ദാക്ഷായണം (നാ)- സ്വർണ്ണം, സ്വർണ്ണാഭരണം. gold, gold ornament.
ദാക്ഷിണ (വി)- ദക്ഷിണയെ സംബന്ധിച്ച, ദക്ഷിണദിക്കിനെ സംബന്ധിച്ച. pertaining to gift, pertaining to south.
ദാക്ഷിണാത്യം (നാ)- തേങ്ങ. coconut.
ദാക്ഷിണ്യം (നാ)- ദയ, ആനുകൂല്യം, ഔദാര്യം, മൃദുല മനഃസ്ഥിതി, യോജിപ്പ്. mercy, favour, generosity, sympathy, concord.
ദാക്ഷിണ്യവാൻ (നാ)- ദാക്ഷിണ്യമുള്ളവൻ, ഉദാരൻ. generous person.
ദാക്ഷ്യം (നാ)- ദക്ഷത, സാമർത്ഥ്യം, കഴിവ്. skilfulness, efficiency.
ദാഘം (നാ)- കത്തൽ, ദഹനം. burning.
ദാഢകം (നാ)- ആനക്കൊമ്പ്, പല്ല്. tusk, tooth.
ദാഡിമം (നാ)- താളിമാതളം. pomegranate.
ദാഢിക (നാ)- താടിമീശ. beard.
ദാത (വി)- കൊയ്ത, കഴുകിയ, വിഭജിച്ച, മുറിച്ച. reaped, washed, divided, cut.
ദാതവ്യ (വി)- ദാനം ചെയ്യത്തക്ക. worthy of being given.

ദാതാവ് (നാ)- ദാനം ചെയ്യുന്നവൻ, ഉദാരൻ, മുറിക്കുന്നവൻ, അദ്ധ്യാപകൻ. donor, munificent person, one who cuts, teacher.

ദാത്യൂഹം (നാ)- വേഴാമ്പൽ, മൂങ്ങ, നീർകാക്ക, മേഘം. hornbill, owl, diver -bird, cloud.

ദാത്രം (നാ)- അരിവാൾ, കോടാലി. sickle, axe.

ദാത്രി (നാ)- കൊടുക്കുന്നവൾ. charitable women.

ദാത്വം (നാ)- യാഗം, യജ്ഞം. sacrifice.

ദാത്വൻ (നാ)- രാജാവ്. king.

ദാദം (നാ)- സമ്മാനം, ദാനം. gift, present.

ദാദാ (നാ)- പിതാമഹൻ, അപ്പൂപ്പൻ. grandfather.

ദാനം (നാ)- കൊടുക്കൽ, സൗജന്യമായി നൽകൽ. gift, donation.

ദാനകം (നാ)- നിസ്സാരമായ സമ്മാനം. unimportant gift or prize.

ദാനപത്രം (നാ)- ദാനം രേഖപ്പെടുത്തുന്ന പ്രമാണം. gift deed.

ദാനപാത്രം (നാ)- ദാനം സ്വീകരിക്കാൻ അർഹനായ ആൾ. person deserving a gift.

ദാനവഗുരു (നാ)- ശുക്രാചാര്യൻ, അസുരന്മാരുടെ ആചാര്യൻ. Sukracharya, guru of demons (myth).

ദാനശീലം (നാ)- ദാനം ചെയ്യാൻ താത്പര്യമുള്ള സ്വഭാവം, ഔദാര്യം. munificence.

ദാനാർഹ(വി)- ദാനം ചെയ്യാൻ കൊള്ളാവുന്ന. deserving charity.

ദാനീയം (നാ)- സംഭാവന, സമ്മാനം. donation, something worthy of being given.

ദാനു (നാ)- ദാതാവ്, സുഖം, ഐശ്വര്യം, കാറ്റ്, അസുരൻ, സമ്മാനം. demon, prosperous, wind, asura, gift.

ദാന്ത (വി)- ദന്തത്തെ സംബന്ധിച്ച, അടക്കമുള്ള. pertaining to tooth, modest.

ദാന്തം (നാ)- അടക്കിയത്, ഇണങ്ങിയ കാള. something under control, tamed ox.

ദാന്തൻ (നാ)- ദയാശീലൻ, ദമയന്തിയുടെ സഹോദരൻ, മെരുക്കിയ കാള, അടക്കമുള്ളവൻ. charitable person, brother of Damayanthi, tamed ox, self-controlled person.

ദാമം (നാ)- ഭാഗം, കയറ്, സമൂഹം, ചരട്, തുളസിമാല, ലോകം. portion, rope, society, string, garland of tulasi, world.

ദാമിനി (നാ)- പശുക്കളെ കെട്ടുന്ന കയർ, മിന്നൽ. rope, lightning.

ദാമോദരൻ (നാ)- വിഷ്ണു, ശ്രീകൃഷ്ണൻ. Vishnu, Sri krishna.

ദാമ്പത്യം (നാ)- ഭാര്യാഭർത്തൃഭാവം, ഭാര്യാഭർത്തൃബന്ധം. state of being husband and wife.

ദാംഭിക (വി)- ചതിയുള്ള, അഹങ്കാരമുള്ള, ആഡംബരഭ്രമമുള്ള. deceitful, proud, having fascination of luxury.

ദാംഭികം (നാ)- മലങ്കാക്ക, കൊക്ക്. wild crow, crane.

ദാംഭികൻ (നാ)- കപടഭക്തൻ, അഹങ്കാരി, ചതിയൻ. hypocrite, haughty person, cheat.

ദായ (വി)- കൊടുക്കുന്ന, ദാനം ചെയ്യുന്ന. donating, pertaining to inheritance.

ദായം (നാ)- ദാനം, വധൂവരന്മാർക്ക് കൊടുക്കുന്ന പാരിതോഷികം, ഓഹരി, പിന്തുടർച്ചാവകാശക്രമം, അവകാശം, പിതൃധനം. donation, marriage, present, share, right of inheritance, paternal property.

ദായക (വി)- കൊടുക്കുന്ന. giving.

ദായക്രമം(നാ)-സ്വത്തിന്റെ അവകാശക്രമം. mode of inheritance.

ദായബന്ധു (നാ)- സ്വത്തവകാശി, സഹോദരൻ. one who has equal claim to property, brother.

ദായാദൻ (നാ)- പുത്രൻ, അവകാശി. son, heir.

ദായി (നാ)- കൊടുക്കുന്നവൻ. one who gives.
ദായ്മ (നാ)- വഴക്കം, സാമാന്യരീതി. precedent, practice.
ദാരം (നാ)- ഉഴുത നിലം, കീറൽ, വിടവ്. ploughed field, tearing, cleft.
ദാരകൻ (നാ)- പുത്രൻ. son.
ദാരകർമ്മം (നാ) - പരിഗ്രഹം, വിവാഹം. marriage.
ദാരകി (നാ)- പെൺകുട്ടി. girl.
ദാരങ്ങൾ (നാ)- ഭാര്യ. wife.
ദാരണം (നാ)- കീറൽ, പിളർക്കൽ. tearing, splitting.
ദാരണി (നാ)- ദുർഗ്ഗ. Durga.
ദാരദം (നാ)- ഒരു തരം വിഷം, സമുദ്രം, ചായില്യം, രസം. a kind of poison, ocean, vermillion, mercury.
ദാരബലിഭുക്ക്(നാ)- കാക്ക, കൊക്ക്. crow, crane.
ദാരി (നാ)- ഭർത്താവ്, ദ്വാരം, വിടവ്, ഒരു രോഗം. husband, hole, cleft, a disease.
ദാരിക (നാ)- പെൺകുട്ടി, മകൾ, വേശ്യ, വിടവ്. girl, daughter, prostitute, cleft.
ദാരികൻ (നാ)- ഭദ്രകാളിയാൽ കൊല്ലപ്പെട്ട അസുരൻ. a demon killed by goddess Bhadrakali.
ദാരിദ്ര്യം (നാ)- ദരിദ്രന്റെ അവസ്ഥ, ഇല്ലായ്മ, കുറവ്. poverty, lack of livelihood.
ദാരു (വി)- ദയയുള്ള, ദാനശീലമുള്ള. kind, liberal.
ദാരു (നാ)- മരം, വിറക്, പിത്തള, മരപ്പണിക്കാരൻ, ദേവദാരു, ചിത്രകാരൻ, ശില്പി, താഴ്, ദാനശീലൻ. tree, firewood, brass, carpenter, deodar tree, portrait painter, architect,lock, charitable person.
ദാരുക (നാ)- മരപ്പാവ. wooden doll.
ദാരുകം (നാ)- ദേവദാരു വൃക്ഷം. deodar tree.
ദാരുകൻ (നാ)- ശ്രീകൃഷ്ണന്റെ തേരാളി, ഗരുഡന്റെ ഒരു പുത്രൻ, ദാരികൻ. charioteer of Srikrishna, one of the sons of Garuda, a demon.
ദാരുണ (വി)- ക്രൂരമായ, കഠിനമായ, ഭയങ്കരമായ. cruel, hard, horrible.
ദാരുണം (നാ)- കാഠിന്യം, തലയിൽ ഉണ്ടാകുന്ന താരൻ, ക്രൂരം, ഒരു രോഗം, ഒരു നരകം. terror, dandruff, cruelty, a disease.
ദാരുപത്രി (നാ)- കറിക്കായം. asafoetida.
ദാരുമൂലം (നാ)- വൃക്ഷച്ചുവട്. foot of a tree.
ദാരുസാരം (നാ)-ചന്ദനം. sandal.
ദാർഢ്യം (നാ)- ദൃഢത, ബലം, ഉറപ്പ്. sturdiness, strength, firmness.
ദാർദ്ദുരം (നാ) - വെള്ളം, അരക്ക്, ശംഖ്. water, lac, conch.
ദാർവ്വ (വി)- മരം കൊണ്ടുണ്ടാക്കിയ. made of wood.
ദാർവ്വടം (നാ)- രാജസഭ. royal court.
ദാർവ്വണ്ഡം (നാ)- മയിൽ. peacock.
ദാർവ്വി (നാ)- മഞ്ഞൾ, ദേവദാരു, തവി, ചട്ടുകം. turmeric, deodar, ladle.
ദാർശനിക (വി)- ദർശനങ്ങളെ സംബന്ധിച്ച, തത്ത്വചിന്താപരമായ. philosophical, philosophic.
ദാർഷ്ടിക (വി)- ദൃഷ്ടിയെ സംബന്ധിച്ച. pertaining to the eye.
ദാലം (നാ) - ഒരു തരം തേൻ. a kind of honey.
ദാലനം(നാ) - പല്ലുവേദന. tooth-ache.
ദാലവം (നാ)- ഒരിനം വിഷം. a kind of poison.
ദാല്മി (നാ) - ഇന്ദ്രൻ. Indra.
ദാവം (നാ)- കാട്ടുതീ, തീ, ചൂട്, കാട്, കുതിര. wildfire, fire, heat, forest, horse.
ദാവണി (നാ)- മേൽവസ്ത്രം. a kind of fine cloth worn around the neck or shoulders, by adoloscent girls, esp. in southern India.
ദാവാഗ്നി (നാ)- കാട്ടുതീ. wild fire.
ദാവിത (വി)- ദുഃഖിതമായ. grievous.
ദാശം (നാ)- പത്തുമായി ബന്ധപ്പെട്ടത്. something related to ten.

ദാശൻ(നാ)- മുക്കുവൻ. fisherman.
ദാശാർഹൻ (നാ)- ശ്രീകൃഷ്ണൻ, യാദവൻ. Sri Krishna, Yadava.
ദാശി (നാ)- ദാശസ്ത്രീ, മുക്കുവസ്ത്രീ. fisherwoman.
ദാശേരം (നാ)- ഒട്ടകം. camel.
ദാസൻ (നാ)- പരിചാരകൻ, ആശ്രിതൻ, ദാസൻ. servant, dependent, slave.
ദാസി (നാ)- പരിചാരിക, അടിമപ്പെണ്ണ്, ദാസന്റെ ഭാര്യ, ദേവദാസി, വേശ്യ. female servant, maid, wife of a servant, female temple dancer, prostitute.
ദാസേരുകം (നാ)- ഒട്ടകം. camel.
ദാസ്യം (നാ) - ദാസന്റെ ജോലി, അടിമത്തം. servitude, slavery.
ദാസ്രം (നാ)- അശ്വതി നക്ഷത്രം. star Aswati.
ദാഹ (വി)- ദാഹത്തെ സംബന്ധിച്ച. pertaining to thirst.
ദാഹം (നാ)- ദഹിക്കൽ, ദഹനം, ചൂട്, ജലപാനത്തിനുള്ള തോന്നൽ, അഭിലാഷം. burning, heat, thirst, desire.
ദാഹക (വി)- ദഹിപ്പിക്കുന്ന. burning.
ദാഹകം (നാ)- ദഹിപ്പിക്കുന്നത്, അഗ്നി, വായു. that which burns, fire, air.
ദാഹകർമ്മം (നാ)- ശവദാഹം. cremation.
ദാഹനം (നാ)- ദഹിപ്പിക്കൽ, പൊള്ളിക്കൽ. cremation, burning.
ദാഹശമിനി (നാ)- ദാഹം ശമിപ്പിക്കുന്നത്. something that alleviates thirst.
ദാഹസരം (നാ)- ശ്മശാനം. funeral place.
ദാഹഹരണം (നാ)- രാമച്ചം. cuscus grass.
ദാഹാത്മക (വി)- ദഹിപ്പിക്കുന്ന. burning.
ദാഹിക്കുക (അ.ക്രി)- ദാഹം അനുഭവപ്പെടുക. feel thirsty.
ദാഹ്യ (വി)- ദഹിപ്പിക്കേണ്ടതായ, ദഹിപ്പിക്കത്തക്ക. which is to be burnt or cremated, which can be digested.
ദാളം (നാ)- ഒരിനം തേൻ, വെരുക്. a kind of honey, civet cat.
ദിക് (വി)- ദിക്കിനെ സംബന്ധിച്ച. pertaining to direction.
ദിക്കം(നാ)- ആനക്കുട്ടി. young elephant.
ദിക്കരൻ (നാ)- ചെറുപ്പക്കാരൻ, സൂര്യന്റെ തേരാളി, അരുണൻ, ശിവൻ. young man, charioteer of sun, Aruna, Siva.
ദിക്ക് (നാ)- ദേശം, ദിശ, പത്ത് എന്ന സംഖ്യ, അഭിപ്രായം, മുറ. region, direction, the number ten, opinion, method.
ദിക്ചക്രം (നാ)- ചക്രവാളം. horizon.
ദിക്പാലന്മാർ (നാ)- എട്ടുദിക്കുകളിൽ ഓരോന്നിന്റെയും അധിപന്മാർ. guardians of the eight directions.
ദിഗന്തം (നാ)- ദിക്കിന്റെ അവസാനം, ചക്രവാളം, എല്ലാ ദിക്കുകളും. horizon, all directions.
ദിഗന്തരാളം (നാ)- അന്തരീക്ഷം, ആകാശം. atmosphere, sky.
ദിഗംബര (നാ)- വസ്ത്രം ധരിക്കാത്തവൾ, നഗ്ന. naked woman.
ദിഗംബരം (നാ)- നഗ്നത, ഇരുട്ട്. nudity, darkness.
ദിഗംബരി (നാ)- ദുർഗ്ഗ, നഗ്നത. goddess Durga, nudity.
ദിഗ്ജയം (നാ)- ദിക്കുകളുടെ മേലുള്ള ജയം, പ്രദേശങ്ങളെ കീഴടക്കൽ. conquest of the eight directions or the world.
ദിഗ്ദർശിനി (നാ)- വടക്കുനോക്കിയന്ത്രം. compass.
ദിഗ്ദ്ധ (വി)- ലേപനം ചെയ്യപ്പെട്ട, വിഷം പുരട്ടിയ. smeared, smeared with poison.
ദിഗ്ദ്ധം (നാ)- വിഷം തേച്ച അമ്പ്, തീ, എണ്ണ, കഥ. an arrow smeared with poison, fire, oil, story.
ദിഗ്ഭേദം(നാ)-ദിശയിലുള്ള വ്യത്യാസം. change of direction.
ദിങ്മണ്ഡലം(നാ)-ചക്രവാളം. horizon.
ദിങ്മാത്രം - അല്പമാത്രം. only a little.
ദിങ്മാത്രദർശനം (നാ)- ഏകദേശമായ അവലോകനം. only a general view.

ദിങ്മുഖം (നാ)- ദിക്കിന്റെ വശം, ചക്രവാളം. horizon.
ദിണ്ഡിരം (നാ)- ഒരു സംഗീതോപകരണം. a musical instrument.
ദിത (വി)- മുറിക്കപ്പെട്ട, വിഭജിക്കപ്പെട്ട. cut, apportioned.
ദിതി (നാ)- ഔദാര്യം, വിഭജനം, കീറൽ, ദാനം ചെയ്യൽ. magnanimity, apportioning, tearing.
ദിതി (നാ)- അസുരന്മാരുടെ മാതാവ്. mother of demons in mythology.
ദിതിജാരി (നാ)- ദേവൻ, വിഷ്ണു, അസുരശത്രു. god, Vishnu, enemy of demon.
ദിത്സ(നാ)-ദാനം ചെയ്യാനുള്ള ആഗ്രഹം. desire to give.
ദിദൃക്ഷ(നാ)-ദർശിക്കാനുള്ള ആഗ്രഹം. desire to see.
ദിദൃക്ഷു (നാ)- കാണാൻ ആഗ്രഹമുള്ളയാൾ. one who desires to see.
ദിദ്യു(നാ)-ആകാശം, സ്വർഗ്ഗം, ആയുധം. sky, heaven, weapon.
ദിധി (നാ)- ഉറപ്പ്, സ്ഥിരത. firm, perpetuality.
ദിധിഷു (നാ)- ഭർത്താവ്, കാമുകൻ, രണ്ടാമത്തെ ഭർത്താവ്. husband, lover, second husband.
ദിനം (നാ)- ദിവസം, പകൽ. day, day time.
ദിനകരൻ (നാ)- സൂര്യൻ. sun.
ദിനകരോപലം (നാ) - സൂര്യകാന്തക്കല്ല്. a kind of gem which glitters in the sunlight.
ദിനകർത്താവ് (നാ)- സൂര്യൻ. sun.
ദിനക്ഷയം (നാ)- വൈകുന്നേരം, സായംകാലം. evening.
ദിനചര്യ (നാ) - ഓരോ ദിവസവും ചെയ്യേണ്ട കാര്യങ്ങൾ. daily chores.
ദിനദീപം (നാ)- പകൽവിളക്ക്. lamp burning in the day.
ദിനപതി (നാ)- സൂര്യൻ. sun.
ദിനപ്പത്രം (നാ)- ദിവസേന പുറത്തിറക്കുന്ന പത്രം. daily newspaper.
ദിനരാത്രം (നാ)- പകലും രാത്രിയും. day and night.
ദിനാന്തം (നാ)- ദിനത്തിന്റെ അന്തം കുറിക്കുന്നത്, അസ്തമയസന്ധ്യ. end of the day, dusk.
ദിനിസ്സ് (നാ)- ജാതി, തരം, ഇനം, ജിനിസ്സ്. kind, genus.
ദിനേശൻ (നാ)- സൂര്യൻ. sun.
ദിരിപകം (നാ)- കളിപ്പന്ത്. ball used for playing.
ദിലീരം (നാ)- കൂൺ. mushroom.
ദിവ (വി)- ദിവസത്തെ സംബന്ധിച്ച. pertaining to the day.
ദിവം (നാ)- കാട്ടുകാക്ക, ദിനം, വനം, ആകാശം, സ്വർഗ്ഗം. wild crow, day, forest, sky, heaven.
ദിവംഗതൻ (നാ)- സ്വർഗ്ഗത്തിലേക്ക് ഗമിച്ചവൻ, മരണമടഞ്ഞവൻ. one who has gone to heaven (dead).
ദിവസം (നാ)- പകൽ, ഒരു രാത്രിയും ഒരു പകലും. ചേർന്നത് day time, day.
ദിവസകരൻ(നാ)- സൂര്യൻ, ദിനകരൻ. sun.
ദിവസക്കൂലി (നാ)- ഓരോ ദിവസത്തേയും ജോലിക്ക് പ്രതിഫലം നിശ്ചയിച്ച് നൽകുന്ന സമ്പ്രദായം. daily wages.
ദിവസമുഖം (നാ)- ദിവസത്തിന്റെ തുടക്കം, പ്രഭാതം. dawn, morn.
ദിവസ്പതി (നാ)- സൂര്യൻ, ഇന്ദ്രൻ. sun, Indra.
ദിവാകരം (നാ)- സൂര്യകാന്തിപ്പൂവ്, കാക്ക. sunflower, crow.
ദിവാകീർത്തി (നാ)- ചണ്ഡാലൻ, ക്ഷുരകൻ, കൂമൻ. outcaste, a person treated as uncivilised in olden days, barber, owl.
ദിവാചരം (നാ)- കുയിൽ. cuckoo.
ദിവാഭീതം (നാ)- മൂങ്ങ, ആമ്പൽ, ആമ്പൽപ്പൊയ്ക. owl, water lily, a pond where water lily grows in plenty.
ദിവാസ്വപ്നം (നാ)- മനോരാജ്യം, പകൽക്കിനാവ്. day dream, unrealisable desire.

ദിവി (നാ)- കാട്ടുകാക്ക. wild crow.
ദിവിഷത്ത് (നാ)- സ്വർഗ്ഗത്തിൽ വസിക്കുന്നവൻ, ദേവൻ. one dwelling in heaven, demigod.
ദിവ്യ (വി)- സ്വർഗ്ഗത്തെ സംബന്ധിച്ച, ദേവനെ സംബന്ധിച്ച, ദൈവികമായ, അതിശോഭയുള്ള. pertaining to heaven, divine, glorious.
ദിവ്യ (നാ)- യവം, കടുക്ക, ബ്രഹ്മി, നെല്ലി, ഒരു അപ്സരസ്. barley, gall-nut, a medicinal herb, gooseberry tree, celestial nymph.
ദിവ്യം (നാ)- ദൈവത്വമുള്ളത്, ആകാശം, സത്യം, യവം, ഹരിചന്ദനം, അഗ്നിപരീക്ഷ. that which is divine, sky, truth, barley, a kind of sandalwood, ordeal.
ദിവ്യകാരുണ്യം (നാ)- ഈശ്വരകാരുണ്യം. divine mercy.
ദിവ്യഗന്ധം(നാ)-ഇലവർങ്ങം. cinnamon.
ദിവ്യഗായകൻ (നാ)- ഗന്ധർവൻ. celestial musician, demigod.
ദിവ്യചക്ഷുസ്സ് (നാ)- ജ്ഞാനദൃഷ്ടി, ജ്ഞാനദൃഷ്ടിയുള്ള ആൾ, അന്ധൻ. inner eye for knowledge, one who can see beyond time and space, blind.
ദിവ്യജ്ഞാനം (നാ)- ഇന്ദ്രിയാതീതമായ ജ്ഞാനം. divine knowledge.
ദിവ്യദൃഷ്ടി (നാ)- ദിവ്യശക്തിയുള്ള കണ്ണ്, ദിവ്യദൃഷ്ടിയുള്ളവൻ. divine eye, one with divine eyes.
ദിവ്യൻ (നാ)- അലൗകികൻ, അതിമാനുഷമായ മഹിമ ഉള്ളവൻ, ദേവൻ. divine person, superhuman, demigod.
ദിവ്യമധു (നാ) - നെയ്യ്. ghee.
ദിവ്യവർഷം (നാ)- ദേവവർഷം. one year of god.
ദിവ്യവസ്ത്രൻ (നാ)- സൂര്യൻ. sun.
ദിവ്യവാക്ക് (നാ)- ദേവവാക്ക്, അശരീരി. voice from heaven, incorporeal voice.
ദിവ്യസരിത്ത് (നാ) - ദിവ്യമായ നദി, ഗംഗാനദി. divine river, Ganges.
ദിവ്യസ്ത്രീ (നാ)- ദിവ്യതയുള്ള സ്ത്രീ, ദേവസ്ത്രീ, അപ്സരസ്സ്. divine woman, goddess, celestial nymph.
ദിവ്യാലയം (നാ)- സ്വർഗ്ഗം. heaven.
ദിവ്യാസ്ത്രം (നാ)- ദിവ്യശക്തിയുള്ള അസ്ത്രം. arrow having divine power.
ദിശ (നാ)- ദിക്ക്, അതിര്. direction, border.
ദിഷ്ട (വി)- ഉപദേശിക്കപ്പെട്ട, ആജ്ഞാപിക്കപ്പെട്ട, കാണിക്കപ്പെട്ട. advised, ordered, shown.
ദിഷ്ടം (നാ)- ഉപദേശം, നിർദ്ദേശം, ആജ്ഞ, കാലം, ഭാഗ്യം. advice, instruction, order, time, luck.
ദിഷ്ടക്കേട് (നാ)- ഭാഗ്യദോഷം, ദുർവിധി. misfortune, ill luck.
ദിഷ്ടത(നാ) - വിധി, ഭാഗ്യം. fate, luck.
ദിഷ്ടതി (നാ)- ആവശ്യം, ഇഷ്ടം, ഭാഗ്യക്കേട്. want, like, ill luck.
ദിഷ്ടാന്തം (നാ)- മരണം. death.
ദിഷ്ണു (നാ)- ദാതാവ്. donor.
ദിഷ്ണു (വി)- ദാനശീലമുള്ള. liberal.
ദീ (നാ)- ക്ഷയം, നാശം. decline, destruction.
ദീക്ഷ (നാ)- വ്രതം, മതപരമായ ചടങ്ങ്, വിധിപ്രകാരമുള്ള അനുഷ്ഠാനം. oath, observance of religious ceremonies.
ദീക്ഷണം (നാ)- ദീക്ഷിക്കൽ, വ്രതം അനുഷ്ഠിക്കൽ. initiation, observance.
ദീതി (നാ)- തിളക്കം. shining.
ദീദിവി (നാ)- അഗ്നി, സ്വർഗ്ഗം, ചോറ്. fire, heaven, boiled rice.
ദീധിതി (നാ)- പ്രകാശം, രശ്മി, ശക്തി. light, ray of light, strength.
ദീധിതിമാൻ (നാ)-സൂര്യൻ. sun.
ദീന (വി)- രോഗമുള്ള, ദുഃഖിതനായ, ദാരിദ്ര്യമുള്ള, പീഡിതനായ, അവശതയനുഭവിക്കുന്ന. sick, sorrowful, poor, tormented, weak.
ദീന(നാ)- ദുഃഖിക്കുന്നവൾ, പെണ്ണെലി. sorrowful, woman, female rat.

ദീനം (നാ)- രോഗം, കഷ്ടപ്പാട്. disease, suffering.
ദീനക്കാരൻ (നാ)- രോഗി. sick person.
ദീനത (നാ)- ദീനഭാവം, ദീനമായ അവസ്ഥ. sickness, pitiable condition.
ദീപ (വി)- ദീപത്തെ സംബന്ധിച്ച. pertaining to light.
ദീപം (നാ)- വിളക്ക്, വിളക്കിലെ തീനാളം, പ്രകാശം. lamp, flame, light.
ദീപക (വി)- ദഹനശക്തി വർദ്ധിപ്പിക്കുന്ന, പ്രകാശിപ്പിക്കുന്ന, ജ്വലിപ്പിക്കുന്ന, ഉത്തേജിപ്പിക്കുന്ന. promoting digestion, causing to glow or illumine, intoxicate.
ദീപകം (നാ)- വിളക്ക്, കുങ്കുമം, ദീപനാളം, തിളങ്ങുന്ന വസ്തു, ദീപാലങ്കാരം. lamp, saffron, flame, an object that shines, illumination.
ദീപകീടം (നാ)- മിന്നാമിനുങ്ങ്. firefly.
ദീപനം (നാ)- കുങ്കുമം, ഒരു ഔഷധസസ്യം, ഉത്തേജനം, പ്രകാശിപ്പിക്കൽ, ദഹനക്രിയ. saffron, a medicinal plant, stimulant, lighting, digestion.
ദീപനീയ (വി)- കത്തിക്കേണ്ടതായ. which should be kindled.
ദീപയഷ്ടി (നാ)- തീവെട്ടി. torch, flamebeau.
ദീപശിഖ (നാ)- വിളക്കിലെ കരി, ദീപനാളം. black soot, flame.
ദീപസ്തംഭം (നാ)- വിളക്കുമരം, വളരെ പൊക്കത്തിൽ സ്ഥാപിച്ചിട്ടുള്ള സ്തംഭാകൃതിയിലുള്ള ഗോപുരം. light house.
ദീപാന്ധം (നാ)- പ്രാവ്, പെരുച്ചാഴി. dove, bandicoot.
ദീപാവലി (നാ)- ദീപക്കാഴ്ച, ഇന്ത്യയിലെ ഒരു ദേശീയോത്സവം. festival of lights, a national festival of India.
ദീപാളി (നാ)- ദീപാവലി, ധൂർത്ത്. festival of lights, extravagance.
ദീപിക (നാ)- വിളക്ക്, കൈവിളക്ക്, ചന്ദ്രിക. lamp, hand lamp, moonlight.
ദീപേക്ഷിക (നാ)- തീപ്പെട്ടിക്കോൽ. match stick.
ദീപ്ത (വി)- ജ്വലിക്കുന്ന, പ്രകാശിച്ച. shining, splendid.
ദീപ്തം (നാ)- വെള്ളോട്, സിംഹം, പെരുങ്കായം, സ്വർണ്ണം, മൂക്കിലെ ഒരു രോഗം. bell metal, lion, asafoetida, gold, a nasal disease.
ദീപ്തകീർത്തി (നാ)- സുബ്രഹ്മണ്യൻ. Subrahmanya.
ദീപ്തൻ (നാ)- ശോഭിക്കുന്നവൻ, സിംഹം. brilliant person, lion.
ദീപ്താഗ്നി (നാ)- ജ്വലിക്കുന്ന അഗ്നി, അഗസ്ത്യമുനി. blazing fire, sage Agastya.
ദീപ്താംഗം (നാ)- മയിൽ. peacock.
ദീപ്താംശു (നാ)- സൂര്യൻ. sun.
ദീപ്തി (നാ)- സൗന്ദര്യം, തേജസ്സ്, പ്രകാശം, അഗ്നി. beauty, splendour, light, fire.
ദീപ്തമത്ത് (വി)- വളരെ പ്രകാശമുള്ള. resplendent.
ദീപ്ര (വി)- വെട്ടിത്തിളങ്ങുന്ന, കണ്ണഞ്ചിപ്പിക്കുന്ന. of dazzling splendour, shining brightly.
ദീപ്രം (നാ)- അഗ്നി, ശബ്ദാലങ്കാരങ്ങൾ ഉപയോഗിച്ചുള്ള ഭാഷാരീതി. fire, literary style of using stale and oft used figures of speech.
ദീർഘ (വി)- നീളമുള്ള, പൊക്കമുള്ള. long, tall.
ദീർഘ (നാ)- ഗ്യാലറി, തടാകം. gallery, lagoon.
ദീർഘം (നാ)- ഒട്ടകം, ചൂണ്ടപ്പന, നീണ്ടത്, ദീർഘസ്വരം. camel, a kind of palmyra, that which is long, long vowel.
ദീർഘകണ്ഠം (നാ) - കൊക്ക്. crane.
ദീർഘകായൻ (നാ)- പൊക്കമേറിയ ശരീരമുള്ളവൻ. tall person.
ദീർഘകാഷ്ഠം (നാ) - കഴുക്കോൽ, ഉത്തരം. raften, beam of a building.
ദീർഘകേശം (നാ)- കരടി. bear.
ദീർഘഗതി (നാ)- ഒട്ടകം. camel.
ദീർഘചതുരം (നാ) - എതിർവശങ്ങൾ തുല്യ ദൈർഘ്യമുള്ളവയും നാലുകോണുകളും സമകോണുകളുമായ ഒരു ചതുർഭുജം. rectangle.

ദീർഘജംഘം (നാ)- ഒട്ടകം, കൊക്ക്. camel, crane.
ദീർഘജിഹ്വം (നാ)-പാമ്പ്, നായ്. snake, dog.
ദീർഘത (നാ)- ദൈർഘ്യം, നീളം. length, height.
ദീർഘതരു (നാ)- കരിമ്പന. palmyra palm.
ദീർഘദംഷ്ട്രകം (നാ)- പുലി. leopard.
ദീർഘദർശി (നാ)- കഴുകൻ, കരടി, മൂങ്ങ. vulture, bear, owl.
ദീർഘനിദ്ര (നാ)- നീണ്ട ഉറക്കം, മരണം. long slumber, death.
ദീർഘനിശ്വാസം (നാ)- നെടുവീർപ്പ് sigh.
ദീർഘപാദപം (നാ)- കമുക്, കരിമ്പന, തെങ്ങ്. arecanut tree, palmyra tree, coconut tree.
ദീർഘപുച്ഛം (നാ)- പാമ്പ്. snake.
ദീർഘരസനം (നാ)- പട്ടി, പാമ്പ്. dog, snake.
ദീർഘവക്ത്രം (നാ)- ആന. elephant.
ദീർഘവച്ഛിക (നാ)- മുതല. crocodile.
ദീർഘവീക്ഷണം (നാ)- മുൻകൂട്ടി കാര്യങ്ങൾ ഗ്രഹിക്കൽ. farsightedness.
ദീർഘവൃത്തം (നാ)- മുട്ടയുടെ ആകൃതിയിലുള്ള വൃത്തം. ellipse.
ദീർഘായുസ്സ് (നാ)- നീണ്ട ആയുസ്സ്, കാക്ക. long life,crow .
ദീർഘിക്കുക (അ.ക്രി)- നീളുക, കാലതാമസമുണ്ടാകുക. become long, get delayed.
ദീർഘിത (വി)- കാലതാമസമുണ്ടായ, ദീർഘിച്ച. prolonged, dragged on.
ദീർണ്ണ (വി)- കീറപ്പെട്ട, ഭയപ്പെട്ട. torn, threatened.
ദീർണ്ണം(നാ)- പിളർക്കൽ, ഭയം. cleft, fear.
ദീവി (നാ)- കാട്ടുകാക്ക. wild crow.
ദുകൂലം (നാ)- പട്ട്, നേർത്ത മിനുസമുള്ള വസ്ത്രം. silk, a fine cloth.
ദുഗ്ദ്ധ (വി)- ഊറ്റിയെടുക്കപ്പെട്ട, കറക്കപ്പെട്ട. tapped, milched.
ദുഗ്ദ്ധം (നാ)- സസ്യങ്ങളുടെ കറ, പാൽ. latex of trees, milk.
ദുഗ്ദ്ധദ (നാ)- കറവപ്പശു. milch-cow.
ദുഗ്ദ്ധാരി (നാ)- പൂച്ച. cat.
ദുഗ്ദ്ധാലയം (നാ)- ക്ഷീരശാല. dairy.
ദുണ്ഡുകൻ (നാ)- ചതിയൻ, ദുഷ്ടൻ. rogue, wicked person.
ദുദ്രുമം (നാ)- ഉള്ളി. onion.
ദുന്ദുഭം (നാ)- ചെണ്ട. drum.
ദുന്ദുഭൻ (നാ)- പരമശിവൻ. Siva.
ദുന്ദുഭി(നാ)-പെരുമ്പറ, സൂര്യൻ, കൃഷ്ണൻ, ഒരു രാക്ഷസൻ, വരുണൻ. kettle drum, sun, Krishna, a demon, Varuna.
ദുര (നാ)- അത്യാഗ്രഹം. greed.
ദുരദൃഷ്ടം (നാ)- ദൗർഭാഗ്യം. misfortune.
ദുരധിഗമ (വി)- മനസ്സിലാക്കാൻ പ്രയാസമുള്ള, അപ്രാപ്യമായ. difficult to understand, difficult to teach.
ദുരന്ത (വി)-അസുഖകരമായ അവസാനത്തോടു കൂടിയ, അനന്തമായ. ending unpleasantly, endless.
ദുരന്തം (നാ)- ആപത്ത്, അസുഖകരമായ അവസാനം. calamity, tragic end.
ദുരഭിമാനം (നാ)- വ്യർത്ഥാഭിമാനം. false prestige.
ദുരഭിമാനി (നാ)- ദുരഭിമാനം ഉള്ളവൻ. person having false prestige.
ദുരവസ്ഥ (നാ)- ദുഃസ്ഥിതി, ദുരിതം. misfortune, bad situation.
ദുരാഗ്രഹം (നാ)- അത്യാഗ്രഹം, ദുഷിച്ച ആഗ്രഹം. greed, bad desire.
ദുരാചാരം (നാ)- ദുഷിച്ച ആചാരം, ദുർന്നടപടി. bad conduct, wicked ways.
ദുരാചാരൻ (നാ)- ദുഷ്ടൻ, ദുഷ്പ്രവൃത്തി ചെയ്യുന്നവൻ. rude or wicked person.
ദുരാചാരിണി (നാ)- ദുഷ്പ്രവൃത്തി ചെയ്യുന്നവൾ, വേശ്യ. wicked woman, prostitute.
ദുരാത്മാവ് (നാ)- ദുഃസ്വഭാവി, ദുഷ്ടൻ. wicked person, cravel person
ദുരാപ (വി)- അടുക്കാനാവാത്ത. difficult to approach.

ദുരാരോഹ (വി)- കയറാൻ പ്രയാസമുള്ള. difficult to climb.
ദുരാലാപം (നാ)- ശാപം, ശകാരം. curse, abuse.
ദുരാശ (നാ)- ഹീനമായ ആഗ്രഹം. bad desire.
ദുരാശയ (വി)- ദുഷിച്ച മനസ്സുള്ള, ദുർവിചാരമുള്ള. fickle-minded.
ദുരിതം (നാ)- കഷ്ടപ്പാട്, ആപത്ത്, ക്ലേശം. misery, adversity.
ദുരിശം (നാ)- തിടുക്കം, വേഗം. haste, quickness.
ദുരുക്തം (നാ)- ദുർവാക്ക്, പരുഷവാക്ക്. bad word, abusive word.
ദുരുപദേശം (നാ)- തെറ്റായ ഉപദേശം, അനുചിതമായ ഉപദേശം. wrong advice.
ദുരുപയോഗം (നാ)- ചീത്തയായ രീതിയിലുള്ള ഉപയോഗം, ആവശ്യത്തിന് വേണ്ടിയല്ലാത്ത ഉപയോഗം. use in a bad way, misuse.
ദുരൂഹം (നാ)- ഊഹിക്കാൻ പ്രയാസമുള്ളത്. that which cannot be guesed.
ദുരൂഹത (നാ)- ഊഹിക്കാനുള്ള പ്രയാസം. difficulty in guessing.
ദുരോദരം (നാ)- ചൂതുകളി, ചൂത്. gambling, gamble.
ദുർഗ (നാ) - ദുർഗ്ഗാദേവി, പാർവ്വതി, ഭദ്രകാളി, മൈന, ഒമ്പതു വയസ്സായ കന്യ. goddess Durga, Parvati, Bhadrakali, mynah, nine-year-old girl.
ദുർഗ്ഗം (നാ)- ക്ലേശം, വിപത്ത്, പർവ്വതം, മതിൽക്കെട്ട്, കിടങ്ങ്, കോട്ട. difficulty, danger, mountain, wall, moat, fort.
ദുർഗ്ഗതത (നാ)- ദുരിതം, കഷ്ടപ്പാട്, ദാരിദ്ര്യം. grief, misery, poverty.
ദുർഗ്ഗതി (നാ)- ദുർവിധി, ദാരിദ്ര്യം, ദുഃഖം, ദുഷിച്ച മാർഗ്ഗം. misfortune, poverty, grief, wrong way.
ദുർഗ്ഗൻ (നാ) - ഈശ്വരൻ, ഒരു അസുരൻ. god, demon.
ദുർഗ്ഗന്ധം (നാ)- ദുഷിച്ച ഗന്ധം, നാറ്റം, വലിയ വെളുത്തുള്ളി. bad smell, big garlic.
ദുർഗ്ഗമ (വി)- ഗമിക്കാൻ പ്രയാസമുള്ള, അറിയാനോ ഗ്രഹിക്കാനോ പ്രയാസമുള്ള. difficult to reach, difficult to understand.
ദുർഗ്ഗമാർഗ്ഗം(നാ)-ചുരം. mountain pass.
ദുർഗ്ഗലംഘനം (നാ)-കോട്ട കടക്കൽ, ഒട്ടകം. crossing the fort, camel.
ദുർഗ്ഗാപഥം (നാ)- നടക്കാൻ പ്രയാസമുള്ള വഴി. way which is difficult to walk.
ദുർഗ്ഗുണം (നാ)- ദുഷിച്ച പ്രവൃത്തി, ചീത്തശീലം. bad habbit.
ദുർഗ്രഹ (വി)- ഗ്രഹിക്കാൻ പ്രയാസമുള്ള. difficult to understand.
ദുർഗ്രഹം (നാ)- ഗ്രഹിക്കാൻ പ്രയാസമുള്ളത്. something difficult to understand.
ദുർഗ്രാഹ്യത (നാ)- ഗ്രഹിക്കാൻ പ്രയാസമുള്ള അവസ്ഥ. difficulty in understanding.
ദുർഘടന (വി)- അപകടകരമായ, ക്ലേശം നിറഞ്ഞ. dangerous, complicated.
ദുർഘടം (നാ)- വിഷമകരമായത്, അപകടമുള്ളത്. something complicated, dangerous.
ദുർഘടന (നാ) - ആപത്ത്. danger.
ദുർഘോഷം (നാ)- കരടി, പരുഷശബ്ദം. bear, harsh voice.
ദുർജ്ജനം (നാ)- ദുഷ്ടജനം, ദുഷ്ടൻ, ചീത്തയാൾ. bad people, wicked man, mean person.
ദുർജ്ജയ (വി)- ജയിക്കാൻ പ്രയാസമായവൻ. unconquerable.
ദുർജ്ജൻ (നാ)- ജയിക്കപ്പെടാൻ പ്രയാസമായവൻ. invincible person.
ദുർജ്ജര (വി)- ദഹിക്കാൻ പ്രയാസമുള്ള, ജരബാധിക്കാത്ത. indigestible, enjoying eternal youth.
ദുർജ്ജാത (വി)- ചീത്തയായി ജനിച്ച, ദുശ്ശീലമുള്ള. ill born, wicked.
ദുർജ്ജാതി (നാ)- ഭാഗ്യഹീനത, നിന്ദ്യൻ, ദുശ്ശീലം. lack of luck, despicable fellow, bad habbit.

ദുർദ്ദമ (വി)- ഇണക്കാൻ പ്രയാസമുള്ള, നിയന്ത്രിക്കാൻ വിഷമമായ. difficult to tame, difficult to control.
ദുർദ്ദശ (നാ) - ചീത്തക്കാലം, ആപത്ത് കാലം. bad time, unfortunate time.
ദുർദ്ദർശന (വി)- കാണാൻ കൊള്ളരുതാത്ത. unfit to be seen.
ദുർദ്ദാന്തൻ (നാ)- ശിവൻ. Siva.
ദുർദ്ദിനം(നാ)-ചീത്ത ദിവസം. bad day.
ദുർദ്ദേവത (നാ)- പിശാച്, സാത്താൻ. ghost, satan.
ദുർന്നടപടി (നാ)- ഹീനജീവിതം, അഴിഞ്ഞ ജീവിതരീതി. immoral life, malpractice.
ദുർന്നടപ്പ്(നാ)-ദുഷിച്ച പെരുമാറ്റം, ചീത്ത നടപടി. bad behaviour, immoral life.
ദുർന്നയം (നാ)- ദുഷിച്ച നയം, അവിവേകം. malpractice, wantonness.
ദുർന്നാമ (നാ)- ചിപ്പി. shell.
ദുർന്നാമകം (നാ)- അപഖ്യാതി, ദുഷ്പേര്, അർശസ്സ്. ill-fame, bad name, piles.
ദുർന്നിമിത്തം (നാ)- ദുശ്ശകുനം, ദോഷസൂചകമായ അടയാളം. ill-omen, inauspicious sign.
ദുർന്നീതം (നാ)- ദുരാചാരം. bad conduct.
ദുർന്നീതി (നാ)- ദുർഭരണം, അന്യായം. bad rule, injustice.
ദുർബല (വി)- ബലമില്ലാത്ത, അശക്തമായ. weak, feeble.
ദുർബലം (നാ)- ബലമില്ലാത്തത്, അശക്തം. powerlessness, weakness.
ദുർബലൻ (നാ)- കരുത്തില്ലാത്തവൻ, ബലഹീനൻ. neck, one who is without strength.
ദുർബലപ്പെടുത്തുക (അ.ക്രി)- ശക്തിഹീനമാക്കുക, അസ്ഥിരപ്പെടുത്തുക. to weaken, to render instable.
ദുർബലഹൃദയൻ (നാ)- അശക്തഹൃദയൻ. a weak-minded person.
ദുർബുദ്ധി (നാ)- ദുഷിച്ച മനസ്സുള്ളവൻ, ദുഷ്ബുദ്ധി. crook, a man with evil mind.
ദുർഭഗ (വി)- ഭാഗ്യം കെട്ട, വൃത്തികെട്ട. unfortunate, ugly.
ദുർഭഗാ (നാ)- ഭാഗ്യം കെട്ടവൾ, ഐശ്വര്യം കെട്ടവൾ. unfortunate woman, uncouth woman.
ദുർഭര (വി)- ദുസ്സഹമായ, താങ്ങാൻ കഴിയാത്ത. unbearable, intolerable.
ദുർഭാഗ്യം (നാ) - ഭാഗ്യദോഷം, ദൗർഭാഗ്യം. ill luck, misfortune.
ദുർഭാവന (നാ)- ദുർവിചാരം, ദുഷിച്ച ചിന്താഗതി. wicked thought, bad way of thinking.
ദുർഭാഷണം (നാ)- ശകാരം, ദുഷിച്ച സംസാരം. abuse, bad language.
ദുർഭാഷി (നാ)- അപവാദം പറയുന്നവൻ, ദുഷിച്ചു സംസാരിക്കുന്നവൻ. scandal monger.
ദുർഭിക്ഷം (നാ)- പഞ്ഞം, ക്ഷാമം. scarcity, famine.
ദുർഭൂമി (നാ)- വിളയാത്ത ഭൂമി. barrel land.
ദുർമ്മണം(നാ)-ദുർഗ്ഗന്ധം. bad smell.
ദുർമ്മദ(വി)-ദുരഹങ്കാരിയായ. haughty.
ദുർമ്മദം (നാ)- ദുരഹങ്കാരം. arrogance.
ദുർമ്മനസ്സ് (നാ)- ദുഃഖിതമായ മനസ്സോടുകൂടിയവൻ. grief stricken person.
ദുർമ്മന്ത്രം (നാ)- ഹീനമായ ഉപദേശം, ദുഷിച്ച രാജ്യനീതി, ക്ഷുദ്രം. bad advice, bad political diplomacy.
ദുർമ്മന്ത്രവാദം (നാ)- ആഭിചാരകർമ്മം, ക്ഷുദ്രം. sorcery.
ദുർമ്മന്ത്രവാദി (നാ)- ആഭിചാരക്കാരൻ. sorcerer.
ദുർമ്മരണം (നാ)- അപമൃത്യു. unnatural death.
ദുർമ്മാർഗ്ഗം(നാ)- ചീത്തവഴി, കുത്സിതമാർഗ്ഗം, ദുർന്നടപ്പ്. bad way, immoral life.
ദുർമ്മാർഗ്ഗി (നാ)- ദുർന്നടത്തക്കാരൻ. immoral person.
ദുർമ്മുഖ (വി)- വിരൂപമായ മുഖമുള്ള, അവലക്ഷണമുഖനായ. ugly faced, not good looking.

ദുർമ്മുഖം (നാ)- ചീത്ത മുഖം, കുതിര. ugly face, horse.
ദുർമ്മുഖൻ(നാ)-ഒരു വാനരൻ, ശിവൻ. a monkey of the epic Ramayana, Siva.
ദുർമ്മേദസ്സ് (നാ)- ദുഷിച്ച മേദസ്സ്, അമിതമായ തടി. muscular excrescence on the body, fatness.
ദുർമ്മേധസ്സ് (വി)- ദുർബുദ്ധിയോടുകൂടിയ. vicious minded.
ദുർമ്മോഹം (നാ)- ദുരാഗ്രഹം. greed.
ദുർമ്മോഹി (നാ)- ദുരാഗ്രഹി. greedy fellow.
ദുർലക്ഷണം (നാ)- അപശകുനം, ചീത്തലക്ഷണം. evil omen, bad sign.
ദുർലക്ഷ്യ (വി)- കാണാൻ പ്രയാസമുള്ള. difficult to see.
ദുർലഭ(വി)-ലഭിക്കാൻ പ്രയാസമായ, അപൂർവ്വമായ. not easily avaliable, rare.
ദുർലഭം (നാ)- ലഭിക്കാൻ പ്രയാസമായത്, അപൂർവ്വമായത്, സുലഭമല്ലാത്തത്. that which is not easily attainable, that which is rare.
ദുർലളിതം (നാ)- താന്തോന്നിത്തം, തോന്ന്യാസത്തരം. impertinence, obstinacy.
ദുർലേഖ്യം (നാ)- കള്ളപ്രമാണം. false document.
ദുർവഹ (വി)- വഹിക്കാൻ പ്രയാസമുള്ള, താങ്ങാനാവാത്ത. unbearable.
ദുർവാക്ക് (നാ)- പരുഷവാക്ക്, നിന്ദാവചനം, ശകാരം. harsh word, words of contempt, abuse.
ദുർവാദം (നാ)- അപവാദം. scandal.
ദുർവിചാരം (നാ)- ഹീനമായ വിചാരം, ദുഷിച്ച ചിന്ത. bad thought.
ദുർവിധി (നാ)- ദുഃഖാനുഭവത്തിനിടയാക്കുന്ന വിധി. misfortune.
ദുർവിനിയോഗം (നാ)- ദുഷിച്ച രീതിയിലുള്ള ഉപയോഗം, പാഴ്ച്ചെലവ്. misuse, wasteful expenditure.
ദുർവൃത്ത(വി)-ദുരാചാരിയായ. immoral.
ദുർവൃത്തൻ (നാ)- ദുരാചാരി, ദുർന്നടത്തക്കാരൻ. wicked man, one who leads immoral life.
ദുർവൃത്തി (നാ)- ദുരാചാരം, ദുശ്ശീലം, ചതി. wicked way, bad habbit, cheat.
ദുർവ്യയം (നാ)- പാഴ്ചെലവ്. wasteful expenditure.
ദുർവ്യവസ്ഥ (നാ)- ചീത്ത വ്യവസ്ഥ, ദുഷിച്ച ഏർപ്പാട്. bad arrangement or condition.
ദുർഹൃത്ത് (നാ)- ശത്രു. enemy.
ദുര്യശ്ശസ്സ് (നാ) - ദുഷ്പേര്, കുപ്രസിദ്ധി. ill-fame, disreputation.
ദുര്യോഗം(നാ)- ദൗർഭാഗ്യം, നിർഭാഗ്യം. misfortune, ill-luck.
ദുലാർ (നാ)- പ്രേമം, സ്നേഹം. love, affection.
ദുലി (നാ)- ചെറിയ ആമ, പെണ്ണാമ. small tortoise, female tortoise.
ദുവസ് (നാ)- ആരാധന, ധനം. worship, wealth.
ദുശ്ചരിത(വി)-ദുരാചാരിയായ. immoral.
ദുശ്ചിന്ത (നാ)- ഹീനമായ വിചാരം, ദുഷിച്ച ചിന്ത. bad thought.
ദുശ്ചേഷ്ടിതം(നാ)-ദുഷ്കർമ്മം, ദുഷിച്ച പെരുമാറ്റം. wickedness, bad manners.
ദുശ്ച്യവനൻ (നാ)- ദേവേന്ദ്രൻ. Indra, chief of demigods.
ദുശ്ശകുനം (നാ)- ശകുനപ്പിഴ, അശുഭകരമായ ശകുനം. ill-omen, bad sign.
ദുശ്ശങ്ക (നാ)- ഉത്കണ്ഠ, ആശങ്ക. anxiety, suspicion.
ദുശ്ശീലം (നാ)- ദുഷിച്ച ശീലം, ചീത്ത സ്വഭാവം. bad manners or habbit.
ദുഷി (നാ)- ശകാരം, ദുർവാക്ക്, ദുഷിച്ചു പറയൽ. abuse, reviling, foul word.
ദുഷിക്കുക (അ.ക്രി)- ചീത്തയാവുക. be corrupted.
ദുഷിപ്പിക്കുക (സ.ക്രി)- ചീത്തയാക്കുക, കേടുവരുത്തുക, ചാരിത്ര്യം നശിപ്പിക്കുക. corrupt, damage, seduce.
ദുഷ്(വി)-ചീത്തയായ, ദുഷിച്ച. bad, vicious.
ദുഷ്കര (വി)- ചെയ്യാൻ പ്രയാസമുള്ള, സഹിക്കാൻ വിഷമമായ. difficult to do, unbearable.

ദുഷ്കരം (നാ)- ചെയ്യാൻ പ്രയാസമുള്ള കാര്യം, അന്തരീക്ഷം. thing difficult to be done, atmosphere.
ദുഷ്കർമ്മം (നാ)- ദോഷമുള്ള പ്രവൃത്തി, പാപം, ഹീനകൃത്യം. wicked deed, sin.
ദുഷ്കാര്യം (നാ)- ചീത്ത കാര്യം, ഹീനകൃത്യം. bad thing, bad affair or bussiness.
ദുഷ്കാലം (നാ)- ചീത്തക്കാലം, കഷ്ടകാലം. unfortunate time or period.
ദുഷ്കീർത്തി (നാ)- കുപ്രസിദ്ധി, ചീത്തപ്പേര്. ill-fame, bad name.
ദുഷ്കൃതം (നാ)- ഹീനകൃത്യം, ദുരിതം, പാപം. crime, misery, sin.
ദുഷ്ട (വി)- ദുഷിച്ച, ദുഷിപ്പിക്കപ്പെട്ട. corrupt, corrupted.
ദുഷ്ട (നാ)- ദുഷിച്ച മനസ്സുള്ളവൾ, ദുഷിച്ചവൾ, ക്രൂര. wicked woman, cruel woman.
ദുഷ്ടം (നാ)- പാപം, ദുഷിച്ചത്, കുഷ്ഠരോഗം. sin, that which has been corrupted, leprosy.
ദുഷ്ടഗജം (നാ)- കൊലയാന. killer elephant.
ദുഷ്ടത (നാ)- ക്രൂരത, ചീത്തസ്വഭാവം, അപരാധം. cruelty, wickedness, guilt.
ദുഷ്ടാ (നാ)- വ്യഭിചാരിണി. prostitute.
ദുഷ്ടാത്മാവ് (നാ)- ദുഷിച്ച മനസ്സുള്ളവൻ. person of wicked mind
ദുഷ്ടി (നാ)- ദുഷിക്കൽ, ഹീനത. spoiling, baseness.
ദുഷ്ട് (നാ)- അഴുക്ക്, ദോഷം, ചീത്തയായത്, നിന്ദ്യമായത്. filth, harm,a spoilt thing, something despicable.
ദുഷ്പുത്രൻ (നാ)- ദുഷ്ടനായ പുത്രൻ. wicked son.
ദുഷ്പേര് (നാ)- ചീത്തപ്പേര്, ദുഷ്കീർത്തി, കുപ്രസിദ്ധി. bad name, ill-fame.
ദുഷ്പ്രകൃതി (നാ)- ഹീനമായ സ്വഭാവം. despicable character.
ദുഷ്പ്രവൃത്തി (നാ)- ഹീനമായ കൃത്യം, ദുഷ്കർമ്മം. wicked action.
ദുഷ്പ്രീതി (നാ)- നീരസം, അപ്രീതി. contempt,dislike.
ദുസ്തര (വി)- കടക്കാൻ പ്രയാസമുള്ള. difficult to cross.
ദുസ്തർക്കം (നാ)- അനാവശ്യമായ തർക്കം, അടിസ്ഥാനമില്ലാത്ത തർക്കം. meaningless argument, groundless disputation.
ദുസ്സാധ്യ (വി)- സാധിക്കാൻ പ്രയാസമായ. difficult to accomplish.
ദുസ്സാമർത്ഥ്യം (നാ) - അസ്ഥാനത്ത് പ്രകടിപ്പിക്കുന്ന സാമർത്ഥ്യം. too much smartness.
ദുസ്സ്വപ്നം (നാ)- മനസ്സിനെ അസ്വസ്ഥമാക്കുന്ന സ്വപ്നം, ചീത്ത സ്വപ്നം. nightmare, bad dream.
ദുസ്സ്വഭാവം (നാ)- അരോചകമായ സ്വഭാവം, ചീത്ത സ്വഭാവം. misbehaviour, bad character.
ദുസ്സ്വാദ് (നാ)- അരുചി. bad taste.
ദുഃഖ (വി)- ദുഃഖിപ്പിക്കുന്ന, ദുഃഖത്തെ സംബന്ധിച്ച. sad, sorrowful, pertaining to sorrow.
ദുഃഖം (നാ)- ക്ലേശം, വേദന, സങ്കടം, മനോവേദന, ദുരിതം. affliction, pain, grief, sorrow.
ദുഃഖകര (വി)- ദുഃഖത്തെ ഉണ്ടാക്കുന്ന. grievous.
ദുഃഖകാലം (നാ)- മരണം സംബന്ധിച്ചുള്ള ദുഃഖാചരണ കാലം, സങ്കടമുള്ള സമയം. period of mourning, period of grief.
ദുഃഖഗ്രാമം (നാ)- ലൗകികജീവിതം, സംസാരം. wordly life, life on earth.
ദുഃഖച്ഛിന്ന (വി)- ദുഃഖപരവശമായ, കടുപ്പമുള്ള. sorrowful, hard.
ദുഃഖാർത്ത (വി)- ദുഃഖപരവശമായ. grief-stricken.
ദുഃഖി (വി)- ദുഃഖം അനുഭവിക്കുന്ന, ദുഃഖിക്കുന്ന. having grief.
ദുഃഖിക്കുക (അ.ക്രി)- സങ്കടപ്പെടുക, വ്യസനിക്കുക. feel sorrow, be sad.

ദുഃഖിത (വി)- ദുഃഖം ബാധിച്ച, മനോവേദന അനുഭവിക്കുന്ന. grief- stricken.
ദുഃഖിതൻ (നാ)- ദുഃഖിക്കുന്നവൻ. grief-stricken man.
ദുഃഖിപ്പിക്കുക (സ.ക്രി)- വേദനിപ്പിക്കുക, സങ്കടപ്പെടുത്തുക. cause pain or grief.
ദുഃഖോപശമനം (നാ)- ദുഃഖശമനം. deliverance from grief.
ദുഃസ്ഥ (വി)- ദുരവസ്ഥയിലായ, ദുഃഖത്തോടു കൂടിയിരിക്കുന്ന. poor, worried.
ദുഃസ്ഥം (നാ)- കോഴി, നായ്. hen, dog.
ദുഃസ്ഥിതി (നാ)- ദുരവസ്ഥ, ദുഃഖകരമായ അവസ്ഥ. misfortune.
ദുഹിക്കുക (സ.ക്രി)- പാൽ കറക്കുക. milk a cow.
ദുഹിതാവ് (നാ)- പുത്രി. daughter.
ദുഹിതുഃപതി(നാ)-മകളുടെ ഭർത്താവ്. son-in-law.
ദുളി (നാ)- പെണ്ണാമ. female tortoise.
ദൂതകർമ്മം (നാ)- ദൂതന്റെ കർത്തവ്യം. errand.
ദൂതൻ (നാ)- സന്ദേശവാഹകൻ, സന്ദേശം എത്തിക്കുന്നവൻ. ambassador, messenger.
ദൂതപ്രാവ് (നാ)- ദൂത് ചെയ്യുന്ന പ്രാവ്. messenger dove.
ദൂത്യം (നാ)- ദൗത്യം, ദൂതൻ കൊണ്ടുപോകുന്ന സന്ദേശം, ദൂതകർമ്മം. mission, message, errand.
ദൂന (വി)- ദുഃഖിക്കുന്ന, ദുഃഖിപ്പിക്കപ്പെട്ട. sorrowful, grieved.
ദൂനത(നാ)- വേദന, ദുഃഖം. pain, grief.
ദൂര (വി)- അകലെയുള്ള, അകന്നിരിക്കുന്ന. distant, far away.
ദൂരം (നാ)- അകലം. distance.
ദൂരഗത (വി)- വളരെ ദൂരെയായ, അകന്നുപോയ. far-off, distant.
ദൂരദർശന (വി)- ദീർഘദർശിയായ. far-sighted.
ദൂരദർശനൻ (നാ)- ദീർഘദർശി, കഴുകൻ. far-sighted person, vulture.
ദൂരദർശൻ (നാ)- ദൂരക്കാഴ്ചകൾ കൺമുമ്പിൽ കാണിച്ചു തരുന്ന ഉപകരണം. television.
ദൂരദൃഷ്ടി (നാ)- ദീർഘദർശി, കഴുകൻ. far-sighted person, vulture.
ദൂരപഥം (നാ)- നീണ്ട വഴി. long way.
ദൂരപാര (നാ)- ഗംഗാനദി. Ganges.
ദൂരബന്ധു (നാ)- അകന്ന ബന്ധു. distant relative.
ദൂരഭാവം (നാ)- അകൽച്ച. distance.
ദൂരമാപിനി (നാ)-ദൂരം അളക്കുന്നതിനുള്ള ഉപകരണം. odometer.
ദൂരവർത്തി (വി)- അകലെ സ്ഥിതി ചെയ്യുന്ന, അകലെയുള്ള. remote, residing at a distance.
ദൂരശ്രവണയന്ത്രം (നാ)- ശബ്ദം ദൂരത്ത് കേൾപ്പിക്കുന്നതിനുള്ള യന്ത്രം. telephone.
ദൂരീകരണം (നാ)- അകലെയാക്കൽ, ഇല്ലാതാക്കൽ. elimination, destroy.
ദൂരീകരിക്കുക (സ.ക്രി)- ഇല്ലാതാക്കുക, അകറ്റുക, ദൂരെ ആക്കുക. destroy, eliminate, driving away.
ദൂരീഭൂത (വി)- അകന്ന, വേർപ്പെട്ട. distant, alienated.
ദൂരെ - അകലെ. away.
ദൂർവ(നാ)-കറുകപ്പുല്ല്. panicum grass.
ദൂർവാദളം (നാ)- കറുകയില. leaf of the panicum grass.
ദൂശ്യം (നാ)- കൂടാരം. tent.
ദൂഷ (വി)- ദുഷിപ്പിക്കുന്ന, ചീത്ത പറയുന്ന. spoiling, abusing.
ദൂഷം (നാ)- കണ്ണിലെ പീള. rheum of the eye.
ദൂഷകൻ (നാ)- ദുഷ്ടൻ, സ്ത്രീകളെ ദുഷിപ്പിക്കുന്നവൻ. wicked fellow, seducer of woman.
ദൂഷണം (നാ)- ദുഷിച്ചു പറയൽ, ദുഷിപ്പിക്കൽ, ദോഷം, കേട്, ഏഷണി. blasphemy, spoiling, fault, harm, tale-bearing.
ദൂഷിക (നാ)- പെൻസിൽ, തൂലിക, കൺപീള, ഒരിനം നെല്ല്. pencil, pen, rheum of the eyes, a kind of paddy.
ദൂഷിത (വി)- ദുഷിപ്പിക്കപ്പെട്ട, നിന്ദ്യമായ. slandered, spoiled.

ദൂഷ്യം (നാ)- കുറ്റം, വിഷം, ദോഷം, വസ്ത്രം, കൂടാരം, പഞ്ഞി. flaw, poison, dress, tent, cotton.
ദൃകം (നാ)- വിടവ്, ദ്വാരം. hole, cleft.
ദൃക്ക് (നാ)- നോട്ടം, അറിവ്, കണ്ണ്, രണ്ട് എന്ന സംഖ്യ. look, side-glance.
ദൃക്പഥം (നാ)- കണ്ണെത്തുന്നിടത്തോളം ദൂരം, വീക്ഷണപഥം. range of sight.
ദൃക്പാതം (നാ)- കടാക്ഷം, നോട്ടം. side-glance, look.
ദൃക്പ്രിയ (നാ)- തേജസ്സ്, സൗന്ദര്യം. splendour, beauty.
ദൃക്ശക്തി(നാ)- ചൈതന്യം, ആത്മാവ്, ദർശനശക്തി. splendour, soul, faculty of sight.
ദൃഗദ്ധ്യക്ഷൻ (നാ)- സൂര്യൻ. sun.
ദൃഗ്ജലം (നാ)- കണ്ണുനീർ. tear.
ദൃഗവിഷം (നാ)- സർപ്പം. snake.
ദൃഢ (വി)- കാഠിന്യമുള്ള, സ്ഥിരതയുള്ള, ഉറപ്പുള്ള. hard, sturdy, firm.
ദൃഢം (നാ)- ഉറപ്പ്, കോട്ട, ഉരുക്ക്, ബലം, ബലമുള്ളത്. firmness, fort, steel, strength, something sturdy or hard.
ദൃഢഗ്രന്ഥി (നാ)- മുള. bamboo.
ദൃഢത (നാ)- ഉറപ്പ്, സ്ഥിരത, മുറുക്കം. firmness, sturdiness, hardness.
ദൃഢനിശ്ചയം (നാ)- സ്ഥിരനിശ്ചയം, ഇളക്കമില്ലാത്ത നിശ്ചയം. determination.
ദൃഢപൃഷ്ഠകം (നാ)- ആമ. tortoise.
ദൃഢപ്രത്യയം (നാ)- ഉറച്ച വിശ്വാസം. strong belief.
ദൃഢഫലം (നാ)- തേങ്ങ, തെങ്ങ്. coconut, coconut tree.
ദൃഢഭക്തി (നാ)- അചഞ്ചലമായ ഭക്തി. strong devotion.
ദൃഢവൽക്കം (നാ)- കമുക്. arecanut tree.
ദൃഢസൗഹൃദം (നാ)-ഉറച്ച സൗഹാർദ്ദം. strong friendship.
ദൃഢംഗം (നാ)- ഉറച്ച ശരീരം, വജ്രം. strong body, diamond.
ദൃഢായുധൻ (നാ)-ശിവൻ. Siva.
ദൃഢീകരണം (നാ)- ഉറപ്പിക്കൽ, സ്ഥിരമാക്കൽ. confirming, making sturdy.
ദൃത (വി) - ആദരിക്കപ്പെട്ട. honoured.
ദൃത (നാ)- ജീരകം. cumin seed.
ദൃതി (നാ)- തോൽ, മത്സ്യം, തോൽക്കുടം. leather, fish, leather bag.
ദൃത്യം (നാ)- ബഹുമാനം, ആദരം. respect, reverence.
ദൃൻഭൂവ് (നാ)- സൂര്യൻ, പാമ്പ്. sun, snake.
ദൃപ്ത (വി)- മദിച്ച, അഹങ്കരിച്ച, ഭ്രാന്തുള്ള. proud, arrogant, mad.
ദൃപ്തി(നാ)- അഹങ്കാരം. haughtiness.
ദൃബ്ധം (നാ)- പേടി, ഭയം, ചരട്. fear, string.
ദൃംശതി (നാ)- നോട്ടം, ദർശനം. view, sight.
ദൃശ (നാ)- കണ്ണ്, നോട്ടം. eye, view.
ദൃശാനം (നാ)- ശോഭ, തേജസ്സ്. grace, splendour.
ദൃശി (നാ)- പ്രകാശം, കാഴ്ച, ശാസ്ത്രം, കണ്ണ്. light, sight, science, eye.
ദൃശീകം (നാ)- ഭാവം, രൂപം. form, feature.
ദൃശ്യ (വി)- കാണാവുന്ന, നോക്കാവുന്ന, സൗന്ദര്യമുള്ള. visible, view, beautiful.
ദൃശ്യം (നാ)- കാണാവുന്നത്, കാഴ്ച. something visible, vision.
ദൃഷത്ത് (നാ)- കല്ല്, പാറ, അരകല്ല്. astone, rock, grinding stone.
ദൃഷത്സാരം (നാ)- ഇരുമ്പ്. iron.
ദൃഷദ്ഗർഭം (നാ)- മരതകം. emerald.
ദൃഷ്ട (വി)- കണ്ട, കാണപ്പെട്ട, അനുഭവപ്പെട്ട, നിർണ്ണയിക്കപ്പെട്ട. seen, sighted, having experienced, determined.
ദൃഷ്ടം (നാ)- ദർശനം, ദർശിക്കപ്പെട്ടത്. view, that which is seen.
ദൃഷ്ടകർമ്മം (നാ)- കാണപ്പെട്ട പ്രവൃത്തി. visible action.
ദൃഷ്ടകൂടം (നാ)- കടംകഥ. riddle.

ദൃഷ്ടൻ (നാ)- സാക്ഷി. witness.
ദൃഷ്ടാന്തം (നാ)- ശാസ്ത്രം, ഒരു വലിയ സംഖ്യ, മരണം, ഉദാഹരണം, സാക്ഷി. science, a big number, death, example, witness.
ദൃഷ്ടി (നാ)- കണ്ണ്, ദർശനം, നോട്ടം, അറിവ്, ശ്രദ്ധ, പ്രകാശം, ആദരം, ബുദ്ധി. eye, sight, view, knowledge, attention, light, respect, intelligence.
ദൃഷ്ടിഗത (വി)- കണ്ണിൽപ്പെട്ട, കാണാനിടയായ. visible, that which is seen
ദൃഷ്ടിഗോചര (വി)- കാണത്തക്ക, കാണാവുന്ന. visible, seen
ദൃഷ്ടിദോഷം (നാ)- നോട്ടപ്പിഴ, കണ്ണേറ്.
ദൃഷ്ടിപാതം (നാ)- ദർശനം, നോട്ടം.
ദെണ്ണം (നാ)- ദുഃഖം, രോഗം. grief, disease.
ദെല്ലാൾ (നാ)- തരകുകാരൻ. broker.
ദേയം (നാ) - കൊടുക്കാനുള്ളത്, ദാനം ചെയ്യാനുള്ളത്. that which has to be returned or paid back, that which is fit for a gift.
ദേവ (വി)- പ്രകാശമുള്ള, ആരാധിക്കത്തക്ക, ദിവ്യത്വമുള്ള. shining, worthy of worship, divine.
ദേവം (നാ)- ക്രീഡ, വാൾ, മേഘം, രസം, ജ്ഞാനേന്ദ്രിയം, കളി. play, sword, cloud, mercury, sense of knowledge, game.
ദേവകന്യ (നാ)- അപ്സരസ്സ്, ദേവന്റെ പുത്രി. celestial nymph, daughter of a demigod.
ദേവകർമ്മം(നാ)-ഈശ്വരപൂജ. worship of god.
ദേവകീയ (നാ) - ക്ഷേത്രം. temple.
ദേവകുലം (നാ)- ദേവകളുടെ വംശം, ദേവസമൂഹം. the tribe of gods.
ദേവകുല്യം (നാ)- ആകാശഗംഗ. milky way.
ദേവഖാതം (നാ)- താനേ ഉണ്ടായ കുളം, ക്ഷേത്രക്കുളം, ഗുഹ. natural pond, temple pond, cave.
ദേവഗായകൻ (നാ)- ഗന്ധർവൻ. celestial musician.
ദേവഗുരു (നാ)- ബൃഹസ്പതി, കശ്യപൻ. mythical precepts of gods, Brihaspati, Kasyapa.
ദേവഗുഹ്യം (നാ)- ദേവന്മാർക്ക് മാത്രം അറിയാവുന്ന രഹസ്യം. secret only known to god.
ദേവഗൃഹം(നാ)- ദേവാലയം, ക്ഷേത്രം. temple.
ദേവതാതൻ (നാ)- ദേവന്മാരുടെ പിതാവ്, കശ്യപൻ. father of Devas, Kasyapa.
ദേവദത്തം (നാ)- വേപ്പുമരം. neem tree.
ദേവദർശനൻ (നാ)- നാരദൻ. Narada, celestial singer who is fabled for his devotion.
ദേവദാരു (നാ)- ഒരു വൃക്ഷം, ദേവദാരു. deodar tree.
ദേവദാസി (നാ)- ദേവന്മാരുടെ ദാസി, അപ്സരസ്സ്, ക്ഷേത്രപരിചാരിക. celestial nymph, temple servant.
ദേവദീപം (നാ)- കണ്ണ്. eye.
ദേവദുന്ദുഭി (നാ)- ദേവന്മാരുടെ പെരുമ്പറ, ഇന്ദ്രൻ, വെളുത്ത തുളസി. drum of the gods, Indra, white basil.
ദേവദൂതി (നാ)- മാതളനാരകം, ദേവന്മാരുടെ സന്ദേശവാഹിക. pomegranate, female messenger of the gods.
ദേവദേവൻ (നാ)- ദേവന്മാരുടെ ദേവൻ, ബ്രഹ്മാവ്, ശിവൻ, വിഷ്ണു. the triad gods, Brahma, Siva, Vishnu.
ദേവധുനി (നാ)- ഗംഗ. Ganges.
ദേവനം (നാ)- കളി, വിനോദം, സ്വപ്നം, നിദ്ര, തിളക്കം, ശോഭ, സ്തുതി, വ്യാപാരം, ചൂതുകളി, ചൂത്, താമര, ഉദ്യാനം. game, amusement, dream, splendour, praise, transaction, gambling, gamble, lotus, garden.
ദേവനദി (നാ)- സരസ്വതി, ഗംഗ. River Saraswati, Ganges.
ദേവനികായം (നാ)- സ്വർഗ്ഗം. heaven.
ദേവൻ (നാ)- ദിവ്യത്വമുള്ളവൻ, സ്വർഗ്ഗത്തിൽ വസിക്കുന്നവൻ, ദൈവം, രാജാവ്, പരമാത്മാവ്, ഇന്ദ്രൻ, കാമുകൻ, ബ്രാഹ്മണൻ. deity, one who lives in heaven,

god, king, supreme soul, Indra, lover, Brahmin.
ദേവപതി (നാ)- ഇന്ദ്രൻ. Indra.
ദേവപഥം (നാ)- ആകാശം, സ്വർഗ്ഗം. sky, heaven.
ദേവപൂജ്യൻ (നാ)- ബൃഹസ്പതി, ദേവഗുരു. Brihaspati, precept of gods.
ദേവപ്രിയൻ (നാ)- മൂഢൻ, ശിവൻ. fool, Siva.
ദേവഭൂമി (നാ)- സ്വർഗ്ഗം. heaven.
ദേവഭൂതി (നാ)- ആകാശഗംഗ. milky way.
ദേവമണി (നാ)- സൂര്യൻ. sun.
ദേവമന്ദിരം (നാ)-ക്ഷേത്രം, ദേവാലയം. temple, worship centre.
ദേവമുനി (നാ)- നാരദൻ. Narada.
ദേവയാനം (നാ)- ദേവന്റെ വാഹനം, വിമാനം. god's vehicle.
ദേവയുഗം (നാ)- കൃതയുഗം, നാല് മനുഷ്യയുഗങ്ങൾ ചേർന്നത്. Krita Yuga, the sum of four yugas of human beings.
ദേവയോനി (നാ)- ഉപദേവൻ. demigod.
ദേവരാജൻ (നാ)- ഇന്ദ്രൻ. Indra.
ദേവരാജ്യം (നാ)- സ്വർഗ്ഗം. heaven.
ദേവർഷി (നാ)- ദേവവംശജനായ ഋഷി. ascetic who belongs to the tribe of gods.
ദേവലകൻ (നാ)-ദേവൻ. demigod.
ദേവലൻ (നാ)- ഈശ്വരപൂജ ചെയ്യുന്നവൻ, പൂജാരി, നാരദൻ. priest, Narada.
ദേവലോകം (നാ)- സ്വർഗ്ഗം. heaven.
ദേവലോകപ്രാപ്തി (നാ)- മരണം, സ്വർഗ്ഗപ്രാപ്തി, സ്വർഗ്ഗാരോഹണം. death, ascension to heaven.
ദേവവക്ത്രം (നാ) - അഗ്നി. fire.
ദേവവത്സരം (നാ)- ദിവ്യവർഷം. divine year.
ദേവവ്രതൻ (നാ)- ഭീഷ്മർ, സുബ്രഹ്മണ്യൻ. Bhishma, Subrahmanya.
ദേവശത്രു (നാ)- അസുരൻ. demon.
ദേവശില്പി (നാ)- വിശ്വകർമ്മാവ്, ദേവലോക ശില്പി. Viswakarma, architect of gods.
ദേവശ്രുതൻ (നാ)- നാരദൻ, ഈശ്വരൻ. Narada, god.
ദേവസഭ (നാ)- ദേവന്മാരുടെ സഭ, ചൂതുകളി സ്ഥലം. assembly of gods, place of gambling.
ദേവസാൽഭവിക്കുക (അ.ക്രി)- ദേവത്വം പ്രാപിക്കുക. attain divinity.
ദേവസൃഷ്ട (നാ)- മദ്യം. liquor.
ദേവസേനാനി (നാ)- സുബ്രഹ്മണ്യൻ. Subrahmanya.
ദേവസ്ഥാനം (നാ)- ക്ഷേത്രം, ദേവൻ സ്ഥിതി ചെയ്യുന്ന സ്ഥലം. temple, shrine.
ദേവസ്വം (നാ)- ക്ഷേത്രംവക സ്വത്തുക്കൾ, ദേവന്റെ വകയായത്, ക്ഷേത്രം. temple property, god's property, temple.
ദേവഹവിസ് (നാ)- ബലിമൃഗം. sacrificial animal.
ദേവാക്രീഡം (നാ)- നന്ദനവനം. garden of Indra.
ദേവാഗാരം (നാ)- ക്ഷേത്രം. temple.
ദേവാംഗന (നാ)- ദേവസ്ത്രീ, അപ്സരസ്സ് celestial nymph.
ദേവാത്മാ (നാ)- അരയാൽ, പരമാത്മാവ്. pipal tree, supreme soul.
ദേവാധിദേവൻ (നാ)- പരമശിവൻ, മഹാവിഷ്ണു. Siva, Vishnu.
ദേവാംശം (നാ)- ദേവന്റെ അംശാവതാരം. part incarnation of god.
ദേവാലയം (നാ)- ക്ഷേത്രം, സ്വർഗ്ഗം. temple, heaven.
ദേവി (നാ) - ദേവസ്ത്രീ, ഭഗവതി, രാജ്ഞി, ദിവ്യത്വമുള്ളവൾ, ആരാധ്യയായ സ്ത്രീ. goddess, divine woman, queen, virtuous woman.
ദേവിക (വി)- ദിവ്യത്വമുള്ള, ഭക്തിയുള്ള. divine, pious.
ദേവീപുരാണം (നാ)- ഉപപുരാണങ്ങളിൽ ഒന്ന്, ദേവീമാഹാത്മ്യം വർണ്ണിക്കുന്നത്. one of the minor epics which explains the stories of goddess Durga.
ദേവേശൻ (നാ)- ശിവൻ, വിഷ്ണു, ബ്രഹ്മാവ്, ഇന്ദ്രൻ. Siva, Vishnu, Brahma, Indra.

ദേവേശയൻ(നാ)-വിഷ്ണു. Vishnu.
ദേശ (വി)- ദേശത്തെ സംബന്ധിച്ച, ദേശത്തുള്ള. pertaining to country.
ദേശം (നാ)- രാജ്യം, നാട്, ദിക്ക്, കര, വിഭാഗം, പ്രദേശം, സംസ്ഥാനം, സമൂഹം. country, nation, direction, land, section, region, state, community.
ദേശകൻ (നാ) - കാണിച്ചുകൊടുക്കുന്നവൻ, അദ്ധ്യാപകൻ, ഭരണാധികാരി. one who shows, teacher, ruler.
ദേശകാലോചിത (വി)- ദേശത്തിനും കാലത്തിനും ഉചിതമായ. suiting to place and time.
ദേശജ (വി)- ശരിയായ സ്ഥലത്ത് ഉത്ഭവിച്ച, ദേശത്തുണ്ടായ. born or produced in the native clime, produced at the proper place.
ദേശന (നാ)- സൂചിക, ഉപദേശം, നിർദ്ദേശം, ആജ്ഞ. index, advice, command, order.
ദേശപ്രമാണി (നാ) - നാട്ടുപ്രമാണി. chief of the locality.
ദേശഭക്തൻ (നാ)- ദേശസ്നേഹി. patriot.
ദേശഭാഷ (നാ) - അതതു ദേശത്തെ ഭാഷ, പ്രാദേശികഭാഷ. vernacular, regional language.
ദേശഭ്രംശം (നാ)- ദേശത്ത് നിന്നും പുറത്താക്കൽ. expatriation.
ദേശരൂപം (നാ)-നാട്ടുനടപ്പ്. traditional custom.
ദേശവാർത്ത (നാ)- നാട്ടുവർത്തമാനം. news of the land.
ദേശവ്യവഹാരം (നാ)- നാട്ടുനടപ്പ്. traditional custom.
ദേശസ്ഥ (വി)- ദേശത്തുള്ള. belonging to country.
ദേശാടകൻ (നാ)- ദേശാടനം ചെയ്യുന്ന ആൾ. traveller.
ദേശാടനം (നാ)- പല ദേശങ്ങളിൽ മാറി മാറി സഞ്ചരിക്കൽ. travelling from place to place.
ദേശാതിഥി (നാ) - വിദേശത്തുകാരൻ, വിദേശത്തുനിന്നും വന്നയാൾ. foreigner, visitor from abroad.
ദേശാധികാരി (നാ)- ദേശത്തെ അധികാരി. ruler.
ദേശാന്തരം (നാ)- മറുനാട്, അന്യദേശം. foreign country.
ദേശാന്തരി (നാ)- അന്യദേശക്കാരൻ, വിദേശീയൻ. foreigner.
ദേശി (നാ)- മാർഗ്ഗദർശി, കാട്ടിക്കൊടുക്കുന്നവൻ, അഭ്യസിപ്പിക്കുന്നവൻ, ദേശ ഭാഷ. guide, teacher.
ദേശിക (വി)- സ്വദേശത്തുള്ള, അതതു ദേശത്തുള്ള. belonging to a particular or one's own country.
ദേശികൻ (നാ)- ഗുരു, സഞ്ചാരി, മാർഗ്ഗദർശി. precept, traveller, guide.
ദേശിനി (നാ)- സൂചിക, ചൂണ്ടുവിരൽ. index, forefinger.
ദേശീകരിക്കുക (അ.ക്രി)- ദേശസാത്കരിക്കുക. nationalise.
ദേശീയ (വി)- ദേശത്തെ സംബന്ധിച്ച. pertaining to nation.
ദേശീയഗാനം (നാ)- ഒരു രാഷ്ട്രത്തിന്റെ മാഹാത്മ്യത്തെ പ്രകീർത്തിക്കുന്ന അംഗീകൃതഗാനം. national anthem.
ദേശീയദിനം (നാ)- ദേശത്തിന്റെ പ്രധാനപ്പെട്ട ദിവസം. national day.
ദേശീയവരുമാനം (നാ)- ദേശത്തിന്റെ ആകെ വരവ്. national income.
ദേശീവരാഡി (നാ)- ഒരു രാഗം. a tune in music.
ദേശ്യ (വി)- ദേശീയ, ദേശത്തെ സംബന്ധിച്ച, മാതൃകയായ. national, pertaining to country, ideal.
ദേശ്യം (നാ)- ദേശഭാഷ. national language.
ദേഷ്ടാവ് (നാ)- ചൂണ്ടിക്കാട്ടുന്നവൻ. guide.
ദേഷ്ണു (നാ)- തുണി അലക്കുന്നവൻ. washerman.
ദേഷ്യം (നാ)- കോപം. anger.
ദേഷ്യപ്പെടുക (അ.ക്രി)- കോപിക്കുക. to be angry.

ദേഹ (വി)- ശരീരത്തെ സംബന്ധിച്ച. pertaining to body.
ദേഹം (നാ)- ആൾ, വ്യക്തി, ശരീരം. individual, person, body.
ദേഹകരൻ(നാ)- പിതാവ്, പരമാത്മാവ്, സൂര്യൻ. father, supreme soul, sun.
ദേഹകോശം (നാ)- ത്വക്ക്, ചിറക്. skin, wing.
ദേഹജൻ (നാ)- പുത്രൻ. son.
ദേഹണ്ഡം (നാ)- അടുക്കളപ്പണി, അദ്ധ്വാനം, ശാരീരികജോലി. kitchen-work, hardwork, bodily labour.
ദേഹണ്ഡക്കാരൻ (നാ)- പാചകക്കാരൻ, ദേഹണ്ഡം ചെയ്യുന്നവൻ. one who does kitchen work, one who does hardwork.
ദേഹത്യാഗം (നാ)- സ്വന്തം ഇഷ്ടപ്രകാരമുള്ള മരണം, മരണം. suicide, death.
ദേഹദം (നാ)- രസം. mercury.
ദേഹദീപം (നാ)- കണ്ണ്. eye.
ദേഹനം (നാ)- ലേപനം, പുരട്ടൽ. smearing.
ദേഹപാതം (നാ)- മരണം.
ദേഹപ്രകൃതി (നാ)- ശരീരപ്രകൃതി, ദേഹത്തിന്റെ സ്വഭാവം. bodily constitution.
ദേഹഭുക്ക് (നാ)- സൂര്യൻ, ആത്മാവ്. sun, soul.
ദേഹഭൃത്ത് (നാ)- ജീവൻ, ശിവൻ. alife, siva.
ദേഹല (നാ) - മദ്യം. liquor.
ദേഹലി (നാ)- പൂമുഖം. portico.
ദേഹവായു (നാ)- പ്രാണൻ. life.
ദേഹസഞ്ചാരിണി (നാ)- പുത്രി. daughter.
ദേഹസാരം (നാ) - മജ്ജ. marrow.
ദേഹാന്തം (നാ) മരണം. death.
ദേഹി (വി)- ശരീരമുള്ള, ദേഹമുള്ള. possessing body.
ദേഹി (നാ)- ആത്മാവ്, മതിൽ, കോട്ട. soul, wall, fort.
ദേഹി (ക്രി)-നൽകിയാലും. please give.
ദേഹിനി (നാ)- ഭൂമി. earth.
ദേഹേശ്വരൻ (നാ)- ആത്മാവ്. soul.
ദൈക്യ (നാ)- മദ്യം. liqour.
ദൈത്യ (നാ) - മദ്യം, അസുരസ്ത്രീ. liquor, demoness.
ദൈത്യദേവൻ(നാ)-വായു, വരുണൻ. Vayudeva, Varuna.
ദൈത്യൻ (നാ) -ദിതിയുടെ പുത്രൻ, അസുരൻ. son of Diti, demon
ദൈത്യമേദജ (നാ)- ഭൂമി. earth.
ദൈത്യാരി (നാ)-വിഷ്ണു, ദേവൻ. Vishnu, demigod.
ദൈനംദിന (വി)- ദിവസം തോറുമുള്ള. daily.
ദൈനികി(നാ)-ദീനത, ദാരിദ്ര്യം, ദിവസക്കൂലി. misery, poverty, daily wages.
ദൈന്യം (നാ)- ദുഃഖം, ദീനത, അപമാനം, ദുരിതം, ലജ്ജ, പരവശത. distress, pitiable condition, disgrace, shyness, misery.
ദൈർഘ്യം (നാ)- നീളം. length.
ദൈർഘ്യത(നാ)-ദീർഘത, ദീർഘാവസ്ഥ. linearity, state of being long.
ദൈവ (വി)- ദൈവത്തെ സംബന്ധിച്ച. pertaining to god.
ദൈവം (നാ)- ഈശ്വരൻ, ദേവൻ, ദിവ്യശക്തി, വിധി, ഭാഗ്യം, അഷ്ടവിവാഹങ്ങളിൽ ഒന്ന്. god, deity, divine power, fate, fortune, one among the eight types of marriages.
ദൈവകർമ്മം (നാ)- മതപരമായ അനുഷ്ഠാനം, ഈശ്വരപൂജാദികർമ്മം. worship of god.
ദൈവകല്പിതം (നാ)- ഈശ്വരനിശ്ചയം, ദൈവകല്പന. god's will, command of god.
ദൈവകാരുണ്യം (നാ)- ഈശ്വരന്റെ ദയ. god's mercy.
ദൈവഗതി (നാ)- വിധി, ഈശ്വരേച്ഛ, ഭാഗ്യം. fate, god's will, luck.
ദൈവജ്ഞ(വി)- ഭാവിയെപ്പറ്റി പ്രവചിക്കാൻ കഴിവുള്ള, ലക്ഷണം പറയുന്ന. having the ability to predict future.

ദൈവത (വി)- ദേവന്മാരെ സംബന്ധിച്ച, ദിവ്യമായ. pertaining to deities, divine.
ദൈവത (നാ)- സൗഭാഗ്യം, സമ്പത്ത്, വിജയം. prosperity, wealth, success.
ദൈവതം (നാ)- ദേവൻ, ദേവത, ദൈവം, ദേവപ്രതിഷ്ഠ. deity, god, idol.
ദേവത്വം (നാ)- ദിവ്യത, ഈശ്വരത്വം. divinity, godhead.
ദൈവദൂതൻ (നാ) - ദൈവത്തിന്റെ സന്ദേശവാഹകൻ, മാലാഖ. messenger of god, angel.
ദൈവദോഷം (നാ)- ദൈവികമായി ഉണ്ടാകുന്ന ദോഷം, ഭാഗ്യദോഷം. harm caused by divine spirit, misfortune.
ദൈവവാണി (നാ)- ദേവഭാഷ, അശരീരി. language of gods, voice of an invisible being.
ദൈവസ്തുതി (നാ)- ഈശ്വരനെ സ്തുതിക്കൽ. praising the god.
ദൈവാധീനം (നാ)- ഭാഗ്യം, ഈശ്വരാധീനം. fortune, divine assistance.
ദൈവി (നാ)- ജ്യോത്സ്യൻ. astrologer.
ദൈവിക (വി)- ദേവനെ സംബന്ധിച്ച. pertaining to deity.
ദൈവികം (നാ)- ദൈവത്തിൽനിന്നുണ്ടാകുന്നത്, ദൈവേച്ഛയായി സംഭവിക്കുന്നത്. that which happens by god's will.
ദൈവേച്ഛ (നാ)- ഈശ്വരനിശ്ചയം, ഈശ്വരേച്ഛ. god's will, destiny.
ദൈവോപാസന (നാ)- ഈശ്വരസേവ, ഈശ്വരപൂജ. worship of god.
ദൈവ്യം (നാ) - വിധി, ഭാഗ്യം, ദിവ്യശക്തി. fate, fortune, divine power.
ദൈശിക(വി)-ദേശീയമായ, ഉപദേശിക്കുന്ന. natural, of the form of an advice.
ദൈഷ്ടികൻ (നാ)- വിധിയിൽ വിശ്വസിക്കുന്നവൻ. one who believes in fate.
ദൈഹിക (വി)- ദേശത്തെ സംബന്ധിച്ച. related to nation.
ദൈഹ്യം (നാ)- ആത്മാവ്. soul.
ദോഗ്ദ്ധാവ് (നാ)- ഇടയൻ, കറവക്കാരൻ, കന്നുക്കുട്ടി. shepherd, one who milches the cow, calf.
ദോഗ്ദ്ധ്രി (നാ)- പശു, കറവപ്പശു. cow, milch-cow.
ദോഘ്ലം (നാ)- കന്നുക്കുട്ടി. calf.
ദോധകം (നാ) - ഒരു സംസ്കൃത വൃത്തം. a Sanskrit metre.
ദോരം (നാ)- കയറ്. rope.
ദോർദണ്ഡം (നാ)- കൈത്തണ്ട്. arm of the hand.
ദോല (നാ)- ഊഞ്ഞാൽ, പല്ലക്ക്. swing, palanquin.
ദോലം (നാ)- ചാഞ്ചാട്ടം, ഊഞ്ഞാലാട്ടം, ഊഞ്ഞാൽ. swinging, moving to and fro, swing.
ദോലനം (നാ)- ആട്ടം, ആന്ദോലനം. oscillation, swinging.
ദോലിക (നാ)- തൊട്ടിൽ, ഊഞ്ഞാൽ. cradle, swing.
ദോശ (നാ)- അരിയും ഉഴുന്നും ചേർത്ത് ഉണ്ടാക്കുന്ന ഒരു പലഹാരം. food item prepared from a mixture of rice and blackgram.
ദോഷ (വി)- ദൂഷ്യമുള്ള, ദോഷമുള്ള. harmful, wicked.
ദോഷ (നാ)- രാത്രി, ഇരുട്ട്. night, darkness.
ദോഷം (നാ) - തെറ്റ്, കുറ്റം, പാപം, ആപത്ത്, ദൂഷ്യം, ദ്രോഹം, രോഗം, സന്ധ്യ, ദുർഗ്ഗുണം, ഭാഗ്യക്കേട്, വ്യഭിചാരം, കന്നുകുട്ടി. fault, crime, sin, danger, defect, harm, disease, evening, badmanner, misfortune, calf, prostitution.
ദോഷകം (നാ)- കന്നുക്കുട്ടി. calf.
ദോഷകരൻ(നാ)-ദോഷം ചെയ്യുന്നവൻ. seducer.
ദോഷജ്ഞൻ(നാ)-വിദ്വാൻ, വൈദ്യൻ, വിവേകശാലി. scholar, physician.
ദോഷണം (നാ)- കുറ്റാരോപണം, അപരാധം ചുമത്തൽ. accusation.
ദോഷത്രയം (നാ)- വാതം, പിത്തം, കഫം എന്നീ ത്രിദോഷങ്ങൾ. three causes of disease in ayurveda(vata, pitta, kapha). the air, bile and phlegm.

ദോഷപരിഹാരം (നാ)- ദോഷനിവൃത്തി, ദോഷം തീരാനുള്ള പ്രായശ്ചിത്തം. remedy, expiation.
ദോഷപ്പെടുക (അ.ക്രി)- അശുദ്ധമാകുക, ദുഷിപ്പിക്കുക, ദ്രോഹിക്കുക. get spoilt, defile, do harm.
ദോഷല (വി)- വികലമായ, ദുഷിച്ച. defective, spoiled.
ദോഷവിചാരം(നാ)-സ്മാർത്തവിചാരം. religious trial of a Namboodiri lady by Brahmin priests when she is suspected of adultery.
ദോഷസ്സ് (നാ)- ഇരുട്ട്, രാത്രി. darkness, night.
ദോഷാ (നാ)- മഞ്ഞൾ, കൈ, രാത്രി. turmeric, hand, night.
ദോഷാകരൻ (നാ)- ചന്ദ്രൻ. moon.
ദോഷാചരി (നാ)- നിശാചരി, രാക്ഷസി. demoness.
ദോഷാതിലകം (നാ)- വിളക്ക്. lamp.
ദോഷാംശം (നാ)- ദോഷമുള്ള ഭാഗം. harmful portion.
ദോഷാരോപം (നാ)- കുറ്റം ആരോപിക്കൽ. imputation of fault.
ദോഷി (നാ)- അപരാധി, പാപി. wicked person, sinner.
ദോഷൈകദൃക്ക് (നാ)- ദോഷം മാത്രം കാണുന്ന വ്യക്തി. one who sees only the evil side of things.
ദോസ്ത് (നാ)- കൂട്ടുകാരൻ. friend.
ദോസ്ഥം (നാ)- കളി, സേവ, വിനോദം. play, service, amusement.
ദോസ്ഥൻ (നാ)- ഭൃത്യൻ, കളിക്കാരൻ, വിദൂഷകൻ. servant, game companion, clown.
ദോസ്സ് (നാ)- കൈ. hand.
ദോഹം (നാ)- സംതൃപ്തി, ജയം, ലാഭമുണ്ടാക്കൽ. satisfaction, success, profit making.
ദോഹകൻ (നാ)- കറവക്കാരൻ. one who milches the cow.
ദോഹജം (നാ)- പാൽ. milk.
ദോഹദം (നാ)- ഗർഭം, വളം. pregnancy, manure.
ദോഹനം(നാ)-പാൽ കറക്കൽ. milching.
ദോഹനി (നാ)- പാൽപ്പാത്രം. milk pot.
ദോഹ്യം (നാ)- പാൽ, ദുഗ്ധം. milk.
ദോള (നാ)- പല്ലക്ക്, ഊഞ്ഞാൽ. palanquin, swing.
ദൗകുലം (നാ)- പട്ടുവസ്ത്രം. silk dress.
ദൗത്യം (നാ)- ദൂതന്റെ പ്രവൃത്തി, സന്ദേശം, ദൂത്. duty of a messenger, message.
ദൗരന്തികം(നാ)-ദുരന്തത്തെ സംബന്ധിക്കുന്നത്. something pertaining to tragedy.
ദൗരാത്മ്യം (ന) - നീചത, ദുഷ്ടത. wickedness, meanness.
ദൗർഗത്യം (നാ)- ദാരിദ്ര്യം, ദുരിതം. poverty, misery.
ദൗർഗന്ധ്യം (നാ) - ചീത്ത നാറ്റം, ദുർഗ്ഗന്ധം. bad smell.
ദൗർഗ്യം (നാ)- പ്രയാസം, ബുദ്ധിമുട്ട്. difficulty.
ദൗർജന്യം (നാ)- നീചത, തിന്മ, ദുഷ്ടത. wickedness, evil.
ദൗർബല്യം (നാ)- ശക്തിഹീനത, ദുർബലത. frailty, weakness.
ദൗർഭാഗ്യം (നാ)- ഭാഗ്യക്കേട്. misfortune.
ദൗർഭിക്ഷം (നാ)- ക്ഷാമം. scarcity.
ദൗർമനസ്യം (നാ)- ദുഃഖം, നൈരാശ്യം. grief, disappointment.
ദൗർലഭ്യം(നാ)-സുലഭമല്ലാത്ത. scarcity.
ദൗർഹൃദം (നാ) - ദുഷ്ടത, വിരോധം. wickedness, enemity.
ദൗർഹൃദൻ (നാ)- ദുഷ്ടൻ. cruel person.
ദൗലത്ത് (നാ)- സമ്പത്ത്, ധനം. wealth.
ദൗലേയം (നാ)- ആമ. tortoise.
ദൗവാരികൻ (നാ)- ദ്വാരപാലൻ, കാവൽക്കാരൻ. door keeper, sentinel.
ദൗഷ്ട്യം (നാ)- നീചത, ദുഷ്ടത. baseness, cruelty.
ദൗസ്ഥൻ (നാ)- ഭൃത്യൻ. servant.
ദൗഹിത്രം (നാ)- എള്ള്, കാണ്ടാമൃഗം. gingelly, rhinocerous.

ദൗഹിത്രൻ (നാ)-മകളുടെ മകൻ. daughter's son.
ദൗഹിത്രി (നാ)- മകളുടെ മകൾ. daughter's daughter.
ദൗഹൃദിനി (നാ)-ഗർഭിണി. pregnant woman.
ദ്യാകരൻ (നാ)- കൊല്ലൻ. blacksmith.
ദ്യാവാപൃഥിവികൾ (നാ)- ആകാശവും ഭൂമിയും. sky and earth.
ദ്യു (നാ)- ശോഭ, സ്വർഗ്ഗം, പകൽ, ആകാശം, ദിവസം, തിളക്കം, മൂർച്ച, അഗ്നി. splendour, heaven, day time, sky, day, sharpness, fire.
ദ്യുകം (നാ) - മൂങ്ങ. owl.
ദ്യുക്ഷൻ (നാ)- അഗ്നി, ചന്ദ്രൻ, വരുണൻ, ഇന്ദ്രൻ, സൂര്യൻ. fire, moon, Varuna, Indra, sun.
ദ്യുഗം (നാ)- പക്ഷി. bird.
ദ്യുചരം (നാ)- ഗ്രഹം, പക്ഷി. planet, bird.
ദ്യുതി (നാ) - രശ്മി, പ്രകാശം, മഹത്ത്വം, ശോഭ, തിളക്കം. ray, light, nobility, brilliance.
ദ്യുപതി (നാ)- ഇന്ദ്രൻ, സൂര്യൻ, ദേവൻ. Indra, sun, demigod.
ദ്യുമണി (നാ)- ശിവൻ, എരിക്ക്, സൂര്യൻ. Siva, maddar plant, sun.
ദ്യുമ്നം (നാ)- ഐശ്വര്യം, സമ്പത്ത്, മഹത്ത്വം, ദീപ്തി, ഓജസ്സ്. prosperity, wealth, nobility, brilliance, vigour.
ദ്യുലോകം (നാ)- സ്വർഗ്ഗം. heaven.
ദ്യൂതം (നാ)- കളി, ചൂത്, യുദ്ധം. game, gamble, war.
ദ്യൂതക്രീഡ(നാ)- ചൂതുകളി. gambling.
ദ്യൂതബീജം(നാ)-കവടി. cowry.
ദ്യൂതശാല (നാ)- ചൂതുകളി സ്ഥലം. casino.
ദ്യൂന (വി)- കളിക്കുന്ന, ദുഃഖമുള്ള. playing, grief-stricken.
ദ്യോവ് (നാ)- ആകാശം, സ്വർഗ്ഗം. sky, heaven.
ദ്യോതം (നാ)- ചൂട്, സൂര്യപ്രകാശം, ശോഭ, പ്രകാശം. heat, sunlight, lustre.
ദ്യോതക (വി)- സൂചിപ്പിക്കുന്ന, വ്യക്തമാക്കുന്ന, തിളങ്ങുന്ന. which indicates, shiny.
ദ്യോതകം (നാ)- പ്രകാശിപ്പിക്കുന്നത്, സൂചിപ്പിക്കുന്നത്. that which causes to shine or indicates.
ദ്യോതനം (നാ)- പ്രകാശം, തിളക്കം, വെയിൽ, വിളക്ക്, വിശദീകരണം. light, glitter, sun-shine, lamp, explanation.
ദ്യോതിസ്സ് (നാ)- നക്ഷത്രം, തിളക്കം, പ്രകാശം. star, glitter, light.
ദ്യോഷത്ത് (നാ)- ദേവൻ. god.
ദ്രഢിമാവ് (നാ)- ദാർഢ്യം, ദൃഢത, കനം. hardness, strength, weight.
ദ്രഢിഷ്ഠ (വി)- ഏറ്റവും ദൃഢമായ. very strong.
ദ്രപ്സം (നാ)- ചന്ദ്രൻ, മോര്, തീപ്പൊരി, തുള്ളി. moon, buttermilk, spark of fire, drop.
ദ്രമിഡം (നാ)- ദ്രാവിഡദേശം, ദക്ഷിണേന്ത്യ. Dravidian region, southern India.
ദ്രമിഡൻ(നാ)- ദ്രാവിഡൻ. Dravidian.
ദ്രവ (വി)- ദ്രാവകരൂപത്തിലുള്ള, ഉരുകിയ, ഒഴുകുന്ന. in liquid form, molten, flowing.
ദ്രവം (നാ)- ദ്രാവകം, ചലനം, ദ്രവമാകൽ, ഉരുകൽ. liquid, motion, liquifying, melting.
ദ്രവംഗം (നാ)- വെളുത്തീയം. lead.
ദ്രവണം (നാ)- അലിയൽ, ഉരുകൽ, പോക്ക്, ചലനം. melting, motion.
ദ്രവരസം (നാ)- സത്ത്, പശ, അരക്ക്. lac, gum, essence.
ദ്രവിക്കുക (അ.ക്രി)- ഉരുകുക, ജീർണ്ണിക്കുക, നശിക്കുക, ദ്രാവകരൂപത്തിലാകുക. to melt, to decay, be destroyed.
ദ്രവിണം (നാ)- ധനം, ഭാഗ്യം, ശക്തി, സ്വർണ്ണം, പദാർത്ഥം. wealth, fortune, strength, gold, substance.
ദ്രവീകരണം (നാ)- ദ്രവമാക്കി തീർക്കൽ, അലിയിക്കൽ. liquification, dissolving.
ദ്രവീകരിക്കുക (സ.ക്രി)- ദ്രവമാക്കി തീർക്കുക, അലിയിക്കുക. liquify, dissolve.

ദ്രവീകൃത (വി)- ദ്രവീകരിക്കപ്പെട്ട. melted.
ദ്രവ്യ (വി)- ദ്രവ്യസംബന്ധമായ. related to substance.
ദ്രവ്യം (നാ)- പദാർത്ഥം, വെള്ളോട്, ലഹരിപാനീയം, സ്വർണ്ണം, ഔഷധം. substance, bell-metal, liquor, gold, medicine.
ദ്രവ്യകൻ (നാ)- ചുമട്ടുകാരൻ. porter.
ദ്രവ്യദണ്ഡം (നാ)- പണമായുള്ള പ്രായശ്ചിത്തം. fine.
ദ്രവ്യലാഭം (നാ)- ധനലാഭം. gain.
ദ്രവ്യവാൻ (നാ)- ധനവാൻ. wealthy person.
ദ്രവ്യസിദ്ധി (നാ)- ധനലബ്ധി, ധനാർജ്ജനം. acquisition of money or wealth.
ദ്രഷ്ടവ്യ (വി)- കാണേണ്ട, കാണത്തക്ക. worthy to be seen, visible.
ദ്രഷ്ടാവ് (നാ)- ന്യായാധിപൻ, കാണുന്നവൻ. judge, one who sees.
ദ്രഹം (നാ)- ആഴമേറിയ കായൽ. deep lake.
ദ്രാക്ഷ (നാ)- മുന്തിരിച്ചെടി, മുന്തിരിങ്ങ. grape plant, grape.
ദ്രാക്ഷാരസം(നാ)-വീഞ്ഞ്, മുന്തിരിച്ചാറ്. wine, grape juice.
ദ്രാക്ഷാശർക്കര (നാ)- ഗ്ലൂക്കോസ്, മുന്തിരിച്ചാറിൽനിന്നുള്ള പഞ്ചസാര. glucose.
ദ്രാക്ഷീര (നാ)- വീഞ്ഞ്. wine.
ദ്രാഘിമാവ് (നാ)- നീളം, അക്ഷാംശം. length, terrestrial latitude.
ദ്രാഘീയസ്സ് (വി)- കൂടുതൽ നീളമുള്ള. having excess length.
ദ്രാണ (വി)- ഉറങ്ങുന്ന, ഓടിയ. sleeping, run.
ദ്രാണം (നാ)- ഉറക്കം, ഓട്ടം. sleep, running.
ദ്രാപം (നാ)- സ്വർഗ്ഗം, ആകാശം, ചെളി. heaven, sky, mud.
ദ്രാപൻ (നാ)- ശിവൻ, മടയൻ. Siva, idiot.
ദ്രാമിളൻ (നാ)- ചാണക്യൻ, ദ്രാവിഡൻ. Chanakya, known for his advisorial wickedness, Dravidian.
ദ്രാവ (നാ)- പിച്ചക്കാരൻ. beggar.
ദ്രാവം (നാ)- വേഗം, ചൂട്, ഉരുകൽ, ഒഴുക്ക്, ഓട്ടം, പശ, പറക്കൽ, ദ്രവീകരണം. swiftness, heat, melting, flow, running, gum, flight, liquifaction.
ദ്രാവക (വി)- ദ്രവരൂപത്തിലുള്ള. having the liquid form.
ദ്രാവകം (നാ)- ദ്രവരൂപത്തിലുള്ള പദാർത്ഥം, ചാറ്, സത്ത്. liquid, juice.
ദ്രാവകൻ (നാ)- കള്ളൻ, വിടൻ, ബുദ്ധിമാൻ, മിടുക്കൻ, തോന്ന്യാസക്കാരൻ. thief, a self willed person, clever person, debaucher, wanton person.
ദ്രാവണം (നാ)- ഓടിക്കൽ, സ്പർശിക്കൽ, ഉരുകൽ. causing to flee, touch, melting.
ദ്രാവി (നാ)- പൊൻകാരം, വെൺകാരം, പിച്ചക്കാരൻ. borax, beggar.
ദ്രാവിക (നാ)- തുപ്പൽ. saliva.
ദ്രാവിഡൻ (നാ)- ദ്രാവിഡദേശത്തിലുള്ള ആൾ. one belonging to Dravida region.
ദ്രാവിഡഭാഷ (നാ)- ദ്രാവിഡൻ സംസാരിക്കുന്ന ഭാഷ. Dravidian languages.
ദ്രു (നാ)- വൃക്ഷം, തടി, വൃക്ഷശാഖ. tree, wood, branch of a tree.
ദ്രുഗ്ദ്ധം (നാ)- അപരാധം, ദ്രോഹകൃത്യം. crime, evil deed.
ദ്രുഘണം (നാ)- ചുറ്റിക, കോടാലി. hammer, axe.
ദ്രുഘണൻ (നാ)- ബ്രഹ്മാവ്. Brahma.
ദ്രുണ (നാ)- വില്ലിന്റെ ഞാൺ. bow string.
ദ്രുണം (നാ)- ഈച്ച, വില്ല്, വാൾ, തേൾ. fly, bow, sword, scorpion.
ദ്രുണൻ (നാ)- കള്ളൻ, ദുഷ്ടൻ. thief, wicked person.
ദ്രുണഹം (നാ)- വാളുറ. sword sheath.
ദ്രുണി (നാ)- പെണ്ണാമ, വെള്ളത്തൊട്ടി, ജലപാത്രം, പഴുതാര. female tortoise, water pot, centipede.

ദ്രുത (വി)- വേഗമുള്ള, ദ്രവരൂപമായ, അലിഞ്ഞ, ഒഴുകിയ, ശീഘ്രമായ. speedy, melted, dissolved.
ദ്രുതഗതി (നാ)- വേഗത്തിലുള്ള പോക്ക്. speedy movement.
ദ്രുതി (നാ)- ഗതി, ദ്രവം, ഉരുകൽ. motion, liquid, melting.
ദ്രുനഖം (നാ)- മുള്ള്. thorn.
ദ്രുപദം (നാ)- മരത്തൂണ്. wooden pillar.
ദ്രുമം (നാ)- പാരിജാതം, വൃക്ഷം. parijatha tree, tree.
ദ്രുമൻ (നാ)- കുബേരൻ. Kubera.
ദ്രുമശ്രേഷ്ഠം (നാ)- കരിമ്പന. a kind of palmyra.
ദ്രുമാശ്രയം (നാ)- ഓന്ത്, പല്ലി. chameleon, lizard.
ദ്രുഹം (നാ)- കായൽ. lake.
ദ്രുഹൻ (നാ)- പുത്രൻ. son.
ദ്രുഹിണൻ (നാ)- ബ്രഹ്മാവ്, ശിവൻ, വിഷ്ണു. Brahma, Siva, Vishnu.
ദ്രൂ (നാ)- സ്വർണ്ണം. gold.
ദ്രുഘണം (നാ)- ചുറ്റിക, ഇരുമ്പുഗദ. hammer, club.
ദ്രോഗ്ദ്ധാവ് (നാ)- ദ്രോഹിക്കുന്നവൻ, ഉപദ്രവകാരി. evil doer, tormentor.
ദ്രോണ (നാ)- തുമ്പച്ചെടി. plant leucas aspera.
ദ്രോണം (നാ)- മരപ്പാത്രം, തേൾ, തവള, കാവതികാക്ക, തുമ്പ, വെള്ളം കോരാനുള്ള തൊട്ടി, തടാകം, പതിനാറ് ഇടങ്ങഴി, മേഘം, പർവ്വതം, തോണി. wooden cistern, scorpion, frog, raven, leucas aspera, bucket, lake, measure of sixteen idangazhi, cloud, mountain, boat.
ദ്രോണി (നാ)- മരത്തൊട്ടി, തൊട്ടി, തോണി. wooden cistern, bucket, boat.
ദ്രോണിക (നാ)- മരവ, തൊട്ടി, തോണി. wooden cistern, boat.
ദ്രോഹം (നാ)- പീഡ, ദ്രോഹിക്കൽ, കുറ്റം, പാപകൃത്യം. oppression, wicked action, crime, malevolent act.
ദ്രോഹകൃത്യം (നാ)- അന്യന് ദോഷം ചെയ്യുന്ന പ്രവൃത്തി. malevolent act.
ദ്രോഹി (വി)- ദ്രോഹിക്കുന്ന, ചതിക്കുന്ന, ഉപദ്രവിക്കുന്ന. harmful, deceitful.
ദ്രോഹിക്കുക (അ.ക്രി)- ഉപദ്രവിക്കുക, ദോഷം വരുത്തുക, ചതിക്കുക. to injure, oppress, deceive.
ദ്രൗണി (നാ)- രാജഗുരു ദ്രോണന്റെ പുത്രൻ, അശ്വത്ഥാമാവ്. princely arms trainer Dorna's son Aswathamavu.
ദ്രൗപതി(നാ)-ദ്രുപദന്റെ പുത്രി, പാഞ്ചാലി. daughter of Drupada, Panchali.
ദ്വന്ദ (വി)- രണ്ടായ, ഇരട്ടയായ. dual, double.
ദ്വന്ദ്വം (നാ)- ജോടി, ഇരട്ട, യുദ്ധം. pair, double, war.
ദ്വന്ദ്വഭാവം (നാ)- രണ്ടെന്ന അവസ്ഥ, ശത്രുത. duality, enmity.
ദ്വന്ദ്വയുദ്ധം (നാ)-രണ്ടുപേർ തമ്മിൽ നേരിട്ടുള്ള യുദ്ധം. duel.
ദ്വന്ദ്വാത്മക (വി)- പരസ്പരവിരുദ്ധങ്ങളായ രണ്ടിനെ ഉൾക്കൊള്ളുന്ന. dualistic, dialectical.
ദ്വന്ദ്വി (വി)- ജോടിയായിച്ചേരുന്ന, പരസ്പരം വിപരീതമായ. paired, contrary.
ദ്വയ (വി)- രണ്ടെണ്ണം ചേർന്ന, ഇരട്ടയായ. having two, double.
ദ്വയം (നാ)- രണ്ട്, ജോടി, അസത്യം. two, pair, falsehood.
ദ്വയവാദി (നാ)- ആത്മാർത്ഥതയില്ലാത്തവൻ. insincere person.
ദ്വയഹീന (വി)- നപുംസകമായ. neuter.
ദ്വയാർത്ഥം (നാ)- രണ്ട് അർത്ഥം. two meanings.
ദ്വയി (നാ)- ഇരട്ട, ജോടി. double, pair.
ദ്വിവിധ (നാ)- രണ്ട് വിധത്തിലുള്ള. having two ways.
ദ്വാദശ (വി)- പന്ത്രണ്ടാമത്തെ, പന്ത്രണ്ടടങ്ങിയ. twelfth, containing twelve.
ദ്വാദശകം (നാ) - പന്ത്രണ്ട് എന്ന സംഖ്യ. number twelve.
ദ്വാദശാത്മാവ് (നാ)- ആദിത്യൻ, എരിക്ക്. one of the gods, sun, maddar plant.
ദ്വാദശായുസ്സ് (നാ)- പട്ടി. dog.
ദ്വാദശി (നാ)- പന്ത്രണ്ടാമത്തെ തിഥി. twelfth day in the lunar fortnight.

ദ്വാനവത (വി)- തൊണ്ണൂറ്റി രണ്ടാമത്തെ. ninetysecond.
ദ്വാപര (വി)- ദ്വാപരയുഗത്തെ സംബന്ധിച്ച. pertaining to the mythical dwapara yuga.
ദ്വാപരം (നാ)- ദ്വാപരയുഗം, ചതുർയുഗങ്ങളിൽ മൂന്നാമത്തേത്. dwapara yuga ,the third of the four yugas according to Hindu mythology.
ദ്വാരം (നാ)- വാതിൽ, വഴി, സുഷിരം. door ,way, hole.
ദ്വാരകം (നാ)- വാതിൽ. door.
ദ്വാരകവാടം (നാ)- വാതിലിന്റെ പാളി. plank of a door.
ദ്വാരപാലകൻ (നാ)- വാതിൽ കാവൽക്കാരൻ. gate keeper.
ദ്വാരപിധാനം (നാ)- സാക്ഷ. bolt.
ദ്വാരബലിഭുക്ക് (നാ)- കാക്ക, കുരുവി, കൊക്ക്. crow, sparrow, crane.
ദ്വാരയന്ത്രം (നാ)- പൂട്ട്, സാക്ഷ. lock, bolt.
ദ്വാരവൃത്തം (നാ)- കുരുമുളക്. pepper.
ദ്വാരക (ക്രി.വി)- മാർഗ്ഗമായി, ചാരത്തൂടെ. via, through the way.
ദ്വാരി (നാ)- ചുമട്ടുകാരൻ, വാതിൽ കാവൽക്കാരൻ. porter, gate keeper.
ദ്വി (വി)- രണ്ടുമടങ്ങായ, രണ്ട്. twice.
ദ്വികം (നാ)- കാക്ക, ചക്രവാകപ്പക്ഷി. crow, ruddy goose.
ദ്വികുത്ത് (നാ)- ഒട്ടകം. camel.
ദ്വിഗുണ (വി)- രണ്ടുവിധമായ, ഇരട്ടിയായ. binary, two fold.
ദ്വിഗുണനം (നാ)- ഇരട്ടിക്കൽ. doubling.
ദ്വിഗുണിത (വി)- ഇരട്ടിപ്പിച്ച. doubled.
ദ്വിഗുണീഭവിക്കുക(അ.ക്രി)- ഇരട്ടിയാകുക. become double.
ദ്വിജ (നാ)- ബ്രാഹ്മണസ്ത്രീ, പെൺപക്ഷി. brahmin woman, female bird.
ദ്വിജം (നാ)- മുട്ടയിൽനിന്നും ജനിക്കുന്ന ജന്തു, പക്ഷി, സർപ്പം, മത്സ്യം, പല്ല്. creature born from egg, bird, snake, fish, tooth.
ദ്വിജൻ (നാ)- ബ്രാഹ്മണൻ, ചന്ദ്രൻ, ക്ഷത്രിയൻ, വൈശ്യൻ. brahmin, moon, kshathriya, vaisya.
ദ്വിജാതീയം(നാ)- കോവർകഴുത. mule.
ദ്വിജായനി (നാ)- പൂണൂൽ. sacred thread worn across the shoulders by certain castes.
ദ്വിജിഹ്വം (നാ)- രണ്ട് നാക്കുള്ളത്, പാമ്പ്. creature having two tongues, snake.
ദ്വിതീയ (വി)- രണ്ടാമത്തെ തിഥി, ഭാര്യ. second lunar day, wife.
ദ്വിതീയൻ (നാ) -രണ്ടാമൻ, ചങ്ങാതി, പുത്രൻ. second one, friend, son.
ദ്വിതീയവയസ്സ് (നാ)- യൗവനം. youth.
ദ്വിതീയാശ്രമം (നാ)- ഗൃഹസ്ഥാശ്രമം. stage of a householder in human life.
ദ്വിധാഗതി (നാ)- കരയിലും വെള്ളത്തിലും ജീവിക്കുന്ന ജീവികൾ, മുതല, ഞണ്ട് മുതലായവ. amphibians, crocodile, crab etc.,
ദ്വിപ(നാ)- പിടിയാന. female elephant.
ദ്വിപം (നാ)- ആന. elephant.
ദ്വിഭുജം (നാ)- രണ്ടു ഭുജങ്ങളുള്ളത്, കോണ്. angle.
ദ്വിമാർഗ്ഗി (നാ)- കവല. junction.
ദ്വിമുഖ (വി) - രണ്ടു മുഖമുള്ള, രണ്ടു വശമുള്ള. having two faces or two sides.
ദ്വിരദൻ(നാ)- കൊമ്പനാന. male elephant.
ദ്വിരാത്രം(നാ)- രണ്ടു രാത്രി. two nights.
ദ്വിരുക്തി(നാ)-പുനരുക്തി, രണ്ടു പ്രാവശ്യം പറയൽ, ആവർത്തിച്ചു പറയൽ. tautology, repeating the same word.
ദ്വിരം (നാ)- വണ്ട്. beetle.
ദ്വിശീർഷകൻ (നാ)-അഗ്നി. fire.
ദ്വിഹൃദയാ (നാ)- ഗർഭിണിയായ സ്ത്രീ. pregnant woman.
ദ്വീപം(നാ)-ദ്വീപ്, ജലത്തിന്റെ നടുവിലുള്ള കര. island.
ദ്വീപവതി (നാ)- നദി, ഭൂമി. river, earth.
ദ്വീപി (നാ)- പുലി, കടുവ. leopard, tiger.
ദ്വീപിനി(നാ)- നദി, കടൽ. river, ocean.
ദ്വേഷം (നാ)- വെറുപ്പ്, പക, ശത്രുത. hatred, animosity, enmity.

ദ്വേഷിക്കുക (അ.ക്രി)- വെറുക്കുക. dislike.
ദ്വേഷ്യൻ (നാ)- ശത്രു. enemy.
ദ്വൈതം (നാ)- ഇരട്ടിപ്പ്, രണ്ടെന്നുള്ള ഭാവം, അജ്ഞാനം, ജീവാത്മാവും പരമാത്മാവും പരസ്പരം ഭിന്നമാണെന്നുള്ള സിദ്ധാന്തം. doubling, dualism, the doctrine that the individual soul and the universal soul are different.
ദ്വൈധീഭാവം (നാ)- ഇരട്ട പ്രകൃതി, വഞ്ചന, അനിശ്ചിതത്ത്വം, രണ്ടെന്ന ഭാവം. duality, deceit, uncertainity, duplicity.
ദ്വൈപ (വി)- ദ്വീപിൽ ഉള്ള, ദ്വീപിനെ സംബന്ധിച്ച. belonging to an island, pertaining to an island.
ദ്വൈപായനൻ (നാ)- വേദവ്യാസൻ. VedaVyasa.
ദ്വൈരഥം (നാ)- രഥത്തിൽ ഇരുന്നു കൊണ്ട് നടത്തുന്ന ദ്വന്ദയുദ്ധം. duel fought sitting in chariots.
ദ്വൈരഥൻ (നാ)- ശത്രു. enemy.
ദ്വൈവാരിക (നാ)- രണ്ടാഴ്ചയിൽ ഒരിക്കൽ പ്രസിദ്ധീകരിക്കുന്നത്. fortnightly.
ദ്വൈസമിക (വി)- രണ്ടു വർഷം പഴക്കമുള്ള. two years old.
ദ്വ്യക്ഷരം(നാ)-രണ്ടക്ഷരം, രണ്ടക്ഷരമുള്ളത്. two letters, word having two letters.
ദ്വ്യർത്ഥ (വി)- രണ്ടർത്ഥമുള്ള. having two meanings.
ദ്വ്യഷ്ടം (നാ)- ചെമ്പ്. copper.
ദ്വ്യഹം (നാ)- രണ്ടു ദിവസം. two days.

ധ

ധ - അക്ഷരമാലയിലെ പത്തൊമ്പതാമത്തെ വ്യഞ്ജനം. nineteenth consonant in the alphabet.
ധടം (നാ)- തുലാസ്സ്. balance.
ധടി (നാ)- കീറത്തുണി, വ്യാപാരി, പഴയ വസ്ത്രം. rag, merchant, old clothes.
ധനം (നാ)- സമ്പത്ത്, പണം, മുതൽ, വിലപ്പെട്ട വസ്തു. wealth, money, valuable thing.
ധനകാര്യം (നാ)- ധനത്തിന്റെ വിനിയോഗം, രാജ്യത്തിന്റെ ധനപരമായ ഇടപാടുകൾ സംബന്ധിച്ചത്. finance.
ധനഞ്ജയൻ (നാ)- അഗ്നി, അർജ്ജുനൻ. fire, Arjuna.
ധനദൻ (നാ)- ദാനശീലൻ, കുബേരൻ. liberal man, Kubera.
ധനധാനി (നാ)- ഖജനാവ്, ഭണ്ഡാരം. treasury.
ധനപതി (നാ)- വലിയ പണക്കാരൻ, ഖജാൻജി, കുബേരൻ. rich person, treasurer, Kubera.
ധനലാഭം (നാ)- ധനം നേടൽ. acquisition of wealth.
ധനവതി (നാ)- സമ്പന്ന, പണമുള്ളവൾ. rich woman.
ധനവിനിയോഗം (നാ)- ധനം ഉപയോഗിക്കൽ. appropriation of finance.
ധനവിപര്യയം(നാ)-ധനത്തിന്റെ നാശം, സാമ്പത്തികക്കുഴപ്പം. financial loss.
ധനവൃദ്ധി (നാ)- സമ്പത്തിന്റെ വർദ്ധന. increase of wealth.
ധനശാസ്ത്രം (നാ)- ധനപരമായ കാര്യങ്ങളെ പഠനവിധേയമാക്കുന്ന ശാസ്ത്രം, സാമ്പത്തിക ശാസ്ത്രം. economics.
ധനഹരൻ (നാ)- മോഷ്ടാവ്, ധനത്തിന്റെ അനന്തരാവകാശി. robber, heir of wealth.
ധനാഗമം (നാ)- ധനം നേടൽ, ധനലാഭം. acquisition of wealth, income.
ധനാഢ്യൻ (നാ)-ധനവാൻ. rich person.
ധനി (നാ) - കുബേരൻ, യുവതി, ഉടമസ്ഥൻ, ധനവാൻ. Kubera, young woman, owner, rich person.
ധനിക (വി)- ധനമുള്ള. rich.
ധനിക (നാ)- സമ്പന്ന, ഭാര്യ, ധനമുള്ളവൾ, യുവതി. rich woman, wife, young woman.
ധനികൻ (നാ)- ധനമുള്ളവൻ. rich man.
ധനിഷ്ഠ (വി)- വളരെ സമ്പത്തുള്ള. very wealthy.

ധനീയ (വി)- ധനസംബന്ധമായ. pertaining to wealth.
ധനു (നാ)- ധനുമാസം, വില്ല്. name of the fifth month, bow.
ധനുദ്രുമം (നാ)- മുള. bamboo.
ധനുർഗുണം (നാ)- വില്ലിന്റെ ഞാൺ. string of a bow.
ധനുർഗ്രഹൻ (നാ)- വില്ലാളി. archer.
ധനുർവിദ്യ (നാ)- വില്ലുപ്രയോഗിക്കുന്നതിനുള്ള അഭ്യാസം, അസ്ത്രപ്രയോഗ ശാസ്ത്രം, ധനുർവ്വേദം. science of archery.
ധനുസ്സ് (നാ)- വില്ല്. bow.
ധനേച്ഛ (നാ)- ധനത്തിലുള്ള ആഗ്രഹം. desire for money.
ധന്യ (വി)- ധനം പ്രദാനം ചെയ്യുന്ന, ഐശ്വര്യമുള്ള, ഭാഗ്യമുള്ള, കൃതാർത്ഥതയുള്ള. wealthy, prosperous, fortunate, gratified.
ധന്യം (നാ)- നിധി. wealth.
ധന്യത (നാ) - ഭാഗ്യം, ഐശ്വര്യം. fortune, prosperity.
ധന്യൻ (നാ)- ഭാഗ്യവാൻ, കൃതാർത്ഥൻ. lucky man, gratified man.
ധന്യാ (നാ) - ഭാഗ്യമുള്ളവൾ, ആയ, ധാത്രി, നെല്ലി. lucky woman, nurse, gooseberry tree.
ധന്വം (നാ)- മരുഭൂമി, വില്ല്. desert, bow.
ധന്വന്തരി (നാ)- ദേവവൈദ്യൻ. physician of gods.
ധന്വാവ്(നാ)- മരുഭൂമി, നിർജ്ജലഭൂമി, തരിശുഭൂമി, വില്ല്, തീരം, ആകാശം. desert, barren land, bow, shore, sky.
ധന്വി (നാ)- വില്ല് ധരിച്ചിട്ടുള്ളവൻ, വില്ലാളി, ശിവൻ, വിഷ്ണു, അർജ്ജുനൻ. archer, Siva ,Vishnu, Arjuna.
ധന്വീനം (നാ)- പന്നി. pig.
ധമകൻ (നാ)- കൊല്ലൻ. blacksmith.
ധമന (വി)- വീർപ്പിക്കുന്ന, ഊതുന്ന. blowing, whistling.
ധമനി (നാ)- കുഴൽ, നാളി, ശുദ്ധരക്തക്കുഴൽ. tube, blood vessel carrying pure blood, artery.
ധമൻ (നാ)- ബ്രഹ്മാവ്, യമൻ, ചന്ദ്രൻ, ശ്രീകൃഷ്ണൻ. Brahma, Yama, Moon, Sri Krishna.
ധര (നാ)- ഭൂമി, ഗർഭാശയം, മജ്ജ, ധമനി, ബ്രാഹ്മണർക്ക് ദാനമായി നൽകുന്ന ദ്രവ്യം. earth, womb, marrow, artery, gift given to the brahmin.
ധരം (നാ)- പർവ്വതം, പഞ്ഞിക്കെട്ട്. mountain, heap of cotton.
ധരണ (വി) - വഹിക്കുന്ന, ധരിക്കുന്ന. wearing, bearing, shouldering.
ധരണം (നാ)- ധരിക്കൽ, ആർജ്ജിക്കൽ, ചിറ, താങ്ങ്, തിര, തീരം, ലോകം. wear, earning, support, prop, shore, bund, world.
ധരണൻ (നാ)- സൂര്യൻ. sun.
ധരണി (നാ)- ഭൂമി, നിലം, കഴുക്കോൽ, ശരീരത്തിലെ ധമനി. earth, field, rafter, artery.
ധരണീദേവൻ (നാ)- ബ്രാഹ്മണൻ. brahmin.
ധരണീധരൻ (നാ)- വിഷ്ണു, ശിവൻ, ദിഗ്ഗജം, ആദിശേഷൻ, അനന്തൻ, രാജാവ്. Vishnu, Siva, name of the elephant supporting the earth, the serpent bed of Vishnu, king.
ധരണീപതി (നാ)- രാജാവ്, വിഷ്ണു. king, Vishnu.
ധരണീസുത (നാ)- സീത. Sita.
ധരൻ (നാ)- കൂർമ്മാവതാരം, ധരിക്കുന്നവൻ. the second of the incarnations of Vishnu, one who wears something.
ധരാതലം (നാ)- ഭൂതലം. earth's surface.
ധരാനന്ദിനി (നാ)- സീത, ഒരു വൃത്തം. Sita, name of a metre.
ധരിക്കുക (ക്രി)- അണിയുക, മനസ്സിലാക്കുക, വഹിക്കുക. to dress, to wear, to understand, to grasp.
ധരിത്രി (നാ)- ഭൂമി. earth.
ധരിപ്പിക്കുക (സ.ക്രി)- വസ്ത്രം ഇടുവിക്കുക, അണിയിക്കുക, മനസ്സിലാക്കിപ്പിക്കുക, ഗ്രഹിപ്പിക്കുക. dress up, put on clothes, make one understand.

ധരിമാവ് (നാ)- രൂപം, ത്രാസ്സ്, ആകൃതി. shape, balance, form.
ധരുണം (നാ)- അടിസ്ഥാനം, അടിത്തറ, കന്നുകുട്ടി, സ്വർഗ്ഗം, ജലം. foundation, calf, heaven, water.
ധരുണൻ (നാ)- ബ്രഹ്മാവ്, അഗ്നി. Brahma, fire.
ധർണ (നാ) - ആധുനിക പ്രക്ഷോഭരീതി, കുത്തിയിരിപ്പു സത്യാഗ്രഹം. squatting in satyagraha.
ധർമ്മം (നാ)- ശ്രേയസ്സ്, നന്മ, ഗൃഹം, താങ്ങ്, നിയമനിഷ്ഠമായ സദാചാരാനുഷ്ഠാനം, പുണ്യം, ഗുണം, മതം, ഭിക്ഷ, ഭക്തി, കടമ, സദാചാരം. prosperity, virtue, home, prop, ethics, blessing, virtue, religion, alms, devotion, duty, morality.
ധർമ്മകർമ്മം (നാ)- ധർമ്മം ചെയ്യൽ, കർത്തവ്യനിർവ്വഹണം. act of charity, work of duty.
ധർമ്മക്ഷേത്രം (നാ)- പുണ്യഭൂമി, ഭാരതം. holy land, India.
ധർമ്മഗുപ്തൻ(നാ)-വിഷ്ണു. Vishnu.
ധർമ്മജ്ഞൻ (നാ)- ധർമ്മത്തെ അറിയുന്നവൻ, നീതിബോധമുള്ളവൻ. one who knows his duties, one who has a sense of justice.
ധർമ്മനിഷ്ഠ (നാ)- ധർമ്മത്തിലുള്ള നിഷ്ഠ. strict observance of duty.
ധർമ്മപഥം (നാ)- ധർമ്മത്തിന്റെ മാർഗ്ഗം. the way of virtue.
ധർമ്മപ്പെട്ടി (നാ)- കാണിക്കപ്പെട്ടി. box for depositing offerings.
ധർമ്മരാജൻ (നാ)- യമൻ, ബുദ്ധൻ, യുധിഷ്ഠിരൻ. Yama, the Buddha, Yudishtira.
ധർമ്മവാൻ (നാ)- നീതിനിഷ്ഠൻ, ധർമ്മമുള്ളവൻ. virtuous person.
ധർമ്മവാസരം (നാ)- പൗർണ്ണമിദിനം. full moon day.
ധർമ്മവിരുദ്ധ (വി)- ന്യായമല്ലാത്ത. unethical.
ധർമ്മസങ്കടം (നാ)- കർത്തവ്യം എന്തെന്ന് നിശ്ചയമില്ലാത്ത അവസ്ഥ. dilemma.
ധർമ്മസഭ (നാ)- നീതിന്യായക്കോടതി. court of justice.
ധർമ്മസംഹിത (നാ)- ധാർമ്മികതത്ത്വങ്ങളുടെ സമാഹാരം. code of moral laws.
ധർമ്മസ്ഥാപനം (നാ)- ധർമ്മത്തെ ഉറപ്പാക്കൽ, ധർമ്മശാല. enforcing charity or moral laws, charitable establishment.
ധർമ്മാംഗം (നാ)- കൊക്ക്. crane.
ധർമ്മാധർമ്മം (നാ)- നീതിന്യായം, ധർമ്മവും അധർമ്മവും. law and justice, morality and immorality.
ധർമ്മാധികരണൻ (നാ)- ന്യായാധിപൻ. judge.
ധർമ്മാനുഷ്ഠാനം (നാ)- ധാർമ്മികതത്ത്വങ്ങളുടെ പാലനം, ധർമ്മം അനുഷ്ഠിക്കൽ. observance of duties.
ധർമ്മാസനം (നാ)- നീതിപീഠം. court of justice.
ധർമ്മി (വി) - ധർമ്മമുള്ള, ധർമ്മം അനുഷ്ഠിക്കുന്ന, ധർമ്മത്തെ അറിയുന്ന. having virtue, knowing or following the moral laws.
ധർമ്മിഷ്ഠൻ (നാ)- സദാചാരനിരതൻ, ധർമ്മനിഷ്ഠയുള്ളവൻ. virtuous and charitable man.
ധർമ്മീപുത്രൻ (നാ)- നടൻ. actor.
ധർഷം (നാ)- ധീരത, ധിക്കാരം, അക്ഷമ, നിന്ദനം, നിയന്ത്രണം, വശീകരണം. bravery, haughtiness, impatience, insult, control, seduction.
ധർഷണം (നാ)- അതിക്രമം, വശീകരിക്കൽ, ചാരിത്രധ്വംസനം. offence, seduction, adultery.
ധർഷണി (നാ)- ദുർന്നടത്തക്കാരി, വേശ്യ. wanton woman, prostitute.
ധർഷിക്കുക (അ.ക്രി)- അഹങ്കരിക്കുക. to be proud.
ധവം (നാ)- വിറയൽ, ഇളക്കം. shivering, shakiness.
ധവൻ (നാ)- യജമാനൻ, മനുഷ്യൻ, ഭർത്താവ്. boss, man, husband.

ധവള (വി)- വെളുത്ത, സുന്ദരമായ. white, fair.
ധവളം(നാ)-വെളുപ്പുനിറം, ചീനക്കർപ്പൂരം, വെളുത്ത പശു. white colour, chinese camphor, white cow.
ധവളപക്ഷം (നാ)- വെളുത്ത പക്ഷം, അരയന്നം. bright lunar fortnight, swan.
ധവളപത്രം (നാ)- സർക്കാരിന്റെ വിജ്ഞാപനപത്രം. White Paper(issued by the goverment on policy matters to be discussed by Parliament).
ധവളമൃത്തിക (നാ)- ചുണ്ണാമ്പുകല്ല്, ചോക്ക്, ചുണ്ണാമ്പ്. lime stone, chalk, chunam.
ധവളാപാംഗി (നാ)- പെൺമയിൽ. pea-hen.
ധവളിത (വി)- വെളുപ്പിച്ച. made white.
ധവളിമാ (നാ)- പ്രകാശം, വെൺമ. light, whitness.
ധവളോത്പലം (നാ)- വെള്ളാമ്പൽ. white water lily.
ധവാണകൻ (നാ)- കാറ്റ്, വായു. wind, air.
ധാകം (നാ)- കലവറ, ചോറ്, തൂണ്, തോണി, കാള, ജലപാത്രം. store, rice, pillar, boat, bull, water pot.
ധാകൻ (നാ) - ബ്രാഹ്മണൻ, പിന്തുണക്കാരൻ. Brahmin, supporter.
ധാടി (നാ)- പ്രൗഢി, സാമർത്ഥ്യം. ostentation, skill.
ധാതാവ് (നാ)-മഹാവിഷ്ണു, ബ്രഹ്മാവ്, ആത്മാവ്. Vishnu, Brahma, soul.
ധാതു (നാ)- പർവ്വതത്തിലോ ഖനിയിലോ നിന്നെടുക്കുന്ന വസ്തു, ഒരു പദാർത്ഥത്തിന്റെ പ്രധാനഘടകം, പഞ്ചഭൂതങ്ങളിൽ ഒന്ന്, നാഡി, പാൽ, പൂമ്പൊടി. substance found in mountains or mines, mineral, essential ingredient , one of the five elementary substances, pollen, nerve, milk.
ധാതുക്ഷയം (നാ)- ഇന്ദ്രിയക്ഷയം, വീര്യനാശം. impotence.
ധാതുദ്രവ്യം (നാ)- ധാതുരൂപത്തിൽ ലഭിക്കുന്ന ദ്രവ്യം, അയിര്. mineral substance, ore.
ധാതുപുഷ്ടി (നാ)- ശരീരപോഷണം. growth or development of the body.
ധാതുഭൃത്ത് (നാ)-പർവ്വതം. mountain.
ധാതുമാരി (നാ)- ഗന്ധകം. sulphur.
ധാതുവല്ലഭം (നാ)- വെൺകാരം. borax.
ധാതുവിജ്ഞാനീയം (നാ)- ധാതുക്കളെകുറിച്ചുള്ള ശാസ്ത്രം. mineralogy.
ധാതുശേഖരം (നാ)- തുരിശ്. copper-sulphate.
ധാതൃ (വി)- ബ്രഹ്മാവിനെ സംബന്ധിച്ച. pertaining to Brahma.
ധാത്രം (നാ)- ഭോജനപാത്രം. dish vessel.
ധാത്രി (നാ)- ഭൂമി, നെല്ലി, വളർത്തമ്മ. earth, gooseberry tree, foster mother.
ധാത്രീകഥ (നാ)- മുത്തശ്ശിക്കഥ, ശിശുക്കൾക്കായുള്ള കഥ. nursery tale.
ധാത്രീന്ദ്രൻ (നാ)- രാജാവ്. king.
ധാത്രീവിദ്യ(നാ)- പ്രസവചികിത്സ. mid wifery.
ധാത്രേയിക (നാ)- വളർത്തമ്മയുടെ പുത്രി. daughter of a fostermother.
ധാനം (നാ)- ഇരിപ്പിടം, പോഷണം, പാത്രം. seat, nourishment, plate or container.
ധാനി (നാ)- ആസ്ഥാനം, പണ്ടകശാല, ഇരിപ്പിടം, തട്ടം. location of a building, store, seat, plate.
ധാന്യം (നാ)- നെന്മണി, ഗോതമ്പുമണി മുതലായവ, പയർ വർഗ്ഗങ്ങൾ. grain, pulses.
ധാന്യമണി (നാ)- ധാന്യം, ധാന്യത്തിന്റെ വിത്ത്. grain seed of grain.
ധാന്യരാജം (നാ)- യവം, കൊത്തമല്ലി. barley, coriander.
ധാന്യാരി (നാ)- ചുണ്ടെലി, എലി. a kind of small rat, rat.
ധാന്യാസ്ഥി (നാ)- ഉമി. husk.
ധാന്വന (വി)- മരുഭൂമിയിലുള്ള. belonging to desert.
ധാമം (നാ)- ഗൃഹം, വാസസ്ഥാനം, വീട്ടുകാർ, ശരീരം, ശോഭ, പ്രഭാവം, നഗരം, ജനനം, ചന്ദനം, സൈന്യം. home, abode, family, body, splendour, fame, city, birth, sandalwood paste, army.

ധാര (വി)- വഹിക്കുന്ന, ധരിക്കുന്ന, ഒഴുകുന്ന. holding ,wearing, flowing.

ധാര (നാ)- ഇടമുറിയാത്ത മഴ, ജലപ്രവാഹം, വാളിന്റെ മൂർച്ചയുള്ള വശം, സമൂഹം, നാവ്, ഭൂമി, കീർത്തി, വേലി, കുതിരയുടെ ഗതി, ജലം, ചക്രം. incessant rain,flow of water, the sharpness of a sword, assembly, tongue, earth, fame, fence, pace of a horse, water.

ധാരക (വി)- ധരിക്കുന്ന, ഉൾക്കൊള്ളുന്ന. wearing, containing.

ധാരകം (നാ)- വാഹനം, പെട്ടി, പാത്രം. vehicle, box, container.

ധാരകൻ (നാ)- രക്ഷിതാവ്, കടമുള്ളവൻ. guardian, debtor.

ധാരണ (നാ)- മനസ്സിലാക്കൽ, ഓർമ്മ, ഉറപ്പ്, കടം, പരസ്പരധാരണ, ധൈര്യം. understanding, memory, firmness, liability, retentive power, bravery.

ധാരണ (വി)- ധരിക്കുന്ന, വഹിക്കുന്ന, രക്ഷിക്കുന്ന. wearing, bearing, protecting.

ധാരണം (നാ)- ധരിക്കൽ, വസ്ത്രം ഉടുക്കൽ, ഓർമ്മയിൽ നിർത്തൽ, കടപ്പാട്. wearing, putting on dress, remembering, indebtedness.

ധാരണാശക്തി (നാ)- മനസ്സിലാക്കാനുള്ള കഴിവ്, ഗ്രഹിച്ചത് മറക്കാതിരിക്കാനുള്ള ശക്തി. power of comprehension.

ധാരണി (നാ)- നിര, നാഡി, വരി. row, nerve, line.

ധാരൻ (നാ)- വിഷ്ണു. Vishnu.

ധാരാങ്കം (നാ)- വാൾ. sword.

ധാരാടം (നാ)- വേഴാമ്പൽ, കുതിര, മേഘം. hornbill, horse, cloud.

ധാരാധരം (നാ)- മേഘം, വാൾ. cloud, sword.

ധാരാവനി (നാ)- കാറ്റ്, വായു. wind, air.

ധാരാവിഷം (നാ)-വളഞ്ഞ വാൾ. curved sword.

ധാരാള (വി)- ധാരമുറിയാതെയുള്ള. incessant.

ധാരാളം (നാ)- ലോപം കൂടാതെയുള്ളത്, സമൃദ്ധം, ഔദാര്യം. plenty, generosity.

ധാരാളി (നാ)- ധാരാളമായി ചെലവഴിക്കുന്നവൻ. extravagant person.

ധാരാളിത്തം (നാ)- ധാരാളം ചെലവിടുന്ന സ്വഭാവം, ധൂർത്ത്. extravagance.

ധാരിണി (നാ)- ധരിക്കുന്നവൾ, ഭൂമി, ഇലവ്, വഹിക്കുന്നവൾ. woman who wears, earth, silk cotton tree, woman who holds.

ധാരു (നാ)- മദ്യപാനി. drunkard.

ധാർത്തരാഷ്ട്രം (നാ)- പാമ്പ്, ഒരു തരം അരയന്നം. snake kind of swan.

ധാർമ്മ (വി)- ധർമ്മസംബന്ധിയായ. pertaining to dharma or vocation.

ധാർമ്മികം (നാ)- ധർമ്മത്തിലുറച്ചത്, സദാചാരപരം. righteousness, virtue.

ധാർമ്മികത (നാ)- ധാർമ്മികമായിരിക്കുന്ന അവസ്ഥ. state of being charitable.

ധാർമ്മികൻ (നാ)- ധർമ്മവാൻ. virtuous person.

ധാർഷ്ട്യം (നാ)- ധിക്കാരം, തോന്ന്യാസം, അഹങ്കാരം, നിർലജ്ജത. impudence, rashness, haughtiness, unabashedness.

ധാര്യം (നാ)- വസ്ത്രം, ധരിക്കാനുള്ളത്. dress, something worthy to be worn.

ധാവക (വി)- ഒലിക്കുന്ന, കഴുകുന്ന, ഓടുന്ന. flowing, washing, running.

ധാവകൻ (നാ)- അലക്കുകാരൻ, ഓടുന്നവൻ. washerman, runner.

ധാവനം (നാ)- അലക്ക്, ഒഴുക്ക്, ശുദ്ധീകരണം, ഓട്ടം. washing, flowing, cleaning, running.

ധാവള്യം (നാ)- വെണ്മ. whiteness.

ധാവിത (വി)- ശുദ്ധീകരിച്ച. purified.

ധിക്കരിക്കുക (നാ)- നിന്ദയോടു കൂടിയ പെരുമാറ്റം, നിന്ദനം. insult, reproach.

ധിക്കാരി (നാ)- ധിക്കാരം കാട്ടുന്നവൻ. insolent person.

ധിക്കൃതി (നാ)- ധിക്കാരം. impudence.

ധിഷ്ണ (നാ)- ബുദ്ധി, അറിവ്, ഭാഷണം, വാസസ്ഥലം, പാർപ്പിടം, പ്രശംസ. intelligence, knowledge, talk,dwelling place, house, praise.
ധിഷ്ണൻ (നാ)- ബുദ്ധിമാൻ, വ്യാഴഗ്രഹം, ഗുരു, ബൃഹസ്പതി. intelligent person, jupiter, precept, Brihaspathi.
ധിഷ്ണ്യം (നാ)- ആകാശം, ഭവനം, ശക്തി, നക്ഷത്രം, ഇരിപ്പിടം, സ്ഥാനം, അഗ്നി. sky, abode, power, star, seat,place, fire.
ധിറുതി (നാ)- തിടുക്കം. hurry.
ധീ (നാ)- മനസ്സ്, ബുദ്ധി, ഭക്തി, പ്രാർത്ഥന, ആശയം, ഗ്രഹണശേഷി, അറിവ്. mind, intellect , piety, idea, power of comprehension, knowledge.
ധീത (വി)-ചിന്തിക്കപ്പെട്ട, പഠനം ചെയ്യപ്പെട്ട. meditated , drunk.
ധീത (നാ)- പുത്രി. daughter.
ധീദ (നാ)- ധിഷണാശക്തി, അറിവ്, പുത്രി, കന്യക. intelligence, knowledge, daughter, virgin.
ധീനം (നാ)- ഇരുമ്പ്. iron.
ധീമത്ത് (വി)- ബുദ്ധിയുള്ള, അറിവുള്ള, ഗ്രഹണശേഷിയുള്ള. intelligent, having superior knowledge, talented.
ധീമാൻ (നാ)- വിദ്വാൻ, ബുദ്ധിമാൻ. scholar, a very wise and intelligent man.
ധീര (വി)- ധൈര്യമുള്ള, സാഹസികനായ, ബുദ്ധിയുള്ള, അലസനായ, വീരനായ. brave, adventurous, intelligent, idle, heroic.
ധീരത (നാ)- ധൈര്യം, വിവേകം, ഗാംഭീര്യം, സ്ഥൈര്യം. courage, discretion, majesty, stability.
ധീരൻ (നാ)- ധൈര്യമുള്ളവൻ, വിദ്വാൻ, ധിഷണാശാലി, ബുദ്ധിമാൻ, സ്ഥൈര്യമുള്ളവൻ. brave person, scholar, intelligent man, one who has stability.
ധീരസ്കന്ധം (നാ)- പോത്ത്. buffalo.
ധീരോദാത്തത (നാ)- ധൈര്യവും ഉത്തമഗുണങ്ങളും. chivalry, valour.
ധീലടി (നാ)- പുത്രി. daughter.
ധീവരം (നാ)- ഇരുമ്പ്. iron.
ധീവരൻ (നാ)- മുക്കുവൻ, സമർത്ഥൻ. fisherman, very intelligent person.
ധു (നാ)- വിറയൽ, കമ്പനം. shivering, vibration.
ധുക്ഷണം (നാ)- ജ്വലിപ്പിക്കൽ. blazing.
ധുത (വി)- ഇളക്കപ്പെട്ട, ഉപേക്ഷിക്കപ്പെട്ട, ചലിപ്പിക്കപ്പെട്ട. shaken, abandoned.
ധുനി (നാ)- നദി. river.
ധുനിനാഥൻ (നാ)- കടൽ. sea.
ധുര (നാ)- ഭാരം, ചുമട്. weight, load.
ധുരം (നാ)- കഴ, ചുമട്, ഭാരം, നുകം, അക്ഷകീലം, വിചാരം. long pole, load, weight, yoke, linch pin, thought.
ധുരന്ധരൻ (നാ)- ഭാരം ചുമക്കുന്നവൻ, തലവൻ, മുഖ്യൻ, ചുമട്ടുകാള, വ്യവസായി. one who bears a burden, eminent or responsible person, draught-bullock, businessman.
ധുരി (നാ)- അച്ചുതണ്ട്, അക്ഷം. axle.
ധുരീയം (നാ)- കാള. bullock.
ധുർ (നാ)- നുകം, ചുമട്, ചുമതല, തീപ്പൊരി, ഭാരം, കൈവിരൽ. yoke, load, duty, spark of fire, finger, burden.
ധുര്യം (നാ)- കുതിര, കാള, ചുമട്ടുമൃഗം. horse, bullock, draught-animal.
ധുര്യൻ (നാ)- വ്യാപാരി, കാര്യസ്ഥൻ, വ്യവസായി. merchant, manager.
ധുവക (നാ)- പല്ലവി. refrain of a song.
ധുവനൻ (നാ)- അഗ്നി. fire.
ധൂ (നാ)- വിറയൽ, ഇളക്കം. vibration.
ധൂകം (നാ)- സമയം, കാറ്റ്. time, wind.
ധൂകൻ (നാ)- കള്ളൻ, തെമ്മാടി. robber, rogue.
ധൂത (വി)- ഇളക്കപ്പെട്ട, ഉപേക്ഷിക്കപ്പെട്ട. shaken, abandoned.
ധൂതാ (നാ) - ഭാര്യ. wife.
ധൂനനം (നാ)- കാറ്റ്, പ്രകമ്പനം, ഇളക്കം. wind, vibration.
ധൂപം (നാ) - പുക, സുഗന്ധദ്രവ്യങ്ങൾ കൊണ്ടുള്ള പുകയ്ക്കൽ. smoke, burning of incense.

ധൂപകൻ (നാ)- സുഗന്ധദ്രവ്യങ്ങൾ വിൽക്കുന്നവൻ. manufacturer or seller of incense.
ധൂപക്കുറ്റി (നാ) - ധൂപിക്കുന്നതിനുള്ള പാത്രം. incense burner.
ധൂപനം (നാ)- ധൂപക്കുറ്റി, പുകയ്ക്കൽ incense. burner, burning of incense.
ധൂമ (വി)- പുകയെ സംബന്ധിച്ച, പുകയുടെ രൂപത്തിലുള്ള. pertaining to smoke, in the form of smoke.
ധൂമം (നാ)- പുക, മൂടൽ, ആവി, ഛർദ്ദി, മേഘം, ഓക്കാനം. smoke, mist, vapour, vomiting, cloud.
ധൂമകേതു (നാ)- വാൽനക്ഷത്രം, അഗ്നി. comet, fire.
ധൂമജം (നാ)- മുത്തങ്ങ, മേഘം. a kind of medicinary grass, its root, cloud.
ധൂമധ്വജൻ (നാ)- അഗ്നി. fire.
ധൂമപത്രം (നാ)- പുകയില. tobacco.
ധൂമപഥം (നാ)- ജന്നൽ, യാഗം. window, sacrifice.
ധൂമപൻ (നാ)- പുകവലിക്കാരൻ. smoker.
ധൂമപാനം (നാ)- പുകവലി. smoking.
ധൂമള (വി)- കടുംചുവപ്പ് നിറത്തിലുള്ള. having deep red colour.
ധൂമിക (നാ)- മൂടൽമഞ്ഞ്, മഞ്ഞ്, ആവി, പുക. fog, mist, vapour, smoke.
ധൂമില (വി) - ധൂമം നിറഞ്ഞ, ഇരുണ്ട. full of smoke dark.
ധൂമോർണ (നാ)- യമന്റെ പത്നി. the wife of mythical good of death Yama.
ധൂമ്ര (വി)- പുകയുടെ നിറമുള്ള, ഇരുണ്ട. smoky, dark.
ധൂമ്രം (നാ)- കറുപ്പും ചെമപ്പും കൂടിയ നിറം, ഊതവർണ്ണം, പാപം, ദുഷ്ടത, ഒട്ടകം, പുക. purple colour , sin, cruelty, camel, smoke.
ധൂമ്രലോചനൻ(നാ)-പ്രാവ്. dove.
ധൂർ (നാ)- ഭാരം. weight.
ധൂർത്തം (നാ)- വിളയുപ്പ്, ഇരുമ്പിൻ കിട്ടം, ഉമ്മത്ത്. rock salt, iron dust, the thorn apple.
ധൂർത്തകൻ (നാ)- കുറുക്കൻ, കള്ളൻ. fox, robber.
ധൂർത്തൻ (നാ)- ചതിയൻ, വിടൻ, ചെലവാളി, ചൂതാട്ടുകാരൻ. deceitful, rogue, spendthrift, gambler.
ധൂർത്ത് (നാ)- ചെലവാളിത്തം, ധൂർത്തത. extravagance.
ധൂർദ്ധരൻ (നാ)- ഭാരവാഹി, ചുമതല വഹിക്കുന്നവൻ. person bearing great responsibility.
ധൂലകം (നാ)- വിഷം. poison.
ധൂലിജംഘം (നാ)- കാക്ക. crow.
ധൂസരം (നാ)- ഒട്ടകം, കഴുത, പ്രാവ്, ചാരനിറം. camel,ass, dove, grey colour.
ധൂസരൻ (നാ)- വാണിയൻ. oil dealer.
ധൂളം (നാ)- പൊടി, ധൂളി. powder, dust.
ധൂളി (നാ)- പൊടി, നിന്ദ്യൻ, ഒരു വലിയ സംഖ്യ. powder, despicable fellow, a huge number.
ധൂളിക (നാ)- മൂടൽമഞ്ഞ്. fog.
ധൂളിത്വം (നാ)- വ്യഭിചാരം. prostitution.
ധൂളിധ്വജം (നാ)- കാറ്റ്. wind.
ധൃത (വി)- പിടിക്കപ്പെട്ട, വിനിയോഗിക്കപ്പെട്ട, ധരിക്കപ്പെട്ട. caught,utilised, worn.
ധൃതഗതി (നാ)- അവിവേകം, എടുത്തുചാട്ടം. thoughtless procedure, rashness.
ധൃതദീധിതി (നാ)-അഗ്നി. fire.
ധൃതരാഷ്ട്രൻ (നാ)- ദുര്യോധനാദികളുടെ പിതാവ്. Duryodhana's father.
ധൃതവീര്യൻ (നാ)- പരാക്രമി, ശക്തൻ. adventurer, powerful man.
ധൃതവ്രതൻ (നാ)- ഇന്ദ്രൻ, വരുണൻ, അഗ്നി, ദൃഢനിഷ്ഠയുള്ളവൻ. Indra, Varuna, fire, one observing a stern oath.
ധൃതി (നാ)- ധിറുതി, വഹിക്കൽ, സന്തോഷം, ധൈര്യം, ധാരണം. hurry, bearing, joy, bravery.
ധൃതികൂട്ടുക (അ.ക്രി)- തിടുക്കപ്പെടുക. make haste be in a hurry.
ധൃത്വരി (നാ)- ഭൂമി. earth.
ധൃത്വാവ് (നാ)- ബ്രഹ്മാവ്, മഹാവിഷ്ണു, കടൽ, സദ്ഗുണം, ആകാശം, സമർത്ഥൻ. Brahma, Vishnu, sea, goodness, sky, skilled person.

ധൃഷിത (വി) - ധീരനായ. brave.
ധൃഷ്ട (വി)- ധിക്കാരിയായ, ധാർഷ്ട്യ മുള്ള, ധൈര്യമുള്ള. insolent, impudent, brave.
ധൃഷ്ടത (നാ)- ഉറപ്പ്, ധാർഷ്ട്യം, ധൈര്യം. firmness, brazenness, brave.
ധൃഷ്ടൻ (നാ)- ധീരൻ, ലജ്ജയില്ലാത്ത വൻ, വിശ്വാസവഞ്ചകനായ ഭർത്താവ്. daring person, shameless person, unfaithful husband.
ധൃഷ്ണി (നാ)- ശോഭ, രശ്മി. brilliance, ray of light.
ധേന (നാ)- പശു, വാക്ക്, നദി. cow, word, river.
ധേനം (നാ)- നദി, സമുദ്രം. river, sea.
ധേനി (നാ)- നദി, കൊത്തമല്ലി. river, coriander seed.
ധേനു (നാ)- പശു, കറവപ്പശു, ഭൂമി. cow, milch-cow, earth.
ധേനുക (നാ)- പിടിയാന, പശു, ചുരിക, സമ്മാനം, കറവപ്പശു. female elephant, cow, double-edged sword , a present, milch-cow.
ധേനുകൻ (നാ)- ഒരസുരൻ. a demon.
ധേയ (വി)- വഹിക്കുന്ന, വളർത്താൻ കൊള്ളാവുന്ന, എടുക്കുന്ന, ധരിക്കുന്ന, കുടിക്കത്തക്ക. bearing, which could be domesticated, holding, wearing, drinkable.
ധൈര്യ (വി)- ധീരതയെ സംബന്ധിച്ച, ധൈര്യമുള്ള. pertaining to courage, courageous.
ധൈര്യം (നാ)- ക്ഷമ, ശാന്തത, ശക്തി, ഉറപ്പ്, ധീരത. patience, calmness, power, stability, courage.
ധൈര്യശാലി (നാ)- ധൈര്യമുള്ളവൻ, ധൈര്യവാൻ. brave man.
ധൈവത്യം (നാ)- സാമർത്ഥ്യം. dexterity.
ധൈഷണിക (വി)- ധിഷണാസംബന്ധമായ, ബുദ്ധിയെ സംബന്ധിച്ച. pertaining to intellect.
ധൈഷണികം (നാ)- ബുദ്ധിപരമായത്. that which is intellectual.
ധോത്തി (നാ)- മുണ്ട്, ഉടുവസ്ത്രം. plain cloth worn from the loins down wards.
ധോബി(നാ)-അലക്കുകാരൻ. washerman.
ധോരണ (നാ)- മുറ, ക്രമം. procedure, order.
ധോരണി (നാ)- പാരമ്പര്യം, വഴി, ക്രമം, തടവില്ലായ്മ, പരിചയം, ഒഴുക്ക്. tradition, way, routine, absence of hindrance, experience, flow.
ധോരിതം (നാ)- അടി, കുതിരയുടെ ഗതിവിശേഷം, ഗതി. beat, trot of a horse, movement.
ധൗത (വി)- തിളങ്ങുന്ന, വെളുപ്പിച്ച, ശുദ്ധിയാക്കിയ, കഴുകപ്പെട്ട. glittering, blanched, purified, washed.
ധൗതം (നാ)- വെള്ളി, ശുഭ്രവസ്ത്രം, കുളി. silver, white dress, cleaning of the body.
ധൗതശീലം (നാ)- സ്ഫടികം. crystal.
ധൗതി (നാ)- നദി, ഊറ്റ്, യോഗാഭ്യാസങ്ങളിൽ ഒന്ന്. river, spring, a practice in yoga.
ധൗതേയം (നാ)- ഇന്തുപ്പ്. rock salt.
ധൗമ്രം (നഹാ)- ധൂമവർണ്ണം. smoke colour.
ധൗരേയ (വി)- ചുമടെടുക്കുന്ന, സാമർത്ഥ്യമുള്ള. bearing burden, dexterous.
ധ്യാ (നാ)- ധ്യാനം, ചിന്ത. meditation, concentration of the mind.
ധ്യാത (വി)- ധ്യാനിക്കപ്പെട്ട. meditated.
ധ്യാതം (നാ)- ധ്യാനിക്കപ്പെട്ടത്, ധ്യാനം. object of contemplation, meditation.
ധ്യാനം (നാ)- ഏകാഗ്രമായ ചിന്ത. meditation.
ധ്യാനഗമ്യ (വി)- ധ്യാനം കൊണ്ടുമാത്രം പ്രാപിക്കത്തക്ക. attainable only through meditation.
ധ്യാനതൽപര (വി)- ധ്യാനത്തിൽ മുഴുകിയ. immersed in meditation.
ധ്യാനനിഷ്ഠൻ (നാ)- ധ്യാനത്തിലിരിക്കുന്നവൻ. one immersed in meditation.

ധ്യാനശക്തി (നാ)- ധ്യാനിക്കുവാനുള്ള ശേഷി. power to concentrate and meditate.
ധ്യാനിക്കുക (ക്രി)- ധ്യാനത്തിൽ മുഴുകുക. to meditate.
ധ്യാമ (വി)- അഴുക്കുപറ്റിയ, അശുദ്ധമായ. soiled, rendered impure.
ധ്യാമാവ് (നാ)- അളവ്, പ്രകാശം, ധ്യാനം. measure, light, meditation.
ധ്യേയ (വി)- ധ്യാനിക്കപ്പെടേണ്ട, ധ്യാനത്തിന് യോജിച്ച. worthy of meditation or adoration.
ധ്രസ്ത (വി)- എറിയപ്പെട്ട. thrown.
ധ്രുവ (വി)- സ്ഥിരമായ, നിത്യമായ, ധ്രുവത്തെ സംബന്ധിച്ച. fixed, external, polar.
ധ്രുവം (നാ)- ഭൂഗോളത്തിന്റെ ഉത്തര ദക്ഷിണാഗ്രങ്ങളിൽ ഒന്ന്, ധ്രുവനക്ഷത്രം, താറാവ്, സ്വർഗ്ഗം, കാലം, കുറ്റി, പേരാൽ, ആകാശം, മൂക്കിന്റെ അറ്റം. one of the two poles of the earth, pole star, duck, heaven, period, stump, banyan tree, sky, tip of the nose.
ധ്രുവകം (നാ)- പല്ലവി, കുറ്റി. refrain of a song, stump.
ധ്രുവണം (നാ)- ധ്രുവീകരണം. polarization.
ധ്രുവനക്ഷത്രം (നാ)- ധ്രുവത്തിൽ പ്രകാശിക്കുന്ന ഒരു നക്ഷത്രം. pole star.
ധ്രുവപ്രദേശം (നാ)- ഭൂഗോളത്തിന്റെ ഉത്തര-ദക്ഷിണാഗ്ര പ്രദേശങ്ങളിൽ ഒന്ന്. polar region.
ധ്രുവാക്ഷം (നാ)- ധ്രുവത്തിൽ കൂടി കടന്നുപോകുന്ന സാങ്കൽപ്പികമായ അക്ഷം. polar axis.
ധ്രുവീകരണം (നാ)- രണ്ടായി വേർതിരിയുക, ഭിന്നമായ ഭാഗങ്ങളായി വേർതിരിയുക. polarization.
ധ്രസ്ത (വി)- എറിയപ്പെട്ട. thrown.
ധ്വജ (വി)- ധ്വജത്തെ സംബന്ധിച്ച. pertaining to flag.
ധ്വജം (നാ) - മുദ്ര, അഭിമാനം, കൊടി അടയാളം, കൊടിമരം, കൊടി. trademark, proud, symbol on the flag, flag post, flag.
ധ്വജപടം (നാ)- പതാക, കൊടി. flag.
ധ്വജപ്രതിഷ്ഠ (നാ)- കൊടിമരം നാട്ടൽ. ceremonial erection of the flag post.
ധ്വജപ്രഹരണൻ (നാ) - വായു. air.
ധ്വജഭംഗം (നാ) - ഉത്പാദനശക്തിയില്ലായ്മ. inability to have sexual intercourse.
ധ്വജയഷ്ടി (നാ)- കൊടിമരം. flag post.
ധ്വജവാൻ (നാ)- മദ്യവ്യാപാരി, ധ്വജമുള്ളവൻ. dealer of alcoholic beverages, one having a flag.
ധ്വജി (നാ)- കുതിര, മയിൽ, പാമ്പ്, വണ്ടി, ബ്രാഹ്മണൻ, മദ്യവ്യാപാരി, പർവ്വതം. horse, peacock, snake, vehicle, Brahmin, vendor in liquor, mountain.
ധ്വജികൻ (നാ)- കപട ഭക്തൻ. hypocrite.
ധ്വജിനി (നാ) - സേന. army.
ധ്വനം (നാ)- സ്വരം, ശബ്ദം. voice, sound.
ധ്വനനം (നാ)- സൂചിപ്പിക്കൽ, ശബ്ദിക്കൽ. hinting, making sound.
ധ്വനമോദി (നാ)- തേനീച്ച. honey bee.
ധ്വനി (നാ)-വാക്ക്, ശബ്ദം, സൂചന, കേട്ടുകേൾവി, മാറ്റൊലി, വ്യംഗ്യാർത്ഥം. word, sound, hint, rumour, echo, implied meaning.
ധ്വനിക്കുക (അ.ക്രി)- ശബ്ദിക്കുക, പ്രതിദ്ധ്വനിക്കുക. sound, echo.
ധ്വനിത (വി)- ധ്വനിക്കപ്പെട്ട. implied.
ധ്വനിതം (നാ)- മേഘശബ്ദം, ശബ്ദം, പ്രതിദ്ധ്വനി. thunder, sound, echo.
ധ്വനിപ്പിക്കുക (സ.ക്രി)- മുഴക്കുക, പ്രതിദ്ധ്വനിപ്പിക്കുക, സൂചിപ്പിക്കുക. resound, cause echo, indicate.
ധ്വംസനം (നാ) - അധഃപതനം, ഇല്ലാതാക്കൽ, നശിപ്പിക്കൽ. downfall, eradication, destruction.
ധ്വംസിക്കുക (സ.ക്രി)- നശിപ്പിക്കുക, കൊല്ലുക. to destroy, to kill.
ധ്വര (നാ)- യജമാനൻ, സായിപ്പ്. mas-

ter, white man.
ധ്വസ്ത (വി)- ധ്വംസിക്കപ്പെട്ട, നശിപ്പിക്കപ്പെട്ട. destroyed, smashed.
ധ്വസ്തി (നാ)- നാശം, ധ്വംസം. ruin, destruction.
ധ്വാംക്ഷം (നാ) - കാക്ക, കൊക്ക്, നീർക്കാക്ക, നിന്ദ്യമായത്, കുയിൽ. crow, crane, water fowl, something despicable, cuckoo.
ധ്വാംക്ഷൻ (നാ)- ഇരപ്പാളി, ധിക്കാരി, ആശാരി, കാക്ക. beggar, defiant person, carpenter, crow.
ധ്വാംക്ഷപുഷ്ടം (നാ)- കുയിൽ. cuckoo.
ധ്വാംക്ഷാരാതി (നാ)-മൂങ്ങ. owl.
ധ്വാനം (നാ)- ധ്വനി, ശബ്ദം, മുരൾച്ച. sound, voice, humming.
ധ്വാന്തം (നാ)- ഇരുട്ട്, അജ്ഞാനം. darkness, ignorance.
ധ്വാന്തശാത്രവൻ (നാ)- സൂര്യൻ, ചന്ദ്രൻ, അഗ്നി. sun, moon, fire.

ന

ന - അക്ഷരമാലയിലെ ഇരുപതാമത്തെ വ്യഞ്ജനം. twentieth consonant of the alphabet.
ന (ക്രി.വി) - ഇല്ല, അല്ല. no, not.
നക (നാ)- പല്ല്, ആഭരണം, രത്നം. tooth, ornament, gem.
നകുചം (നാ)- ആഞ്ഞിലിവൃക്ഷം. wild jack.
നകുടം (നാ)- മൂക്ക്. nose.
നകുലം (നാ)- കുങ്കുമം, കീരി. saffron, the mongoose.
നകുലേഷ്ട (നാ)- അരത്ത. a kind of medicinal root.
നക്കൽ (നാ)- പിഴ തീർക്കാത്ത ആദ്യ പത്രി. കരട്. draft.
നക്കാപ്പിച്ച (ക്രി.വി)- അല്പം വല്ലതും, വളരെ കുറച്ച്. something, very little.
നക്കി (വി)- ലുബ്ധൻ, നക്കുന്നവൻ, ഇരപ്പാളി. miser, licker, mean beggar.
നക്ത (വി)- ലജ്ജിതനായ. bashful.
നക്തകം (നാ)- പഴയ വസ്ത്രം, കൈലേസ്. old cloth, kerchief.
നക്തകാലം (നാ)- രാത്രി. night.
നക്തചരം (നാ)- മൂങ്ങ, പൂച്ച. owl, cat.
നക്തഞ്ചരൻ (നാ)- മൂങ്ങ, പിശാച്, കള്ളൻ, രാക്ഷസൻ. owl, ghost, thief, demon.
നക്തഞ്ചരം (നാ)- മൂങ്ങ. ഗുഗ്ഗുലു. owl, bdellium.
നക്തദിവം (ക്രി.വി)- രാപ്പകൽ. day and night.
നക്തഭോജി (നാ)- രാത്രി ഭക്ഷിക്കുന്നവൻ, വാവൽ. one who eats during night, bat.
നക്തം (ക്രി.വി)- രാത്രിയിൽ. in the night.
നക്തം (നാ)- രാത്രി, മഞ്ഞൾ. night, turmeric.
നക്തമുഖ (നാ)- മഞ്ഞൾ, സായംസന്ധ്യ. turmeric, evening/ twilight.
നക്താന്ധ്യം (നാ)- മാലക്കണ്ണ്. night - blindness.
നക്താവ് (നാ)- രാത്രി. night.
നക്ര (നാ)- തേനീച്ചക്കൂട്, മൂക്ക്. beehive, nose.
നക്രം (നാ)- മുതല, നകരാവ്, ചീങ്കണ്ണി, മൂക്ക്. crocodile, drum, alligator, nose.
നക്ഷത്രനാഥൻ (നാ)- ചന്ദ്രൻ. moon.
നക്ഷത്രനേമി (നാ)- ധ്രുവനക്ഷത്രം, വിഷ്ണു, ചന്ദ്രൻ. pole star, Vishnu, moon.
നക്ഷത്രപഥം (നാ) - ആകാശം. sky.
നക്ഷത്രം (നാ)- മുത്ത്, ഇരുപത്തിയേഴു മുത്തുള്ള മാല, ആകാശത്തു തെളിയുന്ന സ്വയം പ്രകാശമുള്ള ഗോളം. pearl, garland of 27 pearls, star.
നക്ഷത്രമാസം (നാ)- ചാന്ദ്രമാസം. lunar month.
നക്ഷത്രരാജൻ (നാ)- ചന്ദ്രൻ. moon.
നക്ഷത്രവിദ്യ (നാ)- ജ്യോതിഷം. astrology.
നക്ഷത്രവീഥി (നാ)- ആകാശം. sky.

നക്ഷത്രി (നാ)- ചന്ദ്രൻ, വിഷ്ണു. moon, Vishnu.
നഖക്ഷതം (നാ) - നഖം കൊണ്ടുണ്ടാകുന്ന മുറിവ്. wound caused by scratch of finger-nail.
നഖച്ചുറ്റ് (നാ)- ഒരു നഖരോഗം. whitlow panaritium.
നഖം (നാ)- വിരലിന്റെ അറ്റത്ത് മുളച്ചുണ്ടാകുന്ന പരന്ന ബലമുള്ള ഭാഗം, പുലിച്ചുവടി, ഭാഗം. finger-nail, medicinal climber plant, part.
നഖരം (നാ) - നഖം, നാഗുണം. finger or toenail, perfume.
നഖരായുധം (നാ) - പൂച്ച, കടുവ, സിംഹം, പൂവൻകോഴി, പുലി. cat, tiger, lion, cock.
നഖരി (നാ)- നാഗുണം. perfume.
നഖവിഷൻ (നാ)- മനുഷ്യൻ. man.
നഖശിഖാന്തം (ക്രി.വി)- അടി മുതൽ മുടി വരെ. from toe-nail to the tip of the head.
നഖി (നാ)- മുള്ളുള്ള, നഖമുള്ള. thorny, having nails.
നഖി (നാ)- നീണ്ട നഖമുള്ളവൻ, നാഗുണം, പെരുച്ചാഴി, സിംഹം, മുരൾമരം, കടുവ. one with long finger-nails, perfume, bandicoot, lion, the tree buchanania latifolia, tiger.
നഗജ (നാ)- ശ്രീപാർവതി. Sree Parvati.
നഗജം (നാ)- ആന. elephant.
നഗണം (നാ)- ഒരു നേത്രരോഗം, മൂന്നക്ഷരവും ലഘുവായ ഗണം. eye disease, set of three letters of single 'matras or beats.'
നഗൻ (നാ)- സർപ്പം, പർവതം, സൂര്യൻ. serpent, mountain, sun.
നഗപതി (നാ)- ചന്ദ്രൻ, ഹിമവാൻ. moon, Himalaya.
നഗഭിത്ത് (നാ)- കോടാലി, ഇന്ദ്രൻ, കാക്ക. axe, Indra, crow.
നഗഭൂഷണ (നാ)- പെൺകുയിൽ. female cuckoo.
നഗം (നാ)- വൃക്ഷം, പാമ്പ്, പർവതം, ഏഴ് എന്ന സംഖ്യ. tree, snake, mountain, the number seven.
നഗരം (നാ)- പട്ടണം. city.
നഗരാവ് (നാ)- പട്ടഹം. drum.
നഗരി (നാ)- പട്ടണം, തലസ്ഥാനം, കാക്ക, ശരഭം. city, capital city, crow, fabulous animal.
നഗരീകാകം (നാ)- കൊക്ക്. stork.
നഗരീബകം (നാ)- കാക്ക. crow.
നഗരോത്ഥം (നാ) - മുത്തങ്ങ. cyperus rotundus.
നഗരൗഷധി (നാ)- വാഴ. plantain plant.
നഗവാഹനൻ (നാ)- പരമശിവൻ. Siva.
നഗാടനൻ (നാ)- കുരങ്ങ്. monkey.
നഗാധിപൻ (നാ)- സുമേരു, ഇന്ദ്രൻ, ഹിമവാൻ. Sumeru, Indra, Himalaya.
നഗാരി (നാ)- ഇന്ദ്രൻ. Indra.
നഗാവാസം (നാ)- മയിൽ. peacock.
നഗാശ് (നാ)- കൊത്തുപണി. sculpture.
നഗേന്ദ്രൻ (നാ)- ഹിമവാൻ, ഇന്ദ്രൻ, സുമേരു. Himalaya, Indra, Sumeru.
നഗ്ന (വി)- വസ്ത്രമില്ലാത്ത, കൃഷിചെയ്യാത്ത, വിജനമായ. nude, uncultivated, desolate.
നഗ്നത(നാ)- മുണ്ടുടുക്കാത്ത അവസ്ഥ. nudity.
നഗ്നൻ (നാ) - വസ്ത്രം ധരിക്കാത്തവൻ, ശിവൻ, ആർഹതൻ. naked fellow, Siva, Arhata.
നഗ്നബീജം (നാ)- ഒരിനം വൃക്ഷം. gymnosperm.
നഗ്നീകൃത (വി)- നഗ്നമാക്കപ്പെട്ട. made naked.
നങ്ക (നാ)- പെണ്ണ്, കന്യക. girl, virgin.
നംഗൻ (നാ)- ജാരൻ, കാമുകൻ. a paramour, lover.
നങ്ങ (നാ)- ബ്രാഹ്മണകന്യക, കന്യക, സുന്ദരി. unmarried brahmin girl, virgin girl, beautiful girl.

നചികേതസ്സ് (നാ)- അഗ്നി, വാജശ്രവസ്സിന്റെ പുത്രനായ ഒരു ഋഷി. fire, son of Vajasravas.

നചീരം (ക്രി.വി)- വളരെ താമസിയാതെ. without much delay.

നച്ചെലി (നാ)- ഒരിനം ചെറിയ എലി. musk-rat.

നഞ്ച് (നാ)- വിഷം. poison.

നഞ്ഞൻ (നാ) - ചതിയൻ. cheat.

നഞ്ഞ് (നാ)- വിഷം. poison.

നട (നാ)- വാതിൽ, ശ്രീകോവിലിന്റെ വാതിൽ, ക്ഷേത്രം, നടത്ത, വീട്ടിൽ കയറാനുള്ള പടി, കാല്, വഴി, ജലാശയത്തിലെ കല്പടി. door, door of the sanctorum, temple, walking, step to a house, foot, way, the steps of a pond.

നടക്കുക (അ.ക്രി)- സഞ്ചരിക്കുക, പ്രവേശിക്കുക, കാലടിവച്ചു മുന്നോട്ടു പോകുക, ഇളകുക, സംഭവിക്കുക, കൃഷിചെയ്യുക. to travel, to enter, to walk, to shake, to happen, to cultivate.

നടക്കോണി (നാ)- കോണിപ്പടി. staircase.

നടത്ത (നാ)- ഗതി, സ്വഭവം, നടപ്പ്, നടപടി. movement, habit, walking, procedure.

നടത്തം (നാ)- കാര്യവിചാരം, സഞ്ചാരം, നടപ്പ്. discussion, travel, walking.

നടത്തുക (സ.ക്രി)- നിർവഹിക്കുക, സാധിക്കുക, ഭരിക്കുക, മുൻപോട്ടു കൊണ്ടുപോവുക, പായിക്കുക. to perform, to attain, to rule, to direct, to cause to run.

നടപ്പ് (നാ)- നടക്കുന്ന രീതി, യാത്ര, പ്രവൃത്തി, പ്രചാരം, വർത്തമാനകാലം, സമ്മതം. the mode of walking, journey, action, spreading, present time.

നടപ്പുദീനം (നാ)- കോളറ, പകർച്ച വ്യാധി. cholera, epidemic.

നടഭൂഷണം (നാ)- അരിതാരം. yellow orpiment.

നടം (നാ)- ആട്ടം, അശോകവൃക്ഷം. dance, asoka tree.

നടരാജൻ (നാ)- ശിവൻ. Siva.

നടാടേ (ക്രി.വി)- മുമ്പേ, ആദ്യമായി. initially, for the first time.

നടി (നാ)- നാട്യവിദ്യ പഠിച്ചവൾ, (സിനിമ, നാടകം) എന്നിവയിലെ അഭിനേത്രി, വേശ്യ, മനയോല, നറുനീണ്ടി. female dancer, actress, harlot, red arsenic, sarasaparilla.

നടിക്കുക (അ.ക്രി)- അഭിനയിക്കുക, ഭാവിക്കുക. to act, to pretend.

നടു (നാ)- മധ്യം, മുതുക്, മാധ്യസ്ഥം, ജാമ്യം, അര, തെളിവ്. middle, back, mediation, surety, loins, proof.

നടുക (സ.ക്രി)- കുഴിച്ചുവയ്ക്കുക. to plant.

നടുക (അ.ക്രി)- പ്രവേശിക്കുക. to enter.

നടുക്കം (നാ)- ഞെട്ടൽ. shock.

നടുക്കുക (സ.ക്രി)- ഞെട്ടിക്കുക, ഭയപ്പെടുത്തുക. to shock, to frighten.

നടുങ്ങുക (അ.ക്രി)- പേടിക്കുക, പേടിച്ചു വിറയ്ക്കുക, ഞെട്ടുക. to be frightened, to tremble with fear, to get shocked.

നടുതല (നാ)- നട്ടു വളർത്തുന്ന ഒരു ചെടി, ഉച്ചി. plant, top of the head.

നടുവിരൽ (നാ)- മധ്യത്തിലുള്ള വിരൽ. middle finger.

നടുവ് (നാ)- അരക്കെട്ട്, മധ്യഭാഗം, മധ്യസ്ഥം, ജാമ്യം. loins, middle part, mediation, surety.

നഡിനി (നാ)- താമരപ്പൊയ്ക. lotus pond.

നത (വി)- കുനിഞ്ഞ, വളഞ്ഞ, നമസ്കരിച്ച. bent, curved, prostrated.

നതം (നാ)- വളഞ്ഞത്. curved object.

നതോന്നത (വി)- താണും പൊങ്ങിയുമുള്ള. low and high, uneven.

നത്ത് (നാ)- ഒരിനം മൂങ്ങ. gallinule.

നദനു (നാ)- യുദ്ധം, മേഘം, സിംഹം. battle, cloud, lion.

നദം (നാ)- കുതിര, കടൽ, മേഘം, ഒഴുക്ക്, പടിഞ്ഞാറോട്ട് ഒഴുകുന്ന നദി. horse, sea, cloud, flow, a river which flows westward.

നദാല (വി)- ഭാഗ്യമുള്ള. fortunate.
നദാലം (നാ)- ഉടഞ്ഞ കലം. broken pot.
നദി (നാ)- പുഴ. river.
നദിക്കുക (അ.ക്രി)- അട്ടഹസിക്കുക, ശബ്ദിക്കുക. to roar, to sound highly.
നദിജൻ (നാ)- ഭീഷ്മർ. Bhishma.
നദീജം (നാ)- നീർമരുത്, നീർക്കടമ്പ്, താമര. terminalia arjuna, hijjal tree, lotus.
നദീഭവം (നാ)- ഇന്തുപ്പ്. medicinal salt.
നദീമുഖം (നാ) - നദി കടലിൽ ചേരുന്ന സ്ഥലം. river-mouth.
നദ്ധ (വി)- മൂടിയ, കെട്ടപ്പെട്ട. covered, bound.
നനന്ദ (നാ)- നാത്തൂൻ. sister- in-law.
നനയുക (അ.ക്രി)- കുളിക്കുക, നനവുണ്ടാകുക, ഈറനാവുക. to bathe, to be moistened, to become wet.
നനവ് (നാ)- ഈർപ്പം. moisture.
നനു (വി)- നേർത്ത, ചെറിയ. minute, small.
നനു (ക്രി.വി)- എന്ത്, എങ്ങനെ, തീർച്ചയായും. what, how, certainly.
നനുനനെ (ക്രി.വി)- ചെറുതായി. minutely.
നൻ (വി)- നാല്. four.
നൻ (നാ)- ഗണേശൻ, ശ്രീബുദ്ധൻ. Sree Ganesh, the Buddha.
നന്താവനം (നാ)-പൂന്തോട്ടം. flower-garden.
നന്തുണി (നാ)- ഒരു തരം വീണ. a kind of lute.
നന്ത്യാർവട്ടം(നാ)-വെളുത്ത പൂവുള്ള ഒരു ചെടി. plant yielding white flowers.
നന്ദ (നാ)- സുഖം, ഭഗവതി, ഐശ്വര്യം, ഭർത്തൃസഹോദരി, കപിലവർണ്ണമുള്ള പശു, ചെറിയ കൂജ. happiness, a goddess, prosperity, sister-in-law, pink-cow, small water-pot.
നന്ദകൻ (നാ)- നന്ദഗോപൻ. Nandagopa, the foster-father of Sri Krishna.
നന്ദകം (നാ)- വിഷ്ണുവിന്റെ വാൾ, വാൾ, തവള, സുഖം. the sword of Vishnu, sword, frog, happiness.
നന്ദകി (നാ)- തിപ്പലി, വിഷ്ണു. long pepper, Vishnu.
നന്ദഗോപർ (നാ)- ശ്രീകൃഷ്ണന്റെ വളർത്തച്ഛൻ. name of the foster-father of Sree Krishna.
നന്ദന (വി)- സന്തോഷിപ്പിക്കുന്ന. pleasing.
നന്ദനാ (നാ)- മകൾ. daughter.
നന്ദനജം (നാ)- ഹരിചന്ദനം. red sandal wood.
നന്ദനൻ (നാ)- മഹാവിഷ്ണു, പരമശിവൻ, പുത്രൻ. lord Vishnu, lord Siva, son.
നന്ദനന്ദനൻ (നാ)- ശ്രീകൃഷ്ണൻ. Sree Krishna.
നന്ദനം (നാ)- തവള, ഉദ്യാനം, ഇന്ദ്രന്റെ പൂന്തോട്ടം, സന്തോഷം. frog, flower-garden, name of the flower- garden of Indra, happiness.
നന്ദനീയ (വി)- നന്ദിക്കത്തക്ക. praise-worthy.
നന്ദൻ (നാ)- വിഷ്ണു, പുത്രൻ, നന്ദഗോപൻ, ഇടയൻ. Siva, son, Nandagopa, cowherd.
നന്ദപാലൻ (നാ)- വരുണൻ. Varuna.
നന്ദം (നാ)- സുഖം, തവള, ഒരിനം വീണ, കുബേരന്റെ ഒരു നിധി. happiness, frog, a kind of lute, a treasure of Kubera.
നന്ദാത്മജൻ (നാ)- ശ്രീകൃഷ്ണൻ. SreeKrishna.
നന്ദി (നാ)- ഉപകാരസ്മരണ. gratitude.
നന്ദി (നാ)- ശിവന്റെ കാള, പ്രിയം, സന്തോഷം, പുത്രൻ, ഉഴുന്ന്, വിഷ്ണു, ശിവൻ, പേരാൽ. bullock of lord Siva, affection, joy, son, black gram, Vishnu, Siva, banyan tree.
നന്ദി (നാ)- ദുർഗ്ഗാഭഗവതി. goddess Durga.

നന്ദികേട് (നാ)- കൃതഘ്നത. ungreatfulness.

നന്ദികേശൻ (നാ)- ശിവന്റെ കാള, ശിവൻ, ശിവന്റെ ഒരു സേവകൻ. bullock of Siva, Siva, attendant of Siva.

നന്ദിക്കുക(അ.ക്രി)- സന്തോഷിക്കുക. to please.

നന്ദിത (വി)- സ്വീകരിച്ച, സന്തോഷിച്ച, ബഹുമാനിക്കപ്പെട്ട, കൈക്കൊണ്ട. received, pleased, reverred, accepted.

നന്ദിനി (നാ)- പുത്രി, തുളസി, ഗംഗാനദി, അരേണുകം, ഭർത്തൃസഹോദരി, കാമധേനുവിന്റെ പുത്രി, കടുക്ക. daughter, holy basil plant, Ganges, cubeb, sister-in-law, daughter of Kamadhenu, gall-nut.

നന്ദിവൃക്ഷം (നാ)- പടുകരണ. medicinal tree.

നന്ദീകം (നാ)- കോഴി. fowl.

നന്ദീശൻ (നാ)- ശിവൻ. Siva.

നന്ദ്യ (വി)- അഭിനന്ദിക്കത്തക്ക. worthy of being honoured.

നന്ദ്യൻ (നാ)- മാന്യവ്യക്തി. respectable person.

നന്ദ്യാവർത്തം (നാ)- നന്ത്യാർവട്ടം, ക്രീഡാഭൂമി, ഒരു ഭവന നിർമ്മാണ രീതി. tabernaemontana coronaria, play ground, a design of a building.

നന്നം (നാ)- ഗന്ധം, നാറ്റം. odour, foul odour.

നന്നാ (ക്രി.വി)- വളരെ, അധികം. much, exceedingly.

നന്നാക്കുക (അ.ക്രി)- കുറ്റം തീരുക, നല്ലതാകുക. to improve, to be good.

നന്ന് (വി)- കൊള്ളാവുന്നത്, നല്ലത്. proper, good.

നന്മ (നാ)- ഉത്കർഷം, ഗുണഭാവം, ക്ഷേമം, പരിഷാകാരം. glory, virtue, welfare, reform.

നപുംസകം (നാ)- ആണും പെണ്ണുമല്ലാത്ത ജീവി. eunuch, transgender.

നപ്താവ് (നാ)- പൗത്രൻ. grandson.

നപ്ത്രി (നാ)- പൗത്രി. grand-daughter.

നപ്പ് (നാ) - നാറ്റം, ഗന്ധം. stinking smell, odour.

നഭ (നാ)- കോളാമ്പി. spittoon.

നഭഃക്രാന്തി (നാ)- സിംഹം. lion.

നഭഃസ്ഥലി (നാ)- ആകാശം. sky.

നഭം (നാ)- ആകാശം. sky.

നഭശ്ചരൻ(നാ)-ആൺപക്ഷി, ദേവൻ, ആകാശത്തു സഞ്ചരിക്കുന്നവൻ. male bird, deva, one who travels across the sky.

നഭശ്ചരം (നാ)- മേഘം, വായു, പക്ഷി. cloud, wind, bird.

നഭസം (നാ)- മഴക്കാലം, കടൽ, ആകാശം. rainy season, sea, sky.

നഭസ്വാൻ (നാ)- വായു. wind.

നഭസ്സ് (നാ)- ആകാശം, വയസ്സ്, മഴ, മഴക്കാലം, നീരാവി, മേഘം, ആവണി മാസം, മൂക്ക്, ഗന്ധം, കോളാമ്പി, ജലം. sky, age, rain, rainy season, water vapour, cloud, spittoon, water.

നഭാകൻ (നാ)- രാഹു. Rahu.

നഭാകം (നാ)- മേഘം, ആകാശം, ഇരുട്ട്. cloud, sky, darkness.

നഭോഗജം (നാ)- മേഘം. cloud.

നഭോദീപം (നാ)- ചന്ദ്രൻ. moon.

നഭോധൂമം (നാ)- മേഘം. cloud.

നഭോമണ്ഡലം (നാ) - ആകാശം. sky.

നഭോലയം (നാ) - പുക, ഇരുട്ട്. smoke, darkness.

നം (നാ)- മുത്ത്, ഐശ്വര്യം, യുദ്ധം, സമ്മാനം, പാൽ, ധനം, വേദം. pearl, prosperity, battle, prize, milk, wealth, Veda.

നമഃ (നാ)- നമസ്കാരം. prostration, salutation.

നമനം (നാ)- നമസ്കാരം, വളവ്, മുങ്ങൽ, കുമ്പിടൽ. prostration, bending, diving, salutation.

നമസ്കരിക്കുക (സ.ക്രി)- വണങ്ങുക, വന്ദിക്കുക. to bow in admiration, to prostrate in salutation.

നമസ്കാരം (നാ)- വന്ദനം, നമസ്കരിക്കൽ. respecting, prostration.

നമിക്കുക (സ.ക്രി)- കുനിയുക, നമസ്കരിക്കുക. to bend in respect, to prostrate.

നമിത (വി)- കുനിഞ്ഞ, നമസ്കരിച്ച. bent, prostrated.

നമോവാകം (നാ)- നമസ്കാരവാക്ക്. word of benediction.

നമ്പർ (നാ) - കോടതിക്കേസ്, എണ്ണം. a case in the court, number.

നമ്പി (നാ)- നടൻ, പൂജാരി, വിശ്വസിക്കപ്പെട്ടവൻ, ഈശ്വരവിശ്വാസമുള്ളവൻ, വൈഷ്ണവാചാര്യൻ. actor, priest in temple, faithful person, theist, Vaishnava precept.

നമ്പ് (നാ)- ശാന്തിജോലി, നാമ്പ്, തുഴ. priesthood of a temple, young sprout, oar.

നമ്പുക (സ.ക്രി)- വിശ്വസിക്കുക, ആശ്രയിക്കുക, പ്രതീക്ഷിക്കുക. to believe, to depend, to expect.

നമ്പ്ര (നാ)- നമ്പർ. number.

നമ്യ (വി)- നമസ്കരിക്കത്തക്ക, വളയ്ക്കത്തക്ക. worthy of prostration, which could be bent.

നമ്ര (വി)- വണക്കമുള്ള, നമസ്കരിക്കുന്ന, വളഞ്ഞ. obeisant, prostrating, bent.

നമ്രകം (നാ)- വേഴാമ്പൽ. a kind of reed.

നമ്രത (നാ)- വണക്കം, കൂന്, താഴ്മ. humility, hump, humbleness.

നമ്രാംഗ (വി)- കൂനുള്ള, കുനിഞ്ഞ. humped, bent.

നമ്രിത (വി)- വളച്ച, നമ്രമാക്കിയ. bent, made to bow down.

നയ (വി)- ഉചിതമായ, കുറഞ്ഞ, മെലിഞ്ഞ, ചേർച്ചയുള്ള. proper, minimum, lean, apt.

നയകൻ (നാ)- രാജ്യതന്ത്രജ്ഞൻ. politician.

നയജ്ഞ (വി)- നീതിയറിയുന്ന, വിവേകമുള്ള. well versed in ethics, discreet.

നയന (നാ)- കണ്ണിന്റെ കൃഷ്ണമണി. pupil of the eye.

നയനഗോചരം - കണ്ണുകൾക്ക് കാണാൻ കഴിയുന്നത്. perceivable by the eyes.

നയനച്ഛദം (നാ)- കൺപോള. eye-lid.

നയനജലം (നാ) - കണ്ണീർ. tears.

നയനം (നാ)- കണ്ണ്, ഭരിക്കൽ, നയിക്കൽ. eye, governing, leading.

നയനമാല (നാ)- രുദ്രാക്ഷമാല. rosary made of eleocarpus ganitrus seeds.

നയനാഭിരാമൻ (നാ)- സുന്ദരൻ. handsome person.

നയനാമൃത (വി)- കണ്ണുകൾക്ക് ആനന്ദം പകരുന്ന. delightful to the eyes.

നയനാർ (നാ)- പ്രഭു, യജമാനൻ. lord, master.

നയനി (നാ) - കണ്ണിന്റെ കൃഷ്ണമണി. pupil of the eye.

നയനോത്സവം (നാ)- കണ്ണുകൾക്ക് ആനന്ദം നല്കുന്നത്, പ്രകാശം. feast for the eye, light.

നയം (നാ)- പ്രിയം, വിലക്കുറവ്, കൊതി, മാധുര്യം, മര്യാദ, ദയ. love, cheapness, yearning, sweetness, politeness, mercy.

നയം (നാ) - രാജ്യതന്ത്രം, അഭിപ്രായം, സിദ്ധാന്തം, തത്ത്വം, ശാസ്ത്രം, ഉപായം, കർത്തവ്യം, നീതി, ന്യായം, നടത്ത, ഉദ്ദേശ്യം. politics, opinion, doctrine, rule, science, tact, duty, justice, conduct, aim.

നയവ് (നാ)- കൊള്ളാവുന്നത്, ലാഭം, പ്രയോജനം, അലിവ്. that which is suitable, profit, benefit, melting.

നയാ (വി)- പുതിയ. new.

നയിക്കുക(സ.ക്രി)-എത്തിക്കുക, കഴിച്ചുകൂട്ടുക, വഴികാട്ടുക, കൊണ്ടുപോവുക. to cause to reach, to subsist, to guide, to lead.

നര (നാ)- വാർദ്ധക്യത്തിൽ രോമങ്ങൾക്കുണ്ടാകുന്ന വെളുപ്പുനിറം. greyness of hair.

നരകൻ (നാ) - ഭൂമിയുടെ പുത്രനായ ഒരസുരൻ, മഹാപാപി, നരകവാസി. a demon, son of mother- earth, great sinner, dweller of the hell.

നരകം (നാ)- പാതാളലോകം, കുഴി, പാപികൾക്കു ശിക്ഷ നൽകുന്ന ലോകം, വളരെ ദുഃഖകരമായ സ്ഥലം. subterranean, world, pit, hell, distressful place.
നരകിക്കുക (അ.ക്രി)- അത്യധികം കഷ്ടപ്പെടുക, അതിവേദന അനുഭവിക്കുക. to suffer very much, to experience excruciating pain.
നരംഗം (നാ)- മുഖക്കുരു, ശിശ്നം. pimple, penis.
നരങ്ങുക (അ.ക്രി)- വേദന കൊണ്ടു ശബ്ദിക്കുക. to groan out in pain.
നരച്ച (വി)- മുടി വെളുപ്പുനിറമായ. hair grown grey.
നരത്വം (നാ)- മനുഷ്യത്വം. state of being a human being.
നരനാരായണൻ (നാ)- ശ്രീകൃഷ്ണൻ. lord Krishna.
നരനാരായണന്മാർ (നാ)- മഹാവിഷ്ണുവിന്റെ അവതാരമൂർത്തികളായ രണ്ട് മഹർഷിമാർ. name of two ascetic incarnations of Vishnu.
നരൻ (നാ)- മനുഷ്യൻ, ഈശ്വരൻ, കുതിര, ഒരു യക്ഷൻ, പുരുഷൻ, ഒരു മഹർഷി, അർജ്ജുനൻ. human being, god, horse, name of a man, name of an ascetic, Arjuna, demigod.
നരപതി (നാ)- രാജാവ്. king.
നരം (നാ) - കുതിര, പച്ചക്കർപ്പൂരം. horse, raw camphor.
നരമൃഗം (നാ)-നരസിംഹം. Narasimha.
നരയൻ (നാ)- നരച്ചവൻ. grey, haired man.
നരയാനം (നാ)- മനുഷ്യൻ വലിക്കുന്ന വണ്ടി. cart pulled by a man.
നരയ്ക്കുക (അ.ക്രി)- രോമം വെളുപ്പുനിറമാകുക, വയസ്സാവുക. greying hair, to get old.
നരല (നാ)- കടൽ. ocean.
നരലോകം (നാ)- മാനവജാതി, ഭൂമി. humanity, earth.
നരവാഹനം (നാ)- പല്ലക്ക്, കുബേരന്റെ വാഹനം. palanquin, legendary vehicle of Kubera.
നരസിംഹം (നാ)- മനുഷ്യശ്രേഷ്ഠൻ, മഹാവിഷ്ണുവിന്റെ നാലാമത്തെ അവതാരം. noble man, Narasimha, the fourth incarnation of lord Vishnu.
നരഹരി (നാ) - നരസിംഹം. Narasimha.
നരാംഗം (നാ)- ശിശ്നം, മുഖക്കുരു. penis, pimple.
നരാധാര (നാ)- ഭൂമി. earth.
നരാധാരൻ (നാ)- പരമശിവൻ. lord Siva.
നരാന്തകൻ (നാ)- ഘാതകൻ, കാലൻ. murderer, Yama, god of death in HIndu mythology.
നരാന്തം (നാ)- കാക്ക. crow.
നരായണൻ (നാ)-വിഷ്ണു. Vishnu.
നരാല (നാ)- നരകം. hell.
നരി (നാ) - കടുവ, കുറുക്കൻ, പുലി, നരിച്ചീർ. tiger, jackal, leopard, bat.
നരിക്കുക (സ.ക്രി)- വെറക്കുക, ഹിംസിക്കുക. to hate, to kill.
നരിക്കെന്ന് (ക്രി.വി)- പെട്ടെന്ന്. suddenly.
നരിച്ചീർ (നാ)- വാവലിന്റെ ആകൃതിയിലുള്ള ഒരു ചെറുജീവി. flitter mouse, bat.
നരിയാണി (നാ)- കാലിന്റെ കണ. ankle.
നരേന്ദ്രൻ (നാ)- വിഷവൈദ്യൻ, രാജാവ്. specialist in treatment of poison, king.
നർക്കുടം (നാ)- മൂക്ക്. nose.
നർത്തകൻ (നാ)- നൃത്തം ചെയ്യുന്നവൻ, വിദൂഷകൻ, നടൻ, സ്തുതിപാഠകൻ, രാജാവ്, ശിവൻ. dancer, harlequin, actor, court minstrel, king, Siva.
നർത്തകം (നാ)- മയിൽ, ആന, വേഴൽ. peacock, elephant, a kind of reed.
നർത്തകി (നാ)- നൃത്തക്കാരി, പിടിയാന, പെൺമയിൽ. dancer, female elephant, female peacock.

നർത്തനൻ (നാ)- നടൻ. actor.
നർദ്ദനം (നാ)- കീർത്തനം, അലർച്ച. hymn, roar.
നിർദ്ദിക്കുക (അ.ക്രി)- കീർത്തിക്കുക, അലറുക. to praise, to roar.
നിർദ്ദിതം (നാ)- ശബ്ദം, അലർച്ച, ചൂതിന്റെ കരു. noise, roar, dice for gambling.
നർമ്മകീലൻ (നാ)- ഭർത്താവ്. husband.
നർമ്മഗർഭൻ (നാ)- ജാരൻ. paramour.
നർമ്മടൻ (നാ)- സൂര്യൻ. sun.
നർമ്മാൻ (നാ)-സ്ത്രീലോലൻ, താന്തോന്നി, നേരമ്പോക്കുകാരൻ. libertine, obstinately self- willed one, humorous person.
നർമ്മദ (വി)- സുഖം നല്കുന്ന, ഉല്ലസിപ്പിക്കുന്ന. giving happiness, making someone enjoy.
നർമ്മദ (നാ)- മദ്ധ്യേന്ത്യയിലെ ഒരു നദി. Narmada, a river of central India.
നർമ്മദൻ (നാ)- വിദൂഷകൻ. harlequin.
നർമ്മം (നാ)- കളി, സുഖം, നേരമ്പോക്ക്. play, happiness, humour.
നർമ്മര (നാ)- ഋതുകാലം കഴിഞ്ഞവൾ, ഗുഹ, ഉല, ത്രികോല്പക്കൊന്ന. woman who has long attained puberty, cave, furnace of a smith, convolvulus turpethum.
നർമ്മവാൻ (നാ)- സരസൻ. humorous person.
നര്യം (നാ)- ധീരത. bravery.
നലദം (നാ)- പൂന്തേൻ, രാമച്ചം. honey, cuscus grass.
നലം (ക്രി.വി)- വേഗത്തിൽ. swiftly.
നലം (നാ)- നന്മ, ഗുണം, സുഖം, ചുക്ക്, അഴക്, ചെമപ്പുനിറം, മംഗളാശംസ, ഉയർച്ച. goodness, virtue, pleasure, dried ginger, beauty, red colour, blessing, prosperity, prosperity.
നലമീനം (നാ)- ചെമ്മീൻ. prawn.
നല്കുക(സ.ക്രി)-കൊടുക്കുക. to give.
നല്പ് (നാ)- നന്മ. virtue.
നല്ല (വി)- വലിയ, യഥാർത്ഥമായ, ഉയർന്ന, അഴകുള്ള, നന്മയുള്ള. big, real, high, beautiful, virtuous.
നല്ലമുളക് (നാ)- കുരുമുളക്. pepper.
നല്ലവണ്ണം (ക്രി.വി)- നല്ലതുപോലെ, ഉപേക്ഷകൂടാതെ, മംഗളകരമായി. in a good manner, without hesitation, auspiciously.
നല്ലവർ (നാ)- നല്ല ആളുകൾ, സ്ത്രീകൾ. good people, women.
നല്ലാൾ (നാ)- സുന്ദരി. beautiful woman.
നല്ലി (നാ) - നെയ്ത്തുകാരി, സുന്ദരി. weaver woman, beautiful woman.
നല്ലിരിപ്പ് (നാ)- പഥ്യം കാക്കൽ. observing strict diet.
നല്ലുയിർ (നാ)- ഭർത്താവ്. husband.
നല്ലെണ്ണ (നാ)- എണ്ണെണ്ണ. sesame oil.
നൽവിന (നാ)- സത്കർമ്മം. virtuous deed.
നവ (വി)- ഇളയ, പുതിയ. young, new.
നവ (നാ)- ഒൻപത്. nine.
നവത (നാ)- പുതുമ. freshness.
നവത (വി)- തൊണ്ണൂറാമത്തെ. ninetieth.
നവതം (നാ) - കമ്പിളി. woollen blanket.
നവതി (നാ) - തൊണ്ണൂറ്. ninety.
നവതിക (നാ)- തൊണ്ണൂറ്, തൂലിക. ninety, pen.
നവത്വം (നാ)- പുതുമ. freshness.
നവധാ (ക്രി.വി)- ഒൻപതു വിധത്തിൽ. in nine ways.
നവനം (നാ)- സ്തോത്രം. hymn.
നവനീതകം (നാ)- വെണ്ണ. butter.
നവനീതം (നാ) - സ്തുതി, കാക്ക, പുതിയത്. praise, crow, that which is fresh.
നവം (വി)- ഒൻപതാമത്തെ. ninth.
നവമി (നാ)- ഒൻപതാം പക്കം. ninth day of the lunar fortnight.
നവര (നാ)- ഞവര, പനിക്കൂർക്ക, കർപ്പൂരവള്ളി. a kind of paddy, thick leaved medicinal plant lavender.

നവരം (വി)- നിശ്ചയം, ശ്രേഷ്ഠം. sure, excellent.
നവവധു (നാ)- പുതുപ്പെണ്ണ്. new bride.
നവവരകൻ (നാ)- പുതുമാപ്പിള. new groom.
നവസാരം (നാ)- കടുത്ത അതിസാരം, ഒരു ലവണം. severe diarrhoea, ammonium sulphate.
നവാംഗി (നാ)- സുന്ദരി, സ്ത്രീ. beautiful woman, woman.
നവാന്നം (നാ)- പുതിയ ഭക്ഷണം, ചോറൂണ്, പുന്നെല്ല്. fresh food, first feeding, fresh paddy.
നവാബ് (നാ)- മുഹമ്മദീയ രാജാവ്. Muslim king.
നവാംബു (നാ)- പുതുവെള്ളം. fresh water.
നവിരം (നാ) - മല, ഉച്ചി, തല. mountain, top of the head, head.
നവീകരണം (നാ)- പുതുക്കൽ. renovation.
നവീന (വി)- പുതിയ. new.
നവ്യം (നാ)- പുതുമ, സ്തുതി. freshness, praise.
നശിക്കുക (അ.ക്രി)- ഇല്ലാതാവുക, ക്ഷയിക്കുക. to become extinct, to decay.
നശീകരണം (നാ)- നശിപ്പിക്കൽ. destruction.
നശ്വര (വി)- നാശമുള്ള, നശിക്കുന്ന. decaying, mortal.
നഷ്ട (വി)- മറഞ്ഞ, നശിപ്പിച്ച, ഓടിപ്പോയ, ദുഷിപ്പിച്ച. vanished, destroyed, run away, reviled.
നഷ്ടപ്പെടുക (അ.ക്രി)- കളയുക, ഇല്ലാതാവുക. to lose, to become extinct.
നഷ്ടപ്രജ്ഞ (വി) - ബോധം നഷ്ടപ്പെട്ട, മോഹാലസ്യപ്പെട്ട. devoid of the power of motion.
നഷ്ടം (നാ)- നാശം, ഛേതം. destruction, loss.
നസ (നാ)- മൂക്ക്. nose.
നസ്യ (വി)- നാസികയെ സംബന്ധിച്ച. pertaining to nose.
നസ്യം (നാ)- മൂക്കിനുള്ളിൽ മരുന്നൊഴിക്കൽ, ശകാരം, നാസികാചൂർണ്ണം. dropping medicines in the nose, scolding, snuff.
നഹർ (നാ)- തോട്. canal.
നഹി (ക്രി.വി)- അല്ല, ഇല്ല. not, no.
നഹുഷൻ (നാ)- ഒരു ചന്ദ്രവംശരാജാവ്. Nahusha, a king of the lunar dynasty.
നഹുഷം (നാ)- പാമ്പ്, തകരം. snake, tin.
നളകം (നാ)- മുഴങ്കാലെല്ല്. long bone of the leg.
നളകീലം (നാ)- കാൽമുട്ട്. knee.
നളദം (നാ)- രാമച്ചം, മാഞ്ചി, പൂന്തേൻ, ചെമ്പരത്തിപ്പൂവ്. cuscus grass, Indian spikenard, honey, shoeflower.
നളന്ദ (നാ)- പ്രാചീനഭാരതത്തിലെ ഒരു വിദ്യാകേന്ദ്രം. Nalanda, famous centre of learning in ancient India.
നളം (നാ)- ആമ്പൽ, വേഴൽ, സുഗന്ധം, മുഴങ്കാലെല്ല്, താമര. water-lily, a kind of reed, sweet smell, a long bone of the leg, lotus.
നളമീനം (നാ) - ചെമ്മീൻ. prawn.
നളികം (നാ)- വലിയ തോക്ക്. rifle.
നളിന (നാ)- ലക്ഷ്മീദേവി. goddess of wealth Lakshmi.
നളിനത (നാ)- മധുരമായ വാക്ക്, മാധുര്യം. sweet word, sweetness.
നളിനബന്ധു (നാ)- സൂര്യൻ. sun.
നളിനം (നാ)- അമരി, വെള്ളം, താമരപ്പൂവ്, വണ്ടാരം കോഴി. indigo plant, water, lotus flower, pheasant.
നളിനവനിത (നാ)- ലക്ഷ്മീദേവി. goddess Lakshmi of the Hindu mythology.
നളിനശരൻ (നാ)- കാമദേവൻ. Cupid.
നളിനാക്ഷൻ (നാ)- മഹാവിഷ്ണു, സുന്ദരൻ. lord Vishnu, handsome person.
നളിനാക്ഷി (നാ)- സുന്ദരി. beautiful woman.
നളിനി (നാ)- താമരപ്പൊയ്ക, ലക്ഷ്മീദേവി, തെങ്ങ്, തെങ്ങിൻകള്ള്, താമര, പവിഴക്കൊടി, കുമാരനാശാന്റെ ഒരു

കൃതി, താമരക്കൂട്ടം. ദേവഗംഗ. lotus pond, goddess Lakshmi, coconut tree, coconut toddy, lotus, vegetable perfume, name of a work of Kumaran Asan, a cluster of lotus plants, Devaganga, celestial Ganges.

നളിർ (നാ)- ഞണ്ട്. crab.

നള്ളാർ (നാ)- ശത്രുക്കൾ. enemies.

നറവ് (നാ)- സുഗന്ധം, പാൽ, തേൻ. fragrance, milk, honey.

നറളുക (അ.ക്രി)- മുരടിച്ചു പോവുക. to become stunted.

നറുക്ക് (നാ)- കഷണം, കുരുത്തോല ത്തുണ്ട്, ചിട്ടിക്കുള്ള ചീട്ട്. piece, a piece of a tender palm leaf, a lot for chitty.

നറുക്കുക (സ.ക്രി)- ചെറിയ കഷണ മാക്കുക. to slice.

നറുനീണ്ടി (നാ)- നന്നാറി. Indian, sarasaparilla.

നറുംപശ (നാ)-മീറ. myrrh.

നറുവരി (നാ)- ഒരു വൃക്ഷം. a kind of tree.

നാ (വി) - നാല്. four.

നാ (നാ)- നായ്, നാക്ക്. dog, tongue.

നാകണം (നാ)- നേർവാളം. croton oil plant.

നാകം (നാ)- ആകാശം, മേഘം, സ്വർഗ്ഗം, ഒരു മരം, ശബ്ദം, ഒരു ലോഹം. sky, cloud, heaven, a tree, sound, zinc.

നാകി (നാ)- ദേവൻ. deity.

നാകു (നാ)- പർവതം, പുറ്റ്, ചെറുപ്പം. mountain, ant hill, youthfulness.

നാകുണം (നാ)- ഒരു സുഗന്ധദ്രവ്യം. perfume.

നാകുലി (നാ)- കീരിവള്ളി, അരത്ത. medicinal climber, medicinal root.

നാക്കില (നാ)- തൂശനില. top portion of a plantain leaf used to serve food, etc.

നാക്ക് (നാ)- കതിര്, മണിയുടെ നാക്ക്, ത്രാസിന്റെ മുകളിലെ സൂചി, നാവ്. ear of corn, clapper of a bell, pointer of a balance, tongue.

നാക്ഷത്രം (നാ)- ഇരുപത്തിയേഴു ദിവസം കൂടിയ മാസം. lunar month of 27 days.

നാഗകർണ്ണം (നാ)- ആവണക്ക്. castor oil plant.

നാഗകേതനൻ (നാ)- ദുര്യോധനൻ. Duryodhana.

നാഗകേസരം (നാ)- നാഗപ്പൂമരം. pentapetes tree.

നാഗഗന്ധ (നാ)- ചിറ്റരത്ത. medicinal species of alpinia.

നാഗഗർഭം (നാ) - സിന്ദൂരം. vermillion.

നാഗചൂഡൻ (നാ)- ശിവൻ. Siva.

നാഗജം (നാ)- വെളുത്തീയം, സിന്ദൂരം. white lead, vermillion.

നാഗജിഹ്വിക (നാ)- സിന്ദൂരം, വെളു ത്തീയം, മനയോല. vermillion, white lead, red arsenic.

നാഗദന്തി (നാ)- ഔഷധിയായ ഒരു കുറ്റിച്ചെടി, കാട്ടുവെള്ളരി, വേശ്യ, വേലി പ്പരുത്തി. shrub with medicinal properties, big variety of wild cucumber, harlot, shrub cotton.

നാഗദ്രു (നാ)- നാഗമരം, ചതുരക്കള്ളി. night blooming cactus, prickly pear euphorbia antiquorum.

നാഗനക്ഷത്രം (നാ)- ആയില്യം. ninth constellation of the zodiac.

നാഗനാഥൻ (നാ) - ശിവൻ, ആദിശേ ഷൻ. Siva, Adishesha or the primordial snake in the Hindu lore.

നാഗനാമകം (നാ)- വെളുത്തീയം, കാരീയം. white lead, lead.

നാഗനാമാ(നാ)-തുളസി. holy basil plant.

നാഗനാസ (നാ)- തുമ്പിക്കൈ. an elephant's trunk.

നാഗൻ (നാ)- ഒരു വർഗ്ഗം, ക്രൂരൻ, ഒരു ഉപപ്രാണൻ. a tribe, cruel person, one of the sub-divisions of a group of vital airs.

നാഗപടം (നാ)- പാമ്പിന്റെ പത്തി, കണ്ഠാഭരണം. hood of a snake, ornament for the neck.

നാഗപതി (നാ)- ഐരാവതം, ആദിശേഷൻ. Airavatha, Adishesha the primordial serpent in the Hindu lore.
നാഗപുരം (നാ)- പാതാളനഗരി, ഹസ്തിനപുരം. city of subterranean world, Hastinapura.
നാഗപുഷ്പം (നാ)- ചമ്പകം, പുന്നമരം, നാഗപ്പൂവ്. champaka tree, Indian laurel tree, medicinal flower of Naga tree.
നാഗഫലം (നാ)- പടോലം. snake gourd.
നാഗബന്ധു (നാ)- അരയാൽ. pipal tree.
നാഗബലൻ (നാ)- ഭീമസേനൻ. Bhimasena, second of the sons of pandu in the epic Mahabharatha
നാഗഭൂഷണൻ (നാ)- പരമശിവൻ. lord Siva.
നാഗം (നാ)- പാമ്പ്, ആന, പുന്ന, വെറ്റിലക്കൊടി, കുറിയാട്, മേഘം, കുരങ്ങ്, ആയില്യം നക്ഷത്രം, നാഗവൃക്ഷം, ഈയം, മുത്തങ്ങ, സിന്ദൂരം. snake, elephant, Indian laurel tree, betel- vine, sheep, cloud, monkey, ninth lunar asterism, night - blooming cactus, lead, cyperus rotundus, vermilion.
നാഗമല്ലി (നാ)- ഒരു വള്ളിച്ചെടി. ring - worm root.
നാഗമാതാവ് (നാ)- മനയോല, തുളസി, കദ്രു. red arsenic, holy basil plant, Kadru, mother of Nagas.
നാഗമുഷ്ടി (നാ)- ഒരു വള്ളി. snake-wood.
നാഗരകം (നാ)- ചുക്ക്. dried ginger.
നാഗരക്തം (നാ)- സിന്ദൂരം. vermillion.
നാഗരൻ (നാ)- പ്രസംഗകൻ, ഭർത്താവിന്റെ അനുജൻ, പരിഷ്കൃതൻ, നഗരത്തിലുള്ളവൻ. speaker, younger brother of the husband, civilized person, city-man.
നാഗരം (നാ)- ചുക്ക്, നാരങ്ങ, ക്ഷീണം, ഇഞ്ചി, പെരുമുത്തങ്ങ, നാരകം. dried ginger, lemon, tireness, ginger, cyperus rotundus, lemon tree.
നാഗരാജൻ (നാ)- ഐരാവതം, ആദിശേഷൻ. Airavatha, Adishesha, the primordial serpent in the Hindu lore.
നാഗരി (നാ)- മിടുക്കി, ചതുരക്കള്ളി, നാഗരിലിപി. dexterous girl, prickly pear euphorbia antiquarum, Nagari script.
നാഗരിക (വി)- നഗരത്തെ സംബന്ധിച്ച, നഗരത്തിൽ പാർക്കുന്ന. pertaining to city, residing in city.
നാഗരികത (നാ)- പുതുമ, പൗരത്വം, പരിഷ്കാരം. novelty, citizenship, civilization.
നാഗരികൻ (നാ)- പൗരൻ, മര്യാദക്കാരൻ, നഗരപ്രമാണി, കലാനിപുണൻ, കള്ളൻ. citizen, well -mannered person, chief person of the city, dexterous person in arts, thief.
നാഗരികം (നാ)- വിവേകം, ചുക്ക്, മോടി. discretion, dried ginger, pomp.
നാഗരീടൻ (നാ)- വിടൻ. libertine.
നാഗർ(നാ)- സർപ്പവിഗ്രഹം. idol of serpent.
നാഗരുകം (നാ)- മധുരനാരകം. orange tree.
നാഗരേണു (നാ)- കുരുമുളക്, സിന്ദൂരം. pepper, vermillion.
നാഗര്യം (നാ)- മിടുക്ക്. cleverness.
നാഗലത (നാ)- പുരുഷലിംഗം, വെറ്റിലക്കൊടി. penis, betel vine.
നാഗലോകം (നാ)- പാതാളം. subterranean world.
നാഗവാരികൻ(നാ)-ആനപ്പാപ്പാൻ. mahout.
നാഗവാരികം (നാ)- ഗരുഡൻ, മയിൽ, ആനത്തലവൻ, രാജകീയഗജം. Garuda, peacock, chief elephant in a herd, royal elephant.
നാഗശായി (നാ)- വിഷ്ണു. Vishnu.
നാഗസംഭവം (നാ)- സിന്ദൂരം. vermillion.
നാഗാംഗന (നാ)- പിടിയാന, നാഗസ്ത്രീ, തുമ്പിക്കൈ. female elephant, Naga woman, elephant's trunk.

നാഗാന്തകം (നാ)- ഗരുഡൻ, സിംഹം, മയിൽ. Garuda, lion, peacock.
നാഗാരി (നാ)- സിംഹം, മയിൽ, ഗരുഡൻ, കീരി. lion, peacock, Garuda, mongoose.
നാഗി (നാ)- പിടിയാന, പെൺപാമ്പ്. female elephant, female serpent.
നാഗിനി (നാ)- നാഗസ്ത്രീ, പിടിയാന, നേർവാളം, വെറ്റില. Naga woman, female elephant, croton oil plant, betel vine.
നാഗുണം (നാ)- ഒരു സുഗന്ധദ്രവ്യം. a perfume.
നാഗേന്ദ്രൻ (നാ)- ഐരാവതം, ആദിശേഷൻ, വാസുകി. Airavata, Adishesha, Vasuki.
നാഗേശൻ (നാ)- ശിവൻ, പതഞ്ജലി, ആദിശേഷൻ. Siva, Pathanjali, Adishesha.
നാങ്ക് (വി)- നാല്. four.
നാചികേതൻ (നാ)- അഗ്നി. fire.
നാട (നാ)- കച്ച, ഒരിനം ചരട്. small piece of thick cloth, a kind of thread.
നാടകൻ (നാ)- നടൻ. actor.
നാടകം (നാ)-രൂപകങ്ങളിൽ ഒന്ന്, പൊളി. play, falsehood.
നാടകീയ (വി)- നാടകം സംബന്ധിച്ച. pertaining to a drama.
നാടൻ (നാ)- പഴയ രീതിയിലുള്ള, പരിഷ്കാരമില്ലാത്ത, സാധാരണയായ, നാട്ടിലുണ്ടായ, നാട്ടുനടപ്പായ. of ancient type, uncivilized, common, born in a country side, conventional.
നാടി (നാ)- നാഡി, ആൺപൂവ്. nerve, male flower.
നാട് (നാ)- ദേശം, ദിക്ക്, രാജ്യം, കൃഷിയിടം. country, direction, state, cultivable land.
നാടുക (സ.ക്രി)- തിളങ്ങുക, തുള്ളിക്കളിക്കുക, പരിശോധിക്കുക, വിചാരിക്കുക, ആഗ്രഹിക്കുക, തുടരുക. to shine, to frisk about out of joy, to examine, to think, to desire, to continue.
നാടുവാഴി (നാ)- ഇടപ്രഭു, രാജാവ്. local chief, king.
നാടോടി (വി)- നാട്ടിൽ നടപ്പുള്ള, സാധാരണമായ. conventional, common.
നാട്ട (നാ) - ഒരു രാഗം. musical tune.
നാട്ട (നാ)- തൂണ്, കുറ്റി. piller, stump.
നാട്ടം (നാ)- അന്വേഷണം, വാൾ, ലക്ഷ്യം, കണ്ണ്, ആഗ്രഹം, പരിശോധന. search, sword, aim, eye, desire, test.
നാട്ടാചാരം (നാ)- നാട്ടുനടപ്പ്. convention.
നാട്ടാർ (നാ)- നാട്ടുകാർ. people of a country.
നാട്ടിൻപുറം (നാ)- ഗ്രാമം. village.
നാട്ടുക (സ.ക്രി)- സ്ഥാപിക്കുക, നിലനിറുത്തുക, ഉറപ്പിച്ചു നിറുത്തുക. to establish, to cause to exist, to fix firmly.
നാട്ടുകാരൻ (നാ)- നാട്ടിലുള്ളവൻ. one belonging to the same place or country.
നാട്ടുവെളിച്ചം (നാ) - നക്ഷത്രപ്രകാശം, അരണ്ടവെളിച്ചം. light of stars, dim light.
നാട്യക്കാരൻ (നാ)- നടൻ, ചാക്യാർ, കൃത്രിമമായി ഭാവം പ്രകടിപ്പിക്കുന്നവൻ. an actor, Chakiar, pretender.
നാട്യധർമ്മം (നാ)- അഭിനയകലാനിയമം. science of histrionics.
നാട്യം (നാ)- വ്യാജം, നടന്റെ വേഷം, വെറും ഭാവം, താളഗാനയുക്തമായ നൃത്തം, ഒരു ദൃശ്യകാവ്യ വിഭാഗം. falsehood, role of an actor, pretention, performing art, stage representation.
നാട്യാചാര്യൻ (നാ)- നൃത്തം പഠിപ്പിക്കുന്ന ഗുരു. dance preceptor.
നാഡി (നാ)- ഞരമ്പ്, നാഡീവ്രണം, തണ്ട്, ചെപ്പടിവിദ്യ, കുഴൽ. nerve, an ulcer, stem, magic, tube.
നാഡീചരണം (നാ)- പക്ഷി, വേഴൽ. bird, a kind of reed.

നാഡീജംഘം (നാ)-കാക്ക, കൊക്ക്. crow, stork.
നാഡീതരംഗൻ (നാ)- ജ്യോത്സ്യൻ, ജാരൻ. astrologer, paramour.
നാഡീശാസ്ത്രം (നാ)- ഞരമ്പുകളെ സംബന്ധിച്ചുള്ള ശാസ്ത്രം. neurology.
നാണകം (നാ) - നാണയം. coin.
നാണം (നാ)- സങ്കോചം, ലജ്ജ, അഭി മാനം. bashfulness, shame, pride.
നാണക്കേട് (നാ)- മാനഹാനി. defamation.
നാണയം (നാ)- നിശ്ചിതവിലയുള്ള ലോഹക്കഷണം, സമ്മതം, നടപ്പ്, ബഹു മാനം, പ്രസിദ്ധി. coin, consent, convention, respect, fame.
നാണിക്കുക (അ.ക്രി)- മടിക്കുക, ശങ്കി ക്കുക, ലജ്ജിക്കുക. to hesitate, to be abashed, to feel ashamed.
നാണിയക്കാരൻ (നാ)- സത്യവാൻ, വിശ്വാസ്യൻ, ആസ്തിയുള്ളവൻ. truthful man, faithful person, rich man.
നാണുക (അ.ക്രി)-കൂമ്പുക, ലജ്ജി ക്കുക. to close as flowers, to be ashamed.
നാണുകം (നാ)- കുതിര. horse.
നാണ്യം (നാ)- നാണയം. coin.
നാത്തനാർ (നാ)-നാത്തൂൻ. sister-in-law.
നാത്തല (നാ)- നാക്കിന്റെ അറ്റം. tip of the tongue.
നാത്തൂൻ (നാ)- ഭർത്താവിന്റെ സഹോ ദരി, സഹോദരന്റെ ഭാര്യ. sister of the husband, wife of brother.
നാത്രൻ (നാ)- പരമശിവൻ, മുനി. lord Siva, sage.
നാഥ (നാ)- ഭാര്യ, രക്ഷിക്കുന്നവൾ. wife, protectress.
നാഥൻ (നാ)- രക്ഷിക്കുന്നവൻ, ഭർത്താ വ്, രാജാവ്, ഉടമസ്ഥൻ. protector, husband, king, owner.
നാഥഹരി (നാ)- മൃഗം. animal.
നാദബ്രഹ്മം (നാ)- പ്രണവം, ഓങ്കാരം. Pranava, aum.
നാദം (നാ)- ശബ്ദം. noise.
നാദലക്ഷ്യം (നാ)- ആകാശം. sky.
നാദവിദ്യ (നാ)- സംഗീതം. music.
നാദസ്വരം (നാ)- നാഗസ്വരം. South Indian musical pipe.
നാദി (വി)- ശബ്ദിക്കുന്ന. producing sound.
നാദേയ (വി)- നദിയിലുണ്ടായ, നദിയെ സംബന്ധിച്ച. born in river, pertaining to river.
നാദേയം (നാ)- ഉപ്പ്, വഞ്ചി, ആറ്റുമീൻ, അഞ്ജനം. salt, boat, river - fish, collyrium.
നാദേയി (നാ)- ചെമ്പരത്തി, പടവലം, മധുരനാരകം. shoe flower, snake gourd, orange.
നാനാ (വി)- അനേകം, വെവ്വേറെ, പല. many, separate, various.
നാനാ (നാ)- അമ്മയുടെ അച്ഛൻ. father of one's mother.
നാനാത്വം(നാ)-വൈവിധ്യം. variety.
നാനാരൂപ (വി)- പല രൂപത്തിലുള്ള. of different types.
നാനാർത്ഥ (വി)- പല അർത്ഥങ്ങളു ള്ള, പല ഉദ്ദേശങ്ങളുള്ള, വളരെ പ്രയോ ജനമുള്ള, ധാരാളം സമ്പത്തുള്ള, പല വസ്തുക്കളുള്ള. having various meanings, having various aims, very useful, very rich, having many properties.
നാനാവർണ്ണ (വി)- പല നിറങ്ങളുള്ള. multi coloured.
നാനാവിധ (വി)- പലവിധമുള്ള, ദുസ്സാ മർത്ഥ്യമുള്ള, അടുക്കും ചിട്ടയുമില്ലാത്ത. of different types, self conceited, disorderly state.
നാനൂറ് (നാ)- നാല് നൂറ്. four hundred.
നാന്ത (വി)- അവസാനമില്ലാത്ത. endless.
നാന്തകം (നാ)- വിഷ്ണുവിന്റെ വാൾ, ഭദ്രകാളിയുടെ വാൾ, വാൾ, വളഞ്ഞ വാൾ. the sword of Vishnu, sword of Bhadrakali, sword, curved sword.

നാന്ദകം (നാ)- വിഷ്ണുവിന്റെ വാൾ. sword of Vishnu.
നാന്ദി (നാ)- ഐശ്വര്യം, സന്തോഷം, ഒരു പിതൃപൂജ, ആരംഭം. prosperity, joy, a kind of worship of manes, beginning.
നാന്മറ (നാ)- നാലുവേദം. four Vedas.
നാന്മുകപ്പുല്ല് (നാ)- കാവട്ട. citronella grass.
നാന്മുഖൻ (നാ)- ബ്രഹ്മാവ്. Brahma.
നാപിതൻ (നാ)- ക്ഷുരകൻ. barber.
നാപിതശാല (നാ)- ക്ഷൗരപ്പുര. barber shop.
നാഭകം (നാ)- കടുക്ക. gall- nut.
നാഭി (നാ)- പൊക്കിൾ, കസ്തൂരി, അടുത്ത ബന്ധം, തേരിന്റെ മധ്യഭാഗം, ബന്ധം, ക്ഷത്രിയൻ, നേതാവ്. naval, musk, middle part of a chariot, relation, Kshatriya, leader.
നാഭിജൻ (നാ)- ബ്രഹ്മാവ്. Brahma.
നാഭിജാത (വി)- അഭിജാതനല്ലാത്ത, നാഭിയിൽ നിന്നുണ്ടായ. not born in a noble family, born from the navel.
നാഭിനാളം(നാ)-പൊക്കിൾക്കൊടി. umbilical cord.
നാഭ്യൻ (നാ)- ശിവൻ. Siva.
നാമക (വി)- പേരുള്ള. named.
നാമകരണം (നാ)- പേരിടൽ. naming.
നാമകൾ (നാ)- സരസ്വതി. goddess Saraswathi.
നാമജപം (നാ)- ഈശ്വരനാമങ്ങൾ ജപിക്കൽ. chanting hymns.
നാമധാതു (നാ)- നാമത്തിൽ നിന്ന് ഉണ്ടാകുന്ന ധാതു. a verb derived from a noun.
നാമധാരണം (നാ)- വൈഷ്ണവ ചിഹ്നം ധരിക്കൽ. bearing the Vaishnava mark on the forehead.
നാമധേയം (നാ)- പേര്, നാമകരണം. name, naming.
നാമനിർദ്ദേശം (നാ)- പേരു നിർദ്ദേശിക്കൽ. nomination.
നാമം (നാ)- പേര്, വൈഷ്ണചിഹ്നം, ഏതിന്റെയെങ്കിലും പേരായ ശബ്ദം. name, Vaishnava mark, noun.
നാമമാത്ര (വി)- പേരിനു മാത്രമുള്ള. nominal.
നാമമാല (നാ)- നിഘണ്ടു, അക്ഷരമാല, പുണ്യ നാമങ്ങളുടെ പട്ടിക. dictionary, alphabet, a list of the sacred names.
നാമശേഷ (വി)- മരിച്ച. expired.
നാമാ (നാ)- പ്രമാണം, പത്രം. deed.
നാമാങ്കിത (വി)- പേരുകൊത്തിയിട്ടുള്ള. with the name inscribed on.
നാമാവലി (നാ)- പേരുകളുടെ കൂട്ടം. a set of names.
നാമാവശേഷ (വി)- മരിച്ച, നശിച്ച. expired, ruined.
നാമി (നാ)- വിഷ്ണു. Vishnu.
നാമിത (വി)- വളയ്ക്കപ്പെട്ട. bent.
നാമ്പ് (നാ)- അഗ്രം, കൂമ്പ്, തീജ്ജ്വാല, തളിര്. tip, bud of leaves, flame of fire, tender leaf.
നാമ്പുക (അ.ക്രി)- മെലിയുക. to be emaciated.
നായ് (നാ)- പട്ടി, കൊള്ളരുതാത്തവൻ. dog, useless fellow.
നായക (വി)- നയിക്കുന്ന, ഭരിക്കുന്ന. leading, ruling.
നായകൻ (നാ)- ഭർത്താവ്, സേനാധിപൻ, നയിക്കുന്നവൻ, നാടകം തുടങ്ങിയവയിലെ മുഖ്യപുരുഷൻ. husband, chief of army, leader, hero, central character in play etc.,
നായകം (നാ)- മാലയിലെ പ്രധാനപ്പെട്ട രത്നം, മുഖ്യോദാഹരണം. central gem in jewel, main example.
നായനാർ (നാ)- ശിവൻ, ശിവഭക്തൻ, യജമാനൻ, ക്ഷേത്രത്തിന്റെ ഉടമ, നാഥൻ. Siva, devotee of Siva, master, owner of temple, husband.

നായം(നാ)-ഉപായം,നീതി, വഴികാണിക്കൽ. means, justice, guidance.
നായർ (നാ)- ഭർത്താവ്, ഹിന്ദുമത ത്തിലെ ഒരു ജാതി. husband, a caste in a Hindu religion.
നായാടി (നാ)- വേട്ടക്കാരൻ. hunter.
നായിക (നാ)- ഭാര്യ, രക്ഷിക്കുന്നവൾ, നാടകാദികളിലെ പ്രധാന സ്ത്രീ. wife, protectress, heroine in a drama.
നായ്ക്കുരണ (നാ)- ഒരു ഔഷധവള്ളി. a medicinal climber - cowhage plant.
നാരക (വി)- നരകത്തെ സംബന്ധിച്ച. pertaining to hell.
നാരകൻ (നാ)- മഹാപാപി. a great sinner.
നാരകം (നാ)- നരകം, നാരങ്ങ ഉണ്ടാ ക്കുന്ന. മരം hell, lemon tree.
നാരകീയ (വി)- നാകത്തെ സംബന്ധി ച്ച, ദുരിതം നിറഞ്ഞ, നരകത്തിലുള്ള. pertaining to hell, distressful, of the hell.
നാരംഗകം (നാ)- മുള്ളങ്കി, നാരങ്ങ. radish, lemon fruit.
നാരംഗം (നാ)- നാരകം, നാരങ്ങ, മഞ്ഞ മുള്ളങ്കി. lemon tree, lemon fruit, yellow radish.
നാരങ്ങ (നാ)- നാരകത്തിന്റെ കായ്. lemon fruit.
നാരജീവനം (നാ)- സ്വർണ്ണം. gold.
നാരദൻ (നാ)- ഒരു ദേവർഷി, ബ്രഹ്മാ വിന്റെ പുത്രൻ, ഏഷണിക്കാരൻ. Sree Naradha, son of Brahma, back biter.
നാരദം (നാ)- വലിയ വീണ, മേഘം. flute, cloud.
നാരൻ (നാ)- മനുഷ്യൻ, നരൻ. man.
നാരം (നാ)- വെള്ളം, കാളക്കുട്ടി, നര ധർമ്മം, മനുഷ്യസമൂഹം, പായൽ, ജ്ഞാനം, ജലപക്ഷി, നരകം, മനുഷ്യ ശരീരം. water, calf, human duty, a group of people, moss, knowledge, an aquatic bird, hell, human body.
നാരാചി (നാ)- സ്വർണ്ണം തൂക്കുന്ന ത്രാസ്, ചെറിയ നാരായം. balance for weighing gold, a small stiletto.
നാരായണഗുരു (നാ)- കേരളീയനായ ഒരു മഹായോഗി. Sree Narayanaguru, a well known sage and social reformer of Kerala.
നാരായണൻ (നാ)- ഒരു ഋഷി, വിഷ്ണു. sage, lord Vishnu.
നാരായണം (നാ)- അരശ്. pipal tree.
നാരായണി (നാ)- ഗംഗ, ദുർഗ്ഗാദേവി, ശതാവരി, പീതചന്ദനം, ലക്ഷ്മീദേവി. Ganges, goddess Durga, asparagus, yellow sandal wood, goddess Lakshmi.
നാരായം (നാ)- ഒരിനം അളവുപറ, എഴുത്താണി, നേർത്ത സൂചി, തേനീച്ച യുടെ കൊമ്പ്, കൂരമ്പ്. measuring vessel, a stiletto to write on palm leaves, sharp needle, the sting of a honey bee, sharp arrow.
നാരായവേര് (നാ)- തായ് വേര്. tap - root.
നാരി (നാ)- കള്ള്, തേൻ. toddy, honey.
നാരികേരം (നാ)- നാളികേരം. coconut.
നാരീക്ഷീരം (നാ)- മുലപ്പാൽ. breast milk.
നാരിഷ്ട (നാ)- വള്ളിമുല്ല. jasmine.
നാര് (നാ)- കയറ്, ഞാൺ, ഞാറ്, ചകിരി, നേരിയ ചരട്. coir, bowstring, fibre of coconuts, thin fibres obtained from plants.
നാലമ്പലം (നാ)- ക്ഷേത്രത്തിൽ ഗർഭ ഗൃഹത്തിനു ചുറ്റുമുള്ള. buildings immediately surrounding the sanctum sanctorum of a temple.
നാലംബി (നാ)- ശിവന്റെ വീണ. the veena of Siva.
നാലർ (നാ)- നാലുപേർ. four men.
നാലാ (വി)- വിവിധമായ, പല. various, many.
നാലാം (വി)- നാലാമത്തെ. fourth.
നാലികം (നാ)- പോത്ത്, താമര, കുഴൽവാദ്യം. buffalo, lotus, windpipe.
നാലുപാടും (ക്രി.വി)- ചുറ്റും, നാലു വശവും. around, on all the four sides.

നാല്ക്കാലി(നാ)- നാലു കാലുള്ള മൃഗം, നാലുകാലുള്ള പീഠം. cattle, stool.
നാവടക്കം (നാ)- മൗനം, ക്ഷുദ്രം. silence, sorcery.
നാവം (നാ)- കപ്പൽ. ship.
നാവായ (നാ)- കടവ്. port.
നാവായി (നാ)- തോണി, കപ്പൽ. boat, ship.
നാവിക (വി)- നൗകയെ സംബന്ധിച്ച. pertaining to navigation.
നാവികൻ (നാ)-കപ്പൽ യാത്രക്കാരൻ, കപ്പലോട്ടക്കാരൻ, തോണിക്കാരൻ. voyager, navigator, boat man.
നാവ് (നാ)- നാക്ക്. tongue.
നാവുക (സ.ക്രി)- അരിക്കുക, കൊഴിക്കുക. to filter, to winnow.
നാവ്യ (വി)- വള്ളത്തെ സംബന്ധിച്ച. pertaining to boat.
നാശന (വി)- നശിപ്പിക്കുന്ന. destroying.
നാശം (നാ)- വിപത്ത്, ക്ഷയം, മരണം, ത്യജിക്കൽ, ദൗർഭാഗ്യം. danger, decline, death, abandoning, misfortune.
നാശയിതാവ് (നാ)- നശിപ്പിക്കുന്നവൻ. destroyer.
നാശി (വി)- നശിപ്പിക്കുന്ന, നശിക്കുന്ന. destroying, decaying.
നാസ (നാ)- മൂക്ക്, ശബ്ദം, തുമ്പിക്കൈ. nose, sound, elephant's trunk.
നാസാദ്വാരം (നാ)- മൂക്കിന്റെ ദ്വാരം. nostril.
നാസിക (നാ)- മൂക്ക്, തുമ്പിക്കൈ, പൂമുഖം, അശ്വതി നക്ഷത്രം. nose, elephant's trunk, portico, first lunar asterism.
നാസിക്യ (വി)- നാസികയെ സംബന്ധിച്ച. pertaining to nose.
നാസിക്യം (നാ)- മൂക്ക്, അനുനാസിക ധ്വനി. nose, nasal sound .
നാസീര (വി)- മുന്നണിയിലുള്ള. of the front row of an army.
നാസീരം (നാ)- സേനയുടെ മുന്നണി. the front row of army.
നാസ്തികൻ (നാ)- ഈശ്വരനും പരലോകവും ഇല്ലെന്ന് വിശ്വസിക്കുന്നവൻ. a thiest.
നാസ്തിദം(നാ)-മാവുമരം. mango tree.
നാളകം (നാ)- തെങ്ങ്, താമരത്തണ്ട്. coconut tree, stalk of a lotus.
നാളകിനി (നാ)- താമരപ്പൊയ്ക. lotus pond.
നാളകൂപം (നാ)- കുഴൽക്കിണർ. tubewell.
നാളതാർ (നാ)- താമര. lotus.
നാളം (നാ)- കുഴൽ, തണ്ട്, ജ്വാല, തോട്, അരിതാരം, താമരവളയം, പൊക്കിൾ വള്ളി, കൈപിടി. tube, stem, flame, canal, yellow orpiment, stalk of a lotus flower, umbilical cord, handle.
നാളി (നാ)- തണ്ട്, കുഴൽ, ധമനി, നാഴിക, തോട്, ഘടീയന്ത്രം, താമരവളയം. stem, tube, vein, measure of time, canal, mechanism for raising water, the stalk of a lotus flower.
നാളിക (നാ)- അകം പൊള്ളയായ തണ്ട്, താമര വളയം, ആനക്കുന്തം, നാഴിക. hollow stem, the stalk of a lotus, elephant spear, measure of time.
നാളികം (നാ)- താമരക്കൂട്ടം, താമരവളയം, താമരപ്പൂവ്, കുന്തം, അമ്പ്, കമണ്ഡലു. cluster of lotus plants, stalk of a lotus, lotus flower, spear, arrow, a water jug of an ascetic.
നാളീകിനി (നാ)- താമരക്കൂട്ടം, താമരപ്പൊയ്ക. cluster of lotus plants, lotus pond.
നാളെ (ക്രി.വി)- അടുത്ത ദിവസം. tomorrow.
നാൾ (നാ)- നക്ഷത്രം, കാലം, ദിവസം. star, time, day.
നാൾക്കുനാൾ (ക്രി.വി)- ദിവസന്തോറും. from day to day.
നാഴി (നാ)- കുഴൽ, ധാന്യത്തിന്റെയും മറ്റും ഒരു അളവ്, ഒരു അളവുപാത്രം. tube, 1/4th of edangazhi, a measure of corns, etc., a measuring vessel.
നാഴിക (നാ)- 24 മിനിട്ടു കൂടിയ സമയം. a time measure of 24 minutes.
നാഴികക്കല്ല് (നാ)- മൈൽക്കുറ്റി. milestone.

നാഴികമണി (നാ)- ഘടികാരം. clock.
നാഴികവട്ട (നാ)- സമയം അറിയാൻ ഉപയോഗിച്ചിരുന്ന ജലയന്ത്രം. clepsydra.
നാറുക (അ.ക്രി)- ദുർഗന്ധമുണ്ടാകുക. to smell badly.
നാറ്റം (നാ)- ദുർഗന്ധം, ഗന്ധം. stench, odoure.
നികക്കുക (അ.ക്രി)- നിവരുക, കുറവു തീരുക, നിറയുക, ജലത്തിനു മീതെ പൊങ്ങിവരുക. to stretch onself, to become ful, to fill, to appear on water surface.
നികട (വി)- സമീപത്തുള്ള. near.
നികത്തുക (സ.ക്രി)- കുഴി മുടുക, നിരപ്പു വരുത്തുക, നിറയ്ക്കുക. to level a pit, to level the ground, to fill.
നികം (നാ)- ശോഭ, പ്രകാശം. shining, light.
നികര് (നാ)- ശോഭ, യുദ്ധം, തുല്യം. brilliance, war, equality.
നികരം (നാ) - സാരം, കൂട്ടം, കെട്ട്, നിധി, തുല്യത, തക്ക സമ്മാനം. essence, multitude, binding, treasure, equality, suitable prize.
നികർക്കുക (സ.ക്രി)- പോരാടുക, ഒപ്പമാക്കുക. to fight, to equalize.
നികർഷിക്കുക (സ.ക്രി) - കുറയ്ക്കുക, തള്ളിത്താഴെയിടുക, നീക്കം ചെയ്യുക. to push down, to cause to fall down, to remove.
നികലം (നാ)- ഒരു ലോഹ മൂലകം. nickel.
നികഷം (നാ)- ഉരകല്ല്, ചാണ. touch stone, grinding stone.
നികഷാ (ക്രി.വി)- മദ്ധ്യത്ത്, സമീപത്ത്. in the middle, in the neighbourhood.
നികഴുക (അ.ക്രി)- നിറവേറുക, കഴിയുക, നടക്കുക, പ്രകാശിക്കുക. to fulfill, to subsist, to walk, to shine.
നികാമം (ക്രി.വി)- ഏറ്റവും, അധികം, യഥേഷ്ടം. very much, in abundance, as one wishes.
നികായം (നാ)- ഭവനം, ലക്ഷ്യം, സമൂഹം, ഇടം, നഗരം, ശരീരം. house, aim, society, place, town, body.
നികായൻ (നാ)- ഈശ്വരൻ. god.
നികാരണൻ (നാ)- കൊലയാളി. murderer.
നികാരണം (നാ)- വധം, ഉപദ്രവം. killing, trouble.
നികാരം (നാ)- ചതി, ഉപദ്രവം, എതിർപ്പ്, കൊല, ശകാരം, ദോഷം, പനി, അപമാനം, പൊലി, അപകാരം. deceit, trouble, opposition, killing, scolding, defect, fever, heap nof corn, harm.
നികാശ (വി)- തുല്യമായ. equality.
നികാശം (നാ)- ചക്രവാളം, സാമീപ്യം, പ്രകാശം, കാഴ്ച, തുല്യത. the horizon, proximity, light, sight, equality.
നികാഷം (നാ)- ഉരപ്പ്. rubbing.
നികുഞ്ജം (നാ)- ഗുഹ, നിലവറ, ലതാഗൃഹം. cave, cellar, arbour.
നികുതി (നാ)- നീതി, കരം. justice, tax.
നികൃത (വി)- നിന്ദ്യമായ, ശഠതയുള്ള, വഞ്ചിക്കപ്പെട്ട, അപമാനിക്കപ്പെട്ട, താഴ്ത്തപ്പെട്ട. contemptible, obstinate, cheated, dishonoured, humiliated.
നികൃതം (നാ)- അപകാരം. harm.
നികൃതി (നാ)- നീക്കം, നിന്ദ, അപരാധം, ശാഠ്യം, തിരസ്കാരം, ദാരിദ്ര്യം, ഭൂമി, ചതി, ദുഷ്ടൻ. removal, contempt, offence, obstinacy, rejection, poverty, earth, deceit, wicked man.
നികൃന്തനം (നാ) - ഛേദനം, നാശം, മുറിക്കാനുള്ള ആയുധം. cutting, ruination, weapon for cutting.
നികൃഷ്ട (വി)- അടുത്തുള്ള, ഹീനമായ. base, adjacent.
നികേതം (നാ)- ഒപ്പ്, വീട്. signature, house.
നികേതനം (നാ)- ചെമന്നുള്ളി, വീട്, ക്ഷേത്രം, നഗരം. onion, house, temple, city.
നികോചനം (നാ)- ഞെരുക്കം, കോച്ചൽ, ചുരുങ്ങൽ. pressure, contraction of muscles, shrinking.
നിക്കൽ (നാ)- ഒരു ലോഹമൂലകം. nickel.
നിക്ത (വി)- കഴുകിയ. washed.

നികാണം (നാ)- വാദ്യധ്വനി, ഭൂഷണ നാദം, ശബ്ദം. sound of musical instrument, sound of ornaments, sound.

നിക്ഷണം (നാ)-ചുംബനം. kiss.

നിക്ഷത്ര (വി)- ക്ഷത്രിയരഹിതമായ. devoid of Kshatriya.

നിക്ഷിപ്ത (വി)- നിക്ഷേപിക്കപ്പെട്ട. deposited.

നിക്ഷേപകൻ (നാ)- നിക്ഷേപിക്കുന്ന വൻ. depositer.

നിക്ഷേപണം (നാ)- നിക്ഷേപിക്കൽ. depositing.

നിക്ഷേപം (നാ)- തുടച്ചുകളയൽ, ഉപേക്ഷ, ഏറ്, ത്യാഗം, ധനം, പണയം, സൂക്ഷിച്ചുവയ്പ്. wiping off, negligence, throw, abandonment, wealth, pledge, keeping safe.

നിക്ഷേപിക്കുക (സ.ക്രി)- വയ്ക്കുക, സൂക്ഷിക്കാൻ ഏല്പിക്കുക, പണയം വയ്ക്കുക, താഴെ എറിയുക. to place, to entrust for keeping, to pledge, to throw down.

നിഖില (വി)- മുഴുവനായ. whole.

നിഖിലം (ക്രി.വി)- മുഴുവനും, എല്ലാം. wholly, all.

നിഗഡം (നാ)- ചങ്ങല, അഹംഭാവം, ആനച്ചങ്ങല. fetter, egoism, fetter to bind elephant.

നിഗദം (നാ)- സംസാരം, വാക്ക്, നാമോച്ചാരണം, പ്രസംഗം. talk, word, chanting the names, speech.

നിഗദിക്കുക (അ.ക്രി)- പറയുക, സംസാരിക്കുക. to tell, to talk.

നിഗദിത (വി) - പറയപ്പെട്ട. told.

നിഗമനം (നാ)- വേദവാക്യം, യാത്ര, അനുമാനം, തീരുമാനം. authoritative statement, journey, conclusion, decision.

നിഗമം (നാ)- രാജധാനി, പ്രതിജ്ഞ, അനുമാനം, പെരുവഴി, വേദം, നിശ്ചയം, തർക്കശാസ്ത്രം, ഗതാഗതം, ചന്ത, കച്ചവടം. capital, oath, conclusion, wide path, Veda, decision, logic, transportation, market, trade.

നിഗരണം (നാ)- തൊണ്ട, ഹോമധൂമം, വിഴുങ്ങൽ. throat, smoke of the sacrificial fire, swallowing.

നിഗരം (നാ)- വിഴുങ്ങൽ. swallowing.

നിഗളിക്കുക (അ.ക്രി)- അഹങ്കരിക്കുക. to be arrogant.

നിഗളിക്കുക (സ.ക്രി)- വിഴുങ്ങുക, ഭക്ഷിക്കുക. to swallow, to eat.

നിഗീർണ്ണ (വി)- വിഴുങ്ങിയ, മറയ്ക്കപ്പെട്ട. swallowed, hidden.

നിഗു (വി)- ഇഷ്ടമുള്ള. favourite.

നിഗുപ്ത (നാ)- കതക്. door.

നിഗുംഫനം(നാ)-കോർക്കൽ. stringing together.

നിഗൂഢ (വി)-അജ്ഞാതമായ, മറയ്ക്കപ്പെട്ട. unknown, hidden.

നിഗൂഢം (നാ)-ആഴം, മറവ്. depth, concealment.

നിഗൂഢം (ക്രി.വി)- രഹസ്യമായി. secretly.

നിഗൂഹനം (നാ)- ഒളിപ്പ്. hiding.

നിഗൃഹീത (വി)- കീഴടക്കിയ, എതിർക്കപ്പെട്ട, തടുക്കപ്പെട്ട, പിടിക്കപ്പെട്ട. suppressed, opposed, prevented, caught.

നിഗ്രന്ഥം (നാ)- കൊല. murder.

നിഗ്രഹണം (നാ)- ബന്ധനം, തോല്വി, ശിക്ഷ, അമർത്തൽ, കീഴടക്കൽ. imprisonment, failure, punishment, suppression, conquest.

നിഗ്രഹൻ (നാ)- ഈശ്വരൻ. god.

നിഗ്രഹം (നാ) - ശിക്ഷ, വധം, അതിർത്തി, ശകാരം, അനിഷ്ടം, നിരോധം, രോഗം ഭേദമാക്കൽ, തടവിലാക്കൽ, കൈപിടി, നാശം. punishment, killing, boundary, scolding, displeasure, prohibition, curing the disease, imprisonment, handle, ruination.

നിഗ്രഹിക്കുക (സ.ക്രി)- ശിക്ഷിക്കുക, കീഴടക്കുക, തോല്പിക്കുക, തടുക്കുക, കൊല്ലുക. to punish, to conquer, to defeat, to defend, to kill.

നിഗ്രാഹം (നാ)- ശാപം, ശിക്ഷ. curse, punishment.

നിഘണ്ടു (നാ)- കോശഗ്രന്ഥം. a dictionary.
നിഘം (നാ)- പാപം, വട്ടം, പന്ത്, ഉണ്ട. sin, circle, ball, solid sphere.
നിഘസം (നാ)- ഭക്ഷണം. food.
നിഘാതം (നാ)- അടി, ഇടി. stroke, blow.
നിഘാതി (നാ)- ഇരുമ്പുഗദ. iron club.
നിഘുഷ്ടം (നാ)- ശബ്ദം. noise.
നിഘൂർണ്ണ (വി)- ആടുന്ന. swinging.
നിഘ്ന (വി)- ഗുണിക്കപ്പെട്ട, വണക്കമുള്ള, അധീനമായ. multiplied, obedient, subjected.
നിചയം (നാ)- നിശ്ചയം, ശേഖരിപ്പു സ്ഥലം, കൂട്ടം. decision, store-house, multitude.
നിചയിക്കുക (സ.ക്രി)- ശേഖരിക്കുക, മൂടുക, കൂമ്പാരമാക്കുക. to collect, to cover, to heap up.
നിചോളം (നാ)-മൂടുപടം, ആവരണം, റൗക്ക, മെത്തവിരിപ്പ്. veil, covering, old form of brassiers, bedsheet.
നിജ (വി)- തന്നെ സംബന്ധിച്ച, നിശ്ചയമുള്ള, നിത്യമായ, വിശേഷമായ, തുടർച്ചയായ. pertaining to the self, certain, permanent, special, continuous.
നിജം (നാ)- തന്നെ സംബന്ധിച്ചത്, വെള്ളോട്, സത്യം. that which is related to the self, bell-metal, truth.
നിടിലം (നാ)- നെറ്റി. forehead.
നിടുപ്പം (നാ)- നീളം. length.
നിണം (നാ)- ചോര, കഥകളിയിലെ ഒരു വേഷം. blood, make - up for Kathakali.
നിതംബം (നാ)- മലഞ്ചരിവ്, തോൾ, ചരിവുള്ള നദീതീരം. mountain slope, shoulder, sloped blank of a river.
നിതാന്തം (ക്രി.വി)- അത്യധികമായി, ഏറ്റവും. abundantly, very.
നിത്യ (വി)- സ്ഥിരമായ, ക്ഷയിക്കാത്ത, എപ്പോഴുമുള്ള. permanent, undecaying, eternal.
നിത്യാ (നാ)- ദുർഗ്ഗാദേവി goddess Durga.
നിത്യത (നാ)- ദൈവികത്വം, ആവശ്യം, ശാശ്വതത്വം, കാലക്ഷേപം. divinity, necessity, immortality, livelihood.
നിത്യദാ (ക്രി.വി)- എന്നും, എല്ലായ്പ്പോഴും. for ever, always.
നിത്യൻ (നാ)- സമുദ്രം, ഈശ്വരൻ. sea, god.
നിത്യം (ക്രി.വി)- എപ്പോഴും, എന്നും. always, forever.
നിത്യം (നാ)- കടൽ. sea.
നിത്യയൗവന (നാ)- ദുർഗ്ഗ, ദ്രൗപതി, എന്നും ചെറുപ്പമായിരിക്കുന്ന സ്ഥിതി. goddess Durga, Droupadi, eternal youth.
നിത്യവൃത്തി (നാ)- കാലക്ഷേപം. daily maintenance.
നിദ (വി)- നിന്ദിക്കുന്ന. censuring.
നിദം (നാ)- വിഷം. poison.
നിദർശക (വി)- കാണിച്ചുകൊടുക്കുന്ന. showing, serving as an example.
നിദർശന (നാ)- ഒരു അലങ്കാരം. name of a figure of speech.
നിദർശനം (നാ) - കാഴ്ച, തെളിവ്, മാതൃക, വിവരണം, കാണിച്ചു കൊടുക്കൽ, രീതി. sight, proof, model, narration, showing, mode.
നിദാഘം (നാ)- വിയർപ്പ്, ഉഷ്ണം, വേനൽ. sweat, heat, summer.
നിദാനൻ (നാ)- ഈശ്വരൻ. God.
നിദാനം (നാ)- പതിവ്, ശുദ്ധത, അവസാനം, കയറ്, ആദികാരണം. father, purity, end, coir, the root-cause.
നിദേശം (നാ)- ഉപദേശം, ആജ്ഞ, സന്ദേശം, പാത്രം, വൃത്താന്തം, അയൽ. advice, command, message,vessel, news, neighbourhood.
നിദ്ര (നാ)- ഉറക്കം, മടി. sleep, laziness.
നിദ്രാഗൃഹം (നാ)- ഉറക്കറ. bedroom.
നിദ്രാചാരം (നാ)- സ്വപ്നാടനം. somnambulism.
നിദ്രാലു (നാ)- വിഷ്ണു, നിദ്രാശീലൻ. Siva, sleeper.

നിദ്രിത (വി)- ഉറങ്ങിയ, കൂമ്പിയ. slept, closed for folded.
നിധന (വി)- ദരിദ്രമായ. poor.
നിധനത (വി)- ദാരിദ്ര്യം. poverty.
നിധനൻ (നാ)- ബ്രഹ്മാവ്, കുടുംബത്തലവൻ. chief of the family, Brahma.
നിധനം (നാ)- മരണം, നാശം, വംശം, ദാരിദ്ര്യം. death, ruination, lineage, poverty.
നിധാനം (നാ)- സൂക്ഷിപ്പ്, നിക്ഷേപം, പാത്രം, തീരുമാനം, ആശ്രയം, സ്വർണ്ണം, രത്നം, നിധി, വിശ്രമസ്ഥാനം. keeping safe, deposit, vessel, decision, shelter, gold, gem, treasure, resting place.
നിധി (നാ)- നിക്ഷേപം, ഇരിപ്പിടം, സ്വർണ്ണം, ധനം, വിഷ്ണു, ഖജനാവ്, സാധനങ്ങൾ സൂക്ഷിക്കുന്ന സ്ഥലം, സമുദ്രം, സുശീലൻ. deposit, seat, gold, wealth, Vishnu, treasury, place where things are kept safe, ocean, virtuous man.
നിധീനാഥൻ (നാ)- കുബേരൻ. Kubera.
നിധുവനം (നാ)- ഇളക്കം, കമ്പനം, സന്തോഷം, വിനോദം, സ്ത്രീസംഗം. shaking, shivering, joy, pastime, coitus.
നിധ്വാനം (നാ)- ശബ്ദം. sound.
നിനയ്ക്കുക (സ.ക്രി) - ആഗ്രഹിക്കുക, ഓർക്കുക, വിചാരിക്കുക, തീർച്ചപ്പെടുത്തുക. to wish, to remember, to think, to decide.
നിനവ് (നാ)- കല്പന, ഓർമ്മ, വിചാരം. command, memory, thought.
നിനാദം (നാ)- ശബ്ദം. sound.
നിന്ദ (നാ)- അവമാനിക്കൽ. disgrace.
നിന്ദകൻ (നാ)- നിന്ദിക്കുന്നവൻ. one who censures.
നിന്ദനീയ (വി)- നിന്ദിക്കത്തക്ക. contemptible.
നിന്ദിക്കുക (സ.ക്രി)- ദുഷിക്കുക, ആക്ഷേപിക്കുക. to revile, to ridicule.
നിന്ദ്യ (വി)- നിന്ദിക്കത്തക്ക. contemptible.
നിപഠനം (നാ)- വായന. reading.
നിപം (നാ)- കുടം. pot.
നിപാതകം (നാ)- പാപം, ദുർവൃത്തി. sin, wickedness.
നിപാതനം (നാ)- ഏറ്, വധം, വീഴ്ത്തൽ, നശിപ്പിക്കൽ, അടി, താഴ്ത്തൽ, അധഃപതിപ്പിക്കൽ. throw, murder, felling, destruction, stroke, lowering, causing to downfall.
നിപാതം (നാ)- ഇറക്കം, മരണം, ഏറ്, വീഴ്ച, പണി മുടക്ക്. descending, death, throw, fall, work strike.
നിപാനം (നാ)- കിണറ്, കുടിക്കൽ. well, drinking.
നിപീഡനം (നാ)- ഞെക്കൽ, ആലിംഗനം, ഉപദ്രവിക്കൽ. pressing, embracing, troubling.
നിപീത (വി)- കുടിച്ച. drunk.
നിപീതി (നാ)- കുടിക്കൽ. drinking.
നിപുണ (വി)- നേർത്ത, സമർത്ഥനായ, യഥാർത്ഥമായ. thin, dexterous, real.
നിപുണൻ (നാ)- ബുധൻ, സമർത്ഥൻ, വിദ്വാൻ. mercury, clever man, scholar.
നിബന്ധനം (നാ)- കൂട്ടിക്കെട്ടൽ, ഊന്ന്, ചട്ടം, നിർമ്മാണം, കവിതാരചന, കാരണം, വിലങ്ങ്, നിരോധം, വ്യാഖ്യാനം. binding together, prop, rule, production, composition of poetry, cause, handcuffs, prohibition, interpretation.
നിബന്ധം (നാ)- കെട്ട്, വിലങ്ങ്, പാട്ട്, കാരണം, നിരോധം, സംക്ഷേപം. binding, handcuffs, song, cause, prohibition, a summary.
നിബിഡ (വി)- പ്രയാസമുള്ള, ഇടതിങ്ങിയ, കടുപ്പമുള്ള. difficult, dense, hard.
നിബോധനം (നാ)- ധാരണ, വിജ്ഞാപനം. retention, notification.
നിഭ (വി)- തുല്യമായ. equal.
നിഭം (നാ)- തുല്യത, പ്രകാശം, വ്യാജം, നടിപ്പ്, കൗശലം, ചതി, പ്രത്യക്ഷത. equality, shining, fraud, pretention, cunningness, deceit, directness.

നിഭൂത (വി)- അത്യന്തം ഭയപ്പെട്ട, പോയ, കഴിഞ്ഞ. extremely frightened or afraid, past.

നിഭൃത (വി)- അടക്കമുള്ള, ശബ്ദമില്ലാത്ത, ശാന്തമായ, ഉറപ്പുള്ള, കാണാതായ, നന്ദിയുള്ള. modest, silent, calm, firm, disappeared, greatful.

നിഭൃതൻ (നാ)- വിനയമുള്ളവൻ. humble person.

നിമഗ്ന (വി)- മുങ്ങിയ. immersed.

നിമജ്ജനം (നാ)- മുങ്ങൽ, കുളി. immersion, bathing.

നിമന്ത്രണം (നാ)- ക്ഷണിക്കൽ. invitation.

നിമാനം (നാ)- അളവ്, വില. quantity, price.

നിമിത്തം (നാ)- ലക്ഷ്യം, കാരണം, അടയാളം, ശകുനം, ലക്ഷണം. aim, cause, mark, omen, characteristic.

നിമിഷൻ (നാ)- വിഷ്ണു. Vishnu.

നിമിഷം (നാ)- കണ്ണടയ്ക്കൽ, സമയത്തിന്റെ ഒരു ചെറിയ മാത്ര. closing of the eye, moment.

നിമീലനം (നാ)- മരണം, ഗ്രഹണകാലം, കണ്ണടയ്ക്കൽ. death, full eclipse, closing of the eye.

നിമീലിത (വി)- കൂമ്പിയ, കണ്ണടച്ച, കാണാതായ. closed, twinkled, disappeared.

നിമേഷകം (നാ)- മിന്നാമിനുങ്ങ്. fire-fly.

നിമ്ന (നാ)- ആഴമുള്ള, താണ. deep, low.

നിമ്നഗാ (നാ)- നദി. river.

നിമ്നം (നാ)- താഴ്ച, താണ പ്രദേശം. lowness, low-lying place.

നിംബകം (നാ)- വേപ്പ്. margosa tree.

നിംബതരു (നാ)- വേപ്പ്, മുരുക്ക്. margosa tree, Indian cedar tree.

നിംബു (നാ) - മാതളം. pomegranate tree.

നിമ്മളം (നാ)- സംശയം, വിശ്വാസം, സംതൃപ്തി. doubt, belief, satisfaction.

നിയതി (നാ)- ദൈവം, ഭാഗ്യം, പ്രകൃതിശക്തി, തലയിലെഴുത്ത്. god, fortune, nature, fate.

നിയന്താവ് (നാ)- ദൈവം, നിയന്ത്രിക്കുന്നവൻ, രക്ഷിതാവ്, തേരാളി, ശിക്ഷിക്കുന്നവൻ. god, controller, protector, charioteer, one who punishes.

നിയന്ത്രണം (നാ)- ബന്ധനം, നിയന്ത്രിക്കൽ, പഥ്യാനുഷ്ഠാനം. bondage, controlling, observance of restrictions.

നിയന്ത്രിക്കുക (സ.ക്രി)- ഭരിക്കുക, അടയ്ക്കുക, ക്രമപ്പെടുത്തുക. to rule over, to control, to make in order.

നിയമനം (നാ)- ഭരണം, ഏർപ്പെടുത്തൽ, ക്രമം, കെട്ടൽ, വണക്കം. administration, appointment, order, binding, obedience.

നിയമിക്കുക (സ.ക്രി)- ഏർപ്പെടുത്തുക, നടത്തുക, ക്രമപ്പെടുത്തുക, ഭരിക്കുക, തടുക്കുക. to appoint, to conduct, to make in order, to administer, to defend.

നിയമിത(വി)-നിയമിക്കപ്പെട്ട. appointed.

നിയാമക (വി)- നടത്തുന്ന, വഴികാട്ടുന്ന, കീഴടക്കുന്ന, ഭരിക്കുന്ന. conducting, guiding, subduing, administrating.

നിയാമകം (നാ)- തീരുമാനം, വാഗ്ദാനം. decision, promise.

നിയുക്ത (വി)- നിയോഗിക്കപ്പെട്ട. deputed.

നിയുതം (നാ)- ലക്ഷം, പത്തുലക്ഷം, പതിനായിരം കോടി. lakh, ten lakh, tem thousand crore.

നിയോഗം (നാ)- കല്പന, നിശ്ചയം, ഏർപ്പെടുത്തൽ, ശ്രമം, ആവേശം, ആവശ്യകത. command, decision, appointing, effort, possession by a demon, necessity.

നിയോഗി (നാ)- ഭൃത്യൻ, ചുമതലക്കാരൻ. servant, responsible person.

നിയോഗിക്കുക (സ.ക്രി)- കല്പിക്കുക, ചുമതലപ്പെടുത്തുക. to command, to entrust with.

നിയോഗ്യൻ (നാ)- യജമാനൻ. master.
നിയോജ്യൻ(നാ)- ഭൃത്യൻ, ശിഷ്യൻ, ഉദ്യോഗസ്ഥൻ. servant, disciple, employee.
നിയോധകൻ (നാ) - പോരാളി, ഗുസ്തിക്കാരൻ. warrior, wrestler.
നിര (നാ)- വരി, കൂട്ടം. row, multitude.
നിരക്ക് (നാ)- നടപ്പുവില. rate.
നിരക്കുക (അ.ക്രി)- വരിവരിയായി നിൽക്കുക, സമമാകുക, ഇണങ്ങുക, സന്ധിക്കുക, സമ്മതമാകുക. to stand in a row, to be equal, to harmonize, to join, to be agreeable to.
നിരക്കുക (സ.ക്രി)- നീക്കുക, ഇഴയ്ക്കുക, വലിച്ചു കൊണ്ടു പോവുക. to remove, to drag, to pull on.
നിരക്ഷം(നാ)- ഭൂമദ്ധ്യ രേഖ. equator.
നിരക്ഷര (വി)- അക്ഷരാഭ്യാസമില്ലാത്ത. illiterate.
നിരഘ (വി)- കുറ്റമറ്റ, പാപമില്ലാത്ത. faultless, sinless.
നിരങ്ങുക (അ.ക്രി)- ഇഴയുക, വഴുതുക, ബുദ്ധിമുട്ടുക, ഇരിക്കുന്ന സ്ഥിതിയിൽ നിന്നു മാറുക. to crawl, to slip, to worry, to move from sitting.
നിരഞ്ജന (വി)- നിർമ്മലമായ, കളങ്കമില്ലാത്ത, തെളിവുള്ള. pure, innocent, clear.
നിരഞ്ജനാ(നാ)- ദുർഗ്ഗ, പൗർണ്ണമി. goddess Durga, full-moon.
നിരഞ്ജനൻ (നാ)- ശിവൻ, ഈശ്വരൻ. Siva, god.
നിരഞ്ജനം (നാ)- നിറവ്, വെളിപ്രദേശം, മോക്ഷം. fullness, open area, salvation.
നിരഞ്ജനി (നാ)- ശ്രീ പാർവതി. Sree Parvati.
നിരതീശയൻ (നാ)- ഈശ്വരൻ. god.
നിരത്ത് (നാ)- നടക്കാവ്, റോഡ്. street, road.
നിരത്തുക (സ.ക്രി) - ഇണക്കുക, നിരപ്പാക്കുക, മൈതാനമാക്കുക. to domesticate, to level, to level the ground.
നിരത്യയ (വി)-കുറ്റമറ്റ, നാശമില്ലാത്ത, വിജയകരമായ. faultness, immortal, successful.
നിരദ്ധ്വ (വി)- വഴിതെറ്റിപ്പോയ. gone astray.
നിരന്തണൻ (നാ)- രാക്ഷസൻ. demon.
നിരന്തം (നാ)- അവസാനമില്ലാത്തത്. that which is endless.
നിരന്തര (വി)- നിറഞ്ഞിരിക്കുന്ന, ഇടതൂർന്ന, എപ്പോഴുമുള്ള, മറവില്ലാത്ത, ഭേദമില്ലാത്ത. full, dense, constant, unveiled, having no difference.
നിരന്തരൻ (നാ)- ഈശ്വരൻ. god.
നിരന്തരം (ക്രി.വി)- ഭേദമില്ലാതെ, ഇടവിടാതെ. without difference, continually.
നിരന്വയ (നാ) - കുടുംബമില്ലാത്ത, പരസ്പര ബന്ധമില്ലാത്ത, അപ്രതീക്ഷിതമായ. having no family, having no correlation, unexpected.
നിരപരാധി (നാ)- കുറ്റം ചെയ്യാത്തവൻ. one who is guiltless.
നിരപായ (വി)- നശിക്കാത്ത, തെറ്റാത്ത, ആപത്തൊഴിഞ്ഞ. immortal, unerring, dangerless.
നിരപ്പ് (നാ)- സമതലമായിരിക്കൽ, ചേർച്ച, സമാധാനം, ഇണക്കം, സ്നേഹം. evenness, fitness, peace, harmony, affection.
നിരഭിലാഷ (വി)- ആഗ്രഹമില്ലാത്ത. not having desires.
നിരഭ്ര (വി)- മേഘമില്ലാത്ത. cloudless.
നിരമർഷ (വി)- കോപമില്ലാത്ത. angerless.
നിരംബരൻ (നാ)- സന്ന്യാസി, നഗ്നൻ. sage, nude person.
നിരയം (നാ)- നരകം, പാപം. hell, sin.
നിരർഗ്ഗള (വി)- തടവില്ലാത്ത, സാക്ഷയില്ലാത്ത, തികച്ചും സ്വതന്ത്രമായ. unrestrained, having no bolt, independent.
നിർഗ്ഗളം (ക്രി.വി)- ഇടതടവില്ലാതെ. continuously.
നിരർത്ഥ (വി)- അർത്ഥമില്ലാത്ത, പ്രയോജനമില്ലാത്ത. meaningless, useless.

നിരർത്ഥം (നാ)- നഷ്ടം, അർത്ഥമില്ലാത്തത്. loss, that which is senseless.
നിരവധി (നാ)- അവസാനമില്ലാത്ത, അസംഖ്യമായ. endless, numerous.
നിരവശേഷം (ക്രി.വി)- ശേഷമില്ലാതെ, പൂർണ്ണമായി. entirely, completely.
നിരവ് (നാ)- നേർവര, നീളം, ചുവര്. straight line, length, wall.
നിരശന (വി)- പട്ടിണി കിടക്കുന്ന. starving.
നിരശനം (നാ)- ഉപവാസം. starvation.
നിരസ (വി)- ശുഷ്കമായ, രസമില്ലാത്ത. dry, unsavoury.
നിരസനം (നാ)- നിരസിക്കൽ. rejecting.
നിരസം (നാ)- രുചികേട്, ചാറില്ലായ്മ. distaste, juicelessness.
നിരസിക്കുക (സ.ക്രി)- നിഷേധിക്കുക, തള്ളിക്കളയുക, നിന്ദിക്കുക, ഛർദ്ദിക്കുക. to refuse, to reject, to censure, to vomit.
നിരസ്ത (വി)- നിരസിക്കപ്പെട്ട. rejected.
നിരാകം (നാ)- പാചകവൃത്തി, ദുഷ്കർമ്മഫലം, വിയർപ്പ്. cookery, fruits of evil actions, sweat.
നിരാകരിക്കുക (സ.ക്രി)- ഉപേക്ഷിക്കുക, അവഗണിക്കുക, നിന്ദിക്കുക. to refuse, to neglect, to censure.
നിരാകാര (വി)- വിരൂപമായ, വിനയമുള്ള, ആഡംബരമില്ലാത്ത, ആകൃതിയില്ലാത്ത. ugly, humble, pompless, shapeless.
നിരാകാരൻ (നാ)- ഈശ്വരൻ. god.
നിരാകാരം (നാ)- ആകാശം, മോക്ഷം, രൂപമില്ലായ്മ. sky, salvation, shapelessness.
നിരാകുല (വി)- ശാന്തമായ, വിശദമായ. calm, vivid.
നിരാഗ (വി)- രാഗമില്ലാത്ത, വികാരശൂന്യമായ. detached, dispassionate.
നിരാഡംബര (വി)- ആഡംബരമില്ലാത്ത. pompless.
നിരാതങ്ക (വി)- ഭയമില്ലാത്ത, രോഗമില്ലാത്ത. fearless, not being ill.
നിരാധാരൻ (നാ)- ഈശ്വരൻ, ആധാരമില്ലാത്തവൻ. god, one who has no support.
നിരാമയ (വി) - രോഗമില്ലാത്ത, കുറ്റമറ്റ, ശുദ്ധമായ, ദുഃഖമില്ലാത്ത. having no disease, guiltless, pure, griefless.
നിരാമയൻ (നാ)- ഈശ്വരൻ. god.
നിരാമയം (നാ)- കാട്ടാട്, കാട്ടുപന്നി. wild goat, wild boar.
നിരാമിഷ (വി)- മാംസമില്ലാത്ത, വേതനം പറ്റാത്ത, വിഷയാസക്തിയില്ലാത്ത. fleshless, honorary, not a libertine.
നിരായാസം (ക്രി.വി)- നിഷ്പ്രയാസം. without difficult.
നിരായുധൻ (നാ)- ആയുധമില്ലാത്തവൻ. unarmed person.
നിരാശ (വി)- ആശയില്ലാത്ത, ഇച്ഛാഭംഗമുണ്ടായ. hopeless, disappointed.
നിരാശ (നാ)- ആഗ്രഹമില്ലായ്മ, ഇച്ഛാഭംഗം, വൈരാഗ്യം. desirelessness, disappointment, detachment.
നിരാശ്രയ (വി)- ആശ്രയമില്ലാത്ത. helpless.
നിരാഹാര (വി)- ഭക്ഷിക്കാത്ത. fasting.
നിരീക്ഷകൻ (നാ)- നിരീക്ഷിക്കുന്നവൻ. observer.
നിരീക്ഷണം (നാ)-സൂക്ഷിച്ചുള്ള നോട്ടം, ഗാഢമായ പര്യാലോചന, ഗ്രഹങ്ങളുടെ ദൃഷ്ടി, പ്രതീക്ഷിക്കൽ. observation, scrutiny, viewing of the planets, expectation.
നിരീക്ഷിക്കുക (സ.ക്രി) - സൂക്ഷിച്ചു നോക്കുക, കാണുക, സൂക്ഷ്മമായി പരിശോധിക്കുക, കാണുക, പ്രതീക്ഷിക്കുക. to observe, to scrutinize, to see, to expect.
നിരീശ്വര (വി) - ഈശ്വരനില്ലാത്ത, ഈശ്വരവിശ്വാസിയല്ലാത്ത. devoid of all desires, not doing anything.
നിരുക്ത (വി)- വ്യക്തമായ, വിസ്തരിച്ചു പറയപ്പെട്ട. clear, narrated vividly.

നിരുക്തം (നാ)- ആറുവേദങ്ങളിൽ ഒന്ന്, വിവരണം. one of the six vedangas, narration.
നിരുത്തര (വി)- ഉത്തരമില്ലാത്ത. having no answer.
നിരുദ്ധ (വി)- നിരോധിക്കപ്പെട്ട, തടവിലാക്കപ്പെട്ട, സംഗമില്ലാത്ത. prohibited, imprisoned, detached.
നിരുദ്യോഗ (വി)- തൊഴിലില്ലാത്ത. unemployed.
നിരുന്മേഷ (വി)- ഉന്മേഷമില്ലാത്ത. not zealous.
നിരുപദ്രവ (വി)- ഉപദ്രവമില്ലാത്ത, സുഖമുള്ള. harmless, happy.
നിരുപധി (വി)- ചതിയില്ലാത്ത. deceitless.
നിരുപപ്ലവ (വി) - നാശമില്ലാത്ത. immortal.
നിരൂഢ (വി)- സ്വായത്തമായ, അംഗീകരിക്കപ്പെട്ട, വിവാഹം കഴിക്കാത്ത. inherent, recognized, unmarried.
നിരൂപകൻ (നാ)- നിരൂപണം ചെയ്യുന്നവൻ. one who reviews.
നിരൂപണം (നാ)- വിചാരം, നിശ്ചയം, വിമർശനം, കാഴ്ച. thought, decision, criticism, sight.
നിരൂപം(നാ)-രൂപമില്ലായ്മ. shapelessness.
നിരൂപിക്കുക (സ.ക്രി)- വിചാരിക്കുക, ഓർമ്മിക്കുക, വിമർശിക്കുക, ആരായുക. to think, to remember, to criticize, to search.
നിരൃത (വി)- തളർന്ന. exhausted.
നിരൃതി (നാ)- ആപത്ത്, മരണം, നാശം, നരകദേവത, ശാപം, പകൽ, തെക്കുപടിഞ്ഞാറ് ദിക്കിലെ ദിക്പാലകൻ, നിർഭാഗ്യം. danger, death, ruination, deity of hell, curse, 12th 'muhurta' of a day, guardian of the south west corner, misfortune.
നിരോഗ(വി)-രോഗമില്ലാത്ത. diseaseless.
നിരോധക (വി)- നിരോധിക്കുന്ന. prohibiting.
നിരോധം (നാ)- തടസ്സം, നാശം, അപ്രിയം, വിരോധം, ഉപദ്രവം, അമർച്ച, ഇച്ഛാഭംഗം. obstacle, ruination, displeasure, enmity, trouble, suppression, disappointment.
നിർഗ്ഗത (വി)- പുറപ്പെട്ട, ഇല്ലാതായ, പൊയ്പോയ. started, ceased to exist, gone.
നിർഗ്ഗതി (വി)- ഗതിയില്ലാത്ത. destitute.
നിർഗ്ഗതി (നാ)- ദാരിദ്ര്യം. poverty.
നിർഗ്ഗന്ധ (വി)- ഗന്ധമില്ലാത്ത. odourless.
നിർഗ്ഗന്ധം (നാ)- വെൺചന്ദനം, ഗന്ധമില്ലായ്മ. white sandalwood, odourlessness.
നിർഗ്ഗം (നാ)- ദേശം, രാജ്യം. country, state.
നിർഗ്ഗമൻ (നാ)- ദ്വാരപാലകൻ. doorkeeper.
നിർഗ്ഗമം (നാ)- പുറപ്പാട്, വാതിൽ. starting, door.
നിർഗ്ഗമിക്കുക (അ.ക്രി)- പുറപ്പെടുക, പോവുക, വെളിയിൽ വരുക. to start, to go, to come out.
നിർഗ്ഗുണ (വി)- ഗുണമില്ലാത്ത, വിദ്യയില്ലാത്ത, ചരടില്ലാത്ത, ഉപയോഗമില്ലാത്ത. having no qualities, having no knowledge, stringless, useless.
നിർഗ്ഗുണൻ (നാ)- ഈശ്വരൻ. god.
നിർഘടം (നാ)- കൂട്ടം, സൂചിപത്രം, നിഘണ്ടു, ചന്ത. multitude, an index, dictionary, market.
നിർഘാതം (നാ)- ഇടിമുഴക്കം, കൊടുങ്കാറ്റ്, ഭൂകമ്പം, നാശം. thunder, storm, earth-quake, ruin.
നിർഘൃണ (വി)- ദയയില്ലാത്ത, നന്ദിയില്ലാത്ത. unkind, ungreateful.
നിർഘോഷം (നാ)- വലിയ ഒച്ച, ശബ്ദമില്ലായ്മ, ശാന്തത. loud sound, silence, calmness.
നിർഗ്രഥനം (നാ)- ഹിംസ, വധം. violence, murder.

നിർഗ്രന്ഥ (വി)- കെട്ടഴിഞ്ഞ, തടസ്സമില്ലാത്ത, സഹായമില്ലാത്ത, ധനമില്ലാത്ത, സംഗമില്ലാത്ത. untied, unrestrained, helpless, poor, detached.

നിർഗ്രന്ഥകൻ (നാ)- സമർത്ഥൻ, നഗ്നൻ, ചൂതുകളിക്കാരൻ, സന്ന്യാസി. dexterous person, nude, gambler, mendicant.

നിർജ്ജന (വി)- വിജനമായ. solitary.

നിർജ്ജയം(നാ)- പരാജയം, പൂർണ്ണജയം. defeat, complete success.

നിർജ്ജര (വി)- മരണമില്ലാത്ത, ചെറുപ്പമായ, നാശമില്ലാത്ത. immortal, young, eternal.

നിർജ്ജരാ (നാ)- ചിറ്റമൃത്, നിലപ്പന. creeper plant Cocculus cordifolius, Curculigo orchioides.

നിർജ്ജരൻ (നാ)- ദേവൻ. god.

നിർജ്ജരം (നാ)- അമൃത്. elixir.

നിർജ്ജല (വി)- ജലമില്ലാത്ത. waterless.

നിർജ്ജാത (വി)- കാണപ്പെട്ട, വന്ന. seen, arrived.

നിർജ്ജിത (വി)- ജയിക്കപ്പെട്ട. won over.

നിർജ്ജീവ (വി)- ജീവനില്ലാത്ത, മരിച്ച, നിശ്ചേതനമായ. lifeless, dead, motionless.

നിഝരം (നാ)- ആന, ഉമിത്തീ, പൊയ്ക, ഉറവ, അരുവി. elephant, husk, pond, oozing, stream.

നിർഝരി (നാ)- പർവതം. mountain.

നിർഝരിണി (നാ)- നദി. river.

നിർണ്ണയം (നാ)- നീക്കം, ചർച്ച, വിധി, നിശ്ചയം. movement, discussion, decree, decision.

നിർണ്ണയിക്കുക (സ.ക്രി)- നിശ്ചയിക്കുക. to determind.

നിർദ്ദയ (വി)- ദയയില്ലാത്ത, ക്രൂരമായ, ശക്തിയുള്ള. merciless, cruel, strong.

നിർദ്ദര (വി)- ഗുഹയില്ലാത്ത, കനിവില്ലാത്ത, ലജ്ജയില്ലാത്ത, കടുപ്പമുള്ള. having no cave, merciless, shameless.

നിർദ്ദരം (നാ)- ഗുഹ, വെള്ളച്ചാട്ടം. cave, waterfall.

നിർദ്ദലനം (നാ)- നശിപ്പിക്കൽ, പിളർക്കൽ. destroying, splitting.

നിർദ്ദശന (വി)- പല്ലില്ലാത്ത. toothless.

നിർദ്ദിഷ്ട (വി) - നിർദ്ദേശിക്കപ്പെട്ട. nominated.

നിർദ്ദേശക (വി)- നിർദ്ദേശിക്കുന്ന. directive.

നിർദ്ദേശം (നാ)- ഉപദേശം, ആജ്ഞ, വിവരണം, സൂചന, സമീപസ്ഥലം. advice, command, description, indication, nearest place.

നിർദ്ദേശിക (നാ)-ഒന്നാമത്തെ വിഭക്തി. nominative case.

നിർദ്ദേശിക്കുക (സ.ക്രി)- കല്പിക്കുക, ചൂണ്ടിക്കാണിക്കുക, പറയുക, വിവരിക്കുക, പേരെടുത്തു പറയുക. to command, to pointout, to tell, to describe, to nominate.

നിർദ്ദോഷ (വി)- ദോഷമില്ലാത്ത. faultless.

നിർദ്ദോഷി (നാ)- കുറ്റം ചെയ്യാത്തവൻ. innocent person.

നിർദ്ധന (വി)- ദരിദ്രനായ. poor.

നിർദ്ധനൻ (നാ)- ദരിദ്രൻ. poor man.

നിർദ്ധാരം (നാ)- നിശ്ചയം, സ്ഥാപനം, വകതിരിവ്, തെളിവ്. decision, establishment, classification, proof.

നിർദ്ധാര്യൻ (നാ)- ധീരൻ. brave man.

നിർദ്ധൂത (വി)- ഇളക്കപ്പെട്ട, ഉടയ്ക്കപ്പെട്ട, ത്യജിക്കപ്പെട്ട, എറിയപ്പെട്ട. shaken, broken, abandoned, thrown.

നിർദ്ധൗത (വി)- പ്രകാശമുള്ള, കഴുകപ്പെട്ട. bright, washed.

നിർദ്വന്ദ്വൻ (നാ)- ഈശ്വരൻ, എതിരില്ലാത്തവൻ. god, an unrivalled person.

നിർബദ്ധ (വി)- നിർബന്ധിക്കപ്പെട്ട. complelled.

നിർബന്ധം (നാ)- ഞെരുക്കൽ, വഴക്ക്, ശാഠ്യം, ഒഴിവാക്കാനാകാത്ത സ്ഥിതി, അലട്ട്. pressing, quarrel, obstinacy, inevitability, molestation.

നിർബന്ധിക്കുക (സ.ക്രി)- ശാഠ്യം പിടിക്കുക, ഞെരുക്കുക, അലട്ടുക. to be obstinate, to press, to annoy.

നിർബാധം (ക്രി.വി)- തടവില്ലാതെ, ഉപദ്രവമില്ലാതെ. without impediment, without interruption.
നിർഭര (വി)- അധികമായ, നിറഞ്ഞ. excessive, full.
നിർഭാഗ്യ (വി)- ഭാഗ്യമില്ലാത്ത. unfortunate.
നിർഭാസം (നാ)- ശോഭ. splendour.
നിർഭിന്ന (വി)- നശിപ്പിക്കപ്പെട്ട, തുളയ്ക്കപ്പെട്ട, ഒടിക്കപ്പെട്ട. destroyed, drilled, broken.
നിർഭീക (വി) - ഭയമില്ലാത്ത. fearless.
നിർമഗ്ന (വി)- നിശ്ശേഷം മുങ്ങിയ. fully immersed.
നിർമ്മമ (വി)- മമതയില്ലാത്ത, സ്നേഹമില്ലാത്ത. having no affection, not loving.
നിർമ്മല (വി)- തെളിഞ്ഞ, ദോഷമില്ലാത്ത, പാപമില്ലാത്ത, അഴുക്കില്ലാത്ത, കളങ്കമില്ലാത്ത. clear, guiltless, sinless, dirtless, pure.
നിർമ്മര്യാദ (വി)- മര്യാദയില്ലാത്ത. mannerless.
നിർമ്മലം (നാ)- അഭ്രം, നിർമ്മാല്യം, പരിശുദ്ധമായത്. talc, remnant of the previous day's offerings to a deity, that which is pure.
നിർമ്മലി (നാ)- ശ്രീ പാർവതി, തേറ്റാമ്പരൽ. Sree Parvati, clearing nut.
നിർമ്മാണം (നാ)- രൂപം, അളക്കൽ, ഉത്പാദനം. shape, measuring, production.
നിർമ്മാതാവ് (നാ)- ഉണ്ടാക്കുന്നവൻ. producer.
നിർമ്മാനുഷ (വി)- വിജനമായ. solitary.
നിർമ്മായ (വി)- വ്യാജമില്ലാത്ത, ആത്മാർത്ഥമായ. fraudless, sincere.
നിർമ്മാർജ്ജനം (നാ)- ഇല്ലാതാക്കൽ, തൂത്തുവൃത്തിയാക്കൽ. eradication, cleaning.
നിർമ്മാല്യ (വി)- പരിശുദ്ധമായ. pure.
നിർമ്മാല്യ (നാ)- ജോനകപ്പുല്ല്. citronella grass.
നിർമ്മാല്യം (നാ)- തലേന്നു പൂജിച്ച മാലയും പൂവും, ഉച്ഛിഷ്ടം, ശുദ്ധത. flower and garlands used for worship on previous day, remnants, purity.
നിർമ്മിക്കുക (സ.ക്രി)- പണിയുക, ഉണ്ടാക്കുക, കെട്ടിച്ചമയ്ക്കുക. to construct, to produce, to fabricate.
നിർമ്മുക്ത (വി)- വിടുവിക്കപ്പെട്ട, ഉപേക്ഷിക്കപ്പെട്ട. liberated, abandoned.
നിർമ്മുക്തി (നാ)- സ്വാതന്ത്ര്യം, മോക്ഷം. freedom, salvation.
നിർമ്മൂലനം (നാ)- നശിപ്പിക്കൽ, വേരോടെ പറിച്ചുകളയൽ. destruction, eradication.
നിർമ്മൂലം (ക്രി.വി)- നിശ്ശേഷം, ഒന്നൊഴിയാതെ. completely, entirely.
നിർമ്മോകം (നാ)- ആകാശം, മോചനം, കവചം, പാമ്പിന്റെ പടം. sky, liberation, armour, slough of a snake.
നിര്യാണം (നാ)- മരണം, പുറപ്പാട്, മോക്ഷം, ഇരുമ്പ്. death, starting, salvation, iron.
നിര്യാത (വി)- മരിച്ച, പുറപ്പെട്ട, പോയ. expired, started, gone.
നിര്യാതം (നാ)- കയറ്റുമതി. export.
നിര്യാതനം (നാ)- കൊല, ദാനം, കടം വീട്ടൽ, ഇരുമ്പ്, കയറ്റുമതി. murder, revenge, clearing debt, iron, export.
നിര്യാസം (നാ)- കഷായം, ചാറ്, വൃക്ഷക്കറ, കുഴമ്പ് a medicinal decoction, juice, the resin of a tree, medicinal ointment.
നിര്യൂഹം (നാ)- കഷായം, കിരീടം. medicinal decoction, crown.
നിർല്ലിപ്തൻ (നാ)- സന്ന്യാസി. saint.
നിർല്ലീന (വി)- നല്ലവണ്ണം ലയിച്ച. dissolved.
നിർല്ലേപൻ (നാ)- സന്ന്യാസി. saint.
നിർവൃത (വി)- സംതൃപ്തനായ. satisfied.
നിർവൃതി (നാ)- സുഖം, ആനന്ദം, ആശ്വാസം, മരണം. happiness, delectation, relief, death.

നിർവൃത്ത (വി)- അവസാനിച്ച, സാധിച്ച. ended, attained.
നിർവ്യാജ (വി)- സത്യമായ. true.
നിർവ്വചനം (നാ)- ഉച്ചാരണം, സൂചിപത്രം, പഴഞ്ചൊല്ല്, നിർദ്ദോഷമായ ലക്ഷണവാക്യം. pronunciation, index, proverb, definition.
നിർവ്വഹണം (നാ)- സമാപ്തി, വഹിക്കൽ. conclusion, carrying.
നിർവ്വഹിക്കുക (സ.ക്രി)- സാധിക്കുക, നിവർത്തിക്കുക, കഴിച്ചുകൂട്ടുക. to attain, to accomplish, to do with.
നിർവ്വാണ (വി)- കെട്ടുപോയ, മരിച്ച, പോയ, അസ്തമിച്ച. gone, dead, gone, set.
നിർവ്വാണം (നാ)- മോക്ഷം, കാണാതാകൽ, യോജിപ്പ്, ആശ്വാസം, ആനയുടെ കുളി, ശാന്തമായ അഗ്നി, മരണം, നഗ്നത. salvation, vanishing, union, relief, bathing of an elephant, calm fire, death, nudity.
നിർവ്വാണി (നാ)- ശിവൻ, നഗ്നൻ. Siva, nudity.
നിർവ്വാത (വി)- ശാന്തമായ, കാറ്റില്ലാത്ത. calm, windless.
നിർവ്വാദം (നാ)- അപവാദം, നിന്ദ, തർക്കമില്ലായ്മ, കിംവദന്തി. scandal, censure, implicitness, rumour.
നിർവ്വാപം (നാ)- പിതൃപൂജ, ഭിക്ഷ, തീ കെടുത്തൽ, ദാനം. worship of manes, alms, extinguishing the fire, gift.
നിർവ്വികാര (വി)- സനാതനമായ, മാറ്റമില്ലാത്ത. eternal, changless.
നിർവ്വിഘ്ന (വി)- തടസ്സമില്ലാത്ത. not obstructed.
നിർവ്വിഘ്നം (നാ)- തടസ്സമില്ലാതെ. without obstruction.
നിർവ്വിണ്ണ (വി)- നിരാശയുള്ള. desperate.
നിർവ്വിശങ്കം (ക്രി.വി)- സംശയം കൂടാതെ. undoubtedly.
നിർവ്വിഷ (വി)- വിഷമില്ലാത്ത. not poisonous.
നിർവ്വിഷാണ (വി)- കൊമ്പില്ലാത്ത. hornless.
നിർവ്വീര (വി)- ഭീരുവായ, വീരന്മാരില്ലാത്ത. cowardly, without valorous person.
നിർവ്വീര്യ (വി)- വീര്യമില്ലാത്ത, ക്ഷീണിച്ച. powerless, tired.
നിർവ്വേദം (നാ)- ദുഃഖം, വെറുപ്പ്, ലജ്ജ, വിരക്തി, നിരാശ, സുഖക്കേട്. sorrow, hatred, shyness, detachment, disappointment, illness.
നിർവ്വേശം (നാ)- ശമ്പളം, മോഹാലസ്യം, പാപപരിഹാരം, അലങ്കാരം, വിവാഹം. salary, swoon, remedy to sins, decoration, marriage.
നിർവ്വേശിക്കുക (അ.ക്രി)- അനുഭവിക്കുക, പരിചയിക്കുക, വിവാഹം ചെയ്യുക, അലങ്കരിക്കുക, പ്രാപിക്കുക. to feel, to experience, to marry, to decorate, to reach.
നില (നാ)- തൊഴിൽ, സ്ഥിതി, തൂണ്, അടക്കം, സ്വഭാവം, സ്ഥിരത, ആചാരം, മര്യാദ, പ്രമാണം, മാളികയുടെ തട്ട്, താവളം. occupation, state, pillar, modesty, habit, permanency, custom, politeness, deed, storey, camp.
നിലനില്പ് (നാ)- സ്ഥിരത. existence.
നിലപാട് (നാ)- നടപടി, മനോഭാവം, നില്ക്കുന്ന സ്ഥാനം. custom, attitude, standpoint.
നിലപ്പന (നാ)- ഒരു പച്ചമരുന്ന്. a medicinal plant.
നിലം (നാ)- വയൽ, തറ, ഭൂമി. field, floor, earth.
നിലയനം (നാ)- ഭവനം. house.
നിലയം (നാ)- അമ്പലം, ഭവനം, അസ്തമയം, പ്രളയം, പക്ഷികളുടെ കൂട്, ഒളി സ്ഥലം. temple, house, setting, deluge, nest, hiding place.
നിലവറ (നാ)- വീട്ടിലെ തറയ്ക്കടിയിലുള്ള മുറി. cellar.
നിലവാരം (നാ)- നിരക്ക്, ഉറപ്പ്, സ്ഥിതി. rate, firmness, state.

നിലവിളക്ക് (നാ)-തണ്ടിൽ ഉറപ്പിച്ചിട്ടുള്ള വിളക്ക്. traditional lamp.

നിലവിളിക്കുക (അ.ക്രി)- ഉറക്കെ ശബ്ദിക്കുക, ഒച്ചവയ്ക്കുക. to squall, to yell out.

നിലാക്കല്ല് (നാ)- ചന്ദ്രകാന്തം. moonstone.

നിലാവ് (നാ)- ചന്ദ്രൻ, ചന്ദ്രന്റെ പ്രകാശം. moon, moon light.

നിലിമ്പർ (നാ)- ദേവന്മാർ. demigods.

നിലീന (വി)- ലയിച്ചിരിക്കുന്ന, മറഞ്ഞ, അടങ്ങിയിരിക്കുന്ന. dissolved, hidden, contained.

നില്ക്കുക (അ.ക്രി)- അവസാനിക്കുക, കാലൂന്നി സ്ഥിതി ചെയ്യുക, ഇളകാതെയാകുക, പാർക്കുക. to end, to stand, to be fixed, to reside.

നിവചനം (നാ)- മൗനം. silence.

നിവപനം (നാ)- ചിതറൽ, എറിയൽ, വിതയ്ക്കൽ, പിതൃതർപ്പണം. scattering, throwing, sowing, oblation to manes.

നിവരുക (അ.ക്രി)- നേരെയാകുക, ഉയരുക, വളവുതീരുക. to be straight, to rise, to be level.

നിവർത്തനം (നാ)- മതിയാക്കൽ, തിരിയെപ്പോകൽ. stoppage.

നിവർത്തിക്കുക (അ.ക്രി)- വർജ്ജിക്കുക, തീർച്ചവരുത്തുക, സാധിക്കുക, നിവൃത്തി വരുത്തുക, തിരിയെപ്പോരുക. to abandon, to finalize, to accomplish, to attain, to return.

നിവസതി (നാ)- വീട്. house.

നിവസഥം (നാ)- വീട്, ഗ്രാമം. house, village.

നിവസനം (നാ)- വസ്ത്രം, വീട്. cloth, house.

നിവസിക്കുക (അ.ക്രി)- പാർക്കുക. to dwell.

നിവാത (വി)- സുരക്ഷിതമായ, കാറ്റു കേറാത്ത. safe, air.

നിവാപം (നാ)- വിത്ത്, ധാന്യം, പിതൃതർപ്പണം. seed, grain, oblation to manes.

നിവാരണം (നാ)- തടവ്, തടുക്കൽ. resistance, prevention.

നിവാരം (നാ)- നീവാരം, തടവ്, തടുക്കൽ. a kind of wild grain, preventing, defending.

നിവാരിത (വി)- തടുക്കപ്പെട്ട. prevented.

നിവാസനം (നാ)- ഭവനം, വസ്ത്രം, വസിക്കൽ, കലവറ, രാത്രി കഴിച്ചുകൂട്ടൽ. house, cloth, residing, storehouse, spending the night.

നിവാസി(നാ)-വസിക്കുന്നവൻ. dweller.

നിവൃത (വി)- മൂടിയ, ചുറ്റപ്പെട്ട. covered, surrounded.

നിവൃതി (നാ)- ആവരണം, മൂടിവയ്ക്കൽ. cover, covering.

നിവൃത്ത (വി)- പിന്മാറിയ, തിരിച്ചുപോന്ന. redeemed, returned.

നിവൃത്തി (നാ)- അവസാനം, കഴിവ്, തീർച്ച, മോക്ഷം, വിരക്തി, പിന്തിരിയൽ. end, ability, decision, salvation, detachment, return.

നിവേദനം (നാ)- അറിയിപ്പ്, ഏല്പിക്കൽ, സമർപ്പണം, നിവേദ്യം അർപ്പിക്കൽ. information, entrusting, submission, offering.

നിവേദിക്കുക (സ.ക്രി)- ഭക്ഷ്യവസ്തുക്കൾ ദേവന് അർപ്പിക്കുക, ഏല്പിക്കുക, അറിയിക്കുക. to make offerings to a deity, to entrust, to inform.

നിവേദ്യം (നാ)- പൂജയ്ക്ക് ഉപയോഗിക്കുന്ന ഭക്ഷ്യവസ്തു. offerings to a deity.

നിവേശനം (നാ)- ഭവനം, വിവാഹം, പ്രവേശനം, ചെലുത്തൽ. house, marriage, entrance, insertion.

നിവേശം (നാ)- ഭവനം, പ്രവേശം, വിവാഹം, അലങ്കാരം, സൈന്യനിര, പകർപ്പ്. house, entrance, marriage, decoration, array of army, copy.

നിവേഷ്ടനം (നാ)- ആവരണം. covering.

നിവേഷ്ടം (നാ)- ചുറ്റൽ, ഉറ. winding, cover.

നിശ (നാ)- രാത്രി, സ്വപ്നം, മഞ്ഞൾ. night, dream, turmeric.
നിശമനം (നാ)- അറിവ്, കേൾക്കൽ. knowledge, hearing.
നിശാകരൻ (നാ)- ചന്ദ്രൻ, പൂവൻ കോഴി. moon, cock.
നിശാകരം (നാ)- കർപ്പൂരം. camphor.
നിശാകേതു (നാ)- ചന്ദ്രൻ. moon.
നിശാഖ്യ (നാ)- മഞ്ഞൾ, മരമഞ്ഞൾ. turmeric, Coscinium fenestratum.
നിശാചരൻ (നാ)- ശിവൻ, രാക്ഷസൻ, പിശാച്, മൂങ്ങ, പാമ്പ്, കള്ളൻ, കുറുക്കൻ. Siva, demon, ghost, owl, snake, thief, jackal.
നിശാചരം (നാ)- അടവിക്കച്ചോലം, മൂങ്ങ, പാമ്പ്, കുറുക്കൻ. wild variety, owl, snake, jackal.
നിശാചരി (നാ)- കുളക്കോഴി, രാക്ഷസി, മാഞ്ചി, അഭിസാരിക, മൂങ്ങ, വേശ്യ. water fowl, female demon, Indian spikenard, woman who goes to an appointed place for her lover, owl, prostitute.
നിശാചർമ്മം (നാ)- ഇരുട്ട്. darkness.
നിശാജലം (നാ)- മഞ്ഞുവെള്ളം. dew-water.
നിശാടനൻ (നാ)- മൂങ്ങ, പിശാച്, രാക്ഷസൻ. owl, ghost, demon.
നിശാടനം (നാ)- മൂങ്ങ. owl.
നിശാദർശി (നാ)- മൂങ്ങ. owl.
നിശാനം (നാ)- മൂർച്ച കൂട്ടൽ. sharpening.
നിശാനി (നാ)- ഒപ്പ്, കൊടി. signature, flag.
നിശാനിശം (ക്രി.വി)-എല്ലാ രാത്രിയും, എപ്പോഴും. on all nights, always.
നിശാന്തം (നാ)- വീട്, പുലരി, രാത്രിയുടെ ഭാഗം. house, dawn, part of night.
നിശാപതി (നാ)- ചന്ദ്രൻ, കർപ്പൂരം. moon, camphor.
നിശാപുഷ്പം (നാ)- ആമ്പൽ, മഞ്ഞുതുള്ളി. water lily, dew-drop.
നിശാമണി (നാ)- ചന്ദ്രൻ, മിന്നാമിനുങ്ങ്, കർപ്പൂരം. moon, fire-fly, camphor.
നിശാമനം (നാ)- നിഴൽ, കേൾപ്പിക്കൽ, കേൾക്കൽ, കാഴ്ച. shadow, causing to hear, hearing, sight.
നിശാമം (നാ)- കാഴ്ച, നിരീക്ഷണം. sight, observation.
നിശാമുഖം (നാ)- സന്ധ്യ. twilight.
നിശാമൃഗം (നാ)- കുറുക്കൻ. jackal.
നിശാരി (നാ)- സൂര്യൻ. sun.
നിശാഹസം (നാ)-ആമ്പൽ. water-lily.
നിശാഹ്വ (നാ)- മഞ്ഞൾ. turmeric.
നിശിചരൻ (നാ) - രാക്ഷസൻ. demon.
നിശിചരി (നാ)- രാക്ഷസി. female demon.
നിശിത (വി)- മൂർച്ച കൂട്ടിയ, മിനുക്കിയ. sharpened, polished.
നിശിതം (നാ)- ഇരുമ്പ്, സൂക്ഷ്മത, ഉരുക്ക്. iron, minuteness, steel.
നിശീഥം(നാ)- അർദ്ധരാത്രി. midnight.
നിശീഥിനി (നാ)- മഞ്ഞൾ, രാത്രി. turmeric, night.
നിശേശൻ (നാ)- ചന്ദ്രൻ. moon.
നിശേശം (നാ)- കർപ്പൂരം. camphor.
നിശ്ചയം (നാ) - ഉറപ്പ്, പ്രമേയം, സ്ഥിരമായ അഭിപ്രായം. decision, resolution, firm opinion.
നിശ്ചയി (വി)- നിശ്ചയിക്കുന്ന. deciding.
നിശ്ചയിക്കുക (സ.ക്രി)- വിചാരിച്ചുറപ്പിക്കുക, തീർച്ചപ്പെടുത്തുക. to determine, to decide.
നിശ്ചല (വി)- ഇളക്കമില്ലാത്ത. stationary.
നിശ്ചലാ (നാ)- ഭൂമി, മൂവില. earth, medicinal plant the three leaved hemionites.
നിശ്ചിത (വി)- നിശ്ചയിക്കപ്പെട്ട. fixed.
നിശ്ചിതി (നാ)- നിശ്ചയം. decision.
നിശ്ചിന്ത (വി) - വിചാരമില്ലാത്ത. thoughtless.
നിശ്ചേഷ്ട (വി)- പ്രവർത്തനമില്ലാത്ത, ബോധക്കേടുള്ള. not working, unconscious.
നിശ്രേണി (നാ) - ഈത്ത, കോവണി. date palm tree, stair-case.

നിശ്രേയസം (നാ)-ക്ഷേമം, മോക്ഷം. welfare, salvation.
നിശ്വസനം (നാ)- നെടുവീർപ്പ്. sigh.
നിശ്വസിക്കുക (അ.ക്രി)- ശ്വാസം വിടുക, നെടുവീർപ്പിടുക. to breathe, to sigh.
നിശ്ശങ്കം (ക്രി.വി)-സംശയം കൂടാതെ. undoubtedly.
നിശ്ശബ്ദ (വി)- ശബ്ദമില്ലാത്ത. silent.
നിശ്ശേഷം (ക്രി.വി)- മിച്ചമില്ലാതെ, മുഴുവനും. wholly, entirely.
നിഷംഗം (നാ) - ചേർച്ച, വാൾ, ആവനാഴി. fitness, sword, quiver.
നിഷണ്ണ (വി)- സങ്കടപ്പെട്ട, ഇരുന്ന. sorrowful, sat.
നിഷദം (നാ) - ഇരിപ്പിടം, വീട്. seat, house.
നിഷധൻ (നാ)- നളൻ, കുശന്റെ പൗത്രൻ. Nala, the name of the grandson of Kusa.
നിഷാദൻ (നാ) -മുക്കുവൻ, ചണ്ഡാലൻ, കാട്ടാളൻ. fisherman, Chandala, wild tribesman.
നിഷാദി (വി)- ഇരിക്കുന്ന. sitting.
നിഷാദി (നാ) - ആനക്കാരൻ. mahout.
നിഷാനി (നാ)- കൈയൊപ്പ്. signature.
നിഷിക്ത (വി)- നന്നായി നനയ്ക്കപ്പെട്ട. well- irrigated.
നിഷിദ്ധ (വി)- നിഷേധിക്കപ്പെട്ട. denied.
നിഷൂദന (വി)- കൊന്ന, കൊല്ലുന്ന. killed, killing.
നിഷൂദനം (നാ)- വധം. murder.
നിഷൂദി (നാ)- ആയുധം. weapon.
നിഷേകം (നാ)- ഇന്ദ്രിയസ്രവണം, തളിക്കൽ, ഇറ്റിറ്റു വീഴ്ച, ഗർഭോത്പാദനം, കഴുകാനുള്ള വെള്ളം, അഴുക്കുവെള്ളം. ejaculation, sprinkling, pregnancy, dripping, water for washing, dirty water.
നിഷേധം (നാ)- വിലക്ക്, വിരോധം. denial, opposition.
നിഷേധിക്കുക (സ.ക്രി)- ലംഘിക്കുക, വിലക്കുക, ധിക്കരിക്കുക, വിരോധിക്കുക. to trespass, to prohibit, to abnegate, to oppose.
നിഷ്കണ്ടകൻ (നാ)-അതിക്രൂരൻ. savage.
നിഷ്കമലൻ (നാ)- ഈശ്വരൻ. god.
നിഷ്കളങ്ക (വി)- കളങ്കമില്ലാത്ത, ചതിയില്ലാത്ത, അപവാദമില്ലാത്ത, അപരാധമില്ലാത്ത. innocent, not deceitful, free from scandals, immaculate.
നിഷ്കളൻ (നാ)- ഈശ്വരൻ. god.
നിഷ്കളം (നാ) - പാത്രം, ഉപസ്ഥം, രൂപമില്ലായ്മ. vessel, loins, formlessness.
നിഷ്കാസനം (നാ)- ഓടിക്കൽ, തള്ളിപ്പുറത്താക്കൽ. driving away, expulsion.
നിഷ്കിഞ്ചന (വി)- ദരിദ്രമായ. poor.
നിഷ്കുടി (നാ)- ഏലം. cardamom.
നിഷ്കൃതം (നാ)- അഭയസ്ഥാനം, പ്രായശ്ചിത്തം. shelter, atonement.
നിഷ്കൃതി (നാ)- ശാഠ്യം പ്രത്യുപകാരം, ദുഃസ്സ്വഭാവം, ശമനം, ക്ഷമ. obstinacy, service in return, bad habit, cure, patience.
നിഷ്ക്രമണം (നാ)- പുറപ്പാട്, ബുദ്ധിസാമർത്ഥ്യം, ജാതിഭ്രംശം. to start, intelligence, expulsion from caste.
നിഷ്ക്രമിക്കുക (അ.ക്രി)- പുറപ്പെടുക, പുറത്തുപോകുക, വെളിയിൽ. വരുക to start, to go out, to come out.
നിഷ്ക്രിയ (വി)- അലസനായ. lazy.
നിഷ്ക്രിയൻ (നാ)- ആത്മാവ്, ബ്രഹ്മം, മടിയൻ. soul, parabrahma, lazy person.
നിഷ്ഠ (നാ)- ഉറപ്പ്, മേന്മ, നിശ്ചയം, വ്രതാനുഷ്ഠാനം. firmness, excellence, decision, observance of vow.
നിഷ്ഠീവനം (നാ)-തുപ്പൽ, ഛർദ്ദി. spittle, vomiting.
നിഷ്പക്ഷ (വി)- ചിറകില്ലാത്ത, ഒരു പക്ഷത്തും ചേരാത്ത. wingless, impartial.

നിഷ്പദ (വി)- കാലില്ലാത്ത. having no legs.
നിഷ്പന്ദ (വി)- ഇളക്കമില്ലാത്ത, ചലിക്കാത്ത. motionless, immovable.
നിഷ്പരിഗ്രഹൻ (നാ)- സന്ന്യാസി. sage.
നിഷ്പാപ (വി)- പാപമില്ലാത്ത. sinless.
നിഷ്പീഡനം(നാ)-പിഴിയൽ. squeezing.
നിഷ്പ്രാണ (വി)- മരിച്ച. expired.
നിഷ്ഫല (വി)- കായില്ലാത്ത, പ്രയോജനമില്ലാത്ത. fruitless, useless.
നിഷ്യന്ദം (നാ)- ഒഴുക്ക്, കറ, ഒലിപ്പ്. flow, resin, oozing.
നിസ്സർഗ്ഗജ (വി)- സ്വാഭാവികമായ. natural.
നിസ്സർഗ്ഗം (നാ)- ദാനം, സ്വഭാവം, സൃഷ്ടി. gift, nature, creation.
നിസൂദനം (നാ)- കൊല, വധം. killing, murder.
നിസൃതി (നാ)- പ്രവാഹം, ഒഴുക്ക്. current, flow.
നിസ്തബ്ധ (വി)- ഉറച്ചു പോയ, മരിച്ച. rendered, expired.
നിസ്തല (വി)- ഉരുണ്ട, വിറയ്ക്കുന്ന. globular, shivering.
നിസ്താരണം (നാ)- ജയം, മോചനം. success, liberation.
നിസ്താരം (നാ) - മോചനം, മോക്ഷം, ഉപായം. liberation, salvation, means.
നിസ്തേജ (വി)- മൂർച്ചയില്ലാത്ത. blunt.
നിസ്തേജൻ (നാ)- ശോഭയില്ലാത്തവൻ. fellow without vigour.
നിസ്യന്ദം (നാ)- ഒഴുക്ക്, ഒലിപ്പ്, ഫലം, ഉച്ചരിക്കൽ. flow, oozing, fruit, pronunciation.
നിസ്വത (നാ)- ദരിദ്രത. poverty.
നിസ്വനിതം (നാ)- ശബ്ദം. sound.
നിസ്വൻ (നാ)- ദരിദ്രൻ. poor fellow.
നിസ്വാനം (നാ)- ശബ്ദം. sound.
നിസ്സങ്കോചം (ക്രി.വി)- സങ്കോചമില്ലാത്ത. willingly.
നിസ്സംഗ (വി)- വിരക്തനായ. detached.
നിസ്സംശയം (ക്രി.വി)- സംശയം കൂടാതെ. undoubtedly.
നിസ്സരിക്കുക (അ.ക്രി)- ഒഴുകുക, വെളിയിലേയ്ക്ക് പോകുക. to flow, to exit.
നിസ്സഹായ (വി)- സഹായമില്ലാത്ത. helpless.
നിസ്സാര (വി)- ഉറപ്പില്ലാത്ത, ഉപകാരമില്ലാത്ത, സാരമില്ലാത്ത, പ്രധാനമല്ലാത്ത, ബഹുമാനമില്ലാത്ത. not firm, worthless, insignificant, unimportant, disregarded.
നിസ്സാരം (നാ)- അപ്രധാനം, കൂട്ടം. insignificant, multitude.
നിസ്സൃത(വി)-ഒഴുകിയ, പോയ. flowed, gone.
നിസ്സ്വത (നാ)- ദാരിദ്ര്യം. poverty.
നിഹത (വി)- വധിക്കപ്പെട്ട. killed.
നിഹന്താവ് (നാ)- കൊല്ലുന്നവൻ. killer.
നിഹിത (വി)- വയ്ക്കപ്പെട്ട, ശേഖരിക്കപ്പെട്ട, ഏല്പിക്കപ്പെട്ട, നല്കപ്പെട്ട. placed, collected, entrusted with, given.
നിഹ്നുത (വി)- മറയ്ക്കപ്പെട്ട. concealed.
നിഴലിടുക (അ.ക്രി)- തീണ്ടുക, അടുക്കുക, തണൽ കൊടുക്കുക. to touch, to come near, to cast a shade.
നിഴൽ (നാ)- ഛായ, പ്രതിരൂപം, തണൽ, രക്ഷ, അനുയായി. shadow, reflection, shade, safety, follower.
നിറ (നാ)- വെടിക്കോപ്പ്, നിറയ്ക്കൽ, പൂർണ്ണത, ഐശ്വര്യം. ammunition, filling up, perfection, prosperity.
നിറകുടം (നാ)- വെള്ളം നിറച്ച കുടം, നന്മ നിറഞ്ഞ വ്യക്തി. full water-pot, paragon of virtues.
നിറം (നാ)- ശോഭ, ചായം, തെളിവ്, ബഹുമാനം, നന്മ, വർണ്ണം. shinning, paint, proof, respect, virtue, colour.
നിറയുക (അ.ക്രി)- മതിയാവുക, തൃപ്തിയാവുക, പൂർണ്ണമാവുക, വ്യാപിക്കുക, തിങ്ങുക. to be enough, to be satisfied, to be congested.

നിറയുക (നാ)- തൃപ്തി, പൂർണ്ണത, ഐശ്വര്യം. satisfaction, perfection, prosperity.

നിറവേറുക (അ.ക്രി)- സാധിക്കുക, പൂർത്തിയാവുക. to accomplish, to be completed.

നിറുത്തുക (സ.ക്രി)- നില്ക്കാനിടയാക്കുക, നാട്ടുക, അവസാനിപ്പിക്കുക, നീട്ടി വയ്ക്കുക. to cause to stand, to plant, to stop, to postpone.

നീ - താൻ. you.

നീകം (നാ)- തവള, മേഘം. frog, cloud.

നീക്കം (നാ)- അനക്കം, മാറ്റം, തള്ളൽ. movement, change, pressure.

നീക്കുക (സ.ക്രി)- മാറ്റുക, തള്ളിക്കളയുക, കിഴിക്കുക, ഒഴിവാക്കുക, തള്ളുക. to change, to reject, to subtract, to change, to push.

നീഗ്രോ (നാ)- ആഫ്രിക്കയിലെ ഒരു ജനവർഗ്ഗം. Negro, also called the Black.

നീങ്ങുക (അ.ക്രി)-മാറുക, പുറപ്പെടുക, പിരിയുക, പോവുക. to move, to start, to be separated, to go.

നീച (വി)- സാരമില്ലാത്ത, ചെറിയ, കുറിയ, നിന്ദ്യമായ, പ്രയോജനമില്ലാത്ത, താണ. insignificant, small, short, heinous, useless, low.

നീചഗം (നാ)- വെള്ളം. water.

നീചത്വം (നാ)- നിന്ദ്യത, നിസ്സാരത. wickedness, meanness.

നീചൻ (നാ)- താണവൻ, ഹീനൻ, അജ്ഞൻ, നിന്ദ്യ കർമ്മം ചെയ്യുന്നവൻ. base person, heinous fellow, ignorant fellow, wicked person.

നീചം (നാ)- കുറിയത്, അടവിക്കച്ചോലം. that which is short, wild variety of Curcuma zerumbet.

നീചിക (നാ)- നല്ല പശു. milch cow.

നീടുക (അ.ക്രി)- പരക്കുക, നിലനില്ക്കുക, തഴച്ചു വളരുക, നീളുക. to spread, to last, to grow luxuriantly, to lengthen.

നീട്ടം (നീ)- കാലതാമസം, നീളം, കൈനിവർക്കൽ, ദാനം. delay, length, stretching the hand, gift.

നീഡകം (നാ)- പക്ഷിക്കൂട്, പക്ഷി. bird's nest, bird.

നീഡജം (നാ)- കിടക്ക, ഗുഹ, സ്ഥലം, പക്ഷിക്കൂട്. bed, cave, place, bird's nest.

നീണ്ട (വി)- നീളമുള്ള. long.

നീത (വി)- ലഭിച്ച, ചെലവഴിച്ച, പ്രാപിക്കപ്പെട്ട, നയിക്കപ്പെട്ട. obtained, spent, reached, led.

നീതം (നാ)- സമ്പത്ത്, ധാന്യം. wealth, grain.

നീതി (നാ)- നല്ല നടപ്പ്, മര്യാദ, നേര്, രാജ്യതന്ത്രം, നയം. righteousness, ethics, truth, politics, policy.

നീന്തം (നാ)- നീന്തൽ. swimming.

നീന്തുക (അ.ക്രി)- ജലത്തിനു മുകളിലൂടെ കൈകാലുകൾ കൊണ്ടു തുഴഞ്ഞു സഞ്ചരിക്കുക. to swim.

നീപ (വി)- ആഴമുള്ള. deep.

നീപം (നാ)- കടമ്പ്, നീർക്കടമ്പ്, ഉത്തൃട്ടാതി നക്ഷത്രം. kadamba tree, hijjal tree, 26th lunar asterism.

നീയമാന (വി)- നയിക്കപ്പെടുന്ന. being.

നീരക്ത (വി)- വിളറിയ, ചോരയില്ലാത്ത. faded, bloodless.

നീരജ (നാ)- വെള്ളത്തിലുണ്ടായ. born in water.

നീരജം (നാ)- താമര, മുത്ത്, രാമച്ചം, കൊട്ടം, നീർപ്പൂച്ച, ഒരിനം കരിമ്പ്. lotus, pearl, cuscus grass, costus, otter, a kind of sugarcane.

നീരജാതം (നാ)- താമര. lotus.

നീരജിനി (നാ)- താമരപ്പൊയ്ക. lotus pond.

നീരട്ട (നാ)- കുളയട്ട. leech.

നീരദ (വി)- വെള്ളം കൊടുക്കുന്ന. giving water.

നീരദ (വി)- പല്ലില്ലാത്ത. toothless.

നീരദം (നാ)- മുത്തങ്ങ, മേഘം. Cyperus rotundus, cloud.

നീരധി (നാ)- കടൽ. ocean.
നീരന്ധ്ര (വി)- ദ്വാരമില്ലാത്ത, ഇടതിങ്ങിയ. having no hole, dense.
നീരം (നാ)- ചാറ്, സത്ത്, വെള്ളം. juice, essence, water.
നീരവ (വി)- ശബ്ദമില്ലാത്ത. silent.
നീരസ (വി)- രസമില്ലാത്ത, രുചിയില്ലാത്ത, ഇഷ്ടമില്ലാത്ത. disinterested, tasteless, displeasing.
നീരസം (നാ)- വിരോധം, മാതളനാരകം, മുഷിച്ചിൽ. enmity, pomegranate tree, displeasure.
നീരാജനം (നാ)- ദീപാരാധന. worshipping a deity with a lighted lamp.
നീരാജം (നാ)- നീർപ്പൂച്ച, കൊട്ടം. otter, costus.
നീരാടുക (ക്രി.)- കുളിക്കുക. bathe.
നീരാട്ട് (നാ)- അഭിഷേകം, രാജാക്കന്മാരുടെ കുളി. ablution, royal bath.
നീരാന (നാ)- കടലാന. whale.
നീരാമയം (നാ)- ഒരിനം മഹോദരം. kind of dropsy.
നീരായം (നാ)-ജലത്തിന്റെ ആഴം. depth of water.
നീരാവി (നാ)- വാതകരൂപമായ ജലം. water vapour.
നീരാളം (നാ)- കസവു വസ്ത്രം. cloth with silver/ golden lace.
നീരാളി (നാ)- ജലപിശാച്, വെള്ളത്തിൽ മുങ്ങുന്നവൻ, ജലമനുഷ്യൻ, കണവയുടെ വർഗ്ഗത്തിലുള്ള ഒരു വലിയ മത്സ്യം, കുട്ടിച്ചാത്തൻ. aquatic ghost, one who dives in water, dugong, octopus, sportive demon.
നീരാഴം (നാ)- കയം. eddy.
നീരാഴി (നാ)- കടൽ, ക്ഷേത്രത്തിലെയോ കൊട്ടാരത്തിലേയോ കുളം. sea, pond in the vicinity of a temple/palace.
നീരിത്താർ (നാ)- താമര. lotus.
നീര് (നാ) - ചാറ്, വെള്ളം. juice, water.
നീരുജ (വി)- രോഗമില്ലാത്ത. healthy.
നീരുള്ളി (നാ)- ചുവന്നുള്ളി. onion.
നീരൂപം (നാ)- ഈഥർ, വായു, ആകാശം. ether, wind, sky.
നീരേറ്റം (നാ)- ജലദോഷം, മഹോദരം, വെള്ളപ്പൊക്കം. cold, dropsy, flood.
നീരൊഴിവ് (നാ)- പ്രമേഹം. diabetes.
നീരോഗ (വി)- രോഗമില്ലാത്ത. healthy.
നീർക്കടമ്പ് (നാ) - ഒരിനം വൃക്ഷം. hijjal tree.
നീർക്കാക്ക (നാ)- ഒരു ജലപക്ഷി. diver-bird.
നീർക്കെട്ട്(നാ)-നെഞ്ചിൽ നീരുകെട്ടിയുണ്ടാകുന്ന ഒരു രോഗം. pneumonia.
നീർക്കോലി (നാ)- വെള്ളത്തിലെ പാമ്പ്. water snake.
നീർക്കോഴി (നാ)- ഒരു ജലപക്ഷി. water-fowl.
നീർച്ചണ്ടി (നാ)- പായൽ. moss.
നീർച്ചാല് (നാ)- വെള്ളം പോകാനുള്ള വഴി. slender canal.
നീർച്ചീര (നാ)- ഒരിനം ചീര. water cress.
നീർത്തിപ്പലി (നാ)- ജലപിപ്പലി. variety of medicinal pepper.
നീർദ്ദോഷം (നാ)- ജലദോഷം. cold.
നീർനായ് (നാ)- ഒരു ജലജീവി. otter.
നീരനാൾ (നാ)- പൂരാടം നക്ഷത്രം. 20th lunar asterism.
നീർനില (നാ)- ആഴം, കുളം. depth, pond.
നീർപ്പന്നി (നാ)- ഒരു ജല ജീവി. porpoise.
നീർപ്പുക (നാ)- ആവി. steam.
നീർപ്പോള (നാ)- വെള്ളത്തിലെ കുമള. water-bubble.
നീർമരുത് (നാ)- ഒരു വൃക്ഷം. the tree terminalia arjuna.
നീർവട്ടി (നാ)- നീർവാളം. croton oil plant.
നീർവലയം (നാ)- ഭൂമി. earth.
നീർവാളം (നാ)- ഒരു നഞ്ചുമരം. croton oil plant.
നീല (വി)- ആകാശവർണ്ണമായ. sky-blue.

നീലാ (നാ)- നീലവസ്ത്രം, കരിഞ്ജീരകം, അമരി, ഭൂമി, അരക്ക്, നൈൽ നദി. blue cloth, black cumin seed, indigo plant, earth, lac, river.
നീലകണ്ഠൻ (നാ)-ശിവൻ. Siva.
നീലകണ്ഠം (നാ)- കാട്ടുകാക്ക, മുള്ളങ്കി, നത്ത്, വണ്ടാരക്കോഴി, തത്ത, മയിൽ, കാർവണ്ട്. wild crow, radish, owlet, pheasant, parrot, peacock, black beetle.
നീലകം (നാ)- തുരിശ്, ഉരുക്ക്, കാരുപ്പ്, കരിമാൻ, പഞ്ചലോഹം. blue vitriol, steel, black salt, black deer, bell metal.
നീലക്കാർ (നാ)- കാർമേഘം. black cloud.
നീലക്രാന്ത (നാ)-വിഷ്ണുക്രാന്തി. plant Evolvulus alsinoides.
നീലഗ്രീവൻ (നാ)- പരമ ശിവൻ. lord Siva.
നിലച്ഛദൻ (നാ)- ഗരുഡൻ. Garuda.
നീലച്ഛദം (നാ)- ഈന്തപ്പന. date-palm tree.
നീലജം (നാ)- ഉരുക്ക്, പഞ്ചലോഹം. steel, alloy of five metals.
നീലതരു (നാ)- തേക്ക്. teak wood.
നീലപങ്കം (നാ)- ഇരുട്ട്. darkness.
നീലപുഷ്പ (നാ)- അമരി, വിഷ്ണുക്രാന്തി. indigo plant, plant Evolvulus alsinoides.
നീലഭം (നാ)- കാർവണ്ട്, മേഘം. black beetle, cloud.
നീലഭൻ (നാ)- ചന്ദ്രൻ. moon.
നീലം (നാ)- കറുപ്പ്, കാരുപ്പ്, മൈന, കാട്ടു കാക്ക, തുരുശ്, വിഷം, ഒരു നിറം, നവനിധികളിലൊന്ന്, ഇന്ദ്രനീലം. black, black salt, mynah, wild crow, copper sulphate, poison, blue colour, one of the nine treasures of Kubera, emerald.
നീലമണി (നാ)- ഇന്ദ്രനീലക്കല്ല്. emerald.
നീലമല (നാ)- അഞ്ജന പർവതം. Anjana mountain.
നീലമല്ലിക (നാ)- കൂവളം, വ്ളാർമരം. bilva tree, wood apple tree.
നീലമിഴി (നാ)- സുന്ദരി. beautiful woman.
നീലമീലിക (നാ)- മിന്നാമിനുങ്ങ്. firefly.
നീലമേഘം (നാ)- കാർമേഘം. dark cloud.
നീലരത്നം (നാ)- ഇന്ദ്രനീലം. emerald.
നീലലോഹം (നാ)- ഉരുക്ക്. steel.
നീലലോഹിതൻ (നാ)- ശിവൻ. Siva.
നീലലോഹിതം (നാ)- അകിൽ. aquilaria agallocha.
നീലവല്ക്കലം (നാ) - കവുങ്ങ്. arecanut palm.
നീലവസ്ത്രൻ (നാ)- ശനി, ബലഭദ്രൻ. Saturn, Balarama.
നീലവേണി (നാ)- കറുത്ത തലമുടി, സുന്ദരി. black hair, beautiful woman.
നാലാഞ്ജന (നാ)-മിന്നൽ. lightning.
നീലാഞ്ജനം(നാ)-തുരിശ്. copper sulphate.
നീലാഞ്ജസ(നാ)-മിന്നൽ. lightning.
നീലാഭ (വി)- നീലനിറമുള്ള. blue.
നീലാഭ്രം (നാ)-കാർമേഘം. dark cloud.
നീലാംബുജം (നാ)- കരിങ്കൂവളം. blue lotus.
നീലാശ്മം (നാ)- ഇന്ദ്രനീലക്കല്ല്. emerald.
നീലാളി (നാ)- കാർവണ്ട്. black beetle.
നീലി (നാ)- അമരി, കറുത്തവൾ, ശ്രീപാർവതി. indigo plant, black woman, Sree Parvati.
നീലിക (നാ)- ഉരുക്ക്, അമരി, പഞ്ചലോഹം. steel, indigo plant, bell-metal.
നീലിമ(നാ)-കറുപ്പുനിറം. black colour.
നീലോത്പലം (നാ)- ഇന്ദ്രനീലം. sapphire.

നീവരൻ (നാ)- തപസ്വി, കച്ചവടക്കാരൻ. ascetic, merchant.

നീവരം (നാ)- നാട്, ചെളി, വാസസ്ഥലം, കച്ചവടം, ജലം. country, mud, abode, trade, water.

നീശാരം (നാ)- കുപ്പായം, പുതപ്പ്, കൊതുകുവല. coat, blanket, mosquito net.

നീഹാരം (നാ)- മഞ്ഞ്, മലം. fog, excrement.

നീളം (നാ)- ദൂരം, ദൈർഘ്യം. distance, length.

നീളം (നാ)- പക്ഷിക്കൂട്. bird's nest.

നീളവേ (ക്രി.വി)- എല്ലായിടത്തും. everywhere.

നീറ് (നാ)- ചാമ്പൽ, ഭസ്മം, ഒരിനം ഉറുമ്പ്, പൊടി, വെള്ളം. ashes, holy ashes, a kind of ant, powder, water.

നീറുക (അ.ക്രി)-എരിയുക, ചാരമാവുക, സങ്കടപ്പെടുക, ജ്വാലയില്ലാതെ കത്തുക. to burn, to burn into ashes, to feel sorrow, to burn without flame.

നീറ്റുക (സ.ക്രി)- ചാമ്പലാക്കുക, ഭസ്മമാക്കുക, പൊടിയാക്കുക. to burn into ashes, to change a metal into ashes, to powder.

നു (നാ)- സ്തുതി, ആയുധം, സമയം. praise, weapon, time.

നീകരുക (സ.ക്രി)-ചുംബിക്കുക, തിന്നുക, ആസ്വദിക്കുക, കുറെശ്ശെ കുടിക്കുക. to kiss, to taste, to taste, to sip.

നുണ (നാ)- ഏഷണി, നുണയ്ക്കാനായി കൊടുക്കുന്ന സാധനം. calumny, something given to smack the lips.

നുണയൻ (നാ)- നുണ പറയുന്നവൻ. back-biter.

നുണുക്ക് (നാ)- കഷണം. slice.

നുത (വി)- സ്തുതിക്കപ്പെട്ട. praised.

നുതല് (നാ)- നെറ്റി. forehead.

നുതി (നാ)- പ്രശംസ, സ്തുതി, ആരാധന. praise, hymn, worship.

നുര (നാ)- പത, വെണ്മ, ചെറുകുമിള. foam, whiteness, small bubble.

നുരയുക (അ.ക്രി)- പതയുക. to froth.

നുരയ്ക്കുക (അ.ക്രി)- പെരുകുക, കൃമിക്കുക, ചീയുക, പതയുക. to increase, to be wormed, to rot, to froth.

നുള്ള് (നാ) - നഖങ്ങൾ കൊണ്ടു വേദനിപ്പിക്കൽ. pinch.

നുഴമ്പ് (നാ)- കൊതുക്. mosquito.

നുറുക്ക് (നാ)- കഷണം. slice.

നുറുക്കുക (സ.ക്രി)- അരിയുക, കഷണമാക്കുക. to cut, to cut into pieces.

നുറുങ്ങുക (അ.ക്രി)- പൊടിയുക, പൊട്ടിത്തകരുക, കഷണങ്ങളാകുക. to be sliced, to be broken, to be pounded.

നൂതന (വി)- പുതിയ. new.

നൂനം (ക്രി.വി)- ഇനി, തീർച്ചയായും. now, surely.

നൂനാഴി(നാ)- നെയിത്തോടം. weaver's shuttle.

നൂപം (നാ)- ഉഴുതനിലം, കാള. ploughed field, ox.

നൂപുരം (നാ)- കൊലുസ്സ്, കാൽച്ചിലമ്പ്. anklet, foot-ring.

നൂലാചാരം (നാ)-വിവാഹമോചനം. divorce.

നൂലാമാല (നാ)- കുഴപ്പം, ഉപായം, എട്ടുകാലിവല, കുരുക്കുനൂൽ. confusion, means, cob web, entanglement of thread.

നൂൽ (നാ)- ചട്ടം, ചരട്, പഞ്ഞി നൂറ്റുണ്ടാക്കുന്ന നീളമുള്ള വസ്തു, കെട്ടുതാലി, ശിശ്നം. rule, string, thread, wedding string, penis.

നൂല്ക്കുക (സ.ക്രി)- നൂലുണ്ടാക്കുക. to spin.

നൂല്പരുത്തി (നാ)- നൂല് പഞ്ഞിയുണ്ടാകുന്ന ചെടി. cotton plant.

നൂഴുക (അ.ക്രി)- നുഴഞ്ഞു കയറുക. to squeeze through with difficulty.

നൂറ് (നാ)- തൊണ്ണൂറ്റൊൻപതുകഴിഞ്ഞുള്ള പൂർണ്ണസംഖ്യ, ചുണ്ണാമ്പ്, മാവുപൊടി. hundred, lime, flour.

നൂറ്റവർ (നാ)- കൗരവർ. Kouravas.
നൂറ്റാണ്ട് (നാ)-നൂറുവർഷം. century.
നൂറ്റിക്കൊലി (നാ)- ഒരു ആയുധം. name of a weapon.
നൂറ്റുപേർ (നാ)- കൗരവർ. Kouravas.
നൃകേസരി(നാ)-നരസിംഹം. Narasimha.
നൃത്തപ്രിയം (നാ)- മയിൽ. peacock.
നൃത്തം (നാ)- ഒരു കല. dance.
നൃത്യം (നാ)- നൃത്തവും അഭിനയവും. dance- drama.
നൃപൻ (നാ)- രാജാവ്. king.
നൃപപ്രിയ (നാ)- മാവ്, പൂക്കൈത. mango tree, screwpine tree.
നൃപലക്ഷ്മം (നാ)- രാജചിഹ്നം. royal symbol.
നൃപലാശി (നാ)- രാക്ഷസൻ. demon.
നൃപവല്ലഭം (നാ)- മാവ്. mango tree.
നൃപസുത (നാ)- നച്ചെലി, രാജകുമാരി. musk-rat, princess.
നൃപാമയം (നാ)- ക്ഷയരോഗം. tuberculosis.
നൃപാലൻ (നാ)- രാജാവ്, കുബേരൻ. king, Kubera.
നൃവരൻ (നാ)- രാജാവ്. king.
നൃവരാഹം (നാ)- വരാഹാവതാരം. Varaha, incarnation of Vishnu.
നൃശംസ (വി)- ക്രൂരനായ, മനുഷ്യരെ ക്കൊല്ലുന്ന സ്വഭാവമുള്ള. cruel, homicide.
നൃശംസൻ(നാ)-രാക്ഷസൻ. demon.
നൃഷദനം (നാ)- യാഗശാല. sacrificial hall.
നൃസിംഹം (നാ)- നരസിംഹം. Narasimha.
നെഞ്ചകം (നാ)- മാറിടം, ഹൃദയം. chest, heart.
നെഞ്ചം (നാ)- നെഞ്ച്. chest.
നെഞ്ചലിവ് (നാ)- ദയവ്. mercy.
നെഞ്ചിടിപ്പ് (നാ)- ഹൃദയത്തുടിപ്പ്. throbbing of the heart.
നെഞ്ച് (നാ)- മനസ്സ്, മാറിടം, ഹൃദയം. mind, chest, heart.
നെഞ്ചുറപ്പ് (നാ)- ധൈര്യം. courage.
നെഞ്ചൂറ്റം (നാ)- ശക്തി, അഹങ്കാരം. strength, arrogance.
നെഞ്ഞ് (നാ) - നെഞ്ച്. chest.
നെടിയ (വി)- നീളമുള്ള, വലിയ, പൊക്കമുള്ള. long, big, high.
നെടിൽ (നാ)- ദീർഘാക്ഷരം. long letter.
നെടു (വി) - നീളമുള്ള, പൊക്കമുള്ള. long, high.
നെടുകുക (അ.ക്രി)- പൊങ്ങുക, നീളുക. to go up, to lengthen.
നെടുക്കം(നാ)-പൊക്കം, നീളം, അസ്ഥി പഞ്ജരം. height, length, skeleton.
നെടങ്കണ്ണി (നാ)- സുന്ദരി. beautiful woman.
നെടുങ്കൻ (വി)- നീളമുള്ള. long.
നെടുത് (നാ)- നീളമുള്ളത്. that which is long.
നെടുപ്പ് (നാ)- പൊക്കം, നീളം. height, length.
നെടും (വി)- നീണ്ട. long.
നെടുവാലി (നാ)- ഉടുമ്പ്. iguana.
നെടുവീർപ്പ് (നാ)- ദീർഘശ്വാസം. sigh.
നെട്ട (വി)- നീളമുള്ള, പൊക്കമുള്ള. long, high.
നെട്ടം (നാ)- പൊക്കം, നീളം. height, length.
നെന്മണി (നാ)- ഒറ്റ നെല്ല്. single grain of paddy.
നെയ് (നാ) - നെയ്യ്. ghee.
നെയ്ത്ത് (നാ)- വസ്ത്രമുണ്ടാക്കൽ. weaving.
നെയ്ത്തുകാരൻ (നാ)- വസ്ത്രമുണ്ടാക്കുന്നവൻ. weaver.
നെയ്യൽ (നാ) - നെയ്ത്ത്. weaving.
നെയ്യ് (നാ)- വെണ്ണ ഉരുക്കിയത്, എണ്ണ, കൊഴുപ്പ് ഉരുക്കിയത്. ghee, oil, melted.
നെയ്യുക (സ.ക്രി)- നൂലു കൊണ്ട് വസ്ത്രാദികൾ ഉണ്ടാക്കുക. to weave.
നെയ്യുണ്ണി (നാ)- ഒരിനം വള്ളി. a kind of medicinal climber.
നെരിപ്പോട് (നാ)- തീച്ചട്ടി. fire-pot.

നെല്ക്കതിര് (നാ)- നെല്ലിന്റെ കുല. ear of paddy.
നെല്പന (നാ)- നിലപ്പന. a medicinal plant.
നെല്പാടം (നാ)- നെല്ലു കൃഷി ചെയ്യുന്ന പാടം. paddy field.
നെല്പുര (നാ) - നെല്ലു സൂക്ഷിക്കുന്ന പുര. granary.
നെല്ലി (നാ)- ഒരു വൃക്ഷം. Indian gooseberry tree.
നെല്ലിക്ക (നാ)- നെല്ലി മരത്തിന്റെ കായ്. gooseberry.
നെല്ല് (നാ)- ഒരു പ്രധാനധാന്യം, നെൽച്ചെടി, ഒരു അളവ്. paddy, paddy plant, a measurement.
നെളി (നാ)- മോതിരം, ഞെളിവ്. ring, vanity.
നെറി (നാ) - മുറ, മാനം, നീതി, ഭംഗി, നന്മ, മര്യാദ, സമ്പ്രദായം, നേർവഴി. order, respectability, justice, beauty, virtue, politeness, method, straight way.
നെറിവ് (നാ)- മാനം. respectability.
നെറുക (നാ)- ഉച്ചി. zenith.
നെറ്റി (നാ)- കണ്ണുകളുടെ മുകൾഭാഗം, മുൻപകുതി, സൈന്യത്തിന്റെ മുൻ ഭാഗം. forehead, first half, front row of army.
നെറ്റിപ്പട്ടം (നാ)- നെറ്റി യിൽ കെട്ടുന്ന ഒരു ആഭരണം, ആനയുടെ തലക്കെട്ട്. frontlet, ornamental covering for forehead of elephant.
നേടുക (സ.ക്രി)-ലഭിക്കുക, സമ്പാദിക്കുക, കണ്ടെത്തുക. to obtain, to earn, to discover.
നേട്ടം (നാ)- സമ്പാദ്യം, ലാഭം. earnings, profit.
നേതാവ് (നാ)- ഗുരു, നായകൻ, ഉടയക്കാരൻ, സൂത്രധാരൻ, വിഷ്ണു, പ്രധാനകഥാപാത്രം, ശാസിക്കുന്നവൻ. preceptor, hero, owner, director, Vishnu, main character, ruler.
നേതൃ (വി)- നയിക്കുന്ന, നടത്തുന്ന. leading, conducting.
നേതൃത്വം(നാ)-പ്രധാനത, നായകത്വം. importance, leadership.
നേത്രജലം (നാ)- കണ്ണീർ. tears.
നേത്രം (നാ)- കണ്ണ്, രഥം, വണ്ടി, താങ്ങുവേര്, പട്ടു തുണി, നക്ഷത്ര സമൂഹം, രണ്ട് എന്ന സംഖ്യ. eye, chariot, cart, prop-root, silk cloth, multitude of stars, number two.
നേത്രാമയം (നാ)- നേത്ര രോഗം. eye disease.
നേത്രാംബു (നാ)- കണ്ണീർ. tears.
നേത്രി (നാ)- മർമ്മം, നദി, നായിക, ലക്ഷ്മീദേവി. mortal spot, river, heroine, goddess Lakshmi.
നേത്രിക (നാ)- തവി, ഊത്തുകുഴൽ. scoop, blow-pipe.
നേത്ര്യം (നാ)- തേറ്റാമ്പരൽ. clearing nut.
നേന്ത്രക്കാ (നാ)- ഏത്തക്കാ. banana fruit.
നേന്ത്രവാഴ (നാ)- ഏത്തവാഴ. banana plant.
നേപഥ്യം (നാ)- ആഭരണം, അണിയറ, അലങ്കാരം. ornament, green-room, decoration.
നേപം (നാ)- വെള്ളം. water.
നേപാലി (നാ)- മനയോല, തൂശിമുല്ല. red arsenic, a kind of jasmine.
നേമം (നാ)- സമയം, അതിര്, വേര്, ദ്വാരം, നൃത്തം, വൈകുന്നേരം, പകുതി, വേലി, ചതി, കിടങ്ങ്. time, limit, root, hole, dance, evening, half, fence, cheat, trench.
നേരത്ത് (ക്രി.വി)- സമയത്ത്, പ്രഭാതത്തിൽ. in time, in the morning.
നേരം (നാ)- സമയം, സൂര്യൻ, പകൽ വെളിച്ചം. time, sun, day light.
നേരമ്പോക്ക് (നാ)- കളി വാക്ക്, വിനോദം, ഫലിതം. jest, pastime, humour.
നേരലർ (നാ)- ശത്രുക്കൾ. foes.
നേരറ്റ (വി)- എതിരില്ലാത്ത. unrivalled.
നേരിയ (വി)- നേർമ്മയുള്ള. thin.

നേരിയത് (നാ)- കട്ടി കുറഞ്ഞ ഒരിനം ഉത്തരീയം. a kind of thin upper cloth.

നേര്(നാ)- നീതി, സത്യം, തുല്യത, വളവില്ലായ്മ, ഉടമ്പടി. justice, truth, equality, straightness, contract.

നേരുകേട് (നാ)- ചതി, അസത്യം. deceit, falsehood.

നേരേ (ക്രി.വി)- സംശയം കൂടാതെ, വളവില്ലാതെ, പ്രത്യക്ഷമായി, മര്യാദയായി, നേരിട്ട്. undoubtedly, straightly, visibly, politely, directly.

നേരേമറിച്ച് (ക്രി.വി)- വിപരീതമായി. on the other hand.

നേർക്കു (ക്രി.വി)- ശരിക്ക്, എതിരേ, തീർച്ചയായും. correctly, exactly in the opposite, certainly.

നേർച്ച (നാ)- നേർമ്മ, വഴിപാട്, പ്രാർത്ഥന. thinness, offering to a deity, prayer.

നേർത്ത (വി)- പൊടിഞ്ഞ, എതിർത്ത, കനം കുറഞ്ഞ. powdered, opposed, thin.

നേർമ്മ (നാ) - മാർദ്ദവം, നീതി, കട്ടിയില്ലായ്മ. softness, justice, thinness.

നേർവഴി (നാ)- നേരെയുള്ള വഴി, സന്മാർഗ്ഗം. straight way, morality.

നേറ്റി (നാ)- പഴക്കം, പതിവ്, നേര്, ഭാവം. experience, usual practice, truth, pretension.

നൈതൽ(നാ)-നെയ്യാമ്പൽ. a kind of water - lily.

നൈത്രജനം (നാ)- പാക്യ ജനകം. nitrogen.

നൈദാഘം (നാ)- ഗ്രീഷ്മ കാലം. summer season.

നൈപുണ്യം (നാ)- സാമർത്ഥ്യം. cleverness.

നൈമിത്തികൻ (നാ)- ജ്യോത്സ്യൻ. astrologer.

നൈരം (നാ)- വെള്ളം, കരിമ്പായൽ. water, moss.

നൈരൃതം (നാ)- മൂലം നക്ഷത്രം. 19th lunar asterism.

നൈരൃതി (നാ)- ദുർഗ്ഗ, ജ്യേഷ്ഠ, നരകദേവത, തെക്കു പടിഞ്ഞാറേ ദിക്ക്, നിർഭാഗ്യം. goddess Durga, deity of poverty and misfortune, deity of hell, south west direction, misfortune.

നൈർമ്മല്യം (നാ)- പരിശുദ്ധി. purity.

നൈവേദ്യം (നാ)- ദേവതകൾക്കു സമർപ്പിക്കുന്ന ഭക്ഷ്യവസ്തു. edible offerings to the deities.

നൈഷധ (വി)- നിഷധരാജ്യത്തുള്ള. of the Nishadha kingdom.

നൈഷധൻ (നാ)- നിഷധരാജാവ്. king of Nishadha.

നൈഷ്ഠിക (വി)- നിശ്ചയമുള്ള, ഉത്തമമായ, വ്രതനിഷ്ഠയുള്ള, അവസാനത്തുള്ള. firm-minded, excellent, constant in vow, of the end.

നൈസർഗ്ഗിക (വി)-സാധാരണമായുള്ള, പ്രകൃത്യാ ഉള്ള, സ്വാഭാവികമായ. ordinary, natural, usual.

നോ (ക്രി.വി)- അല്ല, ഇല്ല. no, not.

നോക്കൽ (നാ)- കാഴ്ച, നോട്ടം. sight, look.

നോക്ക് (നാ)- നല്ല കാഴ്ച, നോട്ടം, ശ്രദ്ധ, കണ്ണ്, പ്രയത്നം, വിചാരം, ഒരിനം നൃത്തം. good view, sight, care, the eye, effort, thought, a kind of dance.

നോക്കുക (സ.ക്രി)-അന്വേഷിക്കുക, പരിശോധിക്കുക, സൂക്ഷിക്കുക, പരിഗണിക്കുക, കണ്ണു പതിക്കുക. to search, to inspect, to keep, to consider, to look.

നോട്ടം (നാ)- കാഴ്ച, മതിപ്പ്, നോക്ക്, കരുതൽ, പരിശോധന. sight, estimate, look, caution, inspection.

നോമ്പ് (നാ)- വ്രതം. vow, penance.

നോല്ക്കുക (സ.ക്രി)- കാത്തിരിക്കുക, ഉപവസിക്കുക, വ്രതം അനുഷ്ഠിക്കുക. to wait for, to fast, to observe a penance.

നോവൽ (നാ)- ആഖ്യായിക. novel.

നോവ് (നാ)- വേദന, രോഗം, പ്രസവവേദന. pain, disease, labour pain.

നോവുക (അ.ക്രി)- വേദനയുണ്ടാവുക. to pain.
നൗക (നാ)- തോണി, കപ്പൽ. boat, ship.
നൃക്ഷൻ (നാ)- പോത്ത്, അധമൻ, പരശുരാമൻ. buffalo, heinous fellow, Parasurama.
നൃഗ്രോധൻ (നാ)- മഹാവിഷ്ണു. lord Vishnu.
ന്യായ (വി)- നേരായ, യോഗ്യമായ. true, suitable.
ന്യായക്കേട് (നാ)- അനീതി. injustice.
ന്യായം (നാ)- മര്യാദ, ക്രമം, രീതി, ചട്ടം, ദർശനം. politeness, order, method, rule, a philosophy
ന്യായശാസ്ത്രം (നാ)- തർക്കശാസ്ത്രം. Indian logic, science of logic.
ന്യായാധിപൻ (നാ)- ഇരു വിഭാഗങ്ങളുടേയും അഭിപ്രായം കേട്ട് തീർപ്പ് കൽപിക്കുന്ന ആൾ. justice.
ന്യൂന (വി)- നിന്ദ്യമായ, കുറവുള്ള. censurable, defective.
ന്യൂനത (നാ)- താഴ്ച, കുറവ്. lowness, deficinecy.
ന്യൂനധീ (നാ)- മന്ദബുദ്ധി. person of slow intelligence.
ന്യൂനാധിക (വി)- ഏറ്റക്കുറച്ചിലുള്ള. deficient.
ന്യോചനി (നാ)- ഭൃത്യ. servant-maid.

പ

പ - അക്ഷരമാലയിലെ ഇരുപത്തിഒന്നാമത്തെ അക്ഷരം. twenty first consonant of the alphabet.
പ - പാനം ചെയ്യുന്ന, പാലിക്കുന്ന. drinking, protecting.
പക (നാ)- അപകാരം, ഭിന്നത, വിരോധം. avenge, difference, enmity.
പകട (നാ)- പകിട. dice in gambling.
പകടം (നാ)- തന്ത്രം, പകിട്ട് tactics, pomp.
പകടി (നാ)- വിദൂഷകൻ, പരിഹാസം. buffoon, ridicule.
പകയൻ (നാ)- ശത്രു. enemy.
പകയുക (അ.ക്രി)- വേർപെടുക. to be separated.
പകയ്ക്കുക (സ.ക്രി)- വെറുക്കുക, ഭാഗിക്കുക. to hate, to divide.
പകരം (ക്രി.വി)- ഒന്നിന്റെ സ്ഥാനത്ത് മറ്റൊന്ന്. instead of.
പകരം (നാ)- പ്രതിഫലം, മാറ്റം, പ്രതിക്രിയ. remuneration, exchange, revenge.
പകർച്ച (നാ)- ഭാവഭേദം. change of emotions.
പകർച്ചവ്യാധി (നാ)- പകരുന്ന രോഗം. contagious disease.
പകർത്തുക (സ.ക്രി) - അനുകരിക്കുക, കണ്ട് അതു പോലെ എഴുതുക. to imitate, to copy.
പകർപ്പ് (നാ)- പകർത്തി എഴുതിയത്. transcript.
പകലവൻ (നാ)- സൂര്യൻ, എരിക്ക്. sun, madar plant.
പകൽ (നാ)- സൂര്യന്റെ ഉദയം മുതൽ അസ്തമയം വരെയുള്ള സമയം, പ്രകാശം. day time, lustre.
പകവീട്ടൽ (നാ)- പ്രതികാരം. revenge.
പകിട (നാ)- ചൂതിലെ കരു, വൃഷണം. dice, testicle.
പകിടകളി (നാ)- ചൂതുകളി. gambling.
പകിടി (നാ) - വഞ്ചന, ഉപായം, കൈക്കൂലി, താടി, തലപ്പാവ്, നേരമ്പോക്ക്. cheating, means, bribe, turban, humour.
പകിട്ട് (നാ)- മോടി, വഞ്ചന, ഉപായം, മിരട്ട്. pomp, cheating, means, humbug.
പകുക്കുക (സ.ക്രി)- വക തിരിക്കുക, ഹരിക്കുക, പങ്കിടുക. to classify, to divide, to share.
പകുതി (നാ)- പാതി, പങ്ക്. half, share.

പക്ക (നാ)- ഒരു ധാന്യ അളവ്. measure of grain.
പക്കക്കാരൻ (നാ)-ഭൃത്യൻ, പക്ഷത്തുള്ളവൻ, അരി വെപ്പുകാരൻ. servant, partisan, cook.
പക്കപ്പാട്ട് (നാ)- പിൻപാട്ട്. background music.
പക്കപിറന്നാൾ (നാ)- ഓരോ ചാന്ദ്രമാസത്തിലും വരുന്ന ജന്മനക്ഷത്രം. monthly lunar day coinciding with one's birth star.
പക്കം (നാ)- തിഥി, ചിറക്, വീട്, ദേശം, സംഘം, വശം. lunar day, wing, house, place, group, side.
പക്കമേളം (നാ)- പാട്ടിന് അനുകൂലമായ വാദ്യങ്ങളുടെ. ശബ്ദം orchestra.
പക്കൽ (ക്രി.വി)- വശത്ത്, കൈക്കൽ, അടുക്കൽ. by the side of, in the custody, near.
പക്കാ (വി)- തികഞ്ഞ, മിടുക്കുള്ള, ഉയർന്ന തരത്തിലുള്ള. full, dexterous, of high standard.
പക്കി (നാ)- ചിറകുള്ള ക്ഷുദ്രജീവി. fly.
പക്കുവട (നാ)- ഒരു പലഹാരം. a kind of pastry made by roasting spices gram flour in oil.
പക്വ (വി)- പഴുത്ത, നശിക്കാറായ, പാകം വന്ന, ലോകപരിചയം സിദ്ധിച്ച. ripened, about to decay, mature, experienced.
പക്വകേശ (വി)- നരച്ച. grey- haired.
പക്വത (നാ)- പാകം വന്ന അവസ്ഥ, യോഗ്യത. maturity.
പക്വം (നാ)- പാകം വന്നത്, നശിക്കാറായത്, പഴം, അന്നം, ഋതുവാകൽ. that which is matured, that which is about to perish, ripe fruit, cooked rice, attaining puberty.
പക്വരസം(നാ)-കള്ള്, മദ്യം. toddy, liqour.
പക്വാന്നം (നാ)- പാകം ചെയ്ത ആഹാരം. cooked food.
പക്വാശയം (നാ)- അടി വയറ്, ദഹനേന്ദ്രിയങ്ങളിൽ ഒന്ന്. lower stomach, digestive organ.
പക്വേഷ്ടക (നാ)- ചുടു കല്ല്. brick.
പക്ഷകൻ (നാ)- അനുചരൻ. follower.
പക്ഷചരൻ (നാ)- ചന്ദ്രൻ, പരിചാരകൻ, ഒറ്റയാൻ - ആന. moon, attendant, rogue elephant.
പക്ഷജൻ (നാ)- ചന്ദ്രൻ. moon.
പക്ഷപാതം (നാ)- ഒരു വശം ചേരൽ, ആഗ്രഹം, ഇഷ്ടം, ചിറകടി. partiality, desire, wish, fluttering.
പക്ഷപുടം (നാ)- ചിറക്. wing.
പക്ഷം (നാ)- പ്രതിപാദം മുതൽ വാവു വരെയുള്ള പതിനഞ്ചു ദിവസം, ചേർച്ച, ഭാഗം, ചിറക്, വീട്, തോൾ, അതിർത്തി, സ്നേഹം, അഭിപ്രായം, ശരീരം, പക്ഷി, പ്രത്യുത്തരം, അയൽ, പ്രതിബന്ധം, സ്ഥിതി, പാതി, സൈന്യം, അവയവം, ചുവര്, വംശം. lunar fortnight, fitness, part, wing, house, shoulder, boundary, love, opinion, body, bird, reply, condition, half, army, limb, wall, lineage.
പക്ഷവാതം (നാ)- ഒരു വശം തളർന്നു പോകുന്ന വാതരോഗം. partial paralysis.
പക്ഷാന്തരം (നാ)- മറു വശം. other side.
പക്ഷി (നാ)- പറക്കുന്ന ജീവി, അമ്പ്, ശിവൻ, പക്ഷം പിടിക്കുന്നവൻ. bird, arrow, Siva, partisan.
പക്ഷിണി (നാ)- പെൺപക്ഷി, അമ്പ്. female bird, arrow.
പക്ഷീന്ദ്രൻ (നാ)- ഗരുഡൻ. Garuda.
പക്ഷേ (ക്രി.വി)- അല്ലെങ്കിൽ. but.
പക്ഷ്മം (നാ)- കൺപോള രോമം, താമരയല്ലി, നൂലിന്റെ തുമ്പ്, ചിറക്. eyelash, lotus filament, end of a thread, wing.
പക്ഷ്മള (വി)- ചന്തമുള്ള കൺപീലികളോടു കൂടിയ. having beautiful eyelashes.
പക്ഷ്മളാക്ഷി (നാ)- സുന്ദരി. beautiful woman.
പങ്കജ (വി)- ചെളിയിൽ ജനിച്ച. born in mud.

പങ്കജനേത്രൻ (നാ)- മഹാവിഷ്ണു. lord Vishnu.
പങ്കജബന്ധു (നാ)- സൂര്യൻ. sun.
പങ്കജബാണൻ (നാ)- കാമദേവൻ. Cupid.
പങ്കജഭവൻ (നാ) - ബ്രഹ്മാവ്. Brahma.
പങ്കജം (നാ)- താമര, വണ്ടാരങ്കോഴി. lotus, pheasant.
പങ്കജമങ്ക (നാ)- ലക്ഷ്മീദേവി. goddess Lakshmi.
പങ്കജാക്ഷൻ (നാ)- മഹാവിഷ്ണു. lord Vishnu.
പങ്കജാക്ഷി (നാ)- സുന്ദരി. beautiful woman.
പങ്കജാതം (നാ)- താമര. lotus.
പങ്കജിനി (നാ)- താമരപ്പൊയ്ക, താമരക്കൂട്ടം, താമര, താമരത്തണ്ട്. lotus pond, cluster of lotus plants, lotus, stalk of a lotus flower.
പങ്കൻ (നാ)- ഭർത്താവ്, പങ്കുകാരൻ. husband, shareholder.
പങ്കപ്പാട് (നാ)- അപമാനം, ദേഹക്ലേശം. disgrace, physical strain.
പങ്കം (നാ)- പാപം, ചെളി, അപമാനം, ഈറൻനിലം, തൈലം, സമൂഹം, അഴുക്ക്. sin, mud, dishonour, wet field, oil, multitude, dirt.
പങ്കരുഹം (നാ)- താമര. lotus.
പങ്കവാസം (നാ)- ഞണ്ട്. crab.
പങ്കസൂരണം (നാ)- താമരക്കിഴങ്ങ്. bulbous root of lotus.
പങ്കായം (നാ)- തുഴ. oar.
പങ്കാരം (നാ)- അണ, കരിമ്പായൽ, കോണിപ്പടി. bund, duck-weed, staircase.
പങ്കാളി (നാ)- പങ്കുകാരൻ. shareholder.
പങ്കിടൽ (നാ)- പങ്കുവയ്പ്. sharing.
പങ്കില (വി)- മലിനമായ, ചെളിയുള്ള. dirty, muddy.
പങ്ക് (നാ)- ഓഹരി. share.
പങ്കുകാരൻ (നാ)- പങ്കുള്ളവൻ. shareholder.
പങ്കുനി (നാ)- മീനമാസം. month of Meena.
പങ്കേരുഹം (നാ)- താമര. lotus.
പംക്തി (നാ)- വരി, കൂട്ടം, പത്ത്, മരക്കൂട്ടം, തലമുറ, ഭൂമി. line, multitude, ten, a group of trees, generation, earth.
പംക്തിക (നാ)- നിര, വരി. row, line.
പംക്തികണ്ഠൻ (നാ)- രാവണൻ. Ravana.
പംക്തിരഥൻ (നാ)- ദശരഥൻ. Dasaratha.
പംഗു (വി)- മുടന്തുള്ള. lame.
പംഗു (നാ)- മുടന്തൻ, ശനി. lame person, Saturn.
പംഗുക (വി)- മുടന്തുള്ള. lame.
പംഗുലം (നാ)- വെള്ളക്കുതിര. white horse.
പങ്ങുക (അ.ക്രി)-പതുങ്ങി ഇരിക്കുക, പതുങ്ങുക. to crouch, to cringe.
പച (വി)- വേവിക്കുന്ന. cooking.
പചകൻ(നാ)-വയ്പ്പുകാരൻ. cook.
പചതൻ (നാ)- അഗ്നി, ഇന്ദ്രൻ, സൂര്യൻ. fire, Indra, sun.
പചന (വി)- പാകം ചെയ്യുന്ന. cooking.
പചനൻ (നാ)- അഗ്നി. fire.
പചനം (നാ) - പാക ചെയ്യൽ, കൊടുവേലി, പാകം ചെയ്യാനുള്ള പാത്രം. cooking, leadwort, cooking vessel.
പചി (നാ)- പ്രാണവായു, അഗ്നി, പാകപ്പെടുത്തൽ. life-breath, fire, cooking.
പചിക്കുക (സ.ക്രി)- വേവിക്കുക. to boil.
പച്ച (വി)- പഴുക്കാത്ത, ഇളയ, പുതിയ, പച്ച നിറമുള്ള, ഉണങ്ങാത്ത, വേവിക്കാത്ത. unripe, young, new, of green colour, not dry, not boiled.
പച്ച (നാ)- ജീവൻ, ഐശ്വര്യം, സ്വത്ത്, പയറ്, ചാണകം, പാകമാകാത്തത്, യഥാർത്ഥപ്രകൃതി, അസഭ്യവാക്ക്, കഥകളിയിലെ ഒരു വേഷം, മരതകക്കല്ല്, ഏഴു നിറങ്ങളിലൊന്ന്, ഒരിനം തുളസി. life-breath, prosperity, property, green gram, cow-dung, that which is not ripe, real nature, a kind of make up in Kathakali, emerald, green colour, a kind of basil plant.

പച്ചടി (നാ) - ഒരു കറി. vegetable curry.

പച്ചരി (നാ)- ഉണക്കലരി, വേവിക്കാത്ത അരി. raw rice, uncooked rice.

പച്ചവടം (നാ)- ഒരിനം കമ്പിളി, ഇണ പ്പുടവ, പുറങ്കുപ്പായം, പച്ചവസ്ത്രം a kind of blanket, pair of dhothies, outer skirt, green cloth.

പച്ചവെള്ളം (നാ)- ചൂടാക്കാത്ത വെള്ളം. unboiled water.

പച്ചില (നാ)- ഉണങ്ങാത്ത ഇല, സമുദ്രപ്പച്ച. green lead, folia malabathy.

പച്ചിലമരം (നാ)- ഒരിനം വൃക്ഷം. a kind of tree.

പഞ്ച (നാ)- അഞ്ച്, കണ്ടം, നെൽക്കൃ ഷി. five, field, paddy cultivation.

പഞ്ചക (വി)- അഞ്ചെണ്ണം ചേർന്നത്, യുദ്ധഭൂമി. a group of five, battle-field.

പഞ്ചകോണം(നാ)-അഞ്ചു കോണുള്ള. പരിലേഖം. pentagon.

പഞ്ചഗുണ (വി)- അഞ്ചിരട്ടിയായ. five-fold.

പഞ്ചഗുണി (നാ)- ഭൂമി. earth.

പഞ്ചഗുപ്തം (നാ)- ആമ. tortoise.

പഞ്ചജനൻ (നാ)- മനുഷ്യൻ, ആത്മാ വ്, സമുദ്രാന്തർഭാഗത്ത് വസിച്ചിരുന്ന ഒരസുരൻ. man, soul, name of a demon who lived under the sea.

പഞ്ചജനീനൻ(നാ)-നടൻ, വിദൂഷകൻ. actor, buffoon.

പഞ്ചത (നാ) - മരണം, അനക്കമി ല്ലായ്മ, അഞ്ചെന്ന ഭാവം death, immovability, state of being five.

പഞ്ചതയ (വി)- അഞ്ചു മടങ്ങായ. five-fold.

പഞ്ചഥം (നാ)- കുയിൽ, കാക്ക. cuckoo, crow.

പഞ്ചഥു (നാ)- കുയിൽ, കാലം. cuckoo, time.

പഞ്ചദശ (നാ)- പതിനഞ്ച്. fifteen.

പഞ്ചദശി (നാ)- വാവ്, പതിനഞ്ചാമ ത്തെ തിഥി. new moon day, lunar fortnight.

പഞ്ചധാ (ക്രി.വി)- അഞ്ചു വിധത്തിൽ. in five ways.

പഞ്ചനഖായുധം(നാ)- സിംഹം. lion.

പഞ്ചനഖി (നാ)- ഉടുമ്പ്. iguana.

പഞ്ചപാത്രം (നാ)- ശ്രാദ്ധ ത്തിനുള്ള പാത്രം, ശ്രാദ്ധം, വലിയ വായുള്ള ജലപാത്രം. vessel for oblation to manes, worship of manes, water-pot having large mouth.

പഞ്ചപാപി (നാ)- മഹാദുഷ്ടൻ. most wicked person.

പഞ്ചഭുജം (നാ)- അഞ്ചു വശങ്ങളുള്ള പരിലേഖം. pentagon.

പഞ്ചം (നാ)- ക്ഷാമം, ഇരുപത്തിനാലു കടലാസ്സു ചേർന്ന ഒരടുക്ക്. famine, set of 24 sheets of paper.

പഞ്ചം (നാ)- അഞ്ച്, വിസ്താരമുള്ളത്. five, wide.

പഞ്ചമ (വി)-അഞ്ചാമത്തെ, സാമർത്ഥ്യ മുള്ള, അഴകുള്ള. fifth, clever, beautiful.

പഞ്ചമൻ(നാ)-അവർണ്ണൻ, അഞ്ചാമ ത്തെ ആൾ. outcaste, fifth person.

പഞ്ചമം (നാ)- കുയിൽ, അഴക്, സാമർ ത്ഥ്യം, മൈഥുനം, സപ്തസ്വരങ്ങളിൽ അഞ്ചാമത്തേത്, അനുനാസികം. cuckoo, beauty, cleverness, sexual intercourse, fifth note in music, nasal (letter).

പഞ്ചമി (നാ)- അഞ്ചാമത്തെ തിഥി, അഞ്ചാമത്തെ വിഭക്തി, പാഞ്ചാലി, ശ്രീ പാർവതി. fifth day of lunar fortnight, fifth case, Panchali, Sree Parvati.

പഞ്ചമുഖൻ(നാ)-സിംഹം, ശിവൻ. lion, Siva.

പഞ്ചമുഖം (നാ)- സിംഹം, അഞ്ചുമുന യുള്ള അസ്ത്രം. lion, five-pointed arrow.

പഞ്ചയാമം (നാ)- ദിവസം. day.

പഞ്ചര (നാ)- ക്ഷീണം. fatigue.

പഞ്ചരപ്പ് (നാ)- ജലപാത്രം. water - pot.

പഞ്ചരസ (നാ)- നെല്ലിക്ക. gooseberry.
പഞ്ചവടം (നാ) - പൂണൂൽ. sacred thread.
പഞ്ചവടി (നാ) - ദണ്ഡകാരുണ്യത്തിന്റെ ഒരു ഭാഗം. a portion of Dandakaranya.
പഞ്ചവർഷീയ (വി)- അഞ്ചു വയസ്സായ. five-year old.
പഞ്ചശരൻ (നാ)- കാമദേവൻ. Cupid.
പഞ്ചശാഖം (നാ)- ഉള്ളംകൈ. palm.
പഞ്ചശിഖൻ (നാ)- സിംഹം. lion.
പഞ്ചസായകൻ (നാ) - കാമദേവൻ. Cupid.
പഞ്ചസാര (നാ)- കരിമ്പിൻനീരിൽ നിന്നുണ്ടാക്കുന്ന മധുര പദാർത്ഥം. sugar.
പഞ്ചഹായന (വി)- അഞ്ചു വയസ്സായ. five-year old.
പഞ്ചാ (നാ)- കൈപ്പിടി, കൈപ്പത്തി. handle, palm.
പഞ്ചാക്ഷരം (നാ)- വക തിരിവ്, തിരുനീറ്, ഉത്തമ മന്ത്രം. discrimination, holy ashes, excellent mantra.
പഞ്ചാംഗ (വി)- അഞ്ച് അംഗങ്ങളുള്ള. having five members.
പഞ്ചാംഗം (നാ)- തിഥി, വാരം, നക്ഷത്രം, യോഗം, കരണം) എന്നിവ അറിയാനുള്ള പുസ്തകം, അഞ്ചു പുള്ളികളുള്ള കുതിര, ആമ, ജാതകം, പുരോഹിതന്റെ പ്രവൃത്തി, അസ്തിവാരം. almanac, horse with five dots on its body, turtle, horoscope, priesthood, basis.
പഞ്ചാനനം (നാ)- സിംഹം, അഞ്ചുമുഖമുള്ള രുദ്രാക്ഷം. lion, five-faced seeds of eloecarpus.
പഞ്ചാനനി (നാ)- ദുർഗ്ഗ. goddess Durga.
പഞ്ചായത്ത് (നാ)- അഞ്ചു പേർ കൂടി വിധി നിർണ്ണയിക്കുന്ന കോടതി. court of five judges to settle disputes.
പഞ്ചായുധൻ(നാ)-വിഷ്ണു, കാമദേവൻ. Vishnu, Cupid.
പഞ്ചാരി (നാ)- ഒരു താളം, ഒരിനം തുണി, ചൂതുപടം. a measure of time in music, a kind of cloth, chequered cloth.
പഞ്ചാലി (നാ)- പാവ, ഒരിനം പട്ട്, ചൂതുപടം. doll, kind of silk, chequered cloth.
പഞ്ചാവസ്ഥ (നാ)- മരണം. death.
പഞ്ചാശത്ത് (നാ)- അൻപത്. fifty.
പഞ്ചാസ്ത്രൻ (നാ)- കാമദേവൻ. Cupid.
പഞ്ചാസ്യൻ (നാ)- ശിവൻ, സിംഹം. Siva, lion.
പഞ്ചാസ്യം (നാ)- സിംഹം. lion.
പഞ്ചാഹം (നാ)- അഞ്ചു ദിവസം. five days.
പഞ്ചേഷു(നാ)-കാമദേവൻ. Cupid.
പഞ്ജരം (നാ)- പക്ഷിക്കൂട്, അസ്ഥികൂടം, സ്ഥലം, ശരീരം, കലിയുഗം, സ്വർണ്ണം, വാരിയെല്ല്. bird's nest, skeleton, place, body, Kaliyuga, gold, rib.
പഞ്ജി (നാ)- പഞ്ചാംഗം, നൂൽപ്പഞ്ഞി almanac, cotton.
പഞ്ജിക (നാ)- മാസിക, വ്യാഖ്യാനം, വരവുചെലവു കണക്ക്, യമന്റെ പുസ്തകം. a magazine, commentary, account book, account book of Yamadharma.
പഞ്ഞക്കാരൻ (നാ)- യാചകൻ. beggar.
പഞ്ഞപ്പുല്ല് (നാ)- കൂവരക്. ragi.
പഞ്ഞം (നാ)- ദാരിദ്ര്യം, ക്ഷാമം. poverty, famine.
പഞ്ഞി (നാ)- പരുത്തിച്ചെടിയുടെ കായ്ക്കകത്തുള്ളത്, ഇലവു മരത്തിന്റെ കായ്ക്കകത്തുള്ള മൃദുവായ വസ്തു. cotton, silk cotton.
പഞ്ഞിമരം (നാ)- പരുത്തി, ഇലവ്. cotton plant, silk cotton tree.
പട (നാ)- യുദ്ധം, വഴക്ക്, സൈന്യം, ആയുധം, മെത്ത, കൂട്ടം, കൽപടവ്. battle, quarrel, army, weapon, bed, multitude, stone-step.
പടകം (നാ)- കൂടാരം, തിരശ്ശീല, പരുത്തിത്തുണി. tent, curtain, cotton cloth.

പടകർമ്മം (നാ)- നെയ്ത്ത്. weaving.
പടകാരൻ (നാ)- ചിത്രകാരൻ, നെയ്ത്തുകാരൻ, ചായമിടുന്നവൻ. artist, weaver, painter.
പടകുടി (നാ)- കൂടാരം, പടവീട്. tent, military camp.
പടക്കപ്പൽ (നാ)- യുദ്ധക്കപ്പൽ. war ship.
പടക്കം (നാ)- വെടി പൊട്ടിക്കാനുള്ള ഒരിനം ചെറിയ വസ്തു. fire- cracker.
പടക്കളം (നാ)- പോർക്കളം. battle-field.
പടക്കോപ്പ് (നാ)-യുദ്ധത്തിനുള്ള ഉപകരണം. ammunition.
പടങ്ങ് (നാ)- കൂടാരം, പതാക. tent, flag.
പടച്ചട്ട (നാ)- പോർച്ചട്ട. armour.
പടച്ചരം (നാ)- ജീർണ്ണ വസ്ത്രം. torn cloth.
പടച്ചവൻ (നാ)- സൃഷ്ടികർത്താവ്. creator, god.
പടനായകൻ (നാ)- സേനാപതി. captain, commander.
പടനിലം (നാ)- യുദ്ധഭൂമി. battle - field.
പടന്ന (നാ)- ഉപ്പളം, തൂമ്പ, ഓരുനിലം. salt-pan, spade, saline field.
പടപ്പ (നാ)- തൊഴുത്ത്. cattle shed.
പടം (നാ)- വസ്ത്രം, മൂടുപടം, ചലച്ചിത്രം, ഫോട്ടോ, ചൂതുപലക, അച്ചടിത്തുണി, പാമ്പിൻചട്ട, ഉടുപ്പ്. cloth, veil, cinema, photo, gambling board, printed cloth, slough of a snake, garment.
പടം (നാ)- കാറ്റാടി, പാമ്പിന്റെ പത്തി. paper-kite, hood of a snake.
പടയാളി (നാ)- പട്ടാളക്കാരൻ. soldier.
പടയ്ക്കുക (സ.ക്രി)- നിവേദിക്കുക, സൃഷ്ടിക്കുക. to offer to the deity, to create.
പടരുക (അ.ക്രി)- ചെല്ലുക, നടക്കുക, പരക്കുക, വള്ളിച്ചെടികൾ വളരുക, ദുഃഖിക്കുക. to go, to walk, to spread, creepers to grow, to feel sorrow.
പടർ (നാ)- വിചാരം, പക, കുന്ന്, ദുഃഖം. thought, vengeance, hill, grief.
പടല (നാ)- ചീർപ്പ്, കൂട്ടം, പൂമാല, വാഴക്കുലയിലെ കായ്കളുടെ ഒരു കൂട്ടം. comb, multitude, cluster of fruits.
പടലം (നാ)- സമൂഹം, അധ്യായം, പരിവാരം, വൃക്ഷം, കുട, തണ്ട്, മേല്പ്പുര, മൂടി, മൂടുപടം, ഒരു നേത്രരോഗം, പുരമേയാനുള്ള സാധനം. multitude, chapter, escort, tree, umbrella, stem, roof, lid, veil, eye disease, roofing material.
പടലി (നാ)- വൃക്ഷം, കുല, കൂട്ടം. tree, bunch of flowers, multitude.
പടൽ (നാ)- കുറ്റിക്കാട്, പടങ്ങ്, സസ്യങ്ങൾക്കു പടരാനുള്ള പന്തൽ, പടല, ഒരിനം വാഴ. bush, material put on roof as a sageguard against wind, canopy made for the creeper plants, cluster of fruits, a kind of plantain.
പടവലങ്ങ (നാ)- പടവലത്തിന്റെ കായ്. fruit of the snake gourd.
പടവലം (നാ)- ഒരു പച്ചക്കറി സസ്യം. snake gourd plant.
പടവായൻ (നാ)- വായാടി. babbler.
പടവീട് (നാ)- പാളയം, ആയുധപ്പുര, രാജധാനി. military camp, arsenal, capital city.
പടവ് (നാ)- ചെറിയ കപ്പൽ, കല്പടി. small ship, stepping-stone.
പടഹം (നാ)- പെരുമ്പറ, കലഹം, കൊല. kettle, quarrel, murder.
പടറ്റി (നാ)- ഒരിനം വാഴ a kind. of plantain tree.
പടാകം (നാ) - പക്ഷി. bird.
പടാച്ചി (നാ) - ഭീഷണി, മുഖസ്തുതി. threatening, flattery.
പടി (നാ)- പ്രതിഫലം, മുറ, തിരശ്ശീല, കയറ്, ഭൂമി, സ്ഥലം. remuneration, curtain, coir, earth, land.
പടി (ക്രി.വി) - പോലെ, പ്രകാരം, വിധം. like, in such a way, the kind of.

പടിക്കം (നാ)- കോളാമ്പി. spittoon.
പടിക്കാരം (നാ)-വെങ്കാരം. alum.
പടിഞ്ഞാട്ട് (ക്രി.വി)- പടിഞ്ഞാറോട്ട്. towards the west.
പടിഞ്ഞാറൻ (വി)- പശ്ചിമദിക്കിലുള്ള. western.
പടിഞ്ഞാറ് (നാ)- പശ്ചിമദിക്ക്. west.
പടിത്തരം (നാ)- പതിവുകണക്ക്, പതിവുചെലവ്, ചട്ടം. usual rate or account, usual expenditure, rule.
പടിമ (നാ)- പുളിപ്പ്, സാമർത്ഥ്യം, പാരുഷ്യം, പ്രതിമ. sour taste, cleverness, roughness, statue.
പടിയുക (അ.ക്രി)- ശീലം വരുക, മനസ്സിലാവുക, ഇരിക്കുക. to be accustomed, to understand, to sit.
പടിവം (നാ)- പ്രതിമ, രൂപം, ശരീരം, വ്രതം. statue, shape, body, penance.
പടീര (വി)- ഭംഗിയുള്ള, സ്നേഹമുള്ള, ചുവന്ന, ഉയർന്ന. beautiful, loving, red, high.
പടീരൻ (നാ)- സുന്ദരൻ, കാമദേവൻ, ഉയർന്നവൻ, സ്നേഹമുള്ളവൻ. handsome person, Cupid, person of high position, affectionate person.
പടീരം (നാ) - ചന്ദനം, മുള്ളങ്കി, കരിങ്ങാലി, പന്ത്, വയൽ, മേഘം, കൂവനൂറ്, മുറം, ചെമപ്പുനിറം, വാതരോഗം, ജലദോഷം. sandal wood, radish, khadira tree, ball, field, cloud, arrow root powder, winnowing fan, red colour, rheumatism, cold.
പടു (വി)- അഴുകിയ, ദുഷിച്ച, പട്ടുപോയ, കൊള്ളരുതാത്ത, വീണുപോയ. rotten, polluted, decayed, useless, fallen down.
പടുക (അ.ക്രി)- സംഭവിക്കുക, ലഭിക്കുക, ആകുക, ഒടുങ്ങുക, നശിക്കുക, മരിക്കുക, വീഴുക, കഷ്ടപ്പെടുക, കുരുക്കിൽപ്പെടുക. to happen, to obtain, to become, to end, to ruin, to die, to fall, to suffer, to be entangled.
പടുകരണ (നാ)- ഒരിനം വൃക്ഷം. medicinal tree.
പടുകളം (നാ)- യുദ്ധക്കളം. battlefield.
പടുകുഴി (നാ)- ആഴമേറിയ കുഴി. deep pit.
പടുകൂർക്ക (നാ)- കർപ്പൂരവള്ളി. the thick-leaved medicinal plant.
പടുത (നാ)- സാമർത്ഥ്യം, തിരശ്ശീല. cleverness, curtain.
പടുതി (നാ)- സ്വഭാവം, കിടപ്പ്, അവസ്ഥ, നടപ്പ്. character, state, condition, habit.
പടുനിലം (നാ)- വെള്ളമില്ലാത്ത പ്രദേശം, ശ്മശാനം, വിളയാത്ത നിലം. dry place, cemetery, infertile land.
പടുഭാഷ (നാ)- നീചഭാഷ. obscene language.
പടുമതി (നാ)- ബുദ്ധിമാൻ. intelligent person.
പടുമൻ (നാ)- ഭോഷൻ. idiot.
പടുമരം (നാ)- പട്ടമരം, കാട്ടുമരം. wild timber tree, wild tree.
പടൂത്തമം (നാ)- ഇന്തുപ്പ്. rock salt.
പടോടജം (നാ)- കൂണ്, കൂടാരം. mushroom, tent.
പട്ട (നാ)- മരത്തിന്റെ തൊലി, ചാരായം, പട്ട്, വസ്ത്രത്തിന്റെ കര, ഓലമടൽ, അരച്ചുറ്റ്. bark of a tree, arrack, silk, border of a cloth, mid-rib of the leaf of the coconut tree, belt.
പട്ടട (നാ)- ചുടുകാട്, ചിത. burial ground, funeral pyre.
പട്ടട (നാ)- പട്ടുകൊണ്ടുള്ള ആവരണം. silk covering.
പട്ടണം (നാ)- നഗരം. city.
പട്ടബന്ധം (നാ)- കിരീടധാരണം. coronation.
പട്ടം (നാ) - രാജപദവി, പരിച, നെറ്റിച്ചുട്ടി, പട്ടണം, പട്ട്, വംശം. kingdom, shield, frontlet, city, silk, race.
പട്ടമഹിഷി (നാ)- പ്രധാനരാജ്ഞി. queen consort.

പട്ടയം (നാ)- വസ്തു ഉടമസ്ഥർക്ക് സർക്കാർ നല്കുന്ന അധികാരച്ചീട്ട്. charter.
പട്ടസം (നാ)- ഒരിനം കുന്തം. a kind of spear.
പട്ടാട (നാ)- പട്ടുവസ്ത്രം. silk cloth.
പട്ടാപ്പകൽ (നാ)- നട്ടുച്ച, നല്ല വെളിച്ചമുള്ള സമയം. mid-day, broad day-light.
പട്ടാഭിഷേകം (നാ)- രാജാക്കന്മാരുടെ കിരീട ധാരണം. coronation of kings.
പട്ടാംബരം (നാ)- പട്ടുവസ്ത്രം. silk cloth.
പട്ടാളക്കാരൻ (നാ)- ഭടൻ. soldier.
പട്ടാളം (നാ)- സൈന്യവിഭാഗം. division of army.
പട്ടി (നാ)- നായ്, കൂലി, പൗരുഷമില്ലാത്തവൻ, തൊഴുത്ത്. dog, wages, impotent person, cattle-shed.
പട്ടികജാതി (നാ)-ഉദ്യോഗ സംവരണത്തിനായി പട്ടികയിൽപ്പെടുത്തിയ ജാതി. scheduled caste.
പട്ടിണി (നാ)- ഉപവാസം, ഇല്ലായ്മ കൊണ്ടു ഭക്ഷിക്കാതിരിക്കൽ. fasting, starvation.
പട്ടിയൽ (നാ)- കനവും വീതിയും കുറച്ചു നീളത്തിൽ അറുത്ത തടി. reaper.
പട്ടുനൂൽ (നാ)- പട്ടു വസ്ത്രം നെയ്യാനുള്ള നേർത്ത നൂൽ. silk thread.
പാഠകൻ (നാ)- പഠിക്കുന്നവൻ, വായനക്കാരൻ. student, one who reads.
പഠനം (നാ)- വായന, അഭ്യാസം, പ്രസ്താവം. reading, exercise, statement.
പഠിക്കുക (സ.ക്രി)- അഭ്യസിക്കുക, പറയുക, വായിക്കുക. to exercise, to tell, to learn.
പഠിപ്പില്ലാത്ത(വി)-അക്ഷരാഭ്യാസമില്ലാത്ത. illiterate.
പണ (നാ)- വയൽ, നികന്ന വയൽ, പിഴ. field, ground which is worked, penalty.
പണക്കാരൻ (നാ)- സമ്പത്തുള്ളവൻ. rich man.
പണക്കാരി (നാ)- സമ്പത്തുള്ളവൾ. rich woman.
പണഗ്രന്ഥി (നാ)- കമ്പോളം. market.
പണത (നാ)- വില. price.
പണനം (നാ)- വിക്രയം, വ്യാപാരം, വിനിമയം, വാതുവയ്ക്കൽ. sale, trade, exchange, betting.
പണം (നാ)- ഒരു പഴയ വെള്ളിനാണയം, ധനം, വില, കട, പന്തയം, പ്രതിഫലം, കരം, വ്യവസ്ഥ, ശമ്പളം, വ്യാപാരം. ancient silver coin, wealth, price, shop, bet, remuneration, tax, condition, salary, trade.
പണയം (നാ)- വായ്പയ്ക്ക് ഈടുവയ്ക്കുന്ന വസ്തുവോ ആഭരണമോ. pawn.
പണവം (നാ)- മിഴാവ്, മുരശ്, മൃദംഗം. rustic musical drum, kind of musical drum, tabor.
പണശം (നാ)- പ്ലാവ്. jack tree.
പണസം (നാ)- വില്പനച്ചരക്ക്. goods for sale.
പണി (നാ)- വേല, ദുഃഖം, പ്രയാസം, ആഭരണം, അവസ്ഥ, നിർമ്മിതി, പ്രയോജനം, സേവനം, കൗശലം. work, grief, difficulty, ornament, condition, production, purpose, service, cunningness.
പണിക്കൻ (നാ)- ശില്പവിദ്യ അറിയാവുന്നവൻ. artisan woman.
പണിക്കാരി (നാ)- വേലക്കാരി, തൊഴിലാളി സ്ത്രീ. servant maid, female worker.
പണിക്കാരൻ (നാ)- വേലക്കാരൻ, തൊഴിലാളി. servant, labourer.
പണിത (വി)- ഉണ്ടാക്കിയ, കെട്ടിപ്പടുത്ത, നിർമ്മിച്ച. built, constructed, made.
പണിതം (നാ)- പന്തയം, സ്തുതി. bet, praise.
പണിത്തരം (നാ)- നല്ല വേല, കപടവിദ്യ, പണിതുണ്ടാക്കിയ സാധനം. workmanship, craftiness, a thing constructed.
പണിപ്പുര (നാ)- പണിയുന്ന സ്ഥലം. workshop.

പണിമുടക്ക് (നാ)- ജോലി ചെയ്യാതിരിക്കുന്ന ഒരു സമരമുറ. strike.
പണിമൊഴി (നാ)-ആജ്ഞ, വിനയപൂർവ്വമായ വാക്ക്. command, humble word.
പണിയാല (നാ)- പണിപ്പുര. workshop.
പണിയുക (അ.ക്രി)- വന്ദിക്കുക, ഇറങ്ങുക, താഴുക. to bow, to descent, to come lower.
പണ്ടകം (നാ) - ഒരിനം വാദ്യം, കച്ചവടച്ചരക്ക്. a kind of drum, goods for sale.
പണ്ടകശാല (നാ)- ഗുദാം. godown.
പണ്ടം (നാ)- ആഭരണം, ധനം, പണയം, ഭക്ഷണപദാർത്ഥം, സാധനം, കച്ചവടച്ചരക്ക്. ornament, wealth, pledge, food material, utensils, goods.
പണ്ടാരം (നാ)- കലവറ, ഖജനാവ്. store, treasury.
പണ്ടി(നാ)- വയറ്, ശരീരം, ആന, വണ്ടി. belly, body, elephant, pot-belly.
പണ്ട് (ക്രി.വി)- വളരെ മുമ്പ്, പഴയ കാലത്ത്. long ago, in ancient days.
പണ്ട് (നാ)- പഴമ, പതിവ്. oldness, usual practice.
പണ്ഡ (വി)- വ്യർത്ഥമായ. futile.
പണ്ഡ (നാ)- വിദ്യ, പഠിപ്പ്, പൂജാരി, ജ്ഞാനം. learning, study, worshipper, knowledge.
പണ്ഡിതൻ (നാ)-വിദ്വാൻ, വൈദ്യൻ, ക്ഷുരകൻ. scholar, physician, barber.
പണ്ഡിതം (നാ)- ധൂപം, വൈദ്യം, സാമർത്ഥ്യം. smoke, treatment, cleverness.
പണ്യ (വി)- വില്ക്കത്തക്ക. saleable.
പണ്യശാല (നാ)- പീടിക, അങ്ങാടിത്തെരുവ്. shop, bazaar.
പതക (വി)- വീഴുന്ന. falling.
പതകം (നാ)- നിന്ദ, വിവാദം, പാതകം. censure, argument, sin.
പതക്കം (നാ)- ഒരു കണ്ഠാഭരണം. kind of necklace.
പതഗപതി (നാ)- ഗരുഡൻ. Garuda.
പതഗം (നാ)- പക്ഷി, പാറ്റ. bird, cockroach.
പതംഗൻ (നാ)- സൂര്യൻ, ശ്രീകൃഷ്ണൻ, പിശാച്. sun, Sri Krishna, ghost.
പതംഗം (നാ)- പക്ഷി, ഈച്ച, രസം, പാറ്റ, പൂച്ച, തേനീച്ച, പന്ത്, പിശാച്, എരിക്ക്, തീപ്പൊരി, പട്ടം, അമ്പ്. bird, fly, mercury, cockroach, cat, honeybee, ball, ghost, madar plant, spark, kite, arrow.
പതത്രം (നാ)- തൂവൽ, ചിറക്, വാഹനം. feather, wing, vehicle.
പതത്രി (വി)- ചിറകുള്ള. winged.
പതത്രി (നാ)- പക്ഷി, കുതിര, ഉലത്തുരുത്തി, ശരീരം. bird, horse, bellows, body.
പതനം (നാ)- വീഴ്ച, മരണം, നടക്കല്ല്, ഗർഭ സ്രാവം, ആളോടി, നശിക്കൽ, പറക്കൽ, താഴ്മ. fall, death, stepping stone, platform around a well, ruination, flying, humbleness.
പതനീയം (നാ)- മഹാപാപം. great sin.
പതി (നാ)- ഉടമസ്ഥൻ, വേര്, ഭർത്താവ്, അധികൃൻ. owner, root, husband, person of authority.
പതിക്കുക (സ.ക്രി)- കണക്കിൽ എഴുതുക, ചാർത്തുക, ഒട്ടിക്കുക, മുദ്രവീഴ്ത്തുക, ഉറപ്പിക്കുക. to enlist, to lease, to stick, to seal, to fix.
പതിഞ്ഞ (വി)- താഴ്മയുള്ള, സാവധാനമായ, ഒട്ടിച്ചേർന്ന. humble, slow, stuck.
പതിത (വി)- ഭ്രഷ്ടായ, വീണ, തോല്പിക്കപ്പെട്ട. excommunicated, fallen, defeated.
പതിത്വം (നാ)- ഭ്രഷ്ട്. excommunication.
പതിതൻ (നാ)- അധഃപതിച്ചവൻ. one who has fallen down.
പതിത്വം (നാ)- ഭർത്തൃത്വം. state of a husband.
പതിന്മടങ്ങ് (വി)- പത്തു മടങ്ങ്. tenfold.

പതിപത്നി (നാ)- ഭർത്താവുള്ളവൾ. woman who has a husband.

പതിപ്പ് (നാ)- അച്ചടി, വീഴ്ച, രജിസ്ട്രാക്കൽ. impression, fall, registration.

പതിംവര (നാ)-സ്വയംവരം ചെയ്യുന്നവൾ. woman who chooses a husband for herself from a gathering.

പതിയുക (അ.ക്രി)- തങ്ങുക, ചേർന്നുപറ്റുക, കണക്കിൽപ്പെടുക, ഉറപ്പാക്കുക. to be set, to be impressed, to be enlisted, to be fixed.

പതിര് (വി)- കൊള്ളരുതാത്ത. useless.

പതിര് (നാ)- ചണ്ട്. chaff.

പതിവ് (നാ)- ഏർപ്പാട്, ചട്ടം, സാധാരണസ്ഥിതി, ശീലം, വഴക്കം. custom, rule, usual state, habit, practice.

പതിവ്രത (വി)- ഭർത്തൃനിഷ്ഠയുള്ളവൾ. chaste woman.

പതു (വി)- പത്ത്. ten.

പതുക്കം (നാ)- വണക്കം, മറയ്ക്കൽ, മാർദ്ദവം, അമർച്ച. obedience, concealment, softness, control.

പതുക്കവേ (ക്രി.വി)- സാവധാനത്തിൽ. slowly.

പതുക്കുക (സ.ക്രി)- മന്ദിപ്പിക്കുക, ശമിപ്പിക്കുക, പതമാക്കുക. to delay, to quench, to make soft.

പതുക്കേ (ക്രി.വി)- സാവധാനത്തിൽ, നേരിയ ശബ്ദത്തിൽ. slowly, in mid-voice.

പതുങ്ങുക (അ.ക്രി)- ഞെങ്ങുക, സങ്കോചിക്കുക, വണങ്ങുക, പതിയുക, മറയുക, ഒളിക്കുക, താഴുക. to be pressed, to shrink, to disappear, to hide, to come down.

പതുപ്പ് (നാ)- മാർദ്ദവം, വിനയം. softness, humbleness.

പത്തനം (നാ)- പട്ടണം, വീട്, കൊട്ടാരം, മൃദംഗം. town, house, palace, a musical drum.

പത്തായം (നാ)- വലിയ പെട്ടി, ധാന്യസംഭരണത്തിനുള്ള മരക്കൂട്. large box, large wooden chest for keeping food grain.

പത്തി (നാ)- വരി, നിര,വകുപ്പ്, വരാന്ത, പാമ്പിന്റെ ഫണം. line, row, section, verandah, hood of a snake.

പത്തിരട്ടി (വി)- പത്തു മടങ്ങ്. tenfold.

പത്തിരി (നാ)- ഒരു പലഹാരം, അമ്പ്, പക്ഷി, കുതിര, ഇല. a kind of cake, arrow, horse, leaf.

പത്തേരി (നാ)- തൊഴിൽശാല, കൊത്തളം. factory, bastion.

പത്ഥ്യം (നാ)- ഹിതം, ഇഷ്ടം, യോഗ്യത, രോഗശമനത്തിന് അനുകൂലമായ ഭക്ഷണക്രമം. favourite, likeness, eligibility, diet.

പത്ന്യടം (നാ)- അന്തഃപുരം. zenana.

പത്മ (നാ)- മഹാലക്ഷ്മി, ചെറുതേക്ക്, ഓരിലത്താമര. goddess Mahalakshmi, premna herbacea, a medicinal plant.

പത്മകം (നാ)- പതുമുകം, കൊട്ടം, ആനയുടെ മുഖത്തെ പുള്ളിക്കുത്ത്. big medicinal tree, costus root, white spots on the ears and forehead of an elephant.

പത്മകരൻ (നാ)- സൂര്യൻ, വിഷ്ണു. sun, Vishnu.

പത്മകി (നാ)- ആന. elephant.

പത്മഖണ്ഡം (നാ)- താമരക്കൂട്ടം. cluster of lotus.

പത്മഗർഭൻ (നാ)- ബ്രഹ്മാവ്, വിഷ്ണു, ശിവൻ, സൂര്യൻ. Brahma, Vishnu, Siva, Sun.

പത്മഗുണ (നാ)- ഗ്രാമ്പൂ, ലക്ഷ്മീദേവി. clove, goddess Lakshmi.

പത്മജൻ (നാ)- ബ്രഹ്മാവ്. Brahma.

പത്മനാഭൻ (നാ)-വിഷ്ണു. Vishnu.

പത്മൻ (നാ)- ശ്രീരാമൻ, ആന, ബ്രഹ്മാവ്. Srirama, elephant, Brahma.

പത്മപുഷ്പം (നാ)- കണിക്കൊന്ന. Indian labournaum.

പത്മബന്ധു (നാ)-എരിക്ക്, സൂര്യൻ, തേനീച്ച. madar plant, sun, honey-bee.

പത്മഭവൻ (നാ)- ബ്രഹ്മാവ്. Brahma.

പത്മഭാസൻ (നാ)- ശിവൻ. Siva.

പത്മഭൂ (നാ)- ബ്രഹ്മാവ്. Brahma.
പത്മം (നാ)- താമര, കുബേരന്റെ ഒരു നിധി, ആനയുടെ പുള്ളിക്കുത്ത്, ഒരു ആഭരണം, ഒരു തരം സർപ്പം, പതുമുകം, ആന, പുഷ്കരമൂലം. lotus, a kind of treasure, white spot on the ears and forehead of an elephant, an ornament, a serpent, a big medicinal tree, elephant, a medicinal plant.
പത്മരാഗം (നാ)- മാണിക്യം. ruby.
പത്മലോചനൻ (നാ)- താമരക്കണ്ണൻ, ശ്രീരാമൻ, മഹാവിഷ്ണു, ശ്രീകൃഷ്ണൻ a lotus- eyed person, SriRama, Lord Vishnu, SriKrishna.
പത്മസംഭവൻ(നാ)-ബ്രഹ്മാവ്. Brahma.
പത്മാകരം (നാ) - താമരപ്പൊയ്ക, താമരക്കൂട്ടം. pond of lotus, cluster of lotus.
പത്മാക്ഷൻ (നാ)- വിഷ്ണു, സൂര്യൻ, സുന്ദരൻ. Vishnu, sun, handsome person.
പത്മാക്ഷി (നാ)- സുന്ദരി. beautiful lady.
പത്മാലയ (നാ)- മഹാലക്ഷ്മി, കരയാമ്പൂ. Lakshmi, clove.
പത്മാലയൻ (നാ)- ബ്രഹ്മാവ്. Brahma.
പത്മാവതി (നാ)- ഒരു നദി, മഹാലക്ഷ്മി, മനസാദേവി, ഒരു നഗരി, ഓരില ത്താമര, ജയദേവന്റെ പത്നി. river, Mahalakshmi, Manasa, a town, a medicinal plant, wife of Jayadeva the poet.
പത്മാസന (നാ)- ലക്ഷ്മീദേവി, സരസ്വതി. goddess Lakshmi, goddess Saraswati.
പത്മാസനൻ (നാ)-ശിവൻ, സൂര്യൻ, ബ്രഹ്മാവ്. Siva, sun, Brahma.
പത്മാസനം (നാ)- ഒരു യോഗാസനം. a yoga posture.
പത്മി (വി)- താമരയുള്ള. having lotus.
പത്മി (നാ)- മഹാവിഷ്ണു, ആന. Vishnu, elephant.
പത്മിനി (നാ)- താമര വളയം, താമരപ്പൊയ്ക, താമര, താമരക്കൂട്ടം, പിടിയാന. stalk of lotus, lotus pond, lotus, cluster of lotus, female elephant.
പത്രകം (നാ)- ഇല, ഇലവർങത്തിന്റെ ഇല, പച്ചില, കാർഡ്. leaf, leaf of laurus cassia, a medicinal drug, card.
പത്രദാരകം (നാ)- അറപ്പുവാൾ. saw.
പത്രപുഷ്പം (നാ)- തുളസി, കൊഴുന്ന്. basil, sweet smelling plant.
പത്രം (നാ)- ഇല, ചിറക്, അമ്പിലെ തൂവൽ, കത്തി, സന്ദേശം, പട്ടം, കടലാസ്, ദിനപ്പത്രം, എഴുത്ത്, തകിട്, വാഹനം. leaf, wing, feather of an arrow, knife, message, kite, paper, news paper, letter, metal plate, vehicle.
പത്രരഥം (നാ)- പക്ഷി, ചക്രവാകം, അമ്പ്. bird, ruddy goose, arrow.
പത്രവല്ലി (നാ)- പലാശ്, തൃച്ചട. tree butea frondosa, medicinal creeper.
പത്രാഖ്യം (നാ)- പച്ചില, താലീസപത്രം. medicinal drug, abbies webbania.
പത്രാംഗം (നാ)- പതിമുഖം, രക്തചന്ദനം, ഭൂർജവൃക്ഷം. large medicinal tree, red sandal wood, birch tree.
പത്രാധിപർ (നാ)- പത്രത്തിന്റെ ആധിപത്യം വഹിക്കുന്ന ആൾ. editor.
പത്രാവലി (നാ)- കാവിമണ്ണ്, ഇലകളുടെ കൂട്ടം. ochre, a cluster of leaves.
പത്രാസ് (നാ)- പകിട്ട്, പൊങ്ങച്ചം, ആഡംബരം, അഹംഭാവം. pomp, vanity, luxury, pride.
പത്രി (വി)- ഇലയുള്ള, ചിറകുള്ള, തൂവലുള്ള. leaved, winged, feathered.
പത്രി (നാ)- പക്ഷി, അമ്പ്, കുതിര, തേര്, പർവതം, വൃക്ഷം, ജാതിപത്രി, പരുന്ത്. bird, arrow, horse, chariot, mountain, tree, mace,eagle.
പത്രിക (നാ)- ഓല, ഇല, എഴുത്ത്, വർത്തമാനപ്പത്രം, പരസ്യം. palm leaf, leaf, letter, newspaper, advertisement.

പത്രിണി (നാ)- അങ്കുരം, പെൺപക്ഷി. sprout, female bird.
പത്സലം (നാ)- വഴി. path.
പഥകം (നാ)- മാർഗ്ഗദർശി, വഴിയറിയുന്നവൻ. guide, one who knows the path.
പഥി (നാ)- യാത്ര, വഴി, പ്രവർത്തന ക്രമം, എത്താവുന്ന ദൂരം. journey, path, procedure, accessible distance.
പഥിക (വി)- വഴി നടക്കുന്ന, വഴിയറിയുന്ന. walking on the way, knowing the path.
പഥികാ (നാ)- വഴിയാത്രക്കാരി, ചെമന്ന, മുന്തിരി. a female wayfarer, red grapes.
പഥികൻ (നാ)- വഴിപോക്കൻ, വിരഹി. way farer, one who is separated from the beloved.
പഥിദ്രുമം (നാ)- കരിങ്ങാലി. khadira tree.
പഥിലൻ (നാ)- വഴിപോക്കൻ. wayfarer.
പഥ്യ (വി)- യോഗ്യമായ, ഇഷ്ടമുള്ള, ഹിതകരമായ. suitable, liking, favourite.
പഥ്യാ (നാ)- വഴി, ഒരിനം വെള്ളരി, കാട്ടുപാവൽ, കടുക്ക. path, a kind of cucumber, gall-nut.
പഥ്യം (നാ)- ഇഷ്ടം, ഇന്തുപ്പ്, ക്ഷേമം, മുതിര, കടുക്കാമരം. liking, rock salt, welfare, horsegram, gall nut.
പദകം (നാ)- സ്ഥാനം, പതക്കം, കാലടി. position, breast plate studded with jewels, footstep.
പദകോശം (നാ)- ശബ്ദാവലി, വാക്കുകൾ ക്രമീകരിച്ചിട്ടുള്ള പുസ്തകം. vocabulary, dictionary, word book.
പദഗതി (നാ)- നടക്കുന്ന രീതി, നടത്ത. mode of walking, walking.
പദത്രാണം (നാ) - ചെരിപ്പ്. footwear.
പദന്യാസം (നാ)- നടത്ത, കാല്പാട്, കാൽവയ്പ്, പദപ്രയോഗം. walking, foot print, step, usage of words.
പദപാതം (നാ)- കാൽവയ്പ്. step.
പദഭഞ്ജിക (നാ)- രജിസ്റ്റർ, പഞ്ചാംഗം. register, almanac.
പദം (നാ)- വാക്ക്, കാൽപാട്, കാല്, രശ്മി, രക്ഷ, പാട്ട്, വ്യാജം, സ്ഥാനം, ഉദ്യോഗം, ഉത്സാഹം, കാൽച്ചുവട്. word, foot print, leg, ray, safety, song, falsehood, position, diligence, step.
പദവി (നാ)- സ്ഥാനം, വഴി, ഉന്നതസ്ഥാനം, നല്ല നടത്ത. position, path, high position, good behaviour.
പദഹതി (നാ)- ചവിട്ട്. kick.
പദാംഗുഷ്ടം (നാ)- കാലിലെ പെരുവിരൽ. toe.
പദാജി (നാ)- കാലാൾപ്പട. infantry.
പദാർത്ഥം (നാ)- വസ്തു, പദത്തിന്റെ അർത്ഥം. substance, meaning of a word.
പദാഹത (നാ)- തൊഴിക്കപ്പെട്ട. kicked.
പദികം (നാ)- കാലാൾപ്പട, പാദാഗ്രം. infantry, toe.
പമ്പ (നാ)- ഒരിനം വാദ്യം, ഒരു കളി. kind of drum, game.
പമ്പരം (നാ)- ഒരു കളിപ്പാട്ടം. top.
പമ്മുക (അ.ക്രി)- പതുങ്ങുക, താഴുക. to hide, to go down.
പയണം (നാ)- മരണം, യാത്ര. death, journey.
പയൻ (നാ)- കറ, പശ, പയിൻമരം. stain, gum, pine tree.
പയൽ (വി)- തടിച്ച, ഭാരമേറിയ, ബലമുള്ള. stout, heavy, strong.
പയസ്യ (വി)- പാലിൽനിന്നുണ്ടായ, പാലുപോലുള്ള, പാലുള്ള. produced from milk, which is like milk, milch.
പയസ്വി (വി)- ധാരാളം പാലുള്ള. yielding milk in plenty.
പയസ്വിനി (നാ)- പശു, രാത്രി, കറവപ്പശു, നദി, പെണ്ണാട്, പാൽച്ചുര. cow, night, a milch cow, river, female goat, white gourd.
പയസ്സ് (നാ)- വെള്ളം, രാത്രി, ശക്തി, ആഹാരം, അമൃത്, ശുക്ലം, പാൽ. water, night, strength, food, elixir, semen, milk.

പയറ് (നാ)- ഒരു ധാന്യം, പച്ചധാന്യം, വിളവ്. green gram, green grain, crop.
പയറ്റ് (നാ)- ആയുധാഭ്യാസം, വഞ്ചന, കൗശലം. martial exercise, deceit, tactics.
പയറ്റുക (അ.ക്രി)- അടിക്കുക, പഠിക്കുക, ചെയ്യുക, കഠിനമായി പ്രയത്നിക്കുക. to beat, to learn, to do, to work hard.
പയി (നാ)- വിശപ്പ്, പശു. hunger, cow.
പയിൻ (നാ)- ഒരു വൃക്ഷം. tree.
പയോഘനം (നാ)- ആലിപ്പഴം. hail-stone.
പയോദം (നാ)- മുത്തങ്ങ, മേഘം. cyperus rotundus, cloud.
പയോധരം (നാ)- മേഘം, നാളികേരം, കടൽ. cloud, coconut, sea.
പയോധി (നാ)- സമുദ്രം. ocean.
പയോരാശി (നാ)- കടൽ. sea.
പയോവാഹം (നാ)- മേഘം, മുത്തങ്ങ. cloud, cyperus rotundus.
പയോഷ്ണി (നാ)- നദി. a river.
പയ്യ (ക്രി.വി)- പതുക്കെ. slowly.
പയ്യവൻ (നാ)- കർത്താവ്, അഗ്നി, വിശപ്പുള്ളവൻ. doer, fire, hungry person.
പയ്യ് (നാ)- വിശപ്പ്, പശു. hunger, cow.
പയ്യേ (വി)- പതുക്കെ, സ്വകാര്യമായി. slowly, secretly.
പരാ (നാ)- പരാശക്തി, ഉത്കൃഷ്ട, മായ. Parasakti,excellent, illusion.
പരകോടി (നാ)- അന്ത്യാവസ്ഥ. climax.
പരക്കം (നാ)- പരുങ്ങൽ, പരപ്പ്. perplexity, expansion.
പരക്കഴി (നാ)- ദരിദ്രൻ. poor man.
പരക്കുക (അ.ക്രി)- വ്യാപിക്കുക, വലുതാവുക, വിസ്താരമുണ്ടാവുക, ചിതറുക, നിരക്കുക. to spread, to grow, to expand, to scatter, to agree.
പരഗതി (നാ)- സ്വർഗ്ഗപ്രാപ്തി, മോക്ഷപ്രാപ്തി. access to the divine world, attainment of salvation.
പരജിതം (നാ)- കുയിൽ. Indian cuckoo.
പരഞ്ജനൻ (നാ)- വരുണൻ. Varuna.
പരഞ്ജം (നാ)- വാൾത്തല, ഇന്ദ്രന്റെ വാൾ. shap edge of a sword, sword of Indra.
പരത്ര (ക്രി.വി)- സ്വർഗ്ഗത്ത്, അന്യലോകത്ത്, മറ്റൊരിടത്ത്. in the heaven, in an another world.
പരദേവത (നാ)- കുടുംബദൈവം. family deity.
പരൻ (നാ)- അന്യൻ, അന്യദേശക്കാരൻ, ശത്രു, ശ്രേഷ്ഠൻ, ദൂരെയുള്ളവൻ, ഈശ്വരൻ. other person, foreigner, enemy, man from a distance.
പരപദം (നാ)- മോക്ഷം. salvation.
പരപുഷ്ടം (നാ)- കുയിൽ. Indian cuckoo.
പരപ്പൻ (വി) - പരന്ന. flat.
പരപ്പ് (നാ)- വീതി, വ്യാപ്തി, വിസ്താരം, ലോകം, കടൽ. breadth, expansion, exstensiveness, world, sea.
പരഭൃതം (നാ)- കുയിൽ. Indian cuckoo.
പരം (നാ)- അന്യമായത്, ശ്രേഷ്ഠമായത്, പിന്നീടുള്ളത്, സ്വർഗ്ഗം, പരലോകം, മോക്ഷം, പരമകാഷ്ഠ. that which is alien, that which is excellent, that which is subsequent, heaven, salvation, climax.
പരം (ക്രി.വി)- പിന്നീട്, തീരെ, ഏറ്റവും ദൂരെ. a afterwards, merely, far away.
പരമ (വി)- ശ്രേഷ്ഠമായത്, മതിയായ, ആത്യന്തികമായ, പ്രധാനമായ. that which is excellent, enough, final, important.
പരമകാഷ്ഠ (നാ)- ഏറ്റവും ഉയർന്ന നില. climax.
പരമഗതി (നാ)- മോക്ഷം, ഈശ്വരൻ. salvation, god.
പരമപദം (നാ)- ഏറ്റവും ഉയർന്ന സ്ഥാനം, മോക്ഷം. highest position, salvation.

പരമപുരുഷൻ (നാ)- മഹാവിഷ്ണു. lord Vishnu.
പരമം (നാ) - ശ്രേഷ്ഠം, ബ്രഹ്മപദം. excellent, eternal bliss.
പരമശിവൻ (നാ)- ശ്രീപരമേശ്വരൻ. lord Siva.
പരമാണു (നാ)- ഏറ്റവും ചെറിയ അണു. atom.
പരമാനന്ദം (നാ)- പരമാത്മാവ്, ഭാഗ്യം, വലിയ സന്തോഷം. supreme soul, fortune, great joy.
പരമാർത്ഥം (നാ)- സത്യം, ഏറ്റവും ശ്രേഷ്ഠമായ അർത്ഥം. truth, most excellent meaning.
പരമേശ്വരൻ (നാ)-ശിവൻ, വിഷ്ണു, ഇന്ദ്രൻ, പരബ്രഹ്മം. Siva, Vishnu, Indra, supreme soul.
പരമേശ്വരി(നാ)-ശ്രീപാർവതി, ഭദ്രകാളി. Goddess Parvati, Bhadrakali.
പരമേഷ്ടി (നാ)- ബ്രഹ്മാവ്, വിഷ്ണു, ശിവൻ, ഗരുഡൻ, അഗ്നി, അധ്യാത്മഗുരു, പ്രജാപതി. Brahma, Vishnu, Siva, Garuda, fire, a spiritual master, Prajapati.
പരമ്പര (വി)- തുടരെത്തുടരെയുള്ള, തലമുറകളായുള്ള. continuous, hereditary.
പരമ്പര (നാ)- തുടർച്ച, പാരമ്പര്യം, സന്തതി, തലമുറ, ക്രമം, നിര. continuity, hereditary, offspring, generation, order, row.
പരമ്പ് (നാ)- പായ്. mat.
പരമ്പുമാൻ (നാ)- ദൈവം. god.
പരലോകം (നാ)- അന്യലോകം. other world.
പരൽ (നാ)- കവടി, ഒരിനം ചെറിയ മത്സ്യം, ചരൽ, വിത്ത്. cowrie, kind of small fish, gravel stone, seed.
പരൽമീൻ (നാ)- ഒരിനം ചെറിയ ആറ്റുമീൻ. kind of small fish.
പരവ (നാ)- കടൽ, ഒരിനം മത്സ്യം, ഒരിനം ചെടി, പരപ്പ്, മഹാലക്ഷ്മി, നൃത്തം. sea, kind of fish, kind of plant, expanse, Mahalakshmi, dance.
പരവതാനി (നാ)- ഒരിനം വിരിപ്പ്. mat.
പരവശ (വി)- അന്യന് അധീനമായ, ക്ഷീണിച്ച, ആശ്രയിച്ചു ജീവിക്കുന്ന, പ്രയാസപ്പെടുന്ന, രോഗം ബാധിച്ച. dependent on others, tired, depending on others, feeling difficulty, diseased.
പരവശത (നാ)- വേവലാതി, ദാരിദ്ര്യം, രോഗം, ക്ഷീണം. anxiety, poverty, disease, tiredness.
പരവാണി (നാ)- കാർത്തികേയന്റെ മയിൽ, ന്യായാധിപൻ, സംവത്സരം. peacock of Karthikeya, judge, year.
പരശു (നാ)- വെണ്മഴു, കോടാലി, ഒരു അസുരൻ. white axe, axe, demon.
പരശുധരൻ (നാ)- പരശുരാമൻ, ശിവൻ, ഗണപതി, ശിവന്റെ ഒരു പാർഷദൻ. Parasurama, Siva, Ganapati, an attendant of Siva.
പരശുരാമൻ (നാ)- ജമദഗ്നി മഹർഷിയുടെ പുത്രൻ, മഹാവിഷ്ണുവിന്റെ ആറാമത്തെ അവതാരം. son of Jamadagni, sixth incarnation of Vishnu.
പരശ്വഃ (ക്രി.വി)- മറ്റന്നാൾ. day after tomorrow.
പരശ്വധം (നാ)- മഴു. axe.
പരസുഖം (നാ)- അന്യന്റെ സുഖം, നിത്യാനന്ദം. other's happiness, eternal happiness.
പരസ്പര (വി)- അന്യോന്യമുള്ള. mutual.
പരസ്യം (നാ)- വിളംബരം, പൊതുവായ അറിയിപ്പ്. proclamation, general notice.
പരസ്വം (നാ)- അന്യന്റെ മുതൽ. another man's property.
പരാക്രമം (നാ)- ആക്രമണം, വീര്യം, പ്രയത്നം, ഉത്സാഹം, ശക്തി. attack, fragrance, strength, hard work, diligence, power.
പരാഗമനം (നാ)- മരണം. death.
പരാഗം (നാ)- പൊടി, പൂമ്പൊടി, സുഗന്ധപ്പൊടി, കീർത്തി. powder, pollen, talcum powder, fame.
പരാംഗവം (നാ)- സമുദ്രം. ocean.

പരാജയം (നാ)- മടക്കം, തോല്വി. return, failure.
പരാജിത (വി)- തോല്പിക്കപ്പെട്ട. defeated.
പരാഞ്ജം (നാ)- നുര, ചക്ക്, വാൾമുന. froth, oil press, edge of a sword.
പരാതി (നാ)- ആവലാതി, ദൂഷണം, കുറ്റം, അപവാദം, സങ്കടം. complaint, censure, crime, scandal, grief.
പരാത്മാവ് (നാ)- പരമാത്മാവ്. supreme soul.
പരാദം (നാ)- പരജീവി. parasite.
പരാദനം (നാ)- ഒരിനം കുതിര. kind of horse.
പരാദാനം(നാ)-കൈമാറ്റം. exchange.
പരാധാരം (നാ)- കാക്ക. crow.
പരാധീന (വി) - അസ്വതന്ത്രനായ. dependent.
പരാധീനം (നാ)- കഷ്ടത, പരവശത, ആശ്രയം. difficulty, worry, dependence.
പരാപര (വി)- നല്ലതും ചീത്തയുമായ, ഉയർന്നതും താണതുമായ, ആദിയും അന്തവുമായ, അടുത്തും അകലെയുമായ. good and bad, high and low, beginning and the end, far and near.
പരാപരം (നാ)- പരമാത്മാവ്. supreme soul.
പരാഭവം (നാ)- നാശം, തോല്വി, അവമാനം, വേർപാട്. destruction, failure, defamation, separation.
പരാഭൂതി (നാ)- തോല്വി, അവമാനം, ഉത്കൃഷ്ടമായ, ഐശ്വര്യം. failure, defamation, excellent, prosperity.
പരാമർശിക്കുക (സ.ക്രി)- ആലോചിച്ചറിയുക, ചിന്തിക്കുക, സംബന്ധിച്ചു പറയുക, സ്പർശിക്കുക, കാത്തുസൂക്ഷിക്കുക, തലോടുക. to think upon and come to know, to think, to touch, to keep, to pat fondly.
പരായണം (നാ)- മോക്ഷം, പരമ്പരാചാരം, ആസക്തി, ഏകാഗ്രഭക്തി, രാശിമണ്ഡലം. salvation, hereditary custom, attachment, concentrated devotion, zodiac.
പരാരുകം (നാ)- കല്ല്. stone.
പരാർത്ഥം (ക്രി.വി)- അന്യനുവേണ്ടി. for the sake of another.
പരാർദ്ധം (നാ)- ഒരു വലിയ സംഖ്യ, ആയുഷ്കാലത്തിന്റെ പകുതി. a huge number, half of the life time.
പരാർദ്ധ്യം (നാ)- ശ്രേഷ്ഠം. excellence.
പരാവരം (നാ)- പ്രപഞ്ചം, കാര്യകാരണങ്ങൾ. universe, cause and effect.
പരാവർത്തം (നാ)- തിരിച്ചുവരവ്, പിന്തിരിയൽ, കൈമാറ്റം, വിധി അസ്ഥിരപ്പെടുത്തൽ. return, retreat, exchange, nullification of a verdict.
പരാവിദ്യ (നാ)- ബ്രഹ്മജ്ഞാനം. ultimate knowledge.
പരാശക്തി (നാ)- ശിവശക്തി, ആദ്യശക്തി. power of Siva, supreme force.
പരാശരി (നാ)- യാചകൻ. beggar.
പരാസനൻ (നാ)- കൊലയാളി. murderer.
പരാസനം (നാ)- വധം, എറിയൽ. murder, throw.
പരാസ്ത (വി)- ഓടിക്കപ്പെട്ട, എറിയപ്പെട്ട, തള്ളപ്പെട്ട. driven away, thrown, rejected.
പരാഹത (വി)- ആക്രമിക്കപ്പെട്ട. attacked.
പരാഹം (നാ)- അടുത്ത നാൾ. next day.
പരി (വി)- തീവ്രമായ, അഴകുള്ള. severe, beautiful.
പരി (നാ)- കുതിര, ഗതി, മായം, ഭംഗി, ഉയരം, വഴി, പരുത്തി, വലുപ്പം, ആന. horse, movement, adulteration, beauty, height, path, cotton, bigness, elephant.
പരികര (വി)- സഹായിക്കുന്ന, സഹകരിക്കുന്ന. helping, co operating.
പരികരം (നാ)- ഒരു അലങ്കാരം, സൈന്യം, പരിവാരം, ആരംഭം, ഉപകരണം, അരവാറ്, കാപ്പ്, മെത്ത, കട്ടിൽ. figure of speech, army, escort, beginning, instrument, waist-belt, bangle, bed, cot.

പരികർമ്മം (നാ)- പൂജ, ഒരുക്കം, ശുശ്രൂഷ, പൂജാകർമ്മങ്ങൾക്കു സഹായിക്കൽ. worship, preparation, helping for worship.

പരികർമ്മി (നാ)- ഭൃത്യൻ, സഹായി. servant, helper.

പരികല്പനം (നാ)- ഒരുക്കം, സ്ഥിരപ്പെടുത്തൽ. preparation, confirmation.

പരികല്പിത (വി)- നിശ്ചയിക്കപ്പെട്ട, തയ്യാറാക്കപ്പെട്ട. decided, prepared.

പരികീർണ്ണ (വി)- പരന്ന, തിങ്ങിയ, ചുറ്റുമുള്ള, ചിതറിയ, നിറഞ്ഞ. extended, dense, surrounding, scattered, filled.

പരികീർത്തിക്കുക (സ.ക്രി)- സ്തുതിക്കുക, വിളിക്കുക, വിവരിച്ചു പറയുക, വമ്പുപറയുക, അറിയിക്കുക, പ്രസിദ്ധപ്പെടുത്തുക. to praise, to call, to explain, to boast of, to inform, to publish.

പരികൂട്ടം (നാ)- തടസ്സം, കോട്ട, കിടങ്ങ്. obstacle, fort, ditch.

പരിക്ക (നാ)- ശപഥം, പ്രതിജ്ഞ. oath, vow.

പരിക്ക് (നാ)- മുറിവ്, പ്രതിക്രിയ, തഴമ്പ്, ബുദ്ധിമുട്ട്, ഒരിനം വൃക്ഷം. wound, revenge, scar, difficulty, a kind of tree.

പരിക്കുക (സ.ക്രി)- മുറിക്കുക. to cut.

പരിക്രമണം (നാ)- പിന്തുടർച്ച, ചുറ്റിനടക്കൽ, പദസഞ്ചാരം, പ്രദക്ഷിണം. succession, loitering, roaming about, revolution.

പരിക്ലിഷ്ട (വി)- വളരെ ക്ലേശിച്ച. very much distressed.

പരിക്ഷത (വി)- മുറിവേറ്റ, കേടുപറ്റിയ. wounded, damaged.

പരിക്ഷീണ (വി)- നന്നേ ക്ഷീണിച്ച, കുറഞ്ഞ, മെലിഞ്ഞ, പാപ്പരായ. exhausted, tired, decreased, lean, pauper.

പരിഖാതം (നാ)- കിടങ്ങ്. trench.

പരിഗണന (നാ)- പരിഗണിക്കൽ. consideration.

പരിഗണിക്കുക (സ.ക്രി)- വിചാരിക്കുക, അളക്കുക, പൂർണ്ണമായി തിട്ടപ്പെടുത്തുക, എണ്ണുക, ബഹുമാനിക്കുക, ചേർക്കുക. to think, to measure, to estimate, to count, to respect, to admit.

പരിഗത (വി)- വ്യാപിച്ച, ചുറ്റപ്പെട്ട, ലഭിക്കപ്പെട്ട, സ്മരിക്കപ്പെട്ട, അറിയപ്പെട്ട. spread, surrounded, obtained, remembered, known.

പരിഗൃഹ്യ (വി)- വിവാഹം ചെയ്യത്തക്ക, സ്വീകരിക്കത്തക്ക. fit to be married, acceptable.

പരിഗ്രഹൻ (നാ)- വിഷ്ണു, ഭർത്താവ്. Vishnu, husband.

പരിഗ്രഹം (നാ) - ഭാര്യ, വസ്തുവക, സഭ, സമ്മാനം, കുടുംബം, വിവാഹം, കൈക്കൊള്ളൽ, ശപഥം, ശാപം, പേര്, ചുറ്റൽ, ആലിംഗനം, അന്തഃപുരം. wife, landed property, assembly, prize, family, marriage, acceptance, vow, curse, name, rotating, embrace, harem.

പരിഗ്രഹിക്കുക (സ.ക്രി)- പിൻതുടരുക, അനുകൂലിക്കുക, കൈക്കൊള്ളുക, ആലിംഗനം ചെയ്യുക, വിവാഹം കഴിക്കുക. to follow, to favour, to accept, to embrace, to marry.

പരിഘം (നാ)- ഇരുമ്പുലക്ക, സാക്ഷ, കൊല, പാർപ്പിടം, കുടം, കുറ്റി, ഇരുമ്പുഗദ. iron pestle, bolt, murder, abode, pail, stump, iron club.

പരിഘാതം (നാ)- കൊല, ത്യജിക്കൽ, ഇരുമ്പുലക്ക. murder, abandoning, iron pestle.

പരിങ്ങ് (നാ)- വാൾപ്പിടി. hilt.

പരിചയം (നാ)- അടുത്തറിവ്, വാസം, ശീലം, പഴക്കം, അടയാളം. experience, residing, habit, familiarity, mark.

പരിചയിക്കുക (സ.ക്രി)- അടുത്തറിയുക, പെരുമാറുക, അഭ്യസിക്കുക, പഴകുക, ശീലിക്കുക. to acquaint, to behave, to train, to be familiar, to practise.

പരിചരണൻ (നാ)- ഭൃത്യൻ. servant.
പരിചരണം (നാ) - ശുശ്രൂഷ, ചുറ്റിനടപ്പ്. nursing, loitering.
പരിചരൻ (നാ)- അകമ്പടിക്കാരൻ, ശുശ്രൂഷിക്കുന്നവൻ, ഭൃത്യൻ. escort, nurse, servant.
പരിചരിക്കുക (സ.ക്രി)- ശുശ്രൂഷിക്കുക, ഇഷ്ടാനിഷ്ടങ്ങൾ അറിഞ്ഞു പെരുമാറുക. to nurse, to behave knowing one's likes and dislikes.
പരിചാരകൻ (നാ)- ഭൃത്യൻ, ശുശ്രൂഷിക്കുന്നവൻ. servant, attendant.
പരിചിത (വി)- കൂട്ടിവയ്ക്കപ്പെട്ട, അറിയപ്പെട്ട, പരിചയപ്പെട്ട. gathered, known, experienced.
പരിചിന്തനം (നാ)- ഓർമ്മിക്കൽ, കൂടുതലായി ചിന്തിക്കൽ. remembering, pondering.
പരിച് (നാ)- സ്വഭാവം, ഗുണം, നിരപ്പ്, ഭംഗി, യോഗ്യത, തുല്യത, ഏർപ്പാട്, പ്രകാരം, സമ്മാനം, ദാനം. habit, quality, level, beauty, fitness, equality, custom, kind, present, gift.
പരിച്ഛദം (നാ)- മൂടി, പരിജനം, വസ്ത്രം, കുടുംബം, ഗൃഹോപകരണം. lid, servants, cloth, family, furniture.
പരിച്ഛിന്ന (വി)- നിശ്ചയിക്കപ്പെട്ട, പരിഹരിക്കപ്പെട്ട, മുറിക്കപ്പെട്ട. determined, remedied, cut.
പരിച്ഛേദം(ക്രി.വി)-നിശ്ശേഷം. entirely.
പരിച്ഛേദം (നാ)- അതിർത്തി, അധ്യായം, ഖണ്ഡനം, നിർവചിക്കൽ, തീർച്ചപ്പെടുത്തൽ. boundary, chapter, refutation, defining, decision.
പരിച്ഛേദിക്കുക (സ.ക്രി)- മുറിക്കുക, നിശ്ചയിക്കുക, വിഭജിക്കുക. to cut off, to limit, to divide.
പരിജനം (നാ)- ഭൃത്യൻ, ഭൃത്യസംഘം. servant, group of servants.
പരിജ്ഞാത (വി)- അറിയപ്പെട്ട. known.
പരിജ്ഞാനം(നാ)-പരിചയം കൊണ്ടുള്ള അറിവ്, പരിപൂർണ്ണമായ ജ്ഞാനം. knowledge from experience, absolute knowledge.
പരിണത (വി)- പൂർണ്ണമായ, പഴുത്ത, വയസ്സായ, പാകം വന്ന, അവസാനിച്ച, പഴയ, വളർന്ന, പഴകിയ. complete, ripened, aged, matured, ended, old, grown, stale.
പരിണിതൻ (വി)- പരിപൂർണ്ണൻ, പഠിച്ചവൻ, പഴകിയവൻ, അസ്തമിക്കാറായവൻ. perfect man, learned man, a trained, one who is about to die.
പരിണതി (നാ)- വളവ്, വാർദ്ധക്യം, അവസാനം, രൂപാന്തരപ്രാപ്തി, വിളവ്, ദഹനം. curve, old age, end, metamorphosis, crop, combustion.
പരിണമിക്കുക (അ.ക്രി)- ആയിത്തീരുക, മാറ്റം സംഭവിക്കുക, വയസ്സാവുക, അവസാനിക്കുക, കുനിയുക. to become, to change, to become old, to end, to bend.
പരിണയം (നാ)- വിവാഹം. marriage.
പരിണയിക്കുക (സ.ക്രി)- വിവാഹം കഴിക്കുക. to marry.
പരിണാമം (നാ)- വൃത്താന്തം, പൂർണ്ണവികാസം, അവസ്ഥാഭേദം, ദഹനം, പക്വത, ഫലം, അവസാനം. news, full development, change, digestion, maturity, result, end.
പരിണിത (വി)- വിവാഹം ചെയ്യപ്പെട്ട. married.
പരിതാപം (നാ)- അത്യധികമായ ദാഹം, പശ്ചാത്താപം, വലിയ ദുഃഖം. severe thirst, repentance, regret.
പരിതുഷ്ടി (നാ)- സംതൃപ്തി, സന്തുഷ്ടി. satisfaction, pleasure.
പരിതോഷിക്കുക (അ.ക്രി)- തൃപ്തിപ്പെടുക, സന്തോഷിക്കുക. to be satisfied, to be pleased.
പരിത്യാഗി (നാ)- സന്ന്യാസി. sage.
പരിത്രാണം (നാ)- ആത്മരക്ഷ, സംരക്ഷണം. self-protection, protection.
പരിദാനം (നാ)- ഭക്തി, കൈക്കൂലി, കൈമാറ്റം. devotion, bribe, exchange.
പരിധാനം (നാ)- വസ്ത്രധാരണം, ഉള്ളുടുപ്പ്, ഉടുവസ്ത്രം. wearing of clothes, inner garment, wearing cloth.

പരിധായകം (നാ)- അതിര്. വേലി boundary, fence.
പരിധി (നാ)- വേലി, അതിര്, തേർച്ച ക്രം, ആവരണം, ചുറ്റളവ്, പരിവേഷം, വട്ടം, ചക്രവാകം, ചക്രായുധം. fence, boundary, wheel of chariot, covering, circumference, halo, circle, ruddy goose, discus of Vishnu.
പരിധേയം (നാ) - ഉള്ളുടുപ്പ്. inner garment.
പരിനാമം (നാ)- ക്ഷേമം, കീർത്തി. welfare, fame.
പരിപണനം (നാ)- വാഗ്ദാനം. promise.
പരിപണം (നാ)- മൂലധനം. capital.
പരിപന്ഥി (നാ)- കള്ളൻ, ശത്രു. thief, foe.
പരിപവനം (നാ)- മുറം, പാറ്റൽ. winnowing fan, winnowing.
പരിപാകം (നാ)- പൂർണ്ണത, സാമർത്ഥ്യം, പക്വത, അടക്കം. perfection, cleverness, maturity, continence.
പരിപാടി (നാ)- പഠനക്രമം, ക്രമം, കാര്യ പരിപാടി, അങ്കഗണിതം, കൃത്യമായ ക്രമം. order of learning, order, programme, arithmetics, regular order.
പരിപാലക (വി)- സൂക്ഷക്കുന്ന, രക്ഷി ക്കുന്ന, ഭരിക്കുന്ന. safe guarding, protecting, ruling.
പരിപാലനം (നാ)- ഭരണം, രക്ഷണം. rule, protection.
പരിപാലിക്കുക (സ.ക്രി)- വളർത്തുക, സൂക്ഷിച്ചു വയ്ക്കുക, സംരക്ഷിക്കുക. to rear, to preserve, to protect.
പരിപാവന (വി)- പരിശുദ്ധമായ. pure.
പരിപീഡനം (നാ)- മർദ്ദനം, ഉപദ്രവം. torture, trouble.
പരിപീതകം (നാ)- കുങ്കുമം. saffron.
പരിപൂർണ്ണ (വി)- സന്തൃപ്തനായ, നല്ലപോലെ നിറഞ്ഞ, കുറവില്ലാത്ത. satisfied, consummate, perfect.
പരിപൂർത്തി (നാ)- നിറവ്, സംതൃപ്തി. fullness, satisfaction.
പരിപോഷണം (നാ)- വളർത്തൽ, അഭിവൃദ്ധിപ്പെടുത്തൽ. nourishment, enrichment.
പരിപ്ലുതം (നാ)- കുലുക്കം, ഇളക്കം. shaking, agitation.
പരിപുഷ്ട (വി)- വെന്ത, പൊള്ളിയ. cooked, baked.
പരിഭവം (നാ)- ഇടിവ്, തോല്വി, നിന്ദ, നീരസം, സങ്കടം. dejection, failure, censure, displeasure, grief.
പരിഭവിക്കുക (അ.ക്രി)- മുഷിഞ്ഞിരക്കുക. to be displeased.
പരിഭവിക്കുക (സ.ക്രി)- നിന്ദിക്കുക, തോല്പിക്കുക. to censure, to defeat.
പരിഭാഷ (നാ)- തർജ്ജമ, നിർവചനം. translation, definition.
പരിഭാഷണം (നാ)- ചട്ടം, സംഭാഷണം, ധിക്കാരം, ഉടമ്പടി, തർജ്ജമ ചെയ്യൽ. rule, conversation, haughtiness, contract, translating.
പരിഭ്രമണം (നാ)- പരിധി, കറക്കം. circumference, rotation.
പരിഭ്രമം (നാ)- തിടുക്കം, കറക്കം, തെറ്റ്. hurry, rotation, error.
പരിഭ്രമിക്കുക (അ.ക്രി)- അന്ധാളി ക്കുക, ഉഴലുക, തിടുക്കപ്പെടുക, ഭയ പ്പെടുക. to be embarassed, to roam about, to hurry, to fear.
പരിമളം (നാ)- സുഗന്ധം, മൈഥുനം. fragrance, coitus.
പരിമാണം (നാ)- അളവ്, വലിപ്പം. measurement, size.
പരിമാർഗ്ഗണം (നാ)- അന്വേഷണം. enquiry.
പരിമിത (വി)- വളരെ മിതമായ, കുറവായ, അളക്കപ്പെട്ട. very limited, very short or little, measured.
പരിഷ്വാംഗം (നാ)- സ്പർശം, ആലിംഗനം. touch, embrace.
പരിസരം (നാ)- ഭാഗം, വീതി, മരണം, വക്ക്, അതിര്, ചുറ്റുപാട്. share, breadth, death, edge, boundary, surroundings.

പരിസ്രവം (നാ)- നദി, ഒഴുക്ക്, ഒലിപ്പ്. river, current, oozing.
പരിഹരണം (നാ)- ഉപേക്ഷിക്കൽ, ഒഴിവാക്കൽ. leaving, avoiding.
പരിഹസിക്കുക (സ.ക്രി)- ചിരിക്കുക, നിന്ദിക്കുക. to laugh, to censure.
പരിഹാരം (നാ)- പ്രതിക്രിയ, പ്രായശ്ചിത്തം, നീക്കുപോക്ക്, തള്ളിക്കളയൽ. remedy, atonement, adjustment, abandonment.
പരിഹാസം (നാ)- നിന്ദ, ആക്ഷേപം, വിനോദം. ridicule, scorn, mockery.
പരീക്ഷ (നാ)- അഭ്യാസശോധന, ഗുണദോഷചിന്ത. examination, discriminatory analysis.
പരീക്ഷകൻ (നാ)- പരീക്ഷിക്കുന്നവൻ. examiner.
പരീക്ഷണം (നാ)- പരീക്ഷിക്കൽ. experiment.
പരീരണം (നാ)- ആമ, വടി, ഉടുപ്പ്. tortoise, stick, garment.
പരുക്ക് (നാ)- മുറിവ്, തഴമ്പ്. scar, wound.
പരുക്കുക (അ.ക്രി)- തടിക്കുക, വർദ്ധിക്കുക. to fatten, to increase.
പരുത്തി (നാ)- പഞ്ഞിച്ചെടി, പഞ്ഞി. cotton plant, cotton.
പരുന്ത് (നാ)- ഒരു പക്ഷി. kite.
പരുവം (നാ)- പാകം, അവസരം, യൗവനം, വയസ്സ്, വാവ്. maturity, opportunity, youth, age, full moon day.
പരുഷം (നാ)- കഠിന വാക്ക്, കോപം, മാർദ്ദവമില്ലാത്തത്. harsh words, anger, that which is not soft.
പരേത (വി)- മരിച്ച. dead.
പരോക്ഷ (വി)- പ്രത്യക്ഷമല്ലാത്ത. indirect.
പരോക്ഷൻ(നാ)-സന്ന്യാസി. sage.
പരോക്ഷം (നാ)- മറവ്, ഭൂതകാലം. concealment, past.
പർജ്ജന്യം (നാ)- മഴ, മുത്തങ്ങ, മേഘശബ്ദം, മഴമേഘം. rain, Cyperus rotundus, thunder, rain cloud.
പർണ്ണകുടി (നാ)- പർണ്ണശാല. hermitage.
പർണ്ണം (നാ)- ചിറക്, ഇല, വെറ്റില, കൈലേസ്. wing, leaf, betel leaf, kerchief.
പർണ്ണി (നാ)- തുണ്ട്, ചീട്ട്, വൃക്ഷം. piece, playing cards, tree.
പർപ്പടകം (നാ)- പപ്പടം, ഒരിനം പുല്ല്. pappat, thin cake made of black gram flour, a kind of medicinal herb.
പർപ്പരീകം (നാ)- എരിക്ക്, തൊട്ടി, കുളം. madar plant, resevoir, pond.
പര്യങ്കം (നാ)- ശയ്യ, ഉറക്കറ, പല്ലക്ക്, കട്ടിൽ. bed, bedroom, palanquin, cot.
പര്യടനം (നാ)- സഞ്ചാരം. tour.
പര്യന്തം (നാ)- അതിർത്തി, ചുറ്റൽ, അവസാനം, വശം, ദൂരം, ചുറ്റുപാട്. boundary, rotation, end, side, distance, surroundings.
പര്യയം(നാ)- മാറ്റം, കുഴപ്പം, പര്യായം, എതിർപ്പ്, ചുറ്റൽ. change, confusion, synonym, opposition, rotation.
പര്യവസാനം (നാ)- പൂർണ്ണമായ അവസാനം. end, finality.
പര്യവസാനിക്കുക(അ.ക്രി) - നിർണ്ണയിക്കുക, കലാശിക്കുക. determine, end.
പര്യസ്ത (വി)- ചുറ്റപ്പെട്ട, നശിച്ച, ചിതറിയ, ബന്ധിക്കപ്പെട്ട, വധിക്കപ്പെട്ട. surrounded, ruined, scattered, bound, murdered.
പര്യാകുല (വി)- നിറഞ്ഞ, കലങ്ങിയ, ഭയപ്പെട്ട. filled with, turbid, feared.
പര്യാപ്ത (വി)- തികഞ്ഞ, വലിയ, മതിയായ, ത്രാണിയുള്ള, പ്രാപിച്ച. completed, large, sufficient, efficient, attained.
പര്യാപ്തം (ക്രി.വി)- യഥേഷ്ടം, വേഗത്തിൽ, ശക്തിയായി. as pleased, swiftly, strongly.
പര്യാപ്തി (നാ)- ത്രാണി, അവസാനം, നിറവ്, ലബ്ധി, സമ്പാദ്യം, അലംഭാവം,

രക്ഷിക്കൽ. efficiency, end, completion, gain, savings, indifference, guarding.

പർവതം (നാ)- മല, ഒരിനം മത്സ്യം, പാറ, കുന്ന്, കൂമ്പാരം, വൃക്ഷം. mountain, a kind of fish, rock, hill, heap, tree.

പർവ്വതാരി (നാ)- ഇന്ദ്രൻ. Indra.

പർവ്വതാശയം(നാ)-മേഘം. cloud

പർവ്വധി (നാ)- ചന്ദ്രൻ. moon.

പർവ്വം (നാ)- മുട്ട്, സന്ധി, വാവ്, ഉത്സവം, ക്ഷണം, പാട്ട്, മഴക്കാലം. node, juncture, new moon day, festival, invitation, song, rainy season.

പലക (നാ)- ഇരിക്കാനുള്ള മരക്കഷ ണം, പരിച. wooden seat, shield.

പലലം (നാ)- മാംസം, എള്ളുണ്ട, ചേറ്, പിണ്ണാക്ക്. meat, sweet cake made of fried sesame seeds, mud, oil cake.

പലാഗ്നി (നാ)- പിത്തരസം. bile.

പലാംഗം (നാ)- ചീങ്കണ്ണി, ആമ. crocodile, tortoise.

പലാദൻ (നാ)- രാക്ഷസൻ. demon.

പലാശക (നാ)- മുരുക്ക്. Indian coral tree.

പലാശം (നാ)- ഇല, പ്ലാശ്, ചെറുക ച്ചോലം, പച്ചില, പച്ചനിറം. leaf, Butea frondosa, a small variety of Curcuma, Folia malabathy, green colour.

പലാശി (നാ)- വൃക്ഷം, രാക്ഷസൻ, അരക്ക്. tree, demon, lac.

പലിത (വി)- നരച്ച, വയസ്സായ. grey-haired, aged.

പലിതം (നാ)- നര, ചൂട്, ചേറ്. grey hair, heat, mud.

പലിശ (നാ)- കടം കൊടുക്കുന്നതിനു കിട്ടുന്ന ആദായം, പരിച. interest, shield.

പല്ലവദ്രുമം (നാ)- അശോകം. asoka tree.

പല്ലവം (നാ)- നാമ്പ്, തളിര്, പ്രണയം. leaf bud, tender leaf, love.

പല്ലവൻ (നാ)- വിടൻ, നീചൻ. profligate, mean fellow.

പല്ലി (നാ)- ഗൗളി, വണ്ടി, ഗൃഹം, നഗരം, പഞ്ചസാര. lizard, cart, house, city, sugar.

പല്ല് (നാ)- വായിൽ രണ്ടു വശത്തായി നിരന്നു നില്ക്കുന്ന വെളുത്ത ഭാഗം, താക്കോലിന്റെ അറ്റം, നങ്കൂരത്തിന്റെ നാക്ക്. tooth, edge of a key, tongue of an anchor.

പല്വലം (നാ)- ചെറിയ കുളം, ചോല. small pond, brook.

പവന (വി)- ശുദ്ധമായ. pure.

പവനതനയൻ (നാ)- ഹനുമാൻ, ഭീമ സേനൻ, അഗ്നി. Hanuman, Bhimasena, fire god.

പവനൻ (നാ)- വിഷ്ണു, വായു. Vishnu, wind.

പവനം (നാ)- പാറ്റൽ, ചൂള, ശുദ്ധിയാ ക്കൽ, വായു, അരിപ്പ, ജലം. winnowing, furnace, purifying, wind, sieve, water.

പവനാശനം (നാ)- പാമ്പ്. snake.

പവനി (നാ)- തുറപ്പ. broom.

പവൻ (നാ)- ഒരു സ്വർണ്ണ നാണയം. gold coin.

പവമാനൻ (നാ)- വായു. wind.

പവി (നാ)- കരിമ്പ്, വജ്രം, അമ്പ്, അഗ്നി. sugarcane, thunderbolt, arrow, fire.

പവിതം (നാ)- മുളക്, ശുദ്ധീകരിക്ക പ്പെട്ടത്. chilly, that which is purified.

പവിത്ര (വി)- ശുദ്ധിയുള്ള, പാപമില്ലാ താക്കുന്ന. pure, eradicating sins.

പവിത്ര (നാ)- അരയാൽ, മഞ്ഞൾ, തുള സി. pipal tree, turmeric, holy basil plant.

പവിത്രം (നാ)- വെള്ളം, ദർഭ, എള്ള്, തൈര്, ചെമ്പ്, നെയ്യ്, മുറം, ചാണകം, അസ്ത്രം, മഴ. water, darbha grass, sesame seed, curds, copper, ghee, winnowing, cow dung, an arrow, rain.

പവിഴം (നാ)- ഒരു മുത്ത്. coral.

പശ (നാ)- ഒട്ടുന്ന വസ്തു, ദയ, ശക്തി, ലാഭം. paste, mercy, strength, gain.

പശിമ (നാ)- മാർദ്ദവം, ഇളമ, പുതുമ, പച്ച, നനവ്, മണ്ണിന്റെ ഫലപുഷ്ടി. softness, state of being young, freshness, green, wetness, fertility of the soil.

പശു (നാ)- മൃഗം, ഗോജാതിയിലെ പെണ്ണ്, ജീവൻ, അഗ്നി, പരമാത്മാവ്, അധമൻ, യജ്ഞമൃഗം. animal, cow, life-breath, fire, supreme soul, heinous person, sacrificial animal.

പശുപതി (നാ)- ശിവൻ, ഇടയൻ. Siva, cowherd.

പശുരാജൻ (നാ)- സിംഹം. lion.

പശ്ചിമ (വി)- പടിഞ്ഞാറുള്ള. western.

പസ്ത്യൻ (നാ)- മനുഷ്യൻ, ഗുരു. man, teacher.

പസ്ത്യം (നാ)- ഭവനം, കുടുംബം. house, family.

പളുങ്ക് (നാ)- കർപ്പൂരം, കണ്ണാടി. camphor, glass.

പള്ളം (നാ)- കുഴി, താഴ്ച, താണഭൂമി, നഷ്ടം. pit, depth, low land, loss.

പള്ളി (നാ)- അഹിന്ദുക്കളുടെ ആരാധനാകേന്ദ്രം, എഴുത്തുകളരി, ഗ്രാമം, കുടിൽ, നിദ്ര. church, mosque, centre for worship of non-Hindus, mono teacher shcool, village, hut, sleep.

പള്ളിക്കൂടം (നാ)- പഠനശാല. school.

പഴഞ്ചൻ (നാ)- പഴയ, യാഥാസ്ഥിതികനായ. old, orthodox.

പഴനം (നാ) - പൊയ്ക, വയൽ. pond, field.

പഴമ (നാ)- പഴക്കം, പഴയ ആചാരം, വൃദ്ധത. oldness, old custom, oldage.

പഴയ (വി) -പുരാതനമായ, പഴകിയ. ancient, old.

പഴുക്കുക (അ.ക്രി)- പഴമാകുക, വിളറുക, നല്ല പാകമാവുക. ripen, grow pale, mature.

പഴുതാര (നാ)- ഒരു ചെറിയ ഇഴജന്തു. centipede.

പഴുപ്പ് (നാ)- പഴമായ അവസ്ഥ, തീ നിറമാകൽ, പാകം, ചലം. ripeness, getting red hot, pus.

പറ (നാ)- മുരശ്, വട്ടം. musical drum, a circle.

പറക്കൽ (നാ)- ആകാശത്തിൽ സഞ്ചരിക്കൽ. flying.

പറക്കുക (അ.ക്രി)- ഓടിക്കളയുക, ചിതറുക, ആകാശത്തിലൂടെ സഞ്ചരിക്കുക. run away, scatter, fly.

പറമ്പ് (നാ)- തോട്ടം, ധനം, പുരയിടം, സ്തനം, പുര വയ്ക്കാനായി വെട്ടിത്തെളിച്ച സ്ഥലം. garden, wealth, compound, female breast, house site.

പറയുക (സ.ക്രി)- സംസാരിക്കുക, ശബ്ദിക്കുക. to talk, to make noise.

പറവ (നാ)- പക്ഷി. bird.

പറുദീസ (നാ)- സ്വർഗ്ഗം. heaven.

പറ്റം (നാ)- കൂട്ടം, കനം, വീക്കം, നന്ദി. multitude, weight, swelling, gratitude.

പറ്റലർ (നാ)- ശത്രുക്കൾ. foes.

പറ്റി (ക്രി.വി)- കുറിച്ച്. about.

പറ്റിക്കുക (സ.ക്രി)- കൂട്ടിച്ചേർക്കുക, ഒട്ടിക്കുക, മതിയാക്കുക, മനസ്സിലാക്കുക, ചതിക്കുക, കത്തിക്കുക. to append, to stick, to satiate, to understand, to cheat, to light.

പറ്റ് (നാ)- ഒട്ടൽ, ചേർച്ച, സ്നേഹം, മൂർച്ച, വരവ്, ചോറ്, കൊടിൽ, കാര്യം, വയൽ, വാങ്ങൽ, വർദ്ധന, കൂട്ടം. stickiness, adhesion, love, sharpness, income, cooked, tongs, affair, field, buying, increment, multitude.

പാ - രക്ഷ, പാമ്പ്, അഴക്, ശുദ്ധി, വാക്ക്. safety, snake, beauty, purity, word.

പാക (വി)- വികസിച്ച, യോഗ്യതയുള്ള, ചെറിയ, വിലയേറിയ. expanded, qualified, small, costly.

പാക (നാ)- പെൺകുട്ടി. girl.

പാകത (നാ) - പാകമുള്ള. maturity.

പാകൻ (നാ)- വണ്ടിക്കാരൻ, കുതിരക്കാരൻ, ആനക്കാരൻ, കുട്ടി, ഒരു അസുരൻ. cartman, horse - keeper, mahout, child, name of demon.

പാകം (നാ)- പക്വത, വേവ്, തുല്യത, കുഞ്ഞ്, വ്രണം, പതം, അടക്കം, പൂർത്തി, നര, ഇഷ്ടം, ശീലം, മൂങ്ങ, പാത്രം. maturity, cooked state, parity, infant, ulcer, softness, control, completion, grey, liking, habit, owl, vessel.

പാകരിപു (നാ)- ഇന്ദ്രൻ. Indra.

പാകലം (നാ)- വായു, കൊട്ടം, കുതിര, അഗ്നി. wind, costus, horse, fire.

പാകശാല (നാ)- അടുക്കള. kitchen.

പാകശാസനൻ (നാ)- ഇന്ദ്രൻ. Indra.

പാകശാസനി(നാ)-ബാലി, ജയന്തൻ, അർജ്ജുനൻ. Bali, Jayanta, Arjuna.

പാകുക (സ.ക്രി)- ഉറയ്ക്കുക, വിതയ്ക്കുക, വ്യാപിക്കുക. to be fixed, to sow, to spread.

പാക്ക് (നാ)- അടയ്ക്ക. arecanut.

പാക്യം (നാ)- കഷായം, വെടിയുപ്പ്. medicinal decoction, salt-petre.

പാക്ഷിക (വി)- ഐച്ഛികമായ, ഒരു പക്ഷത്തുള്ള. optional, partisan.

പാഗല (വി)- ഭ്രാന്തുപിടിച്ച. lunatic.

പാങ്ക് (വി)- പ്രയോജനമില്ലാത്ത. useless.

പാംഗുല്യം (നാ)- മുടന്ത്. lameness.

പാങ്ങൻ (നാ)- ഭർത്താവ്, സ്നേഹിതൻ. husband, friend.

പാങ്ങ് (നാ) - കഴിവ്, വഴി, ധനം, സഹായം, സ്നേഹം, നിർവ്വാഹം, അഴക്. ability, way, wealth, support, love, means, beauty.

പാചകൻ (നാ)- അഗ്നി, വയ്പ്പുകാരൻ. fire , a cook.

പാചകം (നാ)- അഗ്നി, അരിവയ്പ്, പിത്തരസം. പാചനൻ. fire, cooking, bile, cooked.

പാചനൻ (നാ)- അഗ്നി. fire.

പാചതി (നാ)- കടുക്ക. gall-nut.

പാഞ്ചാലി (നാ)- പാണ്ഡവരുടെ പത്നി, പാവ. wife of Pandavas, Panchali, doll.

പാട (നാ)- ക്രമം, നുര, പാലാട, ശവമഞ്ചം, ആണ, ഭാഷ. order, lather, milk-cream, bier, oath language.

പാടക (വി)- പങ്കിടുന്ന. sharing.

പാടകം (നാ)- കര, തീരം, കാൽച്ചിലമ്പ്, തെരുവ്, നിഴൽ, ചാൺ. bank, shore, ringing anklet, street, shadow, span.

പാടനം (നാ)- പിളർക്കൽ. splitting.

പാടം (നാ)- വയൽ, പാത്രം, വിസ്താരം, കോടി വസ്ത്രം, വെറ്റില. paddy field, vessel, expansiveness, new cloth, betel leaf.

പാടല (നാ)- പാതിരി മരം, പശു, ദുർഗ്ഗ. trumpet tree, cow, goddess Durga.

പാടലി (നാ)- പാതിരി മരം, കള്ള്. trumpet tree, toddy.

പാടവം (നാ)- ആരോഗ്യം, സാമർത്ഥ്യം. health, cleverness.

പാടി (നാ)- മദ്യശാല, സേന, കവചം, ചേരി, നഗരം, ഒരു മത്സ്യം, നിര, കണക്ക്, കുറുന്തോട്ടി. liquor shop, army, armour, slum, city, kind of fish, row, account, medicinal plant.

പാടീരം (നാ)- വയൽ, ചന്ദനം, വെളുത്തീയം, മേഘം, ജലദോഷം, മുള്ളങ്കി, കൂവനൂറ്. field, sandalwood, tin, cloud, cold, radish, arrow root flour.

പാട് (നാ)- നാശം, കടമ, തഴമ്പ്, ജോലി, അവസരം, വൈഷമ്യം, കേട്, അവസ്ഥ, പ്രയത്നം, സംഭവം. ruin, obligation, scar, job, chance, difficulty, effort, incident.

പാടുക (സ.ക്രി)- ഗാനം ചെയ്യുക, ശബ്ദിക്കുക. sing, sound.

പാടേ (ക്രി.വി)- മുഴുവനേ, ചൊവ്വേ, സംശയം കൂടാതെ. wholly, well, undoubtedly.

പാട്ട (നാ)- തകരപ്പാത്രം. tin container.

പാട്ടൻ (നാ)- മുത്തച്ഛൻ, ബന്ധുവായ വൃദ്ധൻ. grandfather, related old man.

പാട്ടം (നാ)- ഉടമ്പടി, കൂലി, മേഘം, തോട്ടം, വസ്തു അനുഭവിക്കുന്നതിനു കുടിയാൻ സർക്കാരിനോ ജന്മിക്കോ നൽകുന്ന പ്രതിഫലം. contract, wages, cloud, garden, lease.

പാട്ടാൻ (നാ)- വൃദ്ധൻ. old man.
പാട്ടി (നാ)- വൃദ്ധ, മുത്തശ്ശി, ബ്രാഹ്മണവിധവ. old woman, grand mother, Brahmin widow.
പാട്ട് (നാ)- സംഗീതം, ഗാനം, പരസ്യം. music, song, notice.
പാഠകൻ (നാ)- കഥ പറയുന്നവൻ, പുരാണം വായിക്കുന്നവൻ, ഗുരു, വിദ്യാർത്ഥി, വാഗ്മി. story - teller, one who reads puranas, preceptor, student, orator.
പാഠകം (നാ)- കഥ, ഒരു ക്ഷേത്രകല, പാഠം. story, art of narrating puranic stories, lesson.
പാഠനം (നാ)- പഠിപ്പിക്കൽ. teaching.
പാഠം (നാ)- പഠിക്കൽ, വായന, പഠിക്കാനുള്ള ഭാഗം, അറിവ്. study, reading, portion of lesson to be studied, knowledge.
പാണം (നാ)- കച്ചവടം, സ്തുതി, ചൂതുകളി, കൈ. trade, praise, gambling, hand.
പാണി (നാ)- പാട്ട്, ഒരിനം വാദ്യം, അഴക്, കാലം, താമസം. song, a musical instrument, beauty, time, delay.
പാണികൻ (നാ)- കച്ചവടക്കാരൻ. merchant.
പാണീഗ്രഹണം (നാ)- വിവാഹം. marriage.
പാണിഗ്രാഹൻ (നാ)-വരൻ. bridegroom.
പാണിജം (നാ)-കൈനഖം. finger-nail.
പാണിരുഹം (നാ)- കൈവിരൽ. finger.
പാണ്ഡരം (നാ)- വെണ്മ, വിളർച്ച, പാണ്ട്, കാവിമണ്ണ്. whiteness, paleness, leucoderma, ochre.
പാണ്ഡുകം (നാ)- പാണ്ട്, മങ്ങിയ വെളുപ്പ്. leucoderma, dim white colour.
പാണ്യ (വി)- സ്തുത്യർഹമായ. praise worthy.
പാതകൻ (നാ)- പാപി, കുറ്റവാളി, നാശകൻ. sinner, offender, destroyer.
പാതകം (നാ)- പാപം, പതനം, ഭ്രംശം, കുറ്റം. sin, falling, lapse, crime.
പാതം (നാ)- ഏറ്, വീഴ്ച, നാശം, തോല്വി, ആക്രമണം. throw, fall, ruination, failure, attack.
പാതാളം (നാ)- ഒരു കീഴ്ലോകം, വലിയ ഗുഹ, ബഡവാഗ്നി, നരകം. subterranean world, big cave, submarine fire, hell.
പാതി (വി)- പകുതി. half.
പാതി (നാ)- ഭർത്താവ്, നാഥൻ. husband, master.
പാതിത്യം (നാ)- വീഴ്ച, ഭ്രഷ്ട്. fall, social ostracism.
പാതിരാ (നാ)-അർദ്ധരാത്രി. midnight.
പാതിരി (നാ)- ഒരു വൃക്ഷം. trumpet tree.
പാതിലി (നാ)- കുരുക്ക്, വല, മൺപാത്രം. trap, net, earthen vessel.
പാത്തി (നാ)- ഓവ്, തടം, മരത്തൊട്ടി. spout, basin, wooden vessel.
പാത്രം (നാ)- ഭാജനം, യോഗ്യം, ശരീരം, മന്ത്രി, ആജ്ഞ, ഇല. vessel, that which is fit, body, minister, command, leaf.
പാഥൻ (നാ)- അഗ്നി, സൂര്യൻ. fire, sun.
പാഥം (നാ)- വെള്ളം. water.
പാഥാരം (നാ)- കടൽ, ആപത്ത്. sea, calamity.
പാഥി (നാ)- കണ്ണ്, കടൽ, ചൊറി. eye, sea, scabbies.
പാഥോജം (നാ)- ശംഖ്, താമര. conch, lotus.
പാഥോദം (നാ)- മേഘം, മുത്തങ്ങ. cloud, Cyperus rotundus.
പാദത്രം (നാ)- ചെരിപ്പ്. slippers.
പാദപം (നാ)- വൃക്ഷം, തോപ്പ്. tree, garden.
പാദം (നാ)- കാൽ, രശ്മി, തൂണ്, കാൽഭാഗം. foot, ray, pillar, quarter.
പാദാസനം (നാ)- മെതിയടി. patten
പാദുക (നാ)- ചെരുപ്പ്, മെതിയടി. slipper, patten.

പാദോദരം (നാ)- സർപ്പം. serpent.
പാൻ (നാ)- വെറ്റില. betel leaf.
പാന (നാ)- ഒരുതരം പാട്ട്, ഒരു രാഗം, ഒരിനം മൺപാത്രം. a kind of song, name of a tone, a kind of earthen vessel.
പാനകം (നാ)- പാനീയം. drink.
പാനപാത്രം (നാ)- മദ്യചഷകം. wine cup.
പാനൽ (നാ)- വയൽ, കടൽ, വെറ്റില, കുതിര, കള്ള്. field, the sea, betel leaf, horse, toddy.
പാനി (നാ)- കുടിയൻ, മൺകലം, കുടിക്കാനുള്ള വെള്ളം. drunkard, earthen vessel, drinking water.
പാനീയം (നാ)- വെള്ളം. water.
പാന്തുക (അ.ക്രി) - പതുങ്ങുക, ഒളിക്കുക. creep, hide.
പാപക (വി)- ദോഷം ചെയ്യുന്ന. sinful.
പാപധി (നാ)- ദുഷ്ടൻ. wicked person.
പാപം (നാ)- ദൈവവിരുദ്ധമായ പ്രവൃത്തി, കുറ്റം. sin, offence.
പാപി (നാ)- പാപം ചെയ്യുന്നവൻ. sinner.
പാപ്പാ (നാ)- ശിശു, പാവ. infant, puppet.
പാപ്പാൻ (നാ)- ആനക്കാരൻ. a mahout.
പാമം (നാ)- ചിരങ്ങ്. itches.
പാമഘ്നം (നാ)- സരസ്വതി. goddess Saraswati.
പാമരൻ (നാ)- മൂഢൻ, നീചൻ, നിസ്സഹായൻ, നിരക്ഷരൻ. fool, mean fellow, helpless person, illiterate person.
പാമ്പാട്ടി (നാ)- പാമ്പിനെ കളിപ്പിക്കുന്നവൻ. snake- charmer.
പാംസു (നാ)- അഴുക്ക്, പൊടി, ചാണകം, വളം, പാപം, പൊടിയുപ്പ്, ഒരിനം കർപ്പൂരം, ഭൂസ്വത്ത്. dirt, dust, cow dung, manure, sin, salt powder, a kind of camphor, landed property.
പാംസുല (വി)- പൊടി നിറഞ്ഞ, മലിനമായ. dusty, dirty.
പാംസുല (നാ)- വേശ്യ, രജസ്വല, ഭൂമി, പൂക്കൈത. whore, menstruated woman, earth, plant Pandanus.
പാംസുലൻ (നാ)- ശിവൻ, സ്ത്രീലോലൻ, ദുരാചാരൻ. Siva, profligate, wicked man.
പായം (നാ)- ജലം. water.
പായൽ (നാ)- ചണ്ടി. water-weed.
പായസം (നാ)- പാൽ, ക്ഷീരാന്നം. milk, sweet broth made of milk.
പായിക്കുക (സ.ക്രി)- പറത്തുക, ഓടിക്കുക. put to flight, drive away.
പായുക (അ.ക്രി)- ചാടുക, ഒലിക്കുക, മുട്ടുക, എതിർക്കുക, ആക്രമിക്കുക. jump, ooze, clash, oppose, invade.
പാര (നാ)- ആയുധം, ഉപദ്രവം. iron bar, harm.
പാരക്ക് (നാ)- സ്വർണ്ണം. gold.
പാരഗം (നാ)- തോണി. boat.
പാരദം (നാ)- രസം. mercury.
പാരം (നാ)- മറുകര, വളരെ, ഏറ്റവും, അങ്ങേയറ്റം. opposite shore or bank, most, extremity.
പാരമിക (വി)- മുഖ്യമായ, ഉത്തമമായ. chief, excellent.
പാരമ്യം (നാ)- ആധിക്യം. abundance.
പാരവശ്യം (നാ)- പരവശത. exhaustion.
പാരശവം (നാ)- ഇരുമ്പ്, ഉരുക്ക്. iron, steel.
പാരാപാരം (നാ)- സമുദ്രം. an ocean.
പാരായണം (നാ)- വായന, പാഠം, വേദാഭ്യാസം. reading, lesson, study of the vedas.
പാരായണി(നാ)-സരസ്വതി. goddess Saraswathi.
പാരാവതം (നാ)- കുരങ്ങ്, മാടപ്രാവ്, ഈത്തപ്പഴം, പർവതം. monkey, dove, dates, mountain.
പാരാശര്യൻ (നാ)- വേദവ്യാസൻ. Vedavyasa.
പരാശരി (നാ)- സന്ന്യാസി, ശുകൻ, വേദവ്യാസൻ. ascetic, Suka, Vedavyasa.

പാരി (നാ)- കടൽ, മദ്യം. sea, liquor.
പാരിജാതം (നാ)- ഒരു ദേവവൃക്ഷം, പവിഴമല്ലി, മുരുക്ക്, സുഗന്ധം. celestial tree, kind of flower with coral-like tube, Indian coral tree, fragrance.
പാരിടം (നാ)- ഭൂമി. earth.
പാരിതോഷികം (നാ)- സമ്മാനം. prize.
പാരിഭദ്രം (നാ)- വേപ്പ്, കൊട്ടം, ദേവതാരം, മുരിക്ക്. margosa tree, costus, deodar tree, Indian coral tree.
പാരിമാണ്യം (നാ)- ചുറ്റളവ്. circumference.
പാരിമുഖ്യം (നാ)- സാന്നിദ്ധ്യം. presence.
പാരിശം (നാ)- കല്ലാല്. peepal tree.
പാരിശീലം (നാ)- അപ്പം. cake.
പാരിശേഷ്യം (നാ)- മിച്ചം. balance.
പാരിഷദൻ (നാ)- ഭൃത്യൻ, അനുചരൻ, സഭാംഗം. servant, follower, member of an assembly.
പാരീന്ദ്രൻ (നാ)- സിംഹം, പെരുമ്പാമ്പ്. lion, python.
പാരീരണം (നാ)- പട്ട്, ഉപ്പ്, വടി, ആമ. silk, salt, stick, tortoise.
പാര് (നാ)- ലോകം, പ്രകൃതി, കല്പ്രദേശം, വലുപ്പം. world, nature, rocky region, size.
പാരു (നാ)- സൂര്യൻ, എരിക്ക്, അഗ്നി. sun, madar plant, fire.
പാരുഷ്യം (നാ)- പരുഷത, അപ്രിയവചനം. harshness, displeasing word.
പാർക്കുക (അ.ക്രി)- വസിക്കുക, ഒളിക്കുക, തടവിലാക്കുക. dwell, hide, be imprisoned.
പാർക്കുക (സ.ക്രി)- കാണുക, വിചാരിക്കുക, പ്രതീക്ഷിക്കുക, ഗ്രഹിക്കുക, സൂക്ഷിക്കുക, ശ്രദ്ധിക്കുക. see, think, expect, comprehend, keep, attend.
പാർജന്യ (വി)- മഴയെ സംബന്ധിച്ച, ഇന്ദ്രനെ സംബന്ധിച്ച. pertaining to rain, pertaining to Indra.
പാർത്തലം (നാ)- ഭൂമി. earth.
പാർത്ഥക്യം (നാ)- വേർപാട്. separation.
പാർത്ഥൻ (നാ)-രാജാവ്, കുന്തീപുത്രൻ, അർജ്ജുനൻ. a king, son of Kunti, Arjuna.
പാർത്ഥം (നാ)- നീർമരുത്. arjuna tree.
പാർത്ഥിവൻ (നാ)-രാജാവ്. king.
പാർത്ഥിവം (നാ)- ശരീരം, ഭൂമി, മൺപാത്രം. body, earth, earthen vessel.
പാർത്ഥിവി (നാ)- സീത, ലക്ഷ്മീദേവി. Sita, goddess Lakshmi.
പാർപ്പിക്കുക (സ.ക്രി)- വസിപ്പിക്കുക, താമസിപ്പിക്കുക. cause to dwell, detain.
പാർപ്പിടം (നാ)- ഭവനം. house.
പാർപ്പ് (നാ)- വാസം, വിചാരം, ശ്രദ്ധ. dwelling, thought, care.
പാർവ്വണ (വി)- വെളുത്ത വാവു സംബന്ധിച്ച, വർദ്ധിക്കുന്ന. pertaining to the full moon, increasing.
പാർവ്വതി (നാ)- ശിവന്റെ പത്നി, ഇടച്ചി, ദ്രൗപദി, കാവിമണ്ണ്, അരുവി. Sree Parvati, shepherdess, Draupadi, ochre, stream.
പാർശ്വ (വി)- അടുത്ത. near.
പാർശ്വകൻ (നാ)- കള്ളൻ, വഞ്ചകൻ. thief, cheat.
പാർശ്വം (നാ)- വാരിയെല്ല്, വശം, പക്ഷം, വഞ്ചന, സമീപം. rib, side, party, deceit, proximity.
പാർശ്വവക്ത്രൻ (നാ)- ശിവൻ. Siva.
പാർഷതൻ(നാ)-ദ്രുപദൻ. King Drupada.
പാർഷതി (നാ)- ദുർഗ്ഗ, പാഞ്ചാലി. goddess Durga, Panchali.
പാല (നാ)- സമുദ്രം, പാഴ്ഭൂമി, ചുടുകാട്, പാലുള്ള ഒരിനം വൃക്ഷം, ബോട്ട്. sea, waste land, cemetery, tree Alstonia scholaris, boat.
പാലകൻ (നാ)- രാജാവ്, വളർത്തച്ഛൻ, കുതിരക്കാരൻ, വാക്കു പാലിക്കുന്നവൻ. king, foster- father, horse - man, one who keeps his promises.

പാലട (നാ)- മധുര പലഹാരം. sweetmeat prepared in milk and sugar.
പാലനം (നാ)- രക്ഷിക്കൽ, നിറവേറ്റൽ. protecting, fulfilment.
പാലൻ (നാ)- രാജാവ്, രക്ഷിക്കുന്നവൻ. king, protector.
പാലം (നാ)- കുതിര, കോളാമ്പി, മധു. horse, spittoon, honey.
പാലാഴി (നാ)- പാൽക്കടൽ, ക്ഷീര സാഗരം. mythical ocean of milk.
പാലിക്കുക (സ.ക്രി)- രക്ഷിക്കുക, നിറവേറ്റുക, ദീക്ഷിക്കുക. protect, fulfil, observe.
പാലിത്യം (നാ)- നര. grey hair.
പാലോട് (നാ)- വെള്ളോട്. bronze.
പാവ (നാ)- കളിക്കോപ്പ്. doll.
പാവകൻ (നാ)- അഗ്നി, വരുണൻ, സന്ന്യാസി, പരിശുദ്ധൻ, വിഷവൈദ്യൻ. fire, Varuna, sage, sacred person, physician treating for poison.
പാവകം (നാ)- വിഴാൽ, ചേരുമരം, കൊടുവേലി, കുരങ്ങ്. kusa grass, marking nut tree, leadwort, monkey.
പാവകി (നാ)-അഗ്നിയുടെ ഭാര്യ, സരസ്വതി. wife of fire god, goddess Saraswathi.
പാവന (വി)- ശുദ്ധമായ, ശുദ്ധീകരിക്കുന്ന, പാപഹരമായ. pure, purifying, eradicating sins.
പാവനൻ (നാ)- അഗ്നി, ഭീമൻ, പരിശുദ്ധൻ, വിഷ്ണു, വേദവ്യാസൻ, ഹനുമാൻ. fire god, Bhimasena, sacred person, Vishnu, Vedavyasa, Hanuman.
പാവനം (നാ)- അഗ്നി, ജലം, തപസ്സ്, രുദ്രാക്ഷം, കൊടുവേലി. fire, water, penance, rudraksha, leadwort.
പാവനി (നാ)- തുളസി, പരിശുദ്ധ, ഗംഗ, പശു, കടുക്ക. holy basil plant, innocent, Ganges, cow, gall-nut.
പാവിത (വി)- ശുദ്ധീകരിക്കപ്പെട്ട. purified.
പാശകരൻ (നാ)- യമൻ. Yama.
പാശനം (നാ)- കുരുക്ക്, വല, കയറ്. snare, net, rope..
പാശം (നാ)- കയറ്, ചങ്ങല, കെണി, ബന്ധം, അളവ്, സമൂഹം, അഴക്, ഭക്തി. coir, chain, trap, relation, measurement, multitude, beauty, devotion.
പാശി (നാ)- വരുണൻ, യമൻ, വേട്ടക്കാരൻ, നായ്. Varuna, Yama, hunter, dog.
പാശുപതൻ (നാ)- ശിവഭക്തൻ. devotee of Siva.
പാശുപതം (നാ)- ശിവന്റെ ഒരസ്ത്രം, ഒരിനം എരിക്ക്. an arrow of Siva, kind of madar plant.
പാഷ(നാ)- രാജാവ്, പ്രഭു. king, lord.
പാഷണ്ഡൻ (നാ)- നാസ്തികൻ, മതവിരോധി. atheist, opposer to religion.
പാഷാണം(നാ)- പാറ, ഒരു വിഷദ്രവ്യം. rock, arsenic poison.
പാസ്സ് (നാ)- ജയം, പാത, കടുത്തചീട്ട്. pass, passage, written permission.
പാള (നാ)- തൊട്ടി, പതിര്. bucket, hollow grain.
പാളം (നാ)- നീളമുള്ള ഇരുമ്പ്, വസ്ത്രഖണ്ഡം. rail, a piece of cloth.
പാളയം (നാ)- സൈന്യം, നഗരം, കൂടാരം, പട്ടാള സങ്കേതം. army, city, tent, military camp.
പാളി (നാ)- ചീന്ത്, കുടം, ചുറ്റളവ്, പാലം, മടി, പേന്, നിര, വാളിന്റെ മുന, വരി. strip, pail, circumference, bridge, lap, louse, row, sharp end of sword, line.
പാഴൻ (നാ)- ദുഷ്ടൻ. wicked man.
പാറ (നാ)- വലിയ കല്ല്, ചെറിയ തിട്ട, ഉറപ്പ്. rock, small ridge, firmness.
പാറൽ (നാ)- ചങ്ങാടം, പറക്കൽ, ചാറ്റൽമഴ. raft, flight, drizzle.
പാറാവ് (നാ)- കാവൽ നില്പ്, തുറുങ്ക്. guarding, jail.
പാറ്റ (നാ) - ഈയൽ, കൂറ. winged white ant, cockroach.
പാറ്റൽ (നാ)- പറപ്പിക്കൽ, ചാറ്റൽ. winnowing, drizzling.

പിക (നാ)- പെൺകുയിൽ. female cuckoo.
പികം (നാ)- കുയിൽ. cuckoo.
പികച്ചൽ (നാ)- പിരിയൽ. severance.
പികബന്ധു (നാ) - മാവ്. mango tree.
പിക്കാസ് (നാ)- ഒരിനം കൂന്താലി. pick-axe.
പിംഗ (നാ)- കായം, കുങ്കുമം, മഞ്ഞൾ, ചുവപ്പു കലർന്ന മഞ്ഞ, നാഡി, ഞാൺ. asafoetida, vermillion, turmeric, raddish yellow, nerve, bow string.
പിംഗള (നാ)- സ്വർണ്ണ നിറമുള്ളവൾ, മഞ്ഞൾ. woman having golden colour, turmeric.
പിംഗളൻ (നാ)- പരമശിവൻ, കുബേരൻ, കുരങ്ങ്, അഗ്നി. Siva, Kubera, monkey, fire.
പിംഗളം (നാ)- അഗ്നി, സ്വർണ്ണം, പിച്ചള. fire, gold, brass.
പിംഗാക്ഷം (നാ)- കുരങ്ങ്, പൂച്ച. monkey, cat.
പിംഗേശൻ (നാ) - കുരങ്ങ്. monkey.
പിച്ച (നാ)- ഭിക്ഷ. alms.
പിച്ചകം (നാ)- പിച്ചി, ഒരു വള്ളിച്ചെടി. jasmine, creeper.
പിച്ചക്കാരൻ (നാ)- യാചകൻ, ഭിക്ഷു. beggar, wanderer.
പിച്ചടം (നാ)- വെളുത്തീയം. tin.
പിച്ചി (നാ)- പിച്ചിപ്പൂവ്. jasmine.
പിച്ച് (നാ)- നുള്ളൽ, പിച്ചൽ. nipping, pinching.
പിച്ചുക (സ.ക്രി)- നുള്ളുക. pinch.
പിച്ഛം (നാ) - മയിലിന്റെ തൂവൽ, മയിൽപ്പീലി. tail feather of a peacock.
പിഞ്ഛകൻ (നാ)- പരമശിവൻ. Siva.
പിഞ്ച് (വി)- പാകമാകാത്ത, ഇളതായ. unripe, tender.
പിഞ്ജ (നാ)- വധം, മഞ്ഞൾ, ഉപദ്രവം, പഞ്ഞി. killing, turmeric, trouble, cotton.
പിഞ്ജരം (നാ)- പക്ഷിക്കൂട്, സ്വർണ്ണം. bird's nest, gold.
പിഞ്ഞ (നാ)- ശ്രീകൃഷ്ണനന്റെ ഒരു ഭാര്യ. one of the wive's of Sri Krishna.
പിഞ്ഞാണം (നാ)- കളിമൺപാത്രം. porcelain plate.
പിടകൻ (നാ)- വൈദ്യൻ. physician.
പിടപ്പ് (നാ)- പിടച്ചിൽ, പിടയൽ. writhing, throbbing.
പിടൽ(നാ)- വാതിൽ. door.
പിടാക (നാ)- ഗ്രാമസമൂഹം, സ്നേഹം. group of villages, love.
പിടാരി (നാ)- ഗ്രാമദേവത. presiding deity of a hamlet.
പിടിക്കുക (അ.ക്രി)- പിടികൂടുക, കൈക്കുള്ളിലാക്കുക, സ്വീകരിക്കുക, അധീനമാക്കുക, ബാധിക്കുക. catch, under control, accept, bring, affect.
പിടിത്തം (നാ)- പിടിക്കൽ, ഇഷ്ടം. catching, liking.
പിടിപ്പ് (നാ)- സാമർത്ഥ്യം, പിടിത്തം, ഉറപ്പ്, സ്വാധീനത. efficiency, grip, firmness, influence.
പിടിയാന (നാ)- പെണ്ണാന. female elephant.
പിട്ടിലം (നാ)- ഏലം. cardamom.
പിഠം (നാ)- ദുഃഖം. sorrow.
പിണം (നാ)- ശവം, ജഡം. dead body, corpse.
പിണക്കം (നാ)- വഴക്ക്, ശത്രുത, അനൈക്യം. quarrel, enmity, disunity.
പിണക്കാട് (നാ)- ശ്മശാനം. funeral place.
പിണങ്ങുക (അ.ക്രി) - വഴക്കുകൂടുക, മത്സരിക്കുക, തർക്കിക്കുക. quarrel, compete, dispute.
പിണയുക (അ.ക്രി) - കൂടിച്ചേരുക, പറ്റുക, ഇണചേരുക. mingle, happen, mate.
പിണർ (നാ)- മിന്നൽക്കൊടി, നുകം, കട്ടയാകൽ, ബന്ധിപ്പിക്കൽ. a flash of lightning, fastening, clogging, fastening.
പിണി (നാ)- പാപം, ആപത്ത്, ദുഃഖം, സ്നേഹം, ബന്ധം, പിശാച്, ഗർഭം. sin, danger, grief, love, bond, devil, pregnancy.

പിണിപ്പാട് (നാ)- രോഗബാധ, ദുഃഖം, ദുരിതം. illness, grief, misery.
പിണ്ഡ (നാ)- കായം. asafoetida.
പിണ്ഡപാദം (നാ)- ആന. elephant.
പിതാക്കൾ (നാ)- അച്ഛനും അമ്മയും. father and mother.
പിതാമഹൻ (നാ)- പിതാവിന്റെ അച്ഛൻ, മുത്തച്ഛൻ. grandfather.
പിതാവ് (നാ)- അച്ഛൻ. father.
പിതിർ (നാ)- ചാറ്റൽ, തീപ്പൊരി, പൂമ്പൊടി. drizzling, spark of fire, pollen dust.
പിതൃകർമ്മം (നാ)- പിതൃക്കൾക്കായി ചെയ്യുന്ന കർമ്മം. oblation of ancestors.
പിതൃഗൃഹം (നാ)- ശ്മശാനം, അച്ഛന്റെ ഭവനം. cemetery, father's house.
പിതൃതിഥി (നാ)- കറുത്ത വാവ്. new moon day.
പിതൃപതി (നാ)- യമൻ, കാലൻ. Yama.
പിതൃപ്രസു (നാ)- അച്ഛന്റെ അമ്മ, സന്ധ്യ. father's mother, dusk.
പിതൃരാജൻ (നാ)- യമൻ. Yama.
പിതൃവനം(നാ)-ശ്മശാനം. burial ground.
പിതൃവനേചരൻ (നാ)- പരമശിവൻ, പിശാച്. lord Siva, devil.
പിതൃസ്വം(നാ)-പൈതൃകം. paternal properties.
പിത്തകോശം (നാ)- കരൾ. liver.
പിത്തരസം (നാ)- പിത്തനീര്. bile.
പിത്തരോഗം (നാ)- പിത്തം. biliousness.
പിത്തള (നാ) - പിച്ചള. brass.
പിത്സലം (നാ) - റോഡ്, വഴി. way.
പിനാകം (നാ)- ശിവന്റെ വില്ല്, വില്ല്, മണിമാല, വടി, ത്രിശൂലം. the bow of lord Siva, bow, a string of pearls, stick, trident.
പിനദ്ധ (വി)- ബന്ധിക്കപ്പെട്ട, പടച്ചട്ടയണിഞ്ഞ. fastened, armoured.
പിനയുക (സ.ക്രി)- ചുറ്റിപ്പിണയുക. interwine.
പിൻ (നാ)- പിൻവശം, പിൻപ്. back side, hind part.
പിൻഗാമി (നാ)- അനുഗമിക്കുന്നവൻ, പിൻവാഴ്ചക്കാരൻ. follower, successor.
പിൻതലം (നാ)- പശ്ചാത്തലം. back ground.
പിൻതള്ളുക (സ.ക്രി)- പിന്നിലാക്കുക. push back.
പിൻമാറ്റം (നാ)- പിൻവാങ്ങൽ, മടക്കം. retreat, withdrawal.
പിന്താങ്ങ് (നാ)- സഹായം. help.
പിന്താങ്ങുക (അ.ക്രി)- പിന്തുണയ്ക്കുക. assist.
പിന്താരം (നാ)- ചിത്രം, അലങ്കാരപ്പണി. picture, decoration work.
പിന്തിരിക്കുക (സ.ക്രി)- പുറകോട്ട് കൊണ്ടുവരുക, തടയുക. cause to turn back, prevent.
പിന്തിരിയുക (അ.ക്രി)- മടങ്ങുക, യത്നം ഉപേക്ഷിക്കുക. return, refrain from effort.
പിന്തുടരുക (സ.ക്രി)- അനുഗമിക്കുക. follow.
പിന്തുണ (നാ)- താങ്ങൽ, സഹായം. support, assistance.
പിന്ന (നാ)- അനുജത്തി, പിന്നിയ മുടി. younger sister, plaited hair.
പിന്നണി (നാ)- പിൻവശം, പിൻനിര, പശ്ചാത്തലം. back side, back row, back ground.
പിന്നവൻ (നാ)- അനുജൻ. younger brother.
പിന്നവർ (നാ)- ശൂദ്രർ. Sudras.
പിന്നാംപുറം (നാ)- പിറകുവശം. back side.
പിന്നിടുക (സ.ക്രി)- പിന്നിലാക്കുക, കടന്നുപോകുക. leave behind, overtake.
പിന്നീട് (ക്രി.വി)- അതിനുശേഷം, അൽപ്പസമയം കഴിഞ്ഞ്, പിന്നെ. thereafter, after some time, afterwards.
പിന്നോക്കം (നാ)- പുറകോട്ട്. backwards.
പിന്നോട്ട് (ക്രി.വി)- പിറകിലേക്ക്. backwards.
പിപതിഷു (നാ)- പക്ഷി. bird.

പിപാഠ (നാ)- ഒരു തരം അസ്ത്രം. a kind of arrow.
പിപാസ (നാ)- വെള്ളം കുടിക്കാനുള്ള ആഗ്രഹം. thirst, desire to drink water.
പിപാസിത (വി)- ദാഹമുള്ള. having thirst, thirsty.
പിപാസിതൻ (നാ)- ദാഹമുള്ളവൻ. one who has thirs.
പിപാസു (നാ)- ദാഹമുള്ളവൻ. thirsty.
പിപ്പലം (നാ)- അരയാൽ, ജലം, മുലക്കണ്ണ്. pipal tree, water, nipple.
പിപ്പലി (നാ)- തിപ്പലി, ഒരു അങ്ങാടി മരുന്ന്. long pepper, a medicinal herb.
പിയതി (നാ)- ശോഭ, ആത്മധൈര്യം. splendour, adventurous nature.
പിയർ (നാ)- പേര്, നാമം. name.
പിരചം (നാ)- തേനീച്ച, മദ്യം, പൂമ്പൊടി. honey bee, liquor, pollen grain.
പിരടി (നാ)- പിടലി. back of the neck.
പിരട്ടൻ (നാ)- മിരട്ടുകാരൻ, മടിയൻ. fraud, cheat.
പിരട്ട് (നാ)- കള്ളം, ചതി, തട്ടിപ്പ്. lie, deceit, fraudulent tactics.
പിരമ്പ് (നാ)- ചൂരൽ. rattan.
പിരാക്ക് (നാ)- ശാപം. curse.
പിരാൻ (നാ)- രാജാവ്, പ്രഭു, യജമാനൻ. king, lord, master.
പിരാന്ത (നാ)- ഭ്രാന്ത്. madness.
പിരി (നാ)- കിറുക്ക്, പിരിഞ്ഞ ഭാഗം, പിരിക്കൽ. madness, thread of a screw, twisting.
പിരിയം (നാ)- പുരികം. eyebrow.
പിരിവ് (നാ)- വേർതിരിവ്, പിരിഞ്ഞതുക, ശാഖ, വളവ്. separation, collected money, branch, curve.
പിരുപിരുപ്പ് (നാ)- മിടുക്ക്, ഇളക്കസ്വഭാവം. oversmartness.
പിലാമ്പഴം (നാ) - ചക്കപ്പഴം. jack-fruit.
പിലാവില (നാ)- പ്ലാവില. leaf of jack tree.
പിലാശ് (നാ)- പ്ലാശ്. a kind of tree, butea frondosa.
പിൽക്കാലം (നാ)- പിന്നീടുള്ള കാലം. later period.
പില്ലക (നാ)- പിടിയാന. female elephant.
പില്ല് (നാ)- മറുക്, കറുത്ത പുള്ളി. mole, black mole.
പിശക് (നാ) - തെറ്റ്. mistake.
പിശകുക (അ.ക്രി)- തെറ്റുക, വഴക്കിടുക, മത്സരിക്കുക. to err, to come to conflict, compete.
പിശാചൻ (നാ)-ദുർദ്ദേവത. an evil demigod.
പിശി (നാ)- കള്ളം, ചോറ്, കടംകഥ. falsehood, boiled rice, riddle.
പിശിതാശി (നാ)- രാക്ഷസൻ. demon.
പിശുക്കൻ (നാ)- ലുബ്ധൻ. miser.
പിശുക്ക് (നാ)- ലുബ്ധ്. miserliness.
പിശുന (വി)- ക്രൂരതയുള്ള, നിന്ദ്യമായ, സൂചിപ്പിക്കുന്ന. cruel, low, indicating.
പിശുനൻ (നാ)- ഏഷണിക്കാരൻ, ഒറ്റുകാരൻ, കാക്ക, ക്രൂരൻ. backbiter, spy, crow, cruel person.
പിശുനം (നാ)- കുങ്കുമം, പഞ്ഞി, ചതി, മഞ്ഞൾ, കാക്ക, രക്തചന്ദനം. saffron, cotton, deceit, turmeric, crow, red sandalwood.
പിഷ്ടം (നാ)- അരിമാവ്, പിട്ട്, കാരീയം, ചൂർണ്ണം. rice flour, steamed cake, black lead, powder.
പിളരുക (അ.ക്രി)- കീറുക, രണ്ടായി വേർപ്പെടുക. be split, cleave.
പിള്ളേർ (നാ) - കുട്ടികൾ. children.
പിഴ (നാ)- തെറ്റ്, കുറ്റം, അനീതി, വ്യഭിചാരം, പ്രായശ്ചിത്തം, അർത്ഥദണ്ഡം error, mistake, injustice, adultery, expiation, fine.
പിഴം (നാ)- വിരുന്നൂട്ട്, ഉത്സവം. feasting, festival.
പിഴയാളി (നാ)- കുറ്റവാളി, പാപി. criminal, sinner.
പിഴയ്ക്കുക (അ.ക്രി)- തെറ്റിപ്പോവുക, എഴുത്തിൽ തെറ്റുവരുക, കുറ്റക്കാരനാവുക, തോല്ക്കുക. slip, err in writing, commit mistake, fail.
പിഴുക (സ.ക്രി)- വേരോടെ പറിക്കുക, വേർപെടുത്തിയെടുക്കുക. uproot, separate.

പിറ (നാ)- ഇളംതിങ്കൾ, പിറപ്പ്. young moon, birth.
പിറക് (നാ)- പിൻപുറം, മുതുക്. posterior part, back.
പിറക്കുക (അ.ക്രി)- പുറപ്പെടുക, ഉദ്ഭവിക്കുക, ജനിക്കുക. start, originate, be born.
പിറന്നാൾ (നാ)- ജന്മദിനം. birthday.
പിറപ്പ് (നാ)- ജനനം, ജീവിതം. birth, life.
പിറർ (നാ)- അന്യർ, ശത്രുക്കൾ. others, foes.
പിറവി (നാ)- ജനനം. birth.
പിറാ (നാ)- പ്രാവ്. dove.
പിറുത്തിച്ചക്ക (നാ)- കൈതച്ചക്ക. pine apple.
പിറ്റേന്ന് (ക്രി.വി)- അടുത്ത ദിവസം. next day.
പീക്ക് (നാ)- എച്ചിൽ, പിശുക്ക്. offal, miserliness.
പീക്കൈ (നാ)- ഇടതു കൈ. left hand.
പീടാരം (നാ)- അമ്പലം. temple.
പീടിക (നാ)- ഇരിപ്പിടം, കട, മുഖവുര. seat, shop, preface.
പീടികക്കാരൻ (നാ)- കച്ചവടസ്ഥാപനം നടത്തുന്നവൻ. shop keeper.
പീഠകം (നാ)- ഇരിപ്പിടം, ഉദ്യോഗം. seat, job.
പീഠം (നാ)-നാലുകാലുള്ള ഇരിപ്പിടം, വിഗ്രഹത്തിന്റെ ചുവട്, ഗുദം. stool, altar, anus.
പീഠിക (നാ)- മുഖവുര, ഇരിപ്പിടം, വിഗ്രഹത്തിന്റെ ചുവട്. preface, seat, altar.
പീഡ (നാ)- ദുഃഖം, കുട്ട, മർദ്ദനം, ദയ, ഉപദ്രവം. distress, basket, mercy, trouble.
പീഡക (വി)- പീഡിപ്പിക്കുന്ന, ഉപദ്രവിക്കുന്ന. inflicting, tormenting.
പീഡകൻ (നാ)- മർദ്ദകൻ, ഉപദ്രവിക്കുന്നവൻ. torture, tormentor.
പീഡനം (നാ)- പീഡിപ്പിക്കൽ, നശിപ്പിക്കൽ, കുട്ട, നൊമ്പരം, ഞെക്കൽ. torturing, destroying, basket, pain, pressing.
പീഡിക്കുക (അ.ക്രി)- ദുഃഖിക്കുക. grieve.
പീഡിത (വി)- ഉപദ്രവിക്കപ്പെട്ട, മർദ്ദിക്കപ്പെട്ട, ഞെരുക്കപ്പെട്ട, ഗ്രഹിക്കപ്പെട്ട, നശിപ്പിക്കപ്പെട്ട. tormented, harassed, oppressed, caught hold of, destroyed.
പീത (വി)- കുടിച്ച , മഞ്ഞ നിറമായ, മുഴുകിയ. drunk, yellow, immersed.
പീത (നാ) - മഞ്ഞൾ, മഞ്ഞ നിറം, വാലുഴവം, മരമഞ്ഞൾ, ഗോരോചന. turmeric, yellow colour, a medicinal plant, coscinium fenestratum, bezoar.
പീതകൻ (നാ)- വ്യാഴൻ. jupiter.
പീതകന്ദം (നാ)- മുള്ളങ്കി. radish.
പീതകം (നാ)- അശോകം, പിത്തള, വേങ്ങ, കുങ്കുമം, മുള്ളങ്കി, ചന്ദനം. asoka tree, brass, asana tree, saffron, radish, sandalwood.
പീതം (നാ)- മഞ്ഞൾ, മഞ്ഞനിറം, കുങ്കുമം, അരിതാരം, കസ്തൂരി, സ്വർണ്ണം, താമരയല്ലി. turmeric, yellow colour, vermillion, orpiment, musk, gold, lotus filament.
പീതരാഗം (നാ)- മെഴുക്, മഞ്ഞനിറം, താമരയല്ലി. wax, yellow colour, lotus filament.
പീതലോഹം (നാ)- പിത്തള. brass.
പീതവർണ്ണം (നാ)- മഞ്ഞ നിറം, പീതചന്ദനം, മെഴുക്. yellow colour, yellow sandalwood, wax.
പീതരസം (നാ)- ചന്ദനം, പുഷ്പരാഗം, ഗോമേദകം. sandalwood, topaz, one of the nine gems, cinnamon stone.
പീതളം (നാ)- മഞ്ഞനിറം, പിത്തള. yellow colour, brass.
പീതാംബരൻ (നാ)- വിഷ്ണു, ശ്രീകൃഷ്ണൻ, മഞ്ഞപ്പട്ടുടുത്തവൻ, നടൻ, സന്ന്യാസി. Vishnu, Krishna, one wearing yellow cloth, actor, ascetic.
പീതു (നാ) - സൂര്യൻ, അഗ്നി, ആനത്തലവൻ. sun, fire, chief elephant in a group.

പീന (വി)- തടിച്ച. fat.
പീയു (നാ)- കാക്ക, സ്വർണ്ണം, കാലം, മൂങ്ങ, സൂര്യൻ, അഗ്നി. crow, gold, time, owl, sun, fire.
പീയൂഷം (നാ)- അമൃത്. ambrosia.
പീരങ്കി (നാ)- വലിയ തോക്ക്. cannon.
പീലു(നാ)-അണു, പൂവ്, ആന, പന ക്കൂട്ടം. atom, flower, elephant, group of palmyra tree.
പീലുകൻ (നാ)- എറുമ്പ്, ഭീരു. ant, coward.
പീവ (വി)- തടിച്ച. fat.
പീവ (നാ)- വെള്ളം, വായു, തടിച്ചത്. water, wind, fat.
പീവര (വി)- തടിച്ച. fat.
പീവരം (നാ)- ആമ, വേങ്ങ. tortoise, asana tree.
പീവരി (നാ)- യുവതി, പശു, പെൺ കിളി. young woman, cow, female bird.
പുക (നാ)- ധൂമം, നരകം, നാശം, ദൂരം, ദുഃഖം, മഞ്ഞുകൊണ്ടുള്ള മൂടൽ. smoke, hell, distance, affliction, fog.
പുകച്ചിൽ (നാ)- നീറ്റൽ, തെളിച്ചമില്ലാ യ്മ, മൂടൽ, ആവി, ഉഷ്ണം. burning sensation, dimness, cloudiness, hot vapour, sultriness.
പുകയറ (നാ)- ഇല്ലറക്കരി. soot.
പുകയിലച്ചുരുൾ (നാ)- ചുരുട്ട്. cigar.
പുകയുക (അ.ക്രി)- പുകയുണ്ടാകുക, പുകയുടെ ചുവയുണ്ടാവുക, ഉഷ്ണി ക്കുക, കോപം വർദ്ധിക്കുക, ഇല്ലാതാ വുക. smoke, have smoky taste, feel hot, fly into rage, destroy.
പുകയ്ക്കുക(സ.ക്രി)-പുക വരുത്തുക, പുകവലിക്കുക. fumigate, smoke.
പുകൾ (നാ)- സ്തുതി, പ്രസിദ്ധി, പ്രശ സ്തി, ധീരകൃത്യം. praise, fame, renown, act of bravery.
പുകഴ്ത്തുക(സ.ക്രി)- സ്തുതിക്കുക. praise.
പുകിൽ (നാ)- കൊയ്ത്ത്, കലഹം, ആഡംബരം, ഒരു വൃക്ഷം, ഘോഷം, ഈർപ്പം. harvest, quarrel, pomp, a kind of tree, commotion, humidity.
പുക്ക (വി)- കൈപ്പറ്റിയ, പ്രാപിച്ച, പ്രവേ ശിച്ച. accepted, reached, entered.
പുക്കാറ് (നാ)- ശബ്ദം, ശണ്ഠ, പരാതി. noise, quarrel, complaint.
പുംഗലം (നാ)- ആത്മാവ്. soul.
പുംഗവൻ (നാ)- ദേവൻ, ഗുരു, കാള, ശ്രേഷ്ഠൻ. deity, preceptor, ox, noble person.
പുച്ഛം (നാ)- നിന്ദ, വെറുപ്പ്. censure, hatred.
പുച്ഛിക്കുക (സ.ക്രി)- നിന്ദിക്കുക, വെറുക്കുക. censure, hate.
പുഞ്ചിരി (നാ)- ചെറുചിരി. smile.
പുഞ്ജം (നാ)- കൂമ്പാരം, കൂട്ടം. heap, multitude.
പുഞ്ജികം (നാ)- ആലിപ്പഴം. hail-stone.
പുട (നാ)- ദിക്ക്, സ്ഥലം, മാളം, പാർ ശ്വം, വശം, പേരേലം, പുടവ, യുദ്ധം. direction, place, burrow, side, large species of cardamom, cloth, battle.
പുടകം (നാ)- താമര, കുത്തില, ജാതി ക്ക, മടക്ക്. lotus, stitched leaf-vessel, nutmeg, fold.
പുടമുറി (നാ)- വിവാഹം. marriage.
പുടവ (നാ)- ഇണമുണ്ട്, തുണി. double dhothy, cloth.
പുടവകൊട (നാ)- വിവാഹം. marriage.
പുട്ട് (നാ)- പിട്ട്. steamed cake made of rice-flour and coconut.
പുണരി (നാ)- സമുദ്രം, തിരമാല, ശബ്ദം. sea, wave, noise.
പുണർതം (നാ)- ഏഴാമത്തെ നക്ഷത്രം. seventh lunar asterism.
പുണൽ (നാ) -നദി, ജലം. river, water.
പുണ്ഡരീകം (നാ) - വണ്ട്, സിംഹം, കടുവ, പുലി, കഴുകൻ, വെൺതാമര പ്പൂവ്, ഒരിനം കരിമ്പ്, വെൺപുലി, ജല പാത്രം, വെളുപ്പുനിറം, മാവ്. beetle, lion, tiger, vulture, white lotus flower, a kind of sugarcane, leopard, white colour, mango tree.

പുണ്ണ് (നാ)- വ്രണം, ചത, വടു, ഹൃദയ വേദന. ulcer, bruise, a scar, mental pain.
പുണ്യ (വി)- പരിശുദ്ധമായ, ഭാഗ്യ മുള്ള, നല്ല, നീതിയുള്ള. pure, lucky, good, just.
പുണ്യ (നാ)- തുളസി, വാലുഴവം, ഗംഗ. holy basil plant, medicinal tree, Ganges.
പുണ്യഗന്ധം (നാ)- ചമ്പകം. champaka tree.
പുണ്യജനം (നാ)- നല്ലവർ, രാക്ഷസൻ, യക്ഷൻ. virtuous people, demon, demigod.
പുണ്യദിശ (നാ)- വടക്കേ ദിക്ക്. north.
പുണ്യഭൂമി (നാ)- ഭാരതം. Bharath/ India.
പുണ്യം (നാ)- സുകൃതം, പരിശുദ്ധി, ശുഭകർമ്മം, മനോഹരമായ വസ്തു, പൂർവ്വജന്മത്തിലെ സത്കർമ്മത്തിന്റെ ഫലം. virtue, purity, auspicious deed, beautiful thing, fruit of the virtuous deeds of the previous birth.
പുണ്യലോകം (നാ)- സ്വർഗ്ഗം. heaven.
പുത (നാ)- മറവ്, പുതയ്ക്കൽ, ചവറ്, ശരീരം, പുതുമ, വാതിൽ. concealment, covering, refuse, body, freshness, door.
പുതപ്പിക്കുക (സ.ക്രി) - മൂടുക. to cover.
പുതപ്പ് (നാ)- പുതയ്ക്കാനുള്ള വസ്ത്രം. blanket.
പുതം (നാ)- ചാട്ടം, മേഘം, തക്കത്, തുല്യത, സൗകര്യം, കഴിവ്. jump, cloud, that which is apt, equality, convenience, ability.
പുതയുക (അ.ക്രി)- മറയുക, താണു പോവുക. be covered, sink.
പുതവ (നാ)- വാതിൽ. door.
പുതിയ (വി)- പുത്തനായ. new.
പുതുക്കം (നാ)- പുതുമ, ആശ്ചര്യം, പുതുക്കൽ. novelty, surprise, innovation.
പുതുക്കുക (സ.ക്രി) - പുതിയതാക്കുക, അലങ്കരിക്കുക. innovate, decorate.
പുതുമ (നാ)- അദ്ഭുതം, നേരമ്പോക്ക്, കൗശലം, പുതിയതായ സ്ഥിതി. surprise, humour, cunningness, novelty.
പുത്തൻ (വി)- പുതിയ, നല്ല, പ്രിയപ്പെട്ട. new, good, dear.
പുത്തലി (നാ)- വിഗ്രഹം, പാവ, ദർഭ കൊണ്ടുണ്ടാക്കിയ ആൾരൂപം. idol, doll, human figure made of darbha grass.
പുത്ത് (നാ)- ഒരു നരകം. name of a hell.
പുത്രകൻ (നാ)- ചെറിയ കുട്ടി, കള്ളൻ, ചതിയൻ, ചെറിയ മകൻ. little boy, thief, cheat, little son.
പുത്രകം (നാ) - പാവ, വിട്ടിൽ, രോമം, എട്ടടിമാൻ. doll, locust, hair of the body, a kind of stag.
പുത്രൻ (നാ)- മകൻ. son.
പുത്രഹതീ (നാ)- മക്കളെ കൊല്ലുന്നവൾ. woman who kills her sons.
പുത്രി (നാ)- മകൾ, ദുർഗ്ഗ, പുത്രകാമേഷ്ടി. daughter, goddess Durga, sacrifice performed with desire to get a son.
പുത്രിക (നാ)- ദുർഗ്ഗ, മകൾ, പാവ. goddess Durga, daughter, doll.
പുത്രിണി (നാ)- പുത്രന്മാരുള്ളവൾ, ഒരു ചെടി. woman having sons, a plant.
പുദ്ഗളം (നാ)- ശരീരം, ആത്മാവ്, പരമാണു. body, soul, atom.
പുന (നാ)- അഴക്, ജലം, അലങ്കാരം, ചേർച്ച, തുണി, പുതുമ, നദി. beauty, water, decoration, fitness, cloth, freshness, river.
പുനം (നാ)- വനം, പൊത്ത്, പറമ്പ്. forest, burrow, ground.
പുനരുത്ഥാനം(നാ)-ഉയിർത്തെഴുന്നേല്പ്. resurrection.
പുനർന്നവം (നാ)- നഖം. finger-nail.
പുനർവസു (നാ)- ശിവൻ, പുണർതം നക്ഷത്രം, വിഷ്ണു. Siva, seventh lunar asterism, Vishnu.

പുനൽ (നാ)- വെള്ളം, നദി, ഇരുവേലി, ഒഴുക്ക്. water, river, Andropogan muricatum, flow.
പുനീതൻ (നാ)- ഋഷി, പരിശുദ്ധൻ. ascetic, pure man.
പുന്ന (നാ)- ഒരു വൃക്ഷം. Indian laurel tree.
പുന്നാഗം (നാ)- പുന്നമരം, ജാതിക്ക, വെളുത്ത ആന, വെളുത്ത ആമ്പൽ. Indian laurel tree.
പുന്നാരം (നാ)- കൊഞ്ചൽ, സ്തുതി. caressing words, cajolery.
പുന്നെല്ല് (നാ)- പുതിയ നെല്ല്. new paddy.
പുമാൻ (നാ)- പുരുഷൻ, പുന്ന, രക്ഷിക്കുന്നവൻ. man, Indian laurel tree, protector.
പുരഃ (വി)- മുൻപിൽ. in front of.
പുര (നാ)- മേഞ്ഞ കെട്ടിടം. thatched building.
പുരാ (നാ)- കിഴക്ക്, ഗംഗ, കോട്ട, മുരാമാഞ്ചി. east, Ganges, fort, perfume.
പുരഞ്ജനൻ (നാ) - ആത്മാവ്. soul.
പുരഞ്ജനി (നാ) - അറിവ്, ബുദ്ധി. knowledge, intelligence.
പുരടം (നാ)- സ്വർണ്ണം. gold.
പുരട്ടുക (സ.ക്രി)-തേയ്ക്കുക, ഓടിക്കുക, തിരിയുക. smear, drive away, turn.
പുരണം (നാ)- സമുദ്രം. ocean.
പുരദ്വേഷി (നാ)- പരമശിവൻ. lord Siva.
പുരന്ദരൻ (നാ)- ഇന്ദ്രൻ, ശിവൻ, അഗ്നി, വിഷ്ണു, കള്ളൻ. Indra, Siva, Agni, Vishnu, thief.
പുരം (നാ)- കോട്ട, കൊട്ടാരം, ശരീരം, ഭവനം, നഗരം, തൊലി, കലവറ. fort, palace, body, house, town, skin, store.
പുരമ്പ് (നാ)- ചൂരൽ. rattan.
പുരയിടം (നാ)- തോട്ടം, പറമ്പ്, പുര വയ്ക്കാനുള്ള സ്ഥലം. garden, ground, house site.
പുരരിപു (നാ)- ശിവൻ. Siva.
പുരല (നാ)- ശ്രീദുർഗ്ഗ. goddess Durga.
പുരവി (നാ)- വയൽ, കുതിര, അശ്വതി, രക്ഷണം, ദാനം. field, horse, first lunar asterim, protection, gift.
പുരസ്കരിക്കുക (സ.ക്രി)- മുൻപിലാക്കുക, നായകനാക്കുക, അംഗീകരിക്കുക, തളിക്കുക, ഒരുക്കുക, അഭിഷേകം ചെയ്യുക, കൈക്കൊള്ളുക, കുറ്റപ്പെടുത്തുക. prefix, make leader, recognize, sprinkle, arrange, anoint, accept, accuse.
പുരസ്കാരം (നാ)- ബഹുമാനിക്കൽ, അംഗീകരിക്കൽ, സ്വീകരണം, ആരാധന, ഒരുക്കൽ, പൂർത്തിയാക്കൽ. reverence, recognition, acceptance, worship, preparing, completion.
പുരഹരൻ (നാ) - ശിവൻ. Siva.
പുരാണ (വി)- വളരെ പഴയ, വയസ്സായ. very ancient, very old.
പുരാണകഥ (നാ)- പഴയ കഥ. myth.
പുരാണൻ (നാ)- ഈശ്വരൻ, വൃദ്ധൻ. god, old man.
പുരാണപുരുഷൻ (നാ)- മഹാവിഷ്ണു, വൃദ്ധൻ. lord Vishnu, old man.
പുരാണം (നാ)- പഴമ, പുരാവൃത്തം, ഒരു സ്വർണ്ണനാണയം, സർഗ്ഗാദിപഞ്ചലക്ഷണങ്ങളുള്ള ഗ്രന്ഥം. oldness, old history, gold coin, mythology.
പുരാതന (വി) - പഴയ. old.
പുരാൻ (നാ)- സ്വാമി, നാഥൻ. master.
പുരാവസു (നാ)- ഭീഷ്മർ. Bhishma.
പുരി (നാ)- രാജധാനി, ശരീരം, കോട്ട, ഭവനം, നഗരം, രാജാവ്, നദി. capital city, body, fort, house, town, king, river.
പുരികം (നാ)- കൺപോളകൾക്കു മുകളിൽ നെറ്റിയുടെ കീഴിൽ വരുന്ന. രോമസമൂഹം eyebrow.
പുരു (നാ)- ഒരു ചന്ദ്രവംശ രാജാവ്, സ്വർഗ്ഗം, പൂമ്പൊടി. a king in lunar dynasty, heaven, pollen.
പുരുദം (നാ)- സ്വർണ്ണം. gold.
പുരുഷകാരം (നാ)- പൗരുഷം, മനുഷ്യപ്രയത്നം. manliness, human effort.

പുരുഷത്വം(നാ)- പൗരുഷം. manliness.
പുരുഷൻ (നാ)- ആൺ, മനുഷ്യൻ, ഭർത്താവ്, സ്നേഹിതൻ, വിഷ്ണു, ബ്രഹ്മാവ്. male, man, husband, friend, Vishnu, Brahma.
പുരുഷം (നാ)- ഒരാൾ പൊക്കം, കൺമണി, മഹാമേരു. height of a standard man, eyeball, Mahameru.
പുരുഷാദ്യൻ (നാ)- മഹാവിഷ്ണു. Vishnu.
പുരുഷാരം (നാ)- ആൾക്കൂട്ടം. crowd.
പുരുഷോത്തമൻ (നാ)- വിഷ്ണു. Vishnu.
പുരുഹ (വി)- വളരെയുള്ള. abundant.
പുരുഹൂതൻ (നാ)- ഇന്ദ്രൻ. Indra.
പുരോഗമനം (നാ)- അഭിവൃദ്ധി, മുൻപോട്ടുള്ള പോക്ക്. progress, progression.
പുലം (നാ)- ഇന്ദ്രിയം, മേട്, ഉണർവ്, വേദം, ഗ്രന്ഥം. sense, elevated place, wakefulness, Veda, text.
പുലമ്പൽ (നാ)- വിലാപം, കരച്ചിൽ, അർത്ഥമില്ലാത്ത സംസാരം. lamentation, crying, blabber.
പുലര് (നാ)- ഉഷസ്സ്, അഭിവൃദ്ധി, ഉപജീവനം. morning, progress, livelihood.
പുലരുക (അ.ക്രി)- നേരം വെളുക്കുക, ഉപജീവിക്കുക, അഭിവൃദ്ധി പ്രാപിക്കുക, വാടുക. dawn, subsist, progress, fade.
പുലവൻ (നാ)- വിദ്വാൻ, കവി, സന്ന്യാസി. scholar, poet, saint.
പുലാവ് (നാ)- പ്ലാവ്. jackfruit tree.
പുലി (നാ)- ഒരു കാട്ടുമൃഗം, ധീരൻ, വേങ്ങ. leopard, brave person, tree.
പുല്ലം (നാ)- പുഷ്പം. flower.
പുല്ല് (നാ)- ചെറുസസ്യം, നിസ്സാരവസ്തു. grass, mean object.
പുഷ്കരൻ (നാ)- സൂര്യൻ, വിഷ്ണു, ശ്രീകൃഷ്ണൻ, ശിവൻ, വരുണന്റെ പുത്രൻ, നളന്റെ ഒരു സഹോദരൻ. sun, Vishnu, Srikrishna, Siva, son of Varuna, brother of Nala.
പുഷ്കരം (നാ)- വെള്ളം, താമര, ആകാശം, വാളുറ, പൊയ്ക, അമ്പ്, നൃത്തകല, മദ്യലഹരി, ഭേരി, വണ്ടാരങ്കോഴി. water, lotus, sky, sheath of a sword, pond, arrow, art of dance, intoxication, sounda pheasant.
പുഷ്കരാസനൻ (നാ)- ബ്രഹ്മാവ്. Brahma.
പുഷ്കരി (നാ)- ആന. elephant.
പുഷ്കരിണി (നാ)- പിടിയാന, കൊക്കരണി, ഓരിലത്താമര. female elephant, pond, medicinal plant.
പുഷ്കലകം (നാ)- ആപ്പ്, താഴ്, കസ്തൂരിമൃഗം. wedge, lock, musk deer.
പുഷ്ട (വി) - പോഷിക്കപ്പെട്ട, വളർത്തപ്പെട്ട, തടിച്ച, കൊഴുത്ത, സമ്പന്നനായ, പൂർണ്ണമായ, മുഴങ്ങുന്ന, ഉന്നതനായ. nourished, nurtured, fattened, bulky, wealthy, complete, echoing, high.
പുഷ്ടി (നാ)- വണ്ണം, ശക്തി, കരേറ്റം, പോഷണം. stoutness, power, increase, nutrition.
പുഷ്ടിവർദ്ധനം (നാ)- പൂവൻകോഴി. cock.
പുഷ്പകം (നാ)- വെള്ളോട്, വള, കാരീയം, നേത്രരോഗം, കുബേരന്റെ വിമാനം, പിച്ചള ക്ലാവ്. bronze, bangle, lead, eye disease, aeroplane of Kubera, verdigris of bronze.
പുഷ്പദം (നാ)- വൃക്ഷം. tree.
പുഷ്പം (നാ)- പ്ലാവ്, പുഷ്പകവിമാനം, അനുരാഗം, വിടരൽ, ആർത്തവരക്തം. jack fruit tree, aeroplane of Kubera, love, blossoming, menstrual discharge.
പുഷ്പരസം (നാ) - പൂന്തേൻ, പനിനീർ. honey, rose water.
പുഷ്പരേണു (നാ)- പൂമ്പൊടി. pollen.
പുഷ്പഫലകം (നാ)- ആപ്പ്, കുറ്റി, മൊട്ടുസൂചി. wedge, stake, pin.
പുഷ്പശരൻ (നാ)- കാമദേവൻ. Cupid.
പുഷ്പസാര (നാ)- തുളസി. basil.

പുഷ്പാസനൻ (നാ)- ബ്രഹ്മാവ്. Brahma.
പുഷ്പി (വി)- പുഷ്പിക്കുന്ന. flowering.
പുഷ്പിക്കുക (അ.ക്രി)- പൂക്കുക. to blossom.
പുഷ്പിത (വി)- പുഷ്പിച്ച, പൂർണ്ണമായി വികസിച്ച, തീണ്ടാരിയായ. flowered, blossoming, menstruating.
പുഷ്യം (നാ)- കലിയുഗം, പൗഷമാസം, പൂയം നക്ഷത്രം. age of Kali, month of Pousha, eighth lunar asterim.
പുസ്തം (നാ)- പൂശൽ, പുരട്ടൽ, ചിത്രമെഴുത്ത്, പുസ്തകം, കൈയെഴുത്തു പ്രതി. coating, smearing, painting, book, manuscript.
പുളകം (നാ)- രോമാഞ്ചം, കമ്പിളിപ്പുഴു, കുങ്കുമം. horripilation, palmer worm, saffron.
പുളകിത (വി)- രോമാഞ്ചമുണ്ടായ. horripilated.
പുളി (നാ)- ഷഡ്രസങ്ങളിൽ ഒന്ന്, പുളിമരത്തിലെ കായ്. sourness, tamarind.
പുളിക്കുക (അ.ക്രി)- വെറുപ്പുതോന്നുക, പുളിരസമുണ്ടാവുക. to hate, to sour.
പുളിനം (നാ)- മണൽത്തിട്ട, നദീതീരം. sand bank, bank of river.
പുളിന്ദൻ (നാ)- കാട്ടാളൻ. savage.
പുളിപ്പിക്കുക (സ.ക്രി)- പുളിരസമുള്ളതാക്കുക. to ferment.
പുള്ളി (നാ)- ഒരു അടയാളം, തടവുകാരൻ, വസ്ത്രങ്ങളിൽ ഇടുന്ന അടയാളം, കേൾവിപ്പെട്ടവൻ, വിലമതിപ്പ്. mark, prisoner, mark put on the clothes, famous person, estimation.
പുള്ളിക്കാരൻ (നാ)- പ്രമാണി, തറവാടി, ധനികൻ, തടവുകാരൻ. chief, member of a noble family, rich man, a prisoner.
പുഴ (നാ)- ആറ്, ഊടുവഴി, വിടവ്, തുള, കുഴൽ, ജന്നൽ. river, narrow path, hole, pipe, window.
പുഴു (നാ)- പുഴുക്, കൃമി. civet, worm.
പുഴുകുക (അ.ക്രി)- വ്യസനിക്കുക, വിയർക്കുക, ഉഷ്ണിക്കുക. to regret, to sweat, to feel hot.
പുഴുക്കുക (അ.ക്രി)- കൃമിക്കുക, ചീത്തയാവുക, ഉപയോഗശൂന്യമാവുക. to be wormy, to putrefy, to become useless.
പുഴുങ്ങുക (സ.ക്രി)- വെള്ളത്തിലോ ആവിയിലോ വേവിക്കുക. to cook in water or steam.
പുറ (വി)- വെളിയിലുള്ള. outer.
പുറ (നാ)- കെട്ട്, ചുമട്, മല, പിൻഭാഗം, പ്രാവ്. bundle, load, mountain, back side, dove.
പുറകിൽ (ക്രി.വി)- പിമ്പിൽ, വഴിയിൽ. behind, on the way.
പുറപ്പാട് (നാ)- പുറപ്പെടൽ, പാട്ടപ്പണം, ഉദ്യമം. starting, lease money, effort.
പുറപ്പെടുക (അ.ക്രി)- പുറത്തുപോകുക, പുറത്താകുക, യാത്രയാകുക, ഉണ്ടാകുക, കിളിർക്കുക, ശ്രമിക്കുക, ആരംഭിക്കുക. to go out, to be out, to depart, to happen, to sprout, to try, to begin.
പുറം (നാ)- മുതുക്, മറുവശം, പിൻഭാഗം, പടിഞ്ഞാറ്, കൂടുതൽ, പുസ്തകത്തിന്റെ വശം. back, the other side, west, excess, page of a book.
പുറമേ (ക്രി.വി)- വെളിയിൽ, വ്യാജമായി, കൂടുതലായി. out, falsely, additionally.
പുറവടി (നാ)- കാലിന്റെ പുറം, ഉപ്പൂറ്റി. the upper part of the foot, heel.
പുറാട്ട് (നാ)- വിനോദം, കോമാളിത്തം. entertainment, joker's prelude in a play.
പുറ്റൻ (നാ)- തടിയൻ. fatty person.
പുറ്റ് (നാ)- ചിതൽക്കൂട്. soil heaped by white ants.
പൂ (നാ)- പൂവ്, താമര, വിടർച്ച, വിളവ്, ആർത്തവം, പൂപ്പ്, കനം കുറഞ്ഞ വസ്തു. flower, lotus, blossom, menstruation, fungus, thin object.

പൂകം (നാ)- വിടവ്, നേരം, ഇരുട്ട്, കഴുകൻ, പ്ലാവ്. cleft, time, darkness, vulture, jack fruit tree.
പൂകൽ (നാ)- പ്രാപിക്കൽ, പോക്ക്, ചെയ്തി. reaching, movement, deed.
പൂകുക(അ.ക്രി)-പ്രവേശിക്കുക, പ്രാപിക്കുക, പുറപ്പെടുക. enter, reach, set out.
പൂക്കുക (അ.ക്രി)- പൂവുണ്ടാവുക, വിടരുക, പൂപ്പുപിടിക്കുക, തോന്നുക, ഋതുവാകുക. flower, blossom, become mouldy, seem, menstruate.
പൂഗതാലം (നാ)- കവുങ്ങ്. arecanut tree.
പൂങ്കതിർ (നാ)- വെളുത്ത രശ്മി. white ray.
പൂങ്കനി (നാ)- ഓമനയായ. darling.
പൂങ്കാവനം (നാ)- ഉദ്യാനം. garden.
പൂങ്കുയിൽ (നാ)- ചിത്രശലഭം. butterfly.
പൂങ്കുഴൽ(നാ)-നല്ലമുടി. beautiful hair.
പൂങ്കൊടി (നാ)- മനോഹരമായ കൊടി, പൂവുള്ള വള്ളി, പെൺകുട്ടി. beautiful flag, flowering vine, girl.
പൂങ്കോഴി (നാ)- പൂവൻ കോഴി. cock.
പൂച്ച (നാ)- ഒരു വീട്ടുമൃഗം. cat.
പൂച്ചെടി (നാ)- പൂക്കുന്ന ചെടി. flowering plant.
പൂജ (നാ)- പുഷ്പാദികൾ കൊണ്ടുള്ള ഈശ്വരാരാധന, വന്ദനം, ബഹുമാനം, അടി. ceremonial rites in worshipping a deity, worship, respect, beat.
പൂജകൻ (നാ)- പൂജിക്കുന്നവൻ. one who performs worship.
പൂജനം (നാ)- പൂജിക്കൽ. worshipping.
പൂജയെടുപ്പ് (നാ)- വിജയദശമി ആഘോഷം, വിദ്യാരംഭം. culmination of the festival of letters, supposed to be an auspicious occassion for initiating children to learning.
പൂജവെയ്പ് - സരസ്വതീ പൂജയ്ക്കായി ഗ്രന്ഥങ്ങൾ, ആയുധങ്ങൾ, പണിക്കോപ്പുകൾ എന്നിവ വയ്ക്കുക. commencement of Vijayadasami the festival of letters
പൂജിക്കുക (സ.ക്രി)- ആരാധിക്കുക, ബഹുമാനിക്കുക, വന്ദിക്കുക, അടിക്കുക. to worship, to respect, to beat.
പൂജിത (വി) - പൂജിക്കപ്പെട്ട. worshipped.
പൂജ്യ (വി)- പൂജിക്കപ്പെടത്തക്ക. adorable.
പൂജ്യൻ (നാ)- ഗുരു, ബൃഹസ്പതി, ശ്വശുരൻ, പൂജിക്കപ്പെടുവാൻ യോഗ്യൻ. jupiter, father- in-law, honourable person.
പൂജ്യം (നാ)- ശൂന്യം, പൂജിക്കത്തക്കത്. empty, zero, that which is worthy of being worshipped.
പൂട്ട് (നാ)- താഴ്, ഉഴവ്, വിലങ്ങ്, ആലിംഗനം, ബന്ധനം, കൊളുത്ത്, അടപ്പ്, ആപത്ത്, ആമ, ഞാൺ. lock, ploughing, hand cuffs, embrace, bondage, hook, lid, danger, tortoise, string of a bow.
പൂട്ടുക (അ.ക്രി)- താക്കോലില്ലാതെ തുറക്കാനാകാത്ത വിധമാക്കുക, ഉഴുക, ബന്ധിക്കുക, ഒട്ടിക്കുക, യോജിക്കുക, ആലിംഗനം ചെയ്യുക, വില്ലുവളയ്ക്കുക. lock, plough, bind, stick, unite, embrace, bend a bow.
പൂണ് (വി)- മനോഹരമായ. beautiful.
പൂത (വി)- ശുദ്ധിയുള്ള. pure.
പൂത (നാ)- ദുർഗ്ഗാദേവി. goddess Durga.
പൂത (വി)- ദുർഗ്ഗന്ധമുള്ള. fetid.
പൂതതൃണം (നാ)- ദർഭപ്പുല്ല്. holy grass used for worship.
പൂതധാന്യം (നാ)- എള്ള്. seasame seed.
പൂതന (നാ)- ഒരു രാക്ഷസി, കടുക്ക. a demoness, ink nut tree.
പൂതപത്രി (നാ)- തുളസി. basil.
പൂതഫലം (നാ)- പ്ലാവ്. jack fruit tree.
പൂതം (നാ)- ശംഖ്, വയ്യങ്കത, സത്യം, പിശാച്, വെളുത്ത ദർഭ, ശുദ്ധിയുള്ളത്. conch, a medicinal tree, truth, ghost, white dharbha, pure.

പൂതലിക്കുക (അ.ക്രി)- വീർക്കുക, ദ്രവിക്കുക, ഊതളിക്കുക. to swell, to decay, to swell up as in dropsy.

പൂതി (നാ)- ശുദ്ധി, ചേറ്, ദുർഗന്ധം, നാമ്മുകപ്പുല്ല്. purity, mud, bad smell, a kind of grass.

പൂതി (നാ)- കൊതി, ആഗ്രഹം. rapacity, desire.

പൂതികം (നാ)- ആവിമരം, വെരുക്. foul smelling tree, civet cat.

പൂതിഗന്ധം (നാ)- ദുർഗ്ഗന്ധം, ഗന്ധകം, കാട്ടുതുളസി, ഓടൽ. foul smell, sulphur, wild basil, a kind of reed.

പൂതിഘാസം (നാ)- വെരുക്. civet cat.

പൂത്ത (വി)- പുഷ്പിച്ച. flowered.

പൂനീര് (നാ)- പനിനീര്. rose water.

പൂന്തെളി (നാ)- പൂന്തേൻ. honey.

പൂന്തേൻ (നാ)- പൂക്കളിലെ മധുരമുള്ള രസം. honey.

പൂന്തോട്ടം (നാ)- ഉദ്യാനം. garden.

പൂപ്പ്(നാ)- കൊയ്ത്തുകാലം, വിളവ്. harvest season, crop.

പൂമകൾ (നാ)- ലക്ഷ്മീ ദേവി. goddess Lakshmi.

പൂമാത് (നാ)- ലക്ഷ്മീദേവി. goddess Lakshmi.

പൂമീൻ (നാ)- ഒരിനം മത്സ്യം. a kind of fish.

പൂമ്പാറ്റ (നാ)- ചിത്രശലഭം. butterfly.

പൂമ്പൊടി (നാ)- പൂവിലെ പൊടി. pollen.

പൂയം (നാ)- എട്ടാമത്തെ നക്ഷത്രം, വണ്ട്. eighth lunar asterism, beetle.

പൂരണം (നാ)- പൂരിപ്പിക്കൽ, പാലം, സമുദ്രം, മുത്തങ്ങ, ഇലവ്, മഴ, ഗുണനം, തിരിപ്പൻ. filling, bridge, ocean, cyperus rotundus, silk cotton tree, rain, multiplication, false.

പൂരണി (നാ)- ഇലവുമരം, ഭൂമി, വനം, ദുർഗ്ഗ. silk cotton tree, earth, forest, Durga.

പൂരം (നാ) - പതിനൊന്നാമത്തെ നക്ഷത്രം, ഉത്സവം, നിറപ്പ്, മാതളം, വെള്ളപ്പൊക്കം, ഒഴുക്ക്, കർപ്പൂരം. 11th lunar asterism, festival, filling up, pomegranate, flood, flow, camphor.

പൂരാടം (നാ)- ഇരുപതാമത്തെ നക്ഷത്രം, ഉപസ്ഥം. 20th lunar asterism, loins.

പൂരി (നാ)- ഒരു പലഹാരം, കുറ്റി, ഞാൺ, പുളി. white wheat bread, stake, string of a bow, tamarind.

പൂരുരുട്ടാതി (നാ)- ഇരുപത്തഞ്ചാമത്തെ നക്ഷത്രം. 25th lunar asterism.

പൂരുഷൻ (നാ)- പുരുഷൻ. male.

പൂരേണു (നാ)- പൂമ്പൊടി. pollen.

പൂർണ്ണ (വി)- നിറഞ്ഞ, മതിയായ, മുഴുവനായ, ബലമുള്ള, നിറയ്ക്കപ്പെട്ട. full, sufficient, complete, strong, filled.

പൂർണ്ണകം (നാ)- കാട്ടുകാക്ക, പൂവൻകോഴി, നിറഞ്ഞ പാത്രം. wild crow, cock, brimful vessel.

പൂർണ്ണകാമൻ (നാ)- ഈശ്വരൻ. god.

പൂർണ്ണത (നാ)- തികവ്, നിറവ്. fullness, perfection.

പൂർണ്ണം (നാ)- ജലം, നിറവ്, നിറഞ്ഞത്. water, perfection, filled.

പൂർണ്ണമാസി (നാ)- വെളുത്തവാവ്. fullmoon day.

പൂർണ്ണാനന്ദൻ (നാ)- ഈശ്വരൻ. god.

പൂർണ്ണിമ (നാ)- വെളുത്ത വാവ്. fullmoon day.

പൂർത്തി (നാ) - പൂർണ്ണത, നിറവ്, നിറവേറ്റൽ, ഗുണനം. perfection, fullness, multiplication.

പൂർവ്വ (വി)- പണ്ടുള്ള, ആദ്യമുള്ള, കിഴക്കുള്ള, മുമ്പിലുള്ള. ancient, prior, eastern, frontal.

പൂർവ്വകം (ക്രി.വി)- മുന്നിട്ട്. precedingly.

പൂർവഗംഗ (നാ)- നർമ്മദാനദി. Narmada river.

പൂർവ്വജ (വി)- മുമ്പുജനിച്ച, കിഴക്കുള്ള. born before, eastern.

പൂർവ്വജാ(നാ)- മൂത്ത ചേച്ചി, മൂത്ത മകൾ. elder sister, elder daughter.

പൂർവ്വജൻ (നാ)- പൂർവ്വികൻ, ജ്യേഷ്ഠൻ, മൂത്തമകൻ. ancestor, elder brother, elder son.

പൂർവ്വജന്മം (നാ)- മുൻജന്മം. previous birth.
പൂർവ്വത (നാ)- പ്രാധാന്യം, പ്രാഥമ്യം. importance, preference.
പൂർവ്വതന (വി)- മുൻപുള്ള. prior.
പൂർവ്വദിക്ക് (നാ)- കിഴക്കേ ദിക്ക്. east.
പൂർവ്വൻ (നാ)- പൂർവ്വികൻ. ancestor.
പൂർവ്വം (ക്രി.വി)- മുമ്പ്, പണ്ട്, ആദ്യ മായിട്ട്. before, long ago, firstly.
പൂർവ്വം (നാ)- പഴയ പാരമ്പര്യം, മുൻഭാഗം, സർവ്വം, ഒന്നാമത്തേത്, കിഴക്കേ ദിക്ക്. ancient heritage, front portion, the whole, the first, east.
പൂർവ്വസന്ധ്യ (നാ)- ഉദയം, ഉഷസ്സ്. dawn, morning.
പൂർവ്വാംഗം (നാ)- മുഖം. face.
പൂർവ്വാർദ്ധം - ആദ്യപകുതി, ശ്ലോക ത്തിലെ ആദ്യത്തെ രണ്ടുവരി, പൂർവ്വ കായം. first half, first two lines in a verse, upper half of the body.
പൂർവ്വിക (വി)- പണ്ടുള്ള, പുരാതന മായ. olden , ancient.
പൂർവ്വികൻ (നാ)- വംശത്തിലെ മുൻഗാമി, പിതാമഹൻ. ancestor, grandfather.
പൂർവ്വികം (നാ)- പൂർവ്വാഹ്നം, ഉദ്ഭവം, മുൻകാലം. first half of the day, origin, past days.
പൂവൻ (വി)- ആൺപക്ഷി, ഒരിനം വാഴ, പൂവ്, പൂപ്പ്, ധാന്യം, വിളവ്. cock, a kind of plantain, flower, fungus, grain, crop.
പൂവമ്പൻ (നാ)- കാമദേവൻ. Cupid.
പൂവൽ (നാ)- പൂക്കൽ, പിഞ്ചുകായ്, വിളവ്, പതിര്, ചെമപ്പ്, ചെങ്കണ്ണ്. blossoming, tender fruit, crop, chaff, red, sore eye.
പൂവാട (നാ)- നേർത്ത വസ്ത്രം, പൂമ ണം. thin cloth, fragrance of flowers.
പൂവ് (നാ)- പുഷ്പം, ഒരു നേത്രരോഗം, ഒരിനം കരിമരുന്നുപ്രയോഗം. flower, an eye disease, a part of fire works.
പൂവേള (നാ)- വസന്ത കാലം. spring season.

പൂശകൻ (നാ)- പൂച്ച. cat.
പൂശുക (സ.ക്രി)- തേക്കുക, ചായമിടു ക, അഭിഷേകം ചെയ്യുക, അണിയുക. smear, to paint, to anoint, to wear.
പൂള (നാ)- ഇലവ്, ഉപസ്ഥം, മരിച്ചീനി. silk cotton tree, loins, tapioca.
പൂള് (നാ)- കഷണം, ആപ്പ്. piece, wedge.
പൂളുക (സ.ക്രി)- കഷണമാക്കുക. slice.
പൂഴി (നാ)- മണ്ണ്, തുരുമ്പ്, ഭൂമി, ഭസ്മം, പൂമ്പൊടി. soil, rust, earth, holy ashes, pollen.
പൃച്ഛ (നാ)- ചോദ്യം, അന്വേഷണം. question, enquiry.
പൃച്ഛകൻ (നാ) - ചോദിക്കുന്നവൻ, അന്വേഷിക്കുന്നവൻ. enquirer, questioner.
പൃച്ഛിക്കുക (സ.ക്രി)- അന്വേഷിക്കുക, ചോദിക്കുക. enquire, ask.
പൃതന (നാ)- സേന, യുദ്ധം. army, war.
പൃഥ (നാ)- കുന്തി. Kunti.
പൃഥിക (നാ)- പഴുതാര. centipede.
പൃഥിവി (നാ)- ഭൂമി. earth.
പൃഥു (വി)- വലിയ, തടിച്ച, വിസ്താര മുള്ള, ധാരാളമായ, മിടുക്കുള്ള. big, fat, exstensiveness, abundant, dexterous.
പൃഥു (നാ)- അവിയൻ, കരിഞ്ജീരകം, കായത്തിന്റെ മരം, ആട്, അഗ്നി, വിഷ്ണു, ഒരു സൂര്യവംശരാജാവ്. opium, black cumin seed, asafoetida tree, goat, fire, vishnu, a king in the solar dynasty.
പൃഥുക (നാ)- പെൺകുട്ടി. girl.
പൃഥുകൻ(നാ)-ആൺകുട്ടി. boy.
പൃഥുകം (നാ)- അവിൽ, ശിശു. flattened rice, infant.
പൃഥ്വി (നാ)- ഭൂമി, പെരുങ്കായം, ഒരു വൃത്തം, ഏലം, തഴുതാമ. earth, asafoetida, name of a meter, cardamom, a medicinal plant.
പൃഥ്വിക (നാ)- കറിക്കായം, പെരുഞ്ജീ രകം, ഏലം. asafoetida, sweet fennel, cardamom.

പൃഥ്വീശൻ - രാജാവ്. king.
പൃഥ്വീഗർഭൻ (നാ)- ഗണപതി. Ganapathi.
പൃഷതം (നാ)- വെള്ളത്തുള്ളി, പുള്ളി, പുള്ളിമാൻ. drop of water, dot, dotted deer.
പെങ്ങൾ (നാ)- സഹോദരി. sister.
പെടുക (അ.ക്രി)- ഭവിക്കുക, ചാവുക, വീഴുക, ഉൾപ്പെടുക, ചേരുക. happen, die, fall, be involved, join.
പെട്ട (നാ)- പിട, ഇണ. female bird, male.
പെട്ടകം (നാ)- പെട്ടി. box.
പെട്ടനെ (ക്രി.വി)- പെട്ടെന്ന്. suddenly.
പെട്ടി (നാ)- സാധനങ്ങൾ ഭദ്രമായി വയ്ക്കാനുള്ള ഒരു ഉപകരണം, അറ, കൂട. box, apartment, basket.
പെട്ടെന്ന് (ക്രി.വി)- വേഗത്തിൽ. suddenly.
പെൺ (നാ)- ദാസി, കന്യക, വധു, ഭാര്യ, സ്ത്രീ, സഹോദരി. maid servant, virgin, bride, wife, woman, sister.
പെൺകുട്ടി (നാ)- കന്യക, ബാലിക. virgin, wench.
പെൺജാതി (നാ)- ഭാര്യ, സ്ത്രീ, സ്ത്രീവർഗ്ഗം. wife, woman, the female species.
പെണ്ണ് (നാ)- സ്ത്രീ, ഭാര്യ, സഹോദരി, കന്യക, ഭൃത്യ, കറ്റവാഴ. woman, wife, sister, virgin, maid servant, small aloe.
പെണ്ണുക (സ.ക്രി)- പ്രയോഗിക്കുക, അനുഭവിക്കുക, സൂക്ഷിക്കുക, ഉപയോഗിക്കുക, ചെയ്യുക. to apply, to enjoy, to keep, to use, to do.
പെൺമണി (നാ)- സ്ത്രീരത്നം. noble woman.
പെൻസിൽ (നാ)- എഴുത്തുകോൽ. pencil.
പെയർ (നാ)- പേര്, അർത്ഥം, ഖ്യാതി, ശപഥം. name, meaning, fame, vow.
പെയ്യിക്കുക (സ.ക്രി)- പൊഴിക്കുക, പെയ്യാൻ ഇടയാക്കുക. to shower, to cause to rain.
പെയ്യുക (അ.ക്രി)- കെട്ടുക, ഉപയോഗിക്കുക, ചിതറി വീഴുക, പൊഴിയുക. to bind, to use, to scatter, to shower.
പെരിപ്പം (നാ)- മഹിമ, പെരുപ്പം. greatness, abundance.
പെരിപ്പ് (നാ)- മരവിപ്പ്. benumbness.
പെരിയ (വി)- വലിയ. great.
പെരിയവർ (നാ)- മഹാൻ, വലിയ ആളുകൾ, പൂർവികൻ. great man, great men, ancestors.
പെരുകുക (അ.ക്രി)- വർദ്ധിക്കുക, വീർക്കുക, വലുതാകുക. to increase, to swell, to grow.
പെരുക്കം (നാ)- വർദ്ധന, വലുപ്പം, പെരുപ്പം, മടങ്ങ്. increase, magnitude, multitude, fold.
പെരുക്കൽ (നാ)- ഗുണനം. multiplication.
പെരുക്കുക (അ.ക്രി)- അധികമാവുക, തരിക്കുക. to exceed, to be affected with spasms.
പെരുക്കുക (സ.ക്രി)- ഗുണിക്കുക, തൂത്തുവാരുക, ഓടിക്കളയുക. to multiply, to sweep, to run away.
പെരുങ്കായം (നാ) - ഒരിനം കായം. kind of asafoetida.
പെരുങ്കാറ്റ് (നാ)- കൊടുങ്കാറ്റ്. hurricane.
പെരുച്ചാഴി (നാ)- പന്നിയെലി. bandicoot.
പെരുഞ്ജീരകം (നാ)- ഒരു അങ്ങാടി മരുന്ന് sweet fennel.
പെരുന്നാൾ (നാ)- ഒരു വിശേഷദിവസം, വളരെനാൾ. festival day, many days.
പെരുപ്പം (നാ)- വർദ്ധന, ബഹുത്വം, ഗർവ്വം, മേന്മ, ശ്രേഷ്ഠത, വലുപ്പം. increase, plurality, arrogance, superiority, excellence, magnitude.
പെരുപ്പിക്കുക (സ.ക്രി)- അധികമാക്കുക. to enhance.
പെരുമ (നാ)- മഹത്ത്വം, ശ്രേഷ്ഠത, ബഹുത്വം, വലുപ്പം. greatness, excellence, plurality, magnitude.

പെരുമരം (നാ)- പീനാറി. the tree ailanthus excelsus.
പെരുമരുത് (നാ)- ഒരു വൃക്ഷം. Indian birthwood.
പെരുമാറ്റം (നാ)- പരക്കൽ, കൊടുക്കൽ-വാങ്ങൽ, ചുറ്റൽ, പ്രയോഗം, വ്യാപരിക്കൽ, പ്രവർത്തനരീതി, സ്വഭാവരീതി. spreading, transaction, rolling, usage, dealing, procedure.
പെരുമീൻ(നാ)-ശുക്രനക്ഷത്രം. Venus.
പെരുമ്പാമ്പ് (നാ)- ഒരിനം വലിയ പാമ്പ്. python.
പെരുവഴി (നാ)- രാജപാത. highway.
പെരുവിരൽ(നാ)-തള്ളവിരൽ. the thumb.
പെരുവെള്ളം(നാ)-വെള്ളപ്പൊക്കം. flood.
പെസഹ (നാ)- യഹൂദന്മാരുടെ ഒരു പെരുന്നാൾ, ക്രിസ്തുവിന്റെ മരണത്തിനു തലേദിവസം, പുനരുത്ഥാന ദിവസം, സന്തോഷം. an annual feast of the jews, the day previous to be the crucifixion of Jesus christ, the day of resurrection of Jesus, joy.
പേ (വി) - ചീത്തയായ, കയ്പുള്ള, വലിയ, വന്യമായ, ഭയങ്കരമായ. bad, bitter, big, wild, dreadful.
പേ (നാ)- പിശാച്, നായുടെ ഭ്രാന്ത്, ദുർവൃത്തി, ചീത്തത്തം, ഭയം, വിഷം, കോപം, നുര, മേഘം, ശമ്പളം. ghost, madness of dog, viciousness, badness, fear, poison, rage, foam, cloud, pay.
പേക്കൻ (നാ)- തവള. frog.
പേക്കാറ്റ് (നാ)- കിഴക്കൻകാറ്റ്, ചുഴലിക്കാറ്റ്. eastern wind, whirl- wind.
പേക്കുക(സ.ക്രി)-പാറ്റുക. winnow.
പേക്കൂത്ത് (നാ)- കുഴപ്പം, പിശാചനൃത്തം, ക്രമരാഹിത്യം, വികൃതിത്തരം. confusion, dance of the ghosts, disorder, wantonness.
പേചകം (നാ)- മൂങ്ങ, മേഘം, മെത്ത, പേൻ, വാതിൽ. owl, cloud, bed, louse, door.
പേച്ച് (നാ)- വാക്ക്, പറച്ചിൽ. word, utterance.
പേട (നാ)- പെൺമൃഗം, പെൺപക്ഷി, കുട്ട. a female animal, female bird, basket.
പേടകം (നാ) - സമൂഹം, കൂട, സഞ്ചി, പെട്ടി. multitude, basket, bag, box.
പേടം(നാ)-പെട്ടി, കൊട്ട, കൂട്ടം, ഭണ്ഡാരം. box, basket, multitude, repository.
പേടി (നാ)- ഭയം, നടുവിരൽ, പെട്ടി, വിലക്ക്. fear, middle finger, box, forbiddance.
പേടിക (നാ)- സഞ്ചി, പെട്ടി, ഉറ. bag, box, sheath.
പേടിക്കുക (അ.ക്രി)- ഭയപ്പെടുക. to fear.
പേടിപ്പിക്കുക (സ.ക്രി)- ഭീഷണിപ്പെടുത്തുക, ഭയപ്പെടുത്തുക. to threaten, to frighten.
പേണ് (നാ)- ആപ്പ്. wedge.
പേന (നാ)- മഷികൊണ്ട് എഴുതാനുള്ള ഉപകരണം. pen.
പേനായ (നാ)- പേപ്പട്ടി. mad dog.
പേൻ (നാ)- തലയിലുണ്ടാകുന്ന കീടം. louse.
പേപ്പട്ടി (നാ)- പേപിടിച്ച പട്ടി. a mad dog.
പേപ്പർ (നാ)- കടലാസ്സ്, പത്രം, റിക്കാർഡ്. paper, newspaper, record.
പേമാരി (നാ)- വലിയ മഴ. heavy rainfall.
പേയം (നാ)- ജലം, പാൽ. water, milk.
പേര (നാ)- ഒരു വൃക്ഷം. guava tree.
പേരൻ (നാ)- പൗത്രൻ. grandson.
പേരാൽ(നാ)-ഒരു വൃക്ഷം. banyan tree.
പേരാൾ (നാ)- പ്രതിനിധി. representative.
പേരി (നാ)- തേൻ. honey.
പേരിടൽ (നാ)- നാമകരണം. naming.
പേര് (നാ)- നാമം, ആൾ, വെറുംനാട്യം, കീർത്തി. name, person, pretension, fame.

പേരൂർ (നാ)- നഗരം. city.
പേരേലം (നാ)- വലിയ ഏലം. variety of cardamom.
പേർക്കുക (സ.ക്രി)- വേർപെടുത്തുക, ചലിക്കുക, വിഭജിക്കുക, തിരിച്ചുവരുക, കുഴിച്ചെടുക്കുക, ഉടയ്ക്കുക, ആരായുക. separate, move, divide, return, break, enquire.
പേർക്കുക (സ.ക്രി)- പകർത്തുക, തർജ്ജമചെയ്യുക. copy, translate.
പേർമഴ (നാ)- പെരുമഴ. heavy rain.
പേർവഴി (നാ)- തലമുറ, ആൾ, പേരേട്. generation, person, ledger.
പേർവിളി (നാ)- പേരിടൽ. naming.
പേലവ (വി)- നേർത്ത, മൃദുവായ, മെലിഞ്ഞ. thin, soft, lean.
പേശി (നാ)- മുട്ട, ഉമി, തൊണ്ട്, ചെരിപ്പ്, ഓടക്കുഴൽ. egg, husk of paddy, husk of the coconut, foot wear, flute.
പേഷകം (നാ)- അരകല്ല്. grinder.
പേഷണം (നാ)- അരയ്ക്കൽ, പൊടിക്കൽ, അരകല്ല്. grinding, pulverizing, grinder.
പേഷി (നാ)- ഇടിവാൾ. thunderbolt.
പൈങ്കണ്ണി (നാ)- സുന്ദരി. beautiful woman.
പൈങ്ങ (നാ)- ഇളം പാക്ക്. tender arecanut.
പൈതലാൻ (നാ)- ആൺകുട്ടി. boy.
പൈതൽ (നാ)- കുഞ്ഞ്. child.
പൈതൃക (വി)- പിതാവിനെ സംബന്ധിച്ച. pertaining to father.
പൈത്യം (നാ)- കിറുക്ക്, ഭോഷത്തം. madness, biliousness.
പൈത്ര്യം (നാ)- പിതൃസ്വത്ത്, പിതൃദിനം. paternal property, ritual day to the manes.
പൈദാഹം (നാ)- വിശപ്പും ദാഹവും. hunger and thirst.
പൈദ്വം (നാ)- കുതിര. horse.
പൈമ്പാൽ (നാ)- പശുവിൻ പാൽ, പുതിയ പാൽ. cow's milk, fresh milk.
പൈമ്പുല്ല് (നാ)- പച്ചപ്പുല്ല്, ഇളംപുല്ല്. green grass, tender grass.
പൈശാചിക (വി)- പിശാചിനെ സംബന്ധിച്ച, നാരകീയമായ, പിശാചിനുതുല്യമായ. pertaining to ghost, hellish, ghost like.
പൈസ (നാ)- ഒരു നാണയം. coin.
പൊക്കം (നാ)- ഉയരം, സമൃദ്ധി, കള്ളം, താഴ്ച, കുറ്റം, നഷ്ടം. height, prosperity, falsehood, lowness, defect, lose.
പൊക്കൻ (നാ)- ശരീരത്തിലുണ്ടാകുന്ന കുരു. boil on the body.
പൊക്കിൾ (നാ)- നടുവയറ്റത്തുള്ള കുഴി. navel.
പൊക്കുക (സ.ക്രി)- ഉയർത്തുക, താങ്ങുക, തള്ളിക്കളയുക, ഓടിക്കുക. lift, support, depose, drive away.
പൊങ്ങച്ചം (നാ)- ആത്മപ്രശംസ, ഔദ്ധത്യം. boasting, haughtiness.
പൊങ്ങുക (അ.ക്രി)- പ്രസിദ്ധമാവുക, ഉയരുക, വർദ്ധിക്കുക, അഹങ്കരിക്കുക, തിളച്ചുയരുക. become famous, rise, increase, become haughty, bubble up.
പൊച്ചം (നാ)- കള്ളം, കുറവ്, ഒരിനം കയറ്. falsehood, deficiency, variety of coir.
പൊടിക്കുക (സ.ക്രി)-നശിപ്പിക്കുക, നനയ്ക്കുക, പൊടിയാക്കുക. destroy, wet, powder.
പൊടിക്കൈ (നാ)- കൗശലം, കുറുക്കുവഴി. cunningness, shortcut.
പൊടിയുക (അ.ക്രി)- പൊടിയാവുക, തകരുക, നശിക്കുക, ഊറുക, ദ്രവിക്കുക. become powdered, be crumbled, be destroyed, ooze, decay.
പൊട്ട (വി)- പൊട്ടിയ, വിരിഞ്ഞ, ഭോഷത്തമുള്ള, നിസ്സാരമായ, നിരുപയോഗമായ. broken, blossomed, foolish, worthless, useless.
പൊട്ടൻ (നാ)- ഭോഷൻ, ചെകിടൻ, ഒരിനം എറുമ്പ്, വലിയ ഈച്ച, പൊട്ടക്കണ്ണൻ. idiot, deaf person, kind of ant, big fly, blind man.

പൊട്ടിക്കുക (സ.ക്രി)- ഉടയ്ക്കുക, പുറപ്പെടുവിക്കുക, കെട്ടുവിടുവിക്കുക. break, burst out, to untie.

പൊട്ടിച്ചിരി (നാ)- ഉറക്കെയുള്ള ചിരി. bursting into laughter.

പൊട്ട് (നാ)- നെറ്റിക്കുറി, ബഹുമാനം, വിരിയൽ, അടയാളം, പുള്ളി, ആഭരണം, അലങ്കാരം, വിടവ്, പൊട്ടൽ, കേട്. symbolic mark on the forehead, respect, blossoming, symbol, spot, ornament, decoration, cleft, breakage, flaw.

പൊട്ടുക (അ.ക്രി)- ഉടയുക, തകരുക, പിളരുക, മുളയ്ക്കുക. break, burst, split, sprout.

പൊതി (നാ)- മൂടികെട്ടിയ വസ്തു, കെട്ട്, നിധി, നിറവ്, വഴിച്ചോറ്, ആവരണം, പൂമൊട്ട്. pack, bundle, treasure, fullness, food taken on a journey, concealment, flower bud.

പൊതുവാൾ (നാ)- മധ്യസ്ഥൻ, അമ്പലവാസികളിൽ ഒരിനം. arbitrator, class of temple servants.

പൊത്ത (നാ)- ദ്വാരം, വയ്ക്കോൽ. hole, straw.

പൊത്ത് (നാ)- മരത്തിലെ കുഴി, പോട്, നിലവറ. hollow in a tree trunk, hollow, cellar.

പൊത്തുക (സ.ക്രി)- മറയ്ക്കുക, കൈകൊണ്ട് അടയ്ക്കുക, കൂട്ടിച്ചേർക്കുക. to conceal, cover with hand, add.

പൊൻ (വി)- ഭംഗിയുള്ള, സ്വർണ്ണമയമായ, പ്രിയപ്പെട്ട. beautiful, golden, dear.

പൊന്ന് (നാ)- സ്വർണ്ണം. gold.

പൊന്ത (നാ)- പുല്ലുപിടിച്ച സ്ഥലം, കുറ്റിക്കാട്. grass plot, bush.

പൊന്ത (വി)- തടിച്ച. stout.

പൊന്നാട - സ്വർണ്ണനിറമുള്ള പട്ടുവസ്ത്രം, വിശിഷ്ട സേവനത്തിനു പുരസ്കാരമായി അണിയുന്ന വസ്ത്രം. golden costume, cloth presented to dignitaries in honour of their services.

പൊന്നാരം (നാ)- സ്വർണ്ണമാല, മുഖസ്തുതി, സൗന്ദര്യം, വാത്സല്യം. golden chain, flattery, beauty, endearment affection.

പൊന്നിലം (നാ)- സ്വർഗ്ഗം. heaven.

പൊന്ന് (നാ)- സ്വർണ്ണം, അഴക്, ഒരു പഴയ നാണയം, ധനം, പ്രിയപ്പെട്ടത്. gold, beauty, ancient coin, wealth, that which is beloved.

പൊന്നുലകം (നാ)- സ്വർഗ്ഗം. heaven.

പൊന്മ (നാ)- പൊന്മാൻ. kingfisher.

പൊന്മാൻ (നാ)- ഒരു പക്ഷി, സ്വർണ്ണനിറമുള്ള മാൻ kingfisher, gold-coloured deer.

പൊയ് (നാ)- മായ, കള്ളം illusion, falsehood.

പൊയ്ക (നാ)- വലിയ കുളം big pond.

പൊയ്മുഖം (നാ)- മുഖംമൂടി mask.

പൊരി (നാ)- ധാന്യം പൊരിച്ചത്, അഗ്നികണം, ശരീരത്തിലെ പൊരിയൽ. parched grain, spark, parching of the skin.

പൊരിക്കുക (സ.ക്രി)- വറക്കുക, പറിക്കുക. fry, pluck.

പൊരുതുക (അ.ക്രി)- യുദ്ധം ചെയ്യുക, ചൂതാടുക, മത്സരിക്കുക, തുല്യമാവുക. fight, gamble, compete, to be equal.

പൊരുത്തം(നാ)-ചേർച്ച, സന്ധി, യോജിക്കൽ, ആശിർവാദം. fitness, joint, joining, blessing.

പൊരുൾ (നാ)- അർത്ഥം, ഭാവം, സത്യം, ധനം, ഇതൾ, സൂചന, സാരം, മോക്ഷം, ഐശ്വര്യം, കാരണം, ദൈവം, വിഷയം. meaning, sense, truth, wealth, petal, hint, abstract, salvation, prosperity, reason, god, subject.

പൊലി (നാ)- സമ്മാനം, മെതിച്ചുകൂട്ടിയ നെല്ല്, വർദ്ധന, വിളവിന്റെ തോത്. a gift, heap of threshed paddy, increase, rate of produce.

പൊലിക്കുക (അ.ക്രി)- പെരുകുക, വർദ്ധിക്കുക. multiply, to increase.

പൊലിപ്പം (നാ)- പൂർണ്ണത. fullness.
പൊലിമ (നാ)- വർദ്ധന, വലുപ്പം, സമൃദ്ധി, നേരമ്പോക്ക്, ഭംഗി, നാശം. increase, size, prosperity, joke, beauty, destruction.
പൊലിയുക (അ.ക്രി)- നശിക്കുക, കൂമ്പാരം കൂടുക, കെടുക, പ്രകാശിക്കുക, വർദ്ധിക്കുക. destroy, heap, be estinguished, shine, increase.
പൊല്ലാപ്പ് (നാ)- ദോഷം, തിന്മ, ചീത്തത്തം, കാര്യമില്ലാത്ത പിണക്കം. defect, vice, badness, slight enmity.
പൊളി (നാ)- വ്യാജം, പലക, അസത്യവാക്ക്, തൊലി, അറ്റകുറ്റം, പാളി, തുണ്ട്. falsehood, plank, untruth, skin, damage, layer, chit.
പൊളിക്കുക (സ.ക്രി)- അടർത്തെടുക്കുക, നശിപ്പിക്കുക, കീറുക, ഉറച്ചിരിക്കുന്നതിനെ ഇളക്കിമാറ്റുക. to dismantle, destroy, tear, break.
പൊള്ള (വി)- ഓട്ടയായ, അകത്ത് ഒന്നുമില്ലാത്ത, ഉണങ്ങിയ, സാരമില്ലാത്ത. hollow, empty, dried, silly.
പൊള്ളം (നാ)- നീർക്കുമിള. bubble.
പൊള്ളൽ (നാ)- കുമള കുത്തൽ, നീർക്കുമള, നിരാശ. burning, bubble, disappoinment.
പൊള്ള് (നാ)- പൊളി, പ്രശംസ, കുമള. falsehood, praise, bubble.
പൊഴി (നാ)- കടലിനും കായലിനും ഇടയ്ക്കുള്ള മൺത്തിട്ട, വയൽവരമ്പ്, ദ്വാരം, പൊഴിക്കൽ. bund between the sea and lake, ridge, hole, showering.
പൊഴിക്കുക (സ.ക്രി)- ചൊരിയുക, പൊഴിയിടുക, വർഷിക്കുക, പതിപ്പിക്കുക, ദ്വാരമുണ്ടാക്കുക. to pour, to erect a bund, to rain, to cause to fall, drill.
പൊഴിൽ (നാ)- രാജ്യം, ഉദ്യാനം, താണഭൂമി. country, garden, lowland.
പൊറുതി (നാ)- ക്ഷമ, സഹനശീലം, ചെലവ്, ഭാര്യ, രക്ഷ, പാർപ്പ്, രോഗശമനം, സഹശയനം, പാർപ്പിടം, ഉപജീവനമാർഗ്ഗം. patience, endurance, expense, wife, safety, habitation, curing of a disease, cohabitation, abode, livelihood.
പൊറുപ്പിക്കുക (സ.ക്രി)- വസിപ്പിക്കുക, ഉപജീവനം നടത്തുക, സൂക്ഷിക്കുക. to cause to stay, maintain, preserve.
പോകൽ (നാ)- ഗമനം, പ്രവേശം. going, entering.
പോകുക (അ.ക്രി)- സംഭവിക്കുക, ചെല്ലുക, ഇല്ലാതാവുക, കഴിയുക, ഭേദമാവുക. happen, go, peter, be able, cure.
പോക്കറ്റ് (നാ)- കീശ. pocket.
പോക്ക് (നാ)- ഗതി, അതിസാരം, നടപ്പ്, വിചാരം, ഒഴികഴിവ്, മരണം, പോകാനുള്ള വഴി, അവസാനം, ഉപജീവനമാർഗ്ഗം, നാശം, ദ്രവ്യം. movement, diarrhoea, walking, thought, excuse, death, exit, end, livelihood, destruction, matter.
പോക്കുവരവ് (നാ)- പോകലും വരലും, ചെലവും വരവും. going and coming, expenditure and income.
പോച്ച (നാ)- അർത്ഥമില്ലാത്ത പറച്ചിൽ, നേരമ്പോക്ക്. nonsense, joke.
പോട് (നാ)- പൊത്ത്, പൊക്കിൾ, നിസ്സാരത. hollow of a tree trunk, navel, worthlessness.
പോതകം (നാ)- ചെറുചെടി, മൃഗങ്ങളുടെ കുട്ടി. small plant, young one of an animal.
പോതന (വി)- പരിശുദ്ധമായ, ശുദ്ധീകരിക്കുന്ന. pure, purifying.
പോതൻ (നാ)- ബാലൻ. boy.
പോതരവ് (നാ)- പൂർണ്ണത, തികവ്. fullness, sufficiency.
പോത് (നാ)- സമയം, പൂവ്, പോട്, തുള. time, flower, hole in the trunk of a tree, hole.
പോത്ത് (നാ)- ആൺകന്ന്, ഭോഷൻ. buffalo, idiot.
പോന്ന (വി)- മതിയായ, പ്രാപ്തിയുള്ള, വന്ന. sufficient, efficient, arrived.

പോംവഴി (നാ)- ഉപായം. means.
പോരാട്ടം (നാ)- യുദ്ധം. battle.
പോരാളി (നാ)- ഭടൻ. soldier.
പോര് (നാ)- യുദ്ധം, എതിർപ്പ്, കലഹം, ചൂതുകളിയിലെ സാമർത്ഥ്യം. battle, opposition, quarrel, dexterity in gambling.
പോരുക (അ.ക്രി)- കൂടെവരിക, യോജിക്കുക, മതിയാവുക, കഴിയുക, വരുക. to come with, to agree, to be enough, to be able, to come.
പോർക്കളം (നാ)- യുദ്ധക്കളം. battle field.
പോർവിളി (നാ)- വെല്ലുവിളി. challenge for battle.
പോലവേ (ക്രി.വി)- പോലെ. like.
പോലീസ് (നാ)- നിയമപാലകസേന, ആക്രമണം, ക്രിമിനൽ കേസ്. police, attack, criminal case.
പോഷക (വി)- പോഷിപ്പിക്കുന്ന. nourishing.
പോഷകനദി (നാ)- ഉപനദി. tributary of main river.
പോഷണം (നാ)- പോഷിപ്പിക്കൽ, രക്ഷണം, വർദ്ധന. nourishing, protection, increment.
പോഷിക്കുക (അ.ക്രി)- വളരുക, പുഷ്ടിപ്പെടുക. be nourished, develop.
പോഷിപ്പിക്കുക (സ.ക്രി)- സംരക്ഷിക്കുക, വളർത്തുക, പുഷ്ടിപ്പെടുത്തുക. to protect, cause to nourish, develop.
പോഷ്യപുത്രൻ (നാ)- ദത്തുപുത്രൻ. adopted son.
പോള (നാ)- കണ്ണിന്റെ മൂടി, വാഴയുടെ തൊലി, നേർത്ത തകിട്, നീർക്കുമിള, ചെറിയ തൈ. eyelid, bark of a plantain, thin sheet, bubble, seeding.
പോളം (നാ)- നറുമ്പശ, പരു, തീപ്പൊള്ളൽ. myrrh, boil, burn.
പോളി (നാ)- കൊക്ക്, ബോളി. crane, sweet meat.
പോൾ (നാ)- സമയം. time.
പോഴത്തം (നാ)- ഭോഷത്തം. foolishness.
പോഴൻ (നാ)- ഭോഷൻ. fool.
പോറുക (അ.ക്രി)- കീറുക, നഖമോ ആയുധങ്ങളോ കൊണ്ടു വരവീഴുക. tear, be scratched.
പോറ്റമ്മ (നാ)- വളർത്തമ്മ. foster mother.
പോറ്റി (നാ)- രക്ഷകൻ, അപ്പൂപ്പൻ, ഒരു ജാതി നാമം. protector, grandfather, caste title of a section of Tulu Brahmins.
പോറ്റുക (സ.ക്രി) - വളർത്തുക, രക്ഷിക്കുക, പുകഴ്ത്തുക. to rear, to protect, to praise.
പൗണ്ഡ്രം (നാ)- ഒരിനം കരിമ്പ്, ഭീമസേനന്റെ ശംഖ്, നെറ്റിക്കുറി. a kind of sugar cane, conch of Bhima, mark on the forehead.
പൗത്ര (വി)- പുത്രനെ സംബന്ധിച്ച. pertaining to son.
പൗത്രൻ (നാ)- പുത്രന്റെ പുത്രൻ. grandson.
പൗത്രി (നാ)- പുത്രന്റെ പുത്രി, പുത്രിയുടെ പുത്രി, ദുർഗ്ഗാദേവി. granddaughter, goddess Durga.
പൗര (വി) - പുരസംബന്ധിയായ, നഗരവാസിയായ. pertaining to a city, dwelling in a city.
പൗരന്ദരം (നാ)- കേട്ട നക്ഷത്രം. 18th lunar asterism.
പൗരം (നാ)- നാന്മുകപ്പുല്ല്. citronella grass.
പൗരവൻ (നാ)- പൗരൻ, പൂരുവംശജൻ. citizen, one who is born in Puru's dynasty.
പൗരസ്ത്യ (വി)- മുമ്പിലത്തെ, പ്രമാണിയായ, കിഴക്കുദിക്കിലുണ്ടായ. former, chief, eastern oriental.
പൗരാണിക (വി)- പുരാണ സംബന്ധിയായ. mythological.
പൗരുഷ (വി)- പുരുഷനെ സംബന്ധിച്ച, ചുണയുള്ള. masculin, valorous.

പൗരുഷം (നാ)- പുരുഷധർമ്മം, പ്രതാപം, ശുക്ലം, ഉത്പാദനശക്തി, ഒരാൾച്ചുമട്, പുരുഷലിംഗം, നാഴികവട്ട, ആണത്തം. manliness, pomp, semen, fertility, burden a man could shoulder, penis, clepsydra, virility.

പൗർണ്ണമി (നാ) -വെളുത്ത വാവ്. full moon day.

പൗർണ്ണിമൻ (നാ)- സന്ന്യാസി. mythical demeness, ascetic.

പൗലസ്തി (നാ)- ശൂർപ്പണഖ. Surpanaka.

പൗലസ്ത്യൻ (നാ)- കുബേരൻ, രാവണൻ, വിഭീഷണൻ, ചന്ദ്രൻ. Kubera, Ravana, Vibhishana, moon.

പൗഷം (നാ)- പുഷ്യമാസം. month of Pushyam.

പൗഷ്കരിണി (നാ)- താമരപ്പൊയ്ക. lotus pond.

പ്രകട (വി)- പ്രകാശിച്ച, സ്പഷ്ടമായ. shone, clear.

പ്രകടനം (നാ)- പരസ്യം, വിടർക്കൽ, പ്രകടിപ്പിക്കൽ. notice, expanding, expressing.

പ്രകടം (ക്രി.വി)- പരസ്യമായി, തുറന്ന്, വിശദമായി. publicity, openly, clearly.

പ്രകടിത (വി)- പ്രകാശിപ്പിക്കപ്പെട്ട, കാണിക്കപ്പെട്ട. manifested, expressed.

പ്രകടിപ്പിക്കുക (സ.ക്രി)- പ്രസിദ്ധപ്പെടുത്തുക, പ്രത്യക്ഷമാക്കുക. publish, make visible.

പ്രകഥനം (നാ)- ആഖ്യാനം, വിളംബരം. narration, proclamation.

പ്രകമ്പനൻ (നാ)- വായു. air.

പ്രകമ്പനം (നാ)- വിറയൽ, ഇളക്കം, കൊടുങ്കാറ്റ്. shivering, shaking, hurricane.

പ്രകമ്പിത (വി)- ഇളക്കപ്പെട്ട, വിറപ്പിക്കപ്പെട്ട. shaken, vibrated.

പ്രകരം (നാ)- കൂട്ടം, ബഹുമാനം, സഹായം, അകിൽ, അഭ്യാസം, വശീകരണം. multitude, respect, help, aquilaria agallocha, practice, enticement.

പ്രകർഷകൻ (നാ)- കാമദേവൻ. Cupid.

പ്രകർഷണം (നാ)- മേന്മ, ആകർഷണം. superiority, attraction.

പ്രകല്പിത (വി)- ചെയ്യപ്പെട്ട, നിർമ്മിതമായ, മുൻകൂട്ടി തിട്ടപ്പെടുത്തിയ. done, produced, destined.

പ്രകാമം (ക്രി.വി)- യഥേഷ്ടം, മനസ്സോടെ. as one pleases or likes, whole heartedly.

പ്രകാമം (നാ)- ആഗ്രഹം, തൃപ്തി. desire, satisfaction.

പ്രകാരം (നാ)- വ്യത്യാസം, അകിൽ, സാദൃശ്യം, രീതി, നിരക്ക്, പ്രകൃതി. difference, aquilaria agallocha, similarity, mode, rate, nature.

പ്രകാരം (ക്രി.വി)- അനുസരിച്ച്. accordingly.

പ്രകാശ (വി)- തെളിഞ്ഞ, ശോഭയുള്ള, കീർത്തിയുള്ള. clear, shining, famous.

പ്രകാശകം(നാ)-വെള്ളോട്. bornze.

പ്രകാശത (നാ)- ശോഭ. shining.

പ്രകാശനൻ (നാ)- മഹാവിഷ്ണു. lord Vishnu.

പ്രകാശം (നാ)- തെളിവ്, ശോഭ, വെയിൽ, ചിരി, വെളിച്ചം, തുറന്ന സ്ഥലം, തുറന്നു പറയൽ, അധ്യായം, കീർത്തി, വെള്ളോട്, പിച്ചള, വ്യാഖ്യാനം. clarity, shining, sunlight, laugh, light, an open place, open talk, chapter, fame, bronze, brass, commentary.

പ്രകാശിക്കുക (അ.ക്രി)- ശോഭിക്കുക, പൂർണ്ണമാവുക, സ്പഷ്ടമാവുക, പുറത്താവുക. shine, be complete, be clear, be out.

പ്രകാശിപ്പിക്കുക (സ.ക്രി)- വെളിച്ചം വീഴ്ത്തുക, പ്രസിദ്ധീകരിക്കുക. enlighten, publish.

പ്രകാശിതം (നാ)- ഭാസ്വരം. phospherous.

പ്രകിരണം (നാ) - ചിതറൽ. scattering.

പ്രകീർണ്ണ (വി)- പരത്തിയ, ചിതറിയ, പ്രസിദ്ധമാക്കപ്പെട്ട, വിടർത്തിയ, കുഴങ്ങിയ. spread, scattered, expanded, confused.

പ്രകീർത്തനം (നാ)- വിളംബരം, സ്തുതി, വിളിച്ചു പറയുക, പ്രസ്താവം. proclamation, praising, announcement, statement.

പ്രകീർത്തിക്കുക (സ.ക്രി)- വിസ്തരിച്ചു പറയുക, വിളിച്ചു പറയുക, കൊണ്ടാടുക, സ്തുതിക്കുക. describe, announce, celiberate, praise.

പ്രകൃത (വി)- വർണ്യമായ, പ്രധാനമായ, ആരംഭിക്കപ്പെട്ട, ചെയ്യപ്പെട്ട. described, important, commenced, done.

പ്രകൃതം (നാ)- ശ്രദ്ധാവിഷയം, വർണ്യവസ്തു, പ്രധാനവിഷയം. object of attention, subject deel with important topic.

പ്രകൃതി (നാ)- ആകൃതി, സ്വഭാവം, കാരണം, പഞ്ചഭൂതം, ദൈവശക്തി. shape, habit, cause, five elements, divine power.

പ്രകൃഷ്ട (വി)- ക്ഷുഭിതമായ, നീണ്ട, മേന്മയുള്ള, ദൂരെയുള്ള, പ്രധാനമായ, വലിച്ചൂരിയ. agitated, long, superior, distant, important, pulled out.

പ്രകോപനം (നാ)- കോപിപ്പിക്കൽ, കോപഹേതു. provocation, cause for anger.

പ്രകോപം (നാ) - ആധിക്യം, വലിയ കോപം, ആക്രമണം, ലഹള. abundance, wrath, attack, quarrel.

പ്രകോഷ്ഠം (നാ)- നടുമുറ്റം, കൈത്തണ്ട്, സ്വീകരണ മുറി. courtyard, wrist, drawing room.

പ്രക്രമണം (നാ)- ആരംഭം, പുറപ്പാട്. beginning, start.

പ്രക്രിയ (നാ)- പ്രകൃതിയിൽ പ്രത്യയം ചേർക്കുമ്പോൾ ചെയ്യുന്ന വിശേഷവിധി, അധികാരം, ആചാരം, സ്വഭാവം, ക്രമം, വിധം, അധ്യായം, ഉന്നതി. law governing the word formation, authority, custome, nature, order, mode, chapter, height.

പ്രക്ഷയം (നാ)- നാശം. destruction.

പ്രക്ഷാമ (വി)- തീരെ മെലിഞ്ഞ. very lean.

പ്രക്ഷേപണം (നാ)- ഏറ്, നിശ്ചയിക്കൽ, ശബ്ദം ദൂരത്തെത്തിക്കൽ. thrown, deciding, broadcast.

പ്രക്ഷേപിണി (നാ)- ശബ്ദങ്ങളെ റേഡിയോ തരംഗങ്ങളാക്കുന്ന യന്ത്രം. transmitter.

പ്രഖ്യാ (നാ)- തെളിവ്, പ്രസിദ്ധി, സാദൃശ്യം. proof, fame, similarity.

പ്രഖ്യാതി (നാ)- കീർത്തി, സ്തുതി, സ്പഷ്ടത. fame, praise, clarity.

പ്രഖ്യാപനം (നാ)- അറിയിക്കൽ, പ്രസിദ്ധപ്പെടുത്തൽ. declaration, announcement.

പ്രഗല്ഭ(വി)- പ്രതിഭയുള്ള, വികസിതമായ, ബുദ്ധിസാമർത്ഥ്യമുള്ള. talented, blossomed, intelligent.

പ്രഗല്ഭത (നാ)- തോന്ന്യാസം, ധൃഷ്ടത, ബുദ്ധിശക്തി, സാമർത്ഥ്യം. waywardness, impudence, intelligence, cleverness.

പ്രഗാഢം (ക്രി.വി)- അധികമായി, വളരെ ഗാഢമായി. additionally, deeply.

പ്രഗാഢം (നാ)- ദാരിദ്ര്യം, ശാരീരിക ക്ലേശം. poverty, physical strain.

പ്രചാരകൻ (നാ)- പ്രചരിപ്പിക്കുന്നവൻ. propagandist.

പ്രചാരണം (നാ)- പ്രചരിപ്പിക്കൽ. propaganda.

പ്രചാരം (നാ)- വഴി, ഉപയോഗം, നടപടി, സഞ്ചാരം, നടപ്പ്. way, usage, procedure, journey, walking about.

പ്രചുര (വി)- വലിയ, നിറഞ്ഞ, വളരെയുള്ള. large, filled with, plentiful.

പ്രചേതസ്സ് (നാ)- പ്രജാപതി, വരുണൻ. name of a Prajapathi, Varuna.

പ്രചേതാവ് (നാ)- തേരാളി, വണ്ടിക്കാരൻ. charioteer, cart man.

പ്രചേലകം (നാ)- കുതിര. horse.

പ്രചോദനം (നാ)- പ്രചോദിപ്പിക്കൽ, ആജ്ഞ, ചട്ടം. inspiration, command, rule.

പ്രചോദിപ്പിക്കുക (സക്രി)- പ്രേരിപ്പിക്കുക, പറഞ്ഞയയ്ക്കുക, ഉത്സാഹിപ്പിക്കുക. stimulate, send away, encourage.

പ്രച്ഛദം (നാ)- മൂടി, വിരിപ്പ്, പുതപ്പ്. cover, bedsheet, blanket.
പ്രച്ഛന്ന (വി)- ഉടുത്ത, ഗൂഢമായ, മറഞ്ഞ. worn, secret, vanished.
പ്രച്ഛന്നം (നാ)- രഹസ്യം, കിളിവാതിൽ, പരോക്ഷമായിട്ടുള്ളത്. secret, peeping window, that which is indirect.
പ്രച്ഛാദനം (നാ)- ഉത്തരീയം, മറവ്. upper cloth, concealment.
പ്രച്ഛായം (നാ)- തണൽ. shade.
പ്രജ (നാ)- ജനം, ശുക്ലം, ജനനം, സന്തതി, ഗർഭപിണ്ഡം, പൗരൻ. people, semen, birth, offspring, embryo, citizen.
പ്രജനനം (നാ)- സന്താനം, ജനനം, ഗർഭധാരണം, പ്രസവം, ഉപസ്ഥം, പുരുഷലിംഗം, ശുക്ലം. offspring, birth, conception, delivery, loins, penis, semen.
പ്രജനിക (നാ)- അമ്മ. mother.
പ്രജൻ (നാ)- ഭർത്താവ്. husband.
പ്രജാത (വി)- ഉത്പാദിപ്പിക്കപ്പെട്ട. produced.
പ്രജാധിപത്യം (നാ)- ജനാധിപത്യം. democracy.
പ്രജാപതി (നാ)- ബ്രഹ്മാവ്, സൂര്യൻ, പിതാവ്, വിഷ്ണു, യാഗം, ഇന്ദ്രൻ, ചിത്രശലഭം, വിശ്വകർമ്മാവ്, രാജാവ്, ജാമാതാവ്, സ്വായംഭുവമനു. Brahma, sun, father, Vishnu, sacrifice, Indra, butterfly, Viswakarma, a king, son-in-law, the mythological law giver Swayambhuva Manu.
പ്രജ്ജ്വലിത (വി)- ആളിക്കത്തുന്ന. blazing.
പ്രജ്ഞ (വി)- ബുദ്ധിയുള്ള, പഠിപ്പുള്ള. intelligent, learned.
പ്രജ്ഞ (നാ)- സരസ്വതി, വിശേഷബുദ്ധി, ഉപായം. goddess Saraswathi, consciousness, cunningness.
പ്രജ്ഞാനം (നാ)- അറിവ്, ബുദ്ധി, അടയാളം. knowledge, intelligence, mark.
പ്രണത (വി)- വണക്കമുള്ള, സാമർത്ഥ്യമുള്ള, നമസ്കരിക്കപ്പെട്ട. obedient, clever, prostrated.
പ്രണതി (നാ)- നമസ്കാരം, ചായ്വ്. prostration, inclination.
പ്രണയനം (നാ)-രചന, സ്നേഹം. composition, affection.
പ്രണയം (നാ)- അനുരാഗം, വിവാഹം, വിശ്വാസം, ഭക്തി, പഴക്കം. love, marriage, belief, devotion, oldness.
പ്രണയി (നാ)- ഭർത്താവ്, കാമുകൻ, സ്നേഹിതൻ, ഭക്തൻ, അപേക്ഷകൻ. husband, lover, friend, devotee, applicant.
പ്രണവം (നാ)- ഓങ്കാരം, ഒരു വാദ്യം, ബ്രഹ്മം. mystical mantra 'aum', musical instrument, Brahma.
പ്രണാമം (നാ)- നമസ്കാരം. prostration.
പ്രണാശം (നാ)- നഷ്ടം, അവസാനം. loss, end.
പ്രണാളം (നാ)- പദ്ധതി, തുടർച്ച, കുഴൽ, ജലമാർഗ്ഗം. plan, continuity, tube, channel.
പ്രണിധി (നാ)- ചാരൻ, പ്രതിനിധി, പ്രതിജ്ഞ, യാചന. spy, representative, oath, begging.
പ്രണിപാതം (നാ)- നമസ്കാരം. prostration.
പ്രണേതാവ് (നാ)- ഗ്രന്ഥകാരൻ, നായകൻ, ഗുരു. author, reader, preceptor.
പ്രണോദിത (വി)- പ്രേരിതമായ. inspired.
പ്രതതി (നാ)- പരപ്പ്, വ്യാപ്തി. expanse, extension.
പ്രതാപം (നാ)- മഹത്ത്വം, പൗരുഷം, അധൃഷ്യത, ചൂട്, വെയിൽ, എരിക്ക്, ഓജസ്സ്. greatness, manliness, prowess, heat, light, madar plant, vigour.
പ്രതാരകൻ (നാ)- ചതിയൻ. cheat.
പ്രതാരണം (നാ)- ചതി. deceit.
പ്രതി (നാ)- പകർപ്പ്, പ്രതിവാദി, മറുപടി, പരിഹാരം, നിയമം. copy, defendant, reply, solution, law.
പ്രതികരണം (നാ)- പ്രതിപ്രവർത്തനം. reaction.
പ്രതികരിക്കുക (അ.ക്രി)- പ്രതിപ്രവർത്തനം നടത്തുക. react.

പ്രതികാരം (നാ)- പകരം ചെയ്യൽ, ഉപശാന്തി, തടസ്സം. revenge, redress, obstacle.
പ്രതികൂല (വി)- എതിരായ, വിരുദ്ധമായ, അശുഭമായ. unfavourable, opposite, inauspicious.
പ്രതികൃതി (നാ)- പൂജാവിഗ്രഹം, പ്രതികാരം, ചിത്രം, നിരോധം.idol of worship, revenge, portrait, obstruction.
പ്രതിക്രിയ (നാ)- പ്രതിഫലം, പകവീട്ടൽ. remuneration, revenge.
പ്രതിഗ്രഹം (നാ)- സ്വീകാരം, ദാനം വാങ്ങൽ, സംഭാവന, ദാനം വാങ്ങാനുള്ള അവകാശം, കോളാമ്പി, പിൻപട, വിവാഹം, ആനുകൂല്യം, കേൾക്കൽ. acceptance, accepting, donation, eligibility to accept a gift, spittoon, rear of an army, marriage, favour, hearing.
പ്രതിഘം (നാ)- കോപം, തളർച്ച, ദ്വന്ദ്വയുദ്ധം, എതിർപ്പ്. anger, fatigue, duel, opposition.
പ്രതിഘൻ (നാ)- എതിരാളി, ശത്രു. opponent, enemy.
പ്രതിഘാതം (നാ)- വധം, തിരിച്ചടി. slaughter, reaction.
പ്രതിച്ഛായ (നാ)- പ്രതിമ, പ്രതിരൂപം, നിഴൽ. statue, reflection, shadow.
പ്രതിജ്ഞ (നാ)- ശപഥം, നിശ്ചയം, ആജ്ഞ, വാഗ്ദാനം. oath, decision, command, promise.
പ്രതിജ്ഞാനം (നാ)- വാഗ്ദാനം, ഉടമ്പടി, സമ്മതം. promise, agreement, consent.
പ്രതിദിനം (ക്രി.വി)- ദിനംതോറും. daily.
പ്രതിദ്ധ്വനി (നാ)-മാറ്റൊലി. echo.
പ്രതിനവ (വി)- വളരെ പുതിയ. very new.
പ്രതിനിധി (നാ)- പകരക്കാരൻ, ജാമ്യക്കാരൻ, പണയം, പ്രതിബിംബം. representative, surety, pledge, reflection.
പ്രതിപക്ഷം (നാ)- ശത്രുത്വം, എതിർഭാഗം. enmity, opposition.
പ്രതിപാദനം (നാ)- ദാനം, അറിയിപ്പ്, ഉപദേശം, വിവരണം, പ്രവൃത്തി, സമാരംഭം, ചുമതലപ്പെടുത്തൽ. gift, notice, advice, narration, action, commencement, entrusting.
പ്രതിപാദിക്കുക (സ.ക്രി)- നിശ്ചയിക്കുക, കൈക്കൊള്ളുക, വിവരിച്ചു പറയുക. determine, accept, describe.
പ്രതിപാലനം (നാ)- സൂക്ഷിപ്പ്, അനുഷ്ഠാനം, പ്രതീക്ഷ. guarding, observance, expectation.
പ്രതിപുരുഷൻ (നാ)- പ്രതിനിധി, പ്രതിമ, അംബാസഡർ. representative, statue, ambassador.
പ്രതിഫലനം (നാ)- പ്രതിച്ഛായ, നിഴൽ പ്രതിബിംബിക്കൽ, പകവീട്ടൽ. reflection, shadow, reflecting, revenge.
പ്രതിഫലം (നാ)- പ്രവൃത്തിയുടെ ഫലം, ശമ്പളം, കൂലി, സമ്മാനം, ദക്ഷിണ, പ്രതിബിംബം, പകരമായ അനുഭവം. reward, salary, wages, gift, gift to a preceptor, reflection, compensation.
പ്രതിഫലിക്കുക (അ.ക്രി)- പ്രതിബിംബിക്കുക. reflect.
പ്രതിബദ്ധ (വി)- വിരോധിക്കപ്പെട്ട, സംബന്ധിക്കപ്പെട്ട, ചേർത്തുകെട്ടിയ. opposed, related, tied together.
പ്രതിബദ്ധത (നാ)- തടസ്സം, കടപ്പാട്, ബന്ധം. obstacle, obligation, relation.
പ്രതിബിംബം (നാ)- ഛായ, നിഴൽ, പ്രതിമ. image, shadow, statue.
പ്രതിബോധനം (നാ)- ഉണർത്തൽ, പഠിപ്പിക്കൽ, ജ്ഞാനം. awakening, teaching, knowledge.
പ്രതിഭ (നാ)- ധീരത, പ്രതിബിംബം, ബുദ്ധിവിശേഷം. bravery, reflection, imaginative faculty.
പ്രതിഭാനം (നാ)- വെളിച്ചം, ഉണർവ്, ബുദ്ധിശക്തി, കല്പനാശക്തി, വിശ്വാസം. light, wakefulness, intelligence, imaginative power, faith.
പ്രതിഭാശാലി (നാ)- അസാധാരണ ബുദ്ധിമാൻ. genius.

പ്രതിഭാസം(നാ)-തോന്നൽ, മിഥ്യാഭാവം, കാഴ്ച, സംഭവം, ബാഹ്യാകൃതി. phenomenon, illusory phenomenon, sight, incident, outer shape.
പ്രതിമ (വി)- തുല്യമായ. equal.
പ്രതിമ (നാ)- പ്രതിരൂപം, ഒരു അളവ്, പ്രതിബിംബം, സാദൃശ്യം, അടയാളം, വിഗ്രഹം. statue, measurement, reflection, similarity, mark, idol.
പ്രതിമാനം (നാ)- പ്രതിമ, സാദൃശ്യം, തൂക്കം, നിഴൽ, ചിത്രം, മാതൃക. statue, similarity, weight, shadow, picture, model.
പ്രതിമാസം (ക്രി.വി)- മാസംതോറും. monthly.
പ്രതിയോഗം (നാ)- വൈരം, എതിർപ്പ്, പ്രതിവിധി, സംയോഗം. enmity, opposition, remedy, coitus.
പ്രതിയോഗി (നാ)- ശത്രു, പ്രതിവാദി. enemy, defendant.
പ്രതിരവം (നാ)- ശണ്ഠ, മാറ്റൊലി. quarrel, echo.
പ്രതിരൂപം (നാ) - ചിത്രം, പ്രതിബിംബം. picture, refelction.
പ്രതിരോധം (നാ)- തടവ്, വിരോധം, മോഷണം, തടസ്സപ്പെടുത്തൽ. defence, enmity, theft, impediment.
പ്രതിരോധിക്കുക (സ.ക്രി)- തടുക്കുക, എതിർക്കുക, കുറ്റപ്പെടുത്തുക. defend, oppose, accuse.
പ്രതിലിപി (നാ)- പകർപ്പ്, പകർപ്പെഴുത്ത്. copywriting, copy.
പ്രതിലേഖ (നാ)- പകർപ്പ്. copy.
പ്രതിവചനം (നാ)- ഉത്തരം, മാറ്റൊലി. answer, echo.
പ്രതിവദിക്കുക (അ.ക്രി)- ആവർത്തിക്കുക, ഉത്തരം പറയുക, മറുപടി പറയുക. repeat, answer, reply.
പ്രതിവർഷം (ക്രി.വി)- വർഷംതോറും. every year.
പ്രതിവാക്ക് (നാ)- മാറ്റൊലി, മറുപടി. echo, reply.
പ്രതിവാദം (നാ)- വിവാദം, എതിർവാദം, ഉത്തരം പറച്ചിൽ. argument, counter-argument, respondent.
പ്രതിവാദി (നാ)- പ്രതി, ഉത്തരം പറയുന്നവൻ. defendent, respondent.
പ്രതിവാരം (ക്രി.വി)- ആഴ്ചതോറും. weekly.
പ്രതിവിധി (നാ)- പ്രായശ്ചിത്തം, പരിഹാരം. penance, remedy.
പ്രതിശബ്ദം (നാ)- മാറ്റൊലി, ഗർജ്ജനം. echo, roar.
പ്രതിശ്രയം (നാ)- സഭ, യാഗശാല, ആശ്രയസ്ഥാനം, വീട്, സഹായം, വാഗ്ദാനം. assembly, sacrificial hall, shelter, house, help, promise.
പ്രതിശ്രവം (നാ)- പ്രതിജ്ഞ, അംഗീകാരം, മാറ്റൊലി. oath, recognition, echo.
പ്രതിശ്രുത (വി)- വാഗ്ദാനം ചെയ്യപ്പെട്ട. promised.
പ്രതിശ്രുതി (നാ)- വാഗ്ദാനം. promise.
പ്രതിഷേധം (നാ)- വിരോധം, വിലക്ക്, അപവാദം. dissent, protest, slander.
പ്രതിഷേധിക്കുക (സ.ക്രി)- തടയുക, വിരോധിക്കുക, നിരോധിക്കുക. prevent, oppose, ban.
പ്രതിഷ്ഠ (നാ)- കീർത്തി, വിഗ്രഹം സ്ഥാപിക്കൽ, താമസം- വാസം, സ്ഥലം, ഭൂമി, ഉറപ്പ്, ഉറച്ച നില. fame, installation of an idol, dwelling, place, earth, firmness, firm stand.
പ്രതിസന്ധി (നാ)- ദുർഘടഘട്ടം. crisis.
പ്രതിഹാരൻ (നാ)- മന്ത്രവാദി, ദ്വാരപാലൻ. sorcerer, door keeper.
പ്രതിഹാരം (നാ)- വാതിൽ, ഓടിക്കൽ, പരിഹാരം. door, driving out, remedy.
പ്രതിഹാരി (നാ)- ദ്വാരപാലകൻ. door keeper.
പ്രതിഹാര്യം (നാ)- ചെപ്പടിവിദ്യ. magic.
പ്രതീക (വി) - വിരുദ്ധമായ, നേർക്കുതിരിഞ്ഞ, വേർതിരിഞ്ഞ. opposite, turned towards, separated.
പ്രതീകം (നാ)- പ്രതിബിംബം, പ്രാതീകൂല്യം, ഓഹരി, മുൻഭാഗം, ശരീരം, അവയവം. reflection, unfavourableness, share, front portion, body, organ.

പ്രതീകാശ (വി)- തുല്യമായ. equal.
പ്രതീക്ഷ (നാ)- ആശ, കാത്തിരിപ്പ്. desire, expectation.
പ്രതീക്ഷിക്കുക (സ.ക്രി)- ബഹുമാനിക്കുക, പര്യാലോചിക്കുക, നോക്കിയിരിക്കുക, കാത്തിരിക്കുക. respect, consider, anticipate, wait for.
പ്രതീതി (നാ)- തോന്നൽ, അറിവ്, കീർത്തി. semblance, knowledge, fame.
പ്രതീപൻ (നാ)- ശത്രു. enemy.
പ്രത്യക്ഷ (വി)- കാണാവുന്ന. visible.
പ്രത്യക്ഷത (നാ)- കാണാവുന്ന സ്ഥിതി. visibility.
പ്രത്യഗ്ര (വി)- പുതിയ. new.
പ്രത്യനീകൻ (നാ)- ശത്രു. enemy.
പ്രത്യയം (നാ)- ശബ്ദവിശേഷം, കാരണം, നിശ്ചയം, ജ്ഞാനം, ശപഥം, വിശ്വാസം, ആചാരം. suffix, reason, decision, knowledge, oath, belief, custom.
പ്രത്യവായം (നാ)- പ്രതിബന്ധം, ഇച്ഛാഭംഗം, പാപം, കുറ്റം, വേർപാട്. obstacle, disappointment, sin, offence, separation.
പ്രത്യാഘാതം (നാ)- തിരിച്ചടി. rebuff.
പ്രത്യാശ (നാ)- വിശ്വാസം, ആശ. belief, wish.
പ്രത്യാശിക്കുക (അ.ക്രി)- വിശ്വസിക്കുക, ആഗ്രഹിക്കുക. believe, desire.
പ്രത്യുക്തി (നാ)- ഉത്തരം, മറുപടി. answer, reply.
പ്രത്യുത്പന്നം (നാ)- ഗുണനം. multiplication.
പ്രത്യുപകാരം (നാ)- പകരം ചെയ്യുന്ന ഉപകാരം. service in return.
പ്രത്യൂഷം (നാ)- പ്രഭാതം. dawn.
പ്രത്യൂഹം (നാ)- തടസ്സം, വിതർക്കം. obstacle, dispute.
പ്രത്യേകം (ക്രി.വി)- വിശേഷിച്ച്, വെവ്വേറെ, ഓരോന്നായി. specially, separately, one by one.
പ്രഥമ (വി)- ഒന്നാമത്തെ, ആദ്യമുള്ള, ആദിയിലുണ്ടായ, പ്രധാനമായ, മുമ്പുള്ള. first, primary, original, important, former.
പ്രഥമ (നാ)- ആദ്യവിഭക്തി. nominative case.
പ്രഥമൻ (നാ)- ഒന്നാമൻ, ഒരു തരം പായസം. first person, a desert made of rice flakes, milk, sugar etc..
പ്രഥമം (ക്രി.വി)- പണ്ട്, ആദ്യമായി. long ago, primarily.
പ്രഥിതി (നാ)- കീർത്തി. fame.
പ്രഥിമ (നാ)- വിസ്താരം, മഹത്ത്വം, വലുപ്പം. expanse, greatness, extensiveness.
പ്രദക്ഷിണ (വി)- വലത്തു കൂടെയുള്ള, ശുഭമായ. clock-wise, auspicious.
പ്രദക്ഷിണം (ക്രി.വി)- ഇടത്തുനിന്ന് വലത്തോട്ട്. from left to right.
പ്രദർശനം (നാ)- കാഴ്ച, വിവരണം, ദീർഘദർശനം, പഠിപ്പിക്കൽ, വ്യക്തമാക്കൽ, ഉദാഹരണം. sight, narration, foresight, teaching, clarifying, example.
പ്രദർശിപ്പിക്കുക (സ.ക്രി)- വിളംബരം ചെയ്യുക, വ്യക്തമാക്കുക, കാണിക്കുക, മുൻകൂട്ടിപ്പറയുക, പഠിപ്പിക്കുക. to proclaim, to clarify, to show, to foretell, to teach.
പ്രദാനം (നാ)- കൊടുക്കൽ, കാഴ്ചവയ്ക്കൽ. giving, presenting.
പ്രദിഷ്ട (വി)- കാണിക്കപ്പെട്ട, വിധിക്കപ്പെട്ട, നിർദ്ദിഷ്ടമായ. shown, ordered, suggested.
പ്രദീപക (വി)- പ്രകാശിപ്പിക്കുന്ന. illuminating.
പ്രദീപനം (നാ)- പ്രേരിപ്പിക്കൽ, ജ്വലിപ്പിക്കൽ. persuading, blazing.
പ്രദീപിക (നാ)- കൈവിളക്ക്. small hand lamp.
പ്രദീപ്ത (വി)- ജ്വലിച്ച, വർദ്ധിതമായ, ശോഭിതമായ. blazed, increased, shone.
പ്രദേശം (നാ)- നിശ്ചയം, സ്ഥലം. decision, place.
പ്രദോഹം (നാ)- പാലുകറക്കൽ. milching.
പ്രദ്യുമ്നൻ (നാ)- ശ്രീകൃഷ്ണന്റെയും രുക്മണിയുടെയും പുത്രൻ. a son of Sreekrishna and Rukmini.

പ്രദ്യോതനൻ (നാ)- സൂര്യൻ. sun.
പ്രദ്യോതം (നാ)- രശ്മി, പ്രകാശം. ray, light.
പ്രദ്വേഷം (നാ)- വിരോധം, വെറുപ്പ്. enmity, hatred.
പ്രധനം (നാ)- നാശം, യുദ്ധം. destruction, battle.
പ്രധാന (വി)- മുഖ്യമായ. important.
പ്രധാനി (നാ)- മന്ത്രി, നായകൻ. minister, hero.
പ്രധാനം (നാ)- നപുംസകം, ബുദ്ധി, ജ്ഞാനം, മുഖ്യം, പരമാത്മാവ്. eunuch, intelligence, knowledge, which is important, supreme soul.
പ്രപഞ്ചനം (നാ)- വിശദീകരണം, വിസ്തൃതമായ വ്യാഖ്യാനം. clarification, detailed commentary.
പ്രപഞ്ചം (നാ)- ബ്രഹ്മാണ്ഡം, ഘോഷം, ലോകം, സംസാരം, അപഗ്രഥനം, വിസ്താരം, സമൃദ്ധി, ഉപായം, കൂമ്പാരം, വഞ്ചന. universe, uproar, world, physical existence, analysis, area, prosperity, means, heap, deceit.
പ്രപതനം (നാ)- വീഴ്ച, ഇറക്കം, കീഴ്ക്കാംതൂക്ക്. fall, slope, descent.
പ്രപദനം (നാ)- പ്രവേശം. entrance.
പ്രപദിക്കുക (അ.ക്രി)- പ്രവേശിക്കുക, പെരുമാറുക, കാൽവയ്ക്കുക, അഭയം പ്രാപിക്കുക, സമ്മതിക്കുക, ലഭിക്കുക. enter, behave, place the foot on, to take refuge, to agree, to obtain.
പ്രപന്ന (വി)- പ്രാപിച്ച, അഭയം പ്രാപിച്ച, പാവപ്പെട്ട, എത്തിയ. approached, taken refuge, destitute, arrived.
പ്രപാതനം (നാ) - വീഴ്ത്തൽ. causing to fall.
പ്രപാതം (നാ)- തീരം, മലഞ്ചെരിവ്, വെള്ളച്ചാട്ടം, വീഴ്ച, പുറപ്പാട്, ഇന്ദ്രിയസ്ഖലനം. shore, moutain slope, waterfall, descension, start, ejection of semen.
പ്രപാഥം (നാ)- വഴി. way.
പ്രഫുല്ലം (നാ) - വിരിഞ്ഞത്. that which is blossomed.
പ്രബന്ധനം (നാ)- കെട്ട്. tie.
പ്രബർഹ (വി)- വർദ്ധിക്കുന്ന, ശ്രേഷ്ഠമായ. increasing, excellent.
പ്രബല (വി)- വളരെ ശക്തിയുള്ള, കീർത്തിയുള്ള, തീവ്രമായ. very strong, famous, severe.
പ്രബലത (നാ)- ശക്തി, മഹത്ത്വം, സ്വാധീനശക്തി, നിബിഡത, പ്രാധാന്യം. strength, greatness, influence, denseness, importance.
പ്രബുദ്ധ (വി)- നല്ലപോലെ ഉണർന്ന, വിടർന്ന, പാണ്ഡിത്യമുള്ള, ബോധമുള്ള. fully awakened, bloomed, scholarly, conscious.
പ്രബുദ്ധൻ (നാ)- ഋഷി, വിദ്വാൻ, ഉണർവുള്ളവൻ. ascetic, scholar, wakeful person.
പ്രബോധകൻ (നാ)- ഉണർത്തുന്നവൻ. one who awakens.
പ്രബോധനം (നാ)- ബുദ്ധി, അറിവ്, ഉപദേശിക്കൽ. intelligence, knowledge, advicing.
പ്രബോധം (നാ)- വികാസം, അന്തർജ്ഞാനം, ഉണർവ്. expansion, intuition, wakefulness.
പ്രഭ (നാ)- ദുർഗ്ഗ, ശോഭ, രശ്മി. goddess Durga, shinning, ray.
പ്രഭഗ്ന (വി)- ഓടിക്കപ്പെട്ട, പൊടിക്കപ്പെട്ട. broken, pounded.
പ്രഭവം (നാ)- ഉദ്ഭവം, മഹത്ത്വം, ശക്തി, ജനനം, ജന്മകാരണം, ഉദ്ഭവസ്ഥലം. orgin, greatness, strength, birth, cause of birth, place of birth.
പ്രഭാകരൻ (നാ)- സമുദ്രം, അഗ്നി, ശിവൻ, ചന്ദ്രൻ, സൂര്യൻ. the sea, the fire, Siva, moon, sun.
പ്രഭാതം (നാ)- പുലർകാലം, വെളിച്ചം. dawn, light.
പ്രഭാവം (നാ)- മഹത്ത്വം, ശക്തി, ശോഭ, ശ്രേഷ്ഠത. greatness, strength, splendour, excellence.
പ്രഭാസം (നാ)- തിളക്കം, ശോഭ. lustre, glow.

പ്രഭാസിക്കുക (അ.ക്രി)- പ്രകാശിക്കുക, പ്രത്യക്ഷപ്പെടുക. glow, appear.
പ്രഭിന്ന (വി)- മാറ്റംവന്ന, മുളപൊട്ടിയ, വേർതിരിക്കപ്പെട്ട, മുറിക്കപ്പെട്ട. changed, sprouted, separated, cut.
പ്രഭു (വി)- മേലധികാരമുള്ള, ശക്തിയുള്ള. superior, strong.
പ്രഭു (നാ)- ശ്രേഷ്ഠൻ, രാജാവ്, ഭർത്താവ്, രസം, ധനികൻ, വിഷ്ണു, ബ്രഹ്മാവ്, ശിവൻ, ഇന്ദ്രൻ. lord, king, husband, mercury, rich man, Vishnu, Brahma, Siva, Indra.
പ്രഭൂത (വി)- വർദ്ധിച്ച, വളർന്ന, ഉദ്ഭവിച്ച, വിളഞ്ഞ, സമൃദ്ധമായ. increased, grown, originated, matured, prosperous.
പ്രഭൂതി (നാ)- സമൃദ്ധി. prosperity.
പ്രഭേദം (നാ)- വിഭാഗം, വ്യത്യാസം, പിളർപ്പ്. section, difference, cleft.
പ്രമഥനം (നാ)- വധം, പീഡനം, കടച്ചിൽ. murder, tormenting, churning.
പ്രമദ (വി)- മദമുള്ള, ഭ്രാന്തുള്ള, ശ്രദ്ധയില്ലാത്ത. intoxicated, lunatic, careless.
പ്രമദം (നാ)- ഉമ്മത്ത്, സന്തോഷം. thorn apple tree, joy.
പ്രമാണം (നാ)- ആധാരം, വിശ്വാസം, നിശ്ചയം, സാക്ഷി, വേദം, ഹേതു, ദൃഷ്ടാന്തം, ബഹുമാനം, അളവ്, അതിർത്തി, ആചാരം. document, belief, decision, witness, the Vedas, reason, example, respect, measurement, boundary, custom.
പ്രമാണി (നാ)- പ്രധാനി, തലവൻ, ജനസ്വാധീനമുള്ളവൻ. important person, chief, popular man.
പ്രമാണിക്കുക (സ.ക്രി)- വിചാരിക്കുക, ഹേതുവാക്കുക, ആദരിക്കുക. think, make a cause, respect.
പ്രമാദം (നാ)- അശ്രദ്ധ, തെറ്റായ അഭിപ്രായം, ഓർമ്മക്കേട്, തെറ്റ്. carelessness, wrong opinion, forgetfulness, error.
പ്രമീള (നാ)- ആലസ്യം, മടി, മയക്കം. laziness, lethargy.
പ്രമുക്ത (വി)- ത്യജിക്കപ്പെട്ട, മോചിക്കപ്പെട്ട. repudiated, liberated.
പ്രമുഖ (വി)- പ്രധാനപ്പെട്ട, ഒന്നാമത്തേതായ, അഭിമുഖമായ, നയിക്കപ്പെട്ട. important, first, face to face, lead.
പ്രമുദിത (വി) - സന്തോഷിച്ച. happy.
പ്രമേയം (നാ)- വാദവിഷയം, തെളിയിക്കേണ്ട കാര്യം, നിശ്ചയം. point of argument, fact to be proved, decision.
പ്രമോദം (നാ)- സുഖം, സന്തോഷം, നല്ല പരിമളം. happiness, joy, fragrance.
പ്രയത (വി)- ശുദ്ധിയുള്ള, ഭക്തിയുള്ള, വിനയമുള്ള, പ്രയത്നിക്കുന്ന. pure, devotional, humble, endeavouring.
പ്രയത്നം (നാ)- അധ്വാനം, പ്രയാസം, സ്ഥിരപരിശ്രമം. വേല endeavour, difficulty, continuous effort, work.
പ്രയത്നിക്കുക (അ.ക്രി)- ശ്രമിക്കുക, വേല ചെയ്യുക, ഉപായം ചിന്തിക്കുക. try, labour, think about ways and means.
പ്രയാഗം (നാ)- യാഗം, കുതിര, പ്രയാഗസംഗമം. sacrifice, horse, confluence of rivers at Prayag in Allahabad.
പ്രയാണം (നാ)- മരണം, യാത്ര, കുതിരപ്പുറം, ആക്രമണം. death, journey, horse back, attack.
പ്രയാത (വി)- പുറപ്പെട്ട, മരിച്ച, പോയ. started, expired, gone.
പ്രയാസം (നാ)- വിഷമം, പ്രയത്നം, തിടുക്കം, കഴിയായ്ക. difficulty, exertion, haste, incapability.
പ്രയുക്തം (നാ) - പ്രയോഗിക്കപ്പെട്ടത്. that which is applied.
പ്രയുക്തി (നാ)- ഉപയോഗം, നിയോഗം, പ്രയോഗം, ഫലം. usage, inducement, application, result.
പ്രയുത (വി)- ചേർന്ന, വേർപെട്ട, ചേർക്കപ്പെട്ട. attached, separated, joined.
പ്രയോഗം (നാ)- പ്രവൃത്തി, കുതിര, ക്ഷുദ്രം ചെയ്യൽ, ചികിത്സ, ദൃഷ്ടാന്തം, ഉപായം, കടംകൊടുക്കൽ, ഫലം. work,

horse, sorcery, treatment, example, means, money lending, result.

പ്രയോഗിക്കുക (സ.ക്രി)- ഉപയോഗിക്കുക, ഉപകരിക്കുക, ഏർപ്പെടുത്തുക, കൈകാര്യം ചെയ്യുക. use, be useful, to entrust, to handle.

പ്രയോജക (വി)- ഹേതുവാകുന്ന, പ്രേരിപ്പിക്കുന്ന, സംഭവിപ്പിക്കുന്ന, നിയമിക്കുന്ന, നിയോഗിക്കുന്ന. causing, prompting, causing to happen, appointing, entrusting.

പ്രയോജനം (നാ)- ഉപയോഗം, ഉപകാരം, ഫലം, ആവശ്യം, പ്രവൃത്തി, ഹേതു. utility, help, result, necessity, work, reason.

പ്രയോജ്യൻ (നാ)-ഭൃത്യൻ, ശിഷ്യൻ. servant, disciple.

പ്രരൂഢ (വി)- നീണ്ടുവളർന്ന, വേരുറച്ച. grown, rooted.

പ്രരോചനം (നാ)- വിവരണം, പ്രേരണ, പ്രോത്സാഹനം, വശീകരണം, ഉദാഹരിക്കൽ. commentary, prompting, encouragement, enticement, exampling.

പ്രരോഹണം (നാ)- വളർച്ച, കയറ്റം, മുളപ്പ്, നാമ്പുവരൽ. growth, climbing, germination, sprouting.

പ്രരോഹിക്കുക (അ.ക്രി)- മുളയ്ക്കുക, പടരുക. sprout, spread.

പ്രലപനം (നാ)- അർത്ഥമില്ലാത്ത വാക്ക്, സംസാരം, അവ്യക്തഭാഷണം. prattling, talk, incoherent talk.

പ്രലംബം (നാ)- തൂങ്ങൽ, പൂമാല, കുമ്പളങ്ങ, സ്തനം, വെളുത്തീയം, ശാഖ. hanging, flower garland, ash-gourd fruit, female breasts, tin, branch.

പ്രലംഭം (നാ)- ലാഭം, ലഭിക്കൽ, ചതി. profit, getting, deceit.

പ്രലോഭം (നാ)- അത്യാഗ്രഹം, ആകർഷിക്കുന്ന വസ്തു, വശീകരണം. covetousness, alluring object, enticement.

പ്രവക്താവ് (നാ)- പ്രവാചകൻ, കാഥികൻ, മഹാവാഗ്മി. prophet, story teller, eloquent person.

പ്രവചനം (നാ)- നല്ല വാക്ക്, വേദം, വേദവാക്ക്, കഥനം, വാഗ്മിത, ദീർഘദർശനം. auspicious words, the Vedas, vedic utterance, recitation, eloquence, prediction.

പ്രവചിക്കുക (സ.ക്രി)- വിവരിക്കുക, വ്യക്തമായി പറയുക. narrate, say clearly.

പ്രവണം (നാ) - ചരിവ്, ചരിവുള്ള ഭൂമി, നാല്ക്കവല, വയറ്. slope, conjunction of four roads, stomach.

പ്രവര (വി) - ശ്രേഷ്ഠതയുള്ള. noble.

പ്രവരം (നാ)- വംശം, സന്തതി, വിളി, മേൽമുണ്ട്, കാരകിൽ. lineage, offspring, call, upper cloth, cedar tree.

പ്രവർത്തനം (നാ)- ആരംഭം, തൊഴിൽ, പ്രവർത്തിക്കൽ. beginning, work, working.

പ്രവർത്തിക്കുക (സ.ക്രി)- നടത്തുക, ചെയ്യുക. execute, to do.

പ്രവഹം (നാ)- വായു, ഒഴുക്ക്. air, current.

പ്രവഹിക്കുക (അ.ക്രി)- താങ്ങുക, വലിച്ചു കൊണ്ടു പോകുക, ഒഴുകുക, ശ്വസിക്കുക. support, drag, flow, breathe.

പ്രവാചകൻ (നാ)- വിസ്തരിച്ചു പറയുന്നവൻ, വാഗ്മി, ദീർഘദർശി. narrator, orator, prophet.

പ്രവാദം (നാ)- പഴമൊഴി, ഉച്ചാരണം, പോരിനുവിളി, കെട്ടുകഥ, കിംവദന്തി. proverb, pronouncement, challenge for battle, fiction, heresay.

പ്രവാസി (വി)- വിദേശത്തു വസിക്കുന്ന. staying abroad.

പ്രവാഹം (നാ)- നിരന്തരമായ ഒഴുക്ക്, വ്യാപാരം, വേഗമുള്ള കുതിര, തുടർച്ച. continuous flow of water, business, swift horse, continuity.

പ്രവാളം (നാ) - പവിഴം, തളിർ. coral, tender leaf.

പ്രവീണ (വി)- സാമർത്ഥ്യമുള്ള. skilful.

പ്രവീണത (നാ)- കഴിവ്, നിപുണത. ability, skill.

പ്രവീണൻ (നാ)- സമർത്ഥൻ. clever fellow.

പ്രവൃത്ത (വി)- പ്രവർത്തിക്കപ്പെട്ട, തുടങ്ങിയ, സ്ഥാപിക്കപ്പെട്ട, ഉരുണ്ട. done, commenced, established, round.

പ്രവൃത്തി (നാ)- വേല, നടപ്പ്, വൃത്താന്തം, തൊഴിൽ, പകുതി, ക്ഷുദ്രപ്രയോഗം. work, activity, news, occupation, half, sorcery.

പ്രവൃദ്ധ (വി)- വളരെ വളർന്ന. full grown.

പ്രവേദനം(നാ)-അറിയിപ്പ്. announcement.

പ്രവേപം (നാ)- വിറയൽ. shivering

പ്രവേശനം (നാ)-അകത്തു പോകൽ, പടിവാതിൽ, രതിക്രീഡ. entry, door step, coitus.

പ്രവേശനം (നാ)-അകത്തു കടക്കൽ, ആവേശം, സംക്രമം, വാതിൽ. entry, possession, passing of a planet from one sign to another, door.

പ്രശമനം (നാ)- അടക്കൽ, വധം, നശിപ്പിക്കൽ. suppressing, murder, destroying.

പ്രശംസ (നാ)- സ്തുതി, വിവരണം. praise, narration.

പ്രശംസകൻ (നാ)- സ്തുതിപാഠകൻ, പുകഴ്ത്തുന്നവൻ. sycophant, flatterer.

പ്രശംസിക്കുക (വി)- ശ്രേഷ്ഠമായ, നല്ല, സ്തുതിക്കപ്പെട്ട, കീർത്തികേട്ട. excellent, good, praised, famous.

പ്രശസ്തി (നാ) - സ്തുതി, കീർത്തി, ശ്രേഷ്ഠത, മേന്മ, വിവരണം. praise, fame, excellence, goodness, narration.

പ്രശാന്തി (നാ)- അടക്കം, സമാധാനം, വിശ്രമം, വിരാമം. mental control, peace, rest, end.

പ്രശാസനം (നാ)- ഭരണം, സംരക്ഷണം. administration, protection.

പ്രശ്നം (നാ) - ചോദ്യം, വാദവിഷയം, ശകുനം. question, topic of debate, omen.

പ്രശ്രിത (വി)- വിനയമുള്ള. humble.

പ്രശ്രുത (വി)- കീർത്തികേട്ട. famous.

പ്രഷ്ടാവ് (നാ)- ചോദിക്കുന്നവൻ. questioner.

പ്രസക്തി (നാ)- സ്നേഹം, താത്പര്യം, വ്യാപ്തി, അർത്ഥയോഗ്യത, നിർണ്ണയം, അന്തർഭാവം, സംബന്ധം, വിഷയം, നേട്ടം, ലാഭം, അനുമാനം, ശക്തി, അർത്ഥം. love, interest, expantion, meaningfulness, decision, content, relation, subject, achievement, profit, inference, strength, meaning.

പ്രസംഗം (നാ)- സംബന്ധം, താത്പര്യം, അവസരം, ഉപന്യാസം, മൈഥുനം. relation, interest, opportunity, essay, capulation.

പ്രസംഗിക്കുക (സ.ക്രി)- വിസ്തരിച്ചു പറയുക, ഭാഷണം നടത്തുക. to describe, to deliver a lecture.

പ്രസന്ന (വി)- പ്രസാദിച്ച, ദയയുള്ള, തെളിവുള്ള. pleased, merciful, transparent.

പ്രസരണം (നാ)- പുരോഗമനം, വ്യാപിക്കൽ, ഒഴുക്ക്, സൗഹാർദ്ദം. flow, spreading, current, friendship.

പ്രസരം (നാ) - വ്യാപ്തി, പരക്കൽ, വരിനെല്ല്, സാമർത്ഥ്യം, ദ്രുതഗതി, ഒഴുക്ക്, ഇരുമ്പുശരം, പ്രേമം, സമയം, കൂട്ടം, യുദ്ധം. extent, spreading, wild paddy, cleverness, rapid motion, current, arrow of iron, love, time, multitude, battle.

പ്രസരിക്കുക (അ.ക്രി)- പ്രവേശിക്കുക, ഉത്സാഹിക്കുക, പരക്കുക. enter, strive, spread.

പ്രസവം (നാ) - പേറ്, പൂവ്, തളിര്, ഉത്പത്തിസ്ഥാനം, ഉത്പാദനം, സന്തതി, കായ്, ഒഴുക്ക്. delivery, flower, tender leaf, place of origin, production, offspring, fruit, current.

പ്രസാദനം (നാ)- ചോറ്, സേവനം, തെളിക്കൽ, ശുദ്ധിയാക്കൽ. boiled rice, service, driving cattle, purifying.

പ്രസാദിക്കുക (അ.ക്രി)- സന്തോഷിക്കുക, തെളിയുക. be pleased, be propitiated.

പ്രസാധനം (നാ)- നിർവഹണം, അലങ്കരണം, ചീപ്പ്, പ്രസിദ്ധീകരണം. accomplishment, decoration, comb, publication.
പ്രസാരണം (നാ)- നീട്ടൽ, സഞ്ചാരം. stretching, journey.
പ്രസാരം (നാ)- വ്യാപ്തി, സഞ്ചാരം. expanse, journey.
പ്രസാരിത (വി)- നീട്ടപ്പെട്ട, പരത്തപ്പെട്ട. stretched, expanded.
പ്രസിദ്ധ (വി)- കേൾവിപ്പെട്ട, അലങ്കരിക്കപ്പെട്ട. famous, adorned.
പ്രസിദ്ധി (നാ)- പ്രചാരം, ചമയം, കേൾവി. circulation, decoration, fame.
പ്രസു (നാ)- അമ്മ, വാഴ, നാമ്പ്, പെൺകുതിര. mother, plantain tree, bud, female horse.
പ്രസുപ്ത (വി)- ഉറങ്ങിയ. slept.
പ്രസൂതം (നാ)- പൂവ്, ഉത്പത്തിസ്ഥാനം. flower, place of origin.
പ്രസൂതി (നാ)- സന്തതി, പിറവി, മാതാവ്, ഫലം, മനുവിന്റെ ഒരു പുത്രി. offspring, birth, mother, fruit, daughter of Manu.
പ്രസൂനകം (നാ)- പൂവ്, കായ്, മൊട്ട്. flower, fruit, bud.
പ്രസേകം (നാ)- തളിക്കൽ, സ്ഖലനം, ഊറൽ, ഛർദ്ദി. sprinkling, ejaculation, oozing, vomiting.
പ്രസ്തരണം (നാ)- മെത്ത, വിരിപ്പ്, ഇരിപ്പിടം. bed, bedsheet, seat.
പ്രസ്തരം (നാ)- കല്ല്, പാറ, രത്നം, പൂമെത്ത. stone, rock, gem, bed of flowers.
പ്രസ്താവന (നാ) - നാടകാരംഭം, ആരംഭം, മുഖവുര. prologue of a drama, beginning, foreword.
പ്രസ്താവം (നാ) -വിളിച്ചു പറച്ചിൽ, അവസരം, സൂചന, അഭിപ്രായം, ആരംഭം. announcement, opportunity, hint, opinion, beginning.
പ്രസ്തുത (വി)- സ്തുതിക്കപ്പെട്ട, ഒരുക്കപ്പെട്ട, ആലോചിക്കപ്പെട്ട, ആരംഭിക്കപ്പെട്ട, പറയപ്പെട്ട. praised, prepared, considered, commenced, told.
പ്രസ്ഥം (നാ)- ഇടങ്ങഴി, മലയുടെ മുകൾഭാഗം, മൈതാനം, തടം. measure, table land, plateau, basin.
പ്രസ്ഥാപനം (നാ)- അയപ്പ്, നീക്കൽ, തെളിയിക്കൽ, പ്രയോഗം, സംഭാഷണം, അറിയിക്കൽ. send off, removal, proving, application.
പ്രസ്ഫുരണം (നാ) - വിറയൽ, തിളക്കം. vibration, shining.
പ്രസ്ഫോടനം (നാ)- മുറം, മെതി, വികസിപ്പിക്കൽ, പിളർക്കൽ, പ്രകാശനം, വിശദീകരണം. winnowing pan, threshing, expansion, splitting, publishing, clarification.
പ്രഹരം (നാ)- അടി, അസ്ത്രപ്രയോഗം. blow, shooting with an arow.
പ്രഹർഷം (നാ)- സന്തോഷം, രോമാഞ്ചം. joy, horripilation.
പ്രഹർഷണൻ (നാ)- ബുധൻ. Mercury.
പ്രഹർഷിണി (നാ)- മഞ്ഞൾ, പൂക്കൂട. turmeric, flower basket.
പ്രഹസനം(നാ)-പരിഹാസം. ridicule.
പ്രഹാരം (നാ)- വധം, ഇടി, അടി, ചവിട്ട്. murder, blow, beating, kick.
പ്രഹാസൻ (നാ)- ശിവൻ, നടൻ. Siva, actor.
പ്രഹിത (വി)- നിശ്ചയിക്കപ്പെട്ട, തക്ക, നീട്ടപ്പെട്ട, ഹിതമായ, അയയ്ക്കപ്പെട്ട, വയ്ക്കപ്പെട്ട. determind, apt, stretched, pleasing, sent, placed.
പ്രഹ്ലാദൻ (നാ)- ഹിരണ്യകശിപുവിന്റെ പുത്രൻ. name of the son of Hiranyakashipu.
പ്രഹ്ലാദം (നാ)- അട്ടഹാസം, സന്തോഷം. roaring laughter, joy.
പ്രളയം (നാ)- ലോകനാശം, വെള്ളപ്പൊക്കം, മരണം, സർവ്വനാശം, ഒരു വലിയ സംഖ്യ, മോഹാലസ്യം. deluge, flood, death, total destruction, large number, unconsciousness.

പ്രാ (നാ)- പ്രാവ്. dove.
പ്രാകാരം (നാ)- കോട്ട, മതിൽ. fort, wall.
പ്രാകൃത (വി)- സ്വാഭാവികമായ, താണ, നീചത്വമുള്ള, സാധാരണമായ, അപരിഷ്കൃതമായ. natural, low, heinous, ordinary, uncivilized.
പ്രാഗാരം (നാ) - കെട്ടിടം, ഭവനം. building, house.
പ്രാചീന (വി)- കിഴക്കുള്ള, പണ്ടുള്ള. eastern, olden.
പ്രാചീരം (നാ) - മതിൽ, വേലി. wall, a fence.
പ്രാജികം (നാ)- പരുന്ത്. eagle.
പ്രാജ്ഞ (വി)- ബുദ്ധിയുള്ള, അടക്കമുള്ള. intelligent, continent.
പ്രാണ (വി)- നിറഞ്ഞ. filled.
പ്രാണദം (നാ)- രക്തം, ജലം. blood, water.
പ്രാണനം (നാ) - ശ്വസനം, തൊണ്ട, ജീവധാരണം, ജലം. breathing, throat, existence, water.
പ്രാണനാഥ (നാ)- ഭാര്യ. wife.
പ്രാണനാഥൻ (നാ)- ഭർത്താവ്, യമൻ. husband, mythical god of death, Yama.
പ്രാണി (നാ)- മനുഷ്യൻ, കീടം, ജീവി. man, worm, creature.
പ്രാണേശ്വരൻ (നാ)- ഭർത്താവ്. husband.
പ്രാതഃകാലം (നാ) - പ്രഭാതം. morning.
പ്രാതിക (നാ)- ചെമ്പരുത്തി. shoe flower.
പ്രാതിഹാര്യം (നാ)- ഇന്ദ്രജാലം. magic.
പ്രാഥമ്യം (നാ)- ഒന്നാംസ്ഥാനം. first.
പ്രാദേശിക (വി)- പ്രദേശം സംബന്ധിച്ച, പരിമിതമായ, സ്ഥലത്തുള്ള, അർത്ഥവത്തായ. pertaining to a place, limited, local, meaningful.
പ്രാന്ത (നാ)- വരാന്ത. verandah.
പ്രാന്തം (നാ)- അറ്റം, മൂല, വക്ക്, അതിർത്തി. end, corner, edge, boundary.
പ്രാപണം (നാ)- പ്രവേശിക്കൽ, ലാഭം, പ്രാപിക്കൽ, അനുഭവം. entering, profit, reaching, experience.
പ്രാപിക്കുക (അ.ക്രി)- ചെന്നെത്തുക, സംയോഗം ചെയ്യുക, അനുഭവിക്കുക, പ്രവേശിക്കുക, ലഭിക്കുക, സമീപിക്കുക. reach, copulate, experience, enter, to obtain, to approach.
പ്രാപ്ത (വി)- ലഭിച്ച, പ്രാപിക്കപ്പെട്ട, ഉചിതമായ, ശേഷിയുള്ള. obtained, rached, proper, efficient.
പ്രാപ്തി (നാ) - പ്രവേശം, പ്രാപിക്കൽ, ഉത്പത്തി, പങ്ക്, സാമർത്ഥ്യം, കഴിവ്, ലാഭം, ഭാഗ്യം, അഷ്ടൈശ്വര്യങ്ങളിൽ ഒന്ന്. admission, reaching, origin, share, cleverness, efficiency, profit, luck, one of the eight divine qualities.
പ്രാപ്യ (വി)- പ്രാപിക്കത്തക്ക. approachable.
പ്രാഭൃതം (നാ) - ദാനം, കാഴ്ചദ്രവ്യം, കൈക്കൂലി, നൈവേദ്യം. gift, present, bribe, offering to deity.
പ്രാമാണികൻ (നാ)- തലവൻ, വിദ്വാൻ, വിശ്വസ്തൻ. authoritative person, scholar, faithful person.
പ്രാമാണികം (നാ) - സത്യം, ആണ, മുഖ്യമായത്. truth, promise, that which is important.
പ്രായണം (നാ) - പ്രവേശം, ആരംഭം, നിത്യവൃത്തി. entrance, beginning, subsistence.
പ്രായം (ക്രി.വി)- മിക്കവാറും, തുല്യമായി. probably, equally.
പ്രായം (നാ)- വലുപ്പം, പോക്ക്, ജീവാവസ്ഥ, മരണം, വർദ്ധന, ഭൂരിഭാഗം. magnitude, movement,living state, death, increase, major portion.
പ്രായശ്ചിത്തം (നാ)- പിഴ, പ്രതിവിധി. expiation, reparation.
പ്രാരബ്ധം (നാ) - കർമ്മം, ബുദ്ധിമുട്ട്, ആരംഭിക്കപ്പെട്ടത്. deed, difficulty, that which has begun.
പ്രാരംഭം(നാ)-തുടക്കം, ആരംഭം, ഉദ്യമം. commencement, beginning, endeavour.
പ്രാർത്ഥന (നാ)- അപേക്ഷ, യാചന, നേർച്ച, വ്യവഹാരം, സ്തുതി, ഹർജി. request, begging, offering, law suit, praise, petition.

പ്രാർത്ഥിക്കുക (സ.ക്രി)- അപേക്ഷിക്കുക, യാചിക്കുക. request, beg.
പ്രാലേയം (നാ)- മഞ്ഞ്. snow.
പ്രാവരണം (നാ)- പുതപ്പ്. blanket.
പ്രാവൃത്തിക (വി)- അപ്രധാനമായ. unimportant.
പ്രാവൃത്തികൻ (നാ)- ദൂതൻ. messenger.
പ്രാവൃഷികം (നാ)- മയിൽ. peacock.
പ്രാശം (നാ)- ആഹാരം. food.
പ്രാശം (നാ)- കുന്തം. spear.
പ്രാശിതം (നാ)- ശ്രാദ്ധം. oblation to manes.
പ്രാശ്നികൻ (നാ)- ചോദിക്കുന്നവൻ, പരിശോധകൻ. interrogator, examiner.
പ്രാസകം (നാ) - കുന്തം, പകിട. spear, a dice.
പ്രാസംഗികൻ (നാ)- വക്താവ്, പ്രസംഗിക്കുന്ന ആൾ. speaker, lecture.
പ്രാസാദം (നാ)- മാളിക, ദേവാലയം, കൊട്ടാരം. a tower, a temple, a palace.
പ്രാഹ്ണം (നാ)- പ്രഭാതം. morning.
പ്രിയ (വി)- നടപ്പിലിരിക്കുന്ന, താത്പര്യമുള്ള, വിലക്കൂടുതലുള്ള, ഇഷ്ടമുള്ള. existing, interested, valuable, loved.
പ്രിയ (നാ)- പ്രിയമുള്ളവൾ, ഭാര്യ, കാമുകി, സ്ത്രീ, വാർത്ത, മുല്ല. a beloved woman, wife, a lady-love, woman, news, jasmine.
പ്രിയകം (നാ)- കുങ്കുമം, നീർക്കടമ്പ്, തേനീച്ച. saffron, hijjal tree, honey -bee.
പ്രിയത (നാ)- സ്നേഹം, ആദരം. love, respect.
പ്രിയതമ (വി)- ഏറ്റവും പ്രിയപ്പെട്ട, ഭാര്യ. most beloved, wife.
പ്രിയൻ(നാ)-ഇഷ്ടൻ, കാമുകൻ, ഭർത്താവ്, സന്തോഷിപ്പിക്കുന്നവൻ. friend, lover, husband, one who pleases.
പ്രിയപത്രം (നാ) - പക്ഷി. bird.
പ്രിയം (നാ)- ഇഷ്ടം, സുഖം, ദയ, പ്രേമം, ഹിതമായ വാർത്ത. like, happiness, mercy, love, pleasant news.
പ്രിയവാദിനി (നാ)- തത്ത, നല്ലവാക്കു പറയുന്നവൾ. parrot, woman who talks affably.
പ്രീണ (വി)- സന്തോഷമുള്ള, മുമ്പിലത്തെ, പഴയ. happy, former, old.
പ്രീണനം (നാ)- സന്തോഷിപ്പിക്കൽ, താലോലിക്കൽ, തൃപ്തി. pleasing, fondling, satisfaction.
പ്രീതി (നാ)- സന്തോഷം, ദയവ്, സ്നേഹം, സുഖം, തൃപ്തി, കാമദേവന്റെ ഒരു പത്നി. pleasure, mercy, love, happiness, satisfaction, name of a wife of Cupid.
പ്രീതികര (വി)- കനിവുള്ള, സന്തോഷം ജനിപ്പിക്കുന്ന. gracious, joy giving.
പ്രീതിദൻ (നാ)- വിദൂഷകൻ. clown.
പ്രീതിദാനം (നാ)- പാതിതോഷികം. present.
പ്രേക്ഷ (നാ)- ബുദ്ധി, കാഴ്ച, ആട്ടം, മരക്കൊമ്പ്. intelligence, sight, dance, branch of a tree.
പ്രേക്ഷണം (നാ)- കാഴ്ച, കണ്ണ്. sight, eye.
പ്രേത (വി)- മരിച്ച. dead.
പ്രേതം (നാ)- മരിച്ചവരുടെ ആത്മാവ്, ശവശരീരം, ദുർദേവത. soul of the departed, dead body, evil deity.
പ്രേതവനം (നാ)- ശ്മശാനം. burial ground.
പ്രേമം (നാ)- സ്നേഹം, അനുരാഗം. affection, love.
പ്രേയസി (നാ)- കാമുകി, ഭാര്യ, ഉപപത്നി. lady love, wife, concubine.
പ്രേയസ്സ് (വി)- അധികം പ്രിയമുള്ള. most beloved.
പ്രേരക (വി)- പ്രേരിപ്പിക്കുന്ന. inciting.
പ്രേരണ (നാ)- പറഞ്ഞയയ്ക്കൽ, ഓടിക്കൽ. prompting, inducement.
പ്രേരിത (വി)- പ്രേരിപ്പിക്കപ്പെട്ട, ഓടിക്കപ്പെട്ട, ഉത്സാഹിപ്പിക്കപ്പെട്ട, നിർബന്ധിപ്പിക്കപ്പെട്ട, എറിയപ്പെട്ട, ആജ്ഞാപിക്കപ്പെട്ട. prompted, driven away, encouraged, compelled, thrown away, commanded.

പ്രേരിതൻ (നാ)- ദൂതൻ. messenger.
പ്രേരിപ്പിക്കുക (സ.ക്രി)- ഉത്സാഹിപ്പിക്കുക, ഓടിക്കുക, പ്രവർത്തിപ്പിക്കുക. encourage, make to run, call to action.
പ്രേഷകൻ (നാ)- അയച്ചവൻ. sender.
പ്രേഷണം (നാ) - സന്ദേശം, അയയ്ക്കൽ. message, sending.
പ്രേഷിത (വി)- അയയ്ക്കപ്പെട്ട, ആജ്ഞാനപിക്കപ്പെട്ട. sent, commanded.
പ്രേഷ്ഠാ (നാ)- ഭാര്യ, കാമുകി, കാല്. wife, sweet-heart, foot.
പ്രോക്ത (വി)- പറയപ്പെട്ട, പ്രവചിച്ച. told, predicted.
പ്രോക്ഷണം (നാ)- തളിക്കൽ, വധം. sprinkling, killing.
പ്രോത്സാഹനം (നാ)- പ്രോത്സാഹിപ്പിക്കൽ. encouragement.
പ്രോദ്ദീപ്ത (വി)- ജ്വലിക്കുന്ന, എരിയുന്ന. blazing, burning.
പ്രോദ്വാഹം (നാ)- വിവാഹം. marriage.
പ്രോഷ്ഠം (നാ) - കാള, ഒരിനം മത്സ്യം, ബെഞ്ച്. ox, a kind of fish, bench.
പ്രൗഢ (വി)- വളർന്ന, വികസിച്ച, ധൈര്യമുള്ള, അഹങ്കാരമുള്ള, കനത്ത, കഠിനമായ, ശ്രേഷ്ഠമായ. grown, expanded, brave, arrogant, heavy, heard, excellent.
പ്രൗഢത്വം (നാ)- പൂർണ്ണവളർച്ച. state of being fully grown.
പ്രൗഢി (നാ)- അഹങ്കാരം, ഉന്നതാവസ്ഥ, മോടി, ധീരത, സാമർത്ഥ്യം, പൂർണ്ണവളർച്ച. haughtiness, high position, pomp, bravery, cleverness, full growth.
പ്ലവ (വി)- ചാടുന്ന, നീന്തുന്ന, പൊങ്ങിക്കിടക്കുന്ന. jumping, swimming, floating.
പ്ലവകം (നാ) - തവള, കുരങ്ങ. frog, moneky.
പ്ലവഗൻ (നാ)- സൂര്യന്റെ സാരഥി, കുരങ്ങൻ. charioteer of the sun, monkey.
പ്ലവഗം (നാ)- തവള, കുരങ്ങ്, കുളക്കോഴി. frog, moneky, water-fowl.
പ്ലവംഗം (നാ)- തവള, മാൻ, കുരങ്ങ്. frog, deer, monkey.
പ്ലവംഗമം (നാ)- തവള, കുരങ്ങ്. frog, monkey.
പ്ലവനം (നാ)- ചാട്ടം, നീന്തൽ, കുളി, മുത്തങ്ങ, ചരിവ്, പറക്കൽ. jump, swimming, bath, a medicinal plant, slope, flying.
പ്ലവം (നാ)- ചാട്ടം, നീന്തൽ, തവള, കുരങ്ങ്, കുളക്കോഴി, ഇത്തിമരം, കപ്പൽ, മുത്തങ്ങ. jump, swimming, frog, monkey, water-fowl, Ficus infectoria, ship, cyperus rotundus.
പ്ലവിക്കുക (അ.ക്രി)- ചാടുക, നീന്തുക, ഇളകുക. jump, swim, move.
പ്ലാൻ (നാ)- ആസൂത്രണം. plan.
പ്ലാവനം (നാ)- അലക്ക്, കുളി, പ്രവാഹം. washing, bathing, current.
പ്ലാവ് (നാ)- പിലാവുമരം. jack fruit tree.
പ്ലുതം (നാ)- മൂന്നുമാത്രയുള്ള സ്വരം, മുയൽ, ചാട്ടം. voice of three matras of beats, hare, jump.

ഫ

ഫ - ഇരുപത്തിരണ്ടാമത്തെ വ്യഞ്ജനം. twenty second consonant of the alphabet.
ഫക്കീർ-സന്ന്യാസി, ഭിക്ഷു. ascetic, monk.
ഫണം(നാ)- പാമ്പിന്റെ പത്തി. hood of a snake.
ഫണധരൻ (നാ)- ശിവൻ. Siva.
ഫണവാൻ (നാ)- പാമ്പ്, ആദിശേഷൻ. snake, Adisesha.
ഫണി (നാ)- സർപ്പം, രാഹു, കർപ്പൂരതുളസി, പതഞ്ജലി. serpent, Rahu, a kind of basil plant, Patanjali.
ഫണിലത (നാ)- വെറ്റിലക്കൊടി. betel-vine.
ഫലകണ്ടകം (നാ)- പ്ലാവ്. jack tree.
ഫലകം(നാ)- പലക, പരിച, എഴുതുന്ന ഓല, ഉള്ളം കൈ, ഫലം, ലാഭം. plank, shield, palm leaf for writting, palm, fruit, profit.

ഫലകീ (നാ)- ചന്ദനമരം, ബെഞ്ച്. sandal tree, bench.
ഫലകേസരം (നാ)- തെങ്ങ്. coconut tree.
ഫലദം (നാ)- വൃക്ഷം. tree.
ഫലദ്രുമം (നാ)- പ്ലാവ്. jack tree.
ഫലപ്രാപ്തി (നാ)- കാര്യലാഭം. accomplishment.
ഫലഭുക്ക് (നാ)- പക്ഷി. bird.
ഫലഭൂമി (നാ)- സ്വർഗ്ഗം, നരകം, വിളഭൂമി. heaven, hell, fertile land.
ഫലസം (നാ)- പ്ലാവ്. jack tree.
ഫലാശനം (നാ)- കിളി. bird.
ഫലാസ്ഥി (നാ)- തേങ്ങ. coconut.
ഫലിക്കുക (അ.ക്രി)- കായ്ക്കുക, ഫലം കിട്ടുക, കാര്യം സാധിക്കുക, വിജയിക്കുക. fructify, get the fruit, achieve the aim, win.
ഫലിക്കുന്ന (വി)- വിജയിക്കുന്ന, ഫലമുണ്ടാക്കുന്ന. succeeding, being effective.
ഫലിതം (നാ)- കളിവാക്ക്, ഫലം, കായ്ക്കുന്ന മരം. humour, fruit, fruit bearing tree.
ഫല്ഗു (വി)- നിസ്സാരമായ, ചെറിയ, നിരുപയോഗമായ, നിരർത്ഥകമായ, മനോഹരമായ. silly, small, useless, senseless, beautiful.
ഫല്ഗുന (വി) - ചെമന്ന, പാടലമായ. red, pink.
ഫല്ഗുനൻ (നാ)- അർജ്ജുനൻ, ഇന്ദ്രൻ. Arjuna, Indra.
ഫല്ഗുനം (നാ)- ഫല്ഗുനമാസം. Phalguna month.
ഫാലഗുപ്തൻ (നാ)- ബലരാമൻ. Balabhadra.
ഫാലനേത്രൻ (നാ)- ശിവൻ. Siva.
ഫാലൻ (നാ)- ബലഭദ്രൻ. Balabhadra.
ഫാലാ (നാ)- നെറ്റി, മാതളനാരകം, തുണി, കൂട്ടം, ഒരിനം ഇരുമ്പ്. forehead, pomegranate tree, cloth, multitude, a kind of iron.
ഫാല്ഗുനം (നാ)- മീനമാസം. month of Meena.
ഫാല്ഗുനി (നാ)- മീനമാസം. month of Meena.
ഫുപ്ഫുസം (നാ)- ശ്വാസകോശം. lungs.
ഫുല്ല (വി)- വികസിച്ച, വിടർന്ന, പുഞ്ചിരി തൂകുന്ന. expanded, blossomed, smiling.
ഫുല്ലം (നാ)- വിരിഞ്ഞത്, വിടർന്ന പൂവ്. that which is bloomed, blossomed flower.
ഫേനം (നാ)- പത, ഉമിനീർ. foam, saliva.
ഫേനില (വി)- പതയുന്ന. foaming.
ഫേരവൻ (നാ)- പിശാച്, കള്ളൻ, ചതിയൻ, കുറുക്കൻ. ghost, thief, cheat, jackal.
ഫേരവം (നാ)- കള്ളം, കുറുക്കൻ. falsehood, a jackal.
ഫേരു (നാ)- കുറുക്കൻ. jackal.
ഫേലിക (നാ) - ഉച്ഛിഷ്ടം, എച്ചിൽ. refuse of victuals, offal.

ബ

ബ - അക്ഷരമാലയിലെ ഇരുപത്തിമൂന്നാമത്തെ വ്യഞ്ജനം. twenty third consonant of the alphabet.
ബകം (നാ)- കൊക്ക്. crane.
ബകതാപസൻ (നാ)- കള്ളസന്യാസി. fake ascetic.
ബകധ്യാനം (നാ)- കപടധ്യാനം. hypocritical meditation.
ബകി (നാ)- പൂതന. Poothana the demoness.
ബകുരം (നാ)- ഇടിവാൾ, കാഹളം. thunderbolt, trumpet.
ബകുലം (നാ)- ഇലഞ്ഞിമരം, ഇലഞ്ഞിപ്പൂവ്. elanji tree, flower of elanji.
ബജാർ (നാ)- കമ്പോളം. market place.
ബടു (നാ)- ബ്രഹ്മചാരി. celebate.
ബടൂകരണം (നാ)- ഉപനയനം. investiture with the brahminical sacred thread.
ബഡവം (നാ)- കുതിര. horse.
ബഡായി (നാ)- അതിശയോക്തി, ആത്മപ്രശംസ. exaggeration, boasting.

ബഡിശം (നാ)- മീൻ പിടിക്കാനുള്ള ചൂണ്ട. hook for catching fish.
ബഡുവാ(നാ)- ചതിയൻ, കള്ളൻ. cheat, robber.
ബതൽ(നാ)- പകരം. substitute.
ബദര (നാ)- നിലപ്പന, കുരുപ്പരുത്തി. coral tree, shrub cotton.
ബദരി (നാ)- ഇലന്ത, പഞ്ഞി. zizyphus jujuba tree, cotton.
ബദാം (നാ)- ഒരു വൃക്ഷം. almond.
ബദ്ധ (വി)- കെട്ടപ്പെട്ട, തടവിലാക്കപ്പെട്ട, വേരുറച്ച, രചിക്കപ്പെട്ട. bound, imprisoned, firmly rooted, composed.
ബദ്ധജിഹ്വ(വി)- നിശ്ശബ്ദമായ. silent.
ബദ്ധൻ (നാ)- ബാദ്ധ്യസ്ഥൻ, ബന്ധിക്കപ്പെട്ടവൻ. one who has undertaken to do something, prisoner.
ബദ്ധപ്പാട് (നാ)- തിടുക്കം, കഷ്ടപ്പാട്. hurry, misery.
ബദ്ധപ്പെടുത്തുക (സ.ക്രി)- ബുദ്ധിമുട്ടിക്കുക. cause trouble.
ബദ്ധപ്രതിജ്ഞൻ (നാ)- പ്രതിജ്ഞ ചെയ്തവൻ. one who has taken vow.
ബദ്ധമുഷ്ടി (നാ)- പിശുക്കൻ. miser.
ബദ്ധൽ (നാ)- തൊഴിൽ, ബദ്ധപ്പാട്. occupation, misery.
ബദ്ധവൈരം (നാ)- കടുത്ത ശത്രുത. unquenchable enmity.
ബധിര (വി)- കേൾക്കാൻ കഴിയാത്ത. deaf.
ബധിരത (നാ)- കേൾവി ശക്തിയില്ലായ്മ. deafness.
ബധിരൻ (നാ)- ചെവി കേൾക്കാത്തവൻ. deaf person.
ബധ്രം (നാ)- കാരീയം. lead.
ബന്തർ (നാ)- തുറമുഖം. port.
ബന്ദി (നാ)- തടവുകാരൻ, അടിമ. prisoner, slave.
ബന്ധം (നാ)- കെട്ട്, വിലങ്ങ്, ശരീരം, തടവ്, കാരണം. tie, fetter, body, imprisonment, cause.
ബന്ധകം (നാ)- കൈമാറ്റം, അണക്കെട്ട്, കെട്ട്, വ്യസനം, തടവ്, ജാമ്യം. transfer, dam, tie, grief, imprisonment, surety.
ബന്ധനം (നാ)- തടവ്, ബന്ധിക്കൽ. imprisonment, binding.
ബന്ധനസ്ഥൻ (നാ)- തടവുകാരൻ. prisoner.
ബന്ധനസ്ഥാനം (നാ)- തൊഴുത്ത്. cowshed.
ബന്ധനാലയം (നാ)- കാരാഗൃഹം. prison.
ബന്ധിക്കുക (സ.ക്രി)- കെട്ടുക, ബന്ധനത്തിലാക്കുക. tie, imprison.
ബന്ധിത (വി)- തടവിലാക്കപ്പെട്ട, കെട്ടപ്പെട്ട. imprisoned, tied.
ബന്ധു (നാ)- സ്നേഹിതൻ, രക്ഷകൻ. friend, protector.
ബന്ധുത്വം (നാ)- ചാർച്ച, ബന്ധുവിന്റെ അവസ്ഥ. relationship, kinship.
ബന്ധുര (വി)- മനോഹരമായ, ചരിവുള്ള, ചെവികേൾക്കാത്ത, ഉപദ്രവകാരിയായ. beautiful, undulating, deaf, troublesome.
ബന്ധുരം (നാ)- അരയന്നം, മനോഹരം, ഉച്ചമലരി, ഒരു തരം കിരീടം. swan, beautiful, the plant pentapetes, a kind of crown.
ബന്ധ്രം (നാ)- കെട്ട്. knot.
ബഭ്രവി (നാ)- ദുർഗ്ഗ. goddess Durga.
ബഭ്രു (നാ)- ശിവൻ, വിഷ്ണു, അഗ്നി, കീരി, വേഴാമ്പൽ, തൂപ്പുകാരൻ, നല്ലകുലത്തിൽ ജനിച്ചവൻ, ഒട്ടകം. Siva, Vishnu,fire, mongoose, hornbill, sweeper, person born in a noble family, camel.
ബഭ്രുധാതു(നാ)- കാവി, സ്വർണ്ണം. ochre, gold.
ബംഭരം (നാ)- വണ്ട്, ഈച്ച. beetle, fly.
ബരം (നാ)- കുങ്കുമം, ഇഞ്ചി. saffron, ginger.
ബർക്കരം (നാ)- ആട്, നേരമ്പോക്ക്. goat, pastime.
ബർബ്ബര (നാ)- നീചമായ, അപരിഷ്കൃതമായ. mean, uncivilised.
ബർഹം (നാ)- മയിൽപ്പീലി, ഇതൾ, ഇല, തൂവൽ, ചിറക്. tail feather of peacock, petal,leaf, feather, wing.

ബർഹി (നാ)- അഗ്നി, മയിൽ, കൊടുവേലി. fire peacock, a medicinal plant.
ബർഹിണം (നാ)- ഗോതമ്പ്, മയിൽ, തകരം. wheat, peacock, tin.
ബർഹിസ്സ് (നാ)- ശോഭ, ആകാശം, ജലം, അഗ്നി, യാഗം. splendour, sky, water,fire,yaga.
ബലം (നാ)- ശക്തി, കാക്ക, ശരീരം, മുള, ശുക്ലം, സൈന്യം, രക്തം, നീർമാതളം. strength, crow, body, bamboo, semen, army, blood, pomegranate.
ബലക്ഷയം (നാ)- ബലക്കുറവ്, ശക്തിക്ഷയിക്കൽ. weakness, loss of strength.
ബലജ (നാ)- സുന്ദരി, ഭൂമി. beautiful woman, earth.
ബലജം (നാ)- വയൽ, ധാന്യം, സൗന്ദര്യം, നഗരവാതിൽ, മജ്ജ, യുദ്ധം. paddy field, grain, beauty, city- gate, marrow of bone, war.
ബലദം (നാ)- കാള, ജീരകം. bullock, cumin seed.
ബലദേവൻ (നാ)- വായു, ബലരാമൻ. the mythical god of the winds, Balarama.
ബലരാമൻ (നാ)- വിഷ്ണുവിന്റെ അട്ടാമത്തെ അവതാരം. eighth incarnation of Vishnu.
ബലവാൻ (നാ)- ശക്തൻ. strong man.
ബലസ്ഥൻ (നാ)- ഭടൻ, ബലവാൻ. soldier, strong man.
ബലഹീനത (നാ)- ശക്തിയില്ലായ്മ, ദൗർബല്യം. lack of strength, weakness.
ബലഹീനൻ (നാ)- ശക്തിയില്ലാത്തവൻ. weak man.
ബലാകം (നാ)- നായിക, കൊറ്റി, കാമുകി. heroine, crane, lady- love.
ബലാംഗകം (നാ)- വസന്തകാലം. spring season.
ബലാബലം (നാ)- ബലപരീക്ഷ. trial of strength.
ബലാഹം (നാ)- ജലം. water.
ബലി (നാ)- പിതൃശ്രാദ്ധം, മഹാബലി, പാമ്പ്, ഒട്ടകം, സിംഹം, കാള, ഉഴുന്ന്, ഭടൻ, പന്നി, പോത്ത്, ഗന്ധകം, കുന്തുരുക്കം, കഫം, ബലവാൻ. religious sacrifice to propitiate the souls of departed forefathers, Asura king Mahabali, snake, camel, lion, bullock, black gram, soldier, pig, buffalo, sulphur, gum frankincense, phlegm, strong man.
ബലികർമ്മം (നാ)- ശ്രാദ്ധം, കുരുതി. sacrifice to the spirit of the departed, sacrifice of an animal.
ബലികാക്ക (നാ)- കാവതിക്കാക്ക. raven.
ബലിചന്ദനം (നാ)- രക്തചന്ദനം. almug.
ബലിവർദ്ദം (നാ)- കാള. bullock.
ബലിഷ്ഠ (വി)- അത്യധികം ശക്തിയുള്ള. very strong.
ബലിഷ്ഠം (നാ)- ഒട്ടകം, അത്യധികം ശക്തിയുള്ളത്. camel, something very strong.
ബലിഹാവ് (നാ)- മഹാവിഷ്ണു. lord Vishnu.
ബലീനം (നാ)- തേൾ. scorpion.
ബലീമുഖം (നാ)- കുരങ്ങ്. monkey.
ബഹളം (നാ)- ലഹള, വലിയ ശബ്ദം, ഒരുതരം കരിമ്പ്. tumult, uproar, a kind of sugarcane.
ബഹിരാകാശം (നാ)- ഭൗമാകാശത്തിന് പുറമേയുള്ള ആകാശം. space.
ബഹിഷ്കരണം (നാ) - ബഹിഷ്കരിക്കൽ. boycotting.
ബഹിഷ്കരിക്കുക (അ.ക്രി)- നാടുകടത്തുക, പുറത്താക്കുക. banish, expel.
ബഹിഷ്കാരം (നാ) - പുറത്താക്കൽ, ബഹിഷ്കരണം. expulsion, banishment.
ബഹുകം (നാ)- നീർക്കാക്ക, ഞണ്ട്, നത്ത്. water-fowl, crab, a kind of small owl.
ബഹുകരി (നാ)- ചൂൽ. broom stick.
ബഹുജനം (നാ)- പൊതുജനം. public.
ബഹുജ്ഞൻ (നാ) - വളരെ അറിവുള്ളവൻ. one who knows too much.

ബഹുത (നാ) - സമൃദ്ധി. plentifulness.
ബഹുധാരം (നാ)- വജ്രം. diamond.
ബഹുനാദം (നാ)- ശംഖ്. conch.
ബഹുപ്രജം (നാ)- പന്നി, എലി. pig, rat.
ബഹുമതി (നാ)- ബഹുമാനം, അംഗീകാരം. honour, recognition.
ബഹുമാന്യ (വി)- ബഹുമാനം അർഹിക്കുന്ന. respectable.
ബഹുലം (നാ)- ആകാശം, ധാരാളമായിട്ടുള്ളത്. sky, plentifulness.
ബഹുശത്രു (നാ)- കുരുവി. sparrow.
ബഹുള (വി)- സമൃദ്ധമായ, വർദ്ധിച്ച. abundant, increased.
ബാക്കി (നാ)- മിച്ചം, ശേഷിപ്പ്. balance, remnant.
ബാങ്ക് (നാ)- പണം കൊടുക്കൽ-വാങ്ങൽ നടത്തുന്ന സ്ഥലം. place where transaction of money is done.
ബാഡവം (നാ)- സമുദ്രാഗ്നി, കുതിരകളുടെ കൂട്ടം. sea-fire, flock of horses.
ബാഡവേയൻ (നാ)- കാള. bullock.
ബാഡീരൻ (നാ)- ഭൃത്യൻ. servant.
ബാഢ (വി)- ഉച്ചത്തിലുള്ള, ബലമുള്ള. strong, loud.
ബാണം (നാ)- അമ്പ്, അമ്പൊട്ടൽ, അഞ്ച് എന്ന സംഖ്യ, ശബ്ദം, അകിട്, മിന്നൽ, അഗ്നി. arrow, a medicinal plant, number five, sound, udder of cattle, lightning, fire.
ബാണാസനം (നാ)- വില്ല്. bow.
ബാദരം (നാ)- പട്ട്, ജലം, ഇലന്ത, വലംപിരിശംഖ്, പഞ്ഞികൊണ്ടുള്ള തുണി. silk, water, jujuba tree, a kind of conch, a kind of cloth made of cotton.
ബാധ (നാ)- ഉപദ്രവം, ദുർദ്ദേവത, രോഗം, ആപത്ത്, പ്രതിബന്ധം. trouble, evil spirit, disease, danger, obstacle.
ബാധനം (നാ)- ബാധിക്കൽ. affecting.
ബാധ്യത (നാ)- ചുമതല, കടം. responsibility, debt.
ബാധ്യസ്ഥത (നാ)- ബാധ്യതയുള്ള അവസ്ഥ. state of being indebted.
ബാധ്യസ്ഥൻ (നാ)- കടപ്പെട്ടവൻ. one who is indebted.
ബാന്ധവം (നാ)- വിവാഹം, ബന്ധുത്വം, സംബന്ധം. marriage, relationship, temporary matrimonial alliance.
ബാന്ധവക്കാരൻ (നാ)- ഭർത്താവ്. husband.
ബാന്ധവൻ (നാ)- ചാർച്ചക്കാരൻ, സ്നേഹിതൻ, ബന്ധു. kinsman, friend, relative.
ബാന്ധവ്യം (നാ)- ബന്ധുത്വം. relationship.
ബാല(നാ.വി)- ശുദ്ധമായ, അറിവില്ലാത്ത, അധികം പ്രായമാകാത്ത, നവമായ, വർദ്ധിക്കുന്ന. pure, ignorant, young, fresh, increasing.
ബാല (നാ)- ഏലം, പതിനാറു വയസ്സിനു താഴെയുള്ളവൾ, മുല്ല, കറ്റവാഴ, തേങ്ങ, മഞ്ഞൾ. cardamom, girl below the age of 16, jasmine, aloeve-ra, coconut, turmeric.
ബാലകൻ(നാ)- ബാലൻ, ബാലിശൻ, മൂഢൻ. boy, childish fellow, idiot.
ബാലകം (നാ)- ഇരുവേലി, തലമുടി, ആനവാൾ, കുതിരവാൽ, കൈവള, മോതിരം. andropogon muriatum, hair, hair at the end of an elephant's tail, pony-tail, bangle, ring.
ബാലതാരം (നാ)- വാൽനക്ഷത്രം, ഉല്ക്ക. comet, meteor.
ബാലൻ (നാ)- ആൺകുട്ടി, അഞ്ചു വയസ്സുള്ള ആനക്കുട്ടി, മൂഢൻ. boy, elephant of five years, idiot.
ബാലി(നാ)- ഒരു വാനരരാജാവ്. name of a monkey king in the Ramayana.
ബാലിശൻ (നാ)- മൂഢൻ, കുട്ടി. idiot, child.
ബാല്യം (നാ)- ബാലന്റെ ഭാവം. childhood.

ബാഷ്പീകരണം (നാ)- ആവിയാക്കൽ. evaporation.
ബാഹു (നാ)- കൈ, മൃഗങ്ങളുടെ മുൻ കാൽ. hand, foreleg of an animal.
ബാഹുജൻ (നാ)- ക്ഷത്രിയൻ. kshatriya.
ബാഹുജം (നാ)- തത്ത. parrot.
ബാഹുലം (നാ)- അഗ്നി, ആധിക്യം, കാർത്തികമാസം. fire, abundance, month of Kartika.
ബാഹുലേയൻ (നാ) - സുബ്രഹ്മണ്യൻ, കാള. Subrahmanya, ox.
ബാഹുല്യം (നാ)- സാധാരണക്രമം, സമൃദ്ധി, ബഹുലത. normal order, prosperity, abundance.
ബാഹ്യ (വി)- ഐഹികമായ, പുറമേയുള്ള .worldly, outer.
ബാഹ്യം (നാ)- വിഷയാസക്തി, ഒരു തരം വാഹനം, ബഹിർഭാഗത്തുള്ളത്. sexual attachment, a kind of carriage, that which is external.
ബിഡാലം (നാ)- പൂച്ച, കണ്ണിന്റെ കൃഷ്ണമണി. cat, pupil of an eye.
ബിന്ദു (വി)- അറിവുള്ള. learned.
ബിന്ദു (നാ)- നീർത്തുള്ളി, പൂജ്യം, ശുക്ലം. water-drop, cipher, semen.
ബിംബം (നാ)- സൂര്യ/ ചന്ദ്രമണ്ഡലം, കണ്ണാടി, പല്ലി, കുടം, പ്രതിരൂപം. disc of sun, moon etc., a mirror, house lizard, pot, image.
ബിംബിക്കുക (അ.ക്രി)- നിഴലിക്കുക, പ്രതിഫലിക്കുക. to shadow forth, to reflect.
ബിരുദം (നാ)- ബഹുമതി, സ്ഥാനം. title of distinction, degree.
ബില്വം (നാ)- കൂവളം. bilva tree.
ബിസം (നാ)- താരമവളയം. stalk of the lotus.
ബീജകം (നാ)- വിത്ത്, മാതളം. seed, variety of pomegranate.
ബീജകോശം (നാ)- ബീജാണു, വൃഷണം. sperm, testicle.
ബീജപൂരം (നാ)- മാതളം. common pomegranate.
ബീജം (നാ)- സത്യം, മാതളം, ശുക്ലം, കാരണം, വിത്ത്. truth, pomegranate, semen, reason, seed.
ബീജി (നാ)- ഉത്പാദകൻ, പിതാവ്, വിതയ്ക്കുന്നവൻ, സൂര്യൻ. producer, father, sower, sun.
ബീഭത്സ (വി)- പാപമുള്ള, ക്രൂരതയുള്ള, വെറുപ്പുള്ള, അറപ്പുണ്ടാക്കുന്ന. sinful, cruel, hateful, causing disgust.
ബുദ്ധ(വി)- അറിയപ്പെട്ട, ഉണർന്ന, ബുദ്ധിയുള്ള. known, awakened, intelligent.
ബുദ്ധൻ (നാ)- ബുദ്ധമതസ്ഥാപകനായ മുനി, ജ്ഞാനി. Buddha, one who has knowledge of self.
ബുദ്ധി (നാ)- ഒരു അന്തരിന്ദ്രിയം, മനസ്സാന്നിദ്ധ്യം, ആശയം, ഉപദേശം. intelligence, presence of mind, idea, advice.
ബുദ്ധിമതി(നാ)- ബുദ്ധിയുള്ളവൾ. intelligent woman.
ബുദ്ധിമാൻ (നാ)- ബുദ്ധിയുള്ളവൻ. intelligent man.
ബുധ (വി)- സാമർത്ഥ്യമുള്ള, പഠിപ്പുള്ള, ഉണർവുള്ള, ബുദ്ധിയുള്ള. clever, learned, wakeful, intelligent.
ബുധൻ (നാ)- ബുധനാഴ്ച, അറിവുള്ളവൻ, വിദ്വാൻ, ദേവൻ, ഒരു ഗ്രഹം. Wednesday, learned person, scholar, deity, Mercury.
ബുധരത്നം (നാ)- മരതകം. emerald.
ബുഭുക്ഷ (നാ)- വിശപ്പ്. hunger.
ബുസം(നാ)- ചണ്ട്, ഉമി, തൈർക്കട്ട, ധനം, ജലം. hollow grain, husk of grain, curd, wealth, water.
ബൃംഹണം (നാ)- ചിന്നംവിളി, പോഷണം. roar of an elephant, nourishment.
ബൃഹതി (നാ)- ചുണ്ട, ഒരിനം വീണ, മഹത്ത്വമുള്ളവൾ. Solanum pubscens, a kind of lute, great woman.
ബൃഹതിക (നാ)- പുറങ്കുപ്പായം, മേല്പുടവ. outer garment, upper cloth.

ബൃഹത്ത് (വി)- വലിയ, തടിച്ച, സമൃദ്ധമായ, വിപുലമായ, പൂർണ്ണമായി വളർന്ന. large, stout, abundant, extensive, fully grown.
ബൃഹസ്പതി (നാ)- വ്യാഴൻ, ദേവന്മാരുടെ ഗുരു, ഗണപതി. Jupiter, preceptor of the demigods, Ganesh.
ബൈബിൾ (നാ)- ക്രിസ്തീയ വേദപുസ്തകം. the Bible.
ബോധകൻ (നാ)- ബോധിപ്പിക്കുന്നവൻ, വൈതാളികൻ, പഠിപ്പിക്കുന്നവൻ. pastor, flatterer, teacher.
ബോധം (നാ)- അറിവ്, നാമം, വിചാരം, വിടർച്ച, ഗ്രഹണം, ഉണർവ്. knowledge, name, thought, blooming, comprehension, wakefulness.
ബോധിക്കുക (അ.ക്രി)- ഉണരുക, അറിയുക, മനസ്സിലാക്കുക, ഇഷ്ടമാകുക, സമ്മതിക്കുക. wake, know, understand, like, agree.
ബോധിപ്പിക്കുക (സ.ക്രി)- പറയുക, അറിയിക്കുക, ഉണർത്തുക. tell, inform, submit.
ബോധ്യം (നാ)- അറിയേണ്ടത്, സമ്മതം, തൃപ്തി. that which is to be known, consent, satisfaction.
ബൗദ്ധ (വി)- ബുദ്ധിയെ സംബന്ധിച്ച. intelligent.
ബ്രഹ്മ (നാ)- വേദം, പരമാത്മാവ്. Veda, supreme soul.
ബ്രഹ്മചര്യം(നാ)- ആദ്യത്തെ ആശ്രമം. celibacy.
ബ്രഹ്മചാരി(നാ)- പൂണൂലിട്ട വേദം പഠിക്കുന്നവൻ, വിവാഹം ചെയ്യാത്തവൻ. religious student who observes celibacy, bachelor.
ബ്രഹ്മജ്ഞാനം(നാ)- ഈശ്വരസാക്ഷാത്കാരം. realization of divine power.
ബ്രഹ്മപദം(നാ)- ബ്രാഹ്മണ്യം, പരബ്രഹ്മപദം. brahminhood, eternal liberation.
ബ്രഹ്മം(നാ)- സകലകാരണമായ വസ്തു, ആത്യന്തിക ജ്ഞാനം, തപസ്സ് ഓംകാരം, മോക്ഷം, സത്യം. supreme being, real knowledge, penance, pranava or 'avm', salvation, truth.
ബ്രഹ്മവാദം(നാ)- വേദപാണ്ഡിത്യം. mastery of the Vedas.
ബ്രഹ്മവിദ്യ(നാ)- അധ്യാത്മവിദ്യ divine knowledge.
ബ്രഹ്മസൂത്രം (നാ)- ബാദരായണന്റെ വേദാന്തസൂത്രം.
ബ്രഹ്മസ്ഥാനം(നാ)- ക്ഷേത്രത്തിലെ ഗർഭഗൃഹം. sanctum of a temple.
ബ്രഹ്മസ്വം(നാ)- ബ്രാഹ്മണന്റെ സ്വത്ത്. assets of a brahmin.
ബ്രഹ്മഹത്യ(നാ)- ബ്രാഹ്മണവധം. killing a brahmin.
ബ്രഹ്മാണി(നാ)- സരസ്വതി, ദുർഗ്ഗ. goddess Saraswathi, goddess Durga.
ബ്രഹ്മാണ്ഡം(നാ)- സൗരയൂഥം ഉൾപ്പെടെ സമസ്ത ലോകങ്ങളും ചേർന്നത്, എല്ലാ പദാർത്ഥങ്ങളുടേയും സമൂഹം. macrocosm, cosmos, universe.
ബ്രഹ്മാനന്ദം(നാ)- ബ്രഹ്മസാക്ഷാത്കാരത്താൽ ഉളവാകുന്ന ആനന്ദം. eternal bliss attained by meditation of the supreme being.
ബ്രഹ്മാവ്(നാ)- ഹിന്ദുമത വിശ്വാസത്തിലെ സൃഷ്ടികർത്താവായ ദേവൻ. Creator in Hindu mythology.
ബ്രഹ്മാസ്ത്രം(നാ)- ബ്രഹ്മദേവനാൽ നൽകപ്പെടുന്ന ദിവ്യാസ്ത്രം. divine arrow given by Brahma.
ബ്രാഹ്മണൻ(നാ)- ബ്രഹ്മജ്ഞാനമുള്ളവൻ, പുരോഹിതൻ. brahmin, priest.
ബ്രാഹ്മണി(നാ)- ജോനകപ്പുല്ല്, പിച്ചള, ബുദ്ധി, ബ്രാഹ്മണസ്ത്രീ. lemon grass, brass, intelligent, brahmin woman.
ബ്രാഹ്മണ്യം(നാ)- ബ്രാഹ്മണഭാവം. brahminhood.
ബ്രാഹ്മം(നാ)- ബ്രാഹ്മമുഹൂർത്തം, വേദാധ്യായനം, രസം, രാജധർമ്മം. last quarter of the night, study of Vedas, mercury, king's duty.
ബ്രാഹ്മ്യം(നാ)- ബ്രഹ്മലോകം, ആശ്ചര്യം, world of Brahma, surprise.
ബ്രൂശ (നാ)-തൂലിക. brush.

ഭ

ഭ - അക്ഷരമാലയിലെ ഇരുപത്തിനാലാമത്തെ വ്യഞ്ജനം. twenty fourth consonant of the alphabet.

ഭം (നാ)- നക്ഷത്രം, തെറ്റ്, വീട്, ഗ്രഹം. star, wrong, house, planet.

ഭക്ത (നാ)- ഭക്തിയുള്ള സ്ത്രീ. devout woman.

ഭക്ത (നാ.വി)- സേവിക്കപ്പെട്ട, ഭാഗിക്കപ്പെട്ട, ഭക്തിയുള്ള. served, divided, devoted.

ഭക്തം (നാ)- പൂജ, പങ്ക്, ചോറ്. worship, share, boiled rice.

ഭക്തച്ഛന്ദം (നാ)- വിശപ്പ്. hunger.

ഭക്തി (നാ)- ആദരപൂർവ്വമായ താത്പര്യം, വേർപാട്, ക്രമം, വിശ്വാസം, ബന്ധം. piety, separation, order, faith, relation.

ഭക്തിക (നാ)- ചീവീട്. cricket.

ഭക്തിഗാനം (നാ)- മതപരമായ സ്തുതിഗീതം. devotional song.

ഭക്തിചതുഷ്ടയം (നാ)- നാലുവിധത്തിലുള്ള ഭക്തി (താമസി, രാജസി, സാത്വികി, ഗുണാതീത). four kinds of devotion (thamasi, rajasi, sathwiki, gunatheetha).

ഭക്തിപൂർവ്വം (ക്രി.വി)- ഭക്തിയോടുകൂടി. with devotion.

ഭക്തിമാൻ (നാ)- ഭക്തിയുള്ളവൻ. pious person.

ഭക്തിസാധന (നാ.വി)- ഭക്തിയെ സാധിപ്പിക്കുന്ന. gratifying devotion, making devotion fruitful.

ഭക്ഷം (നാ)- ഭക്ഷിക്കൽ, ആഹാരം. eating, food.

ഭക്ഷകം (നാ)- ആഹാരം. food.

ഭക്ഷണം (നാ)- ആഹാരം. food.

ഭക്ഷണനാളം (നാ)- അന്നനാളം. gullet.

ഭക്ഷണശാല (നാ)- ഭക്ഷണമുറി, ഭക്ഷണം തയ്യാറാക്കിക്കൊടുക്കുന്ന സ്ഥലം. dining hall, hotel, restaurant.

ഭക്ഷണീയ (നാ.വി)- ഭക്ഷിക്കത്തക്ക. edible.

ഭക്ഷിക്കുക (അ.ക്രി)- തിന്നുക. eat.

ഭക്ഷിതം (നാ)- ഭക്ഷിക്കപ്പെട്ടത്, ആഹാരം. something eaten, food.

ഭക്ഷ്യ (നാ.വി)- ഭക്ഷിക്കത്തക്ക. worthy of eating.

ഭക്ഷ്യം (നാ)- ഭക്ഷണവസ്തു, ജലം. food, water.

ഭക്ഷ്യകാരൻ (നാ)- ഭക്ഷണം പാകം ചെയ്യുന്നവൻ. cook.

ഭഗവദ്ഗീത (നാ)- മഹാഭാരതത്തിലെ തത്വങ്ങൾ നിറഞ്ഞ ഒരു ഭാഗം. philosophical section of the epic Mahabharatha.

ഭഗവാൻ (നാ)- ഈശ്വരൻ. god.

ഭംഗികേട് (നാ)- ഭംഗിക്കുറവ്, impropriety.

ഭജനീയൻ (നാ)- പൂജയ്ക്കർഹനായവൻ. one who is worthy of being worshipped.

ഭജിക്കുക (നാ)- ആരാധിക്കുക. worship.

ഭഞ്ജി (നാ)- ദുർഗ്ഗാഭഗവതി. goddess Durga.

ഭട (നാ)- ഭടനെ സംബന്ധിച്ച. pertaining to soldier.

ഭട്ടാചാര്യൻ (നാ)- പണ്ഡിതനായ ബ്രാഹ്മണൻ. Vedic brahmin who hold the rank of a scholar.

ഭണ്ഡാരം (നാ)- ഖജനാവ്. treasury.

ഭദ്രം (നാ)- ആനന്ദം, ഭാഗ്യം, ഇരുമ്പ്, ആന. happiness, fortune, iron, elephant.

ഭദ്രകൻ (നാ)- മനോഹരൻ. handsome man.

ഭദ്രകാളി (നാ)- ദുർഗ്ഗാദേവിയുടെ ഒരു അവതാരം. incarnation of goddess Durga.

ഭദ്രപീഠം (നാ)- സിംഹാസനം, ഒരു ജാതി ഈച്ച. throne, a kind of fly.

ഭദ്രവത്ത് (നാ)- ദേവതാരം. deodar tree.
ഭദ്രശാഖൻ (നാ)- സുബ്രഹ്മണ്യൻ. Subrahmanya.
ഭദ്രശ്രീ (നാ)- ചന്ദനമരം. sandalwood tree.
ഭദ്രസോമ (നാ)- ഗംഗാനദി. river Ganga.
ഭദ്രാസനം (നാ)- ഒരു യോഗാസനം, സിംഹാസനം. a pose in yoga, throne.
ഭദ്രേശൻ (നാ)- ശിവൻ. Siva.
ഭന്ദിലം (നാ)- ഐശ്വര്യം, ചന്ദനം. prosperity, sandalwood.
ഭപതി (നാ)- ചന്ദ്രൻ. Moon.
ഭംഭം (നാ)- ഈച്ച, പുക. fly, smoke.
ഭയ (നാ.വി)- പേടിയുള്ള, ഭയജനകമായ. having fear, arousing fear.
ഭയം (നാ)- പേടി, ആപത്ത്, രോഗം. fear, danger, illness.
ഭയപ്പെടുക (അ.ക്രി)- പേടിക്കുക. fear.
ഭയഭക്തി (നാ)- ഭയവും ഭക്തിയും. awe and respect.
ഭയഹീനൻ (നാ)- ഭയമില്ലാത്തവൻ. brave man.
ഭയഹേതു (നാ)- ഭയകാരണം. cause of fear.
ഭയാനകം (നാ)- കടുവ, ഭയം. tiger, fear.
ഭര (നാ)- ഭൂമി. earth.
ഭര (നാ.വി)- താങ്ങുന്ന, രക്ഷിക്കുന്ന, ഭരിക്കുന്ന. supporting, protecting, ruling.
ഭരം (നാ)- ഭാരം, ചുമട്, ചുമതല, ആധിക്യം, അതിശയം. weight, load, responsibility, excessiveness, exceeding
ഭരഭടൻ (നാ)- ഭൃത്യൻ, കുശവൻ. servant, potter.
ഭരണം (നാ)- പോഷണം, സംരക്ഷണം, ഭരിക്കൽ. nourishment, protection, administration.
ഭരണകക്ഷി (നാ)- ഭരിക്കുന്ന വിഭാഗം. ruling party, political party in power.
ഭരണാധികാരി(നാ)- ഭരിക്കാൻ അധികാരപ്പെട്ടവൻ. administrator.
ഭരണി (നാ)- കളിമണ്ണുകൊണ്ടും മറ്റും ഉണ്ടാക്കിയ പാത്രം, ഒരുത്സവം. jar of china clay, festival.
ഭരണ്ഡം (നാ)- പുഴു, കാള. worm, bullock.
ഭരണ്ഡൻ (നാ)- യജമാനൻ, കാള, ഭരിക്കുന്നവൻ. master, bullock, one who rules.
ഭരണ്യം (നാ)- ശമ്പളം, രക്ഷണം. salary, protection.
ഭരതനാട്യം (നാ)- ദക്ഷിണേന്ത്യയിലെ ഒരുതരം ശാസ്ത്രീയനൃത്തം. a kind of classical dance in South India.
ഭരതവർഷം (നാ)-ഭാരതം. India.
ഭരഥൻ (നാ)- ലോകപാലൻ, രാജാവ്, അഗ്നി. protector of the world, king, fire.
ഭരിക്കുക (സ.ക്രി)- നിയന്ത്രിക്കുക, രക്ഷിക്കുക. rule, govern, protect.
ഭരിത (നാ.വി)- ഭരിക്കപ്പെട്ട, നിറഞ്ഞ, പച്ചനിറമുള്ള. administered, filled with, having green colour.
ഭരിതം (നാ)- പച്ചനിറം. green colour.
ഭർഗ്ഗൻ (നാ)- ശിവൻ, ബ്രഹ്മാവ്, വഞ്ചകൻ. Siva, Brahma, cheat.
ഭർത്താവ് (നാ)- വിവാഹം ചെയ്ത പുരുഷൻ, രക്ഷകൻ, വിഷ്ണു. husband, protector, Vishnu.
ഭർത്തൃവ്രതം (നാ)- പാതിവ്രത്യം. faithfulness to one's husband.
ഭർത്രി (നാ)- ഭാര്യ, അമ്മ. wife, mother.
ഭർത്സിതം (നാ)- നിന്ദ, ശകാരം. censure, abuse.
ഭർമം (നാ)- പൊന്ന്, കൂലി, പൊക്കിൾ, നാണയം. gold, wage, navel, coin.
ഭല്ലം (നാ)- അസ്ത്രം, കരടി. arrow, bear.
ഭല്ലൂകം (നാ)- നായ്, കരടി. dog, bear.
ഭവ (നാ.വി)- ഉണ്ടാകുന്ന, ജനിക്കുന്ന. originating.

ഭവം (നാ)- ഉത്പാദനം, ലോകം, ശ്രേഷ്ഠത, ഐശ്വര്യം, സുഖം, സത്യം, നിലനിൽപ്പ്, ഫലം. production, world, nobility, prosperity, happiness, truth, existence, effect.

ഭവനം (നാ)- വീട്, ജനനം, പ്രകൃതി, വയൽ. house, birth, nature, paddy, field.

ഭവനപതി (നാ)- ഗൃഹനാഥൻ. head of the family.

ഭവൻ (നാ)- ശിവൻ. Siva.

ഭവന്തം (നാ)- വർത്തമാനകാലം. present tense.

ഭവസാഗരം (നാ)- ഭവാബ്ധി, സംസാരസാഗരം. ocean of worldliness.

ഭവാനി (നാ)- ശ്രീപാർവ്വതി, കാവേരിയുടെ ഒരു പോഷകനദി. goddess Parvathi, tributary of river Kaveri.

ഭവാൻ (നാ)- അങ്ങ്, അവിടുന്ന്. you, thou.

ഭവി (നാ)- മനുഷ്യൻ, ജന്തു. man, creature.

ഭവിക (നാ.വി)- ഭാഗ്യമുള്ള, ശുഭമായ. fortunate, auspicious.

ഭവികം (നാ)- നന്മ, ഭാഗ്യം, ക്ഷേമം, മംഗളം. virtue, fortune, welfare, auspiciousness.

ഭവിക്കുക (അ.ക്രി)- സംഭവിക്കുക, ഉണ്ടാകുക. happen, originate.

ഭവിനൻ (നാ)- കവി. poet.

ഭവിലൻ (നാ)- ജാരൻ. paramour.

ഭവിഷ്യം (നാ)- ഭാവി. future.

ഭവ്യം (നാ)- ഭാവി, ശുഭം, ഉണ്മ, വിനയം, അസ്ഥി, വർത്തമാനകാലം. future, auspiciousness, truth, politeness, bone, present tense.

ഭക്ഷകൻ (നാ)- നായ്. dog.

ഭഷണം (നാ)- നായ്. dog.

ഭസിതം (നാ)- ഭസ്മം. ashes especially of dried cow-dung.

ഭസ്മം (നാ)- ചാരം, വിഭൂതി, കർപ്പൂരം,. ashes, ashes of dried cow-dung, camphor.

ഭസ്മകം (നാ)- സ്വർണ്ണം, വെള്ളി, ഒരു നേത്രരോഗം. gold, silver, eye disease.

ഭാ (നാ)- നിഴൽ, ശോഭ. shadow, splendour.

ഭാകോശൻ (നാ)- സൂര്യൻ. Sun.

ഭാക്തം (നാ)- ഭക്ഷ്യസാധനം. foodstuff.

ഭാഗം (നാ)- ഓഹരി, ഹരണം, സ്ഥലം, ഹരണഫലം, ഭാഗ്യം, നാലിലൊന്ന്. share, division, place, quotient, fortune, one fourth.

ഭാഗകം (നാ)- ഹാരകം. divisor.

ഭാഗണ (നാ)- രാശിചക്രം. zodiac.

ഭാഗധേയം (നാ)- ഭാഗ്യം, കരം, ഭാഗം. fortune, tax, part.

ഭാഗധേയൻ (നാ)- അവകാശി. heir.

ഭാഗവത (നാ.വി)- വിഷ്ണുവിനെ സംബന്ധിച്ച, ഭഗവാനോട് ഭക്തിയുള്ള, പരിശുദ്ധമായ. pertaining to Vishnu, pious, pure.

ഭാഗി (നാ)- ഭാഗ്യവാൻ, ഉടമ, പങ്കുള്ളവൻ. lucky man, owner, one entitled to an equal share.

ഭാഗിക്കുക (സ.ക്രി)- വിഭജിക്കുക, പങ്കുവയ്ക്കുക. divide, share.

ഭാഗിനി (നാ)- ഉടമസ്ഥ, ഭാഗ്യവതി. female owner, fortunate woman.

ഭാഗിനേയൻ (നാ)- മരുമകൻ, സഹോദരിയുടെ മകൻ. nephew, sister's son.

ഭാഗീരഥി (നാ)- ഗംഗാനദി. river Ganga.

ഭാഗ്യം (നാ)- ഈശ്വരാനുകൂല്യം, വിധി, വിധിവശാലുണ്ടാകുന്ന സൗഖ്യം, ഐശ്വര്യം. god's favour, fate, good fortune, prosperity.

ഭാഗ്യക്കുറി (നാ)- ഭാഗ്യം പരീക്ഷിക്കാനായി നടത്തുന്ന കുറി. lottery ticket.

ഭാഗ്യക്കേട് (നാ)- ഭാഗ്യമില്ലായ്മ, ഭാഗ്യദോഷം. misfortune, ill-luck.

ഭാഗ്യവതി (നാ)- ഭാഗ്യമുള്ളവൾ. fortunate woman.

ഭാജക (നാ.വി)- ഭാഗിക്കുന്ന. dividing.

ഭാജകം (നാ)- ഹാരകം. divisor.

ഭാജനം (നാ)- പാത്രം, ഹരണക്രിയ, ഇരിപ്പിടം, പങ്ക് അനുഭവിക്കൽ. vessel, division process, seat, enjoying the share.

ഭാജി (നാ)- ഭൃത്യൻ. servant.

ഭാരകം (നാ)- ഭാരം, ചുമട്. weight, load.

ഭാരക്കട്ടി (നാ)- തൂക്കക്കട്ടി. measuring weight.

ഭാരത (നാ)- ഭാരതത്തെ സംബന്ധിച്ച. pertaining to India.

ഭാരതി (നാ)- സരസ്വതി, വാക്ക്, നാട്യ വിദ്യ, കാടപ്പക്ഷി. goddess Saraswathi, word, art and science of dancing, quail.

ഭാരയം (നാ)- ചെമ്പോത്ത്, വാനമ്പാടി. patridge, skylark.

ഭാരവം (നാ)- ഞാൺ. bow-string.

ഭാരവാഹകൻ (നാ)- ചുമതല വഹിക്കുന്നവൻ, ചുമട്ടുകാരൻ. one who bears some responsibility, porter.

ഭാരി (നാ)- സിംഹം, ചുമട്ടുകാരൻ. lion, porter.

ഭാവം (നാ)- അവസ്ഥ, താത്പര്യം, ഉത്ഭവം, ഭക്തി. state, interest, origin, devotion.

ഭാവന (നാ)- ഓർമ്മ, സാരം, അന്വേഷണം, സൃഷ്ടി, ബഹുമാനം, സങ്കല്പം. remembrance, substance, enquiry, creation, respect, imagination.

ഭാവനാശക്തി (നാ)- കല്പനാശക്തി. imaginative power.

ഭാവഭേദം (നാ)- ഭാവത്തിന്റെ മാറ്റം. change of sentiment.

ഭാവാനുബന്ധം (നാ)- ഏതെങ്കിലും ഒന്നിനോടുള്ള സ്വാഭാവിക പ്രതിപത്തി. natural affection towards something.

ഭാവിക്കുക (നാ)- നിശ്ചയിക്കുക, തുടങ്ങുക. determine, begin.

ഭാവിഫലപ്രവചനം (നാ)- വരാനിരിക്കുന്ന കാര്യങ്ങൾ മുൻകൂട്ടി പറയൽ. fortune prediction telling.

ഭാഷ (നാ)- ആശയവിനിമയത്തിനുള്ള ഒരു ഉപാധി, നാട്ടുഭാഷ. language, vernacular.

ഭാഷണം (നാ)- വാക്ക്, സംസാരം. word, speech.

ഭാഷാതത്ത്വം (നാ)- ഭാഷാശാസ്ത്രം. linguistics.

ഭാഷാഭേദം (നാ)- ഒരു ഭാഷയുടെ പ്രാദേശികരൂപം. dialect.

ഭാസ (നാ)- തിളക്കം. glitter.

ഭാസം (നാ)- സങ്കല്പം, പശു, കഴുകൻ, രശ്മി, ശോഭ. imagination, cow, vulture, ray, splendour.

ഭാസകൻ (നാ)- അലക്കുകാരൻ. washerman.

ഭാസന്തം (നാ)- നക്ഷത്രം, ഒരിനം കഴുകൻ. star, a kind of vulture.

ഭാസ്കരദ്യുതി (നാ)- വിഷ്ണു, സൂര്യശോഭ. Vishnu, brilliance of the sun.

ഭിക്ഷ (നാ)- സന്ന്യാസിയുടെ ഭക്ഷണം, യാചന. food of an ascetic, begging.

ഭിക്ഷുകി (നാ)- സന്യാസിനി, ഭിക്ഷക്കാരി. nun, woman beggar.

ഭിദുര (നാ.വി)- ഭേദിക്കുന്ന, ഉടയുന്ന. splitting, breaking.

ഭിദ്യമാന (നാ.വി)- ഭേദിക്കുന്ന. splitting.

ഭിന്നം (നാ)- പുഷ്പം, ഭിന്നസംഖ്യ, അംശം. flower, fraction, portion.

ഭിന്നസ്വര (നാ.വി)-അപസ്വരമായ, ശബ്ദമിടറിയ. disharmonious, tremulous.

ഭിന്നാഭിപ്രായം (നാ)- വ്യത്യസ്തമായ അഭിപ്രായം. difference of opinion.

ഭിഷഗ്വരൻ (നാ)- ഉത്തമനായ വൈദ്യൻ. expert physician.

ഭീതി (നാ)- ആപത്ത്, വിറയൽ, ഭയം. danger, trembling, fear.

ഭീമനാദം (നാ)- പ്രളയകാലത്തെ ഒരു മേഘം, സിംഹം, ഭയങ്കരശബ്ദം. name of a dreadful cloud of the great deluge, lion, dreadful sound.

ഭീമൻ (നാ)- ശിവൻ, ഭീമസേനൻ, ഭയങ്കരൻ, പരമാത്മാവ്. Siva, Bhimasena, terrific person, supreme soul.
ഭീമരം (നാ)- യുദ്ധം. war.
ഭീമശാസനൻ (നാ)- യമൻ. Yama.
ഭീരു (നാ)- പേടിക്കുന്ന സ്വഭാവമുള്ള വ്യക്തി, വെള്ളി, കുറുക്കൻ, നിഴൽ, ആറ്റുവഞ്ചി, പഴുതാര, കടുവ, പുലി. cowardly person, silver, fox, shadow, a kind of tree on the river bank, centipede, tiger, leopard.
ഭീരുകം (നാ)- നീലക്കരിമ്പ്, വെള്ളി, കാട്, മൂങ്ങ, കുറുക്കൻ, കരടി, പുലി, കടുവ. blue sugar-cane, silver, forest, owl, fox, leopard, tiger.
ഭീരുകൻ (നാ)- കടുവ, കുറുക്കൻ, ഭയന്നവൻ. tiger, fox, coward.
ഭീരുചേതസ്സ് (നാ)- മാൻ. deer.
ഭീഷ (നാ)- ഭയം. fear.
ഭീഷണം (നാ)- ഭയം, ശിവൻ, ഭയാനകരസം, ഭയങ്കരമായ വസ്തു, കുന്തുരുക്കം, പ്രാവ്, ഈന്തപ്പന. fear, Siva, aesthetic expression of fear, something horrible, frankincense, dove, date palm.
ഭീഷണി (നാ)- ഭയപ്പെടുത്തൽ. threat.
ഭീഷ്മ (നാ.വി)- ഭയജനകമായ, ഭയങ്കരമായ. terrible, frightful.
ഭീഷ്മകൻ (നാ)- ശിവൻ, ഭീഷ്മർ, രുഗ്മിണിയുടെ പിതാവ്. Siva, Bhishma, father of Rukmini.
ഭീഷ്മൻ (നാ)- പിശാച്, ഭയങ്കരൻ, ഭീഷ്മർ, ശിവൻ. devil, awful man, Bhishma, Siva.
ഭുക്ത (നാ.വി)- അനുഭവിക്കപ്പെട്ട, ഭക്ഷിക്കപ്പെട്ട. enjoyed, eating.
ഭുക്തം (നാ)- ഭക്ഷണം, ഭക്ഷിക്കപ്പെട്ടത്, സഹിക്കപ്പെട്ടത്. food, the thing eaten, borne.
ഭുഗ്ന (നാ.വി)- ഉടഞ്ഞ, വളഞ്ഞ. broken, curved.
ഭുജ (നാ)- കൈ, ത്രികോണത്തിന്റെയും മറ്റും വശം. hand, side of a triangle, etc.
ഭുജം (നാ)- കൈ, തീരം, മരക്കൊമ്പ്, തുമ്പിക്കൈ, വളവ്. arm, hand, shore, branch of a tree, trunk of an elephant, curve.
ഭുജംഗം (നാ)- പാമ്പ്. snake.
ഭുജംഗൻ (നാ)- സർപ്പം, ജാരൻ, ഭർത്താവ്. serpent, paramour, husband.
ഭുജശിഖരം (നാ)- തോൾ. shoulder.
ഭുജി (നാ)- അഗ്നി, അശ്വിനീദേവന്മാർ. fire, Aswini devas.
ഭുജിക്കുക (അ.ക്രി)- ഭക്ഷണം കഴിക്കുക, അനുഭവിക്കുക. eat, consume.
ഭുജ്യം (നാ)- യാഗം, അഗ്നി, ആഹാരം. holy sacrifice, fire, food.
ഭുവനം (നാ)- ലോകം, വെള്ളം, സ്വർഗ്ഗം, ക്ഷേമം. world, water, haven, welfare.
ഭുവിസ്സ്(നാ)- സമുദ്രം. sea.
ഭൂ (നാ)- ഭൂമി, ലോകം, തറ. earth, world, floor.
ഭൂകം (നാ)- ദ്വാരം, ഇരുട്ട്, വസന്തം. hole, darkness, spring.
ഭൂകമ്പം (നാ)- ഭൂമികുലുക്കം. earth quake.
ഭൂഗുരുത്വം (നാ)- ഭൂമിയുടെ ആകർഷണശക്തി. earth's gravitational pull.
ഭൂചക്രം (നാ)- ഭൂമി, ഭൂമദ്ധ്യരേഖ. earth, equator.
ഭൂത (നാ.വി)- കഴിഞ്ഞുപോയ, ഭൂതകാലത്തെ സംബന്ധിക്കുന്ന, സത്യമായ, തുല്യമായ. past, relating to the past, real, equal.
ഭൂതം (നാ)- പരേതാത്മാവ്, പിശാച്, ഭവിച്ചത്, കൃഷ്ണപക്ഷം, ലോകം. spirit of the dead, ghost, past, dark lunar fortnight, world.
ഭൂതകം (നാ)- ചന്ദനത്തടി, കർപ്പൂരം. sandal wood, camphor.
ഭൂതക്കണ്ണാടി (നാ)- വസ്തുക്കളെ വലുതായി ദർശിക്കുവാൻ സഹായിക്കുന്ന ഉപകരണം. microscope.
ഭൂതഘ്നം(നാ)-വെളുത്തുള്ളി, ഒട്ടകം. garlic, camel.

ഭൂതത്താൻ(നാ)- പിശാച്. devil.
ഭൂതപക്ഷം (നാ)- കറുത്തപക്ഷം. new moon.
ഭൂതാനുകമ്പ (നാ)- ജീവകാരുണ്യം. kindness to all living beings.
ഭൂതി(നാ)- ഭാഗ്യം, ഭസ്മം, ജനനം, ഐശ്വര്യം, വളർച്ച, ശിവൻ. fortune, holy ashes, birth, prosperity, growth, Siva.
ഭൂധരം (നാ)- പർവ്വതം. mountain.
ഭൂനികുതി (നാ)- ഭൂമിയുടെ കരം. land tax.
ഭൂപടം (നാ)- ഭൂഭാഗങ്ങളുടെ ചിത്രം. map.
ഭൂമണ്ഡലം (നാ)- ഭൂമി മുഴുവൻ. whole world.
ഭൂമാവ് (നാ) - മഹിമ, ശക്തി, ആധിക്യം, ജീവി. greatness, strength, excessiveness, creature.
ഭൂമി (നാ)- സൗരയൂഥത്തിലെ ഒരു ഗ്രഹം, പുരയിടം, രാജ്യം, മനോഭാവം. planet, earth, landed properties, country, attitude.
ഭൂമിക (നാ)- എഴുത്തുപലക, അലങ്കാരം, നടന്റെ വേഷം. writing slate, decoration, costume of an actor.
ഭൂമിജ (നാ.വി)- ഭൂമിയിൽനിന്നും ജനിച്ച. originated from the earth.
ഭൂമിവർദ്ധനം (നാ)- ശവം. body.
ഭൂയസ്ത്വം (നാ)- സമൃദ്ധി, ആധിക്യം. prosperity, excessiveness.
ഭൂയോപി(അവ്യ.)- വീണ്ടും വീണ്ടും. again and again.
ഭൂരി (നാ.വി)- വളരെയുള്ള, വലിയ. much, big.
ഭൂരിതേജസ് (നാ)- അഗ്നി. fair.
ഭൂരിപക്ഷം (നാ)- അധികം പേർ ചേർന്ന പക്ഷം. majority.
ഭൂരിരസം (നാ)- കരിമ്പ്. sugar-cane.
ഭൂർണ്ണി (നാ)- മരുഭൂമി, ഭൂമി. desert, earth.
ഭൂലത (നാ)- ഞാഞ്ഞൂൽ. earth-worm.
ഭൂശയം (നാ)- പാമ്പ്, ഉടുമ്പ്, മുയൽ. serpent, iguana, rabbit.
ഭൂശ്രവസ്സ് (നാ)- ചിതൽപ്പുറ്റ്. ant hill.
ഭൂഷണം (നാ)- അലങ്കാരം, ആഭരണം. adornment, ornament.
ഭൂഷിത (നാ.വി)- അലങ്കരിക്കപ്പെട്ട. decorated.
ഭൃംഗം (നാ)- വണ്ട്, കടന്നൽ, ധൂർത്തൻ. beetle, wasp, spendhrift.
ഭൃത (നാ.വി)- ഭരിക്കപ്പെട്ട, സംരക്ഷിക്കപ്പെട്ട, നിറയ്ക്കപ്പെട്ട. administered, protected, made full.
ഭൃതി (നാ)- ഭരണം, ശമ്പളം, ആഹാരം, വാടക.administration, salary, food, rent.
ഭൃത്യ (നാ.വി)- ഭരിക്കപ്പെടാൻ തക്ക, വളർത്തപ്പെടേണ്ട. worth governing, deserving protection.
ഭൃത്യ (നാ)- വേലക്കാരി, ശമ്പളം, വളർത്തൽ. female servant, salary, fostering.
ഭൃത്യൻ (നാ)- വേലക്കാരൻ, പാലിക്കപ്പെടേണ്ടവൻ, ആശ്രിതൻ. servant, one who should be protected, dependant.
ഭേകം (നാ)- കുറിയാട്, മുത്തങ്ങ, മേഘം, തവള. a kind of goat, a kind of medicinal grass, cloud, frog.
ഭേകി (നാ)- പെൺതവള, തവളക്കുഞ്ഞ്. female frog, tadpole.
ഭേദം (നാ)- വ്യത്യാസം, വിടവ്, വിഭജനം, പിണക്കം, ശമനം, താരതമ്യേന മെച്ചമായത്. difference, crack, splitting, quarrel, alleviation, comparatively better one.
ഭേദഗതി (നാ)- വ്യത്യാസം വരുത്തൽ. alteration.
ഭേദനം (നാ)- തകർക്കൽ, ഭേദിപ്പിക്കൽ, പന്നി. demolition, pig, splitting.
ഭേദിക (നാ)- നാശം. destruction.
ഭേദിരം (നാ)- ഇടിവാൾ. thunderbolt.
ഭേനൻ (നാ)- സൂര്യൻ. sun.
ഭേരി (നാ)- വലിയ ഒരിനം പറച്ചെണ്ട. kettle- drum.

ഭേരീരവം (നാ)- പെരുമ്പറമുഴക്കം. the sound of a kettle- drum.
ഭേലം (നാ)- ചങ്ങാടം, വള്ളം. raft, boat.
ഭേശൻ (നാ)- സൂര്യൻ. sun.
ഭേഷജം (നാ)- പരിഹാരം, ജലം, ഔഷധം. remedy, water, medicine.
ഭൈഷകം (നാ)- യാചകക്കൂട്ടം. group of beggars.
ഭൈരവം (നാ)- ഭയം, ഭയാനകരസം. fear, one of the nine asesthetic expressions.
ഭൈരവി (നാ)- ദുർഗ്ഗ. goddess Durga.
ഭൈഷജം (നാ)- ഔഷധം, കാടപ്പക്ഷി. medicine, quail.
ഭോക്താവ് (നാ)- ഭുജിക്കുന്നവൻ, അനുഭവിക്കുന്നവൻ, കൈവശക്കാരൻ, ഭർത്താവ്, രാജാവ്, വിഷ്ണു. one who eats or consumes, possessor, husband, king, Vishnu.
ഭോഗം (നാ)- സന്തോഷം, സമ്പത്ത്, ആദായം, പാമ്പിന്റെ പത്തി, ശരീരം, സംഭോഗം. happiness, wealth, income, hood of a snake, body, sexual intercourse.
ഭോഗധരം (നാ)- സർപ്പം. snake.
ഭോഗി (നാ)- സർപ്പം, രാജാവ്, വിടൻ, ക്ഷുരകൻ, ഗ്രാമത്തിൽ പ്രധാനി. serpent, king, libertine, barber, village headman.
ഭോഗി (നാ.വി)- അനുഭവിക്കുന്ന, സഹിക്കുന്ന, ഐശ്വര്യമുള്ള, തിന്നുന്ന. enjoying, bearing, prosperous, eating.
ഭോഗ്യം (നാ)- ധനം, ഐശ്വര്യം, അനുഭവിക്കാനുള്ള വസ്തു. wealth, prosperity, something one eat.
ഭോജനശാല (നാ)- ഭക്ഷണം കഴിക്കാനുള്ള മുറി, ഊട്ടുപുര. dining hall, restaurant.
ഭോജി (നാ)- ഭുജിക്കുന്നവൻ. one who eats.
ഭൗത (നാ.വി)- പഞ്ചഭൂതങ്ങളെ സംബന്ധിച്ച, ജീവികളെ സംബന്ധിച്ച, ഭ്രാന്തുള്ള. pertaining to five elements, pertaining to living creatures, mad.
ഭൗതികം (നാ)- പഞ്ചഭൂതാത്മകം, പഞ്ചഭൂതങ്ങളെ സംബന്ധിച്ചത്, കടുക്കമരം, മുത്ത്. that which is materialistic, that which is about the five elements, making nut tree, pearl.
ഭൗതികൻ (നാ)- പരമശിവൻ. Siva.
ഭൗമ (വി)- ഭൂമിയിലുണ്ടായ, ഭൂമിയെ സംബന്ധിച്ച, കുജനെ സംബന്ധിച്ച. earthen, pertaining to the earth, pertaining to Mars.
ഭൗമം (നാ)- ആകാശം, ജലം, പ്രകാശം. the sky, water, light.
ഭ്രമണം (നാ)- വ്യതിചലനം, ചുറ്റൽ, യാത്ര. deviation, revolution, journey.
ഭ്രമം (നാ)- വിസ്മയം, ഉറവ്, നീർച്ചുഴി, ബോധക്കേട്, കുഴപ്പം, തെറ്റിദ്ധാരണ, ചുറ്റൽ. surprise, water spring, whirlpool, unconsciousness, confusion of the mind, misunderstanding, revolution.
ഭ്രമരകം (നാ)- വണ്ട്, പമ്പരം, തേനീച്ച, ജലം, കളിപ്പന്ത്, കാവിമണ്ണ്. beetle, top, honey bee, water, playing ball, ochre.
ഭ്രമരൻ (നാ)- കാമുകൻ, സ്ത്രീലോലൻ, യുവാവ്. lover, libertine, youth.
ഭ്രമരം (നാ)- വണ്ട്, തേനീച്ച, കുശവന്റെ ചക്രം, ഒരു രോഗം, അരക്ക്. beetle, honey bee, wheel of potter, disease, lac.
ഭ്രംശം (നാ)- വീഴ്ച, നാശം, ക്ഷയം, ഓട്ടം, അഭാവം. fall, ruination, decline, run, absence.
ഭ്രഷ്ട (നാ.വി)- വീണുപോയ, നശിച്ച, ദൂഷിതമായ. fallen, ruined, spoilt.
ഭ്രാതാവ് (നാ)- സഹോദരൻ, ഉറ്റമിത്രം. brother, close friend.
ഭ്രാതൃത്വം (നാ)- സാഹോദര്യം. brotherhood.
ഭ്രാന്ത (നാ.വി)- ചുറ്റിത്തിരിയുന്ന. wandering about.
ഭ്രാന്തൻ (നാ)- ഭ്രാന്തുള്ളവൻ, മദയാ

ന, ഭോഷൻ. mad man, elephant in rut, idiot.
ഭ്രാന്ത് (നാ)- ബുദ്ധിഭ്രമം. madness.
ഭ്രാമകം (നാ)- അയസ്കാന്തം, കുറുനരി, സൂര്യകാന്തിപ്പൂവ്. magnet, jackal, sunflower.
ഭ്രാമരം (നാ)- ഒരിനം തേൻ, അയസ്കാന്തം, ചുറ്റൽ, ഗ്രാമം a kind of honey, magnet, rotation, village.
ഭ്രാമരി (നാ.വി)- ചുറ്റുന്ന. rotating.

മ

മ - അക്ഷരമാലയിലെ ഇരുപത്തിയഞ്ചാമത്തെ വ്യഞ്ജനം. twentyfifth consonant of the alphabet.
മ (നാ.) - സപ്തസ്വരങ്ങളിൽ നാലാമത്തേത്, ബ്രഹ്മാവ്, വിഷ്ണു, ശിവൻ. fourth basic note in music, Brahma, Vishnu, Siva.
മം (നാ.) - കാലം, വിഷം, ജലം, മഗണം. period, time, poison, water, a syllable in the metrical composition.
മകം (നാ)- പത്താമത്തെ നക്ഷത്രം. tenth lunar asterism.
മകടി (നാ.) - ചെപ്പടിവിദ്യ, ജാലവിദ്യ, പാമ്പാട്ടിയുടെ ഊത്തുകുഴൽ. jugglery, musical pipe used by snake charmers.
മകണി (നാ.)- വാഴക്കുലയുടെ ഒടുവിലത്തെ പടലയിലുള്ള മുണ്ടൻകായ്. last dwarfish fruit in a plantain bunch.
മകൻ (നാ.) പുത്രൻ. son.
മകയിരം (നാ.) - അഞ്ചാമത്തെ നക്ഷത്രം. fifth lunar asterism.
മകരം (നാ.) - മകരമാസം, മുതല, ഒരു തരം മത്സ്യം കുബേരന്റെ നവനിധികളിലൊന്ന്, വരുണന്റെ വാഹനം, കാമദേവന്റെ കൊടിയടയാളം. month of Makara, crocodile, a kind of fish, one of the nine treasures of Kubera, vehicle of Varuna, banner of Cupid.
മകരകേതനൻ, മകരകേതു (നാ.) - കാമദേവൻ. Cupid.
മകരധ്വജം (നാ.) - ഒരുതരം സൈന്യവ്യൂഹം, ഒരു ആയുർവ്വേദ ഔഷധം. kind of military array, an Ayurvedic medicine.
മകരധ്വജൻ (നാ.) - കാമദേവൻ. Cupid.
മകരന്ദം (നാ.) - പൂന്തേൻ, താമരയല്ലി, കുരുക്കുത്തിമുല്ല, തേനീച്ച, കുയിൽ. nectar of flowers, lotus filament, a kind of jasmine, honey - bee, cuckoo.
മകരാലോചന (നാ.)- സുന്ദരി. beautiful woman.
മകരവാഹനൻ (നാ)- വരുണൻ. Varuna.
മകരവാഹിനി (നാ.) - ഗംഗാനദി. river Ganges.
മകരവിളക്ക് (നാ.) - ശബരിമലയിൽ മകരസംക്രമണത്തിന് നടത്തുന്ന ഉത്സവം. auspicious day at Sabarimala temple on the first of the month Makara.
മകരവ്യൂഹം (നാ.) - മകരമത്സ്യത്തിന്റെ ആകൃതിയിലുള്ള സൈന്യവിന്യാസം. array of soldiers in the shape of a fish named 'Makara'.
മകരസംക്രമം (നാ.) - സൂര്യൻ ധനുരാശിയിൽ നിന്ന് മകരം രാശിയിലേയ്ക്ക് കടക്കുന്ന സമയം. period when sun passes from sign sagittarius to capricorn.
മകരാകരം (നാ.)- സമുദ്രം. ocean.
മകരാങ്കം (നാ.)- കടൽ, സമുദ്രം. sea, ocean.
മകരാലയം (നാ.) - സമുദ്രം, നാല് എന്ന സംഖ്യ. sea, number four.

മകരാശ്വൻ (നാ.) -വരുണൻ. Varuna.
മകരി (നാ.)- സമുദ്രം, പെൺമുതല. ocean, female crocodile.
മകരിക (നാ.)- തോരണം. festoon.
മകരീപത്രം (നാ.)- ലക്ഷ്മിദേവിയുടെ മുഖത്തുള്ള ഒരു രേഖ. name of a line on the face of goddess Lakshmi.
മകൾ (നാ.) -പുത്രി. daughter.
മകാരം (നാ.)- മ എന്ന അക്ഷരം. the letter 'ma'
മകിഴുക (അ.ക്രി) - സന്തോഷിപ്പിക്കുക, ക്രീഡിക്കുക, enjoy, to play.
മകുടം (നാ)- കിരീടം, മുകൾപ്പരപ്പ്. crown, upper layer.
മക്ക (നാ)- മുഹമ്മദുനബി ജനിച്ച അറേബ്യൻ നഗരം, മുഹമ്മദീയരുടെ ഒരു പുണ്യസ്ഥലം Mecca in Arabia where prophet Muhammed Nabi was born, sacred place of Muslims.
മക്കത്തായം (നാ.)- അച്ഛന്റെ സമ്പത്ത് മക്കൾക്കു കിട്ടുന്ന അവകാശക്രമം patriarchial line of succession.
മക്കന (നാ) - മൂടുപടം. veil.
മക്കൾ (നാ,)- പുത്രീപുത്രന്മാർ, പ്രജകൾ. sons and daughters, subjects.
മക്കാർ (നാ)- പരിഹാസം ridicule.
മക്ക് (നാ.)- ഒരു തരം പശ: മടയൻ: പതിര്. a kind of gum, stupid, chaff.
മക്കുണം (നാ.)- മൂട്ട. bedbug.
മക്കുലം (നാ.) -അറബിക്കുന്തുരുക്കം. frankincense.
മക്കോലം (നാ.)- ചുണ്ണാമ്പുകല്ല്, limestone.
മക്തബ് (നാ)- പ്രാഥമിക വിദ്യാലയം. primary school.
മകുണം (നാ.) -മൂട്ട. bedbug.
മക്ഷം (നാ.)- സമ്മേളനം, ചതിക്കുന്ന ബാഹ്യഭാവം, കുറ്റം മറച്ചുവയ്ക്കൽ. gathering, deceitful appearance, concealment of crime.
മക്ഷി (നാ.) - ഈച്ച, തേനീച്ച. fly, honey- bee.
മക്ഷികാമലം (നാ.)- തേൻമെഴുക്, beewax.
മഖം (നാ.) - യാഗം. yaga, holy sacrifice.
മഖാംശഭാക്ക് (നാ.) - ദേവൻ. demigod.
മഗധ (നാ.)- തിപ്പലി, ഒരു പുരാതന രാജ്യം. long pepper, an ancient country.
മഗ്ന (നാ.വി) - മുഴുകിയ, ലയിച്ച, involved, immersed
മഗ്നത (നാ.) - മുഴുകിയിരിക്കുന്ന അവസ്ഥ. state of being immersed.
മഗ്നൻ (നാ.)- മുഴുകിയിരിക്കുന്നവൻ, one who is immersed.
മഘ (നാ)- മകം നക്ഷത്രം. tenth lunar asterism.
മഘം (നാ.)- മകം നക്ഷത്രം, ഭാഗ്യം, ദാനം, സുഖം. tenth lunar asterism, fortune, charity, ease.
മഘവാൻ (നാ.)- ഇന്ദ്രൻ. Indra.
മങ്ക (നാ.)- സ്ത്രീ (15-18 വയസ്സുള്ളവൾ), വിലാസവതി, woman (between 15-18 years old), coquette.
മങ്കല (നാ.)- ലക്ഷ്മീദേവി, ശ്രീപാർവ്വതി, ക്ഷുരകസ്ത്രീ, goddess Lakshmi, Sri Parvathy, barber woman.
മങ്കലൻ (നാ.)- ചൊവ്വാഗ്രഹം, the planet Mars.
മങ്കലി (നാ.)- ക്ഷുരകൻ, barber.
മങ്ക് (നാ.)- പതിര്, chaff.
മങ്കുരം (നാ.)- കണ്ണാടി, mirror.
മംഗല (നാ.)- ലക്ഷ്മി, പാർവ്വതി, ദുർഗ്ഗ, മഞ്ഞൾ, വിവാഹിത, പതിവ്രത, കറുക, goddess Parvati, goddess Lakshmi, goddess Durga, turmeric, married woman, faithful wife, a kind of grass used for rituals.
മംഗല, മംഗള (നാ. വി.) - മംഗളകരമായ, ധീരമായ, auspicious, valorous.
മംഗലം, മംഗളം- (നാ.) ഭാഗ്യം, ക്ഷേമം, അനുഗ്രഹം, കല്യാണം, മഞ്ഞൾ, fortune, welfare, blessing, marriage, turmeric.
മംഗലകർമ്മം, മംഗളകർമ്മം (നാ.)- ശുഭകർമ്മം, വിവാഹം, auspicious function, marriage.

മംഗലകാരക, മംഗളകാരക (നാ. വി)- ഐശ്വര്യമുണ്ടാക്കുന്ന. causing prosperity.
മംഗലകാലം (നാ.)- ശുഭമുഹൂർത്തം. auspicious hour.
മംഗലധ്വനി, മംഗളധ്വനി (നാ.)- ശുഭസൂചകമായ ശബ്ദം. sounds made on auspicious occasions.
മംഗലൻ, മംഗളൻ (നാ.)- കുജൻ, അഗ്നി. planet Mars, fire.
മംഗലപ്രദം, മംഗളപ്രദം (നാ.)- മംഗളകരമായത്, ശംഖ്. something auspicious, conch.
മംഗലപ്രദ (നാ.)- ദുർഗ്ഗ, മഹാലക്ഷ്മി, മഞ്ഞൾ. goddess Durga, goddess Mahalakshmi, turmeric.
മംഗലാലയം (നാ.)- ക്ഷേത്രം. temple.
മംഗലവാരം, മംഗളവാരം (നാ.) - ചൊവ്വാഴ്ച. Tuesday.
മംഗലസൂത്രം, മംഗളസൂത്രം (നാ.) - മംഗല്യസൂത്രം, സ്ത്രീകളുടെ കഴുത്തിലെ താലിച്ചരട്. nuptial string with 'tali' (auspicious pendant) worn round the neck by married woman.
മംഗലി (നാ.) - വലിയ മൺകലം, ഒരുതരം വാദ്യം. big earthen pot, a kind of musical instrument.
മംഗല്യ (നാ.വി.) - ഭംഗിയുള്ള, ശുഭകരമായ, വിശുദ്ധമായ, ഹൃദ്യമായ. beautiful, auspicious, pure, hearty.
മംഗല്യം (നാ.)- താലി, സ്വർണ്ണം, സിന്ദൂരം, ചന്ദനം, തെങ്ങ്. nuptical string with 'tali', gold, vermillion, sandal wood, coconut tree.
മംഗല്യധാരണം (നാ.) - വിവാഹം, താലികെട്ട്. marriage, nuptial ceremony.
മംഗല്യവതി (നാ.)- ഭാഗ്യമുള്ളവൾ, സുമംഗലി. fortunate woman, prosperous married woman.
മംഗല്യവാൻ (നാ.)- ഭാഗ്യവാൻ. fortunate man.
മംഗല്യസൂത്രം (നാ.)- താലിച്ചരട്. nuptial string with tali, auspicious pendant tied around the neck of the bride by the bridegroom at the time of marriage.
മംഗിനി (നാ.) - വള്ളം, കപ്പൽ. boat, ship.
മങ്ങൽ (നാ.)- വാട്ടം, പ്രകാശമില്ലായ്മ. fading, loss of light.
മങ്ങലി (നാ.)- ഒരുതരം വലിയ മൺപാത്രം. a kind of big earthen pan.
മങ്ങാട് (നാ.)- പാട്ടവസ്തു. fief.
മങ്ങാതെ (ക്രി.വി.) - പ്രകാശം കുറയാതെ, ശോഭയില്ലാതാകാതെ. with undiminished brilliance, not dimly.
മങ്ങിക്കുക (സ.ക്രി.) - നിഷ്പ്രഭമാക്കുക, മങ്ങലുണ്ടാക്കുക. to cause fading or dimness, to make pale.
മങ്ങിണി (നാ.)- മറയൻ, blockhead.
മങ്ങിതം (നാ.)- ചലം, മങ്ങൽ, മേഘാവൃതമായ ആകാശം. pus, fading, cloudy sky.
മങ്ങുക (അ. ക്രി.)- ഇരുളുക, വാടുക. become dim, fade.
മചകം (നാ.)- മങ്ങൽ, മയക്കം. fading: drowsiness.
മചക് (നാ.)- കറുപ്പ്, ഇരുൾ, കടലിൽ ദിക്കറിയാൻ പാടില്ലാതെ വരുന്ന ഇടം. black, dark, spot on the sea where mariners fail to see the correct direction.
മചകുക (ക്രി) - സംശയിക്കുക. to suspect.
മചർച്ചിക (നാ) - ശ്രേഷ്ഠമായത് എന്ന അർത്ഥത്തിൽ പദാന്ത്യത്തിൽ ചേർക്കുന്നത്. suffix denoting superiority.
മച്ചം (നാ) - മറുക്, മുന mole, sharp point or tip of anything.
മച്ചകം (നാ)- മച്ചോടു കൂടിയ മുറി. a room with boarded ceiling.
മച്ചമ്പി (നാ)- അളിയൻ. brother-in-law, sister's husband.
മച്ചാൻ (നാ.) -മച്ചമ്പി, ഏറുമാടം. brother-in-law, hut on stakes on a tree top.

മച്ചി (നാ.) -പ്രസവിക്കാൻ കഴിവില്ലാത്തവൾ. barren woman.

മച്ചിങ്ങ (നാ)- വാടിവീണ ഇളംകായ്, വെള്ളയ്ക്ക. withered fruit, very tender coconut.

മച്ച് (നാ.)- പലക പാകിയ തട്ട്, മേൽനില. ceiling paved with planks, upper storey of a building.

മച്ചുനൻ (നാ.) - അളിയൻ, അമ്മാവന്റെ മകൻ. brother-in-law, uncle's son.

മജാ (നാ)- വിനോദം, സുഖം. amusement, happiness.

മജ്ജ (നാ.) എല്ലിനുള്ളിലെ കൊഴുത്ത മൃദുവായ വസ്തു. marrow of bones.

മജ്ജനം (നാ.) മുഴുകൽ, കുളി. immersion, bath.

മജ്ജാജ്ജം (നാ.) ശുക്ലം. semen.

മജ്ജാരസം (നാ.) ശുക്ലം, അസ്ഥിക്കുള്ളിലെ ദ്രവധാതു. semen, vital fluid in bones.

മജ്ജിക (നാ.) പെൺ കൊക്ക്. female crane.

മജ്ജിക്കുക (അ.ക്രി) മുങ്ങുക, കുളിക്കുക. dip, bathe.

മജ്‌ലിസ് (നാ.) സഭ, സമാജം. assembly, association.

മജ്ഹബ് (നാ.) ധർമ്മം, മതം, സമ്പ്രദായം. duty, religion, manner.

മഞ്ച (നാ.) വലിയ എണ്ണത്തൊട്ടി, ശവപ്പെട്ടി. വൃക്ഷത്തിലുള്ള പൊത്ത്, കെണി. big oil-trough, coffin, hole in a tree trunk, trap.

മഞ്ചം (നാ.) കട്ടിൽ, സിംഹാസനം. cot, throne.

മഞ്ചകം (നാ.) കട്ടിൽ. cot.

മഞ്ചട്ടി (നാ.) ഒരു മരുന്നുചെടി. a medicinal plant.

മഞ്ചി (നാ.) ഒറ്റപ്പായ് കെട്ടുന്ന ഒരു തരം വലിയ വള്ളം. a single-mast cargo boat.

മഞ്ചമണ്ഡപം (നാ.) ഏറുമാടം. hut on stakes on top of trees to watch wild animals.

മഞ്ചൽ (നാ) ഒരു തരം വാഹനം (ആളുകളാൽ വഹിക്കപ്പെടുന്നത്. palanquine.

മഞ്ചാടി (നാ.) ഒരു വൃക്ഷം, അതിന്റെ കായ്ക്കകത്തുള്ള കുരു, ഒരു ചെറിയ തൂക്കം. the tree Adanthera Pavonia, red seed of this tree, small measured of weight.

മഞ്ചിക (നാ.) വലിയ കുട്ട, കസേര, മരത്തൊട്ടി, കെണി, ധാന്യം സൂക്ഷിക്കുന്ന അറ. large basket, chair, wooden trough, trap, granary.

മഞ്ച് (നാ.) അഴക്, രത്നം, മഞ്ഞ്, മേഘം, കട്ടിൽ. beauty, jewel, snow, cloud, cot.

മഞ്ചു (നാ.) അഴക്, ശോഭ, മഞ്ഞ്, രത്നം, കട്ടിൽ beauty, grace, mist, gem, cot.

മഞ്ചുക (അ.ക്രി) അതിയായ പ്രകാശം നിമിത്തം കണ്ണടഞ്ഞുപോകുക. eyes to close because of a dazzling light.

മഞ്ജ (നാ.) പെണ്ണാട്, പൂങ്കുല, വള്ളി. female goat or sheep, inflorescence, vine.

മഞ്ജരം (നാ.) പൂങ്കുല, മുത്ത്. infloresence, pearl,

മഞ്ജരി (നാ.) പൂങ്കുല, തളിർക്കുല, വള്ളി, തുളസി, ഒരു ഭാഷാവൃത്തം. bunch of flowers, tender bunch, climbing vine, holy basil, name of a Dravidian metre.

മഞ്ജിക (നാ) വേശ്യ. prostitute.

മഞ്ജിഫലാ (നാ.) വാഴ. plantain tree.

മഞ്ജിമ (നാ) ആകർഷകത്വം, സൗന്ദര്യം. charm, beauty.

മഞ്ജീരം (നാ.) കാൽച്ചിലമ്പ്, കടകോലിൽ നൂലുചുറ്റുന്ന ഭാഗം. anklet, part of the churning rod where its string is attached.

മഞ്ജു (നാ.വി) മനോഹരമായ, ഹൃദ്യമായ, മധുരമായ. beautiful, hearty, sweet.

മഞ്ജുഗമന (നാ.) അരയന്നം, രാജഹംസം. swan, flamingo.

മഞ്ജുഘോഷം (നാ.) മാടപ്രാവ്, മനോഹരധ്വനി. pigeon, attractive sound.
മഞ്ജുഭാഷിണി (നാ.) മധുരമായി സംസാരിക്കുന്നവൾ. woman who speaks sweetly.
മഞ്ജുഷ (നാ.) വലിയ കൂട, കല്ല്, ആഭരണം, വസ്ത്രം എന്നിവ വയ്ക്കുന്ന പെട്ടി. big basket, stone, box for keeping ornaments, dress. etc.
മഞ്ജുള (നാ.) ഒരു വൃത്തം, മനോഹരി. name of a metre, beautiful woman.
മഞ്ജുളം (നാ.) നീർക്കാക്ക, കിണർ, വള്ളിക്കുടിൽ. water-fowl, well, bower.
മഞ്ഞ (നാ) മഞ്ഞനിറം, മഞ്ഞൾ. yellow colour, turmeric.
മഞ്ഞ (നാ.) മയിൽ. peacock.
മഞ്ഞക്കരു (നാ) മുട്ടയുടെ അകത്ത് മഞ്ഞനിറത്തിൽ കാണുന്ന ഭാഗം. yolk.
മഞ്ഞക്കാമില (നാ.) മഞ്ഞപ്പിത്തം. jaundice.
മഞ്ഞച്ചീല (നാ.) മഞ്ഞനിറമുള്ള വസ്ത്രം. yellow cloth.
മഞ്ഞച്ചേര (നാ) മഞ്ഞനിറമുള്ള ഒരു തരം ചേര. a kind of yellow- skinned rat-snake.
മഞ്ഞനീരാട്ടം (നാ) വിവാഹത്തിന്റെ നാലാം ദിവസമുള്ള ബ്രാഹ്മണസ്ത്രീകളുടെ കുളി. ceremonial bath on the fourth day of marriage among brahmin women.
മഞ്ഞപ്പിത്തം (നാ.) കരൾ രോഗം. jaundice.
മഞ്ഞപ്പൊടി (നാ.) മഞ്ഞൾ പൊടിച്ചത്. powder of tumeric.
മഞ്ഞമുണ്ട് (നാ.) ഓണക്കാലത്തും മറ്റും മംഗളസൂചകമായി കുട്ടികളെ ഉടുപ്പിക്കുന്ന ചെറിയ മുണ്ട്. yellow cloth worn especially by children during Onam festival.
മഞ്ഞളിക്കുക (അ.ക്രി) മഞ്ഞനിറമാകുക. become yellow.
മഞ്ഞൾ (നാ.) കൂവയുടെ വർഗത്തിൽപ്പെട്ടതും മഞ്ഞക്കിഴങ്ങുകളോടുകൂടിയതുമായ ഒരു ചെടി. turmeric.
മഞ്ഞ് (നാ.) തണുത്ത ജലത്തിന്റെയോ ജലശീതികരണത്തിന്റെയോ ഒരു രൂപാന്തരം. dew, fog,mist.
മഞ്ഞുകട്ടി (നാ.) മഞ്ഞ് തണുത്തുറഞ്ഞ് ഘനീഭവിച്ചത്. ice, snow.
മഞ്ഞുമാമല (നാ.) ഹിമാലയം. the Himalaya.
മട (നാ.) ഓവ്, ദ്വാരം, ആഭരണങ്ങളുടെ കുഴ, ചോറ്. sluice, hole, joint of an ornament, boiled rice.
മഭ (നാ.വി) മഠയനായ, പൊള്ളയായ, മുനയില്ലാത്ത. stupid, hollow, blunt
മടം (നാ.) അഴക്, ഊട്ടുപുര. beauty, dining hall especially attached to temples.
മടക്കം (നാ.) തിരിച്ചുപോക്ക്, തോൽവി, അസുഖം, വളവ്, ഒരു സ്വർണ്ണാഭരണം. return, failure, disease, bend, a kind of ornament.
മടക്ക് (നാ.) മടക്കിവച്ചിരിക്കുന്നതിന്റെ ഓരോ ഭാഗം, പാളി, കൈയുടെ മണിബന്ധം, വളവ്. fold, plait, wrist, bend.
മടക്കുക (സ.ക്രി.) ഒന്നിലധികം പാളികളായി അടുക്കുക, വളയ്ക്കുക, കൈകാലുകൾ അതിന്റെ സന്ധിയിൽ വച്ച് ചുരുട്ടുക. fold, bend, move arms, legs, fingers, etc. at the joints.
മടക്കുകട്ടിൽ (നാ.) മടക്കിവയ്ക്കാവുന്ന കട്ടിൽ. camp cot(that can be folded).
മടക്കുകത്തി (നാ.) മടക്കാവുന്ന കത്തി, foldable knife.
മടക്കോല (നാ.) മടക്കിവച്ചിരിക്കുന്ന എഴുത്തോല, folded palm leaf (used in place of paper in olden times) for writing on.
മടങ്കലർ (നാ.) ശത്രുക്കൾ. enemies.
മടങ്കൽ (നാ.) യമൻ, സിംഹം. Yama, lion.
മടങ്ങൽ (നാ.) വളയൽ, തിരിച്ചുവരൽ, തോറ്റുപിന്മാറൽ, bending, return, retreat.

മടങ്ങ് (നാ.) പ്രാവശ്യം, സമയം, ഗുണം, രോഗം, മടക്ക്. number of times, time, quality, disease, fold.

മടങ്ങുക (അ.ക്രി.) വളയുക, തിരികെപ്പോവുക. bend, return.

മടചി (നാ.) ആലിപ്പഴം, hailstone.

മടച്ചൽ, മടച്ചിൽ (നാ.) ഒരു തരം പിന്നൽ. a kind of plaiting.

മടത്തനം (നാ.) ഭോഷത്തരം. folly, idiocy, ignorance.

മടത്തേങ്ങ (നാ.) പൊതിക്കാത്ത തേങ്ങ. unhusked coconut.

മടന്ത (നാ.) യുവതി (പത്തൊമ്പതു വയസ്സുള്ളവൾ), ഒരു തരം കാട്ടുചേമ്പ്. young woman (of nineteen years), a kind of wild yam.

മടപ്പള്ളി (നാ.) ക്ഷേത്രത്തിലെ പാചകശാല, രാജാക്കന്മാർക്കും മറ്റും ഭക്ഷണം തയ്യാറാക്കുന്ന സ്ഥലം, അടുക്കള. cooking place of temple, place for preparing the food of kings, kitchen.

മടപ്പാട് (നാ.) രാജാവിന്റെ നെൽപ്പുര. granary in a king's palace.

മടപ്പുര (നാ.) ദേഹണ്ഡപ്പുര, അടുക്കള. place of cooking, kitchen.

മടമ (നാ.) അജ്ഞത. ignorance.

മടമ്പ് (നാ.) കുതികാൽ, കത്തിയുടേയും മറ്റും മാട്, മൂർച്ചയില്ലായ്മ. heel, the blunt edge of a chopper, bluntness.

മടയൻ (നാ.) വിഡ്ഢി, fool.

മടയവർ (നാ.) ചെറുപ്പക്കാരികളായ സ്ത്രീകൾ. young women.

മടയുക (സ.ക്രി.) മെടയുക, പിന്നുക. weave, plait.

മടയ്ക്കുക (അ.ക്രി.) ഭക്ഷണം പാകം ചെയ്യുക, കഠിനമായി അദ്ധ്വാനിക്കുക, cook food, work hard.

മടൽ (നാ.) ഓലത്തണ്ട്, ചക്കയുടെ പുറന്തോട്. stalk of a palm leaf, rind of jackfruit.

മടവ (നാ.) ഇരുപത്തിയഞ്ചു വയസ്സുള്ളവൾ, യുവതി. women of twenty five years, young woman.

മടവയ്ക്കുക (അ.ക്രി.) വരമ്പ് അല്പം മുറിച്ച് വെള്ളച്ചാലുണ്ടാക്കുക. make a slice in the bund to let water flow.

മടവാർ (നാ.) ഇരുപത്തിയഞ്ചു വയസ്സുള്ളവൾ, ഒരിനം മത്സ്യം, കടമ്പുമരം. a woman of twenty five years, a kind of fish, a kind of tree.

മടവാൾ (നാ.) വെട്ടുകത്തി, ചെറിയ കോടാലി. chopper, small axe.

മടവി (നാ.) സ്ത്രീ, വേലക്കാരി. woman, female servant.

മടവീഴുക (അ.ക്രി.) വരമ്പ് മുറിഞ്ഞ് കൃഷി സ്ഥലത്തേയ്ക്ക് വെള്ളം കയറുക. cause of breach in a bund leading to the inundation of a cultivated field.

മടവ് (നാ.) സൗന്ദര്യം. beauty.

മടി (നാ) അലസത, ലജ്ജ, മുണ്ടുടുക്കുമ്പോൾ അരയിൽനിന്നും വെളിയിലേയ്ക്കിടുന്ന തുമ്പ്. laziness, shyness, part of the cloth hanging from the girdle.

മടിക്കുക (ക്രി.) സംശയിക്കുക, ലജ്ജിക്കുക, അലസത കാണിക്കുക. suspect, be shy, be lazy.

മടിക്കുത്ത് (നാ.) മുണ്ടുടുക്കുമ്പോൾ മടിയുടെ ഒരു വശത്തേയ്ക്ക് തിരുകി വയ്ക്കുന്ന ഭാഗം. the tucking of the cloth at the waist (while wearing it around the waist).

മടിച്ചി (നാ.) മടിയുള്ളവൾ, lazy woman.

മടിപ്പിക്കുക (സ.ക്രി) മടിയുണ്ടാക്കുക. cause disgust or aversion.

മടിപ്പ് (നാ.) പിന്നൽ, മടക്ക്, നീരസം. plaiting, fold, aversion.

മടിമ (നാ.) അലസത, laziness.

മടിയൻ (നാ.) മടിയുള്ളവൻ, അലസൻ. lazy man, idler.

മടിയുക (അ.ക്രി) ചുളുങ്ങുക. മടി കാണിക്കുക. become folded, hesitate.

മടിശ്ശീല (നാ.) ചെറിയ പണസഞ്ചി. small bag or purse for keeping money.

മടു (നാ.) പൂന്തേൻ, മാധുര്യം. nectar of flowers, sweetness.

മടുക്കുക (അ.ക്രി.) തോൽക്കുക, മുഷിവ് തോന്നുക, ക്ഷീണിക്കുക, വില താഴ്ത്തുക. fail, be disguised, be tired, decline in price.

മടുപ്പിക്കുക (സ.ക്രി) വെറുപ്പിക്കുക, ക്ഷീണിപ്പിക്കുക. cause disgust or aversion, tire.

മടുപ്പ് (നാ.) മുഷിച്ചിൽ, തോൽവി, വില താഴ്ച്ച, വെറുപ്പ്. boredom, failure, fall in price, aversion.

മടുമലർ(നാ.) വിടർന്നതും തേനുള്ളതു മായ പുഷ്പം. blossomed flower with nectar.

മടുമലർമിഴി (നാ.) സുന്ദരി. beautiful woman.

മടുമലർശരൻ (നാ.) കാമദേവൻ. cupid, god of love.

മടുമലർശരാരി (നാ.) ശിവൻ. Siva.

മടുമൊഴി (നാ.) മധുരഭാഷിണി. woman who speaks sweet words.

മടുവ് (നാ) പൂന്തേൻ. nectar of flowers.

മട്ട (നാ.) ഓലമടൽ, വൃക്ഷത്തിന്റെ വളവില്ലാത്ത ശാഖ, പൊക്കമില്ലായ്മ, ബുദ്ധിയില്ലായ്മ. palm leaf stalk, straight branch of a tree, dwarfishness, idiocy.

മട്ടം (നാ.) ആശാരിമാർ വച്ചു വരയ്ക്കുന്ന തൊണ്ണൂറു ഡിഗ്രി മൂലയോടു കൂടിയ അളവു പലക, ചെറിയ വാഴ, ചെറിയ ആന, നിരപ്പ്. carpenter's setsquare with an angle of go degree, young plantain, young elephant, state of being level.

മട്ടത്രികോണം (നാ.) തൊണ്ണൂറ് ഡിഗ്രി കോണുള്ള ത്രികോണം. rightangled triangle.

മട്ടലർബാണൻ (നാ.) കാമദേവൻ. Cupid, god of love.

മട്ടി (നാ.) ഭംഗിയില്ലായ്മ, ഭോഷൻ, കട്ടിയായത്, ഒരു വൃക്ഷം, അതിന്റെ കറ. gracelessness, fool, solid, a kind of tree, its sap.

മട്ടിക്കുക (സ.ക്രി) ചതിക്കുക, കുഴയ്ക്കുക. cheat, creat difficulty.

മട്ടിപ്പണി (നാ.) പരുക്കനായ പണി. rough work.

മട്ടിപ്പശ (നാ.) മട്ടിയുടെ കറ ഉണക്കിയ വസ്തു. a fragrant substance made by drying the sap of a tree.

മട്ടിപ്പാൽ (നാ.) മട്ടിവൃക്ഷത്തിന്റെ കറ (പുകയ്ക്കാനുള്ള ഒരു തരം സുഗന്ധ വസ്തു). a kind of fragrant incense.

മട്ടിപ്പുകാരൻ (നാ.) ചതിയൻ. cheat.

മട്ടിയം (നാ.) മുഖസ്തുതി. flattery.

മട്ട് (നാ.)തേൻ, കള്ള്, ഊറൽ. honey, toddy, oozing.

മട്ട് (നാ.) രീതി, പ്രകൃതം, ഭാവം, ദ്രവവസ്തുക്കളുടെ അടിവ്. system, nature of somebody, manner, dregs.

മട്ടുപ്പാവ് (നാ.) വീടിന്റെ മുകളിൽ പണിയുന്ന വിശ്രമശാല. balcony.

മഠം (നാ.) സന്യാസാശ്രമം, കന്യാസ്ത്രീകളുടെ വാസഗൃഹം, ബ്രാഹ്മണഗൃഹം, മുറി. monastery, convent, house of a brahmin, room.

മഠപതി (നാ.) സന്യാസാശ്രമത്തിന്റെ അധിപതി. head of a monastery.

മഠര (നാ.വി) മദ്യപിച്ച് മത്തുപിടിച്ച. intoxicated by drinking.

മഠാദ്ധ്യക്ഷൻ (നാ.) സന്യാസാശ്രമത്തിന്റെ മേലധികാരി. abbot.

മഠാധിപതി (നാ.) ഒരു മഠത്തിന്റെ തലവൻ. head of monastery or nunnery.

മഠായതനം (നാ.) സന്യാസിമഠം, വേദപാഠശാല. head of monastery or nunnery,

മഠായതനം (നാ.) സന്യാസിമഠം, വേദപാഠശാല. monestary, school for teaching the Vedas.

മഠി (നാ.) മുറി, ആശ്രമം. room, hermitage.

മഠിക (നാ.) ചെറിയ മഠം. small monastery.
മഡുകം (നാ.) ഒരു സസ്യം. a plant.
മഡ്ഡുകം (നാ) നെടുന്തുടി എന്ന വാദ്യം. a musical drum.
മണം (നാ.) ഗന്ധം, സുഗന്ധം, വിവാഹം, മേന്മ. odour, fragrance, marriage, superiority.
മണക്കുക (ക്രി.) മണപ്പിക്കുക, വാസനിക്കുക, ചുംബിക്കുക, വിവാഹം കഴിക്കുക. smell, kiss,marry.
മണങ്ങൽ (നാ.) ഒരു വലിയ പാത്രം, a kind of large vessel.
മണങ്ങ് (നാ.) ചെറിയ ഒരു തരം മീൻ, കുഞ്ഞാട്, a kind of small fish, lamb.
മണന്തം (നാ.) വിഡ്ഢിത്തം, folly.
മണന്തൻ (നാ.) വിഡ്ഢി, fool.
മണപ്പിക്കുക (ക്രി) വാസനിക്കുക, to smell.
മണപ്പുര (നാ.) നവവധൂവരന്മാർക്ക് തൽക്കാലത്തേയ്ക്ക് നൽകപ്പെടുന്ന അറ, temporary room given for the bride and bridegroom.
മണലരിപ്പ (നാ.) മണലരിച്ചു തരംതിരിക്കുന്നതിനുള്ള ഉപകരണം, sand-sieve.
മണൽ (നാ.) തരിമണ്ണ്, ചൊരിമണ്ണ്, loose sand.
മണൽക്കാട് (നാ.) മരുഭൂമി, sandy desert.
മണൽക്കുന്ന് (നാ.) മണൽ ഉയരത്തിൽ കൂട്ടിയിട്ടത്, sand-hill.
മണൽച്ചാക്ക് (നാ.) മണൽ നിറച്ച ചാക്ക്, sack filled with sand, sandbag.
മണൽത്തരി (നാ.) തരിയായ മണൽ, grains of sand, granulated particle of sand.
മണൽപ്പുറം (നാ.) മണൽത്തിട്ട, ആറിന്റെ അരികിലും നടുവിലും മറ്റും മണൽ ഉയരന്നുകിടക്കുന്ന ഭാഗം, sand-bank, sandy island in a river.
മണവ (നാ.) അടുപ്പ്, fire-place.
മണവാട്ടി (നാ.) പുതുപ്പെണ്ണ്, പുതുതായി വിവാഹം ചെയ്യപ്പെട്ടവൾ, bride, newly married woman.
മണവാളൻ (നാ.) കല്യാണച്ചെറുക്കൻ, വരൻ, പുതുതായി വിവാഹം ചെയ്യപ്പെട്ടവൻ, bridegroom, newly married man.
മണി (നാ.) രത്നം, മുത്ത്, കൈയുടെ കുഴ, വിശിഷ്ടവസ്തു, ആഭരണം, അയസ്കാന്തം, വൃഷണം, കിലുക്കാനുള്ള ഉപകരണം, സമയം അറിയാനുള്ള യന്ത്രം, കൃഷ്ണമണി, വിത്ത്, jewel, pearl, wrist, something precious, ornament, magnet, testicle, bell, clock, pupil, seed.
മണികം (നാ.) വലിയ പാത്രം, രത്നം, ചില്ലുകൊട്ടാരം, large vessel, jewel, glass house.
മണികണ്ഠകം (നാ.) പൂവൻകോഴി, cock.
മണികണ്ഠൻ(നാ.) അയ്യപ്പൻ, Ayyappa.
മണികാനനം (നാ.) കഴുത്ത്, neck.
മണികാരൻ (നാ.) രത്നവ്യാപാരി, jewel merchant.
മണിക്കണ്ടം (നാ.) മണിബന്ധം , wrist.
മണിക്കാതില (നാ.) സ്ത്രീകൾ ധരിക്കുന്ന രത്നം പതിച്ച ഒരു തരം കർണാഭരണം. jewelstudded ear ornament worn by women.
മണിക്കിരീടം (നാ.) രത്നങ്ങൾ പതിച്ച കിരീടം, jewel -studded crown.
മണിക്കൂർ (നാ.) സമയത്തിന്റെ ഒരളവ്. hour.
മണിക്കെട്ട് (നാ.) കൈക്കുഴ, wrist.
മണിഗേഹം (നാ.) രാജകീയ കൊട്ടാരം palace.
മണിദീപം (നാ.) രത്നം പതിച്ച ദീപം, ഒരു വൃത്തം, ദീപം പോലെ പ്രകാശിക്കുന്ന രത്നം, jewel-studded lamp, a metre, jewel that shines like a lamp.
മണിധനു (നാ.) മഴവില്ല്, rainbow.
മണിധരം (നാ.) സർപ്പം, snake.
മണിനാക്ക് (നാ.) മണിയുടെ ഉള്ളിൽ തൂക്കിയിടുന്ന ലോഹദണ്ഡം, clapper of a bell.

മണിനാദം (നാ.) മണിയുടെ ശബ്ദം, sound of bell.
മണിപുഷ്പകം (നാ.) സഹദേവന്റെ ശംഖ്. conch of Sahadeva.
മണിപൂരം (നാ.) നാഭി, കുടലിന്റെ ഒരു ഭാഗം, navel, a part of the intestine.
മണിപ്പൂൺപ് (നാ.) രത്നാഭരണം, ornament made of jewel.
മണിപ്രവാളം (നാ.) മുത്തും പവിഴവും പോലെ സംസ്കൃതവും മലയാളവും ഇടകലർത്തി പ്രയോഗിക്കുന്ന ഭാഷാരീതി, മണിപ്രവാളകാവ്യം, mixing together of Sanskrit and Malayalam words like the mixing of pearls and corals, poetry in this particular language.
മണിബന്ധം (നാ.) കൈക്കുഴ, wrist.
മണിബന്ധനം (നാ.) മുത്തുമാല, രത്നം, പതിക്കൽ, chain made of pearls studding jewels.
മണിബീജം (നാ.) മാതളം, pomegranate.
മണിഭൂഷണം (നാ.) രത്നാഭരണം, ornament made of jewel.
മണിമഞ്ചം (നാ.) രത്നക്കട്ടിൽ, gem-studded cot.
മണിമണ്ഡപം (നാ.) രത്നം പതിച്ച മണ്ഡപം, മനോഹരമായ മണ്ഡപം. an open hall adorned with gems, beautiful open hall.
മണിമന്ദിരം (നാ.) അഴകുള്ള വീട്. beautiful house.
മണിമന്ഥം (നാ.) ഇന്തുപ്പ്. rock-salt.
മണിമയ (നാ.വി) രത്നം കൊണ്ടുള്ള, രത്നം പതിച്ച, made of jewel, jewelstudded.
മണിമല (നാ.) മേരുപർവ്വതം. mountain Meru.
മണിമാല (നാ.) രത്നമാല, ഒരു വൃത്തം, പ്രകാശം, സൗന്ദര്യം, ലക്ഷ്മിദേവി, jewel necklace, name of a metre, light, beauty, goddess Lakshmi.
മണിമാളിക (നാ.) രത്നമയമായ മാളിക, a storeyed mansion adorned with gems.
മണിമുറ്റം (നാ.) മനോഹരമായ മുറ്റം. beautiful courtyard.
മണിമേഖല (നാ.) രത്നം പതിച്ച അരഞ്ഞാൺ, പ്രസിദ്ധ തമിഴ്കാവ്യം, a jewel studded girdle, a famous Tamil poetical work.
മണിയം (നാ.) പാർവ്വത്യക്കാരന്റെ അധികാരം, ക്ഷേത്രം, കൊട്ടാരം, ഗ്രാമം മുതലായവയുടെവിചാരിപ്പ്, superintendence of a temple, palace, village etc.
മണിയടി (നാ.) മണിയടിക്കുന്ന പ്രവൃത്തി, ringing of bells.
മണിയൻ (നാ.) ഒരു തരം ഈച്ച, ഒരിനം നെല്ല്, ഒരു തരം വസൂരി, ശ്രേഷ്ഠൻ, a kind of fly, a kind of paddy, a kind of smallpox, noble person.
മണിയഷ്ടി (നാ.) രത്നഖചിതമായ വടി, രത്നമാല. jewelstudded stick, jewel necklace.
മണിയറ (നാ.) അലങ്കരിച്ച മുറി, മണവറ, a welldecorated room, room for bride and bridegroom.
മണിരാജം (നാ.) വജ്രം, diamond.
മണിവർണ്ണൻ (നാ.) ഇന്ദ്രനീലക്കല്ലിന്റെ നിറമുള്ളവൻ, ശ്രീകൃഷ്ണൻ. one having the colour of sapphire, Lord Krishna.
മണിശില (നാ.) രത്നം പതിച്ച കല്ല്, മനോഹരമായ ശില. jewelstudded stone, beautiful stone.
മണിസൂത്രം (നാ.) രത്നമാല, jewel necklace.
മണീചം (നാ.) കൈ, പൂവ്, മുത്ത്, hand, flower, pearl.
മണീവകം (നാ.) പുഷ്പം, flower.
മൺ (നാ.) മണ്ണ്, ഭൂമി, ഇഹലോകം, soil, sand, earth, the world.
മൺകട്ട (നാ.) കട്ടയായ മണ്ണ്, clod, lump of earth.
മൺകലം (നാ.) മണ്ണുകൊണ്ടുണ്ടാക്കിയ കലം, earthen pot.

മൺകൂന (നാ.) കൂമ്പാരമായിക്കിടക്കുന്ന മണ്ണ്, heap of soil.
മൺതൈലം (നാ) കന്മദം, ശിലാതൈലം. bitumen.
മൺമകൾ (നാ.) സീത, Sita.
മൺമറഞ്ഞവൾ (നാ.) മരിച്ചുപോയവർ departed forefathers.
മൺമറയുക (അ.ക്രി) മരിക്കുക, die, pass away.
മൺവാശി (നാ.) മണ്ണിന്റെ സ്വഭാവം. nature of soil.
മൺവെട്ടി (നാ.) മണ്ണുവെട്ടാനുള്ള ആയുധം hoe, spade.
മണ്ട (നാ.) തല, തലയോട്, മൺപാത്രം, കുഴച്ച അരിമാവ്, തെങ്ങിന്റെയും മറ്റും അഗ്രഭാഗം, head, cranium, earthen pot, rice powder mixed with water, tender top of (coconut) tree.
മണ്ടത്തരം (നാ.) വിഡ്ഢിത്തം, foolishness, stupidity.
മണ്ടൻ (നാ.) വിഡ്ഢി. മഠയൻ. stupid fellow, fool.
മണ്ടപത്തുംവാതിൽ (നാ.) താലൂക്ക് taluk.
മണ്ടൽ (നാ.) ഓട്ടം,ഓടൽ, run, running.
മണ്ടി (നാ.) മടയിയായ സ്ത്രീ, കുതികാൽ, ഊറൽ, foolish woman, heel, ooze.
മണ്ടിക്കുക (സ.ക്രി.) ഓടിക്കുക, make one run.
മണ്ടിലം (നാ) യുദ്ധം: കുതിര. war, horse.
മണ്ട് (നാ) ബുദ്ധിഹീനത, foolishness, stupidity.
മണ്ടുക (അ.ക്രി.) ഓടുക, പിൻതിരിഞ്ഞോടുക, run, to retreat.
മണ്ടുഗണേശൻ (നാ) മഹാവിഡ്ഢി, consummate fool.
മണ്ഡ (നാ.) നെല്ലിമരം, മദ്യം, gooseberry tree, liquor.
മണ്ഡം (നാ) തവള, വെളുത്ത ആവണക്ക്, വിനാഗിരി, പുളിപ്പ്, കൊഴുപ്പ്, പത. frog, castor-oil plant of the white variety, vinegar, sourness, fat, foam.
മണ്ഡകം (നാ.) ഒരുതരം പക്ഷി, റൊട്ടി, a kind of bird, bread.
മണ്ഡന (നാ.വി.) അലങ്കരിക്കുന്ന, അലങ്കാരഭ്രമമുള്ള, decorating, loving ornaments, decoration, etc.
മണ്ഡനം (നാ) ഗ്രന്ഥകാരനെ പിന്താങ്ങി അനുകൂലമായി ചെയ്യുന്ന വിമർശനം, അലങ്കാരം, ആഭരണം, constructive criticism (literature), decoration, ornament.
മണ്ഡനൻ (നാ) തത്ത്വദർശി, ക്രിയാത്മക വിമർശകൻ, ശങ്കരാചാര്യർ വാദത്തിൽ തോല്പിച്ച തത്ത്വദർശി, philosopher, constructive critic, great philosopher whom Sankaracharya infabled to have defeated in argument.
മണ്ഡപം (നാ.) കൂടാരം, ഉയർത്തിക്കെട്ടിയ വേദി (ഉത്സവത്തിനും കല്യാണത്തിനും മറ്റും ആളുകൾക്ക് സമ്മേളിക്കാനുള്ളത്), tent, open hall or shed (especially erected for festivals or marriages).
മണ്ഡയന്തം (നാ.) അലങ്കാരം, ആഹാരം, ആഭരണം, decoration, food, ornament.
മണ്ഡരി (നാ.) ചീവിട്, cricket.
മണ്ഡല (നാ.വി.) ഉരുണ്ട, വൃത്താകാരമായ, globular, circular.
മണ്ഡലം (നാ.) വൃത്തം, ഗോളം, ചുറ്റളവ്, സൂര്യാദികളുടെ ബിംബം, പരിവേഷം, വൃത്താകാരമായ ചലനം, നാല്പത്തൊന്ന് ദിവസം കൂടിയത്, ഒരു തരം പാമ്പ്, നായ്, ഒരുതരം കുഷ്ഠം, കുതിരയുടെ ഗതിവിശേഷം, ഒരു തരം സുഗന്ധ വസ്തു, വില്ലാളിയുടെ നിലഭേദം, സമൂഹം. circle, sphere, perimeter, disc of the sun, moon etc., halo, circular motion, a period of fortyone days, a kind of snake, dog, a kind of leprosy, motion of the horse, a perfume, pose of an archer, society.

മണ്ഡലാഗ്രം (നാ.) ഉടവാൾ, sword (hung from the girdle).

മണ്ഡലാധിപൻ (നാ.) രാജാവ്, ചക്രവർത്തി, king, emperor.

മണ്ഡലായിതം (നാ.) ഗോളം, പന്ത്, globe, ball.

മണ്ഡലി (നാ.) പത്തിയില്ലത്ത ഒരുതരം വിഷപ്പാമ്പ്, മരപ്പട്ടി, പൂച്ച, നായ്, കറുക, ഭൂമി, വൃത്തം, കൂട്ടം. poisonous snake which has no hood, toddy cat, cat, dog, a kind of grass used for rituals, earth, circle, assembly.

മണ്ഡലീകൻ (നാ.) സാമന്തകൻ, chief under a king.

മണ്ഡലേശൻ (നാ.) ചക്രവർത്തി, emperor.

മണ്ഡിത (നാ.വി) അലങ്കരിക്കപ്പെട്ട, adorned, decorated.

മണ്ഡൂകം (നാ.) തവള, frog.

മണ്ഡൂകി (നാ.) പെൺതവള, വ്യഭിചാരിണി, female frog, prostitute.

മണ്ഡൂരം (നാ.) ഇരുമ്പിൻകിട്ടം, iron rust.

മണ്ഡോദകം (നാ.) ഭിത്തികളും മറ്റും അലങ്കരിക്കൽ, സംഭ്രമം, wall decoration, embarrassment.

മണ്ഡോദരി (നാ) രാവണന്റെ പത്നി, Ravana's wife.

മണ്ണൻ (നാ.) അഞ്ചാംപനി, പടുവാഴ. measles, decayed plantain tree.

മണ്ണാത്തി (നാ.) മണ്ണന്റെ സ്ത്രീ, അലക്കുകാരി, washerman's wife, washer woman.

മണ്ണാത്തിത്തുറ (നാ.) അലക്കുകടവ്, washerman's ghat in a river.

മണ്ണാൻ (നാ.) അലക്കുകാരൻ, washerman.

മണ്ണാശ (നാ.) ഭൂസ്വത്തിനുള്ള ആഗ്രഹം, greed for acquiring landed property.

മണ്ണിടുക (ശൈ.) കുഴിച്ചുമൂടുക, ബന്ധം അവസാനിപ്പിക്കുക, മൂടിവയ്ക്കുക, bury, end a relationship, cover up.

മണ്ണ് (നാ.) മൺഭൂമി, നിലം, ചെളി. soil, earth, land, mud.

മണ്ണുകപ്പുക (അ.ക്രി.) മുഖംകുത്തി വീണ് മണ്ണ് വായിൽ കേറുക, fall to the earth and lick the soil.

മണ്ണുണ്ണി (നാ) വകയ്ക്കുകൊള്ളാത്തവൻ: useless fellow.

മണ്ണെണ്ണ (നാ.) ഇന്ധനമായി ഉപയോഗിക്കുന്ന ഒരുതരം എണ്ണ, kerosene.

മണ്ണെര (നാ.) ഞാഞ്ഞൂൽ, earthworm.

മത (നാ.വി.) അറിയപ്പെട്ട, സ്വീകരിക്കപ്പെട്ട, ബഹുമാനിക്കപ്പെട്ട, known, accepted, respected.

മതം (നാ.) അഭിപ്രായം, ഇഷ്ടം, അറിവ്, വിശ്വാസം, സമ്മതം, സിദ്ധാന്തം, opinion, liking, knowledge, belief, religion, consent, doctrine.

മതക്കാരൻ (നാ.) മതാനുയായി, മതവിശ്വാസി, believer in a particular religion.

മതംഗം (നാ.) ആന, മേഘം, elephant, cloud.

മതംഗജം (നാ.) ആന, elephant.

മതംഗൻ (നാ.) മാതംഗമഹർഷി: sage Matanga.

മതത്യാഗം (നാ.) മുമ്പേ അനുസരിച്ചുവന്ന മതം ഉപേക്ഷിക്കൽ, abandonment of one's faith or religion.

മതനിന്ദകൻ (നാ.) മതത്തെ നിന്ദിക്കുന്നവൻ, heretic, blasphemer.

മതനിഷ്ഠ (നാ.) സ്വന്തം മതത്തിലുള്ള ഉറച്ച വിശ്വാസം, firm faith in one's religion.

മതപരിവർത്തനം (നാ.) മതംമാറ്റം, religious conversion.

മതഭേദം (നാ.) അഭിപ്രായ ഭിന്നത, പക്ഷഭേദം, വ്യത്യസ്ത.

മതം, difference of opinion, partiality, different religion.

മതഭ്രാന്ത് (നാ.) സ്വമതത്തിലുള്ള അമിതമായ വിശ്വാസം, fanaticism.

മതർക്കുക (ക്രി.) നിറയുക, ആഗ്രഹിക്കുക, become full, desire.

മതല്ലി (നാ.) ശ്രേഷ്ഠമായത് എന്ന അർത്ഥത്തിൽ പദാന്ത്യത്തിൽ ചേർക്കുന്നത്, suffix denoting greatness, nobility. etc.
മതവിശ്വാസം (നാ.) - സ്വമതത്തിലുള്ള വിശ്വാസം, strong faith in one's religion.
മതസൗഹാർദ്ദം (നാ.)- മതങ്ങൾ തമ്മിലുള്ള സുഹൃത്ബന്ധം: religious harmony.
മതസ്ഥാപനം (നാ.) സ്വാഭിപ്രായ സമർത്ഥനം, മതസംബന്ധമായ സ്ഥാപനം, expression of one's opinion, religious institution.
മതാനുയായി (നാ.) മതത്തെ അനുസരിക്കുന്നവൻ, one who follows a religion.
മതാനുഷ്ഠാനം (നാ.) മതകാര്യങ്ങൾ അനുഷ്ഠിക്കൽ, religious observance.
മതാന്തരം (നാ.) മറ്റൊരു മതം, അഭിപ്രായ വ്യത്യാസം, മറ്റൊരു അഭിപ്രായം, another religion, difference of opinion, discord, another opinion.
മതി (നാ.) ചന്ദ്രൻ, moon.
മതി (നാ.) ബുദ്ധി, അഭിപ്രായം, ഓർമ്മ, ഉപദേശം, ഭാവം, ആശയം, intellect, opinion, memory, advice, expression, idea.
മതി(അവ്യ.) തൃപ്തിയായി, തികഞ്ഞു ഇവയെ സൂചിപ്പിക്കുന്നു, word denoting satisfied, enough, etc.
മതികല (നാ.) ചന്ദ്രക്കല, crescent.
മതികെട്ടുക(അ.ക്രി.) ബുദ്ധികെടുക: lose consciousness.
മതികെട്ടവൻ (നാ.) ബുദ്ധികെട്ടവൻ, fool, one who is out of mind.
മതികേട് (നാ.) മണ്ടത്തരം, foolishness.
മതിക്കുക (ക്രി.) വിലനിർണ്ണയിക്കുക, വിചാരിക്കുക, മാനിക്കുക. estimate value, think, respect.
മതിഗുണം (നാ.) ബുദ്ധിവൈഭവം, intelligence.
മതിത്തെല്ല് (നാ.) ചന്ദ്രക്കല, crescent.
മതിനി (നാ.) നാത്തൂൻ, sister-in-law.
മതിനേർ (നാ.വി.) ചന്ദ്രനെപ്പോലുള്ള, which is like a moon.
മതിപ്പ് (നാ.) ബഹുമാനം, വിലനിർണ്ണയിക്കൽ, respect, valuation.
മതിഭ്രമം (നാ.) ഭ്രാന്ത് , madness.
മതിമണി (നാ.) ചന്ദ്രൻ, moon.
മതിമത്ത് (നാ.വി) ബുദ്ധിയുള്ള. intelligent.
മതിമാൻ (നാ.) ബുദ്ധിമാൻ. intelligent person.
മതിയം (നാ.) മദ്ധ്യം, നട്ടുച്ച, മാസം, കതകിന്റെ കുടുമ, ചന്ദ്രൻ. centre, midmoon, month, door-hinge, moon.
മതിയാകുക (അ.ക്രി) തികയുക, തൃപ്തിയാകുക. be sufficient, be satisfied.
മതിയാക്കുക (സ.ക്രി) നിർത്തുക, stop.
മതിലകം (നാ.) ക്ഷേത്രത്തിന്റെ മതിൽക്കെട്ടിനകം. courtyard of a temple which is enclosed by walls.
മതിൽ (നാ.) ചുവര്. wall.
മതിൽക്കെട്ട് (നാ.) നാലുവശത്തും കെട്ടിയുയർത്തിയ മതിൽ. four wall around.
മതിശാലി (നാ.) ബുദ്ധിമാൻ. intelligent man.
മതുവം (നാ.) കള്ള്, മദ്യം. toddy, liquor.
മതേതരത്വം (നാ.) എല്ലാ മതങ്ങൾക്കും ഒരേപോലെ മാന്യത നൽകുന്ന അഭിപ്രായഗതി. secularism.
മത്കുണം (നാ.) മൂട്ട, bedbug.
മത്കുണൻ (നാ.) മീശയില്ലാത്തവൻ. person having no moustache.
മത്ത (നാ.) മദിച്ചവൾ, കുയിൽപ്പേട, ഒരു വൃത്തം, മത്തൻ. intoxicated woman, female cuckoo, name of a metre, pumpkin.
മത്ത (നാ.വി) ലഹരിപിടിച്ച, സന്തോഷിച്ച് മതി മറന്ന. intoxicated, overjoyed.

മത്തം (നാ.) ഉമ്മത്ത്, കുയിൽ, പോത്ത്. thron apple, cuckoo, buffalo.

മത്തകാശിനി (നാ.) സൗന്ദര്യവും വശീകരണവും ഉള്ള സ്ത്രീ, ഒരു സംസ്കൃത വൃത്തം. woman of dazzling charms, name of a Sanskrit metre.

മത്തഗജം (നാ.) മദയാന. rutting elephant.

മത്തഗാമിനി (നാ.) സുന്ദരി, വേശ്യ. beautiful woman, prostitute.

മത്തങ്ങ (നാ.) മത്തൻകായ്, pumpkin.

മത്തത (നാ.) മദം, സന്തോഷം, മയക്കം, intoxicaion, happiness, drowsiness.

മത്തൻ (നാ.) മത്തങ്ങ, മത്തങ്ങാച്ചെടി, ഭ്രാന്തൻ, മദിച്ചവൻ, pumpkin, pumpkin plant, mad person, intoxicated man.

മത്തമതി (നാ.) മദിച്ച ബുദ്ധിയോടുകൂടിയവൾ, intoxicated woman.

മത്തമയൂരം (നാ.) കാമാർത്തിപൂണ്ട മയിൽ. sexually aroused peacock or peahen.

മത്തവിലാസം (നാ.) മഹേന്ദ്രവർമ്മന്റെ ഒരു സംസ്കൃത പ്രഹസനം. Sanskrit play by Mahendra Varma.

മത്തവിലാസം (നാ.) രതിക്രീഡ. sexual intercourse.

മത്തളി (നാ.) ഒരു വാദ്യോപകരണം, a musical drum.

മത്താപ്പ് (നാ.) കരിമരുന്നു പ്രയോഗത്തിൽ ഒരിനം, നിലാത്തിരി(നിലാവുപോലെ പ്രകാശം പരത്തുന്നത്), ചന്ദ്രിക. a kind of firework producing blue light, moon light.

മത്താലംബം (നാ.) വേലി, നടക്കാവ്. fenc, avenue with rows of trees on both sides.

മത്തി (നാ.) ഒരു കടൽ മീൻ, നദി, a kind of seafish, river.

മത്ത് (നാ.) തൈരുകടയാനുള്ള ഉപകരണം, കടകോൽ, ഭ്രാന്തനാനയെ പിടിക്കുന്നതിന് അതിന്റെ കാലിൽ തറച്ചുകയറ്റുന്ന വിധത്തിൽ ആണികൾ തറച്ച് വഴിയിൽ വയ്ക്കുന്ന പലക. churn-drill, plank with spikes used as an elephant-trap.

മത്ത് (നാ.) ലഹരി, ഉമ്മത്ത്. intoxication, thorn-apple.

മത്തേഭം (നാ.) മദിച്ച ആന, ഒരു വൃത്തം. rutting elephant, name of a metre.

മത്തേഭൻ (നാ.) കൊമ്പനാന. male elephant.

മത്യം (നാ.) പല്ലിത്തടി, അറിവുനേടാനുള്ള വഴി. harrow, means for acquiring knowledge.

മത്യാ (അവ്യ.) അറിഞ്ഞുകൊണ്ട്, മനപൂർവ്വം, consciously, wilfully.

മത്സരം (നാ.) മുന്നിലെത്താനുള്ള ഉദ്യമം, അസൂയ, അത്യാഗ്രഹം,കലഹം, കൊതുക്, ദൗഷ്ട്യം, competition, jealousy, greed, quarrel, mosquito, wickedness.

മത്സരക്കാരൻ (നാ.) മത്സരിക്കുന്നവൻ, competitor.

മത്സരബുദ്ധി (നാ.) മറ്റുള്ളവരെക്കാൾ മുന്നിലെത്താനുള്ള അഭിലാഷം, competitive spirit.

മത്സരി (നാ.) മത്സരമനോഭാവമുള്ളവൻ. competitor, one who has competitive spirit.

മത്സരിക്കുക (അ.ക്രി.) മുന്നിലെത്താനുള്ള ആഗ്രഹത്തോടെ പ്രവർത്തിക്കുക, എതിർക്കുക, തർക്കിക്കുക, compete, oppose, argue.

മത്സ്യ (നാ.വി) മീനിനെ സംബന്ധിച്ച, pertaining to fish.

മത്സ്യം (നാ.) മീൻ, വിഷ്ണുവിന്റെ ഒരു അവതാരം, ഒരു പുരാണം, fish, incarnation of Vishnu, Hindus epic.

മത്സ്യകന്യക (നാ.) ജലകന്യക, മത്സ്യാകൃതിയിൽ ജലത്തിൽ ജീവിക്കുന്ന കന്യക, mermaid, water nymph.

മത്സ്യഗന്ധി (നാ.)- മത്സ്യഗന്ധമുള്ളവൾ, സത്യവതി (ശന്തനു മഹാരാജാവിന്റെ പത്നിയായിത്തീർന്ന മുക്കുവകന്യക), woman who has the smell of fish, Sathyavathi who became the wife of King Santhanu.

മത്സ്യണ്ഡിക (നാ.) - പഞ്ചസാര, ശുദ്ധിചെയ്യാത്ത ശർക്കര, sugar, jaggery, which is not purified.

മത്സ്യധ്വജൻ (നാ.)- കാമദേവൻ, Cupid, god of love.

മത്സ്യബന്ധം (നാ.)- മീൻപിടിക്കാനുള്ള ചൂണ്ട, fishing hook.

മത്സ്യബന്ധനം (നാ.)- മീൻപിടിത്തം, fishing.

മത്സ്യരംഗം (നാ.)- നീർക്കാക്ക, water fowl.

മത്സ്യരേഖ (നാ.)- മത്സ്യരൂപത്തിൽ ഉള്ളം കൈയിൽ കാണുന്ന രേഖ, fish - shaped line on the palm, supposedly lucky.

മത്സ്യവളർത്തൽ കേന്ദ്രം (നാ.)- ശാസ്ത്രീയമായ രീതിയിൽ മീൻ വളർത്തുന്ന സ്ഥലം, centre of pisciculture.

മത്സ്യവിഗ്രഹൻ (നാ.) - വിഷ്ണു, Vishnu.

മത്സ്യവേധനി (നാ.)- മീൻ പിടിക്കാനുള്ള ചൂണ്ട, നീർക്കാക്ക, fishing hook, water - fowl.

മത്സ്യാവതാരം (നാ.) - വിഷ്ണുവിന്റെ ആദ്യത്തെ അവതാരം, the first incarnation of Vishnu.

മത്സ്യാശനൻ (നാ.)- മത്സ്യം ഭക്ഷിക്കുന്നവൻ, one who eats fish.

മത്സ്യോദരി (നാ.)- സത്യവതി, Sathyavathi.

മഥന (നാ.വി)- കടയുന്ന, നശിപ്പിക്കുന്ന, കൊല്ലുന്ന, churning, destructive, killing.

മഥനൻ (നാ.)- കടയൽ, വധം, പഞ്ഞി, churning, killing, cotton.

മഥി (നാ.)- കടകോൽ, ഇടിവാൾ, ശിശ്നം, വായു, churning rod, thunderbolt, penis, air.

മഥിക്കുക (സ.ക്രി)- കടയുക, നശിപ്പിക്കുക, പീഡിപ്പിക്കുക, കൊല്ലുക, churn, destroy, torture, kill.

മഥുര (നാ.)- യമുനയുടെ തീരത്തുള്ള ഒരു നഗരം, മിഥുകളിൽ ശ്രീകൃഷ്ണന്റെ ജന്മസ്ഥലം, a city on the banks of river Yamuna, the mythical birth place of Krishna.

മഥുരേശൻ (നാ.)- ശ്രീകൃഷ്ണൻ. Sri Krishnan.

മദ (നാ.) മദ്യത്തിന്റെ ദേവി. goddess of wine.

മദം (നാ.)- ലഹരി, ലഹരിയുള്ള മദ്യം, അഹങ്കാരം, ഭ്രാന്ത്, അത്യാഹ്ലാദം, മദജലം intoxication, intoxicating liquor, haughtiness, madness, extreme joy, fluid that flows from the temples of a rutting elephant.

മദകടൻ (നാ.) - വൃഷണം ഉടയ്ക്കപ്പെട്ടവൻ, നപുംസകൻ, castrated person, eunuch.

മദകരി (നാ.) - മദയാന, rutting elephant.

മദച്യുത്ത് (നാ.) - ഇന്ദ്രൻ, Indra.

മദജലം (നാ.) - മദയാനയുടെ ചെന്നി പൊട്ടി ഒഴുകുന്ന കൊഴുത്ത വെള്ളം. fluid that oozes from the temples of a rutting elephant.

മദന (നാ.വി.)- ലഹരി പിടിപ്പിക്കുന്ന, ആനന്ദിപ്പിക്കുന്ന, കാമദേവനെ സംബന്ധിച്ച, intoxicating, delightful, pertaining to Cupid.

മദനം(നാ.) - വസന്തം, തേനീച്ച, വണ്ട്, തേൻമെഴുക്, ഉഴുന്ന്, കരിങ്ങാലി, കാക്ക, കാമക്രീഡ, spring, honeybee, beetle, bee-wax, black-gram, the black catechu, crow, sexual intercourse.

മദനകാകുരവം (നാ.)- മാടപ്രാവ്, dove.

മദനൻ(നാ.)- കാമദേവൻ. Kamadeva or Cupid.

മദനപാഠകം(നാ.)-കുയിൽ, cuckoo.

മദനമോഹനൻ (നാ.) - ശ്രീകൃഷ്ണൻ, Sri Krishna.

മദനശാസ്ത്രം (നാ.)- കാമശാസ്ത്രം, science of sex, science of love.

മദന (നാ)- മദ്യം, കസ്തൂരി liquor, musk.

മദനാരി (നാ.) - ശിവൻ, Siva.
മദനാലയം (നാ.)- താമരപ്പൂവ്, ഉപസ്ഥം, lotus flower, female genital organ.
മദനി (നാ.)- മദ്യം, കസ്തൂരി, വെരുക്, liquor, musk, civet cat.
മദനോത്സവം (നാ.) - കാമോത്സവം, കാമദേവനെ ഉദ്ദേശിച്ചു നടത്തുന്ന ഉത്സവം, sexual revelry, festival in honour of Cupid (Kamadeva).
മദയാന (നാ.) - മദം പൊട്ടിയ ആന. rutting elephant.
മദയിത്നു (നാ.) കാമദേവൻ, മേഘം, മദ്യം Cupid, cloud, liquor.
മദരാഗൻ (നാ.) കാമദേവൻ, പൂവൻകോഴി, Cupid, cock.
മദരിപു (നാ.)- ശിവൻ, Siva.
മദാഖ്യം (നാ.) - കസ്തൂരി, musk.
മദാംബരൻ (നാ.)- മദയാന, ഐരാവതം, rutting elephant, Indra's elephant.
മദാലാപി (നാ.)- ആൺകുയിൽ. male cuckoo.
മദാഹ്വം (നാ.)- കസ്തൂരി, musk.
മദി (നാ.) - കലപ്പ, plough.
മദിക്കുക (അ.ക്രി)- അഹങ്കരിക്കുക, ഉന്മത്തനാകുക, സന്തോഷിക്കുക, be haughty or arrogant, be intoxicated, be delighted,
മദിപ്പിക്കുക (സ.ക്രി)- മതംപിടിപ്പിക്കുക. cause to be intoxicated, fuddle.
മദിര (നാ.) - മദ്യം, ദുർഗ്ഗ, ഒരു വൃത്തത്തിന്റെ നാമം, വരുണപത്നി, liquor, goddess Durga, name of a metre, wife of Varuna.
മദിര (നാ.വി) - മദിപ്പിക്കുന്ന, intoxicating.
മദിരാക്ഷി (നാ.)- സുന്ദരി, മദിരപോലെ മയക്കുന്ന കണ്ണുള്ളവൾ, beautiful woman, woman with enchanting eyes.
മദിരാപാനം (നാ.) - മദ്യപാനം, drinking liquor.
മദിരാസഖം (നാ.)- മാവ്, mango tree.
മദിഷ്ഠ (നാ.)- മദ്യം, liquor.
മദീ (നാ.) കലപ്പ, പാനപാത്രം, plough, goblet.
മമദീയ(നാ.വി)-എന്റേതായ, എനിക്കുള്ള, എന്നെ സംബന്ധിച്ച, my, mine, pertaining to me.
മദേഭം (നാ.)- മദയാന, rutting elephant.
മദോന്മത്ത (നാ.വി)- മദംകൊണ്ട് ഉന്മത്തനായ, intoxicated by haughtiness.
മദോല്ലാപി (നാ.) കുയിൽ, cuckoo.
മദ്ഗു (നാ.)- നീർക്കാക്ക, ഒരിനം മീൻ, ഒരിനം സർപ്പം, യുദ്ധക്കപ്പൽ, ജാതിഭ്രഷ്ടൻ, water-fowl, a kind of fish, a kind of snake, warship, outcaste.
മദ്ദളം (നാ.)- ഒരു തരം വാദ്യം, a kind of musical drum.
മദ്ബഹ (നാ.)- ദേവാലയത്തിലെ ബലിപീഠം, altar for scarifice.
മദ്യം (നാ.)- കള്ള്, ലഹരിപാനീയം, toddy, intoxicating drink
മദ്യകാരൻ (നാ.)- വാറ്റുകാരൻ, one who distils or makes intoxicating liquor.
മദ്യനിരോധനം (നാ.)- മദ്യം വിൽക്കുന്നതും കുടിക്കുന്നതും തടയൽ, prohibition of intoxicating liquor.
മദ്യപൻ (നാ.) - മദ്യം കുടിക്കുന്നവൻ. drunkard.
മദ്യപാനം (നാ.) - മദ്യം കുടിക്കൽ. drinking intoxicating liquor.
മദ്യപിക്കുക (അ.ക്രി.)- ലഹരിപാനീയം കുടിക്കുക, മദ്യം കുടിക്കുക. drink liquor.
മദ്യവർജ്ജകൻ (നാ.) -മദ്യം ഉപേക്ഷിക്കുന്നവൻ. teetotaller.
മദ്യവർജ്ജനം (നാ.) - മദ്യം ഉപേക്ഷിക്കൽ teetotalism.
മദ്ധ്യ (നാ. വി)- നടുക്കുള്ള, ഇടത്തരമായ, middle, mediocre.
മദ്ധ്യം (നാ.)- നടുവ്, അരക്കെട്ട്, താളത്തിന്റെ ഒരു മാത്രാനിയമം. middle waist, principle in beating time.

മദ്ധ്യകാലം (നാ.)- പ്രാചീനകാലത്തിനും ആധുനികകാലത്തിനും ഇടയ്ക്കുള്ള ഘട്ടം. middle ages.
മദ്ധ്യഗന്ധം (നാ.)- മാവ്, mango tree.
മദ്ധ്യദിനം (നാ.)- ഉച്ച, ഉച്ചയ്ക്കു നടത്തേണ്ട കർമ്മം. noon, ceremony to be performed at noon.
മദ്ധ്യദേശം (നാ.)- മദ്ധ്യത്തിലുള്ള സ്ഥലം, അരക്കെട്ട്, വയറ്, ഹിമാലയത്തിനും വിന്ധ്യനുമിടയ്ക്കുള്ള ഭൂപ്രദേശം. middle territory, waist, stomach, territory between the Himalayas and the Vindhyas.
മദ്ധ്യധരണ്യാഴി (നാ.)- മെഡിറ്ററേനിയൻ സമുദ്രം, മദ്ധ്യധരണ്യാഴി. Mediterranean Sea.
മദ്ധ്യപദം (നാ.)- ഇടയ്ക്കുള്ള വാക്ക്. middle word.
മദ്ധ്യപ്രദേശം (നാ.)- അരക്കെട്ട്, മദ്ധ്യപ്രദേശ് എന്ന സംസ്ഥാനം, നടുവ്, waist, the State called 'Madhya Pradesh' middle part.
മദ്ധ്യമ (നാ.വി)- നടുവിലുള്ള, ഇടത്തരമായ, നിഷ്പക്ഷമായ, ഉദാസീനമായ, ശരാശരിയായ, middle, medicore, neutral, indifferent, average.
മദ്ധ്യമം (നാ.) -നടുവിലുള്ളത്, ശരീരമദ്ധ്യം, middle one, middle part of the body.
മദ്ധ്യമക (നാ.വി)- നടുവിലത്തെ, പൊതുവായ, middle, general.
മദ്ധ്യമഖണ്ഡം (നാ.) നടുവിലുള്ള ഭൂഭാഗം, നടുവിലുള്ള ഭാഗം, landmass in the middle, middle part.
മദ്ധ്യമങ്ങൾ (നാ) യ,ര,ല,വ എന്നീ വർണ്ണങ്ങൾ, letters ya, ra, la, va.
മദ്ധ്യമൻ (നാ.) നടുവിലുള്ളവൻ, ഇടത്തരക്കാരൻ, നിഷ്പക്ഷൻ, middle person, middle class man, impartial person .
മദ്ധ്യപദം (നാ.) നടവിലുള്ള വാക്ക്, middle word.
മദ്ധ്യമപാണ്ഡവൻ (നാ.) അർജ്ജുനൻ, Arjuna.
മദ്ധ്യമപുരുഷൻ (നാ) ശ്രോതാവിനെ കുറിക്കുന്ന സർവ്വനാമം second person (you,thou, etc.).
മദ്ധ്യമരാത്രം (നാ.) അർദ്ധരാത്രി, mid - night.
മദ്ധ്യമലോകം (നാ.) ഭൂമി, the earth,
മദ്ധ്യമലോകപാലൻ (നാ.) രാജാവ്, king,
മദ്ധ്യമവയസ്സ് (നാ.) ഇടപ്രായം, middle age.
മദ്ധ്യമസർവ്വനാമം (നാ) മദ്ധ്യമപുരുഷ സർവ്വനാമം, second person possessive pronoun such as your, thy, thine, etc.
മദ്ധ്യമാ (നാ.) ഋതുമതിയായവൾ, നടുവിരൽ, പൂങ്കുലയുടെ നടുവിലത്തെ പൂവ്, girl who has attained puberty, middle finger, central flower in an inflorescence.
മദ്ധ്യമിക (നാ.വി.) നടുവിലുള്ള, പൊതുവായ, central, common.
മദ്ധ്യരാത്രം (നാ.) അർദ്ധരാത്രി, mid night.
മദ്ധ്യരാത്രി (നാ.) പാതിര, അർദ്ധരാത്രി, midnight.
മദ്ധ്യരേഖ (നാ.) ഭൂമദ്ധ്യരേഖ, equator.
മദ്ധ്യലോകം (നാ.) ഭൂമി, മനുഷ്യലോകം, earth, human world.
മദ്ധ്യവയസ്ക (നാ.) മദ്ധ്യവയസ്സുള്ളവൾ, middle-aged woman.
മദ്ധ്യവയസ്കൻ (നാ.) മദ്ധ്യവയസ്സുള്ള ആൾ, middle-aged man.
മദ്ധ്യവർത്തി (നാ.) ഇടനിലക്കാരൻ, mediator, middle man.
മദ്ധ്യവൃത്തം (നാ.) പൊക്കിൾ, navel.
മദ്ധ്യസ്ഥ (നാ.വി) നടുവിൽ നിൽക്കുന്ന, നിഷ്പക്ഷമായ, mediating, neutral.
മദ്ധ്യസ്ഥത (നാ.) മാദ്ധ്യസ്ഥം, ഇടനില നിൽക്കൽ, mediation.

മദ്ധ്യസ്ഥൻ (നാ.) ഇടയ്ക്കുനിന്ന് വഴക്കൊതുക്കുന്നവൻ, ശിവൻ, mediator, Siva.
മദ്ധ്യാംഗുലി (നാ.) നടുവിരൽ, middle finger.
മദ്ധ്യാഹ്നം (നാ.) ഉച്ച, noon.
മദ്ധ്യേ (ക്രി.വി.) നടുവിൽ, ഇടയ്ക്ക്, in middle, in between.
മദ്ധ്വകം (നാ.) തേനീച്ച, honey-bee.
മദ്ധ്വാസവം (നാ.) തേൻ ചേർത്തുണ്ടാക്കിയ മദ്യം, liquor prepared by mixing honey.
മദ്രം (നാ.) ആനന്ദം, മംഗളം, joy, auspiciousness.
മദ്വാവ് (നാ.) ശിവൻ, siva,
മധവ്യം (നാ.) വൈശാഖ മാസം, month of Vaisakha.
മധു (നാ.) മദ്യം, പൂന്തേൻ, വെള്ളം, പാൽ, വസന്തം, ഒരു അസുരൻ, liquor, nectar of flower, water, milk, spring, season, Asura.
മധു (നാ..വി.) തേനിനെ സംബന്ധിച്ച, മധുരമായ, pertaining to honey, sweet.
മധുകം (നാ.) തകരം, വെളുത്തീയം, ഒരു പക്ഷി, tin, kind of bird.
മധുകരം (നാ.) തേനീച്ച, വണ്ട്, കയ്യോന്നി, മധുരനാരങ്ങ, honey-bee, beetle, medicinal herb, a kind of orange.
മധുകരൻ (നാ.) വണ്ട്, beetle.
മധുഫലം(നാ)- മാവ്, നാളികേരം mango tree, coconut.
മധുബീജം(നാ)- മാതളം, pomegranate tree.
മധുമല്ലി(നാ)- പിച്ചകം. a kind of Jasmine.
മധുമാസം(നാ)- വസന്തം, spring season.
മധുരക്കിഴങ്ങ്(നാ)- ചീനിക്കിഴങ്ങ് sweet potato.
മധുരഭാഷിണി(നാ)- മനോഹരമായി സംസാരിക്കുന്നവൾ. sweet voiced woman.
മധുരിപു(നാ)- വിഷ്ണു. Vishnu.
മധുവനം(നാ)- ഇന്നത്തെ മഥുര. city of Muthura.
മധുവ്രതം(നാ)- വണ്ട്, തേനീച്ച. beetle, honey-bee.
മധുസൂദനൻ(നാ)- വിഷ്ണു. Vishnu.
മധൂകാ(നാ)- ഇരട്ടിമധുരം, വണ്ട്. licorice, beetle.
മനഃക്ഷോഭം(നാ)- കോപാദികളാൽ മനസ്സിനുണ്ടാകുന്ന ഇളക്കം. mental agitation.
മനക്കരുത്ത്(നാ)- ധൈര്യം courage.
മനനം(നാ)- ബുദ്ധി, ഓർമ്മ, വിചാരം, ധ്യാനം. intelligence, memory, thought, meditation.
മനഃപ്രയാസം(നാ)- മനോവിഷമം. mental worry.
മനം(നാ)- ഹിതം, മനസ്സ് liking, mind.
മനയോല(നാ)- മഞ്ഞ നിറമുള്ള ഒരു ധാതു red arsenic.
മനശ്ശാസ്ത്രം(നാ)- മനസ്സിന്റെ വ്യാപാരങ്ങൾ വിവരിക്കുന്ന ശാസ്ത്രം. psychology.
മനഃശ്ശുദ്ധി(നാ)- മനസ്സിന്റെ നൈർമ്മല്യം. mental purity.
മനസാ(ക്രി.വി)- മനസ്സുകൊണ്ട്. mentally.
മനസിജൻ(നാ)- ചന്ദ്രൻ, കാമദേവൻ moon, Cupid.
മനസ്കാരം(നാ)- പൂർണ്ണബോധം. perfect perception.
മനസ്താപം(നാ)- ദുഃഖം. sorrow.
മനസ്വിനി (നാ)- പ്രൗഢ, ഗുണവതി, ദുർഗ്ഗ, lady who would never stoop any thing mean, virtuous woman, goddess Durga.
മനസ്സാക്ഷി(നാ)- വിചാരങ്ങളെക്കൂടി നിയന്ത്രിക്കുന്ന മനനേന്ദ്രിയം. conscience.
മനസ്സ്(നാ)- പ്രാണൻ, അറിവ്, സങ്കല്പം, അഭിപ്രായം, ആഗ്രഹം, ഇഷ്ടം, ധാരണാശക്തി, ബുദ്ധി. life-breath, knowledge, imagination, opinion, desire, liking, retentive power, intelligence.

മനസ്സുരുക്കം(നാ)- അലിവ്, ദയ, വലിയ ദുഃഖം. compassion, pity, great distress.
മനസ്സുറപ്പ്(നാ)- ധൈര്യം. bravery.
മനിതൻ(നാ)- മനുഷ്യൻ. man.
മനീഷിതം(നാ)- അഭിലാഷം desire.
മനു(നാ)- മനസ്സ്, മന്ത്രം, മനുഷ്യന്റെ ആദിപിതാവ്. mind, charm, Manu.
മനുജൻ(നാ)- മനുഷ്യൻ. man.
മനുഷ്യത്വം(നാ)- മനുഷ്യന്റെ ഭാവം. humaneness.
മനുഷ്യധർമ്മം(നാ)- മനുഷ്യന്റെ ചുമതല. man's duties.
മനോഗതം(നാ)- ആശയം. intention.
മനോഗതി(നാ)- അഭിരുചി. attitude.
മനോജ്ഞ(നാ)-അനുകമ്പയുള്ള, സുന്ദരമായ. compassionate, beautiful.
മനോജ്ഞകം(നാ)- അഴക്. beauty.
മനോനിഗ്രഹം(നാ)- മനസ്സിനെ നിയന്ത്രിക്കൽ. mental control.
മനോബലം(നാ)- ധൈര്യം. courage.
മനോഭാവം(നാ)- വിചാരം. thought.
മനോരോഗം(നാ)- മനസ്സിനുണ്ടാകുന്ന രോഗം. neurosis.
മനോവ്യാപാരം(നാ)- മനസ്സിന്റെ പ്രവർത്തനം. operation of the mind.
മൻ(നാ)- വിഷ്ണു, ശിവൻ, ബ്രഹ്മാവ്, രാജാവ്, യമൻ. Vishnu, Siva, Brahma, a king, Yama
മന്തം(നാ)- മന്ദത, ഓർമ്മക്കേട്. slowness, forgetfulness.
മന്ത്(നാ)- മത്ത്, പെരുക്കാൽ. churning stick, elephantiasis.
മന്ത്രജപം(നാ)- മന്ത്രം ഉരുവിടൽ. muttering prayers.
മന്ത്രജിഹ്വൻ(നാ)- അഗ്നി. fire.
മന്ത്രാലയം(നാ)- മന്ത്രിയുടെ കാര്യാലയം. council chamber.
മന്ത്രിസഭ(നാ)- മന്ത്രിമാരുടെ സംഘം. cabinet.
മന്ഥരം(നാ)-നിധി, കോപം, തടസ്സം, കടകോൽ, തലമുടി, ഒച്ച്. treasure, anger, trouble, churning stick, hair, snail.
മന്ദ(നാ.വി)- സാവധാനമായ. slow.
മന്ദൻ(നാ)- മടിയൻ, സാമർത്ഥ്യമില്ലാത്തവൻ, മൂഢൻ. lazy man, inefficient fellow, idiot.
മന്ദസ്മിതം(നാ)- പുഞ്ചിരി. smile.
മന്ദിരം(നാ)- ദേവാലയം, ഭവനം. temple, house.
മന്ന(നാ)- കഴുത്ത്. neck.
മന്നൻ(നാ)- രാജാവ്, മടയൻ. king, idiot.
മന്ന്(നാ)- ഭൂമി, സഭ, ഒരു അളവ്. the earth, an assembly, a measure
മന്യു(നാ)- കോപം, ദുഃഖം, അഗ്നി, യാഗം, അഹങ്കാരം, ശിവൻ. anger, sorrow, the fire, sacrifice, pride, Siva.
മന്വബ്ദം(നാ)- പതിനാല് വർഷം. period of fourteen years.
മം(നാ)- വെള്ളം. water.
മമ - എന്റെ. my.
മയൻ(നാ)- അസുരന്മാരുടെ ശില്പി, കുതിര, ചെപ്പടിവിദ്യക്കാരൻ. Maya, the architect of Asuras, horse, magician.
മൈലാഞ്ചി(നാ)- ഒരു ഔഷധി. myrtle.
മയിൽപ്പേട(നാ)- പെൺമയിൽ. peahen.
മയൂഖം (നാ)- നാഴികവട്ടയുടെ സൂചി, ഭംഗി, അഗ്നിജ്വാല, പ്രകാശം, സൂര്യരശ്മി. index needle of a clepsydra, beauty, flame of fire, light, ray of sun.
മരംകൊത്തി (നാ) - ഒരു പക്ഷി. wood pecker.
മരഞ്ചാടി(നാ)- കുരങ്ങ്. monkey.
മരണനിരക്ക്(നാ)- ആയിരം ആളുകളിൽ ഒരു വർഷം മരിക്കുന്നവരുടെ എണ്ണം. death rate.
മരണം(നാ)- ജീവനാശം, ഒരിനം വിഷം. death, a poison.
മരണവക്ത്രം(നാ)- മരണത്തിന്റെ മുഖം. face of death.
മരതകം(നാ)- പച്ചരത്നം. emerald.
മരന്ദം(നാ)-തേൻ. honey.
മരവിക്കുക(അ.ക്രി)- സ്തംഭിക്കുക. be stiffened.

മരാളി(നാ)- വഞ്ചകി. cheating woman.
മരിചം (നാ)- കുരുമുളക്. pepper.
മരീചി(നാ)- സപ്തർഷികളിൽ ഒരാൾ, രശ്മി, സൂര്യൻ, ശ്രീകൃഷ്ണൻ, ശോഭ, ലുബ്ധൻ. one of the seven sages, ray, sun, Sree Krishna, shining, miser.
മരു(നാ)-മല, ശൂന്യസ്ഥലം. small mountain, desert.
മരുത്ത്(നാ)- വായു, പ്രാണൻ. wind, life-breath.
മരുത്വാൻ(നാ)- ഇന്ദ്രൻ, ഹനുമാൻ, മേഘം. Indra, Hanuman, cloud.
മരുത്വാമല(നാ)- ഇന്ദ്രന്റെ മല. mountain of Indra.
മർക്കടകം(നാ)- ആൾക്കുരങ്ങ്, ചിലന്തി, ഒരു ധാന്യം. ape, spider, a kind of grain.
മർദ്ദനം(നാ)- പീഡനം, അടി. torturing, beating.
മർമ്മം(നാ)- പ്രധാനഭാഗം, രഹസ്യം, അന്തരാർത്ഥം. mortal spot, secret, the inner meaning.
മർമ്മരം(നാ)- മുറുമുറുപ്പ്. murmur.
മര്യ(നാ.വി)- മരണമുള്ള. mortal.
മര്യ(നാ)- അതിർത്തി. boundary.
മര്യാദ(നാ)- മാനം, നിയമം. honour, rule.
മലഞ്ചരക്ക്(നാ)- മലയിലുണ്ടാകുന്ന സാധനങ്ങൾ. hill products or produce.
മലനാട്(നാ)- കേരളം. Kerala.
മലയജം(നാ)- ചന്ദനമരം. sandalwood tree.
മലയായ്മ(നാ)- കേരളത്തിലെ പഴയ ഭാഷ, വാക്ക്, പഴയ മലയാള ലിപി, കേരളീയാചാരം. ancient language of Kerala, word, ancient Malayalam script, Kerala custom.
മലയാളം(നാ)- കേരളഭാഷ. language of Kerala.
മലർ(നാ.വി)- മലർന്ന, വിടർന്ന. lying with face upwards, blossomed.
മലര്(നാ)- പൂവ്, പൊരി. flower, fried grain.
മല്ലയുദ്ധം(നാ)- ഗുസ്തി. wrestling.
മല്ലിക (നാ)- വള്ളിമുല്ല. a kind of jasmine.
മസൂരി(നാ)- വസൂരി. small pox.
മസ്കരം(നാ)- ജ്ഞാനം, ഗതി. knowledge, movement.
മസ്തിഷ്കം(നാ)- തലച്ചോറ്. brain.
മഹത്(നാ.വി)- മഹത്തായ, വലിയ, ശ്രേഷ്ഠമായ, മഹാന്മാരെ സംബന്ധിച്ച great. big, excellent, pertaining to great men.
മഹം(നാ)- ഉത്സവം. festival.
മഹാകായൻ(നാ)- ശിവൻ, മഹാവിഷ്ണു. Siva, Mahavishnu.
മഹാകാവ്യം(നാ)- കാവ്യങ്ങളുടെ ഒരു വിഭാഗം. epic poem.
മഹാദേവൻ (നാ)- ശിവൻ, വിഷ്ണു, വരുണൻ. Siva, Vishnu, Varuna.
മഹാധാതു(നാ)- ശിവൻ, സ്വർണ്ണം. Lord Siva, gold.
മഹാനന്ദം(നാ)- മോക്ഷം, ഉത്സവം, പരമാനന്ദം. salvation, festival, bliss.
മഹാനീചൻ (നാ)- അലക്കുകാരൻ, അതിദുഷ്ടൻ. washerman, most wicked fellow.
മഹാപ്രസ്ഥാനം(നാ)- വടക്കോട്ടുള്ള യാത്ര, മരണം. journey towards north, death.
മഹാബിന്ദു(നാ)- അഭ്രം. talk.
മഹാരണ്യം(നാ)- കൊടുങ്കാട്. dense forest.
മഹാവീരൻ(നാ)- വലിയ വീരൻ, സിംഹം, വിഷ്ണു, ഗരുഡൻ, ഹനുമാൻ. a great valorous person, lion, Vishnu, Garuda, Hanuman.
മഹിഷം(നാ)- പോത്ത്. buffalo.
മഹിഷി(നാ)- എരുമ, രാജ്ഞി. she buffalo, queen.
മഹേശ്വരൻ(നാ)- ശിവൻ, വിഷ്ണു. Siva, Vishnu.

മഹൗഷധം(നാ)- ഉത്തമമായ ഔഷധം. sovereign remedy.
മഴക്കാറ്(നാ)- മഴപെയ്യാനുള്ള കറുത്ത മേഘം. rain cloud.
മഴവില്ല്(നാ)- ഇന്ദ്രധനുസ്സ്. rainbow.
മറതി(നാ)- മറവി, രഹസ്യം. forgetfulness, secret.
മറവി (നാ)- വിസ്മൃതി. forgetfulness.
മറിവ്(നാ)- മാറ്റം, വ്യാജം, വീഴ്ച, കുഴപ്പം. change, falsehood, fall, confusion.
മറുകുറി(നാ)- മറുപടി. reply.
മറുജന്മം(നാ)- പുനർജന്മം. regeneration.
മറുതാ(നാ)- മോചനം ലഭിക്കാത്ത പ്രേതാത്മാവ്. ghost.
മറുപടി(നാ)- പ്രതിവചനം. reply.
മറുപുറം(നാ)- മറുവശം. reverse side.
മറ്റും (നാ)- മുതലായവ. etc.
മാഗധ(നാ)- തിപ്പലി. long pepper.
മാഘം(നാ)- മകരം, കുംഭം മാസം. month of Makaram- Kumbham.
മാംഗല്യം(നാ)- ശുഭം, ഭാഗ്യം, അനുഗ്രഹം. auspiciousness, luck, blessing.
മാടത്ത(നാ)- മൈന. Myna.
മാടപ്പുര(നാ)- കുടിൽ. hut.
മാടമ്പി(നാ)- ഇടപ്രഭു. baron.
മാട്(നാ)- സ്വർണ്ണം, അഴക്. gold, beauty.
മാണിക്കം(നാ)- ചെമപ്പുകല്ല്, ആമ്പലിന്റെ അല്ലി, പാമ്പിൻപത്തി. ruby, filament of water-lily, hood of a serpent.
മാണിക്യം(നാ)- ചെമപ്പുകല്ല്, വിശിഷ്ട വസ്തു. ruby, a very precious thing.
മാതളം(നാ)- ഒരു ഫലസസ്യം. pomegranate plant.
മാതാമഹി(നാ)- അമ്മയുടെ അമ്മ. grandmother.
മാതാവ്(നാ)- അമ്മ, മഹാലക്ഷ്മി, ആകാശം. mother, goddess Lakshmi, sky.
മാതിരി(നാ)- വിധം. kind.
മാത്(നാ)- മാതാവ്, സ്ത്രീ. mother, woman.
മാതൃക(നാ)- അനുകരണീയമായ. model.
മാതൃഭാഷ(നാ)- സ്വന്തം ഭാഷ. mother tongue.
മാത്ര(നാ)- ക്ഷണം, അണു, അല്പം, അളവ്. moment, atom, bit, measurement.
മാത്സര്യം(നാ)- അസൂയ, വൈരം, സ്പർദ്ധ. jealousy, enmity, competition.
മാതി(നാ.വി)- മതിക്കുന്ന. churning.
മാദ്ധ്യസ്ഥ്യം(നാ)- ഇടനില. mediation.
മാധവൻ(നാ)- മഹാവിഷ്ണു, ഇന്ദ്രൻ, ശ്രീകൃഷ്ണൻ. Lord Vishnu, Indra, Sree Krishna.
മാധുരി(നാ)- മദ്യം, മാധുര്യം, ശോഭ, തേൻ. liquor, sweetness, shining, honey .
മാനക്കേട് (നാ)- അപമാനം. defamation.
മാനചിത്രം(നാ)- രൂപരേഖ, ഭൂപടം. outline, map.
മാനം (നാ)- ആകാശം. sky.
മാനം(നാ)- കീർത്തി, അഹംഭാവം. fame, egoism.
മാനസം(നാ)- മനസ്സ്, മനസ്സിനെ സംബന്ധിച്ചത്. mind, that which is pertaining to mind.
മാനസിക(നാ.വി)- മനസ്സിനെ സംബന്ധിച്ച. pertaining to mind.
മാനഹാനി(നാ)- അപമാനം. dishonour.
മാനുഷം(നാ)- മനുഷ്യവർഗ്ഗം, അമ്മയുടെ പാൽ, മനുഷ്യപ്രയത്നം. human race, breast milk, human effort.
മാൻ(നാ)- ഒരു മൃഗം, മേന്മ, ജയം. deer, excellence, success.
മാൻകൂട്ടം(നാ)- മാനുകളുടെ കൂട്ടം. bevy.
മാന്ത്രികൻ(നാ)- മന്ത്രവാദി. wizard.
മാന്ത്രികം(നാ)- മന്ത്രവാദം. black magic.

മാപതി (നാ)- വിഷ്ണു. Vishnu.
മാപനി(നാ)- അളവുകോൽ. scale.
മാമരം(നാ)- വലിയ മരം. a big tree.
മാമാങ്കം(നാ)- പന്ത്രണ്ട് വർഷത്തിലൊരിക്കൽ മാഘമാസത്തിലെ മകം നാളിൽ തിരുനാവായ മണൽപ്പുറത്തുവച്ച് ആഘോഷിച്ചുവന്ന ഒരു ഉത്സവം. a great festival of 28 days duration at Thirunavaya held once in every 12 years.
മാമൂൽ(നാ)- പരമ്പരയായുള്ള ആചാരം. traditional custom.
മായ(നാ)- ചതി, കൺകെട്ടുവിദ്യ. deceit, magic.
മായികൻ(നാ)- കള്ളൻ, സൂത്രശാലി, കൺകെട്ട് വിദ്യക്കാരൻ. thief, cunning person, magician.
മാരകം(നാ)- പരുന്ത്, വലിയ തടസ്സം, മരണം. kite, obstacle, death.
മാരി(നാ.വി)- മരിപ്പിക്കുന്ന. killing.
മാരീചം(നാ)- വഞ്ചന, മോഹാലസ്യം. deceit, unconsciousness.
മാർഗ്ഗദർശനം(നാ)- വഴികാട്ടൽ, നയിക്കൽ. guiding, leading.
മാർഗ്ഗം(നാ)- വഴി, അന്വേഷണം, രീതി. way, search, manner.
മാർജാരൻ(നാ)- ആൺപൂച്ച. male cat.
മാർദ്ദവം(നാ)- മൃദുത്വം, ക്ഷീണം, ശാന്തത. softness, tiredness, calmness.
മാലയം(നാ)- ചന്ദനം. sandalwood.
മാലാഖ(നാ)- ദൈവദൂതൻ. angel.
മാലിന്യം(നാ)- അഴുക്ക്, കറ, കളങ്കം, ഉപദ്രവം. dirt, stain, black spot, annoyance.
മാലേയം(നാ)- ചന്ദനം. sandalwood.
മാല്യം(നാ)- മാല, പുഷ്പം. garland, flower.
മാസരം(നാ)- കഞ്ഞിവെള്ളം. gruel.
മാഹ(നാ)- പശു. cow.
മാറാട്ടം(നാ)- വഞ്ചന, ചതി, വേഷംമാറ്റം. to be in disorder, cheating, disguise.
മാറാല(നാ)- ചിലന്തിവല. spider's web.
മാറ്റം(നാ)- വ്യത്യാസം, വിനിമയം, എതിര്, മറുപടി. difference, exchange, opposition, reply.
മാറ്റൊലി(നാ)- പ്രതിധ്വനി. echo.
മികച്ച(നാ.വി)- വർദ്ധിച്ച, ശ്രേഷ്ഠമായ. increased, excellent.
മികുതി(നാ)- പൂർണ്ണത, ആധിക്യം, ബാക്കി, ശ്രേഷ്ഠത, വർദ്ധന. competition, abundance, balance, excellence, increase.
മിച്ചം(നാ)- ശേഷിപ്പ്, ബാക്കി. remainder, balance.
മിഞ്ചാരം(നാ)- വിദ്യുച്ഛക്തി. electric current
മിഠായി(നാ)- മധുര പദാർത്ഥം. sweets.
മിതം(നാ.വി)- ചുരുങ്ങിയ, അളക്കപ്പെട്ട, പരിശോധിക്കപ്പെട്ട, എറിയപ്പെട്ട. moderated, measured, tested, thrown.
മിതി(നാ)- അളവ്, തെളിവ്. measurement, proof.
മിത്ഥ്യ(ക്രി.വി)- അസത്യമായി, തെറ്റായി, വെറുതേ. falsely, wrongly, in vain.
മിത്ഥ്യ(നാ)-മായ. illusion.
മിത്ര(നാ)- തോഴി. abigail.
മിത്രൻ(നാ)- സൂര്യൻ, വരുണൻ. the sun, Varuna.
മിഥ്യ(ക്രി.വി)- കള്ളമായി, തെറ്റായി, വെറുതെ. false, wrong, vain.
മിനുക്കം(നാ)- മാർദ്ദവം, ശോഭ, തിളക്കം. softness, shining, brightness.
മിനുങ്ങുക(അ.ക്രി)- ശോഭിക്കുക, തിളങ്ങുക. to shine, to twinkle.
മിന്നൽ(നാ)- ഇടിവാൾ, പ്രകാശം, ഉളുക്ക്. lightning, light, spasm.
മിശ്രണം(നാ)- കൂട്ടിക്കലർത്തൽ. mixing.
മിഷം(നാ)- കള്ളം. falsehood.
മിഷ്ട(നാ.വി)- മധുരമായ, നനഞ്ഞ, തളിക്കപ്പെട്ട. sweet, wet, sprinkled.
മിഹിരം(നാ)- എരിക്ക്, മേഘം, വായു. madar plant, cloud, wind.
മിളി(നാ)- വയൽ. corn field.
മിഴിക്കുക(അ.ക്രി)- കണ്ണുതുറക്കുക, തുറിക്കുക, വ്യാകുലപ്പെടുക. open, to stare at, regret.

മിറ(നാ)- അനക്കം, സംഭ്രമം, ദുഃഖം, കുറ്റം. movement, dilemma, grief, crime.
മിറുക്കം(നാ)- ദുഃഖം, ഭയം, പരിഭ്രമം. grief, fear, nervousness.
മീച്ചം(നാ)- പ്രാപ്തി. efficiency.
മീതേ(ക്രി.വി)- മുകളിൽ. over.
മീനം(നാ)- മത്സ്യം, മേടം മുതൽ 12-ാ മത്തെ മാസം, നക്ഷത്രം. fish, month of Meenam, star.
മീനാക്ഷി(നാ)-ശ്രീപാർവ്വതി, സുന്ദരി. Sree Parvati, beautiful woman.
മീനാങ്കൻ(നാ)- കാമദേവൻ. Cupid.
മീൻ(നാ)- മത്സ്യം, നക്ഷത്രം, മിന്നൽ. fish, star, lightning.
മീമാംസ(നാ)- ഷഡ്ദർശനങ്ങളിൽ ഒന്ന്, വിചിന്തനം. one of the six systems of Hindu philosophy, consideration.
മീരം(നാ)- കടൽ, അതിർത്തി, പാനീയം. the sea, boundary, drinks.
മുകൾ(നാ)- അഗ്രം, ഉച്ചി, കൂര. top, crest, roof.
മുകുടം(നാ)- കിരീടം, അഗ്രം, പർവ്വത ശിഖരം. crown, top, peak of a mountain.
മുകുന്ദൻ(നാ)- മഹാവിഷ്ണു, ശ്രീകൃഷ്ണൻ. Vishnu, Sri Krishna.
മുകുന്ദം(നാ)- കുബേരന്റെ ഒരു നിധി, കുന്തുരുക്കം, രസം, ഒരു രത്നം. name of a treasure, frankincense, mercury, gem.
മുകുരം(നാ)- കണ്ണാടി, പൂമൊട്ട്. mirror, bud of a flower.
മുകുളം(നാ)- വിടരാറായ മൊട്ട്. flowering bud.
മുക്കണ്ണൻ(നാ)- നാളികേരം, ശിവൻ. coconut, Siva.
മുക്കോൺ(നാ)- ത്രികോണം. triangle.
മുക്ത(നാ.വി)- മോചിക്കപ്പെട്ട, വിടപ്പെട്ട, എറിയപ്പെട്ട, നല്കപ്പെട്ട, അയയ്ക്കപ്പെട്ട, മോക്ഷം ലഭിച്ച, ഉപേക്ഷിക്കപ്പെട്ട. released, relieved, thrown, given, sent, liberated, ejected.
മുക്താ(നാ)- മുത്ത്, അരത്ത, ഗണിക. pearl, Alpinia galanga, harlot.
മുക്തകം(നാ)- അമ്പ്. arrow.
മുഖപ്പ്(നാ)- വീടിന്റെ പൂമുഖം. portico.
മുഖം(നാ)- തലയുടെ മുൻഭാഗം, വായ്, ആരംഭം, പൂമുഖം, പ്രവേശദ്വാരം, നോട്ടം, ഉപായം, ദിക്ക്, അറ്റം, മേൽഭാഗം, വേദം, പക്ഷിയുടെ ചുണ്ട്. face, mouth, beginning, portico, entrance, sight, means, direction, end, top, Veda, beak.
മുഖര(നാ.വി)- ശബ്ദിക്കുന്ന, അധികം സംസാരിക്കുന്ന, പരിഹസിച്ചു പറയുന്ന, സൂചിപ്പിക്കുന്ന, ശകാരിക്കുന്ന. sounding, talkative, ridiculing, indicating, scolding.
മുഖരൻ(നാ)- നായകൻ, പ്രമാണി. leader, chief.
മുഖവുര(നാ)- ആമുഖം. preface.
മുഖ്യ(നാ.വി)- പ്രധാനമായ, ശ്രേഷ്ഠമായ, ഒന്നാമത്തേതായ. important, excellent, first.
മുഖ്യൻ(നാ)- പ്രമാണി, നായകൻ. chief, hero.
മുഗ്ദ്ധ(നാ.വി)- മൂഢതയുള്ള, മോഹാലസ്യപ്പെട്ട, കുഴങ്ങിയ, ശുദ്ധനായ, ഭംഗിയുള്ള. foolish, fainted, confused, innocent, charming.
മുഞ്ജം(നാ)- മേഖലപ്പുല്ല് . a kind of grass.
മുടക്കം(നാ)- വിരോധം, വിലങ്ങ്, തടസ്സം, ഉപേക്ഷ, മുടന്ത്, ചെലവ്. opposition, fetters, obstacle, negligence, lameness, expense.
മുടന്തൻ(നാ)- മുടന്തുള്ളവൻ, ശനി, അരുണൻ. a lame person, saturn, Aruna.
മുടി(നാ)- തലയിലെ രോമം, തല, കിരീടം, കുടുമ്മ. hair, head, crown, tuft of hair on head.
മുടിക്കുക(സ.ക്രി)- കെട്ടുക, നശിപ്പിക്കുക, അവസാനിപ്പിക്കുക, ചതിക്കുക. bind, destroy, end, cheat.
മുടിവ്(നാ)- നാശം, പൂർത്തി, അവസാനം, ധൂർത്ത്. destruction, completion, end, extravagance.

മുടുക്ക്(നാ)- ഇടവഴി, കോണ്, നിർബന്ധിക്കൽ, ഞെരുക്കൽ. narrow lane, corner, compulsion, pressing.

മുട്ട(നാ)- അണ്ഡം, വൃഷണം. egg, testicle.

മുട്ടൽ(നാ)- ശ്വാസതടസ്സം. suffocation.

മുട്ടാക്ക്(നാ)- മൂടുപടം. veil.

മുട്ടി(നാ)- ആയുധപ്പിടി, ചുരുട്ടിയ കൈ. handle of a weapon, fist.

മുട്ടിക്കുക(സ.ക്രി)- പ്രയാസപ്പെടുത്തുക, തികയാതാക്കുക, ദുർലഭ്യമുണ്ടാക്കുക. harass, make insufficient, cause scarcity.

മുട്ട്(നാ)- തടവ്, ചെറ, നാശം, കുറവ്, ആവശ്യം, അടപ്പ്, ശബ്ദം, കൈകാലുകളുടെ മദ്ധ്യഭാഗം. obstacle, a bund, ruination, deficiency, need, lid, sound, knee and elbow.

മുണ്ഡകൻ(നാ)- ക്ഷുരകൻ. barber.

മുണ്ഡകം(നാ)- ഒരു ഉപനിഷത്ത്, തല, നെറ്റി. name of an Upanishad, head, forehead.

മുണ്ഡനം(നാ)- മൊട്ടയടിക്കൽ. tonsuring

മുതല(നാ)- ഒരു ജലജീവി. crocodile.

മുതലാളി(നാ)- ഉടമ. owner.

മുതൽ(ക്രി.വി)- തുടങ്ങി. beginning from.

മുതൽ(നാ)- ആകെയുള്ള തുക, മൂലധനം, ചരക്ക്, ആരംഭം, കോൾവില, ഈശ്വരൻ. total amount, capital, goods, beginning, cost price, god.

മുതിര(നാ)- ഒരു ധാന്യം. horsegram.

മുതിരുക(അ.ക്രി)- തുനിയുക, വട്ടംകൂട്ടുക, ഉദ്യമിക്കുക, വളരുക, പ്രായംകൂടുക, തീർത്തയാവുക. dare, go to do something, endeavour, grow, get old, finalise.

മുതുക്(നാ)- ദേഹത്തിന്റെ പിൻഭാഗം, നട്ടെല്ല്. hind part of the body, back, backbone.

മുതുകെല്ല്(നാ)- നട്ടെല്ല്. backbone.

മുതുക്കൻ(നാ)- വൃദ്ധൻ, പഴകിയ വസ്തു, മുഖക്കുരു. old man, seasoned object, pimples.

മുത്തങ്ങ(നാ)- ഒരു സുഗന്ധപ്പുല്ല്. Cyperus rotundus.

മുത്തച്ഛൻ(നാ)- അമ്മയുടെ/ അച്ഛന്റെ അച്ഛൻ. grandfather.

മുത്തം(നാ)- ചുംബനം, പ്രിയം, കൊഞ്ചൽ. kiss, dearness, prattling.

മുത്തമ്മ(നാ)- അമ്മൂമ്മ. grandmother.

മുത്താഴം(നാ)- ഉച്ചഭക്ഷണം, പ്രാതൽ. lunch, breake fast.

മുത്ത്(നാ)- നവരത്നങ്ങളിലൊന്ന്, വസൂരിക്കുരു, പ്രിയപ്പെട്ട വസ്തു. pearl, smallpox pustules, something most loved.

മുദം(നാ)- സന്തോഷം. joy.

മുദിത(നാ.വി)- സന്തോഷിച്ച become happy.

മുദിതം(നാ)- സന്തോഷം. joy.

മുദ്ഗം(നാ)- ചെറുപയറ്, നീർക്കാക്ക. green gram, diverbird.

മുദ്ഗലൻ(നാ)- ഒരു ഋഷി. ascetic.

മുദ്രണം(നാ)- അച്ചടി. printing.

മുദ്രാലയം(നാ)- അച്ചുകൂടം. printing press.

മുദ്രിത(നാ.വി)- മുദ്രവയ്ക്കപ്പെട്ട, അടയ്ക്കപ്പെട്ട. sealed, closed.

മുന(നാ)- കൂർത്ത അഗ്രം, പക, തുനിവ്, മുനമ്പ്. sharp point or tip of anything, malice, grudge, readiness, cape.

മുനങ്ങുക(അ.ക്രി)- പിറുപിറുക്കുക to murmur.

മുനി(നാ)- സന്യാസി, ബുദ്ധൻ. ascetic, the Buddha.

മുനിവൻ(നാ)- മുനി, സന്യാസി. ascetic.

മുനിവ്(നാ)- കോപം, മുഷിച്ചിൽ. anger, displeasure.

മുനീശ്വരൻ(നാ)- മഹാമുനി, ബുദ്ധൻ, വിഷ്ണു. great ascetic, the Buddha, Vishnu.

മുൻ(നാ.വി)-മുമ്പുള്ള, ആദ്യത്തെ, പണ്ടത്തെ. former, first, of old times.

മുൻകൈ(നാ)- കൈമുട്ടിന്റെ കീഴ്‌വശം, നായകത്വം. forearm, leadership.

മുൻഗാമി(നാ)- പൂർവ്വികൻ. ancestor.

മുൻപണം(നാ)- അച്ചാരം, മുൻകൂറായി കൊടുക്കുന്ന പണം. advance, earnest money.

മുൻവിധി(നാ)- മുൻകൂട്ടിയെടുക്കുന്ന തീരുമാനം. foregone conclusion or decision.

മുൻഷി(നാ)- ഭാഷാദ്ധ്യാപകൻ, എഴുത്തുകാരൻ, ദ്വിഭാഷി. language teacher, writer, interpreter.

മുന്തിരി(നാ)- വള്ളിച്ചെടി. grape vine.

മുന്തിരിങ്ങ(നാ)- മുന്തിരിയുടെ കായ്. grapes.

മുന്തുക(സ.ക്രി)- മുന്നിട്ട് നിൽക്കുക, പൊന്തുക. to be better than, go up.

മുന്നം(നാ)- സിംഹം, ഹൃദയം, വിചാരം. lion, heart, thought.

മുന്നണി(നാ)- മുൻപട, ആദ്യത്തെ നിര, മുന്നിലുള്ള അണി. vanguard, front row.

മുന്നൽ(നാ)- വിചാരം. thought.

മുന്നറിയിപ്പ്(നാ)-മുൻകൂട്ടി കൊടുക്കുന്ന വിവരം, മുൻകൂട്ടി നൽകുന്ന താക്കീത്. intimating before-hand, warning.

മുന്നറിവ് (നാ)- മുമ്പേയുള്ള അറിവ്. previous knowledge.

മുന്നാൾ(നാ)- തലവൻ, പ്രധാനി. leader, chief.

മുന്നിടുക(അ.ക്രി)- നയിക്കുക, മുമ്പോട്ടുചെല്ലുക, എതിർക്കുക. lead, go forward, oppose.

മുന്നിലക്കാരൻ(നാ)- ഗ്രാമത്തിലെ അധികാരി. head of the village.

മുന്നിൽ(അവ്യ.)- മുൻഭാഗത്ത്. in the front.

മുന്നുക(ക്രി)- വിചാരിക്കുക. think.

മുന്നേ(അവ്യ.)- മുമ്പേ, പണ്ടേ, മുൻഭാഗത്തെ. earlier, from olden times, in the front.

മുന്നേറ്റം(നാ)- പുരോഗതി, മുമ്പോട്ടുള്ള ഗതി. advance, progress.

മുന്നോക്കം(നാ)- മുൻഭാഗം. front portion.

മുന്നോർ(നാ)- പൂർവ്വികൻ. ancestor.

മുമുക്ഷ(നാ)- മോചനത്തിനുള്ള ആഗ്രഹം, മോക്ഷത്തിനുള്ള ഇച്ഛ. longing for freedom, longing for salvation.

മുമ്പൻ(നാ)- തലവൻ, പ്രധാനി. chief, leader.

മുമ്പ്(അവ്യ.)- പണ്ട്, മുൻകാലത്ത്, മുൻഭാഗം. formerly, in olden times, front.

മുമ്പുറം(നാ)- മുൻവശം. front.

മുമ്മാൽ(നാ)- സന്ധ്യ. dusk.

മുമ്മൂർത്തികൾ(നാ)- ബ്രഹ്മാവ്, വിഷ്ണു, ശിവൻ എന്നിവർ മൂന്നുപേരും. trinity of Brahma, Vishnu and Siva.

മുയക്കം(നാ)- ആലിംഗനം ചെയ്യൽ, മൈഥുനം ചെയ്യൽ. embracing, engaging in sexual intercourse.

മുയലുക(ക്രി)- ആരംഭിക്കുക, ഉയരുക, അഭ്യസിക്കുക. begin, go up, practise.

മുയൽ(നാ)- ഒരു ചെറിയ മൃഗം. hare, rabbit.

മുരം(നാ)- പരുപരുപ്പ്, വളർച്ച, ശബ്ദം. roughness, growth, sound.

മുരജ(നാ)- കുബേരപത്നി. wife of Kubera.

മുരജം(നാ)- മൃദംഗം, മിഴാവ്. tabor, musical drum used during such performance as Koodiayttom and Chakyarkoothu.

മുരജഫലം(നാ)- ചക്ക, പ്ലാവ്. jack fruit, jack fruit tree.

മുരജിത്ത്(നാ)- വിഷ്ണു, കൃഷ്ണൻ. Vishnu, Lord Krishna.

മുരടൻ(നാ)- ദുശ്ശാഠ്യക്കാരൻ. obstinate person.

മുരടത്തരം(നാ)- ദുശ്ശാഠ്യം. obstinacy.

മുരത്തടം(നാ)- ശാഠ്യം. obstinacy.

മുരദം(നാ)- വിഷ്ണുവിന്റെ ചക്രായുധം. discus of Vishnu.
മുരമ്പ്(നാ)- പാറ. rock.
മുരയൽ(നാ)- ദുഃഖം, ക്ഷീണം. sorrow, weariness.
മുരല്(നാ)- ഒരു മത്സ്യം, കുഴൽ. fish, tube.
മുരവ്(നാ)- അതിര്. boundary.
മുരശ്(നാ)- ഒരു തരം വാദ്യം, ഒരിനം മത്സ്യം. a kind of musical drum, a kind of fish.
മുരളി(നാ)- ഓടക്കുഴൽ. flute.
മുരളീധരൻ(നാ)- ശ്രീകൃഷ്ണൻ. Sri Krishna.
മുരളുക(അ.ക്രി)- മൂളുക, ശബ്ദിക്കുക. hum, make sound.
മുരാരി(നാ)- ശ്രീകൃഷ്ണൻ. Sri Krishna.
മുരിക്ക്(നാ)- മുള്ളുള്ളതും ചുവന്ന പൂക്കളുള്ളതുമായ ഒരു ചെടി. thorny tree with red flowers.
മുരിങ്ങ(നാ)- ഒരു ഫലവൃക്ഷം. a kind of tree which produces the edible 'drum-stick', used as a vegetable.
മുരുകൻ(നാ)- സുബ്രഹ്മണ്യൻ. Subrahmanya.
മുരുചി(നാ)- പിത്തസഞ്ചി. gall bladder.
മുരുത്ത്(നാ)- നട്ടെല്ല്, മരത്തൊലി. backbone, bark of trees.
മുർമ്മുരം(നാ)- ഉമിത്തീ. fire of burning paddy husk.
മുല്ല(നാ)- ഒരു വള്ളിച്ചെടി, ഐശ്വര്യം. jasmine plant, prosperity.
മുല്ലനിലം(നാ)- വനഭൂമി. forest area.
മുല്ലപ്പൂ(നാ)- മുല്ലച്ചെടിയിലുണ്ടാകുന്ന പൂവ്. jasmine flower.
മുല്ലമലരമ്പർ(നാ)- കാമദേവൻ. Cupid.
മുല്ലമലർ(നാ)- മുല്ലപ്പൂ. jasmine flower.
മുല്ലീനൻ(നാ)- സംതൃപ്തൻ. satisfied person.
മുവരുക(നാ)- കഴുകുക. wash.
മുഷികം(നാ)- എലി. rat.
മുഷിപ്പൻ(നാ.വി)- വിരസമായ. boring.
മുഷ്ക്കരം(നാ)- ബലം, ശക്തി, ഗർവ്വം. strength, arrogance, haughtiness.
മുഷ്ക്ക്(നാ)- ഗർവ്വ്, ശക്തി, സാമർത്ഥ്യം. arrogance, strength, efficiency.
മുഷ്ടികൻ(നാ)- കംസന്റെ സേവകനായ ഒരു മല്ലൻ. wrestler- servant of Kamsa.
മുഷ്ടിന്ധയൻ(നാ)- ശിശു. infant.
മുഷ്ടിമദ്ധ്യം(നാ)- ഒരു തരം വാദ്യം. a kind of musical instrument.
മുസലി(നാ)- ബലരാമൻ, ശിവൻ, ഗൗളി. Balarama, Siva, house lizard.
മുസലിക(നാ)- ഓന്ത്, ഉടുമ്പ്, പല്ലി. chameleon, iguana, house lizard.
മുസലിയാർ(നാ)- മുഹമ്മദീയ ഗുരു. Muslim preceptor.
മുസൽമാൻ(നാ)- ഇസ്ലാം മതക്കാരൻ. Muslim.
മുസ്ത(നാ)- മുത്തങ്ങ. a medicinal grass.
മുസ്താദം(നാ)- പന്നി. pig.
മുസ്ലീം(നാ)- മുഹമ്മദീയൻ. Muslim.
മുഹിരം(നാ)- കാമം, സ്നേഹം. lust, love.
മുഹിരത(നാ)- ഭോഷത്തം. foolishness.
മുഹുകം(നാ)- നിമിഷം. moment.
മുഹൂർത്തം(നാ)-ശുഭകാലം, രണ്ടുനാഴിക 48 മിനിട്ട്, കുറച്ചുനേരം, നിർദ്ദിഷ്ടസമയം, സദ്യ. auspicious time, a period of 48 minutes, short time, particular time, feast.
മുഹേരൻ(നാ)- ഭോഷൻ. idiot.
മുള(നാ)- നാമ്പ്, ഇല്ലി, മുളയ്ക്കൽ. sprout, bamboo, seedling.
മുളകുകൊടി(നാ)- കുരുമുളകു ചെടി. pepper vine.
മുളക്കൂട്ടം(നാ)- കൂട്ടമായി നിൽക്കുന്ന മുള. cluster of bamboo trees.
മുളങ്കമ്പ്(നാ)- മുളയുടെ കമ്പ്. bamboo stick.
മുളങ്കിനി(നാ)- ഒരു തരം തത്ത. a kind of parrot.

മുളനെല്ല്(നാ)- മുളയുടെ കായ്, മുള യരി. bamboo seed.
മുളപ്പിക്കുക(അ.ക്രി)- കിളിപ്പിക്കുക. cause to germinate.
മുളരി(നാ)- മുൾച്ചെടി, കുറ്റിക്കാട്, താമര, നെരിപ്പോട്, വിറക്. thorny plant, bush, lotus, oven, firewood.
മുളവ(നാ)- കുരുമുളക്. pepper.
മുളിക്(നാ)- പ്രദേശം, സ്ഥലം. locality.
മുളിയുക(അ.ക്രി)- മുടിയുക, കീറുക, കരിയുക, പൊരിഞ്ഞ് തൊലിപൊട്ടുക. be ruined, tear, be charred by fire or sunlight, peel the skin.
മുൾ(നാ)-മുള്ള്. thorn.
മുള്ളൻ(നാ)- ശരീരം മുഴുവൻ മുള്ളു കൊണ്ടു മറഞ്ഞ ഒരു ജീവി. porcupine.
മുള്ളൻപന്നി(നാ)-ശരീരം മുഴുവൻ മുള്ളുകൊണ്ടു മറഞ്ഞ ഒരു ജീവി. porcupine.
മുള്ളാണി(നാ)- ചെറിയ ആണി. small nail.
മുള്ള്(നാ)- ചില മരങ്ങളിലും ചെടികളിലും കാണുന്ന കൂർത്ത അവയവം, ഭക്ഷണം കുത്തിയെടുത്ത് കഴിക്കുന്നതിനുള്ള ഉപകരണം, ത്രാസ്സിന്റെ സൂചി, മത്സ്യത്തിന്റെ അസ്ഥി, കുത്തുവാക്ക്, ശിശുക്കളുടെ തൊണ്ടയിലുണ്ടാകുന്ന രോഗം. thorn, fork, pointer of a balance, fish, spine, taunt, children's disease affecting throat.
മുള്ളുവാക്ക്(നാ)- നോവിക്കുന്ന സംസാരം, കുത്തുവാക്ക്. sarcasm, taunt.
മുള്ളെല്ല്(നാ)- തണ്ടെല്ല്. spine.
മുഴക്കം(നാ)- ആരവം, മറ്റൊലി, ഇടി. uproar, echo, heavy sound of thunder.
മുഴക്കോൽ(നാ)- ഒരുതരം അളവുകോൽ. a kind of yardstick.
മുഴങ്കൈ(നാ)- കൈമുട്ടിന്റെ കീഴ്ഭാഗം. forearm below the elbow.
മുഴങ്ങുക(അ.ക്രി)- പ്രതിധ്വനിക്കുക. echo.
മുഴിപ്പ്(നാ)- കോപം, തോള്, ദുഃഖം. anger, shoulder, grief.
മുഴു(നാ)- അടപ്പ്, മത്സ്യം. lid, fish.
മുഴുപ്പിക്കുക(സ.ക്രി)- മുഴുവനാക്കുക. to complete.
മുഴുവനാക്കുക(അ.ക്രി)- പൂർത്തിയാക്കുക. complete.
മുഴുവനും(അവ്യ.)- അശേഷം, എല്ലാം. completely, wholly.
മുറ(നാ)- വിലാപം, ആചാരം, ചട്ടം, ക്രമം, കർത്തവ്യം, പ്രാവശ്യം, തവണ വച്ച് വേല ചെയ്യുന്ന ഏർപ്പാട്, എട്ടുദിവസം. lamentation, custom, order, duty, number of times, turn of shift, period of eight days.
മുറം(നാ)- ധാന്യങ്ങളും മറ്റും പാറ്റാനുള്ള ഉപകരണം. flat, shallow basket to winnow grain.
മുറച്ചെവിയൻ(നാ)- ആന. elephant.
മുറപ്പാട്(നാ)- കരച്ചിൽ, വിലാപം, ക്രമം. lamentation, order.
മുറപ്പെണ്ണ്(നാ)-അമ്മാവന്റെ മകൾ, അച്ഛന്റെ അനന്തരവൾ. girl who is customarily man's bride.
മുറവിളി(നാ)- നിലവിളി. loud cry.
മുറി(നാ)- വീടിന്റെ അറ, കഷണം, രസീത്, മുറിവ്, അധികാരികളുടെ ഭരണത്തിലുള്ള ഭൂഭാഗം, കര. room, piece, receipt, wound, part of a village.
മുറിക്കുക(അ.ക്രി)- ഛേദിക്കുക, കഷണങ്ങളാക്കുക. cut, break.
മുറിയുക(അ.ക്രി)- മുറിവുണ്ടാകുക, വേർപെടുക, തീരുമാനിക്കുക. to be cut, be separated, to be decided.
മുറുക്കം (നാ)- നിർബന്ധം, ഇറുക്കം. obstinacy, tightness.
മുറുക്കുക(സ.ക്രി)- ദൃഢമാക്കുക, അയവില്ലാതാക്കുക, വെറ്റില മുറുക്കുക. make firm, tighten, chew.
മുറ്റം (നാ)- ഭവനത്തിന്റെ മുൻഭാഗത്തുള്ള സ്ഥലം, അങ്കണം. courtyard, front yard.
മുറ്റ് (നാ)- കനം, മുഴുപ്പ്, മുറ്റൽ. thickness, ripeness, full growth.

മൂക(നാ.വി)- ഊമയായ, സംസാരശേഷിയില്ലാത്ത, മൗനിയായ. dumb, silent.
മൂകം(ക്രി.വി)- മൂകമായി silently.
മൂകത(നാ)- മൂകഭാവം silence.
മൂകൻ(നാ)- സംസാരശേഷിയില്ലാത്തവൻ, നിശ്ശബ്ദൻ. dumb person, silent person.
മൂകാംബിക(നാ)- ദുർഗ്ഗ. goddess Durga.
മൂങ്കിൽ(നാ)- മുള, ഒരിനം വാഴ. bamboo, a kind of plantain.
മൂങ്ങ്(നാ)- ചെറുപയറ്. green gram.
മൂങ്ങ(നാ)- ഒരു പക്ഷി. owl.
മൂചൽ(നാ)- മരണം. death.
മൂഞ്ഞ(നാ)- ഒരു ചെറിയതരം വൃക്ഷം. a small kind of tree.
മൂടൽ(നാ)- മങ്ങൽ, മഴക്കാറ്, മറ. dimness, rain cloud, screen.
മൂടി(നാ)- അടപ്പ്, മൂടുന്നതിനുള്ള വസ്തു, കൊത്തമല്ലിച്ചെടി. lid, cover, coriander plant.
മൂട്(നാ)- ചുവട്, വേര്, ഉല്പത്തിസ്ഥാനം, പിൻഭാഗം. base, root, place of origin, posteriors.
മൂടുക(സ.ക്രി)- അടയ്ക്കുക, മറയ്ക്കുക, കുഴിച്ചുമൂടുക. to close with a lid, to conceal by covering, to bury.
മൂടുപടം(നാ)- ശിരസ്സും മുഖവും മറയ്ക്കുന്നതിനുള്ള തുണി. veil.
മൂടുപടലം (നാ)- ഒരു നേത്രരോഗം. an eye disease.
മൂട്ട(നാ)- മനുഷ്യന്റെ രക്തം ഉറുഞ്ചിക്കുടിക്കുന്ന ഒരു ചെറുജീവി, ചുമട്, ഭാണ്ഡം. bed bug, load, bundle of things.
മൂഢ(നാ.വി)- അറിവില്ലാത്ത, ബുദ്ധികെട്ട, മോഹിച്ച, വഴിപിഴച്ച. idiotic, stupid, foolish, desired, gone astray.
മൂഢൻ(നാ)- ഭോഷൻ. fool, stupid person.
മൂതം(നാ)- കൂട്ടം. multitude.
മൂതുര(നാ)- പഴമൊഴി. proverb.
മൂത്ത(നാ.വി)- വിളഞ്ഞ, പ്രായം കൂടിയ. ripe, mature, old.
മൂത്തമ്മ (നാ)- അമ്മൂമ്മ. grandmother.
മൂത്രം(നാ)- ശരീരത്തിൽ നിന്നും സ്രവിച്ച് മൂത്രദ്വാരത്തിലൂടെ പോകുന്ന ദ്രാവകം. urine.
മൂന്നാംവേദം(നാ)- ക്രിസ്തുമതം, ബൈബിൾ Christianity, the Bible.
മൂപ്പ്(നാ)- മൂപ്പന്റെ സ്ഥാനം, വാർദ്ധക്യം, വിളവ്. position of the headman, agedness, ripeness.
മൂരൽ (നാ)- പല്ല്, ചിരി. tooth, laugh.
മൂർക്കൻ (നാ)- ഒരിനം വിശപ്പാമ്പ്, ക്രൂരൻ. a kind of poisonous snake, cobra, cruel fellow.
മൂർഖം(നാ)- ഒരു തരം പയറ്. a kind of pea.
മൂർഖൻ(നാ)- കടുത്ത വിഷമുള്ള ഒരിനം പാമ്പ്, ക്രൂരൻ, അറിവില്ലാത്തവൻ. a kind of poisonous snake, cobra, cruel person, stupid fellow.
മൂർച്ച(നാ)- വായ്ത്തല, മുറിക്കുവാനുള്ള കഴിവ്. sharp edge of knife, etc., sharpness.
മൂർച്ഛിക്കുക(അ.ക്രി)- ബോധംകെടുക, വർദ്ധിക്കുക, തീവ്രമാകുക. become unconscious, increase, become severe.
മൂർത്തി(നാ)- ശരീരം, വിഗ്രഹം, ശിവൻ, ഭൗതികപദാർത്ഥം, സൗന്ദര്യം. body, idol, Siva, physical or material substance, beauty.
മൂർത്തിപൻ(നാ)- വിഗ്രഹാരാധകൻ. idolator.
മൂർദ്ധജം(നാ)- തലമുടി hair.
മൂർദ്ധന്(നാ.വി)- ശിരസ്സിൽ ജനിച്ച. born in head.
മൂർദ്ധന്യൻ(നാ)-പ്രധാനി chief.
മൂർദ്ധാവ്(നാ)- തല, നെറ്റി, ഉച്ചി, ഏറ്റവുമുയർന്ന സ്ഥാനം. head, forehead, top of the head, highest state.
മൂപ്പിക്കുക(അ.ക്രി)- മൂർച്ചയുണ്ടാക്കുക. make the edge sharper.
മൂർപ്പ്(നാ)- മൂർച്ച. sharpness.
മൂലധനം(നാ)- മുടക്കുമുതൽ. capital.

മൂലപ്പൊരുൾ(നാ)- ഈശ്വരൻ. god.
മൂലപ്രകൃതി(നാ)- ലോകസൃഷ്ടിക്ക് കാരണമായ ശക്തി. causative power of all creations.
മൂലഫലദം(നാ)- പ്ലാവ്. jack tree.
മൂലഭദ്രൻ(നാ)- കംസൻ. Kamsa.
മൂലസ്ഥാനം(നാ)- അടിസ്ഥാനം, ശ്രീകോവിൽ, തലസ്ഥാനനഗരി, ദൈവം, വായു, ആകാശം. basis, sanctum sanctorum, captial city, god, air, sky.
മൂല്യം(നാ)- വില, ശമ്പളം, മൂലധനം, ആസ്തി. value, price, salary, capital, asset.
മൂശ(നാ)- ലോഹം ഉരുക്കുന്നതിനുള്ള കരു. mould, crucible.
മൂഷകം(നാ)- എലി. rat.
മൂഷകൻ(നാ)- കള്ളൻ. thief.
മൂഷകവാഹനൻ(നാ)- ഗണപതി. Ganapathi.
മൂഷകാന്തകം(നാ)- പൂച്ച. cat.
മൂഷകാരി(നാ)- പൂച്ച. cat.
മൂഷണം(നാ)- മോഷണം. robbery.
മൂഷി(നാ)- എലി, പെരുച്ചാഴി. mouse, bandicoot.
മൂഷികം(നാ)- എലി. rat.
മൂള (നാ)- ബുദ്ധി, തലച്ചോറ്. brain, intellect.
മൂളൽ(നാ) - ഞെരുക്കം. grunt.
മൂളുക(അ.ക്രി)- ഞരങ്ങുക, അനുസരണശബ്ദം പുറപ്പെടുവിക്കുക, പതുക്കെ വാ തുറക്കാതെ ഗാനം ആലപിക്കുക. groan, produce a sound denoting agreement, hum a song.
മൃഗം(നാ)- ജന്തു, മാൻ, കസ്തൂരി, മകരമാസം, ചന്ദ്രമണ്ഡലത്തിലെ കറുപ്പ്, പശു. animal, deer, musk, the month of Makaram, the dark shape in the moon, cow.
മൃഗനാഥൻ(നാ)- സിംഹം. lion.
മൃഗനാഭിജ(നാ)- കസ്തൂരി. musk.
മൃഗപതി(നാ)- കടുവ, സിംഹം. tiger, lion.
മൃഗപാലിക (നാ)- കസ്തൂരിമാൻ. musk deer.
മൃഗപിപ്ലു(നാ)- ചന്ദ്രൻ. moon.
മൃഗപ്രഭു (നാ)- സിംഹം. lion.
മൃഗപദം(നാ)- കസ്തൂരി. musk.
മൃഗലക്ഷ്മാവ്(നാ)- ചന്ദ്രൻ. moon.
മൃഗാങ്കം(നാ)- കർപ്പൂരം. camphor.
മൃഗാശനം(നാ)- സിംഹം. lion.
മൃഗേന്ദ്രചടകം(നാ)- പരുന്ത്. kite.
മൃഗേന്ദ്രാസനം(നാ)- സിംഹാസനം. throne.
മൃഗേശ്വരൻ(നാ)- ശിവൻ. Siva.
മൃഡൻ(നാ)- ശിവൻ. Siva.
മൃഢീകം(നാ)- മാൻ, മത്സ്യം. deer, fish.
മൃത(നാ.വി)- മരിച്ച, നിരുപയോഗമായ. dead, useless.
മൃതം (നാ)- മരണം, മരിച്ചത്, ശവം, വിഷം. death, something dead, corpse, poison.
മൃതശരീരം(നാ)- ശവം. body.
മൃതി(നാ)- മരണം. death.
മൃത്യുനാശനം(നാ)- അമൃത്. ambrosia, nectar.
മൃത്യുപുഷ്പം(നാ)- കരിമ്പ്. sugar cane.
മൃത്സനം(നാ)- പൊടി, ധൂളി. dust.
മൃദാകരം (നാ)- ഇടിവാൾ. thunderbolt.
മൃദുന്നകം(നാ)- സ്വർണ്ണം. gold.
മൃദുലത (നാ)- മാർദ്ദവം. softness.
മൃഷ്ടം(നാ)- കുരുമുളക്. pepper.
മെച്ചം(നാ)- മേന്മ, മേൽത്തരം, അത്ഭുതം. excellence, superiority, wonder.
മെയ്മ(നാ)- വിചാരം, സത്യം. thought, truth.
മെയ്യൻ(നാ)- മകൻ. son.
മെയ്യറുതി(നാ)- മരണം. death.
മെയ്യ്(നാ)- ശരീരം. body.
മെരുക്(നാ)- ഒരു തരം കസ്തൂരി മൃഗം, വെരുക്. civet cat.
മെരുക്കം(നാ)- ഇണക്കം. tameness.
മെഴുക്(നാ)- അരക്ക്, തേൻമെഴുക്. wax, bees-wax.
മേകം(നാ)- ആട്, മേഘം. goat, cloud.
മേഖലം (നാ)- പർവ്വതം. mountain.

മേഘലം(നാ)- കൊണ്ടൽ, കൂട്ടം, അഭ്രം. cloud, multitude, mica.
മേഘജം(നാ)- വലിയ മുത്ത്. big pearl.
മേഘദീപം(നാ)- മിന്നൽ. lightning.
മേഘദ്വാരം(നാ)- അന്തരീക്ഷം, ആകാശം. atmosphere, sky.
മേഘധനുസ്സ്(നാ)- മഴവില്ല്. rainbow.
മേഘനാദം(നാ)- ഇടിമുഴക്കം. thunderbolt.
മേഘനാദൻ(നാ)- ഇന്ദ്രജിത്ത്, വരുണൻ. Indrajith, Varuna.
മേഘപഥം(നാ)- ആകാശം. sky.
മേഘരാവി(നാ)- മയിൽ. peacock.
മേഘവർണ്ണൻ(നാ)- വിഷ്ണു. Vishnu.
മേഘവഹ്നി(നാ)- മിന്നൽ. lightning.
മേഘവാഹനൻ(നാ)- ഇന്ദ്രൻ, ശിവൻ. Indra, Siva.
മേടം(നാ)- മേടമാസം. month of Medam.
മേടുകം(നാ)- മതിൽ. wall.
മേടുല(നാ)- നെല്ലിമരം. gooseberry tree.
മേഠൻ(നാ)- ആനക്കാരൻ. mahout.
മേത(നാ)- ഇറച്ചി, തോൽ, ഞരമ്പ്, ബുദ്ധി. flesh, meat, nerve, intellect.
മേതിനി(നാ)- ഭൂമി. earth.
മേഥി (നാ)- തൂണ്, ഉലുവ, ആണി. pillar, fenugreek, nail.
മേദസ്സ്(നാ)- മാംസക്കൊഴുപ്പ്. marrow and fat.
മേദിനീശൻ(നാ)- രാജാവ്. king.
മേദോജം(നാ)- അസ്ഥി. bone.
മേധം(നാ)- യാഗം, യാഗമൃഗം. holy sacrifice, sacrificial animal.
മേനി(നാ)- ദേഹം, രൂപം, ഭംഗി. body, shape of body, beauty.
മേന്മ(നാ)- ശ്രേഷ്ഠത, ഉയർന്ന പദവി. superiority, high position.
മേയ്ക്കുക(സ.ക്രി)- കന്നുകാലികളെ മേയാൻ പുല്ലുള്ള പ്രദേശങ്ങളിൽ വിട്ട് അവയെ നിയന്ത്രിക്കുക. to feed or tend cattle.
മേരുകൻ(നാ)- വിഷ്ണുവിന്റെ ഒരു ശത്രു. an enemy of Vishnu.
മേരു (നാ)- മഹാമേരു പർവ്വതം, ഉത്തരധ്രുവം, ജപമാലയിലെ നടുനായകമണി. mount Meru, the north pole, gem studded at the centre of rosary.
മേരുധന്വാവ് (നാ)- ശിവൻ. Siva.
മേരുസഖൻ(നാ)- ഹിമവാൻ. the Himalayas.
മേലധികാരം(നാ)- മേൽനോട്ടം, മേൽനോട്ടം നടത്തുന്നതിനുള്ള അധികാരം. supervision, superintending authority.
മേലിക(നാ)- വാവൽ bat.
മേലെ(ക്രി.വി)-മീതെ, വീണ്ടും. over, again.
മേൽക്കാറ്റ്(നാ)- പടിഞ്ഞാറൻ കാറ്റ്. west wind.
മേൽക്കോയ്മ(നാ)- മേലധികാരം. sovereignty.
മേൽഗതി(നാ)- അഭിവൃദ്ധി, പുരോഗതി, മോക്ഷം. prosperity, development, salvation.
മേൽച്ചീട്ട്(നാ)-മേൽവിലാസം. address.
മേൽവായ്(നാ)- അണ്ണാക്ക്. palate.
മേവലർ(നാ)- ശത്രുക്കൾ. enemies.
മേവ്(നാ)- ആഗ്രഹം. desire.
മേവുക(അ.ക്രി)- വസിക്കുക, സ്നേഹിക്കുക. dwell, love.
മേള(നാ)- ഉത്സവം, അമരി, സമ്മേളനം, യോജിക്കൽ. festival, indigo plant, assembly, meeting together.
മേളാങ്കം(നാ)- സന്തോഷം, കോലാഹലം. joy, tumult.
മേളായനം(നാ)- സംയോഗം. intercourse.
മേഴി(നാ)- കലപ്പ. plough.
മൈക്ക(നാ)- അഭ്രം. mica.
മൈത്രകം(നാ)- സ്നേഹം. love.
മൈഥിലൻ(നാ)- ജനകരാജാവ്. king Janaka.
മൈഥിലി(നാ)- സീത. Sita.
മൈഥുനം(നാ)- സ്ത്രീസംഭോഗം, രതിക്രിയ, മിഥുനമാസം. woman's sexual intercourse, sexual intercourse, month of Mithunam.

മൊട്ട്(നാ)-വിടരാത്ത പൂവ്. flower- bud.
മൊളി(നാ)- വൃക്ഷത്തിന്റെ കരിന്തൊലി. dry bark of trees.
മൊഴി(നാ)- വാക്ക്, ഭാഷ, ചൊല്ല്, നീതിന്യായക്കോടതിയിൽ നൽകുന്ന തെളിവ്. word, language, saying, evidence given in a court of law.
മൊഴിമ(നാ)- പഴഞ്ചൊല്ല്. proverb.
മോക്താവ്(നാ)- മോചിപ്പിക്കുന്നവൻ, മോക്ഷം നൽകുന്നവൻ. redeemer, giver of salvation.
മോക്ഷ(നാ.വി)- മോചനത്തെ സംബന്ധിച്ച, മുക്തിയെ സംബന്ധിച്ച. pertaining to liberation, pertaining to salvation.
മോഘം(നാ)- നിഷ്ഫലമായത്. that which is futile.
മോച (നാ)- അമരി, വാഴ. indigo, plantain tree.
മോചം(നാ)- വാഴപ്പഴം, പ്ലാവ്. plantain fruit, jack tree.
മോചക(നാ)- വാഴ. plantain tree.
മോചിക്കുക (അ.ക്രി)- ബന്ധനത്തിൽ നിന്ന് വിടുക, ഉപേക്ഷിക്കുക. get liberated or freed, abandon.
മോടം(നാ)- മുകൾഭാഗം. upper part.
മോടി(നാ)- പകിട്ട്, ആഡംബരം, ഭംഗി, ദുർഗ്ഗ. splendour, pomp, grace, goddess Durga.
മോതിരം(നാ)- വിരലിലണിയുന്ന ആഭരണം. ring worn on the finger.
മോദം(നാ)- സന്തോഷം, പരിമളം, ലഹരി. joy, fragrance, intoxication.
മോദക(നാ.വി)- സന്തോഷിപ്പിക്കുന്ന. joy-giving.
മോദനം (നാ)- ആനന്ദം, തേൻമെഴുക്. delight, bees-wax.
മോദിതം (നാ)- സന്തോഷം, ആഹ്ലാദം. delight, pleasure, joy.
മോര(നാ)- മയിൽ, ഒരു പഴയ നാണയം. peacock, old coin.
മോര് (നാ)- വെണ്ണയെടുത്ത തൈര്, വെള്ളം ചേർത്ത തൈര്. butter milk, curdled milk from which butter has been removed and some water has been added.
മോശം(നാ)- ഗുണം, കുറഞ്ഞത്, താണതരം ചതി, തെറ്റ്. something of low quality, something bad, improper or disgraceful deceit, fault.
മോഷകൻ(നാ)- തട്ടാൻ, കള്ളൻ. goldsmith, robber.
മോഷണം(നാ)- കവർച്ച, കളവ്, അപഹരണം. robbery, theft, stealing.
മോഷ്ടാവ്(നാ)- മോഷ്ടിക്കുന്നവൻ, കള്ളൻ. thief, robber.
മോഷ്ടിക്കുക(സ.ക്രി)- കക്കുക, അപഹരിക്കുക. steal, pilfer.
മോഹം(നാ)- ആഗ്രഹം, മോഹാലസ്യം, വ്യാകുലത, അജ്ഞാനം. desire, swoon, affliction of the mind, distress, ignorance.
മോഹാലസ്യം(നാ)- ബോധക്കേട്. fainting.
മോഹിക്കുക(ക്രി)- അഭിലാഷിക്കുക, കാമിക്കുക, മോഹാലസ്യപ്പെടുക. long for, desire, be infatuated, swoon, faint.
മോഴൽ(നാ)- പന്നി. pig.
മൗകലി(നാ)- കാക്ക. crow.
മൗക്തികം(നാ)- മുത്ത്. pearl.
മൗഘ്യം(നാ)- പ്രയോജനമില്ലായ്മ. uselessness.
മൗചം(നാ)- വാഴപ്പഴം. banana, plantain fruit.
മൗഢ്യം(നാ)- മൂഢത. stupidity.
മൗത(നാ)- വഞ്ചന, ചതി. deceit, cheat.
മൗദ്ഗലി(നാ)- പശു. cow.
മൗനം(നാ)- മിണ്ടാതിരിക്കൽ, മുനിയുടെ ഭാവം. silence, state of an ascetic.
മൗനി(നാ)- മിണ്ടാതിരിക്കുന്നവൻ, മുനി. one who keeps silence, an ascetic.
മൗലി(നാ)- ശിരസ്സ്, കിരീടം, ഭൂമി, മദ്യം. head, crown, earth, liquor.
മൗലിമകുടം(നാ)- കിരീടം. crown.

മൗസലം(നാ)- ഗദായുദ്ധം. fight using clubs.
മൗസ്(നാ)- അഴക്, ആകർഷകത്വം. charm, attractiveness.
മ്ലാത(നാ.വി)- മങ്ങിയ. faded.
മ്ലാന(നാ.വി)- മങ്ങിയ, വാടിയ, ക്ഷീണിതമായ, ദുഃഖിതമായ. faded, wearied, grieved.
മ്ലാനം(നാ)- ക്ഷീണം, വാട്ടം, മങ്ങൽ. weariness, fading, dimness.
മ്ലാവ്(നാ)- ഒരുതരം വലിയ മാൻ. a kind of large deer.
മ്ലേച്ഛം(നാ)- വിദേശഭാഷ, ചായില്യം, ചെമ്പ്. a foreign language, vermilion, copper.
മ്ലേച്ഛൻ(നാ)- അപരിഷ്കൃതൻ, അപരാധി, പാപി. uncivilized man, offender, sinner.
മ്ലേച്ഛമുഖം(നാ)- ചെമ്പ്. copper.

യ

യ - അക്ഷരമാലയിലെ ഇരുപത്തിയാറാമത്തെ വ്യഞ്ജനം. the twenty sixth consonant of the alphabet.
യകൃത്ത് (നാ)- കരൾ. liver.
യക്ഷൻ (നാ)- കുബേരൻ, ഉപദേവതമാരിൽ, ഒരു വർഗ്ഗം. Kubera, a demigod.
യജമാനൻ (നാ)- കുടുംബനാഥൻ, യാഗം ചെയ്യുന്നവൻ. householder, one who performs ritual sacrifice.
യജുർവേദം (നാ)- രണ്ടാമത്തെ വേദം. second Veda, Yajurveda.
യജ്ഞൻ (നാ)-അഗ്നി, വിഷ്ണു. fire, Vishnu.
യജ്ഞം (നാ)- യാഗം, പൂജ, അഗ്നി. sacrifice, worship, the fire.
യതി (നാ)- സന്ന്യാസി, അടക്കം, വിഷ്ണു, വിരാമം. sage, continence, Vishnu, stop.
യഥാക്രമം (ക്രി.വി)- ക്രമമനുസരിച്ച്. as per order, respectively.
യത്നിക്കുക(അ.ക്രി)- ഉത്സാഹിക്കുക, പണിപ്പെടുക. strive, endeavour.
യന്ത്രകൻ (നാ)- യന്ത്രപ്പണിക്കാരൻ. mechanic.
യന്ത്രകം(നാ)-തിരികല്ല്. grinding stone.
യമൻ (നാ)- ബന്ധിക്കുന്നവൻ, കാലൻ. one who binds, Yama.
യവനിക (നാ)- തിരശീല. curtain.
യശശ്ശരീരൻ(നാ)- യശസ്സിന്റെ രൂപത്തിലുള്ള ശരീരമുള്ളവൻ, ഭൗതിക ശരീരമില്ലാത്തവൻ. one who has died in full glory and fame.
യശസ്യ (നാ.വി)- കീർത്തിയുണ്ടാക്കുന്ന. bringing fame.
യശസ്സ് (നാ)- കീർത്തി. fame.
യഷ്ടി (നാ)- കരിമ്പ്, ഭോഷൻ, വടി, തൂൺ. sugar-cane, fool, stick, pillar.
യഹൂദൻ (നാ)- ജൂതൻ. Jew.
യഹോവ (നാ)- ദൈവം. god.
യാഗം(നാ)- ദേവപ്രീതിക്കുവേണ്ടിയുള്ള ഒരു കർമ്മം. sacrifice.
യാചകൻ (നാ)- സന്ന്യാസി, ഭിക്ഷക്കാരൻ. sage, beggar.
യാജകൻ (നാ)- യാഗം ചെയ്യുന്നവൻ, പുരോഹിതൻ. one who performs sacrifice, priest.
യാതന (നാ)- കഠിനവേദന. severe pain.
യാത്ര (നാ)- സഞ്ചാരം, വഴി. travel, way.
യാത്രികൻ (നാ)- പാന്ഥൻ. traveller.
യാഥാർത്ഥ്യം (നാ)- വാസ്തവം. truth, reality.
യാന്ത്രിക (നാ.വി)- യന്ത്രത്തെ സംബന്ധിച്ച. mechanical.
യാമം (നാ)- അർദ്ധരാത്രി, മൂന്നുമണിക്കൂർ സമയം, ക്ഷമ. midnight, time of three hours, patience.
യാവകം (നാ)- യവം, മുതിര. barley, horse gram.
യുക്തം (നാ)- ഉചിതമായി, നുകം, ന്യായമായി കിട്ടുന്നത്. aptly, yoke, wealth earned lawfully.

യുക്തി (നാ)-കാര്യകാരണ സഹിതമുള്ള അഭിപ്രായസ്ഥാപനം, ഉത്തരമായി പറയുന്ന വാക്ക്, ചേർച്ച. rational thinking, answering word, harmony.
യുക്തിവാദി(നാ)-യുക്തിക്കുനിരക്കുന്നതു മാത്രം വിശ്വസിക്കുന്നവൻ. rationalist.
യുഗം (നാ)- തലമുറ, ദീർഘകാലം. generation, a long period.
യുഗാന്തരം (നാ)- അടുത്ത തലമുറ, മറ്റൊരു യുഗം. next generation, another age.
യുദ്ധക്കളം (നാ)- പോർക്കളം. battle field.
യൂഥം (നാ)- കൂട്ടം, സൈന്യം. multitude, army.
യൂപം (നാ)- ബലിമൃഗത്തെ കെട്ടാനുള്ള കുറ്റി. stake for fastening a cow for ritual sacrifice
യേശു (നാ)- ക്രിസ്തുദേവൻ. Jesus Christ.
യോക്താവ് (നാ)- യോജിപ്പിക്കുന്നവൻ, പ്രേരകൻ. one who connects, prompter.
യോഗചക്ഷുസ്സ് (നാ)- ബ്രാഹ്മണൻ. brahmin.
യോഗബലം (നാ)- യോഗശക്തി. yogic power.
യോഗം (നാ)- യോജിക്കൽ, കൂട്ടം, സഭ. uniting, multitude, assembly.
യോഗശാലി (നാ)-ഭാഗ്യമുള്ളവൻ. fortunate person.
യോഗാഭ്യാസം (നാ)- യോഗാസനങ്ങളിലൂടെ പരിശീലനം. practice of yoga.
യോഗി (നാ)- താപസൻ, വിഷ്ണു, ശിവൻ. sage, Vishnu, Siva.
യോജിപ്പിക്കുക (സ.ക്രി)- കൂട്ടിയിണക്കുക, തമ്മിൽച്ചേർക്കുക. unite, to blend.
യോഗ്യ (നാ.വി)- ചേർച്ചയുള്ള. matching, suitable.
യൗവനം (നാ)- പതിനാറുമുതൽ നാൽപതു വരെയുള്ള കാലം. youth, age between 16 to 40 years.

ര

ര - അക്ഷരമാലയിലെ ഇരുപത്തിയേഴാമത്തെ വ്യഞ്ജനം. twenty seventh consonant of the alphabet.
രക്തചന്ദനം(നാ)-കുങ്കുമം, ചുവന്ന ചന്ദനം. saffron, red sandal wood.
രക്തപുഷ്പം (നാ)- ചുവന്ന അരളി, മാതളം, മുരുക്ക്. red oleander, pomegranate, Indian coral tree.
രക്തബന്ധം (നാ)- സഹോദരബന്ധം. blood relation.
രക്ഷ (നാ)- രക്ഷിക്കൽ, തകിട്, പരിഹാരം. protecting, alisman, remedy.
രക്ഷകൻ (നാ)- രക്ഷിക്കുന്നവൻ. protector.
രക്ഷാകർത്താവ് (നാ)- സംരക്ഷിക്കുന്നവൻ. guardian.
രംഗണം(നാ)- നൃത്തം. dance.
രംഗനാഥൻ(നാ)-വിഷ്ണു. Vishnu.
രചയിതാവ് (നാ)-രചിക്കുന്നവൻ, ഗ്രന്ഥകർത്താവ്. composer, author.
രജതജൂബിലി (നാ)- ഇരുപത്തിയഞ്ചു വർഷം തികയുന്ന വേളയിൽ നടത്തപ്പെടുന്ന ആഘോഷം. silver jubilee.
രണഭൂമി (നാ)- പോർക്കളം. battle field.
രണഭേരി (നാ)- യുദ്ധവാദ്യം. battle drum.
രത്നച്ചുരുക്കം(നാ)- വളരെ ചുരുക്കിയത്. sum and substance.
രത്നം (നാ)- ശ്രേഷ്ഠം, വിലയേറിയ കല്ല്. excellent, gem.
രഥം (നാ)- തേര്, ശരീരം, വള്ളം. chariot, body, country boat.
രദനി (നാ)- ആന. elephant.
രമണീയത (നാ)- മനോഹാരിത. beauty.
രമ്യം (നാ)- മനോഹരം, ചമ്പകം. beauty, champaka.
രവി (നാ)- സൂര്യൻ, പർവ്വതം, അഗ്നി. sun, mountain, fire.
രശ്മി (നാ)- കിരണം. ray.

രസതന്ത്രം (നാ)- രാസപദാർത്ഥങ്ങളുടെ ഘടന വിവരിക്കുന്ന ശാസ്ത്രം. chemistry.
രഹസ്യം (നാ)- ഗൂഢമായ കാര്യം. secret.
രാഗം (നാ)- സ്നേഹം, നിറം, സ്വരഭേദം. affection, colour, tone.
രാജമൃഗം (നാ)- സിംഹം. lion.
രാജിവയ്ക്കുക (നാ)- ഉദ്യോഗത്തിൽ നിന്നും സ്വമനസ്സാലേ ഒഴിയുക. resign.
രാമച്ചം (നാ)- ഒരു സുഗന്ധപ്പുല്ല്. cuscus grass.
രാമായണം (നാ)- ഒരു ഇതിഹാസം. Ramayana.
രായസം (നാ)- എഴുത്തുജോലി, ഗുമസ്തപ്പണി. work or office of a scribe, secreataryship.
രാവം (നാ)- വിവാഹം, അലർച്ച, ശബ്ദം. marriage, roar, noise.
രാഷ്ട്രം (നാ)- രാജ്യം, ഉപദ്രവം, ജനസമുദായം. country, annoyance, community of people.
രാഷ്ട്രപതി (നാ)- രാഷ്ട്രത്തിന്റെ തിരഞ്ഞെടുക്കപ്പെട്ട അദ്ധ്യക്ഷൻ. president of a country.
രീതി (നാ)- പ്രകാരം, ക്രമം, സ്വഭാവഗുണം. kind, method, order, nature.
രുക്മം (നാ)- സ്വർണ്ണം, ഇരുമ്പ്, ഉമ്മത്ത്. gold, iron, thorn apple tree.
രുചാ (നാ)- ശോഭ, അഴക്, നിറം, ഇച്ഛ. shining, charm, colour, desire.
രുചി (നാ)- സ്വാദ്. taste.
രുരു (നാ)- ഒരിനം മാൻ, നായ്. a kind of deer, dog.
രൂക്ഷം(നാ)-വൃക്ഷം, മുളക്. a tree, chilly.
രൂപകം (നാ)- അഭിനേയകൃതി, ഒരു അലങ്കാരം, ഉറുപ്പിക, ഒരു താളം, ആകൃതി. drama, metaphor, rupee, measure of time, shape.
രൂപം (നാ)- ആകൃതി, വിഗ്രഹം, അഴക്, അറിവ്, തികവ്, പൂർണ്ണസംഖ്യ, സ്വഭാവം. shape, idol, charm, knowledge, completion, absolute figure, nature.
രൂപ (നാ.വി)- തുല്യമായ. equal.
രൂപാ (നാ)- ഉറുപ്പിക. rupee.
രൂപി (നാ.വി)- രൂപമുള്ള, സുന്ദരമായ. having form, handsome, beautiful.
രൂപിണി (നാ)- സുന്ദരി. beautiful woman.
രേഖ (നാ)- വര, അതിര്, എഴുത്ത്, വരി. line, limit, letter, row.
രേവ (നാ)- നർമ്മദാനദി, ദുർഗ്ഗ. river Narmada, goddess Durga.
രൈവതകം (നാ)- ദ്വാരകയ്ക്ക് സമീപമുള്ള ഒരു പർവ്വതം. name of a mountain, near Dwaraka.
രൊക്കം (നാ)- ഉടൻ കൊടുക്കുന്ന പണം. ready cash.
രോകം (നാ)- ഗുഹ, വണ്ടി, വള്ളം, ദ്വാരം. den, cart, country boat, hole.
രോഗം (നാ)- വ്യാധി. disease.
രോദനം (നാ)- കരച്ചിൽ, കണ്ണുനീർ, നിലവിളി. cry, tears, lamentation.
രോധം (നാ)- അണ, തീരപ്രദേശം, തടസ്സം. dam, shore, obstacle.
രോധിക്കുക (സ.ക്രി)- തടയുക, അടയ്ക്കുക, തടുക്കുക. obstruct, shut, defend.
രോപം (നാ)- അമ്പ്, ഗുഹ, ദ്വാരം. arrow, den, hole.
രോമം(നാ)- ജലം, മുടി, നിസ്സാരവസ്തു. water, hair, worthless object.
രോമാഞ്ചം (നാ)-പുളകം. horripilation.
രോക്ഷം (നാ)- കോപം. anger.
രോഹിണി (നാ)- മരമഞ്ഞൾ, നാലാമത്തെ നക്ഷത്രം, ചന്ദ്രന്റെ ഇഷ്ടപത്നി. coscinium fenestratum, fourth lunar asterism, moon's most beloved wife.
രൗദ്ര (നാ)- ഭയങ്കരമായ, ക്രൂരമായ. terrific, cruel.
രൗദ്രം (നാ)- നവരസങ്ങളിലൊന്ന്, സൂര്യന്റെ ചൂട്, തിരുവാതിര നക്ഷത്രം. one of the nine rasas according to sanskrit poetics, heat of the sun, sixth lunar asterism.
രൗരവം (നാ)- ഒരു നരകം, ഭയങ്കരമായത്. name of a hell, that which is terrific.

ല

ല - അക്ഷരമാലയിലെ ഇരുപത്തി എട്ടാമത്തെ വ്യഞ്ജനം. twenty eighth consonant of the alphabet.
ലകം (നാ)- നെറ്റി. forehead.
ലകുചം (നാ)- അയണി. a kind of jack tree.
ലക്ക് (നാ)- ലാക്ക്, ഉന്നം, ബോധം. aim, consciousness.
ലക്തിക (നാ)- പല്ലി. house lizard.
ലക്ഷണ (നാ)- ലക്ഷ്യം, ഉന്നം, ശബ്ദത്തിന്റെ ഒരു വിഭാഗം, പാത്ത. aim, ellipsis, goose.
ലക്ഷണം (നാ)- അടയാളം, സവിശേഷത, രൂപം, ഗുണം, നിർവ്വചനം. symbol, characteristic trait, feature, from quality, definition.
ലക്ഷ്മണൻ (നാ)- ശ്രീരാമന്റെ അനുജൻ. younger brother of Sri Rama.
ലക്ഷ്മി (നാ)- ലക്ഷ്മീദേവി, വിഷ്ണുവിന്റെ പത്നി, ശ്രേയസ്സ്, അഭിവൃദ്ധി, ഐശ്വര്യം, അഴക്. goddess Lakshmi, wife of Vishnu, glory, prosperity, beauty.
ലക്ഷ്മീകടാക്ഷം (നാ)- ഐശ്വര്യം, സമ്പത്ത്. prosperity, wealth.
ലക്ഷ്മീകാന്തൻ (നാ) - മഹാവിഷ്ണു. Vishnu.
ലക്ഷ്യ (നാ.വി)- കാണത്തക്ക, ദൃശ്യമായ, സൂചിപ്പിക്കേണ്ട, അറിയത്തക്ക, പരിശോധിക്കത്തക്ക, ലക്ഷ്യമാക്കിയ. visible, which is to be indicated, knowable, worth scrutiny, aimed.
ലക്ഷ്യം (നാ)- ലാക്ക്, ഉന്നം, അടയാളം, നിർവ്വചിക്കേണ്ടത്. aim, symbol, that which requires definition.
ലഗ്ന (നാ.വി)- പറ്റിച്ചേർന്നിരിക്കുന്ന, ലജ്ജിക്കുന്ന, ശുഭമായ, പരസ്പരം ഛേദിക്കുന്ന. clinging to, bashful, auspicious, mutually intersecting.
ലഗ്നം (നാ)- സൂര്യൻ ഒരു രാശിയിൽ പ്രവേശിക്കുന്നവേള, ഗ്രഹം ഉദിക്കുന്ന രാശി, ശുഭമുഹൂർത്തം. point of intersection, auspicious time.
ലഘു (നാ.വി)- ഭാരം കുറഞ്ഞ, വലിപ്പം കുറഞ്ഞ, എളുപ്പമായ, ഗൗരവം കുറഞ്ഞ, മൃദുവായ, നിസ്സാരമായ, സംക്ഷിപ്തമായ. light, small, easy, simple, soft, insignificant, summarized.
ലഘുഭക്ഷണം (നാ)- ചെറിയ തോതിലുള്ള ഭക്ഷണം. light repast.
ലഘുലേഖ (നാ)- ചെറിയ നോട്ടീസ്. pamphlet.
ലഘൂകരിക്കുക (സ.ക്രി)- ലഘുവാക്കുക, എളുപ്പമാക്കുക, ചെറുതാക്കുക. make light, make easy, reduce.
ലങ്കേശൻ (നാ)- ലങ്കാധിപതി, രാവണൻ. king of Lanka, Ravana.
ലംഘക (നാ.വി)- ലംഘിക്കുന്ന. transgressing.
ലംഘനം (നാ)- ലംഘിക്കൽ, അതിക്രമിക്കൽ, ധിക്കരിക്കൽ. transgression, trespass, violation, defiance.
ലജ്ജ (നാ)- നാണം, സങ്കോചം. shame, bashfulness.
ലജ്ജിക്കുക (അ.ക്രി)- നാണിക്കുക. be shy, be ashamed.
ലടം (നാ)- കുറ്റം. guilt.
ലടൻ (നാ)- മഠയൻ. idiot.
ലട്വം (നാ)- പമ്പരം, കുതിര. top, horse.
ലത (നാ)- വള്ളിച്ചെടി, കുരുക്കുത്തിമുല്ല, മുത്തുമാല, സ്ത്രീ, കൃശാംഗി. vine, climbing plant, a kind of jasmine, pearl necklace, woman, slim woman.
ലതാജിഹ്വം (നാ)- പാമ്പ്. snake.
ലതാന്തം (നാ)- പുഷ്പം. flower.
ലന്ത (നാ)- ഒരു തരം വൃക്ഷം, ഇലന്തമരം. jujuba tree.
ലപനം (നാ)- മുഖം, വായ്, വർത്തമാനം. face, mouth, talk.
ലബ്ധ (നാ.വി)- സ്വീകരിക്കപ്പെട്ട, ലഭിച്ച. accepted, obtained.

ലബ്ധം (നാ)- ലഭിക്കപ്പെട്ടത്. something obtained.
ലബ്ധി (നാ)- നേട്ടം, ലഭിക്കൽ. gain, obtaining.
ലഭിക്കുക (അ.ക്രി)- നേടുക, കിട്ടുക. get, obtain.
ലമ്പട (നാ.വി)- കാമാധിക്യമുള്ള, അത്യാഗ്രമുള്ള. lustful, avaricious.
ലംബോദരൻ (നാ)- ഗണപതി, അധികം ഭക്ഷിക്കുന്നവൻ. Ganapathi, one who eats too much.
ലംഭം (നാ)- ശകാരം, കണ്ടുമുട്ടൽ, ലാഭം. meeting, abuse, gain.
ലയനം (നാ)- സംഗമം, ലയിക്കൽ. union, merging.
ലയിക്കുക (അ.ക്രി)- ഒന്നു മറ്റൊന്നിൽ പൂർണ്ണമായി നിമഗ്നമാകുക, ഉരുകിച്ചേരുക, ഉല്ലസിക്കുക. dissolve, melt, enjoy.
ലവം (നാ)- അല്പം, കൊയ്ത്ത്, സൂക്ഷ്മാംശം, വിനോദം, നാശം, മൃഗരോമം. a little, harvest, minute fragment, amusement, destruction, hair of animals.
ലവംഗം(നാ)- കരയാമ്പൂ. clove tree.
ലവംഗൻ (നാ)- ജാരൻ. paramour.
ലവണ (നാ.വി)- സൗന്ദര്യമുള്ള, ഉപ്പുരസമുള്ള. beautiful, saltish.
ലവണം (നാ)- ഉപ്പ്, ഉപ്പുരസം, കടൽ, ഒരു നരകം, ഭംഗിയുള്ളത്. salt, salinity, sea, hell, that which is beautiful.
ലസനം (നാ)- ശോഭ. splendour.
ലസിക (നാ)- ഉമിനീര്, ചലം, കരിമ്പിൻ നീര്. saliva, pus from a wound, juice of sugarcane.
ലസികഗ്രന്ഥി (നാ)- ഉമിനീർഗ്രന്ഥി. lymph gland.
ലഹരി (നാ)- മയക്കം (മദ്യം മുതലായവ കൊണ്ടുള്ള), വലിയ തിര, ഒഴുക്ക്. intoxication, large wave, strong flow or current.
ലളിത(നാ.വി)- ആഗ്രഹിക്കപ്പെട്ട, സൗന്ദര്യമുള്ള, മൃദുവായ, അനാർഭാടമായ. desired, charming, soft, having no pomp.
ലളിതം (നാ)- മനോഹരം, ലാളിത്യമുള്ളത്, അനാർഭാടമായത്, ഒരു വൃത്തം, ഒരു അലങ്കാരം. that which is beautiful, something simple, lack of pomp, a metre, a figure of speech.
ലാക്ക് (നാ)- ലക്ഷ്യം, ഉന്നം, അടയാളം, അനുകൂലാവസരം. aim, mark, symbol, favourable opportunity.
ലാക്ഷകി (നാ)- സീത. Sita.
ലാഘവം (നാ)- ലഘുത്വം, കനക്കുറവ്, നിസ്സാരത, സമർത്ഥ്യം, ചുറുചുറുക്ക്. lightness, delicacy, dexterity, nimbleness.
ലാഘവം (നാ)- ഉന്മേഷം, ആശ്വാസം, വേഗം. vigour, relief, speed.
ലാജം (നാ)- മലര്, രാമച്ചം. roasted rice, cuscus grass.
ലാപം (നാ)- സംസാരം. talk.
ലാഭം (നാ)- നേട്ടം, ലബ്ധി, മുതൽമുടക്കിൽ നിന്നും കിട്ടുന്ന വരവ്, പ്രയോജനം. gain, profit, advantage.
ലായം (നാ)- കുതിരാലയം. horse stable.
ലാവണം (നാ)- ഉപ്പ്, ഉപ്പുരസം. salt, salinity.
ലാവണ്യം (നാ)- സൗന്ദര്യം, അഴക്, ഉപ്പുരസം. loveliness, beauty, salinity.
ലാളനം (നാ)- ഓമനിക്കൽ, ലാളിക്കൽ. caressing, fondling.
ലാളിക്കുക (നാ)- വാത്സല്യത്തോടുകൂടി പെരുമാറുക, ഓമനിക്കുക. caress, fondle.
ലാളിത്യം (നാ)- ലളിതമായിരിക്കുന്ന അവസ്ഥ, മനോഹരമായ പ്രകൃതം. simplicity, beautiful nature.
ലിഖിത (നാ.വി)- എഴുതപ്പെട്ട, വരയ്ക്കപ്പെട്ട, വർണ്ണിക്കപ്പെട്ട. written, sketched, described.
ലിഖിതം (നാ)- എഴുത്ത്, രേഖാപ്രമാണം, ഗ്രന്ഥം. letter, document, book.
ലിംഗം (നാ)- അടയാളം, ശിവലിംഗം, പുരുഷചിഹ്നം, വിഗ്രഹം, ഹേതു. mark, idol of Siva, symbol of male, penis, idol, cause.

ലിംഗസ്ഥൻ (നാ)- ബ്രഹ്മചാരി. celibate.
ലിപി (നാ)- അക്ഷരചിഹ്നം, എഴുത്ത്, കൈയെഴുത്ത്, ചിത്രമെഴുത്ത്, ലേപനം. script, handwriting, picture drawing, smearing.
ലിപികൻ (നാ)- എഴുത്തുകാരൻ, ഗുമസ്തൻ. copyist, clerk.
ലിപ്ത (നാ.വി)- പൂശപ്പെട്ട, പുരട്ടപ്പെട്ട, അഴുക്ക് പുരണ്ട, കൂട്ടിച്ചേർക്കപ്പെട്ട, തിന്ന. plated, smeared, soiled, joined, consumed.
ലീന (നാ.വി)- ലയിച്ച, പറ്റിപ്പിടിച്ചിരിക്കുന്ന, പൂർണ്ണമായും മുഴുകിയ, ഒളിച്ച, അവലംബിച്ചിരിക്കുന്ന, ഉരുക്കിയ. dissolved, adhering to, absorbed in, hidden, dependent on, melted.
ലീല (നാ)- കളി, ക്രീഢ, വിനോദം, ഉല്ലാസം, നാട്യം. play, romantic game, amusement, joviality, dance.
ലുപ്ത (നാ.വി)- നഷ്ടമായ, നശിപ്പിക്കപ്പെട്ട, ലോപിച്ച, കൊള്ളചെയ്യപ്പെട്ട, ഭേദിക്കപ്പെട്ട. lost, destroyed, become obsolete, plundered, broken.
ലുപ്തം (നാ)- കവർന്നെടുത്ത മുതൽ, കൊള്ള, നഷ്ടം, ലോപിച്ചത്. stolen property, loss, that which is lost.
ലുബ്ധ (നാ.വി)- പിശുക്കുള്ള, ലോഭമുള്ള, കൊതിയനായ. miserly, avaricious.
ലുബ്ധൻ (നാ)- പിശുക്കൻ, പണക്കൊതിയൻ, വേടൻ. miser, greedy man, hunter.
ലേഖ (നാ)- രേഖ, ചന്ദ്രക്കല, മുദ്ര, പടം, എഴുതിത്തയ്യാറാക്കിയത്, രൂപം. line, crescent, mark, picture, writing, form.
ലേഖം (നാ)- ലിപി, ലേഖനം, രേഖ. script, writing, document.
ലേഖകൻ (നാ)- എഴുത്തുകാരൻ, ചിത്രകാരൻ writer, painter.
ലേഖം (നാ)- എഴുത്ത്, ലിപി. letter, script.
ലേപനം (നാ)- പൂശൽ. plastering.
ലേലം (നാ)- കൂടുതൽ വിലയ്ക്ക് വിളികേൾക്കുന്നവർക്ക് വിൽക്കുന്ന കച്ചവടസമ്പ്രദായം. auction.
ലേശ്യ (നാ)- പ്രകാശം. light.
ലേസ് (നാ)- കൈലേസ്. hand kerchief.
ലൈംഗിക(നാ.വി)-ലിംഗത്തെ സംബന്ധിച്ച, വിഷയസുഖത്തെ സംബന്ധിച്ച, ചിഹ്നം സംബന്ധിച്ച. pertaining to genital organs, sexual, pertaining to symbol.
ലോക (നാ.വി)- ലോകത്തെ സംബന്ധിച്ച, ലോകത്തിലുള്ള, ലൗകികമായ. pertaining to the world, of the world, worldly.
ലോകം (നാ)- പ്രപഞ്ചം, ഭൂമി, ജനങ്ങൾ, സമുദായം. world, universe, earth, people, community.
ലോകനം (നാ)- നിരീക്ഷണം, നോട്ടം. observation, look.
ലോകരക്ഷകൻ (നാ)- രാജാവ്. king.
ലോകലോചനം (നാ)- സൂര്യൻ. sun.
ലോകവാർത്ത (നാ)- കിംവദന്തി, ജനസംസാരം. rumour, general talk.
ലോകശില്പി (നാ)- ഈശ്വരൻ. god.
ലോകസഭ (നാ)- ഇന്ത്യൻ പാർലമെന്റിന്റെ അധോമണ്ഡലം. lower house of the Indian parliament.
ലോകാന്തം (നാ)- ലോകത്തിന്റെ അവസാനം. end of the world.
ലോഗം (നാ)- മൺകട്ട. clod.
ലോചം (നാ)- കണ്ണുനീർ. tear.
ലോചക (നാ)- വാഴ. plantain tree.
ലോചകം (നാ)- വാഴ, കൺമിഴി, പുരികം, നീലവസ്ത്രം, മാംസഖണ്ഡം. plantain tree, eye-ball, eye brow, blue dress, mass of flesh.
ലോചനം (നാ)- കാഴ്ച, കണ്ണ്. eye sight, eye.
ലോതം (നാ)- കണ്ണുനീർ, കവർച്ചമുതൽ, കവർച്ച, അടയാളം, ഉപ്പ്. tear, booty, plunder, symbol, salt.
ലോഭം (നാ)- അത്യാഗ്രഹം, പണക്കൊതി, പിശുക്ക്. greed, avarice, miserliness.
ലോമകി (നാ)- പക്ഷി. bird.
ലോല (നാ)- ലക്ഷ്മീദേവി, സുന്ദരി, മിന്നൽ. goddess Lakshmi, beautiful woman, lightning.

ലോഹ (നാ.വി)- ലോഹനിർമ്മിതമായ, ചുവന്ന. made of metal, red.
ലോഹരജസ്സ് (നാ)- തുരുമ്പ്. rust.
ലോഹരാജകം (നാ)- വെള്ളി. silver.
ലോഹിതൻ (നാ)-ചൊവ്വാ ഗ്രഹം. Mars.
ലോഹ്യം (നാ)- ലോക്യം, മര്യാദ. pleasantries, friendly talk.
ലൗകിക (നാ.വി)- ലോകത്തെ സംബന്ധിച്ച, ഭൗതികമായ. pertaining to the world, materialistic.
ലൗകികം (നാ)- ലോകമര്യാദ. worldly custom manners.
ലൗഹം (നാ)- ലോഹം, ഇരുമ്പ്. metal, iron.
ലൗഹിതം (നാ)- ശിവന്റെ ത്രിശൂലം. Siva's trident.

വ

വ - അക്ഷരമാലയിലെ ഇരുപത്തൊൻപതാമത്തെ വ്യഞ്ജനം. twenty ninth consonant of the alphabet.
വ (നാ.വി)- ശക്തിയുള്ള. strong.
വക (നാ)- വർഗ്ഗം, തനത്, സമ്പത്ത്, ഉപായം, മാതിരി, വീതം, ഇനം. class, own, wealth, means, manner, portion, item.
വകം (നാ)- കുതിര, കൊക്ക്, കപ്പൽ, കാറ്റ്. horse, crane, ship, wind.
വകതിരിവ് (നാ)- വിവേകം, തരംതിരിക്കൽ, മര്യാദ. discretion, classification, good manners.
വക്കീൽ (നാ)- കോടതിയിൽ മറ്റുള്ളവരുടെ പ്രതിനിധിയായി ഹാജരാകുകയും വ്യവഹാരം നടത്തുകയും ചെയ്യുന്ന ആൾ, അഭിഭാഷകൻ. attorney, advocate.
വക്ക് (നാ)- വിളുമ്പ്, അരിക്, ഓരം, ചണം. edge, border, hem, jute.
വക്താവ് (നാ)- പറയുന്നവൻ, മറ്റൊരാൾക്കുവേണ്ടി വാദിക്കുകയോ സംസാരിക്കുകയോ ചെയ്യുന്നവൻ one who says, spokesman
വക്ത്രം (നാ)- വായ്, മുഖം, ചുണ്ട്, ആരംഭം, അമ്പിന്റെ മുന, ഒരു വസ്ത്രവിശേഷം. mouth, face, lip, beginning, sharp end of an arrow, a kind of dress.
വക്ര (നാ.വി)- കാപട്യമുള്ള, ചുരുണ്ട, വളഞ്ഞ. crooked, curled, curved.
വക്രം (നാ)- വളവ്, വളഞ്ഞത്, തകരം, പർവ്വതം. curve, something crooked, tin, mountain.
വക്രത (നാ)- നേരില്ലായ്മ, കപടത, വളവ് crookedness, dishonesty, curve.
വക്ഷസ്സ് (നാ)- നെഞ്ച്, ശക്തി, കാള, മാറിടം. chest, strength, ox, breast.
വക്ഷീ (നാ)- തീജ്വാല. flame.
വങ്കൻ (നാ)- മൂഢൻ, വിഡ്ഢി, പുങ്കൻ. dunce, stupid fellow, idiot.
വങ്കിലം (നാ)- മുള്ള്. thorn.
വചനം (നാ)- വാക്ക്, സംഭാഷണം, വാക്യം. word, conversation, sentence.
വചരം (നാ)- പൂവൻകോഴി. cock.
വചസ്സ് (നാ)- വാക്ക്, സംസാരം, ആജ്ഞ, മഹദ്വചനം, സംസ്കാരം, സ്തോത്രം, ഉപദേശവാക്ക്. word, speech, conversation, order, wise saying, culture, hymn, word of advice.
വചിക്കുക (ക്രി)- സംസാരിക്കുക. say, converse.
വജ്ര (നാ.വി)- കടുപ്പമുള്ള, കഠിനമായ, വജ്രസദൃശ്യമായ, വജ്രത്തെ സംബന്ധിച്ച. very tough, hard, diamond-like, pertaining to diamond.
വജ്രം (നാ)- അമൂല്യമായ ഒരു കല്ല്, ഇന്ദ്രന്റെ ആയുധം, ഇടിവാൾ. diamond, Indra's weapon, thunderbolt.
വജ്രകീലം(നാ)-ഇടിവാൾ. thunderbolt.
വജ്രജ്വാലാ (നാ)- മിന്നൽ. lightning.
വജ്രദന്തം (നാ)- എലി, പന്നി. rat, pig.
വജ്രലോഹകം (നാ)- കാന്തം. magnet.
വജ്രായസം (നാ)- ഉരുക്ക്. steel.
വജ്രായുധം (നാ)- ഇന്ദ്രന്റെ ആയുധം. Indra's weapon.
വഞ്ചകൻ (നാ)- ചതിയൻ, കുറുക്കൻ. deceit, fox.
വഞ്ചഥം (നാ)- കുയിൽ, ചതി. Indian cuckoo, deceit.

വഞ്ചന (നാ)- ചതി, കബളിപ്പിക്കൽ. deceit, treachery.
വഞ്ചി (നാ)- വള്ളം, മുള. large boat, bamboo.
വഞ്ചിക്കുക (സ.ക്രി)- ചതിക്കുക, വിശ്വാസവഞ്ചന ചെയ്യുക. cheat, deceive.
വട (നാ.വി)- വടക്കുള്ള. northern.
വട (നാ)- ഒരു എണ്ണപ്പലഹാരം. a kind of cake made of gram of pulses.
വടം (നാ)- ഗുളിക, പൂജ്യം, പേരാൽ, വണ്ണമേറിയ കയർ. pill, zero, banyan tree, stout rope.
വടക്കുംനാഥൻ (നാ)- പരമശിവൻ. Siva.
വടരം (നാ)- കോഴി, പായ്, തലപ്പാവ്, പാമ്പ്, കടകോൽ. cock, mat, turban, snake, churning rod.
വടവൃക്ഷം(നാ)-പേരാൽ. banyan tree.
വടി (നാ)- വണ്ണം കുറഞ്ഞു നീണ്ട കമ്പ്, ചൂരൽ, ഊന്നുവടി. stick, cane, staff.
വടി (നാ)- വടവൃക്ഷം, കയറ്, ഗുളിക. banyan tree, rope, pill.
വടു (നാ)- പാട്, തഴമ്പ്. mark, callus.
വട്ടം (നാ)- വൃത്തം, വളയം, തവണ, മട്ട്, ഒരുക്കം, കമ്മീഷൻ അഥവാ ലാഭം. circle, ring, time, attitude, preparation, profit.
വട്ടി(നാ)-പലിശ, ലാഭം. interest, profit.
വണം (നാ)- ശബ്ദം, ധ്വനി. sound, ech.
വണക്കം (നാ)- വിനയം, അടക്കം, വണങ്ങൽ. humility, obeisance.
വണങ്ങുക (സ.ക്രി)- വന്ദിക്കുക. salute, show respect.
വണ്ടം (നാ)- ഭാഗം, ഓഹരി, കത്തിപ്പിടി. portion, share, handle of knife.
വണ്ടി (നാ)- ചക്രത്തിന്മേൽ ചലിക്കുന്ന വാഹനം. cart, vehicle.
വണ്ട്(നാ)-പൂക്കളിൽ നിന്ന് തേൻകുടിക്കുന്ന കറുത്ത ഷഡ്പദം. black beetle.
വണ്ണം (നാ)- തടി, പുഷ്ടി, വടിവ്, അഴക്, നന്മ. stout, nourishment, shape, beauty, virtue.
വത്സ (നാ.വി)- വാത്സല്യഭാജനമായ, പ്രിയപ്പെട്ട. beloved, dear.
വത്സൻ (നാ) - പ്രിയപ്പെട്ടവൻ, ആൺ പൈതൽ. beloved one, male child.
വത്സരം (നാ)- ഒരു വർഷം. one year.
വത്സല (നാ.വി)- സ്നേഹമുള്ള. affectionate.
വത്സലം (നാ)- വാത്സല്യം. fondness.
വദനം (നാ)- മുഖം, വായ്, മുൻഭാഗം. face, mouth, front portion.
വദിക്കുക (ക്രി)- പറയുക, സംസാരിക്കുക, വായിക്കുക (വാദ്യം). say, talk, play of musical instrument.
വധം (നാ)- കൊല, വധിക്കൽ, നശിപ്പിക്കൽ. murder, killing, slaughter, destruction.
വധിക്കുക (സ.ക്രി)- കൊല്ലുക. kill.
വധു (നാ)- കല്യാണപ്പെണ്ണ്, ഭാര്യ, മകന്റെ പത്നി, ഇളയസഹോദരി, സ്ത്രീ. bride, wife, daughter-in-law, younger sister, woman.
വധൂവരന്മാർ (നാ)- ദമ്പതിമാർ. husband and wife.
വധ്യൻ (നാ)- വധശിക്ഷയ്ക്ക് വിധിക്കപ്പെട്ട, വധിക്കപ്പെടേണ്ടവൻ. one sentenced to death, one who deserved to be killed.
വനം (നാ)- കാട്, മേഘം, തടി, വൃക്ഷം, വെള്ളം. forest, cloud, timber, tree, water.
വനജ (നാ)- മഹാലക്ഷ്മി, ചന്ദനവൃക്ഷം. goddess Mahalakshmi, sandal-wood tree.
വനദം (നാ)- മേഘം. cloud.
വനമാലി (നാ)- വിഷ്ണു, ശ്രീകൃഷ്ണൻ. Vishnu, Sri Krishna.
വനരുഹം (നാ)- താമര. lotus.
വനി (നാ)- ആഗ്രഹം, അഗ്നി, ഒരു വൃക്ഷം, യാചന, മേഘം. desire, fire, tree, begging, cloud.
വനിത(നാ)-സ്ത്രീ, ഭാര്യ. woman, wife.
വനിത (നാ.വി)- പൂജിക്കപ്പെട്ട, അപേക്ഷിക്കപ്പെട്ട, സേവിക്കപ്പെട്ട. adored, requested, served.

വനു (നാ)- ശത്രു, ഹിംസകൻ. enemy, killer.
വൻപ് (നാ)- വലിപ്പം, കേമത്തം, പൊങ്ങച്ചം. greatness, pride, boasting.
വന്ദനം (നാ)- പൂജിക്കൽ, വണക്കം, നമസ്കാരം, സ്തുതിക്കൽ. worshipping, obeisance, salutation, praising.
വന്ദിക്കുക(സ.ക്രി)-സ്തുതിക്കുക, വണങ്ങുക, പൂജിക്കുക. praise, salute, worship.
വന്ദ്രം (നാ)- ഐശ്വര്യം, ശ്രേയസ്സ്. prosperity, betterment.
വന്ന (നാ)- വന്നുചേർന്ന, ആഗതമായ. arrived, reached.
വന്യ (നാ.വി)- വനത്തെ സംബന്ധിച്ച, വനത്തിലുണ്ടായ, ഇണങ്ങാത്ത. pertaining to forest, wild, untameable.
വപുസ്സ് (നാ)- ശരീരം, അവയവം. body, limb.
വംശം (നാ)- കുലം, കുടുംബം, ഗോത്രം, ജാതി, ഒരു തരം വാദ്യം, നട്ടെല്ല്, കൂട്ടം, ഓടക്കുഴൽ, സന്തതിപരമ്പര, മുള, കരിമ്പ്. clan, family, race, caste, a musical drum, spine, crowd, a flute of reed, pedigree, reed, sugar-cane.
വയം (നാ)- ഭൂമി, ഇച്ഛ, ജലം, ശക്തി. earth, desire, water, strength.
വയനം (നാ)- നെയ്ത്ത്. weaving.
വയൽ (നാ)- പാടം, കൃഷിസ്ഥലം, വെളിംപ്രദേശം. paddy field, open expanse of land.
വയസ്സൻ (നാ)- വൃദ്ധൻ. old man.
വയസ്സ് (നാ)- പ്രായം, ജീവിച്ചിരിക്കുന്ന കാലം, യൗവനം, പക്ഷി, കാക്ക. age, life time, youth, bird, crow.
വയറ് (നാ)- ഉദരം. stomach.
വയോധികൻ (നാ)- വളരെ പ്രായമായവൻ. very old man.
വയ്ക്കുക (സ.ക്രി)- ഒരു സ്ഥാനത്താക്കുക, സ്ഥാപിക്കുക, നിർമ്മിക്കുക, വിചാരിക്കുക, സൂക്ഷിക്കുക, പാചകം ചെയ്യുക. place, instal, construct, think, keep, cook.
വയ്ക്കോൽ (നാ)- നെല്ലിൻ ചെടിയിൽ നിന്നും നെന്മണികൾ എടുത്തതിനുശേഷമുള്ള ഭാഗം. hay, straw.
വയ്യകം (നാ)- ഭൂമി, തേര്, വാഹനം. earth, chariot, vehicle.
വയ്യോൻ (നാ)- സൂര്യൻ. sun.
വര (നാ)- നീണ്ട് കനംകുറഞ്ഞ അടയാളം, രേഖ, ചുളിവ്, പാട്, അളവ്, ചാല്, മല. line, streak, wrinkle, scar, measure, channel, mountain.
വരം (നാ)- ആഗ്രഹം നിറവേറുമെന്ന അനുഗ്രഹം, അഭീഷ്ടം. boon, blessing, desire.
വരകം (നാ)- ആഗ്രഹം, വരം, പുതപ്പ്, കൈലേസ്. desire, boon, blanket, handkerchief.
വരദ (നാ)- കന്യക, വരത്തെ ദാനം ചെയ്യുന്നവൾ, ദേവി, സരസ്വതീനദി. virgin, one who gives boon, goddess, river Saraswati.
വരൻ (നാ)- വിവാഹം ചെയ്യാൻ പോകുന്നവൻ, ഭർത്താവ്, മകളുടെ ഭർത്താവ്, ശ്രേഷ്ഠൻ, ശിവൻ. bridegroom, husband, daughter's husband, noble man, Siva.
വരപ്രസാദം (നാ)- അനുഗ്രഹം, സമ്മാനം. blessing, gift.
വരഫലം (നാ)- തെങ്ങ്. coconut palm.
വരമൊഴി (നാ)- എഴുതാനുപയോഗിക്കുന്ന ഭാഷ. written language.
വരമ്പ് (നാ)- വയലിന്റെ അതിരുകൾ വേർതിരിക്കുന്ന തിട്ട, അതിര്. small ridge in fields, boundary.
വരവർണ്ണം (നാ)- സ്വർണ്ണം. gold.
വരവേണി (നാ)- സ്ത്രീ. woman.
വരാകം (നാ)- യുദ്ധം. war.
വരാഹം (നാ)- പന്നി, വരാഹാവതാരം, ഒരു പർവ്വതം, ചീങ്കണ്ണി, കാള, മുട്ടാട്, മേഘം, ഒരു അളവ് pig, the third incarnation of Vishnu as a pig, a mountain, crocodile, bullock, goat, cloud, a measure.
വരാഹതരു(നാ)- തെങ്ങ്. coconut palm.
വരാളം (നാ)- പാമ്പ്. snake.
വരി(നാ)-നിര, പന്തി, ക്രമം, കരം, രേഖ, പ്രമാണം. line, row, order, tax, document.

വരിക (ക്രി)- വന്നാലും. please come.
വരിനെല്ല് (നാ)- ഒരു തരം നെല്ല്. a kind of paddy.
വരിമം (നാ)- വ്യാപ്തി, വീതി, ചുറ്റളവ്. expansiveness, width, perimeter.
വരിഷ്ഠൻ (നാ)- ശ്രേഷ്ഠൻ noblest man.
വരുണം (നാ)- സമുദ്രം, ജലം, ആകാശം. sea, water, sky.
വരുണൻ (നാ)- സമുദ്രത്തിന്റെയും ജലത്തിന്റെയും അധിദേവത, അഷ്ടദിക്പാലന്മാരിൽ ഒരു ദേവൻ. god of sea, one of the eight keepers of directions.
വരുണാത്മജ (നാ)- മദ്യം. liquor.
വരുതി (നാ)- സമ്മതം, ആജ്ഞ. permission, command.
വരുത്തം (നാ)- സുഖമില്ലായ്മ, ഉപദ്രവം, പ്രയാസം. sickness, torment, distress.
വരുത്തുക (അ.ക്രി)- ദുഃഖിക്കുക, ക്ലേശിക്കുക. be afflicted, suffer.
വരുത്തുക (സ.ക്രി)- കൊണ്ടുവരിക. bring into force.
വരുമാനം (നാ)- ആദായം, വരവ്. gain, income.
വരൂഥി(നാ)- രക്ഷകൻ, രഥം. protector, chariot.
വരൂഥിനി (നാ)- സൈന്യം. army.
വർഗ്ഗം (നാ)- പ്രത്യേകവിഭാഗം, ജാതി, ഒരേതരം വസ്തുക്കളുടെ ഗണം, അദ്ധ്യായം. separate section, caste, group having common attributes, chapter.
വർഗ്ഗീകരണം (നാ)- തരംതിരിക്കൽ. classification.
വർഗ്ഗീകരിക്കുക (അ.ക്രി)- തരംതിരിക്കുക. classify.
വർച്ചഥം (നാ)- കുയിൽ. cuckoo.
വർച്ചസ്കം (നാ)- ശോഭ, ശക്തി. splendour, strength.
വർണ്ണം (നാ)- ചായം, നിറം, ശരീരത്തിന്റെ നിറം, ജാതി, വർഗ്ഗം, അഴക്, അക്ഷരം, കീർത്തി, സ്തുതി, അലങ്കാരം, സ്വർണ്ണം, കുങ്കുമം, സുഗന്ധലേപനം. paint, colour, complexion, caste, class, beauty, letter, fame, praise, decoration, gold, vermillion, fragrant, ointment.
വർണ്ണദാത്രി (നാ)- മഞ്ഞൾ. turmeric.
വർണ്ണമാല (നാ)- അക്ഷരമാല. alphabet.
വർണ്ണി (നാ)- കിളി, സവർണ്ണൻ, ബ്രഹ്മചാരി. bird, a high-caste person, celibate.
വർത്തം (നാ)- ഉപജീവനം. livelihood.
വർത്തകം (നാ)- കാടപ്പക്ഷി, കുതിരക്കുളമ്പ്, വെള്ളോട്, കച്ചവടം. quail, horse's hoof, bell-metal, trade.
വർത്തകൻ (നാ)- പണക്കാരൻ, കച്ചവടക്കാരൻ. rich man, trader.
വർത്തനം (നാ)- പ്രവൃത്തി, ജീവനം, പാർപ്പ്, ഇരിപ്പ്, വഴി. action, livelihood, dwelling, existence, way.
വർത്തമാനം (നാ)- സംഭാഷണം, അന്നത്തെ വിശേഷം, വർത്തമാനകാലം. talk, daily news, the present.
വർത്തരൂകം (നാ)- നീർച്ചുഴി. whirlpool.
വർത്മം (നാ)- കൺപോള. eye-lid.
വർത്മനി (നാ)- വഴി. way.
വർദ്ധകി (നാ)- ആശാരി. carpenter.
വർദ്ധിക്കുക (അ.ക്രി)- വളരുക,പെരുക്കുക, ഐശ്വര്യം പ്രാപിക്കുക. grow, multiply, prosper.
വർദ്ധിപ്പിക്കുക (നാ)- കൂട്ടുക, അഭിവൃദ്ധിപ്പെടുത്തുക, പുഷ്ടിപ്പെടുത്തുക. increase, improve, bravery.
വർപ്പം (നാ)- ദൃഢത, ഉറപ്പ്, ധൈര്യം. firmness, bravery.
വർഷം (നാ)- മഴ, മഴക്കാലം, സംവത്സരം, മേഘം, ചൊരിയൽ, പൊഴിഞ്ഞു വീഴൽ, ആധിക്യം, രാജ്യം, ഭൂവിഭാഗം. rain, rainy season, year, cloud, showering, shedding, excess, country, territory.
വർഷകരം (നാ)- മേഘം. cloud.
വർഷകാലം (നാ)- മഴക്കാലം. rainy.
വർഷിക്കുക (അ.ക്രി) - ചൊരിയുക, മഴപെയ്യുക, മഴപോലെ പൊഴിയുക. pour down, rain, shower like rain.

വലജ (നാ)- സുന്ദരി, ഭൂമി. beautiful woman, earth.
വലനം (നാ)- ഗമനം, ഭ്രമണം, സംഭ്രമം. course, revolution, panic.
വലയം (നാ)- വളയം, വള, അരഞ്ഞാൺ, വൃത്തം. ring, bangle, girdle, circle.
വലയുക (അ.ക്രി)- വിഷമിക്കുക, ക്ഷീണിക്കുക. be worried, be wearied.
വലയ്ക്കുക (സ.ക്രി)- വിഷമിപ്പിക്കുക, ബുദ്ധിമുട്ടിക്കുക, വലപോലെയാക്കുക. trouble, harass, make in the form of a net.
വലാഹകം (നാ)- മേഘം, പർവ്വതം, മുത്തങ്ങ. cloud, mountain, a medicinal grass.
വലിപ്പം (നാ)- വലുതായിരിക്കൽ, പ്രഭാവം, അഹംഭാവം. largeness, nobility, power, pride.
വലിമുഖം (നാ)- കുരങ്ങ്. monkey.
വലിയ (നാ.വി)- വലുതായ, ഉയർന്ന, മഹത്തായ, ശക്തിയേറിയ. big, high, great, noble, powerful.
വല്ക്കലം (നാ)- മരവുരി. cloth made of the bark of a tree.
വല്ക്കിലം (നാ)- മുള്ള്. thorn.
വല്ഗുകം (നാ)- ചന്ദനം, വില, വനം. sandal-wood, price, forest.
വല്മം (നാ)- ചിതൽ, വെളുത്ത ഉറുമ്പ്. termite, white ant.
വല്മി (നാ)- ഉറുമ്പ്. ant.
വല്മീകം (നാ)- ചിതൽപ്പുറ്റ്, മന്ത്. ant-hill, elephantiasis.
വല്ല (നാ.വി)- ഏതെങ്കിലും, കഴിവുള്ള. any, able.
വല്ലകി (നാ)- വീണ. veena.
വല്ലഭ (നാ.വി)- സാമർത്ഥ്യമുള്ള, ശക്തിയുള്ള, പ്രിയപ്പെട്ട. skilful, powerful, dear.
വല്ലഭ (നാ)- ഗണപതിയുടെ പത്നി, യജമാനത്തി, ഭാര്യ. wife of Ganapathi, mistress, wife.
വല്ലഭം (നാ)- കഴിവ്, സാമർത്ഥ്യം, ശക്തി, ഒരു വൃക്ഷം. ability, skill, strength, a tree.
വല്ലഭൻ (നാ)- ശക്തൻ, സമർത്ഥൻ, ഭർത്താവ്, പ്രിയപ്പെട്ടവൻ. strong man, skilful man, husband, beloved man.
വല്ലയം (നാ)- വയറ്, തുരങ്കം, ദ്വാരം. stomach, tunnel, hole.
വല്ലരി (നാ)- വള്ളി, പൂങ്കുല, ഉലുവ. a creeper, a bunch of flowers, fenugreek.
വല്ലാതെ (ക്രി.വി)- കഴിയാതെ, ക്രമമില്ലാതെ. helplessly, in the wrong order.
വല്ലായ്മ (നാ)- അസുഖം, പരിഭവം, നാണക്കേട്. illness, feeling of offence, shame.
വവ്വാൽ (നാ)- വാവൽ. bat.
വശം (നാ)- പാർശ്വം, ഇച്ഛ, അധികാരം, സ്വാധീനത, നയം, തന്ത്രം, കഴിവ്. side, wish, power, influence, policy, tactics, ability.
വസതി (നാ)- വീട്, വാസസ്ഥലം, ഇരിപ്പിടം, ശിബിരം, രാത്രി. house, abode, seat, tent, night.
വസനം (നാ)- വസ്ത്രം, വീട്, അരഞ്ഞാൺ, വസ്ത്രധാരണം. cloth, residence, girdle, clothing.
വസന്തം (നാ)- വസന്തകാലം, പുഷ്പകാലം. spring season, season of flowers.
വസിക്കുക (അ.ക്രി)- പാർക്കുക, തങ്ങുക, വസ്ത്രം ധരിക്കുക. reside, stay, wear clothes.
വസിതം (നാ)- പാർപ്പിടം, വാസസ്ഥലം. house, abode.
വസുധാധരം (നാ)- പർവ്വതം. mountain.
വസുപ്രാണൻ (നാ)- അഗ്നി. fire.
വസ്തം (നാ)- ആട്, വക്ക്, ഭവനം. goat, fringe, residence.
വസ്ത്രം (നാ)- ഉടയാട, തുണി. dress, cloth.
വസ്നം (നാ)- വസ്ത്രം, കൂലി, വില, സമ്പത്ത്, പാർപ്പിടം, മരണം, തൊലി. dress, wage, price, wealth, residence, death, skin.
വഹതം (നാ)- കാള. bullock.
വഹന്തം (നാ)- പൈതൽ, കാറ്റ്. child, wind.

വഹിക്കുക (അ.ക്രി)- ചുമക്കുക, കൊണ്ടുപോകുക, നിർവ്വഹിക്കുക. bear, carry, perform.
വഹ്നി (നാ)- അഗ്നി, അഗ്നിദേവൻ, ദീപനം, വിശപ്പ്, കാറ്റ്. fire, god Agni, enzyme, appetite, wind.
വഹ്നിമിത്രൻ(നാ)-കാറ്റ്, വായു. air, wind.
വള (നാ.വി)- വളഞ്ഞ. curved.
വള (നാ)- കൈയിൽ ധരിക്കുന്ന ആഭരണം, വളയം, പാമ്പിന്റെ ചട്ട, ശംഖ്. bangle, ring, slough of snake, conch.
വളഞ്ഞ (നാ.വി)- വളവുള്ള. curved.
വള്ളം (നാ)- ഒരു ജലവാഹനം, വഞ്ചി, തോണി. boat, country craft.
വഴക്കം (നാ)- വിനയം, വണക്കം, അനുസരണം, കീഴടക്കം, സാധാരണ നടപടി, പൂർവ്വാചാരം, കൂറ്. humility, obedience, mode, old custom, loyalty.
വഴി (നാ)- നടക്കുന്നതിനുള്ള പാത, ഉപായം, മുറ, പിന്തുടർച്ച, കാരണം. path, way, means, order, inheritance, cause.
വഴികാട്ടി (നാ)- മാർഗ്ഗദർശി. guide.
വഴിപാട് (നാ)- നേർച്ച. offering to a temple.
വഴിയമ്പലം (നാ)- വഴിയാത്രക്കാർക്ക് വിശ്രമിക്കാനുള്ള സ്ഥലം, സത്രം. inn.
വഴുതുക (അ.ക്രി)- തെന്നുക, രക്ഷപ്പെടുക. slip, evade.
വറുതി (നാ)- ക്ഷാമം, ചൂട്, ഉണക്ക്, ദാരിദ്ര്യം, അനാവൃഷ്ടി. scarcity, heat, dryness, poverty, rainlessness, drought.
വാ (നാ)- വായ്, വക്ക്, മുന. mouth, edge, blade.
വാകം (നാ)- വാക്ക്, ഭാഷണം. word, speech.
വാക്ക് (നാ)- സൗകര്യം, വശം. convenience, side.
വാഗരൻ (നാ)- പണ്ഡിതൻ, ഋഷി, ധീരൻ. scholar, ascetic, brave person.
വാഗ്ദലം (നാ)- ചുണ്ട്. lip.
വാഗ്വാദം (നാ)- വഴക്ക്, വാക്കുതർക്കം. noisy quarrel, heated exchange of words.
വാങ്കം (നാ)- സമുദ്രം. sea.
വാങ്ക് (നാ)- കത്തി, കഠാര, ബഞ്ച്. knife, dagger, bench.
വാങ്ങൽ (നാ)- മേടിക്കൽ, സ്വീകരിക്കൽ, പിൻവാങ്ങൽ. buying, receiving, withdrawal.
വാചനകം (നാ)- കടങ്കഥ. riddle.
വാചി (നാ.വി)- പറയുന്ന, സൂചിപ്പിക്കുന്ന. saying, hinting.
വാജപേയം (നാ)- ഒരു യാഗം, സോമയാഗം. name of a a sacrifice, Soma Yaga.
വാജസ്രവസ്സ് (നാ)- അഗ്നി. fire.
വാജി (നാ.വി)- വേഗമേറിയ, ബലമുള്ള. swift, strong.
വാജി (നാ)- പന്തയം, വാശി. bet, obstinacy.
വാജിനി (നാ)- പെൺകുതിര, ഉഷസ്സ്, അന്നം. mare, dawn, food.
വാഞ്ഛ (നാ)- കാമം, ആഗ്രഹം. lust, desire.
വാഞ്ഛിക്കുക (സ.ക്രി)- ആഗ്രഹിക്കുക, കൊതിക്കുക. desire, long for.
വാടം (നാ)- ഉദ്യാനം, വളപ്പ്, വേലി, തെരുവ്, വഴി, മൺകോട്ട, തവണ. garden, compound, fence, street, path, mud-fort, instalment.
വാടി (നാ)- പൂന്തോട്ടം, വീട് . flower garden, abode.
വാടീവനം (നാ)- ഉദ്യാനം. garden.
വാട്ടം (നാ)- തളർച്ച, ക്ഷീണം, മങ്ങൽ. fatigue, tiredness, dimness.
വാണി(നാ)- സരസ്വതിദേവി, വാക്ക്, ഭാഷ. goddess Saraswati, word, language.
വാണിജ്യം(നാ) -കച്ചവടം. trade.
വാതം (നാ)- കാറ്റ്. wind.
വാതിൽ (നാ)- പ്രവേശനകവാടം, ദ്വാരം. door, entrance.
വാതുലം (നാ)- കൊടുങ്കാറ്റ്, ചുഴലിക്കാറ്റ്. storm, whirlwind.
വാത്സല്യം (നാ)- ലാളന, വത്സലഭാവം, അനുകമ്പ. fondness, great affection, kindness.
വാദിക്കുക (അ.ക്രി)- തർക്കിക്കുക, പറയുക. argue, say.

വാദ്യം (നാ)- സംഗീതോപകരണം. musical instrument.
വാനം (നാ)- ആകാശം, മഴ. sky, rain.
വാനകം(നാ)- സ്വർഗ്ഗം, ആകാശം. heaven, sky.
വാനരൻ (നാ)- കുരങ്ങ്. monkey.
വാനവൻ (നാ)- ദേവൻ. demigod.
വാമനൻ (നാ)- വിഷ്ണുവിന്റെ അഞ്ചാമത്തെ അവതാരം, ഹ്രസ്വശരീരൻ. the fifth incarnation of Vishnu, short man.
വാമഭാഗം (നാ)- ഇടതുഭാഗം, ഭാര്യ. left side, wife.
വാമലൂരം (നാ)- ചിതൽപ്പുറ്റ്. termitary.
വാമൊഴി (നാ)- സംസാരഭാഷ. spoken language.
വാമ്യം (നാ)- വഞ്ചന, കൗശലം. deceit, trick.
വായ് (നാ)- മുഖത്തെ ഒരു അവയവം, ആഹാരം കഴിക്കാൻ ഉപയോഗിക്കുന്നത്, വാതിൽ, മുഖം, ആയുധങ്ങളുടെ മൂർച്ചയുള്ള വശം, ശബ്ദം. mouth, door, face, sharp edge of weapons, sound.
വായകം (നാ)- കൂട്ടം, സമൂഹം, കൂമ്പാരം. assemblage, heap.
വായന (നാ)- വായിക്കൽ, വാദ്യങ്ങൾ ശബ്ദിക്കൽ. reading, playing musical instrument.
വായസം (നാ)- കാക്ക. crow.
വായു (നാ)- കാറ്റ്, വാതകം, ആവി, പ്രാണവായു. wind, air, gas, vapour, oxygen.
വായ്പ (നാ)- കടം, കടംവാങ്ങൽ. loan, taking a loan.
വാരം (നാ)- ആഴ്ച, ആഴ്ചയിലെ ഓരോ ദിവസം, അവസരം, കൂട്ടം, മദ്യചഷകം. week, day, occasion, multitude, wine glass.
വാരങ്കം (നാ)- പക്ഷി. bird.
വാരടം (നാ)- വയൽ. paddy field.
വാരണം (നാ)- പടച്ചട്ട, ആന, തടസ്സം. armour, elephant, obstruction.
വാരണി (നാ.വി)- വിസ്താരമുള്ള, ഭംഗിയുള്ള. expansive, beautiful.
വാരബാണം (നാ)- പടച്ചട്ട. armour.
വാരാകരം (നാ)- സമുദ്രം. ocean.
വാരാർന്ന (നാ.വി)- ഭംഗിയുള്ള, ശക്തിയുള്ള. beautiful, powerful.
വാരാഹം (നാ)- പന്നി. pig.
വാരി (നാ)- വെള്ളം, വരമ്പ്, ആനക്കുഴി, വാക്ക്, വാരിയെല്ല്, അഴി, ഐശ്വര്യം, വിളവ്, വഴി. water, small ridge in fields, pit for catching elephants, word, rib, rail, prosperity, crop ready for harvest, path.
വാരിക (നാ)- ആഴ്ചപ്പതിപ്പ്. weekly.
വാരിജ (നാ.വി)- ജലത്തിലുണ്ടായ. born in water.
വാരിജം (നാ)- താമര, ഉപ്പ്. lotus, salt.
വാരിത (നാ.വി)- തടുക്കപ്പെട്ട, വിലക്കപ്പെട്ട. obstructed, prohibited.
വാരിധി (നാ)- സമുദ്രം, കുടം. ocean, pot.
വാരിരഥം (നാ)- ചങ്ങാടം, വള്ളം. raft, boat.
വാർ (നാ)- ജലം, ചേർച്ച, ഭംഗി, തോൽപ്പട്ട. water, harmony, beauty, leather strap.
വാർകുഴൽ (നാ)-ഭംഗിയുള്ള തലമുടി. beautiful hair.
വാർക്കുക (അ.ക്രി)- പൊഴിക്കുക, ചോറിൽ നിന്നും വെള്ളം ഊറ്റുക, തൂകുക. shed, pour out water from boiled rice, shower.
വാർത്ത (നാ)- വൃത്താന്തം, വർത്തമാനം, തൊഴിൽ, കൃഷി, കേൾവിപ്പെടുന്ന കാര്യം. news, report, occupation, agriculture, heresay.
വാർത്താർ (നാ)- താമര. lotus.
വാർത്തികം (നാ)- കച്ചവടം, ജീവിതം. trade, life.
വാർദ്ധക (നാ.വി)- വാർദ്ധക്യത്തെ സംബന്ധിച്ച. pertaining to old age.
വാർദ്ധി (നാ)- സമുദ്രം. ocean.
വാർഭടം (നാ)- മുതല. crocodile.

വാർവ്വാഹം (നാ)- മേഘം, മുത്തങ്ങ. cloud, a kind of medicinal grass.

വാർഷിക (നാ.വി)-വർഷം തോറുമുള്ള. annual.

വാർഷികം (നാ)- ആണ്ടുതികയുന്ന ദിനം, ആണ്ടുതോറും നടത്തുന്ന ആഘോഷം . anniversary, function celebrating anniversary.

വാലം (നാ)- തലമുടി, വാൽ, മിച്ചം. hair, tail, balance.

വാലുക (നാ)- മണൽ, വയൽത്തിട്ട, പൊടി, ചരൽ, കർപ്പൂരം. sand, ridge of a field, dust, gravel, camphor.

വാൽ(നാ)-മൃഗങ്ങളുടെയും മറ്റും പിൻഭാഗത്തുള്ള അവയവം, ശുദ്ധി, വെണ്മ, തുപ്പൽ. tail, purity, whiteness, saliva.

വാല്ക്കം(നാ)-മരവുരി, ഒരുതരം വസ്ത്രം. garment made of the bark of trees, a kind of dress.

വാല്മീകി(നാ)-ഒരു മഹർഷി. an ascetic.

വാവൽ (നാ)- വവ്വാൽ, കടവാതിൽ. bat, flying fox.

വാവ് (നാ)- പതിനഞ്ചാമത്തെ പക്കം, വെളുത്ത വാവ്, കറുത്ത വാവ്. full or new moon (day).

വാവുടം (നാ)- ചങ്ങാടം, വള്ളം. raft, canoe.

വാശി (നാ)- ശാഠ്യം, തോത്, അളവ്, അഗ്നി, കൊടുവേലി. obstinacy, measure, challenge, fire, a medicinal plant.

വാസം (നാ)- താമസം, പാർപ്പ്, ഭവനം, കഴുത. residing, residence, ass.

വാസകം (നാ)- വസ്ത്രം, ഊഴം. cloth, chance.

വാസനം (നാ)- ജന്മസ്വഭാവം, സുഗന്ധം, സംസ്കാരം. inclination, sweet smell, in-born culture.

വാസരം (നാ)- ദിവസം, പകൽ. day, daytime .

വാസസ് (നാ)- വസ്ത്രം, തിരശ്ശീല. dress, curtain.

വാസിതം (നാ)- അറിവ്, ശബ്ദം, പാർപ്പിക്കപ്പെട്ടത്, ധരിച്ചത്. knowledge, sound, that which is dwelled, that which is worn.

വാസുര (നാ.)- രാത്രി, ഭൂമി, സ്ത്രീ. night, earth, woman.

വാസവം (നാ)- പരമാർത്ഥം. reality.

വാസ്തുകാരൻ (നാ)- ശില്പി. architect.

വാസ്തുവിദ്യ (നാ)- ഭവനനിർമ്മാണ വിദ്യ. architecture.

വാഹം (നാ)- കുതിര, വായു, വാഹനം. horse, air, vehicle.

വാഹസം (നാ)- പെരുമ്പാമ്പ്, നദിയുടെ തീരം. python, river bank.

വാഹസ്സ് (നാ)- മന്ത്രം, അഗ്നി. hymn, fire.

വാഹിതം (നാ)- വലിയ ചുമട്. heavy load.

വാൾ (നാ)- ഒരായുധം, ഈർച്ചവാൾ. sword, saw.

വാഴ (നാ)- ഒരു വൃക്ഷം. plantain tree.

വാഴപ്പോള (നാ)- വാഴയെ പൊതിഞ്ഞിരിക്കുന്ന പോള. layers of leaf stalks that cover the stem of the plantial tree.

വാഴുക (അ.ക്രി)- ഭരിക്കുക, ജീവിക്കുക, കൃഷി ചെയ്യുക. rule, reside, cultivate.

വാഴ്ച (നാ)- ഭരണം, ജീവതം. rule, life.

വാഴ്ത്തൽ (നാ)- സ്തുതിക്കൽ, പുകഴ്ത്തൽ. praise.

വികട (നാ.വി)- അഹങ്കാരമുള്ള, വിരൂപമായ, ഭയങ്കരമായ. proud, ugly, dreadful.

വികടൻ (നാ)- വിരൂപൻ, വിപരീതമായി പ്രവർത്തിക്കുന്നവൻ. ugly fellow, opposer.

വികരം(നാ)- രോഗം. illness.

വികർഷണം (നാ)- വലിക്കൽ, വലിച്ചകറ്റൽ. pulling apart, repulsion.

വികസനം (നാ)- വികസിക്കൽ, വിടരൽ, വളരൽ. expansion, blossoming, development.

വികസൻ (നാ)- ചന്ദ്രൻ. moon.

വികസിക്കുക (അ.ക്രി)- വിടരുക, വളരുക, വർദ്ധിക്കുക, അഭിവൃദ്ധിപ്പെടുക. bloosom, grow, develop, increase, prosper.

വികസിപ്പിക്കുക (സ.ക്രി)- വിടർത്തുക, വർദ്ധിപ്പിക്കുക, അഭിവൃദ്ധിപ്പെടുത്തുക. cause to expand, increase, develop.
വികസ്വര (നാ.വി)- വികസിച്ചുകൊണ്ടിരിക്കുന്ന, വിടരുന്ന, വിശദമായി കേൾക്കാവുന്ന. developing, blossoming, clearly audible.
വികാരം (നാ)- മാനസികഭാവം, മനസ്സിനുണ്ടാകുന്ന ഭാവഭേദം, മാറ്റം, പദാർത്ഥങ്ങളുടെ രൂപത്തിലോ ഘടനയിലോ വരുന്ന മാറ്റം. mentality, emotion, feeling, change, change in shape or structure.
വികാരി (നാ)- ക്രിസ്തീയപുരോഹിതൻ. Christian priest.
വികാലം (നാ)- സായംസന്ധ്യ. dusk.
വികാസം (നാ)- വിടർച്ച, വികസിക്കൽ, പുഷ്ടി, അഭിവൃദ്ധി. expansion, development, prosperity, ample growth.
വികിരണം (നാ)- പരത്തൽ, ചിതറൽ, വധം. spreading, scattering, slaughter.
വികിരം (നാ)- ചിതറിയ അംശം, തുണ്ട്, പക്ഷി, മണൽ, കിണർ. scattered fragment, slice, bird, sand, well.
വികൃതം (നാ)- വിരൂപം, മാറ്റം, രോഗം. ugliness, deformity, change, illness.
വികൃതി (നാ)- കുസൃതി, മാറ്റം, അസ്വാഭാവികത, മരണലക്ഷണം, ദുർബുദ്ധി, രോഗം. mischief, change, abnormality, symptom of death, crooked mind, illness.
വികൃഷ്ടം (നാ)- ആകൃഷ്ടം. attraction.
വിക്ക് (നാ)- ഉച്ചാരണത്തിനുണ്ടാകുന്ന തടസ്സം. stammering, stuttering.
വിക്ത (നാ.വി)- വേർതിരിക്കപ്പെട്ട. separated.
വിക്രമം (നാ)- പരാക്രമം, യുദ്ധസാമർത്ഥ്യം, ധീരത. show of valour, skill in fighting, bravery.
വിക്രയം (നാ)- കച്ചവടം, വില്പന. trade, sale.
വിക്രാന്തം (നാ)- പരാക്രമം, സിംഹം, ചുവട്. show of valour, lion, feet.
വിക്ഷതം (നാ)- കേട്, ചതവ്, മുറിവ്. damage, bruise, wound.
വിക്ഷവം (നാ)- ശബ്ദം, തുമ്മൽ, ചുമ. sound, sneeze, cough.
വിക്ഷിപ്തി (നാ)- ഭ്രാന്ത്. madness.
വിക്ഷേപം (നാ)- ഏറ്, ചിതറൽ, ഭയത്തോടുകൂടിയുള്ള നോട്ടം. throw, scattering, look of fear.
വിക്ഷേപണം (നാ)- വിക്ഷേപിക്കൽ, ഉയർത്തിവിടൽ, ഏറ്, ചിതറൽ. launching, rocketing, throw, scattering.
വിക്ഷേപിണി (നാ)- വിക്ഷേപണയന്ത്രം, വ്യാക്ഷേപക ചിഹ്നം (!). launcher, exclamation mark (!).
വികിഷ്ട (നാ.വി)- ക്ലേശിച്ച, നശിപ്പിക്കപ്പെട്ട, പീഡിതമായ. suffered, destroyed, tormented.
വിഖനസ് (നാ)- ബ്രഹ്മാവ്. Brahma.
വിഖാനസൻ (നാ)- താപസൻ. one who performs penance, ascetic.
വിഖാസ(നാ)- നാക്ക്. tongue.
വിഖുരൻ (നാ)- പിശാച്, കള്ളൻ. devil, thief.
വിഖ്യാത (നാ.വി)- പ്രസിദ്ധപ്പെട്ട, പേരുകേട്ട, അംഗീകരിക്കപ്പെട്ട. famous, renowned, recognized.
വിഖ്യാതി (നാ)- കീർത്തി, പ്രസിദ്ധി. renown, fame.
വിഖ്യാപനം (നാ)- പരസ്യം, പ്രസിദ്ധപ്പെടുത്തൽ, പ്രഖ്യാപനം. advertisement, publishing, proclamation.
വിഗണന (നാ)- അവഗണിക്കൽ, പര്യാലോചന. ignoring, consideration.
വിഗണിക്കുക (അ.ക്രി)- കണക്കുകൂട്ടുക, അവഗണിക്കുക. calculate, ignore.
വിഗത (നാ.വി)- നഷ്ടപ്പെട്ട, പോയ, വേർപ്പെട്ട, മരിച്ച, ഇരുണ്ട. lost, departed, expired, dark.
വിഗമം (നാ)- മരണം, നാശം, നഷ്ടം, യാത്ര, വേർപാട്, അവസാനം. death, destruction, loss, journey, departure, end.
വിഗരം (നാ)- പർവ്വതം. mountain.
വിഗരൻ (നാ)- നഗ്നൻ, നഗ്നസന്യാസി. naked person, naked ascetic.

വിഗീതി (നാ)- ശകാരം, നിന്ദ. abuse, blame.
വിഗ്രഹം (നാ)- ശരീരം, ബിംബം, രൂപം, യുദ്ധം. body, idol, form, battle.
വിഘടിക്കുക (അ.ക്രി)- വേർപെടുക, യോജിപ്പില്ലാതാകുക. break up, become disunited.
വിഘടിത (നാ.വി)- വിഘടിക്കപ്പെട്ട, വേർപെടുത്തപ്പെട്ട, തകർക്കപ്പെട്ട. separated, seceded, split, ruined, destroyed.
വിഘനം (നാ)- ചുറ്റിക. hammer.
വിഘനൻ (നാ)- നശിപ്പിക്കുന്നവൻ. destroyer.
വിഘസം (നാ)- മെഴുക്, ഉച്ഛിഷ്ടം, ഭക്ഷണം. wax, leftovers, food.
വിഘാതം (നാ)- തടസ്സം, അടി, നാശം, വധം. obstacle, impediment, blow, destruction, slaughter.
വിഘ്നം (നാ)- തടസ്സം, ബുദ്ധിമുട്ട്. obstacle, trouble.
വിഘ്നേശൻ(നാ)- ഗണപതി. Ganapati.
വിഘ്നേശവാഹനം (നാ)- എലി. rat.
വിങ്ങുക (അ.ക്രി)- വീർപ്പുമുട്ടിക്കരയുക, തിങ്ങുക, മറുകുക . cry in tension, be dense, become tight.
വിച (നാ)- ദുരിതം, പാപം. misery, sin.
വിചക്ഷണൻ (നാ)- സമർത്ഥൻ, പണ്ഡിതൻ, വിദഗ്ദ്ധൻ. clever person, scholar, expert.
വിചയം (നാ)- അന്വേഷണം, പരിശോധന. enquiry, test.
വിചരണം (നാ)- പര്യടനം, ചലനം. tour, movement.
വിചലനം (നാ)- വ്യതിചലനം, അസ്ഥിരത, അഹങ്കാരം. deviation, unsteadiness, arrogance.
വിചാരം (നാ)- ആലോചന, ഓർമ്മ, വിഷാദചിന്ത, ആധി. thought, memory, anxiety.
വിചാരണ (നാ)- വിസ്തരിക്കൽ, ചോദ്യങ്ങൾ ചോദിച്ച് സത്യം ഗ്രഹിക്കാനുള്ള പരിശ്രമം, സത്യം കണ്ടെത്താനുള്ള വിശദമായ അന്വേഷണം. trial, cross. examination in a law court, enquiry, investigation.
വിചാരിക്കുക (അ.ക്രി)- ചിന്തിക്കുക, പര്യാലോചിക്കുക. think, consider.
വിചിത്ര (നാ.വി)- അസാധാരണമായ, പലനിറമുള്ള, പുള്ളിയുള്ള, ഭംഗിയുള്ള. unusual, multi-coloured, spotted, beautiful.
വിചിത്രാംഗൻ (നാ)- പുള്ളിമാൻ, മയിൽ. spotted deer, peacock.
വിചേതന (നാ.വി)- ചേതനയറ്റ, മരിച്ച, ബോധമറ്റ. unconscious, dead.
വിചേഷ്ടിത (നാ.വി)- തെറ്റിച്ചുചെയ്യപ്പെട്ട. done wrongly.
വിച്ഛേദം (നാ)- തടസ്സം, മുറിക്കൽ, നാശം. obstacle, cutting, ruin.
വിച്ഛേദിക്കുക (അ.ക്രി)- മുറിക്കുക, നശിപ്പിക്കുക, വേർപ്പെടുത്തുക. cut, destruct, separate.
വിജന (നാ.വി)- ജനമില്ലാത്ത, ഏകാന്തമായ. depopulated, lonely.
വിജയം (നാ)- ജയം, തോൽപിക്കൽ, പ്രയത്നസാഫല്യം. success, conquest, achievement.
വിജര (നാ.വി)- പുതിയ, ചെറിയ. new, small.
വിജാരണം (നാ)- സങ്കോചം. shrinking.
വിജിഗീഷു (നാ)- യോദ്ധാവ്, എതിരാളി, ജയിക്കാൻ ആഗ്രഹിക്കുന്നവൻ. warrior, opponent, one who wishes to succeed.
വിജിതി (നാ)- വിജയം. victory.
വിജേതാവ് (നാ)- വിജയി. victor.
വിജ്ഞ (നാ)- അറിവുള്ള, അറിയുന്ന, വൈദഗ്ദ്ധ്യമുള്ള, ബുദ്ധിയുള്ള. scholarly, knowing, expert, wise.
വിജ്ഞാത (നാ.വി)- സുപ്രസിദ്ധമായ. well-known.
വിജ്ഞാനം (നാ)- അറിവ്, കലാശാസ്ത്രാദികളിലുള്ള അറിവ്, ലൗകികമായ അറിവ്. knowledge, knowledge in arts and science, materialistic knowledge.

വിജ്ഞാപക (നാ)- ബോധിപ്പിക്കുന്ന, അറിവു നൽകുന്ന. imparting knowledge, instructive.

വിജ്ഞാപനം (നാ)- അറിയിപ്പ്, പരസ്യം, പ്രഖ്യാപനം, അദ്ധ്യാപനം. announcement, advertisement, proclamation, instruction.

വിട (നാ)- കാള, ഇടവം. bullock, the month Edavam.

വിടം (നാ)- മധുരനാരകം, മരത്തിന്റെ ശാഖ, എലി, വിഷം. a kind of orange, branch of a tree, rat, poison.

വിടപി (നാ)- വൃക്ഷം, പേരാൽ. banyan tree, tree.

വിടരുക (അ.ക്രി)- വികസിക്കുക, വേർപ്പെടുക, വിരിയുക. expand, separate, blossom.

വിടവ് (നാ)- വിള്ളൽ, പിളർപ്പ്, ദ്വാരം. crack, hole, gap.

വിടുക (ക്രി)- മോചിപ്പിക്കുക, ഉപേക്ഷിക്കുക, അയയ്ക്കുക. free, give up, send.

വിടുനിലം (നാ)- തരിശുഭൂമി. barren land.

വിട്ടം (നാ)- വ്യാസം, കുറുകെയുള്ള ഉത്തരം. diameter, cross beam.

വിട്ടിൽ (നാ)- പുൽച്ചാടി. grasshoper.

വിഡംബം (നാ)- അനുകരണം, പീഡനം. imitation, torture.

വിഡംബനം (നാ)- അനുകരണം, ഗോഷ്ടി കാണിക്കൽ, പരിഹാസം. imitation, grimace, mockery.

വിഡ്ഢി (നാ)- മണ്ടൻ, ഭോഷൻ. fool, idiot.

വിഡ്ഢിത്തം (നാ)- ഭോഷത്തരം. stupidity.

വിണ്ണ് (നാ)- ആകാശം, മേഘം, സ്വർഗ്ഗം. sky, cloud, heaven.

വിണ്ടലം (നാ)- സ്വർഗ്ഗം. heaven.

വിതംസം (നാ)- പക്ഷിക്കൂട്, ചങ്ങല, കയർ. nest, chain, rope.

വിതരണം (നാ)- വീതിച്ചുനൽകൽ, ഉപേക്ഷിക്കൽ, ദാനം. distribution, abandonment, gift.

വിതർക്കം (നാ)- തർക്കം, സംശയം, തർക്കത്തിനിടയിലുണ്ടാകുന്ന മറ്റൊരു തർക്കം. argument, doubt, dispute within dispute.

വിതറുക (ക്രി)- തൂകുക, ചിതറുക, വിതയ്ക്കുക. shed, scatter, saw.

വിതാനം (നാ)- മേൽത്തട്ട്, അലങ്കാരം, പ്രതലം, വിസ്താരം. canopy, decoration, surface, expansion.

വിത്ത (നാ. വി)- ലഭിക്കപ്പെട്ട, കണ്ടുപിടിക്കപ്പെട്ട, അറിയപ്പെട്ട. obtained, discovered, known.

വിത്തം (നാ)- സമ്പത്ത്, ജ്ഞാനം, ഐശ്വര്യം. wealth, knowledge, prosperity.

വിത്ത് (നാ)- വിതയ്ക്കാനുള്ള ധാന്യം, ജ്ഞാനി, ബീജം. seed, scholar, semen.

വിദഗ്ദ്ധത (നാ)- സാമർത്ഥ്യം, വൈദഗ്ദ്ധ്യം, വിശിഷ്ടമായ കഴിവ്. special ability skill, expertise.

വിദഥം (നാ)- യുദ്ധം, ജ്ഞാനം. battle, knowledge.

വിദംശം (നാ)- എരിവുള്ള ഭക്ഷണം. pungent food.

വിദാരം (നാ)- വലിയ ചൂട്, കത്തൽ, എരിവ്. scorching heat, burning sensation, pungency.

വിദിതൻ (നാ)- പണ്ഡിതൻ. scholar.

വിദൂര (നാ.വി)- വളരെ അകലെയായ. far off.

വിദൂഷകൻ (നാ)- നാടകം തുടങ്ങിയവയിലെ ഹാസ്യ കഥാപാത്രം. buffoon in a drama.

വിദേശം (നാ)- അന്യനാട്. foreign country.

വിദേശി (നാ)- അന്യനാട്ടുകാരൻ. foreigner.

വിദ്ധം (നാ)- ഒരു രോഗം, മുറിവ്. disease, wound.

വിദ്യ (നാ)- അറിവ്, പഠിപ്പ്, ആത്മജ്ഞാനം, മാന്ത്രികവിദ്യ. knowledge, learning, spiritual knowledge, magic.

വിദ്യാഭ്യാസം (നാ)- പഠനം. education.

വിദ്യാരംഭം (നാ)- എഴുത്തിനിരുത്തൽ. initiation in to the alphabet.
വിദ്യാർത്ഥി (നാ)- വിദ്യ അഭ്യസിക്കുന്നവൻ. student.
വിദ്യാലയം (നാ)- സ്കൂൾ. school, educational institution.
വിദ്യാലയവർഷം (നാ)- വിദ്യാലയം തുറക്കുന്നതു മുതൽ അടയ്ക്കുന്നതു വരെയുള്ള കാലയളവ്. academic year.
വിദ്യുത് (നാ)- മിന്നൽപിണർ, ഇടിവാൾ. flash of lightning, thunder bolt.
വിദ്യോതം (നാ)- പ്രകാശം, ദീപ്തി. lustre, brightness.
വിദ്രു (നാ)- വൃക്ഷം. tree.
വിദ്രുതം (ക്രി.വി)- പെട്ടെന്ന്. suddenly.
വിദ്രുമം (നാ)- നാമ്പ്, പവിഴം. young sprout, coral.
വിദ്വാൻ (നാ)- അറിവുള്ളവൻ, പണ്ഡിതൻ. wise man, scholar.
വിദ്വേഷം (നാ)- വിരോധം, വെറുപ്പ്, പക. enemity, hatred, vendetta.
വിധവ (നാ)- ഭർത്താവ് മരിച്ച സ്ത്രീ. widow.
വിധാനം(നാ)- ഒരുക്കം, നിർവ്വഹണം, പ്രവൃത്തി. arrangement, execution, action.
വിധായക (നാ.വി)- നിർവ്വഹിക്കുന്ന, സൃഷ്ടിക്കുന്ന, ഒരുക്കുന്ന. executing, creating, preparing.
വിധി (നാ)- ഈശ്വരകല്പിതം, തലയിലെഴുത്ത്, കാലം, സൃഷ്ടി. fate, destiny, period, creation.
വിധികർത്താവ് (നാ)- ന്യായാധിപൻ. arbitrator.
വിധു (നാ)- ചന്ദ്രൻ, കർപ്പൂരം, വിഷ്ണു. moon, camphor, Vishnu.
വിധുതി (നാ)- വിറയൽ. shivering.
വിധുപ്രിയ (നാ)- നക്ഷത്രം. star.
വിധുര (നാ.വി)- ദുഃഖിച്ച, വിരഹപീഡിതയായ, അവശ്യയായ. distressed, suffering by pangs of separation, wearied.
വിധൃത (നാ)- ഗ്രഹിക്കപ്പെട്ട, പ്രേരിപ്പിക്കപ്പെട്ട, പിടിക്കപ്പെട്ട. grasped, induced, caught.
വിധേയം (നാ)- അധീനം, കർത്തവ്യം. obligation, deauty.
വിധ്വംസം (നാ)- വിരോധം, അപരാധം, നാശം. enmity, guilt, destruction.
വിന (നാ)- പാപം, ദുഷ്കർമ്മം, ആപത്ത്, യുദ്ധം. sin, evil action, danger, war.
വിനപ്പാട് (നാ)- കഷ്ടപ്പാട്. misery.
വിനയം (നാ)- താഴ്മ, വണക്കം, നല്ല പെരുമാറ്റം. politeness, humility, good manners.
വിനസ (നാ.വി)- മൂക്കില്ലാത്ത. noseless.
വിനായകം (നാ)- വിഘ്നം. destruction.
വിനാശക (നാ.വി)- നശിപ്പിക്കുന്ന. destructive.
വിനാഴിക (നാ)- നാഴികയുടെ അറുപതിലൊരു ഭാഗം. time equal to 1/60 of a nazhika.
വിനിപാതം (നാ)- വീഴ്ച, മരണം, അപമാനം, ആപത്ത്. fail, death, disgrace, danger.
വിനിയോഗം (നാ)- ഉപയോഗിക്കൽ, ചുമതലപ്പെടുത്തൽ. making use of, entrusting.
വിനിർഗമിക്കുക (അ.ക്രി)- കാണാതാവുക, പുറപ്പെടുക. vanish, go out.
വിനിർമുക്ത (നാ.വി)- മോചനം നേടിയ, സ്വാതന്ത്ര്യം ലഭിച്ച. attained salvation, extricated .
വിനീത (നാ.വി)- വിനയമുള്ള, മനോഹരമായ. humble, beautiful.
വിനീതകം (നാ)- രഥം, പല്ലക്ക്. chariot, palanquin.
വിന്യസിക്കുക (അ.ക്രി)- ക്രമപ്പെടുത്തുക, വയ്ക്കുക. arrange, instal.
വിപക്ഷം(നാ)- എതിർപക്ഷം. opposite side.
വിപഞ്ചിക (നാ)- വീണ, വിനോദം. veena, amusement.
വിപണം (നാ)- കച്ചവടം. trade.

വിപണി (നാ)- കമ്പോളം, പീടിക, കച്ചവടം. street of shops, shop, trade.
വിപദം (നാ)- ആപത്ത്. danger.
വിപരിണാമം (നാ)- രൂപാന്തരപ്രാപ്തി. metamorphosis.
വിപരീതം (നാ)- പ്രതികൂലം, കടകവിരുദ്ധം. something unfavourable, opposite.
വിപാവനം (നാ)- അഴുക്ക്, അശുദ്ധി. stain, impurity.
വിപുലത (നാ)- വലുപ്പം, വിസ്താരം. largeness, wideness.
വിപ്രം(നാ)- അരയാൽ. banyan tree.
വിപ്രകൃതി (നാ)- എതിർപ്പ്. opposition.
വിപ്രൻ (നാ)- ബ്രാഹ്മണൻ, ബുദ്ധിമാൻ, വിദ്വാൻ. brahmin, wise man, scholoar.
വിപ്രലംഭം (നാ)- പ്രണയിതാക്കളുടെ വേർപ്പാട്, ശണ്ഠ, വിരഹം. separation of lovers, quarrel, separation.
വിപ്രലാപം (നാ)- വിലാപം, വാക്കുതർക്കം. lamentation, argument.
വിപ്രുട്ട് (നാ)- നീർത്തുള്ളി, അടയാളം. drop , mark.
വിപ്ലവം(നാ)- പ്രക്ഷോഭണം, കലാപം, അതിക്രമം. revolution, mutiny, trespass.
വിപ്ലാവം (നാ)- വെള്ളപ്പൊക്കം, ലഹള. flood, mutiny.
വിഫലം (നാ)- ഫലമില്ലാത്തത്. that which is futile.
വിബാധ(നാ)- ക്ലേശം, പീഡ. affliction, trouble.
വിബുധം(നാ)- കർപ്പൂരം. camphor.
വിബോധം (നാ)- ജ്ഞാനം, ഉണർവ്വ്, കണ്ടുപിടിത്തം, ബുദ്ധി. knowledge, enlightenment, invention, intelligence.
വിഭ(നാ)- ശോഭ, രശ്മി, സൗന്ദര്യം. lustre, ray, beauty.
വിഭക്തം(നാ)- വേർപാട്, ഓഹരി, ഏകാന്തത. separation, share, loneliness.
വിഭംഗം (നാ)- വിഭാഗം, തടസ്സം. division, hindrance.
വിഭവം (നാ)- സമ്പത്ത്, സാധനസാമഗ്രികൾ, ശക്തി, പ്രഭാവം, മോക്ഷം. wealth, equipments, power, dignity, salvation.
വിഭാകരൻ(നാ)- സൂര്യൻ, ചന്ദ്രൻ, അഗ്നി. sun, moon, fire.
വിഭാഗം(നാ)- പങ്ക്, വകുപ്പ്, ഭിന്നസംഖ്യയുടെ അംശം. share, division, numerator.
വിഭാജ്യ (നാ.വി)- വിഭജിക്കത്തക്ക. divisible.
വിഭാതം (നാ)- പ്രഭാതം. dawn.
വിഭാര്യൻ (നാ)- ഭാര്യ മരിച്ചവൻ. widower.
വിഭാവക(നാ.വി)- തെളിവായി കാണിക്കുന്ന, വ്യവഹരിക്കുന്ന. manifesting, arguing.
വിഭാവനം (നാ)- സങ്കല്പം, വിചാരണ, നിർണ്ണയനം. imagination, trial, judgment.
വിഭാവൻ (നാ)- ചങ്ങാതി. friend.
വിഭാസിത (നാ.വി)- പ്രകാശിത. lighted.
വിഭീതി (നാ)- ഭയം, ശങ്ക. fear, doubt.
വിഭു(നാ)- സർവശക്തൻ, നാഥൻ, ദിക്ക്, ആകാശം, ഭൃത്യൻ. almighty, lord, direction, sky, servant.
വിഭൂതി(നാ)- ഭസ്മം, ഐശ്വര്യം, ശക്തി. holy ashes, prosperity, power.
വിഭേദകം (നാ)- വൃത്തം നിർമ്മിക്കുവാനുള്ള ഉപകരണം. divider.
വിഭ്രാന്ത (നാ.വി)- തെറ്റായ, ചുഴലുന്ന, കുഴങ്ങിയ, പരിഭ്രമിച്ച. wrong, whirling, confused, bewildered.
വിഭ്രാന്തശീലൻ (നാ)- കുരങ്ങ്, ചന്ദ്രബിംബം, സൂര്യബിംബം. monkey, moon's disc, sun's disc.
വിമത (നാ.വി)- അഭിപ്രായവ്യത്യാസമുള്ള. having contrary opinion.
വിമതൻ (നാ)- അഭിപ്രായവ്യത്യാസമുള്ളവൻ, ശത്രു. dissident, enemy.
വിമഥം (നാ)- പൂർണ്ണനാശം. total destruction.
വിമഥൻ (നാ)- നശിപ്പിക്കുന്നവൻ. destroyer.

വിമർദ്ദം (നാ)- മർദ്ദിക്കൽ, തിരുമ്മൽ, പൊടിക്കൽ, ആലിംഗനം, യുദ്ധം, സംഭോഗം. pressing, massaging, grinding, embrace, war, sexual intercourse.
വിമർശനം (നാ)- വിലയിരുത്തൽ, പര്യാലോചന, നിരൂപണം, യുക്തിപരമായ ചർച്ച. criticism, deliberation, commentary, rational discussion.
വിമല (നാ.വി)- കളങ്കമില്ലാത്ത, പരിശുദ്ധമായ, വെളുത്ത. stainless, pure, white.
വിമലം (നാ)- നിർമ്മലം. that which is pure.
വിമലൻ (നാ)- പരിശുദ്ധൻ. sinless person.
വിമാനം (നാ)- ആകാശത്തുകൂടി സഞ്ചരിക്കുന്ന വാഹനം, രഥം, കുതിര,. aeroplane, chariot, horse.
വിമുക്ത (നാ.വി)- സ്വതന്ത്രമായ, മോചിപ്പിക്കപ്പെട്ട, ഉപേക്ഷിക്കപ്പെട്ട. freed, released, forsaken.
വിമുക്തി (നാ)- മോക്ഷം, വേർപാട്. salvation, separation.
വിമുഖ (നാ.വി)- വിസമ്മതമുള്ള, അനിഷ്ടമായ, മുഖം തിരിച്ചുകളഞ്ഞ. unwilling, reluctant, showing a wry face.
വിമൂകത (നാ)- മൗനം. silence.
വിമൃഷ്ട (നാ.വി)- വിമർശിക്കപ്പെട്ട. criticised.
വിമോചകൻ (നാ)- മോചിപ്പിക്കുന്നവൻ. liberator.
വിമ്മൽ (നാ)- വീർപ്പുമുട്ടൽ. sobbing.
വിംശ (നാ.വി)- ഇരുപതമാത്തെ. twentieth.
വിംശതി (നാ)- ഇരുപത്. twenty.
വിയത്ത് (നാ)- അന്തരീക്ഷം, ആകാശം. atmosphere, sky.
വിയർക്കുക (അ.ക്രി)- വിയർപ്പുണ്ടാകുക. perspire.
വിയർപ്പ് (നാ)- രോമകൂപങ്ങളിൽ നിന്നും പുറപ്പെടുന്ന ജലാംശം. sweat.
വിയലിടം (നാ)- അകലം, ഭൂമി. distance, earth.
വിയാൻ (നാ)- കുയിൽ. cuckoo.
വിയുത (നാ.വി)- വിട്ടുപോയ, കലരാത്ത. separated, not mixed.
വിയോഗം (നാ)- വേർപാട്. separation.
വിയോജിക്കുക (അ.ക്രി)- അഭിപ്രായഭിന്നതയുണ്ടാകുക, വേർപെടുക. disagree, separate.
വിര (നാ)- മണ്ണിര, ഉദരത്തിലുണ്ടാകുന്ന പുഴു, വിത്ത്. earth worm, worm, seed.
വിരകുക (സ.ക്രി)- വിരലുകളാൽ കുഴയ്ക്കുക. mix something with the fingers.
വിരക്ത (നാ.വി)- യാതൊന്നിലും ആഗ്രഹമില്ലാത്ത, വെറുത്ത, രക്തമില്ലാതായ. disinterested, disgusted, pale.
വിരക്തൻ(നാ)- യാതൊന്നിലും ആഗ്രഹിമില്ലാത്തവൻ, ഐഹികവിരക്തി സംഭവിച്ചവൻ. one who has no interesting worldly things, detached person.
വിരചനം (നാ)- രചിക്കൽ, നിർമ്മാണം. composing, construction.
വിരചിക്കുക (സ.ക്രി)- രചിക്കുക, നിർമ്മിക്കുക. compose, construct.
വിരജൻ (നാ)- വിഷ്ണു. Vishnu.
വിരജീകരണം (നാ)- ശുദ്ധീകരണം. purification.
വിരട്ടുക (സ.ക്രി)- ഭയപ്പെടുത്തുക, പേടിപ്പിച്ച് ഓടിക്കുക. frighten, scare and drive out.
വിരതി (നാ)- നിറുത്ത്, അവസാനം. end, stop.
വിരമം (നാ)- അവസാനം, നിറുത്ത്, സൂര്യാസ്തമയം. end, stop, sunset.
വിരൽ(നാ)- കൈകാലുകളുടെ അറ്റത്തുള്ള ശാഖ. finger, toe.
വിരവ് (നാ)- തിടുക്കം, വേഗം. hurry, speed.
വിരഹം (നാ)- പ്രിയജനങ്ങൾ തമ്മിലുള്ള വേർപേട്, വിയോഗം, അസാന്നിദ്ധ്യം. separation of dear ones, absence, romantic.
വിരളം (ക്രി.വി)- അപൂർവ്വമായി. rarely.
വിരളം (നാ)- തൈര്. curd.

വിരാഗം (നാ)- ഇഷ്ടക്കേട്, വെറുപ്പ്, നിറം, മാറ്റം, വികാരരാഹിത്യം. dislike, contempt, loss of colour, absence of passion.
വിരാജിക്കുക (അ.ക്രി)- ശോഭിക്കുക. shine, become brilliant.
വിരാട് (നാ)- പ്രപഞ്ചരൂപിയായ പരബ്രഹ്മം, സൗന്ദര്യം, ശോഭ, ശരീരം, ബുദ്ധി. omnipresent, god, supreme soul, beauty, splendour, body, intelligence.
വിരാമം (നാ)- വിരമിക്കൽ, വിശ്രമം, അവസാനം, നിറുത്ത്, വിരാമചിഹ്നം. retirement, rest, close, end, stop, full-stop.
വിരാമൻ (നാ)- വിഷ്ണു. Vishnu.
വിരാലം (നാ)- പൂച്ച. cat.
വിരാൽ (നാ)- വരാൽ മത്സ്യം. fresh-water fish.
വിരിൺ (നാ)- വിഭ്രമം. hallucination.
വിരിയുക (അ.ക്രി)- വിടരുക, വികസിക്കുക. blossom, expand.
വിരുകം (നാ)- ചെന്നായ്. wolf.
വിരുതം (നാ)- നിലവിളി, അലർച്ച, മുഴക്കം. loud cry, uproar, echo.
വിരുതൻ (നാ)- സൂത്രശാലി, സമർത്ഥൻ. cunning person, dexterous person.
വിരുത് (നാ)- കൗശലം, സാമർത്ഥ്യം, കഴിവ്. cunning, dexterity, skill, cleverness.
വിരുത്തം (നാ)- പഴമ, മൂപ്പ്, വേർപാട്. agedness, seniority, separation.
വിരുദം (നാ)- വിളംബരം, ബിരുദം. loud announcement, proclamation, degree.
വിരുദ്ധ (നാ.വി)- വിപരീതമായ, നിഷിദ്ധമായ. opposite, contrary, prohibited, forbidden.
വിരുദ്ധം (നാ)- വിപരീതഭാവം, തടസ്സം. opposition, impediment.
വിരുന്തന (നാ)- ഭാര്യ. wife.
വിരുന്ന് (നാ)- അതിഥിസത്ക്കാരം, നവദമ്പതികളെ ക്ഷണിച്ചു വരുത്തി നൽകുന്ന സത്ക്കാരം. banquet, party or feast given to newly married couple.
വിരുന്നുകാരൻ (നാ)- അതിഥി. guest.
വിരൂപ (നാ.വി)- രൂപഭംഗിയില്ലാത്ത, വിലക്ഷണമായ. deformed, ugly in shape of form.
വിരൂപചക്ഷുസ്സ് (നാ)- ശിവൻ. Siva.
വിരൂപൻ (നാ)- ഭംഗിയില്ലാത്തവൻ, സൗന്ദര്യമില്ലാത്തവൻ, വികൃതരൂപത്തോടുകൂടിയവൻ. ugly or deformed person.
വിരോകം (നാ)- ദ്വാരം, കുഴി. hole, pit.
വിരോധം (നാ)- ദ്വേഷം, പിണക്കം, ശത്രുഭാവം. animosity, ill-will, enmity.
വില (നാ)- മൂല്യം, പ്രതിഫലമായി വാങ്ങുന്ന ദ്രവ്യം, മതിപ്പ്. price, value, remuneration, estimation.
വിലം (നാ)- ദ്വാരം, ഗുഹ. hole, cave.
വിലക്കം (നാ)- വിലക്ക്, നിരോധനം, പ്രതിഷേധം, ശ്വാസത്തിന്റെ തടസ്സം. prohibition, protest, difficulty in breathing.
വിലക്കുക (സ.ക്രി)- വിരോധിക്കുക, മുടക്കുക, ജാതിഭ്രഷ്ടനാക്കുക. prohibit, hinder, ostracize.
വിലഗ്ന (നാ.വി)- മെലിഞ്ഞ, പറ്റിയിരിക്കുന്ന, കഴിഞ്ഞ. lean, sticking, past.
വിലംഘനം (നാ)- ലംഘിക്കൽ, നിയമലംഘനം, മറികടക്കൽ. violation, breach of law, transgression.
വിലങ്ങ് (നാ)- കുറ്റവാളികളുടെയും മറ്റും കൈകാലുകൾ ബന്ധിക്കാൻ വേണ്ടിയുള്ള പൂട്ടോടുകൂടിയ ചങ്ങല. handcuff, fetters.
വിലങ്ങുക (അ.ക്രി)- വഴി തടസ്സമാകുക, ലംഘിക്കുക. stand in the way, violate.
വിലജ്ജ (നാ.വി)- നാണമില്ലാത്ത. shameless.
വിലപനം (നാ)- വിലപിക്കൽ. lamentation.
വിലപിക്കുക (അ.ക്രി)- കരയുക, നിരർത്ഥമായി സംസാരിക്കുക. cry, lament, blabber.

വിലംബനം (നാ)- കാലതാമസം, വിളം ബനം, തൂങ്ങിക്കിടപ്പ്. delay, procrastination, hanging down.

വിലംഭം (നാ)- ക്രമംകവിഞ്ഞ ഔദാ ര്യം, ഔദാര്യം. munificence, magnanimity.

വിലയം (നാ)- ലയനം, അലിഞ്ഞ് ഒന്നായിത്തീരൽ, നാശം, പ്രളയം, അസ്തമയം. merging, melting, destruction, flood, sunset.

വിലയനം (നാ)- ലയിക്കൽ, അപഹ രണം. merging, plunder.

വിലസനം (നാ)- വിലസൽ, ശോഭി ക്കൽ. showing oneself off, shining.

വിലസുക (അ.ക്രി)- ശോഭിക്കുക, ഉല്ല സിക്കുക. shine, rejoice.

വിലാപം (നാ)- കരച്ചിൽ, നിലവിളി. lamentation, wailing.

വിലാപഗാനം (നാ)- ദുഃഖം വ്യക്തമാ ക്കുന്ന ഗാനം. elegy.

വിലാലം (നാ)- ആയുധം, പൂച്ച, യന്ത്രം. weapon, cat, machine.

വിലാസം (നാ)- മേൽവിലാസം, അഴക്, പാമ്പ്, കളി, തിളക്കം. address, beauty, snake, play, splendour.

വിലീനം (നാ)- ഉരുകിയ, കാണാതാ യ, പറ്റിപ്പിടിച്ചിരിക്കുന്ന. melted, vanished, sticking to.

വിലുപ്തകൻ (നാ)- കള്ളൻ. thief.

വിലേപനം (നാ)- കുറിക്കൂട്ട്, പൂശൽ paste made of sandal wood and saffron, smearing

വിലോകനം (നാ)- കാഴ്ച. view.

വിലോചനം (നാ)- കണ്ണ്. eye.

വിലോചനാംബു (നാ)- കണ്ണുനീർ. tear.

വിലോപം (നാ)- സംഹാരം, നാശം, ലോപിക്കൽ, ന്യൂനത. killing, distruction, vanishing, defect.

വിലോഭം (നാ)- ആകർഷിക്കൽ, വശീ കരിക്കൽ, മുഖസ്തുതി. attracting, enticement, praise.

വിലോമം (നാ)- വിപരീതക്രമം, പാമ്പ്, നായ്. opposite order, snake, dog.

വിലോല (നാ.വി)- ഇളക്കുന്ന, ഏറ്റവും ലോലമായ. tremulous, fine.

വില്പന (നാ)- വിൽക്കൽ. trade.

വില്ലൻ (നാ)- വേടൻ. hunter.

വില്ലാളി (നാ)- അസ്ത്രചാപങ്ങളാൽ യുദ്ധം ചെയ്യുന്നവൻ. archer.

വില്ല് (നാ)- ചാപം, മഴവില്ല്. bow, rainbow.

വില്വി (നാ)- കറിക്കായം. asafoetida.

വിവക്ഷ (നാ)- പറയുവാനുള്ള ആഗ്ര ഹം, അഭിപ്രായം, അർത്ഥം. desire to speak, opinion, meaning.

വിവരം (നാ)- അറിവ്, വാർത്ത, തിരി ച്ചറിവ്, വിവരണം, ദ്വാരം, കുറ്റം, മുറിവ്. knowledge, news, awarness, description, hole, crime, wound.

വിവരണം (നാ)- വിസ്തരിച്ചുപറയൽ, വിശദീകരണം, വ്യാഖ്യാനം. description, explanation, commentary.

വിവരദോഷി (നാ)- അറിവില്ലാത്തവൻ. fool.

വിവരിക്കുക (സ.ക്രി)- വിവരിച്ചു പറ യുക, വെളിപ്പെടുത്തുക. describe, reveal.

വിവർജ്ജിക്കുക (സ.ക്രി)- ഉപേക്ഷിക്കു ക. give up.

വിവർത്തം (നാ)- രൂപഭേദം, മതിഭ്രമം. change, insanity.

വിവർത്തനം (നാ)- തർജ്ജമ, പ്രദക്ഷി ണം. translation, circumambulation.

വിവശത (നാ)- അവശത, പരവശത, ക്ഷീണം. affliction, weariness, tiredness.

വിവസന (നാ.വി)- നഗ്നമായ. naked.

വിവസ്വദി (നാ)- സ്വർഗ്ഗം. heaven.

വിവസ്വൽ (നാ.വി)- സൂര്യനെ സംബ ന്ധിച്ച. pertaining to sun.

വിവസ്വാൻ (നാ)- സൂര്യൻ. sun.

വിവാദം (നാ)- തർക്കം, വാദപ്രതിവാദം. controversy, dispute.

വിവാഹം (നാ)- കല്യാണം. marriage.

വിവാഹിതൻ (നാ)- വിവാഹം കഴിഞ്ഞ വൻ. married person.

വിവിക്ത (നാ.വി)- വേർപ്പെടുത്തപ്പെട്ട, ഒറ്റയായ. separated, solitary.
വിവിക്തം (നാ)- ഏകാന്തത, വിജന പ്രദേശം. solitude, diesolate place.
വിവിക്ഷു (നാ)- കടക്കുവാനുള്ള ആഗ്രഹം. desire to enter.
വിവിധ (നാ.വി)- വിവിധതരത്തിലുള്ള. of different kinds.
വിവിധം (നാ)- പലതരത്തിലുള്ളത്. things of various kinds.
വിവൃത (നാ.വി)- മറയ്ക്കപ്പെടാത്ത, വിസ്തൃതമായ, വിവരിക്കപ്പെട്ട. uncovered, expansive, described.
വിവൃത്ത (നാ.വി)- ചുഴറ്റപ്പെട്ട, കറങ്ങുന്ന. whirled, revolving.
വിവേകം (നാ)- തിരിച്ചറിവ്, കാര്യാകാര്യവിചാരം. awarness, discernment.
വിവേചനം (നാ)- സത്യത്തെ അസത്യത്തിൽ നിന്നും വേർതിരിക്കൽ, തിരിച്ചറിവ്. differentiation, discrimination.
വിശകലനം (നാ)- അപഗ്രഥനം, ചിതറൽ. analysis, scattering.
വിശക്കുക (അ.ക്രി)- ഭക്ഷണം കഴിക്കണമെന്നു തോന്നുക. feel hungry.
വിശങ്കം (അവ്യ.)- സംശയം കൂടാതെ. without fear or doubt.
വിശങ്കടം (നാ)- സിംഹം. lion.
വിശദം(നാ)-വിശദീകരിക്കൽ, തെളിവ്, വെണ്മ. clarification, evidence, whiteness.
വിശസനം (നാ)- കഠിനദുഃഖം, കൊല. severe grief, murder.
വിശറി (നാ)- വീശുവാനുള്ള ഒരു ഉപകരണം. fan.
വിശാരദൻ(നാ)- വിദഗ്ദ്ധൻ. expert.
വിശിഖ (നാ.വി)- മുടിയില്ലാത്ത, മുനയില്ലാത്ത. devoid of hair, pointless.
വിശിഖം (നാ)- അസ്ത്രം, ഇരുമ്പുപാര. arrow, crowbar.
വിശിപം (നാ)- അമ്പലം, കൊട്ടാരം, ഭവനം. temple, palace, house.
വിശിഷ്ടത (നാ)- ശ്രേഷ്ഠത, മികവ്, വൈശിഷ്ട്യം. greatness, nobility, excellence.
വിശിഷ്ടബുദ്ധി (നാ)- വിശിഷ്ടമായ അറിവും ബുദ്ധിയും നിറഞ്ഞയാൾ. highly intelligent person.
വിശുദ്ധ (നാ.വി)- ശുദ്ധമായ, കളങ്കമറ്റ, പാപമറ്റ. pure, innocent, sinless.
വിശുദ്ധം (നാ)- പാവനമായത്, ശുദ്ധിയുള്ളത്. that which is pure, that which is holy.
വിശേഷണ(നാ.വി)- വിശേഷിപ്പിക്കുന്ന. giving special meaning.
വിശേഷണം (നാ)- ഭേദകം, വിശേഷിപ്പിക്കുന്ന പദം, വർഗ്ഗം, വ്യത്യാസം. adjective, genus, differentiation.
വിശ്രമം (നാ)-ക്ഷീണം തീർക്കൽ, ആശ്വാസം, വിരാമം rest, relaxation, cessation.
വിശ്രവണം (നാ)- കേൾവി. hearing, to power to hear.
വിശ്രാന്ത(നാ.വി)-ക്ഷീണം മാറ്റിയ, ശാന്തമായ, വിരമിച്ച. rested, calm, retired.
വിശ്രുതി (നാ)- പ്രശസ്തി, പ്രസിദ്ധി. fame, publicity.
വിശ്വം (നാ)- പ്രപഞ്ചം, ലോകം. universe, world.
വിശ്വകർമ്മജ (നാ.)- സൂര്യന്റെ ഭാര്യ. wife of sun god.
വിശ്വകർമ്മർ (നാ)- ആശാരിമാർ. carpenters.
വിശ്വഗന്ധ (നാ)- ഭൂമി. earth.
വിശ്വഭേഷജം(നാ)-ചുക്ക്. dried ginger.
വിശ്വസിക്കുക (ക്രി.)- സംശയം കൂടാതെ കരുതുക. trust, believe.
വിശ്വസ്തൻ (നാ)- വിശ്വാസയോഗ്യൻ. reliable person.
വിശ്വാസം (നാ)- വിശ്വസിച്ചിരിക്കുന്ന അവസ്ഥ, മതം, ദൈവവിശ്വാസം. belief, religion, faith in god.
വിശ്ലേഷം (നാ)- വിരഹം, വേർപാട്. separation, parting.
വിഷം (നാ)- മരണമുണ്ടാക്കുന്ന തീക്ഷ്ണവസ്തു, താമരവളയം, വെള്ളം. poison, lotus stalk, water.

വിഷജ്വരം(നാ)- പോത്ത്, ഒരു തരം പനി. buffalo, a kind of fever.
വിഷണ്ണൻ (നാ)- മ്ലാനഹൃദയൻ, വിഷാദിച്ചവൻ. gloomy person, grief striken person.
വിഷദം (നാ)- തുരിശ്, മേഘം. copper sulphate, cloud.
വിഷധരം (നാ)- സർപ്പം. serpent.
വിഷമ (നാ.വി)- പ്രയാസമുള്ള, സമമല്ലാത്ത, നിരപ്പില്ലാത്ത, ശക്തിയേറിയ, പ്രതികൂലമായ. difficult, unequal, uneven, strong, unfavourable.
വിഷയം (നാ)- ലൗകികകാര്യം, ഇന്ദ്രിയഗോചരമായത്, ലക്ഷ്യം, രാജ്യം, ഭവനം. worldly matters, object of senses, aim, country, house.
വിഷയലമ്പടൻ (നാ)- കാമാസക്തൻ. lecher.
വിഷാണം (നാ)- മൃഗങ്ങളുടെ കൊമ്പ്. horn of animals.
വിഷാദം (നാ)- ദുഃഖം, പശ്ചാത്താപം. sadness, repentance.
വിഷാദി (നാ)- ദുഃഖിതൻ. distressed person.
വിഷാംബു (നാ)- വിഷജലം. poisonous water.
വിഷാലു (നാ.വി)- വിഷമുള്ള. poisonous.
വിഷു (നാ)- രാത്രിയും പകലും സമമായ ദിവസം, സമത്വം. a period of 24 hours divided equally into day and nights.
വിഷൂചിക (നാ)- കോളറ. cholera.
വിഷ്ക്കലം (നാ)- കാട്ടുപന്നി. wild pig.
വിഷ്ട (നാ.വി)- പ്രവേശിക്കപ്പെട്ട. entered.
വിഷ്ടപം (നാ)- ലോകം, പാത്രം. world, plate.
വിഷ്ടി (നാ)- കൂലിയില്ലാവേല, പ്രവൃത്തി, നരകവാസം. work devoid of wages, action, misery.
വിഷ്ണുപദം (നാ)- പാൽക്കടൽ, ആകാശം. ocean of milk, sky.
വിഷ്ഫാരം (നാ)- ഞാണൊലി, തുടിപ്പ്. sound of a bowstring, throbbing.
വിഷ്വാണം (നാ)- ഭക്ഷണം. food.
വിസം (നാ)- താമരവളയം. lotus stalk.
വിസദൃശ (നാ. വി)- സാദൃശ്യമില്ലാത്ത, വിപരീതമായ. having no similarity, opposite.
വിസരം (നാ)- വ്യാപനം, നിർഗ്ഗമനം. spreading, exit.
വിസരണം (നാ)- വിരിക്കൽ, വ്യാപനം. expansion, spreading.
വിസർജ്ജനം(നാ)- ഉപേക്ഷിക്കൽ, വിസർജ്ജിക്കൽ, ദാനം. abandoning, evacuation of the bowels, donation.
വിസർപ്പം (നാ)- വ്യാപനം, ഇഴച്ചിൽ. expansion, creeping.
വിസാംഗി (നാ)- സുന്ദരി. beautiful woman.
വിസാരി (നാ.വി)- ഒഴുകുന്ന, പരക്കുന്ന. flowing, spreading.
വിസ്തരം (നാ)- അകലം, ശബ്ദത്തിന്റെ പരപ്പ്, വിരിപ്പ്. distance, spread of sound, blanket.
വിസ്തൃത (നാ.വി)- വിസ്താരമുള്ള, പരത്തപ്പെട്ട. expansive, broad.
വിസ്ഫോടം (നാ)- പൊട്ടിത്തെറി, പരു. blister eruption, swelling.
വിസ്മയിക്കുക (അ.ക്രി)- അത്ഭുതപ്പെടുക. be amazed.
വിസ്മിത (നാ.വി)- വിസ്മയിച്ച. wondered.
വിസ്മൃതി (നാ)- മറവി. forgetfulness.
വിസ്സ് (നാ)- കുതിര, കടിഞ്ഞാൺ, പക്ഷി. horse, bridle, bird.
വിഹഗം (നാ)- പക്ഷി, അമ്പ്, മേഘം. bird, arrow, cloud.
വിഹരിക്കുക (അ.ക്രി)- കളിക്കുക, ശുദ്ധീകരിക്കുക. play, purify.
വിഹസനം (നാ)- പുഞ്ചിരി. smile.
വിഹായസ്സ് (നാ)- ആകാശം, അന്തരീക്ഷം. sky, atmosphere.
വിഹിതി (നാ)- അനുഷ്ഠാനം. performance.

വിഹ്വല (നാ.വി)- പരിഭ്രമിച്ച, വ്യാകുലമായ. frightened, grief striken.
വിള (നാ)- വിളവ്, വിളഭൂമി, കൃഷിയിടം. yield of agriculture, agricultural farm, agricultural land.
വിളക്ക് (നാ)-പ്രകാശം നൽകുന്ന ഒരു ഉപകരണം, പ്രകാശം. lamp, light.
വിളംബരം (നാ)- രാജകീയവിജ്ഞാപനം, പരസ്യം, സർക്കാരിൽ നിന്നുള്ള അറിയിപ്പ്. royal proclamation, advertisement, government notification.
വിളയുക (അ.ക്രി)- മൂക്കുക, പാകമാവുക, ഉണ്ടാകുക. become mature, become ripe, be born.
വിളർച്ച (നാ)- രക്തപ്രസാദമില്ലായ്മ. sallowness.
വിളുമ്പ് (നാ)- അരിക്, കര, വക്ക്. edge, border, fringe.
വിഴുപ്പ് (നാ)- അഴുക്ക് വസ്ത്രം, ഉടുത്ത് മുഷിഞ്ഞത്. soiled cloth, dirty linen.
വീക്ഷം (നാ)- കാഴ്ച, അത്ഭുതം. sight, surprise.
വീക്ഷിക്കുക (സ.ക്രി)- ശ്രദ്ധിച്ചുനോക്കുക, കാണുക. observe, watch.
വീഞ്ഞ് (നാ)- മുന്തിരിയിൽ നിന്നെടുക്കുന്ന മദ്യം. wine.
വീട് (നാ)- പാർപ്പിടം, വസതി. house, home.
വീടുക (അ.ക്രി)- കടം തീർക്കുക, പക തീർക്കുക. repay debt, take revenge.
വീട്ടമ്മ(നാ)- ഗൃഹനായിക. housewife.
വീണ (നാ.വി)- താഴോട്ടു പതിച്ച, അധഃപതിച്ച. fallen, declined.
വീണ്ടും(ക്രി.വി)-പിന്നെയും, ആവർത്തിച്ച്. again, repeatedly.
വീതം (നാ)- പങ്ക്, വിഹിതം. share, portion.
വീതി(നാ)-കുറുകെയുള്ള അകലം. width.
വീതിക്കൽ (നാ)- പങ്കുവയ്ക്കൽ, വിഭജിക്കൽ. share, divide.
വീഥി (നാ)- പാത, തെരുവ്, ചന്ത, മട്ടുപാവ്. path, street, market, terrace in front of the house.
വീപ്പ (നാ)- വലിയ മരപ്പാത്രം. a big wooden cask.
വീമ്പ്(നാ)- വീരവാദം, ആത്മപ്രശംസ, ഗർവ്വ്. bragging, self-praise, arrogance.
വീയുക (സ.ക്രി)- വീശുക. fan.
വീര (നാ)- ദുഃഖം, ഒരു വൃക്ഷം. grief, a tree.
വീരത്വം(നാ)- വീരന്റെ ഭാവം. heroism.
വീരൻ (നാ)- ധൈര്യശാലി, ആയോധനവിദഗ്ദ്ധൻ, നടൻ, അഗ്നി, വിഷ്ണു, ഭർത്താവ്. brave man, warrior, actor, fire, Vishnu, husband.
വീരമാതാവ് (നാ)- വീരപുരുഷന്റെ മാതാവ്. mother of a brave man or a warrior.
വീരരജസ്സ് (നാ)- സിന്ദൂരം. vermillion.
വീരരേണു (നാ)- ഭീമസേനൻ. Bhimasena.
വീരവാദ്യം (നാ)- പെരുമ്പറ. kettle drum.
വീരശൂരൻ (നാ)- അസാമാന്യവീരൻ. strong and energetic person.
വീരസ്കന്ദം (നാ)- പോത്ത്. buffalo.
വീരസ്യം (നാ)- പൊങ്ങച്ചം, വീരവാദം. boasting, bragging.
വീരാളി (നാ.വി)- നാനാവർണ്ണമായ. multi-coloured.
വീർക്കൽ (നാ)- പൊള്ളിവരൽ, വണ്ണിക്കൽ, നെടുവീർപ്പിടൽ, ശ്വസിക്കൽ. swelling up, fattening, slighing, breathing.
വീര്യം (നാ)- വീരന്റെ ഭാവം, പരാക്രമം, ധൈര്യം, ശക്തി, ഓജസ്സ്, ശുക്ലം. valour, prowess, bravery, strengthm vigour, semen.
വീവ് (നാ)- കാവ്, ഭാരം, കുറ്റം. temple, grove, weight, fault.
വീശൽ (നാ)- കാറ്റിളകൽ, വലയിടൽ. blowing of wind, casting the net.
വീശുക (അ.ക്രി)- വീശറിയും മറ്റും ആട്ടി കാറ്റുവരുത്തുക, കാറ്റടിക്കുക, വലയിടുക, കൈകാൽ മുതലായവ ആട്ടുക. fan, blow, cast a net, wave the hand.

വീഴ് (നാ.വി)- വീണുപോയ, പാഴായ, നശിച്ച. fallen, wasted, destroyed.
വീഴുക (അ.ക്രി)- പതിക്കുക, അധഃപതിക്കുക, നശിക്കുക, മരിക്കുക. fall down, decline, ruin, die.
വീഴ്ച (നാ)- വീഴൽ, മുടക്കം, കുറ്റം, നാശം, മരണം, പരാജയം, അധഃപതനം. fall, hindrance, fault, ruin, death, failure, downfall.
വുസം (നാ)- പതിര്. something without substance.
വൃകം (നാ)- ചെന്നായ്, നായ്, എലി, കുറുക്കൻ, കലപ്പ, കടുവ, മൂങ്ങ, കാക്ക. wolf, dog, rat, fox, plough, tiger, owl, crow.
വൃകദംശം(നാ)- നായ്. dog.
വൃകോദരൻ (നാ)- ഭീമസേനൻ, ബ്രഹ്മാവ്. Bhimasena, Brahma.
വൃക്ക (നാ)- മൂത്രാശയം, ഹൃദയം. kidney, heart.
വൃക്ത (നാ.വി)- ശുദ്ധീകരിക്കപ്പെട്ട, വിവരിക്കപ്പെട്ട, വിരിക്കപ്പെട്ട. purified, described, spread.
വൃക്ഷം (നാ)- മരം. tree.
വൃക്ഷചരം (നാ)- കുരങ്ങ്. monkey.
വൃക്ഷാലയം (നാ)- പക്ഷി. bird.
വൃക്ഷാവലി (നാ)- മരക്കൂട്ടം. herd of trees.
വൃതി (നാ)- ആവരണം, തിരഞ്ഞെടുപ്പ്, മറവ്, വേലി, അന്വേഷണം. cover, selection, state of being hidden from view, fence, enquiry.
വൃത്തം (നാ)- വട്ടം, വാർത്ത, തൊഴിൽ, ചരിത്രം, ആചാരം, നിയമം, കർത്തവ്യം, പദ്യത്തിന്റെ രൂപഘടന. circle, news, occupation, history, custom, rule, duty, mode of poetic composition.
വൃത്താക്ഷം (നാ)- കോഴി. cock.
വൃത്താന്തം (നാ)- വർത്തമാനം, ചരിത്രം, വിഷയം, ഗുണം, സമയം, അവസരം, ഏകാന്തത, നടപടി, ബുദ്ധി. news, history, subject, quality, time, opportunity, loneliness, procedure, intellect.
വൃത്തി (നാ)- ഉപജീവനം, പ്രവൃത്തി, ജീവിതം, കറക്കം, വെടിപ്പ്, ശുചിത്വം, നടപടി, വ്യാഖ്യാനം, കാവ്യരചനാരീതി. livelihood, action, life, procedure, commentary, mode of poetic composition.
വൃത്തിയാക്കുക (സ.ക്രി)- വെടിപ്പാക്കുക, ശുചിയാക്കുക. clean, make neat.
വൃത്തിസ്ഥം (നാ)- പല്ലി, ഓന്ത് house. lizard, chameleon.
വൃത്രം (നാ)- മേഘം, ഇരുട്ട്, പർവ്വതം, ചക്രം, ശബ്ദം. cloud, darkness, mountain, wheel, sound.
വൃത്രൻ (നാ)- ശത്രു, ദേവേന്ദ്രൻ. enemy, Devendra.
വൃഥാ (ക്രി.വി)- വെറുതെ, ഫലശൂന്യമായി, ബുദ്ധിഹീനമായി. vainly, uselessly, foolishly.
വൃദ്ധ (നാ.വി)- വർദ്ധിച്ച, വയസ്സുചെന്ന, വാർദ്ധക്യമായ, പഠിപ്പുള്ള, വളർന്ന. increased, aged, learned, grown.
വൃദ്ധി (നാ)- അഭിവൃദ്ധി, സമ്പത്ത്, വേലിയേറ്റം, വർദ്ധന. prosperity, wealth, high tide, increase.
വൃന്ദം (നാ)- സമൂഹം, നൂറ് കോടി. group, hundred crore.
വൃന്ദാരം (നാ)- അഴക്, ഉത്കർഷം. beauty, excellence.
വൃശ (നാ)- മരുന്ന്. medicine.
വൃശ്ചികം (നാ)- തേൾ, വൃശ്ചികമാസം. scorpion, the month of Vrischika.
വൃഷം (നാ)- മയിൽപ്പീലി, കുതിര, വീര്യം, നീതി. feather of a peacock, horse, semen, justice.
വൃഷണം (നാ)- പുരുഷബീജകോശം. testicles.
വൃഷഭം (നാ)- കാള, ചെവിയുടെ ദ്വാരം. bull, hole of the ear.
വൃഷ്ട(നാ.വി)-പൊഴിഞ്ഞ, ചൊരിയപ്പെട്ട. showered, poured.
വൃഷ്ടി (നാ)- മഴ, വർഷം, മഴപെയ്യൽ. rain, shower, raining.
വൃഷ്ടികാലം (നാ)- മഴക്കാലം. rainy season.

വൃഷ്ണി (നാ)- മേഘം, കൃഷ്ണൻ, മത വിശ്വാസമില്ലാത്തവൻ, രശ്മി. cloud, SreeKrishna, heretic, ray.

വെകിളി (നാ)- വിരണ്ട അവസ്ഥ, തിടുക്കം. bewildered stage, haste.

വെക്കം(ക്രി.വി)- വേഗത്തിൽ. quickly.

വെക്കുക (സ.ക്രി)- നിക്ഷേപിക്കുക, സ്ഥാപിക്കുക, നടുക, പാചകം ചെയ്യുക. deposit, instal, plant, cook.

വെങ്കലം(നാ)- ഓട്. bell metal, bronze.

വെങ്കായം(നാ)- ചുവന്നുള്ളി. onion.

വെടി (നാ)- വെടിവയ്പ്, പൊളിവചനം. firing, untruthful word.

വെടിക്കുക (അ.ക്രി)- വിള്ളലുണ്ടാകുക, പിളരുക. crack, split.

വെടിയുക (അ.ക്രി)- ഉപേക്ഷിക്കുക, പരിത്യജിക്കുക. abandon, forsake.

വെട്ടിക്കുക (സ.ക്രി)- മുറിപ്പിക്കുക. cause to cut.

വെട്ടുകത്തി (നാ)- വെട്ടാനുപയോഗിക്കുന്ന വലിയ കത്തി. big knife used for cutting.

വെണ്ണ(നാ)-ഉരുക്കാത്ത നെയ്യ്. butter.

വെണ്ണക്കല്ല് (നാ)- മാർബിൾ. marble.

വെണ്ണീറ് (നാ)- ചാരം. ash.

വെന്നി (നാ)- ജയം, അമ്പ്, ഒരു തരം മോർകറി. victory, arrow, a type of curry which is prepared by butter milk.

വെമ്പൽ (നാ)- സംഭ്രമം, തിടുക്കം, ഭയം. confusion, hurry, fear.

വെമ്പാടം (നാ)- വയൽ. paddy field.

വെയിൽ (നാ)- സൂര്യരശ്മി. sunlight.

വെയ്യം (നാ)- ലോകം. world.

വെല്ലം (നാ)- ശർക്കര. molasses.

വെളി (നാ)- വെളിമ്പ്രദേശം, തുറസ്സായ സ്ഥലം, തരിശുഭൂമി, ആകാശം. open expanse of land, barren land, sky.

വെളിച്ചം (നാ)- പ്രകാശം, തെളിവ്, ജ്ഞാനോദയം. light, clarity, knowledge.

വെളിച്ചത്താക്കുക (ക്രി)- പരസ്യമാക്കുക. announce.

വെളിച്ചെണ്ണ (നാ)- തേങ്ങ ആട്ടിയെടുക്കുന്ന എണ്ണ. coconut oil.

വെളിവ് (നാ)- പ്രകാശം, വെണ്മ, സുബോധം. light, whiteness, sensibility.

വെളുത്ത (നാ.വി)- വെള്ള നിറമുള്ള, പൂർണ്ണമായും നശിച്ച. white coloured, completely ruined.

വെളുത്തവാവ് (നാ)- പൗർണ്ണമി. full moon.

വെളുത്തുള്ളി(നാ)- വെള്ളുള്ളി. garlic.

വെളുപ്പിക്കുക(നാ)- വെളുപ്പിനിറമാക്കുക, അലക്കുക. whiten, wash away dirt.

വെളുപ്പ് (നാ)- വെളുത്തനിറം, പ്രഭാതം, വെണ്മ. white colour, dawn, whiteness.

വെള്ളം(നാ)- ജലം, ദ്രാവകം. water, fluid.

വെള്ളി (നാ)- ഒരു ലോഹം, വെള്ളിയാഴ്ച, ശുക്രനക്ഷത്രം. silver, Friday, planet venus.

വെള്ളിമീൻ (നാ)- ശുക്രനക്ഷത്രം. planet Venus.

വെള്ളെഴുത്ത് (നാ)- ഒരു നേത്രരോഗം. long sight.

വെറുക്കുക (സ.ക്രി)- അനിഷ്ടമായി കരുതുക, നികൃഷ്ടമായി കരുതുക. hate, despise.

വെറും (അവ്യ.)- ഒഴിഞ്ഞ, ശൂന്യമായ, വ്യർത്ഥമായ. empty, futile.

വെറുപ്പ് (നാ)- വിദ്വേഷം, ജുഗുപ്സ. disgust, censure.

വെറ്റില (നാ)- വെറ്റ. betel leaf.

വേകുക (അ.ക്രി)- തീ കൊണ്ട് പാകം വരിക, നീറുക, ഉഷ്ണിക്കുക. roast, suffer pain, feel hot.

വേണി (നാ)- പിന്നിയ മുടി, പ്രവാഹം. braided hair, flow.

വേണു (നാ)- ഓടക്കുഴൽ. flute.

വേതനം (നാ)- ശമ്പളം, കൂലി, തൊഴിൽ. wages, salary, occupation.

വേതാളം (നാ)- പിശാച്, ഭൂതബാധയുള്ള ശവം. devil, evil sprit.

വേത്രം (നാ)- ചൂരൽ, പഞ്ഞി. rattan, cotton.
വേദജ്ഞൻ (നാ)- വേദമറിയുന്നവൻ. one who has learned Vedas.
വേദനം (നാ)- അറിവ്, നോവ്, ഇന്ദ്രിയജ്ഞാനം. knowledge, pain, sensory perception.
വേദവദനം (നാ)- വ്യാകരണം. grammar.
വേധശാല (നാ)- നക്ഷത്രബംഗ്ലാവ്. observatory.
വേനൽ (നാ)- ഗ്രീഷ്മകാലം. summer.
വേനൽമഴ (നാ)- വേനൽക്കാലത്തുണ്ടാകുന്ന മഴ. summer showers.
വേപിക്കുക (അ.ക്രി)- വിറയ്ക്കുക. shivering.
വേര് (നാ)- വൃക്ഷമൂലം. root of a tree.
വേർപാട് (നാ)- വിയോഗം. separation.
വേർപ്പ് (നാ)- വിയർപ്പ്. perspiration.
വേല (നാ)- അദ്ധ്വാനം, പണി, സമയം, അതിര്, മോണ. work, employment, time, border, gums of the teeth.
വേലം(നാ)-തോട്ടം, തോപ്പ്. garden, grove.
വേഷം(നാ)- വസ്ത്രം, ആഭരണം, അലങ്കാരം. dress, ornament, decoration.
വേഷ്ടനം (നാ)- തലപ്പാവ്, വേലി, വളപ്പ്, ഭിത്തി. turban, fence, enclosure, wall.
വേഴാമ്പൽ (നാ)- ഒരു പക്ഷി. hornbill.
വേറിട്ട് (ക്രി.വി)- വേർപ്പെട്ട്. separately.
വൈകാരികം (നാ.വി)- വികാരപരമായ. sentimental.
വൈകിക്കുക (സ.ക്രി)- താമസം വരുത്തുക. delay.
വൈകുണ്ഠം (നാ)- വിഷ്ണുലോകം, വെളുത്തതുളസി. mythical abode of Vishnu, white basil.
വൈകൃതം(നാ)- വൈലക്ഷണ്യം, വെറുപ്പ്. deformity, contempt.
വൈഖരി (നാ)- ഹൃദയസ്ഥാനത്തുനിന്നും പുറപ്പെടുന്ന ശബ്ദം, ഭാഷണം. articulate sound, speech.
വൈചിത്ര്യം (നാ)- വിചിത്രത, വൈവിദ്ധ്യം. quaintness, diversity.
വൈജ്ഞാനികൻ (നാ)- ജ്ഞാനി, പാണ്ഡിത്യമുള്ളവൻ. wise person, scholar.
വൈഡൂര്യം (നാ)- നവരത്നങ്ങളിൽ ഒന്ന്. turquoise.
വൈതഥ്യം (നാ)- കള്ളം. falsehood.
വൈതനികം (നാ)- ദിവസക്കൂലി. daily wages.
വൈതരണി (നാ)- നരകത്തിലെ ഒരു നദി, ദുർഘടം, ഏറ്റവും പ്രയാസമുള്ള അവസ്ഥ. a river in hell, danger, something complicated, most difficult condition.
വൈദൻ (നാ)- ജ്ഞാനി, വിദ്വാൻ. learned man, scholar.
വൈദുഷി (നാ)- പഠിപ്പ്, പാണ്ഡിത്യം. learning, knowledge.
വൈദ്യം (നാ)- വൈദ്യശാസ്ത്രം, രോഗചികിത്സ. science of medicine, treatment.
വൈദ്യൻ (നാ)- ചികിത്സകൻ, ആയുർവ്വേദജ്ഞൻ, പണ്ഡിതൻ. physician, Ayurvedic physician, scholr.
വൈദ്യുതി (നാ)- വിദ്യുച്ഛക്തി, മിന്നൽ. electricity, lightning.
വൈധവ്യം (നാ)- വിധവയുടെ അവസ്ഥ. widowhood.
വൈപുല്യം (നാ)- വലിപ്പം, വിസ്തൃതി, സമൃദ്ധി. largeness, magnitude, breadth, plenty.
വൈഫല്യം (നാ)- വിഫലത, പ്രയോജനരാഹിത്യം. futility.
വൈഭവം (നാ)- സമ്പത്ത്, ശക്തി, മഹത്ത്വം, ശ്രേഷ്ഠത. wealth, power, greatness, nobility.
വൈമനസ്യം (നാ)- വിസമ്മതം, ദുഃഖം, രോഗം. unwillingness, grief, worry, disease.
വൈമല്യം (നാ)- നിർമ്മലത. purity.
വൈമുഖ്യം (നാ)- എതിർപ്പ്, വിമുഖത. opposition, reluctance.

വൈയകം (നാ)- ഭൂമി. earth.
വൈയക്തിക (നാ.വി)- വ്യക്തിപരമായ. personal.
വൈരം (നാ)- വജ്രം, കടുപ്പമുള്ളത്. diamond, something very hard.
വൈരകരൻ (നാ)- ശത്രു. enemy.
വൈരക്തം (നാ)- വിരക്തഭാവം, വെറുപ്പ് detachment from worldly connections, aversion.
വൈരസ്യം (നാ)- വിരസത, വെറുപ്പ്. monotony, disgust.
വൈരള്യം (നാ)- വിരളത, ദൗർലഭ്യം. scarcity.
വൈരാജ്യം (നാ)- ജനാധിപത്യം. democracy.
വൈരി (നാ)- ശത്രു, വീരൻ. enemy, brave man.
വൈലക്ഷ്യം (നാ)- അസ്വാഭാവികത. ugliness.
വൈവശ്യം (നാ)- വിവശത, ക്ഷീണം, തളർച്ച. disability, fatigue, weariness.
വൈശ്വാനരൻ (നാ)- അഗ്നി. Agni.
വൈഷമ്യം(നാ)- വിഷമസ്ഥിതി, ദുർഘടാവസ്ഥ, കാഠിന്യം. difficulty, trouble, dangerous situation, hardness.
വൈഷ്ടപം(നാ)-സ്വർഗ്ഗം, ലോകം, വായു, ആകാശം. heaven, world, air, sky.
വൈഷ്ണവൻ (നാ)- വിഷ്ണുവിനെ ആരാധിക്കുന്നവൻ. devotee of Vishnu.
വൗവ്വാൽ (നാ)- വാവൽ. bat.
വ്യക്ത (നാ.വി)- സ്പഷ്ടമായ, വിശദമായ. clear, evident.
വ്യക്തി (നാ)- ഒരാൾ, സ്ഫുടത, വിശദത, തെളിവ്, വേർതിരിവ്, യഥാർത്ഥസ്വഭാവം. individual, clearness, evidence, clarity, differentiation, true character.
വ്യക്തിത്വം(നാ)- വ്യക്തിയുടെ സവിശേഷസ്വഭാവം. personality.
വ്യഗ്രം(ക്രി. വി)- താല്പര്യത്തോടെ, വ്യഗ്രതയോടെ. interestingly, zealously.
വ്യംഗം(നാ)-തവള, മറുക്, ഉരുക്ക്. frog, birth mark, steel.
വ്യഞ്ജിപ്പിക്കുക(നാ)- പ്രകാശിപ്പിക്കുക. shine.
വ്യതികരം(നാ)- കൂട്ടിക്കലർത്തൽ, ആലിംഗനം, വിപത്ത്. blending, embrace, danger.
വ്യതിപാതം (നാ)- ഗ്രഹങ്ങളുടെ വ്യതിചലനം. planetary deviation.
വ്യതിയാനം (നാ)- മാറ്റം, മാറിപോകൽ. change, diversion.
വ്യതിരേകം(നാ)-വ്യത്യാസം, വേർപ്പാട്. difference, separation.
വ്യത്യസ്ത (നാ.വി)- വ്യത്യാസപ്പെട്ട, ഭിന്നമായ. different, contrary.
വ്യത്യാസം(നാ)- അന്തരം, വിപരീതഭാവം, യോജിപ്പില്ലായ്മ. difference, reverse aspect, disharmony.
വ്യഥ (നാ)- ദുഃഖം, വേദന. grief, pain.
വ്യംശകം(നാ)- പർവതം. mountain.
വ്യവസായം(നാ)- പ്രയത്നം, ഉദ്യമം. effort, attempt.
വ്യവസായി (നാ)- വ്യവസായം ചെയ്യുന്നവൻ. industrialist.
വ്യവസ്ഥ(നാ)-ഏർപ്പാട്, ചട്ടം, അവസ്ഥ. arrangement, statute, law.
വ്യവഹാരം (നാ)- നടപടി, കാര്യം, തൊഴിൽ. procedure, deed, work.
വ്യഷ്ടി (നാ)- വ്യക്തി, പ്രത്യേകത. individual, speciality.
വ്യാകരണം (നാ)- ഭാഷാപ്രയോഗനിയമം. grammar.
വ്യാകുലം (നാ)- ദുഃഖം. grief.
വ്യാകുലത (നാ)- ദുഃഖം, ഭീതി, മനോവേദന. grief, fear, mental distress.
വ്യാകൃതി (നാ)- അപഗ്രഥനം, വിവരണം, വ്യാകരണം, വ്യാഖ്യാനം, ആകൃതിമാറ്റം. analysis, description, grammer, commentary, changes of figure.
വ്യാക്ഷോഭം(നാ)-മനഃക്ഷോഭം, കുഴപ്പം. mental agitation, trouble.
വ്യാഘ്രൻ (നാ)- പ്രധാനി, ശ്രേഷ്ഠൻ. leader, noble person.
വ്യാഘ്രാസ്യം (നാ)- പൂച്ച. cat.
വ്യാഘ്രി(നാ)-പെൺപുലി. she leopard.

വ്യാജം (നാ)- കള്ളം, കാപട്യം, വഞ്ചന, കൃത്രിമമായത്. falsehood, lie, hypocrisy, deceit, something artificial.
വ്യാജക്കാരൻ (നാ)- കള്ളൻ, വഞ്ചകൻ. thief, cheat.
വ്യാപിക്കുക (അ.ക്രി)- പരക്കുക. spread.
വ്യാപ്തി (നാ)- പരപ്പ്, വ്യാപിക്കൽ. vastness, spreading.
വ്യായാമം(നാ)-ശാരീരികക്ഷമത വർദ്ധിപ്പിക്കുന്നതിനു വേണ്ടി ചെയ്യുന്ന അദ്ധ്വാനം. physical exercise.
വ്യാവഹാരിക(നാ.വി)-വ്യവഹാരം സംബന്ധിച്ച pertaining to litigation.
വ്യാസം (നാ)- വൃത്തത്തിന്റെ വിലങ്ങനെയുള്ള ഋജുരേഖയുടെ ചുറ്റളവ് diameter.
വ്യാഹാരം (നാ)- ഉച്ചാരണം, വാക്ക്, നർമ്മഭാഷണം. pronunciation, word, funny speech.
വ്യാഴവട്ടം (നാ)- പന്ത്രണ്ട് വർഷം. period of twelve years.
വ്യുൽക്രമം (നാ)- കുഴപ്പം, ലംഘനം, വിപരീതക്രമം. trouble, violation, reverse order.
വ്യൂഹം (നാ)- സൈന്യത്തിന്റെ അണി. division of an army.
വ്യോമം (നാ)- ആകാശം, അന്തരീക്ഷം. sky, atmosphere.
വ്രജം (നാ)- പശുത്തൊഴുത്ത്, മേഘം, കൂട്ടം. cow shed, cloud, group.
വ്രണിത (നാ)- മുറിവേറ്റ, വ്രണപ്പെട്ട. wounded, injured.
വ്രീള (നാ)- ലജ്ജ, വിനയം. bashfulness, modesty.
വ്രീഹി (നാ)- നെല്ല്, നെന്മണി. paddy, grain of paddy.
വ്രീഹ്യാഗാരം (നാ)- ധാന്യപ്പുര. granary.

ശ

ശ - അക്ഷരമാലയിലെ മുപ്പതാമത്തെ വ്യഞ്ജനം. thirtieth consonant of the alphabet.
ശം (നാ)- ക്ഷേമം, ഐശ്വര്യം. welfare, prosperity.
ശകടം (നാ)- വാഹനം, രോഹിണി നക്ഷത്രം. carriage, the star Rohini.
ശകടി(നാ)- ചെറിയ ചാട്. small wheel.
ശകട് (നാ)- ശരാശരി. average.
ശകാരം(നാ)- ആക്ഷേപവാക്ക്. abuse.
ശകാരിക്കുക (സ.ക്രി)- അധിക്ഷേപിക്കുക, ചീത്തപറയുക. revile, abuse.
ശകുനം (നാ)- നിമിത്തം, ലക്ഷണം, കഴുകൻ, പക്ഷി. omen, the first object seen on starting a journey, indicative sign of good or evil happening in the future, vulture, bird.
ശകുനപ്പിഴ (നാ)- ദുശ്ശകുനം. ill omen.
ശകുലം (നാ)- മത്സ്യച്ചിറക്, മത്സ്യം. fin of fish, fish.
ശക്കരം (നാ)- കാള. ox.
ശക്ത (നാ.വി)- ശക്തിയുള്ള, ധനികനായ, ശേഷിയുള്ള, ബുദ്ധിയുള്ള. strong, affluent, having great power, intelligent.
ശക്തി (നാ)- കരുത്ത്, മിടുക്ക്, വാൾ, ബലം, ശൂലം. strength, cleverness, sword, firmness, lance.
ശക്രം (നാ)- മൂങ്ങ, പതിനാല് എന്ന സംഖ്യ. owl, number 14.
ശക്രധനുസ്സ് (നാ)- മഴവില്ല്. rainbow.
ശക്രൻ(നാ)- ഇന്ദ്രൻ, മൂങ്ങ. Indra, owl.
ശക്രി (നാ)- മേഘം, പർവ്വതം, ആന. cloud, mountain, elephant.
ശക്വരി (നാ)- പശു, വിരൽ, നദി. cow, finger, river.
ശങ്കര(നാ.വി)-ശുഭമരുളുന്ന. auspicious.
ശങ്കുമുഖം (നാ)- മുതല. crocodile.
ശംഖ് (നാ)- ഒരു ജലജീവി, നെറ്റിയിലെ ഒരു അസ്ഥി, വലിയ സംഖ്യ. conch, temple bone, huge number.

ശംഖജം(നാ)- വലിയ മുത്ത്. big pearl.
ശട (നാ.വി)- പുളിപ്പുള്ള. sour.
ശഠ(നാ)-നിർബന്ധബുദ്ധിയായ, ചതിയനായ, ദുഷ്ടനായ. obstinate, deceitful, cruel.
ശഠൻ (നാ)- ശാഠ്യക്കാരൻ, മണ്ടൻ, ചതിയൻ. stubborn person, fool, cheat.
ശണ്ഠ (നാ)- കലഹം, വഴക്ക്, യുദ്ധം. fight, conflict, war.
ശതം (നാ)- നൂറ്. one hundred.
ശതകം (നാ)- നൂറ് വർഷം, നൂറിന്റെ സമൂഹം. hundred years, century.
ശതഖണ്ഡം (നാ)- സ്വർണ്ണം. gold.
ശതത്രയം (നാ)- മുന്നൂറ്. three hundred.
ശതദലം (നാ)- താമര. lotus.
ശതപത്രം (നാ)- താമര, മരംകൊത്തി, മയിൽ. lotus, wood pecker, peacock.
ശതമുഖി (നാ)- ചൂല്. broom.
ശത്രി(നാ)- ആന. elephant.
ശത്രു(നാ)-വിരോധി, എതിരാളി, വൈരി. foe, opponent, enemy.
ശത്രുത(നാ)- വൈരം, ശത്രുഭാവം. animosity.
ശദ്രി (നാ)- മേഘം, ആന, കല്ക്കണ്ടം. cloud, elephant, sugar-candy.
ശനി (നാ)- നവഗ്രഹങ്ങളിൽ ഒന്ന്, ശനിയാഴ്ച, ശിവൻ, പാപികളിൽ. മുമ്പൻ saturn, Saturday, Siva, cruel person.
ശൻ (നാ)- ശിവൻ, ആമ, ഒരു ആയുധം. Siva, tortoise, weapon.
ശബരം(നാ)- കൈ, ജലം. hand, water.
ശബരൻ(നാ)- ശിവൻ, കാട്ടാളൻ. Siva, aboriginal.
ശബളം (നാ)- പലനിറം, ജലം multi. - colour, water.
ശബ്ദം(നാ)- ഒച്ച, നാദം, പദം, നാമപദം, പേര്, വ്യാകരണം, ആപ്തവാക്യം. sound, voice, word, noun, name, grammar, wise saying.
ശബ്ദിക്കുക (അ.ക്രി)- ശബ്ദം പുറപ്പെടുവിക്കുക, ഒച്ചവയ്ക്കുക, മിണ്ടുക. sound, make noise, speak.
ശബ്ദിതം (നാ)- വചനം, ശബ്ദം. saying, sound.
ശമനം (നാ)- ശമിക്കൽ, ആശ്വാസം, സമാധാനം, വിരാമം, നിർത്തൽ. cure, relief, peace, stop.
ശമിത (നാ.വി)- ശമിച്ച. cured.
ശമ്പലം (നാ)- വേലക്കൂലി, വേതനം. salary, wages.
ശംബം (നാ)- വജ്രായുധം, മിന്നൽ. Indra's weapon, lightning.
ശംബര (നാ.വി)- ശ്രേഷ്ഠമായ, ഉത്തമമായ. noble, best.
ശംബരം (നാ)- ജലം, സമ്പത്ത്, ഐശ്വര്യം, യുദ്ധം, മേഘം, പർവ്വതം, ഒരിനം മത്സ്യം. water, wealth, prosperity, war, cloud, mountain, a kind of fish.
ശംഭു (നാ)- ബ്രഹ്മാവ്, ശിവൻ, വിഷ്ണു, മുനി. Brahma, Siva, Vishnu, sage.
ശയം(നാ)- ഉറക്കം, കിടക്ക, കട്ടിൽ, കൈ, കുറ്റി, ശകാരം, ശാപം. sleep, bed, cot, hand, stake, abuse, curse.
ശയനം (നാ)- കിടപ്പ്, ഉറക്കം, കിടക്ക, സംഭോഗം. lying, sleep, bed, sexual intercourse.
ശയിക്കുക (അ.ക്രി)- കിടക്കുക, ഉറങ്ങുക, വിശ്രമിക്കുക. lie, sleep, rest.
ശയു (നാ)- പെരുമ്പാമ്പ്. python.
ശയ്യ(നാ)-കിടക്ക, മെത്ത, കട്ടിൽ, നിദ്ര, അഹങ്കാരം. bed, cot, sleep, haughtiness.
ശരം (നാ)- അസ്ത്രം, ജലം, കേട്, വ്രണം, പാൽപ്പാട. arrow, water, fault, wound, cream of milk.
ശരണി (നാ)- നിര, പാത, വഴി. row, path, road.
ശരത്ത് (നാ)- ശരത്കാലം, സംവത്സരം. autumn, year.
ശരഭം (നാ)- എട്ടടിമാൻ, ഒട്ടകം, ആനക്കുട്ടി, ശലഭം. a kind of deer, camel, young elephant, butterfly.

ശരാവാപം (നാ)- വില്ല്. bow.
ശരി (നാ)- തുല്യം, തെറ്റല്ലാത്തത്. equal, something not wrong.
ശരികേട് (നാ)- തെറ്റ്. wrong.
ശരീരം (നാ)- ഉടൽ, മൃതശരീരം. body, dead body.
ശർക്കര(നാ)-കരിമ്പിൻനീര് കുറുക്കിയുണ്ടാക്കുന്ന മധുരവസ്തു. molasses.
ശർവ്വ (നാ)- രാത്രി. night.
ശർവ്വരി (നാ)- സ്ത്രീ, മഞ്ഞൾ, രാത്രി. woman, turmeric, night.
ശലം (നാ)- കുന്തം, കുറ്റി, ഒട്ടകം. lance, stalk, camel.
ശല്യം (നാ)- കുന്തം, അമ്പ്, ഇരുമ്പുപാര, മുള്ള്, അസ്ഥി, മുള്ളൻപന്നി, ഉപദ്രവം, പാപം. lance, arrow, crow-bar, thorn, bone, porcupine, torment, sin.
ശല്ലം (നാ)- തവള, പുറംതൊലി, തൊണ്ട്. frog, skin, husk-rind.
ശവകാമ്യം (നാ)- നായ്. dog.
ശവസാനം (നാ)- ശ്മശാനം, വഴി. cemetery, path.
ശശകം (നാ)- മുയൽ. rabbit.
ശശധരൻ (നാ)- ചന്ദ്രൻ. moon.
ശശാങ്കം(നാ)- കർപ്പൂരം. camphor.
ശശി (നാ)- ചന്ദ്രൻ, പച്ചക്കർപ്പൂരം, മകയീരം നക്ഷത്രം. moon, medicinal camphor, 5th lunar asterism.
ശശികല (നാ)- ചന്ദ്രക്കല. crescent.
ശശിധരൻ (നാ)- ശിവൻ. Siva.
ശസ്ത്രം(നാ)-ആയുധം, ലോഹം, ഉരുക്ക്, അമ്പ്, സ്തുതി, ആവർത്തനം. weapon, metal, steel, arrow, praise, repetition.
ശസ്യം(നാ)- ധാന്യം, സസ്യം, വിളവ്. grain, plant, yield.
ശാകം(നാ)-തേക്ക്, ശക്തി, ഇലക്കറി, ചീര. teak, strength, leafy vegetable, amaranthus.
ശാകംബരി (നാ)- ദുർഗ്ഗ. Durga.
ശാകാഹാരം(നാ)-സസ്യാഹാരം. vegetarian meal.
ശാകുനേയം (നാ)- നത്ത്. a kind of small owl.
ശാക്കരം (നാ)- കാള. ox.
ശാഖൻ (നാ)-സുബ്രഹ്മണ്യൻ. Subrahmanya.
ശാഖാശനം (നാ)- ഒട്ടകം. camel.
ശാംഖം (നാ)- ശംഖനാദം. sound of a conch.
ശാഠ്യം (നാ)- നിർബന്ധബുദ്ധി, ശഠന്റെ ഭാവം. obstinacy, wickedness.
ശാണം (നാ)- ഉരകല്ല്, ഒരളവ്, അറപ്പുവാൾ, ചണവസ്ത്രം. touchstone, a measure, saw, hemp cloth.
ശാതം (നാ)- സന്തോഷം, സുഖം. happiness, joy.
ശാദം (നാ)- ഇളംപുല്ല്. tender grass.
ശാന്ത (നാ.വി)- ശമിപ്പിക്കപ്പെട്ട, സംതൃപ്തമായ, നശിപ്പിക്കപ്പെട്ട, ക്ഷോഭമില്ലാത്ത, മരിച്ച. cured, satisfied, destroyed, calm, dead.
ശാന്തം (നാ)- ശാന്തി, സംതൃപ്തി. peace, contentment.
ശാപം (നാ)- ശപിക്കൽ, പിരാക്ക്. cursing, imprecation.
ശാമം (നാ)- ശമിപ്പിക്കൽ. conciliation.
ശാമീലം (നാ)- ചാമ്പൽ. ashes.
ശാമ്പ്രാണി (നാ)- സാമ്പ്രാണി. frank incense.
ശാംബരി (നാ)- ഇന്ദ്രജാലം, ആഭിചാരിണി. magic, witches.
ശാരിക(നാ)-പഞ്ചവർണ്ണക്കിളി. a kind of parrot.
ശാർക്കം (നാ)- പഞ്ചസാര, കൽക്കണ്ട്. sugar, sugar-cane.
ശാർങ്ഗം(നാ)-വില്ല്, വിഷ്ണുവിന്റെ വില്ല്, ഇഞ്ചി. bow, Vishnu's bow, ginger.
ശാർദ്ദൂലം (നാ)- ശരഭം, കടുവ, പുലി. a kind of large stag, tiger, leopard.
ശാർവ്വരി (നാ)- രാത്രി. night.
ശാലിനി(നാ)-ഗൃഹനായിക. house wife.
ശാലീനത(നാ)- വിനീതഭാവം, ലാളിത്യം. modesty, simplicity.
ശാലേയം (നാ)- വിളഭൂമി. cultivated land.

ശാസം(നാ)- സ്തുതി, ആജ്ഞ. praise, command.

ശാസനം(നാ)-പഠിപ്പിക്കൽ, ശാസിക്കൽ, ഭരണം, കല്പന, ശാസനാപത്രം. instruction, warning, rule, command, edict.

ശാസ്താവ്(നാ)- അയ്യപ്പൻ, രാജാവ്, ശാസിക്കുന്നവൻ, ബുദ്ധൻ. Ayyappa, king, one who commands, the Buddha.

ശാസ്ത്ര (നാ.വി)- ശാസ്ത്രസംബന്ധമായ. pertaining to science.

ശാസ്ത്രം (നാ)- നിഷ്കൃഷ്ടമായ നിരീക്ഷണ പരീക്ഷണങ്ങൾമൂലം ആർജ്ജിക്കുകയോ സ്ഥാപിക്കപ്പെടുകയോ ചെയ്യുന്ന വിജ്ഞാനം. science.

ശാസ്ത്രി (നാ)- ശാസ്ത്രജ്ഞൻ, ഗുരു, വിദ്വാൻ. scientist, preceptor, learned man.

ശിക്ഷകൻ (നാ)- പഠിപ്പിക്കുന്നവൻ. instructor.

ശിഖ (നാ)- അഗ്രം, കൊടുമുടി, ഉച്ചി, കുടുമ, അഗ്നിജ്വാല. top, peak, pate, tuft of hair, flame.

ശിഖണ്ഡികം(നാ)-പൂവൻകോഴി. cock.

ശിഖരം (നാ)- കൊടുമുടി, കക്ഷം, മരക്കൊമ്പ്, കൂർത്ത അറ്റം. peak, armpit, branch of tree, pointed tip.

ശിഖരി (നാ)- കലമാൻ, പർവ്വതം, വൃക്ഷം, കുന്തുരുക്കം. stag, mountain, tree, frankincense.

ശിഖാവലം (നാ)- മയിൽ. peacock.

ശിഖി (നാ)- കൂർത്ത, അഹങ്കാരിയായ. pointed, proud.

ശിതി (നാ.വി)- കറുത്ത, വെളുത്ത. black, white.

ശിതികണ്ഠൻ(നാ)- ശിവൻ. Siva.

ശിഥിലം(നാ)-അയവ്, ക്ഷീണം, തകർച്ച. sickness, fatigue, destruction.

ശിപായി (നാ)- ഭടൻ, ജവാൻ, പ്യൂൺ. soldier, peon.

ശിപി (നാ)- പശു, രശ്മി, ചർമ്മം, ജലം. cow, ray, skin, water.

ശിബിരം (നാ)- പടകുടീരം, പട്ടാളക്കാരുടെ കൂടാരം, കാവൽ. military camp, guard.

ശിര (നാ.വി)- ശിരസ്സിനെ സംബന്ധിച്ച. pertaining to head.

ശിരം (നാ)- ശിരസ്സ്, കിടക്ക, വലിയ പാമ്പ്. head, bed, big snake.

ശിരസിജം (നാ)- തലമുടി. hair.

ശിരസ്സ് (നാ)- തല, അഗ്രം, മുൻഭാഗം. head, front, vanguard.

ശിരി (നാ)- കൊലപാതകി, വാൾ, അമ്പ്. murdrer, sword, arrow.

ശിരോജം (നാ)- തലമുടി. hair.

ശിരോധരം (നാ)- കഴുത്ത്. neck.

ശിരോമണി (നാ)- കിരീടമണി, ശ്രേഷ്ഠവസ്തു. jewel in the crown, something excellent.

ശിരോമർമ്മം (നാ)- പന്നി. pig.

ശിരോമാലി (നാ)- ശിവൻ. Siva.

ശിരോരുഹം (നാ)- തലമുടി. hair.

ശിരോവർത്തി (നാ)- പ്രമാണി, പ്രധാനി. chief.

ശിരോവൃത്തം (നാ)- കുരുമുളക്. pepper.

ശില (നാ)- കല്ല്, കാവി, കന്മദം, ചാണ, കർപ്പൂരം, തലക്കല്ല്. stone, red arsenic, bitumen, whetstone, camphor, head stone.

ശിലാജിത്ത് (നാ)- കന്മദം. bitumen.

ശിലാസാരം (നാ)- ഇരുമ്പ്. iron.

ശില്പം (നാ)- കരകൗശലം, കൈവേല. handicraft, hand work.

ശില്പി (നാ)- കരകൗശലവിദഗ്ദ്ധൻ, ശില്പവേലക്കാരൻ. expert in handicraft, architect, craftsman.

ശിവം (നാ)- മംഗളം, ഭാഗ്യം, ശുഭം, ശിവലിംഗം, ജലം, നെല്ലിക്ക, മോക്ഷം. blessing, fortune, auspiciousness, the idol of Siva, water, gooseberry, salvation.

ശിവപുരി(നാ)-ശിവക്ഷേത്രം, കൈലാസം. temple of Siva, Kailasam.

ശിവാനി (നാ)- പാർവ്വതി. goddess Parvati.

ശിശിരം (നാ)- തണുപ്പ്, ശൈത്യം, മൂടൽമഞ്ഞ്, ചന്ദനം, ശിശിരകാലം. cold, mist, sandalwood, winter.

ശിശു (നാ)- ചെറുപൈതൽ, കുഞ്ഞ്, വിദ്യാർത്ഥി. baby, infant, student.
ശിഷ്ടം (നാ)- ബാക്കി, ശേഷിപ്പ്, നല്ലത്. balance, remainder, something good.
ശിഷ്യൻ(നാ)-വിദ്യാർത്ഥി, വേലക്കാരൻ, പഠിതാവ്. disciple, servant, pupil.
ശീകരം (നാ)- ചാറ്റമഴ, ചെറിയ വെള്ള ത്തുള്ളി, കാറ്റ്. small drop of water, drizzle, wind.
ശീഘ്ര (നാ.വി)- വേഗമേറിയ. speedy.
ശീഘ്രം (നാ)- വേഗത്തിൽ. speedily.
ശീതം (നാ)- തണുപ്പ്, കർപ്പൂരം, ചന്ദ്രൻ, ജലം, വെളുത്തചന്ദനം. cold, camphor, moon, water, white sandal.
ശീതരമ്യം (നാ)- വിളക്ക്. lamp.
ശീതളൻ (നാ)- ചന്ദ്രൻ. moon.
ശീഥി (നാ)- ക്ഷുരകൻ. barber.
ശീമ (നാ)- അതിര്. boundary.
ശീർഷം(നാ)- തല. head.
ശീലം (നാ)- ശീലിച്ചത്, സ്വഭാവം, പരി ചയം, പെരുമ്പാമ്പ്. habbit, character, practice, python.
ശീലക്കേട് (നാ)- ദുഃസ്വഭാവം, പരിച യമില്ലായ്മ, ദേഷ്യം. ill-nature, lack of practice, anger.
ശീലിക്കുക (സ.ക്രി)- പരിശീലിക്കുക. practise.
ശീവേലി(നാ)-അമ്പലത്തിലെ ഒരു പൂജാ കർമ്മം. one of the temple rituals.
ശുകം (നാ)- തത്ത, വസ്ത്രം, തല പ്പാവ്, കിളി. parrot, cloth, turban, bird.
ശുക്ക് (നാ)- ദുഃഖം. grief.
ശുക്രം (നാ)- അഗ്നി, മദ്യം, ശുക്ലം. fire, liquor, semen.
ശുക്രവാരം(നാ)-വെള്ളിയാഴ്ച. Friday.
ശുക്ല (നാ.വി)- വെളുത്ത, പ്രകാശമു ള്ള, ശുദ്ധമായ. white, lustrous, pure.
ശുക്ലം (നാ)- വെളുപ്പ്, വെള്ളി, ബീജം. whiteness, silver, semen.
ശുക്ലപക്ഷം (നാ)- വെളുത്ത പക്ഷം, കൊക്ക്, വെളുപ്പ് bright lunar forthnight, crane, whiteness.
ശുചിത്വം (നാ)- ശുദ്ധി, വെളുപ്പ്, നൈർ മല്യം. purity, whiteness, hygiene.
ശുദ്ധ (നാ.വി)- നിർമ്മലമായ, നിഷ്ക ളങ്കമായ, യഥാർത്ഥമായ. pure, innocent, real.
ശുദ്ധൻ (നാ)-നിർമ്മലചിത്തൻ. virtuous person.
ശുദ്ധി (നാ)- നിർമ്മലത, സത്യം, ശോഭ, നിഷ്കളങ്കത്വം. purity, truth, splendour, innocents.
ശുനകൻ (നാ)- പട്ടി. dog.
ശുഭം(നാ)-മംഗളം, മുത്ത്, ക്ഷേമം, ഐശ്വര്യം. auspiciousness, pearl, welfare, prosperity.
ശുഭാംഗി(നാ)-സുന്ദരി. beautiful woman.
ശുഭ്ര(നാ)-ഗംഗ, പഞ്ചസാര, സ്ഫടികം. Ganges, sugar, glass.
ശുഭ്രം(നാ)-ശുദ്ധമായത്, വെളുപ്പ്, ചന്ദ നം, അഭ്രം. something pure, white, sandal, mica.
ശുഭ്രരശ്മി (നാ)- ചന്ദ്രൻ, കർപ്പൂരം. moon, camphor.
ശുല്കം (നാ)-ചുങ്കം, പണയം, സ്ത്രീ ധനം, ലാഭം. toll, pledge, dowry, profit.
ശുശ്രൂഷ (നാ)- പരിചര്യ, ഭൃത്യവൃത്തി. service, servitude.
ശുഷം(നാ)-സുഷിരം, ദ്വാരം. cavity, hole.
ശുഷിരം (നാ)- എലി, അഗ്നി, അന്ത രീക്ഷം. rat, fire, atmosphere.
ശുഷ്കാംഗി (നാ)-പല്ലി. house lizard.
ശുഷ്മം (നാ)- ശോഭ, പക്ഷി, ശക്തി, എരിക്ക്. brilliance, bird, strength, maddar plant.
ശൂകരം (നാ)- പന്നി. pig.
ശൂദ്ര (നാ)- ശൂദ്രജാതിയിൽപ്പെട്ട സ്ത്രീ. a woman belonging to Sudra caste.
ശൂദ്രൻ (നാ)- ചാതുർവർണ്ണ്യത്തിൽ നാലാമത്തെ ജാതി. fourth of the four castes among Hindus.
ശൂന്യം (നാ)- ശൂന്യത, ഒന്നും ഇല്ലാ ത്തസ്ഥലം, നാശം, ആകാശം, അന്തരീ ക്ഷം, പൂജ്യം. vacuum, empty place, destruction, sky, atmosphere, cypher.

ശൂന്യവാദം(നാ)-നാസ്തികത്വം. nihilism.
ശൂർപ്പം (നാ)- മുറം, വരുണന്റെ യ ജ്ഞായുധം, ഒരു അളവ്. winnowing basket, sacrificial weapon of Varuna, measure.
ശൂലം (നാ)- മുനയുള്ളതും കുന്തംപോലുള്ളതുമായ ആയുധം, രേവതി നക്ഷത്രം. spear, twenty seventh lunar asterism.
ശൃംഖല (നാ)- ചങ്ങല. chain.
ശൃംഗാരം (നാ)- നവരസങ്ങളിൽ ഒന്ന്, രതി സ്ഥായീഭാവമുള്ള രസം, കാമം, മൈഥുനം, സൗന്ദര്യം, സിന്ദൂരം, ഇഞ്ചി, അടയാളം. one of the nine sentiments, sentiment bases on sex, sexual passion, sexual intercourse, beauty, vermillion, ginger, symbol.
ശൃംഗി(നാ)- കൊമ്പുള്ള, ശിഖരമുള്ള. having horn, having branch.
ശേഖരം (നാ)- സംഭാരണം, കൂമ്പാരം, ശിരോലങ്കാരം, കിരീടം, ശിഖരം, ഏറ്റവും ശ്രേഷ്ഠമായത്, കുടുമ, ആനയുടെ നെറ്റിപ്പട്ടം. collection, heap, crest jewel, crown, branch, best of the lot, tuft of hair, decorated cover of the forehead of an elephant.
ശേണം(നാ)-പ്രദേശം, ഭൂമി. place, earth.
ശേവം (നാ)- പാമ്പ്, ഉയരം, ശ്രേഷ്ഠത, ധനം, സുഖം, പുരുഷലിംഗം. snake, height, superiority, wealth, happiness, penis.
ശേവൻ (നാ)- അഗ്നി. fire.
ശേഷം (നാ)- ശേഷിച്ചത്, ശിഷ്ടം, മിച്ചം, ഉച്ഛിഷ്ടം, മരണം, നാശം, ആന. that which remains, remainder, balance, residue, death, destruction, elephant.
ശൈത്താൻ (നാ)- ചെകുത്താൻ, പിശാച് satan, devil.
ശൈത്യം (നാ)- ശീതാവസ്ഥ, തണുപ്പ്. coldness.
ശൈഥില്യം (നാ)- അയവ്, തകർച്ച, ക്ഷീണം, ശിഥിലത. slackness, ruin, weakness, disruption
ശൈലം (നാ)- പർവ്വതം, മല, വലിയ പാറ. mountain, hill, large rock.
ശൈലജ(നാ)-ശ്രീ പാർവ്വതി. Sri Parvati.
ശൈലി (നാ)- കന്മദം. bitumen.
ശോധ്യം (നാ)- വെള്ളി. silver.
ശോഭ (നാ)- ഭംഗി, സൗന്ദര്യം, മഞ്ഞൾ, ആഭരണം. രശ്മി, പ്രകാശം, പ്രസാദം, താമര, beauty, grace, turmeric, ornament, ray, light, brightness, lotus.
ശോഭിക്കുക (അ.ക്രി)- തിളങ്ങുക, പ്രകാശിക്കുക. shine, glitter.
ശോഷണം (നാ)- ശോഷിപ്പിക്കൽ, മെലിച്ചിൽ, ചുക്ക്. drying up, emaciation, dried ginger.
ശോഷിക്കുക (അ.ക്രി)- മെലിയുക, അധഃപതിക്കുക. become thin, decline.
ശൗചം(നാ)-ശുദ്ധി, സത്യം. purity, truth.
ശൗനികം (നാ)- നായാട്ട്. hunting.
ശൗര്യം (നാ)- പ്രതാപം, ശക്തി, ധീരത, ശൂരത. dignity, strength, bravery, valour, prowess.
ശ്മശാനം (നാ)- ചുടുകാട്. burial ground, cemetery.
ശ്യാമ (നാ.വി)- തണലുള്ള, ഇരുണ്ട, കറുത്ത. shady, dark, black.
ശ്യാമം (നാ)- കറുപ്പ് നിറം, കുയിൽ, പച്ചനിറം, മേഘം, കുരുമുളക്, നീലക്കറുപ്പ്. black colour, cuckoo, green colour, cloud, pepper, bluish black.
ശ്യാമള (നാ.വി)- കൃഷ്ണവർണ്ണമായ, ഇരുണ്ട. black, dark.
ശ്വേത (നാ.വി)- വെളുത്ത. white.
ശ്വേതം(നാ)-വെളുപ്പുനിറം. white colour.
ശ്യേനം (നാ)- പരുന്ത്, കുതിര, വെളുപ്പ്, ബലപ്രയോഗം. kite, horse, white colour, application of force.
ശ്രദ്ധാലു(നാ.വി)-ശ്രദ്ധയുള്ള. attentive.
ശ്രദ്ധിക്കുക (അ.ക്രി)- മനസ്സിരുത്തി കേൾക്കുക, കാണുക, വിശ്വസിക്കുക. pay attention to, care for or listen to diligently, believe.
ശ്രമണൻ(നാ)-ബുദ്ധസന്യാസി, ഭിക്ഷു. Buddhist mendicant, mendicant.
ശ്രവം (നാ)- ചെവി, കേൾക്കൽ, കീർത്തി, കേട്ടുപഠിക്കൽ, ധനം, വേദം. ear, hearing, renown, listening and learning, wealth, Veda.

ശ്രവസ്സ് (നാ)- ധനം, ചെവി, യശസ്സ്, മന്ത്രം. wealth, renown, hymn, ear.
ശ്രവിക്കുക (സ.ക്രി)- കേൾക്കുക. hear, listen to.
ശ്രാന്ത (നാ.വി)- ശാന്തമായ, തളർന്ന. calm, wearied.
ശ്രാമം(നാ)-കാലം, സമയം. period, time.
ശ്രാവണം (നാ)- ശ്രവിപ്പിക്കൽ, ചിങ്ങമാസം. act of making one listen, the month Chingam.
ശ്രിതി (നാ)- ആശ്രയം, സമീപിക്കൽ. refuge, approach.
ശ്രിതവാൻ(നാ)-അഭയാർത്ഥി. refugee.
ശ്രീ(നാ)- ഐശ്വര്യം, ധനം, നിധി, താമര, വാക്ക്, ലക്ഷ്മീദേവി, ശ്രീപാർവ്വതി, സരസ്വതി, ശോഭ. prosperity, wealth, treasure, lotus, word, goddess Lakshmi, Sri Parvati, Saraswathi, lustre.
ശ്രീകണ്ഠൻ (നാ)- ശിവൻ. Siva.
ശ്രീകരം(നാ)- ഐശ്വര്യം. prosperity.
ശ്രീഗേഹം (നാ)- താമര. lotus.
ശ്രീദേവി(നാ)-മഹാലക്ഷ്മി. Maha-Lakshmi.
ശ്രീപുത്രം (നാ)- കർപ്പൂരം. camphor.
ശ്രീഭ്രാതാവ്(നാ)- ചന്ദ്രൻ, കുതിര. moon, horse.
ശ്രീമത്ത് (നാ)- ഭാഗ്യം, സിന്ദൂരം, ഐശ്വര്യം. fortune, vermillion, prosperity.
ശ്രീമാൻ (നാ)- ഐശ്വര്യമുള്ളവൻ, ശിവൻ, വിഷ്ണു. prosperously blessed man, Siva, Vishnu.
ശ്രീലം (നാ)- ഐശ്വര്യം. prosperity.
ശ്രുതി (നാ)- കേൾവി, ചെവി, ശബ്ദം, കിംവദന്തി. hearing, ear, sound, rumour.
ശ്രേണി (നാ)- വരി, നിര, പരമ്പര. line, row, series.
ശ്രേണിക (നാ)- കൂടാരം. tent.
ശ്വാനൻ (നാ)- പട്ടി. dog.
ശ്വാസം (നാ)- ശ്വസിക്കൽ, വായു, പ്രാണൻ, മരണവായു. breathing, air, life, the last breath.
ശ്വാസനാളം (നാ)- ശ്വാസനാളക്കുഴൽ. trachea.
ശ്വിതം (നാ)- വെളുപ്പ്. whiteness.
ശ്വേതം (നാ)- വെളുപ്പ്, വെള്ളി. whiteness, silver.
ശ്വേതമാലം(നാ)-മേഘം, പുക. cloud, smoke.
ശ്വേതവാജി (നാ)- ചന്ദ്രൻ, അർജ്ജുനൻ. moon, Arjuna.
ശ്ലാഘ (നാ)- പ്രശംസ, സേവ, ആത്മപ്രശംസ, ഇച്ഛ. praise, service, boasting, desire.
ശ്ലാഘനം (നാ)- പ്രശംസിക്കൽ, ആത്മസ്തുതി. praising, self- praise.
ശ്ലീല (നാ.വി)- ഐശ്വര്യമുള്ള, ഭാഗ്യമുള്ള, സഭ്യമായ. prosperous, fortunate, decent.
ശ്ലേഷം(നാ)-ആലിംഗനം, ചേർച്ച, ശ്ലേഷാലങ്കാരം. embrace, harmony, name of a figure of speech.
ശ്ലേഷ്മം (നാ)- ലസിക, കഫം. lymph, phlegm.
ശ്ലോകം(നാ)-യശസ്സ്, പ്രതാപം, സ്തുതി. fame, dignity, praise.

ഷ

ഷ - അക്ഷരമാലയിലെ മുപ്പത്തിയൊന്നാമത്തെ വ്യഞ്ജനം. thrity first consonant of alphabet.
ഷഡ് (നാ)- ആറ്. six.
ഷട്കം (നാ)- ആറെണ്ണം. six numbers.
ഷഡഗൻ(നാ)-മഠയൻ, മൂഢൻ. idiot, fool.
ഷഡശീതി (നാ)- എൺപത്താറ് eighty six.
ഷഡ്ജം(നാ)-സപ്തസ്വരങ്ങളിൽ ആദ്യത്തേത്. first of the seven basic sounds of music.
ഷഡ്പദം(നാ)- ആറുകാലുള്ള പ്രാണി. insect having six legs.
ഷഡ്പദി(നാ)- പെൺവണ്ട്, ആറുവരിയുള്ള പദ്യം. female beetle, hexameter.
ഷഡ്ബിന്ദു(നാ)-വിഷ്ണു. Vishnu.
ഷണ്ഡം(നാ)- താമരക്കൂട്ടം, നപുംസകം. a cluster of lotus, neuter.
ഷഷ്ടി (നാ)- അറുപത്. sixty.
ഷഷ്ടിപൂർത്തി(നാ)-അറുപത് വയസ്സു കഴിയൽ. completion of sixty years age.

ഷഷ്ഠി (നാ)- ആറാമത്തെ പക്കം. sixth lunar day.
ഷാഡവം (നാ)- സംഗീതം, ഭാവം. music, expression.
ഷാപ്പ് (നാ)- മദ്യംവിൽക്കുന്ന സ്ഥലം, കട. toddy shop, shop.
ഷോക്കടിക്കുക (സ.ക്രി)- വൈദ്യുതാഘാതമേൽക്കുക. get a shock from electricity.
ഷോഡതി (നാ)- ഭാഗ്യക്കുറി. lottery.
ഷോഡശകലകൾ (നാ)- ചന്ദ്രന്റെ പതിനാറ് കലകൾ. the sixteen crescent shapes of the moons.
ഷോഡശാംഘ്രി (നാ)- ഞണ്ട്. crab.
ഷോഡശാവർത്തം(നാ)-ശംഖ്. conch.
ഷ്ഠീവധാനം (നാ)- കോളാമ്പി. spitting pot.
ഷ്ഠീവനം (നാ)- തുപ്പൽ. saliva.
ഷ്ഠ്യൂമം (നാ)- വെള്ളം. water.

സ

സ - അക്ഷരമാലയിലെ മുപ്പത്തിരണ്ടാമത്തെ വ്യഞ്ജനം. thirty second consonant of the alphabet.
സ (വി)- ഒരു ഉപസർഗ്ഗം. a prefix.
സകട (നാ)- നിന്ദ്യമായ, നീചമായ. low, base.
സകർമ്മകക്രിയ (നാ)- കർമ്മമുള്ള ക്രിയ. verb transitive.
സകല (നാ.വി)- മുഴുവനായ. all.
സകാമം (ക്രി.വി)- സന്തോഷപൂർവ്വം, താത്പര്യപൂർവ്വം, നിശ്ചയമായി. joyfully, interestingly, surely.
സകൃത്ത് (അവ്യ.)- എല്ലായ്പ്പോഴും, ഒരിക്കൽ. always, once.
സകൈതവൻ (നാ)- വഞ്ചകൻ. cheat.
സക്ത(നാ.വി)-ആസക്തിയുള്ള, താത്പര്യമുള്ള, ബന്ധപ്പെട്ട. ardent, interested, related.
സഖൻ (നാ)- തോഴൻ, ബന്ധു. friend, relative.
സഖി (നാ)- തോഴി. female. friend.
സഖ്യം (നാ)- കൂട്ടുകെട്ട്, സന്ധി. companionship, pact.
സങ്കടം (നാ)- ദുഃഖം, പരാതി, ഞെരുക്കം, ആപത്ത്. sorrow, complaint, narrowness, danger.
സങ്കര(നാ.വി)- സമ്മിശ്രമായ. blended.
സങ്കർഷണം (നാ)- ആകർഷണം, ഉഴവ്. attraction, ploughing.
സങ്കലനം (നാ)- ഒന്നിച്ചാക്കൽ, സംഗ്രഹം, കലർപ്പ്. fusion, summary, blending.
സങ്കല്പം (നാ)- ഭാവന, ധ്യാനം, മനസ്സ്, പ്രതീക്ഷ. imagination, meditation, mind, expectation.
സങ്കല്പനം(നാ)-സങ്കല്പിക്കൽ. imaginating.
സങ്കല്പലോകം (നാ)- സങ്കല്പത്തിൽ മാത്രമുള്ള ലോകം. imaginary world.
സങ്കീർണ്ണം (നാ)- വിഷമം, കാവ്യദോഷം, അശുദ്ധവസ്തു. complication, flaw in poetry, impurity.
സങ്കീർണ്ണ (നാ.)- കടങ്കഥ. riddle.
സങ്കീർത്തനം (നാ)- സ്തുതി, സ്തോത്രം. song of praise, hymn.
സങ്കേതം (നാ)- രക്ഷാസ്ഥാനം, സൂചന, ഉടമ്പടി, അടയാളം. refuge, indication, pat, symbol.
സങ്കോചം (നാ)- ചുരുങ്ങൽ, ലജ്ജ, വരൾച്ച. contraction, shiness, drought.
സംക്ഷയം (നാ)- നാശം, ക്ഷയിക്കൽ. destruction.
സംക്ഷേപം(നാ)- സാരാംശം, ചുരുക്കൽ, നശിപ്പിക്കൽ. summary, summarizing, destruction.
സംഖ്യ (നാ)- അക്കം, അറിവ്, യുക്തി, ഗ്രഹണശക്തി. number, knowledge, logic, grasping power.
സംഗം (നാ)- കൂടിച്ചേരൽ, ആസക്തി, സംയോഗം, യുദ്ധം. association, strong interest, sexual intercourse, battle.
സംഗതി (നാ)- ഒത്തുചേരൽ, യാദൃച്ഛികസംഭവം, കാര്യം, വിഷയം, സംഭവം,

വസ്തു. conjunction, accidental occurrence, purpose, subject, incident, object.
സംഗീതം (നാ)- ഗാനം, സംഗീത ശാസ്ത്രം, കർണ്ണാനന്ദകരമായ നാദം. song, music, pleasing sound.
സംഗീതകച്ചേരി(നാ)- പാട്ടുകച്ചേരി. music concert.
സംഗ്രഹണം (നാ)- സംഗ്രഹിക്കൽ. abstraction.
സംഗ്രാമം (നാ)- ആൾക്കൂട്ടം, യുദ്ധം, സൈന്യം. crowd, battle, army.
സംഘം (നാ)- യോഗം, സമൂഹം, സമാജം. assembly, society, association.
സംഘടിക്കുക (അ.ക്രി)- ഒത്തുചേരുക, ഒത്തുചേർന്ന് വ്യവസ്ഥാപിതമായ രീതിയിൽ സംഘം രൂപവത്കരിക്കുക. unite, form into a constitutional group or association.
സംഘാടം (നാ)- ചങ്ങാടം. raft.
സംഘാടകൻ (നാ)- സംഘടിപ്പിക്കുന്നവൻ. organizer.
സംഘാതം (നാ)- വധം, കൂട്ടിമുട്ടൽ, ശരീരം, എല്ല്, കഫം. slaughter, conflict, body, bone, phlegm.
സചനം (നാ)-സഹായം, സേവനം, തുണ. help, service, assistance.
സചാതൻ (നാ)- സഹോദരൻ. brother.
സജ്ജനം (നാ)- വിശിഷ്ടജനം. noble people.
സഞ്ചയം (നാ)- കൂമ്പാരം, കൂട്ടം, കൂന. group, collection, heap.
സഞ്ചാരം (നാ)- യാത്ര, നടപ്പ്, പ്രയാസം. journey, travel, difficulty.
സഞ്ചാരകഥ (നാ)- യാത്രാവിവരണം. travelogue.
സഞ്ജീവനി (നാ)- മരിച്ചവരെ ജീവിപ്പിക്കുന്ന ഒരു ഔഷധം, ആഹാരം. mythical life-restoring medicine, food.
സട (നാ)- ജട, കുഞ്ചിരോമം, കിരീടം. clotted hair of an ascetic, mane of a lion, crown.
സടം (നാ)- വെളുത്തീയം. tin.
സതതം (ക്രി.വി)- നിത്യവും, എല്ലായ്പ്പോഴും. eternally, always.
സതി (നാ)- പതിവ്രത, പതിയുടെ ചിതയിൽ ചാടി പത്നി ദേഹത്യാഗം ചെയ്യുന്ന ആചാരം, ദാനം, അവസാനം, നാശം. virtuous wife, custom of widows burning themselves on their huband's pyre, gift, end, destruction.
സതീർത്ഥൻ (നാ)- സഹപാഠി. classmate.
സത്ത് (നാ)- സാരം, ചാറ്, സത്യം, നന്മ, ജലം. essence, juice, truth, virtue, water.
സത്യവാചകം(നാ)- നേരായ വാക്ക്. terms of an oath.
സത്യവാദി(നാ)- സത്യം പറയുന്നവൻ. honest man.
സത്യാഗ്രഹം(നാ)-ഏതെങ്കിലും സത്യം നിറവേറ്റാനായി ചെയ്യുന്നതും നിഷ്കൃഷ്ടമായ അഹിംസയിൽ അധിഷ്ഠിതവുമായ യത്നം. non- violent and virtuous fight to attain righteous ideal.
സത്രം (നാ)- വഴിയമ്പലം, ഊട്ടുപ്പുര, അഭയസ്ഥാനം. Inn, dining hall, refuge.
സദനം (നാ)- ഭവനം, സദസ്സ്, ജലം, ക്ഷീണം. home, assembly, water, fatigue.
സദസ്സ്(നാ)-സഭ, വിദ്വാന്മാരുടെ യോഗം. assembly, learned folk.
സദാ(അവ്യ)- എല്ലായ്പ്പോഴും. always.
സദാചാരം (നാ)- ധാർമികജീവിതം നയിക്കുന്നവർ പാലിക്കേണ്ട ആചാരം. morality.
സദ്യ(നാ)- വിഭവസമൃദ്ധമായ ഭോജനസത്കാരം. banquet, feast.
സധി (നാ)- അഗ്നി. fire.
സധിസ്സ് (നാ)- കാള. ox.
സനാതനൻ (നാ)- ബ്രഹ്മാവ്, വിഷ്ണു, ശിവൻ. Brahma, Vishnu, Siva.
സന്തപ്ത (നാ.വി)- തീവ്രമായി ദുഃഖിക്കുന്ന. afflicted.

സന്താപം (നാ)- ദുഃഖം, വേദന, ചൂട്, കോപം. grief, pain, heat, anger.
സന്തുലനം(നാ)- സമതുലനം ചെയ്യൽ. balancing.
സന്തുഷ്ടി (നാ)- സംതൃപതി, സന്തോഷം. satisfaction, delight.
സന്തോഷം (നാ)- ആഹ്ലാദം, പ്രസന്നത, തൃപ്തി. happiness, joy, satisfaction.
സന്ദർഭം (നാ)- അവസരം, നെയ്ത്ത്. opportunity, weaving.
സന്ദർശകൻ (നാ)- സന്ദർശിക്കുന്നവൻ. visitor.
സന്ദേശം (നാ)- അറിയിപ്പ്, ദൗത്യം, കത്ത്. information, mission, letter.
സന്ദേഹം (നാ)- സംശയം, അനിശ്ചിതത്വം. doubt, uncertainty.
സന്ധി (നാ)- ചേർച്ച, യോജിപ്പ്, രണ്ട സ്ഥികൾ യോജിക്കുന്ന സ്ഥാനം. union, joining, bone joint.
സന്ധ്യ(നാ)- അന്തി, അർദ്ധരാത്രി, ചേർപ്പ്. dusk, midnight, joining.
സന്നയം (നാ)- സമൂഹം, സംഖ്യ. society, number.
സന്നി (നാ)- ഒരു രോഗം, സന്നിപാതം. fit, convulsion.
സന്നിഹിതം(നാ)-സാമീപ്യം. nearness.
സന്മയൻ(നാ)- ഈശ്വരൻ. god.
സന്മാർഗം (നാ)- നല്ല വഴി, സദാചാരം. path of virtue, morality.
സന്യാസം (നാ)- ലൗകികമായ സർവവും പരിത്യജിച്ചു കൊണ്ടുള്ള ബ്രഹ്മധ്യാനം. asceticism.
സപ്തം(നാ)- ഏഴ്. seven.
സപ്തതി (നാ)- എഴുപത്, എഴുപതാം പിറന്നാൾ. seventy, 70th birthday.
സപ്താംശം (നാ)- അഗ്നി. fire.
സപ്താശ്വൻ(നാ)- സൂര്യൻ. sun.
സഫല (നാ.വി)- ഫലത്തോട് കൂടിയ. fruitful.
സഭാവനൻ (നാ)- ശിവൻ. Siva.
സഭ്യം(നാ)- സഭയ്ക്ക് ചേർന്നത്, സംസ്കാരത്തിന് ചേർന്നത്. parliamentary, that which is suitable for culture.
സമം(നാ)-തുല്യത, നിരപ്പ്. equality, flat.
സമകോലം (നാ)- പാമ്പ്. snake.
സമചതുരം(നാ)- സമവശങ്ങളോടും കോണുകളോടും കൂടിയ ചതുരശ്രം. square.
സമജനി (നാ)- സഹോദരൻ. brother.
സമജ്ഞ(നാ)- ശോഭ, പ്രശസ്തി. grace, fame.
സമത (നാ)- തുല്യത, നിരപ്പ്. equality, flat.
സമതലം (നാ)- നിരപ്പായ ഭൂമി. plain.
സമന്തഭുക്ക് (നാ)- അഗ്നി. fire.
സമന്വയിക്കുക (സ.ക്രി)- യോജിപ്പിക്കുക, പരസ്പരം ബന്ധപ്പെടുത്തുക. unite, inter-relate.
സമന്വിത (നാ.വി)- സമന്വയിച്ച, പിന്തുടർന്ന. mingled, followed.
സമയം(നാ)-കാലം, ഉചിതകാലം, മുഹൂർത്തം, അവസരം. time, occasion, auspicious time, opportunity.
സമരം (നാ)- യുദ്ധം, ഏറ്റുമുട്ടൽ, പ്രക്ഷോഭണം. battle, slaughter, collision.
സമാചാരം(നാ)- ശരിയായ ആചാരം, വാർത്ത. good practice or performance, news.
സമാജ്ഞ (നാ)- പ്രസിദ്ധി. fame.
സമാദേശം (നാ)- ഉപദേശം, ആജ്ഞ. advice, order.
സമാധാനം (നാ)- ശാന്തമായ അവസ്ഥ, ധ്യാനം, മനസ്സിന്റെ അടക്കം. peace, meditation, control of the mind.
സമാനം(ക്രി.വി)- തുല്യം, ഒപ്പം, കൂടി. equally, together with, with.
സമാനൻ (നാ)- തുല്യൻ, സ്നേഹിതൻ, പഞ്ചവായുക്കളിൽ ഒന്ന്. equal, friend, one of the vital airs.
സമാപക (നാ.വി)- സമാപിക്കുന്ന, അവസാനിക്കുന്ന. closing, ending.
സമാപനം(നാ)-അവസാനിക്കൽ, നേട്ടം, വധം. conclusion, end, slaughter.
സമാപ്തി (നാ)- നിർവ്വഹണം, പൂർത്തി, പര്യവസാനം. consummation, completion, end.

സമാരംഭം (നാ)- ഭംഗിയായ ആരംഭം. good beginning.
സമാസം (നാ)- കൂട്ടിച്ചേർപ്പ്. joining, together.
സമാഹാരം(നാ)- ഒരുമിച്ച് ശേഖരിച്ചത്, സംഗ്രഹം. collection, summary.
സമാഹ്വ (നാ)- പേര്. name.
സമിത്ത് (നാ)- വിറക്, ചമത. firewood, tree Butea Frondosa.
സമിഥം(നാ)-അഗ്നി, യുദ്ധം. fire, battle.
സമിരൻ (നാ)- കാറ്റ്. wind.
സമീകം(നാ)- കുന്തം, യുദ്ധം. lance, battle.
സമീകരണം (നാ)- സമീകരിക്കൽ, തുല്യമാക്കൽ. equalization, balancing.
സമീചം (നാ)- സമുദ്രം. ocean.
സമീചി (നാ)- സ്മൃതി, മാൻപേട. recollection, female deer.
സമീപത (നാ)- സാമീപ്യം. nearness.
സമീരൻ (നാ)- കാറ്റ്, വായു. wind, air.
സമുദായം (നാ)- ജാതിവിഭാഗം, ജനസമൂഹം, ക്ഷേത്രഭരണസമിതി. community, caste, division of society, temple managing committee.
സമുദ്ര (നാ.വി)- കടലിനെ സംബന്ധിച്ച. pertaining to ocean.
സമുദ്രം (നാ)- കടൽ, മുദ്രവച്ചത്, നാല് എന്ന അക്കം. sea, something attested by a seal, the number four.
സമുദ്രനേമി (നാ)- ഭൂമി. earth.
സമൂഹം (നാ)- കൂട്ടം, സമുദായം. multitude, community.
സമൃദ്ധ (നാ.വി)- ധാരാളമായ, വളർന്ന. plentiful, abundant.
സംജ്ഞൻ (നാ)- ശിവൻ. Siva.
സംജ്ഞപനം (നാ)- വധം, കൊല. slaughter.
സമ്പത്ത് (നാ)- ധനം, ഐശ്വര്യം, ലാഭം, നേട്ടം. wealth, prosperity, profit, achievement.
സമ്പന്നൻ (നാ)- ധനവാൻ, ശിവൻ. rich person, Siva.
സമ്പർക്കം (നാ)- സംസർഗ്ഗം, കൂട്ടുകെട്ട്, സ്പർശം. contact, company, touch.
സമ്പാദം (നാ)- പൂർത്തീകരണം, നേട്ടം. completion, achievement.
സമ്പാദിക്കുക (അ.ക്രി)- നേടുക, ധനം സംഭരിച്ച് സൂക്ഷിക്കുക. earn, save money.
സമ്പാദ്യം (നാ)- സമ്പാദിക്കപ്പെട്ടത്, സംഭരിച്ച ധനം. savings, earnings.
സമ്പൂർണ്ണം (നാ)- പൂർണ്ണമായത്, മുഴുവനായത്, ആകാശം. that which is complete, whole, sky.
സമ്പ്രദായം (നാ)- പാരമ്പര്യന്യായം, രീതി. traditional justification, manner.
സംപ്രേക്ഷണം (നാ)- ദർശനം, ആലോചന, വീക്ഷിക്കൽ. view, thought, observing.
സംപ്രേക്ഷണം(നാ)-ടെലിവിഷൻ സ്റ്റേഷനിൽനിന്നുള്ള പ്രക്ഷേപണം, അറിയിപ്പ്. telecasting, announcement.
സംബന്ധം (നാ)- ചേർച്ച, വിവാഹം, പരസ്പരബന്ധം. union, marriage, relation.
സംബന്ധിക്കുക (അ.ക്രി)- പങ്കുകൊള്ളുക. participate.
സംബുദ്ധി (നാ)- വിവേകം, പാകത വന്ന ബുദ്ധി, പേര്. sense, matured mind, name.
സംഭരിക്കുക (അ.ക്രി)- ശേഖരിക്കുക, സമ്പാദിക്കുക. gather, earn.
സംഭിക്കുക (അ.ക്രി)- ഉണ്ടാകുക, ഭവിക്കുക, ഉത്ഭവിക്കുക. happen, occur, originate.
സംഭാരം (നാ)- കൂമ്പാരം, കൂട്ടം, (ഉപ്പ്, മുളക്) എന്നിവ ചേർത്തുണ്ടാക്കിയ മോരുവെള്ളം. heap, group, diluted butter milk mixed with salt and chilli.
സംഭാവന (നാ)- പാരിതോഷികം, സ്നേഹം, കീർത്തി. gift, love, fame.
സംഭാഷണം (നാ)- പരസ്പരഭാഷണം, ഉടമ്പടി. conversation, agreement.
സംഭ്രമം (നാ)- പരിഭ്രമം, മനോവിഭ്രാന്തി, ആദരം. consternation, mental agitation, adoration.
സമ്മതം (നാ)-അനുമതി, അംഗീകാരം, പൊതു ജനപ്രീതി. consent, recognition, recognition by the public.

സമ്മതിദാനം (നാ)- വോട്ടുനൽകൽ. voting.
സമ്മതിദായകൻ (നാ)- വോട്ടുചെയ്യുന്നവൻ. voter.
സമ്മർദ്ദം (നാ)- ഞെരുക്കം, നിർബന്ധം, യുദ്ധം. pressure, compulsion, battle.
സമ്മാനിക്കുക (ക്രി)- ദാനം ചെയ്യുക, പാരിതോഷികം നൽകുക. donate, present.
സമ്മിശ്ര (നാ.വി)- കൂട്ടികലർത്തപ്പെട്ട, മിശ്രണം ചെയ്യപ്പെട്ട. that which is mixed together, mixture.
സമ്മുഖി (നാ)-മുഖക്കണ്ണാടി. mirror.
സമ്മേളിക്കുക (അ.ക്രി)- ഒന്നിച്ചുചേരുക, യോഗം കൂടുക. gather together, meet together.
സമ്മോദം (നാ)- വലിയ ആഹ്ലാദം. great joy.
സമ്മോഹനം(നാ)-വശീകരണം, മോഹിപ്പിക്കുന്നത്. seduction, that which fascinates.
സംയതൻ (നാ)- സന്ന്യാസി. ascetic.
സംയമം (നാ)- നിയന്ത്രണം, മനോനിയന്ത്രണം. control, control of the mind.
സംയമനം (നാ)- വ്രതനിയമം, നിയന്ത്രിക്കൽ. laws of penance, controlling.
സംയുക്ത (നാ.വി)- സംയോജിച്ച, കൂടിച്ചേർന്ന. joined, combined.
സംരക്ഷണം(നാ) - രക്ഷണം, സൂക്ഷിപ്പ് protection, keeping.
സംവത്സരം (നാ)- ആണ്ട്, വർഷം. year.
സംവദനം (നാ)- സംവാദം, ചർച്ച, തർക്കം. discussion, conversation, dispute.
സംവരണം (നാ)- പ്രത്യേകം നീക്കിവയ്ക്കൽ, മൂടി. reservation, lid.
സംവിധാനം (നാ)- ആസൂത്രണം, ഒരുക്കൽ, വിന്യാസം, രചന. planning, preparation, arrangement, composition.
സംവൃത (നാ.വി)- ആവരണം ചെയ്യപ്പെട്ട, നിയന്ത്രിക്കപ്പെട്ട, ചുറ്റപ്പെട്ട. covered, controlled, surrounded.
സംവേദനം (നാ)- ഇന്ദ്രിയാവബോധം, അറിവ്, വേദന. perceiving through sense organs, knowledge, pain.
സംശയിക്കുക (അ.ക്രി)- സന്ദേഹിക്കുക, മടിച്ചു നിൽക്കുക. suspect, hesitate.
സംസാരം (നാ)- സംഭാഷണം, ലൗകിക ജീവിതം, ഭാര്യ, ഐഹികബന്ധം, ലോകം. conversation, worldly life, wife, worldly relation, world.
സംസ്കരിക്കുക (സ.ക്രി)- ശുദ്ധീകരിക്കുക, ശവദാഹം നടത്തുക, പരിഷ്കരിക്കുക. purify, cremate,civilize.
സംസ്കാരം (നാ)- ശുദ്ധീകരിക്കൽ, ശവസംസ്കാരം, മനസ്സിന്റെ സംസ്കാരം. purification, cremation, culture.
സംസ്ഥാപനം (നാ)- സംസ്ഥാപിക്കൽ. installation.
സംഹരിക്കുക (സ.ക്രി)- നശിപ്പിക്കുക, കൊല്ലുക, പിൻവലിക്കുക. destroy, kill, withdraw.
സംഹർഷം (നാ)- രോമാഞ്ചം, ആനന്ദം. horripilation, joy.
സംഹാരം (നാ)- സംഹരിക്കൽ, പ്രളയം, ലോകാവസാനം, നരകം. destruction, deluge, end of the universe, hell.
സംഹിത (നാ)- നിയമാവലി, ഋക്കുകളുടെ സമൂഹം, പരമാത്മാവ്, കൂട്ടിച്ചേർത്തുണ്ടാക്കിയ പുസ്തകം. system of laws, multitude of Vedic utterance, supreme soul, book of collections.
സരസ (നാ.വി)- നീരുള്ള, രസമുള്ള, മനോഹരമായ, നവമായ. having water or juice, interesting, beautiful, new.
സരസിജം (നാ)- താമര. lotus.
സരസ്സ് (നാ)- താമരപ്പൊയ്ക, കൃത്രിമമായ പൊയ്ക. lotus pool, artificial lake.
സർക്കാർ (നാ)- ഭരണകൂടം, ഭരണം. government, administration.
സർപ്പം (നാ)- പാമ്പ്, വളഞ്ഞുപുളഞ്ഞുള്ള ഗതി, ഒഴുക്ക്. serpent, zig zag motion , flow.
സർപ്പച്ഛത്രം (നാ)- കൂണ്. mushroom.

സർവ്വം(അവ്യ.)- മുഴുവനും, പൂർണ്ണമായി. entirely, wholly.
സർവ്വകലാശാല (നാ)- എല്ലാ വിദ്യകളും അഭ്യസിപ്പിക്കുന്ന ഉന്നത വിദ്യാഭ്യാസസ്ഥാപനം. university.
സർവ്വജനീന (നാ)- എല്ലാ ജനങ്ങളേയും സംബന്ധിച്ച, പൊതുവായ. pertaining to all people, universal.
സർവ്വജ്ഞൻ (നാ)- എല്ലാം അറിയുന്നവൻ, ഈശ്വരൻ. all knowing one, god.
സർവ്വതോമുഖം (നാ)- ജലം, അഗ്നി, ആകാശം, സ്വർഗ്ഗം. water, fire, sky, heaven.
സർവ്വംസഹ (നാ)- ഭൂമി. the earth.
സർവ്വരസം (നാ)- ഉപ്പ്. salt.
സർവ്വസംഗപരിത്യാഗി (നാ)- ഐഹികസംഗങ്ങളെല്ലാം പരിത്യജിച്ചവൻ, യോഗി. quietist, yogi.
സർവ്വസ്വം(ക്രി.വി)- സകല സ്വത്തും, മുഴുവനും, സ്വന്തമായുള്ളതെല്ലാം. whole, assests, all.
സർവ്വഹരണം (നാ)- മരണം. death.
സർവ്വഹിതം (നാ)- കുരുമുളക്. pepper.
സർവ്വാധികാരം (നാ)- സമ്പൂർണ്ണമായ ആധിപത്യം, പരമാധികാരം. supreme power, paramountcy.
സർവ്വോപരി (അവ്യ.)- എല്ലാറ്റിനും മീതെ. above all.
സലം (നാ)- ജലം. water.
സലിലം (നാ)- വെള്ളം, ഉത്രാടം നക്ഷത്രം. water, the 21st lunar asterism.
സലിലജം (നാ)- താമര. lotus.
സലിലപ്രിയം (നാ)- പന്നി. pig.
സൽക്കർമ്മം (നാ)- നല്ല പ്രവൃത്തി, പുണ്യകർമ്മം. good deed.
സൽക്കാരം (നാ)- സൽക്കരിക്കൽ, ബഹുമനിക്കൽ, വിരുന്ന്. reception, act of respecting, party given to a guest.
സൽഗതി (നാ)- മോക്ഷം, പുണ്യം, നല്ല ഗതി. salvation, good course.
സൽഗുണം (നാ)- നല്ലഗുണം. good character.
സൽപാത്രം (നാ)- ശിഷ്ടൻ, യോഗ്യൻ. noble person, deserving person.
സൽഭാവം (നാ)- ഉണ്ടെന്നുള്ള സ്ഥിതി, നല്ല സ്വഭാവം. state of being, good character.
സല്ലാപം (നാ)- സല്ലപിക്കൽ. pleasant talk.
സവം(നാ)- സന്തതി, യാഗം, വെള്ളം. offspring, sacrifice, water.
സവരം(നാ)- ജലം. water.
സവിത്രി (നാ) - അമ്മ, പശു. mother, cow.
സവിധം (നാ)- സമീപം. nearness.
സവിശേഷത (നാ)- പ്രത്യേകത, വിശേഷണഗുണം. peculiarity, remarkable quality.
സവ്യം (നാ)- ഇടതുകൈ, ഇടത്തേത്. left-hand, left side.
സവ്യൻ (നാ)- വിഷ്ണു. Vishnu.
സവ്യസാചി (നാ)- അർജ്ജുനൻ. Arjuna.
സസ്യം (നാ)- ചെടി, പച്ചക്കറി, ധാന്യം, വിളവ്. plant, vegetable, grain, crop ready for a harvest.
സസ്യഭുക്ക് (നാ)- സസ്യങ്ങൾ മാത്രം ഭക്ഷിക്കുന്ന ആൾ, ജീവി. vegetarian .
സഹചരി (നാ)- ഭാര്യ, തോഴി. wife, female confident.
സഹചാരി (നാ)- കൂടെ നടക്കുന്നവൻ, കൂട്ടുകാരൻ. companion, friend.
സഹജ (നാ)- സഹോദരി. sister.
സഹജൻ (നാ)- സഹോദരൻ. brother.
സഹതാപം (നാ)- കൂടെചേർന്നു ദുഃഖിക്കൽ. sympathy.
സഹധർമ്മിണി (നാ)- ഭാര്യ. wife.
സഹനം (നാ)- ക്ഷമ. endurance.
സഹപാഠി(നാ)- കൂടെ പഠിക്കുന്നയാൾ. classmate.
സഹവർത്തിത്വം (നാ)- ഒന്നിച്ചുകഴിയൽ. co- existance.
സഹസ്രം (നാ)- ആയിരം. thousand.
സഹസ്രാബ്ദം (നാ)- ആയിരം സംവത്സരം. thousand years.

സഹായം (നാ)- തുണ, ഉപകാരം, രക്ഷണം. help, favour, protection.
സഹായധനം (നാ)- വിദ്യാനിധി, സഹായമായി ലഭിക്കുന്ന ധനം. subsidy.
സഹിക്കുക (സ.ക്രി)- പൊറുക്കുക, ക്ഷമിക്കുക. endure, forgive.
സഹിത്രം (നാ)- ക്ഷമ. patience.
സഹിഷ്ണു (നാ.വി)- ക്ഷമാശീലമുള്ള, സഹനശക്തിയുള്ള. tolerant, having the power to endure.
സഹൃദയൻ (നാ)- രസജ്ഞൻ, കലയും സാഹിത്യവും ആസ്വദിക്കുവാൻ കഴിവുള്ളവൻ. aesthete, appreciator.
സഹോദരൻ (നാ)- കൂടെ പിറന്നവൻ. brother.
സഹ്യം (നാ)- സഹിക്കത്തക്കത്, ഒരു പർവ്വതം. that which is bearable, a mountain.
സാകൂത (നാ.വി)- അർത്ഥമുള്ള, വിലാസപൂർവ്വമായ. meaningful, jovial.
സാകേതം (നാ)- അയോദ്ധ്യാപുരി. the ancient city of Ayodhya.
സാക്ഷ (നാ)- തഴുത്. bolt.
സാക്ഷര (നാ.വി)- അക്ഷരാഭ്യാസം സിദ്ധിച്ചിട്ടുള്ള. literate.
സാക്ഷാൽ (നാ.വി)- യഥാർത്ഥമായ, സത്യമായ, കലർപ്പില്ലാത്ത. real, true, unalloyed.
സാക്ഷി (നാ)- നേരിട്ട് കാണുകയോ കേൾക്കുകയോ ചെയ്ത ആൾ, സാക്ഷ്യം വഹിക്കുന്നവൻ. witness, vouchee.
സാക്ഷ്യം (നാ)- സാക്ഷിയായിരിക്കുന്ന അവസ്ഥ, തെളിവ്. state of being a witness, evidence.
സാഗര (നാ.വി)- സാഗരത്തെ സംബന്ധിച്ച. pertaining to sea.
സാഗരം (നാ)- സമുദ്രം, ഒരു വലിയ സംഖ്യ, നാല് എന്ന സംഖ്യ, ഒരിനം മാൻ. ocean, a huge number, the number four, a kind of stag.
സാഗരഗ (നാ)- നദി. river.
സങ്കല്പിക (നാ.വി)- സാങ്കല്പികമായ. imaginary.
സാംക്രമിക (നാ.വി)- പടരുന്ന, പകരുന്ന. epidemic, contagious.
സാംക്രമികരോഗം(നാ)- പകർച്ചവ്യാധി. infectious disease.
സാഞ്ജം (നാ)- പല്ലി. house lizard.
സാടോപം (ക്രി.വി)- അഹങ്കാരപൂർവ്വം. arrogantly.
സാതം (നാ)- സന്തോഷം, ആനന്ദം, സുഖം. happiness, pleasure, delight.
സാതി (നാ)- നാശം, ദാനം, സഹായം, തീവ്രവേദന, അവസാനം. destruction, gift, help, great pain, wealth, end.
സാത്വിക (നാ.വി)- സത്വഗുണത്തെ സംബന്ധിച്ച, സദ്ഗുണമുള്ള, സത്യമായ, ശക്തിയുള്ള. possessing the satwa attribute, substantial, virtuous, truthful, strong.
സാത്വികം (നാ)- ത്രിഗുണങ്ങളിൽ ഒന്ന്. one of the three qualities of nature, satwa.
സാത്വികി (നാ)- ദുർഗ്ഗാദേവി. goddess Durga.
സാദം (നാ)- തളർച്ച, ക്ഷീണം, ആലസ്യം, നാശം, ശുദ്ധി. weariness, fatigue, laziness, destruction, purity.
സാദൃശ്യം (നാ)- തുല്യത, സാമ്യത. equality, similarity.
സാദ്ധ്വി(നാ)-പതിവ്രത, സാധുശീല. a virtuous woman, good-mannered woman.
സാധകം (നാ)- സഹായകം, കാര്യനിർവ്വഹണം. what is helpful, accomplishment.
സാധകൻ (നാ)- യോഗി, മാന്ത്രികൻ. one who practises religious rites, etc., magician.
സാധനം(നാ)- നിർവ്വഹണം, വസ്തു, സാമഗ്രി, ഉപകരണം. accomplishment, thing, equipment, tool.
സാധിക്കുക (സ.ക്രി)- നിർവ്വഹിക്കുക, നേടുക, ലഭിക്കുക. perform, accomplish, attain, achieve.
സാധു (നാ)- നല്ല, ഉത്തമമായ, യോഗ്യമായ, ശ്രേഷ്ഠമായ, പാവപ്പെട്ട. proper, virtuous, worthy, noble, poor.

സാധ്വസം (നാ)- ഭയം. fear.
സാനസി (നാ)- സ്വർണ്ണം. gold.
സാനു (നാ)- കൊടുമുടി, താഴ്‌വര, പർവ്വതത്തിന്റെ മുകൾപ്പരപ്പ്, കാറ്റ്, സൂര്യൻ. peak, valley, summit, wind, sun, forest.
സാനുമാൻ (നാ)- പർവ്വതം. mountain.
സാന്ത്വനം (നാ)- ആശ്വസിപ്പിക്കൽ, സമാധാനപ്പെടുത്തൽ, രഞ്ജനം. consoling, pacification, reconciliation.
സാന്ദ്ര (നാ.വി)- ഇടതിങ്ങിയ, സമൃദ്ധമായ, കട്ടിയുള്ള, ഹൃദ്യമായ, മൃദുലമായ. dense, plentiful, thick, pleasing, soft.
സാന്ദ്രം (ക്രി.വി)- നിബിഡമായ. densely.
സാന്ദ്രം (നാ)- കൂട്ടം, കുറ്റിക്കാട്. crowd, bush.
സാന്ദ്രത (നാ)- നിബിഡത, ഞെരുക്കം, സമൃദ്ധി. state of being dense, density, plentifulness.
സാപത്ന്യൻ (നാ)- ശത്രു. enemy.
സാഫല്യം(നാ)-സഫലത, നേട്ടം, വിജയം. fruitfulness, achievement, sucess.
സാമഗ്രി (നാ)- സാധനം, ഏതെങ്കിലും ആവശ്യത്തിനുള്ള സാധനങ്ങൾ, ഉപകരണങ്ങൾ. utensils, equipment, tools.
സാമജം (നാ)- ആന. elephant.
സാമയോനി (നാ)- ആന, ബ്രാഹ്മണൻ. elephant, brahmin.
സാമർത്ഥ്യം (നാ)- സമർത്ഥത, മിടുക്ക്, നിപുണത, പ്രാപ്തി, ധനം. dexterity, skill, efficiency, wealth.
സാമാന്യം (നാ)- സാർവ്വത്രികത്വം, പൊതുവായുള്ളത്, സാധാരണമായത്. universality, that which is general, that which is common.
സാമീപ്യൻ (നാ)- അയൽക്കാരൻ. neighbour.
സാമുഖ്യം(നാ)- സാന്നിദ്ധ്യം. presence.
സാമുദായിക (നാ.വി)- സമുദായ സംബന്ധമായ. pertaining to a community.
സാമൂഹിക (നാ.വി)- സമൂഹത്തെ സംബന്ധിച്ചത്. pertaining to community or society.
സാമൂഹികം (നാ)- സമൂഹത്തെ സംബന്ധിച്ചത്. that which pertains to society or community.
സാമ്പാർ(നാ)- ദക്ഷിണേന്ത്യയിൽ പ്രചാരത്തിലുള്ള ഒരു കറി. South Indian curry.
സാമ്പ്രാണി (നാ)- ഒരു സുഗന്ധപ്പശ, നറുമ്പശ, കുന്തുരുക്കം. fragrant gum used for fumigation.
സാമ്യം(നാ)- സാദൃശ്യം, തുല്യത. similarity, equality.
സാംവത്സരൻ (നാ)- ജ്യോത്സ്യൻ. astrologer.
സായം (നാ)- വൈകുന്നേരം, അസ്തമനകാലം, സന്ധ്യാവേള. evening, dusk.
സായകം(നാ)-വാൾ, അമ്പ്. sword, arrow.
സായാഹ്നം(നാ)-വൈകുന്നേരം. evening.
സായൂജ്യം(നാ)- മോക്ഷം, ബ്രഹ്മത്തിൽ വിലയം പ്രാപിക്കൽ, സംതൃപ്തി, തുല്യത, ഐക്യം. salvation, act of becoming one with Brahmam, satisfaction, equality, unity.
സാരംഗം (നാ)- സിംഹം, കുതിര, പക്ഷി, കുട, മയിൽ, രത്നം, ചന്ദനം, മാൻ, പുഷ്പം, രാത്രം, ഭൂമി, വസ്ത്രം, ആന, വില്ല്, പൊന്ന്. lion, horse, bird, umbrella, peacock, gem, sandal wood, deer, earth, cloth, elephant, bow, gold.
സാരംഗി (നാ)- മാൻപേട, ഒരിനം വീണ. female deer, kind of lute.
സാരം (നാ)- മുഖ്യമായ അംശം, ചുരുക്കം, അർത്ഥം, സത്ത്, പരമാർത്ഥം, ശക്തി, മജ്ജ, മഹത്ത്വം, വെള്ളം, സമ്പത്തി. main part, summary, meaning, essence, reality, strength, marrow, nobility, water, wealth.

സാരസം (നാ)- ആമ്പൽ, താമരപ്പൂവ്, വണ്ടാരങ്കോഴി, വെള്ളിൽപ്പക്ഷി. water - lily, lotus flower, pheasant, flamingo.
സാരി (നാ)- ഒരിനം വസ്ത്രം. saree.
സാർവഭൗമൻ (നാ)- ചക്രവർത്തി, കുബേരന്റെ ആന. emperor, name of the elephant of Kubera.
സാവകാശം (ക്രി.വി)- സൗകര്യംപോലെ, സാവധാനത്തിൽ, ഇടയുള്ളപ്പോൾ. conveniently, slowly, leisurely.
സാവധാനം (നാ)- ശ്രദ്ധ, ശാന്തത, താമസം. care, calmness, delay.
സാവിത്രി (നാ)- ഗായത്രി, ശ്രീപാർവതി, ശതരൂപ, യമുന. Gayatri, Sree Parvati, Sataroopa, Yamuna.
സാഹചര്യം (നാ)- കൂട്ടുകെട്ട്, ചുറ്റുപാട്. friendship, circumstance.
സാഹസികൻ (നാ)- നിർഭയൻ. fearless person.
സാഹ്യം (നാ)- കൂട്ടുകെട്ട്. friendship.
സിക്ത (നാ)- നനയ്ക്കപ്പെട്ടത്. wet.
സിഞ്ചനം (നാ)- തളിക്കൽ, നനയ്ക്കൽ. sprinkling, watering.
സിത (നാ.വി)- വെളുത്ത, നശിച്ച. white, perished.
സിത(നാ)- പഞ്ചസാര, നിലാവ്, ശുക്ലപക്ഷം, വെള്ളി, ചന്ദനം, സുന്ദരി. sugar, moon light, the bright lunar fortnight, silver, sandal wood, a beauty.
സിദ്ധ (നാ.വി)- സാധിച്ച, ലഭിച്ച, പ്രസിദ്ധപ്പെട്ട. accomplished, obtained, famous.
സിദ്ധൻ (നാ)- ദിവ്യൻ, തപസ്വി, ജാലവിദ്യക്കാരൻ. divine person, saint, magician.
സിദ്ധാന്തം (നാ)- സൂക്ഷ്മമായ പ്രമാണം, സാരാർത്ഥം, തീരുമാനം. accurate theorem, abstract meaning, decision.
സിദ്ധിക്കുക (ക്രി)- ലഭിക്കുക, സാധിക്കുക, ഉണ്ടാകുക. obtain, accomplish, happen.
സിംഹഭാഗം (നാ)- അധികഭാഗം, കൂടിയപങ്ക്. lion's share, greater part.
സിംഹാസനം(നാ)-രാജപീഠം. throne.
സിര (നാ)- ഞരമ്പ്. nerve vein.
സീമ (നാ)- അതിര്, വയൽ, അഗ്രം. boundary, field, tip.
സീരം (നാ)- കലപ്പ, എരിക്ക്. plough, madar plant.
സുകര(നാ.വി)-പ്രായോഗികമായ, എളുപ്പം ചെയ്യാവുന്ന. practical, easy to do.
സുകൃതം (നാ)- പൂർവ്വജന്മത്തിൽ ചെയ്ത സത്കർമ്മം, പുണ്യം, ദയ. virtuous actions of the previous birth, virtue, mercy.
സുഖം (നാ)- സൗഖ്യം, ആരോഗ്യം, വൃദ്ധി. happiness, health, prosperity.
സുഖിക്കുക (അ.ക്രി)- സുഖം അനുഭവിക്കുക, ആനന്ദിക്കുക. enjoy, delight.
സുചിരം (ക്രി.വി)- വളരെക്കാലം. for many years.
സുധ (നാ)- അമൃത്, ജലം, നെയ്യ്. elixir, water, ghee.
സുധാംശു (നാ)- ചന്ദ്രൻ, കർപ്പൂരം. moon, camphor.
സുന്ദരൻ (നാ)- അഴകുള്ളവൻ. handsome person.
സുപ്തി (നാ)- ഉറക്കം, മയക്കം, സ്വപ്നം, വിശ്വാസം. sleep, drowsiness, dream, belief.
സുപ്രഭാതം (നാ)- നല്ല പുലരി. good morning.
സുബോധം (നാ)- നല്ല ഉണർവ്, സദുപദേശം. wakefulness, good advice.
സുമം(നാ)- ആകാശം, കർപ്പൂരം, പുഷ്പം. sky, camphor, flower.
സുമതി (നാ)- നല്ല മനസ്സ്, സൽസ്വഭാവം, സ്നേഹം, ദയ, ആഗ്രഹം, സ്തോത്രം, അനുഗ്രഹം. good sense, good character, love kindness, desire, hymn, blessing.
സുമൻ (നാ)- ചന്ദ്രൻ. moon.
സുമേധസ്സ്(നാ)-ബുദ്ധിമാൻ. wise person.
സുമ്നം (നാ)- മന്ത്രം, സ്തോത്രം, സന്തോഷം, യാഗം, രക്ഷണം. mantra, hymn, happiness, sacrifice, protection.

സുര (നാ)- പാമ്പ്, ജലം, ഒരുതരം മദ്യം, പാനപാത്രം, വരുണന്റെ പത്നി. snake, water, a kind of intoxicating liquor, drinking goblet, wife of Varuna.
സുരകാർമ്മുകം (നാ)- മഴവില്ല്. rain-bow.
സുരതം (നാ)- രതിക്രീഡ, സംഭോഗം, വലിയ ആനന്ദം. copulation, extreme.
സുരൻ (നാ)- സൂര്യൻ, ദേവൻ, വിദ്വാൻ, സന്യാസി. sun, god, scholar, ascetic.
സുരപഥം (നാ)- സ്വർഗ്ഗം, ആകാശം. heaven, sky.
സുരഭി (നാ)-സുഗന്ധം, സ്വർണ്ണം, മുല്ല, കാമധേനു, ചന്ദനം, ഭൂമി. fragrance, gold, jasmine, mythical cow Kamadhenu, sandal wood, earth.
സുരഭിമാൻ (നാ)- അഗ്നി. fire.
സുരഭിമാസം (നാ)- വസന്തം. spring.
സുരലോകം (നാ)- സ്വർഗ്ഗം. heaven.
സുരവല്ലി (നാ)- തുളസി. basil.
സുരസിന്ധു (നാ)- ഗംഗ. Ganga.
സുരസ്ഥാനം (നാ)- ക്ഷേത്രം. temple.
സുരാംഗന (നാ)- ദേവസ്ത്രീ. celes-tial woman.
സുരാപൻ (നാ)- ജ്ഞാനി, മദ്യപാനി. scholar, drunkard.
സുരോത്തരം (നാ)- ചന്ദനം. sandal wood.
സുലക്ഷണ (നാ.വി)- ലക്ഷണമൊത്ത, ഭാഗ്യമുള്ള. auspicious-looking, for-tunate.
സുലോചന (നാ.വി)- ഭംഗിയുള്ള കണ്ണുകളുള്ള. having beautiful eyes.
സുലോചന (നാ)- അപ്സര സ്ത്രീ, സുന്ദരി. celestial nymph, beautiful woman.
സുവർണ്ണം (നാ)- സ്വർണ്ണം, നല്ലനിറം, നല്ലജാതി, സമ്പത്ത്. gold, pleasing colour, noble caste, wealth.
സുവിശേഷം (നാ)- നല്ല വാർത്ത, ക്രിസ്തുവിന്റെ ജീവചരിത്രവും പ്രഭാഷങ്ങളും അടങ്ങിയ ഗ്രന്ഥം. good news, gospel.
സുശാകം (നാ)- ഇഞ്ചി. ginger.
സുശാരദൻ (നാ)- ശിവൻ. Siva.
സുശിഖം(നാ)- അഗ്നി. fire.
സുശ്രുതൻ(നാ)- സുപ്രസിദ്ധ ആയുർവ്വേദാചാര്യൻ. famous Ayurvedamaestro.
സുഷമ (നാ.വി)- നല്ല ശോഭയുള്ള, ഭംഗിയുള്ള. charming, beautiful.
സുഷിരം (നാ)- ദ്വാരം, അഗ്നി, ഓടക്കുഴൽ. hole, fire, flute.
സുഷീമം (നാ)- തണുപ്പ്, സ്വർണ്ണം, ചന്ദ്രകാന്തക്കല്ല്, പാമ്പ്. cold, gold, moon-stone, snake.
സുഷുപ്തി (നാ)- അജ്ഞാനം, ഗാഢനിദ്ര. ignorance, deep sleep.
സുഷുമ്ന (നാ)- സപ്തനാഡികളിൽ ഒന്ന്. vital nerve of the human sys-tem.
സുഷ്മം (നാ)- ചരട്, കയറ്. string, rope.
സുഹൃത്ത് (നാ)- സ്നേഹിതൻ. friend.
സൂകം (നാ)- വായു, അമ്പ്, താമര. air, arrow, lotus.
സൂകരം (നാ)- പന്നി, ഒരു തരം മാൻ. pig, a kind of deer.
സൂക്തം (നാ)- സുഭാഷിതം, വേദവാക്യം. good saying, Vedic utterance.
സൂക്ഷിക്കുക (സ.ക്രി)- കാത്തു രക്ഷിക്കുക, പോറ്റുക, ശ്രദ്ധിക്കുക. take care of, foster, watch.
സൂക്ഷ്മം (നാ)- ലേശം, ലവം, കൗശലം. minuteness, cunning, wisdom.
സൂക്ഷ്മൻ (നാ)- ശിവൻ. Siva.
സൂചന (നാ)- ഉപദേശം, അറിവ്, ചതി. advice, knowledge, cheat.
സൂചി (നാ)- തയ്ക്കുന്നതിനുള്ള സാധനം. needle.
സൂചിക (നാ)- ആരംഭം, സൂചന, സൂചി. beginning, indication, needle.
സൂചിപ്പിക്കുക (സ.ക്രി)- സൂചന നൽകുക, ചൂണ്ടിക്കാണിക്കുക. hint at, indicate.
സൂതം (നാ)- ജനനം. birth.

സൂതൻ (നാ)- തേരാളി, കർണ്ണൻ, സൂര്യൻ, ആശാരി. charioteer, Karna, sun, carpenter.

സൂത്രം(നാ)-കൗശലം, ഉപായം, യന്ത്രപ്പണി. cunning, trick, contrivance.

സൂത്രം (നാ)- ചരട്, നൂല്, പൂണൂൽ. string, thread, sacred thread worn by certain castes.

സൂത്രക്കാരൻ (നാ)- കൗശലക്കാരൻ. cunning fellow.

സൂത്രപ്പണി (നാ)- കൗശലപ്പണി. clever trick.

സൂത്രയന്ത്രം (നാ)- തറി. loom.

സൂത്രാത്മാവ് (നാ)- പരമാത്മാവ്. supreme soul.

സൂദൻ (നാ)- സാരഥി, പാചകക്കാരൻ. charioteer, cook.

സൂദശാല (നാ)- അടുക്കള. kitchen.

സൂനം(നാ)- പൂമൊട്ട്, ഫലം, പ്രസവം, പുഷ്പം. bud, fruit, delivery, flower.

സൂനു (നാ)- പുത്രി. daughter.

സൂപം(നാ)-പാത്രം, അമ്പ്. vessel, arrow.

സൂമം (നാ)-പാൽ, ജലം, സ്വർഗ്ഗം, ആകാശം. milk, water, heaven, sky.

സൂരൻ (നാ)- സൂര്യൻ, വിദ്വാൻ, രാജാവ്, അഗ്നി, ചന്ദ്രൻ. sun, scholar, king, fire, moon.

സൂര്യകാന്തം(നാ)-ഒരു രത്നം. sunstone.

സൂര്യൻ (നാ)- ഗ്രഹങ്ങളുടെ അധിപൻ, ഞായർ. sun.

സൃണി(നാ)-ചന്ദ്രൻ, ശത്രു, ആനത്തോട്ടി. moon, foe, elephant goad.

സൃഷ്ടി (നാ)- നിർമ്മാണം, ഉത്പത്തി, സൃഷ്ടികർത്താവ്, സൃഷ്ടിക്കപ്പെട്ടവസ്തു, പ്രകൃതി. production, origin, Brahma, creation, nature.

സൃഷ്ടിക്കുക (സ.ക്രി)- ചേർക്കുക, ഉണ്ടാക്കുക, നിർമ്മിക്കുക. mix, make, produce.

സെമിത്തേരി (നാ)- ശ്മശാനസ്ഥലം. cemetery.

സേകം (നാ)- തളിപ്പ്, തുള്ളി, ഇന്ദ്രിയസ്ഖലനം, നന. sprinkling, drop, ejaculation, irrigation.

സേവ (നാ)- ആശ്രയിക്കൽ, ഭജനം, താത്പര്യം, ഉപയോഗിക്കൽ. depending, worship, interest, using.

സേവക(നാ.വി)-സേവിക്കുന്ന. serving.

സേവനം (നാ)- സേവിക്കൽ, ശുശ്രൂഷ, അനുഭവിക്കൽ, തുന്നൽ, ചാക്ക്. serving, attending, enjoying, stitching, sack.

സേവിക്കുക (സ.ക്രി)- ആശ്രയിക്കുക, ആദരിക്കുക ഭജിക്കുക, പരിചയപ്പെടുത്തുക, ഉപയോഗിക്കുക. depend, honour, worship, get acquainted with, use.

സൈകതം (നാ)- ചായില്യം, മണൽത്തിട്ട. mercuric sulphate, sand bank.

സൈനികൻ (നാ)- ഭടൻ, കാവല്ക്കാരൻ. soldier, guard.

സൈന്യം (നാ)- സേന. army.

സോനഹം (നാ)- വെള്ളുള്ളി. garlic.

സോപാനം (നാ)- കോണിപ്പടി, കല്പടി. staircase, stone- step.

സോമൻ (നാ)- ചന്ദ്രൻ, വായു, കുബേരൻ, ശിവൻ, യമൻ, സുഗ്രീവൻ. the moon, air, Kubera, Siva, Yama, Sugreeva.

സോമവാരം (നാ)- തിങ്കളാഴ്ച. Monday.

സോമശേഖരൻ(നാ)- ശിവൻ. Siva.

സൗകര്യം (നാ)- സുകരത. convenience.

സൗഖ്യം (നാ)- സുഖം, തൃപ്തി, സന്തോഷം, ആരോഗ്യം. happiness, satisfaction, pleasure, health.

സൗഗന്ധികം(നാ)- മാണിക്യം, ഗന്ധകം, നീലത്താമര. ruby, sulphur, blue lotus.

സൗജന്യം (നാ)- ഔദാര്യം, സ്നേഹം. generosity, love.

സൗധം (നാ)- വെള്ളി, മാളിക. silver, mansion.

സൗന്ദര്യം (നാ)- അഴക്. beauty.
സൗപർണ്ണം (നാ)- ചുക്ക്, മരതകം. dried ginger, emerald.
സൗഭഗം (നാ)- സമൃദ്ധി, ക്ഷേമം, ഭാഗ്യം, സന്തോഷം. prosperity, welfare, fortune, happiness.
സൗഭാഗ്യം (നാ)- ഐശ്വര്യം, സൗന്ദര്യം, സ്നേഹം, വലിയ ഭാഗ്യം. prosperity, beauty, love, great fortune.
സൗമനസ്യം (നാ)- സംതൃപ്തി, സന്മനസ്സ്. satisfaction, generosity.
സൗമ്യ (നാ.വി)- ശാന്തമായ, ഭംഗിയുള്ള, പ്രകാശമുള്ള. gentle, charming, brilliant.
സൗമ്യ (നാ)- ദുർഗ്ഗ, ഇരട്ടിമധുരം. goddess Durga, icorice.
സൗമ്യൻ (നാ)- ബുധൻ, ശാന്തൻ, സുമുഖൻ, ശുഭഗ്രഹം. Mercury (planet), gentleman, handsome person, auspicious planet.
സൗരഭം (നാ)- തേന്മാവ്, സുഗന്ധം, കുങ്കുമം. superior variety of mango tree, fragrance, saffron.
സൗരഭ്യം (നാ)- അഴക്, ശോഭ, സുഗന്ധം, കുങ്കുമം, കീർത്തി, സത്സ്വഭാവം. beauty, shining, fragrance, saffron, fame, good conduct.
സൗരം (നാ)- സൗരമാസം, സൗരവർഷം, മദ്യം. solar month, solar year, liquor.
സൗഷ്ഠവം (നാ)- സൗന്ദര്യം, ശ്രേഷ്ഠത, ആധിക്യം, മിടുക്ക്. beauty, excellence, abundance, cleverness.
സ്കന്ദൻ(നാ)-ശിവൻ, മിടുക്കൻ, രാജാവ്, സുബ്രഹ്മണ്യൻ. Siva, king, Kartikeya, clever person.
സ്കന്ധം(നാ)-സമൂഹം, തോൾ, അധ്യായം, ശരീരം, തടി, യുദ്ധം, ഉടമ്പടി. multitude, shoulder, chapter, body, timber, battle, contract.
സ്ഖലനം (നാ)- തെറ്റ്, വീഴ്ച, തോല്‌വി, വഴുതൽ. error, fall, failure, slipping.
സ്തംബം (നാ)- കൂട്ടം, പർവ്വതം, കുറ്റിക്കാട്, തൂണ്. multitude, mountain, bush, pillar.
സ്തംഭിക്കുക (അ.ക്രി)- ബോധംകെടുക, ഇളക്കമില്ലാതാവുക, മരവിക്കുക. faint, be still, be benumbed.
സ്തവം (നാ)- സ്തോത്രം, സ്തുതി. hymn, praise.
സ്തുതി (നാ)- സ്തോത്രം, ദുർഗ്ഗ. hymn, goddess Durga.
സ്തുതിക്കുക (സ.ക്രി)- പ്രശംസിക്കുക, പുകഴ്ത്തുക. praise, to flatter.
സ്തൂപം (നാ)- താഴികക്കുടം, കയ്യാല, കൂമ്പാരം, ശക്തി, ചിത. dome, mud wall, heap, power, funeral pyre.
സ്തേനൻ (നാ)- കള്ളൻ. thief.
സ്തേനം (നാ)- മോഷണം. theft.
സ്തോത്രം (നാ)- സ്തുതി, സ്തുതിമന്ത്രം, പ്രശംസ. praise, hymn, praise.
സ്ത്രീ(നാ)-പെണ്ണ്, ഭാര്യ. woman, girl, wife.
സ്ത്രീധനം (നാ)- വിവാഹസമയത്ത് വധുവിനു നല്കുന്ന ധനം. dowry.
സ്ത്രൈണ (നാ.വി)- സ്ത്രീയെ സംബന്ധിച്ച. teminine.
സ്ഥലം (നാ)- ഉറച്ച തറ, പ്രദേശം, കൂടാരം. firm ground, region, a tent.
സ്ഥാണു (നാ)- ശിവൻ, തൂണ്, മരക്കുറ്റി, കുന്തം. Siva, pillar, wooden stake, spear.
സ്ഥാനം (നാ)- സ്ഥലം, സ്ഥിതി, താമസം, ഭവനം, തുല്യത, നഗരം, പദവി, വിഷയം, അവസരം, മുറ്റം, ഇരിപ്പിടം, ദേശം, ഉറച്ച നില, സംബന്ധം. place, position, dwelling, house, parity, town, status, subject, occasion, courtyard, seat, country, firm stand, relation.
സ്ഥാനമാനം(നാ)-സ്ഥാനം, അവസ്ഥ, പദവി. position, rank, title.
സ്ഥാപനം(നാ)-ഒരു സംഘടനയോ പ്രസ്ഥാനമോ പ്രവർത്തിക്കുന്ന കെട്ടിടം, സ്ഥാപിക്കൽ, നാടകത്തിലെ പ്രസ്താവന. establishment, fixing, prologue of a drama.

സ്ഥാപിക്കുക(സ.ക്രി)- സ്ഥിതിചെയ്യിക്കുക, ഉറപ്പിക്കുക, ക്രമപ്പെടുത്തുക, തെളിയിക്കുക. establish, erect, fix, arrange, prove.

സ്ഥായി (നാ)- സ്നേഹം. love.

സ്ഥാവിരം (നാ)- വാർദ്ധക്യം. old age.

സ്ഥിതി (നാ)- അവസ്ഥ, പദവി, നില, സ്ഥിരത, ഭവനം. state, status, position, standing, firmness, house.

സ്ഥിരം (നാ)- ഉറപ്പ്, കാള, പർവ്വതം, വൃക്ഷം, മോക്ഷം. firmness, ox, mountain, tree, salvation.

സ്ഥിരത (നാ)- സ്ഥിരമായിരിക്കുന്ന അവസ്ഥ, ശാശ്വതത്വം, ഉറപ്പ്, അചഞ്ചലത. permanence, firmness, stability.

സ്ഥൂമൻ (നാ)- ചന്ദ്രൻ. moon.

സ്ഥൂലം (നാ)- തടിച്ചത്, പ്ലാവ്, പർവ്വതശിഖരം, കൂടാരം. something fat, jack fruit tree, mountain peak, tent.

സ്ഥൈര്യം (നാ)- ക്ഷമ, നിലനില്പ്, ഉറപ്പ്, സ്ഥിരത. patience, survival, firmness, stability.

സ്നാനം (നാ)- കുളി, ജ്ഞാനസ്നാനം. bathing, baptism.

സ്നുഷ(നാ)-പുത്രന്റെ ഭാര്യ. son's wife.

സ്നേഹം (നാ)- ഇഷ്ടം, മമത, എണ്ണ, കൊഴുപ്പ്, നനവ്. love, affection, oil, fat, wetness.

സ്നേഹിക്കുക (ക്രി)- ഇഷ്ടപ്പെടുക, പ്രേമിക്കുക. love, fall in love.

സ്പന്ദം (നാ)- തുടിപ്പ്, മിടിപ്പ്. throbbing, vibration.

സ്പർശം (നാ)- വായു, ദാനം, ആകാശം, രോഗം. air, gift, sky, illness.

സ്പർശനകം (നാ)- ത്വക്ക്. skin.

സ്പർശിക്കുക(സ.ക്രി)-തൊടുക. touch.

സ്പൃഷ്ടി (നാ)- സ്വർഗ്ഗം. heaven.

സ്ഫട (നാ)- പാമ്പിൻ പത്തി. hood.

സ്ഫടിക (നാ.വി)- സ്ഫടികത്തെ സംബന്ധിച്ച. pertaining to crystal.

സ്ഫടികാഭ്രം(നാ)-കർപ്പൂരം. camphor.

സ്ഫുരം (നാ)- തുടിപ്പ്, വീക്കം, പരിച. throbbing, swelling, shining.

സ്ഫുലം(നാ)-പാളയം, കൂടാരം. camp, tent.

സ്മരം (നാ)-സ്നേഹം, സ്മരണ. love, remembrance.

സ്മരണീയ (നാ.വി)- സ്മരിക്കത്തക്ക. memorable.

സ്മരസഖൻ (നാ)- ചന്ദ്രൻ. moon.

സ്മരിക്കുക (അ.ക്രി)- ചിന്തിക്കുക, ഓർക്കുക, ധ്യാനിക്കുക. think, remember, meditate.

സ്മിത (നാ.വി)- പുഞ്ചിരിതൂകുന്ന, വിടർന്ന. smiling, blossomed.

സ്മിതം (നാ)- പുഞ്ചിരി. smile.

സ്മേരം (നാ)- പുഞ്ചിരി. smile.

സ്യന്ദനൻ (നാ)- വായു. air.

സ്യൂതം (നാ)- മുളകൊണ്ടുണ്ടാക്കിയ കൊട്ട, വലിയ സഞ്ചി, ചാക്ക്. reed basket, large bag, sack.

സ്യൂനം (നാ)- രശ്മി, സഞ്ചി. ray, bag.

സ്യൂനൻ (നാ)- സൂര്യൻ. sun.

സ്യൂമം (നാ)- ക്ഷേമം, ജലം, രശ്മി. welfare, water, ray.

സ്രവം (നാ)- ഒഴുക്ക്, ഊറൽ, വിയർപ്പ്. flow, ooze, sweat.

സ്രഷ്ടാവ് (നാ)- സൃഷ്ടിക്കുന്നവൻ, ബ്രഹ്മാവ്, ഈശ്വരൻ. creator, Brahma, god.

സ്രാവകം (നാ)- കുരുമുളക്. black pepper.

സ്രാവ് (നാ)- വലിയ കടൽ മത്സ്യം. shark.

സ്രോതം (നാ)- ഒഴുക്ക്, പ്രവാഹം, നദി. flow, current, river.

സ്രോതസ്സ് (നാ)- ഒഴുക്ക്, ഉറവ, നദി, ജലം, തിര. flow, fountain, river, water, wave.

സ്വച്ഛം (നാ)- സ്ഫടികം, മുത്ത്, അഭ്രം. crystal, pearl, mica.

സ്വജം (നാ)- ചോര, വിയർപ്പ്. blood, perspiration.

സ്വജൻ (നാ) - പുത്രൻ. son.

സ്വജാ(നാ)-പുത്രി. daughter.
സ്വഞ്ജനം(നാ)-ആലിംഗനം. embrace.
സ്വതന്ത്രൻ (നാ)- തന്നിഷ്ടമനുസരിച്ചു പ്രവർത്തിക്കുന്നവൻ. independent person.
സ്വത്ത്(നാ)-ധനം, തനതായ സമ്പത്ത്. wealth, one's own property.
സ്വഭാവം(നാ)-പ്രകൃതി, പെരുമാറ്റരീതി. character, nature.
സ്വരം(നാ)-ശബ്ദം, നാദം. sound, voice.
സ്വർഗ്ഗം(നാ)-ഇന്ദ്രലോകം, ദേവലോകം. Indra's kingdom, world of Gods.
സ്വർണ്ണം (നാ)- പൊന്ന്. gold.
സ്വാഗതം (നാ)- വരവേൽപ്പ്. welcome.
സ്വാദ് (നാ)- രുചി. taste.
സ്വാനം (നാ)- ശബ്ദം. sound, voice.
സ്വാമി (നാ.വി)-രക്ഷിക്കുന്ന, അധികാരമുള്ള. protecting, having power.
സ്വാരാജ്യം (നാ)- സ്വർഗ്ഗം. heaven.
സ്വീകാര്യം (നാ)- സ്വീകരിക്കത്തക്കത്. that which is acceptable.
സ്വേച്ഛാധിപതി (നാ)- തന്നിഷ്ടപ്രകാരം ഭരിക്കുന്നവൻ. despot.
സൈ്വരം (ക്രി.വി)- യഥേഷ്ടം. as one likes.
സൈ്വരത (നാ)- സ്വാസ്ഥ്യം, സുഖം. peace, happiness.

ഹ

ഹ - അക്ഷരമാലയിലെ മുപ്പത്തിമൂന്നാമത്തെ വ്യഞ്ജനം. thirty third consonant of alphabet.
ഹം (നാ)- അഹങ്കാരം, അരയന്നം, കുതിര, ജലം, രക്തം. pride, swan, horse, water, blood.
ഹഡ്ഡം (നാ)- അസ്ഥി, എല്ല്. bone.
ഹതഭാഗ്യൻ (നാ)- ഭാഗ്യംകെട്ടവൻ. unfortunate man.
ഹതാശ(നാ)-ആശയറ്റവൾ. hopeless woman.
ഹത്യ (നാ)- വധം. murder.
ഹഥം (നാ)- മരണം, കൊല, അടി. death, murder, beat.
ഹനനം (നാ)- കൊല, വധം, പീഡനം, അടി, ഗുണനം. slaughter, persecution, stroke, multiplication.
ഹന്താവ് (നാ)- ഹനിക്കുന്നവൻ, ശത്രു, ചോരൻ. destroyer, enemy, thief.
ഹംസം (നാ)- അരയന്നം, വെള്ളി, കുതിര, പർവ്വതം. swan, silver, horse, mountain.
ഹംസധ്വനി (നാ)- ഒരു രാഗം, അരയന്നത്തിന്റെ ശബ്ദം. name of a tune, cry of a swan.
ഹംസൻ (നാ)- സൂര്യൻ, ബ്രഹ്മാവ്, വിഷ്ണു, ശിവൻ, ശ്രേഷ്ഠൻ. sun, Brahma, Vishnu, Siva, noble person.
ഹയൻ (നാ)- ഇന്ദ്രൻ. Indra.
ഹരം (നാ)- ഹാരകം, കഴുത. denominator, donkey.
ഹരൻ (നാ)- ശിവൻ, അഗ്നി. Siva, Agni.
ഹരി (നാ)- വിഷ്ണു, ശിവൻ, ബ്രഹ്മാവ്, ഇന്ദ്രൻ, വായു, രശ്മി, സിംഹം, കുതിര, കുരങ്ങ്, മയിൽ, മനുഷ്യൻ, തവള, സൂര്യൻ, ചന്ദ്രൻ. Vishnu, Siva, Brahma, Indra, air, ray, lion, horse, monkey, peacock, human being, frog, sun, moon.
ഹരികേശൻ (നാ)- ശിവൻ. Siva.
ഹരിക്കുക (സ.ക്രി)- നശിപ്പിക്കുക, അപഹരിക്കുക. destroy, plunder.
ഹരിതം (നാ)- പച്ചനിറം. green colour.
ഹരിപ്രിയ (നാ)- മഹാലക്ഷ്മി, ഭൂമി. Mahalakshmi, earth.
ഹരിപ്രിയൻ (നാ)- ശിവൻ, വിഡ്ഢി. Siva, fool.
ഹരിവാൻ (നാ)- ഇന്ദ്രൻ. Indra.
ഹർത്താവ് (നാ)- അപഹരിക്കുന്നവൻ, കള്ളൻ, സൂര്യൻ. plunderer, thief, sun.
ഹർഷാശ്രു (നാ)- ആനന്ദാശ്രു. tears of joy.
ഹർഷിക്കുക (അ.ക്രി)- സന്തോഷിക്കുക, ആനന്ദിക്കുക. be happy.

ഹര്യക്ഷൻ (നാ)- ശിവൻ, കുബേരൻ, സിംഹം. Siva, Kubera, lion.
ഹലീനം (നാ)- തേക്ക്. teak.
ഹവനായുസ്സ് (നാ)- അഗ്നി. fire.
ഹവ്യം(നാ)- ഹോമദ്രവ്യം, ദേവന്മാർക്കുള്ള നൈവേദ്യം, ഉരുക്കുനെയ്യ്. material for sacrificial offering, offering to the gods, malted ghee.
ഹവ്യഭുക്ക് (നാ)- അഗ്നി. fire.
ഹസിതം (നാ)- ചിരി, പരിഹാസം, കാമദേവന്റെ വില്ല്. laughter, mockery, bow of Cupid.
ഹസ്തം (നാ)- മുഴം. length of the forearm.
ഹസ്തശില്പം (നാ)- കൈവേല. hand work.
ഹസ്തി (നാ)- ആന. elephant.
ഹസ്തിപൻ (നാ)- പാപ്പാൻ. mahout.
ഹാജരാകുക (അ.ക്രി)- സന്നിഹിതനാകുക. be present.
ഹാത്രൻ (നാ)- അസുരൻ. asura.
ഹാനീകരം (നാ)- ഹാനിയുണ്ടാക്കുന്നത്. something injurious.
ഹാന്ത്രം (നാ)- മരണം. death.
ഹാരി (നാ)- മുത്ത്, തോൽവി, കുയിൽ, നഷ്ടം. pearl, failure, cuckoo, loss.
ഹാലു (നാ)- പല്ല്.tooth.
ഹാസം (നാ)- പുഞ്ചിരി. smile.
ഹാസകൻ (നാ)- ചിരിപ്പിക്കുന്നവൻ, വിദൂഷകൻ, ഭീരു. clown, coward.
ഹാസസ്സ് (നാ)- ചന്ദ്രൻ. moon.
ഹിതകം (നാ)- കുഞ്ഞ്. child.
ഹിതൻ (നാ)- ബന്ധു. relative.
ഹിമം (നാ)- മഞ്ഞ്, തണുപ്പ്, ചന്ദനം, കർപ്പൂരം, താമര. snow, coldness, sandal wood, camphor, lotus.
ഹിമദ്രുമം (നാ)- വേപ്പ്. neem tree.
ഹിമൻ (നാ)- ചന്ദ്രൻ, ഹിമവാൻ. moon, mount Himalaya.
ഹിമവാൻ (നാ)- ഹിമാലയപർവ്വതം. Mount Himalayas.
ഹിമശ്രഥൻ (നാ)- ചന്ദ്രൻ. moon.
ഹിമാംശുഭൂവ് (നാ)- സമുദ്രം. ocean.
ഹിമാരാതി (നാ)- അഗ്നി, സൂര്യൻ, എരിക്ക്. fire, sun, maddar plant.
ഹിംസ (നാ)- പീഡനം, ഉപദ്രവം, ബലാൽക്കാരം, വധം, കവർച്ച. torture, violence, slaughter, plunder.
ഹിംസകൻ (നാ)- ശത്രു, ക്രൂരൻ, ഹിംസിക്കുന്നവൻ. enemy, cruel person, killer, torturer.
ഹിംസിക്കുക (സ.ക്രി)- കൊല്ലുക, ഉപദ്രവിക്കുക. kill, torture.
ഹിരണം(നാ)- സ്വർണ്ണം, ശുക്ലം. gold, seminal fluid.
ഹിരണ്യൻ (നാ)- ഹിരണ്യകശിപു, പ്രഹ്ലാദന്റെ പിതാവ്. Hiranyakashipu, father of Prahlada.
ഹിരണ്യവാൻ (നാ)- ശിവൻ. Siva.
ഹീനം (നാ)- കുറവ്, നിന്ദ. defect, contempt.
ഹുത (നാ.വി)- ഹോമിക്കപ്പെട്ട, വിളിക്കപ്പെട്ട. offered to the fire, summoned.
ഹുതം (നാ)- ഹോമിക്കപ്പെട്ടത്. something offered to the fire.
ഹൂതി (നാ)- വിളി, ക്ഷണം, വെല്ലുവിളി. call, invitation, challenge.
ഹൃതം (നാ)- ഓഹരി. share.
ഹൃത്ത് (നാ)- ഹൃദയം, മനസ്സ്, നെഞ്ച്, സാരം. heart, mind, chest, essence.
ഹൃദ്യം (നാ)- മനോഹരമായത്. something hearty or beautiful.
ഹൃദ്രോഗം (നാ)- ഹൃദയരോഗം. heart disease.
ഹൃഷ്ടി (നാ)- ഹർഷം, സന്തോഷം, ജ്ഞാനം. joy, happiness, knowledge.
ഹേതി (നാ)- ആയുധം, അഗ്നിജ്വാല, സൂര്യരശ്മി, പ്രകാശം. weapon, flame of fire, sun ray, light.
ഹേതു (നാ)- കാരണം, ഉത്പത്തി. cause, origin.
ഹേമം (നാ)- സ്വർണ്ണം, ജലം, മഞ്ഞ്,. gold, water, snow.
ഹേമകം(നാ)- സ്വർണ്ണം. gold.
ഹേമകേശൻ (നാ)- ശിവൻ. Siva.
ഹേമന്തം (നാ)- മഞ്ഞുകാലം. cold or winter season.

ഹേമമാലി (നാ)- സൂര്യൻ. sun.
ഹേമശംഖൻ(നാ)-വിഷ്ണു. Vishnu.
ഹേരം (നാ)- കിരീടം, മഞ്ഞൾ. crown, turmeric.
ഹേരംബം (നാ)- പോത്ത്. buffalo.
ഹേലി (നാ)- സൂര്യൻ. sun.
ഹേഷി (നാ)- കുതിര. horse.
ഹൈമം (നാ)- മഞ്ഞ്, മഞ്ഞുവെള്ളം. snow, snow in liquid form.
ഹൈമൻ (നാ)- ശിവൻ. Siva.
ഹൈമലം(നാ)-ഹേമന്തം. winter season.
ഹോമം (നാ)- അഗ്നിയിൽ വിശിഷ്ടവസ്തുക്കൾ മന്ത്രതന്ത്രാദികളോടെ സമർപ്പിക്കൽ. offering holy materials to the sacrificial fire while uttering chants
ഹോമിക്കുക (അ.ക്രി)- ഹോമാഗ്നിയിൽ അർപ്പിക്കുക. offer to fire sacrificial.
ഹോരാഫലം (നാ)- ജാതകഫലം. astrological prediction.
ഹോലകം (നാ)- ചെറുപയർ. greengram.
ഹ്രദിനി(നാ)- മിന്നൽ, നദി. lightning, river.
ഹ്രസിക്കുക (അ.ക്രി)- ചുരുങ്ങുക. shrink.
ഹ്രസ്വ (നാ)- നീളമില്ലാത്ത, പൊക്കമില്ലാത്ത, ചെറിയ. short, small.
ഹ്രസ്വൻ (നാ)- മുണ്ടൻ. dwarf.
ഹ്രാദം (നാ)- ശബ്ദം. sound.
ഹ്രീണ (നാ.വി)- ലജ്ജിച്ച. bashful.
ഹ്ലാദം (നാ)- ആഹ്ലാദം, സന്തോഷം. joy, happiness.

ള

ള- അക്ഷരമാലയിലെ മുപ്പത്തിനാലാമത്തെ വ്യഞ്ജനം. thirty fourth consonant of Malayalam alphabet.
ളത്വം (നാ) - ദിവ്യത്വം, മായാസംബന്ധം. divinity, illusory relation.
ളൻ (നാ) - ഇന്ദ്രൻ. Indra.
ളോഹ (നാ) - പാതിരിമാർ അണിയുന്ന വസ്ത്രം. the loose cloth of Christian priests, robe

ഴ

ഴ- അക്ഷരമാലയിലെ മുപ്പത്തിയഞ്ചാമത്തെ അക്ഷരം. thirty fifth consonant of Malayalam alphabet.

റ

റ - അക്ഷരമാലയിലെ മുപ്പത്തിയാറാമത്തെ വ്യഞ്ജനം. thirty sixth consonant of Malayalam alphabet.
റബ്ബ്(നാ) - ഈശ്വരൻ, യജമാനൻ. god, master.
റമ്പാൻ (നാ) - സന്യാസി, റമ്പാട്ടി. sage, monk.
റംസാൻ (നാ) - മുസ്ലിങ്ങളുടെ വ്രതാനുഷ്ഠാനം, ഹിജറ കലണ്ടറിലെ ഒരു മാസം. Ramazan, a month in the Hijra calender.
റവ (നാ) - ധാന്യപ്പൊടി. corn flour.
റാക്ക്(നാ) - ചാരായം. arrack.
റാഗി(നാ) - മുത്താറി. ragi.
റാഞ്ചുക (സ.ക്രി)- തട്ടിയെടുക്കുക. to plunder.
റാട്ട് (നാ)- ചക്രം. wheel.
റാണി (നാ)- പെൺതേനീച്ച, രാജ്യം ഭരിക്കുന്നവൾ. queen-bee, queen.
റാന്തൽ (നാ)- ഒരിനം തൂക്കുവിളക്ക്. lantern.
റായി (നാ)- രാജാവ്. king.
റാഹത്ത് (നാ)- സമാധാനം, സുഖം. peace, happiness.
റിക്ഷ (നാ)- മനുഷ്യൻ വലിക്കുന്ന ഒരു വാഹനം. rickshaw.
റുപ്പിക (നാ)- രൂപ. rupee.
റോമൻ (നാ)- റോമാനിവാസി, റോമിനെ സംബന്ധിച്ച. native of Rome, pertaining to Rome.
റോസ് (നാ)- പനിനീർപ്പൂവ്, പനിനീർപ്പൂച്ചെടി. flower rose, rose plant.

പര്യായപദങ്ങൾ

സമാനാർത്ഥം വരുന്ന വിവിധപദങ്ങളെയാണ് പര്യായപദങ്ങൾ എന്നു പറയുന്നത്.

അ

അംശം - ഓഹരി, അംശകം, വീതം

അംസം - തോൾ, ചുമൽ

അകം - ഉൾവശം, അന്തർഭാഗം

അകതാർ - മനസ്സ്, ചേതസ്സ്, ഹൃദയം

അകമ്പടി - പരിവാരം, പരിജനം

അകലം - ദൂരം, വിപ്രകൃഷ്ടം, മാത്രാ

അകഴി - മതിൽ, കിടങ്ങ്

അകിട് - ഉധസ്സ്, ആപീനം, മടി

അക്കര - മറുകര, പാരം, പരതീരം

അക്കാലത്ത് - തദാ, ആ വേള, അപ്പോൾ

അക്ഷരം - വർണ്ണം, ലിപി

അക്ഷദ്യൂതം - കൈതവം, ചൂതുകളി, ദുരാദരം

അക്ഷി - കണ്ണ്, മിഴി, ദൃഷ്ടി, ലോചനം,

അഗ്നി - അനലൻ, പാവകൻ, വഹ്നി

അഗ്നിജ്വാല - അർച്ചിസ്, ശിഖ, കീലം

അങ്കം - ചിഹ്നം, അടയാളം, ലക്ഷണം

അങ്കണം - ചത്വരം, മുറ്റം, അജിരം

അംഗന - നാരി, സ്ത്രീ, മഹിള

അംഗീകാരം - നിയമം, പ്രതിജ്ഞാതം

അംഗുലീയം - മോതിരം, പരിഹസ്തം

അഗ്രജൻ - ജ്യേഷ്ഠൻ, പൂർവജൻ

അഗ്രേസരൻ - പുരോഗാമി, പുരോഗൻ

അഘം - കല്മഷം, പാപം,

അടി - പാദം, ചരണം, അംഘ്രി

അച്ചാരം - സത്യാപനം, സത്യകം,

അച്യുതൻ - വിഷ്ണു, കൃഷ്ണൻ

അച്ഛഭല്ലം - കരടി, ഭാലു, ഭാലുകം

അച്ഛൻ - ജനകൻ,പിതാവ്, താതൻ

അജം - ആട്, സ്തഭം, ബസ്തം
അജ്ഞൻ - മൂഢൻ, ബാലിശൻ,
അജ്ഞാനം - അവിദ്യ, മോഹം, മൗഢ്യം
അജ്ഞാനി - ഇതരൻ,വൈധേയൻ
അഞ്ജസ - ശീഘ്രം, ദ്രുതം, ഝടിതി
അടക്കം - അംഗഹാരം, അംഗവിന്യാസം
അടനം - യാത്ര, സഞ്ചാരം, അയനം
അടയാളം - അഭിജ്ഞാനം, ചിഹ്നം,
അടയ്ക്ക - താംബൂലം, പൂഗഫലം
അടവി - കാനനം, ആരണ്യം, കാട്
അടി - താഡനം, പ്രഹരം, ആഹതി
അടുക്കള - പാചകശാല, രസവതി
അടുപ്പം - സന്നിധം, സന്നികർഷണം,
അടുപ്പ് - അഗ്നിദാനം, അസ്വന്തം
അട്ട - ജലസൂചി, രക്തപായിനി
അണ്ണാക്ക് - താലു,കാകുദം, ലംബിക
അണ്ണാൻ - വൃക്ഷമർക്കടിക, ചിക്രോഡം
അതിക്രമം - അതിപാതം, ലംഘനം
അതിഥി - വിരുന്നുകാരൻ, ഗൃഹാഗതൻ,
അതിദാനം - വിലംഭം, അതിസർജ്ജനം
അതിദൂരം - ദവീയം, സുദൂരം, ദവിഷ്ഠം
അതിർത്തി - സീമ, പരിധി, അതിര്
അതിശയം - തീവ്രം,നിർഭരം, അത്യർഥം
അത്യല്പം - കനീയസ്സ്, അല്പിഷ്ഠം,
അത്യുഷ്ണം - തീഷ്ണം, ഖരം, തിഗ്മം
അത്ഭുതം - ആശ്ചര്യം, വിസ്മയം
അധമം - ആണകം, നികൃഷ്ടം, ഖേടം
അധികം - ബഹുലം,സ്ഫാരം, പ്രചുരം
അധിപൻ - നേതാവ്, ഈശൻ, അധിപതി
അധീനൻ - പരാധീനൻ, വിധേയൻ
അധീശ്വരൻ - കാതരൻ, ഭീരു, ഭീരുകൻ
അധീശ്വരൻ - ചക്രവർത്തി, സാർവഭൗമൻ
അധോമുഖം - ആനതം, അവാഗ്രം
അനന്തൻ - ആദിശേഷൻ, നാഗപതി
അനവരതം - എപ്പോഴും, അനിശം
അനാദരം - അപമാനം, തിരസ്കാരം, നിന്ദ
അനുകമ്പ - അലിവ്, ആർദ്രത, കാരുണ്യം
അനുകരണം - അനുഹരണം, അനുഹാരം
അനുഗ്രഹം - ആശിർവാദം, പ്രസാദം
അനുജൻ - കനിഷ്ഠൻ,അവരജൻ
അനുഭവം - സംവേദം, അനുഭൂതി
അനുവാദം - സമ്മതം, അനുമതി
അനൂപം - ജലപ്രായം, കച്ഛം
അന്തഃപുരം - അവരോധം, നിശാന്തം,
അന്തം - ജഘന്യം, അവസാനം
അന്തകൻ - യമൻ, ധർമ്മരാജൻ,
അന്ധകാരം - ഇരുട്ട്, തമസ്സ്, ധ്വാന്തം
അന്യം - അപരം, ഇതരം, ഭിന്നം
അന്വേഷണം - മാർഗ്ഗണം, വിചയം
അന്വേഷിതം - ഗവേഷിതം, മാർഗ്ഗിതം
അപകാരം - വിപ്രകാരം, നികാരം
അപരാധം - കിൽബിഷം, തെറ്റ്, ആഗസ്സ്
അപരാധി - കൃതാപരാധൻ, കുറ്റവാളി
അപവാദം - പരിവാദം, കുത്സ, അവർണം
അപ്പം - അപൂപം, പൂപം, പിഷ്ടകം

അപ്പക്കാര - കാരിക, കാരോൽ, കാര

അപ്പോൾ - ആവേള, തദാ, തദാനീം

അപ്രധാനം - ഉപസർജ്ജനം, അപ്രാഗ്യം

അപ്രാപ്തൻ - ലാലാടികൻ, കാര്യാക്ഷമൻ

അപ്രിയവാക്ക്- പാരുഷ്യം, അതിവാദം അനിഷ്ടവചസ്സ്,

അപ്രിയവാദി - അബദ്ധമുഖൻ, ദുർമുഖൻ

അപ്സരസ്സ് - സമുദ്രാത്മജ, സർവ്വാനന്ദ

അഭിനയം - പ്രകാശനം, വ്യഞ്ജകം

അഭിപ്രായം - ഭാവം, ആകരണം, ഇംഗിതം

അഭിലാഷം - മനോരഥം, ആഗ്രഹം, അഭിനിവേശം

അഭിവാദ്യം - അഭിവന്ദനം, അഭിവാദനം

അഭിസാരിക - വേശ്യ, വ്യഭിചാരിണി

അഭീഷ്ടം - വൃതി, വരം

അഭ്രം - വ്യോമം, അന്തരീക്ഷം, ഘനം

അമർഷം - രോഷം, കോപം, അരിശം

അമൽപ്പൊരി - സർപ്പഗന്ധ, ഭോഗിഗന്ധിക

അമാവാസി - കറുത്തവാവ്, കുഹു

അമുക്കുരം - അശ്വഗന്ധ, കാമരൂപിണി

അമൃത് - നിർജ്ജരം,പിയൂഷം, സുധ

അമ്പലം - ക്ഷേത്രം, ദേവാലയം

അമ്പഴം - കപിചൂതം, വർഷപാകി

അമ്പാടി - ഗോഷ്ഠം, ഗോസ്ഥാനം, വ്രജം

അമ്പ് - അസ്ത്രം, പീലു, ബാണം

അമ്പുറ - അപാസംഗം, ശരധി, ആവനാഴി

അമ്മ - ജനനി, മാതാവ്, പ്രജനിക

അമ്മാവൻ - മാതുലൻ, മാതുകേശടൻ

അമ്മായി - മാതുലി, മാതുല

അയമോദകം - അജഗന്ധ, ഗന്ധപത്രിക

അയോദ്ധ്യ - സാകേതം, ഉത്തരകോശല

അയ്യപ്പൻ - മണികണ്ഠൻ, ഹരിഹരസുതൻ

അര - കടിക, ശ്രേണി, കടം

അരക്ക് - ഖദിരക, രാക്ഷ

അരക്കെട്ട് - മദ്ധ്യമം, അവലഗ്നം

അരഞ്ഞാണ് - കാഞ്ചി, മേഖല, സാരസനം

അരണ - ഗൃഹഗോധ, ബ്രാഹ്മണി

അരപ്പട്ട - അധികാംഗം, കടിസൂത്രം

അരമ - സാക്ഷ, അർഗ്ഗളം

അരമന - സൗധം, കൊട്ടാരം

അരയന്നം - ഹംസം, ജലപാദം, ഹരിണം

അരയന്നപ്പിട - ഹംസി, മന്ദഗമന

അരയാൽ - പവിത്രം, ബോധിവൃക്ഷം

അരാളം - കുടിലം, വക്രം

അരിതാരം - പീതരസം, കനകരസം

അരിവാൾ - ഖഡ്ഗികം, ലവാകം, ദാത്രം

അരുണൻ - സൂര്യസൂതൻ, കാശ്യപി

അരുവി - ഉത്സം, നിർഝരി

അരേണുകം - ദ്വിജ, വരമുഖി

അർച്ചന - വന്ദനം, അർഹ

അർജ്ജുനൻ - ചിത്രാംഗൻ, കപിദ്ധ്വജൻ

അലങ്കാരം - വിഭൂഷണം, പ്രസാധനം, ഭൂഷണം

അലർച്ച - അട്ടഹാസം, അട്ടഹസിതം

അല്പൻ - മന്ദൻ, ഹീനൻ, ന്യൂനൻ

അവജ്ഞ - പരിഭവം, നിന്ദ, അനാദരം
അവയവം - അംഗം, പ്രതീകം, അപഘനം
അവസരം - സമാപനം, നിഷ്ഠ, സമയം
അവിൽ - ചിപിടം, പൃഥുകം, ചിപിടകം
അശുഭം - അമംഗളം, അമംഗലം
അശോകം - മധു, ഹേമപുഷ്പം, പല്ലവദ്രുമം
അശ്വം - തുരഗം, കുതിര, ഗന്ധർവം
അശ്ലീലം - ചീത്ത, ഗ്രാമ്യം, അസഭ്യം
അശ്രു - ബാഷ്പം, നയനാംബു, കണ്ണീർ
അസത്യം - കള്ളം, വ്യാജം, കൈതവം
അസ്ഥി - കീകസം, കുല്യം, എല്ല്
അസുരൻ - ഇന്ദ്രാരി,ദൈത്യൻ, ദാനവൻ
അഹങ്കാരം - മദം, ഗർവ്, ഉന്മദം
അളവ് - പായ്യം, പരിമാണം
അറപ്പുവാൾ - കരപത്രം,ഈർച്ചവാൾ
അറിഞ്ഞത് - വിദിതം, ജ്ഞാതം, ബുദ്ധം
അഴിഞ്ഞിൽ - രോചനം, അല്ലിക, വാമനം

ആ

ആകമ്പിതം - ചലിതം, ധൂതം, ആധുതം
ആകരം - ഖനി, ഖാനി,ഇരിപ്പിടം
ആകാരം - വടിവ്, രൂപം, ആകൃതി
ആകാശം - നഭസ്സ്, ഗഗനം, വാനം
ആകാശഗംഗ - സുരവാഹിനി, മന്ദാകിനി
ആക്രമണം - ആക്രാന്തി, പ്രയാതം
ആക്ഷേപം - നിന്ദ, പരിവാദം, ഗർഹണം
ആഖ്യാതം - ഭാഷിതം, ഉദിതം
ആഗ്രഹം - ആശ, ഇച്ഛ, അഭിലാഷം
ആചമനം - ഗണ്ഡൂഷം, ഉപസ്പർശം
ആച്ഛാദനം - അപവാദം, തിരോധാനം
ആജ്ഞ - അനുവാദം, നിർദ്ദേശം
ആഞ്ഞിലി - ശൂരം, കഷായി, അയണി
ആടലോടകം - ഋഷഭം, വാസിക
ആട് - അജം, മേഷം, വൃഷ്ണി
ആട്ടം - നർത്തനം, നൃത്തം, ലാസ്യം
ആഢ്യൻ - ധനവാൻ, പ്രഭു, സമൃദ്ധൻ
ആണ്ട് - കൊല്ലം, വർഷം, ശരത്
ആതപം - പ്രകാശം, വെയിൽ, ദ്യോതം
ആതപത്രം - കുട, ഛത്രം, സാധൃതം
ആത്മജ - പുത്രി, തനയ, സുത
ആത്മജൻ - പുത്രൻ, തനയൻ, സുതൻ
ആത്മാവ് - പുരുഷൻ, ക്ഷേത്രജ്ഞൻ
ആദി - പ്രഥമം, ആദ്യം
ആന - ഗജം, കരി, ഹസ്തി
ആനക്കാരൻ - ഹസ്തിപൻ, നിഷാദി
ആനക്കുട്ടി - കരഭം, കരിപോതം
ആനക്കൂട്ടം - ഹാസ്തികം, ഗജയൂഥം
ആനക്കൊമ്പ് - ദന്തം, കുഞ്ജം
ആനനം - മുഖം, വദനം
ആനന്ദം - ആമോദം, സന്തോഷം, ഹർഷം
ആപത്ത് - അനിഷ്ടം, വ്യസനം, വിപത്ത്
ആഭരണം - അലങ്കാരം, വിഭൂഷ
ആമ - മഹകം, വൃത്തം, പീവരം
ആമയം - രോഗം, ഗദം, വ്യാധി
ആമ്പൽ - ഇന്ദീവരം,ഇന്ദിരാലയം
ആയ - ധാത്രി, വളർത്തമ്മ
ആയുധം - ശസ്ത്രം, ഹേതി, അസ്ത്രം
ആരംഭം - ഉപക്രമം,തുടക്കം, ഉൽഘാതം

ആരവം - നാദം, ശബ്ദം, ഒച്ച
ആരാമം - പൂന്തോട്ടം, ഉദ്യാനം, മലർവാടി
ആർത്തവം - ഋതുകാലം, പുഷ്പകാലം
ആലിംഗനം - ആശ്ലേഷം, ലിംഗനം
ആലിപ്പഴം - കരകം, കരം
ആവണക്ക് - ചിത്രം, തരുണം
ആവനാഴി - അമ്പുറ, ഉപാസംഗം, ശരധി
ആവി - സ്വേദം, വാതകം, ബാഷ്പം
ആശാരി - തക്ഷാവ്, തച്ചൻ
ആശാളി - ദീപ്യ, അജാജി
ആശീർവാദം - ആശിസ്സ്, ആശംസ
ആശ്ചര്യം - വിസ്മയം, അത്ഭുതം
ആശ്രമം - തപോവനം, ഉടജം, ഋഷിവാടം
ആശ്രയം - ശ്രയണം, രക്ഷ
ആഷാഢമാസം- ആഷാഢകം, ശുചി
ആസനം - ആധാരം, പീഠം
ആഹാരം - ഭോജനം, അശനം, ഭക്ഷണം
ആഴം - നിമ്നത, താഴ്ച, അഗാധം

ഇ

ഇച്ഛ - ആഗ്രഹം, ആശ, അഭിലാഷം
ഇഞ്ചി - വരം, കന്ദരം, കടുകം
ഇടം - സ്ഥലം, സ്ഥാനം
ഇടയൻ - വല്ലവൻ, ഗോധുക്ക്
ഇടയഗ്രാമം - ഘോഷം, അഭീരപല്ലി
ഇടവിട്ടത് - വിരളം, തനു
ഇടി - മേഘനാദം, രസിതം
ഇടിമിന്നൽ - ചഞ്ചല, ക്ഷണിക
ഇതൾ - ദലം,ഛദം, ദളം
ഇത്തി - പീതനം, കലാപി, പിപ്പലം
ഇത്തിക്കണ്ണി - ഉപദി, കാമിനി
ഇത്തിൾ - വാരിജം, ശംബൂകം
ഇന്തുപ്പ് - പഥ്യം, ശിലാത്മകം
ഇന്ദിര - കമല, ഹരിപ്രിയ, ലക്ഷ്മി
ഇന്ദ്രൻ - ഋഭുക്ഷൻ, ശചീപതി, ശക്രൻ
ഇന്ദ്രപത്നി - ഇന്ദ്രാണി, ശചി, ശക്രാണി
ഇന്ദ്രജാലം - മായ, ശാംബരി
ഇന്ദ്രജാലക്കാരൻ - മായാകാരൻ, ഐന്ദ്രജാലികൻ
ഇന്ദ്രപുരി - അമരപുരം, സുരപുരി
ഇന്ദ്രനീലം - നീലം, മസാരകം
ഇന്ദ്രിയം - വിഷയി, അക്ഷം, കരണം
ഇപ്പോൾ - ഇദാനീം, അധുനാ, സാമ്പ്രതം
ഇപ്രകാരം - ഇവ്വണ്ണം, ഇത്ഥം, ഏവം
ഇയ്യം - പദ്മം, ജഡം, നാഗം
ഇയ്യാമ്പാറ്റ - പതംഗം, ഈയൽ, ശലഭം
ഇരട്ട - യുഗളം, ദ്വന്ദ്വം, യുഗ്മം
ഇരട്ടിമധുരം - മധുര, അതിമധുരം, യഷ്ടി
ഇരുട്ട് - അന്ധകാരം, താമിസ്രം, തമസ്സ്
ഇരുത്തി - യോഗ്യ, ലക്ഷ്മി, സിദ്ധി
ഇരുമ്പ് - അയം, ഭ്രമരം, അയസ്സ്
ഇരുമ്പുലയ്ക്ക - പരിഘാതം, പരിഘം
ഇരുവേലി - വാരി, വാളകം, വേണി
ഇല - പത്രം, പർണ്ണം
ഇലഞ്ഞിമരം - കേസരം, സുരഭി
ഇലവംഗം - ലവംഗകം, ശകലം
ഇലവുമരം - അപൂരണി, അഹിക
ഇഷ്ടം - വല്ലഭം, അഭീഷ്ടം, പ്രിയം
ഇളക്കം - ചലനം, ചാഞ്ചല്യം, കമ്പം

ഈ

ഈച്ച - മക്ഷി, നീലി, മക്ഷികം

ഈത്ത - കോകം, ഹരിപ്രിയ

ഈന്തപ്പന - ഗണഭക്ഷ്യ, ഗജവല്ലഭ

ഈയം - നാഗം, പിഷ്ട

ഈർച്ചവാൾ - കദരം, ക്രകചം, കരപത്രം

ഈറ്റില്ലം - സൂതികാലയം, അരിഷ്ടം, സൂതികാഗാരം

ഉ

ഉക്തി - ഉദിതം, വചനം, വാക്ക്

ഉച്ചം - പ്രാംശു, തുംഗം, ഉന്നതം

ഉടജം - ആശ്രമം, പർണശാല

ഉടുമ്പ് - ഗോധേരം, ആഹേയം, പുളക

ഉഡു - താരകം,നക്ഷത്രം, ജ്യോതിസ്സ്

ഉൽക്കർഷം - കോടി, അതിശയം, പ്രകർഷം

ഉത്തമൻ - ശ്രേഷ്ഠൻ, പരൻ

ഉത്തരം - പ്രതിവചനം, പ്രത്യുക്തി

ഉത്തരീയം - പ്രാവരം, സവ്യാനം

ഉൽപത്തി - പ്രാപ്തി, പ്രസവം

ഉത്സംഗം - പാളി, മടിത്തട്ട്, അങ്കം

ഉത്സവം - മഹസ്സ്, ക്ഷണം, മഹം

ഉത്സാഹം - ഉദ്യമം, സത്വം

ഉദന്തം - വാർത്ത, വൃത്താന്തം, വർത്തമാനം

ഉദരം - ജഠരം, ചടു, തുന്ദം

ഉദ്യാനം - പൂങ്കാവ്, പൂന്തോട്ടം, മലർവാടി

ഉപദ്രവം - വിപ്ലവം, ഡമരം, ഡിംബം

ഉപധാനം - ബർഹണം, ഉപവഹം, ഉപപോഷിതം

ഉപമം - സന്നിഭം, തുല്യം, സമാനം

ഉപരാമം - ആരതി, വിരതി, അവരതി

ഉപവാസം - അനശനം, ഉപോഷണം, ആക്ഷപണം

ഉപവീതം - പൂണൂൽ, യജ്ഞസൂത്രം

ഉപസ്ഥം - മദനാലയം, ഭഗം, സ്മരമന്ദിരം

ഉപാദ്ധ്യായൻ - ഗുരു, ആചാര്യൻ, അദ്ധ്യാപകൻ,

ഉപ്പൻ - ചകോരം, ഭരദ്വാജം

ഉപ്പളം - രുമ, ലവണാകരം

ഉപ്പ് - ലവണം, സാമുദ്രം

ഉമി - തുഷം, കുകൂലം, ധാന്യാസ്ഥി

ഉമിനീര് - സ്യണിക, സ്യന്ദനി, ലാല

ഉയർത്തൽ - ഉദ്ധാരം, ഉന്നയം, ഉന്നയനം

ഉയരം - ഉത്സേധം, ഉച്ഛ്രായം

ഉയർന്നത് - ഉന്നതം, ഉച്ചം, തുംഗം

ഉരൽ - ഉഡൂഖലം, ഉലൂഖലകം

ഉരുക്ക് - ലോഹം, ഘനം, ശസ്ത്രം

ഉലുവ - ദീനകി, ശിഖി, കാരവി

ഉള്ളങ്കൈ - ശമം, ശയം, പഞ്ചശാഖം

ഉറക്കം - സുപ്തി, നിദ്ര, ശയനം

ഉറുമ്പ് - വമ്രം, പിപീലം, വല്മി

ഉഴുന്ന് - ബീജവരം, മദനം, മാംസലം

ഊ

ഊഞ്ഞാൽ - ദോള, ഡോള, പ്രേംഖ

ഊമ - അവാക്ക്, മൂകൻ

ഊരകം - സംഗ, സഫല

ഊളൻ - ഫേരവം, ജംബുകം, കിഖി

ഋ

ഋണം - കടം, ഉദ്ധാരം

ഋതം - സത്യം, ആർജ്ജവം

ഋതുമതി - ഉദക്യ, അവി, പുഷ്പവതി

ഋദ്ധി - സിദ്ധ, മംഗള്യ, യോഗ്യ

ഋഷി - തപസ്വി, മുനി, സത്യവചസ്സ്

എ

എച്ചിൽ - ഫേല, ഭുക്ത, ഫേലിക

എട്ടുകാലി - ഉൽപാദകം, മനസ്വി

എണ്ണ - തിലജം, തൈലം

എപ്പോഴും - അവിരതം, അഭീഷ്ണം, സദാ

എരുക്ക് - കഞ്ചാരം, അർക്കം, മന്ദാരം

എരുമ - മഹാക്ഷീര, ദുരന്ധം, കലുഷം

എലി - ആഖുകം, മൂഷകൻ

എല്ല് - അസ്ഥി, കീകസം

എല്ലാടവും - വിഷ്വക്, സർവ്വത്ര

എല്ലാം - നിശ്ശേഷം, സമഗ്രം

എള്ള് - തിലം, സ്നേഹി, ജടിലം

എള്ളിൻപൂവ് - തിലപുഷ്പം, വജ്രപുഷ്പം, താമ്രവർണ്ണി

എഴുത്ത് - ലേഖം, ലിപി

എഴുത്തുകാരൻ - ലേഖകൻ, അക്ഷരചഞ്ചു

ഏ

ഏകാഗ്രൻ - അനന്യവൃത്തി, ഏകസർഗൻ

ഏണി - ഗോവണി, സോപാനം, നിശ്രേണി

ഏലം - ബഹുല, പൃത്ഥീക

ഏഷണിക്കാരൻ - പിശുനൻ, ഖലൻ

ഏഴിലമ്പാല - ഗ്രഹനാശം, ദീപവൃക്ഷം

ഏറ്റവും - നിതാന്തം, അത്യർത്ഥം

ഐ

ഐരാവതം - മഹേഭം, ഐരാവണം, ചതുർദ്ദന്തം

ഐശ്വര്യം - ഭൂമാവ്, വിഭൂതി, ഭൂതി

ഒ

ഒച്ച - ഒലി, ആരവം, നിർഘോഷം
ഒട്ടകം - കണ്ഡോലം, മയം, ദാസേരുകം
ഒരിക്കൽ - ഏകദാ, കദാചിൽ
ഒഴുകുക - പ്രവാഹം, ഒലി, സ്രവണം
ഒഴുകിയത് - സ്നുതം, സ്രുതം
ഒറ്റൽ - ഒറ്റാൽ, മത്സ്യധാനി

ഓ

ഓടക്കുഴൽ - വംശി, വേണു, മുരളി
ഓടൽമരം - തനുപത്രം, അതിഗന്ധകം, വിസങ്കടം
ഓട്ടം - സന്ദ്രാവം, ദ്രാവം അപക്രമം
ഓട്ടട - അഭ്യൂഷം, പൗലി, ആപകം
ഓത്തൻ - ഓതിക്കോൻ, ശ്രോത്രിയൻ, ഛാന്ദസൻ
ഓത്ത് - നിഗമം, വേദം, ആഗമം
ഓന്ത് - മൂസലിക, പ്രതിസൂര്യം, ശയാനകം
ഓരില - അംശുമതി, ചിത്രപർണ്ണിക
ഓവ് - പ്രണാളി, തൂമ്പ്, പ്രണാളിക
ഓളം - തരംഗം, വീചി, അല

ഔ

ഔഷധം - അഗദം, ജൈത്രം, മരുന്ന്

ക

കങ്കപ്പക്ഷി - അരിഷ്ടം, കങ്കം, ജലാടനം
കക്ഷം - ബാഹുമൂലം, ഭുജമൂലം
കച്ചവടം - വാണിജ്യം, വിക്രയം, വ്യാപാരം
കച്ചവടക്കാരൻ - വ്യാപാരി, സാർത്ഥികൻ, നിഗമൻ
കച്ചവടസ്ഥലം - വിപണി, ആപണം
കഞ്ഞി - ഉഷ്ണിക, തരളാ, വിലേപിക
കഞ്ചാവ് - ആനന്ദ, മോഹിനി
കടം - വായ്പ, ഋണം, ഉദ്ധാരം
കടകോൽ - മത്ത്, വൈശാഖം, കുടകം
കടൽ - സമുദ്രം, ജലധി, സാഗരം
കടല - ചനകം, ചണകം
കടലാടി - മഞ്ജരികം, കിഹിണി, വശിരം
കടലുപ്പ് - തീക്ഷ്ണം, അക്ഷീവം
കടാക്ഷം - കാക്ഷം, വർക്കരാടം
കടിഞ്ഞാൺ - കവിയം, ഖലിനം
കടിപ്രദേശം - കളത്രം, കടിക
കടുക് - മധുരിക, രാജിക
കടുംചുവപ്പ് - രോഹിതം, രക്തം ലോഹിതം,
കടന്നൽ - വരടി,വരട, ഗന്ധോളി
കടുന്തുടി - മഡ്ഡുകം, ഡമരു
കടുവ - ദ്വീപി, വ്യാഘ്രം
കട്ടിൽ - മഞ്ചം, ശയനം
കഠിനം - കഠോരം, പരുഷം

കണങ്കാൽ	-	പ്രസൃത, ജംഘം
കണവീരം	-	കരവീരം, ഹയമാരകം
കണ്ഠാലങ്കാരം	-	കണ്ഠഭൂഷ, ഗ്രൈവേയം
കണ്ണ്	-	അക്ഷി, നയനം, നേത്രം
കണ്ണാടി	-	മുകുരം, ദർപ്പണം
കണ്ണീര്	-	അശ്രു, ബാഷ്പം
കത്തി	-	ക്ഷുരം, ക്ഷുരി
കത്തിരി	-	കൃപാണിക, കത്രിക
കനിഷ്ഠൻ	-	അനുജൻ, അവരജൻ
കനുജം	-	കന്യാകുബ്ജം, കുശസ്ഥലം
കന്ദം	-	ഗിരിജം, ശൈലം, അഗജം
കന്യക	-	കന്യ, കുമാരി, ദാരിക
കപടം	-	കൈതവം, ശാഠ്യം
കപാലം	-	തലയോട്, ഖർപ്പരം
കപോലം	-	കവിൾത്തടം, ഗണ്ഡം
കപ്പം	-	കരം, നികുതി
കപ്പൽ	-	പോതം, ഉരു
കഫം	-	ശ്ലേഷ്മം, ശ്ലേഷ്മകം
കമ്പിപ്പാല	-	കമ്പില്ലം, രേചനം, കർക്കശം
കമ്പിളി	-	കരിമ്പടം, കംബളം
കമുക്	-	ഗുവാകം, ഖപുരം
കയം	-	അഗാധം, ഹ്രദം
കയറ്	-	വരാടം, പാശം
കയ്പ്പവള്ളി	-	കഠില്ലകം, കാരവേല്ലം
കയ്യോന്നി	-	ഭൃംഗരാജം, കയ്യന്യം
കര	-	തടം, തീരം, രോധസ്സ്
കരച്ചിൽ	-	രുദിതം, രോദനം, വിലാപം
കരടി	-	ചിരായുസ്സ്, ഋക്ഷം, ഭല്ലകം
കരവീരം	-	കണവീരം, പ്രതിഹാസം
കരൾ	-	യകൃത്ത്, കാളേയം
കരി	-	സീരകം, ഗോദാരണം
കരിക്കോൽ	-	ഈശാ, ഹലദണ്ഡകം
കരിങ്കടുക്	-	കൃഷ്ണ, രാജസി
കരിങ്കാലി	-	ഖദിരം, ബഹുസാരം
കരിമ്പ്	-	വംശം, രസാളം, ഇക്ഷു
കരിമ്പടം	-	രല്ലകം, കംബളം, കമ്പിളി
കരിമ്പന	-	താലം, ധ്വജം, രസാലം
കരിയറ	-	നിരീശം, ഫാലം, കുടകം
കരിവേപ്പ്	-	പാർവ്വതം, ശ്രാദ്ധശാകം,
കരുമത്സ്യം	-	പ്രോഷ്ഠി, പ്രോഷ്ഠം
കർക്കടകം	-	ശുചി, ആഷാഢം
കർണ്ണൻ	-	അർക്കജൻ, രാധേയൻ
കർണ്ണാഭരണം	-	അവതംസം, കുണ്ഡലം
കർപ്പൂരം	-	മിഹിക, ശശധരം
കർഷകൻ	-	കൃഷികൻ, കൃഷിക്കാരൻ
കലം	-	ഭാണ്ഡം, സ്ഥാലം
കലഹം	-	വിവാദം, വ്യവഹാരം
കലിയുഗം	-	കൃഷ്ണം, കഷായം, പുഷ്യം
കല്ക്കണ്ടം	-	ഫാണിതം, ഉപല, മധുധൂളി
കല്പന	-	അനുവാദം, ശാസനം
കല്ല്	-	ഗ്രാവം, പാഷാണം, ശില

കല്ലാല് - പ്ലക്ഷം, പ്ലവകം, ഗർദ്ദം

കല്ലുളി - പാഷാണദാരകം, ടങ്കം, തങ്കം

കവിൾത്തടം - ഗണ്ഡപാളി, കപോലം

കവുങ്ങ് - ഗോപഫലം, അകോടം

കഷണ്ടി - കേശഘ്നം, ഇന്ദ്രലുപ്തം

കഷായരസം - തുവരം, കഷായം

കസ്തൂരി - നാഭി, ഗന്ധധൂളി

കളവ് - ചൗരിക, സ്തേയം

കളി - ക്രീഡ, ഖേലനം

കള്ളൻ - ചോരൻ, തസ്ക്കരൻ

കള്ള് - മധു, മദ്യം

കള്ളുഷാപ്പ് - മദസ്ഥലം, ഹാലാശാല

കഴുകൻ - ദർശി, ആജം

കഴുത - ധൂസരം, ലംബകർണ്ണം

കഴുത്ത് - ഗളം, കണ്ഠം

കറി - തേമനം, സൂദം,

കറുക - രുഹ, അനന്ത

കറുത്ത വാവ് - അമാവാസി, ദർശ

കറുപ്പുനിറം - നീലം, ശ്യാമം

കാ

കാകജംഘ - വായസി, ദാസി

കാകോളി - മേദുര, കർണ്ണിക

കാക്ക - കാകൻ, ബലിഭുക്ക്

കാക്കപ്പനിച്ചി - കപീലു, കാകേന്ദു

കാഞ്ഞിരം - കിമ്പാകം, കരദ്രുമം

കാഞ്ചിമരം - പിചുളം, ഝാവുകം

കാടി - സൗവീരം, ആരനാളകം

കാട് - അടവി, വനം, ആരണ്യം

കാടപ്പക്ഷി - വർത്തകം, ഗാഞ്ജിക

കാട്ടാളൻ - നിഷാദൻ, കിരാതൻ, ശബരൻ

കാട്ടുകാക്ക - ചാഷം, ചാഷകം, കികീ

കാണൽ - ഈക്ഷണം, ദർശനം

കാണ്ടാമൃഗം - ഗണ്ഡകം, ഖഡ്കി, ക്രോധി

കാത് - കർണ്ണം, ചെവി, ശ്രോത്രം

കാതൽ - മജ്ജ, സാരം

കാതര്യം - ഭീരുത്വം, പാരവശ്യം

കാമദേവൻ - അച്യുതാത്മജൻ, ദർപ്പകൻ

കാമധേനു - സുരഭി, സ്വർഗ്ഗോവ്

കാമുകൻ - കമനൻ, മുദിരൻ, കമ്രൻ

കായ - ശസ്യം, സസ്യം, ഫലം

കായം - ജരണം, ഹിംഗു ബാൽഹികം,

കായാമ്പു - അതസി, നീലപുഷ്പം

കാരകിൽ - പ്രവരം, വല്ലരം, വസുകം

കാരണം - ഹേതു, നിമിത്തം, ആദി

കാരന്നം - കാദംബം, കളനാദം, മരാളകം

കാരാഗൃഹം - ബന്ധനാലയം, തടവറ

കാർകോകിൽ - വാകുചി, ശശിലേഖ

കാലം - ദിഷ്ടം, വേല, സമയം

കാല് - പദം, ചരണം

കാലൻ - യമൻ, അന്തകൻ

കാലാൾപ്പട - പദാജി,പത്തി

കാൽച്ചിലമ്പ് - മഞ്ജീരം, നൂപുരം

കാവ് - വീവധം, പര്യാഹാരം

കാവതിക്കാക്ക - കാകോളം, ദ്രോണം

കാവിമണ്ണ് - ഗൈരികം, പാണ്ഡരം
കാശി - വാരാണസി, ഈശനഗരി
കാള - വൃഷഭം, ഋഷഭം
കാളവണ്ടി - ഗന്ത്രി,ഗോയാനം
കാളിന്ദീനദി - യമുന, കളിന്ദജ
കാഴ്ച - ദർശനം, ദൃഷ്ടി, നിധ്യാനം
കാഴ്ചദ്രവ്യം - ഉപഹാരം, പ്രദേശനം
കാറ്റ് - പവനൻ, അനിലൻ, വായു
കിങ്കരൻ - ഭൃത്യൻ, ദാസൻ, പരിചാരകൻ
കിണറ് - ഉദപാനം, കൂപം
കിണ്ടി - കർക്കരി, കരകം, ഗളന്തിക
കിണ്ണം - പാനഭാജനം, കംസം
കിന്നരൻ - അശ്വമുഖൻ, തുരംഗവദനൻ
കിരീടം - മകുടം, മൗലി, മുകുടം
കിളിവാതിൽ - ഗവാക്ഷകം, ജാലം, ജാലകം
കീരി - സർപ്പാരി, അഹിഭുക്ക്
കീർത്തി - സമജ്യ, അഭിജനം

കു

കുങ്കുമം - കാന്തം, കാശ്മീരകം
കുജൻ - ഭൗമൻ, അഗ്നി, വക്രൻ
കുട - ഛത്രം, ആതപത്രം
കുടം - നിപം, കലശം
കുടകപ്പാല - കുടജം, ഇന്ദ്രധവം
കുടപ്പന - തൃണദ്രുമം, മൃദുതാലം
കുടൽമാല - പുരീതത്ത്, അന്ത്രം
കുടവയറൻ - തുന്ദി, തുന്ദിഭൻ
കുടുംബിനി - പുരന്ധ്രി, ഗൃഹിണി, ഗേഹിനി
കുടുമ - ചൂഡ, കേശപാശി
കുട്ടി - ബാലൻ, വത്സൻ
കുതിര - അശ്വം, പ്രയാഗം, തുംഗജം
കുതിരക്കൂട്ടം - അശ്വസമൂഹം, ബാഡവം
കുതിരപ്പന്തി - ലായം, വാജിശാല, മന്ദുര
കുന്തുരുക്കം - തീക്ഷ്ണം, യാവനം, ശിഖരി
കുന്ദം - ദമനം, മനോഹരം, ദംശനം
കുബേരൻ - അളകേശൻ, യക്ഷൻ
കുമിൾ - കുമുദ, രോഹിണി, ക്ഷീരിണി
കുമുദിനി - കുമുദവനം, ആമ്പൽപ്പൊയ്ക
കുമ്പളം - പീതിക, സ്ഥിരഫല
കുയിൽ - കോകിലം, പികം, കളരവം
കുരങ്ങ് - കപി, മർക്കടം, പ്ലവംഗം
കുരു - പിടകം, വിസ്ഫോടം
കുരുമുളക് - വരിഷ്ഠം, കോലകം
കുലസ്ത്രീ - ജാമി, യാമി
കുലീനൻ - ശ്രേഷ്ഠവംശജൻ, അഭിജാതൻ
കുശവൻ - ഭരടൻ, കുലാലൻ, കുംഭകാരൻ
കുഷ്ഠം - ചർമ്മദൂഷിക, പുണ്ഡരീകം
കുസുമം - പുഷ്പം, സുമം, പ്രസൂനം
കുളം - വാപിക, ഖാതം, വാപി
കുളക്കോഴി - ചഞ്ചുസൂചിക, പ്ലവം

കുളി - പ്രക്ഷാളനം, സ്നാനം

കുള്ളൻ - ഹ്രസ്വൻ, വാമനൻ

കുറിയത് - നീചം, ഖർവ്വം

കുറുക്കൻ - സൂചകൻ, ഗോമായു

കുറുനിര - അളകം, ഖങ്കരം

കുറുന്തോട്ടി - സമംഗ, വാടീ, ഖരഗന്ധ

കുഴി - ഗർത്തം, ദരം

കൂട് - പഞ്ജരം, നീഡം, കുലായം

കൂട്ടുകാരൻ - സുഹൃത്ത്, സഹചരൻ

കൂടെ - സഹ, സാകം, സാർദ്ധം

കൂനൻ - കുബ്ജൻ, ഗഡുലൻ

കൂമൻ - പേചകം, നഖാശി, കൗശികം

കൂലി - ഭിക്ഷ, വേതനം

കൂവളമരം - അരിമേദം, മംഗല്യം, ത്രിജടം

കൃ

കൃപണൻ - ലുബ്ധൻ, ദരിദ്രൻ

കൃതയുഗം - സത്യയുഗം, കൃതം

കൃഷി - കർഷണം, പ്രമൃതം

കൃഷിക്കാരൻ - കർഷകൻ, ക്ഷേത്രജീവൻ

കൃഷിസ്ഥലം - കേദാരം, വപ്രം, ക്ഷേത്രം

കൃഷ്ണക്രാന്തി - നീലപുഷ്പി

കൃഷ്ണതുളസി - നാഗമാതാ, ഭൂതപ്രിയ

കൃഷ്ണമണി - കനീനിക, താരക

കൃഷ്ണാനദി - കൃഷ്ണ, കൃഷ്ണഗംഗ

കെടുതി - നാശം, നഷ്ടം, ആപത്ത്

കേട്ടുകേൾവി - പ്രവാദം, കിംവദന്തി

കേതു - ആഹികൻ, ശിഖി, അകചൻ

കേദാരം - വയൽ, പാടം

കേരളം - മലനാട്, ഭാർഗ്ഗവക്ഷേത്രം

കൈ

കൈ - കരം, ഹസ്തം, ബാഹു

കൈക്കൂലി - ലംബം, ഉപധ, ഉപാദാനം

കൈത - ഇന്ദുകലിക, വിഫല

കൈപ്പടം - പാണി, ശമം, ശയം

കൈമാറ്റം - പരിവർത്തനം, വിനിമയം

കൈമുട്ട് - കഫണി, കഫോണി, കൂർപ്പരം

കൈലാസം - ഗണാചലം, ഗണപർവ്വതം

കൈവള - കങ്കണം, കരഭൂഷണം

കൈവിരൽ - അംഗുലി, കരശാഖ

കൊ

കൊക്ക് - ബകം, ബലിഭുക്ക്, കങ്കേരു

കൊടിക്കൂറ - കേതനം, ധ്വജം, വൈജയന്തി

കൊടിമരം - ധ്വജം, കേതു, കേതനം

കൊടുങ്കാറ്റ് - മഹാവാതം, പ്രകമ്പനം

കൊടുമുടി - ശിഖരം, കൂടം, ശൃംഗം

കൊട്ടം - പാടവം, രകം, അഗദം

കൊട്ടത്തളം - വീനാഹം, വിനാഹം, പീനാഹം
കൊട്ടാരം - അരമന, സൗധം, രാജസദനം
കൊതുക് - ധ്രൂമം, മശകി
കൊത്തളം - തളിനി, ക്ഷൗമം, അട്ടാളിക
കൊന്ന - കർണ്ണികാരം, ശമ്യാകം
കൊയ്ത്ത് - ലവം, ലവനം, അഭിലാവം
കൊല - പ്രമാപണം, ഉദ്വാസനം, വധം
കൊല്ലൻ - കരുവാൻ, വ്യോകാരൻ

കോ

കോടാലി - മഴു, വൃക്ഷാദനം, വൃക്ഷഭേദി
കോട്ട - ഗോപുരം, പുരദ്വാരം
കോണി - കോവണി, അധിരോഹിണി
കോപം - ക്രോധം, രോഷം, അമർഷം
കോപശീലൻ - അമർഷണൻ, കോപി
കോമളം - സുകുമാരം, മൃദുളം, മൃദു
കോവ - ബിംബി, ഗോഹ്വാ തുണ്ഡിക,
കോളാമ്പി - പാലം, പ്രതിഗ്രഹം
കോഴി - ചൂളിക, ശിഖി, ആരണി
കൗതൂഹലം - കുതൂഹലം, കുതുകം
കൗശലം - പാടവം, സാമർത്ഥ്യം
ക്രമശയനം - ഉപശായം, വിശായം
ക്രിയ - കർമ്മം, കർമ്മാ
ക്രീഡ - കേളി, കളി, പരിഹാസം
ക്രൂരൻ - പാപൻ, നൃശംസൻ,
ക്ലേശം - ആസ്രവം, ആദീനവം
ക്ഷത്രിയൻ - ബാഹുജൻ, വിരാട്ട്, രാജന്യൻ
ക്ഷമ - ക്ഷാന്തി, തിതിക്ഷ
ക്ഷമാശീലൻ - സഹിഷ്ണു, സഹനശീലൻ
ക്ഷയരോഗം - ശോഷം, യക്ഷ്മം, അതിരോഗം
ക്ഷൗരം - മുണ്ഡനം, വപനം, വാപനം
ക്ഷൗരക്കാരൻ - ശീഥി, ക്ഷുരകൻ
ഖനി - ആകരം, ഖാനി

ഗ

ഗംഗാനദി - ജ്യേഷ്ഠം, മന്ദാകിനി
ഗണപതി - ലംബോദരൻ, വിനായകൻ
ഗന്ധകം - ഗന്ധം, സൗഗന്ധികം
ഗന്ധർവനഗരം - മിഥ്യാഭ്രമം, മായാനഗരം
ഗരുഡൻ - കാശ്യപി, ഉന്നതീശൻ
ഗർഭഗൃഹം - ഗർഭാഗാരം, വാസഗൃഹം
ഗർഭപിണ്ഡം - ഉല്ബം, കലലം
ഗർഭിണി - അന്തർവ്വത്നി, ഗുർവ്വിണി
ഗളം - കഴുത്ത്, കണ്ഠം, കന്ധരം
ഗുപ്തം - ഛന്നം, ഛാദിതം, ഗൂഢം
ഗുരു - ആചാര്യൻ, ഉപാദ്ധ്യായൻ
ഗുഹ - ദരം, കന്ദരം, ഗഹ്വരം

ഗൃഞ്ജനം	-	കന്ദം, വർത്തുളം, യവനേഷ്ടം
ഗൃഹം	-	നിലയം, വസതി, മന്ദിരം
ഗൃഹനാഥൻ	-	ഗൃഹാധിപൻ, ഗൃഹാധിനാഥൻ
ഗൃഹസ്ഥൻ	-	ഗൃഹമേധി, ഗൃഹി
ഗൃഹിണി	-	പത്നി, സഹധർമ്മിണി
ഗോതമ്പ്	-	ക്ഷീരി, ഗോധുമം
ഗോദാവരീനദി	-	ഗൗതമി, ബ്രഹ്മാദ്രിജാത
ഗോമേദകം	-	ഗോമേദം, തമോമണി
ഗോരോചനം	-	കാഞ്ചിനി, ഗൗതമി, ശോഭ
ഗോളം	-	ഗോളകം, ഗുഡം
ഗൗളി	-	പല്ലി, ബ്രാഹ്മി, മുസലി
ഗ്രഹണം	-	ഉപരാഗം, ഗ്രഹം
ഗ്രാമം	-	ഊര്, സംവസഥം
ഗ്രീഷ്മഋതു	-	തപം, ഉഷ്മകം, നിദാഘം
ഘ്രാണം	-	ഘ്രേയം, മണം, സുഗന്ധം

ച

ചക്രവർത്തി	-	രാജരാജൻ, സമ്രാട്ട്
ചക്രവാളം	-	ക്ഷിതിജം, മണ്ഡലം
ചക്ഷുസ്സ്	-	അക്ഷി, നയനം, ലോചനം
ചങ്ങാതി	-	തോഴൻ, സ്നേഹിതൻ
ചട്ട	-	വർമ്മം, കങ്കടം, കഞ്ചുകം
ചട്ടൻ	-	മുടന്തൻ, വികലാംഗൻ
ചണം	-	മാതുലാനി, ഭംഗ
ചണ്ഡാലൻ	-	നിഷാദൻ, മാതംഗൻ
ചതി	-	കൈതവം, വ്യാജം
ചതിയൻ	-	വഞ്ചകൻ, ധൂർത്തകൻ
ചതുരൻ	-	കുശലൻ, നിപുണൻ
ചന്ദനം	-	ഗന്ധരസം, രൗഹിണം
ചന്ദ്രൻ	-	അമ്പിളി, ഇന്ദു, തിങ്കൾ
ചന്ദ്രിക	-	ജ്യോത്സ്ന, കൗമുദി, നിലാവ്
ചരണം	-	പാദം, കാല്
ചർച്ച	-	വിചാരണ, സംഖ്യ
ചർമ്മം	-	അജിനം, തോൽ
ചളി	-	ചികിലം, ശാദം
ചാൺ	-	കിഷ്കു, താലം, പ്രാദേശം
ചാണകം	-	ഗോബരം, ജഗളം
ചാണ	-	ശാതനം, ശാണി
ചാപം	-	ഇഷ്വാസം, ധനു, ശരാസനം
ചാമ	-	അവിപ്രിയം, സുകുമാരം
ചാമരം	-	പ്രകീർണകം, വെഞ്ചാമരം,
ചായ	-	ചൈനം, തേയില
ചാരൻ	-	അപസർപ്പകൻ, സ്പർശൻ
ചാല്	-	പരിവാഹം, ജലോച്ഛ്വാസം
ചാലിയൻ	-	തന്ത്രവായൻ, തന്ത്രവാപൻ,നൂൽ നൂൽപ്പുകാരൻ

ചി

ചികിത്സ	-	ഉപചാരം, ഉപക്രമം
ചിങ്ങം	-	ശ്രാവണം, ശ്രാവണികം
ചിത	-	ചിതി, പട്ടട
ചിത്രം	-	ആലേഖ്യം, പ്രതിരൂപകം
ചിന്ത	-	ആദ്ധ്യാനം, സ്മൃതി

ചിരങ്ങ് - കച്ഛു, ഖസം, പാമം

ചിരഞ്ജീവി - ആയുഷ്മാൻ, ജൈതവാതൃകൻ

ചിരി - സ്മേരം, സ്മിതം, ഹാസം

ചിലന്തി - മർക്കടകം , തന്തുവായം

ചിറ - സേതു, ആളി, അണ

ചിറക് - ഛദനം, പക്ഷം, പത്രം

ചീര - ക്ഷാരപത്രകം, ക്ഷാരപത്രം

ചീർപ്പ് - പ്രസാധനി, പ്രസാധനം

ചീവീട് - ചികിട്, ചീരുക, ഝില്ലിക

ചു

ചുക്ക് - കടുകം, അവ്യഥ

ചുക്കാൻ - തുഴ, പങ്കായം, കർണ്ണം

ചുക്കിണി - അക്ഷം, ദേവനം, പാശകം

ചുടലക്കാട് - ശ്മശാനം, പിതൃവനം

ചുണങ്ങ് - കിലാസം, സിദ്ധ്മ

ചുണ്ണാമ്പ് - ക്ഷാരം, ചൂരാ

ചുണ്ട് - അധരം, ഓഷ്ഠം, ദന്തച്ഛദം

ചുണ്ടെലി - ഗിരിക, ബാലമൂഷിക

ചുമ - കാസം, കാസിക, ക്ഷവഥു

ചുമട്ടുകാരൻ - ഭാരവാഹൻ, ഭാരികൻ

ചുമല് - സ്കന്ധം, അംസം, ഭുജശിരസ്സ്

ചുംബനം - ആരോഹണം, നിമിത്തകം

ചുര - ലാബുക, തുംബകം

ചുരത്തിയത് - സ്രുതം, രീണം, സ്നുതം

ചുരിക - അസിപുത്രി, ശസ്ത്രി

ചുരുക്കൽ - സംക്ഷേപണം, സംഗ്രഹം

ചുഴലിക്കാറ്റ് - ചക്രവാത്യ, ചക്രാനിലൻ

ചുറ്റപ്പെട്ടത് - ആവൃതം, വലയിതം

ചൂട് - താപം, സന്താപം, സജ്ജ്വരം

ചൂണ്ടൽ - മത്സ്യവേധനം, ബളിശം

ചൂതുകളി - ദേവനം, ദ്യൂതം, പണം

ചൂതുപടം - അഷ്ടാപാദം, ശാരിഫലം

ചൂരൽ - വേതം, സുദണ്ഡം, കലഞ്ജരം

ചൂല് - പവനി, ശോധനി, മാർജ്ജനി

ചെ

ചെകിടൻ - ഏഡൻ, ബധിരൻ

ചെഞ്ചല്യം - അരാളം, രാളം, യക്ഷധൂപം

ചെടിമരം - ഗുല്മം, സ്തംബം

ചെന്താമര - നളം, രവിപ്രിയം

ചെന്നായ - കോകം, ജനാശനം, വത്സാദനം

ചെന്നെല്ല് - ധാന്യം, ശോണശാലി

ചെപ്പ് - സമുദ്ഗം, സമ്പുടം, സമ്പുടകം

ചെമ്പരത്തി - ഹരിവല്ലഭ, രക്തപുഷ്പം

ചെമ്പോത്ത് - ഭരദ്വാജം, ദധിത്ഥം

ചെമ്മരം - രോഹി, രോഹിതം, കുശാത്മലി
ചെമ്മീൻ - നളം, ചിളിചിമം
ചെരിപ്പ് - പാദു, ഉപാനത്ത്
ചെവി - ശ്രവണം, കർണ്ണം
ചെവിക്കായം - പിഞ്ജുഷം, കർണ്ണമലം
ചെറുനാരകം -ദന്തശഠം, ജംബീരം, രോചനം
ചെറുപയറ് - ഭൂബലം, ഹയാനന്ദം, മഹോദയം
ചെറുപിച്ചകം - വിദുല, സപ്തല, നവമല്ലിക
ചെറുവാൾ - കരപാലിക, കരവാളിക, ഈളി
ചെറുവിരൽ - കനിഷ്ഠം, കന്യസ കനിഷ്ഠിക,
ചേതം - നഷ്ടം, നാശം, ഹാനി
ചേന - ശൂരകന്ദം, ശൂരണം, ഓലം
ചേമ്പ് - ആലൂകം, ആലു
ചേര - ഡുണ്ഡുഭം, ദുണ്ഡുഭം
ചേരട്ട - നീലാംഗം, ശത പദി, ശതപാദം
ചേല - വസ്ത്രം, ആട, അംബരം
ചേലേയം - ശൈലജം, പലിതം
ചേറ് - ശാദം, ചെളി, ജംബാളം
ചൊവ്വ - അംഗാരൻ, രുധിരൻ, കുജൻ
ചൊറി - ഖർജ്ജു, കണ്ഡൂയ, കണ്ഡു
ചോദ്യം - പ്രശ്നം, അനുയോഗം, പൃച്ഛ
ചോനകപ്പുല്ല് - മാല, ഭൂതലിക, നഖപുഷ്പി
ചോര - രക്തം, നിണം, രുധിരം
ചോരൻ - ജവനാലം, ദീർഘശരം
ഛർദ്ദി - വമം, പ്രച്ഛർദ്ദിക, വമി
ഛേദിക്കൽ - ഛേദനം, വർദ്ധനം, ഖണ്ഡനം

ജ

ജംഗമം - ചരം, ത്രസം, ചരാചരം
ജട - സട, കോടീരം
ജനം - ലോകം, പ്രജ
ജനനം - ജന്മം, ഉത്ഭവം, ജനുസ്സ്
ജനനി - അമ്മ, മാതാവ്, ജനയിത്രി
ജനപദം - രാജ്യം, രാഷ്ട്രം, ദേശം
ജന്തു - ശരീരി, ജന്മി, ചേതനം
ജന്നൽ - ജാലകം, വാതായനം
ജയം - വെറ്റി, വിജയം
ജയശീലൻ - ജിത്വരൻ, ജേതാവ്, ജൈത്രൻ
ജയിൽ - ബന്ധനാലയം, കാരാഗൃഹം
ജലം - വെള്ളം, പാനീയം, വാരി
ജലപ്രവാഹം - ശ്രോതസ്സ്, സ്രോതസ്സ്
ജാതിക്ക - കോശം, ജാതി, ശാലൂകം
ജാമ്യക്കാരൻ - ലഗ്നകൻ, പ്രതിഭൂ
ജാരൻ - ലവംഗൻ, രഹസ്യക്കാരൻ
ജീരകം - ദീപകം, അജാജി, മാഗധം
ജീവകം - പ്രാണദം, ഹ്രസ്വാംഗം
ജീവൻ - അസു, ചേതന, ജീവനം
ജീവധാരണം - പ്രാണധാരണം, ജീവം

ജീവനോപായം - ജീവനം, വർത്തനം
ജുഗുപ്ത - ഋതീയ, അർത്തനം, ഘൃണ
ജ്ഞാനശീലൻ - വിദുരൻ, വിന്ദു
ജ്യേഷ്ഠൻ - അഗ്രജൻ, പൂർവ്വജൻ
ജ്യേഷ്ഠത്തി - അഗ്രജ, അഗ്രിമ, പൂർവ്വജ
ജ്യേഷ്ഠാഭഗവതി - നൈരൃതി, അലക്ഷ്മി
ജ്വാല - കീലം, ശിഖ, ഹേതി
ഝങ്കാരം - വണ്ടിന്റെ നാദം, മൂളൽ, ഇരപ്പ്
ഝടിതി - വേഗത്തിൽ, ഝടുതി

ഞ

ഞണ്ട് - കുളീരകം, സന്ദർശകം
ഞരമ്പ് - സിര, നാഡി, ധമനി
ഞെരിഞ്ഞിൽ - മഹാംഗം, ഗോക്ഷുരം
ഞെരിയാണി - ഘുടികം, ഗുല്ഫം
ഞാഞ്ഞൂൽ - കിഞ്ചുളകം, വജ്രമാരം
ഞാണ് - ശിഞ്ജിനി, ഭാരവം
ഞാണൊലി - വിസ്ഫാരം, ജ്യാനാദം
ടവൽ - കർപ്പടം, നക്തകം
ഡംഭ് - ഗർവം, അഹങ്കാരം
ഡിംഭൻ - ഉത്താനശയൻ, സ്തനപ

ത

തകരം - വംഗം, രംഗം, പിച്ചടം
തച്ചൻ - രഥകാരൻ, തക്ഷൻ, വർധകി
തടവ് - വിഘ്നം, ബാധ, തടസ്സം
തടവിലിടൽ - ബന്ധനം, ഉദ്ദാനം
തടിച്ചത് - സ്ഥൂലം, ദൃഢം
തടി - സ്കന്ധം, പ്രകാണ്ഡം
തണുപ്പ് - സുഷിമം, ശൈത്യം, ശീതം
തണ്ട് - നാളം, നാളി, കാണ്ഡം
തണ്ണിമത്തൻ - ചിത്രഫലം, മാംസളം, കലിംഗം
തണ്ണീർപ്പന്തൽ - പാനീയശാലിക, പ്രപ
തത്ത - ശാരിക, ദരണം, ചിമികം
തന്മരം - സ്കന്ധം, പ്രകാണ്ഡകം,
തയ്യൽക്കാരൻ - തുന്നൽക്കാരൻ, സൗചികൻ
തല - ശീർഷം, മൂർദ്ധാവ്
തലക്കെട്ട് - ശിരോവേഷ്ടം, ഉഷ്ണീഷം
തലച്ചോറ് - ഗോർദ്ദം, മസ്തിഷ്കം
തലമുടി - കേശം, കുന്തളം, ചികുരം
തലയണ - ഉപധാനം, ഉപബർഹം
തലയോട് - കർപ്പരം, കപാലം
തലവേദന - ശിരശ്ശൂലം, ശിരസ്തോദം
തലസ്ഥാനം - പട്ടണം, നഗരം
തലേക്കെട്ട് - ശീർഷകം, ശീർഷണ്യം
തലോടൽ - മർദ്ദനം, സംവാഹനം
തല്പരൻ - പ്രസിതൻ, ആസക്തൻ

തവള - ലൂലകം, ഭേകം, മണ്ഡിക

തള - പാദകടകം, ഹംസകം

തളർച്ച - ക്ലമഥു, ക്ലമഥം

തളിര് - കിസലം, പല്ലവം

തറ - വിതർദ്ദി, വേദിക

തറവാട് - വംശം, കുലം, അഭിജനം

തഴമ്പ് - വടു, കിണം

താക്കോൽ - ചാവി, കുഞ്ചി

താടി - ചിബുകം, ചിബു

താത്പര്യം - അഭിരുചി, ആസക്തി

താന്നിമരം - അക്ഷം, സംവർത്തകം

താമരത്തണ്ട് - പദ്മദണ്ഡം, പദ്മക

താമരപ്പൂവ് - അംബുജം, പത്മം, പങ്കജം

താമരപ്പൊയ്ക - തടാകം, സരസ്സ്

താമരയല്ലി - കേസരം, പീതം, പരാഗം

താമരവളയം - മൃണാളം, തണ്ഡുലം

താഴ്ത്തൽ - നിപാതനം, അവനായം

താഴ്വാരം - സാനം, സ്നു

താറാവ് - ശരാതി, ശരാരി

തി

തിണ്ണ - വേദിക, വിതർദി

തിന - കംഗു, പ്രിയംഗു

തിപ്പലി - പിപ്പലി, കോലം, ശ്യാമ

തിര - വീചി, ഓളം, അല

തിരശ്ശീല - യവനിക, തിരസ്കാരിണി

തിരുവോണം - ശ്രവണം, ശ്രോണ

തീക്കൊള്ളി - അലാതം, ഉല്മുകം

തീപ്പൊരി - വഹ്നികണം, അഗ്നികണം

തീരം - രോധം, തടം

തു

തുച്ഛം - രിക്തം, ശൂന്യം, വശികം

തുട - ഊരു, സക്ഥി, ജാഘനി

തുടി - ത്രികം, നേമി

തുന്നൽ - സേവനം, സ്യൂതി, സീവനം

തുപ്പൽ - നിഷ്ഠീവനം, നിഷ്ഠേവനം

തുമ്പ - തിന്ദുകം, ദീർഘപത്ര

തുമ്മൽ - ക്ഷവം, വിക്ഷാവം

തുലാസ്സ് - ത്രാസ്സ്, തുലായന്ത്രം

തുല്യം - സാധാരണം, സമം, ഒപ്പം

തുളയ്ക്കൽ - വ്യധനം, വ്യധം, വേധം

തുളസി - പവിത്ര, ഹരിപ്രിയ

തൂണ് - സ്തംഭം, സ്ഥൂണ

തൂപ്പുകാരൻ - ഖലപു, ബഹുകരൻ

തൂമ്പ - അവദാരണം, ഗോദാരണം

തൂവാല - നക്തകം, കർപ്പടം

തൃപ്തി - സൗഹിത്യം, തർപ്പണം

തെങ്ങ് - നാളികേരം, താലവൃക്ഷം

തെറ്റിദ്ധാരണ - മിഥ്യാമതി, ഭ്രമം

തേ

തേക്കുമരം - മഹാപത്രം, അതിപത്രകം
തേച്ചുകുളി - മൃജാ, മാർഷ്ടി
തേൻ - ക്ഷൗദ്രം, മധു, പവിത്രം
തേനീച്ച - സരഘ, ക്ഷുദ്ര മധുമക്ഷിക,
തേന്മാവ് - മാകന്ദം, രസാലം, ചൂതം
തേര് - രഥം, ശതാംഗം, സ്യന്ദനം
തേർചക്രം - രഥാംഗം, ചക്രം, അക്ഷം
തേൾ - അളി, ദ്രോണം, ശതാഗ്നി
തൈര് - ക്ഷീരജം, ദധി
തൊടുകുറി - തിനാശം, രഥിക, വഞ്ചുളം
തൊപ്പി - ശീർഷണ്യം, ശിരസ്ത്രം
തൊലി - ത്വക്ക്, ത്വചം, ചർമം
തൊഴുത്ത് - ഗോത്രം, ഗോശാല, വ്രജം
തോണി - നൗക, തരണി, താരണം
തോൽവി - പരാഭവം, ഭംഗം, പരാജയം
തോലുളി - ആര, ചർമ്മഭേദിക
തോൾവള - കേയൂരം, അംഗദം
തോഴി - സഖി, ആളി സ്നേഹിത,

ദ

ദക്ഷിണ - പ്രതിഫലം, പ്രതിഗ്രഹം
ദണ്ഡം - യഷ്ടി, വടി, കാണ്ഡം
ദമയന്തി - വൈദർഭി, ഭൈമി, വിദർഭജ
ദയ - കാരുണ്യം, കരുണ അനുകമ്പ,
ദയാശീലൻ - ദയാലു, കാരുണികൻ
ദരിദ്രൻ - ദീനൻ, ക്ഷുദ്രൻ
ദർഭ - തീക്ഷ്ണം, പവിത്രം, വജ്രം
ദഹിക്കൽ - ഓഷം, പ്ലോഷണം
ദാനം - ത്യാഗം, വിതരണം
ദാനശീലൻ - ഉദാരൻ, വദാന്യൻ
ദാരിദ്ര്യം - ആകിഞ്ചന്യം, ആകിഞ്ചനം
ദാർവ്വിക - തുത്ഥം, കർപ്പരി
ദാസൻ - കിങ്കരൻ, ഭൃത്യൻ, ദാസേയൻ
ദാസി - കിങ്കരി, ഭൃത്യ, വേലക്കാരി
ദാഹം - തൃഷ്ണ, ഉദന്യ
ദിക്ക് - ആശ, ദിശ, ഹരിത്ത്
ദിവസം - ദിനം, വാസരം, അഹസ്സ്

ദു

ദുഃഖം - വിഷാദം, വേദന, ആകുലം
ദുഃഖനിമഗ്നൻ - വ്യസനാർത്തൻ, ഉപരക്തൻ
ദുഃഖിതൻ - ദുർമ്മനസ്സ്, വിമനസ്സ്
ദുർന്നിമിത്തം - ഉൽപാതം, അജന്യം
ദുർബലൻ - ശാതൻ, ഛാതൻ, അമാംസൻ
ദുര്യോധനൻ - നാഗദ്ധ്വജൻ, നാഗകേതൻ
ദുഷ്ടൻ - നീചൻ, ഖലൻ, ദുർജനം
ദുഷ്പ്രവേശം - കലിലം, ഗഹനം

ദൂതൻ - സുന്ദരൻ, സന്ദേശഹരൻ
ദൂതി - സഞ്ചാരിക, സന്ദേശവാഹിനി
ദൂരം - വിപ്രകൃഷ്ടകം, വിപ്രകൃഷ്ടം
ദൂഷണം - ആരോപണം, അപരാധം
ദൃഢം - നിശ്ചിതം, സംഹതം

ദേ

ദേവൻ - സുരൻ, അഗ്നിമുഖൻ
ദേവതാരം - അമൃതദ്രുമം, സ്നേഹവിദ്ധം
ദേവപൂജകൻ - ദേവലകൻ, ദേവാജീവി
ദേവാലയം - അമ്പലം, ക്ഷേത്രം
ദേശം - ചക്രം, വർഷം, വിഷയം
ദോശകല്ല് - കന്ദു, സ്വേദനി, ഋജീഷം
ദ്രോണർ - ഭരദ്വാജൻ, രുക്മരഥൻ
ദ്രോഹവിചാരം - വ്യാപാദം, നികാരം
ദ്വാരപാലൻ - പ്രതിഹാരൻ, ദ്വാരപൻ
ദ്വാരം - വിവരം, സുഷിരം, കുഹരം
ദ്വീപ് - അന്തരീപം, ദ്വീപം

ധ

ധനം - അർത്ഥം, ദ്രവ്യം, ദ്യുമ്നം
ധനവാൻ - വിത്തവാൻ, ആഢ്യൻ
ധർമ്മപുത്രൻ - ധർമ്മജൻ, കാലാത്മജൻ
ധാന്യം - വ്രീഹി, സ്തംബകരി
ധാരാളം - ബഹുലം, പ്രാജ്യം, പ്രഭൂതം
ധൂപക്കൂട്ട് - വൃകധൂപം, കൃത്രിമധൂപകം
ധൂമകേതു - ഉപാഹിതം, അഗ്ന്യുൽപാതം
ധൂമ്രവർണ്ണം - ധൂമളം, ധൂമ്രം
ധൃഷ്ഠൻ - ധൃഷ്ണു, വിയാതൻ
ധ്രുവൻ - ജ്യോതീരഥൻ, ഗ്രഹാധാരൻ

ന

നകരം - ദുന്ദുഭി, ഭേരി, പെരുമ്പറ
നക്ഷത്രം - താരം, താരകം, ഉഡു
നഖം - നഖരം, പാണിജം
നഗരം - പുരം, പുരി
നച്ചെലി - ചുചുന്ദരി, ഗന്ധമൂഷി
നടക്കാത്തത് - അചരം, സ്ഥാവരം
നടക്കുന്നത് - ചരം, ചരാചരം, ജംഗമം
നടൻ - രംഗാവതാരി, ഭാരതൻ
നടുവിരൽ - മദ്ധ്യമ, കർണ്ണിക
നടുവീഥി - രഥ്യ, വിശിഖ, പ്രതോളി
നട്ടെല്ല് - പൃഷ്ഠാസ്ഥി, കശേരുകം
നത്ത് - കാളകണ്ഠം, ദാത്യൂഹം
നദി - സരിത്ത്, ശൈവലിനി

നനഞ്ഞത് - ഉത്തം, തിമിതം, ആർദ്രം
നനവ് - തേമം, സ്തേമം, സമുന്ദനം
നപുംസകം - ക്ലീബം, തൃതീയാപ്രകൃതി
നഭസ്സ് - ഗഗനം, മാനം, വാനം
നരകം - നിരയം, ദുർഗ്ഗതി
നരകവേദന - യാതന, കാരിക, കാരണ
നരിച്ചീർ - പരോഷ്ഠി, പരോഷ്ണി
നർമ്മദാനദി - മേഖലകന്യ, സോമസുതാ
നല്ലവഴി - സുപന്ഥാവ്, അതിപന്ഥാവ്
നശിക്കൽ - അദർശനം, നിഷ്ഠം, വിനാശം
നറുമ്പശ - ഗോപരസം, പിണ്ഡം
നറുവരി - ശാടകം, ഉദ്ദാലം
നാകമരം - രുക്മം, കേസരം സുവർണ്ണം,
നാകുണം - ശംഖം, നഖം
നാഗദന്തി - ദന്തിക, നികുംഭം, മകൂലം
നാണം - ലജ്ജ, മന്ദാക്ഷം, വ്രീള
നാന്ദി - തുടക്കം, പ്രാരംഭം, ആമുഖം
നാന്മുകപ്പുല്ല് - പൗരം, സൗഗന്ധികം
നായ - കുക്കുരം, ശുനകൻ, ശ്വാനകൻ
നായാട്ട് - ആച്ഛോദനം, ആഖേടനം
നാരകം - ജംബീരം, ദന്തശഠം, ജംഭളം
നാരദൻ - കലികാരൻ, വൈപഞ്ചികൻ
നാലിലൊരുഭാഗം - തുരീയം, പാദം
നാവ് - ജിഹ്വ, രസജ്ഞ, രസന
നാശം - ക്ഷയം, നിധനം
നാളികേരം - രസഫലം, സുതുംഗം, തേങ്ങ

നി

നികുതി - കരം, കാരം, ബലി
നികൃഷ്ടവസ്തു - ന്യക്ഷം, അധനം
നിത്യമായത് - ധ്രുവം, നിജം, ശാശ്വതം
നിദ്ര - ശയനം, സുപ്തി, സുഷുപ്തി
നിദ്രാശീലൻ - ശയാലു, നിദ്രാലു
നിന്ദ - ഗർഹണം, അവർണ്ണം
നിരസനം - നിരാകൃതി, പ്രത്യാദേശം
നിർമലം - പരിശുദ്ധം, വീധ്രം, വിമലം
നിർവ്വഹണം - നിഷ്ഠാ, ഉപസംഹൃതി
നിലാവ് - കൗമുദി, ചന്ദ്രിക, ജ്യോത്സ്ന
നിഷിദ്ധം - നിരാകൃതം, നിരസ്തം
നിഷേധിക്കൽ - നിരസനം, പ്രത്യാഖ്യാനം
നിഷ്ഫലം - നിരർത്ഥകം, മോഘം

നീ

നീചൻ - പാമരൻ, പ്രാകൃതൻ
നീണ്ടത് - ദീർഘം, ആയതം
നീതി - ധർമ്മം, നായം, നയം
നീതിന്യായം - ദേശരൂപം, സമഞ്ജസം
നീർക്കോലി - അംഭഫണി, ജലവ്യാളം
നീർമരുത് - പാർത്ഥം, ശംബരം
നീർമാതളം - സേതു, കുമാരകം

നീര് - ശോഥം, ശോഫം
നീർവാളം - ജയപാലം, സാരകം, രേചകം
നീലക്കുറിഞ്ഞി - നീലി, ബാണ
നീലത്താമര - നീലപങ്കജം, ഉൽപലം
നീലരത്നം - ഇന്ദ്രനീലം, മസാരം, ഹരിതം
നീളം - ആരോഹം, ദൈർഘ്യം
നുണ - ഏഷണി, കർണ്ണേജപം
നൂതനം - നവീനം, നവം, പ്രത്യഗ്രം
നൂൽ - തന്തു, സൂത്രം
നൃത്തം - നാട്യം, നർത്തനം,നടനം
നൃത്തക്കാരി - നർത്തകി, ലാസിക

നെ

നെഞ്ച് - ബാഹാന്തരം, വക്ഷസ്സ്, വത്സം
നെയ്ത്ത് - വാണി, വ്യൂതി, വ്യുതി
നെയ്ത്തുകാരൻ - ചാലിയൻ, കുവിന്ദൻ
നെയ്ത്തുകോൽ - വായദണ്ഡം, വാപദണ്ഡം
നെയ്യ് - അമൃതം, തേജസ്സ്, ഹവിസ്സ്
നെരിപ്പോട് - ഹസനി, അംഗാരധാനിക
നെല്ല് - ശാലിനി, ഹായനം
നെൽക്കതിര് - സസ്യമഞ്ജരി, കണിശം
നെല്ലി - ശാന്ത, ധാത്രിക, ധാത്രി
നെല്ലിക്ക - ധാത്രി, അമൃതഫലം
നെറ്റി - അളികം, ലലാടം, ഭാലം
നെറ്റിപ്പട്ടം - ലലാടിക, പത്രപാശ്യ
നേന്ത്രവാഴ - മഹാമോച, മഹേന്ദ്രകദളി
നൈർമ്മല്യം - പ്രസന്നത, പ്രസാദം
ന്യായാധിപതി - അക്ഷദർശകൻ, വാകൻ

പ

പകൽ - അഹസ്സ്, ദിനം, വാസരം
പകവീട്ടൽ - പ്രതികാരം, നിര്യാതനം
പകുതി - അർദ്ധം, സാമി
പങ്കായം - അരിത്രം, കേനിപാതം
പക്ഷി - വികിരം, ഖഗം, വിഹഗം
പച്ചകുത്തൽ - പത്രരേഖ, പത്രാംഗുലി
പച്ചനിറം - ഹരിതം, ശ്യാമം, പലാശം
പച്ചിലപ്പാമ്പ് - മാലുധാനം, ചിത്രസർപ്പം
പച്ചില - അംശുകം, താപസജം, തമാലം
പച്ചിലമരം - തമാലം, കാലതാളം
പഞ്ചവർണ്ണക്കിളി - ഗോരാടി, ശാരിക
പഞ്ചസാര - ശർക്കര, സിത
പഞ്ഞി - തൂലം, പിചു
പടകുടീരം - നിവേശം, ശിബിരം
പടച്ചട്ട - ദംശനം, വർമ്മം, ഉരച്ഛദം
പടപ്പുറപ്പാട് - സർവസന്നഹനം, സർവാഭിസാരം
പടിഞ്ഞാറ് - പശ്ചിമം, വാരുണി, പശ്ചിമ
പടോലം - നാഗഫലം, അമൃതഫലം

പട്ടി - ശ്വാനി, ശുനകി, സരമ
പഠനം - നിപഠം, പാഠം, നിപാഠം
പണിപ്പുര - ശില്പിശാല, ആവേശനം
പണ്ടുള്ളത് - പുരാതനം, പുരാണം
പണ്ഡിതൻ - വിശാരദൻ, വിദ്വാൻ, ബുധൻ
പതനശീലൻ - പാതുകൻ, പതയാലു
പതിമുകം - പത്രാംഗം, പത്മകം
പതിര് - ബുസം, കഡംഗരം
പതിവ്രത - സുചരിത്ര, സതി
പനി - താപകം, ജ്വരം
പനിനീർ - പുഷ്പരസം, പുഷ്പസ്വേദം
പന്ത് - കന്ദുകം, ഗേണ്ഡുകം
പന്നി - ദംഷ്ട്രി, ശൂകരം, സൂകരം
പരക്കൽ - വിസർപ്പണം, പ്രസാരം
പരതന്ത്രൻ - പരാധീനൻ, നിഘ്നൻ
പരന്നത് - വിസ്തൃതം, തതം, വിസൃതം
പരമ്പ് - കിളിഞ്ഞ്ജകം, കടം
പരശുരാമൻ - ഭാർഗ്ഗവൻ, ക്ഷത്രാന്തകൻ
പരാക്രമം - ശക്തി, ശൗര്യം, സഹസ്സ്
പരാന്നജീവി - പരാന്നഭോജി, പരാന്നൻ
പരികർമ്മം - പ്രതികർമ്മം, അംഗസംസ്കാരം
പരിച - ഫലകം, ഫലം, ചർമ്മം
പരിഭ്രമം - സംവേഗം, സംഭ്രമം, ഉദ്വേഗം
പരിമളം - സുരഭി, സുഗന്ധം, വാസന
പരിവേഷം - ഉപസൂര്യകം, പരിവേശം
പരിശുദ്ധം - അവദാതം, പൂതം, വിവിക്തം
പരിഹാസം - സോൽപ്രാസം, സോൽപ്രാശം
പരുത്തി - ബാദരം, ബദരി, സാരിണി
പരുന്ത് - പത്രി, ശ്യേനം, ശശാദനം
പരുഷവാക്ക് - നിഷ്ഠുരം, വജ്രം, പരുഷം
പർണ്ണശാല - ആശ്രമം, ഉടജം, തപോവനം
പർപ്പടം - ചരകം, കടുപത്രം ശീതപ്രിയം,
പർവ്വതം - അഗം, അചലം, ശൈലം
പർവ്വതശിഖരം - കൂടം, ശൃംഗം
പലിശ - വാർദ്ധുഷ്യം, കുസീദം
പല്ലക്ക് - യാപ്യയാനം, ശിബിക
പല്ല് - ദന്തം, രദനം, ദ്വിജം
പല്ലി - ഗൗളി, മുസലി, ഗൃഹഗോധിക
പവിഴം - രക്താംഗം, ലതാമണി
പവിഴക്കൊടി - രുദ്രി, ധമനി, കപോതചരണ
പശു - ഗോ, ധേനു, അഘ്ന്യാ
പശുക്കുട്ടി - വത്സകം, വത്സം, തർണ്ണം
പശുക്കൂട്ടം - ഗോകുലം, ധനം ഗോസമൂഹം,
പശ്ചാത്താപം - അനുശയം, അനുതാപം, വിപ്രതിസാരം
പഴയത് - പുരാതനം, ചിരന്തനം
പഴയ വസ്ത്രം - പടച്ചരം, ജീർണ്ണവസ്ത്രം
പറക്കൽ - പ്രഡീനം, ഉഡ്ഡീനം
പറയപ്പെട്ടത് - ഉക്തം, ഭാഷിതം
പറയുന്നവൻ - വദാവദൻ, വക്താവ്

പാ

പാകം ചെയ്യൽ - പച, പാകം
പാകം വന്നത് - പക്വം, പരിണതം
പാഞ്ചാലി - കൃഷ്ണ, ദ്രൗപദി, പാർഷതി
പാട - രസ, മാലതി
പാടം - കേദാരം, വയൽ, ക്ഷേത്രം
പാടലവർണ്ണം - ശ്വേതരക്തം, പാടലം
പാടലീപുത്രനഗരം -പുഷ്പപുരം, പാടലീപുത്രകം
പാട്ട് - ഗാനം, ഗീതം
പാണ്ട് - ശ്വിത്രകം, ശ്വിതം, കുഷ്ഠം
പാണ്ഡുരവർണ്ണം- പാണ്ഡു, ഹരിണം, പാണ്ഡുരം
പാതാളം - രസാതലം, അധോഭുവനം
പാതിരി - രക്തപുഷ്പിക, സ്ഥിരഗന്ധ
പാത്രം - ഭാജനം, ആവപനം
പാദസഞ്ചാരം - പരിക്രമണം, വിഹാരം
പാന - പിഠരം, ഉഖ
പാനപാത്രം - പാനഭാജനം, പാനചഷകം
പാപം - ദുരിതം, അംഹസ്സ്, അഘം
പായ്മരം - ഗുണവൃക്ഷകം, കൂപകം
പാമ്പ് - ഉരഗം, അനന്തം, സർപ്പം
പായ - കിളിഞ്ജരം, കടം
പാർവ്വതി - അംബിക, ഗൗരി
പാൽ - ക്ഷീരം, പിയൂഷം, ഊധസ്യം
പാൽപ്പായസം - പായസം, ക്ഷീരാന്നം
പാവ - പാഞ്ചാലിക, പുത്രിക
പാവൽ - കറില്ലകം, സുഷവി
പാറ്റ - ശലഭം, പതംഗം

പി

പിംഗളവർണ്ണം - കപിലം, പിശംഗം
പിംഗളവർണ്ണ - പിശംഗി, പിംഗള
പിച്ചകം - ജാതി, സുരഭിഗന്ധ
പിച്ചള - പീതകം, ക്ഷുദ്രസുവർണ്ണം
പിടലി - അവടു, കൃകാടിക
പിടിക്കുക - ഗ്രാഹം, ഗ്രഹം
പിടിച്ചുപറി - അപഹാരം, അപചയം
പിടിമുഴം - സരത്നി, രത്നി
പിടിയാന - ധേനുക, മാതംഗി, ഹസ്തിനി
പിണ്ണാക്ക് - പിണ്ഡ്യാകം, തിലകല്ക്കം
പിന്നാലെ - അനുപദം, അനുഗം
പിരിശംഖ് - ശംഖനഖം, ക്ഷുദ്രശംഖം
പിശുക്കൻ - ലുബ്ധൻ, ക്ഷുദ്രൻ കൃപണൻ,
പിളർക്കപ്പെട്ടത് - ഭേദിതം, ദാരിതം, ഭിന്നം
പിളർച്ച - സ്ഫുടനം, വിദരം, ഭിദ
പിഴവഴി - അപന്ഥാവ്, അപഥം, അപന്ഥാ
പീഠം - ആസനം, വിഷ്ടരം
പീതചന്ദനം - കാലേയം, ഹരിചന്ദനം, പീതകം
പീനസം - പ്രതിശ്യായം, ആപീനസം, പ്രതിശ്യ

പീനാറി - അഹിമാരം, ഇരിമേദം, കാളസ്കന്ധം

പീര - ഘോഷകം, ധാമാർഗ്ഗവം, ഘോഷം

പീലിക്കണ്ണ് - ചന്ദ്രകം, മേചകം

പു

പുകയില - കലഞ്ജം, സ്വയംഭുവ, ആവിപത്രം

പുഞ്ചിരി - മന്ദസ്മിതം, മന്ദഹാസം, സ്മിതം

പുണ്യം - ധർമ്മം,സുകൃതം, ശ്രേയസ്സ്

പുതപ്പ് - പ്രാവരണം, പ്രാവാരം, നീശാരം

പുതിയത് - നൂതനം, നവീനം, അഭിനവം

പുത്രൻ - ആത്മജൻ, തനയൻ, സുതൻ

പുത്രദാത്രി - വാതാരി, സുവല്ലരി, വൈശിജാത

പുത്രഭാര്യ - ജനി, വധു, സ്നുഷ

പുത്രി - തനയ, ആത്മജ, സുത

പുന്നമരം - കേസരം, തുംഗം, രക്തപുഷ്പം

പുരികക്കൊടി - ഭ്രൂ, പുരികം, ചില്ലീ

പുരുഷൻ - പുമാൻ,നരൻ, പഞ്ചജനൻ

പുരുഷലിംഗം - ഉപസ്ഥം, ഗുഹ്യം, ശേഫസ്സ്

പുല - ആശൗചം, അശൗചം, അശുദ്ധി

പുലാവ് - സ്ഥൂലം, പനസം ഫലവൃക്ഷകം,

പുലി - ശാർദ്ദൂലം, ദ്വീപി പുണ്ഡരീകം,

പുലിച്ചുവട് - കരജം, ദളനഖം, വ്യാളപാണിജം

പുല്ക്കട്ട - സ്തംബം, വിടപം, ഗുല്മം

പുല്ല് - അർജ്ജുനം, തൃണം

പുവ്വ് - മലർ, കുസുമം, സുമം

പുഷ്കരമൂലം - പുഷ്കരം, ബീജം

പുഷ്പാഞ്ജനം - കുസുമാഞ്ജനം, രീതികുസുമം, പുഷ്പകേതു

പുഷ്യരാഗം - പുഷ്പരാഗം, പീതം, പീതസാരം

പുളിങ്ങ - വൃക്ഷാമ്ലം, ചുക്രം, തിന്തിഡീകം

പുളിമരം - ആമ്ലിക,ചിഞ്ചിക, ശുക്തിക

പുഴ - വാഹിനി, തരംഗിണി, സിന്ധുരഥ

പുഴു - കൃമി, നീലംഗു

പുറന്തിണ്ണ - അളിന്ദം, പ്രഘണം, പ്രഘാണം

പുറവടി - പ്രപദം, പാദാഗ്രം, ഉപ്പൂറ്റി

പുറ്റ് - വത്മീകം, ശ്രീവാസം ശതമൂർദ്ധാവ്,

പൂക്കുല - വല്ലരി, മഞ്ജരി

പൂച്ച - മാർജ്ജാരം, വൃഷദംശകം, ആഖുഭുക്ക്

പൂജ - അർച്ച, സപര്യ അർഹണം,

പൂജാർഹൻ - പ്രതീക്ഷ്യൻ, പൂജ്യൻ

പൂണുനൂൽ - ഉപവീതം, സാവിത്രം പവിത്രം,

പൂന്തേൻ - മരന്ദം, മകരന്ദം

പൂമ്പൊടി - പരാഗം, സുമനോരജസ്സ്
പൂമുഖം - മുഖം, നിസ്സരണം
പൂമൊട്ട് - കോരകം, കലിക, ജാലകം
പൂർണ്ണകലശം - ഭദ്രകുംഭം, പൂർണ്ണകുംഭം
പൂവൽ - ജാലകം, ക്ഷാരകം

പെ

പെട്ടി - പേടകം, മഞ്ജുഷ, പേട
പെൺകുതിര - വാമി, പ്രസു
പെൺകോലാട് - അജാ, ഛാഗി
പെൺതവള - വർഷാഭൂ, വർഷാഭ്വി, ഭേകി
പെൺപട്ടി - ശുനി, സരമ
പെരിച്ചാഴി - മഹാംഗം, മൂഷിക
പെരുക്കാൽ - ശ്ലീപദം, പാദവല്മീകം
പെരുമ്പറ - നകാരം, ദുന്ദുഭി
പെരുമ്പാമ്പ് - വാഹസം, ശയു, അജഗരം
പെരുമഴ - ആസാരം, ധാരാസമ്പാതം
പേക്കരിമ്പ് - ശരം, തേജനകം
പേച്ചുര - കടുക, ക്ഷത്രിയവര
പേൻ - കേശടം, കേശകീടം, യൂക
പേര് - നാമം, അഭിധാനം
പേരാല് - നീലം, ധ്രുവം, വിടപി
പൊടി - രജസ്സ്, ധൂളി
പൊടിയുപ്പ് - വസുകം, രൗമകം
പൊട്ട് - തിലകം, ചിത്രകം, വിശേഷകം
പൊത്ത് - നിഷ്കുഹം, കോടരം
പൊയ്ക - വാപി, സരസ്സ്
പൊലി - ആവസിതം, പൂതം
പൊള്ളൽ - പ്ലോഷം, ഓഷം
പോത്ത് - യമവാഹനം, മഹിഷം
പോർക്കുവിളി - അഭിഗ്രഹം, അഭിയോഗം
പോലീസുകാരൻ - പുരരക്ഷി, പുരരക്ഷകൻ
പൗത്രി - സുതാത്മജ, നപ്ത്രി

പ്ര

പ്രചുരം - പ്രാജ്യം, ഭൂരി
പ്രണയം - പ്രസരം, പ്രേമം, പ്രശ്രയം
പ്രണവം - താരം, ഓങ്കാരം
പ്രതികാരം - പ്രതിക്രിയ, വൈരശുദ്ധി
പ്രതികൂലം - അപസവ്യം, അപഷ്ഠു
പ്രതിദാനം - പരിദാനം, നിമയം, നൈമേയം
പ്രതിദ്ധ്വനി - മാറ്റൊലി, പ്രതിശ്രുതി, പ്രതിനാദം
പ്രതിപദം - പക്ഷതി, പ്രതിപൽ
പ്രതിബിംബം - പ്രതിഫലനം, ഛായ
പ്രതിമ - പ്രതിമാനം, അർച്ച
പ്രഥമാരംഭം - പ്രക്രമം, ഉപക്രമം
പ്രധാനമന്ത്രി - മന്ത്രി, അമാത്യൻ
പ്രഭ - ദീപ്തി, ദ്യുതി
പ്രഭയില്ലാത്തത് - അരോകം, നിഷ്പ്രഭം
പ്രഭാതം - ഉഷസ്സ്, നിശാന്തം
പ്രഭു - ഈശ്വരൻ, നേതാവ് നായകൻ,
പ്രശസ്തം - ഉൽഘം, പ്രകാണ്ഡം, മതല്ലിക
പ്രശസ്തകർമ്മം - അവദാനം, കർമ്മവൃത്തം, അപദാനം

പ്രസാരണി - ശരണി, പ്രബല, ചന്ദ്രവല്ലി
പ്രസിദ്ധൻ - വിജ്ഞാതൻ, വിത്തൻ, ഖ്യാതൻ
പ്രസിദ്ധി - ഖ്യാതി, പ്രഥ
പ്രളയകാലം - ക്ഷയം, കല്പം സംവർത്തം,
പ്രാതൽ - കല്യാംശം, കല്യാവർത്തം
പ്രിയവാദി - ശക്ലൻ, പ്രിയംവദൻ
പ്രേരണം - ക്ഷേപണം, ക്ഷിപാ
പ്രേരിക്കപ്പെട്ടത് - അസ്തം, ക്ഷിപ്തം
പ്രൗഷ്ഠപദമാസം - സഭസ്യം, ഭാദ്രപദം
പ്ലാശ് - കനകം, രക്തപുഷ്പം, യാജ്ഞികം
ഫണം - പടം, പത്തി, സ്ഫുട
ഫലകർപ്പൂരം - കക്കോലകം, കോലകം, തക്കോലം
ഫാൽഗുനമാസം - ഫാൽഗുനികം, തപസ്യ

ബ

ബദ്ധപ്പാട് - ത്വരി, സംഭ്രമം, ആവേഗം
ബന്ധനം - ഉപഗ്രഹം, ഉദ്ദാനം, ബന്ദി
ബന്ധിക്കപ്പെട്ടത് - ബദ്ധം, ഉദിതം, സന്ദിതം
ബന്ധിക്കപ്പെട്ടവൻ -ബദ്ധൻ, സംയതൻ, കീലിതൻ
ബന്ധു - ഹിതൻ, ദായാദൻ
ബലഭദ്രൻ - രാമൻ, അച്യുതാഗ്രജൻ
ബലവാൻ - മാംസളൻ, അംസളൻ
ബലഹീനൻ - അമാംസൻ, ദുർബ്ബലൻ
ബലാൽക്കാരം - ഹഠം, പ്രസഭം
ബഹുഭാഷി - വാവദൂകൻ, അതിവക്താവ്
ബാല്യം - ശിശുത്വം, ശൈശവം
ബീഭത്സം - വൈകൃതം, വികൃതം
ബുദ്ധൻ - അകനിഷ്ഠൻ, വിനായകൻ
ബുദ്ധമതക്കാരൻ - ബൗദ്ധൻ, ചാർവാകൻ
ബുദ്ധി - മനനം, ധാരണ, ധീ
ബുദ്ധിമതി - പ്രാജ്ഞ, ധീമതി
ബുദ്ധിമാൻ - വ്യക്തൻ, മനീഷി, പ്രാജ്ഞൻ
ബുധൻ - ഇന്ദുജൻ, സൗമ്യൻ
ബൃഹസ്പതി - ഗുരു, വാചസ്പതി സുരാചാര്യൻ,
ബോധക്കേട് - മോഹാലസ്യം, മോഹം, കശ്മലം
ബൗദ്ധാലയം - ചൈത്യം, ആയതനം
ബ്രഹ്മചാരി - വ്രതി, വർണ്ണി, വടു
ബ്രഹ്മാവ് - അണ്ഡജൻ, കമലാസനൻ, വിധാതാവ്
ബ്രഹ്മി - ആവർത്തിക, ത്രായന്തി
ബ്രാഹ്മണൻ - അന്തണൻ, ദ്വിജൻ, വിപ്രൻ
ബ്രാഹ്മണസമൂഹം -ബാഡവ്യം, ബ്രാഹ്മണ്യം

ഭ

ക്ഷണം - ആഹാരം, ഭോജനം
ഭക്ഷണപ്രധാനൻ - ഘസ്മരൻ, അദ്മരൻ
ഭയം - ഭീതി, ആതങ്കം, ത്രാസം
ഭയങ്കരം - ഭയാനകം, ഭൈരവം
ഭയപ്പെടൽ - ഉദ്വേഗം, ഉദ്ഭ്രമം
ഭയപ്പെട്ടവൻ - ഭീരുകൻ,

		ഭീലുകൻ	ഭീമൻ	-	മാരുതി, അനിലാത്മജൻ
ഭയാനകരസം	-	ഭീമം, ഭീഷ്മം			
ഭർത്താവ്	-	പതി,ജീവിതേശൻ	ഭീഷ്മർ	-	ഗംഗാജൻ, ആപഗേയൻ
ഭസ്മം	-	വിഭൂതി, ക്ഷാരം			
ഭാഗ്യം	-	ഭാഗധേയം, ദിഷ്ടം	ഭൂമി	-	ക്ഷിതി, പൃഥ്വി, വസുന്ധര
ഭാരവാഹി	-	ധുര്യൻ, ധൗരേയൻ	ഭ്രാന്തി	-	മിത്ഥ്യാമതി, ഭ്രമം
			ഭ്രാന്ത്	-	ചിത്തഭ്രമം, ഉന്മാദം
ഭാര്യ	-	കളത്രം, പത്നി, സഹധർമ്മിണി	ഭ്രാന്തുള്ളവൻ	-	ഉന്മാദി, ഉന്മത്തൻ, ഉന്മദിഷ്ണു
ഭാര്യാ					
ഭർത്താക്കന്മാർ	-	ദമ്പതി, ജായാപതി	ഭൃത്യൻ	-	ദാസൻ, സേവകൻ, വേലക്കാരൻ
ഭാവികാലം	-	സമ്പരായം, ആയതി			
ഭിക്ഷാടനം	-	പര്യടനം, വ്രജ്യ			

മ

മകളുടെ ഭർത്താവ്	-	ജാമാതാ, ദുഹിതൃപതി	മൺകട്ട	-	ലേഷ്ടം, ലേഷ്ടു
			മണ്ണ്	-	മൃത്ത്, മൃത്തിക
മകന്റെ ഭാര്യ	-	സ്നുഷ, ജനി, വധു	മണ്ണട്ട	-	ദുർന്നാമ, ദീർഘകോശിക
മകന്റെ മകൾ	-	പൗത്രി, ദൗഹിത്രി സുതാത്മജ,	മതിൽ	-	ചയം, വരണം, സാലം
മകളുടെ മകൻ	-	നപ്താവ്,ദൗഹിത്രൻ	മത്സ്യം	-	ഝഷം, ശംബരം ജലപിപ്പലിക,
മംഗളം	-	കല്യാണം, ശസ്തം			
മംഗളവചനം	-	കാല്യ, കല്യ	മദയാന	-	മദകരി, മദകളം, ഘനാഘനം
മഞ്ചട്ടി	-	ക്ഷേത്രിണി, ഭാണ്ഡീരിക	മദ്യം	-	ഗന്ധമാദിനി, വാരുണി
മഞ്ചൽ	-	ഹയനം, കർണീരഥം	മദ്യമത്തൻ	-	മത്തൻ, ഉൽക്കടൻ ശൗണ്ഡൻ,
മഞ്ഞൾ	-	പവിത്ര, ശോഭന, സുവർണ്ണ	മദ്യപാനം	-	സരകം, അനുതർഷണം, അനുതർഷം
മഞ്ഞനിറം	-	ഹരിദ്രാഭം, ഗൗരം, പീതം			
മഞ്ഞ്	-	ഹിമം, നീഹാരം, തുഷാരം	മദ്യശാല	-	ശുണ്ഡ, മദസ്ഥാനം, പാനം
മടി	-	അങ്കം, പാളി, ഉത്സംഗം	മനസ്സ്	-	ചിത്തം, ചേതസ്സ്, മാനസം
മടി	-	പ്രമീള, ആലസ്യം, തന്ദ്ര	മനുഷ്യൻ	-	നൃപൻ, നരൻ, മർത്ത്യൻ
മടിയൻ	-	ആലസൻ, അനുഷ്ണൻ	മനോഹരം	-	ശോഭനം, രമ്യം, സുഷമം
മണൽത്തിട്ട്	-	സൈകതം, സികതാമയം	മന്ത്രി	-	ദിവാൻ, ശമഥൻ, സചിവൻ

മയിൽ - അഹിഭുക്ക്, ശിഖണ്ഡി, മയൂരം
മയിൽക്കുടുമ - ശിഖ, ചൂഡ
മയിൽപ്പീലി - പിഞ്ഛരിക, ശിഖണ്ഡകം
മരം - തരു, വൃക്ഷം, വിടപി
മരക്കുറ്റി - ശങ്കു, സ്ഥാണു, ധ്രുവം
മരംകൊത്തി - ദാർവ്വാഘാടം, രതനിധി
മരതകരത്നം - മരതകം, ഗാരുഡം സൗപർണ്ണം,
മരണം - മൃത്യു, അന്തം, നാശം
മരപ്പൊത്ത് - നിഷ്കുഹം, കോടരം
മരവുരി - വല്കം, ത്വക്ക്, ചീരം
മരീചിക - മൃഗതൃഷ്ണ, കാനൽജലം
മരുത് - സാലം, സർജ്ജം അശ്വകർണ്ണം
മരുന്ന് - ഔഷധം, അഗദം, ജൈത്രം
മരുമകൻ - ഭാഗിനേയൻ, സ്വസ്രേയൻ, സ്വസ്രീയൻ
മരുവകം - മരുവം, ഗന്ധപത്രം, ശീതളകം
മര്യാദ - ധാരണ, സ്ഥിതി, സംസ്ഥ
മർമ്മം - ജീവസ്ഥാനം, ജീവാഗാരം
മലം - അവസ്കരം, ഉച്ചാരം, ശകൃത്ത്
മലങ്കടല - ഖണ്ഡികം, ഹരേണു, സതീലകം
മലങ്കാര - തകരം, മരുവകം, ശല്യകം
മലങ്കുരികിൽ - ആതായി, ആതാപി
മലമ്പാമ്പ് - തിലിത്സം, മണ്ഡലി
മലഞ്ചരിവ് - പ്രപാതം, അതടം, ഭൃഗു
മലദ്വാരം - അപാനം, ഗുദം, പായു
മലയുക - കർപ്പൂരാളം, കന്ദരാളം
മലര് - ഖദിക, ലാജം
മലിനം - മലദുഷിതം, മലീമസം, കച്ചരം
മല്ലിക - ഗൗരി, മദയന്തി വനചന്ദ്രിക,
മഹാമനസ്കൻ - മഹാശയൻ, മഹേച്ഛൻ
മഹാമേരുപർവ്വതം- സുമേരു, മേരു, ഹേമാദ്രി
മറക്കപ്പെട്ടത് - അന്തർഗ്ഗതം, വിസ്മൃതം
മറയ്ക്കപ്പെട്ടത് - ഛന്നം, ഛാദിതം
മറിക്കുന്നി - അജര, ജീർണ്ണ, സൂക്ഷ്മപത്ര
മറുക് - പിപ്ലു, ജഡുലം
മഴ - വൃഷ്ടി, മാരി, വർഷം
മഴവില്ല് - ഇന്ദ്രചാപം, ശക്രധനു, രോഹിതം
മഴു - വൃക്ഷാദനം, വൃക്ഷഭിത്ത്, വൃക്ഷാദനി

മാ

മാഘമാസം - തപസ്സ്, തപം
മാഞ്ചി - താമസി, ലോമശ, മിശി
മാടപ്രാവ് - കളദ്ധ്വനി, പാരാപതം, കളകണ്ഠം
മാണിക്യം - രത്നം, പത്മരാഗം സൗഗന്ധികം,
മാതളനാരകം - ഫലപൂരം, രുചകം മാതുലുംഗകം,
മാത്ര - ക്ഷണം, നിമിഷം, നിമേഷം

മാൻ - രൗഹിഷം, ഏണം ഹരിണം,
മാർഗ്ഗശീർഷമാസം - സഹം, മാർഗ്ഗം
മാർദ്ദവമുള്ളത് - കോമളം, മൃദുലം
മാല - മാല്യം, സ്രക്ക്, ദാമം
മാവ് - രസാളം, മാകന്ദം, പികരാഗം
മാസം - മാസകം, ശ്രാമം, വർഷാംശം
മാംസം - പലലം, ആമിഷം
മാംസഭുക്ക് - ആമിഷാശി, ശൂഷ്കലൻ
മാളിക - സൗധം, ഹർമ്മ്യം, പ്രാസാദം
മാറിടം - ബാഹ്വന്തരം, വക്ഷസ്സ്
മാറ്റൊലി - പ്രതിദ്ധ്വനി, പ്രതിദ്ധ്വാനം, അനുരസിതം
മിന്നൽപിണർ - ക്ഷണപ്രഭ, സൗദാമിനി
മിന്നാമിനുങ്ങ് - നിശാമണി, നിമേഷകം, ധ്വാന്തമണി
മീവൽപക്ഷി - ലാബം, ലാവം, ലാംബകം

മു

മുക്കുവൻ - കൈവർത്തൻ, ദാസൻ, ധീവരൻ
മുക്കുറ്റി - പ്രസാരിണി, ഖദിരി
മുഖം - ആനനം, വദനം, വക്ത്രം
മുഖവാസം - ആമോദി, മുഖവാസനം
മുഖ്യകാരണം - ആദികാരണം, നിദാനം
മുഞ്ഞ - ജയം, കണിക അഗ്നിമന്ഥം,
മുടിങ്കോൽ - തോദനം, പ്രാജനം, വ്രാജനം
മുട്ട - അണ്ഡം, കോശം, പേശി
മുട്ട് - അഷ്ഠീവത്ത്, ജാനു
മുതല - നക്രം, ആലസ്യം, കുംഭീരം
മുത്തങ്ങ - മുസ്തകം, ജലദം
മുത്തുച്ചിപ്പി - മൗക്തികം, മഹാശുക്തി
മുത്ത് - മുക്തിക, നീരജം, ശീതളം
മുത്തുമാല - മുക്താവലി, മുക്താവലീഹാരം
മുന്തിരിവള്ളി - ഗോസ്തനി, പ്രിയാള, ദ്രാക്ഷ
മുയൽ - ശശകം, പഞ്ചനഖം
മുരിക്ക് - ബഹുപുഷ്പം, രക്തകുസുമം
മുരിങ്ങ - അക്ഷീവം, മോചം, ശിഗ്രു
മുൾത്തടി - ദ്രുഘണം, മുൽഗരം, ഘനം
മുല - കുചം, പയോധരം
മുലക്കണ്ണ് - നർമ്മഠം, സ്തനവൃന്തം
മുള - അങ്കുരം, പ്രവാളം
മുള - വേണു, ധനുഷ്യം
മുളങ്കമ്പ് - പർവ്വം, പരു കാണ്ഡസന്ധി,
മുളനെല്ല് - വംശധാന്യം, വേണുബീജം
മുളദണ്ഡ് - വൈണവം, രാംഭം
മുള്ളങ്കി - നീലകണ്ഠം, ഹസ്തിദന്തം
മുള്ളൻപന്നി - ശല്യം, രഹസ്സയ്യം, ശല്യഗാത്രം
മുഴങ്കാൽ - ജംഘലം, പ്രസൃത, ജംഘ
മുറം - ശൂർപ്പം, പ്രസ്ഫോടനം
മുറ്റം - അങ്കണം, ചത്വരം, അജിരം
മൂക്ക് - നാസിക, നസ്യ, ഘ്രാണ

മൂക്കുനീര് - നാസാമലം, സിംഘാണം

മൂങ്ങ - കൂമൻ, നക്തചരം

മൂടുപടം - നിചോളകം, പ്രച്ഛദപടം

മൂട്ട - മക്കുണം, രക്താംഗം, കേശടം

മൂത്രം - പ്രസ്രവം, പ്രസ്രാവം

മൂലധനം - നീവി, പരിപണം

മൂശ - മൂഷ, തൈജസാവർത്തിനി

മൃദംഗം - പണവം, മുരജം

മെതിയടി - പാദുകം, ഉപാനത്ത്

മെഴുക് - മധൂച്ഛിഷ്ടം, സിക്ഥം

മേഘം - നീരദം, വാരിദം, അഭ്രം

മേഘസമൂഹം - കാളിക, വാരിദമാല

മേഘനാദൻ - ശക്രജിത്ത്, ഇന്ദ്രജിത്ത്, മേഘനാദൻ

മേത്തോന്നി - കലികാരിക, അഗ്നിശിഖ

മൈഥുനം - രതം, ഉപഗമനം, പരിമളം

മൈലാഞ്ചി - മേന്ദിക, മദയന്തിക

മോക്ഷം - മുക്തി, ശ്രേയസ്സ്, അക്ഷരം

മോതിരം - അംഗുലീയം, ഗഡുകം, നേമി

മോര് - അരിഷ്ടം, തക്രം, ഗോരസം

മോഷണം - സ്തേയം, അഭിഹാരം

മോഹാലസ്യം - മൂർച്ഛനം, മോഹം

യ

യകൃത്ത് - കരൾ, കാളഖണ്ഡം

യഥാർത്ഥജ്ഞാനം - പ്രമിതി, പ്രമ

യമൻ - ധർമ്മരാജൻ, അന്തകൻ

യമുനാനദി - യമി, അർക്കജ, അരുണാജ

യവം - ദിവ്യം, ഹയേഷ്ടം

യാഗം - യജ്ഞം, അദ്ധ്വരം, വിതാനം

യാഗശാല - പ്രതിശ്രയം, സത്രശാല

യാചകൻ - വനീകൻ, യാചനകൻ, മാർഗ്ഗണൻ

യാചന - അഭിശസ്തി, അർത്ഥന, ഭിക്ഷ

യാത്ര - യാനം, ഗമനം, പ്രസ്ഥാനം

യുക്തം - ന്യായം, അഭിനീതം

യുദ്ധം - കലഹം, അടർ സംസ്ഫോടം,

യുദ്ധഭൂമി - അടർക്കളം, പോർക്കളം, രണാങ്കണം

യുദ്ധവീരൻ - ഭടൻ, യോദ്ധാവ്

യുവതി - തലുനി, യൂനി, തരുണി

യുവാവ് - വയസ്ഥൻ, തരുണൻ

യൂഥിക - ബാലപുഷ്പിക, മോദിനി

യോനി - ജഘനം, മദനമന്ദിരം

യൗവനം - യുവത്വം, താരുണ്യം, തരുണിമ

ര

രക്തചന്ദനം - രക്തസാരം, അർക്കചന്ദനം

രക്ഷ - രക്ഷണം, പദം, ത്രാണം

രതികൂജിതം - മണിതം, ഭണിതം

രത്നം - മണി, രത്നം, വസു

രന്ധ്രം - ദ്വാരം, സുഷിരം

രമണി - രമണ, രാമ
രശ്മി - ഘൃണി, മയൂഖം
രസം - രസേന്ദ്രം, ലോകേശം, സൂതം
രസാഞ്ജനം - താർക്ഷ്യശൈലം, താർക്ഷ്യം
രാക്ഷസൻ - നിശാചരൻ, രാത്രിചരൻ
രാജഗൃഹം - സൗധം, അരമന, ഉപകാര്യ
രാജധാനി - നഗരി, നിഗമം, പത്തനം
രാജസഭ - ആസ്ഥാനം, സദസ്സ്
രാജസേവകൻ - സേവകൻ, അർത്ഥി
രാജാവ് - നൃപൻ, ഭൂപൻ, അരചൻ
രാജ്യം - രാഷ്ട്രം, ജനപദം
രാത്രി - നിശ, രജനി, നിശീഥിനി
രാമച്ചം - വീരതരം, വീരണം
രാമച്ചവേര് - അഭയം, ജലമോദം, സുഗന്ധികം
രാവണൻ - ലങ്കേശൻ, ദശമുഖൻ
രാശി - ക്ഷേത്രം, ഭവനം, ഋക്ഷം
രാഹു - ഉപരക്തൻ, തമസ്സ്, അസുരൻ
രുദ്രാക്ഷം - ശിവാക്ഷം, ഹരാക്ഷം, അക്ഷം
രേവതി - അന്ത്യഭം, പൗഷ്ണം
രോഗം - ക്ഷയം, വ്യാധി, വികരണം
രോഗി - വികൃതൻ, വ്യാധിതൻ, അഭിമിതൻ
രോമം - ലോമം, ത്വഗ്ജം, ചർമ്മജം
രോമാഞ്ചം - പുളകം, രോമഹർഷം

ല

ലക്ഷ്യം - ലാക്ക്, ശരവ്യം, ലക്ഷം
ലക്ഷ്മണൻ - സൗമിത്രൻ, സൗമിത്രി
ലക്ഷ്മി - ഇന്ദിര, മംഗളദേവത ലോകമാതാവ്,
ലജ്ജ - ത്രപ, മന്ദാക്ഷം, വ്രീള
ലജ്ജിച്ചവൻ - അധൃഷ്ടൻ, ശാലീനൻ
ലഭിച്ചത് - പ്രണിഹിതം, ലബ്ധം, പ്രാപ്തം
ലാക്ക് - ലക്ഷ്യം, ലക്ഷം, ശരവ്യം
ലാഭം - പ്രാപ്തി, ഫലം, അധികം
ലിംഗം - ഗുഹ്യം, ഉപസ്ഥം
ലുബ്ധൻ - പിശുക്കൻ, കൃപണൻ
ലോകം - ജഗത്ത്, ഭുവനം, വിഷ്ടപം

വ

വക്താവ് - വദാവദൻ, വദൻ
വംശം - കുലം, ഗോത്രം
വചനാരംഭം - വാങ്മുഖം, ഉപന്യാസം
വജ്രം - രത്നം, അഭേദ്യം
വഞ്ചി - രഥം, വഞ്ജുളം, ശീതം
വടക്കുദിക്ക് - ഉത്തരദിക്ക്, ദക്ഷിണേതരം
വടി - ദണ്ഡം, ലകുടം, ലഗുഡം
വട്ടത്തിലുള്ളത് - നിസ്തലം, വൃത്തം,
വണ്ടി - ശകടം, ചാട്, അനസ്സ്
വണ്ട് - മധുപം, ഭ്രമരം, അളി

വധം - നിഹിംസനം, ഉദ്വാസനം
വൻകാട് - അരണ്യാനി, ഘോരാരണ്യം, മഹാരണ്യം
വന്ദനശീലൻ - വന്ദാരു, അഭിവാദകൻ
വന്നി - ശങ്കരി, തുംഗ, സുരഭി
വയമ്പ് - വിജയ, മംഗല്യ
വയൽ - കേദാരം, വപ്രം, ക്ഷേത്രം
വയൽച്ചുള്ളി - ക്ഷുരകം, ഇക്ഷുരം
വയറ് - ഉദരം, ജഠരം, തുന്ദം
വയ്ക്കോൽ - ധാന്യകല്ക്കം, കഡംകരം
വരം - പ്രസാദം, വൃതി
വരണ്ട - കരാടകം, കരേടു
വരൾത്താമര - പുണ്ഡരീയകം, പ്രപൗണ്ഡരീകം
വരിനെല്ല് - പ്രസാധിക, പ്രസരം, നീവാരം
വരിമാൻ - രോഹിഷം, രൗഹിഷം
വരുണൻ - പ്രചേതസ്സ്, വരണൻ
വർദ്ധനശീലൻ - വർദ്ധനൻ, വർദ്ധിഷ്ണു
വർദ്ധിച്ചത് - മൂർച്ഛിതം, പ്രൗഢം
വർഷകാലം - ജലദാഗമം, കാന്തം
വല - മൃഗബന്ധിനി, വാഗുര
വല - ആനായം, ജാലം
വലച്ചരട് - വരാടകം, വടി, ശുല്ബം
വലതുഭാഗം - ദക്ഷിണം, സവ്യം
വശീകരണം - സംവനനം, വശക്രിയ
വസന്തകാലം - സുരഭി, പുഷ്പസമയം
വസുദേവൻ - കാന്തൻ, ആനകദുന്ദുഭി
വസ്ത്രം - ചേല, അംബരം, ആട
വള - കങ്കണം, വലയം
വളഞ്ഞത് - രുഗ്ണം, അരാളം കുഞ്ചിതം,
വളർത്തമ്മ - ധാത്രി, പപു
വള്ളം - തോണി, നൗക, വഞ്ചി
വള്ളി - ലത, വല്ലി, വ്രതതി
വള്ളിക്കുടിൽ - കുഞ്ജം, നികുഞ്ജം
വള്ളിമുല്ല - ചന്ദ്രിക, മല്ലിക, ഗൗരി
വഴി - മാർഗ്ഗം, അയനം
വഴിപാട് - പ്രാഭൃതം, പ്രദേശനം
വഴിപോക്കൻ - പഥികൻ, അദ്ധ്വഗൻ, പാന്ഥൻ
വറവുപാത്രം - ഭ്രാഷ്ടം, അംബരീഷം
വാക്ക് - വചനം, വചസ്സ്, വാണി
വാക്പതി - വചസാംപതി, വാഗീശൻ
വാങ്ങുന്നവൻ - ക്രായികൻ, ക്രായകൻ
വാതക്കൊടി - ഗണ്ഡീരം, സമഷ്ടില
വാതിൽ - കവാടം, ഘർഗ്ഘരം
വാദ്യം - വാദിത്രം, അതോദ്യകം
വാനരൻ - കപി, മർക്കടം, ശാഖാവൃകം
വായ്നീര് - സൃണിക, സ്യന്ദിനി, ലാല
വായു - പവനൻ,അനിലൻ, മാരുതൻ
വാർത്ത - വൃത്താന്തം, പ്രവൃത്തി, ഉദന്തം
വാർദ്ധക്യം - വാർദ്ധകം, ജ്യാനി, സ്ഥാവിരം
വാൽ - പുച്ഛം, ലൂമം, ലാംഗൂലം
വാൽനക്ഷത്രം - ധൂമകേതു, ഉപാഹിതം

വാവ് - പക്ഷാന്തം, പഞ്ചദശി

വാൾ - അസി, സായകം, ഖഡ്ഗം, നന്ദകം

വാസന്തി - പ്രഹസന്തി, മാധവി, വസന്തജ

വാഹനം - യാനം,ശകടം, യുഗ്യം, ധോരണം

വാഴ - മോച, കദളിക, വിഷാണിക

വി

വികലാംഗൻ - പൗഗണ്ഡൻ, അപോഗണ്ഡൻ, അധികാംഗൻ

വിഘ്നം - തടസ്സം, അന്തരായം പ്രത്യൂഹം,

വിജനം - രഹം, ശാരിക

വിദ്യാർത്ഥി - ഛാത്രൻ, ശിഷ്യൻ

വിദ്വാൻ - വിദഗ്ദ്ധൻ, വിദുരൻ, സുമനസ്സ്

വിധി - ഭാഗ്യം, നിയതി

വിനയം - താഴ്മ, അടക്കം, വണക്കം

വിനയമില്ലാത്തവൻ- അവിനീതൻ, ഗർവ്വിഷ്ഠൻ, സമുദ്ധതൻ

വിനയമുള്ളവൻ - പ്രവണൻ, പ്രഹ്വൻ, വിനീതൻ

വിപരീതം - പ്രതികൂലം, വിപര്യയം, വ്യത്യാസം

വിമാനം - ദിവ്യരഥം, വ്യോമയാനം, ദിവ്യയാനം

വിയർപ്പ് - സ്വജം, സ്വേദം, ഘർമ്മം

വിരൽ - അംഗുലി, കരശാഖ

വിരഹം - വിപ്രയോഗം, വിപ്രലംഭം

വിരളം - പേലവം, തനു

വിരോധം - വിഗ്രഹം, വിരോധനം

വില - മൂല്യം, പണം, അവക്രയം

വില്ക്കുന്നവൻ - വിക്രയികൻ, വിക്രേതാവ്

വില്ല് - ചാപം, ധനുസ്സ്, ശരാസനം

വില്ലാളി - അസ്ത്രി, ധനുഷ്മാൻ, ധന്വി

വിവാഹം - പാണിഗ്രഹം, പരിണയം

വിശപ്പ് - ക്ഷുത്ത്, ക്ഷുധ, അശന

വിശറി - വ്യജം, വ്യജനി, ധവിത്രം

വിശാലം - പൃഥു, ബൃഹത്ത്, വിപുലം

വിശ്വകർമ്മാവ് - ത്വഷ്ടാവ്, ദേവശില്പി

വിശ്വസ്തൻ - ആപ്തൻ, പ്രത്യയിതൻ

വിശ്വാസം - പ്രത്യയം, വിശ്രംഭം

വിഷം - ക്ഷ്വേഡം, രസം, ഗരളം,

വിഷയം - ഗോചരം, ഇന്ദ്രിയാർത്ഥം

വിഷവിദ്യ - ജാംഗുലി, ജാംഗലിക

വിഷവൈദ്യൻ - ഗാരുഡികൻ, വിഷഹാരി

വിഷ്ണു - അച്യുതൻ, വൈകുണ്ഠൻ

വിസ്താരം - വ്യാപ്തി, പരിണാഹം

വിളക്ക് - ശിഖാതരു, ദീപം അഗ്നിശിഖം,

വിളി - ഹവം, ഹൂതി, ആഹ്വാനം

വിഴാൽ - ഗഹ്വര, വാതാരി, വേല്ലം

വിഴുങ്ങൽ - ഗിരി, ഗീർണ്ണി, കബളനം

വിറക് - ഏധസ്സ്, ഏധം, ഇന്ധനം
വിറയൽ - കമ്പനം, വേപഥു, കമ്പം
വീണ - വല്ലകി, വിപഞ്ചിക
വീണത് - ഗളിതം, സ്കന്നം, പന്നം
വീരമാതാവ് - വീരപ്രസു, വീരസു വീരമാതാ,
വൃക്ഷം - വിടപി, തരു
വൃദ്ധൻ - പ്രവയസ്സ്, ജീർണ്ണൻ, സ്ഥവിരൻ
വൃദ്ധി - സുഖം, ലക്ഷ്മി
വൃഷണം - കോശം, മുഷ്കം
വെൺചന്ദനം - ഗോശീർഷം, ഹരിചന്ദനം
വെണ്ണ - നവനീതം, സാരജം, സാരം
വെയിൽ - ദ്യോതം, പ്രകാശം സൂര്യാലോകം,
വെളുത്തവൾ - ശ്യേനി, സിത, ശ്വേത
വെളുത്ത വാവ്- ധർമ്മവാസരം, പൂർണ്ണിമ
വെളുത്തേടൻ - നിർണ്ണേജകൻ, മാർജ്ജജൻ, രജകൻ
വെള്ളം - തോയം, വാരി, ജലം
വെള്ളത്താമര - ഹരിനേത്രം, ശ്വേതപത്മം, ശ്വേതവാരിജം
വെള്ളത്തുള്ളികൾ - പൃഷതം, ബിന്ദു, പൃഷത്ത്
വെള്ളരി - ലോമശ, ഹസ്തി പർണ്ണി
വെള്ളി - കളധൗതം, താരം, സൗധം
വെള്ളുള്ളി - അരിഷ്ടം, മഹാകന്ദം, ശീതമർദ്ദകം
വെള്ളരിക്ക് - അളർക്കം, ശ്വേതം പ്രതാപസം,
വെറ്റിലക്കൊടി - കാമദ, ജീവന്തി, ബഹുള
വേഗം - തരസ്സ്, രയം, രംഹസ്സ്
വേഗത്തിൽ - ചപലം, ഝടിതി, ശീഘ്രം
വേങ്ങ - അസനം, ശ്യാമം, ബന്ധൂകം
വേടൻ - വ്യാധൻ, ലുബ്ധൻ കിരാതൻ,
വേതനം - പണം, മൂല്യം, അനുവിധാ
വേദം - ആഗമം, നിഗമം, ശ്രുതി
വേദാദ്ധ്യായനം - ജപം, ജാപം, സ്വാദ്ധ്യായം,
വേപ്പുമരം - അരിഷ്ടം, ശീതം, ധമനം
വേര് - ബുദ്ധ്നം, ജട, ശിഫ
വേർപാട് - വിരഹം, വിശ്ലേഷം വിയോഗം,
വേലക്കാരൻ - വൈതനികൻ, കിങ്കരൻ, ഭൃത്യൻ
വേഴൽപ്പുല്ല് - കീചകം, നർത്തകം, വംശാന്തരം
വേഴാമ്പൽ - ധാരാടം, സ്തോകം, മേഘജീവനം
വൈഡൂര്യരത്നം - വൈദൂര്യം, കൈതവം
വൈദ്യൻ - ഭിഷക്ക്, അഗദങ്കാരൻ
വൈരം - വിദ്വേഷം, ദ്വേഷം, വിരോധം
വൈശാഖമാസം - വൈശാഖം, രാധം മാധവം,
വൈശ്യൻ - വണിക്ക്, ആര്യൻ വാണിജൻ
വ്യഭിചാരിണി - പാംസുല,ധർഷണി, ബന്ധകി
വ്യാധൻ - ലുബ്ധകൻ, മൃഗയു മൃഗവധാജീവൻ,
വ്യാപനശീലൻ - വിസൃത്വരൻ, പ്രസാരി, വിസൃമരൻ,
വ്യാഴം - ഗുരു, വാക്പതി, അംഗിരസ്സ്
വ്രണം - ഈർമ്മം
വ്ളാമരം - ഗ്രാഹി, ദധിത്ഥം കഠിനഫലം,

ശ

ശക്തൻ - ബലി,ബലവാൻ
ശംഖ് - ജലജം, ബഹുനാദം
ശതകുപ്പ - മാധവി, മിസി സൂക്ഷ്മപത്രിക,
ശതാവരി - ശതമൂല, കേശിക, ഇന്ദീവരി
ശത്രു - അമിത്രൻ, ദ്വേഷണൻ, വൈരി,
ശത്രുത - വൈരം, വിരോധം, ദ്വേഷം
ശനി - അർക്കജൻ, സൗരൻ
ശമ്പളക്കാരൻ - കർമ്മകാരൻ, ഭൃതകൻ
ശരത് ഋതു - മേഘാന്തം, ശരത്ത്
ശരം - അമ്പ്, അസ്ത്രം, ബാണം
ശരീരം - കായം, ദേഹം, ഗാത്രം
ശർക്കര - ഇക്ഷുപാകം, ഗുളം
ശവം - പിണം
ശാന്തി - ശമം, ശമനം, ശമഥം
ശാപവചനം - ആക്രോശം, ദുരേഷണ
ശാസ്ത്രജ്ഞൻ - അന്തർവ്വാണി, ശാസ്ത്രവിത്ത്
ശാസ്ത്രം - തീർഥം, പ്രമാണം, ദൃഷ്ടാന്തം
ശിഖാരത്നം - ചൂഡാമണി, ശിഖാമണി
ശിബിരം - പാളയം, പടകുടീരം, നിവേശം
ശിരോലങ്കാരം - ആപീഡം, ശേഖരം
ശിവൻ - മഹാദേവൻ, അഷ്ടമൂർത്തി, ചന്ദ്രശേഖരൻ
ശിവന്റെ വില്ല് - അജഗവം, അജഗാവം, പിനാകം
ശിശിരഋതു - ശീതം, ഹിമകൂടം, കമ്പനം
ശിശു - പൃഥുകൻ, ഡിംഭൻ, പൈതൽ
ശിഷ്യൻ - അന്തേവാസി, ശ്രാവകൻ, ഛാത്രൻ
ശുക്രൻ - ധിഷ്ണ്യൻ, ഭാർഗ്ഗവൻ, സിതൻ
ശുക്ലം - തേജസ്സ്, രേതസ്സ്, ശുക്രം
ശുദ്ധൻ - പൂതൻ, പ്രയതൻ, പവിത്രൻ
ശുശ്രൂഷ - വരിവസ്യ, ഉപാസനം, ഉപാസന
ശൂദ്രൻ - ജഘന്യജൻ, അവരജൻ, പാദജൻ
ശൂന്യം - വശികം, തുച്ഛം
ശൃംഗാരരസം - ശുചി, ഉജ്ജ്വലം
ശോഭ - ഛായ, മയൂഖം, കാന്തി
ശ്യാവവർണ്ണം - കപിശം, ശ്യാവം
ശ്രദ്ധ - ആസ്ഥ, താൽപര്യം
ശ്രാവണമാസം - ശ്രവണ, നഭസ്സ്, ശ്രാവണി
ശ്രീരാമൻ - ജാനകീകാന്തൻ, ദാശരഥൻ, പത്മൻ
ശ്രേഷ്ഠം - ഉത്തമം, പ്രമുഖം, പ്രധാനം
ശ്വേതപാടലി - സിതാഹ്വ, മേധ, സിത

ഷ

ഷണ്ഡൻ - നപുംസകൻ, ക്ലീബൻ പണ്ഡൻ

സ

സംയമം - യാമം,യമം, വിയാമം
സംവത്സരം - ശാരദം, ആണ്ട്, വത്സരം
സംശയം - ദ്വാപരം, സന്ദേഹം, വിചികിത്സ
സഖാവ് - സ്നേഹിതൻ, മിത്രം, സുഹൃത്ത്

സഖി	-	ആളി, വയസ്യ, ആളീ
സഖ്യം	-	സഖിത്വം, മൈത്രി, കൂട്ടുകെട്ട്
സങ്കീർണം	-	സങ്കുലം, ആകീർണം
സഞ്ചാരം	-	പര്യടനം,അട, അടനം
സത്യം	-	ആർജ്ജവം, ഋതം, യഥാർത്ഥം
സത്യവതി	-	ദാസേയി, കാളി, യോജനഗന്ധ
സദസ്യൻ	-	സാമാജികൻ, സഭാസത്ത്, സഭ്യൻ
സദൃശ്യം	-	സാധാരണം, തുല്യം, സമാനം
സദ്വൃത്തം	-	നിഷ്ഠാ, ചരിത്രം, ശീലം
സന്തതി	-	അപത്യം, തോകം, സന്താനം
സന്തുഷ്ടചിത്തൻ	-	പ്രമനസ്സ്, ഹർഷമാണൻ, വികുർവ്വാണൻ
സന്തോഷം	-	ആമോദം, ആനന്ദം, ഹർഷം
സന്തോഷിച്ചവൻ	-	പ്രീതൻ, ഹൃഷ്ടൻ, മത്തൻ
സന്തോഷിപ്പിക്കൽ	-	മദം, മാദം
സന്ധ്യ	-	സായം, ദിനാന്തം, നിശാദി
സന്യാസി	-	മസ്കരി, പരിവ്രാട്ട്, പാരാശരി
സഭ	-	സദസ്സ്, സമിതി ആസ്ഥാനം,
സമർത്ഥൻ	-	പ്രവീണൻ, കുശലൻ, അഭിജ്ഞൻ
സമസ്യ	-	അസമാനാർത്ഥ, സമാസാർത്ഥ
സമാധാനം	-	അവധാനം, പ്രണിധാനം
സമീപം	-	സദേശം, സവിധം, ആസന്നം
സമുദ്രം	-	ജലധി, സാഗരം വാരിധി
സമൂഹം	-	ഗണം, നികരം, വ്രജം
സരസ്വതിദേവി	-	വാഗ്ദേവത, ഭാഷ, വാക്ക്
സഹപാഠി	-	സതീർത്ഥൻ, സതീർത്ഥ്യൻ, ഏകഗുരു
സഹായി	-	അഭിസരൻ, അനുചരൻ, സഹായൻ
സാധിക്കപ്പെട്ടത്	-	നിഷ്പന്നം, സിദ്ധം നിർവൃത്തം,
സാമാന്യശോഭ	-	ദ്യുതീ, കാന്തി, ശുംഭ
സാമൂതിരി	-	കുന്നലക്കോൻ, കുന്നലക്കോനാതിരി, ശൈലാബ്ധീശ്വരൻ
സാമീപ്യം	-	സന്നിധി, സാന്നിധ്യം, സന്നിധാനം
സായൂജ്യാവസ്ഥ	-	ബ്രഹ്മഭൂയം, ബ്രഹ്മത്വം, ബ്രഹ്മസായൂജ്യം
സിദ്ധാന്തഭേദം	-	സമയം, സങ്കേതം
സിന്ദൂരം	-	രക്തം, നാഗജം, അരുണം
സിംഹം	-	കേസരി, ഹരി, മൃഗേന്ദ്രൻ
സിംഹനാദം	-	ക്ഷ്വേഡ, ക്ഷ്വേള
സിംഹാസനം	-	ഭദ്രാസനം, നൃപാസനം
സീത	-	ജാനകി, വൈദേഹി, മൈഥിലി
സുകൃതം	-	കുശലം, വൃഷം, പുണ്യം
സുകൃതി	-	ധന്യൻ, പുണ്യവാൻ
സുകൃതിനി	-	ധന്യ, പുണ്യവതി
സുഖം	-	ആനന്ദം, ആമോദം, ഹർഷം
സുഗന്ധദ്രവ്യം	-	വിലേപനം, വർത്തി, ഗാത്രാനുലേപനി
സുഗന്ധം	-	പരിമളം, വാസന, സൗരഭ്യം
സുന്ദരി	-	വലജ, സുന്ദര,

സുതനു

സുബ്രഹ്മണ്യൻ - അഗ്നിജൻ, സ്കന്ദൻ, ശിഖിവാഹനൻ

സുഭഗാപുത്രൻ - സുഭഗാസുതൻ, സൗഭാഗിനേയൻ

സുമംഗലി - പതിപത്നി, സഭർത്തൃക

സുവർണ്ണകേതകി - ഹൈമി, സ്വർണ്ണ കേതകി

സൂക്ഷ്മം - മാത്ര, അണു, അല്പം

സൂര്യൻ - അർക്കൻ, രവി, ആദിത്യൻ

സൂര്യകാന്തമണി - തപനം, രവികാന്തം, സൂര്യകാന്തം

സേന - ചക്രം, ബലം, വാഹിനി

സോമലത - സോമ, ദ്വിജപ്രിയ സോമവല്ലി,

സൗന്ദര്യം - അഴക്, ലാവണ്യം, സൗഭാഗ്യം

സൗരവീരാഞ്ജനം - സാരിതം, യാമുനം, മേചകം

സ്തുതി - പ്രശംസ, വർണ്ണം, സ്തോത്രം

സ്ത്രീ - അബല, നാരി, മഹിള

സ്ത്രീധനം - ഹരണം, യുതകം, ആഹരണം

സ്ത്രീരജസ്സ് - പുഷ്പം, ആർത്തവം

സ്ഥിരതയില്ലാത്തവൻ - അസ്ഥിരൻ, ചപലൻ, ചഞ്ചലൻ

സ്നേഹം - പ്രേമം, പ്രിയത, ഹാർദ്ദം

സ്നേഹമുള്ളവൻ - വാത്സലൻ, സ്നിഗ്ദ്ധൻ

സ്പർശനം - സ്പൃഷ്ടി, പൃക്തി

സ്പഷ്ടം - പ്രവ്യക്തം, സ്ഫുടം, ഉല്ബണം

സ്പഷ്ടവചനം - ഹൃദ്യം, വിസ്പഷ്ടം മനോഹാരി,

സ്ഫുരണം - സ്ഫരണ, സ്ഫരണം, സ്ഫുരണ

സ്മൃതി - ആദ്ധ്യാനം, ചിന്ത

സ്വതന്ത്രൻ - സ്വച്ഛന്ദൻ, സ്വൈരി, ആപാവൃതൻ

സ്വഭാവം - നിസ്സർഗ്ഗം, സംസിദ്ധി, സ്വരൂപം

സ്വരൂപാച്ഛാദനം - അപദേശം, ലക്ഷം, വ്യാജം

സ്വർഗ്ഗം - നാകം, ത്രിദിവം സുരലോകം,

സ്വർണ്ണം - അജരം, കാഞ്ചനം, രജതം

സ്വാതന്ത്ര്യം - യദൃച്ഛ, സ്വൈരിത

സ്വാദ്ധ്യായക്രമം - അനുക്രമം, ആനുപൂർവ്യം, പര്യായം

സ്വാധീനൻ - പ്രണേയൻ, വശ്യൻ

സ്വേച്ഛാചാരിണി - പതിംവര, സ്വയംവര

ഹ

ഹനുമാൻ - ആഞ്ജനേയൻ, മാരുതി

ഹരിതാലം - കാഞ്ചനകം, പിംഗസാരം

ഹസ്തിനപുരം - നാഗാഹ്വം, ഗജാഹ്വം

ഹാസ്യരസം - ഹസം, ഹാസിക, ഹാസം

ഹിമാലയപർവ്വതം- അദ്രിരാജൻ, നഗപതി

ഹിംസ - ഗന്ധനം, ഹിംസനം

ഹിംസാശീലൻ - ഘാതുകൻ, ശരാരു, ഹിംസ്രൻ

ഹൃദ്രോഗം - ഹൃദ്ഗദം, ഹൃദ്രുക്ക്

ഹേമന്തഋതു - ശരദന്തം, ഹേമം, ഹിമാഗമം

ഹ്രസ്വാംഗൻ - വാമനൻ, ഖർവൻ

വിപരീതപദങ്ങൾ

വിപരീതാർത്ഥം വരുന്ന പദങ്ങളെയാണ് വിപരീതപദങ്ങൾ എന്നു പറയുന്നത്.

അകം	X	പുറം
അകഥനം	X	കഥനം
അകഥിതം	X	കഥിതം
അകന്യ	X	കന്യ
അകന്ന	X	അടുത്ത
അകമ്പിതം	X	കമ്പിതം
അകപില	X	കപില
അകമേ	X	പുറമേ
അകരണം	X	കരണം
അകർത്തൃത്വം	X	കർത്തൃത്വം
അകർമ്മം	X	കർമ്മം
അകർമഭോഗം	X	കർമഭോഗം
അകർശിത	X	കർശിത
അകല്പിതം	X	കല്പിതം
അകല്മഷം	X	കല്മഷം
അകല്ലോലം	X	കല്ലോലം
അകവശം	X	പുറവശം
അകവി	X	കവി
അകളങ്കം	X	കളങ്കം
അകാമം	X	കാമം
അകാമ്യം	X	കാമ്യം
അക്കരെ	X	ഇക്കരെ
അകുടിലം	X	കുടിലം
അകുബ്ജ	X	കുബ്ജ
അക്രമം	X	ക്രമം
അക്രമം	X	അക്രമരാഹിത്യം
അക്രോധം	X	ക്രോധം
അകൃത്രിമം	X	കൃത്രിമം
അകൃഷ്ണം	X	കൃഷ്ണം
അകൈതവം	X	കൈതവം
അകൈശോരം	X	കൈശോരം
അക്വാഥനം	X	ക്വാഥനം
അക്ലീബം	X	ക്ലീബം
അക്ലേശം	X	ക്ലേശം
അക്ഷരം	X	ക്ഷരം
അക്ഷുബ്ധം	X	ക്ഷുബ്ധം
അഖേചരം	X	ഖേചരം
അഖ്യാതി	X	ഖ്യാതി
അഗണ്യം	X	ഗണ്യം
അഗമ്യം	X	ഗമ്യം
അഗോചരം	X	ഗോചരം
അഗോപനം	X	ഗോപനം
അഗ്രജൻ	X	അവരജൻ
അഗൗരവം	X	ഗൗരവം
അംഗീകരണം	X	നിരാകരണം
അഘം	X	അനഘം
അങ്കുശം	X	അനങ്കുശം
അചിരേണ	X	ചിരേണ
അടയ്ക്കുക	X	തുറക്കുക
അടിയാർ	X	കുടിയാർ
അതിജാതൻ	X	അപജാതൻ

അതിഥി X ആതിഥേയൻ
അതിവ്യാപ്തി X അവ്യാപ്തി
അതിവൃഷ്ടി X അനാവൃഷ്ടി
അതിശയോക്തി X ന്യൂനോക്തി
അതീതം X അധീനം
അത്രയും X ഇത്രയും
അത്താഴം X മുത്താഴം
അദയം X സദയം
അദ്ധ്യാത്മവാദി X ഭൗതികവാദി
അദ്ധ്യാപകൻ X അദ്ധ്യേതാവ്
അധമൻ X ഉത്തമൻ
അധമം X ഉത്തമം
അധമർണ്ണൻ X ഉത്തമർണ്ണൻ
അധമാംഗം X ഉത്തമാംഗം
അധര X ഉത്തര
അധർമ്മം X ധർമ്മം
അധികൃതം X അനധികൃതം
അധികം X അല്പം
അധികാരം X അനധികാരം
അധിരൂഢ X അവരൂഢ
അധീനം X അനധീനം
അധഃപതനം X ഉത്പതനം
അധ്യയനം X അനധ്യയനം
അധ്യക്ഷൻ X അധ്യക്ഷൻ
അധോംഗം X ഉത്തമാംഗം
അധോഗതി X ഊർദ്ധ്വഗതി
അധോമുഖൻ X ഊർദ്ധ്വമുഖൻ
അദ്വയം X ദ്വയം
അദ്വൈതം X ദ്വൈതം
അനന്തരകാലീനൻ X സമകാലീനൻ
അനർത്ഥം X അർത്ഥം
അനവദ്യം X അവദ്യം
അനവലംബ X അവലംബ
അനസൂയ X അസൂയ
അനാഗരികൻ X നാഗരികൻ
അനാഘ്ലാതം X ആഘ്ലാതം
അനാചാരം X ആചാരം
അനാഡംബരം X ആഡംബരം
അനാഥം X സനാഥം
അനാമയം X ആമയം
അനായാസം X ആയാസം
അനാര്യം X ആര്യം
അനാസ്തികം X ആസ്തികം
അനിത്യം X നിത്യം
അനിയന്ത്രണം X നിയന്ത്രണം
അനിർവചനീയം X നിർവചനീയം
അനുകൂലം X പ്രതികൂലം
അനുകൂലി X പ്രതികൂലി
അനുഗ്രഹം X നിഗ്രഹം
അനുമോദനം X അനുശോചനം
അനുരോധം X പ്രതിരോധം
അനുലോമം X പ്രതിലോമം
അനുവാദം X പുരോവാദം
അനൈക്യം X ഐക്യം
അനൈച്ഛികം X ഐച്ഛികം
അന്യാദൃശം X ദൃശം
അന്യായം X ന്യായം
അന്വർത്ഥം X നിരർത്ഥം
അന്വാഖ്യാനം X ആഖ്യാനം
അന്ന് X ഇന്ന്
അന്തം X അനന്തം
അന്തർജ്ഞാനം X ബാഹ്യജ്ഞാനം
അന്തർ X ബഹിർ
അന്തർഗമനം X ബഹിർഗമനം
അന്തർഭാഗം X ബഹിർഭാഗം
അന്തർഭാവം X ബാഹ്യഭാവം
അന്തർമുഖൻ X ബഹിർമുഖൻ
അന്തര X ബാഹ്യ
അന്തരംഗം X ബഹിരംഗം
അന്തർലംബം X ബഹിർലംബം
അന്ത്യം X ആദ്യം
അന്ധകാരം X വെളിച്ചം
അൻപ് X വമ്പ്
അപകർഷം X ഉൽകർഷം
അപകാരം X ഉപകാരം
അപകാരൻ X ഉപകാരൻ
അപകൃഷ്ടം X ഉൽകൃഷ്ടം
അപക്വം X പക്വം
അപങ്കിലം X പങ്കിലം
അപഗ്രഥനം X ഉദ്ഗ്രഥനം
അപചയം X ഉപചയം
അപചാരം X ഉപചാരം
അപമാനം X ബഹുമാനം
അപര X പര
അപരാജിത X പരാജിത
അപരിചിതം X പരിചിതം
അപരിചിഹ്നം X പരിചിഹ്നം
അപരിമേയം X പരിമേയം
അപരിവൃതം X പരിവൃതം
അപരിഹാര്യം X പരിഹാര്യം
അപരിഷ്കൃതം X പരിഷ്കൃതം
അപരോക്ഷവിദ്യ X പരോക്ഷവിദ്യ
അപവാദം X ഉത്സർഗ്ഗം
അപവിത്രം X പവിത്രം

അപൂർണ്ണം	X	പൂർണ്ണം
അപേക്ഷ	X	ആജ്ഞ
അപേത	X	ഉപേത
അപേക്ഷണീയം	X	ഉപേക്ഷണീയം
അപേക്ഷിക്കുക	X	ഉപേക്ഷിക്കുക
അപ്പോൾ	X	ഇപ്പോൾ
അപ്രകാരം	X	ഇപ്രകാരം
അപ്രകൃഷ്ടം	X	പ്രകൃഷ്ടം
അപ്രത്യക്ഷം	X	പ്രത്യക്ഷം
അപ്രശസ്തം	X	പ്രശസ്തം
അബദ്ധം	X	സുബദ്ധം
അബോധം	X	ബോധം
അഭംഗം	X	ഭംഗം
അഭാവം	X	ഭാവം
അഭിലാഷം	X	അനഭിലാഷം
അഭിലാഷി	X	നിരഭിലാഷി
അഭിജ്ഞ	X	അനഭിജ്ഞ
അഭിന്നം	X	ഭിന്നം
അഭിമാനം	X	അപമാനം
അഭൂതം	X	ഭൂതം
അഭേദം	X	ഭേദം
അഭൗമം	X	ഭൗമം
അമരം	X	അണിയം
അമാനുഷികം	X	മാനുഷികം
അമർത്യൻ	X	മർത്യൻ
അമാവാസി	X	പൗർണ്ണമി
അമിതം	X	പരിമിതം
അമൂർത്തം	X	മൂർത്തം
അമൂല്യം	X	മൂല്യം
അമൃതം	X	മൃതം
അമിശ്രം	X	മിശ്രം
അമോഘം	X	മോഘം
അയത്നം	X	യത്നം
അയയുക	X	മുറുകുക
അയോഗം	X	യോഗം
അയൗക്തികം	X	യൗക്തികം
അരക്ഷിതം	X	സുരക്ഷിതം
അരികേ	X	അകലേ
അരിശം	X	പിരിശം
അർത്ഥം	X	അനർത്ഥം
അർത്ഥവത്ത്	X	അർഥശൂന്യം
അർത്ഥി	X	അത്യർഥി
അർഹൻ	X	അനർഹൻ
അലസം	X	ഉജ്ജ്വലം
അല്പം	X	അനല്പം
അല്പായുസ്സ്	X	ദീർഘായുസ്സ്
അല്പപ്രാണങ്ങൾ	X	മഹാപ്രാണങ്ങൾ
അവ	X	ഇവ
അവരജൻ	X	അഗ്രജൻ
അവർജ്ജ്യം	X	വർജ്ജ്യം
അവാച്യം	X	വാച്യം
അവിടെ	X	ഇവിടെ
അവിശ്രാന്തം	X	വിശ്രാന്തം
അസൽ	X	നക്കൽ
അസഭ്യം	X	സഭ്യം
അസ്തമയം	X	ഉദയം
അസ്തി	X	നാസ്തി
അഴയുക	X	കൊഴുക്കുക
ആകമ്പനം	X	അനാകമ്പനം
ആകർഷണം	X	വികർഷണം
ആകർഷകം	X	അനാകർഷകം
ആകാശം	X	ഭൂമി
ആകുലം	X	അനാകുലം
ആഖ്യാനം	X	അന്വാഖ്യാനം
ആഗത	X	നിർഗ്ഗത
ആഗതൻ	X	നിർഗ്ഗതൻ
ആഗമനം	X	നിർഗമനം
ആഗ്രഹം	X	ദുരാഗ്രഹം
ആച്ഛാദനം	X	അനാച്ഛാദനം
ആഢംബരം	X	അനാഢംബരം
ആണം	X	ക്ഷണം
ആദരം	X	അനാദരം
ആദാനം	X	പ്രദാനം
ആദി	X	അന്തം
ആധുനികം	X	പുരാതനം
ആനുലോമ്യം	X	പ്രാതിലോമ്യം
ആന്തൽ	X	പൊന്തൽ
ആന്തരം	X	ബാഹ്യം
ആപൽക്കാലം	X	സമ്പൽക്കാലം
ആപത്ത്	X	സമ്പത്ത്
ആഭിമുഖ്യം	X	വൈമുഖ്യം
ആമുഷ്മിക	X	ഐഹിക
ആയം	X	വ്യയം
ആയാതനം	X	നിര്യാതനം
ആയാസം	X	അനായാസം
ആയാസേന	X	അനായാസേന
ആരംഭം	X	അവസാനം
ആര്യൻ	X	അനാര്യൻ
ആലംബം	X	നിരാലംബം
ആരോഹണം	X	അവരോഹണം
ആരോഗ്യം	X	അനാരോഗ്യം
ആവരണം	X	അനാവരണം
ആവിർഭവിക്കുക	X	തിരോഭവിക്കുക
ആവൃതം	X	അനാവൃതം

ആശ	X	നിരാശ
ആശാസ്യം	X	അനാശാസ്യം
ആശ്രയം	X	നിരാശ്രയം
ആശ്ലേഷം	X	വിശ്ലേഷം
ആസക്തി	X	അനാസക്തി
ആസ്തി	X	ബാദ്ധ്യത
ആസ്തികൻ	X	നാസ്തികൻ
ആസ്ഥ	X	അനാസ്ഥ
ആസ്വാദനം	X	അനാസ്വാദനം
ആർജ്ജിക്കുക	X	വർജ്ജിക്കുക
ഇകഴ്ത്തൽ	X	പുകഴ്ത്തൽ
ഇച്ഛ	X	അനിച്ഛ
ഇണക്കം	X	പിണക്കം
ഇതരം	X	അനിതരം
ഇന്ദ്രിയം	X	അതീന്ദ്രിയം
ഇദാനീം	X	തദാനീം
ഇമ്പം	X	തുമ്പം
ഇരട്ട	X	ഒറ്റ
ഇരുമ	X	ഒരുമ
ഇഷ്ടം	X	അനിഷ്ടം
ഇഹം	X	പരം
ഇളപ്പം	X	വലുപ്പം
ഇളമീന്ന്	X	മൂപ്പീന്ന്
ഇളയാൻ	X	മൂത്താൻ
ഇറപ്പ്	X	പിറപ്പ്
ഉഗ്രം	X	ശാന്തം
ഉചിതം	X	അനുചിതം
ഉച്ഛ്വാസം	X	നിശ്വാസം
ഉജ്ജ്വലം	X	അലസം
ഉണ്ട്	X	ഇല്ല
ഉത്കൃഷ്ടം	X	അപകൃഷ്ടം
ഉത്തമം	X	അധമം
ഉത്തമൻ	X	അധമൻ
ഉത്തമർണ്ണൻ	X	അധമർണ്ണൻ
ഉത്തരപക്ഷം	X	പൂർവ്വപക്ഷം
ഉത്തരം	X	ദക്ഷിണം
ഉത്തരം	X	ചോദ്യം
ഉദയം	X	അസ്തമയം
ഉദ്ഗ്രഥനം	X	അപഗ്രഥനം
ഉദാത്തം	X	അനുദാത്തം
ഉദ്ധതം	X	സൗമ്യം
ഉദ്ധൃതം	X	അനുദ്ധൃതം
ഉന്നയനം	X	അവനയം
ഉൽപതിഷ്ണു	X	യാഥാസ്ഥിതികൻ
ഉൻമധ്യ	X	നതമദ്ധ്യ
ഉൻമീലനം	X	നിമീലനം
ഉൻമുഖൻ	X	അധോമുഖൻ
ഉപകാരം	X	അപകാരം
ഉപക്രമം	X	ഉപസംഹാരം
ഉപകൃതി	X	അപകൃതി
ഉപരിഭാഗം	X	അധോഭാഗം
ഉപേത	X	അപേത
ഉയർച്ച	X	താഴ്ച്ച
ഉർവരം	X	ഊഷരം
ഉഷ്ണം	X	ശീതം
ഉഷ്ണാംശു	X	ശീതാംശു
ഉറങ്ങുക	X	ഉണരുക
ഉറ്റവർ	X	പറ്റവർ
ഊർധ്വഗതി	X	അധോഗതി
ഊഷരം	X	ഉർവ്വരം
ഊഷ്മളം	X	ശീതളം
ഋജുത	X	വക്രത
ഋണം	X	അനൃണം
ഋണഗ്രസ്തൻ	X	ഋണമുക്തൻ
ഋതം	X	അനൃതം
ഋഷി	X	അനൃഷി
ഏകം	X	അനേകം
ഏകത്ര	X	സർവ്വത്ര
ഏകത്വം	X	ബഹുത്വം
ഏകപക്ഷീയം	X	ബഹുപക്ഷീയം
ഏകാഗ്രം	X	ബഹ്വഗ്രം
ഏണിക്കുക	X	കോണിക്കുക
ഏറ്റം	X	ഇറക്കം
ഐക്യം	X	അനൈക്യം
ഐച്ഛികം	X	നിർബന്ധിതം
ഐശ്വര്യം	X	അനൈശ്വര്യം
ഐഹികം	X	പാരത്രികം
ഒത്തിരി	X	ഇത്തിരി
ഒന്നാകുക	X	വേർപിരിയുക
ഒളിയുക	X	തെളിയുക
ഓർമ്മ	X	മറവി
ഓർക്കുക	X	മറക്കുക
ഔചിത്യം	X	അനൗചിത്യം
ഔത്തരാഹൻ	X	ദാക്ഷിണാത്യൻ
ഔദാര്യം	X	അനൗദാര്യം
ഔപമ്യം	X	അനൗപമ്യം
കട	X	തല
കടൽക്കാറ്റ്	X	കരക്കാറ്റ്
കഠിനം	X	മൃദുലം
കനാവ്	X	നനാവ്
കമഴ്ത്തുക	X	മലർത്തുക
കര	X	കടൽ
കരിങ്കലം	X	വെങ്കലം
കലുഷം	X	അകലുഷം

കളങ്കം	X	നിഷ്കളങ്കം
കറുപ്പ്	X	വെളുപ്പ്
കർക്കശം	X	ലളിതം
കർമ്മം	X	അകർമ്മം
കർമ്മഭൂമി	X	ഭോഗഭൂമി
കർമ്മാധീനം	X	കർമ്മാതീതം
കർമ്മണി പ്രയോഗം	X	കർത്തരിപ്രയോഗം
കൻമഷം	X	നിഷ്കൻമഷം
കലുഷിതം	X	അകലുഷിതം
കഴിവ്	X	കഴിവുകേട്
കാട്	X	നാട്
കാടൻ	X	നാടൻ
കാട്ടാളൻ	X	വീട്ടാളൻ
കാണേണ്ട	X	കാണേണം
കാതൽ	X	വെള്ള
കാമ്യം	X	നിഷ്കാമ്യം
കാരണം	X	അകാരണം
കാരണം	X	കാര്യം
കാര്യം	X	അകാര്യം
കാരായ്മ	X	മേലായ്മ
കാർഷ്ണ്യം	X	ധാവള്യം
കാളം	X	ധവളം
കിഞ്ചിജ്ഞൻ	X	സർവ്വജ്ഞൻ
കിഞ്ചിൽജ്ഞത്വം	X	സർവജ്ഞത്വം
കിട്ടാംശം	X	സാരാംശം
കിഴക്ക്	X	മേക്ക്
കീർത്തി	X	അകീർത്തി
കീഴുഭയം	X	മേലുഭയം
കീഴ്ഫലം	X	മേൽഫലം
കീഴ്ശാന്തി	X	മേൽശാന്തി
കീഴിൽ	X	മേലിൽ
കീഴൊറ്റി	X	മേലൊറ്റി
കീഴ്ക്കച്ചവടക്കാരൻ	X	മേൽക്കച്ചവടക്കാരൻ
കീറ്റില	X	നാക്കില
കുചേലൻ	X	കുബേരൻ
കുടിപ്പെണ്ണ്	X	അങ്ങാടിപ്പെണ്ണ്
കുടിവാരം	X	മേൽവാരം
കുപിത	X	മുദിത
കുമതി	X	സുമതി
കുലീന	X	കുലട
കുറുകേ	X	നെടുകേ
കുറുമ്പടി	X	നെടുമ്പടി
കുറ്റം	X	നറ്റം
കൂടം	X	അകൂടം
കൂറ്റാൻ	X	മാറ്റാൻ
കൃത്യം	X	അകൃത്യം
കൃതജ്ഞൻ	X	കൃതഘ്നൻ
കൃതജ്ഞത	X	കൃതഘ്നത
കൃതഘ്ന	X	കൃതജ്ഞ
കൃത്രിമം	X	നൈസർഗ്ഗികം
കൃപണൻ	X	ഉദാരൻ
കൃശം	X	അകൃശം
കൃഷ്ണപക്ഷം	X	ശുക്ലപക്ഷം
കൈതവം	X	അകൈതവം
കൈക്കൊള്ളുക	X	കൈവിടുക
ക്രയം	X	വിക്രയം
ക്രയണം	X	ക്രയക്രീതം
ക്രൂരത	X	ദയ
ക്രൂരം	X	അക്രൂരം
ക്രോധം	X	അക്രോധം
ക്ലേദം	X	അക്ലേദം
ക്ലിഷ്ടം	X	അക്ലിഷ്ടം
ക്ലേശം	X	അക്ലേശം
ക്ഷമ	X	അക്ഷമ
ക്ഷണികം	X	ശാശ്വതം
ക്ഷര	X	അക്ഷര
ക്ഷരം	X	അക്ഷരം
ക്ഷയം	X	വൃദ്ധി
ക്ഷയം	X	അക്ഷയം
ക്ഷുബ്ധൻ	X	ശാന്തൻ
ക്ഷുദ്രാശയൻ	X	മഹാശയൻ
ക്ഷോഭം	X	അക്ഷോഭം
കെല്പൻ	X	അല്പൻ
കൊടുക്കുക	X	കൊള്ളുക
കൊടുവാൾ	X	നെടുവാൾ
കൊട്ടടയ്ക്ക	X	വെള്ളടയ്ക്ക
കൊൾക	X	കൊടുക്കുക
കൊള്ളുക	X	തള്ളുക
കോണിക്കുക	X	ഏണിക്കുക
കൗടില്യം	X	അകൗടില്യം
കൗമുദി	X	അകൗമുദി
കൗശലം	X	അകൗശലം
ഖണ്ഡനം	X	മണ്ഡനം
ഖിന്നൻ	X	അഖിന്നൻ
ഖേദം	X	മോദം
ഖ്യാതി	X	അപഖ്യാതി
ഗതി	X	വിഗതി
ഗദ്യം	X	പദ്യം
ഗർഭിച്ചു പറയുക	X	തുറന്നുപറയുക
ഗമനം	X	ആഗമനം
ഗാഢം	X	മൃദുലം
ഗുണകർമ്മം	X	അർഥകർമ്മം
ഗുണം	X	ദോഷം

ഗുണനം	X	ഹരണം
ഗുപ്തം	X	അഗുപ്തം
ഗുരു	X	ലഘു
ഗോചരം	X	അഗോചരം
ഗൗരവം	X	ലാഘവം
ഗ്രാമം	X	നഗരം
ഗ്രാമ്യം	X	സഭ്യം
ഗ്രീഷ്മം	X	വർഷം
ഗ്രാമീണം	X	നാഗരികം
ഘടിതം	X	വിഘടിതം
ചക്കിപ്പൂച്ച	X	കണ്ടൻപൂച്ച
ചണ്ഡവേഗ	X	മൃദുവേഗ
ചരം	X	അചരം
ചലം	X	അചലം
ചഞ്ചലം	X	നിശ്ചലം
ചഞ്ചലൻ	X	അചഞ്ചലൻ
ചാരേ	X	കൂത്തനേ
ചിരം	X	അചിരം
ചില്ലറക്കച്ചവടം	X	മൊത്തക്കച്ചവടം
ചില്ലീട്	X	നല്ലീട്
ചിറ്റിമ്പം	X	പേരിമ്പം
ചീർത്ത	X	അചരം
ച്യുതം	X	അച്യുതം
ചെറുത്	X	നേർത്ത
ചെറുങ്ങനെ	X	വലിങ്ങനെ
ചേതനം	X	അചേതനം
ചേറ്റുകണ്ടം	X	പൂഴിക്കണ്ടം
ജംഗമം	X	സ്ഥാവരം
ജഘനം	X	നിതംബം
ജഡം	X	ചേതനം
ജനി	X	മൃതി
ജനനം	X	മരണം
ജയം	X	പരാജയം
ജലം	X	അഗ്നി
ജന്മി	X	കുടിയാൻ
ജാഗ്രത്ത്	X	സുഷുപ്തി
ജാതഖേദം	X	ജാതമോദം
ജാസ്തി	X	കമ്മി
ജീവൽഭാഷ	X	മാതൃഭാഷ
ജ്ഞാതം	X	അജ്ഞാതം
ജ്ഞാനം	X	അജ്ഞാനം
ജ്ഞാനി	X	അജ്ഞാനി
ജ്ഞാനകാണ്ഡം	X	കർമ്മകാണ്ഡം
ജ്ഞാനേന്ദ്രിയങ്ങൾ	X	കർമ്മേന്ദ്രിയങ്ങൾ
ജ്യേഷ്ഠൻ	X	കനിഷ്ഠൻ
ജ്യോതിസ്സ്	X	തമസ്സ്
തത്രത്യൻ	X	ഇഹത്യൻ
തലയാന	X	കുഴിയാന
തറ്റുടുക്കുക	X	വിട്ടുടുക്കുക
താക്കുക	X	എഴുന്ന
താവകം	X	മാമകം
താഴെ	X	മുകളിൽ
തിക്തം	X	മധുരം
തിന്മ	X	നന്മ
തിയ്യത്	X	നല്ലത്
തിൽപ്	X	നല്പ്
തുച്ഛം	X	അതുച്ഛം
തുടക്കം	X	അന്ത്യം
തുല്യം	X	അതുല്യം
തൃപ്തി	X	അതൃപ്തി
ത്യാജ്യം	X	ഗ്രാഹ്യം
തേച്ചുകുളി	X	വണ്ണേങ്ങളി
തോല്വി	X	ജയം
തോഷം	X	താപം
ദക്ഷിണം	X	ഉത്തരം
ദക്ഷിണധ്രുവം	X	ഉത്തരധ്രുവം
ദമം	X	അദമം
ദയവ്	X	ക്രൂരത
ദരിദ്രൻ	X	ധനവാൻ
ദരിലകാചം	X	ഉന്മദ്ധ്യകാചം
ദാതാവ്	X	ഭോക്താവ്
ദാനവൻ	X	ദേവൻ
ദാരിദ്ര്യം	X	സമൃദ്ധി
ദാസൻ	X	യജമാനൻ
ദീർഘം	X	ഹ്രസ്വം
ദീർഘകായൻ	X	ഹ്രസ്വകായൻ
ദീർഘദൃഷ്ടി	X	ഹ്രസ്വദൃഷ്ടി
ദീപ്രം	X	ശാലീനം
ദുഃഖാന്തം	X	സുഖാന്തം
ദുരാചാരം	X	സദാചാരം
ദുർഗ്ഗതി	X	സദ്ഗതി
ദുർഗന്ധം	X	സുഗന്ധം
ദുർഗ്ഗമ	X	സുഗമ
ദുർഗ്രഹം	X	സുഗ്രഹം
ദുർഗുണം	X	സദ്ഗുണം
ദുർജ്ജനം	X	സജ്ജനം
ദുർദർശനം	X	സുദർശനം
ദുർദിനം	X	സുദിനം
ദുർഭഗ	X	സുഭഗ
ദുർബുദ്ധി	X	സുബുദ്ധി
ദുർബോധം	X	സുബോധം
ദുർമനസ്സ്	X	സുമനസ്സ്

ദുർമ്മുഖൻ	X	സുമുഖൻ
ദുർവിചാരം	X	സദ്വിചാരം
ദുർലഭം	X	സുലഭം
ദുഷ്ക്കരം	X	സുകരം
ദുഷ്കർമ്മം	X	സത്കർമ്മം
ദുഷ്കീർത്തി	X	സത്കീർത്തി
ദുഷ്ക്രിയ	X	സത്ക്രിയ
ദുഷ്കൃതി	X	സൽകൃതി
ദുഷ്ടത	X	ശിഷ്ടത
ദുഷ്ടൻ	X	ശിഷ്ടൻ
ദുഷ്ടരക്ഷണം	X	ശിഷ്ടരക്ഷണം
ദുഷ്ഠ	X	സുഷ്ഠ
ദുഷ്പുത്രൻ	X	സത്പുത്രൻ
ദുഷ്പേര്	X	സത്പേര്
ദുഷ്പ്രവൃത്തി	X	സത്പ്രവൃത്തി
ദുസ്വഭാവം	X	സത്സ്വഭാവം
ദുസ്സാധ	X	സുസാധ
ദുർഗമം	X	സുഗമം
ദുർലഭം	X	സുലഭം
ദേവൻ	X	ദൈത്യൻ
ദൃഢം	X	ശിഥിലം
ദൃശ്യം	X	അദൃശ്യം
ദ്രുതം	X	മന്ദം
ദൂരത്ത്	X	അരികത്ത്
ദൂരെ	X	ചാരെ
ദൂരസ്ഥൻ	X	സമീപസ്ഥൻ
ദോഷം	X	ഗുണം
ദോഷവാൻ	X	ഗുണവാൻ
ദൃഷ്ടാവ്	X	ശ്രോതാവ്
ദൗർഭാഗ്യം	X	സൗഭാഗ്യം
ദൗർബല്യം	X	പ്രാബല്യം
ദൗർലഭ്യം	X	സൗലഭ്യം
ദൗശീല്യം	X	സൗശീല്യം
ദ്വന്ദ്വസഹിഷ്ണ	X	ദ്വന്ദ്വാസഹിഷ്ണ
ദൈവികം	X	ആസുരം
ദ്വൈതം	X	അദ്വൈതം
ദ്രുതം	X	മന്ദം
ദ്രുതചലനം	X	മന്ദചലനം
ധർമ്മം	X	അധർമ്മം
ധർമ്മദാരങ്ങൾ	X	ഉപപത്നി
ധനവാൻ	X	ദരിദ്രൻ
ധന്യം	X	അധന്യം
ധാർമ്മികം	X	അധാർമ്മികം
ധാവള്യം	X	കാർഷ്ണ്യം
ധീരത	X	ഭീരുത്വം
ധീരൻ	X	ഭീരു
ധ്രുവം	X	അധ്രുവം

ധൈര്യം	X	അധൈര്യം
ധൈര്യശാലി	X	ഭീരു
നഗരം	X	ഗ്രാമം
നഗരവാസി	X	ഗ്രാമവാസി
നഞ്ച	X	പുഞ്ച
നടുക	X	പിഴുക
നന്മ	X	തിന്മ
നനഞ്ഞ	X	വരണ്ട
നന്ദി	X	നന്ദികേട്
നല്ല്	X	ഒല്ലാ
നല്പ്	X	തില്പ്
നല്ലത്	X	പൊല്ലാത്തത്
നല്ലീട്	X	ചില്ലീട്
നല്വിന	X	തീവിന
നമ്രം	X	ഉന്നമ്രം
നവീനം	X	പ്രാചീനം
നശ്വരം	X	അനശ്വരം
നഷ്ടം	X	ലാഭം
നറ്റം	X	കുറ്റം
നാകം	X	നരകം
നാരകീയ	X	സ്വർഗ്ഗീയ
നാക്കില	X	മുതുവില
നാഗരികം	X	ഗ്രാമീണം
നാട്ടാന	X	കാട്ടാന
നാട്ടാർ	X	വീട്ടാർ
നാട്	X	നഗരം
നാദേയം	X	ആദേയം
നാനാത്വം	X	ഏകത്വം, ഐക്യം
നാസ്തികം	X	ആസ്തികം
നാസ്തികത	X	ആസ്തികം
നാസ്തികവാദം	X	ആസ്തികവാദം
നിന്ദ	X	സ്തുതി
നിന്ദനം	X	മർദ്ദനം
നിന്ദനീയം	X	വന്ദനീയം
നിരുപാധികം	X	സോപാധികം
നിർദ്ദയം	X	സദയം
നിർവികാരൻ	X	സവികാരൻ
നികൃതം	X	സുകൃതം
നികൃഷ്ട	X	ഉൽകൃഷ്ട
നികൃഷ്ടത	X	ഉത്കൃഷ്ടത
നിഗ്രഹം	X	അനുഗ്രഹം
നിഗ്രഹസ്ഥാനം	X	അനുഗ്രഹസ്ഥാനം
നിത്യം	X	അനിത്യം
നിന്ദനം	X	വന്ദനം
നിമിഷം	X	ഉന്മേഷം
നിമ്നം	X	ഉന്നതം
നിയതം	X	അനിയതം

നിയന്ത്രണം	X	അനിയന്ത്രണം
നിരങ്കുശം	X	അങ്കുശം
നിരക്ഷരത്വം	X	സാക്ഷരത്വം
നിരഞ്ജനം	X	അഞ്ജനം
നിരതിശയം	X	അതിശയം
നിരത്യം	X	അത്യയം
നിരന്തണൻ	X	അന്തണൻ
നിരന്വയ	X	അന്വയ
നിരപരാധി	X	അപരാധി
നിരപരാധം	X	അപരാധം
നിരഭിലാഷം	X	അഭിലാഷം
നിരർത്ഥം	X	അർത്ഥപൂർണ്ണം
നിരർദ്ധോക്തി	X	അർദ്ധോക്തി
നിരവദ്യം	X	അവദ്യം
നിരവലംബം	X	അവലംബം
നിരവ്യയം	X	അവ്യയം
നിരക്ഷരത	X	സാക്ഷരത
നിരവയവം	X	സാവയവം
നിരഹങ്കാരം	X	അഹങ്കാരം
നിരാകാരം	X	സാകാരം
നിരാകുലം	X	ആകുലം
നിരാമം	X	സാമം
നിരാമയം	X	ആമയം
നിരാംലംബം	X	ആലംബം
നിരീശ്വരവാദി	X	ഈശ്വരവാദി
നിരാഹാരം	X	ആഹാരം
നിരാശ	X	ആശ
നിരുത്സാഹം	X	ഉത്സാഹം
നിരുന്മേഷം	X	ഉന്മേഷം
നിരുപദ്രവം	X	ഉപദ്രവം
നിരുപദ്രവകാരി	X	ഉപദ്രവകാരി
നിരുപാധി	X	ഉപാധി
നിർഗന്ധം	X	ഗന്ധം
നിർഗുണം	X	സഗുണം
നിർഗുണൻ	X	സഗുണൻ
നിർഗൗരവം	X	സഗൗരവം
നിർദാക്ഷിണ്യം	X	ദാക്ഷിണ്യം
നിർദ്ദോഷം	X	ദോഷം
നിർദ്വന്ദം	X	ദ്വന്ദം
നിർഭയം	X	ഭയം
നിർഭാഗ്യം	X	സൗഭാഗ്യം
നിർവികല്പം	X	വികല്പം
നിർവിചാരം	X	വിചാരം
നിർവീര്യം	X	വീര്യം
നിർഹാരം	X	ആഹാരം
നിവാര്യം	X	അനിവാര്യം
നിവൃത്തി	X	പ്രവൃത്തി
നിവൃത്തൻ	X	പ്രവൃത്തൻ
നിശ്ചലം	X	ഇളക്കം
നിഷ്കപടം	X	കപടം
നിഷ്കളങ്കം	X	കളങ്കം
നിഷ്കാമം	X	സകാമം
നിഷ്കാമി	X	സകാമി
നിഷ്ക്രിയം	X	സക്രിയം
നിഷ്ക്രിയൻ	X	സക്രിയൻ
നിഷ്പക്ഷം	X	സപക്ഷം
നിഷ്പക്ഷപാതം	X	പക്ഷപാതം
നിഷ്പ്രയാസം	X	പ്രയാസം
നിഷ്പ്രയോജനം	X	പ്രയോജനം
നിസ്തുലം	X	തുല്യം
നിഷ്ഫലം	X	സഫലം
നിസ്സംഗം	X	സംഗം
നിസ്സാരം	X	സാരം
നിസന്ദേഹം	X	സസന്ദേഹം
നിസങ്കോചം	X	സസങ്കോചം
നിസ്സംശയം	X	സസ്സംശയം
നീചം	X	ഉച്ചം
നീചരാശി	X	ഉച്ചരാശി
നീചൈസ്തരം	X	ഉച്ചൈസ്തരം
നീതി	X	അനീതി
നീരസം	X	സരസം
നീരിറക്കം	X	നീരേറ്റം
ന്യൂനപക്ഷം	X	ഭൂരിപക്ഷം
നെടിയരി	X	പൊടിയരി
നെടുവാൾ	X	കൊടുവാൾ
നെട്ടായം	X	കട്ടായം
നെട്ടോട്ടം	X	കുറിയോട്ടം
നേട്ടം	X	കോട്ടം
നേരത്തെ	X	വൈകി
നേരിയ	X	കരള
നേർവ്വാതിൽ	X	ഒളിവാതിൽ
പച്ചവെള്ളം	X	കാച്ചവെള്ളം
പണിപ്പൊന്ന്	X	കട്ടിപ്പൊന്ന്
പണ്ഡിതൻ	X	പാമരൻ
പതുപ്പം	X	കടുപ്പം
പരകീയ	X	സ്വകീയ
പരതന്ത്ര	X	സ്വതന്ത്ര
പരാധീനം	X	സ്വാധീനം
പരിഗണന	X	അവഗണന
പരിചിതം	X	അപരിചിതം
പരിചയം	X	അപരിചയം
പരിണാമം	X	വിപരിണാമം
പരിമിതം	X	അപരിമിതം
പരിപൂർണ്ണം	X	അപൂർണ്ണം

പരിശുദ്ധി X അവിശുദ്ധം
പഥം X അപഥം
പഥ്യം X അപഥ്യം
പരദേശം X സ്വദേശം
പരസ്യം X രഹസ്യം
പര്യ X നേരിയ
പര്യായം X വിപരീതം
പരാധീനം X സ്വാധീനം
പരാശ്രയം X സ്വാശ്രയം
പരിചിതം X അപരിചിതം
പരിതഃസ്ഥിതി X അന്തഃസ്ഥിതി
പരുഷം X മൃദു
പരോക്ഷം X പ്രത്യക്ഷം
പരോക്ഷാർത്ഥം X പ്രത്യക്ഷാർത്ഥം
പര്യാപ്തി X അപര്യാപ്തി
പര്യാപ്തം X അപര്യാപ്തം
പലർ X ചിലർ
പവിത്രം X അപവിത്രം
പശ്ചിമം X പൂർവം
പശ്ചാദ്വാദം X പൂർവവാദം
പള്ള X കോടി
പഴമ X പുതുമ
പഴയ X പുതിയ
പങ്കിലം X അപങ്കിലം
പാതാളം X സ്വർഗ്ഗം
പാപം X പുണ്യം
പാരം X അപാരം
പാരമാർത്ഥികം X വ്യാവഹാരികം
പാശ്ചാത്യം X പൗരസ്ത്യം
പിൻകൂറ് X മുൻകൂറ്
പിൻകുടുമ X മുൻകുടുമ
പിൻഭാഗം X മുൻഭാഗം
പിന്നാക്കം X മുന്നാക്കം
പിന്നണി X മുന്നണി
പില്പ്പാട് X മുല്പാട്
പുണ്യാഹം X അഘലാഹം
പുരാതനം X ന്യൂതനം
പുരുഷോത്തമൻ X പുരുഷാധമൻ
പുറങ്കാൽ X അകങ്കാൽ
പുറതാര X അകതാര
പുലരി X അന്തി
പുഴക്കലരി X ഉണക്കലരി
പൂർണ്ണം X അപൂർണ്ണം
പൂർവ്വം X പശ്ചിമം
പെങ്ങൾ X ആങ്ങൾ
പെരിയോർ X ള്ളിയോർ
പോരിമ X പോരായ്മ
പോഷണം X ശോഷണം
പ്രകൃതി X വികൃതി
പ്രകാശം X തമസ്സ്
പ്രത്യക്ഷം X പരോക്ഷം
പ്രത്യാലീഢം X ആലീഢം
പ്രഭാതം X പ്രദോഷം
പ്രയോജകക്രിയ X കേവലക്രിയ
പ്രവർത്തനം X നിവർത്തനം
പ്രശംസ X അഭിശംസ
പ്രശാന്തം X പ്രക്ഷുബ്ധം
പ്രസിദ്ധം X അപ്രസിദ്ധം
സുപ്രസിദ്ധം X കുപ്രസിദ്ധം
പ്രാകൃതം X സംസ്കൃതം
പ്രാചി X പ്രതീചി
പ്രാചീനം X നവീനം
പ്രാപ്യം X അപ്രാപ്യം
പ്രായോഗികം X അപ്രായോഗികം
പ്രാംശു X വാമൻ
പ്രിയം X അപ്രിയം
പ്രേത X ഓത
പ്രോത്സാഹനം X നിരുത്സാഹനം
പ്രോഢം X നിതംബം
ബന്ധം X മോക്ഷം
ബന്ധനം X മുക്തി
ബന്ധു X ശത്രു
ബഹിർഭാഗം X അന്തർഭാഗം
ബാധകം X സാധകം
ബാഹ്യം X ആന്തരം
ബുഭുക്ഷു X മുമുക്ഷു
ഭദ്ര X അഭദ്ര
ഭരണപക്ഷം X പ്രതിപക്ഷം
ഭാഗ്യം X ദൗർഭാഗ്യം
ഭാരം X ഭാരരഹിതം
ഭുജം X ഭൂമി
ഭൂചരം X ജലചരം
ഭൂതം X ഭാവി
ഭൃത്യൻ X യജമാനൻ
ഭേദം X അഭേദം
ഭേദി X ഗ്രാഹി
ഭംഗി X അഭംഗി
ഭംഗുരം X അഭംഗുരം
മണ്ണ് X വിണ്ണ്
മധുരം X കയ്പ്
മന്ദം X ശീഘ്രം
മനഃപാഠം X ഏടുപാഠം
മമ X തവ
മമതം X നിർമ്മമതം

മമത്വം X സമത്വം
മലിനം X നിർമ്മലം
മറവി X ഓർമ്മ
മാനം X അപമാനം
മാനവൻ X വാനവൻ
മാനുഷികം X അമാനുഷികം
മിതം X അമിതം
മിത്രം X ശത്രു
മീലനം X ഉന്മീലനം
മുണ്ടൻ X ദീർഘൻ
മുദിത X കുപിത
മുൻഗാമി X പിൻഗാമി
മുന്നറിവ് X തന്നറിവ്
മുന്നിടുക X പിന്നിടുക
മുറ്റുവിന X പറ്റുവിന
മൂപ്പ് X ഇളമ
മൂർത്തം X അമൂർത്തം
മൃദു X കഠിനം
മെയ് X പൊയ്
മെയ്ക്കാട് X അടങ്കൽ
മെലിഞ്ഞ X വണ്ണിച്ച
മൈനർ X മേജർ
മൈയൻ X മെയ്യൻ
മൊത്താദായം X അറ്റാദായം
മേലേത് X കീഴേത്
മേൽശാന്തി X കീഴ്ശാന്തി
മോഘം X അമോഘം
യത്നം X അയത്നം
യഥാ X തഥാ
യദാ X തദാ
യാഥാർത്ഥ്യം X അയാഥാർത്ഥ്യം
യാഥാസ്ഥിതികം X ഉല്പ്പതിഷ്ണുത്വം
യാന്ത്രികം X സ്വാഭാവികം
യുക്തം X അയുക്തം
യുക്തൻ X അയുക്തൻ
യുക്തിഭരിതം X യുക്തിരഹിതം
യുഗ്മം X ഓജം
യോഗി X പ്രതിയോഗി
യോഗം X വിയോഗം
യോഗ്യത X അയോഗ്യത
യോഗ്യം X അയോഗ്യം
യോജിപ്പ് X വിയോജിപ്പ്
യൗവനം X വാർദ്ധക്യം
രക്ഷ X ശിക്ഷ
രസികൻ X അരസികൻ
രഹസ്യം X പരസ്യം
രഹിതം X സഹിതം
രാവ് X പകൽ
രിപു X മിത്രം
രൂപം X അരൂപം
രോഗി X അരോഗി
രോഹം X അവരോഹം
രൗദ്രം X ശാന്തം
ലക്ഷണം X വിലക്ഷണം
ലഘിമ X ഗരിമ
ലഘു X ഗുരു
ലഘുത്വം X ഗുരുത്വം
ലാഘവം X ഗൗരവം
ലളിതം X ഗംഭീരം
ലളിതം X കഠിനം
ലാളിത്യം X പ്രൗഢത
ലിഖിതം X അലിഖിതം
ലോപം X അലോപം
ലോലം X നിശ്ചലം
ലൗകികം X അലൗകികം
ലമ്പടത്തം X നിർവേദം
വക്രം X ഋജു
വടക്ക് X തെക്ക്
വടിക്കുക X അടിക്കുക
വട്ടം X വിട്ടം
വൻകിട X ചെറുകിട
വയ്യർ X മുന്നർ
വരവ് X ചെലവ്
വരവ് X പോക്ക്
വരം X ശാപം
വലങ്കർ X ഇടങ്കർ
വലിപ്പം X ചെറുപ്പം
വലുത് X ചെറുത്
വസ്തുനിഷ്ഠം X ആത്മനിഷ്ഠം
വളർച്ച X തളർച്ച
വാചംയമൻ X വാവദൂകൻ
വാചാലൻ X വാഗ്മി
വാങ്ങുക X വില്ക്കുക
വാങ്ങൽ X കൊടുക്കൽ
വാദി X പ്രതി
വാനവൻ X മാനവൻ
വാമൊഴി X വരമൊഴി
വാർദ്ധക്യം X യൗവ്വനം
വികലം X അവികലം
വിഘ്നം X നിർവിഘ്നം
വാസ്തവം X അവാസ്തവം
വികാരം X അവികാരം
വികാസം X സങ്കോചം
വിജയം X പരാജയം

വിജ്ഞാനി	X	അജ്ഞാനി
വിടരുക	X	വാടുക
വിഡ്ഢി	X	ബുദ്ധിമാൻ
വിണ്ണ്	X	മണ്ണ്
വിദ്വാൻ	X	മൂഢൻ
വിധർമ്മം	X	സമധർമ്മം
വിധിവിഹിത	X	വിധിവിരുദ്ധ
വിപന്നത	X	സമ്പന്നത
വിപക്ഷ	X	സ്വപക്ഷ
വിഫലം	X	സഫലം
വിരളം	X	അവിരളം
വിയോഗം	X	സംയോഗം
വിരക്തൻ	X	രാഗി (ആസക്തൻ)
വിരസം	X	സരസം
വിരോധം	X	ഇഷ്ടം
വിലങ്ങനെ	X	തലങ്ങനെ
വില്ക്കൽ	X	വാങ്ങൽ
വിവേകം	X	അവിവേകം
വിശദം	X	വിച്ഛലം
വിശ്വാസം	X	അവിശ്വാസം
വിഷണ്ണ	X	പ്രസന്ന
വിഷമം	X	സമം
വിഷയി	X	മുമുക്ഷു
വീണ്ടെടുക്കുക	X	പൂണ്ടെടുക്കുക
വെട്ടടയ്ക്ക	X	വെള്ളടയ്ക്ക
വെളിച്ചം	X	ഇരുട്ട്
വെളുവെളെ	X	കറുകറെ
വെളുത്ത പക്ഷം	X	കറുത്ത പക്ഷം
വെള്ളത്തോട്ടം	X	കരത്തോട്ടം
വെള്ളക്കരു	X	മഞ്ഞക്കരു
വെറുപ്പ്	X	സ്നേഹം
വേണം	X	വേണ്ട
വേർപിരിയൽ	X	ഒന്നാകൽ
വേലിയേറ്റം	X	വേലിയിറക്കം
വൈകാരികം	X	വൈചാരികം
വൈധർമ്മ്യം	X	സാധർമ്മ്യം
വ്യാംഗ്യം	X	വാച്യം
വൃത്തി	X	വൃത്തികേട്
വൃദ്ധി	X	ക്ഷയം
വ്യഷ്ടി	X	സമഷ്ടി
വ്യത്യാസം	X	സാമ്യം
വ്യവകലനം	X	സങ്കലനം
വ്യക്തി	X	സമൂഹം
വ്യാസം	X	സമാസം
ശക്തൻ	X	അശക്തൻ
ശക്തി	X	ദൗർബല്യം
ശത്രു	X	മിത്രം
ശ്ലക്ഷ്ണം	X	പരുഷം
ശാലീനം	X	ദീപ്രം
ശ്ലാഘ്യം	X	ഗർഹണീയം
ശിക്ഷ	X	രക്ഷ
ശിക്ഷകൻ	X	രക്ഷകൻ
ശിഷ്ടൻ	X	ദുഷ്ടൻ
ശീഘ്രകാരി	X	മന്ദകാരി
ശീതം	X	ഉഷ്ണം
ശീതകൻ	X	ഉഷ്ണകൻ
ശുഭം	X	അശുഭം
ശൈത്യം	X	ഉഷ്ണം
ശ്രദ്ധ	X	അശ്രദ്ധ
സങ്കലനം	X	വ്യവകലനം
സങ്കോചം	X	വികാസം
സജാതീയ	X	വിജാതീയ
സജീവം	X	നിർജ്ജീവം
സത്യ	X	മിഥ്യ
സത്യം	X	അസത്യം
സത്ഗതി	X	ദുർഗതി
സത്കർമ്മം	X	ദുഷ്കർമ്മം
സത്തിക	X	അങ്കാമി
സദയം	X	നിർദ്ദയം
സന്ദേഹം	X	നിശ്ചയം
സന്താപം	X	സന്തോഷം
സനാഥൻ	X	അനാഥൻ
സന്ധി	X	വിസന്ധി
സന്നമനം	X	ഉന്നമനം
സന്നിഗ്ദ്ധം	X	അസന്നിഗ്ദ്ധം
സത്കർമ്മം	X	ദുഷ്കർമ്മം
സന്മാർഗ്ഗം	X	ദുർമ്മാർഗ്ഗം
സഭാര്യൻ	X	വിഭാര്യൻ
സഫല	X	വിഫല
സഫലം	X	നിഷ്ഫലം
സമം	X	വിഷമം
സമം	X	അസമം
സമചിത്തൻ	X	വിഷമചിത്തൻ
സമത്വം	X	അസമത്വം
സമസ്തം	X	വ്യസ്തം
സമ്രാട്ട്	X	സാമന്തൻ
സമ്മതിക്കുക	X	നിഷേധിക്കുക
സമ്മാനം	X	അവമാനം
സമാനാക്ഷരം	X	സന്ധ്യാക്ഷരം
സമീക്ഷ	X	അസമീക്ഷ
സമീചീനം	X	അസമീചീനം
സരളം	X	പ്രൗഢം
സരൂപം	X	അരൂപം
സർവ്വജ്ഞൻ	X	കിഞ്ചിജ്ഞൻ

സവർണ്ണൻ	X	അവർണ്ണൻ
സഹനീയം	X	അസഹനീയം
സഹിഷ്ണുത	X	അസഹിഷ്ണുത
സംഗം	X	നിസ്സംഗം
സംഘടിതം	X	അസംഘടിതം
സംതൃപ്തി	X	അസംതൃപ്തി
സംഭവം	X	അസംഭവം
സംയമനം	X	അസംയമനം
സംയുക്തം	X	അസംയുക്തം
സംയോഗം	X	വിയോഗം
സംയോജനം	X	വിയോജനം
സംശയം	X	നിശ്ചയം
സംസ്കൃതം	X	പ്രാകൃതം
സാദ്ധ്യം	X	അസാദ്ധ്യം
സ്ഥൂലം	X	സൂക്ഷ്മം
സ്ഥൂലകായൻ	X	ഹ്രസ്വകായൻ
സ്ഥാവരം	X	ജംഗമം
സ്നിഗ്ധം	X	രൂക്ഷം
സ്നേഹം	X	ദ്വേഷം
സ്പന്ദം	X	നിഷ്പന്ദം
സ്മൃതി	X	ശ്രുതി
സ്മൃതി	X	വിസ്മൃതി
സാക്ഷരത	X	നിരക്ഷരത
സാജാത്യം	X	വൈജാത്യം
സാമ്പ്രദായികം	X	അസാമ്പ്രദായികം
സാധാരണം	X	അസാധാരണം
സാന്ദ്ര	X	ദ്രവം
സാഫല്യം	X	വൈഫല്യം
സാമാന്യം	X	അസാമാന്യം
സാമ്യം	X	വ്യത്യാസം
സീമം	X	നിസ്സീമം
സുകൃതം	X	ദുഷ്കൃതം
സുകരം	X	ദുഷ്കരം
സുകർമ്മം	X	ദുഷ്കർമ്മം
സുഖാന്തം	X	ദുഃഖാന്തം
സുഖം	X	ദുഃഖം
സുഖാകരിക്കുക	X	ദുഃഖാകരിക്കുക
സുഖി	X	ദുഃഖി
സുഗന്ധം	X	ദുർഗന്ധം
സുഗമം	X	ദുർഗമം
സുജനം	X	ദുർജനം
സുനയം	X	ദുർനയം
സുന്ദരം	X	അസുന്ദരം,വിരൂപം
സുന്ദരൻ	X	വിരൂപൻ
സുപഥം	X	ദുർപഥം
സുബുദ്ധി	X	ദുർബുദ്ധി
സുപ്തൻ	X	പ്രബുദ്ധൻ
സുപ്രസിദ്ധി	X	കുപ്രസിദ്ധി
സുപ്രസിദ്ധൻ	X	കുപ്രസിദ്ധൻ
സുഭഗ	X	ദുർഭഗ
സുഭിക്ഷം	X	ദുർഭിക്ഷം
സുമതി	X	കുമതി
സുരം	X	ആസുരം
സുരൻ	X	അസുരൻ
സുരലോകം	X	അസുരലോകം
സുലഭം	X	ദുർലഭം
സുവർണ്ണൻ	X	അവർണ്ണൻ
സുസ്സഹം	X	ദുസ്സഹം
സുസ്സാദം	X	ദുസ്സാദം
സുസ്ഥിരം	X	അസ്ഥിരം
സൂക്ഷ്മം	X	സ്ഥൂലം
സൃഷ്ടി	X	സംഹാരം
സ്ഥൗല്യം	X	കാർശ്യം
സൗകര്യം	X	അസൗകര്യം
സൗമനസ്യം	X	വൈമനസ്യം
സ്വകീയം	X	പരകീയം
സ്വന്തം	X	അന്യം
സ്വല്പം	X	ധാരാളം
സ്വർഗ്ഗം	X	നരകം
സ്വസ്ഥം	X	അസ്വസ്ഥം
സ്വസ്ഥൻ	X	അസ്വസ്ഥൻ
സ്വാതന്ത്ര്യം	X	പാരതന്ത്ര്യം
സ്വതന്ത്രൻ	X	അസ്വതന്ത്രൻ
സ്വഹിതം	X	പരഹിതം
സ്വാദ്	X	അസ്വാദ്
സ്വാധീനം	X	അസ്വാധീനം
സ്വാഭാവികം	X	അസ്വാഭാവികം
സ്വാർത്ഥം	X	നിസ്വാർത്ഥം
സ്വസ്ഥം	X	അസ്വസ്ഥം
സ്വാസ്ഥ്യം	X	ദൗസ്ഥ്യം
സ്വാസ്ഥ്യം	X	അസ്വാസ്ഥ്യം
സ്വായത്തം	X	പരായത്തം
സ്വാശ്രയം	X	പരാശ്രയം
സ്വീകരിക്കുക	X	തിരസ്കരിക്കുക
ഹരണം	X	ഗുണനം
ഹർഷം	X	ശോകം
ഹാസ്യം	X	ദുരന്തം
ഹിമം	X	ഉഷ്ണം
ഹിതം	X	അഹിതം
ഹിംസ	X	അഹിംസ
ഹീനാംഗ	X	അതിരിക്താംഗ
ഹേതു	X	അഹേതു
ഹ്രസ്വം	X	ദീർഘം
ഹ്രസ്വദൃഷ്ടി	X	ദീർഘദൃഷ്ടി

നാനാർത്ഥപദങ്ങൾ

വിവിധഅർത്ഥങ്ങൾ വരുന്ന പദങ്ങളെയാണ് നാനാർത്ഥപദങ്ങൾ എന്നു പറയുന്നത്.

അമരം - നിയന്ത്രണം, ഭാരം
അംശം - ഓഹരി, പങ്ക്, ഭാഗം
അംശു - ഇഴ, രശ്മി, ശോഭ
അംശുകം - വസ്ത്രം, മേൽമുണ്ട്
അംശുമതി - മൂവില, പ്രകാശമുള്ളവൾ
അംഹസ്സ് - പാപം, ക്ലേശം
അകം - മനസ്സ്, ഹൃദയം, ഉൾവശം
അകത്തമ്മ - വീട്ടമ്മ, അന്തർജ്ജനം
അകപ്പൊരുൾ - ഈശ്വരൻ, ഗൂഢാർഥം
അകിഴ് - ചിറ, മൺകോട്ട, കിടങ്ങ്
അക്രമം - അനീതി, ബലപ്രയോഗം, ക്രമമില്ലായ്മ
അക്ഷം - അച്ചുതണ്ട്, തേര്, അക്ഷരേഖ
അക്ഷകം - തോളെല്ല്, തൊടുകാര
അക്ഷജം - ഇടിവെട്ട്, വൈരക്കല്ല്, ഇന്ദ്രിയജ്ഞാനം
അക്ഷതം - ധാന്യം, നപുംസകം
അക്ഷതൻ - ഷണ്ഡൻ, മുറിവേൽക്കാത്തവൻ
അക്ഷധരം - ചൂതുപലക, വണ്ടിച്ചക്രം
അക്ഷമ - കോപം, അസൂയ, ക്ഷമയില്ലാത്തവൾ
അക്ഷയ - ഒരു തിഥി, വീടില്ലാത്ത, ക്ഷമയില്ലാത്ത
അക്ഷയൻ - സന്യാസി, പരമാത്മാവ്, ശിവൻ
അക്ഷരം - ധർമ്മം, ഓങ്കാരം, പ്രമാണം
അക്ഷരൻ - ശിവൻ, വിഷ്ണു, ബ്രഹ്മാവ്
അക്ഷരന്യാസം-അച്ചുനിരത്തൽ, എഴുത്ത്, അക്ഷരമാല
അക്ഷവാടം - ചൂതുപടം, ചൂതുകളിക്കാനുള്ള സ്ഥലം
അക്ഷശാല - ചൂതുകളിസ്ഥലം, കമ്മട്ടം
അക്ഷി - കണ്ണ്, കഴഞ്ചിക്കുരു
അക്ഷീബം - കടലുപ്പ്, ഒരിനം മുരിങ്ങ
അക്ഷീരം - മുളവെണ്ണ, വലിയ വേപ്പ്
അക്ഷുദ്രൻ - നിസ്സാരനല്ലാത്തവൻ, ശിവൻ

അക്ഷോഭം - കച്ചക്കയർ, ആനയെ തളയ്ക്കുന്ന കുറ്റി

അക്ഷോഭ്യൻ - ബുദ്ധൻ, ശോഭിക്കാത്തവൻ

അഖണ്ഡൻ - ബ്രഹ്മം, പരിപൂർണ്ണൻ

അഖില - സകല, ഉഴുത

അഖേടികം - നായാട്ടുനായ്, വൃക്ഷം

അഗം - പർവതം, പാമ്പ്, പർവതം

അഗജ - പാർവതി, മലയിൽ നിന്നുണ്ടായ, മരത്തിൽ നിന്നുണ്ടായ

അഗണിത - നിസ്സാരമായ, എണ്ണമറ്റ, അറിയപ്പെടാത്ത

അഗദ - നഷ്ടമാകാത്ത, പോയിട്ടില്ലാത്ത

അഗദം - മൗനം, ആരോഗ്യം, ഔഷധം

അഗമം - പർവതം, വൃക്ഷം

അഗസ്തി - അകത്തിമരം, തെക്കേ ദിക്ക്, അഗസ്ത്യൻ

അഗാരം - വീട്, പട്ടണം

അഗാരി - ഗൃഹസ്ഥൻ, ഇന്ദ്രൻ

അഗീരം - സ്വർഗ്ഗം, അഗ്നി

അഗു - രാഹു, ധനമില്ലാത്ത, പശുവില്ലാത്ത

അഗുരു - ഭാരമില്ലാത്ത, ഗുരുവല്ലാത്തവൻ

അഗൗകസ്സ് - പക്ഷി, ശരഭം, കാട്ടാളൻ

അഗ്നിക്രിയ - ചൂടു വയ്ക്കൽ, ശവദാഹം

അഗ്നിജിഹ്വ - മേന്തോന്നി, തീജ്വാല

അഗ്നിഭൂ - കാശ്യപൻ, വെള്ളം, സ്വർണ്ണം

അഗ്നിമന്ഥം - മുഞ്ഞ, തീ കടയൽ

അഗ്നിമുഖം - കൊടുവേലി, മൂട്ട, ചാരുമരം

അഗ്നിമുഖി - ചാരുമരം, അടുക്കള, ഗായത്രി

അഗ്നിരജസ്സ് - സ്വർണ്ണം, മിന്നാമിനുങ്ങ്

അഗ്നിവീര്യം - സ്വർണ്ണം, തീയുടെ ശക്തി

അഗ്നിശിഖ - മേത്തോന്നി, തീനാളം, കുപ്പമഞ്ഞൾ

അഗ്നിശിഖരം - സ്വർണ്ണം, വിളക്ക്, കുങ്കുമം

അഗ്നിസഖൻ - കാട്ടുപ്രാവ്, പുക, കാറ്റ്

അഗ്രം - അറ്റം, മുന, കൊടുമുടി

അഗ്രാസനം - അദ്ധ്യക്ഷപീഠം, പ്രധാനപീഠം

അഗ്രു - നദി, വിരൽ, അവിവാഹിത

അഗ്ര്യൻ - നേതാവ്, ശ്രേഷ്ഠൻ, ജ്യേഷ്ഠൻ

അഘം - ആപത്ത്, ദോഷം, അപരാധം

അഘാരി - ആപത്തിൽപെട്ടവൻ, പാപം നശിപ്പിക്കുന്നവൻ, ശ്രീകൃഷ്ണൻ

അഘോഷ - ഇടയന്മാരില്ലാത്ത, ഘോഷമില്ലാത്ത, ഘോഷാക്ഷരമില്ലാത്ത

അങ്കം - അടയാളം, മറുക്, അടുപ്പം

അങ്കണം - നടുമുറ്റം, മുറ്റം

അങ്കുരം - നങ്കൂരം, വെള്ളം, നാമ്പ്

അങ്കുശം - തടസ്സം, ആനത്തോട്ടി അല്പവിരാമചിഹ്നം,

അംഗം - ശരീരം, ഭാഗം, അവയവം

അംഗജം - രക്തം, രോമം

അംഗജൻ - പുത്രൻ, കാമദേവൻ

അംഗന - കന്നിരാശി, സുന്ദരി, സ്ത്രീ

അംഗാരം - തീക്കനൽ, അഗ്നി, കരി

അംഗാരകം - കരിക്കട്ട, കയ്യോന്നി, തീച്ചട്ടി

അംഗാരി - പുളിയാരൽ, നെരുപ്പോട്, കൊല്ലൻ

അംഗാരിക - കരിമ്പിൻ തണ്ട്, പ്ലാശിന്റെ മൊട്ട്, നെരുപ്പോട്

അംഗിരസ്സ് - ഒരു ഋഷി, അഗ്നി ബൃഹസ്പതി,

അംഗു - കൈ, പക്ഷി

അംഗുലം - വിരലിട, അരയാൽ, രണ്ടുവിരലിട

അംഗുലി - അംഗുലം, തള്ളവിരൽ, വിരൽ

അചല - ഭൂമി, ചലിക്കാത്ത, ഇളകാത്തവൻ

അചലം - ഏഴ് എന്ന സംഖ്യ, പർവതം

അചലൻ - ഈശ്വരൻ, ശിവൻ, ഇളകാത്തവൻ

അചിര - ഈയിടെയുള്ള, ക്ഷണികമായ

അച്ചൻ - അച്ഛൻ, ബഹുമാന സൂചകമായ ഒരു പദം, ക്രിസ്ത്യൻ പുരോഹിതൻ

അച്ചി - നായർസ്ത്രീ, ഭാര്യ, അമ്മ

അച്ച് - മാതൃക, അടയാളം, മുദ്ര

അച്ഛ - ശുദ്ധമായ, തെളിഞ്ഞ

അച്ഛൻ - പിതാവ്, ശുക്രൻ, ബഹുമാനസൂചകമായി ഉപയോഗിക്കുന്ന ഒരു പദം

അജ - പെണ്ണാട്, മായ, പ്രകൃതി

അജം - ബ്രഹ്മം, മേടം രാശി, ആട്

അജകർണ്ണം - സാലവൃക്ഷം, മരുത്, വേങ്ങ

അഗജൻ - അഗ്നി, വിഷ്ണു

അജട - ജടയില്ലാത്ത, കീഴാനെല്ലി

അജതനയൻ - വസിഷ്ഠൻ, ദശരഥൻ, ജാംബവാൻ

അജൻ - വിഷ്ണു, ശിവൻ, ചന്ദ്രൻ

അജനൻ - നിന്ദ്യൻ, ഈശ്വരൻ, ബ്രഹ്മാവ്

അജപതി - ചൊവ്വ, ആട്ടിടയൻ

അജപ്രിയ - ശമീവൃക്ഷം, ലന്തമരം, കൊടുവേലി

അജയ - മായ, കഞ്ചാവ്, ദുർഗ്ഗയുടെ ഒരു സഖി

അജയൻ - അഗ്നി, വിഷ്ണു, ആർക്കും ജയിക്കാൻ കഴിയാത്തവൻ

അജര - ഗൗളി, കറ്റാർവാഴ, ജരയില്ലാത്ത

അജിത - ഒരു ദേവത, തുവരിമണ്ണ്, ജയിക്കപ്പെടാത്ത

അജിതൻ - ശ്രീകൃഷ്ണൻ, ശിവൻ, വിഷ്ണു

അജിരം - മുറ്റം, യുദ്ധക്കളം, ശരീരം

അഞ്ചം - ഓഹരി, ചെറിയകിണ്ണം

അഞ്ചിത - വളഞ്ഞ, പൂജിക്കപ്പെട്ട, മനോഹരമായ

അഞ്ചുക - തോൽക്കുക, ലജ്ജിക്കുക, ഭയപ്പെടുക

അഞ്ജനം - കണ്മഷി, പൂശൽ, അഗ്നി

അഞ്ജലി - കൂപ്പുകൈ, സ്തോത്രം കൈക്കുമ്പിൾ,

അഞ്ജസാ - ന്യായമായി, നേരായി, പെട്ടെന്ന്

അഞ്ജസ്സ് - കുറിക്കൂട്ട്, ശക്തി, വേഗം

അഞ്ജരി - ചായം, തിലകം, സേനാനായകൻ

അട - അടപ്പ്, മറ, അഭയം

അടക്കം - ഒതുക്കം, അവസാനം, രഹസ്യം

അടക്കുക - ലയിക്കുക, ചേരുക, അവസാനിക്കുക

അടയാളം - സൂചന, മുദ്ര അടയാളവാക്ക്,

അടയ്ക്കുക - തടയുക, ചേർക്കുക തടവിലാക്കുക,

അടൽ - ശക്തി, യുദ്ധം, കൊല

അടവി - കാട്, അടവ്, അടച്ചു കെട്ടിയ സ്ഥലം

അടവ് - മറവ്, തടസ്സം, ആചാരം

അടി - പതിക്കൽ, പാദം, ഉള്ളങ്കാൽ

അടിയുക - നശിക്കുക, അധഃപതിക്കുക, കുമിഞ്ഞുകൂടുക

അട്ടം - ചന്ത, ഭക്ഷണം, കൊത്തളം
അട്ടി - നിര, ഗ്രാമം, കൂട്ടം
അണ - ഇരട്ട, മെത്ത, കിടക്ക
അണയുക - ആലിംഗനം, സമീപിക്കുക, ഇല്ലാതാവുക
അണയ്ക്കുക - എത്തിക്കുക, അർപ്പിക്കുക, നശിപ്പിക്കുക
അണി - ആഭരണം, അലങ്കാരം, വേഷം ധരിക്കൽ
അണ്ഡം - മുട്ട, വൃഷണം, താഴികക്കുടം
അണ്ഡജം - മത്സ്യം, സർപ്പം, ഉറുമ്പ്
അണ്ട - അടുപ്പം, ദ്വാരം, വരമ്പ്
അതിക്രമം - കയ്യേറ്റം, അക്രമം, അനീതി
അതിപാതം - എതിരിടൽ, അതിക്രമം, കഴിഞ്ഞുപോകൽ
അതിപ്രസംഗം - അധികം പറച്ചിൽ, ധിക്കാരം
അതിഭൂമി - ഉച്ചാവസ്ഥ, മേന്മ, വിസ്താരമുള്ള ഭൂമി
അതിമധുര - അതിമനോഹരമായ, വളരെ മധുരമായ
അതിമുക്തം - വളരെ തടിച്ചത്, പനച്ചി, കരുന്താളി
അതിരിക്ത - ശേഷിച്ച, പൊള്ളയായ, വ്യത്യസ്തമായ
അതിരൂപ - വളരെ ഭംഗിയുള്ള, രൂപമില്ലാത്ത
അതിവാദി - പരുഷവാക്കു പറയുന്നവൻ, അധികം സംസാരിക്കുന്നവൻ
അതിവാഹനം - വലിയ ചുമട്, കഠിനപ്രയത്നം, കാലം കഴിക്കൽ
അതിസർജ്ജനം- ദാനം, ചതി, കൊല
അതീത - ഉപേക്ഷിച്ച, മരിച്ച, കണക്കറ്റ
അത്യമ്ളം - മരപ്പുളി, അമ്പഴം, കോല്പുളി
അത്യയം - കുറ്റം, വിട്ടുപോകൽ
അത്യാധാനം - ലംഘനം, മുകളിൽ കയറ്റി വയ്ക്കൽ, കബളിപ്പിക്കൽ
അത്യയം - അധികലാഭം, അതിക്രമം, കൂടുതൽ
അദക്ഷിണ - സാമർത്ഥ്യമില്ലാത്ത, ദക്ഷിണ നല്കാത്ത, ദാക്ഷിണ്യമില്ലാത്ത
അദിതി - ദേവമാതാവ്, ഭൂമി, പാർവതി
അദൃഷ്ടം - അപ്രതീക്ഷിതമായ ആപത്ത്, വിധി, കാണപ്പെടാത്തത്
അദ്ധാ - നിശ്ചയമായും, പെട്ടെന്ന്, ഇപ്രകാരം
അദ്യ - ഇന്ന്, ഭക്ഷിക്കത്തക്ക
അദ്രി - സൂര്യൻ, മേഘം, കല്ല്
അദ്രിജം - കാവിമണ്ണ്, കന്മദം
അധര - തെക്കേ ദിക്ക്, നിന്ദ്യമായ
അധികരണം - അധികാരം, ഇരിപ്പിടം, വിഭാഗം
അധികരണി - അടകല്ല്, ഇരുമ്പുപാത്രം, മേല്നോട്ടക്കാരൻ
അധികാരം - ആധിപത്യം, യോഗ്യത, അവകാശം
അധിവാസം - പാർപ്പിടം, മേലങ്കി, സുഗന്ധദ്രവ്യം
അധിഷ്ഠാനം - അധികാരം, ശക്തി, പാർപ്പിടം
അധ്യക്ഷൻ - സാക്ഷി, സഭാനാഥൻ, മേൽനോട്ടക്കാരൻ
അധ്വരം - ആകാശം, യാഗം
അധ്വാനം - ശബ്ദമില്ലായ്മ, പ്രയത്നം
അനക്ഷ - അച്ചുതണ്ടില്ലാത്ത, കണ്ണില്ലാത്ത
അനഘ - പാപമില്ലാത്ത, വിശിഷ്ടമായ, കുറ്റമറ്റവൾ
അനംഗം - മുഞ്ഞ, നെല്ലി, വെറ്റിലക്കൊടി
അനന്തം - സ്വർണ്ണം, ആകാശം, പരബ്രഹ്മം

അനന്തൻ - ഈശ്വരൻ, ശിവൻ ആദിശേഷൻ,
അനന്തര - ഇടതൂർന്ന, പിന്നീടുള്ള വിടവില്ലാത്ത,
അനയം - ദുർന്നയം, ആപത്ത്, നീതികേട്
അനർഗ്ഗള - തടവില്ലാത്ത, സാക്ഷയിടാത്ത
അനർത്ഥ - നിർദ്ധന, അർഥമില്ലാത്ത, അസന്തുഷ്ടമായ
അനർഥം - ആപത്ത്, ഉപദ്രവം, ധനമില്ലായ്മ
അനലം - പിത്തം, സ്വർണ്ണം, കൊടുവേലി
അനലൻ - അഗ്നി, കാറ്റ്, കേതു
അനാദി - നാദമില്ലാത്ത, ആദിയില്ലാത്ത
അനാദ്യ - ആദിയില്ലാത്ത, ആദ്യമല്ലാത്ത, തിന്നാൽ കൊള്ളാത്ത
അനാമിഷ - മാംസം ഇല്ലാത്ത, പ്രയോജനമില്ലാത്ത, ഇരയില്ലാത്ത
അനാര്യ - മാന്യമല്ലാത്ത, നീചമായ
അനാവൃത - വസ്ത്രം ധരിക്കാത്ത, സംരക്ഷിക്കപ്പെടാത്ത, മറയ്ക്കപ്പെടാത്ത
അനാശ - ആശയില്ലാത്ത, നാശമില്ലാത്ത
അനാസ്ഥ - അനാദരം, താത്പര്യമില്ലായ്മ
അനിമിഷം - മത്സ്യം, മീനംരാശി
അനിയമം - സന്ദേഹം, മര്യാദകേട്, ക്രമക്കേട്
അനിരുദ്ധൻ - ചാരൻ, ശ്രീകൃഷ്ണ പൗത്രൻ, ഈശ്വരൻ
അനിലൻ - വായുഭഗവാൻ, കാറ്റ്
അനിഷ്ട - ഇഷ്ടമല്ലാത്ത, അനുകൂലമില്ലാത്ത
അനിഷ്ടം - ആപത്ത്, അപ്രിയം, കുറ്റം
അനീകം - മുൻവരി, സൈന്യം, മുഖം
അനീഡ - ദേഹമില്ലാത്ത, കൂടില്ലാത്ത
അനീശ - നാഥനില്ലാത്ത, ദീനഭാവം ഈശനില്ലാത്ത,
അനീഹ - ആസ്ഥയില്ലാത്ത, ഉദാസീനത, ആഗ്രഹമില്ലാത്ത
അനുകർഷം - ആകർഷണം, വണ്ടിയുടെ അടിത്തട്ട്, ഒരുതരം ആയുധം
അനുകൂല - സമ്മതമായ, പ്രയോജനമുള്ള,
അനുഗത - നേടിയ, സാദൃശ്യമുള്ള, പിന്തുടർന്ന
അനുഗമനം - അനുമരണം, അനുകരിക്കൽ, പിന്നാലെ പോകൽ
അനുഗൻ - പിന്തുടരുന്നവൻ, ഭൃത്യൻ, കൂടെപ്പോകുന്നവൻ
അനുഗ്രഹം - ആശംസ, കാരുണ്യം, പ്രതിഫലം
അനുജ - അനുജത്തി, ബ്രഹ്മി, ഇളയ
അനുജ്ഞ - അനുവാദം, മാപ്പ്,
അനുത്തമ - അത്യുത്തമമായ, ഉത്തമമല്ലാത്ത
അനുദാര - പിശുക്കുള്ള, ഭാര്യയാൽ അനുഗമിക്കപ്പെട്ട, ഔദാര്യമില്ലാത്ത
അനുദിത - ഉദിക്കാത്ത, ഉദയത്തിനു മുമ്പുള്ള, പറയപ്പെടാത്ത
അനുദ്ധത - ഉയർത്തപ്പെടാത്ത, അഹങ്കാരമില്ലാത്ത
അനുദ്യോഗ - പരിശ്രമമില്ലാത്ത, ഉദ്യോഗമില്ലാത്ത, ഉത്സാഹമില്ലാത്ത
അനുനയം - ശാന്തമാക്കൽ, ആദരവ്, അപേക്ഷ
അനുപ്രവേശം - കൈയേറ്റം, അനുകരണം, പ്രവേശിക്കൽ
അനുബദ്ധ - കൂട്ടിക്കെട്ടിയ, കൂട്ടിച്ചേർത്ത,

പിന്തുടർന്നു വരുന്ന
അനുബന്ധം - കൂട്ടികെട്ടൽ, ചേർച്ച, പിന്തുടർച്ച
അനുബന്ധി - ബന്ധമുള്ള, ദാഹം, ഇക്കിൾ
അനുബോധം - അനുസ്മരണ, സുഗന്ധവസ്തുക്കൾ പൂശൽ
അനുഭവം - നേരിട്ടുള്ള അറിവ്, ശമ്പളം, അനുഭോഗം
അനുഭാവം - തേജസ്സ്, പ്രതാപം, അധികാരം
അനുഭൂതി - തന്മയീഭാവം, അനുഭവം, പ്രത്യക്ഷജ്ഞാനം
അനുഭോഗം - അനുഭവം, ആസ്വാദനം, സേവനത്തിനു പ്രതിഫലമായി കിട്ടുന്ന ഭൂമി
അനുമതം - അംഗീകാരം, സമ്മതം
അനുയോഗം - പരിഹാസം, ധ്യാനം, ചോദ്യം
അനുയോജ്യ - പരിശോധിക്കത്തക്ക, ചേർച്ചയുള്ള, ചോദിക്കത്തക്ക
അനുരക്തി - അനുരാഗം, ഭക്തി, താത്പര്യം
അനുരാഗം - ചെമപ്പ്, ആസക്തി, പ്രേമം
അനുലേപം - പുരട്ടൽ, കുറിക്കൂട്ട്
അനുലോമ - മുറയ്ക്കുള്ള, അനുകൂലമായ, മുകളിൽ നിന്ന് മുറയ്ക്കുകീഴോട്ടുള്ള
അനുവചനം - ഏറ്റു പറയൽ, പ്രസംഗം, അദ്ധ്യായം
അനുവദിക്കുക - അംഗീകരിക്കുക, ശകാരിക്കുക, അപേക്ഷിക്കുന്നതു നൽകുക
അനുവർത്തിക്കുക -അനുസരിക്കുക, പിന്തുടരുക, പെരുമാറുക
അനുവാകം - പറച്ചിൽ, ആവർത്തനം, വായന
അനുവാദം - അനുവദിക്കൽ, വിവർത്തനം, ആവർത്തിച്ചു പറയൽ
അനുവാദകൻ - പരിഭാഷകൻ, പിൻതാങ്ങുന്നവൻ, ഒരാൾ പറഞ്ഞതിനെ ആവർത്തിച്ചു പറയുന്നവൻ
അനുവൃത്ത - അനുസരിക്കുന്ന, തുടർച്ചയായ, ദീർഘവൃത്താകാരമായ
അനുവൃത്തി - അനുകരണം, പിന്തുടരൽ, ഭക്തി
അനുശയം - പശ്ചാത്താപം, വിരോധം, കോപം
അനുശാസനം - നിർദ്ദേശം, ആജ്ഞ, ഭരണം
അനുഷ്ഠാനം - ആചരണം, പ്രയോഗം, മറ്റൊന്നിനെ അനുസരിച്ചുള്ള പ്രവർത്തനം
അനുഷ്ണം - ചൂടില്ലായ്മ, കരിങ്കൂവളം
അനുസന്ധാനം - അന്വേഷണം, പദ്ധതി, ധ്യാനം
അനുസരണം - സമ്മതം, യുക്തമായ രീതി, ആദരവ്
അനുസാരം - സ്നേഹം, ഔചിത്യം, അനുഗമനം
അനുസാരി - അനുയായി, യുക്തമായത്, ഉപകരണം
അനുസൃതി - ചേർച്ച, കുലട, അനുസരണം
അനൂപം - കുളം, ആന, തവള
അനൃതം - കള്ളം, കൃഷി
അനേകാന്ത - ഏകാന്തമല്ലാത്ത, സംശയമുള്ള
അനേകാർത്ഥം- ഒന്നിലധികം അർത്ഥമുള്ളത്, മാംസം
അന്തം - അവസാനം, വക്ക്, സമീപം
അന്തകൻ - കാലൻ, നശിപ്പിക്കുന്നവൻ
അന്തരം - ഉൾവശം, ഹൃദയം, സന്ദർഭം
അന്തരാ - വഴിയിൽ, സമീപത്ത്, ഇടയ്ക്ക്
അന്തരായം - മറവ്, ക്ഷേത്രത്തിലെ നടവരവ്

അന്തരാളം - ഇടയ്ക്കുള്ള സ്ഥലം, ഇടയ്ക്കുള്ള സമയം, മധ്യം
അന്തരിക്കുക - മരിക്കുക, കുറയ്ക്കുക, വ്യത്യാസം വരിക
അന്തരീക്ഷം - വായുമണ്ഡലം, പരിതഃസ്ഥിതി, ആകാശം
അന്തരിത - മറയ്ക്കപ്പെട്ട, കാണാതായ, നിസ്സാരമാക്കിയ
അന്തർഭാഗം - നെഞ്ചെരിപ്പ്, വലിയ ആഗ്രഹം, കഠിനമായ ദാഹം
അന്തർദൃഷ്ടി - ആത്മപരിശോധന, ജ്ഞാനദൃഷ്ടി
അന്തർധാര - പെരുമഴ, അടിയൊഴുക്ക്
അന്തർഭാഗം - ഉൾഭാഗം, മനസ്സ്
അന്തർവാണി - ശാസ്ത്രജ്ഞൻ, മനസ്സാക്ഷി
അന്തർവാഹിനി - ഭൂമിക്കടിയിലൂടെ ഒഴുകുന്ന നദി, മുങ്ങിക്കപ്പൽ
അന്തർഹിത - ഇടയ്ക്കുവച്ച, മറഞ്ഞ, വേർതിരിച്ച
അന്തസ്സത്വ - ഗർഭിണി, ആത്മബലമുള്ള, ചേർക്കുരു
അന്തസ്സാരം - കാതൽ, ഉൾക്കരുത്ത്
അന്തസ്സ് - അഹംഭാവം, പ്രൗഢി, മാന്യത
അന്തിക - ജ്യേഷ്ഠത്തിക, അടുപ്പ്, അടുത്തുള്ള
അന്ത്യ - നീചമായ, ഏറ്റവും താണ അവസാനത്തെ,
അന്ത്യം - അവസാനത്തേത്, മരണം, അറ്റം
അന്ധ - കണ്ണുകാണാത്ത, ഇരുളടഞ്ഞ, അറിവില്ലാത്ത
അന്ധത - അവിവേകം, കണ്ണുകാണായ്ക
അന്നം - അരയന്നം, ആഹാരം, ജലം
അന്നദ - ആഹാരം നൽകുന്ന, അന്നപൂർണ്ണേശ്വരി
അൻപ് - സ്നേഹം, സന്തോഷം, കാരുണ്യം
അൻപുക - വസിക്കുക, തോൽക്കുക പ്രവർത്തിക്കുക,
അന്യ - മറ്റൊന്നായ, പരസ്ത്രീ, തന്റേതല്ലാത്ത
അന്യൂന - കുറവില്ലാത്ത, പൂർണ്ണമായ
അന്യോന്യം - അന്യോന്യവാദം, സ്നേഹം, പരസ്പരം
അന്വയം - സംസർഗ്ഗം, വംശം
അന്വേഷണം - കാര്യവിചാരം, തിരയൽ
അപകടം - ദോഷം, വൈഷമ്യം, ദോഷം
അപകൃതി - ദ്രോഹം, അപരാധം, ശത്രുത
അപക്രമം - ക്രമഭംഗം, ഒഴിഞ്ഞുമാറ്റം പിൻവാങ്ങൽ,
അപക്വ - ദഹിക്കാത്ത, പാകം ചെയ്യാത്ത, പാകമാകാത്ത
അപക്ഷയം - കൃഷ്ണപക്ഷം, നാശം
അപഗ - പിരിഞ്ഞുപോകുന്ന, നദി
അപഗത - ഇല്ലാത്ത, മരിച്ചുപോയ, പൊയ്പ്പോയ
അപഘനം - അവയവം, ശരീരം
അപചയം - അധഃപതനം, നാശം
അപചാരം - കുറ്റം, തെറ്റ്, ദുരാചാരം
അപചിതി - നാശം, ചെലവ്, പരിഹാരം
അപച്ഛേദനം - നഷ്ടം, പിളർപ്പ്, തടസ്സം
അപജയം - പരാജയം, അപായം
അപതി - ഭർത്താവില്ലാത്ത, വിവാഹം കഴിക്കാത്ത, നാഥനില്ലാത്ത
അപത്രം - ഇല കൊഴിഞ്ഞ മരം, ഒരിനം ചെടി, ചിറകില്ലാത്ത പക്ഷി
അപദം - സർപ്പം, സ്ഥാനമില്ലായ്മ, അന്തരീക്ഷം

അപദേശം - വ്യാജം, നിർദ്ദേശം, ലക്ഷ്യം
അപധാവനം - ഒഴിഞ്ഞുമാറൽ, ഓടിപ്പോകൽ
അപധ്യാനം - അസൂയ, ദുർവിചാരം
അപനയം - ഉപദ്രവം, ദുർന്നയം
അപനയനം - കുറയ്ക്കൽ, ദൂരത്താക്കൽ, കടം വീട്ടൽ
അപരം - ഭാവി, അവസാനത്തേത്, പിന്നീട്
അപരത - അടുപ്പം, അന്യത്വം, അകലം
അപരൻ - അന്യൻ, ശത്രു
അപരാജിത - തോൽപ്പിക്കപ്പെടാത്ത, ദുർഗ്ഗ, വിഷ്ണുക്രാന്തി,
അപരാന്തം - മരണം, പടിഞ്ഞാറേ അതിർത്തി, ആനയുടെ പിൻകാൽ
അപരോധം - നിരോധനം, പുറത്താക്കൽ
അപരോപം - നശിപ്പിക്കൽ, പിഴുതുകളയൽ, സിംഹാസനഭ്രംശം
അപവർഗ്ഗം - അവസാനം, ദാനം, എറിയൽ
അപവാദം - ആജ്ഞ, നിഷേധം, നിന്ദ
അപശ്ചിമ - അങ്ങേയറ്റത്തെ, ഒടുവിലത്തെ, കിഴക്കുള്ള
അപസരം - രക്ഷാമാർഗ്ഗം, പിൻവാങ്ങൽ, രക്ഷപ്പെടൽ
അപസാരണം - നാടുകടത്തൽ, പുറന്തള്ളൽ, അകലത്താക്കൽ
അപസ്കരം - ഉപസ്ഥം, ഗുദം, ചക്രം
അപസ്മാരം - ഓർമ്മക്കേട്, ചുഴലിരോഗം
അപസ്വരം - തെറ്റായ ഉച്ചാരണം, തെറ്റായ സ്വരം, അഭിപ്രായഭിന്നത
അപഹരണം - നീക്കൽ, അന്യായമായി കൈവശപ്പെടുത്തൽ, കവർച്ച
അപഹാരം - പിൻവലിക്കൽ, പിടിച്ചുപറി, മോഷണം
അപഹനവം - സമാധാനപ്പെടുത്തൽ, മറയ്ക്കൽ, ഒരു കാവ്യാലങ്കാരം
അപാകരണം - നശിപ്പിക്കൽ, തള്ളിക്കളയൽ, കടംവീട്ടൽ
അപായം - നാശം, ആപത്ത്, നഷ്ടം
അപാർത്ഥം - ഉപയോഗശൂന്യമായത്, അർത്ഥശൂന്യമായത്, നിരർത്ഥവാദം
അപാവരണം - മൂടിവയ്ക്കൽ, ആവരണം മാറ്റൽ
അപാശ്രയം - പന്തൽ, അഭയസ്ഥാനം, തലയണ
അപാസനം - സാമീപ്യം, ആവനാഴി
അപിധാനം - മറവ്, മൂടി, ഒളിക്കൽ
അപീത - മരിച്ച, നഷ്ടപ്പെട്ട, പ്രവേശിച്ച
അപുഷ്പ - വന്ധ്യ, ആർത്തവമില്ലാത്തവൾ, പൂവില്ലാത്ത
അപൂപം - തേനട, ഗോതമ്പ്, അപ്പം
അപൂർവ - അസാധാരണമായ, വിരളമായ, അപരിചിതമായ
അപേക്ഷ - ആഗ്രഹം, ആശ്രയം, പരിഗണന
അഫല - കീഴാനെല്ലി, കായ്ക്കാത്ത, പ്രയോജനമില്ലാത്ത
അബലം - ബലമില്ലായ്മ, യവം, നീർമാതളം
അഭയ - കടുക്ക, ഭയമില്ലാത്ത
അഭയം - ആശ്രയം, രാമച്ചം, ഭയമില്ലായ്മ
അഭാവം - പ്രളയം, ഇല്ലായ്മ
അഭിഖ്യ - കീർത്തി, സൗന്ദര്യം, പേര്
അഭിഗമിക്കുക - മനസ്സിലാക്കുക, അനുഗമിക്കുക, കാണുക
അഭിഘാതം - കേടുപാട്, കൈയേറ്റം, ഏറ്റുമുട്ടൽ

അഭിഘാതി - ശത്രു, കൊല്ലുന്നവൻ, എതിരിടുന്നവൻ
അഭിജനം - വംശാലങ്കാരം, വംശം, കുലീനത
അഭിജാത - യോഗ്യതയുള്ള, ജ്ഞാനമുള്ള, കുലീനത്വമുള്ള
അഭിജ്ഞ - പാണ്ഡിത്യമുള്ള, അറിവുള്ള, ഓർമ്മ
അഭിജ്ഞാനം - അടയാളം, തിരിച്ചറിയൽ, അറിവ്
അഭിധാനം - പ്രയോഗം, പദം, നാമകരണം
അഭിനയിക്കുക - ഭാവിക്കുക, നടിക്കുക
അഭിനിവേശം - ശ്രദ്ധ, ആശ, സ്നേഹം
അഭിപ്രായം - ആശയം, ലക്ഷ്യം, ഒന്നിനെസംബന്ധിച്ച മനോഭാവം
അഭിപ്രേത - അംഗീകരിച്ച, ആഗ്രഹിച്ച, ഉദ്ദേശിച്ച
അഭിപ്ലവം - കവിഞ്ഞൊഴുകൽ, പരാജയം, ഉപദ്രവം
അഭിഭവം - അവമാനം, നാശം, ആധിപത്യം
അഭിമതം - ഇഷ്ടം, സമ്മതം
അഭിമന്ത്രണം - ജപം, വശീകരണം, ക്ഷണിക്കൽ
അഭിമരം - യുദ്ധം, ബന്ധനം, വിലങ്ങ്
അഭിമർദ്ദം - യുദ്ധം, ഞെരുക്കം, മദ്യം
അഭിമർശം - സ്പർശം, സമ്പർക്കം, സംയോഗം
അഭിമാനം - ബഹുമാനം, സ്നേഹം, ഗർവ്
അഭിമാനി - ബഹുമാനം, അഹങ്കാരി, ഇല്ലാത്തതുണ്ടെന്ന് ഭാവിക്കുന്നവൻ
അഭിയുക്ത - നിയമിക്കപ്പെട്ട, എതിർക്കപ്പെട്ട, തക്ക
അഭിയോഗം - പ്രയത്നം, പാണ്ഡിത്യം, ആക്രമണം
അഭിരൂപൻ - കാമദേവൻ, വിദ്വാൻ, സുന്ദരൻ
അഭിവൃദ്ധി - ഐശ്വര്യം, വളർച്ച, പുരോഗതി
അഭിശംസനം - അപവാദം, കുറ്റാരോപണം, നിന്ദനം
അഭിഷേകം - നനയ്ക്കൽ, മതപരമായ ശുദ്ധിക്കു വേണ്ടിയുള്ള കുളി, തളിക്കൽ
അഭിസന്ധാനം - സംഭാഷണം, താൽപര്യം, പ്രസ്താവന
അഭിസന്ധി - സന്ധി, ചതി, പ്രയോജനം
അഭിസാരം - യുദ്ധം, പടപ്പുറപ്പാട്, മത്സ്യം
അഭിഹവം - നിവേദ്യം, ആഹ്വാനം, മന്ത്രോച്ചാരണം
അഭീകൻ - യജമാൻ, ക്രൂരൻ, കാമുകൻ
അഭീക്ഷ്ണം - പെട്ടെന്ന്, വളരെ, ആവർത്തിച്ച്
അഭീഷ്ട - സ്നേഹമുള്ള, വെറ്റില, പ്രിയതമ
അഭൂത - പഞ്ചഭൂതമല്ലാത്ത, സംഭവിക്കാത്ത, ജനിച്ചിട്ടില്ലാത്ത
അഭേദ്യ - വിഭജിക്കാനാവാത്ത, പിളർക്കാനാകാത്ത, തുളച്ചുകയറാൻ കഴിയാത്ത
അഭ്യംഗം - എണ്ണ, എണ്ണതേക്കൽ, തേച്ചുകുളി
അഭ്യന്തര - ഉൾഭാഗം, ഏറ്റവും അടുത്ത, അകത്തുള്ള
അഭ്യയം - എത്തിച്ചേരൽ, പ്രവേശം, സൂര്യാസ്തമയം
അഭ്യസ്ത - ഇരട്ടിപ്പുള്ള, ഗുണിക്കപ്പെട്ട, പരിശീലിപ്പിക്കപ്പെട്ട
അഭ്യാഗമം - അടുപ്പം, വിരോധം, വരവ്
അഭ്യാസം - ശീലം, ആവർത്തനം, തന്ത്രം

അഭ്രം - മേഘം, സ്വർണ്ണം, പൂജ്യം
അഭ്രി - തൂമ്പ, ബലിക്കല്ല്, തോണി കെട്ടുന്ന കുറ്റി
അഭ്രിയം - മേഘസമൂഹം, മിന്നൽ
അമ - അമാവാസി, ഈറ്റ, മുള
അമംഗളം - ആവണക്ക്, അശുഭം വെളുത്താവണക്ക്,
അമഞ്ഞ - താമസിക്കുന്ന, യുക്തമായ, കീഴ്പെട്ട
അമട്ട് - കൗശലം, ഉലക്കൽ, ശകാരിക്കൽ
അമതി - ചതിയൻ, ദുർബുദ്ധി, അജ്ഞത
അമയ്ക്കുക - നിയമിക്കുക, തയാറാക്കുക, നിർമ്മിക്കുക
അമര - കറ്റാർവാഴ, തൂണ്
അമരം - ഭാരം, സ്വർണ്ണം
അമരത്വം - മരണം, ദേവത്വം
അമരി - മെതിയടി, ദേവസ്ത്രീ,
അമർച്ച - അമറൽ, ഞെരുക്കൽ
അമല - മഹാലക്ഷ്മി, പ്രകാശിക്കുന്ന
അമാന്തം - കുറവ്, ഉദാസീനത
അമൃത - മനോഹരമായ, മരിക്കാത്ത
അമൃതം - മേഘം, ആനന്ദപ്രദം, വെള്ളം
അമോഘ - പ്രയോജനമുള്ള, ശക്തി
അമോഘൻ - സുബ്രഹ്മണ്യൻ, വിഷ്ണു
അമ്പലം - വഴിയമ്പലം, ക്ഷേത്രം
അമ്പാടി - വില്ലാളി, ഗോകുലം
അംബ - പാർവതി, അമ്മ
അംബകം - വെള്ളം, കണ്ണ്
അംബരം - വേഷം, പഞ്ഞി, ആകാശം
അംബരീഷം - കാരകിൽ, ഒരുനരകം
അംബരീഷൻ - വിഷ്ണു, സൂര്യൻ
അംബു - വെള്ളം, രക്തത്തിലെ ജലാംശം
അംബുകം - ആവണക്ക്, ഇലഞ്ഞി
അംബുജം - ആറ്റുവഞ്ഞി, താമര
അമ്ലം - വിനാഗിരി, മോര്
അയം - വെള്ളം, താഴ്‌വര, കുളം
അയതി - യതിയല്ലാത്തവൻ, തളർച്ച
അയനം - സ്ഥാനം, സഞ്ചാരം, വഴി
അയോനിജൻ - ധൃഷ്ടദ്യുമ്നൻ, വിഷ്ണു
അര - ശരീരത്തിന്റെ മധ്യഭാഗം, പകുതി
അരം - മൂർച്ച,നാശം
അരങ്ങ് - കളിസ്ഥലം, സഭ, കളരി
അരശ് - ഒരിനം ചൂതുകളി, അരയാൽമരം രാജാധികാരം
അരാളം - മദയാന, ചെഞ്ചല്യം, വളഞ്ഞ കയ്യ്
അരി - വിത്ത്, വൃഷണം
ആ - മഹാലക്ഷ്മി, ബ്രഹ്മദേവൻ
ആകണ്ഠം - കഴുത്തോളം, വയറുനിറയെ
ആകരം - പുരുഷാരം, ഇരിപ്പിടം,
ആകർഷം - ഇന്ദ്രിയം,കാന്തം
ആകലനം - ഗണിക്കൽ, ആശ, ലയനം
ആകല്പം - അലങ്കാരം, ലോകാന്ത്യം വരെ
ആകാംക്ഷ - ജിജ്ഞാസ, താത്പര്യം,
ആകാരം - രൂപം, ആകൃതി
ആകാശത്താമര-അസംഭവ്യമായത്, ഒരു തരം പായൽ
ആകാശവല്ലി - മൂടില്ലാത്താളി, ചിറ്റമൃത്
ആകുല - ദുഃഖഭരിതമായ, ക്ഷീണിച്ച
ആകുലം - ക്ലേശം, ജനനിബിഡമായ സ്ഥലം
ആക്കം - ഐശ്വര്യം, കുറവ്, ആശ്വാസം
ആക്കുക - ഏല്പിക്കുക, എത്തിക്കുക, ചെയ്യുക
ആക്രന്ദം - അട്ടഹാസം, അലമുറയിടൽ
ആക്രാന്ത - അതിരു വിട്ട, പടർന്ന
ആക്രോശം - ശപഥം, ശകാരം
ആക്ഷേപം - പരിഹാസം, കുറ്റം,
ആഖു - എലി, വരാഹം, ചോരൻ

ആഖ്യ - വ്യാകരണത്തിലെ കർത്താവ്, നാമം
ആഖ്യാനം - വിവരണം, കഥ
ആഗതി - മടങ്ങിവരൽ, ലാഭം,
ആഗന്തുക - എത്തിച്ചേരുക, അവിചാരിതമായ
ആഗമം - വേദം, താന്ത്രികഗ്രന്ഥം
ആഗ്നേയം - സ്വർണ്ണം, നെയ്യ്, കാർത്തിക നക്ഷത്രം
ആഘാടം - അതിർത്തി, കൊലപാതകം
ആഘാതം - അടി,കടലാടി, മുറിവ്
ആഘോഷം - ആഡംബരം, ഉത്സവം
ആചരിക്കുക - നിർവഹിക്കുക, അനുസരിക്കുക, നമസ്കരിക്കുക
ആചാരം - അനുഷ്ഠാനം, ചടങ്ങ്, കീഴ്‌വഴക്കം
ആച്ഛാദനം - വസ്ത്രം, മറ, ഒളിപ്പിക്കൽ
ആജം - ഉരുക്കുനെയ്യ്, കമ്പിളി, ആടിന്റെ പാൽ
ആട - ചേല, പാൽപ്പാട
ആടൽ - ദുഃഖം, നൃത്തം
ആടോപം - അഹങ്കാരം,ആഡംബരം
ആട്ടം - നൃത്തം, കുലുക്കം, കഥ
ആട്ട് - ഊഞ്ഞാൽ മുതലായവ ആട്ടൽ, പുച്ഛിക്കൽ
ആട്ടുക - ആടിക്കുക, ചക്കിലാട്ടുക, നയിക്കുക
ആഢ്യ - ആഭിജാത്യമുള്ള, സമ്പത്തുള്ള, കുലീനത്വമുള്ള
ആണ - ശപഥം, സത്യം, ആജ്ഞ
ആണി - ഒരു രോഗം, വീടിന്റെ മൂല
ആതങ്കം - വിഷമം, രോഗം, ഭയം
ആതിഥ്യം - അതിഥികളെ സ്വീകരിക്കൽ, വൈദേശിക ചരക്ക്
ആതുര - മുറിവേറ്റ, അസുഖബാധിതമായ
ആത്മജ - പുത്രി, തന്നിൽ നിന്നും സൃഷ്ടിക്കപ്പെട്ട
ആത്മാവ് - പരമാത്മാവ്, അഗ്നി
ആദർശം - ദർപ്പണം, മൂലഗ്രന്ഥമാതൃക, ഉത്കൃഷ്ടലക്ഷ്യം
ആദി - ആരംഭം, തുടങ്ങിയ
ആദേശം - നിർദ്ദേശം, കല്പന,
ആദ്യ - ഭൂമി, ഭക്ഷ്യയോഗ്യമായത്,
ആധാരം - ജലാശയം, അടിസ്ഥാനം
ആധി - സങ്കടം, പണയം,
ആന - ഗജം, അനശ്വരം, ആയ
ആനത - വിനീതമായ, നിമ്നമായ, താഴ്ത്തിയ
ആന്ധ്യം - അജ്ഞാനം, അന്ധകാരം, അന്ധത
ആപന്ന - അപകടത്തിൽപെട്ട, പ്രാപിച്ച, അകപ്പെട്ട
ആപാതം - അപകടം, വീഴ്ച, അനുഭവപ്പെടുന്ന നിമിഷം
ആപ്ത - വിശ്വാസയോഗ്യമായ, പ്രിയങ്കരമായ, അനുരൂപമായ
ആപ്തൻ - വിശ്വസ്തൻ, ബന്ധു, അനുരൂപൻ
ആപ്പ് - സാക്ഷ, അപകടം, മരപ്പണിയിലും മറ്റും വിടവ് വയ്ക്കാനും പയോഗിക്കുന്ന സാധനം
ആപ്ലവനം - വെള്ളം തളിക്കൽ,, മുങ്ങിക്കുളി
ആഭ - ശോഭ, സാമ്യം, തേജസ്സ്
ആഭാസം - അശ്ലീലം, പ്രതിച്ഛായ, തോന്നുന്നത്
ആമം - ദഹനക്കേട്, അപാകം
ആമന്ത്രണം - ക്ഷണിക്കൽ, കൂടിയാലോചന
ആമയം - ദുരിതം, രോഗം
ആമൂലം - മുഴുവനെ, വേരുവരെ
ആമോദം - ആഹ്ലാദം, ശതാവരി
ആയം - ആദായം, ഒരുക്കം, വരവ്
ആയതനം - യജ്ഞശാല, പത്തായം
ആയതി - ഭാവികാലം, മഹിമ, വരവ്
ആയാമം - വ്യായാമം, ക്ഷീണം, ക്ലേശം

ആയുധം - ഉപകരണം, യുദ്ധത്തിനു പയോഗിക്കുന്നത്

ആയോഗം - അലങ്കാരം, നിയമനം, ചേർച്ച

ആര - പൊഴി, വണ്ണമുള്ള സൂചി, മുഴുവനെ

ആരണി - നീർച്ചുഴി, പാർവതി

ആരംഭം - ഒരുക്കം, തുടക്കം

ആരാത് - അടുത്ത്, ദൂരെ

ആരോപണം - കുറ്റം ചാർത്തൽ, കയറ്റൽ

ആരോഹം - നാമ്പ്, ഉയർന്ന പ്രദേശം,

ആരോഹണം - കയറൽ, കുതിരസ്സവാരി

ആർദ്രത - അലിവ്, ദയവ്, നനവ്

ആര്യ - പാർവതി, മാന്യ ഒരു സംസ്കൃതവൃത്തം,

ആര്യൻ - കുലീനൻ, ജ്യേഷ്ഠൻ, ഒരു വാസ്തു ദേവത

ആർഷം - അഷ്ടവിവാഹങ്ങളിൽ ഒന്ന്, ഋഷിപ്രോക്തം

ആലം - വിഷം, ചീനക്കാരം, ഒരിനം കല്ല്

ആലക്ഷ്യ - കാണാനാകുന്ന, നോക്കിയിട്ട്

ആലസ്യം - മടി, ക്ഷീണം

ആലാപം - കളിവാക്ക്, രാഗവിസ്താരം, സംഭാഷണം

ആലി - കക്ക, മഴത്തുള്ളി, വരമ്പ്

ആലോകം - കാഴ്ച, നോട്ടം

ആവരണം - മുഖപടം, തടവ്

ആവർത്തം - രോമച്ചുഴി, ചുറ്റിത്തിരിയൽ

ആവാപം - വള, ഒരു ഹോമദ്രവ്യം,

ആവി - പുക, നീരാവി, പ്രാണൻ

ആവിഷ്ട - മുഴുകിയ, നിറഞ്ഞ, പ്രവേശിച്ച

ആവേശം - ബോധക്കേട്, കോപം, പ്രചോദനം

ആവേശനം - പണിപ്പുര, ഭൂതബാധ, വാസസ്ഥാനം

ആശങ്കിക്കുക - സങ്കല്പ്പിക്കുക, സംശയിക്കുക, ഭയപ്പെടുക

ആശയം - അർത്ഥം, ഇരിപ്പിടം, പ്ലാവ്

ആശ്രയം - അഭയസ്ഥാനം, താങ്ങ്, സഹായം

ആസനം - ഇരിപ്പിടം, യോഗാസനം

ആസാരം - ഭക്ഷണം, പെരുമഴ, ആക്രമണം

ആസുരം - നിണം, കാരുപ്പ്

ആസുരി - അസുരസ്ത്രീ, ശസ്ത്രക്രിയ, മുത്താറി

ആസ്കന്ദം - ആക്ഷേപം, ആരോഹണം, ഉണക്കൽ

ആസ്തരണം - കിടക്കവിരിപ്പ്, ശയ്യ, പരവതാനി

ആസ്തിക്യം - ദയ, വിശ്വാസം, ഭക്തി

ആസ്ഥ - ആദരവ്, താത്പ്പര്യം

ആസ്ഫാലനം - അഹംഭാവം, അടി

ആഹരണം - സ്ത്രീധനം, അപഹരണം

ആഹവം - രണം, യജ്ഞം

ആളുക - വസിക്കുക, ഭരിക്കുക, കിട്ടുക

ആഴി - മോതിരം, കുളം, സമുദ്രം

ആറ് - നദി, ആറ് എന്ന സംഖ്യ

ഇക്ഷുരം - വയൽചുള്ളി,ശർക്കര, കരിമ്പ്

ഇംഗുദം - ഓടൽമരം, ചെറുപുന്ന

ഇജ്യ - ദാനം, യാഗം, പശു

ഇട - വിടവ്, സന്ദർഭം, മദ്ധ്യം

ഇടം - വിസ്താരം, ഇടതു വശം,അവസരം

ഇടക്കെട്ട് - ഇടനാഴി, അരക്കെട്ട്, മദ്ധ്യേയുള്ള കെട്ട്

ഇടപാട് - വ്യവഹാരം, വ്യാപാരം, ഏർപ്പാട്

ഇടമ്പിരി - ഒരു മരുന്ന്, കളരിപ്പയറ്റിലെ ഒരടവ്, ഇടത്തേയ്ക്ക് പിരിഞ്ഞത്

ഇടി - മേഘഗർജ്ജനം, താഡനം

ഇടിക്കുക - സ്പന്ദിക്കുക, മർദ്ദിക്കുക, പൊടിക്കുക

ഇടിച്ചിൽ - കുറവ്, തോല്‌വി, ഇടിഞ്ഞു വീഴൽ

ഇടുക - നിക്ഷേപിക്കുക, പുരട്ടുക, വയ്ക്കുക

ഇടുക്ക് - ഇടവഴി, മൂല, വിള്ളൽ

ഇഡ - ഒരു നാഡി, വാക്ക്

ഇണ - ഇരട്ട, ദമ്പതിമാർ

ഇണ്ട - തേനീച്ച, കൂട്ടം, പൂക്കളം
ഇത - ശാഖ, നാമ്പ്, അതിര്
ഇതി - പിശാച്, ഇപ്രകാരം
ഇനം - വർഗ്ഗം, തരം, ജാതി
ഇനൻ - സൂര്യൻ, പ്രഭു
ഇന്ദു - വാസ്തുദേവത, ചന്ദ്രൻ, കർപ്പൂരം
ഇന്ദ്രൻ - ദേവരാജൻ, നാഥൻ
ഇന്ദ്രാണി - ഇന്ദ്രപത്നി, പേരേലം,
ഇന്ദ്രിയം - അവയവം, ശുക്ലം
ഇയക്കം - ചലനം, പതിവ്,സ്വഭാവം
ഇയമ്പുക - പറയുക, ഉച്ചരിക്കുക
ഇയല് - സ്വഭാവം, ഭംഗി,മത്സരം
ഇയറ്റുക - ചെയ്യുക, മെരുക്കുക, വരുത്തുക
ഇരപ്പ് - യാചിക്കൽ, മുഴക്കം
ഇരിക്കുക - ഉപവിഷ്ടനാകുക, കാണപ്പെടുക
ഇരിപ്പിടം - ഇരിക്കുന്ന സ്ഥലം, പീഠം, വാസസ്ഥാനം
ഇരുളുക - ഇരുട്ടാകുക, മങ്ങുക, കറുക്കുക
ഇല - സസ്യങ്ങളുടെ ഇല, വെറ്റില, ജലചക്രത്തിന്റെ പലക
ഇള - ഇളയ, വിശ്രമം, മേഘം
ഇളക്കം - കുലുക്കം, മനഃക്ഷോഭം, വയറിളക്കം
ഇളയ്ക്കുക - ക്ഷീണിക്കുക, തങ്ങുക, ക്ഷമിക്കുക
ഇഴ - തലനാര്, ആഭരണം, നൂല്
ഇറക്കം - ചരിവ്, വേലിയിറക്കം, താഴോട്ടുള്ള ഗതി
ഈ - കാമദേവൻ, ലക്ഷ്മീ ദേവി
ഈക്ഷ - ആലോചന, കാഴ്ച
ഈട് - ബലം, പണയം
ഈമം - ചിത, ശ്മശാനം
ഈരം - നനവ്, കാരുണ്യം
ഈർഷ്യ - അസൂയ, ദ്വേഷ്യം
ഈശൻ - ഈശ്വരൻ, ഭർത്താവ്
ഈശ്വരൻ - ദൈവം, പരമാത്മാവ്,
ഈഷത് - സംശയം, അല്പം,
ഈറ - കോപം, ഈറ്റ
ഉ - വിഷ്ണു,തപസ്സ്, ശിവൻ
ഉകാരം - പ്രാണൻ, ശിവരൂപം
ഉക്കുക - വിറയ്ക്കുക,അടക്കുക, ദ്രവിക്കുക
ഉക്രാണം - നെടുവീർപ്പ്, അട്ടഹാസം
ഉക്ഷാല - വലിയ, വേഗമുള്ള, ഭയങ്കരമായ
ഉഗ്ര - വയമ്പ്, എരിയുള്ള, കഠിനമായ
ഉഗ്രഗന്ധം - വെളുത്തുള്ളി, കായം, വേപ്പ്
ഉഗ്രൻ - സൂര്യൻ, വെരുക്, രുദ്രൻ
ഉഗ്രാണം - പത്തായം, അഹങ്കാരം, ഔന്നത്യം
ഉച്ച - തീവ്രമായ, പകലിന്റെ മദ്ധ്യം, ഉയർച്ചയുള്ള
ഉച്ചം - മേന്മ, ഉയരം, ഉയർന്ന ശ്രുതി
ഉച്ചയം - സമൂഹം, ഉദയം
ഉച്ചരിക്കുക - ജപിക്കുക, കയറുക
ഉച്ചലിക്കുക - ഉലയുക, മുന്നോട്ട് പോകുക, ഉയർന്നു വരിക
ഉച്ചി - മുകളറ്റം, തലയുടെ മുകൾഭാഗം
ഉച്ചൈഃ - ശക്തിയായി, മഹത്തായ, നീണ്ട
ഉച്ഛിഷ്ടം - ബാക്കി, തേൻ, അവ ശിഷ്ടം
ഉച്ഛൃംഖല - നിയന്ത്രണമില്ലാത്ത, ചിട്ടയില്ലാത്ത, തടവില്ലാത്ത
ഉച്ഛ്രിത - ഉയർന്ന, ജനിച്ച, വലിയ
ഉച്ഛ്വസിക്കുക - ശ്വാസം അകത്തേക്കെടുക്കുക, വിടരുക, വിശ്രമിക്കുക
ഉജ്ജ്വല - മനോഹരമായ, വ്യക്തമായ
ഉട - അലങ്കരണം, ഉടുമുണ്ട്
ഉടക്ക് - ഏറ്റുമുട്ടൽ, തടസ്സം
ഉടജം - ആശ്രമം, ഒരു തരം മുള
ഉടമ - ഉടമസ്ഥൻ, ധനം,
ഉടയവൻ - രക്ഷകൻ, അവകാശി
ഉടയുക - പൊട്ടുക, ശോഷിക്കുക
ഉഡു - ജലം, താരം, പക്ഷി,
ഉഡുപം - കർപ്പൂരം, മകയിരം നാൾ,

ഉഡുപതി - ചന്ദ്രൻ, വരുണൻ
ഉണരുക - ഉറക്കത്തിൽ നിന്നെഴുന്നേല്ക്കുക, ഉദിക്കുക
ഉണർവ് - അറിവ്, ജാഗ്രത, ഉത്സാഹം
ഉണ്ട - വെടിയുണ്ട, ഉരുള
ഉണ്ടാകുക - ഉത്ഭവിക്കുക, ജനിക്കുക, സംഭവിക്കുക
ഉണ്ണി - ചെറിയ കുഞ്ഞ്, ഒരു ജീവി
ഉണ്മ - സത്യം, കാരുണ്യം, തത്ത്വം
ഉതറുക - പതറുക, കുലുങ്ങുക, ഉപേക്ഷിക്കുക
ഉൽക്കണ്ഠ - ആകാംക്ഷ, അറിയാൻ താത്പര്യമുള്ള
ഉല്ക്കരം - കൂമ്പാരം, കുല, കൂട്ടം
ഉല്ക്കർഷം - ഐശ്വര്യം, വർദ്ധനവ്,
ഉൽക്രാന്തി - മൃത്യു, വേർപിരിയൽ,
ഉല്പ്രേക്ഷണം - വിശറി, ഉയർത്തൽ, മുറം
ഉത്തമ - ത്രിഫല, ഉത്തമയായ സ്ത്രീ
ഉത്തമൻ - വിഷ്ണു, ശ്രേഷ്ഠൻ
ഉത്തംസം - കർണ്ണാലങ്കാരം, ശിരോഭൂഷണം
ഉത്തര - ഉത്രം നാൾ, ദക്ഷിണ ദിക്കിലുള്ള, വിരാടപുത്രി
ഉത്തരം - പ്രായശ്ചിത്തം,മറുപടി, വീടിന്റെ ഉത്തരം
ഉത്തരാർദ്ധം - വടക്കേപ്പകുതി, രണ്ടാംപകുതി
ഉത്തരിക്കുക - കടം വീട്ടുക, തരണം ചെയ്യുക
ഉത്താന - ആഴമില്ലാത്ത, തുറന്ന, പരന്നു കിടക്കുന്ന
ഉത്തേജനം - ജ്വലിപ്പിക്കൽ, ഉണർത്തൽ, മൂർച്ച കൂട്ടൽ
ഉത്ഥാനം - ഉയർച്ച, മുറ്റം, ശാസ്ത്രം
ഉത്ഥാപനം - പ്രസവം, ഛർദ്ദി
ഉത്ഥിത - എഴുന്നേറ്റ, ജനിച്ച, പുറപ്പെട്ട
ഉൽപതനം - ജനനം, കയറ്റം, പറക്കൽ
ഉല്പത്തി - ഉത്ഭവം, നിലം, ആരംഭം
ഉൽപാതം - വിപത്ത്, ദുർനിമിത്തം, ചാട്ടം
ഉൽഫുല്ല - വീർത്ത, തുറന്ന, നല്ല വണ്ണം
ഉത്സംഗം - ആലിംഗനം, ഉള്ള്, മടിത്തട്ട്
ഉത്സർഗ്ഗം - സാമാന്യനിയമം, ഉപേക്ഷിക്കൽ
ഉത്സാദനം - നശിപ്പിക്കൽ, അഴുക്കുനീക്കൽ
ഉത്സാരണം - ദ്വാരപാലനം, ദൂരെയാക്കൽ
ഉത്സാഹം - പ്രയത്നം, ചുണ, സ്ഥിരനിശ്ചയം,
ഉദയം - ആരംഭം, ഉത്പത്തി, പ്രഭാതം
ഉദാത്തം - ദാനം, പെരുമ്പറ, ശ്രേഷ്ഠം
ഉദീച്യം - രാമച്ചം, തലമുടി, ഇരുവേലി
ഉദീരണം - വിസർജ്ജിക്കൽ,അയയ്ക്കൽ, പറച്ചിൽ
ഉദുംബരം - അത്തിമരം, ഒരു തൂക്കം
ഉദൂഢ - അധികം, നേടിയ
ഉദ്ഗതി - അഭിവൃദ്ധി, മേലോട്ടുള്ള പോക്ക്
ഉദ്ഘാടനം - പ്രകാശനം, തുറക്കൽ,
ഉദ്ഘാതം - ആയുധം, മുറിവ്, ആരംഭം
ഉദ്ഘോഷണം - വിളംബരം, സ്തുതി
ഉദ്ദാനം - അരക്കെട്ട്, നിയന്ത്രിക്കൽ, കെട്ടുക്കുറ്റി
ഉദ്ദീപനം - ശവദാഹം, ജ്വലിപ്പിക്കൽ, ഉത്തേജിപ്പിക്കൽ
ഉദ്ധതി - അഭിമാനം,ഉയർച്ച, ധിക്കാരം
ഉദ്ധരണം - മോക്ഷം, കടം വീട്ടൽ,
ഉദ്ധാന - തടിച്ച, വീണു പോയ,
ഉദ്ധാരം - കടം, ഐശ്വര്യം, ഉയർച്ച
ഉദ്ധുര - ഉണർവുള്ള, ഉന്നതമായ,
ഉദ്ബുദ്ധ - ഉണർന്ന, വികസിച്ച
ഉദ്യമം - ഒരുങ്ങൽ, തുടക്കം
ഉദ്യോഗം - ജോലി, പരിശ്രമം
ഉദ്വഹനം - ചുമക്കൽ, വിവാഹം കഴിക്കൽ

ഉദ്വേഗം - വിരസത, അമ്പരപ്പ്, ഭയക്കൽ
ഉദ്വേജനം - നടുക്കം, പീഡനം,
ഉന്ത് - കച്ചോലം, സഹായം
ഉന്നം - ലക്ഷ്യം, ഇലവുമരം
ഉന്നതി - മേന്മ, ഉയർച്ച
ഉന്നിദ്ര - വിടർന്ന, വർദ്ധിച്ച
ഉന്മത്തം - ഉമ്മത്തിൻകായ്, ഒരു ആഭരണം
ഉന്മാദം - അഹങ്കാരം, ലഹരി, ഭ്രമം
ഉന്മീലനം - ഉണരൽ, വികസിക്കൽ
ഉന്മുഖ - ലക്ഷ്യമാക്കിയുള്ള, ഉത്കണ്ഠയുള്ള, മുഖമുയർത്തിയ
ഉന്മേഷം - ഉണർവ്, അദ്ധ്യായം, ശോഭ
ഉപക്രമം - ആരംഭം, ഉപായം
ഉപഗത - സമുദായം, അറിവ്
ഉപഗ്രഹം - ധൈര്യം, അപ്രധാന ഗ്രഹം
ഉപഘാതം - നാശം, നിന്ദനം
ഉപചാരം - പൂജ, പരിചരണം,
ഉപചിത - നിറഞ്ഞ, പൂശപ്പെട്ട
ഉപതല്പം - ചെറുപീഠം, മാളികമുറി
ഉപദ - സമ്മാനം, കാഴ്ചദ്രവ്യം
ഉപദംശം - ഒരു രോഗം, മുരിങ്ങ
ഉപദർശനം - ദൃഢപരിചയം, വ്യാഖ്യാനം
ഉപദ്രവം - ശല്യം, രോഗം
ഉപധാനം - വ്രതം, അസ്തിവാരം, സ്നേഹം
ഉപന്യസിക്കുക - പ്രസ്താവിക്കുക, വ്യാഖ്യാനിക്കുക
ഉപന്യാസം - പ്രമേയം,നിക്ഷേപം, പ്രബന്ധം
ഉപപത്തി - യുക്തി, കാരണം, സാഹചര്യം
ഉപപന്ന - ലബ്ധമായ, ഉചിതമായ, ചേർന്ന
ഉപപ്ലവം - അപകടം, അരാജകത്വം, ദുർനിമിത്തം
ഉപമർദ്ദം - ശകാരം, അമർത്തൽ, പീഡനം
ഉപയുക്ത - ഭക്ഷിച്ച, കൊള്ളാവുന്ന
ഉപരക്ത - ചുവപ്പിക്കപ്പെട്ട,വ്യസനിച്ച, നിറം മാറ്റം സംഭവിച്ച
ഉപരത - ശമിച്ച, മരിച്ച, ഉപേക്ഷിച്ച
ഉപരാഗം - ചുവന്നനിറം, ആപത്ത്, ഗ്രഹണം
ഉപരി - അധികമായി, പിന്നീട്, മുകളിൽ
ഉപരോധം - തടസ്സം, നിയന്ത്രണം, എതിർപ്പ്
ഉപലക്ഷ്യം - രക്ഷാസ്ഥലം,ചിഹ്നം, ഊഹം
ഉപലബ്ധി - ജ്ഞാനം, പ്രത്യക്ഷം, സാക്ഷാത്കാരം
ഉപലേപം - മെഴുകൽ, കുഴമ്പ്, വെള്ള പൂശൽ
ഉപവർത്തനം - രാജ്യം,വ്യായാമസ്ഥലം, ചതുപ്പുനിലം
ഉപവേശനം - ഇരിപ്പ്, മനസ്സിരുത്തൽ
ഉപശമം - ക്ഷമ, മനഃസമാധാനം, അടക്കം
ഉപസംഹാരം - അടക്കം, മരണം
ഉപസ്കരം - കുറ്റം, കളിപ്പാട്ടം
ഉപസ്കാരം - കൂട്ടം, ശേഖരണം
ഉപസ്ഥാനം - പൂജ, ഓർമ്മ, ഭവനം
ഉപസ്ഥാപനം - സേവനം, ഓർമ്മയിൽ കരുതൽ
ഉപസ്ഥിതി - സേവ, പാണ്ഡിത്യം, ലാഭം
ഉപഹാരം - നിവേദ്യം, പാരിതോഷികം, ബലി
ഉപാകരിക്കുക - ആരംഭിക്കുക, വിളിക്കുക
ഉപാദാനം - സൂചിപ്പിക്കൽ, കൈകൊള്ളൽ
ഉപാധി - അടയാളം, ലക്ഷണം,
ഉപായം - ഉപജീവനമാർഗം, പോംവഴി
ഉപാലംഭനം - താമസിപ്പിക്കൽ
ഉപാസന - ശുശ്രൂഷ, ഇഷ്ടദേവതാ രാധന
ഉപേക്ഷ - നിന്ദ, ഉദാസീനത
ഉഭയം - ഇരട്ട, പലിശ, വഴിപാട്
ഉമ - പാർവതി, മഞ്ഞൾ, രാത്രി
ഉരത്ത - പറഞ്ഞ, ശക്തിയുള്ള, വർദ്ധിച്ച
ഉരയ്ക്കുക - പറയുക, ഉരസുക

ഉരു - തവണ, കന്നുകാലി, ആകൃതി

ഉരുൾ - ഉരുണ്ടത്,കുന്ന്, തിര

ഉർവര - ഫലഭൂയിഷ്ഠമായ പ്രദേശം, ഭൂമി

ഉലാവുക - പരിശോധിക്കുക, ഉലയുക, ലഭിക്കുക

ഉല്ലാപം - സൂചന, വാക്ക്, കൊഞ്ചൽ

ഉല്ലാസം - ശോഭ, വിടരൽ, ഗ്രന്ഥ വിഭാഗം

ഉഷ്ണം - ചൂട്, നരകം, ചുവന്നുള്ളി

ഉളുക്കുക - അസ്ഥിഭ്രംശം സംഭവിക്കുക, രോമാഞ്ചം ഉണ്ടാകുക

ഉള്ള് - മനസ്സ്, രഹസ്യം, ഉൾഭാഗം

ഉഴയ്ക്കുക - കുഴങ്ങുക, തളരുക, നേരം വെളുക്കുക

ഉഴറുക - പതറുക, അലയുക

ഉഴിയുക - തിരുമ്മുക, പൂശുക, തുടയ്ക്കുക

ഉറ - സഞ്ചി, ഓളം

ഉറപ്പ് - ദൃഢത, പ്രതിജ്ഞ,

ഉറയുക - കോപിക്കുക, കട്ടിയാവുക, അടിയുക

ഉറവ് - ഊറ്റ്, വിശ്വാസം

ഉറുതി - നിശ്ചയം, ഉത്സാഹം

ഉറ്റ - അടുത്ത,നിറഞ്ഞ, ശക്തിയുള്ള

ഊ - ശിവൻ, രക്ഷിതാവ്, ചന്ദ്രൻ

ഊക്ക് - സന്ധ്യാവന്ദനം, കരുത്ത്

ഊട്ട് - ഊണ്, സാരം, മർമ്മാംഗം

ഊഢ - ധരിക്കപ്പെട്ട,വഹിക്കുന്ന, വിവാഹം ചെയ്ത

ഊതുക - വീർക്കുക, പരിഹരിക്കുക

ഊന്ന് - സഹായം, താങ്ങ്,

ഊരുക - വലിച്ചെടുക്കുക, കെട്ടഴിക്കുക

ഊർജ്ജം - ശക്തി, ശ്വാസം, ഉല്പാദനശക്തി

ഊഷ്മം - ഉത്സാഹം, വെയിൽ, ചൂട്

ഊഹ - നിഗമനം, വിചാരം

ഊഴം - തവണ, പരിചയം, സമയം

ഊറ്റം - ധൈര്യം, അഹങ്കാരം, ശക്തി

ഊറ്റുക - ഒഴിക്കുക, വാറ്റുക

ഋക്ഷം - കരടി, നക്ഷത്രം

ഋക്ഷരം - അരുവി, പ്രവാഹം,മഴ

ഋജ്ജു - സത്യമായ, നേരായ

ഋണം - കടമ,കടം, ഋണസംഖ്യ

ഋതം - സത്യം, യാഗം, പ്രമാണം

ഋതി - കടം,ഗതി, ഓർമ്മ

ഋതു - കാലാവസ്ഥാഭേദങ്ങൾ, ആറ് എന്ന സംഖ്യ

ഋദ്ധി - ലക്ഷ്മി, ധനം

ഋഷഭം - കാള, ആൺമൃഗം, ഒരു രാശി

ഋഷി - ക്രാന്തദർശി, വേദം, രശ്മി

ഋഷു - തീജ്വാല, സൂര്യകിരണം

എക്കൽ - ഞെട്ടൽ, എത്തിവലിക്കൽ

എക്കുക - ഉയരുക, ഞെട്ടുക

എടുക്കുക - പൊക്കുക, ഉപയോഗിക്കുക

എടുപ്പ് - അഹംഭാവം, ശേഖരിക്കൽ

എണ്ണുക - തിട്ടപ്പെടുത്തുക, വിചാരിക്കുക

എതിര് - മാതൃക, തുല്യത

എത്തുക - എത്തിചേരുക, കിട്ടുക, സംഭവിക്കുക

എയ്തുക - ധരിക്കുക, പ്രാപിക്കുക

എരി - ജ്വലനം,കോപം, ഒരു രുചിഭേദം

എരിപൊരി - ഉഷ്ണം, തീപ്പൊരി, അസഹ്യമായ വിശപ്പ്

എഴില് - ശോഭ,നിറം, ബലം

എഴുക - എഴുന്നേല്ക്കുക, ഉണ്ടാകുക, ഉയരുക

എഴുത്ത് - ലേഖനം, കത്ത്,അക്ഷരം

എഴുന്ന - ഉള്ള, വർദ്ധിച്ച, ഉയർന്ന

എറിക്കുക - ഫലിക്കുക, എഴുന്നു നിൽക്കുക

എറ്റ്	- തല്ല്, ഏറ്, അലക്ക്
ഏക	- ഒറ്റയ്ക്കുള്ള, സത്യമായ
ഏകദേശം	- ഏറെക്കുറെ, ഒന്നിന്റെ ഒരു ഭാഗം
ഏകൻ	- ഒരാൾ, പരമാത്മാവ്
ഏകമുഖ	- ഒരു മുഖമുള്ള, ഒരു മുഖപ്പ് മാത്രമുള്ള, ഒരേ ലക്ഷ്യത്തോട് കൂടിയ
ഏകാന്ത	- വിജനമായ, രഹസ്യമായ, അധികമായ
ഏകാന്തം	- വിജനസ്ഥലം, സ്വതന്ത്ര സ്ഥിതി, ഏകയായിരിക്കൽ
ഏകുക	- നല്കുക, അനുവദിക്കുക, പ്രതിജ്ഞ ചെയ്യുക
ഏടാകൂടം	- അപകടം, ഉപദ്രവം, കുഴപ്പം
ഏട്	- ഇതൾ, ഗ്രന്ഥം, പുഷ്പം
ഏണം	- മകരം രാശി, സൗന്ദര്യം
ഏനം	-സുഖം, കഴിവ്, ഒരുക്കം
ഏശുക	- പറയുക, ഫലിക്കുക, ഒന്നിച്ചു കൂടുക
ഏഷണ	- അന്വേഷണം, യാചന
ഏറ്	- ജോഡി, എറിയൽ, കാള
ഏറുക	- വർദ്ധിക്കുക, കേറുക
ഏറ്റം	- കയറ്റം, വേലിയേറ്റം, വർദ്ധന
ഏറ്റ്	- കയറ്റി ഇരുത്തൽ, സമ്മതിച്ചിട്ട് എതിർത്തിട്ട്
ഐന്ദ്രം	- തൃക്കേട്ട, പൂർവ്വദിക്ക്
ഐന്ദ്രി	- കാക്ക, ശചീദേവി, ഇന്ദ്ര പുത്രൻ
ഐരാവതം	- ഇന്ദ്രന്റെ വാഹനം, മിന്നലോട് കൂടിയ മേഘം, മധുരനാരകം
ഒക്കുക	- സാധിക്കുക, യോജിക്കുക, ശരിയാവുക
ഒച്ച	- ശബ്ദം, കീർത്തി
ഒടി	- പാടശേഖരം, മറപ്പുര, ചുളിവ്
ഒടിക്കുക	- നശിപ്പിക്കുക, വളയ്ക്കുക, രണ്ടായി മുറിക്കുക
ഒടുക്കുക	- നശിപ്പിക്കുക, പണമടയ്ക്കുക
ഒതുക്കം	- അടക്കം, ആദരവ്, മറവ്
ഒതുക്ക്	- അഭയസ്ഥാനം, കല്പ്പടവ്, ഇടവഴി
ഒതുക്കുക	- അവസാനിക്കുക, ഒരു വശത്തേക്ക് മാറ്റുക, അടുപ്പിച്ച് വയ്ക്കുക
ഒതുങ്ങുക	- അടങ്ങുക, ലയിക്കുക, വിധേയമാവുക
ഒത്ത	- അനുയോജ്യമായ, തുല്യമായ, നിരപ്പായ
ഒപ്പം	- നിരപ്പ്, തുല്യത, ഒരേ വേള
ഒപ്പാരി	- വിലാപം, ഭംഗി, മുഖസ്തുതി
ഒപ്പിക്കുക	- തികയ്ക്കുക, ചേർക്കുക ക്രമപ്പെടുത്തുക,
ഒരിക്കൽ	- ഒരു കാലത്ത്, ഒരു വ്രതം, ചിലപ്പോൾ
ഒരുങ്ങുക	- ആരംഭിക്കുക, തയ്യാറാവുക, തുനിയുക
ഒരുപാട്	- ഒരു വശത്ത്, ധാരാളം
ഒലി	- ശബ്ദം, കീർത്തി, ഊറ്റ്
ഒളി	- പ്രകാശം, ചന്ദ്രൻ, മറ
ഒഴിക്കുക	- പകരുക, അകറ്റുക
ഒഴിയുക	- ശൂന്യമാവുക, വിട്ടുമാറുക
ഒഴിവ്	- വിശ്രമം, പരിഹാര മാർഗ്ഗം, തവണ
ഒറ്റത്തടി	- ശാഖകളില്ലാത്ത വൃക്ഷം, അവിവാഹിതൻ, ഒരേ തടി
ഒറ്റയാൻ	- കൂട്ടം വിട്ട് സഞ്ചരിക്കുന്ന ആന, ഏകാന്തൻ
ഒറ്റുകാരൻ	- വഞ്ചകൻ, ചാരൻ
ഓട	- നെറ്റിപ്പട്ടം, ഓവുചാല്, ഒരു ആഭരണം
ഓടി	- ഓടുക, വള്ളം
ഓട്	- വെങ്കലം, പുര മേയുന്ന ഓട്, ഒരു പാത്രം
ഓലി	- കുറുക്കൻ, ഓരിയിടൽ, ഊറ്റുകുഴി
ഓളം	- തിര, ഇളക്കം, ഭംഗി
കംസം	- ഒരളവ്, ഓട്ടുപാത്രം
കണ്ടം	- കണ്ഠം, നിലം, കഷണം
കണ്ടകം	- മുള്ള്, നഖം, രോമാഞ്ചം

കണ്ടകി - ചക്ക, മത്സ്യം, ഇലവ്
കണ്ടി - ഒരളവ്, പായൽ, ചുരം
കണ്ഠീരവൻ - സിംഹം, മദഗജം, പ്രാവ്
കണ്ഡു - കടി, ചൊറി
കണ്ഡോലം - കുട്ട, പത്തായം, ഒട്ടകം
കണ്ഡോഷം - പുഴു, ചിലന്തി, തേൾ
കണ്ണ് - നേത്രം, പ്രധാനഭാഗം, കാഴ്ച
കണ്ണുകടി - അസൂയ, കണ്ണിലെ ചൊറിച്ചിൽ
കണ്ണേറ് - ദൃഷ്ടിദോഷം, കടാക്ഷം
കൺമണി - ഒരു മർമ്മം, പ്രിയമുള്ളയാൾ, നേത്രഗോളം
കതം - ബലം,കോപം,പഞ്ഞം
കതിര് - രശ്മി, നെൽക്കതിര്
കതിർക്കുക - വളരുക, കതിരിടുക, മത്സരിക്കുക
കദംബം - നീർക്കടമ്പ്, മേഘം, കൂട്ടം
കദരം - തൈര്, ആനത്തോട്ടി, അറപ്പുവാൾ
കദല - വാഴ, ഓരില, ബ്രഹ്മി
കദ്രു - സ്വർണ്ണം, ദക്ഷപുത്രി, പ്ലാശ്
കലം - ഭാരം, വർദ്ധനവ്, ഗൗരവം
കനയ്ക്കുക - പഴക്കത്താൽ ചീത്തയാകുക, കാറുക ജ്വലിക്കുക
കന്ഥ - ഭിത്തി, പഴന്തുണി, നിഗളം
കന്ദം - ഗുഹ, ഇഞ്ചി, ആന ത്തോട്ടി
കന്ദളം - താമരയരി, അങ്കുരം, വാഴ
കന്ദുകം - പന്ത്, തലയണ, അടയ്ക്ക
കന്ധരം - കഴുത്ത്, മേഘം
കന്നം - കവർച്ച, ദുസ്സാമർത്ഥ്യം, ഭവനഭേദനം
കന്നൽ - കരിങ്കൂവളം, കരിമ്പ്
കന്നി - കന്നിമാസം, കന്യക, ആദ്യത്തെ
കന്ന് - പശുക്കിടാവ്, വാഴത്തൈ
കന്മഷം - അഴുക്ക്, പാപം
കന്യക - ദുർഗ്ഗ, ചെറിയ പെൺക്കുട്ടി
കപർദ്ദം - കക്ക, ശിവന്റെ ജട, കവടി
കപാലം - തലയോട്,ഭിക്ഷാപാത്രം
കപാലിക - പിച്ചി, ഉടഞ്ഞ കലം
കപി - മർക്കടൻ, നെല്ലി, ഗജം
കപിഞ്ജലം - തിത്തിരിപ്പക്ഷി, വേഴാമ്പൽ
കപില - അട്ട, ഇരുമുള്ള്, പിടിയാന
കപിലം - കുന്തിരിക്കം, പിച്ചള
കപീതനം - അരയാൽ, കൂവളം, കമുക്
കപീന്ദ്രൻ - ഹനുമാൻ, വാനരശ്രേഷ്ഠൻ
കപോതം - പ്രാവ്, കുരുവി
കപ്പ - പപ്പായ, മരച്ചീനി, ഒരിനം വാഴ
കബന്ധം - മേഘം, രാഹു, തലയില്ലാത്ത ശരീരം
കബരി - കേശം, കൃത്രിമമുടി, കബരിമാൻ
കമഠം - മുള, മുള്ളൻപന്നി, ആമ
കമല - കുലസ്ത്രീ, ലക്ഷ്മി
കമ്പം - വടം, തൂണ്, ഇളക്കം
കമ്പക്കാരൻ - വെടിക്കെട്ടുകാരൻ, ഒരു വിഷയത്തിൽ അതീവതാത്പര്യം പുലർത്തുന്നയാൾ
കമ്പനം - ശിശിരകാലം, സ്തംഭനം, ഇളക്കം
കംബളം - കമ്പിളി, ഭിത്തി, കരിമ്പടം
കയറ്റം - വർദ്ധന, വേലിയേറ്റം, സ്ഥാനക്കയറ്റം
കയ്പ്പ് - വെറുപ്പ്, കയ്പ്പുരസം, ഒരിനം മത്സ്യം
കയ്യാളുക - കൈവശപ്പെടുത്തുക, ഏല്ക്കുക
കൈ - പങ്ക്, ഹസ്തം, ചുമതല
കര - ജലാശയതീരം, കസവുകര, ചെറിയ ദേശവിഭാഗം
കരം - കൈ, നികുതി,

വ്യാസാർദ്ധം
കരക - പാവൽ, തൊഴുത്ത്
കരക്കം - ഒരിനം പക്ഷി, ആലിപ്പഴം, കമണ്ഡലു
കരഗ്രഹണം - നികുതി പിരിക്കൽ, കൈ പിടിക്കൽ
കരങ്കം - തലയോട്, ചെല്ലം, അസ്ഥികൂടം
കരജം - നഖം,ഒരു സുഗന്ധ ദ്രവ്യം
കരടകൻ - കാക്ക, തന്ത്രശാലി
കരടി - ഒരു മൃഗം, ആന
കരട് - പൊടി, ദൂഷ്യം, നക്കൽ
കരണം - ഉപകരണം, ദേഹം, ആഗ്രഹം
കരപത്രകം - പാട്ടച്ചീട്ട്, ഈർച്ചവാൾ
കരഭം - ആനക്കുട്ടി, ശരീരമദ്ധ്യം, തുമ്പിക്കൈ
കരവീരം - അരളി, ശ്മശാനം, കഠാരി
കരാള - ദുർഗ്ഗ, ഭീതിദമായ
കരാളം - കുന്തിരിക്കം, കൃഷ്ണ ത്തുളസി, ഒരു ദന്തരോഗം
കരി - ഗജം, കണ്മഷി, വിഷം
കരിക00 - അപ്പക്കാര, നഖക്ഷതം
കരിണി - പിടിയാന, ഹസ്തിപിപ്പലി, ഗുഹ
കരിയുക - നശിക്കുക, മുറിവുണങ്ങുക
കരുവി - കലപ്പ, കവചം, ആയുധം
കരീരം - കുടം, കൂവളം, കുംഭം രാശി
കരു - മുട്ടക്കരു, ആയുധം, സാരമായത്
കരുതൽ - താത്പര്യം, ശ്രദ്ധ, മുൻകൂട്ടി കാണൽ
കരുതുക - സൂക്ഷിക്കുക, ആദരിക്കുക, തീരുമാനിക്കുക
കരുത്ത് - ധൈര്യം, ബലം, സാമർത്ഥ്യം
കരുമ - കറുപ്പ്, ക്രൂരത
കരുമന - നാശം, വിലാപം, രാജ കോപം
കരേണു - ചെറുകൊന്ന, ആന
കരോടി - പരന്ന പാത്രം, കപാലം
കർക്കം - ദർപ്പണം, ഞണ്ട്, അഗ്നി
കർക്കടി - പാമ്പ്, ഇലവ്, നായ്ക്കുരണ
കർക്കസു - പൊട്ടക്കിണർ, അല്പ ബുദ്ധി
കർക്കരം - ദർപ്പണം, എല്ല്, തുകൽവാറ്
കർക്കരി - ഒരു തരം വീണ, അരിപ്പ, വെള്ളരി
കർക്കശം - പൊന്നാവീരം, കമ്പിപ്പാല, ഒരു തരം പുല്ല്
കർക്കാരി - വഴുതനങ്ങ, കുമ്പളം
കർണ്ണം - കാത്, മൂല, വൃത്തത്തിന്റെ വ്യാസം
കർണ്ണിക - ഒരാഭരണം, നടുവിരൽ, വ്യഭിചാരിണി
കർണ്ണികാരം - കൊന്ന, വേങ്ങ
കർദ്ദമം - അഴുക്ക്, നിഴൽ, നെല്ല്
കർപ്പരം - ആനത്തോട്, കപാലം, ഇരുമ്പുചട്ടി
കർബുരം - ജലം, സ്വർണ്ണം
കർമ്മം - തൊഴിൽ, പ്രവൃത്തി മരണാനന്തരചടങ്ങ്,
കർമ്മസാക്ഷി - സൂര്യൻ, ദൃക്സാക്ഷി
കർവം - കാമം, എലി, സ്നേഹം
കർവരം - കടുവ, പാപം
കർഷം - ഉഴവുചാൽ, തോണി, നാണയം
കർഷണം - കൃഷിഭൂമി, കൃഷി, വലിക്കൽ
കർഷണി - വേശ്യ, ഒരു തരം സസ്യം
കർഷിക്കുക - വലിയ്ക്കുക, ഉപദ്രവിക്കുക, ഉഴുക
കർഷു - ഉഴവുചാൽ, നദി, കിടങ്ങ്
കല - അടയാളം, ചന്ദ്രക്കല, സൗന്ദര്യം
കലം - ഒരു തരം പാത്രം, ആയുധം, കപ്പൽ
കലക്കം - ബഹളം, വഴക്ക്, കുഴപ്പം
കലഞ്ജം - ചൂരൽ, പുകയില, പക്ഷി
കലന - ജീനി, നിർമ്മിക്കൽ,

മനസ്സിലാക്കൽ
കലനം - തെറ്റ്, അടയാളം, ശബ്ദിക്കൽ
കലമ്പുക - കോപിക്കുക, കലരുക, പുരട്ടുക
കലംബം - മയിൽ, അമ്പ്, കടമ്പ്
കലയ - നമസ്കരിച്ചാലും, പ്രവർത്തിച്ചാലും, ചിന്തിച്ചാലും
കലയുക - കോപിക്കുക, വളയുക, ഇടകലരുക
കലവറ - സാധനങ്ങൾ സൂക്ഷിക്കുന്ന മുറി, മനസ്സിലൊതുക്കൽ, നിയന്ത്രണം
കലവി - ആലിംഗനം, ജ്ഞാനം, വിനോദം
കലശം - ചെറിയകുടം, ധൂപക്കുറ്റി
കലഹം - പിണക്കം, തർക്കം
കലാപം - ബഹളം, മയിൽപ്പീലി, അരഞ്ഞാൺ
കലാപകം - ഒരു ആഭരണം, നെറ്റിക്കുറി, മുത്തുമാല
കലാപി - മയിൽ, കുയിൽ, പേരാൽ
കലാശം - ദ്രുതചലനം, അവസാനം
കലി - ഒരു ദുർദേവത, കോപം, നാലാമത്തെ യുഗം
കലിക - ഒരു പദ്യവിഭാഗം, പൂമൊട്ട്, പതിനാറിലൊന്ന്
കലിഞ്ജം - മറ, തടി, പായ്
കലിപ്രിയം - മർക്കടൻ, താന്നി
കലുഷം - അഴുക്ക്, കോപം, പോത്ത്
കൽക്കം - അഴുക്ക്, പാപം
കല്പ്പന - ആജ്ഞ, അവധി, കർമ്മം
കല്പ്പവൃക്ഷം - ഒരു സ്വർഗവൃക്ഷം, തെങ്ങ്
കല്പ്പിക്കുക - വിചാരിക്കുക, ആജ്ഞാപിക്കുക, നിർദ്ദേശിക്കുക
കല്പ്പിതം - തീരുമാനം, നുണ, തീരുമാനം
കല്മഷം - കളങ്കം, പാപം,

വിവിധ നിറങ്ങൾ
കല്യം - പ്രഭാതം, ആശംസ, ലഗ്നം
കല്യാണം - വിവാഹം, സ്വർണ്ണം, മംഗളം
കല്ലറ - ശവകുടീരം, ജയിലറ
കവചം - രക്ഷാമന്ത്രം, ഭേരി
കവര - കവരം, കാട്ടുതുളസി
കവരം - മരത്തിന്റെ ശാഖ, കോപം
കവരുക - അപഹരിക്കുക, ആകർഷിക്കുക, പിടിച്ചെടുക്കുക
കവി - കവിതയെഴുതുന്നയാൾ, പക്ഷി, കാവ്യം
കശ - കയ്പ്പു തോന്നുക, ഒരു ചെടി, കയർ
കശേരു - നട്ടെല്ലിന്റെ ഒരു ഭാഗം, നീർമുത്തങ്ങ
കശ്മലം - മാലിന്യം, വിഷാദം, സംഭ്രമം
കഷായം - ഒരൗഷധം, കുന്തിരിക്കം, കയ്പ്പുരസം
കഷ്ടം - ദുഃഖം, വേദന, ദോഷം
കള - പാഴ്ച്ചെടി, ചക്കക്കള, മൃദുവായ
കളകണ്ഠം - അരയന്നം, കുയിൽ
കളങ്കം - കറുപ്പ്, മാലിന്യം, തെറ്റ്
കളധൗതം - വെള്ളി, സ്വർണ്ണം, മധുരസ്വരം
കളഭം - കുറിക്കൂട്ട്, ആനക്കുട്ടി, മൃഗങ്ങളുടെ കുഞ്ഞ്
കളരി - കുടിപള്ളിക്കൂടം, പ്രവർത്തനരംഗം, പരിശീലനസ്ഥലം
കളി - വിനോദം, ചെളി, തമാശ
കളിപ്പ് - ചതി, അഹങ്കാരം, സന്തോഷം
കള്ളൻ - തസ്കരൻ, വഞ്ചകൻ, വ്യാജവസ്തു
കഴ - കമ്പ്, തൂമ്പ്, കരിമ്പ്
കഴിക്കുക - ഭക്ഷിക്കുക, നിറവേറ്റുക, ഇല്ലാതാക്കുക
കഴിയുക - അവസാനിക്കുക, മരിക്കുക,

വേർപ്പെടുക

കഴിവ് - ശേഷി, പരിഹാരം, ശിഷ്ടം

കഴുത - മണ്ടൻ, ഒരു മൃഗം

കറ - വൃക്ഷങ്ങളിൽ നിന്നും ഒഴുകുന്ന ദ്രാവകം, ദോഷം, അഴുക്ക്

കറക്കുക - പാൽ കറക്കുക, വട്ടം ചുറ്റിക്കുക, ചതിക്കുക

കറുക്കുക - നേരമിരുളുക, കറുത്ത നിറമാവുക

കറുപ്പ് - കറുത്തനിറം, കളങ്കം, കോപം

കറ്റ - ശിശു, സമൃദ്ധമായത്, കൊയ്ത നെല്ലിന്റെ ഒരു കെട്ട്

കാ - ഏതൊന്ന്, കായ്, ഭൂമി

കാക - കാക്ക, തിലകം, ഒരളവ്

കാകളി - കത്രിക, മധുരസ്വരം, ഒരു വൃത്തം

കാകോളം - ഒരു കഠിനവിഷം, പാമ്പ്, കാവതികാക്ക

കാക്ക - കാകൻ, കറുത്തവസ്തു, ജ്യേഷ്ഠൻ

കാചം - സ്ഫടികം, കാക്ക പൊന്ന്, മെഴുക്

കാചിഘലം - എലി, പൊന്ന്, ഒരിനം പയർ

കാച്ചുക - ചൂടാക്കുക, പൊരിക്കുക, കൊല്ലുക

കാഞ്ചനം - സ്വർണ്ണം, പ്രകാശം, പത്മം

കാഞ്ചി - അരഞ്ഞാണം, കാടി

കാടൻ - വനവാസി, കുറുക്കൻ, അപരിഷ്കൃതൻ

കാട് - വനം, പൊളി, അബദ്ധം

കാട്ടുക - കാണിക്കുക, പ്രദർശിപ്പിക്കുക, ഉപദേശിക്കുക

കാണം - മുതിര, കാണിക്ക, ഒരു പഴയ നാണയം

കാണി - കാഴ്ചക്കാരൻ, ഒരു ഗിരിവർഗ്ഗം, അടയാളം

കാണുക - നോക്കുക, മനസ്സിലാക്കുക, വിചാരിക്കുക

കാണ്ഡം - തണ്ട്, വിഷയവിഭാഗം, സമയം

കാതൽ - സാരാംശം, കേന്ദ്രം,

കാദംബരി - മദ്യം, മൈന, മദജലം

കാനം - ഗീതം, സുഗന്ധം, ഒരു വലിയ സംഖ്യ

കാന്ത - ഭാര്യ, സുന്ദരി, ഭൂമി

കാന്തം - മാവ്, വസന്തം, മനോഹരവസ്തു

കാന്തൻ - ഭർത്താവ്, സുന്ദരൻ, ശ്രീകൃഷ്ണൻ

കാന്താരം - കാട്, രോഗലക്ഷണം, താമര

കാന്തി - സൗന്ദര്യം, ആഗ്രഹം, ലക്ഷ്മീദേവി

കാപഥം - രാമച്ചം, ചീത്തവഴി

കാപാലം - ശിവതാണ്ഡവം, ആയുധം

കാമം - വിഷയേച്ഛ, പുരുഷാർത്ഥങ്ങളിൽ ഒന്ന്

കാമഗ - വേശ്യ, തന്നിഷ്ടക്കാരി, പെൺക്കുയിൽ

കാമവല്ലഭം - മാവ്, വസന്തം, ചന്ദ്രൻ

കാമസഖം - തേന്മാവ്, വസന്തം, ചൈത്രം

കാമിനി - സുന്ദരി, മദ്യം, മരമഞ്ഞൾ

കാമ്പ് - ഉൾഭാഗം, കഴമ്പ്, പ്രധാനഭാഗം

കാമ്യ - പശു, ഒരു അപ്സരസ്സ്, ഫലേച്ഛയോടെ ചെയ്യുന്നത്

കായ് - വൃക്ഷാദികളുടെ ഫലം, വാഴയ്ക്ക, തഴമ്പ്

കായം - ശരീരം, കറിക്കും മറ്റും ഉപയോഗിക്കുന്ന കായം, ആകാശം

കായസ്ഥ - നെല്ലി, തുളസി, കടുക്ക

കായിതം - എഴുത്ത്, കടലാസ്

കായുക - ചൂടാവുക, പാകമാവുക, മരിക്കുക

കാര - താമരമുള്ള്,ഒരിനം മത്സ്യം

കാരം - ഒരു ക്ഷാരവസ്തു,

അലക്കുകാരം, ശബ്ദം
കാരണം - ഹേതു, പ്രമാണം
കാരണവൻ - അമ്മാവൻ, ഒരു സ്ഥാനം കുടുംബനാഥൻ,
കാരണികൻ - പരീക്ഷകൻ, ആചാര്യൻ, ന്യായാധിപൻ
കാരിക - ആഭരണം, സ്ത്രീ, ഒരു തരം പലഹാരം
കാരു - ശില്പി, വിശ്വകർമ്മാവ്, ചിത്രപ്പണിക്കാരൻ
കാരുജം - ചിതൽപ്പുറ്റ്, കാവിമണ്ണ്, നാകപ്പൂവ്
കാർത്തസ്വരം - ഒരു പഴയ നാണയം, സ്വർണ്ണം
കാർപ്പടികൻ - തീർത്ഥയാത്രികൻ, സന്യാസി, ഭിക്ഷു
കാർപ്പണ്യം - ദയ, പിശുക്ക്, ദാരിദ്ര്യം
കാർപ്പാസം - പരുത്തിച്ചെടി, കടലാസ്, പഞ്ഞി
കാർമ്മികൻ - മന്ത്രവാദി, കർമ്മം ചെയ്യുന്നയാൾ, ഗുമസ്തൻ
കാർമ്മുകം - വില്ല്, മഴവില്ല്, ധനുരാശി
കാര്യം - കർത്തവ്യം, സാരം, സ്നേഹം
കാർശ്യം - ദാരിദ്ര്യം, പെരുമരുത്, കുറവ്
കാലം - സമയം, വിധി, മരണം
കാലടി - ചുവട്, ഉള്ളങ്കാൽ, ഒരു സ്ഥലം
കാലൻ - യമദേവൻ, ഭയങ്കരൻ, ശനി
കാലാന്തരം - കാലപ്പഴക്കം, മറ്റൊരു കാലം, പില്ക്കാലം
കാലി - കന്നുകാലികൾ, കറുത്തവൾ
കാല് - ഒരു ശരീരഭാഗം, നാലിലൊന്ന്, സമയം
കാല്യം - പ്രഭാതം, യഥാകാലം, അരോഗാവസ്ഥ
കാവൽ - പാറാവ്, സംരക്ഷണം, വേലി
കാവി - കാവിനിറം, കാവിവസ്ത്രം
കാവ് - ആരാധനാസ്ഥലം, കുട്ടി, വാളിന്റെ പിടി
കാവ്യം - പ്രചോദനം, ഒരു സാഹിത്യശാഖ, കവിയുടെ രചന
കാശി - പ്രകാശം, ഒരു പുണ്യ സ്ഥലം, സൂര്യൻ
കാശ് - നാണയം, രൊക്കം, കാഞ്ഞിരക്കുരു
കാഷ്ഠ - വിറക്, അടയാളം, ദിക്ക്
കാഷ്ഠം - വിസർജ്ജ്യം, ഉണക്കത്തടി, ഒരളവ്
കാസം - വലിവ്, ഒരു രോഗം, കുരുവിക്കരിമ്പ്
കാഹളി - ശിവൻ, ഒരിനം സുഷിരവാദ്യം, തരുണി
കാള - ഒരു മൃഗം, കറുത്ത, പെരുംജീരകം
കാളം - കറുപ്പുനിറം, കുയിൽ, കൃഷ്ണമണി
കാളകൂടം - കൊടുംവിഷം, കാക്ക, കാഞ്ഞിരം
കാളപൃഷ്ഠം - കർണ്ണന്റെ ധനുസ്സ് കൃഷ്ണമൃഗം, കങ്കപ്പക്ഷി
കാളരാത്രി - കാലസോദരി, കല്പാന്തരാത്രി, നാശഹേതു
കാളി - ദുർഗ്ഗ, അപവാദം, മഷി
കാളിന്ദി - യമുന, വാകമരം, നീർപ്പശു
കാളിമ - കറുപ്പുനിറം, വെറുപ്പ്, മ്ലാനത
കാളുക - ജ്വലിക്കുക, വിശക്കുക, കരിയുക
കാഴ്ച - ദൃശ്യം, നോട്ടം, ഉപഹാരം
കാറ് - മേഘം, ഒരു വാഹനം, ഭംഗി
കാറ്റ് - പ്രാണൻ, വായുവിന്റെ ചലനം, ശ്വാസം
കിങ്കിരം - രക്തവർണ്ണം, കുതിര, കുയിൽ
കിട - തുല്യത, കിടക്ക, അടുക്ക്
കിടക്കുക - ശയിക്കുക, സ്ഥിതി ചെയ്യുക, അവശേഷിക്കുക
കിടങ്ങ് - അഗാധഗർത്തം, ധാന്യപ്പുര, പണ്ടകശാല
കിരാതൻ - അപരിഷ്കൃതൻ,

കാട്ടാളൻ, ക്രൂരൻ

കിരി - മേഘം, വരാഹം

കിരീടി - അർജ്ജുനൻ, ശംഖുപുഷ്പം, നീർമരുത്

കിർമ്മി - കെട്ടിടം, സ്വർണ്ണവിഗ്രഹം

കിശോരം - കുതിരക്കുട്ടി, ചെറുപ്പമായത്, കുട്ടി

കിഴിയുക - പുറപ്പെടുക, ആശ്രയിക്കുക, ദ്വാരം ഉണ്ടാകുക

കീടം - ചെറുപ്രാണി, പുഴു, വൃശ്ചികരാശി

കീരം - തത്ത, മാംസം, കാശ്മീരദേശം

കീർത്തനം - സ്തുതി, വർണ്ണനം, വാക്ക്

കീർത്തി - യശസ്സ്, ശബ്ദം, പ്രസ്താവം

കീലം - തീജ്വാല, മൂക്കുത്തി, കുന്തുരുക്കം

കീശൻ - വാനരൻ, കുടിയാൻ, പക്ഷി

കീഴ് - താഴെ, പണ്ട്, മുൻപ്പറഞ്ഞ

കുക്കുടം - കോഴി, തീപ്പൊരി, പട്ടി

കുക്ഷി - ഉദരം, താഴ്‌വര, ഗർഭപാത്രം

കുജ - സീത, ദുർഗ്ഗ, തിപ്പലി

കുഞ്ജം - വള്ളിക്കുടിൽ, പല്ല്, ഗുഹ

കുഞ്ജരം - ആന, വടവൃക്ഷം, താന്നി

കുടം - ഒരു പാത്രം, ഒരു അളവ്, ചുറ്റിക

കുടി - മദ്യപാനം, വീട്, ഭാര്യ

കുടിയിരിപ്പ് - വാസസ്ഥലം, പാട്ടം, പാർപ്പ്

കുടില - ജോനകപ്പുല്ല്, സരസ്വതീനദി, വളഞ്ഞ

കുടിലം - ചതി, ശൂന്യാകാശം, ശംഖ്

കുടീരം - അസ്ഥിമാടം, കുടിൽ, ഞണ്ട്

കുടുംബം - തറവാട്, ബന്ധുക്കൾ, വീട്

കുട്ടി - കുഞ്ഞ്, വിദ്യാർത്ഥി, ചെറിയ

കണക്ക് - ഗണിതം, എതിർപ്പ്, വളവ്

കുണ്ഡം - കുഴി, തീച്ചട്ടി, ഭിക്ഷാപാത്രം

കുണ്ഡലം - ഒരു കർണ്ണാഭരണം, ആകാശം, പരിവേഷം

കുണ്ഡലി - മയിൽ, പാമ്പ്, ശിവൻ

കുണ്ഡലിനി - ഒരു ജീവശക്തി, ജിലേബി

കുത്ത് - ഇടി, അടുക്ക്, പൂർണ്ണവിരാമചിഹ്നം

കുന്തളം - കേശം, ഇരുവേലി, കലപ്പ

കുന്ദം - കുന്തുരുക്കം, കടച്ചിൽയന്ത്രം, കണവീരം

കുന്നി - കൃഷ്ണമണി, ഒരളവ്, മലമഞ്ചാടി

കുപ്പം - കൂട്ടം, കാട്, കൂമ്പാരം

കുപ്യം - മൃഗത്തോൽ, കരി കാരിരുമ്പ്,

കുബ്ജ - കൂനുള്ളവൾ, കടലാടി, ഒരു സംഗീതോപകരണം

കുമാരൻ - മകൻ, ബാലൻ, അഗ്നി

കുമാരി - പുത്രി, ബാലിക, കറ്റവാഴ

കുമുദം - വെള്ളി, കരിങ്കുരങ്ങ്, ചെന്താമര

കുംഭം - ഒരു മലയാളമാസം, കുടം, നെറ്റി

കുലം - വംശം, തറവാട്, സമുദായം

കുലയുക - ഉലയുക, തളരുക, വളയുക

കുലയ്ക്കുക - വാഴ കുലയ്ക്കുക, ക്ഷീണിപ്പിക്കുക, ഉലയ്ക്കുക

കുലിശം - വജ്രായുധം, കോടാലി, വൈരക്കല്ല്

കുവലയം - ആമ്പൽ, ഭൂമണ്ഡലം

കുശ - ദർഭപ്പുല്ല്, കയർ, കടിഞ്ഞാൺ

കുശൽ - സുഖം, ഏഷണി, ഉപായം

കുസുമം - പുഷ്പം, കായ്, ആർത്തവരക്തം,

കുഹനം - എലി, സർപ്പം,

സ്ഫടികപാത്രം
കുളകം - കർപ്പൂരതുളസി, സമൂഹം, പടവലം
കുളീരം - കേടായ നഖം, ഞണ്ട്, കർക്കടകരാശി
കുള്ളൻ - സൂത്രശാലി, ഉയരം കുറഞ്ഞവൻ
കുഴ - തളിർ, പാത്രങ്ങളുടെ കാത്, സൂചിയിലെ ദ്വാരം
കുഴച്ചിൽ - ക്ഷീണം, ശൃംഗാര പ്രകടനം, കൊഞ്ചൽ
കുഴപ്പം - സംഭ്രമം, അവ്യവസ്ഥ, തടസ്സം
കുഴയുക - ക്ഷീണിക്കുക, വിഷമിക്കുക, സമനില തെറ്റുക
കുഴൽ - കേശം, ഓടക്കുഴൽ, പത്തി
കുറി - നെറ്റിക്കുറി, കത്ത്, തവണ
കുറിഞ്ഞി - ഒരു ചെടി, ഒരു രാഗം, പെൺപൂച്ച
കുറുകുക - ചെറുതാകുക, കട്ടിയാവുക, പ്രാവിനെ പോലെ മൂളുക
കുറ്റം - അപരാധം, വീഴ്ച,കുറവ്
കുറ്റി - മരക്കുറ്റി, അതിർ, കതിന
കൂടം - കലപ്പ, വലിയ ചുറ്റിക, കൊടുമുടി
കൂട് - പക്ഷികളുടെ വാസസ്ഥലം, സാക്ഷിക്കൂട്, ശരീരം
കൂടുക - വർദ്ധിക്കുക, ആവേശിക്കുക, ഒത്തുചേരുക
കൂട്ടം - സംഘം, കൂമ്പാരം, സമ്മേളനം
കൂട്ട് - സൗഹൃദം, മിശ്രിതം, തുണ
കൂന്തൽ - കേശം, മയിൽപ്പീലി, ഒരു മത്സ്യം
കൂപം - കിണർ, ദ്വാരം, ചിത
കൂമ്പ് - നാമ്പ്, പാമരം, ഹൃദയം
കൂരി - ചെറിയ കുരുവി, മുണ്ടൻ, വ്യാജം
കൂർച്ചം - മുന, ചൂല്, കലവറ
കൂർപ്പം - മുന, ചെറിയ കല്ല്, കൈമുട്ട്
കൂർമ്മം - ആമ, ഭൂമി, പുരാണങ്ങളിലൊന്ന്
കൂലം - തീരം, അറ്റം, ചിതൽപുറ്റ്
കൂലി - പ്രതിഫലം, വാടക, കൂലിക്കാരൻ
കൂഴ - ഒരിനം ചക്ക, വിളവ്, സ്വർണ്ണം
കൂറ - മുഷിഞ്ഞവസ്ത്രം, പാറ്റ, പതാക
കൂറ് - പങ്ക്, സ്നേഹം, സ്വഭാവം
കൃകലാസം - പല്ലി, ഓന്ത്
കൃകവാകു - കോഴി, പല്ലി, ആൺമയിൽ
കൃച്ഛ്റം - പ്രയാസം, പാപപരിഹാരം, ക്ലേശിച്ച്
കൃതം - ഒരു യുഗം, നാല് എന്ന സംഖ്യ, ഒരു തീർത്ഥം
കൃതകം - ഉപ്പ്, കൃത്രിമം
കൃതാന്തം - പൂർവ്വകർമ്മഫലം, ശനിയാഴ്ച, ഭരണി നക്ഷത്രം
കൃതാന്തൻ - അശുഭലക്ഷണമുള്ള അശ്വം, യമൻ, ശനിദേവൻ
കൃതി - ഒരു സാഹിത്യസൃഷ്ടി, ഹിംസ, പുണ്യാത്മാവ്
കൃത്തി - ചർമ്മം, കാർത്തിക നക്ഷത്രം, കൃഷ്ണമൃഗത്തോൽ
കൃത്യ - മന്ത്രവാദിനി, വാവൽ, പ്രവൃത്തി
കൃത്യം - പതിവ്, ആചാരം, കണിശം
കൃത്രിമം - കള്ളത്തരം, ചീനകർപ്പൂരം
കൃത്സ്നം - അര, ഉദരം, വെള്ളം
കൃപണൻ - പിശുക്കൻ, അല്പൻ
കൃപീടം - ജലം, കാനനം, വിറക്
കൃമിഴ - എട്ടുകാലി, അരക്ക്, ഉറുമ്പ്
കൃശ - സുന്ദരി, മെലിഞ്ഞ,

നിസ്സാരമായ
കൃശം - മെലിഞ്ഞത്, ചെറുത്
കൃഷ്ടി - വിദ്വാൻ, ആകർഷിക്കൽ, വലിക്കൽ
കൃഷ്ണ - പാഞ്ചാലി, ഇരുണ്ട നീല നിറമുള്ള, യമുന
കൃഷ്ണം - കറുപ്പുനിറം, ഇരുമ്പ്, കറുത്തപക്ഷം
കൃഷ്ണൻ - വിഷ്ണുവിന്റെ അവതാരങ്ങളിലൊന്ന്, ശൂദ്രൻ, ഒരു പാമ്പ്
കൃഷ്ണവർമ്മാവ്-അഗ്നി, രാഹു, നീചൻ
കൃഷ്ണവല്ലി - കറുത്തതുളസി, കുരുമുളക് കൊടി
ക്ലിപ്തി - നിശ്ചയം, വ്യവസ്ഥ, ജയം
കെടുക - അണയുക, കേടാവുക, നശിക്കുക
കെട്ട് - വിവാഹം, തമ്മിൽ പിണഞ്ഞു കിടക്കുന്ന വസ്തുക്കൾ, ഇരുമുടിക്കെട്ട്
കെട്ടുക - വിവാഹം ചെയ്യുക, ബന്ധിക്കുക, രചിക്കുക
കെട്ടുപാട് - ബന്ധം, സ്നേഹം, സ്വരൂപം
കേക - ഒരു ഭാഷാവൃത്തം, മയിലിന്റെ ശബ്ദം
കേട് - രോഗം, കുറവ്, ആപത്ത്
കേതു - ധൂമകേതു, ശത്രു, ദീപം
കേദാരം - വയൽ, കൃഷിഭൂമി, ഒരു രാഗം
കേനാരം - കവിൾത്തടം, ഒരു നരകം, സന്ധി
കേന്ദ്രം - മുഖ്യസ്ഥാനം, മദ്ധ്യഭാഗം, വൃത്തത്തിന്റെ കേന്ദ്ര ബിന്ദു
കേവല - പരിശുദ്ധ, പരാശക്തി, സ്വാർത്ഥയുള്ള
കേവലം - അല്പം, ഉപാധികളില്ലാതെ, മിക്കവാറും
കേവലൻ - ഈശ്വരൻ, സ്വാർത്ഥൻ, സാധാരണ മനുഷ്യൻ
കേശം - തലമുടി, സിംഹം, കുതിര
കേശവൻ - സമൃദ്ധമായ കേശമുള്ളവൻ, വിഷ്ണു, പരമാത്മാവ്
കേശി - കൃഷ്ണൻ, കുതിര, രുദ്രൻ
കേശിനി - അഗ്നിജ്വാല, സമൃദ്ധമായ മുടിയുള്ളവൾ, ഒരു പുണ്യതീർത്ഥം
കേസരം - മാതളനാരകം, ഇലഞ്ഞി മരം, പുഷ്പത്തിന്റെ പരാഗവാഹി
കേസരി - സിംഹം, മാതളനാരകം, പുന്ന
കേളി - കളി, കീർത്തി, കഥകളിയിലെ കേളിക്കൊട്ട്
കേൾക്കുക - അനുസരിക്കുക, ശ്രവിക്കുക, ആസ്വദിക്കുക
കേൾവി - പ്രസിദ്ധി, പകുതിക്കച്ചേരി, ചോദ്യം
കേറുക - കയറുക, വർദ്ധിക്കുക, മുന്നേറുക
കൈ - ഹസ്തം, ശാഖ, അധികാരപത്രം
കൈക്കാരൻ - ധനവാൻ, കാര്യക്കാരൻ, ശക്തൻ
കൈരവി - കൊട്ടം, ചന്ദ്രൻ, നിലാവ്
കൈവല്യം - മോക്ഷം, പരമനിർവൃതി, നിസ്സഹായത
കൊടി - കൊടിമരം, അറ്റം, കയർ
കൊടുക്കുക - നല്കുക, തല്ലുക, വിവാഹം കഴിപ്പിച്ചയയ്ക്കുക
കൊടുമ - പാപം, കുസൃതി, അക്രമം
കൊട്ട് - വാദ്യങ്ങൾ കൊണ്ട് ശബ്ദമുണ്ടാക്കൽ, കിഴക്ക്, എല്ലിന്റെ മുഴ
കൊണ്ടൽ - മഴക്കാറ്, കിഴക്കൻകാറ്റ്, കൊള്ളൽ
കൊതിയൻ - കൊതിയുള്ളവൻ, ഭക്ഷണപ്രിയൻ, ലുബ്ധൻ
കൊത്തല് - കൊത്തുപണി, കിള, കൊത്തുന്ന പ്രവൃത്തി
കൊത്ത് - ദംശനം, കിളയ്ക്കൽ,

വെട്ട്
കൊമ്പൻ - കൊമ്പനാന, സമർത്ഥൻ, മുയൽ
കൊമ്പ് - മൃഗങ്ങളുടെ കൊമ്പ്, നാരായം, കോല്
കൊയ്ത്ത് - സമൃദ്ധി, ആദായം, വിള വെടുപ്പ്
കൊലു - ഐശ്വര്യം, ഉല്ലാസമണ്ഡപം, നവരാത്രിപൂജയ്ക്ക് വയ്ക്കുന്ന പാവകൾ
കൊളുത്ത് - ഉളുക്ക്, ശരീരത്തിലെ സന്ധി, ഉടക്കുളി
കൊളുത്തുക - കത്തിക്കുക, ഉളുക്കുക, പരസ്പരം ബന്ധിക്കുക
കൊള്ളുക - തറയ്ക്കുക, സ്വീകരിക്കുക, അനുസരിക്കുക
കൊറ്റി - കൊക്ക്, ശുക്രനക്ഷത്രം, കുഞ്ഞ്
കോകം - ചക്രവാകം, പല്ലി, കുയിൽ
കോകിലം - കുയിൽ, തീക്കൊള്ളി, ഒരു രാഗം
കോട - കാറ്റ്, പടിഞ്ഞാറ്, തണുപ്പ്
കോടം - കൊട്ടാരം, കുടിൽ, താടി
കോടി - പുതുവസ്ത്രം, നൂറുലക്ഷം, അരഞ്ഞാൺ
കോടീരം - ജട, കിരീടം, കൂന്തൽക്കെട്ട്
കോട് - സ്ഥലം, മല, അറ്റം
കോടുക - വളയുക, കുളിരുക, മടിക്കുക
കോട്ടം - നാശം, ക്ഷീണം, തടവറ
കോണം - മൂല, മുന, കാഴ്ചപ്പാട്
കോണി - ഏണി, ചാക്ക്, പടിക്കെട്ട്
കോത - പൂമാല, ഒരു വാദ്യം, സുന്ദരി
കോപ്പ് - തയ്യാറെടുപ്പ്, കഴിവ്, അഴക്
കോമരം - മൂർത്തി, ആചാര്യൻ, വെളിച്ചപ്പാട്
കോമളം - പ്രസാദം, മാർദ്ദവം, പട്ട്
കോയിക്കൽ - കൊട്ടാരം, ക്ഷത്രിയഭവനം, കരം പിരിക്കുന്ന കേന്ദ്രം
കോരകം - താമരവലയം, പൂമൊട്ട്
കോലം - ശരീരം, ആകൃതി, നോക്കുകുത്തി
കോലകം - കുരുമുളക്, കൊട്ടാരം, അങ്കോലം
കോല് - ഒരളവ്, അമ്പ്, കുന്തം
കോലുക - ഉണ്ടാകുക, ആരംഭിക്കുക, പ്രകാശിക്കുക
കോവിൽ - ക്ഷേത്രം, രാജാവ്, കൊട്ടാരം
കോശം - ആവരണം, ഭണ്ഡാരം, വിത്ത്
കോശി - മെതിയടി, കലപ്പക്കൊഴു, മാവ്
കോഷ്ഠം - നെല്ലറ, ഖജനാവ്, സ്വത്ത്
കോള - ശക്തി, ക്രൂരത, രസക്കുടുക്ക
കോള് - വിലക്കയറ്റം, ഗുണം, ലാഭം
കോഴ - ലജ്ജ, സങ്കടം, തളർച്ച
കൗതുകം - താത്പ്പര്യം, സന്തോഷം, വിനോദം
കൗപീനം - കോണകം, കീറത്തുണി, പരസ്ത്രീഗമനം
കൗബേരി - ഒരു രാഗം, ഒരിനം ഊറ്റ്, കുബേരസഭ
കൗമാരം - ഒരു ജീവിതാവസ്ഥ, ഉപ പുരാണങ്ങളിൽ ഒന്ന്, ഒരു പർവ്വതം
കൗരവൻ - കുരുവംശജാതൻ, ധൃത രാഷ്ട്രപുത്രൻ, ഒരു സർപ്പം
കൗശികൻ - വിശ്വാമിത്രൻ, മൂങ്ങ, നിഘണ്ടുക്കാരൻ
ക്രകചം - ഈർച്ചവാൾ, ഒരു അശു ഭയോഗം, ഒരു നരകം
ക്രതു - യാഗം, അറിവ്, വിഷ്ണു
ക്രമം - രീതി, മുറ, ആചാരം
ക്രമണം - യാത്ര, കുതിര, കാലടി
ക്രമുകം - അടയ്ക്ക, പാച്ചോറ്റി, അടയ്ക്ക
ക്രിയ - ആരംഭം, പ്രവൃത്തി,

ഉത്സാഹം
ക്ഷണം - ചുരുങ്ങിയ സമയം, ആശയം, പരാധീനത
ക്ഷണനം - ഹിംസ, വധം, മുറിവേല്പ്പിക്കൽ
ക്ഷത - പിളർന്ന, മുറിവേറ്റ, നശിച്ച
ക്ഷതം - മുറിവ്, കുറവ്, ആപത്ത്
ക്ഷത്താവ് - സൂതൻ, കൊത്തുപണിക്കാരൻ, ദാസിപുത്രൻ
ക്ഷത്ത് - വധം, പിളർക്കൽ, മനോവ്യഥ
ക്ഷത്രം - ശക്തി, രാഷ്ട്രം, അധികാരം
ക്ഷത്ര - ധനം, വിദുരൻ, ശരീരം
ക്ഷപ - രാത്രി, മഞ്ഞൾ, താരുട്ട്
ക്ഷപണം - നശിപ്പിക്കൽ, ഉപവാസം, അശുദ്ധി
ക്ഷപണകൻ - സന്യാസി, ബുദ്ധഭിക്ഷു, ശിവൻ
ക്ഷപണി - തുഴ, വല
ക്ഷമ - സഹിഷ്ണുത, മാപ്പ് നല്കൽ, നമസ്കാരം
ക്ഷയം - നാശം, കുലം
ക്ഷരണം - വിയർപ്പ്, ഒഴുക്ക്, കലഹം
ക്ഷരം - നശിക്കുന്നത്, ശരീരം, മേഘം
ക്ഷവം - കരി, കടുക്, ജലദോഷം
ക്ഷാമം - കുറവ്, ദാരിദ്ര്യം, ഇല്ലായ്മ
ക്ഷാരം - ചുണ്ണാമ്പ്, ശർക്കര, ജലം
ക്ഷാരകം - കാരം, വിടർന്ന പുഷ്പം, ചാറ്
ക്ഷിതി - ഭൂമി, പാർപ്പിടം, ഗോരോചനം
ക്ഷിപ - എറിയുന്ന, ഏറ്, രാത്രി
ക്ഷീരം - പാൽ, പാൽച്ചോറ്, വെള്ളം
ക്ഷീരജം - മുത്ത്, കടലുപ്പ്, താമര
ക്ഷീരി - എരിക്ക്, ചതുരക്കള്ളി, പേരാൽ
ക്ഷുതം - തുമ്മൽ, ചുമ, കരിങ്കടുക്
ക്ഷുദ്ര - തേനീച്ച, നർത്തകി, നിസ്സാരമായ
ക്ഷുരം - കുളമ്പ്, ക്ഷൗരക്കത്തി, വയൽചുള്ളി
ക്ഷേത്രം - ഹിന്ദുദേവാലയം, വിളഭൂമി, പുണ്യസ്ഥലം
ക്ഷേത്രജ്ഞൻ - ആത്മാവ്, സാക്ഷി, കൃഷിക്കാരൻ
ക്ഷേത്രപാലൻ - ജന്മി, ക്ഷേത്രം സൂക്ഷിപ്പുകാരൻ
ക്ഷേമം - ഐശ്വര്യം, സുഖം, നക്ഷത്രം
ക്ഷോഭം - ഇളക്കം, കലഹം, കോപം
ഖഗം - പക്ഷി, ഇന്ദ്രിയം, വയൽ
ഖജം - കരണ്ടി, തവി, ചട്ടുകം
ഖടം - കലപ്പ, കഫം, മുഷ്ടി
ഖഡ്ഗം - വാൾ, ഇരുമ്പ്, ഉരുക്ക്
ഖണ്ഡം - കഷണം, അംശം, കരിമ്പ്
ഖണ്ഡിതം - നിശ്ചയിക്കപ്പെട്ടത്, മുറിക്കപ്പെട്ടത്, നശിപ്പിക്കപ്പെട്ടത്
ഖരം - ഒരു പദാർത്ഥാവസ്ഥ, ചൂട്, കോവർകഴുത
ഖരു - അഭിമാനം, പുല്ല്, വെളുപ്പ്
ഖർപ്പരം - കപാലം, ഉടഞ്ഞകലം, കുട
ഖലം - മണ്ണ്, കളം, ചവർ
ഖലൻ - ദുഷ്ടൻ, ഏഷണിക്കാരൻ, സൂര്യൻ
ഖാനം - തുരങ്കം, കേട്, കുഴി
ഖേചരം - പക്ഷി, ഗ്രഹം, മേഘം
ഖേടം - പരിച, പുല്ല്, കുറവ്
ഗഗനം - ആകാശം, സ്വർഗ്ഗം, പൂജ്യം
ഗജം - ആന, ഒരു അളവ്, എട്ട് എന്ന സംഖ്യ
ഗഡു - തവണ, സന്ദർഭം, കൂനൻ
ഗണം - സമൂഹം, വർഗ്ഗം,

അനുചരസംഘം

ഗണ്ഡം - കവിൾത്തടം, പരു, അടയാളം

ഗതം - പ്രചാരം, നടപ്പ്, വിചാരം

ഗതി - യാത്ര, പ്രവാഹം, പോംവഴി

ഗദം - രോഗം, വാക്യം, വിഷം

ഗന്ധം - മണം, മുരിങ്ങ, ബന്ധം

ഗന്ധർവ്വം - കുയിൽ, കസ്തൂരി, കുയിൽ

ഗന്ധവതി - കസ്തൂരി, വീഞ്ഞ്, ഭൂമി

ഗംഭീരം - താമര, അഗാധജ്ഞാനം, മഹത്വമുള്ളത്

ഗമം - യാത്ര, അശ്രദ്ധമായ വായന, ക്ഷമ

ഗർത്തം - കുഴി, മട, സിംഹാസനം

ഗർദ്ദഭം - കഴുത, ഗന്ധം, വെള്ളാമ്പൽ

ഗർഭം - ഗർഭാശയം, ഉൾഭാഗം, കാർമേഘം

ഗഹ്വരം - ഗുഹ, ഒളിസങ്കേതം, വള്ളിക്കുടിൽ

ഗാഥ - പാട്ട്, സ്തുതിഗീതം, ആര്യാവൃത്തം

ഗിരി - പന്ത്, എലി, പാറ

ഗുണം - ലാഭം, ചരട്, വീണാതന്ത്രി

ഗുരു - ആചാര്യൻ, വ്യാഴം, ഒരു വൃത്തം

ഗുല്മം - കോട്ട, പ്ലീഹ, മരക്കൂട്ടം

ഗുഹ - ഗഹ്വരം, ഇരുളറ, ബുദ്ധി

ഗൃഹം - ഭവനം, വാസസ്ഥലം, ഭാര്യ

ഗോവ് - പശു, ആകാശം, വാക്ക്

ഗോകർണ്ണം - പശുവിന്റെ ചെവി, സർപ്പം, ഒരു പുണ്യസ്ഥലം

ഗോചരം - ഇന്ദ്രിയവിഷയമായ വസ്തു, ചക്രവാളം, ഗോത്രം

ഗോത്രം - കുലം, വയൽ, ശക്തി

ഗോപൻ - രാജാവ്, രക്ഷിതാവ്, ഇടയൻ

ഗോപനം - മറച്ചു വയ്ക്കൽ, ഭയം, പ്രകാശം

ഗോപി - നെറ്റിക്കുറി, കാര്യനാശം, ഗോപസ്ത്രീ

ഗോമുഖം - പശുവിന്റെ മുഖം, സുഗന്ധലേപനം, മുതല

ഗോമേദകം - നവരത്നങ്ങളിൽ ഒന്ന്, പീതചന്ദനം, കാക്ക

ഗോരസം - പാൽ, ചാണകം, ഇന്ദ്രിയസുഖം

ഗോഷ്ഠി - സംഭാഷണം, സഭ, ബന്ധു

ഗോളം - ഉരുണ്ടവസ്തു, പന്ത്, മഷി

ഗൗരി - പാർവതി,ഭൂമി, മരമഞ്ഞൾ

ഗ്രന്ഥി - കെട്ട്, ശരീരത്തിലെ സന്ധി, മണി

ഗ്രഹം - അറിവ്, ഗ്രഹണം, ഒരു ആകാശഗോളം

ഗ്രഹണം - പ്രസ്താവം, അറിവ്, പിടിത്തം

ഗ്രഹിക്കുക - മനസ്സിലാക്കുക, സ്വീകരിക്കുക, പിടിക്കുക

ഗ്രാമം - നാട്ടിൻപുറം, ഭവനസമൂഹം, കൂട്ടം

ഗ്രാസം - ഉരുള, ഭക്ഷണവസ്തു, ഗ്രഹണം

ഘടം - കുടം, ശരീരം, കുംഭമാസം

ഘടന - ചേർച്ച, പ്രയത്നം, ശത്രുത

ഘടിക - ജപമാല, അവസരം

ഘട്ടം - സോപാനം, കടത്ത്, സ്നാനഘട്ടം

ഘട്ടനം - അടി, സ്പർശനം, ഉരസൽ

ഘനം - മേഘം, ഭാരം, ശരീരം

ഘനസാരം - ജലം, കർപ്പൂരം, രസം

ഘർഘരം - മേഘനാദം, ചിരി, ഉമിത്തീയ്

ഘർമം - പാൽ, ചൂട്, വിയർപ്പ്

ഘൃതം - നെയ്യ്, അമൃതം, പാട

ഘോഷം - വിളംബരം, തൊഴുത്ത്, തീരം

ഘ്രാതി - മണം, മണപ്പിക്കൽ,

മൂക്ക്
ചക്രം - വണ്ടിചക്രം, വൃത്തം, നീർച്ചുഴി
ചക്ഷുസ്സ് - കണ്ണ്, ശോഭ, പ്രകാശം
ചംക്രമണം - പതുക്കെ നടക്കൽ, സഞ്ചാരം, ചുറ്റിത്തിരിയൽ
ചങ്ങല - മിന്നൽ, ഉന്മാദം, സ്ഥിരതയില്ലാത്ത
ചടങ്ങ് - ആചാരം, നടപടി കർമ്മം, മതപരമായ കർമ്മം
ചട്ട - തൊലി, ശരീരം, തോൾപ്പലക
ചട്ടം - നടപടിക്രമം, കല്പന, എഴുത്തോല
ചത്വരം - മുറ്റം, കവല, വിഷ്ണു തീർത്ഥം
ചന്ദ്രകം - മയിൽപ്പീലിക്കണ്ണ്, കുരുമുളക്, നഖം
ചന്ദ്രകാന്തം - ചന്ദ്രകാന്തക്കല്ല്, കണ്ണ്, പീതചന്ദനം
ചന്ദ്രിക - നിലാവ്, ഏലം, വള്ളി മുല്ല
ചരക്ക് - കച്ചവടസാധനം, ഫല വൃക്ഷം, വലിയലോഹം
ചരണം - പാദം, പെരുമാറ്റം, കിരണം
ചരൻ - ദൂതൻ, കുജൻ, ഒറ്റുകാരൻ
ചരമം - മരണം, അസ്തമയശോഭ, പടിഞ്ഞാറ്
ചരിതം - കഥ, വാർത്ത,
ചവണ - മിന്നൽ, ഒരു സംസ്കൃതവൃത്തം, ഭൂമി
ചലനം - ഇളക്കം, മാൻ, സഞ്ചാരം
ചല്ലി - ചെറിയ കരിങ്കൽക്കഷണം, നിസ്സാരൻ, കള്ളൻ
ചവിട്ട് - തൊഴി, കീഴ്‌വഴക്കം, മെതിക്കൽ
ചാക്ക് - സഞ്ചി, മരണം, എഴുത്തുക്കല്ല്
ചാക്രികൻ - കുശവൻ, വണ്ടിക്കാരൻ, സ്നേഹിതൻ
ചാടി - ഭരണി, ഉഴവുചാൽ, ഉഴവുചാൽ
ചാടുക - കുതിക്കുക, കോപിക്കുക, അകപ്പെടുക
ചാപം - വില്ല്, വൃത്തപരിധി യുടെ ഒരുഖണ്ഡം, മഴവില്ല്
ചായൽ - തലമുടി, ചായം, നിഴൽ
ചാരം - ചാമ്പൽ, ഭസ്മം, സാമീപ്യം
ചാർത്ത് - ഭംഗി, അലങ്കാരം, രേഖ
ചാർത്തുക - അണിയിക്കുക, വയ്ക്കുക, ഒരുമിപ്പിക്കുക
ചാല - പണിപ്പുര, കൊട്ടാരം, ഗൃഹനിര
ചാല് - കൈത്തോട്, വഴി, നിലം
ചാവടി - കാര്യാലയം, നടപ്പുര, ഊട്ടുപ്പുര
ചാവി - താക്കോൽ, ചാഴി, പതിര്
ചാറ് - സസ്യനീര്, കറി, സത്ത്
ചികുരം - തലമുടി, പർവതം, പാമ്പ്
ചിത - പട്ടട, കൂട്ടം, യോജിച്ച
ചിത്രം - പടം, രൂപം, തൊടുമുറി
ചിത്രകം - സിംഹം, ചിത്രകാവ്യം, കാരീയം
ചിനം - അഹങ്കാരം, കോപം, അഗ്നി
ചിരായുസ്സ് - ദീർഘായുസ്സ്, കാക്ക, കരിമ്പന
ചില്ല് - കണ്ണാടി, കളിക്കരു, ജലത്തുള്ളി
ചിഹ്നം - അടയാളം, രാശി, ഒരു വാദ്യം
ചിറ - അണ, മതിൽ, ഐശ്വര്യം
ചീട്ട് - കുറിപ്പ്, അനുമതി പത്രം, നറുക്ക്
ചീനം - കാരീയം, ചീനകർപ്പൂരം, ഒരിനം നൂല്
ചീനി - പഞ്ചസാര, കാന്താരി മുളക്, ഇലവ്
ചുണ്ട് - അധരം, പക്ഷികളുടെ കൊക്ക്,വള്ളത്തിന്റെ അറ്റം
ചുറ്റ് - വളവ്, ബുദ്ധിമുട്ട്,

ചുറ്റളവ്
ചൂട് - കോപം, വേദന, ശരീരോഷ്മാവ്
ചൂഡ - ശിരോഭൂഷണം, കിരീടം, കിണർ
ചൂത് - ചൂതുക്കളി, ഒരിനം പുല്ല്, വഞ്ചന
ചൂര് - ഗന്ധം, വെറുപ്പ്, അരുചി
ചൂള - വലിയ അടുപ്പ്, കാറ്റാടി മരം
ചെണ്ട് - പൂങ്കുല, ചമ്മട്ടി, ശക്തി
ചെലുത്തുക - നിറയ്ക്കുക, ഭക്ഷിക്കുക
ചെറ്റ - മറ, കുടിൽ, ഹീനൻ
ചേർച്ച - സ്നേഹം, യോജിപ്പ്, യോഗ്യത
ചൈത്രം - അരയാൽ, വസന്തമാസം, ക്ഷേത്രം
ചൊട്ട - ചെറുപ്പം, കഷണ്ടി, ചുളിവ്
ചൊല്ല് - കീർത്തി, ഉപദേശം, പറച്ചിൽ
ചോദ്യം - ആവശ്യപ്പെടൽ, ശിക്ഷ, അന്വേഷണം
ചോല - നിഴൽ, കാട്ടരുവി, ഉദ്യാനം
ച്യുതി - വീഴ്ച, വേർപാട്, നഷ്ടം
ഛത്രം - കുട, കൂണ്, രാജാധികാരം
ഛന്ദം - അഭിപ്രായം, സാരാംശം, ആകൃതി
ഛന്നം - രഹസ്യം, വിജനസ്ഥലം, ഒളിവ്
ഛാദനം - മറ, ഇല, ചിറക്
ഛായ - നിഴൽ, ചിത്രം, കാന്തി
ഛേദം - മുറിവ്, പരിഹരിക്കൽ, നാശം
ജട - കെട്ടുപിണഞ്ഞ് വേർപ്പിരിക്കാനാവാത്ത കേശം, മരക്കൊമ്പ്, മാഞ്ചി
ജടില - വയമ്പ്, ജടയുള്ളവൾ, മാഞ്ചി
ജഠരം - ഉദരം, ഗുഹ, ശരീരം
ജഡം - മൃതദേഹം, ചൈതന്യമില്ലാത്ത വസ്തു, വിറകുമുട്ടി
ജനനി - അമ്മ, ദയ, വാവൽ
ജന്മം - ജനനം, ഉത്പ്പത്തി, ജീവിതം
ജന്യം - ശ്രുതി, ആരോപണം, രാഷ്ട്രം
ജരണം - വാർദ്ധക്യം, സ്തുതി, കൊടുവേലി
ജരായു - മറുപിള്ള, താമര, ഗർഭപാത്രം
ജലജം - താമര, മുത്ത്, നീർക്കടമ്പ്
ജലദം - മേഘം, കർപ്പൂരം, വായു
ജലപുഷ്പം - താമര, ആവി, മീൻ
ജലാശയം - കിണർ, കുളം, രാമച്ചം
ജാതം - ശിശു, സത്യം, പ്രാണി
ജാതി - ജനനം, വർഗ്ഗം, ഒരു മരം
ജാലം - കൂട്ടം, ജാലവിദ്യ, കിളിവാതിൽ
ജാലിക - വിധവ, വാഴ, എട്ടുകാലി
ജിഹ്വ - നാവ്, വാക്ക്, തീജ്വാല
ജീർണ്ണം - പഴകിയത്, വാർദ്ധക്യം, വൃക്ഷം
ജീവം - ആത്മാവ്, ജീവിതം, വലിയവേപ്പ്
ജീവൻ - പ്രാണൻ, കാന്തം, ഓജസ്സ്
ജീവനം - ജീവൻ, തൊഴിൽ, വേതനം
ജീവിക - ജാതിക്ക, ശമ്പളം, വെള്ളം
ജോഷം - തൃപ്തി, മൗനം, തെരഞ്ഞെടുക്കൽ
ജ്ഞാപകം - അറിവ്, ചൊവ്വ, പണ്ഡിതൻ
ജ്ഞാപകം - അറിവ്, ഓർമ്മ, സരസ്വതി
ജ്യേഷ്ഠം - ഏറ്റവും ശ്രേഷ്ഠം, മാസത്തിന്റെ പേര്
ജ്യോതിസ്സ് - തേജസ്സ്, സൂര്യൻ, നക്ഷത്രം
ജ്യോത്സ്ന - നിലാവ്, പടവലം, കുരുമുളക്
ഝല്ലരി - ഈർപ്പം, കുറുനിര,

കൈമണി
ഝഷം - മത്സ്യം, മീനം രാശി, വെയിൽ
ഝാടം - കാനനം, വള്ളിക്കുടിൽ
ഞാൺ - അരഞ്ഞാൺ, ചാപത്തിന്റെ ചരട്, കയർ
ഞായർ - സൂര്യവാരം, സൂര്യൻ
ടങ്കം - നാണയം, വിടവ്, സൗന്ദര്യം
ടങ്കാരം - ഞാണൊലി, കുപ്രസിദ്ധി, കരച്ചിൽ
ഡമരം - കലഹം, കാഹളം, നാശം
ഡാമരം - ഭംഗി, ലഹള, അത്ഭുത ദൃശ്യം
തകരാറ് - വിഷമം, കുഴപ്പം, ദോഷം
തകൃതി - ആധിക്യം, പൂർണ്ണത, ആർഭാടം
തക്ഷകൻ - ആശാരി, സൂത്രക്കാരൻ, ദേവശില്പി
തഞ്ചം - അടക്കം, അവസരം, നയം
തട - തവണ, തീരം, ചൂല്
തടം - താഴ്ന്നസ്ഥലം, മൈതാനം, വഴി
തട്ട് - മച്ച്, തകിട്, പരിച
തട്ടുക - ഏൽക്കുക, അപഹരിക്കുക, തമ്മിൽ മുട്ടുക
തട്ടുകേട് - ക്ഷീണം, അമളി, നാശം
തണ്ട് - തടി, ചെടികളുടെ തണ്ട്, അഹങ്കാരം
തണ്ഡകം - മിഥുനം രാശി, ചാളത്തടി, വരമ്പ്
തണ്ഡുലം - നെല്ല്, വിഴാൽ, ഉമി നീക്കിയ ധാന്യം
തണ്മ - തണുപ്പ്, താഴ്ച, നന്മ
തതം - സന്താനം, പരപ്പ്, കാറ്റ്
തഞ്ചം - ഉണ്മ, സാരം, സാരം
തനയ - മകൾ, കറ്റവാഴ, നായ്ക്കരുണ
തനിച്ച - ഏകമായ, വർദ്ധിച്ച
തനു - മെലിഞ്ഞ, ശരീരം, ചെറുത്
തന്തു - നൂല്, വംശപരമ്പര, വരി
തന്വി - സുന്ദരി, മൂവില, കറിക്കായം
തപം - തപസ്സ്, ചൂട്
തപനൻ - അഗ്നി, ശിവൻ, സൂര്യൻ
തപസ്വി - മഹർഷി, ദരിദ്രൻ
തപസ്വിനി - പതിവ്രത, തപസ്സനുഷ്ഠിക്കുന്നവൾ, മാഞ്ചി
തപു - സൂര്യൻ, അഗ്നി, എരിക്ക്
തപ്പ് - പിഴ, കുറവ്, സംശയം
തപ്പുക - തെരയുക, തോല്ക്കുക, പതറുക
തമ - ഇരുട്ട്, രാത്രി, മഞ്ഞൾ
തമസ്സ് - അന്ധകാരം, ത്രിഗുണങ്ങളിൽ ഒന്ന്, പാപം
തമി - മയക്കം, രാത്രി, മഞ്ഞൾ
തമോഘ്നൻ - ദീപം, സൂര്യൻ, ബുദ്ധൻ
തരം - ഇനം, ഗുണം, മാറ്റം
തരണം - കടക്കൽ, ജയിക്കൽ, പാലം
തരണി - തോണി, കടൽ, സൂര്യൻ
തരസ്വി - ധീരൻ, ദൂതൻ, ഗരുഡൻ
തരസ്സ് - ബലം, ചങ്ങാടം, കുരങ്ങ്
തരള - മദ്യം, കഞ്ഞി, വിസ്താരമുള്ള
തരളത - വിറയൽ, പ്രകാശം, വിസ്താരം
തരളം - മാണിക്യം, മുത്ത്, ശോഭ
തരി - ചെറിയ നുറുക്ക്, നനവുള്ള നിലം, കൊയ്തിട്ട നെൽക്കതിർ
തർക്കം - വാഗ്വാദം, സംശയം, അഭിപ്രായവ്യത്യാസം
തർപ്പണം - പിതൃപ്രീതിക്കുള്ള ചടങ്ങ്, ആഹാരം, യാഗത്തിനുള്ള വിറക്
തല - ശിരസ്സ്, അറ്റം, ബുദ്ധി
തലം - പരന്നപ്രദേശം, നിരപ്പ്, കുഴി
തലിന - വെടിപ്പുള്ള, വിശദമായ, കൃശമായ
തലിമം - കിടക്ക, വാൾ, അഴക്
തള്ളൽ - തിരക്ക്, ആധിക്യം, ഞെരുക്കം
തഴ - പീലിക്കുട, മയിൽപ്പീലി,

തളിര്
തറ - കര, പുരയിടം, അടിത്തറ
താപം - വേദന, ചൂട്, ദുഃഖം
താപസം - ആശ്രമം, കൊക്ക്, ഒരിനം കരിമ്പ്
താപ്പ് - അളവ്, സുഖം, ലാഭം
താമരസം - ചെമ്പ്, താമര, സ്വർണ്ണം
താമസം - കാലവിളംബം, തമോഗുണവുമായ ബന്ധപ്പെട്ടത്, ഇരുട്ട്
താമസൻ - ബുദ്ധിശൂന്യൻ, രാഹു, തമോഗുണം നിറഞ്ഞവൻ
താമിസ്രം - കറുത്തപക്ഷം, കൂരിരുട്ട്, ഒരു നരകം
താമ്രപത്രം - ഒരു ബഹുമതിപത്രം, ചെമ്പുതകിട്, ഒരു മരം
തായം - പകിട, കൗശലം, വിജയം
താര - നക്ഷത്രം, അതിര്, അടയാളം
താരം - നക്ഷത്രം,കൃഷ്ണമണി
താരകം - താരം, ചങ്ങാടം, മുത്ത്
താർക്ഷ്യം - സ്വർണ്ണം, കുതിര, രഥം
താലം - കരിമ്പന, കൈത്തലം, പൂട്ട്
താലാങ്കം - ഈർച്ചവാൾ, ഗ്രന്ഥക്കെട്ട്, എഴുത്തോല
താലാങ്കൻ - ശുഭലക്ഷണൻ, ബലരാമൻ, ശിവൻ
താലിക - നിലപ്പന, കൈക്കൊട്ട്, പേരുവിവരപ്പട്ടിക
താവുക - കടക്കുക, ചാടുക, ശോഭിക്കുക
താഴ്ച - ആഴം, കുറവ്, വണക്കം
തിക്ത - കയ്പ്പുള്ള, പാടവള്ളി, വരിയൻ കക്കരി
തിക്തം - കയ്പ്പുരസം, നീർമാതളം, വേപ്പ്
തിഗ്മ - കത്തുന്ന, ശക്തിയുള്ള, എരിവുള്ള
തിഗ്മം - എരിവ്, മൂർച്ച, ഉഷ്ണം
തിങ്കൾ - ചന്ദ്രൻ, തിങ്കളാഴ്ച
തിണ്ട് - പണ, തിട്ട, മൺചുമര്
തിണ്മ - വലിപ്പം, ശക്തി, അപകടം
തിഥം - സ്നേഹം, അഗ്നി, സമയം
തിമി - മീൻ, മീനം രാശി, കടൽ
തിരക്ക് - തിടുക്കം, ഞെരുക്കം, മാത്സര്യം
തിരളുക - കലരുക, വർദ്ധിക്കുക, പ്രകാശിക്കുക
തിരുമ്മുക - ഉഴിയുക, പിഴിയുക, വസ്ത്രം അലക്കുക
തിലം - എള്ള്, മറുക
തിലകം - തൊടുക്കുറി, പല്ലവി, കർപ്പൂരത്തുളസി
തിലപർണ്ണം - രക്തചന്ദനം, എള്ളില, ചന്ദനം
തിഷ്യം - കലിയുഗം, പൂയം നക്ഷത്രം, പൗഷമാസം
തിറം - കരുത്ത്, കരം, അഴക്
തീക്ഷ്ണത - മൂർച്ചയുള്ള, എരിവുള്ള, ശക്തിയേറിയ
തീക്ഷ്ണം - ഉഷ്ണം, ഇരുമ്പ്, എരിവ്
തീക്ഷ്ണകണ്ടകം- കാര, മുള, അടമരം
തീക്ഷ്ണഗന്ധം - കുന്തുരുക്കം, മുരിങ്ങ, ചെറുതുളസി
തീക്ഷ്ണഗന്ധ - ഇലക്കള്ളി, അടപതിയൻ, വയമ്പ്
തീണ്ടുക - അയിത്തമാകുക, ബാധിക്കുക, വിഷമേല്ക്കുക
തീരം - ജലാശയത്തിന്റെ കര, വെളുത്തീയം, കാരീയം
തീരുക - അവസാനിക്കുക, നശിക്കുക, മറിക്കുക
തീർക്കുക - നശിപ്പിക്കുക, പണിയുക, നിർമിക്കുക
തീർഥം - സ്നാനഘട്ടം, വിശുദ്ധ ജലം, യാഗം
തീർഥൻ - സന്യാസി, ഗുരു, മന്ത്രി
തീർഥപാദൻ - ശിവൻ, സന്യാസി, വിഷ്ണു
തീവ്രം - കാഠിന്യം, ഉരുക്ക്, തീരം
തുംഗ - വർദ്ധിച്ച, നീളമുള്ള, ഉയർന്ന
തുംഗം - ഉയരം, പർവതം,

മുകളറ്റം
തുടി - ഒരു കാലയളവ്, വലിപ്പം, ഒരു മർമ്മം
തുണ്ഡം - പക്ഷികളുടെ കൊക്ക്, തുമ്പിക്കൈ, കരിവണ്ട്
തുമ്പി - ഒരു ഷഡ്പദം, ആന, പനച്ചിമരം
തുമ്പ് - തെളിവ്, അറ്റം, കയർ
തുഷാരം - മഞ്ഞ്, തണുപ്പ്, മഴ
തുള്ളുക - വിറയ്ക്കുക, കോപിക്കുക,
തുറ - തുറമുഖം, വകുപ്പ്, വഴി
തൂക്കം - ഭാരം, ഉറക്കം, ഒരാഭരണം
തൃണരാജൻ - കരിമ്പ്, തെങ്ങ്, കരിമ്പന
തെളി - തെളിഞ്ഞ, ശുദ്ധം, തേൻ
തേജം - നെയ്യ്, എരിവ്, സ്വർണ്ണം
തേജനം - മൂർച്ച വരുത്തൽ, വീക്കം, ഇല്ലിമുള
തേജനി - പായ്, മഞ്ഞൾ, ചാണക്കല്ല്
ത്രാസം - തുടിപ്പ്, ഭയം, ഞെട്ടൽ
ത്വഷ്ടാവ് - ആദിത്യൻ, വിശ്വകർമ്മാവ്, ആശാരി
ഥ - ഭയം, മംഗളം, ഭക്ഷിക്കൽ
ദക്ഷ - സൂക്ഷ്മമായ, യോജിച്ച, വലത്തെ
ദക്ഷം - വലത്, സാമർത്ഥ്യം, ഓജസ്സ്
ദക്ഷൻ - അഗ്നി, സമർത്ഥൻ, ശിവൻ
ദണ്ഡം - വടി, തടവ്, ഒരളവുകോൽ
ദണ്ഡധരൻ - യമൻ, സന്യാസി, കുശവൻ
ദണ്ഡി - കോൽക്കാരൻ, ദ്വാരപാലകൻ, രാജാവ്
ദധി - വസ്ത്രം, തൈര്, തിരുവട്ടപ്പശ
ദന്തി - ആന, പൽചക്രം, പല്ലുള്ള
ദമനം - അടുക്കൽ, വധം, ശിക്ഷ
ദംഭം - പാപം, ഗർവ്, വജ്രായുധം
ഗരം - ഭയം, ഗുഹ, ശംഖ്
ദരത്ത് - ഹൃദയം, നദീതീരം, പർവതം
ദർദുരം - തവള, മേഘം, പുല്ലാങ്കുഴൽ
ദർപ്പം - പാപം, അഹങ്കാരം, കസ്തൂരി
ദർശനം - കാണൽ, കണ്ണാടി, ദിക്ക്
ദലം - ഇല, അംശം, ഇതൾ
ദല്ഭം - പാപം, ചതി, വണ്ടിചക്രം
ദല്മി - ശിവൻ, ഇന്ദ്രൻ, വജ്രായുധം
ദവം - കാട്, കുതിര, വേദന
ദശ - അവസ്ഥ, സന്ദർഭം, വിളക്കിന്റെ തിരി
ദസ്യു - ക്രൂരൻ, കള്ളൻ, അതിസാഹസികൻ
ദാക്ഷായണി - അദിതി, വിനത, കദ്രു
ദാക്ഷിണ്യം - സാമർത്ഥ്യം, സൗജന്യബുദ്ധി, പക്ഷപാതം
ദാതാവ് - ഉദാരൻ, കൊടുക്കുന്നവൻ, അദ്ധ്യാപകൻ
ദാത്യൂഹം - മേഘം, നീർകാക്ക, വേഴാമ്പൽ
ദാത്രം - അരിവാൾ, കോടാലി, സംഭാവന
ദാനം - കൈമാറൽ, വിതരണം, രക്ഷ
ദാനു - ഐശ്വര്യം, സുഖം, പരാക്രമി
ദാമം - കയർ, മാല, വര
ദായം - ദാനം, വിതരണം, പാരമ്പര്യം
ദാരം - കീറൽ, വിടവ്, ഉഴുതനിലം
ദാരിക - മകൾ, പെൺകുട്ടി, വിടവ്
ദാരു - മരം, ശില്പി, ചിത്രകാരൻ
ദാർദ്ദുരം - വലംപിരിശംഖ്, അരക്ക്, ജലം
ദാവം - തീ, പനി, കുതിര
ദാസി - വേലക്കാരി, കരിങ്കുറിഞ്ഞി, ഭരണി നക്ഷത്രം

ദാഹം - ചൂട്, കടുംചുമപ്പ്, വെള്ളം കുടിക്കുവാനുള്ള ആഗ്രഹം
ദിഗംബരൻ - നഗ്നസന്യാസി, ശിവൻ വസ്ത്രം ധരിക്കാത്തവൻ,
ദിതി - കീറൽ, ഔദാര്യം, ഒരു വാസ്തുദേവത
ദിനകരതനയൻ- കർണ്ണൻ, കാലൻ, ശനി
ദിവം - സ്വർഗ്ഗം, ആകാശം, പകൽ
ദിവാസം - ഒരു നേത്രരോഗം, വാവൽ, മൂങ്ങ
ദിവ്യ - യവം, നെല്ലി, അലൗകിക നായിക
ദിവ്യം - ശ്രേഷ്ഠം, വരാഹം, ഹരിചന്ദനം
ദിഷ്ടം - വിധി, മരമഞ്ഞൾ, നിർദ്ദേശം
ദിഷ്ടതി - താത്പ്പര്യം, ഭാഗ്യക്കേട്, ആവശ്യം
ദീക്ഷ - വ്രതം, ആത്മസമർപ്പണം, പ്രധാന കർമ്മം
ദീപനം - ദഹനം, തകരം, പ്രകാശനം
ദീപ്ത - മേന്തോന്നി, ചെറുപുന്ന, പ്രകാശിക്കുന്ന
ദീപ്തി - ശോഭ, സൗന്ദര്യം, അരക്ക്
ദീർഘം - നീളമുള്ളത്, ഒട്ടകം, ആഴമുള്ളത്
ദീർഘദർശി - മൂങ്ങ, പ്രവാചകൻ, കരടി
ദീർഘപത്രം - കരിമ്പന, വാഴ, കരിമ്പ്
ദീർഘപത്രകം - വെളുത്തുള്ളി, നീർകടമ്പ്, പനച്ചി
ദീർഘായുസ്സ് - കക്ക, ജീരകം, ഇലവ
ദുന്ദുഭി - സൂര്യൻ, പെരുമ്പറ, കൃഷ്ണൻ
ദുരന്തം - ദുഃഖപര്യവസായി, പാപമുള്ളത്, അത്യാപത്ത്
ദുർഗ്ഗ - പാർവതി, അമരി, മൈന
ദുർഗ്ഗം - കിടങ്ങ്, മതിൽ, ആപത്ത്
ദുർഗ്രഹ - വഴങ്ങാത്ത, മനസ്സിലാക്കാൻ വിഷമകരമായ, ജയിക്കാൻ പ്രയാസമായ
ദുർദിനം - കഷ്ടകാലം, അശുഭദിനം, മഴക്കാറുള്ള ദിനം
ദുർദ്ധരം - രസം, ഇടവകം, ചേരുമരം
ദുർഭഗ - ശാഠ്യക്കാരി, വിധവ, പാപിയായ
ദുര്യോഗം - ആപത്ത്, ചീത്തകൂട്ടുകെട്ട്, ഭാഗ്യദോഷം
ദുർല്ലഭ - ദുഷ്കരം, കിട്ടാൻ പ്രയാസമുള്ള, അത്യധികം മേന്മയുള്ള
ദുശ്ചരം - കക്ക, കരടി
ദുഷ്കരം - വിഷമം, അന്തരീക്ഷം, കല്പവൃക്ഷം
ദുഷ്കൃതി - പാപി,പാപം, ദുർവിധി
ദുഷ്ട് - അഴുക്ക്, ദുഷ്ടത, പഴുപ്പ്
ദുപ്രധർഷ - ഈന്തപ്പന, പേരീത്ത, ചെങ്കൊടിത്തൂവ
ദുസ്പർശ - നായ്ക്കുരണ, സ്പർശിക്കാൻ പ്രയാസമുള്ള, പുത്തരി, ചുണ്ട
ദൂതൻ - സന്ദേശവാഹകൻ, ഭൃത്യൻ, പ്രതിനിധി
ദൂരദർശി - പണ്ഡിതൻ, ദീർഘദർശി, കഴുകൻ
ദൃക്ക് - ജ്ഞാനം, പര്യവേഷണം, കണ്ണ്
ദൃഢം - ഉരുക്ക്, കോട്ട, തീർച്ചയായി
ദൃഷ്ടം - കാഴ്ച, പ്രത്യക്ഷം, സത്യം
ദൃഷ്ടാന്തം - സാക്ഷി, ഉദാഹരണം, മരണം
ദൃഷ്ടി - മിഴി, പ്രകാശം, ജ്ഞാനം
ദേവം - മേഘം, ദൈവം, ക്രീഡ
ദേവഗൃഹം - ക്ഷേത്രം, രാജഗൃഹം ഗ്രഹണമണ്ഡലം,
ദേവനം - വിനോദം, ചൂതുകളി, പകിട

ദേവേശൻ - വിഷ്ണു, ശിവൻ, ഇന്ദ്രൻ
ദേശിനി - ചൂണ്ടുവിരൽ, സൂചിക
ദേഹി - ആത്മാവ്, ജീവൻ, മതിൽ
ദൈവം - വിധി, ഈശ്വരൻ, ഒരു ദിവ്യാസ്ത്രം
ദൈവജ്ഞൻ - ജ്യോത്സ്യൻ, വിധിവിശ്വാസി, ഭാവിഫലപ്രവാചകൻ
ദൈവത - വിജയം, ഗുണശീലം, ദൈവവിശ്വാസം
ദൈവതം - ദേവൻ, ഈശ്വരൻ, ദേവ പ്രതിമ
ദോല - മഞ്ചൽ, ഒരാഘോഷം, ഊഞ്ഞാൽ
ദോഷ - ഇരുട്ട്, മഞ്ഞൾ, ഭുജം
ദോഷം - ആപത്ത്, തെറ്റ്, തിന്മ
ദോഷജ്ഞൻ - വൈദ്യൻ, വിവേകശാലി, വിദ്വാൻ
ദോസ്ഥൻ - വിദൂഷകൻ, കളിക്കാരൻ, ഭൃത്യൻ
ദോഹം - പാൽ കറക്കൽ, കറവപ്പാത്രം, ലാഭമുണ്ടാക്കൽ
ദോഹദം - ഗർഭം, ആഗ്രഹം, ഗർഭ ലക്ഷണം
ദോഹനം - കറവ, ലാഭമുണ്ടാക്കൽ, കറവപ്പാത്രം
ദോളിക - പല്ലക്ക്, ഊഞ്ഞാൽ, തൊട്ടിൽ
ദ്യുക്ഷൻ - അഗ്നി, സൂര്യൻ, ചന്ദ്രൻ
ദ്യുതി - ശോഭ, രശ്മി, പ്രകാശം
ദ്യുമണി - എരിക്ക്, ഒരു തരം ക്ഷേത്രം, ആദിത്യൻ
ദ്യുമ്നം - ശക്തി, ഐശ്വര്യം, ആഹാരം
ദ്യൂതം - ചൂതുകളി, മത്സരം, ഒരു ചെടി
ദ്യോതനം - ദർശനം, വിളക്ക്, പുലരി
ദ്രവം - ഗതി, പലായനം, വേഗത
ദ്രവണം - ജീർണ്ണിക്കൽ, ഓട്ടം, ദ്രവ രൂപത്തിലാക്കൽ
ദ്രവന്തി - എലിച്ചെവി, കടലാവണക്ക്, വലിയ ദന്തി
ദ്രവിക്കുക - ഉരുകുക, ജീർണ്ണിക്കുക, ഒലിക്കുക
ദ്രവിണം - സ്വർണ്ണം, ശക്തി, ധനം
ദ്രവ്യം - പദാർത്ഥം, മദ്യം, പന്തയം
ദ്രഷ്ടാവ് - കാണുന്നവൻ, ആത്മാവ്, ന്യായാധിപൻ
ദ്രാവം - ചൂട്, വേഗത, ഉരുകൽ
ദ്രാവണം - അലിയിക്കൽ, ഉരുകൽ, ഒഴുക്കൽ
ദ്രു - വൃക്ഷം,ശാഖ, ചലനം
ദ്രുഘണം - കോടാലി, കൊട്ടുവടി, കാട്ടുചെമ്പകം
ദ്രുണം - വാൾ, തേൾ, വില്ല്
ദ്രുണി - പഴുതാര, തൊട്ടി, ഉടുമ്പ്
ദ്രോണം - കുടം, ഇലക്കുമ്പിൾ, മര ത്തൊട്ടി
ദ്രോണി - മരവി, തോണി, കൺപോള
ദ്വന്ദ്വം - ഇരട്ട, ഇണ, വിജന സ്ഥലം
ദ്വാരം - വാതിൽ, മാളം, സുഷിരം
ദ്വിജ - ബ്രാഹ്മണസ്ത്രീ, അരേണുകം, ചെറുതേക്ക്
ദ്വിജം - രണ്ടു ജന്മമുള്ളത്, പാമ്പ്, മത്സ്യം
ദ്വിജൻ - വിപ്രൻ, പക്ഷി, നക്ഷത്രം
ദ്വിതീയ - രണ്ടാമത്തെ, ഒരു തരം സൂചി, രണ്ടാമത്തെ തിഥി
ദ്വിപം - ഗജം, പക്ഷി, ചാന്ദ്ര മാസം
ദ്വീപി - പുലി, കടുവ, ചെറുവ ഴുതിനങ്ങ
ദ്വീപ്യ - ദ്വീപനിവാസി, ശതാവരി, പേരീത്ത
ദ്വൈധ്യം - ഭിന്നിപ്പ്, രണ്ടെന്ന ഭാവം, അസത്യം
ധടി - ഒരളവ്, കോണകം, പഴയവസ്ത്രം
ധനം - സമ്പത്ത്, ധനസംഖ്യ, വിശിഷ്ടവസ്തു

ധനഞ്ജയൻ - ദശപ്രാണന്മാരിലൊരാൾ, അർജുനൻ, അഗ്നി
ധനദൻ - ധനികൻ, അഗ്നി, കുബേരൻ
ധനാധിപൻ - രണ്ടാം ഭാവാധിപൻ, കുബേരൻ, ഖജനാവ് സൂക്ഷിപ്പുകാരൻ
ധനരാശി - രണ്ടാം രാശി, ധനസംഖ്യ വലിയസമ്പത്ത്,
ധനി - ഉത്തമർണ്ണൻ, ധനവാൻ, യുവതി
ധനിക - ഗുണവതി, ഭാര്യ, സമ്പത്തുള്ള
ധനു - അഞ്ചാമത്തെ മലയാള മാസം, മണൽത്തിട്ട, വൃത്തചാപം
ധന്യ - ഉത്തമമായ, ഭാഗ്യമുള്ള, ധാത്രി
ധന്വി - വില്ലാളി, ഇലഞ്ഞി, അർജ്ജുനൻ
ധര - ഭൂമി, ഗർഭപാത്രം, രക്തക്കുഴൽ
ധരം - പർവതം, വിഷം, വാൾ
ധരണം - അരി, സ്തനം, താങ്ങ്
ധരണി - നിലം, കഴുക്കോൽ, ഞരമ്പ്
ധരണിധരൻ - കൃഷ്ണൻ, അനന്തൻ, രാജാവ്
ധരിക്കുക - അണിയുക, വഹിക്കുക, മനസ്സിലാക്കുക
ധർമം - നീതി, ആചാരം, സ്വഭാവം
ധർഷണം - അതിക്രമം, ധിക്കാരം, ശകാരം
ധർഷി - സഹവസിക്കുന്നവൻ, അക്രമി, ധിക്കാരി
ധവൻ - മനുഷ്യൻ, കള്ളൻ, ഭർത്താവ്
ധവളം - വെളുപ്പ്, ശംഖ്, വെളുത്തപക്ഷം
ധാകം - തോണി, കലവറ, കാള
ധാതാവ് - രക്ഷകൻ, വിഷ്ണു, ആത്മാവ്
ധാതു - മൂലഘടകം, പരമാത്മാവ്, വിഭാഗം
ധാത്രി - ഭൂമി, നെല്ലിക്ക, വളർത്തമ്മ
ധാനം - ഇരിപ്പിടം, വിത്ത്, പാത്രം
ധാന്യം - നെല്ല്, ഗോതമ്പ് തുടങ്ങിയവ, നാല് എള്ളിട അളവ്
ധാമം - തേജസ്സ്, ഇരിപ്പിടം, ദേഹം
ധാര - ഇടമുറിയാത്ത പ്രവാഹം, ഒരു ചികിത്സാരീതി, കൂട്ടം
ധാരം - അഗാധസ്ഥലം, മഴ വെള്ളം, ആലിപ്പഴം
ധാരണ - വിശ്വാസം, വഹിക്കൽ, ഓർമ്മ
ധാവനി - ഓരില, അലക്കുകമ്പനി, പെരുമല്ലി
ധിഷണ - ബുദ്ധി, ഭാഷണം, അറിവ്
ധിഷ്ണ്യം - ഹോമാഗ്നികുണ്ഡം, ശക്തി, നക്ഷത്രം
ധീ - ബുദ്ധി, ധ്യാനം, ചിന്ത
ധീരം - കടൽ, കുങ്കുമം, ധീരതയോടെ
ധീവരി - മുക്കുവത്തി, ചാട്ടുളി, മീൻകുട്ട
ധുരം - നുകം, ഭാരം, വിചാരം
ധുരാധുരം - കാള, ചുമട്ടുമൃഗം, ഒരു ദേശം
ധൂകം - കാറ്റ്, ഇലഞ്ഞി, സമയം
ധൂത - ഭാര്യ, അവഗണിക്കപ്പെട്ട, വീശപ്പെട്ട
ധൂമം - പുക, മൂടൽമഞ്ഞ്, നീരാവി
ധൂമകേതു - അഗ്നി, വാൽനക്ഷത്രം, വിനാശകാരി
ധൂമിക - ഇരുവുൾമരം, മൂടൽമഞ്ഞ്, നീരാവി
ധൂമ്രം - പാപം, അറബി കുന്തുരുക്കം, ദുഷ്ടത
ധൂർത്തം - പീഡനം, വിളയുപ്പ്, ഉമ്മത്ത്
ധൂർത്തകൻ - കള്ളൻ, കുറുക്കൻ, ചതിയൻ

ധൂസരം - കഴുത, പ്രാവ്, ചാര നിറം
ധൂളി - പൊടി, കൊള്ളരുതാത്തത്, വേശ്യ
ധൃത - അണിഞ്ഞ, വഹിക്കപ്പെട്ട, സ്വീകരിച്ച
ധൃതി - തിരക്ക്, ധൈര്യം, വഹിക്കൽ
ധേനു - ഭൂമി, പശു, പെൺമൃഗം
ധോരണി - ക്രമം, പാരമ്പര്യം, വഴി
ധൗതം - പ്രകാശമുള്ള, മിനുസമാക്കിയ, കഴുകി ശുദ്ധമാക്കിയ
ധ്രുവ - ഉറപ്പുള്ള, സ്ഥിരമായ, പതിവ്രത
ധ്വജം - കൊടിക്കൂറ, അഹങ്കാരം, കൊടിമരം
ധ്വജി - രഥം, മയിൽ, സർപ്പം
ധ്വനി - ശബ്ദം, വാക്ക്, ആന്തരാർത്ഥം
നം - ഐശ്വര്യം, രത്നം
നക - ആഭരണം, പല്ല്
നകുലം - കുങ്കുമം, കീരി
നകുലി - ഇലവ്, ജടാമാഞ്ചി, പാർവതി
നക്തം - ഇരുട്ട്, മഞ്ഞൾ
നക്രം - മകരം രാശി, മുതല, മൂക്ക്
നഖം - പുലിച്ചുവടി, ഇരുപത് എന്ന സംഖ്യ
നഖായുധം - കടുവ, സിംഹം
നഗം - മരം, സർപ്പം, പർവതം
നഗരി - നഗരാധിപതി, നഗരവാസി
നഞ്ഞ് - മദം, അപഥ്യാഹാരം
നട - നടപ്പ്, പാത
നടം - അഭിനയം, അശോകം,
നടക്കുക - പോകുക, സാധിക്കുക,
നടപടി - പെരുമാറ്റം, നിയമ സംഹിത
നടപ്പ് - പതിവ്, നിലവിലിരിക്കൽ
നന്ദം - ആനന്ദം, നവനിധികളിൽ ഒന്ന്
നന്ദനൻ - പുത്രൻ, രാജാവ്
നന്ദി - കൃതജ്ഞത, നന്മ
നന്ദിനി - മകൾ, തുളസി
നന്ദ്യാവർത്തം - നന്ത്യാർവട്ടം, അരയാൽ,
നഭശ്ചരൻ - വായു, ആകാശസഞ്ചാരി
നഭശ്ചാരി - നക്ഷത്രം, മേഘം, പക്ഷി
നഭസ്സ് - ആകാശം, അന്തരീക്ഷം
നമതം - പുക, കമ്പിളിത്തുണി
നമനം - വളവ്, നമസ്കാരം
നയം - ആഗ്രഹം, ഭക്തി
നർത്തകൻ - ശിവൻ, നൃത്തം ചെയ്യുന്നവൻ
നർത്തകി - മയിൽ, നൃത്തം ചെയ്യുന്നവൾ
നലം - നന്മ, സ്നേഹം,
നളം - താമര,സൗരഭ്യം, വീതി
നളദം - ജടാമാഞ്ചി, രാമച്ചം, ചെമ്പരത്തി
നളി - അഹങ്കാരം, എട്ടുകാലി, തേൾ
നളിനം - താമര, താമര, ക്കോഴി വെള്ളം
നളിനി - താമരത്തണ്ട്,ലക്ഷ്മീ ദേവി
നാകു - സ്ത്രീത്വം, തൈ, ശംഖ്
നാഗം - സർപ്പം, കുരങ്ങ്, സിന്ദൂരം
നാഗദന്തി - വേലിപ്പരുത്തി, ഒരൗഷധസസ്യം
നാഗരം - നാരകം, ക്ഷീണം
നാഗി - ശിവൻ, പാമ്പാട്ടി, പിടിയാന
നാഡി - ഞരമ്പ്, നാഴിക,കുഴൽ
നാഥൻ - ഈശ്വരൻ, ഉടമസ്ഥൻ
നാദേയം - നദീജലം, ഇന്തുപ്പ്
നാദേയി - നാരകം, പടവലം, മൂഞ്ഞ
നാന്ദി - തുടക്കം, സന്തോഷം
നാമം - പേര്, ചേതന
നാരം - വെള്ളം, പായൽ
നാരി - സ്ത്രീ, തേൻ, ഭാര്യ
നാസിക - മൂക്ക്, പൂമുഖം, അശ്വിനി
നാഹം - ബന്ധനം, ചുറ്റളവ്
നാളം - താമരവളയം, കുഴൽ
നാളി - കുഴൽ, നാഴി
നാളീകം - താമരപൊയ്ക, അമ്പ്
നികരം - കെട്ട്, നിധി, കൂന

നികാമം - യഥേഷ്ടം, ഏറ്റവും
നികായം - ലക്ഷ്യം, വായു
നികാരം - ചതി, തർക്കം
നികാശം - പ്രകാശം, സാദൃശ്യം
നികൃത - അപമാനിക്കപ്പെട്ട, നിന്ദ്യമായ, നീക്കപ്പെട്ട
നികൃതി - നീചൻ, നിന്ദ
നികൃന്തനം - മുറിക്കൽ, ഒരു നരകം
നികേതനം - സങ്കേതം, ക്ഷേത്രം
നിഗമം - പ്രമാണം, തെരുവ്
നിഗരണം - ഹോമധൂമം, വിഴുങ്ങൽ
നിഗ്രഹം - പരാജയം, ശകാരം
നിഘം - പന്ത്, പാപം
നിഘൃഷ്ടം - പന്നി, കുളമ്പ്
നിദർശനം - ഉദാഹരണം,ദർശനം
നിദാഘം - വേനൽക്കാലം, ചൂട്
നിദാനം - നിത്യവൃത്തി, അവസാനം
നിദേശം - ആജ്ഞ, വിവരണം
നിധനം - വംശം, അവസാനം
നിധാനം - വിശ്രമസ്ഥാനം, ഇരിപ്പിടം
നിധി - സഞ്ചിതധനം, ഖജനാവ്, സമുദ്രം
നിനവ് - ആലോചന, വിചാരം, കനവ്
നിപാതം - വീഴ്ച, യാദൃച്ഛിക സംഭവം
നിപാനം - കറവപ്പാത്രം, ജലാശയം
നിബന്ധം - ബന്ധനം, രചന
നിബന്ധനം - ആശ്രയം, കാരണം
നിഭൃത - അനക്കമില്ലാത്ത, വിനയം
നിമന്ത്രണം - വിളിച്ചു വരുത്തൽ, സ്വകാര്യം പറയൽ
നിമ്ന - കുഴിഞ്ഞ, മുഴുകിയ
നിംബതരു - വേപ്പ്, മുരുക്ക്, പവിഴമല്ലി
നിയമനം - നിയോഗിക്കൽ, വ്യവസ്ഥപ്പെടുത്തൽ, നിവാരണം
നിര - പാളി, കൂട്ടം
നിരഞ്ജന - അജ്ഞാനമില്ലാത്ത, കളങ്കമില്ലാത്ത
നിരഞ്ജനം - പരബ്രഹ്മം, നിറവ്
നിരന്തരം - ദൃഢമായി, പെട്ടെന്ന്
നിരയം - പാപം, നരകം, ദുഃഖം
നിരാകാരം - ആകാശം, മോക്ഷം
നിരൂപണം - ആലോചന, പരിശോധന, വിമർശനം
നിരൃതി - തിന്മ, നിരൃതികോൺ, ആപത്ത്
നിർഗമം - പുറത്തേയ്ക്ക് വരൽ, വാതിൽ
നിർഘാതം - ഇടിമുഴക്കം, കൊടുങ്കാറ്റ്, നാശം
നിരത്ധരം - അരുവി, ജലപ്രവാഹം, ഉമിത്തീ
നിർണയം - ഉറപ്പ്, തീരുമാനം, പരിഗണന
നിര്യാണം - തിരോധാനം, മരണം, മോക്ഷം
നിർവേദം - വിരക്തി, ഒരു സഞ്ചാരി ഭാവം, നിസ്സംഗത
നില - അവസ്ഥ, നിൽപ്പ്, ആചാരം
നിലം - വയൽ, മണ്ണ്
നിലയം - ഭവനം, അസ്തമയം
നിവർത്തനം - ഉപേക്ഷിക്കൽ, ഇല്ലാതാകൽ, പിൻവാങ്ങൽ
നിവാസം - രാത്രി, സ്ഥലം
നിവൃത്തി - കഴിവ്, തിരിച്ചുവരവ്
നിവേശം - കുടിയേറ്റം, കടന്നുചെല്ലൽ
നിവേശനം - പ്രവേശിക്കൽ, വിശ്രമ സ്ഥലം, വിവാഹം
നിശ - സ്വപ്നം, മഞ്ഞൾ
നിശാചരം - കുറുക്കൻ, മൂങ്ങ
നിശാചരൻ - പിശാച്, കള്ളൻ
നിശാന്തം - അന്തഃപുരം, വീട്
നിഷ്കുടം - വാതിൽ, മരപ്പൊത്ത്
നിഷംഗം - വാൾ, ചേർച്ച
നിഷ്കൃതി - പരിഹാരം, അവഗണിക്കൽ
നിസർഗ്ഗം - സ്വതഃസിദ്ധസ്വഭാവം, സൃഷ്ടി
നിഴൽ - തണൽ, അഭയം
നിറം - വർണ്ണം, മേന്മ
നീകാശം - സാദൃശ്യം, സത്യം
നീധ്രം - വനം, രേവതി നക്ഷത്രം
നീപം - താഴ്‌വര, കടമ്പ്
നീരജം - താമര, രാമച്ചം

നീരസം - മാതളം, അരുചി, താത്പര്യമില്ലായ്മ
നീര് - ജലം, ചാറ്, ശരീരത്തിലുണ്ടാകുന്ന വീക്കം
നീല - ഒരു നിറം, അമരി, ഭൂമി
നീലം - മരതകം, ശരീരത്തിലെ മറുക്
നീലകം - കരിമാൻ, നത്ത്
നീലകണ്ഠം - മയിൽ, കറുത്തവണ്ട്
നീലാംബരം - നീലനിറമുള്ള വസ്ത്രം
നീലി - നീല നിറമുള്ളവൾ, അമരി
നീവി - മടിക്കുത്ത്, പന്തയം
നൂല് - നിയമം, തന്ത്രം
നൂറ് - പൊടി, അന്നജം, ചുണ്ണാമ്പ്
നെറി - വഴി, ധർമബോധം, അഭിമാനം
നേര് - സത്യം, വളവില്ലായ്മ
നോവ് - വേദന, പ്രസവവേദന, സുഖക്കേട്
ന്യായം - യോഗ്യത, നീതി
പകർച്ച - മാറ്റം, സംക്രമം, ഭാവഭേദം
പകിട്ട് - ആഡംബരം, ഉപായം, വഞ്ചന
പക്കം - തിഥി, വീട്
പക്വം - പാകപ്പെടുത്തിയ അന്നം, പഴം
പക്ഷം - ഇഷ്ടം, പക്ഷിയുടെ ചിറക്
പക്ഷി - പറക്കുന്ന ജീവി, കിളി,
പക്ഷ്മം - താമരയല്ലി, ചിറക്
പങ്കം - ചെളി, പാപം
പങ്ക്തി - വരി, കൂട്ടം
പചനം - പാകം ചെയ്യൽ, പാകം ചെയ്യാനുള്ള പാത്രം
പച്ച - പച്ചനിറം, മരതകകല്ല്
പഞ്ചജനൻ - ആത്മാവ്, അസുരന്മാരിലൊരുവൻ
പട - സൈന്യം, കൂട്ടം
പടലം - കൂട്ടം, അദ്ധ്യായം, പരിവാരം
പടീരം - മുയൽ, ചന്ദനം
പട്ട - മരത്തൊലി, അരക്കച്ച
പട്ടം - ഒരു കടലാസ് കളിക്കോപ്പ്, ഒരു പദവി
പട്ടി - തൊഴുത്ത്, കൂലി
പണി - കൗശലം, ജോലി
പതനം - മരണം, വീഴ്ച
പതം - വകുപ്പ്, കൈപ്പത്തി
പത്ത് - ഒരു സംഖ്യ, വയൽ, ചെലവ്
പത്രകം - കടലാസ്, പച്ചില
പത്രം - ഇല, വർത്തമാനക്കടലാസ്
പത്രി - തേര്, അമ്പ്,പർവതം,
പഥ്യം - യോഗ്യത, ഇഷ്ടം
പദം - കാൽപ്പാട്, അടയാളം
പദവി - സ്ഥാനം, വഴി, പുണ്യലോകം
പന്തം - തീപ്പന്തം, അഴക്, മതിൽ
പന്തി - വരി,ക്രമം, ഭാഗം
പയോധരം - മേഘം, മേരു, മുല
പർജന്യം - മഴമേഘം, വൃഷ്ടി
പർണം - ഇല, ചിറക്, പച്ചില
പരം - പരലോകം, അകലെ
പരമം - ബ്രഹ്മപദം, അതിശ്രേഷ്ഠം
പരാഗം - പൂമ്പൊടി, ചന്ദനം
പരികരം - കട്ടിൽ, ആരംഭം, പരിവാരം
പരിഗ്രഹം - ശാപം, ഭാര്യ
പരിച്ഛദം - പരിജനം, വസ്ത്രം
പരിണാമം - വികാസം, പക്വത,
പരിധി - ചുറ്റളവ്, വേലി
പരിപ്ലവം - തോണി, ഇളക്കം, വെള്ളപൊക്കം
പരിഭവം - വിഷമം, നിന്ദ, അപമാനം
പരിഭാഷ - വ്യാഖ്യാനം, സംഭാഷണം
പരിവർത്തനം - പ്രതിഫലനം, കാലഗതി, പിൻതിരിയൽ
പരിവേദനം - വിലാപം, വിവാദം, വിവാഹം
പരിഹാരം - നീക്കുപോക്ക്, തള്ളിക്കളയൽ
പര്യന്തം - അതിർത്തി, അവസാനം, ദൂരം
പര്യയം - എതിർപ്പ്, കുഴപ്പം

പല്ലവം - തളിര്, അനുരാഗം, ചെഞ്ചായം
പവിത്രം - ദർഭ, ചാണകം, പൂണുനൂൽ
പശു - അഗ്നി, ജീവൻ
പാകം - തുല്യത, പക്വത
പാടീരം - ചന്ദനം, ജലദോഷം
പാട് - അവസരം, അധ്വാനം
പാട്ടം - കൂലി, വാടക
പാദം - കാൽ, ഭാഗം, ശ്ലോകത്തിന്റെ ഒരു വരി
പാരീരണം - ഉപ്പ്, വടി, പട്ട്
പാവകൻ - അഗ്നി, വിഷഹാരി, സന്യാസി
പാവനം - അഗ്നി, രുദ്രാക്ഷം, ജലം
പിഞ്ഛം - ചിറക്, തൂവൽ
പിഞ്ജ - കൊല, കൂട്ടം
പിഠരം - കടക്കോൽ, കലവറ
പിണർ - ബന്ധിപ്പിക്കൽ, നുകം, മിന്നൽക്കൊടി
പിണി - പിശാച്, ഗർഭം
പിണ്ഡം - എള്ളിൻപിണ്ണാക്ക്, ശരീരം
പിനാകം - ശിവധനുസ്സ്, അഭ്രകം, മണിമാല
പീത - ഗോരോചനം, മഞ്ഞൾ
പീതം - മഞ്ഞ, താമരയല്ലി
പീഥം - കാലം,ജലം
പീലു - പൂവ്, അണു, അമ്പ്
പുകിൽ - കലഹം, ഈർപ്പം, ഘോഷം
പുച്ഛം - വാൽ, പിൻഭാഗം
പുട - ഭൂമി, ദിക്ക്, സ്ഥലം
പുടം - മുടി, മടക്ക്
പുണ്ഡരീകം - വെളുത്ത നിറം, നെറ്റിക്കുറി
പുണ്യം - പരിശുദ്ധി, സുകൃതം, മനോഹരവസ്തു
പുന - പുതുമ, ചമയം, വസ്ത്രം
പുര - വീട്, കിഴക്ക്, കോട്ട
പുരം - നഗരം, ശരീരം, കോട്ട
പുരവി - വയൽ, കുതിര
പുരി - നഗരം, ഭവനം, രാജധാനി
പുലം - വയൽ, ഇന്ദ്രിയം, കാലിത്തൊഴുത്ത്
പുഷ്കരം - നീലത്താമര, ആകാശം
പുഷ്കരിണി - താമരപൊയ്ക, പിടിയാന, തീർത്ഥകുളം
പുഷ്പം - അനുരാഗം, ശ്വാസകോശം
പുറം - മറുവശം, കടലാസിന്റെ ഒരു പുറം
പൂഗം - അടയ്ക്ക, കമുക്, സ്വഭാവം
പൂരം - ഒരു ഉത്സവം, കായം, ഒഴുക്ക്
പൃഥ്വി - ഭൂമി, അദിതി, പെരുങ്കായം
പേശി - ഇടിനാദം, ചെരിപ്പ്
പൊട്ട് - തിലകം, അടയാളം, പൊട്ടൽ
പോക്ക് - അവസാനം, യാത്ര
പോതം - ഉടുപ്പ്, കുട്ടി
പ്രണിധി - പ്രതിജ്ഞ, ശ്രദ്ധ
പ്രതി - കേസിലെ പ്രതി, മറുപടി, സാദൃശ്യം
പ്രതിഗ്രഹം - വിവാഹം, ആനുകൂല്യം
പ്രതിഭ - ശോഭ, ബുദ്ധിവിശേഷം, പ്രതിബിംബം
പ്രതിമാനം - ചിത്രം, മാതൃക, നിഴൽ
പ്രതിഷ്ഠ - ദേവവിഗ്രഹം, സ്ഥലം
പ്രത്യയം - വിശ്വാസം, ശപഥം, ജ്ഞാനം
പ്രദർശനം - ബോധനം, ഉദാഹരണം
പ്രദോഷം - സന്ധ്യ, കുറ്റം, ലഹള
പ്രപഞ്ചം - അപഗ്രഥനം, വിപരീതഭാവം
പ്രപാതം - വീഴ്ച, തീരം,വെള്ളച്ചാട്ടം
പ്രബോധനം - ഉപദേശിക്കൽ, അറിവ്, ഉണർത്തൽ
പ്രബോധം - അന്തർജ്ഞാനം, വികാസം, ഉണർവ്
പ്രഭവം - ജന്മകാരണം, മഹത്വം, ഉത്ഭവം
പ്രഭു - രസം, ശക്തൻ,ധനികൻ
പ്രമാണം - ഹേതു, തെളിവ്
പ്രയോഗം - വിനിയോഗം,ആധാരം, പ്രവൃത്തി, ഫലം

പ്രവാളം - തളിര്, പവിഴം, നാമ്പ്
പ്രസക്തി - സംബന്ധം,സ്നേഹം, ലാഭം
പ്രസംഗം - അവസരം, ഉപന്യാസം, പ്രഭാഷണം
പ്രസരം - പരക്കൽ, സമയം, സാമർത്ഥ്യം
പ്രസവം - പേര്,ഉത്പാദനം, തളിര്
പ്രസാദം - ദേവോച്ഛിഷ്ടം, ദയ, അനുഗ്രഹം
പ്രസ്തുതം - ഉപമേയം,ആലോചനാ വിഷയം, വർണ്ണ്യവിഷയം
പ്രാസം - ഒരു ശബ്ദാലങ്കാരം, ഏറ്, കുന്തം
പ്രാസാദം - ഒരു മന്ത്രം, ക്ഷേത്രം
പ്രിയ - ഭാര്യ, മുല്ലവള്ളി
പ്രൗഢ - കഠിനമായ, കനത്ത
പ്രൗഢി - ഗാംഭീര്യം, തർക്കം
പ്ലവനം - നീന്തൽ, മീൻ
പ്ലാവം - ജലം, അരിക്കൽ
പ്ലുതം - മുയൽ, ചാട്ടം
ഫണി - സർപ്പം, കർപ്പൂരതുളസി, പതഞ്ജലി
ഫലകം - പരിച, താമരയല്ലി
ഫലം - പ്രയോജനം, പുണ്യം
ഫലിതം - പൊളിഞ്ഞത്
ഫല്ഗു - നിസ്സാരമായ, വസന്തം
ഫാലം - നെറ്റിത്തടം, ഉഴുത വയൽ, മാതളനാരകം
ബന്ധകം - ചിറ, വധം, തണ്ട്
ബന്ധം - കെട്ട്, കാരണം, സംഗം
ബന്ധു - കുടുംബാംഗം, സ്നേഹിതൻ
ബലജം - വയൽ, യുദ്ധം
ബലം - ശക്തി, രക്തം
ബഹുലം - ആകാശം, കറുത്തപക്ഷം
ബാണം - അമ്പ്, അഗ്നി
ബാധ - രോഗം, തടവ്
ബിന്ദു - പൂജ്യം, ദന്തക്ഷതം
ബിംബം - പ്രതിമ, സൂര്യമണ്ഡലം, കണ്ണാടി
ബീജം - വിത്ത്, ശുക്ലം
ബുധൻ - നവഗ്രഹങ്ങളിലൊന്ന്, ബുധനാഴ്ച
ബുഷം - പതിര്, തൈരുകട്ട

ബ്രഹ്മി - വാക്ക്, വിപ്രപത്നി
ഭക്തം - ചോറ്, പൂജ
ഭക്തി - സേവ, ഈശ്വരഭക്തി, അടുക്ക്
ഭംഗി - മുഖസ്തുതി, വിഭാഗം
ഭംഗം - തടസ്സം, പരമ്പര
ഭംഗുര - ക്ഷണികമായ, വളഞ്ഞ, ചണവിത്ത്
ഭദ്രം - കരുതൽ, വിസ്താരം
ഭല്ലുകം - കരടി, പലകപ്പയ്യാനി
ഭവം - സുഖം, ഉത്പ്പത്തികാരണം
ഭവ്യം - ഭാവി, ഉണ്മ, വിനയം
ഭസ്മകം - സ്വർണ്ണം, ദഹനക്കുറവ്
ഭസ്മം - സ്ഥലം, നാലിലൊന്ന്
ഭാണ്ഡം - ആഭരണം, വിലയേറിയ വസ്തു
ഭാമം - ശോഭ, കോപം
ഭാരതി - സരസ്വതി,നാട്യവിദ്യ
ഭാവന - ബഹുമാനം, പ്രത്യക്ഷ ജ്ഞാനം
ഭാവം - ആശയം, മനസ്സ്
ഭാഷ - സംസാരഭാഷ, ആകൃതി, നിർവചനം
ഭീരു - ഭയമുള്ളവൻ, കരടി, നിഴൽ
ഭീഷണം - ഭയം, കുന്തുരുക്കം, പ്രാവ്
ഭുജംഗം - ആയില്യം നക്ഷത്രം, എട്ട്
ഭുജം - കൈ, വളവ്, മരക്കൊമ്പ്
ഭൂതം - കഴിഞ്ഞ കാലം, ജനം
ഭൂതി - ഐശ്വര്യം, പിച്ചകം
ഭൂമി - ധര, രാജ്യം
ഭൂമിക - പ്രദേശം, ആമുഖം
ഭൃംഗം - വണ്ട്, അഭ്രം, ധൂർത്തൻ
ഭേദം - വ്യത്യാസം,വിടവ്, കുറവ്
ഭോഗം - വിഷയസുഖാനുഭവം, ആദായം, സന്തോഷം
ഭോഗി - സുഖി, വിടൻ
ഭോജ്യം - കലവറ, ലാഭം
ഭ്രമം - കറക്കം, ജലം
അംശകം - അംശം, ഓഹരിവിഭാഗം
ഭ്രമരം - വണ്ട്, അരക്ക്, കുശവന്റെ ചക്രം

മഞ്ചം - മേട, തട്ട്
മഞ്ജുഷ - പൂക്കൂട, ആഭരണപ്പെട്ടി, കല്ല്
മടങ്ങ് - ഇരട്ടി, ഗുണം, പ്രാവശ്യം
മടി - അലസത, മടിത്തട്ട്, മടക്ക്
മണം - ഗന്ധം, വിവാഹം, മേന്മ
മണി - അമ്പലത്തിലെ മണി, രണം, സമയം
മണ്ഡലം - ഗോളം, പരിവേഷം, സഞ്ചാരപഥം
മതി - ബുദ്ധി, മനസ്സ്, ചന്ദ്രൻ
മഥനം - കലക്കൽ, അരളി
മദം - അഹങ്കാരം, ഭ്രാന്ത്, കാമാധിക്യം
മധു - വസന്തം, ജലം
മധ്യം - അരക്കെട്ട്, ഇടത്തരം, ഉദരം
മനസ്സ് - ഹൃദയം, അറിവ്, പ്രാണൻ
മനോജ്ഞം - മാവ്, മുല്ല, അഴകേറിയത്
മന്ഥം - അരണി, സൂര്യരശ്മി
മരീചി - കൃഷ്ണൻ, രശ്മി, കാനൽജലം
മരു - മണൽക്കാട്, പാറ
മലം - അഴുക്ക്, പാപം, മലർ
മലിനം - അഴുക്ക്, പാതകം, കറുപ്പ്
മല്ലം - മഷി, താമരപ്പൂവ്, കവിൾത്തടം
മസ്കരി - ചന്ദ്രൻ, ജ്ഞാനി
മഹം - ശോഭ, ഉത്സവം
മഹസ്സ് - വലിപ്പം, ജലം, തേജസ്സ്
മഹാകായം - ഗജം, വലിയ ശരീരം, പെരുങ്കായം
മഹാധനം - കൃഷി, അറബി കുന്തുരുക്കം
മഹാനാദം - സിംഹം, മേഘം, കർണ്ണം
മഹാമാരി - പെരുമഴ, പകർച്ചവ്യാധി, നീർക്കാമ്പ്
മഹി - പശു, ഭൂമി
മാടം - കുടിൽ, കാവൽപ്പുര
മാട് - കന്നുകാലി, കുന്ന്
മാത് - ലാവണ്യം, സ്ത്രീ
മാനം - അഭിമാനം, തെളിവ്
മായ - കൺക്കെട്ട്, മിഥ്യയായത്
മാർഗ്ഗം - പാത, ഉപായം, അന്വേഷണം
മാരം - അനുരാഗം, കാള
മാല - പൂമാല, ഒരാഭരണം
മാലം - വയൽ, ഉയർന്ന പ്രതലം
മാറ് - നെഞ്ച്, തുല്യം, കൈമാറ്റം
മാറ്റം - വ്യത്യാസം, മറുപടി, സ്ഥലംമാറ്റം
മുകുരം - പൂമൊട്ട്, വള്ളിമുല്ല
മുകുളം - ശരീരം, വിടർന്നു തുടങ്ങിയ മൊട്ട്, ആത്മാവ്
മുഖം - വദനം, ദിക്ക്, പൂമുഖം
മുടി - കേശം, കിരീടം, ശിരോ ഭൂഷണം
മുദ്ര - അടയാളം, അച്ച്, പതക്കം
മുനി - സന്യാസി, മാവ്, ഗുളികൻ
മൂർത്തി - വിഗ്രഹം, മൂർദ്ധാവ്
മൂരി - പഴമ, വലിയ തിരമാല
മൂലം - അടിസ്ഥാനം,
മേഖല - അരഞ്ഞാൺ, പൂണൂൽ, മലഞ്ചെരിവ്
മേചകം - മേഘം, പുക
മേനി - ശരീരം, മുഖസ്തുതി, നിറം
മോദം - പരിമളം, സന്തോഷം, ലഹരി
മൗലി - ഭൂമി, കിരീടം
യക്ഷം - യാഗം, ശ്വാനൻ
യമൻ - കാലൻ, സാരഥി
യമനം - നിയന്ത്രണം, വിരാമം, ബന്ധിക്കൽ
യവനം - അറബിക്കുതിര, ഗ്രീക്ക്, ഗോതമ്പ്
യവം - ബാർലി, തോരൻപയർ, ഒരു അളവ്
യഷ്ടി - ഗദ, ഉലക്ക
യാ - ഗതി, ഉപസ്ഥം
യാനം - വഴി, വാഹനം
യുക്തം - നുകം, ന്യായമായത്
യുഗം - കാലഘട്ടം, തലമുറ, യുഗ്മം

യോഗം - കൂടിച്ചേരൽ, സംഭോഗം, മോക്ഷമാർഗ്ഗം
രജതം - കൈലാസം, രക്തം
രജനി - രാത്രി, മഞ്ഞൾ, അരക്ക്
രജസ്സ് - രജോഗുണം, പാപം, കുറ്റം
രതി - വിഷയാസക്തി, രതിഭാവം, ആസ്വാദനം
രഥം - തേര്, ശരീരം, പാദം
രന്ധ്രം - ദ്വാരം, അവസരം, സമയം
രക്തം - നിണം, ചുവന്ന നിറം, സിന്ദൂരം
രംഗം - സദസ്സ്, നിറം, പടക്കളം
രചന - സാഹിത്യസൃഷ്ടി, ചമയം, നിർമിതി
രംഭ - ഒരു അപ്സരസ്സ്, അലർച്ച
രവി - സൂര്യൻ, അഗ്നി, നായകൻ
രശ്മി - കിരണം, മരീചിക, കയർ
രസനം - നാവ്, നിലവിളി, രുചി
രസം - ഒരു കറി, രുചി, ചാറ്
രാഗം - പ്രേമം, നിറം, മനോവികാരം
രാജാവ് - ഭൂപതി, ഇന്ദ്രൻ, കർപ്പൂരം
രാത്രം - അറിവ്, നിശ
രാശി - കൂട്ടം, രാശിചക്രം, കൂമ്പാരം
രീതി - അതിര്, രേഖ
രുചി - സ്വാദ്, ശോഭ, അത്യാസക്തി
രൂപം - അടയാളം, മാതൃക
രോഹം - തളിർ, ഉയർച്ച
ലക്ഷണം - അടയാളം, പ്രമാണം, രോഗസൂചന
ലക്ഷം - ഒരു സംഖ്യ, ഇര, ഉന്നം
ലത - വള്ളിച്ചെടി, മുത്തുമാല, കുരുക്കുത്തിമുല്ല
ലലാമം - കുതിര, ശിരോലങ്കാരം
ലാഘവം - അശ്രദ്ധ, ഭാരക്കുറവ്, ലഘുത്വം
ലിപി - എഴുത്ത്, അക്ഷരചിഹ്നം, അക്ഷരമാല
ലേഖ - ലിപി, ശിഖ
ലോപം - കുറവ്, നശിപ്പിക്കൽ, തിരോധാനം
ലോഹം - ഇരുമ്പ്, ആയുധം, രക്തം
ലോഹിതം - രക്തം, ചെമപ്പുനിറം
വചനം - വാക്ക്, ഉച്ചാരണം
വടം - പേരാൽ, മാല
വട്ടം - വൃത്തം, തവണ, താളവട്ടം
വധം - ഹത്യ, നശിപ്പിക്കൽ, താഡനം
വനജം - നീലത്താമര, മുത്തങ്ങ
വനം - ജലം, കൂട്ടം
വപുസ്സ് - ശരീരം, സ്വഭാവം, സൗന്ദര്യം
വംശം - ഗോത്രം, മുള, സന്തതി പരമ്പര
വംശി - ഓടക്കുഴൽ, തൂക്കം, രക്തധമനി
വമി - ഛർദ്ദി, അഗ്നി, രോഗം
വർണ്ണം - നിറം, ജാതി, അഴക്
വർണ്ണി - കിളി, സവർണ്ണൻ, ചായപ്പണിക്കാരൻ
വർത്തുളം - പയർ, പന്ത്
വർഷം - മഴ, സംവത്സരം, മേഘം
വരാഹം - പന്നി, മേഘം, ഉത്തമ ദിനം
വലജം - വാതിൽ, രാജധാനി, യുദ്ധം
വലയം - വളയം, അരഞ്ഞാൺ
വല്ക്കം - മരവുരി, ഖണ്ഡം, ഇനാമൽ
വല്ലഭൻ - ഭർത്താവ്, ഇടയൻ, ശക്തൻ
വല്ലം - കുട്ട, വാഴ
വല്ലരം - വള്ളിക്കുടിൽ, അകിൽ, കാട്
വശ - വയന, അനുസരണ യുള്ളവൾ
വശം - പാർശ്വം, ശീലം, ശേഷി
വസനം - വസ്ത്രം, വീട്, അരഞ്ഞാൺ
വസു - സൂര്യൻ, രശ്മി
വളം - സസ്യങ്ങൾക്കിടുന്ന വളം, അഴക്, തഴുപ്പ്
വഴക്കം - ഒതുക്കം, വിനയം, വിനയം

വഴി - വീഥി, മതം, മാർഗ്ഗദർശി
വാക്ക് - സരസ്വതി, ഭാഷ, പൂർണ്ണത
വാചികം - വാക്യം, മൊഴി
വാജം - നെയ്യ്, വേഗം, ശബ്ദം
വാട - മണം, തെരുവ്, ദുർഗന്ധം
വാടി - ഉദ്യാനം, വീട്, വഴി
വാണി - സരസ്വതി, ഭാഷണം
വാതകം - ആവി, ഒരു ദ്രവ്യാവസ്ഥ, ചെമ്പ്
വാദം - തർക്കം, മറുപടി, വ്യാഖ്യാനം
വാനം - ആകാശം, കെട്ടിടങ്ങളുടെ അടിസ്ഥാനം
വാമ - സുന്ദരി, സ്ത്രീ, നീളം കുറഞ്ഞ
വാമം - മനോഹരം, ദുഷ്ടത
വാരണം - ആന, തടസ്സം, ഒഴിവാക്കൽ
വാരം - ആഴ്ച, മാളം, പ്രാവശ്യം
വാരി - ചതിക്കുഴി, വാരിയെല്ല്
വാശി - ശാഠ്യം, പന്തയം, വെല്ലുവിളി
വാഴ്വ് - ജീവിതം, ഭരണകാലം, പ്രകാശം
വികിരം - പക്ഷി, മണൽ, തുണ്ട്
വിക്ഷേപം - ആട്ടം, ചിതറൽ
വിഗ്രഹം - ശരീരം, ആകൃതി, വ്യാപ്തി
വിജ്ഞാപനം - പരസ്യം, അറിവ്, അദ്ധ്യാപനം
വിതാനം - ബലി,വിസ്താരം
വിധാതാവ് - വിധി, ബ്രഹ്മാവ്, സ്രഷ്ടാവ്
വിധാനം - ഉപായം, നിർവഹണം, പ്രവൃത്തി
വിധു - കർപ്പൂരം, വായു
വിന - കർമം, ഉദ്യമം, യുദ്ധം
വിനയം - അച്ചടക്കം, മര്യാദ, താഴ്മ
വിപര്യയം - നാശം, വിപത്ത്, അതിക്രമം
വിപ്ലവം - പരിവർത്തനം, കലാപം, ഉപദ്രവം
വിഭു - നാഥൻ,കാലം
വിഭ്രമം - സൗന്ദര്യം, സംശയം, തെറ്റ്
വിമർദ്ദനം - മർദ്ദിക്കൽ, ഗ്രഹണം, നശിപ്പിക്കൽ
വൃത്തം - ചരിത്രം, അനുഷ്ഠാനം
വൃദ്ധി - പലിശ, കയറ്റം, പുരോഗമനം
വൃഷഭം - മയിൽപ്പീലി, സുകൃതം, കാള
വൃഷ്ണി - ശ്രീകൃഷ്ണൻ, മേഘം, ഇടയവംശം
വെള്ള - വെണ്മ, ചക്രം, കുമ്മായം
വെള്ളം - പാനീയം, ജലം, പാനീയം
വെറി - വെയിൽ, കോപം, ചൂട്
വേദന - നൊമ്പരം, അറിവ്
വേല - കാലം, ജോലി, അതിര്
വൈകുണ്ഠം - വിഷ്ണുലോകം, അഭ്രകം, തുളസി
വൈക്ലബ്യം - സംഭ്രമം, പാരമ്പര്യം
വൈഭവം - മഹത്വം, ശക്തി, സമ്പത്ത്
വൈരം - ശത്രുത, കടുപ്പമേറിയത്,
വ്യക്തി - വിഭജനം, ഒരാൾ, സ്ഫുടത
വ്യഞ്ജനം - അടയാളം, കറിക്കൂട്ട്
വ്യതിരേകം - അതിശയിക്കൽ, ഒരലങ്കാരം
വ്യത്യയം - ലംഘനം, തടസ്സം
വ്യത്യാസം - വിപരീതക്രമം, അനതരം
വ്യസനം - ദുരിതം, ലംഘനം, കാറ്റ്
വ്യാഘ്രം - കടുവ, പുലി, ശ്രേഷ്ഠം
ശകടം - വണ്ടി, സൈന്യവ്യൂഹം
ശക്തി - ബലം, വേൽ, പാർവതി
ശക്വരം - പശു, വിരൽ, അരഞ്ഞാൺ
ശപം - ശാപം, ശവം, ശപഥം
ശംബരം - പർവതം, മേഘം, ജലം
ശമലം - പാപം, ആപത്ത്, മലം
ശര്യ - വിരൽ, ബാണം, രാത്രി
ശല്യം - കുന്തം, മുള്ളൻപന്നി
ശാകം - ചീര, ശക്തി, സഹായം

ശാണി - ചണം, കീറിയ വസ്ത്രം, ചാണി
ശാംഭവം - വിഷം, കർപ്പൂരം
ശാർങ്ഗം - വൈഷ്ണവചാപം, പക്ഷി
ശാരങ്ഗം - മാൻ, ആന, തേനീച്ച
ശാരദം - ചെറുപയർ, ആണ്ട്, ഇലഞ്ഞി
ശാരി - ചൂത്, പന്ത്, ആലക്കൊട്ടിൽ
ശിക്ഷ - വിനയം, അഭ്യാസം
ശിഖരി - വൃക്ഷം, ഗിരി, ശിഖരമുള്ള
ശിഖി - മയിൽ, അമ്പ്, വിളക്ക്
ശിപി - ജലം, ചർമ്മം, രശ്മി
ശിമി - അധ്വാനം, വ്യവസായം
ശില - കല്ല്, കന്മദം, കർപ്പൂരം
ശിവം - ശുഭം, മുക്തി, കടലുപ്പ്
ശീതം - തണുപ്പ്, ജലം, ചന്ദനം
ശുക്തം - ചവർപ്പ്, മാംസം, കാടി
ശുക്രം - സ്വർണ്ണം, ജലം, ശുക്ലം
ശുക്ലം - വെള്ളി, വെളുത്തപക്ഷം
ശുചി - സദാചാരം, ശുദ്ധി, കുറ്റവിമുക്തി
ശുഭ്ര - സ്ഫടികം, പഞ്ചസാര, ഗംഗ
ശുൽകം - സ്ത്രീധനം, കരം, പണയം
ശുഷ്മം - എരിക്ക്, ശക്തി, പക്ഷി
ശൃങ്ഗം - താമര, ഉറവ, ഉയരം
ശോണം - രക്തം, സിന്ദൂരം, ചെമപ്പ്
ശോഭ - പ്രകാശം, രശ്മി, ജ്വാല
ശ്യാമ - രാത്രി, യമുന, തണൽ
ശ്യാമം - കറുപ്പുനിറം, ഇന്തുപ്പ്, മേഘം
ശ്യാമളം - അരയാൽ, കുരുമുളക്, കറുപ്പുനിറം
ശ്രമം - സുഖം, അധ്വാനം, വിയർപ്പ്
ശ്രവണം - കീർത്തി, ധനം, കേൾക്കൽ
ശ്രീ - ഐശ്വര്യം, താമര, പ്രയത്നം
ശ്രുതം - ശാസ്ത്രം, കീർത്തി, വേദം
ശ്രുതി - ചെവി, കേഴ്‌വി, വേദം
ശ്രേണി - വരി,തെരുവ്, ഏണി
ശ്വേതം - വെളുപ്പ്, ശംഖ്, വെണ്മേഘം
സക്തി - രാഗം, ചേർച്ച, താത്പര്യം
സങ്കേതം - താവളം, സൂചന, പരോക്ഷപരാമർശം
സതി - പതിവ്രത, ഉടന്തടിചാടൽ
സത്രം - വഴിയമ്പലം, അഭയസ്ഥാനം
സന്ധി - സംയോഗം, സഖ്യം, കൂട്ടുകെട്ട്
സന്നിധാനം - സ്വീകരണം, സാന്നിധ്യം, അർപ്പിക്കൽ
സഭ - സമൂഹം, സമ്മേളനം, നിയമസഭ
സംയമനം - ബന്ധനം, വ്രതപാലനം
സംയോഗം - ഐക്യം, കൂട്ടം, കൂടിച്ചേരൽ
സംവർത്തം - ഒരു കല്പം, ഉരുള
സംസാരം - ലോകം, ഭൗതികജീവിതം, മായ
സമയം - കാലം, ശപഥം, സൂചന
സരണ്യ - മേഘം, അഗ്നി
സാധനം - ഉപായം, വസ്തു, മാരണം
സാനു - താഴ്‌വര, സൂര്യൻ, നിരത്ത്
സാരം - അർഥം, കഴമ്പ്
സിദ്ധി - മോക്ഷം, കാര്യലാഭം
സുഗന്ധം - മണം, ഗന്ധകം, പച്ചില
സുധ - അമൃത്, മദ്യം
സുരഭി - കാമധേനു, തുളസി, കിഴക്കുദിക്ക്
സുരസം - മാധുര്യം, നല്ലരസം, തുളസി
സൂക്ഷ്മം - നോട്ടം, തരി
സൂചി - തയ്യൽസൂചി, വിഷയസൂചി, പട്ടിക
സൂത്രം - പൂണൂൽ, ഉപായം
സൂനു - സന്താനം, സൂര്യൻ, അനുജൻ
സേതു - പാലം, അതിര്

സോപാനം - പടിക്കെട്ട്, ഒരു സംഗീതാലാപനരീതി, കല്പ്പടവ്
സോമം - സോമലത, രശ്മി, ആകാശം
സൗമ്യ - ശാന്തതയുള്ള, അഴകുള്ള
സൗമ്യം - ശാന്തത, സൂക്തം, മുത്ത്
സ്കന്ധം - ശരീരം, കൂട്ടം
സ്തോമം - ധാന്യം, യാഗം, ശിരസ്സ്
സ്ഥാണു - ചിതൽപ്പുറ്റ്, ജീവകം
സ്ഥാനം - പദവി, സ്ഥലം, നില
സ്ഥിതി - നില, ക്ഷേമം
സ്ഥൂലം - തടിച്ചത്, പർവതശിഖരം
സ്പർശം - സമ്പർക്കം, വായു
സ്ഫാരം - സമൃദ്ധി, വിറയൽ
സ്മൃതി - ധാരണ, സദാചാരനിയമം
സ്വാപം - അജ്ഞത, സ്വപ്നം
സ്വാമി - യജമാനൻ, ഗുരു, ഭർത്താവ്
ഹംസം - അരയന്നം, അസൂയ
ഹസ്തം - കൈ, തെളിവ്, കൂടം
ഹിമം - മഞ്ഞ്, മുത്ത്
ഹിരണ്യം - ശുക്ലം, കവിടി

www.ingramcontent.com/pod-product-compliance
Ingram Content Group UK Ltd.
Pitfield, Milton Keynes, MK11 3LW, UK
UKHW042140021026
15589UKWH00003B/944

9 789387 842489